ತಾಯಿ ಆಗುವಾಗ ಏನು ಮಾಡುವಿರಿ

ಈಗ ಏನಾಗುವುದು?
ಹೇಗಾಗುವುದು?

ಹೈದಿ ಮರ್ಕಆಫ್ ಹಾಗೂ ಶೈರಾನ್ ಮೆಝೆಲ

ಡೈಮಂಡ್ ಪಾಕೆಟ್

ಎಮ್ಮ ಹಾಗು ವಯಾತಿಗೆ (ನನ್ನ ಎಲ್ಲಕ್ಕಿಂತ ದೊಡ್ಡ ಆಸೆ)
ಎರಿಕ(ನನ್ನ ಸರ್ವಸ್ವವೂ)
ಪ್ರೀತಿಯವೊಂದಿಕೆ ಹರಲೀನಗೆ
ಎಲ್ಲಾ ತಾಯಿ–ತಂದೆ ಹಾಗೂ ಶಿಶುಗಳಿಗೆ ಅವರು ಎಲ್ಲೇ ಇರಲಿ

ಪ್ರಕಾಶಕ : **ಡೈಮಂಡ್ ಪಾಕೆಟ್ ಬುಕ್ಸ್(ಪ್ರ) ಲಿ.**
X-30, ಓಖಲಾ ಇಂಡಸ್ಟ್ರಿಯಲ್ ಏರಿಯಾ, ಫೇಸ್-II
ನ್ಯೂ ದಿಲ್ಲಿ-110020
ದೂರವಾಣಿ : 011-40712200
ಈ–ಮೇಲ್ : sales@dpb.in
ವೆಬ್‌ಸೈಟ್ : www.diamondbook.in

WHAT TO EXPECT WHEN YOU ARE EXPECTING

ಕನ್ನಡ ಅನುವಾದ –**ಸ್ವರ್ಣ ಜ್ಯೋತಿ**
ತಮಿಳುನಾಡು ಬಹುಭಾಷಿ ಲೇಖಕಿ ಸಂಘ, ಚೆನ್ನೈ

ತಾಯಿ-ತಂದೆ ಆಗುವವರಿಗೆ ಚಿಂತೆಯಿಂದ ಮುಕ್ತಮಾಡಿಸಲು
ಹಾಗೂ ಮಹಿತಿ ಕೊಡಲು ಇದು ಉತ್ತಮ...
ನಾನು ಇದನ್ನೇ ಓದಲು ಸಲಹೆ ಕೊಡುತ್ತೀನಿ.

"ಡಾನಿಕಾ ಎಮ್ ಡೀ"

■ ■ ■

"ಈ ಪುಸ್ತಕ ಪ್ರಸವ ಪೂರ್ವ ಆರೈಕೆಯ ಕ್ಷೇತ್ರದಲ್ಲಿ ಕ್ರಾಂತಿ ತಂದಿದೆ."

ಜೇಮ್ಸ್ ಎಮ್ ಡೀ

■ ■ ■

"ನಾನು ನನ್ನ ಎರಡು ಗರ್ಭಾವಸ್ಥೆಯ ಸಮಯದಲ್ಲಿ ಈ ಪುಸ್ತಕವನ್ನು ಸಂಪೂರ್ಣ ಆಸಕ್ತಿಯಿಂದ ಓದಿದ್ದೆ. ಒಂದು ಬಾಲ ವಿಶೇಷತಜ್ಞ ಆಗಿರುವ ಕಾರಣ ಈ ಪುಸ್ತಕ ಬಹಳ ವ್ಯಾಖ್ಯೆಯಿಂದೊಡಗೂಡಿದೆ."

ಸೂಸೈನ್ ಎಮ್ ಡೀ.

■ ■ ■

"ನಾನು ನನ್ನ ರೋಗಿಗಳಿಗೆ ಇದೇ ಪುಸ್ತಕವನ್ನು ಓದುವ ಸಲಹೆ ಕೊಡುತ್ತೇನೆ."

ಎಲಿಝಬೆಥ್ ಡಾಲಿ

■ ■ ■

ಸಂಪೂರ್ಣ ಶೈಲಿ ಚೆನ್ನಾಗಿದೆ. ತಾಯಿ-ತಂದೆ ಸುಲಭವಾಗಿ ಅರ್ಥ ಮಾಡಿಕೊಳ್ಳಬಹುದು. ನಾನು ಯಾವಾಗಲು ಇದನ್ನೇ ಓದುವ ಸಲಹೆ ಕೊಡುತ್ತೇನೆ.

ಜೆನ್, ಎಮ್, ಡೀ,

■ ■ ■

ಒಂದು ಮೆಟರ್ನಿಟಿ ಡಿಜೈನರ್ ಹಾಗೂ ತಾಯಿ ಆಗಿರುವ ಕಾರಣದಿಂದ ಗರ್ಭಿಣೀ ಮಹಿಳೆಯರಿಗೆ ಇದಕ್ಕಿಂತ ಒಳ್ಳೆಯ ಪುಸ್ತಕ ಇರುವುದು ಸಾದ್ಯವಿಲ್ಲ.

ಮದರ್ ಫೌಂಡರ್ ಸೀ ಈ ಓ ಲಿಝ ಲೈಂಗಿ ಮೆಟರ್ನಿಟಿ

ಕೋಟ್ಯಾಂತರ ತಂದೆ-ತಾಯಿ ಹಾಗೂ ಡಾಕ್ಟರ್ ಈ ಪುಸ್ತಕವನ್ನು ಏಕೆ ಇಷ್ಟ ಪಡುತ್ತಾರೆ?

"ಇದಿಲ್ಲದೆ ಯಾವುದೇ ತಾಯಿಯು ನಿರ್ವಾಹವಾಗುವುದಿಲ್ಲ."

–ನೀರಾ ಎಮ್.ಡೀ

■ ■ ■

"ಇದು ಗರ್ಭಾವಸ್ಥೆಯ ಸಮಯದಲ್ಲಿ ಬರುವ ಸಮಸ್ಯೆಗಳ ಅದ್ಭುತವಾದ ಸಮಾಧಾನ.....
ಇದನ್ನು ಉಪಯೋಗಿಸುವುದು ಬಹಳ ಸುಲಭ ಹಾಗೂ
ಇದರ ವಿಷಯ ಸೂಚಿ ಸಹ ಬಹಳ ಒಳ್ಳೆಯ ರೀತಿಯಲ್ಲಿ ಕೊಟ್ಟಿದೆ,
ನೀವು ಯಾವುದೇ ವಿಷಯವನ್ನು ಯೋಚಿಸಿ ಅದರ
ವಿಷಯದಲ್ಲಿ ಕ್ಷಣಮಾತ್ರದಲ್ಲಿ ತಿಳಿದುಕೊಳ್ಳಬಹುದು."

–ಬ್ರೆಂಡಾ ಸ್ಮಾಲೆಗೈನ ಆರ್. ಎನ್. ಬೀ.ಎಸ್.ಎನ್

■ ■ ■

"ಗರ್ಭಾವಸ್ಥೆಯ ಸಮಯದಲ್ಲಿ ಈ ಪುಸ್ತಕದಿಂದ ಬಹಳ ಸಹಾಯವಾಯಿತು.
ಈ ಪುಸ್ತಕದಿಂದ ನೀವು ಪೂರ್ಣ ವಿಶ್ವಾಸದೊಂದಿಗೆ ನಿಮ್ಮ ಆಸೆಗಳನ್ನು ತಿಳಿದುಕೊಳ್ಳಬಹುದು."

–ಥೆರೆಸಾ ಓಲ್ಸನ್ ತಾಯಿ

■ ■ ■

"ಈ ಪುಸ್ತಕ ಜೀವನ ರಕ್ಷಿಸುವವರಿಗಿಂತ ಕಡಿಮೆ ಇಲ್ಲ."

ಮಿಗುಲ ಎ. ಕೈನೊ, ಎಮ್.ಡೀ, ಎಫ್, ಎ, ಸೀ, ಓಜಿ

■ ■ ■

"ಒಬ್ಬ ತಾಯಿಯ ರೂಪದಲ್ಲಿ ಈ ಪುಸ್ತಕ ಉಪಯೋಗ ಗೈಡ್‌ಗಿಂತ ಕಡಿಮೆ ಇಲ್ಲ."

ಬಾಲಾ, ಎಮ್, ಡೀ,

■ ■ ■

"ಚೊಚ್ಚಲು ತಾಯಂದಿರಿಗೆ ಇದು ಅದ್ಭುತವಾದ ಪುಸ್ತಕ. ನನಗೆ ಇದಿಲ್ಲದೆ ನಿಜವಾಗಲು ಏನು ಮಾಡಲಾಗುತ್ತಿರಲ್ಲಿಲ."

ಕ್ಯಾಥೆರಿನ್, ತಾಯಿ

■ ■ ■

"ನನಗೆ ಈ ಪುಸ್ತಕದ ಮೇಲೆ ಬಹಳ ಸ್ನೇಹ. ಇದು ಮಾಹಿತಿಗಳಿಂದ ತುಂಬಿದೆ."

ಸೂಜಿ, ಎಮ್. ಡಿ

■ ■ ■

"ನಾನು ಗರ್ಭಿಣಿ ಎಂದು ತಿಳಿದ ತಕ್ಷಣ ನಾನು ಈ ಪುಸ್ತಕವನ್ನು ಓದಲಾರಂಭಿಸಿದೆ. ಇದು ನನಗೆ ಒತ್ತಡರಹಿತವಾದ ಗರ್ಭಾವಸ್ಥೆಯ ಕಡೆಗೆ ನಿರ್ದೇಶನ ಕೊಟ್ಟಿತು."

–ಕೈರೊಲೀನ ಗೋಲ್ಡ್‌ಸ್ಟೀನ್ ತಾಯಿ

ನಾನು ನನ್ನ ಮೊದಲನೆಯ ಸಂಗಾತಿ ಎರಲೀನ್
ಐಸನಬರ್ಗದಿಂದ ಇದೇ ಹೇಳಬೇಕು, ಅವರ ಆರೈಕೆಯ
ಪ್ರಕೃತಿ,ಕರುಣೆ ಹಾಘೂ ಸತ್ಯನಿಷ್ಠೆ ಯಾವಗಲು
ಜೀವಿತವಾಗಿರುವುದು. ನಾವು ನಿಮ್ಮನ್ನು ಯಾವಾಗಲು
ಪ್ರೀತಿಸುತ್ತಿವಿ ಹಾಗೂ ಸ್ಮರಣಿಸುತ್ತಿವಿ.

ತುಂಬ–ತುಂಬ ಧನ್ಯವಾದಗಳು

ನಾನು ಹೋದ 23 ವರ್ಷಗಳಲ್ಲಿ ಎರಡು ಮಾತಗಳನ್ನು ತಿಳಿದುಕೊಂಡೆ. ಪುಸ್ತಕ ತನಗತಾನೆ ಬರೆಯಲಾಗುವುದಿಲ್ಲ ಹಾಗೂ ಮಕ್ಕಳು ತನಗತಾನೆ ಬೆಳೆಯುವುದಿಲ್ಲ. ಯದ್ಯಪಿ ನಾನು ಈಗ ಮಕ್ಕಳನ್ನು ಬೆಳೆಸುವ ಓಪಚಾರಿಕ ಕೆಲಸವನ್ನು ಮಾಡಾಗಿದೆ. ಆದರೆ ಈ ಕೆಲಸದಲ್ಲಿ ಹಾಗೂ ಈ ಪುಸ್ತಕ ಬರೆಯಲು ನನ್ನ ಯಜಮಾನರು ನನಗೆ ಸಂಪೂರ್ಣ ಸಹಯೋಗ ನೀಡಿದರು. ಈ ಪುಸ್ತಕವನ್ನುಮಾಡುವಾಗ ನನ್ನ ಅನೇಕ ಸ್ನೇಹಿತರು, ಗೆಳೆಯರು, ಸಹಕರ್ಮಿಗಳೆರಲ್ಲರು ತಮ್ಮ ಬಹುಮೂಲ್ಯ ಸಲಹೆಗಳನ್ನು ಹಾಗೂ ದೃಷ್ಟಿಕೋಣ ಕೊಟ್ಟರು.

ಕೆಲವರು ಬಂದಿ–ಹೋಗುವರು ಹಾಗೂ ಕೆಲುವರು ಮೊದಲದಿನದಂದಲೂ ನನ್ನಜೊತೆಗೆ ಇದ್ದರು. ನಾನು ಎಲ್ಲರಿಗೂ ಧನ್ಯವಾದಗಳನ್ನು ಹೇಳುತ್ತೇನೆ.

ಸೈಂಡಿ ಹೈವಾವೆ– ನಿನ್ನ ಅಮೂಲ್ಯವಾದ ಸಹಯೋಗಕ್ಕೆ ಬಹಳ ಧನ್ಯವಾಗಗಳು. ನೀನು ತಂಗಿಯಾಗಿ ಒಳ್ಳೆ ಗೆಳತಿನೂ ಆಗಿದಿಯ.

ಸುಜಾನೆ ರೆಫರ್, ಸ್ನೇಹಿತರು ಹಾಗೂ ಸಂಪಾದಕರು:– ಅವರು ಈ ಪುಸ್ತಕವನ್ನು ಸಂಪಾದಕರಾಗಿ ಪುಸ್ತಕವನ್ನು ಹೋಸ ರೂಪದಲ್ಲಿ ತರಲು ನನಗೆ ಅನೇಕ ಸಲ ಸಹಾಐ ಮಾಡಿದರು. ನೂರಾರು ಶೀರ್ಷಕ ಹಾಗೂ ಕಾರ್ಟೂನ ಹಾಗೂ ಪೈರೊಡಿ ಸಹ ಮಾಡಿದರು.

ಪೀಟರ್ ವರ್ಕಮೈನ:– ಒಂದು ಕರ್ಮಠ ಹಾಗೂ ವಚನಬದ್ಧ ಪ್ರಕಾಶಕರು. ಇವರು ನಮ್ಮ ಪುಸ್ತಕದ ಮೇಲೇ ಆ ಸಮಯದಲ್ಲಿ ಭವರಸೆ ತೋರಿದರು ಯಾವಾಗ ಬುಕ್ ಸ್ಟೋರ್ ಹೀಗ ಮಾಡಲು ತೈಯಾರಾಗಿತ್ತಿಲ್ಲ. ಇವರು ಈ ಪುಸ್ತಕದ ಬೇರು ನಿಲ್ಲಿ, ಗಿಡ ಬೆಳದು ಹೂವು–ಹಣ್ಣು ಬರುವ ತನಕ ಧೈರ್ಯದಿಂದ ಕಾದು ನಮ್ಮ ಜೊತೆಗ ಇದ್ದರು. ಡೆವಿಡ್ ಮೈಟ ಕಲಾತ್ಮಕ ಯೋಗದಾನ ನೀಡುತ್ತ ಮೇಕೋವರ್ ಮಾಡಲು ಸಹಾಯ ಮಾಡಿದರು. ಜಾಮ್ ಗಿಲಮೈನ್ ಮೇಕೋವರ್ ಹಾಗು ಚಿತ್ರ ನಿರ್ಮಾಣದಲ್ಲಿ ಸಹಾಯ ಮಾಡಿದರು. ಲೀಸ್ ಹೋಲೈಂಡರ್ ಪ್ರಾರಂಭದಿಂದಲೆ ನನ್ನ ಇಷ್ಟವಾದ ಡಿಸೈನರ್ ಆಗಿದ್ದಳು. ಇದಲ್ಲದೆ ವೀಂಗ್ ಟೈಂಗ್, ಟಿಮ್ ಓ', ಬ್ರಿಲಿನ ಹಾಗೂ ಲಿನೆಟ್ ಯೋಗದಾನವೂ ಬಹಳ ಮಹತ್ವಾದದು. ಕೈಟಿನ್, ಟಾಸಮ್ ನ್ಯೂಸ್ ಮೈನ, ಹಾಗೂ ಐರೀನ ಸಹ ಪುಸ್ತಕದ ನಿರ್ಮಾಣದಲ್ಲಿ ಬಹಳ ಸಹಾಯ ಮಾಡಿದರು. ನಾನು ನನ್ನ ಇತರ ಸ್ನೇಹಿತರು ಸೂಜಿ, ಹೆಲೆನ್, ಬೆಥ್, ವಾಲ್ಟರ್, ಜೆಪೀ, ಮೈಂಡಲ್, ಕಿಮ್, ಹಾಗೂ ಎಮೀ ಹೇಸರು ಹೇಳಲಿ ಬಯಸುತ್ತೆನೆ. ಪ್ರೀತಿಯ ಶೇರೋನ್, ಡೈನಿಯೆಲಾ, ಎರಿಯಾನೆ, ಕೀರಾ ಹಾಗೂ ಸೋಫೀಯಾ ಸಹ ಬಹಳ ಕೆಲಸ ಮಾಡಿದರು. ಮನೆಯಲ್ಲಿ ಡಾಕ್ಟರ್ ಜೇ ಅವರು ಬಹಳ ಮಾಹಿತಿಗಳನ್ನು ಕೊಟ್ಟರು. ನಮ್ಮ ಮೆಡಿಕಲ್ ಸಲಹರಗಾರರು ಡಾ. ಚಾರ್ಲ್ಸ್ ಲೊಕವುಡ್ ಅವರು ಸಣ್ಣ–ಪುಟ್ಟ ಮೆಡಿಕಲ್ ಸೂಕ್ಷವುತೆಗಳನ್ನು ಗಮನಿಸಿದರು. ನಿಮ್ಮ ವಿದ್ದವತೆ ನೋಡಿ ಆಶ್ಚರ್ಯ ವಾಗುತ್ತದೆ.ನನ್ನ ವಾಟರ್ ಫ್ರಂಟ್ ಮೀಡಿಯಾ ಸ್ನೇಹಿತರು ಸ್ಟೀವನ್, ಮೈಕ, ವೆನ್, ಬೊಲಿ, ಜಿಮ್ ಕರ್ಟಿಸ, ಹಾಗೂ ಸರಾಹ್ ಹಟರ್ರಿಗೆ ತುಂಬ–ತುಂಬ ಧನ್ಯವಾದಗಳು. ಇವರು ತಮ್ಮ ಸಮಸ್ಯೆಗಳನ್ನು ಹಾಗೂ ಮಾಹಿತಿಗಳನ್ನು ನನ್ನ ಜೊತೆಗೆ ಹಂಚ್ಚಿ ಕೊಂಡರು. ಮಾರ್ಕ ಕೈಮಲಿನ ತೀಕ್ಷಣ ದೃಷ್ಟಿ, ವ್ಯವಸಾಯಿಕ ನಿಪುಣತೆ, ಮೈತ್ರಿಭಾವ, ಹಾಗೂ ಸಹಯೋಗಕ್ಕೆ ಹಾಗೂ ಎಲಿನ ನೈವಿಂಸ್ ರಿಗೆ ವ್ಯವಸ್ಥೆ ಹಾಗೂ ದೈರ್ಯ ದೃಡತೆ, ಹಾಗೂ ಸಮರ್ಥನೆಗಾಗಿ ಧನ್ಯವಾದಗಳು.

ಜೆನಿಫರ್ ಗ್ರೆಡೀಜ, ಹಾಗೂ ಫ್ರೋನ್ ಕ್ರಿಟ್ಜ ಇವರ ಸಹಾಐದಿಂದ ನಾವು ನಮ್ಮ ತಥ್ಯಗಳ ಶುದ್ಧತೆಯನ್ನು ಪರೀಕ್ಷಿಸಿದ್ದಿವಿ. ಡಾ. ಜೆಸಿಕಾ ಗೆ ಗರ್ಭಾವಸ್ಥೆಯಲ್ಲಿ ತ್ವಚೆಯ ಮೇಲ್ವಿಚಾರಣೆಗೆ ಸಂಬಂಧಪಟ್ಟ ಸಲಹೆಗಳನ್ನು ಕೊಟ್ಟಿದಕ್ಕೆ ಧನ್ಯವಾದಗಳು. ಡಾ. ಹಾವೀ ಮಂಡೆಲ್ ಸದಾಗಲೂ ಪ್ರಶ್ನೆ ಕೇಳಲು ಪ್ರೇರಿಸಿದರು. ವ್ಹಾಟ್ ಟೊ ಎಕ್ಸಪೈಕ್ಟ್ ಫೌಂಡೆಶನ ನ ಎಕ್ಸ್ಟೀಕ್ಯೂಟಿವ ಡೈರೆಕ್ಟರ್ ಲೀಸಾ ವರ್ನಸ್ಟೀನ, ಜೊ, ಟೈಡಿ, ಹಾಗೂ ಡೆನ್ ರವರಿಗೆ ಧನ್ಯವಾದಗಳು.

ನನ್ನ ಯಜಮಾನರು ಎರಿಕರವರು ಪ್ರತಿವ್ರೋಂದು ಕೆಲಸದಲ್ಲಿ ಸಹಾಯ ಮಾಡಿದರು ಅವರ ಮಾಡಿದ ಸಹಾಯಗಳನ್ನು ಏಣಿಸುವುದು ಸಾಧ್ಯವಿಲ್ಲ. ನಿಮ್ಮ ಜೊತೆಗೆ ಕೆಲಸದ ಮಧ್ಯದಲ್ಲಿ ಆನಂದ ಸಿಕ್ಕಿತ್ತು. ನಾನು ನಿಮ್ಮನ್ನು ಬಹಳ ಪ್ರೀತಿಸುತ್ತೇನೆ. ಈಮಾ, ಹಾಗೂ ವಯಾತ್ ನಾನು ನಿಮ್ಮನ್ನು ಬಹಳ ಪ್ರೀತಿಸುತ್ತೆನೆ ನಿಮ್ಮಿಂದ ನನಗೆ ತಾಯಿ ಆಗುವ ಗೌರವ ಸಿಕ್ಕತ್ತು.

ಪ್ರೀತಯ ತಂದೆ ಹಾಗೂ ಸ್ನೇಹಿತ್ರು ಹಾವರ್ಡ ಐಸವಬರ್ಗ; ವಿಕ್ಟರ್ ಶರಗ್ಯೆ, ಹಾಗೂ ಜೊನ ಎನೀಯೆಲೊ, ಮತ್ತು ಪ್ರಪಂಚದ ಸರ್ವಶ್ರೇಷ್ಠ ಅತ್ತೆ-ಮಾವ ಎವೀ ಹಾಗೂ ನೊರಮನ್ ಮರ್ಕಓಫ್; ರೈಚಲ, ಈಥಾನ್, ಲಿಜ, ಸ್ಯೆಂಡಿ, ಹಾಗು ಟಿಮ; ನಿಮ್ಮೆಲ್ಲರಿಗೂ ಧನ್ಯವಾದಗಳು.

ಎಲ್ಲ ಡಾಕ್ಟರ್, ನರ್ಸ, ದಾದಿಗಳಿಗೆ ಧನ್ಯವಾದಗಳು ಇವರು ಪ್ರತಿದಿನ ಅನೇಕ ಪರಿವಾರಗಳಲ್ಲಿ ಗರ್ಭಾವಸ್ಥೆಯನ್ನು ಒಂದು ಸುಖವಾಗಿರುವ ಸಹಜ ಅನುಭವದಲ್ಲಿ ಬದಲಾಯಿಸಲು ಸಂಲಗ್ನರಾಗಿದ್ದಾರೆ. ಎಲ್ಲಗಿಂತ ದೊಡ್ಡ ಧನ್ಯವಾದಗಳು ಆಗಿರುವ ಹಾಗು ಆಗುವ ತಾಯಿ-ತಂದೆಯರಿಗೆ ಇವರು ಈ ಪುಸ್ತಕದ ಪ್ರಿತಿವ್ರೋಂದು ಸಂಸ್ಕರಣವನ್ನು ಮೊದಲಗಿಂತ ಉತ್ತಮ ಮಾಡುವ ಪ್ರಯತ್ನ ಮಾಡಿದರು. ನಾನು ಮುಂಚ್ಚೆಯೆ ಹೇಳಿದ್ದೀನಿ ತಾಯಿ-ತಂದೆಗಳೆ ನನಗೆ ಅಮೂಲ್ಯವಾದ ವಸ್ತುಗಳು. ನಿಮ್ಮ ಕಾರ್ಡ, ಈ-ಮೇಲ್, ಹಾಗೂ ಪತ್ರಗಳ ಸುರಿಮಳೆ ನಿಲ್ಲದಿರಲಿ.

ಪುನಃ ಧನ್ಯವಾದಗಳು, ತುಂಬ-ತುಂಬ ಧನ್ಯವಾದಗಳು! ದೇವರ ದಯದಿಂದ ನಿಮ್ಮ ಎಲ್ಲ ಬೇಡಿಕೆಗಳು ಪೂರೈಸಲಿ.

ಹೈದಿ.

heidi

ವಿಷಯ ಸೂಚಿ

ಭಾಗ-2 ಒಂಬತ್ತು ತಿಂಗಳು ಹಾಘೂ ಅದರ ಗಣನೆ

(ಗರ್ಭಾಧಾರಣೆಯಿಂದ ಪ್ರಸವತನಕ)

ಭಾಗ–6 ಗರ್ಭಾವಸ್ಥೆ ಮತ್ತು ನಿಮ್ಮ ಆರೋಗ್ಯ

ಭಾಗ–7 ಜಟಿಲವಾದ ಗರ್ಭಾವಸ್ಥೆ

ನಾಲ್ಕನೇ ಸಂಸ್ಕರಣದ ಪ್ರಸ್ತಾವನೆ

ಚಾರ್ಲ್ಸ್ ಜೆ ಲಾಕ್‌ವುಡ್, ಎಮ್ ಡೀ

ಅನಿತ ಓ ಕೀಫೆ (ಯಾಲ ಯೂನಿವರ್ಸಿಟಿ ಸ್ಕೂಲ ಆಫ್ ಮೆಡಿಸಿನ್, ಡಿಪಾರ್ಟಮೆಂಟ್ ಆಂಡ್ ಒಬ್ಸಟ್ರಿಕ್ಸ, ಗೈನಕಾಲಜಿ ಅಂಡ್ ರಿಪ್ರೊಡೆಕ್ಟಿವ್ ನಲ್ಲಿ ವುಮೆನ್ ಹೆಲ್ತ್‌ನಲ್ಲಿ ಯುವ ಪ್ರೊಫೆಸರ್)

ಒಂದು ದಿನ ನನಗೆ ಒಬ್ಬ ರೋಗಿಯ ಧನ್ಯಾವಾದದ ಪತ್ರ ಸಿಕ್ಕಿತ್ತು. ಅದರ ಜೊತೆಗೆ ಒಂದು ಹಾಕಿ ಆಟಾಗಾರರ ಭಾವಚಿತ್ರವೂ ಇತ್ತು. 19 ವರ್ಷದ ಹಿಂದೆ ಅವನ ಡೆಲಿವರಿ ನಾನು ಮಾಡಿದ್ದೆ. ನನ್ನ ಕೆಲಸ ಬಹಳ ಚೆನ್ನಾಗಿದೆ, ನನಗೆ ಮನುಷ್ಯರ ಜೀವನ ಎಲ್ಲಕ್ಕಿಂತ ಅದ್ಭುತವಾದ. ಸುಖವಾದ, ಸುಂದರವಾದ ಕ್ಷಣ " ಶಿಶುವಿನ ಜನ್ಮ" ವನ್ನು ಹಂಚಿಕೊಳ್ಳುವ ಅವಕಾಶ ಸಿಗುವುದು. ಹೌದು ಪ್ರಸೂತಿ ವಿಶೇಷತಜ್ಞರ ಜೀವನ ಸುಲಭವಾಗಿರಿವುದಿಲ್ಲ. ರಾತ್ರಿ ಮೂರು ಗಂಟೆ ತನಕ ಕೆಲಸ, ಪ್ರಸೂತಿ ಜಟಿಲವಾದರೆ ಅದರ ಯೋಚನೆ, ಇತ್ಯಾದಿ.. ಯದ್ಯಪಿ ಯಾವುದೇ ಕಷ್ಟವಾಗಿರುವ ಸಂದರ್ಭ ಬಂದ ತಕ್ಷಣ ನಾನು ಅದನ್ನು ಎದುರಿಸಲು ಸಿದ್ಧವಾಗುತ್ತೀನಿ. ವಿಚಿತ್ರವಾದ ಮಿಶ್ರಿತಭಾವಾನೆಗಳ ಅನುಭವವಾಗುವುದು. ಆದರೆ ಎಲ್ಲಾ ಸರಿ ಈ ಕೆಲಸ ಬೇರೇನೆ ಆನಂದ ಕೊಡುತ್ತದೆ.

ಹಾಗೆ ನಿಜಹೇಳಬೇಕೆಂದರೆ ನನ್ನ ಕೆಲಸವೂ ಗರ್ಭಾವಸ್ಥೆಯಂತೆ ಇದು ಸ್ವಲ್ಪ ರೋಮಾಂಚಕವಾಗಿದ್ದರೂ ಖುಶಿ ಕೊಡುವುದು. ಈ ಪುಸ್ತಕ ಒಂದು ತರಹ ನಿಮಗೆ ನಿಮ್ಮ ನಿಜ ಪ್ರಸೂತಿ ತಜ್ಞರಂತೆ ನಿಮಗೆ ಮಾರ್ಗದರ್ಶನ ನೀಡುವುದು. ನಾನು ವರ್ಷಗಳಿಂದ ನನ್ನ ರೋಗಿಗಳಿಗೆ ಇದೇ ಪುಸ್ತಕವನ್ನು ಓದುವ ಸಲಹೆ ಕೊಡುತ್ತಿದ್ದೀನಿ. ಇದರಲ್ಲಿ ಬಹಳ ಉಪಯೋಗವಾಗಿರುವ ಮಾಹಿತಿಗಳಿವೆ. ಅದು ನಿಮಗೆ ಪ್ರಾಯಶಃ ನಿಮ್ಮ ಡಾಕ್ಟರ್, ದಾದಿ ಅಥವಾ ಅನುಭವಸ್ಥರಿಂದ ಸಿಗುತ್ತದೆ.

ಈ ಪುಸ್ತಕ ನಿಮಗೆ ಬಹಳ ಸಹಜವಾಗಿರುವ ರೀತಿಯಿಂದ ನಿಮಗೆ ಸಲಹೆ ನೀಡುವುದು. ಗರ್ಭಧಾರಣೆಯ ಮೊದಲು ಏನು ಗಮನಿಸಕೊಳ್ಳಬೇಕು. ನಿಮ್ಮ ಜೀವನ ಶೈಲಿ, ವೃತ್ತಿ ಅಥವಾ ಆಹಾರದಲ್ಲಿ ಏನೇನು ಬದಲಾವಣೆ ಮಾಡಬೇಕು. ಆಮೇಲೆ ವಾರ–ಪ್ರತಿವಾರದಂತೆ ನಿಮ್ಮ ಶಿಶುವಿನ ಬೆಳವಣಿಗೆಯ ವಿವರಣೆ ಕೊಡಲಾಗುತ್ತದೆ. ಇದರ ಮಧ್ಯದಲ್ಲಿ ನಿಮ್ಮ ಶರೀರದ ಉಳಿದ ಅಂಗಗಳ ಮೇಲೆ ಗಾರ್ಭವಸ್ಥೆಯ ಪ್ರಭಾವದ ಚರ್ಚೆ ಮಾಡಿ ಅದರ ಪರಿಹಾರವನ್ನು ಕೊಟ್ಟಿದೆ. ನೀವು ಏನು ಅನುಭವಿಸುತ್ತಿದ್ದೀರಿ, ನಿಮಗೆ ಯಾವ ತಪಾಸಣೆಗಳು ಮಾಡಿಸಬೇಕು ಅಥವಾ ಡಾಕ್ಟರನ್ನು ಯಾವಾಗ ಭೇಟಿ ಮಾಡಬೇಕು ಇದೆಲ್ಲ ಮಾಹಿತಿ ಕೊಡಲಾಗುತ್ತದೆ ಹಾಗೂ ಕಡೆಯಲ್ಲಿ ನಿಮ್ಮನ್ನು ಆ ವಿಶೇಷವಾದ ದಿನಕ್ಕಾಗಿ ಶಾರೀರಿಕ ಹಾಗೂ ಮಾನಸಿಕವಾಗಿ ಸಿದ್ಧ ಮಾಡುತ್ತದೆ. ಇದರಲ್ಲಿ ನೀವು ಡಾಕ್ಟರ್ ಹತ್ತಿರ ಕೇಳಲಾಗದ ಅನೇಕ

ಪ್ರಶ್ನೆಗಳಿಗೆ ಉತ್ತರವೂ ಇದೆ.

ಪ್ರಸವದ ನಂತರ ಶಿಥಿಲತೆ, ಮುಖದ ಮೇಲೆ ಬೀಳುವ ನೀಲಿ ಕಲೆಗಳು ಅಲ್ಲದೆ ಎಲ್ಲಾ ದೀರ್ಘಕಾಲದ ರೋಗಗಳ ಮಾಹಿತಿ ಕೊಡಲಾಗಿದೆ. ಇದರಲ್ಲಿ ಒಂದು ಅಧ್ಯಾಯದಲ್ಲಿ ಪ್ರಸವ ಪೂರ್ವ ಅಥವಾ ಪ್ರಸವ ನಂತರ ತಮ್ಮ ಶಿಶುವನ್ನು ಕಳೆದುಕೊಳ್ಳುತ್ತಾರೆ ಅವರಿಗೂ ಸಲಹೆಗಳಿವೆ. ಈ ಪುಸ್ತಕ ನಿಮ್ಮ ಸಂಗಾತಿ ಹಾಗೂ ಕೋಚ್ ಗೂ ಒಳ್ಳೆ ಮಾರ್ಗದರ್ಶನ ನೀಡುವುದು. ಅವಳಿ-ಜವಳಿ ಮಕ್ಕಳು ಅಥವಾ ಎರಡಕ್ಕಿಂತ ಅಧಿಕ ಶಿಶುಗಳಿದ್ದರೇ ಏನು ಮಾಡಬೇಕೆಂದು ಮಾಹಿತಿಗಳು ಇದೆ.

ನಾನು ವಿಶೇಷತಜ್ಞ ಆಗಿರುವ ಕಾರಣ ನಾನು ಈ ಪುಸ್ತಕದಿಂದ ಬಹಳ ಪ್ರಭಾವಿತನಾಗಿದ್ದೇನೆ. ಸಂಪಾದಕರ ರೂಪದಲ್ಲಿ ನನ್ನನ್ನು ಇದರ ಒಳ್ಳೆಯ-ಸಂಕ್ಷಿಪ್ತ ಲೇಖನವೂ ಪ್ರಭಾವಿತ ಮಾಡಿದೆ. ಆಗುವ ತಂದೆಗೆ ಏನೇನು ತಿಳಿದುಕೊಳ್ಳಬೇಕೆಂದು ಲೇಖಕನಿಗೆ ಗೊತ್ತಿದೆ ಎಂದು ತಂದೆ ಹಾಗೂ ಗಂಡನಾಗಿ ನನಗೂ ಅರ್ಥವಾಯಿತು. ನನ್ನ ಸಾವಿರಾರು ರೋಗಿಗಳು, ಸಹಯೋಗಿಗಳು ಹಾಗೂ ಬೇರೆ ರೋಗಿಗಳೂ ಇದನ್ನು ಓದಿದ್ದಾರೆ ಅವರೇ ಈ ಪುಸ್ತಕದ ನಿಜವಾದ ನಿರ್ಣಾಯಕರು.

ಒಂದು ವೇಳೆ ನೀವು ಈ ಪುಸ್ತಕವನ್ನು ಓದುತ್ತಿದ್ದೀರಿ ಅಂದರೆ ನೀವು ಗರ್ಭಿಣಿ ಆಗಿದ್ದೀರಿ ಅಥವಾ ಗರ್ಭಧಾರಣೆ ಮಾಡುವಿರಿ. ಶುಭಾಶಯಗಳು. ಬೆನ್ನಿನ ಮೇಲೆ ಆರಾಮವಾಗಿ ಮಲಗಿಕೊಂಡು ಈ ಸುಂದರವಾದ ರೋಮಾಂಚಕ ಪ್ರಯಾಣಕ್ಕೆ ಹೊರಡಿರಿ.... ಇದು ನನ್ನ ಸಲಹೆ.

ಈ ಪುಸ್ತಕದ ಜನ್ಮ ಪದೇ–ಪದೇ ಏಕಾಯಿತು;

ಇಪ್ಪತ್ತುನಾಲ್ಕು ವರ್ಷದ ಹಿಂದೆ ನಾನು ನನ್ನ ಮಗಳಿಗೆ ಜನ್ಮ ಕೊಟ್ಟೆ ಹಾಗೂ ಈ ಪುಸ್ತಕವನ್ನು ಪ್ರಾರಂಭಿಸಿದೆ.ಮಗಳು ಈಮಾ, ಪುಸ್ತಕ ಹಾಗೂ ನನ್ನ ಮುಂದಿನ ಶಿಶು (ವಯಾತ) ವಿನ ಪಾಲನೆ ಪೋಷಣೆಗೆ ಇದೆಲ್ಲ ಬಹಳ ಆಯಾಸವಾಗದ ಆನಂದದಾಯಕ ಹಾಗೂ ರೋಚಕವಾಗಿತ್ತು. ಈಗ ಈ ಪುಸ್ತಕ ನಿಮ್ಮ ಕೈಯ್ಯಲ್ಲಿದೆ. ನನಗೆ ಇದರ ನವೀನ ಸಂಸ್ಕರಣವನ್ನು ಪ್ರಸ್ತುತ ಪಡಿಸಲು ಬಹಳ ಸಂತೋಷವಾಗುತ್ತಿದೆ.

ನನಗೆ ನನ್ನ ಈ ಪುಸ್ತಕದ ಸಂಸ್ಕರಣಕ್ಕೆ ಬಹಳ ಉತ್ಸಾಹವಿದೆ. ವಾರ–ಪ್ರತಿವಾರ ಭ್ರೂಣ ಒಂದು ಪುಟ್ಟ ಮಗುವಿನ ಆಕಾರ ತೆಗೆದುಕೊಳ್ಳುವುದು ಹಾಗೂ ಶಿಶುವಿನ ನಿರಂತರ ಬೆಳವಣಿಗೆ ಹಾಗೂ ಎದೆ ಉರಿ, ಸಮಸ್ಯೆಗಳ ಹಾಗು ಜಿಜ್ಞಾಸೆಗಳಿಗೆ ಉತ್ತರ ಕೊಡಲಾಗಿದೆ. ಗರ್ಭಾವಸ್ಥೆಯ ಸಮಯದಲ್ಲಿ ಕೆಲಸ –ಕಾರ್ಯ, ತ್ವಚೆಯ ಆರೈಕೆ, ಉಗುರು ಹಾಗೂ ಕೇಶದ ಮೇಲ್ವಿಚಾರಣೆ, ಗರ್ಭಾವಸ್ಥೆ ಜೀವನ ಶೈಲಿ ಹಾಗೂ ಸಂಭೋಗ, ನಿಮ್ಮ ಸಂಬಂಧ, ಭಾವನೆಗಳು, ಸಣ್ಣ–ಸಣ್ಣ ಮಾತು ಹಾಗೂ ದೊಡ್ಡ–ದೊಡ್ಡ ವಿಚಾರಗಳ ಮೇಲೆ ಚರ್ಚೆಮಾಡಲಾಗಿದೆ. ನಿಮ್ಮ ಆಹಾರಕ್ಕೆ ಸಂಬಂಧ ಪಟ್ಟಿರುವ ಒಂದು ವ್ಯವಹಾರಿಕ ಅಧ್ಯಾಯವಿದೆ. ಇದು ನಿಮ್ಮ ಹಾಗೂ ನಿಮ್ಮ ಶಿಶುವಿನ ಪೋಷಣೆಗೆ ಬಹಳ ಮಹತ್ವವಾದದ್ದು. ಗರ್ಭಧಾರಣೆ ಪೂರ್ವದ ಜಾಗರೂಕತೆಗಳು ಹಾಗೂ ಅವಳಿ–ಜವಳಿ ಮಕ್ಕಳ ಬಗ್ಗೆ ಒಂದು ದೊಡ್ಡ ಅಧ್ಯಾಯ ಕೊಡಲಾಗಿದೆ. ಇದಲ್ಲದೆ ಆಗುವ ತಂದೆಯ ವಿಷಯದಲ್ಲಿ ಮಾಹಿತಿ ಹಾಗೂ ಗರ್ಭಾವಸ್ಥೆದಿಂದ ಸೇರಿರುವ ಪ್ರತಿಯೊಂದು ವಿಷಯದ ಮೇಲೆ ಚರ್ಚೆ ಮಾಡಲಾಗಿದೆ.

ಈ ಪುಸ್ತಕ ಬರೆದಾಗ ಒಂದೇ ಉದ್ದೇಶವಾಗಿತ್ತು, ಆಗುವ ತಂದೆ ತಾಯಿಗಳು ಚಿಂತೆಬಿಟ್ಟು ಗರ್ಭಾವಸ್ಥೆಯನ್ನು ಸಂಪೂರ್ಣವಾಗಿ ಆನಂದಿಸಲಿ ಎಂದು. ಉದ್ದೇಶ ಈಗಲೂ ಅದೇ ಆದರೆ ಇದರ ಆಕಾರ ಮೊದಲಿಗಿಂತ ಬಹಳ ವಿಸ್ತಾರವಾಗಿದೆ.

ಎಲ್ಲಾ ತಾಯಿ ಆಗುವವರು ಇದರ ಸಂಪೂರ್ಣ ಲಾಭ ತೆಗೆದುಕೊಳ್ಳುತ್ತಾರೆ ಹಾಗೂ ಶಿಶುವಿನ ಬೆಳವಣಿಗೆಯಿಂದ ಆನಂದಿಸುತ್ತಾರೆ ಎಂದು ನನ್ನ ಆಸೆ. ನಿಮ್ಮೆಲ್ಲರಿಗೆ ಸ್ವಸ್ಥ ಗರ್ಭಾವಸ್ಥೆಯ ಶುಭಾಶಯಗಳು. ನೀವು ಒಳ್ಳೆಯ ತಂದೆ ತಾಯಿಯರಾಗಿ ಮುಂದೆಬನ್ನಿ. ದೇವರ ಆಶೀರ್ವಾದಿಂದ ನಿಮ್ಮ ಎಲ್ಲಾ ಆಸೆಗಳು ಪೂರ್ಣವಾಗಲಿ.

Heidi

ಭಾಗ–1

ಕೆಲವು ಆವಶ್ಯಕ ಮಾತುಗಳು

ಗರ್ಭಧಾರಣೆಯ ಮೊದಲು

ಹಾಗಾದರೆ ನೀವು ಸಂಸಾರ ಮಾಡಲು ಅಥವಾ ಅದನ್ನು ಬೆಳೆಸಲು ನಿರ್ಧರಿಸಿದ್ದೀರಲ್ಲವೇ. ಬಹಳ ಬೇಗನೆ ನಿಮ್ಮ ಮನೆಗೆ ಒಂದು ಪುಟ್ಟ ಅತಿಥಿ ಬರುವುದು, ಇಲ್ಲ ನಿಮ್ಮ ಮಗುವಿಗೆ ತಮ್ಮನೋ, ತಂಗಿಯೋ ಸಿಗುವುದು, ನಿಮ್ಮ ಮಗುವಿನ ಹೆಜ್ಜೆಯ ಸದ್ದು ಕೇಳುವ ಮೊದಲು, ನಿಮ್ಮ ಮಗು ಪೂರ್ಣ ಆರೋಗ್ಯವಾಗಿರಲು ನೀವು ಕೆಲವು ಅವಶ್ಯಕವಾದ ಹೆಜ್ಜೆಗಳನ್ನು ಇಡಬೇಕಾಗುವುದು. ಈ ಸಲಹೆಗಳಿಂದ ನೀವು ಮತ್ತು ನಿಮ್ಮ ಯಜಮಾನರು ಮುಂದೆ ಬರುವ ಸಮಯಕ್ಕಾಗಿ ನಿಮ್ಮನ್ನು ಪೂರ್ಣ ಸಿದ್ಧಗೊಳಿಸಿಕೊಳ್ಳಬಹುದು.

ನೀವು ಇನ್ನೂ ಗರ್ಭಿಣಿ ಆಗಿಲ್ಲದಿದ್ದರೆ ಪರವಾಗಿಲ್ಲ, ಪ್ರಯತ್ನ ಮಾಡುತ್ತಿರಿ (ಪ್ರಯತ್ನ ಮಾಡಿ ಸಿಹಿ ಸುದ್ದಿ ಬಂದಿದ್ದರೆ) ಈ ಪುಸ್ತಕವನ್ನು ಎರಡನೆಯ ಅಧ್ಯಾಯದಿಂದ ಓದಲು ಪ್ರಾರಂಭಿಸಿ. ಮೊದಲನೆಯ ಅಧ್ಯಾಯ ಗರ್ಭಧಾರಣೆಯನ್ನು ಬಯಸಿರುವ ಚೊಚ್ಚಲು ತಾಯಂದಿರಿಗೆ.

ಗರ್ಭಧಾರಣೆಯ ಮೊದಲು ಕೆಲವು ಸಲಹೆಗಳು :

ಮುದ್ದು ಮರಿ ನಿಮ್ಮ ಅಂಗಳಕ್ಕೆ ಆಗಮಿಸಲು ತಳಮಳಿಸುತ್ತಿದೆ. ಆದರೆ ನೀವು ಅದನ್ನು ಸ್ವಾಗತಿಸುವ ಮೊದಲು ಕೆಲವು ಸಣ್ಣಪುಟ್ಟ ವಿಷಯಗಳನ್ನು ಗಮನಿಸಬೇಕಾಗುತ್ತದೆ.

ಗರ್ಭಧಾರಣೆಯ ಮೊದಲು ಪರೀಕ್ಷೆ : ಯದ್ಯಪಿ ನಿಮಗೆ ಪ್ರಸವ ಪೂರ್ವ ಆರೈಕೆ ಮಾಡುವ ಡಾಕ್ಟರಿನ ಅವಶ್ಯಕತೆ ಇಲ್ಲ. ಯಾವ ಡಾಕ್ಟರ್ ಹತ್ತಿರ ನೀವು ನಿಯಮಿತವಾಗಿ ಪರೀಕ್ಷೆ ಮಾಡಿಸಿಕೊಳ್ಳುತ್ತಿದ್ದೀರೋ ಆ ಡಾಕ್ಟರನ್ನೇ ನೀವು ಸಂದರ್ಶಿಸಬಹುದು. ಈ ಪರೀಕ್ಷೆಯಿಂದ ಯಾವುದೇ ಮೆಡಿಕಲ್ ತೊಂದರೆಯ ಮಾಹಿತಿ ಮುಂಚಿತವಾಗಿಯೇ ತಿಳಿಯುವುದು. ಗರ್ಭಾವಸ್ಥೆಯಲ್ಲಿ ಸೇವಿಸಬಾರದ ಔಷಧಿಗಳಿಂದ ಡಾಕ್ಟರ್ ನಿಮ್ಮನ್ನು ದೂರ ಇಡುತ್ತಾರೆ. ನಿಮ್ಮ ತೂಕ, ಆಹಾರ, ಊಟದ ಪದ್ಧತಿ, ಜೀವನ ಶೈಲಿ ಹಾಗೂ ಚುಚ್ಚುಮದ್ದು ಹಾಕಿಸುವ ವಿಷಯದಲ್ಲಿ ಅವರ ಸಲಹೆ ಪಡೆಯಿರಿ.

ಪ್ರಸವಪೂರ್ವ ಡಾಕ್ಟರನ್ನು ಹುಡುಕುವುದು : ನೀವು ನಿಮಗಾಗಿ ಯಾವುದಾದರೂ ದಾದಿ, ಮಿಡ್‌ವೈಫ್ ಅಥವಾ ಪ್ರೀನೆಟಲ್ ಡಾಕ್ಟರನ್ನು ಹುಡುಕಲು ಪ್ರಾರಂಭಿಸಿ. ಯದ್ಯಪಿ ನೀವು ಈಗ ಗರ್ಭಿಣಿಯೇ ಆಗಿಲ್ಲದಿದ್ದರೆ ಮುಂದೆ ನೀವು ಬಹಳ ವ್ಯಸ್ತವಾಗುವಿರಿ. ಆದಕಾರಣ ಮೊದಲೇ ತನಿಖೆ ಮಾಡಿ, ಸಲಹೆ

ಪಡೆಯಿರಿ ಮತ್ತು ನಿಮಗಾಗಿ ಮನಸ್ಸಿನಲ್ಲೇ ಡಾಕ್ಟರಿನ ಆಯ್ಕೆ ಮಾಡಿಕೊಳ್ಳಿ.

ದಂತ ವೈದ್ಯರ (ಡೆಂಟಿಸ್ಟ್) ಜೊತೆಗೆ ಬೇಟಿ :– ಗರ್ಭವತಿ ಆಗುವ ಮೊದಲು ಒಂದು ಸಲ ದಂತ ವೈದ್ಯರನ್ನು ಭೇಟಿ ಮಾಡುವುದು ಬಹಳ ಅವಶ್ಯಕ. ಏಕೆಂದರೆ ನಿಮ್ಮ ಭಾವಿ ಗರ್ಭಾವಸ್ಥೆಯ ಪ್ರಭಾವ ನಿಮ್ಮ ವಡಸು ಮತ್ತು ಹಲ್ಲುಗಳ ಮೇಲೆ ಕಾಣಿಸಿಕೊಳ್ಳಬಹುದು. ಗರ್ಭಾವಸ್ಥೆಯ ಹಾರ್ಮೋನ್‌ಗಳ ಕಾರಣದಿಂದ ಹಲ್ಲು ಮತ್ತು ವಸಡುಗಳ ತೊಂದರೆ ಹೆಚ್ಚಾಗಬಹುದು. ಗರ್ಭಾವಸ್ಥೆಯ ಜಟಿಲತೆಯಲ್ಲಿ ವಸಡುಗಳ ರೋಗವೂ ಸೇರಿರುವುದು ಎಂದು ಅಧ್ಯಯನಗಳಿಂದ ತಿಳಿದುಬಂದಿದೆ. ಮಗುವನ್ನು ಈ ಸಂಸಾರದಲ್ಲಿ ಕರೆದುಕೊಂಡು ಬರುವ ಮೊದಲು ನೀವು ಒಂದು ಸಲ ದಂತ ವೈದ್ಯರ ಹತ್ತಿರ ಹೋಗಿ ಬನ್ನಿ. ಹಲ್ಲಿನ ಎಕ್ಸ್‌ರೇ, ಫೀಲಿಂಗ್ ಅಥವಾ ಸರ್ಜರಿ ಇತ್ಯಾದಿ ಅವಶ್ಯಕವಿದ್ದರೆ ಮಾಡಿಸಿಕೊಳ್ಳಿ. ಏಕೆಂದರೆ ಗರ್ಭಾವಸ್ಥೆಯ ಸ್ಥಿತಿಯಲ್ಲಿ ಇದೆಲ್ಲವನ್ನೂ ಮಾಡಿಸಿಕೊಳ್ಳುವುದು ಸಾಧ್ಯವಾಗುವುದಿಲ್ಲ.

ಕುಟುಂಬ ವೃಕ್ಷದ ಪರೀಕ್ಷೆ : ಎರಡೂ ವಂಶಗಳಲ್ಲಿ ಯಾವುದಾದರೂ ರೋಗದ ಇತಿಹಾಸವಿದೆಯೇ ಎಂದು ನೀವು ನಿಮ್ಮ ಫ್ಯಾಮಿಲಿ ಟ್ರೀಯನ್ನು ಗಮನಿಸುವುದಲ್ಲದೆ ನಿಮ್ಮ ಯಜಮಾನರ ಫ್ಯಾಮಿಲಿ ಟ್ರೀಯನ್ನೂ ಗಮನಿಸಿ ತಿಳಿದುಕೊಳ್ಳಬೇಕು. ಅನುವಂಶೀಯವಾಗಿ ಬರುವಂತಹ ರೋಗಗಳಲ್ಲಿ ಡೌನ್ ಸಿಂಡ್ರೋಮ್, ಟೆ–ಶೆಕ್ ರೋಗ, ಸಿಲಕ್ ಸೈಲ್ ಎನಿಮಿಯ, ಥೈಲಾಸೀಮಿಯ, ಹೀಮೋಫೀಲಿಯ, ಸಿಸ್ಟಿಕ್ ಫಾಯಿಬಿರೊಸಿಸ್ ಅಥವಾ ಫ್ರಗಾಯಿಲ್ ಎಕ್ಸ್ ಸಿಂಡ್ರೋಮ್ ಇತ್ಯಾದಿ ಹೆಸರುಗಳನ್ನು ಹೇಳಬಹುದು.

ಗರ್ಭಾವಸ್ಥೆಯ ಮೊದಲ ಮಾಹಿತಿಗಳು : ನಿಮಗೆ ಮೊದಲನೆಯ ಗರ್ಭಾವಸ್ಥೆಯಲ್ಲಿ ಯಾವುದಾದರೂ ತೊಂದರೆ ಆಗಿದ್ದರೆ, ಸಮಯದ ಮೊದಲೇ ಪ್ರಸವ ಆಗಿದ್ದರೆ ಅಥವಾ ಒಂದಕ್ಕಿಂತ ಹೆಚ್ಚು ಗರ್ಭಪಾತವಾಗಿದ್ದರೆ, ಪುನಃ ಅದೇ ತೊಂದರೆ ಆಗದಿರಲೆಂದು ನೀವು ನಿಮ್ಮ ವೈದ್ಯರನ್ನು ಸಂಪರ್ಕಿಸಿ. ಅವಶ್ಯಕವಾದರೆ ಜೆನೆಟಿಕ್ ಸ್ಕ್ರೀನಿಂಗ್ ಮಾಡಿಸಿಕೊಳ್ಳಿ. ಯಾವುದಾದರೂ ಸಿಸ್ಟಿಕ್ ಅನುವಂಶಿಕ ರೋಗ ತಿಳಿದುಬಂದರೆ ವೈದ್ಯರಿಂದ ಜೆನಿಟಿಕ್ ಸ್ಕ್ರೀನಿಂಗ್ ವಿಷಯದಲ್ಲಿ ಸಲಹೆ ಪಡೆಯಿರಿ. ನೀವು ಕಾಕೆಸಿಯನ್ ಆಗಿದ್ದರೆ ಸಿಸ್ಟಿಕ್ ಫಾಯಿಬರೋಸಿಸ್, ಯಹೂದಿ ಯೂರೋಪಿಯನ್ ಆಗಿದ್ದರೆ ಟಿ–ಶೇಕ್, ಆಫ್ರಿಕಿ ಆಗಿದ್ದರೆ ಸಿಕಲ ಸೈಲ ಟ್ರೈಟ್, ಅಥವಾ ಗ್ರೀಕ್ ಇಟಾಲಿಯನ್, ದಕ್ಷಿಣ ಪೂರ್ವ ಏಶಿಯಾ ಅಥವಾ ಫಿಲಿಪಿನೋ ಮೂಲದವರಾಗಿದ್ದರೆ ನೀವು ಥೈಲಾಸೀಮಿಯಾ ರೋಗದಿಂದ ಬಳಲುತ್ತಿರಬಹುದು.

ಮೊದಲೇ ಅನೇಕ ಗರ್ಭಪಾತವಾಗುವುದು, ರಕ್ತ ಸಂಬಂಧಗಳಲ್ಲಿ ವಿವಾಹವಾಗುವುದು, ಬಹಳ ಸಮಯದವರೆಗೆ ಗರ್ಭದಾರಣೆ ಆಗದಿರುವುದು ಇತ್ಯಾದಿ ಕಾರಣಗಳಲ್ಲಿಯೂ ಜೆನಿಟಿಕ್ ಸ್ಕ್ರೀನಿಂಗ್‌ನ ಅವಶ್ಯಕತೆ ಬೀಳಬಹುದು.

ಪರೀಕ್ಷೆ ಮಾಡಿಸಿಕೊಳ್ಳಿ : ಈ ಎಲ್ಲ ಪರಿಶೋಧನೆಯ ನಡುವೆ ನೀವು ನಿಮಗಾಗಿ ಕೆಲವು ಟೆಸ್ಟ್ ಮಾಡಿಸಿಕೊಳ್ಳಲು ತಯಾರಿರಬೇಕು.

- ಎನಿಮಿಯದ ಪರೀಕ್ಷೆಗಾಗಿ ಹೀಮೋಗ್ಲೋಬಿನ್ ಅಥವಾ ಹಿಮೈಟಿಕ್ರಿಟಿ ಪರೀಕ್ಷೆ.
- **ಆರ್‌ಎಚ್. ಫ್ಯಾಕ್ಟರ್** – ನೀವು ಪೊಸಿಟೀವ್ ಅಥವಾ ನೆಗೆಟಿವ್ ನೋಡಲು ಈ ಟೆಸ್ಟ್. ನೀವು ನೆಗೆಟೀವ್ ಇದ್ದರೆ ನಿಮ್ಮ ಯಜಮಾನರ ಪರೀಕ್ಷೆ ಮಾಡಲಾಗುವುದು. (ಅವರು ನೆಗೆಟಿವ್ ಇದ್ದೆ ಯೋಚನೆ ಮಾಡಬೇಡಿ.)
- ರೊವೆಲಾ ಟಿಟರಮ, ರುವೆಲಾಗೆ ರೋಗ ಪ್ರತಿರೋಧ ಶಕ್ತಿಯ ಪರೀಕ್ಷೆಗಾಗಿ.
- **ವೈರೀಸೆಲಾ ಟೀಟರ್ :** ವೈರೀಸೆಲಾಗೆ ರೋಗ ಪ್ರತಿರೋಧ ಶಕ್ತಿಯ ಪರೀಕ್ಷೆಗಾಗಿ.
- **ಹೆಪಟೈಟಿಸ್ ಬಿ:** (ನೀವು ಇದರ ಚುಚ್ಚು ಮದ್ದು ಹಾಕಿಸಲಾಗದಿದ್ದರೆ ಮತ್ತು ನೀವು ಹೆಲ್ತ್ ವರ್ಕ್‌ರ್ ಆಗಿದ್ದರೆ.)
- **ಸಾಯಿಟೊಮೈಗಾಲೋವಾಯರಸ್ ಎಂಟಿಬಾಡೀ ಪರೀಕ್ಷೆ :** ಪರೀಕ್ಷೆಯ ಪರಿಣಾಮವೇನೆಂದು ತಿಳಿಯಲು ಇದರ ಉಪಚಾರ ಮಾಡಿಸಿಕೊಂಡಿದ್ದರೆ 6 ತಿಂಗಳ ತನಕ ಗರ್ಭಧಾರಣೆ ಮಾಡಬೇಡಿ.
- **ಟಾಕ್ಸೋಪ್ಲಾಸಮೋಸಿಸ್ ಟಿಟರ :** ನಿಮ್ಮ ಮನೆಯಲ್ಲಿ ಸಾಕಿದ ಬೆಕ್ಕು ಇದ್ದರೆ ಅದು ಹೊರಗೆ ಸುತ್ತಾಡುತ್ತಾ ಹಸಿ ಮಾಂಸವನ್ನು ತಿನ್ನುತ್ತಿದ್ದರೆ, ಅಥವಾ ನೀವು ಕೈಚೀಲ ಇಲ್ಲದೆ ತೋಟದಲ್ಲಿ ಕೆಲಸ ಮಾಡಿದರೆ, ಚುಚ್ಚುಮದ್ದು ಹಾಕಿಸಿಕೊಂಡಿದ್ದರೆ ಹೆದರುವ ಅವಶ್ಯಕತೆ ಇಲ್ಲ. ಇಲ್ಲದೆ ಹೋದರೆ ಹುಷಾರಾಗಿರಿ.
- **ಥೈರಾಯ್ಡ್ ಫಂಕ್ಷನ್ :** ಇದರಿಂದ ಗರ್ಭಾವಸ್ಥೆ ಪ್ರಭಾವಿತವಾಗುವುದು. ನಿಮಗೆ ಅಥವಾ ನಿಮ್ಮ ಪರಿವಾರದಲ್ಲಿ ಯಾರಿಗಾದರೂ ಈ ರಓಗವಿದ್ದರೆ ಅಥವಾ ನಿಮಗೆ ಇದರ ಲಕ್ಷಣಗಳು ಕಾಣಿಸಿಕೊಂಡರೆ ಇದರ ಪರೀಕ್ಷೆ ಮಾಡಿಸುವುದು ಅವಶ್ಯಕ.
- **ಯೌವನಜನಿತ ರೋಗ, ಲೈಂಗಿಕ ರೋಗ :** ಎಲ್ಲ ಗರ್ಭವತಿ ಮಹಿಳೆಯರ ನಿಯಮದಿಂದ ಲೈಂಗಿಕ

ರೋಗಗಳ (ಸಿಫಲಿಸ್, ಗೊನೊರಿಯಾ, ಕಾಲಮೀಡಿಯಾ, ಹರ್ಪೀಸ್, ಎಚ್.ಪೀ.ವಿ. ಹಾಗೂ ಎಚ್ಐವಿ) ಪರೀಕ್ಷೆ ಮಾಡಲಾಗುವುದು. ನೀವು ಈ ರೋಗಗಳಿಂದ ನಿಶ್ಚಿತವಾಗಿದ್ದರೂ ಒಂದು ಸಲ ಪುನಃ ಪರೀಕ್ಷೆ ಮಾಡಿಸಿಕೊಳ್ಳಿ.

ಔಷದೋಪಚಾರ ಮಾಡಿಸಿಕೊಳ್ಳಿ : ಯಾವುದೇ ಪರೀಕ್ಷೆಯಲ್ಲಿ ಏನಾದರೂ ತಿಳಿದುಬಂದರೆ, ಅದರ ಉಪಚಾರವನ್ನು ಮಾಡಿಸಿಕೊಳ್ಳುವುದು ಅತ್ಯಾವಶ್ಯಕ. ಗರ್ಭಾವಸ್ಥೆಯಲ್ಲಿ ಸಮಸ್ಯೆ ಬರದೆ ಇರಲೆಂದು ಯಾವುದೇ ಸಣ್ಣಮಟ್ಟ ಸರ್ಜರಿ ಅಥವಾ ಯಾವುದೇ ಉಪಚಾರವನ್ನು ನೀವು ತಳ್ಳುತ್ತಾ ಬಂದಿದ್ದರೆ ಅದನ್ನು ಈಗ ಮಾಡಿಸಿಕೊಳ್ಳಿ. ಇಂತಹ ಸಮಯದಲ್ಲಿ ಕೆಳಗೆ ಕಾಣಿಸಿರುವ ಸಮಸ್ಯೆಗಳು ಬರುತ್ತವೆ.

- ಯೂಟಿರಾಯಿನ್ ಪೊಲಿಪ್ಸ್ ಪಿಭರೊಯಡಸ್ ಸಿಸ್ಟ್ ಅಥವಾ ಬೇನಿಗ ಟ್ಯೂಮರ್.
- ಎಂಡೋಮೀಟ್ರಾ ಓಸಿಸ್ (ಗರ್ಭಾಶಯದ ಸುತ್ತಲಿರುವ ಜೀವಕೋಶಗಳು ಶರೀರದಲ್ಲಿ ಇನ್ನೆಲ್ಲೋ ಹರಡಿದಾಗ)
- ಪೆಲ್ವಿಕ್ ಇಂಫ್ಲಾಮೆಂಟ್ರಿ ರೋಗ.
- ಮೂತ್ರಪಿಂಡದಲ್ಲಿ ಆಗಾಗ್ಗೆ ಆಗುವ ಸಂಕ್ರಮಣ ಅಥವಾ ಬ್ಯಾಕ್ಟೀರಿಯಲ್ ವೈಜೀನೋಸಿಸ್
- ಯಾವುದೇ ಎಸ್.ಟಿ.ಡೀ. ರೋಗ.

ಚುಚ್ಚುಮದ್ದು ಹಾಕಿಸಿಕೊಳ್ಳಿ : ನೀವು ಕಳೆದ 10 ವರ್ಷಗಳಲ್ಲಿ ಟೆಟನಸ್, ಡಿಫ್ತೀರಿಯಾ ಬೂಸ್ಟರ್ ಚುಚ್ಚುಮದ್ದು ಹಾಕಿಸಿಕೊಂಡಿಲ್ಲದಿದ್ದರೆ ಹಾಕಿಸಿಕೊಳ್ಳಿ. (ರುಬೆಲಾ) ಮೀಸಲ್ಸ್, ಮಮ್ಸ್ ಹಾಗೂ ರುಬೆಯಾದ ಚುಚ್ಚುಮದ್ದು ಹಾಕಿರದಿದ್ದರೆ ಅದನ್ನೂ ಹಾಕಿಸಿಕೊಳ್ಳಿ. ಆಮೇಲೆ ಗರ್ಭಧಾರಣೆಗೆ ಒಂದು ತಿಂಗಳು ಕಾಯಿರಿ. ನೀವು ಮೊದಲೇ ಗರ್ಭವತಿ ಆಗಿದ್ದರೆ ಹೆದರಬೇಡಿ. ನಿಮಗೆ ಹೆಪಟಾಯಿಟಸ್ ಬಿ ಅಥವಾ ಚಿಕನ್‌ಪಾಕ್ಸ್‌ನ ಭಯ ಇಲ್ಲದೆ ಹೋದರೂ ಈ ಚುಚ್ಚು ಮದ್ದನ್ನು ಹಾಕಿಸಿಕೊಳ್ಳಿ. ನಿಮ್ಮ ವಯಸ್ಸು 26ಕ್ಕಿಂತ ಕಡಿಮೆ ಇದ್ದರೆ ಎಚ್‌ಪೀವೀನ ಮೂರು ಡೋಸ್ ತೆಗೆದುಕೊಳ್ಳಬೇಕು. ಆದಕಾರಣ ಯೋಜನೆ ಮಾಡಿಕೊಂಡೇ ನಡೆಯಿರಿ.

ಕ್ರೋನಿಕ್ ರೋಗಗಳನ್ನು ನಿಯಂತ್ರಿಸಿ : ನೀವು ಮಧುಮೇಹ, ಅಸ್ಥಮಾ, ಹೃದಯ ರೋಗ ಎಪಿಲೆಪ್ಸಿ ಅಥವಾ ಯಾವುದೇ ಕ್ರೋನಿಕ್ ಅಂದರೆ ದೀರ್ಘಕಾಲದವರೆಗೂ ಇರುವ ರೋಗದಿಂದ ಪೀಡಿತವಾಗಿದ್ದರೆ ಗರ್ಭಧಾರಣೆಯ ಮೊದಲು ವೈದ್ಯರ ಸಲಹೆ ಪಡೆದು ತಮ್ಮ ರೋಗವನ್ನು ನಿಯಂತ್ರಿಸಿಕೊಳ್ಳಿ. ನೀವು ನಿಮ್ಮನ್ನು ಚೆನ್ನಾಗಿ ಗಮನಿಸಿಕೊಳ್ಳಲು ಪ್ರಾರಂಭಿಸಿ. ನೀವು ಜನ್ಮದಿಂದ ಫೀನಾಯಿಲಕೀಟೋನ್ಯುರಿಯಾದಿಂದ ಪೀಡಿತವಾಗಿದ್ದರೆ ಈಗಲಿಂದಲೇ ಫೀನಾಯಿಲೆನಿನ ಯುಕ್ತ ಆಹಾರವನ್ನು ತೆಗೆದುಕೊಳ್ಳಲು ಪ್ರಾರಂಭಿಸಿ ಹಾಗೂ ಇದನ್ನು ಗರ್ಭವಸ್ಥೆಯಲ್ಲೂ ತೆಗೆದುಕೊಳ್ಳಿ. ಇದು ನಿಮಗೆ ಮತ್ತು ನಿಮ್ಮ ಶಿಶುವಿನ ಆರೋಗ್ಯಕ್ಕೆ ಒಳ್ಳೆಯದು. ನಿಮಗೆ ಅಲರ್ಜಿ ಶೂಟ್ಸ್‌ನ ಅವಶ್ಯಕತೆಯಿದ್ದರೆ ಈಗಲಿಂದಲೇ ಅದರ ಮೇಲೆ ಗಮನ ಕೊಡಿ. ಒತ್ತಡದ ಸ್ಥಿತಿ ಸಂತೋಷದಿಂದ ತುಂಬಿರುವ ನಿಮ್ಮ ಗರ್ಭಾವಸ್ಥೆಯ ಸಮಯವನ್ನು ಹಾಳುಮಾಡಬಹುದು. ಅದಕ್ಕೂ ಮೊದಲೇ ಔಷದೋಪಚಾರ ತೆಗೆದುಕೊಳ್ಳಿ.

ಬರ್ತ್ ಕಂಟ್ರೋಲ್ ನಿಲ್ಲಿಸಿ : ನಿಮ್ಮ ಕಾಂಡೋಮ್ ಮತ್ತು ಡಯಾಫ್ರಾಗಮ್ ಅನ್ನು ಎಸೆದುಬಿಡಿ. (ಆದರೆ ಗರ್ಭಾವಸ್ಥೆಯ ನಂತರ ಅದರ ಅವಶ್ಯಕತೆ ಪುನಃ ಇದೆ.) ಬರ್ತ್ ಕಂಟ್ರೋಲ್ ಮಾಡುವ ಗುಳಿಗೆಗಳು, ವೈಜ್ಞಾನಿಕ ರಿಂಗ್ ಅಥವಾ ಪೌಚನ್ನು ಉಪಯೋಗಿಸುತ್ತಿದ್ದರೆ ಈ ವಿಷಯದಲ್ಲಿ ನಿಮ್ಮ ವೈದ್ಯರ ಸಲಹೆ ಪಡೆಯಿರಿ. ನಿಮ್ಮ ಪ್ರಜನನ ತಂತ್ರ ಸರಿಯಾಗಿ ಕೆಲಸ ಮಾಡಲಾರಂಭಿಸಲಿ ಹಾಗೂ ನಿಮಗೆ ಎರಡು ಮಾಸಿಕ ಚಕ್ರ ಸರಿಯಾದ ಸಮಯದಲ್ಲಿ ಬರಲೆಂದು ನಿಮಗೆ ಇದನ್ನು ಅನೇಕ ತಿಂಗಳು ಮುಂಚಿತವಾಗಿಯೇ ನಿಲ್ಲಿಸಬೇಕಾಗುತ್ತದೆ. (ಈ ಅವಧಿಯಲ್ಲಿ ಕಾಂಡೋಮ್ ಉಪಯೋಗಿಸಿ.) ನಿಮ್ಮ ಮಾಸಿಕ ಚಕ್ರ ನಿಯಮಿತವಾಗಲು ಎರಡು-ಮೂರು ಅಥವಾ ಇನ್ನೂ ಹೆಚ್ಚು ತಿಂಗಳಾಗಬಹುದು.

ನೀವು ಐಯುಡಿ ಹಾಕಿಕೊಂಡಿದ್ದರೆ ಅದನ್ನು ತೆಗೆಸಿಬಿಡಿ. ಡೆಪೊಫ್ರೋವೆಲಾ ನಿಲ್ಲಿಸಿದ 6 ತಿಂಗಳ ತನಕ ಕಾಯಿರಿ. ಅನೇಕ ಮಹಿಳೆಯರು ಇದನ್ನು ತೆಗೆಸಿ 10 ತಿಂಗಳ ತನಕ ಗರ್ಭವತಿಯಾಗುವುದಿಲ್ಲ. ನೀವು ಇದೆಲ್ಲವನ್ನೂ ಗಣನೆ ಮಾಡಿ ಯೋಜನೆ ಮಾಡಿಕೊಳ್ಳಿ.

ಆಹಾರದಲ್ಲಿ ಸುಧಾರಣೆ : ನೀವು ಇಬ್ಬರಿಗೆ ತಿನ್ನುತ್ತಿಲ್ಲದೇ ಇರಬಹುದು. ಆದರೆ ಒಳ್ಳೆಯ ಹವ್ಯಾಸಗಳನ್ನು ಬೇಗನೆ ಕಲಿಯಬೇಕು. ನೀವು ನಿಮ್ಮ ಫೋಲಿಕ್ ಆಸಿಡ್‌ನ ಡೋಸೆಸ್ ತೆಗೆದುಕೊಳ್ಳುವುದನ್ನು ಮರೆಯಬೇಡಿ. ಇದರಿಂದ ಗರ್ಭಧಾರಣೆಯ ಕ್ಷಮತೆ ಹೆಚ್ಚಾಗುವುದು. ಅಧ್ಯಯನಗಳಿಂದ ತಿಳಿದುಬಂದಿರುದೇನೆಂದರೆ ಗರ್ಭಧಾರಣದಿಂದ ಮೊದಲೇ ಆಹಾರದಲ್ಲಿ ಈ ವಿಟಾಮಿನ್ ಹೆಚ್ಚು ಪ್ರಮಾಣದಲ್ಲಿ ತೆಗೆದುಕೊಳ್ಳುವ ಮಹಿಳೆಯರಲ್ಲಿ ನ್ಯೂರಲ್ ಟ್ಯೂಬ್ ಡಿಫೆಕ್ಟ್‌ನ ಅಪಾಯ

ತುಂಬಾ ಕಡಿಮೆ ಆಗುತ್ತದೆ. ಇದು ಸಂಪೂರ್ಣ ಧಾನ್ಯ, ಹಸಿರು ತರಕಾರಿಗಳಲ್ಲಿ ಹಾಗೂ ರಿಫೈಂಡ್ ಧಾನ್ಯದಲ್ಲಿ ಸಿಗುತ್ತದೆ. ಆದರೆ ನಿಮಗೆ ಇದನ್ನು (ಫೋಲಿಕ್ ಆಸಿಡ್) ಒಂದು ಪ್ರಮಾಣದಂತೆ ಸಹ ತೆಗೆದುಕೊಳ್ಳಬೇಕಾಗುತ್ತದೆ. ಇದಕ್ಕಾಗಿ ನಿಮ್ಮ ವೈದ್ಯರ ಸಲಹೆ ಪಡೆಯಿರಿ.

ಜಂಕ್ ಮತ್ತು ಕೊಬ್ಬಿನಾಂಶವಿರುವ ಆಹಾರಕ್ಕೆ ಬಾಯ್-ಬಾಯ್ ಹೇಳಿ. ಆಹಾರದಲ್ಲಿ ಹಣ್ಣು, ತರಕಾರಿ, ಕಡಿಮೆ ಕಬ್ಬಿನಾಂಶವಿರುವ ಡೈರಿ ಪದಾರ್ಥಗಳನ್ನು ಹೆಚ್ಚಿಸಿ. ಪುಸ್ತಕದಲ್ಲಿ ಕೊಟ್ಟಿರುವ ಸಂತುಲಿತ ಆಹಾರ-ಯೋಜನೆಯನ್ನು ಗಮನಿಸಿ. ನಿಮಗೆ ಗರ್ಭಧಾರಣೆಯ ಮೊದಲು ಪ್ರತಿದಿನ ಎರಡು ಸರ್ವಿಂಗ್ ಪ್ರೋಟೀನ್, ಮೂರು ಸರ್ವಿಂಗ್ ಕಾಲ್ಶಿಯಂ, ಮತ್ತು ಆರು ಸರ್ವಿಂಗ್ ಸಂಪೂರ್ಣ ಧಾನ್ಯವನ್ನು ತೆಗೆದುಕೊಳ್ಳಬೇಕಾಗುತ್ತದೆ. ಇದರಲ್ಲಿ ಕ್ಯಾಲೊರಿಯಂಶ ಹೆಚ್ಚಿಸಬೇಕಾಗಿಲ್ಲ.

ಮೀನಿನ ವಿಷಯದಲ್ಲಿ ಕೊಟ್ಟಿರುವ ತಥ್ಯಗಳನ್ನು ಗಮನಿಸಿ. ಆದರೆ ಇದನ್ನು ತಿನ್ನುವುದನ್ನು ನಿಲ್ಲಿಸಬೇಡಿ ಏಕೆಂದರೆ ಇದರಲ್ಲಿ ಬಹಳ ಪೋಷಕಾಂಶಗಳು ಸಿಗುತ್ತವೆ.

ನಿಮ್ಮ ಊಟದ ರೀತಿಯ ಕೆಲವು ಅಭ್ಯಾಸಗಳಿಂದ ಗರ್ಭಾವಸ್ಥೆಯಲ್ಲಿ ತೊಂದರೆ (ಉಪವಾಸ ಮಾಡುವುದು, ಎನೊರೆಕ್ಸಿಯ, ನವಾಸ್, ಬುಲೀಮಿಯ, ವಿಶೇಷ ಆಹಾರ) ಆಗಬಹುದು. ಈ ವಿಷಯದಲ್ಲಿ ನಿಮ್ಮ ಡಾಕ್ಟರಿನ ಸಲಹೆ ಪಡೆಯಿರಿ.

ಪ್ರಸವಪೂರ್ವ ವಿಟಾಮಿನ್ ತೆಗೆದುಕೊಳ್ಳಿ : ಫೋಲಿಕ್ ಆಸಿಡ್‌ನ ಪರ್ಯಾಪ್ತ ಪ್ರಮಾಣವನ್ನು ಆಹಾರದಲ್ಲಿ ಸೇರಿಸಿಕೊಂಡರೂ ನಿಮಗೆ ಗರ್ಭಧಾರಣೆಯ ಎರಡು ತಿಂಗಳ ಮೊದಲಿಂದ ಪ್ರೀನೆಟಲ್ ಪೂರ್ತಿಗೊಳಿಸುವಂತಹ 400 ಎಮ್‌ಸೀಜೀಯಿನ ಪ್ರಮಾಣ ತೆಗೆದುಕೊಳ್ಳಬೇಕು. ಇದರಿಂದ ಅನೇಕ ಲಾಭಗಳಿವೆ. ಅಧ್ಯಯನಗಳಿಂದ ತಿಳಿದುಬಂದಿರುವಂತೆ ಯಾವ ಮಹಿಳೆಯರು ಗರ್ಭಧಾರಣೆಯ ಮುಂಚಿನಿಂದ ಅಥವಾ ಪ್ರಾರಂಭಿಕ ವಾರಗಳಲ್ಲಿ ಮಲ್ಟಿ ವಿಟಾಮಿನ್‌ನ ಪ್ರಮಾಣ ತೆಗೆದುಕೊಳ್ಳುತ್ತಾರೋ ಅವರಿಗೆ ವಾಂತಿ ಮತ್ತು ಓಕರಿಕೆ ತೊಂದರೆ ಇರುವುದಿಲ್ಲ. ಇದರಲ್ಲಿ 15 ಎಂ.ಜಿ. ಜಿಂಕ್‌ನ ಪ್ರಮಾಣವೂ ಇರಬೇಕು. ಇದರಿಂದ ಗರ್ಭಧಾರಣೆಯ ಕ್ಷಮತೆ ಹೆಚ್ಚಾಗುತ್ತದೆ. ಆದರೆ ಕೆಲವು ಪೋಷಕತತ್ವಗಳು ಹೆಚ್ಚಾದರೂ ಹಾನಿ ಆಗಬಹುದು. ಆದಕಾರಣ ನಿಮ್ಮ ವೈದ್ಯರ ಸಲಹೆ ಪಡೆಯಿರಿ.

ತೂಕದ ಪರೀಕ್ಷೆ : ಹೆಚ್ಚು ಅಥವಾ ಕಡಿಮೆ ತೂಕ ಈ ಎರಡು ಸ್ಥಿತಿಗಳಿಂದ ಗರ್ಭಧಾರಣೆಯ ಕ್ಷಮತೆ ಪ್ರಭಾವಿತಗೊಳ್ಳುವುದು. ನೀವು ಗರ್ಭಿಣೀ ಆದರೂ ಗರ್ಭಾವಸ್ಥೆಯಲ್ಲಿ ಅನೇಕ ಜಟಿಲತೆಗಳು ಬರಬಹುದು. ಆದಕಾರಣ ನೀವು ಅವಶ್ಯಕತೆಯನುಸಾರ ಕ್ಯಾಲರಿಯ ಪ್ರಮಾಣವನ್ನು ಹೆಚ್ಚು ಕಡಿಮೆ ಮಾಡಿ, ತೂಕ ಕಡಿಮೆ ಮಾಡಬೇಕಾದರೆ ನಿಧಾನವಾಗಿ ಮಾಡಿ ಹಾಗೂ ಗರ್ಭಧಾರಣೆಯ ಯೋಜನೆಯನ್ನು 2 ತಿಂಗಳ ತನಕ ಮುಂದೆ ಹಾಕಿ, ಬಹಳ ಕಠಿಣವಾದ ಮತ್ತು ಅಸಂತುಲಿತವಾದ ಡಯಟಿಂಗ್‌ನಿಂದ ನಿಮಗೆ ಹಾನಿ ಆಗಬಹುದು. ಕಠಿಣವಾದ ಡಯಟಿಂಗ್ ಮುಗಿದುಹೋಗಿದ್ದರೆ ಈಗ ಸಂತುಲಿತ ಆಹಾರವನ್ನು ತೆಗೆದುಕೊಳ್ಳಲು ಪ್ರಾರಂಭಿಸಿದರೆ ಮುದ್ದು ಮಗು ಒಂದು ಆರೋಗ್ಯವಾದ ದೇಹದಲ್ಲಿ ತಮ್ಮ ಮನೆ ಮಾಡಿಕೊಳ್ಳಲು ಸಾಧ್ಯವಾಗುತ್ತದೆ.

ಶೇಪ್ ಅಪ್ ಆದರೆ ಶಾಂತವಾಗಿರಿ : ನಿಮಗೆ ಪ್ರತಿದಿನ ವ್ಯಾಯಾಮದ ಹವ್ಯಾಸವಿದ್ದರೆ ಒಳ್ಳೆಯದು. ಮಾಂಸಖಂಡಗಳು ಮೃದು ಮತ್ತು ದೃಢವಾಗುತ್ತವೆ. ಬೇಡದ ತೂಕವೂ ಕಡಿಮೆ ಆಗುತ್ತದೆ. ಅದರಂತೆ ವ್ಯಾಯಾಮ ಮಾಡಿ ಆದರೆ ಅತೀ ಮಾಡಬೇಡಿ. ಇದರಿಂದ ಒವ್ಯುಲೇಶನ್ ಅಲ್ಲಿ ತೊಂದರೆ ಆಗಿ ನೀವು ಗರ್ಭಿಣಿ ಆಗುವುದಿಲ್ಲ. ವರ್ಕ್‌ಔಟ್ ಮಾಡುವಾಗ ನೀವು ನಿಮ್ಮನ್ನು ಕೂಲಾಗಿ ಇಟ್ಟುಕೊಳ್ಳಿ. ಹಾಟ್ ಟಬ್, ಸಾನಾ, ಹೀಟಿಂಗ್ ಪ್ಯಾಡ್, ಮತ್ತು ಇಲೆಕ್ಟ್ರಿಕ್ ಕೇಬಲ್‌ಗಳನ್ನು ಹೆಚ್ಚು ಉಪಯೋಗಿಸಬೇಡಿ.

ಮೆಡಿಕಲ್ ಕೈಬಿನಟ್‌ದ ಪರೀಕ್ಷೆ : ಕೆಲವು ಔಷಧಿಗಳನ್ನು ಗರ್ಭಾವಸ್ಥೆಯ ಮೊದಲು ಹಾಗೂ ಗರ್ಭಾವಸ್ಥೆಯ ಕಾಲದಲ್ಲಿ ತೆಗೆದುಕೊಳ್ಳುವುದು ಅಪಾಯಕರ. ನೀವು ಯಾವುದಾದರೂ ಔಷಧಿ ನಿಯಮಿತವಾಗಿ ಅಥವಾ ಒಮ್ಮೊಮ್ಮೆ ತೆಗೆದುಕೊಳ್ಳುತ್ತಿದ್ದರೆ ನಿಮ್ಮ ಡಾಕ್ಟರಿನ ಸಲಹೆ ಪಡೆಯಿರಿ. ಯಾವುದಾದರೂ ಔಷಧವನ್ನು ಅವಶ್ಯಕವಾಗಿ ತೆಗೆದುಕೊಳ್ಳಬೇಕಾದರೆ ಇದರ ಬೇರೆ ವಿಕಲ್ಪವನ್ನು ಹುಡುಕಲು ಇದೇ ಸರಿಯಾದ ಸಮಯ.

ಆದರೆ ಹರ್ಬಲ್ ಅಥವಾ ವೈಕಲ್ಪಿಕ ಔಷಧಗಳನ್ನು ಪ್ರಾಕೃತಿಕ ಎನ್ನುತ್ತಾರೆ ಆದರೆ ಇದರರ್ಥ ಅವು ಯಾವಾಗಲೂ ಸುರಕ್ಷಿತವಾಗಿರುತ್ತವೆ ಎಂದು ಹೇಳಲಾಗುವುದಿಲ್ಲ. ಅನೇಕ ಹರ್ಬಲ್ ಔಷಧಿಗಳು (ಗಿಂಕಗೋಬಿಲೊಬಾ) ಗರ್ಭಧಾರಣೆಯಲ್ಲಿ ಅಡ್ಡಿಯಾಗಬಹುದು. ಹರ್ಬಲ್ ಡಾಕ್ಟರಿನ ಅನುಮತಿ ಪಡೆಯದೆ ಇಂತಹ ಔಷಧಿಗಳನ್ನು ತೆಗೆದುಕೊಳ್ಳಬೇಡಿ ಹಾಗೂ ಅವರಿಗೆ ನಿಮ್ಮ ಗರ್ಭಾವಸ್ಥೆಯ ಸಂಕೇತವನ್ನು ಕೊಡಿ.

ಸ್ವಲ್ಪ ಗಮನಿಸಿ :

ಮಗುವನ್ನು ಜನಿಸುವ ನಿರ್ಧಾರ ಮಾಡಿದ ಮೇಲೆ ನಿಮ್ಮಿಬ್ಬರ ಶಾರೀರಿಕ ಸಾಮೀಪ್ಯ ಹೆಚ್ಚಾಗುತ್ತದೆ ಎನ್ನುವುದೂ ನಿಜ. ಆದರೆ ನಿಮ್ಮ ಪ್ರೇಮ ಸಂಬಂಧವೇನಾಗುತ್ತದೆ? ಬರುವ ಅತಿಥಿಯ ನೆನಪಿನಲ್ಲಿ ಸೆಕ್ಸ್ ಜೀವನವನ್ನು ನೋಡು ನೋಡದೆ ಇದ್ದೀರಾ?

ಯಾವಾಗ ನಿಮಗೆ ಯಾವಾಗಲೂ ಬರುವ ಮಗುವಿನ ಧ್ಯಾನವೇ ಇರುತ್ತದೋ ಆವಾಗ ಸೆಕ್ಸ್ ಮನೋರಂಜನೆಯಿಲ್ಲದ ಒಂದು ಪ್ರಕ್ರಿಯೆ ಮಾತ್ರವಾಗಿರುತ್ತದೆ. ನೀವು ಯಾವಾಗ ಇದನ್ನು ಮೆಶೀನಿನ ಪ್ರಕ್ರಿಯೆಯೆಂದು ತಿಳುದಕೊಳ್ಳುವಿರೋ ಆವಾಗ ಸಂಬಂಧಗಳಲ್ಲಿ ಬಿರುಕು ಬರಬಹುದು. ಆದರೆ ಸಂಬಂಧಗಳನ್ನು ಸ್ವಚ್ಛವಾಗಿ ಇಟ್ಟುಕೊಳ್ಳುವುದು ನಿಮ್ಮ ಕೈಯಲ್ಲಿದೆ. ಗರ್ಭಧಾರಣೆಯ ಸಮಯದಲ್ಲಿ ಗಂಡನ ಜೊತೆಗೆ ಭಾವನಾತ್ಮಕ ಸಂಬಂಧಗಳನ್ನು ಕಾಪಾಡಲು :

ಹೊರಗೆ ಹೋಗಿ : ನಿಮಗೆ ಮತ್ತು ನಿಮ್ಮ ಯಜಮಾನರಿಗೆ ಸ್ವಲ್ಪ ಸಮಯ ಮನೆಯಿಂದ ಹೊರಗೆ ಕಳೆಯಬೇಕು. ಏಕೆಂದರೆ ಆಮೇಲೆ ಬಹುಶಃ ಬಹಳ ಸಮಯದವರೆಗೂ ಈ ತರಹದ ಅವಕಾಶ ಸಿಗದೆ ಇರಬಹುದು. ಅಧಿಕ ಸಮಯವಿಲ್ಲದಿದ್ದರೆ ಪರವಾಗಿಲ್ಲ, ಒಬ್ಬರೊಬ್ಬರ ಜೊತೆಗೆ ವೀಕೆಂಡ್ ಕಳೆಯಬಹುದಲ್ಲವೆ. (ಕುದುರೆ ಸವಾರಿ ಮಾಡಿ, ರಾಪ್ಟಿಂಗ್ ಮಾಡಿ) ಇವೆಲ್ಲ ಗರ್ಭಾವಸ್ಥೆಯ ಸಮಯದಲ್ಲಿ ಮಾಡಲಾಗುವುದಿಲ್ಲ. ಯಾವುದಾದರೂ ಮ್ಯೂಸಿಯಂ ನೋಡಿ ಬನ್ನಿ, ಮಲ್ಟಿಪ್ಲೆಕ್ಸ್‌ನಲ್ಲಿ ಮೂವಿ ನೋಡಿ. (ಈವಾಗಂತೂ ಬೇಬಿ ಸೀಟರ್ ಸಹ ಬೇಡ.) ಅಥವಾ ನಿಮ್ಮ ಮನಸ್ಸಿನಂತೆ ರೆಸ್ಟೋರೆಂಟ್‌ನಲ್ಲಿ ಊಟ ಮಾಡಿ.

ರೊಮಾನ್ಸ್ ತಾಜಾ ಮಾಡಿಕೊಳ್ಳಿ : ಸೆಕ್ಸ್ ಬೋರಾಗದಿರಲೆಂದು ಬೆಡ್‌ರೂಮಿನಲ್ಲಿ ಸ್ವಲ್ಪ ಮಜ–ಮೋಜು ಮಾಡಿ. ಯಾವುದಾದರೂ ಸೆಕ್ಸಿ ನೈಟಿ, ಸೆಕ್ಸಿ ಮೂವಿ, ಯಾವುದಾದರೂ ಹೊಸ ಅಂಗಮುದ್ರೆ (ಕಾಮಸೂತ್ರದ ಸಹಾಯ ತೆಗೆದುಕೊಳ್ಳಿ) ಪ್ರಯೋಗಿಸಿ. ಮಂಚದ ಬದಲು ಊಟದ ಟೇಬಲ್ ಹೇಗಿರುತ್ತದೆ? ಐಸ್‌ಕ್ರೀಮಿನ ಮೇಲೆ ಹಾಟ್ ಫಜ್ ತಿನ್ನದೆ ಒಬ್ಬರ ಮೇಲೊಬ್ಬರು ಹಚ್ಚಿಕೊಂಡು ತಿಂದರೆ...? ಹೆಚ್ಚು ರೋಮಾಂಚನ ಇಷ್ಟವಿಲ್ಲದಿದ್ದರೆ ಪರವಾಗಿಲ್ಲ. ಬೆಳದಿಂಗಳಲ್ಲಿ ವಾಕ್ ಮಾಡಿ. ಫೈರ್ ಪ್ಲೇಸಿನ ಮುಂದೆ ಕೈಯಲ್ಲಿ ಕೈಹಿಸಿದುಕೊಂಡು ಮಧುರ ಕನಸುಕಾಣಿ.

ಸ್ವಲ್ಪ ಅವರ ವಿಷಯದಲ್ಲಿ : ಅವರು ನಿಮ್ಮ ತರಹವೇ ಶಿಶುವಿಗಾಗಿ ಚಿಂತೆ ಮಾಡುತ್ತಿಲ್ಲವೇ? ಅವರು ನಿಮಗೆ ಬಾಡಿ ಟೆಂಪರೇಚರ್ ಚಾರ್ಜ್ ಮಾಡಲು ಸಹಾಯ ಮಾಡದೆ ಸ್ಟಾಕ್ ಮಾರ್ಕೆಟ್ಟಿನ ಸಮಾಚಾರದಲ್ಲಿ ಮುಳುಗಿದ್ದಾರಾ? ಅವರು ಪ್ರತಿ ಸಲ ಬೇಬಿ ಬೊಟಿಕ್ ಮುಂದೆ ಹೋದಾಗ ನಿಟ್ಟುಸಿರು ಬಿಡುವುದಿಲ್ಲವಾ? ಈ ಎಲ್ಲ ಮಾತಿನ ಅರ್ಥ, ಅವರು ಬರುವ ಮಗುವಿಗಾಗಿ ಉತ್ಸಾಹಿತವಾಗಿಲ್ಲ ಎಂದು ಅಲ್ಲ, ಬಹುಶಃ ಆಮೇಲೆ ಅವರು ನಿಮ್ಮ ಜೊತೆಗೆ ಹೆಚ್ಚು ಸಮಯ ಕಳೆಯಬಹುದೆಂದು, ಈಗ ಕೆಲಸದ ಮೇಲೆ ಹೆಚ್ಚು ಗಮನ ಕೊಡುತಿರಬಹುದು. ನೆನಪಿರಲು ಅವರು ತಂದೆ ಆಗುವವರು. ಇದು ಒಂದು ಟೀಮ್‌ವರ್ಕ್ ಹಾಗೂ ನಿಮ್ಮ ರೀತೀನೇ ಅವರು ಈ ವಿಷಯದಲ್ಲಿ ತುಂಬಾ ಗಂಭೀರವಾಗಿದ್ದಾರೆ. ಸಮಯ ಸಿಕ್ಕಾಗೆಲ್ಲಾ ಮಾತನಾಡಿ. ಅವರ ಮೇಲೆ ಸಿಡುಕುವುದು ಅಥವಾ ಸಿಟ್ಟು ಮಾಡಬೇಡಿ. ಒಬ್ಬರೊಬ್ಬರ ಜೊತೆಗಿದ್ದರೆ ನಿಮ್ಮಿಬ್ಬರಿಗೆ ಒಳ್ಳೆಯದು.

ಕೆಫೇನಿನ ಪರಿಮಾಣ : ನೀವು ಕೆಫೇನ್ ಯುಕ್ತ ಪದಾರ್ಥಗಳನ್ನು ತೆಗೆದುಕೊಳ್ಳುವುದು ಸಂಪೂರ್ಣವಾಗಿ ನಿಲ್ಲಿಸಿ ಎಂದು ನಾವು ಹೇಳುವುದಿಲ್ಲ. ಏಕೆಂದರೆ ನೀವು ಗರ್ಭಧಾರಣೆಯ ಯೋಜನೆ ಮಾಡುತ್ತಿದ್ದೀರಾ ಅಥವಾ ಗರ್ಭವತಿ ಆಗಿದ್ದೀರ ಆದಕಾರಣ ನೀವು ದಿನದಲ್ಲಿ ಎರಡು ಕಪ್ ಅಷ್ಟು ಕೆಫೇನ್‌ಯುಕ್ತ ಕಾಫಿ ಅಥವಾ ಬೇರೆ ಯಾವುದಾದರೂ ಪೇಯ ಪದಾರ್ಥ ತೆಗೆದುಕೊಳ್ಳಬಹುದು ಆದರೆ ನಿಮಗೆ ಅವಶ್ಯಕತೆಗಿಂತ ಹೆಚ್ಚು ರೂಢಿ ಇದ್ದರೆ ಸ್ವಲ್ಪ ಹುಷಾರಾಗಿರಿ. ಅಧ್ಯಯನಗಳಿಂದ ತಿಳಿದು ಬಂದಿರುದೇನೆಂದರೆ ಇದರ ಹೆಚ್ಚು ಪ್ರಮಾಣ ಪ್ರಜನನ ಕ್ಷಮತೆಯನ್ನು ಕಡಿಮೆ ಮಾಡುತ್ತದೆ.

ಆಲ್ಕೋಹಾಲಿನ ಪರಿಣಾಮ : ಕುಡಿಯುವ ಮುಂಚೆ ಸ್ವಲ್ಪ ಯೋಚನೆ ಮಾಡಿ. ಯದ್ಯಪಿ ಗರ್ಭಾವಸ್ಥೆಯ

ಪಿನ ಪ್ವಾಇಂಟ ಓವ್ಯೂಲೇಶನ

ಗರ್ಭಾಧಾರಣಗೆ ಓವ್ಯೂಲೇಶನ ಎಷ್ಟು ಮಹತ್ವಾದದು ಎಂದು ನಿಮಗೆ ತಿಳಿದಿದ ವಿಷಯ. ಇಲ್ಲಿ ಕೊಟ್ಟಿರಿವ ಸಲಹೆಯ ಸಹಾಯದಿಂದ ನೀವು ಆ ದಿನದ ಅಂದಾಜು ಮಾಡಿಕೊಳ್ಳಬಹುದು.

ಕೈಲೆಂಡರ್ ನೋಡಿ:– ಸಾಮಾನ್ಯವಾಗಿ ಓವ್ಯೂಲೇಶನ ನಿಮ್ ಮಾಸಿಕ ಚಕ್ರದ ಮಧ್ಯದಲ್ಲಿ ಆಗುವುದು. ಸರಾಸರಿ ಚಕ್ರ 28 ದಿನದಿರುವುದು. ಮೊದಲನೆಯ ಮುಟ್ಟಿನ ದಿನದ ಮೊದಲ ದಿನದಿಂದ ಮುಂದಿನಮುಟ್ಟಿನ ದಿನದ ಮೊದಲ ದಿನದವರೆಗೆ ಗಣನೆ ಮಾಡಲಾಗುವುದು. ಆದರೆ ಗರ್ಭಾವಸ್ಥೆ ತರಹವೇ ಮಾಸಿಕ ಚಕ್ರದ ತಮ್ಮದೆಆದ ಲೆಕ್ಕ ಇರಬಹುದು. ಮಾಸಿಕ ಚಕ್ರದ ದಿನ 23 ರಿಂದ 25 ದಿನದ ಮಧ್ಯದಲ್ಲಿರಬಹುದು. ನಿಮ್ಮ ಮಾಸಿಕ ಚಕ್ರವೂ ಹಿಂದೆ ಮುಂದೆ ಆಗಬಹುದು. ಕೆಲವು ತಿಂಗಳ ತನಕ ಮಾಸಿಕ ಚಕ್ರದ ಕ್ಯಾಲೆಂಡರ್ ಗಮನಿಸಿದ ಮೇಲೆ ನಿಮಗೆ ಸಾವಾನ್ಯ ಚಕ್ರದ ಅಂದಾಜಾಗಬಹುದು. ಒಂದು ವೇಳೆ ಮಾಸಿಕ ಚಕ್ರ ಅನಿಯಮಿತವಾಗಿದ್ದರೆ ನಿಮಗೆ ಓವ್ಯೂಲೇಶನದ ಬಾಕಿ ಸಂಕೇತಗಳನ್ನು ಗಮನಿಸಬೆಕಾಗುವುದು.

ತಮ್ಮ ಉಷ್ಣಾಂಶ ತೆಗೆದುಕೊಳ್ಳಿ:– ತಮಗೆ ತಮ್ಮ ಬೇಸಲ್ ಬಾಡಿ ಟೆಂಪರೆಚರ್ ರಿಕಾರ್ಡ ಇಟ್ಟಿರಬೇಕು. ಬಳಗ್ಗೆ ಎದ್ದ ತಕ್ಷಣ ಒಂದು ವಿಶೇಷ ಥರ್ಮಾಮೀಟರಿಂದ ನಿಮ್ಮ ಉಷ್ಣಾಂಶವನ್ನು ತೆಗೆದುಕೊಳ್ಳಿ. ಈ ಉಷ್ಣಾಂಶ ನಿಮ್ಮ ಚಕ್ರದ ಜೊತೆಗೆ ಬದಲಾಯಿಸುತ್ತಿರುತ್ತದೆ. ಓವ್ಯೂಲೇಶನದ ಸಮಯದಲ್ಲಿ ಎಲ್ಲಗಿಂತ ಕಡಿಮೆ ಇರುವುದು. ಅದಾದಮೇಲೆ ಅರ್ಧ ಡಿಗ್ರಿ ಹೆಚ್ಚಾಗುವುದು. ಈ ಚಾರ್ಟದಿಂದ ನಿಮಗೆ ನಿಮ್ಮ ಓವ್ಯೂಲೇಶನ ದಿನದ ಮಾಹಿತಿ ಸಿಗುವುದು ಜೊತೆಗೆ ಸಾಕ್ಷಿನೂ ಸಿಗುವುದು. ಕೆಲವು ತಿಂಗನಂತರ ನಿಮಗೆ ನಿಮ್ಮ ಮಾಸಿಕ ಚಕ್ರದ ರೀತಿ ಗೊತ್ತಾಗುತ್ತದೆ ಹಾಘೂ ನೀವು ಪ್ರಸವದ ತಾರೀಖಿನ ಅನೂಮಾನವೂ ಮಾಡಬಹುದು.

ನಿಮ್ಮ ಒಳ ಉಡುಪುಗಳನ್ನು ಪರೀಕ್ಷಿಸಿ:– ಸರ್ವೈಕಲ್ ಮ್ಯೂಕಸ ಪ್ರಮಾಣಹಾಘು ಬಣ್ಣ ದಲ್ಲಿ ಬದಲಾವಣೆ ಯಿಂದಲೂಈ ಸಂಕೇತ ಸಿಗುವುದು. ಪೀರಿಯಡ್ ಮುಗಿದ ಮೇಲೆ ಇದರ ಹೆಚ್ಚು ಭವರಸೆ ಇಟ್ಟಿಕೊಳ್ಳ ಬೇಡಿ .ಚಕ್ರಮುಂದವರದಂತೆ ಮ್ಯೂಕಸ್ ಪ್ರವಾಣ ಅಧಿಕ ಆಗುವುದು. ಅದನ್ನು ಬೆರಳಿಂದ ಮುಟ್ಟಿದರೇ ಆ ಅಂಟಂಟಾಗಿರುವ ಪದಾರ್ಥ ಮುರಿಯುವುದು. ಓವ್ಯೂಲೇಶನ ಹತ್ತಿರ ಬಂದಾಗ ಈ ಸ್ರಾವ ಮೊದಲಗಿಂತ ಅಧಿಕ ತಿಳಿ, ಸ್ವಚ್ಛ, ಹಾಗೂ ಜಾರಿಕೆಯಂತ ಆಗುವುದು. ಇದನ್ನು ಬೆರಳಲ್ಲಿ ಮುಟ್ಟಿದರೆ ಸ್ವಲ್ಪ ಉದ್ದ ಎಳೆಹಂಗೆ ಎಳಿಯ ಬಹುದು. ಇದು ನಿಮಗೆ ಶಯನಕಕ್ಷಕ್ಕೆ ಹೋಗುವ ಸಂಕೇತ ನೀಡುವುದು. ಓವ್ಯೂಲೇಶನ ನಂತರ ಯೋನಿ ಶುಷ್ಕವಾಗುವುದು ಅಥವ ಈ ಸ್ರಾವ ಬಹಳ ಗಟ್ಟಿಆಗುಬಿಡುವುದು. ಸರ್ವೈಕಲ ಸ್ಥಿತಿ ಹಾಗೂ ಬೇಸಲ್ ಬಾಡಿ ಟೆಂಪರೆಚರ್ ಈ ಎರಡು ಸಹಾಯದಿಂದ ನೀವು ಓವ್ಯೂಲೇಶನ ನ ಸರಿಯಾದ ಸ್ಥಿತಿ ತಿಳಿದುಕೊಳ್ಳ ಬಹುದು.

ಸರ್ವಿಕ್ಸ ಸ್ಥಿತಿ:– ಸರ್ವಿಕ್ಸ ಸ್ಥಿತಿಯಿಂದನೂ ಓವ್ಯೂಲೇಶನ ತಿಳಿದುಕೊಳ್ಳ ಬಹುದು. ಚಕ್ರದ ಪ್ರಾಂಭದಲ್ಲಿ ಯೋನಿ ಹಾಗೂ ಗರ್ಭಾಶಯದ ಮಧ್ಯದ ಮಾರ್ಗ ಸ್ವಲ್ಪ ಎಳದಿರುವುದು ಹಾಗೂ ಮುಂಚ್ಚಿರುವುದು. ಆದರೆ ಓವ್ಯೂಲೇಶನ ನಂತರ ನೀವು ಗುರತಿಸ ಬಹುದು.

ಗಮನಿಸಿ:– ನಿಮ್ಮ ಶರೀರ ಸ್ವಯಂ ಓವ್ಯೂಲೇಶನ ಸಂಕೇತವನ್ನು ಕೊಡುವುದು. ಈ ಸಮಯದಲ್ಲಿ ಹೊಟ್ಟೆಯ ಕೆಳಭಾಗದಲ್ಲಿ (ಕಿಬ್ಬಹೊಟ್ಟೆ) ನೋವು ಅಥವ ಸೆಳತೆ ಆಗುವುದು. ತತ್ತಿ (ಅಂಡ, ಎಗ್) ಹೊರಗೆ ಬರುತ್ತಿದೆ ಎಂದು ಇದರ ಅರ್ಥ.

ಒಂದು ಸ್ಟಿಕ ಮೇಲೆ ಮೂತ್ರಪರೀಕ್ಷಣೆ:– ಈಗ ಮಾರ್ಕೆಟ್ ನಲ್ಲಿ ಓವ್ಯೂಲೆಶನ್ ಪ್ರಿಡಿಕ್ಟರ್ ಕಿಟ್ ಸಿಗುತ್ತದೆ ಈ ಹಾರ್ಮೊನ ತಪಾಸಣೆ ಯಿಂದ ನಿಮಗೆ ಓವ್ಯೂಲೇಶನ ದ ಸರಿಯಾದ ಸಮಯ ತಿಳಿಯುತ್ತದೆ. ನಿಮಗೆ ನಿಮ್ ಮೂತ್ರದಲ್ಲಿ ಈ ಸ್ಟಿಕನ್ನು ಮುಳಗಿಸಿ ತಪಾಸಣೆ ಮಾಡಬೇಕು

ನಿಮ್ಮ ಕೈಗಡಿಯಾರದ ಮೇಲೆ ಕಣ್ಣು:– ಒಂದು ಯಂತ್ರವಿದೆ ಅದನ್ನು ನೀವು ನಿಮ್ಮ ಕೈಗಡಿಯಾರದಂತೆ ಕಟ್ಟಿಕೊಳ್ಳ ಬಹುದು. ಇದು ನಿಮ್ಮ ಬೆವರಲ್ಲಿ ಸೊಡಿಯಂ ಹಾಗೂ ಪೊಟೆಶಿಯಂ ನ ಪ್ರಮಾಣವನ್ನು ಗಮನಿಸುತ್ತದೆ. ಇದು ತಿಂಗಳಲ್ಲಿ ಬದಲಾಯಿಸುತ್ತಿರುತ್ತದೆ. ಈ ಕ್ಲೋರೈಡಿಯನ ಟೆಸ್ಟ ನಾಲ್ಕು ದಿನಗಳ ಮೊದಲೇ ಓವ್ಯೂಲೇಶನ ಮಾಹಿತಿ ಕೊಡುವುದು. ಸೂಕ್ತವಾದ ಪರಿಣಾಮಕ್ಕಾಗಿ ನಿಮಗೆ ಇದನ್ನು ನಿರಂತರ 6 ಗಂಟೆಕಾಲದವರೆಗು ಕೈಯಲ್ಲಿ ಹಾಕಿಕೊಳ್ಳ ಬೇಕು.

ಉಗಳಿನ ತಪಾಸಣೆ:–ನಿಮ್ಮ ಸಲೈವಾ ಟೆಸ್ಟದಲ್ಲಿ ಎಸ್ಟ್ರೊಜನ ಪ್ರಮಾಣದಿಂದ ಓವ್ಯೂಲೇಶನ ಆಗುವುದು ಗೊತ್ತಾಗುತ್ತದೆ . ಈ ತಪಾಸಣೆದಿಂದ ಬಹಳಷ್ಟು ಮಟ್ಟಿಗೆ ಪುಷ್ಟಿಆಗುವುದು. ಇದರ ಬೆಲೆ "ಪೀ ಓನ ಸ್ಟಿಕ"(ಸ್ಟಿಕ ಮೇಲೆ ಮೂತ್ರ) ಟೆಸ್ಟಯಿಂದ ಬಹಳ ಕಡಿಮೆ.

ಮೊದಲ ದಿನದಲ್ಲಿ ಒಂದೆರಡು ಪೆಗ್ ಕುಡಿದರೆ ಅಷ್ಟೇನೂ ಪ್ರಭಾವವಾಗುವುದಿಲ್ಲ. ಆದರೆ ಅಧಿಕ ಪ್ರಮಾಣದಲ್ಲಿ ಕುಡಿದರೆ ಗರ್ಭಧಾರಣೆಯಲ್ಲಿ ಹೆಚ್ಚು ಸಮಯವಾಗಬಹುದು ಅಥವಾ ತೊಂದರೆ ಆಗಬಹುದು. ನೀವೀಗಾಗಲೇ ಗರ್ಭಿಣಿ ಆಗಿದ್ದರೆ ಮದ್ಯ ಸೇವಿಸುವುದು ಸಂಪೂರ್ಣ ನಿಷೇಧ.

ಧೂಮಪಾನ ನಿಷೇಧಿಸಿ : ಇದು ನಿಮ್ಮ ಮೊಟ್ಟೆಗಳನ್ನು ಸಹ ಮುದಿ ಮಾಡಿಬಿಡುತ್ತದೆ. ಹೌದು ಗರ್ಭಧಾರಣೆಯಲ್ಲಿ ತೊಂದರೆ ಆಗುತ್ತದೆ ಹಾಗೂ ಗರ್ಭಪಾತದ ಅಪಾಯವೂ ಹೆಚ್ಚಾಗುತ್ತದೆ. ಧೂಮಪಾನದ ಹವ್ಯಾಸ ತ್ಯಜಿಸಿ ಇದು ಬರುವ ಶಿಶುವಿಗೆ ಅಮೂಲ್ಯವಾದ ಉಡುಗೊರೆ, ಧೂಮಪಾನ ತ್ಯಜಿಸಲು ಕೆಲವು ವ್ಯವಹಾರಿ ಸಲಹೆಗಳು ಈ ಮಸ್ತಕದಲ್ಲಿವೆ. ಅದನ್ನು ಅಮಲು ಮಾಡಿ ಫಲ ಪಡೆಯಿರಿ.

ನಕಲಿ ಔಷಧಿಗಳಿಂದ ದೂರವಿರಿ : ಮರಿಜು ಅನಾ, ಕೊಕೇನ್, ಕ್ರೆಕ್, ಹೆರಾಯಿನ್, ಅಥವಾ ಬೇರೆ ಡ್ರಗ್ಸ್‌ಗಳು ಗರ್ಭಾವಸ್ಥೆಯಲ್ಲಿ ಬಹಳ ಅಪಾಯಕಾರಿ. ನೀವು ಇವುಗಳನ್ನು ದಿನನಿತ್ಯ ತೆಗೆದುಕೊಳ್ಳುತ್ತಿದ್ದಿರೋ ಅಥವಾ ಒಮ್ಮೊಮ್ಮೆ ಇದು ನಿಮಗೆ ಗರ್ಭಿಣಿ ಆಗಲು ಬಿಡುವುದಿಲ್ಲ. ನೀವು ಗರ್ಭಿಣಿ ಆದರೂ ಭ್ರೂಣಕ್ಕೆ ತುಂಬಾ ಹಾನಿಯಾಗುತ್ತದೆ. ಆದಕಾರಣ ಗರ್ಭಪಾತ ಅಥವಾ ಏಳನೇ ತಿಂಗಳಲ್ಲಿ ಮಗು ಹುಟ್ಟುವ ಸಂಭವ ಹೆಚ್ಚುತ್ತದೆ. ಈ ಡ್ರಗ್ಸ್‌ಗಳನ್ನು ತೆಗೆದುಕೊಳ್ಳುವುದು ಸಂಪೂರ್ಣವಾಗಿ ನಿಲ್ಲಿಸಿಬಿಡಿ. ಆಮೇಲೆ ಗರ್ಭಿಣಿ ಆಗುವ ಯೋಚನೆ ಮಾಡಿ.

ರೇಡಿಯೇಷನ್‌ನಿಂದ ರಕ್ಷಣೆ : ಎಲ್ಲಿಯತನಕ ಸಾಧ್ಯವೋ ಅಲ್ಲಿಯತನಕ ಎಕ್ಸ್‌ರೇ ಮಾಡುವಾಗ ತಮ್ಮ ಪ್ರಜನನ ಅಂಗಗಳನ್ನು ಗಮನಿಸಿಕೊಳ್ಳಿ. ನೀವು ಗರ್ಭಧಾರಣೆ ಮಾಡುವಿರಾ ಎಂಬುದಾಗ ಎಕ್ಸ್‌ರೇ ಮಾಡುವವರಿಗೆ ನೀವು ಗರ್ಭಿಣಿ ಎಂದು ತಿಳಿಸಿ. ಅವರು ಜಾಗೃತರಾಗಿರುತ್ತಾರೆ.

ಪರ್ಯಾವರಣದಲ್ಲಿ ಇರುವ ಅಪಾಯಗಳು : ಕೆಲವು ರಸಾಯನಗಳು ಬಹಳ ಪ್ರಮಾಣದಲ್ಲಿ ಉಂಪಯೋಗಿಸಿದರೆ, ಅಥವಾ ನೀವು ಅದರ ಸಂಪರ್ಕದಲ್ಲಿ ಬಂದರೆ ಗರ್ಭಧಾರಣೆಯ ಮೊದಲು ಅಥವಾ ಆಮೇಲೆ ಭ್ರೂಣಕ್ಕೆ ಅಪಾಯವಾಗಬಹುದು. ಕೆಲಸದ ಸಮಯದಲ್ಲಿ ಈ ರಸಾಯನಗಳನ್ನು ಬಹಳ ಜಾಗರೂಕತೆಯಿಂದ ಉಪಯೋಗಿಸಿ, ಔಷಧಿಗಳು, ದಂತ ಚಿಕಿತ್ಸಾಲಯಗಳು, ಕಲೆ, ಫೋಟೋಗ್ರಫಿ, ಯಾತಾಯಾತ, ಕೃಷಿ, ಲೈಂಡಸ್ ಕೆಪಿಂಗ್, ನಿರ್ಮಾಣ ಕಾರ್ಯ, ಹೆಯರ್ ಡ್ರೆಸಿಂಗ್, ಕೊಸ್ಮೆಟೋಲಜಿ, ಡ್ರಾಕ್ಲಿನಿಂಗ್ ಹಾಗೂ ಪೈಕ್ಟೆಯ ಕೆಲಸಗಳಲ್ಲಿ ವಿಶೇಷ ಜಾಗರೂಕರಾಗಿರಿ. ಸಾಧ್ಯವಾದರೆ ಅಪಾಯದ ಸ್ಥಾನದಿಂದ ಸ್ವಲ್ಪ ಸಮಯಕ್ಕಾಗಿ ವರ್ಗ ಮಾಡಿಸಿಕೊಳ್ಳಿ.

ಕಾರ್ಯಕ್ಷೇತ್ರ ಅಥವಾ ಮನೆಯಲ್ಲಿ ಲೆಡ್ (ಸೀಸ) ಪರಿಮಾಣದ ಸ್ತರ ಹೆಚ್ಚಾಗಿದ್ದರೆ ನೀವು ಮತ್ತು ನಿಮ್ಮ ಶಿಶು ಇಬ್ಬರ ಮೇಲೂ ಪ್ರಭಾವ ಬೀಳುತ್ತದೆ. ಮನೆಯಲ್ಲಿ ವಿಷಯುಕ್ತ ಪದಾರ್ಥಗಳ ಪ್ರಭಾವದಿಂದ ಹುಷಾರಾಗಿರಿ.

ವಿತ್ತೀಯ ಆರ್ಥಿಕ ರೂಪದಿಂದ ಫಿಟ್ : ಇದು ಬಹಳ ಖರ್ಚುಳ್ಳ ಪ್ರಕ್ರಿಯೆ. ಆದಕಾರಣ ನೀವು ನಿಮ್ಮ ಗೆಳೆಯ ಜೊತೆಗೆ ಸೇರಿ ಮೊದಲೇ ಬಜೆಟ್ ಮಾಡಿಕೊಳ್ಳಿ. ಪ್ರಸವಿನ ಮೊದಲು ಹಾಗೂ ಪ್ರಸವದನಂತರ ನೀವು ಖರ್ಚು ಮಾಡಿದ ಹಣ ಸಿಗುವುದೋ ಇಲ್ಲವೋ ಎಂದು ನಿಮ್ಮ ಹೆಲ್ತ್ ಇನ್‌ಶೂರೆನ್ಸ್‌ನಿಂದ ತಿಳಿದುಕೊಳ್ಳಿ. ಆ ತರಹದ ಪಾಲಿಸಿ ಮಾಡಿಸದಿದ್ದರೆ ಸ್ವಲ್ಪ ತಡೆಯಿರಿ. ನೀವು ಈ ತರಹದ ಯಾವುದೇ ಪಾಲಿಸಿ ಮಾಡಿಸಿಲ್ಲದಿದ್ದರೆ ಅದನ್ನು ಮಾಡಿಸಲು ಇದೇ ಸರಿಯಾದ ಸಮಯ.

ಕೆಲವು ವಿಶೇಷ ವಿಷಯಗಳು : ಗರ್ಭಾವಸ್ಥೆಯಲ್ಲಿನ ಕಾಲದಲ್ಲಿ ನಿಮ್ಮ ಕೆಲಸದ ವಿಷಯದಲ್ಲಿ ಯೋಚನೆ ಮಾಡಿ. ನೀವು ಕೆಲಸ ಬದಲಾಯಿಸುವ ಯೋಚನೆಯಲ್ಲಿದ್ದೀರ ಈಗಿನಿಂದ ಬೇರೆ ಕೆಲಸವನ್ನು ಹುಡುಕಲು ಪ್ರಾರಂಭಿಸಿ. ನೀವು ಖಂಡಿತವಾಗಿಯೂ ದೊಡ್ಡ ಹೊಟ್ಟೆ ಇಟ್ಟುಕೊಂಡು ಇಂಟರ್‌ವ್ಯೂ ಕೊಡಲು ಇಷ್ಟ ಪಡುವುದಿಲ್ಲ. ಅಲ್ಲವೇ?

ಸ್ವಲ್ಪ ಊಹಿಸಿ : ನೀವೀ ನಿಮ್ಮ ಮಾಸಿಕ ಚಕ್ರ ಹಾಗೂ ಓವ್ಯುಲೇಶನ್‌ನನ್ನು ಗಮನಿಸಿ. ಅದರಿಮದಾಗಿ ನೀವು ಸರಿಯಾದ ಸಮಯದಲ್ಲಿ ಸಂಭೋಗಿಸಬಹುದು ಹಾಗೂ ಗರ್ಭಧಾರಣೆಯ ಸರಿಯಾದ ಸಮಯವನ್ನು ಊಹಿಸಿಕೊಳ್ಳಬಹುದು. ಸಂಭೋಗದ ಸಮಯ ಮತ್ತು ತಾರೀಖು ಬರೆದಿಟ್ಟುಕೊಂಡರೂ ಊಹಿಸಲು ಸುಲಭವಾಗುತ್ತದೆ.

ಸ್ವಲ್ಪ ಸಮಯ ಕೊಡಿ : ನೆನಪಿರಲಿ ಒಂದು ಸಾಮಾನ್ಯವಾಗಿ 25 ವಯಸ್ಸಿನ ಯುವತಿಗೆ ಗರ್ಭಧಾರಣೆ ಮಾಡಲು 6 ತಿಂಗಳು ಮತ್ತು ಹೆಚ್ಚಿನ ವಯಸ್ಸಿನ ಮಹಿಳೆಗೆ ಹೆಚ್ಚು ಸಮಯ ಬೇಕಾಗಬಹುದು. ನಿಮ್ಮ ಸಂಗಾತಿಯ ವಯಸ್ಸು ಹೆಚ್ಚಾಗಿದ್ದರೆ ಇನ್ನೂ ಅಧಿಕ ಸಮಯವಾಗಬಹುದು. ಯಾವುದೇ ಡಾಕ್ಟರಿನ ಸಲಹೆ ಕೇಳುವ ಮುಂಚೆ 6 ತಿಂಗಳ ತನಕ ಕಾಯಿರಿ. ನಿಮ್ಮ ವಯಸ್ಸು 25 ವರ್ಷಕ್ಕಿಂತ ಹೆಚ್ಚಾಗಿದ್ದರೆ ನಿಮಗೆ 7 ತಿಂಗಳ ನಂತರವೇ ಡಾಕ್ಟರಿನ ಸಲಹೆ ಪಡೆಯಬೇಕು.

ವಿಶ್ರಮಿಸಿರಿ : ಬಹುಶಃ ಇದು ಎಲ್ಲಕ್ಕಿಂತ ಅವಶ್ಯಕವಾದ ಕೆಲಸ. ಯದ್ಯಪಿ ನೀವು ನಿಮ್ಮ ಬರುವ ಕಾಲವನ್ನು ಯೋಚಿಸಿ ಬಹಳ ಉತ್ತೇಜಿತವಾಗಿ ಹಾಗೂ ಒತ್ತಡದಲ್ಲಿ ಇದ್ದೀರ. ಆದರೆ ಇದೇ ಒತ್ತಡ ಗರ್ಭಧಾರಣೆಯಲ್ಲಿ ಅಡ್ಡಿ ಆಗಬಹುದು. ಸ್ವಲ್ಪ ಧ್ಯಾನ ಮತ್ತು ಆರಾಮ ನೀಡುವಂತಹ ವ್ಯಾಯಾಮ ಮಾಡಿ. ಜೀವನದಿಂದ ಒತ್ತಡವನ್ನು ಬಾಯ್ ಬಾಯ್ ಎಂದು ಕಳಿಸಿಕೊಡಿ.

ತಂದೆ ಆಗುವವರಿಗೆ ಕೆಲವು ಸಲಹೆಗಳು :

ನೀವು ಪಪ್ಪಾ ಆಗುವಿರಿ ಆದರೆ ನಿಮಗೆ ಈಗಲಿಂದ ಒಂದು ಬೇರೆ ರೂಪ್ ಮಾಡಬೇಕೆಂದು ಯೋಚನೆ ಮಾಡುವ ಅವಶ್ಯಕತೆ ಇಲ್ಲ. ಆದರೂ ನಿಮಗೆ ಈ ಪ್ರಕ್ರಿಯೆಯಲ್ಲಿ ಪೂರ್ಣ ಸಹಯೋಗ ನೀಡಬೇಕಾಗುತ್ತದೆ. (ಮಮ್ಮಿ ಒಬ್ಬಳೇ ಏನು ಮಾಡುತ್ತಾಳೆ) ಈ ಸಲಹೆಗಳಿಂದ ಈ ಪ್ರಕ್ರಿಯೆಯನ್ನು ಇನ್ನೂ ಸುಲಭ ಮಾಡಬಹುದು.

ಡಾಕ್ಟರನ್ನು ಸಂದರ್ಶಿಸಿ : ಯದ್ಯಪಿ ನಿಮಗೆ ಗರ್ಭಧಾರಣೆ ಮಾಡಬೇಕಾಗಿಲ್ಲ ಆದರೂ ನೀವು ಸಹ ಒಮ್ಮೆ ಡಾಕ್ಟರಿಂದ ಚೆಕ್‌ಅಪ್ ಮಾಡಿಸಿಕೊಳ್ಳಿ. ಒಂದು ಆರೋಗ್ಯವಾಗಿರುವ ಶಿಶುವಿನ ಜನ್ಮ ಎರಡು ಆರೋಗ್ಯವಾಗಿರುವ ಶರೀರದ ಸಮ್ಮಿಲನದಿಂದಲೇ ಸಂಭವ. ನೀವು ಟೆಸ್ಟಿಕುಲರ್ ಸಿಸ್ಟ ಅಥವಾ ಟ್ಯೂಮರ್ ಅಂತ ರೋಗಗಳಿಂದ ಪೀಡಿತವಾಗಿದ್ದೀರೋ ಅಥವಾ ಮಾನಸಿಕ ಒತ್ತಡ ನೀವು ತಂದೆಯಾಗುವ ದಾರಿಯಲ್ಲಿ ಅಡ್ಡಿ ಹಾಕುತ್ತಿದೆಯೋ ಎಂದು ನಿಮ್ಮ ಪೂರ್ಣ ವೈದ್ಯಕೀಯ ಪರೀಕ್ಷೆಯಿಂದ ತಿಳಿಯುತ್ತದೆ. ಡಾಕ್ಟರಿಂದ ಸೆಕ್ಸುಯಲ್ ಎಫೆಕ್ಟ್, ಹರ್ಬಲ್ ಔಷಧಿಗಳು ಹಾಗೂ ಸ್ಪರ್ಮ್ ಕೌಂಟಿಂಗ್ ವಿಷಯದಲ್ಲಿ ಮಾಹಿತಿ ಪಡೆಯಿರಿ. ಈ ಎಲ್ಲಾ ಮಾಹಿತಿ ಪಡೆದುಕೊಂಡ ಮೇಲೆ ನೀವು ಒಂದು ಆರೋಗ್ಯವಾದ ಶಿಶುವಿನ ತಂದೆಯಾಗಲು ತಯಾರಾಗಿದ್ದೀರಿ.

ಜೆನಿಟಿಕ್ ಸ್ಕ್ರೀನಿಂಗ್, ಅವಶ್ಯಕವಾಗಿದ್ದರೆ : ನಿಮ್ಮ ಮನೆಯಲ್ಲಿ ಯಾವುದಾದರೂ ಜೆನೆಟಿಕ್ ರೋಗವಿದ್ದರೆ ಮತ್ತು ನಿಮ್ಮ ಸಂಗಾತಿ ಸ್ಕ್ರೀನಿಂಗ್ ಮಾಡಿಸಿಕೊಳ್ಳುತ್ತಿದ್ದರೆ ನೀವು ಈ ಪರೀಕ್ಷೆ ಖಂಡಿತವಾಗಿ ಮಾಡಿಸಿಕೊಳ್ಳಿ.

ಆಹಾರದಲ್ಲಿ ಸುಧಾರಣೆ : ಪೋಷಣೆ ಚೆನ್ನಾಗಿದ್ದರೆ ಸ್ಪರ್ಮ್ ಸಹ ಆರೋಗ್ಯವಾಗಿರುತ್ತವೆ. ನೀವು ತಾಜಾ ಹಣ್ಣುಗಳು, ತರಕಾರಿಗಳು, ಸಂಪೂರ್ಣ ಧಾನ್ಯಗಳು ಹಾಗೂ ಪ್ರೋಟೀನ್‌ಯುಕ್ತ ಆಹಾರವನ್ನು ತೆಗೆದುಕೊಳ್ಳಬೇಕು. ಈ ದಿನದಲ್ಲಿ ನೀವು ವಿಟಮಿನ್, ಮಿನರಲ್‌ನ ಪ್ರಮಾಣ ತೆಗೆದುಕೊಳ್ಳಬಹುದು. ಏಕೆಂದರೆ ಆಹಾರದಿಂದ ಎಲ್ಲ ಪೋಷಕಾಂಶಗಳು ಸಿಗುವುದಿಲ್ಲ. ಇದರಲ್ಲಿ ಪೊಲ್ವಿ ಎಸಿಡ್ ಸೇರಿಸಿಕೊಳ್ಳಿ. ಎಷ್ಟೋ ಸಲ ಇದೇ ತ್ವವದ ಕೊರತೆಯಿಂದ ಗರ್ಭಧಾರಣೆಯಲ್ಲಿ ಸಮಯಯವಾಗುತ್ತದೆ ಹಾಗೂ ಶಿಶುವಿನಲ್ಲಿ ಜನ್ಮದಿಂದ ವಿಕೃತಿಗಳು ಕಾಣಿಸಿಕೊಳ್ಳುತ್ತದೆ.

ಜೀವನ ಶೈಲಿಯ ಮೇಲೆ ಒಂದು ದೃಷ್ಟಿ : ಯದ್ಯಪಿ ಇನ್ನು ಶೋಧ ಕಾರ್ಯ ನಡೆಯುತ್ತಲಿದೆ, ಆದರೂ ಇದು ಸ್ಪಷ್ಟವಾಗಿದೆಂದರೆ ನೀವು ಡ್ರಗ್ಸ್ ಸೇವಿಸದವರಾಗಿದ್ದರೆ ಹಾಗೂ ಬಹಳ ಹೆಚ್ಚಿನ ಪ್ರಮಾಣದಲ್ಲಿ ಮದ್ಯಪಾನ ಮಾಡುವವರಾಗಿದ್ದರೆ ನೀವು ಸುಲಭವಾಗಿ ತಂದೆಯಾಗುವುದಿಲ್ಲ. ಇದರಿಂದ ಸ್ಪರ್ಮ್ ಮಾತ್ರ ಕಡಿಮೆಯಾಗುವುದಿಲ್ಲ ಅದರ ಸಂಖ್ಯೆಯೂ ಕಡಿಮೆಯಾಗುತ್ತದೆ ಮತ್ತು ಟೆಸ್ಟೋಸ್ಟೆರೋನ್‌ನ ಸ್ತರನೂ ಕಡಿಮೆ ಆಗುತ್ತದೆ ಇದು ಸರಿಯಲ್ಲ. ಬಹಳ ಹೆಚ್ಚಿನ ಪ್ರಮಾಣದಲ್ಲಿ ಮದ್ಯಪಾನ ಮಾಡಿದರೆ ಶಿಶುವಿನ ತೂಕ ಕಡಿಮೆ ಆಗಬಹುದು. ನೀವು ಆಲ್‌ಕೋಹಾಲ್‌ನ ಪ್ರಮಾಣ ಕಡಿಮೆ ಮಾಡಿದರೆ ಸಂಗಾತಿಗೂ ಹಾಗೆ ಮಾಡಲು ಸುಲಭವಾಗುತ್ತದೆ. ನೀವು ಮದ್ಯಪಾನ ಹಾಗೂ ಡ್ರಗ್ಸ್ ಬಿಡಲಾಗದೆ ಹೋದರೆ ಡಾಕ್ಟರಿನ ಸಲಹೆ ಪಡೆಯಿರಿ.

ತೂಕದ ಪರೀಕ್ಷೆ : ಯಾವ ಪುರುಷರ ಬಾಡಿ ಮಾಸ್ ಇಂಡೆಕ್ಸ್ ಹೆಚ್ಚಾಗಿರುತ್ತದೆ ಅವರು ಸಾಮಾನ್ಯ ಪುರುಷರ ತುಲನೆಯಲ್ಲಿ ನಪುಂಸಕರಾಗಿರುವರು. ನಿಮ್ಮ ತೂಕದಲ್ಲಿ 20 ಪೌಂಡ್‌ನ ವೃದ್ಧಿ ಸಹ ಪ್ರಭಾವ ಬೀರುತ್ತದೆ. ಆದಕಾರಣ ಗರ್ಭಧಾರಣೆಯ ಪ್ರಕ್ರಿಯೆಯ ಮೊದಲೇ ನಿಮ್ಮ ತೂಕದ ಪರೀಕ್ಷೆ ಮಾಡಿಸಿಕೊಳ್ಳಿ.

ಧೂಮಪಾನ ನಿಷೇಧಿಸಿ : ಇಲ್ಲಿ ಯಾವ ನೆವ ನಡೆಯುವುದಿಲ್ಲ. ಧೂಮಪಾನದಿಂದ ಸ್ಪರ್ಮ್ ಸಂಖ್ಯೆ ಕಡಿಮೆಯಾಗುತ್ತದೆ. ಇದನ್ನು ಬಿಟ್ಟರೆ ನಿಮ್ಮ ಸಂಪೂರ್ಣ ಪರಿವಾರದವರ ಆರೋಗ್ಯಕ್ಕೆ ಒಳ್ಳೆಯದಾಗುತ್ತದೆ. ಅವರಿಗೂ ನಿಮ್ಮ ಸಿಗರೇಟ್‌ನ ಹೊಗೆಯಿಂದ ಅಪಾಯ ಕಡಿಮೆಯೇನಿಲ್ಲ. ಇದರಿಂದ ನಿಮ್ಮ ಶಿಶುವಿನ ಎಸ್.ಐ.ಡಿ.ಎಸ್. (ಸೋಂಕು ರೋಗಗಳಿಂದ ಅಕಸ್ಮಾತ್ ಆಗುವ ಮೃತ್ಯು)ನಿಂದ ರಕ್ಷಣೆ ಆಗುತ್ತದೆ.

ರಸಾಯನಗಳಿಂದ ದೂರವಿರಿ : ಪೇಂಟ್, ಗೊಂದ್, ವಾರ್ನಿಶ್ ಇತ್ಯಾದಿ ತೀಕ್ಷ್ಣವಾದ ರಸಾಯನಗಳಿಂದ ದೂರವಿರಿ. ಇವುಗಳಿಂದ ಸಹ ತೊಂದರೆ ಆಗಬಹುದು.

ಅವರನ್ನು ಕೂಲಾಗಿ ಇಟ್ಟುಕೊಳ್ಳಿ : ಟೆಸ್ಟಿಕಲ್ (ವೃಷಣ) ಅವಶ್ಯಕತೆಗಿಂತ ಹೆಚ್ಚು ಬಿಸಿ ಆಗಿದ್ದರೆ ಸ್ಪರ್ಮ್

ಕಾಂಸೆಪ್ಶನ್ ಮಿಸ್ ಕಾಂಸೆಪ್ಶನ್ (ಗರ್ಭಧಾರಣೆಯಲ್ಲಿ ಭ್ರಾಂತಿ)

ನೀವು ಇಂಟರ್‌ನೆಟ್ ಹಾಗೂ ಹಳೆಯ ದಾದಿಗಳಿಂದ ಈ ವಿಷಯದಲ್ಲಿ ಕೇಳಿರಬೇಕು. ಇಲ್ಲಿ ನಾವು ಕೆಲವು ತಥ್ಯಗಳ ಮಾಹಿತಿ ಕೊಡುತ್ತೇವೆ.

ಭ್ರಾಂತಿ : ಪ್ರತಿದಿನ ಸೆಕ್ಸ್ ಮಾಡಿದರೆ ಸ್ಪರ್ಮ್ ಸಂಖ್ಯೆ ಕಡಿಮೆ ಆಗುತ್ತದೆ ಹಾಗೂ ಗರ್ಭಧಾರಣೆ ಮಾಡುವಲ್ಲಿ ಕಷ್ಟವಾಗುತ್ತದೆ.

ತಥ್ಯ : ಯದ್ಯಪಿ ಮೊದಲು ಇದನ್ನು ನಿಜವೆಂದು ನಂಬಿದ್ದು ಆದರೆ ಅಧ್ಯಯನಗಳಿಂದ ತಿಳಿದಂತೆ ಓವ್ಯುಲೇಶನ್ ಕಾಲದಲ್ಲಿ ಪ್ರತಿದಿನ ಸೆಕ್ಸ್ ಮಾಡಿದರೆ ಒಳ್ಳೆಯ ಪರಿಣಾಮ ಕಾಣಿಸಿಕೊಳ್ಳುವುದು.

ಭ್ರಾಂತಿ : ಬಾಕ್ಸರ್ ಶಾಟ್ ಧರಿಸಿದರೆ ಪ್ರಜನನ ಕ್ಷಮತೆ ಹೆಚ್ಚಾಗುವುದು.

ತಥ್ಯ : ವೈಜ್ಞಾನಿಕರು ಇದನ್ನು ಬಾಕ್ಸರ್ ಇಲ್ಲ ಬ್ರೀಫ್ ಎನ್ನುವ ಗೊಂದಲದಲ್ಲೇ ಇದ್ದರೆ. ಆದರೆ ವಿಶೇಷಜ್ಞರಂತೆ ಇದರ ಸ್ವಲ್ಪ ಪ್ರಭಾವವಂತೂ ಇದೆ. ಪುರುಷರ ವೃಷಣಗಳ ಉಷ್ಣಾಂಶ ತಣ್ಣಗಿರಲಿ ಹಾಗೂ ಅಲ್ಲಿ ಗಾಳಿ ಆಡುತ್ತಿರಲಿ ಆ ತರಹದ ಅಂಡರ್‌ಗಾರ್ಮೆಂಟ್ಸ್ ಧರಿಸಬೇಕು.

ಭ್ರಾಂತಿ : ಗರ್ಭಧಾರಣೆಗೆ ಮೆಶನರಿ ಪೊಜಿಶನ್‌ನಲ್ಲಿ ಇಂಟರ್‌ಕೋರ್ಸ್ ಮಾಡುವುದು ಬಹಳ ಒಳ್ಳೆಯದು.

ತಥ್ಯ : ಓವ್ಯುಲೇಶನ್ ಸಮಯದಲ್ಲಿ ತೆಳ್ಳಗಾಗಿರುವ ಮ್ಯೂಕಸ್, ಶುಕ್ರಾಣುಗಳನ್ನು ಫೆಲೋಪಿಯನ್ ಟ್ಯೂಬ್ ತನಕ ತೆಗೆದುಕೊಂಡು ಹೋಗುವುದು. ಶುಕ್ರಾಣು ಅಲ್ಲಿ ತನಕ ತಲುಪದಿದ್ದರೆ ಯಾವ ಪೊಜಿಷನ್ನೂ ಪ್ರಯೋಜನವಿಲ್ಲ. ಸ್ಪರ್ಮ್ ಒಳಗೆ ಹೋಗುವ ಮೊದಲೇ ವರ್ಜೈನಾದಿಂದ ಹೊರಗೆ ಬರದಿರಲೆಂದು ನೀವು ಇಂಟರ್‌ಕೋರ್ಸ್ ನಂತರ ಸ್ವಲ್ಪ ಸಮಯ ನೆಟ್ಟಗೆ ಮಲಗಬೇಕು.

ಭ್ರಾಂತಿ : ಸ್ಪರ್ಮ್ ಸರಿಯಾದ ಸ್ಥಾನದವರೆಗೂ ತಲುಪಲು ಲೂಬ್ರಿಕೆಂಟ್ ಸಹಾಯ ಮಾಡುತ್ತದೆ

ತಥ್ಯ : ಇದು ನಿಜವಲ್ಲ. ಇದರ ಕಾರಣದಿಂದ ವೈಜಾಯಿನಾದ ಪಿ.ಎಚ್. ಬೇಲೆಂಸ್ ಬದಲಾಯಿಸಬಹುದು. ಅದು ಸ್ಪರ್ಮ್‌ಗೆ ಒಳ್ಳೆಯದಲ್ಲ.

ಭ್ರಾಂತಿ : ದಿನದಲ್ಲಿ ಸೆಕ್ಸ್ ಮಾಡಿದರೆ ಗರ್ಭಧಾರಣೆ ಮಾಡುವುದರಲ್ಲಿ ಸುಲಭವಾಗುತ್ತದೆ.

ತಥ್ಯ : ದಿನದಲ್ಲಿ ಸ್ಪರ್ಮ್ ಸ್ತರ ಹೆಚ್ಚಾಗಿರುತ್ತದೆ. ಆದರೆ ಇದರ ಯಾವುದೇ ಮೆಡಿಕಲ್ ಪ್ರಭಾವವಿಲ್ಲ. ನಿಮಗೆ ದಿನದಲ್ಲಿ ಇಂಟರ್‌ಕೋರ್ಸ್ ಮಾಡುವ ಮನಸ್ಸಿದ್ದರೆ ಮಾಡಿ ಆದರೆ ಮಧ್ಯಾಹ್ನ ಮನಸ್ಸಿದ್ದರೆ ಇಂಟರ್‌ಕೋರ್ಸ್ ಮಾಡಬಾರದೆಂದು ಯೋಚಿಸಬೇಡಿ.

ଏଣୁକରି ଆପଣ ହଟଟବ୍‌ବାଥ୍, ସୋନାବାଥ, ଇଲେକ୍ଟ୍ରିକ କେବୁଲ ଓ ଟାଇଟ ଜିନ୍ସରୁ ନିଜକୁ ଦୂରେଇ ରଖନ୍ତୁ । ପୁନଶ୍ଚ ସିନ୍‌ଥେଟିକ୍ ତିଆରି ପ୍ୟା ବା ଅଣ୍ଡର ଗାର୍ମେ ସ ପିନ୍ଧନ୍ତୁ ନାହିଁ । ଏତଦ୍ୱାରା ଶରୀରର ତାପମାତ୍ରା ବୃଦ୍ଧି ପାଇଥାଏ । ଆଉ କୋଳରେ ଲେପଟପ୍ ରଖି କଦାପି ବ୍ୟବହାର କରନ୍ତୁ ନାହିଁ, ଆବଶ୍ୟକ ହେଲେ ଡେସ୍କଟପ ଭଳି ବ୍ୟବହାର କରନ୍ତୁ ।

ଏମାନଙ୍କୁ ସୁରକ୍ଷିତ ରଖନ୍ତୁ :- କୌଣସି ରଫ୍ ଗେମ୍ ଅର୍ଥାତ (ଫୁଟବଲ୍, ସକର. ବାସ୍କେଟବଲ, ହକି, ବେସବଲ୍, ଫୋଡ଼ାଦୌଡ଼ ଇତ୍ୟାଦି) ଖେଳର ଅଭ୍ୟାସ ଥିଲେ, ... ଗାର୍ଡ଼ ଲଗେଇ ନିଜର ଜନନେନ୍ଦ୍ରିୟକୁ ରକ୍ଷା କରିବା ଉଚିତ । ବେଶି ସାଇକେଲ ଚଢ଼ିବା ମଧ୍ୟ କ୍ଷତିକାରକ ହେଇପାରେ । ଅନେକଙ୍କ ମତରେ ସାଇକେଲ ସିଟର ଚାପ ପଡ଼ିଲେ ଅନେକ ଧମନି କ୍ଷତିଗ୍ରସ୍ତ ହେଇଥାଏ । ଜନନେନ୍ଦ୍ରିରେ କୌଣସି ପ୍ରକାର ପାର୍ଶ୍ୱପ୍ରଭାବ ଦେଖାଗଲେ ଡାକ୍ତରଙ୍କ ପରାମର୍ଶ ଲୋଡ଼ନ୍ତୁ ।

ବିଶ୍ରାମ :- ହଁ , ଆପଣ ପ୍ରାୟ ସବୁ କିଛି ଶିଖିଗଲେଣି କହିଲେ ଚଳେ । ବାସ୍ ଆରାମରେ ବସି ଏସବୁ ତଥ୍ୟ ପ୍ରତି ଦୃଷ୍ଟି ଦେବା ବିଧେୟ । ବ୍ୟସ୍ତତା ମଧ୍ୟରେ ମଧ୍ୟ ବିଶ୍ରାମ ନେବାକୁ ଭୁଲନ୍ତୁ ନାହିଁ । ଚାପଯୁକ୍ତ ହେଲେ ପ୍ରଦର୍ଶନ ସ୍ତରଟା ହ୍ରାସ ପାଇପାରେ । ଆଉ ଶୁକ୍ରାଣୁ ତିଆରିରେ ମଧ୍ୟ ବାଧାସୃଷ୍ଟି ହେଇପାରେ ।ଏଣୁ ଚିନ୍ତା ଯେତେଶୀଘ୍ର ଦୂରୀଭୂତହେବ, ଫଳାଫଳଟା ସେତେ ଶୀଘ୍ର ପ୍ରାପ୍ତ ହେବ । ଅତଏବ ଧୈର୍ଯ୍ୟ ସହକାରେ ସ୍ୱଳ୍ପ ସ୍ୱଳ୍ପ ପ୍ରୟାସ କରୁଥିବା ବିଧେୟ ।

■ ■ ■

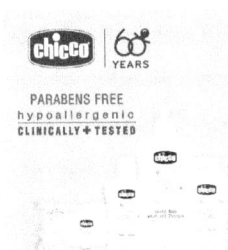

ನೀವು ಗರ್ಭಿಣಿ ನಾ?

ನಿಮ್ಮ ಪೀರಿಯಡ್(ಮುಟ್ಟಿನ ದಿನ) ಒಂದೇ ದಿನ ತಡವಾಗಿರಬಹುದು, ಅಥವಾ ಎರಡು–ಮೂರು ವಾರವಾಗಿರಬಹುದು, ಇಲ್ಲ ನಿಮಗೆ ಏನೋ ವ್ಯತ್ಯಾಸವಿದೆಯೆಂದು ಅನಿಸುತ್ತಿರಬಹುದು, ಇಲ್ಲ ನೀವು ಪೀರಿಯಡ್ ಆಗದಿರುವ ಕಾರಣದಿಂದ ಅಂದಾಜು ಹಾಕಿರ ಬೇಕು, ಅಥವಾ ನಿಮಗೆ ಗರ್ಭಧಾರಣೆಯ ಸ್ಪಷ್ಟ ಲಕ್ಷಣಗಳು ಕಾಣಿಸಿರ ಬೇಕು, ಇಲ್ಲ ನೀವು ಹೋದ ಆರು ತಿಂಗಳುಗಳಿಂದ ಪ್ರಯತ್ನ ಮಾಡುತ್ತಿರಬೇಕು, ಇಲ್ಲ ಎರಡು ವಾರದ ಮೊದಲೇ ಗರ್ಭನಿರೊಧಕ ಇಲ್ಲದೆ ಸಂಬಂಧ ಮಾಡಿರಬೇಕು, ಅಥವಾ ನೀವು ಇದುವರೆಗೆ ಸಕ್ರಿಯವಾಗಿ ಪ್ರಯತ್ನ ಮಾಡಿಲ್ಲದಿರಬಹುದು, ಪರಿಸ್ಥಿತಿಗಳು ಏನಾದರು ಇರಬಹುದು, ನೀವು ಯಾವುದೇ ಸ್ಥಿತಿಯಲ್ಲಿ ಈ ಪುಸ್ತಕವನ್ನು ಓದಲು ಕುಳಿತಿರ ಬಹುದು, ನೀವು ನಾನು ಗರ್ಭಿಣಿ ನಾ? ಎಂದು ಯೋಚಿಸಿ ಆಶ್ಚರ್ಯಚಕಿತರಾಗಿರ ಬಹುದು. ಬನ್ನಿ ನಾವು ಹೇಳಲು ಸಹಾಯ ಮಾಡುತ್ತೀವಿ.

ನೀವು ಏನು ಯೋಚಿಸುತ್ತಿರಬಹುದು?

ಗರ್ಭಾವಸ್ಥೆಯ ಪ್ರಾರಂಭಿಕ ಲಕ್ಷಣಗಳು

"ನನ್ನ ಗೆಳತಿ ಹೇಳಿದಳು, ಅವಳಿಗೆ ಪ್ರೆಗ್ನೆನ್ಸಿ ಟೆಸ್ಟ್ ಮಾಡುವ ಮುಂಚೆ ಅವಳು ಗರ್ಭಿಣಿ ಎಂದು ತಿಳಿದಿತ್ತಂತೆ. ಇದೇ ರೀತಿ ನಾನು ಸಹ ತಿಳಿದು ಕೊಳ್ಳ ಬಹುದೇ?"

ನಿಮ್ಮ ಪ್ರೆಗ್ನೆನ್ಸಿ ಟೆಸ್ಟ್ ಪಾಸಿಟೀವ್ ಬಂದಾಗಲೆ ನೀವು ತಾಯಿ ಆಗುವಿರಿ ಅಥವ ಇಲ್ಲವೆಂದು ಗೊತ್ತಾಗುವುದು. ಇದೇ ಸರಿಯಾದ ರೀತಿ. ಅವರು ತಾಯಿ ಆಗುತ್ತೇವೆಂದು ಅನೇಕ ಮಹಿಳೆಯರಿಗೆ ಎಷ್ಟೋ ವಾರಗಳ ತನಕ ಗರ್ಭಾವಸ್ಥೆಯ ಲಕ್ಷಣಗಳು ಗೊತ್ತಾಗುವುದೇ ಇಲ್ಲ ಹಾಗು ಕೆಲವು ಮಹಿಳೆಯರಿಗೆ ಮೊದಲೇ ಗೊತ್ತಾಗುವುದು. ನೀವು ಯಾವುದಾದರೂ ಇಂಥ ಲಕ್ಷಣಗಳನ್ನು ಅನುಭವಿಸಿದರೆ ಹೋಮ್ ಪ್ರೆಗ್ನೆನ್ಸಿ ಟೆಸ್ಟ್ ಕಿಟ್ ತರಲು ನಿಧಾನಿಸ ಬೇಡಿ. ಇದು ಯಾವುದಾದರೂ ಕೆಮಿಸ್ಟ್ ಸ್ಟೋರಿನಲ್ಲಿ (medical shop) ಸುಲಭವಾಗಿ ಸಿಗುತ್ತದೆ.

ಮೃದುವಾದ ವಕ್ಷ ಮತ್ತು ನಿಪ್ಪಲ್– ಪೀರಿಯಡ್ ನ ಮೊದಲು ವಕ್ಷಸ್ಥಳವನ್ನು ಮುಟ್ಟಿದರೆ ಎಷ್ಟು ನೋವಾಗುವುದು ಎಂದು ನಿಮಗೆ ತಿಳಿದ ವಿಚಾರ. ಗರ್ಭಧಾರಣೆಯ ಮೊದಲು ವಕ್ಷ ಸ್ಥಳ ಬಹಳ ಮೃದುವಾಗಿರುವುದು. ಆದರೆ ಕೆಲವು ಮಹಿಳೆಯರಲ್ಲಿ ವಕ್ಷಸ್ಥಳವು ಸ್ವಲ್ಪ ಸಂವೇದನಶೀಲತೆ, ತುಂಬಿದಂತೆ ಹಾಗು

ಮುಟ್ಟಿದರೆ ನೋವಾಗುವ ಲಕ್ಷಣಗಳು ಗರ್ಭಾವಸ್ಥೆಯಲ್ಲಿ ಕಾಣಿಸಬಹುದು. ಒಂದು ಸಲ ಗರ್ಭಾವಸ್ಥೆ ಪ್ರಾರಂಭವಾದ ಮೇಲೆ ವಕ್ಷಗಳ ಆಕಾರದಲ್ಲಿ ಬದಲಾವಣೆ ಆಗುವ ಜೊತೆಗೆ ಇನ್ನೂ ಅನೇಕ ಪರಿವರ್ತನೆಗಳು ಕಾಣಿಸಿಕೊಳ್ಳುವುದು.

ಸ್ತನಗಳ ಗಾಢವಾದ ಬಣ್ಣ– ನಿಪ್ಪಲ್ಗಳ ಸುತ್ತಲಿನ ಕರಿಭಾಗದ ಬಣ್ಣ ಇನ್ನು ಗಾಢವಾಗುತ್ತದೆ. ಗರ್ಭಾವಸ್ಥೆಯ ಸಮಯದಲ್ಲಿ ಇದು ಸಹಜ. ಜೊತೆಗೆ ಇದರ ಆಕಾರವು ದೊಡ್ಡದಾಗುವುದು. ತ್ವಚೆಯ ಬಣ್ಣದಲ್ಲಿ ಬದಲಾವಣೆ ಕಂಡಲ್ಲಿ ಆಗ ನಿಮ್ಮ ಶರೀರದಲ್ಲಿ ಪ್ರೆಗ್ನೆನ್ಸಿ ಹಾರ್ಮೋನ್ಸ್‌ಗಳು ತಮ್ಮ ಕೆಲಸವನ್ನು ಪ್ರಾರಂಭಿಸಿದೆ ಎಂದು ಅರ್ಥ.

ಗೂಸ್ ಬಂಪ್? ಇಲ್ಲ ನಿಜವಾಗಲು ಇಲ್ಲ. ಆದರೆ ನಿಪ್ಪಲ್ ಸುತ್ತಲಿನ ಗಾಢಬಣ್ಣದ ಭಾಗದಲ್ಲಿ ಸಣ್ಣ–ಸಣ್ಣ ಗುಮಟೆ ಕಾಣಿಸಿಕೊಳ್ಳುವುದು.(ಮೊಂಟಗೂಮರಿ ಟ್ಯುಬರ್ಸ್). ವಾಸ್ತವದಲ್ಲಿ ಇವುಗಳು ಎಣ್ಣೆ ಸ್ರಾವಿಸವ ಗ್ರಂಥಿಗಳು. ಇದರಿಂದ ನಿಮ್ಮ ನಿಪ್ಪಲ್ ಮತ್ತು ಅದರ ಸುತ್ತಲಿನ ತ್ವಚೆ ತೈಲೀಯವಾಗುತ್ತದೆ. ನೀವು ನಿಮ್ಮ ಶಿಶುವಿಗೆ ಸ್ತನಪಾನ ಮಾಡಿಸುವದಕ್ಕೆ ಹಾಗೂ ಮತ್ತೊಂದು ಜೀವವು ಬರುವ ಸಮಯಕ್ಕಾಗಿ ತಯಾರಿಗಳು ನಡೆಯುತ್ತಿವೆ ಎಂದು ಅರ್ಥ.

ಕಲೆಗಳು– ಭ್ರೂಣವು, ಗರ್ಭಾಶಯದಲ್ಲಿ ತಮ್ಮ ಸ್ಥಾನವನ್ನು ಮಾಡಿಕೊಂಡಾಗ ಕೆಲವು ಮಹಿಳೆಯರಿಗೆ ತಿಳಿಯಾದ ಸ್ರಾವವಾಗುತ್ತದೆ. ಇದು ನಿಮ್ಮ ಪೀರಿಯಡ್‌ಗಿಂತ ಕೆಲವು ದಿನಗಳ ಮುಂಚೆ ಆಗಬಹುದು. ಇದರ ಬಣ್ಣ ತಿಳಿಯಾದ ಗುಲಾಬಿ ಆಗಿರುತ್ತದೆ(ಕೆಂಪಲ್ಲ).

ಪದೇ–ಪದೇ ಮೂತ್ರ ವಿಸರ್ಜನೆ ಮಾಡುವ ಇಚ್ಛೆ– ನಿಮಗೆ ಪದೇ–ಪದೇ ಮೂತ್ರ ವಿಸರ್ಜನೆ ಮಾಡುವ ಇಚ್ಛೆ ಉಂಟಾಗುತ್ತದೆ. ಗರ್ಭಧಾರಣೆಯ ಎರಡು– ಮೂರು ವಾರದನಂತರ ನಿಮಗೆ ಬಹಳ ಬೇಗ–ಬೇಗ ಮೂತ್ರ ವಿಸರ್ಜನೆಯನ್ನು ಮಾಡಬೇಕು ಎನಿಸುತ್ತದೆ. ಈ ಪುಸ್ತಕದಲ್ಲಿ ಇದರ ಕಾರಣವು ತಿಳಿಯುತ್ತದೆ.

ಸುಸ್ತು : ಸಂಪೂರ್ಣ ಶರೀರವು ಸೋತುಹೋಗುವಷ್ಟು ಸುಸ್ತಾಗುತ್ತದೆ. ಊರ್ಜೆ ಮುಗಿದು ಹೋಗುತ್ತದೆ ಹಾಗು ಸಂಪೂರ್ಣ ಶರೀರದಲ್ಲಿ ಆಲಸ್ಯ ಹರಡಿರುತ್ತದೆ. ನಿಮ್ಮ ಶರೀರವು ಮುಂದೆ ಬರುವಸಮಯಕ್ಕಾಗಿ ಸಿದ್ಧವಾಗುತ್ತಿದೆ.

ಓಕರಿಕೆ ಬರುವುದು : ಮೊದಲ ಮೂರು ತಿಂಗಳಲ್ಲಿ ಓಕರಿಕೆಯ ಕಾರಣದಿಂದ ಪದೇ–ಪದೇ ಬಚ್ಚಲುಮನೆ (bathroom) ಗೆ ಹೋಗಬೇಕಾಗಬಹುದು. ಗರ್ಭಧಾರಣೆಯಾದನಂತರ ಕೆಲವು ಮಹಿಳೆಯರಿಗೆ ಓಕರಿಕೆ ಮತ್ತು ವಾಂತಿ (ಮಾರ್ನಿಂಗ ಸಿಕನೆಸ್) ಯ ತೊಂದರೆ ಇರುತ್ತದೆ. ಸಾಮಾನ್ಯವಾಗಿ ಇದು ಆರನೆಯವಾರದ ಹತ್ತಿರ ಆರಂಭವಾಗುತ್ತದೆ.

ವಾಸನೆಗಳಿಗೆ ಸೂಕ್ಷ್ಮ ಗ್ರಾಹಿ : ಹೊಸ ಗರ್ಭಿಣಿಯರು ವಾಸನೆಗಳಿಗೆ ಬಹಳ ಸೂಕ್ಷ್ಮ ಗ್ರಾಹಿ ಆಗಿರುತ್ತಾರೆ. ಅವರು ಒಳ್ಳೆಯ ಮತ್ತು ಕೆಟ್ಟ ವಾಸನೆಗಳನ್ನು ಬಹಳ ಬೇಗನೆ ತಿಳಿದು ಕೊಳ್ಳುವರು.

ಉಬ್ಬಿಕೊಳ್ಳುವುದು ಅಥವಾ ಬ್ಲೌಟಿಂಗ್ : ಹೊಟ್ಟೆಯಲ್ಲಿ ಏನೋ ಉಬ್ಬಿಕೊಳ್ಳುತ್ತಿದೆ ಎಂದು ಅನಿಸುತ್ತದೆ. ಯದ್ಯಪಿ ಆಮೇಲೆ ಶಿಶುವಿನ ಕಾರಣದಿಂದ ಹೊಟ್ಟೆ ಉಬ್ಬಿಕೊಳ್ಳುತ್ತೆ. ಜೊತೆಗೆ ಪ್ರಾರಂಭದಲ್ಲಿ ಇದರ ಸೂಕ್ಷ್ಮವಾದ ಗುಣಗಳು ಅನುಭವವಾಗುತ್ತದೆ.

ಉಷ್ಣಾಂಶ ಹೆಚ್ಚಾಗುವುದು : "ಬೈಸಲ ಬಾಡಿ ಉಷ್ಣಾಂಶ" ನೀವು ವಿಶೇಷ ಬೈಸಲ ಬಾಡಿ ಥರ್ಮಾಮೀಟರಿಂದ ಬೆಳಗಿನ ಉಷ್ಣಾಂಶವನ್ನು ನೋಡಿದರೆ, ನಿಮ್ಮ ಶರೀರದ ಉಷ್ಣಾಂಶ ಒಂದು ಡಿಗ್ರಿ ಹೆಚ್ಚಾಗಿದೆ ಎಂದು ನಿಮಗೆ ಗೊತ್ತಾಗುವುದು. ಇದು ಗರ್ಭಾವಸ್ಥೆಯ ಸಮಯದಲ್ಲಿ ಹೆಚ್ಚಾಗಿ ಇರುವುದು. ಯದ್ಯಪಿ ಇದೇನು ದೊಡ್ಡ ಸಂಕೇತವಲ್ಲ ಆದರು ಆ ದೊಡ್ಡ ಸಂಕೇತದ ಅಂದಾಜನ್ನು ಕೊಟ್ಟೇ ಕೊಡುವುದು.

ಪೀರಿಯಡ್ಸ್ ಆಗುವುದಿಲ್ಲ : ಯಾವಗಲು ನಿಮ್ಮ ಪೀರಿಯಡ್ಸ್ ಸರಿಯಾದ ಸಮಯಕ್ಕೆ ಆಗಿ ಈ ಸಲ ಆಗದೆ ಹೋದರೆ ಪ್ರೆಗ್ನೆನ್ಸಿ ಟೆಸ್ಟ್‌ಗಿಂತ ಮೊದಲೇ ಪ್ರೆಗ್ನೆನ್ಸಿ ಆಗುವ ಅಂದಾಜು ಮಾಡಿಕೊಳ್ಳಬಹುದು.

ಗರ್ಭಾವಸ್ಥೆಯನ್ನು ಕಂಡುಹಿಡಿಯುವುದು

''ನಾನು ಗರ್ಭವತಿಯಾಗಿದ್ದೇನೊ ಇಲ್ಲವೋ ಎಂದು ಖಂಡಿತವಾಗಿ ಹೇಗೆ ಕಂಡುಹಿಡಿಯಲಿ?''

ಎಲ್ಲಕ್ಕಿಂತ ಮೊದಲು ನಿಮ್ಮ ಮನಸ್ಸಿನ ಮಾತನ್ನು ಕೇಳಿ. ಇದರಿಂದ ನಿಮಗೆ ಸ್ವಲ್ಪ ಅಂದಾಜಾಗುತ್ತದೆ. ಹಾಗು ಸರಿಯಾದ ಅಂದಾಜಿಗೆ ಚಿಕಿತ್ಸೆಯ ವಿಜ್ಞಾನ ಇದ್ದೇ ಇದೆ. ನೀವು ಗರ್ಭಿಣಿಯಾಗಿದ್ದೀರೋ ಇಲ್ಲವೊ ಎಂದು ಇತ್ತೀಚೆಗೆ ಅನೇಕ ರೀತಿಯ ಟೆಸ್ಟ್‌ಗಳಿಂದ ಕಂಡುಹಿಡಿಯ ಬಹುದು.

ಹೊಮ್ ಪ್ರೆಗ್ನೆನ್ಸಿ ಟೆಸ್ಟ್ : ನೀವು ಇದನ್ನು ನಿಮ್ಮ ಬಾತ್‌ರೂಮ್‌ನಲ್ಲಿಯೇ ಆರಾಮವಾಗಿ ಪೂರ್ಣ ಗೋಪ್ಯವಾಗಿ ಮಾಡಬಹುದು. ಇದು ತುಂಬ ಸುಲಭ. ಕೆಲವು ಹೇಗಿದೆ ಎಂದರೆ ಅದನ್ನು ನೀವು ಪೀರಿಯಡ್ಸ್ ಮಿಸ್ ಮಾಡುವ ಮುಂಚ್ಚೇನೆ ಮಾಡಬಹುದು (ಆದರೂ ಸರಿಯಾಗಿರುವ ಪರಿಣಾಮ

ಪೀರಿಯಡ್ಸ್‌ನಂತರವೇ ಸಿಗುವುದು) ಅಂದರೆ ಮೂತ್ರದಲ್ಲಿ ಹೆಚ್.ಸೀ.ಜೀ ಹಾರ್ಮೋನ್‌ನಿನ ತಪಾಸಣೆ ಆಗುತ್ತದೆ. ಅದನ್ನು ಪ್ಲಾಸೆಂಟಾ ಮಾಡುವುದು. ಇದು ನಿಮ್ಮ ರಕ್ತದಲ್ಲಿ ಸೇರುವುದಿಕ್ಕೆ ವಿಳಂಬಿಸುವುದಿಲ್ಲ. ಮೂತ್ರದಲ್ಲಿ ಇದರ ತಪಾಸಣೆ ಆಗುತ್ತಿದ್ದಾಗಲೇ ನಿಮಗೆ ಪಾಸಿಟಿವ್ ಪರಿಣಾಮ ದೊರಕುತ್ತದೆ. ಆದರೆ ಇದು ಅಷ್ಟೇನು ಸಂವೇದನಶೀಲವಾಗಿರುವುದಿಲ್ಲ.

ಗರ್ಭಧಾರಣೆಯ ಒಂದು ವಾರದನಂತರ ನಿಮ್ಮ ರಕ್ತದಲ್ಲಿ ಹೆಚ್.ಸೀ.ಜೀ.ಯಂತು ಇರುತ್ತದೆ ಆದರೆ ಇದರ ತಪಾಸಣೆ ಮಾಡವುದು ಸಾಧ್ಯವಾಗುವುದಿಲ್ಲ. ನೀವು ಪೀರಿಯಡ್ಸ್‌ಗಿಂತ ಏಳು ದಿವಸ ಮುಂಚ್ಚಿತವಾಗಿಯೆ ತಪಾಸಣೆ ಮಾಡಿದರೂ ಗರ್ಭಾವಸ್ಥೆಯು ಇದ್ದರೂ ಪರಿಣಾಮ ನೆಗೆಟಿವ್ ಬರುವುದು.

ಪೀರಿಯಡ್ಸ್‌ಗಿಂತ : ನಾಲ್ಕು ದಿನಗಳ ಮೊದಲೇ ತಪಾಸಣೆ ಮಾಡಿದರೆ 60% ತನಕ ಸರಿಯಾದ ಪರಿಣಾಮ ಸಿಗಬಹುದು. ಪೀರಿಯಡ್ಸ್ ದಿನ ಮಾಡಿದರೆ 90% ಸರಿಯಾದ ಪರಿಣಾಮ ಸಿಗಬಹುದು ಹಾಗು ಒಂದುವಾರದನಂತರ ಮಾಡಿದರೆ 97% ಆಗುವುದು. ಕಾಲ ಕಳೆದಂತೆ ಪರಿಣಾಮ ಸ್ಪಷ್ಟ ಮತ್ತು ಶುದ್ಧವಾಗುವುದು. ಈ ಟೆಸ್ಟ್ ಮಾಡಿದ ಮೇಲೆ ನಿಮಗೆ ನಿಮ್ಮ ಗರ್ಭಾವಸ್ಥೆಯ ಅಂದಾಜು ಮೊದಲೇ ಆಗುವ ಕಾರಣ ನೀವು ನಿಮ್ಮ ಡಾಕ್ಟರ್ ಅಥವಾ ದಾದಿಯ ಸಹಾಯದಿಂದ ನಿಮ್ಮ ಆರೈಕೆ ಪ್ರಾರಂಭಿಸ ಬಹುದು. ಇದರನಂತರ ಮೆಡಿಕಲ್ ಟೆಸ್ಟ್ ಇದ್ದೇ ಇದೆ. ಸಂಪೂರ್ಣ ತಪಾಸಣೆ ಹಾಗು ರಕ್ತದ ತಪಾಸಣೆಯನಂತರ ಎಲ್ಲವು ಪೂರ್ಣವಾಗಿ ನಿರ್ದಿಷ್ಟವಾಗುವುದು.

ರಕ್ತದ ತಪಾಸಣೆ : ಗರ್ಭಧಾರಣೆಯ ಒಂದುವಾರದನಂತರ ರಕ್ತದ ತಪಾಸಣೆ ಮಾಡಿಸಿದರೆ ನೀವು ಗರ್ಭಿಣಿ ಆಗಿದ್ದೀರೋ ಇಲ್ಲವೋ ಎಂದು 100 % ಗೊತ್ತಾಗುವುದು . ಇದರಲ್ಲಿ ಹೆಚ್.ಸೀ.ಜೀ. ಯ ಸರಿಯಾದ ಪ್ರಮಾಣ ಹಾಗು ಸ್ತರವನ್ನು ಊಹಿಸಿಕೊಂಡು ಗರ್ಭಾವಸ್ಥೇಯ ಸರಿಯಾದ ತಾರೀಖನ್ನು ಹೇಳಬಹುದು. ಗರ್ಭಾವಸ್ಥೆಮುಂದವರೆದಂತೆ ರಕ್ತದಲ್ಲಿ ಹೆಚ್.ಸೀ.ಜೀ. ಯ ಪ್ರಮಾಣವು ಹೆಚ್ಚಾಗುತ್ತದೆ. ಅನೇಕ ಡಾಕ್ಟರಗಳು ರಕ್ತದ ಜೊತೆಗೆ ಮೂತ್ರದ ತಪಾಸಣೆ ಮಾಡಿಸುವ ಸಲಹೆ ಕೊಡುತ್ತಾರೆ.

ಮೆಡಿಕಲ್ ತಪಾಸಣೆ : ಯಧ್ಯಪಿ ರಕ್ತ ಹಾಗು ಮೂತ್ರದ ತಪಾಸಣೆಯಿಂದ ಗರ್ಭಾವಸ್ಥೆಯನ್ನು ಸರಿಯಾಗಿ ಊಹಿಸಬಹುದು . ಆದರೂ ಗರ್ಭಾಶಯದ ಆಕಾರ ಯೋನಿ ಮತ್ತು ಸರವಿಕ್ಸದ ಬಣ್ಣ ಅಥವಾ ಸರವಿಕ್ಸಿನ ರಚನೆಯ ವ್ಯತ್ಯಾಸದಿಂದ ಗರ್ಭಾವಸ್ಥೆಯ ಮೆಡಿಕಲ್ ತಪಾಸಣೆ ಆಗಬಹುದು.

ಒಂದು ಸಣ್ಣ ರೇಖೆ

''ನಾನು ಮನೆಯಲ್ಲಿ ಹೊಮ್ ಪ್ರೆಗ್ನೆನ್ಸಿ ಟೆಸ್ಟ್ ಮಾಡಿದ್ದಾಗ ಅದರಲ್ಲಿ ಕೇವಲ ಒಂದು ಸಣ್ಣದಾದ ರೇಖೆ ಕಾಣಿಸಿತು. ನಾನು ಗರ್ಭಿಣಿ ನಾ?''

ನಿಮ್ಮ ರಕ್ತ ಅಥವಾ ಮೂತ್ರದಲ್ಲಿ ಹೆಚ್.ಸೀ.ಜೀ. ಯ ಸ್ತರ ಕಾಣಿಸಿದರೆ ಮಾತ್ರ ಈ ಟೆಸ್ಟಿನಲ್ಲಿ ಪಾಸಿಟಿವ್ ಪರಿಣಾಮ ಕಾಣಿಸುವುದು. ಇದು ನಿಮ್ಮ ಶರೀರದಲ್ಲಿ ನೀವು ಗರ್ಭಿಣಿ ಆದಾಗಲೆ ತಯಾರಾಗುವುದು. ಟೆಸ್ಟಲ್ಲಿ ಸಣ್ಣದಾದ ರೇಖೆ ಕಾಣಿಸಿದರೂ ನೀವು ಗರ್ಭಿಣಿ ಆಗೀದ್ದೀರಿ.

ನಿಮಗೆ ಗಾಢವಾದ ರೇಖೆಯ ಬದಲು ಸಣ್ಣ ರೇಖೆ ಕಾಣಿಸಿದ ಕಾರಣವೇನೆಂದರೆ ನೀವು ಯಾವ ಟೆಸ್ಟ್ ಮಾಡುತ್ತಿದ್ದಿರೋ ಅದರಲ್ಲಿ ಸಂವೇದನಶೀಲತೆಯ ಸ್ತರಗಳು ಭಿನ್ನ-ಭಿನ್ನ ವಾಗಿರುತ್ತದೆ. ಗರ್ಭಾವಸ್ಥೆಯಲ್ಲಿ ಹೆಚ್.ಸೀ.ಜೀ. ನ ಸ್ತರ ಪ್ರತಿದಿನ ಹೆಚ್ಚಾಗುವುದು. ಗರ್ಭಧಾರಣೆ ಆದ ಮೇಲೆ ಎಷ್ಟು ದಿನಗಳಾಗಿವೆ ಎಂದು ನೋಡಬೇಕು. ನೀವು ಬಹಳ ಬೇಗನೆ ತಪಾಸಣೆ ಮಾಡಿದ್ದರೆ ಹೆಚ್.ಸೀ.ಜೀ. ಯ ಸಂಖ್ಯೆ ಕಡಿಮೇನೆ ಸಿಗುವುದು.

ನಿಮ್ಮ ಪ್ರೆಗ್ನೆನ್ಸಿ ಟೆಸ್ಟ್‌ನ ಸಂವೇದನಶೀಲತೆಯನ್ನು ಪರೀಕ್ಷಿಸಲು ಪ್ಯಾಕೆಟ್‌ನ ಹಿಂದೆ ಕೊಟ್ಟಿರುವ ಪ್ರಮಾಣ ಹಾಗು ಅಳತೆಯನ್ನು ಗಮನವಿಟ್ಟು ಓದಿ. ಇದರಲ್ಲಿ ಮಿ.ಲಿ. ಇಂಟಾಪೈಶನಲ್ ಯೂನಿಟ್ ಮೇಲೆ ಲೀಟರಿನ ಅಳತೆ ಎಷ್ಟು ಕಡಿಮೆ ಇರುವುದೋ ಅಷ್ಟು ಟೆಸ್ಟ್ ಸಂವೇದನಶೀಲವಾಗಿರುವುದು. 50ಮಿ.ಲಿ. ಬದಲು 20 ಮಿ.ಲಿ. ಯ ಟೆಸ್ಟ್ ನಿಮಗೆ ಬೇಗ ಹಾಗು ಸ್ಪಷ್ಟ ಪರಿಣಾಮ ಕೊಡುತ್ತದೆ. ಹೆಚ್ಚು ಬೆಲೆಯ ಟೆಸ್ಟ್‌ಗಳು ಅಧಿಕ ಸಂವೇದನಶೀಲವಾಗಿರುವುದು.

ನೆನಪಿರಲಿ, ಗರ್ಭಾವಸ್ಥೆಯಲ್ಲಿ ಪ್ರತಿದಿನ ಹೆಚ್.ಸೀ ಜೀ. ನ ಸ್ತರ ಹೆಚ್ಚಾಗುವುದು. ನೀವು ಬಹಳ ಬೇಗ ಟೆಸ್ಟ್ ಮಾಡುತ್ತಿದ್ದರೆ ರೇಖೆ ಬಹಳ ಸಣ್ಣದಾಗಿರುವುದು. ಎರಡು ದಿನಗಳನಂತರ ಪುನ: ಮಾಡಿನೋಡಿ. ಆಗ ನಿಮ್ಮ ಸಂದೇಹವೆಲ್ಲ ದೂರವಾಗುವುದು.

ಪಾಸಿಟಿವ್ ಬರಲ್ಲಿಲ್ಲ

''ನನ್ನ ಮೊದಲನೆಯ ಪ್ರೆಗ್ನೆನ್ಸಿ ಟೆಸ್ಟ್ ಪಾಸಿಟಿವ್ ಬಂತು ಆದರೆ ಸ್ವಲ್ಪ ಹೊತ್ತಾದ ಮೇಲೆ ನೆಗೆಟಿವ್ ಬಂತು. ಆಮೇಲೆ ನನ್ನ ಪೀರಿಯಡ್ಸ್ ಆಯಿತು. ಇದೇನಾಗುತ್ತಿದೆ?''

ನಿಮಗೆ ಕೆಮಿಕಲ್ ಪ್ರೆಗ್ನೆನ್ಸಿ ಆಗಿರಬಹುದು. ಇದರಲ್ಲಿ ಗರ್ಭಾವಸ್ಥೆ ಪ್ರಾರಂಭಾಗುವ ಮೊದಲೇ ಮುಗಿದು ಹೋಗುವುದು. ಈ ಗರ್ಭಾವಸ್ಥೆಯಲ್ಲಿ ಮೊಟ್ಟೆ ಫರ್ಟಿಲೈಜ್ ಆದ ಮೇಲೆ ಗರ್ಭಾಶಯದಲ್ಲಿ ಇನ್‌ಪ್ಲಾಂಟ್ ಆಗುವುದು ಆದರೆ ಪೂರ್ಣವಾಗಿ ಇನ್‌ಪ್ಲಾಂಟಾಗುವುದಿಲ್ಲ. ಅದು ಗರ್ಭಾವಸ್ಥೆಯಲ್ಲಿ ಬದಲಾಯಿಸದೆ ಪೀರಿಯಡ್ಸ್‌ನಲ್ಲೇ ಮುಗಿದು ಹೋಗುವುದು. ವಿಶೇಷ ತಜ್ಞರಂತೆ ಎಲ್ಲ ಗರ್ಭಾಧಾನಗಳಲ್ಲಿ ಸುಮಾರು 70% ಕೆಮಿಕಲ್ ಆಗಿರುವುದು. ಹೆಚ್ಚಾಗಿ ಮಹಿಳೆಯರಿಗೆ ತಿಳಿಯುವುದೇ ಇಲ್ಲ . ಅವರು ಗರ್ಭಿಣಿ ಎಂದು(ಹೊಮ್ ಪ್ರೆಗ್ನೆನ್ಸಿ ಟೆಸ್ಟ್ ಇಲ್ಲದ್ದಿದ್ದಾಗ ಮಹಿಳೆಯರಿಗೆ ಬಹಳ ಸಮಯದವರೆಗೂ ಗರ್ಭಾವಸ್ಥೆಯ ವಿಷಯದಲ್ಲಿ ಏನು ಗೊತ್ತಾಗುತ್ತಿರಲ್ಲಿಲ್ಲ.) ಬೇಗನೆ ಪ್ರೆಗ್ನೆನ್ಸಿ ಟೆಸ್ಟ್ ಮಾಡುವುದು ಹಾಗು ಪೀರಿಯಡ್ಸ್ ತಡವಾಗಿ ಆಗುವುದು, ಈ ಕಾರಣದಿಂದ ಕೆಮಿಕಲ್ ಪ್ರೆಗ್ನೆನ್ಸಿಯ ಲಕ್ಷಣಗಳು ಕಾಣಿಸಿಕೊಳ್ಳುವುದು.

ಮೆಡಿಕಲ್ ದೃಷ್ಟಿಯಂತೆ ಕೆಮಿಕಲ್ ಪ್ರೆಗ್ನೆನ್ಸಿ ಒಂದು ಚಕ್ರದ ರೀತಿ ಇರುತ್ತದೆ. ಅದರಲ್ಲಿ ಪ್ರೆಗ್ನೆನ್ಸಿಯಲ್ಲಿ ಯಾವುದೇ ಗರ್ಭಪಾತವಾಗುವುದಿಲ್ಲ. ಯಾರು ಮೊದಲೇ ಟೆಸ್ಟ್ ಮಾಡಿಕೊಳ್ಳುತ್ತಾರೊ ಆ ಭಾವುಕವಾದ ಮಹಿಳೆಯರಿಗೆ ಇದು ಬೇರೆನೆ ಕಥೆ ಆಗಿಬಿಡುತ್ತದೆ. ಯಧ್ಯಪಿ ಇದು ಟೆಕ್ನಿಕಲ್ ರೀತಿಯಲ್ಲಿ ಗರ್ಭಾವಸ್ಥೆಯ ಹಾನಿ ಅಲ್ಲ . ಆದರೂ ಒಂದು ಕರಾರು ಮುಗಿದು ಹೋಗಿದಂತಾಗುತ್ತದೆ. ಇದು ನಿಮಗೆ ಮತ್ತು ನಿಮ್ಮ ಸಂಗಾತಿಯ ಮನಸ್ಸಿಗೆ ಬೇಜಾರು ಮಾಡುವುದು. ಈ ಪುಸ್ತಕದಲ್ಲಿ ನಿಮಗೆ ಈ ಪರಿಸ್ಥಿತಿಯನ್ನು ಬಗೆಹರಿಸುವುದು ಹೇಗೆಂದು ಹೇಳಲಾಗುವುದು.

ಅನಿಯಮಿತತೆ ತಪಾಸಣೆ

ಪೀರಿಯಡ್ಸ್ ಸರಿಯಾದ ಸಮಯಕ್ಕಾಗದೆ ಹೋದರೆ ಟೆಸ್ಟಿನ ಸ್ಥಿತಿ ನಿಶ್ಚಯಿಸಲು ಕಷ್ಟವಾಗುತ್ತದೆ. ಪೀರಿಯಡ್ಸ್ ಸರಿಯಾಗಿ ಗೊತ್ತಿರದೆ ಹೋದರೆ ಟೆಸ್ಟ್ ಹೇಗೆ ಮಾಡುವುದು? ಹೋದ ಆರು ತಿಂಗಳುಗಳಲ್ಲಿ ಯಾವುದು ಎಲ್ಲಕ್ಕಿಂತ ದೊಡ್ಡ ಚಕ್ರವಿತ್ತೋ ಅದರ ಲೆಕ್ಕದಲ್ಲಿ ಕಾಯ್ದು ಟೆಸ್ಟ್ ಮಾಡಿ ನೋಡಿ. ಪೀರಿಯಡ್ಸ್ ಆಗದೆ ಪರಿಣಾಮವು ನೆಗೆಟಿವ್ ಬಂದರೆ ಕೆಲವು ದಿನಗಳನಂತರ ಅಥವಾ ಕೆಲವು ವಾರದನಂತರ ಪುನ: ತಪಾಸಣೆ ಮಾಡಿ.

ಒಂದು ನೆಗೆಟಿವ್ ಪರಿಣಾಮ

''ನಾನು ಗರ್ಭಿಣಿ ಎಂದು ನನಗೆ ಅನಿಸಿತು ಆದರೆ ನನ್ನ ಮೂರೂ ಟೆಸ್ಟ್ ನೆಗೆಟಿವ್ ಬಂತು. ನಾನು ಏನು ಮಾಡಬೇಕು?''

ನಿಮ್ಮ ಮೂರು ಟೆಸ್ಟ್ ನೆಗೆಟಿವ್ ಬಂದರೂ ನಿಮಗೆ ನೀವು ಗರ್ಭಿಣಿ ಎಂದು ಅನಿಸಿದರೆ ಏನಾದರು ನಿರ್ದಿಷ್ಟವಾಗಿ ತಿಳಿಯುವತನಕ ಒಂದು ಚೊಚ್ಚಲು ಗರ್ಭಿಣಿ ಗಮನ ಕೊಡುವ ಎಲ್ಲಾ ಜಾಗರೂಕತೆಗಳನ್ನು ಗಮನದಲ್ಲಿ ಇಟ್ಟು ಕೊಳ್ಳಿ. ನಿಮ್ಮ ಶರೀರವು ಆ ಟೆಸ್ಟ್‌ಗಿಂತ ಚೆನ್ನಾಗಿ ತಿಳಿದಿರಬಹುದು. ನೀವು ಬಹಳ ಬೇಗನೆ ಟೆಸ್ಟ್ ಮಾಡಿರಬಹುದು. ಆದಕಾರಣ ಒಂದು ವಾರದತನಕ ಕಾದಿದ್ದು ಪುನ: ಟೆಸ್ಟ್ ಮಾಡಿ. ನಿಮ್ಮ ಚಿಕಿತ್ಸಕರ ಹತ್ತಿರ ರಕ್ತದ ತಪಾಸಣೆಯನ್ನು ಮಾಡಿಸಬಹುದು. ಅವರು ಅಧಿಕ ಸಂವೇದನಶೀಲತೆಯಿಂದ ಮೂತ್ರದಲ್ಲಿ ಹೆಚ್.ಸೀ.ಜೀ.ನ ಸ್ತರವನ್ನು ಹೇಳುವರು.

ನೀವು ಎಲ್ಲ ಲಕ್ಷಣಗಳು ಅನುಭವಿಸಿದರೂ ಗರ್ಭಿಣಿ ಆಗಿಲ್ಲದಿರಬಹುದು. ಟೆಸ್ಟ್ ನೆಗೆಟಿವ್ ಇದ್ದು ಪೀರಿಯಡ್ಸೂ ಬಾರದೇ ಹೋದರೆ ಡಾಕ್ಟರಿಗೆ ಹೇಳಿ. ಅವರು ಈ ಲಕ್ಷಣಗಳಿಗೆ ಯಾವುದಾದರು ಬೇರೆ ಜೈವಿಕ ಕಾರಣಗಳನ್ನು

ನೀವು ಗರ್ಭಿಣಿ ಆಗಿಲ್ಲದೆ ಹೋದರೆ....

ನಿಮ್ಮ ತಪಾಸಣೆ ನೆಗೆಟಿವ್ ಬಂದರೆ ನೀವು ಗರ್ಭಿಣಿ ಆಗಿಲ್ಲದೆ ಹೋದರೆ ಹಾಗು ನೀವು ಗರ್ಭಿಣಿ ಆಗಬೇಕೆಂದು ಬಯಸಿದರೆ ಗರ್ಭಧಾನದ ಮೊದಲನೆಯ ಚರಣಗಳಲ್ಲಿ ಪೂರ್ತಿ ಗಮನ ಕೊಡಿ. ನಿಮಗೆ ಬಹಳ ಬೇಗನೆ ಸಿಹಿ ಸುದ್ದಿ ಸಿಗುವುದು.

ಸ್ಮಾರ್ಟ ಟೆಸ್ಟಿಂಗ್

ಹೊಮ್ ಪ್ಯಾಕೇಜ್ ಟೆಸ್ಟ್ ಬಹಳ ಸುಲಭವಾದದು. ಇದಕ್ಕೆ ಏನು ಕಲಿಯುವ ಆವಶ್ಯಕತೆಇಲ್ಲ. ಆದರೆ ನೀವು ಇದರ ವಿಷಯವನ್ನು ಖಂಡಿತವಾಗಿ ಓದಲೇಬೇಕು ಮತ್ತು ಅದರಂತೆ ನಡೆಯಬೇಕು. ಈ ಸಲಹೆಗಳನ್ನು ಗಮನಿಸಿದರೆ ನೀವು ಏನಾಗುತ್ತದೆಂದೋ ಎನ್ನುವ ಗೊಂದಲಲ್ಲಿ ಇರುವುದಿಲ್ಲ .

- ಬ್ರಾಂಡ್ ಅಂತೆ ನೀವು ಸ್ಟಿಕ್ಕನ್ನು ಮೂತ್ರದ ಪ್ರವಾಹದಲ್ಲಿ ಕೆಲವು ಸೆಕೆಂಡ್ಸ್‌ಗಳು ಇಡುತ್ತೀರಿ ಅಥವಾ ಒಂದು ಕಪ್ಪಲ್ಲಿ ಮೂತ್ರ ಹಿಡಿದು ಅದರಲ್ಲಿ ಸ್ಟಿಕ್ಕನ್ನು ಮುಳಗಿಸುತ್ತೀರಿ. ಸಾಮಾನ್ಯವಾಗಿ ಮಧ್ಯದ ಮೂತ್ರವನ್ನು ತೆಗೆದುಕೊಳ್ಳುವ ಸಲಹೆ ಕೊಡುತ್ತಾರೆ ಏಕೆಂದರೆ ಅದರಲ್ಲಿ ಪರಿಣಾಮ ಆಧಿಕ ಸ್ಪಷ್ಟವಾಗಿರುತ್ತದೆ. ಒಂದೆರಡು ಸೆಕೆಂಡ್ಸ್ ಮೂತ್ರ ವಿಸರ್ಜಿಸಿದನಂತರ ಕೈಯಲ್ಲಿ ಸ್ಟಿಕ್ ಅಥವಾ ಕಪ್ಪನ್ನು ತೆಗೆದುಕೊಂಡು ಅದರ ಮೇಲೆ ಮೂತ್ರ ವಿಸರ್ಜಿಸಿ.
- ಸಾಮಾನ್ಯವಾಗಿ ಪ್ರಾತ:ಕಾಲದಲ್ಲಿ ಮೂತ್ರದ ತಪಾಸಣೆ ಮಾಡುವುದು ಒಳ್ಳೆಯದು ಆದರೆ ನೀವು ಪೀರಿಯಡ್‌ಗಿಂತ ಮೊದಲೇ ಟೆಸ್ಟ್ ಮಾಡುತ್ತಿದರೆ, ಮೂತ್ರದಲ್ಲಿ ಹೆಚ್.ಸೀ.ಜೀ. ನ ಅಧಿಕ ಸ್ತರ ಸ್ಪಷ್ಟವಾಗಿ ಬರಲು ನಾಲ್ಕು ಘಂಟೆಯ ತನಕ ಮೂತ್ರ ವಿಸರ್ಜಿಸದೆ ಆಮೇಲೆ ವಿಸರ್ಜಿಸಿ ಟೆಸ್ಟ್ ಮಾಡಿ.
- ಕಂಟ್ರೋಲ್ ಇಂಡಿಕೇಟರನ್ನು ಗಮನಿಸಿ. ಅದರಿಂದ ಟೆಸ್ಟ್ ಸರಿಯಾಗಿ ಕೆಲಸ ಮಾಡುತ್ತಿದೆಂದೋ ಇಲ್ಲವೊ ಎಂದು ತಿಳಿದುಕೊಳ್ಳ ಬಹುದು. (ಡಿಜಿಟಲ್ ಟೆಸ್ಟ್‌ಲ್ಲಿ ಒಂದು ಹೊಳೆಯುವ ಕಂಟ್ರೋಲ್ ಸಿಂಬಲ್ ಇರುತ್ತದೆ)
- ಗಮನವಿಟ್ಟು ನೋಡಿ– ಯಾವುದೇ ನಿರ್ಧಾರ ತೆಗೆದು ಕೊಳ್ಳುವ ಮುಂಚೆ ಸರಿಯಾಗಿ ಗಮನಿಸಿ. ಯಾವುದೇ ಲೈನ ಕಂಡರೂ (ಗುಲಾಬಿ ಬಣ್ಣದ ಅಥವಾ ನೀಲಿ ಬಣ್ಣದ, ಪಾಸಿಟಿವ್ ಸಂಕೇತ ಅಥವಾ ಡಿಜಿಟಲ್ ರೀಡಿಂಗ್) ನೀವು ಗರ್ಭಿಣಿ ಎಂದು ತಿಳಿದುಕೊಳ್ಳಿ , ಶುಭಾಶಯಗಳು. ಪರಿಣಾಮ ಪಾಸಿಟಿವ್ ಬರದೇ ಹೋದರೆ ಹಾಗು ಪೀರಿಯಡ್ಸ್ ಬರದೇ ಹೋದರೆ ಪುನ: ತಪಾಸಣೆ ಮಾಡಿ. ಸರಿಯಾದ ಫಲಿತಾಂಶ ಬರುತ್ತದೆ.

ಹುಡುಕಲಿ. ನೀವು ಭಾವನಾತ್ಮಕ ಕಾರಣದಿಂದ ಈ ಲಕ್ಷಣಗಳನ್ನು ಅನುಭವಿಸುತ್ತಿರಬಹುದು. ಎಷ್ಟೋ ಸಲ ಮನಸ್ಸಿನ ಇಚ್ಛೆ ಬಲವಾಗಿ ಶರೀರದ ಮೇಲೆ ಪ್ರಭಾವ ಬೀರುವುದು ಆಗ ನೀವು ಗರ್ಭಾವಸ್ಥೆ ಇಲ್ಲದೆಇದ್ದರೂ ನಿಮಗೆ ಅದರ ಲಕ್ಷಣಗಳು ಕಾಣಿಸುತ್ತಿರಬಹುದು. ಗರ್ಭಾವಸ್ಥೆ ಪಡೆಯುವ ಇಚ್ಛೆ (ಅದರಿಂದ ರಕ್ಷಣೆಯ ಭಯ)

ಮೊದಲನೆಯ ಭೇಟಿ ಯಾವಾಗಾಗಲಿ

''ನನ್ನ ಹೊಮ್ ಪ್ರೆಗ್ನೆನ್ಸಿ ಟೆಸ್ಟ್ ಪಾಸಿಟಿವ್ ಬಂದಿದೆ. ನಾನು ಡಾಕ್ಟರನ್ನು ಮೊದಲನೆಯ ಸಲ ಭೇಟಿ ಯಾವಾಗ ಮಾಡಲಿ.''

ಯಾವುದೆ ಸ್ವಸ್ಥ ಶಿಶುವಿನ ಜನ್ಮಕ್ಕಾಗಿ ಆವಶ್ಯಕವೆಂದರೆ ಪ್ರಸವ ಪೂರ್ವ ಡಾಕ್ಟರಿನ ಸುಶ್ರೂಷೆ ಹಾಗು ಸಲಹೆ ಸಿಗುತ್ತಿರಲಿ. ಹೊಮ್ ಪ್ರೆಗ್ನೆನ್ಸಿ ಟೆಸ್ಟ್ ಪಾಸಿಟಿವ್ ಬಂದ ತಕ್ಷಣವೇ ಡಾಕ್ಟರ ಹತ್ತಿರ ಹೋಗಲು ತಡ ಮಾಡಬೇಡಿ. ಅದರಂತೆ ಅನೇಕ ಚಿಕಿತ್ಸಾಲಯಗಳಲ್ಲಿ ನೀವು ಹೋದ ತಕ್ಷಣವೆ ತಪಾಸಣೆ ಮಾಡಿ ಜಾಗರೂಕತೆಗಳನ್ನು ಹೇಳುತ್ತಾರೆ . ಆದರೆ ಅನೇಕ ಡಾಕ್ಟರ್‌ಗಳು ಗರ್ಭಾವಸ್ಥೆ ಪ್ರಾರಂಭವಾಗಿ 7–8 ವಾರಗಳನಂತರವೇ ತಪಾಸಣೆ ಪ್ರಾರಂಭಿಸುತ್ತಾರೆ. ಅನೇಕ ಕಡೆಗಳಲ್ಲಿ ಗರ್ಭಾವಸ್ಥೆಯ ತಪಾಸಣೆಗೆ ಮೊದಲು ಭೇಟಿಯನ್ನು ನಿರೀಕ್ಷಿಸುತ್ತಾರೆ.

ನಿಮ್ಮ ಡಾಕ್ಟರ್ ನಿಮಗೆ ಈಗ ಭೇಟಿ ಮಾಡಲು ಸಮಯ ಕೊಡದೇ ಹೋದರೆ, ನೀವು ನಿಮ್ಮ ಮತ್ತು ನಿಮ್ಮ ಶಿಶುವಿನ ಆರೈಕೆ ಮಾಡವುದು ಪ್ರಾರಂಭಿಸಬಾರದೆಂದು ಅರ್ಥವಲ್ಲ. ನಿಮ್ಮ ಪಾಸಿಟಿವ್ ತಪಾಸಣೆ ತಿಳಿದ ತಕ್ಷಣ ನೀವು ನಿಮ್ಮನ್ನು ಗರ್ಭಿಣಿಯೆಂದೇ ತಿಳಿದು ಕೊಳ್ಳಿ . ನಿಮಗೆ ಗೊತ್ತಿರಬಹುದು ಈ ಸಮಯದಲ್ಲಿ ನೀವು ಮದ್ಯಪಾನ ಮತ್ತು ಧೂಮಪಾನ ಅವಶ್ಯವಾಗಿ ಬಿಡಬೇಕು, ಪ್ರೋಟಿನ್ ಯುಕ್ತ ಆಹಾರವನ್ನು ಸೇವಿಸ ಬೇಕು ಇತ್ಯಾದಿ–ಇತ್ಯಾದಿ. ನೀವು ಪ್ರೆಗ್ನೆನ್ಸಿ ಪ್ರೋಗ್ರಾಮ್ ಮಾಡಬೇಕೆಂದರೆ ಡಾಕ್ಟರಿಗೆ ಫೋನ್ ಮಾಡಲು ಸಂಕೋಚಿಸ ಬೇಡಿ. ಅಲ್ಲಿ ನಿಮ್ಮಿಂದ ಒಂದು ಪ್ರಶ್ನೆಗಳ ವಿವರಣೆಪತ್ರವನ್ನು ತುಂಬಿಸಿದನಂತರ ಪೌಷ್ಟಿಕ ಆಹಾರ ಮತ್ತು ಸುರಕ್ಷಿತವಾದ ಔಷಧಿಗಳ ಸೂಚಿಪತ್ರವನ್ನು (ವಿವರಣೆಪತ್ರವನ್ನು)

ಗರ್ಭಾವಸ್ಥೆಯ ಸಂಭಾವಿತ ಲಕ್ಷಣಗಳು

ಸಂಕೇತ	ಯಾವಾಗ	–ಬೇರೆಕಾರಣಗಳು
ಯೋನಿಸ್ರಾವ ಹಾಗೂ ಮುಖದ ಜೀವಕೋಷಗಳ ಬಣ್ಣ ಬದನೆಬಣ್ಣವಾಗುವುದು.– ಪೂರ್ತಿ ಆಗದೇಇರೋದು	ಮೊದಲನೆಯುಮೂರು – ತಿಂಗಳು	ಮಾಸಿಕ ಚಕ್ರ ತಿಳಿಯಾದ
ಸರ್ವಿಕ್ಸ ಹಾಗು ಗರ್ಭಾಶಯು ಸಾಫ್ಟ್ ಆಗುವುದು–	ಸುಮಾರು 6 ವಾರ–	ಮಾಸಿಕ ಚಕ್ರದಲ್ಲಿನಿಧಾನ
ಹೊಟ್ಟೆಯು ಕೆಳ ಭಾಗ ಹಾಗು ಗರ್ಭಾಶಯು ದೊಡ್ಡದಾಗುವುದು–	ಗರ್ಭಧಾರಣೆಯು 8 12 ವಾರದನಂತರ	ಫೈಬ್ರಾಯಡ್ ಟ್ಯೂಮರ್
ಯುೂಟೆರಿಯನ್ ಆರ್ಟರಿ ಪಲ್ಸೇಶನ್–	ಪ್ರಾರಂಭಿಕ ಗರ್ಭಾವಸ್ಥೆ–	ಫೈಬ್ರಾಯಡ್ ಟ್ಯೂಮರ್
ಭ್ರೂಣದ ಚಲನಗಳು–	ಗರ್ಭಾವಸ್ಥೆಯು 16–22 ವಾರದಲ್ಲಿ ಪ್ರಾರಂಭ–	ಗ್ಯಾಸ್, ಹೊಟ್ಟೆ ಉಬ್ಬುವುದು

ಗರ್ಭಾವಸ್ಥೆಯ ಸಕಾರಾತ್ಮಕವಾದ ಲಕ್ಷಣಗಳು

ಸಂಕೇತ	ಯಾವಾಗ ಕಾಣಿಸುವುದು	ಬೇರೆ ಸಂಭಾವಿತ ಕಾರಣಗಳು
ಅಲ್ಟ್ರಾಸೌಂಡ್‌ನ ಸಹಾಯದಿಂದ ಗ್ಯಾಸ್ಟೇಶನಲ್ ಸ್ಯಕ್ ಅಥವಾ ಭ್ರೂಣವನ್ನು ನೋಡುವುದು*	ಗರ್ಭಧಾರಣೆಯು 4ರಿಂದ– 6 ವಾರದನಂತರ	ಯಾವುದು ಇಲ್ಲ
ಭ್ರೂಣದ ಹೃದಯದ ಸ್ಪಂದನ*	ಗರ್ಭಾವಸ್ಥೆಯು 10–12– ವಾರದನಂತರ **	ಯಾವುದು ಇಲ್ಲ

*ಗರ್ಭಾವಸ್ಥೆಯು ಲಕ್ಷಣಗಳ ಮೆಡಿಕಲ್ ತಪಾಸಣೆ ಆಗುತ್ತದೆ.

** ಯಾವ ಯಂತ್ರದಿಂದ ತಪಾಸಣೆ ಮಾಡಲಗುತ್ತದೆ ಎನ್ನುವುದು ಅದರ ಮೇಲೆ ಅವಲಂಬಿಸಿರುತ್ತದೆ

ಮಾಡಿಕೊಡಲಾಗುವುದು ಹಾಗೂ ನಿಮಗೆ ಅದೆ ಪ್ರೆಗ್ನೆನ್ಸಿ ಕಾರ್ಯಕ್ರಮದಂತೆ ನಡೆಯಲು ಹೇಳಲಾಗುವುದು.

ನಿಮಗೆ ಭೇಟಿ ಮಾಡಲು ಸಮಯ ಸಿಗದೆ ಹೋದರೆ ಅಥವಾ ನೀವು ಹಿಂದಿನ ಗರ್ಭಪಾತ ಅಥವಾ ಮೆಡಿಕಲ್ ಹಿಸ್ಟ್ರಿಯ ಕಾರಣದಿಂದ ಭಯಭೀತರಾಗಿ ಅಪಾಯ ಅನುಭವಿಸುತಿದ್ದರೆ ಅವರನ್ನು ಕೇಳಿ ನೀವು ಮೊದಲೇ ತಪಾಸಣೆಗಾಗಿ ಹೋಗಬಹುದು.

ನಿಮ್ಮ ಪ್ರಸವದ ತಾರೀಖು

''ನನ್ನ ಡಾಕ್ಟರು ಪ್ರಸವದ ತಾರೀಖು ಹೇಳಿದ್ದಾರೆ ಆದರೆ ಅದು ಎಷ್ಟು ಸರಿಯಾಗಿದೆ?''

ನಿಮ್ಮ ಶಿಶು ಡಾಕ್ಟರ್ ಹೇಳಿದ ತಾರೀಖಿಗೆ ಬರುವುದು ಎಂದು ನಾವು ನಿಶ್ಚಿತವಾಗಿ ಹೇಳ ಬಹುದಾಗಿದಿದ್ದರೆ ಈ ಪ್ರಪಂಚವು ಎಷ್ಟು ಸುಲಭವಾಗಿರೋದು, ಆದರೆ ಹೀಗಾಗುವುದಿಲ್ಲ. ಅಧ್ಯಯನಗಳಿಂದ ತಿಳಿದು ಬಂದ್ದಿದೆಂದರೆ 20 ರಲ್ಲಿ ಒಂದೇ ಒಂದು ಶಿಶು ಡಾಕ್ಟರ್ ಕೊಟ್ಟ ನಿಗದಿತ ದಿನಾಂಕದಲ್ಲಿ ಜನಿಸುವುದು. ಸಂಪೂರ್ಣ ವಾಸ್ತವಿಕವಾದ ಗರ್ಭಕಾಲವು 38 ರಿಂದ 42 ವಾರದ ತನಕವಾಗಿರಬಹುದು. ಸಾಮಾನ್ಯವಾಗಿ ಶಿಶು ಆ ತಾರೀಖಿನ ಎರಡು ವಾರಗಳ ಹಿಂದೆ-ಮುಂದೆ ಜನಿಸುವುದು. ಈ ಕಾರಣದಿಂದ ತಂದೆ-ತಾಯಿಯರು ಜನನದ ದಿನಾಂಕವನ್ನು ಊಹಿಸಿಕೊಳ್ಳಲು ಮಾತ್ರ ಸಾಧ್ಯ.

ಇದನ್ನು ಈ.ಡೀ.ಡೀ. (ಪ್ರಸವದ ಅನುಮಾನದ ಸ್ಥಿಥಿ) ಎಂದು ಹೇಳುತ್ತಾರೆ. ನಿಮಗೆ ಕೊಟ್ಟಿರುವ ಮಾಹಿತಿ ಒಂದು ಅನುಮಾನ ಮಾತ್ರ. ಇದನ್ನು ಈ ತರಹ ಲೆಕ್ಕಹಾಕುತ್ತಾರೆ. ನಿಮ್ಮ ಹಿಂದಿನ ಮಾಸಿಕ ಚಕ್ರದ ಮೊದಲು ದಿನದಿಂದ ಮೂರು ತಿಂಗಳು ವಜಾಮಾಡಿ ಅದರಲ್ಲಿ 7 ದಿನಗಳು ಕೂಡಿಸಿ-ಉದಾಹರಣೆಗಾಗಿ- ನಿಮ್ಮ ಹಿಂದಿನ ಪೀರಿಯಡ್ಸ್ 11 ಏಪ್ರಿಲ್‌ಗೆ ಶುರುಆಗಿತ್ತು.ಹಿಂದಿನ ಮೂರು ತಿಂಗಳು ಎಣಿಸಿದರೆ ನೀವು ಜನವರಿ ತನಕ ಬರುತ್ತೀರ. ಇದರಲ್ಲಿ 7 ದಿವಸ ಕೂಡಿಸಿದರೆ ನಿಮ್ಮ ಪ್ರಸವದ ದಿನಾಂಕ 18 ಜನವರಿ ಆಗುತ್ತದೆ.

ಈ ವಿಧಾನದಲ್ಲಿ ಕೆಲಸ ಮಾಡುವುದು ಮಹಿಳೆಯರ ಮಾಸಿಕ ಚಕ್ರ ನಿಶ್ಚಿತವಾಗಿರುವುದು ಆದರೆ ನಿಮ್ಮ ಚಕ್ರ ಅನಿಶ್ಚಿತವಾಗಿದ್ದರೆ ಈ ವಿಧಿ ಕೆಲಸಕ್ಕೆ ಬರುವುದಿಲ್ಲ. ನಿಮಗೆ ಪ್ರತಿ 6ರಿಂದ 7 ವಾರದೊಳಗೆ ಪೀರಿಯಡ್ಸ್‌ಯಾಗಲ್ಲಿಲ ಅಥವಾ ಮೂರು ತಿಂಗಳಲ್ಲಿ ನಿಮಗೆ ಒಂದು ಸಲವೂ ಪೀರಿಯಡ್ಸ್ ಆಗದಿದ್ದಲ್ಲಿ, ನೀವು ಗರ್ಭಿಣಿ ಎಂದು ತಪಾಸಣೆಯಿಂದ ಗೊತ್ತಾಗುವುದು ಮತ್ತು ನೀವು ಯಾವಾಗ ಗರ್ಭಧಾರಣೆ ಮಾಡಿದ್ದೀರಿ ಎಂದು ತಿಳಿಯಲು ಒಂದು ವಿಶ್ವಾಸನೀಯ ಈ.ಡೀ.ಡೀ. ಟೆಸ್ಟ್ ಇರಲೇ ಬೇಕು . ಆಗ ನೀವು ಮತ್ತು ನಿಮ್ಮ ಡಾಕ್ಟರ್ ಇದನ್ನು ತಿಳಿದು ಕೊಳ್ಳುವುದಕ್ಕೆ ಪ್ರಯತ್ನಿಸುತ್ತಿರಾ. ಆದರೂ ಸಹ ಸರಿಯಾದ ತಾರೀಖು ಗೊತ್ತಾಗುವುದಿಲ್ಲ ಆದರೆ ಕೆಲವು ಸಂಕೇತ ಮತ್ತು ಸೂತ್ರಗಳಿಂದ ಸಹಾಯ ಪಡೆಯಬಹುದು.

ಮೊದಲನೆಯ ಸಂಕೇತವೆಂದರೆ ನಿಮ್ಮ ಗರ್ಭಾಶಯದ ಆಕಾರವನ್ನು, ನಿಮ್ಮ ಒಳ ತಪಾಸಣೆ ಸಮಯದಲ್ಲಿ ನೋಡಲಾಗುವುದು. ಇದರಿಂದ ನಿಮ್ಮ ಗರ್ಭಾವಸ್ಥೆಯು ಸ್ವಲ್ಪ ಅನುಮಾನವಾಗಬಹುದು. ಒಂದು ಅಲ್ಟ್ರಾಸೌಂಡ್ ಟೆಸ್ಟಿನ ಸಹಾಯದಿಂದ ಹೆಚ್ಚು-ಕಡಿಮೆ ಸರಿಯಾದ ಫಲಿತಾಂಶವನ್ನು ಕೊಡುತ್ತದೆ. ಆದರೆ ಎಲ್ಲ ಮಹಿಳೆಯರಿಗೆ ಇಷ್ಟು ಬೇಗ ಅಲ್ಟ್ರಾಸೌಂಡ್ ಟೆಸ್ಟ್ ಬೇಕಾಗಿಲ್ಲ . ಕೆಲವು ಡಾಕ್ಟರ್‌ಗಳು ನಿಯಮಿತವಾಗಿ ಇದನ್ನು ಮಾಡುತ್ತಾರೆ. ಕೆಲವು ಡಾಕ್ಟರ್‌ಗಳು ನಿಮ್ಮ ಪೀರಿಯಡ್ಸ್ ನಿಯಮಿತವಾಗಿಲ್ಲದ್ದಿದ್ದರೆ ಅಥವಾ ಗರ್ಭಪಾತದ ಇತಿಹಾಸವಿದ್ದರೆ ಹಾಗೂ ಸಂಭಾವಿತವಾದ ಪ್ರಸವದ ದಿನ ಗೊತ್ತಾಗದ್ದಿದ್ದರೆ ಇದನ್ನು ಮಾಡಲು ಇಚ್ಛಿಸುತ್ತಾರೆ. ಇದಲ್ಲದೆ ಇನ್ನು ಅನೇಕ ರೀತಿಗಳಿಂದ ಪ್ರಸವದ ತಾರೀಖನ್ನು ಕಂಡು ಹಿಡಿಯಬಹುದು. ಡಾಕ್ಟರ್ ಸಹಾಯದಿಂದ 9ರಿಂದ 12 ವಾರದಲ್ಲಿ ಹೃದಯದ ಬಡಿತವನ್ನು ಕೇಳ ಬಹುದು. 16ರಿಂದ 22 ವಾರಗಳಲ್ಲಿ ಜೀವದ ಮೊದಲ ಸದ್ದನ್ನು ಅನುಭವಿಸಬಹುದು ಹಾಗೂ ಭ್ರೂಣದ ಉದ್ದ ಮತ್ತು ಸ್ಥಿತಿಯ ಅಂದಾಜು ಮಾಡಬಹುದು. ಇದು ಸುಮಾರು 20ನೆ ವಾರದತನಕ ಹೊಕ್ಕಳೊಳಗೆ ಬರುತ್ತದೆ. ಈ ಸೂತ್ರಗಳು ಸಹಾಯಕವಾಗಿದ್ದರೂ ನಿರ್ದಿಷ್ಟವಾಗಿಲ್ಲ. ಕೇವಲ ಯಾವಾಗ ಜನಿಸುವುದೆಂದು ಶಿಶುವಿಗೆ ಮಾತ್ರ ಗೊತ್ತು ಅದು ನಿಮಗೆ ಹೇಳಲು ಬರುವುದಿಲ್ಲ.

ಡಾಕ್ಟರಿನ ಆಯ್ಕೆ

ಯಧ್ಯಪಿ ನಮಗೆಲ್ಲ ಗೊತ್ತು ಅಮ್ಮ – ಅಪ್ಪ ಒಂದು ಶಿಶುವನ್ನು ಈ ಭೂಮಿಯಮೇಲೆ ತರುತ್ತಾರೆ ಆದರೆ ಇನ್ನೊಬ್ಬ ವ್ಯಕ್ತಿಯೂ ಇದ್ದಾನೆ. ಅವನು ಇಲ್ಲದೇ ಹೋದರೆ ಈ ಕೆಲಸ ಬಹಳ ಕಷ್ಟವಾಗುತ್ತದೆ. ಅವನೇ ಈ ಪುಟ್ಟಮಗುವನ್ನು ಭೂಮಿಯ ಮೇಲೆ ಹುಷಾರಾಗಿ ಕರೆದುಕೊಂಡು ಬರುತ್ತಾನೆ. ಹೌದು ಆ ವ್ಯಕ್ತಿನೇ ನಾವು ಡಾಕ್ಟರ್ ಎಂದು ಹೇಳುತ್ತಿದ್ದೇವೆ. ನಿಮ್ಮ ಸಂಗಾತಿ

ಗರ್ಭಧಾರಣೆಯನಂತರ ಕೆಲವು ಜಾಗರೂಕತೆಗಳನ್ನು ಪಾಲಿಸಲು ಈಗ ನಿಮಗೆ ನಿಮಗಾಗಿ ಒಬ್ಬ ಡಾಕ್ಟರ್‌ನ ಆಯ್ಕೆ ಮಾಡಬೇಕು. ಈ ಆಯ್ಕೆ ಬಹಳ ವಿಚಾರಮಾಡಿ ಮಾಡಬೇಕು . ಏಕೆಂದರೆ ಅದೇ ಡಾಕ್ಟರ್‌ನ ಸಹಾಯದಿಂದ ನೀವು ನಿಮ್ಮ ಪ್ರಸವಕಾಲದವರೆಗೂ ಕಾಲ ಕಳೆಯಬೇಕು.

ಪ್ರಸೂತಿ ವಿಶೇಷ ತಜ್ಞ ಅಥವಾ ಪಾರಿವಾರಿಕ ಚಿಕಿತ್ಸಕರು ಅಥವಾ ದಾದಿ (ಮಿಡವೈಫ್)-

ನಿಮ್ಮ ಪ್ರಸವಪೂರ್ವ ಹಾಗೂ ಪ್ರಸವದನಂತರ ನಿಮಗೆ ಮಾರ್ಗದರ್ಶನ ಮಾಡುವಂತಹ ಒಂದು ಒಳ್ಳೆಯ ಡಾಕ್ಟರನ್ನು ಎಲ್ಲಿಂದ ಹುಡುಕುತ್ತಿರಾ? ಎಲ್ಲಕ್ಕಿಂತ ಮೊದಲು ನಿಮಗೆ ನಿಮ್ಮ ಮೆಡಿಕಲ್ ಹಿಸ್ಟ್ರಿಯನ್ನು ಸರಿಯಾಗಿ ಗೊತ್ತುಮಾಡಿಕೊಳ್ಳಬೇಕು.

ಪ್ರಸೂತಿ ವಿಶೇಷತಜ್ಞರು: ನಿಮ್ಮ ಗರ್ಭಧಾರಣೆಯಿಂದ, ಪ್ರಸವಕಾಲ ಹಾಗೂ ನಂತರದ ಎಲ್ಲಾ ತರಹದ ಅಪಾಯಗಳನ್ನು ಧೈರ್ಯವಾಗಿ ಎದುರಿಸುವ ಡಾಕ್ಟರ್ ಬೇಕೆಂದು ನಿಮ್ಮ ಆಸೇನ? ಹಾಗಾದರೆ ನೀವು ಮಹಿಳಾ ರೋಗ ವಿಶೇಷ ಪ್ರಸೂತಿ ತಜ್ಞರ ಹತ್ತಿರ ಹೋಗಿ. ಅವರು ಕೇವಲ ಪ್ರಸೂತಿ ಮೇಲ್ವಿಚಾರಣೆ ಕೊಡದೆ ನಿಮಗೆ ಬೇರೆ ಇತರ ಸ್ತ್ರೀ ರೋಗಗಳ ತಪಾಸಣೆಯನ್ನು ಮಾಡುತ್ತಾರೆ. ಅಂದರೆ- ಪ್ಯಾಸ್ಮೀಯರ್, ಗರ್ಭ ನಿರೋಧಕ, ಸ್ತನಗಳ ತಪಾಸಣೆ ಹಾಗೂ ಅನೇಕ ಸಾಮಾನ್ಯ ಚಿಕಿತ್ಸೆಯನ್ನು ಮಾಡುತ್ತಾರೆ. ಏನಾದರೂ ಸಣ್ಣ-ಪುಟ್ಟ ತೊಂದರೆಗಳಿದ್ದರೆ ಅವರೇ ಉಪಚರಿಸುತ್ತಾರೆ.

ನಿಮ್ಮ ಪ್ರೆಗ್ನೆನ್ಸಿಯಲ್ಲಿ ತುಂಬಾ ತೊಂದರೆ ಇದ್ದಲ್ಲಿ ನೀವು ಪ್ರಸೂತಿ ವಿಶೇಷತಜ್ಞರು ಹಾಗೂ ಮಹಿಳಾ ರೋಗ ವಿಶೇಷತಜ್ಞರ ಹತ್ತಿರವೇ ಹೋಗಬೇಕು. ಸಾಮಾನ್ಯ ಪ್ರೆಗ್ನೆನ್ಸಿ ಇದ್ದರೆ ನೀವು ನಿಮ್ಮ ಪ್ರಸವವನ್ನು ಯಾವದಾರು ಪ್ರಸೂತಿ ವಿಶೇಷತಜ್ಞರಿಂದಲೇ ಮಾಡಿಸಿಕೊಳ್ಳಲು ಇಚ್ಛಸುವ ಹಾಗೆ 90% ಮಹಿಳೆಯರು ಇದನ್ನೇ ಇಚ್ಛಿಸುತ್ತಾರೆ.

ನೀವು ಯಾವದಾರು ಒಳ್ಳೆಯ ಸ್ತ್ರೀ ರೋಗ ವಿಶೇಷತಜ್ಞರ ಹತ್ತಿರಾ ಹೋಗಲು ಮನಸ್ಸು ಮಾಡಿದ್ದರೆ ಅವರನ್ನು ಹುಡುಕಲು ಇದೆ ಒಳ್ಳೆ ಸಮಯ.

ಈ ಸಮಯದಲ್ಲಿ ನಿಧಾನವಾಗಿ ಸರಿಯಾಗಿ ವಿಚಾರಿಸಿ ಒಳ್ಳೆಯ ಪ್ರಸೂತಿ/ಸ್ತ್ರೀ ರೋಗ ವಿಶೇಷತಜ್ಞರನ್ನು ಹುಡುಕುಬಹುದು.

ಪಾರಿವಾರಿಕ ಚಿಕಿತ್ಸಕರು- ಫ್ಯಾಮಿಲಿ ಡಾಕ್ಟರೆಂದರೆ ಎಂ.ಡೀ. ಮಾಡಿ ಪ್ರಾಥಮಿಕ ಮೇಲ್ವಿಚಾರಣೆ ಮಾತೃತ್ವ ಸಂಬಂಧಿ ಹಾಗು ಶಿಶು ಸಂಬಂಧಿ ಮೇಲ್ವಿಚಾರಣೆಯ ಪ್ರಶಿಕ್ಷಣವನ್ನು ಪಡೆದಿರುತ್ತಾರೆ.

ಜನ್ಮಸ್ಥಾನದ ಆಯ್ಕೆ

ಇತ್ತಿಚೆಗೆ ಗರ್ಭಾವಸ್ಥೆಯಕಾಲದಲ್ಲಿ ಆಯ್ಕೆಗೆ ಏನೂ ಕಡಿಮೆ ಇಲ್ಲ, ನೀವು ನಿಮ್ಮ ಶಿಶುವನ್ನು ಎಲ್ಲಿ ಹಾಗು ಯಾವ ಪರಿಸ್ಥಿತಿಯಲ್ಲಿ ಜನ್ಮ ಕೊಡಬೇಕೆಂದು ಇಚ್ಛಿಸುವಿರೋ ಹಾಗೆ ಅದರ ಅನುಕೂಲವನ್ನು ಸಹ ನಿರ್ಧರಿಸಬಹುದು.

ನೀವು ಕೆಳಗೆ ಬರೆದಿರುವುದರಲ್ಲಿ ಯಾವುದೇ ಸ್ಥಾನವನ್ನು ಆರಿಸಿಕೊಳ್ಳಬಹುದು. ನೀವು ಮತ್ತು ನಿಮ್ಮ ಸಂಗಾತಿ ಸೇರಿಕೊಂಡು ಇದರ ವಿಚಾರಮಾಡಬಹುದು. ಆದರೆ ನೆನಪಿರಲಿ ಈ ನಿರ್ಧಾರಗಳು ಕಡೆಯತನಕ ನಡುನೀರಿನಲ್ಲೆ ಇರುತ್ತದೆ. ಇದನ್ನು ನಿಮ್ಮ ಇಚ್ಛೆಯಂತೆ ಕಡೆಯತನಕ ಬದಲಾಯಿಸ ಬಹುದು.

ಬರ್ಥಿಂಗ್ ರೂಮ್ (ಲೇಬರ್ ರೂಮ್/ ಪ್ರಸವದ ಕೊಠಡಿ) - ಅಂದರೆ ಮಗುವಿನ ಜನನ ಕಾಲದಿಂದ ಮಗು ಹಾಗೂ ನೀವು ಡಿಸ್ಚಾರ್ಜ್ ಆಗುವ ತನಕ ಆ ರೂಮಿನಲ್ಲಿ ಇರಬಹುದು. ಜನನದ ನಂತರ ಶಿಶುವನ್ನು ನಿಮ್ಮ ಹತ್ತಿರವೇ ತೊಟ್ಟಿಲಲ್ಲಿ ಇಡಲಾಗುತ್ತದೆ. ಇದು ಬಹಳ ಆರಾಮವಾಗಿ ಇರುತ್ತದೆ.

ಕೆಲವು ಬರ್ಥಿಂಗ್ ರೂಮ್‌ಗಳು ಕೇವಲ ಪ್ರಸವಪೀಡೆ, ಪ್ರಸವ ಹಾಗೂ ಸ್ವಾಸ್ಥಲಾಭಕ್ಕಾಗಿಯೆ ಉಪಯೋಗಿಸಲಾಗುವುದು. ಇದನ್ನು ಎಲ್.ಡೀ.ಆರ್. ಎನ್ನುತ್ತಾರೆ. ನೀವು ಮತ್ತು ನಿಮ್ಮ ಶಿಶು ಎಲ್.ಡೀ.ಆರ್. ನಲ್ಲಿದ್ದರೆ ಒಂದೆರಡು ಘಂಟೆಯಕಾಲದನಂತರ ನಿಮ್ಮನ್ನು ಪೋಸ್ಟ್‌ಪಾರ್ಟಂ (ಪ್ರಸವದ ನಂತರದ ಕೊಠಡಿ) ರೂಮಲ್ಲಿ ಕಳಿಸುತ್ತಾರೆ. ಅನೇಕ ಆಸ್ಪತ್ರೆಗಳಲ್ಲಿ ಈ

ರೂಮಿನಲ್ಲಿ ಶಿಶುವಿನ ತಂದೆ ಹಾಗು ಅಣ್ಣ-ಅಕ್ಕಂದಿರುಗಳು ಸಹ ಜೊತೆಗೆ ಇರಬಹುದು.

ಬಹುತೇಕ ಬರ್ಥಿಂಗ್‌ರೂಮುಗಳಲ್ಲಿ ಗೋಡೆಯ ಮೇಲೆ ಸುಂದರವಾದ ವಾಲ್ ಪೇಪರ್‌ಗಳು, ಕಡಿಮೆ ಬೆಳಕು, ರೋಲಿಂಗ ಚೇರ್ ಒಳ್ಳೆಯ ಪರದೆ ಹಾಗು ಸುಂದರವಾದ ಮಂಚ ಇರುತ್ತದೆ. ಈ ರೂಮುಗಳು ಯಾವ ರೀತಿಯಿಂದಲೂ ಆಸ್ಪತ್ರೆಯ ರೂಮಿನಂತೆ ಇರುವುದಿಲ್ಲ. ಯದ್ಯಪಿ ಇಲ್ಲಿ ಗರ್ಭಾವಸ್ಥೆಯ ಪ್ರಸವದ ಸಮಯದಲ್ಲಿ ಆಗುವ ಪ್ರತಿಯೊಂದು ಅಪಾಯುವನ್ನು ಎದುರಿಸಲು ಉಪಕರಣಗಳು ತಯಾರಾಗಿರುತ್ತದೆ ಆದರೆ ಅವುಗಳನ್ನು ಬೀರುವಿನಲ್ಲಿ ಮುಚ್ಚಿಟ್ಟಿರುತ್ತಾರೆ. ಸಮಯಬಂದಾಗ ಉಪಯೋಗಿಸುತ್ತಾರೆ. ಮಂಚವನ್ನು ತಲೆಯ ಕಡೆ ಮೇಲೆ-ಕೆಳಗೆ ಮಾಡಬಹುದು. ಅದರ ಕಾಲಿನ ಕಡೆಗೆ ಅಟೆಂಡಂಟ್ ನಿಲ್ಲುವಷ್ಟು ಜಾಗ ಆಗುವುದು. ಪ್ರಸವದನಂತರ ಸ್ವಲ್ಪ ಬದಲಾವಣೆ ಆಗುವುದು ನೀವು ಅದೇ ಮಂಚದ ಮೇಲೆ ವಾಪಸ್ ಬಂದುಬಿಡುತ್ತೀರ. ಅನೇಕ ಆಸ್ಪತ್ರೆಯುಗಳಲ್ಲಿ ಬರ್ಥಿಂಗ್‌ರೂಮಿನ ಜೊತೆಗೆ ಶವರ್ ಅಥವಾ ವ್ಹರ್ಲಪೂಲ ಟಬ್ಬಿನ ಅನುಕೂಲತೆ ಸಹ ಇರುತ್ತದೆ. ಇದರಿಂದ ಪ್ರಸವ ನೋವಿನ ಸಮಯದಲ್ಲಿ ಹೈಡ್ರೊಥೆರೆಪಿ ಕೊಡಲಾಗಬಹುದು. ಬರ್ಥಿಂಗ್ ಸೆಂಟರ್ ಹಾಗು ಆಸ್ಪತ್ರೆಗಳಲ್ಲಿ ವಾಟರ್ ಬರ್ಥ್‌ಗಾಗಿ ಟಬ್ ಸಹ ಇರುತ್ತದೆ.

ಎಷ್ಟೋಕಡೆ ಸೋಫಾ ಇರುವುದು. ಅಲ್ಲಿ ನಿಮ್ಮ ಪರಿವಾರದವರು ಹಾಗೂ ಸ್ನೇಹಿತರು ಕುಳಿತುಕೊಳ್ಳಬಹುದು. ಎಷ್ಟೊ ಕಡೆ ಸೊಫಾ ಕಮ್ ಬೆಡ್ ನ ಅನುಕೂಲತೆ ಇರುವುದು. ನಿಮ್ಮ ಸಂಗಾತಿ ಇಲ್ಲಿ ರಾತ್ರಿ ಉಳಿದು ಕೊಳ್ಳಬಹುದು.

ಅನೇಕ ಆಸ್ಪತ್ರೆಗಳಲ್ಲಿ ಬರ್ಥಿಂಗ್ ರೂಮಿನ ಅನುಕೂಲತೆ ಆ ಮಹಿಳೆಯರಿಗೆ ಸಿಗುವುದು . ಯಾರ ಗರ್ಭಾವಸ್ಥೆಯುಲ್ಲಿ ಹೆಚ್ಚು ಅಪಾಯುವಿಲ್ಲವೊ ಅವರು ಈ ಸೂಚಿಪತ್ರದಲ್ಲಿ ಇಲ್ಲದೇ ಹೋದಲ್ಲಿ ಅವರು ಪಾರಂಪರಿಕವಾದ ಲೇಬರ್ ಅಥವಾ ಡೆಲಿವರಿ ರೂಮಿಗೆ ಹೋಗಬೇಕಾಗುತ್ತದೆ. ಅಲ್ಲಿ ಇನ್ನು ಚೆನ್ನಾಗಿರುವ ಟೆಕ್ನೀಕ್ಕನ್ನು ಉಪಯೊಗಿಸಬಹುದು. ಅಲ್ಲಿ ಸೀ- ಸೆಕ್ಶನ್ (ಸಿಜೇರಿಯನ್) ಆಪರೇಶನ್ ಸಹ ಸುಲಭವಾಗಿ ಮಾಡಬಹುದು. ನಿಮಗೆ ಪಾರಂಪರಿಕವಾದ ಆಸ್ಪತ್ರೆಯುಲ್ಲಿಯೂ ಅದೇ ಸ್ನೇಹಮಯುವಾದ ವಾತಾವರಣ ಸಿಗಲೆಂದು ನಾವು ಪ್ರಾರ್ಥಿಸುತ್ತೇವೆ.

ಬರ್ಥಿಂಗ್ ಸೆಂಟರ್ : ಇಲ್ಲಿ ನಿಮಗೆ ಪ್ರಸವ ಸಂಬಂಧಿ ಮೇಲ್ವಿಚಾರಣೆ, ಪ್ರಸವ, ಸ್ತನಪಾನ ಮಾಡಿಸಲು ಕ್ಲಾಸಸ್, ಇತ್ಯಾದಿ ಎಲ್ಲಾ ಅನುಕೂಲತೆಗಳು ಒಂದೇ ಮಾಳಿಗೆಯಲ್ಲಿ ಸಿಗುತ್ತದೆ. ಸಾಮಾನ್ಯವಾಗಿ ಬರ್ಥಿಂಗ್ ಸೆಂಟರ್‌ಗಳಲ್ಲು ಆರಾಮವಾದ ಎಲ್ಲ ಸೌಕರ್ಯಗಳಿರುವ ಪ್ರೈವೇಟ್ ರೂಮುಗಳು ಇರುತ್ತದೆ. ಇದರಲ್ಲಿ ಪರಿವಾರದ ಬೇರೆ ಸದಸ್ಯರಿಗೆ ಉಪಯೋಗಿಸಲು ಅಡಿಗೆಮನೆ ಸಹ ಇರುತ್ತದೆ. ಇಲ್ಲಿ ದಾದಿಗಳು ಇರುತ್ತಾರೆ ಆದರೆ ಪ್ರಸೂತಿ ವಿಶೇಷತಜ್ಞರನ್ನು ಕರೆಯುತ್ತಾರೆ. ಇವರು ಆಪತ್ಕಾಲದಲ್ಲಿ ಬೇಗನೆ ಬರುತ್ತಾರೆ. ಅಲ್ಲದೆ ಇಲ್ಲಿ ಅಧಿಕ ಸಂವೇದನಾಶೀಲ ಉಪಕರಣಗಳು ಇರುವುದಿಲ್ಲ ಆದಕಾರಣ ಅವಶ್ಯಕತೆ ಬಂದರೆ ನಿಮ್ಮನ್ನು ಹತ್ತಿರದ ಆಸ್ಪತ್ರೆಗೆ ಕಳಿಸುತ್ತಾರೆ. ಯಾವ ಮಹಿಳೆಯರಿಗೆ ಗರ್ಭಾವಸ್ಥೆಯುಲ್ಲಿ ಹೆಚ್ಚು ತೊಂದರೆ ಇಲ್ಲವೋ ಅವರು ಈ ಇಲ್ಲಿಂದ ಹೋಗಬಹುದು. ನಿಮಗೆ ಗರ್ಭಾವಸ್ಥೆಯುಲ್ಲಿ ಬಹಳ ಸಮಸ್ಯೆಗಳು ಇದ್ದರೆ ಈ ಸ್ಥಳದಲ್ಲಿ ಪ್ರಸವ ಮಾಡಿಸಿಕೊಳ್ಳುವ ವಿಚಾರ ಮಾಡಬೇಡಿ.

ಲೆಬೋಯರ್ ಬರ್ಥ : ಫ್ರೆಂಚ್ ಪ್ರಸೂತಿ ವಿಶೇಷತಜ್ಞ ಫ್ರೆಡರಿಕ್ ಲೆಬೋಯರ್ ಅವರು ಕೊಟ್ಟ ಹಿಂಸೆರಹಿತ ಶಿಶು ಜನ್ಮದ ಸಿದ್ಧಾಂತದಿಂದ ಚಿಕಿತ್ಸೆ ಸಮುದಾಯವು ಆಶ್ಚರ್ಯಗೊಂಡಿತು. ವರ್ತಮಾನದಲ್ಲಿ ಶಿಶು ಶಾಂತ ಹಾಗು ಸಹಜವಾದ ವಾತಾವರಣದಲ್ಲಿ ಜನ್ಮಿಸಲಿ ಎಂದು ಅವರು ಅನೇಕ ಉಪಾಯಗಳನ್ನು ಉಪಯೊಗಿಸುತ್ತಾರೆ. ಶಿಶುವಿನ ಜನ್ಮ ಯಾವ ತರಹದ ರೂಮಲ್ಲಿ ಆಗುತ್ತದೆ ಎಂದರೆ ಅಲ್ಲಿ ತೀಕ್ಷ್ಣ ಬೆಳಕನ್ನು ಆವಶ್ಯಕತೆಯುಂತೆ ಕಡಿಮೆಮಾಡಬಹುದು. ಶಿಶು ತಾಯಿಯು ಗರ್ಭದಲ್ಲಿ ಕತ್ತಲೆಯುಲ್ಲಿ ಬೆಳೆಯುತ್ತದೆ ಆದಕಾರಣ ಹೊರಗೆ ಬಂದಾಗಲು ಅದಕ್ಕೆ ಅದೇ ವಾತಾವರಣ ಸಿಕ್ಕಿದರೆ ಒಳ್ಳೆಯದು. ಈಗ ನವಜಾತ ಶಿಶುವನ್ನು ಜೋರು-ಜೋರಾಗಿ ತಟ್ಟುವ ಆವಶ್ಯಕತೆ ಸಹ ಬೇಕಾಗುವುದಿಲ್ಲ. ಅದರ ಉಸಿರು ತನಗೆತಾನೆ ಪ್ರಾರಂಭವಾಗದೆ ಹೋದರೆ ಕಡಿಮೆ ಅಕ್ರಾಮಕ ರೀತಿಗಳನ್ನು ಉಪಯೊಗಿಸುತ್ತಾರೆ.

ಅನೇಕ ಆಸ್ಪತ್ರೆಗಳಲ್ಲಿ ಮಗು ಹಾಗು ತಾಯಿಯ ಹೊಕ್ಕಳಬಳ್ಳಿಯನ್ನು ತಕ್ಷಣ ಕತ್ತರಿಸುವುದಿಲ್ಲ. ಇದೇ ತಾಯಿ ಹಾಗು ಮಗುವಿನ ಕಡೆಯ ಶಾರೀರಿಕ ಸಂಬಂಧ. ಅವರು ಏನಾದರೂ ಮಗುವನ್ನು ಉಗುರುಬೆಚ್ಚಗಿರುವ ನೀರಿನಲ್ಲಿ ಸ್ನಾನ ಮಾಡಿಸಲು ಆದೇಶ ಮಾಡಿದ್ದಾದರೆ ತಾಯಿಯ ತೋಳಲ್ಲಿ ಕೊಡುವ ಸಿದ್ಧಾಂತವನ್ನು ಬಳಸಲಾಗುತ್ತದೆ.

ಯಧ್ಯಪಿ ಈ ಸಿದ್ಧಾಂತಗಳಲ್ಲಿ ಕೆಲವೊಂದು ಕ್ರಮಗಳನ್ನು ಉಪಯೋಗಿಸುತ್ತಾರೆ ಆದರು ನಯವಾದ ಸಂಗೀತ, ಮಂದವಾದ ಬೆಳಕು ಹಾಗು ಸ್ನಾನ ಇತ್ಯಾದಿ ಸೌಕರ್ಯಗಳು ಸುಲಭವಾಗಿ ದೊರಕುವುದಿಲ್ಲ. ನಿಮಗೆ ಇದೆಲ್ಲವೂ ಬೇಕಿದ್ದರೆ ಮೊದಲೇ ಡಾಕ್ಟರ್ ಹತ್ತಿರ ಕೇಳಿ ತಿಳಿದುಕೊಳ್ಳಿ.

ಮನೆಯಲ್ಲಿ ಮಗುವಿನ ಜನ್ಮ : ಅನೇಕ ಮಹಿಳೆಯರು ಹುಷಾರಿಲ್ಲದೆಹೋದರೆ ಮಾತ್ರ ಆಸ್ಪತ್ರೆಗೆ ಹೋಗುಲು ಇಷ್ಟ ಪಡುತ್ತಾರೆ. ಹಾಗೆ ಗರ್ಭಾವಸ್ಥೆ ಯಾವ ತರಹದು ರೋಗವಲ್ಲ. ನೀವು ಈ ತರಹ ಯೋಚನೆ ಮಾಡುವವರಾಗಿದ್ದರೆ ನೀವು ಮಗುವನ್ನು ಮನೆಯಲ್ಲೆ ಜನ್ಮಿಸಲು ಇಷ್ಟ ಪಡುತ್ತೀರಿ ಸರಿ .ಆಗ ನಿಮ್ಮ ಶಿಶು ಪರಿವಾರ ಹಾಗೂ ಸ್ನೇಹಿತರ ಮಧ್ಯದಲ್ಲಿ ಜನಿಸುತ್ತದೆ. ನಿಮಗೂ ಮನೆಯ ಸುಖ ಹಾಗು ಗೋಪನೀಯತೆ ದೊರಕುತ್ತದೆ. ನೀವು ಆಸ್ಪತ್ರೆಯ ನಿಯಮಗಳು ಹಾಗು ಕಾನೂನುಗಳಿಂದ ದೂರವಿರುತ್ತೀರಿ. ತೊಂದರೆ ಏನೆಂದರೆ ಯಾವುದಾದರೂ ಸಮಸ್ಯೆ ಬಂದರೆ ಆಗ ನೀವೇನು ಮಾಡುತ್ತೀರ? ನವಜಾತ ಶಿಶು ಹಾಗು ನಿಮ್ಮ ಪ್ರಾಣಕ್ಕೆ ಆಪಾಯವಾಗಬಹುದು.

ಆದ್ದರಿಂದ ಕೆಳಗೆ ಬರೆದಿರುವ ಮಾತಗಳನ್ನು ನೀವು ಗಮನದಲ್ಲಿ ಇಟ್ಟುಕೊಳ್ಳಬೇಕು:-

➔ ನಿಮಗೆ ಹೆಚ್ಚಿನ ರಕ್ತದ ಒತ್ತಡ (ಬಿ.ಪಿ) ಹಾಗು ಸಕ್ಕರೆರೋಗ (ಡಯಾಬಿಟಿಸ್)ಅಥವಾ ಯಾವುದಾದರು ಸಾಂಕ್ರಾಮಿಕ ರೋಗ ಇರಬಾರದು. ನಿಮ್ಮ ಹಿಂದಿನ ಪ್ರಸವವು ಸುಲಭವಾಗಾಗಿರಬೇಕು ಅಂದರೆ ನೀವು ಕಡಿಮೆ ಅಪಾಯದ ಶ್ರೇಣಿಯಲ್ಲಿ ಇರಬೇಕು.

➔ ತೊಂದರೆ ಆದರೆ ಸರಿಯಾದ ಸಲಹೆ ಸಿಗಲು ನಿಮ್ಮ ಹತ್ತಿರ ದಾದಿ ಅಥವಾ ನರ್ಸ್ ಹಾಗೂ ಒಬ್ಬರು ಡಾಕ್ಟರ್ ಹತ್ತಿರದಲ್ಲಿ ಇರಬೇಕು.

➔ ಆವಶ್ಯಕತೆ ಬಂದಾಗ ನಿಮ್ಮನ್ನು ಆಸ್ಪತ್ರೆಗೆ ಕರೆದುಕೊಂಡು ಹೋಗಲು ನಿಮ್ಮ ಹತ್ತಿರ ಗಾಡಿ ತಯಾರಾಗಿರಬೇಕು.

ನೀರಿನಲ್ಲಿ ಶಿಶುವಿನ ಜನ್ಮ : ಮಗು ಹೊರಗೆ ಬಂದರೂ ಅದು ತಾಯಿಯ ಗರ್ಭದಲ್ಲೇ ಇದೆ ಎಂದು ಅನಿಸಲು ಈ ವಿಧಿಯಲ್ಲಿ ಮಗುವಿನ ಜನನ ನೀರಿನ ಒಳಗೆ ಮಾಡಿಸಲಾಗುತ್ತದೆ. ಆದರೂ ಚಿಕಿತ್ಸೆಯ ಸಮುದಾಯದಲ್ಲಿ ಇದನ್ನು ಸಂಪೂರ್ಣವಾಗಿ ಒಪ್ಪಿಗೆ ಕೊಟ್ಟಿಲ್ಲ. ಮಗುವನ್ನು ಜನನದ ನಂತರ ತಕ್ಷಣವೆ ತಾಯಿಯ ಮಡಿಲಲ್ಲಿ ಕೊಡಲಾಗುವುದು. ಅಲ್ಲಿಯ ತನಕ ಉಸಿರಾಡಲು ಪ್ರಾರಂಭವಾಗಿರುವುದಿಲ್ಲ ಆದಕಾರಣ ಮುಳಗುವ ಭಯವಿರುವುದಿಲ್ಲ. ಈ ವಿಧಾನವು ಮನೆ , ಬರ್ಥಸೆಂಟರ್ ಅಥವಾ ಆಸ್ಪತ್ರೆಯಲ್ಲಿ ಬಳಸಬಹುದು. ಕೆಲವು ಗಂಡಂದಿರು ಹೆಂಡತಿಗೆ ಸಹಾಯಮಾಡಲು ಟಬ್ಬಿನ ಜೊತೆಯಲ್ಲಿ ಕುಳಿತುಕೊಳ್ಳುತ್ತಾರೆ.

ಡಾಕ್ಟರ್ ಇದರ ಸಲಹೆ ಕೊಟ್ಟರೆ ಹಾಗೆ ಅಪಾಯವಿಲ್ಲದಿದ್ದಲ್ಲಿ ತಾಯಿ ಈ ವಿಧಾನವನ್ನು ಬಳಸಬಹುದು. ನಿಮ್ಮ ಗರ್ಭಾವಸ್ಥೆದಲ್ಲಿ ಜಟಿಲತೆಗಳಿದ್ದರೆ ದಾದಿ ಇದರ ಸಲಹೆ ಕೊಟ್ಟರೂ ಸಹ ಇದನ್ನು ಬಳಸಬೆಡಿ.

ನೀವು ವ್ಹರ್ಲ್‌ಪೂಲ್ ಟಬ್ ಅಥವಾ ನಿಯಮಿತವಾದ ಸ್ನಾನದ ರೀತಿ ಬಳಸಬಹುದು. ನೀರಿನಲ್ಲಿ ನೋವು ಕಡಿಮೆ ಆಗುತ್ತದೆ. ಗುರುತ್ವಾಕರ್ಷಣದ ಬಲದಿಂದ ಸಹ ಮುಕ್ತಿ ಸಿಗುತ್ತದೆ. ಅನೇಕ ಆಸ್ಪತ್ರೆಗಳಲ್ಲಿ ಹಾಗು ಬರ್ಥ ಸೆಂಟರಗಳಲ್ಲಿ ಟಬ್ ಕೊಡಲಾಗುವುದು.

ಅವರು ನಿಮಗೆ ಪೂರ್ಣವಾಗಿ ಮೇಲ್ವಿಚಾರಣೆ ನೀಡುತ್ತಾರೆ. ಏಕೆಂದರೆ ಅವರಿಗೆ ನಿಮ್ಮ ಮತ್ತು ನಿಮ್ಮ ಪರಿವಾರದವರ ಸಂಪೂರ್ಣ ಇತಿಹಾಸವು ತಿಳದಿರುತ್ತದೆ. ಆದಕಾರಣ ಅವರು ನಿಮ್ಮ ಆರೋಗ್ಯದ ಎಲ್ಲಾ ರೀತಿಯ ಮಾಹಿತಿ ಕೊಡಬಹುದು. ತೊಂದರೆ ಆದರೆ ನಿಮ್ಮನ್ನು ಪ್ರಸೂತಿ ವಿಶೇಷತಜ್ಞರ ಹತ್ತಿರ ಹೊಗುವ ಸಲಹೆ ಕೊಡತ್ತಾರೆ. ಆಗ ನಿಮ್ಮ ಮೇಲ್ವಿಚಾರಣೆಯಲ್ಲಿ ಅವರಿಗೆ ಸುಲಭವಾಗಬಹುದು.

ನೀವು ಯಾವುದಾದರೂ ಪ್ರಾಮಾಣಿಕವಾದ ನರ್ಸ್:-ದಾದಿ ಇಂಥಹ ವ್ಯಕ್ತಿಯನ್ನು ಹುಡುಕುತ್ತಿದ್ದೀರಾ ಯಾರು ನಿಮ್ಮನ್ನು ಕೇವಲ ಒಂದು ರೋಗಿಯೆಂದುಕೊಳ್ಳದೆ ಮನುಷ್ಯರೆಂದು ಕೊಂಡು ನಿಮ್ಮ ಶಾರೀರಿಕವಾದ ಸಮಸ್ಯೆಗಳಲ್ಲದೆ ನಿಮ್ಮ ಭಾವನಾತ್ಮಕವಾದ ಸಮಸ್ಯೆಗಳನ್ನು ಅರ್ಥಮಾಡಿಕೊಂಡು, ನಿಮಗೆ ಪೋಷಣೆ, ಸ್ತನಪಾನ ಸಂಬಂಧಿ ಸಲಹೆಗಳನ್ನು ನೀಡಿ, ಮಗುವಿನ ಜನ್ಮವನ್ನು ಒಂದು ಪ್ರಾಕೃತಿಕ ಪ್ರಕ್ರಿಯೆ ಎಂದು ತಿಳಿಸುವಂತಹ ಒಬ್ಬ ನರ್ಸ್ ಅಥವಾ ದಾದಿಯನ್ನು ಹುಡುಕಿರಿ.

ದಾದಿ ಅಥವಾ ನರ್ಸ್ ಮನೆಯಲ್ಲೇ ಪ್ರಸವ ಮಾಡಿಸಲು ನಿಮಗೆ ಸಹಾಯ ಮಾಡಬಹುದು. ಹಾಗೆ

ಬರ್ಥ್‌ಸೆಂಟರ್, ಬಾಣಂತಿ–ಮಗು ಮನೆ ಹಾಗು ಆಸ್ಪತ್ರೆಯಲ್ಲಿ ಪ್ರಶಿಕ್ಷಿತವಾದ ದಾದಿಗಳು ಮತ್ತು ನರ್ಸ್‌ಗಳು ಕೆಲಸ ಮಾಡುವರು. ಆದರೆ ನಿಜಹೇಳಬೇಕೆಂದರೆ ಅವರು ಕಡಿಮೆ ಅಪಾಯದ ಪ್ರಸವವನ್ನು ಸಂಭಾಳಿಸಬಹುದು. ಅಕಸ್ಮಾತ್ ಯಾವುದಾದರೂ ತೊಂದರೆ ಬಂದರೆ ಅವರು ಡಾಕ್ಟರ್ ಅಥವಾ ಆಸ್ಪತ್ರೆಗೆ ಹೋಗಬೇಕಾಗುವುದು. ನೀವು ಇವರನ್ನು ಆಯ್ಕೆ ಮಾಡಿಕೊಳ್ಳಬೇಕೆಂದರೆ ಅವರು ಪ್ರಶೀಕ್ಷಿತರಾಗಿದ್ದಾರೊ ಇಲ್ಲವೋ ಎನ್ನುವುದನ್ನು ಮೊದಲೇ ತಿಳಿದುಕೊಳ್ಳಿ.

ಪ್ರಾಕ್ಟೀಸ್ ಪ್ರಕಾರಗಳು

ನೀವು ನಿಮಗಾಗಿ ಚಿಕಿತ್ಸಕ/ಪ್ರಸೂತಿ ವಿಶೇಷತಜ್ಞ/ ದಾದಿ/ ನರ್ಸ್‌ನ ಆಯ್ಕೆ ಮಾಡಿದ್ದೀರಿ. ಈಗ ನೀವು ನಿರ್ಧಾರಮಾಡಬೇಕಿರುವುದು ಯಾವ ತರಹದ ಮೆಡಿಕಲ್ ಪ್ರಾಕ್ಟೀಸ್ ತೆಗೆದುಕೊಳ್ಳಲು ಇಷ್ಟಪಡುತೀರೆಂದು . ಪ್ರತಿಯೊಂದು ಕಾರ್ಯಕ್ಕೂ ತನ್ನದೇ ಆದ ಲಾಭ ಮತ್ತು ಹಾನಿ ಇದ್ದೇ ಇರುತ್ತದೆ.

ಒಬ್ಬರ ಮೆಡಿಕಲ್ ಪ್ರಾಕ್ಟೀಸ್ :

ಇಲ್ಲಿ ಡಾಕ್ಟರ್ ಒಬ್ಬರೇ ಕೆಲಸ ಮಾಡುತ್ತಾರೆ. ಅವರು ಹೊರಗೆ ಹೊಗಬೇಕಾದರೆ ಅವರ ಸ್ಥಾನದಲ್ಲಿ ಬೇರೆ ಡಾಕ್ಟರ್ ಕೆಲಸ ಮಾಡುತ್ತಾರೆ. ಯಾವುದಾದರು ಫ್ಯಾಮಿಲಿ ಡಾಕ್ಟರ್ ಅಥವಾ ಪ್ರಸೂತಿ ವಿಶೇಷತಜ್ಞರು ಈ ಶ್ರೇಣಿಯಲ್ಲಿ ಬರುತ್ತಾರೆ. ನರ್ಸ್ ಹಾಗು ದಾದಿಗಳು ಇವರ ಜೊತೆಗೆ ಸೇರಿ ಕೆಲಸ ಮಾಡುತ್ತಾರೆ. ಇವರು ಜೊತೆಗೆ ಇದ್ದರೆ ಇವರು ಪ್ರತಿಯೊಂದು ಭೇಟಿಯಲ್ಲಿ ನಿಮ್ಮನ್ನು ಚೆನ್ನಾಗಿ ಅರ್ಥಮಾಡಿಕೊಳ್ಳುತ್ತಾರೆ. ಆದಕಾರಣ ನಿಮಗೆ ಪ್ರಸವದ ಸಮಯದಲ್ಲಿ ಎಲ್ಲಾ ಆರಾಮ ಅನಿಸುತ್ತದೆ.

ಆದರೆ ಹಾನಿ ಏನೆಂದರೆ ಡಾಕ್ಟರ್ ಹೊರಗೆ ಹೋದಾಗ ನಿಮಗೆ ಪ್ರಸವ ಪೀಡೆ ಪ್ರಾರಂಭವಾದರೆ? ಪ್ರಕ್ರಿಯೆ ಯಾವಾಗ ಪ್ರಾರಂಭವಾಗುವುದೆಂದು ನಿಮಗೆ ಗೊತಿರುವುದಿಲ್ಲ . ಆಗ ಅವರು ಎಲ್ಲಾ ರೆಡಿಮಾಡಿ ಹೊಗುತ್ತಾರೆ ಆದರೆ ಅದು ಪರ್ಯಾಪ್ತವಾಗದೆ ಹೋದರೆ ?

ಎರಡನೆಯ ಹಾನಿ ಎಂದರೆ ನಿಮಗೆ ಗರ್ಭಾವಸ್ಥೆಯ ಕಾಲದಲ್ಲಿ ಅನಿಸಬಹುದು, ಡಾಕ್ಟರ್ ಜೊತೆಗೆ ನಿಮ್ಮ ಹೊಂದಾಣಿಕೆ ಸರಿಯಿಲ್ಲ ಅಂದರೆ ಅರ್ಥಾತ್ ನಿಮಗೆ ಸರಿಯಾದ ಸಲಹೆ ಸಿಗುತ್ತಿಲ್ಲ ಆಗ ನೀವು ಹೊಸದಾಗಿ ಡಾಕ್ಟರನ್ನು ಹುಡುಕಬೇಕಾಗುತ್ತದೆ.

ಡಾಕ್ಟರ್‌ಗಳ ಸಮೂಹ (ಗ್ರೂಪ್ ಮೆಡಿಕಲ್ ಪ್ರಾಕ್ಟೀಸ್): ಈ ಪ್ರಕ್ರಿಯೆಯಲ್ಲಿ ಎರಡೂ ಅಥವಾ ಎರಡಕ್ಕಿಂತ ಹೆಚ್ಚು ರೋಗಿಗಳನ್ನು ನೋಡಿಕೊಳ್ಳುತ್ತಾರೆ. ಅವರು ಒಬ್ಬರಾದ ಮೇಲೆ ಒಬ್ಬರನ್ನು ನೋಡಿಕೊಳ್ಳುತ್ತಾರೆ. ಯದ್ಯಪಿ ನಿಮ್ಮ ಪ್ರಯತ್ನ ಇದ್ದೇ ಇರುತ್ತದೆ. ಯಾರು ನಿಮಗೆ ಎಲ್ಲರಿಗಿಂತ ಬುದ್ಧಿವಂತ ಅನಿಸುತ್ತಾರೋ ಆ ಡಾಕ್ಟರ್ ಹತ್ತಿರ ಹೋಗುವುದು ಸೂಕ್ತ .

ಆಮೇಲೆ ಗರ್ಭಾವಸ್ಥೆಯ ಕೊನೆಯಲ್ಲಿ ಎಲ್ಲರೂ ಸೇರಿಕೊಂಡು ನಿಮ್ಮ ತಪಾಸಣೆ ಮಾಡುತ್ತಾರೆ. ಪಾರಿವಾರಿಕ ಚಿಕಿತ್ಸಕ ಹಾಗು ಪ್ರಸೂತಿ ವಿಶೇಷತಜ್ಞರು ಈ ಸೂಚಿಯಲ್ಲಿ ಬರಬಹುದು. ಇದರಲ್ಲಿ ಎಲ್ಲಕ್ಕಿಂತ ದೊಡ್ಡ ಲಾಭವೆಂದರೆ ನಿಮಗೆ ಎಲ್ಲಾ ಡಾಕ್ಟರ್ ಪರಿಚಯವಾಗುತ್ತದೆ ಹಾಗು ನಿಮಗೆ ಡೆಲಿವರಿ ರೂಮಲ್ಲಿ ಯಾವುದೇ ಅಪರಿಚಿತ ಮುಖ ಕಾಣಿಸುವುದಿಲ್ಲ.

ಹಾನಿ ಎಂದರೆ ನೀವು ನಿಮ್ಮ ಪ್ರಿಯವಾದ ಡಾಕ್ಟರನ್ನು ಡೆಲಿವರಿ ಸಮಯದಲ್ಲಿ ಹತ್ತಿರ ಇರಬೇಕೆಂದು ಇಚ್ಛಿಸುತ್ತೀರ ಆದರೆ ಹೀಗೇ ಆಗುವುದು ಆವಶ್ಯಕವಿಲ್ಲ. ಬೇರೆ ಬೇರೆ ಡಾಕ್ಟರ್‌ಗಳ ಸಲಹೆಗಳಿಂದ ನೀವು ಚಿಂತಿತವಾಗುತ್ತೀರೊ ಅಥವಾ ನಿಮಗೆ ಸಮಾಧಾನ ಸಿಗುವುದೋ ಇದು ನಿಮ್ಮ ಯೋಚನೆಯ ಮೇಲೆ ನಿರ್ಧಾರವಾಗಿರುತ್ತದೆ .

ಚಿಕಿತ್ಸೆ ಸಂಗಠನದ ಕಾರ್ಯ: ಈ ಕಾರ್ಯಾನ್ವಯದಲ್ಲಿ ಡಾಕ್ಟರ್ ಹಾಗು ಪ್ರಸೂತಿ ವಿಶೇಷತಜ್ಞರ ಜೊತೆಗೆ ನರ್ಸ್ ಹಾಗು ದಾದಿಗಳು ಸೇರಿರುತ್ತಾರೆ. ಇದರ ಲಾಭ ಹಾಗು ಹಾನಿ ಸಹ ಸಾಮೂಹಿಕ ಕಾರ್ಯದಂತೆ ಇದೆ. ಒಂದು ಲಾಭವೆಂದರೆ ನಿಮಗೆ ನರ್ಸ್ ಅಥವಾ ದಾದಿಯ ಕಡೆಯಿಂದ ಅತಿರಿಕ್ತವಾದ ಸಮಯ ಹಾಗು ಸಲಹೆಗಳು ಸಿಗಬಹುದು. ನಿಮ್ಮ ಹತ್ತಿರ ಒಂದು ವಿಕಲ್ಪ ಸಹ ಇರುವುದು, ದಾದಿಯ ಜೊತೆಗೆ ಡಾಕ್ಟರು ಸಹ ಪ್ರಸವದ ಸಮಯದಲ್ಲಿ ಇರುವರು ಅವರು ಯಾವುದಾದರು ಆಪಾಯವನ್ನು ಸಂಭಾಳಿಸುವರು.

ಮಾತೃತ್ವ ಕೇಂದ್ರ–ಬರ್ಥ್ ಸೆಂಟರ್ ಪ್ರಾಕ್ಟೀಸ್ ಇಲ್ಲ ಪ್ರಶಿಕ್ಷಿತವಾದ ನರ್ಸ್ ಎಲ್ಲ ಸಂಭಾಳಿಸುತ್ತಾಳೆ. ಅವಶ್ಯಕತೆ ಇದ್ದರೆ ಮಾತ್ರ ಡಾಕ್ಟರನ್ನು ಕರೆಯುತ್ತಾರೆ. ಅನೇಕ ಆಸ್ಪತ್ರೆಗಳಲ್ಲಿ ಈ ತರಹದ ಬರ್ಥ್ ಸೆಂಟರ್ ಇರುವುದು. ಅಲ್ಲಿ ಕಡಿಮೆ ಅಪಾಯ ಇರುವ ಗರ್ಭವತಿ ಮಹಿಳೆಯರ ಪ್ರಸವ ಮಾಡಲಾಗುತ್ತದೆ. ಈ ಸ್ಥಾನಗಳಲ್ಲಿ ಹೋಗುವ ದೊಡ್ಡ ಲಾಭವೆಂದರೆ ಇಲ್ಲಿ ಖರ್ಚು ಕಡಮೆ ಆಗುವುದು. ಹಾನಿ ಎಂದರೆ ನಿಮಗೆ ಯಾವುದೇ ತೊಂದರೆ ಆದರೆ ಡಾಕ್ಟರ್‌ನ್ನು ಸಂಪರ್ಕಿಸಬೇಕಾಗುವುದು ಅಥವಾ ಪ್ರಸವದ ಸಮಯದಲ್ಲಿ ಅವಶ್ಯಕವಾದರೆ ಯಾವುದೋ ಅಪರಿಚಿತ ಡಾಕ್ಟರಿಂದ ಪ್ರಸವ ಮಾಡಿಸಿ ಕೊಳ್ಳಬೇಕಾಗುವುದು.

ಒಂದು ಯೋಗ್ಯ ಅಭ್ಯರ್ಥಿಯನ್ನು ಹುಡುಕುವುದು

ನೀವು ನಿಮಗಾಗಿ ಒಂದು ಒಳ್ಳೆಯ ಡಾಕ್ಟರ್ ಹುಡುಕಿದ ಮೇಲೆ, ಚಿಕಿತ್ಸೆಕಾರ್ಯದ ಆಯ್ಕೆ ಮಾಡಿದನಂತರ, ಈಗ ನಿಮಗೆ ಒಂದು ಯೋಗ್ಯ ಅಭ್ಯರ್ಯಥಿಯನ್ನು ಹುಡುಕಬೇಕಾಗುತ್ತದೆ. ಇದಕ್ಕೆ ಕೆಳಗೆ ಬರೆದಿರುವಂತೆ ಒಳ್ಳೆಯ ಸೂತ್ರ ಆಗಬಹುದು :-

- ನಿಮ್ಮ ಸ್ತ್ರೀ ರೋಗ ವಿಶೇಷತಜ್ಞರು ಅಥವಾ ನಿಮ್ಮ ಫ್ಯಾಮಿಲಿ ಡಾಕ್ಟರು ನಿಮಗೆ ಒಳ್ಳೆಯ ಸಲಹೆ ನೀಡಬಹುದು.
- ಇತ್ತೀಚ್ಚೆಗೆ ಈ ಪ್ರಕ್ರಿಯೆಯನ್ನು ಎದುರಿಸಿರುವ ನಿಮ್ಮ ಸ್ನೇಹಿತರು ಅಥವಾ ಸಹಕರ್ಮಿಗಳು ನಿಮ್ಮ ತರಹವೆ ಯೋಚಿಸುವವರು.
- ಯಾವುದಾದರು ಸ್ಥಳೀಯ ಪ್ರಸೂತಿ ಮಾಡಿಸುವ ದಾದಿ ಅಥವಾ ನರ್ಸ್
- ನಿಮ್ಮ ಸ್ಥಳೀಯ ಚಿಕಿತ್ಸಾಸಮಾಜದಿಂದಲೂ ನಿಮಗೆ ಡಾಕ್ಟರ್‌ಗಳ ಹೆಸರು ಮತ್ತು ವಿಳಾಸ ಸಿಗಬಹುದು.
- ಯಾವದಾರು ಸ್ಥಳೀಯ ಆಸ್ಪತ್ರೆಯಲ್ಲಿ ನಿಮಗೆ ಬರ್ಥ್‌ಸೆಂಟರ್ ಮಾಹಿತಿ ಸಿಗಬಹುದು.
- ಯಾವ ಉಪಾಯವು ಇಲ್ಲದೆ ಹೋದರೆ ಯೆಲ್ಲೋಪೇಜ್ (yellow page) ಸಹಾಯ ತೆಗೆದುಕೊಳ್ಳಿ. ಅಲ್ಲಿ ನೀವು ಒಳ್ಳೆಯ ಆಸ್ಪತ್ರೆ ಅಥವಾ ಕ್ಲೀನಿಕ್‌ನ ಹೆಸರು ಹಾಗು ವಿಳಾಸವನ್ನು ಹುಡುಕುಬಹುದು.
- ನಿಮ್ಮ ಆರೋಗ್ಯ ವಿಮ ಕಂಪನೀ ಡಾಕ್ಟರ್‌ಗಳ ಸೂಚನೆ ಕೊಟ್ಟರೆ ನೀವು ನಿಮ್ಮ ಸ್ನೇಹಿತರು ಹಾಗು ಸಹಕರ್ಮಿಗಳ ಸಹಾಯದಿಂದ ಒಳ್ಳೆಯ ಡಾಕ್ಟರನ್ನು ಹುಡುಕಬಹುದು. ಹೀಗೆ ಕೆಲಸ ಆಗದೆಹೋದಲ್ಲಿ ನೀವೆ ಸ್ವತ: ಡಾಕ್ಟರನ್ನು ಭೇಟಿ ಮಾಡಿ ನಿಮಗಾಗಿ ಒಳ್ಳೆಯ ಡಾಕ್ಟರಿನ ಆಯ್ಕೇ ಮಾಡಿ.

ಆಯ್ಕೇ ನಿಮ್ಮದು

ಡಾಕ್ಟರಿಂದ ಹೆಸರು ವಿಳಾಸ ತೆಗೆದುಕೊಂಡನಂತರ ಅವರನ್ನು ಭೇಟಿಮಾಡುವ ಸಮಯವನ್ನು ನಿರ್ಧರಿಸಿಕೊಳ್ಳಿ. ನೀವು ಮೊದಲ ಸಲ ಭೇಟಿ ಮಾಡಿದಾಗ ಕೇಳಲು ಕೆಲವು ಪ್ರಶ್ನೆಗಳನ್ನು ತಯಾರಿ ಮಾಡಿಕೊಳ್ಳಿ. ನಿಮ್ಮಿಬ್ಬರ

...ವಿಮೆಪತ್ರ ಇಲ್ಲದೆ ಹೋದರೆ

ನೀವು ಗರ್ಭಿಣಿ ಆದರೂ ವಿಮೆಪತ್ರ ಮಾಡಿಸಕೊಳ್ಳದೆ ಹೋದರೆ ಪ್ರಸವ ಪೂರ್ವ ಹಾಗು ಪ್ರಸವನಂತರದ ಖರ್ಚುಗಳು ಹೇಗೆ ಪೂರ್ಣವಾಗುತ್ತದೆ ನಿಮ್ಮ ಪ್ರಸವಸಂಬಂಧಿ ಮೇಲ್ವಿಚಾರಣೆ ಯಾರು ಕೊಡುತ್ತಾರೆ ಎಂದು ಮೊದಲೇ ನಿರ್ಧಾರ ಮಾಡಿಕೊಳ್ಳಿ.

ಪ್ರತಿಯೊಂದು ಮಾತು-ಕಥೆಯಲ್ಲಿ ಒಪ್ಪಂದವಾಗುತ್ತದೆ ಎಂದು ನಂಬಿ ನಡೆಯರಿ. ಆ ವ್ಯಕ್ತಿ ನಿಮ್ಮ ಜೊತೆ ಭಾವಪೂರ್ಣವಾಗಿ ಸೇರಿಕೊಳ್ಳುತ್ತಾನೊ ಇಲ್ಲವೊ ಹಾಗೂ ಎಲ್ಲಾ ಮಾತುಗಳನ್ನು ಗಮನವಿಟ್ಟು ಕೇಳತ್ತಾರೊ ಇಲ್ಲವೊ ಎಂದು ಮೊದಲು ತಿಳಿದುಕೊಳ್ಳಿ .

ಆಮೇಲೆ ಅವರಿಂದ ಮಗುವಿನ ಜನನ ಹಾಗೂ ಸ್ತನಪಾನ, ಆಪ್ರೇಶನ್‌ನಂತ ಮುಖ್ಯಮಾತುಗಳಲ್ಲಿ ಸಲಹೆ ಪಡೆಯರಿ. ಎಲ್ಲಾ ವಿಷಯದಲ್ಲೂ ಅವರ ಅಭಿಪ್ರಾಯವನ್ನು ಹಾಗು ಅವರು ಯಾವ ರೀತಿ-ನೀತಿಗಳನ್ನು ಉಪಯೋಗಿಸಲು ಇಷ್ಟ ಪಡೆಯುತ್ತಾರೆಂದು ತಿಳಿದುಕೊಳ್ಳಲು ಪ್ರಯತ್ನಿಸಿ.

ಡಾಕ್ಟರ್ ಜೊತೆಗೆ ಸಾಕ್ಷಾತ್ಕಾರವನ್ನು ಮಾಡುವಾಗ ಡಾಕ್ಟರಿನ ವಿಷಯದಲ್ಲಿ ಎಲ್ಲಾ ಮಾಹಿತಿಗಳನ್ನು ತಿಳಿದುಕೊಳ್ಳುತ್ತ ಹಾಗೆ ನಿಮ್ಮ ವಿಷಯದ ಎಲ್ಲಾ ಮಾಹಿತಿಗಳನ್ನು ಅವರಿಗೆ ಕೊಡಿ. ಒಂದು ರೋಗಿಯಂತೆ ಅವರಹತ್ತಿರ ಏನು ಮುಚ್ಚಿಟ್ಟುಕೊಳ್ಳಬೇಡಿ. ಆಗ ಅವರು ನಿಮ್ಮ ಜೊತೆಗೆ ಸಹಜವಾಗಿ ಮಾತನಾಡುತ್ತಾರೆ.

ನೀವು ಆ ಬರ್ಥ್‌ಸೆಂಟರ್ ಹಾಗು ಆಸ್ಪತ್ರೆಯ ವಿಷಯದಲ್ಲಿ ತಿಳಿದುಕೊಳ್ಳಬೇಕಾಗುತ್ತದೆ ಅಲ್ಲಿ ಡಾಕ್ಟರ್ ಪ್ರತ್ಯಕ್ಷವಾಗಿ ಅಥವಾ ಅಪ್ರತ್ಯಕ್ಷವಾಗಿ ಸಂಬಂಧಪಟ್ಟಿರುತ್ತಾರೆ. ಅವರ ಆಸ್ಪತ್ರೆಯಲ್ಲಿ ಯಾವ ತರಹದ ಸೌಕರ್ಯಗಳಿವೆ? ನೀವು ಸಮಯ ಬಂದರೆ ಆ ಸೌಕರ್ಯಗಳನ್ನು ಉಪಯೋಗಿಸಬಹುದೇ? ಅಲ್ಲಿ ಮಕ್ಕಳು ಹಾಗು ತಂದೆ ಬರಲು ಅನುಮತಿ ಇದೆಯಾ? ಅಲ್ಲಿ ಆಪ್ರೇಶನ್ ಮಾಡುವ ಸೌಕರ್ಯಗಳು ಇದೆಯಾ? ಎಂದು ವಿವರವಾಗಿ ತಿಳಿದುಕೊಳ್ಳಿ.

ಕೊನೆಯ ನಿರ್ಧಾರವನ್ನು ಮಾಡುವ ಮೊದಲು ನಿಮ್ಮ ಡಾಕ್ಟರನ್ನು ನಂಬುವಿರ ಎಂದು ಕಣ್ಣುಮುಚ್ಚಿಕೊಂಡು ಯೋಚನೆ ಮಾಡುವಿರಾ ? ನಿಮ್ಮ ಗರ್ಭಾವಸ್ಥೆಯು ಜೀವನದ ಮಹತ್ವಪೂರ್ಣವಾದ ಒಂದು ಯಾತ್ರೆ. ಇಲ್ಲಿ ನಿಮಗೆ ಯಾರ ಮೇಲೆ ಸಂಪೂರ್ಣ ಭರವಸೆ ಇದೆಯೋ ಅಂತಹ ಮಾರ್ಗದರ್ಶಕರೊಬ್ಬರು ಬೇಕು.

ರೋಗಿ ಹಾಗು ಡಾಕ್ಟರ ಸಂಬಂಧ :

ಸರಿಯಾದ ಡಾಕ್ಟರಿನ ಆಯ್ಕೆ ಮೊದಲನೆಯ ಹೆಜ್ಜೆ. ಆಮೇಲೆ ರೋಗಿ ಹಾಗು ಡಾಕ್ಟರಿಬ್ಬರು ಸೇರಿ ಸರಿಯಾಗಿ ಕೆಲಸ ಮಾಡಲೆಂದು ಅವರಿಬ್ಬರ ನಡುವೆ ಹೊಂದಾಣಿಕೆ ಸರಿಯಾಗಿರುವುದು ಎರಡನೆಯ ಹೆಜ್ಜೆ.

- ಡಾಕ್ಟರ್ ಹತ್ತಿರ ಕೇವಲ ನಿಜವನ್ನೇ ಹೇಳಿ. ನಿಜವನ್ನು ಬಿಟ್ಟು ಬೇರೆ ಏನೂ ಹೇಳಬೇಡಿ. ಅವರಿಗೆ ನಿಮ್ಮ ಸಂಪೂರ್ಣ ಚಿಕಿತ್ಸೆಯ ಇತಿಹಾಸವನ್ನು ಹೇಳಿ. ನಿಮ್ಮ ಊಟದ ಅಸ್ವಸ್ಥ ಅಭ್ಯಾಸಗಳನ್ನು ಹಾಗು ನಿಮ್ಮ ತಪ್ಪು ಹವ್ಯಾಸಗಳನ್ನು ಹೇಳುವುದು ಮರಿಯಬೇಡಿ. ಯಾವುದೇ ತರಹದ ಔಷಧಿಗಳು (ಹರ್ಬಲ, ವೈದ್ಯ, ಅವೈದ್ಯ) ತಂಬಾಖು, ಆಲ್ಕೊಹಾಲ್ ತೆಗೆದುಕೊಳ್ಳುತಿದ್ದರೆ ಅದನ್ನೂ ಹೇಳಿ. ಯಾವುದೇ ತರಹದ ಸರ್ಜರಿ ಆಗಿದ್ದರೆ ಅದನ್ನೂ ಹೇಳಿ ನೆನಪಿರಲಿ ನೀವು ಏನೇ ಹೇಳಿದರು ಡಾಕ್ಟರು ಅದನ್ನು ಗೋಪ್ಯವಾಗಿ ಇಟ್ಟುಕೊಂಡಿರುತ್ತಾರೆ.
- ಮನೆಯಲ್ಲಿ ಟಿ.ವಿ. ಫ್ರಿಜ್, ಪರ್ಸ್, ಕೆಲಸದ ಮೇಜಿನ ಮೇಲೆ, ಬಾಗಿಲಹತ್ತಿರ ಒಂದು ರೈಟಿಂಗ ಪ್ಯಾಡ್ ಇಟ್ಟಿರಿ ಆಗ ನಿಮಗೆ ಯಾವುದೇ ಪ್ರಶ್ನೆ ನೆನಪಿಗೆ ಬಂದಾಗ ಅದನ್ನು ತಕ್ಷಣ ಬರೆಯಬಹುದು, ಏಕೆಂದರೆ ಡಾಕ್ಟರನ್ನು ಭೇಟಿ ಮಾಡಿದಾಗ ಅವಶ್ಯಕವಾದ ಪ್ರಶ್ನೆಗಳು ಕೇಳುವುದು ನೆನಪಿಗೆ ಬರುವುದಿಲ್ಲ. ಮತ್ತೆ ಡಾಕ್ಟರ್ ಭೇಟಿ ಆದ ಮೇಲೆ ಅವರು ಹೇಳಿದ ಎಲ್ಲಾ ವಿಷಯಗಳ ರೆಕಾರ್ಡ ಇಟ್ಟುಕೊಳ್ಳಿ ಏಕೆಂದರೆ ನೀವು ಆಲ್ಲಿಂದ ಬಂದ ಸ್ವಲ್ಪ ದಿನದನಂತರ ಅವರು ಹೇಳಿದ್ದನ್ನು ಮರೆತು ಬಿಡುತ್ತೀರಿ. ಡಾಕ್ಟರ್ ಯಾವುದಾದರೂ ಮಾತು ಅಥವಾ ಔಷಧಿಯ ವಿಷಯದಲ್ಲಿ ಸರಿಯಾಗಿ ಹೇಳದೇ ಹೊದರೆ ನೀವೆ ಎಲ್ಲಾ ಕೇಳಿ ರಫ್ ನೋಟ್‌ಮಾಡಿಕೊಂಡು ಮನೆಗೆ ಬಂದ ಮೇಲೆ ಸರಿಯಾಗಿ ಬರೆದಿಟ್ಟುಕೊಳ್ಳಿ ಆವಾಗ ನೀವು ಯಾವದೆ ಮಾತನ್ನು ಮರೆಯುವುದಿಲ್ಲ.
- ಯಾವುದಾದರು ಲಕ್ಷಣಗಳಿಂದ ಘಾಬರಿಯಾದರೆ ಅಥವಾ ಏನಾದರು ಸಂದೇಹ ಬಂದರೆ ತಕ್ಷಣ ಡಾಕ್ಟರಿಗೆ ಫೋನ್ ಮಾಡಿ. ಯಾವುದಾದರು ಔಷಧಿಯಿಂದ ಅನಾನುಕೂಲವಾಗಿರ ಬಹುದು. ಸುಮ್ಮನೆ ಕುಳಿತುಕೊಂಡು ಚಿಂತಿಸ ಬೇಡಿ. ಡಾಕ್ಟರಿಗೆ ಫೋನ್ ಮಾಡಿ ಮಾತನಾಡಿ. ಸಮಸ್ಯೆ ಗಂಭೀರವಾಗಿರದೆ ಹೋದರೆ ಇ-ಮೇಲ್ ಮಾಡಬಹುದು. ಯಾವುದಾದರು ಮಾತು ನಿಜವಾಗಿಯು ನಿಮ್ಮನ್ನು ಕಾಡುತ್ತಿದರೆ ಕೇಳಲು ತಪ್ಪೇನಿಲ್ಲ. ಆ ವಿಷಯ ಮೂರ್ಖತನದ್ದೇ ಇದ್ದರೂ ಪರವಾಗಿಲ್ಲ ನಿಮ್ಮ ಸಂದೇಹ ದೂರವಾಗಲೇ ಬೇಕು. ಮೊದಲನೆಯ ಸಲ ತಾಯಿಯಾಗ ಬೇಕಾದರೆ ಸ್ತ್ರೀ ಹತ್ತಿರ ಅನೇಕ ಪ್ರಶ್ನೆಗಳಿರುತ್ತವೆ ಎಂದು ಡಾಕ್ಟರ್ ಹಾಗು ದಾದಿಗೆ ಚೆನ್ನಾಗಿ ಗೊತ್ತಿರುತ್ತದೆ. ಫೋನ್ ಅಥವಾ ಇ-ಮೇಲ್ ಮಾಡಿದಾಗ ಸ್ಪಷ್ಟವಾಗಿ ಲಕ್ಷಣಗಳನ್ನು ಹೇಳಿ.

ಎಲ್ಲಾದರು ನೋವಾಗುತ್ತಿದ್ದರೆ ನೋವಿನ ಜಾಗ, ಸಮಯ ಎಲ್ಲಾ ಹೇಳಿ. ನೋವು ಜೊರಾಗಿದಿಯೋ ಅಥವ ಕಡಿಮೆ ಇದೆಯೋ, ಸಹಿಸಬಹುದೋ ಇಲ್ಲವೋ ಎಲ್ಲಾ ಹೇಳಿ. ಪೊಜಿಶನ್ ಬದಲಾಯಿಸಿದರೆ ಆರಾಮ ಸಿಗುವುದೋ ಇಲ್ಲವೊ ಅದನ್ನು ಹೇಳಿ. ಯೋನಿಯಿಂದ ಯಾವುದೇ ತರಹದ ಡಿಸ್ಚಾರ್ಜ ಆಗುತ್ತಿದರೆ ಅದರ ಬಣ್ಣವನ್ನು ಹೇಳಿ. ಗಾಢವಾದ ಕೆಂಪು, ತಿಳಿ ಕೆಂಪು, ಬ್ರೌನ್, ಗುಲಾಬಿ ಬಣ್ಣ, ಅಥವ ಹಳದಿ ಬಣ್ಣ . ಅದು ಯಾವಾಗ ಪ್ರಾರಂಭವಾಯಿತು ಕಡಿಮೆ ಇದೆಯೋ ಹೆಚ್ಚಾಗಿದಿಯೋ, ಜೊತೆಗೆ ವಾಂತಿ, ಛಳಿ, ಲೂಸ್‌ಮೋಶನ್, ಓಕರಿಕೆ ಇತ್ಯಾದಿ ಲಕ್ಷಣಗಳಿದ್ದರೆ ಅದನ್ನೂ ಹೇಳಿ.

- ಪೂರ್ಣವಾಗಿ ಅಪ್‌ಡೇಟ್ ಆಗಿರಿ. ಅಂದರೆ ಪೆರೆಟಿಂಗ್ ಮೇಲೆ ಬರುವ ಪತ್ರಿಕೆಗಳು ಹಾಗು ವೆಬ್ ಸೈಟ್ ನೋಡುತ್ತಾಇರಿ. ಆಗ ನಿಮಗೆ ಎಲ್ಲಾ ವಿಷಯವನ್ನು ನಂಬುವ ಆವಶ್ಯಕತೆ ಇಲ್ಲ. ಏಕೆಂದರೆ ಮೀಡಿಯಾದಲ್ಲಿ ಬರುವ ರಿಪೋರ್ಟ್ ಚಿಕಿತ್ಸೆಯ ರೂಪದಲ್ಲಿ ಸರಿಯಾಗಿರುವ ಅವಶ್ಯಕವಿಲ್ಲ. ಏನಾದರು ಹೊಸದು ಓದಿದ್ದರೆ ಅಥವಾ ಕೇಳಿದ್ದರೆ ಅದನ್ನು ಪ್ರಯೋಗಿಸುವ ಮುಂಚೆ ಡಾಕ್ಟರಿನ ಸಲಹೆ ಆವಶ್ಯಕವಾಗಿ ಪಡೆಯಿರಿ. ಅವರು ನಿಮ್ಮ ಎಲ್ಲಾ ಮಾಹಿತಿಗಳಿಗೆ ಒಳ್ಳೆಯ ಸೂತ್ರ.
- ಡಾಕ್ಟರ್ ನಿಮ್ಮನ್ನು ಭೇಟಿ ಮಾಡುವಾಗ ಎಲ್ಲಾ ಪ್ರಶ್ನೆಗೆ ಉತ್ತರ ಕೊಡದೆ ಹೋದರೆ ಅದರ ಒಂದು ಟಿಪ್ಪಣಿ ಮಾಡಿಕೊಳ್ಳಿ. ಮುಂದಿನ ಸಲ ಭೇಟಿ

ಮಾಡಲು ಹೆಚ್ಚು ಸಮಯ ಕೊಡುತ್ತೀರ ಅಥವಾ ಫೋನ್ ಅಥವಾ ಇ-ಮೇಲ್ ಮಾಡಿ ಮಾತನಾಡಬಹುದಾ ಎಂದು ಅವರನ್ನು ಕೇಳಿ ತಿಳಿದುಕೊಳ್ಳಿ .

- ಡಾಕ್ಟರ್ ಯಾವುದೇ ತಪ್ಪು ಮಾತನ್ನು ಸರಿ ಎನ್ನುತ್ತಿದ್ದರೆ ಅಥವಾ ಭ್ರಾಂತಿಯಲ್ಲಿ ಏನಾದರು ಹೇಳಿದರೆ (ಮೆಡಿಕಲ್ ಹಿಸ್ಟ್ರಿ ಇದ್ದರು ಇಂಟರ್‌ಕೋರ್ಸ್ ಮಾಡುವ ಅನುಮತಿ) ಅವರಿಗೆ ನೀವು ಮೊದಲು ಆಗಿದ್ದ ನಿಮ್ಮ ತೊಂದರೆಯ ವಿಷಯವನ್ನು ನೆನೆಪಿಸಿ, ಅವರಿಗೆ ನಿಮ್ಮ ಮೆಡಿಕಲ್ ಹಿಸ್ಟ್ರಿಯ ಒಂದೊಂದು ಮಾತು ಸ್ಮರಣದಲ್ಲಿ ಇರಬೇಕೆಂಬ ನಿಯಮವಿಲ್ಲ. ನೀವು ಸಹ ನಿಮ್ಮ ಆರೋಗ್ಯಕ್ಕೆ ಜವಾಬ್ದಾರರು. ಆದಕಾರಣ ಗಮನವಿರಲಿ, ಈ ತರಹದ ಯಾವ ತಪ್ಪೂ ಆಗದಿರಲಿ
- ನಿಮ್ಮ ಡಾಕ್ಟರ್ ಹೇಳದೆ ಹೋದ ಯಾವುದಾದರು ವಿಚಾರ ನಿಮಗೆ ಗೊತ್ತಾಗಿದ್ರೆ ಅದನ್ನು ನಿಮ್ಮಲ್ಲೇ ಇಟ್ಟುಕೊಳ್ಳಬೇಡಿ. ಡಾಕ್ಟರ್ ಹತ್ತಿರ ಸವಾಲು ಹಾಕದೆ ಸ್ಪಷ್ಟವಾಗಿ ಕೇಳಿ ತಿಳಿದು ಪುಷ್ಟಿ ಮಾಡಿಕೊಳ್ಳಿ.
- ಅವರ ಹತ್ತಿರ ಎಲ್ಲಾ ವಿಷಯವನ್ನು ಸ್ಪಷ್ಟವಾಗಿಕೇಳಿ. ನೀವು ತೆಗೆದುಕೊಳ್ಳುತ್ತಿರುವ ಔಷಧಿಯಿಂದ ಯಾವುದೇ ಬೇರೆ ಪ್ರಭಾವ ಆಗುವುದೊ ಇಲ್ಲವೋ ಎಂದು ತಿಳಿದುಕೊಳ್ಳಿ. ಹೇಳಿದ ಟೆಸ್ಟ್‌ನಲ್ಲಿ ಅಪಾಯವೇನಿದೆ ಅಥವಾ ಅದರ ಪರಿಣಾಮಯಾವಾಗ ಸಿಗುತ್ತದೆ.
- ಡಾಕ್ಟರ ಕೊಟ್ಟಿರುವ ನಿರ್ದಶನಗಳನ್ನು ಸರಿಯಾಗಿ ಪಾಲಿಸಿ. ತೂಕ, ಆರಾಮ, ವಿಟಮಿನ್, ವ್ಯಾಯಾಮ, ಔಷಧಿಗಳು ಇತ್ಯಾದಿ. ಇದರಲ್ಲಿ ಯಾವುದೇ ನಿರ್ದಶನಗಳನ್ನು ಪಾಲಿಸಲು ಸಮಸ್ಯೆ ಆದರೆ ಡಾಕ್ಟರಿಂದ ಅದರ ವಿಕಲ್ಪಗಳನ್ನು ಕೇಳಿ.
- ನೆನಪಿರಲಿ ನೀವು ನಿಮ್ಮ ಆರೈಕೆ ಸ್ವಯಂ ಮಾಡಿಕೊಳ್ಳಬೇಕು ಆದಕಾರಣ ಎಲ್ಲಾ ಸೂಚನೆಗಳನ್ನು ಗಮನದಲ್ಲಿಟ್ಟುಕೊಳ್ಳಿ. ಊಟದ ತಪ್ಪು ಹವ್ಯಾಸಗಳನ್ನು ಬಿಟ್ಟುಬಿಡಿ ಏಕೆಂದರೆ ಒಂದು ಸ್ವಸ್ಥ ಶಿಶುವನ್ನು ಜನ್ಮಿಸುವುದು ನಿಮ್ಮದೆ ಜವಾಬ್ದಾರಿ.
- ಅನೇಕ ವಿಮೆ ಕಂಪನಿಗಳು ಡಾಕ್ಟರ್ ಹಾಗೂ ರೋಗಿಯ ಮಧ್ಯದಲ್ಲಿ ವಿವಾದಗಳಾದರೆ ಮಧ್ಯಸ್ತಿಕೆಯ ಕೆಲಸವನ್ನು ಮಾಡುತ್ತಾರೆ. ನಿಮಗೆ ಡಾಕ್ಟರಿಂದ ಏನಾದರು ಸಮಸ್ಯೆ ಇದ್ದರೆ ಸ್ವಾಸ್ಥ ಸಂಗಠನಕಾರರಿಂದ ಸಹಾಯ ಪಡೆಯಿರಿ.

ನೀವು ಸರಿಯಾದ ಡಾಕ್ಟರ್ ಅಥವಾ ದಾದಿಯ ಆಯ್ಕೆ ಮಾಡಿಲ್ಲವೆಂದು ನಿಮಗೆ ಅನಿಸಿದರೆ ಅಥವಾ ನಿಮ್ಮ ಶಿಶುವಿನ ಜನನ ಅವರ ಕೈಯಲ್ಲಿ ಸುರಕ್ಷಿತವಾಗಿಲ್ಲವೆಂದು ಅನಿಸಿದರೆ ಡಾಕ್ಟರನ್ನು ಬದಲಾಯಿಸುವಲ್ಲಿ ವಿಳಂಬಿಸಬೇಡಿ.

■ ■ ■

ನಿಮ್ಮ ಪ್ರೆಗ್ನೆನ್ಸಿ ಪ್ರೊಫೈಲ್

ತಪಾಸಣೆಯ ಪರಿಣಾಮಗಳು ಬಂದಾಗಿದೆ. ನೀವು ತಾಯಿ ಆಗುತ್ತಿರ. ಗರ್ಭಾಶಯದ ಆಕಾರದ ಜೊತೆಗೆ ಉತೇಜನ ಹಾಗು ಪ್ರಶ್ನಗಳ ಸೂಚಿ ಸಹ ದೊಡ್ಡದಾಗುತ್ತಿದೆ. ಇದರಲ್ಲಿ ಎನು ಸಂದೆಹವಿಲ್ಲ ನೀವು ವಿಚಿತ್ರವಾದ ಗರ್ಭಾವಸ್ಥೆಯ ಲಕ್ಷಣಗಳನ್ನು ಎದರಿಸುತ್ತಿದೀರಿ. ಆದರೆ ಇದರಲ್ಲ ಅನೇಕ ಲಕ್ಷಣಗಳು ನಿಮ್ಮ ಪ್ರೆಗ್ನೆಂಸಿ ಪ್ರೊಫೈಲಿಂದ ಸಂಬಂದಿಸಿರ ಬಹುದು. ಈ ಪ್ರೆಗ್ನೆನ್ಸಿ ಪ್ರೊಫೈಲ ಅಂದರೆನು? ಇದನ್ನು ನಿವು ನಿಮ್ಮ ಗರ್ಭಾವಸ್ಥೆಯ ಇತಿಹಾಸವೆಂದು ಹೇಳ ಬಹುದು. ಅದರದು ನಿಮ್ಮ ಈ ಗರ್ಭಾವಸ್ಥೆಯ ಮೇಲೆ ಪ್ರಭಾವ ಬೀರಬಹುದು. ನಿಮಗೆ ನಿಮ್ಮ ಈ ಪ್ರೊಫೈಲದ ಸಂಪೂರ್ಣ ಮಾಹಿತಿ ಪಡೆದುಕೊಳ್ಳ ಬೇಕು. ಡಾಕ್ಟರನ್ನು ಭೆಟ್ಟ ಮಾಡಿದಾಗ ಈ ವಿಷಯದಲ್ಲಿ ಮಾತನಾಡಬಹುದು. ನೆನಪಿರಲಿ ಈ ಅಧ್ಯಾಯದ ಅನೇಕ ಮಾತುಗಳಿಂದ ನಿಮ್ಮ ಯಾವ ಸಂಬಂಧವೂ ಇರುವುದಿಲ್ಲ ಎಕೆಂದರೆ ಪ್ರತಿವೊಂದು ಸ್ತ್ರಿಯ ಗರ್ಭಾವರ್ಸತೆಯ ವಿವರಣೆ (ಪ್ರೆಗ್ನೆನ್ಸಿ ರಿಕಾರ್ಡ) ಬೇರೆ-ಬೇರೆ ಇರುತ್ತದೆ. ನೀವು ಇಲ್ಲಿಂದ ನಿಮ್ಮ ಕೆಲಸದ ವಿಷಯವನ್ನು ಓದಿ ಬಾಕಿಯನ್ನು ಬಿಟ್ಟುಬಿಡಿ.

ಈ ಪುಸ್ತಕವು ಎಲ್ಲಿರಿಗಿದೆ

ನೀವು ಈ ಪುಸ್ತಕವನ್ನು ಓದುವಾಗ ಪತಿ-ಪತ್ನಿಯ ಜೊತೆಗೆ ಅನೇಕ ಪಾರಂಪರಿಕವಾದ ಸಂಬೊಧನಗಳು ಬರುವುದು. ಆದರೆ ಇದು ಓಬ್ಬಳೆ ಇರುವ ತಾಯಿ ಯಾ ಅವಿವಾಹಿತ ತಾಯಿ ಯಾ ಪರಕೀಯ ಸಂಬಂಧಗಳಿಗೆ ಈ ಮಾಹಿತಿಗಳಿಲ್ಲ ಎಂದು ಅರ್ಥವಲ್ಲ. ಯಾವ ವಕ್ಯ ನಿಮಗೆ ನಿಮ್ಮಗಾಗಿ ಅನಿಸುವುದಿಲ್ಲವೊ ಅದನ್ನು ಬಿಟ್ಟುಬಿಡಿ. ಮಿಕ್ಕಿದ ಮಹಿತಿಗಳಿಂದ ಲಾಬಾನ್ವಿತವಾಗಿ.

ನಿಮ್ಮ ಪೂರ್ವ ಶಾರೀರಕ ಮಾಹಿತಿಗಳು

ಗರ್ಭಾವಸ್ಥೆಯಕಾಲದಲ್ಲಿ ಗರ್ಭನಿರೊಧಕ

''ನಾನು ಗರ್ಭನಿರೊದಕ ಮಾತ್ರೆಗಳನ್ನು ಸೇವಿಸುವಾಗಲೆ ಗರ್ಭಿಣಿ ಆದೆ ನಾನು ಪೂರ್ತಿ ತಿಂಗಳು ಮಾತ್ರೆ ತೆಗೆದು ಕೊಳ್ಳುತ್ತಿದ್ದೆ ಎಕೆಂದರೆ ನನಗೆ ಗರ್ಭಾವಸ್ಥೆಯೆಂದು ತಿಳಿಯಲೆಇಲ್ಲಇದರಿಂದ ನ್ನನ ಶಿಶುವಿನ ಮೇಲೆ ಯಾವದಾರು ಪ್ರಭಾವ ಆಗುವುದೇ?''

ಮಾತ್ರೆಗಳ ಸೇವನೆ ನಿಲ್ಲಿಸಮೇಲೆ ಒಂದು ಮಾಸಿಕ ಚಕ್ರವು ಪೂರ್ಣವಾಗುತ್ತದೆ ಆಮೇಲೆ ನೀವು ಗರ್ಭಾಧಾರಣೆ ಮಾಡಿದ್ದರೆ ಸರಿಯಾಗಿರುವುದು ಆದರೆ ಇದು ಅಕಸ್ಮಾತವಾಗಿದೆ ಆದಕಾರಣ ಎನು ಮಾಡಲಾಗುವುದಿಲ್ಲ. ಇದು ಇಷ್ಟೊಂದು

ಗಂಭೀರವಾಗಿರುವುದು ಇಲ್ಲ ಚಿಂತಿಸುವುದು ಮಾತೆನಲ್ಲ. ಈ ಸ್ಥಿತಿಯಲ್ಲಿ ಶಿಶುವಿಗೆ ಏನಾದರು ಹಾನಿ ಆಗುವುದು ಎಂದು ಯಾವ ಸಾಕ್ಷೀ ಸಿಗುವುದಿಲ್ಲ. ಮನಸಿಗೆ ಸಮಾಧಾನಬೇಕೆಂದರೆ ನಿಮ್ಮ ಡಾಕ್ಟರಿನ ಸಲಹೆ ಪಡೆಯರಿ.

''ನಾನು ಕಂಡೋಮ್ ಹಾಗು ಸ್ಪರ್ಮಿಸೈಡ್ಸ ಪ್ರಯೊಗಿಸುವಾಗಲೆ ಗರ್ಭಿಣಿ ಆದೆ ಮತ್ತು ತಿಳಿಯದೆ ಇದರ ಪ್ರಯೊಗವನ್ನು ಮಾಡುತ್ತಾಇದ್ದೆ. ನನಗೆ ಶಿಶುವಿನ ಕಡೆಯಿಂದ ಯಾವದಾರು ತೊಂದರೆ ಆಗ ಬಹುದೆ?''

ನೀವು ಕಂಡೋಮ್ ಸ್ಪರ್ಮಿಸೈಡ್ಸ ಜೊತೆಗೆ ಡೈಫರಾಗಂ ಯಾ ಸ್ಪರ್ಮಿಸೈಡ್ಸ ಯುಕ್ತ ಡೈಫರಾಗಂ ಇತ್ಯಾದಿ ಇಟ್ಟಿಕೊಂಡೆ ಗರ್ಭಿಣಿ ಆಗಿದ್ದರೆ ತಿಳಿದು ಕೊಳ್ಳಿ ಸ್ಪರ್ಮಿಸೈಡ್ಸ ಹಾಗು ಜನ್ಮಜಾತ ವಿಕಾರಗಳಲ್ಲಿ ಯಾವದೆ ಸಂಬಂಧವಿಲ್ಲ. ಗರ್ಭಾವಸ್ಥೆಯ ಪ್ರಾರಂಬದಲ್ಲಿ ಇದರ ಪ್ರಯೋಗದಿಂದ ಯಾವದೆ ಸಮಸ್ಯೆ ಆಗುವುದಿಲ್ಲೆಂದು ತಿಳಿದು ಬಂದಿದೆ. ನೀವು ತಿಳಿದೆ ಗರ್ಭಿಣಿ ಆಗಿದ್ದರು ಅದನ್ನು ಸಂಪೂರ್ಣವಾಗಿ ಆನಂದಿಸಿ.

"ನಾನು ಐ. ಯೂ. ಡೀ. ಯನ್ನು ಗರ್ಭನಿರೊಧಕವಾಗಿ ಉಪಯೊಗಿಸುತ್ತಿದ್ದೆ ಆದರೆ ನಾನು ಗರ್ಭಿಣಿಯೆಂದು ನನಗೆ ಈಗ ಗೊತ್ತಾಯಿತು. ನನ್ನ ಗರ್ಭಕಾಲ ಸುರಕ್ಷಿತವಾಗಿಯು ಮತ್ತು ಆರೋಗ್ಯವಾಗಿ ಇರುವುದಾ?"

ಯಧ್ಯಪಿ ಗರ್ಭನಿರೊಧಕ ಉಪಯೊಗಿಸಿದ ಮೇಲೆ ಗರ್ಭಿಣಿ ಆಗುವುದು ಸ್ವಲಪ್ಪ ಮನಸಿಗೆ ಬೆಜಾರುಮಾಡಬಹುದು. ಆದರೆ 1000ರಲ್ಲಿ 1 ಕೇಸ್ ಮಾತ್ರ ಹೀಗಿರುವುದು. ಐ.ಯೂ.ಡೀ. ಇದ್ದರು ಗರ್ಭಿಣಿ ಆದರೆ ಅದು ತಮ್ಮ ಸ್ಥಾನದಿಂದ ಜರುಗಿರಬಹುದು ಇಲ್ಲ ಸರಿಯಾಗಿ ಹಾಕಿಲ್ಲಿದೆಇರಬಹುದು.

ನಿಮ್ಮಹತ್ತಿರ ಎರಡೆ ವಿಕಲ್ಪಗಳಿವೆ. ನೀವು ಆದಷ್ಟು ಬೇಗ ಡಾಕ್ಟರ ಹತ್ತಿರ ಮಾತನಾಡಿ. ಐ. ಯೂ. ಡೀ. ಇಟ್ಟುಕೊಂಡಿರಬೇಕಾ ಅಥವಾ ತೆಗೆಸಬೇಕಾ ಎಂದು ಡಾಕ್ಟರ ತಪಾಸಣೆ ಮಾಡಿ ಹೇಳುತ್ತಾರೆ. ಐ.ಯೂ.ಡೀ. ತಮ್ಮ ಸ್ಥಾನದಿಂದ ಜರಗಿ ಅದರ ಧಾರಾ ಕಾಣಿಸಿದರೆ ಅದನ್ನು ತೆಗೆಯಬಹುದು ಇಲ್ಲದೆ ಹೊದರೆ ಅದು ಪ್ರಸವದಸಮಯದಲ್ಲಿ ಹೊರಗೆ ಬರುವುದು ಆ ಧಾರಾ ಗರ್ಭಾವಸ್ಥೆಯ ಪ್ರಾರಂಭದಲ್ಲೆ ಕಾಣೀಸಿದರೆ ಸಂಕ್ರಮಣದ ಅಪಾಯಹೆಚ್ಚಾಗುತ್ತದೆ. ಇದನ್ನು ಬೇಗ ತೆಗೆದ್ರೆನೆ ಸಫಲ ಹಾಗು ಸ್ವಸ್ಥ ಗರ್ಭಾವಸ್ಥೆಯನ್ನು ಪಡೆಯಬಹುದು. ಇದನ್ನು ತೆಗೆಯದೆ ಹೊದರೆ ಗರ್ಭಪಾತವಾಗ ಬಹುದು.

ಮೊದಲು ಮೂರು ತಿಂಗಳಲ್ಲು ಇದು ಓಳಗೆಇದ್ದರೆ ಯಾವದೆ ತರಹದ ಸ್ರಾವ. ಜ್ವರ, ಸೆಳತಗಾಗಿ ತೈಯಾರಿರಿ.ಎಕೆಂದರೆ ನಿಮಗೆ ಇದರಕಾರಣ ಅನೇಕ ರೀತಯು ಜಟಿಲತೆಯುನ್ನು ಎದರಿಸಬೇಕಾಗಬಹುದು. ಡಾಕ್ಟರಿಗೆ ಎಲ್ಲ ಲಕ್ಷಣಗಳನ್ನು ಹೇಳಲು ವಿಲಂಬಿಸಬೇಡಿ.

ಫೈಬ್ರಾಯಿಡ್

''ನನಗೆ ಬಹಳದಿನಗಳಿಂದ ಫೈಬ್ರಾಯಿಡ ಇತ್ತು ಆದರೆ ನನಗೆ ಏನು ತೋಂದರೆ ಇತ್ತಿಲ್ಲ. ಗರ್ಭಾವಸ್ಥೆಯಲ್ಲಿ ಅದರಿಂದ ಯಾವದಾರು ತೋಂದರೆ ಆಗಬಹುದೆ?''

ನಿಮ್ಮ ಮತ್ತು ಗರ್ಭಾವರ್ಸತೆಯ ಮಧ್ಯದಲ್ಲಿ ಫೈಬ್ರಾಯಿಡ ಏನು ತಡೆಹಾಕುವುದಿಲ್ಲೆಂದು ಭಾವಿಸತ್ತಿವಿ. ಗರ್ಭಾಶಯದ ಗೊಡೆಯ ಮೇಲೆ ನಿರ್ಮಿಸಿದ ಈ ನಾನಮ್ಯೆಲಿಗನೆಟ್ ಊತ ಗರ್ಭಾವಸ್ಥೆಯಲ್ಲಿ ಏನು ಅಡ್ಡಿ ಹಾಕುವುದಿಲ್ಲ.

ಯಧ್ಯಪಿ ಈ ಮಹಿಳೆಯರಿಗೆ ಕೆಲವೊಮ್ಮೆ ಹೊಟ್ಟೆಯ ಕೆಳಭಾಗದಲ್ಲಿ ವತ್ತಡ ಅಥವಾ ನೋವಿನ ತೋಂದರೆ ಇರಬಹುದು ಆದರೆ ಇದೇನು ಚಿಂತಿಸುವ ಕಾರಣವೇನಲ್ಲ ಆದರು ನಿಮ್ಮ ಡಾಕ್ಟರಿಗೆ ಖಂಡಿತ ಹೇಳಿ. ನಾಲ್ಕೈದು ದಿನಗಳು ರೆಸ್ಟ ಮಾಡಿದರೆ ಅಥವಾ ಯಾದಾರು ಸುರಕ್ಷಿತವಾದ ನೋವಿನ ಮಾತ್ರೆ ತೆಗೆದುಕೊಂಡರೆ ಎಲ್ಲ ಸರಿಆಗುತ್ತದೆ.

ಕೆಲವೊಮ್ಮೆ ಫೈಬ್ರಾಯಿಟಿನ ಕಾರಣದಿಂದ ಪ್ಲೆಸೆಂಟಾ ಬೇರೆ ಆಗುವ, ಪ್ರೀಟರ್ಮ ಬರ್ಥ ಯಾ ಬ್ರೀಚ ಬರ್ಥಿನ ಅಪಾಯ ಹಚ್ಚಾಗಬಹುದು ಆದರೆ ಜಾಗರುಕತೆಯಿಂದ ಇದ್ದರೆ ಈ ಅಪಾಯಗಳನ್ನು ದೂರ ಮಾಡಬಹುದು. ಡಾಕ್ಟರ ಅಪಾಯಗಳು ಹಾಗು ಜಾಗರುಕತೆಗಳ ವಿಷಯದಲ್ಲಿ ಸರಿಯಾಗಿ ಮಹಿತಿ ಕೊಡುತ್ತಾರೆ ಆದಕಾರಣ ನಿಮ್ಮ ಡಾಕ್ಟರ ಜೊತೆಗೆ ಈ ವಿಷಯದಲ್ಲಿ ಸ್ಪಷ್ಟವಾಗಿ ಮಾತನಾಡಿ. ಫೈಬ್ರಾಯಿಟ್ ಕಅರಣದಿಂದ ಸಾಮನ್ಯ ಪ್ರಸವದಲ್ಲಿ ತೋಂದರೆ ಆಗಬಹುದೆಂದು ಡಾಕ್ಟರಿಗೆ ಅನಿಸಿದರೆ ಅವರು ಸೀ-ಸೆಕ್ಶನ್ ಪ್ರಸವ ಸಲಹೆ ಕೊಡಬಹುದು. ಅಧಿಕಾಂಶತ: ಪ್ರಸವದಲ್ಲಿ ಗರ್ಭಾಶಯ ದೊಡ್ಡದಾದಾಗ ದೊಡ್ಡ ಫೈಬ್ರಾಯಿಡ್ ಸಹ ಹೊರಗೆ ಬಂದುಬಿಡುತ್ತದೆ.

"ನಾನು ಕೆಲವು ವರ್ಷಗಳಹಿಂದೆ ಎರಡು ಫೈಬ್ರಾಯಿಟ್ ತೆಗೆಸಿಕೊಂಡಿದ್ದೆ. ಇದರಿಂದ ನನ್ನ ಗರ್ಭಾವಸ್ಥೆಯ ಮೇಲೆ ಪ್ರಭಾವಾಗಬಹುದಾ?"

ಸಾಮಾನ್ಯವಾಗಿ ಗರ್ಭಾಶಯದ ಫೈಬ್ರಾಯಿಡ್ ಟ್ಯೂಮರ್ ತೆಗೆಯುವ ಸರ್ಜರಿ ಲೆಪ್ರೊಸ್ಕೊಪಿಕಾಗುವುದು ಆದಕಾರಣ ಗರ್ಭಾವಸ್ಥೆಯಲ್ಲಿ ಯಾವ ತೊಂದರೆನು ಆಗುವುದಿಲ್ಲ. ಯದ್ಯಪಿ ದೊಡ್ಡ ಫೈಬ್ರಾಯಿಡ್ ತೆಗೆದಿದ್ದರೆ ಗರ್ಭಾಶಯ ಕ್ಷೀಣವಾಗುವುದು ಅದರಲ್ಲಿ ಪ್ರಸವಕ್ಕಾಗಿ ಬಲ ಇರೊದಿಲ್ಲ. ನಿಮ್ಮ ರಿಕಾರ್ಡಗಲನ್ನು ನೋಡಿ ಚಿಕಿತ್ಸಕರಿಗೆ ಇದೆ ಅನಿಸಿದರೆ ಅವರು ಸೀ-ಸೆಕ್ಶನ ಪ್ರಸವದ ಸಲಹೆ ಕೊಡಬಹುದು. ಸರ್ಜರಿ ಮಾಡುವ ಮೊದಲೆ ಪ್ರಸವಿನ ನೋವು ಪ್ರಾರಂಭಿಸಿದರೆ ಆ ಲಕ್ಷಣಗಳನ್ನು ಗುರುತಿಸಿ ಆದಷ್ಟುಬೇಗ ಡಾಕ್ಟರ ಹಿತ್ತಿರ ಹೊಗಿ.

ಎಂಡೊಮೇಟ್ರಿಓಸಿಸ್

"ಅನೇಕ ವರ್ಷಗಳತನಕ ನಾನು ಎಂಡೊಮೇಟ್ರಿಓಸಿಸ್ ಯಿಂದ ಪೀಡಿತವಾಗಿದ್ದಮೇಲೆ ಈಗ ನಾನು ಗರ್ಭಿಣಿ ಆಗಿದ್ದೀನಿ. ನನ್ನ ಗರ್ಭಾವಸ್ಥೆಯಲ್ಲ ಏನಾದರು ಸಮಸ್ಯೆ ಬರಬಹುದಾ?'

ಇದರಲ್ಲಿ ಎರಡುತರಹದ ಸವಾಲುಗಳಿವೆ. ಗರ್ಭಧಾರಣೆಯಲ್ಲಿ ತೊಂದರೆ ಹಾಗು ನೊವು. ಗರ್ಭಿಣಿ ಆಗುವ ಅರ್ಥವೆಂದರೆ ನೀವು ಮೊದಲೆಯ ಸವಾಲನ್ನು ಪಾರ ಮಾಡಾಗಿದೆ(ಶುಭಾಶಯಗಳು). ಗರ್ಭಿಣಿಆದ ಮೇಲೆ ಎರಡನೆಯ ಸವಾಲನ್ನು ಪಾರ ಮಾಡಲು ಸಹಾಯವಾಗುತ್ತದೆ.

ಗರ್ಭಾವಸ್ಥೆಯಲ್ಲಿ ಎಂಡೊಮೇಟ್ರಿಓಸಿಸಿನ ಲಕ್ಷಣಗಳು ಹಾಗು ನೋವಿನಲ್ಲಿ ಸುಧಾರಣೆ ಆಗುವುದು. ಹಾರ್ಮೊನಲ್ ಬದಲಾಯಿಸುವ ಕಾರಣದಿಂದ ಹೀಗಾಗುವುದು. ಓವ್ಯೂಲೆಶನ್ ನಂತರ ಎಂಡೊಮೇಟ್ರಿಯಲ್ ಸಣ್ಣಕ್ಕಾಗಿ ಮೃದುವಾಗುವುದು. ಅನೇಕ ಮಹಿಳೆಯರಲ್ಲಿ ಇನ್ನು ಒಳ್ಳೆಯ ಪರಿಣಾಮಗಳು ಕಾಣಿಸಿಕೊಂಡಿದೆ. ಅನೇಕ ಮಹಿಳೆಯರಲ್ಲಿ ಸಂಪೂರ್ಣ ಗರ್ಭಾವಸ್ಥೆಯಲ್ಲಿ ಇದರ ಲಕ್ಷಣವೆ ಕಾಣಿಸುವುದಿಲ್ಲ. ಕೆಲವು ಮಹಿಳೆಯರಿಗೆ ನೋವು ಹಾಗು ಜರ್ಕಿನ ಸಮಸ್ಯೆ ಬರ ಬಹುದು ಆದರೆ ಶಿಶುವಿನ ಜನ್ಮದಲ್ಲಿ ಯಾವದೆ ತರಹದ ತೊಂದರೆ ಆಗುವುದಿಲ್ಲ. ಗರ್ಭಾಶಯದ ಆಪರೆಶನ್ ಆಗಿದ್ದರೆ ಡಾಕ್ಟರ ಸೀ-ಸೆಕ್ಶನ ಸಲಹೆ ಕೊಡುತ್ತಾರೆ.

ಗರ್ಭಾವಸ್ಥೆಯಲ್ಲಿ ಎಂಡೊಮೇಟ್ರಿಓಸಿಸಿನ ಲಕ್ಷಣಗಳಿಂದ ಬಿಡುಗಡೆ ಸಿಗುವುದು ಆದರೆ ಅದರ ಉಪಚಾರವಾಗುದಿಲ್ಲ. ಗರ್ಭಾವಸ್ಥೆ ಹಾಗು ಅದರ ಮೇಲ್ವಿಚಾರಣೆಆದನಂತರಅದರ ಲಕ್ಷಣಗಳು ಪುನಃ ಕಾಣಿಸಿಕೊಳ್ಳುವುದು.

ಕೊಲೊಪೊಸ್ಕೊಪಿ

"ಒಂದು ವರ್ಷದ ಹಿಂದೆ ನಾನು ಗರ್ಭಿಣಿ ಆಗಿದ್ದಾಗ ನನಗೆ ಕೊಲೊಪೊಸ್ಕೊಪಿ ಹಾಗು ಸರ್ವಾಯಿಕಲ್ ಬಾಯೊಪ್ಸಿ ಕತ್ತರಿಸಬೇಕಾಯಿತು (ನನ್ನ ಗರ್ಭಾವಸ್ಥೆ ಅಪಾಯದಲ್ಲಿದಿಯಾ?)"

ಪೈಪಸ್ಮೀಯರಲ್ಲಿ ಯಾವದಾರು ಅನಿಯಮಿತವಾದ ಸರ್ವಾಯಿಕಲ್ ಜೀವಕೊಷಗಳು ಕಾಣಿಸಿದರೆ ಕೊಲೊಪೊಸ್ಕೊಪಿ ಮಾಡಲಾಗುವುದು. ಸಾಮಾನ್ಯ ಪ್ರಕ್ರಿಯೆಯಲ್ಲಿ ಯೊನಿ ಹಾಗು ಸರ್ವಿಕ್ಸನ್ನು ಒಂದು ವಿಶೇಷ ಮೈಕ್ರೊಸ್ಕೊಪಿನ ಸಹಾಯದಿಂದ ನೋಡಲಾಗುವುದು. ಪೈಪಸ್ಮೀಯರಲ್ಲಿ ಅಸಾಮಾನ್ಯವಾದ ಜೀವಕೊಷಗಳು ಕಾಣಿಸಿದರೆ ಡಾಕ್ಟರ ಸರ್ವಾಯಿಕಲ್ ಯಾ ಕೊನ್ ಬಾಯೊಪ್ಸಿ ಮಾಡುತ್ತಾರೆ. ಇದರಲ್ಲಿ ಸಂದೇಹಯುಳ್ಳ ಜಾಗದಿಂದ ನಮೂನೆಯನ್ನು ತೆಗೆದುಕೊಂಡು ಲೈಬನಲ್ಲಿ ತಪಾಸಣೆ ಮಾಡಲಾಗುತ್ತದೆ. ಇದಕ್ಕಾಗಿ ಕ್ರಾಯೊಸರ್ಜರಿ(ಅಸಾಮಾನ್ಯ ಜೀವಕೊಷಗಳನ್ನು ಸೇರಿಸಿಡುಲಾಗುವುದು) ಯಾ ಲೀಪ ಚಿಕಿತ್ಸೆ ಮಾಲಾಗುವುದು. ಅದರಲ್ಲಿ ಪ್ರಭಾವಿತವಾದ ಜೀಕೊಷಗಳನ್ನು(ಟಿಶುಗಳನ್ನು) ಇಲ್ಲೆಕ್ಟ್ರಿಕಲ ಕರೆಂಟಿಂದ ತೆಗೆದುಹಾಕುತ್ತಾರೆ. ಒಳ್ಳೆ ಸುದ್ದಿಎಂದರೆ ಈ ಪ್ರಕ್ರಿಯೆ ಮಾಡದನಂತರವು ಗರ್ಭಿಣಿ ಮಹಿಳೆಯರು ಸ್ವಸ್ಥ ಶಿಶುವನು ಜನ್ಮಿಸುತ್ತಾರೆ. ಯಧ್ಯಪಿ ತೆಗೆದಹಾಕಿರುವ ಜೀವಕೊಷದ ಪರಿಮಾಣದ ಲೆಕ್ಕದಲ್ಲ ಕೆಲವು ಮಹಿಳೆಯರಿಗೆ ಗರ್ಭಾವಸ್ಥೆಯಲ್ಲ ತೋಂದರೆಆಗಬಹುದು. ನಿಮ್ಮ ಡಾಕ್ಟರಿಗೆ ಈ ತರಹದ ಯಾವದೆ ಸರ್ಜರಿ ಅಥವಾ ಟೆಸ್ಟಿನ ವಿಷಯದಲ್ಲಿ ಖಂಡಿತವಾಗಿ ಹೇಳಿ ಆವಾಗೆ ಅವರು ನಿಮ್ಮನ್ನು ಇನ್ನು ಚೆನ್ನಾಗಿ ನೊಡಕೊಳ್ಳಬಹುದು.

ಮೊದಲನೆಯ ಪ್ರಸವ ಪೂರ್ವ ತಪಾಸಣೆಯಲ್ಲಿ ಅಸಾಮಾನ್ಯ ಜೀವಕೊಷಗಳ ಮಾಹಿತಿ ಸಿಕ್ಕರೆ ಡಾಕ್ಟರ ಕೊಲೊಪೊಸ್ಕೊಪಿಯ ಸಲಹೆ ಕೊಡಬಹುದು. ಆದರೆ ಬಾಯೊಪ್ಸಿ ಇತ್ಯಾದಿ ಶಿಶುವಿನ ಜನ್ಮದನಂತರವೆ ಮಾಡಲಾಗುವುದು.

ಎಚ.ಪೀ.ವೀ.(ಹ್ಯೂಮನ್ ಪೈಪಿಲೊಮ ವೈರಸ್)

''ಜೇನಿಟಲ್ ಎಚ.ಪೀ.ವೀ. ನನ್ನ ಗರ್ಭಾವಸ್ತೆಯನ್ನು ಹಾನಿಮಾಡಬಹುದಾ?''

ಎಚ.ಪೀ.ವೀ. ಸೆಕ್ಸುಅಲಿ ಟ್ರಾಂಸಮೀಟಿಡ್ ವೈರಸ್ಸು. ಸಾಮಾನ್ಯವಾಗಿ ಇದರ ಲಕ್ಷಣಗಳು ಸ್ಪಷ್ಟವಾಗಿ ಕಾಣಿಸುವುದಿಲ್ಲ ಹಾಗು ಇದು 6ರಿಂದ 10 ತಿಂಗಳದಲ್ಲಿ ತಾನೆ ಸರಿಯಾಗುವುದು.

ಅನೇಕ ಸರತಿ ಇದುರ ಲಕ್ಷಣಗಳು ಸ್ಪಷ್ಟವಾಗಿ ಕಾಣಿಸುವುದು. ಪೈಪಸ್ಮೀಯರಿಂದ ಕೆಲವು ಜೀವಕೊಷಗಳಲ್ಲಿ ಅನಿಯುಮಿತತೆ ಕಂಡುಬರುವುದು. ಅನೇಕ ಸರತಿ ಯೊನಿ ಗುದಾ ಹಾಗು ವಲ್ವಾ ಮೇಲೆ ತಿಳಿ ಹಳದಿ, ಅಥವಾ ಗುಲಾಬಿಬಣ್ಣದ ಮಚ್ಚೆಗಳು ಕಾಣಿಸುವುದು. ಯಧ್ಯಪಿ ಇದರಲ್ಲ ನೋವಾಗುವುದಿಲ್ಲ. ಆದರೆ ಒಮ್ಮೊಮ್ಮೆ ಇದು ಉರಿಯುವುದು ಅಥವಾ ರಕ್ತ ಬರುವುದು. ಅಧಿಕಾಂಶತ: ಈ ಮಚ್ಚೆಗಳು ಒಂದೆರುಡು ತಿಂಗಳಲ್ಲಿ ತಾನೆ ಸರಿಯಾಗುವುದು.

ಜೆನಿಟಲ್ ಎಚ.ಪೀ. ವೀ. ಗರ್ಭಾವಸ್ಥೆಯನ್ನು ಹೇಗೇ ಪ್ರಭಾವಿತ ಮಾಡುವುದು. ಯಧ್ಯಪಿ ಇದರರು ನೇರ ಪ್ರಭಾವ ಬೀಳೂವುದಿಲ್ಲ ಆದರೆ ಕೆಲವು ಗರ್ಭಿಣಿ ಮಹಿಳೆಯರಲ್ಲಿ ಈ ಮಚ್ಚೆಗಳು ಹೆಚ್ಚು ಸಕ್ರೀಯವಾಗುವುದು. ನಿಮ್ಮ ಮಚ್ಚೆನ್ನು ತಾನೆ ಸರಿಯಾಗದೆ ಹೊದರೆ ಡಾಕ್ಟರಿನ ಸಲಹೆಪಡೆಯುದರಲ್ಲಿ ವಿಲಂಬಿಸ ಬೇಡಿ. ಅವರು ಇದನ್ನು ಫ್ರೀಜಿಂಗ ಇಲೈಕ್ಟಿಕ್ ಯಾ ಲೆಜ಼ರ ಥೆರೆಪಿಯಿಂದ ತೆಗೆದುಹಾಕುತ್ತಾರೆ. ಕೆಲವು ಸರತಿ ಉಪಚಾರವನ್ನು ಪ್ರಸವತನಕ ಮಾಡಲಾಗುವುದಿಲ್ಲ.

ನೀವು ಎಚ.ಪೀ.ವೀ.ಯ ರೋಗಿಆಗಿದ್ದರೆ ಡಾಕ್ಟರಿಗೆ ಸವಾಯಿಕಲ್ ಸೇಲಿನ ತಪಾಸಣೆಯು ಮಾಡಬೇಕಾಗುವುದು. ಬಾಯೊಪ್ಸಿ ಮಾಡಬೇಕಾದರೆ ಅದನ್ನು ಶಿಶುವಿನ ಜನ್ಮದತನಕ ತಳ್ಳಿಹಾಕಲಾಗುವುದು.

ಎಚ.ಪೀ.ವೀ. ಸಂಕ್ರಮಣದ ರೋಗ. ಆದಕಾರಣ ಒಂದೆ ಸಂಗಾತಿಯ ಜೊತೆಗೆ ಸೆಕ್ಸ ಮಾಡಿ. ಈಗ 26 ವಯಸಗಿಂತ ಕಡಿಮೆ ಮಹಿಳೆಯರಿಗೆ ಇದರ ವೈಕ್ಸೀನ ದೊರಕುವುದು. ಆದರೆ ಗರ್ಭಾವಸ್ಥೆಯಲ್ಲ ಇದರ ಪ್ರಯೊಗವನ್ನು ಮಾಡುಬಾರದು. ವೈಕ್ಸೀನ ಶುರು ಮಾಡಿದ ಮೇಲೆ ನೀವು ಗರ್ಭಿಣಿ ಆದರೆ ಬಾಕಿ ಶಿಶುವಿನ ಜನ್ಮತನಕ ತಡಿಯಬೇಕಾಗುವುದು. ಈ ಸೀರೀಜವನ್ನು ಮೂರು ಪ್ರಮಾಣದಲ್ಲಿ ಪುರೈಸಲಾಗುವುದು.

ಹರ್ಪೀಜ

''ನನಗೆ ಜೆನಿಟಲ ಹರ್ಪೀಜ಼ ಇದೆ. ಇದು ನನ್ನ ಶಿಶುವಿಗು ಆಗಬಹುದಾ?''

ಗರ್ಭಾವಸ್ಥೆಯಲ್ಲಿ ಹರ್ಪೀಜ಼ ಆಗುವರ್ಥವೆಂದರೆ ನಿಮಗೆ ಬಹಳ ಜಾಗರುಕತೆಯಿಂದ ಇರ ಬೇಕು. ಆದರೆ ಇದು ಯಾವದೆ ದೊಡ್ಡ ಅಪಾಯದ ಸೂಚಕವೆನಲ್ಲ. ನೀವು ಮತ್ತು ನಿಮ್ಮ ಡಾಕ್ಟರ ಎಲ್ಲ ತರಹದಲ್ಲಿ ಜಾಗರುಕವಾಗಿದ್ದರೆ ಗರ್ಭಾವಸ್ಥೆ ಮತ್ತು ಪ್ರಸವದಸಮಯದಲ್ಲಿ ಯಾವದೆ ತೋಂದರೆವಾಗುವುದಿಲ್ಲ ಹಾಗು ಶಿಶುನು ಆರೋಗ್ಯವಾಗಿರುತ್ತದೆ.

ಎಲ್ಲಗಿಂತ ಮೊದಲು ಹುಟ್ಟಿದಮಗುವಿನಲ್ಲಿ ಈ ತರಹದ ಸಂಕ್ರಮಣದ ಸಂಭಾವನೆ 1% ದಷ್ಟೆ. ತಾಯಿಯ ಸಂಕ್ರಮಣದಿಂನ ಶಿಶುವೂ ರೋಗಿಆಗುವುದು ಬಹಳ ಕಡಿಮೆ.ಯಧ್ಯಪಿ ಮೊದಲ ಮೂರು ತಿಂಗಳಲ್ಲಿ ಆಗುವ ಇಂಫೆಕ್ಶನ್ ದಿಂದ ಮಿಸಕೈರಿಜ಼ ಹಾಗು ಪ್ರಿಮೆಚ್ಚಯೊರ್ ಡಿಲಿವರಿಯ ಅಪಾಯ ಹೆಚ್ಚಾಗುವುದು ಆದರು ಇತ್ತೀಚ್ಚಿನ ಶಿಶುಗಳಲ್ಲಿ ಈ ಅಪಾಯವು ಇದ್ದರು ಇಲ್ಲದಷ್ಟಿವೆ. ಒಳ್ಳೆಯ ಚಿಕಿತ್ಸೀಯ ಆರೈಕೆಯಿಂದ ಇದ್ದನು ಸಾಕಷ್ಟು ಸಂಭಾಲಿಸ ಬಹುದು.

ಹರ್ಪೀಜ಼ ರೋಗಿಣಿ ತಾಯಿಂದಿರ ಮಕ್ಕಳ ರಕ್ಷಣೆಗಾಗಿ ಅವರಿಗೆ ಎಂಟಿವೈರಲ್ ಔಷಧಿಗಳು ಕೊಡಲಾಗುವುದು. ಶಿಶುಗು ಸಂಕ್ರಮಣವಾದರೆ ಅದಕ್ಕು ಎಂಟಿವೈರಲ್ ಔಷಧಿಗಳು ಕೊಡಲಾಗುವುದು.

ಪ್ರಸವದನಂತರನು ಸಂಕ್ರಮಣಇದ್ದರೆ ಎಚ್ಚರಿಕೆಯಿಂದ ಇದ್ದು ತಾಯಿ ತಮ್ಮ ಶಿಶುವಿಗೆ ಸ್ತನಪಾನವನ್ನು ಮಾಡಿಸಬಹುದು.

ಇತರ ಎಸ.ಟೀ.ಡೀ ಹಾಗು ಗರ್ಭಾವಸ್ಥೆ

ಇದರಲ್ಲಿ ಏನು ಆಶ್ಚರ್ಯವಿಲ್ಲೆಂದರೆ ಹೆಚ್ಚಾಗಿ ಎಸ.ಟೀ.ಡೀ.ಯಿಂದ ಗರ್ಭಾವಸ್ಥೆಯು ಮೇಲೆ ಪ್ರಭಾವವಾಗಬಹುದು. ಯಧ್ಯಪಿ ಇದ್ದನ್ನು ಮೊದಲೆ ಕಂಡುಹಿಡಿದು ಉಪಚಾರಿಸಬಹುದು. ಆದರೆ ಮಹಿಳೆಯರಿಗೆ ಇದರ ಮಾಹಿತಿನೆ ಇರುವುದಿಲ್ಲ. ಆದಕಾರಣ ಎಲ್ಲ ಗರ್ಭಿಣಿ ಮಹಿಳೆಯರಿಗೆ ಕ್ಲಾಮ್ಯೈಡಿಯು, ಗೊನೊರಿಯಾ, ಟ್ರೈಕೊಮೊನೈಸಿಸ, ಹೆಪೆಟೈಟಿಸ ಬೀ, ಎಚ. ಐ. ವೀ. ಹಾಗು ಸಿಫಲಿಸ ನ ತಪಾಸಣೆ ಆಗ ಬೇಕು.

ನೆನಪಿರಲಿ ಎಸ.ಟೀ.ಡೀ. ರೋಗಗಳು ಯಾವದಾರು ಒಂದು ಸಮುದಾಯದವರಿಗೆ ಹಾಗು ಆರ್ಥೀಕಸ್ತರದವರಿಗೆ ಆಗುವುದಿಲ್ಲ. ಇದು ಎಲ್ಲ ವಯುಸಿನವರಿಗೆ, ಜಾತಿ, ವರ್ಗದವರಿಗೆ ಬಡವರು-ಧನಿಕರಿಗೆ, ಸಣ್ಣ ಗ್ರಾಮದಲ್ಲಿರುವರಿಗೆ ದೊಡ್ಡಪಟ್ಟಣದಲ್ಲಿರುವರಿಗೆ ಸ್ತ್ರಯರಿಗೆ ಪುರುಷರಿಗೆ ಯಾರಿಗೆಬೇಕಾದರು ಆಗಬಹುದು. ಪ್ರಮುಖ ಎಸ.ಟೀ.ಡೀ.ರೋಗಗಳು ಹೀಗಿದೆ.

ಗೊನೊರಿಯಾ- ಭ್ರೂಣನಿನ ಕಂಜಕ್ಟಿವೈಟಿಸ ಅಂಧತ್ವ ಹಾಗು ಗಂಭೀರ ಸಂಕ್ರಮಣದ ಕಾರಣ ಗೊನೊರೊಯಾರೋಗೆಂದು ನಂಬಲಾಗಿದೆ. ಇದು ಸಂಕ್ರಮಿತವಾದ ಹೊಕ್ಕಳಬಳ್ಳಿಯ ಕಾರಣದಿಂದ ಮಗುವಿಗೆ ಆಗಬಹುದು. ಇದೆಕಾರಣದಿಂದ ಮೊದಲನೆಯ ಭೆಟ್ಟಿಯಲ್ಲೆ ಗರ್ಭಿಣಿ ಮಹಿಳೆಯರ ತಪಾಸಣೆ ಮಾಡಲಾಗುವುದು. ಯಾವದೆ ಮಹಿಳೆಗೆ ಈ ರೋಗದಿಂದ ಬಹಳ ಅಪಾಯವಿದ್ದರೆ ಗರ್ಭಾವಸ್ಥೆಯದಲ್ಲಿ, ಆಮೇಲು ಇದರ ತಪಾಸಣೆ ಮಾಡಬಹುದು. ಗೊನೊರಿಯಾದ ಸಂಕ್ರಮಣ ಕಾಣಿಸಿದರೆ ಎಂಟಿಬಾಯೊಟಿಕ್ಸಿನ ಸಹಾಯದಿಂದ ಉಪಚಾರಿಸಲು ಪ್ರಯತ್ನಿಸುತ್ತಾರೆ. ನಂತರ ಆ ಸ್ತ್ರಿ ಸಂಕ್ರಮಣದಿಂದ ಸಂಪೂರ್ಣ ಸುರಕ್ಷಿತವಾಗಲೆಂದು ಇನ್ನೊಂದ್ದು ಕಲ್ಚರ್ ಮಾಡಲಾಗುವುದು. ಅತಿರಿಕ್ತವಾಗಿ ಎಚ್ಚರಿಕೈಗಾಗಿ ಪ್ರತಿ ಹುಟ್ಟಿದ ಮಗುವಿನ ಕಣ?ಣಲ್ಲಿ ಒಂದು ಎಂಟಿಬಾಯೊಟಿಕ ಹಾಕಲಾಗುವುದು. ಈ ಉಪಚಾರವನ್ನು ಕನಿಷ್ಠಪಕ್ಷ ಒಂದು ಗಂಟೆಯಕಾಲದವರಿಗೆ ತಳ್ಳಿಹಾಕಬಹುದು.

ಸಿಫಲಿಸ್:- ಈ ರೋಗದ ಕಾರಣದಿಂದ ಅನೇಕ ಜನ್ಮಜಾತ ವಿಕೃತಿಗಳಾಗಬಹುದು ಆದಕಾರಣ ಎಲ್ಲಗಿಂತ ಮೊದಲು ಇದರ ತಪಾಸಣೆಯ ಪ್ರಬಂಧಮಾಡಲಗುತ್ತದೆ. ಸಂಕ್ರಮಿತ ಮಹಿಳೆಗೆ ನಾಲ್ಕನೆಯ ತಿಂಗಳಗಿಂತ ಮೊದಲೆ ಎಂಟಿಬಾಯೊಟಿಕ ಚಿಕಿತ್ಸೆ ಕೊಟ್ಟರೆ ಭ್ರೂಣವನ್ನು ಹಾನಿಯಿಂದ ರಕ್ಷಿಸ ಬಹುದು, ಏಕೆಂದರೆ ಅದೆ ಸಮಯದಲ್ಲಿ ಸಂಕ್ರಮಣ ಭ್ರೂಣವರಗೆ ತಲುತ್ತೆ. ಕೆಲವು ವರ್ಷಗಳಿಂದ ತಾಯಿಯಿಂದ ಭ್ರೂಣಗೆ ಆಗುವ ಈ ಸಂಕ್ರಮಣವು ಕಡಿಮೆ ಆಗಿದೆ ಇದೊಂದು ಒಳ್ಳೆಯ ಸುದ್ದಿ.

ಕ್ಲಾಮೈಡಿಯಾ:- 26ವಯಸಗಿಂತ ಕಡಿಮೆ ವಯುಸಿನ ಮಹಿಳೆಯರಲ್ಲಿ ಸಿಫಲಿಸ್ ಹಾಗು ಗೊನೊರಿಯಾದ ಬದಲು ಕ್ಲಾಮೈಡಿಯಾದ ಹೆಚ್ಚು ಕೇಸಗಳು ಕಂಡಬರುತ್ತದೆ. ಈ ಸಂಕ್ರಮಣ ಭ್ರೂಣತನಕ ತಲಪಿದರೆ ತಾಯಿ ಹಾಗು ಶಿಶುವಿಗೆ ಅಪಾಯವಾಗ ಬಹುದು. ನಿಮಗೆ ಮೊದಲೆ ಅನೇಕ ಸೆಕ್ಸ ಪಾರ್ಟನರ್ ಇದ್ದರೆ ಸ್ಕ್ರಿನಿಂಗ ಅತ್ಯಾವಶ್ಯಕವಾಗುತ್ತದೆ. ಏಕೆಂದರೆ ಈ ತರಹದ ಕೇಸ ಗಳಲ್ಲಿ ಸಂಕ್ರಮಣದ ಅಪಾಯು ಹೆಚ್ಚಾಗಿರುತ್ತದೆ. ಅರ್ಧಗಿಂತ ಹೆಚ್ಚು ಮಹಿಳೆಯರಿಗೆ ಇದರ ಲಕ್ಷಣಗಳನ್ನು ಗೊತ್ತಾಗುದೆಇಲ್ಲ. ಅತ: ತಪಾಸಣೆಯ ಮಾಡದೆ ಇದರ ಉಪಚಾರವು ಆಗುವುದಿಲ್ಲ.

ಗರ್ಭಾವಸ್ಥೆಯು ಮೊದಲು ಅಥವಾ ಗರ್ಭಾವಸ್ಥೆಯಸಮುದಲ್ಲಿ ಕ್ಲಾಮೈಡಿಯಾದ ಸರಿಯಾಗಿ ಉಪಚಾರವಾದರೆ ಬಹಳಷ್ಟು ಮಟ್ಟಿಗೆ ಇದರ ಸಂಕ್ರಮಣದಿಂದ (ನಿಮೊನಿಯಾ, ಕಣ್ಣೀನ ಗಂಭೀರ ಸಂಕ್ರಮಣ) ರಕ್ಷಣೆ ಆಗಬಹುದು. ಗರ್ಭಧಾರಣೆಯ ಮೊದಲೆ ಇದರ ಉಪಚಾರವಾಗಬೇಕು ಇದರಿಂದ ಸಂಕ್ರಮಣ ಶಿಶುತನಕ ತಲಪುವುದಿಲ್ಲ. ಜನ್ಮದನಂತರ ನಿಯಮಿತವಾಗಿ ಹುಟ್ಟಿದಮಗುವುಗೆ ಯಾವ ಎಂಟಿಬಾಯೊಟಿಕನ್ನು ಉಪಯೊಗಿಸುತ್ತಾರೆ ಅದು ಮಗುವನ್ನು ಕ್ಲಾಮೈಡಿಯಾ ಹಾಗು ಗೊನೊರಿಯಾದ ಸಂಕ್ರಮಣದಿಂದ ರಕ್ಷಿಸುತ್ತದೆ.

ಟ್ರೈಕೊಮೊನೈಸಿಸ್ :- ಟ್ರೈಕೊಮೊನೈಸಿಸಿನ ಎಲ್ಲಗಿಂತ ದೊಡ್ಡ ಲಕ್ಷಣವೆಂದರೆ ಇದರ ಸಂಕ್ರಮಣದಲ್ಲಿ ಯೊನಿಯಿಂದ

ಹಸಿರುಬಣ್ಣದ ಕೆಟ್ಟವಾಸನೆಇರುವ ಡಿಸ್ಚಾರ್ಜಆಗುತ್ತದೆ. ಅರ್ಧಗಿಂತ ಹೆಚ್ಚು ರೋಗಪಿಡಿತ ಮಹಿಳೆಯರಿಗೆ ಇದರ ಲಕ್ಷಣಗಳು ಗೊತ್ತಾಗುವುದೆಇಲ್ಲ ಯಧ್ಯಪಿ ಈ ರೋಗದಲ್ಲಿ ಯಾವದೆ ಗಂಭೀರವಾದ ತೊಂದರೆಆಗುವುದಿಲ್ಲ ಆದರೆ ಇದರ ಲಕ್ಷಣಗಳಿಂದ ಘಾಬರಿಆಗುತ್ತದೆ. ಇದರ ಲಕ್ಷಣಗಳು ಸ್ಪಷ್ಟವಾಗಿ ಕಾಣಿಸುವ ಗರ್ಭಿಣಿ ಮಹಿಳೆಯರಿಗೆ ಮಾತ್ರ ಗರ್ಭಾವಸ್ಥೆಯಲ್ಲಿ ಇದರ ಉಪಚಾರಮಾಡಲಾಗುತ್ತದೆ.

ಎಚ. ಐ.ವೀ. (ಹ್ಯೂಮನ್ ಇಮ್ಯೂನೆಡೆಫಿಶಿಎಂಸಿ ವೈರಸ್) ಸಂಕ್ಮಣ:- ಹಾಗೆಯೆ ಎಲ್ಲ ಮಹಿಳೆಯರಿಗೆ ಗರ್ಭಾವಸ್ಥೆಯ ಪ್ರಾರಂಬದಲ್ಲೆ ಎಚ. ಐ. ವೀ ಸಕ್ರಮಣದ ತಪಾಸಣೆ ಆಗಬೇಕು ಅವರಿಗೆ ಯಾವದಾರು ಹಿಂದಿನ ರಿರ್ಕಾಡ ಇರಲಿ ಅಥವಾ ಇಲ್ಲದೆಇರಲಿ. ಇದರ ಕಾರಣವೆ ಎಡ್ಸ ಆಗುವುದು. ಇದು ಕೆವಲ ತಾಯಿಗೆ ಮಾತ್ರವಲ್ಲ ಶಿಶುವುಗು ಹಾನಿಕಾರಕ. ಚಿಕಿತ್ಸೆಇಲ್ಲದೆ ತಾಯಿ ಶಿಶುವಿಗೆ ಜನ್ಮಕೊಟ್ಟರೆ 25%ಶಿಶುಗಳಿಗೆ ಈ ಸಂಕ್ರಮಣ ಆಗಬಹುದು. (ಜೀವನದ ಮೊದಲು 6 ತಿಂಗಳಲ್ಲಿ ಈ ರೋಗದ ಪುಷ್ಟಿಆಗಬಹುದು) ಯಧ್ಯಪಿ ಇದರ ಉಪಚಾರದ ವಿಷಯದಲ್ಲಿ ಬಹಳ ಜಾಗುರುಕತೆ ಬಂದಿದೆ ಆದರು ಯಾವದೆ ಗರ್ಭಿಣಿ ಮಹಿಳೆಯ ತಪಾಸಣೆ ಪೊಜಿಟಿವ ಬಂದಿದೆ ಅವರಿಗೆ ಪುನ: ತಪಾಸಣೆ ಮಾಡಿಸ ಬೇಕು. ತಪಾಸಣೆ ಸರಿಯಾಗಿರುತ್ತದೆ ಆದರು ಅನೇಕ ಸರತಿ ವೈರಸ್ ಇಲ್ಲದೆ ಹೊದರು ಪೊಜಿಟಿವ ಪರಿಣಾಮ ಬರುವುದು. ಎರಡನೆಯ ಸರತಿನು ತಪಾಸಣೆ ಪೊಜಿಟಿವ್ ಬಂದರೆ ಸಂಕ್ರಮಿತ ತಾಯಿಗೆ ಎಂಟಾಯರಟ್ರೊವೈರಲ್ ಔಷಧಿ ಕೊಟ್ಟರೆ ಶಿಶುವಿಗೆ ಸಂಕ್ರಮಣವಾಗುವ ಅಪಾಯ ಕಡಿಮೆಆಗುತ್ತದೆ. ಸೀ-ಸೆಕ್ಶನ ಸಹಾಯದಿಂದ ಪ್ರಸವ ಮಾಡಿಸಿದರೆ ಸಹ ಅಪಾಯ ಕಡಿಮೆ ಆಗುತ್ತದೆ.

ನೀವು ಯಾವದೆ ಎಸ.ಟೀ.ಡೀ. ರೋಗದಿಂದ ಪೀಡಿತವಾಗಿದ್ದೀರಿ ಎಂದು ನಿಮಗೆ ಅನಿಸಿದರೆ ನಿಮ್ಮ ಚಿಕಿತ್ಸಕರ ಸಲಹೆಯಿಂದ ತಪಾಸಣೆ ಮಾಡಿಸಕೊಳ್ಳಿ. ತಪಾಸಣೆ ಪೊಜಿಟಿವ್ ಬಂದರೆ ಆವಶ್ಯಕತೆ ಬಂದರೆ ಸಂಪೂರ್ಣ ಚಿಕಿತ್ಸೆ ಮಾಡಿಸಕೊಳ್ಳಿ. ಈ ಚಿಕಿತ್ಸೆಯಿಂದ ಕೇವಲ ನಿಮ್ಮದಲ್ಲದೆ ನಿಮ್ಮ ಶಿಶುವಿನ ಸ್ವಾಸ್ಥ್ಯ ನೂ ಚೆನ್ನಾಗಿರುತ್ತದೆ.

ಪ್ರಸವ ಸಂಬಂಧಿ ಪೂರ್ವ ಮಾಹಿತಿಗಳು

ವಿಟ್ರೊ ಫರ್ಟಿಲೈಜೆಶನ್-

''ನಾನು ವಿಟ್ರೊಫರ್ಟಿಲೈಜೆಶಿನ ಮಾಧ್ಯಮದಿಂದ ಗರ್ಭಧಾರಣೆ ಮಾಡಿದ್ದೀನಿ. ನನ್ನ ಗರ್ಭಾವಸ್ಥೆಯು ಎಷ್ಟು ಭಿನ್ನವಾಗಿರುತ್ತದೆ?''

ಶುಭಾಶಯಗಳು. ಆದರೆ ನೀವು ಪ್ರಯೊಗಶಾಲೆಯಲ್ಲಿ ಗರ್ಭಧಾರಣೆ ಮಾಡಿದ್ದರೆ, ನಿಮ್ಮ ಗರ್ಭಾವಸ್ಥೆಯಯಲ್ಲಿ ಯಾವದಾರು ತೋಂದರೆ ಬರುತ್ತದೆ ಎಂದು ಇದರ ಅರ್ಥವಲ್ಲ. ಐ.ವೀ.ಎಫ್. ಗರ್ಭಾವಸ್ಥೆಯ ಸಂದರ್ಭದಲ್ಲಿ ಮೊದಲೆ 6 ವಾರಗಳು ಸ್ವಲಪ್ಪ ಭಿನ್ನವಾಗಿರುತ್ತದೆ. ನಿಮಗೆ ಏನು ಪಕ್ಕವಾಗಿ ಗೊತ್ತಿರುವುದಿಲ್ಲ. ನಿಮಗೆ ಮೊದಲೆ ಮಿಸಕೇರಿಜ ಆಗಿದ್ದರೆ ಇಂಟರಕೊರ್ಸ ಹಾಗು ಬೇರೆ ಶಾರೀರಿಕ ಗತಿವಿಧಿಗಳನ್ನ ಬೇಡವೆಂದು ಹೇಳಬಹುದು. ಜೊತೆಗೆ ಗರ್ಭಾವಸ್ಥೆಯ ಮೊದಲು 2 ತಿಂಗಳು ಪ್ರೊಜೆಸ್ಟೆರಾನ್ ಕೊಡಬಹುದ.

ಒಂದು ಸಲ ಈ ಕಾಲಕಳೆದು ಹೊದ ಮೇಲೆ ನಿಮಗು ವಿಶ್ವಾಸವಾಗುವುದು ನಿಮ್ಮ ಗರ್ಭಾವಸ್ಥೆಯು ಸಾಮಾನ್ಯವಾಗಿದೆ. ನೀವು ಒಂದಗಿಂತ ಹೆಚ್ಚು ಭ್ರೂಣ ಬೆಳೆಸುತ್ತಿಲ್ಲವೆನ್ನುವುದೆ ಒಂದು ಶರ್ತು. 30% ಗಿಂತ ಹೆಚ್ಚು ಐ ವೀ. ಎಫ್. ತಾಯಿಂದಿರ ಜೊತೆಗೆ ಹೀಗೆಆಗುವುದು. ಇದೆ ಪುಸ್ತಕದಲ್ಲಿ ಮುಂದೆ ಇದರ ವಿಷಯದಲ್ಲಿ ವಿಸ್ತಾರವಾಗಿ ಹೇಳಲಾಗಿದೆ.

ಎರಡನೆಯ ಗರ್ಭಾವಸ್ಥೆ

''ಇದು ನನ್ನ ಎರಡನೆಯ ಗರ್ಭಾವಸ್ಥೆ ಮೊದಲನೆಯ ಗರ್ಭಾವಸ್ಥೆಯಿಂದ ಇದು ಎಷ್ಟು ಭೀನ್ನವಾಗಿರುತ್ತದೆ?''

ಯಾವದೆ ಎರಡು ಗರ್ಭಾವಸ್ಥೆ ಒಂದೆಸಮಾನವಾಗಿರುವುದಿಲ್ಲ. ನಿಮ್ಮ ಓಂಬ್ಬತ್ತು ತಿಂಗಳು ಪ್ರಾರಂಭದಿಂದ ಕೊನೆಯತನಕ ಎಷ್ಟು ಭಿನ್ನವಾಗಿರುತ್ತದೆ ಎಂದು ನಾವು ಹೇಳಲಾಗುವುದಿಲ್ಲ. ಯಧ್ಯಪಿ ಕೆಲವು ಸಾಮಾನ್ಯ ಮಾತಗಲನ್ನು ವಿವರಿಸಬಹುದು. ಆದರೆ ಅವು ಯಾವಗಲು ನುಜವಾಗುವುದಿಲ್ಲ.

- ನಿಮಗೆ ಮೊದಲನೆಯ ಸರತಿಗಿಂತ ಈ ಸಲ ಗರ್ಭಾವಸ್ಥೆಯಂದಾಜು ಬೇಗಾಗುತ್ತದೆ. ಸಾಮಾನ್ಯವಾಗಿ ಎರಡನೆಯ ಸರತಿ ಗರ್ಭಾವಸ್ಥೆಯ ಲಕ್ಷಣಗಳು ಬೇಗ ಗೊತ್ತಾಗುವುದು. ಯಧ್ಯಪಿ ಅದು ಮೊದಲಗಿಂತ ಬಹಳ ಕಡಿಮೆ ಇರುತ್ತದೆ. ಬೆಳಗೆ-ಬೆಳಗೆ ಹೆಚ್ಚು ಓಕರಕೆ ಬರುವುದಿಲ್ಲ. ಪಚನಕ್ರಿಯೆಯು ಹೆಚ್ಚು ಕೆಡುವುದಿಲ್ಲ. ನಿಮಗೆ ಸುಸ್ತು ಹೆಚ್ಚಾಗುವುದಿಲ್ಲ. ಏಕೆಂದರೆ ಮೊದಲನೆಯ ಗರ್ಭಾವಸ್ಥೆಯ ತುಲನೆಯಲ್ಲಿ ಈ ಸಲ ದಿನದಲ್ಲಿ ಆರಾಮ ಮಾಡಲು ಯಾ ತೂಕಡಿಸಲು ಸಮಯ ಕಡಿಮೆನೆ ಸಿಗುವುದು.

  ಊಟದಲ್ಲಿ ಅರುಚಿ ಅಥವಾ ಏನಾದರು ವಿಶೇಷವಾಗಿ ತಿನ್ನುವ ಆಸೆ ಇತ್ಯಾದಿ ಲಕ್ಷಣಗಳು ಎರಡನೆಯ ಮತ್ತು ಆಮೇಲಿನ ಗರ್ಭಾವಸ್ಥೆಯಲ್ಲಿ ಹೆಚುಕಾಣಿಸುವುದಿಲ್ಲ. ವಕ್ಷಸ್ಥಲದಲಿ ಹೆಚ್ಚು ಬದಲಾವಣೆ ಕಾಣಿಸುವುದಿಲ್ಲ. ಸಂವೇದನಶೀಲತೆ ಹಾಗು ಚಿಂತೆ ಸಹ ಮೊದಲಷ್ಟಿರುವುದಿಲ್ಲ. ಪ್ರಸವದಲ್ಲಿ ಹೆಚ್ಚು ತೊಂದರೆಆಗುವುದಿಲ್ಲ.

- ನೀವು ಬೇಗನೆ ಗರ್ಭಿಣಿಯಾಗಿ ಕಾಣಿಸುತ್ತೀರಿ ಅಂದರೆ ಬೇಗ ಹೊಟ್ಟೆ ಕಾಣಿಸುವುದು. ನಮಗೆ ಸ್ವಯಂ ಅನಿಸುತ್ತದೆ ಈ ಗರ್ಭಾವಸ್ಥೆ ಮೊದಲಗಿಂತ ಭಿನ್ನವಾಗಿದೆ. ನಿಮ್ಮ ಹೊಟ್ಟೆ ಮೊದಲಗಿಂತ ಸ್ವಲ್ಪ ದೊಡ್ಡದಾಗಿರುತ್ತದೆ. ಏಕೆಂದರೆ ಈ ಶಿಶು ಮೊದಲನೆಯ ಶಿಶುಗಿಂತ ದೊಡ್ಡದಾಗಿರುವುದು. ಹೊಟ್ಟೆ ಮತ್ತು ಬೆನ್ನೋವು ಹಾಗು ಗರ್ಭಾವಸ್ಥೆಯ ಇತರ ತೊಂದರೆಗಳು ಮೊದಲಗಿಂತ ಕಡಿಮೆ ಇರುವುದು.

- ನಿಮಗೆ ಶಿಶುವಿನ ಓಡಾಟಾ ಮೊದಲಿತುಲನೆಯಲ್ಲಿ ಬೇಗ ಕೇಳಿಸುವುದು. ಸ್ನಾಯುಗಳ ಶೈಥಿಲ್ಯತೆಯಕಾರಣದಿಂದ (ಲೂಸ) ಹೀಗಾಗುವುದು. ಯಧ್ಯಪಿ ಮನಸಲ್ಲಿ ರೋಮಾಂಚ ಇರುವುದು ಆದರು ಪ್ರತಿವೊಬ್ಬರಿಗು ಈ ಸಮಾಚಾರವನ್ನು ಕೊಡುವ ಉತ್ಸಾಹ ಇರುವುದಿಲ್ಲ. ಇದು ಒಂದು ಸಾಮಾನ್ಯವಾದ ಪ್ರಕ್ರಿಯೆ. ಇದರಿಂದ ಎರಡನೆಯ ಶಿಶುವಿಗೆ ಪ್ರೀತಿಯೇನು ಕಡಿಮೆಆಗುವುದಿಲ್ಲ. ನೆನಪಿರಲಿ ನೀವು ಮೊದಲನೆಯ ಶಿಶುವಿನಜೊತೆಗೂ ಶಾರೀರಿಕವಾಗಿ ಸೇರಿದ್ದೀರಿ.

- ಪ್ರಸವ ಮೊದಲಗಿಂತ ಸುಲಭವಾಗಿಆಗುತ್ತದೆ. ಮೊದಲನೆಯ ಶಿಶುವಿನ ಜನ್ಮದಸಮಯದಲ್ಲಿ ಸ್ನಾಯುಗಳು ಶಿಥಿಲವಾಗಿರುವಕಾರಣ ಎರಡನೆಯ ಶಿಶುವಿನ ಜನ್ಮದಲ್ಲಿ ಹೆಚ್ಚುಸಮಯ ಆಗುವುದಿಲ್ಲ. ಪ್ರಸವ ಪೀಡೆ ಹಾಗು ಪ್ರಸವದ ಪ್ರತಿವೊಂದು ಚರಣ ಸಣ್ಣದಾಗಿರುತ್ತದೆ ಮಗವನ್ನು ಹೊರಗೆ ನೂಕಲಿಕ್ಕು ಹೆಚ್ಚು ಸಮಯಬೇಕಾಗುವುದಿಲ್ಲ.

ನಿಮಗೆ ಬಹಳ ಒಳ್ಳೆಯ ರೀತಿಯಲ್ಲಿ ಮೊದಲನೆಯ ಮಗುವಿಗೆ ಎರಡನೆಯ ಮಗುವಿನ ಸೂಚನೆ ಕೊಡಬೇಕಾಗುತ್ತದೆ. ಮೊದಲನೆಯ ಮಗು ತಂಗಿ ಅಥವಾ ತಮ್ಮನ್ನು ಸ್ವಾಗತಿಸಲು ಮಾನಸಿಕವಾಗಿ ತೈಯಾರಿಗುವುದಿಕ್ಕೆ ನಿಮಗೆ ಬಹಳ ಯೋಚನೆ ಮಾಡಿ ಸರಿಯಾದ ಶಬ್ದಗಳನ್ನು ಉಪಯೋಗಿಸಿ ಮಾತನಾಡಬೇಕಾಗುತ್ತದೆ.

“ನನ್ನ ಮೊದಲೆಯ ಶಿಶು ಸ್ವಸ್ಥವಾಗಿದೆ. ನಾನು ಪುನಃ ಗರ್ಭಿಣಿಆಗಿದ್ದೀನಿ. ನಾನು ಈ ಸಲನೂ ಇಷ್ಟೆ ಭಾಗ್ಯದವಳಾಗಿರುತ್ತೀನ? ”

ಹೌದು! ಈ ಸಲನು ನಿಮ್ಮ ಮಗು ಜೆಕಪಾಟ್ ಮಗುನೆ. ಒಳ್ಳೆ ಸುದ್ದಿಆಂದರೆ ಈ ಸಲ ಮೊದಲಗಿಂತ ಕಡಿಮೆ ಅಪಾಯಗಳು ಇರುವುದು ಹಾಗು ನೀವು ಹಚ್ಚು ಒಳ್ಳೆಯ ಚಿಕಿತ್ಸೆಯ ಆರೈಕೆ, ಆಹಾರ, ವ್ಯಾಯಾಮ, ಹಾಗು ಜೀವನ ಶೈಲಿಯ ಸಾಮರ್ಥ್ಯದ ಮೇಲೆ ಶಿಶುವನ್ನು ಜನ್ಮಿಸುತ್ತೀರಿ.

ಪ್ರಸವ ಸಂಬಂಧಿ ಇತಿಹಾಸದ ಪುನರಾವೃತ್ತಿ

“ನನ್ನ ಮೊದಲನೆಯ ಪ್ರಸವ ಆರಾಮವಾಗಿತ್ತಿಲ್ಲ. ನಾನು ಎಲ್ಲ ತೊಂದರೆಗಳನ್ನು ಅನುಭವಿಸಿದ್ದೀನಿ. ಈ ಸಲನೂ ಇದೆಲ್ಲಾಗುವುದಾ?”

ಯಧ್ಯಪಿ ಮೊದಲನೆಯ ಪ್ರಸವದಿಂದಾನೆ ಬರುವ ಪ್ರಸವಗಳ ಸೂಚನೆ ಸಿಗುವುದು. ನಿಮಗೆ ಮೊದಲನೆಯ ಸಲದ ಕೆಲವು ತೊಂದರೆಗಳನ್ನು ಎದರಿಸಬೇಕಾಬಹುದು. ಆದರೆ ಕೆಲವು ಬದಲಾವಣೆವೂ ಆಗಬಹುದು. ಏಕೆಂದರೆ ಎಲ್ಲ ಗರ್ಭಾವಸ್ಥೆ ಒಂದೆತರಹವಿರುವುದಿಲ್ಲ. ಉದಾ. ಮೊದಲನೆಯ ಗರ್ಭಾವಸ್ಥೆಯಲ್ಲಿ ಓಕರಕೆ ಬರುವುದು ಹಾಗು ಆಹಾರದಮೇಲೆ ಅರುಚಿ ಬಹಳವಾಗಿದ್ದರೆ

ಈ ಸಲ ಈ ತರಹವಾಗುವುದಿಲ್ಲ. ನಿಮ್ಮ ಜೆನೆಟಿಕ್ ಅನುಭವಗಳಿಂದಾನು ಅಂದಾಜು ಮಾಡಬಹುದು ನಿಮ್ಮ ಈ ಗರ್ಭಾವಸ್ಥೆ ಎಷ್ಟು ಆರಾಮವಾಗಿರುವುದೊ ಯಾ ಕಷ್ಟವಾಗಿರುವುದೊ. ಇದರಲ್ಲಿ ಕೆಲವು ಕಾರಣಗಳನ್ನು ನೀವೆ ನಿಯಂತ್ರಿಸ ಬಹುದು. ಅವು ಹೀಗಿದೆ:-

ಸಾಮಾನ್ಯ ಸವಾಸ್ಥ್ಯ:- ನೀವು ಪೂರ್ಣವಗಿ ಸ್ವಸ್ಥ್ಯವಾಗಿದ್ದರೆ ನಿಮ್ಮ ಗರ್ಭಾವಸ್ಥೆಯು ಆರಾಮವಾಗಿರುತ್ತದೆ ಆದಕಾರಣ ನಿಮ್ಮ ಆರೋಗ್ಯವನ್ನು ಸರಿಯಾಗಿ ಗಮನಿಸಿಕೊಳ್ಳಿ.

ತೂಕ :- ನೀವು ನಿಮ್ಮ ಡಾಕ್ಟರಿನಸಲಹೆಯಂತೆ ನಿಮ್ಮ ತೂಕವನ್ನು ನಿಧಾನವಾಗಿ ಹೆಚಿಸ್ಚಿಕೊಂಡರೆ ಯಾ ಕಡಿಮೆಮಾಡಿಕೊಂಡರೆ ವೈರಿಕೊಜ್, ವೆನ್ಸ್, ಸ್ಟೆಚ್ ಮಾರ್ಕ, ಬೆನ್ನೋವು, ಸುಸ್ತು, ಅಜೀರ್ಣ, ಉಸರಾಡಲು ತೊಂದರೆ ಇತ್ಯಾದಿ ತೊಂದರೆಗಳಿಂದ ಬಿಡುಗಡೆ ಸಿಗುವುದು.

ಆಹಾರ :- ಗರ್ಭಿಣಿ ಸ್ತ್ರೀ ಒಳ್ಳೆಯ ಆಹಾರ ಸೇವಿಸಿದಷ್ಟು ಒಂದು ಸ್ವಸ್ಥ್ಯ ಶಿಶುವಿನ ಜನ್ಮದ ಸಂಭಾವನೆ ಹೆಚ್ಚಾಗುತ್ತದೆ ಹಾಗು ಗರ್ಭಾವಸ್ಥೆಯು ಆರಾಮವಾಗಿರುತ್ತದೆ. ಇದರಿಂದ ವಾಂತಿ, ಓಕರಕೆ ಅಂತಹ ತೊಂದರೆಗಳಿಂದ ಬಿಡುಗಡೆ ಸಿಗುವುದು ಹಾಗು ಸುಸ್ತು, ಮಲಬದ್ಧತೆ, ಯೊನಿ ಸಂಕ್ರಮಣ, ಎನೀಮಿಯಾ ಮತ್ಯ ತಲೆನೋವು ಇತ್ಯಾದಿಗಳಿಂದನು ಆರಾಮ ಸಿಗುವುದು. ಗರ್ಭಾವಸ್ಥೆಯಸಮಯದಲ್ಲಿ ಯಾವದಾರು ತೊಂದರೆ ಆದರು ಸ್ವಸ್ಥ್ಯ ಶಿಶುವಿನ ಜನ್ಮದೆ ಸಾಧ್ಯತೆ ಇದ್ದೆಇರುತ್ತದೆ.

ಸ್ವಸ್ಥ್ಯತೆ (ಫಿಟನೆಸ್) :- ನಿಮಗೆ ಸಂಪೂರ್ಣವಾಗಿ ಸ್ವಸ್ಥ್ಯವಾಗಿ ಇರಲು ನೀವು ಸ್ವಸ್ಥ್ಯತೆ ಮೇಲು ಗಮನ ಕೊಡಬೇಕಾಗುತ್ತದೆ. ಎರಡನೆಯದು ಹಾಗು ಆಮೇಲೆ ಬರುವ ಗರ್ಭಾವಸ್ಥೆಯಲ್ಲಿ ವ್ಯಾಯಾಮದ ಅತಿ ಮಹತ್ವಿದೆ ಎಕೆಂದರೆ ಇದರಿಂದ ಹೊಟ್ಟೆಯ ಕೆಳಭಾಗದ ಸ್ನಾಯುಗಳು ಮೃದುವಾಗುವುದು ಅದರಿಂದ ಅನೇಕ ರೀತಯ ನೋವುಗಳು ಹಾಗು ವಿಶೇಷವಾಗಿ ಬೆನ್ನೋವಿಗೆ ಆರಾಮಸಿಗುತ್ತದೆ.

ಜೀವನ ಶೈಲಿಯಲ್ಲಿ ಬದಲಾವಣೆ:- ಎಳೆದಾಟದ ಜೀವನಸ್ಯೆಲಿಂದ ನಿಮಗೆ ಗರ್ಭಾವಸ್ಥೆಯಲ್ಲಿ ಸಮಸ್ಯೆವುಳ್ಳ ಲಕ್ಷಣಗಳನ್ನು ಎದಿರಿಸಬೇಕಾಗಬಹುದು. ಉದಾ. ಓಕರಕೆ, ಸುಸ್ತು, ತಲೆ ನೋವು, ಅಜೀರ್ಣ ಇತ್ಯಾದಿಗಳು. ಕೆಲಸ ಹೆಚ್ಚಾಗಿದ್ದರೆ ಯಾರದಾರು ಸಹಾಯ ತೆಗೆದುಕೊಳ್ಳೀ. ವತ್ತಡ ಹೆಚ್ಚಾಗುತ್ತದ್ದರೆ ಸ್ವಲಪ್ಪ ಹೊತ್ತಿಗೆ ಕೆಲಸವನ್ನು ಬಿಟ್ಟು ಯೊಗ ಹಾಗು ವಿಶ್ರಾಮದ ಟೆಕ್ನೀಕ್ ಗಳನ್ನು ಬಳಸಿ ಮನಸನ್ನು ಸಮಾಧಾನಿಸಿಕೊಳ್ಳಿ. ಈ ರೀತಿಯಿಂದ ನಿಮಗೆ ಮೊದಲಗಿಂತ ಉತ್ತಮ ಅನಿಸುತ್ತೆದೆ.

ಅನ್ಯ ಮಕ್ಕಳಗಳು :- ಅನೇಕ ಗರ್ಭಿಣಿ ಮಹಿಳೆಯರು ಮನೆಯಲ್ಲಿ ಬೇರೆ ಮಕ್ಕಳೊಂದಿಗೆ ಬಹಳ ವ್ಯಸ್ತವಾಗಿರುವುದರಿಂದ ಅವರು ಗರ್ಭಾವಸ್ಥೆಯ ತೊಂದರೆಗಳು ಗೊತ್ತಾಗುವುದೆಇಲ್ಲ. ಅನೇಕ ಮಹಿಳೆಯರಿಗೆ ಇದರ ಮಧ್ಯದಲ್ಲಿ ಅನೇಕ ಕೆಟ್ಟ ಲಕ್ಷಣಗಳನ್ನು ಎದರಿಸಬೇಕಾಗುತ್ತದೆ ಅಂತೆ- ಮಕ್ಕಳನ್ನು ಬೆಳಗೆ ಸ್ಕೂಲ್ ಕಳಿಸುವದು ಯಾ ರಾತ್ರೆ ಊಟದಸಮಯದಲ್ಲಿ ಓಡಾಟದ ವತ್ತಡದಿಂದ ಓಕರಕೆ ಹಾಗು ಸುಸ್ತಿನ ತೊಂದರೆ ಹೆಚ್ಚಾಗುವುದು. ಬೆನ್ನೋವು ಇರುವುದು. ಸರಿಯಾದ ಸಮಯಕ್ಕೆ ಮಲ ವಿಸರ್ಜನೆ ಮಾಡದೆ ಇರುವಕಾರಣದಿಂದ ಮಲಬದ್ಧತೆಯ ತೊಂದರೆ ಆಗುವುದು. ಮಕ್ಕಳಲ್ಲಿ ಶೀತ-ಜ್ವರ ಹಾಗು ಕೆಮ್ಮಿನಿಂದ ಸಂಕ್ರಮಣವೂ ಆಗಬಹುದು.

ನೀವು ನಿಮ್ಮ ಗರ್ಭಾವಸ್ಥೆಯಕಾರಣದಿಂದ ನಿಮ್ಮ ಮೊದಲನೆಯ ಮಗುವನ್ನು ನಿಮ್ಮಂದ ದೂರ ಮಾಡಿ, ಹೀಗೆಂತು ಆಗುವುದಿಲ್ಲ (ನಿಮಗೆ ಮೊದಲನೆಯ ಗರ್ಭಾವಸ್ಥೆಯಹಂಗೆ ಪ್ರೀತಿ ಆರೈಕೆ ಸಿಗುವುದು ಸಾಧ್ಯವಿಲ್ಲ) ನಿಮಗಾಗಿ ನಿಮ್ಮದೆ ಆರೈಕೆ ಪರ್ಯಾಪ್ತವಾಗಿರುತ್ತದೆ. ಮಗುವನ್ನು ಮಲಗಿಸುವಾಗ ನೀವು ಸಹ ಮಲಗಿ. ನಿಮ್ಮ ಊಟದ ರೀತಿಯನ್ನು ಗಮನಿಸಿಕೊಳ್ಳಿ. ಗರ್ಭಾವಸ್ಥೆಯಲ್ಲಿ ತೋಂದರೆ ಅಥವಾ ಕಷ್ಟ ಹೆಚ್ಚಾಗುವಂತಹ ಯಾವ ಕೆಲಸ-ಕಾರ್ಯಗಳನ್ನು ಮಾಡಬೇಡಿ.

"ನಾನು ಮೊದಲನೆಯ ಗಭಾವಸ್ಥೆಯಲ್ಲಿ ಕೆಲವು ಜಟಿಲತೆಗಳನ್ನು ಅನುಭವಿಸಿದ್ದೀನಿ. ಈ ಸಲನು ಹೀಗೆಆಗುವುದಾ?"

ಒಂದು ಜಟಿಲಗರ್ಭಾವಸ್ಥೆಯ ಅರ್ಥ ಇದೇನಲ್ಲ ಎರಡನೆಯ ಗರ್ಭಾವಸಥೆಯು ಹಾಗೆಇರುವುದು. ಯಧ್ಯಪಿ ಅದರಲ್ಲಿ ಕೆಲವು ಜಟಿಲತೆಗಳು ಪುನ: ಬರಬಹುದು. ಆದರೆ ಎಲ್ಲರಿಗು ಹೀಗೆಂದು ಹೇಳಲಾಗುವುದಿಲ್ಲ. ಅದರಲ್ಲಿ ಕೆವಲ ಒಂದುಸಲನೆ ಆಗುವಂತಹದ ಅನೇಕ ಇರಬಹುದು. ಉದಾ. ಯಾವದೆ ಸಂಕ್ರಮಣ ಅಥವಾ ದುರ್ಘಟನೆ. ಆ ಜಟಿಲತೆಗಳು ಜೀವನಶೈಲಿಯ ಕಾರಣದಿಂದಿದ್ದರೆ

ದಜೀವನಶಯಲಿಯನ್ನು ಬದಲಾಯಿಸದ ಮೇಲೆ ಅವು ಬರದೆ ಇರಬಹುದು.(ಧೂಮ್ರಪಾನ, ಮದಿರ ಸೇವನೆ, ಮಾದಕ ಪದಾರ್ಥಗಳು ಯಾ ಯಾವದಾರು ಪರ್ಯಾವರಣೀಯ ಕಾರಣಗಳು) ಮೊದಲನೆಯ ಸಲ ನೀವು ತೆಗೆದುಕೋಳ್ಳಲಾದ ಪರ್ಯಾಪ್ತ ಚಿಕಿತ್ಸೀಯ ಆರೈಕೆಯನ್ನು ಈ ಸಲ ತೆಗೆದುಕೊಳ್ಳ ಬಹುದು. ಕ್ರಾನಿಕ್ ರೋಗದ ಕಾರಣದಿಂದ ಜಟಿಲತೆಬಂದಿದ್ದರೆ ಅದನ್ನು ನೀವು ಗರ್ಭಧಾರಣೆಯ ಮೊದಲೆ ಚಿಕಿತ್ಸೆ ಮಾಡಿಕೊಂಡಿದ್ದರೆ ಉದಾ, ಸಕ್ಕರೆ ಕಾಯಿಲೆ ಯಾ ಉಚ್ಚ ರಕ್ತದ ವತ್ತಡ ಈ ಜಟಿಲತೆಗಳನ್ನು ಗಮನಿಸಿಕೊಂಡೆ ಡಾಕ್ಟರ ಈ ಸಲ ಜಾಗರುಕತೆಯಿಂದ ಇರುತ್ತಾರೆ ಹಾಗು ನಿಮಗೆ ಸಂಪೂರ್ಣ ಮೇಲವಿಚಾರಣೆ ಕೊಡಲಾಗುವುದು. ಯಾವದೆ ಕಾರಣ ಇರಲಿ ಪೂರ್ಣ ಜಾಗರುಕತೆ ಹಾಗು ಆರೈಕೆಯಿಂದ ಸ್ವಸ್ಥ ಶಿಶುವಿನ ಜನ್ಮದ ಗಾರಂಟಿ ಕೊಡಬಹುದು.

ಬಹಳ ಬೇಗ ಎರಡನೆಯ ಗರ್ಭಾವಸ್ಥೆ ಆಗುವುದು

"ನಾನು ಮೊದಲನೆಯ ಶಿಶುವಿನ ಜನ್ಮದ 10 ವಾರದನಂತರವೆ ಗರ್ಭಿಣಿ ಆದೆ. ಇದರಿಂದ ನನ್ನದು ಹಾಗು ಗರ್ಭಸ್ಥ ಶಿಶುವಿನ ಆರೋಗ್ಯದ ಮೇಲೆ ಏನು ಪ್ರಭಾವ ಆಗಬಹುದು."

ಒಂದು ಶಿಶುವಿನ ಜನ್ಮದನಂತರ ಅಕಸ್ಮಾತ ಪುನ: ಗರ್ಭಿಣಿ ಆಗುವು ಘಟನೆ ತುಂಬ ವತ್ತಡದ ಕಾರಣ ಆಗಬಹುದು. ಏಕೆಂದರೆ ನೀವು ಇದಕ್ಕಾಗಿ ಮಾನಸಿಕ ರೂಪದಿಂದ ತೈಯಾರಿರುವುದಿಲ್ಲ. ಎಲ್ಲಗಿಂತ ಮುಂಚ್ಚೆ ಮನಸನ್ನು ಸಮಾಧಾನಿಸಿಕೊಳ್ಳಿ. ಯಧ್ಯಪಿ ಒಂದರ ನಂತರ ಎರಡನೆಯ ಗರ್ಭಾವಸ್ಥೆ ತಾಯಿಯ ಆರೋಗ್ಯದ ಮೇಲೆ ತುಂಬ ಪ್ರಭಾವ ಹಾಕುವುದು. ಆದರು ನೀವು ಕೆಲವು ಮಾತಗಳನ್ನು ಗಮನಿಸಕೊಂಡು ಈ ಸ್ಥಿತಿಯನ್ನು ಎದರಿಸಬಹುದು.

- ಗರ್ಭಾವಸ್ಥೆಯ ತಿಳಿದುತಕ್ಷಣ ಪ್ರಸವ ಸಂಬಂಧಿ ಆರೈಕೆ ಪ್ರಾರಂಭಿಸಿಕೊಳ್ಳಿ.
- ತಮ್ಮ ಉಟದ ಪದ್ಧತಿಗಲನ್ನು ಬದಲಾಯಿಕೊಳ್ಳಿ. ನೀವು ಮೊದಲನೆಯ ಶಿಶುವಿಗೆ ಸ್ತನಪಾನ ಮಾಡಿಸುತ್ತಿದ್ದರೆ ನಿಮ್ಮ ಶರೀರಕ್ಕೆ ಆವಶ್ಯಕವಾದ ಪೊಷಣೆ ಸಿಗದೆ ಹೊಗಿರಬೇಕು ಆವಾಗ ನೀವು ನಿಮಗೆ ಹಾಗು ಗರ್ಭದ ಶಿಶುವಿಗೆ ಪರ್ಯಾಪ್ತ ಪೊಷಣೆಯ ಪ್ರಮಾಣ ತೆಗೆದುಕೊಳ್ಳಬೇಕಾಗುವುದು. ಡಾಕ್ಟರಿನ ಸಲಹೆಯಿಂದ ಪ್ರೊಟೀನ್, ಆಯರನ್ ಹಗು ಇತರ ವಿಟಾಮಿನ್ಸ್ ಗಳನ್ನು ನಿಮ್ಮ ಆಹಾರದಲ್ಲಿ ಸೇರಿಸಕೊಳ್ಳಿ. ಊಟಕ್ಕೆ ಪೂರ್ಣ ಸರಿಯಾಗಿ ಸಮಯ ಕೊಡಿ. ಯಧ್ಯಪಿ ನಿಮ್ಮ ದಿನಚರ್ಯೆ ಬಹಳ ವ್ಯಸ್ತವಾಗಿರಬೇಕು ಆದರು ನೀವು ನಿಮಗಾಗಿ ಸಮಯ ಕೊಡಲೆಬೇಕು.
- ಪರ್ಯಾಪ್ತ ಮಾತ್ರೆಯಲ್ಲಿ ತೂಕ ಹೆಚ್ಚಿಸಿ ಬೇಕು. ಮೊದಲನೆಯ ಶಿಶುವಿಗೆ ಮಾಡಿದೆಲ್ಲ ಹೊಸ ಭ್ರೂಣ ಶಿಶುವಿಗು ಬೇಕು . ಡಾಕ್ಟರಿನ ಸಲಹೆ ಪಡೆಯರಿ ಹಾಗು ಅದರಂತೆ ತಮ್ಮ ತೂಕವನ್ನು ಹೆಚ್ಚಿಸಿ. ಉತ್ತಮ ಪೊಷಣೆಯುಕ್ತ ಆಹಾರದ ಸಹಾಯದಿಂದ ನಿಧಾನವಾಗಿ ನಿಮ್ಮ ತೂಕವನ್ನು ಹೆಚ್ಚಿಸಿಕೊಳ್ಳಿ, ಪೂರ್ಣ ಪ್ರಯತ್ನಪಟ್ಟಿದರು ತೂಕಹೆಚ್ಚಾಗದೆ ಹೊದರೆ ತಮ್ಮ ಕೈಲೊರಿಯ ಪ್ರಮಾಣವನ್ನು ಗಮಿನಿಸಿಕೊಳ್ಳಿ.
- ನೀವು ಈವಾಗತನಕ ನಿಮ್ಮ ಶಿಶುವಿಗೆ ಸ್ತನಪಾನ ಮಾಡಸಿತ್ತದ್ದರೆ ಈಗ ಡಾಕ್ಟರಿನ ಸಲಹೆ ಪಡೆದು ಡಬ್ಬದ ಅಥವಾ ಬೇರೆ ಹಾಲನ್ನು ಕೊಡಬಹುದು. ನಿಮಗೆ ನಿಮ್ಮ ಸಣ್ಣ ಶಿಶು ಹಾಗು ಗರ್ಭದ ಶಿಶು ಇಬ್ಬರದು ಆರೋಗ್ಯವನ್ನು ಗಮನಿಸಬೇಕು ಜೊತೆಗೆ ನೀವು ವಿಶ್ರಾಮ ತೆಗೆದುಕೊಳ್ಳುವುದು ಮರಿಯಬೇಡಿ.
- ನಿಮ್ಮ ದೇಹಕ್ಕೆ ಬೇರೆಅವರಗಿಂತ ಹೆಚ್ಚು ವಿಶ್ರಾಂತಿಯ ಆವಶ್ಯಕತೆ ಇರಬಹುದು. ನಿಮಗೆ ನಿಮ್ಮ ಮನೆಯನ್ನು ನೋಡಿಕೊಳ್ಳಬೇಕು. ಆದಕಾರಣ ಪ್ರಾಥಮಿಕತೆಯನ್ನು ನಿರ್ಧಾರಿಸಿಕೊಳ್ಳಿ.
- ಆವಶ್ಯಕತೆ ಇಲ್ಲದ ಕೆಲಸವನ್ನು ನೀವೆ ಮಾಡಬೇಕೆಂದು ಆವಶ್ಯಕತೆ ಇಲ್ಲ. ಶಿಶು ಮಲಗಿರುವಾಗ ನೀವು ಮಲಗಿಕೊಳ್ಳಿ. ರಾತ್ರೆ ಶಿಶುವಿಗೆ ಬಾಟ್ಲಿನ ಹಾಲು ಮಾಡಿಸಿ ಕುಡಿಸಲು ಅಪ್ಪನ ಡ್ಯೂಟಿ ಹಾಕಿ.ಸ್ತನಪಾನ ಮಡಿಸುತ್ತದ್ದರು ರಾತ್ರೆ ಶಿಶುವನ್ನು ಸಮಾಧಾನ ಪಡೆಸಲು ಅಪ್ಪನ್ನ ಎಬ್ಬಿಸಲೆ ಬಹುದು.

■ ನಿಮಗೆ ಸುಸ್ತ ಆಗದೆಷ್ಟು ವ್ಯಾಯಾಮ ಮಾಡಿ. ವ್ಯಾಯಾಮಗಾಗಿ ಸಮಯ ತೆಗೆದುಕೊಳ್ಳಲು ಕಷ್ಟವಾದರೆ ಸಣ್ಣ ಮಗುವನ್ನು ಸ್ಟಾಲರಲ್ಲಿ ಮಲಗಿಸಿಕೊಂಡು ವಾಕಿಂಗ್ ಹೊಗಿ. ಮಗುವನ್ನು ಯಾರದಾರು ಹತ್ತಿ ಬಿಟ್ಟಿ ವ್ಯಾಯಾಮದ ಕ್ಲಾಸಿಗೆ ಹೊಗಬಹುದು.

■ ನಿಮ್ಮನ್ನು ಗರ್ಭಾವಸ್ಥೆಯ ತೋಂದರೆಗಳಿಂದ ದೂರವಿಟ್ಟಕೊಳ್ಳಿ ಉದಾ. ಧೂಮ್ರಪಾನ ಯಾ ಮದಿರ ಸೇವನೆ!. ನಿಮಗು ಹಾಗು ಗರ್ಭದ ಶಿಶುವಿಗು ವತ್ತಡದಿಂದ ದೂರವಿರಬೇಕು.

ಒಂದು ದೊಡ್ಡ ಪರಿವಾರ---

"ನಾನು ಆರನೆಯ ಸರತಿ ಗರ್ಭಿಣಿ ಆಗುತ್ತಾಇದ್ದೀನಿ. ಅದರಿಂದ ನನ್ ಶಿಶುವುನ ಆರೋಗ್ಯದ ಮೇಲೆ ಕೆಟ್ಟ ಪ್ರಭಾವ ಬೀಳಬಹುದ?"

ನಿಮಗೆ ಎಲ್ಲ ಪ್ರಸವ ಪೂರ್ವ ಸಂಪೂರ್ಣ ಚಿಕಿತ್ಸಕೀಯ ಮೇಲ್ವಿಚಾರಣೆ ಹಾಗು ಆರೈಕೆ ಸಿಗುತ್ತಿದ್ದಿದರೆ ಈ ಸಲನು ನಿಮ್ಮ ಮನೆಯಲ್ಲಿ ಸ್ವಸ್ಥ ಶಿಶುವೆ ಜನ್ಮಿಸ್ರುವುದು ಎಂದು ಭರವಸೆಇದೆ. ಅವಳಿ-ಜವಳಿ ಅಥವಾ ಮೂರು ಮಕ್ಕಳ ಗರ್ಭಾವಸ್ಥೆ ಇಲ್ಲದೆ ಹೊದರೆ ಸಾಮಾನ್ಯವಾಗಿ ಈ ಗರ್ಭಾವಸ್ಥೆಯು ಸುರಕ್ಷಿತವಾಗಿರುತ್ತದೆ.

ಈ ಗರ್ಭಾವಸ್ಥೆಯನ್ನು ಸಂಪೂರ್ಣವಾಗಾನಂದಿಸಿ.ಆದರೆ ಕೆಳಗೆ ಬರದೆ ಮಾತುಗಳನ್ನು ಗಮಿನದಲ್ಲಿಟ್ಟಿಕೊಳ್ಳಿ---

■ **ವಿಶ್ರಾಮಿಸಿ** :- ಆದಷ್ಟು ವಿಶ್ರಮಿಸಿ. ಯಧ್ಯಪಿ ನೀವು ವಿಶ್ರಾಂತಿ ತೆಗೆದುಕೊಳ್ಳತಿರಬಹುದು ಆದರೆ ಯಾವ ಗರ್ಭಿಣಿ ತಾಯಿಗೆ ಐದು ಸಣ್ಣ-ಸಣ್ಣ ಮಕ್ಕಳನ್ನು ನೋಡಿಕೊಳ್ಳಬೇಕು, ಆ ತಾಯಿಗೆ ವಿಶ್ರಾಂತಿ ಆತಿಅವಶ್ಯಕವಾಗುವುದು.

■ **ಸಹಾಯ ತೆಗೆದುಕೊಳ್ಳಿ** :- ನಿಮಗೆ ನಿಮ್ಮ ಕೆಲಸಗಳಲ್ಲಿ ಸಹಾಯ ತೆಗೆದುಕೊಳ್ಳಬೇಕಾಗುವುದು. ಎಲ್ಲಿಗಿಂತ ಮೊದಲು ನಿಮ್ಮ ಯಜಮಾನರಿಂದ ಸಹಾಯ ಕೇಳಿ. ನಿಮ್ಮ ದೊಡ್ಡ ಮಕ್ಕಳಿಗೆ ಸ್ವಯಂ ಕೆಲಸಮಾಡುವ ಆಭ್ಯಾಸ ಮಾಡಿಸಿ. ಅವರಿಗೆ ಅವರ ವಯಸಿನಂತೆ ಕೆಲಸ ಕೊಡಿ. ನೀವು ನಿಮ್ಮ ಕೆಲವು ಕೆಲಸವನ್ನು ಮನೆಯ ಬೇರೆ ಸದಸ್ಯರಹತ್ತಿರ ಮಾಡಿಸಲಾದರೆ ಇನ್ನು ಒಳ್ಳೆಯದು.

ಆಹಾರ :- ಸಾಮಾನ್ಯವಾಗಿ ಸಣ್ಣ ಮಕ್ಕಳತಾಯಿಂದರು ಎಲ್ಲರ ಹೊಟ್ಟೆ ತುಂಬಿಸುವದಲ್ಲಿ ತಮ್ಮ ಊಟದ ಕಡೆ ಗಮನ ಕೊಡುವುದಿಲ್ಲ. ಸರಿಯಾಸ ಸಮಯಕ್ಕೆ ಊಟ ಮಾದೆ ಹೊದರೆ ಇಲ್ಲ ಜಂಕ ಫೂಡಯಿಂದ ಕೆಲಸ ನೆಡೆಸಿದರೆ ನಿಮ್ಮ ಉರ್ಜೆಯ ಸ್ತರ ಕಡಿಮೆ ಆಗಬಹುದು. ಊಟಮಾಡಲು ಸರಿಯಾಗೆ ಸಮಯ ಕೊಡಿ. ಸ್ವಸ್ಥ್ಯ ಊಟದ ಅಭ್ಯಾಸಗಳು ಒಳ್ಳೆಯ ಪರಿಣಾಮ ಕೊಡಿತ್ತದೆ.

ತೂಕ :- ನಿಮ್ಮ ತೂಕದ ಕಡೆ ಗಮನಕೊಡಿ. ಸಾಮಾನ್ಯವಾಘಿ ಗರ್ಭಿಣಿ ಮಹಿಳೆಯರ ತೂಕ ಸ್ವಲಪ್ಪ ಹೆಚ್ಚಾಗೆಇರುತ್ತದೆ. ನಿಮಗು ಹೀಗೆಇದ್ದರೆ ಡಾಕ್ಟರಿನ ಸಲಹೆಅಂತೆ ತೂಕವನ್ನು ವಿಭಕ್ತವಮಾಡಿಕೊಳ್ಳಿ. ಆದರೆ ಆವಶ್ಯಕತೆಯಿಂದ ಹೆಚ್ಚು ತೂಕ ಕಡಿಮೆಆಗದಿರಲೆಂದು ಗಮನವಿರಲಿ.

ಗರ್ಭಪಾತದ ಸಮಸ್ಯೆ

"ಮೊದಲನೆಯ ಮೂರುತಿಂಗಳಗಳಲ್ಲಿ ಗರ್ಭಪಾತವಾದರೆ ಬರುವ ಗರ್ಭಾವಸ್ಥೆಯ ಮೇಲೆ"

ಏನು ಪ್ರಭಾವವಾಗುವುದಿಲ್ಲ. ನಿಮ್ಮ ಗರ್ಭಪಾತ 14 ವಾರದ ಮೊದಲೆಆಗಿದ್ದರೆ ಚಿಂತಿಸುವ ಮಾತಿಲ್ಲ. 14ರಿಂದ 27 ವಾರದ ಮಧ್ಯದಲ್ಲಿ ಆಗುವ ಗರ್ಭಪಾತದಿಂದ ಮೊದಲನೆಯ ಪ್ರಸವದ ಅಪಾಯಗಳು ಸ್ವಲಪ್ಪ ಹೆಚ್ಚಾಗುತ್ತದೆ. ಡಾಕ್ಟರುಗೆ ಈ ಗರ್ಭಪಾತದ ವಿಷಯಗಳನ್ನು ಮೊದಲೆ ಹೇಳಿದ್ದರೆ ಅವರು ನಿಮಗೆ ಸಂಪೂರ್ಣ ಚಿಕಿತ್ಸೀಯ ಆರೈಕೆ ಕೊಡುತ್ತಾರೆ.

ಡಾಕ್ಟರಿಗೆ ಹೇಳಿ--

ನಿಮ್ಮ ಚಿಕಿತ್ಸೆ ಯಾ ಸ್ತ್ರೀ ರೋಗದ ಯಾವದೆ ಇತಿಹಾಸವಿದ್ದರು ಇದ್ದನ್ನು ಡಾಕ್ಟರಿಗೆ ಖಂಡಿತ ಹೇಳಿ. ಉದಾ. ಮೊದಲನೆಯ ಗರ್ಭಾವಸ್ಥೆ, ಮಿಸಕೈರೀಜ್, ಎಬಾರ್ಶನ್, ಸರ್ಜರಿ ಅಥವಾ ಯಾವದೆ ಸಂಕ್ರಮಣ. ಡಾಕ್ಟರಿಗೆ ಈ ವಿಷಯದಲ್ಲಿ ಎಷ್ಟು ಚೆನ್ನಾಗಿ ಗೊತ್ತಿರುವುದೊ ಅವರು ಎಷ್ಟೆ ಚೆನ್ನಾಗಿ ನಿಮ್ಮನ್ನು ನೊಡಿಕೊಳ್ಳುತ್ತಾರೆ. ಅವರು ಈ ವಿಷಯಗಳನ್ನು ಗೊಪನೀಂಯವಾಗಿಟ್ಟಿಕೊಳ್ಳುತ್ತಾರೆ.

ಪ್ರೀ–ಟರ್ಮ ಬರ್ಥ

"ನನ್ನ ಮೊದಲನೆಯ ಗರ್ಭಾವಸ್ಥೆಯಲ್ಲಿ ಪ್ರೀ–ಟರ್ಮ–ಬರ್ಥ ಆಗಿತ್ತು. ಯದ್ಯಪಿ ನಾನು ಇದಕ್ಕೆ ಸಂಬಂಧಪಟ್ಟಿದ ಎಲ್ಲ ಅಪಾಯಗಳಿಂದು ಚಿಕಿತ್ಸೆ ಮಾಡಿಸಿಕೊಂಡಿದ್ದೀನಿ ಆದರು ಇದೆ ಸಮಸ್ಯೆ ಆಗಬಹುದಾ?"

ಶುಭಾಶಯಗಳು. ನೀವು ಮೊದಲೆ ಎಲ್ಲ ಚಿಕಿತ್ಸೆ ಮಾಡಿಸಿಕೊಂಡಿದ್ದರೆ ನಿಮ್ಮ ಶಿಶು ಸರಿಯಾದ ಸಮಯಕ್ಕೆ ಈ ಭೂಮಿ ಮೇಲೆ ಹೆಜ್ಜೆ ಇಡುತ್ತದೆ.

ನೀವು ಡಾಕ್ಟರ ಜೊತೆಗೆ ಸೇರಿ ಕೆಲವು ಇನ್ನು ಒಳ್ಳೆಯ ಉಪಾಯಗಳು ಮಾಡಬಹುದು ಆದರಿಂದ ಪ್ರೀ–ಟರ್ಮ ಬರ್ಥಿನ ಅಪಾಯವೆ ಇರುವುದಿಲ್ಲ.

ಈ ವಿಷಯದಲ್ಲಿ ಯಾವದಾರು ಹೊಸ ಅಧ್ಯಯನಗಳು ಆಗಿದಿಯಾ ಎಂದು ಡಾಕ್ಟರ ಹತ್ತಿರ ಕೇಳಿ. ಶೊಧಕರ್ತ್ತರಂತೆ 16 ರಿಂದ 36 ವಾರದಸಮಯದಲ್ಲಿ ಶಾಟ್ ಅಥವಾ ಜೆಲ್ ರೂಪದಲ್ಲಿ ಪ್ರೊಜೆಸ್ಟೆರಾನ್ ಹಾರ್ಮೊನ್ ಕೊಟ್ಟರೆ ಪ್ರೀ–ಟರ್ಮ ಬರ್ಥಿನ ಅಪಾಯವನ್ನು ಸಾಕಷ್ಟುದೂರತಳ್ಳಬಹುದು. ನೀವು ನಿಮ್ಮ ಡಾಕ್ಟರಿನ ಸಲಹೆಯಂತೆ ಇದನ್ನು ತೆಗೆದುಕೊಳ್ಳಬಹುದು.

ಆಮೇಲೆ ನೀವು ಸ್ಕ್ರೀನಿಂಗ ಟೆಸ್ಟ ಮಾಡಿಸಿಕೊಳ್ಳ ಆವಶ್ಯಕತೆ ಇದೀಯ ಎಂದು ನಿಮ್ಮ ಡಾಕ್ಟರನ್ನು ಕೇಳಿ. ಎಕೆಂದರೆ ಈ ಟೆಸ್ಟಗಳ ಪೊಸಿಟಿವ್ ಪರಿಣಾಮದರ್ಥ ನಿಮಗೆ ಮುಂದೆ ಇನ್ನು ತಪಾಸಣೆ ಮಾಡಿಸಿಕೊಳ್ಳಬೇಕು.

ಎಮ್ನಿಯೊಟಿಕ ಸೈಕ ಗರ್ಭಾಶಯದ ಗೊಡೆಗಳಿಂದ ಬೇರೆ ಆದಾಗಲೆ ಫೈಟಲ್ ಫೈಬರೊನೆಕ್ಟೀನ ಸ್ಕ್ರೀನಿಂಗ ತಪಾಸಣೆಯಿಂದ ಯೊನಿಯಲ್ಲಿ ಪ್ರೊಟೀನ್ ಗೊತ್ತಾಗುವುದು. (ಇದು ಸಮಯದ ಪೂರ್ವ ಪ್ರಸವ ಪೀಡೆಯ ಸಂಕೇತವಯ). ಈ ತಪಾಸಣೆಯ ಪರಿಣಾಮ ನೆಗೆಟಿವ್ ಬಂದರೆ ಘಾಬರಿಯಾಗುವ ಆವಶ್ಯಕತೆಇಲ್ಲ. ಆದರೆ ತಪಾಸಣೆಯ ಪರಿಣಾಮ ಪೊಸಿಟಿವ್ ಬಂದರೆ ಹಾಗು ಪ್ರೀ–ಟರ್ಮ ಲೆಬ್ರ ಅಪಾಯ ಕಾಣಿಸಿದರೆ ಡಾಕ್ಟರ ನಿಮ್ಮ ಗರ್ಭಾವಸ್ಥೆಯ ಸಮಯವನ್ನು ಅಧಿಕಮಾಡುವ ಉಪಾಯವನ್ನು ಮಾಡಬಹುದು. ಅಥವಾ ಶಿಶುವಿನ ಪುಪ್ಪುಸವನ್ನು ಸಮಯದಪೂರ್ವ ಪ್ರಸವಗಾಗಿ ತೈಯಾರ ಮಾಡಬಹುದು.

ಎರಡನೆಯದು ಸ್ಕ್ರೀನಿಂಗ್ ಟೆಸ್ಟಯಿಂದ ಸರ್ವಿಕ್ಸಿನ ಉದ್ದ ಗೊತ್ತಾಗುವುದು. ಇದನ್ನು ಅಲ್ಟ್ರಾಸಾಉಂಡ ಸಹಾಯದಿಂದ ಅಳೆಯುತ್ತಾರೆ. ಇದು ಸಣ್ಣಕ್ಕೆ ಅಥವಾ ಅದರ ಓಪನಾಗುವ ಸಂಕೇತ ಸಿಕ್ಕರೆ ಡಾಕ್ಟರ ನಿಮಗೆ ಬೆಡ್ ರೆಸ್ಟಿನ ಸಲಹೆ ಕೊಡುತ್ತಾರೆ ಅಥವಾ ಸರ್ವಿಕ್ಸಿಗೆ ಹೊಲಿಗೆ ಹಾಕುತ್ತಾರೆ (22ವಾರಗಳಾಗಿದ್ದರೆ ಹೊದರೆ).

ಮಾಹಿತಿಗಳಿಂದ ಯಾವಗಲು ಧೈರ್ಯಸಿಗುತ್ತದೆ. ಆದರೆ ಈ ಸಂದರ್ಭದಲ್ಲಿ ನೀವು ನಿಮ್ಮ ಎರಡನೆಯ ಶಿಶುವಿನ ಪ್ರಸವ ಸುನಿಶ್ಚಿತಮಾಡಿಕೊಳ್ಳಬಹುದು. ಇದು ಒಂದು ಒಳ್ಳೆಯ ಸುದ್ದಿ.

ಕಡಿಮೆ ಸರ್ವಿಕ್ಸ

"ನನ್ನ ಮೊದಲನೆಯ ಗರ್ಭಾವಸ್ಥೆಯ ಐದನೆ ತಿಂಗಳಲ್ಲಿ ಮಿಸಕೈರಿಜ ಆಗಿತ್ತು. ಇದು ಕಡಿಮೆ ಸರ್ವಿಕ್ಸಿನ ಕಾರಣದಿಂದ ಆಯತೆಂದು ಚಿಕಿತ್ಸರು ಹೇಳಿದರು. ಈಗತಾನೆ ನನ್ನ ಹೊಮ ಟೆಷ್ಟಿನ ತಪಾಸಣೆ ಪೊಸಿಟಿವ ಬಂದಿದೆ. ಮತ್ತು ಅದೆ ಸಮಸ್ಯೆ ಆಗಬಹದೆಂದು ನನೆ ಚಿಂತೆ ಆಗುತ್ತಿದೆ."

ನಿಮಗಾಗಿ ಒಳ್ಳೆಯ ಸುದ್ದಿಎಂದರೆ ಹೀಗೆ ಮತ್ತೆಆಗುವುದಿಲ್ಲ. ಎಕೆಂದರೆ ಈ ಗಭಾವಸ್ಥೆಯಲ್ಲಿ ಪುನ: ಆ ತೊಂದರೆ ಆಗದೆಇರಲೆಂದು ಈವಾಗತನಕ ಡಾಕ್ಟರು ನಿಮ್ಮ ಆ ತೊಂದರೆಯನ್ನು ಕಂಡುಹಿಡಿದು ಅದರ ಉಪಚಾರವನ್ನು ಮಾಡಿರುತ್ತಾರೆ. ಪೂರ್ಣ ಮೇಲ್ವಿಚಾರಣೆ ಹಾಗು ಚಿಕಿತ್ಸೆಆದ ಮೇಲೆ ನೀವು ಒಂದು ಸ್ವಸ್ಥ್ಯ ಶಿಶುವನ್ನು ಜನ್ಮ ಕೊಡತ್ತೀರ.

ನೀವು ಈ ಸರತಿ ಡಾಕ್ಟರನ್ನು ಬದಲಾಯಿಸಿದ್ದರೆ ಅವರಿಗು ಎಲ್ಲ ವಿಷಯವನ್ನು ಹೇಳಿ. ಆವಾಗ ಅವರು ನಿಮಗೆ ಸರಿಯಾದ ಆರೈಕೆ ಹಾಗು ಚಿಕಿತ್ಸೆ ಕೊಡುತ್ತಾರೆ.

ಸರ್ವಿಕ್ಸಿನಲ್ಲಿ ಕಡಿಮೆಆದರೆ ಅದು ಗರ್ಭಾಶಯದ ಮೇಲೆ ಹೆಚ್ಚಾಗುತಿರುವ ವತ್ತಡದಕಾರಣದಿಂದ ಸಮಯದ ಮುಂಚ್ಚೆ ಓಪನ್ ಆಗಿಬಿಡುವುದು. 100 ನಲ್ಲಿ 1–2 ಗಭಾವಸ್ಥೆಯಲ್ಲಿ ಹೀಗಾಗುವುದು. ಸಾಮಾನ್ಯವಾಗಿ ಎರಡನೆಯ ಮೂರು ತಿಂಗಳಲ್ಲಿ

10ರಿಂದ 20% ಇದೆ ಕಾರಣದಿಂದ ಮಿಸಕ್ಯೆರಿಜ್ ಆಗುವುದು. ಜೆನೆಟಿಕ್ ಬಲಹೀನತೆ, ಪ್ರಸವದ ಸಮಯದಲ್ಲಿ ಸರ್ವಿಕ್ಸಿನ ಮೇಲೆ ಬೀಳುವ ಎಳತ, ಬಾಯೊಪ್ಸಿ, ಸರ್ವೈಕಲ್ ಸರ್ಜರಿ, ಯಾ ಲೆಸರ್ ಥೆರೆಪಿಯ ಕಾರಣದಿಂದ ಹೀಗಾಗಬಹುದು. ಒಂದಗಿಂತ ಹೆಚ್ಚು ಮಕ್ಕಳು ಆದರು ಈ ತೊಂದರೆ ಆಗಬಹುದು. ಒಂದೆ ಶಿಶು ಗರ್ಭದಲ್ಲಿದ್ದರು ಪುನ: ಈ ಸಮಸ್ಯೆ ಆಗುವುದಿಲ್ಲ.

ಯಾವದೆ ಗರ್ಭಿಣಿ ಸ್ತ್ರಿಯ ಎರಡನೆಯ ಮೂರು ತಿಂಗಳಲ್ಲಿ ಗರ್ಭಾಶಯದ ಸಂಕುಚನ ಯಾ ಯೊನಿಯಲ್ಲಿ ರಕ್ತ ಸ್ರಾವಇಲ್ಲದೆ, ನೋವಿಲ್ಲದೆ ಮಿಸಕ್ಯೆರಿಜ್ ಆದಾಗ ಸರ್ವಿಕ್ಸಿನ ಈ ಸಮಸ್ಯೆ ಗೊತ್ತಾಗುವುದು.

ಈ ತರಹದ ಸಮಸ್ಯೆ ಬಂದರೆ ಡಾಕ್ಟರ ಸರ್ವಿಕ್ಸಯನ್ನು ಹೊಲಿಯುತ್ತಾರೆ(12 ರಿಂದ 22 ವಾರದ ಮಧ್ಯದಲ್ಲಿ). ಈ ವಿಷಯದಲ್ಲಿ ಇನ್ನು ಅಧ್ಯಯನಾಗಬೇಕಾಗಿದೆ. ಸರ್ವಿಕ್ಸ ಓಪನಾಗುತ್ತಿದೆ ಎಂದು ಡಾಕ್ಟರಿಗೆ ಅನಿಸಿದಾಗ ಮಾತ್ರ ಈ ಪ್ರಕ್ರಿಯೆಯನ್ನು ಉಪಯೊಗಿಸುವುದು. ಈ ಪ್ರಕ್ರಿಯೆಯನ್ನು ಲೊಕಲ್ ಎನಸ್ಥೀಸಿಯಾದ ಮೂಲಕ ಯೊನಿಯ(ವೈಜಾಇನಾ) ಮಾಧ್ಯಮದಿಂದ ಮಾಡಲಾಗುತ್ತದೆ. ಸರ್ಜರಿಆಗಿ 12 ಘಂಟೆಕಾಲದ ಮೇಲೆ ನೀವು ನಿಮ್ಮ ಸಾಮಾನ್ಯ ಕೆಲಸ-ಕಾರ್ಯಗಳನ್ನು ಪ್ರಾರಂಭಿಸ ಬಹುದು. ಯಧ್ಯಪಿ ಗರ್ಭಾವಸ್ಥೆಯ ಬಾಕಿಸಮಯದಲ್ಲಿ ನೀವು ಇಂಟರ್ ಕೊರ್ಸ ಮಾಡಲಾಗುವುದಿಲ್ಲ ಹಾಗು ಆಗಾಗ ಚಿಕಿತ್ಸೀಯ ಮೇಲ್ವಿಚಾರಣೆಗೆ ಹೊಗಬೇಕಾಗುವುದು. ಹೊಲಗೆ ಯಾವಾಗ ತೆಗೆಯುವುದು ಇದು ಡಾಕ್ಟರಿನ ಸಲಹೆ ಹಾಗು ನಿಮ್ಮ ಆರೋಗ್ಯದ ಮೇಲೆ ನಿರ್ಭರಿಸುತ್ತದೆ. ಸಾಮಾನ್ಯವಾಗಿ ಅದನ್ನು ಅನುಮಾನದ ಪ್ರಸವ ತಿಥಿಯಿಂದ ಕೆಲವು ದಿನಗಳ ಮೊದಲು ತೆಗೆಯುತ್ತಾರೆ. ಅನೇಕ ಸಂದರ್ಭಗಳಲ್ಲಿ, ಯಾವದೆ ಸಂಕ್ರಮಣ, ರಕ್ತ ಸ್ರಾವ, ಅಥವಾ ಮೆಂಬ್ರೆನಯಲ್ಲಿ ಏನು ತೊಂದರೆಆಗದೆ ಹೊದರೆ ಇದನ್ನು ಪ್ರಸವ ಪೀಡೆ ಪ್ರಾರಂಭವಾಗುವತನಕ ತೆಗೆಯುದಿಲ್ಲ.

ನಿಮಗೆ ಮೊದಲನೆಯ ಅಥವ ಎರಡನೆಯ ಮೂರು ತಿಂಗಳಲ್ಲಿ ಕೆಲವು ಲಕ್ಷಣಗಳ ಮೇಲೆ ಗಮನ ಕೊಡಬೇಕಾಗುತ್ತದೆ. ಉದಾ. ಹೊಟ್ಟೆ ಕೆಳ ಭಾಗದಲ್ಲಿ ವತ್ತಡ, ರಕ್ತದ ಜೊತೆಗೆ ದಿಸ್ಚಾಜ, ಮೂತ್ರಪಿಂಡದಲ್ಲಿ ಸಂಕ್ರಮಣ ಯಾ ಯೊನಿಯಲ್ಲಿ ಏನೊ ಇರುವ ಅನುಭವ. ಈ ತರಹದ ಯಾವದೆ ಲಕ್ಷಣಗಳ ಅನುಭವವಾದರೆ ತಕ್ಷಣ ಡಾಕ್ಟರನ್ನು ಸಂಪರ್ಕಿಸಿ.

ಆರ.ಎಚ. ಪ್ರತಿಕೂಲತೆ

"ನನ್ನ ಡಾಕ್ಟರಂತೆ ಬ್ಲಡ್ ಟೆಸ್ಟನಲ್ಲಿ ನೆಗೆಟಿವ್ ಬಂದಿದೆ. ಇದರಿಂದ ನನ್ನ ಶಿಶುವಿಗೆ ಯಾವ ಹಾನಿಆಗಬಹುದು?"

ಈಗ ಘಾಬರಿಆಗುವು ಮಾತೆನಿಲ್ಲ ಎಕೆಂದರೆ ಈಗ ಈ ವಿಷಯ ಡಾಕ್ಟರಿಗೆ ಹಾಗು ನಿಮಗೆ ತಿಳಿದಿದೆ. ಅದರನಂತರ ನೀವು ಸಲಭವಾಗಿ ಕೆಲವು ಉಪಾಯಗಳು ಮಾಡಬಹುದು ಅದರಿಂದ ಶಿಶು ಪೂರ್ಣವಾಗಿ ಸುರಕ್ಷಿತ ಆಗುವುದು.

ಆರ.ಎಚ. ಪ್ರತಿಕೂಲತೆ ಎಂದರೇನು, ಹಾಗು ನಿಮ್ಮ ಶಿಶುವಿಗೆ ಇದರಿಂದ ರಕ್ಷಣೆಯ ಆವಶ್ಯಕತೆ ಏಕಿದೆ? ಜೀವ ವಿಜ್ಞಾನದ ಒಂದು ಸಣ್ಣ ಪಾಠದಿಂದ ಈ ವಿಷಯ ಅರ್ಥವಾಗುವುದು. ಶರೀರದ ಪ್ರತಿ ಜೀವಕೊಶದ ಮೇಲೆ ಅಸಂಖ್ಯಎಂಟೀಜ್ ಇರುವುದು. ಅದರಲ್ಲಿ ಇದೊಂದು.

ಆರ.ಎಚ್. ಫೈಕ್ಟರ್!. ಪ್ರತಿವೊಬ್ಬರ ರಕ್ತದಲ್ಲಿ ಆರ.ಎಚ.ಫೈಕ್ಟರ ಇರುತ್ತದೆ ಅಥವಾ ಇಲ್ಲದೆಇರುತ್ತದೆ. ಆರ.ಎಚ.ಫೈಕ್ಟರ್ ಇದ್ದರೆ ಅದನ್ನು ಆರ.ಎಚ. ಪೊಜಿಟಿವ್ ಎನ್ನುತ್ತಾರೆ. ಆರ. ಎಚ. ಫೈಕ್ಟರ ಇಲ್ಲದೆ ಹೊದರೆ ಅದನ್ನು ಆರ.ಎಚ.ನೆಗೆಟಿವ್ ಎನ್ನುತ್ತಾರೆ. ಗರ್ಭಾವಸ್ಥೆಯಲ್ಲ ತಾಯಿ ಆರ.ಎಚ. ನೆಗೆಟಿವ್ ಇದ್ದರೆ ಹಾಗು ಮಗು ತಮ್ಮ ತಂದೆಯಿಂದ ಆರ.ಎಚ.ಪೊಜಿಟಿವ್ ಇದ್ದರೆ ಅವು ತಾಯಿಯ ಇಂಯೂನ್ ಪ್ರಣಾಲಿಗೆ ಅಪರಿಚಿತವಾಗುವುದು. ಇಂಯೂನ್ ಪ್ರಕ್ರಿಯೆಯಲ್ಲಿ ತಾಯಿಯ ಸಿಸ್ಟಮ್ ಈ ಎಂಟಿಬಾಡಿಯಿಂದ ಯುದ್ಧಮಾಡಲು ಪೂರ್ತಿ ಸೈನ್ಯ ತೈಯಾರ ಮಾಡಿಕೊಳ್ಳಿತ್ತದೆ. ಅದನ್ನು ನಾವು ಆರ. ಎಚ ಪ್ರತಿಕೂಲತೆ ಎನ್ನುತ್ತೆವೆ.

ಪ್ರತಿವೊಂದು ಗರ್ಭಿಣಿ ಮಹಿಳೆಯ ತಪಾಸಣೆ ಮಾಡಿ ಆರ.ಎಚ.ಫಾಕ್ಟರನ್ನು ಗುರತಿಸಲಾಗುವುದು. ಆ ಮಹಿಳೆ ಆರ,ಎಚ. ಪೊಜಿಟಿವ್ ಇದ್ದರೆ ಶಿಶು ಆರ.ಎಚ.ಪೊಜಿಟಿವ್ ಇರಲಿ ಅಥವಾ ಆರ.ಎಚ.ನೆಗೆಟಿಬ್ ಇರಲಿ ಏನು ಅಂತರವಾಗುವುದಿಲ್ಲ.

ತಾಯಿ ಆರ.ಎಚ. ನೆಗೆಟಿವ್ ಇದ್ದು ತಂದೆಯೂ ಆರ.ಎಚ.ನೆಗೆಟಿವ್ ಇದ್ದರೆ ಶಿಶುವು ಸಹ ಆರ.ಎಚ.ನೆಗೆಟಿವ್ ಇರುವುದು. ಎಕೆಂದರೆ ಎರಡು ನೆಗೆಟಿವ್ ಸಂಗಾತಿ ಒಂದು ಪೊಜಿಟಿವ್ ಮಗು ಮಾಡಲಾಗುವುದಿಲ್ಲ. ಆದರೆ ನಿಮ್ಮ ಸಂಗಾತಿ ಆರ.ಎಚ. ಪೊಜಿಟಿವ್ ಇದ್ದರೆ ನಿಮ್ಮ ಶಿಶುವು ಆರ.ಎಚ. ಪೊಜಿಟಿವ್ ಆಗಬಹುದು. ಆವಾಗ ತಾಯಿ ಹಗು ಮಗುವಿನ

ಮಧ್ಯದಲ್ಲಿ ಪ್ರತಿಕೂಲತೆ ಉತ್ಪನ್ನವಾಗಬಹುದು.

ಮೊದಲನೆಯ ಗರ್ಭಾವಸ್ಥೆಯಲ್ಲಿ ಈ ಸಮಸ್ಯೆ ಆಗುವುದಿಲ್ಲ. ಪ್ರಸವ ಎಬಾರ್ಶನ ಯಾ ಮಿಸಕೈರಿಜ್ ಸಮಯದಲ್ಲಿ ಶಿಶುವಿನ ರಕ್ತ ತಾಯಿಯ ರಕ್ತ ಪರಿಸಂಚರಣ ತಂತ್ರಯಿಂದ ಸೇರಿದರೆ ತೊಂದರೆ ಆಗುತ್ತದೆ. ಆವಾಗ ತಾಯಿಯ ಶರೀರದಲ್ಲಿ ಆರ.ಎಚ.ಫೈಕ್ಟರಿಗೆ ಎಂಟಿಬಾಡೀಸ್ ಉತ್ಪನ್ನಾಗುವುದು. ತಾಯಿ ಯಾವಾಗತನಕ ಆರ.ಎಚ.ಪೊಜಿಟಿವ ಶಿಶುವಿನ ಜೊತೆಗೆ ಗರ್ಭಿಣಿ ಆಗುವುದಿಲ್ಲವೊ ಆವಾಗತನಕ ಈ ಎಂಟಿಬಾಡೀಸ್ ಏನು ಹಾನಿ ಮಾಡುವುದಿಲ್ಲ. ಆಮೇಲೆ ಅವು ಪ್ಲೆಸೆಂಟಾವನ್ನು ದಾಟಿ ಶಿಶುವಿನ ಕೆಂಪು ರಕ್ತಕೊಶಗಳ ಮೇಲೆ ಆಕ್ರಮಣಿಸುವುದು. ಇದರಿಂದ ಭ್ರೂಣದಲ್ಲಿ ಸ್ವಲಪ್ಪ ಅಥವಾ ಗಂಭೀರ ಎನೀಮಿಯಾ ಆಗಬಹುದು. ಈ ಎಂಟಿಬಾಡೀಸ ಮೊದಲನೆಯ ಗರ್ಭಾವಸ್ಥೆಯಲ್ಲಿ ಬಹಳ ಕಡಿಮೆ ಹಾನಿ ಮಾಡುತ್ತಾರೆ.

ಈ ಸ್ಥಿತಿಯಿಂದ ರಕ್ಷಣೆಗಾಗಿ ಒಂದೆ ಉಪಾಯವೆಂದರೆ ಎಂಟಿಬಾಡೀಸ್ ಉತ್ಪನ್ನ ಆಗುವುದಿಕ್ಕೆ ಬಿಡಲೆಬಾರದು. 28ನೆ ವಾರದಲ್ಲಿ ಡಾಕ್ಟರ ಆರ.ಎಚ. ನೆಗೆಟಿವ್ ಗರ್ಭಿಣಿ ಮಹಿಳೆಗೆ ಆರ.ಎಚ.ಇಂಯೂನ-ಗ್ಲೊವ್ಯೂಲಿನ್ ನ ಇಂಜೆಕ್ಶನ್ ಕೊಡತ್ತಾರೆ. ಇದನ್ನು ಆರ. ಎಚ. ಓಗ್ಯೆಮ ಎನ್ನುತ್ತಾರೆ. ಶಿಶು ಆರ.ಎಚ.ಪೊಜಿಟಿವ್ ಇದೆಎಂದು ರಕ್ತದ ತಪಾಸಣೆಯಿಂದ ಗೊತ್ತಾದರೆ ಪ್ರಸವದ 72ಘಂಟೆಯನಂತರ ಇನ್ನೊಂದು ಪ್ರಮಾಣ ಕೊಡುತ್ತಾರೆ. ಶಿಶು ಆರ.ಎಚ. ನೆಗೆಟಿವ್ ಇದ್ದರೆ ಯಾವದೆ ಉಪಚಾರದ ಆವಶ್ಯಕತೆ ಇಲ್ಲ. ಈ ಇಂಜೆಕ್ಶನ್ ಯಾವದೆ ಮಿಸಕೈರಿಜ, ಎಕ್ಟೊಪಿಕ ಪ್ರೆಗ್ನೆಂಸಿ, ಎಬಾರ್ಶನ್, ಕೊರಿಓನಿಕ್ ವಿಲ್ಸ್, ಸೈಪಲಿಂಗ, ಎಮ್ನಿಓಸೆಂಟೆಸಿಸ್, ಯೊನಿಯಿಂದ ರಕ್ತಸ್ರಾವ, ಅಥವಾ, ಶಾಕ್ ಸಮಯದಲ್ಲು ಕೊಡುತ್ತಾರೆ. ಆವಶ್ಯಕತೆ ಇದ್ದಾಗ ಮೂರು ಮಾಡಿದರೆ ಮುಂದೆ ಬರುವ ಗರ್ಭಾವಸ್ಥೆ ತುಂಬ ಸುರಕ್ಷಿತವಾಗುತ್ತದೆ.

ಯಾವದೆ ಆರ.ಎಚ.ನೆಗೆಟಿವ್ ಮಹಿಳೆಗೆ ಹಿಂದಿನ ಗರ್ಭಾವಸ್ಥೆಯಲ್ಲಿ ಆರ.ಎಚ.ಓಗ್ಯೆಮ ಕೊಟ್ಟಿಲ್ಲದೆ ಹೊದರೆ ಹಾಗು ಮಹಿಳೆಯ ಶರೀರದಲ್ಲಿ ಆರ.ಎಚ.ಎಂಟಿಬಾಡೀಸ್ ಉತ್ಪನ್ನವಾಗಿದೆ ಎಂದು ಟೆಸ್ಟಯಿಂದ ಗೊತ್ತಾದರೆ, ಎಮ್ನಿಓಸೆಂಟೆಸಿಸ್ ಯಿನ ಸಹಾಯದಿಂದ ಭ್ರೂಣದ ರಕ್ತದ ತಪಾಸಣೆ ಮಾಡಬಹುದು. ಅದು ಆರ.ಎಚ.ನೆಗೆಟಿವ್ ಆಗಿದ್ದರೆ ತಾಯಿ ಹಾಗು ಶಿಶುವಿನ ರಕ್ತ ಅನುಕೂಲವಾಗಿರುವುದು ಮತ್ತೆ ಯಾವದೆ ಉಪಚಾರದ ಆವಶ್ಯಕತೆ ಇರುವುದಿಲ್ಲ. ಪೊಜಿಟಿವ್ ಆಗಿ ತಾಯಿಯ ರಕ್ತದ ಜೊತೆಗೆ ಹೊಂದಾಣಿಕೆ ಆಗದಹೊದರೆ ತಾಯಿಯಶರೀರದಲ್ಲಿ ಎಂಟಿಬಾಡೀಸ್ ನ ಸ್ತರವನ್ನು ನಿಯಮಿತವಾಗಿ ಗಮನದಲ್ಲಿಟ್ಟಿಕೊಳ್ಳಬೇಕು.

ಈ ಸ್ತರ ಅಪಾಯಕರವಾಗಿ ಹೆಚ್ಚಾದರೆ ಅಲ್ಟ್ರಸಾಉಂಡಿನ ಸಹಾಯದಿಂದ ಭ್ರೂಣನಿನ ಸ್ಥಿತಿಯನ್ನು ತಿಲಿದುಕೊಳ್ಳುತ್ತಾರೆ. ಅದಕ್ಕೆ ಯಾವದಾರು ಅಪಾಯವಿದ್ದರೆ ಭ್ರೂಣನಿನ ಆರ.ಎಚ.ನೆಗೆಟಿವ್ ಬ್ಲಡ ಟ್ರಾಂಸಫ್ಯೂಜನ್ ಆವಶ್ಯಕವಾಗುತ್ತದೆ.

ಆರ.ಎಚ. ಓಗ್ಯೆಮ ನ ಪ್ರಯೊಗದಿಂದ ಬಲ್ಡ ಟ್ರಾಂಸಫ್ಯೂಜನ್ ಮಾಡುವ ಆವಶ್ಯಕತೆ ಇರುವುದಿಲ್ಲ ಹಾಗು ಮುಂದೆ ಬರುವ ಗರ್ಭಾವಸ್ಥೆಗಳು ಸುರಕ್ಷಿತವಾಗಿರುತ್ತದೆ.

ರಕ್ತದಲ್ಲಿ ಬೇರೆ ಅನಿಯಮಿತತೆಯ ಕಾರಣದಿಂದನು ಈ ತರಹದ ಪ್ರತಿಕೂಲತೆ ಉತ್ಪನ್ನವಾಗ ಬಹುದು. ಉದಾ. ಕೈಲ ಎಂಟಿಜನ್. ಯಧ್ಯಪಿ ಇವು ಆರ.ಎಚ.ಫೈಕ್ಟರಿನ ತುಲನೆಯಲ್ಲಿ ಕಡಿಮೆನೆ ಇರುತ್ತದೆ. ತಾಯಿಯ ಹತ್ತಿರ ಈ ಎಂಟಿಜನ್ ಇಲ್ಲದೆ ತಂದೆ ಹತ್ತಿರ ಇದ್ದರೆ ಸಮಸ್ಯೆಆಗುವುದು. ಮೊದಲನೆಯ ರೂಟೀನ್ ಟೆಸ್ಟಲ್ಲಿ ತಾಯಿಯ ಶರೀರದಲ್ಲಿ ಎಂಟಿಬಾಡೀಸಿನ ತಪಾಸಣೆ ಮಾಡಲಾಗುತ್ತದೆ. ಎಂಟಿಬಾಡೀಸ್ ನೆಗೆಟಿವ್ ಬಂದರೆ ಮಗುವಿನ ತಂದೆಯ ತಪಾಸಣೆ ಮಾಡಲಾಗುತ್ತದೆ. ತಂದೆಗೆ ಪೊಜಿಟಿವ್ ಬಂದರೆ ಆರ.ಎಚ. ಪ್ರತಿಕೂಲತೆಯಲ್ಲಿ ಮಾಡುವ ಅದೆ ಚಿಕಿತ್ಸೆ ಮಾಡಲಾಗುತ್ತದೆ.

ನಿಮ್ಮ ಪ್ರೆಗ್ನೆಂಸಿ ಪ್ರೊಫೈಲ ಮತ್ತು ಪ್ರೀಟರ್ಮ ಬರ್ಥ--

ನಿಮಗಾಗಿ ಒಳ್ಳೆಯ ಸುದ್ದಿ ಎಂದರೆ ಪ್ರಿಮೆಚ್ಯೊರ್ ಅಥವಾ ಪ್ರಿಟರ್ಮ ಎನ್ನುವ ಕೇಸ ಗಳು ಕೆವಲ 12% ಇರುತ್ತದೆ. ಎಂದರೆ ಅವು ಪ್ರೆಗ್ನೆಂಸಿಯ 11ನೆ ವಾರದ ಮೊದಲೆಆಗುವುದು. ಇದರಲ್ಲಿ ಅರ್ಧ ಆ ಮಹಿಳೆಯರಿಗೆ ಆಗುವುದು ಯಾರಿಗೆ ಅವರಿಗೆ ಪ್ರೀಮೆಚ್ಯೊರ ಡಿಲಿವರಿ ಆಗಬಹುದೆಂದು ಮೊದಲೆ ಗೊತ್ತಿರುತ್ತದೆ.

ನೀವು ಈ ಅಪಾಯವನ್ನು ಎದಿರಿಸುತ್ತಿದ್ದೀರಿ ಎಂದರೆ ಈ ಅಸಮಯದ ಪ್ರಸವವನ್ನು ಎದಿರಿಸಲು ಯಾವದಾರು ಉಪಾಯವನ್ನು ಬಳಿಸಬಹುದಾ? ಕೆಲವು ಸಂದರ್ಭಗಳು ಹೇಗಿರುತ್ತದೆ ಎಂದರೆ ಅದರಲ್ಲಿ ಅಪಾಯ ಗೊತ್ತಾದಮೇಲೆನು ಏನು ಮಾಡಲಾಗುವುದಿಲ್ಲ. ಆದರೆ ಕೆಲವು ಸಂದರ್ಭಗಳಲ್ಲ ಅಪಾಯವನ್ನು ಕಡಿಮೆ ಮಾಡಬಹುದು. ಸಣ್ಣ ಶಿಶು ಸರಿಯಾದ ಸಮಯಕ್ಕೆ ಈ ಭೂಮಿ ಮೇಲೆ ಬರಲೆಂದು ಇದರಲ್ಲಿ ಯಾವದೆ ಲಕ್ಷಣಗಳು ನಿಮ್ಮ ಜೊತೆಗಾದರೆ ಅದನ್ನು ಕಡಿಮೆ ಮಾಡುವುದಿಕ್ಕೆ ಪ್ರಯತ್ನಿಸಿ.

ತೂಕ ಕಡಿಮೆ ಯಾ ಹೆಚ್ಚಾಗಿರುವುದು :- ತೂಕ ಆವಶ್ಯಕತೆಯಿಂದ ಕಡಿಮೆ ಯ ಆಹಚ್ಚಾಗಿದ್ದರು ಪ್ರಸವ ಬೇಗ ಆಗಬಹುದು. ನಿಮಗೆ ಸರಿಯಾದ ರೀತಿಯಿಂದ ಡಾಕ್ಟರಿನ ಸಲಹೆಅಂತೆ ನಿಮ್ಮ ತೂಕವನ್ನು ಅಧಿಕಮಾಡಿಕೊಳ್ಳಬೇಕು. ಅದು ಸಲಭವಾಗಿ ಗರ್ಭಕಾಲ ಪೋರ್ತಿಆದ ಮೇಲೆ ಈ ಪ್ರಪಂಚದಲ್ಲಿ ಕಾಲಿಡಲಿ ಅದಕ್ಕಾಗಿ ಒಂದು ಆರೋಗ್ಯದ ವಾತಾವರಣವನ್ನು ತೈಯಾರ ಮಾಡಬೇಕಾಗುತ್ತದೆ.

ಕಡಿಮೆ ಪೊಷಣೆ :- ಕೇವಲ ಸರಿಯಾದ ರೀತಿಯಲ್ಲಿ ತೂಕ ಹೆಚ್ಚುಮಾಡುವುದೆ ಸಾಲದು. ನಿಮಗೆ ಶಿಶುವಿನ ಜೀವನಕ್ಕೆ ಒಂದು ಆರೋಗ್ಯವಾದ ಪ್ರಾರಂಭವು ಕೊಡಬೇಕು. ಸಮಯದಪೂರ್ವ ಪ್ರಸವಾಗದೆಇರಲೆಂದು ಹಾಗು ಅದರ ಪೊಷಣೆಯಿಂದ ಈ ಅಪಾಯವು ಸಾಕಷ್ಟುಮಟ್ಟಿಗೆ ಕಡಿಮೆಆಗಲೆಂದು ಆ ತರಹದ ಆಹಾರವು ತೆಗೆದುಕೊಳ್ಳಬೇಕು. ದಿನದಲ್ಲಿ ಐದುಸಲ ನಿಯಮಿತವಾಗಿ ಆಹಾರ ತೆಗೆದುಕೊಂಡರೆ ಸಮಯದಪೂರ್ವ ಪ್ರಸವದ ಅಪಾಯ ವನ್ನು ತಡಿಯಬಹುದೆಂದು ಅನೇಕ ಪ್ರಮಾಣಗಳು ಸಿಕ್ಕಿದೆ.

ತುಂಬ ಹೊತ್ತಿನವರೆಗು ನಿಂತಿರುವುದು ಹಾಗು ಭಾರಿ ಶಾರೀರಿಕಪರಿಶ್ರಮ ಮಾಡುವುದು:- ಗರ್ಭದ ಕೊನೆಯದಿನಗಳಲ್ಲಿ, ಡಾಕ್ಟರಿನ ಸಲಹೆದಿಂದ ಆದಷ್ಟು ಕಡಿಮೆ ಸಮಯದವರೆಗು ನಿಂತಕೊಳ್ಳಿ. ತುಂಬ ಹೊತ್ತಿನವರೆಗೆ ನಿಂತಿಕೊಳ್ಳುವುದು ಹಾಗು ಶಾರೀರಿಕ ಶ್ರಮ ಮಾಡಿದ್ದರೆ ಪ್ರೀಟರ್ಮ ಲೆಬರಿನ ಕೇಸಗಳು ಕಂಡುಬಂದಿದೆ.

ಭಾವನಾತ್ಮಕ ವತ್ತಡ :- ಅನೇಕ ಅಧ್ಯಯನಗಳಿಂದ ತಿಳಿದುಬಂದಿದೆಂದರೆ ಭಾವಾತ್ಮಕ ವತ್ತಡದು ಅಸಮಯ ಪ್ರಸವ ಪೀಡೆಯಿಂದ ಸಂಬಂಧವಿದೆ. ಅನೇಕ ಸರತಿ ವತ್ತಡದ ಕಾರಣ ಹೇಗಿರುವುದೆಂದರೆ ಅದನ್ನು ನಿಮಗೆ ಯಾವ ತರಹವು ಕಡಿಮೆಮಾಡಲಾಗುವುದಿಲ್ಲ.ಉದಾ. ಕೆಲಸ ಹೊಗುವುದು ಯಾ ಪರಿವಾರದಲ್ಲಿ ಯಾರದಾರು ಮೃತ್ಯು. ಒಳ್ಳೆಯ ಪೊಷಣೆ, ರಿಲೈಕ್ಸೆಶನ ಟೆಕ್ನೀಕಲ್ ವ್ಯಾಯಾಮ ಹಾಗು ವಿಶ್ರಾಮದ ಸರಿಯಾದ ಸಂತುಲನೆ, ಹಾಗು ಸ್ನೆಹಿತರ ಹಾಗು ಸಂಗಾತಿಯ ಜೊತೆಗೆ ಮಾತು-ಕಥೆಯಿಂದ ಈ ವತ್ತಡವನ್ನು ಕಡಿಮೆ ಮಾಡಬಹುದು. ನೀವು ನಿಮ್ಮ ಡಾಕ್ಟರಿನ ಸಹಾಯವು ತೆಗೆದುಕೊಳ್ಳಬಹುದು.

ಮದ್ಯಪಾನ ಹಾಗು ಮಾದಕ ದ್ರವ್ಯಗಳ ಸೇವನೆ:- ಮಧ್ಯಪಾನ ಹಾಗು ಮಾದಕ ದ್ರವ್ಯಗಳ ಸೇವನೆ ಮಾಡುವ ಗರ್ಭಿಣಿ ಮಹಿಳೆಯರಿಗೆ ಅಸಮಯ ಪ್ರಸವಪೀಡೆಯ ಅಪಾಯ ತುಂಬ ಹೆಚ್ಚಾಗಿರಯತ್ತದೆ.

ಧೂಮ್ರಪಾನ :- ಧೂಮ್ರಪಾನದಿಂದನು ಸಮಯದ ಮೊದಲೆ ಪ್ರಸವ ಆಗಬಹುದು. ಗರ್ಭಧಾರಣೆಯ ಮೊದಲು ಅಥವಾ ಗರ್ಭಕಾಲದಲ್ಲಿ ಇದನ್ನು ಬಿಟ್ಟಬಿಡಿ. ಈವಾಗಲು ಬಿಡದೆ ಹೊದರೆ ಇದಗಿಂತ ಒಳ್ಳೆಯ ಸಮಯ ಇನ್ನಯಾವದು.

ವಸಡಗಳ ಸಂಕ್ರಮಣ :- ಅನೇಕ ಅಧ್ಯಯನಗಳಿಂದ ತಿಳಿದಬಂದಿದೆ ವಸಡಗಳ ರೋಗವು ಕಾಲಪೂರ್ವ

ಪ್ರಸವ ಪೀಡೆಯಿಂದ ಸಂಬಂಧವಿದೆ. ಕೆಲವು ಶೊಧಕರ್ತರಂತೆ ವಸಡಗಳಲ್ಲಿ ಉರಿ ಉತ್ಪನ್ನ ಮಾಡುವ ಬೈಕ್ಟೀರಯಾ ರಕ್ತಧಾರೆಯಲ್ಲಿ ಹೊಗುವುದು.

ಅನೇಕ ಶೊಧ'ಕರ್ತರು ಇನ್ನೋಂದು ವಿಷಯುವನ್ನು ಹೇಳುತ್ತಾರೆ. ಅವರಂತೆ ವಸಡುಗಳಲ್ಲಿ ಉತ ಉತ್ಪನ್ನಿಸುವ ಬೈಕ್ಟೀರಿಯಾ ಪ್ರತಿರೊಧ'ಕ ತಂತ್ರವನ್ನು ಉತ್ತೆಜಿತಿಸುವುದು ಅದರಿಂದ ಸರ್ವಿಕ್ಸ ಹಾಗು ಗಭಾಶಯುದಲ್ಲು ಉರಿ ಆಗುವುದು ಹಾಗು ಪ್ರಸವ ಸಮಯದ ಮೊದಲೆ ಆಗಿಬಿಡುವುದು. ನಿಮಗೆ ಬಾಯಿಂಯು ಸ್ವಚ್ಛತೆಂಯು ಮೇಲೆ ಪೂರ್ತಿ ಗಮನ ಕೊಡಬೇಕಾಗುವುದು. ಸಮಂಯುದ ಪೂರ್ವ ಪ್ರಸವ ಪೀಡೆಂಯು ಅಪಾಂಯುವನ್ನು ಕಡಿಮೆ ಮಾಡಲು ಬೈಕ್ಟೀರಿಯಾಯಿಂದ ಹಲ್ಲುಗಳನ್ನು ರಕ್ಷಿಸಿಬೇಕಾಗುವುದು.

ಗರ್ಭಾವಸ್ಥೆಂಯು ಮೊದಲೆ ಈ ತರಹದ ಸಂಕ್ರಮಣಗಳ ಉಪಚಾರವಮಾಡಿಸಕೊಂಡರೆ ಅನೇಕ ಜಟಿಲತೆಗಳ ಜೊತೆಗೆ ಕಾಲಪೂರ್ವ ಪ್ರಸವ ಪೀಡೆಯ ಅಪಾಂಯುವನ್ನು ಕಡಿಮೆಮಾಡಬಹುದು.

ಸರ್ವಿಕ್ಸಯಲ್ಲಿ ಕಡಿಮೆ:– ಸರ್ವಿಕ್ಸ ಬಲಹೀನರಾಗಿರುವ ಕಾರಣದಿಂದನು ಮೊದಲೆ ಓಪನ್ ಆಗಿಬಿಡುವುದು. ಗರ್ಭಿಣಿ ಮಹಿಳೆಗೆ ಮಿಸಕ್ಯೆರಿಜ್ ಯಾ ಅಸಮಂಯು ಪ್ರಸವ ಪೀಡೆಂಯುನಂತರವೆ ಇದು ಗೊತ್ತಾಗುವುದು. ಅಲ್ಟ್ರಾಸಾಉಂಡ ಮೂಲಕ ಆಗ್ಗಾಗ ಇದರ ಸ್ಥಿತಿಂಯು ತಪಾಸಣೆ ಮಾಡಿ ಇದರ ಅಪಾಂಯುವನ್ನು ಸಾಕಷ್ಟುಮಟ್ಟಿಗೆ ತಡಿಂಯುಬಹುದು.

ಪೂರ್ವ ಅಸಮಯ ಪ್ರಸವ:– ನಿಮ್ಮ ಮೊದಲನೆಯ ಗರ್ಭಾವಸ್ಥೆಯಲ್ಲಿ ಹೀಗೆಆಗಿದ್ದರೆ ನಿಮಗೆ ಈ ಅಪಾಯು ಇನ್ನು ಹೆಚ್ಚಾಗಬಹುದು. ನಿಮ್ಮ ಡಾಕ್ಟರ ಈ ಅಪಾಂಯುವನ್ನು ತಡೆಂಯುಲು ಎರಡನೆಂಯು ಹಾಗು ಮೂರನೆಂಯು ಮೂರು ತಿಂಗಳಲ್ಲಿ ಪ್ರಿಜೆಸ್ಟರಾನ್ ನ ಪ್ರಮಾಣ ಕೊಡಬಹುದು.
ಕೆಳಗೆ ಬರೆದಿರುವ ಅಪಾಂಯುಗಳನ್ನು ನಿಯಂತ್ರಿಸಲಾಗುವುದಿಲ್ಲ ಆದರೆ ಸ್ವಲಪ್ಪ ಸುಧಾರಣೆ ಮಾಡಬಹುದು. ಡಾಕ್ಟರ ಈ ಅಪಾಂಯುಗಳನ್ನು ಎದಿರಿಸಲು ತಮ್ಮನ್ನು ಹಾಗು ನಿಮ್ಮನ್ನು ಮೊದಲೆ ತೈಯಾರ ಮಾಡಿಕೊಳ್ಳಬಹುದು.

ಮಲ್ಟಿಪ್ಲೈ:– ಒಂದಗಿಂತ ಹೆಚ್ಚು ಶಿಶು ಇದ್ದರೆ ಗರ್ಭಿಣಿ ಮಹಿಳೆ ಸರಾಸರಿ ಮೂರು ವಾರದ ಮೊದಲೆ ಶಿಶುಗಳನ್ನು ಜನ್ಮ ಕೊಡುತ್ತಾರೆ. (ಯದ್ಯಪಿ ಅವಳಿ-ಜವಳಿ ಮಕ್ಕಳ ಪೂರ್ತಿ ಪ್ರಸವಕಾಲ 27 ವಾರದಿರುತ್ತದೆ. ಆಂದರೆ 3ವಾರದ ಮೊದಲೆಂದರೆ ಏನು ಬೇಗ ವಲ್ಲ. ಪ್ರಸವಪೂರ್ವ ಒಳ್ಳೆಯ ಆರೈಕೆ, ಪರ್ಯಾಪ್ತ ಪೊಷಣೆ ಹಾಗು ಬೇರೆ ಅಪಾಯುಗಳನ್ನು ಕಡಿಮೆ ಮಾಡಿ, ಮತ್ತೆ ಕೊನೆಯ ಮೂರು ತಿಂಗಳಲ್ಲಿ ಪೂರ್ತಿ ವಿಶ್ರಾಮ ಮಾಡಿದರೆ ಕೆಲವು ಅಪಾಯಗಳನ್ನು ಕಡಿಮೆ ಮಾಡ ಬಹುದು.

ಸರ್ವಿಕ್ಸಿನ ಸಮಸ್ಯೆ:– ಅನೇಕ ಮಹಿಳೆಯರಿಗೆ ಸರ್ವಿಕ್ಸಿನ ಕಾರಣನು ಸಮಂಯುದ ಪೂರ್ವ ಪ್ರಸವ ಪೀಡೆಂಯು ಸಮಸ್ಯೆ ಆಗುತ್ತದೆ. ಅಗ್ಗಾಗೆ ಅಲ್ಟ್ರಾಸಾಉಂಡ ತಪಾಸಣೆ ಆಗುತ್ತದ್ದರೆ ಅಪಾಂಯುದ ಪರಿಧಿಂಯುಲ್ಲಿ ಬರುವ ಮಹಿಳೆಂಯುರ ಸಹಾಂಯುವಾಗಬಹುದು.

ಗರ್ಭಾವಸ್ಥೆಯ ಜಟಿಲತೆಯಗಳು:– ಗೆಸ್ಟೆಶನಲ್, ಸಕ್ಕರೆ ರೋಗ, ಪ್ರೋಎಕ್ಲೆಪಸಿಯಾ, ಹಾಗು ಆವಶ್ಯಕತೆಯಿಂದ ಹೆಚ್ಚು ಎಮನೀಯೊಟಿಕ ಫ್ಲುಡ ಮತ್ತೆ ಪ್ಲೆಸೆಂಟಾ ಯಿನ ಸಮಸ್ಯೆಂಯುಗಳ ಕಾರಣದಿಂದ ಸಮಂಯುದಪೂರ್ವ ಪ್ರಸವ ಪೀಡೆ ಆಗಬಹುದು.
ಈ ಜಟಿಲತೆಂಯುಗಳನ್ನು ನಿಯಂತ್ರಿಸಿ ಗರ್ಭ'ಕಾಲದ ಅವಧಿಯುನ್ನು ಅಧಿಕಮಾಡಬಹುದು.

ದೀರ್ಘಕಾಲೀನ ರೋಗಗಳು:– ಉಚ್ಚ ರಕ್ತದವತ್ತಡ, ಹೃದಯು, ಕಿಡ್ನೀ, ಯಾ ಲೀವರ ರೋಗ. ಸಕ್ಕರೆ ರೋಗ, ಇತ್ಯಾದಿ ದೀರ್ಘಕಾಲೀನ ರೋಗಗಳು ಸಮಂಯುದ ಪೂರ್ವ ಪ್ರಸದ ಕಾರಣ ಆಗುವುದು. ಆದರೆ ಒಳ್ಳೆಯ ಚಿಕಿತ್ಸೆ, ಪ್ರಬಂಧನ ಹಾಗು ಆರೈಕೆ ಇದ್ದರೆ ಇದರಿಂದ ರಕ್ಷಣೆಆಗಬಹುದು.

ಸಾಮಾನ್ಯ ಸಂಕ್ರಮಣ:– ಸೆಕ್ಸ ಜನಿತ ರೋಗಗಳಿಂದ ಸಮಂಯುದ ಪೂರ್ವ ಪ್ರಸವ ಆಗಬಹುದು. ಸಂಕ್ರಮಣದಿಂದ ಶಿಶುಗೆ ಅಪಾಯುವಿದ್ದರೆ ಶರೀರವೆ ಶಿಶುವಿನ ರಕ್ಷಣೆಗಾಗಿ ಸಮಯುದ ಪೂರ್ವ ಪ್ರಸವಿನ ಉಪಾಯುವನ್ನು ಮಾಡುತ್ತದೆ. ಸಂಕ್ರಮಣದಿಂದ ರಕ್ಷಣೆ ಮಾಡಿ ಸಾಕಷ್ಟು ಮಟ್ಟಿಗೆ ಈ ಸಮಸ್ಯೆಯಿಂದ ರಕ್ಷಣೆಮಾಡ ಬಹುದು.

17 ವರ್ಷಗಿಂತ ಕಡಿಮೆ ವಯಸು:– 17 ವರ್ಷಗಿಂತ ಕಡಿಮೆ ವಂಯುಸಿನ ಗರ್ಭಿಣಿ ಹುಡಗಿಂಯುರಿಗೆ ಸಮಂಯುದಪೂರ್ವ ಪ್ರಸವಿನ ಅಪಾಂಯು ತುಂಬ ಹೆಚ್ಚಾಗಿರುತ್ತದೆ. ಒಳ್ಳೆ ಪೊಷಣೆ ಹಾಗು ಪ್ರಸವ ಪೂರ್ವ ಒಳ್ಳೆಂಯು ಮೇಲವಿಚಾರಣೆಯಿಂದ ತಾಯಿ ಹಾಗು ಶಿಶುವಿನ ಪೂರ್ವ ಬೆಳವಣಿಗೆ ಮಾಡಬಹುದು.

ಏಡ್ಸಿನ ಅರ್ಥ

"ನಾನು ಮತ್ತೆ ನನ್ನ ಯಜಮಾನರು, ನಾವಿಬ್ಬರು ಸೇರುವ ಮೊಂಚ್ಚೆ ಅನೇಕರ ಜೊತೆಗೆ ಶಾರೀರಿಕ ಸಂಬಂಧವಿತ್ತಿ. ಏಡ್ಸಿನ ಲಕ್ಷಣಗಳು ಬಹಳ ವರ್ಷಗಳುಆದ ಮೇಲೆ ಕಾಣಿಸಿಕೊಳ್ಳುವುದು ಹೀಗಿರುವಾಗ ನನಗೆ ಈ ರೋಗ ಇಲ್ಲ ಹಾಗು ನನ್ನ ಶಿಶುತನಕ ಇದು ತಲಪುವುದಿಲ್ಲವೆಂದು"

ನೀವು ಮತ್ತು ನಿಮ್ಮ ಸಂಗಾತಿ ಹೈ ರಿಸ್ಕ್ ಗ್ರೂಪ್ ಹೊಮೊಫೀಲಿಎವ್ಸ್, ಐ ಬೀ, ಡ್ರಗ್ ಉಪಯೋಗಿಸುವವರು, ದ್ವಿಲಿಂಗಿ ಅಥವಾ ಸ್ವಲಿಂಗಿ ಪುರುಷ ಜೊತೆಗೆ ಸೆಕ್ಸ ಮಾಡುವದರಲ್ಲಿ, ಅಲ್ಲದೆ ಅನೇಕ ಸಂಗಾತಿ ಜೊತೆಗೆ ಶಾರೀರಿಕ ಸಂಬಂಧ ಇದ್ದರು ಏಡ್ಸ್ ಆಗುವು ಸಂಭವ ಕ್ಷೀಣವಾಗಿ ಇದ್ದೇ ಇದೆ. ತಪಾಸಣೆ ಪಾಸಿಟಿವ್ ಬಂದರೂ ಒಂದು ಸಮಯ ಅಪಚಾರವಾಗಬಹುದು. ನಿಮ್ಮದಾಗದೆ ಇದ್ದರು ಶಿಶುವಿನ ರಕ್ಷಣೆ ಆಗೆಆಗುತ್ತದೆ.

"ಡಾಕ್ಟರ್ ಹೆಚ್.ಐ ವೀ ಟೆಸ್ಟಿನ ವಿಷಯ ಕೇಳಿದಾಗ ನನಗೆ ಬಹಳ ಆಶ್ಚರ್ಯವಾಯಿತು ನಾನು ಹೈ-ರಿಸ್ಕ್ ಗ್ರೂಪಲ್ಲೇನು ಬರುವುದಿಲ್ಲ."

ಗರ್ಭಿಣಿ ಮಹಿಳೆಯು ಮೆಡಿಕಲ್ ಇತಿಹಾಸದಲ್ಲಿ ಹೆಚ್. ಐ.ವೀ. ಯಿನ ಚರ್ಚೆ ಇರಲಿ ಬಿಡಲಿ ಅವರ ಹೆಚ್. ಐ. ವೀ.ಟೆಸ್ಟ್ ಮಾಡುವುದು ಸಾಮಾನ್ಯವಾಗಿದೆ. ಇದು ಸುರಕ್ಷೆಯ ದೃಷ್ಟಿಯಿಂದನು ಒಳ್ಳೆಯದು. ಯೋಚನೆ ಮಾಡಬೇಡಿ. ಡಾಕ್ಟರ್ ನಿಮ್ಮ ಒಳ್ಳೆಯದಕ್ಕೆ ಈ ತಪಾಸಣೆಯ ವಿಷಯದಲ್ಲಿ ಹೇಳುತ್ತಿದ್ದಾರೆ.

ನಿಮ್ಮ ಪೂರ್ವ ಚಿಕಿತ್ಸೀಯ ಮಾಹಿತಿಗಳು

ರೂಬೆಲಾ ಆನ್ಟಿಬಾಡಿ ಲೆವಲ್

"ನಾನು ಸಣ್ಣ ಹುಡುಗಿ ಆದಾಗ ರೂಬೆಲಾದ ಚುಚ್ಚು ಮದ್ದು ಹಾಕಿದ್ದರು. ಆದರೆ ಗರ್ಭಿಣಿ ಆದ ಮೇಲೆ ರಕ್ತದ ತಪಾಸಣೆಯಲ್ಲಿ ಗೊತ್ತಾಯಿತೇನೆಂದರೆ ನನ್ನ ರೂಬೆಲಾ ಆನ್ಟಿಬಾಡಿಯ ಲೆವಲ್ ತುಂಬ ಕಡಿಮೆಇದೆ." ನಾನು ಏನು ಮಾಡಬೇಕು?

> **ಗರ್ಭಾವಸ್ಥೆ ಹಾಗು ಚುಚ್ಚುಮದ್ದು**
>
> ಅನೇಕ ಪ್ರಕಾರದ ಸಂಕ್ರಮಣಗಳು ಗರ್ಭಾವಸ್ಥೆಯಲ್ಲಿ ತೊಂದರೆ ಕೊಡಬಹುದು. ಆದಕಾರಣ ಗರ್ಭಧಾರಣೆಯ ಮೊದಲೇ ಚುಚ್ಚು ಮದ್ದು ಪೂರ್ತಿ ಮಾಡಿಸಿಕೊಳ್ಳಿ. ಏಕೆಂದರೆ ಗರ್ಭಾವಸ್ಥೆಯಲ್ಲಿ ಆ ಮದ್ದುಗಳು ಕೊಡಲಾಗುವುದಿಲ್ಲ. ಉದಾ: ಎಮ.ಎಮ.ಆರ. ಇತ್ಯಾದಿ. ಗರ್ಭಾವಸ್ಥೆಯಲ್ಲಿ ಕೆಲವು ಚುಚ್ಚು ಮದ್ದು ಹಾಕಬಹುದು ಕೆಲವು ಹಾಕಬಾರದು. ಎಲ್ಲಾ ಗರ್ಭಿಣಿ ಮಹಿಳೆಗೆ ಟೆಟನೆಸ್, ಡಿಫ್ಥೆರಿಯಾ, ಹೆಪೆಟೈಟಿಸ್‌ಬೀ ನ ಚುಚ್ಚು ಮದ್ದು ಸುರಕ್ಷಿತವಾಗಿ ಕೊಡಬಹುದು.

ನಿಮಗೆ ರೂಬೆಲಾದ ವಿಷಯದಲ್ಲಿ ಇಷ್ಟು ಚಿಂತೆಮಾಡುವ ಅವಶ್ಯಕತೆ ಇಲ್ಲ. ಇದರಿಂದ ಜನಿಸಿಲ್ಲದ ಶಿಶುವಿಗೆ ಯಾವುದೇ ತರಹದ ಅಪಾಯವಾಗುವುದಿಲ್ಲ. ಈ ರೋಗಕ್ಕಾಗಿ ಮೊದಲೇ ತುಂಬಾ ಜಾಗರೂಕತೆಗಳನ್ನು ತೆಗೆದುಕೊಳ್ಳುತ್ತಿದ್ದಾರೆ. ಯಧ್ಯಪಿ ನಿಮಗೆ ಗರ್ಭಾವಸ್ಥೆಯಲ್ಲಿ ಇದರ ಚುಚ್ಚು ಮದ್ದು ಹಾಕಲಾಗುವುದಿಲ್ಲ ಆದರೆ ನಿಮಗೆ ಪ್ರಸವದನಂತರ ನೀವು ಸ್ತನಪಾನ ಮಾಡಿಸುತ್ತಿದ್ದರೂ ಈ ಮದ್ದು ಹಾಕುತ್ತಾರೆ.

ಸ್ಥೂಲತೆ

ನನ್ನ ತೂಕ 60 ಪೌಂಡಷ್ಟು ಹೆಚ್ಚಿದೆ. ಇದರಿಂದ ನನಗೆ ಅಥವಾ ನನ್ನ ಶಿಶುವಿಗೆ ಗರ್ಭಾವಸ್ಥೆಯಲ್ಲಿ ಯಾವುದಾದರು ತೊಂದರೆ ಆಗಬಹುದಾ?

ಸಾಮಾನ್ಯವಾಗಿ ಸ್ಥೂಲ ಗರ್ಭಿಣಿ ಮಹಿಳೆಯರು ಸ್ವಸ್ಥ ಶಿಶುವಿಗೆ ಜನ್ಮ ಕೊಡುತ್ತಾರೆ. ಯಧ್ಯಪಿ ಸ್ಥೂಲತೆಯಿಂದ ಆರೋಗ್ಯಕ್ಕೆ ಅಪಾಯವಾಗಬಹುದು ಹಾಗು ಗರ್ಭಾವಸ್ಥೆಯಲ್ಲಿ ತೊಂದರೆ ಉತ್ಪನ್ನವಾಗಬಹುದು. ಗರ್ಭಧಾರಣೆ ಅಲ್ಲದೆ ನಿಮ್ಮ ತೂಕವೂ ಹೆಚ್ಚಾಗಿದ್ದರೆ ಗ್ಯಾಸ್ಟೇಶನಲ್, ಸಕ್ಕರೆ ರೋಗ, ಉಚ್ಚ

ರಕ್ತದವತ್ತಡದ ತೊಂದರೆ ಆಗಬಹುದು. ಇದರಿಂದ ಅನೇಕ ವ್ಯವಹಾರಿಕವಾದ ಗರ್ಭಾವಸ್ಥೆಯ ಸಮಸ್ಯೆಗಳು ಉತ್ಪನ್ನವಾಗುವುದು. ಪ್ರಾರಂಭಿಕ ಅಲ್ಟ್ರಾಸೌಂಡ ಆಗದೆ ನಿಮ್ಮ ಪ್ರಸವದ ಅನುಮಾನಿತವಾದ ಸ್ಥಿತಿ ತಿಳಿಯುವುದಕ್ಕೆ ಆಗುವುದಿಲ್ಲ ಏಕೆಂದರೆ ಸ್ಥೂಲ ಮಹಿಳೆಯರಲ್ಲಿ ಓವ್ಯೂಲೇಶನ್‌ನ ಸಮಯ ಅನಿಯಮಿತವಾಗಿರುವುದು. ಅನೇಕ ಡಾಕ್ಟರು ಗರ್ಭಾಶಯದ ಆಕಾರ, ಸ್ಥಿತಿ ಅಥವಾ ಹೃದಯದ ಸ್ಪಂದನವನ್ನು ಕೇಳಿ ಯಾವ ಅನುಮಾನವನ್ನು ಪಡುತ್ತಾರೋ ಅದು ಕೊಬ್ಬಿನ(ಮಡಿಕೆ) ಪದರಗಳ ಕಾರಣ ಮಾಡಲಾಗುವುದಿಲ್ಲ.

ಡಾಕ್ಟರಿಗೆ ಭ್ರೂಣದ ಆಕಾರ ಮತ್ತು ಸ್ಥಿತಿಯನ್ನು ಸರಿಯಾಗಿ ತಿಳಿದುಕೊಳ್ಳಲಾಗುವುದಿಲ್ಲ ಹಾಗು ನಿಮಗೂ ಮಗುವಿನ ಮೊದಲನೆಯ ಓಡಾಟವು ತಿಳಿಯುವುದಿಲ್ಲ.

ಭ್ರೂಣ ದೊಡ್ಡದಾಗಿದ್ದರೆ ಪ್ರಸವದಲ್ಲಿ ತೊಂದರೆ ಆಗಬಹುದು ಸಾಮಾನ್ಯವಾಗಿ ಸ್ಥೂಲ ಮಹಿಳೆಯರ ಜೊತೆಗೆ ಹೀಗೆ ಆಗುವುದು.(ಇದರಲ್ಲಿ ಸಕ್ಕರೆ ರೋಗದಿಂದ ಪೀಡಿತ ಮಹಿಳೆಯರು ಅಥವಾ ಗರ್ಭಾವಸ್ಥೆಯಲ್ಲಿ ಹೆಚ್ಚು ತಿನ್ನದೆ ಇರುವವರು ಬರುತ್ತಾರೆ). ಸಿಜೇರಿಯನ್ ಮಾಡಲೇ ಬೇಕಾದರೆ ಸರ್ಜರಿಯ ಸಮಯದಲ್ಲಿ ಅಥವಾ ಆಮೇಲೂ ತೊಂದರೆ ಆಗಬಹುದು.

ಗಭಾವಸ್ಥೆಯಸಮಯದಲ್ಲಿ ಆಗುವ ತೊಂದರೆಗಳು ಹಾಗು ಅಸಹಜತೆಯ ಅನುಮಾನ ನೀವೆ ಊಹಿಸಬಹುದು. ಭಾರ ಹೆಚ್ಚಾದರೆ ಬೆನ್ನೋವು ಇರುವುದು, ವೆರಿಕೋಜ್ ವೇಯ್ನ್ಸ್‌ನಲ್ಲಿ ಊತ ಹಾಗು ಎದೆಯಲ್ಲಿ ಉರಿ ಈ ಸಮಸ್ಯೆ ಇದ್ದೆ ಇರುತ್ತದೆ.

ಘಾಬರಿ ಆಯಿತಲ್ವ ! ಡಾಕ್ಟರ್ ಹಾಗು ನೀವು ಸೇರಿಕೊಂಡು ಶಿಶುವಿನ ಕಡೆಗೆ ಹೋಗುವ ಈ ಅಪಾಯವನ್ನು ಕಡಿಮೆ ಮಾಡಬಹುದು. ನೀವು ಸ್ವಲ್ಪ ಅಧಿಕವಾಗಿ ಗಮನ ಕೊಡಬೇಕಾಗುವುದು.

ಮೆಡಿಕಲ್ ಸ್ತರದಲ್ಲಿ ಕಡಿಮೆ ಅಪಾಯದ ಗರ್ಭಿಣಿ ಮಹಿಳೆಯರ ತುಲನೆಯಲ್ಲಿ ಅಧಿಕ ತಪಾಸಣೆ ಮಾಡಿಸ ಬೇಕಾಗಬಹುದು. ಪ್ರಸವದ್ ಅನುಮಾನಿತ ಸ್ಥಿತಿ ಗೊತ್ತಾಗಲು ನಿಮಗೆ ಪ್ರಾರಂಭಿಕ ಅಲ್ಟ್ರಾಸೌಂಡ ಮಾಡಿಸಬೇಕಾಗುವುದು. ನೀವು ಗೈಸ್ಟೆಶನಲ್ ಸಕ್ಕರೆ ರೋಗದ ರೋಗಿಣಿ ಇಲ್ಲವೆಂದು ತಿಳಿದುಕೊಳ್ಳಲು ನಿಮಗೆ ಶಿಶುವಿನ ಆಕಾರ ಹಾಗು ಸ್ಥಿತಿ ಗ್ಲೂಕೋಸ್

ಗ್ಯೆಸ್ಟ್ರಿಕ್ ಬೈಪಾಸ್ ನಂತರ ಗರ್ಭಾವಸ್ಥೆ

ನೀವು ನಿಮ್ಮ ತೂಕವನ್ನು ಬಹಳ ಕಡಿಮೆ ಮಾಡಿಕೊಂಡ ಮೇಲೆ ಗರ್ಭಧಾರಣೆ ಮಾಡಿದ್ದೀರಿ. ಆದರೆ ಈ ಬೈಪಾಸ್ ಆದಮೇಲೆ ನಿಮ್ಮ ಗರ್ಭಾವಸ್ಥೆ ಎಷ್ಟು ಸುರಕ್ಷಿತವಾಗಿದೆ ಎಂದು ನೀವು ಯೋಚಿಸುತ್ತಿದ್ದೀರಿ. ಹಾಗು ನಿಮಗೆ ಸರ್ಜರಿ ನಂತರ 12–18 ತಿಂಗಳತನಕ ಗರ್ಭಧಾರಣೆ ಮಾಡ ಬೇಡಿಎಂದು ಸಲಹೆ ಕೊಟ್ಟಿರುತ್ತಾರೆ ಏಕೆಂದರೆ ಅದರಲ್ಲಿ ತೂಕ ಬಹಳ ಕಡಿಮೆ ಆಗುತ್ತದೆ ಹಾಗು ಪೋಷಣೆಯ ಭಯವು ಇರುತ್ತದೆ. ಆದರೆ ಆ ಸ್ಥಿತಿಯನ್ನು ಪಾರುಮಾಡಿದ ಮೇಲೆ ನೀವು ಸುರಕ್ಷಿತವಾದ ಗರ್ಭಾವಸ್ಥೆಯ ಭರವಸೆ ಇಟ್ಟಿಕೊಳ್ಳಬಹುದು. ಆದರು ನೀವು ಇದಕ್ಕಾಗಿ ಸ್ವಲ್ಪ ಅನಿಶ್ಚಿತ ಪರಿಶ್ರಮ ಮಾಡಬೇಕಾಗುತ್ತದೆ.

- ನಿಮ್ಮ ಗೈಸ್ಟ್ರಿಕ ಬೈಪಾಸ್ ಡಾಕ್ಟರನ್ನು ನಿಮ್ಮ ಪ್ರಸೂತಿ ವಿಶೇಷತಜ್ಞರ ಹತ್ತಿರ ಭೇಟಿ ಮಾಡಿಸಿ. ನಿಮ್ಮ ವಿಷಯದಲ್ಲಿ ಯಾವುದಾದರೂ ವಿಶೇಷ ಜಾಗರೂಕತೆ ಇದ್ದರೆ ಅವರು ಅವರಿಗೆ ಕೊಡುತ್ತಾರೆ.
- ನಿಮಗೆ ಗರ್ಭಧಾರಣೆ ಮಾಡಿದ ಮೇಲೆ ವಿಟಮಿನ್, ಐರನ್, ಕ್ಯಾಲ್ಶಿಯಂ, ಫಾಲಿಕ್ ಆಸಿಡ್, ಹಾಗು ವಿಟಮಿನ್ ಬೀ12 ನ ಪರ್ಯಾಪ್ತ ಪ್ರಮಾಣವನ್ನು ತೆಗೆದುಕೊಳ್ಳಬೇಕು. ಈ ವಿಷಯದಲ್ಲಿ ಡಾಕ್ಟರಿನ ಸಲಹೆ ಪಡೆದು ಔಷಧಗಳನ್ನು ತೆಗೆದು ಕೊಳ್ಳಿ.
- ನೀವು ನಿಮ್ಮ ತೂಕದ ಮೇಲೆ ಗಮನ ಕೊಡಬೇಕಾಗುತ್ತದೆ. ನಿಮ್ಮ ತೂಕವನ್ನು ನಿಧಾನವಾಗಿ ಹೆಚ್ಚು ಮಾಡಿಕೊಳ್ಳಿ. ತೂಕ ಹೆಚ್ಚಾಗದೆ ಹೋದರೆ ಶಿಶುವಿನ ಸಂಪೂರ್ಣ ಬೆಳವಣಿಗೆ ಆಗುವುದಿಲ್ಲ.
- ನೀವು ಆಹಾರದ ಪರಿಮಾಣಕ್ಕಿಂತ ಅದರ ಗುಣದ ಮೇಲೆ ಹೆಚ್ಚು ಗಮನ ಕೊಡಬೇಕು. ಸ್ವಲ್ಪ ಆಹಾರದಲ್ಲೂ ಅಧಿಕ ಪೋಷಣೆ ಸಿಗುವಂತಹ ಆಹಾರವನ್ನು ಸೇವಿಸಿ .
- ಯಾವಾಗಲಾದರೂ ಹೊಟ್ಟೆಯಲ್ಲಿ ತೀಕ್ಷ್ಣ ನೋವು ಅಥವಾ ರಕ್ತಸ್ರಾವ ಆದರೆ ತಕ್ಷಣ ಡಾಕ್ಟರನ್ನು ಸಂಪರ್ಕಿಸಿ.

ಟಾಲರೆನ್ಸ್ ಟೆಸ್ಟ್ ಹಾಗು ಸ್ಕ್ರೀನಿಂಗ್ ಮಾಡಿಸಿಕೊಳ್ಳಬೇಕಾಗುವುದು. ಗರ್ಭಾವಸ್ಥೆಯ ಅಂತ್ಯದಲ್ಲಿ ಶಿಶುವಿನ ಸರಿಯಾದ ಅವಸ್ಥೆ ತಿಳಿದುಕೊಳ್ಳಲು ನಾನ್‌ಸ್ಟ್ರೆಸ್ ಹಾಗು ಇತರ ಟೆಸ್ಟ್ ಮಾಡಿಸಿಕೊಳ್ಳಬೇಕಾಗುವುದು.

ನೀವು ನಿಮ್ಮ ಆರೈಕೆ ಸ್ವಯಂ ಮಾಡಿ ಕೊಂಡರೆ ತುಂಬ ವ್ಯತ್ಯಾಸವಾಗುವುದು. ನೀವು ಧೂಮಪಾನ ಹಾಗು ಮಧ್ಯಪಾನದ ಅಭ್ಯಾಸವನ್ನು ಬಿಡಬೇಕಾಗುವುದು. ಇದು ಗರ್ಭಾವಸ್ಥೆಯ ಅಪಾಯವನ್ನು ಹೆಚ್ಚು ಮಾಡುವುದು. ನಿಮ್ಮ ತೂಕದ ಲಕ್ಷ್ಯವನ್ನು ಗಮನದಲ್ಲಿಟ್ಟುಕೊಳ್ಳಬೇಕು. ಯದ್ಯಪಿ ಅದು ಅನ್ಯ ಸಂಭಾವಿತ ತಾಯಂದರಿಗಿಂತ ಕಡಿಮೆಯೇ ಇರುತ್ತದೆ.

ನಿಮಗೆ ನಿಮ್ಮ ದಿನದ ಊಟದಲ್ಲಿ ಪೋಷಕ ಸತ್ವಗಳನ್ನು ಸೇರಿಸಕೊಳ್ಳಬೇಕಾಗುವುದು, ಹಾಗು ಕ್ಯಾಲೋರಿಯ ಪ್ರಮಾಣವನ್ನು ಗಮನದಲ್ಲಿಟ್ಟುಕೊಳ್ಳಬೇಕು. ವಿಟಮಿನ್, ಪ್ರೋಟೀನ್ ಹಾಗು ಖನಿಜ ಲವಣಗಳ ಪರ್ಯಾಪ್ತ ಪ್ರಮಾಣ ತೆಗೆದುಕೊಳ್ಳಬೇಕು. ನಿಮಗೆ ನಿಮ್ಮ ಆಹಾರದ ಪ್ರಮಾಣಕ್ಕಿಂತ ಗುಣದ ಮೇಲೆ ಗಮನ ಕೊಡಬೇಕು. ಆಹಾರವಲ್ಲದೆ ವಿಟಮಿನ್ ಇತ್ಯಾದಿಯ ಗುಳಿಗೆಗಳನ್ನು ತೆಗೆದುಕೊಳ್ಳಬೇಕು. ತೂಕ ಹೆಚ್ಚದಿರಲಿ ಹಾಗು ಶಿಶುವಿಗು ಪೂರ್ಣ ಪೋಷಣೆಸಿಗುತ್ತಿರಲೆಂದು ಡಾಕ್ಟರಿನ ಸಲಹೆ ಪಡೆದು ಸರಿಯಾದ ರೀತಿಯಲ್ಲಿ ವ್ಯಾಯಾಮ ಮಾಡಿ.

ಇದಾದ ಮೇಲೆ ಗರ್ಭಧಾರಣೆಯ ಯೋಜನೆ ಇದ್ದರೆ ನಿಮ್ಮ ಆದರ್ಶವಾದ ತೂಕವನ್ನು ಇಟ್ಟುಕೊಂಡು ಮುಂದುವರೆದರೆ ಗರ್ಭಾವಸ್ಥೆಯ ಪೂರ್ತಿ ಸಮಯ ಸುರಕ್ಷಿತ ಹಾಗು ಸುಖವಾಗಿರುವುದು.

ಕಡಿಮೆ ತುಕ

"ನನ್ನ ತೂಮ ಬಹಳ ಕಡಿಮೆಇದೆ. ಇದರಿಂದ ನನ್ನ ಗರ್ಭಾವಸ್ಥೆಗೆ ಏನಾದರು ತೊಂದರೆ ಆಗಬಹುದಾ?"

ತಾಯಿ ಹಾಗು ಮಗುವ ಆರೋಗ್ಯ ಚೆನ್ನಾಗಿರಲೆಂದು ಗರ್ಭಾವಸ್ಥೆಯಲ್ಲಿ ಸಂಪೂರ್ಣ ಆಹಾರ ತೆಗೆದುಕೊಳ್ಳಬೇಕು. ಆದರೆ ನಿಮ್ಮ ತೂಕ ಬಹಳ ಕಡಿಮೆ ಇದ್ದರೆ ನಿಮಗೆ ಆಹಾರದ ಪರಿಮಾಣವನ್ನು ಹೆಚ್ಚುಮಾಡಬೇಕು ಇಲ್ಲದಿದ್ದರೆ ಕಡಿಮೆ ತೂಕದ ಶಿಶುವಿನ ಜನ್ಮದ ಅಪಾಯ ಉತ್ಪನ್ನವಾಗಬಹುದು. ಶರೀರದಲ್ಲಿ ಪೋಷಕತತ್ವಗಳ ಸಮಾವೇಶವಾಗಲೆಂದು ತಾಜಾ ತರಕಾರಿ ಹಣ್ಣುಗಳಿಂದ ಯುಕ್ತವಾದ ಆಹಾರವನ್ನು ಪರ್ಯಾಪ್ತ ಪರಿಮಾಣದಲ್ಲಿ ಸೇವಿಸಿ.

ಡಾಕ್ಟರ ನಿಮಗೆ ಸರಾಸರಿ ಮಹಿಳೆಯ ತುಲನೆಯಲ್ಲಿ ಸ್ವಲಪ್ಪ ಹೆಚ್ಚು ತೂಕ ಹೆಚ್ಚುಮಾಡಿಕೊಳ್ಳುವ ಸಲಹೆ ಕೊಡಬಹುದು.

ಅನಿಯಮಿತವಾದ ಆಹಾರ

"ನಾನು ಹೋದ 10 ವರ್ಷಗಳಿಂದ ಬುಲೀಮಿಯಾ ದಿಂದ ಪೀಡಿತವಾಗಿದ್ದೀನಿ. ನಾನು ಗರ್ಭಾವಸ್ಥೆಯಲ್ಲಿ ಇದರಿಂದ ಮುಕ್ತಾಗುತ್ತೇನೆ ಎಂದು ಯೋಚನೆ ಮಾಡಿದ್ದೆ ಆದರೆ ಹೀಗಾಗುತ್ತಿಲ್ಲ. ಇದರಿಂದ ನನ್ನ ಶಿಶುವಿಗೆ ತೊಂದರೆಆಗಬಹುದಾ?"

ನಿಮಗೆ ಅನೇಕ ವರ್ಷಗಳಿಂದ ಬುಲೀಮಿಯ(ಎನೋರೆಕ್ಸಿಯ) ವನ್ನು ನಿಯಂತ್ರಿಸಲಾಗಿಲ್ಲ. ಇದರರ್ಥ ನಿಮ್ಮ ಶರೀರದಲ್ಲಿ ಪೋಷಣೆಯ ಸ್ತರ ಬಹಳ ಕಡಿಮೆಇದೆ. ಭಾಗ್ಯದಿಂದ ಗರ್ಭಾವಸ್ಥೆಯ ಪ್ರಾರಂಭದಲ್ಲಿ ಅಷ್ಟು ಪೋಷಣೆಯ ಆವಶ್ಯಕತೆ ಇರುವುದಿಲ್ಲ. ಆದಕಾರಣ ನಿಮ್ಮ ಹತ್ತಿರ ಈಗಲು ಚೇತರಿಸಿಕೊಳ್ಳಲು ಅವಕಾಶವಿದೆ. ನೀವು ನಿಮ್ಮ ಶರೀರದ ಪೋಷಕಸತ್ವಗಳ ಕೊರತೆಯನ್ನು ಸರಿಮಾಡಿಕೊಂಡು ಒಂದು ಸ್ವಸ್ಥ ಶಿಶುವಿಗೆ ಜನ್ಮ ಕೊಡಬಹುದು.

ಯದ್ಯಪಿ ಈ ವಿಷಯದಲ್ಲಿ ಬಹಳ ಕಡಿಮೆ ಅನುಸಂಧಾನಗಳಾಗಿದೆ. ಇದರ ಕಾರಣದಿಂದ ಮಾಸಿಕ ಚಕ್ರದಲ್ಲಿ ತೊಂದರೆ ಆಗಬಹುದು. ಅಧ್ಯಯನಗಳಿಂದ ಕೆಳಗೆ ಬರೆದ ತತ್ವಗಳು ತಿಳಿಯುತ್ತದೆ:-

- ನೀವು ಊಟದ ಪದ್ಧತಿಯನ್ನು ಬದಲಾಯಿಸಕೊಂಡು ಅದನ್ನು ನಿಯಮಿತಮಾಡಿಕೊಂಡರೆ ನಿಮ್ಮ ಮನೆಯಲ್ಲೇ ಸ್ವಸ್ಥ ಶಿಶುವಿನ ಜನನವಾಗಬಹುದು.
- ನಿಮ್ಮ ಡಾಕ್ಟರಿಗೆ ಮೊದಲೇ ಈ ವಿಷಯವನ್ನು ಹೇಳಿಬಿಡಿ ಇಲ್ಲದೆ ಹೋದರೆ ಪರಿಸ್ಥಿತಿ ಇನ್ನೂ ಕೆಡಬಹುದು.
- ನಿಮ್ಮ ವಿಷಯದಲ್ಲಿ ಯಾವುದಾದರು ವಿಶೇಷತಜ್ಞರ ಸಲಹೆ ಉಪಯೋಗವಾಗಬಹುದು. ಆದರೆ ಗರ್ಭಾವಸ್ಥೆಯನಂತರ ಇದು ಅನಿವಾರ್ಯ.
- ನೀವು ಬುಲೀಮಿಯಾಗಾಗಿ ಮಾಡಿದ ಔಷಧಿಗಳನ್ನು ಜಾರಿಯಲ್ಲಿ ಇಟ್ಟು ಕೊಂಡರೆ ಅದು ಶಿಶುವಿನ ಬೆಳವಣಿಗೆಗೆ ಅಪಾಯವಾಗಬಹುದು. ಅವು ನಿಮ್ಮ

ಶರೀರದಿಂದ ಪೋಷಣೆ ಹಾಗು ದ್ರವ್ಯಗಳನ್ನು ಎಳೆದುಕೊಳ್ಳುತ್ತವೆ ಹಾಗು ಶಿಶುವಿಗೆ ಅದರ ಲಾಭ ಸಿಗುವುದಿಲ್ಲ. ನಿಯಮಿತ ಪ್ರಯೋಗದಿಂದ ಭ್ರೂಣದಲ್ಲಿ ಅಸಾಮಾನ್ಯತೆ ಆಗಬಹುದು. ಡಾಕ್ಟರಿನ ಸಲಹೆಇಲ್ಲದೆ ಯಾವುದೇ ಗರ್ಭಿಣಿ ಮಹಿಳೆ ಈ ಔಷಧಿಗಳನ್ನು ಸೇವಿಸಬಾರದು.

- ಬುಲೀಮಿಯಾದ ಕಾರಣ ಗರ್ಭಪಾತ, ಸಮಯಪೂರ್ವ ಪ್ರಸವ, ಅಥವಾ ಅವಸಾದ(ವತ್ತಡ)ದ ಅಪಾಯ ಹೆಚ್ಚಾಗುತ್ತದೆ. ಈಗ ನಿಮಗೆ ನಿಮ್ಮ ಹಳೆ ಅಭ್ಯಾಸವನ್ನು ಬಿಟ್ಟು ನಿಮ್ಮ ಮತ್ತು ಶಿಶುವಿನ ಆರೋಗ್ಯದ ಕಡೆ ಗಮನಕೊಡಬೇಕು. ನಿಮಗೆ ಇದನ್ನು ಮಾಡುವುದಕ್ಕೆ ತೊಂದರೆ ಆದರೆ ನೀವು ಯಾರಿಂದಲಾದರೂ ಸಹಾಯ ತೆಗೆದುಕೊಳ್ಳಬಹುದು.
- ಗರ್ಭಾವಸ್ಥೆಯಲ್ಲಿ ಸರಿಯಾದ ರೀತಿಯಲ್ಲಿ ತೂಕ ಹೆಚ್ಚಾಗದೆ ಹೋದರೆ ಅನೇಕ ತರಹದ ತೊಂದರೆ ಆಗಬಹುದು. ಇದು ಆಗಬಹುದೆಂದರೆ ಶಿಶೂ ತಮ್ಮ ಗೈಸ್ಟೇಶನಲ್ ವಯಸ್ಸಿಗಿಂತ ಸಣ್ಣಗೆ ಹುಟ್ಟಬಹುದು.
- ಆಗ ಜನಿಸಿದ ಶಿಶುವಿಗಾಗಿ ನೀವು ಕರ್ತವ್ಯವನ್ನು ನಿಭಾಯಿಸಲು ಎಲ್ಲಕ್ಕಿಂತ ಮೊದಲು ಸರಿಯಾದ ಉಪಾಯ ಮಾಡಬೇಕು. ಗರ್ಭಾವಸ್ಥೆಯಲ್ಲಿ ತೂಕ ಹೆಚ್ಚುಮಾಡಿಕೊಳ್ಳುವುದು ಎಷ್ಟು ಆವಶ್ಯಕವೆಂದು ನಿಮಗೆ ಅರ್ಥ ಆಗಬೇಕು.
- ಗರ್ಭಾವಸ್ಥೆಯಲ್ಲಿ ನಿಮ್ಮ ಶರೀರದ ದುಂಡಾಕಾರ ನಿಮ್ಮ ಶಿಶು ಸರಿಯಾದ ರೀತಿಯಲ್ಲಿ ಬೆಳೆಯುತ್ತದೆ ಎಂದು ಅರ್ಥ ಕೊಡುತ್ತದೆ. ನಿಮ್ಮ ಶರೀರವು ಅದೆ ತರಹದ ಆಕಾರ ಪಡೆಯಬೇಕು.
- ಸರಿಯಾದ ಸಮಯದಲ್ಲಿ ಸರಿಯಾದ ಆಹಾರ ತೆಗೆದುಕೊಂಡರೆ ನಿಮಗೆ ತೂಕ ಹೆಚ್ಚು ಮಾಡಿಕೊಳ್ಳುವುದು ಕಷ್ಟಾಗುವುದಿಲ್ಲ. ಪ್ರಸವದನಂತರ ನಿಮ್ಮ ಶರೀರ ಪುನ: ಅದೇ ಆಕಾರದಲ್ಲಿ ಬರುವುದೆಂದು ನಿಶ್ಚಿಂತವಾಗಿರಿ. ಜೊತೆಗೆ ನೀವು ಒಂದು ಸ್ವಸ್ಥ ಶಿಶುವಿನ ತಾಯಿನೂ ಆಗುತ್ತೀರ.
- ನೀವು ಹಸಿದುಕೊಂಡಿದ್ದರೆ ಶಿಶುವಿಗೂ ಹಸಿವಾಗುವುದು. ಶಿಶು ಸಾಕಷ್ಟು ಮಟ್ಟಿಗೆ ಪೋಷಕಸತ್ವಗಳಿಗೆ ನಿಮ್ಮನ್ನು ಆವಲಂಭಿಸುತ್ತದೆ. ನೀವು ತಿನ್ನದೆ ಇದ್ದರೆ ಅದು ಹಸಿದುಕೊಂಡಿರುತ್ತದೆ. ವಾಂತಿ ಅಥವಾ ಲೆಮ್ಸೆಟ್‌ನ ಕಾರಣದಿಂದ ಪೋಷಕಸತ್ವಗಳು ಶರೀರದಿಂದ ಹೊರಗೆ ಹೋಗುತ್ತದ್ದರೆ ಶಿಶುವಿಗೆ ಬೆಳವಣಿಗೆಗೆ ಪೂರ್ತಿ ಅವಕಾಶ ಸಿಗುವುದಿಲ್ಲ.
- ವ್ಯಾಯಾಮದ ಸಹಾಯದಿಂದ ನೀವು ನಿಮ್ಮ ತೂಕವನ್ನು ಸರಿಯಾದ ರೀತಿಯಲ್ಲಿ ಹೆಚ್ಚಿಸಬಹುದು. ಆದರೆ ಗಮನವಿರಲಿ ನಿಮ್ಮ ವ್ಯಾಯಾಮ ನಿಮ್ಮ ಗರ್ಭಾವಸ್ಥೆಗೆ ಅನುರೂಪಾಗಿರಬೇಕು.

  ಈ ವಿಷಯದಲ್ಲಿ ನೀವು ಡಾಕ್ಟರನ್ನು ಕೇಳಬೇಕು. ಅವಶ್ಯಕತೆಗಿಂತ ಹೆಚ್ಚು ವ್ಯಾಯಾಮ ನಿಮಗೆ ಹಾನಿ ಮಾಡಬಹುದು.
- ಪ್ರಸವವಾದಮೇಲೆ ತಕ್ಷಣ ತೂಕ ಕಡಿಮೆ ಆಗುವುದಿಲ್ಲ. ನಿಧಾನವಾಗಿ ಕಡಿಮೆ ಮಾಡಬೇಕು. ನಿಮ್ಮ ಹಳೆಯ ಫಿಗರಿಗೆ ಬರುವುದಕ್ಕೆ ಸ್ವಲ್ಪ ಹೆಚ್ಚು ಸಮಯವಾಗಬಹುದು. ಬುಲೀಮಿಯಾ ಪೀಡಿತ ಮಹಿಳೆಯರು ಪ್ರಸವನಂತರ ನಕಾರಾತ್ಮಕ ಯೋಚನೆಯಿಂದ ಪುನ: ಅದೇ ಅಭ್ಯಾಸಗಳನ್ನು ಅಂಗೀಕರಿಸುತ್ತಾರೆ. ಅವರು ಇಚ್ಛೆಇದ್ದರು ಸರಿಯಾದ ರೀತಿಯಲ್ಲಿ ಶಿಶುವಿಗೆ ಸ್ತನಪಾನವನ್ನು ಮಾಡಿಸಲಾಗುವುದಿಲ್ಲ. ಊಟದ ತಪ್ಪು ಪದ್ಧತಿಗಳನ್ನು ಹಾಗು ಅನಿಯಮಿತ ಅಭ್ಯಾಸಗಳನ್ನು ಸುಧಾರಿಸಲು ಈ ಮಹಿಳೆಯರಿಗೆ ಪ್ರಸವದನಂತರ ತಮ್ಮ ವಿಶೇಷತಜ್ಞರಿಂದ ಸಲಹೆ ಪಡೆಯುತ್ತಿರಬೇಕು.

ಎಲ್ಲಕ್ಕಿಂತ ಅವಶ್ಯಕ ಮಾತೆಂದರೆ ನಿಮ್ಮ ಆರೋಗ್ಯ ಶಿಶುವಿನ ಆರೋಗ್ಯಕ್ಕೆ ಸಂಬಂಧಿಸಿದೆ. ನೀವೇ ಸ್ವಸ್ಥ್ಯವಾಗಿರದೆ ಹೋದರೆ ಶಿಶುವೂ ಸ್ವಸ್ಥ್ಯವಾಗಿರುವುದಿಲ್ಲ. ನಿಮ್ಮ ಮನೆ ಆಫೀಸ್, ಫ್ರಿಜ್, ಮೇಜು, ಅಥವಾ ಮೇಜಿನ ಖಾನೇಯ ಮೇಲೆ ಸ್ವಸ್ಥ್ಯವಾಗಿ ನಗುತ್ತಾ ಇರುವ ಮಕ್ಕಳಿನ ಫೋಟೊ ಹಾಕಿದರೆ ನಿಮಗು ಪ್ರೇರಣೆಸಿಗುತ್ತದೆ. ನೀವು ಏನು ತಿಂದರು ಅದರ ಪೋಷಕಸತ್ವಗಳು ಶಿಶುವಿಗೆ ತಲುಪುವುದು ಎಂದು ಕಲ್ಪಿಸಿಕೊಳ್ಳಿ. ಡಿಸ್‌ಆರ್ಡರ್ ಅನ್ನು ನಿಯಂತ್ರಿಸಲು ಕಷ್ಟವಾದರೆ ಚಿಕಿತ್ಸರ ಸಲಹೆಯಿಂದ ಆಸ್ಪತ್ರೆಯಲ್ಲಿ ಸಂಪೂರ್ಣ ಚಿಕಿತ್ಸೆಮಾಡಿಸಿಕೊಳ್ಳಿ.

35 ವಯಸ್ಸಾದಮೇಲೆ ತಾಯಿ ಆಗುವುದು

"ನನಗೆ 38 ವರ್ಷ. ನಾನು ಮೊದಲನೆಯ ಸಲ ತಾಯಿ ಆಗುತ್ತಾ ಇದ್ದೀನಿ. 35 ವರ್ಷದ ಗರ್ಭಾವಸ್ಥೆಯನಂತರ ಅನೇಕ ಅಪಾಯಗಳು ಆಗಬಹುದೆಂದು ನಾನು ಕೇಳಿದ್ದೀನಿ. ಹೀಗಿರುವಾಗ ನಾನು ಏನು ಗಮನದಲ್ಲಿಟ್ಟು ಕೊಳ್ಳಬೇಕು."

35 ಒಂದು ಅದ್ಭುತವಾದ ಸಂಖ್ಯೆ ನಾ?

ನೀವು 35 ವಯಸ್ಸನ್ನು ಪಾರುಮಾಡಾಗಿದೆ. ನಿಮಗೆ ನಿಮ್ಗಿಂತ ಕಡಿಮೆ ವಯಸ್ಸಿನ ಮಹಿಳೆಯರಂತೆ ಗರ್ಭಿಣೀ ಮಹಿಳೆಯರಂತೆ ಸ್ಕ್ರೀನಿಂಗ್ ಟೆಸ್ಟ್ ಮಾಡಿಸಬೇಕಾಗಿಲ್ಲ ಎಂದು ಇದರ ಅರ್ಥವಲ್ಲ.

ಎಲ್ಲಾ ವಯಸ್ಸಿನ ಮಹಿಳೆಯರಿಗೆ ಇದು ಅವಶ್ಯಕ. ಈ ಟೆಸ್ಟ್‌ಗಳ ತಪಾಸಣೆ ಆದ ಮೇಲೆ ಯಾವುದೇ ಅಸಮಾನತೆ ಕಂಡುಬಂದರೆ ಇನ್ನೂ ಹೆಚ್ಚು ಟೆಸ್ಟ್ ಅಥವಾ ತಪಾಸಣೆಯ ಅವಶ್ಯಕತೆ ಆಗಬಹುದು.

35 ವರ್ಷದ ಮೇಲೆ ತಾಯಿ ಆಗುವ ಮಹಿಳೆಯರ ಸಂಖ್ಯೆ ಹಿಂದಿನ ಕೆಲವು ವರ್ಷಗಳಿಂದ ತುಂಬ ಹೆಚ್ಚಾಗುದೆ. ನಿಮ್ಮ ವಯಸ್ಸು 35ಕ್ಕಿಂತ ಹೆಚ್ಚಾಗಿದ್ದರೆ ನಿಮಗೆ ಜೀವನ ಗೊತ್ತಿರಬೇಕು

ಅಪಾಯ ಏನು ಇಲ್ಲ. ಯಧ್ಯಪಿ ಈಗ ಗರ್ಭಾವಸ್ಥೆಯಲ್ಲಿ ಅಷ್ಟು ಅಪಾಯಗಳು ಇಲ್ಲದಿದ್ದರೆ ವಯಸ್ಸು ಹೆಚ್ಚಾದರೆ ಜೊತೆಗೆ ಅಪಾಯಗಳು ಹೆಚ್ಚಾಗುವುದು. ಇತ್ತೀಚೆಗೆ ಮೆಡಿಕಲ್ ಸೌಕರ್ಯಗಳು ಎಷ್ಟು ಹೆಚ್ಚಾಗಿದೆ ಎಂದರೆ ನಿಮ್ಮ ಹತ್ತಿರ ನಿಮ್ಮ ಸೌಕರ್ಯದಂತೆ ಪರಿವಾರವನ್ನು ಬೆಳೆಸುವ ಸ್ವತಂತ್ರ್ಯತೆ ಇದೆ.

ಈ ವಯಸ್ಸಿನಲ್ಲಿ ಎಲ್ಲಕ್ಕಿಂತ ದೊಡ್ಡ ತೊಂದರೆ ಇದೆ ಎಂದರೆ ಮಹಿಳೆಯರು ಗರ್ಭಧಾರಣೆ ಮಾಡಲಾಗುವುದಿಲ್ಲ. ನೀವು ಈ ಕಾರಣವನ್ನು ಪಾರು ಮಾಡಿ ಗರ್ಭಿಣಿ ಆದರೆ ನಿಮಗೆ ಇನ್ನು ಒಂದು ಸಮಸ್ಯೆಯನ್ನು ಎದುರಿಸ ಬೇಕಾಗಬಹುದು. ನಿಮ್ಮ ಮನೆಯಲ್ಲಿ ಡೌನ್ ಸಿಂಡ್ರಿವ್ ಪೀಡಿತ ಶಿಶುವಿನ ಜನನವಾಗಬಹುದು. ತಾಯಿಯ ವಯಸ್ಸು ಹೆಚ್ಚಾದಂತೆ ಈ ಅಪಾಯವು ಹೆಚ್ಚಾಗುವುದು. 25 ವಯಸ್ಸಿನ ತಾಯಿಯರಲ್ಲಿ 1250ಕ್ಕೆ 1, 30 ವಯಸ್ಸಿನ ತಾಯಿಯರಲ್ಲಿ 1000ಕ್ಕೆ 3, 35 ವಯಸ್ಸಿನ ತಾಯಿಯರಲ್ಲಿ 500ಕ್ಕೆ 1 (ಗಮನವಿರಲಿ ಈ ಅಪಾಯ ನಿಧಾನವಾಗಿ ಹೆಚ್ಚಾಗುವುದು. 35 ವಯಸ್ಸಿನಲ್ಲಿ ಅಕಸ್ಮಾತ ಹೆಚ್ಚಾಗುವುದಿಲ್ಲ).

ಸಾಮಾನ್ಯವಾಗಿ ಈ ವಯಸ್ಸಿನ ಗರ್ಭಿಣಿ ಮಹಿಳೆಯರಲ್ಲಿ ಕ್ರೋಮೋಜೋಮಲ್ ಅಸಮಾನ್ಯತೆ ಹೆಚ್ಚಾಗಿರುವುದು. ಅವರು ಅಲ್ಲಿಯ ತನಕ ಅನೇಕ ಔಷಧಿಗಳು, ಎಕ್ಸರೆ, ಸಂಕ್ರಮಣ, ಹಾಗು ಡ್ರಗ್ಸ ಇತ್ಯಾದಿ ಸಂಪರ್ಕ ಹೊಂದಿರುತ್ತಾರೆ. ಯಧ್ಯಪಿ ಇದು ತಿಳಿಸುವುದೇನೆಂದರೆ ಅನೇಕ ಸಲ ವಯಸ್ಸಾಗಿರುವ ತಂದೆಯ ಸ್ಪರ್ಮಿನ ಕಾರಣದಿಂದಲೂ ಕೆಲವು ತೊಂದರೆಗಳಾಗಬಹುದು.

ವಯಸ್ಸು ಹೆಚ್ಚಾದಂತೆ ಕೆಲವು ಅಪಾಯಗಳು ಹೆಚ್ಚಾಗುವುದು. ನಿಮ್ಮ ತೂಕ ಹೆಚ್ಚಾಗಿದ್ದರೆ ನಿಮಗೆ ಉಚ್ಚ ರಕ್ತದವತ್ತಡಿರಬಹುದು. ಆದರೆ ಸಾಮಾನ್ಯವಾಗಿ ಈ ಲಕ್ಷಣಗಳನ್ನು ನಿಯಂತ್ರಿಸಬಹುದು. ಈ ವಯಸ್ಸಿನ ಗರ್ಭಿಣಿ ಮಹಿಳೆಯರು ಗರ್ಭಪಾತ, ಪ್ರೀಎಕ್ಲ್ಯೆಂಪಸಿಯ, ಹಾಗು ಪ್ರೀಟರ್ಮ್ ಲೆಬರ್‌ನಂತ ತೊಂದರೆಗಳನ್ನು ಎದುರಿಸಬೇಕಾಗಬಹುದು.

ಸರಾಸರಿ ಈ ವಯಸ್ಸಿನಲ್ಲಿ ಪ್ರಸವಪೀಡೆ(ಲೇಬರ್)ಹಾಗು ಪ್ರಸವದ ಸಮಯ (ಡಿಲಿವರಿ) ದೊಡ್ಡದಾಗಬಹುದು. ಮಾಂಸಖಂಡಗಳ ಟೋನ್ ಹಾಗು ಮೃದುತನ ಕಡಿಮೆ ಆಗಿರುವ ಕಾರಣದಿಂದ ಪ್ರಸವದಲ್ಲಿ ತೊಂದರೆ ಆಗಬಹುದು. ನಿಮ್ಮ ಫಿಗರ್ ಸರಿಯಾಗಿದ್ದರೆ, ನೀವು ಸರಿಯಾದ ಸಮಯದಲ್ಲಿ ವ್ಯಾಯಾಮ ಮಾಡಿದ್ದಾದರೆ, ಹಾಗು ನೀವು ಸಂಪೂರ್ಣ ಪೋಷಣೆಯುಕ್ತ ಆಹಾರವನ್ನು ಸೇವಿಸಿದ್ದಾದರೆ ನಿಮಗೆ ಏನು ಯೋಚನೆ ಮಾಡುವ ಅವಶ್ಯಕತೆ ಇಲ್ಲ.

ಇದಲ್ಲದೆ ನಿಮಗಾಗಿ ಒಂದು ಒಳ್ಳೆಯ ಸುದ್ದಿ ಇದೆ. ಡೌನ್ ಸಿಂಡ್ರೊಮ್ ನಿಂದ ರಕ್ಷಣೆ ಆಗುವುದಿಲ್ಲ ಆದರೆ ಅನೇಕ ರೀತಿಯ ಸ್ಕ್ರೀನಿಂಗ ಹಾಗು ಟೆಸ್ಟ್‌ಗಳಿಂದ ಇದನ್ನು ಗುರುತಿಸಬಹುದು. ಈ ಟೆಸ್ಟ್‌ಗಳಲ್ಲಿ ಕತ್ತರಿಸುವ ಅವಶ್ಯಕತೆ ಇರುವುದಿಲ್ಲ. ದುಡ್ಡೂ ಉಳಿಯುವುದು ಹಾಗು ಮತ್ತಡವೂ ಕಡಿಮೆ ಆಗುವುದು. ಹೆಚ್ಚುವಯಸ್ಸಿನ ಗರ್ಭಿಣಿ ಮಹಿಳೆಯರಲ್ಲಿ ಅನೇಕ ತರಹದ ರೋಗಗಳನ್ನು ಸುಲಭವಾಗಿ ನಿಯಂತ್ರಿಸಬಹುದು. ಔಷಧಿ ಹಾಗು ಚಿಕಿತ್ಸಕೀಯ ಆರೈಕೆಯಿಂದ ಅನೇಕ ಅಪಾಯಗಳನ್ನು ತಡೆಯಬಹುದು.

ಔಷಧಿಗಳು ಹಾಗು ಚಿಕಿತ್ಸೆಯ ಆರೈಕೆ ಅಲ್ಲದೆ ನೀವು ಸ್ವಯಂ ನಿಮ್ಮ ಗರ್ಭಾವಸ್ಥೆಯನ್ನು ಸುರಕ್ಷಿತಮಾಡಿಕೊಳ್ಳಲು ಅನೇಕ ಉಪಾಯಗಳನ್ನು ಮಾಡಬಹುದು. ನೀವು ನಿಮ್ಮ ಆಹಾರ ವ್ಯಾಯಾಮ ಹಾಗು ಪ್ರಸವ ಪೂರ್ವಆರೈಕೆಗಳ ಮೇಲೆ ಪೂರ್ತಿಗಮನ ಕೊಡಬೇಕಾಗುವುದು. ನೀವು ಪ್ರೆಗ್ನೆನ್ಸಿ ಪ್ರೊಫೈಲಾದ ಅಪಾಯಗಳನ್ನು ಕಡಿಮೆ ಮಾಡಿಕೊಂಡರೆ ನೀವು ಸಹ ಯುವ ತಾಯಿಯ ಹಾಗೆ

ಒಂದು ಸ್ವಸ್ಥ್ಯ ಶಿಶುವಿಗೆ ಜನ್ಮ ಕೊಡಬಹುದು ಅಥವಾ ಅವರಿಗಿಂತ ಒಳ್ಳೆಯ ಪರಿಣಾಮವೂ ಸಿಗಬಹುದು. ಆದರೆ ಪರಿಣಾಮದ ಪ್ರಮಾಣ ಸಿಗುವುದಿಲ್ಲ ಏಕೆಂದರೆ ಸಂಶೋಧನಕಾರ್ಯ ಇನ್ನು ಪೂರ್ತಿಆಗಿಲ್ಲ. ಆದರೆ ಜೆನೆಟಿಕ್ ಸಲಹೆ ಕೊಡುವವರು ಎಲ್ಲಾ ವಯಸ್ಸಿನ ಗರ್ಭಿಣಿ ತಾಯಿಗೆ ಯಾವ ಸ್ಕ್ರೀನಿಂಗಿನ ಸಲಹೆ ಕೊಡುತ್ತಾರೋ

ಅದರಿಂದ ನೀವು ಸಾಕಷ್ಟು ಮಟ್ಟಿಗೆ ನಿಶ್ಚಿಂತರಾಗಿರಬೇಕು. ಸ್ಕ್ರೀನಿಂಗಿನ ತಪಾಸಣೆ ಸಾಮಾನ್ಯವಾಗಿದ್ದರೆ ಈ ವಿಷಯದಲ್ಲಿ ಚಿಂತಿಸಬೇಡಿ. ನಿಮಗೆ ಎಮ್‌ನಿಯೊಸೆಂಟೆನಿಸ್ ಮಾಡಿಸುವ ಆವಶ್ಯಕತೆಯೂ ಇಲ್ಲ.

ತಂದೆಯ ವಯಸು

"ನನ್ನ ವಯಸು 31 ವರ್ಷ ಆದರೆ ನನ್ನ ಗಂಡನ ವಯಸು 50 ವರ್ಷಗಿಂತ ಹೆಚ್ಚು. ಇದರಿಂದ ನನ್ನ ಶಿಶುವಿಗೆ ಏನಾದರು ಪ್ರಭಾವಾಗಬಹುದಾ?"

ಸಾಮಾನ್ಯವಾಗಿ ಇದೆ ನಂಬಲಾಗಿತೆಂದರೆ ಪ್ರಜನನ ಪ್ರಕ್ರಿಯೆಯಲ್ಲಿ ತಂದೆಯ ಜವಾಬದಾರಿ ಕೇವಲ ಗರ್ಭಧಾನ ತನಕನೆ ಸೀಮಿತವಾಗಿದೆ. ಆದರೆ 20ನೆ ಶತಾಬ್ದಿಯಲ್ಲೆ ಗೊತ್ತಾಯಿತೆಂದರೆ ತಂದೆಯ ಸ್ಪರ್ಮಿಂದಾನೆ ಮಗುವಿನ ಲಿಂಗನಿರ್ಧಾರಣೆ ಆಗುತ್ತದೆ. ಶಿಶು ಹುಡುಗನೊ ಹುಡಗಿನೊ. ಇದೆ ಕಾರಣದಿಂದ ಎಷ್ಟೊ ರಾಣಿಯುಗಳ ತಲೆ ಕತ್ತರಿಸಿಹಾಕಾಯಿತು ಏಕೆಂದರೆ ಆವರು ಒಂದು ಗಂಡಮಗುವಿನ ತಾಯಿ ಆಗಿಲಿಲ್ಲ. ಇದರ ಎಷ್ಟೊದಿನಗಳಾದ ಮೇಲೆ ಶೊಧಕರ್ತರಿಗೆ ಈ ಸಂದೆಹವಾಯಿತೆಂದರೆ ಹೆಚ್ಚು ವಯಸಿನ ತಂದೆಯ ಶುಕ್ರಾಣೂಗಳಿಂದ (ಸ್ಪರ್ಮ) ಜನ್ಮಜಾತ ವಿಕೃತಿಗಳು ಹಾಗು ಗರ್ಭಪಾತದ ಅಪಾಯ ಹೆಚ್ಚಾಗುತ್ತದೆ. ವಯಸಾಗಿರುವ ತಾಯಿಯಂತೆ, ವಯಸಾಗಿರುವ ತಂದೆಯ ಸ್ಪರ್ಮಾಟೊಸೈಟಿಸ್ ನು ಪರ್ಯಾವರಣೀಆ ಕಾರಣದಿಂದ ಪ್ರಭಾವಿತಾಗುತ್ತದೆ. ಅದರ ಮೇಲು ಕೆಟ್ಟ ಪ್ರಭಾವ ಬೀಳ ಬಹುದು. ಶೋಧಕರ್ತರಂತೆ ತಾಯಿಯ ವಯಸಲ್ಲದೆ ವಯಸಾಗಿರುವ ದಂಪತ್ತಿಗಳಿಗೆ ಗರ್ಭಪಾತದ ಅಪಾಯ ಹೆಚ್ಚಾಗಿರುತ್ತದೆ. ತಂದೆಯ ವಯಸು 50 ಅಥವಾ ಹೆಚ್ಚಿದ್ದರೆ ಡಾಉನ್ ಸಿಂಡ್ರೊಮಿನ ಅಪಾಯವು ಹೆಚ್ಚಾಗುವುದು.

ಯದ್ಯಪಿ ಈ ವಿಷಯದಲ್ಲಿ ಯಾವದೆ ಪ್ರಮಾಣ ಸಿಗುವುದಿಲ್ಲ ಏಕೆಂದರೆ ಶೊಧಕಾರ್ಯ ಇನ್ನು ಪೂರ್ತಿಆಗಿಲ್ಲ. ಆದರೆ ಜೆನೆಟಿಕ ಸಲಹೆ ಕೊಡುವವರು ಎಲ್ಲ ವಯಸಿನ ಗರ್ಭಿಣಿ ತಾಯಿಗೆ ಯಾವ ಸ್ಕ್ರೀನಿಂಗಿನ ಸಲಹೆ ಕೊಡುತ್ತಾರೊ ಅದರಿಂದ ನಿಮಗೆ ಸಾಕಷ್ಟುಮಟ್ಟಿಗೆ ನಿಶ್ಚಿಂತವಾಗಬೇಕು. ಸ್ಕ್ರೀನಿಂಗಿನ ತಪಾಸಣೆ ಸಾಮಾನ್ಯವಾಗಿದ್ದರೆ ಈ ವಿಷಯದಲ್ಲಿ ಚಿಂತಿಸಬೇಡಿ. ನಿಮಗೆ ಎಮನಿಯೊಸೆಂಟೆನಿಸ್ ಮಾಡಿಸುವ ಆವಶ್ಯಕತೆಯೂ ಇಲ್ಲ.

ಜೆನೆಟಿಕ್ ಸಲಹೆ

"ನನಗೆ ಯಾವಗಲೂ ಇದೆ ಭಯವಿರುತ್ತದೆ ಎಂದರೆ ನನಗೆ ಯಾವುದಾರು ಜೆನೆಟಿಕ್ ರೋಗ ಬಂದು ನನಗೆ ಅದು ಗೊತ್ತಾಗದೆ ಹೋದರೆ ಏನು ಮಾಡುವುದು. ನಾನು ಜೆನೆಟಿಕ್ ಸಲಹೆ ತೆಗೆದುಕೊಳ್ಳಬೇಕಾ?"

ಈ ವಿಕೃತಿಗಳು ಸ್ವಲ್ಪ ಇದ್ದೇ ಇರುತ್ತದೆ. ಆದರೆ ತಂದೆ-ತಾಯಿಯ ಈ ದೋಷಗಳು ಮಕ್ಕಳಲ್ಲು ಕಾಣಿಸಬೇಕೆಂಬ ನಿಯಮವಿಲ್ಲ. ಗರ್ಭಧಾನದಿಂದ ಮೊದಲು ಅಥವಾ ಆಮೇಲೆ ತಂದೆ-ತಾಯಿ ಅಥವಾ ಯಾರಾದರು ಓಬ್ಬರು ಪೂರ್ಣ ತಪಾಸಣೆಗೆ ಒಳಗಾಗಬಹುದು.

ಆದರೆ ಈ ತಪಾಸಣೆಯ ಅವಶ್ಯಕತೆ ಯಾವಾಗಲು ಇರುವುದಿಲ್ಲ. ಯಾವುದಾದರು ನಿಶ್ಚಿತ ತೊಂದರೆ ಕಾಣಿಸಿದರೆ ಮಾತ್ರ ಈ ತಪಾಸಣೆ ಮಾಡಿಸಬೇಕಾಗುವುದು. ಈ ಸಂಕೇತಗಳು ಭೌಗೋಳಿಕ ಅಥವಾ ಜಾತೀಯತೆಯೂ ಆಗಬಹುದು. ಉದಾ. ಎಲ್ಲಾ ಕಾಕೆಶಿಯಂಸ್ ಗೆ ಸಿಸ್ಟಿಕ್ ಫೈಬ್ರೋಸಿಸ್‌ನ ತಪಾಸಣೆ ಮಾಡಿಸುವ ಸಲಹೆ ಕೊಡತ್ತಾರೆ,

ಗರ್ಭಾವಸ್ಥೆ ಹಾಗು ಸಿಂಗಲ್ ಮದರ್

ನೀವು ಸಿಂಗಲ್ ಮದರ್ ಆಗಿದ್ದರೆ ನಿಮ್ಮ ಗರ್ಭಾವಸ್ಥೆಯಲ್ಲಿ ನಿಮಗೆ ಸಹಾಯ ಮಾಡುವವರು ಯಾರು ಇರುವುದಿಲ್ಲ ಎಂದು ಅರ್ಥ ಅಲ್ಲ. ಯಾರಾದರು ಒಳ್ಳೆಯ ಸ್ನೇಹಿತರು ಅಥವಾ ಸಂಬಂಧಿಕರು ಸಹಾಯ ಮಾಡಬಹುದು. ಅವರು ನಿಮ್ಮ ಶಾರೀರಿಕ ಹಾಗು ಭಾವನಾತ್ಮಕ ಆರೈಕೆ ಮಾಡಬಹುದು.ನಿಮ್ಮ ಭಯ ಚಿಂತೆ ಹಾಗು ವತ್ತಡವನ್ನು ಅರ್ಥ ಮಾಡಿಕೊಳ್ಳುವಂತಹ ಸಂಗಾತಿ ಆಗಬಹುದು. ಈ ಸಮಯವನ್ನು ಒಬ್ಬರೆ ಕಳೆಯುವಬದಲು ಯಾರಾದರು ಸ್ನೇಹಿತರನ್ನು ಅಥವಾ ಸಹಾಯಕರನ್ನು ಹುಡುಕಿಕೊಳ್ಳಿ ಅದರಿಂದಾಗಿ ಈ ಸಮಯ ಸುಲಭವಾಗಿ ಕಳಿಯಲಿ ಹಾಗು ನಿಮಗೆ ಜೊತೆಕೊಡುವ ಸಣ್ಣ ಸಂಗಾತಿ ಈ ಪ್ರಪಂಚದಲ್ಲಿ ಹೆಜ್ಜೆಇಡಲಿ.

ಯುಹೂದೀ ದಂಪತಿಗಳ ಪೂರ್ವಜರು ಪೂರ್ವಯೂರೋಪ್ ಇಂದ ಬಂದ್ದಿದ್ದರೆ ಅವರಿಗೆ ಟೆ-ಶೆಕ್ ಹಾಗು ಕಾನಾವಾನ ರೋಗದ ತಪಾಸಣೆ ಮಾಡಿಸುವ ಸಲಹೆ ಕೊಡುತ್ತಾರೆ. ನಿಮ್ಮ ಪರಿವಾರದಲ್ಲಿ ಯಾವುದೇ ರೋಗದ ಇತಿಹಾಸವಿದ್ದರೆ ಅದರ ತಪಾಸಣೆ ಮಾಡಿಸುವುದು ಆವಶ್ಯಕ. ಅದೇ ತರಹ ಕಪ್ಪುಬಣ್ಣದ ದಂಪತಿಗಳಿಗೆ ಸಿಕಲ್ ಸೈಲ್ ಅನೀಮಿಯ ಟ್ರೈಟ್ ಹಾಗು ಏಶಿಯಾದ ಜನರಿಗೆ ಪೈಲಾಸೀಮಿಯಾ ದ ತಪಾಸಣೆ ಮಾಡಿಸಬೇಕು.ಸಾಮಾನ್ಯವಾಗಿ ಅಧಿಕಾಂಶ ಸಂದರ್ಭಗಳಲ್ಲಿ ಇಬ್ಬರಲ್ಲಿ ಒಬ್ಬರ ತಪಾಸಣೆಯು ಆವಶ್ಯಕತೆ ಬರುವುದು.

ಸಾಮಾನ್ಯವಾಗಿ ಹೆಚ್ಚಿನ ತಂದೆ-ತಾಯಿಯರಿಗೆ ಜೆನೆಟಿಕ್ ಸಲಹೆಯು ಆವಶ್ಯಕತೆ ಇರುವುದಿಲ್ಲ. ಕೆಲವು ಸಂದರ್ಭಗಳು ಹೀಗಿದ್ದರೆ ಅಲ್ಲಿ ಡಾಕ್ಟರ್ ತಂದೆ-ತಾಯಿಯ ಜೊತೆಗೆ ಮಾತನಾಡಬೇಕಾಗುತ್ತದೆ. ಅವು ಹೀಗಿದೆ:-

- ಯಾವ ದಂಪತಿಗಳ ರಕ್ತದ ತಪಾಸಣೆಯಲ್ಲಿ ಅವರ ಮಕ್ಕಳತನಕ ತಲುಪುವ ಜೆನೆಟಿಕ್ ರೋಗದ ಮಾಹಿತಿ ಸಿಗುವುದು.
- ಯಾವ ದಂಪತಿಯ ಮನೆಯಲ್ಲಿ ಮೂರಕ್ಕಿಂತ ಹೆಚ್ಚು ಗರ್ಭಪಾತವಾಗಿರುವುದು.
- ಯಾವ ದಂಪತಿಯ ಪಾರಿವಾರಿಕ ಇತಿಹಾಸದಲ್ಲಿ ಯಾವುದಾದರು ಜೆನೆಟಿಕ್ ರೋಗ ಇರುವುದು. ಕೆಲವು ಸಂದರ್ಭಗಳಲ್ಲಿ ತಂದೆ-ತಾಯಿಯ ಡಿ.ಎನ.ಟಿ ಟೆಸ್ಟ್ ಇಂದ ಅನೇಕ ಸಂದೇಹಗಳು ಸ್ಪಷ್ಟವಾಗುತ್ತದೆ.
- ಯಾವ ತಂದೆ-ತಾಯಿಯರಲ್ಲಿ ಒಬ್ಬರು ಜನ್ಮಜಾತ ವಿಕೃತಿಯಿಂದ ಪೀಡಿತರಾಗಿದ್ದಾರೆ.
- ಆ ಗರ್ಭಿಣಿ ತಾಯಿಯರ ಸ್ಕ್ರೀನಿಂಗ್ ಟೆಸ್ಟ್ ಪಾಸಿಟಿವ್ ಬಂದಿದೆ.
- ನಿಕಟ ಸಂಬಂಧಗಳ ದಂಪತಿಯರಲ್ಲು ಈ ತೊಂದರೆ ಸಿಗಬಹುದು.

ಗರ್ಭಧಾರಣೆಯು ಮೊದಲೇ ಜೆನೆಟಿಕ್ ಸಲಹೆ ತೆಗೆದುಕೊಳ್ಳಬೇಕು. ಆ ದಂಪತಿಗಳು ಒಂದು ಸ್ವಸ್ಥ್ಯ ಶಿಶುವಿಗೆ ಜನ್ಮ ಕೊಡತ್ತಾರೊ ಇಲ್ಲವೊ ಎಂದು ಸಲಹೆ ಕೊಡಬಹುದು. ಅವರು ಎಲ್ಲಾ ಸಂಭಾವಿತ ತಪಾಸಣೆ ಹಾಗು ಚಿಕಿತ್ಸೆಯು ಮಾಹಿತಿ ಕೊಡಬಹುದು. ಜೆನೆಟಿಕ್ ಸಲಹೆಯಿಂದ ಅನೇಕ ದಂಪತಿಗಳಿಗೆ ಆಮೇಲೆ ಆಗುವ ದುಃಖ ಹಾಗು ತೊಂದರೆಗಳಿಂದ ಬಿಡುಗಡೆ ಸಿಗುತ್ತದೆ ಹಾಗು ಚಿಕಿತ್ಸೆನಂತರ ಅವರು ಸ್ವಸ್ಥ್ಯ ಶಿಶುವಿನ ಜನನದ ಕನಸು ನನಸು ಮಾಡಿಕೊಳ್ಳುತ್ತಾರೆ.

"ನಾನು ಮತ್ತು ನನ್ನ ಗಂಡನಿಗೆ ಗರ್ಭಪಾತದಲ್ಲಿ ನಂಬಿಕೆ ಇಲ್ಲ. ನನ್ನ ವಯಸು ಈಗ ಕೇವಲ 37 ವರ್ಷ. ನನಗೆ ಶಿಶುವಿನ ಜನ್ಮದ ಪೂರ್ವ ತಪಾಸಣೆ ಯಾಕೆ ಮಾಡಿಸ ಬೇಕು?"

ಈ ತರಹದ ತಪಾಸಣೆ ಮಾಡಾದಮೇಲೆ ನೀವು ಸಾಕಷ್ಟುಮಟ್ಟಿಗೆ ನಿಶ್ಚಿಂತರಾಗುವಿರಿ. ಅಧಿಕಾಂಶ ಶಿಶುಗಳು ಈ ತರಹದ ತಪಾಸಣೆಯಿಂದ ಮೇಲೆ ಕ್ಲೀನ ಚಿಟ್ ಪಡೆಯುತ್ತಾರೆ.

ತಪಾಸಣೆಯಲ್ಲಿ ಯಾವದಾರು ತೋಂದರೆ ಇದ್ದು ಹಾಗು ಗರ್ಭಪಾತ ಮಾಡಿಸುಕೊಳ್ಳುವು ಸ್ಥಿತಿ ಬಂದರೆ ತಾಯಿ-ತಂದೆಯರಿಗೆ ಈ ದುಃಖದಿಂದ ಮುಕ್ತರಾಗುವುದಿಕ್ಕೆ ಸಮಯ ಸಿಗುವುದು. ಅಥವಾ ಅವರು ಸ್ಪೆಶಲ್ ಮಕ್ಕಳ ಲಿಸ್ಟಲ್ಲಿ ಬರುವ ಆ ಶಿಶೂವಿನ ಆರೈಕೆಗೆ ಮಾನಸಿಕವಾಗಿ ತೈಯಾರಾಗುವರು. ಅದರದು ಕೆಲವು ವಿಶೇಷ ಬೆಡಿಕೆ ಇರಬಹುದು. ಡಿಲಿವರಿ ಎಲ್ಲಿ ಮತ್ತು ಹೇಗಾಗಬೇಕೆಂದು ತಪಾಸಣೆಯಿಂದ ಗೊತ್ತಾಗುವುದು..

ತಂದೆ-ತಾಯಿಯರಿಗೆ ಡಿಲಿವರಿಗಿಂತ ಮೊದಲೆ ಗೊತ್ತಾಗಿಬಿಡುವುದು ಅವರಿಗೆ ಮುಂದೆ ಬರುವ ಸಮಯದಲ್ಲಿ ಯಾವ ಸ್ಥಿತಿಯನ್ನು ಎದರಿಸಬೇಕಾಗಬಹುದು. ಅನೇಕ ಸರತಿ ಇದು ಗೊತ್ತಾಗುವುದೆಂದರೆ ಜನ್ಮಗಿಂತ ಮೊದಲೆ ದೋಷವನ್ನು ಸುಧಾರಿಸ ಬಹುದು. ಡಾಕ್ಟರ ನಿಮಗೆ ಈ ತರಹದ ತಪಾಸಣೆ ಮಾಡಿಸುವ ಸಲಹೆ ಕೊಟ್ಟಿದ್ದರೆ ಅದನ್ನು ಉಪೆಕ್ಷಿಸ ಬೇಡಿ. ತಮ್ಮ ಡಾಕ್ಟರ ಅಥವಾ ಜೆನೆಟಿಕ ವಿಶೇಷರಿಂದ ಸಲಹೆ ಪಡೆಯಿರಿ. ಡಾಕ್ಟರ ಈ ತಪಾಸಣೆಯಿಂದ ಯಾವದಾರು ಅಮೂಲ್ಯ ಮಾಹಿತಿ ಪಡೆಯಬೇಕೆಂದುಕೊಂಡರೆ ಅವರನ್ನು ತಡೆಯಬೇಡಿ.

ಪ್ರಸವಪೂರ್ವ ನಿರೂಪಣೆ (ವಿಧಾನ)

ಹೆಣ್ಣಾಗುತ್ತೊ, ಗಂಡಾಗುತ್ತೊ? ಅದರ ಕೂದಲು ಕೆಂಚಿಗಿರಿತ್ತೊ ಕಪ್ಪಗೆ? ಕಣ್ಣು ಹಸಿರಾಗಿರುವುದೊ ನೀಲಿ ಆಗಿರುತ್ತೋ? ಅದರ ಮುಖ ಮಮ್ಮಿಹಾಗೆ ಇರು7ವುದೋ ಅಥವಾ ಡಿಂಪಲ್ ಅಪ್ಪನತರಹ ಇರುವುದೋ ಅದರ ಗಂಟಲು ಅಪ್ಪನ ಹಾಗಿರುವುದಾ?

ಮಗು ತಮ್ಮ ಜನನದ ಮೊದಲೇ ಅಥವಾ ಗರ್ಭಧಾರಣೆಗಿಂತ ಮೊದಲೇ ತಂದೆ-ತಾಯಿಯರಿಗೆ ಅನುಮಾನದ ವಿಷಯ ಇರುತ್ತೆ. ಆದರೂ ಒಂದು ಪ್ರಶ್ನೆ ಹೀಗಿದೆ ಎಂದರೆ ಅದರ ವಿಷಯದಲ್ಲಿ ತಂದೆ ತಾಯಿಯರು ತುಂಬ ವ್ಯಾಕುಲವಾಗಿರುತ್ತಾರೆ. ನಿಮಗೆ ಆಗುವ ಶಿಶು ಸ್ವಸ್ಥ್ಯವಾಗಿರುವುದಾ?

ಮೊದಲು ಶಿಶುವಿನ ಜನನದ ತನಕ ಈ ಪ್ರಶ್ನೆಗೆ ಉತ್ತರ ಕೊಡುವುದು ಕಷ್ಟವಾಗಿತ್ತು. ಆದರೆ ಈಗ ಮೊದಲನೆಯ ಮೂರು ತಿಂಗಳಿನಲ್ಲೆ ಇದಕ್ಕೆ ಉತ್ತರ ಕೊಡಬಹುದು. ಏಕೆಂದರೆ ಈಗ ಪ್ರಸವಪೂರ್ವದಿಂದಲೇ ಅನೇಕ ತರಹದ ಸ್ಕ್ರೀನಿಂಗ್ ಹಾಗು ಟೆಸ್ಟ್‌ಗಳು ಮಾಡಲಾಗುತ್ತದೆ. ಅಧಿಕಾಂಶ ತಾಯಂದಿರು ತಮ್ಮ ನಲವತ್ತುವಾರದ ಪ್ರಸವಕಾಲದಲ್ಲಿ ಅನೇಕ ತರಹದ ತಪಾಸಣೆಗಳಿಂದ ಸಾಗುತ್ತಾರೆ. ಅದರಲ್ಲಿ ಆ ತಾಯಿಯರು ಇದ್ದರೆ ಅವರ ಮಕ್ಕಳು ಆಯು, ಉತ್ತಮ ಪೋಷಣೆ, ಪ್ರಸವಪೂರ್ವ ಉತ್ತಮ ಆರೈಕೆಯ ಕಾರಣ ಸ್ವಸ್ಥ್ಯವಾದ ಮಗುವಿಗೆ ಜನ್ಮ ಕೊಡುತ್ತಾರೆ. ಈ ಸ್ಕ್ರೀನಿಂಗ್ ಟೆಸ್ಟ್‌ನಿಂದ ತಾಯಿಗೆ ಅಥವಾ ಶಿಶುವಿಗೆ ಯಾವತರಹದ ಹಾನಿಆಗುವುದಿಲ್ಲ ಆದರೆ ಅವರ, ಸ್ವಾಸ್ಥ್ಯ ಪುಷ್ಟಿಆಗುವುದು.

ಯಧ್ಯಪಿ ಸೀ.ವೀ.ಎಸ್. ಹಾಗು ಎಮನಿಯೊ ತರಹದ ವ್ಯಾಪಕವಾದ ಟೆಸ್ಟಿನ ಆವಶ್ಯಕತೆ ಎಲ್ಲರಿಗು ಇರುವುದಿಲ್ಲ. ಯಾವ ತಂದೆ-ತಾಯಿಯ ಟೆಸ್ಟಿನ ರಿಪೋರ್ಟ್ ನಕಾರಾತ್ಮಕ ಬರುವುದೋ ಅವರಿಗೆ ಎಲ್ಲಿಂದ್ದಾದರೂ ಸ್ವಸ್ಥ್ಯ ಶಿಶುವಿನ ಜನನದ ಆಶ್ವಾಸನೆ ಸಿಗಲೆಂದು ಮುಂದಿನ ಅಡ್‌ವಾಂಸ್ ಟೆಸ್ಟ್‌ಗಳನ್ನು ಮಾಡಿಸಿಕೊಳ್ಳುತ್ತಾರೆ. ಈ ಟೆಸ್ಟ್‌ಗಳು ಕೆಳಗೆ ಬರುವಂತ ಮಹಿಳೆಯರಿಗೆ ಪ್ರತ್ಯಕ್ಷದರ್ಶಿ ಆಗಬಹುದು:-

- 35 ವಯಸ್ಸಿಗಿಂತ ಅಧಿಕಾವಾಗಿರುವ ಮಹಿಳೆಯರು- ಯಧ್ಯಪಿ ತಾಯಂದಿರು ಪ್ರಾರಂಭದಲ್ಲಿ ಆಗಿರುವ ಸ್ಕ್ರೀನಿಂಗ್‌ನ 'ತಪಾಸಣೆಯಿಂದ ಸಂತುಷ್ಟರಾಗಿ ತಮ್ಮ ಡಾಕ್ಟರಿನ ಸಲಹೆಪಡೆದು ಮುಂದಿನ ಟೆಸ್ಟ್‌ಗಳನ್ನು ಅಲಕ್ಷ್ಯ ಮಾಡಬಹುದು.
- ಯಾವುದಾದರೂ ಸಂದರ್ಭದಲ್ಲಿ ಪ್ರಸವ ಪೂರ್ವ ಎಲ್ಲಾ ಮಾಹಿತಿಗಳು ಅವಶ್ಯಕವಾಗಿದಿಯೋ ಇಲ್ಲವೋ ಎಂದು ತಮ್ಮ ಡಾಕ್ಟರನ್ನು ಕೇಳಿ ಸಲಹೆ ಪಡೆಯಬಹುದು.
- ಪರಿವಾರದಲ್ಲಿ ಜೆನೆಟಿಕ್ ರೋಗದ ಇತಿಹಾಸ ಅಥವಾ ರೋಗ ಗೊತ್ತಾಗುವುದು.
- ಮಗುವಿನ ಜನ್ಮದಿಂದ ಸಂಬಂಧಿಸಿದ ಯಾವದೆ ತರಹದ ಸಂಕ್ರಮಣ ಗೊತ್ತಾಗುವುದು. (ರೂಬೆಲಾ, ಟಾಕ್ಸೊಪ್ಲಾಜಮೊಸಿಸ್)
- ಮೊದಲನೆಯ ಗರ್ಭಪಾತವಾಗಿರುವುದು ಅಥವಾ ಜನ್ಮದಿಂದ ವಿಕಾರಗಳು ಇರುವ ಶಿಶುವಿನ ಜನ್ಮ.
- ಪ್ರಸವ ಪೂರ್ವ ಸ್ಕ್ರೀನಿಂಗ್ ತಪಾಸಣೆಯಲ್ಲಿ ಪಾಸಿಟಿವ್ ಪರಿಣಾಮ ಬರುವುದು.

ಶಿಶುವಿಗೆ ಅಪಾಯವಾಗುವಂತಹ ತಪಾಸಣೆ ಏಕೆ ಮಾಡಿಸಬೇಕು. ಎಲ್ಲಕ್ಕಿಂತ ದೊಡ್ಡ ಕಾರಣವೆಂದರೆ ಶಿಶುವಿಗೆ ಯಾವುದಾದರು ರೋಗವಿದ್ದರೆ. ಅದರ ಚಿಕಿತ್ಸೆ ಆಗಬಹುದು. ಏನು ಇಲ್ಲದೆ ಹೋದರೆ ಅದರ ತಂದೆ ತಾಯಿಯರು ಎಲ್ಲಾ ಚಿಂತೆಯನ್ನು ಬಿಟ್ಟು ಗರ್ಭಾವಸ್ಥೆಯನ್ನು ಸಂಪೂರ್ಣವಾಗಿ ಆನಂದಿಸಲಿ.

ಮೊದಲನೆಯ ಮೂರು ತಿಂಗಳು

ಮೊದಲನೆಯ ಮೂರು ತಿಂಗಳಲ್ಲಿ- ಅಲ್ಟ್ರಾಸೌಂಡ್:-

ಇದೇನಿದು. ಇದು ಒಂದು ಸಾಮಾನ್ಯವಾದ ಸ್ಕ್ರೀನಿಂಗ್ ಟೆಸ್ಟ್. ಇದರಲ್ಲಿ ಈ ತರಹದ ಧ್ವನಿತರಂಗಗಳನ್ನು ಪ್ರಯೋಗಿಸಲಾಗುವುದು ಅದನ್ನು ಕಿವಿಯಿಂದ ಕೇಳ ಬಹುದು. ಸೋನೊಗ್ರಫಿ ಯಲ್ಲಿ ಭ್ರೂಣದ ಎಕ್ಸ-ರೆ ಮಾಡದೆ, ಅದರ ತಪಾಸಣೆ ಮಾಡಬಹುದು. ಯಧ್ಯಪಿ ಇದರಿಂದ ಅನೇಕ ಜನ್ಮಜಾತ ವಿಕಾರಗಳ ಮಾಹಿತಿ ಸಿಗುವುದು ಆದರೆ ಅನೇಕ ಸಲ ದೊಡ್ಡ ದೋಷ ಬಿಟ್ಟುಹೋಗಬಹುದು. (ಎಲ್ಲಾ ಸರಿಅನಿಸಿದ್ದು ಸರಿ ಇಲ್ಲದೆ ಇರುವುದು ಅಥವಾ ಎಲ್ಲಾ ಅದಲು-ಬದಲಾಗಿರುವುದು)

ಮೊದಲನೆಯ ಮೂರು ತಿಂಗಳಲ್ಲಿ ಅಲ್ಟ್ರಾಸೌಂಡ್ ಮಾಡವುದು ಏಕೆಂದರೆ:-

- ಗರ್ಭಾವಸ್ಥೆಯ ಕಾಯ್ದೆಯ ತಪಾಸಣೆ.
- ಗರ್ಭಾವಸ್ಥೆಯ ತಾರೀಖೂ
- ಭ್ರೂಣಗಳ ಸಂಖ್ಯೆ
- ರಕ್ತಸ್ರಾವ ಇದ್ದರೆ ಅದರ ಕಾರಣ
- ಗರ್ಭಧಾರಣೆಯ ಸಮಯದಲ್ಲಿ ಹಾಕಿರುವ ಐಡೀಯೂ ಅನ್ನು ಹುಡುಕುವುದು.
- ಕ್ರೊಮೋಝೋಮಲ್ ಅಸಾಮಾನ್ಯತೆಯ ಅಪಾಯದ ತಪಾಸಣೆ.

ಇದು ಹೇಗೆ ಆಗುವುದು:- ಟ್ರಾನ್ಸ್‌ಪ್ರಾಮಿನಲ್ ತಪಾಸಣೆಗೆ ಬ್ಲಾಡರ್ ಪೂರ್ತಿ ತುಂಬಿರಬೇಕು. ತುಂಬ ನೀರು ಅಥವಾ ಪೇಯ ಪದಾರ್ಥ ಕುಡಿದ ಮೇಲೆ ಹೊಟ್ಟೆ ತುಂಬಿದಹಾಗೆ ಇರುವುದರಿಂದ ಸ್ವಲ್ಪ ಹಿಂಸೆಆಗುತ್ತದೆ ಆದರೆ ಯಾವತರಹದ ನೋವು ಅಥವಾ ತೊಂದರೆ ಆಗುವುದಿಲ್ಲ. ಹೊಟ್ಟೆಯ ಕೆಳಭಾಗದ ಮೇಲೆ ಜೆಲ್ ಹಚ್ಚಿ ಒಂದು ಕಾರ್ಡನ್ನು ಅದರ ಮೇಲೆ

ತಿರುಗಿಸುತ್ತಾರೆ. ನಿಮ್ಮನ್ನು ನೇರವಾಗಿ ಮಲಗಿಸುತ್ತಾರೆ. ಜೆಲ್ ಹಚ್ಚಿರುವುದರಿಂದ ಧ್ವನಿಯ ತೀವ್ರತೆಯಲ್ಲಿ ಸುಧಾರಣೆ ಆಗುತ್ತದೆ. ಟ್ರಾನ್ಸ್‌ವೆಜೈನಲ್ ತಪಾಸಣೆ ಮಾಡಬೇಕಾದರೆ ಟ್ರಾನ್ಸ್‌ಡ್ಯೂಸರನ್ನು ಯೋನಿ ಒಳಗೆ ಹಾಕಲಾಗುತ್ತದೆ. ಯಂತ್ರ ನಿಮ್ಮ ಶರೀರದ ಧ್ವಿತರಂಗಗಳನ್ನು ಸ್ಕ್ರೀನ್ ಮೇಲೆ ಚಿತ್ರದ ರೂಪದಲ್ಲಿ ಪ್ರಸ್ತುತ ಮಾಡುತ್ತದೆ.

ಇದು ಯಾವಾಗಾಗುತ್ತದೆ:- ಇದನ್ನು ಮೊದಲನೆಯ ಮೂರುತಿಂಗಳಲ್ಲಿ ಯಾವಾಗಬೇಕಾದರು ಮಾಡಬಹುದು. ಇದನ್ನು ಮಾಡುವ ಕಾರಣ ಬೇರೆ-ಬೇರೆ ಆಗಬಹುದು. ನಿಮ್ಮ ಕೊನೆಯ ಪೀರಿಯಡ್ಸ್‌ನಿಂದ ನಾಲ್ಕುವರೆ ವಾರದನಂತರ ಜೈಸ್ಟೆಶನ್ ಸೈಕ್ ಅನ್ನು ಅಲ್ಟ್ರಾಸೌಂಡಿನ ಸಹಾಯದಿಂದ ನೋಡಬಹುದು. 5ರಿಂದ 6 ವಾರದ ಮೇಲೆ ಹೃದಯದ ಸ್ಪಂದನ ಕೇಳಬಹುದು.

ಇದು ಎಷ್ಟು ಸುರಕ್ಷಿತವಾಗಿದೆ? :- ಇದರಿಂದ ಯಾವುದೇ ಹಾನಿ ಆಗುವುದಿಲ್ಲ, ಲಾಭವೇ ಆಗುವುದು ಎಂದು ಅನೇಕ ವರ್ಷಗಳ ಅಧ್ಯಯನಗಳಿಂದ ಸ್ಪಷ್ಟವಾಗಿದೆ. ಅಧಿಕಾಂಶ ಡಾಕ್ಟರ್‌ಗಳು ಗರ್ಭಾವಸ್ಥೆಯಲ್ಲಿ ಕನಿಷ್ಠಪಕ್ಷ ಒಂದು ಸಲ ಅಲ್ಟ್ರಾಸೌಂಡ್ ಮಾಡಿಸುವ ಸಲಹೆ ಅವಶ್ಯಕೊಡುತ್ತಾರೆ. ಯಧ್ಯಪಿ ಯಾವುದಾದರೂ ದೃಢ ಕಾರಣವಿದ್ದು ಮಾತ್ರ ಅಲ್ಟ್ರಾಸೌಂಡ್ ಮಾಡಬೇಕೆಂದು ಹೇಳುತ್ತಾರೆ.

ಮೊದಲನೆಯ ಮೂರು ತಿಂಗಳು (ಜೊತೆಗೆ ಸ್ಕ್ರೀನಿಂಗ್)

ಇದೇನು?:- ಮೊದಲನೆಯ ಮೂರು ತಿಂಗಳಿನ ಕಂಬೈಂಡ್ ಸ್ಕ್ರೀನಿಂಗ್‌ನಲ್ಲಿ ಅಲ್ಟ್ರಾಸೌಂಡ್, ಶಿಶುವಿನ ಜೊತೆಗೆ ರಕ್ತದ ತಪಾಸಣೆ ಆಗುತ್ತದೆ. ಮೊದಲು ಅಲ್ಟ್ರಾಸೌಂಡ್ ಶಿಶುವಿನ ಬೆನ್ನಿನ ಹಿಂಭಾಗದಲ್ಲಿ ಏಕತ್ರವಾಗಿರುವ ದ್ರವ್ಯದ ಹಗೂರವಾದ ಪದರವನ್ನು ಅಳೆಯುತ್ತದೆ.

ಆ ದ್ರವ್ಯ ನ್ಯೂಕಲ್ ಟ್ರಾನ್ಸ್‌ಲೂಸೆನ್ಸಿಯ ಪ್ರಮಾಣಕ್ಕಿಂತ ಹೆಚ್ಚಾಗಿದ್ದರೆ ಕ್ರೊಮೋಛೋನಲ್ ಅಸಾಮಾನ್ಯತೆಗಳನ್ನು (ಡೌನ್ ಸಿಂಡ್ರೋಮ್, ಕಾನ್‌ಜೆನಿಟಲ್ ಹಾರ್ಟ್ ಡಿಫೆಕ್ಟ್) ಹಾಗು ಅನ್ಯ ಡಿಸ್‌ಆರ್ಡರ್‌ನ ಅಪಾಯ ಹೆಚ್ಚಾಗುತ್ತದೆ.

ಆಮೇಲೆ ರಕ್ತದ ತಪಾಸಣೆ ಪೀ ಎ ಪೀ ಪೀ-ಎ ಹಾಗು ಹೆಚ್.ಸೀ.ಜೀ.(ಭ್ರೂಣದಿಂದ ಪ್ರವಾಹಿತವಾಗುವ ಎರಡು ಹಾರ್ಮೋನ್, ಅವು ತಾಯಿಯ ರಕ್ತದ ಪ್ರವಾಹದಲ್ಲಿ ಸೇರುವುದು) ಕಂಡುಹಿಡಿಯಲಾಗುವುದು. ಈ ಸ್ತರಗಳನ್ನು ಎನ್‌ಟಿಯ ಅಳತೆ ಹಾಗು ತಾಯಿಯ ವಯಸ್ಸಿಂದ ಕೂಡಲಾಗುತ್ತದೆ ಮತ್ತೆ ಡೌನ್ ಸಿಂಡ್ರೋಮ್ ನ ಅಪಾಯದ ತಪಾಸಣೆ ಮಾಡಲಾಗುತ್ತದೆ.

ಅನೇಕ ಮೆಡಿಕಲ್ ಸೆಂಟರಲ್ಲಿ ಈ ಅಲ್ಟ್ರಾಸೌಂಡ್‌ನಲ್ಲಿ ಭ್ರೂಣದ ನೇಜಲ್ ಬೋನ್ ನ ತಪಾಸಣೆ ಮಾಡುತ್ತಾರೆ. ಮೊದಲನೆಯ ಅಲ್ಟ್ರಾಸೌಂಡ್‌ನಲ್ಲಿ ಈ ಬೋನ್‌ನ ಮಾಹಿತಿ ಸಿಗದೆ ಹೋದರೆ ಡೌನ್ ಸಿಂಡ್ರೋಮ್ ನ ಅಪಾಯ ಹೆಚ್ಚಾಗುತ್ತದೆ ಎಂದು ಅಧ್ಯಯನಗಳಿಂದ ತಿಳಿದಿದೆ. ಕೆಲವು ಅಧ್ಯಯನಗಳು ವಿಪರೀತವಾಗಿದೆ ಎಂದರೆ ಈ ವಿಷಯ ಇನ್ನು ಸ್ಪಷ್ಟವಾಗಿಲ್ಲ.

ಯಧ್ಯಪಿ ಜೊತೆಗೆ ಆಗುವ ಈ ಸ್ಕ್ರೀನಿಂಗ್‌ನಿಂದ ನಿಮಗೆ ಆ ಪರಿಣಾಮ ಸಿಗುವುದಿಲ್ಲ ಯಾವ ಪರಿಣಾಮ ಇನ್ವೆಸ್ಟಿವ್ ಡೈಗ್ನಾಸ್ಟಿಕ್ ಟೆಸ್ಟ್ ಇಂದ ಸಿಗುತ್ತದೆ ಅಂದರೆ ಇದರ ಸಹಾಯದಿಂದ ನೀವು ನಿರ್ಣಯ ತೆಗೆದುಕೊಳ್ಳಬಹುದು ನಿಮಗೆ ಡೈಗ್ನಾಸ್ಟಿಕ್ ಟೆಸ್ಟ್ ಮಾಡಿಸಬೇಕೊ ಅಥವಾ ಬೇಡವೊ. ಈ ಪರಿಣಾಮದಿಂದ ಶಿಶುವಿನಲ್ಲಿ ಕ್ರೊಮೋಛೋಮಲ್ ವಿಕಾರಗಳು ಆಗಬಹುದೆಂದು ನಿಮಗೆ ಗೊತ್ತಾದರೆ ಸೀ.ವೀ.ಎಸ್. (ಕೊರಿಆನಿಕ್ ವಿಲ್ಲಸ್ ಸ್ಯಾಂಪಲಿಂಗ್) ಅಥವಾ ಎಮ್ನಿಯೋ ಸೆಂಟೆಸಿಸ್ ತಪಾಸಣೆ ಮಾಡಿಸಲು ಹೇಳಲಾಗುತ್ತದೆ.

ಟೆಸ್ಟಲ್ಲಿ ಹೆಚ್ಚು ಅಪಾಯದ ಸಂಕೇತ ಸಿಗದೆ ಹೋದರೆ ಡಾಕ್ಟರ್ ನಿಮಗೆ ಎರಡನೆಯ ಮೂರು ತಿಂಗಳಲ್ಲಿ ಕ್ವೈಡ್ ಸ್ಕ್ರೀನ್ ಟೆಸ್ಟ್ ಮಾಡಿಸುವ ಸಲಹೆ ಕೊಡುತ್ತಾರೆ. ಅದರಿಂದಾಗಿ ನ್ಯೂರಲ್ ಟ್ಯೂಬ್ ಡಿಫೆಕ್ಟ್ ತಿಳಿಯುತ್ತದೆ. ಈ ವಿಷಯ ಹೃದಯ ರೋಗಗಳಿಂದ ಅಥವಾ ವಿಕಾರಗಳಿಗೆ ಸಂಬಂಧ ಪಟ್ಟಿರುವುದರಿಂದ ಇಪತ್ತನೆಯ ವಾರದ ಸಮಯದಲ್ಲಿ ಫೈಟಲ್ ಇಕೋಕಾರ್ಡಿಯೋಗ್ರಾಮ್ ಮಾಡಿಸುವ ಸಲಹೆ ಕೊಡಬಹುದು. ಅದರಿಂದಾಗಿ ಹೃದಯ ವಿಕಾರಗಳನ್ನು ತಿಳಿದು ಕೊಳ್ಳಬಹುದು. ಎನ್‌ಟೀ.ನ ತಪಾಸಣೆ ಸರಿಯಾಗದೆ ಹೋದರೆ ಪ್ರೀ-ಟರ್ಮ್ ಲೇಬರ್ ನ ಅಪಾಯ ಹೆಚ್ಚಾಗಬಹುದು. ಆದ್ದರಿಂದ ನೀವು ಅದಕ್ಕು ಗಮನ ಕೊಡಬೇಕಾಗುವುದು.

ಇದು ಯಾವಾಗ ಆಗುವುದು?:- ಮೊದಲನೆಯ ಮೂರು ತಿಂಗಳು-ಕಂಬೈಂಡ್ ಸ್ಕ್ರೀನಿಂಗ್, ಗರ್ಭಾವಸ್ಥೆಯ 11 ರಿಂದ 14ನೆ ವಾರದ ಮಧ್ಯದಲ್ಲಿ ಮಾಡಲಾಗುತ್ತದೆ.

ಇದು ಎಷ್ಟು ಸರಿಯಾಗಿ ಇರುವುದು?:- ಈ ಸ್ಕ್ರೀನ್ ಟೆಸ್ಟ್, ಪ್ರತ್ಯಕ್ಷ ರೂಪದಿಂದ ಕ್ರೊಮೋಛೋಮಲ್ ತೊಂದರೆಗಳ ತಪಾಸಣೆ ಮಾಡುವುದಿಲ್ಲ ಮತ್ತೆ ಯಾವುದೇ ನಿಶ್ಚಿತ ಸ್ಥಿತಿಯ ವಿಧಾನವನ್ನೂ ಮಾಡುವುದಿಲ್ಲ. ಕೇವಲ ಶಿಶುವಿಗೆ ಏನಾದರು ತೊಂದರೆ ಆಗಬಹುದೆಂದು ಅಂದಾಜಾಗುತ್ತದೆ.

ಅಸಾಮಾನ್ಯ ಪರಿಣಾಮದ ಅರ್ಥವೆಂದರೆ ಇದಕ್ಕೆ ಯಾವ

ಕ್ರೊಮೋಝೋಮಲ್ ರೋಗ ಇದೆ ಎಂದು. ಇದು ಕೇವಲ ಅಪಾಯದ ಸಂಕೇತವಾಗಬಹುದು.

ಸಾಮಾನ್ಯವಾಗಿ ಅಸಾಮಾನ್ಯ ಪರಿಣಾಮದ ಸ್ವಸ್ಥ ಮಹಿಳೆಯರು ಸಹ ಸಾಮಾನ್ಯ ಹಾಗು ಸ್ವಸ್ಥ ಶಿಶುಗಳಿಗೆ ಜನ್ಮ ಕೊಡುತ್ತಾರೆ. ಸ್ವಸ್ಥ ಶಿಶುವಿನ ಜನ್ಮ ಆಗುತ್ತದೆಂದು ಈ ಗ್ಯಾರಂಟಿ ಸಾಮಾನ್ಯ ಪರಿಣಾಮವು ಕೊಡುವುದಿಲ್ಲ. ಅದು ಕ್ರೊಮೋಝೋಮಲ್ ವಿಕಾರದಿಂದ ಪೀಡಿತವಾಗಿರಬಹುದು.

ಈ ಕಂಬೈಂಡ್ ಸ್ಕ್ರೀನಿಂಗ್ ಟೆಸ್ಟಿಂದ 80% ಡೌನ್ ಸಿಂಡ್ರೋಮ್ ಹಾಗು 80% ಟ್ರೈಸೊಮಿ ಸಮಸ್ಯೆಗಳ ಮಾಹಿತಿ ಸಿಗುತ್ತದೆ.

ಇದು ಎಷ್ಟು ಸುರಕ್ಷಿತವಾಗಿದೆ?:- ಅಲ್ಟ್ರಾಸೌಂಡ್ ಹಾಗು ರಕ್ತದ ತಪಾಸಣೆ ಎರಡು ನೋವುರಹಿತವಾಗಿರುತ್ತದೆ(ನಿವು ಸೂಜಿ ಚುಚ್ಚುವ ನೋವು ತಡೆದುಕೊಂಡರೆ).ಇದರಲ್ಲಿ ನಿಮಗೆ ಅಥವಾ ಶಿಶುವಿಗೆ ಯಾವುದೇ ಅಪಾಯವಾಗುವುದಿಲ್ಲ. ಆದರೆ ಒಂದೆ ವಿಷಯ ಈ ತರಹದ ಸ್ಕ್ರೀನ್ ಟೆಸ್ಟಿಗೆ ಬಹಳ ಉತ್ತಮವಾಗಿರುವ ಅಲ್ಟ್ರಾಸೌಂಡ್ ಟೆಕ್ನೀಕಿನ ಆವಶ್ಯಕತೆ ಇರುತ್ತದೆ ಆದಕಾರಣ ನೀವು ವಿಶೇಷ ಉಪಕರಣದಿಂದ(ಉತ್ತಮಕ್ವಾಲಿಟಿ) ನೆ ಮಾಡಿಸಿಕೊಳ್ಳಬೇಕು. ಡಾಕ್ಟರ್ ಹಾಗು ಸೋನೋಗ್ರಾಫರ್ ಪ್ರಶಿಕ್ಷಿತವಾಗಿದ್ದರೆ ಒಳ್ಳೆಯದು. ನೆನೆಪಿರಲಿ ಸಾಧಾರಣವಾದ ಮಶೀನ್ ಗಳಿಂದ ಟೆಸ್ಟ್ ಮಾಡಿಸಿಕೊಂಡರೆ ಸರಿ-ತಪ್ಪು ಪರಿಣಾಮವು ಬರಬಹುದು. ಆಮೇಲೆ ಮುಂದ ಹೋಗಿದ ಮೇಲೆ ಅಪಾಯವಾಗಬಹುದು. ಈ ಪರಿಣಾಮದ ಆಧಾರದ ಮೇಲೆ ಯಾವುದೇ ನಿರ್ಣಯ ತೆಗೆದುಕೊಳ್ಳುವ ಮುಂಚೆ ಜೆನೆಟಿಕ್ ಸಲಹೆಕೊಡುವವರು ಅಥವಾ ಅನುಭವಸ್ಥ ಡಾಕ್ಟರಿಗೆ ತೋರಿಸಿ ಯಾವುದೇ ಸಂದೇಹವಿದ್ದರೆ ಅವರ ಸಲಹೆಯನ್ನು ಪಡೆಯಿರಿ.

ಕೊರಿಆನಿಕ್ ವಿಲ್ಲಸ್ ಸ್ಯಾಂಪಲಿಂಗ್:-

ಇದೇನು?:- ಸೀ.ವೀ.ಎಸ್. ಒಂದು ಪ್ರಸವ ಪೂರ್ವ ವಿಧಾನ ತಪಾಸಣೆ. ಇದರಲ್ಲಿ ಪ್ಲೆಸಿಂಟಾದ ಬೆರಳಷ್ಟು ಆಕಾರದ ಸಣ್ಣ ಜೀವಕೋಷದ ನಮೂನೆ ತೆಗೆದುಕೊಂಡು ತಪಾಸಣೆ ಮಾಡಲಾಗುತ್ತದೆ.

ಎಲ್ಲಾದರು ಕ್ರೊಮೋಝೋಮಲ್ ಅಸಾಮಾನ್ಯತೆ ಇದ್ದೀಯಾ. ವರ್ತಮಾನದಲ್ಲಿ ಡೌನ್ ಸಿಂಡ್ರೋಮ್, ಟೆ-ಶೆಕ್, ಸಿಕಿಲ್ ಅನೀಮಿಯ ಹಾಗು ಸಿಸ್ಟಿಕ್ ಫೈಬ್ರೋಸಿಸ್ ನ ತಪಾಸಣೆಗಾಗಿ ಸೀ.ವೀ.ಎಸ್. ಟೆಸ್ಟ್ ಮಾಡಲಾಗುವುದು.

ಇದರಿಂದ ನ್ಯೂರಲ್ ಟ್ಯೂಬ್ ಹಾಗು ಅನಾಟೊಮಿಕಲ್ ವಿಕಾರಗಳಿಂದ ಮಾಹಿತಿ ಸಿಗುವುದಿಲ್ಲ. ಯಾವುದೇ ವಿಶೇಷ ರೋಗದ ತಪಾಸಣೆ ಮಾಡುವಾಗ ಪರಿವಾರದಲ್ಲಿ ರೋಗದ ಇತಿಹಾಸವಿರುವುದು ಅಥವಾ ತಂದೆ ತಾಯಿಯರಲ್ಲಿ ಯಾರಿಗಾದರು ಒಬ್ಬರಿಗೆ, ವಿಕೃತ ಜೀನ್ಸ್ ಅಥವಾ ಕ್ರೊಮೋಝೋಮ್ ಇದ್ದರೆ ರೋಗವಿರುವುದು. (ಸೀ.ವೀ.ಎಸ್. ಈ ತರಹದ 1000ಕ್ಕಿಂತ ಹೆಚ್ಚು ವಿಕಾರಗಳ ಪತ್ತೆ ಮಾಡುವುದು ಎಂದು ನಂಬುವರು.)

ಇದು ಹೇಗಾಗುವುದು?:- ಇದು ಆಸ್ಪತ್ರೆಯಲ್ಲೆ ಮಾಡುತ್ತಾರೆ. ಯಧ್ಯಪಿ ಇದನ್ನು ಡಾಕ್ಟರಿನ ಕ್ಲೀನಿಮನಲ್ಲು ಮಾಡಬಹುದು. ಪ್ಲೆಸೆಂಟಾ ದ ಸ್ಥಿತಿಯಂತೆ ವೈಜಾಇನಾ ಯಾ ಸರವಿಕ್ಸ ಟ್ರಾಂಸ ಸರ್ವಾಯಿಕಲ್ ಅಥವಾ ಹೊಟ್ಟೆಯ ಕೆಳ ಬಾಗದಗೋಡೆಯ ತನಕ ಸೂಜಿ ಓಳಗೆ ಹಾಕಿ(ಟ್ರಾಂಸಎಬ್ಡಾಮಿನಲ್ ಸೀ.ವೀ.ಎಸ.) ಜೀವಕೊಷಗಳ ನಮೂನೆವನ್ನು ತೆಗೆದುಕೊಳ್ಳುತ್ತಾರೆ. ನೋವಾಗದೆ ಇರುವು ಯಾವ ವಿಧಿನು ಇಲ್ಲ. ಸ್ವಲಪ್ಪ ತೋಂದರೆ ಎಲ್ಲ ವಿಧಿಗಳಲ್ಲು ಆಗುತ್ತದೆ. ಅನೇಕ ಮಹಿಳೆಯರಿಗೆ ನಮೂನೆ ತೆಗೆದುಕೊಳ್ಳುವಾಗ ಸ್ವಲಪ್ಪ ಸೆಡಕುವ ಜೊತೆಗೆ ನೊವುವಾಘುವುದು. ಈ ವಿಧಿಗಳಲ್ಲಿ ಪ್ರಾರಂಭದಿಂದ ಕೊನೆಯತನಕ 30 ನಿಮಿಷಗಲಾಗುತ್ತದೆ. ಆದರೆ ನಮೂನೆ ತೆಗೆದುಕಳ್ಳುದಿಕ್ಕೆ ಒಂದೆರಡು ನಿಮಿಷಗಳಾಗುವುದು.

ಟ್ರಾಂಸ ಎಬ್ಡಾಕಲ್ ವಿಧಿಯಲ್ಲಿ ನಿಮ್ಮನ್ನು ನೇರವಾಗಿ ಮಲಗಿಸಿ ಯೊನಿಯ ಮೂಲಕ ಗರ್ಭಾಶಯತನಕ ಒಂದು ಸಣ್ಣ ಟ್ಯೂಬ ಹಾಕುತ್ತಾರೆ ಇದರ ಜೊತೆಗೆ ಅಲ್ಟ್ರಾಸಾಉಂಡ ಸೇರಿರುತ್ತದೆ. ಡಾಕ್ಟರ ಟ್ಯೂಬಿನ ಸ್ಥಿತಿಯನ್ನು ಸರಿಮಾಡುತ್ತಾರೆ ಆಮೇಲೆ ಆ ಜೀವಕೊಷದ ನಮೂನೆ ತೆಗೆದುಕೊಳ್ಳುತ್ತಾರೆ.

ಟಾಂಸೆಬ್ಡಾಮಿನಲ್ ವಿಧಿಯಲ್ಲು ನೇರವಾಗಿ ಮಲಗಿಸುತ್ತಾರೆ. ಅಲ್ಟ್ರಾಸಾಉಂಡಿನ ಸಹಾಯದಿಂದ ಪ್ಲೆಸೆಂಟಾದ ಸ್ಥಿತಿ ಹಾಗು ಯೂಟೆರಸದ ಗೊಡೆಗಳ ಅಂದಾಜುಮಾಡಲಾಗುತ್ತದೆ. ಆಮೇಲೆ ಹೊಟ್ಟೆಯ ಕೆಳಬಾಗದಲ್ಲಿ ಒಂದು ಸೂಜಿಹಾಕುತ್ತಾರೆ ಇದೆ ಸೂಜಿಯ ಸಹಾಯದಿಂದ ಎಲ್ಲ ಕೆಲಸ ಆಗುವುದು.

ಭ್ರುಣನಿನ ತಪಾಸಣೆಯಿಂದ ಅದರ ಜೆನಟಿಕ ಮೆಕಅಪಿನ ಪೂರ್ತಿ ಅಂದಾಜಾಗುತ್ತದೆ. ಒಂದೆರಡುವಾರಗಳಲ್ಲಿ ಪರಿಣಾಮ ಬರುವುದು.

ಇದವಾಗಾಗುತ್ತದೆ?:- ಇದು ಗಭಾವಸ್ಥೆಯ 10ರಿಂದ 13 ವಾರಗಳ ಮಧ್ಯದಲ್ಲಿ ಆಗುವುದು. ಇದರ ಎಲ್ಲಗಿಂತ ದೊಡ್ಡ ಲಾಭವೆಂದರೆ ಇದು ಮೊದಲನೆಯ ಮೂರು ತಿಂಗಳಲ್ಲಿ ಮಾಡಲಾಗುತ್ತದೆ ಹಾಗು ಇದು ಎಮನಿಯೊಸೆಂಟೆಸಿಸಗಿಂತ ಮೊದಲೆ ಪರಿಣಾಮ ಕೊಡುವುದು. ಅದು ಸಾಮಾನ್ಯವಾಗಿ 16

ವಾರಗಳನಂತರವಾಗುತ್ತದೆ. ಪ್ರಾರಂಭಿಕ ನಿರೂಪಣೆ ಅವರಿಗಾಗಿದೆ ಯಾರು ಮೊದಲೆ ಯಾವದೆ ತೊಂದರೆ ಯಾ ಕಷ್ಟವನ್ನು ತಿಳಿದುಕೊಂಡು ಅದುರ ಚಿಕಿತ್ಸೆ ಮಾಡಿಸಕೊಳ್ಳಲು ಇಚ್ಛಿಸುತ್ತಾರೆ. ಈ ಸ್ಥಿತಿಯಲ್ಲಿ ಮೊದಲೆ ಗರ್ಭಪಾತವಾದರು ಹೆಚ್ಚು ತೊಂದರೆ ಆಗುವುದಿಲ್ಲ ಹಾಗು ಆಘಾತವು ಕಡಿಮೆಆಗುತ್ತದೆ.

ಇದೆಷ್ಟು ಸರಿಯಾಗಿರುತ್ತದೆ?:– ಸೀ.ವೀ.ಎಸ. 98%ತನಕ ಕ್ರೊಮೊಸೊಮಲ್ ಸಮಸ್ಯೆಗಳನ್ನು ಸರಿಯಾಗಿ ಕಂಡುಹಿಡಿಯುವುದು.

ಇದೆಷ್ಟು ಸುರಕ್ಷಿತವಾಗಿದೆ?:– ಇದು ಸುರಕ್ಷಿತವಾಗಿಯು ಹಾಗು ವಿಶ್ವಾಸವಮಾಡುಅಂತದು. 370ರಲ್ಲಿ ಒಂದು ಗರ್ಭಪಾತದ ಕೇಸ್ ಆಗಬಹುದು. ನಿಮಗೆ ಉತ್ತಮ ರಿಕಾರ್ಡ ಇರುವ ತಪಾಸಣೆ ಕೆಂದ್ರವನ್ನು ಚುನಾಯಿಸಬೇಕು ಹಾಗು ಸರಿಯಾಗಿ 10 ವಾರದತನಕ ಕಾಯಬೇಕು ಅದರಿಂದಾಗಿ ಈ ವಿಧಿಯಿಂದ ಸೇರಿರುವ ಯಾವದೆ ಅಪಾಯವನ್ನು ಕಡಿಮೆ ಮಾಡಬಹುದು.

ಸೀ.ವೀ.ಎಸ. ಆದ ಮೇಲೆ ಯೊನೊಯಿಂದ ಸ್ವಲಪ್ಪ ರಕ್ತಸ್ರಾವ ಆಗಬಹುದು. ಇದೇನು ಗಂಭೀರ ವಿಷಯವಲ್ಲ. ಆದರೆ ಇದು ಮೂರುದಿನಗಳಿಂದ ಹೆಚ್ಚಾಗಿದರೆ ಡಾಕ್ಟರಿಗೆ ಹೇಳಿ. ಇನ್ಫೆಕಶನಾಗುವ ಭಯವಿರುವುದಿಲ್ಲ ಆದರೆ ಕೆಲವು ದಿನಗಳದೊಳಗೆ ಜ್ವರ ಬಂದರೆ ಡಾಕ್ಟರಿಗೆ ತೋರಿಸರಿ.

ಮೊದಲನೆಯ ಹಾಗು ಎರಡನೆಯ ಮೂರು ತಿಂಗಳು

ಇಂಟಿಗ್ರೇಟೆಡ್ ಸ್ಕ್ರೀನಿಂಗ್

ಇದೇನು?:– ಮೊದಲನೆಯ ಮೂರು ತಿಂಗಳ ಕಂಬೈಂಡ್ ಸ್ಕ್ರೀನಿಂಗ್ ತರಹವೇ ಇದು, ಇಂಟಿಗ್ರೇಟಡ್ ಸ್ಕ್ರೀನಿಂಗ್ ಟೆಸ್ಟ್‌ನಲ್ಲಿ ಅಲ್ಟ್ರಾಸೌಂಡ್ ಹಾಗು ಬ್ಲಡ್ ಟೆಸ್ಟ್ ಎರಡೂ ಆಗುತ್ತದೆ. ಆದರೆ ಈ ವಿಷಯದಲ್ಲಿ ಅಲ್ಟ್ರಾಸೌಂಡ್(ಎನ್‌ಟೀ ಯ ತಪಾಸಣೆ) ಮೊದಲನೆಯ ಬ್ಲಡ್ ಟೆಸ್ಟ್ ಪೀ.ಎ.ಪೀ.ವೀ. ಯ ತಪಾಸಣೆ ಇತ್ಯಾದಿ ಮೊದಲನೆಯ ಮೂರು ತಿಂಗಳಲ್ಲಿ ಮಾಡಲಾಗುತ್ತದೆ. ಮತ್ತೆ ಎರಡನೆಯ ಬ್ಲಡ್ ಟೆಸ್ಟ್ (ಕ್ವೈಡ್ ಸ್ಕ್ರೀನಿಂಗ್ ತರಹವೇ ನಾಲ್ಕು ತತ್ವಗಳ ತಪಾಸಣೆಗಾಗಿ) ಎರಡನೆಯ ಮೂರು ತಿಂಗಳಲ್ಲಿ ಮಾಡಲಾಗುತ್ತದೆ. ಈ ಮೂರು ಟೆಸ್ಟ್‌ಗಳನ್ನು ಸೇರಿಸಿ ಪರಿಣಾಮ ಕೊಡುತ್ತಾರೆ.

ಎರಡನೆಯ ಸ್ಕ್ರೀನಿಂಗ್ ಟೆಸ್ಟ್ ತರಹವೇ ಇದು ಸಹ ಪ್ರತ್ಯಕ್ಷವಾಗಿ ಕ್ರೊಮೋಝೋಮಲ್ ಸಮಸ್ಯೆಗಳ ತಪಾಸಣೆ ಮಾಡುವುದಿಲ್ಲ ಹಾಗು ಯಾವುದೇ ವಿಶೇಷ ಸ್ಥಿತಿಯ ತಪಾಸಣೆಯನ್ನು ಮಾಡುವುದಿಲ್ಲ. ಇದರಿಂದ ಕೇವಲ ಈ ಅನುಮಾನವಾದರೆ ಶಿಶುವಿಗೆ ಯಾವುದಾದರು ತೊಂದರೆ ಆಗಬಹುದು. ಇದು ತಿಳಿದಮೇಲೆ ನೀವು ಡಾಕ್ಟರನ್ನು ಭೇಟಿಮಾಡಿ ನಿರ್ಣಯ ತೆಗೆದುಕೊಳ್ಳಬಹುದು ನೀವು ಡೈಗ್ನಾಸ್ಟಿಕ್ ಟೆಸ್ಟ್ ಮಾಡಿಸಿಕೊಳ್ಳುತ್ತೀರೊ ಅಥವಾ ಇಲ್ಲವೊ.

ಇದು ಯಾವಾಗಾಗುತ್ತದೆ?:– ಈ ಅಲ್ಟ್ರಾಸೌಂಡ್ 10 ರಿಂದ 14 ವಾರದ ಮಧ್ಯದಲ್ಲಿ ಆಗುವುದು. ಮೊದಲನೆಯ ಬ್ಲಡ್ ಟೆಸ್ಟ್ ಅಲ್ಟ್ರಾಸೌಂಡ್ ದಿವಸವೇ ಆಗುತ್ತದೆ. ಎರಡನೆಯ ಬ್ಲಡ್ ಟೆಸ್ಟ್ 16 ರಿಂದ 18 ವಾರದ ಮಧ್ಯದಲ್ಲಿ ಆಗುತ್ತದೆ. ಎರಡನೆಯ ಬ್ಲಡ್ ಟೆಸ್ಟಾದ ಮೇಲೆ ತಪಾಸಣೆಯ ಪರಿಣಾಮ ಕೊಡುತ್ತಾರೆ.

ಇದೆಷ್ಟು ಸರಿಯಾಗಿರುತ್ತದೆ?:– ಗರ್ಭಾವಸ್ಥೆಯಲ್ಲಿ ಮೊದಲನೆಯ ಹಾಗು ಎರಡನೆಯ ಮೂರುತಿಂಗಳದ್ದು ಸೇರಿ ತಪಾಸಣೆಯ ಪರಿಣಾಮ ಮೊದಲನೆಯ ಮೂರು ತಿಂಗಳ ತಪಾಸಣೆಯ ಪರಿಣಾಮಕ್ಕಿಂದ ಅಧಿಕ ಪ್ರಭಾವ ಪೂರ್ಣವಾಗಿರುತ್ತದೆ. ಇಂಟಿಗ್ರೇಟೆಡ್ ಸ್ಕ್ರೀನಿಂಗ್ ಟೆಸ್ಟಿಂದ 90% ಡೌನ್ ಸಿಂಡ್ರೋಮ್ ಕೇಸ್ ಹಾಗು 80 ರಿಂದ 85% ತನಕ ನ್ಯೂರಲ್ ಟೆಸ್ಟ್ ಡಿಫೆಕ್ಟ್ ಕಂಡುಹಿಡಿಯಬಹುದು.

ಇದೆಷ್ಟು ಸುರಕ್ಷಿತವಾಗಿದೆ?:– ಅಲ್ಟ್ರಾಸೌಂಡ್ ಹಾಗು ಬ್ಲಡ್ ಟೆಸ್ಟ್‌ನಲ್ಲಿ ನೋವಾಗುವುದಿಲ್ಲ. ಇದರಿಂದ ಶಿಶುವಿಗೆ ಅಥವಾ ತಾಯಿಗೆ ಯಾವುದೇ ಅಪಾಯವೂ ಇಲ್ಲ.

ಎರಡನೆಯ ಮೂರು ತಿಂಗಳು

ಕ್ವೈಡ್ ಸ್ಕ್ರೀನಿಂಗ್

ಇದೇನು?:– ಇದರಲ್ಲಿ ತಾಯಿಯ ರಕ್ತಪ್ರವಾಹದಲ್ಲಿ ಸೇರುವ, ಭ್ರೂಣದ ಮೂಲಕ ತಯಾರಾಗುವ ನಾಲ್ಕು ಪದಾರ್ಥಗಳ ತಪಾಸಣೆ ಆಗುತ್ತದೆ. ಅಲ್ಫಾ ಫೀಟೊಪ್ರೋಟೀನ್, ಈಸೀಜೀ, ಎಸ್ಟ್ರೀಓಲ್ ಮತ್ತೆ ಇನ್ಹಿಬಿನ್ ಎ, ಕೆಲವು ಡಾಕ್ಟರ್ ಕೇವಲ ಮೂರು ಪದಾರ್ಥಗಳ ತಪಾಸಣೆ ಮಾಡುತ್ತಾರೆ. ಎ.ಎಫ.ವೀ ಯ ಹೆಚ್ಚಾಗಿರುವ ಸ್ತರದಿಂದ ನ್ಯೂರಲ್ ಟ್ಯೂಬ್ ಡಿಫೆಕ್ಟಿನ ಅಂದಾಜು ಮಾಡಬಹುದು. ಎ.ಎಫ.ವೀ. ಯು ಕಡಿಮೆ ಆಗತ್ತಿರುವ ಸ್ತರದಿಂದ ಬೆಳೆಯುವ ಶಿಶುವಿಗೆ ಕ್ರೊಮೋಝೋಮಲ್ ಅಸಾಮಾನ್ಯತೆಯ ಅಪಾಯವಿದೆಯೆಂದು ಸಂಕೇತ ಸಿಗುತ್ತದೆ. ಉದಾ. ಡೌನ್ ಸಿಂಡ್ರೋಮ್. ಎಲ್ಲಾ ಸ್ಕ್ರೀನ್ ಟೆಸ್ಟಗಳಂತೆ ಕ್ವೈಡ್ ಸಹ ಜನ್ಮಜಾತ ವಿಕಾರಗಳನ್ನು ಕಂಡುಹಿಡಿಯುವುದಿಲ್ಲ. ಇದು ಕೇವಲ ಅಪಾಯದ

ಸಂಕೇತವನ್ನು ಕೊಡುವುದು. ಯಾವುದೇ ಅಸಾಮಾನ್ಯ ಪರಿಣಾಮದ ಅರ್ಥ ಮುಂದೆ ತಪಾಸಣೆಯ ಆವಶ್ಯಕತೆ ಇದೆ ಎಂದು.

ಯಾವ ಮಹಿಳೆಯರ ಕ್ವೈಡ್ ಸ್ಕ್ರೀನಿಂಗಿನ ಪರಿಣಾಮ ಅಸಾಮಾನ್ಯವಾಗಿ ಬರುವುದಾದರೆ ಆಮೇಲೆ ಮಾಡಿಸಿದ ಟೆಸ್ಟಿನ ಪರಿಣಾಮ ಸರಿಯಾಗಿ ಬರುವುದು . ಅವರಿಗೆ ಗರ್ಭಾವಸ್ಥೆಯ ಅನೇಕ ಜಟಿಲತೆಯನ್ನು ಎದುರಿಸಬೇಕಾಗುವುದೆಂದು ಅಧ್ಯಯನಗಳಿಂದ ತಿಳಿದುಬಂದಿದೆ.ಇದು ಒಂದು ರೋಚಕವಾದ ತತ್ವ. ನಿಮಗು ಈ ತರಹದ ಪರಿಣಾಮ ಸಿಕ್ಕರೆ ಈ ವಿಷಯದಲ್ಲಿ ನಿಮ್ಮ ಡಾಕ್ಟರ್ ಹತ್ತಿರ ಸಲಹೆ ಪಡೆಯಿರಿ. ಗಮನವಿರಲಿ ಈ ತರಹದ ಜಟಿಲತೆಗಳಿಗೆ ಹಾಗು ಅಸಾಮಾನ್ಯತೆಗಳಿಗೆ ಸಂಬಂಧವಿರಬಹುದು.

ಇದುಂಯಾವಾಗಾಗುವುದು?:- ಇದನ್ನು 14ರಿಂದ 22 ವಾರದ ಮಧ್ಯದಲ್ಲಿ ಮಾಡುತ್ತಾರೆ.

ಇದೆಷ್ಟು ಸರಿಯಾಗಿರುವುದು?:- ಇದು ಸುಮಾರು 85% ತನಕ ನ್ಯೂರಲ್ ಟ್ಯೂಬ್ ಡಿಫೆಕ್ಟನ್ನು 80% ತನಕ ಕಂಡುಹಿಡಿಯುತ್ತದೆ. ಡೌನ್ ಸಿಂಡ್ರೋಮ್ ಹಾಗು ಟ್ರಿಸೋಮಿಯ 18% ಸಮಸ್ಯೆಯಗಳನ್ನು ಕಂಡುಹಿಡಿಯುತ್ತದೆ. ಸ್ವತಂತ್ರ ಕ್ವೈಡ್ ಸ್ಕ್ರೀನಿಂಗ್‌ನಲ್ಲಿ ಸುಳ್ಳು ಪಾಸಿಟಿವ್ ಪರಿಣಾಮ ಬರಲುಬಹುದು. ಕೇವಲ 50 ರಲ್ಲಿ 1 ಅಥವಾ 2 ಮಹಿಳೆಯರಲ್ಲಿ ಹೈ ರೀಡಿಂಗ್ ಬಂದರೂ ಭ್ರೂಣ ಪ್ರಭಾವಿತ ಆಗುವುದು. ಬಾಕಿ 48 ಅಥವಾ 49ರಲ್ಲಿ ಮುಂದಿನ ತಪಾಸಣೆಯಿಂದ ಗೊತ್ತಾಗುವುದೇನೆಂದರೆ ಹಾರ್ಮೋನ್ ಸ್ತರ ಅಸಾಮಾನ್ಯವಾಗಿದೆ ಏಕೆಂದರೆ ಅಲ್ಲಿ ಒಂದಕ್ಕಿಂತ ಜಾಸ್ತಿ ಭ್ರೂಣವಿದೆ. ಆ ಭ್ರೂಣ ಯೋಚನೆಮಾಡಿದ್ದ ವಯಸ್ಸಿಗಿಂತ ದೊಡ್ಡದು, ಚಿಕ್ಕದು ಆಗಬಹುದು. ಅಥವಾ ಟೆಸ್ಟಿನ ಪರಿಣಾಮ ತಪ್ಪಾಗಿರಬಹುದು. ಮಹಿಳೆ ಒಂದೇ ಭ್ರೂಣವನ್ನು ಬೆಳಸುತ್ತಿದ್ದು ಮತ್ತೆ ಅಲ್ಟ್ರಾಸೌಂಡ್‌ನಿಂದ ಸರಿಯಾದ ಸ್ಥಿತಿಗಳು ಗೊತ್ತಾದಮೇಲೆ ಎಮ್‌ನಿಓಸೆಂಟೆಸಿಸಿನ ಸಲಹೆ ಕೊಡುತ್ತಾರೆ.

ಇದೆಷ್ಟು ಸುರಕ್ಷಿತವಾಗಿದೆ?:- ಇದರಲ್ಲಿ ಕೇವಲ ರಕ್ತದ ನಮೂನೆ ಬೇಕು ಆದಕಾರಣ ಇದು ತುಂಬ ಸುರಕ್ಷಿತವಾಗಿದೆ. ಎಲ್ಲಕ್ಕಿಂತ ದೊಡ್ಡ ಅಪಾಯವೆಂದರೆ ಪಾಸಿಟಿವ್ ಪರಿಣಾಮದನಂತರ ಅಪಾಯವುಳ್ಳ ತಪಾಸಣೆ ಮಾಡಬೇಕಾಗಬಹುದು. ಈ ಸ್ಕ್ರೀನಿಂಗಿನ ಆಧಾರದ ಮೇಲೆ ಯಾವುದೇ ನಿರ್ಣಯ ತೆಗೆದುಕೊಳ್ಳುವ ಮುಂಚೆ ಅನುಭವಸ್ಥ ಚಿಕಿತ್ಸಕರು ಅಥವಾ ಜೆನೆಟಿಕ್ ಸಲಹೆಕೊಡುವವರ ಹತ್ತಿರ ಸಲಹೆ ಪಡೆಯಿರಿ.

ಇದೊಂದು ಸರ್ಪ್ರೈಸ್

ಡಯಾಗ್ನಾಸ್ಟಿಕ್ ಟೆಸ್ಟಿಂದ ನಿಮ್ಮ ಶಿಶುವಿನ ಲಿಂಗ ತಿಳಿಯ ಬಹುದು. ಆದರೆ ಇದು ನಿಮ್ಮ ನಿರ್ಣಯ, ನೀವು ಈ ತಪಾಸಣೆಯ ಸಮಯದಲೇ ತಿಳಿದುಕೊಳ್ಳಬೇಕಾ ಅಥವಾ ಬರ್ಥ್ ರೂಮಲ್ಲೇ ಈ ಗುಟ್ಟನ್ನು ತಿಳಿದುಕೊಳ್ಳುತ್ತೀರ. ಸರ್ಪ್ರೈಸ್ ನಿಜನಾ ಎಂದು ನಿಮ್ಮ ಡಾಕ್ಟರ್ ಹತ್ತಿರ ಮೊದಲೇ ಮಾತನಾಡಿ. ಭಾರತದಲ್ಲಿ ಲಿಂಗ ತಪಾಸಣೆ ಮಾಡುವುದು ಅಪರಾಧ.

ಎಮ್‌ನಿಓಸೆಂಟೆಸಿಸ್

ಇದೇನು?:- ಭ್ರೂಣದ ಸುತ್ತಲಿರುವ ಎಮ್‌ನಿಓಟಿಕ್ ದ್ರವ್ಯದಲ್ಲಿ ಭ್ರೂಣಕೋಶಿಕಾ ರಸಾಯನ ಹಾಗು ಮೈಕ್ರೊಆರ್ಗಾನಿಸಮ್ಸ್ ಸಹಾಯದಿಂದ ಬೆಳೆಯುತ್ತಿರುವ ಶಿಶುವಿನ ವಿಷಯದಲ್ಲಿ ಸಾಕಷ್ಟು ಮಾಹಿತಿಗಳನ್ನು ಪಡೆಯಬಹುದು. ಉದಾ. ಜೆನೆಟಿಕ್ ಮೇಕಪ್, ವರ್ತಮಾನ ಹಾಗು ಪರಿಪಕ್ವತೆಯ ಸ್ಥಿತಿ. ಪ್ರಸವಪೂರ್ವ ನಿರೂಪಣೆಯಲ್ಲಿ ಈ ತಪಾಸಣೆ ಮಹತ್ವಪೂರ್ಣವಾದುದು. ಇದು ಯಾವಾಗ ಮಾಡಲಾಗುವುದು:-

- ಯಾವುದೇ ಸ್ಕ್ರೀನಿಂಗ್ ಟೆಸ್ಟಿನ ಪರಿಣಾಮ ಅಸಾಮಾನ್ಯವಾಗಿ ಬಂದರೆ ಭ್ರೂಣದಲ್ಲಿ ಯಾವುದಾದರು ಅಸಮಾನ್ಯತೆಯನ್ನು ತಿಳಿದುಕೊಳ್ಳಲು ಭ್ರೂಣದ ಎಮ್‌ನಿಓಟಿಕ್ ದ್ರವ್ಯದ ತಪಾಸಣೆ ಆವಶ್ಯಕವಾಗುವುದು.
- ತಾಯಿಯ ವಯಸ್ಸು 35 ವರ್ಷಕ್ಕಿಂತ ಹೆಚ್ಚಾಗಿದ್ದರೆ ಶಿಶು ಡೌನ್ ಸಿಂಡ್ರೋಮ್ ನಿಂದ ಪೀಡಿತವಾಗಬಹುದು, ಆಗ ಡಾಕ್ಟರಿನ ಸಲಹೆಯಿಂದ ಈ ತಪಾಸಣೆ ಮಾಡಲಾಗುವುದು.
- ಮನೆಯಲ್ಲಿ ಮೊದಲೇ ಕ್ರೊಮೋಜೋಮಲ್ ಅಸಾಮಾನ್ಯತೆಯಿಂದ ಉದಾ. ಸಿಂಡ್ರೋಮ್, ಮೆಟಾಬಾಲಿಕ್ ಡಿಸ್ ಆರ್ಡರ್ ಅಥವಾ ಎನ್‌ಜೈಮ್ ಡಿಫೀಶಿಯೆನ್ಸಿ ಇತ್ಯಾದಿಗಳಿಂದ ಪೀಡಿತವಾಗಿರುವ ಒಂದು ಶಿಶುವಿನ ಜನನವಾಗಿರುವುದು.
- ತಾಯಿ ಯಾವುದೇ ಎಕ್ಸ್ ಲಿಂಕ್ಡ್ ಜೆನೆಟಿಕ್ ಅಸಮಾನ್ಯತೆ ಉದಾ. ಹೀಮೊಫೀಲಿಯಂ ಇಂದ ಪೀಡಿತವಾಗಿರುವುದು.
- ಟಾಕ್ಸ್‌ಪ್ಲಾಜ್ಮೋಸಿಸ, ಫಿಫಥೊ ಡಿಸೀಸ್, ಸೈಟೋಮೈಕ್ರೋವೈರಸ್ ಅಥವಾ ಅನ್ಯ ಭ್ರೂಣದ ಸಂಕ್ರಮಣದ ಸಂಭವವಿರುವುದು.
- ಗರ್ಭಾವಸ್ಥೆಯಲ್ಲಿ ಆಗ ಭ್ರೂಣದ ಪುಪ್ಪುಸದ ತಪಾಸಣೆ ಅನಿವಾರ್ಯವಾಗುವುದು.

ಇದು ಹೇಗಾಗುವುದು?:- ನಿಮ್ಮನ್ನು ನೇರವಾಗಿ ಮಲಗಿಸಿ

ಅಲ್ಟ್ರಾಸೌಂಡಿನ ಸಹಾಯದಿಂದ ಶಿಶು ಹಾಗು ಪ್ಲೆಸೆಂಟಾ ವನ್ನು ಕಂಡುಹಿಡಿಯುತ್ತಾರೆ. ಅದರಿಂದಾಗಿ ಡಾಕ್ಟರ್ ಈ ಪ್ರಕ್ರಿಯೆಯಲ್ಲಿ ಅದನ್ನು ಸ್ಪಷ್ಟವಾಗಿನೋಡಬಹುದು. ಲೋಕಲ್ ಅನಸ್ಥೀಶಿಯಾದ ಇಂಜೆಕ್ಷನ್ ಕೊಟ್ಟು ಹೊಟ್ಟೆಯ ಕೆಳಭಾಗವನ್ನು ಚೇತನಾರಹಿತವಾಗಿಮಾಡಬಹುದು ಆದರೆ ಈ ಇಂಜೆಕ್ಷನಿನ ಪ್ರಕ್ರಿಯೆಯಿಂದ ಬಹಳ ನೋವಾಗುವುದು. ಆದಕಾರಣ ಡಾಕ್ಟರ್ ಇದನ್ನು ಕೊಡುವುದಿಲ್ಲ. ನಿಮ್ಮ ಗರ್ಭಾಶಯದಲ್ಲಿ ಒಂದು ಉದ್ದನೆಯ ಟೊಳ್ಳು ಸೂಜಿಯನ್ನು ಹಾಕುತ್ತಾರೆ. ಅದರಲ್ಲಿ ಸ್ವಲ್ಪ ಎಮ್‌ನಿಓಟಿವ್ ದ್ರವ್ಯವನ್ನು ತೆಗೆದುಕೊಳ್ಳುತ್ತಾರೆ.(ಭ್ರೂಣ ತನಗೆ ತಾನೆ ಪುನ: ಆ ದ್ರವ್ಯವನ್ನು ಪೂರ್ತಿ ಮಾಡಿಕೊಳ್ಳುತ್ತದೆ). ಭ್ರೂಣಕ್ಕೆ ಅಪ್ಪಿ–ತಪ್ಪಿಯು ಸಹ ಸೂಜಿ ಚುಚ್ಚದೆ ಇರಲಿ ಅಥವಾ ಯಾವ ತರಹದ ಪೆಟ್ಟಾಗದಿರಲೆಂದು ಇದರ ಜೊತೆ–ಜೊತೆಗೆ ಅಲ್ಟ್ರಾಸೌಂಡ್ ಮಾಡುತ್ತಾ ಇರುತ್ತಾರೆ. ಈ ಪೂರ್ತಿ ವಿಧಾನಕ್ಕೆ ಅರ್ಧಗಂಟೆ ಆಗುವುದು. ಆದರೆ ದ್ರವ್ಯ ತೆಗೆದುಕೊಳ್ಳುವುದಕ್ಕೆ ಕೇವಲ 1–2 ನಿಮಿಷವಾಗುವುದು. ನೀವು ಆರ.ಹೆಚ್. ನೆಗೆಟಿವ್ ಆಗಿದ್ದರೆ ನಿಮಗೆ ಎಮ್‌ನಿಓಸೆಂಟೆಸಿಸ್ ಆದಮೇಲೆ ಆರ. ಹೆಚ್. ನಿಂದ ಸೇರಿರುವ ಸಮಸ್ಯೆಗಳಾಗದಿರಲೆಂದು ಆರ. ಹೆಚ್. ಓಗ್ರೈಮ ಇಮ್ಯೂನ್ ಗ್ಲೋಬೋಲಿನ್ ನ ಇಂಜೆಕ್ಷನ್ ಕೊಡುತ್ತಾರೆ.

ಇದು ಯಾವಾಗಾಗುವುದು?:– ಇದು ಗರ್ಭಾವಸ್ಥೆಯ 16 ರಿಂದ 18 ವಾರದ ಮಧ್ಯದಲ್ಲಿ ಆಗುವುದು. ಆದರೆ ಅನೇಕ ಸಲ 13, 14, 23 ಅಥವಾ 24 ನೆ ವಾರದಲ್ಲಿ ಮಾಡಬಹುದು. 10 ರಿಂದ 14 ದಿನದೊಳಗೆ ಪರಿಣಾಮ ಬರುವುದು. ಅನೇಕ ಪ್ರಯೋಗಶಾಲೆಗಳಲ್ಲಿ ಫಿಶ್ ಟೆಕ್ನೀಕ್‌ನ (ಫಲೋರೊಸೆಂಟ್ ಇನ್ ಸಿಟು ಹೈಬ್ರೀಡೈಜೇಶನ್) ಪ್ರಯೋಗ ಮಾಡಲಾಗುತ್ತದೆ. ಇದರಲ್ಲಿ ಕೋಶಗಳ ನಿಶ್ಚಿತ ಕ್ರೊಮೋಜೋಮ್ಸ್ ನ ಸಂಖ್ಯೆ ತಕ್ಷಣ ಎಣಿಸಬಹುದು. ಈ ಎಮ್‌ನೀಓಸೆಂಟೆಸಿಸ್ ನಮೂನೆಯಲ್ಲು ತಕ್ಷಣ ಪರಿಣಾಮ ಪಡೆಯಬಹುದು. ಈ ಪರಿಣಾಮವು ಪೂರ್ತಿ ಇರುವುದಿಲ್ಲವೆಂದು ಲ್ಯಾಬ್‌ನಲ್ಲಿ ಎರಡನೆಯ ಕ್ರೊಮೋಜೋಮಲ್ ತಪಾಸಣೆ ಮಾಡಬಹುದು. ಭ್ರೂಣದ ಪುಪ್ಪುಸದ ಪರಿಪಕ್ವತೆಯ ತಪಾಸಣೆ ಮಾಡಲು ಈ ಟೆಸ್ಟ್ ಕೊನೆಯ ಮೂರುತಿಂಗಳಲ್ಲಿ ಸಹ ಮಾಡಬಹುದು.

ಇದೆಷ್ಟು ಸರಿಯಾಗಿರುವುದು?:– ಇದು 99% ಸರಿಯಾಗಿರುವುದು. ಒಂದು ಸಾಮಾನ್ಯ ಫಿಶ್ ಟೆಸ್ಟ್ 98% ಸರಿಯಾಗಿರುತ್ತದೆ.

ಇದೆಷ್ಟು ಸುರಕ್ಷಿತವಾಗಿದೆ?:– ಇದನ್ನು ಪೂರ್ಣ ಸುರಕ್ಷಿತ ಎಂದು ನಂಬುತ್ತಾರೆ. 1,600 ರಲ್ಲಿ ಒಂದು ಗರ್ಭಪಾತದ ಸಂಭವ ಇರಬಹುದು. ಈ ಪ್ರಕ್ರಿಯೆ ಆದಮೇಲೆ ಹೊಟ್ಟೆಯಲ್ಲಿ ಕೆಲವು ಘಂಟೆಗಳ ತನಕ ಸ್ವಲ್ಪ ಸೆಳೆತ ಅಥವಾ ನೋವಾಗಬಹುದು. ಕೆಲವು ಡಾಕ್ಟರ್ ಇದಾದ ಮೇಲೆ ವಿಶ್ರಾಂತಿಯ ಸಲಹೆ ಕೊಡುತ್ತಾರೆ, ಕೆಲವರು ಕೊಡುವುದಿಲ್ಲ. ಒಮ್ಮೊಮ್ಮೆ ಸ್ವಲ್ಪ ರಕ್ತ ಸ್ರಾವ ಅಥವಾ ದ್ರವ್ಯ ಸ್ರಾವ ಆಗಬಹುದು. ಯಧ್ಯಪಿ ಸ್ವಲ್ಪ ವಿಶ್ರಾಂತಿಯಿಂದ ಇದು ಸರಿಯಾಗುತ್ತದೆ ಆದರೂ ಜಾಗರೂಕತೆಯಿಂದ ಇರುವುದನ್ನು ಮರೆಯಬೇಡಿ.

ಎರಡನೆಯ ಮೂರು ತಿಂಗಳು

ಇದೇನು?:– ನಿಮ್ಮ ಗರ್ಭಧಾರಣೇ ಆದಮೇಲೆ ಮೊದಲನೆಯ ಮೂರು ತಿಂಗಳಲ್ಲಿ ಅಥವಾ ಕಂಬೈಂಡ್ ಅಥವಾ ಇಂಟಿಗ್ರೇಟೆಡ್ ಸ್ಕ್ರೀನಿಂಗ್ ಟೆಸ್ಟ್‌ನಲ್ಲಿ ನೀವು ಅಲ್ಟ್ರಾಸೌಂಡ್ ಮಾಡಿಸಿಕೊಂಡಿದ್ದರೂ ಎರಡನೆಯ ಮೂರು ತಿಂಗಳಲ್ಲಿ ಈ ಅಲ್ಟ್ರಾಸೌಂಡ್ ಮಾಡಿಸಲೇಬೇಕು. ಏಕೆಂದರೆ ಇದರಿಂದ ಭ್ರೂಣದ ಬೆಳವಣಿಗೆ ಹಾಗು ಅಂಗಗಳ ಸಂರಚನೆಯ ಮಾಹಿತಿ ಸಿಗುತ್ತದೆ. ಇದರಲ್ಲಿ ನಿಮ್ಮ ಶಿಶುವಿನ ಅಧಿಕ ಉತ್ತಮವಾಗಿರುವ ಚಿತ್ರ ಸಿಗುತ್ತದೆ.

ಇತ್ತೀಚೆಗೆ ಅಲ್ಟ್ರಾಸೌಂಡಿನ ಚಿತ್ರ ಎಷ್ಟು ಸ್ಪಷ್ಟವಾಗಿರುತ್ತದೆ ಎಂದರೆ ವಿಶೇಷಜ್ಞರಲ್ಲದೆ ತಾಯಿ–ತಂದೆ ಸಹ ತಲೆಯಿಂದ ಕಾಲಿನ ತನಕ ಪೂರ್ಣ ಆಕೃತಿಯನ್ನು ಗುರುತಿಸಬಹುದು. ನೀವು ಈ ಅಲ್ಟ್ರಾಸೌಂಡ್‌ನಲ್ಲಿ ಡಾಕ್ಟರಿನ ಸಹಾಯದಿಂದ ನಿಮ್ಮ ಶಿಶುವಿನ ಹೃದಯದ ಸ್ಪಂದನವನ್ನು ಇದರ ಬೆನ್ನೆಲಬಿನ ತಿರುಗು, ಮುಖ, ತೋಳುಗಳು, ಹಾಗು ಕಾಲುಗಳನ್ನು ಗುರುತಿಸಬಹುದು. ಅದು ನಿಮಗೆ ತನ್ನ ಉಂಗೂಷ್ಠವನ್ನು ಚೀಪುತ್ತಾ ಇರುವುದನ್ನು ಕಾಣಬಹುದು. ಯಧ್ಯಪಿ ಲಿಂಗವನ್ನು ಗುರುತಿಸಬಹುದು. ನೀವು ಇದನ್ನು ಗುಟ್ಟಾಗಿ ಇಟ್ಟುಕೊಂಡಿರಬೇಕೆಂದರೆ ಡಾಕ್ಟರಿಗೆ ಮೊದಲೇ ಹೇಳಿ. ಹೆಚ್ಚು ಸಂದರ್ಭಗಳಲ್ಲಿ ನೀವು ಈ ಅಲ್ಟ್ರಾಸೌಂಡಿನ 3–ಡೀ ಅಥವಾ 4–ಡೀ ಡಿಜಿಟಲ್ ವೀಡಿಯೋವನ್ನು ಮನೆಗೆ ತಂದು ಪರಿವಾರ ಹಾಗು ಸ್ನೇಹಿತರಿಗೆ ತೋರಿಸಬಹುದು.

ಇದುಯಾವಾಗಾಗುತ್ತದೆ?:– ಸಾಮಾನ್ಯವಾಗಿ ಇದನ್ನು 18 ರಿಂದ 22 ವಾರದಸಮಯದಲ್ಲಿ ಮಾಡುತ್ತಾರೆ.

ಎಮನಿಯೊ ಜಟಿಲತೆ

ಹಾಗೆ ಎಮ್‌ನಿಓಸೆಂಟೆಸಿಸ್ ನಲ್ಲಿ ಜಟಿಲತೆಗಳು ಕಡಿಮೆ ಆಗುತ್ತದೆ. 100ರಲ್ಲಿ 1 ಪ್ರಕ್ರಿಯೆಯಲ್ಲಿ ಎಮ್‌ನಿಓಟಿಕ್ ದ್ರವ್ಯದ ಸ್ರಾವ ಆಗಬಹುದು. ನಿಮಗೆ ಯೋನಿಯಲ್ಲಿ ಯಾವುದೇ ತರಹದ ಸ್ರಾವದ ತೊಂದರೆ ಆದರೆ ತಕ್ಷಣ ಡಾಕ್ಟರಿಗೆ ಹೇಳಿ. ಸ್ರಾವ ಕೆಲವು ದಿನಗಳಲ್ಲಿ ನಿಲ್ಲಬಹುದು ಆದರು ಪೂರ್ತಿ ಆರಾಮ ಹಾಗು ಜಾಗರೂಕತೆಯ ಅವಶ್ಯಕತೆ ಇರುವುದು.

ಇದೆಷ್ಟು ಸುರಕ್ಷಿತವಾಗಿದೆ?:- ಇದರಲ್ಲಿ ಯಾವುದೇ ತರಹದ ಅಪಾಯವಿಲ್ಲ. ಲಾಭವೇ ಇದೆ. ಡಾಕ್ಟರ್ ಸಾಮಾನ್ಯವಾಗಿ ಗರ್ಭಾವಸ್ಥೆಯಲ್ಲಿ ಅನೇಕ ಸಲ ಅಲ್ಟ್ರಾಸೌಂಡ್ ತಪಾಸಣೆಯ ಸಲಹೆ ಕೊಡುತ್ತಾರೆ. ಕೆಲವು ವಿಶೇಷತಜ್ಞರು ವಿಶೇಷ ಪರಿಸ್ಥಿತಿಗಳಲ್ಲಿ ಅಲ್ಟ್ರಾಸೌಂಡ್ ತಪಾಸಣೆ ಮಾಡಬೇಕೆಂದು ಹೇಳುತ್ತಾರೆ.

ಭಿನ್ನ ಪ್ರಕಾರದ ಜನ್ಮ-ಪೂರ್ವ ತಪಾಸಣೆ:- ದಿನದಿನಕ್ಕು ಈ ಕ್ಷೇತ್ರವು ವಿಸ್ತಾರವಾಗುತ್ತಿದೆ. ಅನೇಕ ಹೊಸ ಔಷಧಿಗಳು ಮಾರುಕಟ್ಟೆಯಲ್ಲಿ ಬರುತ್ತಾ ಇದೆ. ಅನೇಕ ಪ್ರಕಾರದ ಟೆಸ್ಟ್‌ಗಳು ಹಾಗು ತಪಾಸಣೆ ಮಾಡಲಾಗುತ್ತಿದೆ. ಇದರಲ್ಲಿ ಪ್ರಮುಖವಾದದ್ದು ಹೀಗಿದೆ:-

ಪರ್‌ಕ್ಯೂಟೆನಿಯಸ್ ಅಮ್ಬಲೀಕಲ್ ಬ್ಲಡ್ ಸ್ಯಾಂಪಲಿಂಗ್:- ಪೀ. ಯು. ಬೀ. ಎಸ್ ತಪಾಸಣೆ ಗರ್ಭಾವಸ್ಥೆಯ 18ನೆ ವಾರದಲ್ಲಿ ಮಾಡುತ್ತಾರೆ. ಇದರಿಂದ ಅನೇಕ ರಕ್ತ ಹಾಗು ಚರ್ಮ ರೋಗಗಳನ್ನು ಕಂಡುಹಿಡಿಯಬಹುದು. ಇದು ಫ್ರುಮ್‌ನಿಓಸೆಂಟೆಸಿಸ್ ನಲ್ಲಿ ಗೊತ್ತಾಗುವುದಿಲ್ಲ. ಎಮ್‌ನಿಓಸೆಂಟೆಸಿಸ್ ನ ಪರಿಣಾಮ ಅಸಮಾನ್ಯವಾಗಿದ್ದರೆ ಈ ತಪಾಸಣೆ ಮಾಡುತ್ತಾರೆ. ಶಿಶು ಯಾವುದಾದರು ಗಂಭೀರ ಸಾಂಕ್ರಮಿಕ ರೋಗದಿಂದ ಪೀಡಿತವಾಗಿದ್ದರೆ ಇದರಿಂದ ಗೊತ್ತಾಗುತ್ತದೆ. ಉದಾ. ರೂಬೆಲಾ, ಟಾಕ್ಸೊ ಪ್ಲಾಜಮೊಸಿಲ್, ಫಿಕ್ಕ ಡೀಸೀಸ್. ಯಧ್ಯಪಿ ಈ ತಪಾಸಣೆ ಹೊಸದು ಆದರೂ ಇದರ ಪರಿಣಾಮ ಪ್ರಾಮಾಣಿಕ ಎಂದು ನಂಬುತ್ತಾರೆ.

ಇದು ಎಮ್‌ನಿಓಸೆಂಟೆಸಿಸ್ ತರಹವೆ ಇರುವುದು ಅಂತರವೇನೆಂದರೆ ಅಲ್ಟ್ರಾಸೌಂಡಿನ ಸೂಜಿ ಎಮಿನಿಯೋಟಿಕ್ ಸೈಕ್‌ನಲ್ಲಿ ಹಾಕುವ ಬದಲು ಜನಿಸಿಲ್ಲದ ಶಿಶುವಿನ ಅಂಬಲಿಕ್‌ಕಾರ್ಡ್‌ನ ರಕ್ತದ ನಾಳದಲ್ಲಿ ಹಾಕುತ್ತಾರೆ. ಇದರ ಪರಿಣಾಮ ಮೂರುದಿನಗಳಲ್ಲಿ ಸಿಗುತ್ತದೆ. ಈ ತಪಾಸಣೆಯಿಂದ ಸಮಯಕ್ಕಿಂತ ಮೊದಲೇ ಡೆಲಿವರಿ ಆಗುವ ಅಥವಾ ತಿಲ್ಲಿ ಹರಿದುಹೋಗುವ ಭಯವಿರುತ್ತದೆ.

ಭ್ರೂಣದ ಲಿಂಗ ನಿರ್ಧರಿಸಲು ಮೆಟರ್‌ನಲ್ ಬ್ಲಡ್ ಟೆಸ್ಟ್:- ಯಧ್ಯಪಿ ಇದು ಇನ್ನು ಪ್ರಯೊಗಾವಸ್ಥೆಯಲ್ಲಿದೆ, ಆದರೆ ಅನುವಂಶಿಕ ಕಾರಣಗಳ ಸ್ಕ್ರಿನಿಂಗ್‌ಗಾಗಿ ಉತ್ತಮವಾಗಿದೆ ಇದು ಕೇವಲ ಶಿಶುವಿನ ನರದ ಮೇಲೆ ಪ್ರಭಾವ ಹಾಕುತ್ತದೆ.

ಸ್ಕಿನ್ ಸ್ಯಾಂಪಲಿಂಗ್:- ಭ್ರೂಣದ ಚರ್ಮವನ್ನು ಸ್ವಲ್ಪ ತೆಗೆದುಕೊಂಡು ತಪಾಸಣೆ ಮಾಡಲಾಗುವುದು.

ಎಮ್.ಆರ್.ಐ:- ಇದರಿಂದ ಭ್ರೂಣದ ಹಾಗು ಅದರ ಸಮಸ್ಯೆ ಏನಾದರು ಇದ್ದರೆ ತಪಾಸಣೆಯಿಂದ ತಿಳಿಯುತ್ತದೆ. ಅಸಮಾನ್ಯತೆಯ ವಿಷಯದಲ್ಲಿ ಪೂರ್ತಿ ಮಾಹಿತಿ ಸಿಗುವುದು. ಸಂಶೋಧಕರು ಇನ್ನು ಉತ್ತಮವಾದ ಚಿತ್ರ ಪಡೆಯಲು ಶೋಧ ಮಾಡುತ್ತಾ ಇದ್ದಾರೆ. ಗರ್ಭಾವಸ್ಥೆಯಲ್ಲಿ ಇದರ ಪ್ರಯೋಗ ಪೂರ್ಣವಾಗಿ ಸುರಕ್ಷಿತವಾಗಿದೆ.

ಕೊಕಾರ್ಡಿಯೋಗ್ರಫೀ:- ಇದರಿಂದ ಭ್ರೂಣದ ಹೃದಯದ ತಪಾಸಣೆ ಆಗುವುದು. ಈ ಅಲ್ಟ್ರಾಸೌಂಡ್ ಹೃದಯಕ್ಕೆ ಹೋಗು-ಬರುವ ರಕ್ತಪ್ರವಾಹವನ್ನು ತೋರಿಸುತ್ತದೆ.

ಭ್ರೂಣದ ಸ್ಕ್ರೀನ್

ಅನೇಕ ಸಲ ಸ್ಕ್ರೀನ್‌ನಲ್ಲಿ ತಪಾಸಣೆ ಮಾಡಿಸಿದರೂ ಸರಿಯಾದ ಪರಿಣಾಮ ಬರುವುದಿಲ್ಲ. ನೀವು ಯಾವ ಚಿಂತೆಯಿಂದ ದೂರವಿರಬೇಕೆಂದು ಕೊಂಡಿದ್ದಿರೋ ಅದೇ ಚಿಂತೆ ನಿಮ್ಮನು ಕಾಡುತ್ತದೆ ಆದ್ದರಿಂದ ಈ ವಿಷಯದಲ್ಲಿ ಡಾಕ್ಟರಿನ ಸಲಹೆ ತೆಗೆದುಕೊಂಡ ಮೇಲೇ ಯಾವುದಾದರು ನಿರ್ಣಯವನ್ನು ತೆಗೆದುಕೊಳ್ಳಿ. ಸಾಮಾನ್ಯವಾಗಿ 90% ಮಹಿಳೆಯರು ಪಾಸಿಟಿವ್ ಸ್ಕ್ರೀನ್ ಆದಮೇಲೆ ಸ್ವಸ್ಥ ಶಿಶುವಿಗೆ ಜನ್ಮ ಕೊಡುತ್ತಾರೆ.

ಏನಾದರು ಸಮಸ್ಯೆ ಇದ್ದರೆ...

ಎಲ್ಲ ಸರಿಯಾಗಿ ಇರುತ್ತದೆ, ಸಾಮಾನ್ಯವಾಗಿ ಪರಿಣಾಮದಿಂದ ಇದು ಗೊತ್ತಾಗುವುದು. ಆದರೂ ಅನೇಕ ಸಲ ಈ ತರಹದ ಸುದ್ದಿ ಸಿಗುವುದರಿಂದ ತಾಯಿ-ತಂದೆಯ ಮನಸ್ಸಿಗೆ ಆಘಾತವನ್ನು ಕೊಡುತ್ತದೆ. ಈ ಸ್ಥಿತಿಯಲ್ಲಿ ನೀವು ವಿಶೇಷತಜ್ಞರ ಸಲಹೆ ಪಡೆಯಿರಿ. ಅವರು ಸಂಭಾವಿತವಾದ ಕಲ್ಪನೆಯನ್ನು ಕೊಡಬಹುದು.

ಗರ್ಭಾವಸ್ಥೆಯಲ್ಲಿ ಪರಾಮರ್ಶ:- ಅನೇಕ ಸಂದರ್ಭಗಳಲ್ಲಿ ತಂದೆ ತಾಯಿಯರಿಗೆ ಗೊತ್ತಾಗುವುದು ಮುಂದೆ ಬರುವ ಶಿಶು ಸ್ವಸ್ಥ ಮತ್ತು ಸಾಮಾನ್ಯವಾಗಿಲ್ಲ ಹಾಗು ಅವರು ಯಾವ ಕಾರಣಕ್ಕೂ ಗರ್ಭಪಾತ ಮಾಡಿಸಿಕೊಳ್ಳಲು ತಯಾರಾಗಿರುವುದಿಲ್ಲ. ಆಗ ಅವರು ಶಿಶುವಿನ ಜನನದ ಮೊದಲೇ ತಮ್ಮನ್ನು ಆ ಸ್ಥಿತಿಗಾಗಿ ತಯಾರು ಮಾಡಿಕೊಳ್ಳುತ್ತಾರೆ. ಅವರು ಆ ಶಿಶುವಿನ ಜೀವನಕ್ಕೆ ಉತ್ತಮವಾದ ಉಪಾಯಗಳನ್ನು ತಿಳಿದುಕೊಳ್ಳಬಹುದು. ಅದರ ಸಮಸ್ಯೆಗಳನ್ನು ಎದುರಿಸಲು ಧೈರ್ಯ ಮಾಡಿಕೊಳ್ಳಬಹುದು. ಭಾವನಾತ್ಮಕವಾಗಿಯೂ ಹಾಗು ವ್ಯವಹಾರಿಕವಾಗಿಯೂ ಸ್ಥಿತಿಯನ್ನು ಎದುರಿಸಬಹುದು.

ಗರ್ಭಾವಸ್ಥೆಯ ಸಮಾಪ್ತಿ:- ವಿಕೃತಿ ಪ್ರಾಣಘಾತಕವಾಗಿರುವ ಪರಿಣಾಮ ಕಾಣಿಸಿಕೊಂಡರೆ ತಾಯಿ-ತಂದೆ ವಿಶೇಷತಜ್ಞರ ಸಲಹೆಯಿಂದ ಗರ್ಭಪಾತ ಮಾಡಿಸಿಕೊಳ್ಳಲು ತಯಾರಾಗಬಹುದು. ಯದ್ಯಪಿ ಅವರು ಮೊದಲು ಆಟೋಪ್ಸೀ ಸಲಹೆ ಪಡೆಯಬಹುದು. ಮುಂದೆ ಬರುವ ಗರ್ಭಾವಸ್ಥೆಯಲ್ಲಿ ಈ ತರಹದ ಅಸಮಾನ್ಯತೆ ಬರದೆ ಇರಲೆಂದು ಭ್ರೂಣದ ಕೋಶಗಳನ್ನು ಜಾಗರೂಕತೆಯಿಂದ ತಪಾಸಣೆ ಮಾಡಲಾಗುತ್ತದೆ. ಅವರು ಈ ತಪಾಸಣೆ ಹಾಗು ವಿಶೇಷತಜ್ಞರ ಸಲಹೆಯಿಂದ ತಾವೆ ಮುಂದೆ ಬರುವ ಸಾಮಾನ್ಯ ಗರ್ಭಾವಸ್ಥೆಗಾಗಿ ತಯಾರು ಮಾಡಿಕೊಳ್ಳುತ್ತಾರೆ. ಹೆಚ್ಚಾಗಿ ಮುಂದಿನ ಸಲ ಸ್ವಸ್ಥ ಶಿಶುವಿನ ಜನನವಾಗುತ್ತದೆ.

ಭ್ರೂಣದ ಪ್ರಸವ ಪೂರ್ವ ಚಿಕಿತ್ಸೆ:- ಇದರಲ್ಲಿ ಬ್ಲಡ್ ಟ್ರಾನ್ಸ್‌ಫ್ಯೂಜನ್ ಆರ ಹೆಚ್ ರೋಗದಲ್ಲಿ ಸರ್ಜರಿ (ಉದಾ. ಬಂದಾಗಿರುವ ಬ್ಲಾಡರ್ ಅನ್ನು ತೆಗೆಯುವುದು) ಎಂಜೈಮ್ ಅಥವಾ ಯಾವುದೇ ಔಷಧಿ ಕೊಡುವುದು(ಯಾವಾಗ ಡೆಲಿವರಿ ಬೇಗ ಮಾಡಬೇಕಾದರೆ ಶಿಶುವಿನ ಪುಪ್ಪುಸದ ಬೆಳವಣಿಗೆ ತೀವ್ರಮಾಡಬೇಕಾದರೆ) ಅಥವಾ ಯಾವುದೇ ಬೇರೆ ಪ್ರಸವಪೂರ್ವ ಸರ್ಜರಿ , ಜೆನೆಟಿಕ್ ಮೆನಿಪ್ಯುಲೇಶನ್ ಇತ್ಯಾದಿಗಳನ್ನು ಸೇರಿಸಬಹುದು. ಇತ್ತೀಚೆಗೆ ಇದೆಲ್ಲಾ ಬಹಳ ಸಾಮಾನ್ಯವಾಗುತ್ತಿದೆ.

ಅಂಗದಾನ ಮಾಡುವುದು:- ತಪಾಸಣೆಯಲ್ಲಿ ಗೊತ್ತಾದರೆ ಭ್ರೂಣ ಜೀವಿತವಾಗಿರುವುದಿಲ್ಲ ಆಗ ತಾಯಿ-ತಂದೆಯರು ಅದರ ಸ್ವಸ್ಥ ಅಂಗಗಳನ್ನು ಯಾವುದೇ ಬೇರೆ ನವಜಾತ ಶಿಶುವಿಗೆ ದಾನ ಮಾಡುವ ನಿರ್ಣಯ ತೆಗೆದುಕೊಳ್ಳಬಹುದು. ಅವರಿಗೆ ಹಾನಿಯಾದರೂ ಈ ತರಹದ ದಾನದಿಂದ ಸ್ವಲ್ಪವಾದರೂ ಸಮಾಧಾನ ಆಗುತ್ತದೆ. ಈ ಸ್ಥಿತಿಯಲ್ಲಿ ಅವರಿಗೆ ಯಾವುದಾದರು ನಿಯೋನೆಟಾಲಾಜಿಸ್ಟ್‌ರು ಸರಿಯಾದ ಮಾಹಿತಿ ಕೊಡಬಹುದು.

ಪ್ರಸವ ಪೂರ್ವ ನಿರೂಪಣೆಯ ಸಂದರ್ಭದಲ್ಲಿ ನೆನಪಿರಲಿ ಉತ್ತಮಕ್ಕಿಂತ ಉತ್ತಮವಾಗಿರುವ ಸೌಕರ್ಯಯುಕ್ತವಾಗಿರುವ ಲ್ಯಾಬ್‌ನಲ್ಲೂ ಹೆಚ್ಚು-ಕಡಿಮೆ ಆಗಬಹುದು. ವಿಶೇಷತಜ್ಞರು ಹಾಗು ಉತ್ತಮ ಟೆಕ್ನೀಕ್ ಇದ್ದರೂ ತಪ್ಪಾಗಬಹುದು. ಈ ಸ್ಥಿತಿಯಲ್ಲಿ ಯಾವುದೇ ವಿಶೇಷತಜ್ಞರ ಸಲಹೆ ತೆಗೆದುಕೊಳ್ಳದೆ ಯಾವ ನಿರ್ಣಯವನ್ನು ತೆಗೆದುಕೊಳ್ಳಬೇಡಿ.

ನೆನಪಿರಲಿ ಶಿಶುವಿಗೆ ಈ ತಪಾಸಣೆಯಲ್ಲಿ ಯಾವುದಾದರು ತೊಂದರೆ ಆಗುವುದು ಸಾಮಾನ್ಯವಾಗಿ ಈತರಹ ಆಗದೇ ಇರಬಹುದು. ಸಾಮಾನ್ಯವಾಗಿ ಸ್ವಸ್ಥತಾಯಂದಿರು ಸ್ವಸ್ಥ ಶಿಶುವಿಗೆ ಜನ್ಮ ಕೊಡುತ್ತಾರೆ. ಕೊನೆಯಲ್ಲಿ ಎಲ್ಲಾ ಸಂದೇಹಗಳು ಹಾಗು ಸಮಸ್ಯೆಗಳ ಮಂಜು ಕರಗಿ ಗರ್ಭಾವಸ್ಥೆಯ ಸುಖದ ಪರಿಣಾಮ ಬರುತ್ತದೆ.

■ ■ ■

ನಿಮ್ಮ ಗರ್ಭಾವಸ್ಥೆಯ ಜೀವನ ಶೈಲಿ

ನಿಶ್ಚಿತವಾಗಿ ಈಗ ನಿಮಗೆ ದಿನನಿತ್ಯದ ಜೀವನದಲ್ಲಿ ಸ್ವಲ್ಪ ಬದಲಾವಣೆ ತರಬೇಕೆಂದು ಅನಿಸುತ್ತದೆ. ಏಕೆಂದರೆ ಈಗ ನೀವು ಕೇವಲ ನಿಮಗಾಗಲ್ಲ ಯಾರೋ ಬೇರೆಯವರಿಗೆ ಬಾಳುತ್ತಿದ್ದೀರ. ಆದರೆ ನಿಮಗೆ ಈ ಮಾತಿನಿಂದ ಆಶ್ಚರ್ಯವಾಗ ಬಹುದೆಂದರೆ ನಿಮ್ಮ ಜೀವನಶೈಲಿಯಲ್ಲಿ ಎಷ್ಟು ದೊಡ್ಡ ಬದಲಾವಣೆ ಬರುವುದು. ಡಿನ್ನರ್‌ಗಿಂತ ಮೊದಲಿನ ಕಾಕ್‌ಟೆಲನ್ನು ನೆನಪಿಸಿಕೊಳ್ಳಿ ಅದನ್ನು ಪ್ರಸವದತನಕ ಬಿಡಬೇಕಾಗುವುದ? ಹಾಟ್ ಟಬ್ಬಿನಲ್ಲಿ ಮುಳುಗುಳುವುದು ಮತ್ತೆ ಜಿಮ್‌ಗೆ ಹೋಗುವುದು ಬಿಟ್ಟು ಹೋಗುತ್ತೆ ಅಲ್ಲವ. ನಿಮಗೆ ವಾಸನೆ ತರುವ ಪದಾರ್ಥದಿಂದ ನಿಮ್ಮ ಮನೆಯ ಸಿಂಕ್ ತೊಳೆಯಲಾಗುತ್ತದೆಯ? ನಿಮ್ಮ ಬೆಕ್ಕಿನ ಉಗುಳಿನ ಮೇಲೆ ಗಮನ ಕೊಡಬೇಕಾಗುವುದಾ? ನಿಮಗೆ ನಿಮ್ಮ ರೂಮಲ್ಲಿ ನಿಮ್ಮ ಗೆಳತಿಯಿಂದ ಸಿಗರೆಟ್ ಸೇದುವ ಅಥವಾ ಮೈಕ್ರೊವೆವ್‌ನಲ್ಲಿ ಊಟ ಇಡುವ ಮೊದಲು ಎರಡು ಸಲ ಯೋಚನೆ ಮಾಡ ಬೇಕಾಗುವುದು. ಇಂತಹ ಮಾತುಗಳ ವಿಷಯದಲ್ಲಿ ನೀವು ಕನಿಸ್ಸಿನಲ್ಲಿ ಸಹ ಯೋಚನೆ ಮಾಡುತ್ತಿಲ್ಲ! ಅನೇಕ ಸಂದರ್ಭದಲ್ಲಿ ನಾವು ಹೇಳುತ್ತೇವೆ– ಹೌದು ಇದು ಸರಿಯಾಗಿದೆ (ಉದಾ. ನಾನು ವಾಹನ ಓಡಿಸುವುದಿಲ್ಲ ಧನ್ಯವಾದಗಳು) ಆದರೆ ಬಾಕಿ ಅನೇಕ ಸಂದರ್ಭದಲ್ಲಿ ನೀವು ಸ್ವಲ್ಪ ಜಾಗರೂಕತೆಯಿಂದ ಮೊದಲಿನ ತರಹವೆ ಆನಂದವಾಗಿ ಬಾಳಬಹುದು.

ನೀವು ಏನು ಯೋಚನೆ ಮಾಡುತ್ತಿದ್ದೀರಾ?

ಆಟ–ಓಟ ಹಾಗು ವ್ಯಾಯಾಮ

"ನಾನು ಗರ್ಭಿಣಿ ಆದರೂ ನಿಯಮಿತವಾದ ವ್ಯಾಯಾಮ ಮಾಡಬಹುದೆ?"

ಸಾಮಾನ್ಯವಾಗಿ ಗರ್ಭಾವಸ್ಥೆಯ ಅರ್ಥ ನೀವು ಆಟಾವಾಡಬೇಡಿ ಎಂದಲ್ಲ ಆದರೆ ನೀವು ಆ ಸಣ್ಣ ಜೀವವನ್ನು ಗಮನದಲಿಟ್ಟು ಕೊಂಡಿರಬೇಕು. ಸಾಮಾನ್ಯವಾಗಿ ಡಾಕ್ಟರ್ ಗರ್ಭಿಣಿ ಮಹಿಳೆಯರಿಗೆ ಸ್ವಲ್ಪ ಜಾಗರೂಕತೆಯಿಂದ ನಿಮ್ಮ ರೂಟೀನ ವರ್ಕ್ ಅಥವಾ ಆಟ–ಓಟವನ್ನು ಮಾಡಬಹುದೆಂದು ಸಲಹೆ ಕೊಡುತ್ತಾರೆ. ಯಾವುದಾದರು ಹೊಸ ಆಟ ಅಥವಾ ವರ್ಕ್ ಪ್ರಾರಂಭಿಸುವ ಮೊದಲು ಡಾಕ್ಟರಿನ ಸಲಹೆ ಪಡೆಯುವುದು ಆವಶ್ಯಕ. ಸುಸ್ತಾಗಿ ನಿಮ್ಮ ಸ್ಥಿತಿ ಕೆಟ್ಟಹೋಗುವಷ್ಟು ವ್ಯಾಯಾಮ ಮಾಡಬೇಡಿ.

ಕೆಫೀನ್

''ನಾನು ದಿನದಲ್ಲಿ ಬಹಳ ಕಾಫಿ ಕುಡಿಯುತ್ತಿದ್ದೆ. ನಾನು ಈಗ ಕೆಫೀನ್ ತೆಗೆದುಕೊಳ್ಳವುದು ಬಿಡಬೇಕಾ?''

ನೀವು ಕಾಫಿ ಪೂರ್ತಿ ಬಿಡ ಬೇಕೆಂದಿಲ್ಲ. ಆದರೆ ಸ್ವಲ್ಪ ಹುಷಾರಾಗಿರಬೇಕು. ಈ ದಿನಗಳಲ್ಲಿ 200 ಗ್ರಾಂ ಕೆಫೀನ್ ನ ಪ್ರಮಾಣ ಸೇವಿಸುವುದು ಸುರಕ್ಷಿತವಾಗಿರುತ್ತದೆಂದು ಅನೇಕ ಸಾಕ್ಷಿಗಳಿಂದ ಗೊತ್ತಾಗಿದೆ. ಇದು ನಿರ್ಧರಿಸುವುದು ನೀವು ಹಾಲಿನ ಜೊತೆಗೆ ಕಾಫಿ ಕುಡಿಯುತ್ತಿರೊ ಅಥವಾ ಬ್ಲಾಕ್ ಕಾಫಿ ನಾ ? ಆವಾಗ ನೀವು ನಿಮ್ಮ ಕಾಫಿಯನ್ನು ಎರಡು ಕಪ್ಪಿನಷ್ಟು ಮಾಡಬೇಕಾಗುವುದು. ಸ್ವಲ್ಪ ಲೈಟ್ ಕಾಫಿ ಕುಡಿದರೆ ಒಳ್ಳೆಯದು. ಆದರೆ ಸ್ಟಾಂಗ್ ಕಾಪಿಯ ಪ್ರಮಾಣ ಕಡಿಮೆ ಮಾಡಬೇಕು.

ವಾಸ್ತವದಲ್ಲಿ ನೀವು ಕಾಫಿಯಲ್ಲಿ ಯಾವ ಕೆಫಿನ ತೆಗೆದುಕೊಳ್ಳುತ್ತಿರೊ ಅದು ಕಾಫಿ ಅಲ್ಲದೆ ಇನ್ನು ಬೇರೆ ಅನೇಕ ತರಹ ಪದಾರ್ಥಗಳಲ್ಲಿ ಇರುತ್ತದೆ. ಇದು ಎಷ್ಟುಮಟ್ಟಿಗೆ ಶಿಶುವಿಗೆ ತಲುಪುವುದು ಈ ವಿಷಯದಲ್ಲಿ ಹೇಳಲಾಗುವುದಿಲ್ಲ. ಗರ್ಭದ ಪ್ರಾರಂಭಿಕ ದಿನಗಳಲ್ಲಿ ಕೆಫೀನ ನ ಅಧಿಕ ಪ್ರಮಾಣದಿಂದ ಗರ್ಭಪಾತವಾಗಬಹುದೆಂದು ತಾಜಾ ಮಾಹಿತಿ ಸಿಗುವುದಿಲ್ಲ.

ಕೆಫೀನ್ ವಿಷಯದಲ್ಲಿ ಇನ್ನೊಂದು ಕಥೆ ಇದೆ. ಇದರಲ್ಲಿ ಪಿಕ್-ಮೀ-ಅಪ್ ಶಕ್ತಿಯಂತು ಇದೆ ಆದರೆ ಇದು ಕ್ಯಾಲ್ಶಿಯಂ ಹಾಗು ಅನೇಕ ಬೇರೆ ಪೋಷಕತತ್ವಗಳನ್ನು ಶರೀರದಲ್ಲಿ ಪೂರ್ತಿ ಕರಗಿಸುವ ಮೊದಲೇ ಹೊರಗೆ ಹರಿಸಿಬಿಡುವುದು. ನಿಮಗೆ ಪದೆ-ಪದೆ ಬಚ್ಚಲಮನೆಗೆ ಹೋಗ ಬೇಕಾಗುತ್ತದೆ. ಕೆಫೀನಿನ ಉತ್ತೇಜನ ದ್ರವ್ಯ ನಿಮ್ಮ ಮೂಡನ್ನು ಏರು - ಪೇರು ಮಾಡಬಹುದು. ನೀವು ಇದನ್ನು ಸಂಜೆ ಮೇಲೆ ತೆಗೆದುಕೊಂಡರೆ ರಾತ್ರಿಯ ನಿದ್ರೆ ಪೂರ್ತಿಆಗುವುದಿಲ್ಲ. ಕೆಫೀನಿನ ಅಧಿಕ ಪ್ರಮಾಣದಿಂದ ನಿಮ್ಮ ಶಿಶುವಿಗೆ ಐರನ್ ನ ಪ್ರಮಾಣ ಕಡಿಮೆ ಆಗಬಹುದು.

ಕೆಫೀನ್ ವಿಷಯದಲ್ಲಿ ಇನ್ನೊಂದು ಕಥೆ ಇದೆ. ಇದರಲ್ಲಿ ಪಿಕ್-ಮೀ-ಅಪ್ ಶಕ್ತಿಯಂತು ಇದೆ ಆದರೆ ಇದು ಕ್ಯಾಲ್ಶಿಯಂ ಹಾಗು ಅನೇಕ ಬೇರೆ ಪೋಷಕತತ್ವಗಳನ್ನು ಶರೀರದಲ್ಲಿ ಪೂರ್ತಿ ಕರಗಿಸುವ ಮೊದಲೇ ಹೊರಗೆ ಹರಿಸಿಬಿಡುವುದು. ನಿಮಗೆ ಪದೆ-ಪದೆ ಬಚ್ಚಲಮನೆಗೆ ಹೋಗ ಬೇಕಾಗುತ್ತದೆ. ಕೆಫೀನಿನ ಉತ್ತೇಜನ ದ್ರವ್ಯ ನಿಮ್ಮ ಮೂಡನ್ನು ಏರು - ಪೇರು ಮಾಡಬಹುದು. ನೀವು ಇದನ್ನು ಸಂಜೆ ಮೇಲೆ ತೆಗೆದುಕೊಂಡರೆ ರಾತ್ರಿಯ ನಿದ್ರೆ ಪೂರ್ತಿಆಗುವುದಿಲ್ಲ. ಕೆಫೀನಿನ ಅಧಿಕ ಪ್ರಮಾಣದಿಂದ ನಿಮ್ಮ ಶಿಶುವಿಗೆ ಐರನ್ ನ ಪ್ರಮಾಣ ಕಡಿಮೆ ಆಗಬಹುದು.

ಎಲ್ಲಾ ಡಾಕ್ಟರ್‌ಗಳು ಈ ವಿಷಯದಲ್ಲಿ ಭಿನ್ನ-ಭಿನ್ನ ಅಭಿಪ್ರಾಯವನ್ನು ಕೊಡುತ್ತಾರೆ. ಆದಕಾರಣ ನೀವು ನಿಮ್ಮ ಡಾಕ್ಟರ್‌ನಿಂದ ಇದನ್ನು ಸೇವಿಸುವ ಪ್ರಮಾಣದ ಅಂದಾಜು ಕೇಳಿಕೊಂಡರೆ ಒಳ್ಳೆಯದು. ದಿನದ ಕೆಫೀನಿನ ಪ್ರಮಾಣದ ಅಂದಾಜು ಪ್ರತಿ ಒಂದು ಕಪ್ ಕಾಫಿಯ ತರಹ ಹಾಕಲಾಗುವುದಿಲ್ಲ. ಕಾಫೀಅಲ್ಲದೆ ಪೇಯ ಪದಾರ್ಥಗಳು, ಕಾಫಿ, ಐಸ್‌ಕ್ರೀಮ, ಟೀ, ಎನರ್ಜೀಬಾರ್, ಹಾಗು ಡ್ರಿಂಕ್ಸ್, ಮತ್ತೆ ಚಾಕಲೇಟ್‌ನಲ್ಲು ಕೆಫೀನ್ ಇರುತ್ತದೆ. ಉತ್ಪಾದನಗಳ ಲೆಕ್ಕದಲ್ಲಿ ಪ್ರಮಾಣ ಬೇರೆ-ಬೇರೆ ಆಗಬಹುದು. ನಿಮಗೆ ಗೊತ್ತಿರಬೇಕು ಮನೆಯಲ್ಲಿ ಮಾಡಿರುವ ಬ್ರೂ ಗಿಂತ ಕಾಫೀ ಹೌಸನಲ್ಲಿ ಮಾಡಿರುವ ಬ್ರೂ ನಲ್ಲಿ ಹೆಚ್ಚು ಕೆಫೀನ್ ಇರುತ್ತದೆ.

ನೀವು ಕೆಫೀನಿನ ಅಭ್ಯಾಸದಿಂದ ಹೇಗೆ ಬಿಡುಗಡೆ ಪಡೆಯಬಹುದು? ಕೆಫೀನ್ ಎಂದರೆ ಏನು ಎನ್ನುವುದರಮೇಲೆ ನಿರ್ಧರಿಸುತ್ತದೆ. ಇದು ನಿಮ್ಮ ಬೆಳಗಿನ ಪ್ರಮುಖ ಭಾಗನಾ? ಕೆಲಸಕ್ಕೆ ಅವಶ್ಯವಿದೆಯಾ? ಮಧ್ಯಾನದ ನಿದ್ರೆಯಾದಮೇಲೆ ಬೇಕಾ? ಅಥವಾ ದಿನದಲ್ಲಿ ಮನಸ್ಸಿದ್ದಾಗ ಬೇಕಾ? ಬೆಳಗಿನ ಪ್ರಮಾಣ ತೆಗೆದುಕೊಳ್ಳುತ್ತಿರಿ ಆದರೆ ಮಧ್ಯಾಹ್ನದ ಮೇಲೆ ಕಾಫೀಯ ಪ್ರಮಾಣ ಕಡಿಮೆ ಮಾಡಬೇಕು. ನೀವು ಕಾಫೀಯಲ್ಲಿ ಎಸ್ಪ್ರೆಸೊ ನ ಪ್ರಮಾಣವನ್ನು ಕಡಿಮೆ ಮಾಡಿ ಹಾಲಿನ ಪ್ರಮಾಣ ಹೆಚ್ಚಿಸಿದರೆ ನಿಮಗೆ ಕ್ಯಾಲ್ಶಿಯಂ ನ ಬೋನಸ್ಸೂ ಸಿಗುತ್ತದೆ.

ನೀವು ಕಾಫೀಯ ಹವ್ಯಾಸಿ ಎಂದರೆ ನಿಮಗೆ ಇದು ಗೊತ್ತಿರಬೇಕು ಇದನ್ನು ಬಿಡುವುದೂ ಸುಲಭವಲ್ಲ. ಯಾವುದೇ ವಸ್ತುವಿನ ಅಭ್ಯಾಸವಾದರೆ ಅದನ್ನು ಬಿಟ್ಟರೆ ಅನೇಕ ಲಕ್ಷಣಗಳು ಕಾಣಿಸಿ ಕೊಳ್ಳಬಹುದು. ಉದಾ, ತಲೆನೋವು, ಸುಸ್ತು, ಮುಜುಗರ, ಆಲಸ್ಯ ಇತ್ಯಾದಿ. ನೀವು ನಿಧಾನವಾಗಿ ಇದರ ಪ್ರಮಾಣವನ್ನು ಕಡಿಮೆ ಮಾಡಬೇಕು. ಮೊದಲು ಒಂದು ಕಪ್ಪಿನ ಪ್ರಮಾಣವನ್ನು ಕಡಿಮೆಮಾಡಿ. ಸ್ವಲ್ಪದಿನದನಂತರ ಇದರ ಅಭ್ಯಾಸವಾದ ಮೇಲೆ ಒಂದು ಕಪ್ಪನ್ನು ಅರ್ಧ ಕಪ್ಪಿನಂತೆ ಬದಲಾಯಿಸಿಕೊಳ್ಳಿ. ಈ ತರಹ ನಿಮ್ಮ ಲಕ್ಷ್ಯ ಸಿಗುವವರೆಗೆ ಪ್ರಮಾಣವನ್ನು ಕಡಿಮೆಮಾಡಿಕೊಳ್ಳುತ್ತಿರಿ.

ನೀವು ಕೆಳಗೆಬರೆದಿರುವ ಸಲಹೆಗಳನ್ನು ಉಪಯೋಗಿಸಿದರೆ ಚಟಕ್ಕಾಗಿ ಕಾಫೀ ಪದೆ-ಪದೆ ಕುಡಿಯಬೇಕಾಗುವುದಿಲ್ಲ-

- ನಿಮ್ಮ ಬ್ಲಡ್ ಶುಗರ್ ಹಾಗು ಉರ್ಜೆಯ ಸ್ತರವನ್ನು ಹೆಚ್ಚಾಗಿಟ್ಟುಕೊಳ್ಳಿ. ತಾಜಾ ಹಾಗು ಸ್ವಸ್ಥ್ಯ ಆಹಾರ ಸೇವಿಸಿದರೆ ನಿಮಗೆ ಕೆಫೀನ ತೆಗೆದುಕೊಳ್ಳುವ ಆವಶ್ಯಕತೆ ಅನಿಸುವುದಿಲ್ಲ.
- ಪ್ರತಿನಿತ್ಯ ವ್ಯಾಯಾಮ ಮಾಡಿದರೆ ಊರ್ಜೆಯ ಸ್ತರ ಹಾಗು ಎಂಡ್ರೊಫಿನ್ ನ ಸ್ರಾವ ಹೆಚ್ಚಾಗುತ್ತದೆ. ವ್ಯಾಯಾಮದ ಜೊತೆಗೆ ತಾಜಾ ವಾಯು ಮ್ಯಾಜಿಕ್ ಮಾಡುತ್ತದೆ.
- ಸರಿಯಾದ ಸಮಯಕ್ಕೆ ಪೂರ್ತಿ ನಿದ್ರೆ ಮಾಡಿ. ರಾತ್ರಿ ಪೂರ್ತಿ ನಿದ್ರೆ ಮಾಡಿದರೆ ಬೆಳಗ್ಗೆ ನೀವು ಉಲ್ಲಾಸವಾಗಿರುತ್ತಿರಿ. ಆಗ ನಿಮಗೆ ಕಾಫೀ ಕುಡಿಯುವ ಆವಶ್ಯಕತೆಯೆ ಬರದಿರಬಹುದು.

ಕೆಫೀನ್ ಕೌಂಟರ್

ನೀವು ದಿನನಿತ್ಯ ಕೆಫೀನಿನ ಎಷ್ಟು ಪ್ರಮಾಣ ತೆಗೆದುಕೊಳ್ಳುತ್ತಿರಾ? ಈ ಅನುಮಾನ 200 ಮಿ.ಗ್ರಾ, ಗಿಂತ ಹೆಚ್ಚು ಕಡಿಮೆ ಆಗಬಹುದು. ಈ ಸೂಚಿಯು ಸಹಾಯ ಮಾಡಬಹುದು.

1 ಕಪ್ ಬ್ರೂ ಕಾಫೀ (8 ಔನ್ಸ್)	=	135 ಮಿ. ಗ್ರಾ.
1 ಕಪ್ ಇನ್‌ಸ್ಟೆನ್ಟ್ ಕಾಫೀ	=	95 ಮಿ. ಗ್ರಾ.
1 ಕಪ್ ಟೀಕೆಫ್ ಕಾಫೀ	=	5 ಮಿ.ಗ್ರಾ.
6 ಓಂಸ್ ಕೆಪೆಚೀನೊ	=	90 ಮಿ.ಗ್ರಾ.
1 ಓಂಸ್ ಎಸ್ಪ್ರೆಸೊ	=	90 ಮಿ.ಗ್ರಾ.
1 ಕಪ್ ಟೀ	=	90ರಿಂದ 60 ಮಿ.ಗ್ರಾ.
(ಹಸಿರು ಟೀ ಗಿಂತ ಕಪ್ಪು ಟೀಯಲ್ಲಿ ಅಧಿಕ ಕೆಫೀನ ಇರುತ್ತದೆ)		
1. ಕೇನ್ ಕೋಲಾ (12 ಓಂಸ್) 235 ಮಿ.ಗ್ರಾ. ಕೆಫೀನ್		
1 ಕೇನ್ ಡಯಟ್-ಕೋಲಾ	=	45ಮಿ.ಗ್ರಾ.
1 ಓಂಸ್ ಮಿಲ್ಕ್ ಚಾಕೊಲೆಟ್	=	6 ಮಿ.ಗ್ರಾ.
1 ಓಂಸ್ ಡಾರ್ಕ್ ಚಾಕೊಲೆಟ್	=	20 ಮಿ.ಗ್ರಾ.
1 ಕಪ್ ಚಾಕೊಲೆಟ್ ಮಿಲ್ಕ	=	5ಮಿ.ಗ್ರಾ.
8 ಓಂಸ್ ಕಾಫೀ ಐಸ್‌ಕ್ರೀಮ್	=	40-80 ಮಿ.ಗ್ರಾ.

ಮಧ್ಯಪಾನ–

''ನಾನು ಗರ್ಭಿಣಿಎಂದು ನನಗೆ ಗೊತ್ತಾಗಲಿಲ್ಲ. ನಾನು ಗೊತ್ತಿಲ್ಲದೆ ಎರಡುಸಲ ಮಧ್ಯಪಾನ ಮಾಡಿದೆ. ಇದರಿಂದ ನನ್ನ ಶಿಶುವಿಗೆ ತೊಂದರೆ ಆಗಬಹುದೇ?''

ವಾಸ್ತವದಲ್ಲಿ ತಾಯಿಗೆ ಪ್ರಾರಂಭದಲ್ಲಿ ಅವಳು ಗರ್ಭಿಣಿಎಂದು ಗೊತ್ತಾಗುವುದಿಲ್ಲ.ಈ ಸಮಯದಲ್ಲಿ ಅವಳು ಮಾಡಬಾರದಿರುವ ಕೆಲಸಗಳು ಮಾಡಿರುತ್ತಾಳೆ. ಈ ವಿಷಯ ಗೊತ್ತಾಗಿದ್ದರೆ ಮಾಡುತ್ತಿರಲ್ಲಿಲ್ಲ. ಆದಕಾರಣ ನಾವು ಈ ವಿಷಯಗಳಲ್ಲಿ ಮಾತನಾಡುತ್ತಿದ್ದೇವೆ.

ಗರ್ಭದ ಪ್ರಾರಂಭಿಕ ಕಾಲದಲ್ಲಿ ಸ್ವಲ್ಪ ಮಧ್ಯಪಾನ ಮಾಡಿದರೆ ಭ್ರೂಣಕ್ಕೆ ತೊಂದರೆ ಆಗಬಹುದೆಂದು ಈ ವಿಷಯದಲ್ಲಿ ಯಾವುದೇ ಸಾಕ್ಷಿ ಸಿಗುವುದಿಲ್ಲ. ಆದಕಾರಣ ಘಾಬರಿಯಾಗುವ ಕಾರಣವಿಲ್ಲ.

ನೀವು ಈಗ ಕುಡಿಯುವ ಅಭ್ಯಾಸವನ್ನು ತ್ಯಜಿಸಬೇಕು ಇದು ಸತ್ಯ. ಕೆಲವು ಮಹಿಳೆಯರು ಪೂರ್ತಿ ಒಂಬತ್ತು ತಿಂಗಳು, ರಾತ್ರಿ ಮಲಗುವಾಗ ಒಂದು ಗ್ಲಾಸ್ ವೈನ್ ಕುಡಿದರೂ ಒಂದು ಸ್ವಸ್ಥ್ಯವಾಗಿರುವ ಶಿಶುವಿಗೆ ಜನ್ಮ ಕೊಟ್ಟಿದ್ದಾರೆಂದು ನೀವು ಕೇಳಿರಬಹುದು. ಆದರೆ ನೀವು ಇದನ್ನು ಸುರಕ್ಷಿತವಾಗಿದೆ ಎಂದು ನಂಬಲು ಏನು ಗ್ಯಾರಂಟಿ ಇಲ್ಲ. ಅದಲ್ಲದೆ ಅಮೇರಿಕನ್ ಅಕಾಡಮಿಯ ಬಾಲಚಿಕಿತ್ಸಕರ ಸಲಹೆಯಂತೆ ಗರ್ಭಿಣಿ ತಾಯಂದರಿಗೆ ಆಲ್ಕೋಹಾಲಿನ ಸೇವನೆ ಹಾನಿಕಾರಕ. ಆದರೆ ನೀವು ತಿಳಿಯದೆ ಮಾಡಿರುವ ಆ ತಪ್ಪಿಗಾಗಿ ಯೋಚಿಸಿ ಕಷ್ಟಪಡಬೇಡಿ. ಬೇಕಾದರೆ ನೀವು ನಿಮ್ಮ ಡಾಕ್ಟರನ್ನು ಕೇಳಿ ನಿಶ್ಚಿಂತರಾಗಿರಬಹುದು.

ಪುಟ್ಟ ಅತಿಥಿ ಬರಬೇಕಾದಾಗ ನಾವೇ ಜಾಗರೂಕತೆಯಾಗಿರುವುದು ಕೆಟ್ಟದೇನಲ್ಲ, ಅಲ್ಲವ? ಯದ್ಯಪಿ ಇದರ ಸುರಕ್ಷಿತವಾದ ಪ್ರಮಾಣ ಏನೆಂದು ಯಾರಿಗೂ ಗೊತ್ತಿಲ್ಲ ಆದರೂ ಗರ್ಭಾವಸ್ಥೆಯಲ್ಲಿ ಅಲ್ಕೋಹಾಲ್ ಸೇವಿಸುವ ವಿಷಯದಲ್ಲಿ ಹೇಳುವುದಾದರೆ ಪ್ರತಿಯೊಬ್ಬ ಆಲ್ಕೋಹಾಲ್ ಮಹಿಳೆಯ ಲೆಕ್ಕದಂತೆ ತೆಗೆದುಕೊಂಡರೆ ಇದು ಶಿಶುವಿನ ರಕ್ತದಲ್ಲಿ ಸೇರಬಹುದು. ಒಂದು ಗರ್ಭಿಣಿ ಮಹಿಳೆ ಯಾವಾಗಲು ಒಬ್ಬಳೇ ಮಧ್ಯಪಾನ ಮಾಡುವುದಿಲ್ಲ. ಅವಳು ವೈನ್, ಬೀರ್ ಅಥವಾ ಕಾಕ್‌ಟೆಲ್ ನ ಗ್ಲಾಸ್ ತಮ್ಮ ಮಗುವಿನ ಜೊತೆಗೆ ಕುಡಿಯುವಳು. ಹೀಗಿರುವಾಗ ಯಾವ ಸಂಭವ ಇರಬಹುದೆಂದು ನೀವೇ ಅಂದಾಜು ಮಾಡಬಹುದು.

ಗರ್ಭಿಣಿ ಮಹಿಳೆ ದಿನನಿತ್ಯ ಮಧ್ಯ ಅಥವಾ ಬೀರ್ ನ ಐದಾರು ಪೆಗ್ ತೆಗೆದುಕೊಂಡರೆ ಅನೇಕ ತರಹದ ಗಂಭೀರವಾದ ತೊಂದರೆಗಳಾಗಬಹುದು. ಈ ಹ್ಯಾಂಗೋವರ್ ಪೂರ್ತಿ ಜೀವನದವರೆಗು ಇರುತ್ತದೆಂದು ಎನ್ನುತ್ತಾರೆ. ಈ ಸ್ಥಿತಿಯಲ್ಲಿ ಜನಿಸುವ ಶಿಶುಗಳ ಆಕಾರ

ಪೂರ್ತಿ ಆಗಿರುವುದಿಲ್ಲ. ಮಾನಸಿಕವಾಗಿ ಕ್ಲುಪ್ತವಾಗಿರುತ್ತಾರೆ. ತಲೆ, ಮುಖ, ಕೈ-ಕಾಲು, ಹಾಗೂ ಕೇಂದ್ರೀಯ ತಾಂತ್ರಿಕದಲ್ಲಿ ದೋಷವಿರಬಹುದು. ಅವರು ಅಲ್ಪಾಯುವಾಗಿರುತ್ತಾರೆ. ಉಳಿದಿರುವ ಮಕ್ಕಳಲ್ಲಿ ಯಾವಾಗಲು ಒಂದಲ್ಲಾ ಒಂದು ಸಮಸ್ಯೆ ಇದ್ದೇ ಇರುತ್ತದೆ. ಅವರಿಗೆ ಸರಿಯಾಗಿ ನಿರ್ಣಯ ತೆಗೆದುಕೊಳ್ಳಲಾಗುವುದಿಲ್ಲ.ಅವರು ಸಹ 21 ವಯಸ್ಸಿಗೆ ಬರುತ್ತಾ-ಬರುತ್ತಾ ಮಧ್ಯದ ಜಾಲದಲ್ಲಿ ಸಿಕ್ಕಿಹಾಕಿಕೊಳ್ಳುತ್ತಾರೆ. ಗರ್ಭಾವಸ್ಥೆಯಲ್ಲಿ ಮಧ್ಯಪಾನ ಎಷ್ಟು ಬೇಗ ನಿಲ್ಲಿಸುತ್ತಿರೋ ಅಷ್ಟು ಅಪಾಯ ಕಡಿಮೆ ಆಗುತ್ತದೆ.

ನಿಮ್ಮ ಕುಡಿಯುವ ಪ್ರಮಾಣ ಎಷ್ಟು ಅಧಿಕವಾಗಿರುತ್ತದೊ ಅಪಾಯವೂ ಅಷ್ಟೆ ಅಧಿಕವಾಗಿರುತ್ತದೆ. ಕುಡಿಯುವ ಕೆಟ್ಟ ಹವ್ಯಾಸದಿಂದ ಗರ್ಭಪಾತವಾಗಬಹುದು. ಪ್ರಸವಸಮಯದಲ್ಲಿ ತೊಂದರೆಆಗಬಹುದು. ಜನನದ ಸಮಯದಲ್ಲಿ ಶಿಶುವಿನ ತೂಕ ಕಡಿಮೆಇರಬಹುದು. ಅಸ್ವಾಭಾವಿಕವಾಗಿ ವೃದ್ಧಿಆಗ ಬಹುದು. ಮಂದ ಬುದ್ಧಿ ಶಿಶು ಜನಿಸಬಹುದು. ಈ ಕಾರಣದಿಂದ ಅನೇಕ ವಿಕಾರಾತ್ಮಕವಾದ ಹಾಗೂ ವ್ಯವಹಾರಗತವಾದ ಲಕ್ಷಣಗಳು ಕಾಣಿಸಬಹುದು.

ಕೆಲವು ಮಹಿಳೆಯರಿಗೆ ಗರ್ಭಾವಸ್ಥೆಯಲ್ಲಿ ಮಧ್ಯವನ್ನು ಬಿಡುವುದು ಸುಲಭವಾಗಬಹುದು ಏಕೆಂದರೆ ಅವರಿಗೆ ಇದರ ವಾಸನೆಯಿಂದ ದ್ವೇಷಬರಬಹುದು. ಇದು ಗರ್ಭದ ಪ್ರಾರಂಭದಿಂದ ಕೊನೆಯತನಕ ಇರಬಹುದು. ಯಾವ ಮಹಿಳೆಯರಿಗೆ ಇದನ್ನು ಬಿಟ್ಟು ಇರಲಾಗುವುದಿಲ್ಲವೋ ಅಥವಾ ಡಿನ್ನರ್ ನಲ್ಲಿ ರೆಡ್ ವೈನ ತೆಗೆದುಕೊಳ್ಳುತ್ತಾರೋ, ಅವರು ತಮ್ಮ ಜೀವನ ಶೈಲಿಯನ್ನು ಸ್ವಲ್ಪ ಬದಲಾಯಿಸಿಕೊಳ್ಳಬೇಕಾಗುತ್ತದೆ. ನೀವು ಆರಾಮ ಮಾಡಲು ಕುಡಿಯುದಾದರೆ ಬೇರೆ ಯಾವುದಾದರು ಉಪಾಯವನ್ನು ಹುಡುಕಿರಿ-ಸಂಗೀತವನ್ನು ಕೇಳಿ, ಬಿಸಿ ನೀರಿನಲ್ಲಿ ಸ್ನಾನ ಮಾಡಿ. ಮಾಲಿಶ್ ಅಥವಾ ವ್ಯಾಯಾಮ ಮಾಡಿ ಅಥವಾ ಏನಾದರು ಓದಿ. ನಮಗೆ ಕುಡಿಯಲಾಗದೆ ಹೋದರೆ ಅಥವಾ ಬಿಡುವ ಮನಸ್ಸಿಲ್ಲದೆ ಹೋದರೆ ತಿಂಡಿ ಊಟದ ಮಧ್ಯದ ವೇಳೆಯಲ್ಲಿ ಬ್ಲಡಿ ಮೈರಿ(ಡ್ರಿಂಕ್ಸ್) ಯ ಬದಲು ವರ್ಜಿನ ಮೈರಿ (ಡ್ರಿಂಕ್ಸ್) ತೆಗೆದುಕೊಳ್ಳಿ. ಡಿನ್ನರಲ್ಲಿ ಜೂಸ್ ಅಥವಾ ನಾನ್-ಆಲ್ಕೋಹಾಲ್ ಬೀರ್ ತೆಗೆದುಕೊಳ್ಳಿ. ಜೂಸಲ್ಲಿ ನೀರು ಬೆರಸಿ ವೈನ್ ತರಹವೆ ತೆಗೆದುಕೊಳ್ಳಿ, ಗ್ಲಾಸ್ ಹಾಗೂ ಪರಿವೇಶವೂ ಹಾಗೆಯೆ ಇರಲಿ, ಜೊತೆಗೆ ಯಜಮಾನರುಇದ್ದರೆ ಖುಶಿ ಎರಡರಷ್ಟಾಗುವುದು

ಆಲ್ಕೋಹಾಲ್ ಬಿಡುವುದು ಕಷ್ಟವಾಗುತ್ತಿದ್ದರೆ ಡಾಕ್ಟರಿನ ಸಲಹೆ ಪಡೆಯರಿ. ಅವರು ಯಾವುದಾದರು ಕಾರ್ಯಕ್ರಮದ ಸಹಾಯದಿಂದ ನಿಮ್ಮ ತೊಂದರೆಯನ್ನು ದೂರ ಮಾಡಬಹುದು.

ಪೈಪ್ ಹಾಗೂ ಸಿಗಾರಿಂದ ದೂರವಿರಿ

ಪೈಪ್ ಹಾಗೂ ಸಿಗಾರ ಕುಡಿಯುವುದನ್ನು ಬಿಟ್ಟರೆ ಶಿಶುವೂ ನಿಮಗೆ ಧನ್ಯವಾದಗಳನ್ನು ಹೇಳುತ್ತೆ. ಪೈಪ್ ಹಾಗೂ ಸಿಗಾರಿಂದ ಸಿಗರೇಟ್‌ಗಿಂತ ಹೆಚ್ಚು ಹೊಗೆ ಒಳಗೆ ಹೋಗುತ್ತದೆ ಮತ್ತೆ ಶಿಶುವಿಗೆ ಅಪಾಯ ಉತ್ಪನ್ನವಾಗುತ್ತದೆ. ನೀವು ನಿಮ್ಮ ಬರುವ ಅತಿಥಿಯ ಸುದ್ದಿ ಎಲ್ಲರಿಗು ಕೊಡಬೇಕೆಂದರೆ ಚಾಕೊಲೇಟ್ ಯಿಂದ ಮಾಡಿರುವ ಸಿಗಾರ್ ಹಾಗೂ ಪೈಪ್ ಕೊಡಬಹುದು.

ಧೂಮಪಾನ

"ನಾನು ಹಿಂದಿನ 10 ವರ್ಷಗಳಿಂದ ಸಿಗರೇಟ್ ಸೇದುತ್ತಿದ್ದೀನಿ. ಇದರಿಂದ ನನ್ನ ಮಗುವಿಗೆ ಹಾನಿಯಾಗುವುದಾ? ನಾನು ಹಿಂದಿನ 10 ವರ್ಷಗಳಿಂದ ಸಿಗರೇಟ್ ಸೇದುತ್ತಿದ್ದೀನಿ. ಇದರಿಂದ ನನ್ನ ಮಗುವಿಗೆ ಹಾನಿಯಾಗುವುದಾ?"

ಬಹಳ ಸಂತೋಷದ ವಿಷಯವೆಂದರೆ ನೀವು ಗರ್ಭಾವಸ್ಥೆಯ ಮೊದಲು ಎಷ್ಟು ಧೂಮಪಾನ ಮಾಡಿದ್ದಿರೋ ಅದರ ಪ್ರಭಾವ ಜನಿಸಿಲ್ಲದ ಶಿಶುವಿನ ಮೇಲೆ ಆಗುವುದಿಲ್ಲ. ಆದರೆ ಗರ್ಭಾವಸ್ಥೆಯ ಹಾಗೂ ಮೂರನೆಯ ತಿಂಗಳಲ್ಲಿ ಧೂಮಪಾನ ಮಾಡಿದರೆ ನಿಮಗು ಹಾಗೂ ನಿಮ್ಮ ಶಿಶುವಿನ ಆರೋಗ್ಯಕ್ಕೆ ಅಪಾಯವಾಗಬಹುದು. ನೀವು ಧೂಮಪಾನ ಮಾಡಿದರೆ ಭ್ರೂಣವನ್ನು ಹೊಗೆಯಿಂದ ತುಂಬಿದ ಹೊಟ್ಟೆಯಲ್ಲಿ ಸಾಕುತ್ತಿದ್ದೀರಿ ಎಂದು ಅರ್ಥ. ಇದರಿಂದ ಶಿಶುವಿನ ಹೃದಯಗತಿ ಹೆಚ್ಚಾಗುತ್ತದೆ ಹಾಗೂ ಆಕ್ಸೀಜನ್ ಕಡಿಮೆ ಆಗುವದರಿಂದ ಶಿಶು ಸರಿಯಾಗಿ ಬೆಳೆಯುವುದಿಲ್ಲ.

ಇದರ ಪರಿಣಾಮ ಬಹಳ ಆಪಾಯಕರವಾಗಬಹುದು. ಗರ್ಭಾವಸ್ಥೆಯಕಾಲದಲ್ಲಿ ಅನೇಕ ತರಹದ ಸಮಸ್ಯೆಗಳಾಗಬಹುದು. ಅದರಲ್ಲಿ ಇಕ್ಟೊಪಿಕ್ ಪ್ರೆಗ್ನೆನ್ಸಿ, ಅಬ್ನಾರ್ಮಲ್ ಪ್ಲೆಸೆಂಟಲ್ ಡಿಟ್ಯಾಚ್‌ಮೆಂಟ್, ಪ್ರೀಮೆಚ್ಯೊರ್ ರಪ್ಚರ್ ಆಫ್ ಮೆಂಬ್ರೇನ್ ಇತ್ಯಾದಿ ಬರುತ್ತದೆ. ಸಮಯಪೂರ್ವ ಪ್ರಸವ ಸಹ ಆಗಬಹುದು. ಧೂಮಪಾನದಿಂದ ಶಿಶುವಿನ ಬೆಳವಣಿಗೆಗೆ ಬಹಳವಾಗಿ ಪ್ರಭಾವಿತವಾಗುವುದೆಂದು ಪ್ರಮಾಣಗಳು ಸಿಕ್ಕಿದೆ. ಎಲ್ಲಕ್ಕಿಂತ ಹೆಚ್ಚು ಅಪಾಯವೆಂದರೆ ಜನಿಸುವ ಶಿಶುವಿನ ತೂಕ ಬಹಳ ಕಡಿಮೆ ಇರುತ್ತದೆ. ಉದ್ದ ಕಡಿಮೆ ಇರುತ್ತದೆ ಹಾಗೂ ತಲೆಯ ಸುತ್ತಳತೆ ಕಡಿಮೆ ಇರುತ್ತದೆ ಈ ಕಾರಣದಿಂದ ಶಿಶು ಪ್ರಸವದ ಸಮಯದಲ್ಲಿ ಹುಷಾರಾಗಿರುವುದಿಲ್ಲ ಅಥವಾ ಅದರ ಮೃತ್ಯು ಆಗುತ್ತದೆ.

ಧೂಮಪಾನ ಮಾಡುವ ಮಹಿಳೆಯರ ಶಿಶುಗಳಲ್ಲಿ ಸಿಡಸ್ ಸಿಂಡ್ರೋಮ್ ಕಾಣಿಸಿಕೊಳ್ಳುತ್ತದೆ. ಧೂಮಪಾನ

ಮಾಡದಿರುವ ಮಹಿಳೆಯರ ಶಿಶುಗಳಂತೆ ಈ ಶಿಶುಗಳು ಸ್ವಸ್ಥವಾಗಿರುವುದಿಲ್ಲ. ಈ ಶಿಶುಗಳಲ್ಲಿ ಶಾರೀರಿಕ ಹಾಗೂ ಬೌದ್ಧಿಕ ನ್ಯೂನತೆ ಇರುತ್ತದೆ. ತಾಯಿ-ತಂದೆಯರು ಅವರ ಅಕ್ಕ-ಪಕ್ಕದಲ್ಲಿ ಧೂಮಪಾನ ಮಾಡುತ್ತಿದ್ದರೆ ಈ ಅಪಾಯ ಇನ್ನು ಹೆಚ್ಚಾಗುತ್ತದೆ. ಅವರ ಇಂಯೂನ್ ಸಿಸ್ಟಮ್ ದುರ್ಬಲವಾಗಿರುತ್ತದೆ. ಶ್ವಾಸ ತಂತ್ರದಲ್ಲಿ ದೋಷವಿರುತ್ತದೆ. ಕಿವಿಗಳಲ್ಲಿ ಶೀಘ್ರ ಸಂಕ್ರಮಣವಾಗುತ್ತದೆ. ಅಧ್ಯಯನಗಳಿಂದ ತಿಳಿದುಬಂದಿರುವುದು ಏನೆಂದರೆ ಸಾಮಾನ್ಯವಾಗಿ ಈ ಮಕ್ಕಳಲ್ಲಿ ವ್ಯವಹಾರಕ್ಕೆ ಸೇರಿರುವ ಸಮಸ್ಯೆಗಳು ಕಾಣಿಸಿಕೊಳ್ಳುತ್ತದೆ. ಧೂಮಪಾನ ಮಾಡದಿರುವ ತಾಯಿಯ ಮಕ್ಕಳ ತುಲನೆಯಲ್ಲಿ ಈ ಮಕ್ಕಳು ಜನ್ಮದ ಮೊದಲನೆಯ ವರ್ಷದಲ್ಲಿ ಅಧಿಕ ಅಸ್ವಸ್ಥವಾಗುವರು. ದೊಡ್ಡವರಾದಮೇಲೆ ಈ ಮಕ್ಕಳು ಸಹ ಬೇಗನೆ ಧೂಮಪಾನ ಮಾಡುವವರಲ್ಲಿ ಸೇರುವರು.

ತಂಬಾಖೂ ಸಹ ಕೆಟ್ಟ ಪ್ರಭಾವ ಬೀಳುತ್ತದೆ. ಪೂರ್ತಿ ದಿನದಲ್ಲಿ ಒಂದು ಪ್ಯಾಕೆಟ್ ಸಿಗರೇಟ್ ಸೇದುವ ಮಹಿಳೆಯರ ಶಿಶುಗಳ ತೂಕ ಜನನದಿಂದಲೇ ಬಹಳ ಕಡಿಮೆ ಇರುತ್ತದೆ. ನೀವು ಸಿಗರೇಟ್ ಸೇದುವವರಾಗಿದ್ದರೆ ಆಳವಾಗಿ ಹೊಗೆ ತೆಗೆದುಕೊಳ್ಳುವುದು ಹಾಗೂ ಅಧಿಕ ಸಿಗರೇಟ್ ಸೇದುವ ಮೋಹವನ್ನು ಬಿಡಿ. ಕಡಿಮೆ ನಿಕೋಟೀನಿನ ಸಿಗರೇಟ್ ಸೇದುವುದರಿಂದೇನು ಅಪಾಯ ಕಡಿಮೆ ಆಗುವುದಿಲ್ಲ. ನೀವು ಇದನ್ನು ಪೂರ್ತಿ ಬಿಡಬೇಕು.

ಶಿಶುವಿಗಾಗಿ ಅಮೂಲ್ಯವಾದ ಉಡುಗೊರೆ

ಯಾವಾಗ ಮಗು ಬರುವ ಸೂಚನೆ ಸಿಗುತ್ತದೋ ಆಗ ಮನೆಯಲ್ಲಿ ಸಂತೋಷದ ಸಂಭ್ರಮ ತುಂಬುತ್ತದೆ. ಹೀಗಿರುವಾಗ ನೀವು ಸಿಗರೇಟ್ ಹಾಗೂ ತಂಬಾಖನ್ನು ಅದೇ ಸಮಯದಲ್ಲಿ ಬಿಟ್ಟುಬಿಡಬೇಕು. ಯಧ್ಯಪಿ ನೀವು ಆ ಮಹಿಳೆಯರ ವಿಷಯದಲ್ಲಿ ಕೇಳಿರಬೇಕು, ಯಾರು ಸಿಗರೇಟ್ ಹಾಗೂ ಸಾರಾಯಿ ಕುಡಿದರೂ ಸ್ವಸ್ಥ ಶಿಶುವಿಗೆ ಜನ್ಮಕೊಡುತ್ತಾರೆ. ಆದರೆ ಇದೆಲ್ಲ ನಿರ್ಧರಿಸುವುದು ಅವರು ಯಾವ ಪ್ರಮಾಣದಲ್ಲಿ ಸಿಗರೇಟ್ ಹಾಗೂ ಸಾರಾಯಿ ತೆಗೆದುಕೊಳ್ಳುತ್ತಾರೆ ಎಂದು . ನಿಮ್ಮ ಶಿಶು ಭಾಗ್ಯಶಾಲಿ ಆಗಿರದೆ ಇರಬಹುದು. ಗರ್ಭಿಣಿ ತಾಯಂದಿರು ಹಾಗೂ ಶಿಶುಗಳು ಬೇರೆ-ಬೇರೆ ತರಹದ ಪ್ರತಿಕ್ರಿಯೆ ನೀಡುತ್ತಾರೆ. ಆ ಸಮಯದಲ್ಲಿ ಯಾವುದೇ ಲಕ್ಷಣ ಕಾಣಿಸಿಕೊಳ್ಳದಿರಬಹುದು ಆದರೆ ಅನೇಕ ವರ್ಷಗಳಾದಮೇಲೆ ಮಗು ರೋಗಿ ಹಾಗೂ ಹೈಪರ್ ಆಕ್ಟಿವ್ ಆಗಿ ಏನಾದರು ಕಲಿಯುವುದರಲ್ಲಿ ತೊಂದರೆ ಆಗಬಹುದು.

ಧೂಮಪಾನದ ಅಭ್ಯಾಸವನ್ನು ಬಿಡುವುದು

ಶುಭಾಶಯಗಳು! ನೀವು ನಿಮ್ಮ ಶಿಶುವಿಗೆ ಹೊಗೆರಹಿತವಾದ ವಾತಾವರಣವನ್ನು ಕೊಡಲು ನಿರ್ಧರಿಸಿದ್ದೀರ. ಹೀಗೆ ಯೋಚಿಸುವುದೇ ಮೊದಲನೆಯ ಹೆಜ್ಜೆ. ನಿಜವಾಗಲು ಈಗ ಸಿಗರೇಟ್ ಬಿಡುವುದು ಕಷ್ಟವಾಗುವುದಿಲ್ಲ. ಕೆಳಗೆ ಬರೆದಿರುವ ಸಲಹೆಗಳ ಸಹಾಯ ತೆಗೆದುಕೊಳ್ಳಿ:ಶುಭಾಶಯಗಳು! ನೀವು ನಿಮ್ಮ ಶಿಶುವಿಗೆ ಹೊಗೆರಹಿತವಾದ ವಾತಾವರಣವನ್ನು ಕೊಡಲು ನಿರ್ಧರಿಸಿದ್ದೀರ. ಹೀಗೆ ಯೋಚಿಸುವುದೇ ಮೊದಲನೆಯ ಹೆಜ್ಜೆ. ನಿಜವಾಗಲು ಈಗ ಸಿಗರೇಟ್ ಬಿಡುವುದು ಕಷ್ಟವಾಗುವುದಿಲ್ಲ. ಕೆಳಗೆ ಬರೆದಿರುವ ಸಲಹೆಗಳ ಸಹಾಯ ತೆಗೆದುಕೊಳ್ಳಿ:

ನಿಮ್ಮ ಉದ್ದೇಶವನ್ನು ತಿಳಿದುಕೊಳ್ಳಿ:-ನೀವು ಗರ್ಭಿಣಿ. ಸಿಗರೇಟ್ ಬಿಡುವುದಿಕ್ಕೆ ಇದಕ್ಕಿಂತ ದೊಡ್ಡ ಉದ್ದೇಶ ಬೇಕೆ?

ಬಿಡುವ ರೀತಿ:- ಈ ಅಭ್ಯಾಸವನ್ನು ಖುಶಿಯಿಂದ ಬಿಟ್ಟುಬಿಡಿ. ಈ ದಿನಕ್ಕಾಗಿ ಖುಶಿ ಕೊಡುವ ಕೆಲಸವನ್ನು ಆರಿಸಿಕೊಳ್ಳಿ ಅದರಿಂದಾಗಿ ಸಿಗರೇಟಿನ ಅಭಾವ ಅನಿಸದಿರಲಿ ಮತ್ತು ಸಿಗರೇಟ್ ಸೇದುವ ಆವಶ್ಯಕತೆ ಬರದೆ ಇರಲಿ.

ಸೇದುವ ಉದ್ದೇಶವನ್ನು ಗುರುತಿಸಿ:-ನೀವೇಕೆ ಸೇದುತ್ತಿರಾ? ಆಂನದಕ್ಕಾಗಿ, ಉತ್ತೇಜನ ಅಥವಾ ವಿಶ್ರಾಂತಿಗಾಗಿ. ಇದರಲ್ಲಿ ಯಾವುದು ನಿಮ್ಮ ಸಿಗರೇಟ್ ಸೇದುವ ಉದ್ದೇಶ? ನೀವು ಒತ್ತಡ ಮತ್ತು ಚಿಂತೆಯನ್ನು ಕಡಿಮೆ ಮಾಡಲು ಸೇದುತ್ತೀರಾ? ಅಥವಾ ಕೈ ಮತ್ತು ಬಾಯಿಯಲ್ಲಿ ಏನಾದ್ರೂ ಹಿಡಿದುಕೊಂಡಿರಬೇಕಾ? ನಿಮ್ಮ ಇಚ್ಛೆಯನ್ನು ಶಾಂತ ಗೊಳಿಸುವುದಕ್ಕಾ ? ಅಥವಾ ಸುಮ್ಮನೆ ಹಾಗೆಯೆ ಸಿಗರೇಟ್ ಹಚ್ಚಿ ಬಿಡುತ್ತೀರಾ? ನಿಮಗೆ ನಿಮ್ಮ ಉದ್ದೇಶ ತಿಳದರೆ ಕಾರಣವನ್ನು ಹುಡುಕಲು ಸುಲಭವಾಗುತ್ತದೆ.

- ನಿಮ್ಮಕೈಗಳನ್ನು ವ್ಯಸ್ತವಾಗಿಟ್ಟಕೊಂಡಿರುವುದಕ್ಕಾಗಿ ಸೇದುವುದಾದರೆ ಕೈಯಲ್ಲಿ ಪೆನ್ಸಿಲ್, ರಬ್ಬರ್‌ಬ್ಯಾಂಡ್, ಅಥವಾ ಕಡ್ಡಿ ಹಿಡಿದುಕೊಳ್ಳಲು ಅಭ್ಯಾಸ ಮಾಡಿಕೊಳ್ಳಿ. ಹೊಲಿಗೆ ಹಾಕಿ, ಕಂಪ್ಯೂಟರ್ ನಲ್ಲಿ ಒಗಟು ಬಿಡಿಸಿ, ವೀಡಿಯೊ ಗೇಮ್ ಆಡಿ, ತಮ್ಮ ಈ-ಮೇಲ್ ಚೆಕ್ ಮಾಡಿ. ನಿಮಗೆ ಸಿಗರೇಟಿನ ನೆನಪು ಬರದಿರಲಿಕ್ಕೆ

- ಬಾಯಿಯಲ್ಲಿ ಏನಾದರು ಇಟ್ಟುಕೊಳ್ಳುವ ಅಭ್ಯಾಸದಿಂದ ಸಿಗರೇಟ್ ಸೇದುವುದಾದರೆ ಟುಥ್‌ಪಿಕ್, ಬಬಲ್‌ಗಮ್, ಹಸಿ ತರಕಾರಿ, ಪಾಪ್‌ಕರ್ನ್, ಅಥವಾ ಲಾಲಿಪಾಪ್ ಉಪಯೋಗಿಸಿ.
- ಉತ್ತೇಜನಕ್ಕಾಗಿ ಸೇದುವುದಾದರೆ ನಿಧಾನವಾಗಿ ಓಡಾಡಿ, ಪುಸ್ತಕವನ್ನು ಓದಿ, ಅಥವಾ ಸ್ನೇಹಿತರಜೊತೆಗೆ ಮಾತನಾಡಿ.
- ಒತ್ತಡವನ್ನು ಕಡಿಮೆ ಮಾಡಲು ಸೇದುವುದಾದರೆ ವ್ಯಾಯಾಮ ಮಾಡಿ ಅಥವಾ ಆರಾಮ ಮಾಡುವ ಟೆಕ್ನೀಕ್‌ಗಳನ್ನು ಪ್ರಯೋಗಿಸಿ, ಸಂಗೀತ ಕೇಳಿ, ವಾಕಿಂಗ್ ಹೋಗಿ. ಮಾಲಿಶ್ ಮಾಡಿಕೊಳ್ಳಿ ಅಥವಾ ಸೆಕ್ಸ್‌ಗಾಗಿ ತಯಾರಾಗಿ.
- ಅಭ್ಯಾಸಬಲದಿಂದ ಸೇದುವುದಾದರೆ ಧೂಮಪಾನ ನಿಷೇದವಿರುವ ಸ್ಥಳಕ್ಕೆ ಹೋಗಿ .
- ನೀವು ಧೂಮಪಾನವನ್ನು ಯಾವುದಾದರು ವಿಶೇಷ ಊಟದ ಪದ್ಧತಿಯ ಜೊತೆಗೆ ಸೇರಿಸಿಕೊಂಡಿದ್ದರೆ ವ ನಿಮ್ಮ ಅಭ್ಯಾಸವನ್ನು ಬದಲಾಯಿಸಿಕೊಳ್ಳಿ. ಉದಾ: ನೀವು ತಿಂಡಿ ತಿನ್ನುವಾಗ ಸಿಗರೇಟ್ ಸೇದುತ್ತೀರಾದರೆ ಹಾಸಿಗೆಯ ಮೇಲೆ ತಿಂಡಿ ತಿನ್ನುವುದು ತಪ್ಪೇನಲ್ಲ.
- ಸಿಗರೇಟ್ ಸೇದುವ ಇಚ್ಛೆ ಆದಾಗಲೆಲ್ಲ ನಿಧಾನವಾಗಿ ಆಳವಾದ ಶ್ವಾಸ ತೆಗೆದುಕೊಳ್ಳಿ ಆಮೇಲೆ ನಿಧಾನವಾಗಿ ಬಿಡಿ. ನೀವು ಸಿಗರೇಟಿನ ಹೊಗೆ ಬಿಡುವಹಾಗೆ ತೋರಿಸಿಕೊಳ್ಳಿ.

ಸಿಗರೇಟ್ ಕಾಣಿಸಿದರೆ

- ಸಿಗರೇಟ್ ಕಾಣಿಸಿದರೆ ನೀವು ಮೊದಲು ಸೇದಿರುವ ಸಿಗರೇಟ್‌ಗಳ ಬಗ್ಗೆ ಯೋಚಿಸಿ. ಈಗ ನೀವು ಸೇದಿರುವ ಸಿಗರೇಟ್ ನಿಮ್ಮ ಮಗುವಿಗೆ ಎಷ್ಟು ಹಿತವಾಗಿರುವುದು ಎಂದು ಮನಸ್ಸಿನಲ್ಲೇ ಯೋಚನೆ ಮಾಡಿ.

ಶಿಶುವಿನಿಂದ ಪ್ರೇರಣೆ ತೆಗೆದುಕೊಳ್ಳಿ

- ನಿಮ್ಮ ಅಡಿಗೆಮನೆಯ ಮೇಜು, ಗೂಡು ಅಥವಾ ಮೇಜಿನ ಗೂಡಲ್ಲಿ ಶಿಶುವಿನ ಅಲ್ಟ್ರಾಸೌಂಡಿನ ಚಿತ್ರವನ್ನು ಹಾಕಿಡಿ. ಅದಿಲ್ಲದೆ ಹೋದರೆ ಬೇರೆ ಸುಂದರವಾಗಿರುವ ಶಿಶುವಿನ ಚಿತ್ರವೂ ಈ ಕೆಲಸ ಮಾಡಬಹುದು.

ಸ್ವಲ್ಪ ಸಹಾಯ ತೆಗೆದುಕೊಳ್ಳಿ-

- ಹಿಪ್ನೋಸಿಸ್ ಆಕ್ಯೂಪಂಚರ್ ಹಾಗೂ ವಿಶ್ರಮಿಸುವ ಟೆಕ್ನೀಕ್‌ಗಳ ಸಹಾಯದಿಂದ ಧೂಮಪಾನವನ್ನು ಬಿಡಬಹುದು. ಈ ವಿಷಯದಲ್ಲಿ ಅನೇಕ ಸಂಸ್ಥೆಗಳು ನಿಮ್ಮ ಸಹಾಯ ಮಾಡಬಹುದು. ನೀವು ಆ ಗರ್ಭಿಣಿ ಮಹಿಳೆಯರಿಂದ ಆನ್ ಲೈನ ಸಹಾಯ ಸಹ ತೆಗೆದುಕೊಳ್ಳಬಹುದು ಯಾರು ಧೂಮಪಾನ ಬಿಡುವುದನ್ನು ಪ್ರಯತ್ನಿಸುತ್ತಿದಾರೆ.

ಪದೆ-ಪದೆ ಪ್ರಯತ್ನಿಸಿ

ನಿಕೋಟೀನ್ ಒಂದು ಬಲಶಾಲಿ ಆಗಿರುವ ಡ್ರಗ್. ಇದರಿಂದ ಬಿಡುಗಡೆ ಪಡೆಯುವುದು ಕಷ್ಟ. ಮೊದಲನೆಯ ಸಲ ಸಫಲತೆ ಸಿಗದೆ ಹೋದರೆ ನಿರಂತರವಾಗಿ ಪ್ರಯತ್ನಿಸುತ್ತಿರಿ. ಪ್ರಯತ್ನ ಮಾಡಿದ್ದಕ್ಕೆ ನಿಮ್ಮ ಬೆನ್ನು ನೀವೆ ತಟ್ಟಿಕೊಳ್ಳಿ. ಸೋಲು ಬಂದರೆ ಬೇಜಾರಾಗದೆ ಪುನ: ಎರಡರಷ್ಟು ಉತ್ಸಾಹದಿಂದ ಎದ್ದುನಿಂತಿಕೊಳ್ಳಿ. ನೀವು ಇದನ್ನು ಮಾಡಬಹುದು.

ನೋಟ್- ಗರ್ಭಾವಸ್ಥೆಯ ಸಮಯದಲ್ಲಿ ನಿಕೋಟೀನ್, ಪ್ಯೆಚ್, ಲಾಜಿಸ್, ಅಥವಾ ಗಮ್ ನ ಸೇವನೆ ಸಹ ಅಪಾಯಕರವಾಗಬಹುದು. ಡಾಕ್ಟರ್ ಇದನ್ನು ತೆಗೆದುಕೊಳ್ಳುವ ಸಲಹೆಯನ್ನು ಕೊಡುವುದಿಲ್ಲ.

ಕೆಲವು ಅಧ್ಯಯನಗಳಿಂದ ತಿಳಿದುಬಂದಿದ್ದೆಂದರೆ ಯಾವ ಗರ್ಭಿಣಿ ಮಹಿಳೆ ಗರ್ಭದ ಮೊದಲನೆಯ ಮೂರು ತಿಂಗಳಲ್ಲಿ ಧೂಮಪಾನ ಬಿಡುವರೋ ಅವರಿಗೆ ಅಪಾಯ ತುಂಬ ಕಡಿಮೆ ಆಗುವುದು. ಅನೇಕ ಸಲ ಯಾವ ಮಹಿಳೆಯರು ಪ್ರಾರಂಭದಲ್ಲಿ ನಿಕೋಟೀನ್ ಬಿಡುವುದಿಲ್ಲವೋ ಅವರು ಆಮೇಲೆ ತಮ್ಮ ಮನಸ್ಸಿನ ಕೂಗನ್ನು ಕೇಳಿ ಸಿಗರೇಟ್ ಸೇದುವುದನ್ನು ಬಿಡುತ್ತಾರೆ. ಮೊದಲೇ ಬಿಟ್ಟರೆ ಒಳ್ಳೆಯದು ಆದರೂ ಆಮೇಲೆ ಬಿಟ್ಟರೂ ಶಿಶುವಿಗೆ ಆಕ್ಸೀಜನಿನ ಪ್ರವಾಹ ನಿಯಮಿತವಾಗುವುದು. ಧೂಮಪಾನ ಬಿಟ್ಟರೆ ನಿಮ್ಮ ತೂಕ ಹೆಚ್ಚಾಗುತ್ತದೆ ಎಂದು ನಿಮಗೆ ಅನಿಸಿದರೆ, ನೆನಪಿರಲಿ ಈ ವಿಷಯದಲ್ಲಿ ಇನ್ನು ಯಾವುದೇ ಪ್ರಭಾವ ಸಿಕ್ಕಿಲ್ಲ. ಅನೇಕ ಧೂಮಪಾನ ಮಾಡುವವರು ಸ್ಥೂಲವಾಗೂ ಇರುತ್ತಾರೆ. ಯದ್ಯಪಿ ಬರುವ ಪ್ರಕ್ರಿಯೆಯಲ್ಲಿ ತೂಕ ಸ್ವಲ್ಪ ಹೆಚ್ಚಾಗಬಹುದು ಆದರೆ ಆ ತೂಕವನ್ನು ಸುಲಭವಾಗಿ ಕಡಿಮೆ ಮಾಡಬಹುದು. ಈ ಪ್ರಕ್ರಿಯೆಯ ಸಮಯದಲ್ಲಿ ಡೈಟಿಂಗ್ ಮಾಡುವ ವಿಚಾರವನ್ನು ಮನಸ್ಸಿನಿಂದ ತೆಗೆದುಬಿಡಿ. ನಿಮಗೆ ಹಾಗೂ ನಿಮ್ಮ ಶಿಶುವಿಗೆ ಇದು ಸರಿಅಲ್ಲ.

ಅನೇಕ ಜನರಲ್ಲಿ ಸಿಗರೇಟ್ ಬಿಟ್ಟಾದಮೇಲೆ ಅನೇಕ ತರಹದ ಲಕ್ಷಣಗಳು ಕಾಣಿಸಿಕೊಳ್ಳುತ್ತದೆ. ಇವು ಭಿನ್ನ-ಭಿನ್ನ ಜನರಲ್ಲಿ ಭಿನ್ನ-ಭಿನ್ನವಾಗಿರುತ್ತದೆ. ವ್ಯಾಕುಲತೆ, ಉತ್ತೇಜನ, ವತ್ತಡ, ಬಿಗಿಯುವುದು, ಶರೀರ ಸಂಜ್ಞಾಹೀನವಾಗುವದು, ಕೈ-ಕಾಲು ನಡುಗುವುದು, ತಲೆ ಸುತ್ತುವುದು, ಸುಸ್ತು, ನಿದ್ರೆ ಹಾಗೂ ವಾಯುವಾಗುವುದು ಸಾಮಾನ್ಯವಾದ ಲಕ್ಷಣಗಳು. ಕೆಲವು ಜನರು ಇದರಿಂದ ಮಾನಸಿಕ ಹಾಗೂ ಶಾರೀರಿಕ ಪ್ರದರ್ಶನದಿಂದ ಪ್ರಭಾವಿತವಾಗುವರು. ಹೆಚ್ಚು ಜನರಿಗೆ ಕಫದ ತೊಂದರೆ ಆಗುತ್ತದೆ.

ನಿಕೋಟೀನ್ ನ ಪ್ರಭಾವ ಕಡಿಮೆ ಮಾಡಬೇಕೆಂದರೆ ಕೆಫೀನ್ ತೆಗೆದುಕೊಳ್ಳುವುದು ಬಿಡಬೇಕು. ಸುಸ್ತು ಕಡಿಮೆ ಮಾಡಲು ವ್ಯಾಯಾಮ ಮಾಡಿ ಹಾಗೂ ಸಂಪೂರ್ಣ ವಿಶ್ರಾಂತಿ ತೆಗೆದುಕೊಳ್ಳಿ. ಮಸ್ತಿಷ್ಕಕ್ಕೆ ಸುಸ್ತಾಗುವ ಕೆಲಸ ಹೆಚ್ಚುಮಾಡದೆ ಸಣ್ಣ-ಪುಟ್ಟ ಕೆಲಸಗಳನ್ನು ಮಾಡಿ. ಉದಾಸೀನತೆ ಹೆಚ್ಚಾದರೆ ಡಾಕ್ಟರಿನ ಸಲಹೆ ತೆಗೆದುಕೊಳ್ಳಲು ವಿಳಂಬಿಸ ಬೇಡಿ.

ಈ ಪ್ರಭಾವಗಳು ಕೆಲವು ದಿನಗಳಿಂದ ಕೆಲವು ವಾರಗಳತನಕ ಇರಬಹುದು ಆದರೆ ಇದರ ಲಾಭ ಜೀವ ಪೂರ್ತಿ ಸಿಗುವುದು, ಅಲ್ಲವಾ?

ಸೆಕೆಂಡ್‌ಹ್ಯಾಂಡ್ ಸ್ಮೋಕ್

''ನಾನು ಸಿಗರೇಟ್ ಸೇದುವುದಿಲ್ಲ ಆದರೆ ನನ್ನ ಯಜಮಾನರು ಸೇದುತ್ತಾರೆ. ಇದರಿಂದ ಶಿಶುವಿಗೆ ಹಾನಿಯಾಗ ಬಹುದಾ?''

ಧೂಮಪಾನದ ಹೊಗೆಯಿಂದ ಕೇವಲ ಸೇದುವವರಿಗೆ ಹಾನಿಯಾಗುವುದಿಲ್ಲ. ಇದು ಅವರ ಸುತ್ತಲಿರುವರ ವಾತಾವರಣ ಹಾಗೂ ತಾಯಿಯ ಗರ್ಭದಲ್ಲಿ ಬೆಳೆಯುತ್ತಿರುವ ಶಿಶುವಿನ ಮೇಲೆ ಸಹ ಪ್ರಭಾವ ಬೀಳುವುದು. ನಿಮ್ಮ ಯಜಮಾನರು ಸಿಗರೇಟ್ ಸೇದುವುದಾದರೆ ಜನಿಸದ ಮಗುವಿಗೆ ನೀವು ಸೇದಿದಷ್ಟೆ ಹಾನಿಯಾಗಬಹುದು.

ಅವರು ಸಿಗರೇಟ್ ಸೇದುವುದನ್ನು ಬಿಡಲಾಗದೆ ಹೋದರೆ ಅವರಿಗೆ ನಿಮ್ಮಿಂದ ದೂರ ಅಥವಾ ಮನೆಯಿಂದ ಹೊರಗೆ ಹೋಗಿ ಧೂಮಪಾನ ಮಾಡುವುದಕ್ಕೆ ಹೇಳಿ.(ಆದರೂ ಸ್ವಲ್ಪ ಕೆಟ್ಟ ಪ್ರಭಾವ ಬಿದ್ದೇ ಬೀಳುತ್ತದೆ.)

ಧೂಮಪಾನ ಬಿಟ್ಟರೆ ಅವರ ಆರೋಗ್ಯ ಚೆನ್ನಾಗಿರುತ್ತದೆ ಜೊತೆಗೆ ಶಿಶುವೂ ಸ್ವಸ್ಥವಾಗಿರುತ್ತದೆ. ಶಿಶುವಿಗೆ ಈ ಹೊಗೆಯಿಂದಾನೆ ಶ್ವಶಕೋಷ ತಂತ್ರದ ರೋಗಗಳಾಗಬಹುದು. ಇದರಿಂದ ಪುಪ್ಪಸಗಳಿಗೆ ಹಾನಿಯಾಗಬಹುದು. ನಿಮ್ಮ ಮಗುವು ಸಹ ಒಂದು ದಿನ ಸ್ಮೋಕರ್ ಆಗಬಹುದು.

ಯಧ್ಯಪಿ ಸ್ನೇಹಿತರನ್ನು ಹಾಗೂ ಸಂಬಂಧಿಗಳನ್ನು ಧೂಮಪಾನದಿಂದ ತಡೆಯಲಾಗುವುದಿಲ್ಲ ಆದರು ಆದಷ್ಟು ಅವರಿಂದ ದೂರವಿರಿ(ಅವರು ಸಿಗರೇಟ್ ಸೇದುತಿರುವಾಗ). ನಿಮ್ಮ ಕಾರ್ಯಸ್ಥಳದಲ್ಲಿ ಸಿಗರೇಟ್ ಸೇದುವುದು ವರ್ಜಿತವಾಗಿದ್ದರೆ ನೀವು ಸ್ವಚ್ಛವಾದ ಗಾಳಿಯಲ್ಲಿ ಉಸಿರಾಡಬಹುದು. ಹೀಗಿಲ್ಲದೆ ಹೋದರೆ ನಿಮ್ಮ ಸಹಕರ್ಮಿಗಳಿಗೆ ಧೂಮಪಾನದಿಂದ ಭ್ರೂಣಕ್ಕೆ ಎಷ್ಟು ಅಪಾಯಾಗಬಹುದೆಂದು ಹೇಳಿ. ಆದರೂ ಸರಿಹೋಗದಿದ್ದರೆ ಅವರು ನಿಶ್ಚಿತವಾದ ಸ್ಥಳದಲ್ಲೇ ಧೂಮಪಾನ ಮಾಡುವಹಾಗೆ ಕಾನೂನೂ ಮಾಡಲು ಪ್ರಯತ್ನಿಸಿ. ಇದು ಸಾಧ್ಯವಾಗದಿದ್ದರೆ ಸ್ವಲ್ಪ ಸಮಯ ಅಲ್ಲಿ ಕೆಲಸ ಮಾಡಬೇಡಿ.

ಮಾರಿಜುಆನಾದ (ಒಂದು ರೀತಿಯ ಧೂಮಪಾನ) ಪ್ರಯೋಗ---

''ನಾನು ಅನೇಕ ವರ್ಷಗಳಿಂದ ಸಾಮಾಜಿಕರೂಪದ ಮಾರಿಜುಆನಾದ ಪ್ರಯೋಗಮಾಡುತ್ತಿದ್ದೇನೆ. ಇದರಿಂದ ನನ್ನ ಗರ್ಭಸ್ಥ ಶಿಶುವಿಗೆ ಯಾವುದಾದರೂ ಹಾನಿಯಾಗಬಹುದಾ? ಮಾರಿಜುಆನಾದ ಸೇವನೆ ಗರ್ಭಾವಸ್ಥೆಯಲ್ಲಿ ಹಾನಿಕಾರಕವಾ?''

ಕಳೆದು ಹೋಗಿದ್ದನ್ನು ಮರೆತುಬಿಡಿ. ಯಾವುದಾದರೂ ಸಮಸ್ಯೆ ಬರುವುದಾದರೆ ಗರ್ಭಧಾರಣೆಯಸಮಯದಲ್ಲೆ ಬರುವುದು. ಈಗ ನೀವು ಗರ್ಭಿಣಿ, ಆದಕಾರಣ ಅದರಿಂದ ಯಾವುದೇ ತೊಂದರೆ ಇಲ್ಲ. ಗರ್ಭಧಾರಣೆಯ ಮೊದಲು ತೆಗೆದುಕೊಂಡಿದ್ದ ಮಾರಿಜುಆನಾದಿಂದ ಭ್ರೂಣದ ಮೇಲೆ ಏನಾದರೂ ಪ್ರಭಾವ ಆಗುತ್ತದೆಂದು ಯಾವುದೇ ಸಾಕ್ಷಿ ಸಿಗುವುದಿಲ್ಲ.

ಆದರೆ ಈಗ ನೀವು ಇದನ್ನು ಬಿಡಬೇಕು. ಯಧ್ಯಪಿ ಈ ವಿಷಯದಲ್ಲಿ ಇನ್ನು ಸಂತೋಷಜನಕವಾದ ಅಧ್ಯಯನ ಆಗಿಲ್ಲ. ಆದಕಾರಣ ಈ ವಿಷಯದಲ್ಲಿ ಏನು ಅಧಿಕವಾಗಿ ಹೇಳಲಾಗುವುದಿಲ್ಲ. ಗರ್ಭಾವಸ್ಥೆಯಲ್ಲಿ ಮಾರಿಜುವಾನಾ ತೆಗೆದುಕೊಳ್ಳುವ ಮಹಿಳೆಯರು ಮಧ್ಯ, ಸಿಗರೇಟ್, ಹಾಗೂ ಬೇರೆ ಇತರ ಡ್ರಗ್ಸ್‌ಗಳ ಅಡಿಕ್ಟ್ಸ್ ಆಗಿರುತ್ತಾರೆ. ಅವರು ಪ್ರಸವ ಪೂರ್ವ ಮೇಲ್ವಿಚಾರಣೆಯನ್ನು

ಮಾಡಿಕೊಳ್ಳಲಾಗುವುದಿಲ್ಲ. ಆದಕಾರಣ ಯಾವ ಕಾರಣದಿಂದ ಕೆಟ್ಟ ಪರಿಣಾಮಗಳು ಕಾಣಿಸಿಕೊಳ್ಳುವುದು ಎಂದು ಹೇಳುವುದು ಕಷ್ಟ. ಈತನಕ ಆಗಿರುವ ಅಧ್ಯಯನಗಳಿಂದ ತಿಳಿದುಬಂದಿರುವುದು ಏನೆಂದರೆ ನೀವು ಈ ಮಾದಕ ದ್ರವ್ಯಗಳ ಸೇವನೆ ಮಾಡುವಾಗ ಇದರ ಪ್ರಭಾವ ಜನಿಸಿಲ್ಲದ ಶಿಶುವಿನತನಕ ಹೋಗುವುದು. ಇದರಿಂದ ಶಿಶುವಿನ ಬೆಳವಣಿಗೆ ಸರಿಯಾಗಾಗುವುದಿಲ್ಲ. ಕೆಲವು ಅಧ್ಯಯನಗಳಿಂದ ಇನ್ನು ನಕಾರಾತ್ಮಕ ಪರಿಣಾಮ ಕಾಣಿಸಿಕೊಂಡಿದೆ. ಇದರ ಕಾರಣದಿಂದ ಶಿಶುವಿನ ಬೆಳವಣಿಗೆಯಲ್ಲಿ ಅನೇಕ ತರಹದ ಅಡ್ಡಿಗಳು ಬರಬಹುದು.

ನೀವು ಇತರ ಮಾದಕದ್ರವ್ಯಗಳಂತೆ ಇದನ್ನು ಗರ್ಭಾವಸ್ಥೆಗೆ ಹಾನಿಕಾರಕವೆಂದು ಬಿಡಬೇಕು. ಮೊದಲೇನಾಯಿತೋ ಆಯಿತು. ಆದರೆ ಗರ್ಭಾವಸ್ಥೆಯಲ್ಲಿ ಇದೆಲ್ಲ ನಡೆಯುವುದಿಲ್ಲ. ನಾವು ಸಿಗರೇಟ್ ಬಿಡಲು ಯಾವ ಉಪಾಯಗಳನ್ನು ಹೇಳಿದ್ದೀವೋ ಅದರಿಂದಲೇ ಕೆಲವು ಉಪಾಯಗಳನ್ನು ಮಾಡಬಹುದು. ಯೋಗಾ, ಧ್ಯಾನ, ಮಾಲಿಶ್‌ನಂತ ಆರಾಮವಾಗಿರುವ ಟೆಕ್ನೀಕ್‌ಗಳಮೇಲೆ ಗಮನಕೊಡಿ. ಆದರೂ ಸರಿಯಾಗದೆ ಹೋದರೆ ನಿಮ್ಮ ಡಾಕ್ಟರಿನ ಸಲಹೆ ಪಡೆಯಿರಿ.

ಕೊಕೀನ್ ಹಾಗೂ ಇತರ ಮಾದಕ ದ್ರವ್ಯಗಳು

'' ನಾನು ಒಂದು ವಾರದ ಮೊದಲು ಕೊಕೀನ್ ತೆಗೆದುಕೊಂಡಿದ್ದೆ. ಆಮೇಲೆ ನಾನು ಗರ್ಭಿಣಿ ಎಂದು ನನಗೆ ಗೊತ್ತಾಯಿತು. ಇದರಿಂದ ನನ್ನ ಶಿಶುವಿನ ಮೇಲೆ ಯಾವುದೇ ಕೆಟ್ಟ ಪ್ರಭಾವ ಬೀಳುವುದಿಲ್ಲವಾ?''

ಆ ಕೊಕೀನ್‌ನ ಯೋಚನೆಮಾಡಬೇಡಿ ಆದರೆ ಗಮನವಿರಲಿ ಇದೇ ಕಡೆಯದಾಗಲಿ. ಆ ಕೊಕೀನ್ ನಿಮ್ಮ ಶಿಶುವಿನ ಮೇಲೆ ಯಾವ ಪ್ರಭಾವವು ಬೀಳುವುದಿಲ್ಲ. ಗರ್ಭಾವಸ್ಥೆಯಲ್ಲೂ ಕೊಕೀನ್ ತೆಗೆದುಕೊಳ್ಳುತ್ತಿದ್ದರೆ ಅದು ಅಪಾಯಕಾರಿಯಾಗಬಹುದು. ಇದು ಎಷ್ಟು ಅಪಾಯಕಾರಿಯಾಗಬಹುದೆಂದು ಏನು ಅಂದಾಜಿಲ್ಲ. ಈ ಪ್ರಭಾವಗಳನ್ನು ಸ್ಪಷ್ಟವಾಗಿ ತಿಳಿದುಕೊಳ್ಳಲು ಸಾಧ್ಯವಿಲ್ಲ ಏಕೆಂದರೆ ಕೊಕೀನ್ ತೆಗೆದುಕೊಳ್ಳುವವರು ಸಿಗರೇಟ್ ಸೇದುತ್ತಾರೆ. ಅಧ್ಯಯನಗಳಿಂದ ಇದು ಗೊತ್ತಾಗಿರುವುದೆಂದರೆ ಭ್ರೂಣದ ಮೇಲೆ ಮಾದಕ ದ್ರವ್ಯಗಳ ಪ್ರಭಾವ ಬೀಳುವುದು. ರಕ್ತ ಪ್ರವಾಹ ಹಾಗೂ ಬೆಳವಣಿಗೆಯಲ್ಲಿ ಅಡ್ಡಿ ಬರುವುದು. ವಿಶೇಷವಾಗಿ ಶಿಶುವಿನ ತಲೆಯ ಭಾಗಕ್ಕೆ. ಗರ್ಭಪಾತ, ಸಮಯಪೂರ್ವ ಜನನ, ಜನನದ ಸಮಯದಲ್ಲಿ ಕಡಿಮೆ ತೂಕ ಅಥವಾ ಜನನದನಂತರ ಹೊತ್ತಾಗಿ ಅಳುವ ಸಮಸ್ಯೆ, ಅಲ್ಲದೆ ದೀರ್ಘಕಾಲೀನ ಸಮಸ್ಯೆಗಳೂ ಉತ್ಪನ್ನವಾಗಬಹುದು. ಗರ್ಭಿಣಿ ಸ್ತ್ರೀ ಕೊಕೀನಿನ ಎಷ್ಟು ಪ್ರಯೋಗ ಮಾಡುತ್ತಾಳೋ ಅಷ್ಟೇ ಶಿಶುವಿಗೂ ಹಾನಿ ಆಗುತ್ತಾಹೋಗುತ್ತದೆ.

ಈ ವಿಷಯವನ್ನು ಡಾಕ್ಟರಿಗು ಹೇಳಿ. ಅವರಿಗೆ ಹಾಗೂ ಮಿಡ್ವೈಫಿಗೆ ಮೆಡಿಕಲ್ ಹಿಸ್ಟ್ರಿ ಗೊತ್ತಿದ್ದರೆ ಸರಿಯಾಗಿರುತ್ತದೆ. ಮನಸ್ಸಿದ್ದರೂ ಕೊಕೀನ್ ಬಿಡುವುದು ಕಷ್ಟವಾಗುತ್ತಿದ್ದರೆ ಡಾಕ್ಟರಿನ ಸಲಹೆ ಪಡೆಯಿರಿ.

ಹೆರಾಇನ್, ಎಲ್ ಸೀ ಡೀ, ಪೀ,ಸೀ,ಪೀ ಅಲ್ಲದೆ ನಾರ್‌ಕೊಟಿಕ್, ಟ್ರೈಕ್ವೈಲೈಜರ್ಸ, ಸಿಡೆಟಿವ್ ಹಾಗೂ ನಿದ್ರೆ ಮಾತ್ರೆಗಳು ಅಪಾಯಕಾರಿ ಆಗಬಹುದು. ನಿಮ್ಮ ಪ್ರಸವ ಸುರಕ್ಷಿತವಾಗಿರಲೆಂದು ನಿಮ್ಮ ಗರ್ಭಾವಸ್ಥೆಯನ್ನು ಮಾದಕ ದ್ರವ್ಯಗಳ ಮದದಿಂದ ದೂರವಿಡಿ.

ಸೆಲ್ ಫೋನ್

''ನಾನು ಪ್ರತಿನಿತ್ಯ ಗಂಟೆಗಟ್ಟಲೆ ಸೆಲ್ ಫೋನ್‌ನಲ್ಲಿ ಮಾತನಾಡುತ್ತೀನಿ. ಇದರಿಂದ ನನ್ನ ಶಿಶು ಪ್ರಭಾವಿತವಾಗುವುದಾ?''

ನೋಡಿ, ಇತ್ತೀಚೆಗೆ ಎಲ್ಲರು ಸೆಲ್ ಫೋನ್ ಉಪಯೋಗಿಸುತ್ತಾರೆ. ಈಗ ನೀವು ಇಬ್ಬರು ಜೊತೆಗೆ ಫೋನ್ ಉಪಯೋಗಿಸುತ್ತಿದ್ದೀರಿ ಆದ್ದರಿಂದ ಏನೂ ವ್ಯತ್ಯಾಸವಾಗುವುದಿಲ್ಲ. ಸೆಲ್ ಫೋನ್ ಉಪಯೋಗಿಸಿದರೆ ಗಭಾವಸ್ಥೆಯಲ್ಲಿ ಏನಾದರು ಹಾನಿಯಾಗುವುದೆಂದು ಯಾವ ಪ್ರಭಾವವು ಇದುವರೆಗೆ ಸಿಕ್ಕಿಲ್ಲ. ಇದು ನಿಮಗೆ ಲಾಭಕರವೆ ಏಕೆಂದರೆ ಇದರಿಂದ ನೀವು ನಿಮ್ಮ ಡಾಕ್ಟರಿಂದ ಅಥವಾ ಮಿಡ್ವೈಫಯಿಂದ ಯಾವುದೇ ಸಮಸ್ಯೆಯ ವಿಷಯದಲ್ಲಿ ಮಾತನಾಡಬಹುದು. ಈ ತರಹ ನೀವು ನಿಮ್ಮ ಕೆಲಸದ ವಿಷಯದಲ್ಲೂ ಸ್ವಲ್ಪ ಯೋಚಿಸಬಹುದು ಇದರಿಂದ ನಿಮಗೆ ವಿಶ್ರಮಿಸಲು ಹೆಚ್ಚು ಸಮಯ ಸಿಗುವುದು.

ಆದರೆ ಸೆಲ್ ಫೋನ್ ಪೂರ್ತಿ ಅಪಾಯವಿಲ್ಲ ಎಂದು ಹೇಳಲಾಗುವುದಿಲ್ಲ. ಗಾಡಿ ಓಡಿಸುವಾಗ ಸೆಲ್ ಫೋನ್ ನಲ್ಲಿ ಮಾತನಾಡುವುದು ಅಪಾಯಕಾರಿ ಆಗಬಹುದು. ನಿಮ್ಮ ಕೈಯಲ್ಲಿ ಸೆಲ್ ಫೋನ್ ಇಲ್ಲದೆ ಹೋದರೂ ಕಿವಿಯ ಯಂತ್ರವನ್ನು ಹಾಕಿ ಕೊಂಡು ಮಾತನಾಡಿದರೂ ಗಮನ ಬೇರೆ ಕಡೆ ಹೋಗುವುದು. ಫೋನ್ ನಲ್ಲಿ ಮಾತನಾಡಬೇಕಾದರೆ ಯಾವುದಾದರು ಸುರಕ್ಷಿತವಾದ ಸ್ಥಳದಲ್ಲಿ ಮಾತನಾಡಿ. ಸೆಲ್ ಫೋನ್ ಯಾವಗಲು ನಿಮ್ಮ ಹಾಸಿಗೆಯ ಮೇಲೆ ಅಥವಾ ಜೇಬಲ್ಲಿ ಇಟ್ಟುಕೊಂಡಿರಬೇಡಿ.

ಮೈಕ್ರೊವೇವ್

''ನಾನು ಪ್ರತಿನಿತ್ಯ ಮೈಕ್ರೊವೇವ್‌ನಲ್ಲಿ ಅಡಿಗೆ ಮಾಡುತ್ತೀನಿ ಅಥವಾ ಬಿಸಿ ಮಾಡುತ್ತೀನಿ. ಗರ್ಭಾವಸ್ಥೆಯಲ್ಲಿ ಇದರ ಉಪಯೋಗ ಸುರಕ್ಷಿತವಾಗಿದೆಯಾ?''

ನೀವು ತಾಯಿಯಾಗುತ್ತಿದ್ದೀರಿ ನಿಮಗಾಗಿ ಇದು ಒಂದು ಗೆಳೆಯನಗಿಂತ ಕಡಿಮೆ ಅಲ್ಲ. ಕಡಿಮೆ ಸಮಯದಲ್ಲಿ ಸ್ವಲ್ಪ ಪರಿಶ್ರಮದಿಂದ ತಾಜಾ ಹಾಗೂ ಸ್ವಾದಿಷ್ಟವಾಗಿರುವ ಅಡಿಗೆ ತಯಾರಾಗಬಹುದು. ಇದರ ಪ್ರಯೋಗ ಪೂರ್ಣವಾಗಿ ಸುರಕ್ಷಿತವಾಗಿದೆ ಎಂದು ಅಧ್ಯಯನಗಳಿಂದ ತಿಳಿದು ಬಂದಿದೆ. ಮೈಕ್ರೊವೇವ್‌ನಲ್ಲಿ ಮಾಡಬಹುದಾದ ಅಡಿಗೆಯನ್ನು ಅದರಲ್ಲಿ ಮಾಡಿ ಹಾಗೂ ಪ್ಲಾಸ್ಟಿಕ್ ರಾಪರ್‌ನಿಂದ ಆಹಾರವನ್ನು ಸ್ಪರ್ಶಿಸಬೇಡಿ.

ಹಾಟ್ ಟಬ್ ಹಾಗೂ ಸ್ನಾನ

''ನನ್ನ ಮನೆಯಲ್ಲಿ ಹಾಟ್ ಟಬ್ಬಿದೆ. ಗರ್ಭಾವಸ್ಥೆಯಲ್ಲಿ ಇದರ ಉಪಯೋಗ ಸುರಕ್ಷಿತವಾಗಿರುತ್ತದಾ?''

ನಿಮಗೆ ತಣ್ಣೀರಲ್ಲಿ ಸ್ನಾನ ಮಾಡುವ ಆವಶ್ಯಕತೆ ಇಲ್ಲ. ಆದರೆ ಹಾಟ್ ಟಬ್ಬಿನಲ್ಲಿ ಹೋಗದೆ ಇರುವುದೆ ಒಳ್ಳೆಯದು. ಯಾವ ಕಾರಣದಿಂದ ನಿಮ್ಮ ಶರೀರದ ಉಷ್ಣಾಂಶ 102 ಡಿಗ್ರಿ ಫಾರೆನ್‌ಹೈಟ್ ಗಿಂತ ಹೆಚ್ಚಾದರೆ ಅದು ನಿಮಗೆ ಹಾಗೂ ನಿಮ್ಮ ಶಿಶುವಿಗೆ, ವಿಶೇಷವಾಗಿ ಪ್ರಾರಂಭಿಕ ತಿಂಗಳಲ್ಲಿ ಅಪಾಯಕಾರಿಆಗಬಹುದು. ಅಧ್ಯಯನಗಳಿಂದ ತಿಳಿದುಬಂದಿದ್ದೇನೆಂದರೆ ಮೊದಲ ಹತ್ತು ನಿಮಿಷಗಳಲ್ಲಿ ಶರೀರದ ಉಷ್ಣಾಂಶ ಹೆಚ್ಚಾಗುವುದಿಲ್ಲ ಆದರೂ ಸುರಕ್ಷತೆಯ ದೃಷ್ಟಿಯಿಂದ ನಿಮ್ಮ ಹೊಟ್ಟೆಯನ್ನು ಬಿಸಿ ನೀರಿನಿಂದ ಹೊರಗೆ ಇಡಿ. ಸಾಮಾನ್ಯವಾಗಿ ಮಹಿಳೆಯರು ಶರೀರದ ಉಷ್ಣಾಂಶ 102 ತನಕ ತಲಪುವ ಮೊದಲೇ ಬಿಸಿ ನೀರಿಂದ ಹೊರಗೆ ಬರುತ್ತಾರೆ ಹಾಗು ಅವರಿಗೆ ಅಸಹಜ ಅನಿಸುತ್ತದೆ. ನೀವು ನಿಮ್ಮ ಮನಸ್ಸಿನ ಸಮಾಧಾನಕ್ಕೆ ಡಾಕ್ಟರಿನ ಸಲಹೆಯಿಂದ ಭ್ರೂಣ ಸೌಂಡ್ ಮಾಡಿಸಿಕೊಳ್ಳಬಹುದು.

ಸೊನಾ ಅಥವಾ ಸ್ಟೀಮ್ ರೂಮಲ್ಲಿ ತುಂಬ ಹೊತ್ತಿನವರೆಗು ಇರುವದು ಸರಿಅಲ್ಲ. ಗರ್ಭಿಣಿ ಮಹಿಳೆಯರಲ್ಲಿ ಡಿಹೈಡ್ರೇಶನ್ ಹಾಗು ಕಡಿಮೆ ರಕ್ತದ ವತ್ತಡದ ಅಪಾಯ ಅಧಿಕವಾಗಿರುತ್ತದೆ. ಇದು ಅಲ್ಲಿಹೋದರೆ ಇನ್ನು ಹೆಚ್ಚಾಗುವುದು. ಈ ಪುಸ್ತಕದಲ್ಲಿ ನಾವು ಚಿಕಿತ್ಸೆಯಿಂದ ಮಾಡುವ ಜಾಗರೂಕತೆಗಳನ್ನು ತಿಳಿಸಿದ್ದೀವಿ. ಅದನ್ನು ಗಮನಿಸಿ.

ಸಾಕಿದ ಬೆಕ್ಕು

''ನನ್ನ ಮನೆಯಲ್ಲಿ ಎರಡು ಬೆಕ್ಕುಗಳಿವೆ. ಅವುಗಳ ಕಾರಣದಿಂದ ಶಿಶು ರೋಗಿ ಆಗಬಹುದೆಂದು ನಾನು ಕೇಳಿದೀನಿ. ನಾನು ಬೆಕ್ಕುಗಳಿಂದ ಬಿಡುಗಡೆ ಪಡೆಯಬೇಕಾ?''

- ನಿಮ್ಮ ಗೆಳೆಯರಿಂದ ಈ ತರಹ ಬಿಡುಗಡೆ ಪಡೆಯುವುದನ್ನು ಯೋಚಿಸಬೇಡಿ. ನೀವು ಅವುಗಳ ಜೊತೆಗೆ ಬಹಳ ಸಮಯದಿಂದ ಇದ್ದೀರಿ ಆದಕಾರಣ ಬೆಕ್ಕಿನಿಂದ ಸೇರಿರುವ ರೋಗ ಟೊಸೊಪ್ಲಾಜ್ಮೊಸಿಸ್ ಗೆ ಪ್ರತಿರೋಧಕ ಕ್ಷಮತೆ ಉತ್ಪನ್ನವಾಗಿರಬೇಕು. ಒಂದು ಅಂದಾಜಿನಂತೆ 40% ಅಮೇರಿಕ ಜನರು ಇದರಿಂದ ಪೀಡಿತರಾಗಿದ್ದಾರೆ. ಯಾರ ಮನೆಯ ಸಾಕಿದ ಬೆಕ್ಕುಗಳು ಮನೆಯಿಂದ ಹೊರಗೆ ಅಧಿಕ ಸಮಯದವರೆಗೂ ಇರುತ್ತವೊ ಅಲ್ಲಿ ಈ ತೊಂದರೆ ಇನ್ನು ಹೆಚ್ಚಾಗಿದೆ. ಹಸಿ ಮಾಂಸ

ಎಲೆಕ್ಟ್ರಿಕ್ ಕಂಬಳಿ ಹಾಗೂ ಹೀಟಿಂಗ್ ಪ್ಯಾಡ್

ನಡುಗುವ ಛಳಿಯಲ್ಲಿ ಹೀಟಿಂಗ್ ಪ್ಯಾಡ್ ಅಥವಾ ಎಲೆಕ್ಟ್ರಿಕ್ ಕಂಬಳಿಯನ್ನು ಉಪಯೋಗಿಸಬೇಕೆಂದರೆ ನಿಮ್ಮ ಪ್ರಿಯ ಸಂಗಾತಿಯ ಆಲಿಂಗನ ಇನ್ನು ಪ್ರಿಯವಾಗಬಹುದು ಅಲ್ಲ! ಬಹಳ ಛಳಿ ಇದ್ದರೆ ಆ ಕಂಬಳಿಯಿಂದ ಹಾಸಿಗೆಯನ್ನು ಬಿಸಿ ಮಾಡಿಕೊಳ್ಳಿ. ಆಮೇಲೆ ಮಲಗುವಾಗ ಅದನ್ನು ತೆಗೆದು ಬಿಡಿ. ಹೀಟಿಂಗ್ ಪ್ಯಾಡನ್ನು ಯಾವುದಾದರು ಟವಲ್‌ನಲ್ಲಿ ಸುತ್ತಿ ಶರೀರದ ಅಂಗಾಂಗಗಳಿಗೆ ಆರಾಮ ಕೊಡಿ. ಗರ್ಭಕಾಲ ಬೆಳೆಯುತ್ತ ನಿಮ್ಮ ಶರೀರದಲ್ಲು ತುಂಬ ಉಷ್ಣಾಂಶ ಉತ್ಪನ್ನವಾಗುತ್ತದೆ. ಹೀಟಿಂಗ್ ಪ್ಯಾಡ್ 15 ನಿಮಿಷಗಳಿಗಿಂತ ಹೆಚ್ಚು ಉಪಯೋಗಿಸಬೇಡಿ ಮತ್ತು ರಾತ್ರಿ ಮಲಗುವಾಗಲಂತೂ ಉಪಯೋಗಿಸಬೇಡಿ. ನೀವು ಅದನ್ನು ಆನ್ ಮಾಡಿ ಮಲಗಿಬಿಟ್ಟರೆ, ಮೊದಲೆ ಸ್ವಲ್ಪ ಸಮಯಕ್ಕೆ ಹೀಟಿಂಗ್ ಪ್ಯಾಡ್ ಹಾಗೂ ಎಲೆಕ್ಟ್ರಿಕ್ ಕಂಬಳಿ ಉಪಯೋಗಿಸಿದ್ದರೆ ಅದರಿಂದ ಯಾವುದೇ ವ್ಯತ್ಯಾಸವಾಗುವುದಿಲ್ಲ.

ಹಾಗೂ ಪ್ಯಾಶ್ಚರೈಜ್ಡ್ ರಹಿತ ಹಾಲು ಕುಡಿಯುವ ಬೆಕ್ಕುಗಳಿಂದಲೂ ಈ ಅಪಾಯ ಉತ್ಪನ್ನವಾಗಬಹುದು. ಹಾಗೆ ನಿಮಗೆ ಬೇಕೆಂದರೆ ನೀವು ಟೆಸ್ಟ್ ಮಾಡಿಸಿಕೊಳ್ಳಬಹುದು. ಟೆಸ್ಟಿಂದ ಏನು ಗೊತ್ತಾಗದೆ ಹೋದರೆ ಕೆಳಗೆ ಬರೆದಿರುವ ಜಾಗರೂಕತೆಗಳನ್ನು ಬಳಸಿ:-

- ಬೆಕ್ಕುಗಳು ಸಂಕ್ರಮಿತವಾಗಿದ್ದರೆ (ಇನ್‌ಫೆಕ್ಶನ್) ತಪಾಸಣೆ ಮಾಡಿಸಿ. ಸಂಕ್ರಮಿತವಾಗಿದ್ದರೆ ಅವುಗಳನ್ನು ಸ್ವಲ್ಪ ಸಮಯಕ್ಕೆ ಯಾರಾದರು ಸ್ನೇಹಿತರ ಮನೆಯಲ್ಲಿ ಸರಿಯಾಗಲು ಬಿಟ್ಟುಬಿಡಿ. ಆಮೇಲೆ ಅದಕ್ಕೆ ಹಸಿ ಮಾಂಸ ತಿನ್ನಲು, ಕಾಡು ಬೆಕ್ಕುಗಳ ಜೊತೆಗೆ ಓಡಾಡಲು, ರೂಮುಗಳಲ್ಲಿ ಅಲ್ಲಿ-ಇಲ್ಲಿ ತಿರುಗಾಡಲು ಹಾಗೂ ಎಲೆ ಅಥವಾ ಪಕ್ಷಿಗಳನ್ನು ತಿನ್ನಲು ಕೊಡಬೇಡಿ.
- ಬೇರೆಯವರಿಗೆ ಅದನ್ನು ಸ್ವಚ್ಛ ಮಾಡಲು ಬಿಡಿ. ನೀವೆ ಮಾಡಬೇಕಾದರೆ ಕೈಯಲ್ಲಿ ಕೈ ಚೀಲ ಹಾಕಿಕೊಳ್ಳಿ. ಬೆಕ್ಕನ್ನು ಮುಟ್ಟಿದ ಮೇಲೆ ತಕ್ಷಣ ಕೈಗಳನ್ನು ತೊಳೆಯಿರಿ.
- ತೋಟದಲ್ಲಿ ಕೆಲಸ ಮಾಡಬೇಕಾದರು ಕೈಚೀಲ ಹಾಕಿ ಕೊಳ್ಳಿ. ಮಣ್ಣಲ್ಲಿ ಬೆಕ್ಕು ಮಲ-ಮೂತ್ರ ವಿಸರ್ಜನೆ ಮಾಡಿದೆ ಎಂದು ನಿಮಗೆ ಅನಿಸಿದರೆ ಅಲ್ಲಿ ತೋಟದ ಕೆಲಸ ಮಾಡ ಬೇಡಿ. ಬೆಕ್ಕು ಅಥವಾ ಬೇರೆ ಪಶುಗಳು ಪ್ರಯೋಗಿಸಿದ ಮರಳಿನ ಜೊತೆಗೆ ಮಕ್ಕಳನ್ನು ಆಟಕ್ಕೆ ಬಿಡಬೇಡಿ.
- ಮನೆಯ ತೋಟದಿಂದ ಕಿತ್ತಿರುವ ಹಣ್ಣು ಮತ್ತು ತರಕಾರಿಗಳನ್ನು ತೊಳೆದು ಕೊಂಡು ಉಪಯೋಗಿಸಿ. ಅವುಗಳನ್ನು ಸುಲಿದು ಬೇಯಿಸಿಕೊಂಡೆ ತಿನ್ನಿ.
- ಹಸಿಯಾಗಿರವ ಮಾಂಸ ಅಥವಾ ಅರ್ಧ ಬೆಂದಿರುವ ಮಾಂಸವನ್ನು ತಿನ್ನ ಬೇಡಿ. ರೆಸ್ಟೋರೆಂಟಿನಲ್ಲಿ ಚೆನ್ನಾಗಿ ಬೇಯಿಸಿದ ಮಾಂಸವನ್ನೇ ತರಿಸಿ.
- ಹಸಿ ಮಾಂಸವನ್ನು ತೊಳೆದ ಮೇಲೆ ಚೆನ್ನಾಗಿ ಕೈ ತೊಳೆಯಿರಿ.

ಅನೇಕ ಡಾಕ್ಟರ್‌ಗಳಂತೆ ಎಲ್ಲಾ ಗರ್ಭಿಣಿ ಮಹಿಳೆಗೆ ಈ ಟೆಸ್ಟ್ ಮಾಡಿಸಲೇಬೇಕು. ಇದರಿಂದ ಅವರಿಗೆ ಅವರ ಸ್ಥಿತಿ ಗೊತ್ತಾಗುತ್ತದೆ. ಅವರು ಸಂಕ್ರಮಣದಿಂದ ಪೀಡಿತರಾಗಿದ್ದರೆ ಈ ವಿಷಯದಲ್ಲಿ ಜಾಗರೂಕತೆಯಿಂದ ಇರಬಹುದು. ನೀವು ನಿಮ್ಮ ಡಾಕ್ಟರಿನ ಸಲಹೆಯಂತೆ ನಡೆಯಿರಿ.

ಮನೆಯಲ್ಲಿ ಬಾಧೆಗಳು

''ನಾನು ಮನೆಯಲ್ಲಿ ಸ್ವಚ್ಛವಮಾಡಲು ಬಳಸುವ ಪದಾರ್ಥಗಳ ಹಾಗೂ ಸೊಳ್ಳೆ ಸ್ಪ್ರೇ ಯಿಂದ ಎಷ್ಟು ಜಾಗರೂಕವಾಗಿರಬೇಕು. ಗರ್ಭಾವಸ್ಥೆಯಲ್ಲಿ ನಲ್ಲಿ ನೀರು ಕುಡಿಯುವುದು ಸುರಕ್ಷಿತವಾಗಿದೆಯಾ?''

ಗರ್ಭಾವಸ್ಥೆಯಲ್ಲಿ ಸಣ್ಣ-ಸಣ್ಣ ಮಾತುಗಳು ತುಂಬ ಅರ್ಥವುಳ್ಳವಾಗಿರುತ್ತದೆ. ನೀವು ಕೇಳಿರಬೇಕು ಅಥವಾ ಓದಿರಬೇಕು ಯಾವಾಗ ನೀವು ಇಬ್ಬರಿಗೋಸ್ಕರ ಬಾಳುತ್ತೀರ ಆಗ ಸ್ವಚ್ಛವಮಾಡುವ ಪದಾರ್ಥಗಳು ಹಾಗೂ ಸೊಳ್ಳೆ ಹೊಡೆಯುವ ಔಷಧಿಗಳು ಹಾಗೂ ಕುಡಿಯುವ ನೀರು ಹಾನಿಕಾರಿ ಆಗಬಹುದು. ನೀವು ಸ್ವಲ್ಪ ಜಾಗರೂಕತೆಯಿಂದ ಇದ್ದರೆ ನಿಮ್ಮ ಶಿಶುವಿಗೆ ಮನೆಗಿಂತ ಸುರಕ್ಷಿತವಾದ ಸ್ಥಾನವೇ ಇಲ್ಲ. ನಿಮಗೆ ಮನೆಯಲ್ಲಿ ಬರುವ ಬಾಧೆಗಳ ವಿಷಯದಲ್ಲಿ ಕೆಳಗೆ ಬರೆದಿರುವ ತತ್ವಗಳ ಮಾಹಿತಿ ಇರಬೇಕು:-

ಮನೆಯ ಸ್ವಚ್ಛತೆಗೆ ಮಾಡುವ ಉತ್ಪಾದಗಳು:- ಅಡಿಗೆಮನೆ ಒರೆಸುವ ಅಥವಾ ಊಟದ ಮೇಜು ಒರೆಸುವ, ಕೆಲಸ ನೀವು ಮಾಡಬೇಕು. ಗರ್ಭಾವಸ್ಥೆಯಲ್ಲಿ ಸ್ವಲ್ಪ ಜಾಗುರೂಕತೆಯಿಂದಿರಿ ಹಾಗೂ ಈ ಸಲಹೆಗಳನ್ನು ಗಮನಿಸಿ:-

- ಈ ಉತ್ಪಾದದ ವಾಸನೆ ತೀಕ್ಷ್ಣವಾಗಿದ್ದರೆ ಅದನ್ನು ಮೂಗಿನ ಹತ್ತಿರ ತೆಗೆದುಕೊಂಡು ಹೋಗಿ ಮೂಸ ಬೇಡಿ. ಚೆನ್ನಾಗಿ ಗಾಳಿಆಡುವ ಸ್ಥಳದಲ್ಲಿ ಇದನ್ನು ಉಪಯೋಗಿಸಿ. ನಿಮ್ಮ ಸಂಗಾತಿಗೆ ಟಾಯ್‌ಲೆಟ್ ಕ್ಲೀನ್ ಮಾಡಲು ಹೇಳಿದರೆ ಒಳ್ಳೆಯದು.
- ಅಮಿನಿಯಾ ಹಾಗೂ ಕ್ಲೋರೀನ್‌ಯುಕ್ತವಾದ ಪದಾರ್ಥಗಳು(ಗರ್ಭಾವಸ್ಥೆ ಇಲ್ಲದೆ ಹೋದರು) ಸೇವಿಸಬೇಡಿ. ಹೀಗೆ ಸೇವಿಸಿದರೆ ತೀಕ್ಷ್ಣ ಜ್ವಾಲೆ ಏಳಬಹುದು.
- ವಿಷಯುಕ್ತವಾಗಿರುವಂತ ಲೇಬಲ್ಲಿರುವ ಪದಾರ್ಥಗಳನ್ನು ಅಥವಾ ಓವನ್ ಕ್ಲೀನ್ ಮಾಡುವ ಅಥವಾ ಡ್ರೈಕ್ಲೀನಿಂಗ್ ಮಾಡುವ ದ್ರವ್ಯಗಳನ್ನು ಉಪಯೋಗಿಸಲೇ ಬೇಡಿ.
- ಯಾವುದೇ ಪದಾರ್ಥಗಳನ್ನು ಉಪಯೋಗಿಸುವ ಮೊದಲು ಕೈ ಚೀಲ ಹಾಕಿಕೊಳ್ಳಿ. ಈ ತರಹ ಕೈನ ತ್ವಚೆ ಸುರಕ್ಷಿತವಾಗಿರುತ್ತದೆ ಹಾಗೂ ತ್ವಚೆಯ ಸಂಪರ್ಕ ರಸಾಯನದಿಂದ ಆಗುವುದಿಲ್ಲ.

ಸೀಸ-(ಲಿಡ್) ಯದ್ಯಪಿ ಇದು ಮಕ್ಕಳಿಗೆ ಅಷ್ಟು

ಹಾನಿಕಾರಕವಲ್ಲ. ಆದರೆ ಗರ್ಭಿಣಿ ಮಹಿಳೆಯರಿಗೆ ಹಾಗೂ ಮಕ್ಕಳಿಗೆ ಇದರಿಂದ ಹಾನಿಯಾಗ ಬಹುದು. ಇದರ ರಕ್ಷಣೆಗಾಗಿ:-

- ಕುಡಿಯುವ ನೀರಲ್ಲಿ ಲೆಡ್ ಇರುತ್ತದೆ. ನೀರನ್ನು ಇದರಿಂದ ರಕ್ಷಿಸಿ.
- ಹಳೆಯ ಪೇಯಿಂಟಲ್ಲು ಲೆಡ್ ಇರುತ್ತದೆ. ನಿಮ್ಮ ಮನೆ 50 ವರ್ಷಕ್ಕಿಂತ ಹಳೆಯದಾಗಿ ಪದರ-ಪದರವಾಗಿ ಪೇಯಿಂಟ್ ಉದರುತ್ತಿದ್ದರೆ ಅದರ ಕೆಲಸ ಮುಗಿಯುವರೆಗೆ ಎಲ್ಲಾದರು ಬೇರೆ ಕಡೆಹೋಗಿರಿ. ಮನೆಯಲ್ಲಿ ಯಾವುದಾದರು ಗೋಡೆಯ ಅಥವಾ ಫರ್ನೀಚರ್ ಪೇಯಿಂಟ್ ಕಿತ್ತುಹೋಗುತ್ತಿದ್ದರೆ ಸರಿಮಾಡಿಸಲು ವಿಳಂಬಿಸಬೇಡಿ.
- ಮಣ್ಣು, ಪಾಟ್ ಹಾಗೂ ಪಿಂಗಾಣಿಯ ಹಳೆಯ ಪಾತ್ರೆಗಳಲ್ಲಿಯು ಲೆಡ್ ಇರುತ್ತದೆ. ಯಧ್ಯಪಿ ಇದರ ಪರಿಣಾಮ ಸ್ಪಷ್ಟವಾಗಿಲ್ಲ ಆದರು ನೀವು ಈ ತರಹದ ಪ್ಲೇಟ್‌ಗಳಲ್ಲಿ ಅಥವಾ ಪಾತ್ರೆಗಳಲ್ಲಿ ಹುಳಿಯಾಗಿರುವ ಹಣ್ಣು, ಸಿರಕಾ, ಟಮೊಟೊ, ಮಧ್ಯ ಅಥವಾ ಸಾಫ್ಟ್ ಡ್ರಿಂಕ್ಸ್ ಬಳಸಬೇಡಿ.

ನಲ್ಲಿ ನೀರು– ಸಾಮಾನ್ಯವಾಗಿ ನಲ್ಲಿಯಲ್ಲಿ ಬರುವ ನೀರು ಸ್ವಚ್ಛವಾಗಿ ಹಾಗೂ ಸುರಕ್ಷಿತವಾಗಿರುತ್ತದೆ. ಸುರಕ್ಷಿತವಾದ ನೀರು ಮಗುವಿನತನಕ ತಲುಪಲೆಂದು ನೀವು ಕೆಳಗೆ ಬರದಿರುವ ಉಪಾಯಗಳನ್ನು ಮಾಡಬೇಕು:-

- ನೀವು ಪಾನೀಯ ಸ್ವಾಸ್ಥ್ಯ ವಿಭಾಗದಿಂದ ಪೇಯ ಜಲ ಅಥವಾ ಕುಡಿಯುವ ನೀರಿನ ಶುದ್ಧತೆಯ ಪರೀಕ್ಷಣೆ ಮಾಡಿಸಿ. ಬೇರೆ ಅವರ ಮನೆಗಿಂತ ನಿಮ್ಮ ಮನೆಯಲ್ಲಿ ಗಲೀಜಾಗಿರುವ ಅಥವಾ ವಾಸನೆಇರುವ ನೀರು ಬರುತ್ತಿದೆಯ ಎಂದು ತಿಳಿದುಕೊಳ್ಳಿ. ಏಕೆಂದರೆ ಒಮ್ಮೊಮ್ಮೆ ಡಿಸ್‌ಪೋಜಬಲ್ ಲೈನ್ ಅದರ ಜೊತೆಗೆ ಸೇರಿರುತ್ತದೆ. ಅಥವಾ ಕುಡಿಯುವ ನೀರಿನ ಪೈಪ್‌ಲೈನ್ ಕೆಟ್ಟು ಹೋಗಿರಬಹುದು. ಅವರ ಹತ್ತಿರ ನೀರನ್ನು ಶುದ್ಧಮಾಡುವ ಉಪಾಯ ಕೇಳಿ. ಹಾಗೂ ಯಾವತರಹದ ದೂರುಬಂದರೂ ಖಂಡಿತವಾಗಿ ತಪಾಸಣೆ ಮಾಡಿಸಿ.
- ತಪಾಸಣೆ ಮಾಡಿಸಿದಾಗ ನೀರಲ್ಲಿ ದೋಷಬಂದರೆ ಫಿಲ್ಟರ್ ಹಾಕಿಸಿಕೊಳ್ಳಿ ಅಥವಾ ಕುಡಿಯಲು ಹಾಗೂ ಅಡಿಗೆಮಾಡಲು ಸೀಲ್ಡಾಗಿರುವ ಬಾಟಲಿನ ನೀರನ್ನು ಉಪಯೋಗಿಸಿ. ಆದರೆ ಎಲ್ಲಾ ಸೀಲ್ಡಾಗಿರುವ ಬಾಟಲಿನ ನೀರು ಸುರಕ್ಷಿತವಾಗಿರುತ್ತದೆಂದು ತಿಳಿದುಕೊಳ್ಳಬೇಡಿ. ಈ ಬಾಟಲ್‌ಗಳಲ್ಲು ಸಾದಾ ನೀರು ತುಂಬಿರಬಹುದು. ಕೆಲವು ಬಾಟಲ್‌ಗಳ ನೀರಲ್ಲಿ ಫ್ಲೋರೈಡ್ ಇರುವುದಿಲ್ಲ. ಅದು ನಿಮ್ಮ ಮಗುವಿನ ಹಲ್ಲುಗಳಿಗೆ ಆವಶ್ಯಕ. ಡಿಸ್ಟಿಲ್ಡ ನೀರು ತೆಗೆದುಕೊಳ್ಳಬೇಡಿ ಏಕೆಂದರೆ ಅದರಲ್ಲಿ ಲಾಭಕಾರಿಯಾದ ಖನಿಜಗಳನ್ನು ತೆಗೆದುಬಿಟ್ಟಿರುತ್ತಾರೆ.
- ತಪಾಸಣೆಆದ ಮೇಲೆ ನೀರಲ್ಲಿ ಲೆಡ್ಡಿನ ಪ್ರಮಾಣ ಹೆಚ್ಚಾಗಿದ್ದರೆ ಪೈಪ್‌ಲೈನಿನ ಕನೆಕ್ಶನ್ ಬೇರೆ ಕಡೆಯಿಂದ ತೆಗೆದುಕೊಳ್ಳಿ. ಯಧ್ಯಪಿ ಇದು ಯಾವಾಗಲು ಸಂಭವವಾಗುವುದಿಲ್ಲ. ಆದಕಾರಣ ಕುಡಿಯಲು ಹಾಗು ಅಡಿಗೆ ಮಾಡಲು ತಣ್ಣೀರೆ ಉಪಯೋಗಿಸಿ. ನೀರನ್ನು ಉಪಯೋಗಿಸುವ ಮೊದಲು ಹತ್ತು ನಿಮಿಷದವರೆಗು ನಲ್ಲಿ ಬಿಟ್ಟಿರಿ.
- ನಿಮ್ಮ ನೀರಲ್ಲಿ ಕ್ಲೋರಿನ್ ವಾಸನೆ ಹೆಚ್ಚಾಗಿದ್ದರೆ ಅದನ್ನು ಕುದಿಸಿ ಅಥವಾ 24 ಗಂಟೆಕಾಲದವರಗೆ ಮುಚ್ಚಿಡಬೇಡಿ. ಅದರಿಂದ ವಾಸನೆ ಗಾಳಿಯಲ್ಲಿ ಹಾರಿಹೋಗುವುದು.

ಕೀಟನಾಶಕ ಉತ್ಪಾದನಗಳು (ಪೆಸ್ಟಿಸೈಡ್)– ಸಾಮಾನ್ಯವಾಗಿ ಕ್ರಿಮಿ-ಕೀಟಗಳಿಂದ ಸುರಕ್ಷಣೆಗಾಗಿ ಕೀಟನಾಶಕ ಉತ್ಪಾದನಗಳನ್ನು ಉಪಯೋಗಿಸಬೇಕಾಗುವುದು. ಗರ್ಭಾವಸ್ಥೆಯಲ್ಲಿ ಕೆಲವು ಜಾಗರೂಕತೆಗಳಿಂದ ಎಲ್ಲಾ ಸರಿಯಾಗ ಬಹುದು. ಅಕ್ಕ-ಪಕ್ಕದಲ್ಲಿ ಕೀಟನಾಶಕವನ್ನು ಚುಮುಕಿಸಿದರೆ ಔಷಧಿಯ ವಾಸನೆ ಇರುವತನಕ ಅಲ್ಲಿಗೆಹೋಗಬೇಡಿ. ಮನೆಯ ಕಿಟಕಿ ಮುಚ್ಚಿಕೊಳ್ಳಿ.

ನಿಮ್ಮ ಮನೆಯಲ್ಲೇ ಸ್ಪ್ರೇ ಮಾಡಿಸಬೇಕಾದರೆ ಪಾತ್ರೆಗಳು ಹಾಗೂ ಊಟ-ತಿಂಡಿಗಳು ಅದರಿಂದ ಸುರಕ್ಷಿತವಾಗಿರಲೆಂದು ಗಮನವಿರಲಿ. ಮನೆಯಲ್ಲಿ ವಾಸನೆ ಹೋಗಲಿಕ್ಕೆ ಕಿಟಕಿಗಳನ್ನು ತೆಗೆದಿಡಿ. ಎಲ್ಲಾ ಸ್ಥಳವನ್ನು ತೊಳೆದು-ಒರೆಸಿ ಮಾಡಿದಮೇಲೆಯೇ ಆ ಸ್ಥಳದಲ್ಲಿ ಅಡಿಗೆ ಮಾಡಿ. ಹಾಗೆ ಪೆಸ್ಟ್ ನಿಯಂತ್ರಣಕ್ಕಾಗಿ ಪ್ರಾಕೃತಿಕವಾದ ಉಪಾಯಗಳನ್ನು ಬಳಸುವುದು ಒಳ್ಳೆಯದು. ನಿಮ್ಮ ತೋಟದ ದೊಡ್ಡ ಪೈಪಿಂದ ನೀರಿನ ಹನಿಗಳನ್ನು ಬಿಡಿ. ಈ ಕೆಲಸಕ್ಕೆ ವಿಶೇಷವಾಗಿ ಮಾಡಿದ ಸೋಪ್ ಮಿಕ್ಸ್ ಬರುತ್ತದೆ ಅದನ್ನು ಉಪಯೋಗಿಸಿ. ಕೆಲವು ಕೀಟಗಳನ್ನು ಸಾಕಿಕೋಳ್ಳಿ ಆದರಿಂದ ಈ ಕೀಟಗಳು ನಿಮಗೆ ತೊಂದರೆ ಕೊಡುವ ಕೀಟಗಳನ್ನು ನಾಶಮಾಡುತ್ತದೆ.

ಕೀಟನಾಶಕ ತೆಗೆದು ಕೋಳ್ಳಲೆಬೇಕಾದರೆ ವಿಷಯುಕ್ತವಾಗಿಲ್ಲದಿರುವ ಕೀಟನಾಶಕವನ್ನು ತೆಗೆದುಕೊಳ್ಳಿ. ಮನೆಯಲ್ಲಿ ನಾಫ್ಥಲೀನ್ ಬಾಲ್ಸ್ ಬದಲು ಬೇವಿನ ಸೊಪ್ಪನ್ನು ಇಡಿ. ಇದರಿಂದ ಬಟ್ಟೆಗಳು ಅಧಿಕ ಸುರಕ್ಷಿತವಾಗಿರುತ್ತದೆ.

ಮನೆಯಲ್ಲಿ ಮಕ್ಕಳು ಅಥವಾ ಸಾಕಿದ ಪಶು-ಪಕ್ಷೀ

ಇದ್ದರೆ ಅವರನ್ನು ಕೀಟನಾಶಕ ಉತ್ಪಾದಕಗಳಿಂದ ದೂರವಿಡಿ. ವಿಷಯುಕ್ತವಾಗಿರುವ ಕೀಟನಾಶಕದಲ್ಲಿ ಬೋರಿಕ್ ಆಸಿಡ್ ಇರುತ್ತದೆ ಅದನ್ನು ಮೂಸಿದರೆ, ಅಥವಾ ನುಂಗಿದರೆ ವಿಷಯುಕ್ತವಾಗಬಹುದು. ಕಣ್ಣುಗಳಲ್ಲಿ ಉರಿಆಗಬಹುದು. ಯಾವುದಾದರು ಸ್ಥಳೀಯವಾದ ಪರ್ಯಾವರಣೀಯ ಕ್ಯಾಂಪ್‌ನಿಂದ ಪ್ರಾಕೃತಿಕವಾದ ಉಪಾಯಗಳು ಹಾಗು ವಿಧಿಗಳ ವಿಷಯದಲ್ಲಿ ಸಲಹೆ ತೆಗೆದುಕೊಳ್ಳಬಹುದು.

ಯದ್ಯಪಿ ಈ ವಸ್ತುಗಳ ಸ್ವಲ್ಪ ಪ್ರಯೋಗದಿಂದ ಯಾವುದೇ ಹಾನಿಯಾಗುವುದಿಲ್ಲ. ಇವುಗಳನ್ನು ದೀರ್ಘಕಾಲದವರೆಗು ಉಪಯೋಗಿಸಿದರೆ, ಉದಾ: ರಾಸಾಯನಿಕ ಫ್ಯಾಕ್ಟ್ರಿ ಯಲ್ಲಿ ಕೆಲಸ ಮಾಡುವುದು, ಆಗ ಇದರ ಕೆಟ್ಟ ಪರಿಣಾಮ ಕಾಣಿಸಿಕೊಳ್ಳುವುದು.

ಪೇಂಟ್ ವಾಸನೆ: ಸಮಸ್ತ ಪಶುಜಗತ್ತಿನಲ್ಲಿ ಮಗುಬರುವ ಮೊದಲು ಜೋರಾಗಿ ಸಿದ್ಧತೆಗಳನ್ನು ಮಾಡುತ್ತಾರೆ. ಪಕ್ಷಿಗಳು ಗೂಡು ಕಟ್ಟುವವು, ಅಳಿಲುಗಳು ತಮ್ಮ ಮನೆಯನ್ನು ಕವಲು ಹಾಗೂ ಎಲೆಗಳಿಂದ ಮೃದು ಮಾಡುತ್ತವೆ, ಪುರುಷ ಹಾಗೂ ಸ್ತ್ರೀ ಆನಲೈನ್ ಡಿಜೈನ್ ನಮೂನೆಯನ್ನು ನೋಡಲು ಉತ್ಸುಕರಾಗಿರುತ್ತಾರೆ. ಸಾಮಾನ್ಯವಾಗಿ ಇದರಲ್ಲಿ ಶಿಶುವಿನ ರೂಮಿನ ಪೇಯ್ಂಟ್ ಸೇರಿರುತ್ತದೆ.(ನೀವು ಬಣ್ಣವನ್ನು ಆರಿಸಿದ ಮೇಲೆ) ಹಾಗೆ ಇತ್ತೀಚೆಗೆ ಪೇಯ್ಂಟನಲ್ಲಿ ಲೆಡ್ ಅಥವಾ ಪಾದರಸ ಇರುವುದಿಲ್ಲ ಆದಕಾರಣ ಅವು ಗರ್ಭಾವಸ್ಥೆಯಲ್ಲಿ ಸುರಕ್ಷಿತವಾಗಿದೆ ಎಂದು ನಂಬುತ್ತಾರೆ. ಆದರು ಅನೇಕ ತತ್ವಗಳ ಕಾರಣದಿಂದ ನೀವು ನಿಮ್ಮ ಪೇಯ್ಂಟಿಂಗ್ ಬ್ರಶನ್ನು ಬೇರೆಯವರ ಕೈಯಲ್ಲಿ ಕೊಡಬೇಕಾಗುತ್ತದೆ. ಗರ್ಭಾವಸ್ಥೆಯಲ್ಲಿ ಅಧಿಕ ಭಾರವಿರುತ್ತದೆ. ನಿರಂತರವಾಗಿ ಪೇಯ್ಂಟ್ ಮಾಡಿದರೆ ಬೆನ್ನಿನ ಸ್ನಾಯುಗಳ ಮೇಲೆ ಒತ್ತಡದಿಂದ ನೋವಾಗಬಹುದು. ಪೇಂಟ್ ಮಾಡಲು ಮೆಟ್ಟಲು ಹತ್ತುವಾಗ ಕಾಲು ಜಾರಬಹುದು. ಹಾಗೂ ಪೇಂಟ್ ವಾಸನೆಯಿಂದ ಓಕರಿಕೆ ಬರಬಹುದು.

ಮನೆಯಲ್ಲಿ ಪೇಂಟ್ ಆಗುವಾಗ ಮನೆಯಿಂದ ಹೊರಗಿರಲು ಪ್ರಯತ್ನಿಸಿ. ಮನೆಯ ಎಲ್ಲಾ ಕಿಟಕಿಗಳನ್ನು ತೆಗೆದಿರಿ. ಪೇಂಟ್ ರಿಮೂವರಿಂದನೂ ದೂರವಿರಿ ಏಕೆಂದರೆ ಇದು ತುಂಬ ವಿಷಯುಕ್ತವಾಗಿರುತ್ತದೆ. ಹಳೆಯ ಪೇಂಟ್ ತೆಗೆಯುವಾಗ ಅದರಲ್ಲಿ ಪಾದರಸ ಅಥವಾ ಲೆಡ್ಡಿನ ಪ್ರಯೋಗವಾಗಬಹುದು.

ವಾಯು ಮಾಲಿನ್ಯ

''ಪಟ್ಟಣದ ವಾಯು ಮಾಲಿನ್ಯದಿಂದ ನನ್ನ ಮಗುವಿಗೆ ಹಾನಿ ಆಗಬಹುದೇ?''

ಒಂದು ಆಳವಾಗಿ ಉಸಿರುತೆಗೆದುಕೊಳ್ಳಿ. ಈ ಆಳವಾಗಿರುವ ಉಸಿರು ಸುರಕ್ಷಿತವಾಗಿದೆ. ಕೋಟ್ಯಾಂತರ ಗರ್ಭಿಣಿ ಮಹಿಳೆಯರು ಇದೇ ವಾಯುವಿನಲ್ಲಿ ಉಸಿರಾಡುತ್ತಿದ್ದಾರೆ ಹಾಗೂ ಸ್ವಸ್ಥವಾಗಿರುವ ಶಿಶುಗಳಿಗೆ ಜನ್ಮ ಕೊಡುತ್ತಿದ್ದಾರೆ. ಹಾಗೆ ನೀವು ವಾಯು ಮಾಲಿನ್ಯದಿಂದ ಹರಡುವ ಕಾರಕಗಳಿಂದ ಸ್ವಲ್ಪ ಜಾಗರೂಕತೆಯಿಂದ ಇರಬೇಕಾಗುವುದು:-

- ಹೊಗೆತುಂಬಿದ ರೂಮಲ್ಲಿ ಕುಳಿತುಕೊಳ್ಳಬೇಡಿ. ತಂಬಾಕಿನ ಹೊಗೆ ಭ್ರೂಣದ ಬೆಳವಣಿಗೆಯ ಮೇಲೆ ಕೆಟ್ಟಪ್ರಭಾವ ಬೀರಬಹುದು. ನಿಮ್ಮ ಸ್ನೇಹಿತರಿಗೆ, ಪರಿಚಿತರಿಗೆ, ಸಂಬಂಧಿಗಳಿಗೆ ನಿಮ್ಮ ಹತ್ತಿರ ಧೂಮಪಾನ ಮಾಡ ಬೇಡಿರೆಂದು ಹೇಳಿ. ಸಿಗರೇಟ್ ಜೊತೆಗೆ ಪೈಪ್ ಹಾಗೂ ಸಿಗಾರಿನಿಂದನೂ ದೂರವಿರಿ. ಏಕೆಂದರೆ ಇದರ ಪ್ರಯೋಗದಿಂದ ಬಹಳ ಹೊಗೆ ಬರುತ್ತದೆ.
- ನಿಮ್ಮ ಕಾರಿನ ಇಂಧನದ ಪರೀಕ್ಷೆ ಮಾಡಿಸಿ. ಗ್ಯಾರೆಜ್ ಬಾಗಿಲನ್ನು ತೆಗೆಯದೆ ಗಾಡೀ ಸ್ಟಾರ್ಟ್ ಮಾಡಬೇಡಿ. ಇಂಜಿನ್ ಓಡುವಾಗ ಗಾಡಿಯ ಬಾಗಿಲು ಹಾಗೂ ಕಿಟಕಿಯ ಗಾಜು ಹಾಕಿಕೊಳ್ಳಿ.
- ನಿಮ್ಮ ಪಟ್ಟಣದಲ್ಲಿ ಮಾಲಿನ್ಯ ಹೆಚ್ಚಾಗಿದ್ದರೆ ಮನೆಯಲ್ಲೆ ಅಧಿಕ ಸಮಯ ಕಳೆಯಿರಿ. ಕಿಟಕಿಗಳನ್ನು ಮುಚ್ಚಿ ಎ.ಸೀ ಹಾಕಿಕೊಳ್ಳಿ. ಸ್ವಾಸ್ಥ್ಯ ಅಧಿಕಾರಿಗಳು ಕೊಟ್ಟ ಎಲ್ಲ ನಿರ್ದಶನಗಳನ್ನು ಪಾಲಿಸಿ. ವರ್ಕ್‌ಔಟ್ ಮಾಡಬೇಕಾದರೆ ಜಿಮ್ಮಿಗೆ ಹೋಗಿ ಅಥವಾ ಯಾವದಾರಿ ಇನಡೋರ್ ಮಾಲ್‌ನಲ್ಲಿ ಓಡಾಡಿ.
- ಯಾವುದೇ ಹವಾಮಾನ ಇರಲಿ ಮಾಲಿನ್ಯ ವಾತಾವರಣದಲ್ಲಿ ಓಡಾಡಬೇಡಿ ಮತ್ತು ಸೈಕಲ್

ಗ್ರೀನ್-ಗ್ರೀನ್ ಟಿಪ್ಸ್

ಮನೆಯ ವಾತಾವರಣವನ್ನು ಸುಂದರವಾಗಿ ಮಾಡಬೇಕಾ? ತಮ್ಮ ಮನೆಯನ್ನು ಹಸಿರು-ಹಸಿರಿನಿಂದ ತುಂಬಿ. ಗಿಡ-ಬಳ್ಳಿಗಳು ಮನೆಯ ಮಾಲಿನ್ಯವನ್ನು ನಾಶಮಾಡಿ ಆಕ್ಸೀಜನ್ ಕೊಡುತ್ತದೆ ಜೊತೆಗೆ ನಿಮ್ಮ ಕಣ್ಣುಗಳಿಗೂ ತಂಪಾಗಿರುತ್ತದೆ. ಫಿಲೊಡೆನಡ್ರಾನ್ ಅಥವಾ ಇಂಗ್ಲಿಶ್ ಐವೀ ಅಂತ ವಿಷಯುಕ್ತ ಗಿಡಗಳನ್ನು ಹಾಕಬೇಡಿ. ಯದ್ಯಪಿ ಶಿಶು ಅಂಬೆಗಾಲು, ನಡೆಯುವಾಗ ನೀವು ಈ ಯೋಜನೆಯನ್ನು ಬದಲಾಯಿಸಬೇಕಾಗುತ್ತದೆ.

ಓಡಿಸಬೇಡಿ. ಹೀಗೆ ಮಾಡಿದರೆ ನೀವು ಹೆಚ್ಚು ವಾಯು ಮಾಲಿನ್ಯವನ್ನು ಒಳಗೆ ತೆಗದುಕೊಳ್ಳುವಿರಿ. ಪಾರ್ಕ್ ಅಥವಾ ದಾರಿಯಲ್ಲಿ ಮರಗಳು ಇರುವ ಹಾದಿಯನ್ನು ಆರಿಸಿಕೊಳ್ಳಿ. ಮ್ಯೇನ್ ರೋಡ್ ಯಿಂದ ಹೋಗ ಬೇಡಿ. ವೃಕ್ಷಗಳು ಯಾವುದೇ ಸ್ಥಳದ ವಾಯುವನ್ನು ಶುದ್ಧಮಾಡುತ್ತವೆ.

- ನಿಮ್ಮ ಮನೆಯಲ್ಲಿ ಫಯರ್ ಪ್ಲೇಸ್, ಗ್ಯಾಸ್ ಸ್ಟೋವ್, ಹಾಗೂ ಮರದ ಒಲೆಯ ಹೊಗೆಯು ಹೊರಗೆಹೋಗಲು ಚಿಮಣಿ ವ್ಯವಸ್ಥೆ ಇರಬೇಕು. ಚಿಮಣಿ ಓಪನ್ ಮಾಡಿ ಫಯರ್ ಪ್ಲೇಸ್‌ನಲ್ಲಿ ಬೆಂಕಿ ಹಾಕಿ.
- ನಾವು ಹೇಳಿದ ಗ್ರೀನ್-ಗ್ರೀನ್ ಉಪಾಯಗಳನ್ನು ಬಳಸಿ. ಅವುಗಳಿಂದ ತುಂಬ ಉಪಯೋಗ.

ಮನೆಯಲ್ಲಿ ಹಿಂಸೆ

ಪ್ರತಿಯೊಂದು ಗರ್ಭಿಣಿ ಮಹಿಳೆ ತಮ್ಮ ಶಿಶುವನ್ನು ಎಲ್ಲಾ ರೀತಿಯಿಂದ ರಕ್ಷಿಸಲು ಆಸೆ ಪಡುತ್ತಾಳೆ. ಆದರೆ ಬಹಳ ದುಖದಿಂದ ಹೇಳಬೇಕಾಗುವುದೆಂದರೆ ಅನೇಕ ಮಹಿಳೆಯರಿಗೆ ಗರ್ಭಾವಸ್ಥೆಯಲ್ಲಿ ತಮ್ಮ ಸುರಕ್ಷೆಯನ್ನು ಮಾಡಲಾಗುವುದಿಲ್ಲ ಏಕೆಂದರೆ ಅವರು ಮನೆಯಲ್ಲಿ ಹಿಂಸೆಗೆ ಬಲಿ ಆಗುತ್ತಾರೆ. ಗರ್ಭಾವಸ್ಥೆ ಮೊದಲಿಗಿಂತ ನಿಯೋಜಿತವಾಗಿರದೆಹೋದರೆ ಅನೇಕ ಸಲ ಇದು ಆ ಮಹಿಳೆಯ ಸಂಗಾತಿಗೆ ಈರ್ಷೆ, ಕ್ರೋಧ ಹಾಗು ಕುಂಠಿತಕ್ಕೆ ಕಾರಣವಾಗುತ್ತದೆ. ಅವರ ಮನಸ್ಸಿನಲ್ಲಿ ನಕಾರಾತ್ಮಕ ಯೋಚನೆ ಹುಟ್ಟಿಕೊಳ್ಳುತ್ತದೆ. ಅನೇಕ ಸಲ ಈ ಭಾವನೆಗಳು ತಾಯಿ ಹಾಗು ಜನಿಸಿಲ್ಲದ ಶಿಶುವಿಗೆ ಹಿಂಸೆಯ ರೂಪ ಪಡೆಯುತ್ತದೆ.

ಗರ್ಭಾವಸ್ಥೆಯ ಜಟಿಲತೆಗಳು ಹಾಗೂ ಕಾರ್ ಆಕ್ಸಿಡೆಂಟ್ ಆಗಿ ಸಾಯುವ ತುಲನೆಯಲ್ಲಿ ಗರ್ಭಿಣಿ ಸ್ತ್ರೀಯರು ಮನೆಯಲ್ಲಿ ಹಿಂಸೆಯಿಂದ ಹೆಚ್ಚು ಸಾಯುತ್ತಾರೆ. ಸುಮಾರು 20% ಮಹಿಳೆಯರಿಗೆ ತಮ್ಮ ಸಂಗಾತಿಯ ಕೈಯಿಂದ ಹಿಂಸೆ ಸಹಿಸಬೇಕಾಗುತ್ತದೆ. ಶಾರೀರಿಕ ಹಿಂಸೆಯನ್ನು ಸಹಿಸುವ ಮಹಿಳೆಯರ ಶಿಶುಗಳು ಸಮಯಕ್ಕಿಂತ ಮೊದಲೇ ಜನಿಸುವ ಸಂಭವ ಹೆಚ್ಚಾಗಿರುತ್ತದೆ.

ಗರ್ಭಿಣಿ ಮಹಿಳೆ ಹಾಗು ಮಗುವಿಗೆ ಆಗಿರುವ ಯಾವುದೇ ಗಾಯದ ತುಲನೆಯಲ್ಲಿ ಶಾರೀರಿಕ ಹಾಗೂ ಮಾನಸಿಕ ಒತ್ತಡ ಹೆಚ್ಚು ಹಾನಿಕಾರಕ. ಕುಪೋಷಣ ಹಾಗೂ ಪ್ರಸವ ಪೂರ್ವ ಮೇಲ್ವಿಚಾರಣೆಯಲ್ಲಿ ಕಡಿಮೆ ಆಗುವಕಾರಣ ಈ ತರಹದ ತಾಯಂದಿರ ಮನೆಯಲ್ಲಿ ಸ್ವಸ್ಥಶಿಶುಗಳ ಜನನವಾಗುವುದಿಲ್ಲ.

ಜನಿಸಿದನಂತರ ತಕ್ಷಣವೆ ಶಿಶುವು ಆ ಪ್ರತ್ಯಕ್ಷ ಹಿಂಸೆಗೆ ಬಲಿ ಆಗುತ್ತದೆ. ಸಮಾಜದಲ್ಲಿ ಎಲ್ಲಾ ವರ್ಗದಲ್ಲಿ ಈ ತರಹದ ಮಹಿಳೆಯರು ಇರುತ್ತಾರೆ. ಅದರಲ್ಲಿ ಎಲ್ಲಾ ವಯಸ್ಸಿನ, ಜಾತಿ ಹಾಗೂ ಶೈಕ್ಷಿಕ ಸ್ತರದ ಮಹಿಳೆಯರು ಸೇರಿರುತ್ತಾರೆ. ನೀವು ಮನೆಯಲ್ಲಿ ಹಿಂಸೆಗೆ ಬಲಿಯಾಗಿದ್ದರೆ ನೆನಪಿರಲಿ ಇದು ನಿಮ್ಮ ತಪ್ಪಲ್ಲ. ನೀವೇನು ಮಾಡಿಲ್ಲ. ನೀವು ಈ ತರಹದ ಕೆಟ್ಟ ಸಂಬಂಧದಿಂದ ಹೊರಗೆ ಬರಲು ಸಹಾಯ ಪಡೆಯಬೇಕಾಗುತ್ತದೆ. ಯಾವುದೇ ಮಧ್ಯಸ್ಥಿಕೆ ಇಲ್ಲದೇ ಹೋದರೆ ಹಿಂಸೆ ಹೆಚ್ಚಾಗುತ್ತ ಹೋಗುತ್ತದೆ. ನೀವು ಈ ಸಂಬಂಧದಲ್ಲಿ ಸುರಕ್ಷಿತವಾಗಿಲ್ಲದೆ ಹೋದರೆ ನಿಮ್ಮ ಮಗುವು ಸುರಕ್ಷಿತವಾಗಿರುವುದಿಲ್ಲ.

ನಿಮ್ಮ ಚಿಕಿತ್ಸಕರ ಹತ್ತಿರ ಮಾತನಾಡಿ. ವಿಶ್ವಾಸ ಇರುವ ಸ್ನೇಹಿತರ ಹತ್ತಿರ ಮಾತನಾಡಿ ಅಥವಾ ಯಾವುದಾದರು ಸ್ಥಳೀಯದಲ್ಲಿರುವ ಮನೆಯಲ್ಲಿ ಹಿಂಸೆ ಹಾಟ್‌ಲೈನ್‌ನಲ್ಲಿ ಸಂಪರ್ಕಿಸಿ. ಅನೇಕ ರಾಜ್ಯಗಳಲ್ಲಿ ಈ ತರಹದ ಕಾರ್ಯಕ್ರಮ ನಡೆಸುತ್ತಾರೆ. ಅಲ್ಲಿ ನಿಮಗೆ ಊಟ ಹಾಗೂ ಇರಲಿಕ್ಕೆ ಸ್ಥಳ ಹಾಗೂ ಪ್ರಸವ ಪೂರ್ವ ಮೇಲ್ವಿಚಾರಣೆ ಸಿಗಬಹುದು.

ಪೂರಕ ಹಾಗೂ ವೈಕಲ್ಪಿಕ ಚಿಕಿತ್ಸೆ

ಮೊದಲು ದಾದಿಗಳು ಈ ಪರಿಸ್ಥಿತಿಯನ್ನು ಪಾರಂಪರಿಕವಾದ ಚಿಕಿತ್ಸೆ ಪದ್ಧತಿಯ ಮೂಲಕ ಎದುರಿಸುತ್ತಿದ್ದರು. ಆದರೆ ಈ ಚಿಕಿತ್ಸೆಯ ಶಾಖೆಗಳು ಮೊದಲಿಗಿಂತ ಸುಕ್ಷೇಮವಾಗಿ ನಮ್ಮ ಚಿಕಿತ್ಸೆ ಪದ್ಧತಿಗೆ ಪೂರಕವಾಗಿವೆ. ಇದು ನಿಮ್ಮ ಮತ್ತು ನಿಮ್ಮ ಪರಿವಾರದ ಒಂದು ಅಂಗವಾಗುತ್ತಿದೆ.

ಪೂರಕ ಹಾಗೂ ವೈಕಲ್ಪಿಕ ಚಿಕಿತ್ಸಕರು ತಮ್ಮ ರೋಗಿಗಳ ಸಂಪೂರ್ಣ ಸ್ವಾಸ್ಥ್ಯವನ್ನು ಗಮನಿಸುತ್ತಾರೆ. ಅವರು ಪೋಷಕ ಭಾವನಾತ್ಮಕ, ಅಧ್ಯಾತ್ಮಿಕ ಹಾಗೂ ಶಾರೀರಿಕ ಪ್ರಭಾವಗಳ ಮಿಲನವನ್ನು ಪರೀಕ್ಷಿಸುತ್ತಾರೆ. ಇದು, ತಮ್ಮ ಶರೀರ ಸ್ವಾಸ್ಥ್ಯದ ರಕ್ಷಣೆ ಸ್ವಯಂ ಮಾಡಿಕೊಳ್ಳುತ್ತದೆ, ಈ ಸಿದ್ಧಾಂತದ ಮೇಲೆ ವಿಶ್ವಾಸ

ಇಡುತ್ತದೆ, ಕೇವಲ ಅದಕ್ಕೆ ಕೆಲವು ಪ್ರಾಕೃತಿಕ ಸ್ನೇಹಿತರು, ಗಿಡ-ಮೂಲಿಕೆ, ಶಾರೀರಿಕ ಕೌಶಲ್ಯ, ಆತ್ಮ ಹಾಗೂ ಮನಸ್ಸಿನ ಸಹಾಯ ತೆಗೆದುಕೊಳ್ಳ ಬೇಕಾಗುತ್ತದೆ.

ಗರ್ಭಾವಸ್ಥೆ ಒಂದು ರೋಗವಲ್ಲ ಆದರೆ ಜೀವನದ ಒಂದು ಸಾಮಾನ್ಯವಾದ ಅಂಗ. ಗರ್ಭಿಣಿ ಮಹಿಳೆಯರಿಗೆ ಪೂರಕ ಹಾಗೂ ವೈಕಲ್ಪಿಕ ಚಿಕಿತ್ಸೆ ಪದ್ಧತಿಗಳ ಸಹಾಯ ತೆಗೆದುಕೊಳ್ಳಬೇಕು. ಇತ್ತೀಚೆಗೆ ಈ ಎಲ್ಲಾ ಪದ್ಧತಿಗಳು ಗರ್ಭಾವಸ್ಥೆ ಹಾಗೂ ಪ್ರಸವಕ್ಕಾಗಿ ಪೂರಕ ಪ್ರಮಾಣಿತವಾಗುತ್ತಿದ್ದಾರೆ. ಅವು ಹೀಗಿವೆ:-

ಆಕ್ಯೂಪಂಚರ್- ಆಕ್ಯೂಪಂಚರಿಂದ ಗರ್ಭಾವಸ್ಥೆಯ ಅನೇಕ ಲಕ್ಷಣಗಳು ಮುಕ್ತವಾಗಬಹುದೆಂದು ಚೈನಾದ ಜನರಿಗೆ ಸಾವಿರಾರು ವರ್ಷಗಳಿಂದ ಗೊತ್ತಿತ್ತು. ಆದರೆ ಪಾರಂಪರಿಕ ಪ್ರಸೂತಿ ವಿಜ್ಞಾನವು ಸ್ವಲ್ಪ ಸಮಯದಿಂದ ಇದರಮೇಲೆ ಗಮನ ಕೊಡುವುದನ್ನು ಪ್ರಾರಂಭಿಸಿದೆ. ವೈಜ್ಞಾನಿಕ ಶೋಧ ಪ್ರಾಚೀನ ಬುದ್ಧಿವಂತಿಕೆಯ ಕಡೆಗೆ ತಿರುಗುತ್ತಿದೆ. ಆಕ್ಯೂಪಂಚರ್ ಸಹಾಯದಿಂದ ಮಸ್ತಿಷ್ಕದಿಂದ ಅನೇಕ ತರಹದ ರಸಾಯನಗಳ ಸ್ರಾವವಾಗುತ್ತದೆಂದು ಸಂಶೋಧಕರು ಕಂಡುಹಿಡಿದಿದ್ದಾರೆ. ಇದರಿಂದ ನೋವು ಕಡಿಮೆ ಆಗುತ್ತದೆ. ಹೀಗೆ ಹೇಗಾಗುತ್ತದೆ? ಆಕ್ಯೂಪಂಚರ್ ಪದ್ಧತಿಯ ವಿಶೇಷತಜ್ಞರು ಶರೀರದ ವಿಭಿನ್ನ ಮೆರಿಡಿಯನ್‌ಗಳಲ್ಲಿ ತೆಳುವಾಗಿರುವ ಸೂಜಿಗಳನ್ನು ಚುಚ್ಚುತ್ತಾರೆ. ಪ್ರಾಚೀನ ಪರಂಪರೆ ಅಂತೆ ಈ ಮಾರ್ಗ 'ಚೈನಲು' ಇದರ ಮಾಧ್ಯಮದಿಂದ ಶರೀರದ ಜೀವನ ಉರ್ಜೆ 'ಚೀ' ಪ್ರವಾಹಿತವಾಗುತ್ತದೆ.

ಸಂಶೋಧಕರು ಇದನ್ನು ಕಂಡುಹಿಡಿದಿದ್ದಾರೆ ಯಾವಾಗ ಎಲೆಕ್ಟ್ರೋಪಂಚರ್ ರೀತಿಯಿಂದ ಈ ಸೂಜಿಗಳನ್ನು ಚುಚ್ಚುತ್ತಾರೆ ಆಗ ಸ್ನಾಯುಗಳು ಉತ್ತೇಜಿವಾಗುತ್ತವೆ. ಇದರಿಂದ ಎಂಡೊರ್ಫಿನ್ ನ ಸ್ರಾವ ಹೆಚ್ಚಾಗುತ್ತದೆ ಹಾಗೂ ಬೆನ್ನೋವು, ವಾಕರಿಕೆ, ಗರ್ಭಾವಸ್ಥೆಯ ಅವಸಾನ ಹಾಗೂ ಅನ್ಯ ಲಕ್ಷಣಗಳಿಂದ ಬಿಡುಗಡೆ ಸಿಗುತ್ತದೆ. ಇದರಿಂದ ಪ್ರಸವ ಸಮಯದಲ್ಲಿ ಆಗುವ ನೋವನ್ನು ಕಡಿಮೆ ಮಾಡಬಹುದು. ಆಕ್ಯೂಪಂಚರಿಂದ ಬಂಜೆತನದ ಸಮಸ್ಯೆಯಲ್ಲಿ ಸಹಾಯ ತೆಗೆದುಕೊಳ್ಳಬಹುದು.

ಆಕ್ಯೂಪ್ರೆಶರ್- ಆಕ್ಯೂಪ್ರೆಶರ್ ಅಥವಾ ಶಿಎತ್ಸೂ ನ ಆಕ್ಯೂಪಂಚರ್ ಸಿದ್ಧಾಂತದ ಮೇಲೆ ಕೆಲಸ ಮಾಡುವುದು. ಇದರಲ್ಲಿ ಸೂಜಿ ಚುಚ್ಚುವ ಬದಲು ಕೈ ಬೆರಳುಗಳು ಹಾಗೂ ಉಂಗೂಷ್ಠದಿಂದ ವತ್ತಡ ಕೊಡಲಾಗುತ್ತದೆ ಅಥವಾ ಧಾನ್ಯದ ಕಾಳುಗಳಿಂದ ವತ್ತಡಕೊಟ್ಟು ಟೇಪ್ ಅಂಟಿಸುತ್ತಾರೆ. ಮಣಿಕಟ್ಟಿನ ಒಳಭಾಗದ ಒಂದು ವಿಶೇಷ ಬಿಂದುವಿನ ಮೇಲೆ ವತ್ತಡ ಕೊಟ್ಟರೆ ವಾಕರಿಕೆಯಿಂದ ಬಿಡುಗಡೆ ಸಿಗಬಹುದು. ಇದೇ ತರಹ ಆಕ್ಯೂಪ್ರೆಶರಲ್ಲಿ ಕೈ-ಕಾಲುಗಳ ಅನೇಕ ಬಿಂದುಗಳು ಇರುತ್ತದೆ ಅದನ್ನು ಯಾವುದಾದರು ಪ್ರೊಫೆಶನರ ಸಹಾಯದಿಂದ ಕಲಿತುಕೊಂಡೇ ಬಳಸಬೇಕು.

ಬಯೋಫೀಡ್‌ಬ್ಯಾಕ್- ಇದೊಂದು ತರಹದ ವಿಧೀ ವಿಧಾನ. ಇದರಲ್ಲಿ ರೋಗಿಗಳಿಗೆ ಅವರು ಶಾರೀರಿಕ ಅಥವಾ ಭಾವನಾತ್ಮಕ ವತ್ತಡದಿಂದ ಮುಕ್ತವಾಗಲು ತಮ್ಮ ಜೈವಿಕ ಪ್ರತಿಕ್ರಿಯೆಯ ಪ್ರಯಾಸ ಹೇಗೆ ಮಾಡಬಹುದೆಂದು ಹೇಳಿಕೊಡುತ್ತಾರೆ.ಇದರಿಂದ ತಲೆ ನೋವು, ಬೆನ್ನೋವು, ಶರೀರದ ಯಾವುದೇ ಭಾಗದಲ್ಲಿ ನೋವು, ನಿದ್ರಾಹೀನತೆ, ಹಾಗೂ ವಾಕರಿಕೆ ಅಂತ ಗರ್ಭಾವಸ್ಥೆಯ ಅನೇಕ ಲಕ್ಷಣದಲ್ಲಿ ಆರಾಮವಾಗಿರಬಹುದು. ರಕ್ತಸ್ರಾವ ಕಡಿಮೆ ಮಾಡಲು, ಅವಸಾನ, ಉತ್ತೇಜನ ಹಾಗೂ ವತ್ತಡದಿಂದ ಹೊರಾಟ ಮಾಡಲು ಸಹ ಬಯೋಫೀಡ್‌ಬ್ಯಾಕ್‌ನ ಉಪಯೋಗಿಸಬಹುದು.

ಕೀರೊಪ್ರಾಕ್ಟಿಕ್ ಚಿಕಿತ್ಸೆ:- ಈ ಚಿಕಿತ್ಸೆಯಲ್ಲಿ ಬೆನ್ನೆಲುಬು ಹಾಗು ಅನ್ಯ ಸಂಧಿಗಳು ಮತ್ತು ಸ್ನಾಯು ಸಾಮಾನ್ಯ ಗತಿಯಿಂದ ನಡೆಯುತ್ತಿರಲಿ ಹಾಗೂ ಶರೀರದ ಸ್ವಯಂ ಚಿಕಿತ್ಸೆ ಮಾಡುವ ಕ್ಷಮತೆ ಹೆಚ್ಚಾಗಲಿ. ಕೀರೊಪ್ರಾಕ್ಟಿಕ್ ನ ಸಹಾಯದಿಂದ ಗರ್ಭಿಣಿ ಮಹಿಳೆಗೆ ವಾಂತಿ, ಬೆನ್ನೋವು ಸಂಧಿ ವಾತ, ಶಿಯಾಟಿಕಾ ಮತ್ತು ಅನ್ಯ ನೋವುಗಳಿಂದ ಬಿಡುಗಡೆಸಿಗಬಹುದು. ಕೀರೊಪ್ರಾಕ್ಟಿಕ್‌ರ ಗರ್ಭಿಣಿ ಮಹಿಳೆಯರಿಗೆ ಈ ತರಹದ ರೀತಿಯನ್ನು ಉಪಯೋಗಿಸುತ್ತಾರೆ ಅದರಿಂದ ಗರ್ಭಿಣಿ ಮಹಿಳೆಯರು ಸುರಕ್ಷಿತವಾಗಿರಲಿ ಹಾಗೂ ಅವರ ಹೊಟ್ಟೆಯ ಕೆಳ ಭಾಗದಲ್ಲಿ ವತ್ತಡ ಬೀಳದಿರಲಿ.

ಮಾಲೀಶ್- ಮಾಲೀಶಿನಿಂದ ವಾಂತಿಗೆ ಬಿಡುಗಡೆ ಸಿಗಬಹುದು. ಆದರೆ ಕೆಲವು ಗರ್ಭಿಣಿ ಮಹಿಳೆಯರು ಮಾಲಿಶಾದಮೇಲೆ ವಾಕರಿಕೆಯ ದೂರು ಹೇಳಬಹುದು. ಇದರಿಂದ ಬೆನ್ನೋವು, ತಲೆನೋವು, ಸಿಯಾಟಿಕಾ ಯಿಂದ ಆರಾಮ ಸಿಗುವ ಜೊತೆಗೆ ಶರೀರದ ಸ್ನಾಯುಗಳು ಪ್ರಸವಕ್ಕಾಗಿ ಸಿದ್ಧವಾಗುತ್ತವೆ.

ಪ್ರಸವ ವೇದನೆಯ ಸಮಯದಲ್ಲು ಇದರ ಉಪಯೋಗವಾಗುತ್ತದೆ. ಅದರಿಂದಾಗಿ ಸ್ನಾಯುಗಳಿಗೆ ಆರಾಮ ಹಾಗೂ ನೋವು ಕಡಿಮೆ ಆಗುತ್ತದೆ . ಇದರಿಂದ ವತ್ತಡಕ್ಕೆ ಬಿಡುಗಡೆ ಸಿಗುವುದು. ನೀವು ಮಾಲಿಶ್ ಮಾಡಿಸುವ ಮೊದಲು ಆ ಮಾಲಿಶ್ ಮಾಡುವವರು ಸುಶಿಕ್ಷಿತವಾಗಿದ್ದಾರೋ ಅಥವಾ ಇಲ್ಲವೋ ಎಂದು ತಿಳಿದುಕೊಳ್ಳಿ.

ರಿಫ್ಲೈಕ್ಸೊಲಾಜಿ-ಆಕ್ಯೂಪ್ರೆಶರಂತೆ ರಿಫ್ಲೈಕ್ಸೊಲಾಜಿಯಲ್ಲಿ ಕೈ-ಕಾಲು ಹಾಗೂ ಕಿವಿಗಳ ಮೇಲೆ ಅನೇಕ ತರಹದ

ನೋವುಗಳ ಲಕ್ಷಣಗಳಿಂದ ಮುಕ್ತಿ ಸಿಗಲೆಂದು ಹಗೂರವಾಗಿ ಒತ್ತಡ ಕೊಡಲಾಗುವುದು. ನೀವು ಈ ಚಿಕಿತ್ಸೆಗೆ ಹೋಗುವಾಗ ಚಿಕಿತ್ಸಕರು ಪೂರ್ಣ ಜಾಗರೂಕತೆಯಿಂದ ನಿಶ್ಚಿತ ಬಿಂದುಗಳ ಮೇಲೆ ಒತ್ತಡ ಕೊಡಲೆಂದು ಅವರಿಗೆ ನೀವು ಗರ್ಭಿಣೀ ಎಂದು ತಿಳಿಸಿ.

ಜಲ ಚಿಕಿತ್ಸೆ (ಹೈಡ್ರೋಥೆರಪಿ)– ಅನೇಕ ಆಸ್ಪತ್ರೆಗಳಲ್ಲಿ ಅಥವಾ ಬರ್ಥ್ ಸೆಂಟರಲ್ಲಿ ಗರ್ಭಿಣಿ ಮಹಿಳೆಯರನ್ನು ಬಿಸಿನೀರಿನ ಟಬ್ಬಲ್ಲಿ ಮಲಗಿಸುತ್ತಾರೆ. ಅನೇಕ ಮಹಿಳೆಯರು ನೀರಲ್ಲೆ ಮಗುವನ್ನು ಜನ್ಮ ಕೊಡಲು ಇಚ್ಛಿಸುತ್ತಾರೆ.

ಅರೋಮಾ ಥೆರಪೀ:– ಶರೀರ, ಮನಸ್ಸು ಹಾಗೂ ಆತ್ಮದ ಆರೋಗ್ಯಕ್ಕಾಗಿ ಸುವಾಸಿತ ತೈಲವನ್ನು ಉಪಯೋಗಿಸುತ್ತಾರೆ. ಯಧ್ಯಪಿ ಕೆಲವು ಅರೋಮಾ ವಿಶೇಷತಜ್ಞರಂತೆ ಈ ವಿಷಯದಲ್ಲಿ ಬಹಳ ಜಾಗರೂಕತೆಯಾಗಿರಬೇಕು ಏಕೆಂದರೆ ಕೆಲವು ತೈಲ ಗರ್ಭಿಣಿ ಮಹಿಳೆಯರಿಗೆ ಹಾನಿಕಾರಿ ಆಗಬಹುದು.

ಧ್ಯಾನ, ಮಾನಸಿಕ ಚಿತ್ರಣ ಹಾಗೂ ರಿಲಾಕ್ಸೇಶನ್ ನ ಟೆಕ್ನೀಕ್‌ಗಳು– ಇದರ ಸಹಾಯದಿಂದ ಗರ್ಭಿಣಿ ಮಹಿಳೆಗೆ ಶಾರೀರಿಕ ಹಾಗೂ ಮಾನಸಿಕ ಒತ್ತಡದಿಂದ ಬಿಡುಗಡೆ ಕೊಡಿಸಬಹುದು. ಇದರಲ್ಲಿ ಮಾರ್ನಿಂಗ್ ಸಿಕ್‌ನೆಸ್ ಪ್ರಸವ ಪೀಡೆಯ ತನಕ ಬರುವುದು. ಇದರಿಂದ ಭಾವಿ ತಾಯಿಯ ಉತ್ತೇಜನವನ್ನು ಸಾಕಷ್ಟು ಮಟ್ಟಿಗೆ ನಿಯಂತ್ರಿಸಬಹುದು.

ಸಮ್ಮೋಹನ ವಿಧಿ (ಹಿಪ್ನೋಥೆರಪೀ)– ಸಮ್ಮೋಹನದಿಂದಾನು ಗರ್ಭಾವಸ್ಥೆಯ ಲಕ್ಷಣಗಳಿಂದ ಮುಕ್ತಿ ಸಿಗುವುದು. ಒತ್ತಡ ಕಡಿಮೆ ಆಗುವುದು. ಅನಿದ್ರೆಯ ರೋಗದಿಂದ ಬಿಡುಗಡೆ ಸಿಗುವುದು. ಪ್ರಸವ–ಪೀಡೆಯ ಸಮಯದಲ್ಲಿ ನೋವಿನ ಪ್ರಬಂಧನ ಮಾಡುವುದು ಹಾಗೂ ಶಿಶುವಿನ ಜನನ ಕಡಿಮೆ ನೋವಿನ ಸರಳವಾದ ಪ್ರಕ್ರಿಯೆಯಲ್ಲಿ ಬದಲಾಯಿಸಬಹುದು. ಈ ಸ್ಥಿತಿಯಲ್ಲಿ ಶರೀರವನ್ನು ಆಳವಾಗಿ ರಿಲಾಕ್ಸ್ ಮಾಡಿಬಿಡುತ್ತಾರೆ. ಅದರಿಂದಾಗಿ ಶರೀರಕ್ಕೆ ನೋವಿನ ಅನುಭವವೇ ಆಗುವುದಿಲ್ಲ. ನೆನಪಿರಲಿ ಈ ವಿಧಿ ಎಲ್ಲರ ಕೆಲಸಕ್ಕೆ ಬರುವುದಿಲ್ಲ. ಕೆಲವು ಜನರಮೇಲೆ ಸಮ್ಮೋಹನದ ಸಲಹೆಗಳ ಪ್ರಭಾವ ಆಗುತ್ತದೆ. ಯಾವುದೇ ಸಮ್ಮೋಹನ ವಿಶೇಷತಜ್ಞರ ಸೇವೆ ತೆಗೆದುಕೊಳ್ಳುವ ಮೊದಲು ಅವರು ಪ್ರಮಾಣಿತವಾಗಿರುವರು ಹಾಗೂ ಗರ್ಭಾವಸ್ಥೆ ಥೆರಪೀಯ ಅನುಭವಿಯಾಗಿದ್ದಾರಾ ಎಂದು ತಿಳಿದುಕೊಳ್ಳಿ.

ಮಾಕ್ಸೀಬಶನ್:– ಈ ವೈಕಲ್ಪಿಕ ಚಿಕಿತ್ಸೆ ಪದ್ಧತಿಯಲ್ಲಿ ಆಕ್ಯೂಪಂಚರಿನ ಜೊತೆ–ಜೊತೆಗೆ ಉಸ್ಮಾ ಯನ್ನು ಸೇರಿಸುತ್ತಾರೆ ಅದರಿಂದಾಗಿ ಬ್ರೀಚ್ ಬೇಬಿಯನ್ನು ನಿಧಾನವಾಗಿ ತಿರುಗಿಸಬಹುದು. ನೀವು ಈ ಟೆಕ್ನೀಕ್ ಅನ್ನು ಉಪಯೋಗಿಸಬೇಕೆಂದರೆ ಯಾರಾದರು ಅನುಭವಸ್ಥ ಆಕ್ಯೂಪಂಚರಿಸ್ಟಿನ ಸಹಾಯ ತೆಗೆದುಕೊಳ್ಳಿ.

ಗಿಡ–ಮೂಲಿಕೆಯಿಂದ ಚಿಕಿತ್ಸೆ:– ಯುಗಗಳಿಂದ ಗಿಡ–ಮೂಲಿಕೆಗಳು ರೋಗಗಳ ಉಪಚಾರ ಮಾಡುತ್ತಿವೆ. ಇವು ಗರ್ಭಾವಸ್ಥೆಯ ಲಕ್ಷಣಗಳನ್ನು ಬಗೆಹರಿಸಲು ಪೂರ್ಣವಾಗಿ ಸಕ್ಷಮವಾಗಿವೆ. ಯಧ್ಯಪಿ ವಿಶೇಷತಜ್ಞರು ಇದನ್ನು ಪೂರ್ಣವಾಗಿ ಉಪಯೋಗಿಸುವ ಸಲಹೆ ಕೊಡುವುದಿಲ್ಲ ಏಕೆಂದರೆ ಈ ವಿಷಯದಲ್ಲಿ ಇನ್ನು ಪೂರ್ತಿ ಶೋಧ'ವಾಗಿಲ್ಲ.

ಯಧ್ಯಪಿ ಪೂರಕ ಹಾಗೂ ವೈಕಲ್ಪಿಕ ಚಿಕಿತ್ಸೆ ಪದ್ಧತಿ, ಪ್ರಸೂತಿ ವಿಜ್ಞಾನದಲ್ಲಿ ಪ್ರವೇಶ ಮಾಡಿದೆ. ಇದರ ಪ್ರಯೋಗದ ಮೊದಲು ಜಾಗರೂಕತೆ ವಹಿಸಬೇಕು ಹಾಗು ಇದರ ಕೊರತೆಗಳನ್ನು ಗಮನಿಸಬೇಕು.

- ನಿಮಗೆ ಸಂಪೂರ್ಣಪೂರಕ ಚಿಕಿತ್ಸೆ ಸಿಗಲೆಂದು ನಿಮ್ಮ ದಾದಿ ಅಥವಾ ಲೇಡಿ ಡಾಕ್ಟರಿಗೆ ಇದರ ವಿಷಯದಲ್ಲಿ ಹೇಳಿಬಿಡಿ. ಇದರಿಂದ ನಿಮಗೆ ಹಾಗೂ ನಿಮ್ಮ ಶಿಶುವಿಗೆ ಸಂಪೂರ್ಣ ಸುರಕ್ಷತೆ ಸಿಗುತ್ತದೆ.
- ಪೂರಕ ಔಷಧಿಗಳಿಂದ(ಗಿಡ–ಮೂಲಿಕೆಗಳಿಂದ ತಯಾರಾದ) ನೀವು ಸುರಕ್ಷತೆಯ ಸಂದರ್ಭದಲ್ಲಿ ಪೂರ್ಣವಾಗಿ ಅಸ್ವಸ್ಥರಾಗಲು ಸಾಧ್ಯವಿಲ್ಲ ಏಕೆಂದರೆ ಅವುಗಳ ಚಿಕಿತ್ಸೆಯ ಪರೀಕ್ಷಣೆ ಆಗಿರುವುದಿಲ್ಲ. ಯಧ್ಯಪಿ ಅದರ ಉಪಯೋಗದಲ್ಲಿ ಯಾವುದೇ ತೊಂದರೆ ಇಲ್ಲ ಕೇವಲ ನಮಗೆ ಅಧಿಕಾರಿಕವಾಗಿ ಅದರ ಲಾಭ–ಹಾನಿಯ ವ್ಯಾಖ್ಯಾನ ಮಾಡಲಾಗುವುದಿಲ್ಲ. ಯಾವ ತನಕ ಈ ವಿಷಯದಲ್ಲಿ ಅಧಿಕ ಮಾಹಿತಿ ಸಿಗುದಿಲ್ಲವೋ, ಈ ಔಷಧಿಗಳ ಪ್ರಯೋಗ ಮಾಡುವ ಮೊದಲು ಅನುಭವಸ್ಥ ವಿಶೇಷತಜ್ಞರ ಸಲಹೆ ಖಂಡಿತವಾಗಿ ತೆಗೆದುಕೊಳ್ಳಿ.
- ಅನೇಕ ಪೂರಕ ಪದ್ಧತಿಗಳು ಹೀಗಿದೆ ಎಂದರೆ ಅದರ ಪ್ರಯೋಗ ಲಾಭಕಾರಿ ಆದರೆ ಗರ್ಭಿಣಿ ಮಹಿಳೆಯರಿಗೆ ಅದರ ಪ್ರಯೋಗ ಮಾಡುವ ಮೊದಲು ಜಾಗರೂಕತೆಯಾಗಿಬೇಕು. ಆದಕಾರಣ ನಿಮ್ಮ ಡಾಕ್ಟರಿಗೆ ಗರ್ಭಾವಸ್ಥೆಯ ವಿಷಯದಲ್ಲಿ ಹೇಳುವುದು ಮರೆಯಬೇಡಿ.
- ಈ ಚಿಕಿತ್ಸೆ ಪದ್ಧತಿಯ ಪ್ರಯೋಗದ ರೀತಿಯ ಮೇಲೆ ಬಹಳಷ್ಟು ನಿರ್ಧರಿಸುತ್ತದೆ. ನೆನಪಿರಲಿ ಪ್ರಾಕೃತಿಕ ಅಂದರೆ 'ಸುರಕ್ಷಿತ' ಹಾಗೂ ರಸಾಯನ ಅಂದರೆ 'ಹಾನಿಕಾರಕ' ಎಂದಲ್ಲ. ನಿಮ್ಮ ಪೂರಕ ಚಿಕಿತ್ಸೆ ಪದ್ಧತಿಯನ್ನು ಗರ್ಭಾವಸ್ಥೆಯ ಜೊತೆಗೆ ತೆಗೆದುಕೊಂಡು ನಡೆಯಿರಿ ಆದರೆ ಸ್ವಲ್ಪ ಜಾಗುರೂಕತೆಯಿಂದ....

■ ■ ■

ಒಂಭತ್ತು ತಿಂಗಳು ಮತ್ತು ನಿಮ್ಮ ಊಟದ ಪದ್ಧತಿ

ನಿಮ್ಮ ಒಳಗೆ ಒಂದು ಸಣ್ಣದು, ಪುಟ್ಟದು ಶಿಶು ಬೆಳೆಯುತ್ತಿದೆ. ಸಣ್ಣ ಕೈ–ಕಾಲಿನ ಬೆರಳುಗಳು, ಕಿವಿ ಮತ್ತು ಕಣ್ಣು ತಯಾರಾಗುತ್ತಿದೆ ಹಾಗೂ ಮಸ್ತಿಷ್ಕದ ಜೀವಕೋಶಗಳು ವೇಗವಾಗಿ ವೃದ್ಧಿಆಗುತ್ತಿದೆ. ಇದಕ್ಕಿಂತ ಮೊದಲು ನಿಮಗೆ ಗೊತ್ತಿರಲಿ, ಆ ಸಣ್ಣ ಭ್ರೂಣ ನಿಮ್ಮ ಶಿಶು ಆಗುತ್ತದೆ, ಅದನ್ನು ತೋಳಲ್ಲಿ ಎತ್ತಿಕೊಂಡು ಮಲಗಿಸಬಹುದು.

ಇದರಲ್ಲಿ ಏನು ಆಶ್ಚರ್ಯವಿಲ್ಲವೆಂದರೆ ಕೆಲಸದಲ್ಲಿ ಬಹಳ ಶ್ರಮ ಆಗುತ್ತದೆ. ಖುಶಿಯ ಮಾತೆಂದರೆ ಒಬ್ಬೊಬ್ಬರನ್ನು ಪ್ರೀತಿಸುವ ತಾಯಿ–ತಂದೆ ಹಾಗೂ ಶಿಶುವನ್ನು ಪ್ರಕೃತಿಯೂ ಗಮನಿಸಿಕೊಳ್ಳುತ್ತದೆ. ಇದರರ್ಥವೆಂದರೆ ನಿಮ್ಮ ಮನೆಯಲ್ಲಿ ಒಂದು ಮುದ್ದಾದ ಸ್ವಸ್ಥ ಶಿಶು ಜನ್ಮಿಸುತ್ತದೆ ನೀವು ಎಷ್ಟು ಗಮನಿಸಬೇಕೆಂದರೆ ನಿಮ್ಮ ಗರ್ಭಾವಸ್ಥೆ ಪೂರ್ಣವಾಗಿ ಆರಾಮವಾಗಿ ಹಾಗೂ ಸ್ವಸ್ಥವಾಗಿರಲಿ. ಯದ್ಯಪಿ ಇದೆಲ್ಲ ಮಾಡುವುದು ಕಷ್ಟವೇನಲ್ಲ ನೀವು ಮೊದಲಿನಿಂದ ಇದೆಲ್ಲ ಮಾಡುತ್ತಿದ್ದಿರಿ.

ಹೌದು, ನೀವು ದಿನದಲ್ಲಿ ಮೂರು ಸಲ ಊಟ ಮಾಡುತ್ತಿದ್ದಿರಿ ಆದರೆ ಗರ್ಭಾವಸ್ಥೆಯಲ್ಲಿ ಕೇವಲ ತಿನ್ನುವುದೇ ಸಾಕಾಗುವುದಿಲ್ಲ ನಿಮಗೆ ಎಷ್ಟು ಬೇಕೋ ಅಷ್ಟು ನೀವು ತಿನ್ನಬಹುದು. ಚೆನ್ನಾಗಿ ತಿನ್ನುವ ಅರ್ಥವೆಂದರೆ ನೀವು ನಿಮ್ಮ ಮುದ್ದಿನ ಮಗಳು ಅಥವಾ ಮುದ್ದಿನ ಮಗನಿಗೆ ಉತ್ತಮ ಸ್ವಸ್ಥ ಜೀವನದ ಉಡುಗೊರೆ ಕೊಡಲಿಕ್ಕೆ ಹೋಗುತ್ತಿದ್ದೀರಿ.

ಗರ್ಭಾವಸ್ಥೆ ಆಹಾರ ಯೋಜನೆ ನಿಮಗೆ ಹಾಗೂ ಶಿಶುವಿಗೆ ಸಮರ್ಪಿತವಾಗಿರುತ್ತದೆ. ಇದರಿಂದ ಶಿಶುವಿಗೆ ಲಾಭವೇನಾಗುವುದು? ಅನೇಕ ಲಾಭಗಳಲ್ಲಿ ಒಂದೆಂದರೆ ಜನನದ ಸಮಯದಲ್ಲಿ ಅದರ ತೂಕ ಚೆನ್ನಾಗಿರುತ್ತದೆ. ಮೆದುಳು ಚೆನ್ನಾಗಿ ಬೆಳೆದಿರುತ್ತದೆ ಜನನದ ಸಮಯದಲ್ಲಿ ಆಗುವ ದೋಷಗಳು ಹಾಗೂ ರೋಗಗಳು ಇರುವುದಿಲ್ಲ. ನೀವು ಒಪ್ಪಲಿ ಒಪ್ಪದಿರಲಿ ನೀವು ಈಗಿನಿಂದಲೇ ರಾತ್ರಿಯ ಊಟದಲ್ಲಿ ಹಸಿರು ಕೋಸು ಹಾಗೂ ಇತರ ಹಸಿರು ತರಕಾರಿಗಳನ್ನು ಸೇರಿಸಕೊಂಡರೆ ನಿಮ್ಮ ಪ್ರೀಸ್ಕೂಲರ್ ಮಗು ಊಟದ ಪದ್ಧತಿಯ ಸ್ವಸ್ಥವಾಗಿರುವ ಅಭ್ಯಾಸಗಳನ್ನು ಬಳಸಿಕೊಂಡು ಸ್ವಸ್ಥವಾಗಿರುವ ಮನುಷ್ಯನಾಗುತ್ತಾನೆ.

ಇದರಿಂದ ಕೇವಲ ನಿಮ್ಮ ಶರೀರಕ್ಕೆ ಮಾತ್ರ ಲಾಭವಾಗುವುದಿಲ್ಲ. ನಿಮ್ಮ ಗರ್ಭಾವಸ್ಥೆಯ ಆಹಾರ ಈ ಪಥ್ಯದ ಪುಷ್ಟಿ ಮಾಡುತ್ತದೆಂದರೆ ನಿಮ್ಮ ಪ್ರಸವ ಸುರಕ್ಷಿತವಾಗಿರುತ್ತದೆ. ಒಳ್ಳೆಯ ಊಟದ ಪದ್ಧತಿಯಿರುವ ಮಹಿಳೆಯರಲ್ಲಿ ಅನೀಮಿಯಾ, ಗ್ಯಾಸ್ಟೇಶನಲ್ , ಡಯಾಬಿಟೀಜ್ ಹಾಗೂ ಪ್ರೀಕ್ಲೈಂಪಸಿಯಾ ಅಂತ ತೊಂದರೆಗಳು ಉತ್ಪನ್ನವಾಗುವುದಿಲ್ಲ. ಯೋಚನೆ ಮಾಡಿ ಸೇವಿಸಿದ ಖಾದ್ಯ ಪದಾರ್ಥಗಳಿಂದ ಸಮಾಧಾನ ಸಿಗುತ್ತದೆ. ಉತ್ತಮ ಪೋಷಣೆ ನಿಮ್ಮ ಮೂಡನ್ನು ಸಂತೋಷವಾಗಿಡುತ್ತದೆ. ಇಂತಹ ಮಹಿಳೆಯರಿಗೆ ಪ್ರಸವದ ಸಮಯ ಪೂರ್ವ ಅಥವಾ ನಂತರ ಆಗದೆ ಸರಿಯಾದ ಸಮಯಕ್ಕೆ ಆಗುತ್ತದೆ. ಪ್ರಸವದನಂತರ ಶರೀರ ತಮ್ಮ ಸರಿಯಾದ ಆಕಾರಕ್ಕೆ ಬರಲು ತಡವಾಗುವುದಿಲ್ಲ.

ನೀವು ಈ ಎಲ್ಲಾ ಲಾಭಗಳ ಅರ್ಥ ತಿಳಿದುಕೊಂಡಿದ್ದರೆ ನೀವು ನಿಮ್ಮ ಆಹಾರವನ್ನು ಪೌಷ್ಟಿಕವಾಗಿ ಮಾಡಲು ದೃಡಸಂಕಲ್ಪಮಾಡಿಕೊಳ್ಳಬೇಕು. ಏಕೆಂದರೆ ಗರ್ಭಾವಸ್ಥೆಯ ಆಹಾರ ಹಾಗೂ ಸರಾಸರಿ ಪೌಷ್ಟಿಕ ಆಹಾರದಲ್ಲಿ ವಿಶೇಷ ಅಂತರವೇನಿರುವುದಿಲ್ಲ. ಗರ್ಭಾವಸ್ಥೆಯ ಆಹಾರದಲ್ಲಿ ಸ್ವಲ್ಪ ಬದಲಾವಣೆ ಮಾಡಬೇಕಾಗುತ್ತದೆ ಅಷ್ಟೆ. ಏಕೆಂದರೆ ಶಿಶುವಿಗೆ ಅಧಿಕ ಪ್ರಮಾಣದಲ್ಲಿ ಕ್ಯಾಲೋರೀಸ್ ಹಾಗೂ ಪೋಷಣೆಯ

ಅವಶ್ಯಕತೆ ಇರುತ್ತದೆ. ಮೂಲ ಅದೇ ಇರುತ್ತದೆ, ಪ್ರೋಟೀನ್ ಹಾಗೂ ಕ್ಯಾಲ್ಶಿಯಂ, ಇಡಿ ಧಾನ್ಯ, ಹಣ್ಣು-ತರಕಾರಿ ಹಾಗೂ ಆರೋಗ್ಯವಾದ ಕಬ್ಬಿಣಾಂಶದ ಪೌಷ್ಟಿಕ ಸಂತುಲನೆ ಎಲ್ಲವು ಕೇಳಿದಂತಿದೆ ಅಲ್ವ? ನಮ್ಮ ಪೋಷಣಾ ವಿಜ್ಞಾನಿಗಳು ಎಷ್ಟೋ ವರ್ಷಗಳಿಂದ ಇದನ್ನೇ ತಿನ್ನುವ ಸಲಹೆ ಕೊಡುತ್ತಿದ್ದಾರೆ.

ಇನ್ನೊಂದು ಒಳ್ಳೆಯ ಸುದ್ದಿ. ನೀವು ಇಲ್ಲಿಯ ತನಕ ತುಂಬ ಕಡಿಮೆ ಪ್ರಮಾಣದಲ್ಲಿ ಆದರ್ಶ ಆಹಾರ ತೆಗೆದುಕೊಳ್ಳುತ್ತಿದ್ದರೆ ಅದನ್ನು ಗರ್ಭಾವಸ್ಥೆಯ ಆಹಾರದಲ್ಲಿ ಬದಲಾಯಿಸುವುದು ಬಹಳ ಕಷ್ಟವೇನಾಗುವುದಿಲ್ಲ ಏಕೆಂದರೆ ಬದಲಾವಣೆಯ ವಿಷಯದಲ್ಲಿ ಯೋಚಿಸಿದರೆ ಪ್ರಾರಂಭವಾಗತ್ತದೆ. ನೀವು ಈಗಲು ಮಜವಾಗಿ ಕೇಕ್ ಹಾಗೂ ಚಿಪ್ಸ್ ತಿನ್ನಬಹುದು. ಅದರಲ್ಲಿ ಸ್ವಲ್ಪ ಬದಲಾವಣೆ ತರ ಬೇಕಾಗುವುದು ಅಷ್ಟೆ. ನೀವು ಅನೇಕ ರುಚಿಕರ ವ್ಯಂಜನಗಳ ಮಾಧ್ಯಮದಿಂದ ವಿಟಮಿನ್ ಹಾಗೂ ಖನಿಜ ಲವಣಗಳ ಪ್ರಮಾಣ ತೆಗೆದುಕೊಳ್ಳಬಹುದು ಅಂದರೆ ಆರೋಗ್ಯದ ಜೊತೆ-ಜೊತೆಗೆ ಸ್ವಾದಿಷ್ಟ ಸಂಪೂರ್ಣ ಸಂಗವುವಾಗುತ್ತದೆ.

ಒಳ್ಳೆಯದಾಗುವುದಕ್ಕೆ ಆಹಾರದಲ್ಲಿ ಬದಲಾವಣೆ ಮಾಡುವ ಮೊದಲು ಒಂದು ಮಾತಿನ ಮೇಲೆ ವಿಶೇಷ ಗಮನಕೊಡಿ. ಈ ಲೇಖನದಲ್ಲಿ ಗರ್ಭಾವಸ್ಥೆಯಲ್ಲಿ ತೆಗೆದುಕೊಳ್ಳುವ ಆಹಾರದ ವಿಷಯದಲ್ಲಿ ಹೇಳಲಾಗಿದೆ. ಆದರೆ ನಿಮಗೆ ಈ ಪೌಷ್ಟಿಕ ಆಹಾರದಿಂದ ಸ್ವಲ್ಪ ರುಚಿಸದಿದ್ದರೆ ನೀವು ನಿಮ್ಮ ಇಷ್ಟದಂತೆ ಇದರಲ್ಲಿ ಸ್ವಲ್ಪ ಬದಲಾವಣೆ ಮಾಡಿ ಕೊಳ್ಳಬಹುದು. ನಾವು ಹೇಳಬೇಕಾಗಿದ್ದು ಇಷ್ಟೇ, ಪೂರ್ಣವಾಗಿ ಅಪರಿಚಿತವಾಗಿರುವ ಬದಲು ಸ್ವಲ್ಪ ಯೋಚನೆ ಮಾಡಿ ಊಟದ ಪದ್ಧತಿಯನ್ನು ಬಳಸಿ. ನೀವು ಬರ್ಗರ್ ಅಥವಾ ಫ್ರೆಂಚ್ ಫ್ರಯ್ ತಿನ್ನುವುದಲ್ಲಿ ಏನು ತೊಂದರೆ ಇಲ್ಲ ಆದರೆ ಜೊತೆಗೆ ಸ್ವಲ್ಪ ಸಲಾಡ್ ಇದ್ದರೆ ಇನ್ನು ಚೆನ್ನಾ.

ಒಂಭತ್ತು ತಿಂಗಳ ಆರೋಗ್ಯವಾದ ಆಹಾರದ ಒಂಭತ್ತು ಮೂಲ ನಿಯಮಗಳು:-

ತುತ್ತು ಎಣಿಸಿ :- ನೀವು ಪೂರ್ತಿ ಒಂಭತ್ತು ತಿಂಗಳು ನಿಮ್ಮ ಶಿಶುವಿಗಾಗಿ ಪೌಷ್ಟಿಕವಾದ ಆಹಾರ ತೆಗೆದುಕೊಳ್ಳಬೇಕು. ಇನ್ನೂ ಜನಿಸದ ಶಿಶುವಿಗೆ ಒಂದು ಆರೋಗ್ಯವಾದ ಪ್ರಾರಂಭ ಕೊಡಬೇಕು. ಯಾವಾಗ ನೀವು ನಿಮ್ಮ ಆಹಾರವನ್ನು ಅಗಿಯುತ್ತೀರೋ ಆಗ ನೀವು ನಿಮ್ಮ ಶಿಶುವಿನ ಬಗ್ಗೆ ಯೋಚಿಸಿ. ಪ್ರತಿ ಒಂದು ತುತ್ತಿನಲ್ಲೂ ನೆನಪಿರಲಿ ಸಣ್ಣ ಮಗುವಿಗೆ ಪೋಷಣೆ ತಲುಪಿಸುವ ಚಿನ್ನದ ಅವಕಾಶ.

ಎಲ್ಲಾ ಕ್ಯಾಲೋರೀ ಸಮವಾಗಿರುವುದಿಲ್ಲ :- ಕ್ಯಾಲೋರಿ ಎಣಿಸುವಾಗ ಜಾಗರೂಕರಾಗಿರಿ. ಅದರ ಪ್ರಮಾಣದ ಬದಲು ಅದರ ಗುಣವನ್ನು ಗಮನಿಸಿ. 10 ಅಲೂಗಡ್ಡೆಯ ಚಿಪ್ಸಿನ 100 ಕ್ಯಾಲೋರಿ, ಸಿಪ್ಪೆಸಹಿತವಾಗಿ ಸುಟ್ಟಿದ ಅಲೂಗಡ್ಡೆಯ 100 ಕ್ಯಾಲೋರಿಯ ಸಮಾನಕ್ಕೆ ಇರುವುದಿಲ್ಲ. ನಿಮಗೆ ಹಾಗೂ ಮಗುವುಗೆ 2,000 ಖಾಲಿ ಕ್ಯಾಲೋರಿಯ ಬದಲು 2,000 ಪೋಷಕ ಕ್ಯಾಲೋರಿಯಿಂದ ಹೆಚ್ಚು ಲಾಭವಾಗುತ್ತದೆ. ಪ್ರಸವದನಂತರ ನಿಮ್ಮ ಶರೀರದ ಮೇಲೆ ಇದರ ಪ್ರಭಾವ ಕಾಣಿಸುತ್ತದೆ.

> **ನಿಮ್ಮದೇ ರೀತಿಯಲ್ಲಿ ನಡೆಯಿರಿ:**
>
> ನಿಮಗೆ ನಿಮ್ಮ ಆಹಾರದ ಬಗ್ಗೆ ಯಾವುದಾದರೂ ಸಂದೇಹವಿದೆಯಾ? ನೀವು ಆಹಾರದ ಯೋಜನೆ ಮಾಡಲು ಇಚ್ಛಿಸುವಿದಿಲ್ಲವಾ? ಏನು ತಿನ್ನುವುದು? ಎಷ್ಟು ತಿನ್ನುವುದು? ಅಂತ ಪ್ರಶ್ನೆಗಳು ಕೇಳುವುದಿಲ್ಲವಾ? ಏನು ಪರವಾಗಿಲ್ಲ ನೀವು ನಿಮ್ಮ ರೀತಿಯಿಂದ ನಡೆಯರಿ. ಸ್ವಾದಿಷ್ಟವಾಗಿರುವ ಹಾಗೂ ಪೌಷ್ಟಿಕವಾಗಿರುವ ಆಹಾರ ತೆಗೆದುಕೊಳ್ಳಿ ಅದರಲ್ಲಿ ಹಣ್ಣು-ಹಾಲು, ಮೊಸರು, ಧಾನ್ಯ ಹಾಗೂ ತರಕಾರಿ ಎಲ್ಲವು ಸೇರಿರಲಿ. ನೀವು ಪ್ರತಿನಿತ್ಯ 300 ಕ್ಯಾಲೋರೀ ಹೆಚ್ಚು ತೆಗೆದುಕೊಳ್ಳಬೇಕು. ಇದರಿಂದಲೇ ಎಲ್ಲಾ ಸರಿಹೋಗುತ್ತದೆ.

ನೀವು ಹಸಿದುಕೊಂಡಿದ್ದರೆ ಮಗುವೂ ಹಸಿದುಕೊಂಡಿರುತ್ತದೆ :- ನೀವು ನಿಮ್ಮ ಪುಟ್ಟ ಮಗು ಹಸಿದುಕೊಂಡಿರಬೇಕೆಂದು ಇಚ್ಛಿಸುತ್ತೀರೆಂದರೆ ಅದು ಜನ್ಮಕ್ಕಿಂತ ಮೊದಲೇ ಏಕೆ ಹಸಿದುಕೊಂಡಿರಬೇಕು. ಅದಕ್ಕೆ ಪ್ರತಿನಿತ್ಯ ನಿಯಮಿತವಾಗಿ ಪೋಷಣೆ ಸಿಗುವುದು ಆವಶ್ಯಕ. ನೀವೆ "ಯೂಟೆರೈನ್ ಕೆಫೆ" ಯಲ್ಲಿ ಆಹಾರ ಕೊಡುತ್ತೀರಿ. ನಿಮಗೆ ಹಸಿವು ಇಲ್ಲದೆ ಹೋದರೂ ಮಗು ಹಸಿದುಕೊಂಡಿದೆ ಆದಕಾರಣ ತಿನ್ನುವುದು ಬಿಡಬೇಡಿ. ಸರಿಯಾದ ಸಮಯಕ್ಕೆ ಸ್ವಾದಿಷ್ಟವಾದ ಆಹಾರ ತೆಗೆದುಕೊಳ್ಳಿ. ಅಧ್ಯಯನಗಳಿಂದ ತಿಳಿದು ಬಂದಿರುವುದೇನೆಂದರೆ ದಿನಕ್ಕೆ ಐದು ಸಲ ತಿನ್ನುವ (ಮೂರೂ ಭೋಜನ+ ಎರಡು ಸ್ನಾಕ್ಸ್ ಅಥವಾ ಆರು ಸಲ ಸ್ವಲ್ಪ ಭೋಜನ) ತಾಯಂದಿರು ತುಂಬ ಸ್ವಸ್ಥವಾಗಿರುತ್ತಾರೆ. ಯದ್ಯಪಿ ಇದು ಹೇಳುವುದು ಬಹಳ ಸುಲಭ ವಿಶೇಷವಾಗಿ ಯಾವಾಗ ನಿಮಗೆ ಊಟದ ಹೆಸರು ಕೇಳಿದರೆ ನಿಮಗೆ ವಾಂತಿ ಬರಬಹುದು. ಈ ಪುಸ್ತಕದಲ್ಲಿ ನಿಮಗೆ ಇಂತಹ ಸಲಹೆ ಸಿಗುತ್ತದೆ ಅದು ನಿಮ್ಮ ಉಪಯೋಗಕ್ಕೆ ಬರಬಹುದು.

ಸ್ವಲ್ಪ ಕಾರ್ಯಕುಶಲತೆ :- ನೀವು ಹೀಗೆ ತಿನ್ನುವುದರಿಂದ ನೀವು ಹೇಗೆ ಕಾಣಿಸುತ್ತೀರೆಂದು ಯೋಚನೆಮಾಡಿ ಭಯಭೀತರಾಗಿದ್ದೀರಾ? ಈ ವಿಷಯದಲ್ಲಿ ಅಧಿಕ ಚಿಂತಿಸ

ಬೇಡಿ. ನೀವು ಸ್ವಲ್ಪ ಹುಷಾರಾಗಿರಬೇಕು. ಉದಾ: ಫುಲ್ ಫ್ಯಾಟ್ ಕೊಬ್ಬಿನಾಂಶದ ಡ್ಯೆರಿ ಉತ್ಪಾದನೆಗಳ ಬದಲು ಲೋ ಫ್ಯಾಟ್ ಡ್ಯೆರಿ ಉತ್ಪಾದನೆಗಳ, ಕರಿದಿರುವ ಬದಲು ಸುಟ್ಟಿರುವ ಅಥವಾ ಬೇಯಿಸಿರುವ, ಬೆಣ್ಣೆಯ ಕಡಿಮೆ ಪ್ರಮಾಣ ತೆಗೆದುಕೊಳ್ಳಿ ಅಥವಾ ಹುರಿಯುವಾಗ ಜೈತೂನ ತೈಲದ ಪ್ರಮಾಣ ಕಡಿಮೆ ತೆಗೆದುಕೊಳ್ಳಿ. ನಿಮ್ಮ ತೂಕ ಕಡಿಮೆ ವೃದ್ಧಿಯಾಗುತ್ತಿದ್ದರೆ, ನಿಮ್ಮ ತೂಕ ಹೆಚ್ಚಾಗಲೆಂದು ಆ ತರಹದ ಖಾದ್ಯ ಪದಾರ್ಥ ಆಯೆಮಾಡಿ. ನಿಮ್ಮ ತೂಕ ಹೆಚ್ಚಾಗಿದ್ದರೆ ಈ ತರಹದ ಖಾದ್ಯ ಪದಾರ್ಥವನ್ನು ಆರಿಸಿ. ಇದರಿಂದ ನಿಮ್ಮ ತೂಕ ಹೆಚ್ಚಾಗದಿರಲಿ ಆದರೆ ಶಿಶುವಿಗೆ ಪೂರ್ತಿ ಪೋಷಣೆ ಸಿಗಲಿ.

ಕಾರ್ಬೊಹೈಡ್ರೇಟ್‌ನ ಸಂದರ್ಭ :- ಅನೇಕ ಗರ್ಭಿಣಿ ಮಹಿಳೆಯರು ತೂಕ ಹೆಚ್ಚಾಗುವ ಭಯದಿಂದ ತಮ್ಮ ಆಹಾರದಲ್ಲಿ ಕಾರ್ಬೊಹೈಡ್ರೇಟಿನ ಪ್ರಮಾಣ ಕಡಿಮೆ ಮಾಡುತ್ತಾರೆ. ಉದಾ: ಆಲೂಗಡ್ಡೆ. ಇದರಲ್ಲಿ ಯಾವುದೇ ಸಂದೇಹವಿಲ್ಲೆಂದರೆ ರಿಫೈಂಡ್ ಕಾರ್ಬೊಹೈಡ್ರೇಟ್ ಅಧಿಕ ಪೊಷಕವಾಗಿರುವುದಿಲ್ಲ ಆದರೆ ಕಾಂಪ್ಲೆಕ್ಸ್ ಕಾರ್ಬೊಹೈಡ್ರೇಟ್(ಇಡಿ ಧಾನ್ಯ, ಬ್ರೆಡ್, ಬನ್, ಅನ್ನ, ತಾಜ ತರಕಾರಿ ಹಾಗೂ ಹಣ್ಣು, ಒಣಗಿದ ಬೀನ್ಸ್, ನಾಶಪಾತಿ ಹಾಗೂ ಸಿಪ್ಪೆಇರುವ ಆಲೂಗಡ್ಡೆ) ಇವುಗಳು ವಿಟಾಮಿನ್ ಬೀ ನ ಪೂರ್ತಿ ಮಾಡುವುದು. ಅವಶ್ಯಕವಾದ ಫೈಬರ್ ಹಾಗೂ ಪ್ರೋಟಿನಿನ ಪ್ರಮಾಣವನ್ನು ಕೊಡುತ್ತವೆ. ಇದು ಕೇವಲ ಶಿಶುವಿಗಲ್ಲದೆ ನಿಮಗೂ ಲಾಭಕಾರಿ. ಇದರಿಂದ ವಾಕರಿಕೆ ಬರುವುದಿಲ್ಲ ಹಾಗೂ ಮಲಬದ್ಧತೆ ಆಗುವುದಿಲ್ಲ. ಇದರಿಂದ ಹೊಟ್ಟೆ ತುಂಬಿರುವುದೆನಿಸುವುದು ಮತ್ತೆ ನಿಮ್ಮ ತೂಕವೂ ಹೆಚ್ಚಾಗುವುದಿಲ್ಲ.

ಇನ್ನೊಂದು ಅಧ್ಯಯನದಿಂದ ತಿಳಿದುಬಂದಿರುವುದು ಏನೆಂದರೆ ಕಾಂಪ್ಲೆಕ್ಸ್ ಕಾರ್ಬೊಹೈಡ್ರೇಟಿನ ಅಧಿಕ ಪ್ರಮಾಣ ತೆಗೆದುಕೊಂಡರೆ ಫೈಬರ್ಸ್ ಹೆಚ್ಚು ಪ್ರಮಾಣದಲ್ಲಿ ಸಿಗುವುದು ಹಾಗೂ ಗ್ಯಾಸ್ಟ್ರೇಶನಲ್, ಡಯಾಬಿಟೀಸ್ ಆಗುವ ಅಪಾಯ ಕಡಿಮೆ ಆಗುತ್ತದೆ. ಫೈಬರಿನ ಪ್ರಮಾಣ ನಿಧಾನವಾಗಿ ಹೆಚ್ಚಿಸಿ. ತಕ್ಷಣ ಫೈಬರಿನ ಪ್ರಮಾಣ ಹೆಚ್ಚಿಸಿದರೆ ಹೊಟ್ಟೆಯಲ್ಲಿ ಗ್ಯಾಸ್ ಆಗಬಹುದು.

ಸ್ವಲ್ಪ ಸಿಹಿ ಆಗಲಿ:- ಸಿಹಿ ತಿನ್ನುವುದು ಯಾರಿಗೆ ಇಷ್ಟ ಇರುವುದಿಲ್ಲಾ ಆದರೆ ಶೊಧಕರ್ತರಂತೆ ಸಿಹಿಯ ಅಧಿಕ ಪ್ರಮಾಣ ನಿಮಗೆ ಹಾನಿಕಾರಿ ಆಗಬಹುದು. ಇದರಿಂದ ಸ್ಥೂಲತೆ ಅಲ್ಲದೆ ಹಲ್ಲು ಹಾಗೂ ವಸುಡಿನ ರೋಗ, ಸಕ್ಕರೆ ಕಾಯಿಲೆ, ಹೃದಯರೋಗ, ಹಾಗೂ ಕೋಲನ್ ಕ್ಯಾನ್ಸರಿನ ಅಪಾಯುವು ಹೆಚ್ಚಾಗಬಹುದು. ಸಾಮಾನ್ಯವಗಿ ಕೆಲವು ಸಿಹಿ ಪದಾರ್ಥಗಳಲ್ಲಿ ಪೋಷಕ ತತ್ವಗಳ ಪ್ರಮಾಣ ತುಂಬ ಕಡಿಮೆ ಇರುತ್ತದೆ. ಹೀಗಿರುವಾಗ ಕ್ಯಾಂಡಿ ಹಾಗೂ ಸೋಡಾ ಎಲ್ಲಕ್ಕಿಂತ ಮೊದಲು ತಲೆಯಲ್ಲಿ ಬರುತ್ತದೆ.

ಮಾರುಕಟ್ಟೆಯಲ್ಲಿ ರಿಫೈಂಡ್ ಸಕ್ಕರೆ ಅನೇಕ ರೂಪಗಳಲ್ಲಿ ಸಿಗುತ್ತದೆ ಇದರಲ್ಲಿ ನೀವು ಕಾರ್ನ ಸೀಡ್ ಡೀಹೈಡ್ರೇಟೆಡ್ ಕೇನ್ ಜ್ಯೂಸನ್ನು ಸೇರಿಸಿ ಕೊಳ್ಳಬಹುದು.

ಜೇನುತುಪ್ಪ ಒಂದು ರಿಫೈಂಡ್ ಸಕ್ಕರೆ ಆಗಿರುವುದಿಲ್ಲ. ಇದರಲ್ಲಿ ರೋಗಗಳಿಂದ ಹೋರಾಡುವ ಆನ್ಟಿಆಕ್ಸೀಡೆಂಟ್ ಇರುತ್ತದೆ. ನೀವು ಇದರ ಸಹಾಯದಿಂದ ಅನೇಕತರಹದ ಪೌಷ್ಟಿಕವಾದ ವ್ಯಂಜನಗಳನ್ನು ತಯಾರಿಸಬಹುದು. ಯಧ್ಯಪಿ ನೀವು ಶುಗರ್(ಸಕ್ಕರೆ)ಯ ಪರ್ಯಾಪ್ತ ಪ್ರಮಾಣ ಇರುವ ಎಲ್ಲಾ ಖಾದ್ಯ ಪದಾರ್ಥಗಳ ಉಪಯೋಗವನ್ನು ನಿಷೇಧಿಸಬೇಕು. ಈ ರೀತಿ ನೀವು ಕೆಲವು ಈ ತರಹದ ಪೌಷ್ಟಿಕ

ಆರೋಗ್ಯವಾದ ವಿಕಲ್ಪ:

ನಿಮ್ಮ ಪ್ರಿಯ ಭೋಜನದಲ್ಲಿ ಕೆಲವು ಆರೋಗ್ಯವಾದ ವಿಕಲ್ಪ ಬೇಕಾಗಿದ್ದರೆ ಈ ಸೂಚನೆಯನ್ನು ಓದಿ:-

ಇದರ ಬದಲು	ಇದನ್ನು ತಿನ್ನಿ
ಆಲೂಗೆಡ್ಡೆ ಚಿಪ್ಸ	ಸೋಯಾ ಚಿಪ್ಸ
ಕರಿದಿರುವ ಚಿಕನ್	ಸುಟ್ಟಿರುವ ಚಿಕನ್
ಹಾಟ್ ಫಜ್ ಸಂಡೆ	ಹಣ್ಣು ಮತ್ತು
ಗ್ರೆನೆಲಾಜೊತೆಗೆ	ತಣ್ಣಗಿರುವ ಮೊಸರು
ಟಾಕೊ ಚಿಪ್ಸ್ ಮತ್ತು	ಬೈಝೀಸ್ ಮತ್ತು ಚೀಸ್ ಸಾಸ್
ಚೀಸ್ ಸಾಸ್	
ಫ್ರೆಂಚ್ ಫ್ರಯ್	ಸುಟ್ಟಿರುವ ಸಿಹಿ
ಆಲೂಗಡ್ಡೆ ಚಿಪ್ಸ್	
ಬಿಳೀ ಬ್ರೆಡ್	ಹಿಟ್ಟಿನ ಬ್ರೆಡ್
ಮೃದು ಪೇಯ (ಸಾಫ್ಟ್ ಡ್ರಿಂಕ್ಸ್)	ಹಣ್ಣಿನ ರಸ
ಶುಗರ್ ಕುಕೀಸ್	ಹೊಲಗ್ರೆನ್ ಫಿಗ್ ನ್ಯೂಟನ್

ಸಿಕ್ಸ್ ಮೀಲ್ಸ್ ಸೊಲ್ಯೂಶನ್:

ವಿಪರೀತ ಬಾಯರಿಕೆ, ಎದೆಉರಿ, ಮಲಬದ್ಧತೆ ಅಥವಾ ಯಾವುದೇ ಅನ್ಯ ಕಾರಣದಿಂದ ನಿಮ್ಮನ್ನು ಆಹಾರದಿಂದ ದೂರ ಕರೆದುಕೊಂಡು ಹೋಗುತ್ತಿದ್ದರೆ ಸಿಕ್ಸ್ ಮೀಲ್ಸಿನ ಸಮಾಧಾನವನ್ನು ಬಳಸಿ. ದಿನದಲ್ಲಿ ಮೂರು ಸಲ ಪೂರ್ತಿ ಊಟ ಮಾಡುವ ಬದಲು ಅದನ್ನು ಸಣ್ಣ-ಸಣ್ಣ ಆರು ಭಾಗದಲ್ಲಿ ವಿಂಗಡಿಸಿ. ಇದರಿಂದ ನಿಮ್ಮ ಊರ್ಜೆಯ ಸ್ತರ ಸರಿಯಾಗಿರುತ್ತದೆ. ತಲೆ ನೋವು ಕಡಿಮೆ ಆಗುವುದು ಹಾಗೂ ಮೂಡಲ್ಲಿ ಏರಿಕೆ-ಇಳುವಿಕೇನು ಬರುವುದಿಲ್ಲ .

ವ್ಯಂಜನಗಳ ಆಯ್ಕೆ ಮಾಡಬಹುದು ಅದರಲ್ಲಿ ಸ್ವಲ್ಪ ಸಿಹಿ ಸಹ ಇರುತ್ತದೆ.

ರುಚಿಯಾಗಿರುವ ಹಾಗೂ ಪೌಷ್ಟಿಕವಾಗಿರುವ ಸಿಹಿ ಪಡೆಯಬೇಕೆಂದು ಇಚ್ಛಿಸಿದರೆ ಸಕ್ಕರೆಯ ಬದಲು ಹಣ್ಣು, ಹಾಗೂ ಒಣಹಣ್ಣು ಮತ್ತು ಹಣ್ಣಿನ ರಸ ತೆಗೆದುಕೊಳ್ಳಿ. ಇದರಿಂದ ನಿಮಗೆ ಸಿಹಿಯ ಜೊತೆಗೆ ವಿಟಾಮಿನ್, ಖನಿಜ ಲವಣಗಳು ಹಾಗೂ ಫೈಟೋಕೆಮಿಕಲ್ ಸಹ ಸಿಗುವುದು. ನೀವು ಕ್ಯಾಲೋರಿ ಫ್ರೀ ಶುಗರ್‌ನ ಹೆಲ್ಪನ್ನು ತೆಗೆದುಕೊಳ್ಳಬಹುದು ಇದರಿಂದ ಗರ್ಭಾವಸ್ಥೆಯಲ್ಲಿ ಯಾವುದೇ ಹಾನಿ ಆಗುವುದಿಲ್ಲ.

ಪೌಷ್ಟಿಕ ಆಹಾರದ ಸೂತ್ರ:- ಪ್ರಕೃತಿಗೂ ಪೋಷಣೆಗೂ ಆಳವಾದ ಸಂಬಂಧವಿದೆ. ಸಾಮಾನ್ಯವಾಗಿ ಅನೇಕ ಪರಾಕೃತಿಕ ಖಾದ್ಯ ಪದಾರ್ಥಗಳು ತಮ್ಮ ಮೂಲ ರೂಪದಲ್ಲಿ ಪೋಷಣೆಯಿಂದ ತುಂಬಿರುತ್ತದೆ. ಋತುಗಳಂತೆ ತಾಜ ಹಣ್ಣುಗಳನ್ನು ತಿನ್ನಿರಿ. ಡಬ್ಬಿಗಳಲ್ಲಿರುವ(ಪ್ರಿಜರ್ವೆಟಿವ್) ಹಣ್ಣುಗಳನ್ನು ತೆಗೆದುಕೊಳ್ಳದಿದ್ದರೆ ಒಳ್ಳೆಯದು. ಆ ತರಹದ ತೆಗೆದುಕೊಳ್ಳಲೇಬೇಕಾದರೆ ಉಪ್ಪು, ಸಕ್ಕರೆ, ಮತ್ತು ಕೊಬ್ಬಿನಾಂಶ ಕಡಿಮೆ ಇರುವ ಪ್ಯಾಕ್‌ಗಳನ್ನು ಆರಿಸಿ ಕೊಳ್ಳಿ. ಪ್ರತಿನಿತ್ಯ ಹಸಿ ಹಣ್ಣು ಹಾಗು ತರಕಾರಿ ಅವಶ್ಯವಾಗಿ ತಿನ್ನಿ. ತರಕಾರಿ ಮತ್ತು ಹಣ್ಣನ್ನು ಬೇಯಿಸಬೇಕಾದಾಗ ವಿಟಾಮಿನ್ ಹಾಗೂ ಖನಿಜ ಲವಣಗಳು ನಷ್ಟವಾಗದಿರಲೆಂದು ಹಬೆಯಲ್ಲಿ ಬೇಯಿಸಿ.

ಅಪರಾಧಬೋಧ ಯಾಕೆ?

ಈಗ ನೀವು ಇಬ್ಬರಿಗಾಗಿ ತಿನ್ನುತ್ತಿದ್ದೀರಿ. ಆದಕಾರಣ ನೀವು ಎಲ್ಲಾ ಖಾದ್ಯ ಪದಾರ್ಥಗಳ ಆಯ್ಕೆ ಮಾಡುವಾಗ ಯೋಚನೆ ಮಾಡಬೇಕು. ಯದ್ಯಪಿ ನೀವೂ ಒಮ್ಮೊಮ್ಮೆ ಸ್ವಲ್ಪ ಸ್ವತಂತ್ರ ತೆಗೆದು ಕೊಳ್ಳಬಹುದು. ನಿಮಗೆ ಯಾವಾಗಲಾದರೂ ನಿಮ್ಮ ಇಷ್ಟವಾದ ವ್ಯಂಜನ (ಕಡಿಮೆ ಪೌಷ್ಟಿಕ ಸತ್ವಗಳಿಂದ) ತಿನ್ನುವ ಇಚ್ಛೆಆದರೆ ಒಮ್ಮೊಮ್ಮೆ ತಿನ್ನುವುದರಲ್ಲಿ ಅಡ್ಡಿ ಏನಿಲ್ಲ. ಬ್ಲೂಬೆರ್ರಿ ಮಫಿನ್ ಅಲ್ಲಿ ಬ್ಲೂಬೆರ್ರಿಗಿಂತ ಹೆಚ್ಚು ಸಕ್ಕರೆ ಇರುತ್ತವೆ ಆದರೆ ತಿನ್ನುವ ಮನಸ್ಸಾದರೆ ತಿನ್ನಲೆ ಬೇಕು. ಇಷ್ಟವಾಗಿರುವ ಕ್ಯಾಂಡಿ, ಬರ್ಗರ್, ಕುಕೀಸ್, ಕ್ರೀಮ್ ತಿನ್ನುವ ಮನಸ್ಸಾದರೆ ಖಂಡಿತ ತಿನ್ನಿ ಆದರೆ ಜೊತೆಗೆ ಪೋಷಕ ಸತ್ವಗಳ ಪ್ರಮಾಣ ಪೂರ್ತಿಯಾಗುವಂತ ಆಹಾರವನ್ನು ತೆಗೆದೊಕೊಳ್ಳಿ. ಹಾಗೆ ಅಕ್ರೋಡದ ಕ್ಯಾಂಡಿ ಆರಿಸಿಕೊಳ್ಳಿ, ಐಸ್‌ಕ್ರೀಮ್ ಮೇಲೆ ಸ್ವಲ್ಪ ಒಣಗಿದ ಹಣ್ಣುಗಳು ಮತ್ತೆ ಬಾಳೆಹಣ್ಣಿನ ತುಂಡುಗಳನ್ನು ಹಾಕಿ ಕೊಳ್ಳಿ, ಚೀಜ್ ಮತ್ತೆ ಟಮೋಟೊ ಹಣ್ಣಿನ ಬರ್ಗರ್ ಜೊತೆಗೆ ಸಲಾಡ್ ತರಿಸಿಕೊಳ್ಳಿ.

ಈ ತರಹದ ಆಹಾರದ ಪ್ರಮಾಣ ಹೆಚ್ಚಾದಿರಲಿ ಎಂದು ಪ್ರಯತ್ನಿಸಿ. ಇವುಗಳನ್ನು ಕೇವಲ ರುಚಿಗಾಗಿ ತಿನ್ನಿ. ಇದರಿಂದ ಹೊಟ್ಟೆ ತುಂಬಿಕೊಳ್ಳ ಬೇಡಿ. ನಿಮ್ಮ ಮಿತಿಯಲ್ಲಿರಿ. ಅವಶ್ಯಕತೆಗಿಂತ ಹೆಚ್ಚು ತಿಂದ್ರೆ ನಿಮಗೇ ನಾಚಿಕೆಯಾಗ ಬಹುದು.

ಪ್ರೊಸೆಸ್ಡ್ ಫೂಡ್ನಲ್ಲಿ ಅನೇಕ ತರಹದ ರಸಾಯನ ಹಾಗೂ ಕೊಬ್ಬಿನಾಂಶ ಹಾಗೂ ಸಕ್ಕರೆ ಇತ್ಯಾದಿ ಬೆರೆಸಲಾಗುತ್ತದೆ ಅದರಿಂದ ಅದರ ಪೋಷಕ ಮೌಲ್ಯ ತುಂಬ ಕಡಿಮೆ ಆಗಿಬಿಡುತ್ತದೆ. ಸ್ಮೋಕ್ಡ್ ಟರ್ಕಿಯ ಬದಲು ತಾಜ ಹುರಿದಿರುವ ಟರ್ಕಿ ತೆಗೆದುಕೊಳ್ಳಿ. ಇಡಿ ಧಾನ್ಯದಿಂದ ಮಾಡಿರುವ ಮೈಕ್‌ರೋನಿಯ ಜೊತೆಗೆ ಚೀಜ ತೆಗೆದುಕೊಳ್ಳಿ. ಚೀಜ ತಾಜ ಆಗಿದ್ದರೆ ಒಳ್ಳೆಯದು. ನೀವು ತಾಜ ಮತ್ತೆ ಓಟ್‌ಮೀಲ್ ಸಹ ತೆಗೆದುಕೊಳ್ಳ ಬಹುದು.

ಸ್ವಸ್ಥ್ಯ ಆಹಾರದ ಪ್ರಾರಂಭ ಮನೆಯಿಂದಾಗಲಿ:- ನಮಗೆ ಗೊತ್ತು ಯಾವಾಗ ನಿಮ್ಮ ಯಜಮಾನರು ಸೋಫಾದ ಮೇಲೆ ಕುಳಿತುಕೊಂಡು ಒಂದು ದೊಡ್ಡ ಬಟ್ಟಲ್ಲಿ ಐಸ್‌ಕ್ರೀಂ ತಿನ್ನುತ್ತಾ ಇದ್ದರೆ ನಿಮಗೆ ನಿಮ್ಮ ಮನಸ್ಸನ್ನು ನಿಯಂತ್ರಿಸುವುದು ಸ್ವಲ್ಪ ಕಷ್ಟವಾಗಬಹುದು. ಆ ಸಮಯದಲ್ಲಿ ನಿಮ್ಮ ಮನಸ್ಸು ತಾಜಾ ಹಣ್ಣಿನ ಮೇಲೆ ಖಂಡಿತ ಹೋಗುವುದಿಲ್ಲ. ಅಡಿಗೆಮನೆಯ ಕಪಾಟಿನಲ್ಲಿ ಸಂತರಿ ಚೀಜ್ ಬಾಲ್ಸ್ ಇಟ್ಟಿದ್ದರೆ ನಿಮಗೆ ಸೋಯಾ ಚಿಪ್ಸಿನ ರುಚಿ ಬರುವುದಿಲ್ಲ. ಆದಕಾರಣ ಮನೆಯ ಎಲ್ಲಾ ಸದಸ್ಯರ ಸಹಾಯದಿಂದ ಆರೋಗ್ಯವಾದ ವಾತಾವರಣವನ್ನು ನಿರ್ಮಿಸಲು ಪ್ರಯತ್ನಿಸಿ.

ಮನೆಯಲ್ಲಿ ಇಡೀ ಧಾನ್ಯದ ಬ್ರೆಡ್ ಇಟ್ಟಿಕೊಳ್ಳಿ. ಫ್ರಿಜ್‌ನಲ್ಲಿ ತಾಜಾ ಮೊಸರು ಇಟ್ಟಿರಿ. ಯಾವ ಸ್ನ್ಯಾಕ್ಸ್ ಆರೋಗ್ಯವಾದ ಖಾದ್ಯಪದಾರ್ಥದ ಶ್ರೇಣಿಯಲ್ಲಿ ಬರುವುದಿಲ್ಲವೋ ಆ ಸ್ನ್ಯಾಕ್ಸ್ ಅಲ್ಲಿಂದ ತೆಗೆದುಬಿಡಿ. ಪ್ರಸವದನಂತರವು ಈ ಅಭ್ಯಾಸವನ್ನು ಜಾರಿಯಲ್ಲಿಡಿ.

ಆಹಾರದ ಒಳ್ಳೆಯ ಪ್ರಮಾಣದಿಂದ ಗರ್ಭಾವಸ್ಥೆಯ ಒಳ್ಳೆಯ ಪರಿಣಾಮ ಕಾಣಿಸಿಕೊಳ್ಳುತ್ತದೆ ಹಾಗೂ ಅನೇಕ ತರಹದ ರೋಗಗಳ ಅಪಾಯವು ಕಡಿಮೆ ಆಗುತ್ತದೆ. ಯಾರ ಪರಿವಾರ ಒಟ್ಟಿಗೆ ಸೇರಿಕೊಂಡು ಆರೋಗ್ಯವಾದ ಆಹಾರವನ್ನು ಸೇವಿಸುತ್ತಾರೋ ಅವರು ಯಾವಗಲು ಆರೋಗ್ಯವಾಗಿರುತ್ತಾರೆ.

ಕೆಟ್ಟ ಹವ್ಯಾಸಗಳಿಂದ ದೂರವಿರಿ:- ಪ್ರಸವ ಪೂರ್ವ ಆರೋಗ್ಯವಾದ ಆಹಾರ ಮಾತ್ರ ತೆಗೆದುಕೊಳ್ಳುವುದು ಸಾಲದು. ನೀವು ಆಲ್ಕೋಹಾಲ್, ತಂಬಾಖೂ ಹಾಗೂ ಅನ್ಯ

ಮಾದಕ ಪದಾರ್ಥಗಳನ್ನು ಸೇವಿಸುವುದು ನಿಲ್ಲಿಸಬೇಕು. ನೀವು ಈತನಕ ನಿಮ್ಮ ಅಭ್ಯಾಸಗಳನ್ನು ಬದಲಾಯಿಸಿಲ್ಲದೆ ಇದ್ದರೆ ಈಗಿನಿಂದಲೇ ತಮ್ಮ ಜೀವನ ಶೈಲಿಯಲ್ಲಿ ಬದಲಾವಣೆ ತರಲು ಪ್ರಾರಂಭಿಸಿ.

ಗರ್ಭಾವಸ್ಥೆಯಕಾಲದಲ್ಲಿ ಊಟದ ಪದ್ಧತಿ

ಕ್ಯಾಲೋರೀಸ್

ಗರ್ಭಿಣಿ ಮಹಿಳೆ ಈಗ ಇಬ್ಬರಿಗಾಗಿ ತಿನ್ನ ಬೇಕಾಗುತ್ತದೆ, ಇದು ಎಲ್ಲರಿಗು ತಿಳದಿದ್ದ ವಿಷಯ. ಆದರೆ ನೆನಪಿರಲಿ ಈ ಸಮಯದಲ್ಲಿ ಇಬ್ಬರಲ್ಲಿ ಒಂದು ಜೀವ ಬಹಳ ಸಣ್ಣದು. ಅದಕ್ಕೆ ತಮ್ಮ ತಾಯಿಯಿಂದ ಬಹಳ ಕಡಿಮೆ ಕ್ಯಾಲೋರೀಸಿನ ಆವಶ್ಯಕತೆ ಇರುತ್ತದೆ. ನೀವು ಸರಾಸರಿ ತೂಕದ ಮಹಿಳೆ ಆಗಿದ್ದರೆ ನಿಮಗೆ ಕೇವಲ 300 ಕ್ಯಾಲೋರೀಸ್ ಹೆಚ್ಚಿನ ಆವಶ್ಯಕತೆ ಇದೆ ಅದು ನಿಮಗೆ ಕೆನೆ ತೆಗೆದಿದ್ದ ಎರಡು ಲೋಟ ಹಾಲು(ಸ್ಕೀಮ್ಡ್ ಮಿಲ್ಕ್) ಹಾಗೂ ಒಂದು ಬಟ್ಟಲು ಓಟ್‌ಮೀಲ್ ಇಂದಾನೆ ಸಿಗಬಹುದು.

ಹಾಗೆ ಮೊದಲನೆಯ ಮೂರು ತಿಂಗಳಲ್ಲಿ ಹೆಚ್ಚು ಪೋಷಣೆಯ ಆವಶ್ಯಕತೆ ಇರುವುದಿಲ್ಲ ಏಕೆಂದರೆ ಆವಾಗ ಭ್ರೂಣದ ಆಕಾರ ಒಂದು ಬಟಾಣಿ ಕಾಳಷ್ಟೆ ಇರುತ್ತದೆ. ಎರಡನೆಯ ಮೂರು ತಿಂಗಳಲ್ಲಿ ನಿಮಗೆ ಅದಕ್ಕಾಗಿ ಅತಿರಿಕ್ತ ಪೋಷಣದ ಅವಶ್ಯಕತೆ ಆಗುವುದು. ಆಮೇಲೆ ಶಿಶುವಿನ ಆಕಾರದಲ್ಲಿ ಇನ್ನು ವೃದ್ಧಿ ಆಗುವುದು. ಆವಾಗ ಪ್ರತಿದಿನ 500 ಅತಿರಿಕ್ತ ಕ್ಯಾಲೋರೀಸಿನ ಅವಶ್ಯಕತೆ ಆಗಬಹುದು.

ನಿಮ್ಮ ಮತ್ತು ನಿಮ್ಮ ಶಿಶುವಿನ ಕ್ಯಾಲೋರೀಗಿಂತ ಹೆಚ್ಚು ತಿನ್ನುವುದರಿಂದ ಏನು ಲಾಭವಾಗುವುದಿಲ್ಲ. ಇದರಿಂದ ನಿಮ್ಮ ತೂಕ ತುಂಬ ವೇಸ್ಟಾಗುವುದು. ಇದರಿಂದ ಕೇವಲ ತೂಕ ಹೆಚ್ಚಾಗುವುದಿಲ್ಲ ಜೊತೆಗೆ ಗರ್ಭಾವಸ್ಥೆ ಮುಂದುವರೆದಂತೆ ಕ್ಯಾಲೋರಿಯ ಪರ್ಯಾಪ್ತ ಪ್ರಮಾಣ ತೆಗೆದುಕೊಳ್ಳದೆ ಹೋದರೆ ಶಿಶುವಿನ ಬೆಳವಣಿಗೆಯಲ್ಲಿ ತುಂಬ ನಿಧಾನವಾಗಬಹುದು.

ಈ ಮೂಲ ನಿಯಮಕ್ಕೆ ನಾಲ್ಕು ಅಪವಾದವಿದೆ. ಇದರಲ್ಲಿ ಒಂದಾದರು ನಿಮ್ಮ ಮೇಲೆ ಪರಿಣಾಮ ಬೀರುತ್ತಿದ್ದರೆ ಮೊದಲು ನಿಮ್ಮ ಡಾಕ್ಟರಿಂದ ಕ್ಯಾಲೋರಿಯ ಆವಶ್ಯಕತೆಯ ವಿಷಯದಲ್ಲಿ ಸಲಹೆ ಪಡೆಯಿರಿ. ನಿಮ್ಮ ತೂಕ ಮೊದಲಿನಿಂದಲೂ ಹೆಚ್ಚಾಗಿದ್ದರೆ ನಿಮಗೆ ಸರಿಯಾದ ಪೋಷಣೆಯ ಜೊತೆಗೆ ಅದೇ ಅನುಪಾತದಲ್ಲಿ ಹೆಚ್ಚು ಕ್ಯಾಲೋರಿಯ ಆವಶ್ಯಕತೆ ಇರುವುದು. ನೀವು ಈಗ ಹುಡುಗಿ ಆಗಿದ್ದರೆ ಅಂದರೆ ವಿಕಾಸಾವಸ್ಥೆಯಲ್ಲಿದ್ದರೆ ನಿಮ್ಮ ಪೋಷಣೆಯ ಆವಶ್ಯಕತೆನೂ ಬೇರೆ ಆಗಿರುವುದು. ನೀವು ಅವಳಿ-ಜವಳಿ ಮಕ್ಕಳಿಗೆ ಜನ್ಮ ಕೊಡುವವರಾಗಿದ್ದರೆ ನೀವು ಪ್ರತಿ ಶಿಶುವಿಗೆ 300 ಕ್ಯಾಲೋರಿಯನ್ನು ಅತಿರಿಕ್ತವಾಗಿ ತೆಗೆದುಕೊಳ್ಳ ಬೇಕಾಗುವುದು.

ಗರ್ಭಾವಸ್ಥೆಯಲ್ಲಿ ಕ್ಯಾಲೋರಿಯ ಎಣಿಕೆಯ ಅರ್ಥ ನೀವು ಕ್ಯಾಲೋರಿಯನ್ನು ನಿಜವಾಗಲು ಎಣಿಸ ಬೇಕೆಂದಲ್ಲ. ಪ್ರತಿ ಭೋಜನದನಂತರ ಅದನ್ನು ಎಣಿಸುವ ಬದಲು ಒಂದೆರಡು ವಾರದಲ್ಲಿ ತಪಾಸಣೆ ಮಾಡಿಸಿ ನಿಮ್ಮ ಪ್ರಗತಿಯನ್ನು ತಿಳಿದುಕೊಳ್ಳಿ. ಯಾವುದೇ ಒಂದು ಮಾತಿಂದ ನಿಮ್ಮ ತೂಕದಲ್ಲಿ ವ್ಯತ್ಯಾಸ ಬರದೇಇರಲೆಂದು ದಿನವು ಅದೇ ಸಮಯದಲ್ಲಿ ತಮ್ಮ ತೂಕವನ್ನು ಪರೀಕ್ಷಿಸಿ, ಅದೇ ಉಡುಪನ್ನು ಧರಿಸಿ ಅಥವ ಉಡುಪಿಲ್ಲದೆ ಪರೀಕ್ಷಿಸಿ. ನಿಮ್ಮ ತೂಕ ದಿನಚರ್ಯೆಯ ಲೆಕ್ಕದಲ್ಲಿ ಸರಿಯಾಗಿ ಬೆಳೆಯುತ್ತಿದೆ ಎಂದರೆ ನೀವು ಕ್ಯಾಲೋರಿಯ ಸರಿಯಾದ ಪ್ರಮಾಣವನ್ನು ತೆಗೆದುಕೊಳ್ಳುತ್ತಿದ್ದೀರಿ. ಅದು ಕಡಿಮೆ ಇತ್ತೆಂದರೆ ನೀವು ಕ್ಯಾಲೋರಿಯ ಪೂರ್ಣ ಪ್ರಮಾಣ ತೆಗೆದುಕೊಳ್ಳುತ್ತಿಲ್ಲ ಅಂತ. ಆವಶ್ಯಕತೆಯಂತೆ ಭೋಜನದ ಪ್ರಮಾಣವನ್ನು ಹೆಚ್ಚು-ಕಡಿಮೆ ಮಾಡಿ ಆದರೆ ಕ್ಯಾಲೋರಿಯ ಜೊತೆಗೆ ತೆಗೆದುಕೊಳ್ಳ ಬೇಕಾಗುವ ಪೋಷಕಸತ್ವಗಳ ಪ್ರಮಾಣವನ್ನು ಅಲಕ್ಷ್ಯಸಬೇಡಿ.

ಪ್ರೋಟೀನ್ ಆಹಾರ : ದಿನದಲ್ಲಿ ಮೂರು ಸಲ:-

ನಿಮ್ಮ ಶಿಶುವಿನ ಬೆಳವಣಿಗೆ ಹೇಗೆ ಆಗುವುದು? ನೀವು ಯಾವ ಪ್ರೋಟೀನ್ ತೆಗೆದುಕೊಳ್ಳುವಿರಿ ಅದರ ಅಮೀನೊ ಆಸಿಡ್ ಹಾಗೂ ಅನ್ಯ ಪೋಷಕ ಸತ್ವಗಳ ಸಹಾಯದಿಂದ ಅದು ಬೆಳೆಯುತ್ತದೆ. ಏಕೆಂದರೆ ಶಿಶುವಿನ ಜೀವಕೋಷಗಳ ವೃದ್ಧಿ ತೀವ್ರವಾಗಾಗುತ್ತಿದೆ ಆದಕಾರಣ ನಿಮ್ಮ ಆಹಾರದಲ್ಲಿ ಪ್ರೋಟೀನಿನ ಪ್ರಮಾಣ ಬಹಳ ಮಹತ್ವಪೂರ್ಣವಾಗುವುದು. ನೀವು ಪ್ರತಿದಿನ 95 ಗ್ರಾಂ ಪ್ರೋಟೀನ್ ತೆಗೆದುಕೊಳ್ಳುವ ಲಕ್ಷ್ಯ ಇಟ್ಟುಕೊಳ್ಳಬೇಕು.

ಕೇಳಲು ವಿಚಿತ್ರವೆನಿಸಿದರೆ ಸ್ವಲ್ಪ ಗಮನಕೊಡಿ. ಸಾಮಾನ್ಯವಾಗಿ ಅಮೇರಿಕನ್ ನಾಗರಿಕರು ಈ ಪ್ರಮಾಣ ಪ್ರತಿದಿನ ಹಾಗೆ ತೆಗೆದುಕೊಳ್ಳುತ್ತಾರೆ. ಯಾರು ಹೈ ಪ್ರೋಟೀನ ಆಹಾರದ ಮೇಲೆ ಇರುತ್ತಾರೋ ಅವರು ಇದಕ್ಕಿಂತ ಹೆಚ್ಚುಪ್ರಮಾಣ ತೆಗೆದುಕೊಳ್ಳುತ್ತಾರೆ. ನಿಮಗೆ ಕೊಟ್ಟಿರುವ

ಸೂಚನಾಪತ್ರದಂತೆ ದಿನದಲ್ಲಿ ಮೂರು ಸಲ ಪ್ರೋಟೀನ್ ಯುಕ್ತ ಆಹಾರ ತೆಗೆದುಕೊಳ್ಳಬೇಕು. ಪ್ರೋಟೀನನ್ನು ಎಣಿಸುವಾಗ ಉಚ್ಚ ಕ್ಯಾಲ್ಶಿಯಂ ಯುಕ್ತ ಆಹಾರದಿಂದ ಸಿಗುವ ಪ್ರೋಟೀನನ್ನು ಎಣಿಸುವುದು ಮರೆಯಬೇಡಿ. ಒಂದು ಲೋಟ ಹಾಲು ಹಾಗೂ ಒಂದು ಔನ್ಸ್ ಚೀಜ್ ಯಿಂದ ಮೂರನೆ ಒಂದು ಅಂಶ ಪ್ರೋಟೀನಿನ ಪ್ರಮಾಣ ಸಿಗುತ್ತದೆ. ಒಂದು ಕಪ್ ಮೊಸರಿನಿಂದ ಒಂದು ವೇಳೆಯ ಅರ್ಧ ಪ್ರೋಟಿನಿನ ಪೂರ್ತಿ ಆಗುವುದು. ಇಡೀ ಧಾನ್ಯ ಹಾಗೂ ಅವರೆ ಮೊದಲಾದವುಗಳಲ್ಲೂ ಪ್ರೋಟೀನ್‌ನ ಪ್ರಮಾಣ ಸಿಗುತ್ತದೆ.

ಪ್ರತಿದಿನ ಈ ಸೂಚಿಪತ್ರದಿಂದ ಪ್ರೋಟೀನ ಪದಾರ್ಥಗಳ ಮಿಶ್ರಣವನ್ನು ಆಯ್ಕೆ ಮಾಡಿ ತಮ್ಮ ಆಹಾರದಲ್ಲಿ ಸೇರಿಸಕೊಳ್ಳಿ. ನೆನಪಿರಲಿ ಡೈರಿ ಉತ್ಪಾದನೆಗಳಿಂದಲೂ ಪ್ರೋಟೀನಿನ ಕೊರತೆ ಪೂರ್ಣವಾಗುತ್ತದೆ:-

24 ಔನ್ಸ್ ಹಾಲು ಅಥವ ಮಜ್ಜಿಗೆ

1 ಕಪ್ ಪನ್ನೀರ್

2 ಕಪ್ ಮೊಸರು

3 ಔನ್ಸ್ ತುರಿದ ಚೀಜ್

4 ದೊಡ್ಡ ಇಡೀ ಮೊಟ್ಟೆ

7 ಮೊಟ್ಟೆಯ ಬಿಳಿ ಭಾಗ

3.5 ಔನ್ಸ್ ಸೀಲ್ಡ್ ಡಬ್ಬದ ಟ್ಯೂನ್ ಅಥವ ಸಾರ್ಡಿನ್

4 ಔನ್ಸ್ ಸೀಲ್ಡ್ ಡಬ್ಬದ ಸಲಮನ್

4 ಔನ್ಸ್ ಬೆಂದಿದ ಶೆಲ್‌ಫಿಶ್(ಶಿಂಪ್ರ, ಲಾಬಸ್ಟರ್, ಕ್ಲಾಮ್ಸ, ಮೂಸಲ)

4 ಔನ್ಸ್(ಬೇಯಿಸುವ ಮುಂಚೆ)ತಾಜ ಮೀನು

4 ಔನ್ಸ್ (ಬೇಯಿಸುವ ಮುಂಚೆ) ಚಿಕನ್, ಟರ್ಕಿ, ಡಕ್, ಅಥವ, ಇತರ ಪೌಲ್ಟ್ರಿ ಉತ್ಪನ್ನಗಳು.

4 ಔನ್ಸ್ (ಬೇಯಿಸುವ ಮುಂಚೆ) ಲೀನ್ ಬೀಫ್, ಲ್ಯಂಬ್, ಬೀಲ್, ಪೋರ್ಕ, ಅಥವಾ ಬಫೆಲೊ

ಕ್ಯಾಲ್ಶಿಯಂ ಆಹಾರ ದಿನದಲ್ಲಿ ಮೂರು ಸಲ:-

ನೀವು ಸ್ಕೂಲಲ್ಲಿ ಓದಿರಬೇಕು, ಮಕ್ಕಳಿಗೆ ಹಲ್ಲು ಮತ್ತೆ ಮೂಳೆಗಳ ದೃಡತೆಗಾಗಿ ಬಹಳ ಪ್ರಮಾಣದಲ್ಲಿ ಕ್ಯಾಲ್ಶಿಯಂ ನ ಆವಶ್ಯಕತೆ ಇರುತ್ತದೆ. ಭ್ರೂಣ ಸಹ ಬೆಳೆದು ಶಿಶುವಾಗುವುದು. ಕ್ಯಾಲ್ಶಿಯಂ ಮಾಂಸಖಂಡ, ಹೃದಯ, ಸ್ನಾಯುಗಳ ವೃದ್ಧಿಗಾಗಿ, ರಕ್ತ ಕಟ್ಟುವುದಕ್ಕೆ, ಹಾಗೂ ಎನ್‌ಜೈಮ್ ಗತಿವಿಧಿಗಳಿಗೂ ಬಹಳ ಮಹತ್ವವಾದುದು. ನೀವು ಪರ್ಯಾಪ್ತ ಪ್ರಮಾಣದಲ್ಲಿ ಪ್ರೋಟೀನ್ ತೆಗೆದುಕೊಳ್ಳದೆ ಹೋದರೆ ಕೇವಲ ಶಿಶುವಿಗೆ ಪ್ರಭಾವವಾಗುವುದಿಲ್ಲ ನಿಮ್ಮ ಮೂಳೆಗಳು ಸಹ ಪ್ರಭಾವಿತವಾಗುವುದು. ಶಿಶುವಿನ ಮೂಳೆಗಳಿಗೆ ಕ್ಯಾಲ್ಶಿಯಂನ ಪೂರ್ತಿ ನಿಮ್ಮ ಶರೀರದಿಂದ ಆಗುತ್ತದೆ ಹಾಗೂ ನೀವು ಮುಂದೆ ಹೋಗಿ ಆಸ್ಟಿಯೊಪೊರೋಸಿಸ್ ರೋಗಿ ಆಗಬಹದು. ನೀವು ದಿನದಲ್ಲಿ ನಾಲ್ಕು ಸಲ ಕ್ಯಾಲ್ಶಿಯಂ ಯುಕ್ತ ಆಹಾರ ತೆಗೆದುಕೊಳ್ಳಲೇಬೇಕು.

ಪ್ರತಿದಿನ ನಾಲ್ಕು ಲೋಟ ಹಾಲಿನ ಮಾತು ಅರ್ಥವಾಗುವುದಿಲ್ಲವ? ಹಾಗೆ ಕ್ಯಾಲ್ಶಿಯಂ ಯಾವಾಗಲು ಲೋಟಗಳಲ್ಲೆ ಸಿಗುವುದಿಲ್ಲ. ಇದನ್ನು ನೀವು ಒಂದು ಕಪ್ ಯೋಗರ್ಟ್ ಅಥವಾ ಚೀಜ್ ರೂಪದಲ್ಲೂ ತೆಗೆದುಕೊಳ್ಳ ಬಹುದು. ಇದನ್ನು ಸ್ಮೂದೀಜ್, ಸೂಪ್, ಕ್ಯಾಸೆರೋಲ್, ಸೈರೆಲ್, ಡಿಪ್ ಮಾಂಸ, ಮತ್ತೆ ಡೆಸರ್ಟ್ ರೂಪದಲ್ಲು ತೆಗೆದುಕೊಳ್ಳ ಬಹುದು.

ಡೈರಿ ಉತ್ಪಾದ ತೆಗೆದುಕೊಳ್ಳದಿರುವವರಿಗೆ ಸಾಮಾನ್ಯ ರೂಪದಲ್ಲು ಕ್ಯಾಲ್ಶಿಯಂ ದೊರಕುವುದು. ಕ್ಯಾಲ್ಶಿಯಂ ಯುಕ್ತ ಕಿತ್ತಲೆ ಹಣ್ಣಿನ ರಸದ ಗ್ಲಾಸ್ ಹೇಗಿರುತ್ತದೆ? 4 ಔನ್ಸ್ ಸೀಲ್ಡ್ ಡಬ್ಬದ ಸಾಲಮನ್ ಯಿಂದ ಕ್ಯಾಲ್ಶಿಯಂ ಜೊತೆಗೆ ಪ್ರೋಟೀನ ಸಹ ಸಿಗುತ್ತದೆ. ತಾಜಾ ಬೇಯಿಸಿದ ಹಸಿರು ತರಕಾರಿ ಯಿಂದ ವಿಟಮಿನ್ ಸೀ ಪೂರ್ತಿ ಸಹ ಆಗುವುದು.

ಕೆಲವು ಗರ್ಭಿಣಿ ಮಹಿಳೆಯರಿಗೆ ಆಹಾರದಿಂದ ಪರ್ಯಾಪ್ತ ಕ್ಯಾಲ್ಶಿಯಂ ಸಿಗದೆ ಹೋದರೆ ಅವರಿಗೆ ಕ್ಯಾಲ್ಶಿಯಂ ಔಷಧಿಯ ರೂಪದಲ್ಲಿ ತೆಗೆದುಕೊಳ್ಳುವ ಸಲಹೆ ಕೊಡಬಹುದು.

ನೀವು ಪ್ರತಿದಿನ ನಾಲ್ಕು ಸಲ ಕ್ಯಾಲ್ಶಿಯಂ ಯುಕ್ತ ಆಹಾರ ತೆಗೆದುಕೊಳ್ಳಬೇಕು. ಈ ಎಣಿಕೆ ಯಲ್ಲಿ ನೀವು ಚೀಜ್ ಹಾಕಿ ಕೊಂಡು ತಿನ್ನಲು ಅರ್ಧ ಕಪ್ ಮೊಸರನ್ನು (ಯೊಗರ್ಟ) ಸೇರಿಸುವುದನ್ನು ಮರೆಯ ಬೇಡಿ.

ಕೆಳಗೆ ಕೊಟ್ಟಿರುವ ಸೂಚಿಪತ್ರದಲ್ಲಿ ಪ್ರತಿಯೊಂದು ವ್ಯಂಜನದಲ್ಲಿ ಅಥವಾ ಖಾದ್ಯಪದಾರ್ಥದಲ್ಲಿ 300 ಮಿ.ಗ್ರಾ. ಕ್ಯಾಲ್ಶಿಯಂ ಯಿನ ಪ್ರಮಾಣ ಸೇರಿದೆ. ಕೆಲವು ಪದಾರ್ಥಗಳಲ್ಲಿ ಕ್ಯಾಲ್ಶಿಯಂ ಜೊತೆಗೆ ಪ್ರೋಟೀನಿನ ಪೂರ್ತಿ ಪ್ರಮಾಣ ಸಹ ಆಗುತ್ತದೆ.

1/4 ಕಪ್ ತುರಿದ ಚೀಜ್

1 ಔನ್ಸ್ ಗಟ್ಟಿ ಚೀಜ್

1/2 ಕಪ್ ಪಾಶ್ಚರೈಸ್ಡ್ ರಿಸೊಟ್ಟಾಚೀಜ್

1 ಕಪ್ ಹಾಲು ಅಥವಾ ಲಸ್ಸಿ

5 ಔನ್ಸ್ ಕ್ಯಾಲ್ಶಿಯಂ ಯುಕ್ತ ಹಾಲು(ಕುಡಿಯುವ

ಮೊದಲು ಅಲ್ಲಾಡ್ಸಿ)

1/3 ಕಪ್ ಜಿಡ್ಡಿಲದ ಒಣಗಿದ ಹಾಲು(ಇದರಿಂದ ಒಂದು ಕಪ್ ಹಾಲು ತಯಾರಾಗುತ್ತದೆ)

1 ಕಪ್ ಮೊಸರು

1 ಕಪ್ ಕ್ಯಾಲ್ಶಿಯಂ ಯುಕ್ತ ರಸ (ಕುಡಿಯುವ ಮೊದಲು ಅಲ್ಲಾಡ್ಸಿ)

4 ಔನ್ಸ ಸೀಲ್ಡ್ ಡಬ್ಬದ ಸಾಲಮನ್ (ಮೂಳೆ ಸಹಿತ)

3 ಔನ್ಸ್ ಸೀಲ್ಡ್ ಡಬ್ಬದ ಸಾರ್ಡಿನ್ (ಮೂಳೆ ಸಹಿತ)

3 ದೊಡ್ಡ ಚಮ್ಮಚ ಬೀಸಿದ ಎಳ್ಳು

1 ಕಪ್ ಬೇಯಿಸಿದ ಬೀಟ್ರೂಟ್

1/2–1 ಕಪ್ ಬೇಯಿಸಿದ ಎಡಾಮಾಮೆ

3/4–1 ದೊಡ್ಡ ಚಮಚ ಬ್ಲಾಕ್‌ಸ್ಟೆಪ್ ಮೊಲಾಸಿಸ್

ನೀವು ಕಾಟೇಜ್ ಚೀಜ್ , ಟೊಫೂ, ಒಣಗಿದ ಅಂಜೂರ, ಬಾದಾಮಿ, ಹಸಿರು ಕೋಸು ಬೊಕಲಿ, ಪಾಲಕ್, ಒಣಗಿದ ಬೀನ್ಸ್, ಇತ್ಯಾದಿಯಿಂದ ಕ್ಯಾಲ್ಶಿಯಂ ಪಡೆಯಬಹುದು.

ಶಾಕಾಹಾರೀ ಪ್ರೋಟೀನ:

ನೀವು ಪ್ರತಿದಿನ (ಅವರೆ, ಧಾನ್ಯ ಬೀಜಗಳು, ಒಣಗಿದ ಹಣ್ಣುಗಳ) ಪ್ರಮಾಣ ತೆಗೆದುಕೊಳ್ಳತ್ತಿದ್ದರೆ ಈ ಸೂಚೀಪತ್ರದ ಅನುಸಾರ ಆಯ್ಕೆ ಮಾಡಿ. ಈ ಪೋಷಣೆ ಎಲ್ಲಾ ಗರ್ಭಿಣಿಯರಿಗೆ ಅವಶ್ಯಕ:–

ಲೆಗ್ಯೂಮ್ಸ್ (ಹಾಫ್ ಪ್ರೊಟೀನ ಸರ್ವಿಂಗ್)

3/4 ಕಪ್ ಬೇಯಿಸಿದ ಬೀನ್ಸ್, ಬೇಳೆಗಳು

3/4 ಕಪ್ ಹಸಿರು ಬಟಾಣಿ

1–1/2 ಔನ್ಸ್ ಕಡಲೆಕಾಯಿ

3 ದೊಟ್ಟ ಚಮ್ಮಚ ಪೀನಟ್ ಬಟರ್

1/4 ಕಪ್ ಮೀಸೊ

4 ಔನ್ಸ ಟೊಫೂ (ಬೀನ್ ಕರ್ಡ)

3 ಔನ್ಸ್ ಟೆಮ್ಪೆ

1–1/2ಕಪ್ ಸೋಯಾ ಹಾಲು

3 ಔನ್ಸ್ ಸೋಯಾ ಚೀಜ್

1/4 ಕಪ್ ವೆಜ್ ಗ್ರೌಂಡ್ ಬೀಫ್

1 ದೊಡ್ಡ ವೆಜ್ ಹಾಟ್ ಡಾಗ್ ಅಥವಾ ಬರ್ಗರ್

1 ಔನ್ಸ್ (ಬೇಯಿಸುವ ಮೊದಲು) ಸೋಯಾ ಅಥವಾ ಹೈ ಪ್ರೋಟೀನ ಪಾಸ್ತಾ

ಗ್ರೇಯ್ನ್ಸ್ (ಹಾಫ್ ಪ್ರೊಟೀನ್ ಸರ್ವಿಂಗ್)

3 ಔನ್ಸ್ (ಬೇಯಿಸುವ ಮೊದಲು) ಇಡಿ ಗೋಧಿಯ ಪಾಸ್ತಾ

3/4 ಕಪ್ ಜವೆ ಗೋಧಿಯ ನುಚ್ಚು

1 ಕಪ್ ಬೇಯಿಸಿಲ್ಲದ (2 ಕಪ್ ಬೇಸಿದ) ಜವೆ ಗೋಧಿ

2 ಕಪ್ ರೆಡಿ ಟೂ ಈಟ ಸೀರಿಯಲ್ಸ್

1/2 ಕಪ್ ಬೇಯಿಸಿಲ್ಲದ (1–1/2 ಕಪ್ ಬೇಯಿಸಿದ) ಕಾಶಕೊಸ್, ವಲ್ಗರ ಅಥವಾ ಬಕವೀಟ್

1/2 ಕಪ್ ಬೇಯಿಸಿಲ್ಲದ ಕೋವಾ

4 ಸ್ಲೈಸ್ ಗೋಧಿ ಬ್ರೆಡ್

2 ಇಡಿ ಪೀಟಾ ಅಥವಾ ಇಂಗ್ಲಿಶ್ ಮಫಿನ್

ನಟ್ಸ್ ಹಾಗೂ ಸೀಡ್ಸ್ (ಒಣ ಹಣ್ಣು ಹಾಗೂ ಬೀಜಗಳು) (ಹಾಫ್ ಪ್ರೋಟೀನ್ ಸರ್ವಿಂಗ್)

3 ಔನ್ಸ್ ಒಣ ಹಣ್ಣುಗಳು (ಅಕ್ರೋಟ್, ಬಾದಾಮಿ)

2 ಔನ್ಸ್ ಎಳ್ಳು, ಸೂರ್ಯಕಾಂತಿ ಅಥವಾ ಕುಂಬಳಕಾಯಿಯ ಬೀಜ

1/2 ಕಪ್ ಬೇಯಿಸಿದ ಫಲ್ಯಕ್ಸೀಡ್

(ಪ್ರೋಟೀನಿನ ಪ್ರಮಾಣ ಬೇರೆ ಆಗಬಹುದು ಆದಕಾರಣ ಹಾಫ್ ಸರ್ವಿಂಗ್ 12 ರಿಂದ 15 ಗ್ರಾಂ ಪ್ರೋಟೀನ್‌ಗಾಗಿ ಲೇವಲ್ ಪರೀಕ್ಷಿಸಿ)

ವಿಟಮಿನ್ ಸೀ ಭೋಜನ:– ದಿನದಲ್ಲಿ ಮೂರು ಸಲ

ನಿಮಗೆ ಅಥವಾ ನಿಮ್ಮ ಶಿಶುವಿನ ಟಿಶ್ಯುಗಳನ್ನು ದೃಢ ಮಾಡಲು, ಗಾಯಗಳನ್ನು ಸರಿಪಡಿಸಲು, ಹಾಗೂ ಪಚನ ಕ್ರಿಯೆಗಳಿಗೆ ವಿಟಮಿನ್ ಸೀ ಬೇಕಾಗುತ್ತದೆ. ದೃಢವಾದ ಮೂಳೆಗಳಿಗೆ ಮತ್ತೆ ಹಲ್ಲುಗಳಿಗೂ ಇದರ ಆವಶ್ಯಕತೆ ಇದೆ. ಆದಕಾರಣ ಇದರ ನಿಯಮಿತವಾದ ಪ್ರಮಾಣ ಅವಶ್ಯವಾಗಿ ತೆಗೆದುಕೊಳ್ಳಿ. ವಿಟಮಿನ್ ಸೀ ಕೆಲವು ರುಚಿಯಾದ ಪದಾರ್ಥಗಳಿಂದ ಸಿಗುತ್ತದೆ. ಕೇವಲ ಕಿತ್ತಳೆಹಣ್ಣಿನ ರಸ ಮಾತ್ರ ವಿಟಮಿನ್ ಸೀ ಅಂದರೂ ಎಲ್ಲಕ್ಕಿಂತ ಒಳ್ಳೆ ಸೂತ್ರವಲ್ಲ ಎಂದು ನಿಮಗೆ ಸೂಚಿಪತ್ರದಿಂದ ತಿಳಿಯುತ್ತದೆ.

ಇದು ನೆನಪಿರಲಿ ವಿಟಮಿನ್ ಸೀ ಹಳದಿ ತರಕಾರಿಗಳ ಹಾಗೂ ಹಳದಿ ಹಣ್ಣುಗಳ ಕೊರತೆಯನ್ನೂ ಪೂರೈಸುತ್ತದೆ.

1/2 ಮಧ್ಯಮಾಕಾರದ ಗ್ರೇಪ್‌ಫ್ರೂಟ್

1/2 ಕಪ್ ಗ್ರೇಪ್ ಫ್ರೂಟ್ ರಸ

1/2 ಕಪ್ ಮಧ್ಯಮಾಕಾರದ ಕಿತ್ತಳೆ

1/2 ಕಪ್ ಕಿತ್ತಳೆಯ ರಸ

2 ದೊಡ್ಡ ಚಮಚ ಕಿತ್ತಳೆ, ಬಿಳಿ ದ್ರಾಕ್ಷಿ ಅಥವಾ ಬೇರೆ ಜ್ಯೂಸ್ (ಕಾನ್ಸೆನ್ಟ್ರೇಟೆಡ್)

1/4 ನಿಂಬೆ ರಸ

1/2 ಮಧ್ಯಮಾಕಾರದ ಮಾವಿನ ಹಣ್ಣು

1/2 ಮಧ್ಯಮಾಕಾರದ ಪರಂಗಿ ಹಣ್ಣು

1/8 ಸಣ್ಣ ಕೈಂಟಾಲೊಪ್ ಅಥವಾ ಹನಿಡ್ಯೂ (1/2 ಕಪ್ ಕ್ಯೂಬ್)

1/3 ಕಪ್ ಸ್ಟ್ರಾಬೆರಿ

2/3 ಕಪ್ ಬ್ಲಾಕ್‌ಬೆರಿ ಅಥವಾ ರಸಬೆರಿ

1/2 ಕಪ್ ಮಧ್ಯಮಾಕಾರದ ಕೀವೀ

1/2 ಕಪ್ ತಾಜ ಹೆಚ್ಚಿದ ಅನಾನಸ್

2 ಕಪ್ ಕಲ್ಲಂಗಡಿ ಹಣ್ಣಿನ ಹೋಳು

1/4 ಕಪ್ ಮಧ್ಯಮಾಕಾರದ ಕೆಂಪು ಹಳದಿ ಅಥವಾ ಆರೆಂಜ್ ಬೆಲ್ ಪೆಪ್ಪರ್

1/2 ಮಧ್ಯಮಾಕಾರದ ಹಸಿರು ಬೈಲ್ ಪೆಪ್ಪರ್

1/2 ಕಪ್ ಹಸಿ ಅಥವಾ ಬೇಯಿಸಿದ ಹಸಿರು ಕೋಸು (ಬ್ರೊಕಲಿ)

1 ಮಧ್ಯಮಾಕಾರದ ಟೊಮೊಟೊ

3/4 ಕಪ್ ಟೊಮೊಟೊ ರಸ

1/2 ಕಪ್ ತರಕಾರಿ ರಸ

1/2 ಕಪ್ ಹಸಿ ಅಥವಾ ಬೇಯಿಸಿದ ಹೂ ಕೋಸು

1/2 ಕಪ್ ಬೇಯಿಸಿದ ಮಾಲೆ

1 ಪ್ಯಾಕ್ಡ್ ಕಪ್ ಹಸಿ ಅಥವಾ 1/2 ಕಪ್ ಬೇಯಿಸಿದ ಪಾಲಕ್ ಸೊಪ್ಪು

1/4 ಬೇಯಿಸಿದ ಸಾಸಿವೆ ಅಥವಾ ಬೀಟ್‌ರೂಟ್

2 ಕಪ್ ರೊಮೆನ್ ಸಲಾಡ್ ಎಲೆಗಳು

3/4 ಕಪ್ ಹೆಚ್ಚಿದ ಕೆಂಪು ಎಲೆ ಕೋಸು

1 ಗೆಣಸು ಅಥವ ಸಿಪ್ಪೆ ಸಹಿತ ಸುಟ್ಟಿದ ಆಲೂಗೆಡ್ಡೆ.

ಹಸಿರು ಎಲೆಗಳು ಹಾಗೂ ಹಳದಿ ತರಕಾರಿಗಳು ಮತ್ತು ಹಳದಿ ಹಣ್ಣುಗಳು:–

ದಿನದಲ್ಲಿ ಮೂರರಿಂದ ನಾಲ್ಕು ಸಲ ತೆಗೆದುಕೊಳ್ಳಿ.

ಇದರಿಂದ ವಿಟಮಿನ್ 'ಎ' ಪೂರ್ತಿ ಆಗುವುದು. ಬೀಟಾ ಕೆರೋಟಿನ್ ಮಗುವಿನ ಜೀವ ಕೋಶಗಳಿಗೆ, ಸ್ವಸ್ಥ ತ್ವಚೆ, ಮೂಳೆಗಳಿಗೆ ಹಾಗೂ ಕಣ್ಣುಗಳಿಗೆ ಲಾಭಕಾರಿ. ಹಸಿರು ಎಲೆಗಳ ತರಕಾರಿಗಳಲ್ಲಿ ಹಾಗೂ ಹಳದಿ ಹಣ್ಣುಗಳಲ್ಲಿ ವಿಟಮಿನ್ ಈ, ರೈಬೊಫ್ಲೋಬಿನ್, ಇತರೆ ವಿಟಮಿನ್ ಬೀ ನ ಅನೇಕ ಖನಿಜ ಲವಣಗಳು, ರೋಗಗಳಿಂದ ಹೋರಾಡುವ ಫೊಟೋಕೆಮಿಕಲ್ ಹಾಗೂ ಫೈಬರ್ ಸಿಗುತ್ತದೆ. ಕೆಳಗೆ ಬರೆದಿರುವ ಸೂಚಿಪತ್ರದಿಂದ ನಿಮಗೆ ಇದರ ಸಂಪೂರ್ಣ ಮಾಹಿತಿ ಸಿಗಬಹುದು. ತರಕಾರಿಗಳನ್ನು ಇಷ್ಟ ಪಡದೆ ಇರುವವರಿಗೆ ಇದನ್ನು ತಿಳಿದು ಆಶ್ಚರ್ಯವಾಗ ಬಹುದು ಕೇವಲ ಬ್ರೊಕಲಿ ಹಾಗೂ ಪಾಲಕ್ ಸೊಪ್ಪು ವಿಟಮಿನ್ ಎ ನ ಏಕಮಾತ್ರ ಸೂತ್ರವಲ್ಲ. ಒಣಗಿದ ಖುಬಾನಿ, ಹಳದಿ ಆಡೂ ಕೈಂಟಾಲೊಪ್, ಹಾಗೂ ಮಾವಿನ ಹಣ್ಣಲ್ಲೂ ವಿಟಮಿನ್ ಎ ಯಿನ ಪರ್ಯಾಪ್ತ ಪ್ರಮಾಣ ಇರುತ್ತದೆ. ತಮ್ಮ ಇಷ್ಟವಾದ ತರಕಾರಿಗಳ ರಸ ಕುಡಿಯುವ ಆಸೆ ಇರುವವರಿಗೆ ಇದನ್ನು ತಿಳಿದು ಖುಶಿ ಆಗಬಹುದೆಂದರೆ ಅವರು ಹಸಿರು ಹಗೂ ಹಳದಿ ತರಕಾರಿಗಳನ್ನೂ ಪ್ರತಿದಿನ ಆಹಾರದಲ್ಲಿ ಒಂದು ಲೋಟ ತರಕಾರಿ ರಸ, ಒಂದು ಕಪ್ ಗಜ್ಜರಿ ಸೂಪ್ ಅಥವಾ ಮಾವಿನ ಹಣ್ಣಿನ ಶೇಕ್ ತೆಗೆದುಕೊಳ್ಳಬಹುದು.

ದಿನದಲ್ಲಿ ಮೂರರಿಂದ ನಾಲ್ಕು ಸಲ ತಿನ್ನುವ ಪ್ರಯತ್ನ ಮಾಡಿ. ಫೈಬರ್ ಪದಾರ್ಥಗಳು ಸಿಗಲೆಂದು ಇದನ್ನು ಸ್ವಲ್ಪ ಹಸಿಯಾಗಿಯಾದರೂ ತಿನ್ನಿ. ನೆನಪಿರಲಿ ಇದರಲ್ಲಿ ಅನೇಕ ಪದಾರ್ಥಗಳು ವಿಟಮಿನ್ ಸೀ ಯಿನ ಕೊರತೆಯನ್ನು ಪೂರ್ತಿ ಮಾಡುತ್ತದೆ.

1/8 ಕೈಂಟಲೊಪ್ (1/2 ಕಪ್ ಕ್ಯೂಬ್)

2 ದೊಡ್ಡ ತಾಜ ಅಥವಾ 6 ಒಣಗಿದ ಖರ್ಜೂರ

1/2 ಮಧ್ಯಮಾಕಾರದ ಮಾವಿನ ಹಣ್ಣು

1/4 ಮಧ್ಯಮಾಕಾರದ ಪರಂಗಿ ಹಣ್ಣು

1 ದೊಡ್ಡ ನೆಕ್ಟೈರೈನ್ ಅಥವಾ ಹಳದಿ ಆಡೂ

3/4 ಕಪ್ ಗುಲಾಬಿ ಬಣ್ಣದ ಗ್ರೇಪ್‌ಫ್ರೂಟಿನ ರಸ

1 ಗುಲಾಬಿ ಬಣ್ಣದ ಅಥವ ಕೆಂಪು ಗ್ರೇಪ್‌ಫ್ರೂಟ್

1 ಕ್ಲೆಮೆಂಟೈನ್

1/2 ಗಜ್ಜರಿ (1/4 ಕಪ್ ತುರಿದ್ದಿದು)

1 ಕಾಲೆಸ್ಲಾ

1/4 ಕಪ್ ಬೇಯಿಸಿದ ಸ್ವಿಸ್ ಕಾರ್ಡ್

1 ಕಪ್ ಪ್ಯಾಕ್ಡ್ ಹಸಿರು ಎಲೆಗಳ ಸಲಾಡ್

1 ಕಪ್ ಪ್ಯಾಕ್ಡ್ ತಾಜಾ ಪಾಲಕ ಸೊಪ್ಪು ಅಥವಾ 1/2 ಕಪ್ ಬೇಯಿಸಿದ ಪಾಲಕ್ ಸೊಪ್ಪು

1/4 ಕಪ್ ಬೇಯಿಸಿದ ವಿಂಟರ್ ಸೂಂವಶ

1/2 ಸಣ್ಣ ಗೆಣಸು

2 ಮಧ್ಯಮಾಕಾರದ ಟೊಮೊಟೊ ಹಣ್ಣು

1 ಮಧ್ಯಮಾಕಾರದ ಕೆಂಪು ದೊಣ್ಣಮೆಣಸಿನಕಾಯಿ

1/4 ಕಪ್ ಹೆಚ್ಚಿದ ಅಜವೊದ(ಪಾರ್ಸಲಿ)

ಇತರ ಹಣ್ಣುಗಳು ಹಾಗೂ ತರಕಾರಿಗಳು:–

ಪ್ರತಿದಿನ 1 ಅಥವಾ 2 ಸಲ ತೆಗೆದುಕೊಳ್ಳಿ. ಬೀಟಾ ಕೆರೋಟಿನ್ ಹಾಗೂ ವಿಟಾಮಿನ್ ಸೀ ಯಿನ ಪ್ರಮಾಣ ತೆಗೆದುಕೋಳ್ಳುವುದಲ್ಲದೆ. ಖನಿಜ ಲವಣಗಳು, ಪೊಟಾಶಿಯಂ ಹಾಗೂ ಮ್ಯಾಗ್ನೀಶಿಯಂ ಯಿನ ಪರ್ಯಾಪ್ತ ಪ್ರಮಾಣ ನಿಮ್ಮ ಶರೀರಕ್ಕೆ ಹೋಗಲೆಂದು ನೀವು ಬೇರೆ ತರಹದ ಹಣ್ಣುಗಳು ಹಾಗೂ ತರಕಾರಿಗಳನ್ನು ತೆಗೆದುಕೊಳ್ಳಿ.

ಇದರಲ್ಲಿ ಅನೇಕ ಹಣ್ಣುಗಳಲ್ಲಂತು ಪರ್ಯಾಪ್ತ ಪ್ರಮಾಣದಲ್ಲಿ ಫೈಟೋಕೆಮಿಕಲ್ ಹಾಗೂ ಆನ್ಟಿಆಕ್ಸೀಡೆಂಟೂ ಸಿಗುತ್ತದೆ. ನೀವು ಒಂದು ಸೇಬನ್ನು ಪ್ರತಿದಿನ ತಿನ್ನುತ್ತಿರಿ ಪೋಷಣೆಯಲ್ಲಿ ಯಾವುದೇ ಕೊರತೆ ಇರದಿರಲೆಂದು ಅದರ ಜೊತೆಗೆ ದಾಳಿಂಬ್ರೆ ಹಾಗೂ ಬ್ಲ್ಯೂಬೆರಿ ಸಹ ತೆಗೆದುಕೊಳ್ಳಿ.

ಅನೇಕ ಹಣ್ಣು ಹಾಗೂ ತರಕಾರಿಗಳ ಸೂಚಿಪತ್ರಲ್ಲಿ ನಿಮಗೆ ನಿಮ್ಮ ಇಷ್ಟದ ಹಣ್ಣು ತರಕಾರಿ ಸಿಕ್ಕೇ ಸಿಗುವುದು. ಕೆಳಗೆ ಬರೆದ ಸೂಚಿಯಿಂದ ಆಯ್ಕೆ ಮಾಡಿ...

1 ಮಧ್ಯಮಾಕಾರದ ಸೇಬು
1/2 ಕಪ್ ಸೇಬಿನ ರಸ ಅಥವಾ ಸಾಸ್
1/2 ಕಪ್ ದಾಳಿಂಬ್ರೆ ರಸ
2 ದೊಡ್ಡ ಚಮಚ ಸೇಬಿನ ರಸ ಕಾನ್ಸೆನ್ಟ್ರೇಟೆಡ್
1 ಮಧ್ಯಮಾಕಾರದ ಬಾಳೆಹಣ್ಣು
1/2 ಕಪ್ ತಾಜ ಬೆರಿ
1/4 ಬೇಯಿಸಿದ ಕಾರ್ನ್‌ಬೆರಿ
1 ಮಧ್ಯಮಾಕಾರದ ಬಿಳಿ ಆಡೂ
1 ಮಧ್ಯಮಾಕಾರದ ನಾಶಪಾತಿ
1/2 ಕಪ್ ಅನಾನಸ್ ಜ್ಯೂಸ್ (ಸಿಹಿ ಇಲ್ಲದ)
2 ಸಣ್ಣ ಆಲೂಬುಖಾರೆ
1/2 ಕಪ್ ಬ್ಲ್ಯೂ ಬೆರಿ
1/2 ಮಧ್ಯಮಾಕಾರದ ಎವೊಕೈಡೊ
1/2 ಕಪ್ ಬೇಸಿದ ಹಸಿರು ಬೀನ್ಸ್
1/2 ಕಪ್ ಬೇಯಿಸಿದ ಓಕ್ರಾ
1/2 ಕಪ್ ಹೆಚ್ಚಿದ ಈರುಳ್ಳಿ
1/2 ಕಪ್ ಬೇಯಿಸಿದ ಬೀಟ್ರೂಟ್ (ಪಾರ್ಸನಿಪ್ಸ)
1/2 ಕಪ್ ಬೇಯಿಸಿದ ಜಿಕೀನಿ (ಹೀರೆಕಾಯಿ)
1 ಸಣ್ಣ ಕಪ್ ಸ್ವೀಟ್‌ಕಾರ್ನ್
1 ಕಪ್ ಹೆಚ್ಚಿದ ಸಲಾಡ್ ಎಲೆಗಳು
1/2 ಕಪ್ ಹಸಿರು ಬಟಾಣಿ ಅಥವಾ ಸ್ನೊ ಪೀಸ್

ಸಂಪೂರ್ಣ ಧಾನ್ಯ ಹಾಗೂ ಬೀಜಗಳು

ಆರು ಅಥವಾ ಇನ್ನೂ ಹೆಚ್ಚಿನ ಸಲ ಅವಶ್ಯವಾಗಿ ತೆಗೆದುಕೊಳ್ಳಿ. ಧಾನ್ಯಗಳನ್ನು ತೆಗೆದುಕೊಳ್ಳುವುದು ಅವಶ್ಯಕ. ಜವೆ, ಗೋಧಿ, ಓಟ್, ಮುಸುಕಿನಜೋಳ, ಜೋಳ ಹಾಗೂ ಬಟಾಣಿ, ಬೀನ್ಸ್, ಕಡಲೆಬೀಜ ಇಂತಹ ಖಾದ್ಯ ಪದಾರ್ಥಗಳು ಪೋಷಣೆಯಿಂದ ತುಂಬಿರುತ್ತದೆ. ಇದರಲ್ಲಿ ವಿಟಮಿನ್ ಬೀ12 (ಇದು ಕೇವಲ ಪಶು ಉತ್ಪಾದನಗಳಲ್ಲಿರುತ್ತದೆ) ವಿಟಮಿನ್ ಬೀ ಯನ್ನು ಬಿಟ್ಟು ಎಲ್ಲಾ ಸತ್ವಗಳಿರುತ್ತದೆ. ಇದು ಶಿಶುವಿನ ಶಾರೀರಿಕ ಬೆಳವಣಿಗೆಗೆ ಸಹಾಯಕವಾದದು. ಇವು ಜಟಿಲ ಕಾರ್ಬೋಹೈಡ್ರೇಟ್, ಐರನ್, ಹಾಗೂ ಖನಿಜ ಲವಣಗಳಿಂದ ತುಂಬಿರುತ್ತದೆ. ಉದಾ:-- ಜಿಂಕ್, ಸೆಲೆನಿಯಂ ಹಾಗೂ ಮ್ಯಾಗ್ನೀಶಿಯಂ ಇವುಗಳು ಗರ್ಭಾವಸ್ಥೆಯಲ್ಲಿ ಮಹತ್ವಪೂರ್ಣ.

ಸ್ಟಾರ್ಚ್ ಯುಕ್ತ ಖಾದ್ಯ ಪದಾರ್ಥಗಳು ತೆಗೆದುಕೊಂಡರೇ ಮಾರ್ನಿಂಗ್ ಸಿಕ್‌ನೆಸ್ ಕಡಿಮೆ ಆಗಬಹುದು. ಇದರಲ್ಲಿ ಅನೇಕ ಪೋಷಕಸತ್ವಗಳು ಒಂದೇ ತರಹವಿದೆ ಹಾಗೂ ಎಲ್ಲವೂ ತಮ್ಮಲ್ಲಿ ತುಂಬ ಬಲಶಾಲಿಯಾಗಿದೆ. ಪರಿಪೂರ್ಣ ಪೋಷಣೆ ಬೇಕೆಂದರೆ ನಿಮ್ಮ ಆಹಾರದಲ್ಲಿ ಸಂಪೂರ್ಣ ಧಾನ್ಯಗಳನ್ನು ಹಾಗೂ ಬೀಜಯುಕ್ತ ಪದಾರ್ಥಗಳನ್ನು ಸೇರಿಸಿಕೊಳ್ಳಿ.

ಸ್ವಲ್ಪ ಹೊಸ ಪ್ರಯೋಗಗಳನ್ನು ಮಾಡಿ. ನೀವು ನಿಮ್ಮ ಮೀನನ್ನು ಅಥವಾ ಚಿಕನ್‌ನನ್ನು ಸಂಪೂರ್ಣ ಗೋಧಿಯ ಬ್ರೆಡ್ಡಿನ ಪುಡಿಯಲ್ಲಿ ರೋಲ್ ಮಾಡಿ ಹರ್ಬ್ಸ್ ಹಾಗೂ ಪಾಮೆಜ್‌ನ ಚೀಜ್ ಉದುರಿಸಿಕೊಂಡು ತಿನ್ನ ಬಹುದು. ಇತರ ಪ್ರೋಟೀನ ಯುಕ್ತ ಧಾನ್ಯ ಕ್ವಿನೊವಾ ಅನ್ನು ಸೈಡ್ ಡಿಶ್ ನಂತೆ ತೆಗೆದುಕೊಳ್ಳಿ. ನಿಮ್ಮ ರುಚಿಯಾದ ರೆಸಿಪಿಯಲ್ಲಿ ಸ್ವಲ್ಪ ಓಟ್ ಸೇರಿಸಿಕೊಳ್ಳಿ. ಸೂಪಲ್ಲಿ ಲೀಮಾ ಬದಲು ನೆವೀ ಬೀನ್ಸ್ ಸೇರಿಸಿಕೊಳ್ಳಿ. ನಿಮಗೆ ಗೊತ್ತಿರಬೇಕು ರಿಫೈಂಡ್

ಬಿಳಿ ಸಂಪೂರ್ಣ ಗೋಧಿ

ಈಗ ನೀವು ಬಿಳಿ ಗೋಧಿಯ ಬ್ರೆಡ್ಡಿನ ರುಚಿಯನ್ನು ನೋಡ ಬಹುದು. ಇದು ಪ್ರಾಕೃತಿಕ ಬಿಳಿ ಗೋದಿಯಿಂದ ತಯಾರಾಗಿರುತ್ತದೆ. ಇದರಲ್ಲಿ ಸ್ವಲ್ಪ ಸಿಹಿಯ ಅಂಶ ಇರುತ್ತದೆ. ಇದು ಸಾಮಾನ್ಯ ಬ್ರೆಡ್ ಅಂತೆ ಪ್ರೊಸೆಸ್ ಧಾನ್ಯದಿಂದ ತಯಾರಾಗುವುದಿಲ್ಲ. ಆದ್ದರಿಂದ ಇದರಲ್ಲಿ ಬಹಳವಾಗಿ ಪೋಷಕಸತ್ವಗಳು ಇರುತ್ತದೆ. ನೀವು ನಿಮ್ಮ ರುಚಿ ಹಾಗೂ ಅವಶ್ಯಕತೆಯಂತೆ ಏನಾದರು ಆರಿಸಿಕೊಳ್ಳಬಹುದು.

ಧಾನ್ಯದಲ್ಲಿ ಸಂಪೂರ್ಣ ಧಾನ್ಯದ ಎಲ್ಲಾ ಗುಣಗಳು ಹಾಗೂ ವಿಶೇಷತೆಗಳು ಸಿಗುವುದಿಲ್ಲ. ಅದರಲ್ಲಿ ಫೈಬರ್, ಪ್ರೋಟೀನ್, ವಿಟಮಿನ್ ಹಾಗೂ–ಖನಿಜ ಲವಣಗಳ ಪರ್ಯಾಪ್ತ ಪ್ರಮಾಣ ಇರುವುದಿಲ್ಲ.

ಕೊಟ್ಟಿರುವ ಸೂಚಿಪತ್ರದಿಂದ ನಿಮ್ಮ ಇಷ್ಟದಂತೆ ವ್ಯಂಜನಗಳನ್ನು ಆರಿಸಿಕೊಂಡು ಪ್ರತಿದಿನ ತೆಗೆದುಕೊಳ್ಳಿ. ಮರೆಯ ಬೇಡಿ ಇವು ಶರೀರದಲ್ಲಿ ಪ್ರೋಟೀನಿನ ಕೊರತೆಯನ್ನೂ ಪೂರೈಸುತ್ತದೆ.

1 ಯಾವದಾರು ಸಂಪೂರ್ಣ ಧಾನ್ಯದಿಂದ ಗೋಧಿ ಅಥವಾ ಸೋಯಾ ದಿಂದ ಮಾಡಿದ ಬ್ರೆಡ್ ಸ್ಲೈಸ್

1/2 ಸಂಪೂರ್ಣ ಧಾನ್ಯದಿಂದ ಮಾಡಿದ್ದ ಪೀಟಾ, ರೋಲ್, ಬೈಗಲ್, ಅಥವಾ ಟಾರ್ಟಿಲ್

1 ಕಪ್ ಸಂಪೂರ್ಣ ಧಾನ್ಯ (ತಿನ್ನಲು ತಯಾರಾಗಿದ್ದ ಸಿರಿಂಯಲ್)

1/2 ಕಪ್ ಗ್ರನೆಲ್

2 ದೊಡ್ಡ ಚಮಚ ವ್ಹೀಟ್ ಜರ್ಮ್

1/2 ಕಪ್ ಬೇಯಿಸಿದ ಬ್ರೌನ್ ಅಕ್ಕಿ

1/2 ಕಪ್ ಬೇಯಿಸಿದ ಜೋಳ ಅಥವಾ ಸೋಜಿ ಅಥವಾ ಕ್ವಿನೊ

1 ಔನ್ಸ್ (ಬೇಸುವ ಮೊದಲು) ಸಂಪೂರ್ಣ ಧಾನ್ಯ ಅಥವಾ ಸೋಯಾ ಪಾಸ್ತಾ

1/2 ಕಪ್ ಬೇಯಿಸಿದ ಬೀನ್ಸ್, ಬೆಳೆಗಳು,

2 ಕಪ್ ಪಾಪ್‌ಕಾರ್ನ್

1 ಔನ್ಸ್ ಸಂಪೂರ್ಣ ಸೋಯಾ ಕ್ರಿಸ್ಪ್

1/4 ಸಂಪೂರ್ಣ ಧಾನ್ಯ ಅಥವಾ ಸೋಯಾ ಹಿಟ್ಟು.

ಐರನ್ ಯುಕ್ತ ಪದಾರ್ಥಗಳು–ಪ್ರತಿದಿನ ತೆಗೆದುಕೊಳ್ಳಿ

ಈ ಒಂಬತ್ತು ತಿಂಗಳಲ್ಲಿ ನಿಮಗೆ ಹಾಗೂ ನಿಮ್ಮ ಶಿಶುವಿನ ಶರೀರದ ಎಲ್ಲಾ ಆವಶ್ಯಕ ವಿಧಿವಿಧಾನಗಳಿಗೆ ಬಹಳ ಹೆಚ್ಚು ಐರನ್ ನ ಆವಶ್ಯಕತೆ ಇರುವುದು. ಆದಕಾರಣ ನಿಮ್ಮ ಆಹಾರದಲ್ಲಿ ಐರನ್ ನ ಪ್ರಮಾಣ ಹೆಚ್ಚಿಸಿ. ವಿಟಮಿನ್ ಸೀ ಯುಕ್ತ ಆಹಾರ ತೆಗೆದುಕೊಳ್ಳುವ ಜೊತೆಗೆ ಪರಿಪೂರ್ಣ ಐರನ್ ಇರುವ ಆಹಾರವೂ ತೆಗೆದುಕೊಳ್ಳಬೇಕಾಗುವುದು. ನೀವು ನಮ್ಮ ಸೂಚಿಪತ್ರದಿಂದ ನಿಮ್ಮ ಇಷ್ಟದಂತೆ ವ್ಯಂಜನಗಳನ್ನು ಆರಿಸಿಕೊಳ್ಳಬಹುದು.

ಯಧ್ಯಪಿ ಕೇವಲ ಆಹಾರದಿಂದಲೇ ಐರನ್ ಪೂರ್ತಿ ಸಿಗುವುದಿಲ್ಲ. ಆದಕಾರಣ ಡಾಕ್ಟರ್ ನಿಮಗೆ ನಿಮ್ಮ ಶರೀರದ ಆವಶ್ಯಕತೆಯಂತೆ ಐರನ್ ಮಾತ್ರೆಗಳನ್ನು ಕೊಡುವರು. ಐರನ್ ನ ಪೂರ್ಣ ಲಾಭ ಪಡೆಯಬೇಕೆಂದರೆ ಅದನ್ನು ಎರಡು ಭೋಜನದ ಮಧ್ಯದಲ್ಲಿ, ವಿಟಮಿನ್ ಸೀ ಪರಿಪೂರ್ಣ ರಸದ ಜೊತೆಗೆ ತೆಗೆದುಕೊಳ್ಳಿ ಉದಾ.(ಕೆಫೀನ್‌ಯುಕ್ತ ಪಾನೀಯಗಳು, ಫೈಬರ್ ಯುಕ್ತ ಪದಾರ್ಥಗಳು ಹಾಗೂ ಇತರ ಕ್ಯಾಲ್ಶಿಯಂ ಯುಕ್ತ ಪದಾರ್ಥಗಳು)

ಎಲ್ಲಾ ತರಕಾರಿಗಳಲ್ಲಿ, ಹಣ್ಣುಗಳಲ್ಲಿ, ಧಾನ್ಯಗಳಲ್ಲಿ ಹಾಗೂ ಮಾಂಸದಲ್ಲಿ ಐರನ್ ಸ್ವಲ್ಪ ಪ್ರಮಾಣದಲ್ಲಿ ಇರುತ್ತದೆ. ಆದರೆ ನಿಮಗೆ ಐರನ್ ನ ಪರಿಪೂರ್ಣ ಪ್ರಮಾಣ ಬೇಕು. ಈ ಐರನ್ ಯುಕ್ತ ಪದಾರ್ಥಗಳು ಶರೀರದ ಬೇರೆ ಆವಶ್ಯಕತೆಗಳನ್ನೂ ಪೂರ್ತಿ ಮಾಡುತ್ತವೆ.

ಬೀಫ್ , ಬಫ್ಫೈಲಿ, ಡಕ್, ಟರ್ಕೀ

ಹಣ್ಣಾಗಿದ ಕ್ಲಾಮ್ಸ್, ಆಯ್‌ಸ್ಟರ್, ಸುಟ್ಟಿದ ಆಲುಗಡ್ಡೆ

ಪಾಲಕ್, ಕೈಲ, ಬೀಟ್‌ರೂಟ್, ಸೀ ವೀಡ್

ಓಟ್‌ನ ನುಚ್ಚು

ಕುಂಬಳಕಾಯಿ ಬೀಜ

ಜವೆ ಗೋಧಿ, ಬರ್ಗರ್, ಹಾಗೂ ಕ್ವೀನೊವಾ

ಬೀನ್ಸ್ ಹಾಗೂ ಬಟಾಣಿ

ಸೋಯಾ ಉತ್ಪಾದನಗಳು

ಬ್ಲಾಕ್‌ಸ್ಟ್ರೆಪ್ ಮೊಲೆಸಿಜ್

ಒಣಗಿದ ಹಣ್ಣುಗಳು.

ಜಿಡ್ಡು (ಮೇಧಸ್ಸು) : ಹಾಗೂ ಹೆಚ್ಚು ಕೊಬ್ಬಿನಾಂಶಯುಕ್ತ ಆಹಾರ-- ದಿನದಲ್ಲಿ ನಾಲ್ಕು ಸಲ (ನಿಮ್ಮ ತೂಕದಂತೆ).

ನಿಮಗೆ ಗೊತ್ತೇ ಇದೆ ಅನೇಕ ಸಲ ಜಿಡ್ಡಿನ ಪೂರ್ತಿ ಪ್ರಮಾಣ ಆವಶ್ಯಕತೆಗಿಂತ ಹೆಚ್ಚು ಆಗಬಹುದು. ಆದಕಾರಣ ಹಸಿರು ಎಲೆಗಳ ತರಕಾರಿಗಳು ಹಾಗೂ ವಿಟಮಿನ್ ಸೀ ತೆಗೆದುಕೊಳ್ಳುವುದರಲ್ಲಿ ಏನೂ ಹಾನಿಇಲ್ಲ. ಸ್ವಲ್ಪ ತೂಕ ಕಡಿಮೆ ಆಗಲೆಂದು ಜಿಡ್ಡಿನ ಸೇವನೆ ಸೀಮಿತ ಪ್ರಮಾಣದಲ್ಲೇ ಇರಲಿ. ಆಹಾರದಿಂದ ಜಿಡ್ಡನ್ನು ಪೂರ್ತಿ

ಸ್ವಲ್ಪ ಜಿಡ್ಡು (ಮೇಧಸ್ಸು) :

ಕ್ಯಾಲೊರಿ ಕಡಿಮೆ ಮಾಡಬೇಕೆಂದರೆ ಸಲಾಡ್ ನ ಡ್ರೆಸಿಂಗ್ ಹಾಗೂ ಕರಿದಿದ್ದ–ಹುರಿದಿದ್ದ ಎಣ್ಣೆಯಿಂದ ದೂರವಿರಿ. ತಮ್ಮ ತರಕಾರಿಗಳಲ್ಲಿ ಸ್ವಲ್ಪ ಜಿಡ್ಡು ಸೇರಿಸಿಕೊಳ್ಳಿ. ಏಕೆಂದರೆ ತರಕಾರಿಗಳ ಜೊತೆಗೆ ಸ್ವಲ್ಪ ಜಿಡ್ಡು ತೆಗೆದುಕೊಂಡರೆ ಅವು ಪೂರ್ಣವಾಗಿ ಅವಶೋಷಿತವಾಗುವುದು ಎಂದು ಅಧ್ಯಯನಗಳಿಂದ ತಿಳಿದುಬಂದಿದೆ. ಸಲಾಡಲ್ಲಿ ಡ್ರೆಸಿಂಗ್, ಸ್ಟಿರ್ ಫ್ರೈ ಹಾಗೂ ಒಣಹಣ್ಣುಗಳನ್ನು ಉದುರಿಸಿಕೊಂಡು ಜಿಡ್ಡನ್ನು ಸೇರಿಸಿಕೊಳ್ಳಿ. ಏಕೆಂದರೆ ಈ ಸ್ವಲ್ಪ ಜಿಡ್ಡು ಬಹಳ ಸಮಯದವರೆಗು ಶರೀರದ ಜೊತೆಗೆ ಇರುವುದು.

ತೆಗೆಯುವುದು ಸರಿಅಲ್ಲ ಏಕೆಂದರೆ ಶಿಶುವಿಗೆ ಜಿಡ್ಡು ಬೇಕು.

ಮೂರನೆಯ ಮೂರುತಿಂಗಳಲ್ಲಿ ಇದು ಇನ್ನು ಮಹತ್ವಪೂರ್ಣವಾಗುವುದು.

ಗುಡ್ ಫೈಟಿನ ಫೈಕ್ಟ್ಸ್ (ಒಳ್ಳೆ ಜಿಡ್ಡಿನ (ಮೇಧಸ್ಸು) ಸತ್ವಗಳು)

ನಿಮಗೆ ಜಿಡ್ಡಿಂದ ಭಯವೇ? ಜಿಡ್ಡಿಂದ ಭಯ ಪಡದೆ ಗುಡ್ ಫೈಟ್ ಬಳಸಿ. ಎಲ್ಲಾ ಜಿಡ್ಡು ಕೆಟ್ಟದಲ್ಲ. ಕೆಲವು ಜಿಡ್ಡು ಗರ್ಭಾವಸ್ಥೆಯಲ್ಲಿ ಬಹಳ ಲಾಭಕಾರಿಯೂ ಆಗುವುದು. ಉದಾ– ಓಮೆಗಾ 3 ಫೈಟಿ ಆಸಿಡ್. ನೀವು ನಿಮ್ಮ ಆಹಾರದಲ್ಲಿ ಇದನ್ನು ಅವಶ್ಯವಾಗಿ ಸೇರಿಸಿಕೊಳ್ಳಬೇಕು. ಡೀ ಹೆಚ್ ಎ ಯಿಂದ ಭ್ರೂಣ ಹಾಗೂ ಶಿಶುಗಳ ಮಸ್ತಿಷ್ಕ(ಮೆದುಳು) ಹಾಗೂ ಕಣ್ಣುಗಳು ಸಂಪೂರ್ಣ ವಿಕಾಸವಾಗುವುದು. ಅಧ್ಯಯನಕಾರರಂತೆ ಗರ್ಭಾವಸ್ಥೆಯಲ್ಲಿ ಪರಿಪೂರ್ಣ ಡೀ ಹೆಚ್ ಎ ತೆಗೆದುಕೊಳ್ಳುವ ತಾಯಂದಿರ ಶಿಶುಗಳಲ್ಲಿ ಕೈ ಹಾಗೂ ಕಣ್ಣುಗಳ ಒಳ್ಳೆಯ ಸಂಯೋಜನೆ ಸಿಗುತ್ತದೆ. ಕಡೆಯ ಮೂರು ತಿಂಗಳಲ್ಲಿ ಹಾಗೂ ನರ್ಸಿಂಗ್ ಸಮಯದಲ್ಲಿ ಇದರ ಆವಶ್ಯಕತೆ ಇನ್ನೂ ಹೆಚ್ಚಾಗುತ್ತದೆ.

ಶಿಶುವಿಗೆ ಇದು ಒಳ್ಳೆಯದು. ಹಾಗೆ ಇದು ನಿಮಗೂ ಒಳ್ಳೆಯದು. ಇದರಿಂದ ನಿಮ್ಮ ಮೂಡಿನ ಬೀಳುವಿಕೆ–ಏಳುವಿಕೆ ಸುಧಾರಿಸುತ್ತದೆ ಮತ್ತೆ ಸಮಯ ಪೂರ್ವ ಪ್ರಸವ ಹಾಗೂ ಅವಸಾದದ ತೊಂದರೆ ಆಗುವುದಿಲ್ಲ. ನಿಮ್ಮ ಶಿಶುವಿನ ಮಲಗುವ ಅಭ್ಯಾಸಗಳು ತುಂಬ ಚೆನ್ನಾಗಿರುತ್ತದೆ. ನೀವು ಯಾವ ಭೋಜನ ಮೊದಲಿನಿಂದ ತೆಗೆದುಕೊಳ್ಳುತ್ತಿದ್ದೀರೊ ಅದರಲ್ಲಿ ಡೀಹೆಚ್ಎ ನ ಪರಿಪೂರ್ಣ ಪ್ರಮಾಣ ಸಿಗುತ್ತದೆ. ಉದಾ. ಸಾಲಮ್, ಬೇರೆ ತೈಲೀಯ ಮೀನು; ಉದಾ ಸಾರ್ಡಿನ್, ಅಖರೋಟ್, ಡೀಹೆಚ್ಎ ಯಿಂದ ಪರಿಪೂರ್ಣ ಮೊಟ್ಟೆ, ಆರುಗುಲಾ, ಕ್ರೆವ, ಹಾಗೂ ಶ್ರಿಂಪ್, ಫಲೆಮನೀಡ್, ಹಾಗೂ ಚಿಕನ್. ನೀವು ನಿಮ್ಮ ಡಾಕ್ಟರ್ ಹತ್ತಿರ ಗರ್ಭಾವಸ್ಥೆಯಲ್ಲಿ ಸುರಕ್ಷಿತ ಡೀಹೆಚ್ಎ ಸಪ್ಲೀಮೆಂಟಿನ ವಿಷಯದಲ್ಲಿ ಕೇಳಬಹುದು. ಕೆಲವು ಪ್ರಸವ ಪೂರ್ವ ಸಪ್ಲೀಮೆಂಟ್‌ನಲ್ಲಿ ಡೀಹೆಚ್ಎ ಸಹ ಸಿಗುತ್ತದೆ.

ಪ್ರತಿದಿನ ಜಿಡ್ಡಿನ ಲೆಕ್ಕ ಇಟ್ಟುಕೊಳ್ಳಿ. ನಿಮ್ಮ ಕೋಟಾ ಪೂರ್ತಿ ಮಾಡಿ ಆದರೆ ಅವಶ್ಯಕತೆಗಿಂತ ಹೆಚ್ಚು ಜಿಡ್ಡು ತೆಗೆದುಕೊಳ್ಳ ಬೇಡಿ. ಅಡಿಗೆ ಮಾಡುವುದರಲ್ಲಿ ಜಿಡ್ಡು ಬೇಕಾಗುತ್ತದೆಂದು ಮರೆಯಬೇಡಿ. ನೀವು 1/2 ಚಮಚ ಬೆಣ್ಣೆಯಲ್ಲಿ ಮೊಟ್ಟೆ ಫ್ರೈ (ಅರ್ಧ ಸರ್ವಿಂಗ್) ಮಾಡಿದ್ದರೇ ಅಥವಾ ಕಾಲೆಸ್ಲಾದಲ್ಲಿ 1 ದೊಡ್ಡ ಚಮಚ ಮೆಯೊನೀಜ (ಒಂದು ಸರ್ವಿಂಗ್) ಹಾಕಿದ್ದರೇ ಈ ಒಂದುವರೆ ಸರ್ವಿಂಗನ್ನು ನಿಮ್ಮ ಲೆಕ್ಕದಲ್ಲಿ ಇಟ್ಟುಕೊಳ್ಳಿ.

ಪೌಷ್ಟಿಕ ಭೋಜನ ತೆಗೆದುಕೊಂಡರೂ ನಿಮ್ಮ ತೂಕ ಹೆಚ್ಚಾಗದೆ ಹೋದರೆ ಸ್ವಲ್ಪ ಜಿಡ್ಡಿನ ಪ್ರಮಾಣ ಹೆಚ್ಚಿಸಿ. ತೂಕ ತೀವ್ರವಾಗಿ ಹೆಚ್ಚಾಗುತ್ತಿದ್ದರೆ ಜಿಡ್ಡಿನ ಪ್ರಮಾಣವನ್ನು ಸ್ವಲ್ಪ ಕಡಿಮೆ ಮಾಡಿ.

ಈ ಸೂಚೀಯು ಎಲ್ಲಾ ಖಾದ್ಯ ಪದಾರ್ಥಗಳು ಜಿಡ್ಡು ಯುಕ್ತವಾಗಿದೆ. ಯದ್ಯಪಿ ಅದೇ ಜಿಡ್ಡಿನ ಸೂತ್ರ ಅಲ್ಲ ಆದರೆ ನಿಮಗೆ ಇದರ ಆವಶ್ಯಕತೆ ತುಂಬಾ ಇದೆ. ನಿಮ್ಮ ತೂಕ ಸರಿಯಾದ ರೀತಿಯಲ್ಲಿ ಹೆಚ್ಚಾಗುತ್ತಿದ್ದರೆ ಒಂದು ದಿನದಲ್ಲಿ ನಾಲ್ಕು ಪೂರ್ಣ ಸರ್ವಿಂಗ್ ತೆಗೆದುಕೊಳ್ಳಿ. ಇಲ್ಲದ್ದಿದರೆ ಜಿಡ್ಡಿನ ಪ್ರಮಾಣವನ್ನು ಹೆಚ್ಚು–ಕಡಿಮೆ ಮಾಡಿಕೊಳ್ಳಿ.

1 ದೊಡ್ಡ ಚಮಚ ಎಣ್ಣೆ (ಜೈತೂನ್, ಕನೊಲ್, ಎಳ್ಳು)
1 ದೊಡ್ಡ ಚಮಚ ಬೆಣ್ಣೆ (ಮಾರ್ಜರೀನ್)
1 ದೊಡ್ಡ ಚಮಚ ರೆಗ್ಯೂಲರ್ ಮೆಯೊನೀಜ್
2 ದೊಡ್ಡ ಚಮಚ ಸಲಾಡ್ ಡ್ರೆಸಿಂಗ್
2 ದೊಡ್ಡ ಚಮಚ ಭಾರೀ ಕ್ರೀಮ್
1/4 ಕಪ್ ಹಾಫ್ ಆಂಡ್ ಹಾಫ್
1/4 ಕಪ್ ಬೀಟ್ ಮಾಡಿರುವ ಕ್ರೀಮ್
1/4 ಕಪ್ ಸಾರ ಕ್ರೀಮ್
2 ದೊಡ್ಡ ಚಮಚ ರೆಗ್ಯೂಲರ್ ಕ್ರೀಮ್ ಚೀಜ್
2 ದೊಡ್ಡ ಚಮಚ ಕಡಲೆಕಾಯಿ ಅಥವಾ ಬಾದಾಮಿ ಬೆಣ್ಣೆ.

ಉಪ್ಪುಹಾಕಿರುವ ಖಾದ್ಯ ಪದಾರ್ಥಗಳು:–

ಮೊದಲು ಗರ್ಭಾವಸ್ಥೆಯಲ್ಲಿ ಕಡಿಮೆ ಉಪ್ಪಿನ ಪದಾರ್ಥಗಳನ್ನು ತೆಗೆದುಕೊಳ್ಳುವ ಸಲಹೆ ಕೊಡುತ್ತಿದ್ದರು ಏಕೆಂದರೆ ಇದರಿಂದ ಶರೀರದಲ್ಲಿ ಊತ ಹೆಚ್ಚಾಗುತ್ತಿತು. ಆದರೆ ಆಮೇಲೆ ಗೊತ್ತಾಯಿತು ಗರ್ಭಾವಸ್ಥೆಯಶರೀರದಲ್ಲಿ ತರಲ ಪದಾರ್ಥಗಳ ವೃದ್ಧಿ ಸಾಮಾನ್ಯವಾಗಾಗುತ್ತದೆ. ತರಲ ಪದಾರ್ಥಗಳ ಸಂತುಲನೆಗಾಗಿ ಸೋಡಿಯಂ ತೆಗೆದುಕೊಳ್ಳುವುದು ಆವಶ್ಯಕ. ಸೋಡಿಯಂ ಕಡಿಮೆ ಆದರೆ ಭ್ರೂಣಕ್ಕೆ ಹಾನಿಯಾಗಬಹುದು. ಯದ್ಯಪಿ ಉಪ್ಪಿನಕಾಯಿ, ಚಟ್ನಿ ಹಾಗೂ ಸಾಸ್‌ನ ಹೆಚ್ಚು ಪ್ರಮಾಣ ಹಾನಿಕಾರಿ ಆಗಬಹುದು. ಸೋಡಿಯಂ ನ ಹೆಚ್ಚು ಪ್ರಮಾಣಕ್ಕೂ ಹೆಚ್ಚಿನರಕ್ತದ ವತ್ತಡಕ್ಕೂ

ನೇರ ಸಂಬಂಧವಿದೆ. ಇದರಿಂದ ಗರ್ಭಾವಸ್ಥೆಯ ಹಾಗೂ ಪ್ರಸವದಲ್ಲಿ ಅನೇಕ ತೊಂದರೆಗಳಾಗಬಹುದು. ಊಟದಲ್ಲಿ ಕಡಿಮೆ ಉಪ್ಪನ್ನು ಬಳಸಿ. ಉಪ್ಪಿನಕಾಯಿ ತಿನ್ನುವ ಮನಸ್ಸಾದರೆ ಒಂದೆರಡು ತುಂಡು ತಿನ್ನಿ ಆದರೆ ದಯವಿಟ್ಟು ಅರ್ಧ ಜಾಡಿ ಖಾಲಿ ಮಾಡಬೇಡಿ. ಶರೀರದಲ್ಲಿ ಅಯೊಡೀನಿನ ಕೊರತೆ ಆಗದಿರಲೆಂದು ಅಯೊಡೀನ್ ಯುಕ್ತ ಉಪ್ಪನ್ನು ಉಪಯೋಗಿಸಿ. ಹಾಗೆ ಥೈರಾಯ್ಡ್‌ನ ತಪಾಸಣೆ ಸಹ ಮಾಡಿಸಿ.

ತರಲ ಪದಾರ್ಥಗಳು 8 ಔನ್ಸಿನ ಗ್ಲಾಸ್ ಪ್ರತಿದಿನ:–

ನೀವು ಇಬ್ಬರಿಗಾಗಿ ತಿನ್ನುವ ಜೊತೆಗೆ ಇಬ್ಬರಿಗಾಗಿ ಕುಡಿಯುತ್ತಿದ್ದೀರಿ. ನಿಮ್ಮ ತರಹವೆ ಶಿಶುವಿನ ಶರೀರವೂ ಜಲದಿಂದ ನಿರ್ಮಿತವಾಗಿದೆ. ಈ ಸಮಯದಲ್ಲಿ ಶರೀರಕ್ಕೆ ತರಲಪದಾರ್ಥಗಳು ಬಹಳ ಆವಶ್ಯಕವಾಗಿರುವುದು. ಹಾಗೇಯೆ ನೀವು ಕಡಿಮೆ ನೀರು ಕುಡಿಯುವುದಾದರೆ ಸ್ವಲ್ಪ ಚೇತರಿಸಿಕೊಳ್ಳಿ. ನೀರಿನಿಂದ ನಿಮ್ಮ ತ್ವಚೆ ನಿರ್ಮಲವಾಗಿ ಹೊಳೆಯುತ್ತಿರುತ್ತದೆ, ಮಲ ಬದ್ಧತೆ ಆಗುವುದಿಲ್ಲ, ಶರೀರದಿಂದ ವಿಷಯುಕ್ತಸತ್ವಗಳು ವಿಸರ್ಜಿತವಾಗುವುದು. ಮೂತ್ರಕೋಶದಲ್ಲಿ ಸೋಂಕಾಗುವುದಿಲ್ಲ ಹಾಗೂ ಪ್ರಸವದಲ್ಲಿ ತೊಂದರೆ ಆಗುವುದಿಲ್ಲ. ಒಂದು ದಿನದಲ್ಲಿ ಕಡೆಪಕ್ಷ 8 ಔನ್ಸ್ ನೀರು ಖಂಡಿತ ಕುಡಿಯರಿ. ತುಂಬ ಬೇಸಿಗೆ ಇದ್ದರೆ ಅಥವಾ ವ್ಯಾಯಾಮ ಮಾಡುವುದಾದರೆ ಅಧಿಕ ನೀರು ಕುಡಿಯರಿ. ಊಟದ ಮುಂಚೆ ತುಂಬ ನೀರು ಕುಡಿಯಬೇಡಿ.

ನೀರಲ್ಲದೇ ಹಾಲು, ಹಣ್ಣು ಮತ್ತು ತರಕಾರಿಗಳ ರಸ , ಜ್ಯೂಸ್ ಸೂಪ್, ಬಿಸಿ ಅಥವಾ ತಣ್ಣಿಗಿರುವ ಟೀ ಯಿಂದನೂ ತರಲ ಪದಾರ್ಥಗಳ ಪ್ರಮಾಣ ಸಿಗುತ್ತದೆ.

ಹಣ್ಣಿನ ರಸದಲ್ಲಿ ಅರ್ಧ ನೀರು ಬೆರೆಸಿ ತೆಗೆದುಕೊಳ್ಳಿ. ಕ್ಯಾಲೊರಿ ಹೆಚ್ಚಾಗುವುದಿಲ್ಲ.

ಪ್ರಸವ ಪೂರ್ವ ವಿಟಮಿನ್ ಸಪ್ಲೀಮೆಂಟ್ ಒಂದು ಪ್ರೆಗ್ನೆನ್ಸಿ ಫಾರ್ಮುಲ ಪ್ರತಿದಿನ

ಇಷ್ಟು ಒಳ್ಳೆಯ ಪೌಷ್ಟಿಕ ಆಹಾರ ತೆಗೆದುಕೊಳ್ಳುವನಂತರವೂ ವಿಟಮಿನಿನ ಔಷಧಿ ತೆಗೆದುಕೊಳ್ಳುವ ಆವಶ್ಯಕತೆ ಯಾಕೆ? ಹೌದು ನೀವು ಯಾವುದಾದರು ಪ್ರಯೋಗ ಶಾಲೆಯಲ್ಲಿ ಇರುವುದಾಗಿದ್ದರೆ ಔಷಧಿ ಬೆಡವಾಗಿತ್ತು. ಅಲ್ಲಿ ನಿಮಗೆ ಎಲ್ಲಾ ರೀತಿಯ ಆಹಾರ ಅಳತೆ ಮಾಡಿ ಸಿಗುತಿತ್ತು. ಆದರೆ ವಾಸ್ತವದಲ್ಲಿ ಹೀಗಾಗುವುದಿಲ್ಲ. ನಿಮಗೆ ಮತ್ತೆ ಜನಿಸಿಲ್ಲದ ಶಿಶುವಿಗೆ ವಿಟಮಿನಿನ ಪ್ರಮಾಣ ಬೇಕೆಬೇಕು. ಇದರಿಂದ ಪೌಷ್ಟಿಕ ಆಹಾರದಿಂದ ಪೂರ್ತಿ ಆಗದಿರುವ ಆ ಎಲ್ಲಾ ಕೊರತೆ ಪೂರೈಸುತ್ತವೆ.

ಯಧ್ಯಪಿ ಔಷಧಿ ಔಷಧಿಯೇ, ಒಳ್ಳೆಯ ಆಹಾರದ ಸ್ಥಾನವನ್ನು ಔಷಧಿ ತೆಗೆದುಕೊಳ್ಳಲಾಗುವುದಿಲ್ಲ. ನೀವು ಆಹಾರದಲ್ಲಿ ವಿಟಮಿನ್ ಹಾಗೂ ಪ್ರೋಟೀನನ್ನು ಸೇರಿಸಿಕೊಳ್ಳುವುದೆ ಒಳ್ಳೆಯದು. ಭೋಜನದಿಂದ ನಿಮಗೆ ಜಲ ಹಾಗೂ ಫೈಬರ್‌ನ ಪ್ರಮಾಣವೂ ಸಿಗುತ್ತದೆ. ಅನೇಕ ಮಹತ್ವಪೂರ್ಣವಾದ ಕ್ಯಾಲೊರಿ ಹಾಗೂ ಪ್ರೋಟೀನ್ ಔಷಧಿಯಿಂದ ಸಿಗುವುದು ಸಾಧ್ಯವಿಲ್ಲ.

ವಿಟಮಿನ್ ಇಷ್ಟು ಹೆಚ್ಚಾಗಿರುವುದು ಅಷ್ಟು ಒಳ್ಳೆಯದು ಎಂದು ತಿಳಿಯಬೆಡಿ.

ಕೆಲವು ವಿಟಮಿನ್‌ಗಳ ಹೆಚ್ಚು ಪ್ರಮಾಣ ತೆಗೆದುಕೊಂಡರೆ ಹಾನಿಯಾಗಬಹುದು. ಅವು ಶರೀರಕ್ಕೆ

ವಿಷವಾಗಬಹುದು. ವಿಟಮಿನ್ ಹಾಗೂ ಪ್ರೋಟೀನಿನ ಯಾವುದೇ ಔಷಧಿ ಡಾಕ್ಟರಿನ ಸಲಹೆ ಇಲ್ಲದೆ ತೆಗೆದುಕೊಳ್ಳ ಬೇಡಿ. ಇದೆ ರೀತಿ ಹರ್ಬಲ್ ಔಷಧಿಯ ಸಂದರ್ಭದಲ್ಲು ಜಾಗರೂಕರಾಗಿರಬೇಕು. ಆಹಾರದಲ್ಲಿ ಗೆಜ್ಜರಿ ಹಾಗೂ ಬ್ರಿಕಲಿಯ ಹೆಚ್ಚು ಪ್ರಮಾಣ ತೆಗೆದುಕೊಂಡರೆ ಯಾವುದೇ ಹಾನಿಯಾಗುವುದಿಲ್ಲ. ಇದರಿಂದ ನಿಮಗೆ ಲಾಭವೆ ವಾಗುವುದು.

ಔಷಧಿಯಲ್ಲೇನಿದೇ?

ಇದು, ನೀವು ಯಾವ ಔಷಧಿ ತೆಗೆದುಕೊಳ್ಳುತ್ತಿದ್ದೀರ ಎಂಬ ಮಾತಿನ ಮೇಲೆ ನಿರ್ಧರಿಸುತ್ತದೆ. ಡಾಕ್ಟರ್ ನಿಮ್ಮ ಮೆಡಿಕಲ್ ಹಿಸ್ಟ್ರಿಯಂತೆ ನಿಮಗಾಗಿ ಔಷಧಿಯನ್ನು ಆರಿಸುತ್ತಾರೆ. ಏಕೆಂದರೆ ಇದಕ್ಕೆ ಯಾವುದೇ ನಿಶ್ಚಿತವಾದ ನಿಯಮ ಇರುವುದಿಲ್ಲ. ನೀವು ಕೆಮಿಸ್ಟ್ ಶಾಪಿಗೆ ಹೋಗಬೇಕೆಂದುಕೊಂಡಿದ್ದರೇ ಮೊದಲು ಇದನ್ನು ಓದಿ––

■ ವಿಟಾಮಿನ್ ಎ 4000 ಐ.ಯೂ. (ಇದಕ್ಕಾಗಿ) ಮಿ. ಗ್ರಾಂ. ಗಿಂತ ಹೆಚ್ಚು ತೆಗೆದುಕೊಳ್ಳ ಬೇಡಿ. 10,000 ಐ ಯೂ ಗಿಂತ ಹೆಚ್ಚು ಪ್ರಮಾಣ ವಿಷವುಳ್ಳದ್ದಾಗಬಹುದು. ಅನೇಕ ಉತ್ಪಾದಕರು ವಿಟಮಿನ್ ನ ಪ್ರಮಾಣವನ್ನು ಕಡಿಮೆ ಮಾಡಿದ್ದಾರೆ ಅಥವಾ ಇದರ ಸ್ಥಾನದಲ್ಲಿ ಬೀಟಾ ಕೈರೊಟಿನ ನ ಪ್ರಯೋಗ ಮಾಡಿತ್ತಿದ್ದಾರೆ.

- ಕಡೇಪಕ್ಷ 400 ರಿಂದ 600 ಎಮ್. ಜೀ. ಫೋಲಿಕ್ ಆಸಿಡ್.
- 250 ಮಿ. ಗ್ರಾಂ. ಕ್ಯಾಲ್ಶಿಯಂ. ಆಹಾರದಲ್ಲಿ ಪೂರ್ತಿ ಕ್ಯಾಲ್ಶಿಯಂ ತೆಗೆದುಕೊಳ್ಳಲಾಗದೆ ಹೋದರೆ ನಿಮಗೆ 1200 ಮಿ. ಗ್ರಾಂ. ಪ್ರಮಾಣದ ತನಕ ತೆಗೆದುಕೊಳ್ಳ ಬೇಕಾಗಬಹುದು. ಸಪ್ಲಿಮೆಂಟರಿ ಐರನ್ ಜೊತೆಗೆ ಕ್ಯಾಲ್ಶಿಯಂ ನ ಪ್ರಮಾಣ 250 ಮಿ. ಗ್ರಾಂ ಗಿಂತ ಅಧಿಕ ತೆಗೆದುಕೊಳ್ಳಬೇಡಿ, ಏಕೆಂದರೆ ಮಿನರಲ್ಸ್ ಐರನಿನ ಅವಶೋಣೆಯಲ್ಲಿ (ಹೀರಿಕೊಳ್ಳುವುದರಲ್ಲಿ) ಅಡ್ಡಿ ಮಾಡುವುದು. ಐರನ್ ಸಪ್ಲಿಮೆಂಟ್ ತೆಗೆದುಕೊಳ್ಳುವ ಎರಡು ಗಂಟೆ ಮೊದಲು ಅಥವಾ ನಂತರ ಕ್ಯಾಲ್ಶಿಯಂ ತೆಗೆದುಕೊಳ್ಳಿ
- 30 ಮಿ. ಗ್ರಾಂ. ಐರನ್
- 50 ರಿಂದ 80 ಮಿ. ಗ್ರಾಂ. ವಿಟಮಿನ್ ಸೀ. 15 ಮಿ. ಗ್ರಾಂ ಝಿಂಕ್.
- 2 ಮಿ. ಗ್ರಾಂ. ಕಾಪರ್ (ತಾಮ್ರ)
- 2 ಮಿ. ಗ್ರಾಂ. ವಿಟಮಿನ್ ಬೀ
- ವಿಟಮಿನ್ ಡೀ 500 ಮಿ. ಗ್ರಾಂ ಗಿಂತ ಹೆಚ್ಚು ಬೇಡ.
- ವಿಟಮಿನ್ ಈ (16 ಮಿ.ಗ್ರಾಂ.)
  ಥಿಯಾಮಿನ್ (1-4 ಮಿ.ಗ್ರಾಂ)
  ರೈಬೊಫ್ಲೆವಿನ್ (1-4 ಮಿ.ಗ್ರಾಂ.)
  ನಿಯಾಸಿನ್ (18 ಮಿ.ಗ್ರಾಂ.)
  ವಿಟಮಿನ್ ಬೀ 2.6 ಮಿ. ಗ್ರಾಂ.) ಈ ಪ್ರಮಾಣಗಳಿಂದ ಯಾವುದೇ ತರಹದ ಹಾನಿಉಂಟಾಗುವುದಿಲ್ಲ.
- ಅನೇಕ ಔಷಧಿಗಳಲ್ಲಿ ಮ್ಯಾಗ್ನೀಶಿಯಂ, ಫ್ಲೋರೈಡ್, ಬಯೋಟೀನ್, ಫಾಸ್ಫೋರಸ್, ಪೈಂಟೋಥೈನಿಕ್ ಆಸಿಡ್ ಹಾಗೂ ಬೀ 6 ಸಹ ಸೇರಿರಬಹುದು.
  ನಿಮ್ಮ ಡಾಕ್ಟರಿನ್ನು ಕೇಳದೆ ಯಾವುದೇ ಔಷಧಿಯನ್ನು ತೆಗೆದುಕೊಳ್ಳಬೇಡಿ.

ನೀವು ಏನು ಯೋಚಿಸುತ್ತಿರಬಹುದು?

ಮಿಲ್ಕ್ ಫ್ರೀ ಮಾಮ್:-

ನಾನು ಹಾಲನ್ನು ಸಹಿಸಲಾರೆ. ದಿನದಲ್ಲಿ ನಾಲ್ಕು ಕಪ್ ಹಾಲು ಕುಡಿಯುವುದು ನನ್ನ ಕೈಯಲ್ಲಿ ಆಗುವುದಿಲ್ಲ. ಆದರೆ ಶಿಶುವಿಗೆ ಹಾಲು ಬೇಡವೇ?

ಶಿಶುವಿಗೆ ಹಾಲಲ್ಲಿ ಕ್ಯಾಲ್ಶಿಯಂ ಬೇಕು. ಮತ್ತೆ ನಿಮ್ಮ ಆಹಾರದಲ್ಲಿ ಹಾಲೇ ಕ್ಯಾಲ್ಶಿಯಂ ನ ಒಳ್ಳೆಯ ಹಾಗೂ ಪ್ರಾಕೃತಿಕ ಆಧಾರ. ಆದಕಾರಣವೇ ಗರ್ಭಾವಸ್ಥೆಯಲ್ಲಿ ಹಾಲು ಕುಡಿಯುವ ಸಲಹೆ ಕೊಡುತ್ತಾರೆ. ಆದರೆ ಇದನ್ನು ಕುಡಿದರೆ ನಿಮ್ಮ ಬಾಯಿಯ ರುಚಿ ಕೆಡುತ್ತದೆ ನಿಮಗೆ ಗ್ಯಾಸ್ ಆಗುತ್ತದೆಂದರೆ ಇದನ್ನು ಕುಡಿಯುವ ಮೊದಲು ನೀವು ಎರಡು ಸಲ ಯೋಚಿಸುವಿರಿ. ಶಿಶುವಿನ ಹಲ್ಲು ಹಾಗೂ ಮೂಳೆಗಳಿಗೆ ಕೇವಲ ಹಾಲಿನಿಂದಲೇ ಕ್ಯಾಲ್ಶಿಯಂ ಸಿಗುವುದಿಲ್ಲ. ಇದಕ್ಕಾಗಿ ಬೇರೆ ವಿಕಲ್ಪವೂ ಇರಬಹುದು. ನೀವು ಹೈ ಚೀಝ್ ಯೊಗರ್ಟ(ಮೊಸರು) ಅಥವಾ ಲ್ಯಾಕ್ಟೋಝ್ ಫ್ರೀ ಮಿಲ್ಕ ಅಂತ ಡೈರಿ ಉತ್ಪಾದನೆಗಳನ್ನು ತೆಗೆದುಕೊಳ್ಳಬಹುದು. ಈ ತರಹದ ಉತ್ಪಾದನೆಗಳಲ್ಲಿ ಕ್ಯಾಲ್ಶಿಯಂ ಫೋರ್ಟಿಫೈಡ್ ಆಗಿರುತ್ತದೆ. ನಿಮಗೆ ಹಾಲು ಕುಡಿದನಂತರ ಹೊಟ್ಟೆಯಲ್ಲಿ ಏನೂ ವೈತ್ಯಾಸಾವಾಗದಿರಲೀ ಮತ್ತೆ ಹಾಲು ಸುಲಭವಾಗಿ ಜೀರ್ಣವಾಗಲೆಂದು ನೀವು ಹಾಲಲ್ಲಿ ಲ್ಯಾಕ್ಟೋಝ್ ಟ್ಯಾಬ್ಲೆಟ್ ಹಾಕಿಕೊಳ್ಳಬಹುದು.

ಹಾಗೇ ಈ ಮೂರು ತಿಂಗಳು ಬರುವ ಸಮಯದೊಳಗೆ ನಿಮಗೂ ಡೈರಿ ಉತ್ಪಾದನೆಗಳನ್ನು ತೆಗೆದುಕೊಳ್ಳುವ ಅಭ್ಯಾಸವಾಗುತ್ತದೆ. ಆ ಸಮಯದಲ್ಲಿ ಭ್ರೂಣಕ್ಕೆ ಕ್ಯಾಲ್ಶಿಯಂ ನ ಆವಶ್ಯಕತೆ ಬಹಳವಾಗಿರುತ್ತದೆ. ನಿಮಗೆ ಹೆಚ್ಚು ತೊಂದರೆ ಆಗದಿರಲೆಂದು ನೀವು ಕೆಲವು ಆ ತರಹದ ಉತ್ಪಾದನೆಗಳನ್ನು ಹುಡುಕುತ್ತಿರಿ.

ನಿಮಗೆ ಡೈರಿ ಉತ್ಪಾದನೆಗಳಿಂದ ಅಲರ್ಜಿ ಇದ್ದರೆ ಕ್ಯಾಲ್ಶಿಯಂ ಯುಕ್ತ ಜ್ಯೂಸ್ ತೆಗೆದುಕೊಳ್ಳಿ ಅಥವಾ ಕ್ಯಾಲ್ಶಿಯಂ ಇರುವ ನಾನ್ ಡೈರಿ ಉತ್ಪಾದಗಳನ್ನು ತೆಗೆದುಕೊಳ್ಳಿ.

ಪಾಶ್ಚರೈಸ್ಡ್

1800ಯಲ್ಲಿ ಪಾಶ್ಚರೈಸ್ಡ್ ಮಾಡುವ ವಿಧಾನವನ್ನು ಲ್ಯೂಇಸ್ ಪಾಶ್ಚರವರು ಹುಡಕಿದರು. ಇದು ನಿಜಕ್ಕು ಅದ್ಭುತ.ನಿಮ್ಮನ್ನು ಹಾಗೂ ಶಿಶುವನ್ನು ಸೋಂಕಿನ ಅಪಾಯದಿಂದ ರಕ್ಷಿಸಬೇಕೆಂದರೆ ಯಾವಾಗಲು ಪಾಶ್ಚರೈಸ್ಡ್ ಹಾಲನ್ನೇ ಕುಡಿಯರಿ ಹಾಗೂ ಪಾಶ್ಚರೈಸ್ಡ್ ಡೈರಿ ಉತ್ಪಾದನೆಗಳನ್ನೇ ತಿನ್ನಿರಿ ಇತ್ತೀಚೆಗೆ ನೀವು ಅನೇಕ ರೀತಿ ರೋಗದಿಂದ ಸುರಕ್ಷಿತವಾಗಿರಲೆಂದು ಪಾಶ್ಚರೈಸ್ಡ್ ಮೊಟ್ಟೆಗಳು ಬರುತ್ತಿದೆ. ಗರ್ಭಾವಸ್ಥೆಯಲ್ಲಿ ಈ ಸಣ್ಣ-ಸಣ್ಣ ಎಚ್ಚರಿಕೆಗಳು ಬಹಳ ಮಹತ್ವವಾಗಿರುತ್ತದೆ ಇವುಗಳನ್ನು ಉಪೇಕ್ಷಿಸಬೇಡಿ.

ನಿಮಗೆ ಹಾಲಿನ ಸ್ವಾದದಿಂದ ತೊಂದರೆಯಾದರೆ ಹಾಲಲ್ಲಿ ಕೆಲವು ಬೇರೆ ವಿಕಲ್ಪವನ್ನು ಹುಡುಕಿರಿ ಅಥವಾ ಸಿರಿಯಲ್ಸ್‌ಸೂಪ್, ಅಥವಾ ಸ್ಮೂದೀಸ್ ಹಾಲಲ್ಲಿ ಸೇರಿಸಿಕೊಳ್ಳಿ.

ಒಂದು ವೇಳೆ ನಿಮಗೆ ಆಹಾರದಿಂದ ಪೂರ್ತಿ ಕ್ಯಾಲ್ಶಿಯಂ ಸಿಗದೆ ಹೋದರೆ ಡಾಕ್ಟರಿಗೆ ಸಪ್ಲೀಮೆಂಟ್ ಕೊಡಲು ಹೇಳಿ. ಇತ್ತೀಚೆಗೆ ಕ್ಯಾಲ್ಶಿಯಂ ನ ಸಿಹಿ ಮಾತ್ರೆಗಳು ಸಿಗುತ್ತದೆ. ಅದನ್ನು ಬಾಯಿಯಲ್ಲಿ ಇಟ್ಟುಕೊಂಡು ಚೀಪಬಹುದು. ನೀವು ಕ್ಯಾಲ್ಶಿಯಂ ಅಲ್ಲದೆ ವಿಟಮಿನ್ ಸೀ ನ ಪ್ರಮಾಣದ ಮೇಲೂ ಗಮನ ಕೊಡಬೇಕು. ಇದು ಹಸುವಿನ ಹಾಲಲ್ಲಿ ಸಿಗುವುದು. ಇದನ್ನು ಕ್ಯಾಲ್ಶಿಯಂ ಜೊತೆಗೆ ತೆಗೆದುಕೊಳ್ಳುವುದು ಆವಶ್ಯಕ.

ನಿಮ್ಮ ಆಹಾರದಲ್ಲಿ ರೆಡ್ ಮೀಟ್ ಸೇರಿಸಿಕೊಳ್ಳ ಬೇಡಿ:-

"ನಾನು ಚಿಕನ್ ಹಾಗೂ ಮೀನು ತಿನ್ನುತ್ತೇನೆ ಆದರೆ ರೆಡ್ ಮೀಟ್ ತಿನ್ನುವುದಿಲ್ಲ. ಇಲ್ಲದೇಯೂ ಶಿಶುವಿಗೆ ಪೌಷ್ಟಿಕ ಸತ್ವಗಳು ಸಿಗುವುದೇ?"

ಗರ್ಭಾವಸ್ಥೆಯಲ್ಲಿ ಫಿಶ್ ಹಾಗೂ ಪೌಲ್ಟ್ರಿ ಉತ್ಪಾದನೆಗಳು ನಿಮಗೆ ಪೌಷ್ಟಿಕಸತ್ವಗಳನ್ನು ಕೊಡುತ್ತವೆ ಆದರೆ ನಿಮಗೆ ಕೇವಲ ಐರನ್ ಸಿಗುವುದಿಲ್ಲ. ಇದು ರೆಡ್ ಮೀಟ್‌ನಲ್ಲಿರುತ್ತದೆ. ಇದನ್ನು ನೀವು ಇತರ ವಿಕಲ್ಪಗಳಿಂದ ಪೂರೈಸಬಹುದು.

ಸಸ್ಯಹಾರಿ ಡಯಟ್

"ನಾನು ಸಸ್ಯಾಹಾರಿ ಆರೋಗ್ಯವಾಗಿದ್ದೀನಿ. ಆದರೆ ಆರೋಗ್ಯವಾಗಿರುವ ಶಿಶುವಿಗಾಗಿ ಪಶು ಉತ್ಪಾದನೆಗಳನ್ನು ತಿನ್ನಬೇಕೆಂದು ಎಲ್ಲರೂ ಹೇಳುತ್ತಾರೆ."

ಒಂದುವೇಳೆ ಸಸ್ಯಾಹಾರಿ ತಮ್ಮ ಆಹಾರವನ್ನು ಸ್ವಲ್ಪ ನಿಯಮಿಸಿಕೊಂಡರೇ ಅವರು ಮಾಂಸಹಾರಿಯಂತೆ ಪೂರ್ತಿ ಪೋಷಣೆಯನ್ನು ಪಡೆಯಬಹುದು. ಸಸ್ಯಾಹಾರಿ ಆಹಾರದಲ್ಲಿ ಕೆಳಗೆ ಬರೆದಿರುವುದನ್ನು ಅವಶ್ಯವಾಗಿ ಸೇರಿಸಿಕೊಳ್ಳಿ-

ಬೇಕಾದಷ್ಟು ಪ್ರಮಾಣದಲ್ಲಿ ಪ್ರೋಟೀನ್-- ಒಂದು ವೇಳೆ ನೀವು ಹಾಲು ಹಾಗೂ ಮೊಟ್ಟೆ ತೆಗೆದುಕೊಳ್ಳುವುದಾದರೆ ನಿಮಗೆ ಪ್ರೋಟೀನ ಅವಶ್ಯವಾಗಿ ಸಿಗುವುದು. ಆದರೆ ನೀವು ಶುದ್ಧ ಸಸ್ಯಾಹಾರಿ ಆಗಿದ್ದು ಹಾಲು ಹಾಗೂ ಮೊಟ್ಟೆ ತೆಗೆದುಕೊಳ್ಳದೆ ಹೋದರೇ ನಿಮಗೆ ನಿಮ್ಮ ಆಹಾರದಲ್ಲಿ ಪ್ರೋಟೀನ್‌ನ ಕಡಿಮೆ ಅಂಶ ಪೂರ್ತಿಯಾಗಲು ಒಣಗಿದ ಬೀನ್ಸ್, ಬಟಾಣಿ, ಮಸೂರ, ಟೋಫೂ, ಹಾಗೂ ಸೋಯಾ ಉತ್ಪಾದನೆಗಳ ಪ್ರಮಾಣವನ್ನು ಹೆಚ್ಚಿಸ ಬೇಕಾಗುವುದು.

ಬೇಕಾದಷ್ಟು ಪ್ರಮಾಣದಲ್ಲಿ ಕ್ಯಾಲ್ಶಿಯಂ:- ಡೈರಿ ಉತ್ಪಾದನೆಗಳನ್ನು ತೆಗೆದುಕೊಳ್ಳುವವರಿಗೆ ಯಾವುದೇ ತೊಂದರೆ ಇಲ್ಲ . ಆದರೆ ನೀವು ಡೈರಿ ಉತ್ಪಾದನೆಗಳನ್ನೂ ತೆಗೆದುಕೊಳ್ಳದೆ ಹೋದರೆ ಕ್ಯಾಲ್ಶಿಯಂ ಯುಕ್ತ ಜ್ಯೂಸ್ ಹಸಿರು ಎಲೆಗಳ ತರಕಾರಿ, ಎಳ್ಳು, ಬಾದಾಮಿ, ಸೋಯಾ ಉತ್ಪಾದನೆಗಳು ಇತ್ಯಾದಿ ತೆಗೆದುಕೊಳ್ಳಬಹುದು. ಇಷ್ಟಾದರೂ ಸರಿಹೋಗದೆ ಹೋದರೇ ಕ್ಯಾಲ್ಶಿಯಂ ಔಷಧಿಗಳನ್ನು ಡಾಕ್ಟರನ್ನು ಕೇಳಿ ತೆಗೆದುಕೊಳ್ಳಬಹುದು.

ವಿಟಮಿನ ಬೀ12:- ಹಾಗೇ ವಿಟಾಮಿನ್ ಬೀ12 ನ ಕೊರತೆ ದುರ್ಬಲವಾಗಿರುವುದು. ಆದರೆ ಶುದ್ಧ ಸಸ್ಯಾಹಾರಿಗಳಿಗೆ ಇದು ಸಿಗುವುದಿಲ್ಲ. ಏಕೆಂದರೆ ಇದು ಕೇವಲ ಪಶು ಉತ್ಪಾದನೆಗಳಲ್ಲಿ ಸಿಗುವುದು. ನೀವು ಡಾಕ್ಟರನ್ನು ಕೇಳಿ ಫೋಲಿಕ್ ಆಸಿಡ್ ಹಾಗೂ ಐರನ್ ಜೊತೆಗೆ ವಿಟಮಿನ್ ಬೀ12 ನ ಔಷಧಿಯನ್ನು ತೆಗೆದುಕೊಳ್ಳಬೇಕು. ಇದಲ್ಲದೆ ಸೋಯಾ ಹಾಲು ಫೋರ್ಟಿಫೈಡ್ ಸಿರಿಯಲ್, ಪೌಷ್ಟಿಕ ಖಮೀರ್ ಇತ್ಯಾದಿಗಳಿಂದ ಈ ಕೊರತೆಯನ್ನು ಪೂರೈಸ ಬಹುದು.

ವಿಟಮಿನ್ ಡೀ:- ತ್ವಚೆ ಸೂರ್ಯನ ಬೆಳಕಿನಲ್ಲಿ ನಿರ್ಮಿಸುತ್ತದೆ. ಆದರೆ ಆವಶ್ಯಕತೆಗಿಂತ ಅಧಿಕ ಬಿಸಿಲಿನಲ್ಲಿದ್ದರೆ ತ್ವಚೆ ಕಪ್ಪಾಗುವುದು. ಕಪ್ಪು ಬಣ್ಣದ ಮಹಿಳೆಯರು ಇದನ್ನು ಬೇಕಾದಷ್ಟು ಪ್ರಮಾಣದಲ್ಲಿ ತೆಗೆದುಕೊಳ್ಳಲಾಗುವುದಿಲ್ಲ. ಒಂದು ವೇಳೆ ನೀವು ಹಸುವಿನ ಹಾಲು ಕುಡಿಯದೇ ಹೋದರೇ ವಿಟಮಿನ್ ಡೀ ಯುಕ್ತ ಸೋಯಾ ಹಾಲನ್ನು ತೆಗೆದುಕೊಳ್ಳಿ ಅಥವಾ ಔಷಧಿಯಲ್ಲಿ ಇದನ್ನು ಸೇರಿಸಿಕೊಳ್ಳಿ. ಬ್ರೆಡ್ ಹಾಗೂ ಸಿರಿಯಲ್ ಸಹ ವಿಟಮಿನ್ ಡೀ ಫೋರ್ಟಿಫೈಡ್ ಆಗಿರುತ್ತದೆ.

ಲೋ-ಕಾರ್ಬ ಡಾಯಟ್

"ನಾನು ತೂಕ ಹೆಚ್ಚಿಸಲು ಲೋ-ಕಾರ್ಬ ಹೈ ಪ್ರೋಟೀನ್ ಡಯಟ್‌ನಲ್ಲಿದ್ದೆ. ನಾನು ಗರ್ಭಾವಸ್ಥೆಯಲ್ಲೂ ಇದೇ ಆಹಾರ ತೆಗೆದುಕೊಳ್ಳಬಹುದೇ?"

ಗರ್ಭಾವಸ್ಥೆಯಲ್ಲಿ ಯಾವುದೇ ಪೌಷ್ಟಿಕ ಸತ್ವದ ಪ್ರಮಾಣದಲ್ಲಿ ಕೊರತೆ ಸರಿಯೆಂದು ಹೇಳಲಾಗುವುದಿಲ್ಲ. ನೀವು ಎಲ್ಲಾ ಪೌಷ್ಟಿಕ ಸತ್ವಗಳು ಸರಿಯಾದ ಪ್ರಮಾಣದಲ್ಲಿ ತೆಗೆದುಕೊಳ್ಳಬೇಕು. ಕಡಿಮೆ ಕಾರ್ಬೋ ಆಹಾರದಿಂದ ಫೋಲಿಕ್ ಆಸಿಡ್‌ನ ಕೊರತೆಯೂ ಆಗುವುದು. ಇದು ಶಿಶುವಿನ ಬೆಳವಣಿಗೆಗೆ ಬಹಳ ಆವಶ್ಯಕ. ಶಿಶುವಿಗೆ

ಕೆಟ್ಟದಾಗಿರುವುದು ತಾಯಿಗೂ ಕೆಟ್ಟದಾಗಿರಬಹುದು. ಕಾಂಪ್ಲೆಕ್ಸ್ ಕಾರ್ಬೋ ಮಲಬದ್ಧತೆಯಿಂದ ರಕ್ಷಿಸುತ್ತದೆ ಹಾಗೂ ವಿಟಮಿನ್ ಬೀ ಮಾರ್ನಿಂಗ್ ಸಿಕ್‌ನೆಸ್‌ನಿಂದ ಹೋರಾಡಲು ಶಕ್ತಿ ನೀಡುತ್ತದೆ.

ಗರ್ಭಾವಸ್ಥೆಯು ಡಯಟಿಂಗ್ ಮಾಡುವ ಸಮಯವಲ್ಲ. ಸಂಪೂರ್ಣ ಪೋಷಣೆ ತೆಗೆದುಕೊಳ್ಳುವ ಸಮಯ. ತೂಕ ಕಡಿಮೆ ಮಾಡುವ ವಿಚಾರವನ್ನು ಮರೆತುಬಿಡಿ, ಶಿಶುವಿಗೆ ಸಂತುಲಿತವಾದ ಪೋಷಣೆ ನೀಡಿ.

ಕೊಲೆಸ್ಟ್ರಾಲ್ ಚಿಂತೆ

"ನಾನು ಮತ್ತು ನನ್ನ ಯಜಮಾನರು ಆಹಾರದಲ್ಲಿ ಕೊಲೆಸ್ಟ್ರಾಲಿನ ಪ್ರಮಾಣವನ್ನು ಬಹಳ ಕಡಿಮೆ ಮಾಡಿದ್ದೇವೆ. ನಾನು ಗರ್ಭಾವಸ್ಥೆಯಲ್ಲೂ ಹೀಗೆ ಮಾಡಬಹುದೇ?"

ನೀವು ಏನು ಕೇಳಿದ್ದೀರ ಅಥವಾ ಏನು ಕೇಳಿಲ್ಲ ಎಂದು ನಮಗೆ ಗೊತ್ತಿಲ್ಲ. ಗರ್ಭಾವಸ್ಥೆಯಲ್ಲಿ ನಿಮಗೆ ಕೊಲೆಸ್ಟ್ರಾಲ್ ಕಡಿಮೆ ಮಾಡುವ ಆವಶ್ಯಕತೆಇಲ್ಲ. ಈ ವಯಸ್ಸಿನಲ್ಲಿ ನಿಮಗೆ ಕೊಲೆಸ್ಟ್ರಾಲಿನ ಕಾರಣದಿಂದ ರಕ್ತನಾಳಗಳಲ್ಲಿ ರಕ್ತಕಟ್ಟುವ ತೊಂದರೆ ಆಗುವುದಿಲ್ಲ. ವಾಸ್ತವದಲ್ಲಿ ಇದು ಭ್ರೂಣದ ಬೆಳವಣಿಗೆಗೂ ಆವಶ್ಯಕ. ಗರ್ಭಿಣಿ ತಾಯಿಯ ಶರೀರದಲ್ಲಿ ಇದರ ಉತ್ಪತ್ತಿ ತಾನೇ ಹೆಚ್ಚಾಗುತ್ತದೆ. ರಕ್ತದ ಕೊಲೆಸ್ಟ್ರಾಲಿನ ಮಟ್ಟ ಶೇಕಡಾ 25 ರಿಂದ 40 ತನಕ ಹೆಚ್ಚಾಗುತ್ತದೆ. ಯದ್ಯಪಿ ನಿಮಗೆ ನಿಮ್ಮ ಕಡೆಯಿಂದ ಕೊಲೆಸ್ಟ್ರಾಲ್ ಹೆಚ್ಚಿಸುವ ಆಹಾರವನ್ನು ತೆಗೆದುಕೊಳ್ಳುವ ಆವಶ್ಯಕತೆ ಇಲ್ಲ ಆದರೆ ನೀವು ಆರಾಮವಾಗಿ ಮೊಟ್ಟೆಯ ತಿನಿಸು ತಿನ್ನ ಬಹುದು. ಕ್ಯಾಲ್ಸಿಯಂ ನ ಪೂರ್ತಿಗಾಗಿ ಚೀಜ್ ತಿನ್ನಬಹುದು ಅಥವಾ ಖುಶಿಯಿಂದ ನಿಮ್ಮ ಬರ್ಗರಿನ ರುಚಿ ಅನುಭವಿಸ ಬಹುದು.

ಜಂಕ್ ಫೂಡ್ ಸೇವಿಸುವುದು

ನನಗೆ ನಟ್ಸ್, ಚಿಪ್ಸ್ ಹಾಗೂ ಫಾಸ್ಟ್ ಫೂಡ್ ಬಹಳ ಇಷ್ಟ. ನನಗೆ ಆರೋಗ್ಯಕರವಾದ ಆಹಾರವನ್ನು ತೆಗೆದುಕೊಳ್ಳಬೇಕೆಂದು ನನಗೆ ಗೊತ್ತು ಮತ್ತೆ ನಾನು ಇಂತಹ ಆಹಾರವನ್ನು ತೆಗೆದುಕೊಳ್ಳಲು ಇಚ್ಛಿಸುತ್ತೇನೆ ಆದರೆ ನನಗೆ ನನ್ನ ಅಭ್ಯಾಸವನ್ನು ಬದಲಾಯಿಸಕೊಳ್ಳಲಾಗುತ್ತಿಲ್ಲ.

ಒಂದುವೇಳೆ ನೀವು ನಿಮ್ಮ ಅಭ್ಯಾಸವನ್ನು ಬದಲಾಯಿಸಕೊಳ್ಳಲು ಇಚ್ಛಿಸುತ್ತಿದ್ದೀರಿ ಎಂದರೆ ನೀವು ಅಭ್ಯಾಸ ಬದಲಾಯಿಸಿಕೊಳ್ಳುವ ದಾರಿಯಲ್ಲಿ ಮೊದಲನೆಯ ಹೆಜ್ಜೆ ಇಟ್ಟಿದ್ದೀರಿ. ಹೀಗಿರುವಾಗ ನಿಮ್ಮನು ನೀವೆ ಶಭಾಷ್ ಎಂದು ಕೊಳ್ಳಿ. ಯದ್ಯಪಿ ಇದಕ್ಕಾಗಿ ಕೆಲವು ಗಂಭೀರವಾದ ಯೋಚನೆ ಮಾಡಬೇಕಾಗುವುದು. ಆದರೆ ಇದಕ್ಕಾಗಿ ಅನೇಕ ದಾರಿಗಳಿವೆ. ಅದರ ಸಹಾಯದಿಂದ ನೀವು ನಿಮ್ಮ ಅಭ್ಯಾಸವನ್ನು ಬದಲಾಯಿಸಬಹುದು.

1. ಊಟ ಜೊತೆಗೆ ತೆಗೆದುಕೊಂಡು ಹೋಗಿ:– ಒಂದು ವೇಳೆ ತಿಂಡಿ ತಿನ್ನುವ ಸಮಯದಲ್ಲಿ ಕಾಫೀ ಕುಡಿಯುವ ಮನಸ್ಸಾದರೆ ಮನೆಯಿಂದ ಪಣಚ್ಚಿಕ್ ಹಾಗೂ ಆರೋಗ್ಯಕರವಾದ ತಿಂಡಿ ಜೊತೆಗೆ ತೆಗೆದುಕೊಂಡು ಹೋಗಿ. ಅದರಲ್ಲಿ ಕಾಂಪ್ಲೆಕ್ಸ್ ಕಾರ್ಬೋ ಹಾಗೂ ಪ್ರೋಟೀನಿನ ಮಿಶ್ರಣವಿರಲಿ. ಈ ತರಹ ನಿಮ್ಮ ಹೊಟ್ಟೆ ತುಂಬಿರುವುದರಿಂದ ಮತ್ತೆ ಜಂಕ್ ಫೂಡ್ ತಿನ್ನುವ ಮನಸ್ಸಾಗುವುದಿಲ್ಲ. ಅಂಗಡಿಗೆ ಹೋಗಿ ಅಲ್ಲಿ ತಿನಿಸುಗಳನ್ನು ನೋಡಿ ನಿಮಗೆ ಆಸೆ ಆಗುತ್ತದೆ ಎಂದು ನಿಮಗೆ ಗೊತ್ತಿದ್ದರೆ ನೀವು ಅಂಗಡಿಗೆ ಹೋಗಲೆಬೇಡಿ. ನಿಮ್ಮ ಪಕ್ಕದ ಅಂಗಡಿಯಿಂದ ಹೆಲ್ದಿ ಸ್ಯಾಂಡ್‌ವಿಚ್‌ಗಳನ್ನು ತರಿಸಿಕೊಳ್ಳಿ ಅಥವಾ ಎಲ್ಲಿ ಕರಿದಿದ್ದು–ಹುರಿದಿದ್ದು ವ್ಯಂಜನಗಳು ಸಿಗುವುದೋ ಅಲ್ಲಿ ಹೋಗಲೆ ಬೇಡಿ.

2. ಸ್ವಲ್ಪ ಪ್ಲಾನಿಂಗ್ ಆವಶ್ಯಕ:– ಗರ್ಭಾವಸ್ಥೆಯ ಸಮಯದಲ್ಲಿ ನಿರಂತರವಾಗಿ ಆರೋಗ್ಯಕರ ಹಾಗೂ ಪೌಷ್ಟಿಕ ಆಹಾರದ ಆವಶ್ಯಕತೆ ಇರುವುದು. ನಿಮ್ಮ ಮನೆಯ ಬೀರುಗಳಲ್ಲಿ ಈ ತರಹದ ಪದಾರ್ಥಗಳನ್ನು ಇಡುವುದು ಮರೆಯ ಬೇಡಿ. ಯಾವುದಾದರೂ ಹೋಟೆಲ್ ಹಾಗೂ ರೆಸ್ಟೋರೆಂಟಿಂದ ಫೋನ್ ಮಾಡಿ ಸ್ವಚ್ಛವಾಗಿರುವ ಹಾಗೂ ಪೌಷ್ಟಿಕವಾಗಿರುವ ಊಟವನ್ನು ತರಿಸಿಕೊಳ್ಳಬಹುದೋ ಅಂತಹ ಹೋಟೆಲ್ ಹಾಗೂ ರೆಸ್ಟೋರೆಂಟಿನ ನಂಬರ್‌ಗಳು ನಿಮ್ಮ ಹತ್ತಿರ ಇಟ್ಟುಕೊಂಡಿರಿ. ಬಹಳ ಹಸಿವು ಆಗುವ ಮೊದಲೇ ಊಟ ಆರ್ಡರ್ ಮಾಡಿ. ಮನೆಯಲ್ಲಿ, ಕಾರಲ್ಲಿ, ಬೈಕಲ್ಲಿ ಹಸಿವು ಹೋಗಲಾಡಿಸುವಂತಹ ಸ್ನಾಕ್ಸ್‌ಗಳನ್ನು ಇಟ್ಟುಕೊಂಡಿರಿ. ಉದಾ: ಹಣ್ಣು, ಟ್ರೆಲ್ ಮಿಕ್ಸ್, ಸೋಯಾ ಚಿಪ್ಸ್, ಸಂಪೂರ್ಣ ಧಾನ್ಯದಿಂದ ಮಾಡಿರುವ ಗ್ರೆನೆಲಾ ಬಾರ್,ಹಾಗೂ ಕಾಕರ, ಯೋಗರ್ಟ್ ಅಥವಾ ಸ್ಮೂದೀಜ್, ಸ್ಟ್ರಿಂಗ್ ಚೀಜ್, ಅಥವಾ ವೆಜೀಸ್. ದಾಹವಾದಾಗ ಸೋಡಾ ಕುಡಿಯುವ ಮನಸ್ಸಾಗದಿರಲೆಂದು ನೀರಿನ ಬಾಟಲ್ ಹತ್ತಿರ ಇಟ್ಟುಕೊಳ್ಳಿ.

3. ಆಸೆಯನ್ನು ನಿಯಂತ್ರಿಸಿಕೊಳ್ಳಿ:– ಮನಸ್ಸು–ಮಸ್ತಿಷ್ಕದಲ್ಲಿ ಕ್ಯಾಂಡಿ, ಚಿಪ್ಸ್, ಕುಕೀಜ್, ಹಾಗೂ ಸಾಫ್ಟ್ ಡ್ರಿಂಕ್ಸ್‌ಗಳ ಯೋಚನೆ ಬರದಿರಲೆಂದು ಅವುಗಳನ್ನು ಮನೆಯಿಂದ ಹೊರಗೆಹಾಕಿ. ಪ್ಯಾನ್ಟ್ರಿ ಡಬ್ಬದ ಲೋಭದಲ್ಲಿ ಬೀಳಬೇಡಿ.

ಇದು ನಿಮಗೆ ದುಬಾರಿಯಾಗಬಹುದು.

4. ವಿಕಲ್ಪಗಳನ್ನು ಹುಡುಕಿ:- ಯಾವುದೇ ಪದಾರ್ಥ ನಿಮಗೆ ಬಹಳ ರುಚಿಕರವೆನಿಸಿದರೇ ಅದರ ಬೇರೆ ವಿಕಲ್ಪವನ್ನು ಹುಡುಕಬಹುದು. ನಿಮ್ಮ ಚಟ ಪೂರೈಸಬೇಕು ಹಾಗೂ ನಿಮಗೆ ಸಾಕಷ್ಟು ಪ್ರಮಾಣದಲ್ಲಿ ಪೋಷಕಸತ್ವಗಳು ಸಿಗಬೇಕು ಆ ತರಹದ ವಿಕಲ್ಪವನ್ನು ಹುಡುಕಿ. ನಿಮಗೆ ಐಸ್‌ಕ್ರೀಮ್ ತಿನ್ನುವ ಮನಸ್ಸಾದರೆ ನೀವು ಸಿಹಿಯಲ್ಲಿ ಜ್ಯೂಸ್ ಬಾರ್ ಅಥವಾ ಗಟ್ಟಿಯಾದ ಕ್ರೀಮ್‌ಫ್ರೂಟ್ ಸ್ಮೂದೀ ತೆಗೆದುಕೊಳ್ಳಬಹುದು.

5. ಶಿಶುವನ್ನು ಗಮನಿಸಿ:- ನೀವು ಏನು ತಿನ್ನುವಿರೋ ಅದೇ ಶಿಶುವೂ ತಿನ್ನುವುದು. ಆದರೆ ಅನೇಕ ಸಲ ನಿಮ್ಮ ಮನಸ್ಸಿಗೆ ನಿಮ್ಮ ಇಷ್ಟವಾದ ತಿನಿಸು ತಿನ್ನಲು ಆಸೆ ಆದಾಗ ಈ ಮಾತು ನೆನಪಿಗೆ ಬರುವುದಿಲ್ಲ. ನಿಮ್ಮ ರೂಮಲ್ಲಿ , ಅಕ್ಕ-ಪಕ್ಕ ಸುಂದರವಾದ ಶಿಶುಗಳ ಚಿತ್ರಗಳನ್ನು ಹಾಕಿಕೊಳ್ಳಿ. ಆಫೀಸ್ ಹಾಗೂ ಕುರ್ಚಿಯ ಅಕ್ಕ-ಪಕ್ಕದಲ್ಲಿ ಹಾಕಿರುವ ಈ ಚಿತ್ರಗಳು ನಿಮಗೆ ಸರಿ-ತಪ್ಪನ್ನು ತಿಳಿದುಕೊಳ್ಳಲು ಪ್ರೇರಣೆ ನೀಡುವುದು.

6. ನಿಮ್ಮ ಮಿತಿಯನ್ನು ತಿಳಿದುಕೊಳ್ಳಿ:- ಕೆಲವು ಜಂಕ್ ಫೂಡ್‌ನ್ನು ಒಮ್ಮೊಮ್ಮೆ ತಿನ್ನಬಹುದು. ಆದರೆ ಕೆಲವನ್ನು ತಿನ್ನದಿರುವುದೇ ಒಳ್ಳೆಯದು. ನಿಮಗೆ ಸ್ವಲ್ಪ ತಿಂದ್ರೆ ಸಮಾಧಾನ ಆಗದೆ ಹೋದರೇ ಅಥವಾ ಸ್ವಲ್ಪ ತಿಂದಮೇಲೆ ಇನ್ನು ಹೆಚ್ಚು ತಿನ್ನುವ ಆಸೆ ಆದರೆ, ನೀವು ನಿಮ್ಮ ಮಿತಿಯನ್ನು ತಿಳಿದಿಕೊಳ್ಳಬೇಕು.

7. ಸ್ವಸ್ಥ್ಯ ಅಭ್ಯಾಸಗಳು ಬಹಳ ಸಮಯದತನಕ ಜೊತೆಗೆ ಇರುವುದು:- ಸ್ವಸ್ಥ್ಯ ಅಭ್ಯಾಸಗಳು ಬಹಳ ಸಮಯದತನಕ ಜೊತೆಗೆ ಇರುವುದು. ಪ್ರಸವದನಂತರ ಹೊಸ ತಾಯಿಗೆ ಅತಿರಿಕ್ತ ಊರ್ಜೆ(ಶಕ್ತಿ) ಯ ಆವಶ್ಯಕತೆ ಬಹಳವಾಗಿ ಇರುತ್ತದೆ. ಆಗ ಈ ಅಭ್ಯಾಸಗಳಿಂದ ನಿಮಗೆ ಸಹಾಯವಾಗುವುದು. ಈ ತರಹ ಶಿಶುವೂ ಪ್ರಾರಂಭದಿಂದ ಸ್ವಸ್ಥ್ಯ ಅಭ್ಯಾಸಗಳ ಜೊತೆಗೆ ಬೆಳೆಯುವುದು.

ಆರೋಗ್ಯಕರ ಊಟದ ಪದ್ಧತಿಯ ಶಾರ್ಟ್‌ಕಟ್

ಫಾಸ್ಟ್ ಫೂಡ್ ಸಹ ಆರೋಗ್ಯಕರವಾಗಬಹುದು. ಹೇಗೇ?

- ನೀವು ಯಾವಾಗಲೂ ಅವಸರದಲ್ಲೇ ಇರುವುದಾದರೆ, ನೆನಪಿರಲಿ ಬರ್ಗರ್‌ಗಾಗಿ ಲೈನ್‌ನಲ್ಲಿ ನಿಲ್ಲುವ ಬದಲು ತಕ್ಷಣ ಹುರಿದಿದ್ದ ಟರ್ಕಿ ಚೀಜ್, ಸಲಾಡ್ ಹಾಗೂ ಟಮೊಟೊಯಿಂದ ಸ್ಯಾಂಡ್‌ವಿಚ್ ತಯಾರಿಸಬಹುದು.
- ಒಂದು ವೇಳೆ ಪ್ರತಿದಿನ ಅಡಿಗೆ ಮಾಡಲು ಆಗದೆ ಹೋದರೆ ಎರಡು-ಮೂರು ದಿನದ ಅಡಿಗೆಯನ್ನು ಒಟ್ಟಿಗೆ ಮಾಡಿ ಇಟ್ಟುಕೊಳ್ಳಿ.
- ಆರೋಗ್ಯಕರವಾದ ತಿನಿಸುಗಳನ್ನು ಮಾಡುವಾಗ ಉತ್ತೇಜಿತವಾಗಬೇಡಿ. ಆದರೆ ಗಮನವಿರಲಿ ನೀವು ಏನೇ ತಯಾರಿಸಿದರೂ ಅದು ಶುದ್ಧವಾಗಿ ಹಾಗೂ ಪೌಷ್ಟಿಕವಾಗಿರಲಿ. ಬೋನ್‌ಲೆಸ್ ಚಿಕನ್ ಮೇಲೆ ಟಮೊಟೋ ಸಾಸ್ ಹಾಗೂ ಮಾಜರೆಲಾ ಚೀಜ್ ಹಚ್ಚಿ ಬ್ರೋಲರಲ್ಲಿ ತಯಾರಿಸಬಹುದು. ಇಲ್ಲಿ ನಿಮ್ಮ ಇಷ್ಟದಂತೆ ಬದಲಾವಣೆ ಮಾಡಿಕೊಳ್ಳಬಹುದು.
- ಯಾವಾಗ ಏನೂ ತಯಾರಿಸಲು ಸಮಯವಿಲ್ಲದೆ ಹೋದರೆ ಸೂಪರ್ ಮಾರ್ಕೆಟ್‌ನಲ್ಲಿ ಸಿಗುವ ಜ್ಯೂಸ್, ಸೂಪ್, ಅಥವಾ ರೆಡಿ ಮಿಕ್ಸ್ ಖಾದ್ಯ ಪದಾರ್ಥಗಳನ್ನು ತೆಗೆದುಕೊಳ್ಳಬಹುದು. ಮೈಕ್ರೊವೇವ್‌ನಲ್ಲಿ ಸುಲಭವಾಗಿ ತಯಾರಿಸುವ ತರಕಾರಿಗಳನ್ನು ಹಾಗೂ ಖಾದ್ಯ ಪದಾರ್ಥಗಳನ್ನು ತೆಗೆದುಕೊಳ್ಳಿ.

ಮನೆಯಿಂದ ಹೊರಗೆ ತಿನ್ನುವುದು

"ನಾನು ಆರೋಗ್ಯವಾದ ಆಹಾರವನ್ನು ತೆಗೆದುಕೊಳ್ಳಲು ಪ್ರಯತ್ನಿಸುತ್ತಿದ್ದೀನಿ. ಆದರೆ ಮನೆಯಿಂದ ಹೊರಗೆ ಊಟಮಾಡುವ ಕಾರಣದಿಂದ ಹೀಗೆ ಮಾಡಲು ಸಾಧ್ಯವಾಗುತ್ತಿಲ್ಲ."

- ಅನೇಕ ಗರ್ಭಿಣಿ ಮಹಿಳೆಯರಿಗೆ ರೆಸ್ಟೋರೆಂಟ್‌ನಲ್ಲಿ ಮಿನೆರಲ್ ವಾಟರ್ ಕುಡಿಯುವುದು ಮತ್ತೆ ಮಾರ್ಟಿನೀಯನ್ನು ಉಪೇಕ್ಷಿಸುವುದು ಸಾಧ್ಯವಾಗುವುದಿಲ್ಲ. ಶಿಶುವಿಗೆ ಆರೋಗ್ಯಕರವಾಗಿರುವ ಹಾಗೂ ನಿಮ್ಮ ಕ್ಯಾಲೋರಿ ಬ್ಯಾಂಕಿನ ಲೆಕ್ಕದಂತಿರುವ ಭೋಜನವನ್ನು ನೀವು ಆರಿಸಬೇಕು. ಕೆಳಗೆ ಬರೆದಿರುವ ಸಲಹೆಗಳ ಸಹಾಯದಿಂದ ನೀವು ಮನೆಯಿಂದ ಹೊರಗೆ ತೆಗೆದುಕೊಳ್ಳುವ ಊಟವನ್ನು ನಿಮ್ಮ ಅನುಕೂಲದಂತೆ ಮಾಡಿಕೊಳ್ಳಬಹುದು.

- ಬ್ರೆಡ್ ತೆಗೆದುಕೊಳ್ಳುವ ಬದಲು ಸಂಪೂರ್ಣ ಧಾನ್ಯದಿಂದ ಮಾಡಿರುವ ಪದಾರ್ಥಗಳು ಅಥವಾ ಬ್ರೆಡ್ ತೆಗೆದುಕೊಳ್ಳಿ. ಅದಿಲ್ಲದೆ ಹೋದರೆ ಬೇರೆ ಬ್ರೆಡ್ ಅಧಿಕ ತೆಗೆದುಕೊಳ್ಳಬೇಡಿ. ಸ್ವಲ್ಪ ಬೆಣ್ಣೆ ಅಥವಾ ಆಲಿವ್ ಎಣ್ಣೆ ಹಚ್ಚಿ ಕೊಳ್ಳಿ. ಇದಲ್ಲದೆ ರೆಸ್ಟೋರೆಂಟ್‌ನಲ್ಲಿ ಸಲಾಡ್ ಡ್ರೆಸಿಂಗ್ ಹಾಗೂ ತರಕಾರಿಗಳಲ್ಲೂ ಬೆಣ್ಣೆ ಅಥವಾ ಎಣ್ಣೆ ಇರುತ್ತದೆ.
- ಮೊದಲನೆಯ ಕೋರ್ಸ್‌ಲ್ಲೆ ಹಸಿರು ಸಲಾಡ್ ತೆಗೆದುಕೊಳ್ಳಿ. ಇದರ ಜೊತೆಗೆ ನೀವು ಶ್ರಿಂಪ್ ಕಾಕಟೇಲ್ ಸ್ಟೀಮ್ಡ್ ಸೀ ಫೂಡ್, ಗ್ರಿಲ್ಡ್ ತರಕಾರಿಗಳು, ಅಥವಾ ಸೂಪ್ ತೆಗೆದುಕೊಳ್ಳಬಹುದು.
- ತರಕಾರಿಗಳನ್ನು ಬೇಯಿಸಿರುವ ಸೂಪ್ ತೆಗೆದುಕೊಳ್ಳಿ(ಗೆಣಸು, ಗಜ್ಜರಿ, ಟಮೊಟೋ) ಲೆಂಟಿಲ್ ಹಾಗೂ ಬೀನ್ ಸೂಪ್‌ನಲ್ಲು ಪ್ರೋಟೀನ್ ಪ್ರಮಾಣ ಸಾಕಷ್ಟು ಇರುತ್ತದೆ ಇದರ ಮೇಲೆ ತುರದಿದ್ದ ಚೀಜ್ ಹಾಕಿಕೊಂಡರೆ ಇದನ್ನು ನೀವು ಊಟದ ತರಹವೂ ತೆಗೆದುಕೊಳ್ಳಬಹುದು.
- ನಿಮ್ಮ ಮೈನ್ ಫೂಡಲ್ಲಿ ಗ್ರಿಲ್ಡ್, ಬಾಯಲ್ಡ್, ಸ್ಟೀಮ್ಡ್, ಅಥವಾ ಪೊಚರ್ಡ ಫಿಶ್, ಸೀ ಫೂಡ್, ಚಿಕನ್ ಬ್ರೆಸ್ಟ್, ಅಥವಾ ಬೀಫ್ ನಿಂದ ಪ್ರೋಟೀನಿನ ಪ್ರಮಾಣ ಪೂರೈಸಿಕೊಳ್ಳಿ. ಯಾವುದೇ ವಿಶೇಷ ಆಸೆ ಇದ್ದರೆ ಹೇಳಲು ಸಂಕೋಚಿಸಬೇಡಿ. ನಿಮಗೆ ಯಾರೂ ಬೇಡ ಎನ್ನುವುದಿಲ್ಲ. ಚಿಕನ್ ಬ್ರೆಸ್ಟ್ ಫ್ರೈ ಮಾಡುವ ಬದಲು ಗ್ರಿಲ್ಡ್ ಮಾಡಿ ಎಂದು ನೀವು ಅವರಿಗೆ ಹೇಳಬಹುದು. ನೀವು ಸಸ್ಯಹಾರಿ ಆಗಿದ್ದರೆ ಮೆನು ನಲ್ಲಿ ಟೊಫೂ ಬೀನ್ಸ್, ಬಟಾಣಿ, ಚೀಜ್, ಅಥವಾ ಇದರ ಮಿಶ್ರಣವನ್ನು ಸೇರಿಸಕೊಳ್ಳಿ.
- ನಿಮಗಾಗಿ ಬೇಕ್ಡ್ ಬಿಳಿ ಅಥವಾ ಸಿಹಿ ಗೆಣಸು, ಅನ್ನ, ಬೀನ್ಸ್, ಬಟಾಣಿ, ಹಾಗೂ ಹಸಿರು ತರಕಾರಿಗಳನ್ನು ಆರಿಸಿಕೊಳ್ಳಿ.
- ನೀವು ರೆಸ್ಟೋರೆಂಟ್‌ನಲ್ಲಿ ಹಣ್ಣು ಸಹ ಆರ್ಡರ್ ಮಾಡ ಬಹುದು. ಉದಾ: ತಾಜ ವೇರಿ. ನೀವು ಹಣ್ಣನು ಕತ್ತರಿಸಿಕೊಂಡೇ ತಿನ್ನಬೇಕೆಂದಿಲ್ಲ. ಕತ್ತರಿಸಿದ ಹಣ್ಣಿನ ಮೇಲೆ ಎರಡು ಚಮಚ ಬೀಟ್ ಮಾಡಿರುವ ಕ್ರೀಮ್, ಸೋಡಾವಾಟರ್, ಅಥವಾ ಐಸ್‌ಕ್ರೀಮ್ ಹಾಕಿಕೊಂಡು ಬೇರೆಯವರ ಜೊತೆಗೆ ಡೆಸರ್ಟಿನ ರುಚಿ ನೋಡಿ.

ಲೇಬಲ್ ಓದಿ

"ನಾನು ಒಳ್ಳೆಯ ಪೌಷ್ಟಿಕ ಆಹಾರವನ್ನು ತೆಗೆದುಕೊಳ್ಳಲು ಇಚ್ಛಿಸುತ್ತೀನಿ ಆದರೆ ಕೊಂಡಿರುವ ಡಬ್ಬಗಳ ಮೇಲೆ ಬರೆದಿರುವ ಲೇಬಲ್‌ಗಳನ್ನು ಓದಲು ನನಗೆ ಕಷ್ಟವಾಗುತ್ತದೆ. ಅವು ನನಗೆ ಅರ್ಥ ವಾಗುವುದಿಲ್ಲ."

ಲೇಬಲ್‌ಗಳು ನಿಮ್ಮ ಸಹಾಯಕ್ಕಾಗಿಯೇ ಹಾಕಿರುವುದು. ಡಬ್ಬದ ಪ್ಯಾಕ್ಡ್ ಖಾದ್ಯಪದಾರ್ಥಗಳನ್ನು ತೆಗೆದುಕೊಂಡರೆ ಸಣ್ಣ ಅಕ್ಷರಗಳಲ್ಲಿ ಬರೆದಿರುವ ಸೂಚನೆಯನ್ನು ಓದಿ. ಅದರಲ್ಲಿ ಪೋಷಣ ಮೌಲ್ಯ ಹಾಗೂ ಸೇರಿಸಿರುವ ಸಾಮಗ್ರಿ ಬರೆದಿರುತ್ತದೆ.

ಈ ಸೂಚನೆಯಂತೆ ನಿಮಗೆ ಆ ಉತ್ಪಾದನೆಯಲ್ಲಿ ಯಾವ ಪದಾರ್ಥದ ಪ್ರಮಾಣ ಎಲ್ಲಕ್ಕಿಂತ ಹೆಚ್ಚಾಗಿದೆ ಮತ್ತು ಯಾವ ಪದಾರ್ಥದ ಪ್ರಮಾಣ ಎಲ್ಲಕ್ಕಿಂತ ಕಡಿಮೆ ಇದೆ ಎಂದು ತಿಳಿಯುತ್ತದೆ.

ಒಂದುದೃಷ್ಟಿಯಲ್ಲಿ ನಿಮಗೆ ಗೊತ್ತಾಗುವುದು ಏನೆಂದರೆ ಸಿರಿಯಲ್‌ನಲ್ಲಿ ರಿಫೈಂಡ್ ಧಾನ್ಯ ಇದೆಯೋ ಅಥವಾ ಸಂಪೂರ್ಣ ಖಾದ್ಯ ಪದಾರ್ಥದಲ್ಲಿ ಸಕ್ಕರೆ, ಉಪ್ಪು, ಜಿಡ್ಡು ಅಥವಾ ಬೇರೆ ಪದಾರ್ಥಗಳ ಪ್ರಮಾಣ ಹೆಚ್ಚಾಗಿದಿಯೋ ಇಲ್ಲವೋ ಎಂದು ಈ ಸೂಚನೆಯಿಂದ ಗೊತ್ತಾಗುವುದು. ಸಕ್ಕರೆ ಎಲ್ಲಕ್ಕಿಂತ ಜಾಸ್ತಿ ಇದ್ದರೆ ಅಥವಾ ಸೂಚನೆಯ ಬೇರೆ-ಬೇರೆ ರೂಪಗಳಲ್ಲಿ(ಕಾರ್ನ್, ಸಿರಪ್, ಜೇನುತುಪ್ಪ, ಸಕ್ಕರೆ) ಸಕ್ಕರೆ ಇದ್ದರೆ ಆ ಖಾದ್ಯ ಪದಾರ್ಥ ಸಕ್ಕರೆ ಮಯವಾಗಿದೆ ಎಂದರ್ಥ.

ಅನೇಕ ಸಲ ಸಕ್ಕರೆಯ ಪ್ರಮಾಣ, ಪೋಷಕಸತ್ವಗಳ ಪ್ರಮಾಣ ಬೇರೆ ಕೊಟ್ಟಿರುತ್ತಾರೆ. ಫ್ರೂಟ್ ಡ್ರಿಂಕ್ ಹಾಗೂ ಕಿತ್ತಳೆ ಹಣ್ಣಿನ ರಸದ ಡಬ್ಬಿ ಮೇಲೆ ಕೊಟ್ಟಿರುವ ಲೇಬೆಲ್‌ನಲ್ಲಿ ಸಕ್ಕರೆಯ ಪ್ರಮಾಣ ಒಂದೇ ಬರೆದಿರಬಹುದು ಆದರೆ ಅವು ಸಮಾನವಾಗಿಯೇ ಇರುವುದು ಎಂದರ್ಥವಲ್ಲ. ಉದಾ: ಕಿತ್ತಳೆ ಹಾಗೂ ಕಾರ್ನ್ ಸಿಪ್ ತುಲನೆ ಮಾಡಿದರೆ ಕಿತ್ತಳೆಯ ಅಸಲೀ

ಹೊರಗಿನ ಆವರಣದಿಂದ ಗುಣಮಟ್ಟ ಗೊತ್ತಾಗುವುದಿಲ್ಲ

ಹೌದು, ಹಣ್ಣು ತರಕಾರಿಗಳ ಹೊರಗಿನ ಬಣ್ಣದ ಮೇಲೆ ಹೋಗಬೇಡಿ. ಯಾವ ಹಣ್ಣಿಗೆ ಬಣ್ಣ (ಸಿಪ್ಪೆ ಅಲ್ಲ) ಇರುವುದು ಅವು ವಿಟಾಮಿನ್ ಹಾಗೂ ಖನಿಜ ಲವಣಗಳಿಂದ ಸಮೃದ್ಧವಾಗಿರುತ್ತದೆ. ಗಾಢವಾದ ಹಸಿರು ಬಣ್ಣದ ಸೌತೆಕಾಯಿಯ ಬದಲು ಸಿಪ್ಪೆ ಸುಲಿದ ಮೇಲೆ ಹಸಿರಾಗಿರುವ ಸೌತೆಕಾಯಿ ತೆಗೆದುಕೊಳ್ಳಿ. ಹೊರಗಡೆಯಿಂದ ಹಳದಿಯಾಗಿರುವ ಆದರೆ ಒಳಗಡೆಯಿಂದ ಕೆಂಪಾಗಿರುವ ಕಳಂಗರಿ ಹಣ್ಣು ತೆಗೆದುಕೊಳ್ಳಿ.

ಜ್ಯೂಸಲ್ಲಿ ಹಣ್ಣಿನಿಂದ ಸಕ್ಕರೆ'ತೆಗೆದುಕೊಳ್ಳುತ್ತಿದ್ದರೆ ಈ ಸ್ಥಿತಿ ಬರುವುದಿಲ್ಲ. ಒಂದು ವೇಳೆ ಭೇದಿಯಲ್ಲಿ ರಕ್ತ ಹಾಗೂ ಮ್ಯೂಕಸ್ ಕಾಣಿಸಿಕೊಂಡರೇ ಡಾಕ್ಟರ್ ಹತ್ತಿರ ಹೋಗಲು ತಡ ಮಾಡಬೇಡಿ.

ಸುಶೀ ತೆಗೆದುಕೊಳ್ಳಲೋ ಬೇಡವೋ?

"ಸುಶೀ ನನ್ನ ಇಷ್ಟವಾದ ಭೋಜನ. ಆದರೆ ಗರ್ಭಾವಸ್ಥೆಯಲ್ಲಿ ಇದನ್ನು ತಿನ್ನ ಬಾರದೆಂದು ಹೇಳುತ್ತಾರೆ. ಇದು ನಿಜ ನ?"

ಕ್ಷಮಿಸಿ ಬೇಕು. ನೀವು ಸೂಶೀ, ಸಾಶೀಸ, ಹಸಿ ಆಯಸ್ಟರ್, ಸೆವಿಯಚ, ಫಿಶ ಟಾರ್ಟರಸ, ಕಾರಪೈಶಿಯಸ ಇಂತಹ ಖಾದ್ಯ ಪದಾರ್ಥಗಳೀಂದ ದೂರವೇ ಇರ ಬೇಕು. ಕಡಿಮೆ ಬೆಂದಿರುವ ಮೀನೂ ಹಾಗೂ ರೌಲ್ ಫಿಶ ಇತ್ಯಾದಿ ಎಲ್ಲ ಸೀ ಫೂಡ್ ಬೆಂದಿರುವುದಿಲ್ಲ ಆದಕಾರಣ ನೀವು ಅಸ್ವಸ್ಥವಾಗಬಹುದು. ಇದರರ್ಥ ನೀವು ನಿಮ್ಮ ಇಷ್ಟವಾದ ಜಾಪಾನಿ ರೆಸ್ಟೋರೆಂಟಂದ ದೂರವಿರ ಎಂದಲ್ಲ. ನೀವು ಬೇಸಿದ ಮೀನು, ಸೀ ಫೂಡ್, ಅಥವಾ ತರಕಾರಿಗಳು ತೆಗೆದುಕೊಳ್ಳ ಬಹುದು. ಒಂದು ವೇಳೆ ನೀವು ಈವಾಗತನಕ ಈ ತರಹದ ಭೋಜನ ಮಾಡುತ್ತಿದ್ದರೂ ಯೋಚನೆ ಮಾಡುವ ಆವಶ್ಯಕತೇನಿಲ್ಲ.

ಹಾಟ್-ಹಾಟ್ ಮೆನು (ಹೆಚ್ಚು ಉಪ್ಪು-ಕಾರವುಳ್ಳ ಊಟ)

"ನನಗೆ ಬಿಸಿ ಹಾಗೂ ಕಾರವಾದ ಭೋಜನ ಬಹಳ ಇಷ್ಟ. ಗರ್ಭಾವಸ್ಥೆಯಲ್ಲಿ ಈ ತರಹ ಊಟಮಾಡುವುದು ಸರಿ ನ?"

ನೀವು ಎದೆಉರಿ ಹಾಗೂ ಅಜೀರ್ಣ ದಂತಹ ತೋಂದರೆಗಳಿಲ್ಲವೆಂದರೆ ಆರಾಮವಾಗಿ ಉಪ್ಪಿ-ಕಾರವುಳ್ಳ ಊಟ, ಸಾಲ್ಸಾ ಹಾಗೂ ಸ್ಟಿರ ಫ್ರೈಯಿನ ಮಜ ತೆಗೆದುಕೊಳ್ಳ ಬಹುದು. ಇದರಿಂದ ಯಾವದೆ ಹಾನಿಯಾಗಿವುದಿಲ್ಲ. ಕೆಲವು ಮಸಾಲೆಗಳಲ್ಲಿ ವಿಟಾಮಿನ್ ಸೀ ಸಹ ಇರುತ್ತದೆ.

ಕೆಟ್ಟಹೋಗಿರುವ ಭೋಜನ(ತಂಗಳು)

"ಬೆಳ್ಳಗೆ ನಾನು ತಂಗಲಾಗಿರುವ ಯೊಗರ್ಟ ತಿನ್ನದೆ. ಒಂದುವಾರದ ಮೋದಲೆ ಎಕ್ಸಪೈರ ಆಗಿತ್ತಿ. ಸ್ವಾದ ಸರಿಯಾಗಿತ್ತು. ಆದರೆ ಅದು ಹಾನಿ ಮಾಡಬಹುದೇ?"

ಆಗಿದ್ದು ಆಗಿಹೋಯುತು. ಹಾಗೇ ಎಕ್ಸಪೈರಾದಮೇಲೆ ಡೇರಿಉತ್ಪಾದಗಳನ್ನು ತಿನ್ನುವುದು ಹಾನಿಕಾರಿಯಾಗಬಹುದು. ಊಟದ ಎಂಟುಘಂಟವೊಳಗೆ ಪೂಡ್ ಪ್ವಾಯ್ಜನಿಂಗಿನ ಯಾವದೆ ಲಕ್ಷಣಗಳು ಕಾಣಿಸಿಕೊಳ್ಳದ್ದಿದ್ದರೇ ಯಾವ ಹಾನಿಯಾಗಿಲ್ಲ ಎಂದರ್ಥ. ನಿಮ್ಮ ಯೊಗರ್ಟ ಫ್ರಿಜಯಲ್ಲೆ ಇಟ್ಟಿರಬಹುದು. ಇನ್ನೂ ಮುಂದೆ ಏನೇ ತಿನ್ನುವ ಮೊದಲು ಅದರ ಎಕ್ಸಪೈರಿ ಡೇಟ್ ಖಂಡಿತ ನೋಡಿ.

ನಿನ್ನೆ ರಾತ್ರೆ ಏನೋ ತಿಂದು ಭೋಜನ ವಿಷಾಕ್ತತತೆ ಆಯಿತು. ಆದಕಾರಣ ವಾಂತಿ ಮತ್ತು ಭೇದಿ ಆಗುತ್ತಿದೆ. ಇದರಿಂದ ನ್ನನ ಶಿಶುವಿಗೆ ಹಾನೀಯಾಗುವುದೇ?

ಶಿಶುವಿಗಿಂತ ಹೆಚ್ಚು ಹಾನಿನಿಮಗೆ ಆಗುತ್ತದೆ. ನಿಮ್ಮಿಬ್ಬರಿಗೆ ವಾಂತಿ ಮತ್ತೆ ಭೇದಿಯಿಂದ ಶರೀರದಲ್ಲಿ ನೀರು ಕಡಿಮೆ ಆದರೆ ನಿಮ್ಮಿಬ್ಬರಿಗೆ ಹೆಚ್ಚು ಅಪಾಯವಾಗುವುದು. ಸಾಕಷ್ಟು ಪ್ರಮಾಣದಲ್ಲಿ ತರಲಪದಾರ್ಥ ತೆಗೆದುಕೊಳ್ಳುತ್ತಿದ್ದರೆ ಈ ಸ್ಥಿತಿ ಬರುವುದಿಲ್ಲ. ಒಂದು ವೇಳೆ ಭೇದಿಯಲ್ಲಿ ರಕ್ತ ಹಾಗೂ ಮ್ಯೂಕಸ ಕಾಣಿಸಿಕೊಂಡರೇ ಡಾಕ್ಟರ ಹತ್ತಿರ ಹೋಗಲು ತಡ ಮಾಡಬೇಡಿ.

ಸಕ್ಕರೆಯ ವಿಕಲ್ಪ:-

"ನನಗೆ ತೂಕ ಹೆಚ್ಚು ಮಾಡಬೇಕಾಗಿಲ್ಲ ಆದರೆ ನನಗೆ ಸಿಹಿ ಎಂದರೆ ಬಹಳ ಇಷ್ಟ. ನಾನು ಸಕ್ಕರೆಯ ವಿಕಲ್ಪವನ್ನು ಬಳಸಬಹುದೇ?"

ಕೇಳಲು ಇಂಪಾಗಿರಬಹುದು. ಆದರೆ ಗರ್ಭಿಣಿ ಮಹಿಳೆಯರಿಗೆ ಸಕ್ಕರೆಯ ವಿಕಲ್ಪಗಳ ಮಿಶ್ರಿತ ಪ್ರಭಾವವೇ ಆಗುವುದು. ಹಾಗೇ ಇದು ಸುರಕ್ಷಿತವಾಗಿದೆ ಆದರೆ ಈ ವಿಷಯದಲ್ಲಿ ಇನ್ನು ಶೋಧಕಾರ್ಯ ಆಗಿಲ್ಲ.

ಸುಕ್ರಾಲೋಜ್ (ಸ್ಪಲೆಂಡಾ):- ಇದು ಸಕ್ಕರೆಯಿಂದ ತಯಾರಾಗುವುದು. ಆದರೆ ಇದು ರಾಸಾಯನಿಕ ರೂಪದಿಂದ ಈ ತರಹ ಬದಲಾಗುತ್ತದೆಂದರೆ ಶರೀರ ಇದನ್ನು ಹೀರಿಕೊಳ್ಳುವುದಿಲ್ಲ. ಯಾವ ಗರ್ಭಿಣಿ ಮಹಿಳೆಯರು ಹೆಚ್ಚು ಕ್ಯಾಲೊರಿ ತೆಗೆದುಕೊಳ್ಳಲು ಇಚ್ಛಿಸಿವುದಿಲ್ಲವೋ ಅವರು ಇದನ್ನು ತೆಗೆದುಕೊಳ್ಳಬೇಕು. ನೀವು ಇದನ್ನು ಟೀ , ಕಾಫಿ, ಅಥವಾ ಏನಾದರು ಬೇಯಿಸುವಾಗ ಸೇರಿಸಿಕೊಳ್ಳಬಹುದು ಅಥವಾ ಸುಕ್ರಾಲೋಜ್ ಸೇರಿರುವ ಉತ್ಪಾದನೆಗಳನ್ನೇ ತೆಗೆದುಕೊಳ್ಳಿ(ಡ್ರಿಂಕ್ಸ್, ಮೊಸರು , ಕ್ಯಾನ್ಡಿ, ಹಾಗೂ ಐಸ್‌ಕ್ರೀಮ್) . ನೆನಪಿರಲಿ ಸ್ವಲ್ಪ ಪ್ರಮಾಣವೇ ಒಳ್ಳೆಯದು. ಯಧ್ಯಪಿ ಇದು ಹೊಸ ಉತ್ಪಾದನೆ ಆದಕಾರಣ ಇದರ ಹೆಚ್ಚು ಸ್ಟಾಟೆಸ್ಟಿಕ್ಸ್ ದೊರಕಿಲ್ಲ.

ಎಸ್ಪಾರ್ಟಂ (ಇಕ್ವಲ, ನ್ಯಟ್ರಾಸ್ವೀಟ್):- ಇದನ್ನು ಡ್ರಿಂಕ್ಸ್, ಯೋಗರ್ಟ್, ಹಾಗೂ ಫ್ರೋಜನ್ ಫೂಡಲ್ಲಿ ಸೇರಿಸ ಬಹುದು ಆದರೆ ಬೇಕ್ ಮಾಡಲಾಗುವುದಿಲ್ಲ ಏಕೆಂದರೆ ಇದನ್ನು ಅಧಿಕ ಬೇಯಿಸಿದರೆ ಅಥವಾ ಬೇಕ್ ಮಾಡಿದರೆ ಇದರ ಸಿಹಿ ಹೊರಟುಹೋಗುತ್ತದೆ. ಸಾಮಾನ್ಯವಾಗಿ ಡಾಕ್ಟರ್ ಇದನ್ನು ಸುರಕ್ಷಿತವಾಗಿದೆ ಹಾಗೂ ಇದನ್ನು ಹೆಚ್ಚು-ಕಡಿಮೆ ಉಪಯೋಗಿಸಬಹದು ಎನ್ನುತ್ತಾರೆ. ಗರ್ಭಿಣಿ ಮಹಿಳೆಯರು ಕೃತಕವಾದ ಸಿಹಿಯ ಆಯ್ಕೆ ಮಾಡುವಾಗ ಜಾಗರೂಕರಾಗಿರಬೇಕೆಂದು ಕೆಲವು ಡಾಕ್ಟರ್ ಹೇಳುತ್ತಾರೆ. ನೀವು ನಿಮ್ಮ ಡಾಕ್ಟರಿನ ಸಲಹೆಯಂತೆ ಆಯ್ಕೆಮಾಡಿ.

ಸ್ಯಾಕ್ರೀನ್:- ಮನುಷ್ಯನ ಮೇಲೆ ಸ್ಯಾಕ್ರೀನ್ ನ ಪ್ರಯೋಗ ಹೆಚ್ಚು ಶೋಧವಾಗಿಲ್ಲ. ಆದರೆ ಪಶುಗಳ ಮೇಲೆ ಆಗಿರುವ ಸಂಶೋಧನೆಯಂತೆ ಸ್ಯಾಕ್ರೀನಿನ ಅಧಿಕ ಪ್ರಮಾಣ ತೆಗೆದುಕೊಳ್ಳುವ ಹೆಣ್ಣು ಜೀವಗಳಲ್ಲಿ ಕ್ಯಾನ್ಸರಿನ ಸಂಭವ ಹೆಚ್ಚಾಗಿದೆ ಆದರೆ ಗರ್ಭಿಣಿ ಮಹಿಳೆಗೂ ಈ ಅಪಾಯವಾಗಬಹುದೆಂದು ಸ್ಪಷ್ಟವಾಗಿಲ್ಲ. ಸಾಮಾನ್ಯವಾಗಿ ಡಾಕ್ಟರ್ ಇದನ್ನು ಬಹಳ ಕಡಿಮೆ ಬಳಸಲು ಹೇಳುತ್ತಾರೆ. ಯದ್ಯಪಿ ಯಾವ ಸ್ಯಾಕ್ರೀನ್ ನೀವು ಮೊದಲು ತೆಗೆದುಕೊಂಡಿದ್ದಿರಿ ಎಂದು ಯೋಚನೆಮಾಡಿ, ಚಿಂತಿಸ ಬೇಡಿ.

ಎಸುಲಫೇಮ್-ಕೆ (ಸುನೈಟ್):- ಸಕ್ಕರೆಯಿಂದ 200ಅಷ್ಟು ಹೆಚ್ಚು ಸಿಹಿಯುಳ್ಳ ಈ ಸ್ವೀಟ್‌ನರ್ ಬೇಕ್ಡ್ ಪದಾರ್ಥಗಳಲ್ಲಿ ಜೆಲಿಟಿನ್, ಡೆಪರ್ಟ್, ಹಾರ್ಟ್ ಹಾಗೂ ಸಾಫ್ಟ್ ಡ್ರಿಂಕಗಳಲ್ಲಿ ಹಾಕುತ್ತಾರೆ. ಎಫ್ ಡೀ, ಎ ಅಂತೆ ಗರ್ಭಾವಸ್ಥೆಯಲ್ಲಿ ಇದನ್ನು ಸ್ವಲ್ಪ ಪ್ರಮಾಣದಲ್ಲಿ ಉಪಯೋಗಿಸಬಹುದು. ಆದರೂ ನಿಮ್ಮ ಡಾಕ್ಟರ ಈ ವಿಷಯದಲ್ಲಿ ಏನು ಹೇಳುತ್ತಾರೆ ಎಂದು ತಿಳಿದುಕೊಳ್ಳಿ.

ಸಾರ್‌ಬೀಟಾಲ್:- ಈ ಸಕ್ಕರೆ (ಸಿಹಿ) ಪ್ರಾಕೃತಿಕವಾಗಿ ಅನೇಕ ಹಣ್ಣುಗಳಲ್ಲಿ ಹಾಗೂ ಬೆರಿಯಲ್ಲಿ ಸಿಗುತ್ತದೆ. ಸಕ್ಕರೆಗಿಂತ ಅರ್ಧ ಸಿಹಿಯುಳ್ಳ ಸಾರ್‌ಬೀಟಾಲನ್ನು ತಿನಿಸುಗಳಲ್ಲಿ ಸೇರಿಸಿಲಾಗುವುದು. ಗರ್ಭಾವಸ್ಥೆಯಲ್ಲಿ ಸ್ವಲ್ಪ ಪ್ರಮಾಣದಲ್ಲಿ ಸೇವನೆ ಮಾಡಬಹುದು. ಹೆಚ್ಚು ತೆಗೆದುಕೊಂಡರೆ ಗ್ಯಾಸಿನ ನೋವು ಅಥವಾ ಡಯೇರಿಯಾ ಆಗಬಹುದು.

ಮೈನೀಟಾಲ್;- ಇದು ಸಕ್ಕರಗಿಂತ ಕಡಿಮೆ ಸಿಹಿವುಳ್ಳದು. ಇದು ಸಕ್ಕರಗಿಂತ ಬಹಳ ಕಡಿಮೆ ಕ್ಯಾಲೊರಿ ಕೊಡುತ್ತದೆ. ಸಾರ್‌ಬೀಟಾಲ್‌ನಂತೆ ಇದನ್ನು ಸ್ವಲ್ಪ ಪ್ರಮಾಣದಲ್ಲಿ ಬಳಸಬಹುದು. ಆದರೆ ಹೆಚ್ಚಾಗಿ ತೆಗೆದುಕೊಂಡರೆ ಗ್ಯಾಸ್ಟ್ರೋಇಂಟೆಸ್ಟೈನಲ್ ತೊಂದರೆ ಆಗಬಹುದು.

ಜೈಲಿಟಾಲ್:- ಇದು ಪ್ರಾಕೃತಿಕವಾಗಿ ಅನೇಕ ಹಣ್ಣು ಹಾಗೂ ತರಕಾರಿಗಳಲ್ಲಿ ಸಿಗುವ ಸಿಹಿ. ಶರೀರವೂ ಸಾಮಾನ್ಯವಾಗಿ ಮೆಟಾಬಾಲಿಜಂನ ಕ್ರಿಯೆಯಲ್ಲಿ ಇದನ್ನು ತಯಾರಿಸುವುದು. ಇದು ಚ್ಯೂಯಿಂಗಂ, ಟೂಥ್‌ಪೇಸ್ಟ್, ಕ್ಯಾನ್ಡಿ, ಹಾಗೂ ಕೆಲವು ಖಾದ್ಯಪದಾರ್ಥಗಳಲ್ಲಿ ಇರುತ್ತದೆ. ಇದು ಹಲ್ಲಿನ ಕೊಳೆಯುವಿಕೆಯನ್ನು ತಡಿಯುತ್ತದೆ. ಇದರಲ್ಲಿ ಸಕ್ಕರೆಗಿಂತ 40% ಕಡಿಮೆ ಕ್ಯಾಲೊರಿ ಇರುತ್ತದೆ. ಗರ್ಭಾವಸ್ಥೆಯಲ್ಲಿ ಇದರ ಪ್ರಯೋಗ ಸ್ವಲ್ಪ ಸೀಮಿತವಾಗಿಮಾಡಿ. ಜೈಲಿಟಾಲ್ ಯುಕ್ತ ಒಂದು ಚ್ಯೂಯಿಂಗಂ ಲಾಭಕಾರಿಯಾಗುವುದು. ಆದರೆ ನೀವು

ಇದರ ಐದು ಪ್ಯಾಕೆಟ್ ಅಗಿಯುವುದು ಅಷ್ಟು ಸರಿಯಲ್ಲ.

ಸ್ಟೆವಿಯಾ:- ದಕ್ಷಿಣ ಅಮೇರಿಕಾದ ಗಿಡ-ಮೂಲಿಕೆಯಿಂದ ತಯಾರಿಸಿದ ಸ್ಟೆವಿಯಾ ಒಂದು ಸ್ವೀಟನ್. ಇದರ ವಿಷಯದಲ್ಲಿ ಶೋಧಗಳಾಗಿಲ್ಲ. ಇದನ್ನು ಬಳಸುವ ಮೊದಲು ಡಾಕ್ಟರಿನ ಸಲಹೆ ಪಡೆಯರಿ.

ಲ್ಯಾಕ್ಟೋಜ್:- ಈ ಹಾಲಿನ ಸಕ್ಕರೆ ಯಲ್ಲಿ ಸಕ್ಕರೆಯ 1/16 ಅಂಶ ಸಿಹಿ ಇರುತ್ತದೆ. ಇದು ಖಾದ್ಯಪದಾರ್ಥಗಳಲ್ಲಿ ತಿಳಿಯಾದ ಸಿಹಿತನವನ್ನು ಉತ್ಪಾದಿಸುತ್ತದೆ. ಲ್ಯಾಕ್ಟೋಜ್ ಇನ್‌ಟಾಲರೆಂಟ್ ಯಿನ ಲಕ್ಷಣಗಳಿದ್ದರೆ ಇದನ್ನು ಉಪಯೋಗಿಸ ಬೇಡಿ.

ಜೇನುತುಪ್ಪ:- ಇತ್ತಿಚೆಗೆ ಆನ್ಟಿಆಕ್ಸಿಡೆಂಟ್ ಸತ್ವಗಳಕಾರಣದಿಂದ ಜೇನುತುಪ್ಪದ ಬಳಕೆ ಬಹಳ ಪ್ರಚಲಿತವಾಗಿದೆ. ಯದ್ಯಪಿ ಇದು ಸಕ್ಕರೆಯ ಒಳ್ಳೆಯ ವಿಕಲ್ಪ. ಆದರೆ ಇದರಲ್ಲಿ ಕ್ಯಾಲೊರಿಯ ಪ್ರಮಾಣ ಕಡಿಮೆ ಇರುವುದಿಲ್ಲ. ಇದರಲ್ಲಿ ಒಂದು ದೊಡ್ಡ ಚಮಚ ಸಕ್ಕರೆಯ ತುಲನೆಯಲ್ಲಿ 19 ಕ್ಯಾಲೊರಿ ಹೆಚ್ಚು ಇರುತ್ತದೆ.

ಕಾನ್ಸೆನ್‌ಟ್ರೇಟೆಡ್ ಹಣ್ಣಿನ ರಸ:- ದ್ರಾಕ್ಷಿ ಹಾಗೂ ಸೇಬಿನ ಜ್ಯೂಸ್‌ನ ಕಾನ್ಸನ್‌ಟ್ರೇಟೆಡ್ ಗರ್ಭಾವಸ್ಥೆಯಲ್ಲಿ ಬಹಳ ಸುರಕ್ಷಿತವಾಗಿರುತ್ತದೆ. ನೀವು ಅನೇಕ ತಿನಿಸುಗಳಲ್ಲಿ ಅದನ್ನು ಉಪಯೋಗಿಸಬಹುದು. ಅವುಗಳು ಸೂಪರ್ ಮಾರ್ಕೆಟಲ್ಲಿ ಫ್ರೋಜನ್ ರೀತಿಯಲ್ಲಿ ಸಿಗುತ್ತದೆ. ಜೆಮ್, ಜೆಲ್ಲಿ, ಸಂಪೂರ್ಣ ಧಾನ್ಯದ ಕುಕೀಜ್ ಮಫಿನ್, ಸಿರಿಯಲ್ಸ್, ಗ್ರನೊಲ ಬಾರ್ ಹಾಗೂ ಪಾಪ್-ಅಪ್ ಟೋಸ್ಟರ್ ಪ್ಯಾಸ್ಟ್ರಿಸ್ ನಲ್ಲೂ ಇದನ್ನು ಹಾಕಲಾಗುತ್ತದೆ.

ಹಣ್ಣಿನರಸದ ಸಿಹಿವುಳ್ಳ ಉತ್ಪಾದನೆಗಳು ಸಂಪೂರ್ಣ ಧಾನ್ಯ ಆರೋಗ್ಯಕರ ಜಿಡ್ಡು ಅಂತಹ ಪೌಷ್ಟಿಕ ಖಾದ್ಯಪದಾರ್ಥಗಳಿಂದ ಮಾಡಲ್ಪಟ್ಟಿರುತ್ತದೆ. ಇದು ನಿಜವಾಗಲೂ ಬಹಳ ಉಪಯುಕ್ತವಾಗಿರುತ್ತದೆ.

ಹರ್ಬಲ್ ಟೀ

"ನಾನು ತುಂಬ ಹರ್ಬಲ್ ಟೀ ಕುಡಿಯುತ್ತೀನಿ. ಗರ್ಭಾವಸ್ಥೆಯಲ್ಲಿ ಇದನ್ನು ಕುಡಿಯುವುದು ಸುರಕ್ಷಿತವಾಗಿದೆಯೇ?"

ನೀವು ತೋಂದರೆಯ ಗುಟಕು ತೆಗೆದುಕೊಳ್ಳುತ್ತಿದಿರಿ. ಆದಕಾರಣ ಟೀ ಕುಡಿಯುವ ಮೊದಲು ಲೆಬಲನ್ನು ಗಮನವಿಟ್ಟು ಓದಿ. ಕೆಲವು ಫ್ರೂಟ್ ಬೇಸ್ ಜೊತೆಗೆ ಗಿಡ-ಮೂಲಿಕೆ ಯುಕ್ತವಾಗಿರುತ್ತದೆ. ನೀವು ನಿಮ್ಮ ಸಾಮಾನ್ಯ ಕಪ್ಪು ಟೀ ಯಲ್ಲಿ ಕಿತ್ತಳೆ, ಸೇಬೂ, ಅನ್ನಾನಸ, ಫ್ರೂಟ್ ಜೂಸ್, ನಿಂಬೆ ಹೋಳು, ನಿಂಬೆ ರಸ, ನಾಶಪಾತಿ , ಚಕ್ಕೆ , ಲವಂಗ, ಶುಂಟಿ, ಅಥವಾ ಎಲಕ್ಕಿ ಇತ್ಯಾದಿಗಳನ್ನು ಸೇರಿಸಿ ಕೊಂಡು ತೆಗೆದುಕೊಳ್ಳಬಹುದ. ಪ್ರತಿಒಂದು ಟೀ ವಿಷಯದಲ್ಲಿ ನಂಬಿಕೆಂದರೆ ಇದರಿಂದ ಫೊಲಿಕ ಎಸಿಡ್ ಯಿನ ಪ್ರಮಾಣ ಕಡಿಮೆ ಆಗಬಹುದು. ಇದು ಗರ್ಭಾವಸ್ಥೆಯಲ್ಲಿ ಬಹಳ ಮಹತ್ವವಾದದು. ಆದಕಾರಣ ಹಸಿರು ಟೀ ಕುಡಿಯುದಾದರೆ ಸ್ವಲ್ಪ ಪ್ರಮಾಣದಲ್ಲಿ ಕುಡಿಯರಿ. ನಿಮ್ಮ ಅಂಗಳದಲ್ಲಿ ಬೆಳದಿರುವ ಯಾವದೆ ಟಿ ಕುಡಿಯುವ ಮೊದಲು ಅದು ಗರ್ಭಾವಸ್ಥೆಯಲ್ಲಿ ಸುರಕ್ಷಿತವಾಗಿದಿಯೇ ಎಂದು ತಿಳಿದುಕೊಳ್ಳಿ.

ಖಾದ್ಯೆ ಪದಾರ್ಥಗಳಲ್ಲಿ ರಸಾಯನ:-

ಸೀಲ್ಡ ಡಬ್ಬಗಳ ಭೋಜನದಲ್ಲಿ ಪ್ರೀಜರ್ವೆಟಿವ್, ತರಕಾರಿಗಳ ಮೇಲೆ ಪೆಸ್ಟೀಸೈಡ್, ಫಿಶ ಯಲ್ಲಿ ಜೀ, ಸೀ, ಬೀ, ಹಾಗೂ ಮರ್ಕರಿ ಯಲ್ಲಿ ಎಂಟಿಬಾಮೊಟಿ, ಹಾಟ್‌ಡಾಗ್ಸನಲ್ಲಿ ನೈಟ್ರೆಸ್. ಗರ್ಭಾವಸ್ಥೆಯಲ್ಲಿ ಸುರಕ್ಷಿತವಾಗಿರುವುದು ಏನು ತಿನ್ನುವುದು ?

ಇಷ್ಟು ಘಾಬರಿ ಆಗಬೇಡಿ. ಈ ವಿಷಯಗಳಿಂದ ಘಾಬರಿಯಾಗಿ ನೀವು ಹಸಿದು ಕೊಂಡೇನಿರಬೇಕಾಗಿಲ್ಲ. ಖಾದ್ಯಪದಾರ್ಥಗಳಲ್ಲಿ ಸೇರಿರುವ ತತ್ವಗಳಲ್ಲಿ ಕೆಲವು ಮಾತ್ರ ನಿಮ್ಮ ಅಜನಿಸಿದ ಶಿಶುವಿಗೆ ಅಪಾಯಕಾರಿ ಆಗಬಹುದು.

ಆದರು ನೀವು ಯಾವಗಲು ಜಾಗರೂಕವಾಗಿರುವದೇ ಒಳ್ಳೆಯದು. ಈ ಸಮಯದಲ್ಲಿ ಹೀಗ ಮಾಡುವುದರಲ್ಲಿ ಕಷ್ಟವೂ ಆಗುವುದಿಲ್ಲ. ನಿಮ್ಮ ಹಾಗೂ ನಿಮ್ಮ ಶಿಶುವಿನ ಸ್ವಸ್ಥ ಊಟದ ಪದ್ಧತಿಗಾಗಿ ಶಾಪಿಂಗ ಮಾಡುವಾಗ ನಮ್ಮ ಟಿಪ್ಸಗಳನ್ನು ಗಮನದಲ್ಲಿಟ್ಟಿ ಕೊಂಡರೆ ನಿಮಗೆ ಹೆಚ್ಚಾಗಿ ಯೋಚನೆ ಮಾಡಬೇಕಾಗುವುದಿಲ್ಲ.

■ ಗರ್ಭಾವಸ್ಥೆಯ ಆಹಾರದಿಂದ ನಿಮ್ಮ ಬೋಜನವನ್ನು ಆರಿಸಿಕೊಳ್ಳಿ. ಈ ತರಹ ನೀವು ಅನೇಕ ಪ್ರಸೆಸ್ಡ್ ಫೂಡಿಂದ ಉಳಿಯುತ್ತಿರಿ. ಈ ತರಹ ನಿಮಗೆ ಹಳದಿ ಹಾಗೂ ಹಸಿರು ಎಲೆಗಳ ತರಕಾರಿಗಳು, ಫೈಟೋಕೈಮಿಕಲ್ ಯುಕ್ತ ಹಣ್ಣು ಹಾಗೂ ತರಕಾರಿ ಸಿಗುವುದು ಇವು ಭೋಜನದಲ್ಲಿರುವ ವಿಷವುಳ್ಳ

ತತ್ವಗಳನ್ನು ಪ್ರಭಾವವಿಲ್ಲದಂತೆ ಮಾಡುತ್ತಾರೆ.

- ಸಂಭವವಾದಾಗೆಲ್ಲ ತಾಜ, ಫ್ರೊಜ್ಜನ ಅಥವಾ ಸೀಲ್ಡ್ ಡಬ್ಬದ ಓರ್ಗನಿಕ ಪದಾರ್ಥಗಳನ್ನೆ ತಿನ್ನಿ ಈ ತರಹ ಪ್ರಾಸೆಸ್ಡ್ ಫೂಡಿನ ಸ್ಟೊರೆನ್ಸಯಿಂದ ಉಳಿಯುತ್ತಿರಿ ಹಾಗೂ ನಿಮ್ ಭೋಜನ ಮೊದಲಗಿಂತ ಹೆಚ್ಚು ಪೌಷ್ಟಿಕವಾಗುವುದು.
- ಸಮಯಸಿಕ್ಕಾಗೆಲ್ಲ ಪ್ರಕೃತಿಯ ಜೊತೆಗೆ ನಡೆಯಿರಿ, ಎಂದರೆ ಕೃತೆಇಮ ಬಣ್ಣ ಹಾಗೂ ಪ್ರೀರ್ಜವೆಟಿವ ಇಲ್ಲದಿರುವ ಆಆಹರವನ್ನು ಸೇವಿಸಿ. ಲೆಬಲ ಗಮನವಿಟು ಓದಿ. ನೆನಪಿರಲಿ ನಿಮಗಾಗಿ ಈ ಎಲ್ಲ ಪದಾರ್ಥಗಳು ಸುರಕ್ಷಿತವಾಗಿಲ್ಲ ಅಥವಾ ಪೌಷ್ಟಿಕವಾಗಿಲ್ಲ.
- ನೈಟ್ರೆಟ ಯುಕ್ ಹಾಟ್ ಡಾಗ್ ಸಲಾಮೀ, ಬೊಲೊಗನಾ, ಸ್ಮೊಕ್ಡ್ ಫಿಶ್, ಹಾಗೂ ಮಾಂಸ ತಿನ್ನ ಬೇಡಿ. ಈ ಪ್ರೀರ್ಜವೆಟಿವ ಇಲ್ಲದೆ ಇರುವ ಬ್ರಾಂಡಗಳನ್ನು ತೆಗೆದುಕೊಳ್ಳಿ.
- ಫಿಶಿಂದ ನಿಮಗೆ ಲೀನ ಪ್ರೋಟೀನ್ ಸಿಗುವುದು. ಇದರಲ್ಲಿ ಓಮೆಗಾ-3 ಫೈಟೀ ಎಸಿಡ್ ಸಹ ಇರುತ್ತದೆ. ಇದು ಶಿಶುವಿನ ಮೆದುಳನ್ನು ನಿರ್ಮಿಸಲು ಸಹಾಯಮಾಡುತ್ತದೆ. ಇದು ನಿಮಗೂ ಬಹಳ ಲಾಭಕಾರಿ. ಆದರೆ ನೀವು ಇದನ್ನು ಮೊದಲು ಯಾವಗಲು ತಿನ್ನಿಲ್ಲದಿದ್ದರೆ ನಿಮಗೆ ಅರುಚಿ ಆಗಬಹುದು. ಅಧ್ಯಯನ ಹಾಗೂ ಶೋಧಗಳಿಂದ ಈ ತಥ್ಯದ ಪುಷ್ಟಿಯಾಗಿದೆಂದರೆ ಗರ್ಭಿಣಿ ಮಹಿಳೆಯರು ಮೀನು ತಿನ್ನದ್ರೆ ತೀಕ್ಷ್ಣ ಬುದ್ಧಿವುಳ್ಳ ಶಿಶುವನ್ನು ಜನಿಸುತ್ತಾರೆ. ಮೀನು ತಿನ್ನಿ ಆದರೆ ನಿಮಗೆ ಸುರಕ್ಷಿತವಾಗಿರುವ ಬ್ರಾಂಡಿನ ಆಯಕ್ಕೆ ಮಾಡಿ. ಶಾರ್ಕ, ಸ್ವೊರ್ಡ್ ಫಿಶ್, ಕಿಂಗ ಮೈಕೆರೆಲ, ಟೈಲಫಿಶ್ ಹಾಗೂ ಟ್ಯೂನಾ ಸ್ಟಿಟ್ಸ ಯಿಂದ ದೂರವಿರಿ. ಈ ದೊಡ್ಡ ಮೀನಗಳಲ್ಲಿ ಮಿತೈಲ ಮರ್ಕರಿ ಹೆಸರಿನ ರಸಾಯನ ಇರಬಹುದು. ಇದು ಭ್ರೂಣಿನ ಬೇಳೆಯುವ ಸ್ನಾಯುತಂತ್ರವನ್ನು ಹಾನಿ ಮಾಡಬಹುದು. ನೀವು ಮೊದಲೆ ತಿನ್ನದ್ದರೆ ಪರವಾಗಿಲ್ಲ ಆದರೆ ಇನ್ನಮೇಲೆ ತಿನ್ನ ಬೇಡಿ.

ಒಂದುವೇಳೆ ನೀವು ಓಂದೇರಡು ಸಲ ಸ್ವೊರ್ಡ್ ಫಿಶ್ ತಿನ್ನದ್ದರೆ ಪರವಾಗಿಲ್ಲ. ಎಕೆಂದರೆ ಇದರ ನಿಯಮಿತವಾದ ಸೇವನೆಯಿಂದ ಹಾನಿಯಾಗಬಹುದು. ಸೀಲ್ಡ್ ಡಬ್ಬದಲ್ಲಿರುವ ಟ್ಯೂನಾ ಹಾಗೂ ತಾಜ ನೀರಲ್ಲಿ ಹಿಡಿದ ಮೀನು ತಿನ್ನುವುದನ್ನು ಕಡಿಮೆ ಮಾಡಿ. ನಿಮಗೆ ಹೆಚ್ಚಾಗಿ ಮಾರ್ಕೆಟನಲ್ಲಿ ಸಿಗುವ ಮೀನೇ ಉಪಯೋಗಿಸ ಬೇಕು. ಅನೇಕ ಸಲ ಕೆಲವು ಮೀನಗಳು ಪ್ರದೂಷಣ ಕಾರಣದಿಂದ ವಿಷವುಳ್ಳವಾಗುವುದು. ನೀವು ಡಾಕ್ಟರಿನ ಸಲಹೆಯಂತೆ ನಿಮಗಾಗಿ ಮೀನಿನ ಪ್ರಮಾಣವನ್ನು ನಿರ್ಧರಿಸಿಕೊಳ್ಳೀ.

ಸಾಲಮನ, ಸೋಲ್, ಫ್ಲಾಉಂಡರ್, ಹೈಡಡಾಕ್, ಟಿಲಾಪಿಆ, ಹೈಲೀಬಟ್, ಓಶನ್ ಪರ್ಚ, ಪೈಲಿಕ, ಕಾಡ್, ಹಾಗೂ ಟ್ರಾಉಟ್ ಅಲ್ಲದೆ ಸಣ್ಣ ಸಮುದ್ರದ ಮೀನು ತೆಗೆದುಕೊಳ್ಳಿ. ಇವುಗಳು ಓಮೆಗಾ -3 ಯಿಂದ ಪರಿಪೂರ್ಣವಾಗಿರುತ್ತದೆ ಆದರೆ ನರನಪಿರಲಿ ಎಲ್ಲ ಸೀ ಫೂಡ್ ಚೆನ್ನಾಗಿ ಬೇಂದಿರಬೇಕು.

- ಮೀಟಿನ ಲೀನ್ ಕಟ್ ಆರಿಸಿ ಹಾಗೂ ಬೇಯಿಸುವ ಮುಂಚೆ ಅದರ ಅತಿರಿಕ್ತವಾಗಿರುವ ಜಿಡ್ಡನ್ನು ತೆಗೆದು ಬಿಡಿ. ಬಹಳ ಕಡಿಮೆ ರಸಾಯನಗಳು ಶರೀರದೊಳಗೆ ಹೋಗಲೆಂದು ಪೌಲ್ಟ್ರಿಯಲ್ಲಿ ಜಿಡ್ಡಿನ ಜೊತೆಗೆ ಸ್ವಲ್ಪ ಚರ್ಮನೂ ತೆಗೆದುಹಾಕಿ. ಲೀವರ್, ಅಥವಾ ಕಿಡ್ನಿ ಅಂತ ಮೀಟನ್ನು ತಿನ್ನದೆ ಇದ್ದರೆ ಒಳ್ಳೆಯದು.
- ನಿಮ್ಮ ಬಜೆಟಿಗೆ ಅನುಕೂಲವಾದರೆ ಆರ್ಗ್ಯನಿಕ್ ಮೀಟ್ ಹಾಗೂ ಪೌಲ್ಟ್ರಿ ಉತ್ಪಾದನೆಗಳನ್ನೆ ತಿನ್ನಿ. ಇದರಲ್ಲಿ ಹಾರ್ಮೋನ್ಸ್ ಹಾಗೂ ಆನ್ಟಿಬಯಾಟಿಕ್ಸ್ ಇರುವುದಿಲ್ಲ. ನಿಮ್ಮ ಡೈರಿ ಉತ್ಪಾದನೆಗಳು ಹಾಗೂ ಮೊಟ್ಟೆಯೂ ಆರ್ಗ್ಯಾನಿಕ್ ಆಗಿದ್ದರೆ ಒಳ್ಳೆಯದು. ಇವು

ಆರ್ಗ್ಯಾನಿಕ್ (ಜೈವಿಕ)ಆಯ್ಕೆ ಮಾಡಿ

ಯಾವಾಗಲು ನಿಮ್ಮ ಪಾಕೆಟ್ ಖಾಲಿ ಮಾಡಲು ಯೋಚಿಸಬೇಡಿ. ಆರ್ಗ್ಯಾನಿಕ್ ಉತ್ಪಾದನೆಗಳನ್ನು ಆರಿಸುವಾಗ ಕೆಳಗೆ ಬರೆದಿರುವ ಮಾತುಗಳನ್ನು ಗಮನದಲ್ಲಿಟ್ಟಿಕೊಳ್ಳಿ.

ಇವುಗಳನ್ನು ಆರ್ಗ್ಯಾನಿಕ್ಕೇ ತೆಗೆದುಕೊಳ್ಳಿ: ಇವುಗಳನ್ನು ತೊಳೆದ ನಂತರವೂ ಪೆಸ್ಟೀಸೈಡಿನ ಪ್ರಭಾವ ಇದ್ದೇಇರುತ್ತದೆ ಉದಾ: ಸೇಬೂ, ಚೆರಿ, ದ್ರಾಕ್ಷಿ, ಆಡೂ, ನಾಶಪಾತಿ, ರಸಭರಿ, ವೈಟ್ ಪೆಪ್ಪರ್, ಆಲೂಗೆಡ್ಡೆ ಹಾಗೂ ಪಾಲಕ್ ಸೊಪ್ಪು.

ಇವುಗಳನ್ನು ಆರ್ಗ್ಯಾನಿಕ್ ತೆಗೆದುಕೊಳ್ಳ ಬೇಡಿ:- ಸಾಮಾನ್ಯವಾಗಿ ಈ ಉತ್ಪಾದನೆಗಳ ಮೇಲೆ ಪೆಸ್ಟೀಸೈಡ್ ನಿಲ್ಲುವುದಿಲ್ಲ. ಉದಾ: ಬಾಳೆ ಹಣ್ಣು, ಲೀಚ್, ಮಾವಿನ ಹಣ್ಣು, ಅನಾನಸ್, ಅಜ್‌ಮೋಟ, ಅವೊಕೈಡೊ, ಬ್ರೊಕಲಿ, ಹೂ ಕೋಸೂ, ಕಾರ್ನ್, ಈರುಳ್ಳಿ, ಹಾಗೂ ಬಟಾಣಿ, ಬೀಫ್ ಹಾಗೂ ಪೌಲ್ಟ್ರಿ ಉತ್ಪಾದನೆಗಳು. ಆರ್ಗ್ಯಾನಿಕ್ ತೆಗೆದುಕೊಳ್ಳ ಬೇಕೆಂದರೆ ಪಾಕೆಟ್ ಖಾಲಿ ಮಾಡಬೇಕಾಗುವುದು ಏಕೆಂದರೆ ಇವು ದುಬಾರಿ ಆಗಿರುವುದು.

ರಸಾಯನಗಳಿಂದ ವಿಷಯುಕ್ತವಾಗಿರುವುದಿಲ್ಲ ಹಾಗೂ ಇದರಿಂದ ಸೋಂಕಿನ ಸಂಭಾವನೆಯೂ ಇರುವುದಿಲ್ಲ. ಇದರಲ್ಲಿ ಕಡಿಮೆ ಕ್ಯಾಲೊರಿ ಆದರೆ ಪ್ರೋಟೀನ್ ಹಾಗೂ ಫೈಬರ್ ಯಿಂದ ಪರಿಪೂರ್ಣವಾಗಿರುತ್ತದೆ. ಇದರಲ್ಲಿ ಶಿಶುವಿಗೆ ಲಾಭಕರವಾದ ಓಮೆಗಾ-3 ಫ್ಯಾಟಿ ಆಸಿಡ್ ಸಹ ಸಿಗುತ್ತದೆ.

- ಆದಷ್ಟು ಆರ್ಗ್ಯಾನಿಕ್ ಉತ್ಪಾದನೆಗಳನ್ನೇ ಕೊಂಡಕೊಳ್ಳಿ.
- ಇವು ಎಲ್ಲಾ ತರಹದ ರಾಸಾಯನಿಕ ಪ್ರಭಾವಗಳಿಂದ ದೂರವಿರುತ್ತದೆ. ಆದಕಾರಣ ಸುರಕ್ಷಿತವಾಗಿರುತ್ತದೆ. ಒಂದುವೇಳೆ ಹಾಲಿಂದ ಮಾಡಿರುವ ಚೀಜ಼ ಹಾಗೂ ಡೇರಿ ಉತ್ಪಾದಗಳನ್ನು ಕೊಂಡಕೊಳ್ಳದಿರುವುದೆ ಒಳ್ಳೆಯದು. ತಿನ್ನಿಲೇಬೇಕೆಂದರೆ ಅದನ್ನು ಚೆನ್ನಾಗಿ ಬೇಸಿಕೊಳ್ಳಿ.
- ಹಾಟ್ ಡಾಗ್, ಡೆಲೀ ಮೀಟ್, ಹಾಗೂ ಕೊಲ್ಡ ಸ್ಮೊಕ್ಡ್ ಸೀ ಫೂಡಲ್ಲು ಸೊಂಕಾಗಿರಬಹುದು . ಯಾವದೆ ಮೀಟ್ ತಿನ್ನು ಮೊದಲು ಆವಿಯಲ್ಲಿ ಬಿಸಿ ಮಾಡಿಕೊಳ್ಳುವುದು ಒಳ್ಳೆಯದು.
- ಜೂಸ್ ಪಾಶ್ಚರೈಜ಼ ಆಗಿರಬೇಕು. ಕಬ್ಬಿನ ಹಾಲು ಸ್ಟೊರಲ್ಲಿ ಅಥವಾ ರೋಡಲ್ಲಿ ಕುಡಿಯರಿ ಪಾಶ್ಚರೈಜ಼ ಆಗಿರಬೇಕು. ಅದರ ವಿಷಯದಲ್ಲಿ ಸರಿಯಾಗಿ ಗೊತ್ತಿಲ್ಲದೇ ಹೋದರೇ ಕುಡಿಯಬೇಡಿ.
- ಹೊರಗೆ ಊಟ ಮಾಡುವಾಗ ಸ್ವಚ್ಛತೆಯನ್ನು ಗಮನಿಸಿ. ಕೆಟ್ಟ ಹೋಗುವ ಪದಾರ್ಥಗಳು ಹೋರಗಿದ್ದರೇ ಬಾಥ್ ರೂಮ ಸ್ವಚ್ಛವಾಗಿಲ್ಲದ್ದಿದರೇ, ನೋಣಗಳು ಧಾರಾಳವಾಗಿ ಹಾರಾಡುತ್ತಿದ್ದರೇ ಆ ಸ್ಥಾನಕ್ಕೆ ಹೋಗದಿರುವುದೇ ಒಳ್ಳೆಯದು

ಪ್ರೋಟೀನಿನ ಪೂರ್ತಿ

ಸಾಮಾನ್ಯವಾಗಿ ಹೆಚ್ಚಾಗಿ ಮಹಿಳೆಯರು ಗರ್ಭಾವಸ್ಥೆಯಲ್ಲಿ ಪ್ರೋಟೀನಿನ ಕೊರತೆಯನ್ನು ಪೂರೈಸಿ ಕೊಳ್ಳುತ್ತಾರೆ. ಆದರೆ ನಿಮಗೆ ನೀವು ಸಾಕಷ್ಟು ಪ್ರಮಾಣದಲ್ಲಿ ಪ್ರೋಟಿನ ತೆಗೆದುಕೊಳ್ಳುತ್ತಿಲ್ಲ ಎಂದು ಅನಿಸಿದರೇ ಹೈ-ಪ್ರೋಟೀನವೈಡಟ್ಟೈವು ಸ್ನೈಕ ತೆಗೆದುಕೊಂಡು ಆ ಕೊರತೆಯನ್ನು ಪೂರೈಸಕೊಳ್ಳಿ. 1 ಮೊಟ್ಟೆ ಅಥವಾ 2 ಮೊಟ್ಟೆಯ ಬಿಳಿ ಭಾಗದಿಂದ ಸಲಾಡ್ ದಿಂದ ಅರ್ಧ ಪ್ರೋಟೀನ ಸರ್ವಿಂಗಿನ ಕೊರತೆ ಪೂರ್ತಿ ಆಗಬಹುದು. ಇದರ ಜೊತೆಗೆ ಸಂಪೂರ್ಣ ಧಾನ್ಯದಿಂದ ಮಾಡಿರುವ ಕ್ರೆಕರ್ಸ ತೆಗೆದುಕೊಳ್ಳಿ. ಎರಡಷ್ಟು ಮಿಲ್ಕ ಶೆಕ್ 2/3 ಸರ್ವಿಂಗಿನ ಕೊರತೆಯನ್ನು ಪೂರೈಸುತ್ತದೆ. 3/4 ಕಪ್ ಕಡಿಮೆ ಜಿಡ್ಡಿನ ಚೀಜ಼ಯಿಂದನೂ ಪ್ರೋಟಿನ ಸರ್ವಿಂಗಿನ ಆವಶ್ಯಕತೆ ಪೂರ್ತಿ ಆಗುತ್ತದೆ. ಇದನ್ನು ನೀವು ತಾಜ ಹಣ್ಣು, ದ್ರಾಕ್ಷಿ, ಹೆಚ್ಚಿದ ಟಮೆಟೋ ಅಥವಾ ಸಾಲ್ಸಾ ಯಿಂದ ಅಲಂಕರಿಸ ಬಹುದು. ನೀವು ತರಲ ಅಥವಾ ಚೂರ್ಣ ರೂಪದಲ್ಲಿ ಪ್ರೋಟೀನ ಪೌಡರ್ ದಿಂದ ಈ ಕೊರತೆಯನ್ನು ಪೂರ್ತಿ ಮಾಡಿಕೊಳ್ಳ ಬೇಡಿ. ಇದರಲ್ಲಿ ಗರ್ಭಾವಸ್ಥೆಗೆ ಹಾನಿ ಮಾಡುವ ತತ್ವಾಗಳಿರಬಹುದು. ಇದು ಬಹಳ ದುಬಾರಿಯಾಗೂ ಇರುವುದು. ಈ ತರಹ ನಿಮ್ಮ ಶರೀರದೊಳಗೆ ಆವಶ್ಯಕತೆಯಿಂದ ಹೆಚ್ಚು ಪ್ರೋಟೀನಿನ ಪ್ರಮಾಣವೂ ಹೋಗಬಹುದು.

ಇಬ್ಬರಿಗೂ ಸುರಕ್ಷಿತವಾಗಿರುವ ಭೋಜನ

ನೀವು ಹಣ್ಣಿನ ಮೇಲೆ ಚಿಮುಕಿಸಿದ ಕೀಟನಾಶಕದ ಕೆಟ್ಟ ಪ್ರಭಾವದಿಂದ ಚಿಂತಿತವಾಗಿದಿರಾ? ಆಗಲೆ ಬೇಕು. ಏಕೆಂದರೆ ಈಗ ನೀವು ಇಬ್ಬರಿಗಾಗಿ ತಿನ್ನುತ್ತಿದ್ದಿರಿ. ಆದರೆ ನೀವುಯೋಚನೆ ಮಾಡಿದ್ರಾ ಯಾವ ಸ್ಪಂಜ್ ಯಿಂದ ನೀವು ಆಡೂ (ಒಂದು ತರಹದ ಹಣ್ಣು) ಸ್ವಚ್ಛ ಮಾಡಿದ್ರೋ ಅದು ಮೂರುವಾರದಿಂದ ನಿಮ್ಮ ಸಿಂಕಲ್ಲಿ ಹಾಗೆಯೇ ಇತ್ತು. ಅದು ಸ್ವಚ್ಛವಾಗಿತ್ತೇ?

ನೀವು ರಾತ್ರೆ ಹಸಿ ಚಿಕನ್ ಹೆಚ್ಚಿದ್ರಿ ಈಗ ನೀವು ಅದೆ ಕತ್ತಿಯಿಂದ ನಾಶಪಾತಿ ಹೆಚ್ಚಿತ್ತಿದ್ದಿರಾ? ಈ ಸಣ್ಣ-ಮುಟ್ಟ ಮಾತಿನ ಕಾರಣವೆ ದೊಡ್ಡ-ದೊಡ್ಡ ತೊಂದರೆಗಳಾಗಬಹುದು. ಹೊಟೆಯಲ್ಲಿ ಸಣ್ಣ ನೋವಿಂದ ಗಂಭೀರವಾದ ನೋವು ತನಕ. ಎದೆ ಉರು ಒಂದು ಲಕ್ಷಣಾಗಬಹುದು ಅದರಿಂದ ಸ್ಮಾರ್ಟ ಅಮ್ಮವಾಗಿ.

- ಯಾವದಾರು ಖಾದ್ಯ ಪದಾರ್ಥದ ಮೇಲೆ ಏನಾದರು ಸಂದೇಹಬಂದರೆ ಅದನ್ನು ಎಸೆಯುವುದೆ ಒಳ್ಳೆಯದು. ತಿನ್ನುವ

ଖାଦ୍ୟପେୟର ନିରାପତ୍ତାକୁ ନେଇ କୌଣସି ପ୍ରଶ୍ନ ଉଠିଲେ, ବରଂ ଫିଙ୍ଗିଦେବା ଶ୍ରେୟସ୍କର । ଖାଇବା ପୂର୍ବରୁ ପ୍ୟାକେଟ ଉପରେ ଲେଖାଥିବା ସୂଚନା ପଢ଼ିବାକୁ ଭୁଲନ୍ତୁ ନାହିଁ ।

■ ଯେଉଁ ଅଣ୍ଡା, ମାଛ ବା ମାଂସ ଫ୍ରିଯଜରେ ରଖାହେଇ ନଥିବ ବା ବରଫରେ ଢ଼ଙ୍କା ହେଇନଥିବ ସେପରି ଜିନିଷ କଦାପି କିଣି ଖାଇବା କଥା ନୁହଁ । ଡବା ଖୋଲିବା ପୂର୍ବରୁ ପ୍ରଥମେ ଧୂଅନ୍ତୁ ଓ ବେଳେ ବେଳେ ଗରମ ପାଣିରେ ସଫା କରନ୍ତୁ ।

■ ଖାଇବା ପୂର୍ବରୁ ଅଣ୍ଡା, ମାଛ, ଓ ମାଂସକୁ ଛୁଇଁଲେ ହାତ ଧୂଅନ୍ତୁ । ହାତ କଟିଯାଇଥିଲେ ବା କୌଣସି କ୍ଷତ ଥିଲେ ଗ୍ଲୋଭ୍ ବ୍ୟବହାର କରନ୍ତୁ । ଏହାକୁ ମଧ୍ୟ ନିୟମିତ ସଫା କରନ୍ତୁ ।

■ ରୋଷେଇଘରର ପରିବେଶ ସଦା ସଫା ସୁତୁରା ରଖିବା ଉଚିତ । ବାସନ ମାଜିବା ସ୍ପଞ୍ଜ ଓ କନା ସଫା ରଖନ୍ତୁ ଓ ସମୟ ଦେଖି ପରିବର୍ତ୍ତନ କରନ୍ତୁ ।

■ ଥଣ୍ଡା ଖାଦ୍ୟ ବା ଗରମ ଖାଦ୍ୟ ସର୍ବଦା ଗରମ କରି ଖାଆନ୍ତୁ । ବଳକା ଖାଦ୍ୟ ଫ୍ରିଜରେ ରଖି ଖାଇଲାବେଳେ ବାମ୍ପରେ ଗରମ କରି ଖାଆନ୍ତୁ । ଫ୍ରିଜରରେ ଥିବା ଜମାଟ ବନ୍ଧା ଖାଦ୍ୟ ତରଳି ଯାଇଥିଲେ ତାକୁ ପୁଣି ଥରେ ଫ୍ରିଜ କରି ଖାଆନ୍ତୁ ନାହିଁ ।

■ ଫ୍ରିଜ ତାପମାତ୍ରା ପ୍ରତି ଦୃଷ୍ଟି ଦେଉଥାନ୍ତୁ । ଏହା ୦°ଏଫ ହେବା ଉଚିତ । ଅବଶ୍ୟ ଏପରି ନହେଲେ ମଧ୍ୟ ଚଳିବ ।

■ ଫ୍ରିଜରେ ରଖାଥିବା ଖାଦ୍ୟକୁ ଘରର ତାପମାତ୍ରାରେ ତରଳୀକୃତ କରନ୍ତୁ ନାହିଁ । ଯଦି ଶୀଘ୍ରତା କରାଯାଏ, ତେବେ ପାଣିରେ ବୁଡେଇ ବ୍ୟବହାର କରନ୍ତୁ ।

■ ଅଣ୍ଡା, ମାଛ ବା ମାଂସକୁ କାଉଣ୍ଟର ପରି ବର୍ତ୍ତେ ଫ୍ରିଜର ମେରିନେଟ କରନ୍ତୁ । ପରେ ତାକୁ ଅଲଗା କରିଦିଅନ୍ତୁ । କାରଣ ଏଥିରେ ବିଷାକ୍ତ ସୁଇଚ୍ ଥାଇପାରେ । ଯଦି ମେରିନେଟକୁ ଡିପ (ବହଳ) କରିବାକୁ ଚାହୁଁଥାନ୍ତି, ତେବେ ତାକୁ କାଢ଼ି ଦିଅନ୍ତୁ ।

■ ଗର୍ଭଧାରଣ ସମୟରେ କଞ୍ଚା ବା ଅଧାସିଝା ଅଣ୍ଡା, ମାଛ ବା ମାଂସ ଖାଆନ୍ତୁ ନାହିଁ । ଏହା ସଠିକ୍ ତାପମାତ୍ରାରେ ରନ୍ଧାହେବା ଉଚିତ ।

■ ଅଣ୍ଡାକୁ ଭଲଭାବରେ ଫେଣ୍ଟାଫେଣ୍ଟି କରି ରାନ୍ଧନ୍ତୁ । ଯଦିଚ କଞ୍ଚା ଅଣ୍ଡା ପକାଯାଇ ରନ୍ଧା ହେଉଥାଏ, ତେବେ ସାବଧାନ ରୁହନ୍ତୁ । ଅଣ୍ଡା ପାରିରାଇଜ ହେଲେ ଭଲ ।

■ କଞ୍ଚା ପନିପରିବା ଭଲଭାବରେ ଧୂଅନ୍ତୁ । କାରଣ ଏଥିରେ ଧୂଳି, ମଳି, ମାଟି ଲାଗିନଥିବ ଏହାର ମାନେ ନୁହେଁ ।

■ ଏଭଳି ଗଜାମଂଜି ଖାଆନ୍ତୁନି, ଯେଉଁଥିରେ ବେକ୍ଟେରିଆ ସଂକ୍ରମଣର ଆଶଙ୍କା ଥିବ ।

■ ପାଷ୍ଟରାଇଜ ହେଇଥିବା ଦୁଗ୍ଧଜାତ ଦ୍ରବ୍ୟ କିଣି ଫ୍ରିଜରେ ରଖନ୍ତୁ । ପାଷ୍ଟରାଇଜ ନହେଲେ ଖାଆନ୍ତୁ ନାହିଁ । ଖାଇବାକୁ ବେଶି ଇଚ୍ଛା ହେଲେ ସିଝେଇ କାଆନ୍ତୁ ।

■ ହଟ ଡଗ, ଡେଲି ମିଟ ଓ କୋଲ୍ଡ ସ୍ମୋକ୍ଡ ସି ଫୁଡ ମଧ୍ୟ ସଂକ୍ରମିତ ହୋଇପାରେ । ଏଣୁ ସତର୍କତାର ସହିତ ବାଷ୍ପରେ ଗରମ କରି ଖାଇବା ଉଚିତ ।

■ ଜୁସ୍ ପାଷ୍ଟରାଇଜ ହେଲେ ଭଲ । ଆଖୁରସ ମଧ୍ୟ ଏପରି ହେବା ଉଚିତ । ପାଷ୍ଟରାଇଜ ହେଲେ ପିଅନ୍ତୁ ନହେଲେ ନାହିଁ ।

■ ପଦାରେ ଖାଦ୍ୟ ଖାଉଥିଲେ ପରିଷ୍କାର ପରିଚ୍ଛନ୍ନତା ପ୍ରତି ଦୃଷ୍ଟି ଦିଅନ୍ତୁ । ଅପଶିଷ୍ଟ ଖାଦ୍ୟପଦାର୍ଥ ପଦାରେ ପଡ଼ିଥିବ ଓ ବାଥରୁମ ଅସନା ଥିବ ତେବେ ମାଛିମାନେ ନ ଆସିବେ କାହିଁକି । ଏଭଳି ଜାଗାକୁ ନଯିବା ହିଁ ସବୁଠୁ ଭଲ ।

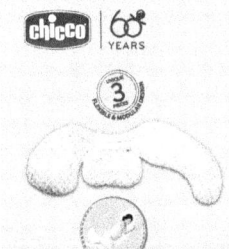

ಭಾಗ–2

ಒಂಬತ್ತು ತಿಂಗಳು ಹಾಗೂ ಅದರ ಗಣನೆ

(ಗರ್ಭಾಧಾರಣೆಯಿಂದ ಪ್ರಸವತನಕ)

ಮೊದಲನೇ ತಿಂಗಳು

ಸುಮಾರು 1ರಿಂದ 24ನೇ ವಾರದವರೆಗೆ

ಶುಭಾಶಯಗಳು. ಗರ್ಭಾವಸ್ಥೆಗೆ ನಿಮಗೆ ಸ್ವಾಗತ. ಯಧ್ಯಪಿ ನೀವು ಈಗ ನೋಡಲು ಗರ್ಭಿಣಿ ಎಂದು ಕಾಣಿಸುವುದಿಲ್ಲ ಆದರೆ ನಿಮಗೆ ಪ್ರಾರಂಭವಾಗಿರಬೇಕೆಂದು ಅನಿಸುವ ಭರವಸೆ ಇದೆ. ಸುಸ್ತು ಹಾಗೂ ಬ್ರೆಸ್ಟ್ ಅಲ್ಲಿ ಆಗುವ ಬದಲಾವಣೆಯಲ್ಲದೆ ಬೇರೆ ಲಕ್ಷಣಗಳು ಕಾಣಿಸಿಕೊಳ್ಳುತ್ತಿರಬಹುದು. ಸಮಯ ಆದಂತೆ ನಿಮಗೆ ನಿಮ್ಮ ಶರೀರದ ಎಲ್ಲಾ ಅಂಗಾಂಗಗಳಲ್ಲೂ ಬದಲಾವಣೆ ಕಾಣಿಸಿಕೊಳ್ಳುವುದು, ನೀವು ಯೋಚಿಸಿಲ್ಲದ ಅಂಗಾಂಗಗಳಲ್ಲೂ ಬದಲಾವಣೆ ಕಾಣಿಸುವುದು. ನಿಮ್ಮ ಜೀವನಶೈಲಿಯಲ್ಲೂ ಬದಲಾವಣೆ ಆಗುವುದು.

ಓಹೋ! ಘಾಬರಿ ಆಗಬೇಡಿ! ಈಗ ಆರಾಮವಾಗಿ ಕುಳಿತುಕೊಂಡು ನಿಮ್ಮ ಗರ್ಭಾವಸ್ಥೆಯ ಆರಂಭವನ್ನು ಆನಂದಿಸಿ. ಇದು ನಿಮ್ಮ ಜೀವನದ ರೋಮಾಂಚಕ ಕ್ಷಣಗಳಲ್ಲಿ ಒಂದು

ಈ ತಿಂಗಳು ನಿಮ್ಮ ಶಿಶುವಿನ ಬೆಳೆವಣಿಗೆ–

ಮೊದಲನೆಯ ವಾರ– :- ಈ ವಾರ ಮಗುವಿನ ಕೌಂಟ್ ಡೌನ್ ಪ್ರಾರಂಭವಾಗಿದೆ. ವ್ಯತ್ಯಾಸವೆಂದರೆ ಈಗ ಶಿಶು ಕಾಣಿಸುವುದಿಲ್ಲ ಹಾಗೂ ಒಳಗೂ ಇಲ್ಲ. ಮತ್ತೆ ಇದನ್ನು ಗರ್ಭಾವಸ್ಥೆಯ ಮೊದಲನೆಯ ವಾರ ಎಂದು ಏಕೇ ಹೇಳುವುದು? ವಾಸ್ತವದಲ್ಲಿ ಯಾವಾಗ ವೀರ್ಯ(ಸ್ಪರ್ಮ್) ಮತ್ತು ಮೊಟ್ಟೆ (ಎಗ್, ಅಂಡಾಣು) ಸೇರುವುದೋ ಆ ಸಮಯದ ಅಂದಾಜು ನಮಗೆ ಸರಿಯಾಗಿ ಹೇಳಲಾಗುವುದಿಲ್ಲ (ನಿಮ್ಮ ಸಂಗಾತಿಯ ಸ್ಪರ್ಮ್ ನಿಮ್ಮ ಶರೀರದಲ್ಲಿ ಬಹಳ ಸಮಯ ಹೊರಗಿರಬಹುದು, ಅಲ್ಲಿಯ ತನಕ ಅದು ಎಗ್ ಜೊತೆಗೆ ಸೇರಿರುವುದಿಲ್ಲ ಅಥವಾ ನಿಮ್ಮ ಎಗ್ ಸ್ಪರ್ಮ್‌ನ್ನು ಸೇರಲು ಒಂದು ದಿನದ ತನಕ ಕಾಯಬಹುದು)

ನಾವು ನಿಮ್ಮ ಹೋದ ಪಿರಿಯಡ್ಸ್(ಮುಟ್ಟಿನ ದಿನ)ನ ಮೊದಲ ದಿನವನ್ನು ಕಂಡುಹಿಡಿಯುತ್ತೇವೆ. ಅದರಿಂದ ನಿಮ್ಮ 40 ವಾರಗಳ ಗರ್ಭಾವಸ್ಥೆಯು ಪ್ರಾರಂಭವಾಗುತ್ತದೆ. ಈ ರೀತಿಯಿಂದ ನಿಮಗೆ ನಿಮ್ಮ ಗರ್ಭಾವಸ್ಥೆ ಪ್ರಾರಂಭವಾಗುವ ಮೊದಲೇ ಅದು ಗಣನೆಗೆ ಬರುತ್ತದೆ.

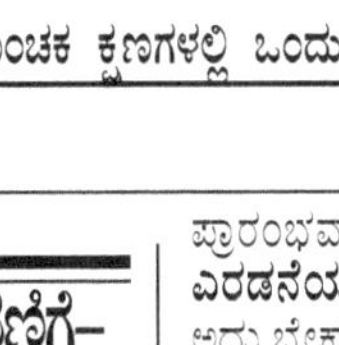

ನಿಮ್ಮ ಮೊದಲನೆಯ ತಿಂಗಳಿನ ಮಗು

ಎರಡನೆಯ ವಾರ:– :-ಇಲ್ಲ , ಮಗು ಈಗಲೂ ಇಲ್ಲ. ಆದರೆ ಅದು ಬ್ರೇಕ್ ತೆಗೆದುಕೊಳ್ಳಲು ತಯಾರಾಗಿದೆ. ವಾಸ್ತವದಲ್ಲಿ ಓವ್ಯೂಲೇಶನ್ ನ ತಯಾರಿ ನಡೆಯುತ್ತಿದೆ. ನಿಮ್ಮ ಗರ್ಭಾಶಯದ ಗೋಡೆಗಳು ದಪ್ಪವಾಗುತ್ತದೆ(ಫರ್ಟಿಲೈಜ್ಡ್ ಎಗ್ಗಿನ ಗೂಡು ತಯಾರಾಗುತ್ತಿದೆ). ನಿಮ್ಮ ಅಂಡಾಶಯದ(ಓವರಿ) ಫಾಲಿಕಲ್ ಪರಿಪಕ್ವವಾಗುತ್ತಿದೆ. ಅದರಲ್ಲಿ ಕೆಲವು ಬಹಳ ತೀವ್ರವಾಗಿ ತಮ್ಮ ಕೆಲಸವನ್ನು ಮಾಡುತ್ತಿದೆ. ಯಾವುದೋ ಒಂದು ಫಾಲಿಕಲ್ ನಲ್ಲಿ ಒಂದು ಎಗ್ ಬಹಳ ಉತ್ಸುಕತೆಯಿಂದ ತಮ್ಮ ಪ್ರಯಾಣವನ್ನು ಪ್ರಾರಂಭಿಸಲು ಕಾಯುತ್ತಿದೆ. ಅದು ಒಂದು ಕೋಶೀಯ ಜೀವ, ಒಂದು ಹುಡುಗ ಅಥವಾ ಒಂದು ಹುಡುಗಿ ಆಗುವುದು. ಆದರೆ ಇದು ಮೊದಲು ಫೇಲೋಪಿಯನ್ ಟ್ಯೂಬ್‌ನಲ್ಲಿ ಮಿ. ರೈಟ್ (ಲಕ್ಕಿ ಸ್ಪರ್ಮ್, ವೀರ್ಯ) ಜೊತೆಗೆ ಸೇರಬೇಕು.ಇಲ್ಲ , ಮಗು ಈಗಲೂ ಇಲ್ಲ. ಆದರೆ ಅದು ಬ್ರೇಕ್ ತೆಗೆದುಕೊಳ್ಳಲು ತಯಾರಾಗಿದೆ. ವಾಸ್ತವದಲ್ಲಿ ಓವ್ಯೂಲೇಶನ್ ನ ತಯಾರಿ ನಡೆಯುತ್ತಿದೆ. ನಿಮ್ಮ ಗರ್ಭಾಶಯದ ಗೋಡೆಗಳು ದಪ್ಪವಾಗುತ್ತದೆ(ಫರ್ಟಿಲೈಜ್ಡ್ ಎಗ್ಗಿನ ಗೂಡು ತಯಾರಾಗುತ್ತಿದೆ). ನಿಮ್ಮ ಅಂಡಾಶಯದ(ಓವರಿ) ಫಾಲಿಕಲ್

ಪರಿಪಕ್ವವಾಗುತ್ತಿದೆ. ಅದರಲ್ಲಿ ಕೆಲವು ಬಹಳ ತೀವ್ರವಾಗಿ ತಮ್ಮ ಕೆಲಸವನ್ನು ಮಾಡುತ್ತಿದೆ. ಯಾವುದೋ ಒಂದು ಫಾಲಿಕಲ್ ನಲ್ಲಿ ಒಂದು ಎಗ್ ಬಹಳ ಉತ್ಸುಕತೆಯಿಂದ ತಮ್ಮ ಪ್ರಯಾಣವನ್ನು ಪ್ರಾರಂಭಿಸಲು ಕಾಯುತ್ತಿದೆ. ಅದು ಒಂದು ಕೋಶೀಯ ಜೀವ, ಒಂದು ಹುಡುಗ ಅಥವಾ ಒಂದು ಹುಡುಗಿ ಆಗುವುದು. ಆದರೆ ಇದು ಮೊದಲು ಫೇಲೋಪಿಯನ್ ಟ್ಯೂಬ್‌ನಲ್ಲಿ ಮಿ. ರೈಟ್(ಲಕ್ಕಿ ಸ್ಪರ್ಮ್, ವೀರ್ಯ) ಜೊತೆಗೆ ಸೇರಬೇಕು.

ಮೂರನೆ ವಾರ:- :- ಶುಭಾಶಯಗಳು. ನೀವು ಗರ್ಭಧಾರಣೆ ಮಾಡಾಗಿದೆ. ಬೇಗನೆ ನಿಮ್ಮ ಗರ್ಭದಲ್ಲಿ ಒಂದು ಶಿಶು ಇರುವುದೆಂದು ಇದರರ್ಥ. ಅದನ್ನು ಜನನದನಂತರ ಮುದ್ದಾಡಬಹುದು. ಕೆಲವು ಘಂಟೆನಂತರ ವೀರ್ಯ ಹಾಗೂ ಎಗ್ ಸೇರುವುದೋ ಆಗ ಫರ್ಟಿಲೈಜ್ಡ್ ಸೆಲ್ (ಎಕಾ ಜೈಗೋಟ್) ವಿಂಗಡಿಸುವುದು ಆಮೇಲೆ ನಿರಂತರವಾಗಿ ವಿಂಗಡಿಸುತ್ತಿರುವುದು. ಕೆಲವೇ ದಿನದಲ್ಲಿ ನಿಮ್ಮ ಶಿಶುವಿನ ಜೀವಕೋಶಗಳು ಮೈಕ್ರೊಸ್ಕೋಪಿಕ್ ಬಾಲ್ ನಂತೆ ಆಗುವುದು. ಬ್ಲಾಸ್ಟೊಸ್ಟೈಟ್ ಫೇಲೋಪಿಯನ್ ಟ್ಯೂಬಿನಿಂದ ಗರ್ಭಾಶಯದತನಕ ಪ್ರಯಾಣ ಪ್ರಾರಂಭಿಸುತ್ತದೆ.

ನಾಲ್ಕನೆಯ ವಾರ:- ಇದು ಇನ್‌ಪ್ಲಾಂಟೇಶನ್ ನ ಸಮಯ. ಇದನ್ನು ಈಗ ಭ್ರೂಣ(ಎಂಬ್ರಿಯೊ) ಎನ್ನಲಾಗುವುದು.ಇದು ಪ್ರಸವದತನಕ ಗರ್ಭಾಶಯದಲ್ಲಿ ಇರುವುದು. ಒಂದು ಸಲ ಇದು ತಮ್ಮ ಸ್ಥಾನವನ್ನು ಮಾಡಿಕೊಂಡ ಮೇಲೆ ಇದು ಎರಡು ಭಾಗವಾಗಿ ವಿಂಗಡಿಸುತ್ತದೆ. ಅರ್ಧ ನಿಮ್ಮ ಮಗ/ ಮಗಳು ಹಾಗೂ ಮಿಕ್ಕ ಅರ್ಧ ಪ್ಲೆಸೆಂಟಾ ಅದು ನಿಮ್ಮ ಮಗುವಿನ ಲೈಫ್‌ಲೈನ್ ಶುಭಾಶಯಗಳು. ನೀವು ಗರ್ಭಧಾರಣೆ ಮಾಡಾಗಿದೆ. ಬೇಗನೆ ನಿಮ್ಮ ಗರ್ಭದಲ್ಲಿ ಒಂದು ಶಿಶು ಇರುವುದೆಂದು ಇದರರ್ಥ. ಅದನ್ನು ಜನನದನಂತರ ಮುದ್ದಾಡಬಹುದು. ಕೆಲವು ಘಂಟೆನಂತರ ವೀರ್ಯ ಹಾಗೂ ಎಗ್ ಸೇರುವುದೋ ಆಗ ಫರ್ಟಿಲೈಜ್ಡ್ ಸೆಲ್ (ಎಕಾ ಜೈಗೋಟ್) ವಿಂಗಡಿಸುವುದು ಆಮೇಲೆ ನಿರಂತರವಾಗಿ ವಿಂಗಡಿಸುತ್ತಿರುವುದು. ಕೆಲವೇ ದಿನದಲ್ಲಿ ನಿಮ್ಮ ಶಿಶುವಿನ ಜೀವಕೋಶಗಳು ಮೈಕ್ರೊಸ್ಕೋಪಿಕ್ ಬಾಲ್ ನಂತೆ ಆಗುವುದು. ಬ್ಲಾಸ್ಟೊಸ್ಟೈಟ್ ಫೇಲೋಪಿಯನ್ ಟ್ಯೂಬಿನಿಂದ ಗರ್ಭಾಶಯದತನಕ ಪ್ರಯಾಣ ಪ್ರಾರಂಭಿಸುತ್ತದೆ.

ಪ್ರೆಗ್ನೆನ್ಸಿ ಟೈಮ್‌ಟೇಬಲ್

ಹಾಗೇ ಗರ್ಭಾವಸ್ಥೆಯ ಗಣನೆ ತಿಂಗಳಲ್ಲಿ ಮಾಡಲಾಗುತ್ತದೆ. ಆದರೆ ಡಾಕ್ಟರ ಹಾಗೂ ಮಿಡ್ ವೈಫ್ ಇದನ್ನು ವಾರಗಳಲ್ಲಿ ಎಣಿಸುತ್ತಾರೆ. ನಿಮಗೆ ಇದು ಸ್ವಲ್ಪ ಕಷ್ಟವೆಂದೆನಿಸಿಬಹುದು. ಸಾಮಾನ್ಯವಾಗಿ ಸರಾಸರಿ ಗರ್ಭಾವಸ್ಥೆ 40 ವಾರವಿರುತ್ತದೆ. ಆದರೆ ಇದರ ಗಣನೆ ಕಡೆಯ ಮಾಸಿಕ ಧರ್ಮದ ಮೊದಲನೆಯ ದಿನದಿಂದ ಮಾಡಲಾಗುತ್ತದೆ. ಆದರೆ ಎರಡು ವಾರದತನಕ ಓವ್ಯೂಲೆಶನ್ ಹಾಗೂ ಗರ್ಭಧಾರಣೆ ಆಗುವುದಿಲ್ಲ. ನೀವು ನಿಮ್ಮ ಗರ್ಭಾವಸ್ಥೆಯ ಮೂರನೆ ವಾರದಲ್ಲೇ ಗರ್ಭಿಣಿ ಆಗುವಿರಿ. ಈ ಚರಣಗಳಲ್ಲಿ ಮುಂದುವರೆದಂತೆ ನಿಮಗೂ ವಾರದ ಕ್ಯಾಲೆಂಡರಂತೆ ಬದಲಾವಣೆಗಳನ್ನು ಅಳಿಯುವುದು ಬಂದುಬಿಡುತ್ತದೆ. ಈ ಪುಸ್ತಕ ತಿಂಗಳಿನಂತೆ ವಿಂಗಡಿಸಿದೆ ಆದರೆ ಇದರಲ್ಲಿ ವಾರಗಳು ಕೊಟ್ಟಿದೆ.

1 ರಿಂದ 13 ವಾರ=ಮೊದಲನೆಯ ಮೂರು ತಿಂಗಳು=1 ರಿಂದ 3 ತಿಂಗಳು. 14 ರಿಂದ 27 ವಾರ=ಎರಡನೆಯ ಮೂರು ತಿಂಗಳು=4 ರಿಂದ 6 ತಿಂಗಳು. 28 ರಿಂದ 40 ವಾರ=ಮೂರನೆಯ ಮೂರು ತಿಂಗಳು=7 ರಿಂದ 9ನ ತಿಂಗಳು ಸುಮಾರು ಹೇಳಬಹುದು.

ನೀವು ಏನು ಅನುಭವಿಸುತ್ತಿರಬಹುದು?

. ಗರ್ಭಾವಸ್ಥೆ ನಿಜವಾಗಲು ಒಂದು ವಿಚಿತ್ರವಾದ ಅವಸ್ಥೆ. ಇದರಲ್ಲಿ ನಿಮಗೆ ಅನೇಕ ಹೊಸ ಅನುಭವಗಳನ್ನು ಹಾಗೂ ಲಕ್ಷಣಗಳನ್ನು ಎದುರಿಸಬೇಕಾಗುವುದು. ಅನೇಕ ಸಲ ನೀವು ಅದನ್ನು ಎಲ್ಲರಹತ್ತಿರ ಹೇಳಿಕೊಳ್ಳಬಹುದು ಆದರೆ ಅನೇಕ ಸಲ ಏನೂ ಹೇಳಲಾಗುವುದಿಲ್ಲ. ವಾಂತಿ ಬರುವುದು ಹೇಳಬಹುದು ಆದರೆ ಗ್ಯಾಸ್ ಪಾಸ್ ಆಗುತ್ತಿದರೇ?ಹೇಳಲಾಗದೆ ಮರೆಯುವ ಸಮಸ್ಯೆಯೂ ಆಗಬಹುದು.

ಗರ್ಭಾವಸ್ಥೆಯ ಲಕ್ಷಣಗಳ ವಿಷಯದಲ್ಲಿ ಕೆಲವು ಮಾತುಗಳನ್ನು ವಿಶೇಷವಾಗಿ ಗಮನದಲ್ಲಿಟ್ಟುಕೊಳ್ಳಿ. ಪ್ರತಿಯೊಬ್ಬ ಮಹಿಳೆ ಹಾಗೂ ಅವರ ಗರ್ಭಾವಸ್ಥೆ ಭಿನ್ನವಾಗಿರುತ್ತದೆ. ಕೇವಲ ಕೆಲವು ಲಕ್ಷಣಗಳು ಎಲ್ಲರಲ್ಲೂ ಒಂದೇ ತರಹವಿರುತ್ತದೆ. ಒಂದುವೇಳೆ ನಿಮ್ಮ ಗೆಳತಿ ಅಥವಾ ಸಹೋದರಿಗೆ ಗರ್ಭಾವಸ್ಥೆಯಲ್ಲಿ ಒಂದು ಸಲವೂ ವಾಂತಿ ಆಗದಿರಬಹುದು ಆದರೆ ಸಿಂಕ್‌ನಲ್ಲಿ ವಾಂತಿ ಮಾಡೇ ನಿಮ್ಮ ದಿನಚರಿ ಪ್ರಾರಂಭವಾಗಬಹುದು. ಹಾಗೆಯೇ ಮುಂದೆ ನೀವು ಅನೇಕ ಶಾರೀರಿಕ ಹಾಗೂ ಮಾನಸಿಕ ಬದಲಾವಣೆಗಳನ್ನು ಎದುರಿಸಬೇಕಾಗುವುದು. ಅದರಲ್ಲಿ ಹೆಚ್ಚಾಗಿ ಸಾಮಾನ್ಯವಾಗಿಯೇ ಇರುವುದು ಆದರೂ ನಿಮ್ಮ ಮನಸ್ಸಲ್ಲಿ ಸ್ವಲ್ಪ ಸಂದೇಹವಿದ್ದರೂ ನಿಮ್ಮ ಡಾಕ್ಟರನ್ನು ಸಂದರ್ಶಿಸಿ.

ನಿಮಗೆ ಕೆಳಗೆಬರೆದಿರುವ ಲಕ್ಷಣಗಳ ಅನುಭವವಾಗಬಹುದು:-

ಶಾರೀರಿಕ :-

- ಫರ್ಟಿಲೈಜ್ಡ್ ಎಗ್ ನಿಮ್ಮ ಗರ್ಭಾಶಯದಲ್ಲಿ ಇನ್‌ಪ್ಲಾನ್ಟ್ ಆದಾಗ ಸ್ವಲ್ಪ ರಕ್ತದ ಕಲೆ ಆಗಬಹುದು. ಅದನ್ನು ಮಹಿಳೆಯರು ಇನ್‌ಪ್ಲಾನ್ಟೇಶನ್ ಬ್ಲೀಡಿಂಗ್ ಎಂದು ಸಹ ಎನ್ನುತ್ತಾರೆ.

- ಬ್ರೆಸ್ಟ್‌ಲ್ಲಿ ಅನೇಕ ತರಹದ ಬದಲಾವಣೆ ಬರುವುದು. ಸ್ವಲ್ಪ ಭಾರವಾಗುವುದು, ಮೃದುವಾಗುವುದು, ಮೊದಲಿಗಿಂತ ಹೆಚ್ಚು ಸಂವೇದನಾಶೀಲವಾಗುವುದು, ನಿಪ್ಪಲ್‌ಗಳ ಸುತ್ತಲು ಬಣ್ಣ ಗಾಢವಾಗುವುದು.
- ಹೊಟ್ಟೆ ತುಂಬಿದಂತಿರುವುದು. (ಅಜೀರ್ಣ)
- ಸುಸ್ತು, ಶಕ್ತಿಹೀನತೆ, ತೂಕಡಿಕೆ.
- ಪದೇ-ಪದೇ ಮೂತ್ರ ಹೋಗುವುದು.
- ವಾಂತಿ ಅಥವಾ ಓಕರಿಕೆ ಬರುವುದು. ಅನೇಕ ಮಹಿಳೆಯರಿಗೆ ಇದು ಆರನೆಯ ವಾರದತನಕ ಪ್ರಾರಂಭಿಸುವುದಿಲ್ಲ. ಅಥವಾ ಹೆಚ್ಚು ಜೊಳ್ಳಿನ ಉತ್ಪತ್ತಿ.
- ವಾಸನೆಗಳಿಂದ ಸಂವೇದನಶೀಲತೆ ಹೆಚ್ಚಾಗುವುದು.

ಭಾವಾತ್ಮಕ:-

- ಪೀಎಂಎಸ್ ತರಹ ಭಾವಾತ್ಮಕ ಏರಿಕೆ-ಇಳಿಕೆ, ಹೆಚ್ಚಾಗಿ ಅಳು ಬರುವುದು. ಸಿಡುಕುವುದು, ವ್ಯಾಕುಲತೆ.
- ಹೋಮ್ ಪ್ರೆಗ್ನೆನ್ಸಿ ಟೆಸ್ಟ್ ಮಾಡಲು ಉತ್ಸುಕತೆ ಹಾಗೂ ವ್ಯಾಕುಲತೆ.

ಲಕ್ಷಣಗಳು ಶೀಘ್ರ ಪ್ರಾರಂಭವಾಯಿತು:-

ಸಾಮಾನ್ಯವಾಗಿ ಲಕ್ಷಣಗಳು ಆರನೆಯ ವಾರದಲ್ಲಿ ಕಾಣಿಸಿಕೊಳ್ಳುವುದು. ಆದರೆ ನಿಮಗೆ ಮೊದಲೇ ಕಾಣಿಸ ಬಹುದು ಅಥವಾ ಆಮೇಲೆ ಕಾಣಿಸಬಹುದು ಏಕೆಂದರೆ ಪ್ರತಿಯೊಂದು ಗರ್ಭಾವಸ್ಥೆ ಅದ್ಭುತವಾಗಿರುವುದು.

ಗರ್ಭಾವಸ್ಥೆಯ ಮೊದಲನೆಯ ತಪಾಸಣೆ:-

ಗರ್ಭಾವಸ್ಥೆಯಲ್ಲಿ ಮೊದಲನೆಯ ಸಲ ತಪಾಸಣೆಗಾಗಿ ಹೋಗುತ್ತಿದ್ದೀರಿ, ಇದು ನಿಮಗೆ ಬಹಳ ಮಹತ್ವವಾದದು. ಅನೇಕ ತರಹದ ಮೆಡಿಕಲ್ ಟೆಸ್ಟ್ ಹಾಗೂ ತಪಾಸಣೆಗಳಲ್ಲದೆ ನಿಮ್ಮ ಮೆಡಿಕಲ್ ಹಿಸ್ಟ್ರಿ ತಿಳಿದುಕೊಳ್ಳಲು ಹೊಸ-ಹೊಸ ಪ್ರಶ್ನೆಗಳು ಕೇಳುತ್ತಾರೆ. ಡಾಕ್ಟರ್ ನಿಮಗೆ ಅನೇಕ ತರಹದ ಸಲಹೆಗಳನ್ನು ಕೊಡುತ್ತಾರೆ ಮತ್ತೆ ನೀವು ನಿಮ್ಮ ಅನೇಕ ಜಿಜ್ಞಾಸೆಗಳನ್ನು ಸಮಾಧಾನಿಸಿಕೊಳ್ಳಬೇಕೆನಿಸುತ್ತದೆ. ಉದಾ; ನೀವು ವಿಟಮಿನ್ ಮಾತ್ರೆ ತೆಗೆದುಕೊಳ್ಳಬೇಕೋ ಬೇಡವೋ? ಅಥವಾ ಯಾವ ತರಹದ ವ್ಯಾಯಾಮ ಮಾಡಬೇಕು. ಇತ್ಯಾದಿ.

ಮನೆಯಿಂದಲೇ ಈ ತರಹದ ಪ್ರಶ್ನೆಗಳ ಪಟ್ಟಿ ಜೊತೆಗೆ ತೆಗೆದುಕೊಂಡು ನಡೆಯಿರಿ. ವಿಶೇಷ ಮಾತುಗಳನ್ನು ನೋಟ್ ಮಾಡಲು ನಿಮ್ಮ ಹತ್ತಿರ ನಿಮ್ಮ ಡೈರೀ ಹಾಗೂ ಪೆನ್ ಇರಬೇಕು. ಸಾಮಾನ್ಯವಾಗಿ ಡಾಕ್ಟರ್‌ಗಳ ತಪಾಸಣೆಯ ರೀತಿ ಸ್ವಲ್ಪ ಭಿನ್ನವಾಗಿರಬಹುದು.

ಗರ್ಭಾವಸ್ಥೆಯ ಪುಷ್ಟಿ:- ನಿಮ್ಮ ಡಾಕ್ಟರ್ ಕೆಳಗೆ ಬರೆದಿರುವುದನ್ನು ಪರೀಕ್ಷಿಸುತ್ತಾರೆ:-

ನಿಮ್ಮ ಗರ್ಭಾವಸ್ಥೆಯ ಲಕ್ಷಣಗಳು, ನಿಮ್ಮ ಕಡೆಯ ಮುಟ್ಟಿನ ಮೊದಲ ದಿನ, ಅದರಿಂದ ಪ್ರಸವದ

ಒಂದು ದೃಷ್ಟಿ

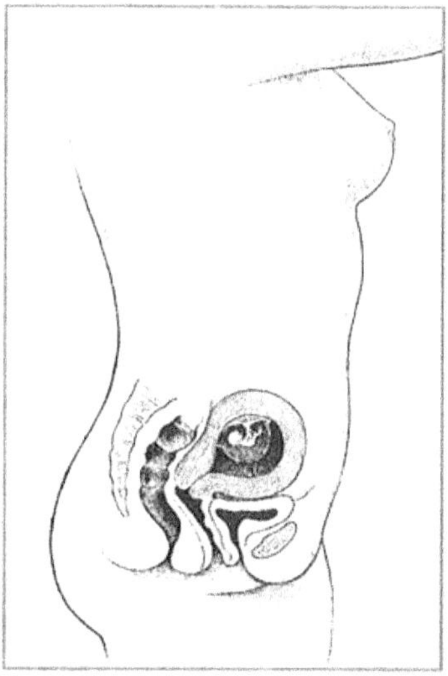

ಯಧ್ಯಪಿ ಮೇಲಿಂದ ನೋಡಿ ಒಳಗಡೆ ಸ್ಥಿತಿಯ ಅಂದಾಜು ಗೊತ್ತಾಗುವುದಿಲ್ಲ. ಆದರೆ ನೀವು ನಿಮ್ಮ ಶರೀರದಲ್ಲಾಗುವ ಶಾರೀರಿಕ ಬದಲಾವಣೆಗಳನ್ನು ಗುರತಿಸಬಹುದು. ನಿಮ್ಮ ಹೊಟ್ಟೆಯಲ್ಲಿ ಸ್ವಲ್ಪ ಅಜೀರ್ಣ ಇರಬಹುದು, ಎದೆ ಸಂವೇದನಶೀಲವಾಗಬಹುದು. ಈ ಸಮಯದಲ್ಲಿ ನಿಮ್ಮ ಸೊಂಟವನ್ನು ದೃಷ್ಟಿಸಿ ನೋಡಿ ಏಕೆಂದರೆ ಮುಂದೆ ಒಂಬತ್ತು ತಿಂಗಳ ತನಕ ಹೊಟ್ಟೆ ಮುಂದೆ ಬರುವ ಕಾರಣದಿಂದ ನೀವು ನಿಮ್ಮ ಸೊಂಟವನ್ನು ನೋಡಲಾಗುವುದಿಲ್ಲ.

ಅನುಮಾನಿತ ಸ್ಥಿತಿಯನ್ನು ತಿಳಿಯುತ್ತದೆ. ಗರ್ಭಾವಸ್ಥೆಯ ಸರಿಯಾದ ವಯಸ್ಸನ್ನು ಕಂಡುಹಿಡಿಯಲು ಗರ್ಭಾಶಯ ಹಾಗೂ ಸರ್ವಿಕ್ಸಿನ ತಪಾಸಣೆ, ಗರ್ಭಾವಸ್ಥೆಯನ್ನು ಕಂಡುಹಿಡಿಯಲು ಪ್ರೆಗ್ನೆನ್ಸಿ ಟೆಸ್ಟ್ (ಮೂತ್ರ ಹಾಗೂ ರಕ್ತ) ಮಾಡಲಾಗುವುದು. ಅನೇಕ ಡಾಕ್ಟರ್ ಇದೆ ಅವಸ್ಥೆಯಲ್ಲಿ ಅಲ್ಟ್ರಾಸೌಂಡ್ ಮಾಡುತ್ತಾರೆ. ಇದು ಗರ್ಭಾವಸ್ಥೆಯ ಸ್ಥಿತಿ ತೆಗೆಯುವ ಸರಿಯಾದ ರೀತಿ.

ಪೂರ್ತಿ ಹಿಸ್ಟ್ರಿ:- ನಿಮ್ಮ ಸಂಪೂರ್ಣ ಮೇಲ್ವಿಚಾರಣೆಗಾಗಿ ನಿಮ್ಮ ಡಾಕ್ಟರಿಗೆ ಎಲ್ಲಾ ಗೊತ್ತಿರುವುದು ಆವಶ್ಯಕ. ಡಾಕ್ಟರನ್ನು ನೋಡುವ ಮೊದಲು ಮನೆಯಿಂದ ಎಲ್ಲಾ ತಯಾರಿ ಮಾಡಿಕೊಂಡು ಹೋಗಿ. ನಿಮ್ಮ ಹಳೆಯ ಮೆಡಿಕಲ್ ರಿಕಾರ್ಡ್ಸ್ ಗಳನ್ನು ಓದಿ. ಯಾವುದಾದರು ಗಂಭೀರ ರೋಗ, ಅಲರ್ಜಿ, ಪೌಷ್ಟಿಕತೆಗಾಗಿ ಔಷಧಿ, ಅಥವಾ ಯಾವುದಾದರು ಔಷಧಿ ನೀವು ಇದುವರೆಗೂ ಅಥವಾ ಗರ್ಭಧಾರಣೆಯತನಕ ತೆಗೆದುಕೊಳ್ಳುತ್ತಿದ್ದರೆ, ನಿಮ್ಮ ಕುಟುಂಬದ ಮೆಡಿಕಲ್ ಹಿಸ್ಟ್ರಿ, (ಜೆನೆಟಿಕ್ ಡಿಸಾರ್ಡರ್, ದೀರ್ಘಕಾಲ ರೋಗ, ಗರ್ಭಾವಸ್ಥೆಯ ಅಸಾಧರಣ ಪರಿಣಾಮಗಳು) ನಿಮ್ಮ ಸ್ತ್ರೀ ರೋಗ ಸಂಬಂಧಿ ಹಿಸ್ಟ್ರಿ, (ಮೊದಲನೆಯ ಸಲ ಮುಟ್ಟಾಗುವ ಸಮಯದಲ್ಲಿ ನಿಮ್ಮ ವಯಸ್ಸು, ಚಕ್ರದ ಅವಧಿ, ಸಮಯ ಹಾಗೂ ನಿಯಮಿತೆ) ಗರ್ಭಾವಸ್ಥೆಯ ಹಳೇಯ ರಿಕಾರ್ಡ್ (ಜನ್ಮ, ಮಿಸ್‌ಕ್ಯಾರೇಜ್, ಅಬಾರ್ಶನ್) ಇದಲ್ಲದೆ ಮೊದಲನೆಯ ಪ್ರಸವ ಹಾಗೂ ಡೆಲಿವರಿ! ನಿಮ್ಮಿಂದ ನಿಮ್ಮ ವಯಸ್ಸು, ಕೆಲಸ, ಜೀವನಶೈಲಿ ಅಭ್ಯಾಸಗಳು, (ಊಟದ ಪದ್ಧತಿ, ವ್ಯಾಯಾಮ, ಹಾಗೂ ಧೂಮಪಾನ) ಇತ್ಯಾದಿ. ಹಾಗೂ ನಿಮ್ಮ ಗರ್ಭಾವಸ್ಥೆಯನ್ನು ಪ್ರಭಾವಿತ ಮಾಡುವ ನಿಜ ಜೀವನದ ಕಾರಣಗಳು ಉದಾ: ಮಗುವಿನ ತಂದೆ ಹಾಗೂ ತಂದೆಯ ಇತರ ಮಾಹಿತಿಗಳು.

ಒಂದು ಸಂಪೂರ್ಣ ಶಾರೀರಿಕ ತಪಾಸಣೆ:-- ಇದರಲ್ಲಿ ನಿಮ್ಮ ಹೃದಯ, ಪುಪ್ಪಸ, ಎದೆ , ಹೊಟ್ಟೆ, ರಕ್ತದ ವತ್ತಡ, ಇತ್ಯಾದಿಯ ತಪಾಸಣೆ ಆಗುತ್ತದೆ. ನಿಮ್ಮ ತೂಕ, ಎತ್ತರದ ಅಳತೆ ಮಾಡಲಾಗುವುದು. ನೀವು ವೆರಿಕೋಜ್ ವೇಯ್ನ್ಸ್ ನಿಂದ ಪೀಡಿತರಾಗಿದ್ದೀರೊ ಇಲ್ಲವೋ ಎಂದು ನಿಮ್ಮ ಕಾಲುಗಳು ಹಾಗೂ ತೋಳುಗಳ ಮೂಲಕ ಕಂಡಿಹಿಡಿಯಲು ಪ್ರಯತ್ನಿಸುತ್ತಾರೆ.ಇದಲ್ಲದೆ ನಿಮ್ಮ ಎಲ್ಲಾ ಗುಪ್ತ ಅಂಗಾಂಗಗಳ ಆಕಾರ ಹಾಗೂ ಅನುಪಾತದ ತಪಾಸಣೆ ಆಗುವುದು.

ಅನೇಕ ತರಹದ ತಪಾಸಣೆ (ಟೆಸ್ಟ್):- ಪ್ರತಿ ಗರ್ಭಿಣಿ ಮಹಿಳೆಗೆ ಅನೇಕ ತರಹದ ತಪಾಸಣೆಗಳನ್ನು ನಿಯಮಿತವಾಗಿ ಮಾಡಿಸಬೇಕಾಗುತ್ತದೆ. ಕೆಲವು ಕ್ಷೇತ್ರದಲ್ಲಿ ಡಾಕ್ಟರ್ ಅದನ್ನು ಅವಶ್ಯಕವೆನ್ನುತ್ತಾರೆ. ಕೆಲವು ತಪಾಸಣೆ ಬೇಕಾದರೇ ಮಾತ್ರ ಮಾಡುತ್ತಾರೆ. ಮೊದಲನೆಯ ಭೇಟಿಯಲ್ಲಿ ಸಾಮಾನ್ಯವಾಗಿ ಕೆಳಗೆ ಬರೆದಿರುವ ತಪಾಸಣೆಗಳನ್ನು ಮಾಡುತ್ತಾರೆ:-

- ರಕ್ತದ ಪ್ರಕಾರ ಹಾಗೂ ಆರ್.ಹೆಚ್ ಮಟ್ಟದ ತಪಾಸಣೆ. ಹೆಚ್ ಸೀ ಜೀ, ಮಟ್ಟ ಹಾಗೂ ಅನೀಮಿಯಾದ ತಪಾಸಣೆ ಗಾಗಿ ರಕ್ತ ಪರೀಕ್ಷಣೆ.
- ಗ್ಲೂಕೋಜ್, ಪ್ರೋಟೀನ್, ಬಿಳಿ ರಕ್ತ ಜೀವಕೋಶಗಳು, ರಕ್ತ ಹಾಗೂ ಕೀಟಾಣುಗಳ ತಪಾಸಣೆಗಾಗಿ ಯೂರೀನಲೆಸಿಸ್
- ಆನ್ಟಿಬಾಡಿ ಮಟ್ಟ ಹಾಗೂ ರೂಬೆಲ ನಂತ ರೋಗಗಳ ಪ್ರತಿರೋಧಕ ಶಕ್ತಿಗಾಗಿ ಬ್ಲಡ್ ಸ್ಕ್ರೀನ್
- ಸಿಫಲಿಸ್, ಗೊನೋರಿಯಾ, ಹೆಪೆಟೈಟಿಸ್ ಬೀ, ಕ್ಲಮೈಡಿಯಾ ಅಥವಾ ಹೆಚ್ ಐ,ವೀ ನ ಸೋಂಕಿನ ತಪಾಸಣೆ.
- ಅಸಾಮಾನ್ಯ ಸರ್ವಾಯಿಕಲ್ ಜೀವಕೋಶಗಳ ತಪಾಸಣೆಗಾಗಿ ಪ್ಯಾಪ್‌ಸ್ಮೀಯರ್. ನಿಮ್ಮ ನಿಶ್ಚಿತ ಅವಸ್ಥೆಯಂತೆ ಕೆಳಗೆ ಬರೆದಿರುವ ತಪಾಸಣೆ ಮಾಡಿಸಬೇಕಾಗಬಹುದು.
- ಸಿಸ್ಟಿಕ್ ಫೈಬ್ರೋಸಿಸ್, ಸಿಕ್ಲಸೈಲ್, ಅನೀಮಿಯಾ, ಹಾಗೂ ಬೇರೆ ಜೆನೆಟಿಕ್ ರೋಗಗಳಿಗೆ ಜೆನೆಟಿಕ್ ಟೆಸ್ಟ್.
- ಸಕ್ಕರೆ ರೋಗ, ಉಚ್ಚ ರಕ್ತವತ್ತಡ, ಮೊದಲು ಬಹಳ ಹೆಚ್ಚು ತೂಕದ ಶಿಶುವಿನ ಜನನವಾಗಿದ್ದರೇ, ಜನ್ಮಜಾತ ವಿಕೃತಿ ಇದ್ದರೆ, ಮೊದಲನೆಯ ಗರ್ಭಾವಸ್ಥೆಯಲ್ಲಿ ತೂಕ ಬಹಳ ಹೆಚ್ಚಾಗಿದ್ದರೆ ರಕ್ತದಲ್ಲಿ ಸಕ್ಕರೆಯ ಮಟ್ಟದ ತಪಾಸಣೆ, (ಎಲ್ಲಾ ಮಹಿಳೆಯರಲ್ಲಿ ಗ್ಯಾಸ್ಟೇಶನಲ್ ಸಕ್ಕರೆ ರೋಗದ ತಪಾಸಣೆಗಾಗಿ ಗ್ಲೂಕೋಜ್ ಸ್ಕ್ರೀನಿಂಗ್ ತಪಾಸಣೆ ಮಾಡಲಾಗುತ್ತದೆ. ಇದು 28 ವಾರದಲ್ಲಿ ಮಾಡಲಾಗುವುದು).

ಚರ್ಚೆಮಾಡುವ ಅವಕಾಶ:- ಈಗ ನಿಮ್ಮ ಹತ್ತಿರ ನಿಮ್ಮ ಅನೇಕ ಜಿಜ್ಞಾಸೆಗಳು ಹಾಗೂ ಪ್ರಶ್ನೆಗಳ ಉತ್ತರವನ್ನು ಪಡೆಯಲು ಒಳ್ಳೆ ಅವಕಾಶವಿದೆ.

ನೀವು ಏನು ಯೋಚಿಸತ್ತಿರಬಹುದು:–

ಬ್ರೇಕಿಂಗ್ ನ್ಯೂಸ್:–

''ನಾನು ಗರ್ಭಿಣಿ ಎಂದು ಸ್ನೇಹಿತರಿಗೆ ಹಾಗೂ ಗೆಳಯರಿಗೆ ಯಾವಾಗ ಹೇಳಬೇಕು?''

ಈ ಪ್ರಶ್ನೆಗೆ ಉತ್ತರ ನೀವೇ ನೀಡಬಹುದು. ಕೆಲವು ಭಾವಿ ತಂದೆ-ತಾಯಿ ಈ ಸಿಹಿ ಸುದ್ಧಿಯನ್ನು ಪ್ರತಿಯೊಬ್ಬರಿಗೆ ತಕ್ಷಣ ಹೇಳಲು ಬಯಸುತ್ತಾರೆ. ಆದರೆ ಕೆಲವು ತಂದೆ-ತಾಯಿಯರು ನಿಧಾನವಾಗಿ ತಮ್ಮ ನಿಕಟ ಸಂಬಂಧಿಕರಿಗೆ ಮಾತ್ರ ಈ ಸುದ್ಧಿಯನ್ನು ಹೇಳಲು ಬಯಸುತ್ತಾರೆ. ಅವರು ಜನರಿಗೆ ಹೇಳಬೇಕಾಗದಿರಲೆಂದು ಇಚ್ಛಿಸುತ್ತಾರೆ. ಸಮಯ ಬಂದಾಗ ಎಲ್ಲರಿಗೂ ತಾನೇ ಗೊತ್ತಾಗುತ್ತದೆ. ಕೆಲವರು ಮೊದಲನೆಯ ಮೂರು ತಿಂಗಳ ಹಾಗೂ ಇದರ ತಪಾಸಣೆ ಆಗುವವರೆಗು ಕಾಯುತ್ತಾರೆ.

ನಿಮಗೆ ಹೇಗೆ ಇಷ್ಟವೋ ಹಾಗೇ ಮಾಡಿ. ಆದರೆ ನೆನಪಿರಲಿ ಮೊದಲು ಈ ಸಿಹಿ ಸುದ್ಧಿ ನಿಮ್ಮಿಬ್ಬರಿಗೇ ಗೊತ್ತಾಗಬೇಕು.

ಸಂಪೂರ್ಣ ಸ್ವಸ್ಥ ಗರ್ಭಾವಸ್ಥೆ:–

ಗರ್ಭಾವಸ್ಥೆಯ ಈ ಮೊದಲನೆಯ ಭೇಟಿಗೆ ನಿಮ್ಮ ಸಂಪೂರ್ಣ ಗರ್ಭಾವಸ್ಥೆಯಿಂದ ಗಾಢವಾದ ಸಂಬಂಧವಿದೆ. ಈ ತರಹ ನೀವು ಒಂದು ಸ್ವಸ್ಥ ಶಿಶುವಿಗೆ ಜನ್ಮ ಕೊಡುತ್ತೀರಿ ಹಾಗೂ ಯಾವುದೇ ತರಹದ ಪ್ರಸವ ಸಮಸ್ಯೆಗಳಿಂದ ದೂರವಿರುತ್ತೀರಿ.

ಯದ್ಯಪಿ ಆರೋಗ್ಯದ ಮೇಲ್ವಿಚಾರಣೆ ಇಲ್ಲಿಂದಲೇ ಪ್ರಾರಂಭಿಸುತ್ತದೆ ಆದರೆ ಕೇವಲ ಡಾಕ್ಟರ್ ಹತ್ತಿರ ನಿಯಮಿತವಾಗಿ ಹೋಗುವುದೇ ಸಾಲದು ನೀವು ನಿಮ್ಮ ಶರೀರದ ಎಲ್ಲಾ ಅಂಗಾಂಗಗಳ ಸಂಪೂರ್ಣ ಆರೈಕೆ ಮಾಡಬೇಕು.

ಪೂರ್ತಿ ಒಂಬತ್ತು ತಿಂಗಳು ಸಂಪೂರ್ಣ ಆರೋಗ್ಯವನ್ನು ಪಡೆಯಲು ಸಿದ್ಧರಾಗಿ. ಹಲ್ಲಿನ ಡಾಕ್ಟರ್ ಹತ್ತಿರ ಹಲ್ಲಿನ ಪರೀಕ್ಷೆಗೆ ಹೋಗಿ. ಯಾವುದಾದರು ಹಳೇ ರೋಗಕ್ಕೆ ಔಷಧಿ ತೆಗೆದುಕೊಳ್ಳುತ್ತಿದ್ದರೆ ಫ್ಯಾಮಿಲಿ ಡಾಕ್ಟರ್ ಹತ್ತಿರ ಹೋಗಿ. ಅಲರ್ಜಿ ಇದ್ದರೆ ಡಾಕ್ಟರಿನ ಸಲಹೆ ಪಡೆಯರಿ. ಉಪಚಾರದಲ್ಲಿ ಬದಲಾವಣೆ ಮಾಡಬೇಕಾಗಬಹುದು.

ಒಂದು ವೇಳೆ ಯಾವುದಾದರು ಹೊಸ ಮೆಡಿಕಲ್ ಸಮಸ್ಯೆ ಬಂದರೆ ಅದನ್ನು ಅಲಕ್ಷಿಸಿ ಬೇಡಿ ತಕ್ಷಣ ಡಾಕ್ಟರಿನ ಸಲಹೆ ಪಡೆಯರಿ. ಸಣ್ಣ-ಪುಟ್ಟ ರೋಗಗಳನ್ನೂ ಗಂಭೀರವಾಗಿ ಯೋಚಿಸಿ. ನಿಮ್ಮ ಶಿಶುವಿಗೆ ಸಂಪೂರ್ಣ ಸ್ವಸ್ಥ ತಾಯಿಯ ಅವಶ್ಯಕತೆ ಇದೆ.

ವಿಟಮಿನ್ ಸಪ್ಲೀಮೆಂಟ್:

"ನಾನು ವಿಟಮಿನ್ ಸಪ್ಲೀಮೆಂಟ್ ತೆಗೆದುಕೊಳ್ಳ ಬೇಕೇ?"

ನಿಯಮಿತವಾಗಿ ಪೌಷ್ಟಿಕ ಆಹಾರವನ್ನು ಯಾರಿಗೂ ತೆಗೆದುಕೊಳ್ಳಲಾಗುವುದಿಲ್ಲ. ಹಾಗೆಯೆ ಪ್ರಾರಂಭದಲ್ಲಿ ಮಾರ್ನಿಂಗ್ ಸಿಕ್‌ನೆಸ್ ಕಾರಣದಿಂದ ಸರಿಯಾಗಿ ಆಹಾರವನ್ನು ತೆಗೆದುಕೊಳ್ಳುವುದೇ ಕಷ್ಟವಾಗಿರುತ್ತದೆ. ಪೌಷ್ಟಿಕ ಆಹಾರದ ಸ್ಥಾನವನ್ನು ವಿಟಮಿನ್ ಔಷಧಿ ಪೂರೈಸಲಾಗುವುದಿಲ್ಲ. ಆದರೆ ಇದರಿಂದ ಆಹಾರ ಸಂಬಂಧಿತವಾದ ಕೆಲವು ಅಗತ್ಯಗಳು ಅವಶ್ಯವಾಗಿ ಪೂರೈಸುತ್ತದೆ. ಈ ಸಮಯದಲ್ಲಿ ಇದು ಬಹಳ ಆವಶ್ಯಕ ಏಕೆಂದರೆ ಈಗ ಶಿಶು ಬೆಳೆಯುತ್ತಿದೆ.

ವಿಟಮಿನ್ ಹಾಗೂ ಫೋಲಿಕ್ ಆಸಿಡ್ ತೆಗೆದುಕೊಳ್ಳುವ ಗರ್ಭಿಣಿ ತಾಯಂದಿರ ಶಿಶು ಅನೇಕ ಜನ್ಮಜಾತ ರೋಗಗಳಿಂದ ಮುಕ್ತವಾಗಿರುತ್ತದೆ. ವಿಟಮಿನ್ ಬೀ ನ ಸೇವನೆಯಿಂದ ಮಾರ್ನಿಂಗ ಸಿಕ್‌ನೆಸ್ ಕಡಿಮೆ ಆಗುತ್ತದೆಂದು ಅಧ್ಯಯನಗಳಿಂದ ತಿಳಿದು ಬಂದಿದೆ.

ನೀವು ಡಾಕ್ಟರಿನ ಸಹಾಯದಿಂದ ನಿಮ್ಮ ಔಷಧಿಯ ಪ್ರಮಾಣವನ್ನು ನಿರ್ಧರಿಸಿಕೊಳ್ಳಬಹುದು. ಅನೇಕ ಮಹಿಳೆಯರಿಗೆ ಮಾರ್ನಿಂಗ್ ಸಿಕ್‌ನೆಸ್ ಕಾರಣದಿಂದ ಔಷಧಿ ತೆಗೆದುಕೊಳ್ಳಲು ಕಷ್ಟವಾಗುತ್ತದೆ. ಮನಸ್ಸು ಪೂರ್ಣವಾಗಿ ಶಾಂತವಾಗಿದ್ದಾಗ ಹಾಗೂ ವಾಂತಿ ಬರದೆ ಇರುವಾಗ ಔಷಧಿ ತೆಗೆದುಕೊಳ್ಳಿ. ಕೋಟೆಡ್ ಮಾತ್ರೆ ನುಂಗುವುದು ಸುಲಭವಾಗಿರುತ್ತದೆ. ನಿಮಗೆ ಇಷ್ಟವಿದ್ದರೆ ನೀವು ಚೀಪುವ ಮಾತ್ರೆಯನ್ನು ತೆಗೆದುಕೊಳ್ಳಬಹುದು. ವಾಂತಿ ಹೆಚ್ಚಾದರೆ ಮನೆ ಔಷಧೋಪಚಾರ ಮಾಡಿ. ಉದಾ; ಶುಂಟಿ. ನಿಮ್ಮ ಔಷಧಿ ನಿಮ್ಮ ಅವಶ್ಯಕತೆಯಂತಿರಬೇಕು. ಔಷಧಿ ಬದಲಾಯಿಸುವ ಮೊದಲು ನಿಮ್ಮ ಡಾಕ್ಟರನ್ನು ಕೇಳಿ.

ಅನೇಕ ಮಹಿಳೆಯರಿಗೆ ಐರನ್ ಕಾರಣದಿಂದ ಮಲಬದ್ಧತೆ ಅಥವಾ ಡಯೇರಿಯದ ತೊಂದರೆ ಆಗಬಹುದು. ಡಾಕ್ಟರ್ ನಿಮ್ಮ ದೂರಿನಂತೆ ಔಷಧಿ ಬದಲಾಯಿಸುತ್ತಾರೆ. ಅವರು ನಿಮಗೆ ಬೇರೆ ರೂಪದಲ್ಲಿ ಐರನ್ ಕೊಡಲು ಪ್ರಯತ್ನಿಸುತ್ತಾರೆ.

ನಾನು ಯಥೆಷ್ಟ ಪ್ರಮಾಣದಲ್ಲಿ ಪೌಷ್ಟಿಕ ಸಿರಿಯಲ್ ಹಾಗೂ ಬ್ರೆಡ್ ತೆಗೆದುಕೊಳ್ಳುತ್ತೇನೆ ಜೊತೆಗೆ ವಿಟಮಿನ್ ಪ್ರಮಾಣ ನೂ ತೆಗೆದುಕೊಳ್ಳತ್ತೆನೆ. ವಿಟಮಿನ್ ಪ್ರಮಾಣ ಹೆಚ್ಚಾಗಿಬಿಟ್ಟರೇ?

ಸರಾಸರಿ ಪ್ರಮಾಣದ ಜೊತೆಗೆ ವಿಟಮಿನ್ ತೆಗೆದುಕೊಳ್ಳುವುದು ಸರಿಯಾಗಿರುತ್ತದೆ. ಆದರೆ ನೀವು ಫೋರ್ಟಿಫೈಡ್ ಉತ್ಪಾದನೆಗಳ ಜೊತೆಗೆ ವಿಟಮಿನ್ ಔಷಧಿಗಳನ್ನು ತೆಗೆದುಕೊಳ್ಳುತ್ತಿದ್ದರೆ ನಿಮಗೆ ಅನೇಕ ಸಪ್ಲೀಮೆಂಟ್ ಗಳನ್ನು ಸೇರಿಸಿಕೋಳ್ಳಬೇಕಾಗುವುದು ಆದರೆ ಡಾಕ್ಟರಿನ ಸಲಹೆ ಪಡೆಯುವುದು ಅಗತ್ಯ. ಯಾವ ಉತ್ಪಾದನೆಗಳಿಂದ ವಿಟಮಿನಿನ ಪ್ರತಿನಿತ್ಯದ ಪ್ರಮಾಣ ಹೆಚ್ಚಾಗುತಿದ್ದರೇ ವಿಟಮಿನ್ ತೆಗೆದುಕೊಳ್ಳಬೇಕಾದರೆ ಗಮನವಿರಲಿ. ಏಕೆಂದರೆ ವಿಟಮಿನ ಎ, ಡೀ, ಇ, ಹಾಗೂ ಕೆ, ನ ಪ್ರಮಾಣ ಹೆಚ್ಚಾದರೆ ಹಾನಿಯಾಗಬಹುದು.

ಹಾಗೇ ಬೇರೆ ವಿಟಮಿನ್ ನೀರಲ್ಲಿ ಕರಗಿಹೋಗುವುದು ಆದುದರಿಂದ ಅದರ ಹೆಚ್ಚು ಪ್ರಮಾಣ ಮೂತ್ರದ ಜೊತೆಗೆ ಹೊರಗೆ ಹೋಗಿಬಿಡುವುದು. ಆದಕಾರಣವೇ ಸಪ್ಲೀಮೆಂಟ್ ಹುಚ್ಚರು ಅಮೇರಿಕನ್ಸ್ ಮೂತ್ರವನ್ನು ಪ್ರಪಂಚದಲ್ಲಿ ಬಹಳ ದುಬಾರಿ ಎನ್ನುತ್ತಾರೆ.

ಸುಸ್ತು ಆಯಾಸ :-

"ನಾನು ಗರ್ಭಿಣಿ ನನಗೆ ದಿನವೆಲ್ಲ ಸುಸ್ತಾಗುತ್ತದೆ. ಅನೇಕ ಸಲವಂತು ದಿನ ಕಳಿಯುವುದೇ ಕಷ್ಟವೆನಿಸುತ್ತದೆ."

ಬೆಳಗ್ಗೆ ದಿಂಬಿನ ಮೇಲಿಂದ ತಲೆ ಎತ್ತಲಿಕ್ಕೂ ಆಗುವುದಿಲ್ಲವೇ? ದಿನವೆಲ್ಲ ಕಾಲು ಎಳೆಯಬೇಕೇ? ರಾತ್ರಿ ಮಲಗುವ ಸಮಯವನ್ನೂ ಕಾಯಲಾಗುವುದಿಲ್ಲವೇ? ಹೌದು ಇದರಲ್ಲಿ ಆಶ್ಚರ್ಯವೇನಿಲ್ಲ. ನೀವು ಗರ್ಭಿಣಿ. ಮೇಲೆ ಏನೂ ಗೊತ್ತಾಗದೆ ಇರಬಹುದು ಆದರೆ ಒಳಗೆ ಶಿಶುವಿನ ನಿರ್ಮಾಣ ಪ್ರಕ್ರಿಯೆ ವೇಗವಾಗಿ ನಡೆಯುತ್ತಿದೆ. ಈ ಸಮಯ ನಿಮ್ಮ ಶರೀರ ಒಂದು ಸಾಮಾನ್ಯ ಮಹಿಳೆಯ ತುಲನೆಯಲ್ಲಿ ಹೆಚ್ಚು ಕೆಲಸ ಮಾಡುತ್ತಿದೆ ಆದುದರಿಂದಲೆ ನಿಮಗೆ ಬಹಳ ಸುಸ್ತೆನಿಸುವುದು.

ಹಾಗಾದರೆ ನಿಮ್ಮ ಶರೀರ ಏನು ಬಯಸುತ್ತೇ? ಈಗ ಶಿಶುವಿನ ಜೀವನ ರಕ್ಷಣ ತಂತ್ರ ಪ್ಲೆಸೆಂಟಾ ತಯಾರಾಗುತ್ತಿದೆ.ಇದು ಮೊದಲನೆಯ ಮೂರು ತಿಂಗಳಿನ ತನಕ ಪೂರೈಸುತ್ತದೆ. ನಿಮ್ಮ ಶರೀರದಲ್ಲಿ ಹಾರ್ಮೋನ್ ಮಟ್ಟ ಬಹಳ ಹೆಚ್ಚಾಗಿದೆ. ನೀವು ಅಧಿಕ ರಕ್ತ ತಯಾರು ಮಾಡುತ್ತಿದ್ದೀರಿ. ನಿಮ್ಮ ಹೃದಯ ಬಡಿತ ಹೆಚ್ಚಾಗಿದೆ ಹಾಗೂ ನಿಮ್ಮ ರಕ್ತದಲ್ಲಿ ಸಕ್ಕರೆಯ ಪ್ರಮಾಣ ಕಡಿಮೆಇದೆ. ಜಯಾಪಜಯ (ಮೆಟಾಬಾಲಿಜಮ್) ಗೆ ಯಾವಾಗಲೂ ಊರ್ಜೆ ಬೇಕು (ನೀವು ಮಲಗಿದ್ದರು ಸಹ.) ನೀವು ಅಧಿಕ ನೀರು ಹಾಗೂ ಪೋಷಕ ಪದಾರ್ಥಗಳ ಪ್ರಮಾಣವನ್ನು ಉಪಯೋಗಿಸುತ್ತಿರಿ. ನಿಮ್ಮ ಶರೀರ ಗರ್ಭಾವಸ್ಥೆಯ ಅನೇಕ ಮಾನಸಿಕ ಹಾಗೂ ಶಾರೀರಿಕ ಅವಶ್ಯಕತೆಗಳನ್ನು ಪೂರೈಸಲು ವ್ಯಸ್ತವಾಗಿದೆ ಆದಕಾರಣವೇ ನಿಮಗೆ ದಿನವೆಲ್ಲ ಆಯಾಸ ಹಾಗೂ ಶಿಥಿಲತೆ ಎನಿಸುತ್ತದೆ.

ಆದರೆ ಕೆಲವು ಉಪಾಯಗಳಿವೆ ಅದರಿಂದ ನಿಮ್ಮ ಆಯಾಸವನ್ನು ಪರಿಹರಿಸಬಹುದು. ನಾಲ್ಕನೆಯ ತಿಂಗಳ ಹತ್ತಿರ ಹಾರ್ಮೋನಲ್ ಹಾಗೂ ಭಾವಾತ್ಮಕ ಬದಲಾವಣೆ ಪೂರೈಸಿದಾಗ ನಿಮಗೆ ಸ್ವಲ್ಪ ಆರಾಮವೆನಿಸುತ್ತದೆ

ಆತನಕ ನೆನಪಿರಲಿ ಸುಸ್ತು ಎನ್ನುವುದನ್ನು ನೀವು ಸಹಜವಾಗಿ ತೆಗೆದುಕೊಳ್ಳಬೇಕು. ನಿಮ್ಮ ಶರೀರದ ಕೂಗು ಕೇಳಿ ಹಾಗೂ ಅದಕ್ಕೆ ಪೂರ್ತಿ ವಿಶ್ರಾಮ ನೀಡಿ. ನೀವು ನಮ್ಮ ಕೆಲವು ಟಿಪ್ಸನ್ನು ಪ್ರಯೋಗಿಸಬಹುದು:-

ಗಮನಿಸಿಕೊಳ್ಳಿ:- ನೀವು ಚೊಚ್ಚಲು ಗರ್ಭಿಣಿ ಆಗಿದ್ದರೆ ಈ ಸಮಯವನ್ನು ಪೂರ್ತಿ ಆನಂದಿಸಿ ಏಕೆಂದರೆ ಈ ಸಮಯ ನಿಮ್ಮ ಜೀವನದಲ್ಲಿ ಪುನಃ ಬರುವುದಿಲ್ಲ. ಒಂದು ವೇಳೆ ಮನೆಯಲ್ಲಿ ಮೊದಲೇ ಎರಡು ಮಕ್ಕಳಿದ್ದರೆ ನಿಮ್ಮ ಗಮನ ಅವರಮೇಲೂ ಇರುತ್ತದೆ ಆದರೆ ಈ ಸಮಯದಲ್ಲಿ ಸೂಪರ್ ಮಾಮ್ ಆಗುವ ಪ್ರಯತ್ನ ಮಾಡಬೇಡಿ. ಮನೆಯಲ್ಲಿ ರುಚಿಕರವಾದ ತಿನಿಸುಗಳನ್ನು ತಯಾರಿಸಲು ಅಥವಾ ಮನೆಯನ್ನು ಸ್ವಚ್ಛವಾಗಿಟ್ಟಿಕೊಳ್ಳುವ ಬದಲು ನಿಮ್ಮ ಶರೀರಕ್ಕೆ ಆದಷ್ಟು ವಿಶ್ರಾಂತಿ ಕೊಡಿ. ಪಾತ್ರೆ-ಬಟ್ಟೆ ಯೋಚನೆ ಮಾಡಬೇಡಿ. ಮೇಜ್ ಮೇಲೆ ಧೂಳಿದ್ದರೆ ಚಿಂತಿಸ ಬೇಡಿ. ಶಾಪಿಂಗ್ ಹೋಗಿ ಒದ್ದಾಡುವ ಬದಲು ಆನ್‌ಲೈನ್ ಶಾಪಿಂಗ್ ಮಾಡಿ. ಬೇರೆಯವರು ನಿಮ್ಮನ್ನು ನೋಡಿಕೊಳ್ಳಲಿ. ಹೆತ್ತಮ್ಮ ಗೃಹಕಾರ್ಯದಲ್ಲಿ ನಿಮಗೆ ಸಹಾಯ ಮಾಡಿದರೆ ಸಂಕೋಚ ಪಡಬೇಡಿ. ನಿಮ್ಮ ಗೆಳತಿ ಅವಳ ಶಾಪಿಂಗ್ ಮಾಡುವಾಗ ನಿಮ್ಮ ಸಾಮಾನು ತಂದರೆ ಬಹಳ ಒಳ್ಳೆಯದು. ಈ ರೀತಿ ನೀವು ನಿಮಗಾಗಿ ಬಹಳ ಊರ್ಜೆಯನ್ನು ಉಳಿಸುಕೊಳ್ಳುತ್ತಿರಿ. ಆಗ ರಾತ್ರಿ ಮಲಗುವ ಮೊದಲು ಸ್ವಲ್ಪ ಹೊತ್ತು ಸಾವಕಾಶವಾಗಿ ವಿಹರಿಸಬಹುದು

ನಿದ್ರೆ ಮಾಡಿ:- ಮಧ್ಯಾಹ್ನದವರೆಗೆ ಬಹಳ ಸುಸ್ತಾಗುವಿರಿ. ಮಧ್ಯಾಹ್ನ ತೂಕಡಿಸುವ ಯಾವುದೇ ಅವಕಾಶವನ್ನು ಬಿಡಬೇಡಿ. ನಿದ್ರೆ ಬಾರದೆ ಹೋದರೆ ಕಾಲುನೀಡಿಕೊಂಡು ಏನಾದರು ಓದಿ. ಇದರಿಂದ ಶರೀರಕ್ಕೆ ಸ್ವಲ್ಪ ವಿಶ್ರಾಂತಿ ಸಿಗುವುದು. ಒಂದು ವೇಳೆ ನೀವು ವೃತ್ತಿವುಳ್ಳ ಮಹಿಳೆ ಆಗಿದ್ದರೆ ಆಫೀಸ್ ನಲ್ಲಿ ವಿಶ್ರಮಿಸುವುದು ಕಷ್ಟವಾಗಬಹುದು. ಎಲ್ಲಾ ಆಫೀಸ್‌ಗಳಲ್ಲಿ ಆರಾಮವಾಗಿರುವ ಸೋಫಾ

ಹಾಗೂ ಕೆಲಸ ಮಾಡುವ ವಾತಾವರಣವಿರುವುದಿಲ್ಲ. ನಿಮ್ಮ ಆಫೀಸ್ ನಲ್ಲಿ ಲೆಡೀಸ್ ರೂಮಿದ್ದರೆ ಅಲ್ಲಿ ಕುರ್ಚಿ ಅಥವಾ ಸೋಫಾ ಮೇಲೆ ಕಾಲುಗಳನ್ನು ಎತ್ತರದಲ್ಲಿಟುಕೊಂಡು ಕುಳಿತುಕೊಳ್ಳಿ. ಊಟಮಾಡುವಾಗ ವಿಶ್ರಮಿಸುತ್ತಿದ್ದರೆ ಊಟದ ಮೇಲೆನೂ ಗಮನವಿರಲಿ.

ಮಕ್ಕಳ ಸಹಾಯ ತೆಗೆದುಕೊಳ್ಳಿ:- ನಿಮಗೆ ಇನ್ನೂ ಮಕ್ಕಳಿದ್ದಾರಾ? ಅನೇಕ ಸಲ ತುಂಬ ಕೆಲಸದ ಕಾರಣದಿಂದ ಆಯಾಸ ಹೆಚ್ಚಾಗಿಬಿಡುವುದು. ಶರೀರಕ್ಕೆ ವಿಶ್ರಾಂತಿಮಾಡುವ ಸಮಯವೇ ಸಿಗುವುದಿಲ್ಲ. ಯದ್ಯಪಿ ನಿಮಗೆ ಆಯಾಸದ ಅಭ್ಯಾಸವಾಗಿದೆ ಆದರೆ ಗರ್ಭಾವಸ್ಥೆಯಲ್ಲಿ ನೀವು ನಿಮ್ಮ ಮೇಲೆ ಗಮನಕೊಡಲೇಬೇಕು. ನಿಮ್ಮನ್ನು ಸ್ವಲ್ಪ ನೋಡಿಕೊಳ್ಳುವುದಕ್ಕೆ ನಿಮ್ಮ ಕೆಲಸದಲ್ಲಿ ಸ್ವಲ್ಪ ಸಹಾಯಮಡುವುದಕ್ಕೆ ಮಕ್ಕಳಿಗೆ ಹೇಳಿ. ಪಾರ್ಕ್‌ನಲ್ಲಿ ಮಕ್ಕಳ ಹಿಂದೆ ಓಡುವ ಬದಲು ಕಾಲುನೀಡಿಕೊಂಡು ಏನಾದರು ಓದಿ. ಒಗಟು ಬಿಡಿಸಿ, ಡೀ.ವೀ.ಡೀ ನೋಡಿ. ಮಕ್ಕಳು ಮಲಗಿರುವಾಗ ನೀವು ಎಲ್ಲಾ ಕೆಲಸವನ್ನು ಬಿಟ್ಟು ವಿಶ್ರಾಂತಿ ತೆಗೆದುಕೊಳ್ಳಿ .

ಇನ್ನೂ ಸ್ವಲ್ಪ ನಿದ್ರೆ ಮಾಡಿ:- ರಾತ್ರಿ ಇನ್ನೂ ಒಂದು ಘಂಟೆ ಕಾಲ ನಿದ್ರೆ ಮಾಡಿ. ಬೆಳಗ್ಗೆ ತಾಜಾವಾಗಿರುತ್ತೀರಿ. ರಾತ್ರಿ ಕಾಲುನೀಡಿಕೊಂಡು ಟೀ.ವೀ. ನೋಡುವ ಬದಲು ನಿದ್ರೆ ಮಾಡಿ. ಬೆಳಗ್ಗೆ ಯಜಮಾನರಿಗೆ ತಿಂಡಿ ಮಾಡಲು ಹೇಳಿ ಅದರಿಂದ ನೀವು ಸ್ವಲ್ಪ ಆರಾಮವಾಗಿ ಎದ್ದೇಳಬಹುದು ಆದರೆ ನೆನಪಿರಲಿ ಆಯಾಸವಾಗದಿರಲು ಅವಶ್ಯಕತೆಗಿಂತ ಹೆಚ್ಚು ನಿದ್ರೆನೂ ಒಂದು ಕಾರಣ

ಊಟದ ಪದ್ಧತಿಯನ್ನು ಗಮನಿಸಿ:- ಊರ್ಜೆಯ ಮಟ್ಟವನ್ನು ಮಾಡಿಟ್ಟಿಕೋಳ್ಳಲು ಊಟದ ಪದ್ಧತಿಯನ್ನು ಗಮನಿಸ ಬೇಕು. ಪ್ರತಿನಿತ್ಯ ಪರಿಪೂರ್ಣ ಪ್ರಮಾಣದಲ್ಲಿ ಕೈಲೊರಿ ತೆಗೆದುಕೊಳ್ಳಿ. ದೀರ್ಘಾವಧಿವರೆಗು ಊರ್ಜೆಯ ಮಟ್ಟ ಮಾಡಿಟ್ಟಿರುವಂತ ಎನರ್ಜಿ ಬೂಸ್ಟರ್ ಮೇಲೆ ಗಮನ ಕೊಡಿ; ಹಾಗೇ ಪ್ರೋಟೀನ್, ಕಂಪ್ಲೈಕ್ಸ್, ಕಾರ್ಬೋಹೈಡ್ರೆಟ ಹಾಗೂ ಆಯುರನ ಇದರ ಒಳ್ಳೆಯ ವಿಕಲ್ಪಗಳು. ಯದ್ಯಪಿ ಸಕ್ಕರೆ ಹಾಗೂ ಕೈಫೀನಿಂದ ತಕ್ಷಣ ಊರ್ಜೆ ಸಿಗುತ್ತದೆ ಆದರೆ ಆಮೇಲೆ ಶರೀರ ಶೀಥಿಲವಾಗಿಬಿಡುವುದು. ಎನರ್ಜಿ ಡ್ರಿಂಕಿಂದ ರಕ್ತದಲ್ಲಿ ಸಕ್ಕರೆಯ ಪ್ರಮಾಣ ಹೆಚ್ಚಾಗುತ್ತದೆ. ಆದರೆ ಆಮೇಲೆ ಮೊದಲಗಿಂತ ಹೆಚ್ಚು ಆಯಾಸ ವಾಗುವುದು. ಕೆಲವು ಸೀಲ್ಡ್ ಡಬ್ಬಿಗಳ ಎನರ್ಜೀ ಡ್ರಿಂಕಲ್ಲಿ ಗಭಾವಸ್ಥೆಯಲ್ಲಿ ಹಾನಿಮಾಡುವ ಕೆಲವು ತತ್ವಗಳಿರಬಹುದು.

ಸ್ವಲ್ಪ-ಸ್ವಲ್ಪ ಸಮಯದನಂತರ ತಿನ್ನಿ:- ಗರ್ಭಾವಸ್ಥೆಯ ಬಾಕಿ ಲಕ್ಷಣಗಳಂತೆ ಆಯಾಸವೂ ವಾಗಲೂ ಇರುವುದು. ಆದಕಾರಣ ದಿನದಲ್ಲಿ ಸ್ವಲ್ಪ ಸ್ವಲ್ಪ ಸಮಯದನಂತರ ತಿನ್ನುತ್ತಿರಿ. ಅದರಿಂದ ಊರ್ಜೆಯ ಮಟ್ಟ ಸರಿಯಾಗಿರಲಿ. ಊಟದ ಸಮಯದಲ್ಲಿ ಅವಶ್ಯವಾಗಿ ಪೌಷ್ಟಿಕ ಊಟ ಮಾಡಿ.ನ

ಸ್ವಲ್ಪ ವ್ಯಾಯಾಮ:- ಸ್ವಲ್ಪ ವ್ಯಾಯಾಮ ಹಾಗೂ ವಹರಿಸುವುದು ಮಾಡತ್ತಿರಿ. ಯೋಗಾಭ್ಯಾಸ ಮಾಡಿ. ಹಾಸಿಗೆ ನೋಡಿದರೆನೇ ಮಲಗಬೇಕೆಂದು ಯಾವಗಲೂ ಅನಿಸುತ್ತಿರಲಿಲ್ಲ. ಆದರೆ ಈಗ ಹೀಗಿದೆ. ಆದರೆ ಅಧಿಕ ಆರಾಮ ಮಾಡಿದರೂ ಆಯಾಸವಾಗುತ್ತದೆ. ಶರೀರವನ್ನು ಸಕ್ರೀಯವಾಗಿಟಕೊಂಡರೆ ಒಳ್ಳೆಯದು. ಕೆಲಸ ಹಾಗೂ ವಿಶ್ರಾಮದ ಮಧ್ಯದಲ್ಲು ಹೋಂದಾಣಿಕೆ ಇರಲಿ. ಯದ್ಯಪಿ ನಾಲ್ಕನೆಯ ತಿಂಗಳ ತನಕ ಆಯಾಸ ಬಹಳ ಕಡಿಮೆ ಆಗುತ್ತದೆ ಆದರೆ ಕಡೆಯ ಮೂರತಿಂಗಳಲ್ಲಿ ಆಯಾಸ ಪುನಃ ಪ್ರಾರಂಭವಾಗುವುದು. ರಾತ್ರೆಯಲ್ಲಿ ಜಾಗರಣೆ ಮಾಡುತ್ತಿರಿ. ಬಹುಶಃ ಪ್ರಕೃತಿ ಈ ತರಹವೇ ಹೇಳಿ ಕೊಡುವುದು. ಎಕೆಂದರೆ ಶಿಶು ಜನ್ಮದನಂತರ ನಿಮ್ಮ ಜವಾಬ್ದಾರಿ ಹೆಚ್ಚಾಗುವುದು ಅಲ್ಲವೇ?

ಮಾರ್ನಿಂಗ ಸಿಕನೆಸ್:-

"ನನಗೆ ಇನ್ನೂ ಮಾರ್ನಿಂಗ ಸಿಕನೆಸ್ ಆಗಿಲ್ಲ. ನಾನು ಗರ್ಭಿಣಿ ಆಗಿರಬಹುದೇ?''

ಗರ್ಭಾವಸ್ಥೆಯಲ್ಲಿ ಮಾರ್ನಿಂಗ ಸಿಕನೆಸ್ ಐಸಕ್ರೀಮ ಅಥವಾ ಉಪ್ಪನಕಾಯಿ ತಿನ್ನದಂತಾಗುತ್ತದೆ. ಅಧ್ಯಯನಗಳಿಂದ ತಿಳಿದುಬಂದಿದೆ ಸುಮಾರು 75%-.ಗರ್ಭಿಣಿ ಮಹಿಳೆಯರು ಮಾರ್ನಿಂಗ್ ಸಿಕ್‌ನೆಸ್ ನಿಂದ ಆಗುವ ಓಕರಿಕೆ, ವಾಂತಿ ಯಿಂದ ಕಷ್ಟ ಪಡುತ್ತಾರೆ. ಅಂದರೆ ಮಿಕ್ಕಿದ 25% ಮಹಿಳೆಯರಿಗೆ ಕೇವಲ ಒಂದೆರಡು ಸಲ ಓಕರಿಕೆ ಅಥವಾ ವಾಂತಿ ಬಂದಿರಬಹುದು. ನೀವು ಗರ್ಭಿಣಿ ಅಲ್ಲದೆ ಬಹಳ ಭಾಗ್ಯಶಾಲಿಯೂ ಹೌದು.

ನನಗೆ ಮಾರ್ನಿಂಗ್ ಸಿಕ್‌ನೆಸ್ ದಿನವೆಲ್ಲ ಇರುತ್ತದೆ. ನಾನು ನನ್ನ ಶಿಶುವಿಗೆ ಪೂರ್ತಿ ಪೋಷಕ ಸತ್ವಗಳು ಕೊಡಲಾಗುವುದಿಲ್ಲ ಎಂದು ನನಗೆ ಭಯವಿದೆ .

ಯದ್ಯಪಿ ಮಾರ್ನಿಂಗ್ ಸಿಕ್‌ನೆಸ್ ದಿನದಲ್ಲಿ, ಮಧ್ಯಾಹ್ನದಲ್ಲಿ ಸಾಯಂಕಾಲ ಅಥವಾ ರಾತ್ರಿ ಯಾವಾಗಾದರೂ ಆಗಬಹುದು ಆದರೆ ಇದನ್ನು ಮಾರ್ನಿಂಗ್ ಸಿಕ್‌ನೆಸ ಎಂದೇ ಹೇಳುತ್ತಾರೆ. ಈ ಸಮಯದಲ್ಲಿ ನಿಮ್ಮ ಶಿಶುವಿಗೆ ಹೆಚ್ಚು

ಪೋಷಕಸತ್ವಗಳ ಪ್ರಮಾಣ ಬೇಕಿಲ್ಲ ಏಕೆಂದರೆ ಈಗ ಅದರ ಆಕಾರ ಒಂದು ಬಟಾಣಿ ಕಾಳಿಗಿಂತ ಹೆಚ್ಚಿಲ್ಲ. ಈ ಸಮಯದಲ್ಲಿ ಯಾವ ಮಹಿಳೆಯರ ತೂಕ ಬಹಳ

ನಿಮ್ಮ ನಾಸಿಕೆಗೆ (ಮೂಗಿಗೆ) ಗೊತ್ತು:-

ನೀವು ಗಮನಿಸಿದಿರಾ? ಗರ್ಭಿಣಿ ಆದ ಮೇಲೆ ನೀವು ರೆಸ್ಟೋರೆಂಟ್ ಯಲ್ಲಿ ಕಾಲಿಡುವ ಮೊದಲೇ ನಿಮಗೆ ಗೊತ್ತಾಗುವುದು ಅಲ್ಲಿ ಏನು ತೈಯಾರಾಗುತ್ತಿದೆ. ವಾಸ್ತವದಲ್ಲಿ ಗರ್ಭಾವಸ್ಥೆಯ ಹಾರ್ಮೋನಗಳ ಕಾರಣದಿಂದಾನೆ ನಿಮ್ಮ ಘ್ರಾಣಶಕ್ಕತಿ ಬಹಳ ಹೆಚ್ಚಾಗಿರುವುದು. ಇದೆ ಕಾರಣದಿಂದ ಮಾರ್ನಿಂ ಸಿಕೆನೆಸ್ ಆಗುವುದು. ನೀವು ಕೆಳಗೆ ಬರೆದಿರುಬ ಉಪಾಯಗಳನ್ನು ಬಳಸಿ ಈ ಸಮಸ್ಯೆಗಳನ್ನು ಪರಿಹರಿಸಬಹುದು:-

- ವಾಸನೆ ತಡಿಯಲಾಗೆ ಹೋದರೆ ಅಡಿಗೆಮನೆಯಿಂದ ಹೋರಗೆ ಹೋಗಿ. ಡಿಪಾರ್ಟಮೆಂಟಲ್ ಸ್ಟೋರ್‌ಲ್ಲಿ ಪರಫ್ಯೂಮ್ ಕಾರ್ನರ ಅಥವಾ ರೆಸ್ಟೋರೆಂಟ್ ಹೋಗ ಬೇಡಿ.
- ಕೆಟ್ಟ ವಾಸನೆಯನ್ನು ಹಾಗಲಾಡಿಸಲು ರೂಮಿನ ಎಲ್ಲ ಕಿಡಕಿ ಬಾಗಿಲುಗಳನ್ನು ತೆಗೆದು ಎಕ್ಸಾಸ್ಟ್ ಫೈನ ಹಾಕಿ.
- ಟೈಲೆಟ್ ನಲ್ಲು ಕಡಿಮೆ ವಾಸನೆ ಇರುವ ಸಾಮಾನಗಳನ್ನು ಉಪಯೋಗಿಸಿ.
- ನಿಮ್ಮ ಸಂಗಾತಿಗೆ ಅವರ ಶಾರೀರಿಕ ಸ್ವಚ್ಛತೆಯನ್ನು ಗಮನಿಸಿಕೊಳ್ಳಲು ಹೇಳಿ. ಏನಾದರು ತಿಂದ ಮೇಲೆ ಬ್ರಶ್ ಮಾಡಿ, ಬಟ್ಟೆ ಬದಲಾಯಿಕೊಳ್ಳಿ. ಅಧಿಕ ವಾಸನೆ ಇರುವ ಪರ್‌ಫ್ಯೂಮ್ ಹಾಕಿ ಕೊಳ್ಳುವವರಿಂದ ಹಾಗೂ ಧೂಮಪಾನ ಮಾಡುವವರಿಂದ ದೂರವಿರಿ.

ನಿಮ್ಮ ಮನಸಿಗೆ ಆರಾಮ ಅನಿಸುವ ವಾಸನೆಗಳಹತ್ತಿರವಿರಿ. ಉದಾ; ಶುಂಟಿ, ಪುದಿನಾ, ನಿಂಬೆ ಇತ್ಯಾದಿ. ಹಾಗೇ ಕೆಲವು ತಾಯಿಯಾಗುವ ಮಹಿಳೆಯರಿಗೆ ಬೇಬಿ ಪೌಡರ್ ವಾಸನೆ ಯೂ ಇಷ್ಟವಾಗುತ್ತದೆ.

ಕಡಿಮೆ ಆಗಿಬಿಡುವುದೋ ಅವರ ಶಿಶುಗಳಿಗೂ ಏನೂ ಅಪಾಯವಾಗುವುದಿಲ್ಲ ಏಕೆಂದರೆ ಆಮೇಲೆ ಬರುವ ತಿಂಗಳುಗಳಲ್ಲಿ ಅವರ ತೂಕ ಹೆಚ್ಚಾಗುವುದು. ಮಾರ್ನಿಂಗ್ ಸಿಕ್‌ನೆಸ್ 12 ರಿಂದ 14 ವಾರದತನಕ ಮಾತ್ರವಿರುವುದು(ಕೆಲವರಿಗೆ ಈ ಸ್ಥಿತಿ ಎರಡನೆಯ ಮೂರುತಿಂಗಳು ಅಥವಾ ಕೆಲವು ಸಲ ಕಡೆ ಮೂರು ತಿಂಗಳು ತನಕ ಇರಬಹುದು).

ಮಾರ್ನಿಂಗ್ ಸಿಕ್‌ನೆಸ್ ಏಕೇ ಆಗುವುದು ಈ ವಿಷಯದಲ್ಲಿ ಯಾರಿಗೂ ಸರಿಯಾಗಿ ಗೊತ್ತಿಲ್ಲ. ಕೆಲವರಿಗೆ ತೆ ರಕ್ತದಲ್ಲಿ ಹೆಚ್ ಸೀ ಜೀ ಯ ಹೆಚ್ಚು ಪ್ರಮಾಣ, ಎಸ್ಟ್ರೋಜನಿನ ಹೆಚ್ಚಾಗುತ್ತಿರುವ ಮಟ್ಟ, ಗ್ಯಾಸ್ಟ್ರೋಸೊಫಾಜಿಯಲ್, ರಿಫ್ಲೆಕ್ಸ್, ಕ್ಷೀಣ ಜೀರ್ಣಶಕ್ತಿ ಹಾಗೂ ವಾಸನೆಗಳಪ್ರತಿ ಅತಿ ಸಂವೇದನಶೀಲತೆ ಕಾರಣದಿಂದ ಹೀಗಾಗುತ್ತದೆ.

ಎಲ್ಲಾ ಗರ್ಭಿಣಿ ಮಹಿಳೆಯರಿಗೆ ಒಂದೆತರಹದ ಮಾರ್ನಿಂಗ್ ಸಿಕ್‌ನೆಸ ಆಗುವುದಿಲ್ಲ. ಕೆಲವು ಮಹಿಳೆಯರಿಗೆ ಆಗಾಗ ಓಕರಿಕೆ ಬರುವುದು ಹೊಟ್ಟೆ ತೊಳೆಸುವುದು ಆದರೆ ವಾಂತಿ ಬರುವುದಿಲ್ಲ. ಕೆಲವು ಮಹಿಳೆಯರು ವಿಪರೀತ ವಾಂತಿ ಮಾಡುತ್ತಾರೆ ಆದರೆ ಕೆಲವರಿಗೆ ಒಮ್ಮೊಮ್ಮೆ ಯಾವಾಗಾದರು ಆಗುತ್ತದೆ. ಇದಕ್ಕೆ ಅನೇಕ ಕಾರಣಗಳಿವೆ:-

ಹಾರ್ಮೋನಿನ ಮಟ್ಟ:- ಹಾರ್ಮೋನಿನ ಸರಾಸರಿಗಿಂತ ಹೆಚ್ಚು ಮಟ್ಟ ಮಾರ್ನಿಂಗ್ ಸಿಕ್‌ನೆಸ್ ಹೆಚ್ಚು ಇರಬಹುದು. ಕಡಿಮೆ ಆಗುವ ಮಟ್ಟ ಸಿಕ್‌ನೆಸ್ ಕಡಿಮೆ ಮಾಡಬಹುದು. ಯದ್ಯಪಿ ಸಾಮಾನ್ಯ ಮಟ್ಟದ ಮಹಿಳೆಯರಿಗೂ ಮಾರ್ನಿಂಗ್ ಸಿಕ್‌ನೆಸ್ ಆಗಬಹುದು ಅಥವಾ ಸ್ವಲ್ಪ ವೂ ಆಗದಿರಬಹುದು.

ಸಂವೇದನಶಿಲತೆ:- ಕೆಲುವರು ಅತ್ಯಧಿಕ ಸಂವೇದನಶೀಲರಾಗಿರುತ್ತಾರೆ. ಈ ಸ್ವಭಾವದ ಗರ್ಭಿಣಿ ಮಹಿಳೆಯರಿಗೆ ಮಾರ್ನಿಂಗ್ ಸಿಕ್‌ನೆಸ್ ಹೆಚ್ಚಾಗಿರುತ್ತದೆ. ನಿಮಗು ಬಹಳ ಬೇಗ ಕಾರ್ ಸಿಕ್, ಸೀ ಸಿಕ್, ಅಥವಾ ಟ್ರಾವೆಲ್ ಸಿಕ್ ಆಗುವುದಾದರೆ ಗರ್ಭಾವಸ್ಥೆಯಲ್ಲಿ ಇದೆಲ್ಲ ಬಹಳ ಹೆಚ್ಚಾಗುವುದು ನೀವು ಇದನೆಲ್ಲಾ ಸಹಿಸಲೇ ಬೇಕು.

ವತ್ತಡ:- ಭಾವನಾತ್ಮಕ ವತ್ತಡದಿಂದ ಗ್ಯಾಸ್ಟ್ರೋಇಂಟೆಸ್ಟೈನಲ್ ಸಮಸ್ಯೆಗಳಾಗಬಹುದು ಎಂದು ಎಲ್ಲರಿಗೂ ಗೊತ್ತು. ನೀವು ವತ್ತಡವುಳ್ಳವರಾಗಿದ್ದರೆ ಮಾರ್ನಿಂಗ್ ಸಿಕ್‌ನೆಸ್ ನ ಲಕ್ಷಣಗಳಿಂದ ಹೆಚ್ಚು ತೊಂದರೆ ಆಗಬಹುದು.

ಆಯಾಸ:- ಶಾರೀರಿಕ ಅಥವಾ ಮಾನಸಿಕ ಆಯಾಸವೂ ಮಾರ್ನಿಂಗ್ ಸಿಕ್‌ನೆಸ್ ಲಕ್ಷಣಗಳನ್ನು ಹೆಚ್ಚು ಮಾಡುವುದು. (ಅವಶ್ಯಕತೆಗಿಂತ ಹೆಚ್ಚು ಮಾರ್ನಿಂಗ್ ಸಿಕ್‌ನೆಸ್‌ನಿಂದ ಆಯಾಸವೂ ಹೆಚ್ಚಾಗುವುದು.)

ಮೊದಲನೆಯ ಸಲ ಚೊಚ್ಚಲು ಗರ್ಭಾವಸ್ಥೆಯ ಮಟ್ಟ:- ಚೊಚ್ಚಲು ಗರ್ಭಾವಸ್ಥೆಯಲ್ಲಿ ಮಾರ್ನಿಂಗ್ ಸಿಕ್‌ನೆಸ್ ನ ಮಟ್ಟ ಬಹಳ ಗಂಭೀರವಾಗಿರುತ್ತದೆ. ಇದರಲ್ಲಿ ಶಾರೀರಿಕ ಹಾಗೂ ಮಾನಸಿಕ ಎರಡು ಕಾರಣಗಳಿರಬಹುದು.

ಮೊದಲನೆಯ ಕಾರಣವೇನೆಂದರೆ ಶರೀರ ಈ ತರಹದ ಬದಲಾವಣೆಗಾಗಿ ತಯಾರಾಗಿರುವುದಿಲ್ಲ. ಭಾವನಾತ್ಮಕ ರೂಪದಿಂದಲೂ ಮೊದಲನೆಯ ಸಲ ಗರ್ಭಿಣಿ ಆಗುವ ಮಹಿಳೆಯರು ಬಹಳ ಉತ್ತೇಜಿತರಾಗಿರುತ್ತಾರೆ. ಈ ಕಾರಣದಿಂದ ಅವರ ವತ್ತಡವೂ ಸ್ವಲ್ಪ ಹೆಚ್ಚಾಗಿರುತ್ತದೆ. ಆಮೇಲೆ ಎರಡನೆಯ ಗರ್ಭಾವಸ್ಥೆಯಲ್ಲಿ ಸಾಮಾನ್ಯವಾಗಿ ಅವರ ಗಮನ ಮೊದಲನೆಯ ಮಗುವನ್ನು ಗಮನಿಸಿಕೊಳ್ಳುವುದರಲ್ಲಿ ಇರುವುದು, ಆದಕಾರಣ ಈ ತರಹದ ಲಕ್ಷಣಗಳು ಕಾಣಿಸಿಕೊಳ್ಳುವುದಿಲ್ಲ. ಆದರೆ ಇದಕ್ಕೆ ಕೆಲವು ಅಪವಾದವೂ ಇದೆ.

ಯಾವುದೇ ಕಾರಣವಿರಲಿ, ಮಾರ್ನಿಂಗ್ ಸಿಕ್‌ನೆಸ್‌ನ ಪ್ರಭಾವ ಒಂದೇತರಹವಿರುತ್ತದೆ. ಇದಕ್ಕೆ ಯಾವ ಚಿಕಿತ್ಸೆ ಇಲ್ಲ ಆದರೆ ಕಾಲ ಕಳೆಯಲು ಹಾಗೂ ಸ್ವಲ್ಪ ಸಹಜವಾಗಲು ಕೆಳಗೆ ಬರೆದಿರುವ ಉಪಾಯಗಳನ್ನು ಬಳಸ ಬಹುದು.

- ಬೇಗ ಊಟ ಮಾಡಿ. ಮಾರ್ನಿಂಗ್ ಸಿಕ್‌ನೆಸ್ ನೀವು ಮಲಗಿ ಎದ್ದೇಳುವ ತನಕ ಕಾಯುವುದಿಲ್ಲ. ಇದು ಬರಿ ಹೊಟ್ಟೆಯಲ್ಲಿ ಹೆಚ್ಚು ತೊಂದರೆ ಕೊಡುವುದು. ಸಾಮಾನ್ಯವಾಗಿ ರಾತ್ರಿ ಚೆನ್ನಾಗಿ ಮಲಗಿದ ಮೇಲೆ. ಹೊಟ್ಟೆ ಖಾಲಿ ಇದ್ದಾಗ ಹೊಟ್ಟೆಯೊಳಗೆ ತಯಾರಾಗುವ ಆಮ್ಲಗಳನ್ನು ಜೀರ್ಣ ಮಾಡಲು ಏನು ಸಿಗುವುದಿಲ್ಲ. ಆದುದರಿಂದ ಓಕರಿಕೆ ಹೆಚ್ಚಾಗುವುದು. ರಾತ್ರಿ ಹಸಿವು ಆದರೆ ಅಡಿಗೆಮನೆ ತನಕ ಹೋಗಬೇಕಾಗದಿರಲೆಂದು ಹಾಸಿಗೆ ಹತ್ತಿರವೇ ಏನಾದರು ಇಟ್ಟುಕೊಳ್ಳಿ. ರಾತ್ರಿ ಬಾಥ್‌ರೂಮ್‌ಗೆ ಹೋಗಬೇಕಾದರು ಏನಾದರು ಬಾಯಿಗೆ ಹಾಕಿ ಕೊಳ್ಳಿ ಅದರಿಂದ ಬೆಳಗ್ಗೆ ಏಳುವಾಗ ಹೊಟ್ಟೆ ಖಾಲಿ-ಖಾಲಿ ಅನಿಸದಿರಲಿ.
- ರಾತ್ರಿ ಹೊತ್ತಾಗಿ ತಿನ್ನಿ. ಮಲಗುವ ಮೊದಲು ಒಂದು ಮಫಿನ್ ಹಾಗೂ ಒಂದು ಲೋಟ ಹಾಲು, ಸ್ಟ್ರಿಂಗ್ ಚೀಜ್, ಅಥವಾ ಒಣಗಿದ ಖುಬಾನಿ ತಿನ್ನಿ ಅದರಿಂದ ಬೆಳಗ್ಗೆ ಎದ್ದಾಗ ಹೊಟ್ಟೆ ತುಂಬಿದಂತಿರುತ್ತದೆ.
- ಗರಿಷ್ಠ ಭೋಜನ ಮಾಡಬೇಡಿ. ಅವಶ್ಯಕತೆಗಿಂತ ಹೆಚ್ಚು ಹೊಟ್ಟೆ ತುಂಬಿದ್ದರೂ ಓಕರಿಕೆ ಹೆಚ್ಚಾಗಬಹುದು. ಹಸಿವು ಆದರೆ ಒಂದೇ ಸಲ ಪೂರ್ತಿ ಊಟ ಮಾಡದೆ ಸ್ವಲ್ಪ-ಸ್ವಲ್ಪ ಸಮಯದನಂತರದಲ್ಲಿ ಊಟ ಮಾಡಿ.
- ಮಧ್ಯ-ಮಧ್ಯದಲ್ಲಿ ತಿನ್ನಿ, ನಿಮ್ಮ ರಕ್ತದ ಸಕ್ಕರೆಯ ಮಟ್ಟವನ್ನು ಒಂದೇ ಸಮದಲ್ಲಿಟ್ಟುಕೊಳ್ಳಿ. ಆದುದರಿಂದ ನಿಮ್ಮ ಹೊಟ್ಟೆ ಯಾವಾಗಲು ತುಂಬಿದಂತಿರುತ್ತದೆ. ದಿನದಲ್ಲಿ ಮೂರುಸಲ ಭಾರಿ ಭೋಜನ ಮಾಡುವ ಬದಲು ಆರು ಸಲ ಹಗೂರವಾದ ಭೋಜನ ಮಾಡಿ. ಮನೆಯಿಂದ ಹೊರಗೆ ಹೋಗಬೇಕಾದಾಗ ಹಗೂರವಾದ ಸ್ನ್ಯಾಕ್ಸ್(ಒಣ ಹಣ್ಣು, ಗ್ರನೋಲ ಬಾರ್, ಒಣಗಿದ ಸೀರಿಯಲ್, ಕ್ರೈಕರ್ಸ್, ಸೋಯಾ ಚಿಪ್ಸ್, ಅಥವಾ ಪ್ರೆಜಲ್ಸ್) ತಿನ್ನದೆ ಹೊರಗೆ ಹೋಗ ಬೇಡಿ.
- ಚೆನ್ನಾಗಿ ತಿನ್ನಿ. ನಿಮ್ಮ ಆಹಾರ ಪ್ರೋಟೀನ್, ಕಾಂಪ್ಲೆಕ್ಸ್ ಕಾರ್ಬೋಹೈಡ್ರೇಟ್‌ನಿಂದ ಪರಿಪೂರ್ಣವಾಗಿರಬೇಕು. ಒಳ್ಳೆ ಪೋಷಣೆಯಿಂದನೂ ನಿಮಗೆ ಬಹಳ ಸಹಾಂಯವಾಗಬಹುದು
- ಏನು ತಿನ್ನ ಬಹುದೋ ತಿನ್ನಿ. ಈಗ ಹೊಟ್ಟೆಗೆ ಏನಾದರು ತಿನ್ನುವುದೇ ನಿಮ್ಮ ಪ್ರಾಥಮಿಕತೆಯಾಗಿರಬೇಕು. ಅಂದರೆ ನೀವು ಏನಾದರು ತಿನ್ನಲೇ ಬೇಕು. ಆಮೇಲೆ ಗರ್ಭಾವಸ್ಥೆಯಲ್ಲಿ ಸಮತೂಲಿತವಾದ ಆಹಾರ ಮಾಡಲು ಬಹಳ ಸಮಯವಿರುತ್ತದೆ. ಈಗ ಮನಸ್ಸಿಗೆ ಇಷ್ಟ ಬಂದದ್ದು ತಿನ್ನಿ ಅದು ಪೌಷ್ಟಿಕವಾಗಿದ್ದರೆ ಇನ್ನೂ ಒಳ್ಳೆಯದು.
- ಪಾನೀಯಗಳನ್ನು ಸೇವಿಸಿ. ವಾಂತಿಯ ಕಾರಣದಿಂದ ಶರೀರದಲ್ಲಿ ನೀರು ಕಡಿಮೆ ಆಗಬಹುದು. ಆದಕಾರಣ ಆದಷ್ಟು ಹೆಚ್ಚು ದ್ರವ ಪದಾರ್ಥಗಳನ್ನು ಸೇವಿಸಿ. ದ್ರವಪದಾರ್ಥಗಳನ್ನು ಸುಲಭವಾಗಿ ಸೇವಿಸಲಾದರೆ ಅದರಲ್ಲೇ ಪೌಷ್ಟಿಕಾಂಶವನ್ನು ಹೆಚ್ಚು ಮಾಡಿ. ಸ್ಮೂದೀಜ್ ಸೂಪ್, ಹಾಗೂ ಜ್ಯೂಸ್ ಮಾಧ್ಯಮದಿಂದ ವಿಟಮಿನ್ ಹಾಗೂ ಖನಿಜ ತೆಗೆದುಕೊಳ್ಳಿ. ಪಾನೀಯಗಳಿಂದನೂ ಓಕರಿಕೆ ಬಂದರೆ ಅಧಿಕ ನೀರಿನಾಂಶ ಇರುವ ಗಟ್ಟಿ ಪದಾರ್ಥಗಳನ್ನು ತೆಗೆದುಕೊಳ್ಳಿ. ಉದಾ. ತಾಜ ಹಣ್ಣು ಹಾಗೂ ತರಕಾರಿಗಳು, ಸಲಾಡ್, ನಿಂಬೆಹಣ್ಣು ಹಾಗೂ ಹುಳಿ ಹಣ್ಣುಗಳು. ಒಂದು ವೇಳೆ ಎಲ್ಲಾ ಜೊತೆಗೆ ತೆಗೆದುಕೊಂಡರೆ ಹೊಟ್ಟೆ ಭಾರ ಅನಿಸಿದರೇ ಮಧ್ಯದಲ್ಲಿ ದ್ರವ ಪದಾರ್ಥಗಳನ್ನು ತೆಗೆದುಕೊಳ್ಳಿ.
- ಉಷ್ಣಾಂಶ ಬದಲಾಯಿಸಿ ನೋಡಿ. ಕೆಲವು ಗರ್ಭಿಣಿ ಮಹಿಳೆಯರಿಗೆ ತಣ್ಣಗಿರುವ ದ್ರವ

ಪದಾರ್ಥಗಳನ್ನು ತೆಗೆದುಕೊಳ್ಳಲು ಸುಲಭವಾಗುತ್ತದೆ. ಕೆಲವರು ಸ್ವಲ್ಪ ಬಿಸಿಯಾಗಿರುವ ಪದಾರ್ಥಗಳನ್ನು ತಿನ್ನಲು ಇಷ್ಟಪಡುತ್ತಾರೆ.(ತಣ್ಣಗಿರುವ ಚೀಜ್ ಸ್ಯಾಂಡ್ವಿಚ್ ಬದಲು ಬಿಸಿಯಾಗಿರುವ

- ಭೋಜನವನ್ನು ಬದಲಾಯಿಸಿ. ನಿಮಗೆ ಬಹಳ ಇಷ್ಟವಾದಂತ ಕ್ರೆಕರ್ಸ್ ನೋಡಿದರೇ ನಿಮಗೆ ಓಕರಿಕೆ ಬಂದರೆ ಏನಾದರು ಬೇರೆ ತಿನ್ನಿ.
- ಯಾವ ಪಧಾರ್ಥ ಅಥವಾ ಯಾವ ವಾಸನೆ ಸಹಿಸಲಾಗುವುದಿಲ್ಲವೋ ಅದನ್ನು ತಿನ್ನ ಬೇಡಿ ಹಾಗೂ ಅಂತಹ ಸ್ಥಳದಲ್ಲಿ ಹೋಗಲೂ ಬೇಡಿ. ನಿಮಗೆ ಸಿಹಿ ಇಷ್ಟವೋ ಅಥವಾ ಕಾರ ಇಷ್ಟವೋ ಎಂದು ನಿಮಗೇ ಗೊತ್ತು . ಸಿಹಿ ಇಷ್ಟವಿದ್ದರೆ ಚಿಕನ್ ಅಥವಾ ಬ್ರೊಕಲಿ ತಿನ್ನುವ ಬದಲು ಆಡೂ ಅಥವಾ ಯೋಗರ್ಟ್ ನಿಂದ ವಿಟಮಿನ್ ಎ ಹಾಗೂ ಪ್ರೋಟೀನ ಪ್ರಮಾಣ ತೆಗೆದುಕೊಳ್ಳಲು ಯತ್ನಿಸಿ. ಕಾರ ಇಷ್ಟವಿದ್ದರೆ ತಿಂಡಿಯಲ್ಲಿ ಪಾಸ್ತಾ ತೆಗೆದುಕೊಳ್ಳಿ.
- ಸ್ವಯಂ ಗರ್ಭಿಣಿ ಮಹಿಳೆಯರಿಗೆ ಗೊತ್ತಿರುವುದು ಅವರು ಯಾವ ವಾಸನೆಯನ್ನು ತಡೆದುಕೊಳ್ಳಬಹುದು ಅಥವಾ ಯಾವ ವಾಸನೆಯಿಂದ ಅವರಿಗೆ ಓಕರಿಕೆ ಬರುವುದು. ಆದುದರಿಂದ ಆ ವಾಸನೆಯನ್ನು ಗುರುತಿಸಿ ಅದರಿಂದ ದೂರವಿರಿ. ನಿಮ್ಮ ಯಜಮಾನರ ಆಫ್ಟರ್ ಶೇವ್ ಲೋಶನ್ ವಾಸನೆ ನಿಮಗೆ ಬಹಳ ಇಷ್ಟವಿತ್ತು ಆದರೆ ಈಗ ಅದೆ ವಾಸನೆ ನಿಮ್ಮನ್ನು ಬಾಥ್‌ರೂಮ್ ಕಡೆಗೆ ಕಳಿಸುತ್ತದೆ ಅಂದರೆ ನಿಮಗೆ ವಾಂತಿ ಆಗಬಹುದು.
- ಸಪ್ಲೀಮೆಂಟ್! ಯಾವ ಪೋಷಕ ಸತ್ವಗಳು ನಿಮಗೆ ಸಿಗುತ್ತಿಲ್ಲವೋ ಅದನ್ನು ಪೂರೈಸಲು ವಿಟಮಿನ್ ಪ್ರಮಾಣ ತೆಗೆದುಕೊಳ್ಳಿ. ಓಕರಿಕೆ ಬರುವಾಗ ಔಷಧಿ ತೆಗೆದುಕೊಳ್ಳಬೇಡಿ ವಾಂತಿ ಜೊತೆಗೆ ಅದು ಹೊರಗೆ ಬರುವುದು. ನಿಮ್ಮ ಲಕ್ಷಣಗಳು ಬಹಳ ಗಂಭೀರವಾಗಿದ್ದರೆ ಡಾಕ್ಟರಿಂದ ವಿಟಮಿನ್ ಬಿ6 ಯಿನ ಅತಿರಿಕ್ತ ಪ್ರಮಾಣದ ಬಗ್ಗೆ ಕೇಳಿ. ಇದರಿಂದ ನಿಮ್ಮ ಆರೋಗ್ಯ ಬಹಳ ಸುಧಾರಿಸಬಹುದು.
- ಶುಂಟಿ ತಿಂದು ನೋಡಿ. ಹೊಟ್ಟೆ ತೊಳೆಸುವಾಗ ಇದು ಬಹಳ ಒಳ್ಳೆಯ ಪ್ರಭಾವ ಬೀರುವುದು. ಊಟದಲ್ಲಿ, ಸೂಪ್‌ನಲ್ಲಿ ಅಥವಾ ಮಫಿನ್‌ನಲ್ಲಿ ಇದರ ಪ್ರಯೋಗ ಮಾಡಿ. ಶುಂಟಿ ಹಾಕಿದ ಟೀ ಕುಡಿಯಿರಿ. ನೀವು ಜಿಂಜರ್ ಕ್ಯಾಂಡಿ ಅಥವಾ ಲಾಲೀಪಾಪ್ ತಿನ್ನಬಹುದು. ಶುಂಟಿ ಹಾಕಿದ ಪಾನೀಯದಿಂದಲೂ ಸಮಾಧಾನ ಸಿಗುವುದು.
- ಹೊಟ್ಟೆ ತೊಳೆಸುವಾಗ ಶುಂಟಿ ತುಂಡಿನ ವಾಸನೆ ನೋಡಿದರೆ ಆರಾಮ ಸಿಗುವುದು. ಅನೇಕ ಮಹಿಳೆಯರಿಗೆ ನಿಂಬೆಹಣ್ಣು ಚೀಪಿದ್ರೆ ಆರಾಮ ಸಿಗುವುದು. ನಿಂಬೆಹಣ್ಣಿನಿಂದ ಆರಾಮ ಸಿಗದೆ ಹೋದರೆ ನೀವು ಸಿಹಿ-ಹುಳಿ ಮಾತ್ರೆಗಳನ್ನು ಚೀಪಬಹುದು.
- ಸುಮ್ಮನೆ ನಿರರ್ಥಕವಾಗಿಯೂ ಆರಾಮ ಮಾಡಿ. ಏಕೆಂದರೆ ಶಾರೀರಿಕ ಹಾಗೂ ಭಾವನಾತ್ಮಕ ಆಯಾಸದಿಂದಲೂ ಹೊಟ್ಟೆ ತೊಳೆಸುವುದು ಹೆಚ್ಚಾಗಬಹುದು.
- ಬೆಳಗ್ಗೆ ಎದ್ದ ತಕ್ಷಣ ಗಡಿಬಿಡಿ ಮಾಡಿಕೊಳ್ಳ ಬೇಡಿ. ಇದರಿಂದ ಮನಸ್ಸು ಅಶಾಂತವಾಗುವುದು. ಆರಾಮವಾಗಿ ಏಳಿ. ಎದ್ದು ಹತ್ತಿರದಲ್ಲಿರುವ ಮೇಜಿನಿಂದ ತೆಗೆದುಕೊಂಡು ಏನಾದರು ತಿನ್ನಿ. ಆಮೇಲೆ ಆರಾಮವಾಗಿ ತಿಂಡಿ ತಿನ್ನಿ. ಮೊದಲೇ ಮಕ್ಕಳಿದ್ದರೆ ಹೀಗೆ ಆರಾಮವಾಗಿ ಮಾಡುವುದು ಸ್ವಲ್ಪ ಕಷ್ಟ. ಆದರು ಅವರು ಏಳುವ ಸ್ವಲ್ಪ ಮುಂಚೆ ಏಳಲು ಯತ್ನಿಸಿ ಅಥವಾ ನಿಮ್ಮ ಯಜಮಾನರಿಗೆ ಬೆಳಗಿನ ಕೆಲಸದಲ್ಲಿ ಸ್ವಲ್ಪ ಸಹಾಯ ಮಾಡಲು ಹೇಳಿ.
- ಒತ್ತಡವನ್ನು ಕಡಿಮೆ ಮಾಡಿಕೊಳ್ಳಿ. ಒತ್ತಡದಿಂದಲೂ ಓಕರಿಕೆ ಹೆಚ್ಚಾಗುವುದು.
- ಹಲ್ಲುಗಳನ್ನು ಸ್ವಚ್ಛವಾಗಿಟ್ಟು ಕೊಳ್ಳಿ, ಬ್ರಶ್‌ಮಾಡಿ. ವಾಂತಿ ಆದ ಮೇಲೆ ಚೆನ್ನಾಗಿ ಬಾಯಿ ತೊಳೆಯಿರಿ. ಇದರಿಂದ ಹಲ್ಲು ಸ್ವಚ್ಛವಾಗುವುದು ಹಾಗೂ ವಸಡುಗಳಿಗೂ ಹಾನಿಯಾಗುವುದಿಲ್ಲ.
- ಸೀ-ಬ್ಯಾಂಡ್ ಟ್ರೈ ಮಾಡಿ. ಅಗಲವಾಗಿರುವ ಎಲಾಸ್ಟಿಕ್ ಬ್ಯಾಂಡ್ ಎರಡು ಕೈಯಿನ ಮಣಿಕಟ್ಟುಗಳಗೆ ಹಾಕಿ ಕೊಳ್ಳಿ. ಇದರಿಂದ ಮಣಿಕಟ್ಟಿನ ಒಳಭಾಗದ ಆಕ್ಯೂಪ್ರೆಶರ್ ಬಿಂದುಗಳ ಮೇಲೆ ಒತ್ತಡ ಬೀಳುವುದು ಹಾಗೂ ಓಕರಿಕೆ ಬರುವುದಿಲ್ಲ. ಇದು ಸಾಮಾನ್ಯವಾಗಿ ಔಷಧಿ ಅಂಗಡಿಗಳಲ್ಲಿ ಸಿಗುವುದು. ಇದರಿಂದ ಯಾವುದೇ ಹಾನಿಯಾಗುವುದಿಲ್ಲ . ನಿಮ್ಮ ಡಾಕ್ಟರ್ ಬ್ಯಾಟರಿವುಳ್ಳ ಬ್ಯಾಂಡ್ ಹಾಕಿ ಕೊಳ್ಳಲು ಹೇಳಬಹುದು ಇದನ್ನು ರಿಲೀಫ್ ಬ್ಯಾಂಡ್ ಎನ್ನುತ್ತಾರೆ. ಎಲೆಕ್ಟ್ರಾನಿಕ್ ಸ್ಟಿಮ್ಯುಲೇಶನ್‌ಗೆ ಇದನ್ನು ಉಪಯೋಗಿಸುತ್ತಾರೆ.

- ವಾರ್ನಿಂಗ್ ಸಿಕ್‌ನೆಸ್‌ನ ಗಂಭೀರ ಲಕ್ಷಣಗಳನ್ನು ಕಡಿಮೆ ಮಾಡಲು ವೈಕಲ್ಪಿಕ ಚಿಕಿತ್ಸಾ ಪದ್ಧತಿಗಳು– ಆಕ್ಯೂಪಂಚರ್. ಆಕ್ಯೂ ಪ್ರೆಶರ್, ಬಯೋಫೀಡ್‌ಬ್ಯಾಕ್ , ಹಿಪ್ನೋಸಿಸ್, ಇತ್ಯಾದಿಗಳನ್ನು ಉಪಯೋಗಿಸಿ. ಧ್ಯಾನ ಹಾಗೂ ವಿಝುಲೈಝೇಶನ್(ಮಾನಸಿಕ ಚಿತ್ರಣ) ಯಿಂದಲೂ ಸಹಾಯವಾಗಬಹುದು.

ಯದ್ಯಪಿ ವಾರ್ನಿಂಗ್ ಸಿಕ್‌ನೆಸ್‌ಗೆ ಕೆಲವು ಔಷಧಿಯೂ ಇದೆ.(ಡಾಕ್ಸಿಲೆಮೈನ್) ಆದರೆ ಇದನ್ನು ಬಹಳ ಗಂಭೀರವಾದಸ್ಥಿತಿಯಲ್ಲಿ ಮಾತ್ರ ಕೊಡುತ್ತಾರೆ. ಇದರಿಂದ ತೂಕಡಿಕೆ ಬರುವುದು. ನಿದ್ರೆ ಮಾಡುವುದು ಒಳ್ಳೆಯದು ಆದರೆ ಗಾಡಿ ನಡೆಸಿಕೊಂಡು ಕೆಲಸಕ್ಕೆ ಹೋಗಬೇಕಾದಾಗ ಇದು ಸರಿ ಅಲ್ಲ. ಡಾಕ್ಟರನ್ನು ಕೇಳದೇ ಯಾವುದೇ ಪಾರಂಪರಿಕ ಅಥವಾ ಹರ್ಬಲ್ ಔಷಧಿಯನ್ನು ತೆಗೆದುಕೊಳ್ಳ ಬೇಡಿ.

ಕೇವಲ 5% ಸಂದರ್ಭಗಳಲ್ಲಿ ಚಿಕಿತ್ಸೆಯ ಆವಶ್ಯಕತೆ ಬರುವುದು.

ಆವಶ್ಯಕತೆಗಿಂತ ಹೆಚ್ಚು ಜೊಲ್ಲು ಬರುವುದು :–

"ನನ್ನ ಬಾಯಿಯಲ್ಲಿ ಯಾವಾಗಲು ಜೊಲ್ಲು ಬರುವುದು. ಅದನ್ನು ನುಂಗಿದರೆ ನನಗೆ ಓಕರಿಕೆ ಬರುವುದು . ಹೀಗ್ಯಾಕೆ ಆಗುವುದು?"

ಸಾಮಾನ್ಯವಾಗಿ ಗರ್ಭಾವಸ್ಥೆಯಲ್ಲಿ ಅಧಿಕ ಜೊಲ್ಲು ಬರುವುದು. ವಾರ್ನಿಂಗ್ ಸಿಕ್‌ನೆಸ್ ಪೀಡಿತ ಮಹಿಳೆಯರಲ್ಲಿ ಇದು ಇನ್ನೂ ಹೆಚ್ಚಾಗುವುದು. ಹಾಗೇ ಸ್ವಲ್ಪ ತಿಂಗಳಾದ ಮೇಲೆ ಈ ಸಮಸ್ಯೆ ತನಗೆತಾನೆ ಸರಿಯಾಗುವುದು.

ಪದೇ–ಪದೇ ಉಗುಳುವುದರಿಂದ ಬೇಜಾರಾಗಿದ್ದೀರಾ? ಮಿಂಟ್ ಇರುವ ಪೇಸ್ಟ್‌ನಿಂದ ಹಲ್ಲುಗಳನ್ನು ಬ್ರಶ್‌ಮಾಡಿ. ಪದೇ–ಪದೆ ಬಾಯಿ ಮುಕ್ಕಳಿಸಿ ಅಥವಾ ಸಕ್ಕರೆ ಇಲ್ಲದಿರುವ ಬಬಲ್‌ಗಮ್ ಅಗಿಯಿರಿ.

ಮೇಟೆಲಿಕ ಸ್ವಾದ:–

ನನ್ನ ಬಾಯಿಯಲ್ಲಿ ಯಾವಾಗಲು ಮೇಟೆಲಿಕ ಸ್ವಾದ ಇರುವುದು. ಗರ್ಭಾವಸ್ಥೆಯ ಕಾರಣದಿಂದ ಇದಾಗುವುದೋ ಅಥವಾ ಯಾವುದಾದರು ಖಾದ್ಯ ಪದಾರ್ಥ ತಿನ್ನುವುದರಿಂದ ಆಗುವುದೋ?

ಹಾರ್ಮೋನಲ್ ಬದಲಾವಣೆಯ ಕಾರಣದಿಂದ ಗರ್ಭಿಣಿ ಮಹಿಳೆಯರ ಬಾಯಿಯ ಸ್ವಾದ ವಿಚಿತ್ರವಾಗಿರುವುದು. ಹಾರ್ಮೋನ್ ನಿಮ್ಮ ಸ್ವಾದವನ್ನು ಬಹಳ ಮಟ್ಟದವರೆಗು ನಿಯಂತ್ರಿಸುತ್ತಾರೆ. ಯಾವಾಗ ಹಾರ್ಮೋನ್ ಬದಲಾಯಿಸುವುದೋ ಆಗ ಸ್ವಾದ ಗ್ರಂಥಿಗಳ ಮೇಲೆ ಇದರ ಪ್ರಭಾವ ಆಗುವುದು. ಹಾರ್ಮೋನ್ ಮಟ್ಟ ಸರಿಯಾದ ಹಾಗೆ (ಎರಡನೆಯ ಮೂರು ತಿಂಗಳು) ಈ ಸಮಸ್ಯೆಯೂ ಸರಿಯಾಗವುದು.

ಆ ತನಕ ನಿಮಗೆ ಇದನ್ನು ಸಹಿಸಲೇ ಬೇಕು. ಹುಳಿಯಾಗಿರುವ ಹಣ್ಣು, ಲೆಮನೈಡ್, ಹಾಗೂ ಕ್ಯಾಂಡಿ ತೆಗೆದುಕೊಳ್ಳಿ. ಇದರಿಂದ ಜೊಲ್ಲು ಕಡಿಮೆ ಆಗುವುದು. ಹಲ್ಲಿನ ಜೊತೆಗೆ ನಾಲಿಗೆನೂ ಸ್ವಚ್ಛ ಮಾಡಿಕೊಳ್ಳಿ. ಬಾಯಿಯಲ್ಲಿ ಪೀ ಹೆಚ್ ಮಟ್ಟವನ್ನು ನ್ಯೂಟ್ರಲೈಜ್ ಮಾಡಬಹುದು. ನೀವು ಡಾಕ್ಟರಿನ ಸಲಹೆ ಪಡೆದು ವಿಟಮಿನ್ ಪ್ರಮಾಣವನ್ನು ಬದಲಾಯಿಸಿ ಕೊಳ್ಳಬಹುದು.

ಪದೇ–ಪದೇ ಮೂತ್ರ ವಿಸರ್ಜಿಸುವುದು

ನನಗೆ ಪ್ರತಿ ಅರ್ಧ ಗಂಟೆಗೂ ಮೂತ್ರ ವಿಸರ್ಜಿಸಬೇಕಾಗವುದು. ಇದು ಸಾಮನ್ಯವೇ?

ಹೌದು ಇದು ನಿಮ್ಮ ಮನೆಯ ಬಹಳ ಸುಂದರವಾದ ಸ್ಥಳವಲ್ಲ ಆದರೂ ಎಲ್ಲಾ ಗರ್ಭಿಣಿ ಮಹಿಳೆಯರು ಇದನ್ನು ಒಪ್ಪಿಕೊಳ್ಳಲೇಬೇಕು. ಆವಶ್ಯಕತೆ ಇದ್ದರೆ ಹೋಗಲೇ ಬೇಕು . ಹಗಲಿರಲಿ ಇರಳುಇರಲಿ. ನೀವು ಎದ್ದು ಹೋಗಲೇ ಬೇಕು. ಇದು ಬಹಳ ಆರಾಮ ಅನಿಸುವುದಿಲ್ಲ ಆದರೆ ಇದು ಸಹಜ ಹಾಗೂ ಸಾಮಾನ್ಯ.

ಪದೇ–ಪದೇ ಮೂತ್ರ ವಿಸರ್ಜಿಸುವ ಇಚ್ಛೆ ಏಕೆ ಆಗುವುದು? ಹಾರ್ಮೋನ್‌ಗಳ ಕಾರಣದಿಂದ ರಕ್ತದ ಜೊತೆಗೆ ಮೂತ್ರ ಪ್ರವಾಹವೂ ತೀವ್ರವಾಗುವುದು. ಎರಡನೆಯದು ಗರ್ಭಾವಸ್ಥೆಯಲ್ಲಿ ಮೂತ್ರಪಿಂಡಗಳ ಕ್ಷಮತೆಯಲ್ಲಿ ಸುಧಾರಣೆ ಆಗುವುದು. ಶರೀರಕ್ಕೆ ಸುಲಭವಾಗಿ ವ್ಯರ್ಥ ಪದಾರ್ಥಗಳಿಂದ ಬಿಡುಗಡೆ ಸಿಗುವುದು. (ನೀವು ಎರಡು ಜನರ ಮಲ ತ್ಯಜಿಸುತ್ತಿದ್ದೀರಿ). ಗರ್ಭಾವಸ್ಥೆಯ ಕಾರಣದಿಂದ ಬ್ಲಾಡರ್ ಮೇಲೆ ವತ್ತಡ ಬೀಳುವುದು ಮತ್ತು ನಿಮಗೆ ಪದೇ–ಪದೇ ಮೂತ್ರ ವಿಸರ್ಜನೆ ಮಾಡಲು ಹೋಗಬೇಕಾಗುವುದು. ಯಾವಾಗ ಎರಡನೆಯ ಮೂರು ತಿಂಗಳಲ್ಲಿ ಗಾರ್ಭಾಶಯದ ಹೊಟ್ಟೆಯ ಖಾಲಿ ಭಾಗದ ಕಡೆ ಏಳುವುದೋ ಆಗ ಈ

ವತ್ತಡ ತನಗೆತಾನೆ ಕಡಿಮೆ ಆಗುವುದು. ಇದು ಕಡೆ ಮೂರು ತಿಂಗಳ ತನಕ ಕೆಳಗೆ ಬರುವುದಿಲ್ಲ ಯಾವಾಗ ಶಿಶುವಿನ ತಲೆ ಪೆಲ್ವಿಸ್ ತನಕ ಬರುವುದಿಲ್ಲವೋ ಆಗ ಶರೀರದ ಒಳ ಅಂಗಗಳ ಕಾರ್ಯಪ್ರಣಾಲಿಕೆ ಅಂತಹ ಮಹಿಳೆಯರ ಶರೀರದಲ್ಲಿ ಇದರ ಪ್ರತಿಕ್ರಿಯೆ ಭಿನ್ನ-ಭಿನ್ನವಾಗಿರುತ್ತದೆ. ಕೆಲವು ಮಹಿಳೆಯರಿಗೆ ಇದರಿಂದ ಏನೂ ವ್ಯತ್ಯಾಸವಾಗುವುದಿಲ್ಲ ಆದರೆ ಕೆಲವರು ಪೂರ್ತಿ ಒಂಭತ್ತು ತಿಂಗಳು ಈ ಕಾರಣದಿಂದ ಒದ್ದಾಡುತ್ತಾರೆ.

ನೀವು ಮೂತ್ರ ವಿಸರ್ಜಿಸುವಾಗ ಬ್ಲಾಡರ್ ಪೂರ್ತಿ ಖಾಲಿ ಮಾಡಬೇಕು. ಆಗ ಈ ತರಹ ಪದೇ-ಪದೇ ಬಾಥ್‌ರೂಮ್‌ಗೆ ಹೋಗುವುದು ಸ್ವಲ್ಪ ಕಡಿಮೆ ಆಗಬಹುದು. ಈ ತೊಂದರೆಯಿಂದ ಭಯಪಟ್ಟು ದ್ರವಪದಾರ್ಥಗಳ ಪ್ರಮಾಣವನ್ನು ಕಡಿಮೆ ಮಾಡಬೇಡಿ ನಿಮಗೆ ಹಾಗೂ ನಿಮ್ಮ ಶರೀರಕ್ಕೆ ದ್ರವ ಪದಾರ್ಥಗಳ ಪರಿಪೂರ್ಣ ಪ್ರಮಾಣ ಬೇಕು ಏಕೆಂದರೆ ಡಿಹೈಡ್ರೇಶನ್ ಕಾರಣದಿಂದ ಮೂತ್ರಪಿಂಡಗಳ ಸೋಂಕು ಆಗಬಹುದು.

ಹಾಗೇ ನೀವು ಕೆಫೀನ್‌ನ ಪ್ರಮಾಣ ಕಡಿಮೆ ಮಾಡುವುದರ ಮೇಲೆ ಗಮನಕೊಡಬೇಕು. ರಾತ್ರಿ ಪದೇ-ಪದೇ ಬಾಥ್‌ರೂಮ್‌ಗೆ ಹೋಗಬೇಕಾದರೆ ಮಲಗುವ ಮೊದಲು ದ್ರವ ಪದಾರ್ಥಗಳ ಹೆಚ್ಚು ಪ್ರಮಾಣ ತೆಗೆದುಕೊಳ್ಳ ಬೇಡಿ.

ಬಾಥ್‌ರೂಮ್‌ಗೆ ಹೋಗಿ ಬಂದಮೇಲೆ ತಕ್ಷಣ ಪುನಃ ಬಾಥ್‌ರೂಮ್‌ಗೆ ಹೋಗ ಬೇಕಾದರೆ ಡಾಕ್ಟರಿನ ಸಲಹೆ ಪಡೆಯಿರಿ. ನಿಮಗೆ ಮೂತ್ರಪಿಂಡದ ಸೋಂಕಾಗಿರಬಹುದು.

"ನನಗೆ ಪದೇ-ಪದೇ ಮೂತ್ರ ವಿಸರ್ಜನೆಗೆ ಏಕೆ ಹೋಗಬೇಕಾಗುವುದಿಲ್ಲ."

ನಿಮಗೆ ಪದೇ-ಪದೇ ಮೂತ್ರ ವಿಸರ್ಜನೆ ಮಾಡುವ ಆವಶ್ಯಕತೆ ಇಲ್ಲದೆ ಹೋದರೆ ನಿಮಗೆ ಇದು ಸಾಮಾನ್ಯ ಲಕ್ಷಣ ಇರಬಹುದು. ನೀವು ದಿನದಲ್ಲಿ ಕಡೆ ಪಕ್ಷ ಎಂಟು ಲೋಟ ನೀರು ಕುಡಿಯಬೇಕು. ವಾಂತಿ ಬರುತ್ತಿದ್ದರೆ ನೀರಿನ ಪ್ರಮಾಣ ಇನ್ನು ಹೆಚ್ಚು ಮಾಡಿ. ನೀರು ಹಾಗೂ ದ್ರವ ಪದಾರ್ಥಗಳ ಪ್ರಮಾಣ ಕಡಿಮೆ ತೆಗೆದುಕೊಂಡರೆ ಸೋಂಕಿನ ಜೊತೆಗೆ ಡಿಹೈಡ್ರೇಶನ್ ಸಹ ಆಗಬಹುದು.

ವಕ್ಷೋಜದಲ್ಲಿ (ಎದೆಯಲ್ಲಿ) ಆಗುವ ಬದಲಾವಣೆ

"ನನ್ನ ಎದೆಗಳು ಗುರುತಿಸಲಾಗದಷ್ಟು ದೊಡ್ಡದಾಗಿವೆ. ಹಾಗೂ ಬಹಳ ಮೃದುವಾಗಿದೆ. ಅವುಗಳು ಯಾವಾಗಲು ಹೀಗೇಯೆ ಇರುವುದೋ ಅಥವಾ ಶಿಶುವಿನ ಜನನದನಂತರ ಸರಿಯಾಗುವುದೋ?"

ನೀವು ಗರ್ಭಾವಸ್ಥೆಯಲ್ಲಿ ಎಲ್ಲಕ್ಕಿಂತ ಮೊದಲು ದೊಡ್ಡದಾಗುವ ವಸ್ತುವನ್ನು ನೋಡಿದ್ದೀರ. ಯದ್ಯಪಿ ಎರಡನೆಯ ಮೂರು ತಿಂಗಳ ತನಕವೂ ಹೊಟ್ಟೆ ತುಂಬ ದೊಡ್ಡದಾಗುವುದಿಲ್ಲ. ಆದರೆ ಗರ್ಭ ಧಾರಣೆಯ ಸ್ವಲ್ಪ ಸಮಯದನಂತರವೇ ಎದೆ ಅಥವಾ ಸ್ತನಗಳು ಬಹಳ ದೊಡ್ಡದಾಗಲು ಪ್ರಾರಂಭಿಸುತ್ತದೆ. ನಿಮ್ಮ ಬ್ರಾ ನ ಕಪ್ಸ್ ಅಳತೆ ಮೂರರಷ್ಟಾಗಬಹುದು. ನಿಮ್ಮ ಎದೆಯಲ್ಲಿ ಕೊಬ್ಬು ಸೇರುತ್ತಿದೆ ಹಾಗೂ ರಕ್ತದ ಪ್ರವಾಹ ತೀವ್ರವಾಗುತ್ತಿದೆ. ನಿಮ್ಮ ಎದೆ ಸಣ್ಣ ಶಿಶುವಿಗೆ ಆಹಾರ ನೀಡಲು ಸಿದ್ಧವಾಗುತ್ತದೆ.

ನಿಮಗೆ ಸ್ತನಗಳ ಆಕಾರ ಅಲ್ಲದೆ ಇನ್ನೂ ಅನೇಕ ಬದಲಾವಣೆ ಕಾಣಿಸಿಕೊಳ್ಳುವುದು. ನಿಪ್ಪಲ್ ಸುತ್ತಲಿನ ಕಂದು ಬಣ್ಣದ ಭಾಗ ವಿಸ್ತೃತವಾಗುವುದು ಹಾಗೂ ಬಣ್ಣ ಗಾಢವಾಗುವುದು. ಅದರ ಮೇಲೆ ಸಣ್ಣ-ಸಣ್ಣ ಗುಬಟು ಕಾಣುವುದು ಇದು ಗ್ರಂಥಿಗಳು. ಇದು ಗರ್ಭಾವಸ್ಥೆಯಲ್ಲಿ ಇನ್ನೂ ಸ್ಪಷ್ಟವಾಗಿ ಕಾಣಿಸಿಕೊಳ್ಳುವುದು. ಆಮೇಲೆ ಸಾಮಾನ್ಯವಾಗುವುದು. ನಿಮ್ಮ ವಕ್ಷಸ್ಥಳದ ಮೇಲೆ ನೀಲಿ ಬಣ್ಣದ ನರಗಳು ಕಾಣಿಸಬಹುದು . ಇದರಿಂದ ತಾಯಿಯ ಕಡೆಯಿಂದ ಶಿಶುವಿಗೆ ಪೋಷಕಸತ್ವಗಳು ತಲಪುತ್ತಿದೆ ಎಂದು ತಿಳಿಯುತ್ತದೆ. ಶಿಶುವಿಗೆ ಸ್ತನಪಾನ ಮಾಡಿಸಿದ ಮೇಲೆ ಅಥವಾ ಪ್ರಸವನಂತರ ಈ ನೀಲಿ ಗೆರೆಗಳು ಹೋಗಿಬಿಡುವುದು.

ಯದ್ಯಪಿ ಪೂರ್ತಿ ಒಂಭತ್ತು ತಿಂಗಳ ವರೆಗು ಇವುಗಳ ಆಖಾರದಲ್ಲಿ ಬದಲಾವಣೆ ಬರುವುದು. ಆದರೆ ಸಂವೇದನಶೀಲತೆ ಮೊದಲನೆಯ ಮೂರು ನಾಲ್ಕು ತಿಂಗಳಲ್ಲೆ ಅಧಿಕವಾಗಿರುವುದು. ಆ ಸಮಯದಲ್ಲಿ ತಿಳಿಯಾಗಿ ಬಿಸಿ-ತಣ್ಣಗಿರುವ ಶಾಕ ತೆಗೆದುಕೊಂಡರೆ ಲಾಭವಾಗಬಹುದು.

ಹಾಗೇಯೆ ನೀವು ಬ್ರೆಸ್ಟ್‌ಗಳಿಗೆ ಸರಿಯಾದ ಬೆಂಬಲ(ಸಪೋರ್ಟ್) ಕೊಡದೆ ಹೋದರೇ ಅವು ನೇತಾಡಬಹುದು. ನಿಮಗೆ ಒಳ್ಳೆ ಬೆಂಬಲ ಕೊಡುವ ಬ್ರಾ ಹಾಕಿಕೊಳ್ಳಬೇಕು. ಕಾಟನ್ ಸ್ಪೋರ್ಟ್ಸ್ ಬ್ರಾ ಹಾಕಿಕೊಳ್ಳಿ ಇದು ಸರಿಯಾಗಿರುವುದು.

ಅನೇಕ ಮಹಿಳೆಯರ ಸ್ತನಗಳ ಆಕಾರದಲ್ಲಿ ಬಹಳ ಬದಲಾವಣೆ ಕಾಣಿಸಿಕೊಳ್ಳುವುದು. ಆದರೆ ಕೆಲವು ಮಹಿಳೆಯರಲ್ಲಿ ಇದು ಬಹಳ ನಿಧಾನವಾಗಿ ಕಾಣೀಸಿಕೊಳ್ಳುವುದು. ಗರ್ಭಾವಸ್ಥೆಯಲ್ಲಿ ಬೇರೆ ಇತರ ಬದಲಾವಣೆಯ ತರಹವೇ ಬ್ರೆಸ್ಟ್‌ನಲ್ಲಿ ಆಗುವ ಎಲ್ಲ ಬದಲಾವಣೆ ಯೂ ಬಹಳ ಸಾಮಾನ್ಯವಾದದು.

ಸ್ತನಗಳಾಕಾರದಲ್ಲಿ ಹೆಚ್ಚು ಬದಲಾವಣೆ ಆಗದೆ ಹೋದರೆ ಬ್ರಾ ಅಳತೆ ಬಹಳ ಬದಲಾಯಿಸುವುದಿಲ್ಲ ಆದರೆ ಸ್ತನ್ಯಪಾನ ಮಾಡಿಸುವ ಕ್ಷಮತೆ ಕಡಿಮೇ ಏನೂ ಆಗುವುದಿಲ್ಲ.

ಮೊದಲನೆಯ ಗರ್ಭಾವಸ್ಥೆಯಲ್ಲಿ ನನ್ನ ಎದೆಯ ಆಕಾರ ಬಹಳ ದೊಡ್ಡದಾಗಿತ್ತು. ಆದರೆ ಎರಡನೆಯ ಗರ್ಭಾವಸ್ಥೆಯಲ್ಲಿ ಹೀಗಾಗಿಲ್ಲ. ಇದು ಸಾಮಾನ್ಯವೇ?

ಹೋದ ಸಲ ನಿಮ್ಮದು ಮೊದಲನೆಯ ಗರ್ಭಾವಸ್ಥೆ. ಈ ಸಲ ಸ್ತನಗಳಿಗೆ ಅದರ ಅನುಭವವಾಗಿದೆ. ಆದಕಾರಣ ಈ ಸಲ ಅವುಗಳಲ್ಲಿ ಯಾವುದೇ ನಾಟಕೀಯವಾದ ಬದಲಾವಣೆ ಬರದೇ ಇರಬಹುದು. ಅವುಗಳ ಆಕಾರದಲ್ಲಿ ನಿಧಾನವಾಗಿ ಬದಲಾವಣೆ ಬರಬಹುದು. ಅಥವಾ ಪ್ರಸವದನಂತರ ಸ್ತನ್ಯಪಾನ ಮಾಡಿಸಲು ಆಕಾರ ದೊಡ್ಡದಾಗಬಹುದು. ನಿಧಾನವಾಗಿ ಬದಲಾಯಿಸುವ ಪ್ರಕ್ರಿಯೆ ಸಾಮಾನ್ಯವಾದ ಪ್ರಕ್ರಿಯೆ. ಇದು ಎರಡು ಗರ್ಭಾವಸ್ಥೆಯ ಮಧ್ಯದಲ್ಲಿ ಆಗುವ ಬದಲಾವಣೆಯಲ್ಲಿ ಒಂದು ಅಂತರ.

ಹೊಟ್ಟೆಯ ಕೆಳ ಭಾಗದಲ್ಲಿ ಒತ್ತಡ

ನನ್ನ ಹೊಟ್ಟೆಯ ಕೆಳ ಭಾಗದಲ್ಲಿ ಸಣ್ಣಗೆ ನೋವು ಇರುವುದು. ಇದರ ಮೇಲೆ ಗಮನಕೊಡಬೇಕೇ?

ಶಾಬಾಶ್! ನೀವು ನಿಮ್ಮ ಶರೀರದ ಎಲ್ಲಾ ಸಂಕೇತಗಳನ್ನು ಗುರುತಿಸುತ್ತಿರಿ. ಅದು ಒಳ್ಳೆಯದು. ಆದರೆ ನಿಮಗೆ ನಿಮ್ಮ ನೋವುಗಳಿಂದ ಹೆಚ್ಚು ಯೋಚನೆ ಆದರೆ ಒಳ್ಳೆಯದಲ್ಲ.

ಚಿಂತಿಸಬೇಡಿ. ಗರ್ಭಾವಸ್ಥೆಯಲ್ಲಿ ಹೊಟ್ಟೆಯ ಕೆಳ ಭಾಗದಲ್ಲಿ ಸಣ್ಣಗೆ ಸೆಳೆತ ಬಂದರೆ ಅಥವಾ ಒತ್ತಡವಾದರೆ ಎಲ್ಲಾ ಸರಿಯಾಗಿದೆ ಎಂದು ಅರ್ಥ. ಏನೂ ತೊಂದರೆ ಇಲ್ಲ.

ನಿಮ್ಮ ಸಂವೇದನಶೀಲ ಬಾಡಿ , ನಿಮ್ಮ ಹೊಟ್ಟೆ ಕೆಳ ಭಾಗದಲ್ಲಿ ಆಗುವ ಆ ನಾಟಕೀಯವಾದ ಬದಲಾವಣೆಗಳ ಸಂಕೇತವನ್ನು ಕೊಡುತ್ತಿರಬಹುದು. ನಿಮಗೆ ತೀವ್ರವಾಗಿರುವ ರಕ್ತ ಪ್ರವಾಹ, ಯೂರೆಟೈನ್ ಲೈನಿಂಗ್ ತಯಾರಾಗುವ ಅಥವಾ ಗರ್ಭಾಶಯ ದೊಡ್ಡದಾಗುವ ಅನುಭವವಾಗುತ್ತಿರಬಹುದು. ಅನೇಕ ಸಲ ಗ್ಯಾಸ್ ಹಾಗೂ ಮಲಬದ್ಧತೆಯ ಕಾರಣದಿಂದಲೂ ಹೀಗಾಗಬಹುದು.

ತಿಳಿಯಾದ ಕಲೆ ಆಗುವುದು

ಟಾಯ್‌ಲೆಟ್‌ಗೆ ಹೋಗಿ ಶುಚಿಮಾಡುವಾಗ ನನಗೆ ತಿಳಿಯಾದ ರಕ್ತದ ಕಲೆ ಕಾಣಿಸಿತು. ನನಗೆ ಮಿಸ್‌ಕ್ಯಾರೇಜ್ ಆಗಿಹೋಯಿತೇ?

ಗರ್ಭಾವಸ್ಥೆಯಲ್ಲಿ ಈ ತರಹದ ರಕ್ತದ ಕಲೆ ಕಂಡರೆ ಭಯವಾಗುತ್ತದೆ. ಆದರೆ ಇದರರ್ಥ ನಿಮ್ಮ ಜೊತೆಗೆ ಏನೋ ತಪ್ಪಾಗಿದೆ ಎಂದಲ್ಲ. ಇದರಲ್ಲಿ ಒಬ್ಬ ಗರ್ಭಿಣಿ ಮಹಿಳೆಗೆ ಈ ತರಹದ ಅನುಭವವಾಗುತ್ತದೆ. ಆದರೂ ಅವರು ಸ್ವಸ್ಥ ಶಿಶುವಿಗೆ ಜನ್ಮ ಕೊಡುತ್ತಾರೆ. ಈ ತಿಳಿಯಾದ ಕಲೆ ಮುಟ್ಟಿನ ಪ್ರಾರಂಭ ಅಥವಾ ಕೊನೆಯ ಸಂಕೇತವಿರಬಹುದು. ಗಮನವಿಟ್ಟು ಕೆಳಗೆ ಬರೆದಿರುವ ಮಾತುಗಳನ್ನು ಓದಿ. ಕೆಳಗೆ ಬರೆದಿರುವ ಕಾರಣದಿಂದ ತಿಳಿಯಾದ ಕಲೆ ಕಾಣಿಸಬಹುದು–

ಯೂರೆಟೈನ್ ವಾಲಲ್ಲಿ ಎಂಬ್ರಿಯೊ ಬೆಳೆಯುವುದು:– 20 ರಿಂದ 30% ಮಹಿಳೆಯರಿಗೆ ಈ ಸ್ಪಾಟಿಂಗ್ ಅಂದರೆ ಇನ್‌ಪ್ಲಾನ್ಟೇಶನ್ ಬ್ಲೀಡಿಂಗ್ ಆಗುವುದು. ಗರ್ಭಾಧಾರಣೆಯ ಐದು ದಿನಗಳಿಂದ ಹತ್ತು ದಿನಗಳಾದ ಮೇಲೆ ಯಾವಾಗ ನಿಮ್ಮ ಮುಟ್ಟಿನ ದಿನ ಬರುವುದೋ ಆಗ ಹೀಗಾಗಬಹುದು. ಇದು ನಿಮ್ಮ ಮುಟ್ಟಿನದಿನಕ್ಕಿಂತ ಬಹಳ ಕಡಿಮೆ. ಕೆಲವು ಘಂಟೆಗಳ ಕಾಲ ಅಥವಾ ಕೆಲವು ದಿನಗಳ ತನಕ ಆಗಬಹುದು. ಇದು ತಿಳಿಯಾದ ಗುಲಾಬಿ ಬಣ್ಣ ಅಥವಾ ಕಂದು ಬಣ್ಣದ್ದಾಗಿರುತ್ತದೆ. ಯಾವಾಗ ಜೀವಕೋಶಗಳ ಸಣ್ಣ ಚಂಡು ಗರ್ಭಾಶಯದ ಗೋಡೆಯಿಂದ ತಮ್ಮ ದಾರಿ ಮಾಡಿಕೊಳ್ಳುತ್ತದೆ ಆಗ ಇನ್‌ಪ್ಲಾನ್ಟೇಶನ್ ಬ್ಲೀಡಿಂಗ್ ಆಗುವುದು. ಇದರರ್ಥ ಏನಾದರು ತಪ್ಪಾಗುತ್ತಿದೆ ಎಂದಲ್ಲ.

ಇಂಟರ್ ಕೋರ್ಸ್ (ಸಹವಾಸ) ಅಥವಾ ಒಳಗಡೆ ಪೆಲ್ವಿಕ್ ತಪಾಸಣೆ ಅಥವಾ ಪ್ಯಾಪ್ ಸ್ಮೀಯರ್:– ಗರ್ಭಾವಸ್ಥೆಯಲ್ಲಿ ಸರ್ವಿಕ್ಸ್ ಮೊದಲೇ ಬಹಳ ನಾಜೂಕಾಗಿರುವುದು ಹಾಗೂ ರಕ್ತ ನಾಳಗಳು ಎದ್ದು ಕಾಣಿಸುವುದು. ಅವು ಸಹವಾಸ, ಅಥವ ಒಳ ತಪಾಸಣೆಯ ಕಾರಣದಿಂದ ತಿಳಿಯಾದ ಸ್ರಾವದ ಕಾರಣದಿಂದ ಆಗಬಹುದು.

ಈ ತರಹದ ಸ್ರಾವ ಗರ್ಭಾವಸ್ಥೆಯಲ್ಲಿ ಯಾವಾಗಬೇಕಾದರು ಆಗಬಹುದು. ಇದು ಸಾಮಾನ್ಯವಾಗಿ ಯಾವುದೇ ಸಮಸ್ಯೆಯ ಸಂಕೇತವನ್ನು ಕೊಡುವುದಿಲ್ಲ ಆದರೆ ನೀವು ನಿಮ್ಮ ಸಮಾಧಾನಕ್ಕೆ ಡಾಕ್ಟರಿಂದ ಚೆಕ್‌ಅಪ್ ಮಾಡಿಸಿಕೊಳ್ಳ ಬಹುದು.

ವೆಜೈನಾ(ಯೋನಿ) ಅಥವಾ ಸರ್ವಿಕ್ಸ್ ಸೋಂಕು ಇವುಗಳಲ್ಲಿ ಸೋಂಕಾದರು ಬ್ಲೀಡಿಂಗ್ ಆಗಬಹುದು.

ಸಬ್‌ಕೊರಿಯಾನಿಕ್ ಬ್ಲೀಡಿಂಗ್:– ಕೊರಿಯನ್ (ಪ್ಲೆಸೆಂಟಾ ಜೊತೆಗೆ ಹೊರಗಡೆಯ ಫೈಟಲ್ ಮೆಂಬ್ರೇನ್) ಅಥವಾ ಗರ್ಭಾಶಯ ಹಾಗೂ ಪ್ಲೆಸೆಂಟಾ ಮಧ್ಯದಲ್ಲಿ ರಕ್ತ ಎಕತ್ರಿತಾದಾಗ ಈ ತರಹದ ಬ್ಲೀಡಿಂಗ್ ಆಗುವುದು. ಇದರ ಕಾರಣದಿಂದ ತಿಳಿ ಅಥವಾ ಅಧಿಕ ಬ್ಲೀಡಿಂಗ್

ಡಾಕ್ಟರಿಗೆ ಯಾವಾಗ ಫೋನ್ ಮಾಡಬೇಕು?

ಯಾವುದೇ ಆಪತ್ಕಾಲ ಬರುವ ಮೊದಲೇ ಅದರ ಪ್ರತಿಕೂಲ ತಯಾರುಮಾಡಿಕೊಳ್ಳಿ. ಅಕಸ್ಮಾತಾಗಿ ಯಾವುದೇ ಹೊಸ ಲಕ್ಷಣ ಕಾಣಿಸಿಕೊಂಡರೆ ಕೆಳಗೆ ಬರೆದಿರುವ ಉಪಾಯಗಳನ್ನು ಬಳಸಿ:-
ಎಲ್ಲಕ್ಕಿಂತ ಮೊದಲು ಡಾಕ್ಟರ್ ಆಫೀಸ್ ಗೆ ಫೋನ್ ಮಾಡಿ. ಅವರಿಲ್ಲದೆ ಹೋದರೆ ಲಕ್ಷಣಗಳನ್ನು ಹೇಳಿ ಸಂದೇಶವನ್ನು ಬಿಡಿ. ಸ್ವಲ್ಪ ಸಮಯದನಂತರ ಫೋನ್ ಬಾರದೆ ಹೋದರೆ ಪುನಃ ಫೋನ್ ಮಾಡಿ ಅಥವಾ ಹತ್ತಿರದ ಆಪತ್ಕಾಲ ರಕ್ಷದಲ್ಲಿರುವ ನರ್ಸ್‌ಗೆ ಎಲ್ಲಾ ಸ್ಥಿತಿಯನ್ನು ಹೇಳಿ. ಅವರು ಬರಲು ಹೇಳಿದರೆ ಡಾಕ್ಟರಿಗೆ ಹೇಳಿ ಅಲ್ಲಿಗೆ ತಕ್ಷಣ ಹೋಗಿ.

ನಿಮ್ಮ ಸಮಸ್ಯೆ ಅಥವಾ ತತ್ಕಾಲ ಲಕ್ಷಣಗಳನ್ನು ಹೇಳಿ ಹಾಗೂ ನಿಮಗೆ ಅನುಭವವಾಗಿದ್ದ ಎಲ್ಲಾ ಲಕ್ಷಣಗಳನ್ನು ಹೇಳಿ. ನೀವು ಮೊದಲು ಯಾವಾಗ ಆ ಲಕ್ಷಣವನ್ನು ನೋಡಿದ್ರಿ, ಎಷ್ಟು ಸಲ ಆಯಿತು ಎಷ್ಟು ಗಂಭೀರವಾಗಿತ್ತು ಎಲ್ಲಾ ವಿಸ್ತಾರವಾಗಿಹೇಳಿ.

ತಕ್ಷಣ ಫೋನ್ ಮಾಡಿ:

- ಹೊಟ್ಟೆಯ ಕೆಳಭಾಗದಲ್ಲಿ ಸೆಳೆತ ಹಾಗೂ ನೋವಿನ ಜೊತೆಗೆ ರಕ್ತ ಸ್ರಾವವಾಗುವುದು.
- ಹೊಟ್ಟೆಯ ಕೆಳ ಭಾಗದಲ್ಲಿ, ಮಧ್ಯದಲ್ಲಿ ಅಥವಾ ಎರಡು ಕಡೆ ನಿರಂತರವಾಗಿ ನೋವು ಹಾಗೂ ರಕ್ತ ಸ್ರಾವ
- ಬಹಳ ಬಾಯಾರಿಕೆ ಆಗುವುದು ಅಥವಾ ಮೂತ್ರದಲ್ಲಿ ಕಡಿಮೆ ಅಥವಾ ದಿನವೆಲ್ಲ ಮೂತ್ರ ವಿಸರ್ಜನೆ ಆಗದೆ ಇರುವುದು.
- ಮೂತ್ರ ವಿಸರ್ಜನೆ ಮಾಡುವಾಗ ಉರಿ ಅಥವಾ ನೋವು. ತೀವ್ರ ಜ್ವರದ ಜೊತೆಗೆ ತಲೆ ನೋವು.
- 101.5 ಡಿಗ್ರಿ ಫಾರೆನ್‌ಹೈಟ್ ಗಿಂತ ಅಧಿಕ ಜ್ವರ
- ಕೈ-ಕಾಲು ಹಾಗೂ ಕಣ್ಣುಗಳಲ್ಲಿ ಅಕಸ್ಮಾತ್ ಬಹಳ ಊತ ಆಗುಬುದು, ದೃಷ್ಟಿ ಮಂಜಾಗುವುದು, ಅಕಸ್ಮಾತಾಗಿ ಬಹಳ ತೂಕ ಹೆಚ್ಚಾಗುವುದು.
- ದೃಷ್ಟಿ ಮಂಜಾಗುವುದು ಎರಡೆರಡು ಕಾಣಿಸುವುದು (ಸ್ವಲ್ಪ ಸಮಯದ ತನಕ)
- ಬಹಳ ತೀವ್ರ ತಲೆ ನೋವು(ಎರಡು ಮೂರು ಗಂಟೆ ತನಕ)
- ರಕ್ತವುಳ್ಳ ಡಯೇರಿಯಾ
  ಅವತ್ತೆ ಫೋನ್ ಮಾಡಿ (ವಾರನೆಯ ದಿನ ರಾತ್ರಿ ತೊಂದರೆ ಆದರೆ)
- ಮೂತ್ರದ ಜೊತಗೆ ರಕ್ತ ಬರುವುದು.
- ಕೈ-ಕಾಲು ಹಾಗೂ ಕಣ್ಣುಗಳಲ್ಲಿ ಊತ
- ಮೂತ್ರ ವಿಸರ್ಜಿಸುವಾಗ ಉರಿ
- ಮೂರ್ಛೆ
- ಕೋಲ್ಡ್ ಅಥವಾ ಫ್ಲೂ ಯಿನ ಲಕ್ಷಣಗಳಿಲ್ಲದೆ ತೀವ್ರ ಜ್ವರ
- ಹೊಟ್ಟೆ ತೊಳೆಸುವುದು ಹಾಗೂ ವಾಂತಿ ಬರುವುದು.(ಗರ್ಭಾವಸ್ಥೆಯ ಆಮೇಲಿನ ದಿನಗಳಲ್ಲಿ)
- ಮೂತ್ರದ ಗಾಢ ಬಣ್ಣ, ಹಳದಿ ಬಣ್ಣದ ಮಲ, ಅಥವಾ ಕಾಮಾಲೆ ರೋಗದ ಲಕ್ಷಣ

ಡಾಕ್ಟರ್ ತಮ್ಮ ಅನುಭವದಂತೆ ಹಾಗೂ ನಿಮ್ಮ ಲಕ್ಷಣಗಳಂತೆ ನಿಮ್ಮನ್ನು ಕರೆಯುತ್ತಾರೆ. ಆದಕಾರಣ ನಿಮಗೆ ಮೊದಲೇ ಈ ಪ್ರೋಟೋಕಾಲ್ ವಿಷಯದಲ್ಲಿ ತಿಳಿದು ಕೊಳ್ಳಬೇಕು.

ನೆನಪಿರಲಿ ಅನೇಕ ಸಲ ಯಾವುದೇ ಲಕ್ಷಣಗಳು ಕಾಣಿಸದೆ ಇದ್ದರೂ ನಿಮಗೆ ಸುಸ್ತು ಹಾಗೂ ವ್ಯಾಕುಲತೆ ಆಗಬಹುದು. ಒಂದು ವೇಳೆ ಒಂದೆರಡು ದಿನಗಳಾದ ಮೇಲೆಯೂ ಸುಸ್ತು ಕಡಿಮೆ ಆಗದೆ ಹೋದರೆ ಡಾಕ್ಟರಿಗೆ ತೋರಿಸಿ. ನಿಮ್ಮ ಶರೀರದಲ್ಲಿ ರಕ್ತ ಹೀನತೆ ಅಥವಾ ಬೇರೆ ಯಾವುದಾದರು ಸೋಂಕು ಆಗಿರಬಹುದು. ಉದಾ: ಯೂ ಟೀ ಐ ಯಾವುದೇ ಲಕ್ಷಣ ಇಲ್ಲದೇನೂ ಕೆಲಸ ಮಾಡುತ್ತದೆ. ಯಾವುದೇ ಸಂದೇಹವಾದರೂ ಡಾಕ್ಟರಿಗೆ ತೋರಿಸಿ.

ಆಗಬಹುದು. ಇದು ಸಾಮಾನ್ಯವಾಗಿ ಅಲ್ಟ್ರಾಸೌಂಡಲ್ಲಿ ಕಾಣಿಸುವುದಿಲ್ಲ. ಈ ಬ್ಲೀಡಿಂಗ್ ತಾನೇ ಸರಿ ಆಗುವುದು ಹಾಗೂ ಇದರಿಂದ ಯಾವುದೇ ಸಮಸ್ಯೆ ಆಗುವುದಿಲ್ಲ.

ಗರ್ಭಾವಸ್ಥೆಯ ಸಾಮಾನ್ಯ ಲಕ್ಷಣಗಳಂತೆ ಈ ತರಹದ ಬ್ಲೀಡಿಂಗ್ ಸಹ ಸಾಮಾನ್ಯ ಲಕ್ಷಣವೇ. ಅನೇಕ ಗರ್ಭಿಣಿಯರಿಗೆ ಪೂರ್ತಿ ಗರ್ಭಾವಸ್ಥೆಯಲ್ಲಿ ಈ ತರಹ ಬ್ಲೀಡಿಂಗ್ ಆಗುತ್ತಿರುತ್ತದೆ. ಕೆಲವು ಮಹಿಳೆಯರಿಗೆ ಎರಡು

ಮೂರು ದಿನ ಬ್ಲೀಡಿಂಗ್ ಆಗುತ್ತದೆ ಕೆಲವು ಮಹಿಳೆಯರಿಗೆ ಮ್ಯೂಕಸ್ ಜೊತೆಗೆ ಕಂದು ಬಣ್ಣದ ಅಥವಾ ಗುಲಾಬಿ ಬಣ್ಣದ ಬ್ಲೀಡಿಂಗ ಆಗುವುದು. ಕೆಲುವರಿಗೆ ಕೆಂಪು ತುಂಡಂತೆ ಹೊಗುವುದು. ಆದರೆ ಅವರ ಗಭಾವಸ್ಥೆ ಪೂರ್ಣವಾಗಿ ಸುರಕ್ಷಿತವಾಗಿರುವುದು. ಅವರು ಸ್ವಸ್ಥ ಶಿಶುವನ್ನು ಜನ್ಮ ಕೊಡುವವರು.

ಒಂದು ವೇಳೆ ಸಣ್ಣಗೆ ಸೆಳತದ ಜೊತೆಗೆ ಕೆಂಪು ರಕ್ತದ ಕಳೆ ಕಾಣಿಸಿಕೊಂಡರೇ(ಪೂರ್ತಿ ಪ್ರೆಡ್ ಆಗಿದ್ದರೆ)ನೀವು ಡಾಕ್ಟರಿಂದ ಸಲಹೆ ಪಡೆಯುರಿ. ಅವರು ಅಲ್ಟ್ರಾಸಾಉಂಡ ಸಲಹೆ ಕೊಡಬಹುದು. ಆರು ವಾರಕಳೆದುಹೋಗಿದ್ದರೆ ನೀವು ಮಗುವಿನ ಹೃದಯದ ಬಡಿತ ಕೇಳ ಬಹುದು ಇದರಿಂದ ನಿಮಗೆ ಎಲ್ಲ ಸರಿಯಾಗಿದೆ ಎಂದು ಗೊತ್ತಗುತ್ತದೆ.

ಒಂದು ವೇಳೆ ಈ ತಿಳಿಯಾದ ಕಲೆಗಳು ಭಾರಿ ರಕ್ತಸ್ರಾವದಲ್ಲಿ ಬದಲಾಯಿಸಿದರೇ ತಕ್ಷನ ಡಾಕ್ಟರನ್ನು ಭೆಟ್ಟಿ ಮಾಡಿ. ಆದರೂ ಮಿಸಕೈರಿಜ ಯೋಚನೆ ಕನಸಲ್ಲು ಮನಸಲ್ಲಿ ಮಾಡ ಬೇಡಿ. ಅನೇಕ ಗರ್ಭಿಣಿ ಮಹಿಳೆಯರಿಗೆ ಯಾವದೆ ಕಾರಣವಿಲ್ಲದೆ ಭಾರಿ ಬ್ಲೀಡಿಂಗ ಆಗುತ್ತದೆ ಆದರೂ ಅವರು ಸ್ವಸ್ತ ಶಿಶುವನ್ನು ಜನ್ಮ ಕೊಡುತ್ತಾರೆ.

ಹೆಚ್ ಸೀ ಜೀ ಲೆವಲ್

"ನನಗೆ ಡಾಕ್ಟರ್ ನನ್ನ ರಕ್ತ ಪರೀಕ್ಷಣೆಯ ರಿಪೋರ್ಟ ಕೊಟ್ಟರು. ಅದರಲ್ಲಿ ಹೆಚ್ ಸೀ ಜೀ ಲೆವಲ್ (ಮಟ್ಟ) 412 ಇದರರ್ಥ ನೀವು ಖಂಡಿತವಾಗಿ ಗರ್ಭಿಣಿ. ಹೊಸ ಬೆಳದಿರುವ ಪ್ಲೆಸೆಂಟಾ ಜೀವ ಕೋಶಗಳು ಫರ್ಟಿಲೈಜ್ಡ್ ತತಿ ಯ ಇಂಪ್ಲಾಂಟ್ ಆಗುವ ಕೆಲವು ದಿನಗಳದೋಳಗೆ ಹೆಚ್ ಸೀ ಜೀ ಮಾಡುತ್ತಾರೆ. ಇದು ನಿಮ್ಮ ಮೂತ್ರದ ತಪಾಸಣೆಯಿಂದ ಗೊತ್ತಾಗುತ್ತದೆ. ಇದರನಂತರ ಡಾಕ್ಟರ್ ರಕ್ತದಲ್ಲಿ ಇದರ ತಪಾಸಣೆ ಮಾಡಿದನಂತರ ಗರ್ಭಾವಸ್ಥೆಯ ಪುಷ್ಟಿ ಮಾಡುತ್ತಾರೆ. ಗರ್ಭಾವಸ್ಥೆಯ ಪ್ರಾರಂಭದಲ್ಲಿ ರಕ್ತದಲ್ಲಿ ಇದರ ಮಟ್ಟ ಹೆಚ್ಚಾಗಿರುವುದಿಲ್ಲ."

ಆದರೆ ಕೆಲವು ದಿನಗಳಲ್ಲಿ ಇದರ ವೃದ್ಧಿ ಬಹಳವಾಗುವುದು ಗರ್ಭಾವಸ್ಥೆಯ 7 ರಿಂದ 12 ವಾರದಲ್ಲಿ ಇದು ಅತ್ಯಧಿಕವಾಗಿರುತ್ತದೆ ಆಮೇಲೆ ಇದು ಕಡಿಮೆ ಆಗುತ್ತಬರುವುದ.

ನಿಮಗೆ ಇತರ ಗರ್ಭಿಣಿ ಗೆಳತಿಯರ ಜೊತೆಗೆ ಈ ನಂಬರಿನ ತುಲನೆ ಮಾಡ ಬೇಡಿ. ಏಕೆಂದರೆ ಎಲ್ಲರ ಹೆಚ್ ಸೀ ಜೀ ಮಟ್ಟ ಒಂದೆ ಸಮವಾಗಿರುವುದಿಲ್ಲ. ಇವು ಪ್ರತಿಯೊಂದು ವ್ಯಕ್ತಿ ಹಾಗೂ ಸಮಯದಂತೆ ಭಿನ್ನ ಭಿನ್ನ ವಾಗಿರುವುದು.

ಹೆಚ್ ಸೀ ಜೀ ಮಟ್ಟ

ನೀವು ಹೆಚ್ ಸೀ ಜೀ ನಂಬರ್ ಗೆಮ್ ಆಟಾ ಆಡ ಬೇಕೇ? ಇಲ್ಲ ನಿಮಗೆ ಕೆಲವು ರೆಂಜ ಕೊಟ್ಟಿದೆ

ಗರ್ಭಾವಸ್ಥೆಯ ವಾರಗಳು ಪ್ರಮಾಣ	ಹೆಚ್ ಸೀ ಜೀ ಟಚ/ಗ/ಏ ದಲ್ಲಿ
3 ವಾರ	5 ರಿಂದ 50
4 ವಾರ	5 ರಿಂದ 426
5 ವಾರ	19 ರಿಂದ 7340
6 ವಾರ	1080 ರಿಂದ 56, 500
7 ರಿಂದ 8 ವಾರ	7650 ರಿಂದ 229,000
9 ರಿಂದ 12 ವಾರ	25700 ರಿಂದ 288,000

ಗಮನ ಕೊಡುವ ಮಾತೆಂದರೆ ನಿಮ್ಮ ಹೆಚ್ ಸೀ ಜಿ ಯ ಮಟ್ಟ ತಮ್ಮ ಸಂಖ್ಯೆಯಂತೆ ಒಂದು ನಿಶ್ಚಿತ ಮಟ್ಟದಲ್ಲೆ ಬೆಳೆಯುವುದು ಆಮೇಲೆ ತನಗೆತಾನೆ ಕಡಿಮೆ ಆಗುವುದು. ಕೊಟ್ಟಿರುವ ಬಾಕ್ಸಿನ ಸಹಾಯದಿಂದ ನಿಮಗೆ ಅಂದಾಜು ಆಗಬಹುದು. ಆದರೆ ಬಾಕ್ಸಲ್ಲಿ ಕೊಟ್ಟಿರುವ ರೀಡಿಂಗ್ ನಿಮ್ಮ ನಂಬರಿಗೆ ಸಮವಾಗಿರುವ ಅವಶ್ಯಕವಿಲ್ಲ. ಈ ವಿಷಯದಲ್ಲಿ ಚಿಂತಿಸಬೇಡಿ.

ನಿಮ್ಮ ಗರ್ಭಾವಸ್ಥೆ ಸಾಮಾನ್ಯವಾಗಿ ಮುಂದುವರೆಯುತ್ತದೆ ಈ ವಿಷಯದಲ್ಲಿ ಯೋಚನೆ ಮಾಡಬೇಡಿ. ಇದನ್ನು ಡಾಕ್ಟರ್ ಗಮನಿಸಿಕೊಳ್ಳುತ್ತಾರೆ. ಅಲ್ಟ್ರಾಸೌಂಡ್ ಪರಿಣಾಮದಿಂದ ಸಾಕಷ್ಟು ಸ್ಪಷ್ಟ ಚಿತ್ರ ಸಿಗುವುದು. ಆದರೆ ಯಾವುದೇ ಸಂದೇಹವಿದ್ದರೆ ಡಾಕ್ಟರಿನ ಸಲಹೆ ಪಡೆಯಿರಿ.

ಚಿಂತಿಸ ಬೇಡಿ

ಕೆಲವು ಮಹಿಳೆಯರು ಯಾವುದೇ ಕಾರಣವಿಲ್ಲದೆ ತಮ್ಮ ಮೊದಲನೆಯ ಮೂರು ತಿಂಗಳಲ್ಲಿ ಅಥವಾ ಸಂಪೂರ್ಣ ಗರ್ಭಾವಸ್ಥೆಕಾಲದಲ್ಲಿ ಚಿಂತಿತವಾಗಿರುತ್ತಾರೆ. ಎಲ್ಲಕ್ಕಿಂತ ಹೆಚ್ಚು ಚಿಂತೆ ಗರ್ಭಪಾತದ ಚಿಂತೆ.

ಸಾಮಾನ್ಯವಾಗಿ ಗರ್ಭಿಣಿ ಮಹಿಳೆಯರು ಸಾಮಾನ್ಯ ಲಕ್ಷಣಗಳು ಹಾಗು ಸಣ್ಣ-ಪುಟ್ಟ ತೊಂದರೆಗಳಿದ್ದರೂ ಸ್ವಸ್ಥ ಶಿಶುವಿಗೆ ಜನ್ಮ ಕೊಡುತ್ತಾರೆ. ಪ್ರತಿಯೊಂದು ಸಾಮಾನ್ಯ ಲಕ್ಷಣದಂತೆ ಹೊಟ್ಟೆಯ ಕೆಳ ಭಾಗದಲ್ಲಿ ಸೆಳೆತ, ನೋವು, ತಿಳಿ ರಕ್ತಸ್ರಾವ ಆಗುವುದೂ ಸಾಮಾನ್ಯವೇ. ಈ ಸಂಕೇತಗಳಿಂದ ನಿಮಗೆ ಘಾಬರಿ ಆಗಬಹುದು ಆದರೆ ಇದರಿಂದ ಗರ್ಭಾವಸ್ಥೆಯಲ್ಲಿ ಅಪಾಯವಿದೆಯೆಂದು ತಿಳಿಯಬೇಡಿ. ಆದರೆ ನೀವು ನಿಮ್ಮ ಮುಂದಿನ ಭೇಟಿಯಲ್ಲಿ ಡಾಕ್ಟರಿನ ಸಲಹೆ ಖಂಡಿತ ಪಡೆಯರಿ. ಕೆಳಗೆ ಬರೆದಿರುವ ಕಾರಣವಿದ್ದರೆ ಅಕಾರಣವಾಗಿ ಚಿಂತಿಸಬೇಡಿ:-

- ಸಣ್ಣಕ್ಕೆ ಸೆಳೆತ, ನೋವು, ಹೊಟ್ಟೆಯ ಮಧ್ಯ ಭಾಗದಲ್ಲಿ ಅಥವಾ ಅಕ್ಕ-ಪಕ್ಕ ಸಣ್ಣ ನೋವು. ಅನೇಕ ಸಲ ಗರ್ಭಾಶಯಕ್ಕೆ ಬೆಂಬಲ ನೀಡುವ ಲಿಗ್‌ಮೆಂಟ್ಸ್ ನಲ್ಲಿ ಎಳೆತ ಬಂದರೂ ಈ ತರಹದ ನೋವು ಬರುತ್ತದೆ. ತೀವ್ರವಾಗಿ ಸೆಳೆತದ ಜೊತೆಗೆ ಬ್ಲೀಡಿಂಗ್ ಆಗದೆ ಹೋದರೆ ಘಾಬರಿಯಾಗುವ ಆವಶ್ಯಕತೆಇಲ್ಲ.

- ರಕ್ತಸ್ರಾವ ಕೇವಲ ಗರ್ಭಪಾತದ ಕಾರಣವೇ ಆಗುವುದಿಲ್ಲ. ನಾವು ಇದರ ಕಾರಣಗಳನ್ನು ಮೊದಲೇ ಸ್ಪಷ್ಟ ಮಾಡಿದ್ದೇವೆ.

ಅನೇಕ ಸಲ ಕಡಿಮೆ ಲಕ್ಷಣಗಳಿದ್ದರೂ ಮಹಿಳೆಯರು ಘಾಬರಿ ಆಗುತ್ತಾರೆ. ಸಾಮಾನ್ಯವಾಗಿ ಮೊದಲನೆಯ ಮೂರು ತಿಂಗಳಲ್ಲಿ ಅವರಿಗೆ ಅವರು ಗರ್ಭಿಣಿಯೇ ಇಲ್ಲವೆಂದೆನಿಸುತ್ತದೆ. ಇದೇ ಕಾರಣದಿಂದ ಅವರು ಬಹಳ ವ್ಯಾಕುಲರಾಗುತ್ತಾರೆ. ಗರ್ಭಾವಸ್ಥೆಯ ಪುಷ್ಟಿ ಆದ ಮೇಲೆ ಘಾಬರಿ ಏಕೆ?

ಎಲ್ಲರಂತೆ ನಿಮಗೂ ಮಾರ್ನಿಂಗ್ ಸಿಕ್‌ನೆಸ್ ಆಗಲಿ ಹಾಗೂ ಎದೆ ಆಕಾರ ದೊಡ್ಡದಾಗುವ ಅಗತ್ಯವೇನಿಲ್ಲ. ನಿಮ್ಮಲ್ಲಿ ಈ ಲಕ್ಷಣಗಳು ಹೊತ್ತಾಗಿ ಕಾಣಿಸಬಹುದು, ಕಾಣಿಸದೇ ಇರಬಹುದು. ಪ್ರತಿಯೊಬ್ಬ ಗರ್ಭಿಣಿ ಮಹಿಳೆಯರಲ್ಲಿ ಬೇರೆ-ಬೇರೆ ಲಕ್ಷಣಗಳು ಕಾಣಿಸುವುದು ಇಲ್ಲ ಕಾಣಿಸದೆ ಇರುವುದು.

ಒತ್ತಡ

"ನನ್ನ ಕೆಲಸದಲ್ಲಿ ಬಹಳ ಒತ್ತಡವಿರುತ್ತದೆ. ನನಗೆ ಈಗ ಗರ್ಭಿಣಿ ಆಗುವ ಮನಸ್ಸಿರಲಿಲ"

ನೀವು ಒತ್ತಡವನ್ನು ಯಾವ ರೂಪದಲ್ಲಿ ನೋಡುತ್ತೀರ? ಅದರ ಆಧಾರದ ಮೇಲೆ ಒತ್ತಡ ಕೆಟ್ಟದು ಅಥವಾ ಒಳ್ಳೆಯದು ಆಗುವುದು. ನೀವು ಇದನ್ನು ಒಳ್ಳೆಯ ರೀತಿಯಲ್ಲಿ ತೆಗೆದುಕೊಂಡರೇ ಇದೇ ಆಧಾರದ ಮೇಲೆ ಇನ್ನೂ ಚೆನ್ನಾಗಿ ಪ್ರದರ್ಶನ ಮಾಡಬಹುದು. ಇಲ್ಲದೇ ಹೋದರೆ ಒತ್ತಡ ನಿಮ್ಮನ್ನು ವಶದಲ್ಲಿಟ್ಟುಕೊಂಡು ನಿಮ್ಮನ್ನೇ ಧ್ವಂಸ ಮಾಡುತ್ತದೆ. ಅಧ್ಯಯನಗಳಿಂದ ತಿಳಿದು ಬಂದ್ದಿದ್ದು ಏನೆಂದರೆ ಗರ್ಭಾವಸ್ಥೆ ಕೆಲವು ವಿಶೇಷ ತರಹದ ಒತ್ತಡದಿಂದ ಪ್ರಭಾವಿತವಾಗುವುದಿಲ್ಲ. ನೀವು ಈ ಒತ್ತಡವನ್ನು ಧೈರ್ಯದಿಂದ ಎದುರಿಸಿದರೇ ನಿಮ್ಮ ಶಿಶುವೂ ಅದನ್ನು ಎದುರಿಸಲು ಯೋಗ್ಯವಾಗಿರುತ್ತದೆ. ಆದರೆ ನೀವು ಆ ಒತ್ತಡದಿಂದ ವ್ಯಾಕುಲವಾಗಿ ಅಥವಾ ಉದಾಸೀನವಾದರೆ, ತಲೆ ನೋವು, ಹೊಟ್ಟೆ ನೋವು, ಕಡಿಮೆ ಹಸಿವು ಆದರೆ, ಧೂಮಪಾನ, ಮದ್ಯಪಾನ ಮಾಡಲು ಪ್ರಾರಂಭಿಸಿದರೆ ಇದು ಒಂದು ಸಮಸ್ಯೆ ಆಗಬಹುದು.ಆದರೆ ಎರಡನೆಯ ಮೂರು ತಿಂಗಳಲ್ಲಿ ಹಾಗೂ ಕಡೆ ಮೂರು ತಿಂಗಳಲ್ಲೂ ಒತ್ತಡಕ್ಕೆ ಇದೇ ತರಹ ನಕಾರಾತ್ಮಕ ಪ್ರತಿಕ್ರಿಯೆ ಜಾರೀ ಇದ್ದರೇ ಅದನ್ನು ಹೋಗಲಾಡುಸುವದೇ ಒಂದು ಪ್ರಾಥಮಿಕತೆ ಆಗಬೇಕು. ಕೆಳಗೆ ಬರೆದಿರುವ ಉಪಾಯಗಳಿಂದ ನಿಮಗೆ ಸಹಾಯ ಮಾಡಬಹುದು:

ಮನಸ್ಸಿನ ಮಾತು ಹೇಳಿ:- ನಿಮ್ಮ ಮನಸ್ಸಿನ ಮಾತನ್ನು ಕೇಳಿಕೊಳ್ಳಿ. ನಿಮ್ಮ ಸಂಗಾತಿಯ ಜೊತೆಗೆ ಮನಸ್ಸಿನ ಎಲ್ಲಾ ಮಾತನ್ನು ಹಂಚಿಕೊಳ್ಳಿ. ರಾತ್ರಿ ಮಲಗುವ ಮುಂಚೆ ಎಲ್ಲಾ ಒತ್ತಡವನ್ನು ಚಿಂತೆಯನ್ನು ಬಿಡಿ. ಎಲ್ಲಾ ಸಮಸ್ಯೆಗೂ ಸಮಾಧಾನವನ್ನು ಹುಡುಕಿ. ಸಂತೋಷವಾಗಿರಿ. ನಿಮ್ಮ ಸಂಗಾತಿಯೂ ಒತ್ತಡದಲ್ಲಿದ್ದರೆ ಗೆಳೆಯರ ಸಹಾಯ ತೆಗೆದುಕೊಳ್ಳಿ. ಒಂದು ವೇಳೆ ಒತ್ತಡದಿಂದ ಶಾರೀರಿಕ-ಲಕ್ಷಣಗಳು ಕಾಣಿಸಿ ಕೊಳ್ಳುತ್ತಿದ್ದರೇ ಡಾಕ್ಟರಿನ ಸಲಹೆ

ರಿಲ್ಯಾಕ್ಸಾಗಿ

ನೀವು ಒತ್ತಡದ ವಶದಲ್ಲಿ ಇದ್ದೀರಾ? ಹಾಗಾದರೆ ಯೋಗದ ರಿಲ್ಯಾಕ್ಸೇಶನ್ ಟೆಕ್ನೀಕ್ ಗಳನ್ನು ಬಳಸಿ. ನೀವು ಯಾವುದಾದರು ಯೋಗ ಕ್ಲಾಸಲ್ಲಿ ಅಥವಾ ಮನೆಯಲ್ಲೆ ಯೋಗ ಡಿವಿಡಿ ಯ ಸಹಾಯದಿಂದ ಈ ಸುಲಭವಾಗಿರುವ ಟೆಕ್ನೀಕ್ ಗಳನ್ನು ಕಲಿಯಬಹುದು. ನೀವು ಚಿಂತೆಯಲ್ಲಿದ್ದಾಗಲೆಲ್ಲ ದಿನದಲ್ಲಿ ಒಂದು ಸಲ ಯೋಗ ಮಾಡಿ ನಿಮ್ಮ ಚಿಂತೆಯನ್ನು ನಿವಾರಿಸಿಕೊಳ್ಳಬಹುದು. ಕಣ್ಣು ಮುಚ್ಚಿಕೊಂಡು ಕುಳಿತುಕೊಳ್ಳಿ. ಯಾವುದೇ ಒಂದು ಸುಂದರವಾದ ದೃಶ್ಯವನ್ನು ಕಲ್ಪಿಸಿಕೊಳ್ಳಿ. ಯೋಚನೆ ಮಾಡಿ ನೀವು ನಿಮ್ಮ ಶಿಶುವನ್ನು ತೋಳಲ್ಲಿ ಎತ್ತಿಕೊಂಡು ಕುಳಿತುಕೊಂಡಿದ್ದೀರಿ. ಶರೀರದ ಪ್ರತಿಯೊಂದು ಸ್ನಾಯುವನ್ನು ಶಿಥಿಲವಾಗಿ ಬಿಡಿ. ಹೌದು ಅಥವಾ ಇಲ್ಲ ಈ ಶಬ್ದಗಳನ್ನು ಜೋರಾಗಿ ಹೇಳಿ.

ಇದನ್ನು 10 ರಿಂದ 20 ನಿಮಿಷದವರೆಗು ಮಾಡಿ. ಒಂದೆರಡು ನಿಮಿಷ ಮಾಡಿದರೂ ಬಹಳ ವ್ಯತ್ಯಾಸ ಆಗುವುದು. ನಿಮಗೆ ಒತ್ತಡ ಹಾಗೂ ಉತ್ತೇಜನೆಯಿಂದ ಮುಕ್ತಿ ಸಿಗುವುದು.

ಪಡೆಯುರಿ. ಬೇರೆ ಗರ್ಭಿಣಿ ಮಹಿಳೆಯರ ಜೊತೆಗೆ ಸ್ನೇಹ ಬೆಳೆಸಿಕೊಳ್ಳಿ. ಶಾಂತಿ ಸ್ನೇಹಮಯ ವಾತಾವರಣದಲ್ಲಿ ನೀವು ನಿಮ್ಮ ಮನಸ್ಸನ್ನು ಸಾಕಷ್ಟು ಸಮಾಧಾನ ಮಾಡಿಕೊಳ್ಳ ಬಹುದು.

ಈ ವಿಷಯದಲ್ಲಿ ಮಾತನಾಡಿ :– ಜೀವನದಲ್ಲಿ ಒತ್ತಡದ ಕಾರಣಗಳನ್ನು ತಿಳಿದುಕೊಳ್ಳಿ. ಅವುಗಳನ್ನು ಹೇಗೆ ಹೋಗಲಾಡಿಸ ಬಹುದೆಂದು ಯೋಚನೆ ಮಾಡಿ ಕೆಲವು ಪ್ರಾಥಮಿಕತೆ ಇಲ್ಲದ ಕೆಲಸಗಳನ್ನು ಮಾಡಬೇಡಿ. ಮನೆ ಹಾಗೂ ಆಫೀಸ್‌ನಲ್ಲಿ ಅನೇಕ ಜವಾಬ್ದಾರಿಗಳಿದ್ದರೆ ಅದನ್ನು ಯಾರಿಗಾದರೂ ಸ್ಥಳಾಂತರಿಸಲು ಅಥವಾ ಸ್ವಲ್ಪ ಸಮಯದವರೆಗೂ ಸ್ಥಗಿತ ಮಾಡಲು ಯತ್ನಿಸಿ.

ಅಧಿಕ ಘಾಬರಿಯಾದಾಗ ಪೇಪರ್ ಪೆನ್ ತೆಗೆದುಕೊಂಡು ಮಾಡಬೇಕಾಗುವ ಕೆಲಸದ ಒಂದು ಸೂಚಿಪತ್ರವನ್ನು ತಯಾರುಮಾಡಿ ಮತ್ತೆ ಆ ಕೆಲಸಗಳನ್ನು ಯಾವಾಗ ಮಾಡ ಬೇಕೆಂದು ನಿರ್ಧರಿಸಿ. ಈ ರೀತಿ ಮಾಡಿದರೆ ನಿಮಗೆ ಎಲ್ಲ ಕೆಲಸಗಳು ನಿಯಂತ್ರಿತವಾಗಿದೆ ಎಂದು ಅನಿಸುತ್ತದೆ. ಕೆಲಸ ಆದಮೇಲೆ ಆ ಕೆಲಸವನ್ನು ಸೂಚಿಪತ್ರ ದಿಂದ ಹೊಡದುಹಾಕಿ.ಈ ರೀತಿ ನಿಮಗೆ ಸ್ವಲ್ಪ ಕೆಲಸದ ಭಾರ ಕಡಿಮೆ ಅನಿಸುತ್ತದೆ.

ನಿದ್ರೆ ಮಾಡಿ:– ನಿದ್ರೆ ಮಾಡುವುದು ಒಳ್ಳೆ ಔಷಧಿ. ನಿದ್ರೆ ಮಾಡಿದರೆ ತನು–ಮನ ಎರಡು ಶಾಂತವಾಗುತ್ತದೆ. ಚೆನ್ನಾಗಿ ನಿದ್ರೆ ಮಾಡಿದರೂ ಒತ್ತಡ ಹಾಗೂ ಉತ್ತೇಜನೆ ಕಡಿಮೆ ಆಗುತ್ತದೆ. ನಿದ್ರೆ ಮಾಡಲು ತೊಂದರೆ ಆದರೆ ಈ ಪುಸ್ತಕದಲ್ಲಿ ಕೊಟ್ಟಿರುವ ಉಪಾಯಗಳನ್ನು ಉಪಯೋಗಿಸಿ.

ಪರಿಪೂರ್ಣ ಪೋಷಣೆ:– ವ್ಯಸ್ತ ದಿನಚರಿಯಿಂದ ನಿಮ್ಮ ಊಟದ ಪದ್ಧತಿ ಸಹ ಪ್ರಭಾವಿತವಾಗುವುದು 'ರ್ಭಾವಸ್ಥೆಯಲ್ಲಿ ಊಟದ ಪದ್ಧತಿಯ ತಪ್ಪು ಅಭ್ಯಾಸಗಳು

ಸಕಾರಾತ್ಮಕ ದೃಷ್ಟಿ

ಸಕಾರಾತ್ಮಕವಾಗಿ ಯೋಚನೆ ಮಾಡುವವರು ದೀರ್ಘ ಹಾಗೂ ಸ್ವಸ್ಥ ಜೀವನವನ್ನು ಬಾಳುತ್ತಾರೆ. ಗರ್ಭಿಣಿ ತಾಯಿ ಸಕಾರಾತ್ಮಕವಾಗಿ ಯೋಚಿಸುವವಳಾದರೆ ಮಗುವಿನ ದೃಷ್ಟಿ ಸಹ ಬದಲಾಯಿಸುತ್ತದೆ. ಸಕಾರಾತ್ಮಕವಾಗಿ ಯೋಚಿಸುವ ಗರ್ಭಿಣಿ ಮಹಿಳೆಯರಲ್ಲಿ ಪ್ರಸವ ಪೂರ್ವ ಅಪಾಯಗಳು ಬಹಳ ಕಡಿಮೆ ಇರುತ್ತದೆ ಹಾಗೂ ಗರ್ಭಾವಸ್ಥೆಯ ಅಪಾಯಗಳು ಕಡಿಮೆ ಆಗಿರುತ್ತದೆಂದು ಸಂಶೋಧಕರ ಅಭಿಪ್ರಾಯ.

ಒತ್ತಡದ ಕೆಳ ಮಟ್ಟದ ಸಕಾರತ್ಮಕ ಮಹಿಳೆಯರಲ್ಲಿ ಗರ್ಭಾವಸ್ಥೆಯ ಅಪಾಯಗಳು ನಿಶ್ಚಿತವಾಗಿ ಕಡಿಮೆ ಆಗಿರುತ್ತದೆ. ಅದೆ ಒತ್ತಡದ ಉಚ್ಚ ಮಟ್ಟದಲ್ಲಿರುವ ಮಹಿಳೆಯರು ಗರ್ಭಾವಸ್ಥೆಯ ಸಮಯದಲ್ಲಿ ಹಾಗೂ ಆಮೇಲೂ ಅನೇಕ ಸಮಸ್ಯೆಗಳನ್ನು ಎದುರಿಸುತ್ತಾರೆ. ಒತ್ತಡದ ಕಾರಣ ಅವರು ಎಲ್ಲಾ ವಿಷಯಗಳನ್ನು ಹೇಳುವುದಿಲ್ಲ. ಸಕಾರಾತ್ಮಕ ದೃಷ್ಟಿಯುಳ್ಳ ಮಹಿಳೆಯರು ತಮ್ಮನ್ನು ತಾವು ಚೆನ್ನಾಗಿ ಗಮನಿಸಿಕೊಳ್ಳುತ್ತಾರೆ. ಅವರು ಸರಿಯಾಗಿ ಊಟ–ತಿಂಡಿಮಾಡಿ, ವ್ಯಾಯಾಮ ಮಾಡಿ, ಧೂಮಪಾನ ಹಾಗೂ ಮಧ್ಯಪಾನದಿಂದ ದೂರವಿದ್ದು ಸಮಯಕ್ಕೆ ಸರಿಯಾಗಿ ಔಷಧಿಗಳನ್ನು ತೆಗೆದುಕೊಂಡು ಹಾಗೂ ಸಕಾರಾತ್ಮಕ ವ್ಯವಹಾರ ಹಾಗೂ ಚಿಂತೆಯಿಂದ ಗರ್ಭಾವಸ್ಥೆಯ ಮೇಲೆ ಸಕಾರಾತ್ಮಕ ಪ್ರಭಾವ ಹಾಕುವರು.

ನೀವು ಗರ್ಭಾವಸ್ಥೆಯಲ್ಲಿ ಈ ತರಹ ಸಕಾರಾತ್ಮಕ ದೃಷ್ಟಿಯಿಂದ ಬಹಳಷ್ಟು ತಿಳುವಳಿಕೆ ಪಡೆಯಬಹುದು. ನೀವು ಹಾಲಿನ ಲೋಟವನ್ನು "ಅರ್ಧ ಖಾಲಿ" ನೋಡುವ ಬದಲು "ಅರ್ಧ ತುಂಬಿರುವಂತೆ" ನೋಡಿ ಅಷ್ಟೇ...

ಬಹಳ ಕಷ್ಟ ಕೊಡುವುದು. ದಿನದಲ್ಲಿ ಕಡೆ ಪಕ್ಷ ಆರು ಸಲ ಹಗೂರವಾದ ಭೋಜನ ಮಾಡಿ. ಜಟಿಲ ಕಾರ್ಬೊಸ್ ಹಾಗೂ ಪ್ರೋಟೀನನ್ನು ಗಮನದಲ್ಲಿಟ್ಟುಕೊಂಡು ಸಕ್ಕರೆಯುಹಾಗೂ ಕೆಫೀನ್ ಪ್ರಮಾಣವನ್ನು ಕಡಿಮೆ ಮಾಡಿ. ಪೋಷಕ ಆಹಾರ ತೆಗೆದುಕೊಂಡರೂ ವತ್ತಡ ಕಡಿಮೆ ಆಗುತ್ತದೆ.

ಸ್ನಾನ ಮಾಡಿ:- ಉಗುರು ಬೆಚ್ಚಗಿರುವ ನೀರಿನಲ್ಲಿ ಸ್ನಾನ ಮಾಡಿ. ಇದರಿಂದ ವತ್ತಡ ಕಡಿಮೆ ಆಗುವುದು ಹಾಗೂ ಒಳ್ಳೆ ನಿದ್ರೆ ಬರುವುದು.

ಯೋಗ ಮಾಡಿ:- ವತ್ತಡವನ್ನು ಕಡಿಮೆ ಮಾಡಲು ಯೋಗ ಅಥವಾ ಈಜುವಂತ ವ್ಯಾಯಾಮವನ್ನು ಮಾಡಿ. ವ್ಯಸ್ತ ದಿನಚರಿ ಇದ್ದರೂ ಇದಕ್ಕಾಗಿ ಸಮಯಕೊಡಿ.

ವೈಕಲ್ಪಿಕ ಚಿಕಿತ್ಸೆ:- ಅನೇಕ ಪೂರಕ ಹಾಗೂ ವೈಕಲ್ಪಿಕ ಚಿಕಿತ್ಸಾಪದ್ಧತಿಗಳ ಮಾಧ್ಯಮದಿಂದ ವತ್ತಡವನ್ನು ಕಡಿಮೆ ಮಾಡಬಹುದು. ಉದಾ; ಆಕ್ಯೂಪಂಚರ್, ಬಯೋಫೀಡ್‌ಬ್ಯಾಕ್, ಸಮ್ಮೋಹನ ಥೆರೆಪಿ, ಅಥವಾ ಮಾಲಿಶ್. ಧ್ಯಾನ ಹಾಗೂ ಮಾನಸಿಕ ಚಿತ್ರಣವೂ ಪ್ರಭಾವಕಾರಿ. ಮನಸಲ್ಲೇ ಸುಂದರವಾದ ದೃಶ್ಯಗಳನ್ನು ಕಲ್ಪಿಸಿಕೊಳ್ಳಿ. ರಿಲ್ಯಾಕ್ಸೇಶನ್ ಟೆಕ್ನೀಕ್‌ಗಳು ಪ್ರಭಾವಕಾರಿ ಆಗುವುದು.

ಇದರಿಂದ ದೂರವಿರಿ:- ವತ್ತಡವನ್ನು ಎದುರಿಸಿ. ಒಳ್ಳೆ ಸಿನಿಮಾ ನೋಡಿ. ಪುಸ್ತಕ ಓದಿ ಸಂಗೀತ ಕೇಳಿ. ಮಗುವಿಗೆ ಸುಂದರವಾದ ಕಾಲುಚೀಲ ಹೊಲಿಯಿರಿ. ಗೆಳತಿ ಜೊತೆಗೆ ಊಟಕ್ಕೆ ಹೊರಗೆ ಹೋಗಿ. ಡೈರಿ ಬರೆಯರಿ. ಆನಲೈನ ಸರ್ಚ್ ಮಾಡಿ. ಇಲ್ಲ ಸುಮ್ಮನೆ ವಾಕ್ ಮಾಡಿ.

ಕಾರಣವನ್ನು ದೂರ ಮಾಡಿ:- ದೂರ ಮಾಡುವ ಕಾರಣ ಇಲ್ಲ ಹೊಗಲಾಡಿಸುವ ಕಾರಣವಿದ್ದರೆ ಮೊದಲು ಆ ಕೆಲಸ ಮಾಡಿ. ಕೆಲಸ ಜಾಸ್ತಿ ಇದ್ದರೆ ಇನ್ನೊಬ್ಬರ ಸಹಾಯ ತೆಗೆದುಕೊಳ್ಳಿ. ಅಧಿಕ ವತ್ತಡದಿಂದ ಕೆಲಸ ಬದಲಾಯಿಸ ಬೇಕೆಂದು ಕೊಂಡಿದ್ದರೆ ಸ್ವಲ್ಪ ಸಮಯದ

ಗರ್ಭಾವಸ್ಥೆಯಲ್ಲಿ ಪ್ರೀತಯ ಆರೈಕೆ

ಗರ್ಭಾವಸ್ಥೆಯಲ್ಲಿ ಮುಖದ ಮೇಲೆ ಒಂದು ಹೊಸ ಕಳೆ ಬರುವುದು ಇದರಲ್ಲಿ ಸಂದೇಹವಿಲ್ಲ. ಆದರು ನಿಮ್ಮ ಲಾವಣ್ಯಕ್ಕೆ ಮೆಕೋವರ್ ಅವಶ್ಯಕತೆ ಬರುವುದು. ಗರ್ಭಿಣಿ ಆದ ಮೇಲೆ ನಿಮಗೆ , ನಿಮ್ಮ ಆಕ್ನೆ ಕ್ರೀಮ್ ಉಪಯೋಗಿಸುವ ಮೊದಲು ಅಥವಾ ಬಿಕನೀ ವೈಕಸಿನ್ ಸ್ಪಾ ತೆಗೆದುಕೋಳ್ಳುವ ಮೊದಲು ಅಥವಾ ಫೇಶಿಯಲ್ ಮಾಡಿಸಿಕೊಳ್ಳುವ ಮೊದಲು ಸಾಕಷ್ಟು ತಿಳಿದು ಕೊಳ್ಳಬೇಕು. ಇಲ್ಲ ನಿಮಗೆ ತಲೆಯಿಂದ ಕಾಲಿನತನಕ ಮೇಲ್ವಿಚರಣೆಗಾಗಿ ಕೆಲವು ಟಿಪ್ಸ್ ಕೊಡಲಾಗಿದೆ. ಈ ಟಿಪ್ಸ್‌ಗಳ ಸಹಾಯದಿಂದ ನೀವು ಸುಂದರವಾಗಿ ಕಾಣಿಸುವಿರಿ ಹಾಗೂ ಸುರಕ್ಷಿತವಾಗಿರುವಿರಿ.

ನಿಮ್ಮ ಕೇಶ:

ಗರ್ಭಾವಸ್ಥೆಯಲ್ಲಿ ನಿಮ್ಮ ಕೇಶಗಳು ಬಹಳ ಹಾಳಾಗಬಹುದು ಅಥವಾ ಮೊದಲಿಗಿಂತ ಬಹಳ ಚೆನ್ನಾಗಾಗಬಹುದು. ಹಾರ್ಮೋನ್‌ಗಳ ಕಾರಣದಿಂದ ಕೇಶಗಳಲ್ಲಿ ವೃದ್ಧಿ ಆಗುವುದು. ಹಾರ್ಮೋನ್ ಕಾರಣಗಳಿಂದ ಕೂದಲು ಬೆಳೆಯುವುದು ಆದರೆ ಕೇವಲ ತಲೆಕೂದಲು ಬೆಳೆಯುವುದಿಲ್ಲ ಪೂರ್ತಿ ಶರೀರದಲ್ಲಿ ಇರುವ ಕೂದಲಿನ ಬೆಳವಣಗೆಯು ಮೇಲೆ ಪ್ರಭಾವವಾಗುವುದು.

ಬಣ್ಣ ಮಾಡಿಕೊಳ್ಳುವುದು (ಕಲರಿಂಗ್):- ಗರ್ಭಾವಸ್ಥೆಯಲ್ಲಿ ಕೂದಲಿಗೆ ಬಣ್ಣ ಹಚ್ಚಿ ಕೊಳ್ಳುವಾಗ ತ್ವಚೆಯು ಮೇಲೆ ಸೋರುವ ರಾಸಾಯನಗಳ ಮೇಲೆ ಚರ್ಚೆ ಆಗುವುದು ಸಹಜ. ಇದು ಹಾನಿಕಾರಿ ಎಂದು ಯಾವುದೇ ಪ್ರಮಾಣಗಳು ಸಿಕ್ಕಿಲ್ಲ. ಅನೇಕ ವಿಶೇಷತಜ್ಞರು ಹೇಳುವಂತೆ ನೀವು ಮೊದಲನೆಯ ಮೂರು ತಿಂಗಳಲ್ಲಿ ಬಹಳ ಜಾಗರೂಕರಾಗಿರ ಬೇಕು. ಅನೇಕರು ಪೂರ್ತಿ ಗರ್ಭಾವಸ್ಥೆಯಲ್ಲಿ ಕೂದಲು ಬಣ್ಣ ಮಾಡಿಕೊಂಡರೆ ಏನು ತೊಂದರೆ ಇಲ್ಲ ಎಂದು ಹೇಳುತ್ತಾರೆ. ಆದರೂ ನೀವು ನಿಮ್ಮ ಡಾಕ್ಟರಿನ ಸಲಹೆಯಂತೆ ನಡೆಯರಿ. ಪೂರ್ತಿ ಕೂದಲನ್ನು ಬಣ್ಣ ಮಾಡಲು ತೊಂದರೆಯಾದರೆ ಅವುಗಳನ್ನು ಹೈಲೈಟ್ ಮಾಡಿ. ಈ ರೀತಿಯಿಂದ ಕೆಮಿಕಲ್ ಕೂದಲಿನತನಕ ತಲಪುವುದಿಲ್ಲ ಹಾಗೂ ನಿಮ್ಮ ಹೈಲೈಟ್ ಮಾಡುವ ಕೂದಲು ಬಹಳ ದಿನದವರೆಗು ಇರುವುದು. ನಿಮಗೆ ಗರ್ಭಾಸ್ಥೆಯಲ್ಲು ಪದೇ-ಪದೇ ಪಾರ್ಲರ್‌ಗೆ ಹೋಗಬೇಕಾಗುವುದಿಲ್ಲ..

ನಿಮ್ಮ ಕೂದಲನ್ನು ಅಮೋನಿಯ ಇಲ್ಲದೆ ಇರುವ ಬಣ್ಣ ದಿಂದ ಡೈ ಮಾಡಬಹುದೇ ಎಂದು ನೀವು ನಿಮ್ಮ ಕೂದಲನ್ನು ಬಣ್ಣ ಮಾಡುವವರಿಂದ ಕೇಳಬಹುದು. ನೆನಪಿರಲಿ ಹಾರ್ಮೋನ್‌ನ ಬದಲಾವಣೆಯ ಕಾರಣದಿಂದ ನಿಮ್ಮ ಕೂದಲು ವಿಚಿತ್ರವಾಗಿ ಪ್ರತಿಕ್ರಿಯೆ ಕೊಡಬಹುದು. ಅವು ಯಾವಾಗಲು ಇರುವಂತೆ ಇರುವುದಿಲ್ಲ. ಕೂದಲನ್ನು

ಕೆಂಪು ಬಣ್ಣ ಮಾಡಿಕೊಳ್ಳುವ ಆಸೆಯಲ್ಲಿ ನೀಲಿ ಬಣ್ಣ ಆಗಿಹೋದರೇ? ಆದಕಾರಣ ಪೂರ್ತಿ ತಲೆ ಬಣ್ಣ ಮಾಡುವ ಮೊದಲು ಪ್ಯಾಚ್ ಟೆಸ್ಟ್ ಮಾಡಿ ಕೊಳ್ಳಿ.

ಕೂದಲನ್ನು ನೇರ(ಸ್ಟ್ರೈಟ್) ಮಾಡುವ ಟೆಕ್ನೀಕ್‌ಗಳು:– ನೀವು ನಿಮ್ಮ ಮುಂಗುರುಳನ್ನು ನೇರವಾಗಿ ಮಾಡಿಕೊಳ್ಳಲು ಯೋಚಿಸುತ್ತಿದ್ದೀರಾ? ಗರ್ಭಾವಸ್ಥೆಯಲ್ಲಿ ಹೀಗೆ ಮಾಡಿದರೆ ಏನಾದರು ಅಪಾಯುವಾಗುತ್ತದೆ ಎಂದು ಯಾವುದೇ ಸಾಕ್ಷೀ ಸಿಕ್ಕಿಲ್ಲ ಆದರೆ ಇದು ಪೂರ್ಣವಾಗಿ ಸುರಕ್ಷಿತವಾಗಿದೆ ಎಂದೂ ಸಾಕ್ಷಿ ಸಿಕ್ಕಿಲ್ಲ. ಆದಕಾರಣ ಡಾಕ್ಟರಿನ ಸಲಹೆ ಪಡೆಯಿರಿ. ಮೊದಲನೆಯ ಮೂರು ತಿಂಗಳಲ್ಲಿ ಕೂದಲನ್ನು ಅವರ ಪ್ರಾಕೃತಿಕ ಅವಸ್ಥೆಯಲ್ಲಿ ಬಿಡುವುದೇ ಒಳ್ಳೆಯದು ಎಂದು ನೀವು ಕೇಳಿರಬೇಕು.

ನೀವು ಇದನ್ನು ನೆಟ್ಟಗೆ ಮಾಡಿಕೊಳ್ಳಲೇಬೇಕೆಂದು ಇದ್ದರೇ ಹಾರ್ಮೊನಲ್ ಬದಲಾವಣೆಯಕಾರಣದಿಂದ ನಿಮಗೆ ನಿಮ್ಮ ಇಷ್ಟದಂತೆ ಪರಿಣಾಮ ಸಿಗದೆ ಇರಬಹುದು. ಮತ್ತೆ ಗರ್ಭಾವಸ್ಥೆಯಲ್ಲಿ ಕೂದಲು ತೀವ್ರವಾಗಿ ಬೆಳೆಯುವುದು. ಕೂದಲನ್ನು ನೇರ ಮಾಡಿಕೊಂಡ ಮೇಲೂ ಅವು ಬೇರಿಂದ ಪುನಃ ಮುಂಗುರುಳು ಆಗಬಹುದು. ಹಾಗೆ ನೀವು "ಥರ್ಮಲ್ ರೀಕಂಡೀಶನಿಂಗ್ ಪ್ರಕ್ರಿಯೆ" ಉಪಯೋಗಿಸಬಹುದು ಏಕೆಂದರೆ ಇದರಲ್ಲಿ ಜಟಿಲ ರಾಸಾಯನಗಳನ್ನು ಬಳಸುವುದಿಲ್ಲ. ಆದರೆ ಇಲ್ಲೂ ಮೊದಲು ಡಾಕ್ಟರನ್ನು ಕೇಳಿ. ಅಥವಾ ಒಂದು ಫ್ಲೈಟ್ ಐರನ್ ಖರೀದಿಸಿ ಮತ್ತೆ ಆರಾಮವಾಗಿ ಕೂದಲನ್ನು ಸ್ಟ್ರೈಟ್ ಮಾಡಿಕೊಳ್ಳಿ.

ಪರ್ಮನೆಂಟ್ ಅಥವಾ ಬಾಡಿವೇವ್:– ನಿಮ್ಮ ಕೂದಲು ನಿಮ್ಮ ಇಷ್ಟದಂತೆ ಬಳುಕು-ಬಳುಕುವ ಹಾಗಿಲ್ಲ.ಆದರೆ ಗರ್ಭಾವಸ್ಥೆಯಲ್ಲಿ ಪರ್ಮನೆಂಟ್ ಅಥವಾ ಬಾಡಿವೇವ್ ವಿಷಯದಲ್ಲಿ ಯೋಚಿಸಬೇಡಿ. ಏಕೆಂದರೆ ಹಾರ್ಮೊನಲ್ ಬದಲಾವಣೆಯಿಂದ ಏನು ಪ್ರತಿಕ್ರಿಯೆ ಆಗುವುದು ಅಥವಾ ಇದು ಸುರಕ್ಷಿತವಾಗಿದಯೇ ಎಂದು ನಮಗೆ ಗೊತ್ತಿಲ್ಲ. ಏನೋ ಮಾಡಿಕೊಳ್ಳಲು ಹೋಗಿ ಏನೋ ಆಗಿ ಕೂದಲಿನ ಸುಂದರತೆ ಹಾಳು ಮಾಡಿಕೊಳ್ಳಬೇಡಿ.

ಹೇರ್ ರೀಮೂವಲ್ ಹಾಗೂ ಲೈಟನಿಂಗ್: ಗರ್ಭಾವಸ್ಥೆಯಲ್ಲಿ ಶರೀರದಲ್ಲಿ ಬೆಳೆಯುವ ಕೂದಲುಗಳಿಂದ ಬೇಜಾರಾಗಿದ್ದರೆ ಚಿಂತಿಸಬೇಡಿ. ಈ ಅವಸ್ಥೆ ಹೆಚ್ಚು ದಿನಗಳ ತನಕ ಇರುವುದಿಲ್ಲ. ಹಾರ್ಮೊನ್‌ಗಳ ಕಾರಣ ನಿಮ್ಮ ಕಂಕುಳು, ತುಟಿಗಳ ಕೆಳಗೆ, ಬೆನ್ನು ಹಾಗೂ ಹೊಟ್ಟೆ ಮೇಲೆ ಕೂದಲು ಬಹಳ ಹೆಚ್ಚಾಗಬಹುದು. ಆದರೆ ಇದಕ್ಕೆ ಲೇಸರ್, ಎಲೆಕ್ಟ್ರೋಲಿಸಿಸ್, ಡೆಪಿಲೆಟರೀಜ್(ಬ್ಲೀಚಿಂಗ್) ಉಪಯೋಗಿಸುವ ಮೊದಲು ಎರಡು ಸಲ ಯೋಚನೆ ಮಾಡಿ ಮತ್ತೆ ಡಾಕ್ಟರನ್ನು ಕೇಳಿ. ಗರ್ಭಾವಸ್ಥೆಯಲ್ಲಿ ಕೂದಲನ್ನು ಹೊಗಲಾಡಿಸಲು ಅಥವಾ ಬಣ್ಣ ತಿಳಿ ಮಾಡಲು ಈ ಟೆಕ್ನೀಕ್ ಗಳು ಸುರಕ್ಷಿತವಾಗಿದೆ ಎಂದು ಯಾವುದೇ ಪ್ರಮಾಣ ಸಿಗುವುದಿಲ್ಲ. ನೀವು ಮೊದಲನೆಯ ಮೂರು ತಿಂಗಳು ಮುಗಿಯುವ ತನಕ ತಡೆಯುವುದು ಒಳ್ಳೆಯದು. ನೀವು ಮೊದಲೇ ಟ್ರೀಟ್‌ಮೆಂಟ್ ತೆಗೆದುಕೊಂಡಿದ್ದರೆ ಏನು ಯೋಚನೆ ಮಾಡಬೇಡಿ ಅದರಿಂದ ಯಾವುದೇ ಹಾನಿಯಾಗುವುದಿಲ್ಲ.

ಶೇವಿಂಗ್, ಕೂದಲನ್ನು ಎಳೆದು ಕೀಳುವುದು, ಹಾಗೂ ವ್ಯಾಕ್ಸಿಂಗ್:– ಗರ್ಭಾವಸ್ಥೆಯಲ್ಲಿ ಶರೀರದ ಯಾವುದೇ ಭಾಗದಲ್ಲಿ ಕೂದಲು ಬೆಳೆಯಬಹುದು. ಇದು ಬಹಳ ಒಳ್ಳೆಯದೇನಲ್ಲ. ಆದರೆ ಒಳ್ಳೆಯದು ಅಂದರೆ ನೀವು ಇದನ್ನು ಶೇವ್ ಮಾಡಿಕೊಳ್ಳ ಬಹುದು. ವ್ಯಾಕ್ಸ್ ಮಾಡಿಕೊಳ್ಳಬಹುದು. ಬಿಕನಿ ವ್ಯಾಕ್ಸ್ ಸಹ ಉಪಯೋಗಿಸಬಹುದು. ಸ್ವಲ್ಪ ಜಾಗರೂಕತೆಯಿಂದ. ಏಕೆಂದರೆ ಗರ್ಭಾವಸ್ಥೆಯಲ್ಲಿ ತ್ವಚೆ ಬಹಳ ಸಂವೇದನಶೀಲವಾಗಿರುತ್ತದೆ ಮತ್ತೆ ಬಹಳ ಸುಲಭವಾಗಿ ತ್ವಚೆಗೆ ಹಾನಿಯಾಗಬಹುದು. ನೀವು ಯಾವುದಾದರು ಸೆಲೂನ್‌ಗೆ ಹೋಗಿದ್ದರೆ ಅವರಿಗೆ ಮೊದಲೇ ನೀವು ಗರ್ಭಿಣಿ ಎಂದು ಹೇಳಿ ಅವರು ಜಾಗರೂಕತೆಯಿಂದ ನೋಡಿಕೊಳ್ಳುತ್ತಾರೆ.

ನಿಮ್ಮ ಮುಖ:–

ನಿಮ್ಮ ಗರ್ಭಾವಸ್ಥೆ ನಿಮ್ಮ ಹೊಟ್ಟೆಯಿಂದ ಗೊತ್ತಾಗದೆ ಇರಬಹುದು ಆದರೆ ಮುಖದ ಮೇಲೆ ಬೇಗನೆ ಕಾಣಿಸಿವುದು. ಗರ್ಭಾವಸ್ಥೆಯಲ್ಲಿ ಮುಖದ ಜೊತೆಗೆ ಒಳ್ಳೆಯದು, ಕೆಟ್ಟದು, ಅಥವಾ ಬಹಳ ಕೆಟ್ಟದಾಗಿ ಆಗಬಹುದು

ಫೇಶಿಯಲ್:– ನೀವು ಮುಖದ ಯಾವ ಕಳೆಯ ಬಗ್ಗೆ ಓದ್ದಿದೀರೀ ಎಲ್ಲಾ ಗರ್ಭಿಣಿ ತಾಯಿಗೆ ಆ ವರದಾನ ಸಿಗುವುದಿಲ್ಲ. ಯದ್ಯಪಿ ಗರ್ಭಾವಸ್ಥೆಯ ಸಮಯದಲ್ಲಿ ಫೇಶಿಯಲ್ ಮಾಡಿಸುವುದು ಸುರಕ್ಷಿತವಾಗಿರುತ್ತದೆ ಆದರೆ ಹಾರ್ಮೊನಲ್ ಬದಲಾವಣೆಯಿಂದ ತ್ವಚೆ ಬಹಳ ಸಂವೇದನಶೀಲವಾಗಿರುವುದು. ಆದಕಾರಣ ಗ್ಲೈಕೊಲಿಕ್ ಪೀಲ್ ಅಥವಾ ಮೈಕ್ರೊಡರ್ಮಾಬ್ರೆಸಿಯನ್ ಅಂತ ಉಪಚಾರವನ್ನು ಮಾಡಿಸಿಕೊಳ್ಳಬೇಡಿ. ಇದರಿಂದ ಲಾಭವಾಗುವ ಬದಲು ಹಾನಿಯಾಗಬಹುದು. ಫೇಶಿಯಲ

ಮಾಡುವ ಸಮಯದಲ್ಲಿ ಮೈಕ್ರೋಕರೆಂಟ್ ಕೊಡಲಾಗುವುದು. ಪಾರ್ಲರ್‌ನವರು ಈ ವಿಷಯದಲ್ಲಿ ಪೂರ್ತಿ ಗಮನವಿಟ್ಟುಕೊಳ್ಳಲು ಅವರಿಗೆ ನಿಮ್ಮ ಗರ್ಭಾವಸ್ಥೆಯ ವಿಚಾರ ತಿಳಿಸಿ. ಯಾವುದೇ ಸಂದೇಹವಿದ್ದರೆ ಡಾಕ್ಟರ್ ಸಲಹೆಯಂತೆ ನಡೆ

ಆನ್ಟಿರಿಂಕಲ್ ಟ್ರೀಟ್‌ಮೆಂಟ್:- ಸುಕ್ಕು-ಸುಕ್ಕಾಗಿರುವ ಮಕ್ಕಳು ಮುದ್ದಾಗಿರುತ್ತವೆ ಆದರೆ ಅಮ್ಮ ಅಲ್ಲ. ಯಾವುದೇ ಡರ್ಮೊಟಾಲೊಜಿಸ್ಟ್ ಹತ್ತಿರ ಹೋಗುವ ಮೊದಲು ಈ ಮಾತುಗಳನ್ನು ಗಮನದಲ್ಲಿಟ್ಟುಕೊಳ್ಳಿ:- ಕೊಲಾಂಜನ್, ರಿಸ್ಟೈಲೆನ್, ಜುವೆಡರ್ಮ್, ಅಥವಾ ಬೊಟೊಕ್ಸ್ ಹಾಗೂ ಗರ್ಭವಸ್ಥೆ. ಈ ವಿಷಯದಲ್ಲಿ ಯಾವುದೇ ವಿಶೇಷ ಅಧ್ಯಯನ ಆಗಿಲ್ಲ ಆದರೂ ನೀವು ಇದರಿಂದ ದೂರವೇ ಇರಿ. ಆನ್ಟಿರಿಂಕಲ್ ಕ್ರೀಮ್ ಉಪಯೋಗಿಸ ಬೇಕೆಂದರೆ ಅವರು ಮೇಲೆ ಕೊಟ್ಟಿರುವ ನಿರ್ದೇಶನಗಳನ್ನು ಸರಿಯಾಗಿ ಓದಿ ಹಾಗೂ ಡಾಕ್ಟರಿನ ಸಲಹೆ ಪಡೆಯಿರಿ. ನಿಮಗೆ ವಿಟಮಿನ್ ಎ, ಕೆ, ಅಥವಾ ಬೀ ಹೆಚ ಎ(ಬೀಟಾ ಹೈಡ್ರಾಕ್ಸಿಡ್ ಆಸಿಡ್) ನ ಪ್ರಮಾಣ ಇರುವ ಉತ್ಪಾದನೆಗಳನ್ನು ಬೇಡ ಎನ್ನಲೇಬೇಕು. ನಿಮಗೆ ಸಂದೇಹವಿರುವ ಎಲ್ಲಾ ಮಾತನ್ನು ಡಾಕ್ಟರ್ ಹತ್ತಿರ ಕೇಳಿ. ಅವರು ಫ್ರೂಟ್ ಆಸಿಡ್ ಎ ಹೆಚ್ ಎ (ಆಲ್ಫಾ ಹೈಡ್ರಾಕ್ಸಿಡ್ ಆಸಿಡ್) ಗೆ ಸರಿ ಅನ್ನಬಹುದು ಆದರೂ ಅವರ ಸಲಹೆ ಕೇಳಿ. ಹಾಗೆ ಗರ್ಭಾವಸ್ಥೆಯಲ್ಲಿ ಮುಖದ ಮೇಲೆ ಸುಕ್ಕು ಅಷ್ಟೇನೂ ಕಾಣಿಸುವುದಿಲ್ಲ ನೀವು ಕಾಸ್ಮೆಟಿಕ್ ಪ್ರಕ್ರಿಯೆ ಮಾಡಿ ಕೊಳ್ಳದೆ ಇರಬಹುದು.

ಆಕ್ನೆಯ ಚಿಕಿತ್ಸೆ:- ಈಗ ಯುವಾವಸ್ಥೆಗಿಂತ ಹೆಚ್ಚು ಆಕ್ನೆ ಆಗಿದೆಯೇ? ನೀವು ಗರ್ಭಾವಸ್ಥೆಯ ಹಾರ್ಮೋನ್‌ಗಳಿಗೆ ದೋಷ ಕೊಡಬಹುದು. ನೀವು ಬಳಸುವ ಕ್ರೀಮ್‌ಗಳನ್ನು ಉಪಯೋಗಿಸುವ ಮೊದಲು ಡಾಕ್ಟರನ್ನು ಕೇಳಿ. ನೀವು ಪ್ರಸವಪೂರ್ವ ಲೇಜರ್ ಟ್ರೀಟ್‌ಮೆಂಟ್, ಹಾಗೂ ಕೆಮಿಕಲ್ ಪೀಲ್ ಅಂತ ಚಿಕಿತ್ಸೆಗಳಿಂದ ಜಾಗರೂಕರಾಗಿರಬೇಕು. ಆಕ್ನೆಯ ಎರಡು ಬಹಳ ಬಳಸುವ ಔಷಧಿ ಬೀಟಾ ಹೈಡ್ರಾಕ್ಸಿಟ್ ಆಸಿಡ್ ಹಾಗೂ ಸೆಲೀಸೈಕಲಿಕ್ ಆಸಿಡ್ ನ ತಪಾಸಣೆ ಗರ್ಭಾವಸ್ಥೆಗಾಗಿಲ್ಲ. ಚಿಕಿತ್ಸೆಯ ಸಮಯದಲ್ಲಿ ಅದು ತ್ವಚೆಯ ಮೇಲೆ ಪ್ರಭಾವ ಹಾಕಬಹುದು. ಡಾಕ್ಟರಿಂದ ಈ ಉತ್ಪಾದನೆಗಳ ಸುರಕ್ಷತೆಯ ವಿಷಯದಲ್ಲಿ ಕೇಳಿ. ಔಷಧಿಗಳಲ್ಲಿ ಬೆನ್‌ಝಾಲ್ ಪೈರಾಕ್ಸೈಡ್ ನ ಪ್ರಮಾಣ ಇರುವ ಔಷಧಿಗಳು ಸುರಕ್ಷಿತವಾಗಿಲ್ಲ. ಗ್ಲೈಕೊಲಿಕ್ ಆಸಿಡ್ ಆಕ್ಸ್‌ಫೋಲಿಎಟಿಂಗ್ ಸ್ಕ್ರಬ್, ಹಾಗೂ ಎರಿಪ್ರೊಮೈಸಿನ್‌ನಂತ ಆನ್ಟಿಬಯಾಟಿಕ್ ಉಪಯೋಗಿಸಬಹುದು. ಆದರೆ ಡಾಕ್ಟರನ್ನು ಕೇಳಿ. ಏಕೆಂದರೆ ಇವುಗಳಿಂದ ತ್ವಚೆಯ ಮೇಲೆ ಪ್ರಭಾವ ಆಗುತ್ತದೆ . ನೀವು ಪ್ರಾಕೃತಿಕ ಉಪಾಯಗಳನ್ನು ಉಪಯೋಗಿಸಬಹುದು ಉದಾ; ತುಂಬ ನೀರು ಕುಡಿಯಿರಿ, ಸರಿಯಾದ ಊಟ-ತಿಂಡಿ, ಹಾಗೂ ಮುಖವನ್ನು ನಿಯಮಿತವಾಗಿ ಸ್ವಚ್ಛತೆ ಮಾಡಿಕೊಳ್ಳಿ. ಯಾವ ಹಾನಿ ಆಗುವುದಿಲ್ಲ.

ನಿಮ್ಮ ಹಲ್ಲುಗಳು

ನೀವು ಗರ್ಭಾವಸ್ಥೆಯಲ್ಲಿ ನಗುತ್ತಿರಬೇಕು. ನಿಮ್ಮ ಹಲ್ಲುಗಳು ತಯಾರಾಗಿದೆಯೇ?ಯುಧ್ಯಪಿ ಕಾಸ್ಮೆಟಿಕ್ ದಂತ ಚಿಕಿತ್ಸೆ ಬಹಳ ಲೋಕಪ್ರಿಯವಾಗಿದೆ ಆದರೆ ಗರ್ಭಾವಸ್ಥೆಯಲ್ಲಿ ಇದರ ಪ್ರಯೋಗ ಮಾಡುವುದಿಲ್ಲ.

ಹೊಳೆಯುವ ಹಲ್ಲುಗಳು:- ಮುತ್ತಿನಂತೆ ಹೊಳೆಯುವ ಹಲ್ಲುಗಳನ್ನು ಅಪೇಕ್ಷಿಸುತ್ತೀರೇ? ಗರ್ಭಾವಸ್ಥೆಯಲ್ಲಿ ಹಲ್ಲುಗಳಲ್ಲಿ ಹೊಳಪು ತರುವ ಉತ್ಪಾದನೆಗಳಿಂದ ತೊಂದರೆ ಏನು ಇಲ್ಲ ಆದರೂ ಕೆಲವು ತಿಂಗಳವರೆಗು ತಡೆಯುವುದು ಒಳ್ಳೆಯದು. ನಿಮ್ಮ ಹಲ್ಲುಗಳನ್ನು ನಿಯಮಿತವಾಗಿ ಸ್ವಚ್ಛ ಮಾಡಿಕೊಳ್ಳಿ ನಿಮ್ಮ ಸಂವೇದನಶೀಲ ವಸಡುಗಳು ಇದನ್ನೇ ಬಯಸುತ್ತದೆ.**ಆಕ್ನೆಯ ಚಿಕಿತ್ಸೆ:-** ಈಗ ಯುವಾವಸ್ಥೆಗಿಂತ ಹೆಚ್ಚು ಆಕ್ನೆ ಆಗಿದೆಯೇ? ನೀವು ಗರ್ಭಾವಸ್ಥೆಯ ಹಾರ್ಮೋನ್‌ಗಳಿಗೆ ದೋಷ ಕೊಡಬಹುದು. ನೀವು ಬಳಸುವ ಕ್ರೀಮ್‌ಗಳನ್ನು ಉಪಯೋಗಿಸುವ ಮೊದಲು ಡಾಕ್ಟರನ್ನು ಕೇಳಿ. ನೀವು ಪ್ರಸವಪೂರ್ವ ಲೇಜರ್ ಟ್ರೀಟ್‌ಮೆಂಟ್, ಹಾಗೂ ಕೆಮಿಕಲ್ ಪೀಲ್ ಅಂತ ಚಿಕಿತ್ಸೆಗಳಿಂದ ಜಾಗರೂಕರಾಗಿರಬೇಕು. ಆಕ್ನೆಯ ಎರಡು ಬಹಳ ಬಳಸುವ ಔಷಧಿ ಬೀಟಾ ಹೈಡ್ರಾಕ್ಸಿಟ್ ಆಸಿಡ್ ಹಾಗೂ ಸೆಲೀಸೈಕಲಿಕ್ ಆಸಿಡ್ ನ ತಪಾಸಣೆ ಗರ್ಭಾವಸ್ಥೆಗಾಗಿಲ್ಲ. ಚಿಕಿತ್ಸೆಯ ಸಮಯದಲ್ಲಿ ಅದು ತ್ವಚೆಯ ಮೇಲೆ ಪ್ರಭಾವ ಹಾಕಬಹುದು. ಡಾಕ್ಟರಿಂದ ಈ ಉತ್ಪಾದನೆಗಳ ಸುರಕ್ಷತೆಯ ವಿಷಯದಲ್ಲಿ ಕೇಳಿ. ಔಷಧಿಗಳಲ್ಲಿ ಬೆನ್‌ಝಾಲ್ ಪೈರಾಕ್ಸೈಡ್ ನ ಪ್ರಮಾಣ ಇರುವ ಔಷಧಿಗಳು ಸುರಕ್ಷಿತವಾಗಿಲ್ಲ. ಗ್ಲೈಕೊಲಿಕ್ ಆಸಿಡ್ ಆಕ್ಸ್‌ಫೋಲಿಎಟಿಂಗ್ ಸ್ಕ್ರಬ್, ಹಾಗೂ ಎರಿಪ್ರೊಮೈಸಿನ್‌ನಂತ ಆನ್ಟಿಬಯಾಟಿಕ್ ಉಪಯೋಗಿಸಬಹುದು. ಆದರೆ ಡಾಕ್ಟರನ್ನು ಕೇಳಿ. ಏಕೆಂದರೆ ಇವುಗಳಿಂದ ತ್ವಚೆಯ ಮೇಲೆ ಪ್ರಭಾವ ಆಗುತ್ತದೆ . ನೀವು ಪ್ರಾಕೃತಿಕ ಉಪಾಯಗಳನ್ನು ಉಪಯೋಗಿಸಬಹುದು ಉದಾ; ತುಂಬ ನೀರು ಕುಡಿಯಿರಿ, ಸರಿಯಾದ ಊಟ-ತಿಂಡಿ, ಹಾಗೂ ಮುಖವನ್ನು ನಿಯಮಿತವಾಗಿ ಸ್ವಚ್ಛತೆ ಮಾಡಿಕೊಳ್ಳಿ. ಯಾವ ಹಾನಿ ಆಗುವುದಿಲ್ಲ.

ಗಿಲೀಟು ಅಥವಾ ಪದರ ಜೋಡನೆ(ವೀನರ್ಸ್):- ಇಲ್ಲಿ ಅಪಾಯದ ಯಾವುದೇ ಕಾರಣವಿಲ್ಲ ಆದರೂ ನೀವು ಹಲ್ಲಿನ ಯಾವುದೇ ಚಿಕಿತ್ಸೆಗೆ ಪ್ರಸವದತನಕ ತಡೆಯುವುದೆ ಒಳ್ಳೆಯದು ಏಕೆಂದರೆ ಗರ್ಭಾವಸ್ಥೆಯಲ್ಲಿ ವಸಡುಗಳು ಬಹಳ ಸಂವೇದನಶೀಲವಾಗಿರುವುದು ಮತ್ತೆ ಯಾವುದೇ ದಂತಚಿಕಿತ್ಸೆಯಲ್ಲಿ ಮೊದಲಿಗಿಂತ ಹೆಚ್ಚು ನೋವಾಗಬಹುದು.

ನಿಮ್ಮ ಶರೀರ:

ಗರ್ಭಾವಸ್ಥೆಯಲ್ಲಿ ನಿಮ್ಮ ಶರೀರ ಎಷ್ಟು ಶ್ರಮ ಪಡುವುದು ಎಂದು ನೀವು ಕಲ್ಪಿಸಿಕೊಳ್ಳಲಾಗುವುದಿಲ್ಲ. ಈ ಸಮಯದಲ್ಲಿ ಇದಕ್ಕೆ ನಿಮ್ಮ ಬಹಳಷ್ಟು ಸ್ನೇಹ ಹಾಗೂ ಹಾರೈಕೆಬೇಕು. ಬನ್ನಿ ನಾವು ನಿಮಗೆ ಇದನ್ನು ಸುರಕ್ಷಿತವಾಗಿ ಹೇಗೆ ಮಾಡುವುದು ಎಂದು ನಿರ್ದೇಶಿಸುತ್ತೇವೆ.

ಮಾಲಿಶ್ (ಮಸಾಜ್):- ಬೆನ್ನೋವು ಅಥವಾ ರಾತ್ರಿ ಜಾಗರಣೆಯ ವ್ಯಾಕುಲತೆಯಿಂದ ಬಿಡುಗಡೆ ಬೇಕೆಂದರೆ ಶರೀರದ ಮಾಲಿಶ್ ಮಾಡಿ. ಗರ್ಭಾವಸ್ಥೆಯಲ್ಲಿ ವತ್ತಡ ಹಾಗೂ ನೋವಿನಿಂದ ಬಿಡುಗಡೆ ಪಡೆಯಲು ಇದಕ್ಕಿಂತ ಒಳ್ಳೆ ಉಪಾಯ ಇಲ್ಲ. ಆದರೆ ನೀವು ಕೆಲವು ನಿರ್ದೇಶನಗಳನ್ನು ಪಾಲಿಸಬೇಕಾಗುವುದು. ಆಗ ಮಾಲಿಶ್ ಆರಾಮವಾಗಿರುವುದು ಸುರಕ್ಷಿತವಾಗಿಯೂ ಇರುವುದು.

■ ಸರಿಯಾಗಿ ಮಾಲಿಶ್ ಮಾಡುವವರ ಹತ್ತಿರವೆ ಮಾಲಿಶ್ ಮಾಡಿಸಿಕೊಳ್ಳಿ. ಅವರಿಗೆ ಮಾಲಿಶ್ ಮಾಡುವ ಲೈಸೆನ್ಸ್ ಇರಬೇಕು. ಅವರಿಗೆ ಗರ್ಭಾವಸ್ಥೆಯಲ್ಲಿ ತೆಗೆದುಕೊಳ್ಳುವ ಸಂಪೂರ್ಣ ಜಾಗರೂಕತೆಗಳ ಮಾಹಿತಿ ಇರಬೇಕು.

■ ಗರ್ಭಾವಸ್ಥೆಯ ಮೊದಲನೆಯ ಮೂರು ತಿಂಗಳಲ್ಲಿ ಮಾಲಿಶ್ ಮಾಡಿಸಿಕೊಳ್ಳಬೇಡಿ. ಇದರಿಂದ ಮಾರ್ನಿಂಗ್ ಸಿಕ್‌ನೆಸ್ ಹಾಗೂ ತೂಕಡಿಕೆ ಹೆಚ್ಚಾಗಬಹುದು. ನೀವು ಮಾಲಿಶ್ ಮಾಡಿಸಿಕೊಂಡಾಗಿದ್ದರೆ ಭಯವೇನಿಲ್ಲ.

■ ಸರಿಯಾದ ಮುದ್ರೆಯಲ್ಲಿ ಆರಾಮ ಮಾಡಿ. ನಾಲ್ಕನೆಯ ತಿಂಗಳಾದಮೇಲೆ ಬೆನ್ನಿನ ಮೇಲೆ ಹೆಚ್ಚಾಗಿ ಮಲಗಬೇಡಿ. ಮಸಾಜ್ ತೆರಪಿಸ್ಟ್‌ಗೆ ಹೇಳಿ ಅವರು ಮಾಲಿಶ್ ಮಾಡುವಾಗ ವಿಶೇಷ ದಿಂಬನ್ನು ಉಪಯೋಗಿಸಲಿ ಅಥವಾ ಫೋಮ್ ಇರುವ ಕುಶನ್ ಇಟ್ಟುಕೊಳ್ಳಿ. ಇದರಿಂದ ನಿಮ್ಮ ಶರೀರಕ್ಕೆ ಆರಾಮ ಸಿಗುವುದು.

■ ಸುಗಂಧಿತವಾದ ಅಥವಾ ತೀವ್ರ ವಾಸನೆ ಇರುವ ತೈಲವನ್ನು ಉಪಯೋಗಿಸಬೇಡಿ. ಇದರಿಂದ ನಿಮಗೆ ತೊಂದರೆ ಆಗಬಹುದು.

■ ಕೇವಲ ಸರಿಯಾದ ಸ್ಥಳದಲ್ಲೇ ಮಾಲಿಶ್ ಮಾಡಿಸಿಕೊಳ್ಳಿ. ಶರೀರದ ಅನೇಕ ಭಾಗದಲ್ಲಿ ವತ್ತಡ ಕೊಟ್ಟರೇ ಕಾಂಟ್ರಾಕ್ಶನ್ ಹೆಚ್ಚಾಗಬಹುದು. ನಿಮಗೆ ಮಾಲಿಶ್ ಮಾಡುವವರ ಹತ್ತಿರ ಗರ್ಭಾವಸ್ಥೆಯಲ್ಲಿ ಮಾಲಿಶ್ ಮಾಡುವ ಅನುಭವ ಇರಬೇಕು. ಹೊಟ್ಟೆಯ ಕೆಳಭಾಗದಲ್ಲಿ ಮಾಲಿಶ್ ಮಾಡಿಸಿಕೊಳ್ಳಬೇಡಿ. ಅವರು ಬಹಳ ಜೋರಾಗಿ ಮಾಲಿಶ್ ಮಾಡುತ್ತಿದ್ದರೆ ನಿಮಗೆ ನೋವಾಗುತ್ತಿದೆ ಎಂದು ತಕ್ಷಣ ಹೇಳಿ. ಈ ವಿಷಯದಲ್ಲಿ ನೀವೇ ಸರಿಯಾಗಿ ಹೇಳಬಹುದು.

ಅರೋಮಾ ಥೆರಪಿ:- ಗರ್ಭಾವಸ್ಥೆಯಲ್ಲಿ ಸೆಂಟ್ ವಿಷಯದಲ್ಲಿ ಸ್ವಲ್ಪ ಜಾಗರೂಕವಾಗಿರಿ. ಏಕೆಂದರೆ ಕೆಲವು ತೈಲಗಳು ಹಾನಿಕರವಾಗಿರಬಹುದು. ಯಾವುದೇ ತರಹದ ಅರೋಮಾ ಥೆರಪಿ ಉಪಯೋಗ ಜಾಗರುಕತೆಯಿಂದ ಮಾಡಿ. ಗುಲಾಬಿ, ಲಾವೆಂಡರ್, ಜಾಜಿ, ಮಲ್ಲಿಗೆ, ಟ್ಯೆಂಗಿನ್, ನ್ಯೆರೊಲಿ ಹಾಗೂ ಯಲಾಂಗ್-ಯಲಾಂಗ್ ಅಂತಹ ತೈಲಗಳನ್ನು ಉಪಯೋಗಿಸಬಹುದು.

ಆದರೆ ಗರ್ಭಿಣಿ ಮಹಿಳೆಯರು ಬೆಸಿಲ್, ಜೂನಿಪರ್, ರೋಸಮೇರಿ, ಸೆಗ್, ಪಿಪರಮಿಂಟ್, ಮಾರೀನೊ, ಹಾಗೂ ಥೈಮ ಇತ್ಯಾದಿ ತೈಲಗಳಿಂದ ದೂರವಿರಬೇಕು. ಏಕೆಂದರೆ ಇದರಿಂದ ಯೂರೆಟೈನ್ ಕಾಂಟ್ರಾಕ್ಶನ್ ಆಗಬಹುದು. (ಮಿಡ್ವೈಫ್ ಪ್ರಸವ ಸಮಯದಲ್ಲಿ ಈ ತೈಲಗಳನ್ನು ಉಪಯೋಗಿಸುತ್ತಾರೆ). ಒಂದು ವೇಳೆ ನೀವು ಈ ತೈಲಗಳನ್ನು ಉಪಯೋಗಿಸಿದ್ದರೂ ಘಾಬರಿ ಆಗಬೇಡಿ. ಏಕೆಂದರೆ ಈ ತೈಲಗಳನ್ನು ತ್ವಚೆ ಹೀರಿಕೊಳ್ಳುವುದಿಲ್ಲ, ಏಕೆಂದರೆ ಬೆನ್ನಿನ ತ್ವಚೆ ಬಹಳ ದಪ್ಪದಾಗಿರುತ್ತದೆ. ಬಾಥ್ ಹಾಗೂ ಬ್ಯೂಟಿ ಶಾಪ್ ಗಳಲ್ಲಿ ಮಾರಾಟವಾಗುವ ಎಲ್ಲಾ ಉತ್ಪಾದನೆಗಳು ಸುರಕ್ಷಿತವಾಗಿರುತ್ತದೆ ಅದರಲ್ಲಿ ಇರುವ ಸೆಂಟ್ ಕಾನ್ಸನ್‌ಟ್ರೇಟೆಡ್ ಆಗಿಲ್ಲದೆ ಹೋದರೆ.

ಬಾಡಿ ಟ್ರೀಟ್‌ಮೆಂಟ್ ಸ್ಕ್ರಬ್, ರೈಪ್, ಹೈಡ್ರೊಥೆರಪಿ:- ಬಾಡಿ ಸ್ಕ್ರಬ್ ನಿಮ್ಮ ತ್ವಚೆಯನ್ನು ಏನು ಹಾನಿ ಮಾಡದೆ ಹೋದರೆ ಅದು ಸುರಕ್ಷಿತವಾಗಿದೆ ಎಂದು ಹೇಳಬಹುದು. ಕೆಲವು ಹರ್ಬಲ್ ರೈಪ್ ಲಾಭಕರವಾಗಿರುತ್ತದೆ ಆದರೆ ಇದರಿಂದ ನಿಮ್ಮ ಶರೀರದ ಉಷ್ಣಾಂಶ ಹೆಚ್ಚಾಗಬಹುದು. ಹೈಡ್ರೊಥೆರಪಿ ಯಲ್ಲಿ 100 ಡಿಗ್ರಿ ಫ್ಯಾರೆನ್‌ಹೈಟ್ ತನಕ ಉಗುರು ಬೆಚ್ಚಗಿನ ನೀರಲ್ಲಿ ಸ್ನಾನ ಮಾಡಬಹುದು. ಆದರೆ ಸೊನಾ ಬಾಥ್, ಸ್ಟೀಮ್ ರೂಮ್, ಹಾಗೂ ಹಾಟ್‌ಟಬ್‌ನಿಂದ ದೂರವಿರಿ.

ಟೈನಿಂಗ್ ಬ್ರೈಡ್, ಸ್ಪ್ರೇ, ಹಾಗೂ ಲೋಶನ್:- ಗರ್ಭಾವಸ್ಥೆಯಲ್ಲಿ ಮುಖದ ಮೇಲೆ ಹರಡಿರುವ ಹಳದಿಬಣ್ಣದಿಂದ ವ್ಯಾಕುಲವಾಗಿದ್ದಿರೇ? ಕ್ಷಮಿಸ ಬೇಕು! ಟೈನಿಂಗ್ ಬ್ರೈಡ್ ನಿಮ್ಮ ಕೆಲಸಕ್ಕೆ ಬರುವುದಿಲ್ಲ. ಇದರಿಂದ ನಿಮ್ಮ ಶರೀರದ ಉಷ್ಣಾಂಶ ಎಷ್ಟು ಹೆಚ್ಚಾಗಬಹುದೆಂದರೆ ಅದು ನಿಮ್ಮ ಶಿಶುವಿನ ಶಾರೀರಿಕ ಬೆಳವಣಿಗೆಗೆ ಘಾತಕವಾಗಬಹುದು.ನೀವು ಸನ್ ಗ್ಲಾಸ್ ಟೈನಿಂಗ್ ಲೊಶನ್ ಅಥವಾ ಸ್ಪ್ರೆ ಉಪಯೋಗಿಸುತ್ತಿದ್ದರೆ ನಿಮ್ಮ ಡಾಕ್ಟರ್ ಹತ್ತಿರ ಕೇಳಿ. ಅನೇಕ ಸಲ ಹಾರ್ಮೊನ್ ಬದಲಾಯಿಸದಾಗ ಬಣ್ಣ ಬದಲಾಯಿಸುತ್ತದೆ ಎಂದು ನಿಮಗೆ ಗೊತ್ತಿರಬೇಕು. ನಾವು ನಿಮಗೆ ಈ ಪುಸ್ತಕದಲ್ಲಿ ಟ್ಯಾಟೂ, ಹೆನ್ನ, ಹಾಗೂ ಶರೀರ ಭೇದಿಸಿಕೊಳ್ಳುವ-

ಸ್ಪಾನಲ್ಲಿ ಒಂದು ದಿನ

ಆಹ್ ಸ್ಪಾ ! ಗರ್ಭಿಣಿ ಮಹಿಳೆಗೆ ಒಂದು ಆರಾಮವಾಗಿರುವ ಸ್ಪಾಕಿಂತ ಹೆಚ್ಚಾಗೇನೂ ಇಲ್ಲ. ಇತ್ತಿಚೆಗೆ ಅನೇಕ ಜಾಗದಲ್ಲಿ ಸ್ಪಾದ ಈ ಸೌಕರ್ಯ ವಿಶೇಷವಾಗಿ ನೀಡಲಾಗುತ್ತದೆ. ಸ್ಪಾಕ್ಕಾಗಿ ಹೋದ ತಕ್ಷಣ ನೀವು ಗರ್ಭಿಣಿ ಎಂದು ತಿಳಿಸರಿ. ಒಂದು ವೇಳೆ ಡಾಕ್ಟರ್ ಯಾವದಾರು ಜಾಗರೂಕತೆಗಳನ್ನು ವಹಿಸ ಬೇಕೆಂದು ಹೇಳಿದ್ದರೆ ಅದನ್ನು ತಿಳಸಿ. ಅವರು ಅದರಂತೆ ಟ್ರೀಟಮೆಂಟ್ ಕೊಡುತ್ತಾರೆ. ಡಾಕ್ಟರನ್ನು ಕೇಳಿ ಹೋದರೇ ಇನ್ನೂ ಒಳ್ಳೆಯದು.

ಗರ್ಭಾವಸ್ಥೆ ಹಾಗೂ ನಿಮ್ಮ ಮೇಕಪ್

ಗರ್ಭಾವಸ್ಥೆಯಲ್ಲಿ ಮುಖದ ಮೇಲೆ ಬಂದಿರುವ ಊತ, ಬಣ್ಣದಲ್ಲಿ ಬದಲಾವಣೆಯ ಕಾರಣ ನಿಮಗೆ ಉತ್ತೇಜನೆ ಆಗಬಹುದು. ನೀವು ಸ್ವಲ್ಪ ಮೇಕಪ್‌ನಿಂದ ಅದನ್ನು ಮರೆಮಾಡಬಹುದು. ಕ್ಲೋಜ್ಮಾ ಹಾಗೂ ಡಿಕಲರೇಶನ್ ಕಾರಣ ಮುಖದಲ್ಲಿ ಕಾಣಿಸುವ ಕೊರತೆಗಳನ್ನು ಮರೆಮಾಡಲು ಕರೆಕ್ಟಿವ್ ಕನ್‌ಸೀಲರ್ ಉಪಯೋಗಿಸಿ. ಡಾರ್ಕ್ ಸ್ಪಾಟಿಗೆ ಹೈಪರ್ ಪಿಗಮೆಂಟೇಶನ್ ಮರೆಮಾಡುವಂತ ಬ್ರಾಂಡ್ ತೆಗೆದುಕೊಳ್ಳಿ ಆದರೆ ಗಮನವಿರಲಿ ಆ ಮೇಕಪ್ ನಾನ್ ಕಾರ್ಮೆಡೊಜೀನಿಕ್ ಆಗಿರಬೇಕು. ನಿಮ್ಮ ಬಣ್ಣಕ್ಕಿಂತ ಒಂದು ಟೋನ್ ತಿಳಿ ಬಣ್ಣದ ಕನ್‌ಸೀಲರ ಉಪಯೋಗಿಸಿ. ಇದನ್ನು ಮುಖದ ಮೂಲೆಯಲ್ಲಿ ಹಚ್ಚಿ ಕೊಂಡು ಪೂರ್ತಿ ಮುಖದ ಮೇಲೆ ಒಂದೆ ಸಮವಾಗಿ ಹರಡಿಕೊಳ್ಳಿ. ಆಮೇಲೆ ಪೌಡರ್‌ನಿಂದ ಸೆಟ್ ಮಾಡಿಕೊಳ್ಳಿ.

ಮೊಡವೆಗಳನ್ನು (ಪಿಂಪಲ್) ಮರೆಮಾಡಲು ಮುಖದ ಮೇಲೆ ಹೆಚ್ಚು ಮೇಕಪ್ ಮಾಡಿಕೊಳ್ಳಬೇಡಿ. ಫೌಂಡೇಶನ್ ಹಚ್ಚಿದ ಮೇಲೆ ತ್ವಚೆಯಿಂದ ಸೇರುವ ಬಣ್ಣದ ಕನ್‌ಸೀಲರ್ ಹಚ್ಚಿಕೊಂಡು ಬೆರಳುಗಳಿಂದ ಒಂದೇ ಸಮವಾಗಿ ಹರಡಿಕೊಳ್ಳಿ. ನಿಮ್ಮ ಕೆನ್ನೆಗಳಿಗೆ ಸುಂದರವಾದ ಗುಲಾಬಿ ಬಣ್ಣ ಕೊಡಿ. ನಿಮ್ಮ ಸುಂದರತೆ ಇನ್ನು ಹೆಚ್ಚಾಗಬಹುದು. ಗರ್ಭಾವಸ್ಥೆಯ ಕಾರಣ ದಿಂದ ನಿಮ್ಮ ಮೂಗಿನ ಮೇಲೆ ಸ್ವಲ್ಪ ಊತ ಕಾಣಿಸಬಹುದು. ನೀವು ಇದನ್ನು ಫೌಂಡೇಶನ್ ಸಹಾಯದಿಂದ ಸಣ್ಣಗೆ ಕಾಣುವಹಾಗೆ ಮಾಡಿಕೊಳ್ಳಬಹುದು.

ನಿಮ್ಮ ಕೈ-ಕಾಲು

ನಿಮಗೆ ಕಡೆ ಮೂರು ತಿಂಗಳಾದ ಮೇಲೆ ನಿಮ್ಮ ಕಾಲುಗಳನ್ನು ಸರಿಯಾಗಿ ನೋಡಲು ಆಗುವುದಿಲ್ಲ. ಆದರೂ ಗಭಾವಸ್ಥೆಯ ಪ್ರಭಾವ ಕೈ-ಕಾಲುಗಳ ಮೇಲೆನೂ ಕಾಣಿಸುವುದು. ಯದ್ಯಪಿ ನಿಮ್ಮ ಕೈ-ಕಾಲುಗಳಲ್ಲಿ ಊತವಿದ್ದರೂ ಚೆನ್ನಾಗಿ ಕಾಣಿಸುವುದು.

ಮೆನಿಕ್ಯೂರ್ ಹಾಗೂ ಪೆಡಿಕ್ಯೂರ್:- ನೀವು ಗರ್ಭಾವಸ್ಥೆಯಲ್ಲಿ ಸುಲಭವಾಗಿ ಮೆನಿಕ್ಯೂರ್ ಪೆಡಿಕ್ಯೂರ್ ಮಾಡಿಸಿಕೊಳ್ಳ ಬಹುದು. ಈ ಸಮಯದಲ್ಲಿ ನಿಮ್ಮ ಉಗುರುಗಳೂ ಮೊದಲಿಗಿಂತ ಉದ್ದ ಹಾಗೂ ದೃಢವಾಗುವುದು. ಗಾಳಿ-ಬೆಳಕು ಇರುವ ಸೆಲೂನ್‌ಗೆ ಹೋಗಿ. ಆ ತೀಕ್ಷ್ಣವಾಗಿರುವ ರಾಸಾಯನಿಕ ವಾಸನೆಯಿಂದ ನಿಮಗೆ ತೊಂದರೆ ಆಗಬಹುದು. ಪೆಡಿಕ್ಯೂರ್ ಮಾಡುವಾಗ ಕಾಲಿನ ಗಂಟಿನ ಮೂಳೆ ಹಾಗೂ ಹಿಮ್ಮಡಿ ಮಧ್ಯದಲ್ಲಿ ಮಸಾಜ್ ಮಾಡಿ ಬೇಡಿ ಎಂದು ಮೆನಿಕ್ಯೂರ್ ಮಾಡುವವರಿಗೆ ಹೇಳಿ. ಆಕ್ರೆಲಿಕ್ ವಿಷಯದಲ್ಲಿ ಸ್ವಲ್ಪ ಜಾಗರೂಕರಾಗಿರಿ. ಹಾಗೂ ಗರ್ಭಾವಸ್ಥೆಯಲ್ಲಿ ಎಲ್ಲಾ ವಿಷಯದಲ್ಲೂ ಸ್ವಲ್ಪ ಜಾಗರೂಕರಾಗಿರುವುದು ಒಳ್ಳೆಯದು ಇದರಿಂದ ಅನೇಕ ಸಮಸ್ಯೆಗಳಿಂದ ಉಳಿಯಬಹುದು.

ରିଲେକ୍ସ ହେଇପଡନ୍ତୁ

ଆପଣ ଚାହିଁଲେ ଯୋଗ ଓ ଧ୍ୟାନ ବ୍ୟତୀତ ଆହୁରି ଅନେକ ଉପାୟରେ ରିଲେକ୍ସ ହେଇପାରନ୍ତି । ଆପଣ କୌଣସି ଦଳରେ ସାମିଲ ହେଇପାରନ୍ତି କିମ୍ବା ଯୋଗ ଗୁରୁଙ୍କଠାରୁ ଶିକ୍ଷା ପାଇପାରନ୍ତି । ଯଦି ସମୟ ନହୁଏ, ତେବେ ସରଳ ଉପାୟ ଖୋଜନ୍ତୁ । ମାନସିକ ଚାପ ବଢ଼ିଲାବେଳେ ଏଗୁଡ଼ିକୁ ଅଭ୍ୟାସ କରନ୍ତୁ । ଆଖି ବୁଜି ବସିପଡନ୍ତୁ । ଶାନ୍ତ, ସ୍ନିଗ୍ଧ ଓ ମନୋରମ ଦୃଶ୍ୟକୁ ନେଇ କଳ୍ପନା କରନ୍ତୁ । ତା'ପରେ ଆସ୍ତେ ଆସ୍ତେ ଶରୀରର ବିଭିନ୍ନ ଅଂଗକୁ ଶିଥିଳ କରିବା ଆରମ୍ଭ କରନ୍ତୁ । ଯଦି ସମ୍ଭବ ହୁଏ, ତେବେ ନାଶିକା ପଥ ଦେଇ ଶ୍ୱାସକ୍ରିୟା କରନ୍ତୁ ଓ ମନେ ମନେ ଯେକୌଣସି ଶବ୍ଦ ଉଚ୍ଚାରଣ କରନ୍ତୁ । ଏହା ୧୦-୨୦ ମିନିଟ କରାଯାଇପାରେ ।

୨. ନାକପୁଡା ଦେଇ ଧୀର ଓ ଗଭୀର ନିଶ୍ୱାସ ମାରି ପେଟକୁ ଫୁଲାନ୍ତୁ । ଏକରୁ ଚାରି ପର୍ଯ୍ୟନ୍ତ ସଂଖ୍ୟା କହନ୍ତୁ । ତା'ପରେ କାନ୍ଧ ଓ ଗଳାର ମାଂସପେଶୀକୁ ଢ଼ିଲା ଛାଡ଼ିଦିଅନ୍ତୁ । ଆସ୍ତେ ନିଶ୍ୱାସ ଛାଡ଼ି ଛ' ପର୍ଯ୍ୟନ୍ତ ଗଣନା କରନ୍ତୁ । ଏହାକୁ ମଧ୍ୟ ୪ରୁ ୬ ଥର ବାରମ୍ବାର କହି ଚାପମୁକ୍ତ ହୋଇପାରିବେ ।

ଗର୍ଭପାତର ସମ୍ଭାବିତ ଲକ୍ଷଣ

ଡାକ୍ତରଙ୍କୁ କେବେ ଡକାଯିବ

୧. ତଳିପେଟରେ ଯନ୍ତ୍ରଣା ସାଂଗକୁ ରକ୍ତସ୍ରାବ ହେଲେ ପ୍ରଥମ ଗର୍ଭଧାରଣରେ ଏହା ଇକ୍ଟୋପିକର ଲକ୍ଷଣ ମଧ୍ୟ ହେଇଥାଇପାରେ ।

୨. ଦିନସାରା ଯନ୍ତ୍ରଣା ଏକାଧିକ ଦିନ ରହି ରକ୍ତର ଇଷତ୍ ଦାଗ ଦେଖାଗଲେ ।

୩. ରକ୍ତସ୍ରାବ ବେଶି ହେଲେ କିମ୍ବା ଅଳ୍ପ ରକ୍ତସ୍ରାବ ଦୁଇ ତିନିଦିନ ଧରି ଲାଗି ରହିଲେ ।

୪. ଯଦି ଗର୍ଭପାତ, ରକ୍ତସ୍ରାବ କିମ୍ବା ପେଟ ମୋଡ଼ିବାର ଲକ୍ଷଣ ଆଗରୁ ଥାଏ ।

ଜରୁରୀକାଳୀନ ସାହାଯ୍ୟ କେବେ ଗ୍ରହଣୀୟ

୧. ବେଶି ରକ୍ତସ୍ରାବ କିମ୍ବା ଭୀଷଣ ଯନ୍ତ୍ରଣା ହେଲେ ।

୨. ଇଷତ୍ ସିଲଟ ରଂଗ ବା ଗେଲଲାପୀ ସ୍ରାବ ହେଲେ, ଗର୍ଭପାତ ଆରମ୍ଭ ହେଲା ବୋଲି ଧରିବା । ନିଜ ଡାକ୍ତରଙ୍କ ପାଖକୁ ଯିବା ସମ୍ଭବ ନହେଲେ ଅନ୍ୟ କ୍ଲିନିକକୁ ଶୀଘ୍ର ଯାଆନ୍ତୁ । ସେଠାରେ ସ୍ରାବକୁ ଏକତ୍ରିତ କରି ପରୀକ୍ଷା କରାଯିବ ଓ ଗର୍ଭପାତ କଥା, ବିପଦର ଆଶଙ୍କା କିମ୍ବା ଡି ଏଣ୍ଡସି କରାଯିବ ନା ନାହିଁ ସ୍ଥିର କରିବେ ।

ಎರಡನೇ ತಿಂಗಳು

ಸುಮಾರು 5 ರಿಂದ 8 ವಾರದವರೆಗೆ

ನೀವು ಇನ್ನು ಈ ಸಿಹಿ ಸುದ್ಧಿಯನ್ನು ಯಾರಿಗೂ ಹೇಳ್ಳಿಲ್ಲವೇ? ನೀವು ಹೇಳದೆ ಯಾರಿಗೂ ಗೊತ್ತಾಗುವುದಿಲ್ಲ. (ನೀವು ಇಷ್ಟ ಪಡದೆ). ಆದರೂ ಶಿಶುವಿನ ಚಲನೆ ಒಳಗೊಳಗೆ ಪ್ರಾರಂಭವಾಗಿದೆ. ಅನೇಕ ಲಕ್ಷಣಗಳು ಕಾಣಿಸಿಕೊಂಡಿದೆ. ನೀವೆಲ್ಲ ಹೋದರೂ ಓಕರಿಕೆ ಹಾಗೂ ಬಾಯಿಯಲ್ಲಿ ಜೊಲ್ಲು ಜೊತೆ–ಜೊತೆಗೆ ಬರುವುದು. ಹಗಲು –ಇರಳು ಬಾತ್ ರೂಮಿಗೆ ಓಡಾಡುವುದೇ ಆಗಿದೆ. ಗ್ಯಾಸ್ ಕಾರಣದಿಂದ ಹೊಟ್ಟೆ ಉಬ್ಬಿರುತ್ತದೆ.

ಈ ಎಲ್ಲಾ ಲಕ್ಷಣಗಳಿಂದ ನಿಮಗೆ ವಿಶ್ವಾಸವಾಗಿರಬೇಕೆಂದರೆ ನಿಮ್ಮ ಒಳಗೆ ಒಂದು ಹೊಸ ಜೀವ ಬೆಳೆಯುತ್ತಿದೆ. ನೀವು ಗರ್ಭಿಣಿ ಎಂದು ನಿಮಗೆ ಗೊತ್ತಾಗಿರಬೇಕು. ಇದೆಲ್ಲ ಹೊಟ್ಟೆಯಲ್ಲಿ ಗಡಬಿಡಿಯ ಕಾರಣದಿಂದಲ್ಲ. ಸುಸ್ತು ಹೆಚ್ಚಾದಾಗ ಅಥವಾ ಬಾತ್ ರೂಮಿಗೆ ಪದೇ–ಪದೇ ಹೋಗಬೇಕಾದಾಗ ನಿಮ್ಮನ್ನು ನೀವೇ ಸಮಾಧಾನ ಮಾಡಿಕೊಳ್ಳುತ್ತಿರಬೆಕು. ನೀವು ಗರ್ಭಿಣಿ ಆದಕಾರಣವೆ ಇದೆಲ್ಲ ಆಗುತ್ತಿದೆ. ಸಮಾಧಾನ ಮಾಡಿಕೊಳ್ಳಿ ಇದು ಇನ್ನೂ ಪ್ರಾರಂಭ....

ಈ ತಿಂಗಳಲ್ಲಿ ನಿಮ್ಮ ಶಿಶುವಿನ ಬೆಳವಣಿಗೆ–

5ನೇ ವಾರ:– ಸಣ್ಣ ಬಾಲ ಇರುವ ಭ್ರೂಣ ಒಂದು ಶಿಶುಗಿಂತ ಟ್ಯಾಡ್‌ಪೋಲ್‌ನಂತೆ ಕಾಣುವುದು. ಅದು ತೀವ್ರವಾಗಿ ಬೆಳೆಯುತ್ತ ಕಿತ್ತಳೆಹಣ್ಣಿನ ಬೀಜದಷ್ಟಾಗಿದೆ. ಈಗಲೂ ಸಣ್ಣದೇ ಆದರೂ ಮೊದಲಿಗಿಂತ ದೊಡ್ಡದಾಗಿದೆ. ಈ ವಾರದಲ್ಲಿ ಹೃದಯ ಆಕಾರ ತೆಗೆದುಕೊಳ್ಳುತ್ತಿದೆ. ಎಲ್ಲಕ್ಕಿಂತ ಮೊದಲು ರಕ್ತ ಪರಿಸಂಚರಣ ತಂತ್ರ ಹಾಗೂ ಹೃದಯ ವೇ ತಯಾರಾಗುವುದು. ಹೃದಯದಾಕಾರ ಪಾಪಿಸೀಡಿನಷ್ಟೇ(ಗಸಗಸೆ) ಹಾಗೂ ಎರಡು ಟ್ಯೂಬ್ ಸೇರಿ ಆಗಿದೆ. ಯದ್ಯಪಿ ಇದು ಇನ್ನು ಪೂರ್ಣವಾಗಿ ಕೆಲಸ ಮಾಡಲು ಯೋಗ್ಯವಾಗಿಲ್ಲ. ಆದರೆ ನೀವು ಅಲ್ಟ್ರಾಸೌಂಡಲ್ಲಿ ಹೃದಯದ ಬಡಿತವನ್ನು ಕೇಳಬಹುದು. ನ್ಯೂಟ್ರಲ್ ಟ್ಯೂಬ್ ಕೆಲಸ ಮಾಡುತ್ತಿದೆ. ಇದು ನಿಮ್ಮ ಶಿಶುವಿನ ಮೆದುಳು ಹಾಗೂ ಬೆನ್ನೆಲುಬು ಆಗುವುದು.ಈಗ ಈ ಟ್ಯೂಬ್ ತೆರೆದಿದೆ ಆದರೆ ಮುಂದಿನ ವಾರ ಮುಚ್ಚಿ ಹೋಗುವುದು.

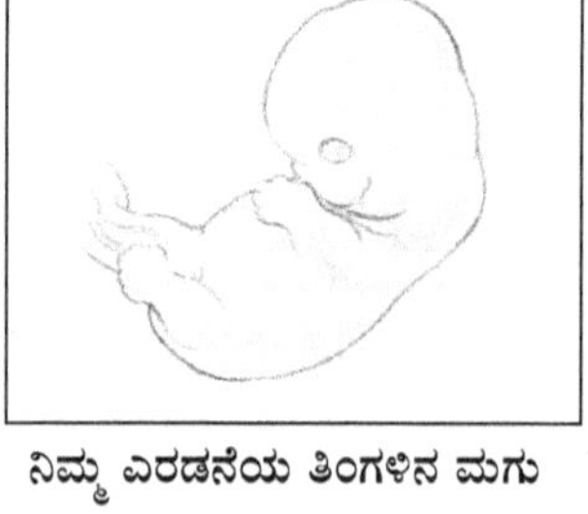

ನಿಮ್ಮ ಎರಡನೆಯ ತಿಂಗಳಿನ ಮಗು

6ನೇ ವಾರ:– ಗರ್ಭಾಶಯದಲ್ಲಿ ಶಿಶುವಿನ ಆಕಾರವನ್ನು ಅಳೆಯುವುದು ಕಷ್ಟ ಏಕೆಂದರೆ ಅದರ ಹೊಸ ಸಣ್ಣ-ಸಣ್ಣ ಕಾಲುಗಳು ಮಡಚಿರುವುದು. ಆದಕಾರಣ ಅದನ್ನು ಕೇವಲ ಕ್ರೌನ್ ನಿಂದ ಬಾಟಮ್ ವರೆಗೆ ಅಳೆಯ ಲಾಗುವುದು.ಈ ವಾರದಲ್ಲಿ ಅದರ ಅಳತೆ ಉಗುರು ತುದಿಗಿಂತ ಹೆಚ್ಚಾಗಿರುವುದಿಲ್ಲ. ಈ ವಾರದಲ್ಲಿ ಶಿಶುವಿನ ವಸಡು, ಕೆನ್ನೆ, ಗಲ್ಲದ ಬೆಳವಣಿಗೆ ಆರಂಭವಾಗುದು. ಕಿವಿಗಳ ನಿರ್ಮಾಣದ ಪ್ರಕ್ರಿಯೆ ಪ್ರಾರಂಭವಾಗುವುದು. ಮುಖದ ಮೇಲೆ ಎರಡು ಸಣ್ಣ ರಂಧ್ರಗಳಿಂದ ಕಣ್ಣುಗಳಾಗುವುದು. ತಲೆಯ ಮುಂಭಾಗದಲ್ಲಿರುವ ಸಣ್ಣ ಗುಬಟು ಕೆಲವೇ ದಿನಗಳಲ್ಲಿ ಮೂಗಿನಾಕಾರದಲ್ಲಿ ಬದಲಾಯಿಸುವುದು. ಈ ವಾರದಲ್ಲಿ ಕಿಡ್ನಿ, ಲೀವರ್, ಪುಪ್ಪಸ (ಲಂಗ್ಸ್) ತಮ್ಮ ಆಕಾರಕ್ಕೆ ಬರಲು ಪ್ರಾರಂಭಿಸುತ್ತವೆ. ನಿಮ್ಮ ಶಿಶುವಿನ ಸಣ್ಣ ಹೃದಯ ನಿಮಿಷಕ್ಕೆ 80 ಸಲ ಬಡಿಯುತ್ತದೆ ಹಾಗೂ ಪ್ರತಿದಿನ ಅದರ ಗತಿ ಹೆಚ್ಚಾಗುತ್ತ ಹೋಗುವುದು.

7ನೇ ವಾರ:– ನಿಮ್ಮ ಶಿಶುವಿನ ವಿಷಯದಲ್ಲಿ ಒಂದು ಅದ್ಭುತವಾದ ಮಾತು ಈಗ ಅದು ಗರ್ಭಧಾರಣೆಯ ತುಲನೆಯಲ್ಲಿ 10,000ದಷ್ಟು ದೊಡ್ಡದಾಗಿದೆ. ಒಂದು ಬ್ಲೂಬೆರೀ ನಷ್ಟು. ಈ ಬೆಳವಣಿಗೆ ಹೆಚ್ಚಾಗಿ ತಲೆಯ ಭಾಗದಲ್ಲಾಗಿದೆ. ಮೆದುಳಿನ ಹೊಸ ಜೀವಕೊಶಗಳು 100 ಜೀವಕೋಶ ಪ್ರತಿನಿಮಿಷದಂತೆ ಉತ್ಪನ್ನವಾಗಿದೆ. ಈ ವಾರ ನಿಮ್ಮ ಶಿಶುವಿನ ಬಾಯಿ ಹಾಗೂ ನಾಲಿಗೆ ತಯಾರಾಗುತ್ತಿದೆ. ಅದರ ಶರೀರದಲ್ಲಿ ತೋಳು ಹಾಗೂ ಕಾಲಿನ ಅಂಗಗಳು ತಯಾರಾಗುತ್ತಿದೆ. ಮಗುವಿನ ಕಿಡ್ನಿ ಸರಿಯಾದ ಸ್ಥಾನಕ್ಕೆ ಹೋಗಿ ಕೆಲಸ ಮಾಡಲು ಪ್ರಾರಂಭಿಸಿದೆ. ಮೂತ್ರ ನಿರ್ಮಾಣ, ಮೂತ್ರ ವಿಸರ್ಜನೆ... ಓಹೊ ಈಗಲೆ ಗಲೀಜಾಗಿರುವ ಡೈಪರ್‌ಗಳ ಯೋಚನೆ ಮಾಡುವ ಅವಶ್ಯಕತೆ ಇಲ್ಲ.

8ನೇ ವಾರ:– ನಿಮ್ಮ ಶಿಶು ಬಹಳ ತೀವ್ರವಾಗಿ ಬೆಳೆಯುತ್ತದೆ. ಈಗ ಅದು ಉದ್ದದಲ್ಲಿ ಅರ್ಧ ಇಂಚು ಅಥವಾ ಒಂದು ದೊಡ್ಡ ರಸಭರಿಅಷ್ಟು ಆಗಿದೆ. ಈಗ ಬಹಳಷ್ಟು ಒಂದು ಮಾನವನ ಆಕೃತಿಯಂತೆ ಕಾಣುತಿದೆ. ಏಕೆಂದರೆ ಅದುರ ತುಟಿ, ಮೂಗು, ರೆಪ್ಪೆ, ಕಾಲು, ಹಾಗೂ ಬೆನ್ನು ತಮ್ಮ ಆಕಾರ ತೆಗೆದುಕೊಳ್ಳುತ್ತಿದೆ. ನೀವು ಹೊರಗಡೆಯಿಂದ ಕೇಳಲು ಸಾಧ್ಯವಿಲ್ಲ ಆದರೆ ನಿಮ್ಮ ಮಗುವಿನ ಹೃದಯ ಒಂದು ನಿಮಿಷದಲ್ಲಿ 150 ಸಲ ಬಡಿಯುತ್ತಿದೆ. ಇದು ನಿಮ್ಮ ಹೃದಯದ ಗತಿಗಿಂತ ಎರಡರಷ್ಟು. ಈ ವಾರದಲ್ಲಿ ಏನೋ ಹೊಸದು ಆಗುತ್ತಿದೆ! ನಿಮ್ಮ ಶಿಶು ಚಲಿಸುತ್ತಿದೆ ಆದರೆ ನಿಮಗೆ ಅನುಭವವಾಗುವುದಿಲ್ಲ.

ನಿಮಗೆ ಏನು ಅನಿಸುತ್ತಿರಬೇಕು? ಯಾವಾಗಲು ನೆನಪಿರಲಿ ಎರಡು ಗರ್ಭಾವಸ್ಥೆಗಳು ಒಂದೇ ತರಹವಿರುವುದಿಲ್ಲ. ನೀವು ಈ ಎಲ್ಲಾ ಕ್ಷಣಗಳನ್ನು ಎದುರಿಸಬೇಕಾಗಬಹುದು ಅಥವಾ ಒಂದೆರಡು ಲಕ್ಷಣ ಕಾಣಿಸಬಹುದು. ಕೆಲವು ಹೋದ ತಿಂಗಳಿನಿಂದಲೇ ಇರಬಹುದು ಕೆಲವು ಹೊಸದಾಗಿರಬಹುದು. ಹೆಚ್ಚು ಲಕ್ಷಣಗಳು ಪ್ರಕಟಣೆ ಆಗದೆ ಇರಬಹುದು. ವ್ಯಾಕುಲರಾಗಬೇಡಿ. ಲಕ್ಷಣಗಳು ಇದ್ದರೂ ಇಲ್ಲದೆ ಇದ್ದರೂ ನಿಮ್ಮ ಗರ್ಭಾವಸ್ಥೆಯಲ್ಲಿ ಏನು ವ್ಯತ್ಯಾಸವಾಗುವುದಿಲ್ಲ.ಈ ತಿಂಗಳು ನೀವು ಕೆಳಗೆ ಬರೆದಿರುವ ಲಕ್ಷಣಗಳನ್ನು ಅನುಭವಿಸಬಹುದು:–

ಶಾರೀರಿಕ:– ಆಯಾಸ, ಊರ್ಜೆಯಲ್ಲಿ ಕೊರತೆ, ತೂಕಡಿಕೆ, ಪದೇ-ಪದೇ ಮೂತ್ರ ವಿಸರ್ಜನೆಯ ಇಚ್ಛೆ, ಓಕರಿಕೆ, ವಾಂತಿ ಜೊತೆಗೆ ಅಥವಾ ವಾಂತಿ ಇಲ್ಲದೆ ಹೆಚ್ಚು ಜೊಳ್ಳು ಆಗುವುದು, ಮಲ ಬದ್ಧತೆ, ಎದೆ ಉರಿ, ಅಜೀರ್ಣ, ಹೊಟ್ಟೆಯಲ್ಲಿ ಗ್ಯಾಸ್, ಊಟದಲ್ಲಿ ಇಚ್ಛೆ-ಅನಿಚ್ಛೆ.

■**ವಕ್ಷೋಜಗಳಲ್ಲಿ ಬದಲಾವಣೆ:**– ಸಂವೆದನ ಶೀಲತೆ. ಭಾರೀ ಆಗುವುದು, ನಿಪ್ಪಲ್ ಸುತ್ತಲು ಗಾಢ ಬಣ್ಣ, ಅದರ ಮೇಲೆ ಸಣ್ಣ-ದೊಡ್ಡ ಗುಬಟುಗಳು ಬರುವುದು, ತಿಳಿ ನೀಲಿ ರೇಖೆಗಳ ಜಾಲಿ, ನಿಮ್ಮ ವಕ್ಷಗಳಿಗೆ ರಕ್ತದ ಅಪೂರ್ತಿ ಹೆಚ್ಚಾಗುವುದು.

- ■ ಯೋನಿಯಿಂದ ತಿಳಿಯಾಗಿ ಬಿಳಿ ಸ್ರಾವ
- ■ ಒಮ್ಮೊಮ್ಮೆ ತಲೆ ನೋವು
- ■ ಮೂರ್ಛೆ ಹೋಗುವುದು ಅಥವಾ ತಲೆ ಸುತ್ತುವುದು
- ■ ಹೊಟ್ಟೆ ಸಣ್ಣಕ್ಕೆ ದುಂಡಾಕಾರದಲ್ಲಿ ಬರುವುದು.

ಭಾವನಾತ್ಮಕ:– ಭಾವನಾತ್ಮಕ ಏರುವಿಕೆ ಇಳಿಯುವಿಕೆ (ಪೀ, ಎಮ್,ಎಸ್ ನಲ್ಲಿ ಆದಂತೆ) ಮೂಡಲ್ಲಿ ಬದಲಾವಣೆ, ವ್ಯಾಕುಲತೆ, ಬೇಜಾರು ಸುಮಸುಮ್ಮನೆ ಅಳುವ ಇಚ್ಛೆ,

- ● ಭಾವಾನಂದ ಅಥವಾ ಇದೇ ತರಹ ಭಾವನೆಗಳ ಪ್ರಕಟಣೆ
- ● ಗರ್ಭಿಣಿ ಅಗಿಲ್ಲದ ಭಯ

ಈ ತಿಂಗಳಿನ ಚೆಕಪ್:– ಇದು ನಿಮ್ಮ ಮೊದಲನೆಯ ಮೆಡಿಕಲ್ ತಪಾಸಣೆ ಇದ್ದರೆ ನಾವೂ ಮೊದಲೇ ಹೇಳಿದ್ದೀವಿ. ಎರಡನೆದಾಗಿದ್ದರೇ ಮೊದಲಕ್ಕಿಂತ ಸಣ್ಣದಾಗಿರುತ್ತದೆ.. ಮೊದಲೇ

ಎಲ್ಲಾ ಟೆಸ್ಟ್‌ಗಳಾಗಿದ್ದರೆ ಈ ಸಲ ಹೆಚ್ಚು ತಿರುಗಾಡ ಬೇಕಾಗುವುದಿಲ್ಲ. ಯದ್ಯಪಿ ಎಲ್ಲಾ ಡಾಕ್ಟರ್‌ಗಳು ತಮ್ಮದೇ ಆದ ರೀತಿಯಲ್ಲಿ ತಪಾಸಣೆ ಮಡುತ್ತಾರೆ ಆದರೂ ನೀವು ಈ ಸಲ ಕೆಳಗೆ ಬರೆದಿರುವ ಟೆಸ್ಟ್‌ಗಳನ್ನು ಮಾಡಿಸಬೇಕಾಗಬಹುದು:-

* ತೂಕ ಹಾಗೂ ರಕ್ತದ ವತ್ತಡ
* ಮೂತ್ರದಲ್ಲಿ ಸಕ್ಕರೆ ಪ್ರಮಾಣ ಹಾಗೂ ಪ್ರೋಟೀನ್ ತಪಾಸಣೆ
* ಊತದ ಕಾರಣ ಕೈ-ಕಾಲು ಹಾಗೂ ವೆರಿಕೋಸ್ ವೈನ್ಸ್ ಗೆ ಕಾಲು
* ನಿಮಗೆ ಅನಿಸುತ್ತಿರುವ ಕೆಲವು ಲಕ್ಷಣಗಳು
* ಕೆಲವು ಪ್ರಶ್ನೆ ಹಾಗೂ ಜಿಜ್ಞಾಸೆಗಳ ಉತ್ತರ ನಿಮಗೆ ತಿಳಿದುಕೊಳ್ಳ ಬೇಕೆನಿಸಿದರೆ ಸೂಚಿ ಪತ್ರವನ್ನು ತೆಗೆದುಕೊಂಡು ಹೋಗಿ)

ಒಂದು ದೃಷ್ಟಿ

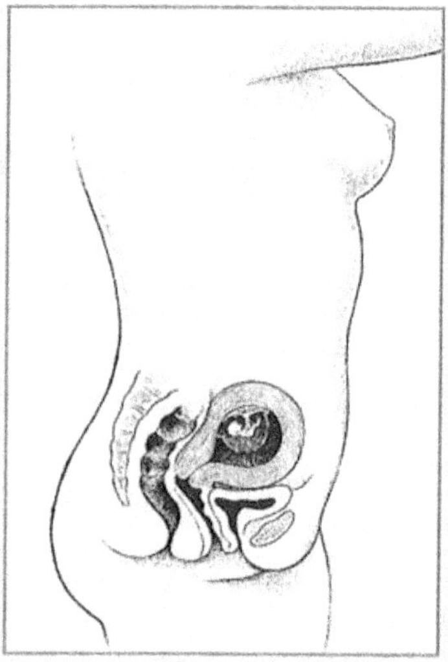

ಯದ್ಯಪಿ ನೀವು ಈಗ ನಿಮ್ಮ ಅಕ್ಕ-ಪಕ್ಕ ದವರಿಗೆ ಗರ್ಭಿಣಿ ಎಂದು ಕಾಣಿಸುವುದಿಲ್ಲ. ಆದರೆ ನಿಮಗೆ ನಿಮ್ಮ ಬಟ್ಟೆಗಳು ಸೊಂಟದಿಂದ ಬಿಗಿ ಅನಿಸಬಹುದು. ನಿಮಗೆ ಮೊದಲಿಗಿಂತ ದೊಡ್ಡ ಬ್ರಾ ಬೇಕಾಗಬಹುದು. ಈ ತಿಂಗಳ ಕೊನೆಯ ತನಕ ನೀವು ಮುಟ್ಟಿದಷ್ಟು ಆಕಾರದ ಗರ್ಭಾಶಯ ದೊಡ್ಡ ಗ್ರೇಪ್ ಫ್ರೂಟ್‌ನಷ್ಟು ದೊಡ್ಡದಾಗುವುದು.

ನೀವು ಏನು ಯೋಚಿಸತ್ತಿರಬಹುದು?

ಎದೆಯ ಉರಿ ಹಾಗೂ ಅಜೀರ್ಣ

''ನನಗೆ ಯಾವಾಗಲೂ ಎದೆ ಉರಿ ಹಾಗೂ ಅಜೀರ್ಣ ಇರುವುದು. ಏಕೆ? ನಾನು ಏನು ಮಾಡಲಿ?''

ಗರ್ಭಿಣಿ ಮಹಿಳೆಯರಂತೆ ಯಾರಿಗೂ ಎದೆ ಉರಿಯಾಗುವುದಿಲ್ಲ. ಇಷ್ಟೆ ಅಲ್ಲ ನಿಮಗೆ ಪೂರ್ತಿ ಗರ್ಭಾವಸ್ಥೆಯಲ್ಲಿ ಹೀಗಾಗಬಹುದು.

'ಗರ್ಭಾವಸ್ಥೆಯ ಪ್ರಾರಂಭದಲ್ಲಿ ನಿಮ್ಮ ಶರೀರದಲ್ಲಿ ಬಹಳ ಹೆಚ್ಚು ಪ್ರಮಾಣದಲ್ಲಿ ಪ್ರೊಜೆಸ್ಟೆರಾನ್ ಹಾಗೂ ರಿಲೆಕ್ಸಿನ ಹೆಸರಿನ ಹಾರ್ಮೊನ್ ತಯಾರಾಗುವುದು. ಇದು ಸಂಪೂರ್ಣ ಶರೀರದ ಮಾಂಸಖಂಡಗಳನ್ನು ಹಾಗೂ ಜೀವಕೋಶಗಳನ್ನು ಶಿಥಿಲ ಮಾಡುವುದು ಇದರಲ್ಲಿ ಗ್ಯಾಸ್ಟ್ರೊಇಂಟೆಸ್ಟೈನಲ್ ಟ್ರೈಕ್ಟ್ ಸಹ ಸೇರಿರುವುದು. ಆದಕಾರಣ ನಿಮ್ಮ ಪಚನ ತಂತ್ರದಲ್ಲಿ ಆಹಾರ ಜೀರ್ಣವಾಗಲು ಬಹಳ ಹೊತ್ತಾಗುವುದು. ಇದೆ ಕಾರಣದಿಂದ ನಿಮಗೆ ಅಜೀರ್ಣ ಆಗುವುದು. ಹೊಟ್ಟೆಯ ಮೇಲ್ ಭಾಗದಲ್ಲಿ ಗ್ಯಾಸ ಹಾಗೂ ಎದೆ ಉರಿ ಎರಡು ಅಜೀರ್ಣದ ಲಕ್ಷಣವೆ. ಇದರಿಂದ ನಿಮಗೆ ತೊಂದರೆ ಆಗಬಹುದು ಆದರೆ ಇದು ಶಿಶುವಿಗೆ ಲಾಭಕಾರಿ. ಈ ನಿಧಾನವಾದ ಪ್ರಕ್ರಿಯೆಯಲ್ಲಿ ಪೋಷಕ ಸತ್ವಗಳು ರಕ್ತಪ್ರವಾಹದಲ್ಲಿ ಚೆನ್ನಾಗಿ ಕರಗುವುದು ಹಾಗೂ ಪ್ಲೆಸೆಂಟ ತನಕ ತಲುಪುವುದು.

ಈಸೋಫೇಗಸ್‌ನನ್ನು ಹೊಟ್ಟೆಯಿಂದ ಬೇರೆ ಮಾಡುವ ಮಾಂಸಖಂಡಗಳ ರಿಂಗ್ ಶಿಥಿಲ ವಾದಾಗ ಊಟ ಹೊತ್ತಾಗಿ ಜೀರ್ಣವಾಗುವುದು. ಹೊಟ್ಟೆಯಲ್ಲಿ ತಯಾರಾಗುವ ಆಸಿಡ್ ಸಂವೇದನಶೀಲ ಈಸೋಫೈಗಲ್ ಗೋಡೆಗಳನ್ನು ಉತ್ತೇಜಿತ ಮಾಡುವುದು ಆದಕಾರಣ ಅಕ್ಕ-ಪಕ್ಕದ ಭಾಗಗಳಲ್ಲಿ ಹಾಗೂ ಎದೆಯಲ್ಲಿ ಉರಿ ಆಗುವುದು. ಆದರೆ ಈ ಸಮಸ್ಯೆಯದು ನಿಮ್ಮ ಹೃದಯದಿಂದ ಯಾವುದೇ ಸಂಬಂಧವಿಲ್ಲ. ಕಡೆಯ ಎರಡು ಮೂರು ತಿಂಗಳಲ್ಲಿ ಈ ಸಮಸ್ಯೆ ಹೆಚ್ಚಾಗುತ್ತದೆ ಏಕೆಂದರೆ ನಿಮ್ಮ ದೊಡ್ಡದಾಗಿರುವ ಗರ್ಭಾಶಯ ನಿಮ್ಮ ಹೊಟ್ಟೆ ಮೇಲೆ ವತ್ತಡ ಹಾಕುವುದು.

ಗರ್ಭಾವಸ್ಥೆಯ ಪೂರ್ತಿ ಒಂಭತ್ತು ತಿಂಗಳು ನೀವು ಈ ತೊಂದರೆಯಿಂದ ದೂರವಿರುವಿರಲು ಎಂದು ಸಾಧ್ಯವಿಲ್ಲ. ಈ ಅಜೀರ್ಣ ಹಾಗೂ ಉರಿಯ ಸಮಸ್ಯೆಯನ್ನು ಕಡಿಮೆ ಮಾಡಲು ಯತ್ನಿಸ ಬಹುದು:-

- ಯಾವಾದಾರು ಊಟದ ಪದಾರ್ಥದಿಂದ ನಿಮಗೆ ತೊಂದರೆ ಹೆಚ್ಚಾದರೆ ಅದನ್ನು ನಿಮ್ಮ ಮೆನ್ಯೂ ಯಿಂದ ತಕ್ಷಣ ತೆಗೆದು ಹಾಕಿ. ಕಾರವಾದ ಹಾಗೂ ಮಸಾಲೆಯುಕ್ತ ಭೋಜನದಿಂದ ದೂರವಿರಿ. ಕರಿದಿದ್ದು ಹುರಿದಿದ್ದು ಗರಿಷ್ಠ ಆಹಾರ, ಪ್ರೊಸೆಸ್ಡ್ ಮಾಂಸ, ಚಾಕಲೇಟ್, ಕಾಫೀ, ಕಾರ್ಬೋನೇಟೆಡ್ ಪಾನೀಯಗಳು ಹಾಗೂಮಾಂಸದ ಹೆಚ್ಚು ಪ್ರಮಾಣ ಸೇವಿಸ ಬೇಡಿ.
- ಪಚನ ತಂತ್ರದ ಮೇಲೆ ಮತ್ತಡ ಹಾಕಬೇಡಿ. ಸ್ವಲ್ಪ-ಸ್ವಲ್ಪ ಸಮಯದ ಅಂತರದಲ್ಲಿ ಸ್ವಲ್ಪ-ಸ್ವಲ್ಪ ಊಟ ಮಾಡಿ. ಸಿಕ್ಸ್ ಮೀಲ್ ಸೊಲ್ಯೂಶನ್ ನಿಮಗೆ ಸೂಕ್ತವಾಗಿರುವುದು.
- ಬೇಗ-ಬೇಗ ತಿಂದರೆ ಊಟದ ಜೊತೆಗೆ ಗಾಳಿಯೂ ಒಳಗೆ ಹೋಗುವುದು. ಆದಕಾರಣ ಗ್ಯಾಸ್ ಆಗುವುದು. ಬೇಗ-ಬೇಗ ತಿನ್ನುವ ಅರ್ಥ ಅಂದರೆ ನೀವು ಊಟವನ್ನು ಚೆನ್ನಾಗಿ ಅಗಿಯುವುದಿಲ್ಲ. ಇದರಿಂದ ಹೊಟ್ಟೆ ಗೆ ಅಧಿಕ ಶ್ರಮ ಮಾಡಬೇಕಾಗುವುದು. ತುಂಬ ಹಸಿವಾಗಿರಲಿ ಅಥವಾ ನಿಮಗೆ ಬಹಳ ಅವಸವಿರಲಿ ಊಟ ಮಾತ್ರ ನಿಧಾನವಾಗಿ ಸಣ್ಣ-ಸಣ್ಣ ತುತ್ತನ್ನು ಸರಿಯಾಗಿ ಅಗಿದುತಿನ್ನಿ.
- ಊಟದ ಜೊತೆಗೆ ದ್ರವ ಪದಾರ್ಥ ಕುಡಿಯ ಬೇಡಿ. ಊಟದ ಜೊತೆ-ಜೊತೆಗೆ ದ್ರವ ಪದಾರ್ಥಗಳನ್ನು ಕುಡಿದರೆ ಅಜೀರ್ಣ ಆಗುವುದು. ಕುಡಿಯಲೇ ಬೇಕಾದರೆ ಖಾದ್ಯ ಪದಾರ್ಥಗಳ ಮಧ್ಯದಲ್ಲಿ ಕುಡಿಯಿರಿ.
- ಮಲಗಿಕೊಂಡು ಏನು ತಿನ್ನುವುದು ಕುಡಿಯುವುದು ಮಾಡಬೇಡಿ. ಈ ತರಹ ಪಾಚಕ ರಸಗಳಿಗೆ ಹೆಚ್ಚು ಚಲನ-ವಲನ ಮಾಡುವ ಅವಕಾಶ ಸಿಗುವುದಿಲ್ಲ. ಊಟ ಆದ ತಕ್ಷಣ ಮಲಗಬೇಡಿ. ಸೊಂಟದಿಂದ ಬಗ್ಗುವ ಬದಲು ಮಂಡಿಯಿಂದ ಬಗ್ಗಿ. ಇದು ಒಂದು ಉಪಾಯ. ನಿಮ್ಮ ತಲೆ ಕೆಳಗೆ ಹೋಗುವಷ್ಟು ಸಲ ಉರಿ ಹೆಚ್ಚಾಗುವುದು.
- ನಿಮ್ಮ ತೂಕವನ್ನು ನಿಧಾನವಾಗಿ ಹೆಚ್ಚು ಮಾಡಿಕೊಳ್ಳಿ. ನಿಧಾನವಾಗಿ ತೂಕ ಹೆಚ್ಚಾದರೆ ಪಚನ ತ್ರಂತದ ಮೇಲೆ ಕಡಿಮೆ ಮತ್ತಡ ಬೀಳುವುದು.
- ಹೊಟ್ಟೆ ಅಥವಾ ಸೊಂಟದಲ್ಲಿ ಬಿಗಿಯಾಗುವ ಉಡಪು ಧರಿಸ ಬೇಡಿ. ಗಟ್ಟಿಯಾಗಿ ಹೊಟ್ಟೆ ಬಿಗಿದಿದ್ದರೂ ಉರಿ ಹೆಚ್ಚಾಗುವುದು.
- ಕ್ಯಾಲ್ಶಿಯಂಯುಕ್ತ ಪಾಪ್ ನಿಮ್ಮ ಉರಿಯನ್ನು ಸ್ವಲ್ಪ ಕಡಿಮೆ ಮಾಡಬಹುದು. ಡಾಕ್ಟರಿನ ಸಲಹೆ ಪಡೆಯದೆ ಉರಿಗೆ ಯಾವುದೇ ಔಷಧಿ ತೆಗೆದುಕೊಳ್ಳಬೇಡಿ. ಎಂಟಿ ಆಸಿಡ್ ನಿಂದ ತೊಂದರೆ ಆಗುತ್ತಿದ್ದರೆ ಮನೆ ಉಪಾಯ ಮಾಡಿ:- ಉಗುರು ಬೆಚ್ಚಗಿರುವ ಹಾಲಲ್ಲಿ 1 ಚಮಚ ಜೇನು ತುಪ್ಪ ಹಾಗೂ ಸ್ವಲ್ಪ ಬಾದಾಮೀ ಅಥವಾ ಪರಂಗೀ ಹಣ್ಣು ತಿನ್ನಿ.
- ಊಟ ಆದ ಮೇಲೆ ಸಕ್ಕರೆ ಇಲ್ಲದ ಗಮ್ ಅಗಿದರೂ ಆರಾಮ ಸಿಗುವುದು. ಮಿಂಟ್‌ನಿಂದ ತೊಂದರೆ ಹೆಚ್ಚಾಗುತ್ತದೆ ಎಂದು ಕೆಲವರು ಹೇಳುತ್ತಾರೆ. ಆದಕಾರಣ ಮಿಂಟ್ ತಿನ್ನಬೇಡಿ.
- ಈತನಕ ಧೂಮಪಾನ ಮಾಡುತ್ತಿದರೆ ತಕ್ಷಣ ಬಿಟ್ಟು ಬಿಡಿ.
- ಮತ್ತಡವೂ ಅಜೀರ್ಣ ಹಾಗೂ ಉರಿಗೆ ಒಂದು ಪ್ರಮುಖ ಕಾರಣ. ಸ್ವಲ್ಪ ಶಾಂತವಾಗಿರಲು ಕಲಿಯಿರಿ. ಧ್ಯಾನ, ಮಾನಸಿಕ ಚಿತ್ರಣ, ಬಯೋಫೀಡ್‌ಬ್ಯಾಕ್, ಹಾಗೂ ಹಿಪ್ನೋಸಿಸ್ ಅಂತ ಟೆಕ್ನೀಕ್‌ಗಳನ್ನು ಉಪಯೋಗಿಸಿ.

ಸ್ವಲ್ಪ ಗಮನ ಕೊಡಿ

ಒಂದು ವೇಳೆ ನೀವು ಜೀ. ಈ. ಆರ್. ಡೀ ಯಿಂದ ಪೀಡಿತವಾಗಿದ್ದರೇ ಗರ್ಭಾವಸ್ಥೆಯಲ್ಲಿ ಇದರ ಚಿಕಿತ್ಸೆಯನ್ನು ಬದಲಾಯಿಸಬೇಕಾಗುತ್ತದೆ. ಎದೆ ಉರಿ ಗೆ ನೀವು ತೆಗೆದುಕೊಳ್ಳುವ ಔಷಧಿಗಳು ಈಗ ಸುರಕ್ಷಿತವಾಗಿಲ್ಲದೆ ಇರ ಬಹುದು. ಡಾಕ್ಟರಿನ ಸಲಹೆ ಪಡೆಯರಿ ಹಾಗೂ ನಾವು ಕೊಟ್ಟಿರುವ ಉಪಾಯಗಳನ್ನು ಉಪಯೋಗಿಸಿ.

ಎದೆ ಉರಿ ಹಾಗು ಕೂದಲು

ಎದೆ ಉರಿ ಆದರೆ ಶಿಶುವಿನ ಕೂದಲು ಚೆನ್ನಾಗಿರುತ್ತದೆ ಎಂದು ಹೇಳುತ್ತಾರೆ. ಏಕೆಂದರೆ ಈ ಎರಡಕ್ಕೂ ಒಂದೇ ಹಾರ್ಮೋನ್ ಜವಾಬ್ದಾರರು. ಈಗಿಂದ ಬೇಬೀ ಶ್ಯಾಂಪೂ ಸಂಗ್ರಹಿಸಲು ಆರಂಭಿಸಿ.

ಆಹಾರದಲ್ಲಿ ಪ್ರಿಯ-ಅಪ್ರಿಯ:-

''ಯಾವ ಭೋಜನ ಮೊದಲಿಂದ ಬಹಳ ಪ್ರಿಯವಾಗಿತ್ತೋ ಅದು ಈಗ ಅರುಚಿಕರವೆನಿಸುತ್ತಿದೆ. ನಾನು ಯಾವಾಗಲು ತಿನ್ನದೆ ಇರುವ ಖಾದ್ಯಪದಾರ್ಥಗಳನ್ನು ತಿನ್ನಲು ಪ್ರಾರಂಭಿಸಿದ್ದೀನಿ. ಹೀಗೇಕೆ ಆಗುತ್ತಿದೆ?''

■ ಸಿನಿಮಾ ದಲ್ಲಿ ನೋಡಿರಲಬೇಕಲ್ಲವೇ? ಇಲ್ಲ ಓದಿರ ಬೇಕು? ಹೇಗೆ ಗರ್ಭಿಣಿ ಮಹಿಳೆಯ ಸಂಗಾತಿ ಅರ್ಧ ರಾತ್ರಿಯಲ್ಲಿ ಪೈಜಾಮದ ಮೇಲೆ ರೈನ್ ಕೋಟ್ ಹಾಕಿಕೊಂಡು ಐಸ್‌ಕ್ರೀಮ ತರಲು ಹೊರಡುವನು. ಆದರೆ ವಾಸ್ತವದಲ್ಲಿ ಹೀಗೇನು ಆಗುವುದಿಲ್ಲ. ಗರ್ಭಿಣಿ ಮಹಿಳೆಯ ಸಂಗಾತಿಗೆ ಇಷ್ಟೊಂದು ಕಷ್ಟವೇನಾಗುವುದಿಲ್ಲ.

ಸಾಮಾನ್ಯವಾಗಿ ಗರ್ಭಿಣಿಯರ ಬಾಯಿರುಚಿಯಲ್ಲಿ ವ್ಯತ್ಯಾಸ ಬರುವುದು. ಅವರಿಗೆ ಯಾವುದಾದರು ಒಂದು ಪದಾರ್ಥ ಬಹಳ ಇಷ್ಟ ಬಂದರೆ ಇನ್ನೊಂದು ಇಷ್ಟ ಆಗುವುದಿಲ್ಲ. ಇದಕ್ಕೆ ಮೊದಲನೆಯ ಮೂರು ತಿಂಗಳಲ್ಲಿ ಆಗುವ ಹಾರ್ಮೋನಲ್ ಬದಲಾವಣೆಗಳ ದೋಷವೆನ್ನಬಹುದು. ಅನೇಕ ಸಲ ನಮ್ಮ ಶರೀರಕ್ಕೆ ಯಾವ ಪದಾರ್ಥ ಇಷ್ಟ ಬರುವುದೋ ಅದರ ಸ್ವಾದ ನಮಗೆ ಬರುವುದು ಹಾಗೂ ನಮ್ಮ ಶರೀರ ಯಾವ ಪದಾರ್ಥವನ್ನು ಸ್ವೀಕರಿಸುವುದಿಲ್ಲವೋ ಇದು ನಮಗೆ ಅರುಚಿಕರವೆನಿಸುತ್ತದೆ.

ನೀವು ಈ ಶಾರೀರಕ ಸಂಕೇತವನ್ನು ತಿಳಿದುಕೊಂಡು ಇದೇ ರೀತಿ ನಡೆಯಬೇಕು. ನಿಮಗೆ ಕಾಟೇಜ್ ಚೀಜ್ ತಿನ್ನುವ ಮನಸಿದ್ದರೆ ತಿನ್ನಿ ನಿಮ್ಮ ಮನಸ್ಸನ್ನು ಶಾಂತ ಮಾಡಿಕೊಳ್ಳಿ . ಸ್ವಲ್ಪ ಡಯೆಟ್ ವ್ಯತ್ಯಾಸವಾದರೂ ಪರವಾಗಿಲ್ಲ. ಮನಸ್ಸು ಶಾಂತ ವಾದಮೇಲೆ ಡಯೆಟನ್ನು ಬೇರೆ ರೀತಿಯಲ್ಲಿ ಬದಲಾಯಿಸಿಕೊಳ್ಳಿ

ಒಂದು ವೇಳೆ ನಿಮಗೆ ಇಷ್ಟವಾಗಿರುವ ವಸ್ತು ಬಹಳ ವ್ಯತ್ಯಾಸವಾಗಿದ್ದರೆ ನೀವು ಅದರಲ್ಲಿಯೇ ಸ್ವಲ್ಪ ಪೌಷ್ಟಿಕರ ಕಡಿಮೆ ಕ್ಯಲೊರಿ ಇರುವ ವಿಕಲ್ಪವನ್ನು ಹುಡುಕಿ. ಫ್ರೋಜನ್ ಚಾಕಲೇಟ್ ಬಾರ್ ಬದಲು ಚಾಕಲೇಟ್ ಫ್ರೋಜನ್ ಯೊಗರ್ಟ್ ತೆಗೆದುಕೊಳ್ಳಿ. ಜೆಲ್ಲಿ ಬೀನ್ಸ್ ಬದಲು ಬ್ರೊಡ್ಯಮಿಕ್ಸ್ ಬೈಗ್ ತೆಗೆದುಕೊಳ್ಳಿ. ಬೇಕ್ಡ್ ಚೀಜ್ ಬೇಯಿಸಿ ತಿನ್ನಿ. ಮನಸನ್ನು ಖುಶಿ ಪಡಿಸಿ. ವಿಹಾರಕ್ಕೆ ಹೋಗಿ. ಗೆಳೆಯರ ಸಂಗಡ ಮಾತನಾಡಿ. ಪುಷ್ಟಿಕರವಾದ ಸ್ನ್ಯಾಕ್ಸ್ ತಿನ್ನದೆ ಇದ್ದರೆ ತಪ್ಪು ಎಂದುಕೊಳ್ಳಬೇಡಿ. ಆದರೆ ಗಮನವಿರಲಿ ಅದು ನಿಮಗೂ ಹಾಗೂ ನಿಮ್ಮ ಶಿಶುವಿಗೆ ಅಪಾಯಕರ ವಾಗದೆ ಇರಲಿ ಹಾಗೂ ಆ ಖಾದ್ಯ ಪದಾರ್ಥ ನಿಮ್ಮ ಆಹಾರದ ಅಂಶ ಆಗದಿರಲಿ.

ನಾಲ್ಕನೆಯ ತಿಂಗಳ ತನಕ ಈ ಲಕ್ಷಣಗಳು ಬಹಳಷ್ಟು ಮಟ್ಟಿಗೆ ಶಾಂತವಾಗುವುದು. ಅನೇಕ ಸಲ ಭಾವಾತ್ಮಕ ಬೇಡಿಕೆಗಳ ಕಾರಣದಿಂದ ಇಷ್ಟವಾದ ಭೊಜನವನ್ನು ತಿನ್ನುವ ಆಸೆ ಉಳಿದಿರುತ್ತದೆ. ನಿಮಗೆ ಹಾಗೂ ನಿಮ್ಮ ಸಂಗಾತಿಗೆ ಇದು ಅರ್ಥವಾದರೆ ಇದನ್ನು ಶಾಂತ ಗೊಳಿಸುವುದು ಬಹಳ ಸುಲಭ. ಅರ್ಧ ರಾತ್ರಿಯಲ್ಲಿ ಏನಾದ್ರು ವಿಚಿತ್ರವಾದ ಆಸೆ ಬಂದರೆ ಏನಾದರು ಬೇರೆ ತಿಂದು ಶಾಂತವಾಗಿ ಅಥವಾ ಸಂಗಾತಿ ಜೊತೆಗೆ ರೊಮಾಂಟಿಕ್ ಸ್ಥಾನವನ್ನು ಅನಂದಿಸಲು ಹೊರಡಿ.

ಕೆಲವು ಮಹಿಳೆಯರು ಮಣ್ಣು, ಬೂದಿ ಅಥವಾ ಕಾಗದದಂತಹ ಪದಾರ್ಥಗಳನ್ನು ತಿನ್ನಲು ಪ್ರಾರಂಭಿಸುತ್ತಾರೆ ಈ ಅಭ್ಯಾಸ ಹಾನಿಕರವಾಗಬಹುದು. ಇದರಿಂದ ಪುಷ್ಟಿಕರ ಆಹಾರದ ಕೊರತೆ ಇದೆ ಎಂದು ತಿಳಿಯುತ್ತದೆ. ವಿಶೇಷವಾಗಿ ಐರನ್ ಕೊರತೆ. ನಿಮ್ಮ ಡಾಕ್ಟರಿಗೆ ಇದನ್ನು ಹೇಳಿ. ಐಸ್ ತಿನ್ನುವ ಮನಸ್ಸಾದರೂ ಐರನ್ ಕೊರತೆ ಇರ ಬಹುದು.

ನರಗಳು ಕಾಣುವುದು:-

''ನನ್ನ ಎದೆ ಹಾಗೂ ಹೊಟ್ಟೆಯ ಮೇಲೆ ತಿಳಿ ನೀಲಿ ಬಣ್ಣದ ನರಗಳು ಕಾಣುತ್ತದೆ ಇದು ಸಾಮಾನ್ಯವೇ?''

ನರಗಳ ಕಾರಣ ನಿಮ್ಮ ಎದೆ ಹಾಗೂ ಹೊಟ್ಟೆ ರೋಡ್ ಮ್ಯಾಪ್ ಹಾಗೆ ಕಾಣುವುದೇ? ಚಿಂತಿಸಬೇಡಿ. ಇದು ಶರೀರ ಸರಿಯಾಗಿ ಕೆಲಸ ಮಾಡುತ್ತಿದೆ ಎಂದು ಸಂಕೇತ. ಇದು ಗರ್ಭಾವಸ್ಥೆಯಲ್ಲಿ ಅತಿರಿಕ್ತ ರಕ್ತ ಪ್ರವಾಹದ ಪೂರ್ತಿಗಾಗಿ ನರಗಳ ಬಲೆ. ದಪ್ಪಗಿರುವ ಅಥವಾ ತೆಳ್ಳಗಿರುವ ತ್ವಚೆಯ ಮೆಲೆ ಈ ನರಗಳು ಸ್ಪಷ್ಟವಾಗಿ ಕಾಣಿಸುತ್ತದೆ. ಗಾಢ ಬಣ್ಣದ ಮಹಿಳೆಯರಲ್ಲಿ ಇದು ಕಾಣಿಸುವುದಿಲ್ಲ ಅಥವಾ ಆಮೇಲೆ ಕಾಣಿಸುವುದು.

ಸ್ಪೈಡರ್ ನರಗಳು

''ನಾನು ಗರ್ಭಿಣಿ ಆದ ಮೇಲೆ ನನ್ನ ತೊಡೆಗಳ ಮೇಲೆ ಜೇಡರ ಬಲೆಯಂತೆ ತಿಳಿಯಾದ ಬದನೆ ಕೆಂಪು ಬಣ್ಣದ ಗೆರೆಗಳು ಬಂದಿದೆ. ಇದು ವೆರಿಕೋಜ್ ವೇಯ್ನ್ಸ್‌ಗಳೇ?''

ಅದು ಸುಂದರವಾಗಿಲ್ಲ ಆದರೆ ಅದು ವೆರಿಕೋಜ್ ವೇಯ್ನ್ಸ್ ಅಲ್ಲ. ಇದನ್ನು ಸ್ಪೈಡರ್ ವೇಯ್ನ್ಸ್ ಎನ್ನುತ್ತಾರೆ.

ಇದು ನಿಮ್ಮ ತೊಡೆಗಳ ಮೇಲೆ ಏಕೆ ಮನೆ ಮಾಡಿಕೊಳ್ಳುತ್ತವೆ? ಇದಕ್ಕು ಕಾರಣವಿದೆ. ರಕ್ತದ ಅಧಿಕ ಪ್ರಮಾಣದ ಕಾರಣ ರಕ್ತವಾಹಿನಿಗಳ ಮೇಲೆ ವತ್ತಡ ಬೀಳುತ್ತದೆ ಅವುಗಳು ಉಬ್ಬಿಕೊಂಡು ಕಾಣಿಸುವುದು. ಎರಡನೆಯದು ಪ್ರಗ್ನೆನ್ಸಿ ಹಾರ್ಮೊನ್‌ಗಳ ಕಾರಣದಿಂದ ಹೀಗಾಗುವುದು. ಮೂರನೆಕಾರಣ ಜೆನೆಟಿಕ್ ಕಾರಣಗಳಿಂದ ಆಗಬಹುದು.

ನಿಮ್ಮ ಶರೀರದಲ್ಲಿ ಸ್ಪೈಡರ್ ವೇಯ್ನ್ಸ್ ಆಗಲೆ ಬೇಕೆಂದರೆ ಇದನ್ನು ಯಾವುದೇ ತರಹ ತಡೆಯಲು ಸಾಧ್ಯವಿಲ್ಲ ಆದರೆ ಇದನ್ನು ಹರಡದೆ ಇರಲು ತಡೆಯಬಹುದು. ಇವು ನಿಮ್ಮ ಆಹಾರದಷ್ಟೆ ಸ್ವಸ್ಥವಾಗಿರುವುದು. ನಿಮ್ಮ ಆಹಾರದಲ್ಲಿ ವಿಟಮಿನ್ ಸೀ ಯುಕ್ತ ಭೋಜನ ಸೇರಿಸಿಕೊಳ್ಳಿ. ಇದರಿಂದ ಶರೀರ ಕೊಲಾಜನ್ ಹಾಗೂ ಇಲಾಸ್ಟಿನ್ ತಯಾರು ಮಾಡುವುದು. ಇದು ರಕ್ತವಾಹಿನಿಗಳನ್ನು ಸರಿ ಪಡಿಸುವುದು. ನೀವು ಪ್ರತಿದಿನ ವ್ಯಾಯಾಮ ಮಾಡಬೇಕು ಹಾಗೂ ಕಾಲುಮಡಿಚಿ ಕುಳಿತುಕೊಳ್ಳಬಾರದು.

ಉಪಾಯದಿಂದ ಸಮಾಧಾನ ಸಿಗದೇ ಹೋದರೆ ಘಾಬರಿ ಆಗಬೇಡಿ. ಪ್ರಸವನಂತರ ಈ ನರಗಳು ತಿಳಿಯಾಗಿ ಮರೆಯಾಗುವುದು. ಮರೆಯಾಗದೆ ಹೋದರೆ ತ್ವಚೆಯ ವಿಶೇಷತಜ್ಞರಿಂದ ಸಲಹೆ ಪಡೆಯಬಹುದು. ಅವರು ನಿಮಗೆ ಸಲೈನ್ ಅಥವಾ ಗ್ಲಿಸರೀನ್ ಇಂಜೆಕ್ಶನ್ ಕೊಡುವರು ಅಥವಾ ಲೇಸರ್ ಸಹಾಯ ತೆಗೆದುಕೊಳ್ಳುವರು. ಗರ್ಭಾವಸ್ಥೆಯಲ್ಲಿ ಈ ಚಿಕಿತ್ಸೆ ಮಾಡಿಸಕೊಳ್ಳಲಾಗುವುದು. ಇದನ್ನು ವಿಶೇಷವಾಗಿ ತಯಾರಿಸಿದ ಕ್ಲೀಂಜರ್ ಸಹಾಯದಿಂದ ಮರೆಮಾಡಿಕೊಳ್ಳಬೇಕು.

ವೆರಿಕೋಜ್ ವೇಂನ್ಸ

''ನನ್ನ ತಾಯಿ ಹಾಗೂ ಅಜ್ಜಿ ಇಬ್ಬರಿಗು ಗರ್ಭಾವಸ್ಥೆಯಲ್ಲಿ ವೆರಿಕೋಜ್ ವೇಯ್ನ್ಸ್ ಕಾಡಿತ್ತು. ನಾನು ಇದರಿಂದ ಉಳಿಯಬಹುದೇ?''

ಇದು ಅನುವಂಶಿಕ. ನಿಮ್ಮ ಕಾಲುಗಳಲ್ಲೂ ಆಗುವುದು. ಆದರೆ ನೀವು ಪ್ರಯತ್ನಿಸಿದರೆ ಸ್ವಲ್ಪ ಪಥ್ಯದಿಂದ ಈ ಅನುವಂಶಿಕ ಪರಂಪರೆಯನ್ನು ಮುರಿಯಬಹುದು.

ಇದು ಸಾಮಾನ್ಯವಾಗಿ ಮೊದಲನೆಯ ಗರ್ಭಾವಸ್ಥೆಯಲ್ಲಿ ಕಾಣಿಸಿಕೊಳ್ಳುವುದು. ಆಮೇಲಿನ ಗರ್ಭಾವಸ್ಥೆಗಳಲ್ಲಿ ಬಹಳ ಕೆಟ್ಟದಾಗುವುದು. ಗರ್ಭಾವಸ್ಥೆಯಲ್ಲಿ ರಕ್ತದ ಅತಿರಿಕ್ತ ಪ್ರವಾಹ ರಕ್ತ ವಾಹಿನಿಗಳ ಮೇಲೆ ವತ್ತಡ ಹಾಕುವುದು ವಿಶೇಷವಾಗಿ ಕಾಲಿನ ನರಗಳ ಮೇಲೆ. ಏಕೆಂದರೆ ಕಾಲಿನ ನರಗಳಿಗೆ ಗುರುತ್ವಾಕರ್ಷಣೆ ವಿರುದ್ಧವಾಗಿ ಕೆಲಸ ಮಾಡಬೇಕಾಗುವುದು. ಅಂದರೆ ಮಿಗಿತವಾದ ರಕ್ತವನ್ನು ನಿಮ್ಮ ಹೃದಯ ಕಡೆ ತಳ್ಳಬೇಕಾಗುವುದು. ಗರ್ಭಾಶಯ ಕಾರಣ ಪೆಲ್ವಿಕ್ ರಕ್ತ ವಾಹಿನಿಗಳ ಮೇಲೆ ಸಹ ವತ್ತಡ ಬೀಳುವುದು. ಕೆಲವು ಹಾರ್ಮೋನ್‌ಗಳ ಮೇಲೆ ಪ್ರಭಾವವಿರುತ್ತದೆ. ನೀವು ವೆರಿಕೋಜ್ ವೇಯ್ನ್ಸ್ ನಿಂದ ಪೀಡಿತರಾಗುವಿರಿ.

ಇದರ ಲಕ್ಷಣಗಳನ್ನು ಗುರುತಿಸುವುದು ಕಷ್ಟವೇನಿಲ್ಲ. ಆದರೆ ಅವು ಬಹಳಷ್ಟು ಮಟ್ಟದಲ್ಲಿ ಬೇರೆ ಆಗಿರುವುದು. ಇದರಲ್ಲಿ ಕಾಲುಗಳಲ್ಲಿ ಸ್ವಲ್ಪ ಅಥವಾ ಹೆಚ್ಚು ನೋವು , ಭಾರವಾಗುವುದು, ಊತ ಅಥವಾ ಇನ್ನೇನಾದರೂ ಆಗಬಹುದು. ತಿಳಿ ನೀಲಿ ಬಣ್ಣದ ನರಗಳು ಕಾಣಿಸಬಹುದು ಅಥವಾ ಕಾಲಿನ ಗಂಟಿನ ಮೇಲಿಂದ ತೊಡೆತನಕ ಸರ್ಪದಂತೆ ನರಗಳು ಆಗಬಹುದು.

ಗಂಭೀರ ಸಂದರ್ಭಗಳಲ್ಲಿ ನರಗಳ ಮೇಲೆ ತ್ವಚೆಯಲ್ಲಿ ಊತ ಬಂದು ತ್ವಚೆ ಒಣಗಬಹುದು. (ಡಾಕ್ಟರಿನ ಸಲಹೆ ಪಡೆದು ಮಾಯಿಶ್ಚರೈಝರ್ ಉಪಯೋಗಿಸಬಹುದು) ಅನೇಕ ಸಲ ನರಗಳ ಮೇಲಿನ ಪದರ ಉರಿಯಬಹುದು. ಡಾಕ್ಟರಿಗೆ ಲಕ್ಷಣವನ್ನು ಹೇಳಲು ವಿಳಂಬಿಸಬೇಡಿ.

- ರಕ್ತ ಪ್ರವಾಹ ಆಗುತ್ತಿರಲಿ. ಆವಶ್ಯಕತೆ ಯಿಂದ ಹೆಚ್ಚು ಕುಳಿತುಕೊಂಡಿರುವುದು ಅಥವಾ ನಿಂತಿರುವುದು ಸರಿಅಲ್ಲ. ಮಧ್ಯ-ಮಧ್ಯದಲ್ಲಿ ಕಾಲಿನ ಗಂಟನ್ನು ಅಲ್ಲಾಡಿಸಿ. ಮಲಗುವಾಗ ಕಾಲಿನ ಕೆಳಗಡೆ ದಿಂಬಿಟ್ಟು ಕೊಳ್ಳಿ. ಆರಾಮ ಮಾಡುವಾಗ ಅಥವಾ ಮಲಗಿರುವಾಗ ನೀವು ಎಡಮಗ್ಗಲಲ್ಲಿ ಮಲಗಿ ಇದರಿಂದ ರಕ್ತ ಪ್ರವಾಹ ಸರಿಯಾಗಿರುತ್ತದೆ (ಇದೇ ರೀತಿ ಬಲ ಭಾಗದಲ್ಲೂ ಇರುವುದು).
- ತೂಕದ ಮೇಲೆ ಗಮನವಿರಲಿ. ಅವಶ್ಯಕತೆಗಿಂತ ಅಧಿಕ ತೂಕವಿದ್ದರೆ ರಕ್ತ ಪರಿಸಂಚರಣ ತಂತ್ರ ಕ್ಕೆ ಎರಡರಷ್ಟು ಶ್ರಮ ಮಾಡಬೇಕಾಗುವುದು.
- ಭಾರವಾದ ಸಾಮಾನುಗಳನ್ನು ಎತ್ತಬೇಡಿ. ಇದರಿಂದ ನರಗಳಲ್ಲಿ ಊತ ಬರಬಹುದು.
- ಮಲ ವಿಸರ್ಜನೆ ಮಾಡುವಾಗ ಅಧಿಕ ವತ್ತಡ ಹಾಕಬೇಡಿ. ಇದರಿಂದ ನರಗಳ ಮೇಲೆ ವತ್ತಡ

ಬೀಳುವುದು. ಮಲಬದ್ಧತೆ ಆಗದಿರಲೆಂದು ಜಾಗರೂಕರಾಗಿರಿ.

- ಬೆಂಬಲ ನೀಡುವಂತ ಪ್ಯಾಂಟಿ ಹೊಜ್ಜ ಧರಿಸಿ. ಅಥವಾ ಎಲಾಸ್ಟಿಕ್ ಸ್ಟಾಕಿನ್ಸ್ ಧರಿಸಿ. ಆದರೆ ರಾತ್ರೆ ಮಲಗುವ ಮೊದಲು ತೆಗೆದು ಬಿಡಿ.
- ರಕ್ತ ಪ್ರವಾಹಯಲ್ಲಿ ಬಾಧೆ ಬರುವಂತ ಉಡಪನ್ನು ಧರಿಸ ಬೇಡಿ.
- ಟೈಟ್ ಪ್ಯಾಂಟಿ, ಪ್ಯಾಂಟಿ ಹೊಜ್ಜ ಅಥವಾ ಎಲಾಸ್ಟಿಕ್ ಇರುವ ಕಾಲುಚೀಲ ಧರಿಸಬೇಡಿ. ಎತ್ತರವಾಗಿರುವ ಚಪ್ಪಲಿ ಸಹ ಹಾನಿಕಾರ.
- ಪ್ರತಿದಿನ ಸ್ವಲ್ಪ ವ್ಯಾಯಾಮ ಹಾಗೂ ಓಡಾಟ ಮಾಡಿ. ತೊಂದರೆ ಆದರೆ ಎರೋಬಿಕ್ಸ್, ಜಾಗಿಂಗ್, ಸೈಕಲಿಂಗ್, ಅಥವಾ ಭಾರ ಎತ್ತುವಂತ ವ್ಯಾಯಾಮ ಮಾಡಬೇಡಿ.
- ನರಗಳು ಮೃದು ಹಾಗೂ ಆರೋಗ್ಯವಾಗಿರಲೆಂದು ಆಹಾರದಲ್ಲಿ ವಿಟಮಿನ್ ಸೀ ನ ಪರಿಪೂರ್ಣ ಪ್ರಮಾಣ ಸೇರಿಸಿಕೊಳ್ಳಿ.

ಗರ್ಭಾವಸ್ಥೆಯಲ್ಲಿ ಈ ನರಗಳ ಶಸ್ತ್ರಚಿಕಿತ್ಸೆ ಮಾಡುವುದಿಲ್ಲ. ಇದನ್ನು ಪ್ರಸವದ ನಂತರ ಕೆಲವು ತಿಂಗಳುಗಳ ನಂತರ ಮಾಡಿಸಿಕೊಳ್ಳ ಬಹುದು. ಸಾಮಾನ್ಯವಾಗಿ ಪ್ರಸವದ ನಂತರ ಈ ಸಮಸ್ಯೆ ತನಗೆ-ತಾನೆ ಸರಿಯಾಗಿ ಬಿಡುವುದು.

ಪೆಲ್ವಿಕ್(ನಿತಂಬ) ದಲ್ಲಿ ಊತ ಹಾಗೂ ನೋವು

''ನನಗೆ ಪೆಲ್ವಿನ ಭಾಗದಲ್ಲಿ ಬಹಳ ಊತ ಹಾಗೂ ನೋವಿದೆ. ನನ್ನ ವಾಲ್ವ್‌ನಲ್ಲೂ ಏನೋ ತೊಂದರೆ ಇದೆ. ಇದೆಲ್ಲ ಏನಾಗುತ್ತಿದೆ?''

ಕಾಲುಗಳಲ್ಲಿ ವೆರಿಕೋಜ್ ವೇಯ್ನ್ಸ್ ನ ತೊಂದರೆ ಆಗುತ್ತದೆ ಆದರೆ ಇಲ್ಲಿ ಮಾತ್ರವಾಗುತ್ತದೆಂದು ಇಲ್ಲ. ವೆರಿಕೋಜ್ ವೇಯ್ನ್ಸ್ ನಿಮ್ಮ ರೆಕ್ಟಮ್ ಅಕ್ಕ-ಪಕ್ಕ ದಲ್ಲೂ ಆಗಬಹುದು. ಇಲ್ಲಿ ಇದನ್ನು ಹೀಮೋರೈಡಸ್ ಎನ್ನುತ್ತಾರೆ. ನಿಮಗು ಅದೆ ಸಮಸ್ಯೆ ಆಗಿದೆ ಎಂದು ಅನಿಸುತ್ತಿದೆ ಇದನ್ನು ಪೆಲ್ವಿಕ್ ಕಂಜೆಸ್ಟನ್ ಸಿಂಡ್ರೋಮ್ ಎನ್ನುತ್ತಾರೆ.

ಇದರಲ್ಲಿ ಈ ಭಾಗದಲ್ಲಿ ಅಥವಾ ಹೊಟ್ಟೆಯಲ್ಲಿ ನೋವಿರುತ್ತದೆ. ಹಾಗೂ ಊತದ ಅನುಭವ ಯಾವಾಗಲು ಇರುವುದು. ಅನೇಕ ಸಲ ಇಂಟರ್‌ಕೋರ್ಸ ನಂತರವೂ ನೋವು ಆಗುವುದು. ವೆರಿಕೋಜ್ ವೇಯ್ನ್ಸ್ ನ ಎಲ್ಲಾ ಉಪಾಯಗಳನ್ನು ಇಲ್ಲೂ ಉಪಯೋಗಿಸಿ ಆದರೆ ಡಾಕ್ಟರಿಗೆ ತೋರಿಸುವುದು ಅಗತ್ಯ. ಇದರ ಚಿಕಿತ್ಸೆ ಯೂ ಪ್ರಸವದನಂತರವೇ ಸಾಧ್ಯ.

ಮೊಡವೆಗಳು

''ನನ್ನ ತ್ವಚೆಯ ಮೇಲೆ ಮೊಡುವೆಗಳಿವೆ. ಕಿಶೋರ ವಯಸ್ಸಿನಲ್ಲಿದ್ದಂತೆ.''

ಗರ್ಭಾವಸ್ಥೆಯಲ್ಲಿ ಮುಖದ ಮೇಲೆ ಕಾಣಿಸುವ ಲಾವಣ್ಯ ಹಾಗೂ ಕಳೆ ಖುಶಿ ಅಥವಾ ಆನಂದ ಕಾರಣವಾಗುವುದಿಲ್ಲ. ಇದು ಹಾರ್ಮೋನ್ ಬದಲಾವಣೆಯು ಹಾಗೂ ತೈಲ ಗ್ರಂಥಿಗಳ ಸ್ರಾವದ ಕಾರಣ ಆಗುವುದು. ಕೆಲವು ಗರ್ಭಿಣಿ ಮಹಿಳೆಯರ ಮುಖದ ಮೇಲೆ ಮೊಡವೆ ಆಗುವುದು . ಕೆಲವು ಉಪಾಯಗಳ ಸಹಾಯದಿಂದ ನೀವು ಈ ಸ್ಥಿತಿಯನ್ನು ನಿಯಂತ್ರಿಸಬಹುದು:

- ಯಾವುದಾದರು ತಿಳಿಯಾಗಿರುವ ಕ್ಲೆನ್‌ಜರ್‌ನಿಂದ ದಿನದಲ್ಲಿ ಎರಡು-ಮೂರು ಸಲ ಮುಖವನ್ನು ತೊಳೆಯಿರಿ. ಆದರೆ ಅವಶ್ಯಕತೆಗಿಂತ ಅಧಿಕ ಸ್ಕ್ರಬ್ ಮಾಡಬೇಡಿ. ಆದುದರಿಂದ ನಿಮ್ಮ ಮುಖದ ತ್ವಚೆ ಇನ್ನೂ ಸಂವೇದನಶೀಲವಾಗಿ ಮೊಡವೆಗಳು ಹೆಚ್ಚಾಗುವುದು.
- ಮೊಡವೆ ಗೆ ಯಾವುದೇ ಔಷಧಿ ಡಾಕ್ಟರ್ ಸಲಹೆ ಪಡೆಯದೆ ಉಪಯೋಗಿಸಬೇಡಿ. ಅದು ಸುರಕ್ಷಿತವಾಗಿರುತ್ತದೆ ಎಂದು ಅನಿಸುವುದಿಲ್ಲ.
- ತ್ವಚೆಯನ್ನು ಶುಷ್ಕವಾಗಿಟ್ಟು ಕೊಳ್ಳಲು ತೈಲ-ರಹಿತ ಮಾಯ್‌ಶ್ಚರೈಜರ್ ಉಪಯೋಗಿಸಿ. ಅನೇಕ ಸಲ ಆವಶ್ಯಕತೆಗಿಂತ ಅಧಿಕ ಶುಷ್ಕ ತ್ವಚೆ ಇದ್ದರೂ ಮೊಡವೆಗಳಾಗುವುದು.
- ನಾನ್-ಕಾಮೆಡಾಜೈನಿಕ್ ಬರೆದಿರುವ ಕಾಸ್ಮೆಟಿಕ್ ಬಳಸಿ. ಇದರಿಂದ ನಿಮ್ಮ ಮುಖದ ರೋಮದ ರಂಧ್ರಗಳು ಮುಚ್ಚುವುದಿಲ್ಲ.
- ಮುಖವನ್ನು ಮುಟ್ಟುವ ಎಲ್ಲಾ ವಸ್ತುಗಳು ಸ್ವಚ್ಛವಾಗಿರಬೇಕು. ನಿಮ್ಮ ಮೇಕಪ್ ಬ್ಯಾಗಿನ ಎಲ್ಲಾ ಬ್ರಶ್‌ಗಳು ಸ್ವಚ್ಛವಾಗಿರ ಬೇಕು.
- ಮೊಡವೆಗಳನ್ನು ಮುಟ್ಟುವುದು, ಕೀಳುವುದು ಅಥವಾ ಕೆರೆಯುವುದು ಮಾಡಬೇಡಿ. ಇದರಿಂದ ಸೋಂಕಾಗಬಹುದು(ಇನ್‌ಫೆಕ್ಶನ್). ಗರ್ಭಾವಸ್ಥೆಯಲ್ಲಿ ಈ ಭಯ ಇನ್ನೂ ಅಧಿಕವಾಗಿರುವುದು. ಇದರಿಂದ ತ್ವಚೆ ಮೇಲೆ ಕಲೆ ಸಹ ಆಗಬಹುದು.
- ಸಂತುಲಿತ ಪ್ರಮಾಣದಲ್ಲಿ ಪುಷ್ಟಿಕರ ಆಹಾರವನ್ನು ತೆಗೆದುಕೊಳ್ಳಿ.

- ನೀರು ಕುಡಿಯಲು ಸಂಕೋಚ ಪಡಬೇಡಿ. ಇದರಿಂದ ನಿಮ್ಮ ತ್ವಚೆ ಹಸಿಯಾಗಿ ಹಾಗೂ ಸ್ವಚ್ಛವಾಗಿರುವುದು.

ಶುಷ್ಕ ತ್ವಚೆ

''ನನ್ನ ತ್ವಚೆ ಬಹಳ ಶುಷ್ಕವಾಗಿದೆ. ಇದು ಗರ್ಭಾವಸ್ಥೆಯ ಕಾರಣವೇ?''

- ಇದು ನಿಮ್ಮ ಹಾರ್ಮೋನ್‌ಗಳ ದೋಷ. ಹಾರ್ಮೋನ್ ನಿಮ್ಮ ತ್ವಚೆಯ ಹಸಿತನ ಹಾಗೂ ಮೃದುತ್ವದ ಕಳ್ಳತನ ಮಾಡುತ್ತಾರೆ. ತ್ವಚೆಯೂ ನಿಮ್ಮ ಶಿಶುವಂತೆ ಕೋಮಲವಾಗಿರಲೆಂದು ಕೆಳಗೆ ಬರೆದಿರುವ ಉಪಾಯಗಳನ್ನು ಮಾಡಿ:-
- ಸೋಪ್ ರಹಿತವಾಗಿರುವ ಕ್ಲೆನ್ಸ್‌ಜರ್ ಬಳಸಿ. ಇದನ್ನು ದಿನದಲ್ಲಿ ಒಂದು ಸಲ ಅಥವಾ ರಾತ್ರಿ ಮೇಕಪ್ ತೆಗೆದ ಮೇಲೆ ಉಪಯೋಗಿಸಿ. ಇದಲ್ಲದೆ ನೀರಿಂದ ಮುಖವನ್ನು ತೊಳೆಯಿರಿ.
- ಸ್ವಲ್ಪ ಒದ್ದೆ ಇರಬೇಕಾದರೆ ಮಾಯಿಶ್ಚರೈಜರ ಹಚ್ಚಿಕೊಳ್ಳಿ. ದಿನದಲ್ಲಿ ಅನೇಕಬಾರಿ ಹಚ್ಚಿಕೊಳ್ಳಿ.
- ಸ್ನಾನ ಮಾಡುವ ಸಮಯವನ್ನು ಕಡಿಮೆ ಮಾಡಿ. ಅಧಿಕ ತೊಳೆದರು ತ್ವಚೆ ಶುಷ್ಕವಾಗುವುದು. ನೀರು ಬಿಸಿಗಿಲದೆ ಉಗುರು ಬೆಚ್ಚಗಿರಬೇಕು.ಬಿಸಿ ನೀರು ಮುಖದ ಪ್ರಾಕೃತಿಕ ಎಣ್ಣೆಯನ್ನು ಹೀರಿಕೊಂಡು ಶುಷ್ಕ ಹಾಗೂ ಕಾಂತಿಹೀನ ಮಾಡುತ್ತದೆ.
- ನಿಮ್ಮ ಟಬ್ಬಲ್ಲಿ ವಾಸನೆ ಇಲ್ಲದ ಎಣ್ಣೆ ಬೆರೆಸಿ. ಜಾರಿಕೆಯಲ್ಲಿ ಎಚ್ಚರಿಕೆಯಾಗಿರಿ.
- ದಿನವೆಲ್ಲಾ ಸಾಕಷ್ಟು ನೀರು ಕುಡಿಯಿರಿ. ಆಹಾರದಲ್ಲಿ ಜಿಡ್ಡನ್ನು ಸೇರಿಸಿಕೊಳ್ಳಿ. ಒಮೆಗಾ-3 ಶಿಶುವಿನ ಜೊತೆಗೆ ನಿಮ್ಮ ತ್ವಚೆಗೂ ಲಾಭಕಾರಿ.
- ರೂಮಲ್ಲಿ ಧಗೆ ಇರಬಾರದು.
- ಬಿಸಿಲಿನಲ್ಲಿ ಹೋಗುವ ಮೊದಲು ಸನ್ ಸ್ಕ್ರೀನ್ ಹಚ್ಚಿಕೊಳ್ಳಿ.

ಎಕ್ಜೀಮಾ

''ನನಗೆ ಯಾವಾಗಲು ಎಕ್ಜೀಮಾ (ತುರಿ ಕಜ್ಜಿ) ತೊಂದರೆ ಇರುವುದು.ಗರ್ಭಾವಸ್ಥೆಯಲ್ಲಿ ಸ್ಥಿತಿ ಇನ್ನು ಕೆಟ್ಟುಹೋಗಿದೆ. ನಾನು ಏನು ಮಾಡಲಿ?''

ದೌರ್ಭಾಗ್ಯದಿಂದ ಗರ್ಭಾವಸ್ಥೆಯ ಹಾರ್ಮೋನ್‌ಗಳು ಎಕ್ಜೀಮಾವನ್ನು ಇನ್ನೂ ಹಾಳು ಮಾಡುವುದು. ಇದರಿಂದ ಪೀಡಿತ ಮಹಿಳೆಯರಿಗೆ ತ್ವಚೆಯ ನವೆ ಹಾಗೂ ನೋವು ತಡೆಯಲಾಗದಷ್ಟು ಆಗುವುದು. ಕೆಲವು ಎಕ್ಜೀಮಾ ರೋಗಿಗಳ ರೋಗ ಕೆಲವು ತಿಂಗಳುಗಳಿಗೆ ಮಾಯವಾಗುತ್ತದೆ ನಿಜವಾಗಲು ಅವರು ಭಾಗ್ಯಶಾಲಿಗಳು.

ಹಾಗೇ ನೀವು ಗರ್ಭಾವಸ್ಥೆಯಲ್ಲಿ ಕಡಿಮೆ ಪ್ರಮಾಣದ ಹೈಡ್ರೊಕಾಟ್ರಿಸನ್ ಔಷಧಿಗಳನ್ನು ಹಾಗೂ ಕ್ರೀಮನ್ನು ಉಪಯೋಗಿಸಬಹುದು. ನಿಮ್ಮ ತ್ವಚೆಯ ತಜ್ಞರ ಸಲಹೆ ಪಡೆಯಿರಿ. ಆನ್ಟಿಹಿಸ್ಟಮೈನ್ ಯಿಂದ ಸಹ ಆರಾಮ ಸಿಗಬಹುದು. ಆದರೆ ಮೊದಲು ಡಾಕ್ಟರನ್ನು ಕೇಳಿ. ಸಾಮಾನ್ಯವಾಗಿ ಉಪಯೋಗಿಸುವ ಆನ್ಟಿಬಯಾಟಿಕ್ಸ್ ಇಲ್ಲಿ ಪ್ರಯೋಜನವಾಗದೆ ಇರಬಹುದು. ಆದ ಕಾರಣ ಮೊದಲು ಡಾಕ್ಟರನ್ನು ಕೇಳಿ. ಹೊಸ ನಾನ್‌ಸ್ಟೆರಲೈಸ್ಡ್ ವಸ್ತುಗಳನ್ನು ಉಪಯೋಗಿಸುವ ಸಲಹೆ ಕೊಡಲಾಗುವುದಿಲ್ಲ ಏಕೆಂದರೆ ಅದನ್ನು ಗರ್ಭಾವಸ್ಥೆಗೆ ಪರಿಶೋಧಿಸಲಾಗಿಲ್ಲ.

ನೀವು ಎಕ್ಜೀಮಾ ಯಿಂದ ಪೀಡಿತವಾಗಿದ್ದರೆ ನಿಮಗೆ ಗೊತ್ತಿರಬೇಕು ಚಿಕಿತ್ಸೆಗಿಂತ ಪತ್ಯ ಒಳ್ಳೆಯದು.

- ಕಡಿತ ಬಂದಾಗ ಉಗುರು ಬೇಡ ತಣ್ಣಗಿರುವ ಶಾಕ ಕೊಡಿ. ಕೆರೆದರೆ ಸ್ಥಿತಿ ಇನ್ನೂ ಹಾಳಾಗಬಹುದು. ಇನ್‌ಫೆಕ್ಶನ್ ಆಗಬಹುದು. ಉಗುರುಗಳನ್ನು ಸಣ್ಣದಾಗಿಟ್ಟುಕೊಳ್ಳಿ. ಅದರಿಂದ ಕಡಿತ ಬಂದತಕ್ಷಣ ನೀವು ಉಗುರು ಹಾಕದೆ ಇರಬಹುದು.
- ಲಾಂಡ್ರಿ ಡಿಟರ್ಜೆಂಟ್, ಹೌಸ್‌ಹೋಲ್ಡ್ ಕ್ಲೀನರ್, ಸೋಪ್, ಬರ್ಬಾಲ್ ಬಾಥ್ ಕಾಸ್ಮೆಟಿಕ್ಸ್ ಪರ್‌ಫ್ಯೂಮ, ಊಲ್ಲನ್, ಗಿಡಗಳು, ವಡವೆಗಳು, ಮಾಂಸ, ಹಣ್ಣಿನ ರಸ ಇತ್ಯಾದಿ ಉತ್ತೇಜಕ ಪದಾರ್ಥಗಳಿಂದ ದೂರವಿರಿ.
- ತ್ವಚೆ ಸ್ವಲ್ಪ ಒದ್ದೊದ್ದೆಯಾಗಿರಬೇಕಾದರೆ ಮಾಯಿಶ್ಚರೈಜರ್ ಹಚ್ಚಿಕೊಳ್ಳಿ ಅದರಿಂದ ತ್ವಚೆ ಶುಷ್ಕವಾಗುವುದಿಲ್ಲ ಹಾಗೂ ಕಲೆ ಬೀಳುವುದಿಲ್ಲ.
- ನೀರಲ್ಲಿ ಬಹಳ ಸಮಯ ಇರಬೇಡಿ ವಿಶೇಷವಾಗಿ ಬಿಸಿ ನೀರಲ್ಲಿ.
- ಬೆವರು ಬರದೆ ಹಾಗೆ ನೋಡಿಕೊಳ್ಳಿ ಹಾಗೆಯೆ ತಾಯಿ ಆಗುವ ಸಮಯದಲ್ಲಿ ಬಹಳ ಬೆವರು ಬರುವುದು. ಹಗೂರವಾದ ನೂಲಿನ ಉಡುಪು ಧರಿಸಿ ಸಿಂಥೆಟಿಕ್ ಬಟ್ಟೆಯಿಂದ ದೂರವಿರಿ.
- ಒತ್ತಡದಿಂದ ದೂರವಿರಲು ಯತ್ನಿಸಿ. ಒತ್ತಡ ಆದರೆ ನಿಧಾನವಾಗಿ ಆಳವಾಗಿ ಉಸಿರು ತೆಗೆದುಕೊಳ್ಳಿ.

ಹಾಗೆ ಇದು ಅನುವಂಶಿಕ. ನಿಮಗೆ ಎಕ್ಸೀಮಾ ಇದ್ದರೆ ಶಿಶುವಿಗೂ ಆಗಬಹುದು. ಆದರೆ ಸ್ತನ್ಯಪಾನ ಮಾಡುವ ಶಿಶುಗಳಲ್ಲಿ ಇದರ ಸಂಭವ ಕಡಿಮೆ ಆಗುವುದು. ನಿಮ್ಮ ಶಿಶುವಿಗೆ ಸ್ತನ್ಯಪಾನ ಮಾಡಿಸಿ. ಇದು ಅದಕ್ಕೆ ಬೋನಸ್ ಆಗಬಹುದು.

ಉಬ್ಬು ಕಾಣಿಸುವುದು ಹಾಗೂ ಕಾಣದೆ ಇರುವುದು

ಒಂದು ದಿನ ನನಗೆ ಉಬ್ಬು ಕಾಣಿಸುವುದು ಇನ್ನೊಂದು ದಿನ ಹೊಟ್ಟೆ ಚಪ್ಪಟ್ಟೆ ಆಗಿ ಕಾಣಿಸುವುದು. ಇದು ಬಹಳ ವಿಚಿತ್ರವಾಗಿದೆ. ಇದೆಲ್ಲ ಏನು?

ಇದು ಮಲಬದ್ಧತೆ ಹಾಗೂ ಗ್ಯಾಸ್ ಕಾರಣ. ಇದರಿಂದ ಉಬ್ಬಿರುವ ಹೊಟ್ಟೆ ಚಪ್ಪಟ್ಟೆ ಆಗಲು ಹೊತ್ತಾಗುವುದಿಲ್ಲ. ಎಷ್ಟು ಬೇಗ ಉಬ್ಬು ಕಾಣಿಸುವುದೋ ಅಷ್ಟೇ ಬೇಗ ಮಾಯವಾಗುವುದು. ಚಿಂತಿಸ ಬೇಡಿ. ಬೇಗನೆ ನಿಮಗೆ ಮಾಯಾವಾಗದಂತ ಉಬ್ಬು ಬರುವುದು. ಅದರಲ್ಲಿ ನಿಮ್ಮ ಪುಟ್ಟ ಮಗು ಮಜವಾಗಿರುವುದು.

ನನ್ನ ಮೈಕಟ್ಟು

''ಶಿಶುವಿನ ಜನನದನಂತರ ನನ್ನ ಮೈಕಟ್ಟು ಮೊದಲಿನಂತೆ ಆಗುವುದಾ?''

ಇದು ಸಾಕಷ್ಟು ನಿಮ್ಮ ಮೇಲೆನೇ ನಿರ್ಭರಿಸುತ್ತದೆ. ಪ್ರತಿಯೊಂದು ಮಹಿಳೆಯ ತೂಕ 2 ರಿಂದ 4 ಪೌಂಡ್ ತನಕ ಹೆಚ್ಚಾಗುವುದು ಆಮೇಲೆ ಪ್ರಸವದನಂತರ ಕಡಿಮೆ ಆಗುವುದು. ನೀವು ಸರಿಯಾದ ರೀತಿಯಲ್ಲಿ ಸರಿಯಾದ ಪ್ರಮಾಣದಲ್ಲಿ ಹಾಗೂ ಸರಿಯಾದ ಆಹಾರ ತೆಗೆದುಕೊಳ್ಳುತ್ತಿದ್ದರೆ ಪ್ರಸವದನಂತರ ನಿಮ್ಮ ಮೈಕಟ್ಟು ಮೊದಲಿನಂತೆ ಆಗಬಹುದು. ನೀವು ಶಿಶುವಿನ ಜನನದನಂತರ ಸೂಕ್ತವಾದ ಊಟದ ಪದ್ಧತಿ ಹಾಗು ವ್ಯಾಯಾಮದ ಅಭ್ಯಾಸವನ್ನು ಬಿಡದೆ ಹೋದರೆ ಮೈಕಟ್ಟು ಮೊದಲಿನಂತೆ ಆಗುವುದು. ಆದರೆ ಈ ಪ್ರಕ್ರಿಯೆಯಲ್ಲಿ ಕನಿಷ್ಠ ಪಕ್ಷ ಆರು ತಿಂಗಳಾಗುವುದು.

ಗರ್ಭಾವಸ್ಥೆಯಲ್ಲಿ ತೂಕ ಹೆಚ್ಚಾಗುವ ಚಿಂತೆ ಬಿಡಿ. ಏಕೆಂದರೆ ಇದು ನಿಮ್ಮ ಶಿಶುವಿನ ಪೋಷಣೆ ಹಾಗು ಆಮೇಲೆ ಸ್ತನ್ಯಪಾನ ಮಾಡಿಸುವುದಕ್ಕೆ ಬಹಳ ಆವಶ್ಯಕ.

ಹೊಕ್ಕಳು ಛಿದ್ರಿಸುವುದು

ಇದು ಬಹಳ ಆಕರ್ಷಕವಾಗಿ ಹಾಗೂ ವೈಖರಿಯಾಗಿರುವುದು. ನಿಮ್ಮ ಸುಂದರವಾದ ಹೊಕ್ಕಳನ್ನು ತೋರಿಸಲು ಒಳ್ಳೆ ಉಪಾಯ. ಆದರೆ ಹೊಟ್ಟೆ ದೊಡ್ಡದಾದಾಗ? ನಿಮಗೆ ನಾಭಿ ರಿಂಗ್ ತೆಗೆಯ ಬೇಕಾಗುವುದೇ? ಹಾಗೆಯೆ ಈ ಜಾಗ ಊದಿರುವ ಹಾಗೂ ಸೋಂಕಾಗಿ ಇರಬಾರದು. ಈ ಜಾಗದಿಂದಾನೆ ನೀವು ನಿಮ್ಮ ತಾಯಿಯಿಂದ ಸೇರಿದ್ದೀರಿ. ಶಿಶುವಿಗೂ ಇದಕ್ಕೂ ಯಾವ ಸಂಬಂಧವೂ ಇಲ್ಲ. ಆದರೆ ಹೊಕ್ಕಳು ಛಿದ್ರಿಸುವುದರಿಂದ ನಿಮ್ಮ ಶಿಶುವಿಗೆ ಯಾವ ತೊಂದರೆ ಆಗುವುದಿಲ್ಲ. ಅದರ ಜನನ ಅಥವಾ ಆಪರೇಶನ್ ಸಮಯದಲ್ಲೂ ಯಾವ ತೊಂದರೆ ಆಗುವುದಿಲ್ಲ.

ಆದರೆ ನಿಮ್ಮ ಹೊಟ್ಟೆ ದೊಡ್ಡದಾದಾಗ ನಿಮ್ಮ ನಾಭಿ ರಿಂಗ್ ನಿಮ್ಮ ಬಟ್ಟೆಗಳಲ್ಲಿ ಸಿಕ್ಕಿ ಹಾಕಿ ಕೊಳ್ಳಬಹುದು ಅಥವಾ ನಿಮಗೆ ಚುಚ್ಚ ಬಹುದು. ನೀವು ಇದನ್ನು ತೆಗೆಯ ಬೇಕೆಂದರೆ ಸ್ವಲ್ಪ ದಿನದನಂತರ ಛಿದ್ರದಲ್ಲಿ ತಿರುಗಿಸಿ ಕೊಳ್ಳಿ. ಇಲ್ಲದೆ ಹೋದರೆ ಅದು ಮುಚ್ಚಿ ಹೋಗುವುದು. ಹಾಕಿ ಕೊಂಡೇ ಇರಬೇಕೆಂದರೆ ಟೈಫ್ಲಾನ್‌ನಿಂದ ಮಾಡಿರುವ ರಿಂಗ್ ಹಾಕಿ ಕೊಳ್ಳಿ. ಇದು ಮೃದುವಾಗಿ ಹಾಗೂ ನಯವಾಗಿರುತ್ತದೆ.

ಒಂದುವೇಳೆ ಗರ್ಭಾವಸ್ಥೆಯಲ್ಲೇ ಹೊಕ್ಕಳು ಛಿದ್ರಿಸಿಕೊಳ್ಳ ಬೇಕೆಂದರೆ, ಮಾಡಿಸಿಕೊಳ್ಳ ಬೇಡಿ, ಪ್ರಸವದನಂತರವೇ ಮಾಡಿಸಿಕೊಳ್ಳಿ. ಗರ್ಭಾವಸ್ಥೆಯಲ್ಲಿ ತ್ವಚೆಯನ್ನು ಛಿದ್ರಿಸುವುದು ಒಳ್ಳೆದಲ್ಲ. ಏಕೆಂದರೆ ಇದರಿಂದ ಸೋಂಕಿನ ಅಪಾಯ ಬಹಳ ಹೆಚ್ಚಾಗುವುದು.

ಗರ್ಭಾಶಯದ ಆಕಾರ

''ತಪಾಸಣೆಯ ಸಮಯದಲ್ಲಿ ಮಿಡ್‌ವೈಫ್ ಹೇಳಿದರೂ ನನ್ನ ಗರ್ಭಾಶಯದ ಆಕಾರ ಸ್ವಲ್ಪ ಸಣ್ಣದಾಗಿದೆ ಎಂದು. ಶಿಶುವಿನ ಬೆಳವಣಿಗೆ ಸರಿಯಾದ ರೀತಿಯಲ್ಲಿ ಆಗುತ್ತಿಲ್ಲ ಎಂದು ಇದರ ಅರ್ಥವೇ?''

ಸಾಮಾನ್ಯವಾಗಿ ತಾಯಿ-ತಂದೆ ಇನ್ನೂ ಜನಿಸದ ಶಿಶುವಿನ ತೂಕದ ಬಗ್ಗೆ ಚಿಂತಿಸುತ್ತಾರೆ. ಆದರೆ ಚಿಂತಿಸುವ ಕಾರಣವೇನಿಲ್ಲ.ಹೊರಗಡೆಯಿಂದ ನಿಮ್ಮ ಗರ್ಭಾಶಯದ ಆಕಾರವನ್ನು ಅಳತೆ ಮಾಡಿ ವೈಜ್ಞಾನಿಕ ರೀತಿಯಿಂದ ಏನೂ ಹೇಳಲಾಗುವುದಿಲ್ಲ. ನಿಮ್ಮ ಮಿಡ್‌ವೈಫ್ ಅಲ್ಟ್ರಾಸೌಂಡ್ ಮಾಡಬೇಕೆಂದು ಹೇಳಬಹುದು. ಏಕೆಂದರೆ ಇದಿಲ್ಲದೆ ಏನೂ ಸಂಭವವಿಲ್ಲ. ಇದರಿಂದಲೇ ಅವರಿಗೆ

ಗರ್ಭಾಶಯದ ಆಕಾರ ಹಾಗೂ ಗರ್ಭಾವಸ್ಥೆಯ ಸಂಭವನೀಯ ತಾರೀಖಿನ ಅಂದಾಜು ಆಗುತ್ತದೆ.

ಗರ್ಭಾಶಯದ ದೊಡ್ಡ ಆಕಾರ

''ನನ್ನ ಗರ್ಭಾಶಯದ ಆಕಾರ 10 ವಾರದಷ್ಟಿದೆ ಎಂದು ನನಗೆ ಹೇಳಿದರು. ಆದರೆ ನನ್ನ ಮುಟ್ಟಿನ ದಿನದಂತೆ ನನ್ನ ಗರ್ಭಾವಸ್ಥೆ ಎಂಟು ವಾರವಷ್ಟೆ. ನನ್ನ ಗರ್ಭಾಶಯದ ಆಕಾರ ದೊಡ್ಡದಾಗಿ ಏಕಿದೆ?''

ನಿಮ್ಮಿಂದ ಏನೋ ತಪ್ಪಾಗಿರಬಹುದು. ನಿಮಗೆ ನಿಮ್ಮ ತಾರೀಖು ನೆನಪಿಲ್ಲದಿರಬಹುದು. ಹೊಟ್ಟೆಯಲ್ಲಿ ಅವಳಿ-ಜವಳಿ ಮಕ್ಕಳಿರಬಹುದು. ಯದ್ಯಪಿ ಅವು ಇಷ್ಟು ಬೇಗ ಗರ್ಭಾಶಯದ ಆಕಾರವನ್ನು ಪ್ರಭಾವಿತ ಮಾಡುವುದಿಲ್ಲ. ಡಾಕ್ಟರ್ ನಿಮಗೆ ಅಲ್ಟ್ರಸೌಂಡ್ ರಿಪೋರ್ಟ ಕೊಡುತ್ತಾರೆ ಆಮೇಲೆ ಏನಾದರು ಗೊತ್ತಾಗುವುದು.

ಮೂತ್ರದಲ್ಲಿ ತೊಂದರೆ

''ನನಗೆ ಮೂತ್ರ ವಿಸರ್ಜಿತ ಮಾಡಲು ಬಹಳ ತೊಂದರೆ ಆಗುತ್ತಿದೆ. ಬ್ಲಾಡರ್ ತುಂಬಿದ್ದರು ಮೂತ್ರ ವಿಸರ್ಜನೆ ಮಾಡಲಾಗುತ್ತಿಲ್ಲ.

ನಿಮ್ಮ ಗರ್ಭಾಶಯ ಮುಂದೆ ಬಗ್ಗಿರುವ ಬದಲು ಹಿಂದೆ ಬಗ್ಗಿರ ಬಹುದು. ಐದರಲ್ಲಿ ಒಂದು ಗರ್ಭಿಣಿ ಮಹಿಳೆಗೆ ಈ ಸಮಸ್ಯೆ ಇರುವುದು. ಇದು ಬ್ಲಾಡರ್ ಕಡೆಯಿಂದ ಬರುವ ಟ್ಯೂಬ್ ಯೂರೆಥ್ರಾ ಮೇಲೆ ಒತ್ತಡ ಹಾಕುವುದು ಇದರಿಂದ ಮೂತ್ರ ವಿಸರ್ಜಿಸಲು ತೊಂದರೆ ಆಗುವುದು. ಬ್ಲಾಡರ್ ಪೂರ್ತಿ ಭರತಿ ಆದರೆ ಮೂತ್ರ ಸೋರುವುದು.

ಎಲ್ಲಾ ಸಂದರ್ಭಗಳಲ್ಲಿ ಯಾವುದೇ ಮೆಡಿಕಲ್ ಹಸ್ತಕ್ಷೇಪವಿಲ್ಲದೆ ಗರ್ಭಾಶಯದ ಮೊದಲನೆಯ ಮೂರು ತಿಂಗಳಿನ ಕೊನೆತನಕ ತಮ್ಮ ಸ್ಥಿತಿಯಲ್ಲಿ ಬಂದುಬಿಡುವುದು. ನಿಮಗೆ ನಿಜವಾಗಲೂ ಬಹಳ ತೊಂದರೆ ಆಗುತ್ತಿದರೆ ಡಾಕ್ಟರನ್ನು ಭೇಟ್ಟಿ ಮಾಡಿ. ಯೂರೆಥ್ರಾ ಮೇಲೆ ಒತ್ತಡ ಬೀಳದಿರಲಿ ಎಂದು ಡಾಕ್ಟರ್ ಗರ್ಭಾಶಯವನ್ನು ಕೈಯಿಂದ ಸರಿಯಾದ ಸ್ಥಾನದಲ್ಲಿ ಕೂರಿಸುವ ಪ್ರಯತ್ನ ಮಾಡಬಹುದು. ಈ ಉಪಾಯ ಸಿದ್ಧವಾಗುವುದು. ಇಲ್ಲದೆ ಹೋದರೆ ಕೈಥೈಟರೈಜೆಶನ್(ಟ್ಯೂಬಿಂದ ಮೂತ್ರ ತೆಗೆಯುವುದು). ಅಗತ್ಯವಾಗುವುದು.

ಮೂತ್ರ ಮಾರ್ಗದಲ್ಲಿ ಸೋಂಕಿನ ಕಾರಣದಿಂದ ಮೂತ್ರ ವಿಸರ್ಜಿಸಲು ತೊಂದರೆ ಆಗುತ್ತಿರಬಹುದು.

ಮನಸ್ಥಿತಿಯಲ್ಲಿ ಏರುವಿಕೆ ಇಳಿಯುವಿಕೆ-

''ಗರ್ಭಾವಸ್ಥೆಯಲ್ಲಿ ಪ್ರಸನ್ನವಾಗಿರಬೇಕು ಎಂದು ನನಗೆ ಗೊತ್ತು. ಒಮ್ಮೊಮ್ಮೆ ನಾನು ಪ್ರಸನ್ನವಾಗಿರುವೆನು.ಆದರೆ ಒಮ್ಮೊಮ್ಮೆ ನನಗೆ ಬೇಜಾರಾಗುವುದು ಅಳು-ಅಳು ಬರುವುದು.''

ಗರ್ಭಾವಸ್ಥೆಯಲ್ಲಿ ಮನಸ್ಥಿತಿಯಲ್ಲಿ ಏರುವಿಕೆ ಇಳಿಯುವಿಕೆ ಬರುವುದು ಬಹಳ ಸಹಜ ಒಂದು ಕ್ಷಣದಲ್ಲಿ ನೀವು ಚಂದ್ರನ ಬಳಿ ಹೋಗುವಿರಿ ಎರಡನೆಯ ಕ್ಷಣದಲ್ಲಿ ನೀವು ಬೀಮೆಯ ರಾಶಿಗಾಗಿ ಅಳುವಿರಿ. ಇದಕ್ಕೆ ದೋಷಿ ಹಾರ್ಮೋನ್‌ಗಳೇ? ಮೊದಲನೆಯ ಮೂರು ತಿಂಗಳಲ್ಲಿ ಹಾರ್ಮೋನ್ ತಮ್ಮ ವಾಸ್ತವ ಬಣ್ಣ ತೋರಿಸಿದಾಗ ಈ ಸಮಸ್ಯೆ ಜೋರಾಗಿರುವುದು. ಸಾಮಾನ್ಯವಾಗಿ ಯಾವ ಮಹಿಳೆಯರು ತಮ್ಮ ಪೀ. ಎಮ್. ಎಸ್ ಸಮಯದಲ್ಲೂ ಮನಸ್ಥಿತಿಯ ಏರುವುಕೆ ಇಳಿಯುವಿಕೆಯನ್ನು ಅನುಭವಿಸುತ್ತಾರೊ ಅವರಿಗೆ ಗರ್ಭಾವಸ್ಥೆಯಲ್ಲೂ ಇದು ಸಾಮಾನ್ಯ. ಯಾವುದೇ ಶಾರೀರಿಕ ಭಾವಾತ್ಮಕ ಅಥವಾ ಮಾನಸಿಕ ಬದಲಾವಣೆ ನಿಮ್ಮ ಮನಸ್ಥಿತಿಯಲ್ಲೂ ಬದಲಾವಣೆ ಮಾಡ ಬಹುದು.

ಯದ್ಯಪಿ ಮೊದಲನೆಯ ಮೂರು ತಿಂಗಳ ನಂತರ ಇದೆಲ್ಲಾ ಸಾಕಷ್ಟು ಮಟ್ಟಕ್ಕೆ ಶಾಂತವಾಗುವುದು. ಗರ್ಭಾವಸ್ಥೆಯ ಈ ಬದಲಾವಣೆಯಿಂದ ನೀವು ಅಭ್ಯಸ್ತರಾಗಿರುವಿರಿ. ಯದ್ಯಪಿ ನೀವು ಇದರಿಂದ ಪೂರ್ತಿ ಉಳಿಯುವುದು ಕಷ್ಟ ಆದರೆ ಉಪಾಯಗಳನ್ನು ಮಾಡಬಹುದು.

■ ನಿಮ್ಮ ರಕ್ತದಲ್ಲಿ ಸಕ್ಕರೆಯ ಮಟ್ಟವನ್ನು

ಹೆಚ್ಚಾಗಿಟ್ಟುಕೊಳ್ಳಿ. ರಕ್ತದಲ್ಲಿ ಸಕ್ಕರೆ ಹಾಗೂ ಮನಸ್ಥಿತಿಯದು ಏನು ಸಂಬಂಧ. ಹೌದು ಸಂಬಂಧವಿದೆ. ರಕ್ತದಲ್ಲಿ ಸಕ್ಕರೆಯ ಮಟ್ಟ ಕಡಿಮೆ ಆದಾಗ ಮನಸ್ಥಿತಿ ಕೆಡುವುದು. ನಿಮ್ಮ ಮೂರು ಹೊತ್ತಿನ ಭಾರಿ ಭೋಜನವನ್ನು ಸಿಕ್ಸ್ ಮೀಲ್ ಸೊಲ್ಯೂಶನ್ ನಲ್ಲಿ ಬದಲಾಯಿಸಿ ಹಾಗೂ ಅದರಲ್ಲಿ ಕಾಂಪ್ಲೆಕ್ಸ್ ಕಾರ್ಬೋ ಹಾಗೂ ಪ್ರೋಟೀನನ್ನು ಸೇರಿಸಿಕೊಳ್ಳಿ ರಕ್ತದಲ್ಲಿ ಸಕ್ಕರೆಯ ಮಟ್ಟ ಹೆಚ್ಚಾಗಿದ್ದರೆ ಮನಸ್ಥಿತಿ ಸರಿಯಾಗಿರುತ್ತದೆ.

- ಸಕ್ಕರೆ ಹಾಗೂ ಕೆಫೀನ್ ಪ್ರಮಾಣ ಕಡಿಮೆಮಾಡಿ. ಇದರಿಂದ ರಕ್ತದಲ್ಲಿ ಸಕ್ಕರೆಯ ಪ್ರಮಾಣ ಎಷ್ಟು ತೀವ್ರವಾಗಿ ಹೆಚ್ಚಾಗುತ್ತದೋ ಅಷ್ಟೇ ತೀವ್ರವಾಗಿ ಕಡಿಮೆ ಆಗುವುದು. ಇದೆರಡನ್ನು ಸೀಮಿತ ಪ್ರಮಾಣದಲ್ಲಿ ಸೇವಿಸಿ.
- ನಿಮ್ಮ ಗರ್ಭಾವಸ್ಥೆಯ ಆಹಾರ ಯೋಜನೆಯನ್ನು ಸರಿಯಾಗಿ ಪಾಲಿಸಿ. ಆಹಾರದಲ್ಲಿ ಒಮೆಗಾ-3 ಫ್ಯಾಟೀ ಆಸಿಡ್ ಸೇರಿಸಿಕೊಳ್ಳಿ(ಅಖರೋಟ್, ಮೀನು, ಮೊಟ್ಟೆ) ಇದರಿಂದ ಮನಸ್ಥಿತಿಯಲ್ಲಿ ಸುಧಾರಣೆಯು ಜೊತೆಗೆ ಶಿಶುವಿನ ಮೆದುಳಿನ ಬೆಳವಣಿಗೆಯೂ ಆಗುವುದು.
- ವ್ಯಾಯಾಮದಿಂದ ಎಂಡೊರ್‌ಫಿನ್ ಸ್ರಾವಿಸುವುದು. ನಿಮಗೆ ಫ್ರೆಶ್ ಅನಿಸುವುದು. ನಿಮ್ಮ ಡಾಕ್ಟರ್ ಸಲಹೆಯಂತೆ ನಿಮ್ಮ ದಿನಚರಿಯಲ್ಲಿ ವ್ಯಾಯಾಮವನ್ನೂ ಸೇರಿಸಿಕೊಳ್ಳಿ.
- ಸ್ವಲ್ಪ ರೋಮಾಂಟಿಕ್ ಆಗಿರಿ. ಸೆಕ್ಸ್ ಮಾಡದೆ ಹೋದರೂ ಒಬ್ಬರೊಬ್ಬರ ಕೈ ಹಿಡಿದುಕೊಂಡು ಸೊಫಾ ಮೇಲೆ ಕುಳಿತುಕೊಂಡು ಮಾತನಾಡಿ. ಹಳೆ ನೆನಪನ್ನು ಮೆಲಕು ಹಾಕಿ, ಆಲಿಂಗನ ಹಾಗೂ ಚುಂಬನದಿಂದನೂ ಮನಸ್ಥಿತಿ ಸರಿಯಾಗಬಹುದು. ಈ ಸಮಯ ನೀವಿಬ್ಬರು ಹೊಸ ಸಮಸ್ಯೆಗಳನ್ನು ಎದುರಿಸುತ್ತಿದ್ದೀರಿ. ಆತ್ಮೀಯತೆಯಿಂದ ಇಬ್ಬರು ಇನ್ನೂ ಹತ್ತಿರ ಬರುತ್ತೀರಿ ಹಾಗೂ ಮನಸ್ಥಿತಿಯೂ ಸರಿಹೋಗುವುದು.
- ಗಾಳಿ-ಬೆಳಕು ಮನಸ್ಥಿತಿಯನ್ನು ಸುಧಾರಿಸುತ್ತದೆ. ಸೂರ್ಯ ಕಿರಣಗಳಿಂದ ಮನಸ್ಥಿತಿ ಸರಿಯಾಗುವುದು ಎಂದು ಅಧ್ಯಯನಗಳಿಂದ ತಿಳಿದು ಬಂದಿದೆ. ಆದರೆ ಸನ್‌ಸ್ಕ್ರೀನ್ ಹಚ್ಚಿಕೊಳ್ಳುವುದು ಮರೆಯಬೇಡಿ.
- ಚಿಂತೆ, ವತ್ತಡ, ಅಸುರಕ್ಷೆ, ತೊಂದರೆಗಳು, ಗರ್ಭಾವಸ್ಥೆಯಲ್ಲಿ ಈ ತರಹದ ಮಿಶ್ರಿತ ಭಾವಗಳು ಬರುವುದು ಸಹಜ. ಹೀಗಿರುವಾಗ ಯಾರಹತ್ತಿರವಾದರೂ ಮಾತನಾಡಿ. ತಮ್ಮ ಸಂಗಾತಿ, ಸ್ನೇಹಿತರು ಅಥವಾ ಗರ್ಭಿಣಿ ಗೆಳತಿಯ ಹತ್ತಿರ ಮನಸ್ಸಿನ ಮಾತು ಹೇಳಿ. ನಿಮ್ಮ ಮನಸ್ಥಿತಿ ಸರಿಯಾಗುವುದು.
- ಆರಾಮ ಮಾಡಿ. ಆಯಾಸದಿಂದ ಮನಸ್ಥಿತಿ ಬಹಳ ಬದಲಾಯಿಸುವುದು. ಸರಿಯಾಗಿ ನಿದ್ರೆ ಮಾಡಿ ಆದರೆ ಆವಶ್ಯಕತೆಗಿಂತ ಅಧಿಕ ಬೇಡ. ಏಕೆಂದರೆ ಇದರಿಂದ ಆಯಾಸ ಹಾಗು ಭಾವಾತ್ಮಕ ಅಸುರಕ್ಷೆ ಅಧಿಕ ವಾಗುವುದು.
- ಆರಾಮ ಮಾಡುವುದು ಕಲಿಯಿರಿ. ವತ್ತಡದಿಂದ ನಿಮಗೆ ಬಹಳ ಆಯಾಸವಾಗುವುದು. ವತ್ತಡವನ್ನುಹೋಗಲಾಡಿಸುವ ಉಪಾಯಗಳನ್ನು ಮಾಡಿ.
- ನಿಮ್ಮ ಜೀವನದಲ್ಲಿ ಒಬ್ಬ ವ್ಯಕ್ತಿಗೆ ನಿಮ್ಮ ಈ ತರಹದ ವ್ಯವಹಾರದಿಂದ ಬಹಳಬೇಜಾರಾಗಬಹುದು. ನಿಮ್ಮ ಜೀವನ ಸಂಗಾತಿ ಆದರೆ ಅವರು ನಿಮ್ಮನ್ನು ಅರ್ಥ ಮಾಡಿ ಕೊಳ್ಳಬೇಕು. ಅವರು ನಿಮಗೆ ಸಹಾಯ ಯಾವ ತರಹ ಮಾಡಬಹುದು ಎಂದು ಅರ್ಥ ಮಾಡಿ ಕೊಂಡು ಸಹಾಯಮಾಡಲು ಯತ್ನಿಸಬೇಕು. ಅವರಿಗೆ ನಿಮ್ಮ ಅನಿಸಿಕೆಗಳನ್ನು ಸ್ಪಷ್ಟವಾಗಿ ಹೇಳಿ. ನಿಮಗೆ ಬೇಕು-ಬೇಡದ್ದನ್ನು ಹೇಳಿ.

ಉದಾಸೀನತೆ (ಡಿಪ್ರೆಶನ್)

''ನನಗೆ ಮನಸ್ಥಿತಿಯ ಏರುವಿಕೆ ಇಳಿಯುವಿಕೆಯ ಬಗ್ಗೆ ತಿಳಿದಿತ್ತು ಆದರೆ ನಾನು ಯಾವಾಗಲು ಡಿಪ್ರೆಶನ್‌ನಲ್ಲೆ ಇರುತ್ತೀನಿ''

- ಪ್ರತಿಯೊಂದು ಮಹಿಳೆ ಗರ್ಭಾವಸ್ಥೆಯಲ್ಲಿ ಮನಸ್ಥಿತಿಯ ಏರುವಿಕೆ ಇಳಿಯುವಿಕೆಯನ್ನು ಎದುರಿಸುತ್ತಾಳೆ. ಆದರೆ ನೀವು ನಿರಂತರವಾಗಿ ಉದಾಸೀನ ವಾಗಿದ್ದರೆ ನೀವು ಆ 10 ರಿಂದ 15 % ಮಹಿಳೆಯರಲ್ಲಿ ಒಬ್ಬರು. ಯಾರು ಗರ್ಭಾವಸ್ತೆಯಲ್ಲಿ ಉದಾಸೀನತೆಯ ಬಲೆಯಲ್ಲಿ ಸಿಕ್ಕಿಹಾಕಿಕೋಳ್ಳುತ್ತಾರೆ? ಕೆಳಗೆ ಬರೆದಿರುವ ಕಾರಣದಿಂದ ಮುಂದೆ ತಾಯಿ ಆಗುವವಳು ಉದಾಸೀನತೆಯಿಂದ ಪೀಡಿತಳಾಗುತ್ತಾಳೆ:-
- ಮೂಡ್ ಡಿಸ್ ಆರ್ಡರ್ ನಿಂದ ಪಾರೀವಾರಿಕ ಇತಿಹಾಸ
- ಆರ್ಥಿಕ ಅಥವಾ ವೈವಾಹಿಕ ವತ್ತಡ.

- ಶಿಶುವಿನ ತಂದೆ ಕಡೆಯಿಂದ ಭಾವಾತ್ಮಕ ಬೆಂಬಲ ಹಾಗೂ ಸಂಪ್ರೇಷಣದಲ್ಲಿ ಕೊರತೆ
- ಗರ್ಭಾವಸ್ಥೆಯ ಜಟಿಲತೆಯ ಕಾರಣ ಆಸ್ಪತ್ರೆಯಲ್ಲಿ ಇರುವುದು ಅಥವಾ ಹಾಸಿಗೆ ಹಿಡಿದು ಮಲಗುವುದು.
- ಮಹಿಳೆ ಕ್ರಾನಿಕ್ ರೋಗಿ ಆಗಿದ್ದರೆ ತನ್ನ ಆರೋಗ್ಯದ ಬಗ್ಗೆ ಚಿಂತಿಸುವುದು ಅಥವಾ ಹೋದ ಗರ್ಭಾವಸ್ಥೆಯಲ್ಲಿ ಆಗಿರುವ ಜಟಿಲತೆಗಳು ಅಥವಾ ರೋಗಗಳು.
- ಮಿಸ್‌ಕ್ಯಾರೆಜ್, ಜನ್ಮಜಾತ ವಿಕೃತಿಗಳು, ಅಥವಾ ಬೇರೆ ಸಮಸ್ಯೆಗಳ ಸ್ವಂತ ಅಥವಾ ಪರಿವಾರದ ಇತಿಹಾಸವಿದ್ದರೆ ತಮ್ಮ ಶಿಶುವಿನ ಚಿಂತೆ. ಬೇಜಾರಾಗುವುದು, ಖಾಲಿ-ಖಾಲಿ ಅನಿಸುವುದು. ಭಾವಾತ್ಮಕ ಚಿಂತೆ.

ಕಡಿಮೆ ಅಥವಾ ಅಧಿಕ ನಿದ್ರೆ ಬರುವುದು, ಊಟದ ಪದ್ಧತಿಯಲ್ಲಿ ಬದಲಾವಣೆ, ಆಯಾಸ. ಕೆಲಸ, ಆಟ ಅಥವಾ ಇತರೆ ಗತಿವಿಧಾನಗಳಲ್ಲಿ ಅರುಚಿ, ಏಕಾಗ್ರತೆ ಹಾಗೂ ಶಕ್ತಿಯಲ್ಲಿ ಕ್ಷೀಣತೆ, ಮನಸ್ಥಿತಿಯಲ್ಲಿ ಬದಲಾವಣೆ ತನಗೆ-ತಾನೆ ಅಪಾಯ ಮಾಡಿಕೊಳ್ಳುವುದು, ಶರೀರದಲ್ಲಿ ಎಲ್ಲಾದರೂ ನೋವು ಪೀಡೆ ಅನುಭವಿಸುವುದು ಇದೆಲ್ಲ ಉದಾಸೀನತೆಯ ಲಕ್ಷಣಗಳು. ನೀವು ಇದೇ ತರಹ ಒದ್ದಾಡುತ್ತಿದ್ದರೆ ನಾವು ಕೊಟ್ಟಿರುವ ಸಲಹೆಗಳನ್ನು ಉಪಯೋಗಿಸಿ.

ಈ ಲಕ್ಷಣಗಳು ಎರಡು ವಾರದತನಕ ಇದ್ದರೆ ಡಾಕ್ಟರಿಗೆ ಹೇಳಿ.ಅವರು ಥೈರಾಯ್ಡ್ ತಪಾಸಣೆ ಮಾಡಿಸ ಬಹುದು. ಉದಾಸೀನತೆ ಅಧಿಕವಾದರೆ ಸೈಕೊಥೆರೆಪಿ ಕೊಡಬಹುದು. ಸರಿಯಾದ ಚಿಕಿತ್ಸೆ ಆಗುವುದು ಅಗತ್ಯ. ಏಕೆಂದರೆ ಉದಾಸೀನತೆಯ ಕಾರಣದಿಂದ ನಿಮಗೆ ನಿಮ್ಮ ಶಿಶುವಿನ ಮೇಲ್ವಿಚಾರಣೆ ಸರಿಯಾಗಿ ಮಾಡಲಾಗುವುದಿಲ್ಲ. ಗರ್ಭಾವಸ್ಥೆಯಲ್ಲಿ ಉದಾಸೀನತೆಯ ಕಾರಣದಿಂದ ಅನೇಕ ಜಟಿಲತೆಗಳು ಹೆಚ್ಚಾಗಬಹುದು. ಇದು ನಿಮ್ಮ ಆರೋಗ್ಯಕ್ಕೂ ಅಪಾಯಕರವಾಗ ಬಹುದು.ಡಾಕ್ಟರ್ ಅಥವಾ ಥೆರೆಪಿಸ್ಟ್ ನಿರ್ಧರಿಸುತ್ತಾರೆ ಚಿಕಿತ್ಸೆಯಲ್ಲಿ ಆನ್ಟಿಡಿಪ್ರೆಶನ್ ಔಷಧಿಗಳನ್ನು ಕೊಡಬೇಕೊ ಬೇಡವೊ ಎಂದು. ಅದರಿಂದ ಯಾವ ತರಹದ ಲಾಭ ಅಥವಾ ಹಾನಿ ಆಗಬಹುದು.

ಯಾವುದೇ ವೈಕಲ್ಪಿಕ ಚಿಕಿತ್ಸೆ ಮಾಡಿಸುವ ಮೊದಲು ಡಾಕ್ಟರನ್ನು ಕೇಳಿ. ವೈಕಲ್ಪಿಕ ಚಿಕಿತ್ಸೆ ಪದ್ಧತಿ ಬಹಳ ಸಹಾಯ ಮಾಡಬಹುದು . ಓಮೆಗಾ-1 ಫ್ಯಾಟಿ ಆಸಿಡ್ ಯುಕ್ತ ಆಹಾರದಿಂದಲೂ ಸಹಾಯವಾಗಬಹುದು.ನೀವು ಡಾಕ್ಟರನ್ನು ಕೇಳಿ ಓಮೆಗಾ -3 ಫ್ಯಾಟಿ ಆಸಿಡ್ ನ ಸಪ್ಲಿಮೆಂಟ್ ಸಹ ತೆಗೆದುಕೊಳ್ಳ ಬಹುದು.

ಗರ್ಭಾವಸ್ಥೆಯಲ್ಲಿ ಉದಾಸೀನತೆಯಿಂದ ಪೀಡಿತವಾಗಿದ್ದರೆ ಪ್ರಸವದನಂತರನೂ ಡಿಪ್ರೆಶನ್ನಿನ ಅಪಾಯ ಬಹಳ ಹೆಚ್ಚಾಗುವುದು. ಗರ್ಭಾವಸ್ಥೆಯ ಪೂರ್ವ ಹಾಗೂ ಪ್ರಸವದನಂತರ ಸರಿಯಾಗಿ ಚಿಕಿತ್ಸೆ ಮಾಡಿದರೆ ಉದಾಸೀನತೆಯನ್ನು ತಡೆಯಬಹುದು. ಇದೊಂದು ಒಳ್ಳೆ ಸುದ್ಧಿ. ನಿಮ್ಮ ಡಾಕ್ಟರ್ ಹತ್ತಿರ ಮಾತನಾಡಿ.

ಘಾಬರಿ ಕಾರಣ ಬೇನೆಯ ಆಕ್ರಮಣ

ಮೊದಲನೆಯ ಸಲ ಗರ್ಭಾವಸ್ಥೆಯು ಯಾವುದೇ ಗರ್ಭಿಣಿಗೆ ಚಿಂತೆ ಹಾಗೂ ಘಾಬರಿಯ ಕಾರಣ ಆಗ ಬಹುದು. ಆದರೆ ಈ ಚಿಂತೆ ಭಯದಲ್ಲಿ ಬದಲಾಯಿಸಿದರೇ?

ನಿಮಗೆ ಮೊದಲು ಭಯದಿಂದ ಬೇನೆಯ ಆಕ್ರಮಣ ಬರುವುದಾದರೆ ಇನ್ನೂ ಜಾಗರೂಕರಾಗಿರಬೇಕು. ಭಯದಿಂದ ಹೃದಯದ ಬಡಿತ ಹೆಚ್ಚಾಗ ಬಹುದು. ಬೆವರು ಬರುವುದು ಕೈ-ಕಾಲು ನಡಗುವುದು. ಉಸಿರಾಡಲು ಕಷ್ಟವಾಗುವುದು. ಗಂಟಲು ಒಣಗುವುದು ಹಾಗೂ ಎದೆಯಲ್ಲಿ ನೋವಾಗುವುದು. ಹೊಟ್ಟೆಯಲ್ಲಿ ಗಡಿಬಿಡಿ, ಹಾಟ್ ಫ್ಲೈಶ್ ಅಥವಾ ಚಿಲ್‌ಫ್ಲೈಶ್ ಆಗಬಹುದು. ಆದರೆ ಇದರ ಪ್ರಭಾವ ಶಿಶುವಿನ ಮೇಲೆ ಆಗುತ್ತದೆ ಎಂದು ತಿಳಿಯ ಬೇಡಿ.

ಈ ತರಹದ ಯಾವುದೇ ಆಕ್ರಮಣ ಆದ ತಕ್ಷಣ ಡಾಕ್ಟರಿಗೆ ಹೇಳಿ. ಈ ಕಾರಣದಿಂದ ನಿಮ್ಮ ಊಟ-ತಿಂಡಿ-ನಿದ್ರೆ ಎಲ್ಲವೂ ಪ್ರಭಾವಿತವಾಗುತ್ತಿದ್ದರೆ ಡಾಕ್ಟರ್ ನಿಮಗೆ ಥೆರಪಿಸ್ಟ್ ಸಹಾಯದಿಂದ ಸಣ್ಣ ಪ್ರಮಾಣದಲ್ಲಿ ಔಷಧಿ ಕೊಡ ಬಹುದು.

ಔಷಧಿಯ ಜೊತೆಗೆ ಬೇರೆ ಚಿಕಿತ್ಸೆ ಪದ್ಧತಿಯ ಸಹಾಯವೂ ತೆಗೆದುಕೊಳ್ಳಬೇಕಾಗಬಹುದು. ತಮ್ಮ ಆಹಾರದಲ್ಲಿ ಓಮೆಗಾ-3 ಫ್ಯಾಟಿ ಆಸಿಡ್ ಸೇರಿಸಿಕೊಳ್ಳಿ. ಸಕ್ಕರೆ ಹಾಗೂ ಕೆಫೀನ್ ನಿಂದ ದೂರವಿರಿ. ನಿಯಮಿತವಾಗಿ ವ್ಯಾಯಾಮ ಮಾಡಿ. ಧ್ಯಾನ ಹಾಗೂ ಬೇರೆ ರಿಲ್ಯಾಕ್ಸೇಶನ್ ಟೆಕ್ನೀಕ್‌ಗಳನ್ನು ಕಲಿಯರಿ. ಬೇರೆ ಗರ್ಭಿಣಿ ತಾಯಂದಿರ ಹತ್ತಿರ ಮಾತನಾಡಿದರೆ ನೀವು ನಿಮ್ಮ ಉತ್ತೇಜನೆಯನ್ನು ನಿಯಂತ್ರಿಸಬಹುದು.

ಗರ್ಭಾವಸ್ಥೆಯ ಹಾಗೂ ನಿಮ್ಮ ತೂಕ

ಯಾವುದೇ ಎರಡು ಗರ್ಭಿಣಿಯರನ್ನು ಡಾಕ್ಟರ್ ರೂಮಿನ ಹೊರಗೆ ಕಾಯುವವರ ಪಂಕ್ತಿಯಲ್ಲಿ, ಲಿಫ್ಟಲ್ಲಿ ಅಥವಾ ಬಿಸ್‌ನೆಸ್ ಮೀಟಿಂಗ್‌ನಲ್ಲಿ ಜೊತೆಗೆ ನಿಲ್ಲಿಸಿದರೆ ಆವರು ಹೀಗೆ ಮಾತನಾಡುವರು:-

ನಿಮ್ಮ ಡ್ಯೂ ಡೇಟ್ ಯಾವಾಗ?

ಶಿಶು ಒದೆಯುತ್ತಾ?

ನೀವು ರೋಗಿ ಎಂದು ಅನುಭವಿಸುತ್ತೀರ?

ಎಲ್ಲಕ್ಕಿಂತ ವಿಶೇಷ ಪ್ರಶ್ನೆ-- ನಿಮ್ಮ ತೂಕ ಎಷ್ಟು ಹೆಚ್ಚಾಯಿತು?

ಗರ್ಭಾವಸ್ಥೆಯಲ್ಲಿ ಎಲ್ಲ ಮಹಿಳೆಯರ ತೂಕ ಹೆಚ್ಚಾಗುತ್ತದೆ ಇದು ಆವಶ್ಯಕವೂ. ಏಕೆಂದರೆ ಸರಿಯಾದ ರೀತಿಯಲಿ ್ಲತೂಕ ಹೆಚ್ಚಾದರೆ ಶಿಶುವಿನ ಬೆಳವಣಿಗೆ ಸರಿಯಾಗಿ ಆಗುವುದು. ಆದರೆ ತೂಕದ ಸರಿಯಾದ ಪ್ರಮಾಣ ಏನಿರಬೇಕು. ಎಷ್ಟು ಹೆಚ್ಚಾದರೆ ಅಧಿಕ ಎಷ್ಟು ಕಡಿಮೆ ಆದರೆ ಕಡಿಮೆ ಹೇಗೆ ಗೊತ್ತಾಗುವುದು? ನಿಮಗೆ ಎಷ್ಟು ವೇಗವಾಗಿ ಇದನ್ನು ಪಡೆಯಬೇಕು? ಪ್ರಸವದನಂತರ ತೂಕ ಕಡಿಮೆ ಆಗುವುದೇ

ಉತ್ತರ:- ಹೌದು ಆಗುವುದು. ನೀವು ಸರಿಯಾದ ಪ್ರಮಾಣದಲ್ಲಿ ಸರಿಯಾದ ಆಹಾರಿದಂದ ಸರಿಯಾದ ಪ್ರಮಾಣದಲ್ಲಿ ತೂಕ ಹೆಚ್ಚಿಸಿಕೊಂಡರೆ.

ನೀವು ಎಷ್ಟು ತೂಕ ಹೆಚ್ಚಿಸಿಕೊಳ್ಳಬೇಕು?

ಶಿಶುವಿನ ಬೆಳವಣಿಗೆಗೆ ನಿಮ್ಮ ತೂಕ ಹೆಚ್ಚಾಗುವುದು ಬಹಳ ಆವಶ್ಯಕ. ಆದರೆ ತೂಕ ಬಹಳ ಹೆಚ್ಚಾದರೆ ಕಷ್ಟ ವಾಗಬಹುದು. ನಿಮ್ಮ ಶಿಶು ಹಾಗೂ ನಿಮ್ಮ ಗರ್ಭಾವಸ್ಥೆಗೂ ಸಮಸ್ಯೆ ಆಗಬಹದು. ಆದರೆ ನಿಮ್ಮ ತೂಕ ಸರಿಯಾಗಿ ಹೆಚ್ಚಾಗದೆ ಹೋದರೂ ಇದೆಲ್ಲ ಆಗಬಹದು.

ಪ್ರೆಗ್ನೆನ್ಸಿಯಲ್ಲಿ ತೂಕ ಹೆಚ್ಚಿಸುವ ಸರಿಯಾದ ಪ್ರಮಾಣವೇನು? ಗರ್ಭಾವಸ್ಥೆಯ ಹಾಗೂ ಗರ್ಭಿಣಿಯರಿಗೆ ಭಿನ್ನ-ಭಿನ್ನ ವಾಗಿರುವುದು. ಆದಕಾರಣ ಪ್ರಮಾಣವೂ ಒಂದೇ ಸಮವಾಗಿರುವುದಿಲ್ಲ. ನಿಮಗೆ 40 ವಾರದ ಗರ್ಭಾವಸ್ಥೆಗೆ ಎಷ್ಟು ಪೌಂಡ್ ತೂಕ ಹೆಚ್ಚು ಮಾಡಿಕೊಳ್ಳಬೇಕು? ಇದು ನಿಮ್ಮ ತೂಕ ಮೊದಲೆಷ್ಟಿತ್ತು ಅದರ ಮೇಲೆ ನಿರ್ಧರಿಸುತ್ತದೆ.

ಡಾಕ್ಟರ್ ನಿಮಗೆ ಸರಿಯಾದ ರೀತಿಯಲ್ಲಿ ತೂಕ ಹೆಚ್ಚಿಸುವ ಲಕ್ಷ್ಯ ಕೊಡುತ್ತಾರೆ. ಅವರು ನಿಮ್ಮ ಗರ್ಭಾವಸ್ಥೆಯಂತೆ ಸಲಹೆ ಕೊಡಬಹುದು. ಸಾಮಾನ್ಯವಾಗಿ ಪ್ರೀ ಪ್ರೆಗ್ನೆನ್ಸಿ ಬೀ ಎಮ ಐ ಯಂತೆ ತೂಕದ ಲಕ್ಷ್ಯ ಕೊಡಲಾಗುವುದು. ಇದು ಶರೀರದ ಮೇಧಸ್ಸಿನ ಅಳತೆ. ಇದರಲ್ಲಿ ನಿಮ್ಮ ತೂಕವನ್ನು ಪೌಂಡ್ಸ್ ಅಲ್ಲಿ 70 ರಿಂದ ಗುಣಿಸಲಾಗುವುದು.ಆಮೇಲೆ ಇದನ್ನು ನಿಮ್ಮ ಇಂಚ್ ಸ್ಕ್ವೇಯರ್ ಹೈಟ್ ನಿಂದ ಭಾಗಿಸಲಾಗುವುದು. ಒಂದು ವೇಳೆ ಬೀ.ಎಮ್ ಐ ಸರಾಸರೀ(18.5 ರಿಂದ 26 ಮಧ್ಯದಲಿದ್ದರೆ) ನಿಮಗೆ 25 ರಿಂದ 35 ಪೌಂಡ್ಸ್ ತೂಕ ಹೆಚ್ಚಿಸಲು ಹೇಳುತ್ತಾರೆ. ಇದು ಸಾಮಾನ್ಯವಾಗಿ ಗರ್ಭಿಣಿ ಮಹಿಳೆಯರಿಗಿದೆ. ನಿಮ್ಮ ತೂಕ ಗರ್ಭಾವಸ್ಥೆಯ ಪ್ರಾರಂಭದಲ್ಲೇ ಹೆಚ್ಚಾಗಿದ್ದರೆ (26 ರಿಂದ29 ಬೀಎಮ ಐ)ನಿಮ್ಮ ಲಕ್ಷ್ಯ 15 ರಿಂದ 25 ಪೌಂಡ್ಸ್ ಇರುವುದು. ನೀವು ಸ್ಥೂಲವಾಗಿದ್ದರೆ (29 ರಿಂದ ಹೆಚ್ಚು ಬೀ ಎಮ ಐ)15 ರಿಂದ 20 ಅಥವಾ ಇದಕ್ಕಿಂತ ಕಡಿಮೆ ತೂಕ ಹೆಚ್ಚಿಸಲು ಸಲಹೆ ಕೊಡಲಾಗುವುದು. ತುಂಬ ಸಣ್ಣಕ್ಕಿದ್ದರೆ (18.5 ಗಿಂತ ಕಡಿಮೆ ಬೀ ಎಮ ಐ) ನಿಮಗೆ 28 ರಿಂದ 40 ಪೌಂಡ್ಸ್ ತೂಕ ಹೆಚ್ಚಿಸಬೇಕಾಗುವುದು. ಶಿಶು ಒಂದಕ್ಕಿಂತ ಹೆಚ್ಚಿದ್ದರೆ ಆವಶ್ಯಕತೆಯೂ ಅದರಂತೆ ಹೆಚ್ಚಾಗುವುದು.

ಆದರ್ಶ ತೂಕದ ಲಕ್ಷ್ಯ ಮಾಡುವುದು ಒಂದು ಮಾತು ಆದರೆ ಅದನ್ನು ಪಡೆಯುವುದು ಇನ್ನೊಂದು ಮಾತು. ಏಕೆಂದರೆ ಆದರ್ಶಗಳ ಹಾಗೂ ಯಥಾರ್ಥದ ಮಧ್ಯದಲ್ಲಿ ಹೊಂದಾಣಿಕೆಯಾಗುವುದು ಬಹಳ ಕಷ್ಟ. ಸರಿಯಾದ ತೂಕ ಪಡೆಯುವ ಅರ್ಥ ಅಂದರೆ ನಿಮಗೆ ಕೇವಲ ಊಟದ ಪದ್ಧತಿಯನ್ನು ಗಮನದಲ್ಲಿಟ್ಟಿ ಕೊಂಡಿರಬೇಕೆಂದಲ್ಲ.ಇದಲ್ಲದೆ ಬೇರೆ ಅನೇಕ ಕಾರಣಗಳಿರಬಹುದು. ಉದಾ; ನಿಮ್ಮ ಚಯಾಪಚಯ, ಜೀನ್ಸ್ ಗತಿವಿಧಾನಗಳ ಮಟ್ಟ, ಗರ್ಭಾವಸ್ಥೆಯ ಲಕ್ಷಣಗಳು(ಎದೆ ಉರಿ, ಓಕರಿಕೆ, ಆಹಾರದಲ್ಲಿ ಅರುಚಿ) ಇವೆಲ್ಲವೂ ನಿಮಗೆ ಸರಿಯಾದ ತೂಕದಿಂದ ದೂರ ಮಾಡುವದಲ್ಲಿ ವಿಶೇಷ ಪಾತ್ರವನ್ನು ವಹಿಸುತ್ತದೆ. ಆದಕಾರಣ ನಿಮ್ಮ ಗಮನ ಯಾವಾಗಲೂ ತೂಕದ ಮುಳ್ಳಿನ ಮೇಲೆ ಇರಲೇಬೇಕು.

ಯಾವ ಪ್ರಮಾಣದಲ್ಲಿ ತೂಕ ಹೆಚ್ಚಾಗಬೇಕು?

ಗರ್ಭಾವಸ್ಥೆಯಲ್ಲಿ ನೀವು ಈ ಕೆಲಸವನ್ನು ಬಹಳ ನಿಧಾನವಾಗಿ ಮಾಡಬೇಕು. ಇದು ನಿಮ್ಮ ಹಾಗೂ ನಿಮ್ಮ ಶಿಶುವಿನ ಶರೀರಕ್ಕೆ ಒಳ್ಳೆಯದು. ಪೌಂಡ್ಸ್ ಎಣಿಕೆ ಜೊತೆಗೆ

ಯಾವ ಪ್ರಮಾಣದಲ್ಲಿ ತೂಕ ಹೆಚ್ಚಾಗಬೇಕು ಎನ್ನುವುದು ಮಹತ್ವಪೂರ್ಣವಾದದು. ಏಕೆಂದರೆ ನಿಮ್ಮ ಶಿಶು ಹೊಟ್ಟೆಯಲ್ಲಿ ಇರಬೇಕಾದಾಗ ಅದಕ್ಕೆ ಪೊಷಕ ಸತ್ವಗಳ ಜೊತೆಗೆ ಪರಿಪೂರ್ಣ ಕ್ಯಾಲೊರಿಯ ಪ್ರಮಾಣವೂ ಅಗತ್ಯವಾಗಿರಬೇಕು.

ಸರಿಯಾದ ರೀತಿಯಲ್ಲಿ ತೂಕ ಹೆಚ್ಚಾದರೆ ನಿಮ್ಮ ಮೇಲೆ ಯಾವುದೇ ತರಹದ ಒತ್ತಡ ಬೀಳುವುದಿಲ್ಲ ಮತ್ತೆ ತ್ವಚೆ ಮೇಲೆ ಸ್ಟೆಚ್ ಮಾರ್ಕ್ ಆಗುವುದಿಲ್ಲ. ಈ ರೀತಿ ನಿಮಗೂ ಪ್ರಸದನಂತರ ನಿಮ್ಮ ಪ್ಯೆಕಟ್ಟನ್ನು ಪುನಃ ಪಡೆಯಲು ವಿಳಂಬವಾಗುವುದಿಲ್ಲ.

ನಿಧಾನವೆಂದರೆ? ಆ 30 ಪೌಂಡ್ಸ್ ತೂಕವನ್ನು ಇಡೀ 40 ವಾರದಲ್ಲಿ ಭಾಗ ಮಾಡಬೇಕೆ? ಇಲ್ಲ ಹೀಗಲ್ಲ. ಮೊದಲನೆಯ ಮೂರು ತಿಂಗಳಲ್ಲಿ ಶಿಶುವಿನ ಆಕಾರ ಸಣ್ಣ ಬೀಜದಷ್ಟೆ ಇರುವುದು ಆದಕಾರಣ ಸ್ವಲ್ಪ ತೂಕ ಹೆಚ್ಚಿಸುವ ಆವಶ್ಯಕತೆ ಇರುವುದು. ಈ ಸಮಯದಲ್ಲಿ 4 ರಿಂದ 6 ಪೌಂಡ್ಸ್ ಸಾಕು. ಆದರೆ ಕೆಲವು ಮಹಿಳೆಯರು ಸ್ವಲ್ಪನೂ ತೂಕ ಹೆಚ್ಚಿಸಲಾಗುವುದಿಲ್ಲ(ಮಾರ್ನಿಂಗ್ ಸಿಕ್‌ನೆಸ್, ಹಾಗೂ ವಾಂತಿ ಕಾರಣ). ಕೆಲವು ಮಹಿಳೆಯರು ಕ್ಯಾಲೊರಿ ಯುಕ್ತ ಆಹಾರ ತೆಗೆದುಕೊಳ್ಳುವುದರಿಂದ ಅಧಿಕ ಹೆಚ್ಚಿಸಿಕೊಳ್ಳುತ್ತಾರೆ. ಯಾವ ಮಹಿಳೆಯರು ನಿಧಾನವಾಗಿ ತೂಕ ಹೆಚ್ಚಿಸಿ ಕೊಳ್ಳುತ್ತಾರೋ ಅವರಿಗೆ ತಮ್ಮ ಲಕ್ಷ್ಯದ ತನಕ ತಲುಪಲು ಕಷ್ಟವಾಗುವುದಿಲ್ಲ.

ಎರಡನೆಯ ಮೂರು ತಿಂಗಳಲ್ಲಿ ಶಿಶು ಬೆಳೆಯಲು ಪ್ರಾರಂಭಿಸುತ್ತದೆ ಆಗ ನೀವು ತೂಕ ಹೆಚ್ಚಿಸಿಕೊಳ್ಳಬೇಕು. ನಿಮ್ಮ ತೂಕ 4 ರಿಂದ 6 ವಾರದಲ್ಲಿ ಸರಾಸರಿ ಪ್ರತಿವಾರ1 ರಿಂದ 1 1/2 ಪೌಂಡ್ಸ್ ಹೆಚ್ಚಾಗಬೇಕು. ಅಂದರೆ ಎಲ್ಲಾ ಸೇರಿ 12 ರಿಂದ 14 ವಾರ ಕಡೆ ಮೂರು ತಿಂಗಳಲ್ಲಿ ನಿಮ್ಮ ತೂಕ 8 ರಿಂದ 10–ಪೌಂಡ್‌ಗಿಂತ ಅಧಿಕ ಹೆಚ್ಚಾಗಬಾರದು. ಆ ಸಮಯದಲ್ಲಿ ಶಿಶುವಿನ ತೂಕ ಹೆಚ್ಚಾಗುವುದು ಆವಶ್ಯಕ. ಅನೇಕ ಮಹಿಳೆಯರ

ತೂಕ ಹೆಚ್ಚಾಗುವುದರಲ್ಲಿ ಅಡ್ಡಿ

(ಅಂದಾಜಿನ ಮೇಲೆ ತೂಕ)

ಶಿಶು	7 1/2 ಪೌಂಡ್
ಪ್ಲೆಸೆಂಟಾ	1 1/2 ಪೌಂಡ್
ಎಮೀನಾಯೊಟಿಕ್ ಫ್ಲೂಯಿಡ್	2 ಪೌಂಡ್
ಯೂಟೆರೈನ್ ಎನ್ಲಾರ್ಜಮೆಂಟ್	2 ಪೌಂಡ್
ಮೆಟರ್‌ನಲ್ ಬ್ರೆಸ್ಟ್ ಟಿಶ್ಯೂ	2 ಪೌಂಡ್
ಮೆಟರ್‌ನಲ್ ಬ್ಲಡ್ ವಾಲ್ಯೂಮ್	4 ಪೌಂಡ್
ಮೆಟರ್‌ನಲ್ ಟಿಶ್ಯೂನಲ್ಲಿ ಫ್ಲೂಯಿಡ್	4 ಪೌಂಡ್
ಮೆಟರನಲ್‌ಫ್ಯಾಟ್ ಸ್ಟೋರ್	7 ಪೌಂಡ್
ಸರಾಸರಿ	30 ಪೌಂಡ್. ಎಲ್ಲಾ ಸೇರಿ ತೂಕ ಹೆಚ್ಚಾಗುವುದು

ಹೆಚ್ಚಾಗುವದರಿಂದ ಅಪಾಯ

ಒಂದು ವೇಳೆ ನೀವು ಎರಡನೆಯ ಮೂರು ತಿಂಗಳಲ್ಲಿ 3 ಪೌಂಡ್ ಗಿಂತ ಅಧಿಕ ತೂಕ ಹೆಚ್ಚಿಸಿಕೊಂಡರೇ ಹಾಗೂ ಈ ಬೇಡದಿದ್ದ ತೂಕ ಊಟ ಪದ್ಧತಿಯಿಂದ ಸೇರಿಲ್ಲದೆ ಹೋದರೆ ಅಥವಾ ನೀವು 4 ರಿಂದ 8 ತಿಂಗಳ ಮಧ್ಯದಲ್ಲಿ ನಿತಂತರವಾಗಿ 2 ವಾರದತನಕ ತೂಕ ಹೆಚ್ಚಿಸುತ್ತಲೇ ಹೋದರೆ, ಎರಡು ಸ್ಥಿತಿಗಳಲ್ಲಿ ಡಾಕ್ಟರನ್ನು ಭೇಟಿ ಮಾಡಿ

ತೂಕ ಹೆಚಾಗುವುದು:–

ಗರ್ಭಾವಸ್ಥೆಯಲ್ಲಿ ಆವಶ್ಯಕತೆಯಿಂದ ತೂಕ ಹೆಚ್ಚಾಗುವುದು ಅನೇಕ ಸಮಸ್ಯೆಗಳನ್ನು ಆಮಂತ್ರಿಸಬಹುದು. ನಿಮ್ಮ ಶಿಶುವಿನ ಅಳತೆಯ ಅಂದಾಜು ಆಗುವುದಿಲ್ಲ. ಗರ್ಭಾವಸ್ಥೆಯ ಲಕ್ಷಣಗಳು ಇನ್ನೂ ಕೆಟ್ಟು ಹೋಗುವುದು. ಇದರಿಂದ ಪ್ರೀಟರ್ಮ್ ಲೇಬರ್, ಗ್ಯಾಸ್ಟೇಶನಲ್, ಸಕ್ಕರೆ ರೋಗ ಅಥವಾ ರಕ್ತದ ಒತ್ತಡದ ಅಪಾಯಗಳು ಹೆಚ್ಚಾಗುವುದು. ದೊಡ್ಡ ಆಕಾರದ ಶಿಶುವಿಗೆ ಯೋನಿ ಮಾರ್ಗದಿಂದ ಬರುವುದು ಕಷ್ಟವಾಗುವುದು ಸ್ತನ್ಯಪಾನದಲ್ಲೂ ತೊಂದರೆ ಆಗುವುದು.

ಗರ್ಭಾವಸ್ಥೆಯ ಸಮಯದಲ್ಲಿ ಸೇರಿರುವ ಬೇಡದಿದ್ದ ತೂಕ ಆಮೆಲೂ ಸುಲಭವಾಗಿ ಕಡಿಮೆ ಆಗುವುದಿಲ್ಲ. ಅನೇಕ ಸಲ ಇದು ಇನ್ನೂ ಹೆಚ್ಚಾಗಬಹುದು. ಯಾವ ಶಿಶುಗಳ ತಾಯಂದಿರು 20 ಪೌಂಡ್ ಗಿಂತ ಕಡಿಮೆ ತೂಕ ಹೆಚ್ಚಿಸಿಕೊಳ್ಳುತ್ತಾರೊ ಆ ಶಿಶುಗಳು ಪ್ರೀ ಮೆಚ್ಯೋರ್ ಆಗಬಹುದು ಹಾಗೂ ಗರ್ಭಾಶಯದಲ್ಲಿ ಅವರ ಆಕಾರವೂ ಸರಿಯಾದ ರೀತಿಯಲ್ಲಿ ಬೆಳೆಯದಿರಬಹುದು (ಅಪವಾದವೂ ಇದೆ)

ತೂಕ ಒಂಭತ್ತನೇ ತಿಂಗಳಲ್ಲಿ ಸ್ವಲ್ಪನೂ ಹೆಚ್ಚಾಗುವುದಿಲ್ಲ ಅಥವಾ ಒಂದರ್ಧ ಪೌಂಡ್ ಕಡಿಮೆ ಆಗಬಹುದು.

ನೀವು ಈ ಲಕ್ಷ್ಯವನ್ನು ಯಾವ ಮಟ್ಟದವರೆಗೆ ಪಡೆಯಬಹುದು? ಊಟ ಸೇರುವುದಿಲ್ಲ. ಓಕರಿಕೆ ಬರುವುದು ಹೀಗಿರುವಾಗ ನೀವು ನಿಮ್ಮ ಲಕ್ಷ್ಯದ ತನಕ ಹೇಗೆ ತಲಪುವಿರಿ? ಅನೇಕ ವಾರದಲ್ಲಿ ನೀವು ತಿಂದ ತಕ್ಷಣ ಹೊರಗೆ ಬಂದು ಬಿಡುವುದು. ಆ ಸಮಯದಲ್ಲಿ ತೂಕದ ಮುಳ್ಳಿನ ಚಿಂತೆ ಮಾಡಬೇಡಿ. ನಿಮ್ಮ ಸರಾಸರಿ ತೂಕ ಪ್ರತಿವಾರ ಸರಿಯಾದ ರೀತಿಯಲ್ಲಿ ಹೆಚ್ಚಿಸುತ್ತಿದ್ದರೆ ಘಾಬರಿಯಾಗಬೇಡಿ. ವಾರದಲ್ಲಿ ಒಂದು ಸಲ ಒಂದೇ ಸಮಯದಲ್ಲಿ ಒಂದೇ ತರಹದ ಉಡುಪಿನಲ್ಲಿ ತೂಕ ನೋಡಿಕೊಳ್ಳಿ. ಇನ್ನೂ ಸ್ವಲ್ಪ ಜಾಗರೂಕರಾಗಿರಬೇಕೆನಿಸಿದರೆ ಎರಡು ಸಲ ತೂಕ ನೋಡಿಕೊಳ್ಳಿ. ಒಂದು ವೇಳೆ ನೀವು ಮೊದಲನೆಯ ಮೂರು ತಿಂಗಳಲ್ಲಿ ಆವಶ್ಯಕತೆಗಿಂತ ಅಧಿಕ ತೂಕ ಹೆಚ್ಚಿಸಿ ಕೊಂಡಿದ್ದರೆ ಅಥವಾ ಎರಡನೆಯ ಮೂರು ತಿಂಗಳಲ್ಲಿ ಬೇಕಾಗುವಷ್ಟು ತೂಕ ಹೆಚ್ಚಿಸಿ ಕೊಳ್ಳಲಾಗದೆ ಹೋದರೆ ಈ ಸ್ಥಿತಿಗಳನ್ನು ಸರಿಪಡಿಸಿಕೊಳ್ಳಲು ಪ್ರಯತ್ನ ಮಾಡಿ. ಗರ್ಭಾವಸ್ಥೆಯಲ್ಲಿ ನಾವು ನಿಮಗೆ ಡಯಟಿಂಗ್ ಸಲಹೆ ಕೊಡುವುದೇ ಇಲ್ಲ. ಇದು ಅಪಾಯಕರ ಆಗಬಹುದು. ನಿಮ್ಮ ಡಾಕ್ಟರಿನ ಸಲಹೆಯಂತೆ ತೂಕದ ಲಕ್ಷ್ಯ ಪುನಃ ನಿರ್ಧರಿಸಿಕೊಂಡು ನಿಮ್ಮ ಶಿಶುವಿಗೆ ಸಂಪೂರ್ಣ ಬೆಳವಣಿಗೆ ಕೊಡಿ.

ಸುರಕ್ಷಿತವಾಗಿರಲು ಕಲಿಯರಿ

ಮನೆ, ಹೈವೇ, ಅಂಗಳ, ಹೆಚ್ಚುಳ್ಳ ಗರ್ಭಿಣಿ ಮಹಿಳೆಯರಿಗೆ ಗರ್ಭಾವಸ್ಥೆಯ ಜಟಿಲತೆಯ ಬದಲು ಈ ಸ್ಥಳಗಳಲ್ಲಿ ದುರ್ಘಟನೆಗಳಿಂದ ಹೆಚ್ಚು ಹಾನಿಯಾಗುವುದು. ಹಾಗೆ ಈ ದುರ್ಘಟನೆಗಳು ನಮ್ಮ ಅಜಾಗರೂಕತೆಗಳಿಂದಲೇ ಆಗುವುದು. ಸ್ವಲ್ಪ ಎಚ್ಚರಿಕೆಯಿಂದ, ಬುದ್ಧಿವಂತಿಕೆಯಿಂದ ನಾವು ಈ ದುರ್ಘಟನೆಗಳನ್ನು ತಡೆಯಬಹುದು. ಗರ್ಭಾವಸ್ಥೆಯಲ್ಲಿ ಕೆಳಗೆ ಬರೆದಿರುವ ಮಾತಗಳನ್ನು ಗಮನದಲ್ಲಿಟ್ಟುಕೊಂಡು ಸುರಕ್ಷಿತವಾಗಿರಬಹುದು:-

- ಗಮನವಿರಲಿ ನೀವು ಮೊದಲಿನಂತೆ ಇಲ್ಲ. ಹೊಟ್ಟೆಯ ಆಕಾರ ದೊಡ್ಡದಾಗುವ ಜೊತೆ-ಜೊತೆಗೆ ಗುರುತ್ವಾಕರ್ಷಣ ದ ಕೇಂದ್ರ ಬಿಂದು ಬದಲಾಯಿಸುವುದು. ನಿಮಗೆ ಸಂತುಲನೆ ಇಲ್ಲದೆ ಇರಬಹುದು. ನಿಧಾನವಾಗಿ ನಿಮಗೆ ನಿಮ್ಮ ಕಾಲುಗಳೂ ಕಾಣಿಸುವುದಿಲ್ಲ. ಈ ಬದಲಾವಣೆಗಳು ದುರ್ಘಟನೆ ಆಗುವ ಕಾರಣವಾಗಬಹುದು.
- ಆಟೋ ಅಥವಾ ಪ್ಲೇನ್ ಇರಲಿ ನಿಮ್ಮ ಕುರ್ಚಿಯ ಬೆಲ್ಟ್ ಕಟ್ಟಿಕೊಂಡೇ ಕುಳಿತುಕೊಳ್ಳಿ. ಕಾರಲ್ಲಿ ಮುಂದಿನ ಸೀಟಲ್ಲಿ ಏರ್ ಬ್ಯಾಗ್ ಜೊತೆಗೆ ಕುಳಿತು ಕೊಂಡಿದ್ದರೆ ಸೀಟನ್ನು ಹಿಂದೆ ಇಟ್ಟುಕೊಳ್ಳಿ. ಡ್ರೈವ್ ಮಾಡುತ್ತಿದ್ದರೆ ಸ್ಟೇರಿಂಗ್ ವ್ಹೀಲನ್ನು ಎದೆಯ ಕಡೆಗೆ ಬಗ್ಗಿಸಿಕೊಳ್ಳಿ. ಹೊಟ್ಟೆಗೆ ತಾಗದಿರಲೆಂದು ಅದರಿಂದ ಸುಮಾರು 10 ಡಿಗ್ರಿ ದೂರದಲ್ಲಿ ಕುಳಿತು ಕೊಳ್ಳಿ. ನಿಮ್ಮ ತೊಡೆಯ ಮೇಲೆ ಅಥವಾ ಡ್ಯಾಶ್ ಬೋರ್ಡ್ ಮೇಲೆ ಯಾವುದೇ ಸಾಮಾನು ಇಡಬೇಡಿ. ಆದಷ್ಟು ಕಾರಲ್ಲಿ ಹಿಂದೆ ಕುಳಿತುಕೊಳ್ಳಿ.
- ಯಾವುದೇ ಅಲ್ಲಾಡುವ ಕುರ್ಚಿ ಅಥವಾ ಮೆಟ್ಟಿಲ ಮೇಲೆ ಹತ್ತಬೇಡಿ. ಬಿದ್ದರೆ ಹಾನಿ ಆಗಬಹದು.
- ಹೈ ಹೀಲ್ಡ್ಸ್ ಚಪ್ಪಲಿಗಳನ್ನು ಅಥವಾ ಜಾರಿಕೆ ಇರುವ ಬೂಟ್ಸ್‌ಗಳನ್ನು ಹಾಕಿ ಕೊಳ್ಳಬೇಡಿ. ಜಾರಿಕೆ ಇರುವ ನೆಲದ ಮೇಲೆ ಕಾಲುಚೀಲ ಅಥವಾ ಸ್ಟಾಕಿಂಗ್ಸ್ ಹಾಕಿಕೊಂಡು ನಡೆಯಬೇಡಿ.
- ಬಾಥ್ ಟಬ್ಬಿನ ಒಳಗೆ ಹೋಗುವಾಗ ಹಾಗೂ ಬರುವಾಗ ಹುಷಾರಾಗಿರಿ. ಅದರಲ್ಲಿ ಜಾರಿಕೆ ಇಲ್ಲದ ಮ್ಯಾಟ್ ಹಾಕಿ.
- ಮನೆಯಲ್ಲಿ ಅಡೆ-ತಡೆ ಗಳನ್ನು ದೂರ ಮಾಡಿ. ಮೆಟ್ಟಲಿನ ಮೇಲೆ ಸಾಮಾನುಗಳನ್ನು ಇಡ ಬೇಡಿ. ಅಲ್ಲಿ ಬೆಳಕಿರಲಿ. ನೆಲದ ಮೇಲಿರುವ ವೈರ್‌ಗಳನ್ನು ತೆಗೆಯಿರಿ. ಮೆಟ್ಟಲಿನ ಮೇಲೆ ಐಸ್ ಕಟ್ಟಿಲ್ಲದೆ ಇರಲಿ.
- ರಾತ್ರಿ ಬಾಥ್ ರೂಮಿಗೆ ಹೋಗುವ ದಾರಿಯಲ್ಲಿ ಲೈಟ್ ಹಾಕಿರಿ. ನೀವು ರಾತ್ರಿ ಎಲ್ಲಾ ಓಡಾಡಬೇಕಾಗುತ್ತದೆ. ಆದ ಕಾರಣ ಜಾಗರೂಕರಾಗಿರಿ.
- ಯಾವುದೇ ಆಟ ಆಡಿದರೂ ಸುರಕ್ಷತೆಯ ನಿಯಮಗಳನ್ನು ಸರಿಯಾಗಿ ಪಾಲಿಸಿ.ಅತಿಯಾಗಿ ಯಾವುದೇ ಕೆಲಸ ಮಾಡಬೇಡಿ. ಆಯಾಸದಿಂದಲೂ ದುರ್ಘಟನೆ ಆಗುವುದು.

■ ■ ■

ಮೂರನೇ ತಿಂಗಳು

ಸುಮಾರು 9ರಂದ 13 ವಾರದವರೆಗೆ

ನೀವು ಗರ್ಭಾವಸ್ಥೆಯ ಮೊದಲನೆಯ ಮೂರು ತಿಂಗಳಲ್ಲಿ ಕಾಲಿಟ್ಟಾಗ ಗರ್ಭಾವಸ್ಥೆಯ ಅನೇಕ ಪ್ರಾರಂಭಿಕ ಲಕ್ಷಣಗಳು ಇನ್ನೂ ತೀವ್ರ ಆಗುವುದು. ನೀವು ಈ ಲಕ್ಷಣಗಳಿಂದ ಸುಸ್ತಾಗಿದೀರೋ ಅಥವಾ ಹೋದ ರಾತ್ರಿ ನೀವು ಮೂರು ಸಲ ಎದ್ದೆದ್ದು ಬಾಥ್ ರೂಮಿಗೆ ಹೋಗಿ ಸುಸ್ತಾಗಿದ್ದಿರೋ ಎಂದು ಹೇಳಲು ಸಾಧ್ಯವಾಗುವುದಿಲ್ಲ. ಸಾಧ್ಯವಾದರೆ ತಲೆ ಎತ್ತಿ ಮಾತನಾಡಿ. ಒಳ್ಳೆ ದಿನಗಳು ಬರುವುದು. ಮಾರ್ನಿಂಗ್ ಸಿಕ್‌ನೆಸ್‌ನಿಂದ ಬಹಳ ನೊಂದಿದ್ದರೆ ಅದೆಲ್ಲ ಸಾಕಷ್ಟು ಮಟ್ಟಿಗೆ ಸರಿಹೋಗುವುದು. ಊರ್ಜೆಯ ಮಟ್ಟ ಹೆಚ್ಚಾಗುವುದು ಹಾಗೂ ಬಾಥ್ರೂಮಿಗೂ ಓಡಾಡುವುದು ಕಡಿಮೆ ಆಗುವುದು. ಈ ತಿಂಗಳಿನ ತಪಾಸಣೆಯಲ್ಲಿ ನೀವು ನಿಮ್ಮ ಮಗುವಿನ ಹೃದಯದ ಬಡಿತ ಸಹ ಕೇಳ ಬಹುದು ಆಗ ನಿಮಗೆ ಈ ಎಲ್ಲಾ ಲಕ್ಷಣಗಳ ನೋವು ಮರೆತು ಹೋಗುವುದು.

ಈ ತಿಂಗಳು ನಿಮ್ಮ ಶಿಶುವಿನ ಬೆಳವಣಿಗೆ

9ನೇ ವಾರ:– ಈಗ ನಿಮ್ಮ ಶಿಶುವಿನ ಉದ್ದ ಸರಿಯಾಗಿ 1" ಅಂದರೆ ಒಂದು ಮಧ್ಯಮಾಕಾರದ ಆಲಿವ್ ಅಷ್ಟಾಗಿದೆ. ಅದರ ತಲೆ ಸಾಕಷ್ಟು ಮಟ್ಟದವರೆಗೆ ಮಗುವಿನ ತಲೆಯಂತೆ ಬೆಳೆಯುತ್ತಿದೆ. ಈ ವಾರ ಸಣ್ಣ ಮಾಂಸ ಖಂಡಗಳು ತಯಾರಾಗುತ್ತಿದೆ. ಇದರಿಂದ ಅದು ತಮ್ಮ ಕೈ–ಕಾಲು ಅಲ್ಲಾಡಿಸ ಬಹುದು. ಹೆಚ್ಚು–ಕಡಿಮೆ ಒಂದು ತಿಂಗಳನಂತರ ನಿಮಗೂ ಅದು ಒದಿಯುವುದು ಗೊತ್ತಾಗುತ್ತದೆ. ಈಗ ನಿಮಗೆ ಏನೂ ಕೇಳಿಸುವುದಿಲ್ಲ ನಿಜ. ಆದರೆ ನೀವು ಡಾಪ್ಲರ್ ಯಂತ್ರದ ಸಹಾಯದಿಂದ ಅದರ ಹೃದಯದ ಬಡಿತವನ್ನು ಕೇಳಬಹುದು. ಅದನ್ನು ಕೇಳಿ ನಿಮ್ಮ ಹೃದಯದ ಬಡಿತ ಹೆಚ್ಚಾಗುವುದು.

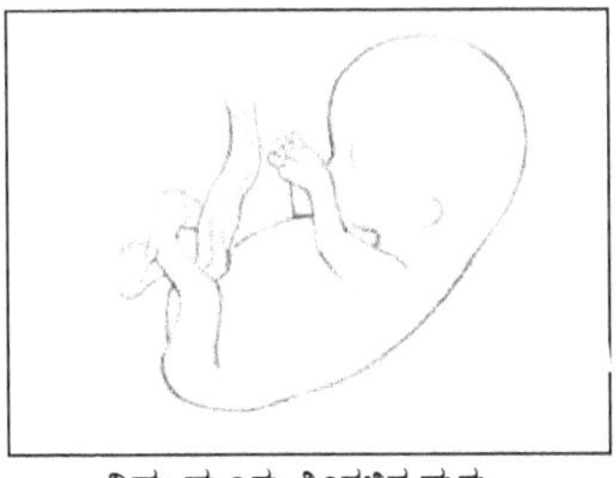
ನಿಮ್ಮ ಮೂರು ತಿಂಗಳಿನ ಮಗು

10ನೇ ವಾರ:– ಸುಮಾರು 1 1/2" ಉದ್ದದ ನಿಮ್ಮ ಶಿಶು ದಿನ ರಾತ್ರಿ ಬೆಳೆಯುತ್ತಿದೆ. ಅದರ ಮೂಳೆಗಳು, ಕಾರ್ಟಿಲೇಜ್, ಹಿಮ್ಮಡಿ ಹಾಗೂ ಕಾಲಿನ ಗಂಟು ನಿರ್ಮಿಸುತ್ತಿದೆ. ಅದರ ಮೊಳಕೈ ಕೆಲಸ ಮಾಡಲು ಆರಂಭಿಸಿದೆ. ವಸಡುಗಳಲ್ಲಿ ಹಲ್ಲು ಬರುವುದು ಪ್ರಾರಂಭಿಸಿದೆ. ಹೊಟ್ಟೆಯಲ್ಲಿ ಪಾಚಕ(ಜೀರ್ಣಕಾರಿ) ರಸ ಆಗುತ್ತಿದೆ. ಮೂತ್ರಪಿಂಡಗಳು ಮೂತ್ರ ತಯಾರು

ಮಾಡುತ್ತಿದೆ. ನಿಮ್ಮ ಶಿಶು ಗಂಡಾಗಿದ್ದರೆ ಅದರ ವೃಷಣ ಟೆಸ್ಟಾಸ್ಟೀರೋನ್ ಮಾಡುತ್ತದೆ(ಏನೇ ಆಗಲಿ ಗಂಡು ಗಂಡೇ)

11ನೇ ವಾರ:– ಈಗ ನಿಮ್ಮ ಶಿಶು 2" ಗಿಂತ ಉದ್ದಕ್ಕಿದೆ ಹಾಗೂ ಅದರ ತೂಕ 1/3 ಔನ್ಸ್ ಆಗಿದೆ. ಅದರ ಶರೀರ ಉದ್ದಕ್ಕಾಗುತ್ತಿದೆ. ತಲೆ ಕೂದಲು ಹಾಗೂ ಉಗುರಿನ ತುದಿ ಬೆಳೆಯುತ್ತಿದೆ. (ಮುಂದೆ ಕೆಲವು ತಿಂಗಳಲ್ಲಿ ಉಗುರು ಬರುವುದು). ನಿಮಗೆ ಅಲ್ಟ್ರಾಸೌಂಡಿಂದ ಅದರ ಲಿಂಗವನ್ನು ತಿಳಿಯಲು ಆಗದೇ ಇರಬಹುದು ಆದರೆ ಅದು ಹೆಣ್ಣಾಗಿದ್ದರೆ ಅದರ ಓವರೀಸ್ ತಯಾರಾಗಲು ಆರಂಭಿಸಿದೆ.

ಈಗ ಅದರಲ್ಲಿ ಎಲ್ಲಾ ಮಾನವೀಯ ವಿಶೇಷತೆಗಳು ಬಂದಾಗಿದೆ. ಶರೀರದ ಮುಂಬಾಗದಲ್ಲಿ ಕೈ–ಕಾಲಿದೆ, ಕಿವಿಗಳು ಬರುವ ಕಡೆಯು ಹಂತದಲ್ಲಿದೆ, ಮೂಗಿನ ಎರಡು ರಂಧ್ರಗಳು ತಯಾರಾಗುತ್ತಿದೆ, ಬಾಯಲ್ಲಿ ನಾಲಿಗೆ ಹಾಗೂ ಅಂಗಳಿದೆ ಹಾಗೂ ನಿಪ್ಪಲ್ ಕಾಣುತ್ತಿದೆ.

12ನೇ ವಾರ:– ಶಿಶುವಿನ ಆಕಾರ ಹೋದ ಮೂರು ವಾರಗಳಿಂದ ಎರಡರಷ್ಟಾಗಿದೆ. ಈಗ ತೂಕ ಸುಮಾರು 12/2 ಔನ್ಸ್ ಹಾಗೂ ಉದ್ದ 2 1/2" ಆಗಿದೆ. ಅದರ ಶರೀರ ಎಲ್ಲಾ ಅಂಗಗಳ ಬೆಳೆವಣಿಗೆಗೆ ಶ್ರಮಿಸುತ್ತಿದೆ. ಯದ್ಯಪಿ(ಆದಾಗ್ಯೂ) ಎಲ್ಲಾ ತಂತ್ರಗಳು ತಯಾರಾಗಿದೆ ಆದರು ಇನ್ನೂ ಬಹಳ ಕೆಲಸ ಆಗಬೇಕಾಗಿದೆ. ಊಟಕ್ಕೆ ಯೋಗ್ಯವಾಗಲು ಪಚನ ತಂತ್ರ ಸಂಕುಚನ (ಮುದುರುವ) ಕೆಲಸವನ್ನು ಅಭ್ಯಾಸ ಮಾಡುತ್ತಿದೆ. ಶಿಶು ಅಕ್ಕ–ಪಕ್ಕದ ಎಲ್ಲಾ ಸೂಕ್ಷ್ಮ ಕ್ರಿಮಿಗಳಿಂದ ಹೋರಾಡಲು ಬೋನ್ ಮ್ಯಾರೊ ಬಿಳಿ ರಕ್ತ ಜೀವಕೋಶಗಳನ್ನು ತಯಾರುಮಾಡುತ್ತಿದೆ. ಒಂದು ದಿನ ನಿಮ್ಮ ಶಿಶು ಅದರ ಶಿಶುವನ್ನು ತಯಾರು ಮಾಡಲೆಂದು ಮೆದುಳಲ್ಲಿ ಪಿಟ್ಯೂಟರಿ ಗ್ರಂಥಿ (ಗ್ಲ್ಯಾಂಡ್) ಹಾರ್ಮೋನ್ ಉತ್ಪತ್ತಿ ಮಾಡುತ್ತಿದೆ

13ನೇ ವಾರ:– ಮೊದಲನೆಯ ಮೂರು ತಿಂಗಳು ಮುಗಿಯುವ ಸಮಯ. ಈಗ ನಿಮ್ಮ ಶಿಶುವಿನ ಆಕಾರ ಸುಮಾರು 3" ಆಡು(ಪೀಚ್ ಹಣ್ಣು) ಅಷ್ಟಿದೆ. ಈಗ ಅದರ ತಲೆ ಅದರ ಉದ್ದದ ಅರ್ಧದಷ್ಟಿದೆ. ಆದರೆ ಬೇಗನೆ ತಲೆ ಒಂದು ಅನುಪಾತದಲ್ಲಿ ಬರುವುದು. ಅಲ್ಲಿಯ ತನಕ ಶಿಶುವಿನ ಕರಳು(ಈ ತನಕ ಇವು ಅಂಬಲಿಕ್ ಕಾರ್ಡ್‌ನಲ್ಲಿ ಇತ್ತು) ಹೊಟ್ಟೆಯಲ್ಲಿ ಸರಿಯಾದ ಸ್ಥಳ ಮಾಡಿ ಕೊಳ್ಳುವುದು. ಈ ವಾರದಲ್ಲಿ ಓಕಲ್ ಕಾರ್ಡ್(ಧ್ವನಿ ಪೆಟ್ಟಿಗೆ) ತಯಾರಾಗುವುದು (ಅಂದರೆ ಅಳುವ ತಯಾರಿ. ...)

ನೀವು ಏನು ಅನುಭವಿಸಬಹುದು:

ನೆನಪಿರಲಿ ಪ್ರತಿಂಯೊಬ್ಬ ಗರ್ಭಿಣಿ ಹಾಗೂ ಪ್ರತಿಯೊಂದು ಗರ್ಭಾವಸ್ಥೆಯು ಭಿನ್ನವಾಗಿರುವುದು. ನೀವು ಒಂದೇ ಸಮಯದಲ್ಲಿ ಅಥವಾ ಬೇರೆ ಬೇರೆ ವರ್ಷಗಳಲ್ಲಿ ಈ ಎಲ್ಲಾ ಲಕ್ಷಣಗಳನ್ನು ಅನುಭವಿಸಬಹುದು. ಕೆಲವು ಲಕ್ಷಣಗಳು ಹೋದ ತಿಂಗಳಿಂದಲೇ ಇರಬಹುದು ಕೆಲವು ಹೊಸದಾಗಿ ಕಾಣಿಸುವುದು. ಕೆಲವು ಸಾಮಾನ್ಯ ಅನಿಸದೆ ಇರುವ ಲಕ್ಷಣಗಳಿರಬಹುದು. ಈ ತಿಂಗಳು ನೀವು ಕೆಳಗೆ ಬರೆದಿರುವ ಲಕ್ಷಣಗಳನ್ನು ಅನಿಭವಿಸಬಹುದು:–

ಶಾರೀರಿಕ :–

- ಆಯಾಸ, ಶಕ್ತಿ ಹೀನತೆ, ತೂಕಡಿಕೆ
- ಪದೇ–ಪದೇ ಮೂತ್ರ ವಿಸರ್ಜಿಸುವ ಇಚ್ಛೆ.
- ಓಕರಿಕೆ, ವಾಂತಿ ಜೊತೆಗೆ ಅಥವಾ ವಾಂತಿ ಇಲ್ಲದೆ.
- ಅಧಿಕ ಜೊಳ್ಳಿನ ನಿರ್ಮಾಣ

ಒಂದು ದೃಷ್ಟಿ

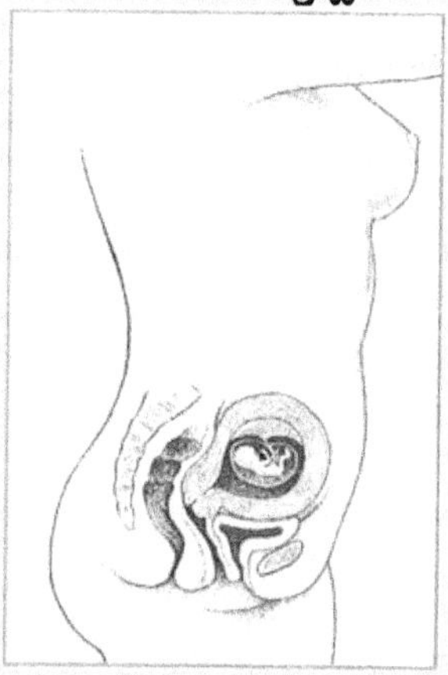

ಈ ತಿಂಗಳು ನಿಮ್ಮ ಗರ್ಭಾಶಯದ ಆಕಾರ ಗ್ರೇಪ್ ಫ್ರೂಟ್ ನಂತೆ ಇರುವುದು. ಸೊಂಟ ದಪ್ಪಕಾಗುವುದು. ತಿಂಗಳ ಕೊನೆಯಲ್ಲಿ ನಿಮ್ಮ ಬ್ಯಾಕ್ ಬೋನ್ ಮೇಲುಗಡೆ ಹೊಟ್ಟೆಯ ಕೆಳ ಭಾಗದಲ್ಲಿ ನಿಮ್ಮ ಗರ್ಭಾಶಯವನ್ನು ಅನುಭವಿಸ ಬಹುದು.

- ಮಲಬದ್ಧತೆ
- ಊಟದಲ್ಲಿ ಇಚ್ಛೆ-ಅನಿಚ್ಛೆ
- ಎದೆ ಉರಿ ಅಜೀರ್ಣ, ಹೊಟ್ಟೆ ಉಬ್ಬುವುದು
- ಮಾರ್ನಿಂಗ್ ಸಿಕ್‌ನೆಸ್ ಸರಿ ಆದರೆ ಹಸಿವು ಆಗುವುದು.
- ಸ್ತನಗಳಲ್ಲಿ ಬದಲಾವಣೆ, ಭಾರೀ ಆಗುವುದು, ನಿಪ್ಪಲ ಸುತ್ತಲಿನ ಬಣ್ಣ ಗಾಢವಾಗುವುದು, ಅಲ್ಲಿ ಸಣ್ಣ-ಸಣ್ಣ ಗುಬಟು ಬರುವುದು, ತ್ವಚೆಯ ಕೆಳಗಡೆ ನೀಳಿ ರೇಖೆಗಳ ಬಲೆಗಳು ಹರಡುವುದು.
- ಹೊಟ್ಟೆ, ಕಾಲು ಅಥವಾ ಶರೀರದ ಕೆಲವು ಅಂಗಗಳ ಮೇಳೆ ನರಗಳು ಕಾಣಿಸುವುದು.
- ಯೋನಿ ಸ್ರಾವ ಸ್ವಲ್ಪ ಅಧಿಕವಾಗುವುದು.
- ಓಮ್ಮೊಮ್ಮೆ ತಲೆ ನೋವು.
- ಒಮ್ಮೊಮ್ಮೆ ತಲೆ ಸುತ್ತುವುದು.
- ಹೊಟ್ಟೆ ಸಣ್ಣಕ್ಕೆ ದುಂಡಾಗುವುದು, ಬಟ್ಟೆ ಗಳು ಬಿಗಿಆಗಬಹುದು.

ಭಾವಾತ್ಮಕ :-

- ಭಾವಾತ್ಮಕ ಏರುವಿಕೆ ಇಳಿಯುವಿಕೆ, ಮನಸ್ಥಿತಿ ಚೆನ್ನಾಗಿ ಇರಬಹುದು ಕೆಡ ಬಹುದು, ಅಕಸ್ಮಾತ ಅಳುವ ಮನಸು.
  ವ್ಯಾಕುಲತೆ, ಸಿಡುಕುವುದು.
- ಈರ್ಷ್ಯೆ ಭಯ, ಆನಂದ, ಇತ್ಯಾದಿ ಭಾವಗಳ ಪ್ರಕಟನೆ.
- ಶಾಂತಿಯ ಹೋಸ ಅನುಭವ
- ಗರ್ಭಾವಸ್ಥೆ ಇಲ್ಲದೆ ಇರುವ ಭಯ....

ಈ ತಿಂಗಳಿನ ತಪಾಸಣೆ:- ಈ ತಿಂಗಳು ಡಾಕ್ಟರ್ ಕೆಳಗೆ ಬರೆದಿರುವ ತಪಾಸಣೆಗಳನ್ನುಮಾಡ ಬಹುದು ಆದರೆ ಎಲ್ಲ ಡಾಕ್ಟರ್ ತಮ್ಮ-ತಮ್ಮ ರೀತಿಯಲ್ಲ ತಪಾಸಣೆ ಮಾಡುತ್ತಾರೆ:-

- ತೂಕ ಹಾಗೂ ರಕ್ತದ ವತ್ತಡ
- ಪ್ರೋಟಿಣ ಗಾಗಿ ಮೂತ್ರ ಹಾಗೂ ಸಕ್ಕರೆಯ ತಪಾಸಣೆ
- ಭ್ರೂಣಿನ ಹೃದಯದ ಬಡಿತದ ತಪಾಸಣೆ
- ಗರ್ಭಾಶಯದ ಆಕಾರ (ಹೊರಗಡೆ ಯಿಂದ)
- ಫಂಡಸ್ (ಗರ್ಭಾಶಯದ ಮೇಲಿನ ಭಾಗ) ಎತ್ತೆರ
- ಕೈ-ಕಾಲುಗಳಲ್ಲಿ ಊತ, ಬೆರಿಕೊಜ ವೇನ್ಸ ಗಾಗಿ ಕಾಲು
- ನೀವು ಕೇಲಲಿಚ್ಛಿಸುವ ಕೆಲವು ಪ್ರಶ್ನೆ ಹಾಗೂ ಜಿಜ್ಞಾಸೆಗಳು..

ನೀವು ಏನು ಯೋಚಿಸುತ್ತಿರ ಬಹುದು?

''ನನಗೆ ಹೋದ ಕೆಲವು ವಾರಗಳಿಂದ ಮಲಬದ್ದತೆಯ ತೋಮದರೆ ಇದರ. ಇದು ಸಾಮಾನ್ಯವೇ?''

ಅನಿಯಮಿಯತೆ: ಹೊಟ್ಟೆ ಉಬ್ಬುವುದು, ಗ್ಯಾಸ, ಇದೆಲ್ಲಿ ಗರ್ಭಾವಸ್ಥೆಯಲ್ಲಿ ಸಾಮಾನ್ಯ. ಆದರೆ ಇದಕ್ಕು ಕಾರಣವಿದೆ. ಪ್ರೊಜೆಸ್ಟೆರಾನ ಹಾರ್ಮೋನಿ ನಿಮ್ಮ ಶರೀರದ ಎಲ್ಲ ಸ್ನಾಯುಗಳನ್ನು ಶಿಥಿಲ ಮಾಡುವುದು ಆದಕಾರಣ ಭೋಜನವೂ ಬಹಳ ಸಮಯತನಕ ಪಚನ ತಂತ್ರದಲ್ಲೆ ಇರುವುದು ಆಮದರೆ ಪಚನ ಕ್ರಿಯೆ ಮಂದಾಗುವುದ. ಆದರೆ ಇದುರಿಂದ ಲಾಭವೇಂದರೆ ಪೋಷಕ ಸತ್ವಗಳು ರಕ್ತದಲ್ಲಿ ಕರಗುವುದು ಹಾಘೂ ಚೆನ್ನಾಗಿ ನಿಮ್ಮ ಶಿಶುವಿನ ತನಕ ತಲುಪುವುದು. ಆದರೆ ಹಾಣಿವೆಂದರೆ ನಿಮ್ಮ ಶರೀರದಲ್ಲಿ ವ್ಯರ್ಥವಾಗಿರುವ ಪದಾರ್ಥಗಳು ಸೇರಿತ್ತೆ. ಹಾಗೂ ನಿಮ್ಮ ದೊಡ್ಡದಾಗುತಿರುವ ಗರ್ಭಾಶಯ ಸಹ ನಿಮ್ಮ ಕರಳುಗಳ ಮೆಲೆ ವತ್ತಡ ಹಾಕುವುದು. ಈ ರೀತಿ ನಿಮಗೆ ಮಲಬದ್ಧತೆ ಎಕೆ ಇರುವುದು ಎಂದು ನಿಮಗೆ ಅರ್ಥವಾಗ ಬಹುದು.

ಸಂಪೂರ್ಣ ಗರ್ಭಾವಸ್ಥೆಯಲ್ಲಿ ಮಲಬದ್ಧತೆ ಇದ್ದೇ ಇರುವುದು ಎಂದೇನಿಲ್ಲ. ನೀವು ಇದನ್ನು ಹೋಗಲಾಡಿಸಲು ಕೆಳಗೆ ಬರೆದಿರುವ ಉಪಾಯವನ್ನು ಬಳಸಬಹುದು:-

ನಾರಿರುವ ಪದಾರ್ಥಗಳು:- ನೀವು ಹಾಗೂ ನಿಮ್ಮ ಕ್ಯಾಲೋರಿಗೆ ಪ್ರತಿನಿತ್ಯ 25ರಿಂದ 35 ಗ್ರಾಂ ನಾರಿನ ಅವಶ್ಯಕತೆ ಇದೆ. ಎಣಿಸುವ ಅವಶ್ಯಕತೆ ಇಲ್ಲ ಆದರೆ ನಾರಿನ ಪದಾರ್ಥಗಳನ್ನು ತೆಗೆದಿಕೊಳ್ಳುವ ಪ್ರಯತ್ನಮಾಡಿ. ಉದಾ; ತಾಜ ಹಣ್ಣು ತರಕಾರಿ, (ಹಸಿದು ಅಥವಾ ಅರ್ಧ ಬೆಂದಿರುವುದು, ಸಿಪ್ಪೆ ಸಮೇತ) ಸಂಪೂರ್ಣ ಧಾನ್ಯದ ಸಿರಿಯಲ್ ಹಾಗೂ ಬ್ರೆಡ್, ಬೀಜ ಇರುವ ಪದಾರ್ಥ(ಬೀನ್ಸ್, ಬಟಾಣಿ) ಹಾಗೂ ಒಣ ಹಣ್ಣುಗಳು. ಹಸಿರು ತರಕಾರಿಗಳು ಬಹಳ ಒಳ್ಳೆಯದು. ಇದರ ಜೊತೆಗೆ ರಸ ಇರುವ ಸಿಹಿ ಯಾಗಿರುವ ಕೀವೀ(ಸಣ್ಣ ಹಣ್ಣು ಇದರಲ್ಲಿ ಬಹಳ ಸೆಲೆಕ್ಟಿವ್ ಇರುವುದು) ಯನ್ನು ತೆಗೆದುಕೊಳ್ಳಬಹುದು. ನೀವು ಇದುವರೆಗೆ ನಾರಿನ ಪದಾರ್ಥಗಳನ್ನು ಹೆಚ್ಚಾಗಿ

ತೆಗೆದುಕೊಂಡಿಲ್ಲದೆ ಹೋಗಿದ್ದರೇ ಈಗ ನಿಧಾನವಾಗಿ ಈ ಪ್ರಮಾಣವನ್ನು ಹೆಚ್ಚಿಸಿ. ಇಲ್ಲದೆ ಹೋದರೆ ನಿಮ್ಮ ಪಚನ ತಂತ್ರ ಮುಷ್ಕರ ಮಾಡ ಬಹುದು. ಹೊಟ್ಟೆಯಲ್ಲಿ ವಾಯು ಹೆಚ್ಚಾಗ ಬಹುದು ಏಕೆಂದರೆ ನಾರಿನ ಪದಾರ್ಥಗಳು ಹೆಚ್ಚಾಗಿದೆ.

ನೀವು ನಿಮ್ಮ ಊಟದಲ್ಲಿ ಗೋಧಿ ನುಚ್ಚು ಸೇರಿಸ ಕೊಳ್ಳಬಹುದು. ಉತ್ಸಾಹದಲ್ಲಿ ಅವಶ್ಯಕತೆಯಿಂದ ಅಧಿಕ ನಾರು ತೆಗೆದುಕೊಳ್ಳ ಬೇಡಿ. ಇವು ತೀವ್ರವಾಗಿ ನಿಮ್ಮ ಪಚನ ತಂತ್ರದವರೆಗು ತಲುಪುವುದು ಆಗ ಮಹತ್ವಪೂರ್ಣವಾದ ಪೋಷಕಸತ್ವಗಳು ಶರೀರದಲ್ಲಿ ಸೇರದೇ ವಿಸರ್ಜಿತವಾಗಬಹುದು.

ರಿಫೈಂಡ್ ಪದಾರ್ಥಗಳು ಬೇಡ: ನಾರುಗಳು ಮಲಬದ್ಧತೆಗೆ ಲಾಭಕರವಾದರೆ ರಿಫೈಂಡ್ ಪದಾರ್ಥಗಳು ಮಲಬದ್ಧತೆಯನ್ನು ಹೆಚ್ಚು ಮಾಡುತ್ತವೆ. ಬಿಳಿ ಬ್ರೆಡ್, ಅನ್ನ, ಹಾಗೂ ಇತರ ಬೇಕ್ಡ್ ಪದಾರ್ಥಗಳಿಂದ ದೂರವಿರಿ.

ದ್ರವ ಪದಾರ್ಥಗಳ ಸೇವನೆ:– ನೀವು ಪರಿಪೂರ್ಣ ಪ್ರಮಾಣದಲ್ಲಿ ದ್ರವ ಪದಾರ್ಥಗಳನ್ನು ಸೇವಿಸಿದರೆ ಮಲಬದ್ಧತೆ ಇರುವುದೇ ಇಲ್ಲ. ಹಣ್ಣು ಹಾಗೂ ತರಕಾರಿಗಳ ರಸ ಭೋಜನವನ್ನು ಪಚನತಂತ್ರದಲ್ಲಿ ಮುಂದೆ ತೆಗೆದುಕೊಂಡು ಹೋಗುವರು. ಉಗುರು ಬೆಚ್ಚಗಿರುವ ನೀರಿನಲ್ಲಿ ನಿಂಬೆರಸ ಕುಡದರೂ ಒಳ್ಳೆಯದು. ಇದರಿಂದ ನಿಮ್ಮ ಹೊಟ್ಟೆಯ ಕರುಳುಗಳಲ್ಲಿ ಸಂಕುಚಿತ(ಮುದುರುವುದು) ಆಗುವುದು ಅಥವಾ ಪ್ರೆಶರ್ ಆಗುವುದು.

ಸರಿಯಾದ ಸಮಯಕ್ಕೆ ಹೋಗಿ:– ಕರುಳುಗಳು ಪ್ರಕ್ರಿಯೆಯನ್ನು ನಿರಂತರವಾಗಿ ತಡೆದರು ನಿಯಂತ್ರಿಸುವ ಸ್ನಾಯುಗಳು ಕ್ಷೀಣವಾಗುವುದು. ಆದಕಾರಣ ಸರಿಯಾದ ಸಮಯವನ್ನು ನಿರ್ಧರಿಸಿಕೊಳ್ಳಿ. ಟ್ರಾಫೀಕಲ್ಲಿ ನೀವು ಕಾರಲ್ಲಿರುವಾಗ ಮಲ ವಿಸರ್ಜಿಸಲು ಅವಸರ ಆಗದೆ ಇರಲಿ ಎಂದು ಫೈಬರ್ ಯುಕ್ತ ತಿಂಡಿಯನ್ನು ಸ್ವಲ್ಪ ಸಮಯದ ಮುಂಚೆಯೇ ತೆಗೆದುಕೊಳ್ಳಿ. ನೀವು ಮನೆಯಿಂದ ಹೊಟ್ಟೆ ಖಾಲಿ ಮಾಡಿಕೊಂಡು ಹೋಗಬಹುದು.

ಸಿಕ್ಸ್ ಮೀಲ್ ಸೊಲ್ಯೂಶನ್:– ಭಾರೀ ಭೋಜನದಿಂದ ನಿಮ್ಮ ಪಚನ ತಂತ್ರದ ಮೇಲೆ ವತ್ತಡ ಬೀಳುವುದು. ಆದುದರಿಂದ ಮಲಬದ್ಧತೆ ಆಗುವುದು. ದಿನದಲ್ಲಿ ಮೂರು ಸಲ ಭಾರಿ ಭೋಜನ ಮಾಡುವ ಬದಲು ಸಿಕ್ಸ್ ಮೀಲ್ ಸೊಲ್ಯೂಶನ್ನನ್ನು ಬಳಸಿ ಅಂದರೆ ದಿನದಲ್ಲಿ ಆರು ಸಲ ಹಗೂರವಾದ ಭೋಜನ ಮಾಡಿ. ಇದರಿಂದ ಗ್ಯಾಸ್ ಹಾಗೂ ಹೊಟ್ಟೆ ಉಬ್ಬುವುದು ಆಗುವುದಿಲ್ಲ.

ಸಪ್ಲೀಮೆಂಟ್ ಹಾಗೂ ಔಷಧಿಗಳು: ಅನೇಕ ಗರ್ಭಾವಸ್ಥೆಯಲ್ಲಿ ಸಪ್ಲೀಮೆಂಟ್ ಹಾಗೂ ಔಷಧಿಗಳು ಶಕ್ತಿ ಕೊಡುವ ಜೊತೆಗೆ ಮಲಬದ್ಧತೆಗೆ ಕಾರಣವೂ ಆಗುತ್ತದೆ. ಆನ್ಟಿಆಸಿಡ್ ಗರ್ಭಿಣಿ ಮಹಿಳೆಯರಿಗೆ ಗೆಳೆಯರಂತೆ. ನಿಮ್ಮ ಡಾಕ್ಟರನ್ನು ಕೇಳಿ ಅದನ್ನೂ ತೆಗೆದುಕೊಳ್ಳಬಹುದು. ಹಾಗೆ ಮೆಗ್ನೀಶಿಯಂ ಸಪ್ಲೀಮೆಂಟ್ ಸಹ ಮಲಬದ್ಧತೆಯ ಜೊತೆಗೆ ಹೊರಾಡಲು ಸಹಾಯ ಮಾಡುತ್ತದೆ.

ಕೆಲವು ಸೂಕ್ಷ್ಮ ಜೀವಿಗಳನ್ನು (ಬ್ಯಾಕ್ಟೀರಿಯಾ) ತೆಗೆದುಕೊಳ್ಳಿ:– ಪ್ರೋಬಯೊಟಿಕ್ಸ್ ಬ್ಯಾಕ್ಟೀರಿಯಾ ಭೋಜನದ ಪಚನ ಸರಿಯಾಗಿ ಆಗಲಿ ಎಂದು ಕರುಳುಗಳ ಬ್ಯಾಕ್ಟೀರಿಯಾಗಳನ್ನು ಉತ್ತೇಜಿತ ಮಾಡಬಹುದು. ಮೊಸರು ಹಾಗೂ ಯೊಗರ್ಟ್ ದಿಂದ ತಯಾರಾಗಿರುವ ದ್ರವಪದಾರ್ಥಗಳನ್ನು ಸೇವಿಸಿ. ನೀವು ಡಾಕ್ಟರನ್ನು ಕೇಳಿ ಪ್ರೋಬಯೊಟಿಕ್ಸ್ ಸಪ್ಲೀಮೆಂಟ್ ತೆಗೆದುಕೊಳ್ಳಬಹುದು. ಇದರಲ್ಲಿ ಯಾವುದೇ ತರಹದ ಸ್ವಾದ ಇರುವುದಿಲ್ಲ ನೀವು ಇದನ್ನು ಸುಲಭವಾಗಿ ಯಾವುದೇ ಸ್ಮೂದೀಜ್‌ನಲ್ಲಿ ಬೆರೆಸಿ ತೆಗೆದುಕೊಳ್ಳಬಹುದು.

ವ್ಯಾಯಾಮ ಮಾಡಿ:– ಸಕ್ರಿಯವಾಗಿರುವ ಶರೀರದಲ್ಲಿ ಮಲಬದ್ಧತೆ ಆಗುವುದಿಲ್ಲ. ತಮ್ಮ ದಿನಚರಿಯಲ್ಲಿ ಕನಿಷ್ಠ ಪಕ್ಷ ಅರ್ಧ ಘಂಟೆ ಓಡಾಡಿ. ಜೊತೆಗೆ ಗರ್ಭಾವಸ್ಥೆಯಲ್ಲಿ ಸುರಕ್ಷಿತವಾಗಿರುವ ವ್ಯಾಯಾಮಗಳನ್ನು ಮಾಡಬಹುದು.

ಒಂದು ವೇಳೆ ನಿಮ್ಮ ಯಾವುದೇ ಉಪಾಯಗಳು ಕೆಲಸ ಮಾಡದೇ ಹೋದರೆ ಡಾಕ್ಟರನ್ನು ಕೇಳಿ. ನಿಮ್ಮ ಇಷ್ಟದಂತೆ ಯಾವುದೇ ಹರ್ಬಲ್ ಉಪಾಯ ಅಥವಾ ಕ್ಯಾಸ್ಟಾಯಿಲ್ ಉಪಯೋಗಿಸಬೇಡಿ.

ಮಲಬದ್ಧತೆ:

''ನನ್ನ ಎಲ್ಲಾ ಗರ್ಭಿಣಿ ಗೆಳತಿಯರಿಗೆ ಮಲಬದ್ಧತೆ ಇರುತ್ತದೆ. ಆದರೆ ನನಗೆ ಇರುವುದಿಲ್ಲ. ನಾನು ಸರಿಯಾಗಿ ನಿಯಮಿತ ಸಮಯದಲ್ಲಿ ಮಲ ವಿಸರ್ಜನೆ ಮಾಡುತ್ತೀನಿ. ನನ್ನ ಸಿಸ್ಟಮ್ ಸರಿಯಾಗಿ ಕೆಲಸ ಮಾಡುತ್ತಿದೆಯೇ?

ನೀವು ಆರಂಭದಿಂದಲೇ ಒಂದೇ ತರಹದ ಜೀವನ ಶೈಲಿಯಲ್ಲಿ ಬಾಳುತ್ತಿರಬೇಕು ಅಥವಾ ಗರ್ಭಧಾರಣೆಯ ನಂತರ ತಮ್ಮ ಜೀವನ ಶೈಲಿಯಲ್ಲಿ ಬದಲಾವಣೆ ಮಾಡಿಕೊಂಡಿರಬೇಕು. ದ್ರವ ಪದಾರ್ಥಗಳು, ವ್ಯಾಯಾಮ ಹಾಗೂ ನಾರಿರುವ ಭೋಜನದಿಂದ ನಿಶ್ಚಿತವಾಗಿ ಗರ್ಭಾವಸ್ಥೆಯಲ್ಲಿ ಮಲಬದ್ಧತೆಯನ್ನು ತಡೆಯಬಹುದು. ನಿಮಗೆ ನಾರಿನಾಂಶ ಇರುವ ಭೋಜನದ ಶೈಲಿ ಹೊಸದಾಗಿದ್ದರೆ ನಿಮಗೆ ಸ್ವಲ್ಪ ತೊಂದರೆ ಆಗಬಹುದು. ಏಕೆಂದರೆ ನಿಮ್ಮ ಶರೀರಕ್ಕೆ ನಾರಿನ ಅಭ್ಯಾಸವಿಲ್ಲ. ಆದರೆ ನಿಮ್ಮ ಹೊಟ್ಟೆ ದಿನ ಸರಿಯಾದ ಸಮಯಕ್ಕೆ ಸ್ವಚ್ಛವಾಗುವುದು.

ಆಯಾಸ, ಮಲಬದ್ಧತೆ ಹಾಗೂ ಮೂಡಿ ಆಗುವ ಇನ್ನೂ ಒಂದು ಕಾರಣ

ಹಾಗೆ ಇದೆಲ್ಲ ಗ್ಯಾಸ್ಟೇಶನಲ್ ಹಾರ್ಮೋನ್‌ಗಳ ಕಾರಣದಿಂದ ಆಗುವುದು. ಆದರೆ ಅನೇಕ ಸಲ ಇದು ಥೈರೋಕ್ಸಿನ್ ಹಾರ್ಮೋನ್ ಕಡಿಮೆ ಆದರೂ ಆಗುವುದು. ತ್ವಚೆಯ ಸಮಸ್ಯೆ, ತೂಕ ಹೆಚ್ಚಾಗುವುದು, ಮಾಂಸಖಂಡಗಳಲ್ಲಿ ನೋವು ಹಾಗೂ ಸೆಳೆತ, ಸ್ಮರಣ ಶಕ್ತಿ ಕಡಿಮೆ ಆಗುವುದು, ಕೈ-ಕಾಲುಗಳಲ್ಲಿ ಊತ, ಥಂಡಿಯಲ್ಲಿ ಸಂವೇದನ ಶೀಲತೆ ಇವೆಲ್ಲ ಇದರ ಲಕ್ಷಣಗಳು. ಇದಲ್ಲದೆ ಹೈಪೊಥೈರೈಡಿಜಮ್ ಆಗಬಹುದು. ಇದರಲ್ಲಿ ಥೈರೈಡ್ ಕಡಿಮೆ ಆಗುವುದು. ಹೈಪೊಥೈರೈಡಿಜಮ್‌ನಲ್ಲಿ ಥೈರೈಡ್ ಅಧಿಕ ಆಗುವುದು. ಸಾಮಾನ್ಯವಾಗಿ ಇದರ ಲಕ್ಷಣಗಳು ಗರ್ಭಾವಸ್ಥೆಯ ಲಕ್ಷಣಗಳಂತೆ ಇರುವುದು. ನೀವು ಮೊದಲೇ ಥೈರಾಯಿಡ್ ಔಷಧಿ ತೆಗೆದುಕೊಂಡಿದ್ದರೆ ಡಾಕ್ಟರಿಗೆ ಹೇಳಿ. ಏಕೆಂದರೆ ಗರ್ಭಾವಸ್ಥೆಯಲ್ಲಿ ಥೈರೈಡ್ ಅವಶ್ಯಕತೆ ಹೆಚ್ಚು- ಕಡಿಮೆ ಆಗಬಹುದು. ಪರಿವಾರದಲ್ಲಿ ಯಾರಿಗಾದರು ಈ ರೋಗ ಇದ್ದು ನಿಮಗೂ ಈ ಲಕ್ಷಣಗಳು ಕಾಣಿಸಿದರೆ ತಕ್ಷಣ ಡಾಕ್ಟರಿಗೆ ಹೇಳಿ. ಒಂದು ಸಣ್ಣ ರಕ್ತದ ತಪಾಸಣೆಯಿಂದ ಇದರ ಫಲಿತಾಂಶ ಸಿಗಬಹುದು.

ಡಯೇರಿಯಾ

''ನನಗೆ ಮಲಬದ್ಧತೆ ಆಗುವುದಿಲ್ಲ. ಆದರೆ ಹೋದ ಎರಡು ವಾರಗಳಿಂದ ಭೇದಿ ಆಗುತ್ತಿದೆ. ಡಯೇರಿಯಾ ಅನ್ನಬಹುದು. ಇದು ಸಾಮಾನ್ಯವೇ?''

ಗರ್ಭಾವಸ್ಥೆ ಲಕ್ಷಣಗಳ ಮಾತು ಬಂದರೆ ನಿಮಗೆ ಸಾಮಾನ್ಯವಾಗಿರುವುದೇ ಸಾಮಾನ್ಯ. ನಿಮ್ಮ ಸಂದರ್ಭದಲ್ಲಿ ಭೇದಿ ಆಗುವುದು ಸಾಮಾನ್ಯವಾಗಿರಬಹುದು. ಪ್ರತಿಯೊಂದು ಶರೀರ ಹಾರ್ಮೋನ್‌ಗಳಿಗೆ ಭಿನ್ನವಾಗಿ ಪ್ರತಿಕ್ರಿಯೆ ಕೊಡುವುದು. ನಿಮ್ಮ ಶರೀರದಲ್ಲಿ ಪಚನ ಕ್ರಿಯೆ ನಿಧಾನವಾಗುವ ಬದಲು ತೀವ್ರವಾಗಿರಬೇಕು. ಅಥವಾ ಇದು ನಿಮ್ಮ ಆಹಾರದಲ್ಲಿ ಸಕಾರಾತ್ಮಕ ಬದಲಾವಣೆ ಹಾಗೂ ವ್ಯಾಯಾಮದ ಅಭ್ಯಾಸದ ಪರಿಣಾಮವಿರಬಹುದು.

ನೀವು ಬೇಕಿದ್ದರೆ ಊಟದಲ್ಲಿ ಒಣಹಣ್ಣುಗಳ ಪ್ರಮಾಣವನ್ನು ಕಡಿಮೆ ಮಾಡಿ ಬಾಳೆಹಣ್ಣು ತೆಗೆದುಕೊಳ್ಳ ಬಹುದು. ಬಾಳೆಹಣ್ಣಿನ ಕಾರಣ ನೀರಾಗಿ ಭೇದಿ ಆಗುವುದಿಲ್ಲ. ಭೇದಿ ಆದರೆ ಶರೀರದಲ್ಲಿ ನೀರಿನಾಂಶ ಕಡಿಮೆ ಆಗುವುದು ಆದಕಾರಣ ಪರಿಪೂರ್ಣ ಪ್ರಮಾಣದಲ್ಲಿ ನೀರು ಕುಡಿಯಿರಿ.

ಒಂದು ವೇಳೆ ನಿಮಗೆ ದಿನದಲ್ಲಿ ಕನಿಷ್ಠ ಪಕ್ಷ ಮೂರು ಸಲ ರಕ್ತವುಳ್ಳ ಅಥವಾ ಮ್ಯೂಕಸ್‌ವುಳ್ಳ ಭೇದಿ ಆಗುತ್ತಿದ್ದರೆ ಡಾಕ್ಟರನ್ನು ಭೇಟಿ ಮಾಡಿ. ನಿಮಗೆ ಚಿಕಿತ್ಸೆಯ ಅವಶ್ಯಕತೆ ಬೇಕಾಗಬಹುದು.

ಗ್ಯಾಸ್

''ನನ್ನ ಹೊಟ್ಟೆ ಯಾವಾಗಲೂ ಉಬ್ಬಿರುತ್ತದೆ ಹಾಗೂ ಗ್ಯಾಸ್ ಹೋಗುತ್ತಾ ಇರುತ್ತದೆ. ಪೂರ್ತಿ ಗರ್ಭಾವಸ್ಥೆಯಲ್ಲಿ ಹೀಗೆಯೆ ಇರುವುದೇ?''

ನೀವು ಬಹಳ ಗ್ಯಾಸ್ ಬಿಡುತ್ತಿದ್ದಿರೇ? ಇದರಿಂದ ಅಕ್ಕ-ಪಕ್ಕದ ವಾತಾವರಣದಲ್ಲಿ ವಾಸನೆ ಇರುವುದೇ? ಕ್ಷಮಿಸಿ ಗರ್ಭಿಣಿ ಮಹಿಳೆಗೆ ಇದು ಸಾಮಾನ್ಯ.

ಗ್ಯಾಸ್‌ನ ಶಬ್ದ ಹಾಗೂ ವಾಸನೆ ಬರದಿರಲು ಈ ಉಪಾಯಗಳನ್ನು ಮಾಡಿ:-

ನಿಯಮಿತವಾದ ಸಮಯಕ್ಕೆ ಹೋಗಿ:- ಮಲಬದ್ಧತೆ ಹಾಗೂ ಹೊಟ್ಟೆ ಉಬ್ಬುವುದರಿಂದ ಗ್ಯಾಸ್ ಆಗುವುದು. ಪ್ರತಿನಿತ್ಯ ಸರಿಯಾದ ಸಮಯಕ್ಕೆ ಮಲ ವಿಸರ್ಜಿಸಿ.

ಸಿಕ್ಸ್ ಮೀಲ್:- ದಿನದಲ್ಲಿ ಮೂರು ಸಲ ಭರ್ತಿ ಊಟಮಾಡುವ ಬದಲು ಸ್ವಲ್ಪ ಸಮಯದನಂತರದಲ್ಲಿ ಸ್ವಲ್ಪ ತಿನ್ನಿ. ಹೊಟ್ಟೆ ಅಧಿಕ ತುಂಬಿದ್ದರೂ ಹೊಟ್ಟೆ ಉಬ್ಬುವುದು. ಹಾಗು ಪಚನ ತಂತ್ರದ ಮೇಲೆ ಒತ್ತಡ ಬೀಳುವುದು. ಸಿಕ್ಸ್ ಮೀಲ್ ಸೊಲ್ಯೂಶನ್ ಉಪಯೋಗಿಸಿ.

ಊಟ ನುಂಗ ಬೇಡಿ:- ಬೇಗ-ಬೇಗ ಊಟ ತಿಂದರೆ ಗಾಳಿನೂ ಒಳಗೆ ಹೋಗುವುದು. ಇದೇ ನಿಮ್ಮ ಹೊಟ್ಟೆಗೆ ಹೋಗಿ ಗ್ಯಾಸ್ ಆಗುವುದು. ಊಟದ

ಮುಂಚೆ ಸ್ವಲ್ಪ ಆಳವಾಗಿ ಉಸಿರು ತೆಗೆದುಕೊಂಡರೆ ನಿಮಗೆ ಆರಾಮು ಸಿಗುವುದು.

ಶಾಂತವಾಗಿರಿ:– ಊಟದ ಮಧ್ಯದಲ್ಲಿ ವತ್ತಡ ಹಾಗೂ ಉತ್ತೇಜನೆಯಿಂದ ಹೊಟ್ಟೆಯೊಳಗೆ ಗಾಳಿ ಹೋಗಿ ನೀವು ಗ್ಯಾಸ್ ಟ್ಯಾಂಕ್ ಆಗುವಿರಿ.

ಗ್ಯಾಸ್ ಮಾಡುವ ಪದಾರ್ಥಗಳು:– ಇದರ ಪ್ರಭಾವ ಪ್ರತಿಯೊಬ್ಬರ ಮೇಲೆ ಭಿನ್ನವಾಗುವುದು. ಯಾವ ಪದಾರ್ಥಗಳನ್ನು ತಿಂದರೆ ನಿಮಗೆ ಗ್ಯಾಸ್ ಆಗುವುದು ಎಂದು ನೀವೇ ತಿಳಿದು ಕೊಳ್ಳಬಹುದು. ಹಾಗೆ ನಿಮಗೆ ಈರುಳ್ಳಿ, ಎಲೆಕೋಸು, ಕರಿದ್ದಿದು–ಹುರಿದಿದ್ದು, ಭಾರಿ ಸಾಸ್, ಸಕ್ಕರೆ ವುಳ್ಳ ಸಿಹಿ ಪದಾರ್ಥಗಳು, ಕಾರ್ಬೊನೇಟೆಡ್ ಪಾನೀಯಗಳು, ಹಾಗು ಬೀನ್ಸ್‌ನಿಂದ ದೂರವಿರಿ.

ಗಡಿಬಿಡಿ ಮಾಡಬೇಡಿ:– ತಮ್ಮಿಷ್ಟದಂತೆ ಯಾವುದೇ ಆನ್ಟಿಗ್ಯಾಸ್ ಔಷಧಿ ತೆಗೆದುಕೊಳ್ಳುವ ಮೊದಲು ಡಾಕ್ಟರನ್ನು ಕೇಳಿ. ಉಗುರು ಬೆಚ್ಚಗಿರುವ ನೀರಲ್ಲಿ ನಿಂಬೆ ರಸ ಬೆರೆಸಿಕೊಂಡು ಕುಡಿದರೆ ಗ್ಯಾಸ್ ದೂರವಾಗುವುದು. ಇದು ನಿಸ್ಸಂದೇಹವಾಗಿ ಒಳ್ಳೆ ಔಷಧಿ.

ತಲೆ ನೋವು

''ನನಗೆ ಮೊದಲಿಗಿಂತ ಹೆಚ್ಚು ತಲೆ ನೋವು ಆಗುತ್ತಿದೆ. ಏನಾದರೂ ತೆಗೆದುಕೊಳ್ಳಬೇಕೇ?''

ಗರ್ಭಿಣಿಮಹಿಳೆಯರು ಪೇನ್‌ಕಿಲ್ಲರ್, ಔಷಧಿಗಳಿಂದ ದೂರವಿರಬೇಕು ಆದರೆ ಈಗಲೆ ಅವರಿಗೆ ತಲೆ ನೋವು ಹೆಚ್ಚಾಗುವುದು. ನೀವು ಇದನ್ನು ಸಹಿಸಲೇ ಬೇಕು. ಆದರೆ ಔಷಧಿ ತೆಗೆದುಕೊಳ್ಳದಂತೆ ಕೆಲವು ಉಪಾಯಗಳನ್ನು ಮಾಡಬಹುದು.

ತಲೆ ನೋವು ಏಕೆ ಆಗುತ್ತಿದೆ ಎಂದು ಮೊದಲು ತಿಳಿದು ಕೊಳ್ಳಬೇಕು. ಅನೇಕ ಹಾರ್ಮೋನಲ್ ಬದಲಾವಣೆಯ ಕಾರಣದಿಂದ ಗರ್ಭಾವಸ್ಥೆಯಲ್ಲಿ ತಲೆ ನೋವಾಗುವುದು. ತಲೆ ನೋವು ಆಯಾಸ, ಶಾರೀರಿಕ ಅಥವಾ ಮಾನಸಿಕ ವತ್ತಡ, ಹಸಿವು ಎಲ್ಲಾ ಅಧಿಕವಾಗುವುದು.

ಇದರಿಂದ ಉಳಿತಾಯಕ್ಕೆ ಬಹಳ ಉಪಾಯಗಳಾಗಬಹುದು ಆದರೆ ಇದರಲ್ಲಿ ಯಾವುದು ಔಷಧಿ ಅಥವಾ ಕ್ಯಾಪ್ಸೂಲ್ ರೂಪದಲ್ಲಿ ಬರುವುದಿಲ್ಲ. ಅನೇಕ ಸಲ ಸ್ವಲ್ಪ ಜಾಗರೂಕತೆಯಿಂದಲೇ ಎಲ್ಲಾ ಸರಿ ಹೋಗಬಹುದು.

ರಿಲ್ಯಾಕ್ಸ್: ಗರ್ಭಾವಸ್ಥೆಯಲ್ಲಿ ಉತ್ತೇಜನೆ ಅಥವಾ ವತ್ತಡದ ಕಾರಣವೇ ಆಗ್ಗಾಗ ತಲೆ ನೋವು ಆಗುವುದು. ಅನೇಕ ಮಹಿಳೆಯರಿಗೆ ಧ್ಯಾನ ಹಾಗೂ ಯೋಗದಿಂದ ಬಹಳ ಆರಾಮು ಸಿಗುವುದು. ನೀವು ರಿಲ್ಯಾಕ್ಸೇಶನ್ ಟೆಕ್ನೀಕ್‌ಗಳನ್ನು ಕಲಿತು ಬಳಸರಿ. ಅಥವಾ ಕತ್ತಲೆ ರೂಮಲ್ಲಿ 10 ನಿಮಿಷದವರೆಗು ಕಣ್ಣು ಮುಚ್ಚಿಕೊಂಡು ಮಲಗಿರಿ ಅಥವಾ 10 –15 ನಿಮಿಷಕ್ಕೆ ಸೋಫಾ ಅಥವಾ ಡೆಸ್ಕ್ ಮೇಲೆ ಕಾಲು ಮೇಲೆ ಮಾಡಿಕೊಳ್ಳಿ. ಇದರಿಂದ ವತ್ತಡ ಹಾಗೂ ತಲೆ ನೋವು ಕಡಿಮೆ ಆಗುವುದು.

ಪೂರ್ತಿ ವಿಶ್ರಾಮ ಮಾಡಿ:– ಗರ್ಭಾವಸ್ಥೆಯಲ್ಲಿ ಸರಿಯಾದ ವಿಶ್ರಾಮ ಮಾಡದೆ ಹೋದರು ತಲೆನೋವು ಬರುವುದು . ವಿಶೇಷವಾಗಿ ಮೊದಲನೆಯ ಹಾಗೂ ಕಡೆಯ ಮೂರು ತಿಂಗಳಲ್ಲಿ ಆಯಾಸ ಹೆಚ್ಚಾಗುವುದು. ಯಾವ ಮಹಿಳೆಯರು ದೀರ್ಘಕಾಲದವರೆಗೂ ಕೆಲಸ ಮಾಡುತ್ತಾರೊ, ಅಥವಾ ಯಾರು ಮಕ್ಕಳ ಆರೈಕೆ ಮಾಡುತ್ತಾರೆ ಅವರಿಗೆ ನಿದ್ರೆ ಬರುವುದಿಲ್ಲ. ಅವರು ತಮ್ಮ ಹೊಟ್ಟೆಯ ಆಕಾರ ನೋಡಿ–ನೋಡಿ ಯೋಚಿಸುತ್ತಾರೆ; ನನಗೆ ಯಾವಾಗ ಆರಾಮು ಸಿಗುವುದು? ಶಿಶು ಬಂದನಂತರ ಹೇಗೆ ಎಲ್ಲಾ ಕೆಲಸಗಳು ಪೂರ್ಣವಾಗುವುದು? ಇದರಿಂದ ಆಯಾಸ ಎರಡರಷ್ಟಾಗುವುದು. ಸಮಯಸಿಕ್ಕಾಗೆಲ್ಲ ವಿಶ್ರಾಮ ತೆಗೆದುಕೊಳ್ಳಿ. ತಲೆನೋವು ಕಡಿಮೆ ಆಗುವುದು. ಅಧಿಕ ನಿದ್ರೆ ಮಾಡಬೇಡಿ ಇದರಿಂದಲೂ ತಲೆನೋವು ಹೆಚ್ಚಾಗಬಹುದು.

ಸರಿಯಾದ ಸಮಯಕ್ಕೆ ತಿನ್ನಿ:– ರಕ್ತದ ವತ್ತಡ ಕಡಿಮೆ ಆದರೆ ಹಸಿವು ಕಾರಣದಿಂದ ತಲೆ ನೋವು ಆಗಬಹುದು. ಖಾಲಿ ಹೊಟ್ಟೆಯಲ್ಲಿ ಇರಬೇಡಿ. ನಿಮ್ಮ ಬ್ಯಾಗಲ್ಲಿ ,ಕಾರಲ್ಲಿ, ಕಂಪಾರ್ಟ್‌ಮೆಂಟಲ್ಲಿ, ಮನೆಯಲ್ಲಿ ಯಾವಾಗಲೂ ಪುಷ್ಟಿಕರ ಸ್ನ್ಯಾಕ್ಸ್ ಇಟ್ಟುಕೊಂಡಿರಿ (ಸೋಯಾ ಚಿಪ್ಸ್, ಗ್ರೆನೊಲಾ, ಒಣಹಣ್ಣುಗಳು)

ಶಾಂತವಾಗಿರಿ:– ನೀವು ಗಲಾಟೆ–ಗಲಭೆ–ಗದ್ದಲ ದ ಪ್ರತಿ ಸಂವೇದನಶೀಲವಾಗಿದ್ದರೂ ನಿಮಗೆ ತಲೆ ನೋವು ಬರಬಹುದು. ಆದಕಾರಣ ಈ ತರಹದ ಸ್ಥಳಗಳಿಗೆ ಹೋಗಬೇಡಿ. ನಿಮ್ಮ ಕೆಲಸ ಕೋಲಾಹಲ ಇರುವ ಸ್ಥಳದಲ್ಲಿದ್ದರೆ ಬಾಸ್ ಜೊತೆಗೆ ಮಾತನಾಡಿ–

ಕೊರ್‌ಪಸ್ ಲೂಟೆಯಂ ಸಿಸ್ಟ್ ಅಂದರೇನೂ

ಕೊರ್‌ಪಸ್ ಲೂಟೆಯಂ ಸಿಸ್ಟ್ ಅಂದರೇನು ಎಂದು ನಿಮಗೂ ಕುತೂಹಲವಿರಬೇಕು. ನಿಮ್ಮ ಪ್ರಜನನ(ಹೆರುವ) ಜೀವನದ ಪ್ರತಿ ತಿಂಗಳು ಓವ್ಯೂಲೇಶನ್ ನಂತರ ಜೀವ ಕೋಶಗಳು ಹಳದಿ ಬಣ್ಣದ ಶರೀರದಂತೆ ತಯಾರಾಗುವುದು. ಇದನ್ನು ಯೆಲ್ಲೊ ಬಾಡಿ (ಕೊರ್‌ಪಸ್ ಲೂಟೆಯಂ) ಎನ್ನುತ್ತಾರೆ. ಇದು ಸ್ವಲ್ಪ ಪ್ರಮಾಣದಲ್ಲಿ ಪ್ರೊಜೆಸ್ಟೊರಾನ್ ಹಾಗೂ ಹೆಸ್ಟ್ರಿಜನ್ ಮಾಡುವುದು. ನೀವು ಗರ್ಭಿಣಿ ಆದಾಗ ಇದು ಕಡಿಮೆ ಆಗುವ ಬದಲು ಅಧಿಕವಾಗುವುದು. (ಪ್ಲಾಸೆಂಟಾ ಆಗುವವರಿಗೆ) ಸಾಮಾನ್ಯವಾಗಿ 10ನೇ ವಾರದತನಕ ಕೆಲಸ ಮಾಡುವುದು ನಿಲ್ಲಿಸುವುದು ಆದರೆ ಕೆಲವು ಗರ್ಭಾವಸ್ಥೆಯಲ್ಲಿ ಈ ಸಿಸ್ಟ್ ಬದಲಾಗುವುದು.

ಇದರಿಂದ ಗರ್ಭಾವಸ್ಥೆಯ ಮೇಲೆ ಯಾವುದೇ ಪ್ರಭಾವ ಬೀರುವುದಿಲ್ಲ. ಇದು ತನಗೆತಾನೆ ಎರಡನೆಯ ಮೂರು ತಿಂಗಳಲ್ಲಿ ಮುಗಿದು ಹೋಗುವುದು. ಹಾಗೆ ಡಾಕ್ಟರ್ ಇದನ್ನು ಅಲ್ಟ್ರಾಸೌಂಡ್ ಮಾಧ್ಯಮದಿಂದ ನೋಡುತ್ತಾ ಇರುತ್ತಾರೆ ಹಾಗೂ ನಿಮಗೂ ತಾಜ ಮಾಹಿತಿ ಕೊಡುತ್ತಾರೆ. ಅಂದರೆ ನಿಮಗೆ ನಿಮ್ಮ ಶಿಶುವನ್ನು ನೋಡಲೂ ಇನ್ನು ಎರಡು–ಮೂರು ಚಾನ್ಸ್ ಸಿಗುವುದು.

ಯಾವುದೇ ಶಾಂತವಾಗಿರುವ ಸ್ಥಳದಲ್ಲಿ ಸ್ಥಳಾಂತರ ಮಾಡಿಸಿಕೊಳ್ಳಿ. ಮನೆಯಲ್ಲಿ ಟೀ.ವೀ. ರೇಡಿಯೋ ಸದ್ದನ್ನು ಕಡಿಮೆ ಇಟ್ಟುಕೊಳ್ಳಿ.

ಗಾಳಿ–ಬೆಳಕಿರುವ ಸ್ಥಳದಲ್ಲಿರಿ:– ಗದ್ದಲ ಹಾಗೂ ಗಲಾಟೆಗಳಿರುವ ಸ್ಥಳದಲ್ಲಿರಬೇಡಿ. ನಿಮ್ಮ ತಲೆ ಇನ್ನು ನೋವಾಗುವುದು. ಅಕಸ್ಮಾತ್ ನೀವು ಈ ತರಹದ ಸ್ಥಳದಲ್ಲಿ ಸಿಕ್ಕಿಕೊಂಡಿದ್ದರೆ ಹೊರಗೆ ಬಂದು ಫ್ರೆಶ್ ಗಾಳಿಯಲ್ಲಿ ಉಸಿರಾಡಿ. ಸ್ವೆಟರ್ ಎಲ್ಲಾ ತೆಗೆದುಹಾಕಿ. ಹೊರಗಡೆ ಹೋಗಲಾಗದೆ ಹೋದರೆ ಕಿಟಕಿ ತೆಗೆದು ಉಸಿರಾಡಿ.

ಬೆಳಕಿನ ವ್ಯವಸ್ಥೆ: ನಿಮ್ಮ ಅಕ್ಕ– ಪಕ್ಕದಲ್ಲಿ ಬೆಳಕಿನ ವ್ಯವಸ್ಥೆಯನ್ನು ಗಮನವಿಟ್ಟು ನೋಡಿ. ಅನೇಕ ಸ್ಥಳದಲ್ಲಿ ಫ್ಲೊರೊಸೆಂಟ್ ಬಲ್ಬ್‌ಗಳ ಬೆಳಕಿನಿಂದಲೂ ತಲೆ ನೋವು ಬರುವುದು. ಬಲ್ಬ್ ಹಾಕಿದರೂ ಸರಿಯಾಗದೆ ಹೋದರೆ ಮಧ್ಯ–ಮಧ್ಯದಲ್ಲಿ ನೀವೇ ಹೊರಗೆ ಹೋಗಿ ಬನ್ನಿ.

ವಿಕಲ್ಪಗಳನ್ನು ಬಳಸಿ:– ಆಕ್ಯೂಪಂಚರ್, ಆಕ್ಯೂಪ್ರೆಶರ್, ಬಯೊಫೀಡಬ್ಯಾಕ್, ಹಾಗೂ ಮಾಲಿಶ್ ಆಂತ ವೈಕಲ್ಪಿಕ ಚಿಕಿತ್ಸೆ ಪದ್ಧತಿಗಳನ್ನು ಬಳಸಿ.

ತಣ್ಣಗಿರುವುದು ಹಾಗು ಬಿಸಿಯಾಗಿರುವ ಶಾಕ:– ಸೈನಸ್ ತಲೆ ನೋವಿಂದ ದೂರವಾಗಲೂ ದಿನದಲ್ಲಿ ನಾಲ್ಕು ಸಲ 10 ನಿಮಿಷದವರೆಗು 30–30 ಸೆಕೆಂಡ್‌ಗೆ ತಲೆ ಮೇಲೆ ಬಿಸಿ–ತಣ್ಣಗಿರುವ ಶಾಕ ತೆಗೆದುಕೊಳ್ಳಿ. ವತ್ತಡದ ಕಾರಣದಿಂದ ತಲೆ ನೋವಾದರೆ ಕತ್ತಿನ ಹಿಂಭಾಗದಲ್ಲಿ ಐಸ್ ಇಟ್ಟುಕೊಂಡು ಕಣ್ಣುಮುಚ್ಚಿ ಕೊಳ್ಳಿ. ಸಾಮಾನ್ಯ ಐಸ್ ಪ್ಯಾಕ್ ಅಥವಾ ಚಿಲ್ ಬೇಸ್ಡ್ ನೆಕ್ ಪಿಲ್ಲೋ ಉಪಯೋಗಿಸಿ.

ದೇಹದ ಭಂಗಿ (ಪಾಶ್ಚರ್): ದೀರ್ಘಕಾಲದವರೆಗು ಬಗ್ಗಿ, ಅಥವಾ ಅಡ್ಡಾ–ದಿಡ್ಡಿ ಕುಳಿತುಕೊಂಡು ಕೆಲಸಮಾಡ ಬೇಡಿ (ಶಿಸುವಿಗೆ ಕಾಲುಚೀಲ ಹೊಲಿಯುವುದು) ತಮ್ಮ ಪಾಶ್ಚರ್ ಮೇಲೆ ಪೂರ್ತಿ ಗಮನಕೊಡಿ.

ಔಷಧಿ ತೆಗೆದುಕೊಳ್ಳಿ:– ಆರಾಮ ಸಿಗದೆ ಹೋದರೆ ಔಷಧಿ ತೆಗೆದುಕೊಳ್ಳಿ. ಹಾಗೆ ಟೈಲಿಜೊಲ್ ಯಿಂದ ಬಹಳ ಆರಾಮ ಸಿಗುವುದು. ಇದನ್ನು ಗರ್ಭಾವಸ್ಥೆಯಲ್ಲಿ ಸುರಕ್ಷಿತ ಎಂದು ಹೇಳಿತ್ತಾರೆ. ಡಾಕ್ಟರ್ ಸಹಾಯದಿಂದ ಸರಿಯಾದ ಪ್ರಮಾಣ ತೆಗೆದುಕೊಳ್ಳಿ. ಒಂದು ವೇಳೆ ಸ್ವಲ್ಪ ಕಾಲದವರೆಗು ನಿರಂತರವಾಗಿ ಬೇರೆ ತರಹ ನೋವಿದ್ದರೆ, ಜ್ವರ ಬಂದರೆ, ಪದೇ–ಪದೇ ನೋವಾದರೆ, ಕೈ–ಕಾಲುಗಳಲ್ಲಿ ಊತ ಕಾಣಿಸಿದರೆ ಡಾಕ್ಟರ್ ಹತ್ತಿರ ಹೋಗಿ.

''ನನಗೆ ಮೈಗ್ರೆನ್ ನೋವು ಯಾವಗಲೂ ಆಗುವುದು. ಇದು ಗರ್ಭಾವಸ್ಥೆಯಲ್ಲಿ ಇನ್ನೂ ಅಧಿಕವಾಗುವುದು ಎಂದು ನಾನು ಕೇಳಿದ್ದೇನೆ. ಇದು ನಿಜವೇ?''

ಕೆಲವು ಗರ್ಭಿಣಿ ಮಹಿಳೆಯರಿಗೆ ಗರ್ಭಾವಸ್ಥೆಯಲ್ಲಿ ಮೈಗ್ರೆನ್ ನೋವು ಹೆಚ್ಚಾಗಿದೆ ಎಂದು ಅನಿಸುತ್ತದೆ ಆದರೆ ಕೆಲವು ಸೌಭಾಗ್ಯಶಾಲಿ ಮಹಿಳೆಯರು ಇದ್ದಾರೆ ಅವರಿಗೆ ನೋವು ಕಡಿಮೆ ಆಗುವುದು. ಮೈಗ್ರೆನ್ ನೋವಿನ ಪ್ರಮಾಣ ಹೆಚ್ಚು ಕಡಿಮೆ ಏಕೆ ಆಗುವುದು ಎಂದು ಇನ್ನು ತಿಳಿದು ಬಂದಿಲ್ಲ.

ನೀವು ಮೊದಲಿನಿಂದಲೇ ಮೈಗ್ರೆನ್ ನೋವಿಂದ ಪೀಡಿತರಾಗಿದ್ದರೆ ಗರ್ಭಾವಸ್ಥೆಯಲ್ಲಿ ಯಾವ ಔಷಧಿ ತೆಗೆದುಕೊಳ್ಳುವುದು ಸುರಕ್ಷಿತವಾಗಿದೆ ಎಂದು ಡಾಕ್ಟರನ್ನು ಕೇಳಿ. ಈ ತರಹ ನೀವು ಮೊದಲೇ ಈ ಭಯಂಕರ ನೋವಿಗೆ ಉಪಾಯ ಮಾಡಿಕೊಳ್ಳಬಹುದು.

ಒಂದು ವೇಳೆ ನಿಮಗೆ ಮೈಗ್ರೆನ್ ಆಗುವ ಕಾರಣ ಗೊತ್ತಿದ್ದರೆ ನೀವು ಅದನ್ನು ತಡೆಯಲು ಉಪಾಯ ಮಾಡ ಬಹುದು. ಚಾಕ್‌ಲೆಟ್, ಚೀಜ್, ಕಾಫೀ ಅಥವಾ ಒತ್ತಡ. ಮುಖದ ಮೇಲೆ ತಣ್ಣಗಿರುವ ನೀರನ್ನು ಚಿಮುಕಿಸಿಕೊಳ್ಳಿ. ಮುಖವನ್ನು ತಣ್ಣಗಿರುವ ಬಟ್ಟೆಯಿಂದ ಒರೆಸಿಕೊಳ್ಳಿ. ಗದ್ದಲ, ಬೆಳಕು, ವಾಸನೆಯಿಂದ ದೂರವಿದ್ದು ಯಾವುದಾದರು ಕತ್ತಲೆ ರೂಮಲ್ಲಿ 2–3 ಗಂಟೆಗಳ ಕಾಲ ಮಲಗಿ. ಕಣ್ಣು ಮುಚ್ಚಿ ಕೊಂಡು ಧ್ಯಾನ ಮಾಡಿ ಅಥವಾ ಸಂಗೀತ ಕೇಳಿ. ಏನೂ ಓದಬೇಡಿ, ಟೀ.ವೀ. ನೋಡ ಬೇಡಿ. ಬಯೊಫೀಡಬ್ಯಾಕ್ ಅಥವಾ ಆಕ್ಯೂಪಂಚರ್ ಟೆಕ್ನೀಕ್‌ಗಳನ್ನು ಬಳಸಿ.

ಸ್ಟ್ರೆಚ್ ಮಾರ್ಕ್

"ನನ್ನ ಶರೀರದ ಮೇಲೆ ಸ್ಟ್ರೆಚ್ ಮಾರ್ಕ್ ಆಗುವುದು ಎಂದು ನನಗೆ ಭಯ. ಇದನ್ನು ತಡೆಯಬಹುದೇ?"

ಇದನ್ನು ಯಾರೂ ಇಷ್ಟ ಪಡುವುದಿಲ್ಲ ಆದರೆ ಗರ್ಭಿಣಿ ಮಹಿಳೆಯರಿಗೆ ಗರ್ಭಾವಸ್ಥೆಯಲ್ಲಿ ಬ್ರೆಸ್ಟ್, ನಿತಂಬಗಳಮೇಲೆ ಅಥವಾ ಹೊಟ್ಟೆಯ ಮೇಲೆ ತಿಳಿ ಕೆಂಪು ಗುಲಾಬಿ ಬಣ್ಣದ ಸ್ಟ್ರೆಚ್ ಮಾರ್ಕ್ ಆಗೇ ಬಿಡುವುದು.

ನಿಮ್ಮ ತ್ವಚೆಯ ಕೆಳಗಡೆ ಅಂಗಾಂಶ(ಟಿಶ್ಯೂ) ಗಳ ಪದರದ ಮೇಲೆ ಬಿರುಕು ಬರುವುದು. ಇದರಲ್ಲಿ (ಟಿಶ್ಯೂ) ತಮ್ಮ ಮಟ್ಟಕ್ಕಿಂತ ಹೆಚ್ಚು ಎಳೆತ ಆಗುವುದು, ಆಗ ಸ್ಟ್ರೆಚ್ ಮಾರ್ಕ್ ಆಗುವುದು. ಯಾವ ಗರ್ಭಿಣಿ ತಾಯಂದಿರ ತ್ವಚೆ ಬಹಳ ಮೃದುವಾಗಿರುವುದೋ ಅಥವಾ ಯಾರು ವ್ಯಾಯಾಮ ಹಾಗು ಪೋಷಣೆಯಿಂದ ತ್ವಚೆಯನ್ನು ಚೆನ್ನಾಗಿ ಪೋಷಿಸಿಕೊಂಡಿದ್ದಾರೋ ಅವರು ತಾಯಿಯಾದ ನಂತರವೂ ಈ ತರಹದ ಸ್ಟ್ರೆಚ್ ಮಾರ್ಕ್‌ಗಳಿಂದ ಮುಕ್ತರಾಗಿರುತ್ತಾರೆ. ಒಂದು ವೇಳೆ ನಿಮ್ಮ ತಾಯಿಗೂ ಈ ತರಹದ ಮಾರ್ಕ್ ಆಗಿದ್ದರೆ ನೀವು ಸಹ ಈ ಮಾರ್ಕ್‌ಗಳಿಂದ ದೂರವಿರಲಾಗುವುದಿಲ್ಲ. ಅವರು (ನಿಮ್ಮ ತಾಯಿ)ಸೌಭಾಗ್ಯಶಾಲಿ ಇದ್ದು ಈ ಮಾರ್ಕ್‌ಗಳಿಂದ ದೂರವಾಗಿದ್ದರೆ ನೀವು ಸಹ ದೂರವಿರುತ್ತೀರಿ.

ಹಾಗೆ ನೀವು ನಿಮ್ಮ ಕಡೆಯಿಂದ ಉಳಿತಾಯಕ್ಕೆ ಕೆಲವು ಉಪಾಯಗಳನ್ನು ಮಾಡಬಹುದು. ಉದಾ; ತೂಕ ನಿಧಾನವಾಗಿ ಹೆಚ್ಚಿಸಿಕೊಳ್ಳುವುದು(ತ್ವಚೆ ಎಷ್ಟು ಬೇಗ ಎಳೆಯುವುದೋ ಅಷ್ಟು ಬೇಗ ಮಾರ್ಕ್ ಬೀಳುವುದು). ತ್ವಚೆಯಲ್ಲಿ ಮೃದುತ್ವ ಇರಲೆಂದು ತ್ವಚೆಗೆ ವಿಟಮಿನ್ ಸೀ ಯುಕ್ತ ಆಹಾರ ಕೊಡಿ. ನೀವು ಕೊಕೊನಟ್ ವಾಟರ್ ಅಂತಹ ಮಾಯ್‌ಶ್ಚರೈಜರ್ ಉಪಯೋಗಿಸಬಹುದು. ಇದರಿಂದ ತ್ವಚೆಯು ಒಣಗುವುದಿಲ್ಲ ನೋವೂ ಆಗುವುದಿಲ್ಲ.

ನಿಮ್ಮ ಯಜಮಾನರಿಗೆ ಇದನ್ನು ನಿಮ್ಮ ಹೊಟ್ಟೆಯ ಮೇಲೆ ಹಚ್ಚಲು ಹೇಳಿ. ಮಗುವಿಗೂ ಮಾಲಿಶ್ ಸುಖ ಸಿಗುವುದು.

ನಿಮಗೆ ಬಹಳ ಗಾಡವಾದ ಮಾರ್ಕ್ ಇದ್ದರೂ ಘಾಬರಿ ಪಡಬೇಡಿ. ಪ್ರಸವದನಂತರ ಕೆಲವು ತಿಂಗಳಾದ ಮೇಲೆ ಅದು ತಿಳಿಯಾಗುವುದು. ಆಮೇಲೆ ತ್ವಚೆತಜ್ಞರ ಸಲಹೆ ಪಡೆಯಬಹುದು. ಅಲ್ಲಿಯ ತನಕ ಇದನ್ನು (ಮಾರ್ಕ್) ಹೆಮ್ಮೆಯಿಂದ ಒಪ್ಪಿಕೊಳ್ಳಿ.

ದೇಹದ ಮೇಲೆ ರೇಖಾಚಿತ್ರ (ಬಾಡಿ ಆರ್ಟ್, ಟ್ಯಾಟೂ)

"ಹೊಟ್ ಮ್ಮಮಾ" ಎಂದು ಟ್ಯಾಟೂ ಮಾಡಿಸಿಕೊಳ್ಳಲು ಹೋಗುತ್ತಿದ್ದಿರಾ? ಸ್ವಲ್ಪ ತಡೆಯಿರಿ. ಹಾಗೆ ಅದರ ಇಂಕ್ ತನಗೆತಾನೆ ನಿಮ್ಮ ರಕ್ತದಲ್ಲಿ ಸೇರುವುದಿಲ್ಲ. ಆದರೂ ಸೂಜಿಯಿಂದ ಸೋಂಕಾಗಬಹುದು. ಅಪಾಯವನ್ನು ಏಕೆ ಆಹ್ವಾನಿಸಬೇಕು?

ಅನೇಕ ಸಲ ಗರ್ಭಾವಸ್ಥೆಯ ಸಮಯದಲ್ಲಿ ಮಾಡಿರುವ ಟ್ಯಾಟೂ ಪ್ರಸವದನಂತರ ವಿಚಿತ್ರವಾಗಿ ಕಾಣಬಹುದು. ಆದಕಾರಣ ಸ್ವಲ್ಪ ಕಾಯಿರಿ ಶಿಶು ಭೂಮಿಮೇಲೆ ಬರಲಿ.

ಬಹಳ ಆಸೆ ಆಗಿದ್ದರೆ ಗೋರಂಟಿ (ಹೆನ್ನ) ಉಪಯೋಗಿಸಬಹುದು. ಆದರಲ್ಲೂ ನೀವು ಪ್ರಾಕೃತಿಕ ಗೋರಂಟಿ ಉಪಯೋಗಿಸಿ. ಕೆಮಿಕಲ್ ಯುಕ್ತ ಗೋರಂಟಿ(ಬರೀ ಮೆಹೆಂದಿ) ಹಾನಿ ಮಾಡಬಹುದು. ಇದಕ್ಕು ಮೊದಲು ಡಾಕ್ಟರನ್ನು ಕೇಳಿ ಏಕೆಂದರೆ ನಿಮ್ಮ ಸಂವೇದನಶೀಲ ತ್ವಚೆಯ ಮೇಲೆ ಅಲರ್ಜಿ ಆಗಬಹುದು. ಮೊದಲು ತ್ವಚೆ ಮೇಲೆ ಹಚ್ಚಿಕೊಂಡು ಪ್ಯಾಚ್ ಟೆಸ್ಟ್ ಮಾಡಿ 24 ಗಂಟೆ ತನಕ ಏನು ಆಗದೆ ಹೋದರೆ ಉಪಯೋಗಿಸುವುದು ಸುರಕ್ಷಿತವಾಗಿದೆ ಎಂದರ್ಥ.

ಮೊದಲನೆಯ ಮೂರು ತಿಂಗಳು ಹಾಗೂ ತೂಕ ಹೆಚ್ಚಾಗುವುದು

''ಮೊದಲನೆಯ ಮೂರು ತಿಂಗಳು ಮುಗಿಯುತ್ತಾ ಬಂತು, ಆದರೂ ನನ್ನ ತೂಕ ಇನ್ನೂ ಹೆಚ್ಚಾಗಿಲ್ಲ.''

ಕೆಲವು ಗರ್ಭಿಣಿ ಮಹಿಳೆಯರಿಗೆ ಪ್ರಾರಂಭದಲ್ಲಿ ತೂಕ ಹೆಚ್ಚಿಸಿಕೊಳ್ಳಲಾಗುವುದಿಲ್ಲ, ಕೆಲವರಿಗೆ ತೂಕ ಕಡಿಮೆ ಆಗುವುದು. ಇದು ಮಾರ್ನಿಂಗ್ ಸಿಕ್‌ನೆಸ್ ಕಾರಣದಿಂದ ಆಗಿರಬಹುದು. ನೀವು ಓಕರಿಕೆ ಹಾಗೂ ಊಟ ರುಚಿಸದೇ ಇರುವ ಕಾರಣ ತಿನ್ನದೇ ಹೋದರೂ ಭಾಗ್ಯದಿಂದ ಪ್ರಕೃತಿಯು ನಿಮ್ಮ ಶಿಶುವನು ಸ್ವಯಂ ರಕ್ಷಿಸುವಳು. ಸಣ್ಣ ಭ್ರೂಣಕ್ಕೆ ಹೆಚ್ಚು ಪೋಷಣೆಯ ಅವಶ್ಯಕತೆ ಇರುವುದಿಲ್ಲ. ಇದರರ್ಥ ಏನೆಂದರೆ ಈಗ ತೂಕ ಹೆಚ್ಚಾಗದೆ ಹೋದರೂ ಏನು ಪ್ರಭಾವವಾಗುವುದಿಲ್ಲ. ಶಿಶು ಬೆಳೆದಂತೆ ಶರೀರಕ್ಕೆ ಅಧಿಕ ಪೋಷಣೆ ಹಾಗೂ ಕ್ಯಾಲೊರಿಯ ಅವಶ್ಯಕತೆ ಆಗುವುದು ಆಗ ನೀವು ತೂಕ ಹೆಚ್ಚಿಸಬೇಕು.

ಈಗ ಚಿಂತಿಸ ಬೇಡಿ ನಾಲ್ಕನೆಯ ತಿಂಗಳಿನಿಂದ ನಿಮ್ಮ ತೂಕ ಸರಿಯಾದ ರೀತಿಯಲ್ಲಿ ಹೆಚ್ಚಾಗುವುದು. ತೂಕ ಹೆಚ್ಚಿಸಲು ತೊಂದರೆ ಆದರೆ ಊಟದಲ್ಲಿ ಕ್ಯಾಲೊರಿಯ ಪ್ರಮಾಣ ಅಧಿಕ ಮಾಡಿ. ಮಧ್ಯ-ಮಧ್ಯದಲ್ಲಿ ಸ್ನ್ಯಾಕ್ಸ್ ತಿನ್ನಿ. ಭೋಜನದ ಪ್ರಮಾಣ ಹೆಚ್ಚಿಸಿ. ಒಂದೇ ಸಲ ಅಧಿಕ ತಿನ್ನಲು ಆಗದೆ ಹೋದರೂ ಪರವಾಗಿಲ್ಲ, ಸಿಕ್ಸ್ ಮೀಲ್ ಸೊಲ್ಯೂಶನ್ ಬಳಸಿ. ಸಲಾಡ್ ಹಾಗೂ ಸೂಪನ್ನು ಮೆನು ಕೋರ್ಸ್‌ನಿಂದ ಬೇರೆ ಮಾಡಿ. ಇದರಿಂದ ಹೊಟ್ಟೆ ತುಂಬಿ ನಿಮಗೆ ಊಟ ಮಾಡಲು ಹಸಿವು ಇಲ್ಲದೆ ಇರಬಹುದು. ಮೇದಸ್ಸು ಇರುವ ಆಹಾರ (ಒಣ ಹಣ್ಣು ಆಲಿವ್ ಆಯಿಲ್, ಕಾಳುಗಳು ಎವೊಕಾಡೊ) ಖುಶಿಯಾಗಿ ತಿನ್ನಿ ಆದರೆ ಜಂಕ್ ಫುಡ್ ತಿನ್ನಬೇಡಿ. ಈ ತರಹ ತೂಕ ಹೆಚ್ಚಾದರೆ ಅದರ ಪ್ರಭಾವ ಶಿಶುವಿನ ಮೇಲೆ ಆಗದೆ ನಿಮ್ಮ ನಿತಂಬಗಳು ಹಾಗೂ ತೊಡೆಗಳ ಮೇಲೆ ಕಾಣಿಸುವುದು.

''ನಾನು 12ನೇ ವಾರದ ಗರ್ಭಿಣಿ. ಈಗಲೇ ನನ್ನ ತೂಕ 13 ಪೌಂಡ್ ಹೆಚ್ಚಾಗಿದೆ. ನನಗೂ ಆಶ್ಚರ್ಯವಾಯಿತು ಆದರೆ ಈಗ ನಾನು ಏನು ಮಾಡಲಿ?''

ಘಾಬರಿ ಆಗಬೇಡಿ. ಅನೇಕ ಮಹಿಳೆಯರಿಗೆ ಮೊದಲನೆಯ ಮೂರು ತಿಂಗಳ ನಂತರ ಈ ತರಹದ ಒಂದು ಶಾಕ್ ಆಗುವುದು. ಅವರ ತೂಕ ಇಷ್ಟು ಹೆಚ್ಚಾಗಿದೆ ಎಂದು ನೋಡಿ ಅವರಿಗೆ ಆಶ್ಚರ್ಯವಾಗುವುದು. ಅನೇಕ ಸಲ ಇದು ಊಟದ ಪದ್ಧತಿಯ ಕಾರಣ ಆಗುವುದು. ಅವರಿಗೆ ಮೊದಲನೆಯ ದಿನದಿಂದಲೇ ಅನಿಸುತ್ತದೆ ಅವರು ಇಬ್ಬರಿಗಾಗಿ ತಿನ್ನುತ್ತಿದ್ದಾರೆ ಎಂದು.

ಅನೇಕ ಸಲ ಅವರು ಓಕರಿಕೆ ಅಥವಾ ಹೊಟ್ಟೆ ತೊಳಸಿದರೆ ಅವಶ್ಯಕತೆಗಿಂತ ಅಧಿಕ ಐಸ್ ಕ್ರೀಮ್, ಬರ್ಗರ್, ಪಾಸ್ತಾ ಅಥವಾ ಬ್ರೆಡ್ ತೆಗೆದುಕೊಳ್ಳುತ್ತಾರೆ.

ಈ ತೂಕದಿಂದ ಘಾಬರಿ ಆಗುವ ಅವಶ್ಯಕತೆ ಇಲ್ಲ. ನೀವು ಇದೇ ತೂಕವನ್ನು ಆರು ತಿಂಗಳತನಕ ತೆಗೆದುಕೊಂಡು ಹೋಗಲಾಗುವುದಿಲ್ಲ. ಏಕೆಂದರೆ ಶಿಶುವಿಗೆ ಬೆಳವಣಿಗೆಯ ಜೊತೆಗೆ ಅತಿರಿಕ್ತ ಪೋಷಣದ ಅವಶ್ಯಕತೆ ಆಗುವುದು. ಆದಕಾರಣ ಕ್ಯಾಲೊರಿ ಕಡಿಮೆ ಮಾಡುವ ವಿಷಯದಲ್ಲಿ ಯೋಚನೆ ಮಾಡ ಬೇಡಿ. ಹಾಗೆ ನೀವು ಸ್ವಲ್ಪ ಜಾಗರೂಕರಾಗಿದ್ದು ಇದನ್ನು (ತೂಕ ಹೆಚ್ಚಾಗುವುದು) ಸ್ವಲ್ಪ ನಿಧಾನಿಸಬಹುದು.

ಡಾಕ್ಟರಿನ ಸಲಹೆ ಪಡೆಯಿರಿ. ಮುಂದೆ ಎರಡು ಮೂರು ತಿಂಗಳಿಗೆ ತೂಕದ ಲಕ್ಷ್ಯ ಮಾಡಿಕೊಳ್ಳಿ. ಅದರಂತೆ ನಡೆಯಲು ಪ್ರಯತ್ನಿಸಿ. ಏಕೆಂದರೆ ಇದರಂತೆ ತೂಕ ಹೆಚಿಸಿಕೊಂಡರೆ ಶಿಶುವಿಗೂ ಪೂರ್ತಿ ಪೋಷಣೆ ಸಿಗುವುದು ಹಾಗು ನಿಮಗೂ ಪ್ರಸವದನಂತರ ಬೇಡದ ತೂಕವನ್ನು ಕಡಿಮೆ ಮಾಡಲು ಕಷ್ಟವಾಗುವುದಿಲ್ಲ.

ಗರ್ಭಿಣಿ ಕಾಣಿಸುವುದು

''ನಾನು ಈಗ ಮೊದಲನೆಯ ಮೂರು ತಿಂಗಳಲ್ಲೆ ಇದ್ದೀನಿ ಆದರೆ ನನ್ನ ಹೊಟ್ಟೆ ಈಗಲೆ ಕಾಣಿಸುವುದು?''

ಕೆಲವು ಗರ್ಭಿಣಿ ಮಹಿಳೆಯರಿಗೆ ಬಹಳ ಸಮಯದ ತನಕ ಹೊಟ್ಟೆ ಕಾಣಿಸುವುದಿಲ್ಲ. ಕೆಲವರಿಗೆ ಪ್ರಾರಂಭದಿಂದಲೇ

ಗಂಡು ಅಂದರೆ ಗಂಡೇನೆ ಅಲ್ಲವಾ

ಎರಡನೆಯ ಮೂರು ತಿಂಗಳು ಮುಗಿದ ಮೇಲೆ ನಿಮ್ಮ ಆರಿ ಹೋಗಿರುವ ಹಸಿವು ವಾಪಸ್ ಬರುವುದು. ತುಂಬ ಹಸಿವು ಆದರೆ ನಿಮ್ಮ ಹೊಟ್ಟೆಯಲ್ಲಿ ಒಂದು ನರ ಭ್ರೂಣ ಬೆಳೆಯುತ್ತಿದೆ. ಗಂಡು ಮಕ್ಕಳ ತಾಯಂದಿರು ಹೆಣ್ಣು ಮಕ್ಕಳ ತಾಯಂದಿರ ತುಲನೆಯಲ್ಲಿ ಅಧಿಕ ತಿನ್ನುತ್ತಾರೆ ಎಂದು ಅಧ್ಯಯನಗಳಿಂದ ತಿಳಿದು ಬಂದಿದೆ. ಇದೇ ಕಾರಣ ಜನನದ ಸಮಯದಲ್ಲಿ ಗಂಡು ಮಕ್ಕಳ ತೂಕ ಹೆಚ್ಚಾಗಿರುತ್ತದೆ. ನೀವು ಬರೀ ಊಟದ ಬಗ್ಗೇನೆ ಯೋಚನೆ ಮಾಡುತ್ತೀರ.

ಹೊಟ್ಟೆಯ ಉಬ್ಬು ಅನುಭವವಾಗುತ್ತದೆ. ಏಕೆಂದರೆ ಪ್ರತಿಯೊಂದು ಗರ್ಭಾವಸ್ಥೆ ತನ್ನಲ್ಲಿತಾನೆ ಭಿನ್ನವಾಗಿರುವುದು. ಈಗಲೆ ಇಷ್ಟು ಹೊಟ್ಟೆ ಕಾಣಿಸಿದರೆ ಮುಂದೆ ಇನ್ನೆಷ್ಟು ಕಾಣಿಸುವುದು ಎಂದು ನಿಮಗೆ ಭಯ. ಘಾಬರಿ ಆಗಬೇಡಿ. ನಿಮಗೆ ನೀವು ಗರ್ಭಿಣಿ ಅಲ್ಲ ಎಂದು ಭಯ ಕಾಡುವುದಿಲ್ಲ. ಅಲ್ಲವಾ?

ಬೇಗ ಹೊಟ್ಟೆ ಕಾಣಿಸಲು ಕೆಳಗೆ ಬರೆದಿರುವ ಕಾರಣಗಳು ಇರ ಬಹುದು:

- ನಿಮ್ಮ ಆಕಾರ ಸಣ್ಣದಾಗಿದ್ದರೆ ನಿಮ್ಮ ದೊಡ್ಡದಾಗುತ್ತಿರುವ ಗರ್ಭಾಶಯಕ್ಕೆ ಮರೆ ಆಗಲು ಸ್ಥಳ ಸಿಗುವುದಿಲ್ಲ.
- ನಿಮ್ಮ ಮಾಂಸಖಂಡಗಳ ಎಳೆಯುವಿಕೆಯ ಕ್ಷಮತೆ(ಟೋನ್) ಕಡಿಮೆ ಇದ್ದರೂ ನಿಮ್ಮ ಹೊಟ್ಟೆ ಬೇಗ ಕಾಣಿಸುವುದು. ಆಗ ಎರಡನೆಯ ಗರ್ಭಾವಸ್ಥೆಯಲ್ಲೂ ಹೊಟ್ಟೆ ಬೇಗ ಕಾಣಿಸುವುದು ಏಕೆಂದರೆ ಅವರ ಹೊಟ್ಟೆಯ ಮಾಂಸಖಂಡಗಳು ಮೊದಲೇ ಎಳೆದಿರುತ್ತದೆ.
- ನೀವು ಗರ್ಭಿಣಿ ಆದ ತಕ್ಷಣ ಅವಶ್ಯಕತೆಗಿಂತ ಅಧಿಕ ತಿಂದರೆ ನಿಮ್ಮ ಹೊಟ್ಟೆ ಬೇಗ ಕಾಣಿಸುವುದು. ಮೇಧಸ್ಸು ಎಲ್ಲಿಗೆ ಹೋಗಬೇಕು?
- ನಿಮಗೆ ಗರ್ಭಧಾರಣೆಯ ಸರಿಯಾದ ಸ್ಥಿತಿ ಗೊತ್ತಿಲ್ಲದೆ ಹೋದರೂ ಹೀಗಾಗಬಹುದು.
- ಹೊಟ್ಟೆಯಲ್ಲಿ ಗ್ಯಾಸ್ ಅಥವಾ ಉಬ್ಬುವಿಕೆಯ ಕಾರಣದಿಂದಲೂ ಹೊಟ್ಟೆ ಉಬ್ಬಿರುವಂತೆ ಕಾಣಿಸುವುದು.
- ಅನೇಕ ಸಲ ಮೊದಲನೆಯ ಮೂರು ತಿಂಗಳಲ್ಲಿ ಹೊಟ್ಟೆಯ ಉಬ್ಬು ಕಾಣಿಸುವುದು. ಆ ಮಹಿಳೆಯರ ಹೊಟ್ಟೆಯಲ್ಲಿ ಅವಳಿ–ಜವಳಿ ಮಕ್ಕಳಿರಬಹುದು. ಸಾಮಾನ್ಯವಾಗಿ ಹೊಟ್ಟೆಯ ಈ ಉಬ್ಬಿನ ಅರ್ಥ ನಿಮಗೆ ಎರಡು ಶಿಶುಗಳನ್ನು ಸಂಭಾಳಿಸಬೇಕೆಂದು ಅಲ್ಲವೇ ಅಲ್ಲ.

ಅವಳಿ–ಜವಳಿ ಮಕ್ಕಳು

''ನನ್ನ ಹೊಟ್ಟೆಯಲ್ಲಿ ಅವಳಿ–ಜವಳಿ ಮಕ್ಕಳಿದ್ದಾರೆ ಎಂದು ಡಾಕ್ಟರಿಗೆ ಹೇಗೆ ಗೊತ್ತಾಗುವುದು?''

ಹೊಟ್ಟೆಯಲ್ಲಿ ಅವಳಿ–ಜವಳಿ ಮಕ್ಕಳಿದ್ದಾರೆ ಎಂದು ನಿಮಗೆ ಅನಿಸುತ್ತಿದೆಯೇ? ಇದನ್ನು ತಿಳಿಯಲು ಅನೇಕ ರೀತಿಗಳಿವೆ.

ಸಮಯ ಪೂರ್ವ ಗರ್ಭಾಶಯದ ದೊಡ್ಡ ಆಕಾರ:– ಅವಳಿ–ಜವಳಿ ಮಕ್ಕಳನ್ನು ಕಂಡುಹಿಡಿಯಲು ಹೊಟ್ಟೆ ಆಕಾರದ ಬದಲು ಗರ್ಭಾಶಯದ ಆಕಾರವನ್ನು ಗಮನಿಸುತ್ತಾರೆ. ಡ್ಯೂ ಡೇಟ್‌ನ ಲೆಕ್ಕಾಚಾರದಲ್ಲಿ ಗರ್ಭಾಶಯ ಅಧಿಕ ತೀವ್ರವಾಗಿ ಬೆಳೆಯುತ್ತಿದ್ದರೆ ನಿಮಗೆ ಮಲ್ಟಿಪಲ್ ಪ್ರೆಗ್ನೆನ್ಸಿ ಇರಬಹುದು. ಕೇವಲ ದೊಡ್ಡ ಹೊಟ್ಟೆಯಿಂದ ಅಂದಾಜು ಆಗುವುದಿಲ್ಲ.

ಗರ್ಭಾವಸ್ಥೆಯ ಲಕ್ಷಣಗಳು ಬಹಳವಾಗಿ ಕಾಣಿಸುವುದು:– ಅವಳಿ–ಜವಳಿ ಮಕ್ಕಳ ಸಂದರ್ಭದಲ್ಲಿ ಗರ್ಭಾವಸ್ಥೆಯ ಲಕ್ಷಣಗಳು ಬಹಳ ಅಧಿಕವಾಗಿ ಕಾಣಿಸುವುದು. (ಮಾರ್ನಿಂಗ್ ಸಿಕ್‌ನೆಸ್, ಅಜೀರ್ಣ). ಆದರೆ ಈ ತರಹ ಒಂದು ಭ್ರೂಣದ ಗರ್ಭಾವಸ್ಥೆಯಲ್ಲೂ ಆಗಬಹುದು.

ತಾಯಿ ಒಂದು ಅಥವಾ ಎರಡು ಮಕ್ಕಳಿಗೆ ಜನ್ಮ ಕೊಡುತ್ತಾಳೆ ಎಂದು ನಿರ್ಧರಿಸಲು ಅನೇಕ ಕಾರಣಗಳಿವೆ. 35 ವರ್ಷಕ್ಕಿಂತ ಅಧಿಕ ವಯಸ್ಸಿನ ಮಹಿಳೆಯರಲ್ಲಿ ಅಥವಾ ಐ ವೀ ಎಫ್ ನಲ್ಲಿ ಹೀಗಾಗಬಹುದು. ಅನೇಕ ಸಲ ಜೆನೆಟಿಕ್ ಪ್ರಭಾವದಿಂದ ಆಗ ಬಹುದು.

ಡಾಕ್ಟರ್ ನಿಮ್ಮಿಬ್ಬರ ಹೃದಯದ ಬಡಿತ ಕೇಳುವ ಪ್ರಯತ್ನ ಮಾಡಬಹುದು. ಆದರೆ ಇದೇನು ವೈಜ್ಞಾನಿಕ ರೀತಿಅಲ್ಲ. ಅಲ್ಟ್ರಾಸೌಂಡ್‌ಯಿಂದಲೇ ಅವಳಿ–ಜವಳಿ ಮಕ್ಕಳ ಸರಿಯಾದ ಮಾಹಿತಿ ಸಿಗುವುದು. ಸಾಮಾನ್ಯವಾಗಿ ಇದೇ ರೀತಿ ಕೆಲಸ ಮಾಡುವುದು(ಒಂದು ಭ್ರೂಣ ಇನ್ನೊಂದು ಭ್ರೂಣದ ಹಿಂದೆ ಇಲ್ಲದೇ ಹೋದರೆ) ಇದೇ ರೀತಿಯಿಂದ ಮಲ್ಟಿಪಲ್ ಪ್ರೆಗ್ನೆನ್ಸಿಯನ್ನು ಪತ್ತೆ ಮಾಡಬಹುದು.

ಶಿಶುವಿನ ಹೃದಯದ ಬಡಿತ

''ನನ್ನ ಗೆಳತಿ ತಮ್ಮ ಶಿಶುವಿನ ಹೃದಯದ ಬಡಿತವನ್ನು 10ನೇ ವಾರದಲ್ಲೆ ಕೇಳಿದಳು. ನಾನು ಅವಳಿಗಿಂತ ಒಂದು ವಾರ ಮುಂದಿದ್ದೀನಿ ಆದರೂ ಇನ್ನು ಡಾಕ್ಟರಿಗೆ ನನ್ನ ಶಿಶುವಿನ ಹೃದಯದ ಬಡಿತ ಕೇಳಲು ಸಾಧ್ಯವಾಗಿಲ್ಲ''

ಯಾವುದೇ ತಾಯಿ–ತಂದೆಗಳಿಗೆ ತಮ್ಮ ಶಿಶುವಿನ ಹೃದಯದ ಬಡಿತ ಮಧುರ ಸಂಗೀತಕ್ಕಿಂತ ಕಡಿಮೆ ಅನಿಸುವುದಿಲ್ಲ. ಇದನ್ನು ನೀವು ಮೊದಲೇ

ಗಂಡು ಅಥವಾ ಹೆಣ್ಣು

ಹಳೆಯ ದಾದಿಗಳು ಹಾಗೂ ಕೆಲವು ಡಾಕ್ಟರ್‌ಗಳು ಹೃದಯದ ಬಡಿತದಿಂದ ಶಿಶುವಿನ ಲಿಂಗದ ಅಂದಾಜು ಹಾಕ ಬಹುದು. 140ಕ್ಕಿಂತ ಅಧಿಕ ಹೃದಯದ ಬಡಿತ ಇದ್ದರೆ ಹೆಣ್ಣು 140ಕ್ಕಿಂತ ಕಡಿಮೆ ಇದ್ದರೆ ಗಂಡು ಮಗು ಆಗಬಹುದು. ಇದನ್ನು ಸುಮ್ಮನೆ ಹುಡುಗಾಟದ ಮಾತೆನ್ನಬಹುದು, ಆದರೆ ಈ ಲೆಕ್ಕದಂತೆ ಮಗುವಿನ ನರ್ಸರಿಯ ಬಣ್ಣದ ಆಯ್ಕೆ ಮಾಡಬೇಡಿ.

ಅಲ್ಟ್ರಾಸೌಂಡಲ್ಲಿ ನೋಡಿರಬೇಕು ಆದರೆ ಡಾಕ್ಟರ್ ಆಫೀಸ್‌ನಲ್ಲಿ ಡೋಪ್‌ಲರ್ ಸಹಾಯದಿಂದ ಕೇಳುವ ಆನಂದವೇ ಬೇರೆ.

ಯದ್ಯಪಿ 10ರಿಂದ 12 ವಾರದಲ್ಲಿ ಬೀ ಡೋಪ್‌ಲರ್ ಸಹಾಯದಿಂದ ಶಿಶುವಿನ ಹೃದಯದ ಬಡಿತವನ್ನು ಕೇಳ ಬಹುದು.ಆದರೆ ಎಲ್ಲಾ ತಂದೆ ತಾಯಂದರಿಗೆ ಈ ಅವಕಾಶ ಇಷ್ಟು ಬೇಗ ಸಿಗುವುದಿಲ್ಲ. ಅನೇಕ ಸಲ ಶಿಶು ಅಥವಾ ಪ್ಲಾಸೆಂಟಾ ದ ಸ್ಥಿತಿಯ ಕಾರಣ ಇದು ಸಂಭವವಾಗುವುದಿಲ್ಲ.

ಅಥವಾ ನಿಮ್ಮ ಹೊಟ್ಟೆ ಮೇಲೆ ಮೇಧಸ್ಸಿನ ಅನೇಕ ಪದರಗಳು ಸೇರಿರುವುದು. ಡ್ಯೂ ಡೇಟ್ ನ ಅನುಮಾನವೂ ತಪ್ಪಾಗುವುದು. 14ನೇ ವಾರದ ತನಕ ನೀವು ನಿಶ್ಚಿತವಾಗಿ ಶಿಶುವಿನ ಹೃದಯದ ಬಡಿತ ಕೇಳಬಹುದು.

ಅಟ್ ಹೋಮ್ ಡೋಪ್‌ಲರ್

ನಿಮಗೂ ಒಂದು ಪ್ರೀನೇಟಲ್ ಹಾರ್ಟ್ ಲಿಸನರ್ ಕೊಂಡುಕೊಳ್ಳುವ ಆಸೆ ಇದೆಯೇ? ಇದರಿಂದ ನೀವು ಮನೆಯಲ್ಲೇ ಶಿಶುವಿನ ಹೃದಯದ ಬಡಿತ ಕೇಳಬಹುದು. ಈ ಉಪಕರಣಗಳು ಸುರಕ್ಷಿತವಾಗಿರುವುದು ಆದರೆ ಇದರಲ್ಲೂ ಐದನೇ ತಿಂಗಳ ತನಕ ಶಿಶುವಿನ ಹೃದಯದ ಬಡಿತ ಕೇಳಲು ಸಾಧ್ಯವಾಗುವುದಿಲ್ಲ. ನೀವು ಆದ್ದರಿಂದ ಮೊದಲೇ ಇದನ್ನು ಉಪಯೋಗಿಸಿದರೆ ಪ್ರಯೋಜನವಾಗುವುದಿಲ್ಲ. ಶಿಶು ಸರಿಯಾದ ಸ್ಥಿತಿಯಲ್ಲಿ ಇಲ್ಲದೆ ಹೋದರೂ ಹೃದಯದ ಬಡಿತ ಕೇಳಿಸುವುದಿಲ್ಲ. ನೆನಪಿರಲಿ ಉಪಕರಣ ಎಷ್ಟು ಉತ್ತಮವಾಗಿರುವುದೋ ಪರಿಣಾಮವೂ ಅಷ್ಟೇ ಚೆನ್ನಾಗಿರುವುದು

ನಮಗೆ ತಾಳ್ಮೆ ಕಡಿಮೆ ಇದ್ದರೆ ಡಾಕ್ಟರ್ ಅದನ್ನು ಅಲ್ಟ್ರಾಸೌಂಡ್ನಲ್ಲಿ ತೋರಿಸುವರು.

ಶಿಶುವಿನ ಹೃದಯದ ಬಡಿತ ಕೇಳುವಾಗ ಗಮನ ಕೊಡಿ. ನಿಮ್ಮ ಹೃದಯದ ಬಡಿತ ಒಂದು ನಿಮಿಷಕ್ಕೆ 100 ಇರುತ್ತದೆ ಆದರೆ ಶಿಶುವಿನ ಹೃದಯದ ಬಡಿತ ಗರ್ಭಾವಸ್ಥೆಯ ಪ್ರಾರಂಭದಲ್ಲಿ 110 ರಿಂದ 160. ಪ್ರತಿ ನಿಮಿಷ, ಮಧ್ಯಕಾಲದಲ್ಲಿ 120ರಿಂದ 160 ಪ್ರ ನಿಮಿಷ ಇರುವುದು. ಪ್ರತಿಯೊಂದು ಶಿಶುವಿನ ಹೃದಯದ ಬಡಿತ ಭಿನ್ನ-ಭಿನ್ನವಾಗಿರುತ್ತದೆ ಆದಕಾರಣ ಬೇರೆ ಶಿಶುವಿನ ಹೃದಯದ ಬಡಿತದ ಜೊತೆಗೆ ತುಲನೆ ಮಾಡಬೇಡಿ.

ಸಂಭೋಗದ ಇಚ್ಛೆ

''ನನ್ನ ಎಲ್ಲಾ ಗೆಳತಿಯರು ಹೇಳಿದರು ಅವರಿಗೆ ಗರ್ಭದ ಪ್ರಾರಂಭಿಕ ಅವಸ್ಥೆಯಲ್ಲಿ ಸಂಭೋಗದ ಇಚ್ಛೆ ಅಧಿಕವಾಗಿತ್ತು. ನನಗೆ ಆ ತರಹ ಏನೂ ಅನಿಸುವುದಿಲ್ಲ.''

ಗರ್ಭಾವಸ್ಥೆಯಿಂದ ನಿಮ್ಮ ಜೀವನದಲ್ಲಿ ಅನೇಕ ಬದಲಾವಣೆ ಆಗುವುದು. ಸಂಭೋಗದ ಇಚ್ಛೆ ಅದರಲ್ಲಿ ಒಂದು. ಹಾರ್ಮೋನ್‌ಗಳು ನಿಮ್ಮ ಶರೀರವನ್ನು ಮಾನಸಿಕ ರೂಪದಲ್ಲಿ ಉತ್ತೇಜನಗೊಳಿಸುವುದು ಅಥವಾ ಶಿಥಿಲ ಮಾಡುವುದು. ಆದರೆ ಪ್ರತಿಯೊಂದು ಮಹಿಳೆಯ ಮೇಲೆ ಇದರ ಪ್ರಭಾವ ಭಿನ್ನವಾಗಿರುತ್ತದೆ. ಕೆಲವರು ಉತ್ತೇಜಿತರಾಗುತ್ತಾರೆ ಕೆಲವರು ನಿರ್ಲಿಪ್ತರಾಗಿ ಇರುತ್ತಾರೆ. ಕೆಲವು ಮಹಿಳೆಯರು ವಾಸ್ತವದಲ್ಲಿ ಮೊದಲನೆಯ ಸಲ ಸಂಭೋಗದ ಪರಾಕಾಷ್ಠೆ (ಓರ್ಗೆಜ್ಮ) ಯನ್ನು ಅನುಭವಿಸುತ್ತಾರೆ. ಸಂಭೋಗದಲ್ಲಿ ಆಸಕ್ತಿ ಇರುವ ಕೆಲವು ಮಹಿಳೆಯರು ಅಕಸ್ಮಾತ್ ವಿರಕ್ತಿಯನ್ನು ಅನುಭವಿಸುತ್ತಾರೆ. ಯದ್ಯಪಿ ಹಾರ್ಮೋನ್ ಸಂಭೋಗದ ಇಚ್ಛೆಯನ್ನು ಜಾಗೃತ ಮಾಡುವುದು ಆದರೆ ವಾಂತಿ, ಆಯಾಸ, ಹಾಗೂ ಇತರ ಲಕ್ಷಣಗಳು ಅಡ್ಡಿ ಆಗುವುದು. ಈ ಎಲ್ಲಾ ಬದಲಾವಣೆ ಸಾಮಾನ್ಯವಾಗಿದ್ದರೂ ಮನಸ್ಸಲ್ಲಿ ಒಂದು ಅಪರಾಧಿ ಭಾವವನ್ನು ಹುಟ್ಟಿಸುತ್ತದೆ ಹಾಗು ಸಂಭೋಗದಿಂದ ವಿಮುಖ ಮಾಡುತ್ತದೆ.

ನಿಮಗೆ ನೆನಪಿರಬೇಕು ಈ ದಿನಗಳಲ್ಲಿ ನಿಮ್ಮ ಭಾವನೆಗಳಲ್ಲಿ ಬಹಳ ಬದಲಾವಣೆ ಆಗುವುದು. ಒಂದು ಕ್ಷಣದಲ್ಲಿ ನಿಮಗೆ ಉತ್ತೇಜನೆ ಅನಿಸಬಹುದು ಆದರೆ ಮತ್ತೊಂದು ಕ್ಷಣದಲ್ಲಿ ನಿಮಗೆ ಬೇಜಾರಾಗಬಹುದು. ಪರಸ್ಪರ ಹೊಂದಾಣಿಕೆ

ಹಾಗೂ ಸಂಯಮ, ಹಾಸ್ಯಪ್ರಿಯತೆ ಇತ್ಯಾದಿಗಳಿಂದ ಈ ಸ್ಥಿತಿಗಳನ್ನು ಎದುರಿಸಬಹುದು. ಎರಡನೆಯ ಮೂರು ತಿಂಗಳು ಪ್ರಾರಂಭವಾಗುವಾಗ ಎಲ್ಲಾ ಮೊದಲಂತೆ ಆಗುವುದು.

''ನಾನು ಗರ್ಭಿಣಿ ಆದ ಮೇಲೆ ನನಗೆ ಸಂಭೋಗದಲ್ಲಿ ಬಹಳ ಆಸಕ್ತಿ ಹುಟ್ಟಿದೆ ಆದರೆ ನನ್ನ ಇಚ್ಛೆ ಪೂರ್ಣ ಆಗುತ್ತಿಲ್ಲ. ಇದು ಸಾಮಾನ್ಯವೇ?''

ಇದರಲ್ಲಿ ಅಸಾಮಾನ್ಯ ಎನ್ನುವುದು ಏನೂ ಇಲ್ಲ. ನಿಜ ಹೇಳ ಬೇಕೆಂದರೆ ನೀವು ಬಹಳ ಸೌಭಾಗ್ಯಶಾಲಿ ನಿಮಗೆ ಮೊದಲನೆಯ ಮೂರು ತಿಂಗಳಿನ ಆ ಕಷ್ಟವಾದ ಲಕ್ಷಣಗಳು ಇದ್ದರೂ ನಿಮ್ಮಲ್ಲಿ ಸಂಭೋಗದ ಇಚ್ಛೆ ಹುಟ್ಟಿದೆ. ನೀವು ಇದಕ್ಕಾಗಿ ಆ ಹಾರ್ಮೋನ್‌ಗಳಿಗೆ ಕೃತಜ್ಞರಾಗಿರಬೇಕು ಅವುಗಳ ಕಾರಣ ಪೆಲ್ವಿಕ್ ರೀಜನ್‌ನಲ್ಲಿ ಪ್ರತಪ್ರವಾಹ ಹೆಚ್ಚಾಗಿದೆ ಮತ್ತೆ ನೀವು ಉತ್ತೇಜನವನ್ನು ಅನುಭವಿಸುತ್ತಿದ್ದೀರಿ. ಈ ಸಮಯದಲ್ಲಿ ನೀವು ಯಾವುದೇ ಸೆಕ್ಸಿ ಮೊಮ್‌ಗಿಂತ ಕಡಿಮೆ ಏನಿಲ್ಲ. ಇದೇ ಆ ಸಮಯ ಯಾವಾಗ ನಿಮಗೆ ಸಂಭೋಗದ ನಂತರ ಯಾವುದೇ ಚಿಂತೆ ಇಲ್ಲ ಅಥವಾ ಮುಟ್ಟಿನ ದಿನದಂತೆ ನಡೆಯಬೇಕಾಗಿಲ್ಲ. ಸಂಭೋಗದ ಈ ಕಥೆ ಮೊದಲನೆಯ ಮೂರು ತಿಂಗಳ ತನಕ ನಡೆಯುವುದು. ಅಥವಾ ಪೂರ್ತಿ ಗರ್ಭಾವಸ್ಥೆಯ ತನಕ ಇರಬಹುದು.

ನಿಮ್ಮ ಈ ಇಚ್ಛೆ ಸ್ವಾಭಾವಿಕ. ನೀವು ನಾಚಿಕೊಳ್ಳುವ ಅವಶ್ಯಕತೆ ಇಲ್ಲ. ನೀವು ಚರಮ ಸುಖವನ್ನು ಅನುಭವಿಸುತ್ತಿದ್ದರೆ ಘಾಬರಿ ಆಗುವ ಅವಶ್ಯಕತೆ ಇಲ್ಲ. ಒಂದು ವೇಳೆ ಇದು ಮೊದಲನೆಯ ಸಲವಿದ್ದರೆ ಸಂಭ್ರಮದ ವಿಷಯ. ಡಾಕ್ಟರ್ ಒಪ್ಪಿಗೆ ಕೊಟ್ಟರೆ ಹೊಟ್ಟೆ ದೊಡ್ಡದಾಗುವ ಮುಂಚೆ ಹೊಸ ಆಸನಗಳನ್ನು ಮಾಡಬಹುದು ಹಾಗೂ ಈ ಸಮಯವನ್ನು ಆನಂದಿಸಿ.

''ಈ ದಿನಗಳಲ್ಲಿ ನನ್ನ ಮನಸ್ಸಲ್ಲಿ ಸಂಭೋಗದ ಇಚ್ಛೆ ಇರುತ್ತದೆ ಆದರೆ ನನ್ನ ಯಜಮಾನರಿಗೆ ಮನಸ್ಸಿಲ್ಲ. ನನಗೆ ಬೇಜಾರು ಆಗುತ್ತದೆ.''

ನೀವು ತಯಾರಾಗಿದ್ದರೆ ಅವರಿಗೆ ಏನು ತೊಂದರೆ? ಇದಕ್ಕೆ ಅನೇಕ ಕಾರಣ ಇರಬಹುದು. ಅವರಿಗೆ ನಿಮಗೆ ಅಥವಾ ಶಿಶುವಿಗೆ ಹಾನಿ ಆಗಬಹುದು (ಹೀಗಾಗುವುದಿಲ್ಲ), ಮಗುವಿನ ಎದುರುಗಡೆ ಸಂಬಂಧ ಮಾಡುವ ಅನುಭವ ಅಥವಾ ಶಿಶು ಅವರ ಲಿಂಗವನ್ನು ನೋಡಬಹುದು ಅಥವಾ ಅನುಭವಿಸಬಹುದು ಎಂದು ಭಯವಿರ ಬಹುದು. ನಿಮ್ಮ ಶರೀರದಲ್ಲಿ ಆಗುತ್ತಿರುವ ಬದಲಾವಣೆಗಳನ್ನು ನೋಡಿ ನೀವು ತಾಯಿಯಾಗುವಿರಿ ಎಂದು ಅವರು ತಮ್ಮನ್ನೂ ಸಮಾಧಾನಿಸಿಕೊಳ್ಳುತ್ತಿರಬಹುದು.

ಪ್ರೇಮಿ ಸ್ಥಾನದಲ್ಲಿ ತಂದೆಆಗಿ ಯೋಚಿಸುತ್ತಿರಬಹುದು. ಹಾಗೆ ಅನೇಕ ಸಲ ತಂದೆಯಾಗುವವರ ಮನಸ್ಸಿನಲ್ಲಿ ಸಂಭೋಗದ ಇಚ್ಛೆ ಕಡಿಮೆ ಆಗುವುದು.

ಕಾರಣವೇನೇ ಇರಲಿ.ನೀವು ಅವರ ಈ ವ್ಯವಹಾರದ ಕಾರಣ ಬೇಜಾರು ಮಾಡಿಕೊಳ್ಳಬೇಡಿ. ಆದರೆ ನಿಮ್ಮ ಈ ಸಮಯವನ್ನು ಸುಮ್ಮನೆ ಬಿಡಬೇಡಿ. ಅವರ ಜೊತೆಗೆ ಮಾತನಾಡಿ. ಅವರಿಗೆ ಈ ದಿನಗಳಲ್ಲಿ ಸಂಭೋಗ ಸುರಕ್ಷಿತವಾಗಿರುವುದು ಹಾಗೂ ಜನಿಸದ ಶಿಶುವಿಗೆ ಏನು ತೊಂದರೆ ಆಗುವುದಿಲ್ಲ ಎಂದು ತಿಳಿಸಿ. ಈ ರೀತಿ ಅವರಿಗೆ ಮನಸ್ಸನ್ನು ತೆರೆಯಲು ಸುಲಭವಾಗುವುದು. ಅವರ ಕಡೆಯಿಂದ ಕರೆಯನ್ನು ಅಪೇಕ್ಷಿಸದೆ ನೀವೇ ಕರೆಯಿರಿ. ಒಂದು ಸುಂದರವಾದ ನೈಟಿ, ಬೆಳದಿಂಗಳು ಹಾಗೂ ಮಧುರ ಸಂಗೀತ ಹೇಗಿರುವುದು? ಮಾಲಿಶ್ ಮಾಡಿದರೂ ಅವರ ಮನಸ್ಸು ಕೇಳದೆ ಹೋದರೆ ಸೋಫಾ ಮೇಲೆ ಪ್ರೀತಿ ಮಾಡಿ ಅಡ್ಡಿ ಏನಿಲ್ಲ.

ಮನಸ್ಸು ಶಾಂತವಾದ ಮೇಲೆ ಅವರೂ ಮನಸ್ಸು ಮಾಡಬಹುದು.

ಸಂಭೋಗದ ಪರಾಕಾಷ್ಠೆ (ಓರ್ಗೆಜ್ಮ)

''ನನಗೆ ಸಂಭೋಗದ ಪರಾಕಾಷ್ಠೆ ಮುಟ್ಟಿದ ಮೇಲೆ ಹೊಟ್ಟೆ ಸೆಳೆಯುತ್ತದೆ. ಇದು ಸಾಮಾನ್ಯವೇ? ಅಥವಾ ಏನಾದರು ತಪ್ಪಾಗುತ್ತಿದೆಯೇ?''

ಚಿಂತಿಸ ಬೇಡಿ ಹಾಗೂ ಈ ಕಾರಣದಿಂದ ಸಂಭೋಗದಿಂದ ದೂರ ಓಡಬೇಡಿ. ಕಡಿಮೆ ಅಪಾಯದ ಗರ್ಭಾವಸ್ಥೆಯಲ್ಲಿ ಒಮ್ಮೊಮ್ಮೆ ಪರಾಕಾಷ್ಠೆಯ ಸಮಯದಲ್ಲಿ ಅಥವಾ ಆಮೇಲೆ ಬೆನ್ನೋವು, ಹಾಗೂ ಹೊಟ್ಟೆ ಸೆಳೆಯುವುದು ಆಗುವುದು. ಗರ್ಭಾಶಯದಲ್ಲಿ ಸಾಮಾನ್ಯ ಸಂಕುಚಿತ (ಮುದುರುವಿಕೆ) ಹಾಗೂ ಸಹವಾಸದ ನಂತರ ಹೀಗಾಗಬಹುದು ಅನೇಕ ಸಲ ಮಾನಸಿಕ ಕಾರಣದಿಂದಲೂ ಹೀಗಾಗಬಹುದು. ಸಹವಾಸದ ಸಮಯದಲ್ಲಿ ಶಿಶುವಿಗೆ ಆಪಾಯವಾಗಬಹುದು ಎಂದು ಭಯವಿರುತ್ತದೆ ಹಾಗೂ ಶಾರೀರಿಕ ಹಾಗೂ ಮಾನಸಿಕ ಕಾರಣಗಳು ಇರಬಹುದು.

ನಿಮಗೆ ಹೊಟ್ಟೆಯಲ್ಲಿ ಸೆಳೆತ ಆದರೆ ನಿಮ್ಮ ಶಿಶುವಿಗೆ ತೊಂದರೆ ಆಗುತ್ತಿದೆ ಎಂದಲ್ಲ. ಡಾಕ್ಟರ್ ಗ್ರೀನ್ ಸಿಗ್ನಲ್ ಕೊಟ್ಟ ಮೇಲೆ ಭಯವೇಕೇ?

ಆದರೂ ಸೆಳೆತ ಆದರೆ ಯಜಮಾನರಿಗೆ ಬೆನ್ನು ಸವರಲು ಹೇಳಿ. ಇದರಿಂದ ವತ್ತಡ ಹಾಗೂ ಸೆಳೆತ ಎರಡು ಕಡಿಮೆ ಆಗುವುದು.

ಕೆಲವು ಮಹಿಳೆಯರಿಗೆ ಸಹವಾಸದನಂತರ ಕಾಲುಗಳು ಸೆಳೆಯುವುದು. ನಿಮಗೆ ಈ ಪುಸ್ತಕದಲ್ಲಿ ಅದಕ್ಕು ಉಪಾಯಗಳು ಸಿಗುವುದು.

ವೃತ್ತಿ ಹಾಗೂ ಗರ್ಭಾವಸ್ಥೆ

ನೀವು ತಾಯಿ ಆಗುವಿರಿ ಅಂದರೆ ನೀವು ನಿಮ್ಮ ಕೆಲಸವನ್ನು ಎರಡರಷ್ಟು ಹೆಚ್ಚಿಸಿ ಕೊಂಡಿದ್ದೀರಿ. ನಿಮ್ಮ ವೃತ್ತಿಯ ಜೊತೆಗೆ ತಾಯಿ ಆಗುವ ಕೆಲಸ ನಿಮ್ಮ ಜವಾಬ್ದಾರಿ. ಅಂದರೆ ಓವರ್ ಟೈಮ್. ನಿಮ್ಮ ವರ್ಕ್‌ಲೋಡ್ ಎರಡರಷ್ಟಾಯಿತು. ನಿಮಗೆ ಗ್ರಾಹಕರು ಹಾಗೂ ಡಾಕ್ಟರ್ ಜೊತೆಗೆ ಮೀಟಿಂಗ್, ಬಾಥ್ ರೂಮ್ ಹಾಗೂ ಮೊಲ್ ರೂಮ ಟ್ರಿಪ್, ಬಿಜನೆಸ್ ಲಂಚ್ ಹಾಗೂ ಮಾರ್ನಿಂಗ್ ಸಿಕ್‌ನೆಸ್, ಗೆಳತಿಯಿಂದ ಬಾಸ್ ತನಕ ಹೇಳುವ ಉತ್ಸಾಹ, ಸ್ವಸ್ಥ ಹಾಗೂ ಪ್ರೇರಣೆಯಿಂದ ತುಂಬಿರುವ ಪ್ರಯತ್ನ, ಶಿಶು ಬರುವಾಗ ತಾಯ್ತನದ ರಜೆ (ಮೆಟರ್‌ನಿಟಿ ಲೀವ್) ತೆಗೆದುಕೊಳ್ಳುವ ಚಿಂತೆ ಇತ್ಯಾದಿ ಅನೇಕ ಸಮಸ್ಯೆಗಳನ್ನು ಎದುರಿಸಬೇಕಾಗುವುದು. ನಾವು ನಿಮಗೆ ಕೆಲವು ಟಿಪ್ಸ್ ಕೊಡುತ್ತೇವೆ:

ಬಾಸ್ ಗೆ ಹೇಳುವುದು ಯಾವಾಗ:– ಬಾಸ್ ಗೆ ಯಾವಾಗ ಹೇಳುವುದು ಎಂದು ನೀವು ಯೋಚಿಸುತ್ತಿರಬೇಕು. ಹಾಗೇನು ವಿಶೇಷ ನಿಯಮವಿಲ್ಲ. ಆದರೂ ನೀವು ಬೇಗ ಹೊಟ್ಟೆಯ ಉಬ್ಬು ಹೇಳುವ ಮೊದಲು. ಇದೆಲ್ಲ ನಿಮ್ಮ ಕೆಲಸ ಮಾಡುವ ಸ್ಥಳದ ವಾತಾವರಣ ಹಾಗೂ ನಿಮ್ಮ ಜೊತೆಗೆ ಕೆಲಸ ಮಾಡುವವರ ಮನೋಭಾವದ ಮೇಲೆ ನಿರ್ಧರಿಸುತ್ತದೆ.

ನೀವು ಹೇಗೆ ಅನುಭವಿಸುತ್ತಿದ್ದೀರಿ:– ಮಾರ್ನಿಂಗ್ ಸಿಕ್‌ನೆಸ್ ಕಾರಣ ನಿಮ್ಮ ಸಮಯ ಸಿಂಕ್ ಹತ್ತಿರವೇ ಕಳೆದರೆ, ನೀವು ಮೊದಲನೆಯ ಮೂರು ತಿಂಗಳಿನ ಆಯಾಸದ ಕಾರಣ ನಿಮಗೆ ಹಾಸಿಗೆಯನ್ನು ಬಿಡುವುದು ಕಷ್ಟವಾದರೆ, ಈ ಗುಟ್ಟು ಬಹಳ ದಿನದವರೆಗು ಗುಟ್ಟಾಗಿರುವುದಿಲ್ಲ. ನೀವೇ ಎಲ್ಲರಿಗೂ ಹಾಗೂ ಬಾಸ್ ಗೆ ಹೇಳುವುದು ಒಳ್ಳೆಯದು. ಹಾ ನೀವು ಸರಿಯಾಗಿ ಹಾಗು ಸ್ವಸ್ಥವಾಗಿದ್ದರೆ, ನಿಮ್ಮ ಇಷ್ಟದಂತೆ ಈ ಸುದ್ದಿಯನ್ನು ಸ್ವಲ್ಪ ಸಮಯದ ತನಕ ಮುಚ್ಚಿಟ್ಟುಕೊಳ್ಳಬಹುದು.

ನೀವು ಯಾವ ಕೆಲಸ ಮಾಡುವಿರಿ:– ಒಂದುವೇಳೆ ನಿಮ್ಮ ಕೆಲಸ ಮಾಡುವ ವಾತಾವರಣ ನಿಮಗೂ ಹಾಗೂ ನಿಮ್ಮ ಶಿಶುವಿಗೆ ಹಾನಿಕರವಾಗಿದ್ದರೆ ನಿಮಗೆ ವರ್ಗ ಅಥವಾ ಕೆಲಸ ಬದಲಾಯಿಸಲು ಕಾರ್ಯಾಲಯದಲ್ಲಿ ಸೂಚನೇ ಕೊಡಬೇಕಾಗುವುದು.

ಕೆಲಸ ಹೇಗೆ ನಡೆಯುತ್ತಿದೆ:– ಯಾವುದೇ ಗರ್ಭಿಣಿ ಮಹಿಳೆ ಕಾರ್ಯಾಲಯದಲ್ಲಿ ಸೂಚನೆ ಕೊಟ್ಟಾಗ ಒಂದು ಪ್ರಶ್ನೆ ಏಳುವುದು ಇವರಿಗೆ ಗರ್ಭಾವಸ್ಥೆಯ ಸಮಯದಲ್ಲಿ ಕೆಲಸ ಮಾಡಲು ಆಗುವುದೇ? ಅವರ ಮನಸ್ಸು ಕೆಲಸದ ಬದಲು ಶಿಶುವಲ್ಲೇ ಲೀನವಾಗಿದ್ದರೆ? ಅವರು ನಮ್ಮ ಕೆಲಸವನ್ನು ಅರ್ಧದಲ್ಲೇ ಬಿಟ್ಟರೇ? ಹೀಗಿರುವಾಗ ನೀವು ಯಾವುದೇ ಪ್ರಾಜೆಕ್ಟ್ ರಿಪೋರ್ಟ್ ಮುಗಿಸಿದ ಮೇಲೆ ಅಥವಾ ಹೊಸ ಐಡಿಯಾ ಕೊಟ್ಟಾಗ, ಅಥವಾ ಚೆನ್ನಾಗಿ ಕೆಲಸ ಮಾಡಿ ಸಾಬೀತು ಮಾಡಿದಾಗ ನಿಮ್ಮ ಗರ್ಭಾವಸ್ಥೆಯ ಸೂಚನೆ ಕೊಡಿ. ಆಗ ನೀವು ಗರ್ಭಿಣಿ ಆದರು ಕೆಲಸದ ಬಗ್ಗೆ ಯಾವುದೇ ಅಜಾಗರೂಕತೆ ಮಾಡುವುದಿಲ್ಲ ಎಂದು ಸಾಬೀತು ಪಡಿಸಬಹುದು.

ಯಾವುದಾದರು ವಿಶೇಷ ಸೂಚನೆ ಬರಬೇಕಾಗಿದ್ದರೆ:– ಒಂದು ವೇಳೆ ನಿಮ್ಮ ಯಾವುದೇ ಪ್ರದರ್ಶನದ ಪರಿಣಾಮ ಬರುವುದ್ದಿದರೆ ಅಥವಾ ನಿಮ್ಮ ಸಂಬಳ ಹೆಚ್ಚಾಗುವ ಸಂಭವ ಇದ್ದರೆ ಅಥವಾ ನಿಮಗೆ ಪ್ರಮೋಶನ್ ಸಿಗುವುದ್ದಿದರೆ ನೀವು ನಿಮ್ಮ ಗರ್ಭಾವಸ್ಥೆಯ ಸಮಾಚಾರವನ್ನು ಸ್ವಲ್ಪ ತಡವಾಗಿ ತಿಳಿಸಿ ಏಕೆಂದರೆ ನೀವು ತಾಯಿ ಆದ ಮೇಲೆ ನಿಮ್ಮ ಗಮನ ಕೆಲಸದ ಮೇಲೆ ಕಡಿಮೆ ಆಗುವುದು ಎಂದು ಭಾವಿಸಿ ಅವರು ನಿಮ್ಮ ಪ್ರಗತಿಯಲ್ಲಿ ಅಡ್ಡಿ ಹಾಕಬಹುದು.

ಹರಟೆಯ ಫ್ಯಾಕ್ಟ್ರಿ:– ಹೌದು ! ಆಶ್ಚರ್ಯವೇ? ನೀವು ಹರಟೆಯ ಫ್ಯಾಕ್ಟ್ರಿಯಲ್ಲಿ ಕೆಲಸ ಮಾಡುತ್ತಿದ್ದರೆ ಸ್ವಲ್ಪ ಜಾಗರೂಕವಾಗಿರಿ. ನೀವು ಈ ಸುದ್ದಿಯನ್ನು ಬಾಸ್ ಗೆ ಹೇಳುವ ಮೊದಲೇ ಬೇರೆಯವರು ಅವರಿಗೆ ಈ ಸುದ್ದಿಯನ್ನು ತಿಳಿಸಲಿ ಎಂದು ನೀವು ಇಚ್ಛಿಸುತ್ತೀರಾ ? ನೀವು ನಿಮ್ಮ ವಿಶ್ವಾಸದವರಿಗೆ ಮಾತ್ರ ಈ ಸುದ್ದಿ ಹೇಳಬೇಕು ಅವರು ನಿಮ್ಮ ಇಚ್ಛೆಇಲ್ಲದೆ ಯಾರಿಗೂ ಹೇಳುವುದಿಲ್ಲ.

ನೇಮಿಸುವವರ ನಡತೆ:– ನಿಮಗೆ ನೇಮಿಸುವವರ ನಡತೆ ತಿಳಿದುಕೊಳ್ಳಬೇಕು. ಇತ್ತೀಚೆಗೆ ತಾಯಿ ಆಗಿರುವ ಮಹಿಳೆಯರನ್ನು ಕೇಳಿ ತಿಳಿದುಕೊಳ್ಳಿ. ಆದರೆ ಈ ಕೆಲಸ ಗೊತ್ತಾಗದಂತೆ ಮಾಡಬೇಕು. ಕಾರ್ಯಾಲಯದಲ್ಲಿ ತಾಯ್ತನದ ರಜೆ ಕೊಡುವ ರೀತಿ–ನೀತಿ ಏನು ಎಂದು ತಿಳಿದುಕೊಳ್ಳಿ. ನೀವು ಹೆಚ್ ಆರ್.ನ ವ್ಯಕ್ತಿಯೊಂದಿಗೆ ಮೀಟಿಂಗ್ ಮಾಡಬಹುದು. ಅವರು ಈ ವಿಷಯದಲ್ಲಿ ಎಲ್ಲಾ ಮಾಹಿತಿ ಕೊಡುತ್ತಾರೆ. ಕಂಪನೀ ಅಥವಾ ಕಾರ್ಯಾಲಯ ಗರ್ಭಿಣಿ ತಾಯಂದಿರಿಗೆ ಸಂಪೂರ್ಣ ಸೌಕರ್ಯಗಳನ್ನು ಕೊಡುತ್ತದೆ ಎಂದರೆ ನೀವು ನಿಮ್ಮ ಸಮಾಚಾರವನ್ನು ಬೇಗನೆ ಕೊಡ ಬೇಕು . ಇಲ್ಲದೆ ಹೋದರೆ ಏನು ಮಾಡಬೇಕೆಂದು ನಿಮಗೆ ಗೊತ್ತು.

ಸುದ್ದಿ ಹೇಳುವುದು:– ನೀವು ಸುದ್ದಿ ಹೇಳಲು ಸಿದ್ಧವಾಗಿದ್ದರೆ ಸುದ್ದಿ ಹೇಗೆ ಸರಿಯಾದ ರೀತಿಯಲ್ಲಿ ತಲಪುತ್ತದೆ ಎಂದು ನೀವೇ ನಿರ್ಧರಿಸಬೇಕು.

ನೀವು ತಯಾರಾಗಿ:– ನೀವು ನಿಮ್ಮ ಸುದ್ದಿಯನ್ನು ಹೇಳುವ ಮುಂಚೆ ಸ್ವಲ್ಪ ಪೂರ್ಣ ವಿಚಾರ ಮಾಡಿ. ತಮ್ಮ ಕಾರ್ಯಾಲಯದಲ್ಲಿ ತಾಯ್ತನದ ರಜೆಯ ಪಾಲಿಸಿಯ ಮಾಹಿತಿ ತಿಳಿದುಕೊಳ್ಳಿ. ಅನೇಕ ಕಾರ್ಯಾಲಯದಲ್ಲಿ ಸಂಬಳ ಸಮೇತ ರಜೆ ಸಿಗುವುದು ಕೆಲವು ಕಾರ್ಯಾಲಯದಲ್ಲಿ ಹೀಗಿರುವುದಿಲ್ಲ.ಅನೇಕ ಸಮಯದಲ್ಲಿ ಕಾಯಿಲೆ ರಜೆಯನ್ನು ಈ ರಜೆಯಲ್ಲಿ ಸೇರಿಸುವ ಅನುಮತಿ ಕೊಡುತ್ತಾರೆ.

ನಿಮ್ಮ ಅಧಿಕಾರಿಗಳಿಂದ ತಿಳಿದುಕೊಳ್ಳಿ:– ಗರ್ಭಿಣಿ ಆದರೆ ನಿಮಗೆ ಯಾವ–ಯಾವ ಸೌಕರ್ಯಗಳು ಸಿಗುವುದು ಎಂದು ನಿಮಗೆ ಗೊತ್ತಿರಬೇಕು. ಮಾಹಿತಿ ಇದ್ದರೇನೆ ನೀವು ಆ ಎಲ್ಲಾ ಸೌಕರ್ಯಗಳ ಲಾಭ ತೆಗೆದುಕೊಳ್ಳಬಹುದು.

ಸಂಯೋಜನೆ ಮಾಡಿ:– ಪ್ರತಿಯೊಂದು ಕೆಲಸ ಸಂಯೋಜನೆಯಂತೆ ಆಗಬೇಕು. ನಿಮ್ಮ ಕಾರ್ಯಶೀಲತೆಯ ಪ್ರಶಂಸೆ ಆಗುವುದು. ಈ ಸುದ್ದಿ ಹೇಳ ಬೇಕಾದರೆ ಯೋಜನೆ (ಪ್ಲಾನ್) ಮಾಡಿಕೊಳ್ಳಿ. ನೀವು ಅಂದಾಜು ಯಾವಾಗ ಕಾರ್ಯಾಲಯಕ್ಕೆ ಬರುವಿರಿ, ಎಷ್ಟು ದಿನದ ರಜೆ ಹಾಕುವಿರಿ, ಹೋಗುವ ಮೊದಲು ಕೆಲಸ ಹೇಗೆ ಮುಗಿಸುವಿರಿ ಅಥವಾ ನಿಮ್ಮ ಕೆಲಸವನ್ನು ಬೇರೆಯವರಿಗೆ ಹೇಗೆ ಒಪ್ಪಿಸುವಿರಿ, ಪಾರ್ಟ್ ಟೈಮ್ ಬಂದು ಕೆಲಸ ಮಾಡುವ ಯೋಜನೆ ಇದ್ದರೆ ಅದನ್ನು ಈಗಲೇ ಹೇಳಿ. ಈ ಎಲ್ಲಾ ಯೋಜನೆಗಳನ್ನು ಬರೆದು ಕೊಡಿ ನೀವು ಮರಿಯುವುದಿಲ್ಲ ಹಾಗೂ ಕಾರ್ಯಕುಶಲತೆಯ ಅತಿರಿಕ್ತ ಅಂಕ ಸಿಗುವುದು.

ಸಮಯ ಕೊಡಿ:– ಮೆಟ್ಟಲು, ಲಿಫ್ಟ್, ಅಥವಾ ಮೀಟಿಂಗಲ್ಲಿ ಅಥವಾ ಓಡಾಡುತ್ತ ಸುದ್ದಿಯನ್ನು ಹೇಳಬೇಡಿ. ಬಾಸ್ ನಿಧಾನವಾಗಿ ನಿಮ್ಮ ಮಾತನ್ನು ಕೇಳಲಿ ಎಂದು ಬಾಸ್ ಜೊತೆಗೆ ಸಮಯ ತೆಗೆದುಕೊಳ್ಳಿ. ಕಾರ್ಯಾಲಯದಲ್ಲಿ ಅಧಿಕ ಕೆಲಸ ಇಲ್ಲದೆ ಹೋದಾಗ, ಅಥವಾ ಒತ್ತಡ ಇಲ್ಲದಾಗ ನಿಮ್ಮ ಮಾತನ್ನು ಹೇಳಿ. ಕಾರ್ಯಾಲಯದಲ್ಲಿ ವಾತಾವರಣ ಸರಿ ಇಲ್ಲದೇ ಹೋದರೆ ನಿಮ್ಮ ಮೀಟಿಂಗನ್ನು ಮುಂದೂಡಿ.

ಸಕಾರಾತ್ಮಕ ದೃಷ್ಟಿ:– ನಿಮ್ಮ ಮಾತನ್ನು ಕ್ಷಮಿಸಿ ಎಂದೋ ಅಥವಾ ಯಾವುದಾದರು ನೆವಗಳನ್ನು ಹೇಳಿ ಪ್ರಾರಂಭಿಸಬೇಡಿ. ನೀವು ಗರ್ಭಿಣಿ ಆದ ಮೇಲೆ ಪ್ರಸನ್ನವಾಗಿದ್ದೀರಿ ಹಾಗೂ ನಿಮಗೆ ಮನೆ ಹಾಗೂ ಕಾರ್ಯಾಲಯದ ಕೆಲಸ ವನ್ನು ಜವಾಬ್ದಾರಿಯಿಂದ ವಹಿಸಲು ಸಾಧ್ಯವಿದೆ ಎಂದು ಆತ್ಮವಿಶ್ವಾಸದಿಂದ ಹೇಳಿ.

ಅದಲು–ಬದಲು ಮಾಡುವ ಸಂಭವ:–ನಿಮ್ಮ ಯೋಜನೆಯನ್ನು ತಯಾರಾಗಿಟ್ಟುಕೊಳ್ಳಿ. ಆದರೆ ಅದರಲ್ಲಿ ಅದಲು–ಬದಲು ಮಾಡುವ ಸಂಭವ ಇರಲಿ. ಇದರಿಂದ ಅವರಿಗೆ ನೀವು ಹಠಮಾಡಿ ರಜೆ ಕೇಳುತ್ತಿದ್ದೀರಿ ಎಂದು ಅನಿಸುವುದಿಲ್ಲ. ಆದರೆ ಒಂದು ಅಂತಿಮ ಮಟ್ಟ ಇಟ್ಟುಕೊಂಡಿರಿ ಅದರಂತೆ ನಡೆಯಿರಿ.

ಬರೆದು ಕೊಡಿ:– ನಿಮ್ಮ ಗರ್ಭಧಾರಣೆಯ ಕ್ರಮವಿಹಿತ ನಡವಳಿಕೆ (ಪ್ರೆಗ್ನೆನ್ಸಿ ಪ್ರೊಟೆಕೊಲ್) ಹಾಗೂ ತಾಯ್ತನದ ರಜೆ (ಮೆಟರ್‌ನಿಟಿ ಲೀವ್) ಯ ಯೋಜನೆಯನ್ನು ಬರೆದುಕೊಡಿ. ಅದರಿಂದ ಯಾವುದೇ ತರಹದ ತಪ್ಪು ಅಭಿಪ್ರಾಯ ಬರುವುದಿಲ್ಲ. (ನಾನು ಹೀಗೇನು ಹೇಳುತ್ತಿಲ್ಲ......)

ಕೆಲಸ ಹಾಗೂ ವಿಶ್ರಾಮ ಜೊತೆ–ಜೊತೆಗೆ:–

ಆಯಾಸ ಓಕರಿಕೆ, ಬೆನ್ನು ಹಾಗೂ ತಲೆ ನೋವು. ಊದಿರುವ ಕಾಲು ಗಂಟು ಹಾಗೂ ಪದೇ–ಪದೇ ಮೂತ್ರ ವಿಸರ್ಜಿಸುವ ಇಚ್ಛೆ ಇತ್ಯಾದಿಯ ಮಧ್ಯದಲ್ಲಿ ಗರ್ಭಿಣಿ ಮಹಿಳೆ ಕೆಲಸದ ಗಂಟೆಗಳಲ್ಲಿ ಆರಾಮ ಹೇಗೆ ಅನುಭವಿಸಬಹುದು? ಊದಿರುವ ಕಾಲು ಜೊತೆಗೆ ಪದೇ–ಪದೇ ಬಗ್ಗಿ ಸಾಮಾನು ತೆಗೆದುಕೊಳ್ಳಬೇಕಾದರೆ ಗರ್ಭಾವಸ್ಥೆಯಲ್ಲಿ ಆರಾಮ ಸಿಗಲು ನಾವು ಕೊಟ್ಟಿರವ ಟಿಪ್ಸನ್ನು ಓದಿ:–

- ಆರಾಮಾವಾಗಿರುವ ಉಡುಪನ್ನು ಧರಿಸಿ. ಬಿಗಿ ಅಥವಾ ಸಣ್ಣಗಿರುವ ಉಡುಪನ್ನು ಧರಿಸಬೇಡಿ. ಅದರಿಂದ ರಕ್ತ ಪ್ರವಾಹದಲ್ಲಿ ಬಾಧೆ ಆಗುವುದು. ಎತ್ತರದ ಚಪ್ಪಲಿಯಿಂದ ತೊಂದರೆ ಆಗಬಹುದು.

ಸ್ವಲ್ಪ ತಯಾರಿ

ಈಗ ನಿಮ್ಮ ಮನೆಯಲ್ಲಿ ಮಕ್ಕಳಿರದೆ ಇರಬಹುದು. ನೀವು ನಿಮ್ಮ ಕೆಲಸ ಹಾಗೂ ಗರ್ಭಾವಸ್ಥೆಯ ಮಧ್ಯದಲ್ಲಿ ಹೊಂದಾಣಿಕೆ ಮಾಡಿಕೊಳ್ಳಬೇಕು. ಹೀಗಿರುವಾಗ ನೀವು ಮೊದಲೇ ಸ್ವಲ್ಪ ತಯಾರಿ ಹಾಗೂ ಅಭ್ಯಾಸ ಮಾಡಿಕೊಂಡರೆ ನಿಮಗೆ ಸುಲಭವಾಗುವುದು. ನಮ್ಮ ಸಲಹೆಯಂತೆ ನೀವು ಎರಡು–ಮೂರು ಕೆಲಸವನ್ನು ಜೊತೆ–ಜೊತೆಗೆ ಮಾಡುತ್ತಾ ಸಹಜವಾಗಿರಬಹುದು.

- ಯೋಚನೆ ಮಾಡಿ ದಿನಚರ್ಯೆಯ ಆಯ್ಕೆ ಮಾಡಿ. ನಿಮ್ಮ ಎಲ್ಲಾ ತಪಾಸಣೆ ಮಧ್ಯಾಹ್ನದ ಸಮಯದಲ್ಲಿಟ್ಟುಕೊಳ್ಳಿ. ಬಾಸ್ ನ ಕೇಳಿ ಅರ್ಧ ದಿನದ ರಜೆ ತೆಗೆದುಕೊಳ್ಳಿ ಆದರೆ ಈ ದಿನಗಳ ಲೆಕ್ಕ ಇಟ್ಟುಕೊಳ್ಳಿ.
- ಎಲ್ಲವನ್ನು ನೆನಪಿಟ್ಟಿಕೊಳ್ಳಿ. ಪ್ರತಿಯೊಂದು ಕೆಲಸದ ಸೂಚೀ ಮಾಡಿ ಹಾಗೂ ಜೊತೆಗೆ ಕಾಗದ–ಪೆನ್ ಇಟ್ಟುಕೊಂಡಿರಿ. ಏನಾದರು ನೆನಪಿಗೆ ಬಂದ ತಕ್ಷಣ ಬರೆದುಕೊಳ್ಳಿ.
- ನಿಮ್ಮ ಶಕ್ತಿಯನ್ನು ತಿಳಿದು ಕೊಳ್ಳಿ. ಅದಕ್ಕಿಂತ ಅಧಿಕ ಕೆಲಸ ಮಾಡಬೇಡಿ. ಈ ಸಮಯದಲ್ಲಿ ಬೇಡದಿದ್ದ ಕೆಲಸವನ್ನು ಕೈಗೆ ತೆಗೆದುಕೊಳ್ಳ ಬೇಡಿ. ನಿಮ್ಮ ಕೆಲಸವನ್ನು ಯಾರಿಗಾದರು ಕೊಡಿ. ಒಂದು ಸಮಯದಲ್ಲಿ ಒಂದೇ ಕೆಲಸ ಮಾಡಿ.
- ಯಾರಾದರು ಸಹಾಯಕ್ಕೆ ಬಂದರೇ ಸಂಕೋಚವಿಲ್ಲದೆ ಸಹಾಯ ತೆಗೆದುಕೊಳ್ಳಿ. ಅವರು ನಾಳೆ ನಿಮ್ಮಿಂದ ಸಹಾಯ ಕೇಳಬಹುದು ಆದರೆ ಈಗ ಅವರ ಸಮಯ.
- ಸಂಯಮವನ್ನು ರಿಚಾರ್ಜ್ ಮಾಡಿ ಕೊಳ್ಳಿ. ವಿಹರಿಸಿ, ಬಾಥ್‌ರೂಮ್ ತನಕ ಹೋಗಿ ಬನ್ನಿ, ರಿಲ್ಯಾಕ್ಸೇಶನ್ ಟೆಕ್ನೀಕ್‌ಗಳನ್ನು ಮಾಡಿ, ಅಥವಾ ನಿಮ್ಮ ಇಚ್ಛೆಯಂತೆ ಏನಾದರು ಮಾಡಿ.
- ಮನಸ್ಸಿಗೆ ಬೇಜಾರಾದರೆ ತಮ್ಮ ಮಾತನ್ನು ಹೇಳಲು ಹಿಂಜರಿಯ ಬೇಡಿ. ಮೇಜಿನ ಮೇಲೆ ರಾಶಿ–ರಾಶಿ ಫೈಲ್ ಇದ್ದು ನಿಮಗೆ ತಲೆ ಎತ್ತಕ್ಕೂ ಆಗದೆ ಹೋದರೆ ಬಾಸ್‌ಗೆ ಹೇಳಿ ಹೆಚ್ಚು ಸಮಯದ ಸಹಾಯ ಕೇಳಿ. ನೆನಪಿರಲಿ ನೀವು ಸೋಮಾರಿಯಲ್ಲ ಆದರೆ ಈಗ ನೀವು ಗರ್ಭಿಣಿ.

ಸ್ಪೋರ್ಟಿಂಗ್ ಹೊಜ್ ಹಾಕಿಕೊಂಡರೆ ವೆರಿಕೋಜ್ ವೇಯ್ನ್ಸ್ ನಿಂದ ಪಾರಾಗಬಹುದು ಏಕೆಂದರೆ ನೀವು ಬಹಳ ಹೊತ್ತು ನಿಂತಿರಬೇಕಾಗಬಹುದು.

- ಊರಿನ ಉಷ್ಣಾಂಶ ಏನೇ ಇರಲಿ, ನಿಮ್ಮ ಒಳಗಿನ ಉಷ್ಣಾಂಶವನ್ನು ತಿಳಿದುಕೊಳ್ಳಿ. ಗರ್ಭಾವಸ್ಥೆಯಲ್ಲಿ ನಿಮ್ಮ ಶರೀರದ ಉಷ್ಣಾಂಶ ಬದಲಾಗುತ್ತಿರುವುದು. ಒಂದು ಕ್ಷಣದಲ್ಲಿ ಬೆವರು ಬಂದರೆ ಇನ್ನೊಂದು ಕ್ಷಣದಲ್ಲಿ ಛಳಿ ಆಗಬಹುದು. ನೀವು ಸೆಕೆ ಹಾಗೂ ಛಳಿ ಎರಡು ಉಷ್ಣಾಂಶವನ್ನು ತಡೆದುಕೊಳ್ಳುವಂತೆ ಉಡುಪನ್ನು ಧರಿಸ ಬೇಕು. ಸಾಧ್ಯವಿದ್ದರೆ ನಿಮ್ಮ ಮೇಜಿನ ಬೀರುವಿನಲ್ಲಿ ಸ್ಕಾರ್ಫ್ ಹಾಗೂ ಸ್ವೆಟರ್ ಇಟ್ಟುಕೊಂಡಿರಿ. ಅಕಸ್ಮಾತ್ ಛಳಿ ಆದರೆ ಬೇಕಾಗಬಹುದು. ಈ ದಿನಗಳಲ್ಲಿ ನಿಮ್ಮ ಶರೀರದ ಉಷ್ಣಾಂಶ ಹೆಚ್ಚುಕಡಿಮೆ ಆಗುತ್ತ ಇರುವುದು.
- ಕಾಲುಗಳ ಮೇಲೆ ಭಾರ ಬಿಟ್ಟು ನಿಂತಿರಬೇಡಿ. ಕೆಲಸದ ಸಮಯದಲ್ಲಿ ಬಹಳ ಹೊತ್ತು ನಿಂತಿರ ಬೇಕಾದರೆ ಮಧ್ಯ–ಮಧ್ಯದಲ್ಲಿ ಕುಳಿತುಕೊಳ್ಳಿ ಅಥವಾ ಓಡಾಡಿ. ಒಂದು ಸ್ಟೂಲ್ ಮೇಲೆ ಒಂದು ಕಾಲು ಇಟ್ಟುಕೊಂಡು ಮಂಡಿ ಮಡಿಚಿಕೊಳ್ಳಿ. ಈ ರೀತಿ ಸ್ವಲ್ಪ ಭಾರ ಕಡಿಮೆ ಆಗುವುದು. ಪದೇ–ಪದೇ ಕಾಲು ಬದಲಾಯಿಸಿಕೊಳ್ಳಿ ಹಾಗು ಕಾಲುಗಳನ್ನು ಅಲ್ಲಾಡಿಸುತ್ತಿರಿ.
- ಯಾವುದೇ ಬಾಕ್ಸ್ ಅಥವಾ ಎತ್ತರದ ವಸ್ತು ಸಿಕ್ಕರೆ ಸ್ವಲ್ಪ ಹೊತ್ತು ಕಾಲು ಎತ್ತರದಲ್ಲಿಟ್ಟುಕೊಳ್ಳಿ.
- ಮಧ್ಯ–ಮಧ್ಯದಲ್ಲಿ ಬ್ರೇಕ್ ತೆಗೆದುಕೊಳ್ಳಿ. ಕುಳಿತುಕೊಂಡಿದ್ದರೆ ಎದ್ದು ಓಡಾಡಿ. ನಿಂತಿದ್ದರೆ ಕಾಲು ಎತ್ತರದಲ್ಲಿಟ್ಟುಕೊಳ್ಳಿ. ಕ್ಯಾಬಿನ್‌ನಲ್ಲಿ ಸೋಫಾ ಇದ್ದರೆ ಅವಕಾಶ ಸಿಕ್ಕ ತಕ್ಷಣ ಬೆನ್ನಿನ ಮೇಲೆ ಮಲಗಿಕೊಳ್ಳಿ. ಶರೀರವನ್ನು ಎಳೆಯುವಂತ ಕೆಲವು ವ್ಯಾಯಾಮ ಮಾಡಿ. ಇದರಿಂದ ಕಾಲು, ಕತ್ತು ಹಾಗೂ ಬೆನ್ನಿಗೆ ಆರಾಮ ಸಿಗುವುದು. ಸುಮಾರು ಪ್ರತಿ ಒಂದು ಗಂಟೆ ಆದ ಮೇಲೆ ಎರಡು ತೋಳುಗಳನ್ನು ಊರಿ ಬೆನ್ನನ್ನು ಹಿಗ್ಗಿಸಿ. ಕುಳಿತುಕೊಂಡು ಬಗ್ಗಬಹುದಾದರೆ ಕೈಗಳನ್ನು ಕಾಲುತನಕ ತೆಗೆದುಕೊಂಡುಹೋಗಿ ಕತ್ತು ಹಾಗೂ ಭುಜದ ಒತ್ತಡವನ್ನು ಹೋಗಲಾಡಿಸಿ.
- ನಿಮ್ಮ ಕುರ್ಚಿಯನ್ನು ಸರಿಮಾಡಿಕೊಳ್ಳಿ. ಬೆನ್ನಿಗೆ ಆರಾಮ ಕೊಡಲು ದಿಂಬಿಡಿ. ಸೀಟ್ ಕೆಳಗೆ ಸಣ್ಣ ದಿಂಬಿಡಿ. ಕುರ್ಚಿ ಅಲ್ಲಾಡ ಬಹುದಾದರೆ

ಮೇಜು ಹಾಗೂ ಕುರ್ಚಿ ನಡುವೆ ಸ್ವಲ್ಪ ಜಾಗ ಮಾಡಿಕೊಳ್ಳಿ ಇದರಿಂದ ನಿಮ್ಮ ಹೊಟ್ಟೆಗೆ ಜಾಗ ಸಿಗುವುದು.

- ವಾಟರ್ ಕೂಲರಿನ ಅಕ್ಕ-ಪಕ್ಕ ಇರಿ. ಹರಟೆ ಹೊಡೆಯಲು ಅಲ್ಲ. ನೀರು ತುಂಬಲು. ನೀವು ದಿನದಲ್ಲಿ ಪರಿಪೂರ್ಣ ಪ್ರಮಾಣದಲ್ಲಿ ನೀರು ಕುಡಿಯಬೇಕು. ಇದರಿಂದ ಶರೀರದಲ್ಲಿ ಊತ ಬರುವುದಿಲ್ಲ ಹಾಗೂ ಮೂತ್ರ ಪಿಂಡಗಳ ಸೋಂಕಾಗುವುದಿಲ್ಲ. ಇದಲ್ಲದೆ ಇನ್ನೂ ಅನೇಕ ತೊಂದರೆಗಳಿಂದ ಬಿಡುಗಡೆ ಸಿಗುವುದು.
- ಪ್ರತಿ ಎರಡು ಗಂಟೆಗೆ ಮೂತ್ರ ವಿಸರ್ಜಿಸಲು ಹೋಗಿ. ಈ ರೀತಿ ನೀವು ಸೋಂಕಿಂದ ದೂರವಿರುತ್ತಿರಿ. ಅವಶ್ಯಕತೆ ಇರಲಿ ಇಲ್ಲದಿರಲಿ ಬಾಥ್‌ರೂಮ್ ಗೆ ಹೋಗಿ. ಏಕೆಂದರೆ ಈಗ ಗಡಿಬಿಡಿಯಲ್ಲಿ ಓಡುವ ದಿನಗಳಲ್ಲ. ಆದಕಾರಣ ಸ್ವಲ್ಪ -ಸ್ವಲ್ಪ ಹೊತ್ತಿಗೆ ಬಾಥ್ ರೂಮಿಗೆ ಹೋಗಿ.
- ಪ್ರತಿಯೊಂದು ಗರ್ಭಿಣಿಯ ಮೊದಲನೆಯ ಕರ್ತವ್ಯ ಎಂದರೆ ತಮ್ಮ ಶಿಶುವಿನ ಹೊಟ್ಟೆ ತುಂಬುವುದು. ನಿಮ್ಮ ವ್ಯಸ್ತ ದಿನಚರ್ಯೆಯಲ್ಲಿಯೂ ಊಟಕ್ಕೆ ಸಮಯ ತೆಗೆದುಕೊಳ್ಳುವುದು ಮರೆಯಬೇಡಿ. ನಿಮ್ಮ ಮೇಜಿನ ಮೇಲೆ, ನಿಮ್ಮ ಬ್ಯಾಗಲ್ಲಿ ಸ್ನ್ಯಾಕ್ಸ್ ಇಟ್ಟುಕೊಂಡಿರಿ. ನಿಮಗೂ ಹಾಗೂ ನಿಮ್ಮ ಶಿಶುವಿಗೂ ಸರಿಯಾದ ಸಮಯಕ್ಕೆ ಸ್ವಲ್ಪ-ಸ್ವಲ್ಪ ತಿನ್ನುವುದು ಅವಶ್ಯಕ.
- ತೂಕದ ಮುಳ್ಳಿನ ಮೇಲೆ ಕಣ್ಣಿಟ್ಟಿರಿ. ಕಾರ್ಯಾಲಯದಲ್ಲಿ ವತ್ತಡದ ಕಾರಣ ನೀವು ಬೇಕಾಬಿಟ್ಟಿ ತಿಂದು ತೂಕ ಹೆಚ್ಚಿಸಿಕೊಳ್ಳಬೇಡಿ. ನಿಮ್ಮ ಕಾರ್ಯಾಲಯ ವೆಡಿಂಗ್ ಮಿಶೀನ್ ಅಥವಾ ಜಂಕ್ ಪೂಡ್ ರೆಸ್ಟೋರೆಂಟ್ ಹತ್ತಿರವಿದ್ದರೆ ಇನ್ನೂ ಜಾಗರೂಕವಾಗಿರಬೇಕು.
- ನಿಮ್ಮ ಹತ್ತಿರ ಯಾವಾಗಲು ಹಲ್ಲುಜ್ಜಲು ಬ್ರಶ್ ಇರಬೇಕು. ವಾಂತಿ ಆದಾಗೆಲ್ಲ ಬ್ರಶ್ ಮಾಡಿಕೊಂಡರೆ ಹಲ್ಲು ಹಾಗೂ ಬಾಯಿ ಸ್ವಚ್ಛವಾಗುವುದು. ಮೌಥ್ವಾಶ್ ಇದ್ದರೂ ಒಳ್ಳೆಯದು. ತುಂಬ ಅಧಿಕ ಜೊಲ್ಲು ಆಗುತ್ತಿದ್ದರೆ (ಮೊದಲನೆಯ ಮೂರು ತಿಂಗಳಲ್ಲಿ ಹೀಗಾಗುವುದು ಇದು ಕಾರ್ಯಾಲಯದಲ್ಲಿ ಸರಿ ಅನಿಸುವುದಿಲ್ಲ) ಮೌಥ್ವಾಶ್ ಯಿಂದ ಸರಿಹೋಗುತ್ತದೆ.
- ಬೆನ್ನಿನಮೇಲೆ ವತ್ತಡ ಬೀಳದಿರಲಿ ಎಂದು ಸಾಮಾನುಗಳನ್ನು ಆರಾಮವಾಗಿ ಎತ್ತಿಕೊಳ್ಳಿ.
- ಹೊಗೆ ಇರುವ ಸ್ಥಳದಿಂದ ದೂರವಿರಿ. ಹೊಗೆ ನಿಮಗೆ ಹಾಗೂ ನಿಮ್ಮ ಶಿಶುವಿಗೆ ಹಾನಿಕರ. ಇದರಿಂದ ಆಯಾಸವಾಗಬಹುದು.
- ಅವಶ್ಯಕತೆಯಿಂದ ಹೆಚ್ಚು ವತ್ತಡ ಮಾಡಿಕೊಳ್ಳಬೇಡಿ (ವತ್ತಡವೇ ಮಾಡಿ ಕೊಳ್ಳಬೇಡಿ) ಶಾಂತವಾಗಿರಿ. ಐ ಪೋಡಲ್ಲಿ ಸಂಗೀತ ಕೇಳಿ. ಕಣ್ಣುಮುಚ್ಚಿ ಕೊಂಡು ಧ್ಯಾನ ಮಾಡಿ. ಕಟ್ಟಡದ ಸುತ್ತಲು ಓಡಾಡಿ.
- ನಿಮ್ಮ ಶರೀರದ ಕರೆಯನ್ನು ಕೇಳುವುದು ಕಲಿಯಿರಿ. ಬಹಳ ಆಯಾಸವಾದರೆ ಬೇಗೆ ರಜೆ ತೆಗೆದುಕೊಂಡು ಮನೆಗೆ ಹೊಗುವುದರಲ್ಲಿ ತಪ್ಪೇನಿಲ್ಲ.

ವೃತ್ತಿ ಹಾಗೂ ನಿಮ್ಮ ಸುರಕ್ಷತೆ – ಅನೇಕ ವೃತ್ತಿಗಳಲ್ಲಿ ತಾಯಂದಿರು ತಮ್ಮ ಜನಿಸದ ಶಿಶುವಿಗೆ ಸಂಪೂರ್ಣ ಪೋಷಣೆ ಹಾಗೂ ಸುರಕ್ಷತೆ ನೀಡಬಹುದು. ಇದು ಆ ಮಹಿಳೆಯರಿಗೆ ಸಂತೋಷದ ಸುದ್ದಿ ಯಾರು ಕೆಲಸ ಹಾಗೂ ಮನೆ ಎರಡನ್ನು ಸಂಭಾಳಿಸ ಬೇಕೆಂದಿರುತ್ತಾರೆ.

ಆದರೆ ಕೆಲವು ವೃತಿಗಳು ಬೇರೆ ಕೆಲಸದ ತುಲನೆಯಲ್ಲಿ ಸುರಕ್ಷಿತವಾಗಿರುವುದು. ಸ್ವಲ್ಪ ಜಾಗರೂಕತೆಯಿಂದ ಇದ್ದರೆ ನೀವು ನಿಮ್ಮ ಕೆಲಸದ ವಾತಾವರಣವನ್ನು ನಿಮ್ಮಂತೆ ಮಾಡಿಕೊಳ್ಳ ಬಹುದು. ಡಾಕ್ಟರ್ ಸಲಹೆ ಪಡೆದು ಮುಂದವರೆಯಿರಿ.

ಕಾರ್‌ಪಲ್ ಟನಲ್ ಸಿಂಡ್ರೋಮ್

ಹಗಲು-ಇರುಳು ಕೀಲಿಮಣೆ (ಕೀ- ಬೋರ್ಡ್) ಮೇಲೆ ಬೆರಳುಗಳನ್ನು ಆಡಿಸುವವರಿಗೆ ಇದರ ಬಗ್ಗೆ ತಿಳಿದಿರುತ್ತದೆ. ಇದರಲ್ಲಿ ಕೈ ನೋವಾಗುವುದು ಹಾಗೂ ಕೈಗಳಲ್ಲಿ ಜೌ ಹಿಡಿಯುವುದು. (ಸಂಜ್ಞಾಹೀನ ವಾಗುವುದು). ತಾಯಿ ಆಗುವವರಿಗೂ ಈ ತೊಂದರೆ ಆಗಬಹುದು. ಇದರಿಂದ ಅಪಾಯವೇನಿಲ್ಲ ಆದರೂ ತೊಂದರೆ ಆಗುತ್ತದೆ. ನಮ್ಮ ಸಲಹೆ ನಿಮ್ಮ ಕೆಲಸಕ್ಕೆ ಬರಬಹುದು:-

- ನಿಮ್ಮ ಮಣಿಕಟ್ಟಿಗೆ ಅನುಕೂಲವಾಗಿರುವ ಕೀಲಿಮಣೆ ಇಟ್ಟುಕೊಳ್ಳಿ.
- ಟಂಕಣ (ಟೈಪಿಂಗ್) ಮಾಡುವಾಗ ಮಣಿಕಟ್ಟಿನ ಬ್ಯಾಂಡ್ ಹಾಕಿಕೊಳ್ಳಿ.
- ಗಣಕಯಂತ್ರ (ಕಂಪ್ಯೂಟರ್) ನಿಂದ ಸ್ವಲ್ಪ ವಿರಾಮ ತೆಗೆದುಕೊಳ್ಳಿ.
- ದೂರವಾಣಿ (ಫೋನ್)ಯಲ್ಲಿ ದೀರ್ಘ ಅವಧಿವರೆಗು ಮಾತನಾಡಲು ಸ್ಪೀಕರ್ ಅಥವಾ ಹೆಡ್ ಸೆಟ್ ಉಪಯೋಗಿಸಿ.
- ಸಾಯಂಕಾಲ ತಣ್ಣೀರಲ್ಲಿ ಕೈ ಇಡಿ. ಇದರಿಂದ ಊತ ಇಳಿಯುವುಸದು.
- ಡಾಕ್ಟರ್ ಸಲಹೆ ಯಂತೆ ಔಷಧಿ ತೆಗೆದುಕೊಳ್ಳಿ ಅಥವಾ ಆಕ್ಯೂಪಂಚರ್ ಮಾಡಿಸಿಕೊಳ್ಳಿ.

ಕಾರ್ಯಾಲಯದ ಕೆಲಸ:– ಮೇಜಿನ ಮೇಲೆ ಕೆಲಸ ಮಡುವವರ ಕಾಲು, ಕತ್ತು, ಬೆನ್ನು, ಹಾಗೂ ತಲೆ ಯಲ್ಲಿ ಬಹಳ ನೋವಾಗುವುದು ಎಂದು ಎಲ್ಲರಿಗೂ ತಿಳದ ವಿಷಯ. ಅದರಲ್ಲೂ ಗರ್ಭಿಣಿ ಮಹಿಳೆಗೆ ಈ ತೊಂದರೆ ಇನ್ನು ಹೆಚ್ಚಾಗುವುದು. ಶಿಶುವಿಗೆ ಏನು ಕಷ್ಟವಾಗುವುದಿಲ್ಲ ಆದರೆ ತಾಯಿಯ ಶರೀರಕ್ಕೆ ಬಹಳ ತೊಂದರೆ ಆಗುವುದು. ನೀವು ಕುಳಿತುಕೊಂಡೇ ಕೆಲಸ ಮಾಡುವುದಾದರೆ ಮಧ್ಯ–ಮಧ್ಯದಲ್ಲಿ ಎದ್ದು ಸ್ವಲ್ಪ ಓಡಾಡಿ. ನಿಮ್ಮ ತೋಳುಗಳನ್ನು ಅಗಲ ಮಾಡಿಕೊಳ್ಳಿ. ಕುರ್ಚಿ ಮೇಲೆ ಕೂತಹಾಗೆ ಕತ್ತು ಹಾಗೂ ಭುಜಗಳನ್ನು ಹಿಗ್ಗಿಸಿಕೊಳ್ಳಿ. ಊದಿರುವ ಕಾಲನ್ನು ಇಟ್ಟುಕೊಳ್ಳಲು ಕುರ್ಚಿ ಹತ್ತಿರವೇ ಸಣ್ಣ ಸ್ಟೂಲ್ ಇಟ್ಟುಕೊಂಡಿರಿ. ಬೆನ್ನಿಗೆ ದಿಂಬಿನಿಂದ ಬೆಂಬಲ ಕೊಡಿ.

ಗಣಕ ಯಂತ್ರದಿಂದ(ಕಂಪ್ಯೂಟರ್) ಸುರಕ್ಷೆ . ಈಗ ಗಣಕ ಯಂತ್ರದ ಪರದೆ ಹಾಗೂ ಲ್ಯಾಪ್‌ಟಾಪ್ ಗರ್ಭಿಣಿ ಮಹಿಳೆಯರಿಗೆ ಹಾನಿಕರವಲ್ಲ.

ಆದರೂ ಕಂಪ್ಯೂಟರ್ ಮುಂದೆ ಬಹಳ ಹೊತ್ತಿರುವುದರಿಂದ ತಲೆ ಸುತ್ತವುದು, ತಲೆ ನೋವು, ಮಣಿಕಟ್ಟುಗಳಲ್ಲಿ ನೋವು ಅಥವಾ ತೋಳಲ್ಲಿ ಸೆಳೆತ ಆಗಬಹುದು. ನಿಮ್ಮ ಬೆನ್ನಿಗೆ ಪೂರ್ಣ ಆರಾಮು ಸಿಗುವಂತ ಕುರ್ಚಿ ಉಪಯೋಗಿಸಿ. ಮಾನೀಟರ್ ಎತ್ತರ ಸರಿಯಾಗಿರಲಿ. ಅದರ ಟಾಪಿನ ಮಟ್ಟ ನಿಮ್ಮ ಕಣ್ಣುಗಳ ಜೊತೆಗೆ ಸರಿಯಾಗಿರಬೇಕು ಹಾಗೂ ಇದು ಒಂದು ಕೈನಷ್ಟು ದೂರದಲ್ಲಿರಬೇಕು. ಕಾರಪಲ್ ಸಿಂಡ್ರೋಮ್ ಆಗುವ ಭಯವಿಲ್ಲದ ಸ್ಕ್ರೀನ್ ಉಪಯೋಗಿಸಿ. ಕೀಲಿಮಣೆ ಮೇಲೆ ಕೈ ಇಟ್ಟಾಗ ಅದು ನಿಮ್ಮ ಮೊಳಕೈ ಕೆಳಗೆ ಇರಬೇಕು.

ಸ್ವಸ್ಥ್ಯ ಸೇವೆ ಸಂಬಂಧ ಪಟ್ಟ ಕೆಲಸಗಳು:–ಪ್ರತಿಯೊಂದು ಹೆಲ್ತ್‌ಕೇರ್ ಪ್ರೊಫೆಶನ್‌ನ ಮೊದಲನೆಯ ಪ್ರಾಥಮಿಕತೆ ಅಂದರೆ ಸ್ವಯಂ ಸ್ವಸ್ಥ್ಯವಾಗಿರುವುದು. ಆದರೆ ನೀವು ತಾಯಿ ಆಗುವವರಿದ್ದರೆ ಇದು ಇನ್ನು ಅಗತ್ಯ. ಎಲ್ಲಕ್ಕಿಂತ ಮೊದಲು ನೀವು ಉಪಕರಣಗಳನ್ನು ಸ್ಟೆರಲೈಜ್ ಮಾಡುವ ಕೆಮಿಕಲ್‌ಗಳಿಂದ ನೀವು ಹಾಗೂ ಶಿಶು ದೂರವಿರಬೇಕು. (ಉದಾ; ಎಥಲೀನ್ ಆಕ್ಸೈಡ್ ಹಾಗೂ ಫಾರ್‌ಮಾಲ್ಡಿಹೈಡ್‌ಕೆಲವು ಆನ್ಟಿ ಕ್ಯಾನ್ಸರ್ ಔಷಧಿಗಳು, ಹೆಪೆಟೈಟಿಸ್ ಬೀ, ಹಾಗೂ ಏಡ್ಸ್ ಅಂತ ಕೆಲವು ಸೋಂಕುಗಳು ಹಾಗೂ ರೇಡಿಯೇಶನ್ ಇತ್ಯಾದಿ). ಕಡಿಮೆ ಪ್ರಮಾಣ ದ ಕ್ಷ ಕಿರಣ (ಎಕ್ಸ್ ರೇ) ಜೊತೆಗೆ ಕೆಲಸ ಮಾಡುವ ಟೆಕ್ನೀಶೀಯನ್ಸ್‌ಗಳಿಗೆ ರೇಡಿಯೇಶನ್ ಅಪಾಯ ಇರುವುದಿಲ್ಲ. ಯಾವ ಮಹಿಳೆಯರು ಸಂತಾನ ಉತ್ಪತ್ತಿಯ ವಯಸ್ಸಿನಲ್ಲಿದ್ದಾರೆ ಅವರಿಗೆ ಅಧಿಕ ಪ್ರಮಾಣದ ರೇಡಿಯೇಶನ್ ಸಂಪರ್ಕದಲ್ಲಿ ಬರುವ ಮೊದಲು ವಿಶೇಷ ಉಪಕರಣ ಧರಿಸುವ ಶಿಫಾರಸ್ ಮಾಡಲಾಗುತ್ತದೆ. ಅವರ ಸುರಕ್ಷತೆಗಾಗಿ. ನಿಮಗೆ ಕೆಲಸದಂತೆ ಸುರಕ್ಷತೆಯ ಉಪಾಯಗಳನ್ನು ಮಾಡಿಕೊಳ್ಳಬೇಕು. ಅಥವಾ ಬೇರೆ ಕೆಲಸ ನೋಡಿ ಕೊಳ್ಳಬೇಕು.

ನಿರ್ಮಾಣ ಕಾರ್ಯ:– ಎಲ್ಲಿ ಭಾರೀ ಸಾಮಾನು ತಯಾರಾಗುತ್ತದೆ ಅಥವಾ ಅಪಾಯಕರ ಮಿಶೀನ ತಯಾರಾಗುತ್ತದೋ ಅಲ್ಲಿ ನೀವು ಕೆಲಸ ಮಾಡುವುದಾದರೆ ನೀವು ನಿಮ್ಮ ಡ್ಯೂಟಿ ಬದಲಾಯಿಸಲು ಬಾಸ್ ಹತ್ತಿರ ಮಾತನಾಡಬೇಕು. ಉತ್ಪಾದದ ಸುರಕ್ಷತೆಯ ವಿಷಯದಲ್ಲಿ ನಿರ್ಮಾಣಕರ್ತರ ಹತ್ತಿರ ಮಾತನಾಡಿ ಮಾಹಿತಿ ತಿಳಿದು ಕೊಳ್ಳಬಹುದು. ಯಾವ ಫ್ಯಾಕ್ಟ್ರಿಯಲ್ಲಿ ಏನು ತಯಾರಾಗುವುದು ಹಾಗೂ ಹೇಗೆ ತಯಾರಾಗುವುದು ಎನ್ನುವುದು ಈ ತತ್ವದ ಮೇಲೆ ನಿರ್ಧಾರವಾಗುತ್ತದೆ.

ಶಾಂತವಾಗಿರಿ

ಸುಮಾರು 24 ವಾರದಲ್ಲಿ ನಿಮ್ಮ ಶಿಶುವಿನ ಹೊರಗಡೆ, ಮಧ್ಯ ಹಾಗೂ ಬಲಗಡೆಯ ಕಿವಿಗಳು ಬೆಳೆದಿದೆ. 27 ರಿಂದ 30 ವಾರದಲ್ಲಿ ಅದು ಹೊರಗಡೆಯ ಧ್ವನಿಗಳನ್ನು ಕೇಳಲು ಯೋಗ್ಯವಾಗುವುದು. ಆದಾಗ್ಯೂ ಬಹಳ ಜೋರಾಗಿರುವ ಶಬ್ಧ ಅದರ ತನಕ ತಲಪುವುದಿಲ್ಲ ಆದರೂ ನೀವು ಗರ್ಭಾವಸ್ಥೆಯಲ್ಲಿ ತೀವ್ರವಾದ ಧ್ವನಿಯಿಂದ ದೂರವಿರಬೇಕು. ಅಧಿಕ ಗಲಾಟೆಯಿಂದ ಶಿಶುವಿನ ಕೇಳುವ ಕ್ಷಮತೆಯ ಮೇಲೆ ಪ್ರಭಾವವಾಗುವುದು. ಗಲಾಟೆಯ ತೀವ್ರತೆ 40ರಿಂದ 60 ಡೆಸಿಬಲ್ ತನಕ ಇದ್ದರೆ ಇದರಿಂದ ಪ್ರೀಮೆಚ್ಯೊರ್ ಮಗು ಅಥವಾ ಕಡಿಮೆ ತೂಕದ ಶಿಶುವಿನ ಜನ್ಮಕ್ಕೆ ಅಪಾಯ ಆಗಬಹುದು. 150 ರಿಂದ 155 ಡೆಸಿಬಲ್ ಧ್ವನಿ ತೀವ್ರತೆಯಿಂದ ಇದೇ ಸಮಸ್ಯೆ ಆಗಬಹುದು. ತೀವ್ರ ಸಂಗೀತದ ಕ್ಲಬ್, ಗಲಾಟೆ ಇರುವ ಮಶೀನಗಳ ಜೊತೆಗೆ ಕೆಲಸ ಮಾಡುವ ಗರ್ಭಿಣಿ ಮಹಿಳೆಯರು ಕೆಲಸ ಬಿಟ್ಟು ಬೇರೆ ಸುರಕ್ಷಿತ ಸ್ಥಳದಲ್ಲಿ ವರ್ಗ ಮಾಡಿಸಕೊಳ್ಳಬೇಕು. ಕ್ಯಾಸೆಟ್ ಕೇಳ ಬೇಕಾದರೆ ಎಮ್ಮಿ ಥಿಯೇಟರ್ ಮಧ್ಯದಲ್ಲಿ ಕುಳಿತುಕೊಳ್ಳಿ. ಕಾರಿನಲ್ಲಿ ಜೋರಾಗಿ ಸಂಗೀತ ಕೇಳಬೇಡಿ, ಕಿವಿಗಳ ಮೇಲೆ ಹೆಡ್ ಫೋನ್ ಹಾಕಿಕೊಂಡು ಸಂಗೀತ ಕೇಳಿ.

ಭಾರೀ ಶಾರೀರಿಕ ಶ್ರಮ:– ಗರ್ಭಿಣಿ ಮಹಿಳೆ ಭಾರದ ಸಾಮಾನು ಎತ್ತುವ ಅಥವಾ ಶಾರೀರಿಕ ಶ್ರಮ ಅಥವಾ ಗಂಟೆಗಟಲೆ ನಿಂತಿರುವ ಕೆಲಸ ಮಾಡುತ್ತಾರೆ ಅವರಿಗೆ ಪ್ರೀಟರ್ಮ್ ಲೇಬರ್‌ನ ಅಪಾಯ ಅಧಿಕವಾಗುವುದು. ನೀವು ಬಾಸ್‌ಗೆ ಹೇಳಿ ನಿಮ್ಮನ್ನು 20 ರಿಂದ 28 ವಾರದತನಕ ಶಾರೀರಿಕ ಶ್ರಮ ಇದ್ದರೆ ಅಂತಹ ಸ್ಥಳದಿಂದ ವರ್ಗ ಮಾಡಿಸಿಕೊಳ್ಳಬೇಕು. ಪ್ರಸವದನಂತರ ನೀವು ನಿಮ್ಮ ಕೆಲಸಕ್ಕೆ ವಾಪಸ್ ಬರಬಹುದು.

ಭಾವನಾತ್ಮಕ ರೂಪದಿಂದ ವತ್ತಡರಹಿತ ಕೆಲಸ:– ಅನೇಕ ಸಲ ಕಾರ್ಯ ಕ್ಷೇತ್ರದಲ್ಲಿ ವತ್ತಡದ ಗರ್ಭಿಣಿ ಮಹಿಳೆಯ ಮೇಲೆ ಕೆಟ್ಟ ಪ್ರಭಾವ ಬೀಳುವುದು. ನೀವು ವತ್ತಡವನ್ನು ಕಡಿಮೆ ಮಾಡಲು ಪೂರ್ಣ ಪ್ರಯತ್ನ ಮಾಡಬೇಕು. ತಾಯ್ತನದ ರಜೆ ಬೇಗ ತೆಗೆದುಕೊಳ್ಳಿ ಅಥವಾ ವತ್ತಡ ರಹಿತವಾಗಿರುವ ಕಡೆ ಕೆಲಸವಮಾಡಿ. ಹೀಗೆ ಮಾಡುವುದು ಯಾವಾಗಲು ಸಾಧ್ಯವಾಗುವುದಿಲ್ಲ. ಆರ್ಥಿಕ ರೂಪ ಅವಶ್ಯಕವಾಗಿದ್ದರೆ ಕೆಲಸ ಬಿಡುವುದರಿಂದ ತೊಂದರೆಗಳು ಅಧಿಕ ಆಗುವುದು. ನೀವು ನಿಯಮಿತವಾಗಿ ವ್ಯಾಯಾಮ, ಧ್ಯಾನ ಹಾಗೂ ಸ್ವಸ್ಥ ಕ್ರಿಯೆಗಳಿಂದ ವತ್ತಡವನ್ನು ಕಡಿಮೆ ಮಾಡುವ ವಿಧಾನಗಳನ್ನು ಕಲಿಯ ಬೇಕಾಗುತ್ತದೆ. ಅವಶ್ಯಕತೆಗಿಂತ ಅಧಿಕ ಕೆಲಸ, ವತ್ತಡ ನಿಮ್ಮ ಗರ್ಭಾವಸ್ಥೆಗೆ ಹಾನಿಕರವಾಗಬಹುದು ನಿಮ್ಮ ಬಾಸ್ ಹತ್ತಿರ ಮಾತನಾಡಿ. ಆದರೆ ನೀವು ಸ್ವ ಉದ್ಯೋಗಿ ಆಗಿದ್ದರೆ ಕೆಲಸದ ವತ್ತಡವನ್ನು ಕಡಿಮೆ ಮಾಡುವುದು ಕಷ್ಟವಾಗಬಹುದು ಏಕೆಂದರೆ ನೀವು ಬಾಸ್ ಆದರೂ ಇಲ್ಲೂ ನೀವು ಸ್ವಲ್ಪ ಗಮನಕೊಟ್ಟು ವತ್ತಡವನ್ನು ಕಡಿಮೆ ಮಾಡಿಕೊಳ್ಳುವದೇ ಒಳ್ಳೆಯದು.

ಬೇರೆ ಕೆಲಸಗಳು:– ಅಧ್ಯಾಪಕಿಯರು ಹಾಗೂ ಸಮಾಜ ಸೇವಕಿಯರು ಸಣ್ಣ ಮಕ್ಕಳ ಜೊತೆಗೆ ಇರುವ ಕಾರಣದಿಂದ ಸೋಂಕುಗಳಿಗೆ ಸಿಗಬಹುದು. ಉದಾ: ಚಿಕನ್ ಪಾಕ್ಸ್, ಫಿಫ್ಥ್ ಡೀಸೀಜ್, ಹಾಗೂ ಸೀ, ಎಮ್,ವೀ,. ಪಶುಗಳ ಜೊತೆಗೆ ಕೆಲಸ ಮಾಡುವವರು ಅಥವಾ ಮಾಂಸ ಮಾರುವವರು ಟಾಕ್ಸೋಪ್ಲಾಜ್ಮೊಸಿಸ್‌ನಿಂದ ಪೀಡಿತರಾಗಬಹುದು. ಅವರಲ್ಲಿ ರೋಗ ಪ್ರತಿರೋಧಕ ಕ್ಷಮತೆ ಉತ್ಪನ್ನವಾಗಿದ್ದರೆ ಶಿಶುವಿಗೆ ಏನು ಅಪಾಯವಿಲ್ಲ. ನೀವು ಸೋಂಕು(ಇನ್‌ಫೆಕ್ಶನ್) ಹರಡುವ ಕಡೆ ಕೆಲಸ ಮಾಡುತ್ತಿದ್ದರೆ ಪೂರ್ತಿ ಗಮನವಿಟ್ಟು ಆಗ್ಗಾಗ ಕೈ ತೊಳೆಯಿರಿ ಹಾಗೂ ಕೈಚೀಲ, ಮಾಸ್ಕ್ ಹಾಕಿಕೊಳ್ಳಿ.

ಗಗನ ಸಖಿ (ಫ್ಲೈಟ್ ಅಟೆನ್‌ಡೆಂಟ್) ಅಥವಾ ವಿಮಾನ ಚಾಲಕರಿಗೆ (ಪೈಲೆಟ್) ಪ್ರೀಟರ್ಮ್ ಲೇಬರ್ ಅಪಾಯ ಸ್ವಲ್ಪ ಹೆಚ್ಚಾಗುತ್ತದೆ. ಹೈ ಆಲ್ಟೀಟ್ಯೂಡ್ ಫ್ಲೈಟಲ್ಲಿ ಸೂರ್ಯನ ರೇಡಿಯೇಶನ್ ಸಂಪರ್ಕದಲ್ಲಿ ಬರುವ ಕಾರಣ ಹೀಗಾಗುವುದು. ಅವರು ಕಡಿಮೆ ದೂರದ ಯಾತ್ರೆ ಮಾಡಬೇಕು ಅಥವಾ ಪ್ರೆಗ್ನೆನ್ಸಿ ಸಮಯದಲ್ಲಿ ಭೂಮಿ ಮೇಲೆ ಕಾರ್ಯಾಲಯದ ಕೆಲಸ ಮಾಡಬೇಕು.

ಛಾಯಾಚಿತ್ರ (ಫೋಟೊಗ್ರಾಫೀ) ಕೆಮಿಸ್ಟ್, ಕಾಸ್ಮೇಟಿಶಿಯನ್ ಹಾಗೂ ಡ್ರೈಕ್ಲೀನಿಂಗ್ ಕೆಲಸ ಮಾಡುವ ಗರ್ಭಿಣಿ ಮಹಿಳೆಯರು ಅನೇಕ ಕೆಮಿಕಲ್ ಸಂಪರ್ಕದಲ್ಲಿ ಇರಬಹುದು. ಅವರು ಪೂರ್ಣ ಜಾಗರೂಕವಾಗಿರ ಬೇಕು ಅಥವಾ ಆ ಸ್ಥಳವನ್ನು ಬಿಟ್ಟುಬಿಡಬೇಕು.

ಕೆಲಸದಲ್ಲಿ ತಂಗುವಿಕೆ:– ನೀವು ಕಡೆ ತನಕ ಕೆಲಸ ಮಾಡುವುದು ನಿರ್ಧರಿಸಿದ್ದೀರೇ? ಅನೇಕ ಮಹಿಳೆಯರು ಪೂರ್ತಿ ಒಂಭತ್ತು ತಿಂಗಳು ಕೆಲಸ–ಮನೆ ಎರಡನ್ನು ಚೆನ್ನಾಗಿ ನಿರ್ವಹಿಸುತ್ತಾರೆ. ಹಾಗೆಂಯೆ ಕೆಲವು ಕೆಲಸದಲ್ಲೂ ಅಧಿಕ ತೊಂದರೆಗಳಾಗುವುದಿಲ್ಲ. ಮೇಜಿನ ಮೇಲೆ ಕುಳಿತುಕೊಂಡು ಮಾಡುವ ಕೆಲಸ ಆದರೆ ನೀವು ನೇರವಾಗಿ ಬರ್ಥ್ ರೂಮಿಗೆ ಹೋಗಬಹುದು. ಕೆಲಸ ಆರಾಮವಾಗಿದ್ದರೆ ನೀವು ಮನೆಯಲ್ಲಿ ಕಸಗುಡಿಸಿ ಮನೆ ಸಾರಿಸುವ ಕೆಲಸ ಮಾಡಲು ಇಷ್ಟ ಪಡುವುದಿಲ್ಲ. ಏಕೆಂದರೆ ನಿಮಗೆ ಕಾರ್ಯಾಲಯದಲ್ಲೇ ಅಧಿಕ ಆರಾಮವಾಗಿರುತ್ತದೆ. ಕಾರ್ಯಾಲಯದಿಂದ ಮನೆಗೆ ನಡೆದುಕೊಂಡು ಹೋಗಿ ಬರುವ ಲಾಭವು ಸಿಗುತ್ತದೆ(ನೀವು ಅಧಿಕ ತೂಕ ಎತ್ತದೆ ಹೋದರೆ).

ಒಂದು ವಾರದಲ್ಲಿ 65ಗಂಟೆಕಾಲ ಕೆಲಸ ಮಾಡುವ ಗರ್ಭಿಣಿ ಮಹಿಳೆ ಗರ್ಭಾವಸ್ಥೆಯ ಜಟಿಲತೆಗಳಿಂದ ಕಡಿಮೆ ಕೆಲಸ ಮಾಡುವ ಗರ್ಭಿಣಿ ಮಹಿಳೆಯರಷ್ಟೆ ಸುರಕ್ಷಿತವಾಗಿದ್ದರೆಂದು ಒಂದು ಅಧ್ಯಯನದಿಂದ ತಿಳಿದು ಬಂದಿದೆ. ಒಂದು ಮಹಿಳೆ ಮೊದಲೇ ತಾಯಿಯಾಗಿದ್ದು ಈಗ ಅವಳು ಗರ್ಭಾವಸ್ಥೆಯಲ್ಲಿ ದೀರ್ಘಾವಧಿ ತನಕ ನಿಂತುಕೊಂಡು ಕೆಲಸ ಮಾಡಿ, ವತ್ತಡದಲ್ಲಿದ್ದು, ಅಥವಾ ಭಾರೀ ಕೆಲಸ ಮಾಡಿದರೆ ಅವಳಿಗೆ ಪ್ರೀಟರ್ಮ್ ಲೇಬರ್, ಉಚ್ಚ ರಕ್ತದವತ್ತಡ, ಕಡಿಮೆ ತೂಕವಿರುವ ಶಿಶುವಿನ ಜನನದ ಅಪಾಯ ಹೆಚ್ಚಾಗುತ್ತದೆ.

ಸೇಲ್ಸ್‌ಗರ್ಲ್, ನರ್ಸ್, ಸ್ಟಾಫ್, ರೆಸ್ಟೋರೆಂಟ್ ವರ್ಕರ್, ಪೋಲಿಸ್, ಡಾಕ್ಟರ್, ಅವರೆಲ್ಲ 28ವಾರದನಂತರ ಕೆಲಸ ಮಾಡಬೇಕೆ? ಡಾಕ್ಟರ್ ಹೇಳುವುದು ನಿಮಗೆ ಕೆಲಸ ಮಾಡಲು ಆರಾಮವಾಗಿದ್ದರೆ ನೀವು ಸಾಮಾನ್ಯವಾಗಿ ಕೆಲಸ ಮಾಡಬಹುದು. ಆದರೆ ಶಾರೀರಿಕ ತೊಂದರೆಗಳು ಹೆಚ್ಚಾಗುವುದು ಉದಾ; ಬೆನ್ನೋವು, ವೆರಿಕೋಜ್ ವೇಯ್ನ್ಸ್ ಹಾಗೂ ಹೆಮರೈಡ್.

ಸಾಧ್ಯವಾದರೆ ಸ್ವಲ್ಪ ಮುಂಚೆ ರಜೆ ತೆಗೆದುಕೊಳ್ಳಿ. ಆಯಾಸವಾಗುವ ಕೆಲಸ, ಬಿದ್ದು ಪೆಟ್ಟಗುವಂತ ಕೆಲಸಗಳನ್ನು ಮಾಡಬೇಡಿ. ವಿಶೇಷವೆಂದರೆ

ಗರ್ಭಾವಸ್ಥೆ ಹಾಗೂ ದುರ್ವ್ಯವಹಾರ

ಗರ್ಭಾವಸ್ಥೆಯ ಕಾರಣದಿಂದ ಕಾರ್ಯಕ್ಷೇತ್ರದಲ್ಲಿ ನಿಮ್ಮ ಜೊತೆಗೆ ದುರ್ವ್ಯವಹಾರವಾಗುತ್ತಿದ್ದಿಯೇ? ಸುಮ್ಮನೆ ಇರುವ ಬದಲು ವಿಶ್ವಾಸವಿರುವವರ ಹತ್ತಿರ ಮನಸ್ಸಿನ ಮಾತು ಹೇಳಿ. ಎಲ್ಲಾ ಮಾತುಗಳು ಹಾಗೂ ಘಟನೆಗಳ ಸೂಚಿ ಹಾಗೂ ರೆಕಾರ್ಡ್ ಇಟ್ಟುಕೊಂಡಿರಿ. ಅವಶ್ಯಕತೆ ಇದ್ದಾಗ ಸಾಕ್ಷ್ಯ ರೂಪದಲ್ಲಿ ತೋರಿಸಬಹುದು.

ಪ್ರತಿಯೊಂದು ಗರ್ಭಾವಸ್ಥೆ, ಗರ್ಭಿಣಿ ಮಹಿಳೆಗೂ ಕೆಲಸ ಬೇರೆ–ಬೇರೆ ಇರುತ್ತದೆ ಡಾಕ್ಟರ್ ಜೊತೆಗೆ ಮಾತನಾಡಿ ನಿಮ್ಮ ಸ್ಥಿತಿಯಂತೆ ನಿರ್ಣಯ ತೆಗೆದುಕೊಳ್ಳಿ.

ಕೆಲಸ ಬದಲಾಯಿಸುವುದು:– ಜೀವನದಲ್ಲಿ ಆಗುವ ಅನೇಕ ಬದಲಾವಣೆಯ ಜೊತೆಗೆ ನೀವು ಒಂದು ಬದಲಾವಣೆ ಮಾಡಲು ಇಷ್ಟ ಪಡುತ್ತೀರ. ತಾಯಿ ಆಗುವ ಮಹಿಳೆ ತಮ್ಮ ಕೆಲಸವನ್ನು ಬದಲಾಯಿಸಲು ಅನೇಕ ಕಾರಣಗಳಿರಬಹುದು ಕೆಲಸ ಮಾಡುವ ವಾತಾವರಣ ಸೌಹಾರ್ದ ಪೂರ್ಣ ಇಲ್ಲದೇ ಇರಬಹುದು, ಕೆಲಸ ಹಾಗೂ ಮಾತೃತ್ವದ ನಡುವೆ ಹೊಂದಾಣಿಕೆ ಮಾಡುಲು ಕಷ್ಟವಾಗುತ್ತಿರಬಹುದು ಅಥವಾ ಕೆಲಸದ ಗಂಟೆ ಅಧಿಕವಾಗಿರಬಹುದು. ನಿಮಗೆ ಕೆಲಸವೇ ಬೇಜಾರಾಗಿರಬೇಕು, ಅಲ್ಲಿ ನಿಮ್ಮ ಶಿಶುವುಗೆ ಅಪಾಯುವಿರಬಹುದು. ಕಾರಣ ಏನೇ ಇರಲಿ ಕೆಲಸ ಬಿಡುವ ಮೊದಲು ಕೆಲವು ಮಾತುಗಳನ್ನು ಗಮನದಲ್ಲಿಟ್ಟುಕೊಳ್ಳಿ.

ಹೊಸ ಕೆಲಸವನ್ನು ನೋಡಿಕೊಳ್ಳುವುದಕ್ಕೆ ಸಮಯದ ಪ್ರಜ್ಞೆ ಹಾಗೂ ಗಮನ ಬೇಕು. ಈಗ ನಿಮಗೆ ಸ್ವಸ್ಥ ಪ್ರೆಗ್ನೆನ್ಸಿ ಮೇಲೆ ಗಮನ ಅಧಿಕವಿದೆ. ಹೀಗಿರುವಾಗ ನೀವು ಹೊಸ ಕೆಲಸಕ್ಕೆ ಹೋಗುವ ಮೊದಲು ಅನೇಕ ತರಹದ ಸಾಕ್ಷಾತ್ಕಾರ ಹಾಗೂ ಪರೀಕ್ಷೆ ಎದುರಿಸಬೇಕಾಗುವುದು ಆಗ ನಿಮಗೆ ಇದರ ಮೇಲೆ ಅಧಿಕ ಗಮನವಿಲ್ಲದಿರಬಹುದು. ಗರ್ಭಾವಸ್ಥೆಯ ತೊಂದರೆಗಳ ಜೊತೆಗೆ ಪ್ರಥಮ ಪ್ರಭಾವ ಬೀರುವುದು ಸ್ವಲ್ಪ ಕಷ್ಟ. ಹೊಸ ಕೆಲಸದಲ್ಲೂ ಗಮನ ಅಧಿಕ ಕೊಡಬೇಕಾಗುವುದು. ಎಲ್ಲರ ಕಣ್ಣು ನಿಮ್ಮ ಮೇಲೆ ಇರುವುದು ತಪ್ಪುಮಾಡಿದರೂ ಕಷ್ಟ. ಹೀಗಿರುವಾಗ ನೀವೇ ನಿರ್ಧರಿಸಿಕೊಳ್ಳಿ ನಿಮಗೆ ಇಷ್ಟು ಧೈರ್ಯವಿದೆಯೇ?

ಹೊಸ ಕೆಲಸಕ್ಕೆ ಹೋಗುವ ಮೊದಲು ಅಲ್ಲಿ ಹೋದರೆ ಲಾಭವಾಗುವುದೋ ಇಲ್ಲವೋ ಎಂದು ನೋಡಿ ಕೊಳ್ಳಿ. ಕಂಪನಿ ನಿಮಗೆ ಸುಮ್ಮನೆ ರಜೆ ಕೊಡುವ ಬದಲು ಹೈಲ್ತ್ ಇನ್‌ಶ್ಯೂರೆಂಸಿನ ಎರಡರಷ್ಟು ರಾಶಿ ತೆಗೆದುಕೊಳ್ಳುವುದೇ? ಅವರು ಮನೆಯಿಂದ ಕೆಲಸ ಮಾಡಿಕೊಂಡು ಬರುವ ಅನುಮತಿ ನೀಡುತ್ತಾರೆಯೇ? ಸಂಬಳ ಅಧಿಕವಾಗಿದೆಯೇ? ನೆನಪಿರಲಿ ನೋಡಲು ಎಲ್ಲಾ ಸುಲಭವಾಗಿದ್ದರೂ ಎಲ್ಲಾ ಸುಲಭವಾಗಿರುವುದಿಲ್ಲ. ನಿಮ್ಮ ಮನೆ ವಾತಾವರಣ ಹಾಗೇಯೆ ಬಹಳ ವ್ಯಸ್ತವಾಗಿರುವುದು, ಕಾರ್ಯಾಲಯದಲ್ಲೂ ಹಾಗೆಯೆ ಇದ್ದರೇ ನಿಮಗೆ ಇಷ್ಟ ಬರುವುದೇ? ಇದು ನೆನೆಪಿರಲಿ ಅನೇಕ ಕಂಪನಿಗಳು ತಾವು ನೇಮಿಸುವವರಿಗೆ ಮೊದಲನೆಯ ವರ್ಷದಲ್ಲಿ ಕಡಿಮೆ ಸಂಬಳ ಕೊಡುತ್ತಾರೆ.

ಗರ್ಭಾವಸ್ಥೆಯ ಕಾರಣದಿಂದ ನಿಮ್ಮನ್ನು ಕೆಲಸದಲ್ಲಿಟ್ಟುಕೊಳ್ಳದೆ ಇರುವ ಅಧಿಕಾರ ಯಾವುದೇ ನೇಮಿಸುವವರಿಗೆ ಇಲ್ಲ. ಆದರೆ ನೀವು ಈ ಮಾತನ್ನು ಮುಚ್ಚಿಟ್ಟು ಕೆಲಸ ಪ್ರಾರಂಭವಾಗಿ ಕೆಲವೇ ದಿನಗಳಲ್ಲಿ ತಾಂಯ್ತನದ ರಜೆ ಕೇಳಿದರೆ ನಿಮ್ಮ ಸಂಬಂಧಗಳು ಕೆಡಬಹುದು. ಅವರು ನಿಮಗೆ ಕೆಲಸ ಕೊಡುವುದಕ್ಕೆ ರಾಜೀ ಆದ ತಕ್ಷಣ ನೀವು ಅವರಿಗೆ ನಿಮ್ಮ ಗರ್ಭಾವಸ್ಥೆಯ ಸಮಾಚಾರ ಕೊಟ್ಟುಬಿಡಿ.

ಒಂದು ವೇಳೆ ನಿಮಗೆ ಹೊಸ ಕೆಲಸಕ್ಕೆ ಹೋದ ಮೇಲೆ ನೀವು ಗರ್ಭಿಣಿ ಎಂದು ಗೊತ್ತಾದರೆ? ಆಗಲಿ ಬಿಡಿ ಹೇಗಿದಿಯೋ ಹಾಗೇ ಸ್ವೀಕರಿಸಿ. ನಿಮಗೆ ಕೊಟ್ಟಿರುವ ಕೆಲಸವನ್ನು ಗಮನವಿಟ್ಟು ಮಾಡಿ ಆದರೆ ಪರಿಸ್ಥಿತಿ ನಕಾರಾತ್ಮಕವಾಗದಿರಲೆಂದು ನಿಮಗೆ ನಿಮ್ಮ ಅಧಿಕಾರದ ಬಗ್ಗೆ ಹಾಗೂ ಕೆಲಸದ ಸುರಕ್ಷತೆಯ ಬಗ್ಗೆ ಮಾಹಿತಿ ಇರ ಬೇಕು.

ಕೆಲಸದ ಸಮಯದಲ್ಲಿ ಸುರಕ್ಷತೆ ಹಾಗೂ ವಿಶ್ರಾಮ

ಇದು ನಿಮ್ಮ ಮೊದಲನೆಯ ಶಿಶುವಿರಬಹುದು. ಆದರೆ ನೀವು ಕೆಲಸ ಹಾಗೂ ಪರಿವಾರದ ನಡುವೆ ಹೊಂದಾಣಿಕೆ ಮಾಡುವುದು ಕಲಿಯಲೇಬೇಕು. ಮೊದಲನೆಯ ಮೂರು ತಿಂಗಳು ಹಾಗೂ ಕಡೆಯ ಮೂರು ತಿಂಗಳಲ್ಲಿ ಗರ್ಭಾವಸ್ಥೆಯ ಲಕ್ಷಣಗಳು ಕಾಣಿಸುವುದು ಆಗ ನಿಮ್ಮ ಮೇಲೆ ಆಯಾಸದ ಪ್ರಭಾವ ಬಹಳವಾಗಿರಬಹುದು. ನಮ್ಮ ಟಿಪ್ಸ್‌ಗಳನ್ನು ಬಳಸಿ ನೀವು ನಿಮ್ಮ ಎರಡು ಕೆಲಸಗಳನ್ನು ಸರಿಯಾದ ರೀತಿಯಲ್ಲಿ ಸಂಭಾಳಿಸುವುದಲ್ಲದೆ ನಿಮಗೆ ಎಲ್ಲವು ಬಹಳ ಸುಲಭ ಹಾಗೂ ಸಹಜವೂ ಆಗುತ್ತದೆ.

- ದಿನದಲ್ಲಿ ಮೂರು ಸಲ ಭೋಜನ ಮಾಡಿ. ಮಧ್ಯ-ಮಧ್ಯದಲ್ಲಿ ಹಗೂರವಾದ ತಿಂಡಿ ತಿನ್ನಿ. ನೀವು ಎಷ್ಟೇ ವ್ಯಸ್ತವಾಗಿದ್ದರು ಸ್ವಸ್ಥವಾಗಿರುವ ಸ್ನ್ಯಾಕ್ಸ್ ತಿನ್ನುವುದನ್ನು ಮರೆಯಬೇಡಿ.ಪರ್ಸ್‌ನಲ್ಲಿ ತಿನ್ನುವ ಪದಾರ್ಥಗಳನ್ನು ಇಟ್ಟುಕೊಂಡಿರಿ.
- ನಿಮ್ಮ ತೂಕವನ್ನು ನೋಡಿಕೊಳ್ಳಿ. ವತ್ತಡದಿಂದ ನಿಮ್ಮ ತೂಕ ಕಡಿಮೆ ಆಗುತ್ತಿದೆಯೇ ಎಂದು ತಿಳಿದುಕೊಳ್ಳಿ.
- ವಾಟರ್ ಕೂಲರನ್ನು ನಿಮ್ಮ ಗೆಳೆಯನಾಗಿ ಮಾಡಿಕೊಳ್ಳಿ. ನೀವು ಪದೇ-ಪದೇ ಖಾಲಿ ಗ್ಲಾಸ್ ತುಂಬಿಸಲು ಅಲ್ಲಿಗೆ ಹೋಗಬೇಕಾಗುವುದು ಆದ್ದರಿಂದ ಮೇಜಿನ ಮೇಲೆ ಬಾಟಲ್ ಇಟ್ಟುಕೊಂಡಿರಿ ಅದನ್ನು ದಿನದಲ್ಲಿ ಪದೇ-ಪದೇ ತುಂಬಿಸಿಕೊಳ್ಳಿ. ನೀರು ಕುಡಿದಷ್ಟು ಮೂತ್ರಪಿಂಡದ ಸೋಂಕಿನಿಂದ ದೂರವಿರುವಿರಿ.
- ಮೂತ್ರವಿಸರ್ಜಿಸುವ ಇಚ್ಛೆಯನ್ನು ತಡೆದುಕೊಳ್ಳಬೇಡಿ. ಎರಡು ಗಂಟೆಕಾಲದನಂತರದಲ್ಲಿ ಮೂತ್ರ ವಿಸರ್ಜಿಸಿ.
- ನಿಮ್ಮ ಉಡುಪು ಆರಾಮವಾಗಿರಲಿ. ಬಿಗಿಯಾಗಿರುವ ಅಥವಾ ರಕ್ತಸಂಚಾರದಲ್ಲಿ ತಡೆಹಾಕುವ ಉಡುಪನ್ನು ಧರಿಸಬೇಡಿ. ತುಂಬ ಹೊತ್ತಿನವರೆಗೆ ನಿಂತಿರಬೇಕೆಂದರೆ ಸ್ಪೋರ್ಟಿಂಗ್ ಹೊಜ಼್ ಹಾಕುವುದು ಮರೆಯಬೇಡಿ.
- ಬಹಳ ಹೊತ್ತು ನಿಂತಿರಬೇಕಾದರೆ ಮಧ್ಯ-ಮಧ್ಯದಲ್ಲಿ ಕುಳಿತುಕೊಳ್ಳಿ ಅಥವಾ ಓಡಾಡಿ. ಸಣ್ಣ ಸ್ಟೂಲ್ ಸಿಕ್ಕರೆ ನಿಂತಿರುವಾಗ ಒಂದು ಕಾಲು ಬಾರಿ-ಬಾರಿಗೆ ಅದರ ಮೇಲೆ ಇಟ್ಟುಕೊಳ್ಳಿ.
- ಕೆಲಸದಿಂದ ಬ್ರೇಕ್ ತೆಗೆದುಕೊಳ್ಳಿ. ನಿಂತಿದ್ದರೆ ಕುಳಿತುಕೊಳ್ಳಿ, ಕುಳಿತುಕೊಂಡಿದ್ದರೆ ಓಡಾಡಿ. ಸಾಧ್ಯವಾದರೆ ಸೋಫಾ ಮೇಲೆ ಮಲಗಿಕೊಂಡು ಬೆನ್ನು ನೆಟ್ಟಗೆ ಮಾಡಿಕೊಳ್ಳಿ. ಬೆನ್ನು , ಕತ್ತು ಹಾಗೂ ಕಾಲು ಎಳೆಯುವಂತ ವ್ಯಾಯಾಮ ಮಾಡಿ.
- ನಿಮ್ಮ ಶ್ವಾಸದ ಮೇಲೆ ಗಮನವಿಡಿ. ಹೊಗೆ ಇರುವ ಸ್ಥಳಕ್ಕೆ ಹೋಗಬೇಡಿ. ಹೊಗೆಯಿಂದ ನಿಮಗೆ ಹಾಗೂ ನಿಮ್ಮ ಶಿಶುವಿಗೆ ಹಾನಿಯಾಗಬಹುದು. ನಿಮಗೆ ಆಯಾಸ ಅನಿಸಬಹುದು.
- ಪ್ರತಿ ಸಲ ಊಡವಾದ ಮೇಲೆ ಹಲ್ಲು ಉಜ್ಜಿ. ಹಲ್ಲು ಸ್ವಸ್ಥವಾಗಿರುತ್ತದೆ, ಉಸಿರು ತಾಜವಾಗಿರುವುದು ಹಾಗೂ ಓಕರಿಕೆ ಅನಿಸುವುದಿಲ್ಲ. ಬಾಯಿಯಲ್ಲಿ ಅಧಿಕ ಜೊಲ್ಲು ಬಂದರೆ ಮೌಥ್ ವಾಶ್ ಉಪಯೋಗಿಸಿ.
- ಕಾರಪಲ್ ಟನಲ್ ಸಿಂಡ್ರೋಮ್, ಹಾಗೂ ಬೆನ್ನು ನೋವು ಕಾರ್ಯಾಲಯಕ್ಕೆ ಹೋಗುವವರು ಈ ಎರಡು ತೊಂದರೆಗಳನ್ನು ಸಹಿಸಬೇಕಾಗಬಹುದು. ಈ ವಿಷಯದಲ್ಲಿ ಪೂರ್ಣ ಗಮನಕೊಡಿ.
- ವತ್ತಡದಿಂದ ದೂರವಿರಿ. ಅವಕಾಶ ಸಿಕ್ಕ ತಕ್ಷಣ ರಿಲ್ಯಾಕ್ಸ್ ಮಾಡಿಕೊಳ್ಳಿ. ನಿಮಗೆ ಪುನಃ ಫ್ರೆಶ್ ಅನಿಸಲು ಸಂಗೀತ ಕೇಳಿ, ಧ್ಯಾನ ಮಾಡಿ, ಕಣ್ಣು ಮುಚ್ಚಿಕೊಂಡು ಮಲಗಿ, ಅಥವಾ ಓಡಾಡಿ. ಏನಾದರು ಮಾಡಿ.
- ನಿಮ್ಮ ಶರೀರದ ಕರೆಯನ್ನು ಕೇಳಿ. ಆಯಾಸ ಅನಿಸಿದರೆ ಕೆಲಸದ ವತ್ತಡವನ್ನು ಕಡಿಮೆ ಮಾಡಿ. ಸ್ವಲ್ಪ ವಿಶ್ರಮಿಸಿ ಅಥವಾ ಸಾಯಂಕಾಲ ರಜೆ ತೆಗೆದುಕೊಂಡು ಮನೆಗೆಹೋಗಿ.

ನಾಲ್ಕನೇ ತಿಂಗಳು

ಸುಮಾರು 14 ರಿಂದ 17 ವಾರದವರೆಗೆ

ಎರಡನೆಯ ಮೂರು ತಿಂಗಳು ಪ್ರಾರಂಭವಾಯಿತು. ಸಾಮಾನ್ಯವಾಗಿ ಗರ್ಭಿಣಿ ಮಹಿಳೆಯರಿಗೆ ಈ ಸಮಯ ಬಹಳ ಆರಾಮವಾಗಿರುತ್ತದೆ. ಇದರಲ್ಲಿ, ಶರೀರದಲ್ಲಿ ಕೆಲವು ಬದಲಾವಣೆ ಆಗುವುದು. ಗರ್ಭಾವಸ್ಥೆಯಲ್ಲಿ ತೊಂದರೆ ಕೊಡುವ ಲಕ್ಷಣಗಳು ಬಹಳಷ್ಟು ಮಟ್ಟಕ್ಕೆ ಕಡಿಮೆ ಆಗಿರುವುದು. ಊಟ-ತಿಂಡಿಯಲ್ಲಿ ಪುನಃ ಸ್ವಾದ ಕಾಣಿಸುವುದು. ಊರ್ಜೆ ಮಟ್ಟ ಅಧಿಕವಾಗಿರುವುದು. ವಕ್ಷಸ್ಥಳದಲ್ಲಿ ಸಂವೇದನಶೀಲತೆ ಕಡಿಮೆ ಆಗಿರುವುದು. ಈ ದಿನಗಳಲ್ಲಿ ಹೊಟ್ಟೆಯ ಉಬ್ಬು ಕಾಣಿಸಲು ಪ್ರಾರಂಭವಾಗುವುದು.

ಈ ತಿಂಗಳು ನಿಮ್ಮ ಶಿಶುವಿನ ಬೆಳವಣಿಗೆ

14ನೇ ವಾರ:- ಈ ವಾರಗಳಲ್ಲಿ ಭ್ರೂಣದ ಬೆಳವಣಿಗೆಯ ಮಟ್ಟ ಬೇರೆ-ಬೇರೆ ಇರುವುದು ಆದರೆ ಎಲ್ಲಾ ಶಿಶುಗಳ ಬೆಳವಣಿಗೆಯ ಮಾರ್ಗ ಒಂದೇ ಇರುವುದು. ಈ ತಿಂಗಳ ತನಕ ನಿಮ್ಮ ಶಿಶುವಿನ ಆಕಾರ ಕಟ್ಟಿದ ಮುಷ್ಟಿಯಷ್ಟಿತ್ತು, ಈಗ ಅದು ಸಾಕಷ್ಟು ಮಟ್ಟದವರೆಗೆ ನೇರವಾಗುತ್ತಿದೆ. ಕತ್ತು ಮೊದಲಿಗಿಂತ ಉದ್ದಾವಾಗುತ್ತಿದೆ ಹಾಗೂ ತಲೆ ನೇರವಾಗುತ್ತಿದೆ. ಬಹುಶಹ ಸಣ್ಣ ತಲೆ ಮೇಲೆ ಸಣ್ಣ-ಸಣ್ಣ ಕೂದಲು ಬರುತ್ತಿದೆ. ಶರೀರದ ಕೂದಲಿನ ಜೊತೆಗೆ ಹುಬ್ಬಿನ ಕೂದಲು ಬೆಳೆಯುತ್ತಿದೆ. ಕೂದಲಿನ ಈ ಪದರ ಅದಕ್ಕೆ ಉಷ್ಣಾಂಶವನ್ನು ನೀಡುವುದು. ಶರೀರದಲ್ಲಿ ಮೇಧಸ್ಸು ಸೇರಿದರೆ ಕೂದಲು ಕಡಿಮೆ ಆಗುವುದು. ಬೇಗ ಹುಟ್ಟುವ ಕೆಲವು ಶಿಶುಗಳಲ್ಲಿ ಕೂದಲಿನ ಅಸ್ಥಾಯೀ ಪದರವನ್ನು ನೋಡ ಬಹುದು.

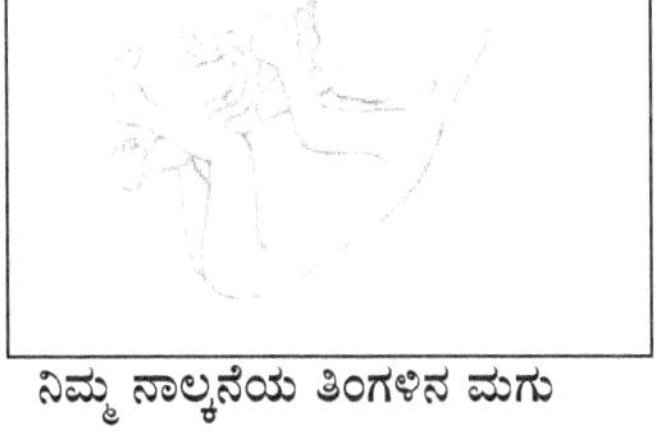

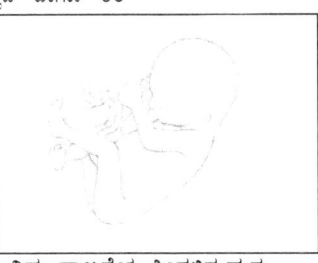

ನಿಮ್ಮ ನಾಲ್ಕನೆಯ ತಿಂಗಳಿನ ಮಗು

15ನೇ ವಾರ:- ಈ ವಾರ ಶಿಶುವಿನ ಅಳತೆ 4 1/2" ಹಾಗೂ ತೂಕ 2ರಿಂದ 3 ಔನ್ಸ್ ಇರುವುದು. ಅದು ಒಂದು ಸಣ್ಣ ಕಿತ್ತಳೆಹಣ್ಣಷ್ಟು ಇದೆ. ಅದರ ಕಿವಿ ಸರಿಯಾದ ಸ್ಥಾನಕ್ಕೆ ಬಂದಿದೆ, ಕಣ್ಣುಗಳು ತಲೆಯ ಮೂಲೆಯಿಂದ ಮುಖದ ಮೇಲೆ ಬಂದಿದೆ, ಅದು ತಮ್ಮ ಕಾಲಿನ ಬೆರಳುಗಳನ್ನು ಅಲ್ಲಾಡಿಸಬಹುದು, ತಮ್ಮ ಹೆಬ್ಬೆರಳನ್ನು ಚೀಪಬಹುದು, ಹಾಗು ಬಹಳ ಸುಲಭವಾಗಿ ಉಸಿರಾಡಬಹುದು. ಯದ್ಯಪಿ ನಿಮಗೆ ಅದರ ನಡುಕ ಅನುಭವವಾಗುವುದಿಲ್ಲ ಆದರೆ ಅದು ಮಜವಾಗಿ ಕೈ-ಕಾಲು ಅಲ್ಲಾಡಿಸುವುದು.

16ನೇ ವಾರ:- ಈಗ ಅದರ ತೂಕ 3ರಿಂದ 5 ಔನ್ಸ್ ಹಾಗೂ ಉದ್ದ 4ರಿಂದ 5" ಆಗಿದೆ. ಅದರ ಮಾಂಸಖಂಡಗಳು ಮೊದಲಿಗಿಂತ ಅಧಿಕ ದೃಢವಾಗುತ್ತಿದೆ. ಅದರ ಮುಖ ಸುಂದರವಾಗುತ್ತಿದೆ. ಕಣ್ಣು ಕೆಲಸ ಮಾಡುತ್ತಿದೆ. ಯದ್ಯಪಿ ರೆಪ್ಪೆಗಳು ಇನ್ನೂ ಮುಚ್ಚಿದೆ ಆದರೆ ಸ್ಪರ್ಶಕ್ಕೆ

ಸಂವೇದನಶೀಲವಾಗಿದೆ. ನೀವು ನಿಮ್ಮ ಹೊಟ್ಟೆಯ ಉಬ್ಬನ್ನು ಮುಟ್ಟಿದರೆ ಅದಕ್ಕೆ ಅನುಭವವಾಗುವುದು. ಆದರೆ ನಿಮಗೆ ಅದರ ಚಲನೆಯನ್ನು ಗುರುತಿಸಲಾಗುವುದಿಲ್ಲ.

17ನೆ ವಾರ: ಈಗ ಶಿಶು ನಿಮ್ಮ ಅಂಗೈ ಅಷ್ಟಾಗಿದೆ. ಅದರ ತೂಕ 5 ಔನ್ಸ್‌ಗಿಂತ ಅಧಿಕ ಹಾಗೂ ಉದ್ದ ಸುಮಾರು 5" ಇದೆ. ಅದರ ತ್ವಚೆ ಪಾರದರ್ಶಿಕವಾಗಿದೆ. ಶರೀರದಲ್ಲಿ ಮೇಧಸ್ಸಿನ ನಿರ್ಮಾಣವಾಗುತ್ತಿದೆ. ಈಗಾಗಲೆ ಅದು ಚೀಪುವ ಹಾಗೂ ನುಂಗುವ ಕಲೆಯನ್ನು ಕಲಿತ್ತಿದೆ ಏಕೆಂದರೆ ಪ್ರಪಂಚಕ್ಕೆ ಬಂದ ತಕ್ಷಣ ಹೊಟ್ಟೆಗಾಗಿ ಎಲ್ಲಕ್ಕಿಂತ ಮೊದಲು ಇದೇ ಕೆಲಸ ಮಾಡಬೇಕು. ಈಗ ಅದರ ಹೃದಯದ ಬಡಿತ ನಿಯಮಿತವಾಗಿದೆ.

ನೀವು ಏನು ಅನುಭವಿಸಬಹುದು:

ನೆನಪಿರಲಿ ಪ್ರತಿಯೊಂದು ಗರ್ಭಿಣಿ ಹಾಗೂ ಪ್ರತಿಯೊಂದು ಗರ್ಭಾವಸ್ಥೆಯು ಭಿನ್ನವಾಗಿರುವುದು. ನೀವು ಒಂದೇ ಸಮಯದಲ್ಲಿ ಅಥವಾ ಬೇರೆ ಬೇರೆ ವರ್ಷಗಳಲ್ಲಿ ಈ ಎಲ್ಲಾ ಲಕ್ಷಣಗಳನ್ನು ಅನುಭವಿಸಬಹುದು. ಕೆಲವು ಲಕ್ಷಣಗಳು ಹಿಂದಿನ ತಿಂಗಳಿಂದಾನೆ ಇರಬಹುದು ಕೆಲವು ಹೊಸದಾಗಿ ಕಾಣಿಸುವುದು. ಕೆಲವು ಸಾಮಾನ್ಯ ಲಕ್ಷಣಗಳು ನಿಮಗೆ ಗೊತ್ತಾಗುವುದೇ ಇಲ್ಲ ಏಕೆಂದರೆ ನಿಮಗೆ ರೂಢಿಯಾಗಿರುವುದು.. ಈ ತಿಂಗಳು ನೀವು ಕೆಳಗೆ ಬರೆದಿರುವ ಲಕ್ಷಣಗಳನ್ನು ಅನುಭವಿಸಬಹುದು:-

ಶಾರೀರಿಕ

- ಆಯಾಸ, ಶಕ್ತಿ ಹೀನತೆ, ತೂಕಡಿಕೆ
- ಪದೇ-ಪದೇ ಮೂತ್ರ ವಿಸರ್ಜಿಸುವ ಕಡಿಮೆ ಇಚ್ಛೆ.
- ಓಕರಿಕೆ, ವಾಂತಿ ನಿಲ್ಲುವುದು ಅಥವಾ ಕಡಿಮೆಯಾಗುವುದು. ಕೆಲವರಿಗೆ ಮಾರ್ನಿಂಗ್ ಸಿಕ್‌ನೆಸ್ ಜಾರಿ ಇರಬಹುದು ಸರಿ ಆದರೆ ಹಸಿವು ಆಗುವುದು
- ಮಲಬದ್ಧತೆ
- ಎದೆ ಉರಿ ಅಜೀರ್ಣ, ಹೊಟ್ಟೆ ಉಬ್ಬುವುದು
- ಸ್ತನಗಳ ಆಕಾರದಲ್ಲಿ ಬದಲಾವಣೆ ಆದರೆ ಮೃದುತ್ವ ಕಡಿಮೆ ಆಗುವುದು.
- ಒಮ್ಮೊಮ್ಮೆ ತಲೆ ನೋವು.
- ಒಮ್ಮೊಮ್ಮೆ ತಲೆ ಸುತ್ತುವುದು.
- ಮೂಗು ಕಟ್ಟುವುದು. ಒಮ್ಮೊಮ್ಮೆ ಮೂಗಿನಿಂದ ರಕ್ತ ಬರುವುದು. ಕಿವಿಯಲ್ಲಿ ಗುಗ್ಗೆ.
- ಬ್ರಶ್ ಮಾಡುವಾಗ ಮಸಡುಗಳಿಂದ ರಕ್ತ ಬರುವುದು.
- ಹಸಿವು ಅಧಿಕವಾಗುವುದು.
- ಕಾಲಿನ ಗಂಟು, ಕಾಲುಗಳು ಅಥವಾ ಕೈ-ಕಾಲುಗಳಲ್ಲಿ ಊದುವಿಕೆ
- ಕಾಲಲ್ಲಿ ವೆರಿಕೋಜ್ ವೆಯ್ನ್, ಹೆಮರೈಡಸ್
- ಯೋನಿ ಸ್ರಾವ ಸ್ವಲ್ಪ ಅಧಿಕವಾಗುವುದು.
- ತಿಂಗಳ ಕೊನೆಯಲ್ಲಿ ಭ್ರೂಣದ ಚಟುವಟಿಕೆ ಅಧಿಕವಾಗುವುದು (ಇಷ್ಟು ಬೇಗ ಅಲ್ಲ)

ಒಂದು ದೃಷ್ಟಿ

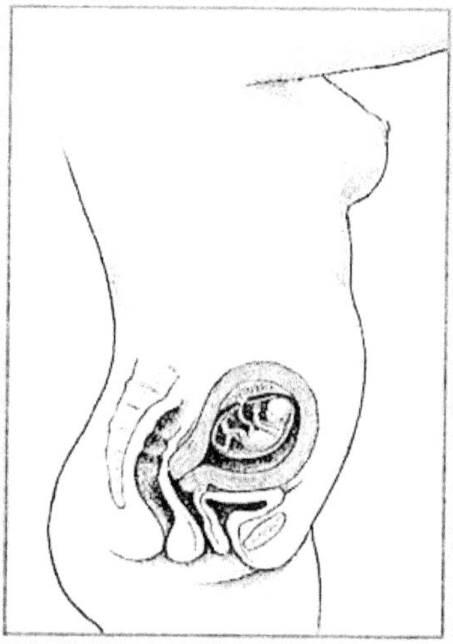

ನಿಮ್ಮ ಸಣ್ಣ ಕಲ್ಲಂಗ್ರಿಹಣ್ಣಿನಷ್ಟು ಇರುವ ಗರ್ಭಾಶಯ ಈ ತಿಂಗಳು ಪೆಲ್ವಿಕ್ ಕ್ಯಾವಿಟಿಯಿಂದ ಹೊರಗೆ ಬರುವುದು. ನೀವು ಹೊಕ್ಕಳಿನ 2" ಕೆಳಗೆ ಡಾಕ್ಟರ್ ಸಹಾಯದಿಂದ ಇದರ ಮೇಲ್‌ಭಾಗವನ್ನು ಅನುಭವಿಸಬಹುದು. ನಿಮ್ಮ ಹಳೆ ಉಡುಪುಗಳು ಬಿಗಿಯಾಗುವುದು.

ಭಾವಾತ್ಮಕ:

- ಭಾವಾತ್ಮಕ ಏರುವಿಕೆ ಇಳಿಯುವಿಕೆ, ಮನಸ್ಥಿತಿ ಚೆನ್ನಾಗಿ ಇರಬಹುದು ಅಥವಾ ಕೆಡಬಹುದು, ಅಕಸ್ಮಾತ್ ಅಳುವ ಮನಸ್ಸು, ವ್ಯಾಕುಲತೆ, ಸಿಡುಕುವುದು.
- ಗರ್ಭಿಣಿ ಎಂದು ಕಾಣಿಸುವ ಇಚ್ಛೆ.
- ಯಾ ಉಡುಪುಗಳು ಸರಿಯಾಗದೆ ಇರುವ ಕಾರಣ ಸಿಡುಕಾಟ. ನೀವು ಈಗ ಗರ್ಭಾವಸ್ಥೆಯ ವಿಶೇಷ ಉಡುಪುಗಳ ಯೋಗ್ಯವೂ ಇಲ್ಲ.
- ಮೈ ಹುಷಾರಾಗಿಲ್ಲ ಎಂದು ಅನಿಸುವುದು. ಸ್ಮರಣ ಶಕ್ತಿ ಕಡಿಮೆ ಆಗುವುದು.

ಈ ತಿಂಗಳಿನ ತಪಾಸಣೆ:–

ಈ ತಿಂಗಳು ಡಾಕ್ಟರ್ ಕೆಳಗೆ ಬರೆದಿರುವ ತಪಾಸಣೆಗಳನ್ನು ಮಾಡಬಹುದು ಆದರೆ ಎಲ್ಲಾ ಡಾಕ್ಟರ್ ತಮ್ಮ-ತಮ್ಮ ರೀತಿಯಲ್ಲಿ ತಪಾಸಣೆ ಮಾಡುತ್ತಾರೆ:–

- ತೂಕ ಹಾಗೂ ರಕ್ತದ ಒತ್ತಡ
- ಪ್ರೋಟೀನ್ ಹಾಗೂ ಸಕ್ಕರೆಯ ತಪಾಸಣೆ ಗೆ ಮೂತ್ರದ ತಪಾಸಣೆ
- ಭ್ರೂಣದ ಹೃದಯದ ಬಡಿತದ ತಪಾಸಣೆ
- ಗರ್ಭಾಶಯದ ಆಕಾರ (ಹೊರಗಡೆಯಿಂದ)
- ಫಂಡಸ್ (ಗರ್ಭಾಶಯದ ಮೇಲಿನ ಭಾಗ) ಎತ್ತರ
- ಕೈ-ಕಾಲುಗಳಲ್ಲಿ ಊತ, ವೆರಿಕೋಜ಼್ ವೇಯ್ನ್ಸ್‌ಗಾಗಿ ಕಾಲು
- ಕೆಲವು ಬೇರೆ ತರಹದ ಲಕ್ಷಣಗಳು
- ನೀವು ಕೇಳಲಿಚ್ಛಿಸುವ ಕೆಲವು ಪ್ರಶ್ನೆ ಹಾಗೂ ಜಿಜ್ಞಾಸೆಗಳು.

ನೀವು ಏನು ಯೋಚಿಸುತ್ತಿರಬಹುದು

ಹಲ್ಲಿನ ಸಮಸ್ಯೆಗಳು

"ನನ್ನ ಬಾಯಿ ಬಹಳ ಹಾಳಾಗಿದೆ. ಬ್ರಶ್ ಮಾಡುವಾಗ ವಸಡುಗಳಿಂದ ರಕ್ತ ಬರುತ್ತದೆ. ಬಹುಶಃ ಅದರಲ್ಲಿ ಛಿದ್ರವಿದೆ ಎಂದು ಅನಿಸುತ್ತದೆ. ಈ ಸಮಯದಲ್ಲಿ ದಂತ ಚಿಕಿತ್ಸೆ ಮಾಡಿಸುವುದು ಸರಿ ಇರುವುದೇ?"

- ನಗುಮುಖದಲ್ಲಿರಿ! ನೀವು ಗರ್ಭಿಣಿ. ಆದರೆ ನೀವು ನಿಮ್ಮ ಹೊಟ್ಟೆಯ ಮೇಲೆ ಗಮನ ಕೊಡುವ ಕಾರಣ ನಿಮ್ಮ ಹಲ್ಲಿನ ಮೇಲೆ ಗಮನ ಕೊಡಲಾಗುತ್ತಿಲ್ಲ. ಗರ್ಭಾವಸ್ಥೆಯಲ್ಲಿ ಹಾರ್ಮೋನ್‌ಗಳಿಂದ ನಿಮ್ಮ ವಸಡುಗಳು ಯೋಗ್ಯವಾಗಿರುವುದಿಲ್ಲ. ಅವು ನಿಮ್ಮ ಬೇರೆ ಮ್ಯೂಕಸ್ ಮೆಂಬ್ರೇನ್‌ನಂತೆ ಊದುವುದು. ಅದರಲ್ಲಿ ಉರಿ ಹಾಗೂ ರಕ್ತ ಬರುವುದು. ಈ ಕಾರಣದಿಂದ ವಸಡಿನ ಪ್ಲಾಕ್ ಸೂಕ್ಷ್ಮಜೀವಿಗಳಿಗೆ ಬಹಳ ಸಂವೇದನಶೀಲ ವಾಗುವುದು. ಅನೇಕ ಮಹಿಳೆಯರ ಸ್ಥಿತಿ ಬಹಳ ಕೆಟ್ಟುಹೋಗುವುದು. ಅವರಿಗೆ ಜಿಂಜಿವೈಟಿಸ್ ಆಗಿಬಿಡುವುದು. ನಮ್ಮ ಸಲಹೆಗಳನ್ನು ಬಳಸಿ ಸ್ವಸ್ಥ ಹಲ್ಲು ಮತ್ತು ವಸಡುಗಳನ್ನು ಪಡೆಯಿರಿ.

> **ಎಚ್ಚರಿಕೆ**
>
> ಹಲ್ಲು ಬ್ರಶ್ ಮಾಡುವಾಗ ವಸಡುಗಳಿಂದ ರಕ್ತ ಬಂದರೆ ಡಾಕ್ಟರಿಗೆ ತೋರಿಸಿ. ಇದು ಪ್ರಗ್ನೆನ್ಸಿ ಟ್ಯೂಮರ್ ಕಾರಣದಿಂದ ಆಗಬಹುದು. ಯದ್ಯಪಿ ಇದರಲ್ಲಿ ಯಾವುದು ಹಾನಿಯಾಗುವುದಿಲ್ಲ. ಪ್ರಸವದನಂತರ ತಾನೇ ಸರಿಹೋಗುವುದು ಆದರೆ ತೊಂದರೆ ಅಧಿಕವಾದರೆ ಡಾಕ್ಟರ್ ಅಥವಾ ದಂತ ಚಿಕಿತ್ಸಕರು ಇದನ್ನು ಉಪಚರಿಸುತ್ತಾರೆ.

- ಪ್ರತಿನಿತ್ಯ ಹಲ್ಲುಗಳನ್ನು ಬ್ರಶ್ ಮಾಡಿ ಸ್ವಚ್ಛ ಮಾಡಿಕೊಳ್ಳಿ. ಕ್ಲೋರೈಡ್ ಯುಕ್ತ ಟೂಥ್‌ಪೇಸ್ಟ್ ಉಪಯೋಗಿಸಿ. ನಾಲಿಗೆ ಸ್ವಚ್ಛ ಮಾಡಿಕೊಳ್ಳಿ. ಇದರಿಂದ ಸೂಕ್ಷ್ಮ ಜೀವಿಗಳ ಉತ್ಪತ್ತಿ ಆಗುವುದಿಲ್ಲ ಹಾಗೂ ಉಸಿರು ತಾಜವಾಗಿರುವುದು.
- ಡಾಕ್ಟರ್ ಸಲಹೆಯಿಂದ ಬಾಯಿ ಮುಕ್ಕಳಿಸುವದಕ್ಕೆ ಯಾವುದಾದರು ಔಷಧಿ ತೆಗೆದುಕೊಳ್ಳಿ. ಇದರಿಂದ ಹಲ್ಲು ಹಾಗೂ ವಸಡು ಸ್ವಸ್ತವಾಗಿರುವುದು.
- ಊಟದ ನಂತರ ಬ್ರಶ್ ಮಾಡಲು ಸಾಧ್ಯವಾಗದೆ ಹೋದರೆ ಸಕ್ಕರೆ ರಹಿತ ಗಂ ಅಗಿಯಿರಿ. ಇದರಿಂದ ಜೊಲ್ಲು ಅಧಿಕವಾಗುವುದು ಅದು ಹಲ್ಲನ್ನು

ಸ್ವಚ್ಛವಾಡುವುದು. ಗಂ ಜೈಲೊಟೊಲ್ ಯುಕ್ತವಾಗಿದ್ದರೆ ಹಲ್ಲು ಹುಳುಕು ಆಗುವುದಿಲ್ಲ. ಅಥವಾ ಯಾವುದಾದರು ಗಟ್ಟಿ ಪದಾರ್ಥ ಅಗಿಯಿರಿ ಇದರಿಂದ ಬಾಯಿಯ ಅಮ್ಲತೆ ಕಡಿಮೆ ಆಗುವುದು.

- ಊಟದ ಸಮಯದಲ್ಲಿ ಏನೇ ತಿಂದರೂ ಗಮನವಿರಲಿ. ಊಟವಾದ ಮೇಲೆ ಬ್ರಶ್ ಮಾಡಲು ಸಾಧ್ಯವಾಗಿದ್ದರೆ ಮಾತ್ರ ಸಿಹಿ ತಿನ್ನಿ. ವಿಟಮಿನ್ ಸೀ ಯುಕ್ತ ಪದಾರ್ಥಗಳನ್ನು ತೆಗೆದುಕೊಳ್ಳಿ. ಇದರಿಂದ ವಸಡುಗಳು ಸ್ವಸ್ಥವಾಗಿರುವುದು ರಕ್ತವೂ ಬರುವುದಿಲ್ಲ. ದಿನ ಕ್ಯಾಲ್ಶಿಯಂ ಪ್ರಮಾಣ ತೆಗೆದುಕೊಳ್ಳಿ.
- ಏನು ತೊಂದರೆ ಇಲ್ಲದೆ ಹೋದರೂ ಗರ್ಭಾವಸ್ಥೆಯ ಒಂಭತ್ತು ತಿಂಗಳಲ್ಲಿ ಒಂದು ಸಲ ಹಲ್ಲಿನ ತಪಾಸಣೆ ಅಗತ್ಯವಾಗಿ ಮಾಡಿಸಿ. ಹಲ್ಲು ಸ್ವಚ್ಛವಾಗಿರದೆ ಹೋದರೆ ವಸಡುಗಳು ಇನ್ನು ಹಾಳಾಗುವುದು. ನಿಮಗೆ ಮೊದಲೂ ವಸಡಿನ ತೊಂದರೆ ಇದ್ದರೆ ಡಾಕ್ಟರಿಗೆ ತೋರಿಸಿ.

ಡಾಕ್ಟರ್ ಅಥವಾ ದಂತ ಚಿಕಿತ್ಸಕರನ್ನು ಭೇಟಿ ಮಾಡಲು ವಿಳಂಬಿಸಬೇಡಿ. ಜಿಂಜಿವೈಟಿಸಿನ ಚಿಕಿತ್ಸೆ ಆಗದೆ ಹೋದರೆ ಗಂಭೀರ ಸಮಸ್ಯೆಗಳಾಗಬಹುದು. ಅದು ಗರ್ಭಾವಸ್ಥೆಯ ಸಮಸ್ಯೆಗಳಿಗೆ ಸೇರಿರುವುದು. ಹಲ್ಲು ಕೊಳೆಯುವುದರಿಂದ ಸೋಂಕಾಗಬಹುದು ಇದು ನಿಮಗೆ ಹಾಗೂ ನಿಮ್ಮ ಶಿಶುವಿಗೆ ಅಪಾಯಕರವಾಗಬಹುದು.

ಗರ್ಭಾವಸ್ಥೆಯಲ್ಲಿ ದಂತ ಚಿಕಿತ್ಸೆ ಅವಶ್ಯವಾದರೇ? ಹಾಗೆ ಲೋಕಲ್ ಎನೆಸ್ಥೆಟಿಕ್ ಹಾಗೂ ಮೊದಲನೆಯ ಮೂರು ತಿಂಗಳಾದ ಮೇಲೆ ನೈಟ್ರೆಸ್ ಆಕ್ಸೈಡ್ ನ ಸಣ್ಣ ಪ್ರಮಾಣ ಸುರಕ್ಷಿತವಾಗಿದೆ ಆದರೂ ಅಧಿಕ ಗಂಭೀರ ಚಿಕಿತ್ಸೆಯನ್ನು ಮುಂದೂಡುವುದು ಒಳ್ಳೆಯದು. ಅನೇಕ ಸಲ ದಂತ ಚಿಕಿತ್ಸೆಯ ಮೊದಲು ಹಾಗೂ ಆಮೇಲೆ ಭಾರಿ ಆನ್ಟಿಬಯೊಟಿಕ್ಸ್ ತೆಗೆದುಕೊಳ್ಳ ಬೇಕಾಗುವುದು ಆದಕಾರಣ ನಿಮ್ಮ ಡಾಕ್ಟರನ್ನು ಕೇಳಿ.

ಉಸಿರಾಡಲು ತೊಂದರೆ

"ಒಮ್ಮೊಮ್ಮೆ ನನಗೆ ಉಸಿರಾಡಲು ತೊಂದರೆ ಆಗುವುದು. ಇದು ಸಾಮಾನ್ಯವೇ?"

ಆಳವಾಗಿ ಹಾಗೂ ಶಾಂತವಾಗಿ ಉಸಿರಾಡಿ. ಎರಡನೆಯ ಮೂರು ತಿಂಗಳಿನ ಪ್ರಾರಂಭದಲ್ಲಿ ಅನೇಕ ಮಹಿಳೆಯರಿಗೆ ಹೀಗಾಗಬಹುದು. ಇದೂ ಹಾರ್ಮೋನ್‌ಗಳದ್ದೇ ದೋಷ. ಹಾರ್ಮೋನ್‌ಗಳಿಂದ ನಿಮ್ಮ ಉಸಿರಿನ ಆಳ ಹಾಗು ನಿರಂತರತೆ ಅಧಿಕವಾಗುವುದು. ಇದರಿಂದ ನಿಮಗೆ ಸುಸ್ತು ಆಗುವುದು. ಇದರಲ್ಲಿ ಶರೀರದ ಕ್ಯಾಲೀಪರ್ರೈಜ಼್ ಊದುವುದು. ಇದರಲ್ಲಿ ಶ್ವಾಸದ ತಂತ್ರವೂ ಸೇರಿದೆ. ಪುಪ್ಪುಸ(ಲಂಗ್ಸ್) ಹಾಗೂ ಬ್ರೊಕೈಲ್ ಟ್ಯೂಬ್ ನ ಸ್ನಾಯುಗಳು ಶಿಥಿಲವಾಗುವುದು ಹಾಗು ಉಸಿರಾಡಲು ತೊಂದರೆ ಆಗುವುದು. ಗರ್ಭಾವಸ್ಥೆಯು ಅಧಿಕ ಆದಾಗ ಗರ್ಭಾಶಯದ ಕಾರಣವೂ ಹೀಗಾಗುವುದು. ಪುಪ್ಪುಸದ ವಿಸ್ತಾರ ಸರಿಯಾಗಿ ಆಗುವುದಿಲ್ಲ.

ಇದರಿಂದ ನಿಮಗೆ ಸ್ವಲ್ಪ ಅಸಹಜ ಅನಿಸಬಹುದು ಆದರೆ ಇದರಿಂದ ಶಿಶುವಿಗೆ ಯಾವುದೇ ತರಹದ-

ತೊಂದರೆ ಆಗುವುದಿಲ್ಲ. ಅದರ(ಶಿಶು) ಹತ್ತಿರ ಪ್ಲೆಸೆಂಟಾದಲ್ಲಿ ಪ್ರಾಣವಾಯು(ಆಕ್ಸಿಜನ್)ವಿನ ಪರಿಪೂರ್ಣ ಪ್ರಮಾಣ ಇರುತ್ತದೆ. ನಿಮಗೆ ಉಸಿರಾಡಲು ಬಹಳ ತೊಂದರೆ ಆದರೆ, ತುಟಿ ಹಾಗೂ ಬೆರಳುಗಳ ತುದಿ ನೀಲಿ ಗಟ್ಟಿದರೆ ಎದೆನೋವು ಹಾಗೂ ನಾಡಿ ತೀವ್ರವಾದರೆ ಡಾಕ್ಟರನ್ನು ಭೇಟಿ ಮಾಡಲು ವಿಳಂಬಿಸಬೇಡಿ.

ಕ್ಷ-ಕಿರಣ (ಎಕ್ಸ ರೇ)

ಸುರಕ್ಷತೆಯ ದೃಷ್ಟಿಯಿಂದ ಯಾವುದೇ ಹಲ್ಲಿನ ಕ್ಷ-ಕಿರಣ ವನ್ನು ಪ್ರಸವದತನಕ ಮುಂದೂಡಬಹುದು. ಯದ್ಯಪಿ ಇದರ ಅಪಾಯವನ್ನು ಸಾಕಷ್ಟು ಮಟ್ಟದವರೆಗೆ ಕಡಿಮೆ ಮಾಡಬಹುದು. ಕ್ಷ-ಕಿರಣ ಬಾಯಲ್ಲಿ ಆಗುವುದು ಅದು ಗರ್ಭಾಶಯದಿಂದ ಬಹಳ ದೂರವಿದೆ. ಇದರ ರೇಡಿಯೇಶನ್ ಸಾಮಾನ್ಯವಾಗಿ ಕೆಲವು ದಿನಗಳ ಸನ್ ಬಾಥ್‌ನಲ್ಲಿ ಅಷ್ಟೆ ಇರುವುದು. ಆದರೂ ಕ್ಷ-ಕಿರಣ ಮಾಡಸಲೇಬೇಕಾದರೆ ಕೆಳಗೆ ಬರೆದಿರುವ ಜಾಗರೂಕತೆಗಳನ್ನು ಗಮನದಲ್ಲಿಟ್ಟು ಕೊಳ್ಳಿ.

- ಗರ್ಭಾವಸ್ಥೆಯ ಮಾಹಿತಿ ಕ್ಷ-ಕಿರಣ ಮಾಡುವವರಿಗೆ ಮೊದಲೇ ಕೊಡಿ.
- ಅನುಭವಸ್ಥ ಟೆಕ್ನೀಶಿಯನ್ ಹತ್ತಿರ ಮಾಡಿಸಿಕೊಳ್ಳಿ.
- ಕೇವಲ ಆವಶ್ಯಕವಾಗಿರುವ ಭಾಗವೇ ರೆಡಿಯೇಶನ್ ಸಂಪರ್ಕದಲ್ಲಿ ಬರಲಿ. ಗರ್ಭಾಶಯದ ರಕ್ಷಣೆಗೆ ಲೀಡ್ ಏಪ್ರಾನ್ ಹಾಗೂ ಕತ್ತಿನ ರಕ್ಷಣೆಗೆ ಥೈರಾಯ್ಡ್ ಕಾಲರ್ ಹಾಕಿಕೊಳ್ಳಿ.
- ಪುನಃ ಚಿತ್ರೀಕರಣ ಮಾಡುವ ಅಗತ್ಯ ಬರದೆ ಇರಲಿ ಎಂದು ಚಿತ್ರೀಕರಣ ಮಾಡುವಾಗ ಅಲ್ಲಾಡಬೇಡಿ.
- ಗೊತ್ತಿಲ್ಲದೆ ಮೊದಲೂ ಕ್ಷ-ಕಿರಣ ಮಾಡಿಸಕೊಂಡಿದ್ದರೆ ಚಿಂತಿಸ ಬೇಡಿ.

ಮೂಗಿನ ರಂಧ್ರದಲ್ಲಿ ಗಲೀಜು ಹಾಗೂ ಮೂಗಿನಿಂದ ರಕ್ತ ಬರುವುದು

"ನನ್ನ ಮೂಗಲ್ಲಿ ಬಹಳ ಗಲೀಜು ತುಂಬುವುದು. ಒಮ್ಮೊಮ್ಮೆ ಕಾರಣವಿಲ್ಲದೆ ರಕ್ತ ಬರುವುದು. ಇದು ಗರ್ಭಾವಸ್ಥೆಯಲ್ಲಿ ಸಾಮಾನ್ಯವೇ?"

ಈ ದಿನಗಳಲ್ಲಿ ನಿಮ್ಮ ಹೊಟ್ಟೆ ಮಾತ್ರ ಉಬ್ಬಿಲ್ಲ ಜೊತೆಗೆ ಎಸ್ಟ್ರೋಜನ್ ಹಾಗೂ ಪ್ರೊಜೆಸ್ಟರಾನ್ ನ ಅಧಿಕ ಪ್ರಮಾಣ ನಿಮ್ಮ ಮೂಗಲ್ಲಿ ಮ್ಯೂಕಸ್ ಅಥವಾ ಗಲೀಜು ಅಧಿಕ ಮಾಡುವುದು. ಈ ಮ್ಯೂಕಸ ಅಧಿಕವಾಗಲು ಒಂದೇ ಕಾರಣ ನೀವು ಸೋಂಕು ಹರಡುವ ಸೂಕ್ಷ್ಮ ಜೀವಿಗಳಿಂದ ದೂರ ಉಳಿಯಲಿ ಎಂದು. ಗರ್ಭಾವಸ್ಥೆಯಲ್ಲಿ ಮೂಗಿನ ಗಲೀಜು ಅಧಿಕವಾಗುವುದು ಹಾಗೂ ಮೂಗಿನಿಂದ ರಕ್ತವೂ ಬರುವುದು.

ಮೂಗು ಪೂರ್ತಿ ಕಟ್ಟಿದರೆ ನೀವು ಸೆಲೈನ್ ಸ್ಪ್ರೇ ಅಥವಾ ಸೆಲೈನ್ ಸ್ಟ್ರಾಪ್ ಉಪಯೋಗಿಸಬಹುದು. ರೂಮಲ್ಲಿ ಹವಾಮಾಡೀಫಾಯರ್ ಹಾಕಿದ್ದರೂ ಮೂಗು ಕಟ್ಟಿರುವುದು ಕಡಿಮೆ ಆಗುವುದು. ಗರ್ಭಾವಸ್ಥೆಯಲ್ಲಿ ಆನ್ಟಿಹಿಸ್ಟಮೈನ್ ಸ್ಪ್ರೇ ಉಪಯೋಗಿಸಬಾರದು ಆದರೆ ನೀವು ನಿಮ್ಮ ಡಾಕ್ಟರಿಂದ ಕೇಳಿ ಉಪಯೋಗಿಸಬಹುದು.

ವಿಟಮಿನ್ ಸೀ ಯುಕ್ತ ಆಹಾರದ ಜೊತೆಗೆ ವಿಟಮಿನ್ ಸೀ ನ 250 ಮಿ.ಗ್ರಾಂ ನ ಪ್ರಮಾಣದಿಂದ ನಿಮಗೆ ಆರಾಮ ಸಿಗುವುದು ಹಾಗೂ ರಕ್ತ ಸ್ರಾವ ಕಡಿಮೆ ಆಗುವುದು.

ಮೂಗಿನಿಂದ ರಕ್ತ ಬಂದರೆ ಸ್ವಲ್ಪ ಬಗ್ಗಿ ನಿಲ್ಲಿ ಅಥವಾ ಕುಳಿತುಕೊಳ್ಳಿ. ಆ ಸಮಯದಲ್ಲಿ ಮಲಗಬೇಡಿ. ನಿಮ್ಮ ಹೆಬ್ಬೆರಳಿನ ಹಾಗೂ ತರ್ಜನಿಯ ಸಹಾಯದಿಂದ ಮೂಗಿನ ರಂಧ್ರದ ಮೇಲಿನ ಭಾಗವನ್ನು ಒತ್ತಿ ಐದು ನಿಮಿಷದವರೆಗು ಹಾಗೆ ಇರಿ. ರಕ್ತ ಬರುವುದು ನಿಲ್ಲದೆ ಹೋದರೆ ಪುನಃ ಇದೇ ಪ್ರಕ್ರಿಯೆ ಮಾಡಿ. ಮೂರು ಸಲ ಹೀಗೆ ಮಾಡಿದರೂ ರಕ್ತ ನಿಲ್ಲದೆ ಹೋದರೆ ಅಥವಾ ಅಧಿಕ ರಕ್ತ ಸ್ರಾವವಾದರೆ ಡಾಕ್ಟರಿಗೆ ತೋರಿಸಿ.

ಗೊರಕೆ

"ನನ್ನ ಯಜಮಾನರು ಹೇಳಿದರು ನಾನು ರಾತ್ರಿ ಗೊರಕೆ ಹೊಡೆಯುತ್ತೇನಂತೆ . ಹೀಗ್ಯಾಕೆ ಆಗುವುದು?"

ಗೊರಕೆ, ಹೊಡೆಯುವವರು ಹಾಗೂ ಕೇಳುವವರು ಇಬ್ಬರದು ನಿದ್ರೆ ಹಾಳುಮಾಡಬಹುದು. ಆದರೆ ಗರ್ಭಾವಸ್ಥೆಯಲ್ಲಿ ಇದು ಸಾಮಾನ್ಯ. ಮೂಗಿನಲ್ಲಿ ಗಲೀಜು ಇರುವ ಕಾರಣ ಅಥವಾ ಮೂಗು ಕಟ್ಟಿರುವ ಕಾರಣದಿಂದ ಹೀಗಾಗುತ್ತಿದ್ದರೆ ನೇಜಲ್ ಡ್ರಾಪ್ಸ್ ಹಾಕಿದರೆ ಅಥವಾ ತಲೆ ಎತ್ತರವಾಗಿಟ್ಟುಕೊಂಡು ಮಲಗಿದರೆ ತೊಂದರೆಯಿಂದ ಆರಾಮ ಸಿಗಬಹುದು. ತೂಕ ಅಧಿಕವಾಗಿದ್ದರೂ ಗೊರಕೆ ಬರುವುದು. ಆದಕಾರಣ ನಿಮ್ಮ ತೂಕವನ್ನು ಕಡಿಮೆ ಮಾಡಿಕೊಳ್ಳಿ.

ಒಮ್ಮೊಮ್ಮೆ ಗೊರಕೆ ಸ್ಲೀಪ್ ಎಪನಿಯ ದ ಲಕ್ಷಣವೂ ಆಗಬಹುದು. ಇದರಲ್ಲಿ ಮಲಗುವಾಗ ಉಸಿರು ಸ್ವಲ್ಪ ಹೊತ್ತಿಗೆ ನಿಂತುಹೋಗುವುದು. ನೀವು ಇಬ್ಬರಿಗೆ ಉಸಿರಾಡುತ್ತಿದ್ದೀರಿ ಆದಕಾರಣ ಮುಂದಿನ ಸಲ ಡಾಕ್ಟರಿಗೆ ಹೇಳುವುದು ಮರೆಯಬೇಡಿ.

> **ನಿದ್ರೆ ಬರುವುದಿಲ್ಲ**
>
> ಪ್ರೆಗ್ನೆನ್ಸಿ ಹಾರ್ಮೋನ್ಸ್ ಹಾಗೂ ಉಬ್ಬಿದ ಹೊಟ್ಟೆ ಒಳ್ಳೆಯ ನಿದ್ರೆಯಲ್ಲಿ ಬಾಧೆ ಆಗುವುದೇ? ಯಾವುದೇ ನಿದ್ರೆ ಔಷಧಿ ತೆಗೆದುಕೊಳ್ಳುವ ಮುಂಚೆ ಡಾಕ್ಟರನ್ನು ಕೇಳಿ ಅಥವಾ ಈ ಪುಸ್ತಕದಲ್ಲಿ ಕೊಟ್ಟಿರುವ ನಮ್ಮ ಸಲಹೆಯನ್ನು ಉಪಯೋಗಿಸಿ.

ಅಲರ್ಜಿ

"ಗರ್ಭಾವಸ್ಥೆಯ ಪ್ರಾರಂಭದಿಂದ ನನ್ನ ಅಲರ್ಜಿ ಅಧಿಕವಾಗುತ್ತಿದೆ. ನನ್ನ ಮೂಗು ಯಾವಾಗಲು ಸುರಿಯುತ್ತಿರುವುದು."

ಗರ್ಭಾವಸ್ಥೆಯಲ್ಲಿ ಮೂಗಲ್ಲಿ ಮ್ಯೂಕಸ್ ಅಧಿಕವಾಗುವುದು. ಸಾಮಾನ್ಯವಾಗಿರುವ ಕಂಜೆಶನ್ ಅನ್ನು ನೀವು ಅಲರ್ಜಿ ಎಂದುಕೊಂಡಿದ್ದೀರೇ? ಗರ್ಭಾವಸ್ಥೆಯಲ್ಲಿ ಅಲರ್ಜಿ ಸಾಕಷ್ಟು ಮಟ್ಟಿಗೆ ಸರಿಯಾಗುವುದು ಎಂದು ಅನೇಕರು ನಂಬುವರು. ಆದರೆ ಕೆಲವರಿಗೆ ಅಲರ್ಜಿ ಇನ್ನೂ ಕೆಟ್ಟು ಹೋಗುವುದು. ಕೆಲವರಿಗೆ ಅದರ ಲಕ್ಷಣಗಳು ಮೊದಲಿನಂತೆ ಇರುವುದು. ನಿಮ್ಮ ಲಕ್ಷಣಗಳು ಇನ್ನೂ ಕೆಡುತ್ತಿದೆ ಎಂದು ಅನಿಸುತ್ತದೆ. ನೀವು ಸೌಭಾಗ್ಯಶಾಲಿ ಅಲ್ಲ! ಕೆಮಿಸ್ಟ್ ಅಂಗಡಿಯಿಂದ ಅಲರ್ಜಿ ಗೆ ಯಾವುದೇ ಔಷಧಿಯನ್ನು ತೆಗೆದುಕೊಳ್ಳುವ ಮೊದಲು ಡಾಕ್ಟರನ್ನು ಕೇಳಿ ಏಕೆಂದರೆ ಎಲ್ಲಾ ಆನ್ಟಿಹಿಸ್ಟಮೈನ್ ಔಷಧಿಗಳು ಗರ್ಭಾವಸ್ಥೆಯಲ್ಲಿ ಸುರಕ್ಷಿತವಾಗಿರುವುದಿಲ್ಲ. ಆದರೆ ನೀವು ಮೊದಲೇ ಔಷಧಿ ತೆಗದುಕೊಂಡಿದ್ದರೆ ಚಿಂತಿಸಬೇಡಿ.

ಅಲರ್ಜಿಯಲ್ಲಿ ನಿಮ್ಮ ಆಹಾರ

ತಾಯಿಯ ಅಲರ್ಜಿ ಶಿಶುವಿಗು ಆಗುವುದು ಎಂದು ಭಯವಿರುತ್ತದೆ. ಸ್ತನ್ಯಪಾನ ಮಾಡಿಸುವ ತಾಯಂದಿರು ಅಲರ್ಜಿ ಮಾಡುವ ಪದಾರ್ಥಗಳನ್ನು ಅಧಿಕ ಸೇವಿಸಿದರೇ ಅವರ ಶಿಶುವಿಗು ಅಲರ್ಜಿ ಆಗುವುದು ಎಂದು ಅಧ್ಯಯನಗಳಿಂದ ತಿಳಿದು ಬಂದಿದೆ.

ಒಂದು ವೇಳೆ ನಿಮಗೆ ಯಾವುದಾದರು ಅಲರ್ಜಿ ಇದ್ದರೆ ನಿಮ್ಮ ಆಹಾರದಿಂದ ಅಲರ್ಜಿ ಮಾಡುವ ಪದಾರ್ಥಗಳನ್ನು ತೆಗೆದುಹಾಕುವ ಮೊದಲು ನಿಮ್ಮ ಡಾಕ್ಟರನ್ನು ಕೇಳಿ. ಅವರು ಹೇಳಿದಂತೆ ಮಾಡಿ.

ಗರ್ಭಧಾರಣೆಯ ಮೊದಲು ಅಲರ್ಜಿ ಶಾಟ್ ತೆಗೆದುಕೊಳ್ಳಬಹುದು. ಗರ್ಭಧಾರಣೆಯ ನಂತರ ಅಲರ್ಜಿ ಶಾಟ್ ತೆಗೆದು ಕೊಳ್ಳುವುದು ಸರಿಅಲ್ಲ ಎಂದು ಅಲರ್ಜಿಸ್ಟ್ ಹೇಳುತ್ತಾರೆ.

ಚಿಕಿತ್ಸೆಗಿಂತ ಪಥ್ಯ ಒಳ್ಳೆಯದು ಎಲ್ಲರಿಗೂ ತಿಳಿದಿರುವ ವಿಷಯ. ಮೊದಲು ನಿಮ್ಮ ಅಲರ್ಜಿಯ ಕಾರಣವನ್ನು ತಿಳದುಕೊಳ್ಳಿ. ಆಮೇಲೆ ಇದರಿಂದ ದೂರವಿರಲು ಪ್ರಯತ್ನಿಸಿ. ಈ ತರಹ ನಿಮ್ಮ ಶಿಶುವನ್ನು ಅಲರ್ಜಿಯಿಂದ ಕಾಪಾಡಬಹುದು. ನಮ್ಮ ಉಪಾಯಗಳನ್ನು ಬಳಸಿ, ಬಹಳ ಪ್ರಭಾವಕಾರಿ ಆಗುವುದು.

- ನಿಮಗೆ ಹೊರಗಡೆಯ ಪ್ರದೇಶದಿಂದ ತೊಂದರೆ ಆಗುತ್ತಿದ್ದರೆ ಮನೆಯಲ್ಲಿ ಎ.ಸೀ. ರೂಮಲ್ಲೇ ಇರಿ. ಹೊರಗಡೆಯಿಂದ ಬಂದ ಮೇಲೆ ಕೈ-ಕಾಲು ತೊಳೆದು ಬಟ್ಟೆ ಬದಲಾಯಿಸಿ. ಮನೆಯಿಂದ ಹೊರಗಡೆ ಪ್ರದೇಶ ನಿಮ್ಮ ಕಣ್ಣುಗಳಿಗೆ ಹಾನಿ ಮಾಡದೆ ಇರಲಿ ಎಂದು ದೊಡ್ಡ ಫ್ರೇಮಿರುವ ಕನ್ನಡಕ ಹಾಕಿಕೊಳ್ಳಿ.
- ಧೂಳಿನ ತೊಂದರೆ ಇದ್ದರೆ, ಬೇರೆಯವರ ಹತ್ತಿರ ಮನೆ ಸ್ವಚ್ಛ ಮಾಡಿಸಿ. ಕಸಪೊರಕೆ ಬದಲು ವ್ಯಾಕ್ಯೂಮ್ ಕ್ಲೀನರ್ ಉಪಯೋಗಿಸಿ. ಧೂಳಾಗಿರುವ ಬೀರು ಹಾಗು ಹಳೆ ಪುಸ್ತಕದಿಂದ ದೂರವಿರಿ.
- ಯಾವುದಾದರು ವಿಶೇಷ ತರಹದ ಖಾದ್ಯ ಪದಾರ್ಥದಿಂದ ನಿಮಗೆ ಅಲರ್ಜಿ ಇದ್ದರೆ ಬೇರೆ ಖಾದ್ಯ ಪದಾರ್ಥವನ್ನು ಆಯ್ಕೆ ಮಾಡಿ. ನೀವು ನಮ್ಮ ಐದನೆಯ ಅಧ್ಯಾಯದ ಸಹಾಯದಿಂದ ಗರ್ಭಾವಸ್ಥೆಯ ಆಹಾರವನ್ನು ಆಯ್ಕೆ ಮಾಡಬಹುದು.
- ಪಶುಗಳಿಂದ ಅಲರ್ಜಿ ಇದ್ದರೆ ನಿಮ್ಮ ಗೆಳೆಯರಿಗೆ ಈ ಮಾತನ್ನು ಹೇಳಿ. ನೀವು ಅವರ ಮನೆಗೆ ಹೋದರೆ ಅವರು ತಮ್ಮ ಸಾಕಿದ ಪಶುವನ್ನು ಬೇರೆ ಕಡೆ ಇಡುತ್ತಾರೆ. ನಿಮ್ಮ ಮನೆಯಲ್ಲೇ ಸಾಕಿದ ಪಶು ಇದ್ದರೆ ಅದನ್ನು ನಿಮ್ಮ ಮಲಗುವ ರೂಮಲ್ಲಿ ಬಿಡಬೇಡಿ.
- ನೀವು ಸುಲಭವಾಗಿ ಸಿಗರೇಟ್ ಹಾಗೂ ತಂಬಾಕು ಹೊಗೆಯಿಂದ ದೂರವಿರಬಹುದು ಏಕೆಂದರೆ ಸರಕಾರ ಅನೇಕ ಸ್ಥಳಗಳಲ್ಲಿ ಇದರ ಮೇಲೆ ಬಂಧನ ಹಾಕಿದ್ದಾರೆ. ಸಿಗರೇಟ್, ಪೈಪ್ ಹಾಗೂ ಸಿಗಾರ್ ಹೊಗೆಯಿಂದ ದೂರವಿರಿ.

ಯೋನಿ ಸ್ರಾವ

"ನನ್ನ ಯೋನಿಯಿಂದ(ವೆಜೈನ) ತಿಳಿಯಾದ ಬಿಳಿ ಸ್ರಾವ ಆಗುತ್ತಿದೆ. ನನಗೆ ಸೋಂಕಾಗಿದಿಯೇ?"

- ಸಾಮಾನ್ಯವಾಗಿ ಗರ್ಭಾವಸ್ಥೆಯಲ್ಲಿ ತೆಳುವಾದ, ಬಿಳಿ, ಸ್ವಲ್ಪ ವಾಸನೆ ಇರುವ ಸ್ರಾವ(ಲ್ಯೂಕೊರಿಯ)ಆಗೇ ಆಗುವುದು. ಇದು ನಿಮ್ಮ ಯೋನಿಯನ್ನು ಸೋಂಕಿನಿಂದ ರಕ್ಷಿಸುತ್ತದೆ ಹಾಗೂ ಇದರಿಂದ ಸೂಕ್ಷ್ಮಜೀವಿಗಳ(ಬ್ಯಾಕ್ಟಿರಿಯಾ) ದ ಸಂತುಲನೆ ಸರಿಯಾಗಿ ಇರುತ್ತದೆ. ಆದರೆ ದೌರ್ಭಾಗ್ಯದಿಂದ ಇದರ ಕಾರಣ ನಿಮ್ಮ ಒಳ ಉಡುಪುಗಳು ಬಹಳ ಹಾಳಾಗುವುದು. ಏಕೆಂದರೆ ಕಡೆ ತಿಂಗಳು ಬರುವ ತನಕ ಇದು ಗಾಢವಾಗುವುದು. ಆದಕಾರಣ ಮಹಿಳೆಯರು ಪ್ಯಾಂಟಿ ಲೈನರ್ ಹಾಕಿಕೊಳ್ಳುತ್ತಾರೆ. ಇದಕ್ಕಾಗಿ ಟ್ಯೆಂಪೂನ್ ಹಾಕಿಕೊಳ್ಳಬೇಡಿ ಇದರಿಂದ ಯೋನಿಯಲ್ಲಿ ಕೀಟಾಣುಗಳು ಉತ್ಪನ್ನವಾಗುವುದು.

ಇದರಿಂದ ನಿಮ್ಮ ಸಂಗಾತಿಗೆ ಮುಖ ಮೈಥುನ ಮಡಲು ಸ್ವಲ್ಪ ಕಷ್ಟವಾಗಬಹುದು ನಿಮಗೂ ತೊಂದರೆಯಾಗ ಬಹುದು. ಆದರೆ ಚಿಂತೆಮಾಡುವ ಆವಶ್ಯಕತೆ ಇಲ್ಲ. ನೀವು ನಿಮ್ಮನ್ನು ಸ್ವಚ್ಛವಾಗಿಟ್ಟುಕೊಳ್ಳಿ. ಆದರೆ ಇದಕ್ಕಾಗಿ ಡೌಚ್ ಮಾಡಬೇಡಿ. ಇದರಿಂದ ಯೋನಿ ಯಲ್ಲಿ ಮೈಕ್ರೊಆರ್ಗಾನಿಸಂ ನ ಸಾಮಾನ್ಯ ಸಂತುಲನೆ ಹಾಳಾಗಬಹುದು ಹಾಗೂ ಬ್ಯಾಕ್ಟೀರಿಯಲ್ ವೆಜೈನೋಸಿಸ್ ಆಗಬಹುದು.

ಉಚ್ಚ ರಕ್ತದ ಒತ್ತಡ

"ನಾನು ಡಾಕ್ಟರ್ ಹತ್ತಿರ ಹೋದಾಗ ನನ್ನ ರಕ್ತದ ಒತ್ತಡ ಅಧಿಕವಾಗಿತ್ತು. ಇದು ಚಿಂತಿಸುವ ವಿಷಯವೇ?"

ಘಾಬರಿ ಆಗಬೇಡಿ. ರಕ್ತದ ಒತ್ತಡದ ಯೋಚನೆ ಮಾಡಿದರೆ ಇದು ಇನ್ನೂ ಅಧಿಕವಾಗಬಹುದು. ನೀವು ಡಾಕ್ಟರ್ ಹತ್ತಿರ ಹೋಗುವಾಗ ಟ್ರಾಫಿಕ್‌ನಲ್ಲಿ ನಿಂತಿರಬಹುದು ಅಥವಾ ಮನೆಗೆ ಹೋಗಿ ಕೆಲಸ ಪೂರ್ತಿ ಮಾಡುವ ಯೋಚನೆ ಇರಬಹುದು., ಅಥವಾ ನಿಮಗೆ ನಿಮ್ಮ ಹೆಚ್ಚು ಕಡಿಮೆ ಆಗುತ್ತಿರುವ ತೂಕ ದಿಂದ ಅಥವಾ ಗರ್ಭಾವಸ್ಥೆಯ ಹೊಸ-ಹೊಸ ಲಕ್ಷಣಗಳ ಕಾರಣ ಚಿಂತೆ ಆಗಿರಬಹುದು. ಅಥವಾ ನಿಮಗೆ ನಿಮ್ಮ ಶಿಶುವಿನ ಹೃದಯದ ಬಡಿತ ಕೇಳುವ ಅಪೇಕ್ಷೆ ಇರಬಹುದು. ಒಂದು ಗಂಟೆ ನಂತರ ನೀವು ಸಮಾಧಾನ ಆದ ಮೇಲೆ ನಿಮ್ಮ ರಕ್ತದ ಒತ್ತಡವೂ ಸಾಮಾನ್ಯವಾಗಿರಬಹುದು. ಮುಂದಿನ ಸಲ ರಕ್ತದ ಒತ್ತಡದ ತಪಾಸಣೆ ಮಾಡಿಸಲು ಹೋದಾಗ ಮನಸ್ಸನ್ನು ಶಾಂತ ಮಾಡುವ ಟೆಕ್ನೀಕ್‌ಗಳನ್ನು ಯೋಚನೆ ಮಾಡಿ. ಸಂತೋಷವಾಗಿರುವ ಸುದ್ದಿಗಳನ್ನು ಯೋಚನೆ ಮಾಡಿ.

ಮುಂದಿನ ಸಲವೂ ನಿಮ್ಮ ರಕ್ತದ ಒತ್ತಡ ಅಧಿಕವಾಗಿದ್ದರೆ ಘಾಬರಿ ಆಗಬೇಡಿ. ಇದರಿಂದ ಏನುಹಾನಿ ಆಗುವುದಿಲ್ಲ. ಪ್ರಸವದನಂತರ ತನಗೆತಾನೆ ಸರಿಯಾಗುವುದು.

ಸಾಮಾನ್ಯವಾಗಿ ಗರ್ಭಿಣಿ ಮಹಿಳೆಯರ ರಕ್ತದ ಒತ್ತಡ ಎರಡನೆಯ ಮೂರು ತಿಂಗಳಲ್ಲಿ ಕಡಿಮೆ ಆಗುವುದು ಏಕೆಂದರೆ ಶರೀರವು ಶಿಶುವಿನ ಬೆಳವಣಿಗೆಗೆ ದೀರ್ಘಕಾಲದವರೆಗು ಶ್ರಮಪಡಬೇಕಾಗುವುದು.

ಆದರೆ ಕಡೆ ಮೂರು ತಿಂಗಳಲ್ಲಿ ಇದು ಅಧಿಕವಾಗುವುದು. ಒಂದು ಎರಡು ಭೇಟಿಯಲ್ಲಿ ತಪಾಸಣೆ ಆದ ಮೇಲೆಯೂ ಒತ್ತಡ ಅಧಿಕವಾಗಿದ್ದರೆ ಡಾಕ್ಟರ್ ಸ್ವಲ್ಪ ಗಮನವಿಟ್ಟು ತಪಾಸಣೆ ಮಾಡುತ್ತಾರೆ. ಏಕೆಂದರೆ ಇದರ ಸಂಬಂಧ ಪ್ರೋಟೀನ್, ಕೈ-ಕಾಲಲ್ಲಿ ಊತ ಹಾಗೂ ಅಕಸ್ಮಾತಾಗಿ ತೂಕ ಅಧಿವಾಗುವುದರಿಂದ ಇರಬಹುದು.

ಮೂತ್ರದಲ್ಲಿ ಸಕ್ಕರೆ

"ಡಾಕ್ಟರ್ ಹೇಳಿದರೂ ನನ್ನ ಮೂತ್ರದಲ್ಲಿ ಸಕ್ಕರೆಯ ಪ್ರಮಾಣ ಇದೆ ಎಂದು. ಆದರೆ ಚಿಂತೆಯ ಮಾತೇನಿಲ್ಲ. ಇದು ಮಧುಮೇಹದ ಲಕ್ಷಣವೇ?"

ಡಾಕ್ಟರ್ ಸಲಹೆ ಕೇಳಿ ಚಿಂತಿಸ ಬೇಡಿ. ನಿಮ್ಮ ಶರೀರ ನಿಮಗೆ ಬೇಕಾಗುವುದನ್ನು ಮಾಡುತ್ತದೆ. ನಿಮ್ಮ ಶರೀರ ನಿಮ್ಮ ಭ್ರೂಣಕ್ಕೆ ಪರಿಪೂರ್ಣ ಪ್ರಮಾಣದಲ್ಲಿ ಗ್ಲೂಕೋಸ್ ಸಿಗಲೆಂದು ಏರ್ಪಾಡು ಮಾಡುತ್ತಿದೆ.

ಇನ್‌ಸುಲಿನ್ ಹಾರ್ಮೋನ್ ನಿಮ್ಮ ಶರೀರದಲ್ಲಿ ಗ್ಲೂಕೋಸ್ ನ ಮಟ್ಟವನ್ನು ನಿಯಂತ್ರಿತವಾಗಿಟ್ಟುಕೊಳ್ಳುತ್ತದೆ ಹಾಗೂ ಶರೀರದ ಜೀವಕೋಶಗಳಿಗೆ ಪರಿಪೂರ್ಣ ಪೋಷಣೆ ಸಿಗಲೆಂದು ಗಮನಿಸಿಕೊಳ್ಳುತ್ತದೆ. ಭ್ರೂಣದ ಪೋಷಣೆ ಸರಿಯಾಗಿ ಆಗಲು ರಕ್ತದಪ್ರವಾಹದಲ್ಲಿ ಪರಿಪೂರ್ಣ ಪ್ರಮಾಣದಲ್ಲಿ ಸಕ್ಕರೆ ಇರಬೇಕೆಂದು ಗರ್ಭಾವಸ್ಥೆಯಲ್ಲಿ ನಿಮ್ಮ ಶರೀರ ಪ್ರಯತ್ನಿಸುವುದು ಆದರೆ ಇದು ಯಾವಾಗಲು ಸರಿಯಾದ ರೀತಿಯಲ್ಲಿ ಕೆಲಸ ಮಾಡುವುದಿಲ್ಲ. ಅನೇಕ ಸಲ ಎಂಟಿಇನ್‌ಸುಲಿನ್ ಪ್ರಭಾವ ಬಹಳ ಅಧಿಕವಾಗಿರುವುದು ಏಕೆಂದರೆ ತಾಯಿ ಹಾಗೂ ಶಿಶುವಿಗೆ ಅವಶ್ಯಕತೆಗಿಂತ ಅಧಿಕ ಸಕ್ಕರೆ ರಕ್ತದಲ್ಲಿ ಸೇರುವುದು ಮತ್ತು ಮೂತ್ರಪಿಂಡಗಳಿಗೂ ಇದನ್ನು ಸಂಭಾಳಿಸಲು ಆಗುವುದಿಲ್ಲ ಆಗ ಇದೇ ಅತಿರಿಕ್ತ ಸಕ್ಕರೆ ಮೂತ್ರದಲ್ಲಿ ಬರುವುದು. ಎರಡನೆಯ ಮೂರು ತಿಂಗಳಲ್ಲಿ ಇದನ್ನು ಸಾಮಾನ್ಯವೆನ್ನಬಹುದು. ಸಾಮಾನ್ಯವಾಗಿ 50% ಮಹಿಳೆಯರು ಈ ಸ್ಥಿತಿಯನ್ನು ಎದುರಿಸಬೇಕಾಗಬಹುದು.

ಹೆಚ್ಚಾಗಿ ಮಹಿಳೆಯರಿಗೆ ರಕ್ತದಲ್ಲಿ ಸಕ್ಕರೆಯ ಪ್ರಮಾಣ ಅಧಿಕವಾದರೆ ಶರೀರ ಇನ್‌ಸುಲಿನ್ ನ ಪ್ರಮಾಣ ಹೆಚ್ಚಿಸಿ ಪ್ರತಿಕ್ರಿಯೆ ಕೊಡುವುದು. ನೀವು ಮುಂದಿನ ಸಲ ಡಾಕ್ಟರ್ ಹತ್ತಿರ ಹೋಗುವಾಗ ಎಲ್ಲಾ ಸಾಮಾನ್ಯವಾಗಿರುವುದು.ಆದರೆ ಕೆಲವು ಮಹಿಳೆಯರು ಮಧುಮೇಹದಿಂದ ಪೀಡಿತರಾಗಿದ್ದರೆ, ಮಧುಮೇಹದಿಂದ ಪೀಡಿತರಾಗುವ ಲಕ್ಷಣಗಳಿದ್ದರೆ, ಅಧಿಕ ಪ್ರಮಾಣದಲ್ಲಿ ಶರೀರದಲ್ಲಿ ಇನ್‌ಸುಲಿನ್ ತಯಾರಾಗದೆ ಹೋದರೆ, ಅವರ ಮೂತ್ರದಲ್ಲಿ ಹಾಗೂ ರಕ್ತದಲ್ಲಿ ಸಕ್ಕರೆಯ ಅಧಿಕ ಪ್ರಮಾಣದಲ್ಲಿ ಬರುತ್ತಿರುತ್ತದೆ. ಯಾವ ಮಹಿಳೆಯರು ಮಧುಮೇಹದಿಂದ ಪೀಡಿತವಾಗಿಲ್ಲದೆ ಹೋದರೆ ಅವರಿಗೆ ಇದು ಗ್ಯಾಸ್ಟೇಶನಲ್ ಡಯಾಬಿಟೀಸ್ ಎನ್ನುತ್ತಾರೆ.

ಗ್ಯಾಸ್ಟೇಶನಲ್ ಡಯಾಬಿಟೀಸ್ ತಪಾಸಣೆ ಮಾಡಲು ನಿಮಗೂ ಎಲ್ಲಾ ಗರ್ಭಿಣಿ ಮಹಿಳೆಯರಂತೆ 26ನೇ ವಾರದಲ್ಲಿ ಗ್ಲೂಕೋಸ್ ಸ್ಕ್ರೀನಿಂಗ್ ಟೆಸ್ಟ್ ಮಾಡಿಸಬೇಕು. ಅಲ್ಲಿಯ ತನಕ ಮೂತ್ರದಲ್ಲಿ ಬರುವ ಸಕ್ಕರೆಯನ್ನು ಗಮನಿಸಬೇಡಿ.

ರಕ್ತಹೀನತೆ (ಅನೀಮಿಯ)

"ನನ್ನ ಗೆಳತಿ ಗರ್ಭಾವಸ್ಥೆಯಲ್ಲಿ ರಕ್ತಹೀನತೆಯಿಂದ ಪೀಡಿತಳಾಗಿದ್ದಳು. ಇದು ಸಾಮಾನ್ಯವೇ?"

ಸಾಮಾನ್ಯವಾಗಿ ಗರ್ಭಾವಸ್ಥೆಯಲ್ಲಿ ಐರನ್ ಕೊರತೆಯಿಂದ ಅನೀಮಿಯ(ರಕ್ತಹೀನತೆ) ಆಗುವುದು. ಆದರೆ ನೀವು ಇದರಿಂದ ದೂರವಿರಬಹುದು. ಡಾಕ್ಟರಿಂದ ಮೊದಲನೆಯ ಭೇಟಿ ಆದ ಮೇಲೆ ಅನೀಮಿಯ ಗೆ ನಿಮ್ಮ ತಪಾಸಣೆ ಆಗಿರಬೇಕು. ಆದರೆ ಆಗ ನಿಮ್ಮ ಶರೀರದಲ್ಲಿ ಐರನ್ ಕೊರತೆ ಇರಬೇಕೆನ್ನುವ ಅವಶ್ಯಕವಿಲ್ಲ.

ಸಮಯ ಕಳೆದ ಹಾಗೆ ಸುಮಾರು 20ನೇ ವಾರದ ನಂತರ ಶರೀರದಲ್ಲಿ ಕೆಂಪು ರಕ್ತ ಜೀವ ಕೋಶಗಳ ನಿರ್ಮಾಣಕ್ಕೆ ಐರನ್ ಅವಶ್ಯಕತೆ ಇದೆ. ಹಾಗೆ ನೀವು ಪ್ರತಿದಿನ ಸರಿಯಾದ ರೀತಿಯಲ್ಲಿ ಐರನ್ ಪ್ರಮಾಣ ತೆಗೆದುಕೊಳ್ಳುತ್ತಿದ್ದರೆ ರಕ್ತಹೀನತೆಯ ಸಮಸ್ಯೆ ಬರುವುದಿಲ್ಲ. ಗರ್ಭಾವಸ್ಥೆ ಸಮಯದಲ್ಲಿ ಡಾಕ್ಟರೇ ನಿಮಗೆ ಔಷಧಿ ಕೊಡುತ್ತಾರೆ.ನಿಮಗೆ ಆಹಾರದಲ್ಲಿ ಐರನ್ ಯುಕ್ತ ಪದಾರ್ಥಗಳ ಪ್ರಮಾಣ ಹೆಚ್ಚು

ರಕ್ತಹೀನತೆಯ ಲಕ್ಷಣಗಳು

ರಕ್ತಹೀನತೆ ಆಗಿರುವ ತಾಯಿಯ ಮುಖ ಹಳದಿ ಆಗವುದು. ಅವಳು ಬಹಳ ಶಕ್ತಿಹೀನವಾಗಿ ಬಹಳ ಬೇಗ ಸುಸ್ತಾಗುವಳು. ಒಮ್ಮೊಮ್ಮೆ ಮೂರ್ಛೆ ಹೋಗುವಳು. ಹಾಗೆ ಎಲ್ಲಾ ಡಾಕ್ಟರ್‌ಗಳು ಐರನ್ ಔಷಧಿ ಕೊಡುವರು. ಆದರೆ ಯಾರು ಬೇಗ-ಬೇಗ ಎರಡು ಮೂರು ಶಿಶುವಿಗೆ ಜನ್ಮ ಕೊಟ್ಟಿರುವವರೋ ಹಾಗೂ ವಾಂತಿ ನಿಲ್ಲದೆ ಇದ್ದರೆ ಮಾರ್ನಿಂಗ್ ಸಿಕ್‌ನೆಸ್ ಕಾರಣ ಏನು ತಿನ್ನಲು ಕುಡಿಯಲು ಆಗದೆ ಹೋದರೆ, ಈಟಿಂಗ್ ಡಿಸ್‌ಆರ್ಡರ್ ಕಾರಣದಿಂದ ಅಲ್ಪ ಪೋಷಕ ವಾಗಿದ್ದರೆ ಅವರು ಅನೀಮಿಯಾದಿಂದ ಬಹಳ ಬೇಗ ಪೀಡಿತರಾಗುತ್ತಾರೆ. ಡಾಕ್ಟರ್ ಕೊಟ್ಟ ಸರಿಯಾದ ಔಷಧಿ ಹಾಗೂ ಆಹಾರ ತೆಗೆದುಕೊಂಡರೆ ರಕ್ತಹೀನತೆಯಿಂದ ರಕ್ಷಿಸಿಕೊಳ್ಳಬಹುದು.

ಮಾಡಬೇಕು ಜೊತೆಗೆ ವಿಟಮಿನ ಸೀ ಯುಕ್ತ ಆಹಾರ ತೆಗೆದುಕೊಂಡರೂ ಐರನಿನ ಅವಶೋಷಣೆಗೆ ಸಹಾಯ ಸಿಗುವುದು.

ಭ್ರೂಣದ ಚಲನ-ವಲನ

"ಈ ತನಕ ನನಗೆ ಭ್ರೂಣದ ಚಲನ ಗೊತ್ತಾಗುತ್ತಿಲ್ಲ. ಏನಾದ್ರು ತಪ್ಪಾಗುತ್ತಿದೆಯೇ ಅಥವಾ ನನಗೆ ಚಲನ-ವಲನ ಗುರುತಿಸಲಾಗುತ್ತಿಲ್ಲವೇ?"

ಈ ಎಲ್ಲಾ ತಪಾಸಣೆಗಳು, ಅಲ್ಟ್ರಾಸೌಂಡ್ ಹೊಟ್ಟೆಯ ಉಬ್ಬು, ಶಿಶುವಿನ ಹೃದಯದ ಬಡಿತ ಇತ್ಯಾದಿ ಎಲ್ಲವೂ ಮರೆತುಬಿಡಿ. ಕೇವಲ ಶಿಶುವಿನ ಚಲನೆಯೇ ನಿಮ್ಮ ಗರ್ಭಾವಸ್ಥೆಗೆ ನಿಜವಾದ ಆಧಾರ.

ನೀವು ಇದನ್ನು ಅನುಭವಿಸ ಬೇಕಾಗುವುದು. ಸಾಮಾನ್ಯವಾಗಿ ಈ ಚಲನದ ಅನುಭವ ನಾಲ್ಕನೆಯ ತಿಂಗಳಿಂದ ಆಗುವುದು ಆದರೆ ಎಂಬ್ರಿಯೋ ಏಳನೆಯ ವಾರದಿಂದಲೇ ಚಲನೆ ಪ್ರಾರಂಭಿಸುತ್ತದೆ. ತಾಯಿಗೆ ಆ ಪುಟ್ಟ-ಪುಟ್ಟ ಕೈಕಾಲಿನ ಚಲನೆ ಗೊತ್ತಾಗುವುದಿಲ್ಲ. 14 ರಿಂದ 26 ವಾರದ ಮಧ್ಯದಲ್ಲಿ ಈ ಚಲನೆ ಕೇಳಿಸುವುದು ಪ್ರಾರಂಭವಾಗುವುದು ಆದರೆ 18ರಿಂದ 22 ವಾರದಲ್ಲಿ ಅಧಿಕವಾಗಿರುತ್ತದೆ. ಮೊದಲೇ ತಾಯಿ ಆಗಿರುವ ಮಹಿಳೆ ಈ ಚಲನವನ್ನು ಶೀಘ್ರ ತಿಳಿದುಕೊಳ್ಳುತ್ತಾಳೆ ಏಕೆಂದರೆ ಅವರ ಗರ್ಭಾಶಯದ ಮಾಂಸಖಂಡಗಳು ಸಡಿಲವಾಗಿರುತ್ತದೆ. ಮೊದಲನೆಯ ಸಲ ತಾಯಿ ಆಗುವ ಮಹಿಳೆ ಸ್ಥೂಲವಾಗಿದ್ದರೆ ಅವರಿಗೂ ಶಿಶುವಿನ ಚಲನ ಇಷ್ಟುಬೇಗ ಗೊತ್ತಾಗುವುದಿಲ್ಲ. ಪ್ಲೆಸೆಂಟಾ ದ ಸ್ಥಿತಿಯಿಂದಲೂ ವ್ಯತ್ಯಾಸವಾಗುವುದು. ಇದರ ಕಾರಣದಿಂದ ಚಲನ-ವಲನವನ್ನು ಅನುಭವಿಸಲು ಅನೇಕ ವಾರಗಳಾಗ ಬಹುದು.

ಅನೇಕ ಸಲ ಗರ್ಭಾವಸ್ಥೆಯ ನಿಯಮಿತ ದಿನವು (ಡ್ಯೂ ಡೇಟ್) ಅಂದಾಜು ತಪ್ಪಾದರು ಶಿಶುವಿನ ಚಲನ ಅನುಭವವಾಗುವುದಿಲ್ಲ. ಅನೇಕ ಸಲ ತಾಯಿ ಇದನ್ನು ಗ್ಯಾಸ್ ಅಥವಾ ಪಚನ ತಂತ್ರದ ತೊಂದರೆ ಎಂದು ತಿಳಿದುಕೊಳ್ಳುತ್ತಾಳೆ. ಪ್ರಾರಂಭದಲ್ಲಿ ಈ ಚಲನೆಯನ್ನು ಕೇಳುವುದು ಅಥವಾ ಹೇಳುವುದು ಬಹಳ ಕಷ್ಟ. ಅನೇಕ ಸಲ ಹೊಟ್ಟೆಯಲ್ಲಿ ಘಾಬರಿ ಆದಂತೆ ಅಥವಾ ಯಾವುದೇ ಸಣ್ಣ ವಸ್ತು ಹೊಟ್ಟೆಯನ್ನು ಹೊರಗಡೆ ನೂಕುವಂತೆ ಅನಿಸುತ್ತದೆ. ಪ್ರತಿಯೊಬ್ಬ ತಾಯಿ ಈ ಚಲನ-ವಲನವನ್ನು ತಮ್ಮದೆ ಆದ ರೀತಿಯಲ್ಲಿ ಅನುಭವಿಸುತ್ತಾಳೆ ಆದರೆ ಏನೇ ಆಗಲಿ ಹೇಗೆ ಆಗಲಿ ನಿಮ್ಮ ಮುಖದ ಮೇಲೆ ಮುಗುಳುನಗೆಯಂತು ಬಂದೇ ಬರುವುದು.

ಬಾಹ್ಯಾಕೃತಿ (ಬಾಡಿ ಇಮೇಜ್)

"ನಾನು ಯಾವಾಗಲು ನನ್ನ ತೂಕದ ಬಗ್ಗೆ ಬಹಳ ಸಚೇತವಾಗಿರುತ್ತೇನೆ . ಆದರೆ ಈಗ ನಾನು ಕನ್ನಡಿ ನೋಡಿದಾಗ ಅಥವಾ ತೂಕದ ಮುಳ್ಳಿನ ಮೇಲೆ ಕಾಲಿಟ್ಟಾಗ ನನಗೆ ವತ್ತಡವಾಗುವುದು. ನಾನು ಬಹಳ ಸ್ಥೂಲವಾಗಿದ್ದೀನಿ."

ಸರಿ ನೀವು ನಿಮ್ಮ ಬಾಹ್ಯಾಕೃತಿಯ ಬಗ್ಗೆ ಬಹಳ ಸಚೇತವಾಗಿದ್ರಿ ಹಾಗು ಯಾವಾಗಲು ತೂಕದ ಮುಳ್ಳಿನ ಮೇಲೆ ನಿಮ್ಮ ಕಣ್ಣಿತ್ತು. ಆದಕಾರಣವೇ ನಿಮಗೆ ವತ್ತಡವಾಗುತ್ತಿದೆ ಆದರೇ ಹೀಗಾಗಬಾರದು . ಗರ್ಭಾವಸ್ಥೆಯಲ್ಲಿ ಹೀಗಾಗುವುದೇ. ನಿಮ್ಮ ತೂಕ ಹೆಚ್ಚಾಗಲೇಬೇಕು. ನಿಮ್ಮ ಶಿಶುವಿಗೂ ಪರಿಪೂರ್ಣ ಪೋಷಣೆ ಬೇಕಲ್ಲವೇ?

ಸಾಮಾನ್ಯವಾಗಿ ಎಲ್ಲರಿಗೂ ದುಂಡುದುಂಡಾಗಿರುವ ಗರ್ಭಿಣಿಯರು ಇಷ್ಟ ಆಗುತ್ತಾರೆ, ಅವರ ಸ್ನೇಹಿತರೂ ಅವರನ್ನು ಇಷ್ಟ ಪಡುತ್ತಾರೆ. ನಿಮ್ಮ ಹಳೇ ಬಾಹ್ಯಾಕೃತಿಯ ಬಗ್ಗೆ ಯೋಚನೆ ಮಾಡಿ ಬೇಜಾರಾಗುವ ಬದಲು ಈ ದುಂಡಾಗಿರುವ ಆಕೃತಿಯನ್ನು ಆನಂದಿಸಿ. ನಿಮ್ಮ ಹೆಚ್ಚಾಗುತ್ತಿರುವ ತೂಕದ ಚಿಂತೆ ಬಿಟ್ಟು ಪುಟ್ಟ ಮಗುವಿನ ಕನಸು ನೋಡಿ. ನೀವು ಡಾಕ್ಟರ್ ಸಲಹೆಯಂತೆ ಸರಿಯಾಗಿ ಆಹಾರ ತೆಗೆದುಕೊಂಡರೆ ಗರ್ಭಾವಸ್ಥೆಯಲ್ಲಿ ನಿಮ್ಮ ತೂಕ ಮಾತ್ರ ಹೆಚ್ಚಾಗುವುದು ನೀವು ಸ್ಥೂಲವಾಗುವುದಿಲ್ಲ. ಅಧಿಕವಾಗಿರುವ ತೂಕದ ಅರ್ಥ ನಿಮ್ಮ ಶಿಶುವಿಗೆ ಪರಿಪೂರ್ಣ ಪೋಷಣೆ ಸಿಗುತ್ತಿದೆ ಶಿಶು ಈ ಭೂಮಿಮೇಲೆ ಬಂದತಕ್ಷಣ ನಿಮ್ಮ ತೂಕ ಮೊದಲಿನಂತೆ ಆಗುವುದು.

ನೀವು ಡಾಕ್ಟರಿನ ಸಲಹೆಯನ್ನು ಗಮನಿಸದೆ ಹೋದರೆ ವತ್ತಡದಿಂದ ನೀವು ಪದೇ-ಪದೇ ಫ್ರಿಜ್ ಹತ್ತಿರ ಹೋಗುವಿರಿ ನೀವು ನಿಜವಾಗಲು ಸ್ಥೂಲವಾಗುವಿರಿ. ನೀವು ತಕ್ಷಣ ತೂಕ ಕಡಿಮೆ ಮಾಡಿಕೊಳ್ಳಬಾರದು. ಒಂದು ಸರಿಯಾದ

ಗರ್ಭಾವಸ್ಥೆಯ ಭಾವಚಿತ್ರಗಳು

ಬಹಳ ಬೇಗನೆ ನಿಮಗೆ ಈ ದಿನಗಳು ಮರೆತು ಹೋಗುವುದು. ನೀವು ಶಿಶುವಿನ ಲಾಲನೆ-ಪಾಲನೆಯಲ್ಲಿ ವ್ಯಸ್ತವಾಗುವಿರಿ. ಗರ್ಭಾವಸ್ಥೆಯ ಎಲ್ಲಾ ತಿಂಗಳಿನ ಒಂದು-ಒಂದು ಭಾವಚಿತ್ರವನ್ನು ತೆಗೆಸಿ ಚಿತ್ರ ಸಂಪುಟ (ಆಲ್ಬಮ್) ಮಾಡಿಟ್ಟುಕೊಳ್ಳಿ. ಇದರಲ್ಲಿ ನೀವು ನಿಮ್ಮ ಅಲ್ಟ್ರಾಸೌಂಡ್‌ನ ನಕಲುಪ್ರತಿ(ಕಾಪಿ) ಹಾಕಬಹುದು. ಈ ದಿನಗಳ ಸವಿನೆನಪುಗಳು ಆಮೇಲೆ ನಿಮ್ಮ ಶಿಶುವಿಗೂ ಇಷ್ಟಬರುವುದು.

ಉಬ್ಬಿದ ಹೊಟ್ಟೆಯೊಂದಿಗೆ ಸಣ್ಣಕ್ಕೆ ಕಾಣುವ ಆಸೆ

ಗರ್ಭಾವಸ್ಥೆಯಲ್ಲಿ ದಪ್ಪವಾದರೂ ನೀವು ಸಣ್ಣಗೆ ಕಾಣಲು ಕೆಲವು ಉಪಾಯಗಳನ್ನು ಮಾಡಬಹುದು. ಹೀಗೆಹೇಗಾಗಬಹುದು? ಬನ್ನಿ ನಾವು ಹೇಳುತ್ತೇವೆ:

ಕಪ್ಪು ಬಣ್ಣ:- ಕಪ್ಪು, ಗಾಢ ನೀಲಿ, ಚಾಕಲೇಟ್, ಅಥವಾ ಕಂದು ಬಣ್ಣಗಳಲ್ಲಿ ನಿಮ್ಮ ಶರೀರ ತೆಳುವಾದ ಆಕಾರದಲ್ಲಿ ಕಾಣಿಸುವುದು. ಆಗ ನೀವು ಟೀ-ಶರ್ಟ್ ಹಾಗೂ ಪ್ಯಾಂಟ್ ಹಾಕಿಕೊಂಡರು ಪರವಾಗಿಲ್ಲ.

ಒಂದೇ ಬಣ್ಣದ ಆಯ್ಕೆ:- ಪೂರ್ತಿ ಶರೀರದಲ್ಲಿ ಒಂದೇ ಬಣ್ಣದ ಬಟ್ಟೆ ಹಾಕಿಕೊಂಡರೂ ತೆಳುವಾಗಿ ಕಾಣುವಿರಿ. ಎರಡು ಬಣ್ಣದ ಬಟ್ಟೆಯಲ್ಲಿ ಮಾಂಸದ ಪದರಗಳು ಹೆಚ್ಚಾಗಿ ಕಾಣುತ್ತದೆ ಆಗ ಎಲ್ಲರ ಕಣ್ಣು ಅಲ್ಲೇ ಹೋಗುವುದು .

ಉದ್ದ ಗೀರುಗಳು:- ಹೌದು ಉದ್ದ-ಉದ್ದ ಗೆರೆಗಳಿರುವ ಉಡುಪನ್ನು ಧರಿಸಿದರೂ ತೆಳುವಾಗಿ ಕಾಣೆವಿರಿ. ಅಡ್ಡಡ್ಡಾ ಅಥವಾ ವಕ್ರವಾಗಿರುವ ಗೆರೆ ಇದ್ದರೆ ನೀವು ದಪ್ಪಕ್ಕೆ ಕಾಣುವಿರಿ. ಉದ್ದುದ್ದ ಹೊಲಗೆ, ಜಿಪ್, ಗುಂಡಿಗಳು ಇರುವ ಉಡುಪನ್ನು ಧರಿಸಿ.

ಕೆಲವು ವಿಶೇಷ:- ನಿಮ್ಮ ಶರೀರದ ಯಾವ ಅಂಗಗಳನ್ನು ಮುಚ್ಚಿಟ್ಟು ಕೊಳ್ಳ ಬೇಕೆನಿಸಿತೊ ಅದನ್ನು ಬಟ್ಟೆಯಿಂದ ಮುಚ್ಚಿ ಉದಾ; ಊದಿರುವ ಕಾಲಿನ ಗಂಟು ಯಾರಿಗೂ ತೋರಿಸದೆ ಇರಲು ಆರಾಮವಾಗಿರುವ ಬೂಟ್ಸ್ ಅಥವಾ ಪ್ಯಾಂಟ್‌ನಿಂದ ಮುಚ್ಚಿಟಿಕೊಳ್ಳಬಹುದು.

ಹೊಂದುವ ಉಡಪು:- ನಿಮಗೆ ಬಿಗಿಯಾಗಿರಬಾರದು ಆದರೆ ನಿಮ್ಮ ಶರೀರಕ್ಕೆ ಸರಿಯಾಗಿರಬೇಕು ಅಂತಹ ಉಡಪುಗಳನ್ನು ಧರಿಸಿ. ಭುಜದಮೇಲೆ ಸಡಿಲವಾಗಿರುವ ಬಟ್ಟೆಯ ಕಾರಣ ನೀವು ಸ್ಥೂಲವಾಗಿ ಕಾಣಿಸಬಹುದು. ಬಟ್ಟೆ ಸರಿಯಾಗಿ ಹೊಂದುವಂತಹದಿದ್ದರೆ ನೀವು ತೆಳುವಾಗಿ ಸ್ಮಾರ್ಟ್ ಆಗಿ ಕಾಣಿಸುವಿರಿ.

ರೀತಿಯಲ್ಲಿ ತೂಕ ಹೆಚ್ಚು-ಕಡಿಮೆ ಮಾಡಿಕೊಳ್ಳಬೇಕು. ನಿಮ್ಮ ಆಹಾರದಲ್ಲಿ ಬೇಡದ ಕ್ಯಾಲೊರಿ ಕಡಿಮೆ ಮಾಡಬೇಕು ಆದರೆ ಪೋಷಕ ಆಹಾರದ ಪ್ರಮಾಣ ಕಡಿಮೆ ಆಗಬಾರದು.

ನಿಮ್ಮ ತೂಕದ ಮೇಲೆ ಕಣ್ಣಿರಲಿ ಹಾಗೂ ವ್ಯಾಯಾಮ ಮಾಡಿ ಅದರಿಂದ ಶರೀರದ ಎಲ್ಲಾ ಅಂಗಗಳ ತೂಕ ಸಮವಾಗಿ ಅಧಿಕವಾಗುವುದು. ವ್ಯಾಯಾಮ ಮಾಡುವದರಿಂದ ಎಂಡೊರ್‌ಫಿನ್ ನ ಸ್ರಾವವಾಗುವುದು ಅದರಿಂದ ನೀವು ಪ್ರಸನ್ನವಾಗಿರುವಿರಿ.

ಗರ್ಭಾವಸ್ಥೆಗಾಗಿ ತಯಾರಿಸಲ್ಪಟ್ಟಿರುವ ವಿಶೇಷ ಶೈಲಿಯ ಉಡುಪುಗಳನ್ನು ಆಯ್ಕೆ ಮಾಡಿ ಅದನ್ನು ಧರಿಸಲು ಇದೇ ಅವಕಾಶ. ನೀವು ನಿಮ್ಮದೆ ಆದ ಮೊದಲಿನ ಸಣ್ಣ ಟಾಪ್ ಹಾಕಲು ಪ್ರಯತ್ನಿಸಿದರೆ ಎಲ್ಲರು ತವಾಶೆ ಮಾಡುತ್ತಾರೆ. ನಿಮ್ಮ ಕೂದಲಿನ ಶೈಲಿ ಹಾಗೂ ಮೇಕಪ್ ನ ರೀತಿಯಲ್ಲಿ ಬದಲಾವಣೆ ಮಾಡಿ ಹಾಗೂ ಸುಂದರವಾಗಿ ಕಾಣಿರಿ.

ಗರ್ಭಾವಸ್ಥೆಯ ವಸ್ತ್ರಗಳು:

"ನನಗೆ ನನ್ನ ಹಳೆ ಉಡುಪುಗಳನ್ನು ಧರಿಸಿಲಾಗುವುದಿಲ್ಲ. ಆದರೆ ನನಗೆ ಗರ್ಭಾವಸ್ಥೆಯ ವಸ್ತ್ರಗಳನ್ನು ಖರೀದಿಸಲು ಧೈರ್ಯ ಇಲ್ಲ."

ಗರ್ಭಿಣಿ ಮಹಿಳೆಯರು ಉದ್ದನೆ ಲಂಗಹಾಕಿಕೊಂಡು ಒಂಭತ್ತು ತಿಂಗಳು ಕಳೆಯುತ್ತಿದ್ದರು ಆ ಕಾಲ ಹೋಯಿತು. ಇದು ಹೊಸ ಕಾಲ, ವೈಖರಿಯ ಕಾಲ. ಈಗ ಒಂದಕ್ಕಿಂತೊಂದು ಸುಂದರ ಬಣ್ಣಗಳ, ನಮೂನೆಗಳ ವಸ್ತ್ರಗಳು ಬರುತ್ತಿದೆ. ಮನೆ ಹತ್ತಿರ ಇರುವ ಮೆಟರ್ನಿಟಿ ಸ್ಟೋರ್ ಅಥವಾ ದೊಡ್ಡ ಸ್ಟೋರಿನ ಮೆಟರ್ನಿಟಿ ಕಾರ್ನರ್ ನಿಂದ ನಿಮಗಾಗಿ ವಸ್ತ್ರಗಳ ಆಯ್ಕೆ ಮಾಡಿ. ನಿಮಗೂ ರೋಮಾಂಚಕವಾಗುವುದು.

ನೀವು ಖರೀದಿ ಮಾಡುವಾಗ ಕೆಳಗೆ ಬರೆದಿರುವ ಮಾತುಗಳನ್ನು ಗಮನದಲ್ಲಿಟ್ಟುಕೊಳ್ಳಿ.

- ಈಗ ನಿಮ್ಮ ಶರೀರ ಇನ್ನು ಬೆಳೆಯುವುದು. ಈ ವಸ್ತ್ರಗಳು ಬಹಳ ದುಬಾರಿ ಆಗಿರುವುದು. ಆದಕಾರಣ ಬಹಳ ಯೋಚನೆ ಮಾಡಿ ಇದರ ಆಯ್ಕೆ ಮಾಡಿ. ಬಜಾರ್‌ಗೆ ಹೋಗುವ ಮೊದಲು ನಿಮ್ಮ ಬೀರುವಿನಲ್ಲಿ ಒಂದು ಸಲ ನೋಡಿ. ಅಲ್ಲೇ ನಿಮಗೆ ಏನಾದರು ಸಿಗಬಹುದು. ಮೆಟರ್ನಿಟಿ ಸ್ಟೋರ್ ನಲ್ಲಿ ಪ್ರೆಗ್ನೆನ್ಸಿ ಪಿಲ್ಲೊ ಇರುತ್ತದೆ. ವಸ್ತ್ರವನ್ನು ಹಾಕುವಾಗ ಅದನ್ನು ಇಟ್ಟುಕೊಂಡರೆ ನಿಮಗೆ ಕೆಲವು ತಿಂಗಳ ನಂತರವೂ ಅದು ನಿಮಗೆ ಸರಿಯಾಗಿರುತ್ತದೆ ಎಂದು ಅಂದಾಜು ಆಗುವುದು.
- ಯಾವುದೇ ಅಂಗಡಿಯಿಂದ ಬಟ್ಟೆ ಕೊಂಡುಕೊಳ್ಳಿ ನಿಮಗೆ ಸರಿಯಿದ್ದರೆ ಆರಾಮವಾಗಿ ಹಾಕಿಕೊಳ್ಳಿ. ಈ ರೀತಿ ಖರ್ಚು ಕಡಿಮೆ ಆಗುವುದು. ವೈಖರಿಯನ್ನು (ಫ್ಯಾಶನ್) ಹಿಂಬಾಲಿಸಿದರೆ ಹಾನಿಯಾಗಬಹುದು. ಏಕೆಂದರೆ ಮೆಟರ್ನಿಟಿ ವಸ್ತ್ರಗಳು ಸ್ವಲ್ಪ ಸಮಯಕ್ಕೆ ಮಾತ್ರ ಉಪಯೋಗಕ್ಕೆ ಬರುವುದು. ಪ್ರಸವದನಂತರ ಬೇಬಿ ಫ್ಯಾಟ್ ಮುಗಿದು ಹೋದ ಮೇಲೆ ನೀವು ಅದನ್ನು ನೋಡುವುದು ಇಲ್ಲ.
- ನಿಮ್ಮ ಹೊಟ್ಟೆಯ ಉಬ್ಬು ಕಡಿಮೆ ಕಾಣಿಸುವಂತ ವಸ್ತ್ರವನ್ನು ಧರಿಸಿ. ಲೋ-ಕಟ್ ಜೀನ್ಸ್ ಹಾಗೂ ಪ್ಯಾಂಟ್ ಧರಿಸುವುದು ಸರಿಯಾಗಿರುತ್ತದೆ.
- ನಿಮ್ಮ ಒಳ ಉಡುಪುಗಳ ಜೊತೆಗೆ ಯಾವ ರೀತಿಯ ಒಪ್ಪಂದ ಮಾಡಿಕೊಳ್ಳಬೇಡಿ. ಒಳ್ಳೆ ಸ್ಟೋರಿಂದ ನಿಮ್ಮ ವಕ್ಷಸ್ಥಳವನ್ನು ಸರಿಯಾದ ಆಕಾರ ಹಾಗೂ ಬೆಂಬಲ ನೀಡುವಂತ ಬ್ರಾ ಕೊಂಡುಕೊಳ್ಳಿ. ಒಂದು ಸಲ ಎರಡು ಬ್ರಾ ಮಾತ್ರ ಕೊಂಡುಕೊಳ್ಳಿ. ನಿಮ್ಮ ವಕ್ಷಸ್ಥಳದ ಆಕಾರ ದೊಡ್ಡದಾದಾಗ ಪುನಃ ಕೊಂಡುಕೊಳ್ಳಿ.
- ಹಾಗೆ ವಿಶೇಷ ಮೆಟರ್ನಿಟಿ ಪ್ಯಾಂಟೀಸ್ ಹಾಕಿಕೊಳ್ಳುವುದು ಆವಶ್ಯಕವೇನಲ್ಲ. ಆದರೆ ನೀವು ಹಾಕಿಕೊಳ್ಳಲೇ ಬೇಕೆಂದರೆ ನಿಮಗಾಗಿ ಸ್ಟೈಲಿಶ್ ಥಾಂಗ್ಸ್, ಹಾಗೂ ಬಿಕನೀ ಪ್ಯಾಂಟೀಸ್ ಇದೆ. ನಿಮ್ಮ ಅಳತೆಗಿಂತ ಸ್ವಲ್ಪ ದೊಡ್ಡದು ತೆಗೆದುಕೊಳ್ಳಿ. ಇದು ನೋಡಲು ಸೆಕ್ಸಿಆಗಿರುತ್ತದೆ. ಇಷ್ಟವಾದ ಬಣ್ಣ ಆಯ್ಕೆ ಮಾಡಿ. ಬಟ್ಟೆಮಾತ್ರ ನೂಲಿನದೆ ಇರಬೇಕು.
- ನಿಮ್ಮ ಸಂಗಾತಿಯ ಬೀರುವಿನಲ್ಲಿ ಇಣಕಿ ನೋಡಿ. ಅವರ ಸಡಿಲದ ಬಟ್ಟೆ ನಿಮ್ಮ ಕೆಲಸಕ್ಕೆ ಬರಬಹುದು. ಮೊದಲು ಐದು-ಆರು ತಿಂಗಳು ನೀವು ಮಜವಾಗಿ ಅವರ ಪ್ಯಾಂಟ್ ಶರ್ಟ್ ಟೀ ಶರ್ಟ್, ಲೆಗಿಂಗ್ಸ್ ಅಥವಾ ಶಾರ್ಟ್ಸ್ ಹಾಕಿ ಕೊಳ್ಳಬಹುದು. ಇದಾದಮೇಲೆ ನೀವು ನಿಮ್ಮ ಬಟ್ಟೆಗಳ ಏರ್ಪಾಡು ಮಾಡಿಕೊಳ್ಳಬೇಕು.
- ಮೆಟರ್ನಿಟಿ ವಸ್ತ್ರಗಳ ಸಂದರ್ಭದಲ್ಲಿ ಕೊಡುವುದು-ತೆಗೆದುಕೊಳ್ಳುವುದು ಇಬ್ಬರೂ ಕಲಿಯಬೇಕು. ಬೇರೆ

ಅವರ ಬಟ್ಟೆ ನಿಮಗೆ ಸರಿಯಾದರೆ ಹಾಕೊಕೊಳ್ಳುವುದಲ್ಲಿ ಸಂಕೋಚಿಸಬೇಡಿ. ನೀವು ಆ ಉಡುಪನ್ನು ನಿಮ್ಮ ಉಡಪಿನ ಜೊತೆಗೆ ಸೇರಿಸಿಕೊಂಡು ಹಾಕಿಕೊಳ್ಳಿ ಅದರಲ್ಲಿಯೂ ಹೊಸತನ ಕಾಣಿಸುವುದು. ನಿಮಗೆ ಇಷ್ಟವಿಲ್ಲದ ಮೆಟರ್ನಿಟಿ ವಸ್ತ್ರಗಳನ್ನು ನಿಮ್ಮ ಗೆಳತಿಗೆ ಕೊಡಿ. ಈ ತರಹ ಕಡಿಮೆ ಖರ್ಚಿನಲ್ಲಿ ಇಬ್ಬರಿಗೂ ಕೆಲಸ ಆಗುವುದು.

- ಗರ್ಭಾವಸ್ಥೆಯಲ್ಲಿ ಮೆಟಾಬಾಲಿಕ್‌ನ ಮಟ್ಟ ಅಧಿಕವಾಗಿರುವ ಕಾರಣ ನಿಮ್ಮ ಶರೀರವೂ ಬಿಸಿಯಾಗಿರುತ್ತದೆ. ಆದಕಾರಣ ನೂಲಿನ ವಸ್ತ್ರಗಳನ್ನು ಧರಿಸುವುದೆ ಒಳ್ಳೆಯದು. ಇದರಿಂದ ನಿಮಗೆ ಹೀಟ್ ರೈಸ್ ಆಗುವುದಿಲ್ಲ. ತಿಳಿಬಣ್ಣದ ಆರಾಮವಾಗಿರುವ ವಸ್ತ್ರಗಳನ್ನು ಆರಿಸಿ. ವಾತಾವರಣ ತಣ್ಣಗಿದ್ದರೆ ಬಟ್ಟೆ ಮೇಲೆ ಬಟ್ಟೆ ಅನೇಕ ಪದರಗಳಲ್ಲಿ ಹಾಕಿಕೊಳ್ಳಿ. ಹೀಗೆ ಮಾಡಿದರೆ ಧಾಬರಿ ಅನಿಸಿದರೆ ಬಟ್ಟೆಯ ಭಾರವನ್ನು ಕಡಿಮೆ ಮಾಡಬಹುದು.

ಪ್ರೀ – ಬೇಬೀ ಸೀಟರ್

"ನನ್ನ ಹೊಟ್ಟೆ ಉಬ್ಬಿರುವುದು ಸರಿಯಾಗಿ ಕಾಣುತ್ತಿದೆ. ನಾನು ನಿಜವಾಗಲೂ ಗರ್ಭಿಣಿ. ನಾವು ಬಹಳ ಯೋಚನೆ ಮಾಡಿ ಈ ನಿರ್ಣಯವನ್ನು ಮಾಡಿದ್ದು ಆದರೆ ಈಗ ನನಗೆ ಭಯವಾಗುತ್ತಿದೆ."

ನಿಮ್ಮ ಸಂದರ್ಭವನ್ನು ಪ್ರೀ ಬೇಬಿ ಸೀಟರ್ ದು ಎಂದು ಅನಿಸುತ್ತದೆ. ನಿಮ್ಮಂತ ಅನೇಕ ತಾಯಿ-ತಂದೆಯರು ಈ ತರಹದ ಮಾನಸಿಕತೆಗೆ ಬಲಿ ಆಗುತ್ತಾರೆ. ಅವರಿಗೆ ತಮ್ಮ ನಿರ್ಣಯದ ಮೇಲೆ ಅನುಮಾನವಾಗುವುದು. ಆದರೆ ಸ್ವಲ್ಪ ಯೋಚನೆ ಮಾಡಿ ಈ ಒಂದು ನಿರ್ಣಯದಿಂದ ನಿಮ್ಮ ಪೂರ್ತಿ ಜೀವನ ಬದಲಾಯಿಸುತ್ತದೆ. ನೀವುಗಳು ಊಟ, ತಿಂಡಿ, ಮಲಗುವುದು ಏಳುವುದು ಯಾವಾಗ ಮಾಡಿತ್ತೀರಿ, ಅಥವಾ ಹೇಗೆ ಬಾಳುತ್ತಿರಿ ಇದೆಲ್ಲ ಬರುವ ಶಿಶು ನಿರ್ಧರಿಸುತ್ತದೆ. ನಿಮ್ಮ ಜೀವನ ಪುನಃ ಹೊಸದಾಗಿ ಪ್ರಾರಂಭವಾಗುವುದು. ಅನೇಕ ಶಾರೀರಿಕ ಹಾಗೂ ಮಾನಸಿಕ ಬೇಡಿಕೆಗಳನ್ನು ಬದಲಾಯಿಸುವುದು ಹೆಚ್ಚಾಗುವುದು.

ಈ ಸಮಯದಲ್ಲಿ ಆಗುವ ಧಾಬರಿ ಒಳ್ಳೆಯದೆ. ನೀವು ಶಿಶು ಬರುವ ಮೊದಲು ಮಾನಸಿಕರೂಪದಿಂದ ತಯಾರಾಗುವಿರಿ ಹಾಗೂ ಪ್ರತಿಯೊಂದು ತೊಂದರೆಗಳನ್ನು ಎದುರಿಸಲು ಸಿದ್ಧವಾಗುವಿರಿ. ನಿಮ್ಮ ಮನಸ್ಸನ್ನು ಸಾವಧಾನ ಮಾಡಿ ಕೊಳ್ಳುವುದಿಕ್ಕೆ ನಿಮ್ಮ ಸ್ನೇಹಿತರು ಹಾಗೂ ಸಹೊದ್ಯೋಗಿಗಳ ಹತ್ತಿರ ಈ ವಿಷಯದಲ್ಲಿ ಮಾತನಾಡಿ.

ಜೀವನ ಪೂರ್ಣವಾಗಿ ಬದಲಾಗುವುದು . ಆದರೆ ಬೇಗನೆ ನಿಮಗೆ ಅರ್ಥವಾಗುವುದು ಈ ಬದಲಾವಣೆ ಒಳ್ಳೆಯದಕ್ಕೆ ಆಗಿದ್ದು ಎಂದು.

ಸಲಹೆಗಳು ಸಹಿಸಲಾಗುವುದಿಲ್ಲ

"ಎಲ್ಲರಿಗೂ ಗೊತ್ತು ಕಾಣಿಸುವುದು ನಾನು ಗರ್ಭಿಣಿ ಎಂದು. ಸಂಬಂಧಿಕರು, ಸ್ನೇಹಿತರು, ಬರುವವರು ಹೋಗುವವರು ಎಲ್ಲರು ಸಲಹೆ ಕೊಡುತ್ತಾರೆ. ನನಗೆ ಸಹಿಸಲಾಗುವುದಿಲ್ಲ."

ವಾಸ್ತವದಲ್ಲಿ ನಿಮ್ಮ ಹೊಟ್ಟೆಯ ಉಬ್ಬು ಎಲ್ಲಾ ಅನುಭವವುಳ್ಳವರ ಮಹಿಳೆಯರಿಗೆ ಸಲಹೆ ನೀಡಲು ಅವಕಾಶ ಮಾಡುವುದು. ನೀವು ಬೆಳಗ್ಗೆ ಉದ್ಯಾನದಲ್ಲಿ ಜಾಗಿಂಗ್ ಮಾಡಿದರೆ ಎಲ್ಲೋ ಮೂಲೆಯಿಂದ ಧ್ವನಿ ಕೇಳಿಸುವುದು–ಈ ಸ್ಥಿತಿಯಲ್ಲಿ ಓಡುವುದು ಒಳ್ಳೆದಲ್ಲ, ನೀವು ಮಾರುಕಟ್ಟೆ ಯಿಂದ ಎರಡು ಚೀಲ ಎತ್ತಿಕೊಂಡುಬಂದರೆ ದಾರಿಯಲ್ಲಿ ಹೇಳುವರು ಹೀಗಿರುವಾಗ ಇಷ್ಟೊಂದು ಭಾರ ಎತ್ತಬಾರದಮ್ಮ, ಐಸ್ ಕ್ರೀಮ್ ಮೇಲೆ ಡಬಲ್ ಡಿಪ್ ಹಾಕಿಕೊಂಡರೆ ಯಾರಾದರು ಹೇಳೆ ಹೇಳುವುರು– ಮಗು ಇಷ್ಟೊಂದು ಬೇಬಿ ಫ್ಯಾಟ್ ಕರಗಿಸುವುದು ಕಷ್ಟವಾಗಬಹುದು.

ಈ ರೀತಿ ಸಲಹೆ ಕೊಟ್ಟವರು ನಿಮ್ಮ ಮನೆಯಲ್ಲಿ ಗಂಡು ಆಗುವುದೋ ಹೆಣ್ಣಾಗುವುದೋ ಎಂದು ಅಂದಾಜು ಹಾಕುತ್ತಾರೆ. ಹಾಗೆ ನಿಮ್ಮ ದಾದಿಗಳು ಹೇಳುವ ಅನೇಕ ಮಾತುಗಳಿಗೆ ವೈಜ್ಞಾನಿಕ ಆಧಾರವು ಇದೆ. ಆದರೆ ಸುಮ್ಮನೆ ಅರ್ಥವಿಲ್ಲದ ಮಾತುಗಳನ್ನು ಒಂದು ಕಿವಿಯಿಂದ ಕೇಳಿ ಇನ್ನೊಂದು ಕಿವಿಯಿಂದ ಹೊರಗೆ ಹಾಕಿ. ಯವುದಾದರು ಮಾತನ್ನು ಕೇಳಿ ಸಂದೇಹವಾದರೆ ತಕ್ಷಣ ಡಾಕ್ಟರನ್ನು ಕೇಳಿ. ಆದರೆ ಸುಮ್ಮನೆ ಮಾತಾಡುವ ಮಾತನ್ನು ಕೇಳಿ ಒತ್ತಡ ಮಾಡಿಕೊಳ್ಳಬೇಡಿ. ನಿಮ್ಮ ನಗುಪ್ರವೃತಿಯನ್ನು ಉಪಯೋಗಿಸಿ. ಸಲಹೆ

ಕೊಡುವವರಿಗೆ ತಕ್ಷಣ ಹೇಳಿ ನಾನು ನನ್ನ ಡಾಕ್ಟರ್ ಬಿಟ್ಟು ಯಾರಾದು ಮಾತು ಕೇಳುವುದಿಲ್ಲ ಅಥವಾ ಕಿರುನಗೆಯಿಂದ ಅವರನ್ನು ನೋಡಿ ಅಲಕ್ಷಿಸಿ ಮುಂದೆ ಹೋಗಿ.

ಆದರೆ ಸ್ವಲ್ಪ ದಿನಗಳನಂತರ ನಿಮಗೆ ಇದು ಸಾಮಾನ್ಯವೆನಿಸುವುದು ಏಕೆಂದರೆ ಮುಂದೆ ಈ ಸಲಹೆಗಳು ಇನ್ನು ಹೆಚ್ಚಾಗುವುದು. ಪುಟ್ಟ ಮಗುವಿನ ತಾಯಿಗೆ ಸಲಹೆ ಕೊಡುವವರು ಕಡಿಮೆಯೇನಿರುವುದಿಲ್ಲ.

ಹೊಟ್ಟೆ ಮುಟ್ಟುವುದು:

"ಸ್ನೇಹಿತರಿಗೆ, ಗೆಳೆಯರಿಗೆ, ಸಹೋದ್ಯೋಗಿಗಳಿಗೆ, ಇಲ್ಲಿ ತನಕ ಹೋಗಿ-ಬರುವರಿಗೂ ನನ್ನ ಹೊಟ್ಟೆಯ ಉಬ್ಬುವನ್ನು ಮುಟ್ಟುವುದು ಇಷ್ಟ. ಆದರೆ ನನಗೆ ಇಷ್ಟವೇ ಇಲ್ಲ. ನಾನು ಏನು ಮಾಡಲಿ."

ಪುಟ್ಟ ಮಗುವಿನ ದುಂಡಾಗಿರುವ ಉಬ್ಬನ್ನು ಮುಟ್ಟಲು ಎಲ್ಲರಿಗೂ ಇಷ್ಟ ಆದರೆ ತಾಯಿಯ ಇಚ್ಛೆಇಲ್ಲದೆ ಅವಳ ಜನಿಸಿಲ್ಲದ ಶಿಶುವನ್ನು ಮುಟ್ಟುವುದು ಸರಿಅಲ್ಲ.

ಅನೇಕ ಮಹಿಳೆಯರಿಗೆ ಆಕರ್ಷಣದ ಕೇಂದ್ರ ಬಿಂದು ಆಗುವುದು ಇಷ್ಟ ಆದರೆ ಅನೇಕರಿಗೆ ಇದರಿಂದ ಹಿಂಸೆ ಆಗುವುದು. ನಿಮಗೆ ಇದು ಇಷ್ಟವಿಲ್ಲದೆ ಹೋದರೆ ಹೇಳಲು ಸಂಕೋಚಿಸ ಬೇಡಿ. ನಿಮಗೆ ನನ್ನ ಹೊಟ್ಟೆಯನ್ನು ಮುಟ್ಟಲು ಇಷ್ಟ ಬರಬಹುದು ಆದರೆ ಇದು ನನಗೆ ಇಷ್ಟವಿಲ್ಲ ಕ್ಷಮಿಸಿ. ಅಥವಾ ಮಗು ಮಲಗಿದೆ ಎಂದು ನಗುನಗುತ್ತ ಹೇಳಬಹದು. ಅಥವಾ ನಿಮ್ಮ ಹೊಟ್ಟೆಯನ್ನೆ ಸ್ವಲ್ಪ ತಿರುಗಿಸಿಕೊಳ್ಳಿ, ಅಥವಾ ಅವರಿಗೆ ಜಿಗುಟಿ ಅವರು ಯಾರನ್ನೂ ಮುಟ್ಟಲು ಭಯಪಡಬೇಕು. ಅಥವಾ ಏನು ಹೇಳದೆ ನಿಮ್ಮ ಹೊಟ್ಟೆಯ ಮೇಲೆ ನಿಮ್ಮ ಕೈಗಳನ್ನು ಕಟ್ಟಿಟ್ಟುಕೊಳ್ಳಿ.ಅಥವಾ ಅವರು ಕೈ ಮುಂದೆ ಮಾಡಿದ ತಕ್ಷಣ ಅವರನ್ನು ತಡೆದು ಬಿಡಿ.

ಮರೆಯುವ ಅಭ್ಯಾಸ

"ಹೋದ ವಾರ ನಾನು ನನ್ನ ಪರ್ಸನ್ನು ಮನೆಯಲ್ಲೆ ಮರೆತು ಬಿಟ್ಟೆ, ಇವತ್ತು ನನಗೆ ನನ್ನ ಮುಖ್ಯವಾದ ಮೀಟಿಂಗ್ ನೆನಪಿಗೆ ಬರಲಿಲ್ಲ. ನಾನು ನನ್ನ ಮನಸ್ಸನ್ನು ಕೇಂದ್ರಿಕರಿಸಲಾಗುತ್ತಿಲ್ಲ. ನನ್ನ ತಲೆ ಕೆಟ್ಟು ಹೋಗುತ್ತಿದೆ ಎಂದು ಅನಿಸುತ್ತಿದೆ."

ಸಾಮಾನ್ಯವಾಗಿ ಅನೇಕ ಗರ್ಭವತಿ ಮಹಿಳೆಯರಿಗೆ ಮರೆಯುವ ಅಭ್ಯಾಸ ಅಧಿಕವಾಗುತ್ತಿದೆ ಎಂದು ಅನಿಸುತ್ತದೆ. ತಮ್ಮ ಆತ್ಮವಿಶ್ವಾಸದ ಮೇಲೆ ನಂಬಿಕೆ ಇರುವ ಮಹಿಳೆಯರು ಜಟಿಲ ಸ್ಥಿತಿಯಲ್ಲಿ ಘಾಬರಿ ಆಗುತ್ತಾರೆ. ಅವರು ತಮ್ಮ ವಸ್ತುಗಳನ್ನು ಮರೆಯುವ ಜೊತೆಗೆ ತಮ್ಮ ಮೇಲೆ ನಿಯಂತ್ರಣವನ್ನೂ ಕಳೆದುಕೊಳ್ಳುತ್ತಾರೆ. ಅಧ್ಯಯನಗಳಿಂದ ತಿಳಿದು ಬಂದಿದೇನೆಂದರೆ ಗರ್ಭಿಣಿ ಮಹಿಳೆಯರ ಮೆದುಳಿನ ಜೀವಕೋಶಗಳ ಪ್ರಮಾಣ ಕಡಿಮೆಯಾಗುವುದು. ಗಂಡು ಮಗುವಿನ ತಾಯಿಯ ತುಲನೆಯಲ್ಲಿ ಹೆಣ್ಣು ಮಗುವಿನ ತಾಯಂದಿರು ಮರೆಯುವುದು ಜಾಸ್ತಿ. ಒಳ್ಳೆ ವಿಷಯವೇನೆಂದರೆ ಇದೆಲ್ಲಾ ಆಶ್ಚರ್ಯವಾಗಿರುವುದು.

ಪ್ರಸವದನಂತರ ಕೆಲವೇ ತಿಂಗಳಲ್ಲಿ ಮೆದುಳು ಪೂರ್ಣ ಶಕ್ತಿಯಿಂದ ಕೆಲಸಮಾಡಲು ಪ್ರಾರಂಭಿಸುವುದು. ಇದು ಸಹ ಹಾರ್ಮೋನ್‌ಗಳ ಬದಲಾವಣೆಯ ಕಾರಣದಿಂದ ಆಗುತ್ತದೆ. ನಿದ್ರೆ ಸರಿಯಾಗಿ ಆಗದೆ ಹೋದರೂ ಊರ್ಜೆ ಕಡಿಮೆ ಆಗುವುದು ಹಾಗೂ ಮರವು ಹೆಚ್ಚಾಗುವುದು. ತಾಯಿ ಆಗುವವರ ಎಲ್ಲಾ ಗಮನ ಮಗುವಿನ ಉಡುಗೆ-ತೊಡುಗೆ, ಹೆಸರು ಇದೆಲ್ಲ ಆಯ್ಕೆ ಮಾಡಲು ವ್ಯಸ್ತವಾಗಿರುವುದು.

ನೀವು ಈ ಅಭ್ಯಾಸವನ್ನು ಯೋಚನೆ ಮಾಡಿ ವತ್ತಡ ಮಾಡಿಕೊಂಡರೆ ತೊಂದರೆ ಆಗಬಹುದು. ಸ್ವಲ್ಪ ತಮಾಷೆ-ವಿನೋದ ದಿಂದ ಸ್ಥಿತಿ ಸರಿಯಾಗಬಹುದು. ನಿಮಗೂ ಹಗೂರವೆನಿಸುವುದು. ವಾಸ್ತವದಲ್ಲಿ ನೀವು ಈಗ ಶಿಶುವನ್ನು ತಯಾರಿಸಲು ತೊಡಗಿದ್ದೀರಿ ಆಗ ಮೊದಲಿನಂತೆ ಯೋಗ್ಯತೆ ಹೇಗೆ ಬರುವುದು? ಮನೆಯಲ್ಲಿ ಮಾಡುವ ಕೆಲಸದ ಪಟ್ಟಿ ತಯಾರುಮಾಡಿಟ್ಟುಕೊಳ್ಳಿ. ಮನೆಯ ಬೀಗದ ಕೈಯನ್ನು ಸರಿಯಾಗಿ ಒಂದು ಸ್ಥಳದಲ್ಲಿಡಿ. ಆದರೆ ಈ ಅಭ್ಯಾಸದಿಂದ ಬಿಡುಗಡೆ ಪಡೆಯಲು ಯಾವುದೇ ಔಷಧಿ ತೆಗೆದುಕೊಳ್ಳಬೇಡಿ.

ನಿಧಾನವಾಗಿ ನಿಮಗೆ ಇದೇ ತರಹ ಕೆಲಸ ಮಾಡುವ ಅಭ್ಯಾಸವಾಗುವುದು. ಶಿಶು ಬಂದ ಮೇಲೆ ಮೆದುಳಿನ ಚುರುಕುತನ ಪುನಃ ವಾಪಸ್ ಬರುವುದು. ಆಗ ನೀವು ಸರಿಯಾಗಿ ನಿದ್ರೆ ಮಾಡಬಹುದು.

ಗರ್ಭಾವಸ್ಥೆ ಹಾಗೂ ವ್ಯಾಯಾಮ-

"ಸಂಪೂರ್ಣ ಶರೀರದಲ್ಲಿ ನೋವಿದೆ. ನಿಮಗೆ ನಿದ್ರೆ ಬರುತ್ತಿಲ್ಲ. ಬೆನ್ನೋವಿದೆ, ಕಾಲಿನ ಗಂಟುಗಳು ಊದಿದೆ, ಮಲಬದ್ಧತೆ ಇದೆ, ಹೊಟ್ಟೆ ಉಬ್ಬಿದೆ, ನೀವು ತಡೆಯಲಾರದಷ್ಟು ಕೆಟ್ಟ ವಾಸನೆಯ ಗ್ಯಾಸ್ ಬಿಡುತ್ತಿದ್ದೀರಿ ಒಂದು ಮಾತಲ್ಲಿ ಹೇಳ ಬೇಕೆಂದರೆ ನೀವು ಗರ್ಭಿಣಿ. ಈ ಕಷ್ಟಗಳನ್ನು ಕಡಿಮೆ ಮಾಡುವ ಪ್ರಯತ್ನ ಮಾತ್ರ ನೀವು ಮಾಡ ಬಹುದು ಇನ್ನೇನು ಸಾಧ್ಯವಿಲ್ಲ."

ವರ್ಕ್ ಔಟ್-?

ನಿಮಗೆ ಗರ್ಭಾವಸ್ಥೆಯಲ್ಲಿ ಪ್ರತಿನಿತ್ಯ 30 ನಿಮಿಷದ ವರ್ಕ್‌ಔಟ್ ಗೆ ಸಮಯವನ್ನು ಮಾಡಿಕೊಳ್ಳಲೇಬೇಕು. ಇದು ಕಷ್ಟವಾದರೆ 10-10 ನಿಮಿಷಕ್ಕೆ ವಿಭಾಗಿಸಿಕೊಳ್ಳಿ. ದಿನದಲ್ಲಿ ಮೂರು ಸಲ 10-10 ನಿಮಿಷ ಓಡಾಡಿದರು ವರ್ಕ್‌ಔಟ್ ಆಗುವುದು. ಇದನ್ನು ನಿಮ್ಮ ದಿನಚರಿಯ ಒಂದು ಕೆಲಸ ಎಂದು ಭಾವಿಸಿಕೊಳ್ಳಿ ಆಗ ನೀವು ಇದಕ್ಕೆ ಅಭ್ಯಸ್ತರಾಗುವಿರಿ. ಜಿಮ್ ಹೋಗಲು ಸಮಯವಿಲ್ಲದೆ ಹೋದರೆ ಕಾರ್ಯಾಲಯದಿಂದ ಮನೆಗೆ ಬರುವಾಗ ಬಸ್ಸಿಂದ ಎರಡು ಸ್ಟಾಪ್ ಮೊದಲೇ ಇಳಿದು ಮನೆಗೆ ನೆಡೆದುಕೊಂಡು ಬನ್ನಿ. ಕಾರ್ ಸ್ವಲ್ಪ ದೂರದಲ್ಲಿ ನಿಲ್ಲಿಸಿ ನಡೆದುಕೊಂಡು ಬನ್ನಿ. ಕಾರ್ಯಾಲಯದಲ್ಲಿ ಎಲ್ಲಕ್ಕಿಂತ ದೂರವಿರುವ ಬಾಥ್ ರೂಮನ್ನು ಉಪಯೋಗಿಸಿ. ಲಿಫ್ಟ್ ಬದಲು ಮೆಟ್ಟಲನ್ನು ಉಪಯೋಗಿಸಿ.

ಸಮಯವಿದೆ ಆದರೆ ಪ್ರೇರಣೆ ಇಲ್ಲ. ಪ್ರೆಗ್ನೆನ್ಸಿ ತರಗತಿಗೆ ಹೋಗಿ, ಪ್ರೆಗ್ನೆನ್ಸಿ ಯೋಗ ಮಾಡಿ. ಪ್ರೆಗ್ನೆನ್ಸಿ ಡೀ ವೀ ಡೀ ಸಹಾಯದಿಂದ ವರ್ಕ್‌ಔಟ್ ಮಾಡಬಹುದು.

ಯದ್ಯಪಿ ಕೆಲವು ಸಲ ನಿಮಗೆ ಅಲ್ಲಾಡುವ ಮನಸ್ಸು ಇರುವುದಿಲ್ಲ ಆದರೂ ಧೈರ್ಯ ಬಿಡದೆ ನಿಮಗೆ ಯಾವದಾರು ರೀತಿಯಲ್ಲಿ ವರ್ಕಔಟ್ ಮಾಡಲೇಬೇಕು.

ದಿನದಲ್ಲಿ 30 ನಿಮಿಷದ ವ್ಯಾಯಾಮದಿಂದ ಬಹಳ ಸಮಸ್ಯೆಗಳ ನಿವಾರಣೆ ಆಗಬಹುದು. ನೀವು ಸೋಮವಾರಿತನ ಬಿಟ್ಟು ದಿನದಲ್ಲಿ ಅರ್ಧ ಗಂಟೆ ವ್ಯಾಯಾಮ ಮಾಡಲೇಬೇಕು.

ಹೆಚ್ಚಾಗಿ ಮಹಿಳೆಯರು ಈ ಸಲಹೆಯನ್ನು ಬಳಸಿ ಆರೋಗ್ಯವಾಗಿರುತ್ತಾರೆ. ಡಾಕ್ಟರ್ ಬೇಡ ಅಂದರೆ ನೀವು ಈ ಸಲಹೆಯನ್ನು ಬಳಸಬಹುದು. ವ್ಯಾಯಾಮದಿಂದ ನಿಮಗೆ ಹಾಗೂ ನಿಮ್ಮ ಶಿಶುವಿಗೆ ಎಷ್ಟು ಲಾಭವಾಗುವುದು ಎಂದು ನಿಮಗೆ ಗೊತ್ತಿರಬೇಕು.

ವ್ಯಾಯಾಮದಿಂದ ಲಾಭ

ನಿಯಮಿತ ವ್ಯಾಯಾಮದಿಂದ-

- ಅನೇಕ ಸಲ ಅಧಿಕ ಆರಾಮ ಮಾಡಿದರು ಆಯಾಸವಾಗುವುದು. ಸ್ವಲ್ಪ ವ್ಯಾಯಾಮ ಮಾಡಿದರೆ ನಿಮ್ಮ ಊರ್ಜೆಯ ಮಟ್ಟ ಹೆಚ್ಚಾಗುವುದು.
- ವ್ಯಾಯಾಮ ಮಾಡಿದರೆ ನಿದ್ರೆ ಸರಿಯಾಗಿ ಆಗುವುದು. ನೀವು ಮಲಗಿ ಎದ್ದ ಮೇಲೆ ಫ್ರೆಶ್ ಆಗುತ್ತೀರಿ.
- ವ್ಯಾಯಾಮ ಮಾಡಿದರೆ ಗ್ಯಾಸ್ಟ್ರೇಶನಲ್, ಮಧುಮೇಹದಿಂದ ದೂರವಿರುತ್ತೀರಿ.
- ವ್ಯಾಯಾಮ ಮಾಡಿದರೆ ನಿಮ್ಮ ಮಸ್ತಿಷ್ಕದಲ್ಲಿ ಎಂಡೊರಫಿನ್ ಸ್ರಾವ ಆಗುವುದು ಇದರಿಂದ ನಿಮ್ಮ ಮನಃಸ್ಥಿತಿ ಚೆನ್ನಾಗಿರುವುದು. ವತ್ತಡ ಹಾಗೂ ಉತ್ತೇಜನೆ ಕಡಿಮೆ ಆಗುವುದು.
- ಬೆನ್ನೋವು ಹಾಗು ವತ್ತಡದಿಂದ ಆರಾಮ ಸಿಗುವುದು.
- ಸ್ಟ್ರೆಚಿಂಗ್ ಮಾಡಿದರೆ ಮಾಂಸಖಂಡಗಳಿಗೆ ಆರಾಮ ಸಿಗುವುದು ಹಾಗು ಅದರ ಮೃದುತ್ವ ಅಧಿಕವಾಗುವುದು. ಮಾಂಸಖಂಡಗಳ ವತ್ತಡ ಕಡಿಮೆ ಆಗುವುದು. ಈ ವ್ಯಾಯಾಮ

ಕೀಗಲ್ ವ್ಯಾಯಾಮ

ನೀವು ಒಂದೇ ವ್ಯಾಯಾಮ ಮಾಡ ಬೇಕೆಂದರೆ ಇದನ್ನೆ ಮಾಡಿ. ಕೀಗಲ್ ದಿಂದ ನಿಮ್ಮ ಪೆಲ್ವಿಕ್ ಕ್ಷೇತ್ರಕ್ಕೆ ದೃಢತೆ ಸಿಗುವುದು. ಇದರಿಂದ ನೀವು ಮೂತ್ರ ಸೋರುವಿಕೆಯ ಸಮಸ್ಯೆಯನ್ನು ನಿಯಂತ್ರಿಸ ಬಹುದು. ಹೀಗೆ ನಿಮ್ಮ ಶರೀರವು ಹೆರಿಗೆಯ ಬೇನೆ (ಲೇಬರ್ ಪೇಯ್ನ್) ಹಾಗೂ ಪ್ರಸವಕ್ಕೆ (ಡೆಲಿವರಿ) ತಯಾರಾಗುವುದು ಆಗ ನೀವು ಶಸ್ತ್ರ ಚಿಕಿತ್ಸೆ (ಆಪರೇಶನ್) ಯಿಂದ ದೂರವಿರಬಹುದು.

ಕೀಗಲ್ ವ್ಯಾಯಾಮ ಮಾಡುವಾಗ ನಿಮ್ಮ ಶರೀರದ ಮಾಂಸಖಂಡಗಳನ್ನು, ಮೂತ್ರ ವಿಸರ್ಜಿಸುವಾಗ ಮೂತ್ರವನ್ನು ತಡೆದುಕೊಳ್ಳುವಂತೆ ಮುಂದುವರಿಸಿಕೊಳ್ಳ ಬೇಕು. ಇದರಿಂದ ಪ್ರಸವದನಂತರ ಸಂಭೋಗದ ಸಮ್ಮತೆಯೂ ಅಧಿಕವಾಗುವುದು. ಈ ಪುಸ್ತಕದಲ್ಲಿ ಕೀಗಲ್ ವಿಷಯದಲ್ಲಿ ಇನ್ನು ಮಾಹಿತಿಗಳು ಕೊಡಲಾಗಿದೆ.

ಕೀಗಲ್ ವ್ಯಾಯಾಮ

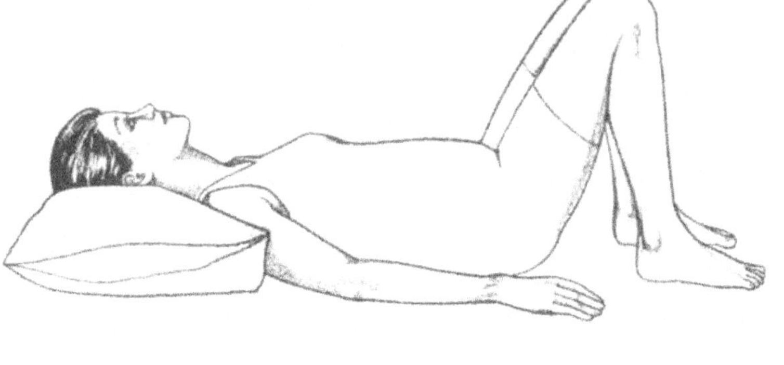

ವ್ಯಾಯಾಮ ಉತ್ತಮ (ಎಕ್ಸರ್‌ಸೈಜ್ ಸ್ಮಾರ್ಟ್)

ಶಿಶುವಿನ ಜೊತೆಗೆ ವ್ಯಾಯಾಮ ಮಾಡುತ್ತಿದ್ದೀರಾ? ನಮ್ಮ ಸಲಹೆಗಳನ್ನು ಗಮನಿಸಿ:-

- ವ್ಯಾಯಾಮ ಮಾಡುವ ಮೊದಲು ಏನಾದರು ಕುಡಿಯರಿ. ಬಾಯಾರಿಕೆ ಇಲ್ಲದೆ ಹೋದರು ಕುಡಿಯರಿ. ಕುಡಿದರೆ ಶರೀರದಲ್ಲಿ ನೀರಿನಕೊರತೆ ಆಗುವುದಿಲ್ಲ. ವರ್ಕ್‌ಔಟ್ ಆದ ಮೇಲೆ ಯೂ ಕುಡಿಯುವುದು ಮರೆಯಬೇಡಿ. ಬೆವರಿದರೆ ಶರೀರದಲ್ಲಿ ತರಲ ಪದಾರ್ಥಗಳು ಕಡಿಮೆ ಆಗುವುದು ಅದನ್ನು ಪೂರ್ತಿ ಮಾಡುವುದು ಮರೆಯಬೇಡಿ.
- ಹಗೂರವಾದ ಸ್ನ್ಯಾಕ್ಸ ತೆಗೆದುಕೊಳ್ಳಿ. ವ್ಯಾಯಾಮದ ಮೊದಲು ಸ್ವಲ್ಪ ತಿಂದರೆ ಶರೀರದಲ್ಲಿ ಊರ್ಜೆಯ ಮಟ್ಟ ಸರಿಯಾಗಿರುತ್ತದೆ. ನೀವು ಅಧಿಕ ಕ್ಯಾಲೊರಿ ಖರ್ಚು ಮಾಡುತ್ತಿದ್ದರೆ ಇದು ಇನ್ನು ಅವಶ್ಯಕ.
- ತಣ್ಣಗಿರುವ ವಾತಾವರಣದಲ್ಲಿರಿ ನಿಮ್ಮ ಶರೀರದ ಉಷ್ಣಾಂಶ 1.5 ಡಿಗ್ರಿಗಿಂತ ಹೆಚ್ಚಾಗುವ ವ್ಯಾಯಾಮ ಮಾಡ ಬೇಡಿ. ಸೋನ ಸ್ಟೀಮ್ ರೂಮ್, ಹಾಟ್ ಟಬ್ ಇದೆಲ್ಲರಿಂದ ದೂರವಿರಿ. ತುಂಬ ಬಿಸಿಯಾಗಿರುವ ಪ್ರದೇಶದಲ್ಲಿ ಅಥವಾ ತುಂಬ ಜನ ಸಂಚಾರ ಇರುವ ಸ್ಥಳದಲ್ಲಿ ಇರ ಬೇಡಿ. ಉಷ್ಣಾಂಶ ಅಧಿಕವಿದ್ದರೆ ಎ..ಸೀ ಮಾಲ್ ಗಳಲ್ಲಿ ಓಡಾಡಿ.
- ಉಸಿರಾಡಲು ಸುಲಭವಾಗಿರಲಿ ಎಂದು ಮೃದುವಾಗಿರುವ, ಹಗೂರವಾಗಿರುವ, ಉಡುಪುಗಳನ್ನು ಧರಿಸಿ. ವಕ್ಷಸ್ಥಳಕ್ಕೆ ಬೆಂಬಲ ಸಿಗುವಂತ ಬ್ರಾ ಹಾಕಿಕೊಳ್ಳಿ. ಸ್ಪೋರ್ಟ್ಸ್ ಬ್ರಾ ಸರಿಯಾಗಿರುತ್ತದೆ.
- ಎಲ್ಲಕ್ಕಿಂತ ಮೊದಲು ಕಾಲುಗಳನ್ನು ಗಮನಿಸಿ. ಚಪ್ಪಲಿ ಬದಲಾಯಿಸ ಬೇಕೆಂದರೆ ಕಾಲುಗಳಿಗೆ ಪೆಟ್ಟಾಗುವ ಮುಂಚೆ ಚಪ್ಪಲಿ ಬದಲಾಯಿಸಿ. ವರ್ಕ್‌ಔಟ್ ಗೆ ಉಪಯುಕ್ತವಾಗಿರುವ ಬೂಟ್ಸ್‌ಗಳನ್ನು ಹಾಕಿಕೊಳ್ಳಿ.
- ವ್ಯಾಯಾಮ ಮಾಡಲು ಸರಿಯಾದ ಸ್ಥಳವನ್ನು ಆರಿಸಿ. ಟೈಲ್ಸ್ ಅಥವಾ ಸೀಮೆಂಟ್ ನೆಲದ ಮೇಲೆ ವ್ಯಾಯಾಮ ಮಾಡುವ ಬದಲು ಮರದ ಅಥವಾ ಕಾರ್‌ಪೆಟ್ ಹಾಕಿರುವ ನೆಲದ ಮೇಲೆ ವ್ಯಾಯಾಮ ಮಾಡಿ. ತಗ್ಗು-ಏರು ಇರುವ ನೆಲದ ಮೇಲೆ ವರ್ಕ್‌ಔಟ್ ಮಾಡಬೇಡಿ. ಒರಟಾಗಿರುವ ನೆಲದ ಬದಲು ಹುಲ್ಲಿನ ಮೇಲೆ ಹಾಗು ಕಾಲುದಾರಿ ಬದಲು ಸಮವಾಗಿರುವ ನೆಲದ ಮೇಲೆ ವ್ಯಾಯಾಮ ಮಾಡುವುದು ಒಳ್ಳೆಯದು.
- ತಗ್ಗಾಗಿರುವ ಸ್ಥಳಗಳಿಂದ ದೂರವಿರಿ. ಏಕೆಂದರೆ ಬಿದ್ದರೆ ಎಲ್ಲಕ್ಕಿಂತ ಮೊದಲು ಹೊಟ್ಟೆಗೆ ಪೆಟ್ಟಾಗುವುದು. ಪೆಟ್ಟಾಗುವ ಯಾವುದೇ ಆಟವನ್ನು ಮೊದಲನೆಯ ಸಲ ಆಡಬೇಡಿ.

- ಸಮತಲವಾಗಿರುವ ಸ್ಥಳದಲ್ಲಿರಿ. ನೀವು ಎತ್ತರದಲ್ಲಿರದೆ ಹೋದರೆ 6000 ಫುಟ್ ಗಿಂತ ಮೇಲೆ ಹೋಗುವ ಯಾವದೆ ಗತಿವಿಧಾನಗಳಲ್ಲಿ ಭಾಗವಹಿಸಬೇಡಿ. ಈ ಸಮಯದಲ್ಲಿ ಸ್ಕೂವಾ ಡೈವಿಂಗ್ ಅಂತ ಆಟದ ಬಗ್ಗೆ ಯೋಚನೆನೂ ಮಾಡಬೇಡಿ.
- ನಾಲ್ಕನೆಯ ತಿಂಗಳಾದ ಮೇಲೆ ಬೆನ್ನಿನ ಮೇಲೆ ಮಲಗಿ ವ್ಯಾಯಾಮ ಮಾಡ ಬೇಡಿ. ಗರ್ಭಾಶಯದ ಅಧಿಕವಾಗಿರುವ ಭಾರದಿಂದ ರಕ್ತ ವಾಹಿನಿಗಳ ಮೇಲೆ ಒತ್ತಡ ಬೀಳುವುದು ಹಾಗೂ ರಕ್ತ ಪ್ರವಾಹದಲ್ಲಿ ಅಡ್ಡಿ ಆಗುವುದು.
- ಶರೀರದ ಯಾವುದೇ ಭಾಗದಲ್ಲಿ ಸೆಳೆತ ಬರುವಂತಹ ವ್ಯಾಯಾಮ ಮಾಡ ಬೇಡಿ. ಅಕಸ್ಮಾತ್ತಾಗಿ ಆಗುವ ಪೆಟ್ಟಿಂದ ಅಥವಾ ಆಘಾತದಿಂದ ಹಾನಿಯಾಗಬಹುದು. ಶರೀರದ ಬಳುಕುತನವನ್ನು ಕಾಪಾಡಿಕೊಳ್ಳಿ. ತಕ್ಷಣ ಕೂರುವುದು –ಏಳುವುದು ಮಾಡಬೇಡಿ. ನೆನಪಿರಲಿ ಈಗ ನೀವು ಒಬ್ಬರಲ್ಲ ಇಬ್ಬರು.

ಎಲ್ಲಾದರೂ ಯಾವಾಗಾದರೂ ಮಾಡಬಹುದು ಬೆವರು ಸುರಿಸುವ ಅವಶ್ಯಕತೆ ಇಲ್ಲ.

- 10 ನಿಮಿಷ ಓಡಾಡಿದರೂ ನಿಮಗೆ ಮಲಬದ್ಧತೆಯಿಂದ ಬಿಡುಗಡೆ ಸಿಗುತ್ತದೆ. ನಿಮ್ಮ ಹೊಟ್ಟೆ ಸ್ವಚ್ಛವಾಗಿರುತ್ತದೆ ಹಾಗೂ ಮುಖದ ಮೇಲೆ ಕಳೆ ಬರುವುದು.
- ವ್ಯಾಯಾಮ ಮಾಡುವ ಮಹಿಳೆಯರಿಗೆ ಪ್ರಸವದಲ್ಲಿ ಅಧಿಕ ತೊಂದರೆ ಆಗುವುದಿಲ್ಲ ಎಂದು ಹೇಳುತ್ತಾರೆ.

ಥರ್ಟಿ ಮಿನಿಟ್ಸ್ ಪ್ಲಸ್

ಡಾಕ್ಟರ ಒಪ್ಪಿಗೆ ಕೊಟ್ಟಿದ್ದರೆ ನೀವು ನಿಮ್ಮ ಇಷ್ಟದಂತೆ ದಿನದಲ್ಲಿ ಒಂದು ಗಂಟೆಗಿಂತ ಅಧಿಕ ವರ್ಕ್‌ಔಟ್ ಮಾಡ ಬಹುದು. ಈ ಸ್ಥಿತಿಯಲ್ಲಿ ಬೇಗ ಆಯಾಸವಾಗುವುದು. ಆಯಾಸವಾದರೆ ನಿಮಗೆ ಪೆಟ್ಟಾಗಬಹುದು. ಬಹಳ ಆಯಾಸವಾದರೆ ಶರೀರದಲ್ಲಿ ನೀರಿನ ಕೊರತೆ ಆಗಬಹುದು ಅಥವಾ ನಿಮಗೆ ಉಸಿರಾಡಲು ತೊಂದರೆ ಆಗಬಹುದು.ಈ ಸ್ಥಿತಿಯಲ್ಲಿ ಅಧಿಕ ಕ್ಯಾಲೊರಿ ಖರ್ಚು ಮಾಡಿದ್ದರೆ ಈಗ ನೀವು ಅಧಿಕ ಕ್ಯಾಲೊರಿ ತೆಗೆದುಕೊಳ್ಳಬೇಕು. ಆದಕಾರಣ ಇದರ ಏರ್ಪಾಡು ಮೊದಲೇ ಮಾಡಿಕೊಳ್ಳಿ.

ಅವರ ಪ್ರಸವ ಬೇಗ ಹಾಗೂ ಸಲಭವಾಗಿ ಆಗುವುದು ಸೀ ಸೆಕ್ಶನ್ ಅವಶ್ಯಕತೆಯೂ ಇರುವುದಿಲ್ಲ.

- ವ್ಯಾಯಾಮ ಮಾಡುವುದರಿಂದ ನೀವು ಗರ್ಭಾವಸ್ಥೆಯ ನಂತರವು ಸರಿಯಾಗಿರುತ್ತೀರಿ. ನಿಮ್ಮ ಬಾಹ್ಯಾಕಾರ ಮೊದಲಿನಂತೆ ಆಗುವುದು. ನೀವು ಖುಶಿಯಿಂದ ನಿಮ್ಮ ಹಳೆ ಜೀನ್ಸ್ ಹಾಕಿಕೊಳ್ಳಬಹುದು.
- ಶಿಶವಿಗೆ ವ್ಯಾಯಾಮದಿಂದ ಏನು ಲಾಭ? . ವರ್ಕ್‌ಔಟ್‌ನ ಸಮಯದಲ್ಲಿ ಆಗುವ ಧ್ವನಿಗಳನ್ನು ಹಾಗೂ ಕಂಪನವನ್ನು ಶಿಶು ಅನುಭವಿಸುತ್ತದೆ ಎಂದು ಅಧ್ಯಯನಗಳಿಂದ ತಿಳಿದು ಬಂದಿದೆ.
- ವ್ಯಾಯಾಮ ಮಾಡುವ ಗರ್ಭಿಣಿಯರು ಸ್ವಸ್ಥ ಶಿಶುವಿಗೆ ಜನ್ಮ ಕೊಡುತ್ತಾರೆ. ಶಿಶುವಿಗೆ ಹೊಸ ಪ್ರಪಂಚದಲ್ಲಿ ಕಾಲಿಡಲು ತೊಂದರೆ ಆಗುವುದಿಲ್ಲ. ಹಾಗೂ ಅವರು ಜನನದ ಒತ್ತಡಗಳಿಂದ ಶೀಘ್ರ ಮುಕ್ತಿ ಪಡೆಯುತ್ತಾರೆ.
- ನೀವು ನಂಬಿ ಅಥವಾ ನಂಬದೆ ಇರಿ, ಅಧ್ಯಯನಗಳಿಂದ ತಿಳಿದು ಬಂದಿದೆ ವ್ಯಾಯಾಮ ಮಾಡುವ ತಾಯಂದಿರ ಶಿಶುಗಳು ಸರಾಸರಿ ಮಕ್ಕಳಿಂದ ಅಧಿಕ ಬುದ್ಧಿವಂತರು ಹಾಗೂ ಚುರುಕಾಗಿರುತ್ತಾರೆ. ಇದರಿಂದ ಅವರ ಮಾಂಸಖಂಡಗಳ ಜೊತೆಗೆ ಮೆದುಳಿನ ಶಕ್ತಿಯೂ ಹೆಚ್ಚಾಗುವುದು.
- ಈ ಮಕ್ಕಳು ರಾತ್ರಿ ಸರಿಯಾಗಿ ನಿದ್ರೆ ಮಾಡುತ್ತಾರೆ. ಕ್ರಾಲಿಕ್ ಆಗುವುದಿಲ್ಲ ಹಾಗೂ ತಮ್ಮನ್ನು ಚೆನ್ನಾಗಿ ಸಂಭಾಳಿಸಿಕೊಳ್ಳುತ್ತಾರೆ

ಸರಿಯಾದ ರೀತಿಯಲ್ಲಿ ವ್ಯಾಯಾಮ ಮಾಡುವುದು

"ಗರ್ಭಾವಸ್ಥೆಯಲ್ಲಿ ಹಳೆ ಬಟ್ಟೆಗಳು ಸರಿಯಾಗುವುದಿಲ್ಲ ಅದೇ ತರಹ ನಿಮ್ಮ ವ್ಯಾಯಾಮದ ರೀತಿ–ನೀತಿಯು ಸರಿಯಗಿರುವುದಿಲ್ಲ ಇದರಲ್ಲಿ ಬದಲಾವಣೆ ಮಾಡಬೇಕಾಗುವುದು. ಈಗ ನೀವು ಕೇವಲ ಒಬ್ಬರಿಗೆ ಅಲ್ಲ ಇಬ್ಬರಿಗೆ ವ್ಯಾಯಾಮ ಮಾಡ ಬೇಕು. ನೀವು ಜಿಮ್‌ಗೆ ಹೋಗಿ ಅಥವಾ ಓಡಾಡಿ, ನಮ್ಮ ಸಲಹೆಗಳನ್ನು ಗಮನದಲ್ಲಿಟ್ಟುಕೊಳ್ಳಿ."

ಡಾಕ್ಟರ್ ಹತ್ತಿರ:– ನಿಮ್ಮ ಬೂಟ್ಸ್ ಲೇಸ್ ಕಟ್ಟುವ ಮುಂಚೆ ಡಾಕ್ಟರನ್ನು ಕೇಳುವುದು ಮರೆಯಬೇಡಿ. ನಿಮ್ಮ ಗರ್ಭಾವಸ್ಥೆಯಲ್ಲಿ ಯಾವುದಾದರೂ ಜಟಿಲತೆಯಿದ್ದರೆ

ಭುಜ ಹಾಗೂ ಕಾಲುಗಳನ್ನು ನೆಟ್ಟಗೆ ಮಾಡುವುದು (ಸ್ಟ್ರೆಚ್)

ಭುಜದ ವತ್ತಡವನ್ನು ಕಡಿಮೆ ಮಾಡಲು ನಿಮ್ಮ ಕಾಲುಗಳನ್ನು ಅಗಲಿಸುಕೊಂಡು ನಿಂತುಕೊಳ್ಳಿ ಹಾಗೂ ಮಂಡಿಗಳನ್ನು ಮಡಿಚಿಕೊಳ್ಳಿ. ಎಡ ತೋಳನ್ನು ಎದೆ ತನಕ ತಂದು ಸ್ವಲ್ಪ ಬಗ್ಗಸಿ. ನಿಮ್ಮ ಬಲ ತೋಳನ್ನು ಎಡ ಮೊಳಕೈ ಮೇಲೆ ಇಟ್ಟು ಉಸಿರು ಬಿಡುತ್ತ ಅದನ್ನು ಬಲ ಭುಜದವರೆಗೆ ತಳ್ಳಿ. ಈ ಸ್ಟ್ರೆಚ್‌ನ್ನು 5 ರಿಂದ 10 ನಿಮಿಷದವರೆಗೂ ಮಾಡಿ . ಆಮೇಲೆ ಎಲ್ಲಾ ಬದಲಾಯಿಸಿ. ನಿಂತುಕೊಂಡು ಕಾಲು ಸ್ಟ್ರೆಚ್ ಮಾಡಲು ಯಾವುದಾದರು ಕುರ್ಚಿ ಅಥವಾ ಕೌಂಟರ್ ಟಾಪನ್ನು ಹಿಡಿದುಕೊಳ್ಳಿ. ಬಲ ಮಂಡಿಯನ್ನು ಮಡಚಿ ಕಾಲನ್ನು ನಿತಂಬ ತನಕ ತೆಗೆದುಕೊಂಡು ಹೋಗಿ ಬಲಗೈಯಿಂದ ಕಾಲು ಹಿಡಿದುಕೊಳ್ಳಿ ಮತ್ತೆ ಹಿಮ್ಮಡಿಯನ್ನು ನಿತಂಬದ ಹತ್ತಿರ ತೆಗೆದು ಕೊಂಡುಹೋಗಿ ತೊಡೆಯನ್ನು ಅಗಲಿಸಿ. ಈ ಸ್ಟ್ರೆಚ್ ನ್ನು 10 ರಿಂದ 30 ಸೆಕೆಂಡ್ ತನಕ ಮಾಡಿದ ಮೇಲೆ ಎಡಗಾಲಿಂದ ಮಾಡಿ.

ಡಾಕ್ಟರ್ ನಿಮಗೆ ವ್ಯಾಯಾಮ ಮಾಡಲು ನಿಷೇಧಿಸಬಹುದು ಅಥವಾ ಕೆಲವು ವ್ಯಾಯಾಮಕ್ಕೆ ಮಾತ್ರ ಅನುಮತಿ ಕೊಡಬಹುದು. ನಿಮ್ಮ ಅವಸ್ಥೆಯಂತೆ ನಿಮಗೆ ಯಾವತರಹದ ವ್ಯಾಯಾಮದ ದಿನಚರಿ ಸರಿಯಾಗಿರುತ್ತದೆ ಎಂದು ಡಾಕ್ಟರ್ ಹತ್ತಿರ ಸರಿಯಾಗಿ ಕೇಳಿ ತಿಳಿದುಕೊಳ್ಳಿ. ನೀವು ಪೂರ್ಣವಾಗಿ ಸ್ವಸ್ಥವಾಗಿದ್ದರೂ ಕೆಲವು ವ್ಯಾಯಾಮಗಳು ಗರ್ಭಾವಸ್ಥೆಗೆ ಸರಿ ಇರುವುದಿಲ್ಲ.

ಶರೀರದಲ್ಲಿ ಆಗುವ ಬದಲಾವಣೆಗಳನ್ನು ಸ್ವೀಕರಿಸಿ:- ಶರೀರದಂತೆ ನಿಮ್ಮ ದಿನಚರಿಯಲ್ಲು ಬದಲಾವಣೆ ಮಾಡಿಕೊಳ್ಳಿ. ಶರೀರದ ಸಮತೋಲನೆ ಬದಲಾಯಿಸುವ ಜೊತೆಗೆ ವರ್ಕ್‌ಔಟ್ ನಲ್ಲಿ ಬದಲಾವಣೆ ಮಾಡಬೇಕಾಗುವುದು. ಕೆಲವು ವ್ಯಾಯಾಮಗಳನ್ನು ಕಡಿಮೆ ಮಾಡಬೇಕಾಗುವುದು. ನೀವು ವರ್ಷದಿಂದ ಓಡಾಡುತ್ತಿರಬಹುದು ಆದರೆ ಗರ್ಭಾಸವ್ಥೆಯಲ್ಲಿ ನಿಮ್ಮ ಗಂಟುಗಳು ಸಡಿಲವಾಗುವುದು. ಕಾಲುಗಳಲ್ಲಿ ಊತ ಬರಬಹುದು ಆದಕಾರಣ ನಿಮಗೆ ನಿಮ್ಮ ಅಭ್ಯಾಸವನ್ನು ಕಡಿಮೆ ಮಾಡಬೇಕಾಗಬಹುದು. ಬೆನ್ನಿನ ಮೇಲೆ ಮಲಗುವ ಕೆಲವು ತೈಚೀ ಅಂಗ ಮುದ್ರೆಗಳೂ ರಕ್ತಪ್ರವಾಹದಲ್ಲಿ ಅಡಚಣೆ ಹಾಕಬಹುದು. ಅದನ್ನು ಮಾಡಬೇಡಿ.

ನಿಧಾನವಾಗಿ ಪ್ರಾರಂಭಿಸಿ:- ನಿಧಾನವಾಗಿ ಪ್ರಾರಂಭಿಸಿ. ಅವಶ್ಯಕತೆಗಿಂತ ಅಧಿಕ ಉತ್ಸಾಹದಿಂದ ಮಾಡಿದರೆ

ಲಾಭವಾಗುವ ಬದಲು ಹಾನಿಯಾಗಬಹುದು. ಮೊದಲನೆಯ ದಿನ 10 ನಿಮಿಷದ ವಾರ್ಮ್‌ಅಪ್ ಮಾಡಿ 5 ನಿಮಿಷ ವರ್ಕ್‌ಔಟ್ ಮಾಡಿ. ಸುಸ್ತಾದರೆ ನಿಲ್ಲಿಸಿ ಕೂಲ್‌ಡೌನ್ ಆಗಿ. ಕೆಲವು ದಿನಗಳ ನಂತರ ಶರೀರಕ್ಕೆ ಅಭ್ಯಾಸವಾದ ಮೇಲೆ ನೀವು ವರ್ಕ್‌ಔಟ್ ಮಾಡುವ ಸಮಯವನ್ನು ಹೆಚ್ಚಿಸಬಹುದು. ನೀವು ಮೊದಲೇ ಜಿಮ್‌ಗೆ ಹೋಗುತ್ತಿದ್ದರೆ ಈ ದಿನಗಳಲ್ಲಿ ಯಾವುದೇ ಹೊಸ ವ್ಯಾಯಾಮದ ಆಯ್ಕೆ ನಿಮ್ಮ ಮನಸ್ಸಿನಂತೆ ಮಾಡಬೇಡಿ.

ವರ್ಕ್‌ಔಟ್ ಮೊದಲು:- ನಿಮಗೆ ವರ್ಕ್‌ಔಟ್ ಪ್ರಾರಂಭಿಸಲು ಅವಸರ ಇರಬಹುದು. ಆದರೆ ಹೃದಯದ ಗತಿ ಅಕಸ್ಮಾತ್ತಾಗಿ ಹೆಚ್ಚಾಗದೆ ಇರಲಿ ಎಂದು ವರ್ಕ್‌ಔಟ್ ಮೊದಲು ಶರೀರವನ್ನು ವಾರ್ಮ್‌ಅಪ್ ಮಾಡಿಕೊಳ್ಳಬೇಕು. ಪೆಟ್ಟಾಗದೆ ಇರಲಿ. ಛಳಿ ಹಾಗೂ ಗರ್ಭಾವಸ್ಥೆಯಲ್ಲಿ ವಿಶೇಷ ಗಮನ ಕೊಡಬೇಕು ಓಡುವ ಮೊದಲು ನಡೆಯಿರಿ ಹಾಗೂ ಈಜುವ ಮೊದಲು ನಿಧಾನವಾಗಿ ಈಜೀ ಅಥವಾ ಜಾಗಿಂಗ್ ಮಾಡಿ.

ವರ್ಕ್‌ಔಟ್ ಆದಮೇಲೆ:- ನೀವು ಅಕಸ್ಮಾತ್ತಾಗಿ ವರ್ಕ್‌ಔಟ್ ನಿಲ್ಲಿಸಿದರೆ ಮಾಂಸಖಂಡಗಳಲ್ಲೇ ರಕ್ತ ಇರುವುದು, ಶರೀರದ ಬಾಕಿ ಅಂಗಗಳಿಗೆ ರಕ್ತ ಸಿಗುವುದಿಲ್ಲ. ಹೀಗಿರುವಾಗ ತಲೆ ಸುತ್ತಬಹುದು. ವಾಂತಿ ಅಥವಾ ಮೂರ್ಛೆ ಆಗಬಹುದು. ಓಡಿದ ಮೇಲೆ 5 ನಿಮಿಷ ನಡೆಯಿರಿ. ವೇಗವಾಗಿ ಈಜಿದ ಮೇಲೆ ನಿಧಾನವಾಗಿ ಈಜಿ. ಶರೀರವನ್ನು ಸ್ವಲ್ಪ ಶಿಥಿಲ ಆಗಲು ಬಿಡಿ. ನೆಲದ ಮೇಲೆ ಕುಳಿತುಕೊಂಡು ವ್ಯಾಯಾಮ ಮಾಡುತ್ತಿದ್ದರೆ ನಿಧಾನವಾಗಿ ಏಳಿ.

ಗಡಿಯಾರದ ಮೇಲೆ ಕಣ್ಣಿರಲಿ:- ಸ್ವಲ್ಪ ಜಾಸ್ತಿ ವ್ಯಾಯಾಮದಿಂದ ಏನೂ ಪ್ರಯೋಜನವಾಗುವುದಿಲ್ಲ. ವಾರ್ಮ್ ಅಪ್ ನಿಂದ ಕೂಲ್ ಡೌನ್ ತನಕ ಪೂರ್ತಿ ವರ್ಕ್‌ಔಟ್‌ಗೆ ಅರ್ಧ ಗಂಟೆಯಿಂದ ಒಂದು ಗಂಟೆ ತನಕ ಸಮಯವಾಗಬಹುದು. ಆಯಾಸದ ಮಟ್ಟ ಹೆಚ್ಚಾಗದಿರಲಿ.

ವರ್ಕ್‌ಔಟನ್ನು ವಿಭಾಗಿಸಿ:- 30 ನಿಮಿಷ ವರ್ಕ್‌ಔಟ್ ಮಾಡಲು ಸಮಯ ಸಿಗುವುದಿಲ್ಲವೇ? ತಮ್ಮ

ಡ್ರೊಮಡ್ರೆ ಡ್ರೂಪ್

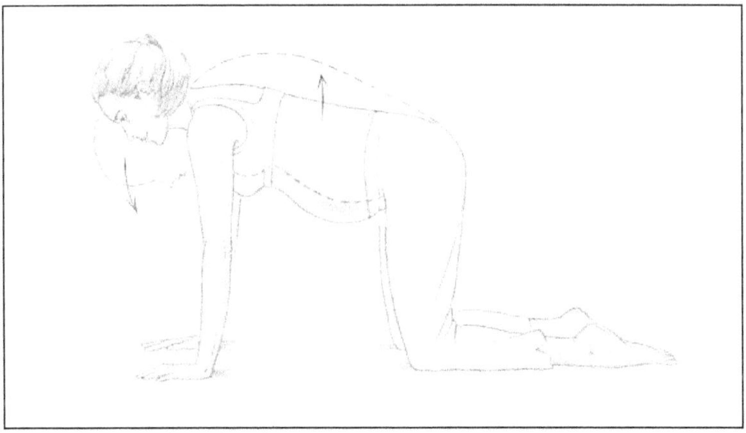

ಬೆನ್ನಿನ ವತ್ತಡವನ್ನು ಕಡಿಮೆ ಮಾಡಲು ಕೈ ಹಾಗೂ ಮಂಡಿ ಮೇಲೆ ಕುಳಿತುಕೊಳ್ಳಿ. ತಲೆ ನೇರವಾಗಿರಲಿ. ಕತ್ತು ಬೆನ್ನೆಲುಬು ನೇರದಲ್ಲಿರಲಿ. ನಿತಂಬಗಳಲ್ಲಿ ಎಳೆತ ಅನುಭವಿಸುವಂತೆ ಬೆನ್ನನ್ನು ಧನುಷ್ಟಿನ ಆಕಾರ ಕೊಡಿ. ತಲೆಯನ್ನು ಸ್ವಲ್ಪ ಬಗ್ಗಿಸಿ. ಆಮೇಲೆ ಮೊದಲಿನ ಭಂಗಿಯಲ್ಲಿ ವಾಪಸ್ ಬನ್ನಿ. ಒಂದು ವೇಳೆ ನಿಂತುಕೊಂಡು ಅಥವಾ ಕುಳಿತುಕೊಂಡು ಕೆಲಸ ಮಾಡುವುದಾದರೆ ಈ ವ್ಯಾಯಾಮವನ್ನು ಅನೇಕ ಸಲ ಮಾಡಿ.

ಕುತ್ತಿಗೆಯ ವ್ಯಾಯಾಮ

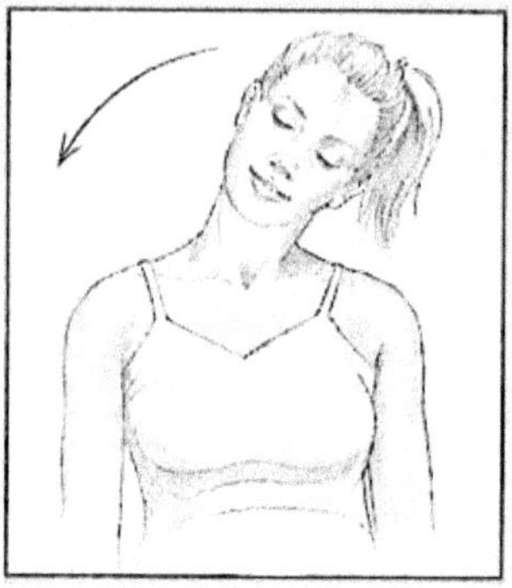

ಇದರಿಂದ ಕುತ್ತಿಗೆಯ(ಕತ್ತಿನ) ವತ್ತಡಕ್ಕೆ ಆರಾಮಸಿಗುವುದು. ಒಂದು ಸರಿಯಾಗಿರುವ ದೃಢವಾಗಿರುವ ಕುರ್ಚಿಯ ಮೇಲೆ ನೇರವಾಗಿ ಕುಳಿತುಕೊಳ್ಳಿ. ಕಣ್ಣು ಮುಚ್ಚಿ ಕೊಂಡು ಆಳವಾಗಿ ಉಸಿರು ತೆಗೆದುಕೊಳ್ಳಿ. ಕತ್ತನ್ನು ಒಂದು ಕಡೆ ಬಗ್ಗಿಸುತ್ತ ಭುಜದ ತನಕ ತೆಗೆದುಕೊಂಡು ಹೋಗಿ. ಭುಜ ಎತ್ತಿಕೊಂಡು ತಲೆಯಿಂದ ಮುಟ್ಟಬೇಡಿ ಅಥವಾ ತಲೆಯನ್ನು ವತ್ತಾಯದಿಂದ ಕೆಳಗೆ ತೆಗದುಕೊಂಡು ಬರಬೇಡಿ. ಇದನ್ನು 6 ಸೆಕೆಂಡ್ ತನಕ ತಡೆದು ಮತ್ತೊಂದು ಕಡೆಯಿಂದ ಮಾಡಿ. ಆಮೇಲೆ ತಲೆಯನ್ನು ಮುಂದೆ ತನ್ನಿ. ಗಲ್ಲವನ್ನು ಎದೆ ತನಕ ತೆಗೆದುಕೊಂಡು ಬನ್ನಿ. ಕತ್ತನ್ನು ಬಲಗಡೆ ಭುಜದ ತನಕ ಆರಾಮವಾಗಿ ತಿರುಗಿಸಿ. ಇದನ್ನು 3ರಿಂದ 6 ಸೆಕೆಂಡ್ ತನಕ ಮಾಡಿ. ಇದನ್ನು 3–4 ಸಲ ಪ್ರತಿನಿತ್ಯ ಮಾಡಿ.

ವ್ಯಾಯಾಮವನ್ನು ಎರಡು–ಮೂರು ಅಥವಾ ನಾಲ್ಕು ಭಾಗದಲ್ಲಿ ವಿಭಾಗಿಸಿಕೊಳ್ಳಿ. ಈ ರೀತಿ ಮಾಂಸಖಂಡಗಳಲ್ಲಿ ಮೃದುತ್ವ ಇರುವುದು.

ವ್ಯಾಯಾಮ ಅವಶ್ಯವಾಗಿ ಮಾಡಿ:– ಒಂದು ವಾರದಲ್ಲಿ ನಾಲ್ಕು ಸಲ ಹಾಗೂ ಮುಂದಿನ ವಾರದಲ್ಲಿ ವ್ಯಾಯಾಮ ಮಾಡದೆ ಇರುವುದು ಮಾಡಬೇಡಿ. ನಿಮಗೆ ಕಷ್ಟವಾಗಿರುವ ವರ್ಕ್‌ಔಟ್ ನಿಂದ ಸುಸ್ತಾಗಿದ್ದರೆ ವಾರ್ಮ್ ಅಪ್ ವ್ಯಾಯಾಮ ಮಾಡಿ. ಈ ತರಹ ನಿಮ್ಮ ವ್ಯಾಯಾಮದ ನಿರಂತರತೆ ಇರುವುದು. ಅನೇಕ ಗರ್ಭಿಣಿ ಮಹಿಳೆಯರಂತೆ ಅವರು ಪ್ರತಿದಿನ ವರ್ಕ್‌ಔಟ್ ಮಾಡದೆ ಸ್ವಲ್ಪ ವ್ಯಾಯಾಮ ಮಾಡಿದರೆ ಅವರಿಗೆ ತಾಜ ಅನಿಸುತ್ತದೆ.

ಕ್ಯಾಲೊರಿ ಪೂರ್ತಿ ಮಾಡಿ:– ನಿಮಗೆ ಪ್ರತಿನಿತ್ಯ ವರ್ಕ್‌ಔಟ್‌ಗೆ ಬೇಕಾಗುವ ಕ್ಯಾಲೊರಿಗಾಗಿ ಅಧಿಕ ಆಹಾರ ತೆಗೆದುಕೊಳ್ಳ ಬೇಕಾಗುವುದು. ಪ್ರತಿದಿನ ಅರ್ಧ ಘಂಟೆಯ ವ್ಯಾಯಾಮಕ್ಕಾಗಿ 150ರಿಂದ 200 ಅತಿರಿಕ್ತ ಕ್ಯಾಲೊರಿ ತೆಗೆದುಕೊಳ್ಳಬೇಕಾಗಬಹುದು.

ಒಂದು ವೇಳೆ ಬಹಳ ಆಧಿಕ ಕ್ಯಾಲೊರಿ ತೆಗೆದುಕೊಂಡರೂ ನಿಮ್ಮ ತೂಕ ಹೆಚ್ಚಾಗದೆ ಹೋದರೆ ಬಹುಶಃ ನೀವು ಬಹಳ ಜಾಸ್ತಿ ವ್ಯಾಯಾಮ ಮಾಡುತ್ತಿರಬಹುದು.

ದ್ರವ್ಯ ಪದಾರ್ಥಗಳ ಪ್ರಮಾಣ:– ಪ್ರತಿ ಅರ್ಧ ಗಂಟೆಯ ಚಟುವಟಿಕೆಯ ನಂತರ ನಿಮಗೆ ಒಂದು ಲೋಟ ಅತಿರಿಕ್ತ ದ್ರವ್ಯ ಪದಾರ್ಥ ಬೇಕು. ಬೆವರು ಅಧಿಕ ಬಂದರೆ, ಬೇಸಿಗೆಯ ಕಾಲದಲ್ಲಿ ಹೆಚ್ಚು ನೀರು ಕುಡಿಯಬೇಕು. ವ್ಯಾಯಾಮದ ಮೊದಲು, ವ್ಯಾಯಾಮದ ಸಮಯದಲ್ಲಿ ಹಾಗೂ ವ್ಯಾಯಾಮದ ನಂತರ ನೀರು ಕುಡಿಯಿರಿ ಆದರೆ ಒಂದು ಸಲಕ್ಕೆ 16 ಔನ್ಸ್ ಗಿಂತ ಅಧಿಕ ಕುಡಿಯಬೇಡಿ. ನಿಮ್ಮ ವರ್ಕ್‌ಔಟಿನ 30–40 ನಿಮಿಷದ ಮೊದಲೇ ದ್ರವ್ಯ ಪದಾರ್ಥದ ಪ್ರಮಾಣ ತೆಗೆದುಕೊಳ್ಳಲು ಪ್ರಾರಂಭಿಸಿ.

ಸರಿಯಾದ ಗುಂಪಿನ ಆಯ್ಕೆ:– ನೀವು ವ್ಯಾಯಾಮಕ್ಕಾಗಿ ಗುಂಪಿನ ಆಯ್ಕೆ ಮಾಡ ಬೇಕೆಂದರೆ ಗರ್ಭಿಣಿ ಮಹಿಳೆಯರಿಗೆ ಇರುವ ಗುಂಪನ್ನು ಆರಿಸಿ.(ಗುಂಪಿನ ನಿಯೋಜನ ಹೇಗಿದೆ ಎಂದು ತಿಳಿದು ಕೊಳ್ಳಿ) ಅನೇಕ ಮಹಿಳೆಯರಿಗೆ ಒಂಟಿಯಾಗಿ ವ್ಯಾಯಾಮ ಮಾಡುವ ಬದಲು ಗುಂಪಲ್ಲಿ ವ್ಯಾಯಾಮ ಮಾಡುವುದು ಸರಿ ಇರುತ್ತದೆ. ಅವರಿಗೆ ಯಾರದ್ದಾದರೂ ಬೆಂಬಲ ಅಥವಾ ಮರುಮಾಹಿತಿ(ಫೀಡ್ ಬ್ಯಾಕ್) ನ ಆವಶ್ಯಕತೆ ನಿರಂತರವಾಗಿರುವುದು. ಈ ಕಾರ್ಯಕ್ರಮದಲ್ಲಿ ಪ್ರತಿಯೊಬ್ಬ ಮಹಿಳೆಯ ಸ್ವಂತ ಅವಶ್ಯಕತೆಯ ಹಾಗೂ ಕ್ಷಮತೆಯಂತೆ ವಾರದಲ್ಲಿ ಮೂರು ಸಲ ತರಬೇತಿ ಕೊಡಲಾಗುವುದು. ಇವರ ಹತ್ತಿರ ಚಿಕಿತ್ಸಕ ಹಾಗೂ ವ್ಯಾಯಾಮ ತಜ್ಞರು ಇರುತ್ತಾರೆ. ಇವರು ನಿಮ್ಮ ಎಲ್ಲಾ ಪ್ರಶ್ನೆಗೆ ಉತ್ತರ ನೀಡುತ್ತಾರೆ.

ಸ್ವಲ್ಪ ತಮಾಶೆ ಇರಲಿ:– ಯಾವುದೇ ವ್ಯಾಯಾಮ ಅಥವಾ ಚಟುವಟಿಕೆಯಲ್ಲಿ ನಿಮಗೆ ತೊಂದರೆ ಅಲ್ಲ ತಮಾಶೆ ಇರ ಬೇಕು. ನೀವು ನಿಮ್ಮ ಮನಸ್ಸಿಂದ ಏನು ಆಯ್ಕೆ ಮಾಡುತ್ತೀರೋ ಅದರಂತೆ ನಡೆಯಿರಿ. ಇದರಲ್ಲಿ ಪ್ರಸವ ಪೂರ್ವ ಯೋಗದಿಂದ ರಾತ್ರಿ ಊಟದ ನಂತರ ರೋಮಾನ್ಸ್ ಓಡಾಟವು ಸೇರಿದೆ. ನಿಮ್ಮ ಜೊತೆಗೆ ಓಡಾಡಲು ನಿಮ್ಮ ಗೆಳತಿ ಅಥವಾ ಸ್ನೇಹಿತರಿಗೆ ಕರೆ ಕೊಡಬಹುದು.

ಸ್ವಲ್ಪ ಆರಾಮವಾಗಿ:– ನಿಮಗೆ ಆಯಾಸವಾಗುವಷ್ಟು ವ್ಯಾಯಾಮ ಮಾಡ ಬೇಡಿ. ನೀವು ಒಳ್ಳೆ ಅಥ್‌ಲೀಟ್ ಇದ್ದರೂ ನಿಮ್ಮ ಪೂರ್ಣ ಕ್ಷಮತೆ ತನಕ ವ್ಯಾಯಾಮ ಮಾಡಬೇಡಿ. ಅತಿಕುಶಲಂ ಚಪಟ್ಟೆ ಎಂದು ನೆನಪಿರಲಿ. ಮನಸ್ಸಿಗೆ ಇಷ್ಟ ಬಂದಷ್ಟೆ ವ್ಯಾಯಾಮ ಮಾಡಿ. ಸ್ವಲ್ಪ ನೋವಾದರು ಅಥವಾ ವತ್ತಡ ಅನಿಸಿದರೂ ವ್ಯಾಯಾಮ ಮಾಡುವುದು ನಿಲ್ಲಿಸಿಬಿಡಿ. ಸ್ವಲ್ಪ ಬೆವರು ಬರುವುದು ಏದುಸಿರು ಬರುವುದು ಪರವಾಗಿಲ್ಲ ಆದರೆ ನಿಮಗೆ ಮಾತನಾಡಲು ಕಷ್ಟವಾಗುವಷ್ಟು ಏದುಸಿರು ಬರುವುದು ಒಳ್ಳೆಯದಲ್ಲ. ವರ್ಕ್‌ಔಟ್ ನಂತರ ತೂಕಡಿಕೆ ಬಂದರೆ ನೀವು ಬಹಳ ಅಧಿಕ ಶ್ರಮ ಪಟ್ಟಿದ್ದೀರಿ ಎಂದು ಅರ್ಥ. ವ್ಯಾಯಾಮ ಮಾಡಿದ ಮೇಲೆ ನಿಮಗೆ ಫ್ರೆಶ್ ಅನಿಸ ಬೇಕು. ಶರೀರದ ಶಕ್ತಿ ಹೋಗುವಷ್ಟು ವ್ಯಾಯಾಮ ಮಾಡ ಬೇಡಿ.

ಯಾವಾಗ ನಿಲ್ಲಬೇಕು:– ನಿಮ್ಮ ಶರೀರವೇ ಆಯಾಸದ ಸಂಕೇತವನ್ನು ಕೊಡುವುದು. ಆ ಸಂಕೇತವನ್ನು ಗ್ರಹಿಸಿ ವ್ಯಾಯಾಮ ಮಾಡುವುದನ್ನು ನಿಲ್ಲಿಸಿ. ನಿತಂಬಗಳಲ್ಲಿ, ಬೆನ್ನು, ಪೆಲ್ವಿಸ್, ಎದೆ ಅಥವಾ ತಲೆಯಲ್ಲಿ ಅಕಸ್ಮಾತ್ ನೋವಾದರೆ ಡಾಕ್ಟರನ್ನು

ಭೇಟಿ ಮಾಡಲು ವಿಳಂಬಿಸಿ ಬೇಡಿ. ವ್ಯಾಯಾಮ ನಿಲ್ಲಿಸಿದ ಮೇಲೂ ಸೆಳತೆ ಇದ್ದರೆ, ಮೂತ್ರಪಿಂಡಗಳಲ್ಲಿ ಮುದುರುವಿಕೆ ಆದರೆ, ಸಣ್ಣಕ್ಕೆ ತಲೆ ಸುತ್ತಿದರೆ, ಹೃದಯದ ಬಡಿತ ವೇಗವಾದರೆ, ಉಸಿರಾಡಲು ಕಷ್ಟವಾದರೇ, ನಡೆಯಲು ಕಷ್ಟವಾದರೇ, ಮಾಂಸಖಂಡಗಳ ಮೇಲೆ ನಿಯಂತ್ರಣ ತಪ್ಪಿದರೆ, ಅಕಸ್ಮಾತ್ತಾಗಿ ತಲೆ ನೋವು ಬಂದರೆ, ಕೈ-ಕಾಲು ಹಾಗೂ ಕಾಲಿನ ಗಂಟುಗಳಲ್ಲಿ ಊತ ಹೆಚ್ಚಾದರೆ, ಎಮ್‌ನೀಯೋಟಿಕ್ ದ್ರವ ಸೋರಿದರೆ ಅಥವಾ ಯೋನಿಯಿಂದ ರಕ್ತಸ್ರಾವವಾದರೆ ಅಥವಾ 28ನೆ ವಾರದನಂತರ ಶಿಶುವಿನ ಚಲನೆ ಕಡಿಮೆ ಆದರೆ ಅಥವಾ ನಿಂತರೇ ತಕ್ಷಣ ಡಾಕ್ಟರಿಗೆ ಕರೆ ಮಾಡಿ. ಎರಡನೆಯ ಅಥವ ಕಡೆ ಮೂರು ತಿಂಗಳಲ್ಲಿ ನಿಮ್ಮ ಕ್ಷಮತೆ ಹಾಗೂ ಪ್ರದರ್ಶನ ಕ್ಷೀಣವಾಗಬಹುದು. ಇದು ಒಂದು ಸಾಮಾನ್ಯ ಪ್ರಕ್ರಿಯೆ.

ಕಡೆಯ ಮೂರು ತಿಂಗಳಲ್ಲಿ:– ಹಲವಾರು ಮಹಿಳೆಯರಿಗೆ ಅನ್ನಿಸುತ್ತದೆ ಕಡೆ ಮೂರು ತಿಂಗಳಲ್ಲಿ ವಿಶೇಷವಾಗಿ ಒಂಬತ್ತನೆಯ ತಿಂಗಳಲ್ಲಿ ಅವರಿಗೆ ತಮ್ಮ ಪ್ರದರ್ಶನವನ್ನು ಕಡಿಮೆ ಮಾಡಬೇಕಾಗುವುದು. ಆಗ ಸ್ಟ್ರೆಚಿಂಗ್ ರೂಟೀನ, ಸ್ವಲ್ಪ ಓಡಾಡುವುದು ಅಥವಾ ನಿರಲ್ಲಿ ವರ್ಕ್‌ಔಟ್ ಮಾಡುವುದೇ ಅಧಿಕವಾಗುವುದು. ಒಂದು ವೇಳೆ ನೀವು ಒಳ್ಳೆ ಅಥ್‌ಲೀಟ್ ಶೇಪಲ್ಲಿದ್ದು ಹಾಗೂ ನಿಮಗೆ ಕಠಿಣವಾಗಿರುವ ವ್ಯಾಯಾಮ ಮಾಡಬೇಕೆನಿಸಿದರೇ

ಪೆಲ್ವಿಕ್ ಟಿಲ್ಟ್

ಇದರಿಂದ ಶರೀರ ಭಂಗಿ ಸರಿಯಾಗುವುದು. ಮಾಂಸಖಂಡಗಳಿಗೆ ಬಲ ಸಿಗುವುದು ಹಾಗೂ ಪ್ರಸವ ಸುಲಭವಾಗಾಗುವುದು. ನಿಮ್ಮ ಬೆನ್ನನ್ನು ಗೋಡೆಯಿಂದ ವರಗಿಕೊಂಡು ಬೆನ್ನೆಲುಬಿಗೆ ಬೆಂಬಲ ಕೊಡಿ. ಉಸಿರು ತೆಗೆದುಕೊಳ್ಳುವಾಗ ಹಾಗೂ ಬಿಡುವಾಗ ಬೆನ್ನಿನ ಭಾಗವನ್ನು ಗೋಡೆಯ ಕಡೆಗೆ ವತ್ತಿ. ಸಿಯಾಟಿಕಾ ಗೆ ಬೆನ್ನನು ನೇರವಾಗಿಟ್ಟುಕೊಂಡು ಪೆಲ್ವಿಸ್‌ನನ್ನು ಅಕಡೆ-ಈ ಕಡೆ ಅಲ್ಲಾಡಿಸಿ. ಇದನ್ನು ದಿನದಲ್ಲಿ ಅನೇಕ ಬಾರಿ ಮಾಡಿ.

ಬೈಸ್ಸೈಪ್ ಕರ್ಲ್

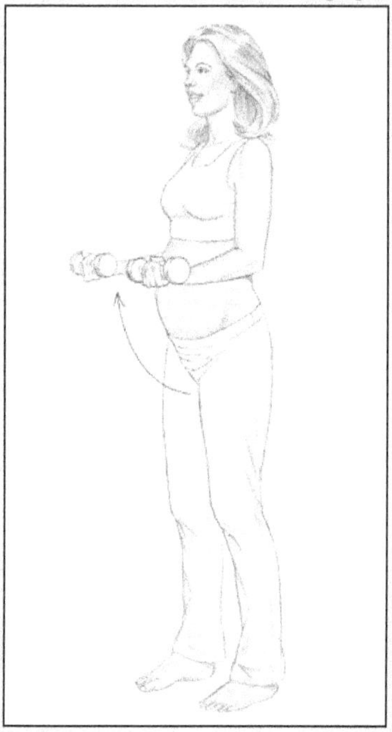

ಮೊದಲನೆಯ ಸಲ ಭಾರ ಎತ್ತುವುದಾದರೆ 5 ಪೌಂಡಿಂದ ಪ್ರಾರಂಭಿಸಿ. 12 ಪೌಂಡ್‌ಗಿಂತ ಹೆಚ್ಚು ಭಾರ ಎತ್ತ ಬೇಡಿ. ನಿಮ್ಮ ಭುಜದ ಅಗಲದಷ್ಟು ಕಾಲುಗಳನ್ನು ಅಗಲಿಸಿ ಮಂಡಿ ಮಡೆಚಬೇಡಿ. ಮೊಳಕೈ ಒಳಭಾಗಕ್ಕೆ ಹಾಗೂ ಎದೆ ಎತ್ತರವಾಗಿರಲಿ. ಎರಡು ತೋಳುಗಳನ್ನು ಮುಂದಿಟ್ಟುಕೊಂಡು ಕೈಯಿನ ಭಾರವನ್ನು ಭುಜದ ಕಡೆಗೆ ತನ್ನಿ ಹಾಗೂ ಉಸಿರು ತೆಗೆದುಕೊಳ್ಳಿ. ಭಾರ ಎದೆಕಡೆಗೆ ಆದ ಮೇಲೆ ನಿಧಾನವಾಗಿ ಕೆಳಗೆ ತನ್ನಿ. ಪುನರಾವರ್ತಿ ಮಾಡಿ. 8ರಿಂದ 10 ಸಲ ಮಾಡಿ. ಆಯಾಸವಾದರೆ ವಿರಾಮ ತೆಗೆದುಕೊಳ್ಳಿ. ಮಾಂಸಖಂಡಗಳಲ್ಲಿ ಉರಿ ಅನುಭವವಾಗುವುದು ಆದರೆ ವತ್ತಡ ಹಾಕ ಬೇಡಿ ಹಾಗೂ ಉಸಿರು ಕಟ್ಟಬೇಡಿ.

ಕಾಲೆತ್ತುವುದು

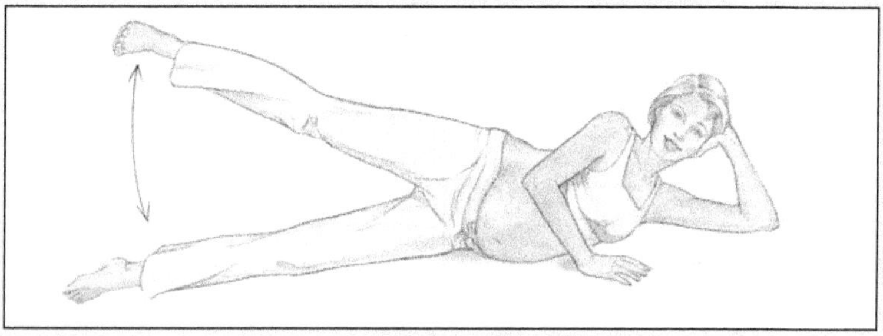

ಇದರಲ್ಲಿ ನಿಮ್ಮ ಶರೀರದ ಭಾರದಿಂದಲೇ ನಿಮ್ಮ ತೊಡೆಗಳನ್ನು ಹಾಗೂ ಮಾಂಸಖಂಡಗಳನ್ನು ಟೋನ್ ಮಾಡಲಾಗುತ್ತದೆ. ನಿಮ್ಮ ಎಡಮಗ್ಗಲಲ್ಲಿ ಮಲಗಿ. ನಿತಂಬ ಹಾಗೂ ಮಂಡಿ ಒಂದೇ ನೇರವಾಗಿರಲಿ. ಬಲಗೈಯನ್ನು ನೆಲದ ಮೇಲೆ ಊರಿ ಎಡಗೈಯಿಂದ ನಿಮ್ಮ ತಲೆಗೆ ಬೆಂಬಲ ಕೊಡಿ.(ಚಿತ್ರ ನೋಡಿ) ಉಸಿರು ತೆಗೆದುಕೊಂಡು ಬಲಗಾಲನ್ನು ಆದಷ್ಟು ಎತ್ತರಿಸಿ ನಿಧಾನವಾಗಿ ವಾಪಸ್ ತನ್ನಿ. ಇದನ್ನು 10 ಸಲ ಮಾಡಿದ ಮೇಲೆ ಎರಡನೆಯ ಕಾಲಿಂದ ಮಾಡಿ.

ಟೇಲರ್ ಸ್ಟ್ರೆಚ್

ಕಾಲುಗಳನ್ನು ಮಡಚಿಕೊಂಡು ಕುಳಿತುಕೊಳ್ಳಿ. ಶರೀರಕ್ಕೆ ಬಿಗಿತ ನೀಡಿ. ಇದರಿಂದ ಪೂರ್ಣ ಶರೀರಕ್ಕೆ ಆರಾಮ ಸಿಗುವುದು. ಎರಡು ತೋಳುಗಳನ್ನು ತಲೆಯ ಮೇಲೆ ತೆಗೆದುಕೊಂಡು ಹೋಗಿ. ಒಂದು ತೋಳನ್ನು ಎತ್ತರಿಸಿ ಒಂದು ಕೆಳಗಿರಲಿ. ಒಂದು ತೋಳನ್ನು ಎತ್ತರಿಸಿ ಮತ್ತೊಂದು ಕಡೆ ಬಗ್ಗಲು ಪ್ರಯತ್ನಿಸಿ.

ಡಾಕ್ಟರಿನ ಸಲಹೆ ಪಡೆದು ನಿಮ್ಮ ವ್ಯಾಯಾಮವನ್ನು ಮುಂದುವರಿಸಬಹುದು.

ವ್ಯಾಯಾಮ ಮಾಡಬೇಡಿ:- ಏನು ಕೆಲಸವಿಲ್ಲದೆ ಬಹಳ ಹೊತ್ತಿನವರೆಗು ಸುಮ್ಮನೆ ಕುಳಿತುಕೊಂಡಿದ್ದರೆ, ನಿಮ್ಮ ಕಾಲಿನ ನರಗಳಲ್ಲಿ ರಕ್ತ ಸೇರುವುದು. ಅದರಿಂದ ಕಾಲುಗಳು ಊದುವುದು ಇದರಿಂದ ಇನ್ನೂ ಅನೇಕ ತೊಡಕುಗಳಾಗಬಹುದು. ನೀವು ಗಂಟೆಗಟ್ಟಲೆ ಕುಳಿತುಕೊಂಡು ಟೀ.ವಿ. ನೋಡಿದರೆ, ಬಹಳ ಕೆಲಸ ಮಾಡಿದರೆ ಅಥವ ದೂರ ಪ್ರಯಾಣ ಮಾಡುತ್ತಿದ್ದರೆ ಮಧ್ಯ-ಮಧ್ಯದಲ್ಲಿ ವಿರಾಮ ತೆಗೆದುಕೊಳ್ಳಿ. 5ರಿಂದ 10 ನಿಮಿಷ ತನಕ ನಡೆಯರಿ. ಆಳವಾಗಿ ಉಸಿರು ತೆಗೆದುಕೊಳ್ಳಿ, ಸ್ವಲ್ಪ ಕಾಲಗಲಿಸಿ, ಕಾಲಿನ ಬೆರಳುಗಳನ್ನು ತಿರುಗಿಸಿ, ಹೊಟ್ಟೆ ಹಾಗೂ ನಿತಂಬಿನ ಮಾಂಸಖಂಡಗಳನ್ನು ಮುದುರಿಸಿಕೊಳ್ಳಿ. ಕೈಯಲ್ಲಿ ಊತವಿದ್ದರೆ ತೋಳುಗಳನ್ನು ತಲೆಯ ಮೇಲೆ ಎತ್ತರಿಸಿಕೊಂಡು ಪದೇ-ಪದೇ ಮುಷ್ಟಿ ಕಟ್ಟಿ ಹಾಗೂ ಬಿಚ್ಚಿ.

ಖಚಿತವಾದ ಗರ್ಭಾವಸ್ಥೆಯ ವ್ಯಾಯಾಮದ ಆಯ್ಕೆ

ನೀವು ಗರ್ಭಾವಸ್ಥೆಯಲ್ಲಿ ವಾಟರ್ ಸ್ಕೀ ಅಥವ ಕುದುರೆ ಸವಾರಿ ಪ್ರತಿಯೋಗತೆಗಳಲ್ಲಿ ಭಾಗವಹಿಸಲಾಗುವುದಿಲ್ಲ. ಇದು ನಿಜ ಆದರೆ ಕೆಲವು ಫಿಟ್‌ನೆಸ್ ವ್ಯಾಯಾಮ ಮಾಡಬಹುದು. ಗರ್ಭಿಣಿ ಮಹಿಳೆಯರಿಗೆ ವ್ಯಾಯಾಮದ ಕಾರ್ಯಕ್ರಮದ ಆಯ್ಕೆ ಮಾಡುವ ಮೊದಲು ಡಾಕ್ಟರನ್ನು ಕೇಳಿ. ಈ ಅವಸ್ಥೆಯಲ್ಲಿ ಅನೇಕ ಚಟುವಟಿಕೆಗಳು ಅಪಾಯಕರವಾಗಬಹುದೆಂದು ನಿಮಗೆ ತಿಳಿಯುತ್ತದೆ. ಉದಾ; ಫುಟ್‌ಬಾಲ್, ಬಾಸ್ಕೆಟ್ ಬಾಲ್, ಸ್ಕೂಬಾ ಡೈವಿಂಗ್ ಅಥವ ಮೌಂಟೆನ್ ಬೈಕಿಂಗ. ಪ್ರೆಗ್ನೆನ್ಸಿ ವರ್ಕ್‌ಔಟಲ್ಲಿ ಏನು ಮಾಡುವುದು ಏನು ಮಾಡಬಾರದು ಎಂದು ತಿಳಿಯಲು ಕೆಳಗೆ ಬರೆದಿರುವ ಟಿಪ್ಸನ್ನು ಗಮನಿಸಿ.

ಓಡಾಡುವುದು:- ಈ ವ್ಯಾಯಾಮ ಎಲ್ಲಾದರು ಯಾವಾಗಲಾದರು ಮಾಡಬಹುದು. ನಿಮ್ಮ ವ್ಯಸ್ತ ದಿನಚರಿಯಲ್ಲಿ ಇದಕ್ಕಿಂತ ಒಳ್ಳೆಯ ವ್ಯಾಯಾಮ ಇಲ್ಲವೇ ಇಲ್ಲ. ನೆನಪಿರಲಿ ಸಾಕು ನಾಯಿಯನ್ನು ಓಡಾಡಿಸಲು ಓಡಾಡುವುದು ಅಥವಾ ಬಜಾರಿಂದ ಸಾಮಾನು ತರಲು ಓಡಾಡುವುದು ಇದರಲ್ಲಿ ಸೇರಿದೆ. ಇದನ್ನು ನೀವು ಒಂಭತ್ತನೆಯ ತಿಂಗಳ ತನಕ ಯೋಚನೆ ಮಾಡದೆ ಮುಂದುವರಿಸಬಹುದು ಇದಕ್ಕಾಗಿ ಯಾವುದೇ ಶುಲ್ಕ ಅಥವ ಜಿಮ್ ಉಪಕರಣಗಳ

ಹಿಪ್ ಫ್ಲೈಕರ್ಸ್

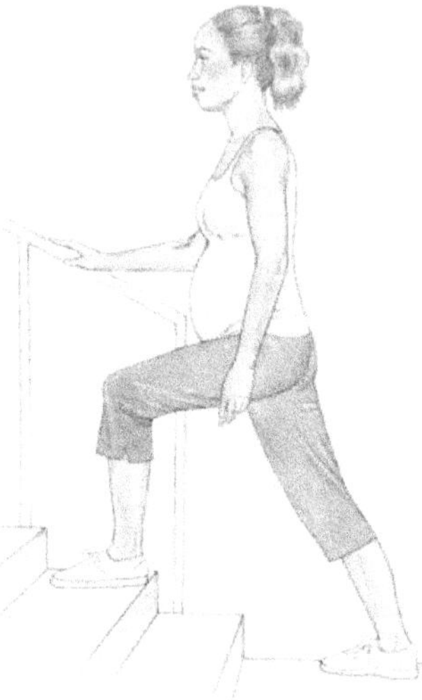

ಈ ಮಾಂಸಖಂಡಗಳ ಸಹಾಯದಿಂದಲೇ ನೀವು ಮಂಡಿ ಮಡಚುತ್ತೀರಿ ಹಾಗೂ ಸೊಂಟ ಬಗ್ಗಿಸುತ್ತೀರಿ. ಇದರಿಂದ ಪ್ರಸವದ ಸಮಯದಲ್ಲಿ ಬಹಳ ಸುಲಭವಾಗುವುದು. ಮೆಟ್ಟಲಿನ ಕೆಳಗಿನ ಭಾಗದಲ್ಲಿ ನಿಂತುಕೊಳ್ಳಿ, ಒಂದು ಕೈಯಿಂದ ರೇಲಿಂಗ್ಸ್ ಹಿಡಿದುಕೊಳ್ಳಿ. ಮೊದಲನೆಯ ಅಥವ ಎರಡನೆಯ ಮೆಟ್ಟಲಿನ ಮೇಲೆ ಒಂದು ಕಾಲಿಟ್ಟು ಮಂಡಿ ಮಡಚಿ. ಇನ್ನೊಂದು ಕಾಲನ್ನು ಹಿಂದೆ ನೆಲದ ಮೇಲೆ ನೇರವಾಗಿ ಮಂಡಿ ಮಡಚದೆ ಇಡಿ. ಮಡಚಿದ ಮಂಡಿಯ ಕಡೆ ಬಗ್ಗಿ. ಬೆನ್ನು ನೇರವಾಗಿರಲಿ. ನೇರವಾಗಿರುವ ಕಾಲಲ್ಲಿ ಎಳೆತ ಅನುಭವವಾಗುವುದು. ಇದೇ ರೀತಿ ಕಾಲು ಬದಲಾಯಿಸಿ ಮಾಡಿ.

ಕುಕ್ಕರುಗಾಲು

ಈ ಭಂಗಿಯಲ್ಲಿ ಕಾಲಿನ ಮಾಂಸಖಂಡಗಳು ಟೋನ್ ಆಗುವುದು. ಕುಕ್ಕರುಗಾಲಲ್ಲಿ ಪ್ರಸವ ಇಚ್ಛಿಸುವ ಮಹಿಳೆಯರು ಈ ವ್ಯಾಯಾಮವನ್ನು ಅಗತ್ಯವಾಗಿ ಮಾಡಿ. ನಿಮ್ಮ ಕಾಲನ್ನು ಭುಜದಷ್ಟು ಅಗಲಿಸಿ ನಿಂತುಕೊಳ್ಳಿ. ಬೆನ್ನು ನೇರವಾಗಿರಲಿ. ಮಂಡಿ ಮಡಚಿ ಕೊಂಡು ನಿಧಾನವಾಗಿ ಕುಳಿತುಕೊಳ್ಳಿ. 10ರಿಂದ 30 ಸೆಕೆಂಡ್ಸ್ ತನಕ ಹೀಗೆ ಇರಿ. ಆಮೇಲೆ ನಿಧಾನವಾಗಿ ನಿಂತುಕೊಳ್ಳಿ. 5 ಸಲ ಮಾಡಿ. ವ್ಯಾಯಾಮದಲ್ಲಿ ಸಂಧಿಗಳನ್ನು ಗಮನಿಸಿ. ಸುಲಭವಾಗಿ ಪೆಟ್ಟಾಗಬಹುದು.

ಅವಶ್ಯಕತೆ ಇಲ್ಲ. ನಿಮಗೆ ಆರಾಮವಾಗಿರುವ ಉಡುಪು ಹಾಗೂ ಬೂಟ್ಸ್ ಬೇಕು ಅಷ್ಟೆ. ಈಗಷ್ಟೆ ಓಡಾಡುವುದು ಪ್ರಾರಂಭಿಸಿದ್ದರೆ ಅಧಿಕ ಓಡಾಡಬೇಡಿ. ಯುಜವಮಾನರ ಜೊತೆಗೆ ಅಥವಾ ಗೆಳೆಯರ ಜೊತೆಗೆ ಓಡಾಡಿ. ನಿಮಗಿಷ್ಟವಿದ್ದರೆ ವಾಕಿಂಗ್ ಕ್ಲಬ್ ಪ್ರಾರಂಭಿಸಬಹುದು. ಋತುಕಾಲ ಅನುಕೂಲವಾಗಿಲ್ಲದೆ ಹೋದರೆ ಮಾಲ್ನಲ್ಲಿ ಓಡಾಡಿ.

ಜಾಗಿಂಗ್:- ನಿಮಗೆ ಅನುಭವವಿಲ್ಲದೆ ಹೋದರೆ ಜಾಗಿಂಗ್ ಮಾಡುವಾಗ ಸಮಯ ಹಾಗೂ ದೂರವನ್ನು ಗಮನದಲ್ಲಿಟ್ಟು ಕೊಳ್ಳಬೇಕಾಗುವುದು. ತ್ರೆಡ್ ಮಿಲ್ಲಲೂ ಇದೇ ಗಮನಿಸಬೇಕು. ನೆನಪಿರಲಿ ಗರ್ಭಾವಸ್ಥೆಯಲ್ಲಿ ಲಿಗಮೆಂಟ್ಸ್ ಹಾಗೂ ಸಂಧಿಗಳು(ಜಾಯಿಂಟ್ಸ್) ಸಡಿಲಾಗಿರುವ ಕಾರಣ ಓಡುವುದು ಕಷ್ಟವಾಗಬಹುದು. ಹಾಗು ಪೆಟ್ಟಾಗಬಹುದು. ಆದಕಾರಣ ಅವಶ್ಯಕತೆಗಿಂತ ಹೆಚ್ಚು ಓಡಬೇಡಿ.

ವ್ಯಾಯಾಮದ ಉಪಕರಣಗಳು:-ಗರ್ಭಾವಸ್ಥೆಯಲ್ಲಿ ತ್ರೆಡ್ ಮಿಲ್, ಎಲಿಪ್ಟಿಕಲ್ಸ್ ಹಾಗೂ ಸ್ಟೇರ್ ಕ್ಲೈಮ್ಬರ್ಸ ಸರಿಯಾಗಿರುತ್ತದೆ. ಮಿಶೀನಿನ ಗತಿಯನ್ನು, ಎತ್ತರ ಹಾಗು ವತ್ತಡವನ್ನು ನಿಮಗೆ ಆರಾಮವಾಗಿರುವಂತೆ ನಿರ್ಧರಿಸಿಕೊಳ್ಳಿ. ಮೊದಲು ನಿಧಾನವಾಗಿ ಪ್ರಾರಂಭಿಸಿ. ಕಡೆ ತಿಂಗಳುಗಳಲ್ಲಿ ಮಿಶೀನ ವರ್ಕ್‌ಔಟ್ ಬಹಳ ಕಷ್ಟವಾಗಬಹುದು.

ಏರೋಬಿಕ್ಸ್:- ಒಳ್ಳೆಯ ಶೇಪಲ್ಲಿರುವವರು ಅನುಭವಸ್ಥ ಅಥ್‌ಲೀಟ್ ಗಳು ಗರ್ಭಾವಸ್ಥೆಯಲ್ಲೂ ನೃತ್ಯ ಹಾಗೂ ಏರೋಬಿಕ್ಸ್ ಅನ್ನು ಮಾಡಬಹುದು. ಅವಶ್ಯಕತೆಗಿಂತ ಅಧಿಕ ಆಯಾಸ ಮಾಡಿಕೊಳ್ಳಬೇಡಿ ಅಷ್ಟೆ. ಹೊಸದಾಗಿ ಕಲಿಯುತ್ತಿದ್ದರೆ ನೀರಿನ ವ್ಯಾಯಾಮ ಮಾಡಿ ನಿಮಗೆ ಅದೇ ಸರಿ.

ಸ್ಟೆಪ್ ರೂಟೀನ್:- ಒಂದು ವೇಳೆ ನೀವು ಮೊದಲೇ ಒಳ್ಳೆ ಶೇಪಲ್ಲಿ ಇದ್ದು ನಿಮಗೆ ಸ್ಟೆಪ್ ರೂಟೀನ ನ ಅನುಭವವಿದ್ದರೆ ನೀವು ಇದನ್ನು ಗರ್ಭಾವಸ್ಥೆಯಲ್ಲೂ ಜಾರಿ ಇಡಬಹುದು. ಆದರೆ ನೆನಪಿರಲಿ ಈ ದಿನಗಳಲ್ಲಿ ಸಂಧಿಗಳಲ್ಲಿ ಸುಲಭವಾಗಿ ಪೆಟ್ಟಾಗಬಹುದು ಆದಕಾರಣ ಅವಶ್ಯಕತೆಗಿಂತ ಹೆಚ್ಚು ಆಯಾಸ ಮಾಡಿಕೊಳ್ಳಬೇಡಿ. ಯಾವುದೇ ಎತ್ತರವಾಗಿರುವ ಸ್ಥಳದಲ್ಲಿ ಕಾಲಿಡಬೇಡಿ ನೀವು ಕಾಲುಜಾರಿ ಬೀಳಬಹುದು. ಹೊಟ್ಟೆ ಅಗಲವಾಗುತ್ತಿದೆ ಆದಕಾರಣ ಸಂತುಲನ ಮಾಡಿಕೊಳ್ಳುವ ಚಟುವಟಿಕೆಗಳನ್ನು ಮಾಡ ಬೇಡಿ.

ಸೊಂಟ ತಿರುಗಿಸುವುದು

ನೀವು ಸ್ವಲ್ಪ ಹೊತ್ತು ಕೂತಿದ್ದರೆ ಅಥವಾ ನಿಮಗೆ ವ್ಯಾಕುಲತೆ ಅನಿಸುತ್ತಿದ್ದರೆ ಆಗ ರಕ್ತಪ್ರವಾಹವನ್ನು ಹೆಚ್ಚಿಸುವ ಈ ವ್ಯಾಯಾಮ ಮಾಡಿ. ಎರಡು ಕಾಲುಗಳನ್ನು ಅಗಲಿಸ ಕೊಂಡು ನಿಲ್ಲಿ. ಒಂದರಿಂದ ಇನ್ನೊಂದು ಕಡೆ ನಿಧಾನವಾಗಿ ತಿರುಗಿ. ಬೆನ್ನು ನೇರವಾಗಿರಲಿ ಆದರೆ ತೋಳುಗಳನ್ನು ತೂಗಲು ಬಿಡಿ. ನೀವು ಕುಳಿತುಕೊಂಡು ಈ ವ್ಯಾಯಾಮ ಮಾಡ ಬಹುದು.

ಕಿಕ್ ಬಾಕ್ಸಿಂಗ್:– ಇದಕ್ಕೆ ಬಹಳ ಪರಿಶ್ರಮ ಹಾಗೂ ಶಕ್ತಿ ಬೇಕು. ಗರ್ಭಿಣಿ ಮಹಿಳೆಯರಿಗೆ ಇವೆರಡೂ ಸರಿಯಲ್ಲ. ಒಂದು ವೇಳೆ ನಿಮಗೆ ತುಂಬ ಅನುಭವವಿದ್ದರೆ ನೀವು ಸ್ವಲ್ಪ ಅಭ್ಯಾಸ ಮಾಡಬಹುದು. ಹೊಸ ಆಟಗಾರರಿಗೆ ನಾವು ಬೇಡ ಅನ್ನುತ್ತೇವೆ. ಒತ್ತಡ ಬೀಳುವಂತಹ ಯಾವುದೇ ಚಟುವಟಿಕೆ ಮಾಡಬೇಡಿ. ಇತರ ಕಿಕ್ ಬಾಕ್ಸರ್ ರಿಂದ ದೂರವಿರಿ. ಅಪ್ಪಿ–ತಪ್ಪಿ ಸಹ ನಿಮ್ಮ ಹೊಟ್ಟೆಯ ಮೇಲೆ ಯಾರಾದರೂ ಕಿಕ್ ಮಾಡಲೆಂದು ನೀವು ಇಚ್ಛಿಸುವುದಿಲ್ಲ. ತರಗತಿಯಲ್ಲಿ ಎಲ್ಲರಿಗೂ ನೀವು ಗರ್ಭಿಣಿ ಎಂದು ಗೊತ್ತಿರ ಬೇಕು. ನೀವು ಗರ್ಭಿಣಿಯರ ತರಗತಿಗೆ ಹೋಗಿ.

ಈಜುವುದು ಹಾಗೂ ನೀರಲ್ಲಿ ವರ್ಕ್‌ಔಟ್:–ಈ ದಿನಗಳಲ್ಲಿ ನೀವು ಸಣ್ಣದಾಗಿರುವ ಈಜಿನ ಉಡುಪನ್ನು ಧರಿಸುವ ಸ್ಥಿತಿಯಲ್ಲಿಲ್ಲ ಆದರೆ ನೀರಲ್ಲಿ ವರ್ಕ್‌ಔಟ್ ನಿಮಗೆ ಬಹಳ ಲಾಭಕರ. ಇದರಿಂದ ನಿಮ್ಮ ಶಕ್ತಿ ಹಾಗೂ ಮೃದುತ್ವ ಹೆಚ್ಚಾಗುವುದು. ಸಂಧಿಗಳಿಗೂ ಯಾವುದೇ ಹಾನಿಯಾಗುವುದಿಲ್ಲ. ಹಾಗೂ ಅವಶ್ಯಕತೆಗಿಂತ ಅಧಿಕ ಸೆಕೆ ಆಗುವುದಿಲ್ಲ. ಕಾಲು ಹಾಗೂ ಪಾದಗಳು ಊತ ಹಾಗೂ ಸಿಯಾಟಿಕಾ ನೋವಿಂದ ಆರಾಮ ಸಿಗುವುದು. ಅನೇಕ ಸ್ಥಳದಲ್ಲಿ ಪೂಲ್ಲಲ್ಲಿ ಎರೋಬಿಕ್ಸ್ ಸೌಕರ್ಯವೂ ಕೊಡುತ್ತಾರೆ. ಆದರೆ ಅಲ್ಲಿ ಜಾರಿಕೆಯನ್ನು ಗಮನದಲ್ಲಿಟ್ಟುಕೊಳ್ಳಿ ಹಾಗೂ ಹಾರಬೇಡಿ. ಕ್ಲೋರೀನ್‌ಯುಕ್ತ ಪೂಲ್ಲಲ್ಲೇ ಹೋಗಿ.

ಬಾಹ್ಯ ಆಟಗಳು (ಔಟ್ ಡೋರ್, ಹೈಕಿಂಗ್, ಸ್ಕೇಟಿಂಗ್, ಬೈಸೈಕಲಿಂಗ್, ಹಾಗೂ ಸ್ಕೀಇಂಗ್):– ಗರ್ಭಾವಸ್ಥೆಯಾವುದೇ ಹೊಸ ಆಟವನ್ನು ಕಲಿಯುವ ಸಮಯವಲ್ಲ. ವಿಶೇಷವಾಗಿ ಸಂತುಲನೆ ಮಾಡುವ ಆಟ. ಆದ್ರೆ ಅನುಭವಸ್ಥ ತಮ್ಮ ಅಭ್ಯಾಸವನ್ನು ಜಾರಿ ಮಾಡಬಹುದು. ಆದರೆ ಹೈಕಿಂಗ್ ಮಾಡುವಾಗ ಸ್ವಲ್ಪ ಜಾಗರೂಕರಾಗಿರಿ. ಬೈಕಿಂಗ್ ಮಾಡುವಾಗ ಹೆಲ್ಮೆಟ್ ಹಾಕಿಕೊಳ್ಳಿ. ಜಾರಿಕೆ ಇರುವ ಸ್ಥಳದಲ್ಲಿ ಬೈಕ್ ಓಡಿಸಬೇಡಿ. (ಹುಷಾರಾಗಿರಿ ಬೀಳಬೇಡಿ). ರೇಸ್ ಮಾಡುವಾಗ ತುಂಬ ಬಗ್ಗ ಬೇಡಿ. (ಇದು ರೇಸ್ ಮಾಡುವ ಸಮಯವಲ್ಲ). ಪ್ರಾರಂಭದಲ್ಲಿ ಐಸ್ ಸ್ಕೇಟಿಂಗ್ ಮಾಡಬಹುದು ಆದರೆ ಆಮೇಲೆ ನಿಮಗೆ ಸಂತುಲನೆ ಮಾಡಲು ಕಷ್ಟ ವಾಗಬಹುದು. ಕುದುರೆ ಓಡಿಸುವಾಗ ಜಾಗರೂಕವಾಗಿರಿ. ಯಾವುದೇ ಬಾಹ್ಯ ಆಟವಾಡಿ ಹೆಚ್ಚು ಅಯಾಸ ಮಾಡಿಕೊಳ್ಳಬೇಡಿ.

ಭಾರ ತರಬೇತಿ:– ಭಾರ ಎತ್ತಿದರೇ ನಿಮ್ಮ ಮಾಂಸಖಂಡಗಳ ಟೋನ್ ಹೆಚ್ಚಾಗಬಹುದು. ಆದರೆ ಉಸಿರು ಕಟ್ಟುವಂತ ಭಾರ

ಎದೆಯ ಎಳೆತ

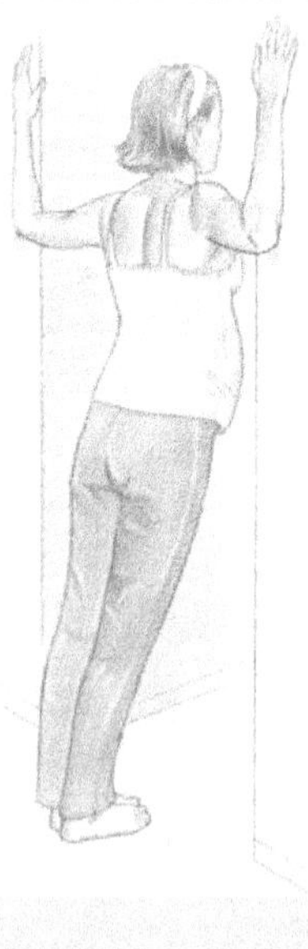

ಗರ್ಭಾವಸ್ಥೆಯಲ್ಲಿ ಶರೀರದ ಭಂಗಿ ಹಾಗೂ ಗುರುತ್ವಾಕರ್ಷಣೆಯಲ್ಲಿ ಬದಲಾವಣೆ ಆಗುತ್ತದೆ. ಶರೀರಕ್ಕೆ ಅನೇಕ ತರಹದ ಹೊಂದಾಣಿಕೆ ಮಾಡಿಕೊಳ್ಳಬೇಕಾಗುತ್ತದೆ ಆದಕಾರಣ ಶರೀರದ ಅನೇಕ ಭಾಗಗಳಲ್ಲಿ ನೋವು ಅಥವ ತೊಂದರೆ ಆಗುವುದು. ಎದೆಯ ಮಾಂಸಖಂಡಗಳನ್ನು ಸ್ವಲ್ಪ ಎಳೆದರೇ ಆರಾಮ ಸಿಗುವುದು ಹಾಗೂ ರಕ್ತದ ಪ್ರವಾಹದಲ್ಲಿ ಸುಧಾರಣೆ ಆಗುವುದು. ನಿಮ್ಮ ಎರಡು ಕೈಗಳನ್ನು ಬಾಗಿಲಿನ ಎರಡು ಕಡೆ ಇಡಿ. ಮುಂದೆ ಸ್ವಲ್ಪ ಬಗ್ಗಿಕೊಂಡು ಎದೆಯಲ್ಲಿ ಎಳೆತವನ್ನು ಅನುಭವಿಸಿಕೊಂಡು 10 ರಿಂದ 20 ಸೆಕೆಂಡ್ ತನಕ ಇದೇ ಮುದ್ರೆಯಲ್ಲಿರಿ. ಹೀಗೆ 5 ಸಲ ಮಾಡಿ.

ବୃଦ୍ଧି ସାଙ୍ଗକୁ କିଞ୍ଚିତ ପରିବର୍ତ୍ତନ କରିବାକୁ ପଡ଼ିଥାଏ ।

ବି:ଦ୍ର: ବିକ୍ରମ ଯୋଗ କରିବା ନିଷେଧ କାରଣ ଏହା ଉଚ୍ଚ ତାପମାତ୍ରାରେ କରାଯାଇଥାଏ ।

ପିଲେଟ୍ସ: ଏହା ମଧ୍ୟ ଯୋଗ ଭଳି ହେଇଥାଏ । ଏହାଦ୍ୱାରା ମଧ୍ୟ ମାଂସପେଶୀଗୁଡ଼ିକ ଶକ୍ତ ଓ ମଜବୁତ ହୋଇଥାଏ । ପିଠିବ୍ୟଥାରୁ ମୁକ୍ତି ମିଳେ । ଗର୍ଭବତୀ ସ୍ତ୍ରୀମାନଙ୍କ କ୍ଲାସକୁ ଯାଇ ପ୍ରଶିକ୍ଷକଙ୍କୁ ଆଗରୁ ଗର୍ଭକଥା କହିଦେବା ଉଚିତ ।

ତାଇଶ: ଏହା ଧ୍ୟାନର ଏକ ପ୍ରାଚୀନ ପଦ୍ଧତି ଅଟେ । ଏହାର ଧୀର ପ୍ରକ୍ରିୟା ଦେହକୁ କ୍ଷତିଗ୍ରସ୍ତ କରେନାହିଁ ବରଂ ହୃତ ଓ ଶକ୍ତ କରିଥାଏ । ଯଦି ଆପଣ ଏ କ୍ଷେତ୍ରରେ କୃତି ସ□ନ୍ନ ହୋଇଥାନ୍ତି, ତେବେ କରିପାରନ୍ତି । ଗର୍ଭବତୀମାନଙ୍କ କ୍ଲାସକୁ ଯାଇ ଏଭଳି ମୁଦ୍ରା କରନ୍ତୁ, ଯାହା ସହଜରେ ଭାରସାମ୍ୟ ରକ୍ଷା ହୋଇପାରିବ ।

ଶ୍ୱାସକ୍ରିୟା: ସଠିକ୍ ଉପାୟରେ ଯଦି ଶ୍ୱାସକ୍ରିୟା କରାଯାଏ, ତେବେ ଏହା ମଧ୍ୟ ବ୍ୟାୟାମ ସଙ୍ଗେ ସମକକ୍ଷ ହୋଇଥାଏ । ଗଭୀର ଶ୍ୱାସକ୍ରିୟା ଫଳରେ ଦେହ ସତେଜ ଲାଗିଥାଏ ଆଉ ବେଶି ପରିମାଣରେ ଅମ୍ଳଜାନ ପାଇପାରିଥାନ୍ତି । ଚକା ପକେଇ ସିଧା ବସି ଦୁଇ ହାତରେ ପେଟକୁ ଧରନ୍ତୁ । ଶ୍ୱାସକ୍ରିୟା ସାଙ୍ଗକୁ ପେଟ ମଧ୍ୟ ଉଠିବ ଓ ପଡ଼ିବ । ନାକବାଟେ ଶ୍ୱାସକ୍ରିୟା କରି ପାଟି ପଟୁ ଛାଡ଼ନ୍ତୁ । ଏହାକୁ ଗଣି ଗଣି ମନକୁ ଏକାଗ୍ର କରିପାରନ୍ତି । ପ୍ରଶ୍ୱାସ ବେଳେ ୪° ପର୍ଯ୍ୟନ୍ତ ଓ ନିଶ୍ୱାସ ବେଳେ ୬ ପର୍ଯ୍ୟନ୍ତ ସଂଖ୍ୟା ଗଣିଚାଲନ୍ତୁ । ପ୍ରତିଦିନ ଏପରି କରି ଅଭ୍ୟସ୍ତ ହୁଅନ୍ତୁ ।

ଯଦି ଆପଣ ବ୍ୟାୟାମ କରୁନାହାନ୍ତି

ଗର୍ଭଧାରଣ ସମୟରେ ବ୍ୟାୟାମ ଖୁବ୍ ହିତକର ହୋଇଥାଏ, ହେଲେ କୌଣସି ଅସୁବିଧା କିମ୍ବା ସମୟ ଦୃଷ୍ଟିରୁ ବ୍ୟାୟାମ କରିପାରୁନଥିଲେ କିଛି କଥା ନୁହଁ । ଡାକ୍ତରଙ୍କ ପରାମର୍ଶ ଅନୁସାରେ ଗର୍ଭସ୍ଥ ଶିଶୁର ଯତ୍ନ ନେଉଛନ୍ତି ଏହା ହିଁ ଯଥେଷ୍ଟ । ମନେକର ଆଗରୁ ଗର୍ଭସ୍ଖଳନ, ସମୟ ପୂର୍ବରୁ ପ୍ରସବ, ସର୍ଭିକ୍ସରେ ଅକ୍ଷତା, ଦ୍ୱିତୀୟ ତୃତୀୟ ତିନିମାସରେ ରକତସ୍ରାବ, ହୃଦୟ ରୋଗ କିମ୍ବା ପ୍ରିକ୍ଲେ□ସିଆର ପୂର୍ବ ଇତିହାସ ଥାଏ ତେବେ ଡାକ୍ତର ଆପଣଙ୍କୁ ବ୍ୟାୟାମ କରିବା ପାଇଁ ଅନୁମତି ଦେବେନାହିଁ ।

ଯଦି ଗର୍ଭରେ ଯାଆଁଳା ଶିଶୁ ଥାଏ, କି ଉଚ୍ଚ ରକ୍ତଚାପ, ଥାଇରାଇଡ, ଏନିମିଆ କିମ୍ବା ଅନ୍ୟାନ୍ୟ ରୋଗରେ ଆକ୍ରାନ୍ତ ଥାନ୍ତି, ଆପଣଙ୍କ ଓଜନ ଖୁବ୍ ବେଶି କିମ୍ବା ଖୁବ୍ କମ୍ ଥାଏ, ଏପର୍ଯ୍ୟନ୍ତ ବେଶ୍ ଆରାମରେ ରହି ଆସିଥାନ୍ତି ତାଙ୍କୁ ମଧ୍ୟ ବ୍ୟାୟାମରୁ ବାରଣ କରାଯାଇପାରେ । କେତେକ ମାମଲାରେ କିଛି ହାତଗଣତି ବ୍ୟାୟାମ କରିବାକୁ ଅନୁମତି ଦିଆଯାଇପାରେ । ଗର୍ଭଧାରଣ ସମୟରେ ଯେକୌଣସି ବ୍ୟାୟାମ କରିବା ପୂର୍ବରୁ ଡାକ୍ତରଙ୍କ ପରାମର୍ଶ ଗ୍ରହଣ କରିବାକୁ ଭୁଲନ୍ତୁ ନାହିଁ ।

■ ■ ■

ಐದನೇ ತಿಂಗಳು

ಸುಮಾರು 18 ರಿಂದ 22 ವಾರದವರೆಗೆ

ಇಲ್ಲಿಗೆ ಸ್ವಲ್ಪ ಮುಂಚಿನವರೆಗೆ ಯಾವ ಶಿಶುವಿನ ಅಸ್ತಿತ್ವವೇ ಇರಲಿಲ್ಲವೋ ಅದು ಈಗಾಗಲೇ ಸುಂದರವಾದ ಆಕಾರವನ್ನು ಪಡೆದುಕೊಂಡು ಬಿಟ್ಟಿದೆ. ಇನ್ನು ಬಹಳ ಬೇಗನೇ ಅದರ ಅಲುಗಾಟ ತಮಗೆ ಕೇಳಿಸುತ್ತದೆ. ದುಂಡಗೆ ಉಬ್ಬಿರುವ ನಿಮ್ಮ ಹೊಟ್ಟೆ ಗರ್ಭಾವಸ್ಥೆಯ ವಾಸ್ತವಿಕತೆ ಕಡೆಗೆ ನಿಮ್ಮನ್ನು ಕರೆದೊಯ್ಯುತ್ತದೆ. ಆದರೂ ಶಿಶು ನಿಮ್ಮ ಆರೈಕೆಯಲ್ಲಿರುವುದಿಲ್ಲ. ಅಂತಹ ಅನುಭವದಿಂದಲೇ ಬಹುಬೇಗನೆ ಮಗು ಆಟವಾಡಲಾರಂಭಿಸುತ್ತದೆ ಎಂದು ತಿಳಿಯುವುದು ಸಾಧ್ಯವಾಗುತ್ತದೆ.

ಈ ತಿಂಗಳಲ್ಲಿ ನಿಮ್ಮ ಶಿಶುವಿನ ಬೆಳವಣಿಗೆ

18ನೇ ವಾರ : ಈಗ ನಿಮ್ಮ ಶಿಶು ಐದೂವರೆ ಅಂಗುಲ ಉದ್ದ ಮತ್ತು ಐದು ಔನ್ಸ್ ತೂಕವನ್ನು ಹೊಂದಿದೆ. ನುಣುಪಾದ ಎದೆ ಎಷ್ಟು ಚಂದವೋ ಅದಕ್ಕಿಂತ ಎಷ್ಟೋ ಪಾಲು ಅಪ್ಯಾಯಮಾನವಾಗಿದೆ. ಒಳಗೆ ಅದರ ಹೊಡೆತ, ಒದೆತ ಮತ್ತು ಸಂಚಲನಗಳಿಂದ ನಿಮಗೆ ಅದರ ಅಂದಾಜು ಉಂಟಾಗುತ್ತದೆ. ಈಗ ಅದಕ್ಕೆ ಆಕಳಿಕೆ ಮತ್ತು ವ್ಯಾಯಾಮ ಮಾಡುವುದು ಬಂದುಬಿಟ್ಟಿದೆ. ನಿಮಗೂ ಅದರ ಅಲುಗಾಟದ ಅನುಭವವಾಗುತ್ತಿರುತ್ತದೆ. ಮಗುವಿನ ಕೈ–ಕಾಲ್ಗಳ ನಿರ್ದಿಷ್ಟ ಅಚ್ಚು ತಯಾರಾಗಿಬಿಟ್ಟಿದೆ.

19ನೇ ವಾರ : ಈ ವಾರ ನಿಮ್ಮ ಶಿಶುವಿನ ಉದ್ದ 6 ಅಂಗುಲ ಮತ್ತು ತೂಕ ಅರ್ಧ ಪೌಂಡ್ ಆಗಿದೆ. ಈ ವಾರ ಅದು ಒಂದು ಹಣ್ಣಿನ ಆಕಾರದಲ್ಲಿರುತ್ತದೆ ಎಂದುಕೊಳ್ಳುತ್ತೀರಾ? ಹೌದು ಅದು ಒಂದು ದೊಡ್ಡ ಮಾವಿನ ಹಣ್ಣಿನ ಆಕಾರದಲ್ಲಿದೆ. ಲೋಳೆಯಂತಹ ದ್ರವದಲ್ಲಿ ಮುಳುಗಿದ ಮಾವಿನ ಹಣ್ಣು ಅದು. ಬಿಳಿ ಬಣ್ಣದ ಲೋಳೆ ದ್ರವ ಅದರ ಸುತ್ತ ಆವರಿಸಿದೆ. ಅದು ಎಮ್ನಿಯೋಸ್ಟಿಕ್ ದ್ರವ್ಯದಿಂದ ಚರ್ಮವನ್ನು ಅದು ರಕ್ಷಿಸುತ್ತದೆ. ಈ ಸುರಕ್ಷತೆ ಇಲ್ಲದೇ ಹೋದರೆ ಶಿಶು ಜನಿಸಿದ ನಂತರ ಸಾಕಷ್ಟು ಗೋಚರವಾಗುತ್ತದೆ. ಪ್ರಸವಕ್ಕೆ ಮುಂಚೆ ಈ ಲೇಪನ ತೊಲಗಿಬಿಡುತ್ತದೆ. ಆದರೆ ಅವಧಿಗೆ ಮುಂಚೆ ಹುಟ್ಟುವ ಕೆಲವು ಮಕ್ಕಳಲ್ಲಿ ಈ ಲೇಪನ ಒಳಗೇ ಉಳಿದುಬಿಡುತ್ತದೆ

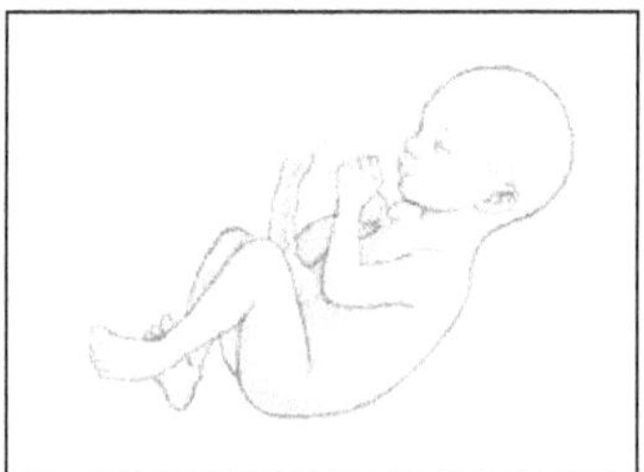

ನಿಮ್ಮ ಐದು ತಿಂಗಳ ಮಗು

20ನೇ ವಾರ:–ಈ ವಾರ ಕರಬೂಜ ಹಣ್ಣಿನ ಆಕೃತಿಯು ನಿಮ್ಮ ಹೊಟ್ಟೆಯಲ್ಲಿ ಬೆಳೆಯುತ್ತಿರುವ ಶಿಶುವಿನ ಉದ್ದ ಆರೂವರೆ ಅಂಗುಲ ಮತ್ತು ತೂಕ 10 ಔನ್ಸ್ ಆಗಿರುತ್ತದೆ. ಅಲ್ಟ್ರಾಸೌಂಡ್ ಮೂಲಕ ಈ ತಿಂಗಳು ಶಿಶುವಿನ ಲಿಂಗ ಪತ್ತೆಯನ್ನು ಮಾಡಲು ಸಾಧ್ಯವಾಗುತ್ತದೆ. ಒಂದು ವೇಳೆ ಮಗು

ಹೆಣ್ಣಾಗಿದ್ದರೆ ಗರ್ಭಾಶಯು ಸಂಪೂರ್ಣವಾಗಿ ರೂಪುಗೊಂಡಿರುತ್ತದೆ. ಯೋನಿ ಮಾರ್ಗವೂ ಸಿದ್ಧಗೊಳ್ಳುತ್ತಿರುತ್ತದೆ. ಒಂದು ವೇಳೆ ಮಗು ಗಂಡಾಗಿದ್ದರೆ ವೃಷಣಗಳು ಸಿದ್ಧವಾಗುತ್ತಿರುತ್ತವೆ. ಗರ್ಭಕೋಶದಲ್ಲಿ ಮಗುವಿಗೆ ಕುಣಿದು-ನಲಿದಾಡಲು, ಮಗ್ಗುಲಾಗಲು, ಆಹಾರ ಸೇವಿಸಲು ಸಾಕಷ್ಟು ಸ್ಥಳಾವಕಾಶ ಇರುತ್ತದೆ. ಮುಂದಿನ ವಾರಗಳಲ್ಲಿ ಇವೆಲ್ಲದರ ಅನುಭವ ನಿಮಗೆ ಹೆಚ್ಚು ಸ್ಪಷ್ಟವಾಗುತ್ತ ಹೋಗುತ್ತದೆ.

21ನೇ ವಾರ:-ಈ ವಾರ ಶಿಶುವಿನ ಆಕಾರ ಎಷ್ಟಿರುತ್ತದೆ ಎನ್ನುತ್ತೀರಾ? ಅದು ಸುಮಾರು ಏಳು ಅಂಗುಲ ಉದ್ದ 11 ಔನ್ಸ್ ತೂಕ ಇರುತ್ತದೆ. ಮಗುವಿಗೆ ಬಾಳೆಹಣ್ಣು ಇಷ್ಟವಾಗಲಿ ಎಂದು ನೀವು ಬಯಸುವುದಾದರೆ ಈ ತಿಂಗಳಿಂದ ನೀವು ತಿನ್ನಲಾರಂಭಿಸಬಹುದು. ಏಕೆಂದರೆ ಏಮ್ನಿಯಾಟಿಕ್ ದ್ರಾವಣ ತಾವು ಪ್ರತಿದಿನ ಸೇವಿಸುವ ಆಹಾರದ ಲೆಕ್ಕದಲ್ಲಿ ಬದಲಾಗುತ್ತಾ ಹೋಗುತ್ತದೆ. ಮಗು ಪ್ರತಿದಿನ ಅದನ್ನೇ ಸೇವಿಸಿ ನುಂಗುವ ಅಥವಾ ಜೀರ್ಣಿಸಿಕೊಳ್ಳುವ ಅಭ್ಯಾಸ ಮಾಡಿಕೊಳ್ಳ ತೊಡಗುತ್ತದೆ. ತಾವು ಏನನ್ನು ತಿನ್ನುತ್ತಿದ್ದೀರೋ ಅದರ ರುಚಿಯನ್ನು ಅದೂ ನೋಡುತ್ತಿರುತ್ತದೆ. ಅದರ ಕೈಕಾಲು ಸಂಪೂರ್ಣ ಹಿಡಿತದಲ್ಲಿದೆ. ಮನಸ್ಸು ಮಾಂಸ ಖಂಡಗಳ ಹಿಂದೆ 'ನ್ಯೂರಾನ್' ಜೋಡಣೆಯಾಗಿದೆ. ಈ ಹಂತದಲ್ಲಿ ಮಗುವಿನ ಕುಲುಕಾಟ ಮೊದಲಿಗಿಂತ ಹೆಚ್ಚಾಗಿರುತ್ತದೆ.

22ನೇ ವಾರ:-ಈ ವಾರ ಶಿಶುವಿನ ತೂಕ ಒಂದು ಪೌಂಡು ಮತ್ತು ಉದ್ದ ಸುಮಾರು ಎಂಟು ಅಂಗುಲವಿರುತ್ತದೆ. ಅದೊಂದು ಸಣ್ಣ ಬೊಂಬೆಯಂತಿರುತ್ತದೆ. ಅದರ ಎಲ್ಲಾ ಇಂದ್ರಿಯಗಳು ವಿಕಸನಗೊಳ್ಳುತ್ತಿರುತ್ತವೆ. ಅದು ಈಗಿಂದಲೇ ತಮ್ಮ ಕೂದಲನ್ನು ಎಳೆಯುವ ಅಭ್ಯಾಸ ಮಾಡತೊಡಗಿರುತ್ತದೆ. ಆದರೆ ಅಲ್ಲಿ ಸಾಕಷ್ಟು ಕತ್ತಲಿದೆ. ಮಗು ಕತ್ತಲೆ ಮತ್ತು ಬೆಳಕಿನ ವ್ಯತ್ಯಾಸವನ್ನು ಸ್ವಲ್ಪ ಕಂಡುಕೊಳ್ಳತೊಡಗುತ್ತದೆ. ಒಂದು ವೇಳೆ ನಿಮ್ಮ ಹೊಟ್ಟೆಯ ಮೇಲೆ ನೀವು ಫ್ಲಾಶ್‌ಲೈಟ್ ಬಿಟ್ಟರೆ ಅದು ಪ್ರತಿಕ್ರಿಯಿಸುತ್ತದೆ. ಬೆಳಕಿನಿಂದ ರಕ್ಷಿಸಿಕೊಳ್ಳಲು ಯತ್ನಿಸುತ್ತದೆ. ಮಗು ನಿಮ್ಮ ಮತ್ತು ನಿಮ್ಮ ಸಂಗಾತಿಯ ಧ್ವನಿ, ಹೊಟ್ಟೆಯ ಗುಡಗುಡ, ರಕ್ತ ಚಲನೆಯ ಧ್ವನಿ, ವೇಗವಾದ ಸೈರನ್ ಮತ್ತು ನಾಯಿ ಬೊಗಳುವ ಧ್ವನಿ, ಮನಸ್ಸಿನ ಸ್ಪಂದನ, ಟೀವಿಯ ತೀಕ್ಷ್ಣ ಧ್ವನಿ ಇವೆಲ್ಲವನ್ನೂ ಕೇಳುವ ಸಾಮರ್ಥ್ಯ ಹೊಂದಿರುತ್ತದೆ. ಅದಕ್ಕೆ ಯಾವ ಆಹಾರ ಇಷ್ಟ ಎನ್ನುತ್ತೀರಾ? ಅದಕ್ಕೆ ಏನೆಲ್ಲವನ್ನೂ ತಿನ್ನಿಸಲು ತಾವು ಇಚ್ಛಿಸುತ್ತೀರೋ ಅವೆಲ್ಲವನ್ನೂ ತಕ್ಷಣ ಸಲಾಡ್‌ನ ತಟ್ಟೆಯಲ್ಲಿ ತಂದುಕೊಂಡು ತಿನ್ನಲಾರಂಭಿಸಿ ಬಿಡಿ.

ನೀವುಏನು ಅನುಭವಿಸುತ್ತೀರ?

ಪ್ರತಿ ಗರ್ಭಿಣಿ ಸ್ತ್ರೀ ತನಗೆ ತಾನೇ ಭಿನ್ನವಾಗಿರುತ್ತಾಳೆ ಎಂಬುದು ಮಾತ್ರ ಎಂದಿನಂತೆ ನಿಮಗೆ ಗೊತ್ತಿದೆ ತಾನೆ? ಇವೆಲ್ಲದರ ಅನುಭವ ನಿಮಗೆ ಒಟ್ಟಾಗಿ ಎಲ್ಲ ಲಕ್ಷಣಗಳ ಅನುಭವ ಆಗುತ್ತಿರುತ್ತದೆ. ಕೊನೆಯ ಪಕ್ಷ ಕೆಲವು ಲಕ್ಷಣಗಳು ನಿಮಗೆ ಗೋಚರಿಸುತ್ತಿರುತ್ತದೆ. ಕೆಲವು ಲಕ್ಷಣಗಳಿಗೆ ನೀವು ಹೊಂದಿಕೊಂಡುಬಿಟ್ಟಿರುತ್ತೀರಿ. ಈ ತಿಂಗಳು ಈ ಕೆಳಕಂಡ ಲಕ್ಷಣಗಳ ಬಗ್ಗೆ ವಿಶ್ವಾಸ ಇಡಬಹುದು.

ಶಾರೀರಿಕ ಲಕ್ಷಣಗಳು :

- ಹೆಚ್ಚು ಊರ್ಜೆ
- ಭ್ರೂಣದ ಕುಲುಕಾಟ
- ಯೋನಿಸ್ರಾವದಲ್ಲಿ ಹೆಚ್ಚಳ
- ಕಿಬ್ಬೊಟ್ಟೆ ಮತ್ತು ಅಂಚುಗಳಲ್ಲಿ ನೋವು.
- ನಿಯಂತ್ರಣ
- ಎದೆಉರಿ, ಅಜೀರ್ಣ
- ಆಗಾಗ್ಗೆ ತಲೆನೋವು, ತಲೆ ಸುತ್ತು
- ಬೆನ್ನು ನೋವು.
- ಮೂಗು ಕಿವಿಯಲ್ಲಿ ವಾಸನೆ, ಕೆಲವೊಮ್ಮೆ ಮೂಗಿನಲ್ಲಿ ರಕ್ತ.
- ಹಲ್ಲು ಉಜ್ಜುವಾಗ ಒಸಡಿನಲ್ಲಿ ರಕ್ತ ಸೋರುವಿಕೆ.
- ಭಾರಿ ಹಸಿವು ಉಂಟಾಗುವುದು.
- ಕಾಲುಗಳಲ್ಲಿ ಸೆಳೆತ
- ಪಾದಗಳು, ಮುಖ ಮತ್ತು ಕೈಗಳು ಹಗುರವಾದ ಅನುಭವ
- ಕಾಲ್ಗಳಲ್ಲಿ ವೆರಿಕೋಜ್ ವೇಂಸ್ಸ್.
- ಚರ್ಮ, ಹೊಟ್ಟೆ ಅಥವಾ ಮುಖದ ಬಣ್ಣದಲ್ಲಿ ಬದಲಾವಣೆ.
- ನಾಭಿ ಉಬ್ಬರಿಸುವುದು.
- ಹೃದಯದ ಬಡಿತ ಹೆಚ್ಚಳ.
- ಚರಮ ಸುಖ(ಒರ್ಗೆಜ್ಮ) ಕೆಲವೊಮ್ಮೆ ಸಲೀಸು, ಕೆಲವೊಮ್ಮೆ ಕಷ್ಟ.

ಭಾವನಾತ್ಮಕ ಲಕ್ಷಣಗಳು

- ಗರ್ಭಾವಸ್ಥೆಯ ಸಹಜ ಅರಿವು.
- ಮನಸ್ಸಿನ ಭಾವನೆಗಳಲ್ಲಿ ಏರಿಳಿತ.

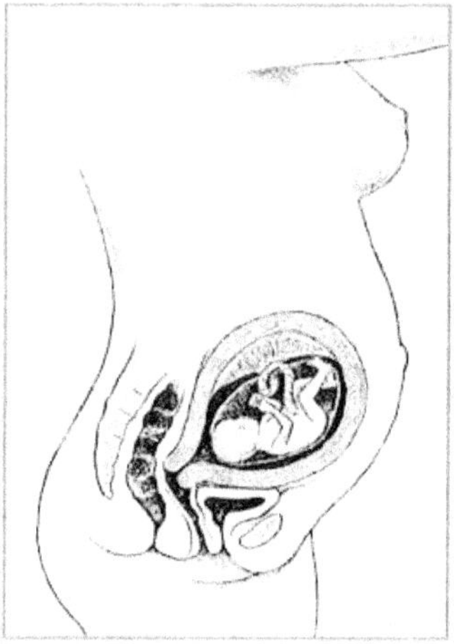

ಗರ್ಭಾವಸ್ಥೆಯ ಅರ್ಧ ಸಮಯ ಕಳೆದಿದೆ. ಸುಮಾರು 20ನೇ ವಾರದಲ್ಲಿ ಗರ್ಭಾಶಯ ನಿಮ್ಮ ಹೊಕ್ಕಳನ್ನು ಮುಟ್ಟುವುದು. ಈ ತಿಂಗಳ ಕೊನೆಯಲ್ಲಿ ಗರ್ಭಾಶಯ, ಹೊಕ್ಕಳಿಂದ ಸುಮಾರು 1" ಮೇಲಿರುತ್ತದೆ. ಅಂದರೆ ಈಗ ನೀವು ಗರ್ಭಿಣಿ ಎಂದು ಮುಚ್ಚಿಡಲು ಸಾಧ್ಯವಿಲ್ಲ.

- ಬುದ್ಧಿ ಮನಸ್ಸಿನ ಚಾಂಚಲ್ಯ
- ಈ ಹಂತದಲ್ಲಿ ವೈದ್ಯರು ಈ ಕೆಳಕಂಡ ಪರೀಕ್ಷೆ ನಡೆಸಬಹುದು. ಇದು ನಿಮ್ಮ ಪರಿಸ್ಥಿತಿ ಮತ್ತು ವೈದ್ಯರ ತಪಾಸಣೆ ವಿಧಾನವನ್ನು ಅವಲಂಭಿಸುತ್ತದೆ.
- ತೂಕ ಮತ್ತು ರಕ್ತ ಪರೀಕ್ಷೆ.
- ಮೂತ್ರ ಸಕ್ಕರೆ ಮತ್ತು ಪ್ರೋಟೀನ್‌ಗಾಗಿ
- ಭ್ರೂಣದ ಹೃದಯದ ಬಡಿತ
- ಹೊರಗಿನಿಂದ ಗರ್ಭಾಶಯದ ಆಕಾರ ಪರೀಕ್ಷೆ.
- ಗರ್ಭಾಶಯದ ಎತ್ತರ
- ಕೆಲವು ವಿಶಿಷ್ಟ ಲಕ್ಷಣಗಳು.
- ತಮ್ಮ ಪ್ರಶ್ನೆ ಮತ್ತು ಜಿಜ್ಞಾಸೆಗಳು.

ನೀವ ಏನೂ ಯೋಚಿಸುತ್ತಿರಬಹುದು?

ಸೆಖೆಯಾಗುವಿಕೆ

"ನನಗೆ ಯಾವಾಗಲೂ ಸೆಖೆಯಾಗುತ್ತಿದೆ. ಬೆವರು ಸುರಿಯುತ್ತಿದೆ. ಎಲ್ಲರಿಗೂ ಉಷ್ಣಾಂಶ ಸಾಮಾನ್ಯ ಅನಿಸಿದರೇ ನನಗೇಕೆ ಹೀಗೆ ಅನಿಸುತ್ತದೆ.''

ಈ ದಿನಗಳಲ್ಲಿ ಗರ್ಭಾವಸ್ಥೆಯ ಹಾರ್ಮೋನ್‌ಗಳ ಕಾರಣದಿಂದಾಗಿ ನಿಮಗೆ ಸೆಖೆಯಾಗುತ್ತಿರುತ್ತದೆ. ತಮ್ಮ ಈ ಸಮಸ್ಯೆಯನ್ನು ನಾವು ನಿವಾರಿಸುವುದು ಸಾಧ್ಯವಿಲ್ಲ. ಆದರೆ ನಿಮಗೆ ನೆಮ್ಮದಿಯ ನಿಟ್ಟುಸಿರು ಬಿಡಲು ಸಾಧ್ಯವಾಗಿರುವಂತಹ ಕೆಲವು ಉಪಾಯಗಳನ್ನು ಸೂಚಿಸುತ್ತೇವೆ.

- ಸಡಿಲವಾದ ಆರಾಮದಾಯಕವಾದ ಉಡುಪು ಧರಿಸಿ, ಒಂದೇ ಒಂದು ದಪ್ಪ ಉಡುಪು ಧರಿಸುವ ಬದಲು ಎರಡು-ಮೂರು ಪದರಗಳ ಉಡುಪು ಧರಿಸಿ. ಸೆಖೆ ಆದಾಗ ಬೇಕಾದಷ್ಟು ತೆಗೆಯಲು ಅದು ಅನುಕೂಲವಾಗುತ್ತದೆ.
- ಸೆಖೆಯಾದಾಗ ವ್ಯಾಯಾಮ ಮಾಡಬೇಡಿ. ರಾತ್ರಿ ಊಟವಾದ ನಂತರ ವಾಕ್ ವಿಹಾರ ಕೈಗೊಳ್ಳಿ ಅಥವಾ ಹವಾನಿಯಂತ್ರಿತ ಕೇಂದ್ರಕ್ಕೆ ಹೋಗಿ ಹೆಚ್ಚು ಸೆಖೆಯಾಗುವ ಮುನ್ನ ವ್ಯಾಯಾಮ ನಿಲ್ಲಿಸಿ.
- ತುಂಬಾ ಸೆಖೆಯಾದರೆ ಸ್ನಾನ ಮಾಡಿ ಅಥವಾ ಈಜಬಹುದು. ಇದರಿಂದ ಸೆಖೆಯಾಗುವುದಿಲ್ಲ.
- ಮನೆಗೆ ಎ.ಸಿ. ಹಾಕಿಸಿ. ಕೇವಲ ಫ್ಯಾನ್ ಗಾಳಿಯಿಂದ ಹೆಚ್ಚು ಬದಲಾವಣೆ ಕಾಣಿಸಿದಲ್ಲಿ ಎ.ಸಿ. ಇಲ್ಲದಿದ್ದರೆ ಹೆಚ್ಚು ಸಮಯವನ್ನು ಚಲನಚಿತ್ರ ವೀಕ್ಷಣೆ, ವಸ್ತು ಪ್ರದರ್ಶನ, ಮಾಲ್, ಗೆಳೆಯರ ಮನೆಗಳಲ್ಲಿ ಕಳೆಯಿರಿ.
- ಮನೆಯ ಉಷ್ಣಾಂಶವನ್ನು ಲೆಕ್ಕಾಚಾರ ಮಾಡಿ ಆರಾಮದಾಯಕವಾಗಿರಿಸಿಕೊಳ್ಳಿ. ನಿಮ್ಮ ಗಂಡನಿಗೆ ಸ್ವೆಟರ್ ಹಾಕಿಕೊಳ್ಳಬೇಕಾಗುವ ಪ್ರಸಂಗ ಬೇಕಾದರೆ ಬರಲಿ.
- ಧಾರಾಳವಾಗಿ ನೀರು ಕುಡಿಯಿರಿ. ದೇಹದಲ್ಲಿ ನೀರಿನ ಕೊರತೆ ಕಾಣದಿರಲಿ. ದಿನಕ್ಕೆ ಎಂಟು ಲೋಟ ನೀರನ್ನಾದರೂ ಕುಡಿಯಿರಿ. ವ್ಯಾಯಾಮ ಮಾಡಿದರೆ ಅದಕ್ಕೆ ತಕ್ಕಂತೆ ಪ್ರಮಾಣ ಹೆಚ್ಚಿಸಿಕೊಳ್ಳಿ.
- ಸ್ವಲ್ಪ ಸುವಾಸನೆ ಇರುವ ಪೌಡರ್ ಹಾಕಿಕೊಂಡರೂ ಹಾಯ್ ಅನಿಸುತ್ತದೆ.

- ದೇಹದಿಂದ ಎಷ್ಟು ಬೆವರು ಸುರಿಯುತ್ತದೋ ಅಷ್ಟು ದುರ್ಗಂಧ ನಿವಾರಣೆಯಾಗುತ್ತದೆ.

ತಲೆ ಸುತ್ತುವಿಕೆ

"ಮಲಗಿ ಏಳುವಾಗ ಅಥವಾ ಕುಳಿತು ಏಳುವಾಗ ದಿಗ್ಗನೆ ಎದ್ದರೆ ತಲೆ ಗಿರ್ರನೆ ಸುತ್ತುತ್ತದೆ. ನೆನ್ನೆ ಷಾಪಿಂಗ್ ಮಾಡುವಾಗ ಮೂರ್ಛೆ ಹೋಗಿಬಿಟ್ಟೆ. ನನ್ನ ಆರೋಗ್ಯ ಸರಿಯಾಗಿದೆಯಾ?"

ಗರ್ಭಾವಸ್ಥೆಯಲ್ಲಿ ಸಾಮಾನ್ಯವಾಗಿ ಹೀಗಾಗುವುದುಂಟು. ಇದಕ್ಕಾಗಿ ಹೆದರಬೇಕಿಲ್ಲ. ಇದನ್ನು ಸಾಮಾನ್ಯ ಲಕ್ಷಣ ಎಂದು ಪರಿಗಣಿಸಲಾಗಿದೆ.

- ಮೊದಲ ಮೂರು ತಿಂಗಳಲ್ಲಿ ರಕ್ತದ ಪೂರೈಕೆ ಕಡಿಮೆಯಾಗುವ ಕಾರಣ ಹೀಗೆ ಆಗುತ್ತದೆ. ಎರಡನೆಯ ಮೂರು ತಿಂಗಳಲ್ಲಿ ಗರ್ಭಾಶಯ ವಿಕಸನಗೊಂಡು ರಕ್ತನಾಳಗಳ ಮೇಲೆ ಒತ್ತಡ ಉಂಟುಮಾಡುತ್ತವೆ. ಹೀಗಾಗಿ ತಲೆ ಸುತ್ತು ಬರುತ್ತದೆ.
- ಸಂಪೂರ್ಣ ಗರ್ಭಾವಸ್ಥೆಯಲ್ಲಿ ರಕ್ತನಾಳಗಳು ಶಿಥಿಲವಾಗುತ್ತಾ ಹೋಗುತ್ತದೆ. ಶಿಶುವಿನತ್ತ ರಕ್ತ ಪ್ರವಹಿಸುವಿಕೆ ತೀವ್ರಗೊಳ್ಳುತ್ತದೆ. ಆಗ ತಾಯಿಯತ್ತ ಈ ತೀವ್ರತೆ ಕಡಿಮೆಯಾಗುತ್ತದೆ. ಇದರಿಂದ ರಕ್ತದ ಒತ್ತಡ ಕಡಿಮೆಆಗುತ್ತದೆ ಮೆದುಳಿಗೆ ಸಂಪೂರ್ಣವಾಗಿ ರಕ್ತ ಪೂರೈಕೆಯಾಗುವುದಿಲ್ಲ. ಇದರಿಂದಾಗಿ ತಲೆ ಸುತ್ತು ಬರುತ್ತದೆ.
- ಇದ್ದಕ್ಕಿದ್ದಂತೆ ದಿಢೀರನೆ ಏಳುವುದರಿಂದಲೂ ಸ್ವಲ್ಪ ತಲೆ ಸುತ್ತು ಬರುತ್ತದೆ. ನಿಧಾನವಾಗಿ ಏಳಬೇಕು. ಓಡಿ ಹೋಗಿ ಫೋನ್ ಎತ್ತಿಕೊಂಡರೆ ತಲೆ ಗಿರ್ ಎನ್ನುತ್ತದೆ. ಮತ್ತೆ ಸೋಫಾದ ಮೇಲೆ ಕುಳಿತುಕೊಳ್ಳಬೇಕಾಗುತ್ತದೆ.
- ರಕ್ತದಲ್ಲಿನ ಸಕ್ಕರೆ ಅಂಶ ಕಡಿಮೆಯಾದರೂ ತಲೆ ಸುತ್ತುತ್ತದೆ. ಆಹಾರದಲ್ಲಿ ಪ್ರೋಟೀನ್, ಕಾಂಪ್ಲೆಕ್ಸ್, ಕಾರ್ಬೊ ಸೇರಿಸಿಕೊಳ್ಳಿ. ಎರಡು ಹೊತ್ತಿನ ಊಟದ ನಡುವೆಯೂ ಸ್ವಲ್ಪ ಏನನ್ನಾದರೂ ಸೇವಿಸಿ. ಜೊತೆಯಲ್ಲಿ ಸ್ವಲ್ಪ ಸ್ನ್ಯಾಕ್ಸ್ ಯಾವಾಗಲೂ ಇಟ್ಟುಕೊಂಡಿರಿ.
- ಡಿ ಹೈಡ್ರೇಷನ್‌ನಿಂದಲೂ ತಲೆ ಸುತ್ತು ಬರಬಹುದು. ನೀರಿನ ಅಂಶವಿರುವ ಆಹಾರವನ್ನು ಯಥೇಚ್ಛವಾಗಿ ಸೇವಿಸಿ. ಹೆಚ್ಚು ಬೆವರು ಸುರಿದರೆ ದ್ರವ ಆಹಾರ ಹೆಚ್ಚು ಸೇವಿಸಿ.
- ಜನಜಂಗುಳಿ ಇರುವಲ್ಲಿ, ಬಸ್, ಆಫೀಸ್ ಅಥವಾ ಉಸಿರು ಕಟ್ಟುವ ವಾತಾವರಣದಲ್ಲಿ ತಲೆ ಸುತ್ತು ಬರಬಹುದು. ಹೆಚ್ಚು ಬಟ್ಟೆ ಧರಿಸಲೂ ಭಯ ಉಂಟಾಗುತ್ತದೆ. ಆದ್ದರಿಂದ ಬಟ್ಟೆ ಭಾರ ಕಡಿಮೆ ಮಾಡಿಕೊಳ್ಳಿರಿ. ಸ್ವಲ್ಪ ಸ್ವಚ್ಛವಾದ ಗಾಳಿಯಲ್ಲಿ ತಿರುಗಾಡಿರಿ. ಒಂದು ವೇಳೆ ಹೊರಗೆ ಹೋಗಲಾಗದಿದ್ದರೆ ಮನೆಯ ಎಲ್ಲಾ ಕಿಟಕಿಗಳನ್ನು ತೆರೆದಿಡಿ. ಬಟ್ಟೆ ಬಿಚ್ಚಲು ಅಸಾಧ್ಯದ ಸಂದರ್ಭವಿದ್ದರೆ ಸೊಂಟ, ಕತ್ತಿನ ಭಾಗದ ಉಡುಪನ್ನು ಸಡಿಲಿಸಿಕೊಳ್ಳಿ.

ಒಂದು ವೇಳೆ ಜ್ಞಾನ ತಪ್ಪುತ್ತಿದೆ ಎಂದಾದರೆ ಎಡ ಮಗ್ಗುಲು ಮಲಗಿಕೊಂಡು ಕಾಲುಗಳನ್ನು ಮೇಲಕ್ಕೆ ಎತ್ತಿ ಮಲಗಬೇಕು. ಸ್ವಲ್ಪ ಆರಾಮ ಅನಿಸಿದರೆ ಏನಾದರೂ ಆಹಾರ ಪಾನೀಯ ಸೇವಿಸಿ.

ಮುಂದಿನ ಸಲ ವೈದ್ಯರನ್ನು ಸಂಪರ್ಕಿಸಿದಾಗ ನಡೆದ ಎಲ್ಲಾ ಘಟನೆ ವಿವರಿಸಿ. ಹಾಗೆ ನೋಡಿದರೆ ನಿಮಗೆ ಪ್ರಜ್ಞಾಹೀನ ಸ್ಥಿತಿ ಬಂದಿರುವುದಿಲ್ಲ. ಸ್ವಲ್ಪ ಹಾಗೆ ಆಗಿದ್ದರೂ ಶಿಶುವಿಗೆ ಇದರಿಂದ ಯಾವ ಅಪಾಯವೂ ಇಲ್ಲ. ಆದಾಗ್ಯೂ ವೈದ್ಯರಿಗೆ ತಿಳಿಸುವುದನ್ನು ಮರೆಯಬಾರದು.

ನಿಯಂತ್ರಣ ಮೀರಿದಾಗ

ಜಾಗಿಂಗ್ ಮಾಡುವಾಗ ಆಯಾಸದ ಅನುಭವವಾಗುತ್ತದೆಯೇ?ಮನೆಯ ಸ್ವಚ್ಛತಾ ಕಾರ್ಯ ಮಾಡುವ ವ್ಯಾಕ್ಯೂಮ್ ಕ್ಲೀನರ್ ನಡೆಸಿದರೆ ಒಳ್ಳೆಯದಲ್ಲ. ಹೆಚ್ಚು ಆಯಾಸ ಮಾಡಿಕೊಳ್ಳುವುದು ಸುತಾರಾಂ ತಪ್ಪು. ಇದರಿಂದ ಮಗುವಿನ ಮೇಲೂ ದುಷ್ಪರಿಣಾಮ ಉಂಟಾಗುತ್ತದೆ. ಸ್ವಲ್ಪ ವಿಶ್ರಾಂತಿ ಪಡೆದುಕೊಳ್ಳಿ. ಕೆಲಸದ ನಡುವೆ ದಣಿವಾರಿಸಿಕೊಳ್ಳಿ. ಸ್ವಲ್ಪ ಹೆಚ್ಚು ಶ್ರಮ ಎಂದು ಕೆಲವೊಮ್ಮೆ ಅನಿಸಿದರೆ ಮುಂದಿನ ಕಾರ್ಯಗಳಿಗೆ ಇದು ತರಬೇತಿ ಎಂದು ಭಾವಿಸಿ ಏಕೆಂದರೆ ಶಿಶುವಿನ ಜನನದ ನಂತರ ಕೆಲಸದ ಪಟ್ಟಿ ಬೆಳೆಯುತ್ತಾ ಹೋಗುತ್ತದೆ. ತಾವು ಯಾವಾಗಲೂ ಕಾರ್ಯನಿರತರಾಗಬೇಕಾಗುತ್ತದೆ.

ಬೆನ್ನು ನೋವು

- ನನ್ನ ಬೆನ್ನಲ್ಲಿ ತುಂಬಾ ನೋವಿದೆ. ಹೀಗಿರುವಾಗ 9 ತಿಂಗಳು ಸಂಪೂರ್ಣವಾಗಿ ಹೇಗೆ ಕಳೆಯಬಲ್ಲೆ ಎಂಬುದೇ ನನಗೆ ಹೆದರಿಕೆಯಾಗಿದೆ – ಹೀಗೊಂದು ನಿಮ್ಮ ಪ್ರಶ್ನೆ ಇರಬಹುದು.

ವಾಸ್ತವವಾಗಿ ಗರ್ಭಾವಸ್ಥೆಯಲ್ಲಿ ಬೆನ್ನು ಮತ್ತು ಶರೀರ(ದೇಹದ) ಇತರೆ ಭಾಗಗಳಲ್ಲಿ ತೊಂದರೆ ಉಂಟಾಗಿದೆಯೇ ತಿಳಿಯುತ್ತದೆ. ಹಾಗೆಂದಾಕ್ಷಣ ಅವುಗಳ ವಿರುದ್ಧ ಹೋರಾಡದೆ ಶಸ್ತ್ರ ತ್ಯಜಿಸುವುದು ಸಾಧ್ಯವಿಲ್ಲ. ಮುಂದೆ ಆಗುವ ಪ್ರಸವಕ್ಕೆ ನಿಮ್ಮ ದೇಹವನ್ನು ಪ್ರತಿಕ್ಷಣ ಸಿದ್ಧಪಡಿಸುವ ಸಂಕೇತವೇ ಈ ತೊಂದರೆಗಳು. ಬೆನ್ನು ನೋವು ಸಹ ಇದರಿಂದ ಬೇರೆಯಾಗಿಲ್ಲ. ಗರ್ಭಾವಸ್ಥೆಯ ನಂತರ ಪೆಲ್ವಿಸ್‌ನ ಜೋಡಣೆ ತೆರೆದುಕೊಳ್ಳುತ್ತಿರುತ್ತದೆ. ಶಿಶುವಿನ ಪ್ರಸವ ಸಂದರ್ಭದಲ್ಲಿ ಇದರಿಂದ ಹೆಚ್ಚು ಅನುಕೂಲವಾಗಲಿ ಎನ್ನುವುದು ಈ ಪ್ರಕ್ರಿಯೆಯ ಗುರಿ. ಹೊಟ್ಟೆಯ ಉಬ್ಬರ ಹೆಚ್ಚುವುದರಿಂದ ಎಲ್ಲರಿಗೂ ಗರ್ಭಾವಸ್ಥೆಯ ಸೂಚನೆ ಸಿಗುತ್ತದೆ. ಆದರೆ ಬೆನ್ನಿನಲ್ಲಾಗುವ ಬದಲಾವಣೆ, ಮಾಂಸಖಂಡಗಳಲ್ಲಿನ ನೋವು ಅಥವಾ ವತ್ತಡ ಇದರ ಸಂದೇಶವನ್ನು ನೀಡುತ್ತಾ ಹೋಗುತ್ತದೆ.

ಈ ಕೆಳಕಂಡ ವಿಧಾನಗಳಿಂದ ನೀವು ಬೆನ್ನುನೋವಿನಿಂದ ತುಸು ಆರಾಮ ಪಡೆಯಬಹುದಾಗಿರುತ್ತದೆ.

ಸರಿಯಾಗಿ ಕುಳಿತುಕೊಳ್ಳಿ. ಕುಳಿತುಕೊಳ್ಳುವಾಗ ಬೆನ್ನು ಮೂಳೆ ಮೇಲೆ ವತ್ತಡ ಬೀಳುತ್ತದೆ. ಮನೆ, ಕಚೇರಿ ಅಥವಾ ಇನ್ನೆಲ್ಲೇ ಆಗಲಿ ನೀವು ಕುಳಿತುಕೊಳ್ಳುವ ಕುರ್ಚಿ ನಿಮ್ಮ ದೇಹಕ್ಕೆ ಆಸರೆ ಆಗುವಂತಿರಲಿ. ಕುರ್ಚಿಯ ಬೆನ್ನು ನೆಟ್ಟಗಿರಲಿ, ಎರಡೂ ಕಡೆಯ ಕೈಗಳು ಸಾಕಷ್ಟು ಕುಶನ್ ಹೊಂದಿರಲಿ. ಕುರ್ಚಿಯ ಬೆನ್ನು ಹಗುರವಾಗಿ ಹಿಂದಕ್ಕೆ ಸರಿಯುವಂತಿದ್ದರೆ ಅದರಿಂದ ಲಾಭವಿದೆ. ಕುರ್ಚಿಯಲ್ಲಿ ಕುಳಿತು ಕಾಲ್ಗಳನ್ನು ಹಗುರ ಮಾಡಿಕೊಳ್ಳಿ. ಕಾಲ್ಗಳನ್ನು ಚಾಚಿಕೊಂಡು ಮೇಲೆ ಇಟ್ಟುಕೊಳ್ಳಿ. ಕಾಲನ್ನು ತಿರುಚಬೇಡಿ(ಕ್ರಾಸ್ ಮಾಡಬೇಡಿ) ಹಾಗೆ ಮಾಡಿದರೆ ಪೆಲ್ವಿಸ್ ಮುಂದಕ್ಕೆ ಚಾಚಿಕೊಳ್ಳುತ್ತದೆ. ಇದರಿಂದಾಗಿ ಮಾಂಸ ಖಂಡಗಳ ವತ್ತಡ ಹೆಚ್ಚಾಗುತ್ತದೆ.

- ಬಹಳ ಹೊತ್ತು ಕುಳಿತರೆ ಬೆನ್ನು ನೋವು ಹೆಚ್ಚಾಗುತ್ತದೆ. ಒಂದು ಗಂಟೆ ಕಾಲ

ಏಳುವಾಗ ಮಂಡಿ ಮಡಚಿ

ಕುಳಿತುಕೊಂಡರೆ ನಂತರ ಸ್ವಲ್ಪ ಎದ್ದು ಓಡಾಡಿ. ಕಾಲು ಚಾಚಿಕೊಳ್ಳಿ. ಕುಳಿತುಕೊಳ್ಳುವ ಅವಧಿಯನ್ನು ಅರ್ಧಗಂಟೆಗೆ ಇಳಿಸಿದರೆ ಒಳ್ಳೆಯದು.

- ಬಹಳ ಹೊತ್ತು ನಿಂತಿರಲೂಬಾರದು. ಅಂತಹ ಸಂದರ್ಭ ಎದುರಾದರೆ ಒಂದು ಕಾಲನ್ನು ಸ್ಟೂಲ್ ಮೇಲೆ ಇಟ್ಟುಕೊಳ್ಳಿ. ಇದರಿಂದ ಬೆನ್ನಿನ ಕೆಳಭಾಗದ ಮೇಲೆ ಹೆಚ್ಚು ವತ್ತಡ ಬೀಳುವುದಿಲ್ಲ. ಗಟ್ಟಿ ನೆಲದ ಮೇಲೆ ನಿಂತಿದ್ದರೆ ಪಾದರಕ್ಷೆ ಹಾಕಿಕೊಳ್ಳಿ. ಇದರಿಂದ ಕಾಲಿನ ಮೇಲೆ ವತ್ತಡ ಕಡಿಮೆಯಾಗುತ್ತದೆ.
- ಹೆಚ್ಚು ತೂಕದ ವಸ್ತು ಎತ್ತಬೇಡಿ. ಹಾಗೊಂದು ವೇಳೆ ಎತ್ತಲೇಬೇಕಾಗಿ ಬಂದರೆ ನಿಧಾನವಾಗಿ ಎತ್ತಿರಿ. ಸಮತೋಲನ ಕಾಯ್ದುಕೊಳ್ಳಿ. ಉಸಿರಿನ ಬಲದಿಂದ ಬಗ್ಗಿ. ನೆರೆಯವರ ಸಹಾಯದಿಂದ ಸಾಮಾನುಗಳನ್ನು ಎತ್ತಿರಿ. ರೇಷನ್ ವಸ್ತುಗಳ ಚೀಲ ಎತ್ತಬೇಕಾಗಿ ಬಂದರೆ ಎರಡು ಚೀಲಗಳಲ್ಲಿ ತುಂಬಿ ಒಂದೊಂದು ಕೈಲಿ ಒಂದೊಂದು ಚೀಲ ಹಿಡಿದು ಸಮತೂಕ ಕಾಯ್ದುಕೊಳ್ಳಿ.
- ಕೊಟ್ಟಿರುವ ನಿರ್ದೇಶನದಂತೆ ಲೆಕ್ಕಾಚಾರವಾಗಿ ದೇಹದ ತೂಕ ಹೆಚ್ಚಿಸಿಕೊಳ್ಳಿ. ತೂಕ ಹೆಚ್ಚಿದರೆ ಬೆನ್ನಿನ ಮೇಲೆ ವತ್ತಡ ಹೆಚ್ಚುತ್ತದೆ.
- ಸರಿಯಾದ ಪಾದರಕ್ಷೆ ಬಳಸಿ. ಹೈಹೀಲ್ಡ್ ಬಳಸಿದಿರೋ ಬೆನ್ನುನೋವು ಬರಬಹುದು. 2 ಅಂಗುಲ ಹೀಲ್ ಬಳಸಿದರೆ ಸಾಕಾಗಬಹುದು. ಮಾಂಸಖಂಡಗಳಿಗೆ ಆರಾಮ ಅನಿಸುವಂತಹ ಆರ್ಥೋಪೆಡಿಕ್ ಚಪ್ಪಲಿಗಳನ್ನೂ ಬಳಸಬಹುದು.
- ರಾತ್ರಿ ಹೊತ್ತು ದುಂಡನೆ ದಿಂಬು ಇಟ್ಟುಕೊಂಡು ದೇಹ ಆರಾಮದಾಯಕ ಸ್ಥಿತಿಯಲ್ಲಿ ಇರುವಂತೆ ಮಲಗಿಕೊಂಡರೆ ಬೆಳಗ್ಗೆ ಎದ್ದಾಗ ಸಾಕಷ್ಟು ಹಾಯೆನಿಸುತ್ತದೆ. ಇಷ್ಟೇ ಅಲ್ಲದೆ ಬೆಳಗ್ಗೆ ಮಲಗಿ ಎದ್ದ ನಂತರ ಹಾಸಿಗೆಯಿಂದ ಕೆಳಗೆ ಇಳಿಯುವ ಮುನ್ನ ಕಾಲ್ಗಳನ್ನು ಇಳಿಬಿಟ್ಟು ಅಲುಗಾಡಿಸಿ.
- ಎತ್ತರದ ಶೆಲ್ಫ್‌ಗಳಲ್ಲಿ ಇಟ್ಟಿರುವ ಸಾಮಾನುಗಳನ್ನು ತೆಗೆದುಕೊಳ್ಳುವಾಗ ಗಡಿಬಿಡಿ ಮಾಡಬೇಡಿ. ಸಣ್ಣ ಸ್ಟೂಲ್ ಬಳಸಿ. ಇಲ್ಲದಿದ್ದರೆ ಬೆನ್ನಿನ ಮೇಲೆ ವತ್ತಡ ಹೆಚ್ಚುತ್ತದೆ.
- ಬಿಸಿ ಮತ್ತು ತಣ್ಣೀರಿನ ಶಾಖ ಆರಾಮ ನೀಡಬಲ್ಲದು. ಹದಿನೈದು ನಿಮಿಷ ಐಸ್ ಪ್ಯಾಕ್ ಮತ್ತು ಹದಿನೈದು ನಿಮಿಷ ಹೀಟಿಂಗ್ ಪ್ಯಾಡ್ ಬಳಸಿ. ಇವೆರಡನ್ನೂ ಬಟ್ಟೆಯಲ್ಲಿ ಸುತ್ತಿಯೇ ಬಳಸಬೇಕು.
- ಉಗುರು ಬೆಚ್ಚಗಿನ ನೀರಿನಲ್ಲಿ ಸ್ನಾನ ಮಾಡಿ. ಬೆನ್ನು ಮಾಲೀಶ್ ಮಾಡಿಸಿಕೊಳ್ಳಿ.
- ಬೆನ್ನನ್ನು ಚೆನ್ನಾಗಿ ತೊಳೆದುಕೊಳ್ಳಿ. ತಿಳಿದವರಿಂದ ಮಾಲಿಶ್ ಮಾಡಿಸಿಕೊಳ್ಳಿ. ಮಾಲಿಶ್ ಮಾಡುವವರಿಗೆ ಗರ್ಭವತಿಯರಿಗೆ ಹೇಗೆ ಮಾಲಿಶ್ ಮಾಡುವುದು ಎಂಬುವುದು ತಿಳಿದಿರಬೇಕು.
- ವಿಶ್ರಾಂತಿ ತೆಗೆದುಕೊಳ್ಳುವುದನ್ನು ಅಭ್ಯಾಸ ಮಾಡಿಕೊಳ್ಳಿ. ಎಷ್ಟೋ ಬಾರಿ ಪುರುಸೊತ್ತಿಲ್ಲದ ಕೆಲಸದಿಂದ ಬೆನ್ನು ನೋವು ಹೆಚ್ಚಾಗುವುದು .

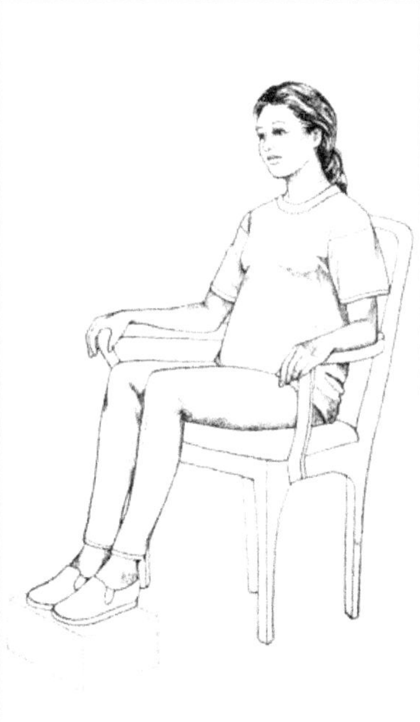

ಆರಾಮವಾಗಿ ಕುಳಿತುಕೊಳ್ಳುವುದು

ನಿಮ್ಮ ಹೊಸ ಚರ್ಮ

ಗರ್ಭಾವಸ್ಥೆಯಲ್ಲಿ ನಿಮ್ಮ ಇಡೀ ದೇಹದ ಮೇಲೆ ಯಾವುದಾದರೂ ರೂಪದಲ್ಲಿ ತನ್ನ ಪ್ರಭಾವ ಕಾಣಿಸುತ್ತದೆ. ಹಾಗೆಯೇ ಚರ್ಮದ ಮೇಲೂ ಪ್ರಭಾವ ಇರುತ್ತದೆ. ಈ ದಿನಗಳಲ್ಲಿ ಈ ಕೆಳಕಂಡ ಬದಲಾವಣೆಗಳು ಚರ್ಮದಲ್ಲಿ ಕಂಡುಬರಬಹುದು.

ಲೀನಿಟಿ ನಿಗ್ರಾ ಗರ್ಭಾವಸ್ಥೆಯಲ್ಲಿ ಹಾರ್ಮೋನ್‌ಗಳಿಂದಾಗಿ ತೊಟ್ಟಿನ(ನಿಪ್ಪಲ್) ಸುತ್ತಲಿನ ಬಣ್ಣ ಗಾಢವಾಗುತ್ತದೋ ಹಾಗೆಯೇ ಹೊಕ್ಕಳಿಂದ ಹಿಡಿದು ಕೆಳಗಿನವರೆಗೆ ಹೋಗುವ ರೇಖೆಯೂ ಗಾಢವಾಗುತ್ತಾ ಹೋಗುತ್ತದೆ. ಕಪ್ಪು ಬಣ್ಣದ ಸ್ತ್ರೀಯರಲ್ಲಿ ಇದು ಹೆಚ್ಚು ಸ್ಪಷ್ಟವಾಗುತ್ತಿರುತ್ತದೆ. ಇದು ಎರಡನೆಯ ಮೂರುತಿಂಗಳಲ್ಲಿ ಕಾಣಿಸಿಕೊಳ್ಳುವುದು ಹಾಗೂ ಪ್ರಸವಕ್ಕೆ ಕೆಲವು ತಿಂಗಳನಂತರ ಕಡಿಮೆಯಾಗುತ್ತದೆ. ಈ ಸಾಲು ನಾಭಿಯವರೆಗೆ ಹೋದರೆ ಹೆಣ್ಣು ಮಗು ಎಂದು ದಾದಿಯರು ಹೇಳುತ್ತಾರೆ. ಪಸಲಿಯವರೆಗೆ ಹೋದರೆ ಗಂಡುಮಗು ಎನ್ನುವುದು ಅವರ ಅಭಿಪ್ರಾಯ.

ಗರ್ಭಾವಸ್ಥೆಯ ನೆರಿಗೆ : ಶೇಕಡಾ 50 ರಿಂದ 75ರಷ್ಟು ಗರ್ಭವತಿ ಸ್ತ್ರೀಯರಿಗೆ ಮುಖದ ಮೇಲೆ ನೆರಿಗೆ ಮೂಡುತ್ತದೆ. ಕಪ್ಪು ಬಣ್ಣದ ಸ್ತ್ರೀಯರ ಮುಖ, ಮೂಗು, ಗಲ್ಲಗಳಲ್ಲಿ ಕಚ್ಚಿದಂತಹ ಗುರುತು ಮೂಡುತ್ತದೆ. ಪ್ರಸವದನಂತರ ಕೆಲವು ತಿಂಗಳಾದ ಮೇಲೆ ಇವು ತನಗೆ ತಾನೇ ಮಾಯವಾಗಿಬಿಡುತ್ತದೆ. ಇಲ್ಲದಿದ್ದರೆ ಬ್ಲೀಚ್, ಲೇಸರ್ ಮಾಡಿಸಿಕೊಂಡು ಹೋಗಲಾಡಿಸಬಹುದು. ಸಧ್ಯಕ್ಕೆ ಇಂತಹ ಚಿಕಿತ್ಸೆಯನ್ನು ಮಾಡಿಸಿಕೊಳ್ಳಬಾರದು. ಕನ್‌ಸೀಲರ್ ನೆರವಿನಿಂದ ಬೇಕಾದರೆ ಮರೆಮಾಡಬಹುದು.

ಹೈಪರ್ ಪಿಗ್‌ಮೆಂಟೇಶನ್:- ಅನೇಕ ಸ್ತ್ರೀಯರಲ್ಲಿ ದೇಹದ ಚರ್ಮ ಕೆಲವು ಅಂಗಗಳಲ್ಲಿ ಆಳವಾಗಿರುವುತ್ತದೆ. ಮಚ್ಚೆಗಳು ದಟ್ಟವಾಗಿರುತ್ತದೆ. ಪ್ರಸವದ ನಂತರ ಇವೂ ಹಗುರವಾಗುತ್ತದೆ. ಅಂತಹವರು ಸೂರ್ಯನ ಬಿಸಿಲಲ್ಲಿ ಹೆಚ್ಚು ಬಿಟ್ಟುಕೊಳ್ಳಬಾರದು. ಸನ್‌ಸ್ಕ್ರೀನ್‌ಗಳನ್ನು ಬಳಸಬೇಕು. ಒಂದು ದೊಡ್ಡ ಟೋಪಿ ಜೊತೆಯಲ್ಲಿ ವಸ್ತ್ರ ನಿಮಗೆ ನೆರವಾಗಬಲ್ಲದು.

ಕೈ ಮತ್ತು ಅಂಗೈ ಕೆಂಪಾಗುವಿಕೆ : ರಕ್ತ ಪ್ರವಹಿಸುವ ವೇಗ ಹೆಚ್ಚುವುದರಿಂದ ಹೀಗಾಗುತ್ತದೆ. ತಣ್ಣೀರಿನಲ್ಲಿ ಕೈ ಇರುವುದರಿಂದ ಸ್ವಲ್ಪ ಆರಾಮವಾಗಬಹುದು. ನೇರವಾಗಿ ಶಾಖ ತಗಲುವುದರಿಂದ ಕೈಗಳನ್ನು ದೂರ ಇಡಬೇಕು. ಸಾಬೂನು ಮತ್ತು ಸುಗಂಧ ದ್ರವ್ಯಗಳಿಂದ ದೂರವಿರತಕ್ಕದ್ದು. ಇವೂ ಕೂಡ ಪ್ರಸವದ ನಂತರ ಸರಿಹೋಗುತ್ತದೆ.

ಮಚ್ಚೆಗಳು:- ಗರ್ಭಿಣಿ ಮಹಿಳೆಯರಲ್ಲಿ ಮಚ್ಚೆಯ ಸಮಸ್ಯೆ ಹೆಚ್ಚಾಗುವುದು. ತ್ವಚೆಯ ಮೇಲೆ ಬೇಡದ ತ್ವಚೆ ಸಂಗ್ರಹಿಸುವುದು. ಇದು ಎರಡನೆಯ ಹಾಗೂ ಕಡೆ ಮೂರು ತಿಂಗಳಲ್ಲಿ ಆಗುವುದು. ಪ್ರಸವನಂತರ ಸರಿಹೋಗುವುದು. ಸರಿಹೋಗದೆ ಹೋದರೂ ಡಾಕ್ಟರ್ ಇದನ್ನು ತೆಗೆದುಹಾಕುವರು.

ಶಾಖ ಹೆಚ್ಚುವಿಕೆ (ಹೀಟ್ ರೈಸೇಜ್) ಗರ್ಭವತಿ ತಾಯಂದಿರು ಶಾಖ ಹೆಚ್ಚಳದ ಸಮಯದಲ್ಲಿ ಹೆಚ್ಚು ಹತಾಶರಾಗಿರುತ್ತಾರೆ. ಬೆವರು ಸುರಿಯುವ ಚರ್ಮ ಉಜ್ಜಿದಂತಾದರೆ ಕೆಂಪಾಗುತ್ತದೆ. ಆಗ ಆ ಸ್ಥಳದಲ್ಲಿ ಉರಿ ಉಂಟಾಗುತ್ತದೆ. ಎದೆಯ ಕೆಳಭಾಗದಲ್ಲಿ ಕಂಕುಳಲ್ಲಿ, ತೊಡೆ ಸಂಧಿಯಲ್ಲಿ, ಹೊಟ್ಟೆಯ ಕೆಳಭಾಗ ಹೆಚ್ಚು ಉರಿ ಕಾಣಿಸುತ್ತದೆ. ದೇಹವನ್ನು ಸದಾ ಸ್ವಚ್ಛವಾಗಿಡಿ. ಆ ಸ್ಥಳದಲ್ಲಿ ಬಟ್ಟೆಯಿಂದ ಒತ್ತಿ ಒತ್ತಿ ಒರೆಸಿಕೊಳ್ಳಿ. ನಂತರ ಪೌಡರ್ ಹಾಕಿಕೊಳ್ಳಿ. ಸ್ವಲ್ಪ ಕ್ಯಾಲಮೈನ್ ದ್ರಾವಣ ಲೇಪಿಸಿ. ಆದರೆ ಇವೆಲ್ಲಕ್ಕೂ ಮುಂಚೆ ವೈದ್ಯರ ಸಲಹೆ ಪಡೆಯಲು ಮರೆಯಬೇಡಿ. 203 ದಿನಗಳಲ್ಲಿ ಇದು ವಾಸಿಯಾಗದೇ ಹೋದರಂತೂ ವೈದ್ಯರ ಸಲಹೆ ಅತ್ಯವಶ್ಯ ಮತ್ತು ಅನಿವಾರ್ಯ.

ಏನಾದರೂ ಆಗಬಹುದು : ಈಗ ಹೇಳಿದ ಎಲ್ಲವೂ ಕೆಲವು ಉದಾಹರಣೆಗಳು ಅಷ್ಟೆ. ಈ ಅವಧಿಯಲ್ಲಿ ನಿಮ್ಮ ಚರ್ಮ ಯಾವುದೇ ರೀತಿಯಲ್ಲಿ ಬದಲಾಗುವ ಸಾಧ್ಯತೆ ಇದೆ.

ನೋವು ಹೆಚ್ಚಾದರೆ ನಿವಾರಣೋಪಾಯ ಬಳಸಿ. ವತ್ತಡ ಕಡಿಮೆ ಮಾಡಿಕೊಳ್ಳುವ ಉಪಾಯವನ್ನೂ ಮಾಡಿ.

- ಹೊಟ್ಟೆಯ ಮಾಂಸಖಂಡಗಳಿಗೆ ಬಲ ನೀಡುವಂತಹ ವ್ಯಾಯಾಮಗಳನ್ನು ಮಾಡಿ. ಜಿಮ್ನಾಸ್ಟಿಕ್ಸ್ ಮತ್ತು ಯೋಗ ತರಗತಿಗಳಿಗೆ ಹೋಗಿ.
- ಒಂದು ವೇಳೆ ನೋವು ಹೆಚ್ಚಾದರೆ ಡಾಕ್ಟರ್ ಸಲಹೆ ಪಡೆದು ಆಕ್ಯುಪಂಕ್ಚರ್ ವಿಧಾನ ಅನುಸರಿಸಿ.

ಹೊಟ್ಟೆ ನೋವು

ಹೊಟ್ಟೆಯ ಕೆಳಭಾಗ ಅಥವಾ ಕಿಬ್ಬೊಟ್ಟೆಯಲ್ಲಿ ಏಕೆ ತೊಂದರೆ ಆಗುತ್ತಿದೆ?

ಗರ್ಭಾವಸ್ಥೆ ಹೆಚ್ಚುತ್ತಿದ್ದಂತೆ ನೋವುಗಳೂ ಹೆಚ್ಚುತ್ತಿವೆಯಲ್ಲಾ ಎಂದು ನಿಮಗೆ ಅನಿಸುತ್ತಿರಬಹುದು. ವಿಕಸನಗೊಳ್ಳುತ್ತಿರುವ ತಮ್ಮ ಗರ್ಭಾಶಯಕ್ಕೆ ಆಸರೆ ನೀಡಲು ಮಾಂಸಖಂಡಗಳು ಮತ್ತು ಲಿಗಮೆಂಟ್‌ನಲ್ಲಿ ಸೆಳೆತ ಉಂಟಾಗುತ್ತಿದೆ. ತಾಂತ್ರಿಕವಾಗಿ ಇದಕ್ಕೆ 'ರೌಂಡ್ ಲಿಗಮೆಂಟ್' ಎಂದು ಕರೆಯುತ್ತಾರೆ. ಗರ್ಭವತಿ ತಾಯಂದಿರಿಗೆ ಇದರ ಅನುಭವವಾಗುತ್ತಾ ಹೋಗುತ್ತದೆ. ಹಾಗೆಯೇ ವ್ಯಕ್ತಿಗತವಾಗಿ ಈ ಅನುಭವ ವಿಭಿನ್ನವಾಗಿಯೂ ಇರುತ್ತದೆ. ಇದು ಸಾಕಷ್ಟು ತೀಕ್ಷ್ಣ. ಹಗುರ, ಚುಚ್ಚಿದಂತಹ ಅಥವಾ ಸಿಹಿಯಾಗಿಯೂ ಇರುತ್ತದೆ. ಇದರ ಜೊತೆಗೆ ಜ್ವರ, ಚಳಿ ಉಂಟಾಗುವುದು. ರಕ್ತಸ್ರಾವ, ತಲೆ ಸುತ್ತುವುದು ಅನುಭವವಾದರೆ ಸಾಮಾನ್ಯ ಲಕ್ಷಣಗಳೇ ಎನ್ನಬಹುದು.

ಕಾಲ್ಗಳನ್ನು ಸ್ವಲ್ಪ ಮೇಲೆತ್ತಿಕೊಂಡು ಮಲಗುವುದರಿಂದ ಸ್ವಲ್ಪ ಆರಾಮ ಎನಿಸುತ್ತದೆ. ತಮ್ಮ ಈ ಲಕ್ಷಣಗಳ ಬಗ್ಗೆ ವೈದ್ಯರಿಗೆ ತಿಳಿಸುವುದನ್ನು ಮಾತ್ರ ಮರೆಯಬೇಡಿ.

ಕಾಲು ಊತ

"ನನ್ನ ಚಪ್ಪಲಿಗಳು ಸಾಕಷ್ಟು ಬಿಗಿಯಾಗುತ್ತಿವೆ. ನನ್ನ ಕಾಲಿನ ಆಕಾರವೂ ಹೆಚ್ಚುತ್ತಿದೆಯೋ?.''

ಗರ್ಭಾವಸ್ಥೆಯಲ್ಲಿ ಹೊಟ್ಟೆಯೊಂದೇ ಊದುತ್ತದೆ ಎಂದಲ್ಲ. ಅನೇಕ ಗರ್ಭಿಣಿ ಸ್ತ್ರೀಯರಂತೆ ನಿಮಗೂ ನಿಮ್ಮ ಕಾಲುಗಳು ಊದುತ್ತಿವೆ ಎಂಬ ಅನುಭವ ಆಗಬಹುದು. ಒಂದು ವೇಳೆ ನಿಮಗೆ ಹೊಸ ತೆರನಾದ ಚಪ್ಪಲಿ ಧರಿಸುವ ಇಚ್ಛೆಯಾದರೆ ಒಳ್ಳೆಯದು. ಆದರೆ ಹೆಚ್ಚು ಬೆಲೆ ಬಾಳುವ 2–3 ಜೊತೆ ಪಾದರಕ್ಷೆಗಳನ್ನು ಈ ಅವಧಿಗಾಗಿ ಕೊಂಡುಕೊಳ್ಳಬೇಕಿಲ್ಲ.

ಈ ಅವಧಿಯಲ್ಲಿ ಕಾಲಿನ ಅಳತೆ ಏಕೆ ಹೆಚ್ಚಾಗುತ್ತದೆ? ಗರ್ಭಾವಸ್ಥೆಯಲ್ಲಿ ವಿರಳ ವಸ್ತುಗಳ ಅನುಭವ ಆಗುವುದಲ್ಲದೆ ಇದಕ್ಕೆ ಮತ್ತೊಂದು ಕಾರಣವಿರುತ್ತದೆ. ಗರ್ಭಾವಸ್ಥೆಯಲ್ಲಿನ ಹಾರ್ಮೋನ್ ಕಲೆಕ್ಷನ್ ನಿಮ್ಮ ಪೆಲ್ವಿಸ್‌ನ ಅಕ್ಕ-ಪಕ್ಕ ಇರುವ ಲಿಗಮೆಂಟ್ ಅಥವಾ ಜೋಡಣೆಗಳನ್ನು ಸಡಿಲಗೊಳಿಸುತ್ತದೆ. ಮಗುವಿಗೆ ಅಲ್ಲಿ ಸ್ಥಳಾವಕಾಶವಾಗಲಿ ಎಂಬುದು ಈ ಪ್ರಕ್ರಿಯೆಯ ಉದ್ದೇಶ. ಇದು ಕಾಲುಗಳ ಪಿಗ್ಮೆಂಟ್‌ಗಳ ಮೇಲೂ ಪರಿಣಾಮ ಬೀರುತ್ತದೆ. ಯಾವಾಗ ಕಾಲುಗಳ ಪಿಗ್ಮೆಂಟ್‌ಗಳು ಸಡಿಲಿಸುತ್ತವೋ ಅವುಗಳ ಕೆಳಗಿನ ಮೂಳೆಗಳು ಸ್ವಲ್ಪ ವಿಕಸನಗೊಳ್ಳುತ್ತವೆ. ಇದರಿಂದಾಗಿ ಅನೇಕ ಮಹಿಳೆಯರಲ್ಲಿ ಕಾಲು ಅರ್ಧ ಅಥವಾ ಒಂದು ಅಂಗುಲ ಊತವಿರುತ್ತದೆ. ಗರ್ಭಾವಸ್ಥೆಯ ನಂತರ ಈ ಜೋಡಣೆ ಮತ್ತೆ ಬಿಗಿತಗೊಂಡು ಎಂದಿನ ಸ್ಥಿತಿಗೆ ಮರಳುತ್ತದೆ. ಆದರೆ ಕಾಲುಗಳ ಅಳತೆ ಶಾಶ್ವತವಾಗಿ ಸ್ವಲ್ಪ ಹೆಚ್ಚಾಗಲೂಬಹುದು.

ಅಂದ ಮೇಲೆ ಕಾಲುಗಳ ಊತ ಇಳಿಯುವುದರ ಉಪಾಯಗಳ ಮೇಲೆ ಗಮನ ಇರಿಸಬೇಕು. ಕಾಲು ಒಂದು ಅಂಗುಲ ಊದಿತೆಂದರೆ ಹೊಸ ಆರಾಮದಾಯಕ ಅನಿಸುವ ಪಾದರಕ್ಷೆಗಳನ್ನು ಧರಿಸಬೇಕು. ಹಾಗೆ ಮಾಡಿದರೆ ಗರ್ಭಾವಸ್ಥೆಯಲ್ಲಿ ಬರಿಗಾಲಲ್ಲಿ ಓಡಾಡುವುದು ತಪ್ಪುತ್ತದೆ. ಚಪ್ಪಲಿಗಳನ್ನು ಕೊಳ್ಳುವಾಗ ಪ್ಯಾಷನ್‌ಗಿಂತ ಆರೋಗ್ಯದತ್ತ ಗಮನ ಹರಿಸಬೇಕು. ಚಪ್ಪಲಿಯ ಹೀಲ್ 2 ಅಂಗುಲಕ್ಕಿಂತ ಹೆಚ್ಚಾಗಿರಬಾರದು. ತಳಭಾಗ ಕಾಲಿಗೆ ಸರಿಯಾಗಿ ಹೊಂದಿಕೊಳ್ಳುವಂತಿರಲಿ. ಚಪ್ಪಲಿ ಖರೀದಿಸುವಾಗ ಸಂಜೆ ಹೊತ್ತು ಹೋಗಿ ಆಗ ಕಾಲು ತನ್ನ ಅಗತ್ಯವನ್ನು ನಿಮಗೆ ಸೂಚಿಸುತ್ತಿರುತ್ತದೆ. ನಿಮ್ಮ ಬೆವರಿನಿಂದ ಕೂಡಿದ ಕಾಲಿಗೆ ಗಾಳಿಯಾಡಲು ಅನುಕೂಲವಾಗುವಂತಹ ವಸ್ತುಗಳಿಂದ ತಯಾರಿಸಿದ ಪಾದರಕ್ಷೆಗಳನ್ನು ಬಳಸಿ (ಸಿಂಥೆಟಿಕ್ ಒಳ್ಳೆಯದು)

ಸಂಜೆಯಲ್ಲಿ ನಿಮ್ಮ ಕಾಲು-ಪಾದಗಳಿಗೆ ನೋವಾಗುತ್ತದೆಯೇ? ಅಂದ ಮೇಲೆ ವಿಶೇಷವಾಗಿ ತಯಾರಿಸಿದ ಚಪ್ಪಲಿಗಳಿಂದ ನಿಮ್ಮ ಸಮಸ್ಯೆ ನಿವಾರಣೆಯಾಗುತ್ತದೆ. ಇಷ್ಟೇ ಅಲ್ಲದೆ ಬೆನ್ನು ಕಾಲು ನೋವಿನಿಂದಲೂ ಆರಾಮ ಲಭಿಸುತ್ತದೆ. ಅವಕಾಶ ಸಿಕ್ಕಾಗಲೆಲ್ಲಾ ಕಾಲು ಮೇಲೆತ್ತಿಕೊಂಡು ಮಲಗಿಕೊಳ್ಳಿ. ಮನೆಯಲ್ಲಿ ಸ್ಥಿತಿಸ್ಥಾಪಕತ್ವ ಇರುವ ಚಪ್ಪಲಿ ಧರಿಸಿ. ಇದು ಕಾಲುಗಳ ಆಯಾಸ-ನೋವಿನಿಂದ ಮುಕ್ತಿ ನೀಡುತ್ತದೆ.

ಕೂದಲು-ಉಗುರುಗಳು ವೇಗವಾಗಿ ಬೆಳೆಯುವುದು:

ನನ್ನ ಕೂದಲು ಮತ್ತು ಉಗುರುಗಳು ಈ

ದಿವಸಗಳಲ್ಲಿ ಹೆಚ್ಚು ವೇಗವಾಗಿ ಬೆಳೆಯುತ್ತೆ ಎಂದು ನನಗೆ ಅನಿಸುತ್ತದೆ ಹೀಗೇಕೆ?.

ಗರ್ಭಾವಸ್ಥೆಯಲ್ಲಿ ಹಾರ್ಮೋನ್‌ಗಳು ಸೇರಿಕೊಂಡು ತಮ್ಮ ಗರ್ಭಾವಸ್ಥೆಯನ್ನು ಅಸ್ಥಿರವನ್ನಾಗಿಸುವ ಪಣ ತೊಟ್ಟಂತೆ ತೋರುತ್ತದೆ. (ತಲೆ ದಿಂ ಎನ್ನುವುದು, ಎದೆಯಲ್ಲಿ ಉರಿ, ವಾಂತಿ ಇತ್ಯಾದಿ ಕಾಣಿಸಿಕೊಳ್ಳುವಿಕೆ) ಅಷ್ಟೇ ಅಲ್ಲದೆ ಕೆಲವು ಹಾರ್ಮೋನ್‌ಗಳು ಕೆಲವು ವಸ್ತುಗಳ ಹೆಚ್ಚಳವನ್ನೂ ಉಂಟುಮಾಡುತ್ತವೆ. ವೇಗವಾಗಿ ಬೆಳೆಯುತ್ತಿರುವ ಉಗುರುಗಳು ಮೇನಿಕ್ಯೂರ್ ಮಾಡಬಹುದು. ನೀವು ಕೇಶಾಲಂಕಾರ ಮಾಡುವವರ ಬಳಿ ಹೋಗುವ ಮುನ್ನ ಕೂದಲು ಬೆಳೆಸಿಕೊಳ್ಳಬಹುದು. ಕೂದಲು ಮೊದಲಿಗಿಂತ ದಟ್ಟವಾಗಿಯೂ ಇರಬಹುದು. ಇದರಿಂದ ರಕ್ತ ಸಂಚಾರ ಅಥವಾ ಮೆಟಬಾಲಿಸಂ ಹೆಚ್ಚುತ್ತದೆ. ಇದರಿಂದ ಕೂದಲಿನ ಕೋಶಗಳ ಪೋಷಣೆ ಆಗುತ್ತದೆ. ಮೊದಲಿಗಿಂತಲೂ ಅವುಗಳ ಆರೋಗ್ಯಕರವಾಗುತ್ತಾರೆ.

ಆದರೆ ಯಾವುದೇ ಒಂದು ಲಾಭ ಉಂಟಾಗಬೇಕಾದರೆ ಅದಕ್ಕೆ ಬೆಲೆ ತರಬೇಕು. ಈ ಪೋಷಣೆಯಿಂದಾಗಿ ಇತರೆ ಪರಿಣಾಮಗಳು ಎದುರಾಗುತ್ತವೆ. ಇದರಿಂದಾಗಿ ನಮಗೆ ಬೇಕಿಲ್ಲದೇ ಇರುವ ಸ್ಥಳಗಳಲ್ಲಿಯೂ ಕೂದಲು ಬೆಳೆಯುವುದು ಹೆಚ್ಚಾಗಿ ಬಿಡುತ್ತದೆ. ತುಟಿ, ಗಲ್ಲಗಳೇ ಅಲ್ಲದೆ ಕಾಲುಗಳು, ಕಂಕಳು, ಎದೆ, ಬೆನ್ನು ಮತ್ತು ಹೊಟ್ಟೆಗಳ ಮೇಲೆಯೂ ಸಾಕಷ್ಟು ಕೂದಲು ಬೆಳೆಯಲಾರಂಭಿಸುತ್ತದೆ.

ಆದರೆ ಈ ಕೂದಲು ಬೆಳೆಯುವಿಕೆ ಶಾಶ್ವತವಲ್ಲ ಎಂಬುವುದು ನಿಮಗೆ ನೆನಪಿನಲ್ಲಿರಲಿ. ಪ್ರಸವದ ನಂತರ ಎಲ್ಲವೂ ಮೊದಲಿನಂತೆ ಆಗಿಬಿಡುತ್ತದೆ. ಕೂದಲು ಎಂದಿನಂತೆ ಚಿಕ್ಕದೂ, ತೆಳ್ಳಗೆಯೂ ಆಗುತ್ತದೆ. ಹೇಗೂ ಶಿಶು ಜನಿಸುವಾಗ ಕೂದಲನ್ನು ಕತ್ತರಿಸಲೇಬೇಕಲ್ಲವೇ?

ದೃಷ್ಟಿ

ಗರ್ಭಾವಸ್ಥೆಯನಂತರ ನನ್ನ ದೃಷ್ಟಿ ಮೊದಲಿಗಿಂತ ಸ್ವಲ್ಪ ಮಂದವಾಗಿದೆ. ನನ್ನ ಕಾಂಟಾಕ್ಟ್ ಲೆನ್ಸ್‌ಗಳು ಸಹ ಸೂಕ್ತ ರೀತಿಯಲ್ಲಿ ಕೆಲಸ ಮಾಡುತ್ತಿಲ್ಲ. ಇದು ನನ್ನ ಕಲ್ಪನೆಯೇ?

ಇಲ್ಲ, ಇದು ನಿಮ್ಮ ಕಲ್ಪನೆ ಅಲ್ಲ. ಈ ದಿನಗಳಲ್ಲಿ ದೃಷ್ಟಿ ಮಂದವಾಗುವುದಷ್ಟೇ ಅಲ್ಲ. ನಿಮ್ಮ ಕಾಂಟಾಕ್ಟ್ ಲೆನ್ಸ್ ಕೂಡ ಯಥಾಸ್ಥಿತಿ ಇರುವುದಿಲ್ಲ. ಕಣ್ಣಿನಲ್ಲಿ ಶುಷ್ಕತೆ ಇರುವ ಕಾರಣ ಉರಿ, ನೀರು ಸುರಿಯುವುದು ಮತ್ತು ಹತಾಶೆ ಉಂಟಾಗುತ್ತದೆ. ಒಂದು ವೇಳೆ ಕಣ್ಣಿನಲ್ಲಿ ಹೆಚ್ಚು ನೀರು ಸುರಿಯತೊಡಗಿದರೆ ಕಾಂಟಾಕ್ಟ್ ಲೆನ್ಸ್ ಧರಿಸುವ ಮಹಿಳೆಯರ ದೃಷ್ಟಿ ಮಾಂದ್ಯ ಆಗುತ್ತಾ ಹೋಗಬಹುದು. ಪ್ರಸವದನಂತರ ಮಾತ್ರ ಎಲ್ಲವೂ ಮಾಮೂಲಿನಂತೆ ಆಗುತ್ತದೆ. ಆದ್ದರಿಂದ ಯಾವುದೇ ಬದಲಾವಣೆ ಮಾಡುವ ಮುನ್ನ ಸ್ವಲ್ಪ ಯೋಚಿಸಿ.

ಭ್ರೂಣದ ಚಲನವಲನ

ಹಿಂದಿನ ವಾರ ನನಗೆ ಹೊಟ್ಟೆಯಲ್ಲಿ ಹಗುರವಾದ ಸಂಚಲನದ ಅನುಭವ ಆಗುತ್ತಿತ್ತು. ಆದರೆ ಈಗ ಯಾವುದೂ ಗೋಚರಿಸುತ್ತಿಲ್ಲ. ಎಲ್ಲವೂ ಸರಿಯಾಗಿದೆ ಎಂದು ಭಾವಿಸಲೇ.

ಶಿಶುವು ಹೊಟ್ಟೆಯೊಳಗೆ ಒದೆಯುವುದು, ಹೊರಳುವುದು ಕುಣಿಯುವುದು ಸಾಕಷ್ಟು ರೋಮಾಂಚನ ಉಂಟುಮಾಡುತ್ತದೆ. ಶಕ್ತಿಯಿಂದ ತುಂಬಿದ ಜೀವಿಯೊಂದು ಒಳಗೆ ಬೆಳೆಯುತ್ತಿದೆ ಎಂಬುದಕ್ಕೆ ಈ ಚಲನವಲನ ಸಾಕ್ಷಿಯಾಗುತ್ತದೆ. ಇದರ ಚಲನವಲನ ಸಾಕ್ಷಿಯಾಗುತ್ತದೆ. ಇದರ ಚಲನವಲನ ಭಾವಿ ತಾಯಿಗೆ ಅನೇಕ ಅನುಮಾನಗಳು, ಸವಾಲನ್ನು ಒಡ್ಡುತ್ತವೆ. ಮಗು ಒದೆಯುತ್ತಿದೆ ಎಂದು ಒಮ್ಮೆ ಅನಿಸಿದರೆ ಮರುಕ್ಷಣ ಗ್ಯಾಸ್‌ನಿಂದಾಗಿ ಹೀಗಾಗುತ್ತಿರಬಹುದೇ ಎಂದು ಭಾಸವಾಗುತ್ತದೆ. ಒಂದೊಂದು ವಿಧ ಅದರ ಚೆಲ್ಲಾಟ ನಿಲ್ಲುವುದೇ ಇಲ್ಲ. ಮತ್ತೊಂದು ದಿನ ಅಲ್ಲಾಡುವುದೇ ಇಲ್ಲ. ಗಾಢ ನಿದ್ದೆಯಲ್ಲಿರುವಂತಿರುತ್ತದೆ.

ಗಾಬರಿಯಾಗಬೇಡಿ, ಗರ್ಭಾವಸ್ಥೆಯಲ್ಲಿ ಈ ಸಂದರ್ಭ ಶಿಶುವಿನ ಚಲನ-ವಲನಗಳ ಬಗ್ಗೆ ಚಿಂತಿಸುವ ಯಾವ ಅವಶ್ಯಕತೆಯೂ ಇಲ್ಲ. ಚಲನವಲನ ಯಾವಾಗ ಎಷ್ಟು ಬಾರಿ ಇರುತ್ತದೆ ಎಂಬುದರ ಲೆಕ್ಕಾಚಾರ ಸಾಕಷ್ಟು ಕಾಲದವರೆಗೆ ಭಿನ್ನವಾಗಿರುತ್ತದೆ. ಎಷ್ಟೋ ಬಾರಿ ನೀವು ಹತಾಶರಾಗಿರುವುದರಿಂದ ಅದರ ಅನುಭವ ಆಗಿರುವುದಿಲ್ಲ. ಎಷ್ಟೋ ಮಕ್ಕಳು ನಡುರಾತ್ರಿಯಲ್ಲಿ ಚಲನವಲನ ಆರಂಭಿಸುತ್ತವೆ. ತಾಯಿ ಆ ಸಂದರ್ಭ ಗಾಢ ನಿದ್ರೆಯಲ್ಲಿರುತ್ತಾಳೆ.

ಒಂದು ವೇಳೆ ಅನೇಕ ಗಂಟೆಗಳ ಕಾಲದಿಂದ

ಶಿಶುವಿನ ಚಲನವಲನ ಕೇಳಿಸದಿದ್ದರೆ ಒಂದು ಲೋಟದಲ್ಲಿ ಹಾಲು, ಕಿತ್ತಲೆ ಹಣ್ಣಿನ ರಸ ಅಥವಾ ಸ್ನ್ಯಾಕ್ಸ್ ಸೇವಿಸಿ ಒಂದು ಅರ್ಧ ಗಂಟೆ ಕಾಲ ಮಲಗಿಬಿಡಿ. ನಿಮ್ಮ ನಿಷ್ಕ್ರಿಯತೆ ಮತ್ತು ಮಗುವಿನ ಚಲನವಲನ ಆರಂಭ ಉಂಟಾಗುತ್ತದೆ. ಹಾಗೂ ತಿಳಿಯದೇ ಹೋದರೂ ಚಿಂತಿಸಬೇಕಿಲ್ಲ. ಅನೇಕ ಮಕ್ಕಳ ಚಲನವಲನ 2–3 ದಿನಗಳವರೆಗೆ ಅನುಭವಕ್ಕೇ ಬರುವುದಿಲ್ಲ. ಹಾಗೂ ನಿಮ್ಮ ಚಿಂತೆ ನಿವಾರಣೆಯಾಗದಿದ್ದರೆ ವೈದ್ಯರನ್ನು ಸಂಪರ್ಕಿಸಿ.

28ನೇ ವಾರದಲ್ಲಿ ಶಿಶುವಿನ ಚಲನವಲನ ಮೊದಲಿಗಿಂತಲೂ ಹೆಚ್ಚಾಗಿರುತ್ತದೆ. ಆದ್ದರಿಂದ ಅದರ ಚಲನದ ಮೇಲೆ ನಿಗಾ ಇರಿಸಬೇಕಾಗುತ್ತದೆ.

ಎರಡನೆಯ ಮೂರು ತಿಂಗಳಲ್ಲಿ (ಎರಡನೆ ತ್ರೈಮಾಸಿಕ) ಅಲ್ಟ್ರಾಸೌಂಡ್

ನನ್ನ ಗರ್ಭಾವಸ್ಥೆ ಸಾಮಾನ್ಯವಾಗಿ ಸಹಜ ರೂಪದಲ್ಲಿ ಸಾಗುತ್ತಿದೆ. ಆದರೂ ವೈದ್ಯರು ಈ ಬಾರಿ ಅಲ್ಟ್ರಾ ಸೌಂಡ್ ಪರೀಕ್ಷೆ ಮಾಡಿಸಿಕೊಳ್ಳಲು ಸೂಚಿಸುತ್ತಾರೆ. ಇದು ನಿಜವಾಗಿ ಅವಶ್ಯವೇ?

ಈ ನಡುವೆ ಎಲ್ಲಾ ಗರ್ಭವತಿ ಸ್ತ್ರೀಯರು ಎರಡನೇ ತ್ರೈಮಾಸಿಕದಲ್ಲಿ ಅಲ್ಟ್ರಾಸೌಂಡ್ ಪರೀಕ್ಷೆ ನಡೆಸುತ್ತಾರೆ. ಅವರು ಎಷ್ಟೇ ಆರೋಗ್ಯವಾಗಿರಲಿ, ಗರ್ಭಾವಸ್ಥೆ ಎಷ್ಟೇ ಸಹಜವಾಗಿರಲಿ ಪರೀಕ್ಷೆಯನ್ನು ಕಡ್ಡಾಯವಾಗಿ ಮಾಡುತ್ತಾರೆ. ಮಗುವು ಪೂರ್ಣ ರೂಪದಲ್ಲಿ ಬೆಳೆಯುತ್ತಿದೆಯೋ ಇಲ್ಲವೇ ಎಂಬುದನ್ನು ತಿಳಿಯುವುದು ಅದರ ಉದ್ದೇಶವಾಗಿರುತ್ತದೆ. ಇದರಿಂದಾಗಿ ತಮಗೂ ಮಗುವನ್ನು ಅಲ್ಟ್ರಾಸೌಂಡ್ ನೆರವಿನಿಂದ ನೋಡಿಕೊಳ್ಳುವ ಅವಕಾಶ ಲಭಿಸುತ್ತದೆ. ಇದೇ ಸಂದರ್ಭದಲ್ಲಿ ಮಗುವಿನ ಲಿಂಗ ಪತ್ತೆ ಮಾಡುವ ಕೆಲಸವನ್ನೂ ಮಾಡಬಹುದು.

> **ಒಂದು ಸುಂದರ ಚಿತ**
>
> ಎರಡನೇ ತ್ರೈಮಾಸಿಕದ ಅಲ್ಟ್ರಾಸೌಂಡ್‌ನಲ್ಲಿ ತಮಗೆ ಶಿಶುವಿನ ಸುಂದರ ಚಿತ್ರ ನೋಡಲು ಸಿಗುತ್ತದೆ. ಇದನ್ನು ನಿಮ್ಮ ಕಂಪ್ಯೂಟರ್‌ನಲ್ಲಿ ಸ್ಕ್ಯಾನ್ ಮಾಡಬಹುದು. ಇದನ್ನು ಫೋಟೋ ವೆಬ್‌ಸೈಟಲ್ಲಿ ಸ್ಕ್ಯಾನ್ ಮಾಡಿ ಫೋಟೋ ಇಂಕ್‌ನಿಂದ ಆಸಿಡ್ ಫ್ರೀ ಪೇಪರ್ ಮೇಲೆ ಪ್ರಿಂಟ್ ಮಾಡಿಕೊಳ್ಳಿ ಇದರಿಂದ ನಿಮ್ಮ ನೆನಪು ಎಂದೂ ಮಾಸಿಹೋಗದಂತಾಗುತ್ತದೆ.

ಗರ್ಭಾವಸ್ಥೆಯ ತಾರೀಖನ್ನು ತಿಳಿದುಕೊಳ್ಳಲು ಮೊದಲ ತ್ರೈಮಾಸಿಕದಲ್ಲಿ ಅಲ್ಟ್ರಾಸೌಂಡ್ ಪರೀಕ್ಷೆ ಮಾಡಿಸಿದ್ದರೂ, ಹೆಚ್ಚಿನ ತಿಳುವಳಿಕೆಗಾಗಿ ಸ್ಕ್ರೀನ್ ಮಾಡಿಸಿದರೂ ಈ ಬಾರಿ ಅಲ್ಟ್ರಾಸೌಂಡ್ ಮಾಡಿಸುವುದರಿಂದ ಡಾಕ್ಟರಿಗೆ ಹೆಚ್ಚಿನ ಮಾಹಿತಿ ಲಭಿಸುತ್ತದೆ. ಶಿಶುವಿನ ಆಕಾರ, ಲಿಂಗ, ಎಮ್ನಿಯೋಟಿಕ್ ದ್ರಾವಣ ಸರಿಯಾಗಿದೆಯೋ ಅಥವಾ ಇಲ್ಲವೇ ಎಂಬ ಅರಿವು ಇದರಿಂದ ಮೂಡುತ್ತದೆ. ಇದರಿಂದಾಗಿ ಡಾಕ್ಟರಿಗೆ ತಮ್ಮ ಮತ್ತು ಶಿಶುವಿನ ಸಮನ್ವಯದ ಸೃಷ್ಟಿ ಚಿತ್ರ ಲಭ್ಯವಾಗುತ್ತದೆ.

ಒಂದು ವೇಳೆ ಅಲ್ಟ್ರಾಸೌಂಡನ್ನು ಸ್ಪಷ್ಟವಾಗಿ ತಿಳಿದುಕೊಳ್ಳುವುದು ಸಾಧ್ಯವಾಗದೇ ಹೋದರೆ ಡಾಕ್ಟರನ್ನು ಕೇಳಲು ಸಂಕೋಚ ಪಡಬೇಡಿ.

ಪ್ಲಾಸೆಂಟಾದ(ಕೋಶದ) ಸ್ಥಾನ

ಡಾಕ್ಟರ್ ಪ್ರಕಾರ ನನ್ನ ಪ್ಲಾಸೆಂಟಾದಿಂದ ಅದು ಸರ್ವಿಕ್ಸ್ ಬಳಿ ಇದೆ ಎಂದು ಗೊತ್ತಾಗಿದೆ. ಅವರು ಹೇಳುವಂತೆ ಅದು ಯಾವ ಚಿಂತೆಗೂ ಕಾರಣವಾಗಿಲ್ಲ ಆದರೆ ನನಗೆ ಈಗಿನಿಂದಲೇ ಚಿಂತೆ ಆರಂಭವಾಗಿದೆ.

ನಿಮ್ಮ ಶಿಶು ಗರ್ಭಾಶಯದಲ್ಲಿ ಅತ್ತಿಂದಿತ್ತ ಚಲಿಸುತ್ತಿದೆಯೇ? ಭ್ರೂಣದಂತೆ ಪ್ಲಾಸೆಂಟಾ ಕೂಡ ಗರ್ಭಾಶಯದಲ್ಲಿ ತನ್ನ ಸ್ಥಳವನ್ನು ಬದಲಾಯಿಸಬಲ್ಲದು. ಶೇ. 10 ಭಾಗ ಪ್ಲಾಸೆಂಟಾಗಳು ಗರ್ಭಾಶಯದ ಕೆಳಭಾಗದವರೆಗೆ ಹೋಗುತ್ತವೆ. ಪ್ರಸವ ಕಾಲ ಬರುವವರೆಗೆ ಪ್ಲಾಸೆಂಟಾ ಬಹುತೇಕ ಮೇಲಕ್ಕೆ ಚಲಿಸುತ್ತವೆ. ಹಾಗೆ ಆಗದಿದ್ದರೆ ಪ್ಲಾಸೆಂಟಾ ಪ್ರೀವಿಯಾ (ಗರ್ಭಾಶಯದ ಮುಖ)ವನ್ನು ಪತ್ತೆ ಮಾಡಲಾಗುತ್ತದೆ. ಸುಮಾರು 2000ದಲ್ಲಿ ಒಂದು ಪ್ರಕರಣಕ್ಕೆ ಸಂಬಂಧಿಸಿದಂತೆ ಹೀಗಾಗುತ್ತದೆ. ಈಗಿಂದಲೇ ಚಿಂತೆ ಬೇಡ. ಎಲ್ಲಾ ಸರಿಯಾಗುತ್ತದೆ ಎಂಬ ವೈದ್ಯರ ಮಾತು ಮುಂದೆ ನಿಜವಾಗುತ್ತದೆ.

ಅಲ್ಟ್ರಾಸೌಂಡ್ ಪರೀಕ್ಷೆ ಸಂದರ್ಭ ತಂತ್ರಜ್ಞ (ಟೆಕ್ನೀಶಿಯನ್)ನನಗೆ ತಿಳಿಸಿದ ನನ್ನದೆ ಇಂಟೀರಿಯರ್ ಪ್ಲಾಸೆಂಟಾ ಅಂತೆ. ಇದರ ಅರ್ಥವೇನು?

ನಿಮ್ಮ ಶಿಶು ಪ್ಲಾಸೆಂಟಾಕ್ಕೆ ಹಿಂದೆ ಇದೆ ಎಂದು ಅದರ ಅರ್ಥ. ಸಾಮಾನ್ಯವಾಗಿ ಒಂದು ಫರ್ಲೈಸ್ಡ್ ಅಂಡಾ(ತತ್ತಿ)ಶಾನಾಗಿ ಗರ್ಭಾಶಯದ ಹಿಂಭಾಗದಲ್ಲಿ ನಿಮ್ಮ ಬೆನ್ನೆಲುಬಿನ ಹತ್ತಿರ ಇದ್ದು ಬಿಡುತ್ತದೆ. ಅದೇ ಪ್ಲಾಸೆಂಟಾ ವಿಕಸಿತವಾಗುತ್ತದೆ. ಕೆಲವೊಮ್ಮೆ ಈ ಮೊಟ್ಟೆ ಗರ್ಭಾಶಯದ ವಿರುದ್ಧ ಭಾಗದಲ್ಲಿ ಹೊಕ್ಕಳಿನ ಹತ್ತಿರ ಇರುತ್ತದೆ. ಇದು ನಿಮ್ಮ ಗರ್ಭಾಶಯದ ಮುಂಭಾಗದಿಂದ ಬೆಳೆಯಲಾರಂಭಿಸುತ್ತದೆ. ಮಗು ಇದರ ಹಿಂಭಾಗದಲ್ಲಿರುತ್ತದೆ. ನಿಮ್ಮಲ್ಲಿಯೂ ಹಾಗೆಯೇ ಆಗಿರುವ ಸಂಭವವುಂಟು.

ಶಿಶು ಯಾವ ಭಾಗದಲ್ಲಿದೆ ಎಂಬುದಕ್ಕೆ ಯಾವ ಅರ್ಥವೂ ಇಲ್ಲ. ಪ್ಲಾಸೆಂಟಾ ವಿಕಸನಗೊಳ್ಳುವುದಕ್ಕೆ ಅದಕ್ಕೂ ಯಾವ ಸಂಬಂಧವೂ ಇರುವುದಿಲ್ಲ. ಇದರಿಂದಾಗುವ ನಷ್ಟ ಎಂದರೆ ಮಗುವಿನ ಚಲನವಲನ ತಮಗೆ ಸರಿಯಾಗಿ ಗೋಚರಿಸದಿರುವುದು. ನಿಮ್ಮ ಮತ್ತು ಮಗುವಿನ ನಡುವೆ ಪ್ಲಾಸೆಂಟಾ ಕುಶನ್ ತರಹ ಕೆಲಸ ಮಾಡುತ್ತದೆ.

ಮಗುವಿನ ಚಲನವಲನ ಸರಿಯಾಗಿ ತಿಳಿಯದೇ ಹೋದಾಗ ವೃಥಾ ಚಿಂತೆ ನಿಮಗೆ. ವೈದ್ಯರಿಗೂ ಭ್ರೂಣದ ಹೃದಯದ ಬಡಿತ ಅರಿಯಲು ಕಷ್ಟವಾಗುತ್ತದೆ. ಆದರೆ ಈ ಎಲ್ಲಾ ಅನಾನುಕೂಲಗಳ ನಡುವೆಯೂ ಗಾಭರಿಪಡಬೇಕಾದ ಅವಶ್ಯಕತೆ ಇರುವುದಿಲ್ಲ. ಆಂಟಿರಿಯರ್ ಪ್ಲಾಸೆಂಟಾ ಸಾಮಾನ್ಯವಾಗಿ ತನಗೆ ತಾನೇ ಪೋಸ್ಟೀರಿಯರ್ ಸ್ಥಿತಿಗೆ ಬಂದುಬಿಡುತ್ತದೆ.

ನಿದ್ರಾ ಭಂಗಿ

"ನಾನು ಯಾವಾಗಲೂ ಹೊಟ್ಟೆ ಮೇಲೆ ಬಲ ಬಿಟ್ಟು ಮಲಗುವುದನ್ನು ಅಭ್ಯಾಸ ಮಾಡಿಕೊಂಡಿದ್ದೇನೆ. ಈಗ ನನಗೆ ಹೆದರಿಕೆ ಬೇರೆ ಭಂಗಿಯಲ್ಲಿ ಮಲಗುವುದು ನನಗೆ ಆರಾಮದಾಯಕ ಅನಿಸುತ್ತಿಲ್ಲ."

ಗರ್ಭಾವಸ್ಥೆಯಲ್ಲಿ ಹೊಟ್ಟೆ ಅಥವಾ ಬೆನ್ನ ಮೇಲೆ ಬಲ ಬಿಟ್ಟು ಮಲಗುವುದು ಒಳ್ಳೆಯದಲ್ಲ. ನೀವು ಆ ಅಭ್ಯಾಸ ಮಾಡಿಕೊಂಡಿದ್ದರೆ ದುರದೃಷ್ಟಕರ. ಹೊಟ್ಟೆ ಮೇಲೆ ಮಲಗುವುದು ಅಂದರೆ ತಲೆದಿಂಬಿನ ಮೇಲೆ ಎಂದರ್ಥ. ಈ ಭಂಗಿ ಆರಾಮದಾಯಕವಾಗೇನೋ ಇರುತ್ತದೆ. ಆದರೆ ನಿಮ್ಮ ಗರ್ಭಾಶಯದ ಭಾರ ಬೆನ್ನು, ಕರುಳು ಮತ್ತು ಪ್ರಮುಖ ರಕ್ತನಾಳಗಳ ಮೇಲೆ ಬೀಳುತ್ತದೆ. ಈ ವತ್ತಡದಿಂದ ಬೆನ್ನು ನೋವು ಹೆಚ್ಚಾಗುತ್ತದೆ. ಆಹಾರ ಜೀರ್ಣವಾಗುವುದು ಕಷ್ಟವಾಗುತ್ತದೆ. ರಕ್ತ ಚಲನೆಗೆ ಅಡ್ಡಿಯಾಗುತ್ತದೆ. ತಾವು ಉಚ್ಚ ರಕ್ತದ ವತ್ತಡ ಅಥವಾ

ಕಡಿಮೆ ರಕ್ತದ ವತ್ತಡ (ಲೋ ಬ್ಲಡ್‌ಪ್ರೆಶರ್) ತೊಂದರೆಗೆ ಒಳಗಾಗುತ್ತೀರಿ. ಇದರಿಂದ ಯಾವಾಗಲೂ ತೂಕಡಿಕೆ ಅನುಭವವಾಗುತ್ತದೆ.

ನಿಂತುಕೊಂಡೇ ನಿದ್ರೆ ಮಾಡಬೇಕು ಎಂದು ಇದರ ಅರ್ಥವಲ್ಲ. ನೀವು ಎಡಭಾಗಕ್ಕೆ ಹೊರಳಬಹುದು ಅಥವಾ ಎರಡೂ ಕಾಲ್ಗಳ ಮಧ್ಯೆ ಒಂದು ತಲೆದಿಂಬನ್ನಿಟ್ಟು ಮಲಗಬಹುದು. ಹೀಗೆ ಮಾಡುವುದು ಮಗುವಿನ ದೃಷ್ಟಿಯಿಂದ ಒಳ್ಳೆಯದು. ಪ್ಲಾಸೆಂಟಾದ ರಕ್ತಚಲನೆಗೆ ಇದರಿಂದ ಅಡ್ಡಿಯಾಗುವುದಿಲ್ಲ. ಕಿಡ್ನಿ ಸೂಕ್ತವಾಗಿ ಕೆಲಸ ಮಾಡುತ್ತದೆ. ವ್ಯರ್ಥ ಪದಾರ್ಥಗಳು ದೇಹದಿಂದ ಹೊರಗೆ ಹೋಗುತ್ತಿರುತ್ತವೆ. ಕೈಕಾಲ್ಗಳಲ್ಲಿ ಹಾಗೂ ಕಾಲಿನ ಗಂಟ್ಟಲ್ಲಿ ಊತ ಕಡಿಮೆ ಆಗುವುದು.

(ಚಿತ್ರ)ರಾತ್ರಿ ಇಡೀ ಒಂದೇ ಮಗ್ಗುಲಲ್ಲಿ ಮಲಗುವವರು ಅತ್ಯಂತ ಕಡಿಮೆ. ಮಧ್ಯೆ ಯಾವಾಗಲಾದರೂ ನಿಮಗೆ ಎಚ್ಚರವಾದಾಗ ಹೊಟ್ಟೆ ಮೇಲೆ ಅಥವಾ ಬೆನ್ನಿನ ಮೇಲೆ ಬಲ ಬೀಳುವಂತೆ ಮಲಗಿಬಿಟ್ಟಿದ್ದರೆ ಚಿಂತೆ ಮಾಡಬೇಡಿ. ಇದರಿಂದ ಯಾವ ನಷ್ಟವೂ ಇಲ್ಲ. ತಕ್ಷಣ ಮಗ್ಗುಲು ಬದಲಾಯಿಸಿ. ಕೆಲವು ಕ್ಷಣಗಳು ವಿಚಿತ್ರ ಅನಿಸಬಹುದು. ನಂತರ ಕ್ರಮೇಣ ನಿಮಗೆ ಅಭ್ಯಾಸವಾಗಿಬಿಡುತ್ತದೆ. ಒಂದು ವೇಳೆ ಐದು ಅಡಿ ಉದ್ದದ ಅಥವ ಹಾಸಿಗೆ ಆಕಾರದ ತಲೆದಿಂಬು ಇಟ್ಟುಕೊಂಡಿರೆಂದರೆ ಈ ತರಹ ಮಲಗುವುದು ಸುಲಭ

ಐದನೇ ತಿಂಗಳ

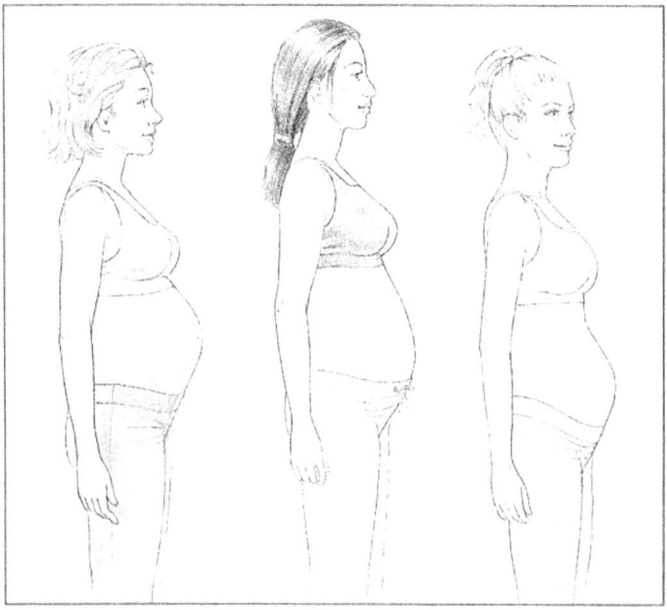

ಐದನೇ ತಿಂಗಳ ಕೊನೆಯಲ್ಲಿ ಗರ್ಭಿಣಿ ಮಹಿಳೆಯರು ಮೂರು ಭಿನ್ನವಾಗಿ ಕಾಣುತ್ತಾರೆ. ಇದು ನಿಮ್ಮ ಆಕಾರ-ಪ್ರಕಾರ, ತೂಕ, ಹಾಗೂ ಗರ್ಭಾಶಯದ ಸ್ಥಿತಿ ಮೇಳೆ ಅವಲಂಬಿಸುತ್ತದೆ. ನಿಮಗೆ ಎತ್ತರವಾಗಿ, ಸ್ವಲ್ಪ ಕೆಳಗೆ, ಹಗೂರವಾಗಿ ಭಾರಿ, ಅಥವಾ ಅಗಲವಗಿ ಗರ್ಭವಿರಬಹುದು.

ಅನಿಸತೊಡಗುತ್ತದೆ. ಒಂದು ವೇಳೆ ಅಂತಹ ದಿಂಬು ಇಲ್ಲದಿದ್ದರೆ ಯಾವುದೋ ಒಂದು ದಿಂಬು ತೆಗೆದುಕೊಂಡು ದೇಹವನ್ನು ಆರಾಮದಾಯಕ ಭಂಗಿಗೆ ತಂದುಕೊಂಡು ಗಾಢವಾಗಿ ನಿದ್ರೆ ಮಾಡಿ.

ಗರ್ಭಕೋಶದಲ್ಲಿ ಶಾಲೆ

"ಇನ್ನೂ ಜನಿಸದ ಮಗುವನ್ನು ಸಂಗೀತ ಕಚೇರಿಗೆ ಕರೆದುಕೊಂಡು ಹೋದರೆ ಸಂಗೀತ ಪ್ರೇಮಿಯೊಬ್ಬ ಹುಟ್ಟುತ್ತಾನೆ ಎಂದು ನನ್ನ ಗೆಳತಿಯೊಬ್ಬಳು ಹೇಳುತ್ತಾಳೆ. ಮತ್ತೊಬ್ಬ ಗೆಳತಿ ಪತಿ ಇನ್ನೂ ಹುಟ್ಟಿಲ್ಲದ ಮಗುವಿಗೆ ಸುಂದರವಾದ ಕಥೆಗಳನ್ನು ಹೇಳುತ್ತಾನೆ. ನಾನೂ ಹೀಗೆ ಏನಾದರೂ ಮಾಡಬೇಕೇ?"

ಪ್ರತಿ ತಂದೆ-ತಾಯಿ ಯಾವುದೇ ರೀತಿಯಲ್ಲಿ ಮಗುವಿನ ಒಳಿತನ್ನು ಬಯಸುತ್ತಾರೆ. ಆದರೆ ಈಗಿಂದಲೇ ಮಗುವಿನ ವಿದ್ಯಾಭ್ಯಾಸದ ಬಗ್ಗೆ ಚಿಂತಿಸಬೇಕಾದ ಅಗತ್ಯವಿಲ್ಲ.

ಎರಡನೆಯ ಮೂರು ತಿಂಗಳಲ್ಲಿ ಶಿಶುವಿನ ಶ್ರವಣ ಜ್ಞಾನ ವಿಕಸಿತವಾಗುತ್ತದೆ ಎನ್ನುವುದು ನಿಜ. ಇದರ ಅರ್ಥ ಸಂಗೀತ ಕಚೇರಿಗಳಲ್ಲಿ ಅದು ಸಂಗೀತ ಕೇಳುತ್ತದೆ ಎಂದಲ್ಲ. ಹುಟ್ಟಿದಾಕ್ಷಣ ಸಂಗೀತ ವಿದ್ವಾಂಸನಾಗಿ ಬಿಡುತ್ತಾನೆ ಎನ್ನುವುದೂ ಸುಳ್ಳು.

ಇನ್ನೂ ಜನಿಸದ ಹಸುಗೂಸಿನ ಮೇಲೆ ಇಷ್ಟೊಂದು ಭಾರ-ಜವಾಬ್ದಾರಿ ಹೊರಿಸಬೇಡಿ. ಮಗು ದೊಡ್ಡದಾದ ಮೇಲೆ ಸ್ವಶಕ್ತಿ ಮತ್ತು ಪ್ರತಿಭೆಯಿಂದ ಎಲ್ಲವನ್ನೂ ಕಲಿಯುತ್ತದೆ. ಒಂದು ವೇಳೆ ಗರ್ಭಾಶಯವನ್ನು ಶಾಲೆ ಮಾಡಬೇಕೆಂದು ಬಯಸಿದರೆ ಅದರ ದೈವದತ್ತ ನಿದ್ರೆಗೆ ಭಂಗ ಉಂಟಾಗುತ್ತದೆ. ಪ್ರಕೃತಿ ದತ್ತವಾದ ಅದರ ಬೆಳವಣಿಗೆ ಕುಂಠಿತವಾಗುತ್ತದೆ.

ಆದರೆ ಶಿಶುವಿನ ಅನುಭವವನ್ನು ಹತ್ತಿರದಿಂದ ಮಾಡಿಕೊಳ್ಳಲು ಬೇರಾವುದೇ ವಿಧಾನ ಅನುಸರಿಸಬಹುದು. ಅದಕ್ಕಾಗಿ ಹಾಡಬಹುದು. ಏನಾದರೂ ಓದಿ ಹೇಳಬಹುದು.

ಕೈಯಿನ ಸ್ಪರ್ಷಾನುಭವವನ್ನು ಅದಕ್ಕೆ ನೀಡಬಹುದು. ಹೀಗೆ ಓದು-ಬರಹದ ಶಿಕ್ಷಣ ನೀಡುವುದರಿಂದ ಅದಕ್ಕೆ ವಿಶ್ವವಿದ್ಯಾನಿಲಯದ ಪದವಿಯಂತೂ ದೊರೆಯದು. ಆದರೆ ಮಗುವಿಗೆ ನಿಮ್ಮ ಸಾಮೀಪ್ಯ ಹೆಚ್ಚುತ್ತದೆ.

ಇನ್ನೂ ಜನಿಸದ ಮಕ್ಕಳಿಗೆ ಸಂಗೀತದ ಸ್ವರ-ಲಹರಿಗಳು ಪ್ರಿಯವಾಗುತ್ತವೆ ಎನ್ನುವುದೇನೇ ನಿಜ ಇರಬಹುದು. ಜನಿಸಿದ ಮೇಲೂ ಸಂಗೀತ ಮಾಧುರ್ಯ ಅವರಿಗೆ ಇಂಪೆನಿಸಲೂಬಹುದು.

ನಿಮ್ಮ ಹೊಟ್ಟೆಯನ್ನು ಹಗುರವಾಗಿ ಕೈಯಿಂದ ಮುಟ್ಟಿಕೊಳ್ಳಿ. ಹಸುಗೂಸಿಗೆ ಸಂಗೀತ ಕೇಳಿಸಿ. ಧ್ವನಿ ಕೇಳುವ ಅಭ್ಯಾಸ ಅದಕ್ಕೆ ಆಗುತ್ತದೆ. ಸಾಮೀಪ್ಯ ಸಾಕಷ್ಟು ಹೆಚ್ಚುತ್ತದೆ. ಶಿಶುವಿನೊಂದಿಗೆ ಪ್ರೀತಿಯ ಸಂಬಂಧ ಬೆಳೆಸಿಕೊಳ್ಳಿ. ಈಗಿಂದಲೇ ಅದಕ್ಕೆ ವಿದ್ಯಾಭ್ಯಾಸ ಮಾಡಿಸುವುದು ಬೇಡ. ಕೊನೆಯ ಪಕ್ಷ ಹುಟ್ಟುವುದಕ್ಕೆ ಮುಂಚಿನವರೆಗಾದರೂ ಇಂತಹ ಪ್ರಯೋಗಗಳಿಂದ ಶಿಶುವನ್ನು ದೂರವಿಡಿ.

ದೊಡ್ಡ ಮಗುವನ್ನು ಎತ್ತುವುದು

"ನನಗೆ ಮೂರು ವರ್ಷದ ಮಗುವಿಗೆ. ಯಾವಾಗಲೂ ನನ್ನ ತೊಡೆಯ ಮೇಲೆ ಮಲಗುವ ಹಠ ಮಾಡುತ್ತದೆ. ನಾನು ಗರ್ಭಿಣಿಯಾಗಿರುವಾಗ ಅವನನ್ನು ತೊಡೆಯ ಮೇಲೆ ಕೂರಿಸಿಕೊಳ್ಳುವುದು ಸರಿಯೇ? ಇದರಿಂದ ನನಗೆ ಬೆನ್ನು ನೋವು ಬರುತ್ತಿದೆ. "

ಒಂದು ವೇಳೆ ವೈದ್ಯರು ಬೇಡ ಎಂದು ಹೇಳಿರದೇ ಹೋದರೆ ಗರ್ಭಿಣಿಯರು ಕಡಿಮೆ ಭಾರವನ್ನು (35 ರಿಂದ 40 ಪೌಂಡ್) ಎತ್ತಬಹುದು. ಆದರೆ ಹೀಗೆ ಎತ್ತಿದಾಗ ಬೆನ್ನು ನೋವು ಬರಲು ಕಾರಣವಾಗಬಹುದು. ಅಂತಹ ಅಭ್ಯಾಸವನ್ನು ನೀವು ಬದಲಾಯಿಸಿಕೊಳ್ಳದಿದ್ದರೆ ಬೆನ್ನಿನ ಮೂಳೆ ಹೊರಳಿಕೊಳ್ಳುತ್ತದೆ. ಮಗುವನ್ನು ಕಾಲ್ನಡಿಗೆಯಲ್ಲಿ ಹೋಗಲು ಬಿಡಿ. ಒಂದು ವೇಳೆ ತೊಡೆಯ ಮೇಲೆ ಜಾಗ ನೀಡುವಂತೆ ಹಠ ಮಾಡಿತೆಂದರೆ ಪುಸಲಾಯಿಸಿ ಮನವೊಲಿಸಿ. ಕುಳಿತಿದ್ದಾಗ ಮಗುವನ್ನು ಮುದ್ದಿಸಿ ಪ್ರೀತಿಸಿ. ಇಷ್ಟಾದರೂ ಕೆಲವೊಮ್ಮೆ ಎತ್ತಿಕೊಳ್ಳಲೇಬೇಕಾಗಿ ಬಂದರೆ ಎತ್ತಿಕೊಳ್ಳಲು ಸಾಧ್ಯವಾಗುವಂತೆ ಸ್ವಲ್ಪ ಶಕ್ತಿ ಇರಿಸಿಕೊಳ್ಳಿ.

ತಾಯಿ-ತಂದೆಯಾಗುವ ಉತ್ಸಾಹ

"ನನಗೆ ಈ ಎಲ್ಲಾ ಪ್ರಕ್ರಿಯೆಗಳಿಂದ ಸಂತಸ ಉಂಟಾಗುತ್ತದೆಯೋ ಎಂಬುದು ಆಶ್ಚರ್ಯಕರ ಸಂಗತಿಯಾಗಿದೆ. ನನಗೆ ಆಗುತ್ತಿರುವ ಅನುಭವಗಳ ಅಂದಾಜು ನನಗೆ ಹಿಡಿತಕ್ಕೆ ಸಿಗುತ್ತಿಲ್ಲ."

ಈ ಪ್ರಪಂಚದಲ್ಲಿ ಜನರು ಬದುಕಿನಲ್ಲಿ ಹೊಸ ಹೊಸ ಬದಲಾವಣೆಗಳನ್ನು ಕಾಣುತ್ತಾರೆ. ಹಾಗೆಯೇ ನಿಮ್ಮಲ್ಲಿ ಒಂದು ಮಗು ಹುಟ್ಟುತ್ತಿದೆ ಎನ್ನುವುದು ಬದಲಾವಣೆಯ ಪರಾಕಾಷ್ಠೆಗೆ ಕಡಿಮೆ ಏನೂ ಅಲ್ಲ. ಖಂಡಿತವಾಗಿಯೂ ಈ ಬದಲಾವನೆ ನಿಮ್ಮ ಜೀವನದಲ್ಲಿ ಸಂತಸ ತರುತ್ತದೆ. ಆದರೆ ತಮ್ಮ ವಿಶ್ವಾಸವನ್ನು ವಾಸ್ತವಿಕತೆಯ ಚೌಕಟ್ಟಿನಲ್ಲಿಯೇ ಇಟ್ಟುಕೊಳ್ಳಿ.

ಒಂದು ವೇಳೆ ನೀವು ನಗು ನಗುತ್ತಾ ಲವಲವಿಕೆಯಿಂದ ಕೂಡಿದ ಮಗುವನ್ನು ಆಸ್ಪತ್ರೆಯಿಂದ ಮನೆಗೆ ಕರೆದೊಯ್ಯುವ ಕನಸು ಕಾಣುತ್ತಿದ್ದರೆ ಹುಟ್ಟಿದ ಮೇಲೆ ಬಹುತೇಕ ಮಕ್ಕಳು ಹೇಗೆ ಕಾಣುತ್ತಾರೆ ಎಂಬ ಪರಿಕಲ್ಪನೆಯೂ ನಿಮಗೆ ಇರಬೇಕು. ಮಗು ಮನೆಗೆ ಬರುವಾಗ ಅಳುತ್ತಲೂ ಇರಬಹುದು. ಏಕೆಂದರೆ ನಿಮ್ಮೊಂದಿಗಿದ್ದು ಅದಕ್ಕೆ ಅಭ್ಯಾಸವಾಗಿಲ್ಲ. ಅದಕ್ಕೆ ನಗುವುದೇ ಬರದಿರಬಹುದು. ನೀವು ಏನನ್ನಾದರೂ ತಿನ್ನಲು ಕುಳಿತಾಗ ಮಲ-ಮೂತ್ರ ವಿಸರ್ಜಿಸಬಹುದು. ನೀವು ಗಾಢ ನಿದ್ರೆಯಲ್ಲಿದ್ದಾಗ ಅಳುವ, ಅರಚಿಕೊಳ್ಳುವ ಸಂದರ್ಭ ಎದುರಾಗಬಹುದು.

ಬೆಳಗ್ಗೆ ವಾಕ್ ಹೋಗಬೇಕು. ಮಧ್ಯಾಹ್ನ ಹಕ್ಕಿಗಳಿರುವ ತಾಣಕ್ಕೆ ತೆರಳಬೇಕು. ಮಗುವನ್ನು ಸುಂದರ ಬಟ್ಟೆಗಳಿಂದ ಸಿಂಗರಿಸಬೇಕು ಎಂದು ನೀವು ಅಂದುಕೊಳ್ಳುತ್ತೀರಿ. ಹಾಗೆ ಬೇಕಾದರೆ ಮಾಡಬಹುದು. ಅನೇಕ ವೇಳೆ ಬೆಳಗು ಸಂಜೆಯಾಗಿ ಬದಲಾಗುವುದಕ್ಕೆ ಸಮಯವೇ ಹಿಡಿಸದಂತೆಯೂ ಇರುವ ಸಾಧ್ಯತೆ ಇರುತ್ತದೆ. ನೀವು ಮತ್ತು ನಿಮ್ಮ ಮಗು ಅಂತಹ ಸಮಯದಲ್ಲಿ ಬೆಳಕಿನ ಅಪಾಯವನ್ನು ಕಾಣುವುದೂ ಸಾಧ್ಯವಾಗುವುದಿಲ್ಲ. ಅನೇಕ ಬಾರಿ ಬಿಸಿಲಲ್ಲಿ ಬಟ್ಟೆ ಒಗೆಯುತ್ತಾ ಕಳೆಯುತ್ತೀರಿ.

ನೀವು ವಾಸ್ತವಿಕತೆಯಲ್ಲಿ ನಂಬಿಕೆ ಇಡುವಿರೆಂದಾದರೆ ನಿಮ್ಮ ಜೀವನದಲ್ಲಿ ಇಂತಹ ಸುಂದರ ಕ್ಷಣಗಳು ಎದುರಾಗುತ್ತವೆ. ಅವು ಬೇರಾರಿಗೂ ಆಗಿರುವುದಿಲ್ಲ. ಗುಂಡುಗುಂಡಾದ ಮಗುವನ್ನು ಕೈಗೆತ್ತಿಕೊಂಡು ಅದಕ್ಕೆ ಮುತ್ತಿಕ್ಕುವ, ಅದರ ಮುದ್ದು ನಗೆಯನ್ನು ಆನಂದಿಸುತ್ತೀರಿ. ತಮಗಾಗಿಯೇ ಇರುವ ಆ ಮಗುವಿನ ನಗು ಇಡೀ ರಾತ್ರಿ ತಾವು ಎಚ್ಚರವಿದ್ದ, ತಡವಾಗಿ ಊಟ ಮಾಡಿದ, ರಾಶಿ ರಾಶಿ ಬಟ್ಟೆ ಒಗೆದ ಹಾಗೂ ಕಾಲ ಕಳೆಯಲು ಹೇಗೆ ಎಂದು ಯೋಚಿಸುತ್ತಿದ್ದ ನಿಮ್ಮ ಮನಸ್ಸಿನ ನೋವನ್ನು ಮರೆಸಿಬಿಡುತ್ತದೆ.

ಆ ಮಧುರ ಕ್ಷಣಕ್ಕಾಗಿ ನಿರೀಕ್ಷಿಸಿ...

ಸೀಟ್ ಬೆಲ್ಟ್ ಹಾಕಿಕೊಳ್ಳುವುದು.

"ಕಾರಿನಲ್ಲಿ ಸೀಟ್ ಬೆಲ್ಟ್ ಹಾಕಿಕೊಳ್ಳುವುದು ಸೂಕ್ತವೇ?"

ಗರ್ಭವತಿ ಸ್ತ್ರೀ ಮತ್ತು ಇನ್ನೂ ಜನಿಸದ ಶಿಶುಗಳ ಹಿತದೃಷ್ಟಿಯಿಂದ ಕಾರಿನಲ್ಲಿ ಪ್ರಯಾಣ ಮಾಡುವಾಗ ಸೀಟ್ ಬೆಲ್ಟ್ ಹಾಕಿಕೊಳ್ಳುವುದು ಅತ್ಯವಶ್ಯಕ. ಅನೇಕ ಕಡೆಗಳಲ್ಲಿ ಈ ಕಾನೂನು ಜಾರಿಯಲ್ಲಿದೆ. ಸುರಕ್ಷತೆ ಮತ್ತು ಆರಾಮದ ದೃಷ್ಟಿಯಿಂದ ಬೆಲ್ಟನ್ನು ಹೊಟ್ಟೆಯ ಕೆಳಭಾಗಕ್ಕೆ ಮತ್ತು ತೊಡೆಗಳ ಬಳಿ ಕಟ್ಟಿಕೊಳ್ಳಿ. ಭುಜದ ಬೆಲ್ಟನ್ನು ಎದೆಯ ಮಧ್ಯ ಭಾಗದ ಮೂಲಕ ಹೋಗುವಂತೆ ಕಟ್ಟಿಕೊಳ್ಳಿ. ಬೆಲ್ಟ್‌ನ ಒತ್ತುವಿಕೆಯಿಂದ ಶಿಶುವಿಗೆ ತೊಂದರೆಯಾಗುತ್ತದೆ ಎಂದು ಭಾವಿಸದಿರಿ. ಅದು ನಿಮ್ಮ ಗರ್ಭಾಶಯವನ್ನು ಸಂಪೂರ್ಣ ಸುರಕ್ಷಿತವಾಗಿರುವ ಸಾಧ್ಯತೆಯೂ ಉಂಟು.

ಒಂದು ವೇಳೆ ನಾವು ಪ್ರಯಾಣಿಕರ ಆಸನದಲ್ಲಿ ಕುಳಿತಿದ್ದರೆ ನಿಮ್ಮ ಸೀಟನ್ನು ಹಿಂದಕ್ಕೆ ತಳ್ಳಿಕೊಂಡು ಕುಳಿತುಕೊಳ್ಳಿ. ಇದರಿಂದ ನೀವು ಕಾಲು ಚಾಚಿಕೊಂಡು ಕುಳಿತುಕೊಳ್ಳಲು ಸಾಧ್ಯವಾಗುತ್ತದೆ. ಒಂದು ವೇಳೆ ನೀವು ಗಾಡಿ ಓಡಿಸುತ್ತಿದ್ದರೆ ಸ್ಟೀರಿಂಗ್‌ನ್ನು ಎದೆಯ ಹತ್ತಿರಕ್ಕೆ ತಂದುಕೊಳ್ಳಿ. ಸಾಧ್ಯವಾದರೆ ಸ್ಟೀರಿಂಗ್ ಚಕ್ರದಿಂದ 10 ಅಂಗುಲ ದೂರ ಇರುವಂತೆ ಓಡಿಸಿ.

ಪ್ರಯಾಣ

"ನಾನು ಈ ತಿಂಗಳು ರಜಾ ಕಾಲ ಕಳೆಯಲು ಹೋಗಬಹುದೇ?"

ಇದರ ನಂತರ ಮಗುವಿನ ಜೊತೆಗೆ ಇಷ್ಟು ಸುಲಭವಾಗಿ ಪ್ರಯಾಣ ಮಾಡಲು ಅವಕಾಶ ಸಿಕ್ಕುವುದಿಲ್ಲ. ಏಕೆಂದರೆ ಮುಂದಿನ ವರ್ಷ ಕಾರಿನಲ್ಲಿ ಮಗುವಿನ ಜೊತೆಗೆ ಬೊಂಬೆಗಳು, ಆಟಿಕೆಗಳು, ಡೈಪರ್ ಮತ್ತು ಹಾಲಿನ ಶೀಷೆಗಳು ಇರುತ್ತವೆ. ಈ ಸಂದರ್ಭ ನೀವು ಮೊದಲನೇ ತ್ರೈಮಾಸಿಕದಲ್ಲಿ ಅನುಭವಿಸಿದ ಆಯಾಸ, ಫಾಬರಿ, ಏದುಸಿರು ಮುಂತಾದವುಗಳಿಂದ ಮುಕ್ತಿ ಪಡೆದಿರುತ್ತೀರಿ. ಮಗುವೂ ಒಂದು ಬೊಂಬೆ ಅನಿಸುವ ಹಂತವನ್ನು ತಲುಪಿರುವುದಿಲ್ಲ.

ಸಕಾಲ : ಒಳ್ಳೆಯ ಮತ್ತು ಸುಖದಾಯಕ ಪ್ರಯಾಣಕ್ಕೆ ಸರಿಯಾದ ಸಮಯ ಇರಬೇಕು. ಮೊದಲ ತ್ರೈಮಾಸಿಕದಲ್ಲಿ ನೀವೇನಾದರೂ ಪ್ರಯಾಣದ ಲೆಕ್ಕಾಚಾರ ಹಾಕಿದರೆ ತಲೆ ಸುತ್ತುವಿಕೆ ವಾಂತಿ, ದೇಹದ ಭಾಗಗಳು ಉಬ್ಬುವುದು ಮುಂತಾದ ಲಕ್ಷಣಗಳು ನೆಮ್ಮದಿ ನೀಡುವುದಿಲ್ಲ. ಕೊನೆಯ ತ್ರೈಮಾಸಿಕದಲ್ಲೂ ಪದೇ ಪದೇ ಪ್ರಯಾಣಕ್ಕೆ ವೈದ್ಯರ ಅನುಮತಿ ದೊರೆಯುವುದಿಲ್ಲ.

ಸೂಕ್ತ ಸ್ಥಳದ ಆಯ್ಕೆ : ಸೆಖೆ ಮತ್ತು ಉಸಿರು ಕಟ್ಟಿಸುವ ವಾತಾವರಣ ನಿಮ್ಮ ಬೇಸರವನ್ನು ಹೆಚ್ಚಿಸಬಹುದು. ಅಂತಹ ಸ್ಥಳವನ್ನು ಆಯ್ಕೆ ಮಾಡಿಕೊಂಡಿರುವುದೇ ಆದರೆ ನಿಮ್ಮ ಹೋಟೆಲ್ ಹವಾ ನಿಯಂತ್ರಿತವಾಗಿರಬೇಕು. ಸೂರ್ಯನ ತೀಕ್ಷ್ಣ ಕಿರಣಗಳಿಂದ ನಿಮ್ಮನ್ನು ನೀವು ರಕ್ಷಿಸಿಕೊಳ್ಳಬೇಕು. ಹೆಚ್ಚು ಎತ್ತರದ ಸ್ಥಳವನ್ನು ಆಯ್ಕೆ ಮಾಡಿಕೊಂಡಿದ್ದೇ ಆದರೆ ನಿಮಗೂ ನಿಮ್ಮ ಮಗುವಿಗೂ ಆಮ್ಲಜನಕದ ಕೊರತೆ ಉಂಟಾಗಬಹುದು. ಕೆಲವು ಸ್ಥಳಗಳಲ್ಲಿ ನೀವು ಹೋದಾಗ ಚುಚ್ಚುಮದ್ದು ಅನಿವಾರ್ಯವಾಗುವಂತಹ ಸ್ಥಿತಿ ಇರಬಹುದು ಆದರೆ ಗರ್ಭಾವಸ್ಥೆಯಲ್ಲಿ ಅದನ್ನು ನಿಷೇಧಿಸಲಾಗಿರಬಹುದು. ವೈದ್ಯರ ಬಳಿ ಕೇಳಿ ತಿಳಿದುಕೊಳ್ಳಿ. ಆಹಾರ-ಪಾನೀಯಗಳ ಜೊತೆ ಸೋಂಕುವ ರೋಗಗಳ ಬಗ್ಗೆ ಎಚ್ಚರ ವಹಿಸಿ. ನಿಮೆ ಆರಾಮ ಸಿಗುವ

ಸ್ಥಳಕ್ಕೆ ತೆರಳಿ ಯಾವುದೋ ಗುಂಪು, ಗೈಡ್ ಜೊತೆ (ಚಿತ್ರ)

ಪ್ರಯಾಣ ಮಾಡುವ ಬದಲು ನಿಮ್ಮದೇ ಲೆಕ್ಕಾಚಾರ ಇಟ್ಟುಕೊಂಡು ಹೋಗಬೇಕು. ತಿರುಗಾಟ, ಖರೀದಿ ಮಾಡಿದನಂತರ ನಿಮ್ಮ ದೇಹ ತನ್ನದೇ ಆದ ಲೆಕ್ಕದಲ್ಲಿ ವಿಶ್ರಾಂತಿಯನ್ನು ಬಯಸುತ್ತದೆ. ಬೇರೆಯವರು ತಮ್ಮ ಕಾರ್ಯಕ್ರಮ ನಿಗದಿಯಂತೆ ಹೋಗಲು ಇಚ್ಛಿಸುತ್ತಾರೆ.

ಪ್ರಗ್ನೆನ್ಸಿ ಕಿಟ್ ಜೊತೆ ಇರಲಿ : ನೀವು ಎಲ್ಲಿಗಾದರೂ ಪ್ರಯಾಣ ಮಾಡುವಾಗ ವಿಟಮಿನ್‌ಗಳ ಪೂರ್ಣ ಜ್ಞಾನ ಇರಬೇಕು. ಸತ್ವಪೂರ್ಣ ಸ್ನಾಕ್‌ಗಳು, ಸೀ ಬ್ಯೆಂಡ್‌ಗಳು, ವೈದ್ಯರ ಸಲಹೆಯಂತೆ ಔಷಧಿಗಳು, ಆರಾಮದಾಯಕ ಚಪ್ಪಲಿಗಳು, ಸನ್‌ಸ್ಕ್ರೀನ್ ಮುಂತಾದವುಗಳನ್ನು ಜೊತೆಯಲ್ಲಿಟ್ಟುಕೊಳ್ಳಬೇಕು.

ಜೆಟ್‌ಲಾಗ್

ಒಂದು ವೇಳೆ ಗರ್ಭಾವಸ್ಥೆಯ ಆಯಾಸದ ಜೊತೆಗೆ 'ಜೆಟ್‌ಲಾಗ್' ಕೂಡ ಸೇರಿಬಿಟ್ಟರೆ ಪ್ರಯಾಣ ಆರಂಭಕ್ಕೆ ಮುನ್ನವೇ ಸಮಾಪ್ತಿಯಾಗುತ್ತದೆ. ಟೈಂ ಝೋನ್‌ನಿಂದ ಉಂಟಾಗುವ ಬೇಸರಿಕೆಯನ್ನು ನಿವಾರಿಸಿಕೊಳ್ಳದಿದ್ದರೆ ಕಡಿಮೆಯಾದರೂ ಮಾಡಿಕೊಳ್ಳಬಹುದು.

■ ಹೊರಡುವುದಕ್ಕೆ ಮುಂಚೆ ಗಡಿಯಾರವನ್ನು ಅದೇ ಟೈಂ ಝೋನ್‌ಗೆ ಸೆಟ್ ಮಾಡಿಕೊಳ್ಳಿ. ಅದರ ಲೆಕ್ಕಚಾರದಲ್ಲೇ ನಿಮ್ಮನ್ನು ನೋಡಿಕೊಳ್ಳಿ. ಹಡಗು ಯಾತ್ರೆ ಸಂದರ್ಭದಲ್ಲಿದ್ದಂತೆ ಮಲಗುವ ಕಾಲ ಇದೆ ಎನ್ನುವುದಾದರೆ ಮಲಗಿಬಿಡಿ. ಅಥವಾ ಎಚ್ಚರವಾಗಿರಬೇಕೆಂದರೆ ಎಚ್ಚರವಾಗಿರಿ.

■ ಸ್ಥಳೀಯ ಕಾಲಮಾನ ಪ್ರಕಾರವೇ ಪ್ರಯಾಣ ಮಾಡಿ. ಒಂದು ವೇಳೆ ಬೆಳಗ್ಗೆಯೇ ತಲುಪಿಬಿಟ್ಟರೆ ಮಲಗುವ ಬದಲು ಸ್ನಾನ ಮಾಡಿ ಸುತ್ತಾಡಲು ಹೋಗಿ. ಸ್ವಲ್ಪ ವಿಶ್ರಾಂತಿ ತೆಗೆದುಕೊಳ್ಳಿ. ಆದರೆ ನಿದ್ರೆ ಮಾಡಬೇಡಿ. ರಾತ್ರಿ ಅಲ್ಲಿಯ ಲೆಕ್ಕಾಚಾರದಂತೆ ತಿಂದು ಕುಡಿದ ನಂತರವೇ ಮಲಗಿಕೊಳ್ಳಿ. ಇದರಿಂದ ನಿಮ್ಮ ದೇಹ ಅಲ್ಲಿನ ಸಮಯದ ಲೆಕ್ಕಾಚಾರದಂತೆ ನಡೆಯುತ್ತದೆ.

■ ಬಿಸಿಲು ತಗುಲಿದರೆ ದೇಹಕ್ಕೆ ಬಯೋಲಾಜಿಕಲ್ ಲೆಕ್ಕಾಚಾರದಂತೆ ನಡೆಯಲು ಅನುಕೂಲವಾಗುತ್ತದೆ. ಅಲ್ಲಿ ಬಿಸಿಲು ಇಲ್ಲದಿದ್ದರೆ ಸ್ವಲ್ಪ ಹೊರಗೆ ಬನ್ನಿ

■ ತಿನ್ನುವ-ಕುಡಿಯುವ ಶಿಸ್ತನ್ನು ಸರಿಯಾಗಿ ಕಾಪಾಡಿಕೊಳ್ಳಿ. ಇಲ್ಲದಿದ್ದರೆ ಜೆಟ್‌ಲಾಗ್‌ನ ಲಕ್ಷಣಗಳು ಮತ್ತಷ್ಟು ಸುಸ್ತು ಮಾಡುತ್ತದೆ. ಸಕಾಲಕ್ಕೆ ತಿಂದು ಉಂಡು ದೇಹದ ಶಾಖವನ್ನು ಕಾಪಾಡಿಕೊಂಡು ಬನ್ನಿ. ಸ್ವಲ್ಪ ವ್ಯಾಯಾಮ ಮಾಡಿದರೂ ಆಯಾಸ ನೀಗಬಲ್ಲದು.

■ ಇನ್ನೆರಡು ದಿನಗಳಲ್ಲಿ ಅಲ್ಲಿನ ಸ್ಥಳೀಯ ಸಮಯದ ಲೆಕ್ಕಾಚಾರಕ್ಕೆ ನಿಮ್ಮ ದೇಹ ಒಗ್ಗಿಕೊಳ್ಳುತ್ತದೆ. ಇದರ ಜೊತೆಗೇ ನಿಮಗೆ ನಿದ್ದೆ ಬರುವ ಸಂಭವವಿರುತ್ತದೆ. ಅದು ಕೇವಲ ಜೆಟ್‌ಲಾಗ್‌ನಿಂದಾಗಿ ಅಲ್ಲಿ ತಾವು ದೇಹದಲ್ಲಿ ಹೊತ್ತಿರುವ ಮಗುವಿನ ಭಾರದಿಂದಾಗಿ. ಈ ಭಾರ ಹೊರಲು ನೀವು ಯಾವ ಕೂಲಿಯನ್ನೂ ನೇಮಕ ಮಾಡಿಕೊಳ್ಳಲಾರಿರಿ.

ಗರ್ಭಾವಸ್ಥೆ ಮತ್ತು ಎತ್ತರದ ಕ್ಷೇತ್ರ

ಗರ್ಭಾವಸ್ಥೆಯಲ್ಲಿ ಯಾವುದಾದರೂ ಎತ್ತರದಲ್ಲಿರುವ ಜಾಗಕ್ಕೆ ಹೋಗಬೇಕೆಂಬ ವಿಚಾರವಿದ್ದರೆ ಅದನ್ನು ಕೈಬಿಡುವುದೇ ಒಳ್ಳೆಯದು. ಏಕೆಂದರೆ ಅಲ್ಲಿ ಹೋಗುವುದರಿಂದ ನಿಮ್ಮ ಬೇಸರ ಹೆಚ್ಚಬಹುದು. ಸಮುದ್ರ ಮಟ್ಟದಿಂದ ಎತ್ತರದ ಜಾಗಕ್ಕೆ ಹೋಗಲೇಬೇಕಾಗಿ ಬಂದರೆ ಒಂದೇ ದಿನ ಸಾಕಷ್ಟು ಎತ್ತರ ಚಲಿಸಬೇಡಿ. ಅಂದರೆ ಒಂದೇ ದಿನ 8000 ಅಡಿ ಹೋಗುವ ಬದಲು 2000 ಅಡಿ ಹೋಗಿ ವಿಶ್ರಾಂತಿ ಪಡೆಯಿರಿ. ಮೌಂಟನ್ ಸಿಕ್‌ನೆಸ್‌ನಿಂದ ಪಾರಾಗಲು ವೈದ್ಯರಿಂದ ಔಷಧ ಪಡೆದುಕೊಳ್ಳಿ. ಒಂದೇ ಸಾರಿ ಹೆಚ್ಚು ಊಟ ಮಾಡುವ ಬದಲು ಹಲವು ಬಾರಿ ಸ್ವಲ್ಪಸ್ವಲ್ಪ ತಿನ್ನಿ. ಚೆನ್ನಾಗಿ ನೀರು ಕುಡಿಯಿರಿ.

ಒಂದು ವೇಳೆ ವಿದೇಶಕ್ಕೆ ತೆರಳುತ್ತಿದ್ದರೆ ಸ್ಥಳೀಯ ವೈದ್ಯರ ವಿಳಾಸ ಇಟ್ಟುಕೊಳ್ಳಿ. ಇಂಟರ್‌ನ್ಯಾಷನಲ್ ಅಸೋಸಿಯೇಷನ್ ಫಾರ್ ಮೆಡಿಕಲ್ ಅಸಿಸ್ಟೆಂಟ್ಸ್ ಟು ಟ್ರಾವೆಲರ್ಸ್‌ನಿಂದ ನಿಮಗೆ ಇಂತಹವುಗಳ ಪಟ್ಟಿ ಆಗುತ್ತದೆ. ಆ ಪಟ್ಟಿಯಲ್ಲಿ ಇಂಗ್ಲೀಷ್ ಬಲ್ಲ ಇಡೀ ವಿಶ್ವದಲ್ಲಿರುವ ವೈದ್ಯರ ಹೆಸರು ಮತ್ತು ವಿಳಾಸ ಸಿಗುತ್ತದೆ. ಒಂದು ವೇಳೆ ನೀವು ವೈದ್ಯಕೀಯ ವಿಮೆ ಮಾಡಿಸಿದ್ದರೆ ಅದರ ಸಂಖ್ಯೆಯೂ ಜೊತೆಗಿಟ್ಟುಕೊಳ್ಳಿ.

ತಿನ್ನುವ-ಕುಡಿಯುವ ಆರೋಗ್ಯಕರ ಅಭ್ಯಾಸ : ನೀವು ರಜೆಯ ಮೇಲಿರಬಹುದು. ಆದರೆ ನಿಮ್ಮ ಮಗು ಹಗಲಿರುಳೂ ಪರಿಶ್ರಮ ಮಾಡುತ್ತಿರುತ್ತದೆ. ಅದಕ್ಕೆ ಪೋಷಕಾಂಶಗಳು ಯಥೇಚ್ಛವಾಗಿ ಬೇಕಾಗಿದೆ. ಆದ್ದರಿಂದ ಯೋಚನೆ ಮಾಡಿ ಅರಿತುಕೊಂಡು ಆಹಾರಕ್ಕೆ ಆದೇಶ ಕೊಡಿ. ನೀವು ನಿಮಗಿಚ್ಛೆ ಇರುವ ಆಹಾರ-ರುಚಿ ನೋಡುವುದರ ಜೊತೆಗೆ ಮಗುವಿನ ಪೋಷಣೆಗೆ ಅವಶ್ಯವಿರುವ ವಸ್ತುಗಳನ್ನೂ ಸೇವಿಸಬೇಕು. ಎಲ್ಲಕ್ಕಿಂತ ಹೆಚ್ಚಾಗಿ ನಿಮ್ಮ ಆಹಾರ ನಿಯಮಿತವಾಗಿರಬೇಕು. ಆಗಾಗ ತಿನ್ನುವ ಆಹಾರಕ್ಕಾಗಿ ತಿಂಡಿ ಮತ್ತು ಊಟವನ್ನು ಬಿಟ್ಟುಬಿಡಬಾರದು

ಆರಿಸಿ ತಿನ್ನಿ : ಕೆಲವು ವಿಭಾಗ-ಇಲಾಖೆಗಳಲ್ಲಿ ಸಿಪ್ಪೆ ತೆಗೆಯದೆ ಹಣ್ಣು-ತರಕಾರಿ ತಿನ್ನುವುದು

ಗರ್ಭವತಿ ಸ್ತ್ರೀಯರ ರುಚಿ.

ಗರ್ಭವತಿ ಮಹಿಳೆಯರು ರುಚಿಕರವಾಗಿರುತ್ತಾರೆ. ಇದನ್ನು ವೈಜ್ಞಾನಿಕರೂ ನಂಬುತ್ತಾರೆ. ಇತರ ಮಹಿಳೆಯರೊಂದಿಗೆ ಹೋಲಿಸಿದರೆ ಅವರು ಸೊಳ್ಳೆಗಳನ್ನು ಹೆಚ್ಚಾಗಿ ಆಕರ್ಷಿಸುತ್ತಾರೆ. ಸೊಳ್ಳೆಗಳಿಗೆ ಇಷ್ಟವಾಗುವ ಇಂಗಾಲದ ಡೈ ಆಕ್ಸೈಡನ್ನು ಹೆಚ್ಚಾಗಿ ವಿಸರ್ಜಿಸುವುದೇ ಇದಕ್ಕೆ ಕಾರಣವಿರಬಹುದು. ಈ ಮಹಿಳೆಯರ ದೇಹದ ಉಷ್ಣಾಂಶವೂ ಹೆಚ್ಚಾಗಿರುತ್ತದೆ. ಒಂದು ವೇಳೆ ನೀವೂ ಸೊಳ್ಳೆಗಳು ಹೆಚ್ಚಿರುವ ಜಾಗಕ್ಕೆ ಹೋಗುವಿರಾದರೆ ನಿಮ್ಮನ್ನು ರಕ್ಷಿಸಿಕೊಳ್ಳಿ.

ನಷ್ಟದಾಯಕವಾಗಬಹುದು. ನಿಮಗೆ ನೀವೇ ಹಣ್ಣು ಕಿತ್ತುಕೊಳ್ಳಿ. ನಂತರ ಹಣ್ಣಿನ ಜೊತೆ ನಿಮ್ಮ ಕೈಗಳನ್ನೂ ತೊಳೆದುಕೊಂಡು ಹಣ್ಣನ್ನು ತಿನ್ನಿರಿ. ಹಸಿಯಾದ ಅಥವಾ ಅರ್ಧ ಬೆಂದ ಮಾಂಸ, ಮಡಕೆ ಅಥವಾ ಫ್ರಿಜ್‌ನಲ್ಲಿ ಇಟ್ಟಿರುವ ಡೈರಿ ಉತ್ಪನ್ನಗಳನ್ನು ಎಂದೂ ಸೇವಿಸಬೇಡಿ. ಹಣ್ಣು ತಿನ್ನಲೇಬೇಕೆನಿಸಿದರೆ ಬಾಳೆಹಣ್ಣು ಕಿತ್ತಲೆಯಂತಹ ಹಣ್ಣು ತಿನ್ನಿ. ಏಕೆಂದರೆ ಇವುಗಳ ಸಿಪ್ಪೆ ದಪ್ಪವಾಗಿರುತ್ತದೆ.

ನೀರು ಶುದ್ಧವಾಗಿರದಿದ್ದರೆ ಕುಡಿಯಲೇಬೇಡಿ. ಆ ನೀರಿನಿಂದ ಹಲ್ಲು ಬ್ರಶ್ ಮಾಡಬೇಡಿ. ಕುಡಿಯುವ ನೀರು ಶುದ್ಧವಾಗಿಲ್ಲ ಎಂದಾದರೆ ಬಾಟಲ್‌ನಲ್ಲಿನ ನೀರು ಕುಡಿಯಿರಿ. ಐಸನ್ನೂ ತೆಗೆದುಕೊಳ್ಳಬೇಕಾದಾಗ ಶೀಷೆಯಲ್ಲಿನ ನೀರಿನಲ್ಲಿ ಅಥವ ಕಾಯ್ದು ನೀರಿನಲ್ಲಿ ತಯಾರಿಸಿದ ಐಸ್ ಸ್ವೀಕರಿಸಿ.

ಕೊಳಕು ನೀರಿನಲ್ಲಿ ಈಜುವುದು : ಕೆಲವು ಬಡಾವಣೆಗಳಲ್ಲಿ ಝರಿ ಅಥವಾ ಸಾಗರ ಕಲ್ಮಶದಿಂದ ಕೂಡಿರುತ್ತದೆ. ಆ ನೀರಿನಲ್ಲಿ ಮುಳುಗಿದರೆ ಸೋಂಕು ತಗಲುತ್ತದೆ. ಹಾಗಾಗಿ ಯಾವ ಈಜುಕೊಳದಲ್ಲಿ ನೀವು ಈಜಲು ಬಂದಿರುತ್ತೀರೋ ಆ ನೀರು ಕ್ಲೋರಿನ್‌ಯುಕ್ತವಾಗಿರಬೇಕು.

ಬಾತ್‌ರೂಂ ಅತ್ಯವಶ್ಯವಾಗಿ ಬಳಸಿ : ದೇಹಬಾದೆ ತೀರಿಸಿಕೊಳ್ಳಬೇಕಾದಾಗ ಅತ್ಯವಶ್ಯವಾಗಿ ಬಾತ್‌ರೂಂ ಬಳಸಿ. ಮಲಮೂತ್ರ ಕಟ್ಟುವುದರಿಂದ ಮೂತ್ರಕೋಶದಲ್ಲಿ ಸೋಂಕು ಉಂಟಾಗುತ್ತದೆ. ನಂತರ ಬೇಧಿಯಾಗುತ್ತದೆ. ಆದ್ದರಿಂದ ಮಲ-ಮೂತ್ರ ವಿಸರ್ಜನೆಗೆ ಶೌಚಾಲಯಕ್ಕೆ ಹೋಗಬೇಕೆನಿಸಿದರೆ ಅಕ್ಕಪಕ್ಕದಲ್ಲಿ ರೆಸ್ಟ್‌ರೂಂ ಹುಡುಕಿಕೊಂಡು ಹೋಗಿಬನ್ನಿ.

ಕಾಲುಗಳ ಆರಾಮ : ಪ್ರಯಾಣದ ಅವಧಿಯಲ್ಲಿ ದೀರ್ಘಕಾಲ ನಿಂತಿರುವುದು ಗಾಡಿಯಲ್ಲಿ ಕುಳಿತುಕೊಳ್ಳಬೇಕಾದ ಸಂದರ್ಭ ಎದುರಾಗುತ್ತದೆ. ಇಂಥ ಸಂದರ್ಭ ಕಾಲು ಹಾಗೂ ಕಾಲಿನ ಗಂಟುಗಳನ್ನು ಉತದಿಂದ ರಕ್ಷಿಸಲು ಸ್ಪೋರ್ಟ್ಸ್ ಹೋಜ್ ಬಳಸಿ.

ದೇಹ ಅಲುಗಾಡುತ್ತಿರಲಿ : ಒಂದು ವೇಳೆ ನೀವು ಬಹಳ ಹೊತ್ತಿನವರೆಗೂ ಕುಳಿತುಕೊಂಡು ಕೆಲಸ ಮಾಡುತ್ತಿದ್ದರೆ ಕಾಲುಗಳ ರಕ್ತ ಪರಿಚಲನೆಯಲ್ಲಿ ಅಡ್ಡಿ ಉಂಟಾಗಬಹುದು. ಕೈಕಾಲ್ಗಳನ್ನು ಚಾಚಿ, ಅಲುಗಾಡಿಸಿ ಸ್ವಲ್ಪ ಕಾಲ ಅತ್ತಿಂದಿತ್ತ ಓಡಾಡಿ. ಕಾಲು ಮುದುರಿಕೊಂಡು ಕುಳಿತುಕೊಳ್ಳಬೇಡಿ. ಸ್ವಲ್ಪಹೊತ್ತು ಕಾಲು ಎತ್ತರ ಇಟ್ಟುಕೊಂಡು ಮಲಗಿ. ಒಂದು ವೇಳೆ ರೈಲಿನಲ್ಲಿ ಅಥವಾ ಹಡಗಿನಲ್ಲಿ ನೀವು ಇದ್ದರೆ ಪ್ರತಿ ಅರ್ಧ ಗಂಟೆಗೊಮ್ಮೆ ಸುತ್ತಾಡಿ. ಗಾಡಿಯಲ್ಲಾದರೆ ಎರಡು ಗಂಟೆಗೂ ಹೆಚ್ಚು ಕಾಲ ಪ್ರಯಾಣ ಮಾಡಬೇಡಿ. ಮಧ್ಯೆ ನಿಂತು ಸ್ವಲ್ಪ ಕೈಕಾಲ್ಗಳನ್ನು ಒದರಿಕೊಳ್ಳಿ.

ಹಡಗಿನಲ್ಲಿದ್ದರೆ ಹಡಗಿನಲ್ಲಿ ನೀವು ಪ್ರಯಾಣ ಮಾಡುತ್ತಿದ್ದರೆ ಕೆಲವು ನಿಯಮಗಳು ಗರ್ಭವತಿ ಸ್ತ್ರೀಯರಿಗೆ ಅನ್ವಯಿಸುವುದಿಲ್ಲ. ಅವುಗಳನ್ನು ವಿಶೇಷವಾಗಿ ತಿಳಿದುಕೊಳ್ಳಿ. ಅವಕಾಶ ಸಿಕ್ಕರೆ ಶೌಚಾಲಯದ ಪಕ್ಕದ ಸೀಟ್ ಆಯ್ದುಕೊಳ್ಳಿ. ಹಾಗೆ ಮಾಡಿದರೆ ಪದೇ ಪದೇ ಹೋಗಿ ಬರುವುದಕ್ಕೆ ಅಡ್ಡಿಯಾಗುವುದಿಲ್ಲ.

ವಿಮಾನದಲ್ಲಿ ಹೊರಟರೆ ಮಧ್ಯೆ ತಮಗೆ ಅಗತ್ಯ ಆಹಾರ ಸಿಗುತ್ತದೆಯೋ ಅಥವಾ ಕೊಂಡು ತಂದಿಟ್ಟುಕೊಳ್ಳಬೇಕೋ ಎಂದು ಕೇಳಿ ತಿಳಿದುಕೊಳ್ಳಿ. ಸ್ವಲ್ಪ ಅದೂ-ಇದೂ ತಿಂಡಿ ಮಾತ್ರ ಸಿಗುತ್ತದೆ ಎಂದಾದರೆ ಮನೆಯಿಂದ ಊಟ ಬುತ್ತಿ ತನ್ನಿ. ಆಹಾರ ಚೆನ್ನಾಗಿ ಬೆಂದಿರಲಿ. ನೀರು ಶುದ್ಧ ಶೋಧಿಸಿದ್ದಾಗಿರಬೇಕು. ಬಾಟಲಿ ನೀರು ಕುಡಿಯುವುದು ಸೂಕ್ತ. ಹೀಗೆ ತಮಗೆ ಆಗಾಗ್ಗೆ ಶೌಚಾಲಯಕ್ಕೆ ಹೋಗುವುದು ಅಗತ್ಯವಾಗುತ್ತದೆ. ಅದರಿಂದ ಕಾಲಿಗೆ ಆರಾಮ ಎನಿಸುತ್ತದೆ.

ನಿಮ್ಮ ಸೀಟ್ ಬೆಲ್ಟನ್ನು ಆರಾಮವಾಗಿ ಹೊಟ್ಟೆಯ ಕೆಳಗೆ ಕಟ್ಟಿಕೊಳ್ಳಿ. ನೀವು ಬೇರೆ ಟೈಮುಝೋನ್‌ಗೆ ಹೋಗುತ್ತಿದ್ದರೆ ಜೈಟ್‌ಲೈಗಯನ್ನು ಗಮನಿಸಿಕೊಳ್ಳಿ.

ತಲುಪಿದ ಮೇಲೆ ನಿಮ್ಮ ಟ್ರಿಪ್‌ನಲ್ಲು ನಿಮ್ಮ ಆರಾಮವನ್ನು ಗಮನದಲ್ಲಿಟ್ಟಿಕೊಳ್ಳಿ.

ಕಾರಿನಲ್ಲಿ ಪ್ರಯಾಣ ಮಾಡಿದರೆ : ಕಾರಿನಲ್ಲಿ ಹೋಗುವಾಗ ಚೀಲದ ತುಂಬ ಪೌಷ್ಟಿಕಾಂಶದಿಂದ ಕೂಡಿದ ಸ್ನ್ಯಾಕ್ಸ್ ಮತ್ತು ಫ್ಲಾಸ್ಕ್ ತುಂಬ ಹಾಲು ಅಥವಾ ಹಣ್ಣಿನ ರಸ ತೆಗೆದುಕೊಂಡು ಹೋಗಿ. ಹಸಿವಾದರೆ ರಸ್ತೆ ಬದಿ ಹೋಟೆಲ್‌ನಿಂದ ಏನೂ ತಿನ್ನದೆ ಈ ಆಹಾರ ಸೇವಿಸುವುದು ನಿಮಗೆ ಅನುಕೂಲವಾಗುತ್ತದೆ. ತಾವು ಕಾರಿನಲ್ಲಿ ಕುಳಿತುಕೊಳ್ಳುವ ಸೀಟ್ ದೇಹಕ್ಕೆ ಆರಾಮು ನೀಡುವಂತಿರಬೇಕು. ಸೀಟಿನ ಹಿಂದೆ ಬೆನ್ನಿಗೆ ಆಸರೆಯಾಗುವಂತೆ ಕುಶನ್ ಇರಬೇಕು. ಕುತ್ತಿಗೆಗಾಗಿಯೇ ವಿಶೇಷವಾದ ಕುಶನ್ ಇದ್ದರೆ ಮತ್ತೂ ಒಳ್ಳೆಯದು.

ಒಂದು ವೇಳೆ ರೈಲಿನಲ್ಲಿ ಪ್ರಯಾಣ ಮಾಡುತ್ತಿದ್ದರೆ : ರೈಲಿನಲ್ಲಿ ಹೋಗುವಾಗ ಮೆನು ಸಹಿತವಾದ ಡೈನಿಂಗ್ ಕಾರ್ ಇದೆಯೇ ಎಂದು ಪತ್ತೆ ಮಾಡಿ. ಒಂದು ವೇಳೆ ಇಡೀ ರಾತ್ರಿ ಪ್ರಯಾಣ ಮಾಡುವುದಾದರೆ ಸ್ಲೀಪರ್ ಕಾರ್ ಬುಕ್ ಮಾಡಿರಿ. ಪ್ರಯಾಣ ಆರಂಭ ಮಾಡುವ ಮುನ್ನವೇ ನಿಮಗೆ ಆಯಾಸವಾಗುವ ಹಾಗೆ ಇರಬಾರದು.

ಕಾಮ ಮತ್ತು ಗರ್ಭವತಿ ಸ್ತ್ರೀ :

ಧಾರ್ಮಿಕ ಮತ್ತು ವೈದ್ಯಕೀಯ ನಿಯಮಾವಳಿಗಳನ್ನು ಬಿಟ್ಟುಬಿಟ್ಟರೆ ಪ್ರತಿ ಗರ್ಭಾವಸ್ಥೆ ಕಾಮದಿಂದಲೇ ಆರಂಭವಾಗುತ್ತವೆ. ಅಂದಮೇಲೆ ನಮ್ಮನ್ನು ನಾವು ಕಾಮದಿಂದ ಇಷ್ಟು ದೂರ ಇಟ್ಟುಕೊಳ್ಳುವುದೇಕೆ? ಅದೇ ನಿಮ್ಮನ್ನು ಇಲ್ಲಿಯವರೆಗೆ ಕರೆತಂದಿದೆ ಎಂಬುದನ್ನು ಮರೆಯದಿರಿ.

ಕಾಮ ನಿಮ್ಮಲ್ಲಿ ಕಡಿಮೆ ಇದೆಯೋ ಅಥವಾ ಹೆಚ್ಚಿದೆಯೋ, ಅದು ಸಂಪೂರ್ಣ ಆನಂದವನ್ನು ನೀವು ಪಡೆಯುತ್ತಿದ್ದೀರೋ ಅಥವಾ ಇಲ್ಲವೋ ಹೊಟ್ಟೆಯಲ್ಲಿ ಮಗುವು ರೂಪುಗೊಂಡನಂತರ ನಿಮ್ಮ ಕಾಮಜೀವನದಲ್ಲಿ ಸಾಕಷ್ಟು ಬದಲಾವಣೆ ಆಗಿರುವುದಂತೂ ನಿಜ. ಬೆಡ್‌ರೂಂನಲ್ಲಿ, ಅಡುಗೆ ಮನೆಯಲ್ಲಿ, ಕೊಠಡಿಯಲ್ಲಿ ಯಾವುದು ಸುರಕ್ಷಿತ, ಯಾವುದೂ ಅಲ್ಲ. ನಿಮ್ಮ ಉಬ್ಬಿದ ಹೊಟ್ಟೆಗೆ ಯಾವ ಭಂಗ ಅನುಕೂಲಕರವಾಗಿರುತ್ತದೆ. ನಿಮ್ಮಿಬ್ಬರ ಮನಸ್ಸು ಏಕೆ ಒಂದಾಗಿಲ್ಲ. ಈ ಎಲ್ಲ ಅಂಶಗಳ ಜೊತೆ ಗರ್ಭಾವಸ್ಥೆಯ ಕಾಮ ಸಾಕಷ್ಟು ಸವಾಲುದಾಯಕ ಎನಿಸುತ್ತದೆ. ಆದರೆ ಚಿಂತಿಸದಿರಿ ಸ್ವಲ್ಪ ಸೃಜನಶೀಲತೆ, ಸ್ವಲ್ಪ ಹಾಸ್ಯಕ್ರಿಯತೆ ಅಪಾರವಾದ ಧೈರ್ಯದ ಜೊತೆಗೆ ಗರ್ಭಾವಸ್ಥೆಯ ಕಾಮವನ್ನು ಮೊದಲಿಗಿಂತಲೂ ಆಕರ್ಷಣೀಯವಾಗಿ ಮಾಡಿಕೊಳ್ಳಬಲ್ಲಿರಿ.

ಸೆಕ್ಸರ್‌ಸೈಜ್

ಸೆಕ್ಸ್ ನಡೆಸುವಾಗ ಕೀಟಲೆ ಮಾಡಿದರೆ ಆನಂದದ ಜೊತೆ–ಜೊತೆಗೆ ವ್ಯಾಯಾಮವೂ ಆಗುತ್ತದೆ. ಇದು ಸಾಕಷ್ಟು ಲಾಭದಾಯಕ ವ್ಯಾಯಾಮ. ತಾವು ಇದನ್ನು ಎಲ್ಲಿ ಬೇಕಾದರೂ ಯಾವಾಗ ಬೇಕಾದರೂ ಮಾಡಬಹುದು. ಆದರೆ ಸೆಕ್ಸ್ ಸಮಯದಲ್ಲಿ ಮಾಡಿದರೆ ದುಪ್ಪಟ್ಟು ಲಾಭವಾಗುತ್ತದೆ. ಈವರೆಗೆ ಯಾವುದೇ ವ್ಯಾಯಾಮದಲ್ಲೂ ಇಂತಹ ಸುಖ ಸಿಕ್ಕಿರುವುದನ್ನು ಕೇಳಿಯೂ ಇಲ್ಲ.

ಕಾಮ ಮತ್ತು ತ್ರೈಮಾಸಿಕ :

ಗರ್ಭಾವಸ್ಥೆಯ ಒಂಬತ್ತು ತಿಂಗಳಲ್ಲಿ ಕಾಮಜೀವನ ರೋಲರ್ ಕೋಸ್ಟರ್‌ನಂತೆ ಏರಿಳಿತ ಹೊಂದುತ್ತದೆ ಎಂಬುವುದು ಎಲ್ಲ ದಂಪತಿಗೂ ತಿಳಿದ ವಿಚಾರವಾಗಿದೆ. ಮೊದಲ ತ್ರೈಮಾಸಿಕದಲ್ಲಿ ಹಾರ್ಮೋನ್‌ಗಳ ಕಾರಣದಿಂದಾಗಿ ಅನೇಕ ಮಹಿಳೆಯರಲ್ಲಿ ಕಾಮದ ವಾಂಛೆ ಹೆಚ್ಚುತ್ತದೆ. ನಂತರ ಕ್ರಮೇಣ ಅಭಿರುಚಿ ವಾಂಛೆ ಕಡಿಮೆಯಾಗುತ್ತಾ ಹೋಗುತ್ತದೆ. ಆಯಾಸ, ಉಬ್ಬರ, ವಾಂತಿ, ಎದೆಯಲ್ಲಿ ಸಣ್ಣ ನೋವು. ಕಾಮದಲ್ಲಿ ಆಸಕ್ತಿಯನ್ನು ಕುಗ್ಗಿಸುತ್ತದೆ. ಆದರೆ ಪ್ರತಿ ಗರ್ಭಾವಸ್ಥೆಯಂತೆ ಇಬ್ಬರು ಮಹಿಳೆಯರಲ್ಲೂ ಸಾಮ್ಯ ಇರುವುದಿಲ್ಲ. ಮೊದಲ ತ್ರೈಮಾಸಿಕದಲ್ಲಿ ಸಾಕಷ್ಟು ಮಟ್ಟದವರೆಗೆ ಸೆಖೆ ಇರುವುದನ್ನು ತಾವೂ ಗಮನಿಸಿರಬಹುದು. ಇದನ್ನು ಹಾರ್ಮೋನ್‌ಗಳಲ್ಲಿನ ಸುಖದಾಯಕ ಬದಲಾವಣೆ ಎಂದು ನೀವು ಕರೆಯಬಹುದು. ನಿಮ್ಮ ಗುಪ್ತಾಂಗಗಳು ಮೊದಲಿಗಿಂತಲೂ ಹೆಚ್ಚು ಸಂವೇದನಾಶೀಲವಾಗುತ್ತವೆ.

ಎರಡನೇ ತ್ರೈಮಾಸಿಕದಲ್ಲಿ ಗರ್ಭಾವಸ್ಥೆಯ ಅನೇಕ ಲಕ್ಷಣಗಳು ಎದುರಾಗುತ್ತವೆ. ಕಾಮಕ್ಕೆ ಅಗತ್ಯವಾದ ಉತ್ಸಾಹವೇ ಇರುವುದಿಲ್ಲ. ಬೆಡ್‌ರೂಂಗಿಂತ ಹೆಚ್ಚಾಗಿ ಬಾತ್‌ರೂಂನಲ್ಲಿ ಹೆಚ್ಚು ಸಮಯ ಕಳೆಯುತ್ತೀರಿ. ಇದಕ್ಕೆ ಮುಂಚೆ ನೀವು ಚರ್ಮ ಸುಖವನ್ನು ಪಡೆದಿಲ್ಲ ಎಂದಾದರೆ ಈ ಅವಧಿಯಲ್ಲಿ ಅದನ್ನು ಪಡೆಯುವ ಅವಕಾಶ ಲಭಿಸುತ್ತದೆ. ದೇಹದ ಗುಪ್ತಾಂಗಗಳಿಗೆ ಮುಂಚೆಗಿಂತ ಹೆಚ್ಚು ರಕ್ತ ಚಲನೆಯಾಗುವುದೇ ಇದಕ್ಕೆ ಕಾರಣ. ಚರ್ಮ

ಸುಖ(ಆರ್ಗೆಜ್)ಮೊದಲಿಗಿಂತ ಉದ್ದ ಮತ್ತು ಬಲಿಷ್ಠವಾಗಿರುತ್ತದೆ. ಆದರೆ ಕೆಲವು ಮಹಿಳೆಯರು ಇದರ ಪ್ರಿಯವಾದ ಅನುಭವವನ್ನು ಕಳೆದುಕೊಂಡುಬಿಡುತ್ತಾರೆ.

ಅನೇಕ ಮಹಿಳೆಯರಿಗೆ ಒಂಭತ್ತು ತಿಂಗಳು ಪೂರ್ಣ ಇದರ ಅರಿವು ಇರುವುದೇ ಇಲ್ಲ. ಗರ್ಭಾವಸ್ಥೆಯಲ್ಲಿ ನೀವು ಇದನ್ನೂ ಸಾಧಾರಣವಾಗಿಸಬಹುದು.

ಪ್ರಸವದ ದಿನಾಂಕ ಸಮೀಪಿಸುತ್ತಿದ್ದಂತೆ ಹೊಟ್ಟೆಯ ಆಕಾರ ಹೆಚ್ಚುತ್ತ ಹೋಗುವ ಕಾರಣ ಕಾಮ ಅಸಾಧ್ಯವಾಗುತ್ತಾ ಹೋಗುತ್ತದೆ. ಗರ್ಭಾವಸ್ಥೆಯ ಸುಖ ಮತ್ತು ಕಷ್ಟ ಇಚ್ಛೆಗೆ ತಣ್ಣೀರೆರಚಿಬಿಡುತ್ತದೆ. ಆ ಹಂತದಲ್ಲಿ ನಿರೀಕ್ಷೆ ಹೊಸತಾಗಿ ಬೇರೆ ಕಡೆ ಗಮನ ಹರಿಯುವುದಿಲ್ಲ. ಆದಾಗ್ಯೂ ಕೆಲವು ದಂಪತಿಗಳು ಗರ್ಭಾವಸ್ಥೆಯ ಈ ಅಡಚಣೆಗಳನ್ನು ಮೀರಿ ಕೊನೆ ಘಳಿಗೆಯವರೆಗೆ ಕಾಮದ ಸುಂದರ ಅನುಭವ ಹೊಂದುತ್ತಾರೆ.

ನಿಮ್ಮ ಮೂಡ್‌ನಲ್ಲಿ ಬದಲಾವಣೆ

ಗರ್ಭಾವಸ್ಥೆಯಲ್ಲಿ ಉಂಟಾಗುವ ಈ ದೈಹಿಕ ಬದಲಾವಣೆಗಳಿಂದಾಗಿ ಕಾಮದ ವಾಂಛೆ ಸಕಾರಾತ್ಮಕ ಅಥವಾ ನಕಾರಾತ್ಮಕ ರೂಪದಿಂದ ಪ್ರಭಾವಿತರಾಗುತ್ತಾರೆ. ನೀವು ಆ ನಕಾರಾತ್ಮಕ ಪ್ರಭಾವಗಳನ್ನು ಆದಷ್ಟೂ ಕಡಿಮೆ ಮಾಡಲು ಯತ್ನಿಸಬೇಕು. ಕಾಮದ ಜೀವನದ ಮೇಲೆ ಅವುಗಳ ಪರಿಣಾಮ ಬೀಳದಂತೆ ನೋಡಿಕೊಳ್ಳಬೇಕು.

ವಾಂತಿ-ತೇಗು : ಬೆಳಗ್ಗೆ ಅನಾರೋಗ್ಯ ಅನಿಸಿದರೆ ನಿಮ್ಮ ಮಧುರ ಕ್ಷಣಗಳನ್ನು ಕಳೆಯಲು ಅದು ಅಡ್ಡಿಯಾಗಬಹುದು. ಊಟದ ಸಮಯದಲ್ಲಂತೂ ತಾವು ಬೇರೆನನ್ನೂ ಮಾಡಲಾರಿರಿ. ಆದ್ದರಿಂದ ನಿಮ್ಮ ಸಮಯವನ್ನು ಯೋಚನೆ ಮಾಡಿ ಬುದ್ಧಿವಂತಿಕೆಯಿಂದ ಉಪಯೋಗಿಸೇಕು. ಬೆಳಗ್ಗೆ ಸೂರ್ಯ ಹುಟ್ಟಿದ ನಂತರ ತಾವು ಬೇಸರಪಡುವಿರಿ ಎಂದಾದರೆ ಸಂಜೆ ಒಂದು ಗಂಟೆ ಕಾಲವನ್ನು ಕಾಮಕ್ಕೆ ಮೀಸಲಿಡಿ. ಒಂದು ವೇಳೆ ಸಂಜೆ ವಿಚಲಿತರಾಗುತ್ತೀರಿ ಎಂದಾದರೆ ಕಾಮಕ್ಕೆ ಬೆಳಗಿನ ಸಮಯವೇ ಲೇಸು. ಬೆಳಗ್ಗೆ-ಸಂಜೆ ತಮ್ಮ ಪರಿಸ್ಥಿತಿ ಹದಗೆಟ್ಟಿರುತ್ತದೆ ಎಂದಾದರೆ ಇಬ್ಬರಿಗೂ ಈ ಲಕ್ಷಣಗಳನ್ನು ನಿಭಾಯಿಸುವವರಿಗೆ ಕಾಯಬೇಕಾಗುತ್ತದೆ. ಏನೇ ಆಗಲಿ ಆರೋಗ್ಯ ಸರಿ ಇಲ್ಲದಿದ್ದರೆ ಕಾಮಕೇಳಿಗೆಳಸಬೇಡಿ. ಇದರಿಂದ ಯಾವ ಫಲವೂ ಸಿಕ್ಕುವುದಿಲ್ಲ.

ಆಯಾಸ : ಬಟ್ಟೆ ಬಿಚ್ಚುವಷ್ಟು ಶಕ್ತಿಯೂ ನಿಮ್ಮಲ್ಲಿ ಇಲ್ಲದಿರುವಾಗ ಕಾಮದಾಟದ ಪ್ರಶ್ನೆ ಉದ್ಭವಿಸುವುದೇ ಇಲ್ಲ. 4ನೇ ತಿಂಗಳ ಕೊನೆಗೆ ಈ ಆಯಾಸ ಸಾಕಷ್ಟು ಕಡಿಮೆಯಾಗುತ್ತದೆ. ಆದರೆ ಇದು ಕೊನೆಯ ತ್ರೈಮಾಸಿಕದಲ್ಲಿ ಮತ್ತೆ ಮರುಕಳಿಸುತ್ತದೆ. ಅಲ್ಲಿಯವರೆಗೆ ಅವಕಾಶ ಸಿಕ್ಕಾಗಲೆಲ್ಲಾ ರಸಿಕರಾಗಿ ರಾತ್ರಿ ಊಟವಾದ

ಗರ್ಭಾವಸ್ಥೆಯಲ್ಲಿ ಸೆಕ್ಸ್

ಸೆಕ್ಸ್‌ನ ಯಾವ ಪದ್ಧತಿ ಸುರಕ್ಷಿತವಾಗಿರುತ್ತದೆ ಎನ್ನುವುದನ್ನು ತಿಳಿಯಲು ಈ ಕೆಳಗಿನ ಸಾಲುಗಳನ್ನು ಓದಿ.

ಮುಖಮೈಥುನ : ಓರಲ್ ಸೆಕ್ಸ್‌ನಲ್ಲಿ ಯಾವ ನಷ್ಟವೂ ಇಲ್ಲ. ನಿಮ್ಮ ಸಂಗಾತಿಗೆ ನೀವು ತಿಳಿಸಿಬಿಡಿ. ಗುಪ್ತಾಂಗಗಳಲ್ಲಿ ಜೋರಾಗಿ ಊದಬೇಡ ಎಂದು. ಒಂದು ವೇಳೆ ಸಂಭೋಗಕ್ಕೆ ಅವಕಾಶ ಇಲ್ಲದಿದ್ದರೆ ಇಬ್ಬರೂ ಇದರ ಆನಂದ ಹೊಂದಬಹುದು. ಸಂಗಾತಿಗೆ ಯಾವ ರೋಗವೂ ಇರಕೂಡದು.

ಗುದ ಮೈಥುನ : ಒಂದು ವೇಳೆ ಇದನ್ನು ನೀವು ಮಾಡಲಿಚ್ಛಿಸಿದರೆ ಇದೂ ಸುರಕ್ಷಿತ ಆದರೆ ಸ್ವಲ್ಪ ಎಚ್ಚರದಿಂದ ಇರಬೇಕು. ಅದಕ್ಕೂ ಕಾಂಡೋಮ್ ಬಳಸಿ. ಗುದ ಮೈಥುನದಿಂದ ಯೋನಿ ಮೈಥುನದವರೆಗೆ ಹೋಗುವ ಮುನ್ನ ಸ್ವಚ್ಛ ಮಾಡಿಕೊಳ್ಳಿ. ಇಲ್ಲದಿದ್ದರೆ ಹಾನಿಕಾರಕವಾದ ಬ್ಯಾಕ್ಟೀರಿಯಾಗಳು ಯೋನಿ ಮಾರ್ಗದಿಂದ ಒಳಸೇರಬಹುದು. ಮಗುವಿಗೆ ಸೋಂಕಿನ ಅಪಾಯ ಉಂಟಾಗುತ್ತದೆ.

ಹಸ್ತಮೈಥುನ : ಗರ್ಭಾವಸ್ಥೆ ಒಂದು ವೇಳೆ ಅಪಾಯಕಾರಿ ಅಲ್ಲದಿದ್ದರೆ ಅಂಗೈಜಮ್‌ನ್ನು ಸಹ ನಿಷೇಧಿಸಿದ್ದರೆ ಹಸ್ತಮೈಥುನ ಮಾಡಿಕೊಳ್ಳಬಹುದು. ಇದು ಸಂಪೂರ್ಣ ಸುರಕ್ಷಿತ. ಇದರಿಂದ ನಿಮ್ಮ ಬೇಸರಿಕೆ ಸಂಪೂರ್ಣ ದೂರವಾಗುತ್ತದೆ.

ವೈಬ್ರೇಟರ್ : ಒಂದು ವೇಳೆ ವೈದ್ಯರು ಅನುಮತಿ ನೀಡಿದರೆ ಯೋನಿ ಮಾರ್ಗದಲ್ಲಿ ಉತ್ತೇಜನಕ್ಕಾಗಿ ವೈಬ್ರೇಟರ್ ಬಳಸಬಹುದು. ಆದರೆ ಅದನ್ನು ಬಹಳ ಒಳಗೆ ತೆಗೆದುಕೊಂಡು ಹೋಗಬಾರದು. ನಿಮ್ಮ ಸೆಕ್ಸ್ ಟಾಯ್ ಶುದ್ಧವಾಗಿರಬೇಕು. ಈ ತೆರನಾದ ಯಾಂತ್ರಿಕ ರೀತಿಯಿಂದಲೂ ಸೆಕ್ಸ್‌ನ ಆನಂದವನ್ನು ಹೊಂದಬಹುದು.

ನಂತರ ಸಮಯವನ್ನೇ ಇದಕ್ಕೆ ಕಾಯಬೇಡಿ. ಮದ್ಯಾಹ್ನದ ತೂಗಡಿಕೆಯ ಸಮಯದಲ್ಲೂ ಕಾಮ ಒಳ್ಳೆಯದೇ ಆಗಿರುತ್ತದೆ. ನಂತರ ಹಾಸಿಗೆಯ ಮೇಲೆ ಬೆಳಗಿನ 'ತಿಂಡಿ' ಮಾಡಿದರೆ ಇಡೀ ದಿನ ನೆನಪಿನಲ್ಲಿರುತ್ತದೆ.

ಬದಲಾಗುತ್ತಿರುವ ತಮ್ಮ ಆಕಾರ : ಯಾವಾಗ ನಿಮ್ಮ ಹೊಟ್ಟೆ ಹಿಮಾಲಯ ಪರ್ವತದಂತೆ ಮಾಡುತ್ತಿರುತ್ತದೋ ಅದನ್ನು ಪ್ರೀತಿಸುತ್ತೇನೆ ಎನ್ನುವುದು ಅಸಹಜವಾಗುತ್ತದೆ. ಹಾಗೆಯೇ ನಿಮ್ಮ ದೇಹ ಸೆಕ್ಸಿ ಅನುಭವವನ್ನು ಕೊಡುವುದಿಲ್ಲ. ಆದರೆ ಕೆಲವು ಪುರುಷರಿಗೆ ಇಂತಹ ದೇಹ 'ಸೆಕ್ಸಿ' ಎಂಬ ಇಚ್ಚೆಯನ್ನು ಮೂಡಿಸುತ್ತದೆ. ನಿಮ್ಮ ದೇಹವನ್ನು ಲೇಸಿನ ಬಲೆಯಿಂದ ಸಿಂಗಡಿಸಿ. ಸ್ತ್ರೀಯ ಪೊಟರೆಗಳನ್ನು ಹಗುರವಾದ ಕ್ಯಾಂಡಲ್‌ನಿಂದ ಬೆಳಗುವಂತೆ ಮಾಡಿ. ನಿಮ್ಮ ಮನಸ್ಸಿನಲ್ಲಿರುವ ನಕಾರಾತ್ಮಕ ಅಂಶಗಳನ್ನು ತೆಗೆದುಹಾಕಿ ಪ್ರೆಗ್ನೆನ್ಸಿಯಲ್ಲಿ 'ದೊಡ್ಡದು ಸುಂದರ' ಎಂಬುದನ್ನು ಸದಾ ನೆನಪಿನಲ್ಲಿಡಿ.

ಕೋಲೆಸ್ಟ್ರಮ್ ಸೋರುವಿಕೆ : ಗರ್ಭಾವಸ್ಥೆಯ ಕೊನೆಯ ಕೆಲವು ತಿಂಗಳುಗಳಲ್ಲಿ ಅನೇಕ ಮಹಿಳೆಯರ ಎದೆಯಿಂದ ಕೋಲೆಸ್ಟ್ರಮ್ ಹೊರಡುತ್ತದೆ. ಇದರಿಂದ ಸಂಭೋಗ ಪೂರ್ವ ಚಟುವಟಿಕೆ ನಡೆಸುವಾಗ ಸ್ವಲ್ಪ ಹಿಂಜರಿಕೆ ಆಗಬಹುದು. ಇದರಿಂದ ಬೇಸರಿಸಬೇಕಾದ ಅಗತ್ಯವಿಲ್ಲ. ನಿಮ್ಮ ಸಂಗಾತಿಗೆ ಇದರಿಂದ ವಿಮುಖತೆ ಉಂಟಾಗುವುದಿಲ್ಲ. ನಿಮ್ಮ ಗಮನವನ್ನು ಇಲ್ಲಿಂದ ಬೇರೆಡೆಗೆ ಹರಿಸಿಕೊಳ್ಳಿ.

ಸಂವೇದನಾಶೀಲ ಎದೆ:- ಕೆಲವು ದಂಪತಿಗಳಿಗೆ ಈ ದಿನಗಳಲ್ಲಿ ಎದೆಯ ಆಕರ್ಷಣೆ ಹೆಚ್ಚುತ್ತದೆ. ಕೆಲವು ಸ್ತ್ರೀಯರ ಎದೆಉ ಚುಚ್ಚಿದಂತಾಗುತ್ತದೆ. ಮುಟ್ಟಿದರೆ ನೋವಾಗುತ್ತದೆ. ನಿಮ್ಮ ವಿಚಾರದಲ್ಲೂ ಹಾಗೇ ಆಗಿದ್ದರೆ ಸಂಗಾತಿಗೆ ಮೊದಲೇ ತಿಳಿಸಿಬಿಡಿ ಅಥವಾ ಮೊದಲ ತ್ರೈಮಾಸಿಕದ ನಂತರ ಇವೆಲ್ಲವೂ ಸರಿ ಹೋಗುತ್ತದೆ ಎಂಬುದನ್ನು ತಿಳಿಸಿಬಿಡಿ

ಯೋನಿಯ ಸ್ರಾವದಲ್ಲಿ ಬದಲಾವಣೆ : ಗರ್ಭಾವಸ್ಥೆಯಲ್ಲಿ ಯೋನಿಯ ಸ್ರಾವದಲ್ಲಿ ಬದಲಾವಣೆ ಆಗುತ್ತದೆ. ಸ್ರಾವ ಹೆಚ್ಚುತ್ತವೆ. ಅದರ ಬಣ್ಣ, ವಾಸನೆಯಲ್ಲಿ ವ್ಯತ್ಯಾಸ ಕಾಣುತ್ತದೆ. ಒಂದು ವೇಳೆ ನಿಮ್ಮ ಯೋನಿ ಮುಂಚಿನ ದಿನಗಳಲ್ಲಿ ಸಾಕಷ್ಟು ಒಣಗಿರುತ್ತಿತ್ತು ಎಂದಾದರೆ ಈ ತೇವ ಕಾಯುವನ್ನು ಆನಂದದಾಯಕವನ್ನಾಗಿ ಮಾಡುತ್ತದೆ. ಎಷ್ಟೋ ಬಾರಿ ತೇವಾಂಶ ಎಷ್ಟು ಹೆಚ್ಚಾಗಿರುತ್ತದೆ ಎಂದರೆ ಸಂಗಾತಿಗೆ ಸಂಭೋಗ ಕಷ್ಟಕರವಾಗುತ್ತದೆ. ಸ್ರಾವದ ವಾಸನೆ ಮತ್ತು ರುಚಿಯ ಕಾರಣದಿಂದ ಮುಖ ಮೈಥುನವೂ ಸಾಧ್ಯವಾಗುವುದಿಲ್ಲ. ಸಂಧು ಮತ್ತು ತೊಡೆಗಳ ಮೇಲೆ ತೆಳುವಾದ ತೈಲ ಸವರಿ ಮಾಲಿಶ್ ಮಾಡುವುದರಿಂದ ಸ್ವಲ್ಪ ಆರಾಮ ಸಿಗುತ್ತದೆ. ಕೆಲವು ಗರ್ಭವತಿ ತಾಯಂದಿರಿಯ ಯೋನಿಯಲ್ಲಿ ಯಾವಾಗಲೂ ಶುಷ್ಕತೆಯು ದೂರು ಇರುತ್ತದೆ. ಅಂತಹವರು ಕಾಮಕೇಳಿಯ ಸಮಯದಲ್ಲಿ ಪ್ರಮಾಣಿತ ಲೂಬ್ರಿಕೆಂಟ್‌ಗಳನ್ನು ಬಳಸಬಹುದಾಗಿದೆ.

ಸರ್ವಿಕ್ಸ್‌ನ ಸಂವೇದನಾಶೀಲತೆಯಿಂದ ರಕ್ತಸ್ರಾವ : ಗರ್ಭಾವಸ್ಥೆಯಲ್ಲಿ ಗರ್ಭಾಶಯದ ಮುಖದ ಸಂವೇದನಾಶೀಲತೆಯೂ ಸಾಕಷ್ಟು ಹೆಚ್ಚುತ್ತದೆ. ಸಂಭೋಗದ ಕಾಲದಲ್ಲಿ ಶಿಶ್ನ ಯೋನಿಯು ಸಾಕಷ್ಟು ಒಳಗೆ ಹೋದರೆ ರಕ್ತಸ್ರಾವ ಕಡಕಮೆ ಇರುವ ಸಾಧ್ಯತೆ ಇರುತ್ತದೆ. ಇದರಿಂದ ಗಾಬರಿಯಾಗಬೇಕಾದ ಪ್ರಮೇಯವಿಲ್ಲ. ನಿಮ್ಮ ವೈದ್ಯರಿಗೆ ಇದನ್ನು ಖಂಡಿತವಾಗಿ ತಿಳಿಸಿ.

ಇಷ್ಟೇ ಅಲ್ಲದೆ ಇನ್ನೂ ಅನೇಕ ಭಾವನಾತ್ಮಕ ಅಂಶಗಳು ನಿಮ್ಮ ಕಾಮಾನಂದವನ್ನು ಕಡಿಮೆ ಮಾಡಬಲ್ಲವಾಗಿರುತ್ತವೆ. ಮುಕ್ತವಾಗಿ ಈ ಬಗೆ ಚರ್ಚಿಸುವುದು ಒಳಿತು.

ಭ್ರೂಣಕ್ಕೆ ಆಘಾತವಾಗುವ ಅಥವಾ ಗರ್ಭಪಾತದ ಭೀತ : ಚಿಂತೆ ಬಿಡಿ, ಕಾಮದ ಸಂಪೂರ್ಣ ಆನಂದ ಪಡೆಯಿರಿ. ಸಾಮಾನ್ಯ ಗರ್ಭಾವಸ್ಥೆಯಲ್ಲಿ ಸೆಕ್ಸ್‌ನಿಂದ ಯಾವುದೇ ನಷ್ಟ ಸಂಭವಿಸುವುದಿಲ್ಲ. ಶಿಶುವು ಎಮ್ನಿಯಾಸ್ಟಿಕ್ ದ್ರಾವಣದಲ್ಲಿ ಬಹಳ ಸುರಕ್ಷಿತವಾಗಿರುತ್ತದೆ. ನಿಮ್ಮ ಗರ್ಭಾಶಯವೂ ಸಂಪೂರ್ಣವಾಗಿ ಬಂದ್ ಆಗಿದೆ. ನೀವು ಸಂಭೋಗ ಮಾಡಕೂಡದು ಎಂದು ವೈದ್ಯರು ಭಾವಿಸುವುದಾದರೆ ಇದರ ಕಾರಣವನ್ನೂ ಅವರು ಮೊದಲು ತಿಳಿಸುತ್ತಾರೆ. ಹಾಗೆ ನೀಡಿಲ್ಲ ಎನ್ನುವುದಾದರೆ ಆರಾಮವಾಗಿ ತಮ್ಮ ಕಾಮ ಜೀವನವನ್ನು ನಡೆಸಬಹುದಾಗಿದೆ.

ಆರ್ಗೆನಿಜಮ್‌ನಿಂದ ಗರ್ಭಪಾತ : ಶೀಘ್ರ ಪ್ರಸವದ ಭೀತಿ ಕಾಮದ ಪರಮ ಸುಖ ಅಥವಾ ಚರಮಾವಸ್ಥೆಯನಂತರ ಗರ್ಭಾಶಯ ಸಾಕಷ್ಟು ಸಂಕೋಚವಾಗುತ್ತಾ ಹೋಗುತ್ತದೆ. ಅನೇಕ ಸ್ತ್ರೀಯರಲ್ಲಿ ಇದು ಅಧಿಕ ಪ್ರಮಾಣದಲ್ಲಿ ಆಗುತ್ತದೆ. ಈ ಕ್ರಿಯೆ ಸಂಭೋಗದ ನಂತರ ಸುಮಾರು 30 ನಿಮಿಷಗಳವರೆಗೆ ನಡೆಯುತ್ತಿರುತ್ತದೆ. ಆದರೆ ಇದು ಹೆರಿಗೆ ನೋವಲ್ಲ ಸಾಮಾನ್ಯ ಗರ್ಭಾವಸ್ಥೆಯಲ್ಲಿ ಇದರಿಂದ ಯಾವ ನಷ್ಟವೂ ಇಲ್ಲ. ಇದರಿಂದ ಏನಾದರೂ ಅಪಾಯವಿದ್ದಿದ್ದರೆ ರಕ್ಷಿಸಿಕೊಳ್ಳಲು (ಗರ್ಭಪಾತ ಅಥವಾ ಅವಧಿಪೂರ್ವ ಜನನದ ಭೀತಿ) ವೈದ್ಯರು ಮೊದಲೇ ತಿಳಿಸಿಬಿಡುತ್ತಿದ್ದರು.

ಭ್ರೂಣ ಇದನ್ನೆಲ್ಲಾ ನೋಡುತ್ತಿದೆ. ಅಥವ ಅದಕ್ಕೆ ಎಲ್ಲವೂ ಅರ್ಥವಾಗುತ್ತಿದೆ ಎಂಬ ಭಯ : ಇದು ಸಾಧ್ಯವೇ ಇಲ್ಲ. ಚರ್ಮಸುಖದ ಸಮಯದಲ್ಲಿ ಸಂಕೋಚದಿಂದ ಭ್ರೂಣಕ್ಕೆ ಉಯ್ಯಾಲೆಯಂತಹ ಸುಂದರ ಅನುಭವವೇ ಆಗುತ್ತದೆ.

ಆದರೆ ಅದನ್ನು ನೋಡುವ ಸಾಮರ್ಥ್ಯ ಭ್ರೂಣಕ್ಕೆ ಇರುವುದಿಲ್ಲ. ನೀವು ಏನು ಮಾಡುತ್ತಿದ್ದೀರಿ ಎಂದು ಅದಕ್ಕೆ ತಿಳಿಯುವುದಿಲ್ಲ. ಅನುಭವದ ನೆನಪೂ ಅದರಲ್ಲಿ ಉಳಿಯದು. ಮೂತ್ರಾಶಯದ ಚಲನವಲನದಿಂದಲೇ ಭ್ರೂಣದ ಪ್ರತಿಕ್ರಿಯೆ (ಸೆಕ್ಸ್ ಸಮಯದಲ್ಲಿ ಚಟುವಟಿಕೆ ಏರಿಳಿಯುವುದು, ತಾನಡ, ತೀವ್ರಗೊಳ್ಳುವಿಕೆ, ಚರ್ಮ ಸುಖದನಂತರ ಹೃದಯದ ಬಡಿತ ಹೆಚ್ಚುವುದು) ಕಾಣಿಸುತ್ತದೆ.

ಮಗುವಿನ ತಲೆಗೆ ಪೆಟ್ಟು ಬೀಳುವ ಭಯ : ನಿಮ್ಮ ಸಂಗಾತಿ ಈ ವಿಷಯವನ್ನು ನಿಮಗೆ ತಿಳಿಸುವುದಿಲ್ಲ. ಆದರೆ ಆತನ ಮನಸ್ಸಿನಲ್ಲಿ ಇದರ ಭಯ ಇರುತ್ತದೆ. ಯಾರ ಶಿಶ್ನವೂ ಅಷ್ಟೊಂದು ಉದ್ದ ಇರುವುದಿಲ್ಲ. ತಲೆಯವರೆಗೆ ಮುಟ್ಟುವಷ್ಟು ಉದ್ದ ಇರುವುದು ಸಾಧ್ಯವೂ ಇಲ್ಲ. ಮಗು ಆರಾಮವಾಗಿ ತನ್ನ ಮನೆಯಲ್ಲಿದೆ. ಮಗುವಿನ ತಲೆ ಪೆಲ್ವಿಸ್‌ನ ಬಳಿಯೇ ಇದೆ ಎಂದಾದರೂ ಶಿಶ್ನ ಅದಕ್ಕೆ ಹಾನಿಯುಂಟು ಮಾಡುವುದಿಲ್ಲ. ಆದರೆ ಇದರ ಬಗ್ಗೆ ಸ್ವಲ್ಪ ಚಿಂತೆ ಇದ್ದರೆ ಸಂಭೋಗ ಬೇಡವೇ ಬೇಡ.

ಸೆಕ್ಸ್‌ನಿಂದ ಸಂಕ್ರಮಣದ ಭೀತಿ : ಒಂದು ವೇಳೆ ನಿಮ್ಮ ಸರ್ವಿಕ್ಸ್‌ನ ದ್ವಾರ ಬಂದ್ ಆಗಿದ್ದರೆ ಸಂಗಾತಿಗೆ ಯಾವ ರೋಗ ಇಲ್ಲದಿದ್ದರೆ ಸಂಭೋಗದಿಂದ ನಿಮಗೆ ಮತ್ತು ನಿಮ್ಮ ಶಿಶುವಿಗೆ ಸಂಕ್ರಮಣದ ಯಾವುದೇ ಅಪಾಯ ಇರುವುದಿಲ್ಲ. ಶಿಶು ವೀರ್ಯ ಮತ್ತು ಸಂಕ್ರಮಣ ಕೀಟಾಣುಗಳಿಂದ ಸುರಕ್ಷಿತವಾಗಿರುತ್ತದೆ.

ಆಕರ್ಷಣೆಯಿಂದ ಉಂಟಾಗುವ ಚಿಂತೆ : ಈ ಸಂದರ್ಭದಲ್ಲಿ ನೀವು ಒತ್ತಡದ ಅನುಭವ ಪಡೆಯುತ್ತಿದ್ದೀರಿ. ಮಗು ಹುಟ್ಟುವ ಸಮಯ ಸಮೀಪಿಸುತ್ತಿರುತ್ತದೆ. ಇಂತಹ ಸ್ಥಿತಿಯಲ್ಲಿ ಸೆಕ್ಸ್ ಭಾವನೆಗಳು ಹುಟ್ಟುವುದೇ ಇಲ್ಲ. ಮುಂಬರುವ ಹೊಣೆಗಾರಿಕೆ ಭಾವನಾತ್ಮಕ ಮತ್ತು ಆರ್ಥಿಕ ಸವಾಲುಗಳು ಮನಸ್ಸಿನಲ್ಲಿ ಹಾದು ಹೋಗುತ್ತಿರುತ್ತದೆ. ಈ ವಿಷಯಗಳನ್ನು ಹಾಸಿಗೆಗೆ ತೆರಳುವ ಮುನ್ನವೇ ಹೇಳಿಬಿಟ್ಟರೆ ಒಳ್ಳೆಯದು.

> **ಆರಾಮ ದೇಹ ಮುದ್ರೆ**
>
> **ಗರ್ಭಾವಸ್ಥೆಯಲ್ಲಿ ಸೆಕ್ಸ್ ಆಸನವನ್ನು ಬದಲಾಯಿಸಬೇಕಾಗುತ್ತದೆ. ಒಂದು ವೇಳೆ ನಿಮ್ಮ ಸಂಗಾತಿ ನಿಮ್ಮ ಮೇಲೆ ಭಾರ ಬಿಡದೆ ಸಂಭೋಗಿಸಿದರೆ ಸರಿ. ಇಲ್ಲದಿದ್ದರೆ ನೀವು ಒಂದು ಕಡೆ ಮಲಗಿ ಅಥವಾ ನೀವೇ ಸಂಗಾತಿಯ ಮೇಲೆ ಮಲಗಿಕೊಳ್ಳಬಹುದು. ಆಸನ ಯಾವುದೇ ಇರಲಿ ಅದು ನಿಮ್ಮ ದೇಹಕ್ಕೆ ಆರಾಮದಾಯಕ ಅನಿಸಬೇಕು.**

ಸಂಬಂಧಗಳಲ್ಲಿ ಬದಲಾವಣೆ : ಬದಲಾಗುತ್ತಿರುವ ಸಂಬಂಧಗಳ ಜೊತೆ ಹೊಂದಾಣಿಕೆ ಮಾಡಿಕೊಳ್ಳುವುದು ನಿಮಗೆ ಕಷ್ಟದಾಯಕ ಅನ್ನಿಸುತ್ತಿರಬಹುದು. ನಾವು ಈಗ ಕೇವಲ ಪ್ರೇಮಿ ಅಥವಾ ಪತ್ನಿಯನ್ನು ಅಲ್ಲ ತಂದೆ ತಾಯಿ ಆಗುತ್ತಿದ್ದೇವೆ ಅನಿಸುತ್ತದೆ. ಈ ಬದಲಾವಣೆ ನಿಮ್ಮನ್ನು ಮತ್ತಷ್ಟು ಮಧುರವಾಗಿಸಿದರೂ ಆಗಿಸಬಹುದು.

ಹೊಟ್ಟೆಕಿಚ್ಚು : ನಿಮ್ಮ ಸಂಗಾತಿಯಲ್ಲಿ ಹೊಟ್ಟೆ ಕಿಚ್ಚು ಮೂಡುವ ಸಾಧ್ಯತೆ ಇದೆ. ಗರ್ಭಾವಸ್ಥೆ ನಿಮಗೆ ಎಲ್ಲರ ಆಕರ್ಷಣೆಯ ಕೇಂದ್ರವನ್ನಾಗಿಸಿತಲ್ಲಾ ಎಂದು ಆತನಿಗೆ ಅನ್ನಿಸಬಹುದು. ನನ್ನನ್ನು ಸಿಕ್ಕಿಸಿ ತಾನು ಜೀವನದ ಸುಖ ಉಣ್ಣುತ್ತಿದ್ದಾನೆ ಎಂದು ಸಂಗಾತಿಯ ಬಗ್ಗೆ ನಿಮಗೆ ಅನಿಸಬಹುದು. ಇಂತಹ ಭಾವನೆಗಳನ್ನು ಹಾಸಿಗೆಯಿಂದೀಚೆಗೆ ಪರಸ್ಪರ ಹಂಚಿಕೊಂಡು ಬಿಡುವುದು ಒಳಿತು

ಗರ್ಭಾವಸ್ಥೆಯ ಅಂತ್ಯದಲ್ಲಿ 'ಸೆಕ್ಸ್' ಆಚರಣೆಯಿಂದ ಶೀಘ್ರ ಪ್ರಸವವಾಗಬಹುದು:- ಗರ್ಭಾವಸ್ಥೆಯ ಅಂತ್ಯದಲ್ಲಿ 'ಸೆಕ್ಸ್' ಆಚರಣೆಯಿಂದ ಶೀಘ್ರ ಪ್ರಸವವಾಗಬಹುದು:- ಗರ್ಭಾವಸ್ಥೆ ಸಮೀಪಿಸುತ್ತಿದ್ದಂತೆ ಚರ್ಮ ಸುಖದನಂತರ ಉಂಟಾಗುವ ಸಂಕುಚನ ಶಕ್ತಿಶಾಲಿಯಾಗಿರುತ್ತದೆ. ಸರ್ವಿಕ್ಸ್ ಸಿದ್ಧವಿಲ್ಲದೇ ಹೋದರೆ ಈ ಸಂಕುಚನದಿಂದ ಪ್ರಸವ ಆಗುವುದಿಲ್ಲ. ಗರ್ಭಾವಸ್ಥೆಯ ಕೊನೆಯವರೆಗೆ ಯಾವ ಮಹಿಳೆ ಸಂಭೋಗ ಕ್ರಿಯೆಯಲ್ಲಿ ತೊಡಗುತ್ತಾಳೋ ಅಂತಹವರ ಪ್ರಸವ ಸೂಕ್ತ ಸಮಯದಲ್ಲೇ ಆಗುತ್ತದೆ ಎಂದು ಅಧ್ಯಯನ ವರದಿಗಳು ತಿಳಿಸಿವೆ.

ಇನ್ನೊಂದು ಮಾತು. ಮೊಟ್ಟ ಮೊದಲು ನಿಮ್ಮ ಉದ್ದೇಶ ಒಂದು ಮಗುವಿಗೆ ಜನ್ಮ ನೀಡುವುದಾಗಿತ್ತು. ಈಗ ನೀವು ನಡೆಸುತ್ತಿರುವ ಸೆಕ್ಸ್ ಕೇವಲ ಮನೋರಂಜನೆಗಾಗಿ. ಆದ್ದರಿಂದ ಮಾಸಿಕ ಧರ್ಮದ ಸಮಯ, ಚಾರ್ಟ್ ಕ್ಯಾಲೆಂಡರ್, ಗರ್ಭ ನಿರೋಧಕಗಳು ಯಾವುದೇ ಜಂಜಾಟ ಇಲ್ಲ. ಅಲ್ಲದೆ ಗರ್ಭಾವಸ್ಥೆ ಸಂಗಾತಿಯ ಸಾಕಷ್ಟು ಸಮೀಪಕ್ಕೆ ತನ್ನನ್ನು ಸೆಕ್ಸ್‌ಗೆ ಕರೆದೊಯ್ಯುತ್ತದೆ ಎಂದು ಎಲ್ಲ ಮಹಿಳೆಯರಿಗೂ ಗೊತ್ತಿದೆ. ಆದ್ದರಿಂದ ಹೊಟ್ಟೆ ಉಬ್ಬಿರುವುದನ್ನು ಅಡಚಣೆ ಎಂದು ಭಾವಿಸದೆ ಪ್ರೀತಿಯ ಪ್ರತೀಕ ಎಂದು ಪತಿ-ಪತ್ನಿ ತಿಳಿಯುತ್ತಾರೆ.

ಕಾಮ ಸೀಮಿತವಾಗಿರಬಲ್ಲದು :

ಗರ್ಭಾವಸ್ಥೆಯಲ್ಲಿಯೂ ತಮಗೆ ಹಾಗೂ ತಮ್ಮ ಸಂಗಾತಿಗೆ ಸೆಕ್ಸ್ ಸಾಕಷ್ಟು ಆನಂದದಾಯಕವಾಗಿರುತ್ತದೆ. ಉಭಯತ್ರರೂ ಇದರ ಸಾಕಷ್ಟು ಮಜಾ ಹೊಂದಬಹುದು. ಆದರೆ ಎಲ್ಲರೂ ಅಷ್ಟೊಂದು ಅದೃಷ್ಟವಂತರಾಗಿರುವುದಿಲ್ಲ.

ಅಪಾಯಕಾರಿ ಗರ್ಭಾವಸ್ಥೆಯಾದರೆ ಸ್ವಲ್ಪ ಸಮಯದವರೆಗೆ ಅಥವಾ ಇಡೀ 9 ತಿಂಗಳು ಸೆಕ್ಸ್‌ಗೆ ಕಡಿವಾಣ ಬೀಳಬಹುದು. ಮಹಿಳೆಯು ಚರಮ ಸುಖಕ್ಕೆ ಅವಕಾಶವಿಲ್ಲದಂತೆ ಕೇವಲ ಫೋರ್‌ಪ್ಲೆ ರೂಪದಲ್ಲಿ ಅಥವಾ ಕಾಂಡೋಮ್ ಸಹಿತವಾಗಿ ಸಂಭೋಗಕ್ಕೆ ಅನುಮತಿ ನೀಡಲಾಗುತ್ತದೆ. ವೈದ್ಯರು ನಿಮಗೆ ಈ ಬಗ್ಗೆ ಯಾವ ನಿರ್ಬಂಧವನ್ನೂ ಹಾಕಿಲ್ಲ ಎಂದರೂ ಸಂಕೋಚ ಬಿಟ್ಟು ಅವರಿಂದ ಕೇಳಿ ಸಂಪೂರ್ಣ ಮಾಹಿತಿ ಪಡೆದುಕೊಳ್ಳಿ. ನಿಷೇಧ ವಿಧಿಸಿದರೆ ಏತಕ್ಕಾಗಿ ಎಂದು ಪ್ರಶ್ನಿಸಿ ಉತ್ತರ ಪಡೆದುಕೊಳ್ಳಿ. ಕೆಳಕಂಡ ಸಂದರ್ಭಗಳಲ್ಲಿ ನಿರ್ಬಂಧದ ಸಾಧ್ಯತೆ ಇರುತ್ತದೆ.

■ ಅವಧಿಗೆ ಮುನ್ನ ಪ್ರಸವ ವೇದನೆಯ ಮುನ್ಸೂಚನೆ ಇದ್ದಾಗ ಅಥವ ಮುಂಚೆ ಇದರ ಅನುಭವವಾಗಿದ್ದಾಗ

■ ಗರ್ಭಾಶಯದಲ್ಲಿ ಲೋಪ ಅಥವ ಪ್ಲಸೆಂಟೋ ಸಮಸ್ಯೆ ಇದ್ದರೆ.

■ ರಕ್ತಸ್ರಾವವಾಗುತ್ತಿದ್ದರೆ ಅಥವ ಈ ಹಿಂದೆ ಗರ್ಭಪಾತವಾಗಿದ್ದರೆ.

ಒಂದು ವೇಳೆ ಆರ್ಗೆಜಮ್ ನ ಆದೇಶವಾದರೆ ಹಸ್ತಮೈಥುನ ಮಾಡಿಕೊಳ್ಳಿ. ಸಂಭೋಗ ಮಾಡುವ ಸಾಮರ್ಥ್ಯವಿದ್ದರೆ ಆರ್ಗೆಜಿಮ್‌ವರೆಗೆ ಹೋಗಬಾರದು ಎನ್ನುವುದಾದರೆ ತಾವು ಸಂಭೋಗ ನಡೆಸಿ. ಚರಮ ಸುಖ ಪಡೆಯುವುದನ್ನು ತಡೆಯಿರಿ. ಇದರಿಂದ ಸಂಪೂರ್ಣ ತೃಪ್ತಿ ಸಿಗುವುದಿಲ್ಲ. ಆದರೆ ನಿಮಗೆ ಸಂಗಾತಿಯ ಸನಿಹ ಬರುವ ಅವಕಾಶ ಲಭಿಸುತ್ತದೆ. ಒಂದು ವೇಳೆ ಯಾವುದಾದರೂ ನಿಷೇಧ ಹೇರಿದ್ದರೆ ಅದನ್ನು ನಿಮ್ಮ ಸಂಬಂಧಗಳ ನಡುವೆ ತರಬೇಡಿ. ಹತ್ತಿರ ಬರುವ ಪ್ರಣಯ ಸನ್ನಿವೇಶ ಸೃಷ್ಟಿಸಿಕೊಳ್ಳಿ. ಕೈಗಳನ್ನು ಒತ್ತುವುದು, ಆಲಿಂಗನ ಒಟ್ಟಿಗೇ ಹೊರ ಹೋಗುವುದು ಇತ್ಯಾದಿಯಿಂದ ಸಾಮೀಪ್ಯ ಹೆಚ್ಚಿಸಿಕೊಳ್ಳಿ.

ಸ್ವಲ್ಪದರಲ್ಲಿ ಹೆಚ್ಚಿನ ಆನಂದ :

ಒಳ್ಳೆಯ ಯೌನ ಸಂಬಂಧ ಒಂದೇ ದಿನ ಅಥವ ರಾತ್ರಿ ಉಂಟಾಗಿಬಿಡುವುದಿಲ್ಲ. ಇದಕ್ಕೆ ಸಾಕಷ್ಟು ತಿಳುವಳಿಕೆ ಮತ್ತು ಪರಸ್ಪರ ಪ್ರೀತಿ ಇರಬೇಕಾಗುತ್ತದೆ. ಗರ್ಭಾವಸ್ಥೆಯಲ್ಲಿ ಯೌನ ಸಂಬಂಧಗಳಿಗೆ ಅನೇಕ ತೆರನಾದ ಮಾನಸಿಕ-ದೈಹಿಕ ಬದಲಾವಣೆಗಳ ಮೂಲಕ ಹಾದು ಹೋಗಬೇಕಾಗುತ್ತದೆ. ಅವುಗಳನ್ನು ಎದುರಿಸುವ ಕೆಲವು ಉಪಾಯಗಳು ಇಲ್ಲಿವೆ.

■ ಸೆಕ್ಸ್‌ನ ವಿಶ್ಲೇಷಣೆ ಮಾಡುವುದಕ್ಕೆ ಬದಲಾಗಿ ಅದರ ಆನಂದ ಅನುಭವಿಸಿ.

■ ಈ ಮಧುರ ಕ್ಷಣಗಳನ್ನು ವ್ಯರ್ಥವಾಗಲು ಬಿಡಬೇಡಿ. ನಿಮ್ಮ ಹಿಂದಿನ ಸೆಕ್ಸ್ ಲೈಫ್ ಮತ್ತು ಈ ದಿನಗಳಲ್ಲಿನ ಸೆಕ್ಸ್ ಲೈಫನ್ನು ಹೋಲಿಸಬೇಡಿ. ಈಗ ಇವುಗಳ ಮಧ್ಯೆ ಭಾರಿ ವ್ಯತ್ಯಾಸ ಉಂಟಾಗಿದೆ.

■ ನಿಮ್ಮ ಆಲೋಚನೆಗಳು ಸಕಾರಾತ್ಮಕವಾಗಿರಲಿ. ಸೆಕ್ಸ್‌ನಿಂದಾಗಿಯೇ ನಿಮ್ಮ ದೇಹ ಮುಂದಿನ ಪ್ರಸವಕ್ಕೆ ಸಿದ್ಧವಾಗುತ್ತಿದೆ ಎಂಬುದನ್ನು ಮರೆಯಬೇಡಿ. ನಿಮ್ಮ ದುಂಡನೆಯ ಶರೀರ ಸೆಕ್ಸಿಯಾಗಿದೆ ಎಂದು ತಿಳಿಯಿರಿ. ಪ್ರತಿ ಆಲಿಂಗನದಲ್ಲಿ ನೀವಿಬ್ಬರೂ ಪರಸ್ಪರ ಹತ್ತಿರ ಬರುತ್ತಿದ್ದೀರಿ ಎಂಬುದನ್ನು ತಿಳಿಯಿರಿ.

■ ಸ್ವಲ್ಪ ರಸಿಕತೆ ಇರಲಿ. ಹಿಂದಿನ ಭಂಗಿ-ಗತಿಗಳಿಂದ ಅನುಕೂಲವಾಗುತ್ತಿಲ್ಲ ಎಂದಾದರೆ ಹೊಸ ಆಲೋಚನೆ ಮಾಡಿ. ಯಾವುದೋ ಒಂದು ಭಂಗಿಗೆ ಹೊಂದಿಕೊಳ್ಳಬೇಕಾದರೆ ಕಾಲಾವಕಾಶ ಬೇಕಾಗುತ್ತದೆ.

■ ನಿಮ್ಮ ವಿಶ್ವಾಸಗಳು ವಾಸ್ತವಿಕತೆಯ ಗತಿಯೊಳಗೇ ಇರಲಿ. ಈ ದಿನಗಳಲ್ಲಿ ನೀವು ಅನೇಕ ತೆರನಾದ ಸವಾಲುಗಳನ್ನು ಎದುರಿಸಬೇಕಾಗಬಹುದು. ಕೆಲವು ಸ್ತ್ರೀಯರಿಗೆ ಚರ್ಮ ಸುಖ ಪಡೆಯುವುದು ತಡವಾಗುವುದಿಲ್ಲ. ಕೆಲವರು ಒಂಭತ್ತು ತಿಂಗಳವರೆಗೆ ಇದರ ನಿರೀಕ್ಷೆ ಮಾಡುತ್ತಲೇ ಇರುತ್ತಾರೆ. ಆದರೆ ಚರ್ಮ ಸುಖ ಆಗದಿದ್ದರೂ ಒಬ್ಬರಿಗೊಬ್ಬರು ಸನಿಹ ಇರುವುದೇ ಸಾಕು ಎನ್ನುವುದನ್ನೂ ನೆನಪಿನಲ್ಲಿಡಬೇಕು.

ಸಂಬಂಧಗಳಲ್ಲಿ ಜೊತೆಗಾರರಾದರೂ ಸಾಕಷ್ಟು ಅಹಂ ಇರುತ್ತದೆ ಎಂದು ಗೊತ್ತಿರಲಿ. ಪರಸ್ಪರ ಸಂಭಾಷಣೆಯಿಂದ ಈ ಸಮಸ್ಯೆಗಳ ಜೊತೆಗೆ ಒಡಂಬಡಿಕೆ ಮಾಡಿಕೊಳ್ಳಬಹುದು. ಯಾವುದೇ ಸಮಸ್ಯೆ ಇದ್ದರೂ ಹಾಸಿಗೆವರೆಗೆ ಕೊಂಡೊಯ್ಯುವ ಮುನ್ನ ಬಗೆಹರಿಸಿಕೊಂಡು ಬಿಡಿ. ಈಗ ಇಬ್ಬರೂ ಪರಸ್ಪರರ ಚಿಂತೆ ಮಾಡುತ್ತಿದ್ದೀರಿ. ಇನ್ನು ಮುಂದೆ ನೀವು ಮೂವರ ಬಗ್ಗೆ ಯೋಚಿಸಬೇಕಾಗುತ್ತದೆ.

ಗರ್ಭಾವಸ್ಥೆಯ ಸೆಕ್ಸ್‌ಗೆ ಎಲ್ಲಾ ದಂಪತಿಗಳೂ ಭಿನ್ನ-ಭಿನ್ನವಾದ ಪ್ರತಿಕ್ರಿಯೆ ನೀಡುತ್ತಾರೆ ಎಂಬುದು ನೆನಪಿನಲ್ಲಿರಲಿ. ನಿಮಗೆ ಈಗ ಇಷ್ಟವಾಗುವುದು ಇಬ್ಬರಿಗೂ ಇಷ್ಟ ಆಗುತ್ತದೆ. ಒಬ್ಬರು ಇನ್ನೊಬ್ಬರ ಬಾಹುಗಳಲ್ಲಿ ಮೈ ಮರೆಯಿರಿ. ಇದಕ್ಕಿಂತ ಶ್ರೇಷ್ಠವಾದ ಸಮಯ ಮತ್ತೆ ನಿಮಗೆ ಸಿಗಲಾರದು.

■ ■ ■

ಅಧ್ಯಾಯ-11

ಆರನೇ ತಿಂಗಳು

ಸುಮಾರು 23ರಿಂದ 27ನೇ ವಾರದವರೆಗೆ

ಈಗ ಹೊಟ್ಟೆಯಲ್ಲಿ ಆಗುವ ತಳಮಳಕ್ಕೆ ಸಂಶಯ ಪಡುವ ಅಗತ್ಯವಿಲ್ಲ. ಅದು ವಾಯು ಅಲ್ಲ. ಅದು ಜೀವಂತವಾಗಿರುವ ಶಿಶುವಿನ ಆಟ. ವಾಯು ಕೂಡ ತುಂಬಾ ಆಗಿರಬಹುದು. ಈಗಾಗಲೇ ಸಣ್ಣಸಣ್ಣದಾಗಿ ಒದೆಯುವುದು ಹಾಗು ಪಕ್ಕೆಗಳಿಗೆ ಗುದ್ದುವುದು ಶುರುಮಾಡಿರಬಹುದು. ಕೆಲವೊಮ್ಮೆ ಶಿಶುವಿನ ಬಿಕ್ಕಳಿಕೆಯ ಅನುಭವವೂ ಸಿಗುತ್ತಿರಬಹುದು. ಈ ತಿಂಗಳು ಮುಗಿದ ಮೇಲೆ ಎರಡನೆಯ ಮೂರು ತಿಂಗಳು ಕೊನೆಯಾಗುತ್ತದೆ. ಈಗ ನೀವಿಬ್ಬರಿಗೂ ಬೆಳವಣಿಗೆಯ ಬಹಳ ಮೆಟ್ಟಿಲುಗಳು ಹತ್ತಬೇಕಾಗಿದೆ. ನಿಮ್ಮ ಪಾದಗಳನ್ನು ಒಮ್ಮೆ ನೋಡಿಕೊಂಡುಬಿಡಿ, ಏಕೆಂದರೆ ನಿಮ್ಮ ಹೊಟ್ಟೆಯ ಉಬ್ಬರ ಹೆಚ್ಚಿದಂತೆ ನಿಮಗೆ ಈ ಅವಕಾಶ ಸಿಗುವುದಿಲ್ಲ.-

ಈ ತಿಂಗಳು ನಿಮ್ಮ ಶಿಶುವಿನ ಬೆಳವಣಿಗೆ

23ನೇ ವಾರ : ಒಂದು ವೇಳೆ ನಿಮ್ಮ ಹೊಟ್ಟೆಯಲ್ಲಿ ಕಿಂಡಿ ಇದ್ದಿದ್ದರೆ ನೀವು ನಿಮ್ಮ ಭ್ರೂಣ (ಶಿಶು) ಹೇಗೆ ನೇತಾಡುತ್ತದೆ ಎಂಬುದನ್ನು ನೋಡಬಹುದಾಗಿತ್ತು ಏಕೆಂದರೆ ತ್ವಚೆ ಮೇಧಸ್ಸಿಗಿಂತ ಬೇಗ ಬೆಳೆಯುತ್ತದೆ, ಹಾಗೆ ಈಗ ತ್ವಚೆ ತುಂಬುವಷ್ಟು ಮೇಧಸ್ಸು ಇಲ್ಲ. ಈ ವಾರದಲ್ಲಿ ಮಗು ಸುಮಾರಾಗಿ ಎಂಟು ಇಂಚು ಉದ್ದವಿರುತ್ತದೆ ಮತ್ತು ತೂಕ ಸುಮಾರು ಒಂದು ಪೌಂಡು ಇರುತ್ತದೆ. ತಿಂಗಳ ಕೊನೆಯಲ್ಲಿ ತೂಕ ದುಪ್ಪಟ್ಟು ಆಗುತ್ತೆ. ಒಮ್ಮೆ ಮೇಧಸ್ಸು ತುಂಬುವುದಕ್ಕೆ ಶುರುವಾದರೆ ಅದರ ಪಾರದರ್ಶಕತೆ ಕಡಿಮೆಯಾಗುತ್ತೆ. ಈಗ ತ್ವಚೆಯೊಳಗಿಂದ ಅಂಗ ಮತ್ತು ಮೂಳೆಗಳನ್ನು ನೋಡಬಹುದು, ಆದರೆ ಎಂಟನೇ ತಿಂಗಳಹೊತ್ತಿಗೆ ನಿಮ್ಮ ಶಿಶು ಪಾರದರ್ಶಿಕವಾಗಿರುವುದಿಲ್ಲ.

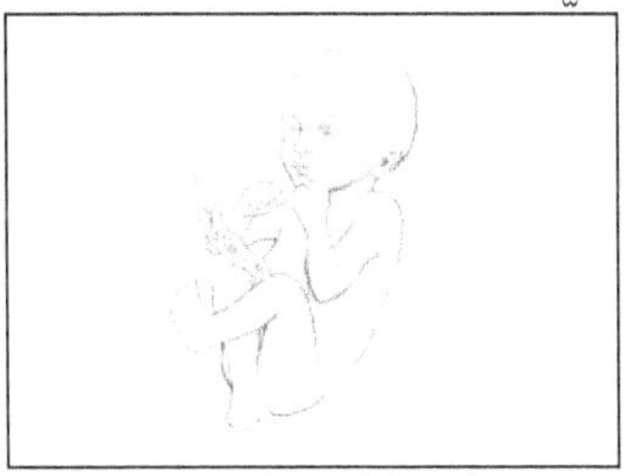

ನಿಮ್ಮ ಆರು ತಿಂಗಳ ಮಗು

24ನೇವಾರ : ಶಿಶುವಿನ ಉದ್ದ ಸುಮಾರು 8 1/2ಇಂಚು ಹಾಗು ತೂಕ 1 1/2 ಪೌಂಡು ಇರುತ್ತದೆ. ಈಗ ನಿಮ್ಮ ಶಿಶುವನ್ನು ಹಣ್ಣುಗಳ ಆಕಾರಕ್ಕೆ ಹೋಲಿಸಲು ಆಗುವುದಿಲ್ಲ. ಶಿಶುವಿನ ತೂಕ ಪ್ರತಿವಾರವೂ 6 ಔನ್ಸ್ ಜಾಸ್ತಿ ಆಗುತ್ತದೆ. ಈ ತೂಕ ಅಂಗಗಳು, ಮೂಳೆಗಳು, ಮಾಂಸಖಂಡಗಳು ಮತ್ತು ಮೇಧಸ್ಸಿನ ಬೆಳವಣಿಗೆಯಿಂದ ಆಗಿದೆ. ಈಗ ಅದರ ಮುದ್ದು ಮುಖ ಸಂಪೂರ್ಣ ಆಕಾರ ಹೊಂದಿರುತ್ತದೆ ಆದರೆ ಅದರ ಕೂದಲಿನ ಮೇಲೆ ಬಣ್ಣದ ಪರಿಣಾಮ ಆಗಿರುವುದಿಲ್ಲ ಆದ್ದರಿಂದ ಅದರ ಕೂದಲಿನ ಬಣ್ಣ ಹೇಳಲಾಗುವುದಿಲ್ಲ.

25ನೇವಾರ : ಶಿಶು ಈಗ ಹಗಲೂ ರಾತ್ರಿ ಒಂದಕ್ಕೆ ನಾಲ್ಕರಷ್ಟು ಬೆಳೆಯುತ್ತಿರುತ್ತದೆ ಈ ಸಮಯದಲ್ಲಿ ಅದರ ಉದ್ದ ಸುಮಾರು 9ಇಂಚು ಮತ್ತು

ತೂಕ 1 1/2 ಪೌಂಡು ಇರುತ್ತದೆ ಮತ್ತು ಇನ್ನೂ ರೋಚಕ ಬೆಳವಣಿಗೆ ಆಗುತ್ತಿರುತ್ತದೆ.

ಶಿಶುವಿನ ರಕ್ತವಾಹಿನಿಗಳಲ್ಲಿ ರಕ್ತ ತುಂಬುತ್ತಿರುತ್ತದೆ. ಈ ವಾರದ ಕೊನೆಯ ಹೊತ್ತಿಗೆ ಶಿಶುವಿನ ಶ್ವಾಸಕೋಶ ಹೊಸ ಗಾಳಿ ತೆಗೆದುಕೊಳ್ಳಲು ಪೂರ್ತಿಯಾಗಿ ತಯಾರಾಗಿರುತ್ತದೆ. ಆದರೆ, ಈಗ ಶ್ವಾಸಕೋಶ ಪೂರ್ತಿಯಾಗಿ ಬೆಳೆದಿರುವುದಿಲ್ಲ. ಅದಕ್ಕಾಗಿ ಸ್ವಲ್ಪ ಸಮಯ ಬೇಕಾಗುತ್ತದೆ. ಈಗಲೂ ಸಹ ಹರಿಯುವ ರಕ್ತದಲ್ಲಿರುವ ಆಮ್ಲಜನಕವನ್ನು ತಲುಪಿಸುವಷ್ಟು ತಯಾರಾಗಿರುವುದಿಲ್ಲ. ಈ ವಾರದಲ್ಲಿ ಶಿಶುವಿನ ಮುಚ್ಚಿದ ಮೂಗಿನ ಹೊಳ್ಳೆಗಳು ಸಹ ತೆರೆದುಕೊಳ್ಳಲಿದೆ. ಈ ರೀತಿಯಾಗಿ ಶಿಶುವು ಉಸಿರು ತೆಗೆದುಕೊಳ್ಳುವುದನ್ನು ಅಭ್ಯಾಸ ಮಾಡಿಕೊಳ್ಳುತ್ತದೆ. ಶಿಶುವಿನ ಆಹಾರ ನಾಳ (ವೋಕಲ್ ಕಾರ್ಡ್) ಕೂಡ ಕೆಲಸ ಮಾಡುತ್ತಿರುತ್ತದೆ. ನೀವು ಅದರ ಬಿಕ್ಕಳಿಕೆಯನ್ನು ಅನುಭವಿಸಿರಬಹುದು.

26ನೇ ವಾರ: ಎರಡು ಪೌಂಡು ಮಾಂಸದ ತುಂಡನ್ನು ನೋಡಿದರೆ ಎಷ್ಟಿರುತ್ತದೋ ಈಗ ಶಿಶುವು ಅಷ್ಟೇ ಇರುತ್ತದೆ. ಅದರ ಉದ್ದ ಸುಮಾರು ಒಂಭತ್ತು ಇಂಚು ಇರುತ್ತದೆ. ಅದರ ಕಣ್ಣೂ ಸಹ ನಿಧಾನವಾಗಿ ತೆಗೆದುಕೊಳ್ಳುತ್ತಿದೆ. ಈಗಲೇ ಶಿಶುವಿನ ಕಣ್ಣಿನ ಬಣ್ಣ ಹೇಳಲು ಆಗುವುದಿಲ್ಲ. ಆದರೂ ಶಿಶುವಿಗೆ ಕತ್ತಲಿನಲ್ಲೇ ಸ್ವಲ್ಪ ಸ್ವಲ್ಪ ನೋಡಲು ಆಗುತ್ತದೆ. ಯಾವುದಾದರೂ ತುಂಬ ಬೆಳಕು ಅಥವಾ ಜೋರಾದ ಶಬ್ದ ಆದರೆ ಮಗುವು ಅವಶ್ಯವಾಗಿ ಪ್ರತಿಕ್ರಿಯಿಸುತ್ತದೆ. ಶಿಶುವು ತನ್ನ ಕಣ್ಣುಗಳನ್ನು ವೇಗವಾಗಿ ಮಿಟುಕಿಸಲು ಶುರುಮಾಡುತ್ತದೆ.

27ನೇ ವಾರ: ಈ ವಾರ ಶಿಶುವಿನ ಬೆಳವಣಿಗೆಯ ಚಾರ್ಟನ್ನು ಹೊಸ ರೀತಿಯಲ್ಲಿ ಮಾಡಬೇಕಾಗುತ್ತದೆ. ಈಗ ಶಿಶುವನ್ನು ನಾವು ತಲೆಯಿಂದ ಕಾಲಿನವರೆಗೂ ಅಳೆಯಬಹುದು. ಈ ವಾರ ಅದರ ಉದ್ದ ಸುಮಾರು 15 ಇಂಚು ಮತ್ತು ತೂಕ ಎರಡು ಪೌಂಡಿಗಿಂತ ಅಧಿಕವಿರುತ್ತದೆ. ಶಿಶುವಿನ ಸ್ವಾದ ಇಂದ್ರಿಯವೂ ತೆರೆದಿರುತ್ತದೆ ಮತ್ತು ನೀವು ಈಗ ಏನೇ ತಿಂದರೂ ಅದರ ರುಚಿ ಶಿಶುವಿಗೆ ಎಮ್ನಿಯಾಟಿಕ್ ದ್ರವ್ಯದ ರೂಪದಲ್ಲಿ ಸಿಗುತ್ತೆ. ತಿಳಿದಿರುವ ಪ್ರಕಾರ ತುಂಬಾ ಖಾರವಿರುವ ಊಟ ಮಾಡಿದರೆ ಶಿಶುವು ಬಿಕ್ಕಳಿಸಲು ಶುರು ಮಾಡುತ್ತದೆ. ಇಲ್ಲದೇ ಹೋದರೆ ಜೋರಾಗಿ ಒದೆಯಲು ಶುರು ಮಾಡುತ್ತದೆ.

ಈಗ ನೀವು ಏನು ಅನುಭವಿಸುತ್ತಿರಬಹುದು

ನಿಮಗೆ ಗೊತ್ತಿರುವ ಹಾಗೆ ಪ್ರತಿಯೊಬ್ಬ ಗರ್ಭಿಣಿ ಮಹಿಳೆ ತನ್ನ ಗರ್ಭಾವಸ್ಥೆಯಲ್ಲಿ ತನಗೆ ತಾನೆ ಒಂಟಿಯಾಗುತ್ತಾಳೆ. ತಾವು ಈ ಎಲ್ಲ ಲಕ್ಷಣಗಳನ್ನು ಒಂದೇ ಬಾರಿ ಅಥವಾ ಬೇರೆ ಬೇರೆಯಾಗಿ ಅನುಭವಿಸುತ್ತಿರುತ್ತೀರ. ಕೆಲವು ಲಕ್ಷಣಗಳು ಹಿಂದಿನ ತಿಂಗಳಿಂದ ಇರಬಹುದು, ಮತ್ತು ಕೆಲವೊಂದು ಹೊಸದಾಗಿರಬಹುದು. ಕೆಲವು ಲಕ್ಷಣಗಳು ಎಷ್ಟು ರೂಢಿಯಾಗುತ್ತದೆ ಎಂದರೆ ನಿಮಗೆ ಅದನ್ನು ಗುರುತಿಸಲು ಸಾಧ್ಯವಾಗುವುದಿಲ್ಲ. ನಿಮ್ಮ ಈ ಲಕ್ಷಣಗಳು ಇವುಗಳಿಗಿಂತ ಕಡಿಮೆಯೂ ಇರಬಹುದು. ಈ ತಿಂಗಳು ನೀವು ಕೆಳಗೆ ಬರೆದಿರುವ ಲಕ್ಷಣಗಳನ್ನು ಅನುಭವಿಸಬಹುದು.

ಒಂದು ದೃಷ್ಟಿ

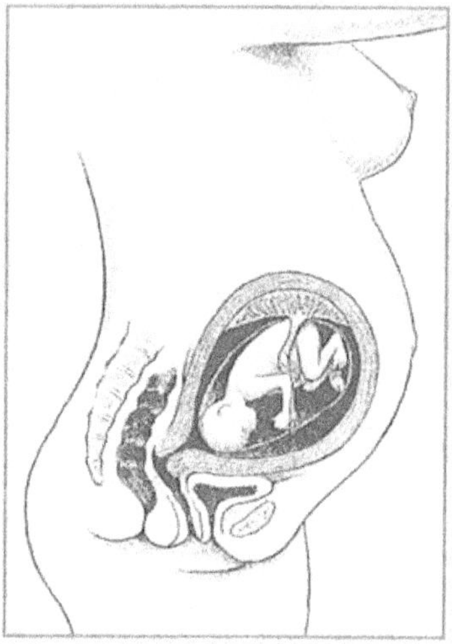

ಈ ತಿಂಗಳ ಪ್ರಾರಂಭದಲ್ಲಿ ನಿಮ್ಮ ಗರ್ಭಾಶಯ ಹೊಕ್ಕಳಿಂದ ಸುಮಾರು 1 1/2" ಮೇಲಿರುತ್ತದೆ. ತಿಂಗಳ ಕೊನೆಯಲ್ಲಿ ಇದರ ಎತ್ತರ 2 1/2" ತನಕ ಆಗಬಹುದು. ಈಗ ಇದರ ಆಕಾರ ಒಂದು ಬಾಸ್ಕೆಟ್ ಬಾಲಷ್ಟಿರುತ್ತದೆ.

ಶಾರೀರಿಕ:–

- ಭ್ರೂಣದ ಚಟುವಟಿಕೆ ಹೆಚ್ಚುವಿಕೆ ಹೆಚ್ಚಾಗುವುದು
- ಯೋನಿಯಲ್ಲಿ ನಿಲ್ಲದ ಸ್ರಾವ.
- ಹೊಟ್ಟೆಯ ಕೆಳಭಾಗದಲ್ಲಿ ಅಥವಾ ಎರಡೂ ಕಡೆ ನೋವು
- ಮಲಬದ್ಧತೆ
- ಎದೆಯಲ್ಲಿ ಉರಿ, ಹೊಟ್ಟೆ ತುಂಬುವಿಕೆ.

- ಒಮ್ಮೊಮ್ಮೆ ತಲೆನೋವು, ಮೂರ್ಛೆ ಅಥವಾ ತಲೆ ಸುತ್ತುವುದು.
- ಮೂಗು ಕಟ್ಟುವುದು ಇಲ್ಲವೇ ಒಮ್ಮೊಮ್ಮೆ ಮೂಗಿನಲ್ಲಿ ರಕ್ತ ಬರುವುದು, ಕಿವಿಯಲ್ಲಿ ಗುಗ್ಗೆ.
- ಹಲ್ಲುಜ್ಜಬೇಕಾದರೆ ಒಸಡುಗಳಿಂದ ರಕ್ತ ಬರುವುದು.
- ತುಂಬ ಹಸಿವಾಗುವುದು.
- ಕಾಲು ಛಳಕು.
- ಮೊಳಕಾಲು ಮತ್ತು ಪಾದಗಳಲ್ಲಿ ಊದುವಿಕೆ.
- ಕಾಲುಗಳಲ್ಲಿ ವೆರಿಕೋಜ್ ವೇಯ್ನ್ಸ್ ಹೆಮ್ರಾಯ್ಡ್ಸ್.
- ಕೆಳಹೊಟ್ಟೆಯಲ್ಲಿ ಕಡಿತ.
- ಹೊಕ್ಕಳು ಊದುವುದು.
- ಬೆನ್ನು ನೋವು.
- ಹೊಟ್ಟೆಯ ಕೆಳಭಾಗದಲ್ಲಿ ಮತ್ತು ಮುಖದಲ್ಲಿ ಬಣ್ಣ ಬರುವಿಕೆ.
- ಸ್ಟ್ರೆಚ್ ಮಾರ್ಕ್
- ಎದೆ ಅಗಲವಾಗುವುದು.

ಭಾವನಾತ್ಮಕ:–

- ಮನಸ್ಸಿನ ಭಾವನೆಗಳ ಏರುಪೇರು.
- ಅನ್ಯಮನಸ್ಕತೆ.
- ಗರ್ಭಾವಸ್ಥೆಯಲ್ಲಿ ಸ್ವಲ್ಪ ಉಬ್ಬರಿಕೆ.
- ಭವಿಷ್ಯದ ಬಗ್ಗೆ ಆತಂಕ
- ಭವಿಷ್ಯದ ಬಗ್ಗೆ ಆಶಾಕಿರಣ.

ಈ ತಿಂಗಳ ತಪಾಸಣೆ:–

6ನೇತಿಂಗಳಿನ ಕೊನೆಯಲ್ಲಿ ಡಾಕ್ಟರು ಈ ಕೆಳಗೆ ಹೇಳಿರುವ ತಪಾಸಣೆಯನ್ನು ಮಾಡಬಹುದು. ಅಂದರೆ, ಬಹಳಷ್ಟು ಇದು ನಮ್ಮ ಪರಿಸ್ಥಿತಿ ಹಾಗೂ ಡಾಕ್ಟರ್ ಮಾಡುವ ತಪಾಸಣೆ ರೀತಿಯನ್ನು ಅವಲಂಭಿಸಿರುತ್ತದೆ.

- ತೂಕ ಮತ್ತು ರಕ್ತ ತಪಾಸಣೆ.
- ಸಕ್ಕರೆ ಹಾಗೂ ಪ್ರೋಟೀನ್ ತಪಾಸಣೆಗೆ ಯುರೀನ್.
- ಗರ್ಭಾಶಯದ ಅಳತೆ.
- ಗರ್ಭಾಶಯದ ಆಕಾರ ಮತ್ತು ಭ್ರೂಣದ ಪರಿಸ್ಥಿತಿ. [ಬರೀ ಹೊರಗಡೆಯಿಂದ].
- ಕೈ ಕಾಲು ಊದುವಿಕೆ.
- ನೀವು ಮಾತ್ರ ಅನುಭವಿಸುತ್ತಿರುವ ಕೆಲವು ವಿಶೇಷ ಲಕ್ಷಣಗಳು.
- ನೀವು ಕೇಳಲಿಚ್ಛಿಸುವ ಕೆಲವೊಂದು ಅನುಮಾನದ ಪ್ರಶ್ನೆಗಳು.

ನೀವು ಏನು ಯೋಚಿಸುತ್ತಿರಬಹುದು?

ನಿದ್ರೆ ಮಾಡಲು ತೊಂದರ

"ನನಗೆ ನನ್ನ ಜೀವಮಾನದಲ್ಲಿ ಯಾವಾಗಲೂ ನಿದ್ರೆ ಮಾಡಲು ತೊಂದರೆ ಇರಲಿಲ್ಲ. ಈಗ ನನಗೆ ರಾತ್ರಿ ಹೊತ್ತು ನಿದ್ರೆ ಮಾಡಲು ಆಗುವುದಿಲ್ಲ.''

ರಾತ್ರಿ ಹೊತ್ತಿನಲ್ಲಿ ಆಗಾಗ್ಗೆ ಬಾತ್‌ರೂಂಗೆ ಹೋಗುವುದು. ಕೈಕಾಲುಗಳಲ್ಲಿ ಸೆಳೆತ, ಎದೆಯಲ್ಲಿ ಉರಿ, ಮೈ ಬಿಸಿಯಾಗುವಿಕೆ, ಮತ್ತು ಹೊಟ್ಟೆಯಲ್ಲಿ ಇಷ್ಟು ಭಾರ ಇಟ್ಟುಕೊಂಡು ಒಳ್ಳೆಯ ನಿದ್ರೆ ತಾನೆ ಹೇಗೆ ಬರುತ್ತೆ. ಅದೂ ಸರೀನೆ, ನೀವು ನಿಮ್ಮ ಮುಂದೆ ಬರುವ ಸಮಯದ ತಯಾರಿಯಲ್ಲಿರುವಿರಿ. ಶಿಶು ಭೂಮಿಯ ಮೇಲೆ ಬಂದಮೇಲೆ ಕೂಡ ನೀವು ಹೀಗೆ ಎಚ್ಚರವಾಗಿರಬೇಕಾಗುತ್ತದೆ. ಆದರೆ ಈಗಲಿಂದ ಅದರ ರೂಢಿ ಬೇಕಾಗಿಲ್ಲ. ಒಳ್ಳೆಯ ನಿದ್ದೆ ಬರುವ ಕೆಲವು ವಿಶೇಷ ಉಪಾಯಗಳನ್ನು ಅಳವಡಿಸಿಕೊಳ್ಳಿ.

- ದಿನದಲ್ಲಿ ಸ್ವಲ್ಪ ಮೈ ಬಗ್ಗಿಸಿ ಕೆಲಸಮಾಡಿ. ಹಗಲಲ್ಲಿ ಕೆಲಸಮಾಡಿದ ಶರೀರ ರಾತ್ರಿಯಲ್ಲಿ ಚೆನ್ನಾಗಿ ನಿದ್ರೆ ಮಾಡುತ್ತದೆ. ಕೆಲಸವಿಲ್ಲದೆ ಹೋದರೆ ವರ್ಕ್‌ಔಟ್ ಮಾಡಿ, ಆದರೆ ರಾತ್ರಿ ಮಲಗುವ ಮುನ್ನ ಯಾವುದೇ ವ್ಯಾಯಾಮ ಮಾಡಬೇಡಿ, ಹಾಗೆ ಮಾಡಿದರೆ ಬರುವ ಚೂರುಪಾರು ನಿದ್ರೆಯೂ ಹಾರಿಹೋಗುತ್ತೆ.
- ನಿಮ್ಮ ಮನಸ್ಸನ್ನು ಶಾಂತವಾಗಿಟ್ಟುಕೊಳ್ಳಿ. ಮನೆಯಲ್ಲಿ ಅಥವ ಆಫೀಸ್ನಲ್ಲಿ ಕೆಲಸ ಜಾಸ್ತಿಯಾದರೆ ಬೇರೆಯವರ ಜೊತೆಯಲ್ಲಿ ಹಂಚಿಕೊಳ್ಳಿ. ನಿಮ್ಮ ಮಾತು ಹಂಚಿಕೊಳ್ಳಲು ಯಾರು ಇಲ್ಲದೆ ಹೋದರೆ ನಿಮ್ಮ ಮನಸ್ಸಿನ ಮಾತುಗಳನ್ನು ಒಂದು ಕಾಗದದ ಮೇಲೆ ಬರೆದು ಹಗುರವಾದ ಮನಸ್ಸಿನಿಂದ ಮಲಗಿ ನಿದ್ರೆ ಮಾಡಿ. ಈ ರೀತಿಯಾಗಿ ಸಮಸ್ಯೆಗಳಿಗೆ ಒಂದಲ್ಲೊಂದು ಪರಿಹಾರ ಬರುತ್ತೆ. ರಾತ್ರೆ ಮಲಗುವ ಮುನ್ನ ಒಂದೊಂದಾಗಿ ಪ್ರಶ್ನೆಗಳನ್ನು ಮನಸ್ಸಿಗೆ ತಂದುಕೊಳ್ಳಿ.
- ರಾತ್ರಿಯ ಊಟ ತುಂಬಿಕೊಳ್ಳುವ ಬದಲು ಆರಾಮವಾಗಿ ನಿಧಾನವಾಗಿ ಊಟಮಾಡಿ, ಯಾಕೆಂದರೆ ರಾತ್ರಿಯಲ್ಲಿ ಎದೆ ಉರಿಯಿಂದಾಗಿ ಮಗ್ಗಲು ಬದಲಾಯಿಸುವ ಹಾಗೆ ಆಗಬಾರದು. ಊಟ ಆದ ತಕ್ಷಣ ಹಾಸಿಗೆಯಲ್ಲಿ ಮಲಗಬೇಡಿ. ಹೊಟ್ಟೆ ತುಂಬಿ ಭಾರ ಆಗುವುದರಿಂದ ಈರೀತಿ ಮಲಗಲು ಕಷ್ಟವಾಗುತ್ತದೆ.
- ರಾತ್ರಿಯಲ್ಲಿ ಹಸಿವು ಅನ್ನಿಸಿದರೆ ತಿನ್ನಬಹುದು. ಅಜ್ಜಿಯ ಮಾತುಗಳನ್ನು ನೆನಪಿಡಿ. ರಾತ್ರಿ ಮಲಗುವ ಮುನ್ನ ಬೇಕಾದ್ದಕ್ಕಿಂತ

ಜಾಸ್ತಿ ತಿಂದರೂ ನಿದ್ದೆಗೆ ತಡೆಯಾಗುತ್ತೆ. ನಿಮ್ಮ ಹತ್ತಿರ ಕುರುಕಲು ತಿಂಡಿ ಇಟ್ಟುಕೊಂಡಿರಿ. ಉಗುರು ಬೆಚ್ಚಗಿರುವ ಹಾಲು ಕುಡಿಯಿರಿ. ಪ್ರೋಟೀನ್ ಮತ್ತು ಬಿ ಕಾಂಪ್ಲೆಕ್ಸ್ ಸೇರುವಿಕೆಯಿಂದ ಇದೇ ಪ್ರಭಾವ ಆಗುತ್ತದೆ. ಯಾವುದಾದರೂ ಹಣ್ಣು ತಿನ್ನಿ, ಚೀಜ್ ಅಥವಾ ದ್ರಾಕ್ಷಿ ಹಾಕಿದ ಮೊಸರನ್ನು ತಿನ್ನಿ. ನಿಮ್ಮ ಹಾಲಿನಲ್ಲಿ ಒಂದು ಮಾರಿ ಅಥವ ಓಟ್ಮೀಲ್ ಬಿಸ್ಕತ್ ಅದ್ದಿಕೊಂಡು ತಿನ್ನಿ.

- ರಾತ್ರಿ ಹೊತ್ತಿನಲ್ಲಿ ಆಗಾಗ್ಗೆ ಬಾತ್‌ರೂಮಿಗೆ ಹೋಗುವುದರಿಂದ ನಿದ್ರೆಗೆ ತೊಂದರೆಯಾಗುತ್ತೆ. ಆದ್ದರಿಂದ ಸಾಯಂಕಾಲ ಆರು ಘಂಟೆಯ ಮೇಲೆ ನೀರಿನ ಪದಾರ್ಥಗಳನ್ನು ಸೇವಿಸುವುದನ್ನು ಕಡಿಮೆ ಮಾಡಿ. ಬಾಯಾರಿಕೆ ಆದರೆ ಖಂಡಿತಾ ಕುಡಿಯಿರಿ. ಆದರೆ ಮಲಗುವ ಮುಂಚೆ ಹದಿನಾರು ಔನ್ಸ್‌ನ ಪೂರ್ತಿ ಬಾಟಲ್ ಕುಡೀಬೇಡಿ.
- ಮಧ್ಯಾಹ್ನದನಂತರ ಯಾವುದೇ ರೀತಿಯ ಕೆಫಿನ್ ಸೇವಿಸುವುದನ್ನು ತಡೆಯಿರಿ. ಇದು ನಿಮ್ಮನ್ನು ಆರು ಘಂಟೆಗಳ ಕಾಲ ಚುರುಕಾಗಿಡುತ್ತದೆ. ಸಕ್ಕರೆ ಕೂಡ ಕೆಲಸ ಮಾಡುತ್ತದೆ. ಇದರಿಂದ ನಿಮ್ಮ ಊರ್ಜೆಯ ಮಟ್ಟ ಹೆಚ್ಚಾಗುತ್ತದೆ.
- ನೀವು ನಿಮ್ಮ ಮಲಗುವ ರೊಟೀನ್ ನಿರ್ಧರಿಸಿ. ಇದು ಬರೀ ಮಕ್ಕಳಿಗೆ ಮಾತ್ರ ಅಲ್ಲ. ಒಂದುವೇಳೆ ನೀವು ನಿಮ್ಮ ಹಿಂದಿನ ರೊಟೀನ್ ಮುಂದುವರಿಸಿದರೆ ನೀವು ಗಾಢವಾದ ನಿದ್ರೆ ಮಾಡಬಹುದು. ಊಟ ಆದಮೇಲೆ ನಿಮ್ಮ ಚಟುವಟಿಕೆಗಳನ್ನು ಕಡಿಮೆಮಾಡಿ. ಏನಾದರೂ ಹಗುರವಾಗಿರುವುದನ್ನು ಓದಿ. ಮಧುರವಾದ ಸಂಗೀತ ಕೇಳಿ. ಯೋಗ ಅಥವಾ ರಿಲ್ಯಾಕ್ಸ್ ಮಾಡುವ ರೀತಿಗಳನ್ನು ರೂಢಿಸಿಕೊಳ್ಳಿ. ಬೆಚ್ಚಗಿನ ನೀರಿನಲ್ಲಿ ಸ್ನಾನ ಮಾಡಿ, ಅಥವಾ ಸ್ವಲ್ಪ ರೋಮಾನ್ಸ್ ಮಾಡಿ.
- ಗರ್ಭಾವಸ್ಥೆಯಲ್ಲಿ ತುಂಬ ದಿಂಬುಗಳು ನಿಮ್ಮ ಶರೀರಕ್ಕೆ ಬಹಳ ಆರಾಮ ಕೊಡುತ್ತದೆ. ಅವುಗಳು ನಿಮ್ಮ ಶರೀರಕ್ಕೆ ಸಾಕಷ್ಟು ಉತ್ತೇಜನ ನೀಡುತ್ತದೆ ಹಾಗು ಆರಾಮವಾಗಿ ಮಲಗಬಹುದು. ನಿಮ್ಮ ಹಾಸಿಗೆಯೂ ಸರಿಯಾಗಿರಬೇಕು. ನಿಮ್ಮ ಶಯನ ಗೃಹ (ಬೆಡ್ ರೂಮ್) ತುಂಬ ತಣ್ಣಗೂ ಇರಬಾರದು ಮತ್ತು ತುಂಬಾ ಬಿಸಿಯಾಗಿಯೂ ಇರಬಾರದು.
- ಉಸಿರು ಕಟ್ಟುವ ವಾತವರಣದಲ್ಲೂ ನಿದ್ರೆ ಸರಿಯಾಗಿ ಬರುವುದಿಲ್ಲ. ಶಯನ ಗೃಹ (ಬೆಡ್‌ರೂಮ್) ಗಾಳಿ ಓಡಾಡುವ ಹಾಗಿರಬೇಕು. ಮುಸುಕು ಹಾಕಿ ಮಲಗಬೇಡಿ, ಇದರಿಂದ ಆಕ್ಸಿಜನ್ ಕಡಿಮೆಯಾಗಿ ಕಾರ್ಬನ್ ಡೈ ಆಕ್ಸೈಡ್ ಹೆಚ್ಚಾಗುತ್ತದೆ. ನಿಮಗೆ ತಲೆ ನೋವು ಬರಬಹುದು.
- ನಿದ್ರೆ ಬರುವ ಯಾವುದೇ ಔಷಧಿ ತೆಗೆದುಕೊಳ್ಳುವ ಮೊದಲು ಡಾಕ್ಟರರ ಸಲಹೆ ಕೇಳಿ. ಒಂದು ವೇಳೆ ಡಾಕ್ಟರ್ ಮೆಗ್ನೀಶಿಯಂ ಔಷಧಿ ಬರೆದುಕೊಟ್ಟಿದ್ದರೆ ಅದನ್ನು ಮಲಗುವ ಮುಂಚೆ ತೆಗೆದುಕೊಳ್ಳಿ ಏಕೆಂದರೆ ಮೆಗ್ನೀಶಿಯಂ ಶರೀರವನ್ನು ರಿಲಾಕ್ಸ್ ಮಾಡುತ್ತದೆ. ಹಾಸಿಗೆಯ ಮೇಲೆ ನಿದ್ರೆ ಅಥವಾ ಸಂಭೋಗ ಬಿಟ್ಟು ಬೇರೆ ಏನು ಚಟುವಟಿಕೆ ಮಾಡಬೇಡಿ. ಈ ಕೆಲಸಗಳನ್ನು ಮನೆಯ ಬೇರೆ ಭಾಗಗಳಲ್ಲಿ ಮಾಡಿ ಏಕೆಂದರೆ ಹಾಸಿಗೆ ಮೇಲೆ ಮಲಗಿದ ತಕ್ಷಣ ನಿದ್ರೆ ಬರುತ್ತದೆ.
- ಆಯಾಸವಾದಾಗಲೇ ಮಲಗಿಕೊಳ್ಳಿ. ಒಂದುವೇಳೆ ಗಡಿಯಾರ ನೋಡಿ ಮಲಗಿದರೆ ನಿದ್ರೆ ಬರಲ್ಲ. ಇದರ ಜೊತೆಗೆ ತುಂಬಾ ಆಯಾಸ ಮಾಡಿಕೊಳ್ಳಬೇಡಿ, ಯಾಕೆಂದರೆ ತುಂಬಾ ಆಯಾಸವು ಕೂಡ ನಿದ್ರೆಗೆ ತೊಂದರೆಮಾಡುತ್ತದೆ.
- ನಿಮ್ಮ ನಿದ್ರೆಯನ್ನು ಘಂಟೆಗಳಿಂದ ಲೆಕ್ಕ ಹಾಕಬೇಡಿ. ಕೆಲವರು ತಮಗೆ ನಿದ್ರೆಯಲ್ಲಿ ತೊಂದರೆ ಇದೆ ಅಂತ ಹೇಳುತ್ತಾರೆ. ಆದರೆ ಮಾಡಬೇಕಾಗಿರುವುದಕ್ಕಿಂತ ಹೆಚ್ಚಿನ ನಿದ್ರೆ ಮಾಡುತ್ತಾರೆ. ಆದರೆ ಅವಿರತವಾಗಿ ನಿಮಗೆ ಆಯಾಸ ಇಲ್ಲದೇ ಹೋದರೆ ಇದರ ಅರ್ಥ ನೀವು ಸಂಪೂರ್ಣ ನಿದ್ರೆ ಮಾಡುತ್ತಿದ್ದೀರೆಂದು ಅರ್ಥ.
- ಒಂದುವೇಳೆ ನಿದ್ರೆ ಬರದೇ ಇದ್ದರೆ ಹಾಸಿಗೆ ಮೇಲೆ ಮಲಗುವ ಬದಲು ಬೇರೆ ಏನಾದರು ಕೆಲಸ ಮಾಡಿ. ಆ ಸಮಯದಲ್ಲಿ ನಿದ್ರೆ ಬರದೆ ಇರುವುದರ ಬಗ್ಗೆ ಚಿಂತಿಸಬೇಡಿ.
- ನೀವು ನಿಮ್ಮ ಅರ್ಧ ನಿದ್ರೆಯ ಚಿಂತೆಯಲ್ಲಿ ಮುಂದೆ ಬರುವ ನಿದ್ರೆಯನ್ನು ಹಾಳುಮಾಡಬೇಡಿ.

ಸಮಯವನ್ನುಹಿಡಿದಿಟ್ಟುಕೊಳ್ಳಿ

ಒಂದು ಪೆಟ್ಟಿಗೆಯನ್ನು ತೆಗೆದುಕೊಳ್ಳಿ. ಅದರಲ್ಲಿ ನಿಮ್ಮ ಗರ್ಭಾವಸ್ಥೆಯ ಫೋಟೊ, ನಿಮ್ಮ ಸಹಚರರ ಅಥವಾ ಸಾಕು ಪ್ರಾಣಿಯ ಫೋಟೊ ಮುಂತಾದವುಗಳನ್ನು ಹಾಕಿ. ಇದರಲ್ಲಿ ಮಗುವಿನ ಅಲ್ಟ್ರಾಸೌಂಡ್ ರಿಪೋರ್ಟ್ ಇಡಿ. ನಿಮಗಿಷ್ಟವಾದ ಹೋಟೆಲಿನ ಮೆನು, ಮ್ಯಾಗ್ಜೀನ್ ಅಥವಾ ಪೇಪರ್ ಹಾಕಿ. ಈ ಪೆಟ್ಟಿಗೆಯನ್ನು ಹಾಗೆ ಮುಚ್ಚಿಡಿ. ಮಗು ಸ್ವಲ್ಪ ದೊಡ್ಡದಾದ ಮೇಲೆ ಅದಕ್ಕೆ ತಾನು ಹುಟ್ಟುವ ಮುಂಚೆ ಇದ್ದಂತಹ ಈ ಸಾಮಾನುಗಳನ್ನು ನೋಡಿ ಬಹಳ ಸಂತೋಷ ಪಡುತ್ತದೆ.

ಹೊಕ್ಕಳಿನ ಉಬ್ಬರ

"ನನ್ನ ಹೊಕ್ಕಳು ತೀರಾ ಒಳಗಡೆಗೆ ಇತ್ತು. ಇಗ ಅದು ಹೊರಗಡೆಗೆ ಉಬ್ಬಿ ಬರುತ್ತಿದೆ. ಏನು ಇದು ಹೆರಿಗೆ ಆದ ಮೇಲೂ ಹೀಗೆ ಇರುತ್ತದ?" ಏನು ಈ ದಿನಗಳಲ್ಲಿ ಅದು ನಿಮ್ಮ ಬಟ್ಟೆಯನ್ನು ತಾಕುತ್ತಿದೆಯೆ? ಚಿಂತೆ ಮಾಡಬೇಡಿ. ಇದು ಗರ್ಭಾವಸ್ಥೆಯಲ್ಲಿ ಆಗಾಗ ಹೀಗಾಗುತ್ತೆ. ಯಾವಾಗ ಊದಿರುವ ಗರ್ಭಾಶಯವು ಮೇಲಕ್ಕೆ ಬರುತ್ತದೊ ಆಗ ಹೊಕ್ಕಳು ಮುಂದಕ್ಕೆ ಉಬ್ಬಿ ಬರುತ್ತದೆ. ಇದು ಪ್ರಸವಾದ ಸ್ವಲ್ಪ ಹೊತ್ತಿನ ನಂತರ ತನಗೆ ತಾನೆ ಸರಿಹೋಗುತ್ತದೆ. ಅದುವರೆಗೂ ಅದರಲ್ಲಿ ಸೇರಿರುವ ಕೊಳೆಯನ್ನು ತೆಗೆಯಿರಿ. ಒಂದುವೇಳೆ ಫ್ಯಾಷನ್ ಅಲ್ಲದೇ ಹೋದರೆ ಬಟ್ಟೆಯಿಂದ ಮುಚ್ಚಿ ಬಿಡಿ. ಆದರೆ ನೆನಪಿರಲಿ ಇದರಲ್ಲಿ ನಾಚಿಕೆಪಡುವಂಥಹುದು ಏನೂ ಇಲ್ಲ. ಇದು ಗರ್ಭಾವಸ್ಥೆಯಲ್ಲಿ ಗೌರವಯುತವಾದ ಮಾತುಗಳಲ್ಲಿ ಒಂದಾಗಿದೆ.

ಶಿಶುವಿನ ಒದೆತ

"ಕೆಲವೊಮ್ಮೆ ನನ್ನ ಮಗು ಇಡೀ ದಿನವೆಲ್ಲಾ ಕಾಲಿನಿಂದ ಒದೆಯುತ್ತ ಇರುತ್ತದೆ ಮತ್ತೆ ಕೆಲವೊಮ್ಮೆ ಇಡೀ ದಿನವೆಲ್ಲಾ ಶಾಂತವಾಗಿರುತ್ತದೆ. ಇದು ಸಾಮಾನ್ಯವೇ?''

ಅವುಗಳು ಮನುಷ್ಯರೇ. ಕೆಲವು ಸಲ ಅವುಗಳಿಗೂ ಕುಣಿದು ಕುಪ್ಪಳಿಸುವ ಆಸೆ ಆಗುತ್ತೆ. ಹಾಗೆ ಕೆಲವೊಮ್ಮೆ ಅವುಗಳಿಗೆ ಸುಮ್ಮನೆ ಇರಬೇಕು ಅಂತ ಅನ್ನಿಸ್ತೆ. ಅವುಗಳ ಈ ಆಟಗಳು ನಿಮ್ಮ ಚಟುಚಟಿಕೆ ಮೇಲೆ ಕೂಡಾ ಅವಲಂಬಿಸಿರುತ್ತದೆ. ನೀವು ಅಕಸ್ಮಾತ್ ದಿನಾಪೂರ್ತಿ ಶಾಂತವಾಗಿದ್ದರೆ ಶಿಶು ಕೂಡ ನಿಮ್ಮ ತಾಳಕ್ಕೆ ತಕ್ಕಹಾಗೆ ಅಲ್ಲಾಡುತ್ತಾ ಇರುತ್ತೆ ಬಹಳ ಕಡಿಮೆ ತಳಮಳಾಯಿಸುತ್ತದೆ. ನೀವು ನಿಮ್ಮ ಕೆಲಸದ ಗಡಿಬಿಡಿಯಲ್ಲಿ ಶಿಶುವಿನ ಓಡಾಟವನ್ನು ಅಷ್ಟಾಗಿ ಗಮನಿಸುವುದಿಲ್ಲ. ಯಾವಾಗ ನೀವು ಆರಾಮವಾಗಿ ಕುಳಿತುಕೊಂಡಾಗ ಅದರ ಓಡಾಟ ಹೆಚ್ಚಾಗುತ್ತದೆ. ಆದ್ದರಿಂದ ಸಾಮಾನ್ಯವಾಗಿ ರಾತ್ರಿ ಮಲಗುವ ಸಮಯದಲ್ಲಿ ಅಥವಾ ದಿನದಲ್ಲಿ ವಿಶ್ರಾಂತಿ ಪಡೆಯುವಾಗ ಅದರ ಓಡಾಟವನ್ನು ಹೆಚ್ಚಾಗಿ ಅನುಭವಿಸುವಿರಿ. ನೀವು ಗಾಬರಿ ಆದಾಗ, ಅಥವಾ ಉತ್ತೇಜಿತರಾದಾಗ ಅದರ ಚಟುವಟಿಕೆ ಹೆಚ್ಚಾಗುತ್ತದೆ.

ಸಾಮಾನ್ಯವಾಗಿ ಶಿಶು 24ರಿಂದ28 ವಾರಗಳಲ್ಲಿ ಹೆಚ್ಚಿನ ರೀತಿಯಲ್ಲಿ ಸಕ್ರಿಯವಾಗುತ್ತದೆ. ಆ ಸಮಯದಲ್ಲಿ ಶಿಶುವಿಗೆ ಹೆಚ್ಚಾಗಿ ಕದಲುವುದಕ್ಕಾಗಲಿ ಆಹಾರ ಸೇವಿಸುವುದಕ್ಕಾಗಲಿ ಅಗುವುದಿಲ್ಲ. ಹೀಗಾಗಿ ಅರೋಗ್ಯವಂತ ತಾಯಿ ಸ್ವಲ್ಪಮಟ್ಟಿಗೆ ಮಗುವಿನ ಒಡಾಟವನ್ನು ಅಂದಾಜು ಮಾಡಲಿಕ್ಕೆ ಆಗುವುದಿಲ್ಲ. 28 ರಿಂದ 32 ವಾರಗಳಲ್ಲಿ ಶಿಶುವಿನ ಒಡಾಟ ಸ್ಪಷ್ಟವಾಗಿ, ವೇಗವಾಗಿ ಸಂಘಟಿಸುತ್ತಾ ಹೋಗುತ್ತದೆ.

ಒಂದು ವೇಳೆ ಎಂಟಿಯರ್ ಪ್ಲೆಸೆಂಟಾದ ಸ್ಥಿತಿ ಇದ್ದರೂ ಶಿಶುವಿನ ಓಡಾಟದ ಅನುಭವ ಗೊತ್ತಾಗುವುದಕ್ಕೆ ಸಮಯ ಇನ್ನು ಹೆಚ್ಚಿಗೆ ಬೇಕಾಗುತ್ತದೆ.

ನಿಮ್ಮ ಮಗುವಿನ ತಳಮಳವನ್ನು ಬೇರೆ ಗರ್ಭಸ್ಥ ಮಗುವಿನ ಜೊತೆಗೆ ತುಲನೆ ಮಾಡಬೇಡಿ. ಪ್ರತಿ ಮಗುವಿನ ಕದಲುವಿಕೆ ಮತ್ತು ಬೆಳವಣಿಗೆಯ ರೂಪರೇಖೆಗಳು ಬೇರೆಬೇರೆಯಾಗಿರುತ್ತದೆ. ಕೆಲವು ಮಕ್ಕಳು ಯಾವಾಗಲೂ ಚಟುವಟಿಕೆಯಿಂದಿರಲು ಇಷ್ಟಪಟ್ಟರೆ, ಕೆಲವು ಮಕ್ಕಳು ಶಾಂತವಾಗಿರಲು ಇಷ್ಟಪಡುತ್ತವೆ. ಕೆಲವು ಮಕ್ಕಳು ಎಷ್ಟು ನಿಯಮಿತವಾಗಿರುತ್ತವೆಂದರೆ, ತಾಯಂದಿರು ಅವುಗಳ ಚಟುವಟಿಕೆಯ ಮೇಲೆ ತಮ್ಮ ಗಡಿಯಾರವನ್ನು ಸೆಟ್ ಮಾಡಿಕೊಳ್ಳುತ್ತಾರೆ. ಕೆಲವು ತಾಯಂದಿರು ತಮ್ಮ ಗರ್ಭಸ್ಥ ಶಿಶುವನ್ನು ತಮ್ಮದೇ ಆದ ರೀತಿಯಲ್ಲಿ ಬೆಳೆಸುವುದಕ್ಕೆ ಇಷ್ಟ ಪಡುತ್ತಾರೆ. 28ನೇ ವಾರದ ತನಕ ಶಿಶುವಿನ ಚಟುವಟಿಕೆಯ ರೆಕಾರ್ಡ್ ಇಡುವ ಅವಶ್ಯಕತೆ ಇಲ್ಲ.

"ಕೆಲವೊಮ್ಮೆ ಶಿಶು ಎಷ್ಟು ಒದೆಯುತ್ತೆ ಅಂದರೆ ನನಗೆ ನೋವಾಗುತ್ತೆ."

ಗರ್ಭಾಶಯದಲ್ಲಿ ನಿಮ್ಮ ಶಿಶು ಪರಿಪಕ್ವ ಆಗುತ್ತಿದೆ. ದಿನದಿಂದದಿನಕ್ಕೆ ನಿಮ್ಮ ಶಿಶು ಬಲಶಾಲಿಯಾಗುತ್ತದೆ, ಆದ್ದರಿಂದ ಹಗುರವಾದ ಒದೆತವೂ ಬಲವಾದ ಒದೆತವಾಗುತ್ತೆ. ಒಂದುವೇಳೆ ನಿಮಗೆ ಹೊಟ್ಟೆ, ಸರ್ವಿಕ್ಸ್ ಮತ್ತು ಪಕ್ಕೆಲುಬುಗಳಲ್ಲಿ ಜೋರಾಗಿ ಒದೆಯುವುದರಿಂದ ನೋವಾದರೆ ಗಾಬರಿಯಾಗಬೇಡಿ, ಶಿಶೂ ಹೀಗೆ ಮಾಡಿದಾಗ ನೀವೂ ನಿಮ್ಮ ಸ್ಥಿತಿಯನ್ನು ಬದಲಾಯಿಸಲು ಪ್ರಯತ್ನಪಡಿ. ಇದರಿಂದ ಮಗುವಿನ ಸಮತೋಲನ ಬದಲಾಗುತ್ತದೆ ಮತ್ತು ಮಗುವು ಸ್ವಲ್ಪ ಹೊತ್ತು ಒದೆಯುವುದನ್ನು ನಿಲ್ಲಿಸುತ್ತದೆ.

"ಶಿಶು ಯಾವಾಗಲು ಒದೆಯುತ್ತಿರುತ್ತದೆ ಏನು ನನ್ನ ಹೊಟ್ಟೆಯಲ್ಲಿ ಅವಳಿ ಮಕ್ಕಳಿವೆಯೆ?''

ಪ್ರತಿಯೊಬ್ಬ ಗರ್ಭಿಣಿ ಮಹಿಳೆಗೆ ಒಂದಿಲ್ಲೊಂದು ರೀತಿಯಲ್ಲಿ ತಮ್ಮ ಹೊಟ್ಟೆಯಲ್ಲಿ ಅವಳಿ-ಜವಳಿ ಮಕ್ಕಳಿದೆ ಎಂದು ಅನಿಸುತ್ತದೆ. ವಾಸ್ತವದಲ್ಲಿ ಶಿಶು ಬೇರೆ ಬೇರೆ ರೀತಿಯ ಆಟ ಆಡುತ್ತಿರುತ್ತವೆ. ಒಂದುವೇಳೆ ನಿಮಗೆ ಎರಡು ಕೈ ಬಿಟ್ಟು ಬೇರೆದರಲ್ಲೂ ಒದೆಯುತ್ತಿದೆ ಅನಿಸಿದರೆ ಅದು ಮಗುವಿನ ಮಂಡಿ, ಮೊಳಕಾಲು ಮತ್ತು ಕಾಲುಗಳ ಒದ್ದಾಟ ಇರಬಹುದು. ಒಂದು ವೇಳೆ ನಿಜವಾಗಿಯೂ ನಿಮ್ಮ

ಹೊಟ್ಟೆಯಲ್ಲಿ ಅವಳಿ ಮಕ್ಕಳಿದ್ದರೆ ಇಷ್ಟು ಹೊತ್ತಿಗಾಗಲೇ ಅಲ್ಟ್ರಾಸೌಂಡ್‌ನಿಂದ ಗೊತ್ತಾಗಿರುತ್ತಿತ್ತು.

ಹೊಟ್ಟೆಯಮೇಲೆ ಕಡಿತ

''ನನ್ನ ಹೊಟ್ಟೆಯುಮೆಲೆ ಯಾವಾಗಲು ಕಡಿತವಾಗುತ್ತಿರುತ್ತದೆ. ಇದು ನನ್ನನ್ನು ಹುಚ್ಚಳನ್ನಾಗಿ ಮಾಡಿದೆ.''

ಗರ್ಭಾವಸ್ಥೆಯಲ್ಲಿ ಹೊಟ್ಟೆಯಮೇಲೆ ಕಡಿತವಾಗುತ್ತದೆ. ಹೊಟ್ಟೆ ಉಬ್ಬುತ್ತಾ ಹೋದಂತೆ ಕಡಿತ ಜಾಸ್ತಿಯಾಗುತ್ತಾ ಹೋಗುತ್ತದೆ. ಕಾರಣ ತ್ವಚೆ ನಿರಂತರವಾಗಿ ಎಳೆಯುತ್ತಿರುತ್ತದೆ ಇದರಿಂದ ತ್ವಚೆಯು ತೇವಾಂಶ ಕಡಿಮೆಯಾಗಿ ಅಲ್ಲಿ ಕಡಿತ ಉಂಟಾಗುತ್ತದೆ. ಒಂದುವೇಳೆ ನೀವು ಉಗುರಿನಿಂದ ಕೆರೆದರೆ ತೊಂದರೆ ಜಾಸ್ತಿಯಾಗುತ್ತೆ. ಮಾಯಿಶ್ಚರೈಜರ್‌ನಿಂದ ಸ್ವಲ್ಪ ಆರಾಮ ಸಿಗುತ್ತದೆ. ತುರಿಕೆ ಕಡಿಮೆಮಾಡಿಕೊಳ್ಳಲು ಕೆಲೊಮೈನ್ ಲೋಷನ್ ಹಚ್ಚಿರಿ ಅಥವಾ ಓಟ್ಮೀಲ್ ಹಚ್ಚಿಕೊಂಡು ಸ್ನಾನ ಮಾಡಿ. ಒಂದುವೇಳೆ ನಿಮ್ಮ ಕಡಿತ ಒಣಚರ್ಮಕ್ಕೂ ಸಂಬಂಧ ಇಲ್ಲದಿದ್ದರೆ ಅಥವಾ ಹೊಟ್ಟೆಯಮೇಲೆ ರ್‍ಯಾಶಸ್ ಬಂದರೆ ಡಾಕ್ಟರಿಗೆ ತೋರಿಸುವುದನ್ನು ತಡವಮಾಡಬೇಡಿ.

ಅಜಾಗರೂಕತೆ

''ನಾನು ಏನೇ ಎತ್ತಿದರೂ ಕೈನಿಂದ ಬಿದ್ದುಹೋಗುತ್ತೆ. ನಾನು ಇದ್ದಕ್ಕಿದ್ದಂತೆ ಏಕೆ ಇಷ್ಟು ಅಜಾಗರೂಕಳಾದೆ?''

ಹೊಟ್ಟೆಯಮೇಲೆ ಬೇಡದ ಮಾಂಸ ಬೆಳೆಯುವುದು ಬಿಟ್ಟು ಬೇರೆ ತರಹದ ಬದಲಾವಣೆಗಳು ಬರುತ್ತದೆ. ಜಾಯಿಂಟ್ಸ್ ಮತ್ತು ಲಿಗ್ಮೆಂಟ್ಸ್ ಸಡಿಲವಾಗುವುದರಿಂದ ಮತ್ತು ನೀರು ಸೇರುವುದರಿಂದ ನಿಮ್ಮ ಹಿಡಿತ ಸಡಿಲವಾಗುತ್ತದೆ. ನೀವು ಗರ್ಭಾವಸ್ಥೆಯು ಹೆದರಿಕೆಗಳೊಂದಿಗೆ ಆಟ ಆಡುತ್ತೀದ್ದೀರ, ಮರಗುಳಿಯಾಗ್ತಿದ್ದೀರಿ. ಆದ್ದರಿಂದ ಯಾವುದೇ ವಸ್ತುವಿನ ಬಗ್ಗೆ ಅಥವಾ ವಿಷಯದ ಬಗ್ಗೆ ಗಮನಕೊಡಲಾಗುವುದಿಲ್ಲ. ಹೊಟ್ಟೆಯ ಭಾರದಿಂದಾಗಿ ನಿಮ್ಮ ಗುರುತ್ವಾಕರ್ಷಣ ಕೇಂದ್ರ ಬದಲಾಗಿದೆ ಆದ್ದರಿಂದ ನಿಮ್ಮ ಸಮತೋಲನ ಕೂಡ ಒಮ್ಮೊಮ್ಮೆ ಕೆಡಬಹುದು. ನೀವು ಮೆಟ್ಟಿಲುಗಳನ್ನು ಹತ್ತಿದರೆ ಜಾರುವ ರೀತಿಯಲ್ಲಿ ಇಳಿಯುವಿರಿ, ಅಥವಾ ತುಂಬಾ ಭಾರದ ಸಾಮಾನನ್ನು ಎತ್ತಿದಾಗ ಈ ನಿಮ್ಮ ಕೆಟ್ಟಿರುವ ಅಸಮತೋಲನದ ಹೆಚ್ಚಿನ ಅನುಭವ ನಿಮಗೆ ಆಗುತ್ತದೆ. ಹೊಟ್ಟೆ ಮುಂದೆ ಬಂದಿರುವುದರಿಂದ ನಿಮಗೆ ನಿಮ್ಮ ಕಾಲಿನ ಮುಂದಿರುವ ವಸ್ತುಗಳು ಕಾಣುವುದಿಲ್ಲ ಹಾಗಾಗಿ ನೀವು ಎಡವಿ ಬೀಳುವಿರಿ. ಗರ್ಭಾವಸ್ಥೆಯಲ್ಲಿ ಕಾಣುವ ಆಯಾಸಕ್ಕೂ ಕೂಡ ಇದೇ ಕಾರಣ.

ಈ ರೀತಿಯಾದ ದಡ್ಡತನ ಮತ್ತು ಒರಟುತನದಿಂದ ನಿಮಗೆ ಕಿರಿಕಿರಿಯ ಅನುಭವವಾಗುತ್ತದೆ. ಮತ್ತೆಮತ್ತೆ ಕಾರಿನ ಕೀಗೊಂಚಲು ಬೀಳುವುದು, ಅದನ್ನು ತೆಗೆಯಲು ಬಗ್ಗಿದಾಗ ಬೆನ್ನಲ್ಲಿ ಅಥವಾ ಕತ್ತಿನಲ್ಲಿ ನೋವು ಆಗಬಹುದು.

ಒಂದುವೇಳೆ ನೀವು ಅಕಸ್ಮಾತ್ತಾಗಿ ಬೀಳುವುದರಿಂದ ಗಂಭೀರ ಗಾಯಗಳಾಗಿ ನಿಮಗೆ ತೊಂದರೆಕೂಡ ಆಗಬಹುದು.

ಈಗ ನೀವು ನಿಮ್ಮ ನಿತ್ಯದ ಕೆಲಸಗಳಲ್ಲಿ ಸ್ವಲ್ಪ ಬದಲಾವಣೆಗಳನ್ನು ಮಾಡಿಕೊಳ್ಳಬೇಕು. ನಿಮ್ಮ ಮನೆಯ ಗಾಜಿನ ವಸ್ತುಗಳನ್ನು ಕ್ಲೀನ್ ಮಾಡುವ ಜವಾಬ್ದಾರಿಯನ್ನು ಬೇರೆಯವರಿಗೆ ವಹಿಸಿರಿ. ನೆಲ ಒದ್ದೆಯಾಗಿದ್ದರೆ ನೋಡಿಕೊಂಡು ಓಡಾಡಿ. ಟಬ್‌ನಲ್ಲಿ ಬೇಡದಿರುವ ಕುಶನ್‌ಗಳನ್ನು ಇಡಿ. ಮೆಟ್ಟಿಲುಗಳ ಮೇಲೆ ವಸ್ತುಗಳನ್ನು ಇಡಬೇಡಿ, ನೀವು ಎಡವಬಹುದು. ಕುರ್ಚಿಯ ಮೇಲೆ ಹತ್ತಿ ಯಾವುದೇ ಕೆಲಸ ಮಾಡಬೇಡಿ. ಆಯಾಸವಾಗುತ್ತಿದ್ದರೆ ಹೆಚ್ಚಿನ ಕೆಲಸವನ್ನು ಮಾಡಬೇಡಿ. ನಿಮಗೆ ಗೊತ್ತಿರುವುದಕ್ಕೆ ತಕ್ಕಂತೆ ನಡೆಯಿರಿ ಮತ್ತು ಈ ವಿಷಯಗಳನ್ನು ಸ್ವಲ್ಪ ಹಗುರವಾಗಿ ತೆಗೆದುಕೊಳ್ಳುವುದನ್ನು ಕಲಿಯಿರಿ.

ಕೈ ಜೋಮು ಹಿಡಿಯುವಿಕೆ

''ಒಂದು ಹೊತ್ತಿನಲ್ಲಿ ಆಗಾಗ ಎಚ್ಚರವಾದರೆ ನನಗೆ ನನ್ನ ಕೈಯಿನ ಬೆರಳುಗಳು ಜೋಮು ಹಿಡಿದಿದೆ ಅಂತ ಅನ್ನಿಸುತ್ತೆ. ಇದೂಕೂಡ ಗರ್ಭಾವಸ್ಥೆಯ ಒಂದು ಲಕ್ಷಣವೇ?''

ಊದಿರುವ ಜೀವಕೋಶಗಳ ಕಾರಣದಿಂದ ನರಗಳ ಮೇಲೆ ಒತ್ತಡ ಹೆಚ್ಚಾಗುವುದರಿಂದ ಗರ್ಭಿಣಿಯರಿಗೆ ಆಗಾಗ ಕೈಕಾಲುಗಳ ಬೆರಳುಗಳು ಜೋಮು ಹಿಡಿಯುವಿಕೆಯ ಅನುಭವ ಆಗುತ್ತದೆ. ಇದು ಒಂದು ಸಾಮಾನ್ಯ ಲಕ್ಷಣ. ಒಂದು ವೇಳೆ ಈ ನೋವು ಮತ್ತು ಜೋಮು ಬಲಗೈನಲ್ಲಿದ್ದರೆ ನೀವು ಕಾರ್ಪಲ್ ಟನಲ್ ಸಿಂಡ್ರೋಮ್ಗೆ ಗುರಿಯಾಗಬಹುದು. ಒಂದೇಕೈನಿಂದ ಕೆಲಸ ಮಾಡುವವರಿಗೆ ಸಾಮಾನ್ಯವಾಗಿ ಈರೀತಿಯಾಗುವುದು ಸಹಜ. ಬಹಳಷ್ಟು ಗರ್ಭಿಣಿಯರಿಗೆ ಕಾರ್ಪಲ್ಟನಲ್ ಇದ್ದರೆ, ಇದರ ಪ್ರಭಾವ ಬೆರಳುಗಳ ಮೇಲೆ ಆಗಿ ಜೋಮು ಬರಬಹುದು. ಇದೇ ಕಾರಣದಿಂದ ಜೋಮು ಬರುವುದು, ಉರಿ ಅಥವ ನೋವು ಅನುಭವವೂ ಆಗಬಹುದು.

ಈ ಲಕ್ಷಣಗಳು ಕೈ ಮತ್ತು ಮಣಿಕಟ್ಟಿನ ಮೇಲೆ ಪ್ರಭಾವ ಬೀರುತ್ತ ಕೊಂಕಳಿಗೂ ಹೋಗಬಹುದು.

ಅದಾಗ್ಯೂ ಸಿ.ಟಿ.ಎಸ್.ನ ನೋವು ದಿನದಲ್ಲಿ ಯಾವಾಗಾದರೂ ಆಗಬಹುದು. ಆದರೆ ಇದು ಹೆಚ್ಚಾಗಿ ಇದರ ಅನುಭವ ರಾತ್ರಿಹೊತ್ತಿನಲ್ಲಿ ಆಗುತ್ತದೆ. ನೀವು ನಿಮ್ಮ ಕೈ ಮೇಲೆ ಭಾರಬಿಟ್ಟು ಮಲಗುವುದರಿಂದ ಇದು ಇನ್ನು ಹೆಚ್ಚಾಗಬಹುದು. ಮಲಗಬೇಕಾದರೆ ಕೈಯ್ಯನ್ನು ಬೇರೆಯಾಗಿ ಎತ್ತರವಾದ ದಿಂಬಿನ ಮೇಲಿಟ್ಟುಕೊಂಡು ಮಲಗಿಕೊಳ್ಳಿ. ಜೋಮುಗಟ್ಟುವಿಕೆಯಾದರೆ ಕೈಯ್ಯನ್ನು ಝಾಡಿಸಿ. ಇದರಿಂದ ನಿದ್ರೆಗೆ ತೊಂದರೆಯಾದರೆ ಡಾಕ್ಟರ್ ಸಲಹೆ ಪಡೆಯಿರಿ. ರಿಸ್ಟ್‌ಬ್ಯಾಂಡ್ ಧರಿಸುವುದರಿಂದ ಅಥವ ಆಕ್ಯುಪಂಕ್ಚರ್ ಮಾಡಿಸುವುದರಿಂದ ಆರಾಮ ಸಿಗುತ್ತದೆ.

ಸಿ.ಟಿ. ಎಸ್ ಗೆ ಕೊಡುವ ನಾನ್‌ಸ್ಟಿರಾಯ್ಡ್ ಮತ್ತು ಆನ್ಟಿಇಂಕ್ಷಾಮೆಟ್ರ ಔಷಧಿಗಳನ್ನು ಗರ್ಭಾವಸ್ಥೆ ಸಮಯದಲ್ಲಿ ಕೊಡಲಾಗುವುದಿಲ್ಲ. ಡಾಕ್ಟರಿಂದ ತಿಳಿದುಕೊಳ್ಳಿ, ಪ್ರಸವವಾದಮೇಲೆ ಶರೀರದ ಊತ ಇಳಿದನಂತರ ಸಿ.ಟಿ.ಎಸ್. ನಲ್ಲೂ ಕೂಡ ಆರಾಮ ಸಿಗುತ್ತದೆ.

ಕಾಲುಗಳು ಸೆಳೆಯುವುದು.

'ಕಾಲುಗಳು ಸೆಳೆಯುವುದರಿಂದ ರಾತ್ರಿಹೊತ್ತಿನಲ್ಲಿ ಮಲಗಲಾಗುವುದಿಲ್ಲ".''

■ ಎರಡನೇಹಾಗೂ ಕಡೆ ಮೂರು ತಿಂಗಳಲ್ಲಿ ಈ ದೂರು ನೋಡಲ್ಪಡುತ್ತದೆ. ಆದರೆ ಇದರ ನಿಖರವಾದ ಕಾರಣ ಯಾರಿಗೂ ಗೊತ್ತಿಲ್ಲ. ಕೆಲವು ಸಿದ್ಧಾಂತಗಳ ಪ್ರಕಾರ ಕಾಲುಗಳ ಮೇಲೆ ರಕ್ತವಾಹಿನಿಗಳ ಒತ್ತಡ ಅಥವಾ ಆಹಾರ [ಫಾಸ್ಫರಸ್ ಹೆಚ್ಚಾಗುವಿಕೆ, ಕ್ಯಾಲ್ಸಿಯಂ ಮತ್ತು ಮೆಗ್ನೀಶಿಯಂ ಕೊರತೆ] ಗಳು ಇದಕ್ಕೆ ಕಾರಣ ಅಂತ ಹೇಳುತ್ತಾರೆ. ನೀವು ಇದಕ್ಕೆ ಹಾರ್ಮೋನ್‌ಗಳು ಕೂಡ ಕಾರಣ ಅಂತ ಹೇಳಬಹುದು, ಯಾಕೆಂದರೆ ಅವುಗಳಿಂದ ಕೂಡ ಗರ್ಭಾವಸ್ಥೆಯಲ್ಲಿ ವಿವಿಧ ರೀತಿಯ ತೊಂದರೆಗಳು ಆಗುತ್ತೆ.

ಕಾರಣ ಏನೇ ಇರಬಹುದು ನೀವು ಅದರಿಂದ ತಪ್ಪಿಸಿಕೊಳ್ಳುವ ಉಪಾಯಗಳನ್ನು ಮಾಡಬಹುದು

.■ ಯಾವಾಗಲೇ ಆಗಲಿ ಕಾಲು ಬಿಗಿತ ಬಂದರೆ, ಕಾಲುಗಳನ್ನು ನೀಡಿ ನಿಮ್ಮ ಆಂಕ್ಲೆಟ್ಸ್ ಜಾಯಿಂಟ್ಸ್ ಮತ್ತು ಪಾದಗಳನ್ನು ಮೇಲಕ್ಕೆಳೆಯಿರಿ. ಇದರಿಂದ ನೋವು ಕಡಿಮೆಯಾಗುತ್ತದೆ. ರಾತ್ರಿ ಮಲಗುವ ಮುನ್ನ ಈರೀತಿಯಾಗಿ ಎರಡೂ ಕಾಲುಗಳಿಂದ ಹಲವಾರು ಸಲ ಮಾಡಿ.

■ ಸ್ಟ್ರೆಚಿಂಗ್ ವ್ಯಾಯಾಮದಿಂದ ನೋವು ಬರುವುದಕ್ಕೆ ಮುಂಚಿತವಾಗಿ ಅದನ್ನು ತಡೆಯಬಹುದು. ಮಲಗುವ ಮುಂಚೆ ಗೋಡೆಯಿಂದ 2ಅಡಿ ದೂರ ನಿಂತು ನಿಮ್ಮ ಅಂಗೈಗಳನ್ನು ಗೋಡೆಗೆ ಅದುಮಿ ಹಿಡಿಯಿರಿ. ಮುಂದೆ ಬಗ್ಗಿರಿ. ನಿಮ್ಮ ಹಿಮ್ಮಡಿಗಳನ್ನು ನೆಲಕ್ಕೆ ಒತ್ತಿಡಿ. 10 ಸೆಕೆಂಡ್‌ಗಳವರೆಗೆ ಇದೇ ಭಂಗಿಯಲ್ಲಿರಿ. ಆಮೇಲೆ 5ಸೆಕೆಂಡ್ ವಿರಾಮ ತೆಗೆದುಕೊಳ್ಳಿ. ಇದನ್ನು ಮೂರು ಸಲ ಮಾಡಿ.

ಏನಾದರೂ ಸರಿಯಾಗಿಲ್ಲಾ ಅಂದರೆ **ಒಮ್ಮೊಮ್ಮೆ ತುಂಬಾ ಹೊಟ್ಟೆನೋವು, ಯೋನಿಯ ಸ್ರಾವದಲ್ಲಿ ಬಣ್ಣ ಬದಲಾವಣೆ, ಬೆನ್ನು ಅಥವಾ ಪೆಲ್ವಿಕ್ನಲ್ಲಿ ನೋವು, ಇವುಗಳಲ್ಲಿ ಯಾವುದೇ ಲಕ್ಷಣಗಳು ಜಾಸ್ತಿ ಕಂಡುಬಂದರೆ ಡಾಕ್ಟರನ್ನು ಕರೆಯುವುದಕ್ಕೆ ತಡಮಾಡಬೇಡಿ. ಅವರಿಗೆ ನಿಮ್ಮ ಹಿಂದಿನ ಲಕ್ಷಣಗಳನ್ನು ಹೇಳಿರಿ ಏಕೆಂದರೆ ಅವರು ಅವುಗಳನ್ನು ಇದರ ಜೊತೆಯಲ್ಲಿ ಅದನ್ನೂ ಸೇರಿಸಿ ನೋಡಲು ಅನುಕೂಲವಾಗುತ್ತದೆ. ನೆನಪಿರಲಿ ನೀವು ನಿಮ್ಮ ಶರೀರವನ್ನು ಇತರರಿಗಿಂತ ಚೆನ್ನಾಗಿ ತಿಳಿದಿರುತ್ತೀರಿ. ಅದು ಏನು ಹೇಳುತ್ತದೆಂದು ಕೇಳಿ.**

- ನಿಮ್ಮ ಕಾಲಿನ ಬೇಡವಾದ ಭಾರವನ್ನು ಕಡಿಮೆ ಮಾಡಲು ಕಾಲನ್ನು ಮೇಲೆ ಮಾಡಿ ಕುಳಿತುಕೊಳ್ಳಿ. ಹಗಲಿನಲ್ಲಿ ಸ್ಪೋರ್ಟ್ಸ್ ಬೂಟ್ಸ್ ಧರಿಸಿ, ಕಾಲಿನ ಮೃದುತ್ವವನ್ನು ಕಾಪಾಡಿ.
- ತಣ್ಣನೆಯ ಜಾಗದಲ್ಲಿ ನಿಲ್ಲುವುದರಿಂದಲೂ ಇದರಿಂದ ಆರಾಮ ಸಿಗುತ್ತದೆ.
- ನೀವು ಮಾಲಿಶ್ ಅಥವಾ ಶಾಖದ ಸಹಾಯಕೂಡ ತೆಗೆದುಕೊಳ್ಳಬಹುದು. ರಿಲ್ಯಾಕ್ಸಿಂಗ್ ಅಥವ ತಣ್ಣನೆಯ ಜಾಗದಲ್ಲಿ ನಿಂತಾಗಲು ನಿಮಗೆ ಆರಾಮ ಸಿಗದಿದ್ದರೆ ಮಾಲಿಶ್ ಅಥವಾ ಶಾಖವನ್ನು ಮಾಡಿಕೊಳ್ಳಬೇಡಿ.
- ಹಗಲಲ್ಲಿ ಕಡಿಮೆ ಅಂದರೆ ಎಂಟು ಲೋಟ ನೀರು ಕುಡಿಯಿರಿ.
- ಕ್ಯಾಲ್ಸಿಯಂ ಮತ್ತು ಮೆಗ್ನೀಶಿಯಂನಿಂದ ತುಂಬಿರುವಂಥಹ ಸಂಪೂರ್ಣ ಸಮತೋಲನ ಆಹಾರವನ್ನು ಸೇವಿಸಿರಿ.
- ಕೆಲವೊಮ್ಮೆ ತುಂಬ ಬಿಗಿತ ಬಂದರೆ ಮಾಂಸಖಂಡದಲ್ಲಿ ಕೂಡ ಊತ ಬರಬಹುದು.ಇದರಿಂದ ಖಂಡಿತ ಗಾಬರಿಯಾಗಬೇಡಿ. ನರದಲ್ಲಿ ರಕ್ತ ಹೆಪ್ಪುಗಟ್ಟಿರಬಹುದು.

ಹೆಮ್ರಾಯ್ಡ್ಸ್[ಮೂಲವ್ಯಾಧಿ]

"ನನಗೆ ಪೈಲ್ಸ್ ಇದೆ ಅಂತ ಹೇಳಿದ್ದಾರೆ. ಇದು ಗರ್ಭಾವಸ್ಥೆಯಲ್ಲಿ ಇನ್ನೂ ಜಾಸ್ತಿ ಆಗುತ್ತೆ ಅಂತ ಕೇಳಿದ್ದೇನೆ. ಇದರಿಂದ ನಾನು ಹೇಗೆ ಪಾರಾಗಬಹುದು?''

ಸುಮಾರು 50% ಹೆಂಗಸರು ಈ ಕಷ್ಟದಿಂದ ನರಳುತ್ತಾರೆ. ಯಾವ ರೀತಿ ಕಾಲುಗಳಲ್ಲಿ ವೆರಿಕೋಜ್ ವೇಯ್ನ್ಸ್ ಆಗುವ ಹೆದರಿಕೆ ಇರುತ್ತದೋ ಹಾಗೆಯೇ ರೆಕ್ಟಂನ ನಾಳಗಳಮೇಲೂ ಪ್ರಭಾವ ಬೀರುತ್ತದೆ. ಹಿಗ್ಗುವ ಗರ್ಭಾಶಯದ ಒತ್ತಡದಿಂದ ಪೆಲ್ವಿಕ್‌ನಲ್ಲಿ ರಕ್ತದ ಹೆಚ್ಚಳದಿಂದ ರೆಕ್ಟಂನಲ್ಲಿರುವ ನರಗಳು ಊದುತ್ತವೆ ಮತ್ತು ಅಲ್ಲಿ ಸ್ವಲ್ಪ ತುರಿಕೆಯೂ ಆಗುತ್ತದೆ. ಸಂಕುಚಿತ ಆಗಬಹುದು ಅಥವಾ ಪೈಲ್ಸ್ ಆಗಬಹುದು. ಇದಕ್ಕೆ ಪೈಲ್ಸ್ ಅಂತ ಯಾಕೆ ಹೇಳುತ್ತಾರೆಂದರೆ ನರಗಳು ದ್ರಾಕ್ಷಿಗೊಂಚಲಿನ ತರಹ ಆಗುತ್ತವೆ.

ಮೊದಲು ನೀವು ಮಲಬದ್ಧತೆಯಿಂದ ಪಾರಾಗಿ ಕೀಗಲ್ ವ್ಯಾಯಾಮ ಮಾಡಿ. ತುಂಬ ಹೊತ್ತು ನಿಂತಿದ್ದರೆ ಕುಳಿತು ಕೆಲಸ ಮಾಡಬೇಡಿ. ಮಲ ವಿಸರ್ಜನೆಗೆ (ಟಾಯ್ಲೆಟ್) ಹೋಗಬೇಕೆನಿಸಿದರೆ ತಡೆಯಬೇಡಿ. ಸ್ಟೆಪ್ ಸ್ಟೂಲ್ ಮೇಲೆ ಕುಳಿತರೆ ಟಾಯ್ಲೆಟ್ ಸುಲಭವಾಗಿ ಆಗುತ್ತದೆ.

ಹ್ಯಾರುಖಲ್ ಪ್ಯಾಕ್‌ನಿಂದ ಅಥವಾ ಐಸ್ ಪ್ಯಾಕ್ನಿಂದ ಸ್ವಲ್ಪ ಆರಾಮ ಸಿಗುತ್ತದೆ. ಬಿಸಿನೀರಿನ ಸ್ನಾನ ಕೂಡ ಆರಾಮ ಕೊಡುತ್ತದೆ. ಕೂರುವಾಗ ನೋವಾದರೆ ಕೆಳಗೆ ಪಿಲ್ಲೋ ಇಟ್ಟುಕೊಳ್ಳಿ. ಯಾವುದೇ ಔಷಧಿ ತೆಗೆದುಕೊಳ್ಳುವ ಮೊದಲು ಡಾಕ್ಟರ್ ಸಲಹೆ ಪಡೆಯಿರಿ. ಅಜ್ಜಿಯ ಉಪದೇಶವನ್ನು ಅನುಸರಿಸಬೇಡಿ, ಯಾಕೆಂದರೆ ಅವರು ಮಿನರಲ್ ಆಯಿಲ್ಲನ್ನು ಹಚ್ಚಲು ಹೇಳುತ್ತಾರೆ ಅದರಿಂದ ಉತ್ತಮವಾದ ಪೋಷಕಾಂಶ ಹಿಂದಿನಿಂದ ಹೋಗಿಬಿಡುತ್ತವೆ. ಯಾವಾಗಲೇ ಆಗಲಿ ರೆಕ್ಟಂನಿಂದ ರಕ್ತಸ್ರಾವವಾದರೆ ನಿಮ್ಮ ಡಾಕ್ಟರ್ ಸಲಹೆ ಕೇಳಿ. ಹಾಗೂ ಹೆಮ್ರಾಯ್ಡಿಸ್ ಪ್ರಸವ ಆದಮೇಲೆ ಸರಿಹೋಗಬಹುದು. ಇದು ಅಷ್ಟು ಹೆದರುಕೊಳ್ಳುವಂತದ್ದಲ್ಲ ಹಾಗೂ ಪ್ರಸವ ಆದಮೇಲೆ ಸರಿಯಾಗಬಹುದು.

ವಕ್ಷಸ್ಥಳದಲ್ಲಿ ಗೆಡ್ಡೆ

"ನನ್ನೆದೆಯ ಒಂದು ಮೂಲೆಯಲ್ಲಿ ಸಣ್ಣ ಗೆಡ್ಡೆ ಇದೆ. ಇದು ಏನಾಗಿರಬಹುದು?"

ಏನೆಂದರೆ ಶಿಶುವಿಗೆ ಸ್ತನ್ಯಪಾನ ಮಾಡಿಸಲು ಇನ್ನೂ ಸಾಕಷ್ಟು ಸಮಯವಿದೆ, ಆದರೆ ನಿಮ್ಮ ಎದೆ ತನ್ನ ಕೆಲಸವನ್ನು ಆಗಲೇ ಶುರುಮಾಡಿಬಿಟ್ಟಿದೆ. ಗರ್ಭಾವಸ್ಥೆಯ ಈ ದಿನಗಳಲ್ಲಿ ಒಂದುವೇಳೆ ನಿಮ್ಮ ಎದೆಯ ಮೇಲೆ ಕೆಂಪಗಿರುವ ಮೆತ್ತಗಿನ ಗಂಟು ಕಂಡುಬಂದರೆ, ಸ್ವಲ್ಪ ಶಾಖ ಮತ್ತು ಮಾಲಿಶ್‌ನಿಂದ ಸ್ವಲ್ಪ ದಿನದಲ್ಲೇ ಕರಗಿಬಿಡುತ್ತದೆ. ತಜ್ಞರು ಹೇಳುವಂತೆ ಈ ಸಮಯದಲ್ಲಿ ಅಂಡರ್‌ವೇರ್, ಬ್ರಾ ಹಾಕಬಾರದು ಅಂತ, ಆದರೆ ಏನೇ ಹಾಕಿದರೂ ಎದೆಗೆ ಸಂರಕ್ಷಣೆ ದೊರೆಯಬೇಕು.

ನೆನಪಿರಲಿ, ಗರ್ಭಾವಸ್ಥೆಯಲ್ಲಿ ತಿಂಗಳ ತಪಾಸಣೆಯ ಜೊತೆಗೆ ಎದೆಯ ತಪಾಸಣೆಯನ್ನು ಮಾಡಿಸಬೇಕು. ಏಕೆಂದರೆ ಎದೆಯಲ್ಲಿ ಮುಂದೆಬರುವ ಬದಲಾವಣೆಗಳಿಂದ ಈ ತಪಾಸಣೆ ಸ್ವಲ್ಪ ಕಷ್ಟ ಆಗಬಹುದು ಆದರೆ ಈ ಗಂಟನ್ನು ಡಾಕ್ಟರಿಗೆ ತೋರಿಸಿರಿ.

ಮಗುಹುಟ್ಟುವಾಗ ಆಗುವ ನೋವು

"ನಾನು ತಾಯಿಯಾಗಲು ಉತ್ಸುಕಳಾಗಿದ್ದೇನೆ, ಆದರೆ ಶಿಶು ಹುಟ್ಟುವಾಗ ಯಾವ 'ರೀತಿ ಅನುಭವ ಆಗುತ್ತದೆ. ನನಗೆ ನೋವಿನ ಬಗ್ಗೆ ನೆನೆಸಿಕೊಂಡರೆ ಬಹಳ ಯೋಚನೆ ಆಗುತ್ತದೆ."

ಸಾಮಾನ್ಯವಾಗಿ ಪ್ರತಿಯೊಬ್ಬರೂ ಬಹಳ ಕಾತುರದಿಂದ ಶಿಶುವಿನ ಜನ್ಮದ ನಿರೀಕ್ಷಣೆ ಮಾಡುತ್ತಾಳೆ, ಆದರೆ ಲೇಬರ್, ಪ್ರಸವ ಮತ್ತು ನೋವು ಇವುಗಳಿಂದಲೇ ಬಹಳ ಗಾಭರಿಯಾಗುತ್ತಾಳೆ. ಅವಳು ಈ ನೋವಿನ ಬಗ್ಗೆ ಯೋಚನೆ ಮಾಡಿಮಾಡಿ ಕಂಗೆಡುತ್ತಾಳೆ. ಇದರಲ್ಲಿ ಹೆದರುವುದಕ್ಕೆ ಕಾರಣವಿಲ್ಲ. ಯಾರು ಒಂದು ಚೂರು ನೋವನ್ನು ತಡೆಯುವುದಿಲ್ಲವೂ ಅವರಿಗೆ ಇದು ಬಹಳ ದೊಡ್ಡದಾಗಿ ಅನ್ನಿಸುತ್ತದೆ

ಗರ್ಭಾವಸ್ಥೆಯಲ್ಲಿನ ನೋವು ಜೀವನದ ಪ್ರಕ್ರಿಯೆಗಳ ಒಂದು ಭಾಗ ಇದನ್ನು ನೆನಪಿನಲ್ಲಿಡಿ. ಶತಮಾನಗಳಿಂದ ಹೆಣ್ಣು ಈ ನೋವನ್ನು ಸಹಿಸುತ್ತ ಬಂದಿದ್ದಾಳೆ. ಈ ನೋವಿನಲ್ಲಿ ಒಂದು ಸಕಾರಾತ್ಮಕವಾದ ಉದ್ದೇಶವಿದೆ. ಈ ನೋವಿನ ನಂತರವೇ ಪುಟ್ಟಶಿಶು ನಿಮ್ಮ ಕೈಯಲ್ಲಿ ಬರುತ್ತದೆ. ಈ ನೋವು ಕೆಲವೇ ಸಮಯದವರೆಗೆ ಇರುತ್ತದೆ. ಈ ನೋವು ಜೀವನ ಪೂರ್ತಿ ನಿಮ್ಮ ಜೊತೆಯಲ್ಲಿ ಇರುವುದಿಲ್ಲ. ನೋವು ಕಡಿಮೆಯಾಗುವಂತಹ ಔಷಧಿಯನ್ನು ಇಷ್ಟಪಟ್ಟು ಕೇಳಿದರೆ ಕೊಡಲಾಗುವುದು. ಈ ನೋವಿನಿಂದ ಗಾಭರಿಯಾಗಬೇಡಿ. ಇದಕ್ಕಾಗಿ ಯಥಾರ್ಥ[ಪ್ರಾಕ್ಟಿಕಲ್ಲಾಗಿ] ತಯಾರಾಗಿ. ನಿಮ್ಮ ಮನಸ್ಸು ಮತ್ತು ಶರೀರ ಎರಡನ್ನೂ ಈ ನೋವಿಗಾಗಿ ತಯಾರುಮಾಡಿ.

ಸಾಮಾನ್ಯವಾಗಿ ಮಹಿಳೆಯರಿಗೆ ತಮ್ಮ ಶರೀರದಲ್ಲಿ ಏನಾಗುತ್ತಿದೆಯೆಂಬುದರ ಬಗ್ಗೆ ತಿಳುವಳಿಕೆ ಇರುವುದಿಲ್ಲ ಆದ್ದರಿಂದ ಅವರು ಹೆಚ್ಚಿನ ಗಾಭರಿಯಾಗುತ್ತಾರೆ. ಅವರಿಗೆ ಇದರಿಂದ ತಮಗೆ ಕಷ್ಟವಾಗುತ್ತದೆ ಎಂದು ಮಾತ್ರ ತಿಳಿಯುತ್ತಾರೆ. ನಮಗೆ ಯಾವ ವಿಷಯದ ಬಗ್ಗೆ ಹೆಚ್ಚಿನ ತಿಳುವಳಿಕೆ ಇರುವುದಿಲ್ಲವೂ ಆ ವಿಷಯ ನಮಗೆ ಹೆಚ್ಚಿನ ಹೆದರಿಕೆಯನ್ನುಂಟು ಮಾಡುತ್ತದೆ. ಆದ್ದರಿಂದ ಈ ವಿಷಯದ ಬಗ್ಗೆ ಹೆಚ್ಚಿನ ಮಾಹಿತಿಯನ್ನು ಪಡೆಯಲು ಪ್ರಯತ್ನಿಸಿ.

ವ್ಯಾಯಾಮ ಮಾಡಿ:– ಈ ಎಲ್ಲಾ ಪ್ರಕ್ರಿಯೆಗಳು ಶರೀರಕ್ಕೆ ಸಂಬಂಧಿಸಿದೆ,ಆದ್ದರಿಂದ ಡಾಕ್ಟರ್ ಸಲಹೆಯಿಂದ ಸ್ಟ್ರೆಚಿಂಗ್ ಮತ್ತು ಟೋನಿಗ್ ನ ಎಲ್ಲಾ ವ್ಯಾಯಾಮವನ್ನು ಮಾಡುತ್ತಿರಿ, ಯಾಕೆಂದರೆ ಶರೀರದ ತಾಕತ್ತು ಮತ್ತು ಮೃದುತ್ವ ಹೆರಿಗೆಯ ಸಮಯದಲ್ಲಿ ಕೆಲಸಕ್ಕೆ ಬರಬಹುದು. ನೀವು ಕೀಗಲ್ ವ್ಯಾಯಾಮ ಮಾಡುವುದನ್ನು ಮರೆಯಬೇಡಿ.

<u>ಟೀಂ ಮಾಡಿ</u> :–ಯಾರನ್ನಾದರೂ ನಿಮ್ಮ ಹಿತೈಷಿಯನ್ನಾಗಿ ಮಾಡಿಕೊಳ್ಳಿ. ಇದು ನಿಮ್ಮ ಗೆಳತಿ, ಪತಿ ಅಥವಾ ಸಂಬಂಧಿಗಳಾಗಬಹುದು. ಅವರು ನಿಮಗೆ ಹೆರಿಗೆಯ ಸಮಯದಲ್ಲಿ ಬೆಂಬಲವಾಗಿರುತ್ತಾರೆ, ಏಕೆಂದರೆ ನಿಮ್ಮ ಹೆದರಿಕೆ ಮತ್ತು ಒತ್ತಡ ಕಡಿಮೆಯಾಗಲೆಂದು.

ಗರ್ಭಾವಸ್ಥೆಯ ಮಧ್ಯದಲ್ಲಿ ಅಥವಾ ನಂತರದ ದಿನಗಳಲ್ಲಿ ಆಗುವ ರಕ್ತಸ್ರಾವ

ಎರಡನೇ ಅಥವಾ ಕಡೆ ಮೂರು ತಿಂಗಳಲ್ಲಿ ತಿಳಿ ಗುಲಾಬಿ ಬಣ್ಣದ ರಕ್ತಸ್ರಾವ ನೋಡಿ ಘಾಬರಿಯಾಗಬೇಡಿ ಇದು ಇಂಟರ್ನಲ್ ಚೆಕಪ್ಪಿಂದ ಅಥವ ಸಂಭೋಗದಿಂದಲೂ ಇರಬಹುದು. ಇದರ ಜೊತೆಗೆ ತುಂಬ ಹೆಚ್ಚಿನ ನೋವು ಅಥವಾ ಹೆಚ್ಚಿನ ರಕ್ತಸ್ರಾವ ಇದ್ದರೆ ಡಾಕ್ಟರ್ ಬಳಿಗೆ ಹೋಗುವುದಕ್ಕೆ ತಡಮಾಡಬೇಡಿ. ಅವರು ಅಲ್ಟ್ರಾಸೌಂಡ್ನಿಂದ ಸರಿಯಾದ ಸ್ಥಿತಿಯನ್ನು ಗೊತ್ತುಮಾಡುತ್ತಾರೆ.

ಪ್ರೀಕ್ಲೈಮ್ಪಸಿಯಾ ನ ಲಕ್ಷಣಗಳು

ಪ್ರೀಕ್ಲೈಂಪಿಸಿಯಾ, ಅಂದರೆ ಗರ್ಭಾವಸ್ಥೆಯ ಸಮಯದಲ್ಲಿ 'ಉಚ್ಚ ಒತ್ತಡ '. ಇದು ಬಹುಶಹ 3ರಿಂದ 7% ಗರ್ಭಾವಸ್ಥೆಯಲ್ಲಿ ಆಗುತ್ತದೆ. ಒಂದು ವೇಳೆ ಇದನ್ನು ಸರಿಯಾದ ಸಮಯದಲ್ಲಿ ಗುರುತಿಸಿ ಚಿಕಿತ್ಸೆಯಾದರೆ ಎಷ್ಟೋ ತೊಡಕುಗಳಿಂದ ರಕ್ಷಿಸಬಹುದು. ಇದರ ಪ್ರಾರಂಭಿಕ ಲಕ್ಷಣಗಳು ಅಂದರೆ, ಅಕಸ್ಮಾತ್ತಾಗಿ ತೂಕದಲ್ಲಿ ಹೆಚ್ಚಳ, ಕೈ ಕಾಲು ಊದುವುದು, ತಲೆನೋವು, ಹೊಟ್ಟೆನೋವು ಅಥವಾ ಕಣ್ಣುಮಂಜಾಗುವುದು ಆಗಬಹುದು. ಒಂದುವೇಳೆ ಈ ಲಕ್ಷಣಗಳು ಕಂಡುಬಂದಲ್ಲಿ ಡಾಕ್ಟರಿಗೆ ತೋರಿಸುವುದು ತಡಮಾಡಬೇಡಿ. ರೆಗ್ಯುಲರ್ ಮೆಡಿಕಲ್ ಫಾಲೋಅಪ್ ನಿಮ್ಮನ್ನು ಯಾವುದೇ ರೋಗದ ತೊಡಕುಗಳಿಂದ ಕಾಪಾಡಬಲ್ಲದು.

ಪ್ರಸವದ ಸಂಬಂಧವಾದ ಹೆದರಿಕೆ

"ನನಗೆ ಹೆರಿಗೆಯ ಸಂಬಧವಾಗಿ ಏನಾದರು ತಪ್ಪು ಮಾಡಿಕೊಳ್ಳುತ್ತೀನೆಂದು ಹೆದರಿಕೆ"

ପ୍ରସବ ଜନିତ ଭୟ

"ମୋତେ ଭୟ ଲାଗୁଛି ଯେ, ପ୍ରସବ ବେଳେ ମୁଁ କିଛି ଭୁଲ କରି ପକେଇବି କି ?"

ଯେହେତୁ ବର୍ତ୍ତମାନ ଆପଣ ସେଭଳି କିଛି ପରିସ୍ଥିତିରେ ନାହାନ୍ତି, ଏଣୁକରି ଚିଲ୍ଲେଇବା, ପାଟିକରି କାନ୍ଦ ବୋବାଳି ଛାଡ଼ିବା କିମ୍ବା କିଛି ଭୁଲ କରି ବସିବା କଥାକୁ ନେଇ ଭୟ କରୁଥିବେ । କିନ୍ତୁ ଥରେ ପ୍ରସବ ଆରମ୍ଭ ହେଲା ମାତ୍ରେ ଏକଥା ଆଉ ମୁଣ୍ଡକୁ ଢୁକିବ ନାହିଁ ।

ଆପଣଙ୍କ କୋଠିରିରେ ଯେ କେହି ନର୍ସ ବା ଧାଇ ଥିବେ ସେ ଏସବୁ ଆଗରୁ ଜାଣିଥିବେ । ସେମାନଙ୍କୁ ସବୁ ଜଣା, ସ୍ତ୍ରୀମାନେ କିଭଳି ବ୍ୟବହାର କରିଥାନ୍ତି । ଯଦି ଆପଣ ଖୋଲା ଖୋଲି ନିଜ ମନର ଭାବକୁ ପ୍ରଦର୍ଶନ କରିବାକୁ ଚାହୁଁଥାନ୍ତି, ତେବେ ବଡ଼ ପାଟିରେ କାନ୍ଦନ୍ତୁ, ହେଲେ ଯଦି ଆପଣ ଚୁପ୍ ରହି ଧୀର ସ୍ଥିରରେ ଯନ୍ତ୍ରଣା ସହ୍ୟ କରିପାରୁଥାନ୍ତି, ତେବେ କାନ୍ଦ ବୋବାଳି ଛାଡ଼ିବା କି ଦରକାର ? ଅବା କି ଲାଭ ?

■ ■ ■

ಏಳನೇ ತಿಂಗಳು

ಸುಮಾರು 28ನೇ ವಾರದಿಂದ 31ನೇ ವಾರದವರೆಗೆ

ಮೂರನೆಯ ಮತ್ತು ಕೊನೆಯ ಮೂರು ತಿಂಗಳಿಗೆ ನಿಮಗೆ ಸ್ವಾಗತ. ಒಪ್ಪಿದರೂ ಸರಿ ಇಲ್ಲದಿದ್ದರೂ ಸರಿ, ಓಟದಲ್ಲಿ ನೀವು ಬಹಳ ಮುಂದೆ ಬಂದಿದ್ದೀರಿ. ಪುಟ್ಟ ಶಿಶುವನ್ನು ಕೈನಲ್ಲಿ ಎತ್ತಿಕೊಂಡು ಮುತ್ತಿಡುವುದಕ್ಕೆ ಸ್ವಲ್ಪವೇ ಸಮಯ ಉಳಿದಿದೆ. ಈ ಗರ್ಭಾವಸ್ಥೆಯ ದಿನಗಳ ತೊಂದರೆ ಮತ್ತು ತೊಡಕುಗಳಿಗಿಂತಲು ನಿಮ್ಮಲ್ಲಿ ಉತ್ತೇಜನ ಮತ್ತು ಉದ್ರೇಕತೆ ಉತ್ತುಂಗದಲ್ಲಿರುತ್ತದೆ ಹಾಗಾಗಿ ನಿಮಗೆ ಭಾರ ತುಂಬ ಹೆಚ್ಚು ಅನ್ನಿಸುತ್ತೆದೆ.

ಗರ್ಭಾವಸ್ಥೆಯ ಕೊನೆಯ ದಿನಗಳು ಅಂದರೆ ಪ್ರಸವ ದಿನಗಳು ಹತ್ತಿರ ಬರುತ್ತಿವೆ ಎಂದರ್ಥ. ಅದರ ರೂಪರೇಖೆಯ ತಯಾರಿ ಮಾಡಿಕೊಳ್ಳಬೇಕು ಮತ್ತು ಅದರ ಬಗ್ಗೆ ಮಾಹಿತಿ ಸಂಗ್ರಹಿಸಬೇಕು.

ಈ ತಿಂಗಳಿನಲ್ಲಿ ನಿಮ್ಮ ಶಿಶುವಿನ ಬೆಳವಣಿಗೆ.

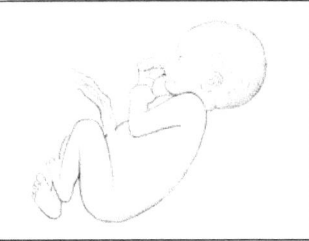

28ನೇ ವಾರ:- ಈ ತಿಂಗಳು ನಿಮ್ಮ ಪ್ರೀತಿಯ ಶಿಶು 2 1/2 ಪೌಂಡ್ ಆಗಿದೆ ಮತ್ತು ಸುಮಾರಾಗಿ 10ಇಂಚು ಉದ್ದ ಆಗಿರಬಹುದು. ಇದರ ಜೊತೆಯಲ್ಲಿ ನಿಮ್ಮ ಶಿಶುವು, ಕೆಮ್ಮುವುದು, ಚೀಪುವುದು, ಬಿಕ್ಕಳಿಸುವುದನ್ನು ಕೂಡ ಕಲಿತಿದೆ. ಶಿಶುವಿನ ಕನಸಿನಲ್ಲಿ ಕಳೆದುಹೋಗಿದಿರ. ಅದು ಸಹ ಚಿಕ್ಕ ಕಣ್ಣುಗಳನ್ನು ಮಿಟಕಿಸುತ್ತ ಕನಸಿನಲ್ಲಿ ತಾಯಿಯನ್ನು ನೋಡುತ್ತಿರಬಹುದು ಅಂತ ಅನ್ನಿಸುತ್ತೆ ಏಕೆಂದರೆ ಶಿಶುವಿಗು ಸಹ ಲಯಬದ್ಧ[ರೈಪಿಡೈಮೂವ್ಮೆಂಟ್] ನಿದ್ದೆ ಬರುವುದಕ್ಕೆ ಶುರುವಾಗಿದೆ. ಯಾಕೆಂದರೆ ಶಿಶುವು ಈಗ ಇನ್ನು ಹುಟ್ಟುವುದಕ್ಕೆ ತಯಾರಾಗಿಲ್ಲ. ಮತ್ತು ಅದರ ಶ್ವಾಸಕೋಶ ಪೂರ್ತಿ ಪರಿಪಕ್ವವಾಗಿದೆ. ಇನ್ನೂ ಹೆಚ್ಚಿನ ರೀತಿಯ ಬೆಳವಣಿಗೆ ಆಗಬೇಕಾಗಿದೆ.

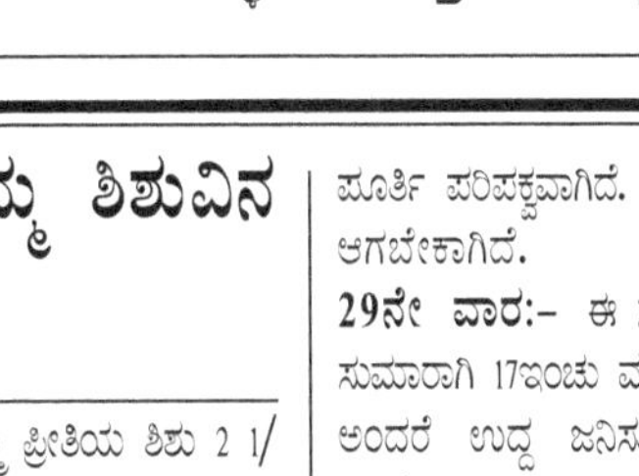

ನಿಮ್ಮ ಏಳು ತಿಂಗಳಿನ ಮಗು

29ನೇ ವಾರ:- ಈ ಸಮಯದಲ್ಲಿ ನಿಮ್ಮ ಶಿಶುವಿನ ಉದ್ದ ಸುಮಾರಾಗಿ 17ಇಂಚು ಮತ್ತು ತೂಕ 3ಪೌಂಡ್ ಆಗಿರಬಹುದು ಅಂದರೆ ಉದ್ದ ಜನಿಸುವುದಕ್ಕೆ ಸಾಕಷ್ಟು ತಯಾರಾಗಿದೆ, ಆದರೆ ಈಗಲೂ ಇನ್ನೂ ಸಾಕಷ್ಟು ಕೆಲಸು ಬಾಕಿಯಿದೆ. ಸಾಮಾನ್ಯವಾಗಿ ಮಂದಿನ 11 ವಾರಗಳಲ್ಲಿ ಶಿಶುವಿನ ತೂಕ ಈಗಿನ ಎರಡರಷ್ಟು ಅಥವಾ ಮೂರರಷ್ಟು ಆಗಬಹುದು. ಈ ಎಲ್ಲ ತೂಕ ತುಂಬುವ ಮೇಧಸ್ಸಿನಿಂದ ಬರುತ್ತದೆ. ಈಗ ನಿಮ್ಮ ಒಡಲು ಬಹಳಷ್ಟು ತುಂಬಿರುವಹಾಗೆ ಅನ್ನಿಸುತ್ತದೆ ಮತ್ತು ಒದೆತದ ಬದಲಾಗಿ ತಡೆಯವ ಅಥವಾ ಉಬ್ಬರವನ್ನು ಚುಚ್ಚಿದ ಅನುಭವ ಆಗುತ್ತದೆ.

30ನೇ ವಾರ:- 17 ಇಂಚು ಉದ್ದದ ಮತ್ತು 3 ಪೌಂಡ್ ತೂಕದ ನಿಮ್ಮ ಪ್ರೀತಿಯ

ಶಿಶು ದಿನದಿಂದ ದಿನಕ್ಕೆ ಬೆಳೆಯುತ್ತಿದೆ. ನೀವು ಇದನ್ನು ನಿಮ್ಮ ಹೊಟ್ಟೆಯ ಹೊರಗಡೆಯಿಂದ ಅಂದಾಜು ಮಾಡುವುದಕ್ಕೆ ಆಗುವುದಿಲ್ಲ. ಅದರ ಬುದ್ದಿ ಕೂಡ ಹೊರಗಡೆ ಪ್ರಪಂಚಕ್ಕೆ ಬರುವುದಕ್ಕೆ ತಯಾರಿ ಆಗ್ತಾಇದೆ. ಅದರ ಬುದ್ಧಿಯ ಜೀವಕೋಶ ನಿಧಾನವಾಗಿ ಅರಳುತ್ತಿದೆ ಏಕೆಂದರೆ ಶಿಶುವು ಜನ್ಮತಾಳಿ, ಮಂಡಿಗಳ ಬಲದಿಂದ ಈಜಿ, ಶಾಲೆಗೆ ಹೋಗಿ ಒಬ್ಬ ಪೂರ್ಣ ಬುದ್ಧಿವಂತ ಮಾನವನಾಗಬೇಕು. ಶಿಶುವಿನ ಶರೀರದ ಉಷ್ಣಾಂಷವುಸಹ ಹಿಡಿತಕ್ಕೆ ಬರುತ್ತಿದೆ. ಶಿಶುವಿನ ಶರೀರದಲ್ಲಿ ಕೂದಲು ಹುಟ್ಟಿದೆ.

31ನೇವಾರ:– ಈಗ ಶಿಶುವಿನ ತೂಕ ಸುಮಾರಾಗಿ 3ರಿಂದ5ಪೌಂಡುಗಳ ಮಧ್ಯಯಿದೆ,ಆದರೆ ಶಿಶುವಿನ ತೂಕ ಪ್ರಸವತನಕ ಸಾಕಷ್ಟು ಹೆಚ್ಚಬೇಕು. ಈ ವಾರ ಶಿಶುವಿನ ತೂಕ 5ಪೌಂಡುಗಿಂತ ಜಾಸ್ತಿಯಾಗಬಹುದು. ಶಿಶುವು ತನ್ನ ಜನ್ಮದ ಸಮಯಕ್ಕೆ ಬಹಳ ವೇಗವಾಗಿ ಬೆಳೆಯುತ್ತಿದೆ. ಶಿಶುವಿನ ಮೆದುಳಿನ ಸಂಪರ್ಕವಾಗುತ್ತಿದೆ. ಶಿಶುವು ತನ್ನ ಪಂಚೇಂದ್ರಿಯುಗಳ ಸಂಕೇತವನ್ನು ತಿಳಿಯುತ್ತಿದೆ. ಈ ದಿನಗಳಲ್ಲಿ ಶಿಶುವು ಲಯುಬದ್ಧ ನಿದ್ರೆಯಲ್ಲಿರಲು ಶುರುಮಾಡಿದೆ. ಶಿಶುವಿನ ಬದಲಾದ ಒದೆಯುವ ಮತ್ತು ಕುಲುಕುವಿಕೆಯಿಂದ ಅದರ ನಿದ್ರಾವಸ್ತೆ ಮತ್ತು ಜಾಗ್ರತಾವಸ್ತೆಯುನ್ನು ಕಂಡುಕೊಳ್ಳಬಹುದು.

ನೀವು ಏನನ್ನು ಅನುಭವಿಸುತ್ತಿರಬಹುದು?

ಪ್ರತಿಸಲದ ಹಾಗೆ ನೆನಪಿಟ್ಟುಕೊಳ್ಳಿ ಪ್ರತಿಯೊಬ್ಬಮಹಿಳೆ ತನ್ನ ಗರ್ಭಾವಸ್ಥೆಯಲ್ಲಿ ತನಗೆ ತಾನೆ ಅಪರಿಚಿತಳಾಗುತ್ತಾಳೆ. ನೀವು ಈ ಲಕ್ಷಣಗಳನ್ನು ಒಮ್ಮೆಲೆ ಅಥವಾ ಆವಾಗವಾಗ ಅನುಭವಿಸುತ್ತಿರಬಹುದು. ಕೆಲವೊಂದು ಲಕ್ಷಣಗಳು ಹಿಂದಿನ ತಿಂಗಳಿಂದ ಇರಬಹುದು, ಮತ್ತೆ ಕೆಲವು ಹೊಸದಾಗಿರಬಹುದು. ಕೆಲವು ಲಕ್ಷಣಗಳು ಎಷ್ಟು ರೂಢಿಯಾಗುತ್ತದೆ ಎಂದರೆ ನಮಗೆ ಅದನ್ನು ಗುರುತಿಸಲು ಸಾಧ್ಯವಾಗುವುದಿಲ್ಲ. ನಿಮ್ಮ ಈ ಲಕ್ಷಣಗಳು ಇವುಗಳಿಗಿಂತ ಕಡಿಮೆಯೂ ಇರಬಹುದು. ಈ ತಿಂಗಳು ನೀವು ಕೆಳಗೆ ಬರೆದಿರುವ ಲಕ್ಷಣಗಳನ್ನು ಅನುಭವಿಸಬಹುದು.

ಶಾರೀರಿಕ

- ಭ್ರೂಣದ ಚಟುವಟಿಕೆ ಹೆಚ್ಚುವಿಕೆ

ಶಿಶುವಿನ ಮೆದುಳಿನ ಆಹಾರ

ನೀವು ಶಿಶುವಿನ ಮೆದುಳಿಗೆ ಪೋಶಣೆಯನ್ನು ಕೊಡುತ್ತಿದ್ದೀರ? ಅದರ ಬದ್ಧಿವಿಕಾಸವಾಗಲು ಮೂರನೆಯ ಮತ್ತು ಕೊನೆಯ ತಿಂಗಳಿನಲ್ಲಿ ಒಮೇಗ–3 ಕೊಡುವ ಅವಶ್ಯಕತೆ ಇದೆ.

ಒಂದು ದೃಷ್ಟಿ

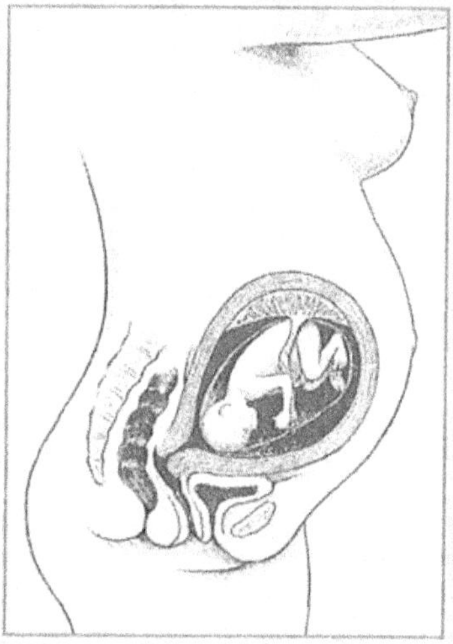

ಈ ತಿಂಗಳ ಶುರುವಿನಲ್ಲಿ ಗರ್ಭಾಶಯ ಪ್ಯೂಬಿಕ್ ಬೋನಿಂದ ಸುಮಾರಾಗಿ 11ಇಂಚು ಮೇಲೆ ಇರುತ್ತದೆ. ಮುಂದಿನ ತಿಂಗಳು ಶಿಶುವಿನ ತಲೆ ಸ್ವಲ್ಪ ದೊಡ್ಡದಾಗುತ್ತದೆ. ನೀವು ಅದನ್ನು ಹೊಕ್ಕಳಿಂದ 4 1/2ಇಂಚು ಮೇಲೆ ಇರುವುದನ್ನು ಅನುಭವಿಸಬಹುದು. ಅದು ಇನ್ನು 8 ರಿಂದ 10 ವಾರದವರೆಗೆ ಅಗಲವಾಗಬೇಕಾಗಿದೆ. ಗಾಭರಿಯಾಗಿಬಿಟ್ಟಿರಿ ಅಲ್ಲವೇ!

- ಯೋನಿಯಲ್ಲಿ ನಲ್ಲದ ಸ್ರಾವ.
- ಹೊಟ್ಟೆಯ ಕೆಳಭಾಗದಲ್ಲಿ ಅಥವಾ ಎರಡೂ ಕಡೆ ನೋವು
- ಮಲಬದ್ಧತೆ
- ಎದೆಯಲ್ಲಿ ಉರಿ, ಅಜೀರ್ಣ, ಹೊಟ್ಟೆ ತುಂಬುವಿಕೆ.ಒಮ್ಮೊಮ್ಮೆ ತಲೆನೋವು,ಜ್ಞಾನ ತಪ್ಪುವಿಕೆ ಅಥವಾ ತಲೆ ಸುತ್ತುವುದು.

- ಮೂಗು ಕಟ್ಟುವುದು ಇಲ್ಲವೇ ಒಮ್ಮೊಮ್ಮೆ ಮೂಗಿನಲ್ಲಿ ರಕ್ತ ಬರುವುದು, ಕಿವಿಯಲ್ಲಿ ಗೊಗ್ಗೆ.
- ಹಲ್ಲುಜ್ಜಬೇಕಾದರೆ ಒಸಡುಗಳಿಂದ ರಕ್ತ ಬರುವುದು.
- ಕಾಲು ತಿರುಚುವುದು.
- ಬೆನ್ನು ನೋವು.
- ಕಾಲುಗಳಲ್ಲಿ ವೆರಿಕೋಜ್ ವೆಂಜ್ ಹೆಮ್ರಾಯ್ಡ್ಸ್.
- ಕೆಳಹೊಟ್ಟೆಯಲ್ಲಿ ಕಡತ.
- ಹೊಕ್ಕಳು ಊದುವುದು.
- ಸ್ಟ್ರಚ್ ಮಾರ್ಕ
- ಉಸಿರಾಟದತೊಂದರೆ.
- ನಿದ್ರೆ ಇಲ್ಲದಿರುವಿಕೆ
- ಗರ್ಭಾಶಯದ ಸಂಕುಚಿತ
- ಅಸಮತೋಲನ
- ಎದೆ ಅಗಲವಾಗುವುದು.

ಭಾವನಾತ್ಮಕ

- ಮನಸ್ಸಿನ ಭಾವನೆಗಳ ಏರುಪೇರು.
- ಅನ್ಯಮನಸ್ಕತೆ.
- ವಿಚಿತ್ರವಾದ ಮತ್ತು ವಿವಿಧ ರೀತಿಯ ಕನಸುಗಳು
- ಅನ್ಯಮನಸ್ಕತೆ ಮತ್ತು ಬಳಲುವಿಕೆ ಹೆಚ್ಚುವುದು.
- ಶಾರೀರಿಕವಾಗಿ ಆರೋಗ್ಯ ವಾಗಿದ್ದರೆ ತೃಪ್ತಿಯ ಭಾವನೆ.

ಈ ತಿಂಗಳಿನ ತಪಾಸಣೆ

ಈ ತಿಂಗಳ ತಪಾಸಣೆಯಲ್ಲಿ ಎರಡು ಹೊಸ ವಿಷಯಗಳು ಸೇರುತ್ತವೆ. ಕೊನೆಯ ಮೂರನೆಯ ತಿಂಗಳಿನ ಪ್ರಾರಂಭದಲ್ಲಿ ಕೆಳಗೆ ಹೇಳಿರುವ ತಪಾಸಣೆ ಆಗಬಹುದು. ಅಂದರೆ, ಬಹಳಷ್ಟು ಇದು ನಿಮ್ಮ ಪರಿಸ್ಥಿತಿ ಹಾಗೂ ವೈದ್ಯರು ಮಾಡುವ ತಪಾಸಣೆ ರೀತಿಯನ್ನು ಅವಲಂಬಿಸಿರುತ್ತೆ.

- ತೂಕ ಮತ್ತು ರಕ್ತತಪಾಸಣೆ.
- ಸಕ್ಕರೆ ಹಾಗೂ ಪ್ರೊಟೀನ್ ತಪಾಸಣೆಗೆ ಮೂತ್ರ
- ಗರ್ಭಾಶಯದ ಅಳತೆ.
- ಗರ್ಭಾಶಯದ ಆಕಾರ ಮತ್ತು ಭ್ರೂಣದ ಪರಿಸ್ಥಿತಿ. [ಬರೀ ಹೊರಗಡೆಯಿಂದ}.
- ಕೈ ಕಾಲು ಊದುವಿಕೆ.
- ಗ್ಲುಕೋಸ್ ಸ್ಕ್ರೀನಿಂಗ್ ಟೆಸ್ಟ್.
- ರಕ್ತ ಹೀನತೆಗೆ ರಕ್ತದ ತಪಾಸಣೆ
- ನೀವು ಮಾತ್ರ ಅನುಭವಿಸುತ್ತಿರುವ ಕೆಲ ವು ಹೊಸ ಲಕ್ಷಣಗಳು.

ನೀವು ಏನು ಯೋಚಿಸುತ್ತಿರಬಹುದು.

ತಿರುಗಿ ಬಂದ ಬಳಲಿಕೆ

''ಕಳೆದ ಕೆಲವು ತಿಂಗಳುಗಳಿಂದ ನನ್ನ ಊರ್ಜೆ ತಿರುಗು ಬಂದಿತ್ತು, ಆದರೆ ಮತ್ತೆ ನಾನು ಎರಡನೆಯ ಬಾರಿ ಸೋಲುತ್ತಿದ್ದೇನೆ. ಕೊನೆಯ ಮೂರು ತಿಂಗಳಿನಲ್ಲಿ ಈ ಆಯಾಸ ಹೀಗೆ ಮುಂದುವರೆಯುತ್ತದೆಯೆ''

ಗರ್ಭಾವಸ್ಥೆ ಏರಿಳಿತಗಳಿಂದ ತುಂಬಿದೆ. ಬರೀ ಮನಸ್ಸಿನ ಸ್ಥಿತಿಯಲ್ಲ, ಅನ್ಯಮನಸ್ಕತೆಗೆ ಕೂಡ ಇದೇ ಮತನ್ನು ಹೇಳಬಹುದು.ಮೊದಲನೇ ಮೂರು ತಿಂಗಳಿನ ಆಯಾಸ ಆದಮೇಲೆ ಎರಡನೆಯ ಮೂರು ತಿಂಗಳಿನಲ್ಲಿ ಆಗಾಗ ಅನ್ಯಮನಸ್ಕತೆ ಬರುತ್ತದೆ, ಆದ್ದರಿಂದ ನೀವು ಎರಡನೆಯ ಮೂರು ತಿಂಗಳಲ್ಲಿ ನೀವು ಏನು ಬೇಕಾದರು ಮಾಡಬಲ್ಲಿರಿ, [ವ್ಯಾಯಾಮ, ಸಂಭೋಗ, ಯಾತ್ರೆ]. ಕೊನೆಯ ಮೂರು ತಿಂಗಳು ಬರ್ತಾ ಬರ್ತಾ ಹೆಚ್ಚಾಗಿ ಅರ್ಥವಿಲ್ಲದ ಆಯಾಸದ ವಶವಾಗುವುದಕ್ಕೆ ಶುರುಮಾಡುತ್ತೀರ ಮತ್ತು ಸೋಫ ಮೇಲೆ ಮಲಗುವುದನ್ನು ಬಿಟ್ಟರೆ ಬೇರೆ ಉಪಾಯ ಉಳಿದಿಲ್ಲ.

ಹಾಗೆ ಇದರಲ್ಲಿ ಗಾಭರಿಯಾಗುವಂತಹುದೇನು ಇಲ್ಲ. ಹಾಗು ಕೊನೆಯ ಮೂರು ತಿಂಗಳಿನಲ್ಲಿ ಆಯಾಸವಾಗುವುದು ತೀರ ಸ್ವಾಭಾವಿಕವಾದುದು, ಇದಲ್ಲದೆ ಬೇರೆ ಕಾರಣಗಳಿಂದಲೂ ನೀವು ಆಯಾಸಗೊಳ್ಳುತ್ತೀರಿ. ನೀವೆ ನೋಡಿ ನೀವು ಎಷ್ಟು ಭಾರ ಹೊತ್ತಿದ್ದೀರಿ. ಈ ಹೆಚ್ಚಿದ ಭಾರವೇ ನಿಮ್ಮ ಆಯಾಸದ ಕಾರಣವಾಗಿದೆ. ಇದಕ್ಕೆ ಕಾರಣ ಇತ್ತೀಚಿನ ದಿನಗಳಲ್ಲಿ ಹೆಚ್ಚಿರುವ ಹೊಟ್ಟೆಯ ಭಾರದಿಂದ ನೀವು ರಾತ್ರಿಯ ಹೊತ್ತಿನಲ್ಲಿ ಒಳ್ಳೆಯ ನಿದ್ರೆ ಮಾಡಲಾರಿರಿ. ನಿಮ್ಮ ತಲೆಯಲ್ಲಿ ಬೇಕಾದಷ್ಟು ಕೆಲಸದ ದೊಡ್ಡ ಪಟ್ಟಿಯೆ ಇದೆ[ಸಾಮಾನು,ಶಿಶುವಿನ ಹೆಸರು ಡಾಕ್ಟರ್‌ಲ್ಲಿ ಕೇಳಿ ತಿಳಿಯುವ ಪ್ರಶ್ನೆ ಮೊದಲಾದವುಗಳು] ಸುತ್ತುತಾ ಇರುತ್ತದೆ. ಅನ್ಯಮನಸ್ಕತೆ ಕಡಿಮೆಯಾಗುತ್ತಾ ಹೋಗುತ್ತದೆ. ಇದಲ್ಲದೆ ಬೇರೆ ಶಿಶುವಿಗೆ ತಿನ್ನಿಸುವುದು, ಕುಡಿಸುವುದು, ಮನೆಯ ಮತ್ತು ಆಫೀಸಿನ ಕೆಲವು ಜವಾಬ್ದಾರಿಗಳು ನಿಮ್ಮ ಬುದ್ಧಿಯನ್ನು ಚುರುಕಾಗಿಡುತ್ತವೆ. ಈ ಎಲ್ಲ ಕಾರಣಗಳಿಂದ ನಿಮ್ಮ ಆಯಾಸ ಎರಡರಷ್ಟು ನಾಲ್ಕರಷ್ಟು ಆಗುತ್ತದೆ.

ಆದರೆ,ಕೊನೆಯ ಮೂರು ತಿಂಗಳುಗಳಲ್ಲಿ ಆಯಾಸ ಜೊತೆಯಾಗಿ ಬರುತ್ತದೆ, ಇದರ ಅರ್ಥ ನೀವು 3 ತಿಂಗಳು ಕೆಲಸದಿಂದ ರಜೆ ತೆದುಕೊಂಡು ಸೋಫಮೇಲೆ ಮಲಗುವುದು ಅಂತಲ್ಲ. ಆಯಾಸನಿಮ್ಮ ಶರೀರ ವಿಶ್ರಾಂತಿ ಬಯಸುತ್ತದೆ ಅನ್ನುವ ಒಂದು ಸಂಕೇತವಷ್ಟೆ ವೇಗದಗತಿಯಿಂದ ಓಡುತ್ತಿರುವ ನಿಮ್ಮ ಜೀವನಕ್ಕೆ ಸ್ವಲ್ಪ ವಿಶ್ರಾಂತಿ ನೀಡಿ. ಬೇಡವಾದ ಕೆಲಸಗಳನ್ನು ನಿಮ್ಮ ಪಟ್ಟಿಯಿಂದ ತೆದುಹಾಕಿ. ನಿಮ್ಮ ದಿನಚರಿಯಲ್ಲಿ ಸ್ವಲ್ಪ ಶಾಂತರೀತಿಯಲ್ಲಿರುವಂತಹ ಶೈಲಿಗಳನ್ನು ಅಳವಡಿಸಿಕೊಳ್ಳಿ. ನಿಮಗೆ ಉಪಯೋಗವಾಗುವಂತಹ ಕೆಲವು ವ್ಯಾಯಾಮವನ್ನು ಮಾಡಿ. ನಿಮ್ಮ 30ನಿಮಿಷಗಳ ಓಡಾಟ ನಿಮಗೆ ಶಕ್ತಿ ತಂದು ಕೊಡುತ್ತದೆ, ಆದರೆ ನಿಮ್ಮ ಒಂದು ಘಂಟೆಯ ಒಡಾಟ ನಿಮ್ಮನ್ನು ವಾಪಸ್ಸು ಸೋಫಾಮೇಲೆ ಮಲಗುವಹಾಗೆ ಮಾಡುತ್ತದೆ. ವ್ಯಾಯಾಮವನ್ನು ಸಹ ಸರಿಯಾದ ಸಮಯದಲ್ಲಿ ಮಾಡಬೇಕು. ನೀವು ಮಲಗುವ ಮುನ್ನ ವ್ಯಾಯಾಮ ಮಾಡಿದ್ದೇಯಾದರೆ, ಇರುವ ಚೂರು ಪಾರು ನಿದ್ರೆಕೂಡ ಓಡಿ ಹೋಗುತ್ತದೆ, ಯಾಕೆಂದರೆ ಶರೀರ ಶಾಂತವಾಗಲು ಸ್ವಲ್ಪ ಸಮಯ ಬೇಕಾಗುತ್ತದೆ. ಹೊಟ್ಟೆ ಖಾಲಿ ಬಿಡಬೇಡಿ, ನಿಮ್ಮ ಶಕ್ತಿಯನ್ನು ಉಳಿಸಿಟ್ಟುಕೊಳ್ಳಲು ಆಗಾಗ ಪೌಷ್ಟಿಕಾಂಶವಿರುವ ಕುರುಕುಲು ತಿಂಡಿಗಳನ್ನು ತಿನ್ನುತ್ತಿರಿ, ಚೀಜ್, ಟ್ರೇಲ್ ಮಿಕ್ಸ್, ಯೋಘರ್ಟ್ ಮತ್ತು ಸ್ಮೂದೀಸ್ ಅಥವಾ ನಿಮಗಿಷ್ಟವಾಗಿರುವಂತಹ ಕುರುಕುಲು ತಿಂಡಿ. ಸಕ್ಕರೆ ಮತ್ತು ಕೆಫೀನ್ ಇವುಗಳಿಂದ ದೂರವಿರಿ ಇದರಿಂದ ನಿಮಗೆ ಇನ್ನೂ ಹೆಚ್ಚಿನ ಶಕ್ತಿ ಸಿಗುತ್ತದೆ.

ಹಾಗೆ ಕೊನೆಯ ಮೂರು ತಿಂಗಳಿನ ಆಯಾಸದ ಮೂಲಕ ಪ್ರಕೃತಿ ಭಾವಿ ತಾಯಿಯು ತನ್ನ ಶಕ್ತಿಯ ಒಂದೊಂದು ತುಂಡನ್ನು ಶೇಖರಿಸಿಟ್ಟುಕೊಳ್ಳಬೇಕೆಂದು ಸೂಚನೆ ಕೊಡುತ್ತದೆ. ಹೆರಿಗೆಗಾಗಿ ತನ್ನ ಎಲ್ಲ ಬಲವನ್ನು ಉಳಿಸಿಟ್ಟುಕೊಳ್ಳಬೇಕು ಮತ್ತು ಹೆರಿಗೆಯಾದಮೇಲೆ ನಿಮಗೆ ಬಲ ಮತ್ತು ಶಕ್ತಿಯ ಅವಶ್ಯಕತೆ ಇನ್ನೂ ಹೆಚ್ಚಿಗೆ ಬೇಕಾಗುತ್ತದೆ.

ಒಂದುವೇಳೆ ಹೆಚ್ಚಿನ ಆರಾಮದನಂತರವೂ ನಿಮ್ಮ ಆಯಾಸ ಕಡಿಮೆಯಾಗದೇ ಹೋದರೆ ಡಾಕ್ಟರ್‌ನ್ನು ಭೇಟಿ ಮಾಡಿ. ಒಮ್ಮೊಮ್ಮೆ ಕೊನೆಯ ಮೂರುತಿಂಗಳಿನಲ್ಲಿ ರಕ್ತಹೀನತೆಯಿಂದಾಗಿ ಆಯಾಸವಿರುತ್ತದೆ. ಈ ಕಾರಣದಿಂದ ಡಾಕ್ಟರರು 7ನೇ ತಿಂಗಳಿನಲ್ಲಿ ರಕ್ತದ ಪರೀಕ್ಷೆ ಮಾಡುತ್ತಾರೆ ಏಕೆಂದರೆ ಸಮಯವಿದ್ದರೆ ಎನಿಮಿಯಾದ ಚಿಕಿತ್ಸೆ ಮಾಡಬಹುದೆಂದು.

ಉಂಗುರಗಳನ್ನು ಏನು ಮಾಡಲಿ?

ನಿಮ್ಮ ಕೈಯಿನ ಬೆರಳುಗಳು ನಿಧಾನವಾಗಿ ಊದುತ್ತಿವೆ. ಇದರಲಿ ಧರಿಸಿರುವಉಂಗುರಗಳು ನಂತರದಲ್ಲಿ ಸಂಕಟ ಉಂಟುಮಾಡಬಹುದು. ಈಗಲೇ ತೆಗೆಯುವುದಕ್ಕೆ ತೊಂದರೆಯಾಗುತ್ತಿದ್ದರೆಬೆಳಗ್ಗೆ ತಣ್ಣಗೆ ಮಾಡಿಕೊಂಡು ನಂತರ ತೆಗೆಯಿರಿ ಮತ್ತು ತೆಗೆಯುವ ಸಮಯದಲ್ಲಿ ಕೈಗಳಿಗೆ ಸ್ವಲ್ಪ ಸಾಬುನನ್ನು ಹಚ್ಚಿರಿ

ಊದುವಿಕೆ

''ಸಾಯಂಕಾಲ ಆಗ್ತಾ ನನ್ನ ಕಾಲು ಹಾಗು ಹಿಮ್ಮಡಿಗಳಲ್ಲಿ ಊತ ಕಾಣುತ್ತದೆ.ಇದು ಯಾಕೆ ಆಗುತ್ತದೆ"?''

ಈ ದಿನಗಳಲ್ಲಿ ನಿಮ್ಮ ಹೊಟ್ಟೆ ಮಾತ್ರ ಅರಳುತ್ತಿಲ್ಲ, ಗರ್ಭವತಿ ತಾಯಿಗೆ ಇದಕ್ಕಿಂತಲೂ ಹೆಚ್ಚಿನದನ್ನು ಸಹಿಸ ಬೇಕಾಗುತ್ತದೆ. ಕೇವಲ ನಿಮಗೆ ನಿಮ್ಮ ಚಪ್ಪಲಿ ಮಾತ್ರ ಬಿಗಿಯಾಗುವುದಿಲ್ಲ, ನಿಮ್ಮ ಕೈಬೆರಳಿನ ಉಂಗುರ ಸಹ ತೆಯಲು ತುಂಬ ಕಷ್ಟವಾಗುತ್ತದೆ. ಗರ್ಭಾವಸ್ಥೆಯಲ್ಲಿ ಕೈ ಕಾಲು ಮತ್ತು ಹಿಮ್ಮಡಿ ಊದುವುದು ಒಂದು ಸಾಮಾನ್ಯವಾದ ವಿಚಾರ, ಏಕೆಂದರೆ ಈದಿನಗಳಲ್ಲಿ ಶರೀರದಲ್ಲಿ ನೀರಿನ ಅಂಶ ಜಾಸ್ತಿಯಾಗಿರುತ್ತದೆ.ಗರ್ಭಾವಸ್ಥೆಯಲ್ಲಿನ ದಿನಗಳಲ್ಲಿ 75% ಮಹಿಳೆಯರು ಒಂದಲ್ಲ ಒಂದು ಸಮಯದಲ್ಲಿ ಊದುವಿಕೆ ಬಗ್ಗೆ ದೂರು ಹೇಳುತ್ತಾರೆ, ಮತ್ತು 25% ಭಾಗ ಮಹಿಳೆಯರಿಗೆ ಈ ರೀತಿಯ ಯಾವುದೇ ತೊಂದರೆಯ ದೂರು ಇರುವುದಿಲ್ಲ. ನಿಮಗೆ ಅನ್ನಿಸಿರಬಹುದು ಬೇಸಿಗೆಯ ದಿನಗಳಲ್ಲಿ ಬಹಳ ಹೊತ್ತು ನಿಲ್ಲುವುದರಿಂದ ಅಥವಾ ಕುಳಿತಿರುವುದರಿಂದ ಅಥವಾ ದಿನದ ಕೊನೆಯಲ್ಲಿ ಈ ಊದುವಿಕೆ ಜಾಸ್ತಿಯಾಗುತ್ತದೆ. ಒಂದುವೇಳೆ ನೀವು ಘಂಟೆಗಳವರೆಗೆ ವಿಶ್ರಾಂತಿ ಪಡೆದರೆ ಅಥವಾ ಒಳ್ಳೆಯ ನಿದ್ರೆ ಮಾಡಿದರೆ ಈ ಊದು ಬಹಳಷ್ಟು ಕಡಿಮೆಯಾಗಬಹುದು.

ಸಾಮಾನ್ಯವಾಗಿ ಈ ಊದಿನಿಂದ ಸ್ವಲ್ಪ ಮಟ್ಟಿನ ತೊಂದರೆಯಾಗುತ್ತದೆ, ಅಥವಾ ನೀವು ನಿಮ್ಮ ಫ್ಯಶನ್ ಜೊತೆಯಲ್ಲಿ ಒಪ್ಪಂದ ಮಾಡಿಕೊಳ್ಳಬೇಕಾಗುತ್ತದೆ. ಇಷ್ಟಲ್ಲದೆ ನೀವು ಊದುವಿಕೆಯಿಂದ ವಿರಾಮ ಪಡೆಯಲಿಚ್ಛಿಸಿದರೆ ಕೆಲವು ಉಪಾಯಗಳನ್ನು ತಿಳಿಯಲು ಇಷ್ಟಪಟ್ಟರೆ ಇವುಗಳನ್ನು ಓದಿರಿ.:

- ಒಂದುವೇಳೆ ಬಹಳ ಹೊತ್ತಿನವರೆಗೆ ನಿಂತು ಕೆಲಸ ಮಾಡಿದರೆ, ಸ್ವಲ್ಪ ಸಮಯ ಕುಳಿತುಕೊಳ್ಳಿ. ಒಂದುವೇಳೆ

ಬಹಳ ಹೊತ್ತಿನವರೆಗೆ ಕುಳಿತು ಕೆಲಸ ಮಾಡಿದರೆ ಸ್ವಲ್ಪ ಸಮಯ ತಿರುಗಾಡಿ. ಆಫೀಸ್ನಲ್ಲಿ ಆಗಾಗ್ಗೆ ನಿಂತುಕೊಳ್ಳಿ. 5ನಿಮಿಷದ ಓಡಾಟದಿಂದ ಶರೀರದಲ್ಲಿ ರಕ್ತಸಂಚಾರ ಸರಿಯಾಗಿ ಆಗುತ್ತದೆ।

- ನಿಮ್ಮ ಕಾಲುಗಳನ್ನು ಮೇಲಕ್ಕಿಡಿ, ಕುಳಿತುಕೊಳ್ಳಬೇಕಾದರೆ ಪಾದಗಳನ್ನು ಮೇಲಕ್ಕಿಡಿ, ಕೇವಲ ನಿಮಗೆ ಮಾತ್ರ ಕುಳಿತುಕೊಳ್ಳುವ ಸಮಯದಲ್ಲಿ ಕಾಲು ಮೇಲಕ್ಕಿಡುವ ಸಂಪೂರ್ಣ ಸ್ವತಂತ್ರವಿರುವುದು.
- ನೀವು ಒಂದು ಪಕ್ಕಕ್ಕೆ ತಿರುಗಿ ಮಲಗಿಕೊಂಡು ವಿಶ್ರಾಂತಿ ಪಡೆಯಿರಿ ನೀವು ಇಲ್ಲಿಯವರೆಗೆ ಹೀಗೆ ಮಲಗಿ ಅಭ್ಯಾಸವಿಲ್ಲದೆ ಹೋದರೆ ಈಗ ಆ ರೀತಿ ಮಲಗುವ ಅಭ್ಯಾಸ ಮಾಡಿಕೊಳ್ಳಿ. ಇದರಿಂದ ಕಿಡ್ನಿ ತನ್ನ ಕೆಲಸವನ್ನು ಪೂರ್ತಿಯಾಗಿ ಮಾಡುತ್ತಿರುತ್ತದೆ ಬೇಡದೇಇರುವ ನೀರು ಹೋಗ್ತಾಇರುತ್ತೆ ಮತ್ತು ಊದು ಕಡಿಮೆಯಾಗುತ್ತದೆ
- ಈ ಸಮಯದಲ್ಲಿ ನೀವು ನಿಮ್ಮ ಫ್ಯಾಶನ್‌ಗಿಂತ ನಿಮ್ಮ ಶರೀರದ ಅನುಕೂಲವನ್ನು ನೋಡಬೇಕು. ಸರಿ, ಸ್ವಲ್ಪ ಸಮಯದವರೆಗೆ ನಿಮ್ಮ ಫ್ಯಾಶನ್ ಮಾಡಿ, ಆದರೆ ಮನೆಗೆ ಬಂದೊಡನೆ ಆರಾಮ ನೀಡುವಂತಹ ಸ್ಲಿಪ್ಪರ್ಸ್ ಧರಿಸಿರಿ.
- ಒಂದು ವೇಳೆ ಡಾಕ್ಟರ್ ನಿಮಗೆ ಹಸಿರು ನಿಶಾನೆ ತೋರಿಸಿದ್ದರೆ ವ್ಯಾಯಾಮ ಮಾಡುತ್ತಿದ್ದರೆ ಊದು ಬಹಳಮಟ್ಟಿಗೆ ಕಡಿಮೆಯಾಗುತ್ತದೆ. ನಡೆಯುವುದರಿಂದ ರಕ್ತ ಚಲನೆಆಗ್ತಾ ಇರುತ್ತದೆ. ಒಂದೇಕಡೆ ರಕ್ತ ಹೆಪ್ಪುಗಟ್ಟುವುದಿಲ್ಲ. ಈಜುವುದು ಅಥವಾ ನೀರಿನಲ್ಲಿ ಏರೋಬಿಕ್ಸ್ ಮಾಡುವುದು ಲಾಭದಾಯಕವಾಗಿರುತ್ತದೆ, ಯಾಕೆಂದರೆ ನೀರಿನಿಂದ ಜೀವಕೋಶ ಗಳ ಮೇಲೆ ಒತ್ತಡಬಂದು ನೀರು ನರದ ಮುಖಾಂತರ ಹರಿದು ಕಿಡ್ನಿವರೆಗೂ ಹೋಗುತ್ತದೆ ಆಮೇಲೆ ನೀವು ಅದನ್ನು ನಿಮ್ಮ ಶರೀರದಿಂದ ಹೊರಹಾಕಬಹುದು.
- ನೀವು ಎಷ್ಟು ನೀರು ಕುಡಿಯುವಿರೊ ಅಷ್ಟು ಒಳ್ಳೆಯದು. ದಿನಕ್ಕೆ ಕನಿಷ್ಟ 8 ಲೋಟ ನೀರು ಕುಡಿಯುವುದರಿಂದ ಶರೀರದ ಬೇಡವಾದ ಪದಾರ್ಥ ಹೊರಗಡೆ ಹೋಗುತ್ತಿರುತ್ತದೆ, ನೀರು ಅಥವಾ ಪೊಳ್ಳು ಪದಾರ್ಥದ ಅಂಶ ಕಡಿಮೆಯಾಗುವುದರಿಂದ ಊತ ಕಡಿಮೆಯಾಗುವುದಿಲ್ಲ.
- ರುಚಿಗೆ ತಕ್ಕಷ್ಟು ಮಾತ್ರ ಉಪ್ಪನ್ನು ಉಪಯೋಗಿಸಿ. ಉಪ್ಪು ಕಡಿಮೆ ತಿನ್ನುವುದರಿಂದ ಊತ ಕಡಿಮೆಯಾಗುತ್ತೆ ಅಂತ ಹೇಳ್ತಾರೆ, ಆದರೆ ಈಗ ಉಪ್ಪು ಕಡಿಮೆ ತಿನ್ನುವುದರಿಂದಲೂ ಊತ ಜಾಸ್ತಿಯಾಗುತ್ತದೆ ಎಂದು ತಿಳಿದಿದೆ, ಆದ್ದರಿಂದ ಉಪ್ಪು ಎಷ್ಟು ಬೇಕೋ ಅಷ್ಟೇ ತಿನ್ನಿರಿ.
- ಸ್ಪೋರ್ಟ್ಸ್ ಹೋಜ್ ನೋಡುವುದಕ್ಕೆ ಬಹಳ ರೋಮಾಂಚಕವಾಗಿ ಕಾಣದೇ ಇರಬಹುದು, ಆದರೆ ಇದರಿಂದ ನಿಮ್ಮ ಕಾಲುಗಳಿಗೆ ಆಧಾರ ಸಿಗುತ್ತದೆ. ಗರ್ಭಾವಸ್ಥೆ ಸಮಯದಲ್ಲಿ ಧರಿಸಲು ಬಹಳ ರೀತಿಯ ಹೋಜ್ ಒರೆಯುತ್ತದೆ, ನೀವು ನಿಮ್ಮ ಇಷ್ಟವಾದ ಯಾವುದು ಬೇಕಾದರೂ ಆರಿಸಿಕೊಳ್ಳಬಹುದು

ಊತದ ವಿಷಯದಲ್ಲಿ ಒಂದು ಒಳ್ಳೆಯ ಸಮಾಚಾರವೆಂದರೆ ಇದು ತಾತ್ಕಾಲಿಕವಾಗಿರುತ್ತದೆ ಹೆರಿಗೆಯನಂತರ ನಿಮ್ಮ ಕೈ ಕಾಲುಗಳ ಊತ ಇಳಿದು ಹೋಗುತ್ತದೆ ಕೆಲವು ಮಹಿಳೆಯರಲ್ಲಿ ಈ ಊತ ಇಳಿಯಲು ಒಂದು ವಾರಅಥವಾ ಒಂದು ತಿಂಗಳು ಪೂರ್ತಿ ಬೇಕಾಗುತ್ತೆ, ಅದುವರೆವಿಗೂ ಇದರ ಆನಂದವನ್ನು ಪಡೆಯಿರಿ, ಏಕೆಂದರೆ ಹೊಟ್ಟೆದೊಡ್ಡದಾಗಿರುವುದರಿಂದ ನಿಮಗೆ ಕಾಲುಗಳ ಊದು ಕಾಣುವುದೇ ಇಲ್ಲ.

ಒಂದು ವೇಳೆ ನಿಮ್ಮ ಊತ ಸಾಮಾನ್ಯವಾಗಿಲ್ಲ ಅಂತ ಅನ್ನಿಸಿದರೆ ಡಾಕ್ಟರಿಗೆ ತೋರಿಸಿ. ಅವಶ್ಯಕತೆಗಿಂತ ಹೆಚ್ಚಿಗೆ ಇರುವ ಊತ 'ಪ್ರಿಕ್ಲೈಂಪಿಸಿಯಾ' ಕಾರಣದಿಂದಲೂ ಆಗಿರಬಹುದು, ಆದರೆ ಇದರ ಜೊತೆಯಲ್ಲಿ ಥಟ್ ಅಂತ ತೂಕ ಹೆಚ್ಚಾಗುವುದು, ರಕ್ತದೊತ್ತಡ ಹೆಚ್ಚುವುದು ಅಥವಾ ಮೂತ್ರದಲ್ಲಿ ಪೋಷಕಾಂಶ ಹೆಚ್ಚಿರುವ ಲಕ್ಷಣಗಳು ಕಾಣಬಹುದು. ಡಾಕ್ಟರು ಪ್ರತಿಸಲ ಈಲಕ್ಷಣಗಳ ತಪಾಸಣೆ ಮಾಡುತ್ತಾರೆ ಆದ್ದರಿಂದ ಇದರ ಚಿಂತೆ ಮಾಡಬೇಡಿ. ಒಂದುವೇಳೆ ಊತದೊಂದಿಗೆ ಶರೀರದ ತೂಕವು ಸಾಕಷ್ಟು ಹೆಚ್ಚಾಗುವುದು, ತಲೆನೋವು ಬರುವುದು ಅಥವಾ ದೃಷ್ಟಿ ಮಂಜಾಗುವುದು ಆದರೆ ಡಾಕ್ಟರ ಹತ್ತಿರ ಹೋಗುವುದು ತಡ ಮಾಡಬೇಡಿ.

ತ್ವಚೆಯ ಮೇಲೆ ಗುಬ್ಬು

''ಹೇಳುವುದಾದರೆ,ಈ ಸ್ಟ್ರೆಚ್ ಮಾರ್ಕ್ಸ ಇವಾಗಿನವರೆಗೆ ಅಷ್ಟೊಂದು ವಿಕಾರವಾಗಿ ಕಾಣುತ್ತಿಲ್ಲ. ಆದರೆ ಈಗ ಈ ಸ್ಟ್ರೆಚ್ ಮಾರ್ಕ್ಸ ಮೇಲೆ ಒಂದುರೀತಿ ಗುಬ್ಬು ಬಂದಿದೆ ಇದು ಏನು?"

ಸಂತೋಷ ಪಡಿ, ಹೆರಿಗೆಯಾಗುವುದಕ್ಕೆ ಮೂರು ತಿಂಗಳಿಗಿಂತ ಕಡಿಮೆ ಸಮಯ ಉಳಿದಿದೆ. ನೀವು ಬಹಳ ಸುಲಭವಾಗಿ ಈ ಬೇಡವಾದ ಮತ್ತು ವಿಕಾರವಾದ ಲಕ್ಷಣಗಳಿಗೆ ವಿದಾಯ ಹೇಳಬಹುದು. ಇಷ್ಟು ಮಾತ್ರ ತಿಳಿಯಿರಿ ಇವು ನಿಮಗೆ ಮತ್ತು ನಿಮ್ಮ ಮಗುವಿಗಾಗಲಿ ಅಪಾಯಕಾರಿಯಲ್ಲ. ಇದಕ್ಕೆ ವೈದ್ಯಕೀಯ[ಮೆಡಿಕಲ್] ಬಾಷೆಯಲ್ಲಿ ಪಾಲಿಮಾರ್ಫಿಕ್ ಈಪ್ಷನ್ ಆಫ್ ಪ್ರೆಗ್ನೆನ್ಸಿ ಅಂತ ಹೇಳುತ್ತಾರೆ. ಹೆರಿಗೆಯಾದ ನಂತರ ಇದು ಸರಿಹೋಗುತ್ತದೆ ಮತ್ತು ಮುಂದಿನ ಗರ್ಭಾವಸ್ಥೆಯಲ್ಲಿ ಮರುಕಳಿಸುವುದಿಲ್ಲ. ಹಾಗೆ ಹೇಳುವುದಾದರೆ ಇದು ಹೊಟ್ಟೆಯ ಸ್ಟ್ರೆಚ್ ಮಾರ್ಕ್ಸ ಮೇಲೆ ಊದುತ್ತದೆ. ಆದರೆ ಕೆಲವುಸಲ ತೊಡೆಸಂದುಗಳಲ್ಲಿ, ನಿತಂಬಗಳ ಮೇಲೆ ಮತ್ತು ಕೈಗಳ ಮೇಲೆ ಕೂಡ ಕಾಣಿಸಿಕೊಳ್ಳುತ್ತವೆ. ಡಾಕ್ಟರಿಗೆ ತೋರಿಸಿರಿ, ಅವರು ಯಾವುದಾದರು ಔಷಧಿ ಆಂಟಿಹಿಸ್ಟಮೈನ್ ಅಥವಾ ಇದನ್ನು ಕಡಿಮೆ ಮಾಡುವ ರೀತಿಯನ್ನು ತಿಳಿಸುತ್ತಾರೆ

ಗರ್ಭಾವಸ್ಥೆಯಲ್ಲಿ ತ್ವಚೆಯ ಮೇಲೆ ಯಾವುದೇ ರೀತಿಯ ಪ್ರತಿಕ್ರಿಯೆ ಕಾಣಬಹುದು. ಯಾವುದೇ ರೀತಿಯ ಲಕ್ಷಣಗಳು ಮೇಲೆ ಕಾಣಬಹುದು. ಹೇಗಾದರೂ ಆಗಲಿ ನೀವು ಡಾಕ್ಟರಿಗೆ ಅವಶ್ಯವಾಗಿ ತೋರಿಸಿರಿ,ಆದರೆ ಈ ವಿಷಯವನ್ನು ಅಷ್ಟೊಂದು ಗಂಭೀರವಾಗಿ ತೆಗೆದುಕೊಳ್ಳುವ ಅವಶ್ಯಕತೆಇಲ್ಲ

ಬೆನ್ನಿನ ಕೆಳ ಭಾಗದಲ್ಲಿ ಮತ್ತು ಕಾಲಿನಲ್ಲಿ ನೋವು [ಕೆಳತೊಡೆನೋವು–ಶಿಯಾಟಿಕ]

"ನನ್ನ ಬೆನ್ನಿನ ಕೆಳಭಾಗದಲ್ಲಿ ಮತ್ತು ನಿತಂಬಗಳಿಂದ ಶುರುವಾಗಿ ಕಾಲಿನಲ್ಲಿ ನೋವು ಆಗುತ್ತಿದೆ. ಇದು ಏನು"

ನಿಮ್ಮ ಕೆಳತೊಡೆಯ ನರಗಳು ಒತ್ತುತ್ತಿದೆ ಅಂತ ಅನ್ನಿಸುತ್ತಿದೆ. ಈಗ ನಿಮ್ಮ ಶಿಶುವು ಹೆರಿಗೆಗಾಗಿ ಸರಿಯಾದ ಸ್ಥಿತಿಗೆ ಬರುತ್ತಿದೆಯೆಂದು ಅನ್ನಿಸುತ್ತಿದೆ. ಈ ಪ್ರಕ್ರಿಯೆಯಲ್ಲಿ ಶಿಶುವಿನ ತಲೆ ಮತ್ತು ದೊಡ್ಡದಾಗಿರುವ ಗರ್ಭಾಶಯ ಕೆಳತೊಡೆಯ ನರಗಳ ಮೇಲೆ ಭಾರ ಹಾಕುತ್ತಿದೆ. ಈ ನಿಮ್ಮ ಕೆಳತೊಡೆಯ ನೋವಿನಿಂದಾಗಿ ಬೆನ್ನಿನ ಕೆಳಭಾಗ ಮತ್ತು ನಿತಂಬಗಳಿಂದ ಶುರುವಾಗಿ ಕಾಲುಗಳವರೆಗೆ ಜೋರಿನ ನೋವು ಆಗುತ್ತಿದೆ ಅಥವಾ ಜುಮುಗುಡುವ ಅನುಭವ ಆಗುತ್ತಿದೆ.

ಕೆಳತೊಡೆಯ ನೋವು ಸಾಕಷ್ಟು ಜೋರಾಗಿ ಇರುತ್ತದೆ. ಒಂದುವೇಳೆ ಶಿಶುವು ತನ್ನ ಸ್ಥಿತಿ ಬದಲಿಸಿದರೆ ನಿಮಗೆ ಸ್ವಲ್ಪ ಆರಾಮ ಸಿಗುತ್ತದೆ. ಇದು ಹೆರಿಗೆಯವರೆಗೂ ಮುಂದುವರೆಯಬಹುದು ಅಥವಾ ಹೆರಿಗೆಯ ನಂತರವೂ ಸ್ವಲ್ಪ ಸಮಯದವರೆಗೆ ಇರಲೂಬಹುದು.

ನೀವು ಕೆಳತೊಡೆಯ ನೋವಿನಿಂದ ಆರಾಮ ಪಡೆಯುವುದಕ್ಕೆ ಕೆಳಗೆ ಕೊಟ್ಟಿರುವ ಉಪಾಯಗಳನ್ನು ಅಳವಡಿಸಿಕೊಳ್ಳಿ.:

- ಯಾವಾಗ ಅವಕಾಶ ಸಿಕ್ಕಿದರೂ ಸ್ವಲ್ಪ ವಿಶ್ರಾಂತಿ ಪಡೆಯಿರಿ. ಮಲಗುವುದರಿಂದಲೂ ಕಾಲುಗಳಿಗೆ ವಿಶ್ರಾಂತಿ ಸಿಗುತ್ತದೆ, ಹೇಗಾದರು ಸರಿ ನಿಮಗೆ ವಿಶ್ರಾಂತಿ ಸಿಗಲಿ.
- ಕಾಲುಗಳಿಗೆ ಶಾಖ ಕೊಡಿ. ಹೀಟಿಂಗ್ ಪ್ಯಾಡ್ನಿಂದ ನೋವಿನಿಂದ ಆರಾಮ ಸಿಗುತ್ತದೆ. ಬೆಚ್ಚಗಿನ ನೀರಿನಿಂದಲೂ ಸಹ ಶಾಖ ತೆಗೆದುಕೊಳ್ಳಬಹುದು.
- ಪೆಲ್ವಿಕ್ ಟಿಲ್ಟ್ ಅಥವಾ ಸ್ಟ್ರೆಚ್ ವ್ಯಾಯಾಮದಿಂದ ಒತ್ತಡ ಸ್ವಲ್ಪ ಕಡಿಮೆ ಆಗತ್ತದೆ.
- ಈಜುವುದು ಮತ್ತು ನೀರಿನ ವ್ಯಾಯಾಮ ಮಾಡುವುದು, ಕೆಳತೊಡೆಯ ನೋವನ್ನು ಕಡಿಮೆ ಮಾಡುವ ಒಳ್ಳೆಯ ಉಪಾಯ ಇದರಿಂದ ಬೆನ್ನಿನ ಮಾಂಸಖಂಡಗಳಲ್ಲಿ ಎಳೆತ ಮತ್ತು ಶಕ್ತಿ ಬರುತ್ತದೆ ಮತ್ತು ಕೆಳತೊಡೆಯ ನೋವಿನಿಂದ ಆರಾಮ ಸಿಗುತ್ತದೆ.
- ಕೆಲವು ನೈಸರ್ಗಿಕವಾದ ವಿಧಾನಗಳನ್ನು ಅಳವಡಿಸಿಕೊಳ್ಳಿ. ಆಕ್ಯುಪಂಕ್ಚರ್, ಕೀರೋಪ್ರೆಕ್ಟಿಕ್ ಅಥವಾ ಮಾಲಿಶ್ ಮಾಡಿಕೊಳ್ಳುವುದರಿಂದ ಸ್ವಲ್ಪ ಆರಾಮ ಬರಬಹುದು.
- ಒಂದುವೇಳೆ ನೋವು ನಿವಾಗಿಂಯೂ ತಡೆದುಕೊಳ್ಳುವುದಕ್ಕೆ ಆಗದೇ ಇದ್ದರೆ ಡಾಕ್ಟರಿಗೆ ತೋರಿಸಿ ಏನಾದರು ಔಷಧಿ ತೆಗೆದುಕೊಳ್ಳಿ.

ಕಾಲುಗಳಲ್ಲಿ ಕಳವಳದ ಲಕ್ಷಣ

"ನನಗೆ ರಾತ್ರಿಯ ಹೊತ್ತಿನಲ್ಲಿ ಆಯಾಸವಾಗಿದ್ದರೂ ಸಹ ಮಲಗಲು ಆಗುವುದಿಲ್ಲ, ಏಕೆಂದರೆ ನನ್ನ ಕಾಲುಗಳಲ್ಲಿ ತುಂಬ ಕಳವಳ ಇರುತ್ತದೆ. ನಾನು ಕಾಲುಸೆಳೆತವನ್ನು ತಡೆಯುವ ಎಲ್ಲ ಉಪಾಯಗಳನ್ನು ಅಳವಡಿಸಿಕೊಂಡಿದ್ದೇನೆ, ನಾನು ಮತ್ತೇನು ಮಾಡಲು ಸಾಧ್ಯ?''

ಕಡೆಯ ಮೂರು ತಿಂಗಳಿನಲ್ಲಿ ಆಗಾಗ ರೆಸ್ಟ್ಲೆಸ್ ಲೆಗ್ ಸಿಂಡ್ರೋಮ್ ಸಹ ಒಳ್ಳೆಯ ನಿದ್ರೆಗೆ ತಡೆಯಾಗುತ್ತದೆ. ಕಾಲುಗಳಲ್ಲಿ ಕಳವಳ, ತಳಮಳ ಮತ್ತು ವಿಚಿತ್ರವಾದ ಗಾಬರಿಯ ಅನುಭವ ಆಗುತ್ತಿರುತ್ತದೆ. ಸಾಮಾನ್ಯವಾಗಿ ಇದು ರಾತ್ರಿ ಹೊತ್ತಿನಲ್ಲಿ ಆಗುತ್ತಿರುತ್ತದೆ, ಆದರೆ ಮಧ್ಯಾಹ್ನ ಮಲಗಿದಾಗಲೂ ಸಹ ಈ ತೊಂದರೆ ಆಗಬಹುದು.

ಗರ್ಭವತಿ ಮಹಿಳೆಯರಲ್ಲಿ ಈ ಕಾಲಿನ ತಳಮಳದ ಲಕ್ಷಣ ಯಾಕೆ ಆಗುತ್ತದೆ ಅನ್ನುವುದನ್ನು ತಂತ್ರಜ್ಞ [ಸ್ಪೆಶಲಿಸ್ಟ್]ರು ಹೇಳಲು ಸಾಧ್ಯವಿಲ್ಲ. ಬಹುಷಃ ಕೆಲವು ಅನುವಂಶೀಯವಾದ [ಜೆನೆಟಿಕ್ಸ್] ಕಾರನವಿರಬಹುದು. ಅವರಿಗೂ ಇದರ ಚಿಕಿತ್ಸೆಯ ಬಗ್ಗೆ ನಿಖರವಾದ ಪುರಾವೆ ಇಲ್ಲ. ಕಾಲುಸೆಳೆತದ ತೊಂದರೆಯಿಂದ ತಪ್ಪಿಸಿಕೊಳ್ಳುವ ಉಪಾಯಗಳೆಲ್ಲವು ಇಲ್ಲಿ ಅಸಫಲವಾಗುತ್ತದೆ. ಔಷಧಿಗಳು ಸಹ ಸುರಕ್ಷಿತವಲ್ಲ ಯಾಕೆಂದರೆ ಕಾಲುಗಳ ತಳಮಳ ಎಲ್ಲ ಔಷಧಿಗಳು ಗರ್ಭಾವಸ್ಥೆಯಲ್ಲಿ ತಪಾಸಣೆಯಾಗಿರುವುದಿಲ್ಲ. ಇದರ ಬಗ್ಗೆ ನೀವು ಮೊದಲೇ ನಿಮ್ಮ ಡಾಕ್ಟರರ ಸಲಹೆ ಪಡೆಯಿರಿ.ಜಿರ'ಇುಚಿ ಥಛಿಚಿ ಱಖಿಚಿಂ ಛಟಚ ಒತ್ತಡ, ಆಹಾರ,ಅಥವಾ ವಾತವರಣಗಳ ಬೇರೆ ಕಾರಣಗಳಿಂದ ಈ ಸಮಸ್ಯೆ ಹೆಚ್ಚಾಗಿರಬಹುದು ಅಂತ ಅನ್ನಿಸುತ್ತದೆ. ನಿಮ್ಮ, ತಿನ್ನು, ಕುಡಿಯುವ ಮತ್ತು ಜೀವನದರೀತಿಯ ಮೇಲೆ ಗಮನವಿಡಿ. ಕೆಲವು ಮಹಿಳೆಯರಿಗೆ ರಾತ್ರಿವೇಳೆಯಲ್ಲಿ ಕಾರ್ಬೋಹೈಡ್ರೇಟ್ ಸೇವಿಸುವುದರಿಂದ, ಕಾಲುಗಳ ತಳಮಳದ ಸಮಸ್ಯೆ ಹೆಚ್ಚಾಗುತ್ತದೆ. ಕೆಲವುಸಲ ಕಬ್ಬಿಣಾಂಶದ ಕೊರತೆಯಿಂದ ಆಗುವ ಎನಿಮಿಯಾದಿಂದಲೂ ಕಾಲುಗಳ ತಳಮಳ ಆಗುತ್ತದೆ. ನಿಮ್ಮ ಡಾಕ್ಟರನ್ನು ಕೇಳಿಯೆ ಯಾವುದಾದರೂ ಉಪಾಯವನ್ನು ಮಾಡಿ. ಯೋಗ, ಆಕ್ಯುಪಂಕ್ಚರ್ ಅಥವಾ ಧ್ಯಾನ ಮೊದಲಾದವುಗಳಿಂದ ಸ್ವಲ್ಪ ಪರಿಹಾರ ಸಿಗಬಹುದು. ಒಂದುವೇಳೆ ನೀವು ನಿದ್ರೆಯ ವಿಷಯದಲ್ಲಿ ಸಹ ದುರಾದೃಷ್ಟರಾಗಿದ್ದರೆ, ಬಹುಷಃ ನೀವು ಹೆರಿಗೆಯಾಗುವವರೆವಿಗೂ ಕಾಲಿನ ತಳಮಳವನ್ನು ಎದುರಿಸ ಬೇಕಾಗುತ್ತದೆ. ಹೆರಿಗೆ ಆದಮೇಲೂ ನೀವು ಔಷಧಿ ತೆಗೆದುಕೊಳ್ಳಲು ಸಾಧ್ಯವಿಲ್ಲದೇ ಇರಬಹುದು, ಯಾಕೆಂದರೆ, ಆ ಸಮಯದಲ್ಲಿ ನೀವು ಶಿಶುವಿಗೆ ಸ್ಥನ್ಯಪಾನ ಮಾಡುತ್ತಿರಬಹುದು.

ಶಿಶುವಿನ ಬಿಕ್ಕಳಿಕೆ.

''ಒಮ್ಮೊಮ್ಮೆ ನನಗೆ ಹೊಟ್ಟೆಯಲ್ಲಿ ಹಗುರವಾದ ಒದೆತ ಅನುಭವ ಆಗುತ್ತದೆ ಇದು ಶಿಶುವಿನ ಒದೆತವೋ ಅಥವಾ ಬೇರೆ ಏನಾದರೂ ಇರಬಹುದೊ?"

ಒಪ್ಪಿದರೆ ಒಪ್ಪಿ ಇಲ್ಲ ಬಿಡಿ, ಹೊಟ್ಟೆ ಒಳಗಿರುವ ಸಣ್ಣ ಭ್ರೂಣ ಬಿಕ್ಕಳಿಸುತ್ತದೆ. ಕೆಲವು ಶಿಶುಗಳಿಗೆ ದಿನದ ಬಹಳ ಹೊತ್ತಿನವರೆಗೆ ಬಿಕ್ಕಳಿಕೆ ಬಂದರೆ, ಕೆಲವು ಶಿಶುಗಳಿಗೆ ಬರುವುದೇ ಇಲ್ಲ. ಹುಟ್ಟಿದ ಮೇಲೆ ಈ ಅಚ್ಚು[ಆಕೃತಿ] ಆಗುತ್ತದೆ.

ನಿಮಗೆ ಈಗಲಿಂದಲೇ,ಬಿಕ್ಕಳಿಕೆ ತಡೆಯುವ ಅವಶ್ಯಕತೆ ಇಲ್ಲ, ಏಕೆಂದರೆ ಇದರಿಂದ ಗರ್ಭಸ್ಥ ಶಿಶುವಿಗೆ ಯಾವುದೇ ತೊಂದರೆ ಆಗುವುದಿಲ್ಲ. ಈಗ ಸದ್ಯಕ್ಕೆ ನೀವು ಹೊಟ್ಟೆಯಲ್ಲಿ ಆಗುವ ಮನೋರಂಜನೆಯ ಮಜಾ ತೆಗೆದುಕೊಳ್ಳಿ.

ಥಟ್ ಅಂತ ಬೀಳುವುದು.

"ನಾನು ಮನೆಯಿಂದ ಹೊರಗಡೆ ಬಂದಾಗ ಅಕಾಸ್ಮಾತ್ತಾಗಿ ಬಿದ್ದೆ ಮತ್ತು ನನ್ನ ಹೊಟ್ಟೆ ಥಟ್ ಪಾತ್ರೆಗೆ ಡಿಕ್ಕಿ ಹೊಡೆಯಿತು. ಇದರಿದ ಶಿಶುವಿಗೆ ಸಂಭವ ಇದೆಯೊ?''

ಕಡೆಯ ಮೂರು ತಿಂಗಳಿನಲ್ಲಿ ಸಾಮಾನ್ಯವಾಗಿ ಹೀಗೆ ಆಗುತ್ತದೆ, ನೀವು ನಿಮ್ಮ ಶರಿರದ ಸಮತೋಲನವನ್ನು ಇಡಲಾಗುವುದಿಲ್ಲ. ನಿಮ್ಮ ಹೊಟ್ಟೆ ದೊಡ್ಡದಾಗಿರುವುದರಿಂದ ನಿಮ್ಮ ಗುರುತ್ವಾಕರ್ಷಣೆಯ ಕೇಂದ್ರ ಬದಲಾಗಿರುತ್ತದೆ. ಕೀಲುಗಳು ಅಷ್ಟೊಂದು ಶಕ್ತಿಯುತವಾಗಿರುವುದಿಲ್ಲ, ಆದ್ದರಿಂದ ನಿಮಗೆ ಬೀಳುವಾಗ ಹೊಟ್ಟೆಯಮೇಲೆ ಭಾರ ಬಿಟ್ಟು ಬೀಳುವುದರಲ್ಲಿ ತಡವಾಗುವುದಿಲ್ಲ ನಿಮ್ಮ ಕೈನಿಂದ ವಸ್ತುಗಳು ಮುರಿದು ಮುರಿದು ಬೀಳುವುದಕ್ಕೆ ಶುರುವಾಗುತ್ತದೆ. ನೀವು ಹಗಲಲ್ಲಿ ಕನಸು ಕಾಣುವಿರಿ ಮತ್ತು ಹೊಟ್ಟೆಯ ಕೆಳಗಿರುವ ನಿಮ್ಮ ಕಾಲುಗಳನ್ನು

ನೋಡಲಾಗುವುದಿಲ್ಲ, ಹಾಗಾಗಿ ಯಾವಾಗಲು ಬೀಳುವ ಹೆದರಿಕೆ ಇದ್ದೇ ಇರುತ್ತದೆ.

ನಿಮ್ಮ ಶಿಶು ಗರ್ಭದಲ್ಲಿ ಪೂರ್ತಿಯಾಗಿ ಸುರಕ್ಷಿತವಾಗಿದೆ. ನಿಮ್ಮ ಹಗುರವಾದ ಒದೆತ ಅಥವಾ ಕೆರೆಯುವುದು ಶಿಶುವನ್ನು ಏನುಮಾಡಲು ಆಗುವುದಿಲ್ಲ, ಶಿಶುವು ಶಾಕ್ ಅಬ್ಸಾರ್ಪ್ಶನ್ ಸಿಸ್ಟಮ್ ನಲ್ಲಿ ಸುರಕ್ಷಿತವಾಗಿದೆ. ಯಾಕೆಂದರೆ, ಅಮ್ನಿಯಾಟಿಕ್ ದ್ರವ್ಯ, ಗಟ್ಟಿಯಾದ ಪದರ,ಎಲಾಸ್ಟಿಕ್, ಮಾಂಸಖಂಡಗಳ ಗರ್ಭಾಶಯ ಹೊಟ್ಟೆಯ ಕೆವಿಟಿ[ಪೊಳ್ಳುಭಾಗ] ಗಳು ಸೇರಿ ಆಗಿದೆ. ಒಂದುವೇಳೆ ನೀವು ಗಂಭೀರವಾಗಿ ಘಾಯಗೊಂಡರೆ ಆಗ ಮಗುವಿಗೆ ಆಗ ಮಗುವಿಗೆ ಪೆಟ್ಟಾಗಬಹುದು ನಿಮಗೆ ಆಸ್ಪತ್ರೆಗೆ ಹೋಗಬೇಕಾಗಬಹುದು. ಒಂದುವೇಳೆ ನೀವು ಚಿಂತಿತರಾದ್ದರೆ ಡಾಕ್ಟರರನ್ನು ಭೇಟಿಯಾಗಿ ಸಮಾಧಾನ ಪಡೆದುಕೊಳ್ಳಿ.

ಚರಮ ಸುಖ [ಆರ್ಗೆಜಮ್] ಮತ್ತು ಶಿಶುವಿನ ಒದೆತ.

'ನನಗೆ ಚರಮಸುಖದನಂತರ ಶಿಶುವು ಒಮ್ಮೊಮ್ಮೆ ಅರ್ಧ ಘಂಟೆಯವರೆಗೆ ಒದೆಯುವುದನ್ನು ನಿಲ್ಲಿಸಿಬಿಡುತ್ತದೆ, ಇದರ ಅರ್ಥ ಈ ಸಮಯದಲ್ಲಿ ಸಂಭೋಗ ಸುರಕ್ಷಿತವಲ್ಲವೇ?".

ನೀವು ಏನು ಮಾಡಿದರೂ ಶಿಶುವು ನಿಮ್ಮ ಜೊತೆಯಲ್ಲಿ ಇರುತ್ತದೆ. ಸಂಭೋಗದ ವಿಷಯ ಬಂದರೆ ಈ ಸಮಯದಲ್ಲಿ ಶಿಶುವಿಗೆ ನಿದ್ರೆ ಬರುತ್ತದೆ. ಸಂಭೋಗದ ವಿಷಯದಲ್ಲಿ ದಬ್ಬುವ ತೀವ್ರತೆ ಮತ್ತು ಸಂತೃಪ್ತಿಯ ಸ್ಥಿತಿಯಿಂದ ಗಭಾಶಯದಲ್ಲಿ ಆಗುವ ಸಂಕುಚಿತದಿಂದ ಶಿಶುವು ಸ್ವಪ್ನ ಲೋಕಕ್ಕೆ ಹೋಗಿಬಿಡುತ್ತದೆ. ಕೆಲವು ಶಿಶುಗಳು ಈ ವಿಚಾರದಲ್ಲಿ ಬೇರೆ ರೀತಿಯಲ್ಲಿ ಇರುತ್ತವೆ, ಅಂದರೆ, ಪ್ರಕ್ರಿಯೆಯನಂತರ ಶಿಶುವು ಇನ್ನೂ ಹೆಚ್ಚಿನ ಚಟುವಟಿಕೆಯುಳ್ಳವಾಗುತ್ತವೆ. ಈ ಪ್ರತಿಕ್ರಿಯೆಯ ಅರ್ಥ ಈ ಸಮಯದಲ್ಲಿ ಸಂಭೋಗ ಸುರಕ್ಷಿತ ಅಲ್ಲವೆಂದಲ್ಲ. ಶಿಶುವಿಗೆ ನಿಮ್ಮಿಬ್ಬರ ನಡುವೆ ಏನು ನೆಡೆಯುತ್ತಿದೆಯೆಂಬುದು ತಿಳಿದಿದೆ ಎಂಬ ವಿಷಯವು ಅಲ್ಲ. ಈ ಸಮಯದಲ್ಲಿ ಶಿಶುವು ಕತ್ತಲೆಯಲ್ಲಿ ಬಹಳ ಆನಂದದಿಂದ ಇರುತ್ತದೆ.

ಒಂದುವೇಳೆ ಡಾಕ್ಟರ ಆಕ್ಷೇಪಣೆ ಇಲ್ಲವೆಂದರೆ, ನೀವು ಹೆರಿಗೆಯಾಗುವವರೆಗೂ ಸಂಭೋಗ ಮಾಡಬಹುದು, ಏಕೆಂದರೆ, ಹೆರಿಗೆಯ ನಂತರ ನಿಮಗೆ ಇಂತಹ ಅವಕಾಶಗಳು ಬೇಗನೆ ಸಿಗುವುದಿಲ್ಲ.

ಚಿಕನಸು ಮತ್ತು ಕಲ್ಪನೆಗಳು.

"ನನಗೆ ಹಗಲಿರುಳು ಮಗುವಿನ ಬಗ್ಗೆ ಚಿತ್ರ ವಿಚಿತ್ರವಾದ ಕನಸುಗಳು ಬರುತ್ತಿರುತ್ತವೆ, ಏನು ನನ್ನ ಬದ್ದಿ ಏನಾದರು ಕೆಡುತ್ತಿದೆಯಾ?'

ಗರ್ಭಾವಸ್ಥೆಯಲ್ಲಿ ಆಗಾಗ ಒಳ್ಳೆಯ ಮತ್ತು ಕೆಟ್ಟ ಕನಸುಗಳು ಬರುತ್ತಿರುತ್ತವೆ. ಕೆಲವು ಸಲ ನಿಮಗೆ ಮಗುವನ್ನು ಬಸ್ಸಿನಲ್ಲಿ ಒಂಟಿಯಾಗಿ ಬಿಟ್ಟಿರುವಂತೆಯೂ, ಕೆಲವೊಮ್ಮೆ ಉದ್ಯಾನವನದಲ್ಲಿ ತಿರುಗಾಡಿಸುತ್ತಿರುವಂತೆಯೂ ಮತ್ತೊಮ್ಮೆ ಬಾಲವಿರುವ ಯಾವುದೋ ಅನ್ಯ ಜೀವಿಗೆ ಜನುಮ ಕೊಟ್ಟಿದ್ದೀನಿ ಅಂತ ಅನ್ನಿಸುತ್ತದೆ. ಈ ಎಲ್ಲ ಕನಸುಗಳು ಈ ಸಮಯದಲ್ಲಿ ಸರ್ವೇ ಸಾಮಾನ್ಯ. ಹೌದು, ನಿಮಗೆ ನಿಮ್ಮ ತಲೆ ಕೆಟ್ಟು ಹೋಗಿದೆ ಅಂತ ಅನ್ನಿಸುತ್ತದೆ. ಈ ಸಮಯದಲ್ಲಿ ನಿಮ್ಮ ಒಳಮನಸ್ಸು ಮಗುವಿಗಾಗಿ, ಚಿಂತೆ, ಉತ್ತೇಜನ, ಕುಂಠಿತ, ಉತ್ಸಾಹ ಮತ್ತು ರಕ್ಷಣೆ ಮೊದಲಾದ ಭಾವನೆಗಳಿಂದ ತುಂಬಿದೆ. ನೀವು ಇಚ್ಛಿಸಿದರೂ ಈ ನಿಮ್ಮ ಭಾವನೆಗಳನ್ನು ಹೊರಗೆ ಪ್ರಕಟಿಸಲು ಆಗುವುದಿಲ್ಲ ಮತ್ತು ರಾತ್ರಿಯ ಹೊತ್ತಿನಲ್ಲಿ ಕನಸುಗಳ ಮುಖಾಂತರ ಪ್ರಕಟಗೊಳ್ಳುತ್ತದೆ.

ಇದರಲ್ಲಿ ಜೀವಸತ್ವಗಳ ಪೂರ್ತಿ ಕೈವಾಡ ಇರುತ್ತದೆ, ಒಂದುವೇಳೆ, ನಿಮ್ಮ ನಿದ್ರೆ ಗಾಢವಾಗಿಲ್ಲದೇ ಇದ್ದರೆ, ನೀವು ಎಚ್ಚರವಾದ ಮೇಲೂ ಆ ಕನಸುಗಳು ನೆನಪಿನಲ್ಲಿರುತ್ತವೆ. ಒಂದುವೇಳೆ ನೀವು ಅವಶ್ಯಕತೆಗಿಂತಲೂ ಹೆಚ್ಚಾಗಿ ಏಳುವುದಾದರೆ, ಖಂಡಿತವಾಗಿಯೂ ನೀವು ಲಯಬದ್ಧ ನಿದ್ರೆಯ ಆವೃತ್ತಿಯಿಂದ ನಡುವಿನಲ್ಲಿ ಏಳುತ್ತೀರಿ, ಇದರಿಂದ ನಿಮಗೆ ಆ ಕನಸುಗಳು ಸಂಪೂರ್ಣವಾಗಿ ನೆನಪಿನಲ್ಲಿರುತ್ತದೆ.

ಸಾಮಾನ್ಯವಾಗಿ ಗರ್ಭಾವಸ್ಥೆಯಲ್ಲಿ ಮಹಿಳೆಯರು ಈ ಕಳಗೆ ಹೇಳಿರುವ ಕನಸು ಮತ್ತು ಭ್ರಮೆಗಳನ್ನು ನೋಡುತ್ತಾರೆ.

ಓಹ್! ಕನಸು. ಯಾವುದೋ ವಸ್ತುವನ್ನು ಕಳೆದಂತೆ, ತಪ್ಪು ಜಾಗದಲ್ಲಿ ಇಟ್ಟಂತೆ ಕನಸು [ಗಾಡಿಯ ಕೀ ನಿಂದ ಹಿಡಿದು ಶಿಶುವಿನತನಕ], ಶಿಶುವಿಗೆ ತಿನ್ನಿಸುವುದು ಮರತಿರೆ, ಡಾಕ್ಟರ ಹತ್ತಿರ ಹೋಗುವುದು ಮರೆತಿರಿ, ಪೇಟೆಗೆ ಹೋದಿರಿ ಮತ್ತು ಶಿಶುವು ಮನೆಯಲ್ಲಿ ಒಂಟಿಯಾಗಿದೆ, ಶಿಶುವನ್ನು, ಸಂಭಾಲಿಸಲು ಪೂರ್ತಿ ತಯಾರಿಲ್ಲದೆ ಇರುವುದು

- ಓಹ್! ಕನಸು. ಧಾಳಿಮಾಡುವ ಗೂಂಡಾಗಳು ಅಥವಾ ಪ್ರಾಣಿಗಳ ಆಕ್ರಮಣಮಾಡಿ ಗಾಯಗೊಳಿಸುತ್ತಿವೆ ನೀವು ಏಟು ತಿಂದು ಬಿದ್ದಿದ್ದೀರಿ
- ಕಾಪಾಡಿ! ಕನಸು. ಯಾವುದೋ ಕಾರು, ಚಿಕ್ಕ ಕೋಣೆ,

ಸುರಂಗದಲ್ಲಿ ಸಿಲುಕುವ ಹೆದರಿಕೆ, ಯಾವುದೋ ಕೆರೆಯಲ್ಲಿ ಮುಳುಗುವುದು, ಮುದ್ದುಮಗು ಬಂದಾದ ಮೇಲೆ ಜೀವನದ ಬಂಧನ

- ಅರೆ! ಇಲ್ಲ, ಕನಸು. ತೂಕ ಹೆಚ್ಚುತ್ತಿಲ್ಲ ಅಥವಾ ರಾತ್ರೋ ರಾತ್ರಿಯಲ್ಲಿ ತೂಕ ಹೆಚ್ಚಾಯಿತು; ಏನನ್ನೂ ತಿನ್ನಲಿಲ್ಲ ಅಥವಾ ಅವಶ್ಯಕತೆಗಿಂತ ಹೆಚ್ಚಾಗಿ ತಿಂದೆ.
- ಊಹ್! ಕನಸು, ನೀವು ನಿಮ್ಮ ಜೊತೆಗಾರನಿಗೆ ಇಷ್ಟವಾಗುವುದಿಲ್ಲ ಅವನು ಬೇರೆ ಯಾರನೋ ಜೊತೆಯಲ್ಲಿ ಮಾತನಾಡುತ್ತಾನೆ. ಗರ್ಭಾವಸ್ಥೆಯ ಈ ಆಕೃತಿ ನಿಮ್ಮ ಜೀವಮಾನದ ಪೂರ್ತಿ ಹೀಗೆಯೇ ಇರುತ್ತದೆ ಮತ್ತು ನೀವು ಮತ್ತೆ ಯಾವಾಗಲೂ ಆಕರ್ಷಕವಾಗಿ ಕಾಣುವುದಿಲ್ಲವೆಂಬ ಹೆದರಿಕೆ।
- ಕಾಮದ ಕನಸುಗಳು– ಸಂಭೋಗದ ಸಕಾರಾತ್ಮಕ ಅಥವಾ ನಕಾರಾತ್ಮಕ ಕನಸುಗಳು, ಗರ್ಭಾವಸ್ಥೆಯಲ್ಲಿ ಸಂಭೋಗಕ್ಕೆ ಸಂಬಂದಿಸಿದೆ ಭ್ರಮೆಯಿಂದ ಈ ರೀತಿ ಆಗುತ್ತದೆ.

ಸಾವು ಅಥವಾ ಪುನರ್ಜನ್ಮದ ಕನಸುಗಳು. ತಾಯಿ, ತಂದೆ ಅಥವಾ ಸಂಬಂಧಿಗಳ ಸಾವು; ಬಹುಷಃ ಮನಸ್ಸು, ಹಳೆಯ ಮತ್ತು ಹೊಸ ಪೀಳಿಗೆಯ ನಡುವೆ ಸಂಬಂಧ ಮಾಡಲು ಇಚ್ಛಿಸುತ್ತಿದೆ.

- ಶಿಶುವಿನ ಜೊತೆಯಲ್ಲಿ ಸಮಯ ಕಳೆಯುವ ಕನಸು, ಅಂದರೆ, ಹೆರಿಗೆ ಮುಂಚೆಯೆ ನೀವು ಪೋಷಕತನದ ತಯಾರಿ ಮಾಡುತ್ತಿದ್ದಿರಿ.
- ಶಿಶುವಿನ ಬಗ್ಗೆ ವಿವಿಧ ರೀತಿಯ ಕಲ್ಪನೆಗಳು. ಶಿಶುವು ಸಣ್ಣದಾಗಿ–ದೊಡ್ಡದಾಗಿ ಅಥವಾ ಚೊಟ್ಟಾಗಿ ಹುಟ್ಟಬಹುದು, ಆದ್ದರಿಂದ ನಿಮ್ಮ ಮತ್ತು ಶಿಶುವಿನ ಆರೋಗ್ಯದ ಬಗ್ಗೆ ಚಿಂತೆ ಉಕ್ಕುತ್ತದೆ, ಶಿಶುವಿನಲ್ಲಿ ಹುಟ್ಟಿನಿಂದ ಪ್ರತಿಭೆ ಇದೆ. ಏಳುತ್ತಿದ್ದ ಹಾಗೆ ಮಾತಾಡುವುದಕ್ಕೆ ಅಥವಾ ನಡೆಯುವುದಕ್ಕೆ ಶುರುಮಾಡಬಹುದು. ಇದರಿಂದ ನಿಮಗೆ ಶಿಶುವಿನ ಬೌದ್ಧಿಕ ಭವಿಷ್ಯದ ಬಗ್ಗೆ ಚಿಂತೆಯಿದೆಯೆಂದು ತಿಳಿಯುತ್ತದೆ. ಶಿಶುವಿನ ಕಣ್ಣು ಮತ್ತು ಕೂದಲು ತಂದೆ–ತಾಯಿ ಯಾರಾದರೊಬ್ಬರ ರೀತಿ ಇದೆಯೆಂಬ ಕನಸುಗಳು ಬರಬಹುದು. ಶಿಶುವಿನ ಬಗ್ಗೆ ಬರುವ ಭಯಾನಕ ಕನಸುಗಳು, ನೀವು ಈಗಲು ಹುಟ್ಟಿದ ಮಗುವನ್ನು ಸಂಭಾಳಿಸಲು ಹೆದರುತ್ತೀರಿ ಎಂಬ ಮಾತಿನ ಸಂಕೇತವಾಗಿದೆ.

ಪ್ರಸವಕ್ಕೆ ಸಂಬಂಧವಾದ ಕನಸುಗಳು ಸಹ ಬರಬಹುದು, ಅಂದರೆನೀವು ಶಿಶುವಿಗೆ ಜನ್ಮ ಕೊಡಲು ಆಗುತ್ತಿಲ್ಲ, ಆದ್ದರಿಂದ ಮಗುವಿಗೋಸ್ಕರ ನಿಮ್ಮ ಚಿಂತೆ ಉಕ್ಕುತ್ತದೆ. ಕನಸುಗಳನ್ನು ಅವಶ್ಯ ನೋಡಿ, ಆದರೆ ನಿಮ್ಮ ನಿದ್ರೆಯನ್ನು ಹಾಳುಮಾಡಿಕೊಳ್ಳಬೇಡಿ. ಇದು ಎದೆ ಉರಿ ಅಥವಾ ಸ್ಟ್ರೆಚ್ ಮಾರ್ಕ್ಸ ತರಹ ಇದು ಅತಿ ಸಾಮಾನ್ಯವಾದ ಮಾತಾಗಿದೆ. ನೆನಪಿನಲ್ಲಿಡಿ, ಈ ರೀತಿಯ ಕನಸುಗಳನ್ನು ನೀವು ಮಾತ್ರ ಕಾಣುತ್ತಿಲ್ಲ, ಶಿಶುವಿನ ಭಾವಿ ತಂದೆಯೂ ಸಹ ಈ ರೀತಿಯ ಕನಸುಗಳನ್ನು ಕಾಣುತ್ತಾರೆ. ಅಲ್ಲಿ ನಾವು ಜೀವಸತ್ವಗಳ ದೋಷ ಅಂತ ಹೇಳುವುದಕ್ಕು ಆಗುವುದಿಲ್ಲ. ಒಂದುವೇಳೆ ನೀವಿ ಇಬ್ಬರೂ ನಿಮ್ಮ

ಕೆಲವು ವಿಶೇಷ ತಯಾರಿಗಳು.

ಹೇಳುವುದಾದರೆ, ಶಿಶುವು ಹೆರಿಗೆ ತಯಾರಿಲ್ಲ, ಆದರೆ ನೀವು ನಿಮ್ಮ ಶರೀರವನ್ನು ತಯಾರಿ ಮಾಡಬೇಕಾಗಿದೆ. ಪೆಲ್ವಿಕ ಮಾಂಸಖಂಡಗಳು ಗರ್ಭಾಶಯ, ಮೂತ್ರಕೋಶ ಮೊದಲಾದ ಅಂಗಗಳಿಗೆ ಆಧಾರ ನೀಡುತ್ತದೆ. ಇದನ್ನು ಶಿಶುವು ಹೊರಗೆ ಬರುಲು ಸಾಧ್ಯವಾಗುವಂತೆ ಮಾಡಲಾಗಿದೆ. ಇದೇ ಮಾಂಸಖಂಡಗಳು ನಗುವಾಗ ಅಥವಾ ಕೆಮ್ಮುವಾಗ ಮೂತ್ರದ ಸೋರಿಕೆಯನ್ನು ತಡೆಯುತ್ತದೆ. ಇದೇ ಮಾಂಸಖಂಡಗಳು ನಿಮಗೆ ಸಂಭೋಗದ ಸಂತೃಪ್ತಿಯ ಮಾಧ್ಯಮ ಆಗುತ್ತದೆ. ಕೀಗಲ್ ವ್ಯಾಯಾಮದಿಂದ ಬಹಳ ಸುಲಭವಾಗಿ ಮಾಂಸಖಂಡಗಳ ವ್ಯಾಯಾಮವನ್ನು ಮಾಡಬಹುದು. ದಿನದಲ್ಲಿ ಮೂರುಭಾರಿ ಕೀಗಲ್ ವ್ಯಾಯಾಮ ಅಲ್ಪಕಾಲದ ಅಥವಾ ದೀರ್ಘಕಾಲದ ಆರಾಮವನ್ನು ಕೊಡುತ್ತದೆ. ಗರ್ಭಾವಸ್ಥೆಯಲ್ಲಿ ಮತ್ತು ಆಮೇಲೆ ಬರುವ ತೊಂದರೆಗಳೂ ಕೂಡ ಸುಲಭವಾಗಿ ದೂರವಾಗುತ್ತವೆ. ಹೆರಿಗೆ ಆದಮೇಲೆ ಯೋನಿಯು ಸರಿಯಾದ ಆಕಾರಕ್ಕೆ ಬರಲು ಹೆಚ್ಚಿನ ಸಮಯ ತೆಗೆದುಕೊಳ್ಳುವುದಿಲ್ಲ. ನಿಮ್ಮ ಯೋನಿಯ ಮತ್ತು ಗುದದ್ವಾರದ ಆಚೀಚೆ ಇರುವ ಮಾಂಸಖಂಡಗಳನ್ನು ಈ ರೀತಿಯಾಗಿ ಸೆಳೆಯಿರಿ. ನೀವು ಮೂತ್ರವನ್ನು ತಡೆಯುತ್ತಿದ್ದೀರೆಂದು ತಿಳಿಯಿರಿ. 10 ಸೆಕೆಂಡಿನವರೆಗು ತಡೆಯಿರಿ ನಂತರ ಸಡಿಲಬಿಡಿ. ಕೀಗಲ್ ವ್ಯಾಯಾಮವನ್ನು ಮಾಡುವಸಮಯದಲ್ಲಿ ನಿಮ್ಮ ಪೂರ್ತಿಧ್ಯಾನ ಈ ಭಾಗದ ಮಾಂಸಖಂಡಗಳಮೇಲೆ ಇರಬೇಕು

. ಒಂದುವೇಳೆ ಹೊಟ್ಟೆ, ತೊಡೆ ಮತ್ತು ನಿತಂಬಗಳ ಮಾಂಸಖಂಡಗಳು ಸೆಳೆದರೆ, ನೀವು ಪೂರ್ಣ ಏಕಾಗ್ರತೆಯನ್ನು ಪಡೆಯುತ್ತಿಲ್ಲವೆಂದರ್ಥವಾಗುತ್ತದೆ. ನೀವು ಅಂಗಡಿಯಲ್ಲಿ ಖರೀದಾರಿ ಮಾಡುತ್ತಿರಬೇಕಾದರೆ, ಅಥವಾ ಸಾಲಿನಲ್ಲಿ ನಿಂತು ಕಾಯುತ್ತಿರುವಾಗಲೂ ಸಹ ಈ ವ್ಯಾಯಾಮವನ್ನು ಮಾಡಬಹುದು. ಇದರಿಂದ ಪೆಲ್ವಿಕ್ ಫ್ಲೋರಿನ ಮಾಂಸಖಂಡಗಳು ಗಟ್ಟಿಯಾಗುತ್ತವೆ. ಇದನ್ನು ಸಂಭೋಗದಸಮಯದಲ್ಲೂ ಮಾಡಿ. ಒಂದು ರೀತಿಯ ಹೊಸ ಆನಂದವನ್ನು ಪಡೆಯುವಿರಿ

ಕನಸುಗಳನ್ನು ಒಬ್ಬರಿಗೊಬ್ಬರು ಹೇಳಿಕೊಂಡರೆ ನೀವುಗಳು ಇನ್ನು ಹತ್ತಿರ ಆಗಲು ಅನುಕೂಲವಾಗುತ್ತದೆ.

ಎಲ್ಲವನ್ನೂ ಸಂಭಾಳಿಸಬೇಕು

"ನನಗೆ, ಮನೆ, ಕೆಲಸ, ಮದುವೆ ಮತ್ತು ಶಿಶು ಎಲ್ಲವನ್ನು ಹೇಗೆ ಸಂಬಾಳಿಸುತ್ತೇನೆಂಬ ಚಿಂತೆಯಾಗುತ್ತಿದೆ?''

ನೆನಪಿರಲಿ, ಎಲ್ಲವನ್ನೂ ಒಬ್ಬರೇ, ಒಂದೇಸಲ ಸಂಭಾಳಿಸಲು ಆಗುವುದಿಲ್ಲ,ಆದರೆ, ಏನೆ ಮಾಡಿದರು ಒಳ್ಳೆಯ ರೀತಿಯಿಂದ ಮಾಡಬೇಕೆಂದು ನೆನಪಿನಲ್ಲಿಡಿ. ನೀವು ಸುಪರ್ ಅಮ್ಮ ಆಗದಿದ್ದರೆ,ಒಬ್ಬ ಒಳ್ಳೆಯ ಮನುಷ್ಯನಾಗಲು ಪ್ರಯತ್ನ ಮಾಡಿರಿ.

ಪ್ರತಿಯೊಬ್ಬ ತಾಯಿಯು, ತನ್ನ ಮನೆ, ಶುಭ್ರವಾಗಿರಬೇಕೆಂದು, ಶಿಶುವಿನ ಪೋಷಣೆ ಒಳ್ಳೆ ರೀತಿಯಲ್ಲಿಆಗಲಿ, ಮೈಲಿಗೆ ಬಟ್ಟೆಯ ಗುಡ್ಡೆಆಗದಿರಲಿ, ಮನೆಯಲ್ಲಿ ಸ್ವಾದಿಷ್ಟ ಅಡಿಗೆ ಆಗುತ್ತಿರಲಿ ಮತ್ತು ಅವಳು ಜೊತೆಗಾರನಿಗೆ, ಸೆಕ್ಸಿಯಾಗಿರಲೆಂದು ಇಷ್ಟ ಪಡುತ್ತಾಳೆ. ಆದರೆ, ಈ ಎಲ್ಲವೂ ಬರಿ ಹೇಳುವುದಕ್ಕೆ ಸುಲಭ,ಏಕೆಂದರೆ, ಈ ಎಲ್ಲ ಕೆಲಸಗಳು ಒಮ್ಮೆಗೆ ಆಗಲು ಸಾಧ್ಯವಿಲ್ಲ.

ನೀವು ನಿಮ್ಮ ಹೊಸ ಜೀವನವನ್ನು ಯಾವ ರೀತಿಯಲ್ಲಿ ತೆಗೆದುಕೊಳ್ಳುತ್ತೀರೆಂಬುದು, ನೀವು ಎಷ್ಟು ಬೇಗ ಈ ವಾಸ್ತವಿಕತೆಯನ್ನು ತಿಳಿದುಕೊಳ್ಳುವಿರಿ ಎಂಬುದರ ಮೇಲೆ ನಿರ್ಧಾರವಾಗುತ್ತದೆ. ಬೆದರಿಕೆಗಳು ಎದುರಿಗೆ ಬರುವ ಮೊದಲೇ ಈ ವಾಸ್ತವಿಕತೆಯನ್ನು ತಿಳಿದುಕೊಂಡರೆ ಉತ್ತಮ

ಎಲ್ಲಕ್ಕಿಂತ ಮೊದಲು ನೀವು ಆದ್ಯತೆಯ ಮೇರೆಗೆ ನಿಮ್ಮ ಪ್ರಾಥಮಿಕತೆಗಳ ತಯಾರಿಯನ್ನು ಮಾಡಬೇಕಾಗಿದೆ. ಒಂದುವೇಳೆ, ನಿಮ್ಮ ಆದ್ಯತೆ ಕೆಲಸ, ಶಿಶು ಮತ್ತು ಗಂಡ ಆಗಿದ್ದರೆ, ಮನೆಯ ಸ್ವಚ್ಛತೆಗೆ ಒಂದು ಮೂಲೆಗೆ ಹಾಕಬೇಕಾಗುತ್ತದೆ. ಸ್ವಲ್ಪ ಸಮಯದವರೆಗೆ ನೀವು ಬೆರೆಯವರಿಂದ ಅಡಿಗೆ ಮಾಡಿಸಬೇಕಾಗಬಹುದು, ಅಥವಾ ಬಟ್ಟೆ ಒಗೆಯುವವಳನ್ನು ಇಡಬಹುದು. ಒಂದುವೇಳೆ ಸ್ವಲ್ಪ ಸಮಯದವರೆಗೆ ಕೆಲಸವನ್ನು ಬಿಡಬಹುದಾದರೆ ಅಥವಾ ಮನೆಯಿಂದಲೇ ಕೆಲಸ ಮಾಡುವಹಾಗಿದ್ದರೆ, ಆದ್ಯತೆಯ ಮೇಲೆ ಅದರ ಪ್ರಾಥಮಿಕ ತಯಾರಿಯನ್ನು ಮಾಡಬಹುದು.

ಪ್ರಾಥಮಿಕ ತಯಾರಿಗಳಾದಮೇಲೆ ವಾಸ್ತವಿಕತೆಯಲ್ಲದ ಯಾವ ನಿರೀಕ್ಷೆಯನ್ನೂ ಮಾಡಬೇಡಿ. ಯಾವುದೇ ಅನುಭವಿ ತಾಯಿಯೊಂದಿಗೆ ಕೇಳಿ ಅವಳಿಗೆ ತಡವಾದರೂ ಸರಿ ತಾನು ಪರಿಪೂರ್ಣ ಅಲ್ಲ, ಮತ್ತು ತನೊಬ್ಬಳೇ ಎಲ್ಲವನ್ನೂ ಸಂಭಾಳಿಸಲು ಸಾಧ್ಯವಿಲ್ಲವೆಂಬ ಸತ್ಯದ ಅರಿವಾಗುತ್ತದೆ. ಒಂದುವೇಳೆ ನೀವು ಅದೇ ರೀತಿಯಲ್ಲಿ ಯೋಚಿಸುತ್ತಿದ್ದರೆ ಕಸಿವಿಸಿ ಬಿಟ್ಟು ನಿಮಗ್ ಬೇರೇನು ಸಿಗುವುದಿಲ್ಲ. ಕೆಲವು ಸಮಯ ಹೇಗೆ ಬರುತ್ತದೆಂದರೆ, ನಿಮಗೆ ಎಲ್ಲವು ದಂಡ, ಹಾಸಿಗೆ ಸಂಭಾಳಿಸಲು ಸಾಧ್ಯವಿಲ್ಲ, ಮೈಲಿಗೆ ಬಟ್ಟೆಯ ಬುಟ್ಟಿ ತುಂಬಿ ಹೋಗಿದೆ, ಸೆಕ್ಸಿಯಾಗಿ ಕಾಣಬೇಕೆಂದರೆ ಮೊದಲು ನಿಮ್ಮ ತಲೆಯ ಎಣ್ಣೆ ಕೂದಲನ್ನು ತೊಳೆಯಬೇಕು. ನೀವು ಇಷ್ಟು ಎತ್ತರದ ಹಾಸಿಗೆಯನ್ನು ಮಾಡಿದರೆ, ಅಲ್ಲಿಗೆ ತಲುಪುವುದು ಬರೀ ಕಷ್ಟವಲ್ಲ ಅಸಾಧ್ಯವೂ

ಸಮಯಕ್ಕೆ ಮೊದಲೇ ಪ್ರಸವದ ಸಂಕೇತ

ಹೇಳಬೇಕು ಅಂದರೆ, ಸಮಯದ ಮೊದಲೇ ಶಿಶುವಿನ ಜನನ ಆಗುವುದು ಬಹಳ ವಿರಳ, ಆದರೆ ಪ್ರತಿಯೊಬ್ಬ ತಾಯಿಯಾಗುವ ಮಹಿಳೆಗೂ ಸಮಯದ ಮುಂಚೆ ಪ್ರಸವ(ಹೆರಿಗೆ) ಅಗುವ ಸಂಕೇತ ತಿಳಿಯಬೇಕಾಗಿದೆ. ಮೊದಲೇ ಗೊತ್ತಾದರೆ ಕೆಲವು ತೊಡಕುಗಳಿಂದ ತಪ್ಪಿಸಿಕೊಳ್ಳಬಹುದು. ನಿಮಗೆ ಇದರ ಅವಶ್ಯಕತೆ ಆಗದೇ ಇರಬಹುದು, ಆದರೆ ನಿಮಗೆ ಇದರ ಬಗ್ಗೆ ತಿಳಿದಿರಬೇಕು. ಒಂದುವೇಳೆ 37ನೇ ವಾರಕ್ಕಿಂತ ಮೊದಲು ಕೆಳಗೆ ಹೇಳಿರುವ ಲಕ್ಷಣಗಳಲ್ಲಿ ಯಾವುದಾದರೂ ಕಂಡುಬಂದರೆ ಡಾಕ್ಟರಿಗೆ ಫೋನ್ ಮಾಡಿ.

1. ಡಯಾರಿಯಾ, ವಾಂತಿ, ಅಥವಾ ಅಜೀರ್ಣವಿಲ್ಲದೆ ಒಂದೇಸಮನೆ ಹೊಟ್ಟೆಯಲ್ಲಿ ತಿರುಚು.
2. ಪ್ರತಿ 10 ನಿಮಿಷದ ನಂತರ ನೋವಿನಿಂದ ಕೂಡಿದ ಸಂಕುಚಿತ. ಇದನ್ನು "ಬ್ರೆಕ್ಸನ್ ಹಿಕ್ಸ್ ಕಾಂಟ್ರಾಕ್ಷನ್" ಜೊತೆ ಸೇರಿಸಬೇಡಿ.
3. ಬೆನ್ನಿನ ಕೆಲಬಾಗದಲ್ಲಿ ಒಂದೇಸಮ ನೋವಿನ ಅನುಭವ ಆಗುವುದು.
4. ಒಂದುವೇಳೆ ಗುಲಾಬಿಬಣ್ಣ ಅಥವಾ ಬೂದು ಬಣ್ಣದ ರಕ್ತದೊಂದಿಗೆ ಯೋನಿಸ್ರಾವದಲ್ಲಿ ಬದಲಾವಣೆ.
5. ಪೆಲ್ವಿಕ್ ಏರಿಯಾದಲ್ಲಿ ನೋವು ಅಥವಾ ಒತ್ತಡ
6. ಯೋನಿಯಿಂದ ಒಂದೆ ಸಮನೆ ಸೋರುವಿಕೆ.

ನೆನಪಿನಲ್ಲಿಡಿ ಇವುಗಳಲ್ಲಿ ಕೆಲವು ಲಕ್ಷಣಗಳು ಮಾತ್ರ ಕಾಣುತ್ತವೆ, ಎಲ್ಲವೂ ಅಲ್ಲ. ಈ ರೀತಿಯ ಲಕ್ಷಣಗಳಲ್ಲಿ ಯಾವ ಲಕ್ಷಣಗಳು ಕಂಡುಬಂದರು ಡಾಕ್ಟರಿಗೆ ತೋರಿಸುವುದನ್ನು ತಡಮಾಡಬೇಡಿ. ಸುರಕ್ಷೆಯನ್ನು ಯಾವಾಗಲೂ ಗಮನದಲ್ಲಿಡಬೇಕು. ಇದು ಗರ್ಭಾವಸ್ಥೆಯ ಮೊದಲನೆಯ ನಿಯಮ.

ಆಗುತ್ತದೆ.

ಪ್ರತಿಯೊಬ್ಬ ಯಶಸ್ವೀ ತಾಯಿಯ ಹಿಂದೆ ಒಬ್ಬ ತಂದೆ ಇರುತ್ತಾರೆ. ಅವರು ಮನೆಯ ಕೆಲಸದಲ್ಲಿ ಸಹಾಯ ಮಾಡುತ್ತಾರೆ. ರಾತ್ರಿ ಶಿಶುವಿನ ಜೊತೆಯಲ್ಲಿ ಏಳುತ್ತಾರೆ. ಒಂದುವೇಳೆ ಅವರು ಗಾಭರಿಯಾದರೆ, ನೀವು ಪರಿವಾರದ ಯಾವುದೇ ಸದಸ್ಯರ ಅಥವಾ ಗೆಳತಿಯ ಸಹಾಯ ಪಡೆಯಬಹುದು.

ಗ್ಲೂಕೋಸ್ ಮತ್ತು ಸ್ಕ್ರೀನಿಂಗ್ ಪರೀಕ್ಷೆ.

"ಡಾಕ್ಟರು ನನಗೆ ಗೆಸ್ಟೇಶನಲ್ ಡಯಾಬಿಟಿಕ್ ತಪಾಸಣೆಗಾಗಿ ಗ್ಲೂಕೋಸ್ ಸ್ಕ್ರೀನಿಂಗ್ ಪರೀಕ್ಷೆ ಮಾಡಿಸಲು ಹೇಳಿದ್ದಾರೆ ನನಗೆ ಇದರ ಅವಶ್ಯಕತೆ ಏತಕ್ಕೆ ಮತ್ತು ಅದು ಏನು?"

ಇದರಿಂದ ಗಾಬರಿಯಾಗಬೇಡಿ. ಹೆಚ್ಚಿನ ಡಾಕ್ಟರು 24 ರಿಂದ 28ನೇ ವಾರದ ಮಧ್ಯದಲ್ಲಿ ಗರ್ಭವತಿ ಮಹಿಳೆಯರಿಗೆ ಅಥವಾ ಮಧುಮೇಹ ಇತಿಹಾಸ ಇರುವ ಪರಿವಾರದವರಿಗೆ ಈ ಪರೀಕ್ಷೆಯನ್ನು ಮಾಡಿಸಲು ಸಲಹೆ ಮಾಡುತ್ತಾರೆ.

ಒಂದುವೇಳೆ ನೀವು ಸಿಹಿ ತಿನ್ನುವವರಾಗಿದ್ದರೆ ನಿಮಗೆ ಈ ಪರೀಕ್ಷೆ ಇನ್ನೂ ಸುಲಭವಾಗುತ್ತದೆ. ನೀವು ಒಂದು ಸಿಹಿಯಾದ ಗ್ಲುಕೋಸ್ ಡ್ರಿಂಕ್ಸ್ ನ್ನು ಕುಡಿಯಬೇಕಾಗುತ್ತದೆ, ಅದರ ರುಚಿ ಕಿತ್ತಳೆ ಸೋಡದ ರೀತಿಯಲ್ಲಿ ಇರುತ್ತದೆ. ಇದನ್ನು ಕುಡಿಯುವುದರಿಂದ ನಷ್ಟವೇನು ಇಲ್ಲ. ಒಂದುವೇಳೆ ನೀವು ಸಿಹಿ ಇಷ್ಟ ಪಡದೆಯಿದ್ದವರಾದರೆ,ನಿಮಗೆ ಹಗುರವಾದ ವಾಕರಿಕೆ ಬರಬಹುದು. ಒಂದುವೇಳೆ ನೀವು ಪರೀಕ್ಷೆಗೋಸ್ಕರ ಪೂರ್ತಿಯಾಗಿ ಇನ್ಸುಲಿನ್ ಪೂರ್ತಿಯಾಗಿ ಆಗದೆ ಇದ್ದರೆ ನಿಮಗೆ ಟಾಲೆರಂಸ್ ಪರೀಕ್ಷೆ ಮಾಡಬೇಕಾಗಬಹುದು. ಇದರಲ್ಲಿ ಗೆಸ್ಟೇಶನಲ್ ಮಧುಮೇಹದ ತಪಾಸಣೆಯಾಗುತ್ತದೆ.

ಇದು ಆಗಾಗ 4ರಿಂದ7% ಗರ್ಭವತಿ ಮಹಿಳೆಯರಿಗೆ ಆಗುತ್ತದೆ ಮತ್ತು ಬೇಕಾದಷ್ಟು ರೀತಿಯ ಸಮಸ್ಯೆಗಳು ಹುಟ್ಟುತ್ತವೆ. ಹಾಗೆ ಆಹಾರ, ವ್ಯಾಯಾಮ ಮತ್ತು ಜೀವನಶೈಲಿಯಿಂದ ಸ್ವಲ್ಪ ಮಟ್ಟಿಗೆ ಲಾಭದಾಯಕ ಮಾಡಿಕೊಳ್ಳಬಹುದು. ಅವಶ್ಯಕತೆ ಬಿದ್ದರೆ ಔಷಧಿ ಕೊಡಬಹುದು.

ಕಡಿಮೆ ತೂಕದ ಶಿಶು

"ನಾನು ಕಡಿಮೆ ತೂಕವಿರುವ ಶಿಶುವಿನ ಬಗ್ಗೆ ಕೆಲವು ಕಡೆ ಓದಿರುವೆನು. ಇದರಿಂದ ಪಾರಾಗಲು ಏನಾದರೂ ಮಾಡಬಹುದೇ?"

ಕಡಿಮೆ ತೂಕದ ಶಿಶುಗಳ ಜನನದ ಕೆಲವು ಪ್ರಕರಣಗಳಲ್ಲಿ, ಪಾರುಮಾಡಬಹುದು. ನೀವು ಈಗಲೆ ಆ ಪುಸ್ತಕವನ್ನು ಓದುತ್ತಿದ್ದೀರೆಂದ ಮೇಲೆ ನೀವು ಮೊದಲಿನಿಂದಲೇ ಈ ಕೆಲಸ ಮಾಡುತ್ತಿದ್ದೀರಿ. ಸಾಮಾನ್ಯವಾಗಿ ಹೆಂಡ, ತಂಬಾಕು ಅಥವಾ ಡ್ರಗ್ಸ್ ಮುಂತಾದವುಗಳನ್ನು ಸೇವಿಸುವ ಮಹಿಳೆಯ ಶಿಶುಗಳು ಹುಟ್ಟಿನಿಂದ ಕಡಿಮೆ ತೂಕವಿರುತ್ತದೆ. ಭಾವನಾತ್ಮಕವಾದ ಸಂಬಂಧ, ಸರಿಯಿಲ್ಲದ ಪೋಷಣೆ, ಹೆರಿಗೆಯಮೊದಲು ನೋಡಿಕೊಳ್ಳುವುದು, ಇವುಗಳ ಕಡಿಮೆಯಾಗುವ ಕಾರಣಗಳಿಗೆ ಉಪಾಯ ಮಾಡಬಹುದು. ಇದಲ್ಲದೆ ಒಂದುವೇಳೆ ತಾಯಿಂಯು ದೀರ್ಘಕಾಲ ಖಾಯಿಲೆ ಇದ್ದರೆ ಡಾಕ್ಟರ ಸಲಹೆಯಿಂದಯಿಂದ ಸರಿಹೋಗಬಹುದು. ಕೆಲವು ಸಲ ಸಮಯದ ಮುಂಚೆ ಆಗುವ ಹೆರಿಗೆಯನ್ನು ತಡೆಯಬಹುದು. ಕೆಲವು ಶಿಶುಗಳು ಏನು ಕಾರಣವಿಲ್ಲದೆ ಜನ್ಮದಿಂದಲೇ ಸಣ್ಣಗೆ ಇರುತ್ತವೆ ಇದಕ್ಕೆ ಏನೂ ಉಪಾಯವಿಲ್ಲ.

ಒಂದುವೇಳೆ ತಾಯಿಯ ತೂಕ ಜನನ ಕಾಲದಲ್ಲಿ ಕಡಿಮೆ ಇದ್ದರೆ, ಮಾಸ[ಪ್ಲೆಸೆಂಟಾ] ದ ಕೊರತೆ ಅಥವಾ ಜೆನೆಟಿಕ್ ಡಿಸಾರ್ಡರ್ ಇದ್ದರೆ ಇದು 9 ತಿಂಗಳಿಗಿಂತ ಕಡಿಮೆ ಗರ್ಭಾವಸ್ಥೆಗೆ ಒಂದು ಕಾರಣವಾಗುತ್ತದೆ. ಕೆಲವು ಸಾರಿ ಸಮಯಕ್ಕೆ ಮುಂಚೆ ಆಗುವ ಹೆರಿಗೆಯನ್ನು ತಡೆಯಬಹುದು. ಆದರೆ ಈ ಪ್ರಕರಣಗಳಲ್ಲಿ ಒಳ್ಳೆಯ ಆಹಾರ ಸೇವನೆ, ಹೆರಿಗೆಯ ಮುಂಚೆ ನೋಡಿಕೊಳ್ಳುವುದರಿಂದ ಶಿಶುವಿನ ತೂಕವನ್ನು ಹೆಚ್ಚಿಸಬಹುದು. ಒಂದುವೇಳೆ ಮಗು ಸಣ್ಣಗೆ ಇದ್ದರೂ ಮೆಡಿಕಲ್ ಕೇರ್ ಶಿಶುವನ್ನು ಕಾಪಾಡಲು ಮತ್ತು ಆರೋಗ್ಯವಾಗಿ ಬೆಳೆಯಲು ಸಹಾಯ ಮಾಡುತ್ತದೆ.

ಒಂದುವೇಳೆ ನೀವು ಈ ವಿಷಯದಲ್ಲಿ ಬಹಳ ಚಿಂತಿತರಾಗಿದ್ದರೆ ನಿಮ್ಮ ಡಾಕ್ಟರನ್ನು ಸಂಪರ್ಕಿಸಿ ಅವರು ಅಲ್ಟ್ರಾಸೌಂಡ್ ಮಾಡಿ ನೋಡಿ ನಿಮ್ಮ ಭ್ರೂಣ ಸರಿಯಾದ ವೇಗದಲ್ಲಿ ಬೆಳಿತಿದೆಯೋ ಇಲ್ಲವೋ ಅನ್ನುವುದನ್ನು ಹೇಳುತ್ತಾರೆ. ಒಂದುವೇಳೆ ಶಿಶುವಿನ ಬೆಳವಣಿಗೆ ಪೂರ್ತಿಯಾಗಿ ಆಗುತ್ತಿಲ್ಲದಿದ್ದರೆ ಅದಕ್ಕೆ ಬೇಕಾದ ಕ್ರಮಗಳನ್ನು ತೆಗೆದುಕೊಳ್ಳಲಾಗುತ್ತದೆ.

ಹೆರಿಗೆಯ ಸಮಯದಲ್ಲಿ ನೋವು ಕಡಿಮೆಯಾಗುವುದು

"ನೀವು ಇದನ್ನು ಸಹಿಸಲೇಬೇಕು, ಹೆರಿಗೆ ಅನ್ನುವುದು ಸುಮಾರಾಗಿ 15ಘಂಟೆಕಾಲ ಎಂದು ಹೇಳುತ್ತಾರೆ, ನೀವು ಪಾರ್ಕನಲ್ಲಿ ಸುತ್ತಾಡಿದಹಾಗಲ್ಲ. ಹೆರಿಗೆಯನ್ನುವುದು ತನ್ನಷ್ಟಕ್ಕೇ ತಾನೆ ಒಂದು ಬಹಳ ಕಷ್ಟಕರವಾದಂತಹ ಕೆಲಸ. ಶಿಶುವಿನ ಜನನ ಸಮಯದಲ್ಲಿ ನಿಮ್ಮ ಗರ್ಭಾಶಯದಲ್ಲಿ ಮತ್ತೆ ಮತ್ತೆ ಸಂಕುಚಿತ ಆಗುತ್ತಿರುತ್ತದೆ, ಯಾಕೆಂದರೆ, ಶಿಶುವು ಗರ್ಭಾಶಯದ ಮೂತಿಯಿಂದ[ಸರ್ವಿಕ್ಸ್] ಮತ್ತು ಯೋನಿಯಿಂದ ಹೊರಗೆ ಬರಲೆಂದು. ಹಾ ಹೌದು ಇದು ಅದೇ ವೈಜ್ಞಾನಿಕ ಯಾವುದನ್ನು

ನೀವು ಸಣ್ಣ ಟಾಂಪೂನ್ ಗಿಂತ ಸಣ್ಣದು ಎಂದು ತಿಳಿಯುತ್ತಿದ್ದಿರಿ. ಇನ್ನೊಂದು ಮಾತು ಅಂದರೆ ಈ ನೋವಿನ ಸಕಾರಾತ್ಮಕ ಒಗಟು ಆಗುತ್ತೆ ಇದು ನಿಮಗೆ ನಿಮ್ಮ ಮಗುವನ್ನು ನಿಮ್ಮ ತೋಳಿನತನಕ ತಲುಪಿಸುತ್ತದೆ.

ಒಂದುವೇಳೆ ನಿಮ್ಮ ಆಪರೇಷನ್ ಆಗುತ್ತಿಲ್ಲ ಅಂದರೆ ಮತ್ತು ಹೆರಿಗೆ ನೋವು ಸಹಿಸಬೇಕು, ಆದರೆ ಈ ನೋವನ್ನು ಕಡಿಮೆ ಮಾಡಲು ಸಹ ಕೆಲವು ತಾಂತ್ರಿಕತೆ ಇರುಬಹುದು. ನೀವು ಮೆಡಿಸಿನಲ್ ಅಥವಾ ನಾನ್ ಮೆಡಿಸಿನಲ್ ಯಾವುದೇ ರೀತಿಯಿಂದ ಹೆರಿಗೆ ನೋವನ್ನು ತಡೆಯುವ ಉಪಾಯವನ್ನು ಹುಡುಕುಬಹುದು. ಆಕ್ಯುಪಂಕ್ಚರ್, ಆಕ್ಯುಪ್ರೆಶರ್ ಅಥವ ಸಮ್ಮೋಹನ ಮೊದಲಾದ ನೈಸರ್ಗಿಕ ಚಿಕಿತ್ಸಾ ವಿಧಾನವನ್ನು ಆರಿಸಿಕೊಳ್ಳಬಹುದು, ಅಥಾ ಯಾವುದಾದರೂ ನೋವು ನಿವಾರಕ ಔಷಧಿಯ ಸಹಾಯದಿಂದ ಶಿಶುವನ್ನು ಹಡುಹದು. ಈ ರೀತಿ ನಿಮಗೆ ಯಾವುದೇ ನೋವಿನ ಅನುಭವ ಆಗುವುದಿಲ್ಲ ಮತ್ತು ಪೂರ್ತಿ ಪ್ರಕ್ರಿಯೆಯಲ್ಲಿ ಎಚ್ಚರವಾಗಿರಿತ್ತೀರಿ.

ನೀವು ಯಾವ ವಿಧಾನವನ್ನು ಅಳವಡಿಸಿಕೊಳ್ಳಲು ಇಷ್ಟ ಪಡುತ್ತೀರಿ?. ನಿಮಗೆ ಇದೆಲ್ಲದರ ಮಾಹಿತಿ ತೆಗೆದುಕೊಳ್ಳಬೇಕು. ಇದರ ಬಗ್ಗೆ ನಿಮ್ಮ ಡಾಕ್ಟರು ಸಲಹೆ ಪಡೆಯಿರಿ. ಹೆರಿಗೆಯ ಪ್ರಕ್ರಿಯೆಯ ಅನುಭವ ಪಡೆದಿರುವ ನಿಮ್ಮ ಗೆಳತಿಯರನ್ನು ಕೇಳಿ. ಆಮೇಲೆ ನಿಮಗೆ ಯಾವ ವಿಧಾನ ಸರಿಹೋಗುತ್ತದೆ ಎಂಬುದನ್ನು ಯೋಚಿಸಿ. ಏನು ನೀವು ಒಂದೇ ತಾಂತ್ರಿಕತೆಯನ್ನು ಅಳವಡಿಸಲು ಇಷ್ಟ ಪಡುತ್ತೀರೋ ಅಥವಾ ಬೇರೆ ಬೇರೆ ವಿಧಾನಗಳನ್ನು ಹೊಂದಿಸಿ ನೋಡುವಿರೋ? ಇವುಗಳ ಜೊತೆಗೆ ನಿಮ್ಮ ಶರೀರವನ್ನು ದೃಢವಾಗಿಡುವುದನ್ನು ಮರೆಯಬೇಡಿ. ಇದರ ಅವಶ್ಯಕತೆ ಅಲ್ಲಿ ಬಹಳ ಇರುತ್ತದೆ. ಒಂದುವೇಳೆ ಡಾಕ್ಟರು ಕಡೆಯಿಂದ ನಿಮಗೆ ಸಾಮಾನ್ಯ ಹೆರಿಗೆಯ ಸಂಕೇತ ನೀಡಿದ್ದರೆ ಆಗ ನೀವು ನಿಮ್ಮ ಇಷ್ಟದ ಯಾವುದೇ ವಿಧಾನವನ್ನು ಆರಿಸಿಕೊಳ್ಳಬಹುದು.

ಔಷಧಿ ಮತ್ತು ನೋವು

ಒಂದುವೇಳೆ ನೋವು ನಿವಾರಕ ಔಷಧಿಯ ಮಾತು ಬಂದರೆ ಹೆರಿಗೆಯ ಸಂಬಂಧದಲ್ಲಿ ಈ ರೀತಿಯ ಯಾವುದೇ ಔಷಧಿಯನ್ನು ತೆಗೆದುಕೊಳ್ಳಬಹುದು. ಇದರಲ್ಲಿ ಅನೆಸ್ಥೆಟಿಕ್, [ನೋವು ಗೊತ್ತಾಗುವುದಿಲ್ಲ ಮತ್ತು ನಿದ್ರೆ ಬರುತ್ತದೆ] ಅನಲ್ಜೆಸಿಕ್, [ನೋವು ನಿವಾರಕ] ಅಟ್ರೆಕ್ಟಿಸ್ [ಟೌಕ್ವಲೈಜರ್ಸ] ಸೇರಿರುತ್ತದೆ ನೀವು ಸ್ವತಃವಾಗಿ ನಿಮಗೆ ಯಾವುದು ಆರಾಮದಾಯಕವೋ ಅದನ್ನು ಆರಿಸಿಕೊಳ್ಳಬಹುದು. ಒಂದುವೇಳೆ ನಿಮ್ಮ ಯಾವುದಾದರು ಮೆಡಿಕಲ್ ಹಿಸ್ಟರಿ ಅಥವಾ ಈಗಿನ ಪರಿಸ್ಥಿತಿಯಲ್ಲಿ ಸ್ವಲ್ಪ ಬೇರೆ ಇದ್ದರೆ ನಿಮ್ಮ ಆಯ್ಕೆ ನಿಯಮಿತವಾಗಬಹುದು.

ಏನೆಂದರೆ, ಯಾವುದೆ ಔಷಧಿ ನಿಮ್ಮ ನೋವನ್ನು ಎಷ್ಟು ಮಟ್ಟಿಗೆ ಕಡಿಮೆಮಾಡುವುದೆಂದು, ಅಥವಾ ನಿಮ್ಮ ಮೇಲೆ ಅದರ ಪರಿಣಾಮ ಏನಾಗುತ್ತದೆ ಎಂಬುದನ್ನು ನೀವು ಗಮನಿಸಬೇಕಾಗುತ್ತದೆ ಏಕೆಂದರೆ ಬೇರೆ ಬೇರೆ ಔಷಧಿಗಳು ಜನಗಳ ಮೇಲೆ ಬೇರೆ ಬೇರೆ ಪರಿಣಾಮ ಬೀರುತ್ತದೆ. ಒಂದುವೇಳೆ ನೀವು ಆರಿಸಿದ ಔಷಧಿ ಆ ಸಮಯದಲ್ಲಿ ಸಿಗದಿರಬಹುದು, ಮತ್ತು ನಿಮಗೆ ಬೇರೆ ಔಷಧಿಯನ್ನು ಕೊಡಬೇಕಾಗಬಹುದು, ಹೀಗು ಆಗಬಹುದು. ಆದರೆ ನೋವು ನಿವಾರಕ ಔಷಧಿಯನ್ನು ಡಾಕ್ಟರು ಯಾವರೀತಿ ಇಷ್ಟ ಪಡುತ್ತಾರೋ ಅದೇರೀತಿಯಲ್ಲಿ ಕೊಡಲಾಗುವುದು.

ಇಲ್ಲಿ ಹೆರಿಗೆ ಮತ್ತು ನೋವಿಗಾಗಿ ವಿಶೇಶ ಔಷಧಿಗಳ ಬಗ್ಗೆಹೇಳಲಾಗುತ್ತಿದೆ

ಎಪಿಡ್ಯೂಲರಲ್:– 2/3ನೇ ಭಾಗ ಗರ್ಭವತಿ ಮಹಿಳೆಯರಿಗೆ ಆಸ್ಪತ್ರೆಗಳಲ್ಲಿ ನೋವು ತಡೆಯಲು ಈ ಔಷಧಿಯ ಉಪಯೋಗ ಮಾಡಲಾಗುತ್ತದೆ. ಇದರ ಲೋಕಪ್ರಿಯತೆಗೆ ಇದು ಒಂದು ಕಾರಣ, ಏನೆಂದರೆ, ಇದು ಹೆಚ್ಚಿನ ಅಂಶದ ಅವಶ್ಯಕತೆ ಇರುವುದಿಲ್ಲ ಹೊಟ್ಟೆಯ ಕೆಳಗಡೆ ಭಾಗದಲ್ಲಿ ಲೋಕಲ್ ಪೈನ್ ರಿಲೀಫ್ ಕೊಡಲಾಗುತ್ತದೆ. ಈ ರೀತಿ ನೀವು ಪೂರ್ತಿಯಾಗಿ ಎಚ್ಚರವಾಗಿರುತ್ತೀರಿ ಮತ್ತು ಶಿಶುವಿನ ಜನ್ಮದ ನಂತರ ಅದರ ಸ್ವಾಗತ ಮಾಡಲು ತಯಾರಿರುತ್ತೀರಿ. ಇ ಔಷಧಯನ್ನು, ಬೇರೆ ಔಷಧಿಗಳಿಗೆ ಹೋಲಿಸಿದರೆ ಈ ಔಷಧಿಯು ಶಿಶುವಿಗು ಇದು ಸುರಕ್ಷೆ ಎಂದು ತಿಳಿಯಲ್ಪಟ್ಟಿದೆ, ಏಕೆಮದರೆ, ಈ ಔಷಧಿಯನ್ನು ಬೆನ್ನಿನ ಎಲುಬಿನ ಮೇಲೆ ಮೂಳೆಗೆ ಕೊಡಲಾಗುತ್ತದೆ. ಈ ಔಷಧಿ ಬೇರೆ ಔಷಧಿಗಳ ಹಾಗೆ ನಿಮ್ಮ ರಕ್ತ ಪ್ರವಾಹ ದಲ್ಲಿ ಸೇರುವುದಿಲ್ಲ. ಇದನ್ನು ನೀವು ಯಾವಾಗ ಇಷ್ಟಪಡುತ್ತೀರೋ ಆಗ ಕೊಡಲಾಗುತ್ತದೆ. ಇದರಿಂದ ಆಪರೇಷನ್ನಿನಲ್ಲಿ ತೊಂದರೆಯಾಗುವುದಿಲ್ಲ ಮತ್ತು ಹೆರಿಗೆಯ ಪ್ರಕ್ರಿಯೆಯಲ್ಲು ನಿಧಾನವಾಗುವುದಿಲ್ಲ ಎಂದು ಅಧ್ಯಯನಗಳಿಂದ ತಿಳಿದುಬಂದಿದೆ. ಒಂದುವೇಳೆ ಹೆರಿಗೆಯ ಪ್ರಕ್ರಿಯೆ ನಿಧಾನವಾದರೂ, ಹೆರಿಗೆಯು ತನ್ನ ವೇಗದಲ್ಲಿ ಆಗುವಂತೆ ಡಾಕ್ಟರು ನಿಮಗೆ ಪಿಟೋಸಿನ್ ಹಾರ್ಮೋನ್ ಕೊಡಬಹುದು.

ಎಪಿಡ್ಯೂರಲ್‌ನಿಂದ ನೀವು ಏನು ನಿರೀಕ್ಷ ಮಾಡಬಹುದು.

- ಎಪಿಡ್ಯೂರಲ್ ಕೊಡುವುದಕ್ಕೆ ಮೊದಲು ಐ. ವಿ. ಶುರುಮಾಡಲಾಗುತ್ತದೆ, ಏಕೆಂದರೆ ನಿಮ್ಮ ರಕ್ತದೊತ್ತಡ ಕಡಿಮೆಯಾಗಬಾರದೆಂದು.
- ಕೆಲವು ಆಸ್ಪತ್ರೆಗಳಲ್ಲಿ ಬ್ಲಡರ್ ಗೆ ಕಥೆಟರ್ ಕೊಡುತ್ತಾರೆ, ಯಾಕೆಂದರೆ ಆ ಪ್ರಕ್ರಿಯೆಯಲ್ಲಿ ಮೂತ್ರ ಮಾಡಲು ಆಗಲೆಂದು. ಔಷಧಿಯಿಂದಾಗಿ ಮೂತ್ರ ತಡೆಯಬಹುದು. ಕೆಲವು ಆಸ್ಪತ್ರೆಗಳಲ್ಲಿ ಅವಶ್ಯಕತೆ ಇದ್ದರೆ ಕಥೆಟರ್ ಉಪಯೋಗ ಮಾಡುತ್ತಾರೆ.

- ನಿಮ್ಮ ಮಧ್ಯದ ಕೆಳಭಾಗದಲ್ಲಿ ಆಟಿಸೆಪ್ಟಿಕ್ ಲೋಷನ್ ಹಚ್ಚಲಾಗುತ್ತದೆ ಮತ್ತು ಬೆನ್ನಿನ ಆ ಭಾಗದಲ್ಲಿ ಲೋಕಲ್ ಅನೆಸ್ಥೆಶಿಯಾ ಕೊಟುಲ್ಮರಗಟ್ಟಿಸಲಾಗುತ್ತದೆ. ಮರಗಟ್ಟಿದ ಭಾಗದಿಂದ ಒಂದು ದೊಡ್ಡ ಸೂಜಿಯನ್ನು ಬೆನ್ನೆಲುಬಿನ ಮೂಳೆಯಲ್ಲಿ ಎಪಿಡ್ಯೂರಲ್ ಜಾಗದಲ್ಲಿ ಹಾಕಲಾಗುತ್ತದೆ. ನೀವು ಯಾವಾಗ ಒಂದು ಮಗ್ಗುಲಲ್ಲಿ ಮಲಗುತ್ತೀರೋ ಅಥವಾ ಮೇಜಿನ ಮೇಲೆ ಯಾರೊಬ್ಬರ ಸಹಾಯದಿಂದ ಬಗ್ಗಿರುತ್ತೀರೊ ಆಗ ಇದನ್ನು ಮಾಡಲಾಗುತ್ತದೆ. ಕೆಲವರಿಗೆ ಸೂಜಿ ಚುಚ್ಚುವ ನೋವು ಅನುಭವ ಆಗುತ್ತದೆ. ಒಂದುವೇಳೆ ನೀವು ಅದೃಷ್ಟಶಾಲಿಯಾಗಿದ್ದರೆ, ಹೆಚ್ಚಿನ ಮಹಿಳೆಯರ ರೀತಿ ನಿಮಗೆ ಯಾವುದೇ ನೋವು ಗೊತ್ತಾಗುವುದಿಲ್ಲ. ಹೆರಿಗೆ ನೋವಿನ ಮುಂದೆ ಈ ಸೂಜಿ ಚುಚ್ಚುವ ನೋವು ಏನೂ ಇಲ್ಲ. ಸೂಜಿಯನ್ನು ತೆಗೆದು ಆ ಜಾಗದಲ್ಲಿ ಒಂದು ತೆಳ್ಳನೆಯ ಕಥೆಟರ್ ಟ್ಯೂಬ್ ಹಾಕಲಾಗುತ್ತದೆ, ಇ ಟ್ಯೂಬ್ ನ್ನು ಬೆನ್ನಿನಲ್ಲಿ ಟೇಪ್‌ನಿಂದ ಅಂಟಿಸಲಾಗುತ್ತದೆ, ಯಾಕೆಂದರೆ ನೀವು ಅಲುಗಾಡಬಹುದು. ಒಂದು ಔಷಧಿಯ ಪ್ರಮಾಣ[ಡೋಸ್] ಕೊಟ್ಟ 3 ರಿಂದ 5 ನಿಮಿಷಗಳ ಒಳಗೆ ಗರ್ಭಾಶಯದ ಸ್ನಾಯುಗಳು ಮರಗಟ್ಟಲು ಶುರುವಾಗುತ್ತವೆ. 10 ನಿಮಿಷದ ನಂತರ ಪೂರ್ತಿ ಆರಾಮ ಸಿಗುತ್ತದೆ. ಔಷಧಿಯಿಂದ ಕೆಳಭಾಗ ಪೂರ್ತಿಯಾಗಿ ಮರಗಟ್ಟುತ್ತದೆ ಮತ್ತು ನೀವು ಸಂಕುಚಿತವನ್ನು ಅನುಭವಿಸುವುದಿಲ್ಲ.
- ನಿಮ್ಮ ರಕ್ತದೊತ್ತಡವನ್ನು ಒಂದೇಸಮ ತಪಾಸಣೆ ಮಾಡಲಾಗುತ್ತಿರುತ್ತದೆ.
- ಕೆಲವೊಮ್ಮೆ ಎಪಿಡ್ಯೂಯಲ್ ನಿಂದಾಗಿ ಶಿಶುವಿನ ಎದೆಬಡಿತ ನಿಧಾನವಾಗುತ್ತದೆ, ಇದಕ್ಕಾಗಿ ಭ್ರೂಣದಮೇಲೂ ಒಂದೆಸಮ[ನಿರಂತರವಾಗಿ] ಗಮನವಿಡಲಾಗುತ್ತದೆ. ಆದರೆ ಇದರಿಂದ ನಿಮಗೆ ಅಲ್ಲಾಡುವುದಕ್ಕೆ ತೊಂದರೆಯಾಗುತ್ತದೆ, ಆದರೆ ಡಾಕ್ಟರಿಗೆ ನಿಮ್ಮಿಬ್ಬರ ಸಂಕುಚಿತದಮೇಲೆ ಗಮನವಿಡಲು ಸುಲಭವಾಗುತ್ತದೆ.

ಸಂತೋಷದ ಸಮಾಚಾರ ಏನೆಂದರೆ ಈ ಪ್ರಕ್ರಿಯೆಯಲ್ಲಿ ಹಾನಿಕರ ಪರಿಣಾಮ ಬಹಳ ಕಡಿಮೆ ಇರುತ್ತದೆ. ಒಮ್ಮೊಮ್ಮೆ ಕೆಲವು ಮಹಿಳೆಯರಿಗೆ ಶರೀರದ ಒಂದುಭಾಗವೇ ಮರಗಟ್ಟಿದ ಅನುಭವ ಆಗುತ್ತದೆ ಒಂದುವೇಳೆ ನಿಮ್ಮದು ಭ್ರಾಂತಿಯಹೆರಿಗೆನೋವಿನ ಪ್ರಕರಣ ಆಗಿದ್ದರೆ[ಬ್ರೆಕ್ ಲೇಬರ್] ನೋವಿನಮೇಲೆ ಹಿಡಿತ ಮಾಡಲಾರಿರಿ.

ಸ್ಪೈನಲ್ ಎಪೀಡ್ಯೂರಲ್:- ಇದುಕೂಡ ಪಾರಂಪರಿಕವಾದ ಎಪಿಡ್ಯೂರಲ್ ತರಹವೇ ನೋವು ನಿವಾರಕದ ಕೆಲಸ ಮಾಡುತ್ತದೆ

> ## ನೋವುರಹಿತ...
> ಏನು ದಬ್ಬುವುದಕ್ಕೆ ನೋವಿನ ಅವಶ್ಯಕತೆ ಇದೆಯಾ, ಇಲ್ಲ. ಹೆಚ್ಚಿನ ಮಹಿಳೆಯರು ಎಪಿಡ್ಯೂರಲ್ ಆದಮೇಲೂ ಅವರಿಗೆ ಶಿಶುವನ್ನು ಹೊರಕ್ಕೆ ದಬ್ಬಲು ಯಾವದೇ ತೊಂದರೆ ಆಗುವುದಿಲ್ಲವೆಂದು ತಿಳದಿದ್ದಾರೆ. ನರ್ಸ್ ಅವರಿಗೆ ಸಂಕುಚದ ಸಮಯವನ್ನು ಹೇಳುತ್ತಾರೆ ಮತ್ತು ಅವರು ಬಲ ಹಾಕುತ್ತರೆ. ಒಂದುವೇಳೆ ನೋವಿಲ್ಲದೆ ಹೆರಿಗೆ ಆಗುವುದಿಲ್ಲವೆಂದರೆ ಎಪಿಡ್ಯೂರಲ್ ನಿಲ್ಲಿಸಲಾಗುತ್ತದೆ.ಆಮೇಲೆ ಹೆರಿಗೆಯನಂತರ ಇನ್ನೊವ್ಮೆ ಔಷಧಿ ಕೊಟ್ಟು ಆ ಭಾಗವನ್ನು ಮರಗಟ್ಟಿಸಲಾಗುತ್ತದೆ.

ಆದರೆ, ಇದರಲ್ಲಿ ಔಷಧಿಯ ಸ್ವಲ್ಪ ಭಾಗವನ್ನು ಕೊಡಲಾಗುತ್ತದೆ. ಎಲ್ಲ ಜಾಗದಲ್ಲೂ ಇದರ ಸೌಲಭ್ಯ ಇರುವುದಿಲ್ಲ. ನೀವು ಮೊದಲೇ ಇದರ ವಿಷಯವಾಗಿ ತಿಳಿದುಕೊಳ್ಳಬೇಕು. ಅನೆಸ್ತೇಶಿಯಾ ಡಾಕ್ಟರ್ ನಿಮಗೆ ಸ್ಪೈನಲ್ ಔಷಧಿಯಲ್ಲಿ ಸ್ವಲ್ಪ ಭಾಗವನ್ನು ಕೊಟ್ಟು ನೋವಿನಿಂದ ಮುಕ್ತಿಯನ್ನು ಕೊಡಬಲ್ಲರು, ಆದರೆ ನಿಮಗೆ ಕಾಲುಗಳು ಮತ್ತು ಮಾಂಸಖಂಡಗಳು ಮರಗಟ್ಟುವುದಿಲ್ಲ, ಆದ್ದರಿಂದ ನೀವು ಇದರ ಉಪಯೋಗವನ್ನು ಮಾಡಬಹುದು. ಒಂದುವೇಳೆ ನಿಮಗೆ ನೋವಿನಿಂದ ಆರಾಮ ಸಿಗದೇ ಇದ್ದರೆ ಆಗ ಕಥೆಟರ್ ಸಹಾಯದಿಂದ ಇನ್ನು ಸ್ವಲ್ಪ ಔಷಧಿಯನ್ನು ಕೊಡಬಹುದು. ಆದಾಗ್ಯು, ಕಾಲುಗಳು ಮರಗಟ್ಟಿರುವುದಿಲ್ಲ ಆದರೆ, ನೀವು ಬಹಳ ನಿಶ್ಯಕ್ತಿ ಆಗಿರುತ್ತೀರ. ಆದ್ದರಿಂದ ಆ ಸಮಯದಲ್ಲಿ ನೀವು ನೆಡೆಯಲು ಇಷ್ಟಪಡುವುದಿಲ್ಲ.

ಸ್ಪೈನಲ್ ಬ್ಲಾಕ್ ಅಥವಾ ಸ್ಯಡಲ್ ಬ್ಲಾಕ್:- ಈ ದಿನಗಳಲ್ಲಿ ಈ ಎರಡು ಬ್ಲಾಕ್ ಇಲ್ಲವೇ ಇಲ್ಲ ಅಂತ ಹೇಳಬಹುದು. ಒಂದುವೇಳೆ ನೀವು ಎಪಿಡ್ಯೂರಲ್ ಬೇಡವೆಂದು ಮತ್ತು ಹೆರಿಗೆ ನೋವು ನಿವಾರಕ ಬೇಕು ಎಂದರೆ ನೀವು ಸ್ಪೈನಲ್ ಬ್ಲಾಕ್ ತೆಗೆದುಕೊಳ್ಳಬಹುದು. ಇದರಲ್ಲಿಸಹ ಸ್ಪೈನಲ್‌ಕಾರ್ಡ್‌ನ ಔಷಧಿಯಲ್ಲಿ ಚುಚ್ಚುಮದ್ದು ಕೊಡಲಾಗುತ್ತದೆ. ಈ ಕರಣದಿಂದಲೂ ನಿಮ್ಮ ರಕ್ತದೊತ್ತಡ ಕಡಿಮೆಯಾಗುತ್ತದೆ.

ಪುಡೇಂಡಲ್ ಬ್ಲಾಕ್:- ಇದನ್ನು ವೆಜೈನಲ್ ಹೆರಿಗೆಯಲ್ಲಿ ಉಪಯೋಗಿಸಲಾಗುತ್ತದೆ. ಸೂಜಿಯ ಮುಖಾಂತರ ಔಷಧಿಯನ್ನು ಕೊಡಲಾಗುತ್ತದೆ. ಇದರಿಂದ ಆ ಭಾಗವು ಮರಗಟ್ಟುತ್ತದೆ. ಒಂದುವೇಳೆ ಫೊರ್ಸೆಪ್ಸ್ ಅಥವಾ ವ್ಯಾಕೂಮ್ ಎಕ್ಸ್ಟ್ರ್ಯಾಕ್ಷನ್ ಮಾಡಬೇಕಾದರೆ ಈ ರೀತಿ ಲಾಬದಾಯಕ ಇದರ ಪ್ರಭಾವ ಎಪಿಸಿಯೋಟಮಿ ವರೆಗು ಆಗುತ್ತದೆ.

ಜೆನರಲ್ ಅನೆಸ್ಥೇಶಿಯಾ:- ಈ ದಿನಗಳಲ್ಲಿ ಸಾಮಾನ್ಯ ಹೆರಿಗೆಗಳಲ್ಲಿ ಇದರ ಉಪಯೋಗ ಬಹಳ ವಿರಳವಾಗುತ್ತದೆ.

ಸಾಮಾನ್ಯವಾಗಿ ಆಪತ್ಕಾಲದ ಸರ್ವಿಕಲ್ ಹೆರಿಗೆಯ ಪ್ರಕರಣಗಳಲ್ಲಿ ಇದನ್ನು ಕೊಡಲಾಗುತ್ತದೆ. ಇದರಿಂದ ನಿದ್ದೆ ಬರುತ್ತದೆ ಮತ್ತು ನಿವು ಹೆರಿಗೆಯ ಸಮಯದಲ್ಲಿ ಮೂರ್ಛೆ ಹೋಗಿರುತ್ತೀರಿ. ಮೂರ್ಛೆ ಬಂದಮೇಲೆ ಗಬರಿಯಾಗುವುದು, ವಾಂತಿಆಗುವುದು ಅಥವಾ ಕೆಮ್ಮುವುದು ಮೊದಲಾದ ತೊಂದರೆಗಳು ಆಗಬಹುದು.

ಇದರಲ್ಲಿ ತಾಯಿಯ ಜೊತೆಗೆ ಶಿಶುವಿನ ಮೇಲೂ ಪ್ರಭಾವ ಆಗುತ್ತದೆ. ಶಿಶುವಿನ ಮೇಲೆ ಪರಿಣಾಮ ಆಗುವ ಮೊದಲೇ ಶಿಶುವನ್ನು ಹೊರಗೆ ತೆಗೆಯಲು ಪ್ರಯತ್ನ ಮಾಡಲಾಗುತ್ತದೆ. ನಿಮಗೆ ಆಕ್ಸಿಜನ್[ಆಮ್ಲಜನಕ] ಕೂಡ ಕೊಡಬಹುದು, ಯಾಕೆಂದರೆ ಶಿಶುವಿಗೆ ಪೂರ್ತಿ ಆಕ್ಸಿಜನ್ ಸಿಗಲಿ ಮತ್ತು ಅದರ ಮೇಲೆ ಔಷಧಿಯ ಹೆಚ್ಚಿನ ಪರಿಣಾಮ ಆಗದಿರಲೆಂದು.

ಡೆಮೆರೋಲ್:– ಈ ನೋವು ನಿವಾರಕ ಔಷಧಿಯ ಉಪಯೋಗ ಬಹಳಷ್ಟು ಉಪಯೋಗ ಆಗುತ್ತದೆ. ಇದರಿಂದ ನೋವು ಕಡಿಮೆಯಾಗುತ್ತದೆ ಮತ್ತು ತಾಯಿಗೆ ಕಾಂಟ್ರಾಕ್ಷನ್ ಸೈರಿಸಲು ಸುಲಭ ಆಗುತ್ತದೆ. ಇದನ್ನು 2 ರಿಂದ 4 ಘಂಟೆಯಲ್ಲಿ ಮತ್ತೆಪುನಃ ಕೊಡಬಹುದು. ಇದರ ಕೆಲವು ದುಶ್ಪರಿನಾಮಗಳು ಆಗಬಹುದು. ಅಂದರೆ ಗಾಬರಿಯಾಗುವುದು ಅಥವಾ ರಕ್ತದೊತ್ತಡದಲ್ಲಿ ಕಡಿಮೆ. ನವಜಾತ ಶಿಶುವಿನ ಮೇಲೆ ಇದರ ಪರಿಣಾಮ ನೀವು ಹೆರಿಗೆಗೆ ಎಷ್ಟು ಮುಂಚೆ ಔಷಧಿಯನ್ನು ಕೊಟ್ಟಿರುವಿರಿ ಎಂಬ ಮಾತಿನ ಮೇಲೆ ನಿರ್ಧಾರವಾಗುತ್ತದೆ. ಒಂದುವೇಳೆ ಹೆರಿಗೆಯ ಜೊತೆಯಲ್ಲಿ ಕೊಟ್ಟಿದ್ದರೆ, ಶಿಶುವು ನಿದ್ರೆ ಮಾಡಬಹುದು, ಉಸಿರಾಟದಲ್ಲಿ ತೊಂದರೆಯಾಗಬಹುದು ಮತ್ತೆ ಶಿಶುವಿಗೆ ಆಕ್ಸಿಜನ್ ಕೊಡಬೇಕಾಗುವುದು. ಈ ಪರಿಣಾಮ ತಾತ್ಕಾಲಿಕ, ಇದರ ಚಿಕಿತ್ಸೆ ಮಾಡಬಹುದು.

ಇದನ್ನು ಸಾಮಾನ್ಯವಾಗಿ ಹೆರಿಗೆಗೆ 2–3 ಘಂಟೆಗಳ ಮುಂಚೆ ಕೊಡಲು ಪ್ರಯತ್ನ ಪಡಲಾಗುತ್ತದೆ.

ಟ್ರೈಕ್ವಲಾಯಿಜರ್ಸ್:– ಇದರಿಂದ ತಾಯಿ ಪೂರ್ತಿಯಾಗಿ ಶಾಂತವಾಗಿದ್ದು ಶಿಶುವಿಗೆ ಜನ್ಮ ಕೊಡುವ ಪ್ರಕ್ರಿಯೆಯಲ್ಲಿ ಸಹಕಾರ ಕೊಡುತ್ತಾಳೆ. ಇದರಿಂದ ನೋವು ನಿವಾರಕ ಶಕ್ತಿಯನ್ನು ಹೆಚ್ಚಿಸುತ್ತದೆ. ಒಂದುವೇಳೆ ತಾಯಿಯ ಉದ್ವಿಗ್ನತೆಯ ಕಾರಣದಿಂದ ಹೆರಿಗೆಯಲ್ಲಿ ತೊಂದರೆಯಾಗುತ್ತಿದ್ದರೆ ಆಗ ಇದನ್ನು ಕೊಡಲಾಗುತ್ತದೆ.

ಕೆಲವು ಹೆಂಗಸರು ಹಗುರವಾದ ಉನಿದೇಷನ್ ಸ್ವಾಗತಮಾಡುತ್ತಾರೆ ಮತ್ತೆ ಕೆಲವರಿಗೆತಮ್ಮಜೀವನದಲ್ಲಿ ನೆನಪಿಡಬೇಕಾದಂತಹ ಗಳಿಗೆಗಳನ್ನು ಕಳೆದುಕೊಳ್ಳುತ್ತಿದ್ದೀವೆಂದು ಅನ್ನಿಸುತ್ತದೆ. ಸುರಾಕ್ ನಿಂದ ಹೆಚ್ಚಿನ ವ್ಯತ್ಯಾಸವಾಗುತ್ತದೆ. ಹೆಚ್ಚಿನ ಸುರಾಕ್ ಸ್ವಲ್ಪ ನಷ್ಟಕೂಡ ಮಾಡಬಹುದು. ಆದರೆ, ಇದರಿಂದ ಶಿಶುವಿಗೆ ಅಪಾಯವೇನು ಇಲ್ಲ, ಆದರೆ, ಡಾಕ್ಟರು ಹೆಚ್ಚಿನ ಅವಶ್ಯಕತೆ ಇದ್ದಾಗಮಾತ್ರ ಇದರ ಉಪಯೋಗವನ್ನು ಮಾಡುತ್ತಾರೆ ನೀವು ನಿಮ್ಮ ಉದ್ವಿಗ್ನತೆಯನ್ನು ಕಡಿಮೆ ಮಾಡಲು ಔಷಧಿಯನ್ನು ತೆಗೆದುಕೊಳ್ಳುವ ಬದಲು ರೆಲಾಕ್ಸೇಶನ್ ತಂತ್ರವನ್ನು ಕಲಿಯಬೇಕು.

ನೋವು ಮತ್ತು ನೈಸರ್ಗಿಕ ಚಿಕಿತ್ಸೆ:– ಯಾವುದೇ ಮಹಿಳೆ ಹೆರಿಗೆಯ ಸಂಬಂದವಾಗಿ ಔಷಧಿಯನ್ನು ತೆಗೆದುಕೊಳ್ಳಲು ಇಷ್ಟ ಪಡುವುದಿಲ್ಲ ಆದರೆ, ಆ ಪರಿಸ್ಥಿತಿಯನ್ನು ಆರಾಮದಾಯಕವಾಗುವಂತೆಮಾಡಲು ಇಷ್ಟ ಪಡುತ್ತಾಳೆ. ಇದಕ್ಕಾಗಿ ನೈಸರ್ಗಿಕ ಚಿಕಿತ್ಸಾಪದ್ಧತಿಯ ಸಹಾಯವನ್ನು ಪಡೆಯಬಹುದು. ಈ ದಿನಗಳಲ್ಲಿ ಕೆಲವು ಪಾರಂಪರಿಕ ಡಾಕ್ಟರಗಳು ಸಹ ಈ ತಂತ್ರದ ಸಹಾಯ ತೆಗೆದುಕೊಳ್ಳುತ್ತಿದ್ದಾರೆ. ನೀವು ಎಪಿಡ್ಯೂರಲ್ ತೆಗೆದುಕೊಳ್ಳಬೇಕಾದರೂ ಸರಿ, ಹೆರಿಗೆಯ ಮೊದಲು ಈ ತಂತ್ರಗಳ ಉಪಯೋಗವನ್ನು ಅಭ್ಯಾಸ ಶುರು ಮಾಡಿ. ಮತ್ತು ಯಾವುದಾದರೂ ಪರವಾನಿಗೆ[ಲೈಸೆಂಸ್] ಹೊಂದಿರುವ ವಿಶೇಷಜ್ಞರಿಂದಲೇ ತರಬೇತಿ ಪಡೆಯಿರಿ. ಅವರಿಗೆ ಗರ್ಭಾವಸ್ಥೆ ಹೆರಿಗೆನೋವಿನ ಅನುಭವ ಇರಬೇಕು.

ಆಕ್ಯುಪಂಚ್‌ರ್ ಮತ್ತು ಆಕ್ಯುಪ್ರೆಶರ್:– ವೈಗ್ನಾನಿಕ ಅಧ್ಯಯನಗಳಿಂದ ಚೀನಿ ದೇಶದವರು ಸಾವಿರಾರು ವರ್ಷಗಳಿಂದ ಆಕ್ಯುಪಂಚರ್ ಮತ್ತು ಆಕ್ಯುಪ್ರೆಶರ್ ನಿಂದ ನೋವುನಿವಾರಕ ತಂತ್ರವನ್ನು ತಿಳದಿದ್ದಾರೆಂದು ತಿಳಿದು ಬಂದಿದೆ. ಆಕ್ಯುಪಂಚರ್ ಸಹಾಯದಿಂದ ಶರೀರದ ಕೆಲವು ನಿಗದಿತ ಕೇಂದ್ರಗಳಲ್ಲಿ ಸೂಜಿ ಚುಚ್ಚಿ ಹೆರಿಗೆಯ ನೋವನ್ನು ಕಡಿಮೆಮಾಡಬಹುದು. ಆಕ್ಯುಪ್ರೆಶರ್‌ನಲ್ಲಿ ಬರಿ ಬೆರಳುಗಳಿಂದ ಕೇಂದ್ರಗಳಲ್ಲಿ ಒತ್ತು ಕೊಡಲಾಗುತ್ತದೆ. ಒಂದುವೇಳೆ ನೀವು ಹೆರಿಗೆಯ ಸಮಯದಲ್ಲಿ ಇದರಲ್ಲಿ ಯಾವುದಾದರೊಂದು ವಿಶೇಷತೆಯನ್ನು ಇಟ್ಟುಕೊಳ್ಳಲು ಇಷ್ಟಪಟ್ಟರೆ, ನಿಮ್ಮ ಡಾಕ್ಟರಿಗೆ ಮೊದಲೇ ಹೇಳಿರಿ.

ಎಪ್ಲೆಕ್ಸಾಲಜೀ:– ಪಾಯಗಳ ಕೆಲವು ಕೇಂದ್ರಗಳಲ್ಲಿ ಮಾಲಿಶ್ ಮಾಡುವುದರಿಂದ ಹೆರಿಗೆಯ ನೋವು ಕಡಿಮೆ ಮಾಡಬಹುದು ಎಂದು ತಿಳದಿದ್ದಾರೆ. ಇದರಿಂದ ಹೆರಿಗೆಯ ಅವಧಿಯನ್ನು ಕಡಿಮೆ ಮಾಡಬಹುದು. ಕೆಲವು ಕೇಂದ್ರಗಳು ಎಷ್ಟು ಶಕ್ತಿಶಾಲಿಯೆಂದರೆ ಹೆರಿಗೆಗೆ ಹೊಗುವ ಮೊದಲು ಅವುಗಳನ್ನು ಒತ್ತಬಾರದು ಅಥವಾ ಉತ್ತೇಜಿಸಬಾರದು.

ಫಿಸಿಕಲ್ ಥೆರೆಪಿ:– ಮಾಲಿಶ್ ಮತ್ತು ತಣ್ಣಗಿನ–ಬಿಸಿನಿರಿನ ಶಾಖದಿಂದ ಹೆರಿಗೆಯ ನೋವನ್ನು ಕಡಿಮೆ ಮಾಡಬಹುದು. ಯಾವುದಾದರೂ ಅನುಭವ ಉಳ್ಳ ಕೈಗಳಿಂದ ಮಾಲಿಶ್ ಮಾಡಿಸಿಕೊಳ್ಳುವುದರಿಂದಲೂ ಹೆರಿಗೆಯ ನೋವನ್ನು ಕಡಿಮೆ ಮಾಡಬಹುದು.

ಹೈಡ್ರೋಥೆರೆಪಿ:– ಹೆರಿಗೆಯ ವಿಷಯದಲ್ಲಿ ಬೆಚ್ಚಗಿನ ನೀರಿನ ಸ್ನಾನ ಬಹಳ ಆರಾಮದಾಯಕವಾಗಿರುತ್ತದೆ. ಹೆರಿಗೆಯ ನೋವಿನ

ଉଷୁମ ପାଣି ଭର୍ତ୍ତି କରି ଗର୍ଭବତୀଙ୍କୁ ଗଡେଇ ଦିଆଯାଏ । ଫଳରେ ଯନ୍ତ୍ରଣା କମିଯାଏ । ଅନେକ ଡାକ୍ତରଖାନାରେ ଏହା ସୁବିଧା ଦିଆଗଲାଣି ।

ହିପ୍ନୋବାର୍ଥିଂ: ଅବଶ୍ୟ ସମ୍ମୋହନ ବଳରେ ଯନ୍ତ୍ରଣାକୁ ହ୍ରାସ କିମ୍ବା ଦେହକୁ ଚେତାଶୂନ୍ୟ କରିହୁଏନାହିଁ; କେବଳ ଆରାମ ଲାଗିଥାଏ । ପୁଣି ଏହା ସଭିଙ୍କ ଉପରେ ପ୍ରଯୁଜ୍ୟ ନୁହଁ । ଏଣୁ ବିଶେଷଜ୍ଞଙ୍କୁ ପଚାରି ଆଗ ବୁଝନ୍ତୁ ।

ଏହାର ସବୁଠୁ ଭଲ ସୁବିଧା ହେଲା ଆପଣ ନିଜ ଚକ୍ଷୁରେ ସବୁକିଛି ଦେଖିପାରିବେ ଓ ଶିଶୁ ଉପରେ କୌଣସି ଶାରୀରିକ ପ୍ରଭାବ ପଡ଼ିବ ନାହିଁ ।

ଡିଷ୍ଟ୍ରେକ୍ସନ: ଅର୍ଥାତ୍ ଅନ୍ୟମନସ୍କ କରିବା ଯଥା ଟିଭି, ସଂଗୀତ, ଧ୍ୟାନ... ଇତ୍ୟାଦି । ଫଳରେ ମନ ଯନ୍ତ୍ରଣାରୁ ଦୂରେଇଯିବ । କୌଣସି ସୁନ୍ଦର ଚିତ୍ର ବା ଦୃଶ୍ୟ ମଧ୍ୟ ଦେଖାଯାଇପାରେ । ଏହାବ୍ୟତୀତ ମାନସିକ ଚିତ୍ରଣର ବ୍ୟାୟାମ କରନ୍ତୁ । କଳ୍ପନା କରାଯାଉ ଯେ ଶିଶୁ ଗର୍ଭାଶୟରୁ ପଦାକୁ ଆସୁଛି । ଆଉ ହାତରେ ଟେକି ଆପଣ କୋଳାଗ୍ରତ କରୁଛନ୍ତି । ଏହାଦ୍ୱାରା ମଧ୍ୟ ଆରାମ ମିଳିଥାଏ ।

ଟ୍ରାନ୍ସକ୍ୟୁଟେନିୟମ ଇଲେକ୍ଟ୍ରିକାଲ ନର୍ଭସ ଷ୍ଟିମୁଲେ-ସନ: ଏହି ପଦ୍ଧତିରେ ଇଲେକ୍ଟ୍ରୋଡ, କାମରେଲ୍ଟଜର ପଲ୍ସ ଦ୍ୱାରା ଗର୍ଭାଶୟ ଓ ସର୍ଭିକ୍ସର ସ୍ନାୟୁକୁ ଉତ୍ତେଜିତ କରି କଷ୍ଟ ଉପଶମ କରାଯାଇଥାଏ । ଅବଶ୍ୟ ଏହାର କୌଣସି ବିଶିଷ୍ଟ ପ୍ରମାଣ ମିଳିନାହିଁ ।

ନିଷ୍ପତ୍ତି ଗ୍ରହଣ

ଅତଏବ ପ୍ରସବ ବେଦନାକୁ ଉପଶମ କରିବାର ସବୁତକ କୌଶଳ ବର୍ଣ୍ଣନା କରାଗଲା; ଏଣୁକରି ଆପଣ ନିଷ୍ପତ୍ତି ଗ୍ରହଣ ପୂର୍ବରୁ:

■ ଡାକ୍ତରଙ୍କୁ ଖୋଲାଖୋଲି କହନ୍ତୁ; ସେ ସାହାଯ୍ୟ କରିବେ । ଔଷଧପତ୍ର ଓ ପଦ୍ଧତିଗୁଡ଼ିକର ସବୁ ଭଲମନ୍ଦ, ଉପକାର ଅପକାର ଆଗରୁ ଜାଣିଥାନ୍ତୁ ।

■ ବିକଳ୍ପ ବ୍ୟବସ୍ଥା ଥିବା ଦରକାର କାରଣ ଆପଣଙ୍କୁ ଜଣାନାହିଁ ସେ ଡେଲିଭରି ସମୟରେ କଣ ପରିବର୍ତ୍ତନ ଦେଖାଦେଇପାରେ । ହୁଏତ ଔଷଧ ନଖାଇବାକୁ ଚାହୁଁଥିବଲେ ମଧ୍ୟ ଖାଇବାକୁ ବାଧ୍ୟ ହେଇପାରେ । ଏଣୁ ଅନ୍ୟାନ୍ୟ କୌଶଳ ଜାଣିବା ଦରକାର ।

ହୁଏତ ପ୍ରସବ ବେଦନା ଆପଣଙ୍କ ଉପାୟରେ କମିପାରୁ ବା ଡାକ୍ତରଙ୍କ ପଦ୍ଧତିରେ; ପରିଶେଷରେ ଫଳାଫଳ କିନ୍ତୁ ସକାରାତ୍ମକ ହେବା ବାଞ୍ଛନୀୟ । ଅର୍ଥାତ୍ ସୁନ୍ଦର ଶିଶୁଟିଏ ଜନ୍ମ ନେବା ଦରକାର । ଏହା ହିଁ ସବୁଠାରୁ ଗୁରୁତ୍ୱପୂର୍ଣ୍ଣ କଥା ।

■ ■ ■

8ನೇ ತಿಂಗಳು

ಸುಮಾರು 32 ರಿಂದ 35ನೇ ವಾರದವರೆಗೆ

ಎಂಟನೇ ತಿಂಗಳಲ್ಲಿಯೂ ಸಹ ನೀವು ದಿನ ದಿನಕ್ಕೆ ನಮ್ಮಲ್ಲಿ ನೀವೆ ಆ ಮುಂದೆ ಬರುವ ಸಮಯಕ್ಕಾಗಿ ತಯಾರು ಆಗುತ್ತಿರಬಹುದು. ನೀವು ಶಿಶುವಿನ ಜನನದ ಬಗ್ಗೆ ಸಾಕಷ್ಟು ಉತ್ಸಾಹಿತರಾಗುತ್ತೀರಿ. ಹಾಗೇನಾದರೂ ಒಂದುವೇಳೆ ಇದು ನಿಮ್ಮ ಮೊದಲನೆಯ ಗರ್ಭಾವಸ್ಥೆಯಾಗಿದ್ದರೆ ನಿಮ್ಮಿಬ್ಬರಿಗೆ ಇಷ್ಟೇ ಅನ್ನಿಸಿರುತ್ತದೆ, ಏನೆಂದರೆ ಶಿಶು ಬರುವುದಿದೆ ಎಂದು. ಒಂದುವೇಳೆ ನಿಮಗೆ ಇದರಿಂದ ಘಾಬರಿಯಾಗುತ್ತಿದ್ದರೆ ನೀವು ನಿಮ್ಮ ತಾಯಿ, ತಂದೆ, ಗೆಳತಿಯರು ಮತ್ತು ಮಿತ್ರರೊಂದಿಗೆ ಮಾತನಾಡಿ. ಅವರುಗಳೂ ಸಹ ಮೊದಲನೆಯ ಗರ್ಭಾವಸ್ಥೆಯಲ್ಲಿ ಇದೇ ರೀತಿಯ ಮಾನಸಿಕ ಒತ್ತಡವನ್ನು ಅನುಭವಿಸಿರಬಹುದು.

ಈ ತಿಂಗಳು ನಿಮ್ಮ ಶಿಶುವಿನ ಬೆಳವಣಿಗೆ:

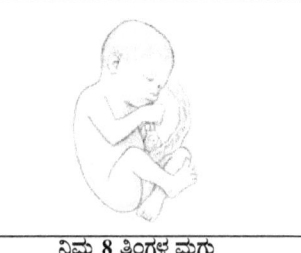

32ನೇ ವಾರ:- ಈ ತಿಂಗಳು ನಿಮ್ಮ ಮಗುವಿನ ತೂಕ ಸುಮಾರು 4ಪೌಂಡು ಮತ್ತು ಉದ್ದ 19ಇಂಚು ಇರಬಹುದು. ಈ ದಿನಗಳಲ್ಲಿ ಬರೀ ಬೆಳವಣಿಗೆ ಮಾತ್ರ ಆಗುತ್ತಿಲ್ಲ. ಯಾವ ರೀತಿ ನೀವು ಮುಂದೆಬರುವ ದಿನಗಳ ತಯಾರಿಯಲ್ಲೀದ್ದೀರೋ ಅದೇ ರೀತಿ ಶಿಶುವು ಸಹ ಆ ಘಳಿಗೆಗಳ ತಯಾರಿ ನೆಡೆಸುತ್ತಿದೆ. ಈ ಹಿಂದಿನ ಕೆಲವು ವಾರಗಳಲ್ಲಿ ಶಿಶುವು ಚೀಪುವುದು, ಉಸಿರು ತೆಗೆದುಕೊಳ್ಳುವುದು, ನುಂಗುವುದು ಮತ್ತು ಒದೆಯುವುದನ್ನು ಅಭ್ಯಾಸ ಮಾಡಬೇಕಾಗಿದೆ. ಏಕೆಂದರೆ, ಒಡಲಿನಿಂದ ಹೊರಗೆ ಬಂದಮೇಲೆ ಈ ಪ್ರಪಂಚದಲ್ಲಿ ಬದುಕಬೇಕು. ಈಗ ಶಿಶುವಿಗೆ ತನ್ನ ಬೆರಳನ್ನು ಚೀಪುವುದನ್ನು ಸಹ ಬಂದಿದೆ. ಈಗ ನಿಮ್ಮ ಮಗುವಿನ ತ್ವಚೆ ಪಾರದರ್ಶಕವಾಗಿ ಉಳಿದಿಲ್ಲ. ಅದು ನಿಮ್ಮ ಹಾಗೆ ಆಗಿದೆ, ಏಕೆಂದರೆ ಶಿಶುವಿನ ಕೆಳಗೆ ಮೇಧಸ್ಸು ಸೇರಿಕೊಂಡಿದೆ.

33ನೇವಾರ:- ಶಿಶುವು ಸಹ ನಿಮ್ಮ ಹಾಗೆ ವೇಗದಿಂದ ತೂಕ ಹೆಚ್ಚುತ್ತಿದೆ. ಆ ರೀತಿಯಲ್ಲಿ ಶಿಶುವಿನ ತೂಕ ಸುಮಾರು 4 1/2 ಪೌಂಡು ಆಗಿರಬಹುದು. ಈ ವಾರದಲ್ಲಿ ಉದ್ದ ಪೂರ್ತಿ 1 ಇಂಚು ಹೆಚ್ಚಬಹುದು ಮತ್ತು ತೂಕ ದಿನದಿಂದ ದಿನಕ್ಕೆ ಹೆಚ್ಚುತ್ತದೆ. ಈಗ ಹೊಟ್ಟೆಯಲ್ಲಿ ಎಮ್ನಿಯಾಸ್ಟಿಕ್ ದ್ರವ್ಯಕ್ಕೆ ಜಾಗ ಉಳಿದಿಲ್ಲ, ಹಗಗಿ ಶಿಶುವಿಗೆ ಒದೆಯುವುದಕ್ಕೆ ಕಷ್ಟವಾಗುತ್ತದೆ. ಈಗ ಈ ದ್ರವ್ಯ ನಿಮ್ಮಿಬ್ಬರ ನಡುವೆ ಕುಶನ್ ರೀತಿಯಲ್ಲಿ ಕೆಲಸ ಮಾಡುವುದಿಲ್ಲ. ನಿಮ್ಮಿಂದ ಶಿಶುವಿಗೆ ಆಂಟಿಬಾಂಡೇಜ್ ಸಹ ಹೋಗುತ್ತಿದೆ, ಯಾಕೆಂದರೆ, ಶಿಶುವಿನ ಇಮ್ಯೂನ್ ಸಿಸ್ಟಮ್, ಆಗಬೇಕು. ಯಾವಾಗ ಶಿಶುವು ಹೊರಗೆ ಬರುತ್ತದೋ, ಆಗ ಆಂಟಿಬಾಂಡೇಜ್ ಶಿಶುವಿನ ಜೊತೆಯಲ್ಲಿ ಇರುತ್ತದೆ ಮತ್ತು ಶಿಶುವು ಸುಮಾರು ರೀತಿಯ ಕೀಟಾಣುಗಳಿಂದ ಪಾರಾಗುತ್ತಾನೆ.

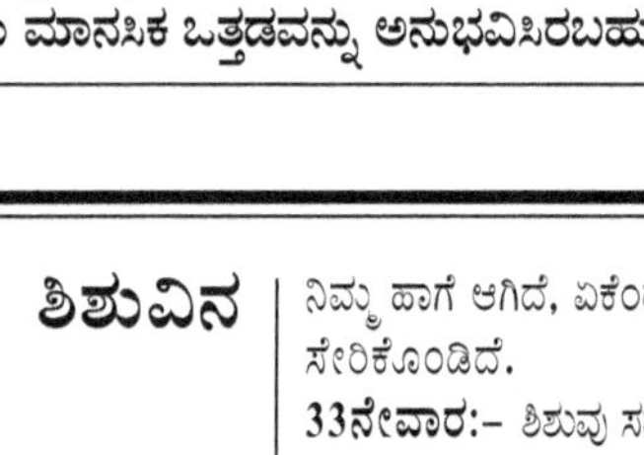

ನಿಮ್ಮ 8 ತಿಂಗಳ ಮಗು

34ನೇ ವಾರ:- ಈ ಸಮಯದಲ್ಲಿ ಶಿಶುವಿನ ತೂಕ 20ಇಂಚು ಮತ್ತು ತೂಕ 5 ಪೌಂಡು ಇರುತ್ತದೆ. ಒಂದುವೇಳೆ ಅದು ಮನುಷ್ಯನಾಗಿದ್ದರೆ ಈ ವಾರ ಅದರ ಗುಪ್ತಾಂಗಗಳು ತಯಾರಾಗುತ್ತದೆ. ಈಗ ಎಲ್ಲ ಶಿಶುಗಳ ಉಗುರು ಅವುಗಳ ಬೆರಳಿನ ಗೆಣ್ಣಿನ ವರೆಗೂ ಬಂದಿದೆ. ನಿಮ್ಮ ಸಾಮಾನಿನ ಪಟ್ಟಿಯಲ್ಲಿ ನೈಲ್ ಕಟರ್‌ನ್ನು ಸೇರಿಸಿಕೊಳ್ಳುವುದನ್ನು ಮರೆಯಬೇಡಿ.

35ನೇ ವಾರ:- ಒಂದುವೇಳೆ ಶಿಶುವು ನಿಲ್ಲುವಹಾಗಿದ್ದರೆ ಅದರ ಉದ್ದ ಸುಮಾರು 20ಇಂಚು ಮತ್ತು ತೂಕ 5 1/2 ಪೌಂಡು ಗಳ ಹತ್ತಿರ. ಹೆರಿಗೆಯವರೆಗೂ ಶಿಶುವಿನ ತೂಕ ಮತ್ತು ಬುದ್ಧಿಯು ಸೆಲ್[ಜೀವಕೋಶ] ಗಳು ಬೆಳೆಯುತ್ತವೆ. ಅದರ ಬದ್ಧಿಯ ಬೆಳವಣಿಗೆ ತೀವ್ರ ಗತಿಯಲ್ಲಿ ಆಗುತ್ತಿದೆ. ಸಧ್ಯದಲ್ಲಿಯೇ ಶಿಶುವು ನಿಮ್ಮ ಗರ್ಭಾಶಯದಲ್ಲಿ ತಲೆ ಕೆಳಗೆ ಮತ್ತು ಕಾಲುಗಳು ಮೇಲೆ ಇರುವ ಮುದ್ರೆಯಲ್ಲಿ ಬರಲಿದೆ. ಮೊದಲನೆಯ ಹೆರಿಗೆಯ ಸಂಬಂದದಲ್ಲಿ ತಲೆ ಹೊರಗೆ ಬರುವುದು ಸರಿಯಾಗಿರುತ್ತದೆ. ಶಿಶುವಿನ ತಲೆಯು ದೊಡ್ಡದಾಗಿರಬಹದು, ಆದರೆ ಬಹಳ ಮೃದುವಾಗಿರುತ್ತದೆ.

ನೀವು ಏನನ್ನು ಅನುಭವಿಸುತ್ತಿರಬಹುದು.

ಪ್ರತಿಸಲದ ಹಾಗೆ ನೆನಪಿಟ್ಟುಕೊಳ್ಳಿ ಪ್ರತಿಯೊಬ್ಬ ಮಹಿಳೆ ತನ್ನ ಗರ್ಭಾವಸ್ಥೆಯಲ್ಲಿ ತನಗೆ ತಾನೆ ಅಪರಿಚಿತಳಾಗುತ್ತಾಳೆ. ನೀವು ಈ ಲಕ್ಷಣಗಳನ್ನು ಒಮ್ಮೆಲೆ ಅಥವಾ ಆವಾಗವಾಗ ಅನುಭವಿಸುತ್ತಿರಬಹುದು. ಕೆಲವೊಂದು ಲಕ್ಷಣಗಳು ಹಿಂದಿನ ತಿಂಗಳಿಂದ ಇರಬಹುದು, ಮತ್ತೆ ಕೆಲವು ಹೊಸದಾಗಿರಬಹುದು. ಕೆಲವು ಲಕ್ಷಣಗಳು ಎಷ್ಟು ರೂಢಿಯಾಗುತ್ತದೆ ಎಂದರೆ ನಮಗೆ ಅದನ್ನು ಗುರುತಿಸಲು ಸಾಧ್ಯವಾಗುವುದಿಲ್ಲ. ನಿಮ್ಮ ಈ ಲಕ್ಷಣಗಳು ಇವುಗಳಿಗಿಂತ ಕಡಿಮೆಯೂ ಇರಬಹುದು. ಈ ತಿಂಗಳು ನೀವು ಕೆಳಗೆ ಬರೆದಿರುವ ಲಕ್ಷಣಗಳನ್ನು ಅನುಭವಿಸಬಹುದು.

ಶಾರೀರಿಕ–

- ಭ್ರೂಣದ ಚಟುವಟಿಕೆಗಳಲ್ಲಿ ತೀವ್ರತೆ ಮತ್ತು ಘಟ್ಟಿತನ
- ಭ್ರೂಣದ ಧೃಢ ಮತ್ತು ನಿಯಮಿತ ಚಟುವಟಿಕೆಗಳು.
- ಯೋನಿಯ ಸೋರುವಿಕೆಯಲ್ಲಿ ವೃಧ್ಧಿ
- ಮಲಬದ್ಧತೆ ಹೆಚ್ಚುವುದು.
- ಎದೆಯಲ್ಲಿ ಉರಿ, ಅಜೀರ್ಣ ಮತ್ತು ಗ್ಯಾಸ್.
- ತಲೆಯಲ್ಲಿ ನೋವು, ಮೂರ್ಛೆ ತಲರ ಸುತ್ತುವುದು.
- ಮಲಬದ್ಧತೆ

ಒಂದು ನೋಟ

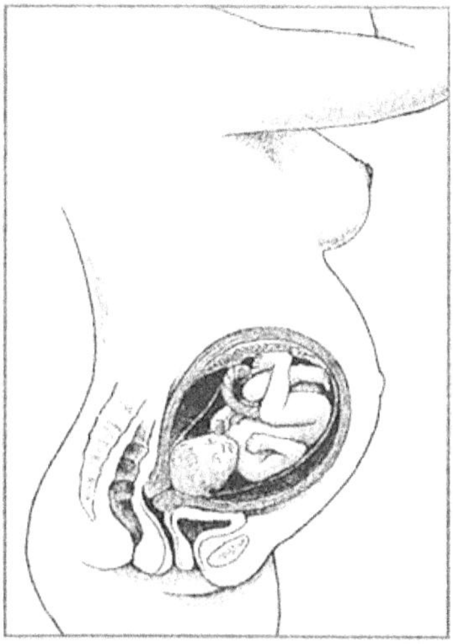

ಪ್ಯೂಬಿಕ್ ಬೋನ್‌ನಿಂದ ಗರ್ಭಾಶಯದ ಉದ್ದ ಸೆ.ಮೀ. ನಿಂದ ಅಳೆದರೆ, ಗರ್ಭಾವಸ್ಥೇಯ ವಾರದಲ್ಲಿ ಸಂಬಂದ ಬೆಳೆಯುತ್ತದೆ. 34ನೇ ವಾರದಲ್ಲಿ ಪ್ಯೂಬಿಕ್ ಬೋನ್ ನಿಂದ ಗರ್ಭಾಶಯದ ಉದ್ದ ಸುಮಾರು. 34 ವಾರದಲ್ಲಿ 34 ಸೆ.ಮಿ ಇದೆ.

- ಎದೆಯಲ್ಲಿ ಉರಿ, ಅಜೀರ್ಣ, ಹೊಟ್ಟೆ ತುಂಬುವಿಕೆ.ಒಮ್ಮೊಮ್ಮೆ ತಲೆನೋವು, ಜ್ಞಾನ ತಪ್ಪುವಿಕೆ ಅಥವಾ ತಲೆ ಸುತ್ತುವುದು.
- ಮೂಗು ಕಟ್ಟುವುದು ಇಲ್ಲವೇ ಒಮ್ಮೊಮ್ಮೆ ಮೂಗಿನಲ್ಲಿ ರಕ್ತ ಬರುವುದು, ಕಿವಿಯಲ್ಲಿ ಗೊಗ್ಗೆ.
- ಹಲ್ಲುಜ್ಜಬೇಕಾದರೆ ಒಸಡುಗಳಿಂದ ರಕ್ತ ಬರುವುದು.
- ಕಾಲು ತಿರುಚುವುದು.
- ಬೆನ್ನು ನೋವು.
- ಪಾದಗಳ ಮೇಲೆ ಒತ್ತಡ ಅಥವಾ ನೋವು.
- ಹಿಮ್ಮಡಿ ಮತ್ತು ಕಾಲು, ಅಥವಾ ಕೈ, ಮತ್ತು ಮುಖದಲ್ಲಿ ಹಗುರವಾದ ಊತ.
- ಮೂಲವ್ಯಾಧಿ.
- ಹೊಕ್ಕಳಿನ ಊತ.
- ಸ್ಟೆಚ್ ಮಾರ್ಕ್ಸ್.
- ಉಸಿರಾಟದ ತೊಂದರೆ.

- ಮಲಗಲು ತೊಂದರೆ.
- ಸಂಕುಚನದ ಅಭ್ಯಾಸ[ಬ್ರೈಕ್ಸನ್ ಹಿಕ್ಸ್]
- ಎದೆಯ ಅರಳುವಿಕೆ.
- ಎದೆತೊಟ್ಟಿನಲ್ಲಿ ಕೊಲೊಸ್ಟ್ರಾಲ್ನ ಸೋರುವಿಕೆ.

ಭಾವನಾತ್ಮಕ.

- ಗರ್ಭಾವಸ್ಥೆಯು ಕೊನೆಗೊಳ್ಳುವ ಉತ್ಸುಕತೆ.
- ಪ್ರಸವ ಮತ್ತು ಹೆರಿಗೆಯ ಚಿಂತೆ.
- ಮರೆವು.
- ಒಂದುವೇಳೆ ಮೊದಲಸಲ ತಾಯಿಯಾಗುತ್ತಿದ್ದರೆ, ತಾಯಿಯಾಗುವ ಉತ್ಸುಕತೆ.

ಈ ತಿಂಗಳ ತಪಾಸಣೆ.

32 ವಾರಗಳ ನಂತರ ಡಾಕ್ಟರು ನಿಮಗೆ ಪ್ರತಿ ಎರಡು ವಾರಕ್ಕೊಮ್ಮೆ ಬರಲು ಹೇಳಬಹುದು, ಯಾಕೆಂದರೆ ನಿಮ್ಮ ಮತ್ತು ಶಿಶುವಿನ ಬೆಳವಣಿಗೆಯ ಮೇಲೆ ಪೂರ್ತಿ ಗಮನ ಇಡುವುದಕ್ಕೆ. ಈ ತಿಂಗಳ ತಪಾಸಣೆಯಲ್ಲಿ ನೀವು ಕಳಗೆ ಕೊಟ್ಟಿರುವ ವಿಷಯಗಳ ಬಗ್ಗೆ ನಿರೀಕ್ಷೆ ಇಟ್ಟುಕೊಳ್ಳಬಹುದು. ಆದರೆ, ಇದು ಬಹಳ ಮಟ್ಟಿನವರೆಗೆ ಡಾಕ್ಟರರ ತಪಾಸಣೆಯ ರೀತಿ ಮತ್ತು ನಿಮ್ಮ ಸ್ಥಿತಿಯ ಮೇಲೆ ಅವಲಂಬಿಸಿರುತ್ತದೆ.

- ತೂಕ ಮತ್ತು ರಕ್ತ ತಪಾಸಣೆ.
- ಸಕ್ಕರೆ ಹಾಗೂ ಪ್ರೊಟೀನ್ ತಪಾಸಣೆಗೆ ಮೂತ್ರ
- ಭ್ರೂಣದ ಎದೆಬಡಿತ
- ಗರ್ಭಾಶಯದ ಅಳತೆ.
- ಹೊರಗಡೆಯಿಂದ ಭ್ರೂಣದ ಆಕಾರ ಹಾಗು ಸ್ಥಿತಿ.
- ಕೈ ಕಾಲು ಊದುವಿಕೆ.
- ಗ್ರೂಪ್ ಬಿ ಸ್ಟ್ರೆಪ್ ಟೆಸ್ಟ್.
- ಕೆಲವು ಹೊಸದಾದ ಮತ್ತು ಗೊತ್ತಿಲ್ಲದೆ ಇರುವ ಲಕ್ಷಣಗಳು.
- ನಿಮ್ಮ ಕೆಲವು ಪ್ರಶ್ನೆಗಳು ಮತ್ತು ಜಿಜ್ಞಾಸೆಗಳು.

ನೀವು ಏನನ್ನು ಯೋಚಿಸುತ್ತಿರಬಹುದು?

ಬ್ರೆಕ್ಸ್ಟನ್ ಹಿಕ್ಸ್ ಕಾಂಟ್ರಾಕ್ಸನ್.

"ಒಮ್ಮೊಮ್ಮೆ ನನ್ನ ಗರ್ಭಾಶಯ ಮೇಲಕ್ಕೆ ಬಂದು ಘಟ್ಟಿಯಾಗುತ್ತದೆ. ಇದು ಏನು?"

ಇದು ಒಂದು ವ್ಯಾಯಾಮ. ಹೆರಿಗೆ ಆಗುವುದರಲ್ಲದೆ. ಆದ್ದರಿಂದ ಶರೀರ ತನ್ನಷ್ಟಕ್ಕೆ ತಾನೆ ಆ ಸಮಯಕ್ಕಾಗಿ ತಯಾರಿ ನಡೆಸುತ್ತಿದೆ. ಇದನ್ನು 'ಬ್ರೆಕ್ಸ್ಟನ್ ಹಿಕ್ಸ್ ಕಾಂಟ್ರಾಕ್ಸನ್.' ಎಂದು ಹೇಳುತ್ತಾರೆ. ಹಾಗಿದು 20ನೇ ವಾರದಿಂದ ಶುರುವಾಗುತ್ತದೆ ಆದರೆ, ಕಡೆಯ ತಿಂಗಳುಗಳಲ್ಲಿ ಇದು ಇನ್ನು ಚೆನ್ನಾಗಿ ಗೊತ್ತಾಗುತ್ತದೆ. ಒಂದುವೇಳೆ ಗರ್ಭಾವಸ್ಥೆ ಮೊದಲು ಆಗಿದ್ದರೆ, ಇದು ಇನ್ನು ಆಳವಾಗಿ ಆಗುತ್ತದೆ. ಗರ್ಭಾಶಯ ಮೇಲಿನಿಂದ ಸ್ವಲ್ಪ ಮುದುರಿದ್ದರೆ, ಆಗ ಮತ್ತೆ ಕೆಳಗಿನವರೆಗೆ ಇದರ ಅನುಭವ ಆಗುತ್ತದೆ. ಈ ಸ್ಥಿತಿಯು 15 ರಿಂದ 30 ಸೆಕೆಂಡ್ ಗಳವರೆಗೆ ಇರುತ್ತದೆ, ಒಮ್ಮೊಮ್ಮೆ 2 ನಿಮಿಷ ಅಥವಾ ಅದಕ್ಕಿಂತ ಹೆಚ್ಚು ಹೊತ್ತು ಇರಬಹುದು.

ಒಂದು ವೇಳೆ ಆ ಸಮಯದಲ್ಲಿ ನೀವು ನಿಮ್ಮ ಹೊಟ್ಟೆಯ ಮೇಲೆ ಗಮನ ಹರಿಸಿದರೆ ನಿಮಗೆ ನೀವು ಏನು ಅನುಭವಿಸುತ್ತಿದ್ದೀರೆಂದು ಗತ್ತಾಗುತ್ತದೆ. ಇದನ್ನು ಗಮನಿಸಿ, ಆದರೆ, ಗಂಭೀರವಾಗಿ ತೆಗೆದುಕೊಳ್ಳಬೇಡಿ.

ಯಾವಾಗ ಗರ್ಭಾವಸ್ಥೆ ಮುಗಿಯುವುದರಲ್ಲಿರುತ್ತದೋ ಕೆಲವೊಮ್ಮೆ ಇದನ್ನು ಗುರುತಿಸುವುದು ಸಹ ಕಷ್ಟವಾಗಬಹುದು. ನಿಜವಾದ ಹೆರಿಗೆ ನೋವು ಶುರುವಾಗಿದೆಯೆಂದು ಅನ್ನಿಸುತ್ತದೆ, ಆದರೆ, ಇದರಿಂದ ಶಿಶುವಿನ ಹೆರಿಗೆಯಂತೂ ಆಗುವುದಿಲ್ಲ, ಆದರೆ, ಸರ್ವಿಕ್ಸ್ ನ ಪ್ರಕ್ರಿಯೆ ಶುರುವಾಗಲು ಸುಲಭ ಆಗುತ್ತದೆ. ಈ ಪರಿಸ್ಥಿತಿಯಲ್ಲಿ ನೀವು ನಿಮ್ಮ ಸ್ಥಿತಿಯನ್ನು ಬದಲಾಯಿಸಿ. ಒಂದುವೇಳೆ ನಿಂತಿದ್ದರೆ ಮಲಗಿಕೊಳ್ಳಿ, ಕುಳಿತಿದ್ದರೆ ಎದ್ದು ತಿರುಗಾಡಲು ಶುರುಮಾಡಿ. ಪೂರ್ಣ ಪ್ರಮಾಣದಲ್ಲಿ ನೀರಿನ ಪದಾರ್ಥಗಳನ್ನು ತೆಗೆದುಕೊಳ್ಳಿ. ಡೀಹೈಡ್ರೇಶನ್ ಯಿಂದ ಸಹ ಸಂಕುಚನ ಶುರುವಾಗಬಹುದು. ನೀವು ಈ ಸಂಬಂಧವಾಗಿ ನಿಮ್ಮ ಹೆರಿಗೆಯ ವ್ಯಾಯಾಮ ಮತ್ತು ಶಿಶುವಿನ ಜನನದ ತಂತ್ರಗಳನ್ನು ಅಭ್ಯಾಸ ಮಾಡಬಹುದು. ಈ ರೀತಿಯಾಗಿ ಆಮೇಲೆ ಸುಲಭ ವಾಗುತ್ತದೆ.

ಒಂದುವೇಳೆ ಸಂಕುಚನ ತಡೆಯುವುದಕ್ಕೆ ಆಗಲಿಲ್ಲವೆಂದರೆ ಮತ್ತು ಮೊದಲಿಗಿಂತಲು ಹೆಚ್ಚಾದರೆ ಡಾಕ್ಟರಿಗೆ ತಿಳಿಸಿರಿ. ಒಂದುವೇಳೆ ಒಂದು ಘಂಟೆಯಲ್ಲಿ 4 ಬಾರಿಗಿಂತ ಹೆಚ್ಚಿನಸಲ ಈ ರೀತಿ ಆದರೆ ಡಾಕ್ಟರಿಗೆ ತಿಳಿಸಬೇಕು. ಅವರಿಗೆ ಎಲ್ಲ ಪರಿಸ್ಥಿತಿಯನ್ನು ಪೂರ್ತಿಯಾಗಿ ತಿಳಿಸಬೇಕು.

ಪಕ್ಕೆಲುಬುಗಳಲ್ಲಿ ಒದೆಯುವುದು.

"ನನಗೆ ಅನ್ನಿಸುತ್ತದೆ, ಶಿಶುವಿನ ಒದೆತ ಪಕ್ಕೆಲುಬುಗಳಲ್ಲಿ ಸಿಕ್ಕಿಹಾಕೊಂಡಿದೆ ಅಂತ, ಇದರಿಂದ ತುಂಬ ನೋವಾಗುತ್ತದೆ,"

ಕಡೆಯ ತಿಂಗಳುಗಳಲ್ಲಿ ಸಾಮಾನ್ಯ ಈ ರೀತಿ ಆಗುತ್ತದೆ. ಒಂದುವೇಳೆ ನೀವು ನಿಮ್ಮ ಸ್ಥಿತಿಯನ್ನು ಬದಲಿಸಿದರೆ, ಶಿಶುವು ಸಹ ತನ್ನ ಸ್ಥಿತಿಯನ್ನು ಬದಲಿಸುತ್ತದೆ, ಇಲ್ಲವಾದರೆ ನೀವು ಒಂದು ವ್ಯಾಯಾಮ ಮಾಡಿರಿ; ತಲೆಯ ಮೇಲೆ ಒಂದು ಕೈಯ್ಯನ್ನು ತೆಗೆದುಕೊಡುಹೋಗುತ್ತಾ ಉಸಿರನ್ನು ತೆಗೆದುಕೊಳ್ಳಿರಿ, ಯಾವಾಗ ಕೈಯ್ಯನ್ನು ಕೆಳಗೆ ಬಿಡುತ್ತೀರೋ ಆಗ ಉಸಿರನ್ನು ಬಿಡಿ. ಎರಡು ಕೈಗಳಜೊತೆಯಲ್ಲಿ ಈ ರೀತಿಯಾಗಿ ಕೆಲವು

ಬಾರಿ ಪುನರಾವರ್ತಿಸಿ. ಒಂದುವೇಳೆ ಯಾವುದೇ ರೀತಿಗಳು ಕೆಲಸ ಮಾಡದಿದ್ದರೆ, ಇದು ಕೆಲವೊಮ್ಮೆ ಸ್ನಾಯುಗಳ ಸಡಿಲತೆಯಿಂದ ಈ ರೀತಿ ಆಗುತ್ತದೆ ಎಂದು ತಿಳಿಯಿರಿ, ಯಾಕೆಂದರೆ ಗರ್ಭಾವಸ್ಥೆ ಹಾರ್ಮೋನಿನ ಕೊಡುಗೆ. 'ಏಸೀಟೆಮಿನೋಫೆನ್' ನಿಂದ ನೋವಿನಲ್ಲಿ ಆರಾಮ ಸಿಗುತ್ತದೆ, ಆದರೆ ಈ ಸಂಬಂಧವಾಗಿ ಭಾರದ ವಸ್ತುಗಳನ್ನು ಎತ್ತುವುದನ್ನು ಮಾಡಬೇಡಿ, ಇಲ್ಲದಿದ್ದರೆ ಪರಿಸ್ಥಿತಿ ಇನ್ನೂ ಹಾಳಾಗಬಹುದು.

ಉಸಿರಾಟದಲ್ಲಿ ತೊಂದರೆ:

ಒಮ್ಮೊಮ್ಮೆ ನನಗೆ ಉಸಿರಾಟದಲ್ಲಿ ತೊಂದರೆ ಆಗುತ್ತದೆ, ಅಂದರೆ ಆ ಸಮಯದಲ್ಲಿ ನನ್ನ ಗ್ಯಾಸ್ ಸಹ ಭರ್ತಿ ಆದಹಾಗೆ ಅನ್ನಿಸುತ್ತದೆ. ಹೀಗೆ ಯಾಕೆ ಆಗುತ್ತದೆ? ಏನು ಶಿಶುವಿಗೆ ಆಕ್ಸಿಜನ್ ಪೂರೈಕೆ ಮಗುವಿಗೆ ಸರಿಯಾಗಿ ಆಗುತ್ತಿಲ್ಲವೇ?"

ಈ ದಿನಗಳಲ್ಲಿ ಮೇಲುಸಿರು ಬರುವುದು ಸಾಮಾನ್ಯವಾದ ಮಾತು. ನಿಮ್ಮ ಗರ್ಭಾಶಯಕ್ಕೆ ಬೆಳೆಯುತ್ತಿರುವ ಶಿಶುವಿಗಾಗಿ ತನ್ನ ಆಕಾರವನ್ನು ಹರಡಬೇಕಾಗಿದೆ, ಇದರಿಂದಾಗಿ ಎಲ್ಲ ಅಂಗಗಳ ಮೇಲೆ ಒತ್ತಡ ಆಗುತ್ತಿದೆ.

ಮಕ್ಕಳ ತಜ್ಞರನ್ನು ಆರಿಸುವುದು. ನಿಮಗೆ ಬಹಳ ವಿಚಾರಮಾಡಿ ಮಕ್ಕಳ ತಜ್ಞರನ್ನು ಆರಿಸಬೇಕಾಗುತ್ತದೆ. ಒಂದುವೇಳೆ ಅರ್ಧರಾತ್ರಿಯಲ್ಲಿ ಅವಶ್ಯಕತೆ ಬಿದ್ದರೆ ಅವರನ್ನು ನಿಸ್ಸಂಕೋಚವಾಗಿ ಸಂಪರ್ಕಿಸುವಂತಿರಬೇಕು. ಇದರ ಬಗ್ಗೆ ನೀವು ನಿಮ್ಮ ಡಾಕ್ಟರ್, ಮಿತ್ರರು, ಸಹೋದ್ಯೋಗಿಗಳು, ಆಸ್ಪತ್ರೆ ಮತ್ತು ಹೆರಿಗೆ ಕೇಂದ್ರದಲ್ಲಿ ಸಲಹೆ ತೆಗೆದುಕೊಳ್ಳಿ. ಒಂದುವೇಳೆ, ನೀವು ಯಾವುದಾದರು ವಿಮೆ ಮಾಡಿಸಿದ್ದರೆ, ನಿಮಗೆ ಆ ಪಟ್ಟಿಯಿಂದ ಸಹ ಈ ಆಯ್ಕೆ ಮಾಡಬೇಕಾಗುತ್ತದೆ. 2–3 ಆಯ್ಕೆ ಆದಮೇಲೆ ಭೇಟಿ ಮಾಡುವ ಸಮಯವನ್ನು ತೆಗೆದುಕೊಳ್ಳಿ, ಮುಖ್ಯವಾದ ವಿಷಯಗಳ ಬಗ್ಗೆ ಮಾತನಾಡಿ. ಏನು ಪ್ರತಿಯೊಂದು ಭೇಟಿಯಲ್ಲು ಡಾಕ್ಟರ್ ಸಿಗುತ್ತಾರ? ಅಥವಾ ವಿಶೇಷ ಅವಕಾಶಗಳಲ್ಲಿ ಭೇಟಿ ಯಾಗುತ್ತಾರ? ಮೊದಲು ಆ ಡಾಕ್ಟರ್ ಮತ್ತು ಆಸ್ಪತ್ರೆ ಎರಡು ಮಾನ್ಯತೆ ಪಡೆದಿವೆಯೆ ಎಂಬುದನ್ನು ವಿಚಾರಿಸಿಕೊಳ್ಳಿ. ಏನು ಅಚರು ಹುಟ್ಟಿದ ಶಿಶುವಿನ ನೋಡಿಕೊಳ್ಳುವುದಕ್ಕೆ ಆಸ್ಪತ್ರೆ ಬರುತ್ತಾರ?

ನಿಮ್ಮ ಶ್ವಾಸಕೋಶ ಉಸಿರು ತೆಗೆದುಕೊಳ್ಳುವ ಸಮಯದಲ್ಲಿ ಪೂರ್ತಿಯಾಗಿ ಅರಳುವುದಕ್ಕೆ ಆಗುವುದಿಲ್ಲ. ಈ ದಿನಗಳಲ್ಲಿ ನಿಮಗೆ ಮೆಟ್ಟಿಲುಗಳನ್ನು ಹತ್ತಿ ಬಂದರೆ ಸಹ ಮೆರಾಥನ್‌ಲ್ಲಿ ಗೆದ್ದು ಬಂದಿದೀರ ಅಂತ ಅನ್ನಿಸುತ್ತದೆ. ಹಾಗು ಶಿಶುವಿಗೆ ಯಾವುದೇ ರೀತಿಯ ತೊಂದರೆ ಆಗದೇ ಇರಬಹುದು. ಅದರ ಹತ್ತಿರ ಪೂರ್ಣಾಂಶದಲ್ಲಿ ಆಕ್ಸಿಜನ್ ಇದೆ.

ಹೆರಿಗೆಗೆ 2–3 ವಾರಗಳ ಮೊದಲು ಈ ಸ್ಥಿತಿಯಲ್ಲಿ ಆರಾಮ ಸಿಗುತ್ತದೆ, ಅಲ್ಲಿಯವರೆಗೆ ನಿಮಗೆ ಬಗ್ಗುವುದಕ್ಕೆ ಬದಲಾಗಿ ಸೀಧ ಕುಳಿತುಕೊಳ್ಳಿ ಅಥವಾ 2–3 ದಿಂಬುಗಳ ಆಶ್ರಯ ತೆಗೆದುಕೊಳ್ಳಿ.

ಕೆಲವೊಮ್ಮೆ ಇದು ಕಬ್ಬಿಣಾಂಶದ ಕೊರತೆಯಿಂದ ಕೂಡ ಹೀಗಾಗುತ್ತದೆ. ಆದ್ದರಿಂದ ಡಾಕ್ಟರಲ್ಲಿ ಇದರ ಬಗ್ಗೆ ಮಾತನಾಡಿ. ಒಂದುವೇಳೆ ಉಸಿರು ತೆಗೆದುಕೊಳ್ಳುವುದರಲ್ಲಿ ಒಂದೇ ಸಮನೆ ಕಷ್ಟವಾಗುತ್ತಿದ್ದರೆ ನಿಮ್ಮ ಡಾಕ್ಟರ್ ಹತ್ತಿರ ಸಲಹೆ ಕೇಳಿ. ತುಟಿಗಳಲ್ಲಿ, ಬೆರಳುಗಳಲ್ಲಿ, ನೀಲಿಯಾಗುವುದು, ಎದೆಯಲ್ಲಿ ಉರಿ ಅಥವಾ ನಾಡಿಬಡಿತ ಹೆಚ್ಚಾಗುವ ಸಂಕೇತವನ್ನು ನಿರ್ಲಕ್ಷ ಮಾಡಬೇಡಿ.

ಬ್ಲಡರ್ ಮೇಲೆ ನಿಯಂತ್ರಾ ಕಳೆದುಕೊಳ್ಳುವುದು.

"ನಾನು ನೆನ್ನೆ ರಾತ್ರೆ ಒಂದು ಮಜಾ ಮಾಡಿದೆ, ಸಿನೆಮ ನೋಡುತ್ತಿದ್ದೆ. ಮತ್ತೆ ಮತ್ತೆ ನಗುವುದರಿಂದ ನನ್ನ ಬ್ಲಡರ್‌ನಿಂದ ಒಂದೇ ಸಮನೆ ಮೂತ್ರ ಹೋಗುತ್ತಿತ್ತು. ಇದು ಏನು?'

■ ಮತ್ತೆ ಮತ್ತೆ ಬಾತ್ ರೂಂಗೆ ಹೋಗುವುದು ಸಾಕಾಗಿರಲಿಲ್ಲ, ಕಡೆಯ ಮೂರು ತಿಂಗಳಿನಲ್ಲಿ ಇನ್ನೊಂದು ತೊಂದರೆ ಮತ್ತೆ ಎದುರಾಯಿತು. ಯಾವಾಗಲಾದರೂ ಸರಿ ನೀವು ಕೆಮ್ಮಿದಾಗ, ಕಿರುಚಿದಾಗ, ಅಥವಾ ಭರವಾದ ವಸ್ತುವನ್ನು ಎತ್ತಿದಾಗ ನಿಮ್ಮ ಮೂತ್ರಾಶಯದಿಂದ ಮೂತ್ರವು ಸೋರುತ್ತದೆ. ಗರ್ಭಾಶಯದ ಹೆಚ್ಚುತ್ತಿರುವ ಆಕಾರದ ಕಾರಣದಿಂದ ಮೂತ್ರಾಶಯದ ಮೇಲೆ ಒತ್ತಡ ಹೆಚ್ಚುತ್ತಿದೆ. ಕೆಲವು

ಮಕ್ಕಳ ತಜ್ಞರನ್ನು ಆರಿಸುವುದು.

ನಿಮಗೆ ಬಹಳ ವಿಚಾರಮಾಡಿ ಮಕ್ಕಳ ತಜ್ಞರನ್ನು ಆರಿಸಬೇಕಾಗುತ್ತದೆ. ಒಂದುವೇಳೆ ಅರ್ಧರಾತ್ರಿಯಲ್ಲಿ ಅವಶ್ಯಕತೆ ಬಿದ್ದರೆ ಅವರನ್ನು ನಿಸ್ಸಂಕೋಚವಾಗಿ ಸಂಪರ್ಕಿಸುವಂತಿರಬೇಕು. ಇದರ ಬಗ್ಗೆ ನೀವು ನಿಮ್ಮ ಡಾಕ್ಟರ್, ಮಿತ್ರರು, ಸಹೋದ್ಯೋಗಿಗಳು, ಆಸ್ಪತ್ರೆ ಮತ್ತು ಹೆರಿಗೆ ಕೇಂದ್ರದಲ್ಲಿ ಸಲಹೆ ತೆಗೆದುಕೊಳ್ಳಿ. ಒಂದುವೇಳೆ, ನೀವು ಯಾವುದಾದರು ವಿಮೆ ಮಾಡಿಸಿದ್ದರೆ, ನಿಮಗೆ ಆ ಪಟ್ಟಿಯಿಂದ ಸಹ ಈ ಆಯ್ಕೆ ಮಾಡಬೇಕಾಗುತ್ತದೆ.

2–3 ಆಯ್ಕೆ ಆದಮೇಲೆ ಭೇಟಿ ಮಾಡುವ ಸಮಯವನ್ನು ತೆಗೆದುಕೊಳ್ಳಿ, ಮುಖ್ಯವಾದ ವಿಷಯಗಳ ಬಗ್ಗೆ ಮಾತನಾಡಿ. ಏನು ಪ್ರತಿಯೊಂದು ಭೇಟಿಯಲ್ಲು ಡಾಕ್ಟರ್ ಸಿಗುತ್ತಾರ? ಅಥವಾ ವಿಶೇಷ ಅವಕಾಶಗಳಲ್ಲಿ ಭೇಟಿ ಯಾಗುತ್ತಾರ? ಮೊದಲು ಆ ಡಾಕ್ಟರ್ ಮತ್ತು ಆಸ್ಪತ್ರೆ ಎರಡು ಮಾನ್ಯತೆ ಪಡೆದಿವೆಯೆ ಎಂಬುದನ್ನು ವಿಚಾರಿಸಿಕೊಳ್ಳಿ. ಏನು ಅಚರು ಹುಟ್ಟಿದ ಶಿಶುವಿನ ನೋಡಿಕೊಳ್ಳುವುದಕ್ಕೆ ಆಸ್ಪತ್ರೆ ಬರುತ್ತಾರ?

ಮಹಿಳೆಯರಿಗೆ ಆಗಾಗ್ಗೆ ಮೂತ್ರಕ್ಕೆ ಹೋಗುವ ಇಚ್ಛೆಯಾಗುತ್ತದೆ. ಕೆಳಗೆ ಹೇಳಿರುವ ನಮ್ಮ ಉಪಾಯಗಳು ನಿಮಗೆ ಸಹಾಯವಾಗಬಹುದು.

- ಯಾವಾಗ ನೀವು ಮೂತ್ರ ಮಾಡಲು ಬಾತ್ ರೂಂ ಗೆ ಹೋದರೆ, ಮೂತ್ರಾಶಯವನ್ನು ಪೂರ್ತಿ ಖಾಲಿ ಮಾಡಿರಿ.
- ಕೀಗಲ್ ವ್ಯಾಯಾಮ ಮಾಡುತ್ತಿದ್ದರೆ, ಈಗ ಆರಾಮ ಆಗುತ್ತದೆ, ಮತ್ತು ನಿಮ್ಮ ಮುಂಬರುವ ಸಮಯದಲ್ಲಿಯೂ ಸಹ ನಿಮ್ಮ ಆಕೃತಿಯನ್ನು ಪಡೆಯಬಹುದು.
- ಕೆಮ್ಮುವಾಗ, ಕಿರುಚುವಾಗ ಅಥವಾ ನಗುವಾಗ ಕೀಗಲ್ ವ್ಯಾಯಾಮ ಮಾಡಿ, ಅಥವಾ ಕಾಲುಗಳನ್ನು ತಿರುಚಿರಿ.
- ಪ್ಯಾಂಟಿಯಲ್ಲಿ ಲಾಯ್ನರ್‌ನ್ನು ಉಪಯೋಗಿಸಿ.
- ಒಂದುವೇಳೆ ಸರಿಯಾದ ಸಮಯದಲ್ಲಿ ಟಾಯ್ಲೆಟ್ ಗೆ ಹೋಗದಿದ್ದರೆ, ಬ್ಲೈಡರ್ ಮೇಲೆ ಒತ್ತಡ ಹೆಚ್ಚಾಗುತ್ತದೆ. ಮಲಬದ್ಧತೆಯಿಂದ ಸಹ ಪೆಲ್ವಿಕ್‌ನ ಮಾಂಸಖಂಡಗಳು ಕಡಿಮೆ ಆಗುತ್ತದೆ. ಇದರಿಂದ ಪಾರಾಗಿರಿ.
- ಒಂದುವೇಳೆ ಮತ್ತೆ ಮತ್ತೆ ಮೂತ್ರಕ್ಕೆ ಹೋಗುವ ಇಚ್ಛೆಯಾದರೆ ಬ್ಲೈಡರ್‌ನ್ನು ನಿಯಂತ್ರಿಸುವುದನ್ನು ಕಲಿಯಿರಿ. ಘಂಟೆಗಳ ಬದಲಾಗಿ 1/2 ಘಂಟೆಗೆ ಒಮ್ಮೆ ಬಾತ್ ರೂಂಗೆ ಹೋಗಿಬನ್ನಿ ನಿಧಾನವಾಗಿ ಈ ಸಮಯವನ್ನು ಹೆಚ್ಚಿಸುತ್ತಾ ಹೋಗಿ. ನಮಗೆ ದಡಬಡ ಮಾಡಿಕೊಂಡು ಬಾತ್ ರೂಂಗೆ ಹೋಗ ಬೇಕಾಗುವುದಿಲ್ಲ.
- ಏನೆ ಆಗಲಿ ದಿನದಲ್ಲಿ 8 ಲೋಟ ನೀರನ್ನು ಕುಡಿಯುವುದನ್ನು ಮರೆಯಬೇಡಿ. ಒಂದುವೇಳೆ

ಎಂಟನೇ ತಿಂಗಳಲ್ಲಿ ಗರ್ಭಧಾರಣೆ

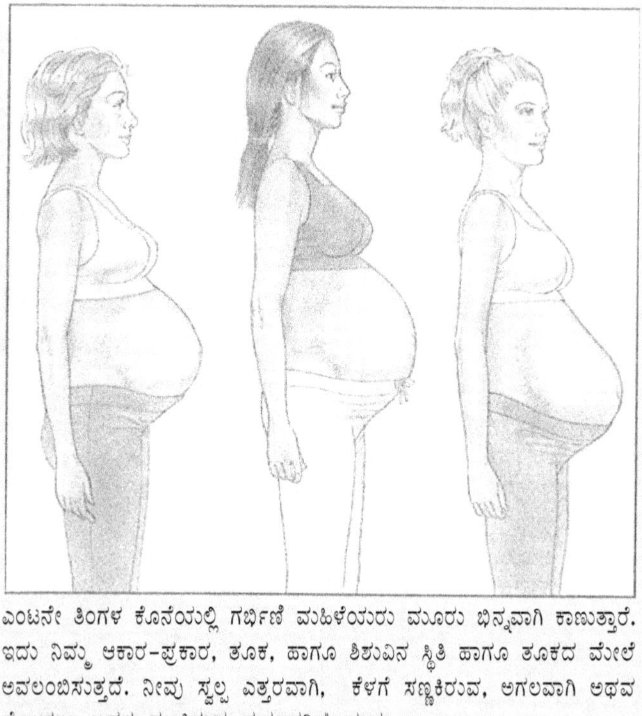

ಎಂಟನೇ ತಿಂಗಳ ಕೊನೆಯಲ್ಲಿ ಗರ್ಭಿಣಿ ಮಹಿಳೆಯರು ಮೂರು ಭಿನ್ನವಾಗಿ ಕಾಣುತ್ತಾರೆ. ಇದು ನಿಮ್ಮ ಆಕಾರ-ಪ್ರಕಾರ, ತೂಕ, ಹಾಗೂ ಶಿಶುವಿನ ಸ್ಥಿತಿ ಹಾಗೂ ತೂಕದ ಮೇಲೆ ಅವಲಂಬಿಸುತ್ತದೆ. ನೀವು ಸ್ವಲ್ಪ ಎತ್ತರವಾಗಿ, ಕೆಳಗೆ ಸಣ್ಣಕಿರುವ, ಅಗಲವಾಗಿ ಅಥವ ನೋಡಲು ಬಹಳ ಸಣ್ಣಕಿರುವ ಗರ್ಭಧರಿಸೆಬಹುದು.

ನೀರಿನ ಅಂಶ ಕಡಿಮೆ ಆದರೆ ಂಯೋನಿಮಾರ್ಗದಲ್ಲಿ ಸೋಂಕು ಆಗುತ್ತದೆ.

ಆ ಸಮಯದಲ್ಲಿ ಬರೀ ಮೂತ್ರ ಮಾತ್ರ ಹೋಗುತ್ತಿದೆ, ಅಮ್ನಿಯಾಟಿಕ್ ದ್ರವ್ಯ ಅಲ್ಲವೆಂದು ಗೊತ್ತುಮಾಡಿಕೊಳ್ಳಿ, ಆದ್ದರಿಂದ ಅದನ್ನು ಮೂಸಿನೋಡಿ. ಒಂದುವೇಳೆ ಇದು ವಾಸನೆಯಿಂದ ಕೂಡಿದ ಮೂತ್ರ ಅಲ್ಲದೇ ಹೋದರೆ, ಡಾಕ್ಟರನ್ನು ಕೇಳಿ.

ನೀವು ಗರ್ಭವನ್ನು ಹೇಗೆ ಹೊರುತ್ತಿದ್ದೀರಿ

"ನನ್ನನ್ನು ನೋಡಿದ ಪ್ರತಿಯೊಬ್ಬರು ನನ್ನ ಗರ್ಭ 8ನೇ ತಿಂಗಳಿಗಿಂತ ಕಡಿಮೆ ಕಾಣುತ್ತದೆ ಎಂದು ಹೇಳುತ್ತಾರೆ. ನನ್ನ ಸೂಲಗಿತ್ತಿ ಎಲ್ಲ ಸರಿಯಾಗಿದೆ ಎಂದು ಹೇಳುತ್ತಾಳೆ, ಆದರೆ ನನ್ನ ಶಿಶುವಿನ ಬೆಳವಣಿಗೆ ಅಪೂರ್ಣ ಇಲ್ಲತಾನೆ?"

ಯಾವದೇ ತಾಯಿಯು ಹೊಟ್ಟೆ ನೋಡಿ ಶಿಶುವಿನ ಬಗ್ಗೆ ತಿಳಿಯಲು ಆಗುವುದಿಲ್ಲ. ನೀವು ಗರ್ಭವನ್ನು ಯಾವರೀತಿ ಧಾರಣೆ ಮಾಡುವಿರಿ ಎಂಬುದು ಇಲ್ಲಿ ಮುಖ್ಯ.

- **ನಿಮ್ಮದಾದ ನಿಮ್ಮ ಶರೀರ:–** ಆಕೃತಿ ಮತ್ತು ಮೂಳೆಗಳ ಆಕಾರದ ಮೇಲೆ ಹೊಟ್ಟೆಯ ವಿವಿಧ ಆಕಾರಗಳು ಆಗಬಹುದು. ಒಂದು ಕುಳ್ಳಗಿರುವ ಹೆಣ್ಣಿನ ಉಬ್ಬರ, ಉದ್ದವಿರುವ ಮಹಿಳೆಯ ಉಬ್ಬರದ ಎದುರು, ಸಣ್ಣದಾಗಿರಬಹುದು. ಅದೆ ಇನ್ನೊಂದು ಕಡೆ ಹೆಚ್ಚು ದಪ್ಪವಿರುವ ಮಹಿಳೆಯರಿಗೆ ಹೊಟ್ಟೆಯ ಉಬ್ಬರ ಕಾಣಿಸುವುದೇ ಇಲ್ಲ. ಏಕೆಂದರೆ ಅವರ ಹೊಟ್ಟೆಯಲ್ಲಿ ಶಿಶುವಿಗೆ ಮೊದಲೇ ಸಾಕಷ್ಟು ಜಾಗವಿರುತ್ತದೆ.
- **ನಿಮ್ಮ ಮಾಂಸಖಂಡಗಳ ಟೋನ್:–** ಒಂದುವೇಳೆ ನಿಮ್ಮ ಮಾಂಸಖಂಡಗಳು ಗಟ್ಟಿಯಾಗಿದ್ದರೆ, ಸಡಿಲ ಮಾಂಸಖಂಡದವರಿಗೆ ಹೋಲಿಸಿದರೆ, ನಿಮ್ಮ ಹೊಟ್ಟೆಯ ಉಬ್ಬರ ಹೆಚ್ಚು ಕಾಣಿಸುವುದಿಲ್ಲ.
- **ಶಿಶುವಿನ ಸ್ಥಿತಿ:–** ಹೊರಗಡೆಯಿಂದ ನಿಮ್ಮ ಹೊಟ್ಟೆಯ ಉಬ್ಬರ ಹೇಗೆ ಕಾಣಿಸುತ್ತದೆ ಎನ್ನುವುದು, ಶಿಶುವು ಒಳಗಡೆ ಯಾವ ಸ್ಥಿತಿಯಲ್ಲಿ ಇದೆ ಎಂಬುದರ ಮೇಲೆ ನಿರ್ಧಾರ ವಾಗುತ್ತದೆ.
- **ನಿಮ್ಮ ತೂಕ:–** ತಾಯಿಯ ತೂಕ ಹೆಚ್ಚಾಗುವುದರ ಅರ್ಥ ಮಗುವಿನ ತೂಕವು ಹೆಚ್ಚಾಗಿದೆ ಅಂತ ಅಲ್ಲ.

ನಿಮ್ಮ ನಾದಿನಿ, ಅತ್ತಿಗೆ ಅಥವಾ ಜೊತೆಯಲ್ಲಿ ಕೆಲಸ ಮಾಡುವವರಿಗಿಂತ ಡಾಕ್ಟರ್ ಶಿಶುವಿನ ಬೆಳವಣಿಗೆ ಹೇಗೆ ಆಗುತ್ತಿದೆ ಎಂದು ಸರಿಯಾಗಿ ಹೇಳುತ್ತಾರೆ, ಏಕೆಂದರೆ ಅವರು ನಿಮ್ಮ ಗರ್ಭಾಶಯ ಮತ್ತು ಬೆಳವಣಿಗೆಯ ಮೇಲೆ ಒಂದೇಸಮ ಗಮನವಿಟ್ಟಿರುತ್ತಾರೆ. ಬರಿ ಹೊಟ್ಟೆ ನೋಡಿ ಶಿಶುವಿನ ಬೆಳವಣಿಗೆ ತಿಳಿಯಲು ಸಾಧ್ಯವಿಲ್ಲ. ಇದಕ್ಕಾಗಿ ಅಲ್ಟ್ರಾಸೌಂಡ್ ಮೊದಲಾದ ಇನ್ನು ಬೇರೆ ಮೆಡಿಕಲ್ ತಪಾಸಣೆಗಳ ಅವಶ್ಯಕತೆ ಇರುತ್ತದೆ. ಇದರ ಶಬ್ದಗಳಲ್ಲಿ ಒಳಗಡೆ ಏನು ನಡೆಯುತ್ತಿದೆ ಎಂಬುದನ್ನು ಹೊರಗಡೆಯಿಂದ ಅಂದಾಜು ಮಾಡಲಾಗುವುದಿಲ್ಲ.

"ಪ್ರತಿಯೊಬ್ಬರು ಹೇಳುತ್ತಾರೆ ನನಗೆ ಗಂಡು ಶಿಶು ಆಗುತ್ತದೆ ಎಂದು, ಏಕೆಂದರೆ ನನ್ನ ನಿತಂಬಗಳು ಉಬ್ಬಿಲ್ಲ ಬರೀ ಹೊಟ್ಟೆ ಮಾತ್ರ ಉಬ್ಬಿದೆಯೆಂದು. ಏನು ಇದರಲ್ಲಿ ಸತ್ಯ ಇದೆಯೆ?"

ಇದು ಸೂಲಗಿತ್ತಿಯರ ಅನುಮಾನ ಏಕೆಂದರೆ ಅವರ ಅನುಮಾನ 50% ನಿಜವಾಗುತ್ತದೆ. ಇದು ಇದ್ದರೂ ಇರಬಹುದು, ಇಲ್ಲದೆಯೂ ಇರಬಹುದು. ನೀವು ಈ ರೀತಿ ಅಂದಾಜು ಮಾಡಬಹುದು, ಆದರೆ ಇದರ ಮೇಲೆ ಶಿಶುವಿನ ಕೋಣೆಯ ಬಣ್ಣ ಅಥವಾ ಬಟ್ಟೆಯ ಬಣ್ಣ ಆರಿಸಲು ಹೋಗದಿರುದೇ ಒಳ್ಳೆಯದು.

ನಿಮ್ಮ ಆಕೃತಿ ಮತ್ತು ಹೆರಿಗೆ.

"ನನ್ನ ಎತ್ತರ 5 ಅಡಿ ಇದೆ. ಇದರಿಂದ ನನಗೆ ಹೆರಿಗೆಯಲ್ಲಿ ತೊಂದರೆ ಆಗಬಹುದೇ?"

ಶಿಶುವಿಗೆ ಜನ್ಮ ಕೊಡುವ ಮಾತು ಬಂದಾಗ ನಿಮ್ಮ ಹೊರಗಿನ ಆಕೃತಿಗಿಂತ ಒಳಗಿನ ಆಕೃತಿ ಬಹಳ ಮುಖ್ಯವಾಗಿರುತ್ತದೆ. ಪೆಲ್ವೀಸ್ ಮತ್ತು ಶಿಶುವಿನ ಆಕೃತಿ ಹೆರಿಗೆ ಆರಾಮವಾಗಿ ಆಗುತ್ತದೆಯೋ ಇಲ್ಲವೋ ಎಂಬುದನ್ನು ನಿರ್ಧರಿಸುತ್ತದೆ. ಇದಕ್ಕೆ ನಿಮ್ಮ ಎತ್ತರಕ್ಕೆ ಯಾವುದೇ ಸಂಬಂಧವಿಲ್ಲ. ಕಡಿಮೆ ಎತ್ತರ ಅಂದಮಾತ್ರಕ್ಕೆ ನಿಮ್ಮ ಪೆಲ್ವೀಸ್ ಏರಿಯಾ ಸಹ ಚಿಕ್ಕದಾಗಿದೆ ಎಂದರ್ಥವಲ್ಲ, ಅದು ಉದ್ದಕ್ಕಿರುವ ಮಹಿಳೆಗಿಂತ ದೊಡ್ಡದಾಗಿರಬಹುದು.

ನೀವು ಈ ಆಕೃತಿಯನ್ನು ಹೇಗೆ ಪತ್ತೆ ಹಚ್ಚುವಿರಿ ಏಕೆಂದರೆ ಇದು ಲೆವೆಲ್‌ನ ಜೊತೆಯಲ್ಲಂತೂ ಬರುವುದಿಲ್ಲ [ಚಿಕ್ಕದು, ಮಧ್ಯಮ, ಸ್ವಲ್ಪ ದೊಡ್ಡದು] ಡಾಕ್ಟರು ತಮ್ಮ ಮೊದಲನೇ ತಪಸಣೆಯಲ್ಲಿ ಇದರ ಆಕೃತಿಯ ಅಂದಾಜನ್ನು ಸ್ವಲ್ಪ ಮಾಡಿರುತ್ತಾರೆ. ಒಂದುವೇಳೆ ಅವರಿಗೆ ಶಿಶುವಿನ ತಲೆ ಬರುವುದರಲ್ಲಿ ತೊಂದರೆ ಎನಿಸಿದರೆ ಅವರು ಅಲ್ಟ್ರಾಸೌಂಡಿನ ಸಹಾಯ ತೆಗೆದು ಕೊಳ್ಳುತ್ತಾರೆ.

ಸಾಮಾನ್ಯವಾಗಿ ದೇವರು ಈ ರೀತಿ ಮಾಡುವುದಿಲ್ಲ ಏನೆಂದರೆ ಶಿಶುವಿನ ತಲೆ ದೊಡ್ಡದು ಮತ್ತು ತಾಯಿಯ ಶರೀರ ಅದಕ್ಕಿಂತ ಚಿಕ್ಕದಾಗಿ ಇರುವುದು. ಶಿಶು ಬಹಳ ಆರಾಮವಾಗಿ ಈ ಪ್ರಪಂಚದಲ್ಲಿ ಕಾಲಿಡುತ್ತದೆ ಮತ್ತು ನನಗೆ ಪೂರ್ತಿ ಭರವಸೆ ಇದೆ ಏನೆಂದರೆ, ನಿಮ್ಮ ಜೊತೆಯಲ್ಲೂ ಸಹ ಹೀಗೆಯೇ ಆಗುತ್ತದೆ.

ನಿಮ್ಮ ತೂಕ ಮತ್ತು ಮಗುವಿನ ಆಕೃತಿ

"ನನ್ನ ತೂಕ ಸಾಕಷ್ಟು ಹೆಚ್ಚಾಗಿದೆ ನನಗೆ ಅನ್ನಿಸುತ್ತದೆ ನನ್ನ ಶಿಶುವೂ ಸಹ ದೊಡ್ಡದಾಗಿದೆ ಎಂದು ಮತ್ತು ಹೆರಿಗೆಯಲ್ಲಿ ತೊಂದರೆ ಆಗುವುದು ಎಂದು".

ಶಿಶುವಿನ ತೂಕವು ಹೆಚ್ಚಾಗಿದೆ ಎನ್ನುವ ಮಾತಲ್ಲ. ನಿಮ್ಮ ಶಿಶುವಿನ ತೂಕ ಕೆಲವು ಬೇರೆ ಕಾರಣಗಳ ಮೇಲೆ ಅವಲಂಬಿತ ವಾಗಿದೆ; ಜೆನೆಟಿಕ್, ಜನನ ಸಮಯದಲ್ಲಿ ನಿಮ್ಮ ತೂಕ ಗರ್ಭಾವಸ್ಥೆಗೆ ಮೊದಲು ನಿಮ್ಮ ತೂಕ, ನೀವು ಯಾವ ರೀತಿಯ ಆಹಾರವನ್ನು ಸೇವಿಸುತ್ತಿದ್ದೀರಿ. ಈ ಸಂಬಂಧದಲ್ಲಿ 35-40 ಪೌಂಡು ತೂಕ ಹೆಚ್ಚಾಗುವುದರಿಂದ, 6-7 ಪೌಂಡಿನ ಶಿಶು ಇರಬಹುದು, 25 ಪೌಂಡು ಹೆಚ್ಚಾದರೆ, 8 ಪೌಂಡಿನ ಶಿಶು ಇರಬಹುದು (ಟ್ವಿನ್ಸ್) ತೂಕ ಎಷ್ಟು ನಿರಂತರವಾಗಿ ಹೆಚ್ಚುತ್ತದೆಯೋ ಶಿಶು ಅಷ್ಟೇ ದೊಡ್ಡದಾಗುತ್ತದೆ.

ಡಾಕ್ಟರು ನಿಮ್ಮ ಹೊಟ್ಟೆ ಮತ್ತು ಗರ್ಭಾಶಯದ ಉದ್ದ ಅಳೆದು ಶಿಶುವಿನ ಆಕೃತಿಯನ್ನು ಅಂದಾಜು ಮಾಡುತ್ತಾರೆ, ಆದಾಗ್ಯು ಇದರಲ್ಲಿ ಒಂದರ್ಧ ಪೌಂಡು ಹೆಚ್ಚು ಕಡಿಮೆ ಆಗಬಹುದು. ಅಲ್ಟ್ರಾಸೌಂಡ್‌ನಿಂದ ಕೂಡ ಅಂದಾಜು ಮಾಡಾಗುತ್ತದೆ. ಇದನ್ನು ಸಹ ಸರಿ ಎಂದು ಗುರುತಿಸಬೇಡಿ.

ಒಂದುವೇಳೆ ಶಿಶು ದೊಡ್ಡದಾಗಿದ್ದರೂ ಅದರ ಕಷ್ಟ ಹೆರಿಗೆಯಲ್ಲಿ ಬರುವುದಿಲ್ಲ, ಆದಾಗ್ಯು 6-7 ಪೌಂಡಿನ ಶಿಶು 9-10 ಪೌಂಡಿನ ಶಿಶುಗಳಿಗೆ ಹೋಲಿಸಿದರೆ ಬೇಗನೆ ಹೊರಗೆ ಬರುತ್ತದೆ. ಹೆಚ್ಚಿನ ಮಹಿಳೆಯರು ಹೆಚ್ಚು ತೂಕವಿರುವ ಶಿಶುವಿಗೂ ಸಹ ಯಾವುದೇ ರೀತಿಯ ತೊಂದರೆ ಇಲ್ಲದೆ ಸುಲಭವಾಗಿ ಜನ್ಮ ನೀಡುತ್ತಾರೆ. ಇಲ್ಲಿ ನೋಡಬೇಕಾದ ವಿಷಯ ಅಂದರೆ ನಿಮ್ಮ ಪೆಲ್ವಿಕ್ ಗಿಂತ ಶಿಶುವಿನ ತಲೆ ಎಷ್ಟು ದೊಡ್ಡದಾಗಿದೆಯೆಂದು.

ಶಿಶುವಿನ ಸ್ಥಿತಿ:-

"ನಾನು ನನ್ನ ಶಿಶುವಿನ ಮುಖ ಯಾವ ಕಡೆಗಿದೆಯೆಂದು ಹೇಗೆ ತಿಳಿದು ಕೊಳ್ಳಲಿ? ನಾನು, ಶಿಶುವು ಹೆರಿಗೆಯ ಮಾರ್ಗದಲ್ಲಿ ಸರಿಯಾಗಿದೆಯಾ ಎಂದು ತಿಳಿಯಬಯಸುತ್ತೇನೆ?"

ಆದಾಗ್ಯು ಹೊರಗಡೆಯಿಂದ ಶಿಶುವಿನ ಕೈ, ಕಾಲು, ಕೋಪ ಮತ್ತು ಗುಮ್ಮುವುದರ ಅಂದಾಜು ಮಾಡುವುದು ಮನೋರಂಜನೆಯಾಗಿರುತ್ತದೆ, ಆದರೆ, ಇದು ಶಿಶುವಿನ ಸರಿಯಾದ ಸ್ಥಿತಿಯನ್ನು ತಿಳಿಯುವ ರೀತಿಯಲ್ಲ. ಡಾಕ್ಟರು ಶಿಶುವಿನ ಅಂಗಗಳ ಸರಿಯಾದ ಸ್ಥಿತಿಯನ್ನು ಅಂದಾಜು ಮಾಡಬಹುದು.

ಶಿಶುವಿನ ಎದೆಯ ಬಡಿತದಿಂದಲೂ ಅದರ ಸ್ಥಿತಿಯ ಅಂದಾಜು ಮಾಡಬಹುದು. ಒಂದುವೇಳೆ ಅದರ ತಲೆ ಮೊದಲಿದ್ದರೆ, ಎದೆಯಬಡಿತ ಹೊಟ್ಟೆಯ ಕೆಳಗಿನ ಅರ್ಧ ಭಾಗದಿಂದ ಕೇಳಿ ಬರುತ್ತದೆ. ಒಂದುವೇಳೆ ಶಿಶುವಿನ ಬೆನ್ನು ನಿಮ್ಮ ಮುಂದುಗಡೆ ಇದ್ದರೆ ಇದು ಜೋರಾಗಿ ಕೇಳುತ್ತದೆ. ಒಂದುವೇಳೆ ಏನಾದರು ಅನುಮಾನವಿದ್ದರೆ ಅಲ್ಟ್ರಾಸೌಂಡಿನಿಂದ ತಿಳಿಯಬಹುದು.

ಹಾಗೆ ನಿಮ್ಮ ಖುಷಿಗೋಸ್ಕರ ಈ ಸಾಧನವನ್ನು ಉಪಯೋಗಿಸಬಹುದು.

- ಶಿಶುವಿನ ಬೆನ್ನಿನ ಭಾಗ ಸಮತಳವಾಗಿರುತ್ತದೆ, ಮತ್ತು ಅದಕ್ಕೆ ಚಿಕ್ಕ ಕೈ ಕಾಲು ಇರುತ್ತದೆ.
- 8ನೇ ತಿಂಗಳಿನಲ್ಲಿ ಶಿಶುವಿನ ತಲೆ ನಿಮ್ಮ ಪೆಲ್ವೀಸ್‌ಗೆ ಹತ್ತಿರ ಆಗುತ್ತದೆ.
- ಅದರ ನಿತಂಬ ತಲೆಗಿಂತಲೂ ಮೃದುವಾಗಿರುತ್ತದೆ.

ಬ್ರೀಚ್ ಬೇಬಿ:-

"ಹಿಂದಿನ ಭೇಟಿಯಲ್ಲಿ ನನಗೆ ಡಾಕ್ಟರ್ ಶಿಶುವಿನ ತಲೆ ನನ್ನ ಪಕ್ಕೆಲುಬುಗಳ ಹತ್ತಿರ ಇದೆ ಎಂದು ಹೇಳಿದರು. ಏನು ಇದರ ಅರ್ಥ ಅದು ಬ್ರೀಚ್ ಅಂತಾನ?"

ಶಿಶುವು ಸ್ವಲ್ಪ ಜಿಮ್ನ್ಯಾಸ್ಟಿಕ್ ಮಾಡುತ್ತಿರಬಹುದು. ಹೆಚ್ಚಿನ ಶಿಶುಗಳು 32 ರಿಂದ 38ನೇ ವಾರಗಳ ಮಧ್ಯದಲ್ಲಿ ಸರಿಯಾದ ಸ್ಥಾನಕ್ಕೆ ಬರುತ್ತದೆ. ಕೆಲವು ಶಿಶುಗಳು ಜನನಕ್ಕೆ ಸ್ವಲ್ಪ ದಿನಗಳ ಮುಂಚಿನವರೆಗೂ ಸರಿಯಾದ ರೀತಿಯಲ್ಲಿ ನೆಲೆಗೊಳ್ಳುವುದಿಲ್ಲ. ಅದರ ಕೆಲಗಿನ ಭಾಗ ಕೆಳಗಿನ ಕಡೆಗಿದೆ. ಇದರ ಅರ್ಥ ಅದು ಜನನ ಕಾಲದಲ್ಲೂ ಬ್ರೀಚ್ ಆಗಿರುತ್ತದೆ ಅಂತಲ್ಲ.

ಒಂದುವೇಳೆ ಶಿಶುವು ಹೆರಿಗೆಯ ಸಮಯದಲ್ಲೂ ಬ್ರೀಚ್ ಸ್ಥಿತಿಯಲ್ಲಿದ್ದರೆ ಡಾಕ್ಟರು ನಿಮ್ಮನ್ನು ಕೇಳಿ ಒಂದಲ್ಲ ಒಂದು ಉಪಾಯವನ್ನು ಮಾಡುತ್ತಾರೆ, ಆದ್ದರಿಂದ ಇದರಲ್ಲಿ ಗಾಬರಿಯಾಗುವ ಅವಶ್ಯಕತೆ ಇಲ್ಲ.

ಬ್ರೀಚ್ ಶಿಶುವನ್ನು ತಿರುಗಿಸುವುದು. ಕೆಲವು ಡಾಕ್ಟರುಗಳು ಬ್ರೀಚ್ ಶಿಶುವನ್ನು ತಿರುಗಿಸಲು ವ್ಯಾಯಾಮ ಮಾಡಲು ಸಲಹೆ ಕೊಡುತ್ತಾರೆ. ನಿಮ್ಮ ತಲೆಯನ್ನು

ಬ್ರೀಚ್ ಶಿಶುವನ್ನು ತಿರುಗಿಸುವುದು.

ಕೆಲವು ಡಾಕ್ಟರುಗಳು ಬ್ರೀಚ್ ಶಿಶುವನ್ನು ತಿರುಗಿಸಲು ವ್ಯಾಯಾಮ ಮಾಡಲು ಸಲಹೆ ಕೊಡುತ್ತಾರೆ. ನಿಮ್ಮ ತಲೆಯನ್ನು ಕೆಳಗೆ ಮಾಡಿ ಕೈ ಮತ್ತು ಮಂಡಿಗಳ ಬಲದ ಮೇಲೆ ಕುಳಿತು ಮತ್ತು ಮುಂದೆ ಹಿಂದೆ ಸುತ್ತಿರಿ, ಪೆಲ್ವಿಕ್ ಟಿಲ್ಟ್ ನಲ್ಲಿ ಆದರೆ ಈ ವ್ಯಾಯಾಮಗಳನ್ನು ಮಾಡುವ ಮೊದಲು ಡಾಕ್ಟರ ಸಲಹೆಯನ್ನು ಕೇಳುವುದು ಮರೆಯಬೇಡಿ.

ಮುಖ ಎಲ್ಲಿದೆ?

ಶಿಶುವಿನ ಸ್ಥಾನದ ಬಗ್ಗೆ ಹೇಳುವುದಾದರೆ ಶಿಶುವಿನ ತಲೆ ಕೆಳಗೆ, ಮುಖ ನಿಮ್ಮ ಹಿಂದೆ ಮತ್ತು ಪಾದಗಳು ಎದೆಗೆ ಇದ್ದರೆ ನೀವು ಅದೃಷ್ಟಶಾಲಿ. ಇದು ಆಕೀಪುಟ್, ಎತೀರಿಯಮ್ ಪೊಸಿಷನ್, ಜನನಕ್ಕೆ ಸರಿಯಾದ ಪೊಸಿಶನ್ ಎಂದು ತಿಳಿಯಲ್ಪಡುತ್ತದೆ, ಏಕೆಂದರೆ, ಹೆರಿಗೆಯ ಸಮಯದಲ್ಲಿ ಅದರ ತಲೆಯು ಸುಲಭದಿಂದ ಮೊದಲು ಹೊರಗೆ ಬರುತ್ತದೆ. ಒಂದುವೇಳೆ ಶಿಶುವಿನ ಮುಖ ನಿಮ್ಮ ಹೊಟ್ಟೆಯ ಕಡೆಗಿದ್ದರೆ [ಆಕೀಪುಟ್ ಪೋಸ್ಟೀರಿಯರ್] ಇದು ನಷ್ಟದಾಯಕ. ಅದರ ತಲೆ ನಿಮ್ಮ ಬೆನ್ನಿನ ಹುರಿಯ ಮೂಳೆಯ ಮೇಲೆ ಒತ್ತಡ ಹಾಕಬಹುದು ಮತ್ತು ಅದಕ್ಕೆ ಹೊರಗೆ ಬರಲು ಸಹ ಸಮಯ ಹಿಡಿಯುತ್ತದೆ. ಹೆರಿಗೆಯ ದಿನ ಹತ್ತಿರ ಬಂದಂತೆ ಡಾಕ್ಟರು ಅದರ ಸ್ಥಿತಿಯನ್ನು ತಿಳಿಯಲು ಪ್ರಯತ್ನ ಪಡುತ್ತಾರೆ. ಒಂದುವೇಳೆ ಅದರ ಪೊಸಿಷನ್ ಪೋಸ್ಟೀರಿಯರ್ ಆಗಿದ್ದರೆ ಚಿಂತೆ ಮಾಡಬೇಡಿ. ಕೆಲವು ಶಿಶುಗಳು ಹೆರಿಗೆಯ ಸಮಯದಲ್ಲಿ ಸರಿಯಾದ ಪೊಸಿಷನ್ನಿಗೆ ಬರುತ್ತದೆ. ಕೆಲವು ಜಾಗದಲ್ಲಿ ಡಾಕ್ಟರು ತಮ್ಮ ವ್ಯಾಯಾಮಗಳಿಂದ ಬದಲಾವಣೆ ತರಲು ಪ್ರಯತ್ನಿಸುತ್ತಾರೆ.

ಶಿಶು ಯಾವರೀತಿ ಮಲಗಿದೆ?

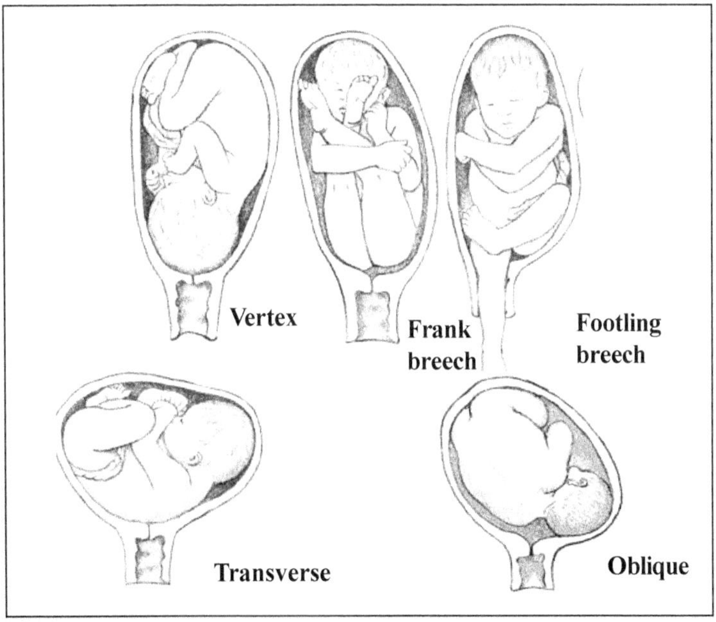

ಹೆರಿಗೆಯ ಸಮಯ ಬಂದಾಗ ಶಿಶುವಿನ ಸ್ಥಾನ ಬಹಳ ಮುಖ್ಯವಾಗುತ್ತದೆ. ಹೆಚ್ಚಿನ ಶಿಶುಗಳು ವರ್ಟೆಕ್ಸ್ ಪೊಸಿಷನ್‌ಲ್ಲಿ ಇರುತ್ತವೆ. ಬ್ರೀಚ್ ಶಿಶು ಕೆಲವು ಸ್ಥಾನದಲ್ಲಿರುತ್ತದೆ. ಹೇಗೆಂದರೆ, ಫ್ರೇಕ್ ಬ್ರೀಚ್, ನಲ್ಲಿ ಅದರ ನಿತಂಬಗಳು ಕೆಳಗಿನ ಕಡೆಗೆ ಇರುತ್ತದೆ ಮತ್ತು ಎರಡು ಕಾಲುಗಳು ಮೇಲಕ್ಕೆ ಯಾವುದನ್ನು ಕೈಗಳು ಬಿಗಿಯಾಗಿ ಹಿಡಿದಿರುತ್ತವೆ. ಘುಟ್ಲಿಂಗ್ ಬ್ರೀಚ್ನಲ್ಲಿ ಶಿಶುವಿನ ಒಂದು ಅಥವಾ ಎರಡು ಕಾಲುಗಳು ಕೆಲಗಡೆಗೆ ಇರುತ್ತವೆ. ಟ್ರಾನ್ಸ್ವರ್ಸ್ ಪೊಸಿಷನ್ನಿನಲ್ಲಿ ಶಿಶುವಿನ ಬೆನ್ನು ಗರ್ಭಾಶಯದ ಮುಕದ ಕಡೆಗಿರುತ್ತದೆ. ಆಬ್ಲಿಕ್ ಪೊಸಿಷನ್ ನಲ್ಲಿ ಮಗುವಿನ ತಲೆ ತಾಯಿಯ ನತಂಬಗಳಕಡೆಗಿರುತ್ತದೆ.

ಕೆಳಗೆ ಮಾಡಿ ಕೈ ಮತ್ತು ಮಂಡಿಗಳ ಬಲದ ಮೇಲೆ ಕುಳಿತು ಮತ್ತು ಮುಂದೆ ಹಿಂದೆ ಸುತ್ತಿರಿ, ಪೆಲ್ವಿಕ್ ಟಿಲ್ಟ್ ನಲ್ಲಿ ಆದರೆ ಈ ವ್ಯಾಯಾಮಗಳನ್ನು ಮಾಡುವ ಮೊದಲು ಡಾಕ್ಟರ ಸಲಹೆಯನ್ನು ಕೇಳುವುದು ಮರೆಯಬೇಡಿ.

ಮುಖ ಎಲ್ಲಿದೆ? ಶಿಶುವಿನ ಸ್ಥಾನದ ಬಗ್ಗೆ ಹೇಳುವುದಾದರೆ ಶಿಶುವಿನ ತಲೆ ಕೆಳಗೆ, ಮುಖ ನಿಮ್ಮ ಹಿಂದೆ ಮತ್ತು ಪಾದಗಳು ಎದೆಗೆ ಇದ್ದರೆ ನೀವು ಅದೃಷ್ಟಶಾಲಿ. ಇದು ಆಕೀಪುಟ್, ಎತೀರಿಯುವ್ ಪೊಸಿಷನ್, ಜನನಕ್ಕೆ ಸರಿಯಾದ ಪೊಸಿಶನ್ ಎಂದು ತಿಳಿಯಲ್ಪಡುತ್ತದೆ, ಏಕೆಂದರೆ, ಹೆರಿಗೆಯ ಸಮಯದಲ್ಲಿ ಅದರ ತಲೆಯು ಸುಲಭದಿಂದ ಮೊದಲು ಹೊರಗೆ ಬರುತ್ತದೆ. ಒಂದುವೇಳೆ ಶಿಶುವಿನ ಮುಖ ನಿಮ್ಮ ಹೊಟ್ಟೆಯ ಕಡೆಗಿದ್ದರೆ [ಆಕೀಪುಟ್ ಪೋಸ್ಟೀರಿಯರ್] ಇದು ನಷ್ಟದಾಯಕ. ಅದರ ತಲೆ ನಿಮ್ಮ ಬೆನ್ನಿನ ಹುರಿಯ ಮೂಳೆಯ ಮೇಲೆ ಒತ್ತಡ ಹಾಕಬಹುದು ಮತ್ತು ಅದಕ್ಕೆ ಹೊರಗೆ ಬರಲು ಸಹ ಸಮಯ ಹಿಡಿಯುತ್ತದೆ. ಹೆರಿಗೆಯ ದಿನ ಹತ್ತಿರ ಬಂದಂತೆ ಡಾಕ್ಟರು ಅದರ ಸ್ಥಿತಿಯನ್ನು ತಿಳಿಯಲು ಪ್ರಯತ್ನ ಪಡುತ್ತಾರೆ. ಒಂದುವೇಳೆ ಅದರ ಪೊಸಿಷನ್ ಪೋಸ್ಟೀರಿಯರ್ ಆಗಿದ್ದರೆ ಚಿಂತೆ ಮಾಡಬೇಡಿ. ಕೆಲವು ಶಿಶುಗಳು ಹೆರಿಗೆಯ ಸಮಯದಲ್ಲಿ ಸರಿಯಾದ ಪೊಸಿಷನ್ನಗೆ ಬರುತ್ತದೆ. ಕೆಲವು ಜಾಗದಲ್ಲಿ ಡಾಕ್ಟರು ತಮ್ಮ ವ್ಯಾಯಾಮಗಳಿಂದ ಬದಲಾವಣೆ ತರಲು ಪ್ರಯತ್ನಿಸುತ್ತಾರೆ.

ಶಿಶು ಯಾವರೀತಿ ಮಲಗಿದೆ? ಹೆರಿಗೆಯ ಸಮಯ ಬಂದಾಗ ಶಿಶುವಿನ ಸ್ಥಾನ ಬಹಳ ಮುಖ್ಯವಾಗುತ್ತದೆ. ಹೆಚ್ಚಿನ ಶಿಶುಗಳು ವರ್ಟೆಕ್ಸ್ ಪೊಸಿಷನ್‌ಲ್ಲಿ ಇರುತ್ತವೆ. ಬ್ರೀಚ್ ಶಿಶು ಕೆಲವು ಸ್ಥಾನದಲ್ಲಿರುತ್ತದೆ. ಹೇಗೆಂದರೆ, ಫ್ರೇಕ್ ಬ್ರೀಚ್, ನಲ್ಲಿ ಅದರ ನಿತಂಬಗಳು ಕೆಳಗಿನ ಕಡೆಗೆ ಇರುತ್ತದೆ ಮತ್ತು ಎರಡು ಕಾಲುಗಳು ಮೇಲಕ್ಕೆ ಯಾವುದನ್ನು ಕೈಗಳು ಬಿಗಿಯಾಗಿ ಹಿಡಿದಿರುತ್ತವೆ. ಫುಟ್ಲಿಂಗ್ ಬ್ರೀಚ್ನಲ್ಲಿ ಶಿಶುವಿನ ಒಂದು ಅಥವಾ ಎರಡು ಕಾಲುಗಳು ಕೆಲಗಡೆಗೆ ಇರುತ್ತವೆ. ಟ್ರಾನ್ಸ್ವರ್ಸ್ ಪೊಸಿಷನ್ನಿನಲ್ಲಿ ಶಿಶುವಿನ ಬೆನ್ನು ಗರ್ಭಾಶಯದ ಮುಕದ ಕಡೆಗಿರುತ್ತದೆ. ಆಬ್ಲಿಕ್ ಪೊಸಿಷನ್ ನಲ್ಲಿ ಮಗುವಿನ ತಲೆ ತಾಯಿಯ ನಿತಂಬಗಳಕಡೆಗಿರುತ್ತದೆ.

"ಬ್ರೀಚ್ ಶಿಶುವನ್ನು ತಿರುಗಿಸಲು ಏನು ಮಾಡಬೇಕು?"

ಶಿಶುವಿನ ಸ್ಥಿತಿಯನ್ನು ತಿರುಗಿಸಲು ಬೇಕಾದಷ್ಟು ಉಪಾಯಗಳನ್ನು ಮಾಡಬಹುದು. ಡಾಕ್ಟರು ನಿಮಗೆ ಕೆಲವು ಸುಲಭ ವ್ಯಾಯಾಮಗಳನ್ನು ಹೇಳಬಹುದು, ಹೇಗೆಂದರೆ ಪುಸ್ತಕದಲ್ಲಿ ಹೇಳಿದೆ. ಹಾಗು ಆಕ್ಯುಪಂಚರ್ ಮತ್ತು ಗಿಡ ಮೂಲಿಕೆಗಳ ಸಹಾಯವನ್ನು ತೆಗೆದುಕೊಳ್ಳಬಹುದು.

ಒಂದುವೇಳೆ ಶಿಶುವು ಆಗಲೂ ಬರದಿದ್ದರೆ ಆಗ ಡಾಕ್ಟರು ಅವರ ಕೈನಿಂದ ಅದರ ಸ್ಥಿತಿಯನ್ನು ಸರಿಯಾಗಿ ಕೂರಿಸಲು ನಿರ್ಧಾರ ತೆಗೆದುಕೊಳ್ಳುತ್ತಾರೆ. ಇದನ್ನು ಎಕ್ಸ್ಟರ್ನಲ್ ಸಿಫೇಲಿಕ್ ವರ್ಜಿಲ್ ಈಸಿವಿ. ಎನ್ನುತ್ತಾರೆ. ಈ ಈಸಿವಿ ಸುಮಾರಾಗಿ 37 ಅಥವಾ 38ನೇ ವಾರದಲ್ಲಿ ಮಾಡಲಾಗುತ್ತದೆ, ಯಾವಾಗ ಶಿಶುವು ಆರಾಮದಾಯಕ ವಾಗಿರುತ್ತದೆ. ಕೆಲವು ಡಾಕ್ಟರು ಎಪಿಡ್ಯೂರಲ್ ನಂತರ ಇದನ್ನು ಮಾಡಲು ಇಷ್ಟಪಡುತ್ತಾರೆ. ಅವರು ನಿಧಾನವಾಗಿ ಕೈಗಳಿಂದ ಶಿಶುವನ್ನು ಕೆಳಗೆ ತರಲು ಪ್ರಯತ್ನಿಸುತ್ತಾರೆ. ಪ್ರತಿಯೊಂದು ವಸ್ತುವಿನ ಮೇಲು ಗಮನವಿಡಲಾಗುತ್ತದೆ.

ಈಸಿವಿಯ 2/3 ಪ್ರಕರಣಗಳು ಖಂಡಿತ ಸಫಲವಾಗುತ್ತವೆ. ಯಾವ ಮಹಿಳೆಯರು ಮೊದಲನೇ ಸಲ ಗರ್ಭವತಿಯರಾಗಿರುತ್ತಾರೊ ಅವರಿಗೆ ಇದರ ಸಫಲತೆಯ ಪ್ರಮಾಣ ಇನ್ನು ಹೆಚ್ಚಿನದಾಗಿರುತ್ತದೆ. ಕೆಲವು ಶಿಶುಗಳು ಈ ಮಾತಿಗೆ ತಯಾರಿರುವುದಿಲ್ಲ ಮತ್ತೆ ಕೆಲವು ತುಂಟತನಮಾಡಿ ಮತ್ತೆ ವಾಪಸ್ಸು ಬ್ರೀಚ್ ಸ್ಥಿತಿಗೆ ಬರುತ್ತವೆ.

"ಒಂದುವೇಳೆ ಶಿಶುವು ಬ್ರೀಚ್ ಸ್ಥಿತಿಯಲ್ಲಿದ್ದರೆ ಹೆರಿಗೆಯ ಮೇಲೆ ಏನು ಪರಿಣಾಮ ಆಗುತ್ತದೆ. ಏನು ನಾನು ಯೋನಿ ಮಾರ್ಗದಿಂದ ಶಿಶುವಿಗೆ ಜನ್ಮ ಕೊಡಬಲ್ಲೆನೆ?"

ನೀವು ಯೋನಿಮಾರ್ಗದಲ್ಲಿ ಶಿಶುವಿಗೆ [ವೆಜೈನಲ್ ಬರ್ತ್] ಜನ್ಮ ಕೊಡುತ್ತೀರೊ ಇಲ್ಲವೊ ಇದು ಸಾಕಷ್ಟು ಕಾರಣಗಳ ಮೇಲೆ ಅವಲಂಬಿಸಿರುತ್ತದೆ. ಇದರಲ್ಲಿ ನಿಮ್ಮ ಡಾಕ್ಟರಿನ ನೀತಿ ಮತ್ತು ನಿಮ್ಮ ಸ್ಥಿತಿ ಎರಡು ಸೇರಿರುತ್ತದೆ. ಕೆಲವು ಡಾಕ್ಟರುಗಳು ಬ್ರೀಚ್ ಶಿಶುವಿನ ಸ್ಥಿತಿಯಲ್ಲಿ ಸಿ-ಸೆಕ್ಷನ್ ಮಾಡಲು ಇಚ್ಛಿಸುತ್ತಾರೆ, ಏಕೆಂದರೆ ಅಧ್ಯಯನಗಳಿಂದ ತಿಳಿದುಬಂದಿರುವ ವಿಷಯವೆಂದರೆ, ಈ ರೀತಿ ಮಾಡುವುದು ಸಾಕಷ್ಟು ಸುರಕ್ಷಿತವಾಗಿರುತ್ತದೆ ಎಂದು. ಒಂದುವೇಳೆ ಫ್ರೇಕ್ ಬ್ರೀಚ್ ಸ್ಥಿತಿಯಲ್ಲಿದ್ದರೆ, ಪೆಪ್ಲಿಬರ್ನ್‌ಲ್ಲಿ ತುಂಬ ಸ್ಥಳ ಇರುತ್ತದೆ, ಮತ್ತೆ ಸಿ-ಸೆಕ್ಷನ್ ಇಲ್ಲದೆ ಕೆಲಸ ಆಗುತ್ತದೆ. ಎಲ್ಲಕ್ಕಿಂತ ಮುಖ್ಯವಾದ ವಿಷಯವೆಂದರೆ ಕೊನೆಯ ಘಳಿಗೆಯಲ್ಲಿ ಶಿಶುವು ಯಾವ ಸ್ಥಿತಿಯಲ್ಲಿರುತ್ತದೋ, ಡಾಕ್ಟರರು ಅದರ ಪ್ರಕಾರ ನಿರ್ಧಾರ ತೆಗೆದುಕೊಳ್ಳುತ್ತಾರೆ. ನೀವು ಡಾಕ್ಟರ ಹತ್ತಿರ ಕೆಳಿ ಎಲ್ಲ ಆಗಬಹುದಾದಂತಹ ವಿಕಲ್ಪಗಳ ಬಗ್ಗೆ ವಿಚಾರಮಾಡಿ ಏಕೆಂದರೆ ನಿಮಗೆ ಆ ಸಮಯದಲ್ಲಿ ಘಾಬರಿ ಅಥವಾ ಹೆದರಿಕೆಯ ಅನುಭವ ಆಗಬಾರದು.

"ಡಾಕ್ಟರು ಶಿಶು ಓಬ್ಲಿಕ್ ಸ್ಥಿತಿಯಲ್ಲಿ ಇದೆ ಅಂತ ಹೇಳಿದ್ದಾರೆ. ಇದು ಏನು ಮತ್ತು ಹೆರಿಗೆಯ ಮೇಲೆ ಇದರ ಪರಿಣಾಮ ಏನು?"

ಈ ಸ್ಥಿತಿಯು ಅರ್ಥ ಶಿಶು ಅಡ್ಡಾದಿಡ್ಡಿ ಇದೆಯೆಂದು. ಅದರ ತಲೆ ಸರ್ವಿಕ್ಸ್ ಕಡೆಗೆ ಹೋಗುವ ಬದಲು ನಿಮ್ಮ ನಿತಂಬದ ಕಡೆಗಿದೆ. ಡಾಕ್ಟರರ ಕೈಗಳ ಸಹಾಯದಿಂದ ಶಿಶುವಿನ ಸ್ಥಿತಿಯಲ್ಲಿ ಸುಧಾರಣೆ ತರಬೇಕಾಗುತ್ತದೆ, ಇಲ್ಲದಿದ್ದರೆ ಯೋನಿ ಮಾರ್ಗದಿಂದ ಹೆರಿಗೆಗೆ ತೊಂದರೆಯಾಗುತ್ತದೆ. ಒಂದುವೇಳೆ ಈ ರೀತಿ ಆಗದಿದ್ದರೆ, ಸಿ-ಸೆಕ್ಷನ್ ಹೆರಿಗೆ ಆಗಬೇಕಾಗುತ್ತದೆ. ಕೆಲವು ಸಲ ಶಿಶುವು 'ಟ್ರಾನ್ಸ್‌ವರ್ಸ್' ಸ್ಥಿತಿಯಲ್ಲಿ ಸಹ ಬರುತ್ತದೆ, ಆಗ ಈ ಪದ್ಧತಿಯನ್ನು ಅಳವಡಿಸಲಾಗುತ್ತದೆ.

ಸಿಜೆರಿಯನ್ ಹೆರಿಗೆ.

"ಡಾಕ್ಟರರು ನನಗೆ ಸಿಜೇರಿಯನ್ ಹೆರಿಗೆ ಬಗ್ಗೆ ಹೇಳಿದ್ದಾರೆ. ಇದರಿಂದ ನನಗೆ ತುಂಬ ನಿರಾಸೆಯಾಗಿದೆ".

ಈ ಆಪರೇಶನ್ ತೊಂಬ ದೊಡ್ಡದು, ಆದರೆ ಇದನ್ನು ಬಹಳ ಸುರಕ್ಷೆಯಾದುದು ಎಂದು ತಿಳಿಯಲಾಗಿದೆ, ಸಾಮಾನ್ಯವಾಗಿ ಈ ಪದ್ಧತಿಯನ್ನು ಅಳವಡಿಸಲಾಗುತ್ತದೆ. 30% ಮಹಿಳೆಯರು ಈ ರೀತಿಯಲ್ಲಿ ತಮ್ಮ ಶಿಶುಗಳಿಗೆ ಜನ್ಮ ನೀಡುತ್ತಿದ್ದಾರೆ.

ಇದು ನಿಮಗೆ ಬಹಳ ದುಃಖ ತರುವ ವಿಷಯ ಅಂತ ಗೊತ್ತು, ಏಕೆಂದರೆ, ನೀವು ಈ ರೀತಿ ಇಷ್ಟ ಪಡುವುದಿಲ್ಲ. ನೀವು ಶಿಶುವನ್ನು ಪ್ರಾಕೃತಿಕವಾಗಿ ಈ ಭೂಮಿಯಮೇಲೆ ತರಲು ಇಷ್ಟ ಪಡುತ್ತಿದ್ದಿರಿ, ಆದರೆ, ಈಗ ಆಪರೇಶನ್‌ಗೆ ಸಂಬಂಧಪಟ್ಟ ಎಲ್ಲ ವಿಷಯಗಳ ಮೇಲೆ ಗಮನ ಕೊಡಬೇಕಾಗುತ್ತದೆ.

ಆದಾಗ್ಯು, ಈಗ ಆಸ್ಪತ್ರೆಗಳಲ್ಲಿ ಈ ಪ್ರಕ್ರಿಯೆಗಳಿಗೆ ಸಹ ಸಾಕಷ್ಟು ಸುಲಭದಾಯಕವಾಗಿ ಮಾಡಲಾಗಿದೆ. ಸ್ವಲ್ಪ ಯೋಚನೆ ಮಾಡಿ ಇದು ಶಿಶುವಿಗು ಸಹ ಎಷ್ಟು ಆರಾಮದಾಯಕವಾಗಿದೆ. ಒಂದು ವೇಳೆ ಮೆಡಿಕಲ್ ಟರ್ಮ್‌ಗಳಲ್ಲಿ ಹೇಳುವುದಾದರೆ ಈ ಹೆರಿಗೆ ಉತ್ತಮ ಆಗಿದೆ, ಯಾಕೆಂದರೆ, ಇದು ಶಿಶುವಿಗೆ ಸುರಕ್ಷಿತವಾಗಿದೆ. ಈ ಸಮಯದಲ್ಲಿ ಯಾವುದು ಶಿಶುವಿಗೆ ಸುರಕ್ಷೆಯೊ ಆ ಹೆರಿಗೆಗಿಂತ ಶಿಶುವಿಗೆ ಉತ್ತಮವಾದುದಿಲ್ಲ, ಏಕೆಂದರೆ ಯಾವ ಹೆರಿಗೆಯು ನಂತರ ನಿಮ್ಮ ತೋಳುಗಳಲ್ಲಿ ಆರೋಗ್ಯವಂತ ಶಿಶು ಬರುವುದೋ, ಅದನ್ನೆ ಉತ್ತಮವೆಂದು ಪರಿಗಣಿಸಲಾಗುವುದು.

"ನನಗೆ ಗೊತ್ತಿರುವ ಹೆಚ್ಚಿನ ಗರ್ಭವತಿ ಮಹಿಳೆಯರು ಈ ದಿನಗಳಲ್ಲಿ ಸಿ-ಸೆಕ್ಷನ್ ಹೆರಿಗೆ ಮಾಡಿಸಿಕೊಳ್ಳುತ್ತಿದ್ದಾರೆಂದು ನನಗೆ ಏಕೆ ಅನ್ನಿಸುತ್ತಿದೆ?"

ಕಳೆದ ಕೆಲವು ವರ್ಷಗಳಿಂದ ಸಿ-ಸೆಕ್ಷನ್ ಹೆರಿಗೆಗಳು ಸಾಕಷ್ಟು ಆಗುತ್ತಿವೆ. ಇದಕ್ಕೆ ಕೆಳಗೆ ಹೇಳಿರುವ ಕಾರಣಗಳು ಇರಬಹುದು.

ಮಾಹಿತಿ ಇಡಿ.

ಮಾಹಿತಿ ಎಷ್ಟು ಹೆಚ್ಚು ಗೊತ್ತಿರುತ್ತದೋ ಹೆರಿಗೆಯ ಅನುಭವ ಅಷ್ಟು ಉತ್ತಮ ಆಗುತ್ತದೆ. ಹೆರಿಗೆಯ ಮೊದಲು ಡಾಕ್ಟರಿಂದ ಈ ಕೆಳಗೆ ಹೇಳಿರುವ ಮಾತುಗಳನ್ನು ತಿಳಿಯಿರಿ.

- ಒಂದುವೇಳೆ ಹೆರಿಗೆ ಶುರುವಾಗದೆ ಇದ್ದರೆ,ಸಿ-ಸೆಕ್ಷನ್ ಗಿಂತ ಮೊದಲು ಬೇರೆ ಯಾವುದಾದರು ಉಪಾಯ ಮಾಡಬಹುದೇ?
- ಯಾವ ರೀತಿ ಸೀಳು ಕೊಡಲಾಗುವುದು?
- ಒಂದುವೇಳೆ ಶಿಶು ಬ್ರೀಚ್ ಆಗಿದ್ದರೆ ಏನು ಮಢಬೇಕು?
- ಏನು ನೀವು ಪಲ್ಲಂಗವನ್ನು ಜೊತೆಯಲ್ಲಿ ಇಟ್ಟುಕೊಳ್ಳಬಹುದ?
- ನಿಮ್ಮ ಸಂಗಾತಿ ಶಿಶುವಿನ ಜನ್ಮ ಆದ ತಕ್ಷಣ ಶಿಶುವನ್ನು ಮಡಿಲಲ್ಲಿ ಎತ್ತಿಕೊಳ್ಳಬಹುದಾ?
- ನಿಮಗೆ ಸರಿಯಾಗಲು ಎಷ್ಟು ಸಮಯ ಬೇಕು?
- ನೀವು ಎಷ್ಟರ ತನಕ ನೋವು ಮತ್ತು ತೊಂದರೆಗಳನ್ನು ತಡೆದುಕೊಳ್ಳ ಬಲ್ಲಿರಿ.
- ಈ ರೀತಿ ಸಿ-ಸೆಕ್ಷನ್ ಬಗ್ಗೆಯೂ ಸಹ ಪೂರ್ತಿಯಾಗಿ ಮಾಹಿತಿ ಪಡೆಯಿರಿ.

ಸುರಕ್ಷೆ:- ಈ ದಿನಗಳಲ್ಲಿ ಉನ್ನತ ಮಟ್ಟದ ತಂತ್ರಜ್ಞಾನವನ್ನು ಬಳಸುವುದರಿಂದ ಇದು ತಾಯಿ ಮತ್ತು ಶಿಶುವಿಗೆ ಸುರಕ್ಷಿತವಾದುದು.

ದೊಡ್ಡಶಿಶು:-ಒಮ್ಮೊಮ್ಮೆ ಶಿಶುವಿನ ಆಕೃತಿ ದೊಡ್ಡದಾಗಿದ್ದರೆ ಅದಕ್ಕೆ ಯೋನಿ ಮಾರ್ಗದಿಂದ ಹೊರಕ್ಕೆ ಬರಲು ಆಗುವುದಿಲ್ಲ, ಆದ್ದರಿಂದ ಈ ಆಪರೇಶನ್ ಮಾಡಬೇಕಾಗುತ್ತದೆ.

ಸ್ಥೂಲ ತಾಯಂದಿರು:- ಸ್ಥೂಲತನದ ಕಾರಣದಿಂದಲೂ ಸಿ-ಸೆಕ್ಷನ್ ಮಾಡಬೇಕಾಗುತ್ತದೆ. ಒಂದುವೇಳೆ ತಾಯಿ ದಪ್ಪಗಿದ್ದರೆ ಅವರ ಹೆರಿಗೆಯು ಕಾಲ ತುಂಬ ಜಾಸ್ತಿಯಾಗುತ್ತದೆ ಮತ್ತು ಆಪರೇಶನ್ ಟೇಬಲ್ ಮೇಲೆ ಪೂರ್ತಿಯಾಗುತ್ತದೆ.

ಹೆಚ್ಚು ವಯಸ್ಸಿನ ತಾಯಂದಿರು:- 30 ವರ್ಷಕ್ಕಿಂತ ಹೆಚ್ಚಿನ ವಯಸ್ಸಿನ ತಾಯಂದಿರಿಗೆ, ಅಥವಾ ಅವರು ಬಹಳ 'ದಿನಗಳಿಂದ ಖಾಯಿಲೆಯಲ್ಲಿ ನರಳುತ್ತಿದ್ದರೆ, ಅಂತಹ ತಾಯಂದಿರಿಗೆ ಸಿ_ಸೆಕ್ಷನ್ ಮಾಡಬೇಕಾಗುವುದು.

ಎರಡನೆಯ ಬಾರಿ ಸಿ-ಸೆಕ್ಷನ್ ಆಗುವುದು:- ಕೆಲವು ಪ್ರಕರಣಗಲಲ್ಲಿ ಡಾಕ್ಟರರು ಒಂದು ಸಿ-ಸೆಕ್ಷನ್ ಆದನಂತರ ಎರಡನೆಯ ಬಾರಿ ಯೋನಿಮಾರ್ಗದಿಂದ ಜನ್ಮ ಕೊಡಲು ಹೇಳುತ್ತಾರೆ, ಒಂದುವೇಳೆ ಅದರಿಂದ ಆಗದೇ ಹೋದರೆ ಆಮೇಲೆ ಅವರು ಎರಡನೆಯ ಆಪರೇಶನ್ ಮಾಡಲು ಅನುಮತಿ ಕೊಡುತ್ತಾರೆ.

ಅತಿ ಕಡಿಮೆಯ ಉಪಕರಣಗಳನ್ನೊಳಗೊಂಡ ಹೆರಿಗೆ:- ಈ ದಿನಗಳಲ್ಲಿ ಬಹಳ ಕಡಿಮೆ ಶಿಶುಗಳು ಫೋರಸೆಪ್ಸ್ ಅಥವಾ ಬೇರೆ ಉಪಕರಣಗಳ ಸಹಾಯದಿಂದ ಜನನ ಆಗುತ್ತವೆ. ಇದರ ಅರ್ಥ ಡಾಕ್ಟರರು ಈ ರೀತಿ ಮಾಡುವುದಕ್ಕಿಂತ ಆಪರೇಶನ್ ಮಾಡುವುದೇ ಸುರಕ್ಷೆ ಎಂದು ತಿಳಿದಿದ್ದಾರೆ.

ಮಾಹಿತಿ ಇಡಿ. : ಮಾಹಿತಿ ಎಷ್ಟು ಹೆಚ್ಚು ಗೊತ್ತಿರುತ್ತದೋ ಹೆರಿಗೆಯ ಅನುಭವ ಅಷ್ಟು ಉತ್ತಮ ಆಗುತ್ತದೆ. ಹೆರಿಗೆಯ ಮೊದಲು ಡಾಕ್ಟರಿಂದ ಈ ಕೆಳಗೆ ಹೇಳಿರುವ ಮಾತುಗಳನ್ನು ತಿಳಿಯಿರಿ.

- ಒಂದುವೇಳೆ ಹೆರಿಗೆ ಶುರುವಾಗದೆ ಇದ್ದರೆ,ಸಿ-ಸೆಕ್ಷನ್ ಗಿಂತ ಮೊದಲು ಬೇರೆ ಯಾವುದಾದರು ಉಪಾಯ ಮಾಡಬಹುದೇ?
- ಯಾವ ರೀತಿ ಸೀಳು ಕೊಡಲಾಗುವುದು?
- ಒಂದುವೇಳೆ ಶಿಶು ಬ್ರೀಚ್ ಆಗಿದ್ದರೆ ಏನು ಮಡಬೇಕು?
- ಏನು ನೀವು ಪಲ್ಲಂಗವನ್ನು ಜೊತೆಯಲ್ಲಿ ಇಟ್ಟುಕೊಳ್ಳಬಹುದ?
- ನಿಮ್ಮ ಸಂಗಾತಿ ಶಿಶುವಿನ ಜನ್ಮ ಆದ ತಕ್ಷಣ ಶಿಶುವನ್ನು ಮಡಿಲಲ್ಲಿ ಎತ್ತಿಕೊಳ್ಳಬಹುದಾ?
- ನಿಮಗೆ ಸರಿಯಾಗಲು ಎಷ್ಟು ಸಮಯ ಬೇಕು?
- ನೀವು ಎಷ್ಟರ ತನಕ ನೋವು ಮತ್ತು ತೊಂದರೆಗಳನ್ನು ತಡೆದುಕೊಳ್ಳ ಬಲ್ಲಿರಿ.
- ಈ ರೀತಿ ಸಿ-ಸೆಕ್ಷನ್ ಬಗ್ಗೆಯೂ ಸಹ ಪೂರ್ತಿಯಾಗಿ ಮಾಹಿತಿ ಪಡೆಯಿರಿ.

ತಾಯಿಯರ ಎಣಿಕೆ:- ಇತ್ತೀಚಿನ ದಿನಗಳಲ್ಲಿ ತಾಯಂದಿರು ಸುರಕ್ಷಿತ ಮತ್ತು ನೋವು ರಹಿತವಾದ ಈ ರೀತಿಯನ್ನೇ ಇಷ್ಟ ಪಡುತ್ತಾರೆ.

ಸಂತೃಪ್ತಿ:- ಆಸ್ಪತ್ರೆಗಳಲ್ಲಿ ಈ ಪ್ರಕ್ರಿಯೆಯನ್ನು ಮೊದಲಿಗಿಂತಲೂ ತೃಪ್ತಿದಾಯಕವಾಗಿ ಮಾಡಿದ್ದಾರೆ. ಈ ಪ್ರಕ್ರಿಯೆಯಲ್ಲಿ ಹೆರಿಗೆಗೆ ಹೋಲಿಸಿದರೆ, ಇದಕ್ಕೆ ಹಿಡಿಯುವ ಸಮಯ ಕಡಿಮೆ.

"ಸಿಜೇರಿಯನ್ ಅಂತ ಮೊದಲೇ ಗೊತ್ತಾಗುತ್ತದೊ ಅಥವಾ ಕೊನೆಯ ಕ್ಷಣಗಳಲ್ಲಿ ತಿಳಿಸಲಾಗುತ್ತದೊ. ಇದರ ಕಾರಣವೇನು?"

ಕೆಲವು ಮಹಿಳೆಯರಿಗೆ ಮೊದಲೇ ಇದರ ಬಗ್ಗೆ ತಿಳಿಸಿರುವುದಿಲ್ಲ, ಯಾಕೆಂದರೆ, ಮೊದಲಿನಿಂದಲೆ ಇದಕ್ಕಾಗಿ ತಯಾರು ಆಗುತ್ತಾರೆ. ಇದಕ್ಕಾಗಿ ಎಲ್ಲ ಡಾಕ್ಟರಗಳು ಅವರವರ ಕಾಯಿದೆಗಳನ್ನು ಉಪಯೋಗಿಸುತ್ತಾರೆ.

- ಒಂದುವೇಳೆ ತಾಯಿ ಹೆರಿಗೆ ಮಾಡುವ ಪರಿಸ್ಥಿತಿಯಲ್ಲಿಲ್ಲದಿದ್ದರೆ, ಆಗ ಆಪರೇಶನ್ ಮಾಡಲಾಗುತ್ತದೆ.
- ಒಂದುವೇಳೆ ಶಿಶುವಿನ ತಲೆ ತಾಯಿಯ ಪೆಲ್ವೀಸ್ಗಿಂತ ದೊಡ್ಡದಾಗಿದ್ದರೆ.
- ಹೊಟ್ಟೆಯಲ್ಲಿ ಎರಡು ಅಥವಾ ಮೂರು ಶಿಶುಗಳಿದ್ದರೆ.
- ಶಿಶುವು ಬ್ರೀಚ್ ಅಥವಾ ಬೇರೆ ಇನ್ನಾವುದೇ ಸ್ಥಿತಿಯಲ್ಲಿದ್ದರೆ.
- ಏನಾದರೂ ಖಾಯಿಲೆಯಿಂದ ತಾಯಿಯು ಹೆರಿಗೆಯನ್ನು ತಡೆದುಕೊಳ್ಳಲಾರದ ಸ್ಥಿತಿಯಲ್ಲಿದ್ದರೆ.
- ತಾಯಿಯ ಸ್ಥೂಲತನ.
- ಯಾವುದಾದರೂ ಯೋನಿಯ ಸೋಂಕು ಇದ್ದರೆ.
- ಒಂದುವೇಳೆ ಪ್ಲೆಸೆಂಟಾ[ಮಾಸಾ] ಗರ್ಭಾಶಯದ ಗೋಡೆಗಳಿಂದ ಬೇಗ ಬೇರೆ ಆದರೆ, ಇದು ಪೆಲ್ವಿಸ್ ಸರ್ವಿಕಲ್ ಬಾಯನ್ನು ಪೂರ್ತಿಯಾಗಿ ಮುಚ್ಚಿಬಿಡುತ್ತದೆ.

ಕೆಲವೊಮ್ಮೆ ಹೆರಿಗೆ ಪ್ರಾರಂಭವಾಗುವವರೆಗೂ ಸಿ-ಸೆಕ್ಷನ್ ಬಗ್ಗೆ ಗೊತ್ತಾಗುವುದಿಲ್ಲ.

- ಒಂದುವೇಳೆ, ಹೆರಿಗೆ ತುಂಬ ಸಮಯ ತೆಗೆದುಕೊಂಡರೆ ಮತ್ತು ಶಿಶುವು ಹೊರಗೆ ಬರಲು ಸಾಧ್ಯವಾಗದೇ ಹೋದರೆ ಮತ್ತು ಡಾಕ್ಟರರ ಎಲ್ಲಾ ಪ್ರಯತ್ನಗಳು ವಿಫಲವಾದರೆ.
- ಹೊಕ್ಕಳು ಜಾರುವುದು.
- ಗರ್ಭಾಶಯ ಒಡೆಯುವುದು.

ಒಂದುವೇಳೆ ಇದರ ಬಗ್ಗೆ ನಿಮಗೆ ಮೊದಲೇ ತಿಳಿದಿದ್ದರೆ ಅಥವಾ ಡಾಕ್ಟರು ತಮ್ಮ ಕಡೆಯಿಂದ ಇದನ್ನು ಖಚಿತ ಪಡಿಸಿದ್ದರೆ, ಆಗ ಇದಕ್ಕೆ ಸಂಬಂಧಪಟ್ಟ ಎಲ್ಲ ಮಾಹಿತಿಗಳನ್ನು ತಿಳಿಯಿರಿ.

ಈಲೇಕ್ಟಿವ್ ಸಿಜೇರಿಯನ್:-

"ಕೆಲವು ಮಹಿಳೆಯರು ಸಿ-ಸೆಕ್ಷನ್ ಆರಿಸುತ್ತಾರೆ. ಏನು ನಾನು ಹಾಗೆ ಮಾಡಬೇಕ?".

ಈ ದಿನಗಳಲ್ಲಿ ಇದು ಸಾಕಷ್ಟು ನಡೆಯುತ್ತಿದೆ. ಆದರೆ, ಹಾಗೆಂದು ನೀವು ಇದನ್ನು ಆರಿಸಿಕೊಳ್ಳುವ ಅವಶ್ಯಕತೆ ಇಲ್ಲ. ಇದನ್ನು ಗಂಭೀರವಾಗಿ ಪರಿಗಣಿಸಿ

ಮತ್ತು ಡಾಕ್ಟರರ ಜೊತೆಯಲ್ಲಿ ಎಲ್ಲ ಸಾಧ್ಯತೆಗಳ ಬಗ್ಗೆ ಚರ್ಚೆಮಾಡಿ ಆಮೇಲೆ ನಿರ್ಧಾರ ತೆಗೆದುಕೊಳ್ಳಿ.

ನಿಮ್ಮ ಹತ್ತಿರ ಏನೇ ಕಾರಣ ಇದ್ದರೂ. ಆಪರೇಶನ್ ಬಗ್ಗೆ ಆಗ ನೀವು ನಿರ್ಧಾರ ತೆಗೆದುಕೊಳ್ಳಿ. ಒಂದುವೇಳೆ-

ಯೋನಿ ಮಾರ್ಗದಿಂದ ಶಿಶುವು ಜನನವಾಗುವಾಗ ಆಗುವ ನೋವು:- ನೋವಿನಿಂದ ತಪ್ಪಿಸಿಕೊಳ್ಳುವುದಕ್ಕೆ ಆಪರೇಶನ್ ಆರಿಸಿವುದು ಬುದ್ಧಿವಂತಿಕೆಯ ಲಕ್ಷಣವಲ್ಲ. ನೋವಿನಿಂದ ಪಾರಾಗುವುದಕ್ಕೆ ಬೇರೆ ಉಪಾಯವನ್ನು ಅಳವಡಿಸಿಕೊಳ್ಳಬಹುದು.

ಯೋನಿಮಾರ್ಗದಿಂದ ಹೆರಿಗೆಯಾದ ಮೇಲೆ ಆಗುವ ಪರಿಣಾಮದ ಹೆದರಿಕೆ:- ನಿಮಗೆ ಯೋನಿಮಾರ್ಗದ ಮಾಂಸಖಂಡ ಸಡಿಲವಾಗುವ ಹೆದರಿಕೆ ಇದ್ದರೆ, ಅದನ್ನು ಕೀಗಲ್ ವ್ಯಾಯಾಮದಿಂದ ಈ ಅಪಾಯದಿಂದ ಸಾಕಷ್ಟು ಮಟ್ಟಿಗೆ ತಡೆಯಬಹುದು. ಆಪರೇಶನ್ ಆದಮೇಲು ಅದರ ದುಷ್ಪರಿಣಾಮಗಳು ಆಗಬಹುದು.

ನಿಮ್ಮಿಷ್ಟದಂತೆ ಶಿಶುವಿನ ಜನನ:- ನಿಮಗೆ ಆಪರೇಶನ್ ಆದಮೇಲೆ ಬಹಳ ಸಮಯದವರೆಗೆ ಆಸ್ಪತ್ರೆಯಲ್ಲಿ ಇರಬೇಕಾಗುತ್ತದೆ. ಆಪರೇಶನ್ ಆಗುವುದರಿಂದ ನಿಮಗೆ ಮತ್ತು ನಿಮ್ಮ ಶಿಶುವಿಗೆ ಯಾವುದಾದರೂ ಅಪಾಯ ಆಗಬಹುದು.

ಎರಡನೇ ಶಿಶುವಿನ ಜನನ:- ಒಂದುವೇಳೆ ನೀವು ಮೊದಲನೇ ಹೆರಿಗೆಯಲ್ಲಿ ಇದನ್ನು ಆರಿಸಿದರೆ ಈ ಹೆರಿಗೆಯಲ್ಲಿ ನೀವು ಯೋನಿ ಮಾರ್ಗದ ಹೆರಿಗೆಯನ್ನು ಆರಿಸುವುದಕ್ಕೆ ಆಗುವುದಿಲ್ಲ, ಆಗಲೂ ಈ ಪದ್ಧತಿಯನ್ನೇ ಅಳವಡಿಸಬೇಕಾಗುತ್ತದೆ.

ಯಾವಾಗ ಶಿಶು ಬರುವುದಕ್ಕೆ ಪೂರ್ತಿಯಾಗಿ ತಯಾರಾಗುತ್ತದೆಯೋ ಅದೇ ಹೆರಿಗೆಗೆ ಸರಿಯಾದ ಸಮಯವಾಗಿರುತ್ತದೆ, ಒಂದುವೇಳೆ ನೀವು ಮೊದಲೇ ಆಪರೇಶನ್ ಮಾಡಿಸಿದರೆ ಇದು ಶಿಶುವಿನ ತಪ್ಪು ಸಮಯ ಆಗಿರಬಹುದು.

ಒಂದುವೇಳೆ ಈಗಲೂ ನೀವು ಆಪರೇಶನ್ ಮಾಡಿಸಿಕೊಳ್ಳಲು ಇಷ್ಟಪಟ್ಟರೆ ಡಾಕ್ಟರನ್ನು ಇದು ನಿಮಗೆ ಮತ್ತು ನಿಮ್ಮ ಶಿಶುವಿಗೆ ಸರಿಯಾದುದೋ ಅಲ್ಲವೋ ಎಂದು ಸಲಹೆ ಕೇಳಿ.

ಮತ್ತೆಮತ್ತೆ ಸಿಜೇರಿಯನ್

"ನನಗೆ ಎರಡು ಸಿ-ಸೆಕ್ಷನ್ ಆಗಿಹೋಗಿದೆ. ನನಗೆ ಕನಿಷ್ಠ ಇನ್ನು ಎರಡು ಶಿಶುಗಳು ಬೇಕು. ನಾವು ಎಷ್ಟು ಸಲ ಸಿ-ಸೆಕ್ಷನ್ ಮಾಡಿಸಿಕೊಳ್ಳಬಹುದು"?

ಹಾಗೆ ಈ ವಿಷಯದಲ್ಲಿ ಯಾವುದೇ ಕಟ್ಟಳೆಗಳಿಲ್ಲ. ಯಾವುದೇ ಮಹಿಳೆ ಎಷ್ಟು ಬಾರಿ ಬೇಕಾದರೂ ಸಿ-ಸೆಕ್ಷನ್ ಮಾಡಿಸಿಕೊಳ್ಳಬಹುದು. ಆದರೆ ಇದು ಹಿಂದಿನ ಸಿ-ಸೆಕ್ಷನ್‌ನಲ್ಲಿ ಸೀಳು ಯಾವರೀತಿ ಆಗಿತ್ತು, ಎಷ್ಟು ದೊಡ್ಡ ಗಾಯವಾಗಿತ್ತು ಅನ್ನುವುದರ ಮೇಲೆ ಅವಲಂಬಿಸಿರುತ್ತದೆ. ಇದರ ಬಗ್ಗೆ ಡಾಕ್ಟರರ ಹತ್ತಿರ ಮೊದಲು ಸಲಹೆ ಪಡೆಯಿರಿ.

ಸೀಳು ಎಲ್ಲಿ ಮತ್ತು ಹೇಗೆ ಆಯಿತು? ಎಷ್ಟು ಸಮಯದಲ್ಲಿ ಗಾಯ ಸರಿಯಾಯಿತು. ಈ ಮಾತುಗಳ ಆದಾರದ ಮೇಲೆ ಸಿ-ಸೆಕ್ಷನ್ ಅಪಾಯಕಾರಿಯೂ ಆಗಬಹುದು. ನಿಮಗೆ ಈ ಗರ್ಭಾವಸ್ಥೆಯ ಸಂಬಂಧದಲ್ಲಿ ಎಚ್ಚರಿಕೆಯಿಂದಿರಬೇಕಾಗುತ್ತದೆ, ಯಾಕೆಂದರೆ ಎಲ್ಲವೂ ಸರಿಯಾದ ರೀತಿಯಲ್ಲಿ ಆಗಬೇಕು.

ಸಿಜೇರಿಯನ್ ಆದಮೇಲೆ ಯೋನಿಮಾರ್ಗದಿಂದ ಹೆರಿಗೆ:-

"ಹಿಂದಿನ ಸಲ ನನಗೆ ಸಿಜೆರಿಯನ್ ಆಗಿತ್ತು. ಏನು ನಾನು ಈ ಬಾರಿ ಯೋನಿಮಾರ್ಗದಿಂದ ಹೆರಿಗೆಗೆ ಪ್ರಯತ್ನ ಪಡಬಹುದೇ?"

ಮೊದಮೊದಲು ಡಾಕ್ಟರು ಮತ್ತು ಸುಲಗಿತ್ತಿಯರು ಈ ಸಲಹೆಯನ್ನು ಕೊಡುತ್ತಿದ್ದರು. ಆದರೆ ಈಗ ಅಧ್ಯಯನದಿಂದ ತಿಳಿದು ಬಂದಿರುವುದೇನೆಂದರೆ, ಈ ಸೀಳು ಗಾಯದಿಂದ ನಷ್ಟವಾಗಬಹುದು, ಆದ್ದರಿಂದ ಎರಡನೇ ಬಾರಿಯೂ ಸಿ-ಸೆಕ್ಷನ್ ಮಾಡುವುದೇ ಸುರಕ್ಷಿತ. ಹಾಗು 60% ಮಹಿಳೆಯರು ಸಿ-ಸೆಕ್ಷನ್ ಆದಮೇಲೆ ಯೋನಿಮಾರ್ಗದಿಂದ ಹೆರಿಗೆ ಮಾಡಬಹುದು, ಒಂದುವೇಳೆ ಜಾಗರೂಕತೆಯಿಂದಿದ್ದರೆ ಎರಡು ಸಿ-ಸೆಕ್ಷನ್ ಆದಮೇಲೂ ಈ ರೀತಿ ಆಗಬಹುದು. ಈ ಪ್ರಕರಣಗಳಲ್ಲಿ ಎದುರಿಗೆ ಬರುವ ಹೆದರಿಕೆ ಕೇವಲ 10% ಎಂದು ಅಧ್ಯಯನದಿಂದ ತಿಳಿದು ಬಂದಿದೆ.

ಒಂದುವೇಳೆ ನೀವು ಇದರ ಬಗ್ಗೆ ನಿರ್ಧರಿಸಿಯಾಗಿದ್ದರೆ, ನಿಮ್ಮ ಬೆನ್ನುತಟ್ಟಿ ಪ್ರೋತ್ಸಾಹಿಸುವಂಥ ಡಾಕ್ಟರನ್ನು ಆರಿಸಿ. ಒಂದುವೇಳೆ ಪೂರ್ತಿ ಪ್ರಯತ್ನ ಪಟ್ಟಮೇಲೂ ಇದು ಸಂಭವ ಆಗದೇ ಇದ್ದರೆ

ಹೊಟ್ಟೆ ಭರ್ತಿ ತಿನ್ನಿರಿ.

ಈ ದಿನಗಳಲ್ಲಿ ನಿಮಗೆ ನೀವು ಒಂದು ದನದ ಹಾಗೆ ಯಾವಾಗಲೂ ದಿನಪೂರ್ತಿ ಮೇಯುತ್ತಿರುವಂತೆ ಅನ್ನಿಸುತ್ತದೆ. ಇದು ನಿಮ್ಮ ಮತ್ತು ನಿಮ್ಮ ಶಿಶುವಿನ ಪೋಷಣೆಗೆ ಬಹಳ ಅವಶ್ಯಕವಾಗಿದೆ. ದಿನದಲ್ಲಿ ಕಡಿಮೆ ಅಂದರೆ ಕನಿಷ್ಠ 6 ಬಾರಿ ತಿನ್ನುವ ಅಭ್ಯಾಸ ಮಾಡಿಕೊಳ್ಳಿ ಮತ್ತು ಹೊಟ್ಟೆ ತುಂಬ ತಿನ್ನಿರಿ.

ನಿರಾಶರಾಗಬೇಡಿ. ಇದನ್ನು ನೆನಪಿಡಿ ಸಾಕು ಏನೆಂದರೆ, ನಿಮ್ಮ ಶಿಶುವಿಗೆ ಯಾವುದು ಉತ್ತಮವೋ ಅದು ನಿಮಗೂ ಉತ್ತಮ.

ಗ್ರೂಪ್ ಬಿ ಸ್ಟ್ರೆಪ್:–

"ನನ್ನ ಡಾಕ್ಟರು ಗ್ರೂಪ್ ಬಿ ಸ್ಟ್ರೆಪ್ ಸೋಂಕಿನ ತಪಾಸಣೆಗೆ ಹೇಳಿದ್ದಾರೆ. ಇದು ಏನು?"

ಇದರ ಅರ್ಥ ನಿಮ್ಮ ಡಾಕ್ಟರು ನಿಮ್ಮ ಸುರಕ್ಷೆಯ ಸಂಪೂರ್ಣ ಸಿದ್ಧತೆ ಮಾಡಲು ಇಚ್ಛಿಸುತ್ತಾರೆ. ಅವರು ಶಿಶುವಿಗೆ ಹುಟ್ಟಿದ ತಕ್ಷಣ ಗಂಟಲ ಸೋಂಕು ಆಗಬಾರದೆಂದು ಬಯಸುತ್ತಾರೆ.

ಜಿ. ವಿ. ಎಸ್. ಒಂದು ರೋಗಾಣು[ಬ್ಯಾಕ್ಟೀರಿಯ] ಇರುತ್ತದೆ, ಇದು ಸ್ವಸ್ಥ ಮಹಿಳೆಯ ಯೋನಿಯಲ್ಲಿ ಇರಬಹುದು. 10 ರಿಂದ 35% ಮಹಿಳೆಯರು ಇದರಿಂದ ಪೀಡಿತರಾಗಿರುತ್ತಾರೆ. ಶಿಶುವಿಗೆ ಇದರಿಂದ ಗಂಭೀರ ಗಂಟಲ ಸೋಂಕು ಆಗಬಹುದು.

ನಿಮಗೆ ಇದರ ಯಾವುದೇ ಲಕ್ಷಣಗಳು ಗೊತ್ತಾಗದೇ ಇರಬಹುದು, ಆದರೆ ಈ ತಪಾಸಣೆಯಿಂದ ನಿಮಗೆ ಸೋಂಕು ಇದೆಯೋ ಇಲ್ಲವೋ ಎಂದು ಗೊತ್ತಾಗುತ್ತದೆ. ನಿಮಗೆ ಕೆಲವು ಔಷಧಿಗಳನ್ನು ಕೊಡುತ್ತಾರೆ ಇದರಿಂದ ನಿಮಗೆ ಸೋಂಕು ಪೂರ್ತಿಯಾಗಿ ಹೋಗುತ್ತದೆ ಮತ್ತು ಶಿಶುವು ಸುರಕ್ಷಿತವಾಗಿ ಜನನವಾಗುತ್ತದೆ.

35 ರಿಂದ 37ನೇ ವಾರದ ಮಧ್ಯದಲ್ಲಿ ಸಾಮಾನ್ಯವಾಗಿ ಈ ತಪಾಸಣೆ ಮಾಡಲಾಗುತ್ತದೆ. ಒಂದು ವೇಳೆ ನಿಮ್ಮ ಡಾಕ್ಟರು ಮಾಡದಿದ್ದರೆ ಅವರಿಗೆ ಹೇಳಿ ಮಾಡಿಸಿರಿ. ಇದನ್ನು ಪೆಪ್ ಸ್ಮಿಯರ್ ಟೆಸ್ಟ್ ರೀತಿಯಲ್ಲಿ ಮಾಡುತ್ತಾರೆ. ಒಂದುವೇಳೆ ತಪಾಸಣೆಯಲ್ಲಿ ಪಾಸಿಟಿವ್[ಇದೆ ಎಂದು] ಬಂದರೆ, ಆಂಟಿಬಯೋಟಿಕ್ಸ್ ಚುಚ್ಚುಮದ್ದು ಕೊಡಲಾಗುತ್ತದೆ. ಮೂತ್ರದ ತಪಾಸಣೆಯಿಂದ ಸಹ ಇದನ್ನು ಪತ್ತೆ ಹಚ್ಚಬಹುದು. ಒಂದುವೇಳೆ ನೀವು ಇಚ್ಛಿಸುತ್ತಿದ್ದರೆ ಇದಕ್ಕಾಗಿ ಔಷಧಿಯನ್ನು ತೆಗೆದುಕೊಳ್ಳಬಹುದು.

ಒಂದು ವೇಳೆ ಹೆರಿಗೆ ಸ್ವಲ್ಪ ಸಮಯದ ಮೊದಲು ತಪಾಸಣೆ ಮಾಡಿಸಿದಾಗ ಪಾಸಿಟಿವ್ ಬಂದರೆ ಚಿಕಿತ್ಸೆಯಿಂದ ಅಪಾಯವನ್ನು ತಡೆಯಬಹುದು. ಒಂದುವೇಳೆ ನಿಮ್ಮ ಮೊದಲನೆಯ ಶಿಶುವಿಗೆ ಅಕಸ್ಮತ್ತಾಗಿ ಈ ಸೋಂಕು ಇತ್ತೆಂದರೆ ಡಾಕ್ಟರು ತಪಾಸಣೆ ಇಲ್ಲದೆ ನಿಮಗೆ ಇದರ ಔಷಧಿಯನ್ನು ಕೊಡುತ್ತಾರೆ, ಯಾಕೆಂದರೆ ಯಾವುದೇ ರೀತಿಯ ಅಪಾಯ ಬರದಿರಲೆಂದು.

ಹೊಟ್ಟೆ ಭರ್ತಿ ತಿನ್ನಿರಿ. ಈ ದಿನಗಳಲ್ಲಿ ನಿಮಗೆ ನೀವು ಒಂದು ದನದ ಹಾಗೆ ಯಾವಾಗಲೂ ದಿನಪೂರ್ತಿ ಮೇಯುತ್ತಿರುವಂತೆ ಅನ್ನಿಸುತ್ತದೆ. ಇದು ನಿಮ್ಮ ಮತ್ತು ನಿಮ್ಮ ಶಿಶುವಿನ ಪೋಷಣೆಗೆ ಬಹಳ ಅವಶ್ಯಕವಾಗಿದೆ. ದಿನದಲ್ಲಿ ಕಡಿಮೆ ಅಂದರೆ ಕನಿಷ್ಠ 6 ಬಾರಿ ತಿನ್ನುವ ಅಭ್ಯಾಸ ಮಾಡಿಕೊಳ್ಳಿ ಮತ್ತು ಹೊಟ್ಟೆ ತುಂಬ ತಿನ್ನಿರಿ.

ಸ್ನಾನ ಮಾಡುವುದು

"ಏನು ಗರ್ಭಾವಸ್ಥೆಯ ಕೊನೆಯ ದಿನಗಳಲ್ಲಿ ಸ್ನಾನ ಮಾಡುವುದು ಸರಿ ಇರುತ್ತದೆಯೇ?"

ಹೌದು ಬಿಸಿನೀರಿನಿಂದ ಸ್ನಾನ ಮಾಡುವುದರಿಂದ ಶರೀರಕ್ಕೆ ಆರಾಮ ಸಿಗುತ್ತದೆ. ಒಂದುವೇಳೆ ನಿಮಗೆ ಅನ್ನಿಸಬಹುದು ಸ್ನಾನ ಮಾಡಿದ ನೀರು ನಿಮ್ಮ ಯೋನಿಯ ಒಳಗಡೆ ಹೋಗುತ್ತದೆ ಅಂತ ಅನ್ನಿಸಿದರೆ ಹಾಗೇನು ಆಗುವುದಿಲ್ಲ. ಒಂದುವೇಳೆ ಬಲವಂತವಾಗಿ ಹಾಕಿದಾಗಲೆ ಇದು ಒಳಗೆ ಹೋಗುತ್ತದೆ. ಒಂದುವೇಳೆ ಯಾವುದಾದರೂ ರೀತಿಯಲ್ಲಿ ಸ್ವಲ್ಪ ನೀರು ಒಳಗೆ ಹೋದರು ಸರ್ವಿಕಲ್ ಮ್ಯೂಕಸ್ ಗಭಾಶಯದ ಬಾಯನ್ನು ಮುಚ್ಚಿಬಿಡುತ್ತದೆ, ಯಾಕೆಂದರೆ, ಸೋಂಕು ಒಳಗಡೆ ಹೋಗುವುದಕ್ಕೆ ಆಗದಿರಲೆಂದು.

ನೀವು ಎಷ್ಟೆಂದರೆ ಹೆರಿಗೆಯ ಸಂಬಂಧದಲ್ಲಿ ಸ್ನಾನ ಮಾಡಬಹುದು. ಹೈಡ್ರೋಥೆರೆಪಿಯಿಂದ ಹೆರಿಗೆ ನೋವಿನಲ್ಲಿ ಸಾಕಷ್ಟು ಆರಾಮ ಸಿಗುತ್ತದೆ. ನೀವು ಶಿಶುವಿನ ಜನ್ಮವನ್ನು ಟಬ್‌ನಲ್ಲಿ ಜನ್ಮ ಕೊಡುವಂತಹ ರೀತಿಯನ್ನು ಬೇಕಾದರೂ ಅಳವಡಿಸಿಕೊಳ್ಳಬಹುದು.

ಸರಿ ಆದರೆ ನಿಮ್ಮ ಟಬ್‌ನಲ್ಲಿ ಮೈಂಟ್ ನ್ನು ಹಾಸಿರಿ ಯಾಕೆಂದರೆ ನಿಮ್ಮ ಕಾಲುಗಳು ಜಾರದಿರಲೆಂದು. ಯಾವಾಗಲಿನ ಹಾಗೆ ಬಬಲ್ ಸ್ನಾನದಿಂದ ದೂರವೇ ಇರಿ.

ಗಾಡಿ ನೆಡೆಸುವುದು

"ನಾನು ವೀಲ್‌ನ ಹಿಂದೆ ಫಿಟ್ಟಾಗುವುದಿಲ್ಲ. ಏನು ನಾನು ಈಗ ಗಾಡಿ ಓಡಿಸಬಹುದಾ?

ನೀವು ಎಲ್ಲಿಯವರೆಗೆ ಸೀಟಿನಲ್ಲಿ ಫಿಟ್ಟಾಗುವಿರೋ ಅಲ್ಲಿಯವರೆಗೆ ಗಾಡಿ ಓಡಿಸಬಹುದು. ಸೀಟನ್ನು ಹಿಂದೆ ಮಾಡಿ ಮತ್ತು ವೀಲ್ ಅನ್ನು ಸ್ವಲ್ಪ ಮೇಲು ಮಾಡಿ ಬಗ್ಗಿಸಿ, ಆಗ ನಿಮಗೆ ಕುಳಿತುಕೊಳ್ಳಲು ಸಾಕಷ್ಟು ಜಾಗ ಸಿಗುತ್ತದೆ.

ಕಾರಿನಲ್ಲಿ ಒಂದು ಘಂಟೆಗಿಂತ ಹೆಚ್ಚಿಗೆ ಒಂದೇಸಮ ಕೂರಬೇಡಿ. ನೀವು ಹಿಂದುಗಡೆ ಕುಳಿತರೂ, ಒಂದುವೇಳೆ ದೂರದ ಪ್ರಯಾಣವಾದರೆ, ನೀವು ಗಾಡಿಯನ್ನು ನೆಡೆಸಿದರೂ ಸರಿ, ಇಲ್ಲವಾದರೂ ಸರಿ ಇದು ನಿಮಗೆ ಆಯಾಸವನ್ನುಂಟುಮಾಡುತ್ತದೆ. ಆದಾಗ್ಯೂ ಹೋಗಲೇಬೇಕಾದ ಸಂದರ್ಭವಿದ್ದರೆ, ಪ್ರತಿ ಘಂಟೆಗೊಮ್ಮೆ ಇಳಿದು ಸುತ್ತಾಡಿ ಮತ್ತು ಕುತ್ತಿಗೆ ಮತ್ತು ಬೆನ್ನು ಹಿಡಿಯುವುದನ್ನು ದೂರಮಾಡಲು ಸ್ವಲ್ಪ ವ್ಯಾಯಾಮಮಾಡಿರಿ.

ಹೆರಿಗೆಗಾಗಿ ಸ್ವತಃ ಗಾಡಿಯನ್ನು ನೆಡೆಸಿಕೊಂಡು ಆಸ್ಪತ್ರೆಗೆ ಹೋಗಬೇಡಿ. ಒಂದುವೇಳೆ ಜೋರಿನ ಸಂಕುಚನವಾದರೆ ರಸ್ತೆಯಲ್ಲಿ ಅಪಾಯವಾಗಬಹುದು.

ನೀವು ಹಿಂದಿನ ಸೀಟಿನಲ್ಲಿ ಕುಳಿತು ಹೋದರೂ ಸರಿ ಸೀಟ್ ಬೆಲ್ಟ್ ಕಟ್ಟಿಕೊಳ್ಳುವುದನ್ನು ಮರೆಯಬೇಡಿ.

ಪ್ರಯಾಣ ಮಾಡುವುದು:

"ಈ ತಿಂಗಳು ನಾನು ಒಂದು ಮುಖ್ಯವಾದ ಬಿಸಿನೆಸ್ ಸಲುವಾಗಿ ಹೊರಗೆ ಹೋಗಬೇಕಾಗಿದೆ. ಏನು ಈ ದಿನಗಳಲ್ಲಿ ಪ್ರಯಾಣ ಮಾಡುವುದು ಸುರಕ್ಷಿತವೇ ಅಥವಾ ನನ್ನ ಈ ಪ್ರಯಾಣವನ್ನು ರದ್ದುಗಳಿಸಲೇ?"

ಪ್ರಯಾಣದ ತಯಾರಿಯ ಮೊದಲು ನೀವು ನಿಮ್ಮ ಡಾಕ್ಟರನ್ನು ಭೇಟಿಮಾಡಿ. ಎಲ್ಲ ಡಾಕ್ಟರರು ಈ ವಿಚಾರದಲ್ಲಿ ಬೇರೆ ಬೇರೆ ಸಲಹೆಯನ್ನು ಇಟ್ಟುಕೊಳ್ಳುತ್ತಾರೆ. ಅದು ನಿಮ್ಮ ಸ್ಥಿತಿ ಮತ್ತು ಬೇರೆ ಕಾರಣಗಳ ಮೇಲೂ ನಿಮಗೆ ಹೋಗುವುದಕ್ಕೆ ಅಥವಾ ಇರುವುದಕ್ಕೆ ಅವರ ಅನುಮತಿ ಅವಲಂಬಿತವಾಗಿರುತ್ತದೆ. ಒಂದುವೇಳೆ ನಿಮ್ಮ ಗರ್ಭಾವಸ್ಥೆಯಲ್ಲಿ ಯಾವುದೇ ಸಮಸ್ಯೆ ಇಲ್ಲದಿದ್ದರೆ ನಿಮಗೆ ಹೋಗುವುದಕ್ಕೆ ಅನುಮತಿ ದೊರೆಯುತ್ತದೆ. ಅಥವಾ ನಿಮಗೆ ಏನಾದರೂ ನಿಗದಿತ ಅವಧಿಗೆ ಮುಂಚೆ ಹೆರಿಗೆಯಾಗುವ ಪ್ರಸಂಗವಿದ್ದರೆ ಆಗ ನಿಮಗೆ ಹೋಗಲು ಅನುಮತಿ ದೊರೆಯುವುದಿಲ್ಲ. ಈ ಸಮಯದಲ್ಲಿ ನಿಮಗೆ ಪ್ರಯಾಣದಿಂದ ನಿಮ್ಮ ಕುತ್ತಿಗೆ ಮತ್ತು ಬೆನ್ನು ನೋವು ಹೆಚ್ಚಾಗಬಹುದು. ಶಾರೀರಿಕವಾಗಿ ಮತ್ತು ಮಾನಸಿಕವಾಗಿ ಆಯಾಸ ಹೆಚ್ಚಾಗಬಹುದು, ಆದ್ದರಿಂದ ನೀವು ಎಲ್ಲಕ್ಕೂ ಮೊದಲು ನೀವು ಹೇಗೆ ಅನುಭವಿಸುತ್ತೀದ್ದೀರೆಂದು ನೋಡಿಕೊಳ್ಳಿರಿ ಈ ಪ್ರಯಾಣವನ್ನು ಗರ್ಭಾವಸ್ಥೆಯು ಮುಗಿಯುವವರೆಗೆ ಮುಂದೂಡಲು ಆಗುತ್ತದೊ ಇಲ್ಲವೋ ನೋಡಿಕೊಳ್ಳಿ. ಇದರಿಂದ ನಿಮ್ಮ ಮೇಲೆ ಎಷ್ಟು ಒತ್ತಡಆಗುತ್ತದೆ. ಒಂದುವೇಳೆ ವಿಮಾನದಲ್ಲಿ ಹೋಗುವುದಾದರೆ ಅದರಲ್ಲಿ ಅನುಸರಿಸಬೇಕಾದ ಎಲ್ಲ ಆದೇಶಗಳನ್ನು ಪಾಲಿಸಿ. ಕೆಲವು ಏರ್‌ಲಯಿನ್ಸ್‌ಗಳು 9ನೇ ತಿಂಗಳ ಗರ್ಭವತಿ ಮಹಿಳೆಯರನ್ನು ಡಾಕ್ಟರರ ಅನುಮತಿ ಇಲ್ಲದೆ ಪ್ರಾಯಾಣಿಸಲು ಬಿಡುವುದೇ ಇಲ್ಲ.

ಒಂದುವೇಳೆ ಡಾಕ್ಟರರು ಒಪ್ಪಿದರೂ ಆಗಲೂ ಸಹ ನೀವು ಬಹಳ ವಿಷಯಗಳ ಬಗ್ಗೆ ಗಮನ ಇರಿಸಬೇಕಾಗುತ್ತದೆ. ನಿಮ್ಮ ವಿಶ್ರಾಂತಿಯ ಬಗ್ಗೆ ಹೆಚ್ಚಿನ ಗಮನ ಕೊಡಿ. ಒಂದುವೇಳೆ ತುಂಬ ದೂರದ ಪ್ರಯಾಣವಾಗಿದ್ದರೆ ನಿಮ್ಮ ಜೊತೆಯಲ್ಲಿ ಜೊತೆಗಾರನನ್ನೂ ಕರದುಕೊಂಡುಹೋಗಿ, ಯಾಕೆಂದರೆ ನಿಮಗೆ ಅವರು ಯಾವಾಗಲಾದರೂ ಸಹಾಯಕ್ಕೆ ಬರಬಹುದು.

ಗರ್ಭಾವಸ್ಥೆಯ ಕೊನೆಯ ತಿಂಗಳು ಮತ್ತು ಸಂಭೋಗ

"ನಾನು ಕೊನೆಯ ತಿಂಗಳಿನ ಸಂಭೋಗದ ಬಗ್ಗೆ ಬೇರೆ ಬೇರೆ ರೀತಿಯ ಮಾತುಗಳನ್ನು ಕೇಳಿದ್ದೀನಿ, ಆದ್ದರಿಂದ ನಾನು ಸಮಸ್ಯೆಯಲ್ಲೀದ್ದೇನೆ. ಇದರಿಂದ ಹೆರಿಗೆ ಬೇಗ ಆಗುವುದಿಲ್ಲ ತಾನೆ?"

ಈ ವಿಚಾರದಲ್ಲಿ ಯಾವುದೇ ರೀತಿಯ ಹುಡುಕುವಿಕೆ ಆಗಿಲ್ಲ, ಆದಾಗ್ಯು ಇದು ಬಹಳ ಮಟ್ಟಿನವರೆಗೆ ನಿಮ್ಮಿಬ್ಬರ ಮೇಲೆ ಅವಲಂಬಿತವಾಗಿರುತ್ತದೆ. ನೀವು ಮತ್ತು ನಿಮ್ಮ ಜೊತೆಗಾರ ಇಬ್ಬರೂ ಸೇರಿ ಇದನ್ನು ಮುಂದುವರೆಸುವ ಬಗ್ಗೆ ನಿರ್ಧರಿಸಬೇಕು. ಸಂಭೋಗ ಮತ್ತು ಉದ್ರೇಕ ಇದಕ್ಕು ಹೆರಿಗೆಗೂ ಯಾವುದೇ ಸಂಬಂಧವಿಲ್ಲ. ಒಂದುವೇಳೆ ಒಳಗಡೆಯಿಂದ ಹೆರಿಗೆಗೆ ಪೂರ್ತಿ ತಯಾರಿ ಆಗಿದ್ದರೆ ಆಗ ಇದರಿಂದ ಸ್ವಲ್ಪ ವ್ಯತ್ಯಾಸವಾಗಬಹುದು. ಆದಾಗ್ಯು ಡಾಕ್ಟರು ಮತ್ತು ಸೂಲಗಿತ್ತಿಯರು ಇತ್ತೀಚಿನ ದಿನಗಳಲ್ಲಿ ಗರ್ಭವತಿಯರಿಗೆ ಸಾಮಾನ್ಯವಾಗಿ ಕೊನೆಯವರೆಗೂ ಸಂಭೋಗಕ್ಕೆ ಅನುಮತಿ ಕೊಡುತ್ತಾರೆ, ಮತ್ತು ಕೆಲವು ದಂಪತಿಗಳು ಯಾವುದೇ ತೊಂದರೆ ಇಲ್ಲದೆ ಈ ರೀತಿ ಮಾಡುತ್ತಾರೆ.

ನೀವು, ನಿಮ್ಮ ಪರಿಸ್ಥಿತಿಯ ಸಂಬಂಧವಾಗಿ ಇದು ನಿಮಗೆ ಸುರಕ್ಷಿತ ಹೌದೋ ಅಲ್ಲವೋ ಎಂಬುದನ್ನು ನಿಮ್ಮ ಡಾಕ್ಟರಿಂದ ಕೇಳಿ ತಿಳಿಯಿರಿ. ಒಂದುವೇಳೆ ನಿಮಗೆ ಡಾಕ್ಟರು ಹಸಿರು ನಿಶಾನೆ ತೋರಿಸಿದರೆ, ಖುಷಿಯಿಂದ ಅನುಭವಿಸಿರಿ, ಆದರೆ ಕೆಂಪು ನಿಶಾನೆ ತೋರಿಸಿದರೆ ನೀವಿಬ್ಬರೂ ಹತ್ತಿರವಾಗುವುದಕ್ಕೆ ಬೇರೆ ಯಾವುದಾದರೂ ಉಪಾಯ ಹುಡುಕಬೇಕು. ಒಂದು ರೋಮಾಂಚಕ ಮೇಣದ ದೀಪದ ಭೋಜನ [ಛಿಚಟಿಜಟಜ ಟಮ್ಣಾ ಜಟಿಟಿಜಡಿ] ಅಥವಾ ಒಂದು ದೂರದ ಸುತ್ತಾಟ ಹೇಗಿರುತ್ತದೆ? ಇಬ್ಬರು ಒಟ್ಟಿಗೆ ಸ್ನಾನ ಮಾಡುವ ಆನಂದ ಪಡೆಯಿರಿ. ಹರಟೆ ಹೊಡೆಯಿರಿ. ಮಾಲೀಷ್ ಮಾಡಿ. ಏನಾದರೂ ಮಾಡಿ ಆದರೆ ಡಾಕ್ಟರರು ಕೊಟ್ಟಿರುವ ಎಚ್ಚರಿಕೆ ಮಾತನ್ನು ನಿರ್ಲಕ್ಷಿಸಬೇಡಿ. ಈ ರೀತಿಯ ಅವಕಾಶಗಳು ನಿಮಗೆ ಆಮೇಲೆ ಶಿಶುವು ಪೂರ್ತಿ ರಾತ್ರೆ ಮಲಗಿದಾಗ ಮಾತ್ರ ಸಿಗುತ್ತದೆ.

ನೀವಿಬ್ಬರು.

"ಶಿಶು ಇನ್ನು ಹುಟ್ಟಿಲ್ಲ ಆಗಲೇ ನನ್ನ ಮತ್ತು ನನ್ನ ಗಂಡನ ಸಂಬಂಧದಲ್ಲಿ ಬೇಕಾದಷ್ಟು ಬದಲಾವಣೆ ಬಂದಿದೆ. ನಾವಿಬ್ಬರು ನಮ್ಮ ನಮ್ಮಲ್ಲಿ ಮಗ್ನರಾಗುವ ಬದಲು ಶಿಶು ಮತ್ತು ಅದರ ಜನನದ ಬಗ್ಗೆಯೇ ಯೋಚಿಸುತ್ತಿರುತ್ತೀವಿ."

ಮುದ್ದಾದ ಮಗು ನಿಮ್ಮ ಜೀವನದಲ್ಲಿ ಬೇಕಾದಷ್ಟು ವಸ್ತುಗಳನ್ನು ತರುತ್ತದೆ: ಖುಷಿ, ಉತ್ತೇಜನ ಉತ್ಸಾಹ ಮತ್ತು ಬೇಕಾದಷ್ಟು ಗಲೀಜು ಡಾಯ್ಪರ್ ಹೀಗೆ. ಆದರೆ ತನ್ನ ಚಿಕ್ಕದಾದ ಆಕೃತಿಯಿಂದ ಅದಕ್ಕೆ ದೊಡ್ಡ ಬದಲಾವಣೆ ತರುವುದಕ್ಕೆ ಬಹಳ ಸಮಯ ಬೇಕಾಗುವುದಿಲ್ಲ.

ನಿಮ್ಮಿಬ್ಬರಿಗೂ ನಿಮ್ಮ ಸಂಬಂಧದಲ್ಲಿ ಇದೇ ಬದಲಾವಣೆ ಕಾಣುತ್ತಿರಬಹುದು. ನೀವು ಯಾವಾಗ ಇಬ್ಬರಿಂದ ಮೂವರಾದಾಗ ನಿಜವಾಗಿಯೂ ನಿಮ್ಮಿಬ್ಬರ

ಮೊದಲ ಆದ್ಯತೆಗಳಲ್ಲಿ ಸ್ವಲ್ಪ ಅಂತರ ಬರುತ್ತದೆ, ಆದರೆ, ಈ ಕುಣಿದಾಡುವುದನ್ನು ಎಲ್ಲ ದಂಪತಿಗಳು ಗರ್ಭಾವಸ್ಥೆಯಲ್ಲಿ ಬರುವ ಪ್ರಾಕೃತಿಕ ಬದಲಾವಣೆ ಎಂದು ಒಪ್ಪಿಕೊಳ್ಳುತ್ತಾರೆ, ಏಕೆಂದರೆ, ಶಿಶುವು ಬರುವುದಕ್ಕಿಂತ ಮೊದಲೇ ನಿಮ್ಮ ಒಳ್ಳೆಯದಕ್ಕೆ ನಿಮ್ಮಲ್ಲಿ ಈ ಬದಲಾವಣೆ ಬರುತ್ತಿದೆ. ಯಾವ ದಂಪತಿಗಳು; ಮೊದಲಿನಂದಲೇ ಈಗ ಜೀವನದ ನಿರ್ವಹಣೆ ಮಾಡುವ ರೀತಿಯಲ್ಲಿ ಬದಲಾವಣೆ ಬರುತ್ತದೆ ಎಂಬುದನ್ನು ತಿಳಿದು ಕೊಳ್ಳುತ್ತಾರೋ ಅವರು ಶಿಶುವು ಬಂದಮೇಲೆ ಬರುವಂತಹ ಸಮಸ್ಯೆಗಳನ್ನು ಬಹಳ ಚೆನ್ನಾಗಿ ಎದುರಿಸುವುದನ್ನು ಮಾಡುತ್ತಾರೆ.

ಆದ್ದರಿಂದ ಮೊದಲಿನಿಂದಲೇ ಯೋಚಿಸಿ ಈ ಬದಲಾವಣೆಗೆ ತಯಾರಾಗಿರಿ. ಈಗ ನಿಮಗೆ ನಿಮ್ಮ ಭಾವನಾತ್ಮಕ ಶಕ್ತಿಯನ್ನು ನಿಮ್ಮ ಮನೆಗೆ ಸಾಕಷ್ಟು ಖುಷಿಯನ್ನು ತರುವ ಮುದ್ದಾದ ಮಗುವಿಗೆ, ಉಳಿಸಬೇಕಾಗಿದೆ. ಈಗ ನಿಮಗೆ ಮಗುವಿನ ಜೊತೆ ಜೊತೆಗೆ ನಿಮ್ಮ ವೈವಾಹಿಕ ಜೀವನವನ್ನು ಕಾಪಾಡಿಕೊಳ್ಳಲು ಕಲಿಯಬೇಕಾಗಿದೆ. ನಿಮ್ಮ ಶಿಶುವಿಗೋಸ್ಕರ ತಯಾರು ಮಾಡುವಾಗ ನಿಮ್ಮ ಜೀವನದ ರೋಮಾಂಚನವನ್ನು ನಿರ್ಲಕ್ಷಿಸಬೇಡಿ. ಕಡಿಮೆಯಲ್ಲಿ ಕಡಿಮೆ ವಾರದಲ್ಲಿ ಕೆಲ ಸಮಯವಾದರೂ ನಿಮ್ಮ ಮಗುವಿನ ಬಗ್ಗೆ ಮಾತು ಬಾರದಿರಲಿ. ಜೊತೆಯಾಗಿ ಸಿನೆಮಾ ನೋಡಿರಿ. ನಿಮ್ಮ ಮಗುವಿಗೆ ಕೊಂಡುಕೊಳ್ಳುವಾಗ ನಿಮ್ಮ ಜೊತೆಗಾರನಿಗೆ ಕೊಳ್ಳುವುದನ್ನು ಮರೆಯಬೇಡಿ. ಅವರಿಗಾಗಿ ಯವುದಾದರು ಕ್ರೀಡೆಯ ಅಥವಾ ಶೋನ ಟಿಕೆಟ್ ಕೊಂಡುಕೊಳ್ಳಿರಿ. ರಾತ್ರಿ ಊಟದ ಸಮಯದಲ್ಲಿ ಅವರ ಸ್ಥಿತಿ ಗತಿ ಬಗ್ಗೆ ಕೇಳಿರಿ. ದಿನದ ಖುಷಿ ಕ್ಷಣಗಳನ್ನು ಪುನಾರಾವರ್ತಿಸಿ. ನಿಮ್ಮ ಎರಡನೇ ಮಧುಚಂದ್ರಕ್ಕೆ ಯೋಜನೆಯನ್ನು ಹಾಕಿರಿ. ಸಂಭೋಗ ಆಗದೇ ಹೋದರೂ ಸ್ಪರ್ಷಸುಖವನ್ನು ಕೊಡಬಹುದು.

ಈ ರೀತಿಯಾಗಿ ನೀವು ಬೇಗನೆ ಇಬ್ಬರ ಬದಲಾಗಿ ಮೂವರ ಕುಟುಂಬದ ಆನಂದವನ್ನು ಅನುಭವಿಸಲು ಆಗುತ್ತದೆ.

ಸ್ತನ್ಯ ಪಾನ

ನೀವು ಕಳೆದ 30 ವಾರಗಳಿಂದ ನಿಮ್ಮ ಎದೆ ಆಕೃತಿ ಹೇಗೆ ದೊಡ್ಡದಾಗುತ್ತಿದೆಯೆಂದು ನೋಡುತ್ತಿರುವಿರಿ. ಅಂದರೆ ಇದರ ಆಕೃತಿಯಲ್ಲಿ ಬದಲಾವಣೆ ಸುಮ್ಮನೆ ಹಾಗೆ ಆಗಿಲ್ಲ. ಇದು ಒಂದು ಹಿರಿದಾದ ಜವಾಬ್ದಾರಿ ನಿಭಾಯಿಸಲು ತನಗೆ ತಾನೆ ತಯಾರಾಗುತ್ತಿತ್ತು. ಪ್ರಕೃತಿ ಇದಕ್ಕೆ ಶಿಶುವಿಗೆ ಹಾಲುಣಿಸುವ ಜವಾಬ್ದಾರಿಯನ್ನು ನೀಡಿದೆ ಮತ್ತು ಈ ಕೆಲಸ ಮಾಡಲು ತಯಾರಾಗಿವೆ.

ಇದಂತು ನಿರ್ಧಾರವಾಗಿದೆ ಏನೆಂದರೆ ಸ್ತನ್ಯಪಾನಕ್ಕೆ ನಿಮ್ಮ ಎದೆ ತಯಾರಾಗಿದೆ. ಆದರೆ ನಿಮಗೆ ಇದರ ಬಗ್ಗೆ ಸಾಕಷ್ಟು ತಿಳಿಯಬೇಕಾಗಿದೆ. ಒಂದುವೇಳೆ ನೀವು ಶಿಶುವಿಗೆ ಸ್ತನ್ಯಪಾನದ ಬದಲಾಗಿ ಬೇರೆ ಯಾವುದಾದರೂ ರೀತಿಯನ್ನು ಅಳವಡಿಸಿಕೊಳ್ಳ ಬಹುದು, ಆದರೆ, ಸ್ತನ್ಯಪಾನದಿಂದ ಆಗುವ ಲಾಭಗಳನ್ನು ತಿಳಿದುಕೊಳ್ಳಬೇಕು..

ಸ್ತನ್ಯ ಪಾನವೇ ಸರ್ವೋತ್ತಮ ಏಕೆ?

ಯಾವ ರೀತಿ ಮೇಕೆಯ ಹಾಲು ಅದರ ಮಗುವಿಗೆ ಉತ್ತಮವಾದುದೋ, ಹಸುವಿನ ಹಾಲು ಕರುವಿಗೆ ಉತ್ತಮವೋ, ಅದೇರೀತಿ ತಾಯಿಯ ಎದೆಯ ಹಾಲು ಶಿಶುವಿಗೆ ಸರ್ವೋತ್ತಮವಾದ ಆಹಾರ. ಇಲ್ಲಿ ಅದರ ಕೆಲವು ಕಾರಣಗಳನ್ನು ಕೊಟ್ಟಿದೆ.

ಇದು ಪೌಷ್ಠಿಕವಾಗಿದೆ:- ಇದು ನವಜಾತ ಶಿಶುವಿಗೆ ಪೋಷಣೆಯು ಸಂಪೂರ್ಣವಾಗಿ ಆಗಲು ಹೇಗೆ ಬೇಕೋ ಹಾಗೆ ತಯಾರಾಗಿದೆ. ಇದರಲ್ಲಿ ಕಡಿಮೆ ಅಂದರೆ ಕಡಿಮೆ 100 ಪದಾರ್ಥಗಳು ಇವೆ ಅವುಗಳು ಹಸುವಿನ ಹಾಲಿನಲ್ಲೂ ಸಹ ಸಿಗಲಾರವು. ಈ ಹಾಲಿನ ಪೋಷಕಾಂಶ 'ಲೆಕ್ಟಲಮಯೂಮಿನ್' ಇಂದ ಆಗಿದೆ. ಇದರಿಂದ ಜೀರ್ಣವಾಗುವುದು ಸುಲಭ ಮತ್ತು ಹೆಚ್ಚು ಪೌಷ್ಠಿಕವಾಗಿದೆ. ಆದಾಗ್ಯೂ ಹಸುವಿನ ಹಾಲಿನಲ್ಲಿ ಎಷ್ಟು ಮೇಧಸ್ಸು ಇದೆಯೋ ತಾಯಿ ಹಾಲಿನಲ್ಲಿರುವ ಮೇಧಸ್ಸು ಮಗುವಿಗೆ ಹೆಚ್ಚು ಉತ್ತಮವಾದುದು.

ಇದು ಸುರಕ್ಷಿತವಾಗಿದೆ:- ನೀವು ಪೂರ್ತಿ ನಿಶ್ಚಿಂತೆಯಿಂದ ಶಿಶುವಿಗೆ ನಿಮ್ಮ ಹಾಲು ಕುಡಿಸಬಹುದು, ಏಕೆಂದರೆ, ಇದು ಪೂರ್ತಿಯಾಗಿ ತಯಾರಾಗಿದೆ ಮತ್ತು ಇದರಲ್ಲಿ ಕೀಟಾಣು ಇರುವುದಿಲ್ಲ. ಇದು ಹಾಳಾಗುವುದಾಗಲೀ ಮತ್ತು ವಾಸನೆ ಬರುವುದಾಗಲೀ ಇಲ್ಲ.

ಹೊಟ್ಟೆಗೆ ಬಹಳ ಒಳ್ಳೆಯದು:- ಎದೆಹಾಲು ಕುಡಿಯುವ ಶಿಶುಗಳಿಗೆ ಮಲಬದ್ಧತೆಯ ತೊಂದರೆ ಇರುವುದಿಲ್ಲ. ಅವು ಬಹಳ ಸುಲಭವಾಗಿ ತಾಯಿ ಹಾಲನ್ನು ಜೀರ್ಣಿಸಿಕೊಳ್ಳುತ್ತವೆ. ಜೀರ್ಣ ಸಂಬಂಧವಾದ ತೊಂದರೆಯುಲ್ಲದೇ ಶಿಶುವಿಗೆ ಡಯಾರಿಯಾ ಸಹ ಆಗುವುದಿಲ್ಲ. ಎಲ್ಲಿಯವರೆಗೆ ಶಿಶುವಿಗೆ ಬೆರೆ ಆಹಾರ ಕೊಡುವುದಿಲ್ಲವೋ ಅಲ್ಲಿಯವರೆಗೆ ಶಿಶುವಿನ ಮಲದಲ್ಲಿ ವಾಸನೆಕೂಡ ಬರುವುದಿಲ್ಲ. ಅಂಥಹ ಶಿಶುಗಳಿಗೆ ಡಾಯಪರ್ ತುರಿಕೆ ಕೂಡ ಹೆಚ್ಚಾಗಿ ಆಗುವುದಿಲ್ಲ.

ಮೇದಸ್ಸನ್ನು ತೆಳುಮಾಡುತ್ತದೆ:- ಈ ರಿತಿಯಾಗಿ ಶಿಶುವಿನ ತೂಕ ಸಹ ಹೆಚ್ಚುವುದಿಲ್ಲ ಮತ್ತು ಒಂದುವೇಳೆ 6 ತಿಂಗಳು ತಾಯಿಯ ಹಾಲು ಸಿಕ್ಕರೆ, ಮುಂದೆ ಜೀವನದಲ್ಲಿ ಅವರಿಗೆ ಸ್ಥೂಲತನದ ಸಂಭವವೂ ಕಡಿಮೆಯಾಗುತ್ತದೆ. ಕಿಶೋರಾವಸ್ಥೆಯಲ್ಲಿ ಕೊಲೆಸ್ಟ್ರಾಲ್‌ನಿಂದ ಕಡಿಮೆಯಾಗುವ ಎತ್ತರಕ್ಕೂ ಇದನ್ನು ಜೋಡಿಸಬಹುದು.

ಬ್ರೈನ್ ಬೂಸ್ಟರ್:- ಸ್ತನ್ಯ ಪಾನದಿಂದ ಶಿಶುವಿನ ಬೌದ್ಧಿಕ ಸಾಮರ್ಥ್ಯ ಬೆಳೆಯುತ್ತದೆ. ಇದರಿಂದ ನೀವು ಬುದ್ಧಿಯನ್ನು ಬೆಳೆಸುವ ಫ್ಯಾಟಿ ಆಸಿಡ್ ಡಿ. ಎಚ್. ಏ,ಅಲ್ಲದೆ ತಾಯಿ ಮತ್ತು ಶಿಶುವಿನ ನಿಕಟ ಸಂಬಂಧವನ್ನು ಜೋಡಿಸಬಹುದು. ಸ್ತನ್ಯ

ಪಾನದಿಂದ ತಾಯಿ ಮತ್ತು ಶಿಶುವಿನ ನಿಕಟ ಸಂಬಂಧದಿಂದ ಭೌದ್ಧಿಕ ಸಾಮರ್ಥ್ಯವು ಬೆಳೆಯುತ್ತದೆ.

ಅಲರ್ಜಿಯಿಂದ ರಕ್ಷಣೆ:- ಒಂದುವೇಳೆ ಶಿಶುವಿಗೆ ತಾಯಿಯ ಹಾಲಿನಿಂದ ಸಿಗುವ ಯಾವುದಾದರು ವಿಶೇಷ ಆಹಾರದ ಕಾರಣದಿಂದ ಅಲರ್ಜಿ ಆಗಲಿಲ್ಲವೆಂದರೆ, ಯಾವುದೇ ಶಿಶುವು ತನ್ನ ತಾಯಿಯ ಹಾಲಿಗೆ ಅಲರ್ಜಿ ಆಗುವುದಿಲ್ಲ. ಹಸುವಿನ ಹಾಲಿಗೆ ಬೆರೆಸುವ 'ಬಿ.ಟ-ಲೈಕ್ಟೋ-ಗ್ಲೋಬ್ಯೂಲಿನ್' ಕಾರಣದಿಂದ ಗಂಭೀರವಾದ ಅಥವಾ ಹಗುರವಾದ ಅಲರ್ಜಿಯ ಲಕ್ಷಣಗಳು ಕಾಣಿಸಿಕೊಳ್ಳಬಹುದು. ಫಾರ್ಮುಲ ಹಾಲನ್ನು ಕುಡಿಯುವ ಶಿಶುಗಳಿಗೆ ಸ್ತನ್ಯಪಾನ ಮಾಡುವ ಶಿಶುಗಳನ್ನು ಹೋಲಿಸಿದಾಗ ಸ್ತನ್ಯಪಾನ ಮಾಡುವ ಶಿಶುಗಳಲ್ಲಿ ಶ್ವಾಸದ ತೊಂದರೆ ಕಡಿಮೆ ಇರುತ್ತದೆ.

ಸೋಂಕಿನಿಂದ ರಕ್ಷಣೆ:- ಈ ರೀತಿಯ ಶಿಶುಗಳು ಡಯಾರಿಯಾ ಮತ್ತು ಕೆಲವು ರೀತಿಯ ಸೋಂಕಿನಿಂದ ರಕ್ಷಿಸಲ್ಪಡುತ್ತವೆ, ಅಂದರೆ, ಯು.ಟಿ.ಐ [ಗಟುಚಿಡಿಥಿ ಣಡಿಚಿಛಿಣ ಟಿಜಿಜಛಿಣಾಟಿ] ಮತ್ತು ಕಿವಿಯ ಸೋಂಕುಗಳು ಸೇರಿರುತ್ತವೆ. ಸ್ತನ್ಯ ಪಾನ ಮಾಡುವ ಶಿಶುಗಳಲ್ಲಿ ಬೈಕ್ಟೀರಿಯಲ್ ಮೆನಂಜೆಟೀಸ್, ಎಸ್. ಐ.ಓ.ಎಸ್, ಮಧುಮೇಹ[ಡಯಾಬಿಟಿಸ್], ಮತ್ತು ಶಿಶುಗಳಲ್ಲಿ ಕಂಡುಬರುವ ಕ್ಯಾನ್ಸರ್ ಇವುಗಳ ಅಪಾಯ ಸಾಕಷ್ಟು ಕಡಿಮೆ ಆಗುತ್ತದೆ ಎಂದು ಅಧ್ಯಯನಗಳಿಂದ ತಿಳಿದುಬಂದಿದೆ.

ವಸಡು ಮತ್ತು ಹಲ್ಲುಗಳ ಘಟ್ಟಿತನ:-ಬಾಟಲಿಯಲ್ಲಿ ಕುಡಿಯುವ ಬದಲು ಎದೆಯಿಂದ ಹಾಲು ಕಡಿಯುವ ಶಿಶುಗಳಿಗೆ ಚೀಪುವುದಕ್ಕೆ ಹೆಚ್ಚಿನ ಶ್ರಮ ಮಾಡಬೇಕಾಗುತ್ತದೆ, ಇದರಿಂದ ವಸಡು, ಹಲ್ಲು ಮತ್ತು ಅಂಗಳಿನ ಸಂಪೂರ್ಣ ಬೆಳವಣಿಗೆ ಆಗುತ್ತದೆ. ಹೊಸ ಆಧ್ಯಯನಗಳಿಂದ ತಿಳಿದುಬಂದಿರುವುದೇನೆಂದರೆ, ಸ್ತನ್ಯ ಪಾನ ಮಾಡುವ ಶಿಶುಗಳಿಗೆ ಮುಂದೆ ಹಲ್ಲಿನ ತೊಂದರೆಗಳು ಬಹಳ ಕಡಿಮೆ ಇರುತ್ತದೆ.

ಸ್ವಾದೇಂದ್ರಿಯಗಳ ಬೆಳವಣಿಗೆ:- ನೀವು ಏನು ತ್ತಿನ್ನುತ್ತೀರೋ ಹಾಲಿನಲ್ಲಿ ಅದರ ರುಚಿಯು ಬರುತ್ತದೆ, ಇದರಿಂದ ಶಿಶುವಿನ ಸ್ವಾದೇಂದ್ರಿಯದ ಬೆಳವಣಿಗೆ ಆಗುತ್ತದೆ. ಈ ರೀತಿ ಎದೆಹಾಲು ಕುಡಿಯುವ ಶಿಶುವಿಗೆ ಬಾಟಲ್ ಹಾಲು ಕುಡಿಯುವ ಶಿಶುವಿಗಂತ ಮೊದಲೆ ಹೊಸ ರುಚಿಯು ಬೇಗ ಗೊತ್ತಾಗುತ್ತದೆ. ಅದ್ಯಯುನವಮಾಡಿರುವವರು ಈರೀತಿ ತಿಳಿದಿದ್ದಾರೆ, ಏನೆಂದರೆ, ಇಂಥಹ ಶಿಶುಗಳು ಸ್ವಲ್ಪ ದೊಡ್ಡವರಾದ ಮೇಲೆ ರುಚಿಯನ್ನು ಚಪ್ಪರಿಸಿಕೊಂಡು ತಮ್ಮದಾಗಿಸಿಕೊಳ್ಳುತ್ತವೆ ಮತ್ತು ತಿಂದು ಕುಡಿಯುವುದಕ್ಕೆ ತೊಂದರೆ ಮಾಡುವುದಿಲ್ಲ.

ಸ್ತನ್ಯ ಪಾನ ಮಾಡಿಸುವುದರಿಂದ ತಾಯಂದಿರಿಗೂ ಸಾಕಷ್ಟು ಅನುಕೂಲ ಆಗುತ್ತದೆ.:-

ಅನುಕೂಲ:- ಸ್ತನ್ಯ ಪಾನ ಮಾಡಿಸುವುದಕ್ಕೆ ಮೊದಲಿನಿಂದ ಯಾವುದೇ ಯೋಜನೆ ಹಾಕುವ ಅಗತ್ಯವಿಲ್ಲ, ಅಥವಾ ಯಾವುದೆ ವಸ್ತು ಕೊಳ್ಳುವ ಅವಶ್ಯಕತೆ ಇಲ್ಲ. ನೀವು ಉದ್ಯಾನದಲ್ಲಿ, ವಿಮಾನದಲ್ಲ, ಅಥವಾ ಮನೆಯಲ್ಲಿ ಅರ್ಧ ರಾತ್ರಿಯಲ್ಲು ಸ್ತನ್ಯ ಪಾನ ಮಾಡಿಸಬಹುದು. ಎಲ್ಲಿಗೆ ಹೋಗಬೇಕಾದರೂ ಶಿಶುವಿನ, ಬಾಟಲ್, ನಿಪ್ಪಲ್, ಫಾರ್ಮುಲಾ ಅಥವಾ ಬಿಬ್ ಯಾವುದನ್ನು ಜೊತೆಯಲ್ಲಿ ಕೊಂಡೊಯ್ಯುವ ಅಗತ್ಯವಿಲ್ಲ, ಏಕೆಂದರೆ ನೀವು ಶಿಶುವಿನ ಹಾಲಿನ ಬ್ಯಾಂಕ್‌ನ್ನೇ ಜೊತೆಯಲ್ಲಿ ತೆಗೆದುಕೊಂಡು ಹೋಗುತ್ತೀರಿ. ನಿಮಗೆ ಅರ್ಧ ರಾತ್ರಿಯಲ್ಲಿ ಅಡಿಗೆಮನೆಗೆ ಹೊಗಿ ಹಾಲನ್ನು ಬಿಸಿಮಾಡಬೇಕಿಲ್ಲ, ನೀವು ಹಾಸಿಗೆಯಮೇಲೆ ಮಲಗಿಕೊಂಡೇ ಶಿಶುವಿಗೆ ಹಾಲುಕುಡಿಸಿ ಸುಖ ನಿದ್ರೆ ಮಾಡಿಸಬಹುದು. ಒಂದುವೇಳೆ ನೀವು ಮತ್ತು ಶಿಶು ಜೊತೆಯಲ್ಲಿ ಇಲ್ಲದೆ ಹೋದರೆ, ನೀವು ಆಫೀಸ್ನಲ್ಲಿ ಇದ್ದರೆ, ಆಗ ಹಾಲನ್ನು ಮೊದಲೇ ತೆಗೆದು ಫ್ರೀಝರ್‌ನಲ್ಲಿ ಇಡಬಹುದು. ಎಲ್ಲದಕ್ಕಿಂತ ದೊಡ್ಡ ಮಾತೆಂದರೆ ಯಾವುದೇ ಖರ್ಚು ಬರುವುದಿಲ್ಲ.

ಸುಧಾರಣೆಯ ವೇಗ:-ಶಿಶು ಯಾವಾಗ ಸ್ತನ್ಯ ಪಾನ ಮಾಡುತ್ತದೋ ಆಗ ಆಕ್ಸಿಟೋಸಿನ್ ಎಂಬ ಹೆಸರಿನ ಹಾರ್ಮೋನ್ ಉತ್ಪತ್ತಿ ಆಗುತ್ತದೆ; ಇದರಿಂದ ಗರ್ಭಾಶಯಕ್ಕೆ ತನ್ನ ಆಕೃತಿಯನ್ನು ಮರಳಿ ಪಡೆಯಲು ಕಡಿಮೆ ಸಮಯ ಹಿಡಿಯುತ್ತದೆ. ಹೆರಿಗೆಯಾದ ಮೇಲೆ ಆಗುವ ರಕ್ತಸ್ರಾವ ಸಹ ಕಡಿಮೆ ಆಗುತ್ತದೆ. ಶಿಶುವಿಗೆ ಸ್ತನ್ಯಪಾನ ಮಾಡಿಸುವುದರಿಂದ ನಿಮಗೂ ಕಳಿತು ವಿಶ್ರಾಂತಿ ಪಡೆಯಲು ಸಮಯ ದೊರೆಯುತ್ತದೆ. ಹೆರಿಗೆಯಾದ ಮೇಲೆ ನಿಮಗೆ ಈ ವಿಶ್ರಾಂತಿಯ ಆಗತ್ಯವಿದೆ.

ಗರ್ಭಾವಸ್ಥೆಯ ಮುಂಚಿನ ಆಕೃತಿ:- ನೀವು ಹಾಲು ಹೆಚ್ಚಿಸಲು ಆಹಾರದಲ್ಲಿ ಯಾವ ಕೆಲರೀಸ್‌ನ ಅಂಶಹೆಚ್ಚಿಸುತ್ತೀರೋ ಅದು ಶಿಶುವಿಗೆ ಉಪಯೋಗ ಆಗುತ್ತದೆ. ನಿಮಗೆ ನಿಮ್ಮ ಮೊದಲಿನ ಆಕೃತಿಯನ್ನು ಪಡೆಯಲು ಬಹಳ ಸಮಯ ಹಿಡಿಯುವುದಿಲ್ಲ. ಈ ರೀತಿಯಾಗಿ ನೀವು ಬೇಗನೆ ನಿಮ್ಮ ತೆಳ್ಳಗಿನ ಸೊಂಟವನ್ನು ಕಾಣಬಹುದು.

ಋತುಚಕ್ರದ ವಿಳಂಬ:- ನಿಮ್ಮ ತಿಂಗಳ ಋತುಚಕ್ರ ತಡವಾಗಿ ಆಗಬಹುದು. ಇದರಿಂದ ಯಾರಿಗೆ ಏನು ತೊಂದರೆ ಆಗುತ್ತದೆ? ಒಂದುವೇಳೆ ನೀವು ಶಿಶುಗಳ ನಡುವೆ ಅಂತರವಿಡಲು ಇಚ್ಛಿಸಿದರೆ ನೀವು ಕುಟುಂಬ ಯೋಜನೆಯ ಬೇರೆ ಉಪಾಯಗಳನ್ನು ಅಳವಡಿಸಿಕೊಳ್ಳಿ. ಕೆಲವು ತಾಯಂದಿರು ಶಿಶುವಿಗೆ ಸ್ತನ್ಯ ಪಾನ ಮಾಡಿಸುವುದರಿಂದಲೇ ಗರ್ಭ ಧಾರಣೆಯಿಂದ ಪಾರಾಗಿರುತ್ತಾರೆ. ಆದರೆ, ನಾಲ್ಕು ತಿಂಗಳೊಳಗೆ ನಿಮ್ಮ ತಿಂಗಳ ಋತುಚಕ್ರ ಶುರುವಾಗಬಹುದು ಮತ್ತು ಅವರು ಮೊದಲ ಋತುಚಕ್ರಕ್ಕೆ ಮುಂಚೆಯೇ ಗರ್ಭವತಿ ಆಬಹುದು.

ಎಲುಬುಗಳ ಘಟ್ಟಿತನ:- ಸ್ತನ್ಯ ಪಾನ ಮಾಡಿಸುವುದರಿಂದ ನಿಮ್ಮ ಎಲುಬುಗಳ ಖನಿಜಗಳಲ್ಲಿ ಸುದಾರಣೆ ಆಗುತ್ತದೆ. ಮೆನೊಪಾಸ್ ನಂತರ ಆಗುವ ಟಿಪ್ಸ್ ಫ್ರಾಕ್ಚರ್ ಸಾಕಷ್ಟು

ಸ್ತನ್ಯ ಪಾನದ ತಯಾರಿ

ಪ್ರಕೃತಿ ಎಲ್ಲ ತಯಾರಿಯನ್ನು ಮಾಡಿದೆ, ಆದ್ದರಿಂದ ನೀವು ಹೆಚ್ಚಿನ ಶ್ರಮಮಾಡಬೇಕಿಲ್ಲ. ಗರ್ಭಾವಸ್ಥೆಯ ಕೊನೆಯ ದಿನಗಳಲ್ಲಿ ಮೊಲೆಯ ಶುಚಿತ್ವಕ್ಕೆ ಗಮನ ಕೊಡಿ. ಒಂದುವೇಳೆ ಅವು ಶುಷ್ಕವಾಗಿದ್ದರೆ 'ಲೆನೋಲಿನ್ ಬ್ರೆಸ್ಟ್ ಕ್ರೀಮ್' ಹಚ್ಚಿರಿ. ಮುಂಚಿತವಾಗಿ ಸಣ್ಣತೊಟ್ಟನ್ನು ಎಳೆಯಲು ಅಥವಾ ಒತ್ತಲು ಪ್ರಯತ್ನಿಸಬೇಡಿ. ಇದರಿಂದ ಊತ ಅಥವಾ ಸೋಂಕಿನ ಅಪಾಯ ಆಗಬಹುದು. ಒಂದುವೇಳೆ ಎದೆತೊಟ್ಟು ಒಳಗಡೆಗೆ ಎಳೆದಿದ್ದರೆ ಶಿಶುವಿಗೆ ಹಾಲುಣಿಸಲು ಕಷ್ಟವಾಗಬಹುದು. ಈ ವಿಚಾರದಲ್ಲಿ ಡಾಕ್ಟರರ ಸಲಹೆಯನ್ನು ಮುಂಚಿತವಾಗಿಯೇ ಕೇಳಿ ತಕ್ಕ ಉಪಾಯವನ್ನು ಮಾಡಿರಿ.

ವಕ್ಷಸ್ಥಳ– ಸೆಕ್ಸೋ ಅಥವಾ ವ್ಯಾವಹಾರಿಕವೋ?

ಅಥವಾ ಎರಡೂನೊ.? ನಿಮಗೆ ಇದರಲ್ಲಿ ಎರಡೂ ಪಾತ್ರ ವಹಿಸಬೇಕಾಗುತ್ತದೆ [ಪ್ರೇಮಿ ಮತ್ತು ತಾಯಿ] ಈ ಎರಡು ತಮ್ಮ ತಮ್ಮ ಜಾಗದಲ್ಲಿ ಬಹಳ ಮುಖ್ಯವಾಗಿದೆ. ಕೆಲವೊಮ್ಮೆ ಸ್ತನ್ಯ ಪಾನ ನಮ್ಮ ಜೊತೆಗಾರನಗೆ ಸೂಕ್ಷ್ಮ ಆಗಬಹುದು, ಆದ್ದರಿಂದ ಸ್ತನ್ಯ ಪಾನ ಮಾಡಿಸುವ ನಿರ್ಧಾರಮಾಡುವ ಮೊದಲು ಇದರ ಬಗ್ಗೆಯು ಗಮನವಿಡಿ.

ಕಡಿಮೆಯಾಗಯುತ್ತದೆ. ಒಂದುವೇಳೆ ನೀವು ಹಾಲು ಹೆಚ್ಚಿಸಲು ಮತ್ತು ನಿಮ್ಮ ಅವಶ್ಯಕತೆಗೆ ಸಾಕಾಗುವಷ್ಟು ಕ್ಯಾಲ್ಸಿಯಂ ತೆಗೆದುಕೊಂಡರೆ ಸರಿ ಇರುತ್ತದೆ.

ಆರೋಗ್ಯದ ಲಾಭ:– ಶಿಶುವಿಗೆ ಸ್ತನ್ಯ ಪಾನ ಮಾಡಿಸುವುದರಿಂದ ಕೆಲವು ರೀತಿಯ ಕಾನ್ಸರ್‌ನ ಅಪಾಯ ಕಡಿಮೆಯಾಗುತ್ತದೆ. ಈ ರೀತಿಯ ಮಹಿಳೆಯರಲ್ಲಿ ಓವರಿ ಮತ್ತು ಬ್ರೆಸ್ಟ್ ಕಾನ್ಸರ್ ಆಗುವ ಸಂಭವ ಕಡಿಮೆ ಇರುತ್ತದೆ. ಅವರು ಟೈಪ್ 2 ಮಧುಮೇಹದಿಂದ ಕೂಡ ಪೀಡಿತರಾಗುವುದಿಲ್ಲ.

ಅತಿಹೆಚ್ಚಿನ ಲಾಭ:– ಸ್ತನ್ಯ ಪಾನ ಮಾಡಿಸುವುದರಿಂದ ನೀವು ಮತ್ತು ನಿಮ್ಮ ಶಿಶು ದಿನದಲ್ಲಿ ಕಡಿಮೆ ಅಂದರೆ ಕಡಿಮೆ 6ರಿಂದ8ಭಾರಿ ಒಬ್ಬರಿಗೊಬ್ಬರು ಹತ್ತಿರ ಬರುತ್ತೀರ. ಈ ರೀತಿಯ ಸಾಮಿಪ್ಯದಿಂದ ತಾಯಿ ಶಿಶುವಿನ ಭಾವನಾತ್ಮಕ ಸಂಬಂಧ ಹುಟ್ಟುತ್ತದೆ ಮತ್ತು ಶಿಶುವಿನ ಬೌದ್ಧಿಕ ಸಾಮರ್ಥ್ಯ ಹೆಚ್ಚುತ್ತದೆ.

ಒಂದುವೇಳೆ ನೀವು ಅವಳಿ ಶಿಶುಗಳಿಗೆ ಜನ್ಮವಿತ್ತಿದ್ದರೆ ಈ ಎಲ್ಲ ಲಾಭಗಳು ದ್ವಿಗುಣ ಆಗುತ್ತದೆ.

ಬಾಟಲಿನ ಆಯ್ಕೆ ಏಕೆ?

ಬಹುಷಃ ನೀವು ಸ್ತನ್ಯಪಾನ ಮಾಡಿಸುವ ನಿರ್ಧಾರ ಮಾಡಿಲ್ಲದೇ ಇರಬಹುದು ಅಥವಾ ನಿಮಗೆ ಮಾಡಿಸುವುದಕ್ಕೆ ಆಗದೇ ಇರಬಹುದು. ಹೀಗಿದ್ದಾಗ ಬಾಟಲಿಯ ನಿರ್ಧಾರಮಾಡಲು ಹೆದರಬೇಡಿ. ಇದರಲ್ಲೂ ಸಹ ನಿಮ್ಮ ಲಾಭವಿದೆ;

ಜವಾಬ್ದಾರಿಯ ಹಂಚಿಕೆ:– ಈ ರೀತಿಯಾಗಿ ತಂದೆಗೂ ಸಹ ಬಾಟಲ್ ತಯಾರಿ ಮಾಡುವ ಜವಬ್ದಾರಿಯನ್ನು ಕೊಡಲಾಗುತ್ತದೆ. ಆದಾಗ್ಯೂ ಸ್ತನ್ಯ ಪಾನ ಮಾಡುವ ಶಿಶುಗಳಿಗು ಸಹ ತಂದೆ ಸ್ನಾನ

ಎದೆಯ ಶಸ್ತ್ರಚಿಕಿತ್ಸೆ ಆದಮೇಲೆ ಸ್ತನ್ಯ ಪಾನ

ಕೆಲವು ತಾಯಂದಿರು ಇದಾದ ಮೇಲು ಶಿಶುವಿಗೆ ಹಾಲುಕುಡಿಸುತ್ತಾರೆ, ಆದರೆ, ಕೆಲವರಿಗೆ ಹಾಲು ಇಳಿಯುವುದೇ ಇಲ್ಲ. ನಿಮ್ಮ ಸರ್ಜನ್ ಅವರಿಂದ ಕೇಳಿ ತಿಳಿಯಿರಿ, ಏನೆಂದರೆ, ಶಸ್ತ್ರಚಿಕಿತ್ಸೆಯ ನಂತರ ನೀವು ಸ್ತನ್ಯ ಪಾನ ಮಾಡಿಸಬಲ್ಲಿರಾ ಅಥವಾ ಅದರೊಂದಿಗೆ ಬಾಟಲ್ ಹಾಲನ್ನು ಕುಡಿಸಬೇಕಾಗಬಹುದಾ? ಒಂದುವೇಳೆ ನೀವು ಈರೀತಿ ಹಾಲು ಕುಡಿಸಲು ಶುರುಮಾಡಿದರೆ, ಈ ಮಾತುಗಳನ್ನು ಧ್ಯಾನದಲ್ಲಿಡಿ; ಶಿಶುವಿಗೆ ಹಾಲು ಎಷ್ಟು ಸಿಗುತ್ತಿದೆ ಮತ್ತು ಶಿಶುವಿಗೆ ಹಾಲಿನ ಪೋಷಣೆಯ ಅಂಶ ಸಿಗುತ್ತಿದೆ. ಇದನ್ನು ನೀವು ಶಿಶುವಿನ ಒದ್ದೆ ಆಗುವ ಡಾಯ್ಪರ್‌ನಿಂದ ಅಂದಾಜು ಮಾಡಬಹುದು. ಒಂದುವೇಳೆ ಹಾಲುಪೂರ್ತಿಯಾಗಿ ಸಿಗುತ್ತಿಲ್ಲದಿದ್ದರೆ ಶಿಶುವಿಗೆ ಬಾಟಲಿನ ಹಾಲನ್ನು ಸಹ ಕೊಡಬೇಕಾಗುತ್ತದೆ. ನೆನಪಿಡಿ,ತಾಯಿಯ ಹಾಲು ಸ್ವಲ್ಪವೇ ಸಿಕ್ಕರೂ ಅದು ಶಿಶುವಿಗೆ ಲಾಭದಾಯಕವಾಗಿರುತ್ತದೆ. ಇವೆಲ್ಲವು ಬಹಳ ಮಟ್ಟಿನವರೆಗೆ ಎದೆಯ ಶಸ್ತ್ರಚಿಕಿತ್ಸೆ ಮತ್ತು ಅದು ಯಾವ ರೀತಿಯದು ಎಂಬುದರ ಮೇಲೆ ಅವಲಂಬಿತವಾಗಿದೆ. ನಿಮ್ಮ ಶಿಶುವಿನ ಬೆಳವಣಿಗೆಯ ಮೇಲೆ ಸಹ ಗಮನ ಇಡಬೇಕಾಗುತ್ತದೆ, ಏಕೆಂದರೆ ನಿಮಗೆ ಶಿಶುವಿಗೆ ಬೇಕಾಗುವಷ್ಟು ಹಾಲು ಪೂರೈಕೆ ಆಗುತ್ತಿದೆಯೋ ಇಲ್ಲವೋ ತಿಳಿದಿರಬೇಕು.

ಮಾಡಿಸುವುದು, ಮಲಗಿಸುವುದು ಮಾಡಬಹುದು ಮತ್ತು ಬೇರೆ ಕೆಲಸಗಳಲ್ಲಿ ಸಹಾಯ ಮಾಡಬಹುದು.

ಹೆಚ್ಚಿನ ಸ್ವಾತಂತ್ರ್ಯ :- ಬಾಟಲಿಯಲ್ಲಿ ಹಾಲು ಕುಡಿಯುವ ಶಿಶುಗಳ ತಾಯಂದಿರು ಹೆಚ್ಚು ಸ್ವತಂತ್ರರಾಗಿರುತ್ತಾರೆ. ಅವರು ಮನೆಯಿಂದ ಹೊರಗೆ ಹೋಗಿ ಸುಲಭವಾಗಿ ಕೆಲಸ ಮಾಡುತ್ತಾರೆ. ಅವರಿಗೆ ಹಾಲು ತೆಗೆಯುವ ಅಥವಾ ಜೋಪಾನ ಮಾಡುವ ಚಿಂತೆ ಇರುವುದಿಲ್ಲ. ಅವರು ಶಿಶುವನ್ನು ಬಿಟ್ಟು ಎಲ್ಲಿ ಬೇಕಾದರೂ ಹೊಗಬಹುದು. ಎಲ್ಲಿ ಬೇಕಾದರೂ ರಾತ್ರಿ ಉಳಿಯಬಹುದು. ಆದಾಗ್ಯೂ ಸ್ತನ್ಯ ಪಾನ ಮಾಡಿಸುವ ತಾಯಂದಿರ ಹತ್ತಿರ ಸಹ ಈ ಸೌಲಭ್ಯವಿದೆ.

ರೋಮಾನ್ಸಿನ ಸಮಯ:- ಬಾಟಲಿಯ ಹಾಲನ್ನು ಕುಡಿಯುವ ಶಿಶುಗಳು ನಿಮ್ಮ ರೋಮಾನ್ಸ್‌ಗೆ ತೊಂದರೆ ಕೊಡುವುದಿಲ್ಲ. ಹಾಗೆ

ಸ್ತನ್ಯ ಪಾನ ಸಹ ಇದಕ್ಕೆ ಸರಿ ಹೋಗುವುದಿಲ್ಲ. ಲೈಕ್ಟೇಶನ್ ಹಾರ್ಮೋನ್ ನಿಮ್ಮ ಯೋನಿಯನ್ನು ಸ್ವಲ್ಪ ಶುಷ್ಕವಾಗಿರಿಸಬಹುದು. ಸ್ಥನಗಳಿಂದ ಹಾಲು ಉತ್ಪತ್ತಿಯಾದಾಗ ಉದ್ರೇಕ ಉಂಟಾಗುತ್ತದೆ. ಬಾಟಲಿ ಹಾಲು ಕುಡಿಯುವ ಶಿಶುಗಳ ತಾಯಾಂದಿರು ರೋಮಾನ್ಸ್‌ಗೆ ಪೂರ್ತಿ ಸಮಯವನ್ನು ಕೊಡಬಹುದು.

ಆಹಾರದ ಸ್ವಾತಂತ್ರ್ಯತೆ:- ಈ ರೀತಿಯಲ್ಲಿ ನೀವು ನಿಮ್ಮ ಇಷ್ಟದ ಯಾವುದೇ ಆಹಾರವನ್ನು ತಿನ್ನಬಹುದು. ಸ್ತನ್ಯ ಪಾನ ಮಾಡಿಸುವ ಶಿಶುಗಳ ತಾಯಂದಿರು, ಖಾರ, ಮಸಾಲೆ ಮತ್ತು ವಾಯುಪದಾರ್ಥಗಳಿಂದ ಪಥ್ಯವಿರಬೇಕಾಗುತ್ತದೆ. ನೀವು ಸುಲಭವಾಗಿ ವೈನ್ ಮತ್ತು ಕಾಕ್ಟೇಲ್ ಕುಡಿಯಬಹುದು. ನಿಮ್ಮ ಶಿಶುವಿನ ಪೌಷ್ಟಿಕತೆಗೆ ಸಂಬಂಧಪಟ್ಟ ಆವಶ್ಯಕತೆಗಳನ್ನು ಪೂರೈಸಲು ಚಿಂತಿತರಾಗಬೇಕಿಲ್ಲ.

ಸಾರ್ವಜನಿಕ ಪ್ರದರ್ಶನವಿಲ್ಲ:- ಒಂದುವೇಳೆ ನೀವು ಜನಗಳ ಮದ್ಯದಲ್ಲಿ ಸ್ತನ್ಯ ಪಾನ ಮಾಡಿಸಲು ಇಷ್ಟ ಪಡದಿದ್ದರೆ ಆಗ ಬಾಟಲಿಯ ರೀತಿಯೇ ಸರಿಕಾಣುತ್ತದೆ. ಹಾಗೆ ಶಿಶುವಿಗೆ ಸ್ತನ್ಯ ಪಾನ ಮಾಡಿಸುವ ಮಹಿಳೆಯರು ಜನಗಳ ಮದ್ಯೆ ಮುಚ್ಚಿ ಮುಚ್ಚಿ ಹಾಲು ಕುಡಿಸುವುದನ್ನು ಕಲಿತುಬಿಡುತ್ತಾರೆ.

ಕಡಿಮೆ ಆಯಾಸ:- ಕೆಲವು ಮಹಿಳೆಯರಿಗೆ ಸ್ತನ್ಯ ಪಾನದ ಹೆಸರು ಕೇಳಿದರೆ ಸಾಕು, ಘಾಬರಿ, ಅಥವಾ ಆಯಾಸ ಶುರುವಾಗುತ್ತದೆ. ಪ್ರಯತ್ನಮಾಡಿ ನೋಡಿ. ಸ್ವಲ್ಪ ದಿನಗಳಲ್ಲಿಯೇ ಚೆನ್ನಾದ ರೀತಿಯಲ್ಲಿ ಕಲಿತು ಬಿಡುತ್ತೀರಿ. ಇದರಿಂದ ಬಿಗಿತ ಸಹ ಸಾಕಷ್ಟು ಕಡಿಮೆ ಆಗುತ್ತದೆ.

ಸ್ತನ್ಯ ಪಾನದ ಆಯ್ಕೆ ಏಕೆ:- ಇದರ ಬಗ್ಗೆ ಹೆಚ್ಚಿನ ಮಹಿಳೆಯರ ನಿರ್ಧಾರ ಬಹಳಷ್ಟು ಸ್ಪಷ್ಟವಾಗಿದೆ. ಅವರು ಗರ್ಭವತಿಯಾಗುವ ಮೊದಲೇ ಶಿಶುವಿಗೆ ಸ್ತನ್ಯ ಪಾನ ಮಾಡಿಸುವುದಾಗಿ ನಿರ್ಧರಿಸಿರುತ್ತಾರೆ. ಕೆಲವು ಮಹಿಳೆಯರು ಸ್ತನ್ಯ ಪಾನದ ಲಾಭ ಅರಿತನಂತರ ಅದನ್ನು ಅನುಸರಿಸುತ್ತಾರೆ. ಇನ್ನು ಕೆಲವು ಮಹಿಳೆಯರಿಗೆ ಇಷ್ಟು ಸುಲಭವಾಗಿ ಯಾವುದೇ ನಿರ್ಧಾರ ಮಾಡಲು ಆಗುವುದಿಲ್ಲ. ಕೆಲವರು ತಮಗೆ ಸ್ತನ್ಯ ಪಾನ ಮಾಡಿಸಲು ಸಾಧ್ಯವಿಲ್ಲವೆಂದು ತಾವೆ ಅಂದುಕೊಂಡುಬಿಡುತ್ತಾರೆ. ಸ್ವಲ್ಪ ಸಮಯವೇ ಆಗಲಿ ನಿಮ್ಮ ಶಿಶುವಿಗೆ ಅವಶ್ಯವಾಗಿ ಸ್ತನ್ಯ ಪಾನದ ಲಾಬವನ್ನು ಕೊಡುವುದು ಉತ್ತಮ.

ಮೊದಲ ಕೆಲವು ವಾರಗಳಲ್ಲಿ ಇವೆಲ್ಲವು ಸ್ವಲ್ಪ ಸಮಸ್ಯೆಗಳಿಂದ ತುಂಬಿದೆ ಅಂತ ಅನ್ನಿಸುತ್ತದೆ. ಮೊದಲ ತಿಂಗಳು ಅಥವಾ 6 ವಾರಗಳಲ್ಲಿ ತಾಯಿಗೆ ಸ್ತನ್ಯ ಪಾನ ಮುಂದುವರೆಸಲು ಸಾಧ್ಯ ಇದೆಯೋ ಇಲ್ಲವೋ ಎಂಬುದು ಅಂದಾಜು ಆಗಿಹೋಗುತ್ತದೆ.

ಬಾಟಲ್ ಮತ್ತು ಸ್ತನ್ಯ ಪಾನ:- ನೀವು ನಿಮ್ಮ ಜೀವನ ಶೈಲಿಯನ್ನಾಧರಿಸಿ ಇದರ ನಿರ್ಧಾರ ತೆಗೆದುಕೊಳ್ಳುವುದು ಉತ್ತಮವೆನಿಸುತ್ತದೆ. ಶಿಶುವಿಗೆ ಸ್ತನ್ಯ ಪಾನದ ಜೊತೆಗೆ ಫಾರ್ಮುಲ ಹಾಲನ್ನು ಕೊಡಿ. ಸ್ತನ್ಯ ಪಾನದ ಅಭ್ಯಾಸ ಮಾಡಿಸಬೇಕು ಏಕೆಂದರೆ, ಶಿಶು ಬಾಟಲಿ ಹಾಲಿಗೆ ಒಗ್ಗಿದರೆ ಸ್ತನ್ಯ ಪಾನ ಮಾಡುವುದು ಸ್ವಲ್ಪ ಕಷ್ಟ, ಏಕೆಂದರೆ ಸ್ತನ್ಯ ಪಾನದಲ್ಲಿ ಶಿಶುವು ಹೆಚ್ಚು ಶ್ರಮ ಪಡಬೇಕಾಗುತ್ತದೆ.

ನೀವು ಸ್ತನ್ಯ ಪಾನ ಮಾಡುವುದಕ್ಕೆ ಆಗದಿದ್ದಾಗ ಅಥವಾ ನಿಮಗೆ ಇಷ್ಟವಿಲ್ಲದೇ ಇದ್ದಾಗ:-

ದುರಾದೃಷ್ಟದಿಂದ ಪ್ರತಿಯೊಬ್ಬ ತಾಯಿಗೂ ಸ್ತನ್ಯ ಪಾನ ಮಾಡಿಸುವ ಅವಕಾಶ ಸಿಗುವುದಿಲ್ಲ. ಕೆಲವು ತಾಯಂದಿರು ಇಷ್ಟಪಟ್ಟರೂ ತಮ್ಮ ಶಿಶುಗಳಿಗೆ ಸ್ತನ್ಯ ಪಾನ ಮಾಡಿಸಲು ಆಗುವುದಿಲ್ಲ. ತಾಯಿಯ ಅಥವಾ

ತಂದೆ ಮತ್ತು ಸ್ತನ್ಯ ಪಾನ

ಅಧ್ಯಯನಮಾಡಿದವರು ಹೇಳುತ್ತಾರೆ ಏನೆಂದರೆ, ಒಂದುವೇಳೆ ತಂದೆ ಸಹಕರಿಸಿದರೆ, 97%ಮಹಿಳೆಯರು ಸ್ತನ್ಯ ಪಾನ ಮಾಡಿಸಲು ಒಪ್ಪುತ್ತಾರೆ, ಇಲ್ಲದಿದ್ದರೆ, 26% ಈ ಅನುಮಾನ ಬರುತ್ತದೆ. ತಂದೆಯು ಬಹಳ ಸುಲಭದಿಂದ ಸ್ತನ್ಯ ಪಾನ ಮಾಡುವ ತಾಯಿಗೆ ಸಹಾಯ ಮಾಡಬಹುದು, ಇದರಿಂದ ಇಬ್ಬರಲ್ಲೂ ಪ್ರೀತಿ ಹೆಚ್ಚಾಗುತ್ತದೆ. ಆದ್ದರಿಂದ ತಂದಯಿಂದಿರೇ ಈ ಟೀಮಿನಲ್ಲಿ ಸೇರಲು ತಯಾರಾಗಿರಿ.

ଧୂମପାନ ଓ ସ୍ତନପାନ

ନିକୋଟିନ ମା' କ୍ଷୀରରେ ମିଶିଯାଏ, ଏଣୁକରି ଶିଶୁଙ୍କୁ ସ୍ତନପାନ କରେଇବାକୁ ଚାହୁଁଥିଲେ ଆପଣଙ୍କୁ ସିଗାରେଟ ଟାଣିବା ଛାଡ଼ିବାକୁ ହେବ । ଏହା ଉଭୟ ମା' ଓ ଶିଶୁ ପାଇଁ ହିତକର । ଯଦି ସିଗାରେଟ ଛାଡ଼ିପାରନ୍ତି ନାହିଁ ତେବେ ଶିଶୁ ପାଇଁ ଅନ୍ୟ ବ୍ୟବସ୍ଥା କରାଯିବା ଉଚିତ, କାରଣ ଏପରି କଲେ ଶିଶୁ ନିକୋଟିନରୁ ଦୂରେଇ ରହିବ ଓ ଭବିଷ୍ୟତରେ ଏଥିପ୍ରତି ପ୍ରବୃତ୍ତ ହେବନାହିଁ ।

■ ସିଗାରେଟ ସଂଖ୍ୟା କମ୍ କରନ୍ତୁ ।

■ କମ୍ ନିକୋଟିନ ଯୁକ୍ତ ବ୍ରାଣ୍ଡ କିଣନ୍ତୁ

■ ସିଗାରେଟ ଟାଣିବାର ୨୫ ମିନିଟ ଅର୍ଥାତ୍ ଦେଢ଼ ଘଣ୍ଟା ପରେ ସ୍ତନପାନ କରାନ୍ତୁ । ଯଦ୍ୱାରା କ୍ଷୀରର ନିକୋଟିନ ନରହୁ ।

■ ଛୁଆ ଆଗରେ ବା ଆଖପାଖରେ କଦାପି ଧୂମପାନ କରନ୍ତୁ ନାହିଁ । ଏହା ଶିଶୁର ଶ୍ୱାସକ୍ରିୟାରେ ବାଧା ସୃଷ୍ଟି କରିପାରେ

■ କର୍ମକ୍ଷେତ୍ରରେ ବିଷାକ୍ତ ରାସାୟନିକ ପଦାର୍ଥ ମଧ୍ୟରେ କାମ କରିବା ।

■ ଅତ୍ୟଧିକ ମଦ ପିଇବା

■ କୌଣସି ପ୍ରକାର ଡ୍ରଗ୍ସ ନେବା

■ ଏଚ.ଆଇ.ଭି. ଭଳି ଏଡ୍ସ ସଂକ୍ରମଣ ।

■ ଅନେକ ଥର ନବଜାତ ଶିଶୁ ମା' କ୍ଷୀର ଖାଇବାରେ ଅକ୍ଷମ ହୁଏ ।

■ ସମୟ ପୂର୍ବରୁ ଜନ୍ମ ହେଲା ଛୁଆ ମା' କ୍ଷୀର ଖାଇପାରେ ନାହିଁ । ଅନେକ ଥର ଶିଶୁକୁ ଡାକ୍ତରଙ୍କ ଗହଣରେ ରଖାଯାଏ । ଏଭଳି ପରିସ୍ଥିତିରେ ନର୍ସ ସାହାଯ୍ୟରେ ମା' କ୍ଷୀର କାଢ଼ି ଶିଶୁକୁ ଦିଆଯାଇପାରେ ।

■ ଲେକ୍ଟୋଜ ଇନଟଲେରେନ୍ସ: ମା' କ୍ଷୀର ବା ଗାଈ କ୍ଷୀର ହଜମ ନହେଲେ । ଅନ୍ୟ କ୍ଷୀର ମିଶେଇ ଦେଲେ ହୁଏତ, ପରେ ଖାଇପାରିବ ।

■ ମୁଖ ବିକୃତି ଥିଲେ ଶିଶୁ ମା'ସ୍ତନରୁ କ୍ଷୀର ଖାଇପାରେ ନାହିଁ ।

■ ଅନେକ ଥର ସତଚେଷ୍ଟା କଲେ ମଧ୍ୟ ମା'ସ୍ତନରେ କ୍ଷୀର ତିଆରି ହୋଇନଥାଏ । ଆଉ ଛୁଆ ଭୋକରେ ରହିବାକୁ ବାଧ୍ୟ ହୁଏ । ଏଭଳି ପରିସ୍ଥିତିରେ ମା'ମାନେ ଛୁଆକୁ ଯଥେଷ୍ଟ ସ୍ନେହ ଦେଇପାରିବା ଉଚିତ ।

■ ■ ■

9ನೇ ತಿಂಗಳು

ಸುಮಾರು 36 ರಿಂದ 40ನೇ ವಾರದವರೆಗೆ

ಕೊನೆಗೂ ಆ ತಿಂಗಳು ಬಂದೇ ಬಿಟ್ಟಿತು. ನೀವು ಯಾವುದಕ್ಕೋಸ್ಕರ ಬಹಳ ಸಮಯದಿಂದ ನಿರೀಕ್ಷೆ ಮಾಡುತ್ತಿದ್ದಿರೋ ಈಗ ಈ ಪರಿಸ್ಥಿತಿಯಲ್ಲಿ ಸ್ವಲ್ಪ ಚಿಂತೆಯಾಗುವುದು ಸ್ವಾಭಾವಿಕವಾದುದೇ. ನೀವು ಶಿಶುವಿನ ಸ್ವಾಗತಕ್ಕೆ ಪೂರ್ತಿಯಾಗಿ ತಯಾರಿ ಆಗಿರಲೂಬಹುದು, ಇಲ್ಲದೆಯೂ ಇರಬಹುದು. ಬೇಕಾದಷ್ಟು ಚಟುವಟಿಕೆಗಳಿದ್ದಾಗ್ಯೂ (ಡಾಕ್ಟರ ಭೇಟಿ, ಅಂಗಡಿಯಿಂದ ಖರೀದಿ, ಅಥವಾ ಶಿಶುವಿನ ಕೋಣೆಯ ಬಣ್ಣ ಆರಿಸುವುದು) ನಿಮಗೆ ಈ ತಿಂಗಳು ಎಲ್ಲಕ್ಕಿಂತ ಉದ್ದ ಅನ್ನಿಸಬಹುದು. ಒಂದು ವೇಳೆ ನೀವು ಸರಿಯಾದ ಸಮಯಕ್ಕೆ ಪ್ರಸವಿಸದೇ ಹೋದರೆ ಹತ್ತನೇ ತಿಂಗಳು ನಿಮಗೆ ಇನ್ನೂ ಉದ್ದ ಎನಿಸುತ್ತದೆ.

ಈ ತಿಂಗಳು ನಿಮ್ಮ ಮಗುವಿನ ಬೆಳವಣಿಗೆ:

36ನೇ ವಾರ : ಈ ಸಮಯದಲ್ಲಿ ನಿಮ್ಮ ಮಗುವಿನ ತೂಕ ಸುಮಾರು 5 ಪೌಂಡ್ ಮತ್ತು ಉದ್ದ 20 ಇಂಚು ಇರುತ್ತದೆ. ಶಿಶುವು ನಿಮ್ಮ ತೋಳಿನಲ್ಲಿ ಜೋಕಾಲಿಯಾಡಲು ಸುಮಾರಾಗಿ ತಯಾರಾಗಿದೆ. ಈ ಸಮಯದಲ್ಲಿ ಶಿಶುವಿನ ತಂತ್ರ ಹೊರಗಡೆ ಜೀವನಕ್ಕೆ ತಯಾರಿದೆ. ಅಂದರೆ ಪಚನದ ತಂತ್ರದ ಕೆಲಸ ಇನ್ನೂ ಶುರುವಾಗಿಲ್ಲ. ಈಗ ಶಿಶುವಿಗೆ ರಕ್ತವಾಹಿನಿಯ ಮುಖಾಂತರ ಪೋಷಣೆ ತಲುಪುತ್ತಿದೆ. ಆದ್ದರಿಂದ ಪಚನದ ತಂತ್ರದ ಅವಶ್ಯಕತೆ ಈಗಿಲ್ಲ. ಯಾವಾಗ ಶಿಶುವು ಸ್ತನ್ಯಪಾನ ಅಥವಾ ಬಾಟಲಿಯಿಂದ ಹಾಲು ಕುಡಿಯಲು ಶುರು ಮಾಡುತ್ತದೋ ಅದರ ಪಚನಕಾರ್ಯ ಶುರುವಾಗುತ್ತದೆ ಮತ್ತು ಡಯಪರ್ ಗಲೀಜು ಆಗುವುದಕ್ಕೆ ಶುರುವಾಗುತ್ತದೆ.

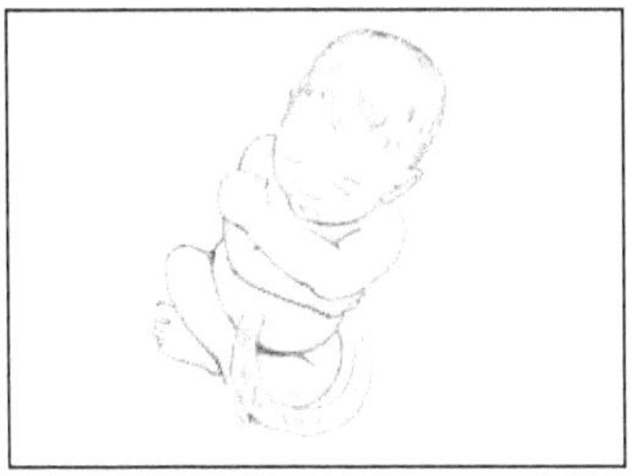

ನಿಮ್ಮ ಒಂಭತ್ತು ತಿಂಗಳಿನ ಮಗು

37ನೇ ವಾರ : ಒಂದು ಸಂತೋಷದ ಸಮಾಚಾರ. ಒಂದು ವೇಳೆ ನಿಮ್ಮ ಶಿಶುವು ಇವತ್ತು ಪ್ರಸವವಾದರೆ ಆ ಶಿಶುವನ್ನು ಫುಲ್‌ಟರ್ಮ್ ಎಂದು ಹೇಳಲಾಗುತ್ತದೆ. ಇದರ ಅರ್ಥ ಅದರ ಬೆಳವಣಿಗೆ ಪೂರ್ತಿಯಾಗಿದೆ ಅಂತಲ್ಲ, ಈ ವಾರದಲ್ಲಿ ಅದರ ತೂಕ ಅರ್ಧ ಪೌಂಡು ಜಾಸ್ತಿಯಾಗಬಹುದು. ಈಗ ಪೂರ್ತಿ ಪ್ರಮಾಣದ ಭ್ರೂಣದ ತೂಕ ಸುಮಾರು 6 1/2 ಪೌಂಡ್ ಇರುತ್ತದೆ. (ಹೇಳುವುದಾದರೆ ಭ್ರೂಣಗಳ ತೂಕ ಬೇರೆ-ಬೇರೆಯಾಗಿರುತ್ತದೆ.) ನಿಮ್ಮ ಶಿಶುವಿನ ಸುಂದರವಾದ ಗಂಟಲಿನಲ್ಲಿ, ತೋಳುಗಳಲ್ಲಿ ಮತ್ತು ಅಂಗೈಗಳಲ್ಲಿ ಮೇದಸ್ಸು ಸೇರುತ್ತಿರುತ್ತದೆ.

38ನೇ ವಾರ : ಶಿಶುವಿನ ತೂಕ 7 ಪೌಂಡ್ ಮತ್ತು ಉದ್ದ ಸುಮಾರು 20 ಇಂಚು ಇರಬಹುದು. ಶಿಶುವು ಈಗ ಮುಂದೆ ಬರಲಿರುವ ಸಮಯಕ್ಕೆ ಸಾಕಷ್ಟು ತಯಾರಾಗಿದೆ. ಶಿಶುವಿಗೆ ಸ್ವಲ್ಪವೇ ಕೆಲಸ ಮಾಡಬೇಕಾಗಿದೆ. ಶಿಶುವು ತನ್ನ

ಎಲುಬುಗಳನ್ನು ತಯಾರು ಮಾಡಬೇಕಾಗಿದೆ ಆಮೇಲೆ ಶಿಶುವು ನಿಮ್ಮ ತೋಳುಗಳಲ್ಲಿ ಇರುತ್ತದೆ.

39ನೇ ವಾರ : ಈ ಸಮಯದಲ್ಲಿ ಪ್ರಸವದವರೆಗೆ ಬೆಳವಣಿಗೆಯು ಸ್ವಲ್ಪ ನಿಧಾನವಾಗುತ್ತದೆ. ಪೂರ್ಣ ತೂಕ 7 ರಿಂದ 8 ಪೌಂಡ್‌ವರೆಗೆ ಮತ್ತು ಉದ್ದ 19ರಿಂದ 21 ಇಂಚಿನ ಮಧ್ಯದಲ್ಲಿ ಇರುತ್ತದೆ. ಆದರೆ ಶಿಶುವಿನ ಬುದ್ಧಿಯ ವಿಕಾಸ ಬಹಳ ವೇಗವಾಗಿ ಆಗುತ್ತದೆ. ಗುಲಾಬಿ ಚರ್ಮ ತಿಳಿ ಬಿಳಿಯಾಗುತ್ತದೆ. ಆದರೆ ಶಿಶುವಿನ ಅಸಲು ಚರ್ಮ ಬಣ್ಣ ಪಿಗ್‌ಮೆಂಟೇಶನ್ ಆದ ಮೇಲೆ ಎದುರಿಗೆ ಬರುತ್ತದೆ. ಈಗ ಶಿಶುವಿನ ತಲೆ ನಿಮ್ಮ ಯೋನಿಯವರೆಗೆ ಬಂದಿರಬಹುದು. ಇದರ ಅರ್ಥ ನಿಮಗೆ ಉಸಿರಾಟಕ್ಕೆ ಸುಲಭವಾಗುತ್ತದೆ ಮತ್ತು ನಡೆಯುವುದಕ್ಕೆ ಕಷ್ಟವಾಗುತ್ತದೆ.

40ನೇ ವಾರ : ಶುಭಾಶಯಗಳು, ಗರ್ಭಾವಸ್ಥೆಯು ಮುಗಿಯುವ ಕಾಲವು ಬಂದಿದೆ. ಈ ಸಮಯದಲ್ಲಿ ಶಿಶುವಿನ ತೂಕ 6 ರಿಂದ 9 ಪೌಂಡ್‌ಗಳ ಮಧ್ಯೆ ಮತ್ತು ಉದ್ದ 19 ರಿಂದ 22 ಇಂಚುಗಳ ಹತ್ತಿರ ಇರಬಹುದು. ಆದರೂ ತೂಕ ಮತ್ತು ಉದ್ದದಲ್ಲಿ ಸ್ವಲ್ಪ ಹೆಚ್ಚು ಕಡಿಮೆ ಇರಬಹುದು. ಹೇಳುವುದಾದರೆ ಮಗುವು ನಿಮ್ಮನ್ನು ಮೊದಲ ಸಲ ನೋಡುತ್ತದೆ. ಆದರೆ ಶಿಶುವು ನಿಮ್ಮ ಧ್ವನಿಯನ್ನು ಗುರುತಿಸುತ್ತದೆ. ಈಗ ನಾವು ನೋಡಬೇಕಾದುದು ಶಿಶುವು ನಿಮ್ಮ ಡ್ಯೂ ಡೇಟ್‌ಗಿಂತ ಮೊದಲು ಜನಿಸುವುದೋ ಅಥವಾ ಆಮೇಲೋ.

41ನೇ ವಾರ: ಶಿಶುವಿಗೆ ಅನಿಸುತ್ತೆ ಹೊರಗಡೆ ಬರುವ ಸಮಯವಾಗುತ್ತಿದೆಯೆಂದು. 5%ಗೂ ಕಡಿಮೆ ಮಕ್ಕಳು ಕೊಟ್ಟಿರುವ ತಾರೀಖಿಗೆ ಮೊದಲೇ ಹುಟ್ಟುತ್ತವೆ. 80% ಶಿಶುಗಳು ತಮ್ಮ ಗರ್ಭಾಶಯದ ಹೋಟೆಲನ್ನು ಅಷ್ಟು ಸುಲಭವಾಗಿ ಬಿಡಲು ಇಷ್ಟಪಡುವುದಿಲ್ಲ. ಜ್ಞಾಪಕದಲ್ಲಿಡಿ, ಕೆಲವು ಸಾರಿ ತಾರೀಖು ಓವರ್ ಡ್ಯೂ ಆಗಿರುವುದಿಲ್ಲ, ನೀವು ಇಟ್ಟುಕೊಂಡ ದಿನದ ಲೆಕ್ಕ ತಪ್ಪಾಗಿರುತ್ತದೆ. ಹೆರಿಗೆಯ ದಿನಾಂಕ ಕಳೆದು ಕೆಲವು ದಿನಗಳಾದ ಮೇಲೆ ಹುಟ್ಟುವ ಶಿಶುವು ಮತ್ತು ಒಣ ತ್ವಚೆಯುಳ್ಳವಾಗಿರುತ್ತವೆ. ಏಕೆಂದರೆ ಹೆರಿಗೆ ದಿನಾಂಕದ ಮುಂಚೆಯೇ ಶಿಶುವಿನ ರಕ್ತ ಅವರಣ (ಕವಚ) ಖಾಲಿ ಆಗಿರುತ್ತದೆ. ಹೇಳಬೇಕೆಂದರೆ ಈ ಲಕ್ಷಣಗಳು ಅಪಾಯದ್ದಾಗಿರುತ್ತವೆ. ಅಂತಹ ಶಿಶುಗಳ ಉಗುರುಗಳು ಸಾಕಷ್ಟು ದೊಡ್ಡದಿರುತ್ತದೆ (ಬೆಳೆದಿರುತ್ತದೆ) ಆ ಶಿಶುಗಳು ಇತರ ಶಿಶುಗಳಿಗಿಂತ ಹೆಚ್ಚಾಗಿ ಗಾಬರಿಯಾಗುತ್ತವೆ, ಕಣ್ಣುಗಳು ಪೂರ್ತಿಯಾಗಿ ತೆರೆದಿರುತ್ತದೆ. ಡಾಕ್ಟರ್‌ಗಳು ಅಂತಹ ಶಿಶುಗಳ ಮೇಲೆ ಯಾವಾಗಲೂ ಗಮನವಿಟ್ಟಿರುತ್ತಾರೆ.

ಒಂದು ನೋಟ

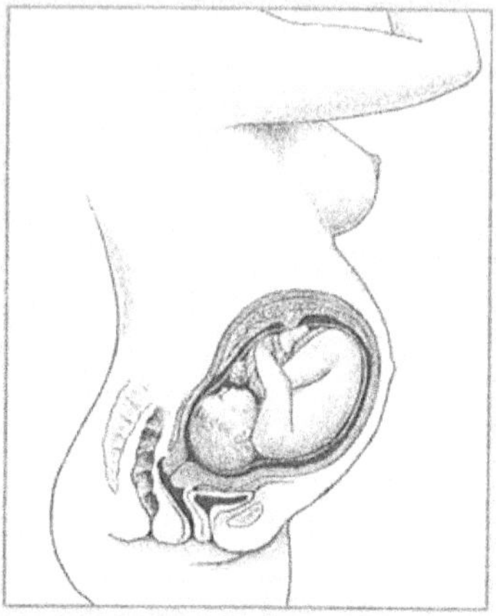

ಈಗ ನಿಮ್ಮ ಗರ್ಭಾಶಯ ಸರಿಯಾಗಿ .... ಕೆಳಗೆ ಇದೆ, ಮತ್ತು ಅದರ ಅಳತೆಯಲ್ಲಿ ಗಮನಿಸುವಂತಹ ಬದಲಾವಣೆ ಬರುತ್ತಿಲ್ಲ. ಪ್ಯೂಬಿಕ್ ಬೋನ್‌ನಿಂದ ಗರ್ಭಾಶಯದ ಎತ್ತರ ಸುಮಾರು 30 ರಿಂದ 40 ಸೆಂಮೀ ಇದೆ. ನಿಮ್ಮ ತೂಕ ಸಾಕಷ್ಟು ಕಡಿಮೆ ಪ್ರಮಾಣದಲ್ಲಿ ಹೆಚ್ಚಿಗೆಂತಾಗಿದೆ. ನಿಮ್ಮ ಹೊಟ್ಟೆಯ ಅರಳುವಿಕೆ ಹೆಚ್ಚುತ್ತಲಿದೆ ಏಕೆಂದರೆ ಶಿಶುವು ಈ ಭೂಮಿಯ ಮೇಲೆ ಕಾಲಿಡಲು ತಯಾರಿ ಮಾಡುತ್ತಲಿದೆ.

ನೀವು ಏನನ್ನು ಅನುಭವಿಸುತ್ತಿರಬಹುದು.

ಬಹುಷಃ ನೀವು ಎಲ್ಲಾ ಲಕ್ಷಣಗಳನ್ನು ಒಂದೇ ಬಾರಿ ಅನುಭವಿಸುತ್ತಿರಬಹುದು ಅಥವಾ ಕೆಲವು ಲಕ್ಷಣಗಳು ಮಾತ್ರ ಎದುರಾಗಿರಬಹುದು. ಕೆಲವು ಲಕ್ಷಣಗಳು ಹಿಂದಿನ ತಿಂಗಳಿಂದ ಬಂದಿರಬಹುದು, ಮತ್ತೆ ಕೆಲವು ಹೊಸದಿರಬಹುದು. ಕೆಲವು ಲಕ್ಷಣಗಳು ಎಷ್ಟು ಹಳೆಯವು ಎಂದರೆ ನೀವು ಅವುಗಳ ಬಗ್ಗೆ ಗಮನ ಹರಿಸಲಾರಿರಿ ಅಥವಾ ಮತ್ತೆ ಹೆರಿಗೆಯ ಮುಂಚಿನ ಕೆಲವು ಸಂಕೇತಗಳು ಎದುರಾಗುತ್ತಿರಬಹುದು.

ಶಾರೀರಿಕ

'ಭ್ರೂಣದ ಚಟುವಟಿಕೆಯಲ್ಲಿ ಸ್ವಲ್ಪ ಬದಲಾವಣೆ, ಶಿಶುವಿನ ತಳಮಳ ಕಡಿಮೆ ಏಕೆಂದರೆ ಶಿಶುವಿಗೆ ಮಿಸುಕಾಡಲು, ಹಾರಲು ಸ್ಥಳ ಕಡಿಮೆ ಇರುತ್ತದೆ.'

ಯೋನಿ ಸ್ರಾವ ಮೊದಲಿಗಿಂತಲೂ ದಟ್ಟವಾಗುತ್ತಿದೆ ಮತ್ತು ಹೆಚ್ಚು ಸಿಂಬಳ (ಮ್ಯೂಕಸ್) ಆಗಲು ಶುರುವಾಗಿದೆ, ಹೇಗೆಂದರೆ ಸಂಭೋಗದ ನಂತರ ಅಥವಾ ಯೋನಿಯ ಪರೀಕ್ಷೆಯ ನಂತರ ತಿಳಿಗುಲಾಬಿ ಅಥವಾ ಕೆಂಪಗೆ ಇರಬಹುದು.

- ಎದೆಯಲ್ಲಿ ಉರಿ, ಅಜೀರ್ಣ ಗ್ಯಾಸ್
- ಒಮ್ಮೊಮ್ಮೆ ತಲೆ ಸುತ್ತುವುದು, ಜ್ಞಾನ ತಪ್ಪುವುದು.
- ಮೂಗು ಕಟ್ಟುವುದು ಅಥವಾ ಮೂಗಿನಿಂದ ರಕ್ತ ಬರುವುದು, ಕಿವಿಯಲ್ಲಿ ಗುಗ್ಗೆ ತುಂಬುವುದು
- ಒಸಡುಗಳಲ್ಲಿ ನೋವು.
- ರಾತ್ರಿಯ ವೇಳೆ ಕಾಲುಗಳಲ್ಲಿ ತಿರುಚು
- ಬೆನ್ನಿನಲ್ಲಿ ನೋವು ಅಥವಾ ಭಾರದ ಅನುಭವ
- ನಿತಂಬಗಳಲ್ಲಿ ಮತ್ತು ಪೆಲ್ವಿಕ್‌ನಲ್ಲಿ ತಳಮಳ ಅಥವಾ ನೋವು
- ಹೊಟ್ಟೆ ನೋವು, ಹೊಕ್ಕಳಿನ ಉಬ್ಬರ
- ಸ್ಟ್ರೆಚ್ ಮಾರ್ಕ್
- ಕಾಲುಗಳಲ್ಲಿ ವೆರಿಕೋಜ್ ವೈನ್ಸ್
- ಪೈಲ್ಸ್
- ಶಿಶು ಕೆಳಗಿಳಿದ ಮೇಲೆ (ಬೇಬಿ ಡ್ರಾಪಿಂಗ್) ಸುಲಭದ ಉಸಿರಾಟ
- ಮೂತ್ರಾಶಯದ ಮೇಲೆ ವತ್ತಡ ಹೆಚ್ಚಿಗೆಯಾಗಿ ಮತ್ತೆ ಮತ್ತೆ ಮೂತ್ರ ಬರುವುದು.
- ಕೆಲವು ನೋವಿನಿಂದ ಕೂಡಿರುತ್ತದೆ.
- ಶರೀರದ ಅಸಮತೋಲನ
- ನಿಪ್ಪಲ್‌ಗಳಿಂದ (ಎದೆತೊಟ್ಟಿನಿಂದ) ಕೊಲೆಸ್ಟ್ರಾಲ್‌ನ ಸೋರುವಿಕೆ.
- ಹೆಚ್ಚು ಆಯಾಸ ಅಥವಾ ಹೆಚ್ಚು ಲವಲವಿಕೆ (ಬೋಸ್ಟಿಂಗ್ ಸಿಂಡ್ರೋಮ್) ಅಥವಾ ಎರಡೂ
- ಹೆಚ್ಚು ಹಸಿವಾಗುವುದು ಅಥವಾ ಕಡಿಮೆ ಹಸಿವು.

ಭಾವನಾತ್ಮಕ

- ಹೆಚ್ಚಿನ ಉತ್ತೇಜನ, ಹೆಚ್ಚಿನ ಆತಂಕ ಬುದ್ಧಿಯ ನೀರಸತನ
- ಇಲ್ಲಿಯವರೆಗೆ ತಲುಪಿದ ಸಮಾಧಾನ
- ಭಾವೋದ್ವೇಗ ಮತ್ತು ತಳಮಳ
- ಅಧೈರ್ಯ ಅಥವಾ ಸಿಡಿಮಿಡಿಗುಟ್ಟುವಿಕೆ
- ಶಿಶುವಿನ ಬಗೆ ಕಲ್ಪನೆಗಳು ಮತ್ತು ಕನಸುಕಾಣುವುದು.

ಈ ತಿಂಗಳ ತಪಾಸಣೆ

ನೀವು ಡಾಕ್ಟರರ ಹತ್ತಿರ ಅವಶ್ಯಕತೆಗಿಂತ ಹೆಚ್ಚು ಸಮಯ ಕಳೆಯುವಿರಿ. ನೀವು ನಿಮ್ಮ ಹತ್ತಿರ ವೇಯ್ಟಿಂಗ್ ರೂಂನಲ್ಲಿ ಓದಬಹುದಾದಂತಹ ಪುಸ್ತಕಗಳನ್ನು ಇರಿಸಿಕೊಳ್ಳಿ. ಈ ದಿನಗಳಲ್ಲಿ ಡಾಕ್ಟರ್ ಶಿಶುವಿನ ತಪಾಸಣೆ ಮಾಡಿ ನೀವು ನಿಮ್ಮ ಪ್ರಸವಕ್ಕೆ ಇನ್ನೂ ಎಷ್ಟು ದಿನವಿದೆಯೆಂದು ಹೇಳುತ್ತಾರೆ. ಈ ತಿಂಗಳ ತಪಾಸಣೆಯ ಬಗ್ಗೆ ಹೇಳಲಾಗಿದೆ. ಹೇಳುವುದಾದರೆ ಈ ತಪಾಸಣೆ ಬಹಳಷ್ಟು ಮಟ್ಟಿಗೆ ನಿಮ್ಮ ಆರೋಗ್ಯ ಹಾಗೂ ಡಾಕ್ಟರರ ತಪಾಸಣೆಯ ಮೇಲೆ ನಿರ್ಧಾರವಾಗುತ್ತದೆ.

- ನಿಮ್ಮ ತವಕ ಹೆಚ್ಚಾಗುವಿಕೆ, ನಿಲ್ಲುವುದು ಅಥವಾ ನಿಧಾನವಾಗುತ್ತದೆ.
- ನಿಮ್ಮ ರಕ್ತದೊತ್ತಡ ಸ್ವಲ್ಪ ಹೆಚ್ಚಾಗಬಹುದು.
- ನಿಮ್ಮ ಮೂತ್ರ (ಸಕ್ಕರೆ ಹಾಗೂ ಪ್ರೋಟೀನ್ ಪರೀಕ್ಷೆಗೋಸ್ಕರ)
- ಕೈಕಾಲುಗಳ ಊತದ ತಪಾಸಣೆ.
- ನಿಮ್ಮ ಗರ್ಭಾಶಯದ ತಪಾಸಣೆ (ಒಳಗಿನ ಪರೀಕ್ಷೆ – ನಿಮ್ಮ ಗರ್ಭಾಶಯದ ಬಾಯಿ ತೆರೆಯುವುದಕ್ಕೆ ಶುರುವಾಗಿದೆಯೋ ಅಥವಾ ಇಲ್ಲವೋ ಎಂದು ನೋಡಲಿಕ್ಕೆ)
- ಗರ್ಭಾಶಯದ ಉದ್ದ.
- ಭ್ರೂಣದ ಎದೆ ಬಡಿತ
- ಭ್ರೂಣದ ಆಕಾರ (ನಿಮಗೆ ಬಹಳ ಮಟ್ಟಿಗೆ ಅಂದಾಜು ಸಿಗಬಹುದು)
- ಕೆಲವು ಪ್ರಶ್ನೆಗಳು ಮತ್ತು ಜಿಜ್ಞಾಸೆಗಳು ಯಾವುದಕ್ಕೆ ನೀವು ಸಮಾಧಾನ ಬಯಸುತ್ತೀರಿ.

ಡಾಕ್ಟರ್ ಪ್ರಸವಕ್ಕೆ ಸಂಬಂಧಪಡುವಂತಹ ಕೆಲವು ನಿರ್ದೇಶನಗಳನ್ನು ನೀಡಬಹುದು. ಒಂದು ವೇಳೆ ಅವರು ನೀಡದಿದ್ದಲ್ಲಿ ನೀವು ಅವರ ಹತ್ತಿರ ಇದಕ್ಕೆ ಸಂಬಂಧಿಸಿದಂತೆ ಕೇಳಬಹುದು.

ನೀವು ಏನು ಯೋಚಿಸುತ್ತಿರಬಹುದು.

ಕಳೆದ ಕೆಲವು ವಾರಗಳಿಂದ ನನಗೆ ಬಾತ್‌ರೂಂಗೆ ಹೋಗಬೇಕಾಗುತ್ತಿದೆ. ಏನು ಈ ರೀತಿ ಮತ್ತೆ ಮತ್ತೆ ಬಾತ್‌ರೂಂಗೆ ಹೋಗಬೇಕೆನ್ನಿಸುವುದು ಸಾಮಾನ್ಯ ವಿಷಯವೇ?

ಮೊದಲ ಮೂರು ತಿಂಗಳ ಸಮಸ್ಯೆ, ಮತ್ತೆ ಹಿಂತಿರುಗಿ ಬಂದಿದೆ. ಗರ್ಭಾಶಯವು ಮತ್ತೆ ಮೂತ್ರಕೋಶದ ಮೇಲೆ ವತ್ತಡ ಹೇರುತ್ತಿದೆ ಆದರೆ ಈ ಬಾರಿ ಅದರ ಭಾರ ಮೊದಲಿಗಿಂತಲೂ ಬಹಳ ಹೆಚ್ಚಾಗಿದೆ. ಒಂದು ವೇಳೆ ಈ ಮೂತ್ರದಲ್ಲಿ ಯಾವ ರೀತಿಯ ಸೋಂಕು ಇಲ್ಲವೆಂದರೆ ನಾವು ಇದನ್ನು ಸಾಮಾನ್ಯವೆಂದು ಪರಿಗಣಿಸಬಹುದು. ಇದರಿಂದ

ತಪ್ಪಿಸಿಕೊಳ್ಳಲು ನೀರಿನಂಶವಿರುವ ಪದಾರ್ಥಗಳ ಸೇವನೆಯನ್ನು ಕಡಿಮೆ ಮಾಡಬೇಡಿ. ಏಕೆಂದರೆ ಈ ಸಮಯದಲ್ಲಿ ಅವುಗಳ ಅವಶ್ಯಕತೆ ಶರೀರಕ್ಕೆ ಹೆಚ್ಚಾಗಿ ಬೇಕಾಗುತ್ತದೆ. ಯಾವಾಗ ಮೂತ್ರಕ್ಕೆ ಹೋಗಬೇಕೆನಿಸಿದರೂ ನಿರ್ಭಯವಾಗಿ ಹೋಗಿ.

ಸ್ತನದ ಸೋರುವಿಕೆ

ನನ್ನ ಸ್ನೇಹಿತೆಯೊಬ್ಬಳು ಅವಳ ಸ್ತನದಿಂದ ಒಂಭತ್ತನೇ ತಿಂಗಳಲ್ಲಿ ಹಾಲು ಸೋರುತ್ತಿತ್ತು ಎಂದು ಹೇಳುತ್ತಿದ್ದಳು. ನನಗೆ ಹಾಗೆ ಆಗುತ್ತಿಲ್ಲ. ಏನೋ ಶರೀರದಲ್ಲಿ ಹಾಲು ಉತ್ಪತ್ತಿ ಆಗುತ್ತಿಲ್ಲವೇ?

ಎಲ್ಲಿಯವರೆಗೂ ಹಾಲು ಕುಡಿಯುವ ಶಿಶುವು ಬರುವುದಿಲ್ಲವೋ ಅಲ್ಲಿಯವರೆಗೆ ಆಗುವುದಿಲ್ಲ. ಕೆಲವು ಸಾರಿ ಪ್ರಸವವಾದ 3–4 ದಿನವಾದ ಮೇಲೆ ಹಾಲು ಉತ್ಪತ್ತಿಯಾಗುವುದಿಲ್ಲ. ನಿಮ್ಮ ಸ್ನೇಹಿತೆ ಕೊಲೆಸ್ಟ್ರಂ ಬಗ್ಗೆ ಹೇಳಿರಬಹುದು. ಇದು ತಿಳಿ ಹಳದಿ ಬಣ್ಣದಿಂದ ಕೂಡಿದ ದ್ರವ್ಯವಾಗಿರುತ್ತದೆ. ಅದು ಸ್ತನಗಳಲ್ಲಿ ಹಾಲು ಇಳಿಯುವ ಮುಂಚೆ ಉತ್ಪತ್ತಿಯಾಗುತ್ತದೆ. ಇದಲ್ಲದೇ ಇದರಲ್ಲಿ ಅಧಿಕ ಪೋಶಕಾಂಶಗಳು, ಕಡಿಮೆ ಮೇಧಸ್ಸು ಮತ್ತು ಮಿಲ್ಕ್ ಶುಗರ್ ಕೂಡ ಇರುತ್ತದೆ. ಆಮೇಲೆ ಸ್ತನಗಳಲ್ಲಿ ಹಾಲು ಬರುತ್ತದೆ.

ಕೊಲೆಸ್ಟ್ರಂನ ಸೋರುವಿಕೆ ಇಲ್ಲದಿದ್ದರೂ ಕೂಡ ಇದು ನಿಮ್ಮ ಶರೀರದಲ್ಲಿ ಉತ್ಪತ್ತಿಯಾಗುತ್ತಿರುತ್ತದೆ. ನೀವು ಎದೆಯ ತೊಟ್ಟನ್ನು ಹಗುರವಾಗಿ ಒತ್ತಿ ನಿಮಗೆ ಇದರ ಕೆಲವು ಹನಿಗಳು ಕಾಣುತ್ತವೆ. ಒಂದು ವೇಳೆ ಜೋರಾಗಿ ಒತ್ತಿದರೆ ತೊಟ್ಟುಗಳಲ್ಲಿ ಗಾಯವಾಗಬಹುದು. ಒಂದು ವೇಳೆ ಹನಿಗಳು ಕಾಣದಿದ್ದರೂ ಸಹ ಗಾಭರಿಯಾಗಬೇಡಿ. ಶಿಶುವು ಬಂದ ತಕ್ಷಣ ತನ್ನ ಆಹಾರದ ತಯಾರಿ ಮಾಡುತ್ತದೆ. ಸೋರುವಿಕೆ ಇಲ್ಲದಿದ್ದರೆ ನೀವು ಶಿಶುವಿಗೆ ಸಾಕಾಗುವಷ್ಟು ಹಾಲನ್ನು ಕುಡಿಸಲಾಗುವುದಿಲ್ಲವೆಂದರ್ಥವಲ್ಲ.

ಒಂದು ವೇಳೆ ಕೊಲೆಸ್ಟ್ರಂನ ಹೆಚ್ಚಿನ ಸೋರುವಿಕೆಯಾದರೆ ನೀವು ನಿಮ್ಮ ಬ್ರಾ ಒಳಗೆ ನೈಸರ್ಗಿಕ ಪ್ಯಾಡ್ ಹಾಕಬೇಕಾಗುತ್ತದೆ. ಯಾಕೆಂದರೆ ಬಟ್ಟೆ ಹಾಳಾಗುವುದಿಲ್ಲ. ಈಗ ನಿಮಗೆ ಹಗುರವಾದ ತೆಳುವಾದ ಗೌನ್, ಟೀ ಶರ್ಟ್, ಬ್ರಾ ಮತ್ತು ನೈಟ್‌ಗೌನ್ ಹಾಕಿಕೊಳ್ಳುವ ಅಭ್ಯಾಸ ಮಾಡಿಕೊಳ್ಳಬೇಕಾಗುತ್ತದೆ.

ಹಗುರವಾದ ನೋವು ಆಗುವುದು.

ಈ ದಿನ ಬೆಳಗ್ಗೆ ಸಂಭೋಗದ ನಂತರ ನನಗೆ ತಿಳಿಯಾದ (ಹಗುರವಾದ) ನೋವು ಕಾಣಿಸಿತು. ಏನು ಪ್ರಸವದ ನೋವು ಶುರುವಾಗುತ್ತದೆಯೇ?" ಒಂದು ವೇಳೆ ಒಳಗಿನ ತಪಾಸಣೆ ಅಥವಾ ಸಂಭೋಗದನಂತರ ತಿಳಿಕೆಂಪು ಅಥವಾ ಗಾಢವಾದ ಬಣ್ಣ ಕಾಣಿಸಿದರೆ ಇದರ ಅರ್ಥ ಪ್ರಸವದ ನೋವು ಶುರುವಾಗಿದೆ ಎಂದಲ್ಲ. ಒಂದು ವೇಳೆ ಗುಲಾಬಿ ಅಥವಾ ದಪ್ಪ ಸಿಂಬಳದೊಂದಿಗೆ ಸಂಕುಚಿತವೂ ಶುರುವಾದರೆ ಆಗ ಹೆರಿಗೆಯ ನೋವು ಶುರುವಾಗಬಹುದು. ಒಂದು ವೇಳೆ ನೀವು ಮಾಡಿದ್ದರೂ ಸರಿ ಇಲ್ಲದಿದ್ದರೂ ಸರಿ.

ಒಂದು ವೇಳೆ ಸಂಭೋಗದನಂತರ ಒಂದೇ ಸಲ ಕೆಂಪು ಬಣ್ಣ ವೇಗವಾಗಿ ರಕ್ತಸ್ರಾವ ಶುರುವಾದರೆ ಅವಶ್ಯಕವಾಗಿ ಡಾಕ್ಟರಿಗೆ ತೋರಿಸಿರಿ.

ನೀರಿನ ಚೀಲ ಒಡೆಯುವುದು:

ನನಗೆ ನೀರಿನ ಚೀಲ ಜನರ ಮಧ್ಯೆ ಒಡೆಯುವುದೇನೋ ಎಂಬ ಮಾತಿನ ಹೆದರಿಕೆ ಬಹಳ ಇದೆ."

ಬಹಳಷ್ಟು ಮಂದಿ ಗರ್ಭಾವಸ್ಥ ಮಹಿಳೆಯರು, ತಮ್ಮ ಗರ್ಭಾವಸ್ಥೆಯ ಕೊನೆಯ ದಿನಗಳಲ್ಲಿ ಇದೇ ವಿಷಯವಾಗಿ ಹೆದರುತ್ತಾರೆ. ಏನೆಂದರೆ ಎಲ್ಲಾದರೂ ಜನಗಳ ಎದುರಿಗೆ ಅಮ್ನಿಯಾಸ್ಟಿಕ್ ನೀರಿನ ಚೀಲ ಒಡೆದುಬಿಟ್ಟರೇ ಅಂತ. 85% ಮಹಿಳೆಯರಿಗೆ ಇದು ಪ್ರಸವದ ಕೊಠಡಿಯನ್ನು ತಲುಪಿದ ಮೇಲೆ ಆಗುತ್ತದೆ. ಸುಮಾರು 15% ಮಹಿಳೆಯರಿಗೆ ಮೊದಲೇ ನೀರಿನ ಚೀಲ ಒಡೆಯುತ್ತದೆ. ಆದರೆ ಹೀಗೆ ಹೊರಗಡೆ ಎಲ್ಲರೆದುರಿಗೆ ಆಗುವುದಿಲ್ಲ. ಇದು ನೀವು ಮಲಗಿದ್ದಾಗಲೇ ಆಗುವುದು. ಬಟ್ಟೆನಲ್ಲಿ ನೀವು ಹೊರಗಡೆ ರಸ್ತೆಯಲ್ಲಿ ಮಲಗುವುದಿಲ್ಲ ಅಲ್ಲವೇ? ಒಂದು ವೇಳೆ ಚೀಲ ಒಡೆದರೂ ಒಂದೇ ಸಲ ಅಷ್ಟು ನೀರು ಹರಿಯುವುದಿಲ್ಲ. ನೀವು ಯಾವಾಗ ನಿಲ್ಲುತ್ತೀರೋ ಅಥವಾ ಕುಳಿತುಕೊಳ್ಳುತ್ತೀರೋ ಆಗ ಶಿಶುವಿನ ತಲೆ ಬಾಟಲಿಯ ಮುಚ್ಚಳದ ಹಾಗೆ ಕೆಲಸ ಮಾಡುತ್ತದೆ. ಅಮ್ನಿಯಾಟಿಕ್ ದ್ರವ್ಯವನ್ನು ಗರ್ಭಾಶಯದ ಒಳಗಡೆಯೇ ಇರುವಂತೆ ಮಾಡುತ್ತದೆ.

ಆದಾಗ್ಯೂ ಒಂದು ವೇಳೆ ಈ ರೀತಿ ಆದರೆ ನೀವು ನಿಶ್ಚಿಂತರಾಗಿರಿ. ಯಾರೂ ನಿಮ್ಮನ್ನು ಚುಡಾಯಿಸುವುದಿಲ್ಲ. ಅವರು ನಿಮ್ಮ ಈ ಸ್ಥಿತಿಯನ್ನು ಕಂಡರೂ ಕಾಣದವರಂತೆ ನಿಮಗೆ ಸಹಾಯ ಮಾಡುತ್ತಾರೆ. ಪ್ರತಿಯೊಬ್ಬರಿಗೂ ನೀವು ಗರ್ಭವತಿ ಎಂದು ಗೊತ್ತಿದೆ. ಇದರಲ್ಲಿ ಲಾಭವೂ ಇದೆ. ಏನೆಂದರೆ ನೀವು ಪ್ರಸವಕ್ಕೆ ತುಂಬ ಹತ್ತಿರವಾಗಿದ್ದೀರ. 24 ಘಂಟೆಯೊಳಗೆ ನಿಮ್ಮ ಶಿಶುವಿನ ಜನನವಾಗುತ್ತದೆ. ಒಂದು ವೇಳೆ ಪ್ರಸವದ ನೋವು ಶುರುವಾಗದಿದ್ದರೆ ಡಾಕ್ಟರರು ಅದನ್ನು ನಿಮಗೋಸ್ಕರ ಪ್ರಾರಂಭ ಮಾಡುತ್ತಾರೆ.

ಹಾಗೂ ಒಂದು ವೇಳೆ ನೀವು ಇಷ್ಟಪಟ್ಟರೆ ಕೊನೆಯ ದಿನಗಳಲ್ಲಿ ತೆಳ್ಳಗಿನ ಪ್ಯಾಡನ್ನು ಧರಿಸಿರಿ. ಏಕೆಂದರೆ ನೀವು ನಿಮ್ಮನ್ನು ಸುರಕ್ಷಿತವೆಂದು ಭಾವಿಸುತ್ತೀರಿ. ನಿಮ್ಮ ಮನೆಯಲ್ಲೂ ಸಹ ನಿಮ್ಮ ಹಾಸಿಗೆಯ ಕೆಳಗಡೆ ದಪ್ಪ ಚೀಲಗಳನ್ನು ಅಥವಾ ಪ್ಲಾಸ್ಟಿಕ್ ಚೀಲಗಳನ್ನು ಹಾಸಿರಿ.

ಏಕೆಂದರೆ ಅರ್ಧ ರಾತ್ರಿಯಲ್ಲೂ ಸಹ ನಿಮಗೆ ಹೀಗೆ ಆಗಬಹುದು.

ಶಿಶುವಿನ ಜಾರುವಿಕೆ (ಡ್ರಾಪಿಂಗ್)

'38 ವಾರಗಳು ಕಳೆದರೂ ಮಗು ಜಾರಿಲ್ಲವೆಂದರೆ ನನ್ನ ಪ್ರಸವ ತಡವಾಗಿ ಆಗುತ್ತದೆಯೇ?'

ಒಂದು ವೇಳೆ ಶಿಶುವು ಹೊರಗಡೆ ಬರುವ ದಾರಿಯ ತನಕ ತಲುಪಿಲ್ಲವೆಂದರೆ ಇದರ ಅರ್ಥ ಈ ಪ್ರಕ್ರಿಯೆಯಲ್ಲಿ ಸಮಯವಾಗಬಹುದು. ಮಗುವು ಜಾರಿಕೊಂಡು ತಾಯಿಯ ಪೆಲ್ವಿಕ್ ಏರಿಯಾಗೆ ಬಂದಾಗ ಈ ಕೆಲಸವಾಗುತ್ತದೆ. ಮೊದಲಿನ ಗರ್ಭಾವಸ್ಥೆಯಲ್ಲಿ ಶಿಶುವಿನ ಜಾರುವಿಕೆಯು ಪ್ರಸವ26 ಅಥವಾ 4 ವಾರಗಳ ಮೊದಲೇ (ಮುಂಚಿತವಾಗಿ) ಆಗುತ್ತದೆ. 2–3ನೆಯ ಗರ್ಭಾವಸ್ಥೆ ಮಹಿಳೆಯರಿಗೆ ಪ್ರಸವದವರೆಗೂ ಆಗುವುದಿಲ್ಲ. ಆದರೆ ಎಕ್ಸ್‌ಪೆನ್ಸ್ ಎಲ್ಲ ಕಡೆಯೂ ಇರುತ್ತದೆ. ನಿಮ್ಮಲ್ಲಿ ಜಾರುವಿಕೆ ಮೊದಲು ಬೇಕಾದರೂ ಆಗಬಹುದು ನಂತರದಲ್ಲಿಯೂ ಆಗಬಹುದು. ನಿಮ್ಮ ಮಗುವಿನ ತಲೆ ಕೆಳಗೆ ಬಂದು ಮತ್ತೆ ಮೇಲಕ್ಕೆ ಹೋಗಬಹುದು.

ಆದರೆ ಈ ವ್ಯತ್ಯಾಸವನ್ನು ನೀವು ಸ್ವಂತವಾಗಿ ಅನುಭವಿಸಬಹುದು. ಯಾವಾಗ ಸುತ್ತುವಿಕೆಯಿಂದ (ತಿರುಗುವಿಕೆಯಿಂದ) ಗರ್ಭಾಶಯದ ಒತ್ತಡ ಕಡಿಮೆ ಆಗುತ್ತೆ. ನಿಮಗೆ ಉಸಿರು ತೆಗೆದುಕೊಳ್ಳುವುದು ಸುಲಭವಾಗುತ್ತದೆ. ನೀವು ಮೊದಲಿಗಿಂತಲೂ ಹೆಚ್ಚು ಸುಲಭವಾಗಿ ಊಟ ಮಾಡಬಲ್ಲಿರಿ. ಎದೆಯಲ್ಲಿ ಉರಿ ಮತ್ತು ಅಜೀರ್ಣ ಕೂಡ ಆಗುವುದಿಲ್ಲ. ಆದರ ಬೇರೆಕೆಲವು ತೊಂದರೆಗಳು ಜೊತೆಗೂಡುತ್ತವೆ. ನಿಮಗೆ ಮತ್ತೆ ಮತ್ತೆ ಮೂತ್ರ ಮಾಡಬೇಕೆನಿಸುವುದು. ಸ್ನಾಯುಗಳ ನೋವು ಜಾಸ್ತಿಯಾಗುತ್ತದೆ. ನಿಮ್ಮ ಸಮತೋಲನ ಇಲ್ಲವೇ ಇಲ್ಲ ಅಂತ ಅನ್ನಿಸುತ್ತದೆ.

ಶಿಶುವಿನ ಅಳು

ಜನನದನಂತರ ಎಲ್ಲಕ್ಕಿಂತ ಮೊದಲು ಶಿಶುವಿನ ಅಳು ಕೇಳಿಸುತ್ತದೆ, ಆದರೆ ಶಿಶುವು ಗರ್ಭದಲ್ಲೂ ಅಳುವುದು ಎಂದು ನಿಮಗೆ ವಿಶ್ವಾಸವಾಗುವುದಿಲ್ಲ. ಅಧ್ಯಯನಗಳಿಂದ ತಿಳಿದು ಬಂದಿದ್ದೇನೆಂದರೆ ಜೋರಾಗಿ ಶಬ್ದವಾದರೆ ಗರ್ಭದಲ್ಲೂ ಶಿಶುವಿನ ಮುಖದ ಮೇಲೆ ಅಳುವಂತ ಭಾವ ಬರುತ್ತದೆ. ನಿಮ್ಮನ್ನು ಗೋಳಾಡಿಸಲು ಶಿಶು ಮೊದಲಿಂದಲೇ ಅಳುವ ಅಭ್ಯಾಸ ಮಾಡಿಕೊಂಡು ಬರುವುದು.

ಕೆಲವು ಸಲ ಈ ರೀತಿಯಾದರೂ ನಿಮಗೆ ವ್ಯತ್ಯಾಸ ಗೊತ್ತಾಗುವುದಿಲ್ಲ. ಏಕೆಂದರೆ ಕೆಲವು ಲಕ್ಷಣಗಳು ಮೊದಲಿನಿಂದಲೇ ಜೊತೆಯಲ್ಲಿರುತ್ತವೆ. ನೀವು ಅವುಗಳನ್ನು ಆಳವಾಗಿ ಅನುಭವಿಸಲಾರಿರಿ.

ಡಾಕ್ಟರರು ಮಗುವಿನ ತಲೆಯ ಸ್ಥಿತಿಯನ್ನು ತಿಳಿಯಲು ಒಳಗಡೆ ತಪಾಸಣೆ ಮಾಡುತ್ತಾರೆ ಅಥವಾ ಹೊಟ್ಟೆಯನ್ನು ಅದುಮಿ ಶಿಶುವಿನ ಸ್ಥಿತಿಯನ್ನು ತಪಾಸಣೆ ಮಾಡುತ್ತಾರೆ.

ಶಿಶುವು ತನ್ನ ಚಟುವಟಿಕೆಯ ಮೇರೆಗೆ ಯಾವ ಸ್ಥಿತಿಯನ್ನು ಬೇಕಾದರೂ ತಲುಪಬಹುದು. ಶಿಶುವು ಕೆಳಗಡೆ ಬರುವುದಕ್ಕೆ ಶುರು ಮಾಡಿರಬಹುದು. ಶಿಶುವು ಪೂರ್ತಿಯಾಗಿ ಕೆಳಗೆ ಬಂದ ಮೇಲೆ ಪ್ರಸವ ಆಗುವ ಸಾಧ್ಯತೆ ಇದೆ. ಈ ಪರಿಸ್ಥಿತಿಯಲ್ಲಿ ನೀವು ಸ್ವಲ್ಪ ಕಡಿಮೆ ಕಷ್ಟ ಪಡಬೇಕಾಗಬಹುದು.

ಶಿಶುವಿನ ತಳಮಳದಲ್ಲಿ ಬದಲಾವಣೆ

"ನನ್ನ ಮಗುವು ಬಹಳ ಜೋರಾಗಿ ಒದೆಯುತ್ತಿತ್ತು. ಮತ್ತು ನಾನು ಈಗಲೂ ಸಹ ಅದರ ತಳಮಳವನ್ನು ಅನುಭವಿಸುತ್ತೀನಿ. ಆದರೆ ಈಗ ಶಿಶುವು ಮೊದಲಿನಷ್ಟು ಚಟುವಟಿಕೆಯಿಂದಿಲ್ಲ."

5ನೇ ತಿಂಗಳಿನಲ್ಲಿ ಶಿಶುವಿಗೆ ಕೈಕಾಲು ಆಡಿಸಲು ಮತ್ತು ಒದೆಯಲು ಬೇಕಾದಷ್ಟು ಜಾಗವಿರುತ್ತದೆ. ಈಗ ಪರಿಸ್ಥಿತಿ ಸ್ವಲ್ಪ ಬದಲಾಗಿದೆ. ಶಿಶುವಿನ ಹತ್ತಿರ ಜಾಸ್ತಿ ಜಾಗವಿಲ್ಲ. ಒಮ್ಮೆ ಶಿಶುವಿನ ತಲೆ ಪೆಲ್ವಿಸ್ ಕಡೆಗೆ ಹೋದರೆ ಅದರ ಒದ್ದಾಟ ಇನ್ನೂ ಕಡಿಮೆಯಾಗುತ್ತದೆ. ಈ ಸಮಯದಲ್ಲಿ ಒದ್ದಾಟ ಹೆಚ್ಚು ಅಥವಾ ಕಡಿಮೆಯಾಗುವುದರಿಂದ ಗಮನಿಸುವ ವ್ಯತ್ಯಾಸವಿರುವುದಿಲ್ಲ. ತನಗೆ ತಾನೇ ಶುರುವಾಗುವುದೇ?"

ನೀವು ಬಹಳ ಉತ್ಸುಕತೆಯಿಂದ ಪ್ರಸವಕ್ಕೆ ಕೊಟ್ಟಿದ್ದಂತಹ ನಿಗದಿತ ದಿನವನ್ನು ನಿರೀಕ್ಷಿಸುತ್ತಿದ್ದೀರಿ. ಅದು ಕಳೆದ ಮೇಲೂ ಪ್ರಸವದ ನೋವು ಶುರುವಾಗಲಿಲ್ಲ. ಆಸೆ ನಿರಾಸೆಯಲ್ಲಿ ಬದಲಾಯಿತು. 70% ಪ್ರಕರಣಗಳಲ್ಲಿ ನೀವು ಯಾವುದನ್ನೂ ಓವರ್ ಡ್ಯೂ ಅಂತ ಹೇಳುತ್ತೀರಿ ಅದು ಹಾಗಾಗಿರುವುದಿಲ್ಲ. ಕೆಲವೊಮ್ಮೆ ಪ್ರಸವದ ದಿನಾಂಕ ನಿಗದಿಪಡಿಸುವುದರಲ್ಲಿ ಎಣಿಕೆ ತಪ್ಪಾಗಿರುತ್ತದೆ. ಇದು ಅಧ್ಯಯನಗಳಿಂದ ತಿಳಿದುಬಂದಿರುವ ವಿಚಾರ. ಒಂದು ವೇಳೆ ನಿಮ್ಮದು ನಿಶ್ಚಿತವಾಗಿ ಓವರ್ ಡ್ಯೂ ಪ್ರಕರಣವಾದರೆ ಡಾಕ್ಟರ್ ಇಷ್ಟು ದಿನ ನಿರೀಕ್ಷೆ ಮಾಡುವುದಿಲ್ಲ. 41ನೇ ವಾರದಲ್ಲಿ ಪ್ರಸವ ಶುರು ಮಾಡುವ ಪ್ರಕ್ರಿಯೆಯನ್ನು ಪ್ರಾರಂಭಿಸಲಾಗುತ್ತದೆ. ಏಕೆಂದರೆ ಅಧ್ಯಯನಗಳಿಂದ ತಿಳಿದಿರುವ ವಿಷಯವೇನೆಂದರೆ ಇದರ ಅಮ್ನಿಯಾಟಿಕ್

ತೂಕ ಕಡಿಮೆ ಆಗುವುದು

ಗರ್ಭಾವಸ್ಥೆಯ ಕಡೆಯ ದಿನಗಳಲ್ಲಿ ತಾಯಿಯ ತೂಕ ಹೆಚ್ಚಾಗುವುದು ನಿಲ್ಲುವುದು. ಹೀಗೇಕಾಗುವುದು? ವಾಸ್ತವದಲ್ಲಿ ಇದು ಸಾಮಾನ್ಯ. ಇದರ ಅರ್ಥ ಶರೀರ ಪ್ರಸವಕ್ಕಾಗಿ ತಯಾರಾಗಿದೆ. ನಿಮ್ಮ ಶರೀರದ ಅಮ್ನಿಂಯೊಟಿಕ ದ್ರವ ಕಡಿಮೆ ಆಗುತ್ತಿದೆ. ಬೆವರು ಹಾಗೂ ಭೇದಿಯಿಂದ ತೂಕ ಕಡಿಮೆ ಆಗುತ್ತಿದೆ. ನಿಮಗೆ ಇದು ಇಷ್ಟವಿಲ್ಲದೆ ಹೋದರೆ ಪ್ರಸವದ ದಿನವನ್ನು ಕಾಯಿರಿ. ಆ ದಿನ ನಿಮ್ಮ ತೂಕ ಎಷ್ಟು ಕಡಿಮೆ ಆಗುವುದೆಂದರೇ ನಿಮ್ಮ ಜೀವನದಲ್ಲಿ ಅಷ್ಟು ತೂಕ ಯಾವತ್ತೂ ಕಡಿಮೆ ಆಗುವುದಿಲ್ಲ.

ದ್ರವ್ಯದ ಮಟ್ಟ ಕಡಿಮೆಯಾಗುತ್ತದೆ ಮತ್ತು ಗರ್ಭಾಶಯವು ಮಗುವಿಗೆ ಉಪಯೋಗವಿಲ್ಲದಾಗುತ್ತದೆ.

"ನಾನು ಕೇಳಿದ್ದೇನೆ. ಏನೆಂದರೆ ಓವರ್‌ಡ್ಯೂ ಶಿಶುವು ಒಳಗಡೆ ಸರಿಯಾದ ರೀತಿಯಲ್ಲಿ ಇರುವುದಕ್ಕೆ ಆಗುವುದಿಲ್ಲ. ನಾನು ಈಗಷ್ಟೇ 40 ವಾರಗಳನ್ನು ಮುಗಿಸಿದ್ದೇನೆ. ಏನು ನನ್ನ ಶಿಶುವಿನ ಪ್ರಸವ ಈಗ ಆಗಬೇಕಾಗಿದೆಯೇ?"

40 ವಾರಗಳು ಕಳೆದಿದೆ ಎಂದರೆ ಶಿಶುವು ಗರ್ಭಾಶಯದಿಂದ ಹೊರಗೆ ಬರಲು ತವಕಿಸುತ್ತಿದೆ ಎಂದರ್ಥವಲ್ಲ.

ಒಂದು ವೇಳೆ ಗರ್ಭಾವಸ್ಥೆಯು ನಿಜವಾಗಿ 42 ವಾರಗಳನ್ನು ಮುಗಿಸಿದ್ದರೆ ಆಗ ಆ ಜಾಗವು ಶಿಶುವಿಗೆ ಅನುಪಯುಕ್ತವಾಗಲು ಶುರುವಾಗುತ್ತದೆ. ಪ್ಲಾಸೆಂಟಾದಿಂದ ಸರಿಯಾದ ಪೋಷಣೆ ಮತ್ತು ಆಕ್ಸಿಜನ್ ಸಿಗುವುದಿಲ್ಲ. ಅಮ್ನಿಯಾಟಿಕ್ ದ್ರವ್ಯದ ಅಂಶವು ಕೂಡ ಕಡಿಮೆಯಾಗಲು ಶುರುವಾಗುತ್ತದೆ.

ಇಂತಹ ಶಿಶುಗಳನ್ನು 'ಪೋಸ್ಟ್ ಮೆಚ್ಯೂರ್' ಎಂದು ಹೇಳಲಾಗುವುದು. ಅವುಗಳ ತ್ವಚೆ ಶುಷ್ಕ, ಇಳಿದಿರುವುದು, ಅಳಕ ಮತ್ತು ಜೋತು ಬಿದ್ದಿರುವ ರೀತಿಯಲ್ಲಿ ಇರುತ್ತದೆ. ಏಕೆಂದರೆ ತ್ವಚೆಯ ರಕ್ಷಣಾತ್ಮಕ ಕವಚ ಉದುರಿರುತ್ತದೆ. ಅವುಗಳ ಉಗುರು ಮತ್ತು ಕೂದಲು ಬೇರೆ ಹುಟ್ಟಿದ ಶಿಶುಗಳಿಗೆ ಹೋಲಿಸಿದಾಗ ದೊಡ್ಡದಾಗಿರುತ್ತದೆ. ಆ ಶಿಶುಗಳು ಬೇರೆ ಮಕ್ಕಳಿಗೆ ಹೋಲಿಸಿದರೆ ಹೆಚ್ಚಿಗೆ ಗಾಬರಿಯಾಗಿರುತ್ತವೆ ಮತ್ತು ಕಣ್ಣುಗಳು ಪೂರ್ತಿಯಾಗಿ ತೆರೆದಿರುತ್ತವೆ. ಈ ಶಿಶುಗಳನ್ನು ಆಪರೇಶನ್ ಮಾಡಿ ಹೊರಗೆ ತರಬೇಕಾಗುತ್ತದೆ. ಈ ಶಿಶುಗಳ ತಲೆಯ ಸುತ್ತಳತೆ ಸ್ವಲ್ಪ ಹೆಚ್ಚಿಗೆ ಇರುತ್ತದೆ. ಈ ಶಿಶುಗಳನ್ನು ಹುಟ್ಟಿದ ಕೆಲವು ಸಮಯದನಂತರ ನರ್ಸರಿಯಲ್ಲಿ ಇಡಲಾಗುತ್ತದೆ. ಯಾಕೆಂದರೆ ಇವು ಪೂರ್ತಿಯಾಗಿ ಆರೋಗ್ಯವಾಗಲೆಂದು.

ಸಾಮಾನ್ಯವಾಗಿ ಡಾಕ್ಟರ್‌ಗಳು 41 ವಾರ ಕಳೆದ ತಕ್ಷಣ ಪ್ರಸವದ ಪ್ರಕ್ರಿಯೆಯನ್ನು ಶುರು ಮಾಡಲು ಇಚ್ಛಿಸುತ್ತಾರೆ. ಆದರೆ ಕೆಲವು ಡಾಕ್ಟರ್‌ಗಳು ಸ್ವಲ್ಪ ನಿರೀಕ್ಷೆ ಮಾಡಲು ಇಚ್ಛಿಸುತ್ತಾರೆ. ಅವರು ಶಿಶುವಿನ ಸಂಪೂರ್ಣ ತಪಾಸಣೆ ಮಾಡುತ್ತಿರುತ್ತಾರೆ. ಆದರೆ ನಿಮ್ಮ ಶಿಶುವು ಯಾವುದೇ ರೀತಿಯ ತೊಡಕುಗಳಿಲ್ಲದೆ ಗರ್ಭಾಶಯದ ಹೋಟೆಲ್‌ನಿಂದ ಹೊರಗೆ ಬರಲಿ ಎಂಬುದೇ ನಮ್ಮ ಅಭಿಲಾಷೆ.

ಒಂದು ವೇಳೆ ಮಾಲಿಶ್ ಮಾಡಿಕೊಳ್ಳಲು ಇಷ್ಟಪಟ್ಟರೆ ಸ್ವಲ್ಪ ಹಗುರವಾದ ಕೈನಿಂದ ಆರಾಮವಾಗಿ ಮಾಡಿ. ನೀವು ಕೂಡ ಹೆರಿಗೆಗೆ ಮೊದಲೇ ತ್ವಚೆಯ ಮೇಲೆ ಏನಾದರೂ ಗೀರು ಗಾಯ ಆಗುವುದು ಅಥವಾ ಊದುವುದು ಇಷ್ಟಪಡುವುದಿಲ್ಲ. ಆದ್ದರಿಂದ ಸ್ವಲ್ಪ ನೋಡಿಕೊಂಡು ಹೋಗುವುದು ಸರಿಯಷ್ಟೆ.

ತಯಾರಾಗಿ

ಹೆರಿಗೆಗಾಗಿ ತಯಾರಿಯಾಗುವುದಕ್ಕಿಂತ ಹೆಚ್ಚಿನದು ಬೇರೆ ಯಾವುದೂ ಇಲ್ಲ. ಇದರ ಬಗ್ಗೆ ಪುಸ್ತಕ, ಡಿವಿಡಿ ಯಾವುದೇ ರೀತಿಯ ಸಂಪನ್ಮೂಲಗಳಿಂದ ಮಾಹಿತಿ ಸಿಕ್ಕರೆ ಓದಿರಿ–ಕೇಳಿರಿ. ಆ ಸಮಯದಲ್ಲಿ ನೀವು ನೋವಿನಿಂದ ನಿಮ್ಮ ಧ್ಯಾನವನ್ನು ಬೇರೆ ಕಡೆಗೆ ಮಾಡಲು ಏನು ಮಾಡಲು ಇಷ್ಟಪಡುವಿರಿ.

ಒಂದು ವೇಳೆ ಡಾಕ್ಟರರು ಅಪ್ಪಣೆ ಕೊಟ್ಟರೆ ನೀವು ಸಂಗೀತ ಕೇಳಿ, ಟಿ.ವಿ. ನೋಡಿ ಜೊತೆಗಾರನ ಸಂಗಡ ಪೋಕರ್ ಆಡಿ, ನಿಮ್ಮ ಲಾಪ್‌ಟಾಪ್‌ನಲ್ಲಿ ಕೆಲಸ ಮಾಡಿ. ಅಥವಾ ಫೋನ್‌ನಲ್ಲಿ ಹರಟೆ ಹೊಡೆಯಿರಿ.

ಬಹುಷಃ ನಿಮಗೆ ಈ ವಸ್ತುಗಳನ್ನು ಉಪಯೋಗಿಸಲು ಅವಕಾಶ ಸಿಗದಿರಬಹುದು ಆದರೂ ಅವಶ್ಯವಾಗಿ ನಿಮ್ಮ ಅವಶ್ಯಕ ವಸ್ತುಗಳನ್ನು ಜೊತೆಯಲ್ಲಿ ತೆಗೆದುಕೊಳ್ಳುವುದನ್ನು ಮರೆಯಬೇಡಿರಿ.

ನೆಸ್ಟಿಂಗ್ ಇನ್‌ಸ್ಟಿಂಕ್ ಕಿಟ್

"ನೆಸ್ಟಿಂಗ್ ಇನ್‌ಸ್ಟಿಂಕ್ ಕಿಟ್ ಮಾಡಿಕೊಂಡಿರುವ ಮಾತೋ ಅಥವಾ ನಿಜವೋ?"

ಪಕ್ಷಗಳ ತರಹ ಮನುಷ್ಯನಲ್ಲೂ ಈ ಭಾವನೆ ಕಂಡುಬರುತ್ತದೆ. ಯಾವ ರೀತಿ ಮೊಟ್ಟೆ ಇಡುವ ಮೊದಲು ಪಕ್ಷಿಗಳು ಗೂಡು ಮಾಡುತ್ತವೋ ಅದೇ ರೀತಿ ಮನುಷ್ಯನ

ಹೆರಿಗೆ ಶುರುವಾಗುವುದಕ್ಕೆ ಸ್ವಂತವಾಗಿ ಏನು ಮಾಡಬೇಕು?

ಹೆರಿಗೆಯ ದಿನಗಳು ಕಳೆದ ಮೇಲೂ ಸಹ ನೀವು ಗರ್ಭವತಿ ಇದ್ದೀರಿ. ಗೊತ್ತಿಲ್ಲ ದೇವರು ಇನ್ನು ಎಷ್ಟು ಸಮಯವಾಗುತ್ತದೆಂದು. ಏನು ನಿಮಗೆ ಈ ಪರಿಸ್ಥಿತಿಯನ್ನು ನಿಮ್ಮ ಕೈನಲ್ಲಿ ತೆಗೆದುಕೊಂಡು ಹೆರಿಗೆ ಶುರು ಮಾಡಿಕೊಳ್ಳುವುದಕ್ಕೆ ಏನಾದರೂ ತಂತ್ರವನ್ನು ಅಳವಡಿಸಿಕೊಳ್ಳಬೇಕಾ? ಏನು ಇದು ಕಷ್ಟಕರವಾದ ಕೆಲಸವೇ? ಏನು ಸೂಲಗಿತ್ತಿಯರ ಸಲಹೆಗಳು ಕೆಲಸಕ್ಕೆ ಬರುತ್ತವೆಯೇ? ಹಾಗೂ ಇದರ ಬಗ್ಗೆ ಹೇಳುವುದು ಕಷ್ಟವೇ ಏಕೆಂದರೆ ಕೆಲವು ಸಲ ಈ ರೀತಿಗಳನ್ನು ಅಳವಡಿಸಿಕೊಮಡಾಗ ತಟ್ ಅಂತ ಹೆರಿಗೆ ತನಗೆ ತಾನೇ ಶುರುವಾಗಿ ಬಿಡುತ್ತದೆ. ಆದರೂ ನೀವು ಇಷ್ಟಪಟ್ಟರೆ ಕೆಳಗೆ ಹೇಳುವ ಸಲಹೆಗಳನ್ನು ಅಳವಡಿಸಿಕೊಳ್ಳಬಹುದು.

ನಡೆದಾಡುವಿಕೆ: ತಿರುಗಾಡುವುದರಿಂದ ಗುರುತ್ವಾಕರ್ಷಣೆಯ ಕಾರಣದಿಂದ ಶಿಶುವಿಗೆ ಕೆಳಗಡೆ ಬರುವುದಕ್ಕೆ ಸುಲಭವಾಗುತ್ತದೆ. ಇದರಿಂದ ಹೆರಿಗೆ ಆಗುವುದಿಲ್ಲ. ಆದರೆ ಹೆರಿಗೆಗೆ ಶರೀರ ತಯಾರಾಗಲು ಸಹಾಯ ಸಿಗುತ್ತದೆ.

ಸಂಭೋಗ : ಈಗ ನೀವು ಒಂದು ಸಣ್ಣ ನೀರುಕುದುರೆ. ಗೊತ್ತು ಆದರೆ ಸಂಭೋಗದ ಆನಂದ ಪಡೆಯುವುದರಲ್ಲಿ ಏನು ನಷ್ಟ? ಇದರ ಜೊತೆಯಲ್ಲಿ ಇನ್ನೊಂದು ಕೆಲಸವೂ ಆಗಬಹುದು. ಅಧ್ಯಯನಗಳಿಂದ ತಿಳಿದುಬಂದಿರುವುದೇನೆಂದರೆ ವೀರ್ಯದ ಕಾರಣ ಸಂಕುಚಿತ ಉತ್ತೇಜನ ಆಗುತ್ತದೆ. ಕೆಲವು ಅಧ್ಯಯನಗಳು ಏನು ಹೇಳುತ್ತವೆಂದರೆ ಕೊನೆಯವರೆಗೂ ಸಂಭೋಗಿಸುವ ಮಹಿಳೆಯರ ಶಿಶುಗಳು, ಸಂಭೋಗ ಮಾಡದೇ ಇರುವ ಮಹಿಳೆಯರಿಗೆ ಹೋಲಿಸಿದರೆ ತಡವಾಗಿ ಹುಟ್ಟುತ್ತವೆ ಎಂದು ಯಾರು ಸಂಭೋಗ ಮಾಡುವುದಿಲ್ಲ ಅವರಿಗೆ ನಿಮಗೆ ಹೇಗೆ ಇಷ್ಟವೋ ಹಾಗೆ ಇರಿ ಎಂದು ಹೇಳುತ್ತೇವೆ.

ಇದಲ್ಲದೆ ಹಿಂದಿನಿಂದ ಬಂದಿರುವಂತಹ ಕೆಲವು ಮನೆಯ ಸಲಹೆಗಳು ನಡೆದುಕೊಂಡು ಬರುತ್ತಿವೆ. ಇದನ್ನು ಅಳವಡಿಸುವ ಮುಂಚೆ ಅವಶ್ಯಕವಾಗಿ ಡಾಕ್ಟರ್ ಸಲಹೆಯನ್ನು ತೆಗೆದುಕೊಳ್ಳಿ. ಅವು ಯಾವುವೆಂದರೆ;

ಮೊಲೆ ತೊಟ್ಟನ್ನು ಉತ್ತೇಜಿಸುವುದು: ಮೊಲೆ ತೊಟ್ಟನ್ನು ಉತ್ತೇಜಿಸುವುದರಿಂದ ನಿಮ್ಮ ಶರೀರದಲ್ಲಿ ಅಂಹೋಮಯವಾದ ಆಕ್ಸಿಟೋಸಿನ್ ಆಗುತ್ತದೆ ಮತ್ತು ಹೆರಿಗೆ ನೋವು ಶುರುವಾಗುತ್ತದೆ. ಇದನ್ನು ದಿನದಲ್ಲಿ ಕೆಲವಾರು ಘಂಟೆಗಳು ಮಾಡಬೇಕಾಗುತ್ತದೆಂದು ಹೇಳುತ್ತಾರೆ. ಆದರೆ ನಾವು ಇದರಿಂದ ವೇಗದ ಮತ್ತು ಬಹಳ ಹೊತ್ತಿನ ಹೆರಿಗೆ ನೋವು ಆಗಬಹುದು ಎಂದು ಹೇಳುತ್ತೇವೆ. ಈ ವಿಧಾನವನ್ನು ಅಳವಡಿಸುವ ಮುನ್ನ ಕಡಿಮೆಯಲ್ಲಿ ಕಡಿಮೆ ನಾಲ್ಕು ಬಾರಿ ಯೋಚಿಸಿರಿ.

ಹರಳೆಣ್ಣೆ : ಹರಳೆಣ್ಣೆ ಕುಡಿದು ಹೆರಿಗೆ ಶುರು ಮಾಡಲು ಇಷ್ಟಪಡುತ್ತಾರೆ. ಇದರಿಂದ ಟಾಯ್ಲೆಟ್‌ಗೆ ಮತ್ತೆ ಮತ್ತೆ ಹೋಗಬೇಕಾಗಬಹುದು ಮತ್ತು ಗರ್ಭಾಶಯದ ಸಂಕುಚಿತ ಶುತುವಾಗುವುದು. ಇದನ್ನು ತೆಗೆದುಕೊಳ್ಳುವುದರಿಂದ ನಿಮಗೆ ಡಯಾರಿಯಾ, ಹೊಟ್ಟೆಯಲ್ಲಿ ತಿರುಚು ಅಥವಾ ವಾಂತಿಯಾಗಬಹುದು. ಆದ್ದರಿಂದ ಈ ರೀತಿ ಕೆಲಸ ಮಾಡುವುದಕ್ಕಿಂತ ಮುಂಚೆ ಸ್ವಲ್ಪ ಆಲೋಚಿಸಿ.

ಆಯುರ್ವೇದದ ಬಾಯಿ ಮತ್ತು ಉಪಚಾರ : ಮಾವಿನ ಎಲೆಗಳಿಂದ ಮಾಡಿದ ಚಾ ಇನ್ನಿತರ ಕೆಲವು ಉಪಚಾರಗಳನ್ನು ಅಜ್ಜಿಯ ಹೇಳುತ್ತಾರೆ. ಆದರೆ ಇವುಗಳ ಸುರಕ್ಷತೆ ಕುರಿತು ಯಾವುದೇ ರೀತಿಯ ಅಧ್ಯಯನ ನಡೆದಿಲ್ಲ. ಆದ್ದರಿಂದ ಡಾಕ್ಟರನ್ನು ಕೇಳದೆ ಏನೂ ಮಾಡಬೇಡಿ.

ಈ ಮಾತನ್ನು ಜ್ಞಾಪಕದಲ್ಲಿಡಿ. ಒಂದು ವಾರದೊಳಗೆ ನೀವೇ ಸ್ವಂತವಾಗಿ ಅಥವಾ ಡಾಕ್ಟರರ ಸಹಾಯದೊಂದಿಗೆ ಆ ಕಾರ್ಯದ ಹತ್ತಿರ ತಲುಪುವಿರಿ ಯಾವ ಕ್ಷಣವನ್ನು ನೀವು ಕಾತುರತೆಯಿಂದ ನಿರೀಕ್ಷಿಸಿರುತ್ತೀರೋ.

ಮನಸ್ಸಿನಲ್ಲಿ ಕೂಡ ಈ ಆಸೆ ಬರುತ್ತದೆ. ಹೆರಿಗೆಗೆ ಕೆಲವು ಸಮಯ ಮೊದಲು ಪ್ರತಿಯೊಬ್ಬ ತಾಯಿಯು ಮನೆಯ ಪ್ರತಿ ಮೂಲೆಯನ್ನು ಗುಡಿಸಿ ಒರೆಸಿ ಹೊಳಪಿಸುವುದಕ್ಕೆ ಇಷ್ಟಪಡುತ್ತಾಳೆ. ಪ್ರತಿಯೊಂದು ವಸ್ತುವನ್ನು ಸರಿಯಾದ ಜಾಗದಲ್ಲಿ ಇಡಲು ಇಷ್ಟಪಡುತ್ತಾಳೆ. ಕೆಲವರು ಮನೆಯಲ್ಲಿ 6 ತಿಂಗಳಿಗಾಗುವಷ್ಟು ದಿನಸಿಯನ್ನು ತರಲು ಉತ್ಸುಕರಾಗಿರುತ್ತಾರೆ. ಕೆಲವರು ನರ್ಸರಿಯ ಮೂಲೆಮೂಲೆ ಶುಚಿ ಮಾಡುತ್ತಾರೆ. ಅಡಿಗೆ ಮನೆಯನ್ನು ಹೊಸ ರೀತಿಯಲ್ಲಿ ಅಲಂಕರಿಸುತ್ತಾರೆ. ಘಂಟೆಗಟ್ಟಲೆ ಶಿಶುವಿನ ವಸ್ತುಗಳನ್ನು ಜೋಡಿಸುತ್ತಾರೆ.

ಕೆಲವು ಸಲ ಅಡ್ರಿನಲಿನ್‌ನ ಪ್ರಭಾವದ ದೆಸೆಯಿಂದ ಕೂಡ ಈ ರೀತಿಯಾಗುತ್ತದೆ. ಜ್ಞಾಪಕದಲ್ಲಿಡಿ ಎಲ್ಲರಿಗೂ ಈ ರೀತಿಯ ಅನುಭವ ಆಗುವುದಿಲ್ಲ. ಕೆಲವು ಮಹಿಳೆಯರು ಬಹಳ ಆನಂದದಿಂದ ಟಿವಿ ಮುಂದೆ ಕುಳಿತು ಕುಡಿಯುತ್ತಾ ತಿನ್ನುತ್ತ ತಮ್ಮ ಎಲ್ಲ ಸಮಯವನ್ನು

ಕಳೆಯುತ್ತಾರೆ. ಅವರಿಗೆ ಯಾವುದೇ ರೀತಿಯ ಆಸೆಗಳು ಆಗುವುದಿಲ್ಲ.

ಒಂಬತ್ತು ತಿಂಗಳು ಪೂರ್ತಿ ಆದಮೇಲೆ ಜನಿಸುವ ಶಿಶು (ಓವರ್ ಡ್ಯೂ ಶಿಶು)

"ಪ್ರಸವ ತಾರೀಖಿನ ಒಂದು ವಾರ ಮೇಲಾಗಿದೆ ನನ್ನ ಪ್ರಸವ ತನಗೆ ತಾನೇ ಶುರುವಾಗುವುದೇ?"

ನೀವು ಬಹಳ ಉತ್ಸುಕತೆಯಿಂದ ಹೆರಿಗೆಗೆ ಕೊಟ್ಟಿದ್ದಂತಹ ನಿಗದಿತ ದಿನವನ್ನು ನಿರೀಕ್ಷಿಸುತ್ತಿದ್ದೀರಿ. ಅದು ಕಳೆದ ಮೇಲೂ ಹೆರಿಗೆ ನೋವು ಶುರುವಾಗಲಿಲ್ಲ. ಆಸೆ ನಿರಾಸೆಯಲ್ಲಿ ಬದಲಾಯಿತು. 70% ಪ್ರಕರಣಗಳಲ್ಲಿ ನೀವು ಯಾವುದನ್ನೂ ಓವರ್ ಡ್ಯೂ ಅಂತ ಹೇಳುತ್ತೀರಿ ಅದು ಹಾಗಾಗಿರುವುದಿಲ್ಲ. ಕೆಲವೊಮ್ಮೆ ಹೆರಿಗೆಯ ದಿನಾಂಕ ನಿಗದಿಪಡಿಸುವುದರಲ್ಲಿ ಎಣಿಕೆ ತಪ್ಪಾಗಿರುತ್ತದೆ. ಇದು ಅಧ್ಯಯನಗಳಿಂದ ತಿಳಿದುಬಂದಿರುವ ವಿಚಾರ. ಒಂದು ವೇಳೆ ನಿಮ್ಮದು ನಿಶ್ಚಿತವಾಗಿ ಓವರ್ ಡ್ಯೂ ಪ್ರಕರಣವಾದರೆ ಡಾಕ್ಟರ್ ಇಷ್ಟು ದಿನ ನಿರೀಕ್ಷೆ ಮಾಡುವುದಿಲ್ಲ. 41ನೇ ವಾರದಲ್ಲಿ ಹೆರಿಗೆ ಶುರು ಮಾಡುವ ಪ್ರಕ್ರಿಯೆಯನ್ನು ಪ್ರಾರಂಭಿಸಲಾಗುತ್ತದೆ. ಏಕೆಂದರೆ ಅಧ್ಯಯನಗಳಿಂದ ತಿಳಿದಿರುವ ವಿಷಯವೇನೆಂದರೆ ಇದರ ಅಮ್ನಿಯಾಟಿಕ್ ದ್ರವ್ಯದ ಮಟ್ಟ ಕಡಿಮೆಯಾಗುತ್ತದೆ ಮತ್ತು ಗರ್ಭಾಶಯವು ಮಗುವಿಗೆ ಉಪಯೋಗವಿಲ್ಲದಾಗುತ್ತದೆ.

"ನಾನು ಕೇಳಿದ್ದೇನೆ. ಏನೆಂದರೆ ಓವರ್‌ಡ್ಯೂ ಶಿಶುವು ಒಳಗಡೆ ಸರಿಯಾದ ರೀತಿಯಲ್ಲಿ ಇರುವುದಕ್ಕೆ ಆಗುವುದಿಲ್ಲ. ನಾನು ಈಗಷ್ಟೇ 40 ವಾರಗಳನ್ನು ಮುಗಿಸಿದ್ದೇನೆ. ಏನು ನನ್ನ ಶಿಶುವಿನ ಹೆರಿಗೆ ಈಗ ಆಗಬೇಕಾಗಿದೆಯೋ?"

40 ವಾರಗಳು ಕಳೆದಿದೆ ಎಂದರೆ ಶಿಶುವು ಗರ್ಭಾಶಯದಿಂದ ಹೊರಗೆ ಬರಲು ತವಕಿಸುತ್ತಿದೆ ಎಂದರ್ಥವಲ್ಲ.

ಒಂದು ವೇಳೆ ಗರ್ಭಾವಸ್ಥೆಯು ನಿಜವಾಗಿ 42 ವಾರಗಳನ್ನು ಮುಗಿಸಿದ್ದರೆ ಆಗ ಆ ಜಾಗವು ಶಿಶುವಿಗೆ ಅನುಪಯುಕ್ತವಾಗಲು ಶುರುವಾಗುತ್ತದೆ. ಪ್ಲಾಸೆಂಟಾದಿಂದ ಸರಿಯಾದ ಪೋಷಣೆ ಮತ್ತು ಆಕ್ಸಿಜನ್ ಸಿಗುವುದಿಲ್ಲ. ಅಮ್ನಿಯಾಟಿಕ್ ದ್ರವ್ಯದ ಅಂಶವು ಕೂಡ ಕಡಿಮೆಯಾಗಲು ಶುರುವಾಗುತ್ತದೆ.

ಇಂತಹ ಶಿಶುಗಳನ್ನು 'ಪೋಸ್ಟ್ ಮೆಚ್ಯೂರ್' ಎಂದು ಹೇಳಲಾಗುವುದು. ಅವುಗಳ ತ್ವಚೆ ಶುಷ್ಕ, ಇಳಿದಿರುವುದು, ಅಳಕ ಮತ್ತು ಜೋತು ಬಿದ್ದಿರುವ ರೀತಿಯಲ್ಲಿ ಇರುತ್ತದೆ. ಏಕೆಂದರೆ ತ್ವಚೆಯ ರಕ್ಷಣಾತ್ಮಕ ಕವಚ ಉದುರಿರುತ್ತದೆ. ಅವುಗಳ ಉಗುರು ಮತ್ತು ಕೂದಲು ಬೇರೆ ಹುಟ್ಟಿದ ಶಿಶುಗಳಿಗೆ ಹೋಲಿಸಿದಾಗ ದೊಡ್ಡದಾಗಿರುತ್ತದೆ. ಆ ಶಿಶುಗಳು ಬೇರೆ ಮಕ್ಕಳಿಗೆ ಹೋಲಿಸಿದರೆ ಹೆಚ್ಚಿಗೆ ಗಾಬರಿಯಾಗಿರುತ್ತವೆ ಮತ್ತು ಕಣ್ಣುಗಳು ಪೂರ್ತಿಯಾಗಿ ತೆರೆದಿರುತ್ತವೆ. ಈ ಶಿಶುಗಳನ್ನು ಆಪರೇಶನ್ ಮಾಡಿ ಹೊರಗೆ ತರಬೇಕಾಗುತ್ತದೆ. ಈ ಶಿಶುಗಳ ತಲೆಯ ಸುತ್ತಳತೆ ಸ್ವಲ್ಪ ಹೆಚ್ಚಿಗೆ ಇರುತ್ತದೆ. ಈ ಶಿಶುಗಳನ್ನು ಹುಟ್ಟಿದ ಕೆಲವು ಸಮಯದನಂತರ ನರ್ಸರಿಯಲ್ಲಿ ಇಡಲಾಗುತ್ತದೆ. ಯಾಕೆಂದರೆ ಇವು ಪೂರ್ತಿಯಾಗಿ ಆರೋಗ್ಯವಾಗಲೆಂದು.

ಸ್ವಲ್ಪ ಮಾಲಿಶ್

ಶಿಶುವು ಬರುವ ನಿರೀಕ್ಷೆ ಇದ್ದರೆ ಏನೂ ಮಾಡಬೇಡಿ. ನಿಮ್ಮ ಪೆರಿನಿಯಂನ ಮಾಲೀಶ್ ಮಾಡಿ. ಇದರಿಂದ ನಿಮ್ಮ ಯೋನಿ ಮತ್ತು ಗುದದ ಮಧ್ಯೆ ಇರುವ ಮಾರ್ಗವು ಶಿಶು ಬರುವುದಕ್ಕೆ ಸ್ವಲ್ಪ ತಯಾರಿ ಆಗುತ್ತದೆ. ಕೆಲವು ತಜ್ಞರು ಹೇಳುತ್ತಾರೆ. ಇದರಿಂದಾಗಿ ನೀವು ಎಪಿಸಿಯೋಟಾಮಿಯಿಂದ ಕೂಡಾ ಪಾರಾಗಬಹುದು. ನಿಮ್ಮ ಕೈ ಶುಚಿಯಾಗಿರಬೇಕು ಮತ್ತು ಉಗುರುಗಳನ್ನು ಕತ್ತರಿಸಿರಬೇಕು. ಕೈ ಮೇಲೆ ತೆಳುವಾಗಿ ವ್ಯಾಸಲೇನ್ ಜೆಲ್ಲಿ ಹಚ್ಚಿಕೊಂಡು ಯೋನಿಯಲ್ಲಿ ಹಾಕಬೇಕು. ಗುದದ ಕಡೆಗೆ ಒತ್ತು ಕೊಡುತ್ತಾ ಮಾಲೀಶ್ ಮಾಡಿರಿ. ಗರ್ಭಾವಸ್ಥೆಯ ಕೊನೆಯ ವಾರಗಳಲ್ಲಿ ಪ್ರತಿ ದಿನ 5–7 ನಿಮಿಷದವರೆಗೆ ಈ ರೀತಿ ಮಾಡಿರಿ. ಒಂದು ವೇಳೆ ನೀವು ಹೀಗೆ ಮಾಡಲು ಇಷ್ಟಪಡದಿದ್ದರೆ, ಪರವಾಗಿಲ್ಲ ಗಾಬರಿಯಾಗುವುದೇನೂ ಬೇಡ. ಸಮಯ ಬಂದರೆ ಶರೀರ ತನಗೆ ತಾನೇ ಇದಕ್ಕೆ ತಯಾರಾಗುತ್ತದೆ. ಒಂದು ವೇಳೆ ನೀವು ಈ ಮುಂಚೆ ಆಗಲೇ ತಾಯಿಯಾಗಿದ್ದರೆ ಖಂಡಿತ ಇದರ ಅವಶ್ಯಕತೆ ಇಲ್ಲ.

ಸಾಮಾನ್ಯವಾಗಿ ಡಾಕ್ಟರ್‌ಗಳು 41 ವಾರ ಕಳೆದ ತಕ್ಷಣ ಹೆರಿಗೆಯ ಪ್ರಕ್ರಿಯೆಯನ್ನು ಶುರು ಮಾಡಲು ಇಚ್ಛಿಸುತ್ತಾರೆ. ಆದರೆ ಕೆಲವು ಡಾಕ್ಟರ್‌ಗಳು ಸ್ವಲ್ಪ ನಿರೀಕ್ಷೆ ಮಾಡಲು ಇಚ್ಛಿಸುತ್ತಾರೆ. ಅವರು ಶಿಶುವಿನ ಸಂಪೂರ್ಣ ತಪಾಸಣೆ ಮಾಡುತ್ತಿರುತ್ತಾರೆ. ಆದರೆ ನಿಮ್ಮ ಶಿಶುವು ಯಾವುದೇ ರೀತಿಯ ತೊಡಕುಗಳಿಲ್ಲದೆ ಗರ್ಭಾಶಯದ ಹೋಟೆಲ್‌ನಿಂದ ಹೊರಗೆ ಬರಲಿ ಎಂಬುದೇ ನಮ್ಮ ಅಭಿಲಾಷೆ.

ಪ್ರಸವದ ಸಮಯದಲ್ಲಿ ಬೇರೆಯವರನ್ನು ಕರೆಯುವುದು.

"ನಾನು ನನ್ನ ಶಿಶುವಿನ ಜನ್ಮದ ವಿಚಾರವಾಗಿ ಬಹಳ ಉತ್ಸಾಹಿತಳಾಗಿದ್ದೇನೆ. ಈ ಸಂತೋಷವನ್ನು ನನ್ನ ಸಹೋದರಿಯರು ಮತ್ತು ಗೆಳತಿಯರೊಂದಿಗೆ ಹಂಚಿಕೊಳ್ಳಲು ಬಯಸುತ್ತೇನೆ. ಏನು ನಾನು ಇವರೆಲ್ಲರನ್ನೂ ನನ್ನ ಪತಿಯ ಜೊತೆಯಲ್ಲಿ ಪ್ರಸವದ ಕೋಣೆಗೆ ಕರೆಯುವುದು ಸರಿ ಇರುತ್ತದಾ?"

ನೀವು ನಿಮ್ಮ ಈ ಅನುಭವವನ್ನು ಬೇರೆಯವರೊಂದಿಗೆ ಹಂಚಿಕೊಳ್ಳಲು ಇಷ್ಟಪಡುತ್ತೀರಿ, ನಿಮ್ಮವರನ್ನು ಜೊತೆಯಲ್ಲಿ ನೋಡಲು ಇಷ್ಟಪಡುತ್ತೀರಿ, ಅಂದರೆ ಇದರಲ್ಲಿ ತಪ್ಪೇನೂ ಇಲ್ಲ.

ಆದರೆ ಎಪಿಡ್ಯೂರೆಲ್‌ನ ಉಪಯೋಗದಿಂದ ಪ್ರಸವದ ನೋವು ಕಡಿಮೆಯಾಗುತ್ತದೆ, ಆದ್ದರಿಂದ ಹೆಚ್ಚಿನ ಮಹಿಳೆಯರಿಗೆ ಇದಾದ ಮೇಲೆ ನೋವಿನ ಅನುಭವವಾಗುವುದಿಲ್ಲ ಮತ್ತು ಅವರು ಸಮಯವನ್ನು ಖುಷಿಖುಷಿಯಾಗಿ ಕಳೆಯಲು ಇಷ್ಟಪಡುತ್ತಾರೆ. ಕೆಲವು ಜಾಗಗಳಲ್ಲಿ ಇಂತಹ ಅತಿಥಿಗಳನ್ನು ಕೂರಿಸಲು ಪೂರ್ತಿ ವ್ಯವಸ್ಥೆಯಾಗಿರುತ್ತದೆ. ಇದು ಒಂದೇ ಜಾಗ ಎಲ್ಲಿ ಪತಿಗೆ ಆಪರೇಶನ್ ಕೋಣೆಯಲ್ಲಿ ಸಹ ಹೋಗಲು ಅವಕಾಶವಿದೆ.

ಊಟ?

ಪ್ರಸವದ ಸಮಯದಲ್ಲಿ ಏನು ತಿನ್ನುವುದು? ಕೆಲವು ದಾದಿಗಳು ಹೊಟ್ಟೆ ಸ್ವಚ್ಛವಾಗಲೆಂದು ಸ್ವಲ್ಪ ಖಾರ ತಿನ್ನಲು ಹೇಳುತ್ತಾರೆ. ಕೆಲುವರು ಟಮೆಟೋ ಅಥವ ಅನಾನಸ್ ತಿನ್ನುವ ಸಲಹೆ ಕೊಡುತ್ತಾರೆ.

ನೀವೇನೇ ತಿಂದರೂ ಅದು ನಿಮ್ಮ ಹಾಗೂ ನಿಮ್ಮ ಶಿಶುವಿಗೆ ಹೊಂದಬೇಕು. ಬಾಕಿ ಮಾತಲ್ಲೇನಿದೆ.

ಕೆಲವು ಡಾಕ್ಟರರು ಹೇಳುತ್ತಾರೆಏನೆಂದರೆ, ತಮ್ಮವರ ನೆರವು ಮತ್ತು ಜೊತೆ ಸಿಗುವುದರಿಂದ ಗರ್ಭವತಿ ತಾಯಿಯ ಧೈರ್ಯ ಇಮ್ಮಡಿಯಾಗುತ್ತದೆ. ಆದರೆ ನಿಮಗೆ ಆ ರೀತಿಯಾದ ಅತಿಥಿಗಳನ್ನು ಕರೆಯುವ ಮೊದಲು ಕೆಲವು ವಿಷಯಗಳ ಬಗ್ಗೆ ಗಮನ ಕೊಡಬೇಕಾಗುತ್ತದೆ. ನಿಮ್ಮ ವೈದ್ಯರು ಮತ್ತು ಆಸ್ಪತ್ರೆಗಳ ವಾತಾವರಣ ಈ ಮಾತಿಗೆ ಅವಕಾಶ ನೀಡುತ್ತದೆಯೇ?

ಏನು ನೀವು ನಿಮ್ಮ ಆ ಪರಿಸ್ಥಿತಿಯಲ್ಲಿ ಹಲವು ಜೋಡಿ ಕಣ್ಣುಗಳು ನಿಮ್ಮ ಮೇಲೆ ಕೇಂದ್ರೀಕೃತವಾಗಿರಬೇಕಾ? ಒಂದು ವೇಳೆ ಅವರ ಅಸಹಜತೆ ನಿಮಗೆ ತೊಂದರೆ ಆದರೆ? ಒಂದು ವೇಳೆ ನೀವು ಅವರ ಹರಡೆಯ ಮಾತಿನಿಂದ ಗಾಭರಿಯಾಗಿ ಶಾಂತಿಯಿಂದಿರಲು ಸಾಧ್ಯವಾಗದಿದ್ದರೆ? ನೀವು ನಿಮ್ಮ ಗಮನವನ್ನು ನಿಮ್ಮ ಶಿಶುವಿನ ಜನನದ ಮೇಲಿಡುವ ಬದಲಾಗಿ ಅವರ ಊಟೋಪಚಾರಗಳಲ್ಲಿ ತೊಡಗಿದರೆ?

ಒಂದು ವೇಳೆ ನೀವು ಯಾರ ಜೊತೆಯನ್ನು ಬಯಸಿದರೆ ಅವರಿಗೆ ಹೇಳಿ ಒಂದು ವೇಳೆ ಸಿ-ಸೆಕ್ಷನ್ ಆದರೆ ಎಲ್ಲರಿಗೂ ಹೊರಗಡೆ ಕುಳಿತು ನಿರೀಕ್ಷೆ ಮಾಡಬೇಕಾಗಬಹುದೆಂದು ಒಂದು ವೇಳೆ ನಿಮಗೆ ಯಾರನ್ನು ಕರೆಯಲು ಇಷ್ಟವಿಲ್ಲದಿದ್ದರೆ ನಿಮ್ಮ ಪತಿಯ ಜೊತೆಯಲ್ಲಿ ಹೋಗಿ ಮತ್ತು ಶಿಶುವನ್ನು ಮನೆಗೆ ಕರೆತಂದ ಮೇಲೆ ಎಲ್ಲರಿಗೂ ಭೇಟಿ ಮಾಡಿಸಿರಿ.

ಮತ್ತೊಂದು ತುಂಬ ಹೊತ್ತಿನ ಪ್ರಸವ

"ಮೊದಲ ಸಲ ಪ್ರಸವ 30 ನಿಮಿಷದ್ದಾಗಿತ್ತು. ಮತ್ತು ಮೂರು ಘಂಟೆಗಳ ಕಾಲ ದಬ್ಬಿದ ಮೇಲೆ ಇದು ಮುಗಿದಿತ್ತು. ಆದರೂ ಎಲ್ಲವೂ ಸರಿಯಾಗಿತ್ತು. ಆದರೆ ನಾನು ಮತ್ತೊಮ್ಮೆ ಈ ಪ್ರಕ್ರಿಯೆಯಲ್ಲಿ ಭಾಗಿಯಾಗಲು ಹೆದರಿದ್ದೀನಿ."

ಇಂತಹ ದೊಡ್ಡ ಸವಾಲನ್ನು ಎದುರಿಸಿಯಾದ ಮೇಲೆ ಯಾರಾದರೂ ಧೈರ್ಯಶಾಲಿಗಳು ಮಾತ್ರ ಇದನ್ನು ಮತ್ತೊಮ್ಮೆ ಎದುರಿಸಲು ಸಾಧ್ಯವಾಗುತ್ತದೆ. ಆದರೂ ಎರಡನೆಯ ಸಲದ ಪ್ರಸವದ ಬಗ್ಗೆ ಏನನ್ನೂ ಹೀಗೆ ಅಂತ ಹೇಳಲಿಕ್ಕೆ ಬರುವುದಿಲ್ಲ. ಯಾಕೆಂದರೆ ಇವೆಲ್ಲವೂ ಶಿಶುವಿನ ಸ್ಥಿತಿ ಮತ್ತು ಬಹಳಷ್ಟು ಬೇರೆ ಮಾತುಗಳ ಮೇಲೆ ಅವಲಂಬಿಸಿರುತ್ತದೆ.

ಹಾಗೂ ಎರಡನೆಯ ಪ್ರಸವ ಯಾವಾಗಲೂ ಮೊದಲನೆಯ ಪ್ರಸವಕ್ಕೆ ಹೋಲಿಸಿದರೆ ಕಡಿಮೆ ಸಮಯ ತೆಗೆದುಕೊಳ್ಳುತ್ತದೆ ಅಂತ ಹೇಳುತ್ತಾರೆ. ಒಳಗಿನ ಮಾಂಸ ಖಂಡಗಳು ಅಳಕವಾಗಿರುವುದರಿಂದ ಈ ಪ್ರಕ್ರಿಯೆ

ಸ್ವಲ್ಪ ತಿಳುವಳಿಕೆ

ನೀವು ಪ್ರಸವದ ನೋವು ಶುರುವಾದ ಎಷ್ಟು ಹೊತ್ತಿನ ಬಳಿಕ ಡಾಕ್ಟರನ್ನು ಕರೆಯಲು ಇಚ್ಛಿಸುತ್ತೀರಿ? ಚೀಲ ಒಡೆಯುವ ನಿರೀಕ್ಷೆ ಮಾಡುವಿರೋ? ಅಥವಾ ಸ್ವಲ್ಪ ನೋವು ಶುರುವಾಗುತ್ತಿದ್ದ ಹಾಗೇ ಆಸ್ಪತ್ರೆಗೆ ಫೋನ್ ಮಾಡುವಿರೋ? ಈ ಎಲ್ಲದರ ವಿಷಯದಲ್ಲಿ ಮೊದಲೇ ಡಾಕ್ಟರರ ಸಲಹೆ ಪಡೆಯಿರಿ ಮತ್ತು ಅವರು ಕೊಡುವ ನಿರ್ದೇಶನಗಳನ್ನು ಎಲ್ಲಾದರೂ ಬರೆದಿಡಿ. ನಿಮಗೆ ಆಸ್ಪತ್ರೆ ತಲುಪಲು ಎಷ್ಟು ಸಮಯ ಬೇಕಾಗುತ್ತದೆ ಮತ್ತು ಯಾವ ರಸ್ತೆಯಲ್ಲಿ ಹೋಗಬೇಕಾಗುತ್ತದೆ ಎಂಬುದು ತಿಳಿದಿರಬೇಕು. ಮನೆಯಲ್ಲಿರುವ ಮಕ್ಕಳಿಗೆ, ಸಾಕು ಪ್ರಾಣಿಗಳಿಗೆ ಮತ್ತು ಹಿರಿಯರಿಗೆ ಒಂದು ವ್ಯವಸ್ಥೆ ಮಾಡಿರಿ. ಏಕೆಂದರೆ ಆ ಸಮಯದಲ್ಲಿ ಗಡಿಬಿಡಿಯಾಗಬಾರದು.

ನಿಮ್ಮ ಸಾಮಾನುಗಳ ಮಧ್ಯದಲ್ಲಿ ಒಂದು ಚೀಟಿಯಲ್ಲಿ ಎಲ್ಲವನ್ನೂ ಬರೆದಿಡಿ ಅಥವಾ ಈ ನಿರ್ದೇಶನಗಳನ್ನು ನಿಮ್ಮ ಫ್ರಿಡ್ಜ್ ಮೇಲೆ ಅಂಟಿಸಿರಿ.

ಮೊದಲಿಗಿಂತ ಸುಲಭವಾಗಬಹುದು. ಕೆಲವು ಸರಿ ಘಂಟೆಗಟ್ಟಲೆ ದಬ್ಬುವುದಕ್ಕಿಂತಲೂ ನಿಮಿಷಗಳಲ್ಲಿ ಶಿಶುವು ಹೊರಗೆ ಬಂದುಬಿಡುತ್ತದೆ.

ತಾಯ್ತನ

"ಈಗ ಯಾವಾಗ ಶಿಶು ಬರುವುದರಲ್ಲಿದೆಯೋ ನನಗೆ ಅದನ್ನು ನೋಡಿಕೊಳ್ಳುವುದರ ಬಗ್ಗೆ ಚಿಂತೆಯಾಗುತ್ತದೆ."

ಆಸ್ಪತ್ರೆಗೆ ಅಥವಾ ಪ್ರಸವ ಕೇಂದ್ರಕ್ಕೆ ಏನು ತೆಗೆದುಕೊಂಡು ಹೋಗಬೇಕು.

ಹಾಗೆ ಹೇಳುವುದಾದರೆ ನೀವು ಯಾವಾಗ ಬೇಕಾದರೂ ಆಸ್ಪತ್ರೆಗೆ ಖಾಲಿ ಕೈನಲ್ಲಿ ಹೋಗಬಹುದು, ಆದರೆ ಇದು ಒಳ್ಳೆಯದಲ್ಲ. ನಿಮ್ಮ ವಸ್ತುಗಳನ್ನು ಜೊತೆಯಲ್ಲಿ ತೆಗೆದುಕೊಂಡು ಹೋಗುವುದರಿಂದ ಸುಲಭವಾಗುತ್ತದೆ. ಆದರೆ ಒಂದು ಪೆಟ್ಟಿಗೆ ತುಂಬುವಷ್ಟು ಹೆಚ್ಚಿನ ಸಾಮಾನೇನು ಬೇಕಾಗಿಲ್ಲ. ನಿಮಗೆ ಯಾವುದು ಅವಶ್ಯಕತೆ ಇದೆಯೋ ಅದನ್ನು ಮಾತ್ರ ತೆಗೆದುಕೊಂಡು ಹೋಗಿ.

ಅಂದರೆ; ಪ್ರಸವದ ಕೋಣೆಗೆ

- ಒಂದು ಪೆನ್ನು ಮತ್ತು ಪ್ಯಾಡ್ ಯಾಕೆಂದರೆ ಡಾಕ್ಟರ್ ನಿರ್ದೇಶನಗಳು, ನೋಡಿಕೊಳ್ಳುವ ಸ್ಟಾಫ್ ಹೆಸರು ಇತ್ಯಾದಿಗಳನ್ನು ಬರೆದುಕೊಳ್ಳಲು
- ಸಂಕುಚನದ ಗಮನವಿಡಲು ಒಂದು ಕೈಗಡಿಯಾರ. ಹಾಗೂ ಈ ದಿನಗಳಲ್ಲಿ ಯಾವಾಗಲೂ ಇಂತಹ ಒಂದು ಗಡಿಯಾರವನ್ನು ಕಟ್ಟಿಕೊಳ್ಳಲು ಪ್ರಯತ್ನಪಡಿ.
- ನಿಮಗೆ ಇಷ್ಟವಾದ ಆಡಿಯೋ - ವಿಡಿಯೋ ಸಿಡಿಗಳ ಜೊತೆಯಲ್ಲಿ ಎಂಪಿ ತ್ರೀ ಪ್ಲೇಯರ್ ಮತ್ತು ಟೇಪ್‌ರೆಕಾರ್ಡರ್ ಇತ್ಯಾದಿ.
- ಒಂದು ವೇಳೆ ಆಸ್ಪತ್ರೆಯವರು ಅನುಮತಿ ನೀಡಿದರೆ ಕ್ಯಾಮರಾ, ವಿಡಿಯೋ ಕ್ಯಾಮರಾ ಉಪಯೋಗವಿಲ್ಲದ ಬ್ಯಾಟರೀ ತೆಗೆದುಕೊಳ್ಳಲು ಮರೆಯಬೇಡಿ.
- ನಿಮ್ಮ ಇಷ್ಟದ ಎಣ್ಣೆ ಲೋಶನ್ ಇದು ಮಾಲೀಶ್ ಮಾಡಲು ಉಪಯೋಗವಾಗುವುದು.
- ಬೆನ್ನು ನೋವಿನಿಂದ ಆರಾಮ ಪಡೆಯಲಿಕ್ಕೆ ಮಸಾಜರ್ ಅಥವಾ ಟೆನ್ನಿಸ್ ಬಾಲ್ ಕೌಂಡರ್ ಪ್ರೆಶರ್‌ಗೆ ಉಪಯೋಗ ಆಗುವುದು.
- ನಿಮಗೆ ಇಷ್ಟವಾದ ದಿಂಬುಗಳು.
- ಸಕ್ಕರೆ ರಹಿತ ಲಾಲಿಪಪ್ ಅಥವಾ ಕ್ಯಾಂಡಿ.
- ಟೂತ್‌ಬ್ರಷ್, ಟೂತ್ ಪೇಸ್ಟ್ ಮೌತ್ ವಾಷ್ ಇತ್ಯಾದಿ.
- ತಿರುಗಾಡುವಾಗ ತೊಂದರೆ ಆಗದೇ ಇರುವಂತಹ ಆರಾಮದಾಯಕ ಚಪ್ಪಲಿಗಳು.
- ಉದ್ದ ಕೂದಲನ್ನು ಮಡಚಿ ಹಾಕುವುದಕ್ಕೆ ಕ್ಲಿಪ್ ಮತ್ತು ಹೇರ್ ಬ್ರಷ್ (ಕೂಂಬ್)
- ನಿಮ್ಮ ಜೊತೆಯವರಿಗೆ ಏನಾದರೂ ತಿನ್ನುವುದಕ್ಕೆ ಕುರುಕಲು.
- ಸೆಲ್ ಫೋನ್ ಮತ್ತು ಚಾರ್ಜರ್.

ಪ್ರಸವದ ನಂತರ

- ರಾತ್ರಿಯಲ್ಲಿ ಧರಿಸುವುದಕ್ಕೆ ಗೌನ್ ಅಥವಾ ಓಪನ್ ಬಟ್ಟೆ. ಸ್ತನ್ಯಪಾನ ಮಾಡುವುದಾದರೆ ಮುಂದೆ ಬಟನ್ ಇರುವಂತಹ ಕಮೀಜ್ ಇಲ್ಲ ನರ್ಸಿಂಗ್ ಬ್ರಾ
- ಕೆಲವು ಪುಸ್ತಕಗಳು (ಶಿಶುವಿನ ಹೆಸರಿರುವ ಪುಸ್ತಕ ಕೂಡ)
- ಸ್ವಲ್ಪ ಸ್ನಾಕ್ಸ್ (ಕುರುಕಲು ತಿಂಡಿ) ಯಾಕೆಂದರೆ ಅವರ ಊಟದ ವೇಳೆಯಾದರೆ ನಿರೀಕ್ಷೆ ಮಾಡುವ ಹಾಗಿರಬಾರದು.
- ಮನೆಯ ಮತ್ತು ಕುಟುಂಬದವರ ಫೋನ್ ನಂಬರ್‌ಗಳು.
- ಮನೆಗೆ ಹೋಗುವ ಸಮಯದಲ್ಲಿ ಹಾಕಿಕೊಳ್ಳುವುದಕ್ಕೆ ಬಟ್ಟೆ ಆಗಲೂ ನಿಮ್ಮ

ಇದಕ್ಕಾಗಿ ಸ್ವಲ್ಪ ಅಭ್ಯಾಸ ಮತ್ತು ಧೈರ್ಯ ಬೇಕು. ಮಹಿಳೆಯರುಬೇರೆಯವರ ಮಕ್ಕಳನ್ನು ಆಡಿಸುತ್ತ ಅಥವಾ ಕುಟುಂಬದ ಯಾವುದಾದರೂ ನವಜಾತ ಶಿಶುವನ್ನು ಘಂಟೆಗಟ್ಟಲೇ ನೋಡಿಕೊಳ್ಳುತ್ತಿದ್ದ ಸಮಯ ಈಗ ಇಲ್ಲ. ಈಗ ಗರ್ಭಾವಸ್ಥೆಯ ಹೆಣ್ಣು ಮಕ್ಕಳು ಕೂಡ ಬೇರೆಯವರ ನವಜಾತ ಶಿಶುವನ್ನು ಮಡಿಲಲ್ಲಿ ತೆಗೆದುಕೊಂಡಿರುವುದಿಲ್ಲ. ಅವರು ತಮ್ಮ ಶಿಶುವು ಬಂದ ಮೇಲೆ ತರಬೇತಿ ತೆಗೆದುಕೊಳ್ಳುತ್ತಾರೆ. ನೀವು ಪೇರೆಂಟಿಂಗ್ ಪುಸ್ತಕಗಳು, ವೆಬ್‌ಸೈಟ್ (ಅಂತರ್ಜಾಲ) ಅಥವಾ ಬೇಬಿ ಕೇರ್ ಕ್ಲಾಸ್‌ಗಳಿಂದ ಸಾಕಷ್ಟು ತಿಳಿಯಬಹುದಾಗಿದೆ. ಮೊದಲು ಒಂದೆರಡು ವಾರಗಳಲ್ಲಿ ತೊಂದರೆಯಾಗಬಹುದು ಆದರೆ ನಿಧಾನವಾಗಿ ಶಿಶುವಿನ ಅವಶ್ಯಕತೆಗಳೇ ನಿಮಗೆ ಬೇಕಾದಷ್ಟು ಕಲಿಸುತ್ತದೆ.

ಪ್ರತಿಯೊಂದು ಘಟನೆಗಳು ನಡೆಯುತ್ತವೆ. ನೀವು ಪೂರ್ತಿ ರಾತ್ರಿ ಮಗುವಿನ ಜೊತೆಗೆ ಎದ್ದಿರುತ್ತೀರಿ, ಮತ್ತು ಒಂದು ಜವಾಬ್ದಾರಿಯ ಭಾವನೆ ಬರುತ್ತದೆ. ನೀವು ಆರಾಮವಾಗಿ ಶಿಶುವನ್ನು ಮಡಿಲಲ್ಲಿ ಕೂರಿಸಿಕೊಂಡು ಕಂಪ್ಯೂಟರ್‌ನಲ್ಲಿ ಕೆಲಸ ಮಾಡುವಿರಿ. ಶಿಶುವನ್ನು ಎತ್ತಿಕೊಂಡು ವ್ಯಾಕ್ಯೂಮ್ ಕ್ಲೀನರ್‌ನಿಂದ ಮನೆಯನ್ನು ಶುಚಿ ಮಾಡುವಿರಿ. ನೀವು ನಿಮ್ಮನ್ನು ನೀವೇ ಒಬ್ಬ ತಾಯಿ ಅಂತ ಗುರ್ತಿಸಿಕೊಳ್ಳುವಿರಿ ಮತ್ತು ಶಿಶುವಿಗೋಸ್ಕರ ಹಾಡುಗಳನ್ನು ಲಾಲಿ ಪದಗಳನ್ನು ಹಾಡುವುದಕ್ಕೆ ಶುರು ಮಾಡುತ್ತೀರಿ. ಆದರೆ ತೊಂದರೆ ಏನೆಂದರೆ ಅದೆಲ್ಲ ಈಗ ಅನುಭವ ಆಗುವುದಿಲ್ಲ. ಹಾಗೂ ಈಗ ನೀವು ಹಳೇ ಅಮ್ಮಂದಿರ ಜೊತೆಯಲ್ಲಿ ಸೇರಿರಿ.

ಎಲ್ಲವೂ ತುಂಬಿರುವ ಹಾಗೆ

ಈ ದಿನಗಳಲ್ಲಿ ಹೆಚ್ಚಿನ ಖರೀದಾರಿ ಮಾಡಿ ಅಡಿಗೇ ಮನೆ, ಬಾತ್‌ರೂಂ, ಅಥವಾ ಮನೆಯ ಯಾವುದೇ ಮೂಲೆಯಲ್ಲಿ ಸಾಮಾನು ಕಡಿಮೆ ಇರಬಾರದು. ನೀವು ಈಗಲೇ ಕಾರ್ ಸೀಟು ಮತ್ತು ಡಯಪರ್‌ಗಳನ್ನು ತೆಗೆದುಕೊಳ್ಳಬೇಕು. ಏಕೆಂದರೆ ಪ್ರಸವದ ನಂತರ ಶರೀರದಲ್ಲಿ ಇಷ್ಟು ಶಕ್ತಿ ಇರುವುದಿಲ್ಲ ಮತ್ತು ನೀವು ಶಿಶುವನ್ನು ಬಿಟ್ಟು ಪೇಟೆಗೆ ಹೋಗಲಾಗುವುದಿಲ್ಲ.

ಫ್ರಿಜ್‌ನಲ್ಲಿ ಪಾನೀಯ ಮತ್ತು ತಿನಿಸುಗಳ ಒಣಗಿದ ಮತ್ತು ಪ್ಯಾಕ್ ಆಗಿರುವ ವಸ್ತುಗಳನ್ನು ತುಂಬಿರಿ. ಉಪಯೋಗಿಸಿ ಎಸೆಯುವಂತಹ ಪಾತ್ರೆಗಳು, ಚೀಲಗಳು ಮತ್ತು ಕರ್ಚೀಫ್‌ಗಳನ್ನು ತನ್ನಿರಿ. ಬಹುಷಃ ಕೆಲವು ದಿನಗಳ ತನಕ ನೀವು ಎಂಜಲು ಪಾತ್ರೆಯನ್ನು ತೊಳೆಯುವಂತಹ ಸ್ಥಿತಿಯಲ್ಲಿರುವುದಿಲ್ಲ.

ನಿಮಗೆ ಬೇಕೆನಿಸಿದಾಗ ಮೈಕ್ರೋ ಓವನ್‌ನಲ್ಲಿ ಬಿಸಿ ಮಾಡಿ ತಿನ್ನಬಹುದಾದಂತಹ ಖಾದ್ಯ ಪದಾರ್ಥಗಳನ್ನು ಮಾಡಿ ಫ್ರಿಜ್‌ನಲ್ಲಿಡಿ.

ಕಾರ್ಡ್ ಬ್ಲಡ್ ಬ್ಯಾಂಕ್

ಆದಾಗ್ಯೂ ಈ ಪ್ರಕ್ರಿಯೆ ಈಗ ಪ್ರಯೋಗಾತ್ಮಿಕ ಅವಸ್ಥೆಯಲ್ಲಿದೆ. ಆದರೆ, ಕೆಲವು ತಂದೆ ತಾಯಿಯರು ತಮ್ಮ ನವಜಾತ ಶಿಶುವಿನ ಹೊಕ್ಕಳು ಬಳ್ಳಿಯ ರಕ್ತದ ಕಾರ್ಡ್ ಬ್ಲಡ್ ಬ್ಯಾಂಕ್‌ನಲ್ಲಿ ಇಡುವುದಕ್ಕೆ ಪ್ರಾರಂಭಿಸಿದ್ದಾರೆ. ಯಾಕೆಂದರೆ ಮುಂದೆ ಬರುವ ಸಮಯದಲ್ಲಿ ಯಾವುದಾದರೂ ಗಂಭೀರ ಖಾಯಿಲೆಯ ಚಿಕಿತ್ಸೆ ಸುಲಭವಾಗಿ ಆಗಲೆಂದು.

ಕಾರ್ಡ್ ಬ್ಲಡ್ ತೆಗೆದುಕೊಳ್ಳುವ ರೀತಿ ನೋವು ರಹಿತವಾಗಿದೆ. ಶಿಶುವಿನ ಹೊಕ್ಕಳು ಬಳ್ಳಿಯನ್ನು ಕತ್ತರಿಸಿಯಾದ ಮೇಲೆ ಈ ರಕ್ತವನ್ನು ತೆಗೆದುಕೊಳ್ಳಲಾಗುತ್ತದೆ. ಇದು ತಾಯಿ ಮತ್ತು ಶಿಶುವಿಗೆ ಪೂರ್ತಿ ಸುರಕ್ಷೆಯಾಗಿದೆ. ಆದರೆ ಇದನ್ನು ಸಂಗ್ರಹಿಸಿ ಇಡುವ ಪ್ರಕ್ರಿಯೆ ಬಹಳ ದುಬಾರಿಯಾಗಿದೆ. ಕಡಿಮೆ ಅಪಾಯವಿರುವ ಪರಿವಾರದವರಿಗೆ ಇದರ ಲಾಭ ಪೂರ್ತಿಯಾಗಿ ಸ್ಪಷ್ಟವಾಗಿಲ್ಲ. ಆದ್ದರಿಂದ ಈ ಪ್ರಕ್ರಿಯೆ ಇನ್ನೂ ತುಂಬಾ ಜಾಗದಲ್ಲಿ ಜನಪ್ರಿಯವಾಗಿಲ್ಲ. ಒಂದು ವೇಳೆ ರಕ್ತವಿದ್ದರೆ ಲ್ಯೂಕೇಮಿಯಾ, ಲಿಕ್ಫೋಮ, ನ್ಯಟೋಬ್ಲಸಾಟೋಮಾ ಸಿಕ್ಲ ಸೈಲ್, ಅನಿಮಿಯಾ, ಸಬಲಾಸ್ಟಿಕ್ ಅನಿಮಿಯಾ ಮತ್ತು ಥೈಲಾಸೀಮಿಯಾ ಮುಂತಾದ ಖಾಯಿಲೆಗಳಿಗೆ ನಿಧಾನವಾಗಿ ಸಹಾಯ ದೊರಕುತ್ತದೆ. ಒಂದು ವೇಳೆ ನಿಮ್ಮಲ್ಲಿ ಕಾರ್ಡ್ ಬ್ಲಡ್ ಬ್ಯಾಂಕ್‌ನ ಅನುಕೂಲವಿದ್ದರೆ, ಮತ್ತು ನಿಮಗೆ ಇಷ್ಟವಿದ್ದರೆ ಇದನ್ನು ಅಳವಡಿಸಿಕೊಳ್ಳುವುದರಲ್ಲಿ ತಪ್ಪೇನಿಲ್ಲ. ಹೊಸದಾಗಿ ಅಪ್ಪ ಅಮ್ಮ ಆಗಿರುವವರ ಜೊತೆಯಲ್ಲಿ ಸೇರಿದರೂ ನೀವು ಬೇಗ ಎಲ್ಲವನ್ನೂ ಕಲಿಯುವಿರಿ.

ಪ್ರಸವದ ಮೊದಲು, ಸುಳ್ಳು ಪ್ರಸವದ ನೋವು ನಿಜವಾದ ಪ್ರಸವದ ನೋವು

ಟಿವಿಯಲ್ಲಿ ನೋಡಲು ಎಲ್ಲವೂ ಚೆನ್ನಾಗಿರುತ್ತದೆ. ಅರ್ಧ ರಾತ್ರಿ 3 ಘಂಟೆಯ ಸಮಯದಲ್ಲಿ ಒಬ್ಬ ಮಹಿಳೆ ಎದ್ದು ತನ್ನ ಹೊಟ್ಟೆಯ ಮೇಲೆ ಕೈ ಇಡುತ್ತಾಳೆ. ದೊಡ್ಡ ಧ್ವನಿಯಲ್ಲಿ ಗಂಡನಿಗೆ ಹೇಳುತ್ತಾಳೆ 'ಹನೀ ಸಮಯ ಬಂದಾಯ್ತು."

ಆದರೆ ಗಾಬರಿಯ ವಿಷಯ ಏನೆಂದರೆ ಅವಳಿಗೆ ಸರಿಯಾದ ಸಮಯದ ಅರಿವು ಹೇಗಾಯಿತು ಎಂದು.

ಅವರು ಇಷ್ಟು ಖಾತರಿಯಾಗಿ ಪ್ರಸವದ ಬಗ್ಗೆ ಹೇಗೆ ಹೇಳುತ್ತಾರೆಂದು. ಯಾಕೆಂದರೆ ಅವಳು ಮೊದಲನೆಯ ಸಲ ಗರ್ಭವತಿಯಾಗಿದ್ದಾಳೆ. ಅವಳು ಬಹಳ ಆರಾಮವಾಗಿ ಆಸ್ಪತ್ರೆಗೆ ಹೋಗಲು ತಯಾರಾಗುತ್ತಾಳೆ. ಮತ್ತು ಪ್ರಸವಕ್ಕೋಸ್ಕರ ತಲುಪುತ್ತಾಳೆ. ನಿಸ್ಸಂಕೋಚವಾಗಿ ಇದು ಬಹಳ ಮುಂಚೆಯೇ ಸ್ಕ್ರಿಪ್ಟ್ ಬರೆದಿರುತ್ತದೆ.

ಒಂದು ವೇಳೆ ನಮ್ಮ ವಿಷಯ ಹೇಳುವುದಾದರೆ ನಮ್ಮ ಹತ್ತಿರ ಯಾವುದೇ ಸ್ಕ್ರಿಪ್ಟ್ ಇರುವುದಿಲ್ಲ. ನಾವು ರಾತ್ರಿ 3 ಗಂಟೆಗೆ ಎದ್ದರೆ ನಮಗೆ ಏನೂ ಗೊತ್ತಿರುವುದಿಲ್ಲ. ಅಂದರೆ ಅದು ನಿಜವಾಗಿಯೂ ಪ್ರಸವದ ನೋವು ಅಥವಾ ಬ್ರೆಕ್ಸನ್ ಹಿಕ್ಸ್ ಎಂದು. ಏನು ನಾನು ಆ ಸಮಯದಲ್ಲಿ ಎದ್ದು ಲೈಟ್ ಹಾಕಬೇಕೆ? ಅಥವಾ ಸರಿಯಾದ ಸಮಯದ ನಿರೀಕ್ಷೆ ಮಾಡಬೇಕಾ? ನಾನು ನನ್ನ ಜೊತೆಗಾರನನ್ನು ಎಬ್ಬಿಸಬೇಕಾ? ಏನು ಡಾಕ್ಟರಿಗೆ ಅರ್ಧ ರಾತ್ರಿಯಲ್ಲಿ ಎಬ್ಬಿಸಿ ನನಗೆ ಹುಸಿನೋವು ಬಂದಿದೆ ಎಂದು ಹೇಳಬೇಕೆ? ನಾನು ಹುಸಿನೋವಿಗೆ ಕಿರುಚಾಡುವ ಅಥವಾ ಅಂತಹ ನೋವಿಗೆ ಗಮನ ಕೊಡದೆ ಇರುವ ಗರ್ಭವತಿ ಮಹಿಳೆಯೇ? ಅಥವಾ ಚೈಲ್ಡ್ ಬರ್ತ್‌ಕ್ಲಾಸಿಗೆ ಹೋದರೂ ಪ್ರಸವದ ನೋವು ಏನೆಂದು ತಿಳಿಯದೇ ಇರುವ ಮಹಿಳೆಯೇ? ಏನು ನಾನು ತಡವಾಗಿ ಆಸ್ಪತ್ರೆಗೆ ಹೋಗುವೆನೆ? ಮತ್ತು ನಾನು ನನ್ನ ಶಿಶುವಿಗೆ ರಸ್ತೆಯಲ್ಲಿ ಜನ್ಮ ನೀಡುತ್ತೇನೆಯೇ? ಈ ರೀತಿಯ ಪ್ರಶ್ನೆಗಳು ಕಾಂಟ್ರಾಕ್ಷನ್‌ಗಿಂತಲೂ ವೇಗವಾಗಿ ತಲೆಯಲ್ಲಿ ಸುತ್ತುತ್ತಿರುತ್ತವೆ.

ನಿಜ ಏನು ಅಂದರೆ ಪ್ರತಿಯೊಬ್ಬ ಗರ್ಭವತಿ ಮಹಿಳೆಯೂ ಈ ರೀತಿಯಾದ ಹೆದರಿಕೆಯನ್ನು ಎದುರಿಸಲೇಬೇಕು. ಆದರೆ ನಿಮಗೆ ಇದರ ಬಗೆ ಹೆಚ್ಚಿಗೆ ಆತಂಕ ಪಡುವ ಅವಶ್ಯಕತೆ ಇಲ್ಲ. ನಾವು ನಿಮಗೆ ಪ್ರತಿಯೊಂದು ತರಹದ ಪ್ರಸವದ ಲಕ್ಷಣಗಳ ತಿಳುವಳಿಕೆ ನೀಡುತ್ತಿದ್ದೇವೆ.

ಸಮಯದ ಮುಂಚೆ ಆಗುವ ಪ್ರಸವದ ಲಕ್ಷಣಗಳು

ಪ್ರಸವದ ಸಮಯದ ಮೊದಲು ಪ್ರಸವದ ಲಕ್ಷಣಗಳು ಹೊರಹೊಮ್ಮುತ್ತದೆ. ಇದರ ಅರ್ಥ ಪ್ರಮುಖವಾದ ಘಟನೆ ಶುರುವಾಗಲಿದೆ ಎಂದು. ಸಮಯದ ಪೂರ್ವದ ಪ್ರಸವಕ್ಕೆ ಶಾರೀರಿಕ ಬದಲಾವಣೆ ಪ್ರಸವಕ್ಕೆ ಒಂದು ತಿಂಗಳ ಮುಂಚಿತವಾಗಿಯೇ ಹೊರಹೊಮ್ಮಬಹುದು ಅಥವಾ ಒಂದು ಘಂಟೆ ಮೊದಲು. ಆ ಸಮಯದಲ್ಲಿ ಡಾಕ್ಟರು ತಪಾಸಣೆ ಮಾಡಿ ಗರ್ಭಾಶಯದ ಬಾಯಿ ಅರಳುತ್ತಿದೆಯೋ ಇಲ್ಲವೋ ಹೇಳಬಹುದು. ಇದಲ್ಲದೆ ಇನ್ನೂ ಕೆಲವೊಂದು ಲಕ್ಷಣಗಳು ಇವೆ ಅವುಗಳ ಬಗ್ಗೆ ನೀವೇ ಸ್ವಂತವಾಗಿ ಗಮನ ಇಡಬಹುದು.

ಡ್ರಾಪಿಂಗ್ (ಜಾರುವಿಕೆ) :– ಮೊದಲನೇ ಬಾರಿ ಗರ್ಭವತಿಯಾದ ಮಹಿಳೆಯರಿಗೆ ಪ್ರಸವ ಶುರುವಾಗುವುದಕ್ಕೆ 2–4 ವಾರಗಳ ಮೊದಲೇ ಭ್ರೂಣವು ಪೆಲ್ವಿಸ್ ಕಡೆಗೆ ಬರುತ್ತದೆ. 2ನೆಯ ಪ್ರಸವದಲ್ಲಿ ಕೆಲಸ ಯಾವಾಗ ಪ್ರಸವ ಖಚಿತವಾಗಿ ಶುರುವಾಗುತ್ತದೋ ಆಗ ಆಗುತ್ತದೆ.

ಪೆಲ್ವಿಸ್ ಮತ್ತು ಗುದದ್ವಾರದಲ್ಲಿ ಒತ್ತಡ : ತಿಂಗಳುಗಳಲ್ಲಿ ಆಗುವ ಕಾಲ ತಿರುಚಿದ ಹಾಗೆ ಹಗುರವಾದ ನೋವಿನ ಅನುಭವ ಆಗುತ್ತದೆ. ಇದಲ್ಲದೆ ಬೆನ್ನಿನ ಕೆಳಭಾಗದಲ್ಲಿ ನೋವು ಆಗುತ್ತದೆ.

ತೂಕ ಕಡಿಮೆಯಾಗುವುದು ಇಲ್ಲವೇ ಹೆಚ್ಚಾಗದೇ ಇರುವುದು.

ಕೆಲವು ಮಹಿಳೆಯರಿಗೆ ತುಂಬಾ ಹೆಚ್ಚಿನ ಆಯಾಸದ ಅನುಭವವಾಗುತ್ತದೆ. ಮತ್ತೆ ಕೆಲವರು ತಮಗೆ ಇನ್ನೂ ಶಕ್ತಿ ಬಂದಿದೆ ಎಂದು ಹೇಳುತ್ತಾರೆ. ಕೆಲವು ನೆಸ್ಟಿಂಗ್ ಇಂಸ್ಟಿಂಕ್ಟ್‌ನಲ್ಲಿದ್ದು ಶಿಶುವನ್ನು ಮನೆಗೆ ಕರೆತರುವ ಮುಂಚೆ ಮನೆಯನ್ನು ಶೃಂಗರಿಸಲು ಇಷ್ಟಪಡುತ್ತಾರೆ. ಮತ್ತು ಮನೆಯ ಪ್ರತಿ ಮೂಲೆಯನ್ನು ಶುಚಿಯಾಗಿಡಲು ಇಚ್ಛಿಸುತ್ತಾರೆ.

ಮ್ಯೂಕಸ್‌ನ ಪ್ಲಗ್ ತೆಗೆಯುವುದು: ಸರ್ವಿಕ್ಸ್ ತೆಳ್ಳಗೆ ಆಗಿ ತೆಗೆಯುವುದಕ್ಕೆ ಪ್ರಾರಂಭವಾಗುವುದರಿಂದ ಗರ್ಭಾಶಯದ ಮೇಲೆ ಸೀಲಿನಂತಿರುವ ಪ್ಲಗ್ ಅಲ್ಲಿಂದ ತೆಗೆದುಕೊಳ್ಳುತ್ತದೆ. ಅಸಲಿ ಪ್ರಸವದ ಒಂದೆರಡು ವಾರಗಳ ಮೊದಲು ನಿಮಗೆ ಯೋನಿಯಿಂದ ಸಿಂಬಳದ ತುಂಡುಗಳು ಬರುವುದು ನೋಡಬಹುದು.

ಗುಲಾಬಿ ಅಥವಾ ಕೆಂಪು ತುಂಡುಗಳು : ಸರ್ವಿಕ್ಸ್ ಹರಡಿದ ಕಾರಣ ತಿಳಿ ಕೆಂಪು ಅಥವಾ ಗುಲಾಬಿ ಬಣ್ಣದ ಸಿಂಬಳ ಬರುವುದಕ್ಕೆ ಶುರುವಾಗುತ್ತದೆ. ಇದು ಪ್ರಸವದ 24 ಘಂಟೆ ಮೊದಲು ಶುರುವಾಗುತ್ತದೆ ಆದರೆ ಕೆಲವು ದಿನ ಮುಂಚೆಯೇ ಆಗಬಹುದು.

ಬ್ರೆಕ್ಸ್‌ಟನ್ ಹಕ್ಸ್ ಕಂಟ್ರಾಕ್ಷನ್ :– ಇದು ಮೊದಲಿಗಿಂತ ಹೆಚ್ಚಾಗಿ ಶಕ್ತಿಯುಳ್ಳದ್ದಾಗಿ ಹಾಗೂ ನೋವಿನಿಂದ ಕೂಡಿದ್ದಾಗಿರುತ್ತದೆ.

ಡಯೆರಿಯಾ : ಕೆಲವು ಮಹಿಳೆಯರಿಗೆ ಪ್ರಸವಕ್ಕೆ ಸ್ವಲ್ಪ ಮುಂಚೆ ನೀರಡಿಕೆ ಬರಲು ಶುರುವಾಗುತ್ತದೆ.

ಸುಳ್ಳು ಪ್ರಸವ ಲಕ್ಷಣಗಳು :

ನೋವು ಇದೆಯಾ ಇಲ್ಲವೋ? ಒಂದು ವೇಳೆ ಕೆಳಗೆ ಹೇಳಿದ ಲಕ್ಷಣಗಳು ಇಲ್ಲದೇ ಹೋದರೆ ಅದು ನಿಜವಾದ ಪ್ರಸವದ ನೋವು ಪ್ರಾರಂಭವಾಗಿಲ್ಲ; ಯಾವುದೆಂದರೆ;

- ಸಂಕುಚನ ನಿಯಮಿತವಾಗಿರುವುದಿಲ್ಲ ಮತ್ತು ಅದರ ಸಂಖ್ಯೆಯು ಹೆಚ್ಚುವುದಿಲ್ಲ.

- ನಿಜವಾದ ಸಂಕುಚನ ನಿಧಾನವಾಗಿ ಜಾಸ್ತಿಯಾಗುತ್ತದೆ. ತುಂಬ ಹೊತ್ತು ಇರುತ್ತದೆ ಮತ್ತು ನೋವಿನಿಂದ ಕೂಡಿದ್ದಾಗಿರುತ್ತದೆ.
- ಒಂದು ವೇಳೆ ನೀವು ಸ್ಥಿತಿ ಬದಲಿಸಿದರೆ ಅಥವಾ ಸುತ್ತಾಡಿದರೆ ಕಾಂಟ್ರಾಕ್ಷನ್ ನಿಂತು ಹೋಗುತ್ತದೆ ಹಾಗೂ ಕೆಲವು ಸಲ ನಿಗದಿತ ಸಮಯಕ್ಕೆ ಮೊದಲೇ ಆಗುವ ನಿಜವಾದ ಹೆರಿಗೆಯಲ್ಲಿ ಕೂಡ ಹೀಗೆ ಆಗುತ್ತದೆ.
- ಒಳಗಡೆ ತಪಾಸಣೆಯಾದಾಗ ಅಥವಾ ಸಂಭೋಗಿಸಿದಾಗ ಆಗುವಂತೆ ದಟ್ಟ ಬಣ್ಣದ ಸ್ರಾವ ವಾಗುತ್ತದೆ.
- ಸಂಕುಚನದೊಂದಿಗೆ ಭ್ರೂಣದ ಚಟುವಟಿಕೆ ಕೂಡ ಆಳವಾಗುತ್ತಾ ಹೋಗುತ್ತದೆ. ನೆನಪಿನಲ್ಲಿಡಿ. ಸುಳ್ಳು ಪ್ರಸವದಿಂದ ಕೂಡ ನಿಮಗೆ ಏನೂ ನಷ್ಟವಾಗುವುದಿಲ್ಲ. ಒಂದು ವೇಳೆ ಅವಶ್ಯ ವಸ್ತುಗಳೊಂದಿಗೆ ನೀವು ಆಸ್ಪತ್ರೆ ತಲುಪಿಯಾಗಿದ್ದರೆ ಮುಂದೆ ನಡೆಯುವ ಘಟನೆಗಳಿಗೆ ಅಭ್ಯಾಸದ ತಯಾರಿ ಎಂದು ತಿಳಿದುಕೊಳ್ಳಿ. ಯಾಕೆಂದರೆ ಮುಂದೆ ಇಂತಹ ಸಮಯದಲ್ಲಿ ನಿಮಗೆ ತೊಂದರೆಯಾಗದ ಹಾಗೆ.

ನಿಜವಾದ ಹೆರಿಗೆಯ ಲಕ್ಷಣಗಳು :

ನಿಜವಾದ ಪ್ರಸವ ಹೇಗೆ ಶುರುವಾಗುತ್ತೆಂದು ಯಾರಿಗೂ ಗೊತ್ತಿಲ್ಲ. ಆದರೆ ಇದರಲ್ಲಿ ಕೆಲವು ರೀತಿಯ ಕಾರಣಗಳನ್ನು ಸೇರಿಸಬಹುದು. ಶಿಶುವಿನ ತಲೆಯಿಂದ ತಾಯಿಗೆ ಸಂದೇಶ ದೊರಕುತ್ತದೆ. ಏನೆಂದರೆ 'ಅಮ್ಮಾ ನನ್ನನ್ನು ಇಲ್ಲಿಂದ ಹೊರಗೆ ತಾ" ಈ ಸಂದೇಶ ಸಿಕ್ಕಿದಾಕ್ಷಣ ತಾಯಿಯ ಶರೀರದಲ್ಲಿ ಹಾರ್ಮೋನ್‌ಗಳ ಪ್ರತಿಕ್ರಿಯೆ ಶುರುವಾಗುತ್ತದೆ. ಇದರ ಕಾರಣದಿಂದ ಸಂಕುಚನ ಪ್ರಾರಂಭ ಉಂಟುಮಾಡುವ ಪ್ರೋಸ್ಟೋಗ್ಲೇಡಿನ್ಸ್ ಮತ್ತು ಆಕ್ಸಿಟೋಸಿನ್‌ನ ಸ್ರಾವ ಶುರುವಾಗುತ್ತದೆ.

ಪ್ರಸವದ ಮುನ್ನದ ಸಂಕುಚನ ಅಸಲಿ ಹೆರಿಗೆಯ ನೋವಾಗಿ ಬದಲಾಯಿಸುತ್ತದೆ. ಒಂದು ವೇಳೆ

- ಸಂಕುಚನ ಕಡಿಮೆಯಾಗುವ ಬದಲು ಹೆಚ್ಚಾದರೆ ಮತ್ತು ಸ್ಥಿತಿ ಬದಲಾಯಿಸಿದಾಗಲೂ ಏನೂ ವ್ಯತ್ಯಾಸ ಆಗದೇ ಹೋದರೆ,
- ಸಂಕುಚನ ಮೊದಲಿಗಿಂತಲೂ ಒಂದೇ ಸಮ ಹೆಚ್ಚಾಗುತ್ತದೆ. ಮತ್ತು ನೋವಿನಿಂದ ಕೂಡಿದ್ದಾಗಿರುತ್ತದೆ. ಮತ್ತು ನಿಯಮಿತವಾಗುತ್ತಾ ಹೋಗುತ್ತದೆ. ಅಂದರೆ ಪ್ರತಿ ಸಂಕುಚನವೂ ಹೆಚ್ಚು ಮತ್ತು ನೋವಿನಿಂದ (30 ರಿಂದ 70 ಸೆಕೆಂಡ್) ಕೂಡಿದ್ದಾಗಿರುವುದಿಲ್ಲ. ಆದರೆ ಆಳ ಹೆಚ್ಚಾಗುತ್ತದೆ.
- ಮೊದ ಮೊದಲು ಸಂಕುಚನ ಮಾಸಿಕವಾಗಿರತಕ್ಕಂತ ತಿರುಚುವಿಕೆ ಅಥವಾ ಗ್ಯಾಸ್ ತುಂಬಿದಾಗ ಆಗುವ ಹಾಗೆ ಆಗುತ್ತದೆ, ಅಥವಾ ಹೊಟ್ಟೆಯ ಕೆಳಭಾಗದ ಮೇಲೆ ಒತ್ತಡ ಬರುತತದೆ. ಹೊಟ್ಟೆಯ ಅಥವಾ ಬೆನ್ನಿನ ಕೆಳಗಡೆಯಿಂದ ಶುರುವಾಗುವ ನೋವು ತೊಡೆಯವರೆಗೂ ಹರಡುತ್ತದೆ. ಆದರೆ ಕೆಲವೊಮ್ಮೆ ಸುಳ್ಳು (ಹುಸಿ) ಪ್ರಸವದ ನೋವಿನಲ್ಲೂ ಈ ರೀತಿ ಆಗುತ್ತದೆ.
- ಗುಲಾಬಿ ಅಥವಾ ತಿಳಿ ಕೆಂಪಿನ ರಕ್ತಸ್ರಾವ ಆಗಬಹುದು.

15% ಪ್ರಸವದಲ್ಲಿ ನೀರಿನ ಚೀಲ ಪ್ರಸವ ನೋವು ಪ್ರಾರಂಭವಾಗುವ ಮೊದಲೇ ಒದೆತದಿಂದ ಒಡೆಯುತ್ತದೆ. ಕೆಲವು ಕೆಲವು ಮಹಿಳೆಯರಿಗೆ ಇದು ಹೆರಿಗೆಯ ಜೊತೆಜೊತೆಯಲ್ಲಿ ಒಡೆಯುತ್ತದೆ ಅಥವಾ ಡಾಕ್ಟರರ ಮುಖಾಂತರ ಕೃತ್ರಿಮವಾಗಿ ಒಡೆಯಲ್ಪಡುತ್ತದೆ.

ಡಾಕ್ಟರರನ್ನು ಯಾವಾಗ ಕರೆಯಬೇಕು.

ಹಾಗೂ ನಿಮಗೆ ಡಾಕ್ಟರರು ಹೇಳಿರಬೇಕು ಏನೆಂದರೆ ಸಂಕುಚನ 6–7 ನಿಮಿಷಗಳ ಅಂತರದಲ್ಲಿ ಆಗುತ್ತಿದ್ದರೆ ಅವರನ್ನು ಕರೆಯಬೇಕೆಂದು. ಹಾಗಂತ ನೀವು ಈ ರೀತಿಯ ಅಂತರದ ಸಂಕುಚನಕ್ಕೆ ನಿರೀಕ್ಷೆ ಮಾಡಬೇಡಿ. ಒಂದು ವೇಳೆ ಸಂಕುಚನ ಶುರುವಾಗಿದ್ದು ನಿಮಗೆ ಅಸಲಿ ಹೆರಿಗೆಯ ನೋವಾ ಇದು ಎಂದು ಗೊತ್ತಾಗದೇ ಇದ್ದರೆ ಡಾಕ್ಟರಿಗೆ ಫೋನ್ ಮಾಡಿ ಕೇಳಿದರೆ ತೊಂದರೆಯೇನಿಲ್ಲ. ಅವರನ್ನು ಅರ್ಧ ರಾತ್ರಿಯಲ್ಲೆಬ್ಬಿಸಲು ಹಿಂಜರಿಯಬೇಡಿ. ಒಂದು ವೇಳೆ ನಿಮ್ಮ ಪ್ರಸವದ ಸಂಕೇತ ಸುಳ್ಳಾಗಿದ್ದರೂ ಸರಿ, ಏಕೆಂದರೆ ಈ ರೀತಿ ಮಾಡುವ ಮೊದಲನೆಯ ಅಥವಾ ಕೊನೆಯ ಗರ್ಭವತಿ ಮಹಿಳೆ ನೀವಲ್ಲ. ಆಗಲಿ ಒಂದು ವೇಳೆ ಅದು ನಿಮಗೆ ಹುಸಿ ಹೆರಿಗೆ ಅಂತ ಅನ್ನಿಸುತ್ತಿದ್ದರೂ ಸಹ ಎಚ್ಚರಿಕೆ ತೆಗೆದುಕೊಳ್ಳುವುದರಲ್ಲಿ ತೊಂದರೆ ಏನು?

ಒಂದು ವೇಳೆ ನಿಮಗೆ ನಿಗದಿ ಮಾಡಿರುವ ದಿನಾಂಕ ಕೆಲವು ವಾರಗಳಿದ್ದು, ಮತ್ತೆ ತಟ್ ಅಂತ ಸಂಕುಚನ ಶುರುವಾಗಿ ಅಥವಾ ನೀರಿನ ಚೀಲ ಒಡೆದರೆ ಡಾಕ್ಟರನ್ನು ಕರೆಯುವುದಕ್ಕೆ ತಡ ಮಾಡಬೇಡಿ. ಒಂದು ವೇಳೆ ಕೆಂಪು ಬಣ್ಣದ ಸ್ರಾವ ನಿಮ್ಮ ಸರ್ವಿಕ್ಸ್‌ನಲ್ಲಿದ್ದರೆ ಅಥವಾ ಯೋನಿಯಲ್ಲಿ ಅನುಭವವಾದರೆ ತಕ್ಷಣ ಡಾಕ್ಟರನ್ನು ಕರೆಯಿರಿ.

ನೀವು ತಯಾರಾ?

ಶಿಶುವಿನ ಸ್ವಾಗತಕ್ಕೆ ನೀವು ತಯಾರಿದ್ದೀರೋ ಇಲ್ಲವೋ? ಇದಕ್ಕಾಗಿ ನಮ್ಮ ಮುಂದಿನ ಅಧ್ಯಾಯವನ್ನು ಓದಿರಿ.

ಪ್ರಸವ ವೇದನೆ ಹಾಗು ಪ್ರಸವ

ಈ ದಿನಗಳನ್ನು ಎಣಿಸುವುದರಲ್ಲಿ ವ್ಯಸ್ತವಾಗಿದ್ದೀರಾ? ಅಥವ ನಿಮ್ಮ ಪಾದಗಳನ್ನು ನೋಡಲು ವ್ಯಾಕುಲವಾಗಿದ್ದೀರಾ? ಹೊಟ್ಟೆಯ ಮೇಲೆ ಆರಾಮವಾಗಿ ಮಲಗಲು ಇಚ್ಛಿಸುತ್ತಿದ್ದೀರಾ? ಚಿಂತಿಸ ಬೇಡಿ ಗರ್ಭಾವಸ್ಥೆ ಸಮಾಪ್ತವಾಗುತ್ತಿದೆ. ನಿಮ್ಮ ಶಿಶು ಹೊಟ್ಟೆಯ ಬದಲು ನಿಮ್ಮ ತೋಳುಗಳಲ್ಲಿ ಬರುವ ಆ ಕ್ಷಣ ಬರಲಿದೆ. ಶಿಶುವನ್ನು ನಿಮ್ಮ ಹತ್ತಿರ ನಿಮ್ಮ ಕೈಗೆ ಕೊಡುವ ಆ ಪ್ರಕ್ರಿಯೆ ಬಗ್ಗೆಯೂ ಯೋಚನೆ ಮಾಡುತ್ತಿರಬಹುದು . ಪ್ರಸವ ವೇದನೆ ಯಾವಾಗ ಪ್ರಾರಂಭವಾಗುವುದು? ಯಾವಾಗ ಮುಗಿಯುವುದು. ನನಗೆ ನೋವು ತಡಿಯಲಾಗುವುದೇ, ನನಗೆ ಎಪೀಡ್ಯೂರಲ್ ಅವಶ್ಯಕತೆ ಇದೆಯೇ? ಇದೆಲ್ಲ ಯೋಚನೆ ಮಾಡಿ ವ್ಯಾಕುಲವಾಗಿದ್ದೀರಾ?

ಭ್ರೂಣದ ಆರೈಕೆ? ಎಪೀಸಿಓಟಾಮಿ? ನಾನು ಕುಕ್ಕರಗಾಲಲ್ಲಿ ಪ್ರಸವ ಮಾಡಬಹುದೆ, ಆಸ್ಪತ್ರೆಗೆ ಹೋಗಲು ತಡವಾದರೇ?

ಈ ತರಹದ ಪ್ರಶ್ನೆಗಳು, ಉತ್ತರಗಳು, ನರ್ಸ್, ದಾದಿ, ಡಾಕ್ಟರ್ ಎಲ್ಲರು ಸುತ್ತಲು ನಿಂತಿರುವುದರ ಜೊತೆಗೆ ನೀವು ಆ ಪ್ರಕ್ರಿಯೆಯನ್ನು ಪೂರೈಸುತ್ತೀರಿ. ನೆನಪಿರಲಿ ಯಾವುದೇ ಪ್ರಕ್ರಿಯೆ ಇರಲಿ ಅದು ನಿಮ್ಮ ಶಿಶುವನ್ನು ನಿಮ್ಮ ತನಕ ತಲುಪಿಸಲು ಸಹಾಯಮಾಡುವುದು.

ನೀವು ಏನು ಯೋಚಿಸತ್ತಿರಬಹುದು?

ಮ್ಯೂಕಸ್ ಪ್ಲಗ್

"ನನಗೆ ಅನಿಸುತ್ತದೆ ನನ್ನ ಮ್ಯೂಕಸ್ ಪ್ಲಗ್ ಹೊರಗೆ ಬಂದಿದೆ. ಡಾಕ್ಟರಿಗೆ ಫೋನ್ ಮಾಡಬೇಕೇ?"

ಅನೇಕ ಸಲ ಸರ್ವಿಕ್ಸ್ ಅಗಲವಾಗುವ ಸಮಯದಲ್ಲಿ ಜಿಲೆಟಿನ್ ಅಂತಹ ಊದಿರುವ ಮ್ಯೂಕಸ್ ಪ್ಲಗ್ ಹೊರಗೆ ಬಂದುಬಿಡುವುದು. ಅನೇಕ ಮಹಿಳೆಯರಿಗೆ ಶೌಚಾಲಯದಲ್ಲಿ ಗೊತ್ತಾಗುವುದು ಆದರೆ ಅವರು ಗಮನಿಸುವುದಿಲ್ಲ. ಯದ್ಯಪಿ ಇದು ಹೊರಗೆ ಬರುವ ಅರ್ಥ ನಿಮ್ಮ ಶರೀರ ಮುಂದೆಬರುವ ಸಮಯಕ್ಕೆ ಸಿದ್ಧಾಗುತ್ತಿದೆ ಎಂದು ಆದರೆ ಪ್ರಸವದ ದಿನ ಬಂದಿದೆ ಎಂದು ಸಂಕೇತವಲ್ಲ. ಈ ಸಮಯದಲ್ಲಿ ಪ್ರಸವದ ದಿನ ಒಂದೆರಡು ದಿನ ಅಥವ ವಾರಗಟ್ಟಲೆ ದೂರವಿರಬಹುದು. ನಿಧಾನವಾಗಿ ಸರ್ವಿಕ್ಸ್ ತೆರೆಯುತ್ತದೆ. ಆದಕಾರಣ ಡಾಕ್ಟರನ್ನು ಕರೆಯಲು ಅಥವ ಗಾಬರಿಯಾಗುವ ಅವಶ್ಯಕತೆ ಇಲ್ಲ.

"ಒಂದು ವೇಳೆ ಮ್ಯೂಕಸ್ ಪ್ಲಗ್ ಹೊರಗೆ ಬಂದಿಲ್ಲದೆ ಹೋದರೂ ಚಿಂತಿಸಬೇಡಿ. ಇದಕ್ಕು ನಿಮ್ಮ ಪ್ರಸವ ಸಮಯಕ್ಕು ಯಾವುದೇ ಸಂಬಂಧವಿಲ್ಲ."

ರಕ್ತಸ್ರಾವ

"ನನಗೆ ತಿಳಿ ಗುಲಾಬಿ ಮ್ಯೂಕಸ್ ಸ್ರಾವ ಆಗತ್ತಿದೆ. ಪ್ರಸವ ಸಮಯ ಬಂತೆ?"

ಇದನ್ನು ನಾನು ಪ್ರಸವ ಮುಂಚಿನ ಸಿದ್ಧತೆ ಎಂದು ಹೇಳಬಹುದು. ರಕ್ತದ ಜೊತೆಗೆ ತಿಳಿ ಗುಲಾಬಿ ಬಣ್ಣದ ಅಥವ ಕಂದು ಬಣ್ಣದ ಸ್ರಾವದ ಅರ್ಥ ಸರ್ವಿಕ್ಸ್‌ನ ರಕ್ತವಾಹಿನಿಗಳು ಒಡೆಯುತ್ತಿದೆ ಏಕೆಂದರೆ ಅದು

ಅಗಲವಾಗುತ್ತಿದೆ. ಪ್ರಸವ ಪ್ರಕ್ರಿಯೆ ಪ್ರಾರಂಭವಾಗಿದೆ. ಶಿಶು ಇನ್ನು ಒಂದೆರಡು ದಿನಗಳಲ್ಲಿ ನಿಮ್ಮ ಹತ್ತಿರ ಬರಬಹುದು. ಯದ್ಯಪಿ ಪ್ರಸವ ಸಮಯ ಪೂರ್ಣವಾಗಿ ಅನಿಶ್ಚಿತವಾಗಿರುತ್ತದೆ. ಆದಕಾರಣ ಪ್ರಸವ ವೇದನೆ ಪ್ರಾರಂಭವಾಗುವವರೆಗೂ ಏನೂ ಹೇಳಲಾಗುವುದಿಲ್ಲ.

ಒಂದು ವೇಳೆ ಈ ಸ್ರಾವ ಗಾಢ ಕೆಂಪುಬಣ್ಣದಾದರೆ ತಕ್ಷಣ ಡಾಕ್ಟರ್ ಹತ್ತಿರ ಹೋಗಿ.

ನೀರಿನ ಚೀಲ ಒಡೆಯುವುದು

"ಅರ್ಧ ರಾತ್ರಿಯಲ್ಲಿ ತೇವವಾಗಿರುವ ಹಾಸಿಗೆಯ ಮೇಲೆ ನನಗೆ ಎಚ್ಚರವಾಯಿತು. ನಾನು ಹಾಸಿಗೆ ಮೇಲೆ ಮೂತ್ರ ವಿಸರ್ಜಿಸಿದ್ದೀನಾ ಅಥವ ನೀರಿನ ಚೀಲ ಒಡೆದಿದೆಯೇ?"

ಬಟ್ಟೆಯನ್ನು ಮೂಸಿ ನೋಡಿತಿಳಿದು ಕೊಳ್ಳಬಹುದು. ಆ ವಾಸನೆ ತೀಕ್ಷ್ಣ ಅಮಿನಿಯ(ಮೂತ್ರ) ದಂತೆ ಇಲ್ಲದೆ ಹೋದರೇ ಅದು ಅಮ್ನಿಓಟಿಕ್ ದ್ರವ ಇರಬಹುದು. ನಿಮ್ಮ ಶಿಶುವಿಗೆ ಸುರಕ್ಷೆ ಕವಚ ಆಗಿರುವ ನೀರಿನ ಚೀಲ ಒಡೆದಿರಬಹುದು.. ನಿಮಗೆ ನಿರಂತರವಾಗಿ ಒಂದು ತಿಳಿ ಹಳದಿ ಬಣ್ಣದ ಸ್ರಾವ ಆಗುತ್ತಿರುವುದು . ಈ ಸ್ರಾವ ಪ್ರಸವದನಂತರವೇ ನಿಲ್ಲುವುದು.

ನೀವು ಕೀಗಲ್ ವ್ಯಾಯಾಮ ಮಾಡಿ. ಸ್ರಾವ ನಿಂತು ಹೋದರೆ ಇದು ಮೂತ್ರ ನಿಲ್ಲದೆ ಹೋದರೆ ಅಮ್ನಿಓಟಿಕ್ ಆಸಿಡ್.

ಮಲಗಿರುವಾಗ ಸ್ರಾವ ಹೆಚ್ಚಾಗುವುದು ಏಕೆಂದರೆ ನಿಂತಿರುವಾಗ ಶಿಶುವಿನ ತಲೆ ಮುಂದೆ ಬರುವ ಕಾರಣ ಸ್ರಾವ ನಿಲ್ಲುವುದು. ನಿಮ್ಮ ಡಾಕ್ಟರ್ ನಿಮಗೆ ಮೊದಲೇ ಎಲ್ಲಾ ತಿಳುವಳಿಕೆ ಕೊಟ್ಟಿರಬೇಕು. ಆದರೂ ಯಾವುದೇ ಸಂದೇಹವಿದ್ದರೇ ಡಾಕ್ಟರಿಗೆ ಫೋನ್ ಮಾಡಿ.

"ನೀರಿನ ಚೀಲ ಒಡೆದರೂ ಪ್ರಸವ ಪೀಡೆ ಪ್ರಾರಂಭವಾಗಿಲ್ಲ. ಪ್ರಸವ ಯಾವಾಗ ಪ್ರಾರಂಭವಾಗುವುದು ಈ ಸಮಯದಲ್ಲಿ ನಾನು ಏನು ಮಾಡಬೇಕು."

ಪ್ರಸವ ಆಗುವುದರಲ್ಲಿದೆ. ಅನೇಕ ಮಹಿಳೆಯರಿಗೆ ನೀರಿನ ಚೀಲ ಒಡೆದ ಮೇಲೆ 12 ಗಂಟೆಯೊಳಗೆ ಪ್ರಸವ ವೇದನೆ ಪ್ರಾರಂಭವಾಗುವುದು. ಅನೇಕರಿಗೆ 24 ಗಂಟೆ ಆಗಬಹುದು.

10ರಲ್ಲಿ ಒಂದು ಸಂದರ್ಭದಲ್ಲಿ ಇನ್ನೂ ಹೆಚ್ಚಾಗಬಹುದು. ಈ ಸಮಯ ಎಷ್ಟು ಹೆಚ್ಚಾಗುವುದೋ ಅಪಾಯ ಅಷ್ಟು ಹೆಚ್ಚಾಗುವುದು. ಸೋಂಕಾಗದಿರಲೆಂದು ಡಾಕ್ಟರ್ 24 ಗಂಟೆಯೊಳಗೆ ಪ್ರಸವ ಮಾಡಿಸುವ ಕ್ರಿಯೆ ಪ್ರಾರಂಭಿಸುತ್ತಾರೆ. ಕೆಲವು ಡಾಕ್ಟರ್ ಕೇವಲ 6 ಗಂಟೆ ಮಾತ್ರ ಕಾಯುತ್ತಾರೆ.

ಅನೇಕ ಮಹಿಳೆಯರೂ ಈ ಸ್ಥಿತಿಯ ನಂತರ ಬಹಳ ಹೊತ್ತಿನವರೆಗೆ ಕಾಯುವುದನ್ನು ಇಷ್ಟ ಪಡುವುದಿಲ್ಲ.

ಎಲ್ಲಕ್ಕಿಂತ ಮೊದಲು ನಿಮ್ಮ ಹತ್ತಿರ ಒಂದು ಟವೆಲ್ ಅಥವ ಪ್ಯಾಡ್ ಇಟ್ಟುಕೊಂಡು ಡಾಕ್ಟರಿಗೆ ಫೋನ್ ಮಾಡಿ. ಸೋಂಕಾಗದಿರಲೆಂದು ಯೋನಿಯನ್ನು ಸ್ವಚ್ಛವಾಗಿಟ್ಟುಕೊಳ್ಳಿ. ಸ್ರಾವ ತಡೆಯಲು ಟ್ಯಾಂಪೂನ್ ಬದಲು ಪ್ಯಾಡ್ ಇಟ್ಟುಕೊಳ್ಳಿ. ಸಂಭೋಗ ಮಾಡಬೇಡಿ. ನಿಮಗೂ ಇಷ್ಟ ಬರುವುದಿಲ್ಲ. ನಿಮಗೆ ನೀವೇ ಒಳ ಪರೀಕ್ಷಣೆ ಮಾಡಿಕೊಳ್ಳಬೇಡಿ. ಟಾಯ್ಲೆಟ್‌ಗೆ ಹೋದರೆ ಮುಂದಿನಿಂದ ಹಿಂದಕ್ಕೆ ಒರೆಸಿಕೊಳ್ಳಿ.

ಅನೇಕ ಸಲ ಹೀಗೂ ಆಗುವುದು, ಶಿಶುವಿನ ತಲೆ ಪೆಲ್ವಿಕ್ ಏರಿಯಾ ತನಕ ಬಂದಿರುವುದಿಲ್ಲ ಹಾಗೂ ದ್ರವದ ಜೊತೆಗೆ ಹೊಕ್ಕಳು ಬಳ್ಳಿಯೂ ಯೋನಿ ತನಕ ಬಂದುಬಿಡುವುದು. ಈ ತರಹ ಅನುಭವವಾದರೆ ತಕ್ಷಣ ಡಾಕ್ಟರಿಗೆ ಫೋನ್ ಮಾಡಿ.

ಗಾಢವಾಗಿರುವ ಅಮ್ನಿಓಟಿಕ್ ದ್ರವ

"ನನ್ನ ಪದರ ಹರಿದು ಹೋಗಿದೆ ಆದರೆ ದ್ರವ ಸ್ವಚ್ಛವಾಗಿಲ್ಲ. ತಿಳಿ ಕಂದು ಬಣ್ಣದಲ್ಲಿದೆ. ಇದರರ್ಥವೇನು?"

ಅಮ್ನಿಓಟಿಕ್ ದ್ರವ ಜೊತೆಗೆ ತಿಳಿ ಹಸಿರು-ಕಂದು ಬಣ್ಣದ ಮೀಕೊನಿಯಂ ಬರುತ್ತಿರಬಹುದು. ಇದು ಶಿಶುವಿನ ಮೊದಲ-ಮೊದಲ ಮಲ. ಇದು ಜನನದನಂತರವೂ ಆಗುವುದು . ಆದರೆ ಒಮ್ಮೊಮ್ಮೆ

ಭ್ರೂಣ ಗರ್ಭದಲ್ಲಿ ವತ್ತಡದಲ್ಲಿದರೆ ಅಥವ ಸಮಯ ಅಧಿಕವಾದರೆ ಶಿಶು ಜನನದ ಮೊದಲೇ ಮಲ ಮಾಡಿಬಿಡುವುದು.

ಇದನ್ನು ಡಾಕ್ಟರಿಗೆ ತಕ್ಷಣ ತಿಳಿಸಿ. ಶಿಶು ಬಹಳ ವತ್ತಡದಲ್ಲಿದೆ ಎಂದು ಇದರ ಅರ್ಥ. ಡಾಕ್ಟರ್ ಎಷ್ಟು ಬೇಗವಾಗುವುದೋ ಅಷ್ಟು ಬೇಗ ಪ್ರಸವ ಪ್ರಾರಂಭಿಸುತ್ತಾರೆ ಹಾಗು ನಿರಂತರವಾಗಿ ಶಿಶುವಿನ ಮೇಲೆ ಕಣ್ಣಿಟ್ಟಿರುತ್ತಾರೆ.

ಪ್ರಸವ ಸಮುದಲ್ಲಿ ಅಮ್ನಿಓಟಿಕ್ ದ್ರವದಲ್ಲಿ ಕೊರತೆ

"ಅಮ್ನಿಓಟಿಕ್ ದ್ರವ ಬಹಳ ಕಡಿಮೆ ಇದೆ ಅದನ್ನು ಪೂರೈಸಬೇಕಾಗುವುದು ಎಂದು ನನ್ನ ಡಾಕ್ಟರ್ ಹೇಳಿದ್ರು ಇದು ಗಾಬರಿ ಆಗುವ ವಿಷಯವೇ?"

ಹಾಗೆ ಪ್ರಕೃತಿ ಈ ದ್ರವವನ್ನು ಕಡಿಮೆ ಆಗಲು ಬಿಡುವುದಿಲ್ಲ. ಒಂದು ವೇಳೆ ಕಡಿಮೆ ಆದರೆ ವೈದ್ಯಕೀಯ ವಿಜ್ಞಾನದ ಸಹಾಯ ತೆಗೆದುಕೊಳ್ಳಬಹುದು. ಗರ್ಭಾಶಯದಲ್ಲಿ ಸರ್ವಿಕ್ಸ್‌ನಿಂದ ಒಂದು ಕ್ಯಾಥೆರೇಟರ್ ಒಳಗೆ ಹಾಕಲಾಗುವುದು ಅದರಿಂದ ಅಮ್ನಿಓಟಿಕ್ ಸೈಕಲ್ಲಲ್ಲಿ ಸೆಲೈನ್ ಸೊಲ್ಯೂಶನ್ ಹಾಕುವರು. ಈ ಪ್ರಕ್ರಿಯೆಯನ್ನು ಅಮನಿಯೋ ಇನ್‌ಫ್ಯೂಜನ್ ಎನ್ನುತ್ತಾರೆ. ಇದಾದಮೇಲೆ ಶಸ್ತ್ರಚಿಕಿತ್ಸೆ ಮಾಡುವ ಸಂಭವ ಬಹಳ ಕಡಿಮೆ ಆಗಿಬಿಡುವುದು.

ಸಂಕುಚನೆ (ಮುದುರುವಿಕೆ) ಅನಿಯಮಿತವಾಗಿದೆ

"ಚೈಲ್ಡ್ ಬರ್ಥ್ ಕಕ್ಷೆಯಲ್ಲಿ ನಮಗೆ ಹೇಳಿದ್ದಾರೆ, ಪ್ರಸವ ವೇದನೆ ನಿಯಮಿತವಾದ ಮೇಲೆ, ಪ್ರತಿ ಐದು ನಿಮಿಷದಲ್ಲಿ ಸಂಕುಚನೆ ಆದರೆ ಆಸ್ಪತ್ರೆಗೆ ಹೋಗಬೇಕು. ನನಗೆ ಐದು ನಿಮಿಷದಿಂದಲು ಕಡಿಮೆ ಸಮಯದಲ್ಲಿದೆ ಆದರೆ ನಿಯಮಿತವಾಗಿಲ್ಲ, ನಾನು ಏನು ಮಾಡಲಿ?"

ಹೇಗೆ ಎರಡು ಗರ್ಭಾವಸ್ಥೆ ಒಂದೇ ತರಹವಿರುವುದಿಲ್ಲವೋ ಅದೇ ತರಹ ಎರಡು ಪ್ರಸವವೂ ಒಂದೇ ತರಹವಿರುವುದಿಲ್ಲ. ಪುಸ್ತಕಗಳಲ್ಲಿ ಕ್ಲಾಸಲ್ಲಿ ಅಥವಾ ಡಾಕ್ಟರ್ ಏನು ಹೇಳುತ್ತಾರೋ ಹಾಗೇಯೆ ಆಗಬೇಕು ಎಂದಿಲ್ಲ. ಆದರೆ ಸಂಕುಚನೆ ನಿಯಮಿತವಾಗಿರಬೇಕು ಇದು ಸತ್ಯ.

ಒಂದು ವೇಳೆ ನಿಮಗೆ 20ರಿಂದ 60 ಸೆಕೆಂಡ್ ತೀವ್ರವಾಗಿ ಸಂಕುಚನೆ ಆಗಿತ್ತಿದ್ದರೇ ಹಾಗೂ 5–7 ನಿಮಿಷದ ಅಂತರದಲ್ಲಿದ್ದರೇ ನೀವೂ ಏನೇ ಓದಿರಬಹುದು ಏನೇ ಕೇಳಿರಬಹುದು ಎಲ್ಲಾ ಬಿಟ್ಟು ತಡಮಾಡದೆ ಆಸ್ಪತ್ರೆಗೆ ಹೋಗಿ.

ಪ್ರಸವ ಸಮಯದಲ್ಲಿ ಡಾಕ್ಟರನ್ನು ಕರೆಯುವುದು

'ನನಗೆ 3–4 ನಿಮಿಷವಾದ ಮೇಲೆ ಸಂಕುಚನೆ ಆಗುತ್ತಿದೆ. ಡಾಕ್ಟರಿಗೆ ಇದನ್ನು ಹೇಳುವುದು ಬುದ್ಧಿವಂತಿಗೆ ಎಂದು ನನಗೆ ಅನಿಸುತ್ತಿಲ್ಲ ಏಕೆಂದರೆ ನನಗೆ ನೋವಿನ ಪ್ರಾರಂಭವಾದ ಸಮಯವನ್ನು ಮನೆಯಲ್ಲೇ ಕಳೆಯ ಬೇಕೆಂದು ಡಾಕ್ಟರ್ ಹೇಳಿದರು."

ಇದರಲ್ಲಿ ತಪ್ಪೇನಿಲ್ಲ. ಮೊದಲನೆಯ ಸಲ ತಾಯಿ ಆಗುವ ಮಹಿಳೆಯರು ಬಹಳ ಆರಾಮವಾಗಿ ಪ್ರಸವ ವೇದನೆಯ ಪ್ರಾರಂಭದ ಸಮಯವನ್ನು ಮನೆಯಲ್ಲೇ ಕಳೆಯಬಹುದು ಹಾಗೂ ಶಿಶುವಿನ ಸಾಮಾನುಗಳನ್ನು ಆರಾಮವಾಗಿ ಜೋಡಿಸಿಕೊಳ್ಳಬಹುದು. ಆದರೆ ನಿಮ್ಮ ಪ್ರಸವ ವೇದನೆ ಆ ತರಹವಲ್ಲ ಎಂದು ಅನಿಸುತ್ತದೆ. ನಿಮಗೆ ಪ್ರತಿ ಐದು ನಿಮಿಷದಲ್ಲಿ 45 ಸೆಕೆಂಡ್ ತನಕ ತೀವ್ರ ಸಂಕುಚನೆ ಆಗುತ್ತಿದ್ದರೆ ನಿಮ್ಮ ಪ್ರಸವ ವೇದನೆಯ ಕಡೆ ಸಮಯ ಶೀಘ್ರದಲ್ಲೇ ಪ್ರಾರಂಭವಾಗಬಹುದು. ಪ್ರಸವದ ಮೊದಲನೆಯ ಹಂತ(ಚರಣ) ನೋವುರಹಿತವಾಗಿರಬಹುದು ಹಾಗೂ ಇದೇ ಸಮಯದಲ್ಲಿ ಸರ್ವಿಕ್ಸ್ ಮುಖ ತೆರೆಯಬಹುದು. ಆಗ ನೀವು ಆಸ್ಪತ್ರೆಗೆ ಅಥವಾ ಬರ್ಥ್‌ಸೆಂಟರಿಗೆ ಓಡಬೇಕಾಗುವುದು.

ಆದುದರಿಂದ ಡಾಕ್ಟರಿಗೆ ಫೋನ್ ಮಾಡಲು ತಡ ಮಾಡಬೇಡಿ.ಅವರಿಗೆ ಸಂಕುಚನೆಯ ಸಮಯ, ಅಂತರಾಳ ಎಲ್ಲಾ ಸರಿಯಾಗಿ ಹೇಳಿ. ಡಾಕ್ಟರ್ ಫೋನಲ್ಲೂ ನಿಮ್ಮ ನೋವಿನ ಗಂಭೀರತೆಯನ್ನು ಅಂದಾಜು ಹಾಕಬಹುದು ಆದಕಾರಣ ನೋವನ್ನು ಮುಚ್ಚಿಟ್ಟುಕೊಳ್ಳಲು ಪ್ರಯತ್ನ ಮಾಡಬೇಡಿ. ತೊಂದರೆಯನ್ನು ತನಗೆತಾನೆ ಅವರಹತ್ತಿರ ತಲುಪಲುಬಿಡಿ.

ಡಾಕ್ಟರ್ ಒಪ್ಪಿಕೊಳ್ಳದೆ ಹೋದರೆ ತಪಾಸಣೆಗೆ ಬರಲು ಅನುಮತಿ ಕೇಳಿ. ಹೋಗುವಾಗ ಬ್ಯಾಗ್ ತೆಗೆದುಕೊಂಡು ಹೋಗಿ. ಇನ್ನು ಬಹಳ ಸಮಯವಿದೆ ಎಂದು ತಿಳಿದು ಬಂದರೇ ಮನೆಗೆ ಹಿಂತಿರಗಲು ಸಂಕೋಚ ಪಡಬೇಡಿ.

ಸರಿಯಾದ ಸಮಯಕ್ಕೆ ಸರಿಯಾಗಿ ಆಸ್ಪತ್ರೆ ತಲಪುವುದು

"ನಾನು ಸಮಯಕ್ಕೆ ಸರಿಯಾಗಿ ಆಸ್ಪತ್ರೆಗೆ ತಲಪುವುದಿಲ್ಲ ಎಂದು ನನಗೆ ಭಯ."

ಟೀ ವೀ, ಯಲ್ಲಿ ಈ ತರಹ ಆಗುವ ಪ್ರಸವವೆಲ್ಲ ಸುಳ್ಳು. ಸಾಮಾನ್ಯವಾಗಿ ಮೊದಲನೆಯ ಸಲ ತಾಯಿ ಆಗುವ ಮಹಿಳೆಯರ ಹತ್ತಿರ ಪ್ರಸವ ಸೂಚನೆ ಬಹಳ ಮುಂಚಿತವಾಗಿಯೇ ತಲುಪುಬಿಡುವುದು. ಅಕಸ್ಮಾತ್ತಾಗಿ ಕೆಳ ಭಾಗದಲ್ಲಿ ವತ್ತಡ ಬೀಳುವುದು ಹಾಗೂ ಮೂತ್ರ ವಿಸರ್ಜಿಸಲು ಅನಿಸುವುದು, ಬಹಳ ಕಡಿಮೆ ಸಂದರ್ಭದಲ್ಲಿ ಹೀಗಾಗುವುದು. ನೀವು ಹಾಗೂ ನಿಮ್ಮ ಕೋಚ್ ಆಪತ್ಕಾಲೀನ ಪ್ರಸವದ ಬಗ್ಗೆ ಎಲ್ಲಾ ಮಾಹಿತಿ ತೆಗೆದುಕೊಳ್ಳುವುದೇ ಒಳ್ಳೆಯದು. ಯಾವಾಗಲಾದರೂ ಈ ತರಹದ ಸಂದರ್ಭವಾದರೆ ಪರಿಸ್ಥಿತಿಯನ್ನು ಸಂಭಾಳಿಸುವದರಲ್ಲಿ ತೊಂದರೆ ಆಗಬಾರದು.

ಈ ಪರಿಸ್ಥಿತಿ ಬರುವುದಿಲ್ಲ ಆದರೂ ನಿಮಗೆ ಎಲ್ಲಾ ತಿಳಿದಿರಬೇಕು

- ಶಾಂತವಾಗಿರಲು ಪ್ರಯತ್ನಿಸಿ.
- ಸ್ಥಳೀಯ ಆಸ್ಪತ್ರೆಗೆ ಫೋನ್ ಮಾಡಿ ಮಾತನಾಡಿ.
- ಅಕ್ಕ-ಪಕ್ಕದ ಮನೆಯವರ ಸಹಾಯ ಕೇಳಿ.
- ನೂಕುವ ಮನಸಿದ್ದರೂ ವತ್ತಡ(ಪ್ರೆಶರ್) ಹಾಕಬೇಡಿ.
- ಹಾಸಿಗೆಯ ಮೇಲೆ ಸ್ವಚ್ಛವಾಗಿರುವ ಟವಲ್ ಅಥವ ಬೆಡ್ಶೀಟ್ ಹಾಸಿಕೊಂಡು ಬಾಗಿಲು ತೆಗೆದುಬಿಡಿ. ಯಾರಾದರೂ ಬೇಗ ಬಂದು ಸಹಾಯ ಮಾಡಬಹುದು.
- ಶಿಶು ಹೊರಗೆ ಬರಲು ಸಿದ್ಧವಾಗಿದ್ದರೇ ನೋವಾದಾಗೆಲ್ಲ ವತ್ತಡ ಹಾಕಿ
- ಶಿಶುವಿನ ತಲೆ ಕಾಣಿಸಿಕೊಂಡರೇ ಪ್ರೆಶರ್ ಹಾಕುವ ಬದಲು ಪೈರೀನಿಯಂ ಮೇಲೇ ಸಣ್ಣಕ್ಕೆ ವತ್ತಡ ಕೊಡಿ. ತಲೆಯನ್ನು ತಕ್ಷಣ ಎಳೆಯುವ ಬದಲು ನಿಧಾನವಾಗಿ ಹೊರಗೆ ತೆಗೆಯಿರಿ.
- ಶಿಶುವಿನ ಕುತ್ತಿಗೆಯಲ್ಲಿ ಹೊಕ್ಕಳು ಬಳ್ಳಿ ಸಿಕ್ಕಿ ಹಾಕಿಕೊಂಡಿರುವುದು ಕಾಣಿಸಿದರೇ ನಿದಾನವಾಗಿ ತೆಗೆಯಿರಿ.
- ತಲೆ ತೆಗೆದ ಮೇಲೆ ಒಂದು ಭುಜವನ್ನು ತೆಗೆಯಿರಿ. ಎರಡನೆಯ ಭುಜವನ್ನು ತೆಗೆಯಲು ತಲೆಯನ್ನು ಸ್ವಲ್ಪ ಎತ್ತಿ.
- ಆಮೇಲೆ ಬಾಕಿ ಶಿಶು ಸುಲಭವಾಗಿ ಹೊರಗೆ ಬರುವುದು.
- ಹೊಕ್ಕಳ ಬಳ್ಳಿಯನ್ನು ಏನು ಮಾಡದೆ ಶಿಶುವನ್ನು ಹೊಟ್ಟೆ ಮೇಲೆ ಮಲಗಿಸಿಕೊಳ್ಳಿ. ಸ್ವಚ್ಛವಾಗಿರುವ ಬಟ್ಟೆಯಲ್ಲಿ ಶಿಶುವನ್ನು ಸುತ್ತಿ. ಅದರ ಮೂಗು ಹಾಗೂ ಬಾಯನ್ನು ಸ್ವಚ್ಛ ಮಾಡಿ. ಹಾಗೂ ಬಾಯಿ ಹಾಗೂ ಮೂಗಲ್ಲಿ ಎರಡು-ಮೂರು ಸಲ ಗಾಳಿ ಊದಿ.
- ಪ್ಲಾಸೆಂಟಾ ನೀವಾಗೆ ತೆಗಿಯಬೇಡಿ. ಒಂದು ವೇಳೆ ಹೊರಗೆ ಬಂದರೇ ಬಟ್ಟೆಯಲ್ಲಿ ಸುತ್ತಿ ಶಿಶುವಿಗಿಂತ ಮೇಲೆ ಇಡಿ. ಕತ್ತರಿಸವ ಅ56ವಶ್ಯಕತೆ ಇಲ್ಲ.
- ಸಹಾಯ ಸಿಗುವವರೆಗು ನಿಮ್ಮನ್ನು ಹಾಗೂ ಶಿಶುವನ್ನು ಬಿಸಿಯಾಗಿ ಇಟ್ಟುಕೊಳ್ಳುವ ಪ್ರಯತ್ನ ಮಾಡಿ.

ಪ್ರಸವಕಾಲ ಕಡಿಮೆ ಆಗುವುದು

"ನಾನು ಅನೇಕ ಮಹಿಳೆಯರಿಗೆ ಪ್ರಸವಕಾಲ ಬಹಳ ಕಡಿಮೆ ಇತ್ತು ಎಂದು ಕೇಳಿದ್ದೀನಿ. ಇದು ಎಷ್ಟು ಸಾಮಾನ್ಯ?"

ನೀವು ಕೇಳಿರುವತರಹ ಪ್ರಸವಕಾಲ ಅಷ್ಟೇನು ಕಡಿಮೆ ಇರುವುದಿಲ್ಲ. ವಾಸ್ತವದಲ್ಲಿ ಗರ್ಭಿಣಿ ತಾಯಿಗೆ ಅನೇಕ ಘಂಟೆಗಳಕಾಲ, ದಿನಗಳು, ಅಥವ ವಾರಗಳ ತನಕ ನೋವಿಲ್ಲದ ಸಂಕುಚನೆ ಆಗುತ್ತಿರುತ್ತದೆ ಹಾಗೂ ಗರ್ಭಾಶಯ ಗ್ರೀವಾದ ಮುಖ ನಿಧಾನವಾಗಿ ತೆರೆಯುತ್ತಿರುತ್ತದೆ. ಇದರ ಅನುಭವವಾಗುವಾಗ ಪ್ರಸವ ಕಡೆ ಹಂತದಲ್ಲಿ ಬಂದುಬಿಡುವುದು.

ಅನೇಕ ಸಲ ಯಾವ ಸರ್ವಿಕ್ಸ್ ತೆರೆಯಲು ಗಂಟೆಗಳಾಗುವುದೋ ಅದು ನಿಮಿಷದಲ್ಲಿ

ತೆರೆಯುತ್ತದೆ. ಈ ತರಹದ ಪ್ರಸವದಲ್ಲಿ ವಿಶೇಷ ಸಮಯವಾಗುವುದಿಲ್ಲ ಹಾಗೂ ಶಿಶುವಿಗೂ ಏನು ತೊಂದರೆ ಆಗುವುದಿಲ್ಲ.

ಒಂದು ವೇಳೆ ನಿಮಗೆ ಬಹಳ ತೀವ್ರವಾಗಿ ಸಂಕುಚನೆ ಪ್ರಾರಂಭವಾದರೆ ಆಸ್ಪತ್ರೆ ಅಥವ ಬರ್ಥ್ ಸೆಂಟರ್‌ಗೆ ಹೋಗಲು ವಿಳಂಬಿಸ ಬೇಡಿ. ನಿಮ್ಮ ಹಾಗೂ ಶಿಶುವಿನ ಮೇಲೆ ಹೆಚ್ಚು ವತ್ತಡ ಬೀಳದಿರಲಿ ಎಂದು ಔಷಧಿಕೊಟ್ಟು ವತ್ತಡದ ಪ್ರಭಾವ ಕಡಿಮೆ ಮಾಡಬಹುದು.

ಬ್ಯಾಕ್ ಲೇಬರ್

"ಸಂಕುಚನೆ ಪ್ರಾರಂಭವಾದ ಮೇಲೆ ನನ್ನ ಬೆನ್ನಿನ ಕೆಳಭಾಗದಲ್ಲಿ ಸಹಿಸಲಾರದಷ್ಟು ನೋವಾಗುತ್ತಿದೆ."

ಬಹುಶಃ ನಿಮಗೆ ಬ್ಯಾಕ್ ಲೇಬರ್ ಸಮಸ್ಯೆಯಾಗಿದೆ. ತಾಂತ್ರಿಕ ರೂಪದಿಂದ ಹೇಳ ಬೇಕೇಂದರೆ ಭ್ರೂಣ ಪೊಸ್ಟೀರಿಯರ್ ಪೊಜಿಶನಲ್ಲಿದಾಗ ಹೀಗಾಗುವುದು. ಅದರ ಮುಖ ಮೇಲು ಭಾಗದಲ್ಲಿರುವುದು ಹಾಗೂ ಅದರ ತಲೆಯ ಹಿಂಭಾಗ ಪೆಲ್ವಿಸ್ ಹಿಂಭಾಗದಲ್ಲಿ ವತ್ತಡ ಹಾಕುವುದು. ಶಿಶು ಸರಿಯಾದ ಸ್ಥಿತಿಯಲ್ಲಿ ಬರುವ ತನಕ ನಿರಂತರವಾಗಿ ತುಂಬ ನೋವಿರುತ್ತದೆ.

ಈ ತರಹದ ನೋವಾದರೆ ಕಾರಣ ಹುಡುಕುವ ಬದಲು ನೋವನ್ನು ಕಡಿಮೆ ಮಾಡುವ ಉಪಾಯವನ್ನು ಮಾಡಬೇಕು. ನೋವು ತುಂಬವಿದ್ದರೆ ಎಪೀಡ್ಯೂರಲ್ ತೆಗೆದುಕೊಳ್ಳಲು ಒಪ್ಪಿಕೊಳ್ಳಿ. ನಿಮಗೆ ಸಾಮಾನ್ಯ ಪ್ರಮಾಣಕ್ಕಿಂತ ಅಧಿಕ ಪ್ರಮಾಣ ಕೊಡಬೇಕಾಗಬಹುದು. ಅನೇಕ ಸಲ ನಾರ್‌ಕೊಟಿಕ್ಸ್‌ದಿಂದಲೂ ಆರಾಮ ಸಿಗಬಹುದು. ನಿಮಗೆ ಔಷಧಿ ತೆಗೆದುಕೊಳ್ಳಲು ಇಷ್ಟವಿಲ್ಲದೆ ಹೋದರೇ ಕೆಲವು ಸಣ್ಣ-ಮಟ್ಟ ಉಪಾಯಗಳನ್ನು ಅಮಲು ಮಾಡಬಹುದು

ವತ್ತಡ ಕಡಿಮೆ ಮಾಡುವುದು:– ನಿಮ್ಮ ಪೊಜೀಶನ್ ಬದಲಾಯಿಸಲು ಪ್ರಯತ್ನಿಸಿ. ನಡೆಯಿರಿ, ಯದ್ಯಪಿ ಜೋರಾಗಿ ಸಂಕುಚನೆ ಆಗುವಾಗ ನಡೆಯಲಾಗುವುದಿಲ್ಲ. ಕುಕ್ಕರಗಾಲಲ್ಲಿ ಕುಳಿತುಕೊಳ್ಳಿ ಅಥವಾ ನಾಲ್ಕುಕಾಲು ಮಾಡಿಕೊಂಡು ಬಗ್ಗಿ. ಶರೀರದ ಯಾವುದಾದರು ಆರಾಮವಾಗಿರುವ ಮುದ್ರೆ ಮಾಡಿಕೊಳ್ಳಿ. ಒಂದು ವೇಳೆ ಮಲಗುವ ಬದಲು ಬೇರೆ ಯಾವುದೇ ಉಪಾಯವಿಲ್ಲದೆ ಹೋದರೆ ಬೆನ್ನನ್ನು ಸರಿಯಾದ ಮುದ್ರೆಯಲ್ಲಿಟ್ಟುಕೊಂಡು ಮಲಗಿಕೊಳ್ಳಿ.

ತಣ್ಣಗಿರುವ ಅಥವಾ ಬಿಸಿ ಶಾಕ:– ತಣ್ಣಗಿರುವ ಅಥವ ಬಿಸಿ ಶಾಕ ಆರಾಮ ಸಿಗುವ ಶಾಕವನ್ನುತೆಗೆದುಕೊಳ್ಳಿ. ಅಥವ ಎರಡೂ ಶಾಕ ತೆಗೆದುಕೊಳ್ಳಬಹುದು.

ಉಲ್ಟಾ ವತ್ತಡ ಅಥವ ಮಾಲಿಶ್:– ನರ್ಸ ಅಥವ ನಿಮ್ಮ ಗೆಳತಿಯ ಸಹಾಯದಿಂದ ನಿಮಗೆ ಆರಾಮ ಸಿಗುವ ಭಾಗಗಳ ಮೇಲೆ ವತ್ತಡ ಕೊಡಿ. ಇದಕ್ಕಾಗಿ ಎರಡು ಕೈಗಳು, ಟೆನ್ನಿಸ್ ಬಾಲ್, ಅಥವಾ ಬ್ಯಾಕ್ ಮಸಾಜರ್ ಸಹಾಯ ತೆಗೆದುಕೊಳ್ಳಬಹುದು. ಮಾಲಿಶ್ ಮಾಡಿಯೂ ಸಣ್ಣಕ್ಕೆ ವತ್ತಡ ಕೊಡಬಹುದು. ಒಂದಾದಮೇಲೊಂದು ಕ್ರೀಮ್, ಎಣ್ಣೆ, ಅಥವಾ ಪೌಡರಿಂದ ಮಾಲಿಶ್ ಮಾಡಬಹುದು.

ರಿಕ್ಲಕ್ಸೊಲೋಜಿ:– ಬ್ಯಾಕ್ ಲೇಬರ್‌ಗೆ ಈ ಥೆರಪಿಯಲ್ಲಿ ಕಾಲಿನ ಬೌಲ್ ಮಧ್ಯದಲ್ಲಿ ಬೆರಳುಗಳಿಂದ ಜೋರಾಗಿ ವತ್ತಡ ಕೊಡಲಾಗುವುದು.

ಇತರ ವೈಕಲ್ಪಿಕ ಉಪಾಯಗಳು:– ಹೈಡ್ರೋಥೆರಪಿ ಯಿಂದ ನೋವು ಸ್ವಲ್ಪ ಕಡಿಮೆ ಆಗಬಹುದು. ಧ್ಯಾನ ಮಾನಸಿಕ ಚಿತ್ರಣ ಆತ್ಮಸಂಮೋಹನದ ಅಭ್ಯಾಸವಿದ್ದರೇ ಅದನ್ನು ಮಾಡಬಹುದು. ಆದರೆ ಮೊದಲು ಆಕ್ಯೂಪಂಚರ್ ತಜ್ಞರ ಹತ್ತಿರ ಸಮಯ ತೆಗೆದುಕೊಳ್ಳಬೇಕು.

ಪ್ರಸವ ಪ್ರಾರಂಭ ಮಾಡಿಸುವುದು

"ನನ್ನ ಪ್ರಸವದ ಸ್ಥಿತಿ ಇನ್ನು ಬಂದಿಲ್ಲ ಆದರೂ ನನ್ನ ಡಾಕ್ಟರ್ ಪ್ರಸವ ಪ್ರಾರಂಭ ಮಾಡ ಬೇಕೆನ್ನುತ್ತಾರೆ. ಪ್ರಸವದ ಸ್ಥಿತಿ ಮೀರಿದ ಮೇಲೇನೇ ಪ್ರಸವ ಪ್ರಾರಂಭಮಾಡುವ ಅವಶ್ಯಕತೆ ಇರುವುದು ಎಂದು ನನಗೆ ಅನಿಸಿತ್ತು."

ಒಮ್ಮೊಮ್ಮೆ ಗರ್ಭಿಣಿ ಮಹಿಳೆಯನ್ನು ತಾಯಿ ಮಾಡಲು ಪ್ರಕೃತಿಯ ಸಹಾಯ ತೆಗೆದುಕೊಳ್ಳ ಬೇಕಾಗುವುದು. ಸುಮಾರು 20% ಸಂದರ್ಭಗಳಲ್ಲಿ ಹೀಗಾಗಬಹುದು. ಪ್ರಸವ ಸ್ಥಿತಿ ಮೀರಿಹೋದನಂತರವೂ ಇದು ಅವಶ್ಯಕ. ಕೆಳಗೆ ಬರೆದಿರುವ ಸಂದರ್ಭಗಳಲ್ಲಿ ಡಾಕ್ಟರಿಗೆ ಪ್ರಕೃತಿ ಸಹಾಯಮಾಡಬೇಕೆಂದು ಅನಿಸಬಹುದು:–

- ನೀರು ಒಡೆದು 24 ಗಂಟೆತನಕ ಪ್ರಸವ ವೇದನೆ ಪ್ರಾರಂಭವಾಗದೆ ಹೋದರೇ. ಅನೇಕ ಡಾಕ್ಟರ್ 24 ಗಂಟೆತನಕ ಕಾಯುವುದಿಲ್ಲ.

- ಗರ್ಭಾಶಯು ನಿಮ್ಮ ಶಿಶುವಿಗೆ ಸುರಕ್ಷಿತವಾಗಿರುವ ಮನೆ ಅಲ್ಲ, ಅಮ್ನಿಯೋಟಿಕ್ ದ್ರವದ ಮಟ್ಟ ಕಡಿಮೆ ಆಗಿದೆ ಅಥವಾ ಇದೇ ತರಹದ ಬೇರೆ ಯಾವುದಾದರು ಕಾರಣಗಳು ತಪಾಸಣೆಯಿಂದ ಗೊತ್ತಾದಾಗ.
- ಶಿಶುವಿಗೆ ಸಾಮಾನ್ಯ ಪ್ರಸವಕ್ಕಾಗಿ ಶಕ್ತಿಇಲ್ಲ ಎಂದು ಅಧ್ಯಯನಗಳಿಂದ ಗೊತ್ತಾದಾಗ.
- ನಿಮಗೆ ಪ್ರೀಕ್ಲೈಮ್ಪಸಿಯಾ, ಗ್ಯಾಸ್ಟೇಶನಲ್, ಮಧುಮೇಹ ಅಥವ ಬೇರೆ ಯಾವುದಾರು ದೀರ್ಘ ರೋಗವಿದ್ದರೆ ಗರ್ಭಾವಸ್ಥೆಯನ್ನು ಮುಂದುವರಿಸಲು ಅಪಾಯವಾಗಬಹುದು.
- ನೀವು ಪ್ರಸವ ಶುರುಮಾಡಿದ ಮೇಲೆ ಸರಿಯಾದ ಸಮಯಕ್ಕೆ ಆಸ್ಪತ್ರೆಗೆ ತಲುಪಲು ಸಾಧ್ಯವಾಗುವುದಿಲ್ಲ ಎಂದು ಭಯವಿದ್ದರೇ ಅಥವ ನಿಮಗೆ ಕಡಿಮೆ ಸಮಯದ ಪ್ರಸವದ ರೆಕಾರ್ಡ್ ಇದ್ದರೇ.
- ನೀವು ಡಾಕ್ಟರಿಂದ ಈ ವಿಷಯದಲ್ಲಿ ಸ್ಪಷ್ಟೀಕರಣ ಕೇಳಬಹುದು. ಆದರೂ ನಿಮಗೆ ಈ ಪ್ರಕ್ರಿಯೆಯ ಮಾಹಿತಿ ಇರಬೇಕು.

ಪ್ರಸವ ಪ್ರಾರಂಭ (ಲೇಬರ್ ಇಂಡಕ್ಶನ್) ಹೇಗಾಗುವುದು

"ಲೇಬರ್ ಇಂಡಕ್ಶನ್ ಒಂದು ದೀರ್ಘವಾದ ಪ್ರಕ್ರಿಯೆ. ಸಾಮಾನ್ಯವಾಗಿ ಈ ಪ್ರಕ್ರಿಯೆಯಲ್ಲಿ ಅನೇಕ ಹಂತಗಳಿರುತ್ತದೆ. ನೀವು ಎಲ್ಲಾ ಹಂತಗಳನ್ನು ಹಾದಿ ಹೋಗಬೇಕೆಂಬ ಅವಶ್ಯವಿಲ್ಲ."

- ಮೊದಲನೆಯ ಹಂತವೆಂದರೆ, ನಿಮ್ಮ ಗರ್ಭಾಶಯದ ಮುಖವನ್ನು ಮೃದು ಮಾಡಬೇಕಾಗುವುದು. ಇದು ಮೊದಲೇ ತಯಾರಾಗಿದ್ದರೇ ಮೊದಲನೆಯ ಹಂತ ಪೂರ್ಣವಾಯಿತು ಎಂದರ್ಥ. ಒಂದು ವೇಳೆ ಅದು ಅಗಲಿಸಲು ಪ್ರಾರಂಭವಾಗಿಲ್ಲದೆ ಹೋದರೆ ಡಾಕ್ಟರ್ ನಿಮಗೆ ವೆಜೈನಲ್ ಜೆಲ್ ರೂಪದಲ್ಲಿ ಪ್ರೊಸ್ಟಾಗಲೈನ್‌ಡಿನ ಈ ಜೆಲ್ ಕೊಡಬಹುದು. ಇದರ ಮಾತ್ರೆಯೂ ಬರುವುದು. ಈ ನೋವುರಹಿತ ಪ್ರಕ್ರಿಯೆಯಲ್ಲಿ ಯೋನಿಯೊಳಗೆ ಸಿರಿಂಜ್ ಹಾಕಿ ಸರ್ವಿಕ್ಸ್ ಹತ್ತಿರ ಜೆಲ್ ತಲುಪಿಸುತ್ತಾರೆ. ಕೆಲವು ಗಂಟೆಗಳನಂತರ ಜೆಲ್ ಕೆಲಸ ಶುರು ಮಾಡುತ್ತದೆ. ಜೆಲ್ಲಿನ ಪ್ರಭಾವ ಆಯಿತೋ ಇಲ್ಲವೋ ಎಂದು ಡಾಕ್ಟರ್ ತಪಾಸಣೆ ಮಾಡುತ್ತಾರೆ. ಆಗದೆ ಹೋದರೆ ಇನ್ನೊಂದು ಪ್ರಮಾಣ ಕೊಡಬೇಕಾಗುವುದು. ಗರ್ಭಾಶಯದ ದ್ವಾರ ತಯಾರಾಗಿದ್ದೂ ಸಂಕುಚನೆ ಪ್ರಾರಂಭವಾಗದೆ ಹೋದರೆ ಇಂಡಕ್ಶನ್ ಪ್ರಕ್ರಿಯೆ ಜಾರಿಯಾಗಿರುತ್ತದೆ. ಅನೇಕ ಡಾಕ್ಟರ್ ಗರ್ಭಾಶಯದ ದ್ವಾರ ತಯಾರುಮಾಡಲು ಮೆಕಾನಿಕಲ್, ಏಜೆಂಟ್ ಉಪಯೋಗಿಸುತ್ತಾರೆ ಉದಾ: ಒಂದು ಬಲೂನ್ ಜೊತೆಗೆ ಕ್ಯಾಥೆಟರ್, ಡೈಲೆಟರ್, ಅಥವಾ ಬೊಟಾನಿಕಲ್ ಇತ್ಯಾದಿ.
- ಅಮ್ನಿಓಟಿಕ್ ಚೀಲ ಜೊತೆಗೆ ಇದ್ದರೆ ಕೃತ್ರಿಮ ರೀತಿಯಿಂದ ಇದನ್ನು ಬೇರೆ ಮಾಡುವ ಪ್ರಯತ್ನ ಮಾಡುತ್ತಾರೆ. ಈ ಪ್ರಕ್ರಿಯೆಯಲ್ಲಿ ಯಾವಾಗ ಬೇಕಾದರೂ ನೀರು ಒಡೆಯಬಹುದು.
- ಈಗಲೂ ಪ್ರಸವ ವೇದನೆ ಪ್ರಾರಂಭವಾಗದೆ ಹೋದರೆ ಇನ್‌ಟ್ರಾವೀನಸ್ ಪಿಟೋಸಿನ್ ಕೊಡಬೇಕಾಗುವುದು. ಈ ಹಾರ್ಮೋನ್ ಗರ್ಭಾವಸ್ಥೆಯಲ್ಲಿ ಶರೀರದಲ್ಲೇ ತಯಾರಾಗುವುದು ಹಾಗೂ ಬಹಳ ವಿಶೇಷ ಪಾತ್ರವನ್ನು ವಹಿಸುವುದು. ಇದಲ್ಲದೆ ಮೀಸೊಪ್ರೊಸ್ಟಾಲ್ ಎನ್ನುವ ಔಷಧಿಯನ್ನು ಕೊಡಬಹುದು. ಇದನ್ನು ಕೊಟ್ಟರೇ ಆಕ್ಸೀಟೊಸಿನ್ ಅವಶ್ಯಕತೆ ಹಾಗೂ ಪ್ರಸವ ಅವಧಿ ಕಡಿಮೆ ಆಗುವುದು ಎಂದು ಅಧ್ಯಯನಗಳಿಂದ ತಿಳಿದು ಬಂದಿದೆ.
- ಪ್ರಸವದ ಸಮಯದಲ್ಲಿ ನಿಮ್ಮ ಶಿಶುವನ್ನು ನಿರಂತರವಾಗಿ ಗಮನಿಸುವರು. ಔಷಧಿಯ ಕಾರಣ ಜಾಸ್ತಿ ಜೋರಾಗಿ ಹಾಗೂ ಶಕ್ತಿಶಾಲಿ ಸಂಕುಚನೆ ಆಗುತ್ತಿದೆಯೇ ಎಂದು ನಿಮ್ಮನ್ನು ಗಮನಿಸುತ್ತಾರೆ. ಹೀಗಾದರೆ ಔಷಧಿಪ್ರಮಾಣ ಕಡಿಮೆ ಮಾಡುತ್ತಾರೆ ಅಥವಾ ಸಂಪೂರ್ಣ ಪ್ರಕ್ರಿಯೆಯೆ ನಿಲ್ಲಿಸುತ್ತಾರೆ. ಪ್ರಸವ ಪ್ರಾರಂಭವಾದ ಮೇಲೆ ಮುಂದಿನ ಪ್ರಕ್ರಿಯೆ ಪ್ರಾಕೃತಿಕವಾಗಲೆಂದು ಔಷಧಿ ನಿಲ್ಲಿಸುತ್ತಾರೆ.
- ಒಂದು ವೇಳೆ 8ರಿಂದ 12 ಗಂಟೆಯಾದ ಮೇಲೆಯೂ ಪ್ರಸವ ಪ್ರಾರಂಭವಾಗದೆ ಹೋದರೆ ಡಾಕ್ಟರ್ ಪ್ರಕ್ರಿಯೆಯನ್ನು ನಿಲ್ಲಿಸಬಹುದು ಅಥವಾ ಆಪರೇಶನ್ ಸಲಹೆ ಕೊಡಬಹುದು.

ಪ್ರಸವ ಸಮಯದಲ್ಲಿ ಊಟ-ತಿಂಡಿ

"ಪ್ರಸವದ ಸಮಯದಲ್ಲಿ ಊಟ-ತಿಂಡಿ ಮಾಡುವುದು ಸರಿಯೇ?"

ನೀವು ಈ ವಿಷಯವನ್ನು ಯಾರ ಹತ್ತಿರ ಕೇಳುವಿರಿ ಎಂದು ಅವಲಂಬಿಸುತ್ತದೆ. ಕೆಲವು

ಡಾಕ್ಟರ್‌ಗಳು ಇದನ್ನು ಸರಿ ಎನ್ನುತ್ತಾರೆ ಆದರೆ ಕೆಲವರು ಹೀಗೆ ಮಾಡಿದರೆ ಜನರಲ್ ಅನಸ್ಥೀಶಿಯಾ ಕೊಡುವ ಅವಶ್ಯಕತೆ ಬರಬಹುದು ಎನ್ನುತ್ತಾರೆ. ಕೆಲವು ಡಾಕ್ಟರ್ ಹೇಳುತ್ತಾರೆ ಕಡಿಮೆ ಅಪಾಯದ ಗರ್ಭಾವಸ್ಥೆಯಲ್ಲಿ ಮಹಿಳೆ ಹಗೂರವಾದ ಊಟ ತಿಂಡಿ ಮಾಡಬಹುದು. ಇದರಿಂದ ಊರ್ಜೆಯು ಮಟ್ಟ ಕಾಯಮ್‌ವಾಗಿರುತ್ತದೆ ಹಾಗೂ ಶರೀರಕ್ಕೆ ಶಕ್ತಿ ಸಿಗುತ್ತದೆ. ಅಧ್ಯಯನಗಳಿಂದ ತಿಳಿದುಬಂದಿದೇನೆಂದರೆ ಪ್ರಸವ ವೇದನೆ ಸಮಯದಲ್ಲಿ ಊಟ- ತಿಂಡಿ ಮಾಡುವ ಮಹಿಳೆಯರ ಪ್ರಸವ ಅವಧಿ 90 ನಿಮಿಷಗಳ ತನಕ ಕಡಿಮೆ ಆಗುವುದು ಹಾಗೂ ನೋವು ನಿವಾರಣೆ ಔಷಧಿಗಳ ಅಧಿಕ ಪ್ರಮಾಣ ಕೊಡಬೇಕಾಗುವುದಿಲ್ಲ. ನೀವು ಈ ವಿಷಯದಲ್ಲಿ ನಿಮ್ಮ ಡಾಕ್ಟರನ್ನು ಕೇಳಿ.

- ಡಾಕ್ಟರ್ ಸರಿ ಅಂದರೂ ನಿಮಗೆ ಹಸಿವು ಆಗದೇ ಇರಬಹುದು. ನೀವು ಪಾಪ್‌ಸಿಕಲ್, ಜೆಲ್-ಓ ಆಪಲ್ ಸಾಸ್, ಹಣ್ಣಾಗಿರುವ ಹಣ್ಣು, ಸದಾ ಪಾಸ್ತಾ ಅಥವ ಜ್ಯಾಮ್ ಇರುವ ಟೋಸ್ಟ್ ತಿಂದು ನಿಮಗೆ ಅಲರ್ಜಿ ಆದರೆ, ಆ ಸಮಯದಲ್ಲಿ ನಿಮಗೆ ವಾಂತಿ ಬರಬಹುದು. ಅನೇಕ ಮಹಿಳೆಯರಿಗೆ ಏನು ತಿನ್ನದೆ ಹೋದರೂ ವಾಂತಿ ಬರುವುದು. ನೀವು ಆಸ್ಪತ್ರೆಗೆ ಹೋಗುವಾಗ ನಿಮ್ಮ ಸಂಗಾತಿಯು ಸ್ವಲ್ಪ ಹೊಟ್ಟೆ ತುಂಬಿಸಿಕೊಂಡಿದ್ದಾರ ಎಂದು ಗಮನಿಸಿಕೊಳ್ಳಬೇಕು.

ಆಪತ್ಕಾಲೀನ(ಎಮರ್‌ಜೆನ್ಸಿ ಡೆಲಿವರಿ) ಪ್ರಸವ ಸಂಗಾತಿ ಅಥವ ಕೋಚ್‌ಗಾಗಿ ಸೂಚನೆ (ಟಿಪ್ಸ್)

ಮನೆಯಲ್ಲಿ ಅಥವಾ ಕಾರ್ಯಾಲಯದಲ್ಲಿ

- ಶಾಂತವಾಗಿರಲು ಪ್ರಯತ್ನಿಸಿ. ನಿಮಗೆ ಪ್ರಸವದ ಬಗ್ಗೆ ಬಹಳ ತಿಳುವಳಿಕೆ ಇಲ್ಲದೆ ಹೋದರೂ ತಾಯಿಗೆ ಧೈರ್ಯ ನೀಡಿ. ಶಿಶು ಹಾಗೂ ತಾಯಿ ಬೇಕಾಗುವ ಕೆಲಸವನ್ನು ಮಾಡಿಕೊಳ್ಳುತ್ತಾರೆ.
- ಆಸ್ಪತ್ರೆಗೆ ಫೋನ್ ಮಾಡಿ ಡಾಕ್ಟರನ್ನು ಕರೆಯಿರಿ.
- ಸಮಯವಿದ್ದರೆ ನಿಮ್ಮ ಕೈ ಹಾಗೂ ತಾಯಿಯ ಯೋನಿ ಪ್ರದೇಶವನ್ನು ಒಳ್ಳೆ ಆನ್ಟಿಬಯೋಟಿಕ್ ಸೋಪಿನಿಂದ ಸ್ವಚ್ಛಗೊಳಿಸಿ.
- ಸಮಯವಿದ್ದರೆ ತಾಯಿ ತಮ್ಮ ನಿತಂಬಗಳನ್ನು ಕೆಳಗಡೆಯಿಂದ ಹಿಡಿದುಕೊಳ್ಳುವ ತರಹ ಹಾಸಿಗೆಯ ಮೇಲೆ ಮಲಗಿಸಿ. ಕಾಲುಗಳ ಬೆಂಬಲಕ್ಕೆ ಕುರ್ಚಿಹಾಕಿ. ಅವಳು ಪ್ರಸವಕ್ಕಾಗಿ ಕುಕ್ಕರುಗಾಲಿನ ಮುದ್ರೆಯಲ್ಲಿ ಬರಲಿ ಎಂದು ಕೆಲವು ದಿಂಬುಗಳನ್ನು ಬೆನ್ನಿನ ಹಿಂದೆ ಇಡಿ. ಒಂದು ವೇಳೆ ಶಿಶುವಿನ ತಲೆ ಕಾಣಿಸದೆ ಹೋದರೆ ಹಾಗೂ ನೀವು ಸಹಾಯಕ್ಕಾಗಿ ಕಾಯಬೇಕೆಂದುಕೊಂಡಿದ್ದರೆ ತಾಯಿಯನ್ನು ನೆಟ್ಟಗೆ ಮಲಗಿಸಿ. ಪ್ರಸವ ಪ್ರಕ್ರಿಯೆ ನಿಧಾನವಾಗಿ ಬಿಡುವುದು.
- ನಿಮ್ಮ ಹತ್ತಿರ ಪೇಪರ್ ಟವೆಲ್, ಸ್ವಚ್ಛವಾಗಿರುವ ಬಟ್ಟೆಗಳು ಇಟ್ಟುಕೊಳ್ಳಿ. ಯೋನಿಯ ಕೆಳಗೆ ಒಂದು ಪಾತ್ರೆ ಅಥವಾ ಡಿಶ್‌ಪ್ಯಾನ್ ಇಡಿ. ಅದರಲ್ಲಿ ಅಮ್ನಿಯೋಟಿಕ್ ದ್ರವವನ್ನು ಇಡ ಬಹುದು.
- ಹಾಸಿಗೆ ಅಥವಾ ಮೇಜಿನ ಮೇಲೆ ಕರೆದುಕೊಂಡು ಹೋಗಲು ಸಮಯವಿಲ್ಲದೆ

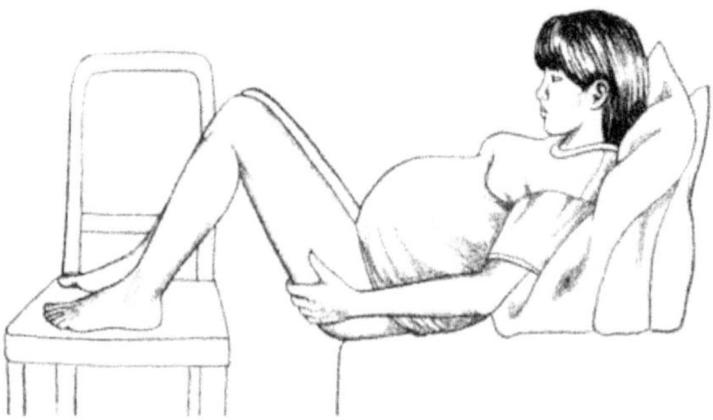

ಹೋದರೆ ತಾಯಿ ಕೆಳಗೆ ಪೇಪರ್ ಹಾಸಿ ಪ್ರಸವ ಸ್ಥಾನವನ್ನು ಸ್ವಚ್ಛವಾಗಿಟ್ಟುಕೊಳ್ಳಲು ಪ್ರಯತ್ನಿಸಿ.

- ಶಿಶುವಿನ ತಲೆ ಕಾಣಿಸಿದರೆ ತಾಯಿಗೆ ನೂಕಬೇಡ ಎಂದು ಹೇಳಿ. ಅವಳ ಪೈರೀನಿಯಂ ಮೇಲೆ ಸ್ವಲ್ಪ ವತ್ತಡ ಕೊಡಿ ತಲೆ ನಿಧಾನವಾಗಿ ಹೊರಗೆ ಬರಲು ಬಿಡಿ. ಅದನ್ನು ಜೋರಾಗಿ ಎಳೆಯಬೇಡಿ. ಹೊಕ್ಕಳ ಬಳ್ಳಿ ಕಾಣಿಸಿದರೇ ಅದನ್ನು ಶಿಶುವಿನ ಕತ್ತಿನಿಂದ ತೆಗೆಯಿರಿ.
- ತಲೆಯನ್ನು ಎರಡು ಕೈಯಲ್ಲಿ ಹಿಡಿದುಕೊಂಡು ಕೆಳಗಡೆ ತನ್ನಿ. ತಾಯಿಗೆ ನೂಕಲೂ ಹೇಳಿ. ಭುಜ ಹೊರಗೆ ಬರುವುದು. ಒಂದೊಂದಾಗಿ ಭುಜ ಹೋರಗೆ ಬಂದ ಮೇಲೆ ಉಳಿದ ಶರೀರ ಬರುವುದು ಹೊತ್ತಾಗುವುದಿಲ್ಲ.
- ಶಿಶುವನ್ನು ತಾಯಿಯ ಹೊಟ್ಟೆಯ ಮೇಲೆ ಮಲಗಿಸಿ. ಒಂದು ಸ್ವಚ್ಛವಾಗಿರುವ ಬಟ್ಟೆಯಲ್ಲಿ ಸುತ್ತಿಡಿ.
- ಸ್ವಚ್ಛವಾಗಿರುವ ಬಟ್ಟೆಯಿಂದ ಮೂಗು ಹಾಗೂ ಬಾಯಿ ಒರೆಸಿ. ತಲೆಯನ್ನು ಕಾಲಿಗಿಂತ ಕೆಳಗಿಡಿ. ಬಾಯಿಯಲ್ಲಿ ಬೆರಳುಗಳನ್ನು ಹಾಕಿ ಸ್ವಚ್ಛ ಮಾಡಿ ಹಾಗೂ ಶಿಶುವು ಉಸಿರಾಡಲು ಪ್ರಾರಂಭಿಸಲಿ ಎಂದು ಸ್ವಲ್ಪ ಗಾಳಿ ಊದಿ.
- ಪ್ಲಾಸೆಂಟಾ ಎಳೆಯುವ ಬದಲು ತನಗೆತಾನೆ ಹೊರಗೆ ಬರಲಿ. ನಿಮಗೆ ಹೊಕ್ಕಳು ಬಳ್ಳಿ ಕತ್ತರಿಸುವ ಅವಶ್ಯಕತೆ ಇಲ್ಲ.
- ತಾಯಿ ಮಗುವನ್ನು ಬೆಚ್ಚಗಿಟ್ಟುಕೊಳ್ಳಿ.

ಆಸ್ಪತ್ರೆಗೆ ಹೋಗುವಾಗ

ಕಾರಲ್ಲಿ ಹೋಗುವಾಗ ಪ್ರಸವ ಪ್ರಾರಂಭವಾದರೆ ಕಾರನ್ನು ಒಂದು ಸುರಕ್ಷಿತ ಸ್ಥಳದಲ್ಲಿ ನಿಲ್ಲಿಸಿ. ಸಿಗ್ನಲ್ ಲೈಟ್ ಹಾಕಿ ಫೋನ್ ಹತ್ತಿರದಲ್ಲಿಟ್ಟುಕೊಳ್ಳಿ. ಟ್ಯಾಕ್ಸಿಯಲ್ಲಿದ್ದರೆ ಚಾಲಕನಿಗೆ ಆಸ್ಪತ್ರೆಗೆ ಫೋನ್ ಮಾಡಲು ಹೇಳಿ. ಸಾಧ್ಯವಾದರೆ ಕಾರಿನ ಹಿಂದಿನ ಸೀಟ್ ಮೇಲೆ ಕಂಬಳಿ ಅಥವ ಜ್ಯಾಕೆಟ್ ಅಥವಾ ಪೇಪರ್ ಹಾಸಿ ತಾಯಿಯನ್ನು ಮಲಗಿಸಿ. ಸಹಾಯ ಸಿಕ್ಕದೆ ಹೋದರೆ ಪ್ರಸವ ಮಾಡಿ. ಆಮೇಲೆ ಆಸ್ಪತ್ರೆಗೆ ಕರೆದುಕೊಂಡು ಹೋಗಿ.

ಐ. ವೀ

"ಪ್ರಸವದಸಮಯದಲ್ಲಿ ಆಸ್ಪತ್ರೆಗೆ ಹೋದತಕ್ಷಣ ನನಗೆ ಐ.ವೀ ಹಾಕುತ್ತಾರೆ. ಇದು ನಿಜವೇ?"

ನೀವು ಪ್ರಸವಕ್ಕಾಗಿ ಹೋಗುವ ಆಸ್ಪತ್ರೆಯ ನೀತಿ ಮೇಲೆ ಇದು ಅವಲಂಬಿಸುತ್ತದೆ. ಅನೇಕ ಆಸ್ಪತ್ರೆಗಳಲ್ಲಿ ನೀವು ಹೋದತಕ್ಷಣ ನಿಮ್ಮ ಕೈಯಿನ ನರದಲ್ಲಿ ಯಾವುದೇ ಔಷಧಿ ಕೊಡಲು ಸುಲಭವಾಗಲೆಂದು ಒಂದು ತೆಳ್ಳಗಿರುವ ಕ್ಯಾಥೆಟರ್ ಹಾಕುತ್ತಾರೆ. ಈ ತರಹ ಹಾಕಿದರೆ ಡೀಹೈಡ್ರೇಶನ್‌ನಿಂದಲೂ ರಕ್ಷಣೆ ಆಗುವುದು ಹಾಗೂ ಯಾವುದೇ ಔಷದಿ, ಕೊಡಲು ಸುಲಭವಾಗುವುದು. ಅನೇಕ ಸ್ಥಳದಲ್ಲಿ ಅವಶ್ಯಕತೆ ಇದ್ದರೇ ಮಾತ್ರ ಐ.ವೀ ಕೊಡುತ್ತಾರೆ. ನೀವು ನಿಮ್ಮ ಡಾಕ್ಟರ್ ಹತ್ತಿರ ಕೇಳಿ ನಿಮಗೆ ಇದು ಇಷ್ಟವಿಲ್ಲದೆ ಹೋದರೆ ಮೊದಲೇ ಡಾಕ್ಟರಿಗೆ ಹೇಳಿ. ಎಪೀಡ್ಯೂರಲ್ ತೆಗೆದುಕೊಳ್ಳಬೇಕಾದರೆ ಇದನ್ನು ಮಾಡಲೇಬೇಕು. ಎಪೀಡ್ಯೂರಲ್ ಸಮಯದಲ್ಲಿ ಹಾಗೂ ಅದಾದಮೇಲೆನೂ ಐ. ವೀ ಯಿಂದ ಫ್ಲೂಯಿಡ್ ಕೊಡಲಾಗುವುದು.

ಆದರೆ ಇದರಲ್ಲಿ ಬಹಳ ನೋವಾಗುವುದಿಲ್ಲ. ಮೊದಲು ಸಣ್ಣ ಸೂಜಿ ಚುಚ್ಚುವ ನೋವು ಅಷ್ಟೆ ಆಮೇಲೆ ನಿಮ್ಮ ಗಮನ ಇದರ ಕಡೆ ಹೋಗುವುದೇ ಇಲ್ಲ. ನೀವು ಅದರ ಜೊತೆಗೆ ಬಾಥ್‌ರೂಂಗೆ ಹೋಗಬಹುದು ವರಾಂಡದಲ್ಲಿ ಓಡಾಡಲೂ ಬಹುದು. ನಿಮಗೆ ಇದು ಬಿಲ್ಕುಲ್ ಬೇಡದೆ ಹೋದರೆ ಡಾಕ್ಟರಿಂದ ಹೀಪಾರಿನ್‌ಲೊಕ್ ಬಗ್ಗೆ ಕೇಳಿ. ಇದೇನೆಂದರೆ ನರದಲ್ಲಿ ಒಂದು ಸಣ್ಣ ತೆಳು ಕ್ಯಾಥೆಟರ್ ಹಾಕೀ ಔಷಧಿ ಹಾಕುತ್ತಾರೆ ರಕ್ತ ಕಟ್ಟುವುದಿಲ್ಲ. ಆಮೇಲೆ ಇದನ್ನು ಬಂದ್ ಮಾಡುತ್ತಾರೆ. ಅಪಾಯಕಾಲದಲ್ಲಿ ನರ ಸುಲಭವಾಗಿ ತೆರೆಯಬಹುದು ಬೇಗ ಸೂಜಿ ಅಥವ ಔಷಧಿ ಕೊಡಬಹುದು. ಈ ರೀತಿ ನಿಮಗೆ ಐ.ವೀ. ತೊಂದರೆ ಇರುವುದಿಲ್ಲ.

ಶಿಶುವಿನ ಮೇಲೆ ಗಮನ

"ಪ್ರಸವದಸಮಯದಲ್ಲಿ ಶಿಶುವಿನ ಮೇಲೆ ನಿರಂತರವಾಗಿ ಕಣ್ಣಿಟ್ಟಿರುವರೇ? ಇದರ ಲಾಭವೇನೂ?"

ತಾಯಿಯ ಗರ್ಭದಲ್ಲಿ ಒಂಬತ್ತು ತಿಂಗಳು ಆರಾಮವಾಗಿ ಕಳೆದ ಮೇಲೆ ಜನ್ಮದ ಪ್ರಯಾಣ ಮಾಡಿ ಹೊರಗೆ ಬರುವುದು ಶಿಶುವಿಗೆ ಸುಲಭವೇನಲ್ಲ.

ಕೆಲವು ಶಿಶುಗಳು ಬಹಳ ಆರಾಮವಾಗಿ ಈ ಪ್ರಯಾಣ ಮುಗಿಸುಬಿಡುವುದು. ಆದರೆ ಕೆಲವು ಶಿಶುಗಳು ಧೈರ್ಯ ಬಿಟ್ಟುಬಿಡುವುದು. ಅನೇಕ ಲಕ್ಷಣಗಳಿಂದ ತಿಳಿದು ಬರುವುದು ಶಿಶಿವಿಗೆ ಆಯಾಸವಾಗಿದೆ. ಹೃದಯದ ಬಡಿತ ಕಡಿಮೆ ಆಗಿದೆ ಎಂದು.

ಶಿಶುವಿನ ಸರಿಯಾದ ಸ್ಥಿತಿ ಗೊತ್ತಾಗಲಿ ಎಂದು ಡಾಕ್ಟರ್ ನಿರಂತರವಾಗಿ ಶಿಶುವಿನ ಚಟುವಟಿಕೆಯ ಮೇಲೆ ಕಣ್ಣಿಟ್ಟಿರುತ್ತಾರೆ. ನಿಮ್ಮ ಸಂದರ್ಭದಲ್ಲೂ ಡಾಕ್ಟರಿಗೆ ಅನಿಸಿದರೇ ಅವರು ಶಿಶುವಿನ ಮೇಲೆ ಫೈಟಲ್ ಮಾನಿಟರಿಂಗ್ ಸಹಾಯದಿಂದ ನೋಡುತ್ತಾ ಇರುವರು.

ಫೈಟಲ್ ಮಾನಿಟರಿಂಗ್ ಮೂರು ತರಹ ಇರುವುದು:-

ಹೊರಗಡೆ ತಪಾಸಣೆ:- ಇದರಲ್ಲಿ ಹೊಟ್ಟೆಯ ಮೇಲೆ ಎರಡು ತರಹದ ಯಂತ್ರಗಳನ್ನು ಹಾಕುತ್ತಾರೆ. ಒಂದು ಅಲ್ಟ್ರಾಸೌಂಡ್ ಟ್ರಾನ್ಸ್‌ಡ್ಯೂಸರ್ (ಹೃದಯದ ಬಡಿತವನ್ನು ನೋಡುವುದು), ಎರಡನೆಯದು ಒತ್ತಡ-ಸಂವೇದನಶೀಲ ಯಂತ್ರ ಇದು ಸಂಕುಚನೆಯ ಆಳವನ್ನು ಹಾಗೂ ಅವಧಿಯನ್ನು ಅಳತೆ ಮಾಡುವುದು. ಇವೆರಡು ಮಾನಿಟರ್‌ನಿಂದ ಸೇರಿರುವುದು ಹಾಗೂ ಕಾಗದದ ಮೇಲೆ ರಿಪೋರ್ಟ್ ಬರುತ್ತಿರುವುದು. ಈ ಸಮಯದಲ್ಲಿ ನೀವು ಹಾಸಿಗೆ ಮೆಲೆ ಅಥವ ಕುರ್ಚಿ ಮೇಲೆ ಅಲ್ಲಾಡ ಬಹುದು ಆದರೆ ಹೆಚ್ಚು ಸ್ವತಂತ್ರತೆ ಇರುವುದಿಲ್ಲ.

ಪ್ರಸವದ ಎರಡನೆಯ ಹಂತದಲ್ಲಿ ಸಂಕುಚನೆ ಬಹಳ ತೀವ್ರವಾಗಿ, ಸಂಕುಚನೆಯ ಪ್ರಾರಂಭ ಹಾಗು ಅಂತ್ಯ ಗೊತ್ತಾಗದೆ ಹೋದಾಗ ಮಾನಿಟರ್ ಸಹಾಯ ತೆಗೆದುಕೊಳ್ಳುತ್ತಾರೆ. ಮಾನಿಟರ್ ಸಹಾಯ ತೆಗೆದುಕೊಳ್ಳದೆ ಹೋದರೆ ಡೊಪಲರ್ ಸಹಾಯದಿಂದ ಶಿಶುವಿನ ಹೃದಯದ ಬಡಿತವನ್ನು ನೋಡಲಾಗುವುದು.

ಒಳಗಡೆಯ ತಪಾಸಣೆ:-

ಬಹಳ ಸೂಕ್ತವಾಗಿರುವ ಪರಿಣಾಮ ಬೇಕಾಗುವಾಗ ಇದನ್ನು ಉಪಯೋಗಿಸುತ್ತಾರೆ. ಇದರಲ್ಲಿ ಯೋನಿ ಮಾರ್ಗದಿಂದ ಶಿಶುವಿನ ಬುರುಡೆ ಮೇಲೆ ಸಣ್ಣದೊಂದು ಎಲೆಕ್ಟ್ರೋಡ್ ಹಾಕುತ್ತಾರೆ. ಆಮೇಲೆ ಗರ್ಭಾಶಯದಲ್ಲಿ ಒಂದು ಕ್ಯಾಥೆಟರ್ ಹಾಕುತ್ತಾರೆ ಅಥವ ಹೊಟ್ಟೆಯ ಮೇಲೆ ಯಂತ್ರದ ಸಹಾಯದಿಂದ ಸಂಕುಚನೆಯ ಆಳ ಹಾಗೂ ಅವಧಿ ಅಳೆಯುತ್ತಾರೆ. ಬಹಳ ಅವಶ್ಯಕವಾಗಿದ್ದರೇ ಮಾತ್ರ ಹೀಗೆ ಮಾಡುವುದು ಏಕೆಂದರೆ ಇದರಲ್ಲಿ ಸೋಂಕಿನ ಅಪಾಯ ಇರುತ್ತದೆ. ಶಿಶುವಿನ ತಲೆಯ ಮೇಲೆ ಗೆಬರಿರುವಂತೆ ಗೀರೂಗಳು ಬರಬಹುದು. ಅದು ಕೆಲವು ದಿನಗಳಲ್ಲಿ ಸರಿಯಾಗುವುದು. ಈ ಸಮಯದಲ್ಲಿ ನಿಮ್ಮ ಗತಿವಿಧಿ ಬಹಳ ಕಡಿಮೆ ಆಗಿಬಿಡುವುದು.

ಟೆಲೀಮೆಟ್ರಿ ತಪಾಸಣೆ

"ಈ ತಪಾಸಣೆ ಕೆಲವು ವಿಶೇಷ ಆಸ್ಪತ್ರೆಗಳಲ್ಲಿಯೆ ಉಪಲಬ್ಧವಾಗಿರುವುದು. ಇದರಲ್ಲಿ ನಿಮ್ಮ ಮೇಲೆ ಒಂದು ಟ್ರಾನ್ಸ್‌ಮೀಟರ್ ಹಾಕುತ್ತಾರೆ ಇದರಿಂದ ಶಿಶುವಿನ ಹೃದಯದ ಬಡಿತ ಗೊತ್ತಾಗುತ್ತಿರುತ್ತದೆ. ನೀವು ಓಡಾಡ ಬಹುದು ಆದರೆ ತಪಾಸಣೆ ನಡೆಯುತ್ತಲೇ ಇರುತ್ತದೆ."

ಈ ತರಹದ ತಪಾಸಣೆಗಳ ಸಮಯದಲ್ಲಿ ಅನೇಕ ಸಲ ಸುಳ್ಳು ಪರಿಣಾಮವೂ ಸಿಗುವುದು. ಶಿಶು ತಿರಿಗಿದರೇ ಎಲೆಕ್ಟ್ರೋಡ್ ಅಲ್ಲಾಡುತ್ತದೆ ಮತ್ತೆ ಮಾನಿಟರ್ ಮೇಲೆ ಸರಿಯಾದ ಪರಿಣಾಮ ಬರುವುದಿಲ್ಲ. ಡಾಕ್ಟರ್ ಎಲ್ಲ ವಿಷಯದಲ್ಲಿ ವಿಚಾರ ಮಾಡೇ ನಿರ್ಧಿಸುತ್ತಾರೆ ಶಿಶು ಅಪಾಯದಲ್ಲಿ ಇದೆಯೋ ಇಲ್ಲವೋ ಎಂದು. ಒಂದು ವೇಳೆ ನಿರಂತರವಾಗಿ ಶಿಶು ಆಯಾಸವಾಗುತ್ತಿದೆ ಎಂದು ಸಂಕೇತ ಸಿಕ್ಕರೆ ಆಪರೇಶನ್‌ಗೆ ತಯಾರಿ ಮಾಡಲಾಗುವುದು.

ನೀರು ಒಡೆಯುವುದು

"ನನ್ನ ನೀರಿನ ಚೀಲ ತನಗೆತಾನೆ ಒಡೆಯುವುದಿಲ್ಲ ಎಂದು ನನಗೆ ಭಯ. ಡಾಕ್ಟರ್ ಅದನ್ನು ಒಡೆಯುವರು ಆಗ ನನಗೆ ನೋವಾಗುವುದೇ?"

ಇಲ್ಲ. ಅನೇಕ ಸಲ ಅದನ್ನು ಕೃತಿಮವಾಗಿ ಒಡೆಯ ಬೇಕಾಗುವಾಗ ಮಹಿಳೆಯರಿಗೆ ಗೊತ್ತೂ ಆಗುವುದಿಲ್ಲ. ಅವರು ಪ್ರಸವ ವೇದನೆಯಲ್ಲಿ ಎಷ್ಟು ಮಗ್ನವಾಗಿರುತ್ತಾರೆಂದರೆ ಅವರಿಗೆ ಇದು ಗೊತ್ತೇ ಆಗುವುದಿಲ್ಲ. ನಿಮಗೆ ನೀರು ಹರಿಯುವ ಅನುಭವವಾಗುವುದು ಅಷ್ಟೆ. ಅನೇಕ ಸಲ ಶಿಶುವಿನ ಒಳಗಡೆಯ ತಪಾಸಣೆ ಮಾಡಲು ಇದನ್ನು ಒಡೆಯಬೇಕಾಗುವುದು. ಇದರಿಂದ ಪ್ರಸವದ ಅವಧಿ

ಕಡಿಮೆ ಆಗುವುದಿಲ್ಲ ಎಂದು ಅಧ್ಯಯನಗಳಿಂದ ತಿಳಿದು ಬಂದಿದೆ. ಡಾಕ್ಟರ್‌ಗಳು ಈಗಲೂ ಪ್ರಸವಕ್ಕೆ ದಾರಿ ನೀಡಲು ಹೀಗೆಮಾಡುತ್ತಾರೆ. ಒಂದು ವೇಳೆ ಯಾವುದೇ ಸೂಕ್ತ ಕಾರಣವಿಲ್ಲದೆ ಹೋದರೆ ಡಾಕ್ಟರ್ ಪ್ರಕೃತಿಯನ್ನು ಕೆಲಸ ಮಾಡಲು ಬಿಡುತ್ತಾರೆ.

ಅನೇಕ ಸಲ ಶಿಶು ಈ ಚೀಲದ ಜೊತೆಗೆ ಹೊರಗೆ ಬರುವುದು. ಜನನದ ನಂತರವೇ ಅದನ್ನು ಒಡೆಯಲಾಗುವುದು. ಇದು ಸರಿಯಾಗೆ ಇರುವುದು.

ಅಪಿಸಿಯೊಟಮಿ

"ಇತ್ತಿಚೆಗೆ ಅಪಿಸಿಯೊಟಮಿ ಪ್ರಯೋಗವಿಲ್ಲ ಎಂದು ನಾನು ಕೇಳಿದೇನೆ. ಇದು ನಿಜವೇ?"

ನೀವು ಸರಿಯಾಗೆ ಕೇಳಿದ್ದೀರಿ. ಇತ್ತೀಚಿನ ದಿನಗಳಲ್ಲಿ ಯೋನಿ ಹಾಗೂ ಗುಧದ್ವಾರದ ಮಧ್ಯಭಾಗವನ್ನು ಅಗಲ ಮಾಡಲು ಕತ್ತರಿಸಲಾಗುವುದಿಲ್ಲ. ಕಾರಣವಿಲ್ಲದೆ ಕತ್ತರಿಸುವುದಿಲ್ಲ.

ಯಾವಾಗಲೂ ಹೀಗಿರಲ್ಲಿಲ್ಲ. ಕತ್ತರಿಸದ ಮೇಲ್ ಶಿಶು ಹೊರಗೆ ಬರುವುದು. ಆದರೆ ಅಧ್ಯಯನಗಳಿಂದ ತಿಳಿದು ಬಂದಿದೆ ಸರಾಸರಿ ಪ್ರಸವಗಳಲ್ಲಿ ಇದಿಲ್ಲದೆಯೇ ಕೆಲಸ ಆಗುವುದು. ತಾಯಿ ಸೋಂಕು ಹಾಗು ರಕ್ತಸ್ರಾವದ ಭಯದಿಂದ ಪಾರಾಗುತ್ತಾಳೆ.

ಅನೇಕ ಸಲ ಈ ಸೀಳು ಎಷ್ಟು ದೊಡ್ಡದಾಗುವುದು ಎಂದರೆ ಅಪಾಯ ಹೆಚ್ಚಾಗುವುದು. ಯದ್ಯಪಿ ಈ ಗಲೂ ಶಿಶು ದೊಡ್ಡದಾಗಿದ್ದರೇ, ಫೋರ್‌ಸೆಪ್ಸ್ ಅಥವ ವ್ಯಾಕ್ಯೂಮ್ ಡೆಲಿವರಿ ಮಾಡಬೇಕಾದರೇ ಅಥವಾ ಆಪತ್ಕಾಲವಿದ್ದರೇ ಸೀಳುತ್ತಾರೆ.

ಸೀಳುವ ಮೊದಲು ನಿಮಗೆ ನೋವು ನಿವಾರಕ ಇನ್‌ಜೆಕ್ಷನ್ ಕೊಡಲಾಗುವುದು. ಕೆಳಗಿನ ಭಾಗ ಮರಗಟ್ಟಿರುವ ಕಾರಣ ನಿಮಗೆ ನೋವು ಗೊತ್ತಾಗುವುದಿಲ್ಲ. ಶಿಶು ಹಾಗೂ ಪ್ಲಾಸೆಂಟಾ ಪ್ರಸವದ ನಂತರ ಡಾಕ್ಟರ್ ಈ ಸೀಳನ್ನು ಹೊಲೆಯುತ್ತಾರೆ.

ಅನೇಕ ದಾದಿಗಳು ಇದರಿಂದ ದೂರವಿರಲು ಪೈರೇನಿಯಂ ಮಾಲಿಶ್ ಸಲಹೆ ಕೊಡುತ್ತಾರೆ. ಅದರಂತೆ ಮೊದಲನೆಯ ಸಲ ತಾಯಿ ಆಗುವವರಿಗೆ ಪ್ರಸವ ಪೂರ್ವ ಕೆಲವು ವಾರದಿಂದ ಈ ಭಾಗದ ಮಾಲಿಶ್ ಮಾಡಬೇಕು.

ಶಿಶುವಿನ ತಲೆ ಅಕಸ್ಮಾತ್ತಾಗಿ ಹೊರಗೆ ಬಂದರೇ ಅನಾವಶ್ಯಕವಾಗಿ ಸೀಳುವುದು ಬೇಡ ಎಂದು ಡಾಕ್ಟರ್ ಪ್ರಸವ ಸಮಯದಲ್ಲಿ ಪೈರೇನಿಯಂ ಮೇಲೆ ಸಣ್ಣಕ್ಕೆ ಒತ್ತಡ ಕೊಟ್ಟು ಬೆಂಬಲ ನೀಡುತ್ತಾರೆ.

ನೀವು ಡಾಕ್ಟರನ್ನು ಇದರ ಬಗ್ಗೆ ಕೇಳಬಹುದು . ಆದರೆ ನೆನಪಿರಲಿ ಎಲ್ಲವೂ ಮೊದಲೇ ನಿಶ್ಚಿತವಾಗಿರುವುದಿಲ್ಲ. ಅನೇಕ ನಿರ್ಧಾರಗಳನ್ನು ಪ್ರಸವದರೂಂಗೆ ಬಂದ ಮೇಲೇನೇ ತೆಗೆದುಕೊಳ್ಳಲಾಗುವುದು.

ಫೋರ್‌ಸೆಪ್ಸ್

"ನನಗೆ ಪ್ರಸವದಲ್ಲಿ ಫೋರ್‌ಸೆಪ್ಸ್ ಅವಶ್ಯಕತೆ ಬರುವುದೇ?"

ಇಂದಿನ ದಿನಗಳಲ್ಲಿ ಫೋರ್‌ಸೆಪ್ಸ್ ಸಹಾಯದಿಂದ ಶಿಶುವನ್ನು ತೆಗೆಯುವ ಬದಲು ವ್ಯಾಕ್ಯೂಮ್ ಸಹಾಯ ತೆಗೆದುಕೊಳ್ಳಲಾಗುವುದು. ಫೋರ್‌ಸೆಪ್ಸ್ ಸಹ ವ್ಯಾಕ್ಯೂಮ್ ಹಾಗೂ ಆಪರೇಶನ್‌ನಂತೆ ಸುರಕ್ಷಿತವಾಗಿರುವುದು .ನೀವು ಗಾಬರಿಯಾಗಬೇಡಿ.

ತಾಯಿ ಪ್ರೆಶರ್ ಹಾಕುತ್ತಾ ಬಹಳ ಸುಸ್ತಾಗಿ ಶಿಶುವೂ ಹೊರಗೆ ಬಾರದೆ ಹೋದರೆ ಫೋರ್‌ಸೆಪ್ಸ್ ಸಹಾಯ ತೆಗೆದುಕೊಳ್ಳಬಹುದು..

ನಿಮ್ಮ ಗರ್ಭಾಶಯದ ಮುಖ ಪೂರ್ಣವಾಗಿ ತೆರೆದಿರಬೇಕು, ಮೂತ್ರಪಿಂಡ ಖಾಲಿಯಾಗಿರಬೇಕು ಹಾಗೂ ನೀರಿನ ಚೀಲ ಒಡೆದಿರಬೇಕು. ನಂತರ ಲೋಕಲ್ ಅನಸ್ಥೀಶಿಯಾ ಕೊಡಲಾಗುವುದು. ಯೋನಿಮಾರ್ಗವನ್ನು ಕತ್ತರಿಸಲೂಬಹುದು. ಅನೇಕ ಸಲ ಈ ಕಾರಣದಿಂದ ಶಿಶುವಿನ ತಲೆ ಮೇಲೆ ಊತ ಅಥವ ಪೆಟ್ಟಾಗಬಹುದು. ಆದರೆ ಇದು ಸ್ವಲ್ಪ ದಿನದಲ್ಲಿ ಸರಿಯಾಗುವುದು.

ಒಂದು ವೇಳೆ ಫೋರ್‌ಸೆಪ್ಸ್ ಪ್ರಯಾಸ ವಿಫಲವಾದರೆ ಆಪರೇಶನ್ ಮಾಡಬೇಕಾಗಬಹುದು.

ವ್ಯಾಕ್ಯೂಮ್ ಒತ್ತಡ

"ನನ್ನ ಗೆಳತಿಗೆ ಪ್ರಸವ ಸಮಯದಲ್ಲಿ ವ್ಯಾಕ್ಯೂಮ್ ಆಕ್‌ಸ್ಟ್ರೆಕ್ಟರ್ ಸಹಾಯ ತೆಗೆದುಕೊಳ್ಳಬೇಕಾಯಿತು. ಇದು ಫೋರ್‌ಸೆಪ್ಸ್ ತರಹವೇ ಇರುವುದಾ?"

ಇದರಲ್ಲಿ ಶಿಶುವಿನ ತಲೆಯ ಮೇಲೆ ಒಂದು ಪ್ಲಾಸ್ಟಿಕ್ ಟೋಪಿ ಹಾಕುತ್ತಾರೆ ಮತ್ತೆ ನಿಧಾನವಾಗಿ

ವ್ಯಾಕ್ಯೂಮ್ ವತ್ತಡ

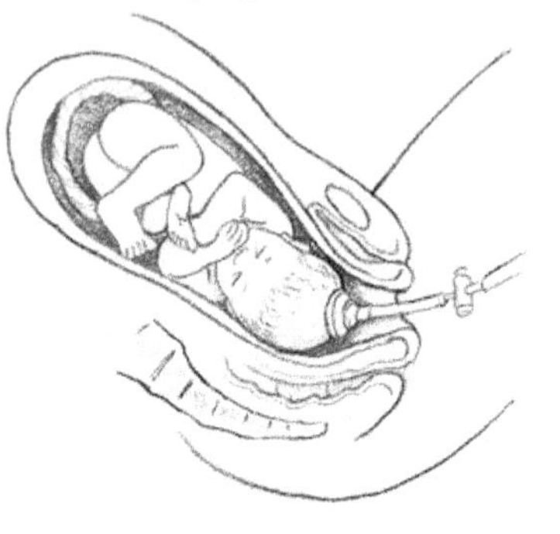

ಅದನ್ನು ಹೊರಗೆ ಎಳೆಯುತ್ತಾರೆ. ಈ ಎಳತದಿಂದ ಶಿಶುವಿಗೆ ಹೊರಗೆ ಬರಲು ಸಹಾಯ ಸಿಗುವುದು.

ಅನೇಕ ಸಲ ಈ ವಿಧಿಯಿಂದ ಪ್ರಸವ ಮಾಡಿದರೇ ಫೋರ್‌ಸೆಪ್ಸ್ ಹಾಗೂ ಆಪರೇಶನ್ ಬೇಕಾಗುವುದೇ ಇಲ್ಲ.

ಎಳೆಯುಬೇಕಾಗುವಾಗ ಯೋನಿಮಾರ್ಗವನ್ನು ಸೀಳಬೇಕಾಗುವುದಿಲ್ಲ. ಈ ತರಹದ ಜನನ ಆಗಿರುವ ಶಿಶುವಿನ ತಲೆಯ ಮೇಲೆ ಸ್ವಲ್ಪ ಊತ ಬರುವುದು ಆದರೆ ಇದು ಕೆಲವು ದಿನಗಳನಂತರ ಸರಿಯಾಗುವುದು.

ವ್ಯಾಕ್ಯೂಮ್ ವಿಫಲವಾದರೆ ಆಪರೇಶನ್ ಮಾಡಬೇಕಾಗಬಹುದು.

ಅನೇಕ ಸಲ ಡಾಕ್ಟರ್, ನೋವಾಗುವಾಗ ಆರಾಮ ಮಾಡುವ ಸಲಹೆ ಕೊಡುವರು. ನೀವು ಸ್ವಲ್ಪ ಆರಾಮ ಮಾಡಿದ ನಂತರ ಪುನಃ ಶಕ್ತಿ ಬಿಟ್ಟು ಪ್ರೆಶರ್ ಹಾಕಬಹುದೆಂದು ಹೇಳುವರು . ನೀವು ನಿಮ್ಮ ಪೊಜೀಶನ್ ಬದಲಾಯಿಸಿಕೊಂಡು ಪ್ರಯತ್ನ ಮಾಡಬಹುದು. ಅನೇಕ ಸಲ ಗುರುತ್ವಾಕರ್ಷಣದಿಂದಲೂ ಸಹಾಯವಾಗಬಹುದು.

ಪ್ರಸವದ ವೇದನೆ ಪ್ರಾರಂಭವಾಗುವ ಮೊದಲು ಡಾಕ್ಟರ್ ಹತ್ತಿರ ಯಾವ ಸ್ಥಿತಿಯಲ್ಲಿ ಯಾವ ನಿರ್ಧಾರ ತೆಗೆದುಕೊಳ್ಳಬೇಕಾಗಬಹುದು ಎಂದು ತಿಳಿದುಕೊಳ್ಳಿ.

ಹೆರಿಗೆ ಮುದ್ರೆಗಳು

"ನನಗೆ ಗೊತ್ತಿದೆ ಹೆರಿಗೆಯ ಸಂಬಂಧವಾಗಿ ಬೆನ್ನಿನ ಮೇಲೆ ಸೀದಾ ಮಲಗಲಿಕ್ಕೆ ಆಗುವುದಿಲ್ಲ. ಆದರೆ ಯಾವ ಪೊಸಿಷನ್ ಸರಿಯಾಗಿರುತ್ತದೆ?"

ನಿಮಗೆ ಹೆರಿಗೆಗಾಗಿ ಬೆನ್ನಿನ ಬಲದ ಮೇಲೆ ಮಲಗುವ ಅವಶ್ಯಕತೆ ಇಲ್ಲ. ಯಾಕೆಂದರೆ ಈ ಪದ್ಧತಿ ಹೆಚ್ಚು ಫಲಪ್ರದವೂ ಸಹ ಆಗುವುದಿಲ್ಲ. ಈ ರೀತಿ ಕೆಲವು ರಕ್ತನಾಳಗಳು ಒತ್ತುವ ಹೆದರಿಕೆ ಇರುತ್ತದೆ ಮತ್ತು ಗುರುತ್ವಾಕರ್ಶಣೆಯ ಸಹಾಯ ಕೂಡ ಸಿಗುವುದಿಲ್ಲ. ನೀವು ಯಾವ ಪೊಸಿಶನ್‌ನಲ್ಲಿ ಹೆರಿಗೆ ಮಾಡಬಹುದು ಮತ್ತು ನಿಮ್ಮ ಇಷ್ಟದಂತೆ ಬದಲಾಯಿಸಲೂ ಬಹುದು. ಈ ರೀತಿಯ ಪೊಸಿಶನ್ ಬದಲಾಯಿಸುವುದರಿಂದ ಹೆರಿಗೆಯ ವೇಗ ಕೂಡ ಜಾಸ್ತಿಯಾಗುತ್ತದೆ ಮತ್ತು ಉತ್ತಮ ಫಲಿತಾಂಶ ಮುಂದೆ ಬರಬಹುದು.

ನೀವು ಕೆಳಗೆ ಹೇಳಿದ ಯಾವುದೇ ಆರಾಮದಾಯಕ ಪೊಸಿಷನ್ ಆಯ್ದುಕೊಳ್ಳಬಹುದು.

ನಿಂತುಕೊಂಡು ನಡೆಯುವಾಗ : ಲಂಬತನದಿಂದ ನೋವು ಕಡಿಮೆಯಾಗುತ್ತದೆ ಮತ್ತು ಗುರುತ್ವಾಕರ್ಷಣೆಯ ಸಹಾಯ ಕೂಡ ಸಿಗುತ್ತದೆ. ಶಿಶುವಿಗೆ ಕೆಳಗೆ ಬರಲು ಸಹಾಯವಾಗುತ್ತದೆ. ಆದಾಗ್ಯೂ ಹೆರಿಗೆಯ ನೋವು ಹೆಚ್ಚಾದ ಕಾರಣ ನಡೆಯುವುದು ಕಷ್ಟವಾಗುತ್ತದೆ ಆಗ ನೀವು ಮಲಗಬಹುದು.

ರಾಕಿಂಗ್ : ಶಿಶು ಇನ್ನೂ ಭೂಮಿಯ ಮೇಲೆ ಬಂದಿಲ್ಲ. ಆದರೆ ಅದಕ್ಕೆ ತೂಗಾಡುವುದರಲ್ಲಿ ಅವಶ್ಯಕವಾಗಿ ಆನಂದ ಬರುತ್ತದೆ. ಸಂಕುಚನ ಶುರುವಾದ ಮೇಲೆ ರಾಕಿಂಗ್ ಕುರ್ಚಿಯಲ್ಲಿ ಕುಳಿತು ಹಿಂದೆ ಮುಂದೆ ತೂಗಾಡಿರಿ. ಇದರಿಂದ ಹೆರಿಗೆಯ ಮಾರ್ಗ ತೆರೆಯುತ್ತದೆ ಮತ್ತು ಶಿಶುವು ಕೆಳಗಡೆಗೆ ಬರುತ್ತದೆ. ಈ ಪ್ರಕ್ರಿಯೆಯಲ್ಲಿ ಗುರುತ್ವಾಕರ್ಷಣೆಯ ಸಹಾಯ ಕೂಡ ಸಿಗುತ್ತದೆ.

ಕುಕ್ಕರಗಾಲಿನ ಮುದ್ರೆ : ಯಾವಾಗ ಶಿಶುವಿನ ಜನನದ ಕಾಲ ಹತ್ತಿರ ಬಂದಾಗ ಕುಕ್ಕರ ಕಾಲಿನ ಮುದ್ರೆ ಲಾಭದಾಯಕವಾಗುತ್ತದೆ. ಈ ರೀತಿ ಪೆಲ್ವಿಸ್ ತೆರೆಯುತ್ತದೆ ಮತ್ತು ಶಿಶುವಿಗೆ ಕೆಳಗಿನವರೆಗೂ ಬರಲು ತೆರೆದ ಜಾಗ ಸಿಗುತ್ತದೆ. ನೀವು ಕುಕ್ಕರಗಾಲಿನಲ್ಲಿ ಕುಳಿತುಕೊಳ್ಳುವುದಕ್ಕೆ ನಿಮ್ಮ ಜೊತೆಗಾರನ ಸಹಾಯವನ್ನು ತೆಗೆದುಕೊಳ್ಳಿ. ಅಥವಾ ಅಲ್ಲಿರುವ ಕೋಲನ್ನು ಹಿಡಿದುಕೊಳ್ಳಬಹುದು. ಈ ರೀತಿ ನಿಮ್ಮ ಕಾಲುಗಳಿಗೂ ಸಹ ಹೆಚ್ಚಿನ ಆಯಾಸವಾಗುವುದಿಲ್ಲ.

ಬರ್ಥಿಂಗ್ ಬಾಲ್ : ಈ ರೀತಿ ಬರ್ತ್ ಬಾಲ್ ಮೇಲೆ ಕುಳಿತುಕೊಳ್ಳುವುದರಿಂದ ಅಥವಾ ಬಗ್ಗುವುದರಿಂದ ಪೆಲ್ವಿಸ್ ತೆರೆದುಕೊಳ್ಳುತ್ತದೆ ಮತ್ತು ನೀವು ಬಹಳ ಹೊತ್ತಿನವರೆಗೂ ಕುಕ್ಕರಗಾಲಿನ ಮುದ್ರೆಯನ್ನು ಮಾಡಬಹುದು.

ಕುಳಿತುಕೊಳ್ಳುವ ಮುದ್ರೆ : ನೀವು ಹಾಸಿಗೆಯ ಮೇಲೆ, ಜೊತೆಗಾರನ ತೋಳಿನಲ್ಲಿ ಅಥವಾ ಬರ್ತ್ ಬಾಲ್ ಆಧಾರ ತೆಗೆದುಕೊಂಡು ಕುಳಿತುಕೊಳ್ಳಬಹುದು. ಇದರಿಂದ ಗುರುತ್ವಾಕರ್ಷಣೆಯ ಸಹಾಯ ಸಿಗುತ್ತದೆ.

ಸಂಕುಚನದ ನೋವು ಕಡಿಮೆಯಾಗುತ್ತದೆ. ಒಂದು ವೇಳೆ ಬರ್ತಿಂಗ್ ಕುರ್ಚಿ ಸಿಕ್ಕಿದರೆ ಅದರ

ಹೆರಿಗೆ ಮುದ್ರೆಗಳು

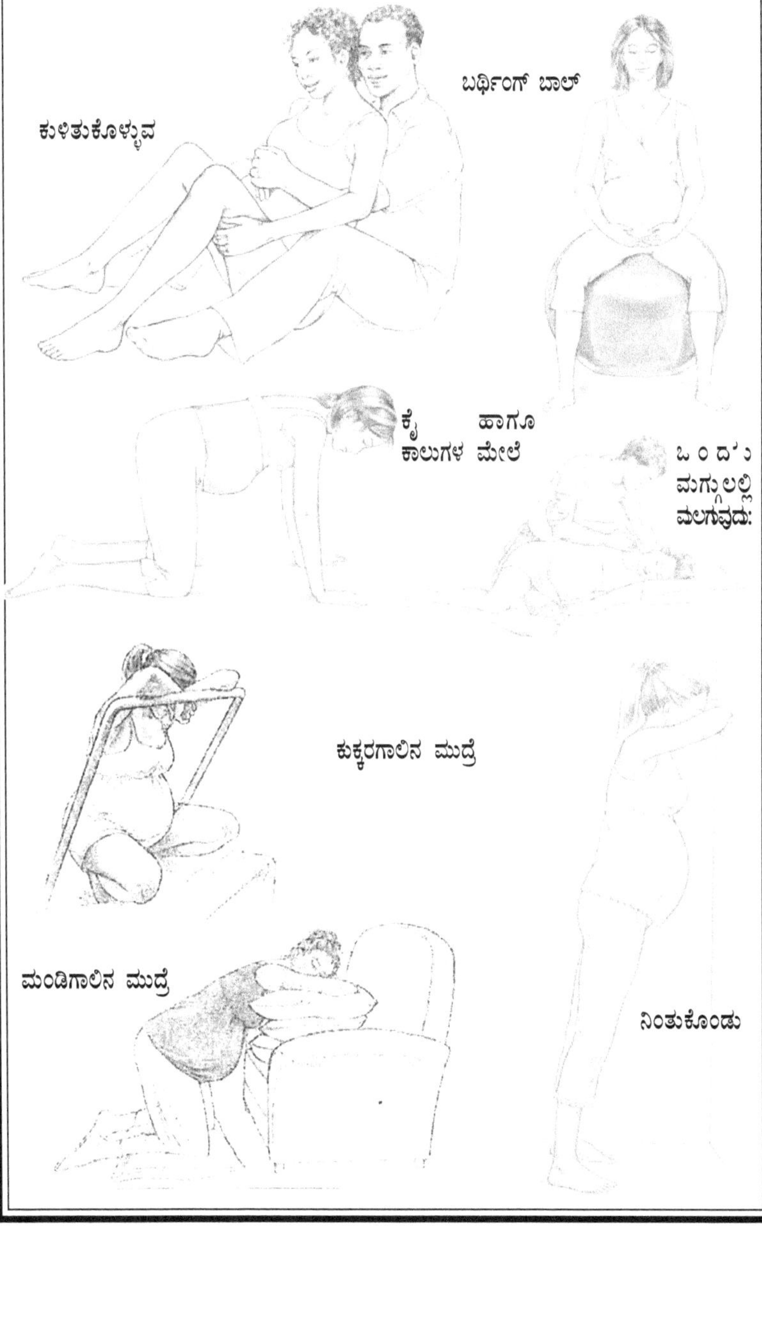
ಕುಳಿತುಕೊಳ್ಳುವ
ಬರ್ಥಿಂಗ್ ಬಾಲ್
ಕೈ ಹಾಗೂ ಕಾಲುಗಳ ಮೇಲೆ
ಒಂದು ಮಗ್ಗುಲಲ್ಲಿ ಮಲಗುವುದು:
ಕುಕ್ಕರಗಾಲಿನ ಮುದ್ರೆ
ಮಂಡಿಗಾಲಿನ ಮುದ್ರೆ
ನಿಂತುಕೊಂಡು

ಪ್ರಯೋಗ ಮಾಡಬಹುದು.

ಮಂಡಿಗಳ ಬಲ: ಭ್ರಮೆಯ ಹೆರಿಗೆಯ ನೋವೆ? ಮಂಡಿಗಳ ಬಲದ ಮೇಲೆ ಕುರ್ಚಿ ಅಥವಾ ಜೊತೆಗಾರನ ಮಡಿಲಲ್ಲಿ ಬಗ್ಗಿರಿ, ಮುಖ್ಯವಾಗಿ ಯಾವಾಗ ಸಿಶುವಿನ ತಲೆ ನಿಮ್ಮ ಬೆನ್ನೆಲುಬಿನ ಮೂಳೆಯ ಮೇಲೆ ಒತ್ತಡ ಹಾಕುತ್ತಿರುತ್ತದೆ. ಇದರಿಂದ ನಿಮ್ಮ ಮೇಲೆ ಒತ್ತಡ ಕಡಿಮೆಯಾಗುತ್ತದೆ ಮತ್ತು ಶಿಶುವು ಮುಂದಕ್ಕೆ ಬರುತ್ತದೆ. ಇದರಲ್ಲಿ ಜನನ ಕಾಲದಲ್ಲಿ ಆಗುವ ನೋವು ಸಹ ಸಾಕಷ್ಟು ಕಡಿಮೆಯಾಗುತ್ತದೆ.

ಕೈ ಅಥವಾ ಮಂಡಿ : ಭ್ರಮೆಯ ನೋವಿನಲ್ಲಿ ನಾಲ್ಕು ಕಾಲಿನ ಮುದ್ರೆ ಕೂಡ ಪ್ರಭಾವಶಾಲಿಯಾಗುತ್ತದೆ. ಈ ರೀತಿ ನೀವು ಆರಾಮದಿಂದ ಪೆಲ್ವಿಕ್ ತಿರುಗಿಸಬಹುದು. ಜೊತೆಯಲ್ಲಿ ಬೆನ್ನಿನ ಮಾಲೀಶ್ ಕೂಡ ಮಾಡಬಹುದು. ಹೆರಿಗೆ ಹೇಗಾದರೂ ಆಗಲಿ ಈ ಮುದ್ರೆಯಲ್ಲಿ ನೋವು ಕಡಿಮೆಯಾಗುತ್ತದೆ ಮತ್ತು ಗುರುತ್ವಾಕರ್ಶಣೆಯ ಸಹಾಯ ಸಿಗುತ್ತದೆ.

ಒಂದು ಮಗ್ಗುಲಲ್ಲಿ ಮಲಗುವುದು: ಕುಳಿತುಕೊಂಡು ಅಥವಾ ಕುಕ್ಕರಗಾಲಿನಲ್ಲಿ ಕುಳಿತು ಆಯಾಸವಾಯಿತೇ? ಹಾಗಾದರೆ ಒಂದು ಮಗ್ಗುಲಲ್ಲಿ ಮಲಗಿಕೊಳ್ಳಿ. ಇದರಿಂದ ಮುಖ್ಯವಾದ ರಕ್ತವಾಹಿನಿಗಳ ಮೇಲೆ ಒತ್ತಡ ಬೀಳುವುದಿಲ್ಲ. ಸಂಕುಚನದ ನೋವು ಕಡಿಮೆಯಾಗುತ್ತದೆ ಮತ್ತು ಹೆರಿಗೆಯ ಪ್ರಕ್ರಿಯೆಯು ವೇಗವಾಗುತ್ತದೆ.

ನೆನಪಿನಲ್ಲಿಡಿ ಹೆರಿಗೆಯಲ್ಲಿ ಎಲ್ಲಕ್ಕಿಂತ ಉತ್ತಮ ಪೊಸಿಷನ್ ಅಂದರೆ ನಿಮಗೆ ಯಾವುದು ಅನುಕೂಲವೋ ಅದು ಯಾವಾಗ ಇಷ್ಟವಾಗುತ್ತದೋ ಆಗ ನಿಮ್ಮ ಪೊಸಿಷನ್‌ನಲ್ಲಿ ಸ್ವಲ್ಪ ಬದಲಾವಣೆ ತನ್ನಿರಿ. ಒಂದು ವೇಳೆ ನಿಮಗೆ ಒಂದೇ ಸಮ ತಪಾಸಣೆಯಾಗುತ್ತಿದ್ದರೆ ಆಗ ನಡೆಯುವುದಕ್ಕೆ ಸಾಧ್ಯವಿಲ್ಲ. ಆದರೆ ನೀವು ಒಂದೇ ಜಾಗದಲ್ಲಿ ಕೆಲವು ರೀತಿಯ ಪೊಸಿಷನ್ ಬದಲಾಯಿಸಬಹುದು. ಎಪೀಡ್ಯೂರಲ್ ಇದ್ದರೂ ಕುಳಿತುಕೊಂಡು, ಮಗ್ಗುಲು ಬದಲಾಯಿಸಿ ಮಲಗಿಕೊಂಡು ಅಥವಾ ರಾಕಿಂಗ್ ಪೊಸಿಷನ್ ಮಾಡಬಹುದು.

ಶಿಶುವಿನ ಜನನ ಮತ್ತು ಸ್ಟ್ರೆಚ್ ಮಾರ್ಕ್ಸ್ :

"ನಾನು ಹೆರಿಗೆಯ ಸಂಬಂಧದಲ್ಲಿ ಆಗುವ ಸ್ಟ್ರೆಚ್ ಮಾರ್ಕ್ಸ್‌ನಿಂದ ಚಿಂತಿತಳಾಗಿದ್ದೇನೆ. ಏನು ನನ್ನ ಯೋನಿ ಮೊದಲಿನಂತೆ ಆಗುತ್ತದೆಯೇ?"

ಪ್ರಕೃತಿ ಯಾವಾಗಲೂ ತಾಯಿಯ ಬಗ್ಗೆ ಯೋಚನೆ ಮಾಡುತ್ತದೆ. ಅವಳ ಗಮನವಿಡುತ್ತದೆ. ಯೋನಿ ಶಿಶುವಿನ ಜನನ ಕಾಲದಲ್ಲಿ ಬಹಳ ಆಶ್ಚರ್ಯಕರ ರೀತಿಯಲ್ಲಿ ಅರಳುತ್ತದೆ, ಯಾವುದರಿಂದ 7–8 ಪೌಂಡಿನ ಮಗು ಆರಾಮವಾಗಿ ಹೊರಗೆ ಬರುತ್ತದೆ. ಮತ್ತೆ ಕೆಲವೇ ವಾರಗಳಲ್ಲಿ ಇದು ತನ್ನ ಆಕೃತಿಗೆ ಒಂದು ಬಿಡುತ್ತದೆ.

ಹಾಗೂ ಗರ್ಭಾವಸ್ಥೆಯಲ್ಲಿ ಪಿರಿನಿಯಂ ಮಾಲೀಶ್ ಮಾಡುವುದರಿಂದ ಅದರ ಕಿಂಡಿಯು ಸಹ ಸ್ವಲ್ಪ ದೊಡ್ಡದಾಗಬಹುದು. ಕೀಗಲ್ ವ್ಯಾಯಾಮ ಕೂಡ ಯೋನಿಗೆ ತನ್ನ ಮೊದಲಿನ ಆಕೃತಿಗೆ ಬರಲು ಸಹಾಯ ಮಾಡುತ್ತದೆ.

ಕೆಲವು ಮಹಿಳೆಯರು ಹೀಗೆ ತಿಳಿಯುತ್ತಾರೆ. ಏನೆಂದರೆ ಗರ್ಭಾವಸ್ಥೆಯ ನಂತರ ಯೋನಿಯು ಸ್ವಲ್ಪ ದೊಡ್ಡದಾಗುವುದರಿಂದ ಅವರಿಗೆ ಸಂಭೋಗವನ್ನು ಆನಂದದಾಯಕ ಮಾಡುತ್ತದೆ, ಮತ್ತು ನೋವು ಕೂಡ ಸಾಕಷ್ಟು ಕಡಿಮೆಯಾಗುತ್ತದೆ. ಕೆಲವು ಮಹಿಳೆಯರಿಗೆ ಸಂಭೋಗದಾನಂದ ಕಡಿಮೆಯಾಗುತ್ತದೆ. ಒಂದು ವೇಳೆ ಅವರು ಕೀಗಲ್ ವ್ಯಾಯಾಮ ಮಾಡಿದರೆ ಯೋನಿಯನ್ನು ಸರಿಯಾದ ಆಕೃತಿಗೆ ತರಲು ಸಮಯ ತೆಗೆದುಕೊಳ್ಳುವುದಿಲ್ಲ. ಒಂದು ವೇಳೆ ಹೆರಿಗೆಯಾದ 6 ತಿಂಗಳಾದ ಮೇಲೂ ಇದು ಸರಿಯಾಗಲಿಲ್ಲವೆಂದರೆ ಡಾಕ್ಟರರ ಸಲಹೆಯನ್ನು ಕೇಳಿ.

ರಕ್ತ ಕಂಡರೆ :

"ನನಗಂತೂ ರಕ್ತ ನೋಡುತ್ತಿದ್ದ ಹಾಗೆ ತಲೆ ಸುತ್ತು ಬರುತ್ತದೆ. ನಾನು ನನ್ನ ಹೆರಿಗೆಯನ್ನು ನೋಡಬಲ್ಲೆನೋ ಇಲ್ಲವೋ ಗೊತ್ತಿಲ್ಲ."

ಈ ಸಮಯದಲ್ಲಿ ಋತುಚಕ್ರದ ಸಮಯದಲ್ಲಿ ಸಾಮಾನ್ಯವಾಗಿ ಎಷ್ಟು ರಕ್ತಸ್ರಾವ ಆಗುತ್ತದೆಯೋ ಅಷ್ಟೇ ಆಗುವುದು. ಇನ್ನೊಂದು ವಿಷಯವೆಂದರೆ, ನೀವು ಆ ಸಮಯದಲ್ಲಿ ಒಬ್ಬ ದರ್ಶಕರಾಗುವ ಬದಲು ಹೆರಿಗೆಯ ಪ್ರಕ್ರಿಯೆಯಲ್ಲಿ ಸಕ್ರಿಯವಾಗುವಿರಿ ಮತ್ತು ನಿಮ್ಮ ಪೂರ್ತಿ ಗಮನ ಶಿಶುವನ್ನು ಹೊರಗೆ ನೂಕುವುದರಲ್ಲಿ ಬರುತ್ತದೆ. ನೀವು ಈ ವಿಷಯವಾಗಿ ಆಗಲೇ ಅಮ್ಮಂದಿರಾಗಿರುವ ಮಹಿಳೆಯರೊಂದಿಗೆ ಮಾತನಾಡಬಹುದು.

ಒಂದು ವೇಳೆ ಆಗಲೂ ಗಾಭರಿಯಾದರೆ ನೀವು ಆ ಸಮಯದಲ್ಲಿ ಎದುರಿಗೆ ಹಾಕಿರುವ ಕನ್ನಡಿಯಲ್ಲಿ ನೋಡಬೇಡಿ ಅಥವಾ ಹೊಟ್ಟೆಯ ಕೆಳಗಿನ ಭಾಗದ ಮೇಲೆ ಹೆಚ್ಚಿನ ಗಮನವಿಡಿ. ಎಲ್ಲಿ ನಿಮಗೆ ಶಿಶು ಬರುವುದು ಕಾಣುತ್ತದೆ. ನಿಮ್ಮ ಹೆರಿಗೆ ನೋಡುವ ಮೊದಲು ಬೇರೆ ಯಾರದ್ದಾದರೂ ಹೆರಿಗೆಯ ವಿಡಿಯೋವನ್ನು ನೋಡಿರಿ. ಆಗ ನಿಮಗೆ ಹೆದರಿಕೆಗಿಂತ ಹೆಚ್ಚಾಗಿ ಆಶ್ಚರ್ಯವಾಗುತ್ತದೆ. ಒಂದು ವೇಳೆ ನಿಮ್ಮ ಜೊತೆಗಾರನಿಗೂ ಇದರ ಬಗ್ಗೆ ಚಿಂತೆ ಇದ್ದರೆ ಅವರಿಗೆ ಹೆರಿಗೆಗೆ ಸಂಬಂಧಪಟ್ಟ ಎಲ್ಲಾ ರಹಸ್ಯಗಳ ಬಗ್ಗೆ ಮಾಹಿತಿ ನೀಡಿರಿ.

ಶಿಶುವಿನ ಜನನ:

"ಶಿಶುವಿಗೆ ಜನ್ಮ ನೀಡುವುದು ಒಂದು ದೊಡ್ಡ ಸವಾಲಾಗಿದೆ. ಇದು ಸಾಕಷ್ಟು ಭಾವನಾತ್ಮಕ ಮತ್ತು ಶಾರೀರಿಕ ಉದ್ವೇಗವೂ ಆಗಬಹುದು." ಇದು ಒಂದು ಅಂತಹ ಅನುಭವ, ಇದನ್ನು ದಾಟಿದ ಮೇಲೆ ನಿಮ್ಮ ಕೈಗಳಲ್ಲಿ ಸಂತೋಷ ಬರುತ್ತದೆ. ಅದೃಷ್ಟವಶಾತ್ ಈ ಪ್ರಕ್ರಿಯೆಯಲ್ಲಿ ನೀವು ಒಂಟಿಯಾಗಿರುವುದಿಲ್ಲ.

ಶಿಶುವಿನ ಜನ್ಮದ ಸ್ಥಿತಿಗಳು ಮತ್ತು ಘಟ್ಟಗಳು

ಇದರ 3 ಸ್ಥಿತಿಗಳು ಇರುತ್ತವೆ : ನೋವು, ಶಿಶುವಿನ ಜನನ ಮತ್ತು ಪ್ಲಸೆಂಟಾ (ಮಾಸ)ದ ಹೆರಿಗೆ, ಒಂದು ವೇಳೆ ಆಪರೇಶನ್ ಅಲ್ಲದೇ ಹೋದರೆ ನಾವು ಈ ಮೂರು ಸ್ಥಿತಿಗಳನ್ನು ದಾಟಬೇಕಾಗುತ್ತದೆ. ಹೆರಿಗೆಯ ಮೂರು ಘಟ್ಟಗಳಿರುತ್ತದೆ. ಇದರ ಸಂಬಂಧವಾಗಿ ಉಂಟಾಗುವ ನೋವು ಮತ್ತು ಲಕ್ಷಣಗಳು ಕೂಡ ಬೇರೆ ಬೇರೆ ಆಗಿರುತ್ತವೆ. ಒಳಗಿನ ತಪಾಸಣೆಯಿಂದ ಪ್ರಗತಿಯ ಅಂದಾಜು ಮಾಡಲಾಗುತ್ತದೆ.

ಮೊದಲನೆಯ ಸ್ಥಿತಿ : ನೋವು (ಮುಂಚಿನ ನೋವು) ಇದರಲ್ಲಿ ಗರ್ಭಾಶಯದ ಬಾಯಿ ಅರಳುತ್ತದೆ. ಸಂಕುಚನ 30 ರಿಂದ 45 ಸೆಕೆಂಡ್‌ನ ಮತ್ತು 20 ನಿಮಿಷ ಅಥವಾ ಇದಕ್ಕಿಂತ ಕಡಿಮೆ ಅಂತರದಲ್ಲಿ ಆಗುತ್ತದೆ.

ಸಕ್ರಿಯ ನೋವು : ಗರ್ಭಾಶಯದ ಬಾಯಿ 7 ಸೆಂ.ಮೀ. ಸಂಕುಚನ 40 ರಿಂದ 60 ಸೆಕೆಂಡುಗಳು 3 ರಿಂದ 4 ನಿಮಿಷದ ಅಂತರ.

ವರ್ಗಾವಣೆ ನೋವು : ಗರ್ಭಾಶಯದ ಬಾಯಿ ಪೂರ್ತಿಯಾಗಿ ತೆರೆಯುತ್ತದೆ. ಸಂಕುಚನ 60 ರಿಂದ 90 ಸೆಕೆಂಡ್, 2 ರಿಂದ 3 ನಿಮಿಷದ ಅಂತರದಲ್ಲಿ.

ಎರಡನೆಯ ಸ್ಥಿತಿ : ಶಿಶುವಿನ ಜನನ

ಮೂರನೆಯ ಸ್ಥಿತಿ : ಪ್ಲೆಸೆಂಟಾದ ಹೆರಿಗೆ (ಮಾಸದ ಹೆರಿಗೆ)

ನಿಮಗೆ ನಿಮ್ಮ ಶಿಕ್ಷಕ ಮತ್ತು ಡಾಕ್ಟರರ ಸಹಾಯ ಸಿಗುತ್ತದೆ. ಆದರೆ ನೀವು ಸ್ವಂತವಾಗಿ ಕೂಡ ಎಲ್ಲದರ ಮಾಹಿತಿ ತಿಳಿಯುವುದು ಬಹಳ ಅವಶ್ಯಕತೆಯಾಗಿದೆ. ಪೂರ್ತಿ 9 ತಿಂಗಳಿನವರೆಗೆ ಗರ್ಭಾವಸ್ಥೆಯ ಸಂಬಂಧದಲ್ಲಿ ನೀವು ಸಾಕಷ್ಟು ಕಲಿತಿದ್ದೀರಿ ಆದರೆ ಹೆರಿಗೆಯ ನೋವು ಮತ್ತು ಹೆರಿಗೆಯ ಸಂಬಂಧ ಏನಾಗುವುದು.

ಹಾಗೆ ಇದರ ಅಂದಾಜು ಮಾಡುವುದು ಸಾಕಷ್ಟು ಕಷ್ಟವಾಗುತ್ತದೆ. ಪ್ರತಿ ಗರ್ಭಾವಸ್ಥೆಯ ತರಹ ಹೆರಿಗೆ ನೋವು ಮತ್ತು ಹೆರಿಗೆಯು ಕೂಡ ಬೇರೆಯಾಗುತ್ತದೆ. ಆದರೆ ಇದರ ಬಗ್ಗೆ ಸ್ವಲ್ಪ ತಿಳುವಳಿಕೆ ಸಹ ನಿಮ್ಮ ಹೆದರಿಕೆ ಮತ್ತು ಗಾಬರಿಯ ಮೇಲೆ ಹಿಡಿತ ಸಾಧಿಸಬಹುದು. ಆದಾಗ್ಯೂ ಇದು ಎಲ್ಲವೂ ಸಾಕಷ್ಟು ಸಾಮಾನ್ಯವಾಗುತ್ತದೆ ಮತ್ತು ಪುಟ್ಟ ಶಿಶು ನಿಮ್ಮ ತೋಳುಗಳಲ್ಲಿ ಬಂದುಬಿಡುತ್ತದೆ.

ಹೆರಿಗೆಯ ಮೊದಲ ಘಟ್ಟ

ಮೊದಲನೆಯ ಘಟ್ಟ : ಹೆರಿಗೆ ಬೇಗ ಆಗಬೇಕು

ಈ ಘಟ್ಟ ಬಹಳ ಹೊತ್ತು ಹಿಡಿಯುತ್ತದೆ. ಆದರೆ ಬಹಳ ಆಳವಾಗಿರುವುದಿಲ್ಲ. ಇದು ಕೆಲವು ಘಂಟೆಗಳು, ದಿನಗಳು ಅಥವಾ ವಾರಗಳು ಆಗಬಹುದು. 2 ರಿಂದ 6 ಘಂಟೆಗಳಲ್ಲಿ ಸಂಕುಚನವಿಲ್ಲದೇ ಗರ್ಭಾಶಯದ ಬಾಯಿ ತೆಳ್ಳಗೆ ಆಗಿ 3 ಸೆಂಮೀವರೆಗೆ ತೆರೆಯುತ್ತದೆ.

ಈ ಘಟ್ಟದ ಸಂಕುಚನ ಅಥವಾ ಹೆರಿಗೆಯ ನೋವು 20 ರಿಂದ 45 ಸೆಕೆಂಡ್‌ವರೆಗೆ ಆಗುತ್ತದೆ. ಇದು ಇನ್ನು ಕಡಿಮೆಯೂ ಆಗಬಹುದು. ಅವು ಹಗುರವಾಗಿ ಬೇಗ, ನಿಯಮಿತವಾಗಿ ಮತ್ತು ನಿಯಮಿತವಿಲ್ಲದೆಯೂ ಆಗಬಹುದು. ಅವು ನಿಧಾನವಾಗಿ ಹತ್ತಿರ ಕೂಡ ಬರಬಹುದು.

ಮುಂಚಿನ ಹೆರಿಗೆಯಲ್ಲಿ ಕೆಳಗೆ ಹೇಳಿರುವ ಲಕ್ಷಣಗಳು ಆಗಬಹುದು.

- ಬೆನ್ನು ನೋವು (ಒಂದೇ ಸಮ ಅಥವಾ ಮತ್ತೆ ಸಂಕುಚನದ ಜೊತೆಯಲ್ಲಿ)

- ಋತು ಚಕ್ರದಲ್ಲಿ ಬರುವ ಹಾಗೆ ತಿರುಚು.
- ಹೊಟ್ಟೆಯ ಕೆಳ ಭಾಗದಲ್ಲಿ ಒತ್ತಡ.
- ಅಜೀರ್ಣ
- ಡಯಾರಿಯಾ
- ಹೊಟ್ಟೆಯ ಕೆಳಭಾಗದಲ್ಲಿ ಬಿಸಿಯಾದ ಅನುಭವ
- ರಕ್ತದ ಜೊತೆಯಲ್ಲಿ ಸಿಂಬಳದ ಸ್ರಾವ
- ಅಮ್ನಿಯಾಟಿಕ್ ಚೀಲದ ಒಡೆಯುವಿಕೆ. ಅದು ಯಾವಾಗ ಒಡೆಯುತ್ತದೋ ಆಗ ಸಕ್ರಿಯವಾದ ಹೆರಿಗೆಯು ಸಂಬಂಧವಾಗಿ ಭಾವನಾತ್ಮಕ ರೂಪದಿಂದ ನಿಮ್ಮ ನಿಯಮಿತವಿಲ್ಲದ ಭಯ ಅಥವಾ ಉದ್ವಗ್ನತೆಯ ಅನುಭವ ಪಡೆಯಬಹುದು. ಆದರೆ ಕೆಲವು ಮಹಿಳೆಯರು ಸಾಕಷ್ಟು ಶಾಂತರಾಗುತ್ತಾರೆ.

ನೀವು ಏನು ಮಾಡಬಹುದು : ಈ ಸಮಯದಲ್ಲಿ ಉದ್ರೇಕವಾಗುವುದು ಅಥವಾ ಗಾಭರಿಯಾಗುವ ಬದಲು ಶಾಂತರಾಗಿರಿ.

- ರಾತ್ರಿ ಸಮಯವಾದರೆ ಹೆರಿಗೆಯ ನೋವು ಜಾಸ್ತಿಯಾಗುವ ಮೊದಲೇ ಸ್ವಲ್ಪ ನಿದ್ರೆ ಮಾಡಲು ಪ್ರಯತ್ನಿಸಿ. ಒಂದು ವೇಳೆ ನಿದ್ರೆ ಬರದಿದ್ದರೆ ಗಮನ ಬೇರೆಯ ಕಡೆ ಹರಿಸಲು ಏನಾದರೂ ಕೆಲಸ ಮಾಡಿರಿ. ಫ್ರಿಜ್‌ನಲ್ಲಿ ಏನಾದರೂ ಅಡಿಗೆ ಮಾಡಿ ಇಡಿ. ಶಿಶುವಿನ ಬಟ್ಟೆಗಳನ್ನು ಕೊಡವಿ ಜೋಡಿಸಿಡಿ. ಒಂದು ವೇಳೆ ದಿನದ ಸಮಯವಾದರೆ (ಹಗಲಾದರೆ) ದಿನದ ಕೆಲಸ ಮಾಡಿ. ಆದರೆ ಸೆಲ್ ಫೋನ್ ಇಲ್ಲದೆ ಮನೆಯಿಂದ ಹೆಚ್ಚಿಗೆ ದೂರ ಹೋಗಬೇಡಿ. ಸ್ವಲ್ಪ ಸುತ್ತಾಡಿ, ಟಿ.ವಿ. ನೋಡಿ ಸ್ನೇಹಿತರು ಅಥವಾ ಪರಿವಾರದವರಿಗೆ ಇ-ಮೇಲ್ ಮಾಡಿ ಅಥವಾ ಆಸ್ಪತ್ರೆಗೆ ತೆಗೆದುಕೊಂಡು ಹೋಗುವ ವಸ್ತುಗಳ ತಯಾರಿ ಮಾಡಿ.
- ಒಂದು ವೇಳೆ ಜೊತೆಗಾರ ಹತ್ತಿರದಲ್ಲಿ ಇರದಿದ್ದರೆ ಅವರಿಗೆ ಸೂಚನೆ ಕೊಡಿ. ಒಂದು ವೇಳೆ ನೀವು ಯಾರಾದರೂ ಸಂಬಂಧಿಕರನ್ನು ಕರೆಯುವುದಾದರೆ, ಅವರಿಗೂ ಮೊದಲೇ ಸೂಚನೆ ಕೊಡಿ.
- ಒಂದು ವೇಳೆ ಹಸಿವೆಯಾಗಿದ್ದರೆ ಹಗುರವಾಗಿ ತಿಂಡಿ ತಿನ್ನಿರಿ. ಯಾಕೆಂದರೆ ನಿಮ್ಮ ಶಕ್ತಿಯನ್ನು ಕಾಪಾಡಲು ತಿನ್ನಿರಿ. ಹಾಗೆ ಭಾರಿ ಊಟ ಮಾಡಬೇಡಿ. ಅದನ್ನು ಅರಗಿಸಿಕೊಳ್ಳಲು ಕಷ್ಟವಾಗುತ್ತದೆ. ನೀರಿನ ಪೂರ್ತಿ ಅಂಶ ಕುಡಿಯಿರಿ ಅಥವಾ ಕಿತ್ತಳೆರಸ ಲೆಮನ್‌ಡ್ ಕುಡಿಯಬೇಡಿರಿ.

ನಿಮಗೆ ನೀವೇ ವಿಶ್ರಾಂತಿ ಕೊಡಿ. ಬೆಚ್ಚಗಿನ ನೀರಿನಲ್ಲಿ ಸ್ನಾನ ಮಾಡಿ. ಬೆನ್ನಿಗೆ ಹೀಟಿಂಗ್ ಪ್ಯಾಡ್‌ನಿಂದ ಶಾಖ ಕೊಡಿ. ಯಾವುದೇ ಔಷಧಿಯನ್ನು ನಿಮ್ಮ ಇಷ್ಟದಂತೆಯೇ ತೆಗೆದುಕೊಳ್ಳಬೇಡಿ.

ನಿಮ್ಮ ಸಂಕುಚಿನ ಸಮಯದಲ್ಲಿ ಸ್ವಲ್ಪ ಗಮನಕೊಡಿ. ಆದರೆ ಕೈನಲ್ಲಿ ಘಡಿಯಾರ ತೆಗೆದುಕೊಂಡು ಕೂರುವ ಅವಶ್ಯಕತೆ ಇಲ್ಲ.

- ಶಾಂತತೆಯ ತಂತ್ರವನ್ನು ಉಪಯೋಗಿಸಿ. ಆದರೆ ಈಗ ಶ್ವಾಸದ ವ್ಯಾಯಾಮ ಮಾಡಬೇಡಿ. ಇಲ್ಲದಿದ್ದರೆ ನೀವು ಈಗಲಿಂದಲೇ ಉಬ್ಬಿ ಬಳಲುತ್ತೀರಾ.

ಜೊತೆಗಾರನಿಗಾಗಿ : ಒಂದು ವೇಳೆ ನೀವು ಅಲ್ಲಿಗೆ ತಲುಪಿದ್ದರೆ ಭಾವಿ ತಾಯಿಗೆ ವಿಶ್ರಾಂತಿ ಕೊಡುವುದಕ್ಕೆ ಕೆಳಗೆ ಹೇಳಿರುವ ಉಪಾಯಗಳನ್ನು ಮಾಡಿರಿ.

- ಸಂಕುಚನದ ಸಮಯದ ದಾಖಲೆ ಇಡಿ. ಯಾವಾಗ ಅದು ಹತ್ತು ನಿಮಿಷಕ್ಕಿಂತ ಕಡಿಮೆಯಾಗುತ್ತದೋ ಆಗ ಅವರ ಮೇಲೆ ಹೆಚ್ಚಿನ ಗಮನ ಕೊಡಿ.
- ಶಾಂತವಾಗಿರಿ ನಿಮ್ಮ ಜೊತೆಗಾರನಿಗೆ ಆರಾಮಕೊಡಿರಿ. ಆಮೇಲೆ ಹೀಗಾಗಬಾರದು. ಏನೆಂದರೆ ನಿಮ್ಮ ಉದ್ರೇಕದ ಹೊಗೆ ಅವರವರೆಗೆ ತಲುಪಬಹುದು. ಹಗುರವಾದ ಮಾಲಿಶ್ ಮಾಡಿ ಮತ್ತು ವಾತಾವರಣವನ್ನು ಸಂತೋಷವಾಗಿಡಿರಿ.
- ಅವರಿಗೆ ಸ್ವಲ್ಪ ಆಧಾರ ಮತ್ತು ಸಮಾಧಾನ ಕೊಡಿ. ಈ ಸಮಯದಲ್ಲಿ ಇದರ ಅವಶ್ಯಕತೆ ಬಹಳ ಇದೆ.
- ಸಮಯ ಕಳೆಯುವುದಕ್ಕೆ ಹಗುರವಾದ ಹರಟೆ ಹೊಡೆಯಿರಿ.
- ಗಮನವನ್ನು ತಿರುಗಿಸಲು ಪ್ರಯತ್ನ ಪಡಿ. ವಿಡಿಯೋ ಗೇಮ್ ಆಡಿ ಟಿ.ವಿ. ನೋಡಿ. ಸ್ವಲ್ಪ ಸುತ್ತಾಡಿ ಅಥವಾ ಅಡಿಗೆ ಮನೆಯಲ್ಲಿ ಏನಾದರೂ ಅಡಿಗೆ ಮಾಡಿ.
- ನೀವೂ ಕೂಡ ಏನಾದರೂ ತಿಂದು ಕುಡಿಯಿರಿ. ಯಾಕೆಂದರೆ ನಿಮ್ಮ ಶಕ್ತಿಯ ಅಂತಸ್ತು ಮೇಲಿರಬೇಕು. ಈ ರೀತಿ ನಿಮಗೆ ಆಸ್ಪತ್ರೆ ತಲುಪಿದ ತಕ್ಷಣ ಕ್ಯಾಂಟೀನ್ ಹುಡುಕಬೇಕಾಗುವುದಿಲ್ಲ. ಆದರೆ ನಿಮ್ಮ ಉಸಿರಿನಿಂದ ವಾಸನೆ ಬರುವಂತಹುದನ್ನು ತಿನ್ನಬೇಡಿ.

ಡಾಕ್ಟರನ್ನು ಕರೆಯಿರಿ.

ಒಂದು ವೇಳೆ ಚೀಲ ಒಡೆದರೆ ಮತ್ತು ಹೆರಿಗೆ ನೋವು ಶುರುವಾದರೆ ಡಾಕ್ಟರಿಗೆ ಫೋನ್ ಮಾಡಬೇಕು. ಒಂದು ವೇಳೆ ಕೆಂಪು ಅಥವಾ ಹಸಿರು ಸ್ರಾವ ಆಗುತ್ತಿದ್ದರೆ ಅಥವಾ ಶಿಶುವಿನ ತಳಮಳ ನಿಂತುಹೋಗುತ್ತಿದ್ದರೆ ಡಾಕ್ಟರನ್ನು ಕರೆಯಿರಿ.

ಆದರೆ ಈ ರೀತಿ ಆಗುವುದು ಬೇಡ, ಆದರೂ ಅವರಿಗೆ ಫೋನ್ ಮಾಡಿ ತಿಳಿಸುವುದರಲ್ಲಿ ಏನೂ ತಪ್ಪಿಲ್ಲ.

ಪ್ರಸವ ವೇದನೆ ಘಟ್ಟಗಳು

ಪ್ರಸವದಸಮಯದಲ್ಲಿ ನೋವಾಗುವುದುರಲ್ಲಿ ಏನೂ ಸಂದೇಹವಿಲ್ಲ, ಆದರೆ ನೋವಿನ ಪ್ರಮಾಣವನ್ನು ಅನೇಕ ಕಾರಣಗಳಿಂದ ಕಡಿಮೆ ಅಥವ ಅಧಿಕ ಮಾಡಿಕೊಳ್ಳಬಹುದು. ಇದು ನಿಮ್ಮ ನಿಯಂತ್ರಣದಲ್ಲಿದೆ. ನಿಮಗೆ ಸ್ವಲ್ಪ ಯೋಜನೆ ಮಾಡಿ ನಡೆಯಬೇಕು ಅಷ್ಟೆ. ನೋವಿನ ಅನುಭವ ಹೆಚ್ಚಾಗಬಹುದು
ನೋವಿನ ಅನುಭವ ಕಡಿಮೆಯಾಗಬಹುದು

ನೋವಿನ ಅನುಭವ ಹೆಚ್ಚಾಗ ಬಹುದು	ನೋವಿನ ಅನುಭವ ಕಡಿಮೆಯಾಗಬಹುದು
ಒಬ್ಬರೆ ಇದ್ದರೆ	ನಿಮ್ಮ ಪ್ರಿಯಜನರು ಅಥವ ಅನುಭವಸ್ಥ ಮೆಡಿಕಲ್ ತಜ್ಞರಜೊತೆಗೆ ಇದ್ದರೆ
ಆಯಾಸ	ಆಯಾಸ ಮಾಡಿಕೊಳ್ಳ ಬೇಡಿ. ಒಂಬತ್ತು ತಿಂಗಳಲ್ಲಿ ಶರೀರಕ್ಕೆ ಸಂಪೂರ್ಣ ವಿಶ್ರಾಂತಿ ನೀಡಿ.
ಹಸಿವು-ಬಾಯರಿಕೆ	ಪ್ರಸವದ ಪ್ರಾರಂಭದಲ್ಲಿ ಸ್ವಲ್ಪ ಏನಾದರು ತಿನ್ನಿ. ಅನುಮತಿ ಸಿಕ್ಕರೆ ಆ ಸಮಯದಲ್ಲೂ ತಿನ್ನಿ.
ನೋವಿನ ವಿಷಯದಲ್ಲಿ ಯೋಚನೆ ಮಾಡುವುದು	ತಮ್ಮ ಗಮನವನ್ನು ಬೇರೆ ಕಡೆ ಹರಿಸಿ. ಸಂಕುಚನೆಯ ಬಗ್ಗೆ ಯೋಚನೆ ಮಾಡಿ. ಅದರಿಂದ ಬಹಳ ನೋವಾಗುವುದು ಎಂದು ಯೋಚನೆ ಮಾಡಬೇಡಿ. ನೆನಪಿರಲಿ ಈ ನೋವು ಬಹಳ ಬೇಗ ಮುಗಿಯಲಿದೆ.
ಒತ್ತಡ ಹಾಗೂ ಉದ್ವೇಗ.ಸಂಕುಚನದ ಸಮಯದಲ್ಲಿ ಒತ್ತಡವಾಗುವುದು ಹಾಗು ಏನೋ ಹೆದರಿಕೆ ಆಗುವುದು	ರಿಲ್ಯಾಕ್ಸ್ ಆಗುವ ಹಾಗೂ ಧ್ಯಾನದ ಟೆಕ್ನೀಕ್‌ಗಳನ್ನು ಬಳಸಿ. ಉಸಿರಾಟದ ಮೇಲೆ ಗಮನ ಕೊಡಬೇಡಿ.ಅದರಿಂದ ಬಹಳ ನೋವಾಗುವುದು ಎಂದು ಯೋಚನೆ ಮಾಡಬೇಡಿ. ನೆನಪಿರಲಿ ಈ ನೋವು ಬಹಳ ಬೇಗ ಮುಗಿಯಲಿದೆ.
ಆತ್ಮ ನಿಂದನೆ	ನಿಮಗೆ ದೇವರು ಎಷ್ಟು ಅಮೂಲ್ಯವಾದ ಉಡಗೊರೆ ಕೊಡುತ್ತಿದ್ದಾನೆ ಎಂದು ಮನಸ್ಸಿನಲ್ಲೆ ಯೋಚನೆ ಮಾಡಿ
ಅಸಹಾಯಕವಾಗಿ ಹಾಗೂ ಅನಿಯಂತ್ರಿತವಾಗಿ ಅನುಭವಿಸುವುದು.	ಶಿಶುವಿನ ಜನನದ್ ಎಲ್ಲಾ ಸಿದ್ಧತೆಗಳನ್ನು ಮುಂಚಿತವಾಗಿಯೇ ಮಾಡಿಕೊಳ್ಳಿ ಅದರಿಂದ ನಿಮಗೆ ಆತ್ಮವಿಶ್ವಾಸ ಹಾಗು ಆತ್ಮ ನಿಯಂತ್ರಣ ಸಿಗುತ್ತದೆ.

ಎರಡನೆಯ ಘಟ್ಟ : ಸಕ್ರಿಯ ಹೆರಿಗೆ ನೋವು (ಲೇಬರ್ – ಹೆರಿಗೆ)

ಈ ಸಕ್ರಿಯ ಘಟ್ಟವನ್ನು ಎದುರಿಸುವುದು ಮೊದಲಿನಿಂದಲೇ ಸಣ್ಣದಾಗುತ್ತದೆ. ಯಾಕೆಂದರೆ 2 ರಿಂದ 3 1/2 ಘಂಟೆಗಳ ಕಾಲವಾಗಬಹುದು. ಹೆರಿಗೆ ನೋವು ಮೊದಲಿಗಿಂತಲೂ ಸಾಕಷ್ಟು ವೇಗವಾಗುತ್ತದೆ. 40 ರಿಂದ 60 ಸೆಕೆಂಡಿನ ಒಂದು ಸಂಕುಚನವಾಗಬಹುದು. ಅದರಿಂದ 4 ನಿಮಿಷದನಂತರ ಸಂಕುಚನವಾಗಬಹುದು. ಆದರೆ ಇಡೀ ನಿಯಮಿತದಲ್ಲಿರಬೇಕೆಂಬ ಅವಶ್ಯಕತೆ ಇಲ್ಲ. ಕೆಲವು ಸಾರಿ ಸಂಕುಚನದಿಂದಾಗಿ ವಿಶ್ರಾಂತಿ ಮಾಡುವುದಾಗಲಿ ಅಥವಾ ಉಸಿರು ತೆಗೆದುಕೊಳ್ಳುವುದಕ್ಕೋ ಅವಕಾಶ ಕೂಡ ಸಿಗುವುದಿಲ್ಲ.

ಇಷ್ಟು ಹೊತ್ತಿಗೆ ನೀವು ಆಸ್ಪತ್ರೆ ಅಥವಾ ಬರ್ತ್ ಸೆಂಟರ್‌ನಲ್ಲಿ ಇರಬಹುದು ಮತ್ತು ನೋವು ಸಹಿಸುತ್ತಿರಬಹುದು. ಒಂದು ವೇಳೆ ಎಪಿಡ್ಯೂರಲ್ ಉಪಯೋಗ ಆಗಿದ್ದರೆ ನೋವು ಇರುವುದಿಲ್ಲ.

- ಸಂಕುಚನದೊಂದಿಗೆ ನೋವು ಮತ್ತು ತೊಂದರೆಗಳು ಹೆಚ್ಚುತ್ತವೆ.
- ಬೆನ್ನು ನೋವಿನಲ್ಲಿ ಹೆಚ್ಚಳಿಕೆ ಕಂಡುಬರುವುದು.
- ಕಾಲುಗಳಲ್ಲಿ ತೊಂದರೆ ಮತ್ತು ಭಾರವಾಗಬಹುದು.
- ಆಯಾಸ
- ರಕ್ತಸ್ರಾವ ಹೆಚ್ಚುವುದು.
- ಒಂದು ವೇಳೆ ಚೀಲ ಒಡೆಯದಿದ್ದರೆ ಒಡೆಯುತ್ತದೆ, ಇಲ್ಲದಿದ್ದರೆ ಕೃತ್ತಿಮವಾಗಿ ಒಡೆಯಲ್ಪಡುತ್ತದೆ.

ನೀವು ಸಾಕಷ್ಟು ತಳಮಳಗೊಳ್ಳುತ್ತೀರಿ ಮತ್ತು ಹೆರಿಗೆಯ ನೋವಿನಲ್ಲಿ ಮುಳುಗುತ್ತೀರಿ. ನಿಮ್ಮ ಆತ್ಮವಿಶ್ವಾಸ ಅಲ್ಲಾಡಲು ಶುರುವಾಗಬಹುದು. ನೀವು ಸಕ್ರಿಯ ರೂಪದಿಂದ ಮಾಡುವ ಕೆಲಸದಲ್ಲಿ ನಿಮ್ಮನ್ನು ನೀವು ತಯಾರಿ ಮಾಡಿಕೊಳ್ಳುವಿರಿ.

ಸಕ್ರಿಯ ಹೆರಿಗೆ ನೋವಿನಿಂದಾಗಿ ನರ್ಸ್ ಅಥವಾ ಡಾಕ್ಟರ್ ಮಧ್ಯೆಮಧ್ಯೆ ಬರುವುದಲ್ಲದೆ ನಿಮ್ಮನ್ನು ಒಬ್ಬರನ್ನೇ ಬಿಡುತ್ತಾರೆ. ಆ ಸಮಯದಲ್ಲಿ ಯಾವ ಸಂಬಂಧಿಕರು ಹತ್ತಿರದಲ್ಲಿರಬಹುದು. ಅವರು ನಿಮಗೆ ಕೆಳಗೆ ಹೇಳಿರುವ ತಪಾಸಣೆ ಮಾಡಬಹುದು.

- ರಕ್ತ ತೆಗೆದುಕೊಳ್ಳುವರು.
- ಡಾಪ್ಲರ್ ಅಥವಾ ಫೈಟಲ್ ಮಾನಿಟರ್‌ನಿಂದ ಶಿಶುವಿನ ತಪಾಸಣೆ
- ಸಂಕುಚನದ ತಾಕತ್ತು ಮತ್ತು ಸಮಯದ ತಪಾಸಣೆ.
- ರಕ್ತ ಸ್ರಾವದ ಅಂಶ ಮತ್ತು ಗುಣಮಟ್ಟ
- ಎಪಿಡ್ಯೂರಲ್ ತೆಗೆದುಕೊಳ್ಳುವುದಾದರೆ ಪಿವಿ. ಹಾಕ್ತಾರೆ.
- ಒಂದು ವೇಳೆ ಹೆರಿಗೆಯ ನೋವು ಕಡಿಮೆ ಇದ್ದರೆ ಔಷಧಿಯನ್ನು ಕೊಟ್ಟು ಹೆಚ್ಚಿಸುತ್ತಾರೆ.
- ಗರ್ಭಾಶಯದ ಬಾಯಿಯ ತಪಾಸಣೆಗಾಗಿ ಆಗಾಗ್ಗೆ ಒಳಗಡೆ ತಪಾಸಣೆ ಆಗುತ್ತದೆ.
- ಒಂದು ವೇಳೆ ನೀವು ಇಷ್ಟಪಟ್ಟಲ್ಲಿ ಯಾವುದಾದರೂ ನೋವು ನಿವಾರಕ ಕೊಡುತ್ತಾರೆ.
- ಒಂದು ವೇಳೆ ನೀವು ಕೆಲವು ಪ್ರಶ್ನೆ ಕೇಳಲು ಇಷ್ಟಪಟ್ಟರೆ ಅವರು ಅದರ ಉತ್ತರವನ್ನು ಸಹ ಕೊಡುತ್ತಾರೆ.

ಇಂತಹ ಸಮಯದಲ್ಲಿ ಏನೂ ಕೇಳುವುದಕ್ಕೆ ಹಿಂಜರಿಯಬೇಡಿ.

ಆಸ್ಪತ್ರೆ ಅಥವಾ ಬರ್ತ್ ಸೆಂಟರ್‌ಗೆ ಹೋಗುವುದು

ನಿಮಗೆ ಇದರ ಸಂಬಂಧವಾಗಿ ನಿಮ್ಮ ಜೊತೆಗಾರ ಅಥವಾ ಶಿಕ್ಷಕರನ್ನು ಕರೆಯಬೇಕು. ಒಂದು ವೇಳೆ ನೀವು ಮೊದಲೇ ಎಲ್ಲಾ ಯೋಜನೆ ಮಾಡಿ ಇಟ್ಟಿದ್ದರೆ ಯಾವುದೇ ಕಷ್ಟವಾಗುವುದೇ ಇಲ್ಲ. ಟಾಕ್ಸಿ ಅಥವಾ ಗಾಡಿಯಲ್ಲಿ ಕುಳಿತುಕೊಂಡು ನಿಮ್ಮ ಸೀಟ್ ಬೆಲ್ಟ್ ಕಟ್ಟಿಕೊಂಡು ಮತ್ತು ಚಳಿಯಿಂದ ಪಾರಾಗಲು ಬೆಚ್ಚಗೆ ಹೊದೆಯಿರಿ.

- ಆಸ್ಪತ್ರೆ ತಲುಪಿದ ತಕ್ಷಣ ರಿಜಿಸ್ಟ್ರೇಷನ್ ಆಗುತ್ತದೆ. ಈ ಔಪಚಾರಿಕ ಕೆಲಸವನ್ನು ನಿಮ್ಮ ಜೊಗಾರನು ಮಾಡುವವನು ಹಾಗೂ ನಿಮ್ಮ ಗಳಿಗೆ ಕೆಲವು ರೀತಿಯ ಫಾರ್ಮ್ ಕೂಡ ಭರ್ತಿ ಮಾಡಬೇಕಾಗುತ್ತದೆ.
- ನರ್ಸ್ ನಿಮ್ಮನ್ನು ನಿಮ್ಮ ಸ್ಥಿತಿಗೆ ಅನುಗುಣವಾಗಿ ಹೆರಿಗೆಯ ಕೋಣೆಗೆ ಕರೆದೊಯ್ಯುವಳು. ಅಲ್ಲಿ ನಿಮ್ಮ ಗರ್ಭಾಶಯದ ಬಾಯಿಯ ಮತ್ತು ಶಿಶುವಿನ ಎದೆ ಬಡಿತದ ತಪಾಸಣೆ ಆಗುವುದು. ಕೆಲವು ಜಾಗದಲ್ಲಿ ಜೊತೆಗೆ ಬಂದವರನ್ನು ಒಳಗಡೆ ಬರಲು ಬಿಡುವುದಿಲ್ಲ. ನೀವು ನಿಮ್ಮ ಪತಿಯನ್ನು ಒಳಗೆ ಬಿಡುವರೋ ಇಲ್ಲವೋ ಎಂಬುದನ್ನು ತಿಳಿಯಿರಿ. ನೀವು ಬಹುಷಃ ಮೊದಲೇ ಈ ಅಮತುಗಳನ್ನು ಕೇಳಿ ತಿಳಿದುಕೊಂಡಿರುತ್ತೀರೆಂದು ನಂಬಿದ್ದೇವೆ. ಒಂದು ವೇಳೆ ನೀವು ತಿನ್ನುವುದಕ್ಕೆ ಮನೆಯಿಂದ ತೆಗೆದುಕೊಂಡು ಹೋಗದಿದ್ದರೆ ಅಲ್ಲಿ ಕೇಳಿ ತರಿಸಿಕೊಳ್ಳಿರಿ. ಬಹುಷಃ ನಿಮಗೆ ನಿಮ್ಮ ಬಟ್ಟೆಯ ಮೇಲೆ ಹಾಕಿಕೊಳ್ಳಲು ಒಂದು ಗೌನ್ ಕೊಡಬಹುದು.

- ನರ್ಸ್ ನಿಮ್ಮೊಂದಿಗೆ ಅವಶ್ಯಕವಾದ ಪ್ರಶ್ನೋತ್ತರಗಳನ್ನು ಮಾಡುವಳು, ಅಂದರೆ ನೋವು ಯಾವಾಗ ಶುರುವಾಯಿತು. ಸಂಕುಚನದ ಸಮಯ ವೇನು? ನೀವು ಎಷ್ಟು ಮುಂಚೆ ಏನಾದರೂ ತಿಂದಿದ್ದೀರಾ?
- ಅವಳು ನಿಮ್ಮ ಎದೆ ಬಡಿತ, ನಾಡಿ ಬಡಿತ, ಉಷ್ಣಾಂಶ ಮೊದಲಾದವುಗಳನ್ನು ನೋಡುವಳು. ನಿಮ್ಮಿಂದ ನಿಮ್ಮ ಮೂತ್ರದ ನಮೂನೆಯನ್ನು ತೆಗೆದುಕೊಳ್ಳಬಹುದು. ಅಮ್ನಿಯಾಟಿಕ್ ದ್ರವ್ಯದ ತಪಾಸಣೆ ಮಾಡಿದ ಮೇಲೆ ಶಿಶುವಿನ ತಪಾಸಣೆಯು ಒಳ್ಳೆಯ ರೀತಿಯಲ್ಲಿ ಆಗುವುದು.
- ಆಸ್ಪತ್ರೆಯ ರೀತಿಗೆ ತಕ್ಕಂತೆ ನಿಮಗೆ ಐವಿ ಕೊಡಬಹುದು. ಆಗಾಗ ನಿಮ್ಮ ಒಳಗಡೆ ತಪಾಸಣೆಯಿಂದ ನಿಮ್ಮ ಪ್ರಗತಿಯ ಅಂದಾಜು ಮಾಡಲಾಗುತ್ತದೆ. ಚೀಲವನ್ನು ಕೃತ್ರಿಮವಾಗಿ ಒಡೆಯಬಹುದು. ಈ ಪ್ರಕ್ರಿಯೆಯಲ್ಲಿ ಯಾವುದೇ ನೋವು ಆಗುವುದಿಲ್ಲ. ನಿಮಗೆ ಬಿಸಿನೀರಿನ ಅನುಭವವಾಗುವುದು.

ಈ ಸಮಯದಲ್ಲಿ ನೀವು ನಿಮ್ಮ ಸಂಶಯಗಳನ್ನು ನಿವಾರಿಸಿಕೊಳ್ಳಬಹುದು. ನಿಮ್ಮ ಜೊತೆಗಾರನು ನಿಮ್ಮ ಕಡೆಯಿಂದ ಪ್ರಶ್ನೋತ್ತರಗಳನ್ನು ಮಾಡಬಹುದು. ಯಾಕೆಂದರೆ ನಿಮಗೆ ಹೆಚ್ಚು ಹೆಚ್ಚಿನ ಸಮಾಧಾನ ಆಗಬಹುದು.

ಪರಿಸ್ಥಿತಿ ನಿಧಾನವಾದಾಗ

ಸಾಮಾನ್ಯವಾಗಿ ನೀವು ಎಲ್ಲವೂ ಬೇಗ ಬೇಗ ಆಗಬೇಕು ಅಂತ ಯೋಚಿಸುತ್ತೀರಾ ಆದರೆ ಕೆಲವೊಮ್ಮೆ ಹೆರಿಗೆಯ ಪ್ರಕ್ರಿಯೆ ನಿಧಾನವಾಗಿ ಬಿಡುತ್ತದೆ. ಗರ್ಭಾಶಯದ ಬಾಯಿ ಪೂರ್ತಿಯಾಗಿ ತೆರೆಯುವುದಿಲ್ಲ. ಶಿಶು ಹೊರಗೆ ಬರಲು ತಯಾರಾಗುವುದಿಲ್ಲ ಅಥವಾ ನೀವು ಸರಿಯಾದ ರೀತಿಯಿಂದ ಒತ್ತಡ ಕೊಡಲು ಆಗುತ್ತಿಲ್ಲ. ಕೆಲವು ಸಾರಿ ಎಪಿಡ್ಯೂರಲ್ ಕೊಟ್ಟ ಮೇಲೂ ಸಂಕುಚನ ನಿಧಾನವಾಗುತ್ತದೆ. ಇದರಲ್ಲಿ ಚಿಂತೆ ಮಾಡುವ ಅವಶ್ಯಕತೆ ಇಲ್ಲ.

ಸಮಯದ ಮುಂಚೆ ನೋವಾದರೆ ಡಾಕ್ಟರರು ನಿಮಗೆ ಸುತ್ತಾಡಲು ಸಲಹೆ ಕೊಡಬಹುದು. ಅಥವಾ ಶಾಂತತೆಯ ತಂತ್ರವನ್ನು ಅಳವಡಿಸಿಕೊಳ್ಳಲು ಹೇಳಬಹುದು. ಅವರು ಇದೇ ಸಮಯದಲ್ಲಿ ಇದು ಹುಸಿ ಹೆರಿಗೆಯ ಲಕ್ಷಣ ಹೌದೋ ಅಲ್ಲವೋ ಎಂದು ತಿಳಿಯುತ್ತಾರೆ.

ಗರ್ಭಾಶಯದ ಬಾಯಿ ತೆರೆಯದಿದ್ದರೆ ಅದನ್ನು ಕೆಲವು ಔಷಧಿಗಳ ಚುಚ್ಚುಮದ್ದು ಕೊಟ್ಟು ತೆರೆಸಬಹುದು.

ಹೆರಿಗೆಯ ಸಕ್ರಿಯ ಘಟಕದಲ್ಲಿ ಗರ್ಭಾಶಯದ ಬಾಯಿ ಪೂರ್ತಿಯಾಗಿ ತೆಗೆದಿಲ್ಲವೆಂದರೆ ಶಿಶು ಕೆಳಗಡೆ ಬರಲಿಲ್ಲವೆಂದರೆ ಅಥವಾ ಸಂಕುಚನ ಕಡಿಮೆ ಆಯಿತೆಂದರೆ ಔಷಧಿಯ ಅಂಶವನ್ನು ಹೆಚ್ಚಿಸಲಾಗುತ್ತದೆ.

ನಿಮ್ಮ ಮೂತ್ರ ಕೋಶವನ್ನು ಖಾಲಿ ಇಡಿ. ಏಕೆಂದರೆ, ಇದು ಹೆರಿಗೆಯ ವೇಗದಲ್ಲಿ ತೊಂದರೆ ಕೊಡುತ್ತದೆ. ನಿಮ್ಮ ಹೊಟ್ಟೆಯೂ ಸಹ ಶುಚಿಯಾಗಿರಬೇಕು. ಹೆರಿಗೆಗಾಗಿ ನಿಮ್ಮ ಪೊಸಿಶನ್ ಬದಲಾಯಿಸುತ್ತಿರಿ. ದಬ್ಬುವ ಸಮಯವನ್ನು ಸರಿಯಾದ ರೀತಿಯಲ್ಲಿ ಶಕ್ತಿ ಉಪಯೋಗಿಸಿರಿ.

ಒಂದು ವೇಳೆ ಸಕ್ರಿಯ ಹೆರಿಗೆಯಲ್ಲಿ 20–24 ಘಂಟೆಯಾದರೂ ಹೆರಿಗೆ ಆಗದಿದ್ದರೆ ಡಾಕ್ಟರ್ ಆಪರೇಶನ್ ಮಾಡಿಸಲು ಸಲಹೆ ಕೊಡುತ್ತಾರೆ. ಒಂದು ವೇಳೆ ತಾಯಿ ಮಗುವಿನ ಸ್ಥಿತಿ ಸರಿಯಾಗಿದ್ದರೆ ಕೆಲವು ಡಾಕ್ಟರರು ಸ್ವಲ್ಪ ನಿರೀಕ್ಷೆ ಮಾಡಲು ಇಚ್ಛಿಸುತ್ತಾರೆ.

ನೀವು ಏನು ಮಾಡಬಹುದು?

ಇವೆಲ್ಲವೂ ನಿಮ್ಮ ವಿಶ್ರಾಂತಿಗಾಗಿ ಇದೆ ಆದ್ದರಿಂದ ನಿಮಗೆ ಯಾವುದು ಇಷ್ಟವೋ ಅದನ್ನೇ ಮಾಡಿರಿ. ಬೆನ್ನಿನಲ್ಲಿ ಮಾಲೀಶ್ ಮಾಡಿಸಿ. ಒರೆಸಲು ಒದ್ದೆ ಬಟ್ಟೆ ಕೇಳಿರಿ. ನಿಮಗೆ ಸಹಾಯ ಮಾಡುವವರು ತಯಾರಿದ್ದಾರೆ. ಆದರೆ ಅದನ್ನು ಹೇಳಬೇಕಾದವರು ನೀವು.

ಒಂದು ವೇಳೆ ನೀವು ಮೊದಲೇ ನಿರ್ಧಾರ ಮಾಡಿದ್ದರೆ ಶ್ವಾಸಕ್ಕೆ ಸಂಬಂಧಪಟ್ಟ ವ್ಯಾಯಾಮ ಮಾಡಲು ಶುರು ಮಾಡಿರಿ.

ಜ್ಞಾಪಕದಲ್ಲಿಡಿ; ಈ ಸಮಯದಲ್ಲಿ ನಿಮ್ಮ ಶರೀರಕ್ಕೆ ಯಾವುದು ಹೆಚ್ಚು ಹೆಚ್ಚಿನ ಆರಾಮ ಕೊಡುತ್ತದೋ ಅದನ್ನು ಮಾಡಿರಿ.

ಮಿತಿ ಮೀರಿದ ಗಾಳಿ ಸಮಿವನೆ ಬೇಡ

ಕೆಲವು ಮಹಿಳೆಯರು ಅವಶ್ಯಕತೆಗಿಂತ ಹೆಚ್ಚಿನ ಉಸಿರನ್ನು ತೆಗೆದುಕೊಳ್ಳುತ್ತಾರೆ. ಇದರಿಂದ ರಕ್ತದಲ್ಲಿ ಕಾರ್ಬನ್ ಡೈ ಆಕ್ಸೈಡ್‌ನ ಅಂಶ ಕಡಿಮೆಯಾಗುತ್ತದೆ. ತಲೆ ಸುತ್ತುತ್ತದೆ ಕೈಕಾಲು ಜುಮುಗುಡುತ್ತದೆ. ನಿಮ್ಮ ಡಾಕ್ಟರ್ ಅಥವಾ ನರ್ಸ್‌ಗೆ ಹೇಳಿರಿ? ಅವರು ಬಂದು ನಿಮಗೆ ಪೇಪರ್ ಬ್ಯಾಗ್ ಕೊಟ್ಟು ಅದರಲ್ಲಿ ಉಸಿರು ತೆಗೆದುಕೊಳ್ಳಲು ಹೇಳುತ್ತಾರೆ. ಸ್ವಲ್ಪ ಉಸಿರನ್ನು ಅದರ ಒಳಗಡೆಯಲ್ಲಿ ತೆಗೆದುಕೊಂಡ ಮೇಲೆ ನಿಮಗೆ ಒಳ್ಳೆಯ ಅನುಭವ ಆಗುತ್ತದೆ.

ಒಂದು ವೇಳೆ ವ್ಯಾಯಾಮದಿಂದ ಆರಾಮ ಸಿಗಲಿಲ್ಲವೆಂದರೆ ಅದನ್ನು ಮಾಡುವುದಕ್ಕೆ ಹೋಗಬೇಡಿ.

- ಒಂದು ವೇಳೆ ಯಾವುದಾದರೂ ನೋವು ನಿವಾರಕ ಔಷಧಿ ಬೇಕು ಎನಿಸಿದರೆ ಅದರ ಬಗ್ಗೆ ಹೇಳಲು ಇದೇ ಸರಿಯಾದ ಸಮಯವಾಗಿದೆ. ನಿಮಗೆ ಅವಶ್ಯಕತೆ ಇದೆ ಅಂತ ಯಾವಾಗ ಅನ್ನಿಸಿದರೂ ಎಪಿಡ್ಯೂರಲ್ ಕೊಡಬಹುದು.
- ಒಂದು ವೇಳೆ ನೀವು ಯಾವುದೇ ನೋವು ನಿವಾರಕ ಇಲ್ಲದೆಯೋ ನೋವನ್ನು ಸಹಿಸಿಕೊಳ್ಳುತ್ತೀರೆಂದರೆ ಪ್ರತಿಯೊಂದು ನೋವಿನ ನಂತರ ಸ್ವಲ್ಪ ವಿಶ್ರಾಂತಿ ತೆಗೆದುಕೊಳ್ಳಿ ಏಕೆಂದರೆ ಯಾವಾಗ ನೋವು ಮೊದಲಿಗಿಂತ ಬೇಗ ಮತ್ತು ವೇಗವಾಗಿ ಬಂದರೆ ವಿಶ್ರಾಂತಿ ತೆಗೆದುಕೊಳ್ಳಲು ಸಮಯವಿರುವುದಿಲ್ಲ. ಶಾಂತಿಯುತೆಯ ತಂತ್ರವನ್ನು ಉಪಯೋಗಿಸಿ ಏಕೆಂದರೆ ನಿಮ್ಮ ಶಕ್ತಿಯ ಅಂತಸ್ತನ್ನು ಭರಿಸಬೇಕು.
- ನಿಮ್ಮ ಡಾಕ್ಟರನ್ನು ಕೇಳಿ ಏನಾದರೂ ಕುರುಕಲನ್ನು ತಿನ್ನುತ್ತಿರಿ. ಆದರೆ ಡಾಕ್ಟರ್ ಬೇಡ ಅಂದರೆ ಬಾಯನ್ನು ಒದ್ದೆ ಮಾಡಲು ಐಸ್ ಪೀಸ್ ಲೇಪಿಸಿ.
- ಒಂದು ವೇಳೆ ಎಪಿಡ್ಯೂರೆಲ್ ಇಲ್ಲವೆಂದರೆ ನೀವು ನಡೆದಾಡಬಹುದಾದರೆ ಸುತ್ತಾಡಿ ಅಥವಾ ಪೊಸಿಶನ್ ಬದಲಾಯಿಸಿ.
- ಮೂತ್ರಕ್ಕಾಗಿ ಶೌಚಾಲಯಕ್ಕೆ ಹೋಗುತ್ತಿರಿ ಪೆಲ್ವಿಕ್ ಮೇಲೆ ಬೀಳುವ ಒತ್ತಡದ ಕಾರಣದಿಂದ ನಿಮಗೆ ಇದರ ಬಗ್ಗೆ ಗೊತ್ತಾಗುವುದಿಲ್ಲ. ಆದರೆ ಮೂತ್ರಾಶಯ ತುಂಬಿದ್ದರೆ ತೊಂದರೆ ಆಗಬಹುದು. ಒಂದು ವೇಳೆ ಎಪಿಡ್ಯೂರೆಲ್ ಇದ್ದರೆ ಮತ್ತೆ ಮತ್ತೆ ಏಳುವ ಅವಶ್ಯಕತೆ ಬರುವುದಿಲ್ಲ. ಏಕೆಂದರೆ ಮೂತ್ರಕೋಶವನ್ನು ಖಾಲಿ ಮಾಡಲು ಕೆಥಿಟರ್ ಹಾಕುತ್ತಾರೆ.

ಜೊತೆಗಾರ ಅಥವಾ ಶಿಕ್ಷಕ ಏನು ಮಾಡಲು ಸಾಧ್ಯ?

- ನಿಮಗೆ ಎಲ್ಲಾ ಪ್ರಥಮಿಕತೆಗಳು ಗೊತ್ತಿರಬೇಕು. ಒಂದು ವೇಳೆ ಅಮ್ಮನಿಗೆ ಔಷಧೀಯ ಅವಶ್ಯಕತೆ ಇದ್ದರೆ ಔಷಧಿಯನ್ನು ಕೊಡಿಸಿಬಿಡಿ. ಒಂದು ವೇಳೆ ಅವಳು ಔಷಧಿ ಇಷ್ಟಪಡದಿದ್ದರೆ ಅವರಿಗೆ ತಮ್ಮ ಕೆಲಸವನ್ನು ಮಾಡಲು ಬಿಡಿ.
- ಅವರು ಏನು ಇಷ್ಟ ಪಡುತ್ತಾರೋ ಅದು ಅವರಿಗೆ ಸಿಗಬೇಕು. ಅವರ ಆಸೆ ನಿಮಿಷ ನಿಮಿಷಕ್ಕೂ ಬದಲಾಯಿಸಬಹುದು. ಒಂದು ನಿಮಿಷದಲ್ಲಿ ಟಿವಿ ನೋಡಲು ಇಷ್ಟಪಟ್ಟರೆ ಇನ್ನೊಂದು ನಿಮಿಷದಲ್ಲಿ ಅದನ್ನು ಆರಿಸಲು ಇಷ್ಟಪಡುತ್ತಾರೆ. ಒಂದು ವೇಳೆ ಈಗ ಅವರು ನಿಮ್ಮನ್ನು ಗಮನಿಸದಿದದರೂ ಅಥವಾ ನಿಮ್ಮನ್ನು ಹೊಗಳದಿದ್ದರೆ ಅದನ್ನು ಗಂಭೀರವಾಗಿ ಪರಿಗಣಿಸಬೇಡಿ. ಅವರು ಮಾರನೇ ದಿನ ಎಲ್ಲ ಸರಿಹೋದ ಮೇಲೆ ನಿಮ್ಮ ಕಡೆ ಗಮನಕೊಡಲು ಸಾಧ್ಯವಾಗುತ್ತದೆ.
- ನಿಮ್ಮ ಮತ್ತು ಅವರ ಮೂಡಿನ ಗಮನ ಇಡಿ. ಕೋಣೆಯಲ್ಲಿ ತಿಳಿಯಾದ ಬೆಳಕಿರಲಿ.
- ಒಂದು ವೇಳೆ ಅವರು ಇಷ್ಟಪಟ್ಟರೆ ಹಗರುವಾದ ಸಂಗೀತವಿರಬಹುದು. ಸಂಕುಚನ ಸಂಬಂಧವಾಗಿ ಉಸಿರಿನ ಅಥವಾ ಶಾಂತತೆಯ ಮಂತ್ರವನ್ನು ಇಡಿರಿ. ಒಂದು ವೇಳೆ ಅವರಿಗೆ ಇಷ್ಟವಿಲ್ಲದೆ ಹೋದರೆ ಅವರನ್ನು ಬಲವಂತ ಮಾಡಬೇಡಿ. ಅವರ ಗಮನ ಬೇರೆಡೆಗೆ ಹರಿಸಲು ಮಾತನಾಡಿರಿ. ವಿಡಿಯೋ ಗೇಮ್ ಆಡಿ. ಅವರು ಎಷ್ಟು ಇಷ್ಟ ಪಡುತ್ತಾರೋ ಅಷ್ಟೇ ಗಮನವನ್ನು ಇನ್ನೊಂದೆಡೆ ಹರಿಸಿ.
- ಅವರಿಗೆ ಸಮಾಧಾನ ನೀಡಿ ಧೈರ್ಯ ನೀಡಿ. ಯಾವುದೇ ರೀತಿಯ ಯೋಚನೆ ಮಾಡಬೇಡಿ. ಅವರಿಗೆ ಪ್ರತಿ ನೋವಿನ ನಂತರ ಅವರು ಶಿಶುವಿನ ಹತ್ತಿರ ಬರುತ್ತಿದ್ದಾರೆಂದು ನೆನಪಿಸಿ. ಒಂದು ವೇಳೆ ಅವರು ಹೆಚ್ಚು ದುಃಖಿತರಾಗಿ ಕಂಡರೆ ಅವರನ್ನು ಸಾಂತ್ವಾನಗೊಳಿಸಿರಿ.
- ಸಂಕುಚನ ಪೂರ್ತಿ ದಾಖಲಿಸಿ. ಇದಕ್ಕಾಗಿ ನರ್ಸ್ ಸಹಾಯ ತೆಗೆದುಕೊಳ್ಳಬಹುದು. ಮಾನಿಟರ್ ನೋಡಿ ನೀವು ಅವರಿಗೆ ನೋವು ಏಳಬಹುದು ಎಂದು ತಿಳಿಸಬಹುದು. ಒಂದು ವೇಳೆ ಮಾನಿಟರ್ ಇಲ್ಲದಿದ್ದರೆ ಹೊಟ್ಟೆಯ ಮೇಲೆ ಕೈಯಿಟ್ಟು ನೋವು

ಬರುವುದನ್ನು ಹೇಗೆ ತಿಳಿಯಬೇಕೆಂದು ನರ್ಸನ್ನು ಕೇಳಿರಿ.

- ಅವರ ಹೊಟ್ಟೆಯು ಅಥವಾ ಬೆನ್ನಿಗೆ ಮಾಲಿಶ್ ಮಾಡಿರಿ. ಹಾಗೆ ಅವರಿಗೆ ಸ್ವಲ್ಪ ಆರಾಮು ಸಿಗಲಿ. ಅವರನ್ನು ಯಾವ ರೀತಿಯು ಮಾಲೀಶ್‌ನಿಂದ ಆರಾಮು ದೊರೆಯುತ್ತದೆ ಎಂದು ಕೇಳಿ. ಒಂದು ವೇಳೆ ಅವರಿಗೆ ಮಾಲಿಶ್‌ನಿಂದ ಆರಾಮು ಸಿಗಲಿಲ್ಲವೆಂದರೆ ಬರೀ ಮಾತಿನಿಂದಲೇ ಸಮಾಧಾನ ಮಾಡಬೇಕು. ನೆನಪಿಡಿ ಒಂದು ನಿಮಿಷದ ಮೊದಲು ಯಾವುದರಿಂದ ಆರಾಮು ಸಿಗುತ್ತದೋ ಇನ್ನೊಂದು ನಿಮಿಷದಲ್ಲಿ ಅದರಿಂದಲೇ ಕಸಿವಿಸಿಯಾಗಬಹುದು ಅಥವಾ ಉಲ್ಟಾ ಆಗಬಹುದು.
- ಪ್ರತಿಯೊಂದು ಘಂಟೆಗೂ ಅವರಿಗೆ ಬಾತ್‌ರೂಂ ಹೋಗಲು ನೆನಪಿಸಿ. ಮೂತ್ರಾಶಯ ತುಂಬಿದರೆ ಹೆರಿಗೆಯಲ್ಲಿ ತೊಂದರೆ ಆಗಬಹುದು.
- ಒಂದು ವೇಳೆ ಅದು ಹಾಗಿದ್ದರೆ ಸುತ್ತಾಡಲು ಅಥವಾ ಪೊಸಿಷನ್ ಬದಲಿಸಲು ಸಹಾಯ ಮಾಡಿ.
- ಒಂದು ವೇಳೆ ತಿಂದು ಕುಡಿಯಲಿಕ್ಕೆ ಅನುಮತಿ ಇದ್ದರೆ ಏನಾದರೂ ಕುರುಕಲು ತಿನ್ನಿಸಿರಿ ಇಲ್ಲದಿದ್ದರೆ ವೇಪರ್ ಪಿಸ್ ಚಿಪ್ಸ್ ಕೊಡಿರಿ.
- ಒದ್ದೆ ಬಟ್ಟೆಯಿಂದ ಅವರ ಮುಖ ಮತ್ತು ಶರೀರವನ್ನು ಒರೆಸುತ್ತಿರಿ.
- ಒಂದು ವೇಳೆ ಕಾಲು ತಣ್ಣಗಾಗುತ್ತಿದ್ದರೆ ಕಾಲು ಚೀಲ ಹಾಕಿರಿ.
- ಅವರು ಬಹಳ ಕಷ್ಟದಲ್ಲಿದ್ದಾರೆ ಆದ್ದರಿಂದ ಗಟ್ಟಿಯಾಗಿ ಮಾತನಾಡಲು ಸಾಧ್ಯವಿಲ್ಲ. ಅವರ ಪ್ರತಿ ಮಾತು ಕೇಳಲು ಅಥವಾ ಉತ್ತರಿಸಲು ಪ್ರಯತ್ನಿಸಿರಿ.

ಡಾಕ್ಟರೊಂದಿಗೆ ಪ್ರತಿಯೊಂದು ಔಷಧಿ ಮತ್ತು ಪ್ರಕ್ರಿಯೆ ಬಗ್ಗೆ ಕೇಳಿರಿ. ಯಾಕೆಂದರೆ ನಿಮಗೆ ಅವರಿಗೆ ಉತ್ತರ ಕೊಡಲು ನಿಮಗೆ ತಿಳುವಳಿಕೆ ಇರುತ್ತದೆ. ಒಂದು ವೇಳೆ ಅದರ ಬಗ್ಗೆ ಯಾವ ಮಾತನ್ನಾದರೂ ಆಡಬೇಕಿದ್ದರೆ ಕೋಣೆಯಿಂದ ಹೊರಗೆ ಹೋಗಿ ಮಾತನಾಡಿ. ಏಕೆಂದರೆ ಅವರಿಗೆ ತೊಂದರೆಯಾಗುವುದು ಬೇಡ.

ಮೂರನೇ ಘಟ್ಟ – ಸ್ಥಳಾಂತರದ ಹೆರಿಗೆ

ಇದು ಹೆರಿಗೆಯು ಅತ್ಯಂತ ಕಠಿಣ ಆದರೆ ಬಹಳ ಚಿಕ್ಕದಾಗಿರುತ್ತದೆ. ತಟ್ ಅಂತ ನೋವಿನ ವೇಗ ಹೆಚ್ಚುತ್ತದೆ. ಅವು 60 ರಿಂದ 90 ಸೆಕೆಂಡ್‌ವರೆಗೂ ಆಗಬಹುದು. ಮತ್ತು 2 ರಿಂದ 3 ನಿಮಿಷದಲ್ಲಿ ಏಳಲು ಶುರುವಾಗುತ್ತದೆ. ಯಾರು ಒಮ್ಮೆ ತಾಯಿ ಆಗಿರುತ್ತಾರೋ ಅಂತಹ ಹೆಂಗಸರಿಗೆ ನೋವಿನ ಹಲವು ಅಲೆಗಳನ್ನು ಒಂದೇ ಸಾರಿ ಎದುರಿಸಬೇಕಾಗುತ್ತದೆ. ನಿಮಗೆ ಈ ನೋವಿನ ಅಲೆ ನಿಲ್ಲುವುದಿಲ್ಲವೇನೋ ಎಂದೆನಿಸುತ್ತದೆ. ಮತ್ತು ನಿಮಗೆ ವಿಶ್ರಾಂತಿ ಪಡೆಯಲು ಅವಕಾಶವೇ ಸಿಗುವುದಿಲ್ಲ. 7 ಸೆಂ.ಮೀ ಇಂದ 10 ಸೆಂ.ಮೀ ಅಗಲವಾಗುವವರೆವಿಗೂ ಕನಿಷ್ಠ 15 ನಿಮಿಷಗಳಿಂದ 1 ಘಂಟೆಯುವರೆಗೆ ಸಮಯ ಹಿಡಿಯುತ್ತದೆ. ಹಾಗೆ ಕೆಲವು ಪ್ರಕರಣಗಳಲ್ಲಿ ಮೂರು ಘಂಟೆ ಕಾಲ ಅವಧಿ ಹಿಡಿಯುತ್ತದೆ.

ಒಂದು ವೇಳೆ ಯಾವುದೇ ನೋವು ನಿವಾರಕ ತೆಗೆದುಕೊಳ್ಳಲು ಆಗದಿದ್ದರೆ ಈ ಘಟ್ಟದಲ್ಲಿ ನೀವು ಕೆಳಗೆ ಕೊಟ್ಟಿರುವ ಲಕ್ಷಣಗಳನ್ನು ಅನುಭವಿಸುತ್ತೀರಿ.

- ಸಂಕುಚನದೊಂದಿಗೆ ಬಹಳ ವೇಗದ ನೋವು.
- ಬೆನ್ನಿನ ಹಿಂಭಾಗದಲ್ಲಿ ಮತ್ತು ಪಿರಿನಿಯಮ್‌ನಲ್ಲಿ ಜೋರು ನೋವು.
- ಗುದದ್ವಾರದ ಹತ್ತಿರ ಒತ್ತಡ (ಇದು ಶೌಚಾಲಯದ ನೋವಿಗಿಂತ ಸ್ವಲ್ಪ ಭಿನ್ನ)
- ರಕ್ತ ಸ್ರಾವದಲ್ಲಿ ಹೆಚ್ಚಳ.
- ಬಹಳ ಶೆಖೆ ಇಲ್ಲವೇ ಚಳಿಯ ಅನುಭವ.
- ಕಾಲುಗಳಲ್ಲಿ ತಿರುಚು (ತಡೆಯಕ್ಕೆ ಆಗದೆ ಇರುವಂತಹುದು)
- ಸಂಕುಚನದ ಮಧ್ಯದಲ್ಲಿ ತಿಳಿ ನಿದ್ದೆ ಬರುವುದು.
- ಆಯಾಸ

ಭಾವನಾತ್ಮಕವಾಗಿ ನಿಮಗೆ ಸಂಯಮ ಮೀರಿದೆ ಅಂತ ಅನ್ನಿಸುತ್ತದೆ. ಈಗ ಇನ್ನೂ ದಬ್ಬುವ ಸಮಯ ಬಂದಿಲ್ಲ ಆದ್ದರಿಂದ ನಿಮ್ಮ ಮನಸ್ಸಿನಲ್ಲಿ ಸ್ವಲ್ಪ ನಿರಾಸೆ, ಕಸಿವಿಸಿ ಅಥವಾ ಚಿಟುಗುಟ್ಟುವಿಕೆ ಇರುತ್ತದೆ. ನೀವು ಇಷ್ಟೆಲ್ಲ ಇದ್ದರೂ ಶಿಶುವಿನ ಇನ್ನೂ ಹತ್ತಿರ ಬರುವ ಆಸೆಯಿಂದ ಉತ್ಸಾಹಿತರೂ ಆಗಬಹುದು.

ನೀವು ಏನು ಮಾಡಬಲ್ಲಿರಿ?

ಈ ಘಟ್ಟದನಂತರ ಗರ್ಭಾಶಯದ ಬಾಗಿಲು ಪೂರ್ತಿಯಾಗಿ ತೆರೆಯುತ್ತದೆ. ಮತತು ನಿಮಗೆ ಶಿಶುವನ್ನು ಹೊರತರಲು ಶಕ್ತಿ ಪ್ರದರ್ಶನ ಮಾಡಬೇಕಾಗುತ್ತದೆ. ಮುಂದೆ ಬರುವ ಸಮಯದ ಚಿಂತೆ ಮಾಡುವ ಬದಲು ನೀವು ಎಷ್ಟು ದೂರದ ಪ್ರಯಾಣ ಮಾಡಿ ಇಲ್ಲಿ ತಲುಪಿದ್ದೀರಾ ಎನ್ನುವುದರ ಬಗ್ಗೆ ಯೋಚಿಸಿ.

ಒಂದು ವೇಳೆ ಸಹಾಯ ಸಿಕ್ಕರೆ ಮುಖ್ಯವಾದ ತಂತ್ರವನ್ನು ಅಳವಡಿಸಿ. ಎಲ್ಲಿಯುವರೆಗೆ ಆದೇಶ ಸಿಗುವುದಿಲ್ಲವೋ ಶಕ್ತಿ ಪ್ರದರ್ಶನ ಬೇಡ. ಇದರಿಂದ ಆ

ಭಾಗದಲ್ಲಿ ಊತ ಬರಬಹುದು. ಹೆರಿಗೆಗೆ ಸಮಯ ಹಿಡಿಯಬಹುದು. ಒಂದು ವೇಳೆ ಜೊತೆಗಾರನ ಕೈ ಹಿಡಿಯುವುದರಿಂದ ಕಸಿವಿಸಿಯಾದರೆ ಹೇಳಲು ಹಿಂಜರಿಯಬೇಡಿ.

- ಹಗುರವಾದ ಲಯಬದ್ಧವಾದ ಉಸಿರಾಟದೊಂದಿಗೆ ಸಂಕುಚನದ ಮಧ್ಯದಲ್ಲಿ ವಿಶ್ರಾಂತಿ ಪಡೆಯಲು ಪ್ರಯತ್ನಿಸಿ.
- ನಿಮ್ಮ ಗಮನವನ್ನು ಮಗುವಿನತ್ತ ಇಡಿ. ಆಗಬೇಗ ಅದು ನಿಮ್ಮ ತೋಳುಗಳಲ್ಲಿ ಬರುತ್ತದೆ.

ಯಾವಾಗ ಗರ್ಭಾಶಯದ ಬಾಗಿಲು ಪೂರ್ತಿಯಾಗಿ ತೆರೆಯುತ್ತದೆಯೋ ಆಗ ನಿಮ್ಮನ್ನು ಹೆರಿಗೆ ಕೋಣೆಗೆ ಕೊಂಡೊಯ್ಯಲಾಗುವುದು. ಒಂದು ವೇಳೆ ನೀವು ಬರ್ತಿಂಗ್ ಬೆಡ್ ಮೇಲೆ ಇದ್ದರೆ ಅದರ ಕಾಲುಗಳನ್ನು ತೆಗೆದು ಹೆರಿಗೆಗಾಗಿ ತಯಾರು ಮಾಡಲಾಗುವುದು.

ಜೊತೆಗಾರ ಅಥವಾ ಶಿಕ್ಷಕ ನೀವು ಏನು ಮಾಡಬಲ್ಲಿರಿ.

ಒಂದು ವೇಳೆ ಅವರು ಎಡಿಡ್ಯೂರಲ್ ನಲ್ಲಿದ್ದರೆ ಆ ಔಷಧಿಯ ಇನ್ನೊಂದು ಭಾಗ ಬೇಕೋ ಬೇಡವೋ. ಚುಚ್ಚುವುದು ಸಾಕಷ್ಟು ಕಷ್ಟಕರವಾಗಿರುತ್ತದೆ. ಒಂದು ವೇಳೆ ಔಷಧಿಯ ಪೂರ್ತಿ ಭಾಗ ಸಿಗದಿದ್ದರೆ ನೋವು ಆಗಬಹುದು ಒಂದು ವೇಳೆ ಔಷಧಿ ಬೇಕೆನಿಸಿದರೆ ಡಾಕ್ಟರಿಗೆ ಹೇಳಿ. ಒಂದು ವೇಳೆ ಔಷಧಿ ಇಲ್ಲದೆ ಪ್ರಕ್ರಿಯೆ ನಡೆಯುತ್ತಿದ್ದರೆ ಈಗ ಅವರಿಗೆ ಎಲ್ಲಕ್ಕಿಂತ ನಿಮ್ಮ ಅವಶ್ಯಕೆ ಹೆಚ್ಚಿಗೆ ಇದೆ.

- ಅವರ ಹತ್ತಿರ ಇರಿ ಆದರೆ ಅವರ ಮೇಲೆ ಪ್ರಭಾವ ಆಗಬಾರದು. ಅವರು ಇಷ್ಟಪಡದಿದ್ದರೆ ಅವರನ್ನು ಮುಟ್ಟಬೇಡಿ. ಎನ್ನಿನ ಮೇಲೆ ಹಗುರವಾಗಿ ಒತ್ತುವುದರಿಂದ ಆರಾಮ ಸಿಗಬಹುದು. ಆದರೆ ಅವರು ಇಷ್ಟಪಡದಿದ್ದರೆ ಅದನ್ನೂ ಮಾಡಬೇಡಿ.
- ಈ ಸಮಯದಲ್ಲಿ ಉದ್ದುದ್ದ ಮಾತನಾಡಬೇಡಿ. ಅವರಿಗೆ ಸಣ್ಣ ಮತ್ತು ಸೀದ ಆದೇಶ ನೀಡಿ. ಇದು ಜೋಕ್ಸ್ ಮಾಡುವ ಸಮಯವಲ್ಲ.
- ಅವರು ಇಷ್ಟಪಟ್ಟರೆ ಸಮಾಧಾನ ಹೇಳಿರಿ. ಈ ಸಮಯದಲ್ಲಿ ಮಾತಿಗಿಂತಲೂ ಹಗುರವಾದ ಸ್ಪರ್ಶದಿಂದ ಕಣ್ಣಿನಲ್ಲಿ ಕಣ್ಣಿಟ್ಟು ಬೇಕಾದಷ್ಟು ಮಾತನಾಡಬಹುದು.
- ಸಂಕುಚನದ ಮಧ್ಯದಲ್ಲಿ ಉಸಿರಾಟದ ಮಂತ್ರದಿಂದ ಆರಾಮ ಸಿಗುವಂತಿದ್ದರೆ ಅವರಿಗೆ ಅದರಲ್ಲಿ ಸಹಾಯ ಮಾಡಿರಿ ಹಾಗೂ ಪ್ರಯತ್ನ ಪಡಿ.
- ಅವರ ಹೊಟ್ಟೆ ಮುಟ್ಟಿ ಸಂಕುಚನದ ಬಗ್ಗೆ ತಿಳಿಹೇಳಿ. ಅವರಿಗೆ ಸಂಕುಚನದ ಮಧ್ಯದಲ್ಲಿ ಲಯಬದ್ಧವಾದ ಉಸಿರಾಡಲು ನೆನಪಿಸಿ.
- ಸಂಕುಚನ ಬಹಳ ಬೇಗ ಆಗುವುದಕ್ಕೆ ಶುರುವಾದರೆ ಮತ್ತು ಅವರಿಗೆ ದಬ್ಬುವ ಇಚ್ಛೆಯಾದರೆ ಡಾಕ್ಟರಿಗೆ ತಿಳಿಸಿ ಬಹುಷಃ ಗರ್ಭಾಶಯದ ಬಾಯಿ ಪೂರ್ತಿ ತೆಗೆದಿರಬಹುದು.
- ಅವರಿಗೆ ನೀರಿನ ಗುಟುಕು ಅಥವಾ ಐಸ್ ಚಿಪ್ಸ್ ಕೊಡುತ್ತಿರಿ.

ಅವರ ಮುಖವನ್ನು ಒದ್ದೆ ಬಟ್ಟೆಯಿಂದ ಒರೆಸಿ. ಚಳಿ ಆದರೆ ಕಂಬಳಿ ಹೊದ್ದಿಸಿ ಅಥವಾ ಕಾಲುಗಳಿಗೆ ಕಾಲುಚೀಲ ಹಾಕಿರಿ.

- ಇಬ್ಬರು ನಿಮ್ಮ ಗಮನವನ್ನು ಮುಂದೆ ಬರುವ ಸಮಯದ ಮೇಲೆ ಕೇಂದ್ರೀಕರಿಸಿ ಸಂತೋಷದಿಂದ ತುಂಬಿದ ಗಂಟು ನಿಮ್ಮ ಕೈಗಳಲ್ಲಿ ಬರುವ ಆ ಕ್ಷಣ.

ಎರಡನೇ ಸ್ಥಿತಿ – ದಬ್ಬುವುದು ಮತ್ತು ಹೆರಿಗೆ

ಈ ಹಂತದವರೆಗೂ ಶಿಶುವಿನ ಜನನದಲ್ಲಿ ನಿಮ್ಮ ಸಕ್ರಿಯವಾದ ಪಾತ್ರ ಇರಲಿಲ್ಲ. ನಿಮ್ಮ ಗರ್ಭಾಶಯದ ಬಾಯಿ ಸಾಕಷ್ಟಿನವರೆಗೆ ಕೆಲಸವನ್ನು ಸುಲಭ ಮಾಡಿದೆ. ಆದರೆ ಈಗ ನೀವು ಮಗುವನ್ನು ಹೊರಗೆ ತರಲು ಸಹಾಯ ಮಾಡಬೇಕಾಗಿದೆ. ಈ ಪ್ರಕ್ರಿಯೆಯಲ್ಲಿ ಸುಮಾರು ಅರ್ಧದಿಂದ ಒಂದು ಘಂಟೆಯ ಸಮಯವಾಗುತ್ತದೆ. ಆದರೆ ಕೆಲವೊಮ್ಮೆ 10 ನಿಮಿಷ ಅಥವಾ 2 ರಿಂದ 3 ಘಂಟೆಯಗಳ ಕಾಲ ಆಗಬಹುದು.

ಈ ಭಾಗದ ಸಂಕುಚನ ಮೊದಲನೆ ಹಂತಕ್ಕಿಂತ ತುಂಬ ನಿಯಮಿತವಾಗುತ್ತದೆ. ಅದು 60 ರಿಂದ 90 ಸೆಕೆಂಡಿನಲ್ಲಿ ಬರುತ್ತದೆ. ಆದರೆ ಒಮ್ಮೊಮ್ಮೆ ನಿಂತುಹೋಗುತ್ತದೆ. ಈಗಲೂ ಕೂಡ ನಿಮಗೆ ನೋವು ಯಾವಾಗ ಏಳುತ್ತೆ ಎನ್ನುವುದು ಕಂಡುಹಿಡಿಯುವುದು ಕಷ್ಟ. ಈ ಸಮಯದಲ್ಲಿ ನೀವು ಕೆಳಗೆ ಹೇಳಿರುವ ಲಕ್ಷಣಗಳನ್ನು ಅನುಭವಿಸುತ್ತೀರಿ.

- ಸಂಕುಚನದೊಂದಿಗೆ ನೋವು ಆದರೆ ಸ್ವಲ್ಪ ಕಡಿಮೆ.
- ದಬ್ಬುವ ತೀವ್ರ ಆಸೆ (ಎಪಿಡ್ಯೂರಲ್ ಜೊತೆಯಲ್ಲಿ ಇಲ್ಲ)
- ಶಕ್ತಿಯ ವೇಗ ಆವೇಗ ಅಥವಾ ಆಯಾಸ
- ಸಂಕುಚನದ ವೇಗದ ಅಲೆ ಏಳುವುದು ಮತ್ತು ತಿಳಿಯುವುದು.
- ರಕ್ತಸ್ರಾವದಲ್ಲಿ ವೃಧ್ಧಿ.

- ಶಿಶುವಿನ ತಲೆ ಉಬ್ಬುವುದರಿಂದ ಯೋನಿಯಲ್ಲಿ ಹಗುರವಾದ ಉರಿ ಎಳೆತ ಅಥವಾ ಕಸಿವಿಸಿ (ಇದನ್ನು ರಿಂಗ್ ಆಫ್ ಫೈರ್) ಎಂದು ಕೂಡ ಹೇಳುತ್ತಾರೆ)
- ಹಗುರವಾದ ಜಾರುವಿಕೆ ಮತ್ತು ಮೃದುತ್ವದ ಅನುಭವ.

ಭಾವನಾತ್ಮಕವಾಗಿ ನಿಮಗೆ ತೃಪ್ತಿ ಸಿಗುತ್ತದೆ ಯಾಕೆಂದರೆ ನಿಮ್ಮ ದಬ್ಬುವಿಕೆ ಶುರುವಾಗಿದೆ ಅಂತ ಒಂದು ವೇಳೆ ದಬ್ಬುವುದು ಮತ್ತು ಶಕ್ತಿ ಪ್ರದರ್ಶನ ಶುರು ಮಾಡಲು ಒಂದು ಘಂಟೆಗಿಂತ ಹೆಚ್ಚು ಸಮಯ ಹಿಡಿದರೆ ನಿಮಗೆ ಆಯಾಸ ಮತ್ತು ನಿರಾಶೆ ಅನುಭವಿಸುತ್ತೀರಿ.

ಈ ಸಮಯದಲ್ಲಿ ನಿಮ್ಮ ಮನಸ್ಸಿನಲ್ಲಿ ಈ ಪ್ರಕ್ರಿಯೆ ಯಾವಾಗ ಮುಗಿಯುತ್ತದೆ ಎಂಬ ಒಂದೇ ಮಾತು ಇರುತ್ತದೆ.

ನೀವು ಏನು ಮಾಡಬಲ್ಲಿರಿ.

ಈಗ ಶಿಶುವನ್ನು ಹೊರತರಬೇಕಿದೆ. ಆದ್ದರಿಂದ ನೀವು ಮತ್ತು ಡಾಕ್ಟರ್ ಆರಾಮದ ಸಂಬಂಧದಲ್ಲಿ ಯಾವ ಮುದ್ರೆಯನ್ನು ಆರಿಸಿದ್ದೀರೋ ಅದರಲ್ಲಿ ಪೂರ್ತಿ ಶಕ್ತಿ ಪ್ರದರ್ಶಿಸಿರಿ. ಅರ್ಧ ಕೂರುವುದು ಇಲ್ಲ ಕುಕ್ಕರುಗಾಲಿನ ಮುದ್ರೆ ಪರಿಣಾಮಕಾರಿ ಆಗಬಹುದು. ಯಾಕೆಂದರೆ ಇದರಲ್ಲಿ ಗುರುತ್ವಾಕರ್ಷಣೆಯು ಸಹಾಯ ಸಿಗುತ್ತದೆ. ಮತ್ತು ಶಿಶುವು ಕೆಳಗಡೆ ಬರುತ್ತದೆ. ಈ ಪೊಸಿಸ್‌ನಲ್ಲಿ ನಿಮ್ಮ ಪಾದವನ್ನು ಎದೆಗೆ ಒತ್ತಿ ಯಾಕೆಂದರೆ ನೀವು ಪೂರ್ತಿಯಾಗಿ ಶಕ್ತಿ ಕೊಡಬಹುದು. ಒಂದು ವೇಳೆ ಒತ್ತಡ ಕೊಡಲಾಗದಿದರೆ ಆಗ ಪೊಸಿಶನ್ ಬದಲಾಯಿಸಲು ಪ್ರಯತ್ನಿಸಿ. ಕುಕ್ಕ ಗಾಲಿನಲ್ಲಿನ ಪೊಸಿಶನ್ ಗೆ ಬನ್ನಿ ಅಥವಾ ಕೈಕಾಲುಗಳ ಬಲದ ಮೇಲೆ ಕುಳಿತುಕೊಳ್ಳಿ.

ಒತ್ತಡ ಕೊಡುವಸಮಯ ಬಂದಾಗ ಬೇರೆ ಎಲ್ಲವನ್ನೂ ಮರೆಯಿರಿ. ನೀವು ದಬ್ಬುವುದರಲ್ಲಿ ಎಷ್ಟು ಒತ್ತಡ ಹಾಕುತ್ತೀರೋ ಅಷ್ಟು ವೇಗ ಶಿಶುವು ಹೊರಗೆ ಬರುವುದು. ಒಂದು ವೇಳೆ ತಪ್ಪು ರೀತಿಯಲ್ಲಿ ಒತ್ತಡ ತಂದರೆ ದಬ್ಬಿದರೆ ಬರೀ ಶಕ್ತಿಯ ನಷ್ಟ ಮತ್ತು ಆಯಾಸ ಬಿಟ್ಟು ಬೇರೇನೂ ಸಿಗುವುದಿಲ್ಲ.

- ನೀವು ಶರೀರ ಮತ್ತು ತೊಡೆಯನ್ನು ಸಡಿಲ ಬಿಟ್ಟು ಆ ರೀತಿಯಲ್ಲಿ ಒತ್ತಡ ಕೊಡಿ. ಹೇಗೆಂದರೆ ನೀವು ಶೌಚಕ್ಕೆ ಕುಳಿತಿರುವಿರಿ ಎಂದುಕೊಳ್ಳಿ. ನಿಮ್ಮ ಪೂರ್ತಿ ಗಮನವನ್ನು ಶರೀರದ ಮೇಲು ಭಾಗಕ್ಕೆ ಬದಲಾಗಿ ಯೋನಿ ಮತ್ತು ಗುದದ ಕಡೆಗೆ ಗಮನವಿಡಿ. ಮುಖದ ಮೇಲೆ ಕೂಡ ಒತ್ತಡ ತರಬೇಡಿ ತಿಳಿಯಾದಂತೆ ಬಣ್ಣದ ಗುರುತು ಹೊಮ್ಮಬಹುದು. ಈ ರೀತಿ ಶಿಶುವು ಹೊರಗೆ ಬರಲು ಸಾಧ್ಯವಿಲ್ಲ.
- ಈ ರೀತಿ ಒತ್ತಡ ಹಾಕುವುದರಿಂದ ಮಲ ಕೂಡ ಆಚರ ಬರಬಹುದು. ಅದರ ಬಗ್ಗೆಯೋಚಿಸಿ ನಾಚಿಕೊಳ್ಳಬೇಡಿ. ಹೆರಿಗೆಯ ಸಂಬಂಧದಲ್ಲಿ ಮಲ ಅಥವಾ ಮೂತ್ರ ಬರುವುದು ದೊಡ್ಡ ಮಾತೇನಲ್ಲ. ಕೋಣೆಯಲ್ಲಿ ಇದರ ಬಗ್ಗೆ ಯಾರೂ ಯೋಚನೆ ಮಾಡುವುದಿಲ್ಲ ಮತ್ತು ನಿಮಗೂ ಯೋಚನೆ ಮಾಡುವ ಅಗತ್ಯವಿಲ್ಲ. ಪ್ಯಾಡ್‌ನಿಂದ ಎಲ್ಲವೂ ತಕ್ಷಣ ಶುಚಿಯಾಗುತ್ತದೆ.
- ಒಂದು ವೇಳೆ ನಿಮಗೂ ಆ ರೀತಿ ಅನ್ನಿಸಿದರೆ ನೀವು ಶಿಶುವಿನ ನರ್ಸರಿ ಬಗ್ಗೆ ಏನೂ ಮಾಡಲು ಹೋಗಬೇಡಿ. ನೀವು ಮೆಟ್ಟಿಲುಗಳಿಂದ ಬೀಳಬಹುದು. ನಿಮಗೆ ನೀವು ಮನೆಯ ಕೆಲಸಗಳಿಂದ ಪೂರ್ತಿ ಆಯಾಸ ಮಾಡಿಕೊಳ್ಳಬೇಡಿ. ನಿಮಗೆ ಇನ್ನೂ ಹೆಚ್ಚಿನ ಶಕ್ತಿಯನ್ನು ಉಳಿಸಿಕೊಳ್ಳಬೇಕಾಗಿದೆ. ನಿಮ್ಮ ಅಳತೆ ಮೀರಬೇಡಿ. ನೀವು ಒಬ್ಬ ಸಾಧಾರಣ ಮನುಷ್ಯ ಮತ್ತು ನೀವೊಬ್ಬರೇ ಎಲ್ಲಾ ಕೆಲಸವನ್ನು ಮಾಡಲಾಗುವುದಿಲ್ಲ.
- ಒಂದು ವೇಳೆ ಮಗುವಿನ ತಲೆ ಕಂಡು ಅದೃಶ್ಯವಾದರೆ ನಿರಾಶರಾಗಬೇಡಿ. ಹೀಗೆ ಕೆಲವೊಮ್ಮೆ ಆಗುತ್ತದೆ. ನೀವು ಸರಿಯಾದ ದಿಕ್ಕಿನಲ್ಲಿ ಹೋಗುತ್ತಿದ್ದೀರೆಂದು ನೆನಪಿನಲ್ಲಿಡಿ.
- ಸಂಕುಚನದ ಮಧ್ಯದಲ್ಲಿ ವಿಶ್ರಾಂತಿ ಮಾಡಿ. ನೀವು ದಬ್ಬುವುದರಲ್ಲಿ ಆಯಾಸಗೊಂಡಿದ್ದರೆ ಡಾಕ್ಟರಿಗೆ ತಿಳಿಸಿ. ಅವರು ಕೆಲವು ನೋವುಗಳ ಜೊತೆ ದಬ್ಬದೇ ಇರುವುದಕ್ಕೆ ಸಲಹೆ ಕೊಡುತ್ತಾರೆ. ಇದರಿಂದ ನೀವು ಕಳೆದುಕೊಂಡ ಶಕ್ತಿಯನ್ನು ಮತ್ತೆ ಪಡೆಯಬಹುದು.
- ದಬ್ಬುವುದನ್ನು ನಿಲ್ಲಿಸಲು ಹೇಳಿದಾಗ ತಡೆಯಿರಿ. ಇಚ್ಛೆಯಾದರೆ ಬಾಯಿಯಿಂದ ಮುಕ್ಕಿರಿ.
- ಎದುರಿಗಿರುವ ಕನ್ನಡಿಯಲ್ಲಿ ಗಮನವಿಡಿ. ಉಬ್ಬುತ್ತಿರುವ ಶಿಶುವಿನ ತಲೆ ನಿಮಗೆ ಮುಕ್ಕುವುದಕ್ಕೆ ಪ್ರೋತ್ಸಾಹ ನೀಡುತ್ತದೆ. ಇದರ ವಿಡಿಯೋ ಟೇಪಿಂಗ್ ಮಾಡದಿದ್ದರೆ ಇದು ನಿಮಗೆ ಇನ್ನೊಮ್ಮೆ ಕಾಣಸಿಗುವುದಿಲ್ಲ.

ನೀವು ಮುಕ್ಕುವ ಪ್ರಕ್ರಿಯೆಯಲ್ಲಿ ಮಗ್ನರಾದರೆ ಡಾಕ್ಟರ್ ನಿಮಗೆ ಆಧಾರ ಕೊಡುತ್ತಾರೆ. ಶಿಶುವಿನ ಎದೆ ಬಡಿತದ ಬಗಗೆ ಗಮನವಿಡುತ್ತಾರೆ. ಅವರು ತಮ್ಮ ಶಸ್ತ್ರಚಿಕಿತ್ಸೆಯ ವಸ್ತುಗಳನ್ನು ತಯಾರು ಮಾಡುತ್ತಾರೆ. ಆಂಟಿಸೆಪ್ಟಿಕ್

ಒಂದು ಶಿಶುವಿನ ಜನನ

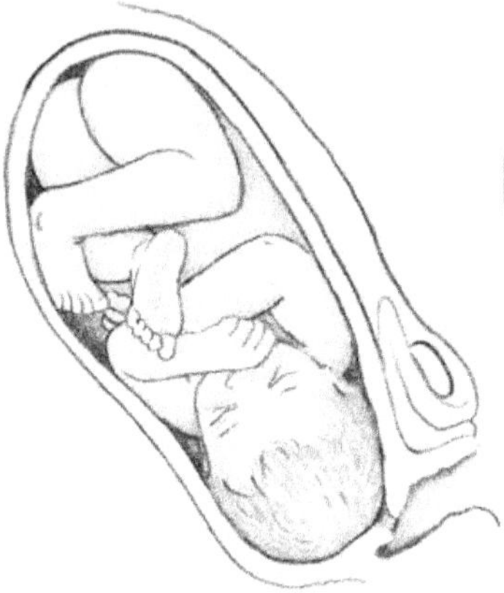

1. ಗರ್ಭಾಶಯದ ಬಾಯಿ ಸ್ವಲ್ಪ ತೆರದಿದೆ ಆದರೆ ಪೂರ್ತಿ ತೆರೆದಿಲ್ಲ.

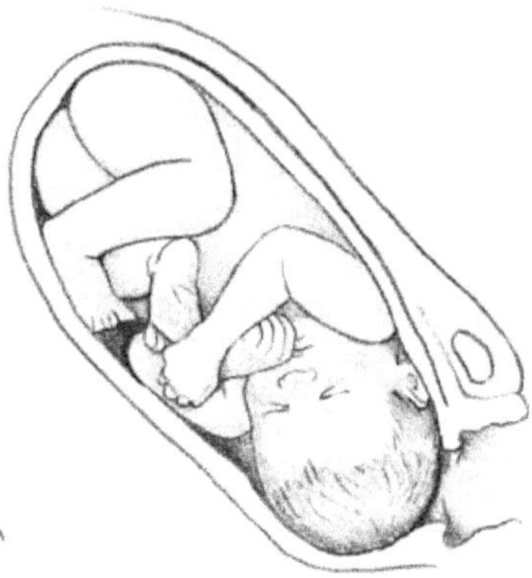

2. ಪ್ರಸವದ ಸಮಯದಲ್ಲಿ ಅನೇಕ ಸಲ ಶಿಶು ತನ್ನ ತಲೆಯನ್ನು ತೆಗೆಯಲು ತಾಯಿಯ ಪೆಲ್ವಿಸ್ ಜಾಗದಲ್ಲಿ ಸ್ವಲ್ಪ ತಿರುಗುವುದು. ಚಿತ್ರದಲ್ಲಿರುವಂತೆ.

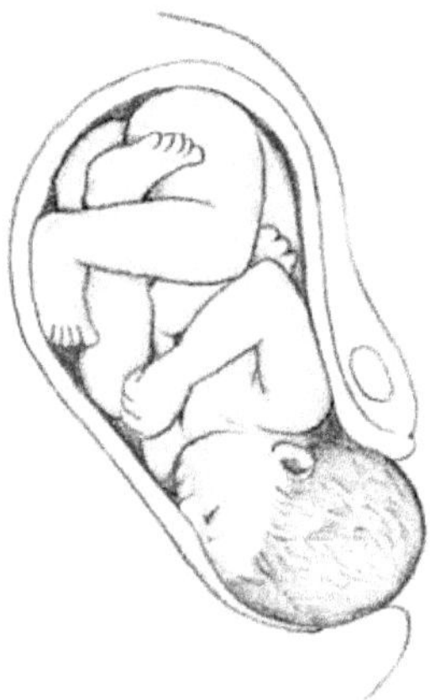

3 ಗರ್ಭಾಶಯದ ಬಾಯಿ ಪೂರ್ಣ ತೆರದಿದೆ. ಶಿಶುವಿನ ತಲೆ ಯೋನಿಯ ಮೂಲಕ ಹೊರಬರುತ್ತಿದೆ.

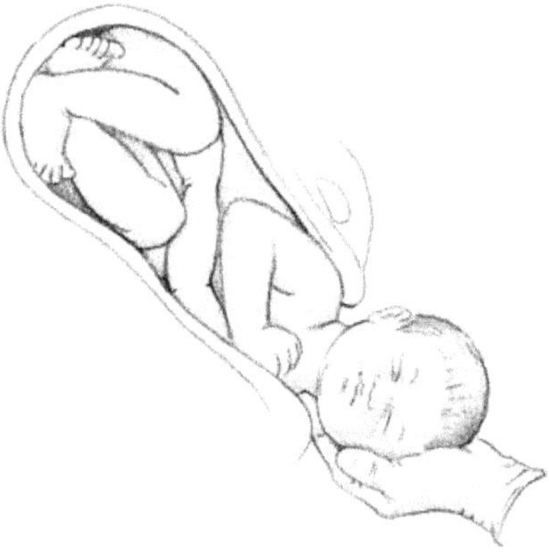

4. ಶಿಶುವಿನ ತಲೆ ಹೊರಗೆ ಬಂದ ನಂತರ ಮುಂದಿನ ಪ್ರಸವದ ಕಾರ್ಯ ಶೀಘ್ರ ಹಾಗೂ ಸುಸೂತ್ರವಾಗಿ ಆಗುವುದು.

ಔಷಧಿ ಹಚ್ಚುತ್ತಾರೆ. ಅವಶ್ಯಕತೆ ಬಿದ್ದರೆ ಸಣ್ಣ ಸೀಳು ಮಾಡುತ್ತಾರೆ. ವ್ಯಾಕ್ಯೂಮ್ ಅಥವಾ ಫಾರ್‌ಸೆಪ್ಸ್‌ನ ಉಪಯೋಗ ಮಾಡಬಹುದು.

ಶಿಶುವಿನ ತಲೆ ಕಾಣಿಸಿದರೆ ಅವರು ಶಿಶುವಿನ ಮೂಗು ಮತ್ತು ಬಾಯಿಯಿಂದ ಸಿಂಬಳ ತೆಗೆಯುತ್ತಾರೆ ಮತ್ತು ಅದನ್ನು ಹೊರಗೆ ತರಲು ಪ್ರಯತ್ನ ಮಾಡುತ್ತಾರೆ. ತಲೆ ತೆಗೆಯುವುದರೊಳಗೆ ಸಮಯ ಹಿಡಿಯುತ್ತದೆ. ಇದಾದ ಮೇಲೆ ಹಗುರವಾದ ಮುಕ್ಕುವಿಕೆಯೇ ಸಾಕಾಗುತ್ತದೆ. ಇದಾದ ಮೇಲೆ ಬಳ್ಳಿ ಕತ್ತರಿಸಿ ಮಗುವನ್ನು ನಿಮಗೆ ಕೊಡಲಾಗುತ್ತದೆ. ಇಲ್ಲ ಹೊಟ್ಟೆ ಮೇಲೆ ಮಲಗಿಸುತ್ತಾರೆ. ಈಗ ನೀವು ಮಗುವನ್ನು ಕೈನಲ್ಲಿ ಉಟ್ಟಬಹುದು. ಯಾವ ಮಗುವಿಗೆ ಹುಟ್ಟಿದ ತಕ್ಷಣ ತಾಯಿಯ ತ್ವಚೆಯ ಸಂಪರ್ಕ ಸಿಗುತ್ತದೋ ಅಂತಹ ಶಿಶು ಆಳವಾದ ನಿದ್ದೆ ಮಾಡುತ್ತದೆ ಮತ್ತು ಶಾಂತವಾಗಿರುತ್ತದೆ ಎಂದು ಅಧ್ಯಯನದಿಂದ ತಿಳಿದುಬಂದಿದೆ.

ಇದಾದ ಮೇಲೆ ಡಾಕ್ಟರ್ ಶಿಶುವಿನ ಸ್ಥಿತಿಯ ಬಗ್ಗೆ ಗಮನ ಕೊಡುತ್ತಾರೆ ಮತ್ತು ಅಪಗಾರ್ ಹೋಲ್‌ನಲ್ಲಿ ಒಂದು ನಿಮಿಷ ಮತ್ತು ಐದು ನಿಮಿಷದ ಅವಧಿಯಲ್ಲಿ ತಪಾಸಣೆ ಮಾಡುತ್ತಾರೆ. ಅದರ ಬೆನ್ನನ್ನು ಹಗುರವಾಗಿ ಹೊಡೆಯುತ್ತಾರೆ. ನಿಮ್ಮ ಕೈ ಮತ್ತು ಶಿಶುವಿನ ಹಿಮ್ಮಡಿಯಲ್ಲಿ ಗುರುತಿಗಾಗಿ ಒಂದು ಬ್ಯಾಂಡ್ ಕೊಡುತ್ತಾರೆ. ನವಜಾತಿ ಶಿಶುವಿಗೆ ಕಣ್ಣಿನ ಸೋಂಕಿನಿಂದ ಕಾಪಾಡಲು ಔಷಧಿಯನ್ನು ಹಾಕಲಾಗುತ್ತದೆ. ನೀವು ಇಷ್ಟಪಟ್ಟರೆ ಮೊದಲು ಮಗುವನ್ನು ಕೈಯಲ್ಲಿ ಎತ್ತಿಕೊಳ್ಳಲು ಹೇಳಬಹುದು. ಅದರ ತೂಕದ ತಪಾಸಣೆ ಆಗುತ್ತದೆ. ಮತ್ತೆ ಟವಲಲ್ಲಿ ಸುತ್ತಲಾಗುತ್ತದೆ. ಆಸ್ಪತ್ರೆಗಳಲ್ಲಿ ಬೇರೆ ಬೇರೆ ರೀತಿಯಲ್ಲಿ ಈ ಕೆಲಸಗಳು ಆಗುತ್ತವೆ.

ಆಮೇಲೆ ಶಿಶುವನ್ನು ಸ್ತನ್ಯಪಾನಕ್ಕೆ ನಿಮಗೆ ಒಪ್ಪಿಸಲಾಗುತ್ತದೆ. ಕೆಲವೊಮ್ಮೆ ಶಿಶುವಿನ ಪೂರ್ತಿ ತಪಾಸಣೆಗಾಗಿ ಮತ್ತು ಕೆಲವು ಪರೀಕ್ಷೆಗಳಿಗೋಸ್ಕರ ನರ್ಸರಿಗೆ ಕೊಂಡೊಯ್ಯಲಾಗುತ್ತದೆ. ಇದಾದ ಮೇಲೆ ಶಿಶುವನ್ನು ನಿಮ್ಮ ಕೋಣೆಯಲ್ಲಿ ಪೋಷಿಸುವುದಕ್ಕೆ ತಲುಪಿಸುತ್ತಾರೆ.

ಜೊತೆಗಾರನಿಗೆ : ನೀವು ಏನು ಮಾಡಬಹುದು.

- ಮುಕ್ಕುವಾಗ ಎಲ್ಲ ಶಕ್ತಿಯೂ ಆಕಡೆಗೆ ಇರುತ್ತದೆ ಆದ್ದರಿಂದ ನೀವು ತಾಯಿಯ ಸಹಾಯ ಮಾಡಿ ನಿಮ್ಮ ಪ್ರೀತಿಯ ಆಶ್ವಾಸನೆ ಕೊಡಿ. ಅವರು ನಿಮ್ಮ ಕಡೆ ಗಮನ ಕೊಡದಿದ್ದರೆ ತಪ್ಪು ತಿಳಿಯಬೇಡಿ.
- ಬಾಯಿಯ ಮೃದುತ್ವ ಕಾಪಾಡಲು ಐಸ್ ಚಿಪ್ಸ್ ಕೊಡುತ್ತಿರಿ.
- ಅವರ ಬೆನ್ನಿಗೆ ಆಧಾರ ಕೊಡಿ. ಮುಖವನ್ನು ಒದ್ದೆ ಬಟ್ಟೆಯಿಂದ ಒರೆಸಿರಿ. ಅವರು ತಮ್ಮ ಪೊಸಿಶನ್‌ನಿಂದ ಆಚೆ ಹೋದರೆ ವಾಪಸ್ಸು ಪೊಸಿಶನ್‌ಗೆ ಬರಲು ಸಹಾಯ ಮಾಡಿ.
- ಅವರಿಗೆ ಜೊತೆಜೊತೆಯಲ್ಲಿ ಕನ್ನಡಿಯಲ್ಲಿ ನೋಡಲು ನೆನಪುಕೊಡಿ. ಒಂದು ವೇಳೆ ಕನ್ನಡಿ ಇಲ್ಲದಿದ್ದರೆ ಬಾಯಿಂದ ಎಲ್ಲವನ್ನೂ ಹೇಳುತ್ತಿರಿ.

ಶಿಶುವಿನ ಮೇಲೆ ಮೊದಲ ದೃಷ್ಟಿ

9 ತಿಂಗಳು ಹೊಟ್ಟೆಯಲ್ಲಿ ಇದ್ದ ಮೇಲೆ ಶುಚಿಯಾದ ದಪ್ಪನಾದ ದುಂಡಗಿನ ಶಿಶು ಹೊರಗೆ ಬರುವುದಿಲ್ಲ. ಅದಕ್ಕೂ ಹೊರಗೆ ಬರಲು ಶ್ರಮಪಡಬೇಕಾಗುತ್ತದೆ. ಪರಿಣಾಮ ಅದರ ಬಣ್ಣ ರೂಪಗಳ ಮೇಲೆ ಇದರ ಪ್ರಭಾವ ಇರುತ್ತದೆ. ಹೇಳುವುದಾದರೆ ಎಲ್ಲ ಲಕ್ಷಣಗಳು ತಾತ್ಕಾಲಿಕವಾಗಿರುತ್ತವೆ. ಆಸ್ಪತ್ರೆಯಿಂದ ಮನೆಗೆ ಬರುವಷ್ಟರಲ್ಲಿ ಶಿಶುವು ತನ್ನ ಸುಂದರ ರೂಪದಲ್ಲಿ ಬರುತ್ತದೆ.

ಚೊಟ್ಟ ಬೊಟ್ಟ ತಲೆ : ಕೆಲವು ವೇಳೆ ಮಗುವಿನ ತಲೆಯು ಸುತ್ತಳತೆ ಅದರ ಎದೆಯುಗಲಕ್ಕಿಂತ ಹೆಚ್ಚಾಗಿರುತ್ತದೆ. ಕೆಲವು ವೇಳೆ ಜನನ ಪ್ರಕ್ರಿಯೆಯಲ್ಲಿ ತಲೆ ಆಕೃತಿ ಸೊಟ್ಟಸೊಟ್ಟಗಾಗುತ್ತದೆ. ಒಂದು ವೇಳೆ ಹೊರಗೆ ಬರುವ ಸಮಯದಲ್ಲಿ ತಪ್ಪು ರೀತಿಯಿಂದ ಒತ್ತಡ ಹಾಕಿದರೆ ಅದರ ಮೇಲೆ ಗಂಟು ಉಬ್ಬಿ ಬರುತ್ತದೆ. ಇದು 2–3 ವಾರಗಳಲ್ಲಿ ಸರಿಹೋಗುತ್ತದೆ ಮತ್ತು ಶಿಶುವಿನ ತಲೆ ಸರಿಯಾದ ಆಕೃತಿಗೆ ಬರಲು ಶುರುವಾಗುತ್ತದೆ.

ನವಜಾತ ಶಿಶುವಿನ ಕೂದಲು : ಕೆಲವು ಹುಟ್ಟಿದ ಶಿಶುಗಳ ತಲೆ ಬೋಳಾಗಿದ್ದರೆ ಕೆಲವು ಶಿಶುಗಳಿಗೆ ದಟ್ಟವಾದ ಕೂದಲಿರುತ್ತದೆ. ಆದರೆ ಈ ಎಲ್ಲ ಕೂದಲು ನಿಧಾನವಾಗಿ ಉದುರಿಹೋಗುತ್ತದೆ ಮತ್ತು ಹೊಸ ಬಣ್ಣ ಮತ್ತು ಬೆಳೆದ ಕೂದಲು ಹೊರಬರುತ್ತದೆ.

ಶರೀರದ ಮೇಲೆ ಮೇಣದ ಪದರ : ಮೇಣದ ಪದರ ಅದರ ಶರೀರದ ಅಮ್ನಿಯಾಟಿಕ್ ದ್ರವ್ಯದ ಪರಿಣಾಮದಿಂದಾಗುತ್ತದೆ. ಕೆಲವು ಸಲ ಪ್ರಿಮೆಚ್ಯೂರ್ ಶಿಶುಗಳಲ್ಲಿ ಈ ಪದರ ಕಂಡುಬರುತ್ತದೆ. ಪೋಸ್ಟ್ ಮೆಚೂರ್ ಶಿಶುಗಳಲ್ಲಿ ಇದು ಇರುವುದೇ ಇಲ್ಲ.

ಜನನೇಂದ್ರಿಯದ ಊತ : ನವಜಾತ ಹೆಣ್ಣು ಅಥವಾ ಗಂಡು ಶಿಶುವಿನ ಜನನೇಂದ್ರಿಯಗಳಲ್ಲಿ ಊತ ಕಂಡುಬರುತ್ತದೆ. ಎದೆಯಲ್ಲಿ ಸಹ ಊತ ಇರಬಹುದು. ಕೆಲವೊಮ್ಮೆ ಇದರಿಂದ ತಿಳಿಯಾದ ದ್ರವ್ಯ ಸೋರುತ್ತದೆ. ಹುಡುಗಿಯರಲ್ಲಿ ತಾಯಿಯ ಹಾರ್ಮೋನಿನ ಕಾರಣದಿಂದ ಯೋನಿಯಲ್ಲಿ ಸ್ರಾವವಾಗುತ್ತದೆ. ಈ ಎಲ್ಲ ಪರಿಣಾಮ 7 ರಿಂದ 10 ದಿನಗಳಲ್ಲಿ ಮುಗಿಯುತ್ತದೆ.

ಕಣ್ಣಿನ ಊತ : ಕೆಲವೊಮ್ಮೆ ನವಜಾತ ಶಿಶುವಿನ ಕಣ್ಣಿನ ಗುಡ್ಡೆಗಳಲ್ಲಿ ಊತ ಕಾಣಬಹುದು. ಇದು ಕೂಡ ಸ್ವಲ್ಪ ದಿನದಲ್ಲಿ ಸರಿಹೋಗುತ್ತದೆ.

ತ್ವಚೆ : ಶಿಶು ತಿಳಿಯಾದ ಬಿಳಿ ಬಣ್ಣ ಗುಲಾಬಿ ಅಥವಾ ಸ್ಲೇಟ್ ಬಣ್ಣದ ಚರ್ಮದೊಂದಿಗೆ ಹುಟ್ಟುತ್ತದೆ. ಜನನದ ಕೆಲವು ಘಂಟೆಯವರೆಗೆ ಪಿಗ್‌ಮೆಂಟೇಶನ್ ಶುರುವಾಗಿರುವುದಿಲ್ಲ. ಮುಖದಲ್ಲಿ ತಾತ್ಕಾಲಿಕವಾದ ಕಲೆಗಳು ಕಾಣಬಹುದು. ಅದರ ತ್ವಚೆ ಗಾಳಿಯ ಸಂಪರ್ಕಕ್ಕೆ ಬಂದ ಕಾರಣ ಒಣಗಬಹುದು.

ಕೂದಲು : ಕೆಲವೊಮ್ಮೆ ನವಜಾತ ಶಿಶುವಿನ ತೋಳು ಬೆನ್ನು ಮತ್ತು ಹಣೆಯ ಮೇಲೆ ಸಾಕಷ್ಟು ಕೂದಲು ಇರುತ್ತದೆ. ಇದು ಜನನ ಸಮಯದಲ್ಲಿ ಅಥವಾ ಮೊದಲು ಅಥವಾ ಆಮೇಲೆ ಜನನವಾಗುವ ಶಿಶುಗಳಲ್ಲಿ ಕಂಡುಬರುತ್ತದೆ. ಈ ಕೂದಲು ಸ್ವಲ್ಪ ಸಮಯದನಂತರ ತಾನಾಗಿಯೇ ಉದುರಿಹೋಗುತ್ತದೆ.

ಹುಟ್ಟಿನ ಗುರುತು : (ಮಚ್ಚೆ) ಶಿಶುಗಳ ಶರೀರದಲ್ಲಿ ಹುಟ್ಟಿನಿಂದಲೇ ಕೆಲವು ಗುರುತುಗಳು ಇರುತ್ತವೆ. ಇದನ್ನು ಹುಟ್ಟಿನ ಗುರುತು ಎಂದು ಹೇಳುತ್ತಾರೆ. ತ್ವಚೆಯ ಮೇಲೆ ತಿಳಿಯಾದ ಅಥವಾ ಆಳವಾದ ಮಚ್ಚೆ ಆಗಬಹುದು. ತೋಳು ಅಥವಾ ತೊಡೆಯ ಮೇಲೆ ಕಪ್ಪು ಕಲೆ ಇರಬಹುದು. ಕೆಲವೊಮ್ಮೆ ಸಣ್ಣ ಮತ್ತಿಗಳು ಎಷ್ಟು ಬೇಕಾದರೂ ಉಬ್ಬಬಹುದು. ಕೆಲವು ಸಲ ಈ ಮತ್ತಿಗಳು ತಾವಾಗಿಯೇ ಉದುರಿಹೋಗುತ್ತವೆ. ಶರೀರದಲ್ಲಿ ಬೇರೆ ಬೇರೆ ಬಣ್ಣದ ಮಚ್ಚೆ ಆಮೇಲೆ ತಿಳಿಯಾಗುತ್ತವೆ. ಆದರೆ ಪೂರ್ತಿಯಾಗಿ ಹೋಗುವುದಿಲ್ಲ.

ಮೂರನೆ ಘಟ್ಟ : ಪ್ಲೆಸೆಂಟಾದ ಹೆರಿಗೆ (ಮಾಸದ ಹೆರಿಗೆ)

ಕೆಟ್ಟ ಸಮಯ ಕಳೆದು ಹೋಯಿತು. ಒಳ್ಳೆಯ ಸಮಯಕ್ಕೆ ತಯಾರಾಗಿ ಶಿಶುವಿನ ಜನನದ ಈ ಕೊನೆಯ ಘಟ್ಟದಲ್ಲಿ ಒಡಲಿನಿಂತ ಮಾಸ ಆಚೆ ಬರುತ್ತದೆ. ಹಗುರವಾದ ಸಂಕುಚನ ಭಾರಿಯಾಗುತ್ತದೆ. ಆದರೆ ನೀವು ನವಜಾತ ಶಿಶುವಿನಲ್ಲಿ ಮಗ್ನರಾಗಿರುತ್ತೀರಿ. ಆದ್ದರಿಂದ ಅದರ ಅನುಭವ ನಿಮಗೆ ಆಗುವುದಿಲ್ಲ. ಗರ್ಭಾಶಯ ಮುದುಡುವುದರಿಂದ ಮಾಸ ಯೋನಿಯವರೆಗೂ ಬರುತ್ತದೆ. ಯಾಕೆಂದರೆ ಅದನ್ನು ಹೊರಕ್ಕೆ ತೆಗೆಯಲು ಸುಲಭವಾಗಲಿ ಅಂತ.

ಡಾಕ್ಟರ್ ನಿಮಗೆ ಸರಿಯಾದ ಸಮಯದಲ್ಲಿ ಮುಕ್ಕುವುದಕ್ಕೆ ಹೇಳುತ್ತಾರೆ ಮತ್ತು ಹೊರತರಲು ಸಹಾಯ ಮಾಡುತ್ತಾರೆ. ನಿಮಗೆ ಚುಚಚುಮದ್ದಿನ ಸಹಾಯದಿಂದ ಆಕ್ಸಿಡೇಶನ್ ಕೊಡಲಾಗುತ್ತದೆ. ಯಾಕೆಂದರೆ ಸಂಕುಚನ ವೇಗವಾಗಿ ಮಾಸ ಆಚೆ ಬರಲೆಂದು ಇದರಿಂದ ಗರ್ಭಾಶಯ ಬೇಗನೆ ತನ್ನ ಮೊದಲಿನ ಆಕೃತಿಗೆ ಬರುತ್ತದೆ. ಮತ್ತು ರಕ್ತಸ್ರಾವ ಕಡಿಮೆಯಾಗುತ್ತದೆ. ಒಂದು ವೇಳೆ ಮಾಸ ಜೊತೆಯಲ್ಲಿ ಸೇರದೇ ಹೋದರೆ ಡಾಕ್ಟರ್ ನಿಮ್ಮ ಗರ್ಭಾಶಯದಲ್ಲಿ ಅದರ ತುಂಡುಗಳನ್ನು ನೋಡುತ್ತಾರೆ.

ಹೆರಿಗೆ ಆದ ಮೇಲೆ ನೀವು ಸಾಕಷ್ಟು ಆಯಾಸವನ್ನು ಅನುಭವಿಸುವಿರಿ. ಇಲ್ಲವೇ ಶಕ್ತಿಯಿಂದ ತುಂಬಿದವರಾಗುತ್ತೀರಿ. ಕೆಲವು ಮಹಿಳೆಯರಿಗೆ ಈ ಸಮಯದಲ್ಲಿ ಚಳಿಯಾಗುತ್ತದೆ ಮತ್ತೆ ಕೆಲವರಿಗೆ ಹಸಿವೆಯಾಗುತ್ತದೆ.

ಈ ಸಮಯದಲ್ಲಿ ಋತುಚಕ್ರದ ನಿಯಮದಂತೆ ರಕ್ತಸ್ರಾವ ಕೂಡ ಆಗುತ್ತದೆ. ಶಿಶುವಿನ ಜನನವಾದನಂತರ ನೀವು ಭಾವನಾತ್ಮಕವಾಗಿ ಏನು ಅನುಭವಿಸುವಿರಿ? ಪ್ರತಿಯೊಬ್ಬ ಮಹಿಳೆಯು ಬೇರೆಬೇರೆ ರೀತಿಯಲ್ಲಿ ಪ್ರತಿಕ್ರಿಯಿಸುತ್ತಾರೆ. ನೀವು ನಿಮ್ಮ ಮಗುವಿಗೆ ಮತ್ತು ಜೊತೆಗಾರನಿಗೆ ಪ್ರೀತಿಯ ಭಾವನೆಯನ್ನು ಅನುಭವಿಸುತ್ತೀರಿ. ತುಂಬ ಸಮಯ ತೆಗೆದುಕೊಂಡ ಹೆರಿಗೆಯನಂತರ ನಿರಾಳವಾಗುತ್ತದೆ, ಅಥವಾ ಮತ್ತೆ

ಶಿಶುವನ್ನು ಸ್ಪರ್ಶಿಸಿ ಸ್ವಲ್ಪ ಆಶ್ಚರ್ಯ ಅನುಭವಿಸಿರಿ ಇಲ್ಲವೆ ಪುಟ್ಟ ಅತಿಥಿಯನ್ನು ನೋಡಿ ಸವಲ್ಪ ಕಸಿವಿಸಿಯಾಗುತ್ತೀರಿ. ಅದೂ ಕೂಡ ನಿಮ್ಮನ್ನು ಸೇರಲು ಕಷ್ಟಗಳನ್ನು ದಾಟಿದೆ. ನಿಮ್ಮ ಪ್ರತಿಕ್ರಿಯೆ ಏನೇ ಇದ್ದರೂ ನೀವು ಶಿಶುವನ್ನು ಆಳವಾದ ಪ್ರೀತಿ ಮಾಡುವಿರಿ. ಆದಾಗ್ಯೂ ಈ ಎಲ್ಲ ಮಾತುಗಳು ಸ್ವಲ್ಪ ಸಮಯ ತೆಗೆದುಕೊಳ್ಳುತ್ತವೆ.

ನೀವು ಏನು ಮಾಡಬಲ್ಲಿರಿ.

- ನೀವು ಮಗುವನ್ನು ಮನಸ್ಸು ಪೂರ್ತಿಯಾಗಿ ಪ್ರೀತಿಸಿ.
- ಶಿಶು ತನ್ನ ತಾಯಿಯ ಧ್ವನಿಯನ್ನು ಗುರುತಿಸಬಲ್ಲರು. ಆದ್ದರಿಂದ ಅವರೊಂದಿಗೆ ಮಾತನಾಡಿರಿ. ಅದರ ಕಿವಿಯಲ್ಲಿ ನಿಧಾನವಾಗಿ ಏನಾದರೂ ಹೇಳಿ. ಇದರಿಂದ ಅದು ಈ ಪ್ರಪಂಚದಲ್ಲಿ ಸ್ವಲ್ಪ ತನ್ನತನವನ್ನು ಅನುಭವಿಸಲಿ. ಒಂದು ವೇಳೆ ಮಗುವನ್ನು ನರ್ಸರಿಯಲ್ಲಿರಿಸಿದರೆ ಸ್ವಲ್ಪ ನಿರೀಕ್ಷೆ ಮಾಡಿ.
- ನಿಮ್ಮ ಜೊತೆಗಾರನೊಂದಿಗೆ ಸಹ ಸ್ವಲ್ಪ ಸಮಯ ಕಳೆಯಿರಿ.
- ಮಾಸವನ್ನು ಹೊರಗೆ ತೆಗೆಯಲು ಸಹಾಯ ಮಾಡಿ. ಕೆಲವೊಮ್ಮೆ ಮುಕ್ಕುವ ಅಗತ್ಯವೇ ಇರುವುದಿಲ್ಲ. ಡಅಕ್ಟರರು ನಿಮಗೆ ಏನು ಮಾಡಬೇಕೆಂದು ಹೇಳುತ್ತಾರೆ.
- ಸೀಳು ಆಗಿರುವುದರಿಂದ ಅದರ ಚಿಕಿತ್ಸೆ ಆಗುವವರೆಗೂ ಸುಮ್ಮನೆ ಮಲಗಿಕೊಳ್ಳಿರಿ.
- ನಿಮಗೆ ಸಿಕ್ಕಿರುವುದಕ್ಕೆ ಹೆಮ್ಮೆ ಪಡಿ.
- ನೀವು ನಿಮ್ಮ ಪೆರಿನಿಯಮ್ ಊತವನ್ನು ಇಳಿಸಲು ಐಸ್ ಪ್ಯಾಕ್ ಕೇಳಿರಿ. ನರ್ಸ್ ನಿಮಗೆ ಪ್ಯಾಡ್ ಹಾಕಿಕೊಳ್ಳುವುದಕ್ಕೆ ಸಹಾಯ ಮಾಡುವವಳು ಏಕೆಂದರೆ ಈ ಸಮಯದಲ್ಲಿ ನಿಮಗೆ ರಕ್ತಸ್ರಾವವಾಗುವುದು. ಇದಾದ ಮೇಲೆ ನಿಮ್ಮನ್ನು ಶುಚಿ ಮಾಡಿ ನಿಮ್ಮ ಕೋಣೆಗೆ ಕಳುಹಿಸಲಾಗುವುದು.

ಜೊತೆಗಾರನಿಗೆ – ನೀವು ಏನು ಮಾಡುವಿರಿ?

- ನಿಮ್ಮ ಹತ್ತಿರ ಹೆಂಡತಿ ಮತ್ತು ಶಿಶುವಿನೊಂದಿಗೆ ಕಳೆಯಲು ಸಾಕಷ್ಟು ಸಮಯವಿದೆ. ನರ್ಸ್ ಮತ್ತೆ ಡಾಕ್ಟರ್ ಉಳಿದಿರುವ ಕೆಲಸ ನೋಡಿಕೊಳ್ಳುತ್ತಾರೆ.
- ನಿಮ್ಮ ಪುಟ್ಟ ಅತಿಥಿಗೆ ಮತ್ತು ಅದರ ತಾಯಿಗೆ ಪ್ರೀತಿ ತುಂಬಿದ ಎರಡು ಮಾತು ಹೇಳಿ ಮತ್ತು ಶುಭಾಶಯವನ್ನು ಕೋರಿರಿ.
- ಶಿಶುವಿನೊಂದಿಗೆ ಸ್ವಲ್ಪ ಮಾತು ಕತೆಯಾದರೆ ಹೇಗಿರುತ್ತದೆ. ಅದು ನಿಮ್ಮ ಧ್ವನಿಯನ್ನು ಸಹ ಗುರುತಿಸಬಲ್ಲದು. ಈ ಅಪರಿಚಿತ ವಾತಾವರಣದಲ್ಲಿ ಸ್ವಲ್ಪ ತನ್ನತನವನ್ನು ಅನುಭವಿಸುವುದು.
- ತಾಯಿಗೆ ಕೂಡ ಸ್ವಲ್ಪ ಪ್ರೀತಿ ಕೊಡುವುದನ್ನು ಮರೆಯಬೇಡಿರಿ.
- ಅವರಿಗಾಗಿ ಜ್ಯೂಸ್ ತರಿಸಿ. ಒಂದು ವೇಳೆ ಶಾಂಪೈನ್ ತಂದಿದ್ದರೆ ಸಂಭ್ರಮ ಆಚರಿಸುವುದರಲ್ಲಿ ತಪ್ಪೇನಿಲ್ಲ.
- ಒಂದು ವೇಳೆ ಕ್ಯಾಮರಾ ಅಥವಾ ವಿಡಿಯೋ ಹತ್ತಿರವಿದ್ದರೆ ಪುಟ್ಟ ತುಂಟನ ಚಿತ್ರಗಳನ್ನು ತೆಗೆಯಲು ಶುರುಮಾಡಿರಿ.

ಸಿಜೇರಿಯನ್ ಹೆರಿಗೆ :

ನೀವು ಸಿಜೇರಿಯನ್ ಹೆರಿಗೆಯಲ್ಲಿ ಸಾಮಾನ್ಯ ಹೆರಿಗೆಯಲ್ಲಿ ಪಾಲ್ಗೊಳ್ಳುವಂತೆ ಪಾಲ್ಗೊಳ್ಳಲು ಆಗುವುದಿಲ್ಲ. ಆದರೆ ಇದರಲ್ಲೂ ತನ್ನದೇ ಆದ ಕೆಲವು ಅನುಕೂಲತೆಗಳಿವೆ. ದಬ್ಬುವುದು ಮತ್ತು ಮುಕ್ಕುವುದರ ಬದಲಾಗಿ ನೀವು ಆರಾಮವಾಗಿ ಮಲಗಿರುತ್ತೀರಿ. ನಿಮಗೆ ಇದರ ಬಗ್ಗೆ ತಿಳಿಯುವ ಅವಶ್ಯಕತೆ ಇದೆ. ತಿಳುವಳಿಕೆ ಎಷ್ಟು ಹೆಚ್ಚು ತಿಳಿಯುವುದೋ ಇದು ಅಷ್ಟು ಆರಾಮದಾಯಕವಾಗಿರುತ್ತದೆ. ಇದು ನಿಮಗೆ ಮೊದಲೇ ತಿಳಿದಿದ್ದರೆ ವಾಸಿ. ಏಕೆಂದರೆ ಕೆಲವೊಮ್ಮೆ ತಟ್ ಅಂತ ನಿರ್ಧಾರ ತೆಗೆದುಕೊಳ್ಳಬೇಕಾಗುತ್ತದೆ.

- ಆದರೆ ಅನಸ್ತೇಶಿಯ ಮತ್ತು ಆಸ್ಪತ್ರೆಗಳಲ್ಲಿ ಬದಲಾದ ರೀತಿಗಳಿಂದ ಹೆಚ್ಚಿನ ಮಹಿಳೆಯರು ತಮ್ಮ ಸಿಜೇರಿಯನ್ನನ್ನು ನೋಡಬಹುದು. ಆ ಸಮಯದಲ್ಲಿ ಅವರು ಸಾಕಷ್ಟು ಮಟ್ಟಿಗೆ ಶಾಂತವಾಗಿರುತ್ತಾರೆ.
- ಸಿಜೇರಿಯನ್ ಹೆರಿಗೆಯಲ್ಲಿ ಕೆಳಗೆ ಹೇಳಿರುವ ಹಂತಗಳಿವೆ.
- ನಿಮಗೆ ಅನಸ್ತೇಶಿಯಾ ಕೊಡಲಾಗುತ್ತದೆ ಅಥವಾ ಶರೀರದ ಕೆಳಭಾಗದಲ್ಲಿ ಎಪಿಡ್ಯೂರಲ್ ಕೊಡಬಹುದು. ಒಂದು ವೇಳೆ ಅಪಾಯದ ವೇಳೆಯಲ್ಲಿ ಶಿಶುವಿನ ಜನನವಾಗಬೇಕಾದರೆ ಆಗ ಜನರಲ್ ಅನಸ್ತೇಶಿಯಾ ಕೊಡಲಾಗುವುದು.

■ ଏହା ଜରୁରୀକାଳୀନ ଅପରେସନ ହେଇଥିଲେ ବ୍ୟତିବ୍ୟସ୍ତ ହୁଅନ୍ତୁନି; ସବୁ ଠିକ୍ ହେଇଯିବ । ହସ୍ପିଟାଲରେ ଏହା ନିତିଦିନିଆ ଘଟଣା ।

■ ଏନାସ୍ଥେସିଆର ପ୍ରଭାବ ପଡ଼ିଲେ ହିଁ ପେଟକଟା ଯିବ । ଏଥିରେ ଯନ୍ତ୍ରଣା ହେବନାହିଁ ।

■ ତା'ପରେ ଗର୍ଭାଶୟରେ ଦ୍ୱିତୀୟ ଥର କଟାକଟି ହେବ ଓ ଏମ୍ନିଓଟିକ ଦ୍ରବଣ କଢ଼ାଯାଇ ଫିଙ୍ଗାଯିବ । ଏହାର ସ୍ୱର ଶୁଭିପାରେ ।

■ ଶିଶୁକୁ ପଦାକୁ କାଢ଼ି ଗର୍ଭାଶୟକୁ ବନ୍ଦ କରାଯିବ । ଏପିଡ୍ୟୁରାଲ ଟାଣିହେଇପାରେ । ନିଜ ଛୁଆକୁ ଦେଖିବାକୁ ଚାହୁଁଥିବଲେ ସ୍କ୍ରିନକୁ ତଳକୁ କରିବାକୁ କୁହନ୍ତୁ । ଫଳରେ ମାତ୍ର ଶିଶୁ ଦିଶିବ ଅଥଚ ଆଉ କିଛି ଦିଶିବନି ।

■ ଶିଶୁର ନାକ, ମୁହଁ, ପାଟିରୁ ମ୍ୟୁକସ କାଢ଼ି ନାଭିନାଳ କଟାହେବା ପରେ ଦେଖବବେ।

■ ଯୋନି ବାଟ ଦେଇ ଜନ୍ମ ହେଲା ଶିଶୁ ପରି ଏହାର ମଧ୍ୟ ଯତ୍ନ ନିଆଯିବ । ପ୍ଲେଜେଣ୍ଟା ଡାକ୍ତର କାଢ଼ି ଦେବେ ।

■ ଶିଶୁର ରୁଟିନ ପରୀକ୍ଷା ପରେ ଆପଣଙ୍କର ପ୍ରଜନନ ଅଙ୍ଗକୁ ପରୀକ୍ଷା କରାଯିବ; ଗର୍ଭାଶୟ ତଥା ପେଟକୁ ଯଥୋଚିତ ସିଲେଇ କରାଯିବ ।

■ ଗର୍ଭାଶୟର ଆକାର ହ୍ରାସ ତଥା ରକ୍ତସ୍ରାବ ରୋକିବା ପାଇଁ ଅକ୍ସିଟସିନ ିଂଜେକକ୍ସନ ଦିଆଯାଇପାରେ । ସଂକ୍ରମଣରୁ ରକ୍ଷା ପାଇଁ ଅନେକ ପ୍ରକାରର ଏଣ୍ଟିବାୟୋଟିକ୍ସ ଦିଆଯିବ ।

■ ହୁଏତ ପ୍ରସୂତି ଗୃହ (ଏନ୍ତୁଡିଶାଳରେ) ଛୁଆକୁ ଦେଖି ସ୍ନେହ କରିବାର ସୁଯୋଗ ପାଇପାରନ୍ତି; କିନ୍ତୁ ଅନେକାଂଶରେ ପ୍ରସବ ସିଜେରିଆନ ହେଇଥିଲେ ଶିଶୁକୁ ନର୍ସରୀକୁ ନିଆଯାଏ; ଏଣୁ ନିରାଶ ହୁଅନ୍ତୁନି । ନିହାତି ସୁଯୋଗ ମିଳିବ ।

■ ■ ■

ಭಾಗ–3

ಅವಳಿ, ತ್ರಿವಳಿ ಅಥವ ಅಧಿಕ ಶಿಶು

(ಒಂದಕ್ಕಿಂದ ಅಧಿಕ ಶಿಶುವಿನ ತಾಯಿ ಆಗುವಾಗ)

ಒಂದಕ್ಕಿಂದ ಅಧಿಕ ಶಿಶು

ನೀವು ಒಂದಕ್ಕಿಂತ ಹೆಚ್ಚು ಶಿಶುಗಳ ಗರ್ಭಧಾರಣೆ ಮಾಡಿದ್ದೀರಾ? ನಿಮಗೆ ಈ ಸುದ್ದಿ ಕೇಳುತ್ತಲೇ ದುಃಖ, ಸಂತೋಷ ಅಥವಾ ಆಶ್ಚರ್ಯ ಈ ಅನುಭವ ಒಂದೇ ಸಲ ಉಂಟಾಗಬಹುದು. ಈ ಎಲ್ಲಾ ಬಾವಗಳ ಮಧ್ಯದಲ್ಲಿ ಕೆಲವು ಪ್ರಶ್ನೆಗಳು ಉಂಟಾಗಿರಬಹುದು. ನನ್ನ ಮಗು ಸೌಖ್ಯವಾಗಿರುವುದೋ? ನಾನು ಸೌಖ್ಯವಾಗಿರುವೆನೋ? ನಾನು ನನ್ನ ವೈದ್ಯರನ್ನು ಬದಲಿಸಿ ವಿಶೇಷತಜ್ಞರನ್ನು ಭೇಟಿಯಾಗಬೇಕೋ? ನಾನು ಎಷ್ಟು ಆಹಾರವನ್ನು ತೆಗೆದುಕೊಳ್ಳಬೇಕು ಅಥವಾ ತೂಕ ಹೆಚ್ಚಿಸಿಕೊಳ್ಳಬೇಕು? ನನ್ನ ಹೊಟ್ಟೆಯಲ್ಲಿ ಎರಡು ಶಿಶುಗಳಿಗೆ ಸಾಕಷ್ಟು ಸ್ಥಳಾವಕಾಶ ಇದೆಯೋ? ನನ್ನ ಮನೆಯಲ್ಲಿ ಎರಡು ಶಿಶುಗಳಿಗೆ ಬೇಕಾದಷ್ಟು ಸ್ಥಳಾವಕಾಶ ಇದೆಯೋ? ನಾನು ಎಲ್ಲಾ ಒಂಭತ್ತು ತಿಂಗಳುಗಳವರೆಗೆ ಗರ್ಭ ಧರಿಸಬಲ್ಲೆನೇ? ನಾನು ನನ್ನ ಎಲ್ಲಾ ಸಮಯವನ್ನು ಮಂಚದಲ್ಲೇ ಕಳೆಯಬೇಕಾಗಬಹುದೇ? ಎರಡು ಶಿಶುಗಳಿಗೆ ಜನ್ಮ ಕೊಡುವುದು ಕಷ್ಟವಾಗಬಹುದೇ?

ಅಧಿಕ ಗರ್ಭಾವಸ್ಥೆ (ಮಲ್ಟಿಪಲ್ ಗರ್ಭಾವಸ್ಥೆ)

ಇತ್ತೀಚಿನ ದಿನಗಳಲ್ಲಿ ಅಧಿಕ ಗರ್ಭಾವಸ್ಥೆ ಬಹಳವಾಗಿ ಕಾಣಿಸಿಕೊಳ್ಳುತ್ತಿವೆ. ಯಾಕೆಂದರೆ 35 ವರ್ಷಗಳಿಗಿಂತ ಹೆಚ್ಚಿನ ಮಹಿಳೆಯರು ತಾಯಿಯರಾಗುತ್ತಿದ್ದಾರೆ. ಹಾರ್ಮೋನುಗಳ ಬದಲಾವಣೆಯಿಂದ ಅವಳಿ ಮಕ್ಕಳಿಗೆ ಹೆಚ್ಚಾಗಿ ಜನ್ಮ ನೀಡುತ್ತಿದ್ದಾರೆ. ಫರ್ಟಿಲಿಟಿ ಚಿಕಿತ್ಸೆ ಹಾಗೂ ಬೊಜ್ಜಿನ ಕಾರಣವೂ ಇದಕ್ಕೆ ಅನ್ವಯಿಸುತ್ತದೆ.

ನೀವೇನು ಯೋಚಿಸುತ್ತಿದ್ದೀರಾ?

ಮಲ್ಟಿಪಲ್ ಗರ್ಭಾವಸ್ಥೆಯನ್ನು ಪತ್ತೆ ಹಚ್ಚುವ ಕ್ರಮ :

"ನನಗೆ ಈಗಷ್ಟೇ ಗರ್ಭವತಿಯಾಗಿರುವುದು ತಿಳಿದು ಬಂತು. ನನಗೆ ಅವಳಿ ಮಕ್ಕಳ ತಾಯಿಯಾಗುವಂತೆ ಭಾಸವಾಗುತ್ತಿದೆ. ಇದರ ಬಗ್ಗೆ ಹೇಗೆ ತಿಳಿದುಕೊಳ್ಳಬಹುದು?"

ಆಕಸ್ಮಿಕವಾಗಿ ಅವಳಿ ಮಕ್ಕಳ ಜನನವಾಗಿ ತಂದೆ-ತಾಯಿ ಆಶ್ಚರ್ಯಚಕಿತರಾಗುವಂತಹ ಕಾಲ ಕಳೆದುಹೋಯ್ತು. ಈಗಂತೂ ಈ ಶುಭ ಸಮಾಚಾರ ಮೊದಲೇ ಗೊತ್ತಾಗಿ ತಂದೆ-ತಾಯಿ ಖುಷಿ ಪಡುವಂತಾಗುತ್ತದೆ.

ಅಲ್ಟ್ರಾಸೌಂಡ್ : ಅಲ್ಟ್ರಾಸೌಂಡ್‌ನ ಚಿತ್ರದಲ್ಲಿ ಮಲ್ಟಿಪಲ್ ಪ್ರೆಗ್ನೆನ್ಸಿಯ ಬಗ್ಗೆ ಪುರಾವೆ ಇರುತ್ತದೆ. ಅಲ್ಟ್ರಾ ಸೌಂಡ್‌ಗೆ ಹೊರತಾಗಿ ಬೇರೆ ಯಾವ ಪುರಾವೆಗಳೂ ಇಲ್ಲ. ಮೊದಲ

ಮೂರು ತಿಂಗಳಲ್ಲಿ 6 ರಿಂದ 8 ವಾರಗಳ ಮಧ್ಯೆ ಒಂದು ಅಲ್ಟ್ರಾಸೌಂಡ್ ಮಾಡಲಾಗುತ್ತದೆ. ಇದರ ಮೂಲಕ ಮಲ್ಟಿಪಲ್ ಪ್ರೆಗ್ನೆನ್ಸಿ ರುಜುವಾತಾಗುತ್ತದೆ. ಇದಕ್ಕಿಂತಲೂ ಹೆಚ್ಚಿನ ಆಧಾರ ಬೇಕಾದಲ್ಲಿ 12 ವಾರಗಳವರೆಗೆ ಕಾಯಬೇಕಾಗುತ್ತದೆ. ಮೊದಲ ಅಲ್ಟ್ರಾಸೌಂಡ್‌ನಲ್ಲಿ ಎರಡೂ ಶಿಶುಗಳು ಜೊತೆಗೆ ಕಾಣಸಿಗುವುದಿಲ್ಲ.

ಡಾಪ್ಲರ್ : ಒಂಭತ್ತನೇ ತಿಂಗಳ ಬಳಿಕ ಡಾಕ್ಟರ್ ಡಾಪ್ಲರ್ ಮುಖಾಂತರ ಶಿಶುಗಳ ಹೃದಯ ಬಡಿತದ ತಪಾಸಣೆ ನಡೆಸುತ್ತಾರೆ. ಒಂದೇ ಡಾಪ್ಲರ್ ಮುಖಾಂತರ ಎರಡು ಶಿಶುಗಳ ಹೃದಯಬಡಿತ ಕಂಡುಹಿಡಿಯುವುದು ಕಷ್ಟ. ತುಂಬಾ ಅನುಭವಿ ಡಾಕ್ಟರ್‌ರಿಂದ ಇದು ಸಾಧ್ಯ. ಹೀಗೆ ಅಲ್ಟ್ರಾಸೌಂಡ್ ಮೂಲಕ ಈ ಸುದ್ದಿ ಖಂಡಿತವಾಗಿದೆ ಎಂದು ತಿಳಿಸುತ್ತಾರೆ.

ಹಾರ್ಮೋನ್‌ಗಳ ಮಿತಿ : ಗರ್ಭಧಾರಣೆಯಾದ 10 ದಿನಗಳ ನಂತರ ಮಾತ್ರದಲ್ಲಿ ಪ್ರೆಗ್ನೆನ್ಸಿ ಹಾರ್ಮೋನ್ ಹೆಚ್‌ಜಿಸಿ ಬರುತ್ತದೆ. ಮೊದಲ 3 ತಿಂಗಳವರೆಗೆ ಇದು ತೀವ್ರವಾಗಿರುತ್ತದೆ. ಇದರ ಉನ್ನತಿಯ ಲೆಕ್ಕಾಚಾರದ ಮೂಲಕವೂ ಅಧಿಕ ಶಿಶುಗಳಿರುವುದನ್ನು ದೃಢೀಕರಿಸಬಹುದು. ಕೆಲವೊಮ್ಮೆ ಅವಳಿ ಶಿಶುಗಳಿದ್ದರೂ ಹಾರ್ಮೋನಿನ ಲೆವೆಲ್‌ನಲ್ಲಿ ಯಾವ ಬದಲಾವಣೆಯೂ ಆಗುವುದಿಲ್ಲ. ಹಾಗಾಗಿ ನಿಮಗೆ ಸರಿಯಾದ ಮಾಹಿತಿ ಸಿಗಲಾರದು.

ತಪಾಸಣೆಯ ರೀತಿ : ಎರಡನೇ (ಮೂರನೇ ತಿಂಗಳ) ವಿಧ ಟ್ರಿಪಲ್ ಅಥವಾ ವೈಡ್‌ಸ್ಟೀನ್ ತಪಾಸಣೆಯಿಂದ ಒಂದರಿಂದ ಅಧಿಕ ಶಿಶುವಿನ ಬಗ್ಗೆ ಉತ್ತಮ ರೀತಿಯಲ್ಲಿ ತಿಳಿಯಲಾಗುತ್ತದೆ.

ನಿಮ್ಮ ತುಲನೆಯಿಂದ : ಶಿಶು ಎಷ್ಟು ಹೆಚ್ಚಾಗಿರುವುದೋ, ಗರ್ಭಾಶಯವು ಅಷ್ಟೇ ದೊಡ್ಡದಾಗಿರುವುದು. ಗರ್ಭಾಶಯದ ಬೆಳವಣಿಗೆಯ ಗಾತ್ರದ ಮೇಲೆ ಡಾಕ್ಟರ್ ಮಲ್ಟಿಪಲ್ ಪ್ರೆಗ್ನೆನ್ಸಿ ಬಗ್ಗೆ ತೀರ್ಮಾನಿಸುತ್ತಾರೆ. ಆದರೆ ಯಾವಾಗಲೂ ಇದೇ ರೀತಿಯಾಗುವುದಿಲ್ಲ. ನಿಮಗೆ ಅನೇಕ ಲಕ್ಷಣಗಳಿಂದ ಅಂದಾಜು ಆದ ಮೇಲೆ–

ಫ್ರೆಟರ್‌ನಲ್ ಅಥವಾ ಐಡೆಂಟಿಕಲ್

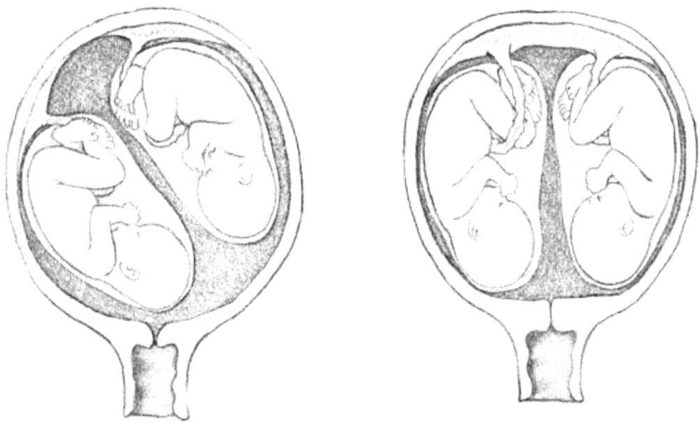

ಫ್ರೆಟರ್‌ನಲ್ ಅವಳಿಯಲ್ಲಿ ಎರಡು ತತ್ತಿಗಳು ಜೊತೆಗೆ ಫರ್ಟಿಲೈಜ್ ಆಗುವುದು. ಐಡೆಂಟಿಕಲ್ ಅವಳಿಯಲ್ಲಿ ಒಂದೇ ತತ್ತಿ ಫರ್ಟಿಲೈಜ್ಡಾಗಿ ಎರಡು ಭ್ರೂಣದಲ್ಲಿ ವಿಂಗಡಿಸುವುದು. ಅವರ ಪ್ಲೆಸೆಂಟಾ ಒಂದೇ ತರಹವಿರ ಬಹುದು ಬೇರೆ-ಬೇರೆ ತರಹವೂ ಇರಬಹುದು.

ಸಾಮಾನ್ಯವಾಗಿ ಫ್ರೆಟರ್‌ನಲ್ ಅವಳಿ ಶಿಶುವೇ ಅಧಿಕವಾಗಿರುವುದು. ಒಂದು ವೇಳೆ ನಿಮ್ಮ ಮನೆತನದಲ್ಲಿ ಅವಳಿ ಶಿಶುಗಳ ಪರಂಪರೆ ಇದ್ದರೇ ನೀವು ಅವಳಿ-ಜವಳಿ ಶಿಶುವಿಗೆ ಜನ್ಮ ಕೊಡಬಹುದು.

ಡಾಕ್ಟರರ ಆಯ್ಕೆ :

ನನಗೆ ಇದೀಗ ಗೊತ್ತಾಯ್ತು ನಾನು ಅವಳಿ ಮಕ್ಕಳಿಗೆ ಜನ್ಮ ಕೊಡುವೆನೆಂದು. ನಾನು ಈಗ ನಿಯಮಿತ ಡಾಕ್ಟರರ ಹತ್ತಿರ ಪ್ರಸೂತಿಗೆ ಹೋಗಲೋ ಅಥವಾ ವಿಶೇಷಜ್ಞರ ಹತ್ತಿರ ಹೋಗಲೋ?"

ನಿಮಗೆ ನಿಮ್ಮ ಡಾಕ್ಟರರ ಬಗ್ಗೆ ನಂಬಿಕೆ ಇದ್ದರೆ ಅವಳಿ ಮಕ್ಕಳ ಕಾರಣದಿಂದ ಡಾಕ್ಟರನ್ನು ಬದಲಿಸುವ ಯೋಚನೆ ಮಾಡಬೇಡಿ. ನಿಯಮಿತ ಪರೀಕ್ಷೆಗೆ ಹೋಗ್ತಾ ಇರಿ. ನೀವು ಹೆಚ್ಚಿನ ಆರೈಕೆ ಬಯಸುತ್ತೀರಾ? ಕೆಲವು ಬಾರಿ ಡಾಕ್ಟರ್ ಇಂತಹ ವ್ಯಕ್ತಿಯನ್ನು ಹೆಚ್ಚಿನ ಸಲಹೆಗಾಗಿ ವಿಶೇಷಜ್ಞರ ಬಳಿಗೆ ಕಳುಹಿಸುತ್ತಾರೆ. ಅವಳಿ ಮಕ್ಕಳ ತಾಯಿಗೆ ವಿಶೇಷ ಗಮನ ಹರಿಸುವುದು ಸೂಕ್ತ. ಅವರಿಗೆ ಪ್ರಿನ್‌ಟೋಲಜಿಸ್ಟ್ ರವರ ಸಲಹೆ ಹಾಗೂ ಅಗತ್ಯವಿರುವುದು. ಗರ್ಭಾವಸ್ಥೆ ಕ್ಲಿಷ್ಟಕರವಾಗಿದ್ದಲ್ಲಿ ಅವರ ಅಗತ್ಯ ತೀರಾ ಅವಶ್ಯವಾಗಿದೆ.

ಅಂತಹ ವಿಶೇಷಜ್ಞರನ್ನು ಆಯ್ಕೆ ಮಾಡುವಾಗ ಅವರ ಆಸ್ಪತ್ರೆಯ ಕಡೆಗೂ ಗಮನ ಹರಿಸುವುದು ಅಗತ್ಯ. ನಿಮಗೆ ಇಂತಹ ಆಸ್ಪತ್ರೆಯನ್ನು ಆಯ್ಕೆ ಮಾಡಬೇಕು. ಎಲ್ಲಿ ಪ್ರಿಮೆಚೂರ್ (ಅವಧಿಗೂ ಮುನ್ನ) ಶಿಶು ಜನನಕ್ಕೆ ಬೇಕಾದಂತಹ ವಿಶೇಷ ಅನುಕೂಲಗಳಿರುವುದು ಅವಶ್ಯಕ. ಯಾಕೆಂದರೆ ಅವಳಿ ಶಿಶು ಜನನದಲ್ಲಿ ಈ ತೊಂದರೆಗಳಾಗುವುದು ಸಹಜವಾಗಿದೆ. ಡಾಕ್ಟರಲ್ಲಿ ಅವರ ನಿಯಮಾವಳಿಯ ಬಗ್ಗೆ ತಿಳಿದುಕೊಳ್ಳುವುದು ಕ್ಷೇಮಕರ. 37–38ನೇ ವಾರದಲ್ಲಿ ಪ್ರಸೂತಿ ಮಾಡಲಾಗುವುದೋ ಅಥವಾ ಇನ್ನೂ ಸ್ವಲ್ಪ ಸಮಯದ ನಿರೀಕ್ಷೆ ಮಾಡಲಾಗುವುದೋ? ಯೋನಿ ಮಾರ್ಗದಲ್ಲೇ ಪ್ರಸೂತಿಯಾಗುವುದೋ ಅಥವಾ ಆಪರೇಶನ್ ಮುಖಾಂತರವೋ? ಲೇಬರ್ ವಾರ್ಡಿನಲ್ಲೇ ಪ್ರಸೂತಿಯಾಗುವುದೋ ಅಥವಾ ಆಪರೇಶನ್ ಥಿಯೇಟರ್‌ನಲ್ಲೇ ಮೊದಲೇ ಭರ್ತಿ ಮಾಡಲಾಗುವುದೋ?

ಗರ್ಭಾವಸ್ಥೆಯ ಲಕ್ಷಣಗಳು :

"ನಾನು ಕೇಳಿರುವೆ ಅವಳಿ ಮಕ್ಕಳ ಗರ್ಭವತಿಯ ಲಕ್ಷಣಗಳು ಸಾಮಾನ್ಯ ಗರ್ಭದ ಲಕ್ಷಣಗಳಿಗಿಂತ ದುಪ್ಪಟ್ಟು ಕಷ್ಟಕರವಾಗಿರುತ್ತವೆ. ಇದು ಸರಿಯೇ?"

ಕೆಲವು ಬಾರಿ ಅವಳಿ ಮಕ್ಕಳ ಗರ್ಭಾವಸ್ಥೆಯು ಕಷ್ಟಕರವಾಗಿರುತ್ತದೆ. ಆದರೆ ಯಾವಾಗಲೂ ಈ ರೀತಿಯಾಗಿರುವುದಿಲ್ಲ. ನಾರ್ಮಲ್ ಪ್ರೆಗ್ನೆನ್ಸಿಗಿಂತ ಮಲ್ಟಿಪಲ್ ಪ್ರೆಗ್ನೆನ್ಸಿ ಭಿನ್ನವಾಗಿರುತ್ತದೆ. ಸಾಮಾನ್ಯ ಗರ್ಭಾವಸ್ಥೆಯಲ್ಲಿರುವ ತಾಯಿ ಪೂರ್ಣ ಗರ್ಭಾವಸ್ಥೆಯಲ್ಲಿಯೂ ವಾಂತಿಯ ಬಗ್ಗೆ ಚಿಂತಿತಳಾಗಿರುವುದು ಕಂಡುಬರುವುದು. ಆದರೆ ಅಧಿಕ ಶಿಶುವಿನ ಗರ್ಭಾವಸ್ಥೆಯಲ್ಲಿರುವ ತಾಯಿ ಸ್ವಲ್ಪವೇ ವಿಚಲಿತಳಾಗಿರುವುದು ಹೀಗೆ ಬೇರೆ ಲಕ್ಷಣಗಲೂ ಇರುತ್ತದೆ. ನೀವು ತಿಳಿದುಕೊಂಡಿರಬೇಕು ಕಾಲುಗಳಲ್ಲಿ ಸೆಳೆತ, ವಾಂತಿಯಾಗುವಿಕೆ, ಉಸಿರಾಟದ ತೊಂದರೆ ಇವು ದುಪ್ಪಟ್ಟು ಇರುತ್ತದೆ. ಇದನ್ನು ಲೆಕ್ಕ ಮಾಡಲಾಗುವುದಿಲ್ಲ.

- ಇಂತಹ ಗರ್ಭಾವಸ್ಥೆಯಲ್ಲಿ ಮಾರ್ನಿಂಗ್ ಸಿಕ್‌ನೆಸ್, ವಾಂತಿ ಅಥವಾ ತಲೆ ಸುತ್ತುವಿಕೆ ಜಾಸ್ತಿಯಾಗಿರುವುದು. ಅಂದರೆ ಬೇಗನೆ ಶುರುವಾಗಿ ಬಹಳ ಹೊತ್ತಿನವರೆಗೆ ಇರುವುದು. ಇದು ಹಾರ್ಮೋನುಗಳ ಹೆಚ್ಚಿನ ಪ್ರಮಾಣದಿಂದ ಉಂಟಾಗುತ್ತದೆ.
- ಹೊಟ್ಟೆಯಲ್ಲಿ ಎಷ್ಟು ಶಿಶುಗಳಿರುವುದೋ ಅದೇ ಪ್ರಮಾಣದಲ್ಲಿ ಅಜೀರ್ಣದ ಬಾಧೆ ಜಾಸ್ತಿಯಾಗಿರುವುದು.
- ಸುಸ್ತು ಇದರ ಬಗ್ಗೆ ಹೇಳುವುದಾದರೆ ನೀವೆಷ್ಟು ಭಾರ ಹೇರುವಿರೋ ಅಷ್ಟು ಸುಸ್ತಾಗುವುದು. ನಿಮ್ಮ ಚಟುವಟಿಕೆಗಳು ಕಡಿಮೆಯಾಗುವುದರಿಂದ ಸುಸ್ತು ಬಹಳವಾಗುವುದು. ಹೊಟ್ಟೆ ಗಾತ್ರ ದೊಡ್ಡದಾಗಿರುವುದರಿಂದ ನಿದ್ರೆ ಕಡಿಮೆಯಾಗುವ ಕಾರಣದಿಂದಲೂ ಆಯಾಸವಾಗುತ್ತದೆ.
- ಇವೆಲ್ಲದರ ಹೊರತಾಗಿ ಶಾರೀರಿಕ ತೊಂದರೆಗಳು ಪ್ರತಿ ಗರ್ಭಾವಸ್ಥೆಯಲ್ಲಿಯೂ ದುಃಖ ಹಾಗೂ ಕಷ್ಟಗಳನ್ನು ತರುತ್ತದೆ. ಅವಳಿ ಗರ್ಭಾವಸ್ಥೆಯಲ್ಲಿ ಇದು ತುಂಬಾ ಇರುವುದು. ಎಷ್ಟು ಹೆಚ್ಚು ಶಿಶುಗಳು ಗರ್ಭದಲ್ಲಿರುತ್ತದೋ ಹೊಟ್ಟೆಯಲ್ಲಿ ಅಷ್ಟು ತೊಂದರೆ, ಕಾಲುಗಳಲ್ಲಿ ಸೆಳೆತ ಉಸಿರಾಟದ ತೊಂದರೆಗಳು ಹೆಚ್ಚಾಗುತ್ತದೆ. ತಪ್ಪು ತಿಳಿಯಬೇಡಿ. ಕಷ್ಟಗಳು ಸ್ವಲ್ಪ ಜಾಸ್ತಿ ಇದ್ದರೂ ಉಡುಗೊರೆ ಅದರ ಎರಡರಷ್ಟು.

ಮಲ್ಟಿಪಲ್ ಗರ್ಭಾವಸ್ಥೆ ಹಾಗೂ ಊಟದ ಪದ್ಧತಿ :–

"ನಾನು ನನ್ನ ತ್ರಿವಳಿ ಮಕ್ಕಳಿಗಾಗಿ ಈಗಿನಿಂದ ಹೆಚ್ಚು ಆಹಾರ ಪಾನೀಯಗಳ ಸೇವನೆ ಮಾಡುವ ನಿರ್ಧಾರ ಮಾಡಿದ್ದೇನೆ. ನಾನು ಮೂರು ಪಟ್ಟು ಆಹಾರ ಸೇವಿಸಬೇಕಾಗುವುದೇ?"

ಮೂರು ಶಿಶುಗಳ ಗರ್ಭ ಎಂದರೆ ತಾಯಿ ಯಾವಾಗಲೂ ಏನಾದರೂ ತಿನ್ನುತ್ತಾ ಇರಬೇಕು. ನೀವು ನಿಮ್ಮ ಆಹಾರವನ್ನು ಎರಡರಷ್ಟು ತೆಗೆದುಕೊಂಡರಾಯ್ತು. ಮುಂಬರುವ ದಿನಗಳಲ್ಲಿ ಪ್ರತಿ ಶಿಶುವಿನ ಲೆಕ್ಕದಲ್ಲಿ 150 ರಿಂದ 300 ಕ್ಯಾಲೋರಿ ತೆಗೆದುಕೊಳ್ಳಬೇಕು. ಅವಳಿಗಳಾದಲ್ಲಿ 300 ರಿಂದ 600 ಕ್ಯಾಲೋರಿಗಳು ಮತ್ತು ಮೂರು ಶಿಶುಗಳಾದಲ್ಲಿ 450 ರಿಂದ 900 ಕ್ಯಾಲೋರಿಗಳಷ್ಟು ಸೇವನೆ ಮಾಡಬೇಕು. ತೆಗೆದುಕೊಳ್ಳುವ ಪ್ರಮಾಣದ ಜೊತೆಗೆ ಸತ್ವಯುತ ಆಹಾರದ ಬಗ್ಗೆ ಗಮನ ಹರಿಸಬೇಕು. ಉತ್ತಮ ಪೋಷಣೆ ಜೊತೆ ಮಲ್ಟಿಪಲ್ ಪ್ರೆಗ್ನೆನ್ಸಿಗೆ ಪ್ರಾಶಸ್ತ್ಯವಿದೆ. ಈ ಪುಸ್ತಕದಲ್ಲಿ ಪ್ರೆಗ್ನೆನ್ಸಿ ಡಯಟ್ ಬಗ್ಗೆ ತಿಳಿಸಲಾಗಿದೆ.

ಸಣ್ಣ ಪ್ರಮಾಣದಲ್ಲಿ : ಹೊಟ್ಟೆಯ ಗಾತ್ರ ಎಷ್ಟಾದರೂ, ಒಂದು ಸಲ ಆಹಾರ ತೆಗೆದುಕೊಳ್ಳುವಾಗ ಕಡಿಮೆ ತೆಗೆದುಕೊಳ್ಳಬೇಕು. ದಿನದಲ್ಲಿ 5–6 ಸಲ ಹಗುರವಾಗಿ ತಿನ್ನುವುದರಿಂದ ಹೊಟ್ಟೆಯ ಮೇಲೆ ಒತ್ತಡ ಬೀಳುವುದಿಲ್ಲ ಹಾಗೂ ಮೂವರಿಗೂ ಬೇಕಾದಷ್ಟು ಆಹಾರ ಸಿಗುತ್ತದೆ.

ಕ್ಯಾಲೋರಿಯ ಮಾಪನ : ಆಹಾರವನ್ನು ಆಯ್ಕೆ ಮಾಡುವಾಗ ಕ್ಯಾಲೋರಿಯ ಪ್ರಮಾಣ ಸಾಕಷ್ಟು ಇರುವಂತಹದನ್ನು ಮಾಡಬೇಕು. ಪೌಷ್ಟಿಕ ಕ್ಯಾಲೋರಿ ಸೇವನೆಯಿಂದ, ಸರಿಯಾದ ಸಮಯದಲ್ಲೇ ಉತ್ತಮ ಆರೋಗ್ಯವಂತ ಶಿಶುಗಳಿಗೆ ಜನ್ಮ ನೀಡಬಹುದು.

ಉತ್ತಮ ಪೋಷಣೆ ತೆಗೆದುಕೊಳ್ಳಿರಿ : ನಿಮ್ಮ ಆಹಾರದಲ್ಲಿ ಸಾಕಷ್ಟು ಪೌಷ್ಟಿಕತೆಯನ್ನು ಅಳವಡಿಸಿಕೊಳ್ಳಿರಿ. ಪ್ರೋಟೀನ್, ಕ್ಯಾಲ್ಶಿಯಂ ಹಾಗೂ ಐರನ್ (ಕಬ್ಬಿಣಾಂಶ) ಇರುವಂತಹ ಒಂದೊಂದು ಬಗೆಯ ಆಹಾರ ತೆಗೆದುಕೊಳ್ಳಲು ಪ್ರಾರಂಭಿಸಿ. ಇದರ ಬಗ್ಗೆ ಡಾಕ್ಟರರ ಸಲಹೆಯನ್ನೂ ತೆಗೆದುಕೊಳ್ಳಬಹುದು.

ಕಬ್ಬಿಣಾಂಶದ ಪೂರೈಕೆ : ಕಬ್ಬಿಣಾಂಶದ ಪೂರೈಕೆಯಿಂದ ದೇಹದಲ್ಲಿ ಕೆಂಪು ರಕ್ತಕಣಗಳ ಉತ್ಪತ್ತಿಯಾಗುತ್ತದೆ. ಇದರಿಂದ ಅನಿಮಿಕ್ ಆಗುವುದರಿಂದ ತಪ್ಪಿಸಿಕೊಳ್ಳಬಹುದು. ಕೆಂಪು ಮಾಂಸ, ಮೊಳಕೆ ಕಾಳುಗಳು ಮುಂತಾದವುಗಳು ಕಬ್ಬಿಣಾಂಶದ ಮೂಲ. ಉಳಿದಂತೆ ಐರನ್ ಟ್ಯಾಬ್ಲೆಟ್‌ನಿಂದ ಪೂರ್ತಿಯಾಗುತ್ತದೆ. ಡಾಕ್ಟರರ ಸಲಹೆ ಮೇರೆಗೆ ಇದನ್ನು ತೆಗೆದುಕೊಳ್ಳಬಹುದು.

ಬಹಳ ನೀರಿನ ಸೇವನೆ : ಮಲ್ಟಿಪಲ್ ಪ್ರೆಗ್ನೆನ್ಸಿಯಲ್ಲಿ ಡಿ–ಹೈಡ್ರೇಶನ್ (ನೀರಿನಂಶದ ಕೊರತೆ)ಯ ಸಮಸ್ಯೆ ಬಹಳವಾಗಿರುವುದರಿಂದ ದಿನಕ್ಕೆ 8–9 ಗ್ಲಾಸ್ ನೀರು ಕುಡಿಯುವುದು ಕಡ್ಡಾಯ.

ದೇಹದ ತೂಕದ ಹೆಚ್ಚಳ

"ಅವಳಿ ಮಕ್ಕಳ ಜನನಕ್ಕೆ ನನ್ನ ದೇಹದ ತೂಕ ಹೆಚ್ಚಾಗಬೇಕು. ಆದರೆ ಎಷ್ಟು ಹೆಚ್ಚಾಗಬೇಕು?"

ದೇಹದ ತೂಕದ ಹೆಚ್ಚಳ ಡಾಕ್ಟರರ ಅನುಸಾರವಾಗಿ – ಅವಳಿ ಮಕ್ಕಳ ತಾಯಿಯ ತೂಕ 35 ರಿಂದ 45 ಪೌಂಡ್ ಜಾಸ್ತಿಯಾಗಬೇಕು. ಹಾಗೂ 3 ಶಿಶುಗಳ ತಾಯಿಯ ತೂಕ 50 ಪೌಂಡ್ ಹೆಚ್ಚಾಗಬೇಕು. ತೂಕ ಹೆಚ್ಚಿಸಿಕೊಳ್ಳುವುದು ಸುಲಭದ ಮಾತಲ್ಲ. ಗರ್ಭಾವಸ್ಥೆಯಲ್ಲಿ ತೂಕ ಹೆಚ್ಚಿಸಿಕೊಳ್ಳುವಾಗ ಅನೇಕ ತರಹದ ಸವಾಲುಗಳನ್ನು ಎದುರಿಸಬೇಕಾಗುತ್ತದೆ.

ಮೊದಲ ತ್ರೈಮಾಸಿಕದಲ್ಲಿ ಮಾರ್ನಿಂಗ್ ಸಿಕ್‌ನೆಸ್ ಮೊದಲು ಅಡ್ಡಿಯಾಗುತ್ತದೆ. ನೀವು ಬೇಕೆಂದರೂ ಏನೂ ತಿನ್ನಲು ಕುಡಿಯಲು ಆಗುವುದಿಲ್ಲ. ಈ ಸಮಯದಲ್ಲಿ ಒಂದು ವಾರಕ್ಕೆ ಒಂದು ಪೌಂಡ್ ತೂಕ ಹೆಚ್ಚಿಸಿಕೊಳ್ಳುವ ಕಡೆಗೆ ಗಮನ ಇರಲಿ. ತೂಕ ಹೆಚ್ಚಿಸಿಕೊಳ್ಳಲಾಗದಿದ್ದರೆ ನಿರಾಶರಾಗಬೇಡಿ. ನೀವು ವಿಟಮಿನ್ ಔಷಧಿಗಳನ್ನು ತೆಗೆದುಕೊಳ್ಳಿ ಹಾಗೂ ತುಂಬಾ ನೀರನ್ನು ಕುಡಿಯಿರಿ.

ಎರಡನೇ ತ್ರೈಮಾಸಿಕದಲ್ಲಿ ಸ್ವಲ್ಪ ಆರಾಮವಾಗಿರುವಿರಿ. ಆಗ ಪೌಷ್ಟಿಕ ಆಹಾರ ಸೇವನೆಯಿಂದ ತೂಕ ಹೆಚ್ಚಿಸಿಕೊಳ್ಳಬಹುದು. ನೀವು ಅವಳಿ ಮಕ್ಕಳಾದಲ್ಲಿ ಪ್ರತೀವಾರ 1 1/2 ಇಂದ 2 ಪೌಂಡ್ ಮತ್ತು ಮೂರು ಮಕ್ಕಳಿಗೆ 2 ರಿಂದ 2 1/

2 ಪೌಂಡ್ ತೂಕ ಹೆಚ್ಚಿಸಿಕೊಳ್ಳಲು ಸಲಹೆ ನೀಡಲಾಗುವುದು. ಆಹಾರ ಸೇವನೆಯಲ್ಲಿ ಅಜೀರ್ಣ ಅಥವಾ ಬೇರೆ ತೊಂದರೆಗಳಿದ್ದಲ್ಲಿ ಆಹಾರವನ್ನು 6 ಭಾಗಗಳಾಗಿ ವಿಂಗಡಿಸಿ ಸೇವಿಸುವುದು ಉತ್ತಮ.

ಮೂರನೇ ತ್ರೈಮಾಸಿಕದಲ್ಲಿ 7ನೇ ತಿಂಗಳವರೆಗೆ 1 1/2 ರಿಂದ 2 ಪೌಂಡು ತೂಕ ಹೆಚ್ಚಿಸುವ ಕಡೆ ಗಮನ ಇರಲಿ. 32 ವಾರಗಳ ತನಕ ನಿಮ್ಮ ಪ್ರತೀ ಮಗು 4 ಪೌಂಡು ತೂಕದಷ್ಟು ಬೆಳೆಯುವುದು. ಹೊಟ್ಟೆಯಲ್ಲಿ ಹೆಚ್ಚು ತಿನ್ನುವಷ್ಟು ಜಾಗ ಇರುವುದಿಲ್ಲ. ಹಾಗಿದ್ದರೂ ನೀವು ಏನಾದರೂ ತಿನ್ನಬಹುದು. ಸಂತುಲಿತ ಪೌಷ್ಟಿಕ ಆಹಾರದಲ್ಲಿ ಕ್ವಾಂಟಿಟಿಗಿಂತಲೂ ಕ್ವಾಲಿಟಿಗೆ ಪ್ರಾಶಸ್ತ್ಯ ನೀಡಬೇಕು. ನೀವು ಮಲ್ಟಿಪಲ್ ಪ್ರಗ್ನೆನ್ಸಿಯಲ್ಲಿ ಪ್ರಸೂತಿ 40ನೇ ವಾರದವರೆಗೆ ಆಗುವುದಿಲ್ಲ. ಇದನ್ನು ತಿಳಿದುಕೊಂಡಿರಬೇಕು.

ಮಲ್ಟಿಪಲ್ ಪ್ರೆಗ್ನೆನ್ಸಿಯಲ್ಲಿ ತೂಕ

ಗರ್ಭಾವಸ್ಥೆಯಲ್ಲಿ ಮಿತಿ	ಪ್ರಥಮ ತೂಕ ತ್ರೈಮಾಸಿಕ ತೂಕ	ದ್ವಿತೀಯ ತ್ರೈಮಾಸಿಕ ತೂಕ	ತೃತೀಯ ತ್ರೈಮಾಸಿಕ ತೂಕ	ಒಟ್ಟು
ಅವಳಿ ಜೊತೆ ಕಡಿಮೆ ತೂಕ	4–6 ಪೌಂಡು	19–23 ಪೌಂಡು	17–21 ಪೌಂಡು	40–50 ಪೌಂಡು
ಅವಳಿ ಜೊತೆ ಸಾಮಾನ್ಯದಿಂದ ಅಧಿಕ ತೂಕ	3–4 ಪೌಂಡು	19–22 ಪೌಂಡು	13–19 ಪೌಂಡು	34–45 ಪೌಂಡು
ಮೂರು ಶಿಶುಗಳು	4–5 ಪೌಂಡು	30 + ಪೌಂಡು	11–15 ಪೌಂಡು	45 + ಪೌಂಡು

ಮಲ್ಟಿಪಲ್ ಟ್ರೈಮ್ ಲೈನ್ :

ನಿಮಗೆ 40 ವಾರಗಳ ವರೆಗೆ ಕಾಯುವ ಅವಶ್ಯಕತೆಯಿಲ್ಲ. ಅವಳಿಯಲ್ಲಿ ಪ್ರಸೂತಿ 37 ವಾರಗಳಲ್ಲಿ ಆಗುತ್ತದೆ ಅಂದರೆ 3 ವಾರಗಳ ಮೊದಲು. ತ್ರಿವಳಿ ಆದಿಯಲ್ಲಿ ಪ್ರಸೂತಿ 39 ವಾರಗಳಲ್ಲಿ ಆಗಿ ಬಿಡುವ ಸಾಧ್ಯತೆ ಇದೆ. ಕೆಲವೊಮ್ಮೆ 37 ವಾರಗಳಲ್ಲೂ ಆಗಿಬಿಡುವ ಸಾಧ್ಯತೆ ಇದೆ. 37 ವಾರಗಳವರೆಗೆ ದೇಹಸ್ಥಿತಿ ಚೆನ್ನಾಗಿದ್ದಲ್ಲಿ 38 ವಾರದಿಂದ ಡಾಕ್ಟರ್ ಪ್ರಸೂತಿಯ ಕೆಲಸದ ತಯಾರಿ ನಡೆಸಬಹುದು. ಡಾಕ್ಟರರ ಮಾಹಿತಿ ಮೊದಲೇ ಪಡೆದುಕೊಳ್ಳುವುದು ಮಲ್ಟಿಪಲ್ ಪ್ರೆಗ್ನೆನ್ಸಿಯಲ್ಲಿ ಸೂಕ್ತವಾಗಿದೆ.

ವ್ಯಾಯಾಮ :

ನಾನೊಬ್ಬ ಗರ್ಭಿಣಿ. ನಾನು ಅವಳಿ ಶಿಶುಗಳ ಗರ್ಭದಲ್ಲಿ ವ್ಯಾಯಾಮವನ್ನು ಮುಂದುವರೆಸಬಹುದೇ?"

ಗರ್ಭಾವಸ್ಥೆಯಲ್ಲಿ ವ್ಯಾಯಾಮ ಮಾಡುವುದು ಲಾಭಕರ. ಆದರೆ ಅವಳಿ ಶಿಶುಗಳ ಗರ್ಭಾವಸ್ಥೆಯಲ್ಲಿ ಸ್ವಲ್ಪ ಎಚ್ಚರಿಕೆ ವಹಿಸುವುದು ಉತ್ತಮ. ಡಾಕ್ಟರರ ಸಲಹೆಯಂತೆ ವ್ಯಾಯಾಮ ಮಾಡಬಹುದು. ಯಾವ ರೀತಿಯ ವ್ಯಾಯಾಮ ಮಾಡುವುದರಿಂದ ಗರ್ಭಾಶಯದ ಮೇಲೆ ಒತ್ತಡ ಹಾಗೂ ದೇಹದ ಉಷ್ಣತೆಯು ಹೆಚ್ಚಳವಾಗಬಹುದೋ ಅದನ್ನು

ಮಾಡಲೇಬಾರದು. ಇದರಿಂದ ತೊಂದರೆಯಾಗಬಹುದು.

ನೀವು ವಾಟರ್ ಏರೋಬಿಕ್ಸ್ ಸ್ಟ್ರೆಚಿಂಗ್, ಯೋಗ ಹಾಗೂ ಸೈಕ್ಲಿಂಗ್ ಇವನ್ನು ಆಯ್ಕೆ ಮಾಡಿಕೊಳ್ಳಬಹುದು. ಯಾವುದೇ ವ್ಯಾಯಾಮದಲ್ಲಿ ಆಯಾಸವಾದಲ್ಲಿ ತಕ್ಷಣ ನಿಲ್ಲಿಸಬೇಕು. ಸ್ವಲ್ಪ ನೀರು ಕುಡಿದು ಆರಾಮವಾಗಿರಿ. ಹಾಗೂ ತೊಂದರೆ ಕಾಣಿಸಿದಲ್ಲಿ ಡಾಕ್ಟರನ್ನು ಭೇಟಿಯಾಗಿ.

ಮಿಶ್ರಿತ ಭಾವನೆಗಳು:

ಎಲ್ಲರಿಗೂ ಅವಳಿ ಮಕ್ಕಳ ಬಗ್ಗೆ ತಮಾಷೆಯಾದರೆ ನಮಗಿಬ್ಬರಿಗೂ ತುಂಬಾ ನಿರಾಶೆ ಹಾಗೂ ಭಯ ಉಂಟಾಗಿದೆ. ನಮಗೆ ಈ ರೀತಿ ಯಾಕಾಗಿದೆ?"

ನೀವು ಶಾರೀರಿಕ ಹಾಗೂ ಮಾನಸಿಕವಾಗಿ ಒಂದು ಶಿಶುವಿನ ಜನನದ ಬಗ್ಗೆ ತಯಾರಾಗುತ್ತಿದ್ದೀರಿ. ಆದರೆ ಆಕಸ್ಮಿಕವಾಗಿ ತಿಳಿದುಬರುತ್ತದೆ. ಅವಳಿ ಶಿಶುಗಳು ಇರುವುದಾಗಿ ನಿರಾಶೆಯಾಗುತ್ತದೆ. ಯಾಕೆಂದರೆ ನಿಮಗೀಗ ಜವಾಬ್ದಾರಿ ದುಪ್ಪಟ್ಟಾಗಿರುತ್ತದೆ.

ಕೆಲವು ಮಾತಾಪಿತೃಗಳು ಈ ಸುದ್ದಿ ತಿಳಿದು ತಮ್ಮನ್ನು ಸಂಭಾಳಿಸಿಕೊಂಡು, ಮಕ್ಕಳ ಸ್ವಾಗತಕ್ಕೆ ಮಾನಸಿಕವಾಗಿ ತಯಾರಾಗುತ್ತಾರೆ. ನಿಮಗೆ ಇದನ್ನು ಕೇಳಿ ಬೇಜಾರಾಗಿರಬಹುದು ಏಕೆಂದರೆ ನಾವು ನಮ್ಮ ಕಲ್ಪನೆಯಲ್ಲಿ ಎರಡು ಶಿಶುವನ್ನು ಎತ್ತಿ-ಆಡಿಸುವದನ್ನು ನೋಡುವುದಿಲ್ಲ. ಅಕಸ್ಮಾತ್ತಾಗಿ ನಮಗೆ ಒಂದಲ್ಲಿ ಎರಡು ಅಥವಾ ಮೂರು ಶಿಶುಬರುತ್ತದೆ ಎಂದು ತಿಳಿದುಬಂದಾಗ ನಿಮಗೆ ಸ್ವಲ್ಪ ನಿರಾಶೆ-ಘಾಬರಿಯಾಗುವುದು ಸಹಜವೇ. ಬರುವ ಶಿಶುವಿನ ಜವಾಬ್ದಾರಿಗಳು ಹೆಚ್ಚಾಗುವುದು ಭಯವೇ ಹೆಚ್ಚಾಗಿರಿವುದು.

ಆದರೆ ನಿಮಗೆ ಇದೆಲ್ಲ ಯೋಚನೆ ಮಾಡುವ ಘಾಬರಿಯಾಗುವ ಅಥವಾ ನಾಚಿಕೆ ಪಡೆಯುವ ಆವಶ್ಯಕವಿಲ್ಲ. ಪ್ರಸವದ ಪೂರ್ವ ಕೆಲವುತಿಂಗಳಲ್ಲಿ ನಿಮ್ಮ ಮನಸ್ಸನ್ನು ಎರಡು ಶಿಶುಗಳ ಮೇಲೆ ಕೇಂದ್ರಿಸಿಕೊಳ್ಳಿ. ನಿಮ್ಮ ಸಂಗಾತಿಯ ಸಂಗಡ ಮನಸ್ಸುಬಿಚ್ಚಿಮಾತನಾಡಿ. ಈ ವಿಷಯದ ಬಗ್ಗೆ ಯಾರಿಗೆ ಮಾಹಿತಿ ಇರುವುದೋ ಅಥವಾ ಯಾರಿಗೆ ಅವಳಿ ಮಕ್ಕಳು ಇದ್ದಾರೋ ಅವರ ಹತ್ತಿರ ಮಾತನಾಡಿ. ಈ ರೀತಿ ನಿಮಗೂ ಅರ್ಥವಾಗುತ್ತದೆ ಎರಡು ಅಥವಾ ಮೂರು ಶಿಶುಗಳನ್ನು ಜನ್ಮ ಕೊಡುವವರು ನೀವೇ ಮೊದಲನೆಯ ತಂದೆ ತಾಯಿಅಲ್ಲ. ಈ ರೀತಿ ನಿಮ್ಮ ಮನಸ್ಸಲ್ಲಿ ನಿಮ್ಮ ಗರ್ಭಾವಸ್ಥೆಯ ಬಗ್ಗೆ ಉತ್ಸಾಹ ಹುಟ್ಟುವುದು ಹಾಗೂ ಅವಳಿ ಮಕ್ಕಳು ಜನಿಸಿದರೆ ಜವಾಬ್ದಾರಿಗಳ ಜೊತೆಗೆ ಸಂತೋಷವೂ ಎರಡರಷ್ಟಾಗುವುದು ಎಂದು ನಿಮಗೂ ಅನುಭವವಾಗುವುದು.

ಅಸಂವೇದನಶೀಲ ವಾಕ್ಯಗಳು:-

"ನಾನು ನನ್ನ ಗೆಳತಿಗೆ ಅವಳಿ ಮಕ್ಕಳ ಬಗ್ಗೆ ಹೇಳದೆ ಅವಳು ಬಹಳ ಅಸಂವೇದನಶೀಲ ರೀತಿಯಿಂದ ವರ್ತಿಸಿದಳು. ಅವಳು ಹೀಗೇಕೆ ಮಾಡುದಳು?"

ಅವಳಿ ಮಕ್ಕಳ ಗರ್ಭಾವರ್ಸತೆಯಲ್ಲಿ ನಿಮ್ಮ ಜೊತೆಗೆ ಮೊದಲನೆಯ ಸಲ ಈ ತರಹವಾಗಿರಬಹುದು. ಆದರೆ ಇದೇ ಕಡೆ ಅಲ್ಲ. ಸಹಕರ್ಮಿಗಳು, ಸ್ನೇಹಿತರು, ಪರಿವಾರದ ಜನರು ಎಲ್ಲರು ಬೇರೆ-ಬೇರೆ ರೀತಿ ವರ್ತಿಸುತ್ತಾರೆ.

ವಾಸ್ತವದಲ್ಲಿ ಈ ತರಹದ ಸುದ್ದಿ ಬಂದಾಗ ಹೇಗೆ ವರ್ತಿಸ ಬೇಕೆಂದು ಅವರಿಗೆ ಗೊತ್ತಿಲ್ಲ. ಶುಭಾಶಯಗಳು ಎನ್ನುವುದೇ ಸಾಕು ಆದರೆ ಅವರಿಗೆ ಅನಿಸುತ್ತದೆ ಈ ವಿಶೇಷ ಸುದ್ದಿಗೆ ವಿಶೇಷ ಮಾತು ಹೇಳಬೇಕೆಂದು. ಅವರಿಗೆ ಸರಿಯಾದ ಪ್ರತಿಕ್ರಿಯೆ ಕೊಡಲು ಗೊತ್ತಾಗುವುದಿಲ್ಲ ಆದಕಾರಣ ಅವರ ವರ್ತನೆ ತಪ್ಪಾಗಿ ಕಾಣಿಸುವುದು. ಆದರೆ ಅವರ ಮನಸ್ಸಲ್ಲಿ ಯಾವುದೇ ತಪ್ಪು ಅಭಿಪ್ರಾಯ ಇರುವುದಿಲ್ಲ.

ಈ ತರಹದ ಪ್ರತಿಕ್ರಿಯೆಯಿಂದ ಪಾರಾಗಲು ಒಂದೇ ಉಪಾಯವೆಂದರೆ ನೀವು ಇದನ್ನು ಗಂಭೀರವಾಗಿ ಗ್ರಹಿಸಬೇಡಿ. ನೆನಪಿರಲಿ ಮುಂದೆ ಇರುವವರು ನಿಮ್ಮ ಹಿತೈಷೀನೇ ಅವರು ಯಾವತ್ತು ನಿಮ್ಮ ಕೆಡಕನ್ನು ಬಯಸುವುದಿಲ್ಲ.

ನನ್ನ ಮನೆತನದಲ್ಲಿ ಅವಳಿ ಮಕ್ಕಳೆ ಆಗುವುದೇ ಅಥವಾ ನಾನು ಏನಾದ್ರು ಚಿಕಿತ್ಸೆ ಮಾಡಿಸಿಕೊಂಡಿದ್ದೇನೇ ಎಂದು ಜನರು ಯಾವಾಗಲೂ ನನನ್ನು ಪ್ರಶ್ನಿಸುತ್ತಾರೆ. ನಾನು ಔಷಧಿಗಳ ಸಹಾಯದಿಂದ ಗರ್ಭಧಾರಣೆ ಮಾಡಿದ್ದೀನಿ ಇದನ್ನು ಹೇಳಲು ನನಗೆ

ಮಲ್ಟಿಪಲ್ ಕನೆಕ್ಶನ

ನೀವು ಮಲ್ಟಿಪಲ್ ಕನೆಕ್ಶನ್ ಇಂದ ಸೇರಬಹುದು ಅಂದರೆ ಅವಳಿ ಶಿಶುಗಳನ್ನು ಜನ್ಮ ಕೊಟ್ಟಿರುವ ಮಹಿಳೆಯರನ್ನು ಭೇಟಿ ಮಾಡಿ. ಈ ರೀತಿ ನೀವು ನಿಮ್ಮ ಭಯ, ಸಂದೇಹಗಳನ್ನು ಹಾಗೂ ಜಿಜ್ಞಾಸೆಗಳನ್ನು ಶಾಂತ ಮಾಡಿಕೊಳ್ಳಬಹುದು. ನಿಮ್ಮ ಮನಸ್ಸಲ್ಲಿ ಇರುವ ಎಲ್ಲಾ ಸಂದೇಹಗಳಿಗೆ ಪ್ರಶ್ನೆ ಕೇಳಿ .

ಮಲ್ಟಿಪಲ್ ಪ್ರೆಗ್ನೆನ್ಸಿ ಮೇಲೆ ಪುಸ್ತಕಗಳು ಅಥವಾ ಆನ್‌ಲೈನ್ ಮಾಹಿತಿಗಳಿಂದ ನಿಮಗೆ ಸಹಾಯವಾಗಬಹುದು

ಸಂಕೋಚವೇನಿಲ್ಲ ಆದರೂ ನನಗೆ ಅಪರಿಚಿತರೊಂದಿಗೆ ಇದನ್ನು ಹಂಚಿಕೊಳ್ಳುವುದು ಇಷ್ಟವಿಲ್ಲ.

ಗರ್ಭಿಣಿ ಮಹಿಳೆ ಎಲ್ಲರ ಆಕರ್ಷಣೆಗೆ ಗುರಿಯಾಗುತ್ತಾಳೆ. ನೀವು ಅವಳಿ ಮಕ್ಕಳಿಗೆ ಜನ್ಮ ಕೊಡುವಿರಿ ಅಂದರೆ ಈ ಸುದ್ದಿ ಇನ್ನು ವಿಶೇಷವಾಗುವುದು. ನೀವು ಎಲ್ಲರ ಜಿಜ್ಞಾಸೆಗೆ ಕಾರಣವಾಗುವಿರಿ. ಅಪರಿಚಿತರೂ ನಿಮ್ಮ ಜೀವನದಲ್ಲಿ ಇಣಕಲು ಪ್ರಾರಂಭಿಸುತ್ತಾರೆ. ವಾಸ್ತವದಲ್ಲಿ ಅವರು ಕೇವಲ ತಮ್ಮ ಕುತೂಹಲವನ್ನು ಶಾಂತಗೊಳಿಸಲು ಮಾತ್ರ ಈ ರೀತಿ ಪ್ರಶ್ನಿಸುತ್ತಾರೆ. ಅವರಿಗೆ ಈ ವಿಷಯದಲ್ಲಿ ಮಾತನಾಡಲು ಸಾಮಾನ್ಯ ಶಿಷ್ಟಾಚಾರ ಗೊತ್ತಿರುವುದಿಲ್ಲ. ನಿಮಗೆ ಯಾರಾದರು ಈ ತರಹದ ಜನರು ಸಿಕ್ಕರೆ ನೀವು ಅವರಿಗೆ ನಿಮ್ಮ ಸಣ್ಣ-ಸಣ್ಣ ಮಾತನ್ನು ಹೇಳಲು ಪ್ರಾರಂಭಿಸಿ. ನಾನು ಹೀಗೆ ಮಾಡದೆ ಆ ಡಾಕ್ಟರ್ ಹತ್ತಿರ ಹೋದೆ ಆಮೇಲೆ ಆ ಔಷಧವನ್ನು ತೆಗೆದುಕೊಂಡೆ ಹೀಗೆ ಮಾಡಿದೆ ಹಾಗೆ ಮಾಡಿದೆ... ಅವರು ಬೇಗನೆ ಬೇಜಾರಾಗಿ ಅಲ್ಲಿಂದ ಹೊರಟು ಹೋಗುವರು. ನೀವು ಕೆಳಗೆ ಬರೆದಿರುವ ರೀತಿಯಲ್ಲೂ ಉತ್ತರಿಸಬಹುದು:-

- ಹೌದು ಈಗ ಪರಿವಾರದಲ್ಲಿ ಅವಳಿನೇ ಆಗುವುದು. ಅವರಿಗೆ ಉತ್ತರ ಸಿಗುವುದು ಹಾಗೂ ಅವರು ತಮ್ಮದೇ ಅಂದಾಜು ಹಾಕುವರು.
- ಒಂದೇ ರಾತ್ರೆಯಲ್ಲಿ ನಾವು ಎರಡುಸಲ ಸಂಭೋಗ ಮಾಡಿದ್ವಿ. ನೀವು ಈ ತರಹ ಕೇವಲ ಮಧುಚಂದ್ರ ದಲ್ಲಿ ಮಾಡಿರಬಹುದು ಆದರೂ ಅವರ ಬಾಯಿಗೆ ಬೀಗ ಹಾಕಿದಂತೆ ಆಗುವುದು.
- ನಾನು ಬಹಳ ಪ್ರೀತಿಯಿಂದ ಅವರನ್ನು ನನ್ನ ಗರ್ಭದಲ್ಲಿಟ್ಟಿಕೊಂಡಿದ್ದೇನೆ.
- ನೀವು ಏಕೆ ಇದೆಲ್ಲ ಕೇಳುವಿರಿ? ಅವರ ಹತ್ತಿರ ಪ್ರಶ್ನೆ ಕೇಳಲು ಸರಿಯಾದ ಕಾರಣವಿರಬಹುದು. ಇಲ್ಲದೆ ಹೋದರೆ ನೀವು ಮುಂದೆ ಏನು ಉತ್ತರಿಸಬೇಡಿ.
- ನಿಮಗೆ ಉತ್ತರಿಸಲು ಮನಸ್ಸಿಲ್ಲದೆ ಹೋದರೆ ಇದು ನಮ್ಮನಮ್ಮಲ್ಲಿನ ಮಾತು. ನನ್ನ ಸ್ವಂತ ವಿಷಯ ಎಂದು ಸುಮ್ಮನಾಗಿಬಿಡಿ.

ಸುರಕ್ಷತೆಯ ಪ್ರಶ್ನೆ:-

ನಾನು ಅವಳಿ ಮಕ್ಕಳನ್ನು ಜನ್ಮ ಕೊಡುತ್ತೆನೆ ಎಂದು ನಾವು ಬಹಳ ಕಷ್ಟದಿಂದ ಈ ಸತ್ಯವನ್ನು ಸ್ವೀಕರಿಸಿದ್ದೇವೆ . ಇದರಿಂದ ಅವರಿಗೆ ಅಥವಾ ನನಗೆ ಅಪಾಯ ಹೆಚ್ಚಾಗಬಹುದೇ?

ಅತಿರಿಕ್ತ ಶಿಶು ಸ್ವಲ್ಪ ಅಪಾಯದಿಂದಲೆ ಬರುತ್ತವೆ. ಆದರೆ ನೀವು ಯೋಚನೆ ಮಾಡುವಷ್ಟೇನಲ್ಲ. ಈ ತರಹದ ಗರ್ಭಾವಸ್ಥೆಯನ್ನು ಹೈ ರಿಸ್ಕ್ ಪ್ರೆಗ್ನೆನ್ಸಿ ಎಂದು ಹೇಳುತ್ತಾರೆ. ನಿಮಗೆ ಇದರಲ್ಲಿ ಆಗುವ ಅಪಾಯಗಳು ಹಾಗೂ ತೊಡಕುಗಳ ಮಾಹಿತಿ ಮೊದಲೇ ಇದ್ದರೇ ನೀವು ಮೊದಲೇ ಎಲ್ಲಾ ಅಪಾಯವನ್ನು ಎದುರಿಸಲು ಸಿದ್ಧವಾಗಿರುವಿರಿ. ಆದಕಾರಣ ಎಲ್ಲಾ ಸುರಕ್ಷಿತವಾಗಿಯೇ ಇದೆ. ನಿಮಗೆ ಎಲ್ಲ ಮಾಹಿತಿ ಇರಬೇಕು ಅಷ್ಟೆ.

ಶಿಶುವಿಗೆ ಸೇರಿದ ಅಪಾಯಗಳು:-

ಸಮಯಪೂರ್ವ ಪ್ರಸವ:- ಅವಳಿ ಮಕ್ಕಳು ಸಮಯಪೂರ್ವವೇ ಜನಿಸಲು ಇಷ್ಟಪಡುತ್ತಾರೆ. ಒಟ್ಟಿಗೆ ಜನಿಸುವ ಮೂರು ಮಕ್ಕಳು ಪ್ರೀಮೆಚ್ಯೂರ್ ಇರುವರು. ಸಾಮಾನ್ಯ ಪ್ರಸವ 39ನೇ ವಾರದಲ್ಲಿ ಆದರೆ ಅವಳಿ ಪ್ರಸವ 35ರಿಂದ 36 ವಾರದಲ್ಲೇ ಆಗುವುದು. ಮೂರು ಮಕ್ಕಳು 32ನೇ ವಾರದಲ್ಲೇ ಜನ್ಮ ತೆಗೆದುಕೊಳ್ಳುವರು. ಶಿಶು ಬೆಳೆದಾಗ ಗರ್ಭಾಶಯದಲ್ಲಿ ಅವರಿಗೆ ಸ್ಥಳ ಕಡಿಮೆ ಆಗುವುದು. ನಿಮಗೆ ಪ್ರೀಮೆಚ್ಯೂರ್ ಪ್ರಸವದ ಲಕ್ಷಣಗಳು ತಿಳಿದಿರಬೇಕು. ನಿಮಗೆ ಇದರ ಅನುಭವ ಆದತಕ್ಷಣ ಡಾಕ್ಟರಿಗೆ ಕರೆಮಾಡಿ.

ಜನ್ಮದ ಸಮಯದಲ್ಲಿ ಕಡಿಮೆ ತೂಕ:- ಮಲ್ಟಿಪಲ್ ಪ್ರೆಗ್ನೆನ್ಸಿಯಲ್ಲಿ ಜನ್ಮತಾಳುವ ಶಿಶುಗಳು 5 1/2 ಪೌಂಡ್‌ಗಿಂತ ಕಡಿಮೆ ಇರುವರು. ಆದರೆ ವೈದ್ಯಕೀಯ

ಆರೈಕೆಯು ಕಾರಣದಿಂದ ಅವರು ಆರೋಗ್ಯವಾಗಿರುತ್ತಾರೆ. ಶಿಶುವಿನ ತೂಕ 5 ಪೌಂಡ್‌ಗಿಂತ ಕಡಿಮೆ ಇದ್ದರೆ ಆರೋಗ್ಯದ ಜೊತೆಗೆ ಇನ್ನು ಅನೇಕ ತೊಡಕುಗಳುಂಟಾಗಬಹುದು. ಶಿಶುವಿಗೆ ಅಪಾಯುಹೆಚ್ಚಾಗಬಹುದು. ಸೂಕ್ತ ತೂಕದ ಶಿಶು ಜನಿಸಲು ನೀವು ಗರ್ಭಾವಸ್ಥೆಯಲ್ಲಿ ನಿಮ್ಮ ಆಹಾರದ ಪ್ರಮಾಣವನ್ನು ಗಮನಿಸಿಕೊಳ್ಳಿ.

ಟ್ವಿನ್ ಟೂ ಟ್ವಿನ್ ಟ್ರಾನ್ಸ್‌ಫ್ಯೂಜನ್ ಸಿಂಡ್ರೋಮ್:- ಐಡೆಂಟಿಕಲ್ ಟ್ವಿನ್ ಪ್ರೆಗ್ನೆನ್ಸಿಯಲ್ಲಿ ಪ್ಲಾಸೆಂಟಾ(ಕೋಶ) ಒಂದೇ ಇರುವುದು. ಈ ಕಾರಣದಿಂದ ಒಂದು ಶಿಶುವಿನ ಶರೀರದಲ್ಲಿ ರಕ್ತ ಪ್ರವಾಹ ಬಹಳ ಅಧಿಕ ಹಾಗೂ ಇನ್ನೊಂದು ಶಿಶುವಲ್ಲಿ ಬಹಳ ಕಡಿಮೆ ಆಗಬಹುದು. ಈ ಶಿಶುಗಳಿಗೆ ಅಪಾಯಕರವಾಗಿರುವುದು. ನಿಮ್ಮ ಶಿಶುವಿನ ಜೊತೆಗೆ ಹೀಗಾಗಿದ್ದರೆ ಡಾಕ್ಟರ್ ಎಮನಿಯೊಸೆಂಟೆಸಿಸ್ ಸಹಾಯದಿಂದ ಅತಿರಿಕ್ತ ದ್ರವವನ್ನು ತೆಗೆಯುವರು ಇದರಿಂದ ಪ್ಲಾಸೆಂಟಾದ ರಕ್ತ ಪ್ರವಾಹದಲ್ಲು ಸುಧಾರಣೆ ಆಗಿ ಪ್ರೀಟರ್ಮ್ ಲೇಬರ್ ಸಂಭವ ಕಡಿಮೆ ಆಗುವುದು.

ಡಾಕ್ಟರ್ ಲೇಜರ್ ಸರ್ಜರಿಯನ್ನು ಉಪಯೋಗಿಸಬಹುದು. ಮಲ್ಟಿಪಲ್ ಪ್ರೆಗ್ನೆನ್ಸಿ ಕಾರಣ ತಾಯಿಯ ಮೇಲೆ ಕೆಳಗೆ ಬರೆದಿರುವ ಪ್ರಭಾವಗಳು ಕಾಣಿಸಬಹುದು:-

ಪ್ರೀಕ್ಲಾಂಪಸಿಯಾ:- ಎಷ್ಟು ಶಿಶುವಿರುವುದೋ ಅಷ್ಟೆ ಪ್ಲಾಸೆಂಟ ಇರುವುದು. ಇದರಿಂದ ಉಚ್ಚ ರಕ್ತದ ಒತ್ತಡದ ತೊಂದರೆ ಆಗಬಹುದು. ಇದು ಮೊದಲೇ ಗೊತ್ತಾದರೆ ವೈಧ್ಯಕೀಯ ಆರೈಕೆ ಯಿಂದ ಇದನ್ನು ನಿಯಂತ್ರಿಸಬಹುದು.

ಗ್ಯಾಸ್ಟ್ರೇಶನಲ್ ಮಧುಮೇಹ:- ನಿಮಗೆ ಬೇರೆ ತಾಯಂದಿರ ತುಲನೆ ಯಲ್ಲಿ ಗ್ಯಾಸ್ಟ್ರೇಶನಲ್ ಮಧುಮೇಹದ ಅಪಾಯ ಹೆಚ್ಚಾಗಿರಬಹುದು. ಏಕೆಂದರೆ ಹಾರ್ಮೋನಿನ ಉಚ್ಚ ಮಟ್ಟದ ಕಾರಣ ಇನ್ಸುಲಿನ್ ಉತ್ಪತ್ತಿ ಕಡಿಮೆ ಆಗುವುದು. ಆಹಾರದಿಂದ ಆರಾಮ ಸಿಗಬಹುದು ಆದರೂ ಅತಿರಿಕ್ತ ಇನ್ಸುಲಿನ್ ತೆಗೆದುಕೊಳ್ಳಬೇಕಾಗುವುದು.

ಪ್ಲಾಸೆಂಟಲ್ ತೊಂದರೆಗಳು:- ಈ ಮಹಿಳೆಯರಿಗೆ ಪ್ಲಾಸೆಂಟಾ ಪ್ರೀವಿಯಾ(ಪ್ಲಾಸೆಂಟಾ ಕೆಳಗೆ ಇರುವುದು) ಅಥವಾ ಪ್ಲಾಸೆಂಟಾ ಎರಪ್ಶನ್(ಪ್ಲಾಸೆಂಟಾ ಅವಧಿಗಿಂತ ಮೊದಲೇ ಬೇರೆ ಆಗುವುದು) ಆಗಬಹುದು. ಜಾಗರೂಕತೆ ಯಿಂದ ಮೇಲ್ವಿಚಾರಣೆ ಮಾಡಿಕೊಂಡರೆ ಪ್ಲಾಸೆಂಟಲ್ ಪ್ರೀವಿಯಾ ಯಿಂದ ಪಾರಾಗಬಹುದು. ಎರಪ್ಶನ್ ಮೊದಲೇ ಗೊತ್ತಾಗುವುದಿಲ್ಲ ಆದರೂ ಮುಂಬರುವ ತೊಡಕುಗಳನ್ನು ನಿಯಂತ್ರಿಸಬಹುದು.

ಬೆಡ್ ರೆಸ್ಟ್:-

ಅವಳಿ ಮಕ್ಕಳ ಗರ್ಭಾವಸ್ಥೆಯ ಕಾರಣ ನಾನು ಯಾವಾಗಲೂ ಹಾಸಿಗೆಯ ಮೇಲೆ ಇರಬೇಕೇ?

ಹಾಸಿಗೆಯ ಮೇಲೆ ಆರಾಮ ಮಾಡ ಬೇಕೋ ಬೇಡವೋ? ಅನೇಕ ಅವಳಿ ಮಕ್ಕಳಿನ ತಾಯಂದಿರು ಇದೇ ಪ್ರಶ್ನೆ

ಕೇಳುತ್ತಾರೆ ಹಾಗೂ ಡಾಕ್ಟರ್ ಸುಲಭವಾಗಿ ಉತ್ತರಿಸಲಾಗುವುದಿಲ್ಲ. ಡಾಕ್ಟರರ ವಿಚಾರದಂತೆ ಬೆಡ್ ರೆಸ್ಟ್‌ನಿಂದ ಅನೇಕ ಜಟಿಲತೆಗಳು ಕಡಿಮೆ ಆಗುವುದು. ಆದುದರಿಂದ ಅವರಿಗೆ ಪೂರ್ಣ ವಿಶ್ರಾಮದ ಸಲಹೆ ಕೊಡುತ್ತಾರೆ. ಶಿಶು ಎಷ್ಟು ಅಧಿಕ ಇರುವುದೋ

ಹಲವು(ಮಲ್ಟಿಪಲ್) ಲಾಭಗಳು

ಮಲ್ಟಿಪಲ್ ಪ್ರೆಗ್ನೆನ್ಸಿಯನ್ನು ಸುರಕ್ಷಿತವಾಗಿಸಲು ವೈದ್ಯಕೀಯ ವಿಜ್ಞಾನಕ್ಕೆ ಧನ್ಯವಾದಗಳು. ಗರ್ಭಾವಸ್ಥೆಯ ಪ್ರಾರಂಭದಲ್ಲಿ ನಿಮಗೆ ಇದರ ಮಾಹಿತಿ ತಿಳಿಯುವುದು. ಆದಕಾರಣ ಪ್ರಸವ ಪೂರ್ವ ಮೇಲ್ವಿಚಾರಣೆ ಮಾಡಿಕೊಳ್ಳ ಬಹುದು. ಬರುವ ಶಿಶುಗಳಿಗೆ ಸಿದ್ಧ ಪಡಿಸಲು ಸಾಕಷ್ಟು ಸಮಯ ಸಿಗುವುದು. ನೀವು ಡಾಕ್ಟರ್ ಹತ್ತಿರ ಪದೇ-ಪದೇ ಹೋಗಿ ನಿಮ್ಮ ಜಿಜ್ಞಾಸೆಗಳನ್ನು ಕಡಿಮೆ ಮಾಡಿಕೊಳ್ಳಬಹುದು. ಶಿಶುಗಳ ತಪಾಸಣೆ ಮಾಡಿಸಿ ನೆಮ್ಮದಿಯಾಗಿರಬಹುದು. ಶಿಶುಗಳ ಸರಿಯಾದ ಸ್ಥಿತಿಯ ಅಂದಾಜು ನಿಮಗೆ ಆಗಲು ಅನೇಕ ಸಲ ಅಲ್ಟ್ರಾಸೌಂಡ್ ಮಾಡುತ್ತಾರೆ. ನಿಮ್ಮ ಶಿಶುಗಳು ಸುರಕ್ಷಿತವಾಗಿದ್ದಾರೆ ಎಂದು ನಿಮ್ಮ ಸಂಪೂರ್ಣ ಗರ್ಭಾವಸ್ಥೆಯಲ್ಲಿ ಸಮಾಧಾನವಾಗಿರುವಿರಿ.

ನೀವು ನಿಮ್ಮ ಆರೋಗ್ಯವನ್ನು ಸರಿಯಾಗಿ ನೋಡಿಕೊಳ್ಳುತ್ತಿರಿ.ಅದರಿಂದ ಗರ್ಭಾವಸ್ಥೆಗೆ ಸೇರಿರುವ ಅನೇಕ ತೊಡಕುಗಳನ್ನು (ಅನೀಮಿಯಾ, ರಕ್ತದ ಒತ್ತಡ, ಪ್ಲಾಸೆಂಟಾ, ಎರಪ್ಶನ್,) ಪ್ರಾರಂಭವಾಗುವ ಮೊದಲೇ ಮುಗಿಸಬಹುದು.

ಅಷ್ಟೇ ದೃಢ ಸಲಹೆ ಇರುವುದು. ಏಕೆಂದರೆ ಅಷ್ಟು ಅಪಾಯ ಇರುವುದು .

ನೀವು ನಿಮ್ಮ ಡಾಕ್ಟರಿಂದ ಇದರ ಬಗ್ಗೆ ಪೂರ್ಣ ಮಾಹಿತಿ ಪಡೆಯಿರಿ ಏಕೆಂದರೆ ಮಲ್ಟಿಪಲ್ ಪ್ರೆಗ್ನೆನ್ಸಿಯ ಪ್ರತಿಯೊಂದು ಸಂದರ್ಭ ತನ್ನಲೇ ಭಿನ್ನವಾಗಿರುವುದು.

ಆರಾಮ ಮಾಡುವ ಸಲಹೆ ಕೊಟ್ಟಿದ್ದರೇ ನಿರ್ದೇಶನಗಳನ್ನು ಸರಿಯಾಗಿ ಪಾಲಿಸಿ. ಬೆಡ್ ರೆಸ್ಟ್ ಸಲಹೆ ಕೊಡದೆ ಹೋದರೂ ಕೆಲಸದ ಅವಧಿಯನ್ನು ಕಡಿಮೆ ಮಾಡಿ ಕಾಲ್ಗಳನ್ನು ಎತ್ತರವಾಗಿಟ್ಟುಕೊಂಡು ಆರಾಮ ಮಾಡಲು ಹೇಳಬಹುದು ಇದಕ್ಕು ಸಿದ್ಧವಾಗರಿ.

ವ್ಯಾನಿಶಿಂಗ್ ಟ್ವಿನ್ ಸಿಂಡ್ರೋಮ್ ಎಂದರೇನು?

ಅಲ್ಟ್ರಾಸೌಂಡಲ್ಲಿ ಮಲ್ಟಿಪಲ್ ಪ್ರೆಗ್ನೆನ್ಸಿ ಎಂದು ತಿಳಿದು ಬಂದರೆ ಬಹಳ ಒಳ್ಳೆಯದಾಗುವುದು. ಏಕೆಂದರೆ ಅಷ್ಟೆ ಬೇಗ ನೀವು ಡಾಕ್ಟರನ್ನು ಕೇಳಿ ಶಿಶುಗಳ ಮೇಲ್ವಿಚಾರಣೆ ಪ್ರಾರಂಭಿಸಬಹುದು. ಆದರೆ ಅನೇಕ ಸಲ ಹಾನಿಯೂ ಆಗುವುದು. ಶೇಕಡಾ 20ರಿಂದ 30 ಮಲ್ಟಿಪಲ್ ಪ್ರೆಗ್ನೆನ್ಸಿಯಲ್ಲಿ ಮೊದಲನೆಯ ಮೂರು ತಿಂಗಳಲ್ಲಿ ಒಂದು ಶಿಶು ಇಲ್ಲದಿರಬಹುದು(ತಾಯಿಗೆ ಅವಳ ಗರ್ಭದಲ್ಲಿ ಅವಳಿ ಮಕ್ಕಳಿದ್ದಾರೆ ಎಂದು ತಿಳಿಯುವ ಮೊದಲೇ). ಹಿಂದೆ ಕೆಲವು ವರ್ಷದಿಂದ ಈ ಪ್ರವೃತಿ ಅಧಿಕವಾಗಿತ್ತು. 30 ವರ್ಷಕ್ಕಿಂತ ಅಧಿಕ ವಯಸ್ಸಿನ ಮಹಿಳೆಯರ ಜೊತೆಗೂ ಹೀಗಾಗುವುದು.

ಇದರಲ್ಲಿ ಯಾವುದೇ ವಿಶೇಷ ಲಕ್ಷಣಗಳು ಕಾಣಿಸುವುದಿಲ್ಲ. ಮಿಸ್‌ಕ್ಯಾರೇಜ್ ಯಂತೆ ಇದರಲ್ಲಿ ತಾಯಿಗೆ ಸ್ವಲ್ಪ ರಕ್ತಸ್ರಾವ ಆಗುವುದು ಅಥವಾ ಪೆಲ್ವಿಕ್ ಕ್ಷೇತ್ರದಲ್ಲಿ ನೋವಾಗುವುದು. ಹಾರ್ಮೋನ್ ಮಿತಿ ಕಡಿಮೆ ಆದರೂ ಒಂದು ಶಿಶು ಇಲ್ಲವೆಂದು ತಿಳಿದುಕೊಳ್ಳಬಹುದು.

ಮೊದಲನೆಯ ಮೂರು ತಿಂಗಳಲ್ಲಿ ಹೀಗಾದರೆ ಗರ್ಭಾವಸ್ಥೆ ಸಾಮಾನ್ಯವಾಗುವುದು ಹಾಗೂ ತಾಯಿ ಒಂದು ಸ್ವಸ್ಥ ಶಿಶುವನ್ನು ಜನ್ಮ ಕೊಡುವಳು ಆದರೆ ಎರಡನೆಯ ಮೂರು ತಿಂಗಳಲ್ಲಿ ಹೀಗಾದರೆ ಅದು ಜೀವಿತ ಶಿಶುವಿನ ಬೆಳವಣಿಗೆಗೆ ಅಪಾಯವಾಗುವುದು ಅಥವಾ ಪ್ರೀಟರ್ಮ್ ಲೇಬರ್ ನ ಸ್ಥಿತಿ ಬರಬಹುದು. ಸೋಂಕು ಅಥವಾ ರಕ್ತಸ್ರಾವ ಆಗಬಹುದು. ಇದಾದನಂತರ ಯಾವುದೇ ಜಟಿಲತೆ ಬಾರದಿರಲೆಂದು ಉಳಿದಿದ್ದ ಶಿಶುವಿನ ಮೇಲೆ ಪೂರ್ಣ ವೈದ್ಯಕೀಯ ನಿಗ ಇಡಲಾಗುತ್ತದೆ.

ಮಲ್ಟಿಪಲ್ ಶಿಶುಗಳ ಜನನ

ನೀವು ಬಹಳ ಕಾತುರದಿಂದ ಆ ದಿನದವನ್ನು ಕಾಯುತ್ತಿದ್ದೀರಿ ಯಾವಾಗ ನೀವು ನಿಮ್ಮ ಅವಳಿ ಅಥವಾ ಮೂರು ಮಕ್ಕಳಿಗೆ ಜನ್ಮ ಕೊಡುತ್ತೀರಿ ಎಂದು. ಪ್ರತಿಯೊಂದು ಶಿಶುವಿನ ಜನ್ಮ ತನ್ನಲೇ ಒಂದು ವಿಶೇಷ ಘಟನೆ ಆಗಿರುತ್ತದೆ ಆದರೆ ನಿಮ್ಮ ಕಥೆ ಸ್ವಲ್ಪ ಬೇರೆ ಆಗಿರಬಹುದು. ಏಕೆಂದರೆ ನೀವು ಹಲವಾರು ತರಹದ ತೊಡಕುಗಳು ಹಾಗೂ ಸಮಸ್ಯೆಗಳನ್ನು ಎದುರಿಸಬಹುದು. ನಿಮ್ಮ ಶಿಶುಗಳು ಯಾವುದೇ ರೀತಿಯಿಂದ ನಿಮ್ಮ ಹತ್ತಿರಕ್ಕೆ ಬರಲಿ ಅವರಿಗೆ ಅದೆ ಎಲ್ಲಕ್ಕಿಂತ ಸುರಕ್ಷಿತ ಹಾಗು ಸ್ವಸ್ಥ ರೀತಿ ಎಂದು ನಂಬಬೇಕು.

ಅವಳಿ ಅಥವಾ ಅಧಿಕ ಶಿಶುಗಳ ಪ್ರಸವ(ಲೇಬರ್)

ಇದು ಸಾಮಾನ್ಯ ಶಿಶುವಿನ ಪ್ರಸವಕ್ಕಿಂತ ಭಿನ್ನ ಹೇಗಾಗಬಹುದು?

ಇದು ಸಣ್ಣದಾಗಿರುವುದು. ನೀವು ಅವಳಿ ಶಿಶುಗಳಿಗಾಗಿ ಎರಡರಷ್ಟು ನೋವು ಸಹಿಸ ಬೇಕೆ? ಇಲ್ಲ! ಮಲ್ಟಿಪಲ್ ಪ್ರೆಗ್ನೆನ್ಸಿ ಯಲ್ಲಿ ಪ್ರಸವದ ಮೊದಲನೆಯ ಚರಣ ಸಣ್ಣದಾಗಿರುತ್ತದೆ. ನೂಕುವ ಬಿಂದುವಿನ ತನಕ ತಲುಪಲು ನಿಮಗೆ ಬಹಳ ಕಡಿಮೆ ಸಮಯ ಆಗುವುದು. ಯೋನಿಮಾರ್ಗದಿಂದ ಪ್ರಸವ ಮಾಡುವಾಗ ಅಂತಿಮ ಚರಣ ಬಹಳ ಬೇಗ ಬರುವುದು.

■ ಇದು ದೊಡ್ಡದಾಗೂ ಆಗಬಹುದು. ಏಕೆಂದರೆ ಮಲ್ಟಿಪಲ್ ಪ್ರೆಗ್ನೆನ್ಸಿ ಯಲ್ಲಿ ಗರ್ಭಾಶಯ ಅವಶಯಕತೆಗಿಂತ ಅಧಿಕ ಸ್ಟ್ರೆಚ್ ಆಗಿರುವ ಕಾರಣ ಸಂಕುಚನೆ ಕಡಿಮೆ ಆಗಬವುದು. ಹಾಗೂ ಗಾರ್ಭಶಯದ ಮುಖ ತೆರೆಯಲು ಅಧಿಕ ಸಮಯವಾಗುವುದು.

ನಿಮಗೆ ಅಧಿಕ ವೈದ್ಯಕೀಯ ಮೇಲ್ವಿಚಾರಣೆ ಮಾಡಲಾಗುತ್ತದೆ. ಏಕೆಂದರೆ ಅಪಾಯದ ಸಂಭವ ಹೆಚ್ಚಾಗಿರುತ್ತದೆ. ಪ್ರಸವದ ಸಮಯದಲ್ಲಿ ಶಿಶುಗಳಿನ ಪ್ರತಿಕ್ರಿಯೆ ಸಂಕುಚನ ಎಂದು ತಿಳಿಯಲು ಎರಡು ಮಾನಿಟರ್ ಹಾಕಲಾಗುವುದು. ಅವುಗಳ ಹೃದಯದ ಬಡಿತವನ್ನು ಆಗ್ಗಾಗೆ ನೋಡಲಾಗುತ್ತದೆ.

■ ಪ್ರಸವದ ಸಮಯ ಹತ್ತಿರ ಬಂದಾಗ ಹೊರಗೆ ಬರುವ ಶಿಶುವಿನ ಒಳಗಿನ ಹಾಗೂ ಒಳಗಡೆ ಇರುವ ಶಿಶುವಿನ ಹೊರಗಿನ ತಪಾಸಣೆ ಮಾಡಲಾಗುವುದು. ನೀವು ಮೊದಲೇ ಈ ಪ್ರತಿಕ್ರಿಯೆಗಳಿಗೆ ಸಿದ್ಧವಾಗಿರಬೇಕು.

ಸೀ ಸೆಕ್ಶನ್ ಆವಶ್ಯಕತೆ ಆದರೆ ತೊಂದರೆ ಆಗದಿರಲೆಂದು ನಿಮ್ಮ ಪ್ರಸವ ಶಸ್ತ್ರಚಿಕಿತ್ಸೆಯ ಕಕ್ಷದಲ್ಲಾಗುವುದು (ಆಪರೇಷನ್ ರೂಮ್). ಮೊದಲು ಸ್ವಲ್ಪ ಸಮಯ ಸುಂದರವಾದ ಕಕ್ಷದಲ್ಲಿ ಕಳೆಯಬಹುದು ಆದರೆ ಆಮೇಲೆ ನೀವು ಅಲ್ಲೇ ಹೋಗ ಬೇಕು.

ಪೊಜೀಶನ್/ ಪೊಜೀಶನ್ಸ್

ಮಲ್ಟಿಪಲ್ ಪ್ರೆಗ್ನೆನ್ಸಿಯಲ್ಲಿ ಶಿಶುಗಳ ಪೊಜೀಶನ್ ಬಹಳ ಮಹತ್ವವಾದದು. ಒಂದು ವೇಳೆ ಅವರ ತಲೆ ಕೆಳ ಭಾಗದಲ್ಲಿದ್ದರೇ ಸುಲಭವಾಗಿ ಜನಿಸುವರು. ಯದ್ಯಪಿ ಇದರಲ್ಲೂ ಸೀ ಸೆಕ್ಶನ್ ಮಾಡಬಹುದು. ಶಿಶು ವರ್ಟಿಕ್ಸ್ ಬ್ರೀಚ್ ಪೊಜೀಶನ್ನಲ್ಲಿ ಇರಬಹುದು. ಈ ಪೊಜೀಶನ್ನಲ್ಲಿ ಮೊದಲನೆಯ ಶಿಶು ವರ್ಟಿಕ್ಸ್ ಪೊಜೀಶನ್ನಲ್ಲಿರುವುದು ಆದರೆ ಎರಡನೆಯ ಶಿಶು ಬ್ರೀಚಿಂದ ವರ್ಟಿಕ್ಸ್ ಪೊಜೀಶನ್ನಲ್ಲಿ ಇರಬೇಕಾಗುವುದು. ಕೈಯಿಂದ ಸರಿಯಾದ ಸ್ಥಿತಿಯಲ್ಲಿ ಬಾರದೆ ಹೋದರೆ ಬ್ರೀಚ್ ಎಕ್ಸ್‌ಟ್ರಾಕ್ಶನ್ ಮಾಡಬೇಕಾಗುವುದು.

ಬ್ರೀಚ್/ವರ್ಟಿಕ್ಸ್ ಅಥವಾ ಬ್ರೀಚ? ಬ್ರೀಚ್:- ಎರಡು ಶಿಶುಗಳು ಬ್ರೀಚಾಗಿದ್ದರೆ ಡಾಕ್ಟರ್ ಸೀ ಸೆಕ್ಶನ್ ಸಲಹೆ ಕೊಡುತ್ತಾರೆ ಏಕೆಂದರೆ ಕೈಯಿಂದ ಶಿಶುಗಳ ಪೊಜೀಶನ್ ಬದಲಾಯಿಸುವುದು ಅಪಾಯಕರವಾಗಬಹುದು.

ಮೊದಲನೆಯ ಶಿಶು ಆಬ್ಲಿಕ್:- ಮೊದಲನೆಯ ಶಿಶುವಿನ ತಲೆ ಕೆಳಗಿದ್ದು ಆದರೆ ಗರ್ಭಾಶಯದ ಕಡೆ ಇಲ್ಲದೆ ನಿತಂಬ ಕಡೆಯಿದ್ದರೆ ಅದನ್ನು ಆಬ್ಲಿಕ್ ಎನ್ನುತ್ತಾರೆ. ಒಂದೇ ಶಿಶುವಿದ್ದರೆ ಅದನ್ನು ಕೈಯಿಂದ ನೆಟ್ಟಗೆ ಮಾಡುವ ಪ್ರಯತ್ನ ಮಾಡಬಹುದು ಆದರೆ ಅವಳಿಯಲ್ಲಿ ಹೀಗೆಮಾಡುವುದು ಅಪಾಯಕರವಾಗಬಹುದು. ಅನೇಕ ಸಲ ಪ್ರಸವ ಪೀಡೆಯಲ್ಲಿ ಶಿಶು ಸರಿಯಾದ ಪೊಜೀಶನ್‌ಗೆ ಬರುವುದು ಅಥವಾ ಡಾಕ್ಟರ್ ಯಾವುದೇ ತರಹದ ಅಪಾಯವಾಗದಿರಲೆಂದು ಸೀ ಸೆಕ್ಶನ ಸಲಹೆ ಕೊಡುವರು .

ಟ್ರಾನ್ಸ್‌ವರ್ಸ್/ ಟ್ರಾಸವರ್ಸ್:- ಈ ಸ್ಥಿತಿಯಲ್ಲಿ ಎರಡು ಶಿಶುಗಳು ಗರ್ಭಾಶಯದಲ್ಲಿ ಟ್ರಾನ್ಸ್‌ವರ್ಸ್ ಪೊಜೀಶನ್ನಲ್ಲಿರುವುರು. ಇದಕ್ಕೆ ಸೀ ಸೆಕ್ಶನ್ ಅಲ್ಲದೆ ಬೇರೆ ಉಪಾಯವಿಲ್ಲ.

ಅವಳಿ ಶಿಶುಗಳ ಪ್ರಸವ:- ನೀವು ಕೆಳಗೆ ಬರೆದಿರುವಂತೆ ನಿರೀಕ್ಷಿಸಬಹುದು:-

ಯೋನಿಮಾರ್ಗದಿಂದ ಪ್ರಸವ:- ಅರ್ಧಕ್ಕಿಂತ ಅಧಿಕ ಶಿಶುಗಳು ಪಾರಂಪರಿಕ ರೀತಿಯಿಂದಲೇ ಜನಿಸುವರು. ಆದರೆ ಅವರ ಅನುಭವ ಒಂದೇ ಶಿಶುವಂತಿರುವುದಿಲ್ಲ. ಮೊದಲನೆಯ ಶಿಶುವಿನ ಜನನದಲ್ಲಿ 3 ನಿಮಿಷದಿಂದ 3 ಗಂಟೆ ತನಕ ಸಮಯವಾಗಬಹುದು. ಇದು ಇನ್ನೊಂದು ಶಿಶುವಿನ ಪೊಜೀಶನ್ ಮೇಲೆ ಅವಲಂಬಿಸುತ್ತದೆ. ಅನೇಕ ಸಲ ಡಾಕ್ಟರ್ ವ್ಯಾಕ್ಯೂಮ್ ಸಹಾಯದಿಂದ ಪ್ರಸವ ಗತಿಯನ್ನು ಹೆಚ್ಚು ಮಾಡುವ ಪ್ರಯತ್ನ ಮಾಡುತ್ತಾರೆ. ಆಗ ಡಾಕ್ಟರ್ ಈ ತಾಯಂದರಿಗೆ ಎಪೀಡ್ಯೂರಲ್ ಸಲಹೆ ಕೊಡುತ್ತಾರೆ ಗರ್ಭಾಶಯದ ಒಳಗಿಂತ ಶಿಶುವನ್ನು ಹೊರಗೆ ಇರಬೇಕಾದರೆ ನೋವು ತಡೆಯುವಿಕೆ ಔಷಧಿ ಇಲ್ಲದೆ ಹೇಗಾಗುವುದು?

ಅವಳಿ ಜನನದ ಸಮಯ

ನಿಮ್ಮ ಮಲ್ಟಿಪಲ್ ಜನನದಲ್ಲಿ ಎಷ್ಟು ಅಂತರವಿರಬಹುದು? ಯೋನಿಮಾರ್ಗದಿಂದ ಜನನವಾಗುವ ಸಮಯ ಅವರ ಜನನಕಾಲದಲ್ಲಿ 10ರಿಂದ 30 ನಿಮಿಷದ ಅಂತರವಿರಬಹುದು ಆದರೆ ಸೀ ಸೆಕ್ಶನ್‌ನಲ್ಲಿ ಕೇವಲ ಕೆಲವೇ ಸೆಕೆಂಡ್ ಅಥವಾ ನಿಮಿಷಗಳ ಅಂತರ ಇರುವುದು.

ಮಿಶ್ರಿತ ಪ್ರಸವ:- ಒಮ್ಮೊಮ್ಮೆ ಹೀಗಾಗುವುದು. ಒಂದು ಶಿಶುವಿನ ಜನನ ಯೋನಿಮಾರ್ಗ ದಿಂದ ಆದ ಮೇಲೆ ಇನ್ನೊಂದು ಶಿಶುವಿಗೆ ಶಸ್ತ್ರಚಿಕಿತ್ಸೆ ಮಾಡಬೇಕಾಗಬಹುದು. ಈ ತರಹ ಆಪತ್ಕಾಲದಲ್ಲಿ ಆಗಬಹುದು. ಎರಡನೆಯ ಶಿಶು ಅಪಾಯದಲ್ಲಿದ್ದಾಗ ಉದಾ: ಪ್ಲಾಸೆಂಟಲ್ ಎರಪ್ಶನ್

ಅಥವಾ ಕಾರ್ಡ್ ಪ್ರೊಲ್ಯೆಪ್ಸ್ (ಫೈಟಲ್ ಮಾನಿಟರಲ್ಲಿ ಡಾಕ್ಟರಿಗೆ ಇದೆಲ್ಲಾ ಕಾಣಿಸುವುದು). ಇದೆಲ್ಲಾ ತಾಯಿಗೆ ತಮಾಷೆ ಅಲ್ಲ. ಯೋನಿ ಮಾರ್ಗದಿಂದ ಪ್ರಸವದನಂತರ ಶಸ್ತ್ರಚಿಕಿತ್ಸೆಯ ರಗಳೆ. ಆದರೆ ಶಿಶುವಿನ ಸುರಕ್ಷತೆಯ ಪ್ರಶ್ನೆ ಬಂದಾಗ ಬೇರೆ ಏನೂ ಕಾಣಿಸುವುದಿಲ್ಲ. ತಾಯಿ ಅಲ್ಲವೇ

ಸೀ ಸೆಕ್ಶನ್:- ಸೀ ಸೆಕ್ಶನ್ ತಾರೀಖು ಡಾಕ್ಟರನ್ನು ಭೇಟಿ ಮಾಡಿ ಮೊದಲೇ ನಿರ್ಧಾರವಾಗಿರುತ್ತದೆ. ಅನೇಕ ರೀತಿಯ ಸಮಸ್ಯೆಗಳ ಕಾರಣದಿಂದ ಮಲ್ಟಿಪಲ್ ಪ್ರೆಗ್ನೆನ್ಸಿಯಲ್ಲಿ ಸೀ ಸೆಕ್ಶನ್ ಮಾಡುವುದೇ ಸುರಕ್ಷಿತವಾಗಿರುವುದು. ಈ ಸ್ಥಿತಿಯಲ್ಲಿ ನಿಮ್ಮ ಸಂಗಾತಿ ಅಥವಾ ಕೋಚ್ ಶಸ್ತ್ರಚಿಕಿತ್ಸೆಯ ಕೊಠಡಿಯಲ್ಲಿ ಬರಬಹುದು. ಈ ಸ್ಥಿತಿಯಲ್ಲಿ ಶಿಶುಗಳ ಜನನದ ಸಮಯದಲ್ಲಿ ಕೆಲವು ಸೆಕೆಂಡ್‌ಗಳಿಂದ ಕೆಲವು ನಿಮಿಷಗಳವರೆಗೆ ಅಂತರವಿರಬಹುದು.

ಅನಿಯೋಜಿತ ಸೀ ಸೆಕ್ಶನ್:- ಶಿಶು ಈ ತರಹವೂ ಪ್ರಪಂಚದಲ್ಲಿ ಕಾಲಿಡಬಹುದು. ನೀವು ತಪಾಸಣೆಗೆ ಹೋದಾಗ ನಿಮಗೇ ಗೊತ್ತಾಗುತ್ತದೆ ಶಿಶು ಆ ದಿನವೇ ಪ್ರಸವಕ್ಕೆ ಸಿದ್ಧವಾಗಿದೆ ಎಂದು. ಈ ತರಹ ಅನುಮಾನ ತಾರೀಖಿನ ಬಹಳ ಮೊದಲೇ ಆಗಬಹುದು. ಆದಕಾರಣ ನಿಮ್ಮ ಎಲ್ಲಾ ಸಾಮಾನುಗಳನ್ನು ತಯಾರಾಗಿಟ್ಟುಕೊಳ್ಳಿ. ಶಿಶುಗಳ ವಿಕಸನದಲ್ಲಿ ಬಾಧೆಬಂದರೆ, ನೀವು ಉಚ್ಚ ರಕ್ತದ ವತ್ತಡದಿಂದ ನರಳಿದ್ದರೆ, ಅಥವಾ ಪ್ರಸವ ಪೀಡೆ ದೀರ್ಘಾವಧಿ ತನಕ ಇದ್ದರೂ ಪ್ರಯೋಜನವಾಗದೇ ಹೋದರೂ ಅನಿಯೋಜಿತವಾಗಿ ಸೀ ಸೆಕ್ಶನ್ ಮಾಡಬೇಕಾಗಬಹುದು. 10 ಪೌಂಡ್‌ಗಿಂತ ಅಧಿಕ ತೂಕವಿರುವ ಶಿಶುವಿಗೆ ಸೀಸೆಕ್ಶನ್ನಲ್ಲದೆ ಬೇರೆ ಉಪಾಯವಿಲ್ಲ.

ಎರಡು ಶಿಶೂಗಳಿಗೆ ಸ್ತನ್ಯಪಾನ

ಶಿಶುಗಳಿಗೆ ಸ್ತನ್ಯಪಾನ ಮಾಡಿಸುವುದು ಎಷ್ಟು ಲಾಭಕರವೆಂದು ನಿಮಗೆ ತಿಳಿದಿದ್ದ ವಿಷಯ. ಆದರೆ ನಿಮಗೆ ಗೊತ್ತೆ? ಸ್ತನ್ಯಪಾನ ಮಾಡಿಸುವ ತಾಯಂದಿರು ತಮ್ಮ ಕಳೆದು ಹೋಗಿದ್ದ ಮೈಕಟ್ಟನ್ನು ಬಹಳ ಬೇಗನೆ ಮರಳಿ ಪಡೆಯುತ್ತಾರೆ. ಅವರಿಗೆ ರಕ್ತಸ್ರಾವ ಕಡಿಮೆ ಆಗುವುದು.ಎರಡು ಶಿಶುಗಳಿಗೆ ಸ್ತನ್ಯಪಾನ ಮಾಡಿಸಿದರೇ ನಿಮ್ಮ ಶರೀರಿಂದ ಕೊಬ್ಬಿನಾಂಶ ಬೇಗ ಕರಗುವುದು. ಒಂದು ವೇಳೆ ಶಿಶುಗಳು ಐ ಸೀ ಯೂ ನಲ್ಲಿದ್ದರೆ ಘಾಬರಿಯಾಗಬೇಡಿ . ನಿಮ್ಮ ಅಮೃತವಾಗಿರುವ ಹಾಲನ್ನು ತೆಗೆದಿಡಿ, ಹಾಲುಣಿಸಿ. ಇದರಿಂದ ಸ್ತನಗಳಲ್ಲಿ ಹಾಲಿನ ನಿರ್ಮಾಣದಲ್ಲಿ ಬಾಧೆ ಬರುವುದಿಲ್ಲ.

ಮೂರು ಶಿಶುಗಳ ಪ್ರಸವ:- ಈ ರೀತಿಯ ಹೈ ರಿಸ್ಕ್ ಪ್ರಸವ ಸೀ ಸೆಕ್ಶನ್ ಸಹಾಯದಿಂದಲೇ ಸಂಭವ. ಕೆಲವು ಡಾಕ್ಟರಂತೆ ಈ ಶಿಶುಗಳು ಸರಿಯಾದ ಸ್ಥಿತಿಯಲ್ಲಿದ್ದರೆ ಯೋನಿಮಾರ್ಗದಿಂದ ಪ್ರಸವ ಸಂಭವವಾಗಬಹುದು. . ಎರಡು ಶಿಶು ಯೋನಿಮಾರ್ಗದಿಂದ ಬಂದು ಮೂರನೆ ಶಿಶುವಿಗೆ ಆಪರೇಶನ್ ಮಾಡಬೇಕಾಗುವ ಸಂದರ್ಭ ಬಹಳ ಕಡಿಮೆ ಬರುವುದು. ಯಾವುದೇ ರೀತಿ ಆಗಲಿ ನೀವು ನಾಲ್ವರು ಸುರಕ್ಷಿತವಾಗಿ ಹೊರಗೆ ಬಂದರೆ ಸಾಕು.

ಮಲ್ಟಿಪಲ್ ಪ್ರಸವದನಂತರ ವಿಶ್ರಾಮ

ಮಲ್ಟಿಪಲ್ ಪ್ರಸವದನಂತರ ಒಂಟಿ ಪ್ರಸವದ ತರಹವೇ ಆರಾಮು ಸಿಗುವುದು ಆದರೆ ಈ ಪ್ರಸವದಲ್ಲಿ ಕೆಳಗೆ ಬರೆದಿರುವ ವ್ಯತ್ಯಾಸಗಳಿರಬಹುದು:-

- ಹೊಟ್ಟೆ ಮೊದಲಿನ ಆಕಾರಕ್ಕೆ ಬರಲು ಸ್ವಲ್ಪ ಅಧಿಕ ಸಮಯ ಬೇಕಾಗುತ್ತದೆ.
- ಯೋನಿಮಾರ್ಗದಿಂದ ಅಧಿಕ ಸಮಯದವರೆಗು ರಕ್ತಸ್ರಾವವಾಗಬಹುದು.
- ಮೈಕಟ್ಟು ಮರಳಿ ಪಡೆಯಲು ಅಧಿಕ ಸಮಯ ಬೇಕಾಗಬಹುದು ಏಕೆಂದರೆ ಗರ್ಭದ ಕೊನೆಯ ತಿಂಗಳಲ್ಲಿ ನಿಮ್ಮ ಶರೀರದ ಸಕ್ರೀಯತೆ ಕಡಿಮೆ ಆಗಿರುವುದು.
- ನಿಮ್ಮ ಶರೀರದಲ್ಲಿ ಬಹಳ ದಿನಗಳವರೆಗು ನೋವಿರುವುದು. ನಿಮ್ಮ ತೂಕ ಬಹಳ ಹೆಚ್ಚಾಗಿರುವುದು ಹಾಗೂ ಕಡಿಮೆ ಆಗಲು ಸಮಯವಾಗುವುದು.

ಭಾಗ–4

ಶಿಶು ಜನ್ಮದನಂತರ

ಪ್ರಸವದ ನಂತರ... ಮೊದಲ ವಾರ

ನಿಮಗಿದೋ ಅಭಿನಂದನೆ! 40 ವಾರಗಳಿಂದ ನೀವು ಯಾವ ಕ್ಷಣದ ನಿರೀಕ್ಷೆಯಲ್ಲಿದ್ದಿರೋ ಆ ಕ್ಷಣ ಬಂದೇಬಿಟ್ಟಿತು. ಗರ್ಭಾವಸ್ಥೆಯು ಸುದೀರ್ಘ ಪ್ರಕ್ರಿಯೆಯಲ್ಲಿ ಪ್ರಸವದ ನೋವನ್ನು ಹಿಂದಿಕ್ಕಿ ನೀವು ಬಂದುಬಿಟ್ಟಿದ್ದೀರಿ. ಈಗ ನೀವು ಅಧಿಕಾರಸ್ಥ ತಾಯಿ. ನಿಮ್ಮ ಸಂತಸದ ಗಂಟೊಂದು ಹೊಟ್ಟೆಯಿಂದ ಹೊರಬಂದು ನಿಮ್ಮ ತೋಳುಗಳಿಗೆ ಬಂದು ಸೇರಿದೆ. ಈ ಅವಸ್ಥೆ ನಿಮಗೆ ಮಗುವನ್ನಷ್ಟೇ ಅಲ್ಲದೆ ಸಾಕಷ್ಟು ಲಕ್ಷಣಗಳನ್ನೂ ತಂದುಕೊಟ್ಟಿದೆ. ಅನೇಕ ಸವಾಲುಗಳು ನಿಮ್ಮ ಮುಂದಿವೆ. ಇಷ್ಟೊಂದು ಬೆವರುತ್ತಿರುವುದೇಕೆ? ಪ್ರಸವದ ನಂತರವೂ ಸಂಕೋಚ ಏತಕ್ಕಾಗಿ ಆಗುತ್ತಿದೆ? ಎರಡನೇ ಬಾರಿ ಏನಾದರೂ ಕುಳಿತುಬಿಡುತ್ತೇನೆಯೋ? ಈಗಲೂ ನನಗೆ 6 ತಿಂಗಳ ಗರ್ಭಾವಸ್ಥೆಯ ಅನುಭವ ಏಕಾಗುತ್ತಿದೆ? ಈ ಎದೆ ಯಾರದು? ಇತ್ಯಾದಿ ಪ್ರಶ್ನೆಗಳಲ್ಲಿ ಕೆಲವಕ್ಕೆ ನಿಮ್ಮ ಬಳಿಯೇ ಆಗಲೇ ಉತ್ತರ ಇದೆ ಎಂದು ಭಾವಿಸುತ್ತೇನೆ. ಏಕೆಂದರೆ ಒಮ್ಮೆ ತಾಯಿಯಾದ ಮೇಲೆ ಓದುವುದಕ್ಕೆ ಸಮಯಾವಕಾಶ ತಾನೇ ಎಲ್ಲಿರುತ್ತದೆ?

ನಿಮಗೆ ಏನೆನ್ನಿಸುತ್ತಿರಬಹುದು?

ಪ್ರಸವದ ರೀತಿಯ ಅನುಸಾರವಾಗಿಯೇ ನಂತರದ ಮೊದಲ ವಾರದ ಪರಿಸ್ಥಿತಿ ಇರುತ್ತದೆ. ಇಷ್ಟೇ ಅಲ್ಲದೆ ಕೆಲವು ವ್ಯಕ್ತಿಗತ ಲಕ್ಷಣಗಳೂ ಕಾಣಿಸಿಕೊಳ್ಳಬಹುದು.

ದೈಹಿಕ ಲಕ್ಷಣ :

ಯೋನಿಯಲ್ಲಿನ ರಕ್ತಸ್ರಾವ (ಮಾಸಿಕ ನಿಯಮದಂತೆ) ಹೊಟ್ಟೆಯ ಕೆಳ ಭಾಗದಲ್ಲಿ ಸೆಳೆತ (ಗರ್ಭಾಶಯ ಸಂಕುಚಿತವಾಗುತ್ತಿರುವುದರಿಂದ)

- ಆಯಾಸ
- ಹೊಲಿಗೆ ಹಾಕಿದ ಜಾಗದಲ್ಲಿ ಸೆಳೆತ, ನೋವು ಮತ್ತು ಹತಾಶೆ
- ಸಿ-ಸೆಕ್ಷನ್ ನಂತರ ಪೆರೆನಿಯಲ್ ಬೇಸರ.
- ಕತ್ತರಿಸಿದ ಅಂಚಿನಲ್ಲಿ ನೋವಾದಂತೆ ಅನಿಸುವುದು.
- ಕುಳಿತು ಏಳುವಾಗ ನೋವು ಜೊತೆಗೆ ಚುಚ್ಚಿದಂತಹ ಅನುಭವ.
- ಒಂದೆರಡು ದಿನ ಮೂತ್ರ ವಿಸರ್ಜನೆ ಮಾಡುವಾಗ ತೊಂದರೆ.
- ಮಲವಿಸರ್ಜನೆ ಮಾಡಿದಾಗ ಮೊದಲ ಕೆಲವು ದಿನ ಸ್ವಚ್ಛಗೊಳಿಸುವಾಗ ತೊಂದರೆ.
- ಇಡೀ ದೇಹದಲ್ಲಿ ನೋವು.
- ಕಣ್ಣು ಕೆಂಪಾಗುವುದು, ಕಣ್ಣಿನ ಸುತ್ತ ಕಪ್ಪಾಗುವುದು.
- ರಾತ್ರಿ ಬಹಳ ಬೆವರುವುದು.
- ಎದೆಯಲ್ಲಿ ಸಾಕಷ್ಟು ತೊಂದರೆ ಮತ್ತು ರಕ್ತ ಹೆಪ್ಪುಗಟ್ಟುವುದು.

- ಸ್ತನ್ಯಪಾನ ಮಾಡಿಸುವಾಗ ಮೊಲೆಯ ತೊಟ್ಟಿನಲ್ಲಿ ನೋಯುವುದು ಅಥವಾ ರಂಧ್ರ ಕಾಣಿಸಿಕೊಳ್ಳುವುದು.

ಭಾವನಾತ್ಮಕ ಲಕ್ಷಣಗಳು :

- ಇಬ್ಬರ ನಡುವೆ ಭಾವನೆಗಳಲ್ಲಿ ಏರು-ಪೇರು.
- ಮಗುವಿನ ಆರೈಕೆಯಲ್ಲಿ ಮಾನಸಿಕ ಒತ್ತಡ.
- ಸ್ತನ್ಯಪಾನ ಆರಂಭಿಸುವಾಗ ಕಷ್ಟವಾಗುವಿಕೆ.
- ಶಾರೀರಿಕ, ಭಾವನಾತ್ಮಕ ಸವಾಲುಗಳಿಗೆ ಅಡಚಣೆ
- ಮಗುವಿನೊಂದಿಗೆ ಹೊಸ ಬದುಕು ಆರಂಭಿಸುವ ಉತ್ಸಾಹ.

ನೀವು ಏನು ಯೋಚಿಸುತ್ತಿರಬಹುದು.

"ಪ್ರಸವದ ಸಂದರ್ಭ ಸ್ವಲ್ಪ ರಕ್ತಸ್ರಾವವಾಗುವುದನ್ನು ನಿರೀಕ್ಷಿಸಿದ್ದೆ. ಮೊದಲ ಬಾರಿಗೆ ಹಾಸಿಗೆಯಿಂದ ನಾನು ಎದ್ದಾಗ ಸ್ವಲ್ಪ ರಕ್ತಸ್ರಾವವಾಗುತ್ತಿತ್ತು. ನಾನು ಗಾಬರಿಯಾದೆ!"

ನಿಮ್ಮ ಬಳಿ ಪ್ಯಾಡ್ ಇಟ್ಟುಕೊಂಡಿರಿ. ಜೊತೆಗೆ ನಿಶ್ಚಿಂತೆಯಾಗಿರಿ. ಗರ್ಭಾಶಯದಿಂದ ಹೊರಸೂಸುವ ರಕ್ತವನ್ನು ಮ್ಯೂಕಸ್ ಅಥವಾ ಲೋಕಿಯಾ ಎಂದು ಕರೆಯುತ್ತಾರೆ. ಇದು ಮಾಸಿಕ ನಿಯಮದ ಹೆಚುವ್ವರಿ ಸಮಯದಲ್ಲಿ ಮಾತ್ರ ಹೊರಸೂಸುತ್ತದೆ. ಮೊದಮೊದಲು ಮಲಗಿ ಏಳುವಾಗ ಜೋರಾಗಿ ರಕ್ತಸ್ರಾವವಾಗುತ್ತದೆ. ಮೊದಮೊದಲು ಕಡುಗೆಂಪು ಬಣ್ಣವಾಗಿರುತ್ತದೆ. ನಂತರ ಕ್ರಮೇಣ ಗುಲಾಬಿ, ಕಂದು ಹಾಗೂ ಬಿಳಿ ಬಣ್ಣ ತಿರುಗುತ್ತದೆ. ರಕ್ತಸ್ರಾವವನ್ನು ತಡೆಯಲು ಪ್ಯಾಡ್ ಬಳಸಿ. ಸುಮಾರು 6 ವಾರಗಳ ಕಾಲ ಬಳಸಬೇಕಾಗಬಹುದು. ಕೆಲವು ಮಹಿಳೆಯರಿಗೆ ಮೂರು ತಿಂಗಳವರೆಗೆ ರಕ್ತಸ್ರಾವವಾಗುತ್ತಿರುವ ಸಂಭವ ಉಂಟು. ಪ್ರತಿಯೊಬ್ಬರಲ್ಲಿನ ಸ್ರಾವದಲ್ಲಿ ಭಿನ್ನತೆ ಇರುವ ಸಾಧ್ಯತೆ ಉಂಟು.

ಸ್ತನ್ಯಪಾನ ಮಾಡಿಸುವುದರಿಂದ, ಆಂಕ್ಸಿಟೋಸೀನ್‌ನಿಂದ ಈ ರಕ್ತ ಸ್ರಾವ ಕಡಿಮೆಯಾಗುತ್ತದೆ. ಪ್ರಸವದ ನಂತರ ಆಗುವ ಸಂಕುಚಿತ ಗರ್ಭಾಶಯವನ್ನು ಮತ್ತೆ ಮೊದಲಿನ ಸ್ಥಿತಿಗೆ ತರುವಲ್ಲಿ ಸಹಾಯ ಮಾಡುತ್ತದೆ. ಒಂದು ವೇಳೆ ಆಸ್ಪತ್ರೆಯಲ್ಲೇ ನಿಮಗೆ ಹೆಚ್ಚು ರಕ್ತಸ್ರಾವವಾಗುತ್ತಿದೆ ಎನಿಸಿದರೆ ನರ್ಸ್‌ಗೆ ತಿಳಿಸಿ. ಒಂದು ವೇಳೆ ಮನೆಯಲ್ಲಿ ಹೆಚ್ಚು ರಕ್ತಸ್ರಾವವಾಗುತ್ತಿದ್ದರೆ ವೈದ್ಯರ ಬಳಿ ತಿಳಿಸಲು ವಿಳಂಬ ಮಾಡಬೇಡಿ. ತುರ್ತು ಚಿಕಿತ್ಸೆ ಪಡೆದುಕೊಳ್ಳಿ.

ನೋವಿನ ನಂತರ

"ನಾನು ಸ್ತನ್ಯಪಾನ ಮಾಡಿಸುವಾಗ ಹೊಟ್ಟೆಯ ಕೆಳಭಾಗದಲ್ಲಿ ಸೆಳೆತದ ಜೊತೆಗೆ ನೋವು ಕಾಣಿಸಿಕೊಳ್ಳಲು ಕಾರಣವೇನು?"

ದುರಾದೃಷ್ಟವಶಾತ್ ಪ್ರಸವದ ನಂತರವೂ ನೋವಿನಿಂದ ಕೂಡಿದ ಸಂಕುಚನ ನಿಲ್ಲುವುದಿಲ್ಲ. ಗರ್ಭಾಶಯ ಎರಡು ಮೂರನೇ ಒಂದು ಪೌಂಡ್‌ನಿಂದ ಸಂಚಯನಗೊಂಡು ಕೆಲವು ಔನ್ಸ್‌ಗಳಿಗೆ ಇಳಿಯಬೇಕಾಗಿದೆ. ಅಂದಮೇಲೆ ಈ ಪ್ರಕ್ರಿಯೆಯಲ್ಲಿ ನೋವು ಆಗೇ ಆಗುತ್ತದೆ. ಮಗು ಹುಟ್ಟಿದನಂತರ ದೇಹ ಕ್ರಮೇಣ ಹಿಂದಿನ ಸ್ಥಿತಿಯ ಆಕಾರಕ್ಕೆ ಬರುತ್ತದೆ. ಅಂದರೆ ಗರ್ಭಾಶಯ ಸಂಕುಚಿತಗೊಳ್ಳುವಿಕೆಯನ್ನು ನೀವೇ ಅಂದಾಜು ಮಾಡಿಕೊಳ್ಳಬಹುದು.

ಈ ನೋವಿನಲ್ಲಿ ತೊಂದರೆಯೂ ಇದೆ ಆದರೆ ಹಾಗೆಯೇ ಲಾಭವೂ ಇದೆ. ಇದರಿಂದ ಗರ್ಭಾಶಯ ಮುದುಡುವುದಷ್ಟೇ ಅಲ್ಲ. ರಕ್ತಸ್ರಾವವೂ ಇಳಿಯುತ್ತದೆ. ಸ್ತನ್ಯಪಾನದ ಸಮಯದಲ್ಲಿ ಈ ನೋವು ಹೆಚ್ಚಾಗಲೂ ಬಹುದು. ಏಕೆಂದರೆ ಆ ಸಮಯದಲ್ಲಿ ಮುದುಡುವಿಕೆಯನ್ನು ಹೆಚ್ಚಿಸುವ ಆಕ್ಸಿಟೋಸೀನ್'ಗಳ ಸ್ರಾವವಾಗುತ್ತದೆ.

ನಾಲ್ಕರಿಂದ ಏಳು ದಿನಗಳ ಒಳಗೆ ಈ ನೋವು ತನಗೆ ತಾನಾಗೇ ಕಡಿಮೆ ಆಗುತ್ತದೆ. ಆ ಹೊತ್ತಿಗೆ ಟೈಲಿನೊಲ್ನಿಂದ ಆರಾಮ ಎನಿಸಬಹುದು. ಒಂದು ವೇಳೆ ನೋವಿನಿಂದ ಮುಕ್ತಿ ಸಿಗದೇ ಹೋದರೆ ವೈದ್ಯರ ಬಳಿ ವಿಚಾರಿಸಿ. ಯಾವುದಾದರೂ ಸೋಂಕು ಇರುವ ಸಾಧ್ಯತೆ ಇರುತ್ತದೆ.

ಪೆರಿನಿಯಲ್ ನೋವು

"ನನಗೆ ಎಪ್ಸಿಮೊಟ್ಟಮಿ ಆಗಿಲ್ಲ. ಯಾವುದೇ ಗಾಯವೂ ಆಗಿಲ್ಲ. ಆದಾಗ್ಯೂ ಕೆಳಭಾಗದಲ್ಲಿ ಅಷ್ಟೊಂದು ನೋವೇಕೆ ಆಗುತ್ತಿದೆ?"

ನಿಮಗೆ ಏಳು ಪೌಂಡ್ ತೂಕದ ಮಗು ಹೊರಬಂದಿರುವ ಪರಿಕಲ್ಪನೆಯೇ ನಿಮಗಿಲ್ಲವಾಗಿದೆ. ಯಾವುದೇ ಗಾಯ, ಘಾತ ಆಗಿಲ್ಲದೇ ಇರಬಹುದು. ಆದರೆ ಆ ಭಾಗದಲ್ಲಿ ತೊಂದರೆ ಕಂಡುಬರುವ ಸಾಧ್ಯತೆ ಇದ್ದೇ ಇರುತ್ತದೆ. ಕೆಮ್ಮುವಾಗ, ಕೂಗಿಕೊಳ್ಳುವಾಗ ಈ ನೋವು ಹೆಚ್ಚಾಗಲೂ ಬಹುದು. ಅನೇಕ ದಿನಗಳವರೆಗೆ ಕುಳಿತು-ಏಳುವಾಗಲೂ ನೋವು ಉಂಟಾಗುತ್ತದೆ. ಮುಂದಿನ ಭಾಗದಲ್ಲಿ ನೀಡಿರುವ ಸಲಹೆಯನ್ನು ಇಲ್ಲಿಯೂ ಪರೀಕ್ಷಿಸಬಹುದು. ಮಗುವನ್ನು ಹೊರಗೆ ದಬ್ಬುವ

ಪ್ರಕ್ರಿಯೆಯಲ್ಲಿ 'ಹೆಮರಾಯ್ಡ್ಸ್ ಉಂಟಾಗಿ ಅದು ನೋವಿಗೆ ಕಾರಣವಾಗಿರಬಹುದು.

"ಪ್ರಸವದ ಸಂದರ್ಭದಲ್ಲಿ ನನಗೆ ಗುಳ್ಳೆಗಳು ಎದ್ದಿವೆ. ಇದರಿಂದ ಸೋಂಕು ಆಗುವುದಿಲ್ಲವೇ?"

ಯೋನಿ ಸ್ರಾವದಿಂದಾಗಿ ಪ್ರಸವವಾದಾಗ ಅಥವಾ ಪ್ರಸವದ ಸುದೀರ್ಘ ನೋವಿನ ಕಾರಣ ಪೆರಿನಿಯಲ್‌ನ ಭಾಗದಲ್ಲಿ ನೋವಾಗುತ್ತದೆ. ಇದರ ಜೊತೆಗೆ ಯಾವುದಾದರೂ ಗುಳ್ಳೆಯಾದರೆ ಪರಿಸ್ಥಿತಿ ಮತ್ತಷ್ಟು ಬಿಗಡಾಯಿಸುತ್ತದೆ. ಯಾವುದೇ ಹೊಸ ಗಾಯದಂತೆ ಇದು ವಾಸಿಯಾಗುವುದಕ್ಕೂ 7 ರಿಂದ 10 ದಿನಗಳು ಬೇಕಾಗುತ್ತದೆ. ಈ ಕಾರಣದಿಂದ ಆಗುವ ನೋವು ಸೋಂಕಿನಿಂದಾಗುವ ನೋವಾಗಿರುವುದಿಲ್ಲ. ಅದು ಸೋಂಕೂ ಅಲ್ಲ.

ಆ ಭಾಗದ ಮೇಲೆ ತುಂಬಾ ನಿಗಾ ಇಟ್ಟು ಆರೈಕೆ ಮಾಡಲಾಗುತ್ತದೆ. ಆದ ಕಾರಣ ಸೋಂಕಾಗುವ ಸಂಭವವೇ ಇಲ್ಲ. ನರ್ಸ್ ಪ್ರತಿನಿತ್ಯ ಕೆಂಪಾಗುವಿಕೆ ಮತ್ತು ಚುಚ್ಚಿದಂತಾಗುವ ಅಂಶವನ್ನು ಪರೀಕ್ಷಿಸುತ್ತಿರುತ್ತಾಳೆ. ಸೋಂಕಿನಿಂದ ದೂರವಿರಲು ನಿಮಗೆ ನಿರ್ದೇಶನವನ್ನೂ ಕೊಡುತ್ತಿರುತ್ತಾಳೆ. ಆ ಸೂಚನೆಗಳು ಎಲ್ಲರಿಗೂ ಅನ್ವಯಿಸುತ್ತವೆ.

- ಪ್ರತಿ 4 ಗಂಟೆಯಿಂದ 6 ಗಂಟೆ ಕಾಲದ ಒಳಗೆ ಹೊಸ ಪ್ಯಾಡ್ ಹಾಕಿರಿ.
- ವೈದ್ಯರ ಸಲಹೆ ಪಡೆದು ಆ ಭಾಗವನ್ನು ಆಂಟಿ ಸೆಪ್ಟಿಕ್ ಸಲ್ಯೂಷನ್ ಮಿಶ್ರಿತ ಬಿಸಿ ನೀರಿನಿಂದ ಒರೆಸಿಕೊಳ್ಳಿ. ಒಣಗಿಸುವಾಗ ಫ್ಯಾನನ್ನು ಮುಂಭಾಗದಿಂದ ಹಿಂಭಾಗದ ಕಡೆಗೆ ಕೊಂಡೊಯ್ಯಿರಿ. ಜೋರಾಗಿ ಉಜ್ಜದೆ ನಿಧಾನವಾಗಿ ಸವರಿ.
- ಆ ಭಾಗವನ್ನು ಕೈಯಿಂದ ಮುಟ್ಟಬೇಡಿ.
- ಗುಳ್ಳೆಗಳಿಂದಾಗಿ ಹೆಚ್ಚು ನೋವಾದರೆ ಮಂಜುಗಡ್ಡೆ ಇರಿಸಿ : ಸ್ವಲ್ಪ ಸಮಾಧಾನವಾಗಬೇಕೆಂದರೆ ಐಸ್ ಗಡ್ಡೆಯನ್ನು ಆ ಭಾಗದ ಮೇಲೆ ಇರಿಸಿಕೊಳ್ಳಿ. ದಿನದಲ್ಲಿ ಒಂದೆರಡು ಸಾರಿ ಸವರಿಕೊಳ್ಳಿ.

ಶಾಖ ಕೊಡಿ : ಸ್ಪಂಜ್ ಸ್ನಾನ ಮಾಡಿಕೊಳ್ಳಿ. ಸೊಂಟದವರೆಗೆ ಬಿಸಿನೀರಿನ ಟಬ್‌ನಲ್ಲಿ ಮುಳುಗಿಸಿ. ದೇಹದ ಉಳಿದ ಭಾಗ ನೀರಿನಿಂದ ಹೊರಗಿರಲಿ. ಪ್ರತಿದಿನ 20 ನಿಮಿಷ ಹೀಗೆ ಮಾಡಿದರೆ, ಬಿಸಿನೀರಿನ ಶಾಖ ಕೊಟ್ಟರೆ ಆರಾಮ ಎನಿಸುತ್ತದೆ.

ತಣ್ಣಗೆ ಮಾಡಿ : ಸ್ಪ್ರೇ, ಕ್ರೀಂ ಅಥವಾ ಟ್ಯೂಬ್ ರೂಪದಲ್ಲಿ ಯಾವುದಾದರೂ ನೋವು ನಿವಾರಕ ಔಷಧಿ ಲೇಪಿಸಿ. ಆ ಭಾಗವನ್ನು ತಣ್ಣಗೆ ಇಡಿ. ಈ ವಿಚಾರದಲ್ಲಿ ವೈದ್ಯರ ಸಲಹೆ ಪಡೆಯಿರಿ.

ಭಾರ ಹಾಕಬೇಡಿ : ಕೆಳಭಾಗದ ಮೇಲೆ ದೇಹದ ತೂಕ ಹಾಕುವುದನ್ನು ಆದಷ್ಟು ಕಡಿಮೆ ಮಾಡಿ. ಕುಳಿತುಕೊಳ್ಳುವಾಗ ಕೆಳಗೆ ದಿಂಬಿಟ್ಟುಕೊಳ್ಳಿ. ಪೆರಿನಿಯಲ್ ಮೇಲೆ ಭಾರ ಬೀಳದಂತೆ ಕುಳಿತುಕೊಳ್ಳಬಹುದಾದ ದಿಂಬು ಪೇಟೆಯಲ್ಲಿ ಸಿಗುತ್ತದೆ. ಅದನ್ನು ಕೊಂಡುಕೊಳ್ಳಿ.

ಸಡಿಲ ಬಿಡಿ : ಬಿಗಿಯಾದ ಒಳ ಉಡುಪು ಧರಿಸದಿರಿ. ಅಂತಹ ಉಡುಪು ಉಜ್ಜುವುದರಿಂದ ತೊಂದರೆ ಹೆಚ್ಚಾಗಬಹುದು. ಅದು ವಾಸಿಯಾಗುವುದಕ್ಕೂ ಸಮಯ ಬೇಕಾಗುತ್ತದೆ.

ವ್ಯಾಯಾಮ ಮಾಡಿ : ಈ ಭಾಗದಲ್ಲಿ ಶೂನ್ಯದ ಕಾರಣ ಲಘು ವ್ಯಾಯಾಮದಿಂದ ಅನುಕೂಲವಾಗದಿರಬಹುದು. ಆದರೆ ಲಾಭವಂತೂ ಖಂಡಿತಾ ಇರುತ್ತದೆ. ಆ ಭಾಗದಲ್ಲಿನ ರಕ್ತಚಲನೆ ಸುಧಾರಿಸುತ್ತದೆ. ಮಾಂಸಖಂಡಗಳ ಬಿಗಿತ ಸುಧಾರಿಸುತ್ತದೆ.

ಒಂದು ವೇಳೆ ಈ ಭಾಗದಲ್ಲಿ ನವೆ, ನೋವು ಅಥವಾ ಕೆಂಪು ಅಥವಾ ಕೆಟ್ಟ ವಾಸನೆ ಉಂಟಾದರೆ ಸೋಂಕಿನ ಸಾಧ್ಯತೆ ಇರುತ್ತದೆ. ಆಗ ವೈದ್ಯರಿಗೆ ತಿಳಿಸಲು ವಿಳಂಬ ಮಾಡಬಾರದು.

ಪ್ರಸವದ ಗಾಯಗಳು

"ನಾನು ಹೆರಿಗೆ ಕೋಣೆಯಿಂದಲ್ಲ ಬಾಕ್ಸಿಂಗ್ ರಿಂಗ್‌ನಿಂದ ವಾಪಸ್ ಬಂದಿದ್ದೇನೆ ಎನಿಸುತ್ತಿದೆ ಹೀಗೇಕೆ?"

ನಿಮಗೆ ಚೆನ್ನಾಗಿ ಥಳಿಸಲಾಗಿದೆ ಎಂಬ ಅನುಭವ ಆಗುತ್ತಿದ್ದರೆ ಅಥವಾ ಹಾಗೆ ಅನಿಸುತ್ತಿದ್ದರೆ ಅದು ಸಹಜವಾದದ್ದು, ಏಕೆಂದರೆ ಒಂದು ನಿರ್ದಿಷ್ಟ ವರ್ತುಲದಲ್ಲಿ ಮಾಡಿದ ಹೋರಾಟ ಮುಷ್ಟಿಯುದ್ಧಕ್ಕಿಂತ ಹೆಚ್ಚಿನದು. ಹಾಗಾಗಿಯೇ ಮಗು ಜನ್ಮ ತಳೆದಿದೆ. ನೀವು ತೀಕ್ಷ್ಣವಾದ ಸಂಕುಚನ ಮತ್ತು ತಳ್ಳಾಟವನ್ನು ಒಳಗೊಳಗೇ ಸಹಿಸಿದ್ದೀರಿ. ಈ ಒಳಯುದ್ಧವನ್ನು ಸಹಿಸುವಾಗ ನಿಮ್ಮ ಕಣ್ಣುಗಳ ಕೆಳಗೆ ಕಲೆ ಆಗಿರಬಹುದು, ಆದ್ದರಿಂದ ಬಿಸಿಲಿಗೆ ಹೋಗುವಾಗ ಕಪ್ಪು ಕನ್ನಡಕ ಧರಿಸಿ. ಹಗಲು ಅನೇಕ ಬಾರಿ ಕಣ್ಣಿಗೆ ನೀರು ಹಾಕಿಕೊಳ್ಳಿ. ಎದೆ ನೋವು ಮತ್ತು ಉಸಿರಾಟದಲ್ಲಿಯೂ ತೊಂದರೆ ಆಗಬಹುದು. ಬಿಸಿನೀರಿನ ಸ್ನಾನ ಅಥವ ಹೀಟಿಂಗ್ ಪ್ಯಾಡ್‌ನಿಂದಲೂ ಆರಾಮ ಎನಿಸಬಹುದು. ಮೂಳೆ-ಸಂದುಗಳಲ್ಲಿ ನೋವಿದ್ದರೆ ಮಾಲಿಶ್‌ನಿಂದ ಹಾಯ್ ಎನಿಸಬಹುದು.

ಮಲ-ಮೂತ್ರ ವಿಸರ್ಜನೆಯಲ್ಲಿ ತೊಂದರೆ

ಪ್ರಸವದ ನಂತರ ಅನೇಕ ಗಂಟೆಗಳ ಕಾಲವೂ ಮೂತ್ರ ವಿಸರ್ಜನೆಯಾಗಲಿಲ್ಲವಲ್ಲ?

- ಪ್ರಸವಕ್ಕೆ ಮುಂಚೆ 24 ಗಂಟೆ ಅನೇಕ ಮಹಿಳೆಯರಿಗೆ ಮೂತ್ರವಿಸರ್ಜನೆಯಲ್ಲಿ ತೊಂದರೆ ಉಂಟಾಗುತ್ತದೆ. ವಿಸರ್ಜನೆ ಮಾಡಬೇಕೆನಿಸಿದರೂ ಅನೇಕರಿಗೆ ಸಾಧ್ಯವಾಗುವುದಿಲ್ಲ. ಮೂತ್ರದ ಜೊತೆಗೆ ಸಾಕಷ್ಟು ಉರಿ ಕಾಣಿಸಿಕೊಳ್ಳುತ್ತದೆ. ಇದಕ್ಕೆ ಅನೇಕ ಕಾರಣಗಳು.
- ಬ್ಲಾಡರ್‌ಗಳಿಗೆ ಮೂತ್ರವನ್ನು ಹಿಡಿದಿಡುವ ಶಕ್ತಿ ಹೆಚ್ಚಾಗಿಬಿಟ್ಟಿದೆ. ಹಾಗಾಗಿ ಪದೇ ಪದೇ ಮೂತ್ರ ವಿಸರ್ಜನೆಯ ಇಚ್ಛೆಯೇ ಇರುವುದಿಲ್ಲ. ಮೂತ್ರಕೋಶ ಪ್ರಸವದ ಸಂದರ್ಭ ಜಟಿಲವಾಗಿಬಿಟ್ಟಿರುತ್ತದೆ. ಹಾಗಾಗಿ ಮೂತ್ರದಿಂದ ತುಂಬಿ ಹೋದರೂ ವಿಸರ್ಜನೆ ಮಾಡಬೇಕೆಂಬ ಸಂಕೇತವೇ ರವಾನೆಯಾಗುವುದಿಲ್ಲ.
- ಎಪಿಡ್ಯೂರಲ್‌ನಿಂದಾಗಿ ಮೂತ್ರಕೋಶದ ಸಂವೇದನಾಶೀಲತೆ ಕಡಿಮೆಯಾಗಿಬಿಟ್ಟಿದೆ.
- ಪೆರಿನಿಯಲ್‌ನ ನೋವು ಕೂಡ ಮೂತ್ರ ವಿಸರ್ಜನೆಗೆ ತೊಂದರೆ ಮಾಡಬಹುದು.
- ಕತ್ತರಿಸಿರುವ ಅಥವಾ ಹೊಲಿಗೆಯ ಕಾರಣಗಳಿಂದಾಗಿ ಮೂತ್ರ ವಿಸರ್ಜನೆಯ ಸಂದರ್ಭದಲ್ಲಿ ನೋವು ಕಾಣಿಸಿಕೊಳ್ಳಬಹುದು. ಅನೇಕ ಬಾರಿ ಮೂತ್ರದ ಸ್ಥಿತಿ ಬದಲಾವಣೆಯಿಂದಲೂ ನೋವು ಕಡಿಮೆಯಾಗಬಹುದು. ಮೂತ್ರ ವಿಸರ್ಜನೆ ಕಾಲದಲ್ಲಿ ಬಿಸಿನೀರಿನ ಶಾಖ ಕೊಡುವುದರಿಂದಲೂ ಆರಾಮ ಸಿಗುತ್ತದೆ.
- ಸುದೀರ್ಘವಾದ ಪ್ರಸವದ ಅವಧಿಯಲ್ಲಿ ನೀವು ಯಾವುದೇ ದ್ರವ ಪದಾರ್ಥ ಸೇವಿಸದಿದ್ದರೆ ಡೀಹೈಡ್ರೇಷನ್‌ನಿಂದಲೂ ಹಾಗಾಗುವುದುಂಟು.
- ಅನೇಕ ಸಲ ನೋವಿನ ಭಯ, ಏಕಾಂತತೆಯ ಕೊರತೆ, ಬೇಸರ, ಬೆಡ್ಪ ಫ್ಯಾನ್, ಬಾತ್‌ರೂಂಗೆ ಯಾರಾದರೂ ಜೊತೆಗೆ ತೆರಳುವುದು ಮುಂತಾದ ವೈಜ್ಞಾನಿಕ ಕಾರಣಗಳಿಂದಾಗಿಯೂ ನೋವು ಕಾಣಿಸಬಹುದು.
- ಒಂದು ಪ್ರಸವವಾಗಿ 6 ಗಂಟೆಯಿಂದ 8 ಗಂಟೆ ಕಾಲದೊಳಗೆ ಮೂತ್ರ ವಿಸರ್ಜನೆ ಮಾಡದೇ ಹೋದರೆ ನಿಮಗೆ ಸೋಂಕು ಉಂಟಾಗಬಹುದು. ಆದ್ದರಿಂದ ಬೆಡ್‌ಫ್ಯಾನ್ ಮೇಲೆ ಅಥವಾ ಬೇರಾವುದೇ ಪಾತ್ರೆಯಲ್ಲಿ ಮೂತ್ರ ವಿಸರ್ಜಿಸಲು ನರ್ಸ್ ನಿಮ್ಮನ್ನು ಒತ್ತಾಯಿಸಬಹುದು. ಆಕೆ ಮೂತ್ರದ ಅಳತೆ ಮಾಡಿ ನಿಮ್ಮ ಮೂತ್ರಕೋಶದಲ್ಲಿ ಸಾಮರ್ಥ್ಯವನ್ನು ಅಂದಾಜು ಮಾಡುತ್ತಾಳೆ. ಇದಕ್ಕಾಗಿ ನೀವೂ ಸಹ ಕೆಳಗಿನ ಕೆಲವು ಉಪಾಯಗಳನ್ನು ಅನುಸರಿಸಬಹುದು.
- ಹೆಚ್ಚಾಗಿ ದ್ರವ ಪದಾರ್ಥಗಳನ್ನು ಸೇರಿಸಿ.
- ಹಾಸಿಗೆಯ ಮೇಲೆ ಎದ್ದು ಕುಳಿತು ಹೊರಳಾಡಿ. ಇದರಿಂದಾಗಿ ಮಲಮೂತ್ರ ವಿಸರ್ಜನೆ ಪ್ರಕ್ರಿಯೆ ಚಾಲನೆಗೊಳ್ಳುತ್ತದೆ.
- ನರ್ಸ್ ಜೊತೆ ಬಾತ್‌ರೂಂಗೆ ಹೋಗಲು ಮುಜುಗರ ಎನಿಸಿದರೆ ಹೊರಗೆ ಬಾಗಿಲ ಬಳಿ ಕಾಯಲು ಸೂಚಿಸಿ. ನಂತರ ಅವಳು ನಿಮ್ಮ ಪೆರಿನಿಯಲ್‌ನ್ನು ಸ್ವಚ್ಛಗೊಳಿಸುವ ವಿಧಾನದ ಬಗ್ಗೆ ಸೂಚನೆ ನೀಡುತ್ತಾಳೆ.
- ಒಂದು ವೇಳೆ ಬೆಡ್‌ಪ್ಯಾನ್ ತೆಗೆದುಕೊಳ್ಳಬೇಕಾಗಿ ಬಂದರೆ ಬಿಸಿನೀರಿನ ಶಾಖ ಕೊಡಿ. ಇದರಿಂದ ಮೂತ್ರ ವಿಸರ್ಜನೆಗೆ ಇಚ್ಛೆಯುಂಟಾಗುತ್ತದೆ. ಬೆಡ್‌ಪ್ಯಾನ್ ಮೇಲೆ ಮಲಗುವುದಕ್ಕಿಂತ ಕುಳಿತುಕೊಳ್ಳುವ ಯತ್ನ ಮಾಡಿ. ಇವೆಲ್ಲವನ್ನೂ ಮಾಡಲು ಕೊಠಡಿಯಲ್ಲಿ ಒಬ್ಬರೇ ಇದ್ದರಂತೂ ಇನ್ನೂ ಒಳ್ಳೆಯದು.
- ಕೆಳಭಾಗಕ್ಕೆ ಬಿಸಿ ಅಥವ ತಣ್ಣನೆ ನೀರನ್ನು ಸಿಂಪಡಿಸಿ.
- ಮೂತ್ರ ವಿಸರ್ಜನೆ ಸಂದರ್ಭ ನೀರು ಎರಚಿದರೂ ವಿಸರ್ಜನೆಗೆ ಅನುಕೂಲವಾಗಬಹುದು.

ಒಂದು ವೇಳೆ ಈ ಎಲ್ಲ ಉಪಾಯಗಳೂ ಫಲ ನೀಡದೇ ಹೋದರೆ ವೈದ್ಯರಿಗೆ ತಿಳಿಸಿ ಟ್ಯೂಬ್‌ನಿಂದ ಮೂತ್ರವನ್ನು ಹೊರತೆಗೆಯಬಹುದು. ಇದನ್ನು ತಪ್ಪಿಸಲು ಮೊದಲು ನಮ್ಮ ಉಪಾಯಗಳನ್ನು ಮಾಡವುದು ಒಳಿತು.

ಕೆಲವು ದಿನಗಳ ನಂತರವೂ ಮೂತ್ರ ವಿಸರ್ಜನೆಗೆ ತೊಂದರೆಯಾದರೆ ನಿಮಗೆ ಸೋಂಕು ಉಂಟಾಗಿರಬಹುದು ಎಂದರ್ಥ.

'ನನಗೆ ಮೂತ್ರದ ಮೇಲೆ ನಿಯಂತ್ರಣ ಇಲ್ಲ. ತನಗೆ ತಾನೇ ಸೋರುತ್ತಿರುತ್ತದೆ.'

'ಮಗು ಹುಟ್ಟುವ ಸಂದರ್ಭದಲ್ಲಿ ದೇಹದ ಮೇಲೆ ಆಗುವ ಸೆಳೆತದಿಂದಾಗಿ ದೇಹದ ಅನೇಕ ವ್ಯವಸ್ಥೆಗಳು ಅನಿಯಮಿತವಾಗಿಬಿಡುತ್ತವೆ. ಮೂತ್ರ ವಿಸರ್ಜನೆಯಾಗುವುದಿಲ್ಲ ಇಲ್ಲವೇ ತನಗೆ ತಾನಾಗಿ ಮೂತ್ರ ಸೋರುತ್ತಿರುತ್ತದೆ. ಪೈರೀನಿಯಲ್‌ನ ಮೂಲಕ ಮಾಂಸಖಂಡದ ಹಿಡಿತ ಕಡಿಮೆ ಆಗುವುದರಿಂದ ಹಾಗಾಗುತ್ತದೆ. ಪ್ರಸವದ ನಂತರ ವ್ಯಾಯಾಮದಿಂದ ಇದನ್ನು ಸಾಕಷ್ಟು ಪರಿಣಾಮಕಾರಿಯಾಗಿ ನಿಯಂತ್ರಿಸಬಹುದು. ಒಂದು ವೇಳೆ ಹಾಗು ಆಗದಿದ್ದರೆ ವೈದ್ಯರ ಸಲಹೆ ಪಡೆಯಿರಿ.

ಪ್ರಸವದ ನಂತರ ವೈದ್ಯರನ್ನು ಯಾವಾಗ ಕಾಣಬೇಕು.

ಕೆಲವು ಮಹಿಳೆಯರು ಪ್ರಸವದನಂತರ ಶಾರೀರಿಕ ಹಾಗೂ ಮಾನಸಿಕವಾಗಿ ಸ್ವಯಂ ನಿಯಂತ್ರಣಕ್ಕೆ ಒಳಪಡುತ್ತಾರೆ. ಬೇಗನೇ ಚೇತರಿಸಿಕೊಂಡು ಬರುತ್ತಾರೆ. ಆದರೆ ಕೆಲವರಲ್ಲಿ ಕಷ್ಟಗಳಿಗೆ ಕೊನೆಯೇ ಕಾಣಿಸುವುದಿಲ್ಲ. ಹಾಗಾದಾಗ ವೈದ್ಯರನ್ನು ಯಾವಾಗ ಕರೆಸಬೇಕು ಅಥವಾ ದೂರವಾಣಿಯಲ್ಲಿ ಸಂಪರ್ಕಿಸಬೇಕು?

ಕೆಲವೇ ಗಂಟೆಗಳಲ್ಲಿ ಎರಡೆರಡು ಪ್ಯಾಡ್ ಬದಲಿಸಬೇಕಾಗಿ ಬಂದಾಗ ಅಂದರೆ ರಕ್ತಸ್ರಾವ ಹೆಚ್ಚಾಗಿ ಆಗುತ್ತಿದ್ದರೆ ಆಸ್ಪತ್ರೆಗೆ ಬರಬೇಕೆ ಬೇಡವೇ ಎಂದು ನರ್ಸ್‌ಗೆ ಫೋನ್‌ನಲ್ಲಿ ಕೇಳಿ. ಒಂದು ವೇಳೆ ಹಿಡಿತಕ್ಕೇ ಸಿಗದಿದ್ದರೆ ಐಸ್ ಬಳಸಬಹುದು.

- ಪ್ರಸವವಾದ ಮೊದಲ ವಾರ 'ಕಡುಕೆಂಪು ಬಣ್ಣದ ರಕ್ತಸ್ರಾವವಾದರೆ ವೈದ್ಯರಿಗೆ ತಿಳಿಸಿ. ಮಾಸಿಕ ನಿಯಮದಂತೆ ತೆಳುವಾದ ರಕ್ತಸ್ರಾವವಂತೂ ಸಾಕಷ್ಟು ವಾರಗಳವರೆಗೆ ಇದ್ದೇ ಇರುತ್ತದೆ. ಸ್ತನ್ಯಪಾನದ ಸಂದರ್ಭ ಇದರ ಸ್ರಾವದ ವೇಗ ಹೆಚ್ಚಾಗಿರುತ್ತದೆ.
- ರಕ್ತಸ್ರಾವದಲ್ಲಿ ರಕ್ತದ ಹೆಕ್ಕಳಿಕೆ ಬರುವುದು ಒಮ್ಮೆಮ್ಮೆ ಒಂದರ್ಥ ತೆಕ್ಕೆ ಬರುವುದು ಸಾಮಾನ್ಯ.
- ಮೊದಲ ಕೆಲವು ದಿನಗಳು ರಕ್ತಸ್ರಾವವೇ ಆಗದಿರುವುದು.
- ಯಾವ ಮುನ್ಸೂಚನೆಯೂ ಇಲ್ಲದೆ ನೋವು, ಬೇಸರ ಉಂಟಾಗುವುದು. ಪ್ರಸವದ ಸ್ವಲ್ಪ ಸಮಯದ ನಂತರ ಹೊಟ್ಟೆಯ ಕೆಳಭಾಗ ಸೆಳೆತ ಉಂಟಾಗುವುದು
- ಮೊದಲ ಕೆಲವು ದಿನಗಳ ನಂತರ ಪೆರಿನಿಯಲ್‌ನಲ್ಲಿ ಬಾಧೆ ಒಂದೇ ಸಮನೆ ಉಂಟಾಗುವುದು.
- ಮೊದಲ 24 ಗಂಟೆ ಇಡೀ ದಿನ 100 ಡಿಗ್ರಿಗಿಂತ ಹೆಚ್ಚು ಜ್ವರ ಇರುವುದು.
- ತಲೆ ಸುತ್ತುವಿಕೆ.
- ವಾಕರಿಕೆ ಮತ್ತು ವಾಂತಿ
- ಸಂಕುಚಿನವಾಗುವುದು ಮತ್ತು ನೋವು.
- ಸೀಳಿದ ಅಕ್ಕಪಕ್ಕ ಕೆಂಪಾಗುವುದು.
- 24 ಗಂಟೆಗಳ ನಂತರ ಮೂತ್ರ ವಿಸರ್ಜನೆಯಲ್ಲಿ ತೊಂದರೆ, ನೋವು, ದುರ್ವಾಸನೆಯಿಂದ ಕೂಡಿದ ಮೂತ್ರ. ಹೀಗಾದಾಗ ವೈದ್ಯರ ಳಿ ಹೋಗುವುದಕ್ಕೆ ಮುಂಚೆ ರಾಶಿ ರಾಶಿ ನೀರು ಕುಡಿಯಿರಿ.
- ಎದೆಯಲ್ಲಿ ತೀವ್ರವಾದ ನೋವು. ಹೃದಯದ ಬಡಿತ ತೀವ್ರವಾಗುವುದು. ಕಾಲು ಚಾಚಿದಾಗ ನೋವು. ಈ ಸಂದರ್ಭ ವೈದ್ಯರ ಬಳಿಗೆ ಹೋಗುವ ಮುನ್ನ ಕಾಲು ಮೇಲೆತ್ತಿ ಮಲಗಿಕೊಳ್ಳಿ.
- ದಣಿವು ಬೇಸರ ಕಡಿಮೆಯಾಗದಿದ್ದರೆ ಮಗುವಿನ ಮೇಲೆ ಕೋಪ, ಹಿಂಸೆಯ ಭಾವ ಉಂಟಾಗಬಹುದು. ಈ ಬಗ್ಗೆ ವ್ಯಾಪಕ ತಿಳುವಳಿಕೆ ನೀಡಲಾಗಿದೆ.

ಶೌಚದಲ್ಲಿ ತೊಂದರೆ

"ಪ್ರಸವವಾಗಿ 2 ದಿನಗಳ ನಂತರವೂ ಮಲಸಂಡಾಸಿಗೆ ಹೋಗಿಲ್ಲ. ಹೋಗುವ ಇಚ್ಛೆ ಇದ್ದರೂ ಸಾಧ್ಯವಾಗುತ್ತಿಲ್ಲ. ಹೊಲಿಗೆ ಬಿಚ್ಚಿಕೊಳ್ಳುವುದೇ ಇಲ್ಲವೇ ಎಂಬ ಭೀತಿ ನನಗೆ!"

ಪ್ರತಿ ತಾಯಿಗೆ ಈ ಪರಿಸ್ಥಿತಿಯಲ್ಲಿ ಪ್ರಸವದ ನಂತರ ಗಾಭರಿಯಾಗುತ್ತದೆ. ಎಲ್ಲಿಯವರೆಗೆ ಈ ಪರಿಸ್ಥಿತಿಯಿಂದ ಪಾರಾಗುವುದಿಲ್ಲವೋ ಅಲ್ಲಿಯವರೆಗೆ ಭಯ ನಿವಾರಣೆ ಆಗದು.

ಅನೇಕ ಸಲ ಮನೋವೈಜ್ಞಾನಿಕ ಚಿಕಿತ್ಸೆ ಇದಕ್ಕೆ ಫಲಕಾರಿಯಾಗುತ್ತದೆ. ಅನೇಕ ಸಲ ಮಗುವಿನ ಜನ್ಮವಾಗುವಾಗ ಮಾಂಸಖಂಡಗಳ ಮೇಲೆ ಸಾಕಷ್ಟು ಸೆಳೆತ ಉಂಟಾಗುತ್ತದೆ. ಆಗ ಅವುಗಳ ಕಾರ್ಯಕ್ಷಮತೆ ಕಡಿಮೆಯಾಗುತ್ತದೆ. ಅನೇಕ ಸಲ ಪ್ರಸವಕ್ಕೆ ಮುಂಚೆ ಹಾಗೂ ನಂತರ ಶೌಚ ಉಂಟಾಗುತ್ತದೆ. ಆನಂತರ ಸಾಕಷ್ಟು ಆಹಾರವನ್ನು ಸೇವಿಸಿರುವುದಿಲ್ಲವಾದ ಕಾರಣ ಹೊಟ್ಟೆ ಖಾಲಿಯಾಗಿರುತ್ತದೆ.

ಎಲ್ಲಕ್ಕಿಂತ ಹೆಚ್ಚಾಗಿ ಮಲವಿಸರ್ಜನೆಗೆ ಹೆಚ್ಚು ಮುಕ್ಕರೆಯುವುದರಿಂದ ಹೆಚ್ಚು ನೋವಾಗುತ್ತದೆ. ಹೊಲಿಗೆ ಬಿಟ್ಟುಕೊಳ್ಳುವುದೇ ಎಂಬ ಬಯ ಇರುತ್ತದೆ. ಹೀಮರಾಯ್ಡ್‌ನ ಸ್ಥಿತಿ ಮತ್ತಷ್ಟು ಉಲ್ಬಣವಾಗುತ್ತದೇನೋ ಎನಿಸುತ್ತದೆ. ಆಸ್ಪತ್ರೆಗಳಲ್ಲಿ ಗೌಪ್ಯತೆಯ ಕೋಣೆಯೂ ಇರುತ್ತದೆ.

ಆದರೆ ನೀವು ಸುಲಭವಾಗಿ ಈ ಪರಿಸ್ಥಿತಿಯನ್ನು ಎದುರಿಸಬಹುದು. ನಾವು ಕೊಡುವ ಈ ಉಪಾಯಗಳನ್ನು ಅನುಸರಿಸಿ ಪರೀಕ್ಷಿಸಿ ನೋಡಿ.

ಚಿಂತೆ ಬೇಡ : ಈ ಹಂತದಲ್ಲಿ ಚಿಂತೆ ಮಾಡುವುದರಿಂದ ಯಾವ ಪ್ರಯೋಜನವೂ ಇಲ್ಲ. ಹೊಲಿಗೆ ಬಿಚ್ಚಿಕೊಳ್ಳುವುದೆಂಬ ಭಯವೂ ಬೇಡ. ಕೆಲವು ದಿನಗಳವರೆಗೆ

ಶೌಚ ಸಾಧ್ಯವಾಗದೇ ಹೋದರೂ ಕೂಡ ಭಯಪಡಬೇಕಾದ ಅವಶ್ಯಕತೆ ಇಲ್ಲ.

ಸತ್ವಯುತ ಆಹಾರ : ಆಸ್ಪತ್ರೆ ಅಥವಾ ಹೆರಿಗೆ ಕೇಂದ್ರದಲ್ಲಿದ್ದಾಗ ಹಣ್ಣು, ತರಕಾರಿ, ಧಾನ್ಯದಿಂದ ತಯಾರಿಸಿದ ಆಹಾರ ಸೇವಿಸಿ. ಸೇಬು, ಒಣಗಿದ ಖರ್ಜೂರ ಮುಂತಾದವುಗಳನ್ನು ಜೀವಸತ್ವಗಳ ಪೂರೈಕೆಯಾಗುತ್ತದೆ. ಅಜೀರ್ಣವಾಗುವಂತಹ ಆಹಾರವನ್ನು ಸೇವಿಸಬೇಡಿ. ಚಾಕೋಲೇಟ್‌ನ ಡಬ್ಬ ನಿಮ್ಮ ಬಾಯಲ್ಲಿ ನೀರೂರಿಸಹುದು. ಆದರೆ ಅದರಿಂದ ಅಜೀರ್ಣವಾಗಬಹುದು.

ದ್ರವಾಹಾರ ಸೇವನೆ : ಅಜೀರ್ಣವಾಗದಿರಲು ಹೆಚ್ಚೆಚ್ಚು ದ್ರವಾಹಾರ ಸೇವಿಸಿ. ನೀರೊಂದು ಸಾಲದು ಎನ್ನುವ ಹಾಗಿದ್ದರೆ ಸೇಬಿನ ರಸವನ್ನು ಸೇವಿಸಬಹುದು. ಬಿಸಿನೀರಿನಲ್ಲಿ ನಿಂಬೆ ಹಣ್ಣು ಹಿಂಡಿಕೊಂಡೂ ಸೇವಿಸಬಹುದು.

ಅಗಿದು ತಿನ್ನಿ : ಚೆನ್ನಾಗಿ ಅಗಿದು ತಿನ್ನುವುದರಿಂದ ಆಹಾರ ಜೀರ್ಣವಾಗುತ್ತದೆ. ಪಚನ ಯಂತ್ರಗಳು ಸರಿಯಾಗಿ ಕೆಲಸ ಮಾಡುತ್ತವೆ.

ತಿರುಗಾಡಿ : ಪ್ರಸವದ ನಂತರ ಓಡುವ ಕ್ಷಮತೆ ಇರುವುದಿಲ್ಲ ಎನ್ನುವುದು ನಮಗೆ ಗೊತ್ತಿದೆ. ಆದರೆ ನಿಧಾನವಾಗಿ ಹೆಜ್ಜೆ ಇಡಬಲ್ಲಿರಿ ಅಲ್ಲವೇ? ಹಾಸಿಗೆಯಲ್ಲಿ ಕುಳಿತೇ ಲಘು ವ್ಯಾಯಾಮ ಮಾಡಿ. ಇದರಿಂದ ಗುದದ್ವಾರಕ್ಕೆ ಅನುಕೂಲವಾಗುತ್ತದೆ. ಮನೆಯೊಳಗೆ ಮಗುವಿನ ಜೊತೆ ಓಡಾಡಿ.

ಒತ್ತಡ ಹೆಚ್ಚಿಸಿಕೊಳ್ಳಬೇಡಿ : ಮಾನಸಿಕ ಒತ್ತಡವನ್ನು ಹೆಚ್ಚು ಮಾಡಿಕೊಳ್ಳಬೇಡಿ. ಹಾಗೆ ಮಾಡಿದರೆ ಹೊಲಿಗೆ ಬಿಟ್ಟುಕೊಳ್ಳುತ್ತದೆ. ಅಲ್ಲದೆ ಹೆಮರಾಯ್ಡ್ಸ್‌ನ ಪರಿಸ್ಥಿತಿಯೂ ಉಲ್ಬಣಗೊಳ್ಳುತ್ತದೆ. ಸೊಂಟದವರೆಗೆ ಸ್ನಾನ ಮಾಡಿ. ಔಷಧಿ ಹಚ್ಚಿ. ಬಿಸಿ ಅಥವಾ ತಣ್ಣನೆ ನೀರು ಸುರಿದುಕೊಳ್ಳೀ.

ಮಲವನ್ನು ತೆಲುಗೊಳಿಸುವ ಔಷಧಿ : ಆಸ್ಪತ್ರೆಯಲ್ಲಿ ಈ ಔಷಧಿ ಸಿಗುತ್ತದೆ. ಶೌಚಕ್ಕೆ ತೊಂದರೆಯಾಗದಿರಲಿ ಎಂದು ಇದನ್ನು ಇಟ್ಟಿರುತ್ತಾರೆ.

ಆದರೆ ಮೊದಲ ಬಾರಿ ಸೌಭದಲ್ಲಿ ಸ್ವಲ್ಪ ನೋವಾಗಬಹುದು. ಅದಕ್ಕೆ ಹೆದರಬೇಡಿ. ಮಲ ತೆಳುವಾದರೆ ನಿಮ್ಮ ತೊಂದರೆ ನಿವಾರಣೆಯಾಗುತ್ತದೆ. ಎಲ್ಲವೂ ಮೊದಲಿನಂತೆ ಆಗಿಬಿಡುತ್ತದೆ.

ಅಗತ್ಯಕ್ಕಿಂತ ಹೆಚ್ಚು ಬವವರುವಿಕೆ

'ರಾತ್ರಿಯಲ್ಲಿ ಇದ್ದಕ್ಕಿದ್ದಂತೆ ಭಾರಿ ಬೆವರು ಸುರಿದು ನಾನು ಎದ್ದು ಕುಳಿತುಬಿಡುತ್ತೇನೆ. ಇದು ಸಾಮಾನ್ಯವೇ?'

ಇದು ಸ್ವಲ್ಪ ಸಂಕಷ್ಟದ ವಿಷಯವಾದರೂ ಸರ್ವೇ ಸಾಧಾರಣವಾದದ್ದು. ಹೊಸದಾಗಿ ತಾಯಿ ಆಗುತ್ತಿರುವವರಿಗೆ ಅನೇಕ ಕಾರಣಗಳಿಗಾಗಿ ಬೆವರು ಸುರಿಯುತ್ತದೆ. ನಿಮ್ಮ ಹಾರ್ಮೋನುಗಳ ಮಟ್ಟ ಕುಸಿಯುತೊಡಗುತ್ತದೆ. ಏಕೆಂದರೆ ಈಗ ನೀವು ಗರ್ಭಿಣಿಯಾಗಿ ಉಳಿದಿರುವುದಿಲ್ಲ. ಪದೇ ಪದೇ ಶೌಚಕ್ಕೆ ಹೋಗುವ ಜೊತೆಗೆ ಅನಗತ್ಯ ವಸ್ತುಗಳು ದೇಹದಿಂದ ಹೊರಹೋಗುತ್ತವೆ. ಹೆಚ್ಚಾಗಿ ಬೆವರುವುದರಿಂದ ನಿಮಗೆ ಸ್ವಲ್ಪ ಅಸೌಕರ್ಯ ಎನಿಸಬಹುದು. ನೀವು ಮಲಗುವಾಗ ದಿಂಬಿನ ಮೇಲೆ ಹೊದಿಕೆ ಹಾಕಿಕೊಂಡು ಮಲಗಿಕೊಳ್ಳಿ. ಇದರಿಂದ ದಿಂಬ ತೇವವಾಗದೆ ನಿಮಗೂ ಆರಾಮವಾಗಿ ನಿದ್ದೆ ಬರುತ್ತದೆ.

ಬೆವರುವಿಕೆಯಿಂದ ಆಗುವ ದುಷ್ಪರಿಣಾಮಗಳನ್ನು ತಪ್ಪಿಸಿಕೊಳ್ಳಲು ಮೆದುವಾಗ ಆಹಾರ ಪದಾರ್ಥ ಸೇವಿಸಿ. ನೀವು ಸ್ತನ್ಯಪಾನ ಮಾಡಿಸುತ್ತಿರಲಿ ಅಥವಾ ಬಿಡಲಿ ದ್ರವಾಹಾರ ಹೆಚ್ಚು ಸೇವಿಸಿ.

ಜ್ವರ

"ನಾನು ಈಗ ತಾನೇ ಆಸ್ಪತ್ರೆಯಿಂದ ವಾಪಸಾಗಿದದೇನೆ. ನನಗೆ 101 ಡಿಗ್ರಿ ಜ್ವರ ಬಂದಿದೆ. ನಾನು ವೈದ್ಯರಿಗೆ ಫೋನ್ ಮಾಡಬೇಕೆ?"

ಪ್ರಸವದ ನಂತರವೂ ನಿಮ್ಮ ಆರೋಗ್ಯ ಸರಿಹೋಗದಿದ್ದರೆ ವೈದ್ಯರಿಗೆ ತಿಳಿಸುವುದೇ ಒಳಿತು. ಪ್ರಸವದ ನಂತರ ಉಂಟಾಗುವ ಅನೇಕ ಸೋಂಕಿನಿಂದಾಗಿ ಈ ಜ್ವರ ಬರುವ ಸಾಧ್ಯತೆ ಇರುತ್ತದೆ. ಬೇರೆ ಕಾರಣವೂ ಇರಬಹುದು. ಅನೇಕ ಸಲ ಉದ್ವೇಗ ಮತ್ತು ಆಯಾಸಗಳಿಮದಾಗಿ ಜ್ವರ ಉಂಟಾಗುತ್ತದೆ. ಸ್ತನ್ಯಪಾನದ ಆರಂಭದಲ್ಲೂ ಶರೀರದ ತಾಪಮಾನ ಸ್ವಲ್ಪ ಹೆಚ್ಚಾಗುತ್ತದೆ. ಆದರೆ ಪ್ರಸವಕ್ಕೆ ಮುಂಚೆ 3 ವಾರಗಳಲ್ಲಿ ಬಂದ ಜ್ವರ ಒಂದು ದಿನ ಉಳಿದರೆ ವೈದ್ಯರಿಗೆ ತೋರಿಸಿ. ತೀವ್ರ ಜ್ವರ, ಶೀತ ಅಥವಾ ವಾಂತಿ ಇದ್ದರೆ ತಕ್ಷಣ ಚಿಕಿತ್ಸೆ ಕೊಡಬೇಕಾಗುತ್ತದೆ.

ಸ್ತನಗಳ ವಿಕಸನ

"ನನ್ನ ಎದೆಯಲ್ಲಿ ಹಾಲು ಇಳಿದಿದೆ. ನನ್ನ ಮೊಲೆಗಳು ಮೊದಲಿಗಿಂತ ಮೂರು ಪಟ್ಟು ದಪ್ಪಗಾಗಿದೆ. ಸಾಕಷ್ಟು ಗಟ್ಟಿಯಾಗಿದೆ. ಮುಟ್ಟಿದರೆ ನೋವಾಗುತ್ತದೆ. ಬ್ರಾ ಹಾಕಿಕೊಳ್ಳಲೂ ಆಗುತ್ತಿಲ್ಲ. ಮಗು ಸ್ತನಪಾನ ಮಾಡುತ್ತಿರುವವರೆಗೆ ಇದೇ ತೆರನಾಗಿರುತ್ತದೆಯೇ?"

ನೀವು ಅಂದುಕೊಳ್ಳದಿದ್ದರೂ ಎದೆ ವಿಕಸನವಾಗಿದೆ. ಊತದ ಜೊತೆಗೆ ಮೊಲೆ ತೊಟ್ಟು ಒಳಗೆ ಇಳಿದುಬಿಟ್ಟರೆ

ಸ್ತನ್ಯಪಾನ ಮಾಡಿಸುವಾಗ ನಿಮಗೆ ನೋವಾಗುತ್ತದೆ. ಮಗುವಿಗೂ ಹಾಲು ಕುಡಿಯಲು ಅಡಚಣೆಯಾಗುತ್ತದೆ.

ಆದರೆ ಸಂತಸದ ವಿಚಾರ ಎಂದರೆ ಇದು ಬಹಳ ಕಾಲ ಇರುವುದಿಲ್ಲ. ಹಾಲಿನ ಪೂರೈಕೆ ಮತ್ತು ಬೇಡಿಕೆ ನಡುವೆ ಸಮತೋಲನ ಆಗುತ್ತಿದ್ದಂತೆ ಸಮಸ್ಯೆಗಳು ನಿವಾರಣೆಯಾಗುತ್ತವೆ.

ನಾನು ಸ್ತನ್ಯಪಾನ ಮಾಡಿಸಲು ಇಚ್ಛಿಸುವುದಿಲ್ಲ. ಆದರೆ ಹಾಲು ಇಂಗುವಿಕೆಯಿಂದ ತೊಂದರೆಯಾಗುತ್ತದೆ ಎಂದು ಕೇಳಿದ್ದೇನೆ. ಇದು ನಿಜವೇ?

ಪ್ರಸವವಾದ 3-4 ದಿನಗಳೊಳಗಾಗಿ ಸ್ತನಗಳಲ್ಲಿ ಹಾಲು ತುಂಬಿಕೊಳ್ಳುತ್ತದೆ. ತಮಗೆ ಅದರ ಅವಶ್ಯಕತೆ ಇದ್ದಾಗಲೇ ಹಾಲು ಪೂರೈಕೆ-ತಯಾರಿ ಆಗುತ್ತದೆ. ಒಂದು ವೇಳೆ ಪೂರೈಕೆಯಾದ ಹಾಲು ಬಳಸದೇ ಹೋದರೆ ತಯಾರಾಗುವುದೂ ನಿಲ್ಲುತ್ತದೆ. ಅನೇಕ ದಿನಗಳು-ವಾರಗಳವರೆಗೆ ಹಾಲು ಒಸರುತ್ತಿರಬಹುದು. ಆದರೆ ಸ್ತನಗಳು ಮಾತ್ರ ಕೆಲವೇ ದಿನಗಳಲ್ಲಿ ಎಂದಿನಂತಾಗಿಬಿಡುತ್ತವೆ. ಈ ಸಂದರ್ಭದಲ್ಲಿ ನೀವು ಐಸ್‌ಪ್ಯಾಕ್ ಅಥವಾ ಅನುಕೂಲಕರ ಬ್ರಾ ಬಳಸಬಹುದು. ಮೊಲೆಯ ತೊಟ್ಟುಗಳನ್ನು ಉಜ್ಜಬೇಡಿ. ಹಾಲು ತೆಗೆಯಬೇಡಿ. ಬಿಸಿನೀರಿನಲ್ಲಿ ಸ್ನಾನ ಮಾಡಬೇಡಿ. ಆಗ ಹಾಲು ಉತ್ಪತ್ತಿಯಾಗುತ್ತದೆ.

ಹಾಲು ಎಲ್ಲಿ ಹೋಯಿತು.

"ಪ್ರಸವವಾಗಿ ಎರಡು ದಿನ ಕಳೆದರೂ ನನ್ನ ಸ್ತನಗಳಲ್ಲಿ ಕೊಲೆಸ್ಟ್ರಮ್ ಉಂಟಾಗಿಲ್ಲ. ಆಗ ನನ್ನ ಮಗು ಹಸಿವೆಯಿಂದ ಇರಬೇಕಾಗುತ್ತದೆಯೇ?"

ಇಲ್ಲ ಮಗು ಹಸಿವೆಯಿಂದ ಇರುವ ಸಂದರ್ಭ ಬರುವುದಿಲ್ಲ. ಅದಕ್ಕಿನ್ನೂ ಹಸಿವೇ ಆಗುತ್ತಿಲ್ಲ. ಹುಟ್ಟಿದಾಕ್ಷಣ ಮಗುವಿಗೆ ಹಸಿವಿನ ಅನುಭವ ಇರುವುದಿಲ್ಲ. ಪ್ರಸವದ ಮೂರನೇ ನಾಲ್ಕನೇ ದಿನದವರೆಗೆ ಯಾವಾಗ ಅದಕ್ಕೆ ಹಸಿವಾಗುತ್ತದೋ ಅಲ್ಲಿಯವರೆಗೆ ಬೇಕಾದಷ್ಟು ಹಾಲನ್ನು ನಿಮ್ಮ ಸ್ತನಗಳು ಪೂರೈಸುತ್ತವೆ. ಈಗಲೂ ನಿಮ್ಮ ಸ್ತನಗಳು ಖಾಲಿ ಇಲ್ಲ. ಮಗುವಿನ ಪೋಷಣೆಗೆ ಅಗತ್ಯವಿರುವಷ್ಟು ಕೊಲೆಸ್ಟ್ರಂ ನಿಮ್ಮ ದೇಹದಲ್ಲಿದೆ. ಮಗುವಿಗೆ ಈಗ ಒಂದು ಚಮಚ ಸಿಕ್ಕಿದರೂ ಸಾಕು. ಆದರೆ ಎಲ್ಲಿಯವರೆಗೆ ಸ್ತನಗಳು ಸಂಪೂರ್ಣವಾಗಿ ತುಂಬುವುದಿಲ್ಲವೋ ಅಲ್ಲಿಯವರೆಗೆ ಕೈಯಿಂದ ಒತ್ತಿ ಹಾಲು ತೆಗೆಯಲಾಗುವುದಿಲ್ಲ. ಒಂದು ದಿನದ ಮಗು ಸ್ತನದಿಂದ ಹಾಲನ್ನು ಹೀರಿ ಹೊಟ್ಟೆ ತುಂಬಿಕೊಳ್ಳುತ್ತದೆ.

ಸ್ವಯಂ ಪ್ರೀತಿ

"ಮಗುವನ್ನು ನೋಡಿದಾಕ್ಷಣ ನನ್ನಲ್ಲಿ ಪ್ರೀತಿ ಉಕ್ಕುತ್ತದೆ ಎಂಬ ವಿಶ್ವಾಸ ನನ್ನಲ್ಲಿದೆ."

ಆದರೆ ಈಗಲೇ ಏಕೋ ನನ್ನಲ್ಲಿ ಅಂತಹ ಭಾವನೆ ಹುಟ್ಟುತ್ತಿಲ್ಲ. ಹೀಗೇಕಾಗುತ್ತಿದೆ?

ಪ್ರಸವದ ನಂತರ ತತ್‌ಕ್ಷಣ ನಿಮ್ಮ ಕೈಗೆ ಬಟ್ಟೆಯಲ್ಲಿ ಸುತ್ತಿದ ಗಂಟು ಬರುತ್ತದೆ. ಅದರಲ್ಲಿನ ಶಿಶುವಿನ ಮುಖ ನಿಮ್ಮನ್ನು ಸೆಳೆಯುತ್ತದೆ. ಅದು ನಿಮ್ಮತ್ತ ನೋಡುತ್ತಿದೆ ಎಂದಾದರೆ ನೀವು ಅದರ ನೆತ್ತಿಗೆ ಮುತ್ತಿನ ಮಳೆಗರೆಯುತ್ತೀರಿ. ಆ ಕ್ಷಣವೇ ತಾಯಿ-ಮಗುವಿನ ಪ್ರೀತಿ ಆಳವಾಗಿ ಬೇರೂರಿಬಿಡುತ್ತದೆ.

ಪ್ರತಿ ಗರ್ಭಿಣಿಯೂ ಇಂತಹ ಕನಸನ್ನು ಕಾಣುತ್ತಲೇ ಇರುತ್ತಾರೆ. ವಾಸ್ತವ ವಿಭಿನ್ನವಾಗಿರುತ್ತದೆ. ಪ್ರಸವದ ಸುದೀರ್ಘ ಆಯಾಸದ ನಂತರ ಕೆಂಪು ಬಣ್ಣದ, ಮುದ್ದು ಮುಖದ ಮಗುವನ್ನು ನಿಮ್ಮ ತೋಳಿಗೆ ಒಪ್ಪಿಸಲಾಗುತ್ತದೆ. ನಿಮ್ಮ ಮುಖಭಾವ ಮಗುವಿನಲ್ಲಿ ಕಾಣಿಸುವುದಿಲ್ಲ. ಜಾಹೀರಾತಿನಲ್ಲಿ ತಿಳಿಸುವಂತೆ ಗುಂಡು-ಗುಮಡಾಗಿ ಅದರ ಮುಖವೂ ಇರುವುದಿಲ್ಲ. ನೀವು ಎಷ್ಟೇ ಪ್ರಯತ್ನ ಮಾಡಿದರೂ ಸ್ತನಗಳಿಂದ ಹಾಲು ಕುಡಿಯುವುದಿಲ್ಲ. ವಿಚಿತ್ರ ದನಿಯಲ್ಲಿ ಅಳುತ್ತದೆ. ಆಗ ನಿಮ್ಮಿಬ್ಬರ ನಡುವೆ ಪ್ರೀತಿ ವಿಕಲ್ಪವಿಲ್ಲದೇ ಎಂಬ ಅನಿಸಿಕೆ ಮೂಡುತ್ತದೆ.

ವಾಸ್ತವವಾಗಿ ತಾಯಿ-ಮಗುವಿನ ನಡುವೆ ಸಂಬಂಧ ಮೊಳೆಯಬೇಕಾದರೆ ಬೇರೆ ಬೇರೆ ಕಾಲಘಟ್ಟವೇ ಬೇಕು. ಕೆಲವು ತಾಯಂದಿರಿಗೆ ಪ್ರಸವದ ಬಗ್ಗೆ ಯಾವುದೇ ತಿರಸ್ಕಾರ ಉಂಟಾಗುವುದಿಲ್ಲ. ಸಾಕಷ್ಟು ಉತ್ಸಾಹ-ಸ್ಫೂರ್ತಿಗಳಿಂದಲೇ ಅವರು ಮಗುವಿನ ಸ್ವಾಗತ ಮಾಡುತ್ತಾರೆ. ಆದರೆ ಅನೇಕ ಸಂದರ್ಭಗಳಲ್ಲಿ ತಾಯಂದಿರು ಇಷ್ಟು ನಿರುತ್ಸಾಹಿಗಳಾಗುತ್ತಾರೆ ಎಂದರೆ ಮಗುವನ್ನು ತೊಡೆಯ ಮೇಲೆ ಎತ್ತಿಕೊಳ್ಳಲೂ ಬೇಕಿರುವುದಿಲ್ಲ.

ನಿಮಗೆ ನೀವೇ ಈ ಪ್ರಕ್ರಿಯೆಗೆ ಸ್ವಲ್ಪ ಕಾಲಾವಕಾಶ ಕೊಡಬೇಕು. ನಿಮ್ಮ ಮಗುವಿನ ಎಲ್ಲ ಅವಶ್ಯಕತೆಗಳನ್ನು ಪೂರೈಸಿ. ಮಗುವನ್ನು ಕೈಗೆತ್ತಿಕೊಂಡು ಮುದ್ದು ಮಾಡಿ. ಅದರೊಂದಿಗೆ ಮಾತನಾಡಿ, ಅದಕ್ಕಾಗಿ ಹಾಡಿ, ಕ್ರಮೇಣ ಅದರ ದೇಹದಿಂದ ಬರುವ ದುರ್ವಾಸನೆಯೂ ನಿಮಗೆ ಆಹ್ಲಾದ ಎನಿಸುತ್ತದೆ. ಶೀಘ್ರವೇ ನಿಮ್ಮನ್ನು ನೀವೇ ಸ್ನೇಹಪ್ರಿಯ ಪರಿಪೂರ್ಣ ತಾಯಿಯಾಗಿ ಮಾರ್ಪಡಿಸಿಕೊಳ್ಳುತ್ತೀರಿ.

ನನ್ನ ಮಗು ಅವಧಿಗೆ ಮುಂಚೆ ಹುಟ್ಟಿತು. ಅದಕ್ಕಾಗಿ ಐಸಿಯುನಲ್ಲಿ ಹಾಕಿದ್ದರು. ಎರಡು ವಾರಗಳ ಕಾಲ

ಮನೆಗೆ ವಾಪಸ್

ಪ್ರಸವದ ನಂತರ ಎಲ್ಲಿಯವರೆಗೆ ನೀವು ಆಸ್ಪತ್ರೆಯಲ್ಲಿರಬೇಕು ಎನ್ನುವುದು ನಿಮ್ಮ ಪರಿಸ್ಥಿತಿಯನ್ನು ಅವಲಂಬಿಸಿರುತ್ತದೆ. ಒಂದು ವೇಳೆ ಮಗು ಮತ್ತು ನೀವು ಸುಸ್ಥಿತಿಯಲ್ಲಿದ್ದರೆ ವೈದ್ಯರನ್ನು ಕೇಳಿಕೊಂಡು ಬೇಗನೆ ಡಿಸ್ಚಾರ್ಜ್ ಆಗಬಹುದು. ಇಂತಹ ಸಂದರ್ಭದಲ್ಲಿ ಮುಂದಿನ ಬಾರಿ ಪರೀಕ್ಷೆಗೆ ಯಾವಾಗ ಬರಬೇಕು ಎಂದು ತಿಳಿದುಕೊಂಡು ಬಿಡಿ. ಯಾವ ತೆರನಾದ ಬೇಸರ-ಸಮಸ್ಯೆಗಳು ಎದುರಾಗಬಹುದು ಎಂದು ಕೇಳಿಕೊಂಡು ಬಿಡಿ. ಮುಂದಿನ ಪರೀಕ್ಷೆಯ ದಿನದೊಳಗೆ ಮಗುವಿಗೆ ಹಾಲು ಇದೆಯೋ ಎಂಬುದನ್ನು ವೈದ್ಯರು ತಿಳಿಯಬಯಸುತ್ತಾರೆ.

ಒಂದು ವೇಳೆ 48 ಗಂಟೆಗಳಿಂದ 96 ಗಂಟೆಗಳವರೆಗೆ ಆಸ್ಪತ್ರೆಯಲ್ಲಿ ಇರುವುದಾದರೆ ಸಾಕಷ್ಟು ವಿಶ್ರಾಂತಿ ತೆಗೆದುಕೊಳ್ಳಲು ಪ್ರಯತ್ನಿಸಿ. ಮನೆಗೆ ಹೋದ ಮೇಲೆ ರಾಶಿ ರಾಶಿ ಶಕ್ತಿ ಬೇಕಾಗುತ್ತದೆ.

ಮಗುವನ್ನು ಐಸಿಯುನಲ್ಲಿ ಇಡಲಾಗುತ್ತದೆ ಎಂದು ವೈದ್ಯರು ಹೇಳಿದ್ದಾರೆ. ಅಂದ ಮೇಲೆ ಈ ಪ್ರೀತಿಯ ಬಂಧ ಮಾಡಿಸಿಕೊಳ್ಳುವಲ್ಲಿ ವಿಳಂಬವಾಗದೇ?

ಮಗು ಹುಟ್ಟಿದ ಮರುಕ್ಷಣ ಅದನ್ನು ಆಡಿಸುವ ಸುಖವೇ ಬೇರೆಯದು. ಆದರೆ ಈ ಸಂದರ್ಭದಲ್ಲಿ ಹಾಗೆ ಮಾಡಲಾಗದು. ಆ ಮಗುವಿನ ಆರೋಗ್ಯ ಸುಧಾರಿಸಿದ ಮೇಲೆಯೇ ಇದು ಕಾರ್ಯಸಾಧ್ಯ. ಆದರೆ ತಾಯಿ-ಮಗುವಿನ ಸಂಬಂಧ ಪೃಥ್ವಿಯಲ್ಲಿ ಯಾವುದೇ ಅಡಚಣೆ ಆಗುವುದಿಲ್ಲ.

ನೀವು ಮಗುವನ್ನು ಐಸಿಯುನಲ್ಲಿ ಇಟ್ಟಿದ್ದಾಗಲೂ ಮುಟ್ಟಬಲ್ಲಿರಿ. ಅದರೊಂದಿಗೆ ಮಾತನಾಡಲೂ ಸಾಧ್ಯ. ಆಸ್ಪತ್ರೆಗಳಲ್ಲಿ ಹೀಗೆ ಮಾಡಲು ಸ್ವಾತಂತ್ರ ನೀಡಲಾಗುತ್ತದೆ. ನಿಮ್ಮ ಮಗುವಿನ ಜೊತೆ ಹೆಚ್ಚಿದ ಸಮಯವನ್ನು ಕಳೆಯುವುದು ಹೇಗೆ ಸಾಧ್ಯ ಎಂದು ನರ್ಸ್‌ಗೆ ಕೇಳಿ. ಮನೆಯಲ್ಲಿ ಯಾವಾಗ ಮಗುವಿನ ಜೊತೆ ಕಾಲ ಕಳೆಯುತ್ತೀರೋ ಆಗ ಆಳವಾದ ಸಂಬಂಧ ಬೆಳೆಯುತ್ತದೆ. ಎಂಬುವುದು ತಿಳಿದಿರಲಿ.

ಕೊಠಡಿಯಲ್ಲಿ ಮಗು

"ಗರ್ಭಿಣಿಯಾಗಿದ್ದಾಗ ಮಗು ಹುಟ್ಟಿದ ಮೇಲೆ ನನ್ನ ಕೊಠಡಿಯಲ್ಲೇ ಇರುತ್ತದೆ ಎಂದು ಯೋಚಿಸಿ ಹಾಯೆನಿಸುತ್ತಿತ್ತು. ಆಗ ನಾನು ನನ್ನ ಆಯಾಸ ಹೋಗಿರುತ್ತದೆ ಎಂದು ಯೋಚಿಸುತ್ತಿರಲಿಲ್ಲ. ಆದರೆ ಈಗ ನನ್ನ ಮಗುವನ್ನೇ ಬೇರೆ ಕಡೆ ಕರೆದುಕೊಂಡು ಹೋಗಲು ಸೂಚಿಸುತ್ತಿದ್ದೇನೆ. ನಾನು ಕೆಟ್ಟ ತಾಯಿಯೇ?"

ನಿಮ್ಮ ಭಾವನೆ ತಪ್ಪು. ನಿಜವಾಗಿಯೂ ನೀವು ಒಳ್ಳೆಯ ತಾಯಿ. ತಾಯಿಯಾಗುವ ಸವಾಲುಗಳನ್ನು ಪೂರ್ಣಗೊಳಿಸಿದ್ದೀರಿ. ಈಗ ನೀವು ಬೇರೊಂದು ಸಾಹಸವನ್ನು ಅಪ್ಪಿಕೊಳ್ಳುತ್ತಿದ್ದೀರಿ. ಈ ಅವಧಿಯಲ್ಲಿ ನಿಮಗೆ ಸ್ವಲ್ಪ ವಿಶ್ರಾಂತಿ ಅತ್ಯಗತ್ಯ. ಪ್ರಸವದ ಆಯಾಸದಿಂದಾಗಿ ಮಗುವನ್ನು ನೋಡಿಕೊಳ್ಳಲಾಗುತ್ತಿಲ್ಲ ಎಂದಾಕ್ಷಣ ಅವಮಾನ ಎಂದು ತಿಳಿಯಲಾಗದು. ಪ್ರಸವದಿಂದಾಗಿ ನಿಮ್ಮ ಶರೀರ ದಣಿದಿದೆ. ಅನೇಕ ಗಂಟೆಗಳ ಕಾಲ ಮಲಗಿಲ್ಲ. ತಲೆಗೆ ಔಷಧಿಗಳ ಮತ್ತು ಏರುತ್ತಿದೆ. ಇಂತಹ ಪರಿಸ್ಥಿತಿಯಲ್ಲಿ ಸ್ವಲ್ಪ ನಿದ್ರೆ ಮಾಡಲು ಬಯಸಿದರೆ ಅಭ್ಯಂತರವೇನೂ ಇಲ್ಲ.

ನೀವು ಮಗುವಿನ ಜೊತೆ ಕಳೆದ ಸಮಯವನ್ನು ಲೆಕ್ಕ ಹಾಕದೇ ಗುಣಮುಖರಾಗುವ ಕಡೆ ಗಮನ ನೀಡಿ. ಮನೆಗೆ ಹೋದ ಮೇಲೆ ಇಡೀ ದಿನ ಮಗುವನ್ನು ಮುದ್ದಾಡಬಹುದು. ಸದ್ಯ ಸಂಪೂರ್ಣ ವಿಶ್ರಾಂತಿ ಪಡೆಯಿರಿ. ಮುಂದೆ ಇಂತಹ ಅವಕಾಶವೂ ದುರ್ಲಭವಾಗಬಹುದು.

ಸಿಜೇರಿಯನ್ – ಹೆರಿಗೆ

"ಸಿ-ಸೆಕ್ಷನ್ ನಂತರ ನನಗೆ ಯಾವಾಗ ವಿಶ್ರಾಂತಿ ಲಭಿಸುತ್ತದೆ. ಇತರೆ ಸಂದರ್ಭಗಳಲ್ಲಿ ಹೊಟ್ಟೆಯ ಶಸ್ತ್ರಚಿಕಿತ್ಸೆಯಾದರೆ ಎಷ್ಟು ಕಾಲಾವಕಾಶ ಬೇಕಾಗುವುದೇ ಇಲ್ಲಿಯೂ ನಿಮಗೆ ಅಷ್ಟೇ ಕಾಲಾವಕಾಶ ಬೇಕಾಗುತ್ತದೆ. ವ್ಯತ್ಯಾಸ ಎಂದರೆ ನಿಮ್ಮ ಗುಂಡನೆಯ ಬ್ಲಾಡರ್ ಇನ್ನೂ ಕಡಿಮೆಯಾಗುವುದಿಲ್ಲ. ನಿಮ್ಮ ಮುಂದೆ ಒಂದು ಮುದ್ದಾದ ಮಗು ಬರುತ್ತದೆ. ಶಸ್ತ್ರಚಿಕಿತ್ಸೆಯೂ ಜೊತೆಗೆ ನಿಮಗೆ ಮಗುವಿನ ಜನನದಿಂದ ಆಗಬೇಕಾಗಿದ್ದ ಎಲ್ಲ ಸಂಕಷ್ಟಗಳಿಂದ ಮುಕ್ತಿ ದೊರಕಿಬಿಡುತ್ತದೆ. ಆಯಾಸ, ಹಾರ್ಮೋನ್‌ಗಳಲ್ಲಿ ಬದಲಾವಣೆ, ಬೆವರು ಹೀಗೆ ಕೆಲವು ಲಕ್ಷಣಗಳು ಕಾಣಿಸುತ್ತವೆ."

ಈ ಕೆಳಕಂಡ ಕೆಲವು ಲಕ್ಷಣಗಳನ್ನು ಕಾಣಬಹುದು

ಸೀಳಿದ ಭಾಗದಲ್ಲಿ ಅಕ್ಕಪಕ್ಕ ನೋವು : ಶಸ್ತ್ರಚಿಕಿತ್ಸೆ ಸಂದರ್ಭ ನೀಡಿದ ಅರೆವಳಿಕೆ ಪ್ರಭಾವ ಕಡಿಮೆಯಾಗುತ್ತಿದ್ದಂತೆ ನಿಮ್ಮ ಗಾಯ, ಸೀಳಿದ ಭಾಗದಲ್ಲಿ ನೋವು ಕಾಣಿಸಿಕೊಳ್ಳತೊಡಗುತ್ತದೆ. ಈ ನೋವು ಅನೇಕ ವಿಧಗಳಲ್ಲಿ ಇರಬಹುದು. ಯಾವ ರೀತಿಯಲ್ಲಿ ಶಸ್ತ್ರಚಿಕಿತ್ಸೆ ಮಾಡಲಾಗಿದೆ? ಈ ಹಿಂದೆ ಎಂದಾದರೂ ಆಪರೇಷನ್ ಮಾಡಲಾಗಿತ್ತೇ? ಎನ್ನುವುದನ್ನು ಅದು ಅವಲಂಬಿಸಿರುತ್ತದೆ. ಈ ಹಂತದಲ್ಲಿ ನಿಮಗೆ ನೋವು ನಿವಾರಕ ಔಷಧ ನೀಡಲಾಗುತ್ತದೆ. ಆಗ ನಿದ್ದೆ ಬರುತ್ತದೆ. ಆದಾಗ್ಯೂ ಸ್ತನ್ಯಪಾನ ಮಾಡಿಸಬಹುದು. ಏಕೆಂದರೆ ಕೊಲೊಸ್ಟ್ರಂಗಳ ಮೇಲೆ ಶಸ್ತ್ರಚಿಕಿತ್ಸೆಯ ಪ್ರಭಾವ ಇರುವುದಿಲ್ಲ. ಬಹಳ ದಿನಗಳವರೆಗೆ ಶಸ್ತ್ರಚಿಕಿತ್ಸೆಯ ನೋವಿದ್ದರೂ ನೋವು ನಿವಾರಕ ಔಷಧಿಗಳನ್ನು ನೀವು ತೆಗೆದುಕೊಳ್ಳಬಹುದು. ಆದರೆ ಮೊದಲ ಕೆಲವು ವಾರ ಭಾರವಾದ ವಸ್ತುಗಳನ್ನು ಎತ್ತಬಾರದು ಅಷ್ಟೆ. ವಾಕರಿಕೆ,

ವಾಂತಿ ಬರಬಹುದು ಅಥವ ಬರದಿರಬಹುದು : ಈ ಲಕ್ಷಣಗಳು ಇಲ್ಲದೇ ಇರಬಹುದು ಇದ್ದರೂ ಔಷಧಿ ಕೊಡಲಾಗುತ್ತದೆ.

ಆಯಾಸ : ಸಾಕಷ್ಟು ರಕ್ತಸ್ರಾವ ಆಗಿರುತ್ತದೆಯಾದ ಕಾರಣ ಬಲಹೀನತೆಯ ಅನುಭವವಾಗುತ್ತದೆ. ಶಸ್ತ್ರಚಿಕಿತ್ಸೆಗಿಂತ ಕೆಲವು ಗಂಟೆ ಮುಂಚೆ ನೀವು ಪ್ರಸವ ವೇದನೆ ಸಹಿಸಿರುತ್ತೀರಿ. ಆದ್ದರಿಂದ ಆಯಾಸ ಹೆಚ್ಚಾಗಿ ಆಗುವುದಿಲ್ಲ. ಸಿ–ಸೆಕ್ಷನ್ ಬಗ್ಗೆ ಮೊದಲೇ ನಿರ್ಧರಿಸದೇ ಹೋಗಿದ್ದರೆ ಭಾವನಾತ್ಮಕವಾಗಿಯೂ ನಿಮಗೆ ಆಯಾಸ ಕಾಣುವುದು.

ದೇಹಸ್ಥಿತಿಯ ನಿಯಮಿತ ಪರೀಕ್ಷೆ : ನರ್ಸೊಬ್ಬಳು ನಿಯಮಿತವಾಗಿ ನಿಮ್ಮ ದೇಹದ ಉಷ್ಣತೆ, ರಕ್ತದ ವೇಗ, ನಾಡಿಮಿಡಿತ ಮುಂತಾದವುಗಳನ್ನು ಪರೀಕ್ಷಿಸುತ್ತಲೇ ಇರುತ್ತಾಳೆ. ಮೂತ್ರ ಮತ್ತು ರಕ್ತಸ್ರಾವದ ಪರೀಕ್ಷೆಯೂ ನಡೆಯುತ್ತದೆ.

ಕೊಠಡಿಗೆ ಬಂದಾಗ ಇವುಗಳ ಬಗ್ಗೆ ಗಮನ ಹರಿಸಲಾಗುತ್ತದೆ.

ಹೆಚ್ಚಿನ ಪರೀಕ್ಷೆ : ಒಂದೇ ಸಮನೆ ನರ್ಸ್ ಪರೀಕ್ಷೆ ನಡೆಸುತ್ತಿರುತ್ತಾಳೆ.

ಮೂತ್ರಕ್ಕಾಗಿ ಟ್ಯೂಬ್ ತೆಗೆಯುವುದು : ಮೂತ್ರ ವಿಸರ್ಜನೆಗೆಂದು ಹಾಕಿರುವ ಟ್ಯೂಬ್ ತೆಗೆಯಲಾಗುತ್ತದೆ. ನಂತರ ಮೊದಲ ಬಾರಿಗೆ ಮೂತ್ರ ವಿಸರ್ಜನೆ ತ್ರಾಸದಾಯಕವಾಗುತ್ತದೆ. ಇದಕ್ಕಾಗಿ ನಾವು ನೀಡಿರುವ ಕೆಲವು ಸಲಹೆಗಳನ್ನು ಪಾಲಿಸಿ. ಅವೂ ಕೆಲಸಕ್ಕೆ ಬರದೇ ಹೋದರೆ ಟ್ಯೂಬನ್ನು ಮತ್ತೊಮ್ಮೆ ಅಳವಡಿಸಬೇಕಾಗುತ್ತದೆ.

ಶಸ್ತ್ರಚಿಕಿತ್ಸೆಯ 8 ರಿಂದ 24 ಗಂಟೆ ನಂತರ : ಈ ಅವಧಿಯಲ್ಲಿ ನೀವು ನಿಧಾನವಾಗಿ ಎದ್ದು ಕುಳಿತುಕೊಳ್ಳಬೇಕು. ನಂತರ ನೆಲದ ಮೇಲೆ ನಿಂತುಕೊಳ್ಳಲು ಸೂಚಿಸಲಾಗುತ್ತದೆ. ತಲೆಸುತ್ತು ಬಾರದೇ ಹೋದರೆ ನಿಲ್ಲಬಹುದು. ಒಂದೆರಡು ಹೆಜ್ಜೆ ನಡೆಯಲು ಸೂಚಿಸಲಾಗುತ್ತದೆ. ಬೇಗನೇ ಆದರೆ ಜೊತೆಗೆ ನಡೆದಾಡಲು ಕಲಿಯುತ್ತೀರಿ.

ಸಾಮಾನ್ಯ ಆಹಾರದತ್ತ : ಅನೇಕ ಕಡೆ ಸಿ–ಸೆಕ್ಷನ್ 24 ಗಂಟೆಯ ನಂತರ ದ್ರವ ಪದಾರ್ಥಗಳನ್ನು ಸೇವಿಸಬಹುದು. ನಂತರ ಕ್ರಮೇಣ ಸಾಮಾನ್ಯ ಆಹಾರ ಸ್ವೀಕರಿಸಬಹುದು. ಎಲ್ಲ ಆಸ್ಪತ್ರೆಗಳಲ್ಲಿ ಈ ಆಹಾರ ರೀತಿ ಭಿನ್ನ–ವಿಭಿನ್ನವಾಗಿರಬಹುದು. ನಿಮ್ಮ ದೇಹಸ್ಥಿತಿಯನ್ನು ಇದು ಅವಲಂಬಿಸಿರುತ್ತದೆ. ದ್ರವ ಪದಾರ್ಥ ಸೇವಿಸದ ನಂತರ ಬೇಗ ಜೀರ್ಣವಾಗಬಲ್ಲ ವಿಶೇಷ ಸತ್ವಯುತ ಆಹಾರ ನೀಡಲಾಗುತ್ತದೆ. ಎಂದಿನ ಆಹಾರದ ಜೊತೆಗೂ ದ್ರವ ಪದಾರ್ಥ ಕಡಿಮೆ ಮಾಡಬೇಡಿ. ದ್ರವ ಪದಾರ್ಥ ಬಹಳ ಮುಖ್ಯ.

ಬೆನ್ನು ನೋವು : ಅನೇಕ ವೇಳೆ ಬೆನ್ನಿನಲ್ಲಿ ತೀವ್ರ ನೋವು ಕಾಣಿಸಬಹುದು. ಔಷಧಿಯಿಂದ ಇದಕ್ಕೆ ಆರಾಮ ಸಿಗುತ್ತದೆ.

ಮಲಬದ್ಧತೆ : ಅರೆವಳಿಕೆ ಅಥವಾ ಶಸ್ತ್ರಕ್ರಿಯೆಯಿಂದಾಗಿ ನಿಮಗೆ ಶೌಚ ಕಾರ್ಯದಲ್ಲಿ ಮಂದಗತಿಯುತವಾಗಿರುತ್ತದೆ. ಇದು ಸರಿ ಹೋಗಲು ಕೆಲವು ದಿನಗಳು ಬೇಕಾಗಬಹುದು. ಮಲಬದ್ಧತೆಯಿಂದಾಗಿ ವಾಯುನೋವು ಉಂಟಾಗಬಹುದು. ಇದಕ್ಕೆ ಯಾವ ಔಷಧವನ್ನೂ ನಿಮಗೆ ನೀಡುವುದಿಲ್ಲ.

ಹೊಟ್ಟೆಯಲ್ಲಿ ತೊಂದರೆ : ಜೀರ್ಣಾಂಗಗಳು ಕೆಲಸ ಮಾಡತೊಡಗಿದರೆ ಹೊಟ್ಟೆಯಲ್ಲಿ ಸಂಗ್ರಹವಾಗಿದ್ದ ಗ್ಯಾಸ್ ತನ್ನ ಪರಿಣಾಮ ಬೀರತೊಡಗುತ್ತದೆ. ಆಗ ನಗುವುದರಿಂದ,

ಕೆಮ್ಮುವುದರಿಂದ, ಕೂಗುವುದರಿಂದ ಪರಿಸ್ಥಿತಿ ಮತ್ತಷ್ಟು ಬಿಗಡಾಯಿಸಬಹುದು. ನರ್ಸ್ ಅಥವಾ ವೈದ್ಯರು ಇದಕ್ಕೆ ಉಪಾಯ ಸೂಚಿಸುತ್ತಾರೆ. ಆಪರೇಷನ್ ಮಾಡಿದ ಜಾಗವನ್ನು ಒತ್ತಿ ಹಿಡಿದುಕೊಂಡು ದೀರ್ಘವಾಗಿ ಉಸಿರಾಡುವುದರಿಂದ, ಒಂದೆರಡು ಹೆಜ್ಜೆ ಅಡ್ಡಾಡುವುದರಿಂದ ಆರಾಮ ಸಿಗುತ್ತದೆ.

ಮಗುವಿನೊಂದಿಗೆ ಕಾಲ ಕಳೆಯಿರಿ : ನಿಮ್ಮ ಸ್ಥಿತಿ ಸ್ವಲ್ಪ ಸುಧಾರಿಸಿತೆಂದರೆ ಮಗುವಿಗೆ ಹಾಲು ಕುಡಿಸುವುದರ ಜೊತೆಗೆ ಸ್ವಲ್ಪ ಕಾಲ ಕಳೆಯಿರಿ. ಕೊಠಡಿಯಲ್ಲಿ ಸಹಾಯಕ್ಕಾಗಿ ಯಾರನ್ನಾದರೂ ಇಟ್ಟುಕೊಳ್ಳಿ. ಆಗ ನೀವು ಗಮನವನ್ನು ಮಗುವಿನತ್ತ ಕೇಂದ್ರೀಕರಿಸಬಹುದು.

ಹೊಲಿಗೆ ತೆಗೆಯುವುದು : ಶಸ್ತ್ರಚಿಕಿತ್ಸೆ ನಂತರ ಹಾಕಿದ ಹೊಲಿಗೆ ತಾನಾಗಿಯೇ ಬಿಚ್ಚಿಕೊಳ್ಳುವಂತಹುದು ಅಲ್ಲದೇ ಹೋದರೆ 4-5 ದಿನಗಳ ನಂತರ ಹೊಲಿಗೆ ತೆಗೆಸಿಕೊಳ್ಳಿ. ಆಗ ನೋವಾಗುವುದಿಲ್ಲ. ಬಿಚ್ಚಿದ ನಂತರ ಸೂಕ್ಷ್ಮವಾಗಿ ಗಮನಿಸಿ ಯಾವಾಗ ಸರಿಹೋಗುತ್ತದೆ ಎಂದು ವೈದ್ಯರನ್ನು ಕೇಳಿ. ಆಗಬಹುದಾದ ಬದಲಾವಣೆಗಳು ಮಾಡಿಕೊಳ್ಳಬೇಕಾದ ಆರೈಕೆ ಬಗ್ಗೆ ಕೇಳಿ ತಿಳಿದುಕೊಳ್ಳಿ.

ಹೆರಿಗೆಯ ನಂತರ 4-5 ದಿನಗಳಾದ ಮೇಲೆ ನೀವು ಮನೆಗೆ ಹೋಗಬಹುದು. ಮನೆಗೆ ಹೋದಮೇಲೂ ಮಗುವನ್ನು ನೋಡಿಕೊಳ್ಳಬೇಕಾಗುತ್ತದೆ. ಆರಂಭದ ಕೆಲವು ವಾರ ನೋಡಿಕೊಳ್ಳಲು ಯಾರನ್ನಾದರೂ ಇಟ್ಟುಕೊಳ್ಳಿ.

ಮಗುವಿನ ಜೊತೆ ಮನೆಗೆ

"ಆಸ್ಪತ್ರೆಯಲ್ಲಿ ನರ್ಸ್ ನನ್ನ ಮಗುವಿನ ಡೈಪರ್ ಬದಲಾಯಿಸುತ್ತಿದ್ದಳು. ಸ್ನಾನ ಮಾಡಿಸುತ್ತಿದ್ದಳು. ಮಗುವಿಗೆ ಹಾಲು ಕುಡಿಸುವ ಸಮಯ ಎಂದು ಎಚ್ಚರಿಸುತ್ತಿದ್ದಳು. ಈಗ ನನಗೆ ಸಾಕಷ್ಟು ಬೇಸರ."

ಮಕ್ಕಳು ಯಾವುದೇ ನಿರ್ದಿಷ್ಟ ಸೂಚನೆಯೊಂದಿಗೆ ನಮ್ಮ ಬಳಿ ಬರುವುದಿಲ್ಲ ಎಂಬುದು ನಿಜ. ಆದರೆ ಆಸ್ಪತ್ರೆಯಿಂದ ಮನೆಗೆ ಬರುವಾಗ ಮಗುವಿಗೆ ಸ್ನಾನ ಮಾಡಿಸುವ ರೀತಿ, ಅವುಗಳನ್ನು ಆಟವಾಡಿಸುವ ರೀತಿ ಬಗ್ಗೆ ನಿರ್ದೇಶನ ನೀಡಲಾಗುತ್ತದೆ. ಮೊದಲನೇ ಸಾರಿ ಡೈಪರ್ ಬದಲಾಯಿಸುವಾಗ ಸ್ವಲ್ಪ ಗಡಿಬಿಡಿಯಾಗಬಹುದು. ಈ ಬಗ್ಗೆ ಪುಸ್ತಕಗಳಿಂದ ಆನ್‌ಲೈನ್‌ನಲ್ಲಿ ತಿಳುವಳಿಕೆ ಪಡೆಯಬಹುದು. ಮಕ್ಕಳ ತಜ್ಞರು ಈ ಬಗ್ಗೆ ತಿಳುವಳಿಕೆ ನೀಡುತ್ತಾರೆ. ಯಾವ ವಿಷಯವೂ ಮರೆತುಹೋಗದಂತೆ ಕೇಳಬೇಕಾದ ಪ್ರಶ್ನೆಗಳನ್ನು ಬರೆದುಕೊಳ್ಳಿ.

ಒಬ್ಬ ತಿಳುವಳಿಕೆಯುಳ್ಳ ತಮದೆ-ತಾಯಿಯಾಗುವಲ್ಲಿ ಸಮಯ ಹಿಡಿಯುತ್ತದೆ. ಇದಕ್ಕಾಗಿ ಧೈರ್ಯ- ಅಭ್ಯಾಸವನ್ನು ಮಾಡಿಕೊಳ್ಳಬೇಕು. ಡೈಪರ್ ಹಾಕದಿದ್ದರೆ, ಸ್ನಾನ ಮಾಡಿಸದಿದ್ದರೆ ಮಗು ನಿಮ್ಮನ್ನೇನೂ ಕೇಳುವುದಿಲ್ಲ. ಆದರೆ ಅದರಿಂದಾಗುವ ಅನುಭವವನ್ನು ನಿಮಗೆ ತರಿಸಲೂ ಹಿಂಜರಿಯುವುದಿಲ್ಲ. ಹಸಿವಾದರೆ ಕಿಟಾರನೆ ಅಳುತ್ತದೆ. ಸ್ನಾನದ ನೀರು ಸ್ವಲ್ಪ ಹೆಚ್ಚು ಬಿಸಿ ಅಥವಾ ಸ್ವಲ್ಪ ತಣ್ಣಗಿದ್ದರೂ ಕಿಟಾರನೆ ಅಳುತ್ತವೆ. ಮಗು ನಿಮ್ಮನ್ನು ಮತ್ತೊಬ್ಬ ತಾಯಿಯ ಜೊತೆ ಹೋಲಿಸಿಕೊಳ್ಳಲಾಗುವುದಿಲ್ಲ. ಮಗುವಿಗೆ ನೀವೇ ಅತ್ಯಂತ ಉತ್ತಮ ತಾಯಿಯಾಗಿಬಿಡುತ್ತೀರಿ ಹಾಗೂ ಮುಂದುವರೆಯುತ್ತೀರಿ.

ನೀವು ನಿಮ್ಮ ಆಯಾಸ ಪರಿಹರಿಸಿಕೊಳ್ಳಲು ವಿಶ್ರಾಂತಿ ಪಡೆಯಿರಿ. ಶಕ್ತಿ ಹೆಚ್ಚಿಸಿಕೊಳ್ಳಲು ಚೆನ್ನಾಗಿ ತಿನ್ನಿ. ಕ್ರಮೇಣ ಮಗುವನ್ನು ನೋಡಿಕೊಳ್ಳುವುದು ಸರಳವೂ ಸಹಜವೂ ಅನಿಸತೊಡಗುತ್ತದೆ. ಮಗುವನ್ನು ಕೈಯಲ್ಲಿ ಎತ್ತಿಕೊಂಡೇ ಬಟ್ಟೆಯನ್ನೂ ಒಗೆಯಬಲ್ಲಿರಿ. ವಾಕ್ಯೂಂ ಕ್ಲೀನರ್ ಚಾಲನೆ ಮಾಡಬಲ್ಲಿರಿ. ಹೀಗೆ ನಿಮಗೆ ಒಂದೇ ಸಾರಿ ಅನೇಕ ಕೆಲಸ ಮಾಡುವ ಕ್ಷಮತೆ ಬಂದು ಬಿಡುತ್ತದೆ.

ಸ್ತನ್ಯಪಾನದ ಆರಂಭ

''ಮಗುವಿಗೆ ಸ್ತನ್ಯಪಾನ ಮಾಡಿಸುವುದು ಸ್ವಾಭಾವಿಕವಾದ ಕೆಲಸ. ಆದಾಗ್ಯೂ ತಾಯಂದಿರು ಇದನ್ನು ಸಮರ್ಪಕವಾಗಿ ಮಾಡಲಾಗುತ್ತಿಲ್ಲ. ಸ್ತನಗಳಿಗೆ ಹಾಲೂ ಕೂಡ ತಾನಾಗಿಯೇ ಬರುತ್ತದೆ. ಆದರೆ ನೀವು ಸ್ತನದ ತೊಟ್ಟನ್ನು ಮಗುವಿನ ಬಾಯಿಗೆ ಹೇಗೆ ಇಡಬೇಕು ಎಂಬುದನ್ನು ಉತ್ಸಾಹಭರಿತರಾಗಿ ಕಲಿಸಬೇಕಾಗುತ್ತದೆ.''

ಈ ವಿಧಾನದಲ್ಲಿ ನೀವು ಕಲಿಯಲೇ ಬೇಕಾಗುತ್ತದೆ. ಅನೇಕ ಬಾರಿ ದೈಹಿಕ ತೊಂದರೆಗಳಿಂದಾಗಿ ಈ ಪ್ರಕ್ರಿಯೆ ಪೂರ್ಣಗೊಳ್ಳುವುದಿಲ್ಲ. ತಾಯಿ ಮತ್ತು ಮಗು ಇಬ್ಬರೂ ವಿಧಾನಕ್ಕೆ ಹೊಂದಿಕೊಳ್ಳಬೇಕಾಗುತ್ತದೆ. ತಾಯಿ ಮಗುವಿಗೆ ಹಾಲು ಕುಡಿಸಲು ಬರುತ್ತಿಲ್ಲ. ಮಗುವಿಗೆ ಹಾಲು ಕುಡಿಯಲು ಆಗುತ್ತಿಲ್ಲ. ಇವೆರಡೂ ಸರಿಹೋಗಬೇಕು.

ಮುಂಚಿನಿಂದಲೇ ಈ ವಿಚಾರದಲ್ಲಿ ನಿಮಗೆ ತಿಳಿದಿದ್ದರೆ ಸಾಕಷ್ಟು ಸುಧಾರಣೆ ಕಾಣಿಸಿಬಿಡುತ್ತದೆ. ಇದಕ್ಕೆ ಬೇಕಾದರೆ ಶಾಲೆ, ಪುಸ್ತಕಗಳು ಮತ್ತು ಆನ್‌ಲೈನ್ ನೆರವನ್ನು ಪಡೆಯಬಹುದು.

- ಹೆರಿಗೆ ಕೋಣೆಯಿಂದಲೇ ಇದನ್ನು ಪ್ರಾರಂಭಿಸಬಹುದು. ಮೊದಮೊದಲು ಸ್ತನ್ಯಪಾನ ಮಾಡಿಸುವ ಅವಕಾಶ ಸಿಕ್ಕದಿದ್ದರೆ ಅದಕ್ಕೆ ನಿರಾಶರಾಗಬೇಕಿಲ್ಲ. ಸ್ತನ್ಯಪಾನವನ್ನು ಪ್ರಾರಂಭಿಸುವುದು ನಿಮಗೆ ಅಸಾಧ್ಯ ಎನ್ನುವುದು ಇದರ ಅರ್ಥವಲ್ಲ. ನೀವಿಬ್ಬರೂ ಇದನ್ನು ಸಾಕಷ್ಟು ಕಲಿಯಬೇಕಿದೆ.
- ಮಗುವಿಗೆ ಹಸಿವಾದಾಗ ನೀವು ಸಿದ್ಧತೆ ಮಾಡಿಕೊಂಡಿರಿ. ಅದಕ್ಕೆ ಹಸಿವಾದಾಗ ನೀವು ನಿದ್ದೆಯ ಮಂಪರಿನಲ್ಲಿರುವಂತಾಗಬಾರದು.
- ಸಾಧ್ಯವಾದಷ್ಟೂ ಬೇರೆಯವರ ಸಹಾಯ ಪಡೆದುಕೊಳ್ಳಿ. ಲೆಕ್ಟೇಶನ್ ತಜ್ಞರು ಇದಕ್ಕೆ ನೆರವಾಗಬಲ್ಲರು. ಅದಕ್ಕೆ ಅನುಕೂಲ ಇಲ್ಲದಿದ್ದರೆ ಅನುಭವೀ ನರ್ಸ್ ಅಥವಾ ವೈದ್ಯರಿಂದ ಸಹಾಯ ಪಡೆಯಿರಿ. ಅವರು ನಿಮಗೆ ಅನುಕೂಲವಾಗುವಂತಹ ನೆರವು ನೀಡಬಲ್ಲರು.

ಸ್ತನ್ಯಪಾನ ಹಾಗೂ ಐ. ಸೀ. ಯೂ. ನಲ್ಲಿ ಶಿಶು

ಒಂದು ವೇಳೆ ನವಜಾತ ಶಿಶುವನ್ನು ಯಾವದೋ ಕಾರಣದಿಂದ ಐ ಸೀ ಯೂ(ಇನ್ಸೆಂಟಿವ್ ಕೇರ್ ಯೂನಿಟ್) ನಲ್ಲಿ ಇಟ್ಟಿದ್ದರೆ ಸ್ತನ್ಯಪಾನ ಮಾಡಿಸುವುದು ಬಿಡಬೇಡಿ. ಪ್ರತ್ಯಕ್ಷವಾಗಿ ಸ್ತನ್ಯಪಾನ ಮಾಡಿಸಲು ಆಗದೆ ಹೋದರೇ ಪಂಪ್ ಸಹಾಯದಿಂದ ಹಾಲು ತೆಗೆದು ಬಾಟಲಿಯಿಂದ ಕೊಡಿ. ಪಂಪ್‌ನಿಂದ ಹಾಲು ತೆಗೆದರೆ ಹಾಲಿನ ವೃದ್ಧಿ ಆಗುವುದು.

ಸ್ತನ್ಯಪಾನ ಮತ್ತು ಐಸಿಯುನಲ್ಲಿ ಶಿಶು

ನವಜಾತ ಶಿಶುವನ್ನು ಯಾವುದೇ ಕಾರಣಕ್ಕಾಗಿ ಐಸಿಯುನಲ್ಲಿ ಇಟ್ಟಿದ್ದರೂ ಸ್ತನ್ಯಪಾನ ಮಾತ್ರ ಬಿಡಬೇಡಿ. ಪ್ರತ್ಯಕ್ಷ ರೂಪದಲ್ಲಾಗದಿದ್ದರೆ ಪಂಪಿನ ಸಹಾಯದಿಂದ ಹಾಲು ತೆಗೆದು ಶೀಶೆಯಲ್ಲಿ ಹಾಕಿ ಕುಡಿಸಿ ಪಂಪಿನಿಂದ ತೆಗೆದ ಹಾಲು ಪರಿಪೂರ್ಣವಾಗಿ ಇರುತ್ತದೆ.

- ನಿಮ್ಮನ್ನು ನೋಡಲು ಬರುವ ಶುಭಾಕಾಂಕ್ಷಿಗಳ ಗುಂಪಿನಿಂದ ಸಂರಕ್ಷಿಸಿಕೊಳ್ಳಿ. ಜನರ ಭೇಟಿಯಿಂದ ನಿಮ್ಮ ಮಗು ನಡುವಿನ ಸ್ತನ್ಯಪಾನ ಪ್ರಕ್ರಿಯೆಗೆ ಅಡ್ಡಿಯಾಗಬಲ್ಲದು. ಹಾಗಾಗಿ ನೀವು ಆರಾಮದಾಯಕ ವಾತಾವರಣ ಸೃಷ್ಟಿಸಿಕೊಳ್ಳಬೇಕು. ಸತನ್ಯಪಾನವನ್ನು ಸಂಪೂರ್ಣ ಏಕಾಗ್ರತೆಯಿಂದ ಮಾಡಬೇಕಾಗುತ್ತದೆ. ಇದರಿಂದ ಇಬ್ಬರಲ್ಲೂ ಸಂತೃಪ್ತಿ ಮೂಡುತ್ತದೆ.
- ಮಗು ಹಾಲು ಕುಡಿಯುವುದನ್ನು ಆರಂಭಿಸುವುದು ನಿಧಾನವಾದರೆ ನಿರಾಶರಾಗಬೇಡಿ. ಅದಕ್ಕೂ ಪ್ರಸವದ ಆಯಾಸ ಇರಬಹುದು. ನವಜಾತ ಶಿಶುವಿಗೆ ನಿದ್ದೆಯೂ ಹೆಚ್ಚಾಗಿ ಇರುತ್ತದೆ. ಅದರ ಬಳಿ ಮೊದಲಿನಿಂದಲೂ ಕೆಲವು ಪೋಷಕ ವಸ್ತುಗಳು ಇರುತ್ತವೆ. ಅವೆಲ್ಲ ಮುಗಿದು ಪೂರ್ಣ ಪ್ರಮಾಣದಲ್ಲಿ ಹಸಿವಾದಾಗ ಸಾಕಷ್ಟು ಹಾಲನ್ನು ಹೀರುವ ಶಕ್ತಿ ಮಗುವಿಗೆ ಬರುತ್ತದೆ.
- ಮಗುವನ್ನು ಬಾಟಲ್ ಹಾಲಿನಿಂದ ಈ ಹಂತದಲ್ಲಿ ದೂರವಿಡಿ. ಸ್ತನ್ಯಪಾನಕ್ಕೆ ಮುಂಚೆಯೇ ತನ್ನ ಬಳಿ ಇದ್ದ ಪೋಷಕಾಂಶಗಳಿಂದಲೇ ಹೊಟ್ಟೆ ತುಂಬಿಸಿಕೊಳ್ಳುವಂತಾಗಬಾರದು. ಬಾಟಲ್ ಹಾಲಿನಿಂದ ಮಗುವಿನ ಹಸಿವೂ ತಣಿಯುವುದಿಲ್ಲ. ಅಗತ್ಯವಾದ ಕೊಲೆಸ್ಟ್ರಂ

ಕೂಡ ಸಿಗುವುದಿಲ್ಲ. ಹೆಚ್ಚಿನ ಆಹಾರವನ್ನು ಮಗುವಿಗೆ ನೀಡುತ್ತಿದ್ದರೂ ಸ್ತನ್ಯಪಾನ ಸಮಯದ ಆಚೀಚೆ ಕೊಡಬೇಡಿ. ಅದಕ್ಕೆ ಬಾಟಲ್ ಗುಂಗು ಹತ್ತಿಬಿಟ್ಟರೆ ಕಷ್ಟವಾಗುತ್ತದೆ. ಬಾಟಲ್ ಹಾಲು ಕುಡಿಯುವಾಗ ಮಗು ಹೆಚ್ಚು ಕಷ್ಟಪಡಬೇಕಾಗುವುದಿಲ್ಲ. ಹಾಗಾಗಿ ಸ್ತನ್ಯಪಾನದ ಬಗ್ಗೆ ಅದರ ಆಸಕ್ತಿಯೇ ಚಿವುಟಿಹೋಗಬಹುದು.

- ದಿನಕ್ಕೆ 8 ರಿಂದ 12 ಸಾರಿ ಹಾಲು ಕುಡಿಸಿ. ಸಾಕಷ್ಟು ಹಾಲೂ ಉತ್ಪತ್ತಿಯಾಗುತ್ತದೆ. ಮಗುವಿಗೂ ಸಂತೋಷವಾಗುತ್ತದೆ. 4 ಗಂಟೆಗಳ ನಂತರ ಕುಡಿಸಿದರೆ ಹಾಲು ತಯಾರಾಗುವುದಿಲ್ಲ. ಸ್ತನಗಳಲ್ಲಿ ರಕ್ತ ಸಂಗ್ರಹವಾಗತೊಡಗುತ್ತದೆ. ಮಗುವಿಗೆ ಸರಿಯಾದ ರೀತಿ ಮಲಗಿಸಿಕೊಂಡು ಹಾಲು ಕುಡಿಸಿ. ಹಾಗೆ ಮಾಡಿದರೆ ಎಷ್ಟು ಹೊತ್ತು ಬೇಕಾದರೂ ಸ್ತನ್ಯಪಾನ ಮಾಡಿಸಬಹುದು.
- ಮಗುವಿಗೆ ಎರಡೂ ಸ್ತನಗಳಿಂದ ಹಾಲು ಕುಡಿಸಿ, ಒಂದು ಸ್ತನದಲ್ಲಿ ಹಾಲು ಮುಗಿದರೆ ಮತ್ತೊಂದರಿಂದ ಕುಡಿಸಬೇಕು. ಇದರಿಂದ ಮಗುವಿನ ಹಸಿವು ತಣಿಯುತ್ತದೆ. ಸಾಕಷ್ಟು ಪೋಷಣೆಯೂ ಆಗುತ್ತದೆ. ಒತ್ತಾಯ ಮಾಡಿ ಕುಡಿಸಬೇಡಿ. ಸ್ತನ್ಯಪಾನವನ್ನು ಹಾಲು ತುಂಬಿದಾಗ ಮಾಡಿಸಬೇಕು. ಈ ಪದ್ಧತಿ ಮರೆಯಬಾರದು.

ಸ್ತನ್ಯಪಾನ ಮಾಡಿಸುವುದು ಹೇಗೆ?

- ಯಾವುದಾದರೂ ಪ್ರಶಾಂತ ಸ್ಥಳ ಆಯ್ದುಕೊಳ್ಳಿ. ಅದರಿಂದ ನಿಮಗೂ ಆರಾಮ ಎನಿಸುತ್ತದೆ. ಮಗುವಿಗೂ ಆರಾಮವಾಗಿ ಹೊಟ್ಟೆ ತುಂಬಿಸಿಕೊಳ್ಳುವುದು ಸಾಧ್ಯವಾಗುತ್ತದೆ.
- ನಿಮ್ಮ ಹತ್ತಿರ ಕುಡಿಯುವ ಯಾವುದಾದರೂ ವಸ್ತು ಇಟ್ಟುಕೊಂಡಿರಿ. ಇದು ಬಹಳ ಬಿಸಿಯಾಗಿರಬಾರದು. ನಿಮಗೆ ಏನಾದರೂ ತಿನ್ನಬೇಕೆನಿಸಿದರೆ ಬಹಳ ಹೊತ್ತಾಗಿಬಿಟ್ಟಿದ್ದರೆ ಪೌಷ್ಟಿಕ ತಿನಿಸನ್ನು ಸೇವಿಸಿ.
- ನಿಮ್ಮ ಬಳಿ ಯಾವುದಾದರೂ ಪುಸ್ತಕ ಇಟ್ಟುಕೊಳ್ಳಿ. ಸ್ತನ್ಯಪಾನದ ಸಮಯದಲ್ಲಿ ಪುಸ್ತಕ ಓದುವ ನಡುವೆ ಮಗುವಿನ ಮೇಲೂ ಗಮನವಿರಲಿ. ಆರಂಭಿಕ ದಿನಗಳಲ್ಲಿ ಟಿ.ವಿ. ಹಾಕುವುದರಿಂದ ಸಾಕಷ್ಟು ಬಾಧೆಯಾಗಬಹುದು. ಫೋನ್ ತೆಗೆದುಕೊಳ್ಳುವುದೂ ಬೇಡ. ವಾಯ್ಸ್ ಮೇಲ್‌ನಲ್ಲಿ ಹಾಕಿಬಿಡಿ ಅಥವಾ ಬೇರಾರಿಗಾದರೂ ತೆಗೆದುಕೊಳ್ಳಲು ಸೂಚಿಸಿ.
- ಮಗುವನ್ನು ಆರಾಮವಾಗಿ ಎತ್ತಿಕೊಳ್ಳಲು ಮಡಿಲಲ್ಲಿ ತಲೆದಿಂಬು ಇಟ್ಟುಕೊಳ್ಳಿ. ಆಸರೆ ಇಲ್ಲದೆ ಎತ್ತಿಕೊಳ್ಳುವುದರಿಂದ ಪಕ್ಕೆಗಳಲ್ಲಿ ನೋವಾಗಬಹುದು. ಸಾಧ್ಯವಾದರೆ ಕಾಲುಗಳನ್ನು ಮೇಲಿಟ್ಟುಕೊಳ್ಳಿ.

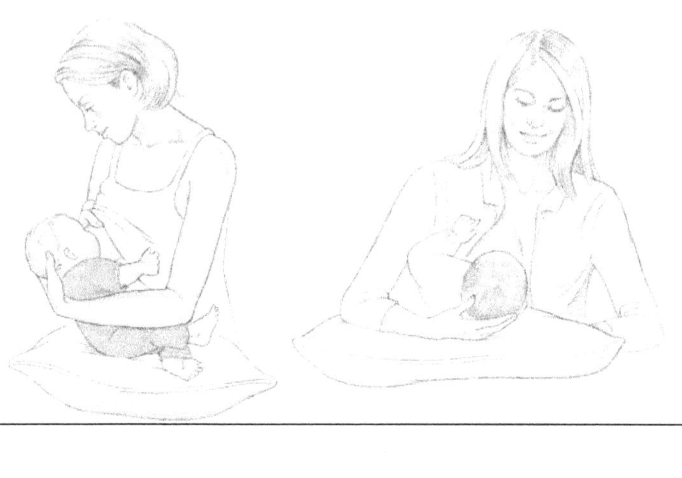

- ಮಗುವಿನ ಮೂತಿಯನ್ನು ನಿಮ್ಮ ಸ್ತನದ ತೊಟ್ಟಿನತ್ತ ತಿರುಗಿಸಿಕೊಂಡು ಮಲಗಿಸಿಕೊಳ್ಳಿ. ಅದರ ಪೂರ್ಣ ದೇಹ ನಿಮ್ಮತ್ತ ತಿರುಗಿರಬೇಕು. ಹೀಗೆ ಸರಿಯಾದ ರೀತಿಯಲ್ಲಿ ಮಲಗಿಸಿಕೊಳ್ಳುವುದರಿಂದ ಸ್ತನ್ಯಪಾನದ ಸಂದರ್ಭ ನೀವು ಅನುಭವಿಸಬಹುದಾದ ತೊಂದರೆಯಿಂದಲೂ ಬಚಾವ್ ಆಗುತ್ತೀರಿ.
- ಮೊದಲ ಕೆಲವು ವಾರಗಳು ಸ್ತನ್ಯಪಾನಕ್ಕೆ ಎರಡು ತೆರನಾದ ವಿಧಾನಗಳನ್ನು ಸಲಹೆ ಮಾಡಲಾಗಿದೆ. ಒಂದು ಕೈಯಿಂದ ಮಗುವಿನ ತಲೆಗೆ ಆಸರೆ ನೀಡಿ ಇನ್ನೊಂದು ಕೈಯಿಂದ ಅದರ ಪೂರ್ಣ ದೇಹವನ್ನು ಹಿಡಿದುಕೊಳ್ಳುವುದು ಒಂದು ವಿಧಾನ. ದೇಹವನ್ನು ಸರಿಯಾಗಿ ಮಲಗಿಸಿಕೊಂಡ ಮೇಲೆ ಅದೇ ಕೈಯಿಂದ ಸ್ತನದ ತೊಟ್ಟನ್ನು ಮಗುವಿನ ಮೂತಿಗೆ ಒಡ್ಡಬಹುದು. ಆಗ ಸ್ತನವನ್ನು ನಿಧಾನವಾಗಿ ಒತ್ತಿ. ಅದರ ಭಾರದಿಂದ ಮಗುವಿನ ಮೂಗು ಒತ್ತದಿರಲಿ. ಈಗ ನೀವು ಸ್ತನ್ಯಪಾನ ಮಾಡಿಸಬಹುದು.

ಎರಡನೇ ವಿಧ 'ಫುಟ್‌ಬಾಲ್ ಹೋಲ್ಡ್' ಎಂಬುವುದಾಗಿದೆ. ಸಿ-ಸೆಕ್ಷನ್ ನಂತರ ಈ ವಿಧಾನ ಬಹಳ ಲಾಭದಾಯಕ ಎನಿಸಿದೆ. ಇದರಿಂದ ಹೊಟ್ಟೆಯ ಮೇಲೆ ವೃಥಾ ಒತ್ತಡ ಬೀಳುವುದಿಲ್ಲ. ಒಂದು ವೇಳೆ ನಿಮ್ಮ ಎದೆ ದೊಡ್ಡದಾಗಿದ್ದರೆ ಅಥವಾ ಮಗು ಅವಧಿ ಪೂರ್ವ ಜನಿಸಿದ್ದರೆ ಅಥವಾ ಅವಳಿ ಮಕ್ಕಳಿಗೆ ಹಾಲು ಕುಡಿಸುತ್ತಿದ್ದರೆ ಮಗುವನ್ನು ಅರ್ಧ ಮಲಗಿದ ಸ್ಥಿತಿಯಲ್ಲಿ ಮಲಗಿಸಿಕೊಳ್ಳಿ. ಮಗುವಿನ ಕೈ-ಕಾಲು ನಿಮ್ಮ ಸೊಂಟದ ಕೆಳಗಿರಲಿ. ಒಂದು ಕೈಯಿಂದ ಅದರ ತಲೆಗೆ ಆಸರೆ ಕೊಡಿ. ಇನ್ನೊಂದು ಕೈಯಿಂದ ಸ್ತನವನ್ನು ಹಿಡಿದಿಡಿ. ಯಾವಾಗ ನಿಮಗೆ ಚೆನ್ನಾಗಿ ಸ್ತನ್ಯಪಾನ ಮಾಡಿಸುವುದು ರೂಢಿಯಾಗಿಬಿಡುತ್ತದೋ ಚಿತ್ರದಲ್ಲಿ ತೋರಿಸುವಂತೆ ಕ್ರೆಡಲ್ ಹೋಲ್ಡ್ ವಿಧಾನವನ್ನೂ ಅನುಸರಿಸಬಹುದು.

- ಸ್ತನದ ತೊಟ್ಟನ್ನು ಮಗುವಿನ ಮೂಗಿನಿಂದ ಕೆಳತುಟಿವರೆಗೆ ತೆಗೆದುಕೊಂಡು ಹೋಗಿ. ಹಾಗೆ ಮಾಡುವುದರಿಂದ ಅದು ಬಾಯಿ ಬಿಡುತ್ತದೆ. ಇದರಿಂದ ಸ್ತನ್ಯಪಾನದ ಸಂದರ್ಭ ಕೆಳತುಟಿ ಮೇಲೆ ಒತ್ತಡ ಬೀಳುವುದಿಲ್ಲ. ಮಗು ಆಕೆ ತಲೆ ತಿರುಗಿಸಿಕೊಂಡರೆ ಪ್ರೀತಿಯಿಂದ ಮತ್ತೆ ಸೆಳೆದುಕೊಳ್ಳಿ.
- ಮಗು ಬಾಯಿ ಬಿಟ್ಟ ನಂತರ ಸ್ತನವನ್ನು ಮುಂದೆ ಕೊಂಡೊಯ್ಯುವ ಬದಲು ಅದರ ಮುಖವನ್ನು ಸ್ತನದ ಬಳಿ ಸೆಳೆದುಕೊಳ್ಳಿ. ಒತ್ತಾಯಪೂರ್ವಕವಾಗಿ ಸ್ತನವನ್ನು ಅದರ ಬಳಿಯೇ ಕೊಂಡೊಯ್ದರೆ ಕೆಲವು ಸಮಸ್ಯೆಗಳಾಗಬಹುದು. ನಿಮ್ಮ ಬೆನ್ನು ನೆಟ್ಟಗೆ ಮಾಡಿಕೊಂಡು ಮಗುವನ್ನು ಸ್ತನದ ಬಳಿ ತಂದುಕೊಳ್ಳಿ.

ಮಗು ಸ್ತನದ ತೊಟ್ಟನ್ನು ಬಾಯಿಯಲ್ಲಿ ಇಟ್ಟುಕೊಂಡಾಕ್ಷಣ ಹಾಲು ಬಂದುಬಿಡೋಲ್ಲ. ಅಕ್ಕಪಕ್ಕದ ಕೆಲವು ಅಂಶಗಳೂ ಅದರ ಬಾಯಿಗೆ ಹೋಗಬೇಕು. ಹಾಲಿನ ಗ್ರಂಥಿಗಳನ್ನು ಒತ್ತಿದಾಗ ಹಾಲು ಒಸರುತ್ತದೆ. ಅನೇಕ ಮಕ್ಕಳು ಹಸಿವಾದಾಗ ಸ್ತನದ (ಗ್ರಂಥಿಗಳನ್ನು) ಭಾಗವನ್ನು ಹೀರುತ್ತವೆ. ಹಾಲು ಬಾರದಿದ್ದಚರೂ ಹಾಗೆ ಮಾಡಿದಾಗ ಸ್ತನಗಳಿಗೆ ಪೆಟ್ಟಾಗಬಹುದು.

- ಸ್ತನದಿಂದ ಮಗುವಿನ ಮೂಗು ಒತ್ತಿದರೆ ಕೈಯಿಂದ ನಿಮ್ಮ ಸ್ತನವನ್ನು ನಿವಾರಿಸಿ ಮಗುವನ್ನು ಸ್ವಲ್ಪ ಮೇಲೆತ್ತಿಕೊಳ್ಳಿ. ಇದರಿಂದ ಮಗುವಿನ ಉಸಿರಾಟಕ್ಕೆ ಅನುಕೂಲ ಆಗುತ್ತದೆ. ಆದರೆ ಈ ಪ್ರಕ್ರಿಯೆಯಿಂದ ಅದರ ಹಿಡಿತ ಸಡಿಲವಾಗಬಾರದು.
- ಮಗುವಿನ ಮುಖ ಅರಳಿತೆಂದರೆ ಅದರ ಬಾಯಲ್ಲಿ ಸಾಕಷ್ಟು ಹಾಲು ಸೇರುತ್ತಿದೆ ಎಂದು ನಿಮಗೆ ಭಾಸವಾಗುತ್ತದೆ.
- ಹಾಲು ಪೂರ್ಣ ಕುಡಿದ ಮೇಲೂ ಸ್ತನವನ್ನು ಮಗು ಬಿಡದೇ ಹೋದರೆ ಇದ್ದಕ್ಕಿದ್ದಂತೆ ಸೆಳೆದರೆ ತೊಟ್ಟಿಗೆ ನೋವಾಗಬಹುದು. ಮಗುವಿನ ಬಾಯಿಯ ಒಂದು ಕಡೆಗೆ ಬೆರಳು ಹಾಕಿ ಸ್ವಲ್ಪ ಗಾಳಿಯಾಡುವಂತೆ ಮಾಡಿರಿ. ಆನಂತರ ತೊಟ್ಟನ್ನು ನಿಧಾನವಾಗಿ ಹೊರಗೆಳೆದುಕೊಳ್ಳಿ.
- ಮಗು ಹಸಿವಿನಿಂದಲೇ ಬಹಳ ಹೊತ್ತು ಮಲಗಿರಲು ಬಿಡಬೇಡಿ. ಒಂದು ವೇಳೆ ಅದು ಕಲೆದ 4 ಗಂಟೆ ಕಾಲದಿಂದ ಮಲಗಿದ್ದರೆ ಹಾಲು ಕುಡಿಸಲು ಎಬ್ಬಿಸಬೇಕು. ಅದಕ್ಕೆ

ದಾಖಲೆ ಇಡಿ.

ಪ್ರತಿ ಸಲವೂ ಹಾಲು ತುಂಬಿದ ಸ್ತನದಿಂದ ಹಾಲು ಕುಡಿಸಬೇಕು. ಇದಕ್ಕಾಗಿ ಒಂದು ಕೈಯಲ್ಲಿ ಬಳೆ ತೊಟ್ಟುಕೊಳ್ಳಿ. ಒಂದು ಸ್ತನದಿಂದ ಕುಡಿಸಿ. ಆದಮೇಲೆ ಮತ್ತೊಂದು ಸ್ತನದಿಂದ ಕುಡಿಸುವಾಗ ಬಳೆಯನ್ನು ಮತ್ತೊಂದು ಕೈಗೆ ವರ್ಗಾಯಿಸಿ. ಅಂದರೆ ಈಗ ಮುಂದಿನ ಬಾರಿ ಯಾವ ಸ್ತನದಿಂದ ಹಾಲು ಕುಡಿಸಬೇಕು ಎಂದು ಲೆಕ್ಕ ಹಾಕಬಹುದು.

ಹೊದಿಸಿರುವ ದಪ್ಪನೆಯ ಬಟ್ಟೆಗಳನ್ನು ತೆಗೆದುಬಿಡಿ. ಆಗ ಅದು ಏಳುತ್ತದೆ.

ಮಗುವನ್ನು ತೊಡೆಯ ಮೇಲೆ ಎತ್ತಿಕೊಂಡು ಮುಖದ ಮೇಲೆ ಒಂದೆರಡು ಹನಿ ನೀರು ಹಾಕಿ. ಅದು ಎದ್ದ ತಕ್ಷಣ ಹಾಲು ಕುಡಿಸುವ ಭಂಗಿಯಲ್ಲಿ ಸಿದ್ಧರಾಗಿ. ಅಥವ ಮಲಗಿರುವ ಮಗುವನ್ನು ನಿಮ್ಮ ತೆರೆದೆದೆ ಮೇಲೆ ಮಲಗಿಸಿಕೊಳ್ಳಿ. ನಿಮ್ಮ ಎದೆಯ ಸುಗಂಧ ಮಗುವನ್ನು ಎಬ್ಬಿಸುತ್ತದೆ.

- ಮಗು ಕಿರುಚಾಡುತ್ತಿದ್ದರೆ ಹಾಲು ಕೊಡಬೇಡಿ. ಹಸಿವಿನಿಂದ ಕಿರುಚಾಡುವ ಮಗುವನ್ನು ಮೊದಲು ಓಲೈಸಬೇಕು. ಬಾಯಲ್ಲಿ ಬೆರಳಿಟ್ಟು ಹಾಲು ಕುಡಿಸುವ ಇಂಗಿತ ನೀಡಬೇಕು. ಸ್ತನಗಳ ತೊಟ್ಟು ಯಾವಾಗ ಬಾಯಿಯ ಬಳಿ ಹೋಗುತ್ತದೋ ಆಗ ಸಾಕಷ್ಟು ಸಾಮಧಾನಗೊಳ್ಳುತ್ತದೆ.
- ಸ್ತನ್ಯಪಾನ ಮಾಡಿಸುವಾಗ ಶಾಂತಚಿತ್ತದಿಂದಿರಿ. ಸುತ್ತಮುತ್ತಲಿನ ವಾತಾವರಣವನ್ನು ಶಾಂತವಾಗಿಡಿ. ಸ್ವಲ್ಪ ದೀರ್ಘ ಶ್ವಾಸ ತೆಗೆದುಕೊಳ್ಳಿ. ಸಂಗೀತ ಆಲಿಸಿ. ಒತ್ತಡದಿಂದ ದೂರವಿರಿ. ಹಾಗಾಗದಿದ್ದರೆ ಹಾಲು ಉತ್ಪತ್ತಿಯಲ್ಲಿ ಅಡಚಣೆ ಉಂಟಾಗಬಹುದು. ಮಗುವೂ ಯಾವುದಾದರೂ ಸೆಳೆತಕ್ಕೆ ಒಳಗಾಗಿದ್ದರೆ ಹೊಟ್ಟೆ ತುಂಬಾ ಹಾಲು ಕುಡಿಯುವುದಿಲ್ಲ.
- ಸ್ತನ್ಯಪಾನವನ್ನು ಸರಿಯಾದ ವಿಧಾನದಿಂದ ಆರಂಭಿಸಿ. ಮಗುವಿಗೆ ಯಾವಾಗ ಹಾಲು ಕುಡಿಸಿದಿರಿ ಎಂಬ ದಾಖಲೆ ಇಡಿ. ಅದರ ಒಣಗಿದ ಹಳದಿ ಡೈಪರ್‌ಗಳು ಎಷ್ಟಿವೆ? ಮಗು ದಿನದಲ್ಲಿ ಎಷ್ಟು ಬಾರಿ ಎಷ್ಟು ಹೊತ್ತು ಹಾಲು ಕುಡಿಯಿತು ಎನ್ನುವುದನ್ನು ಬರೆದಿಡಿ. ಇದನ್ನು ನೋಡಿಯೇ ವೈದ್ಯರು ಮಗುವಿಗೆ ಸೂಕ್ತ ಪೋಷಣೆ ಲಭಿಸಿದೆಯೇ ಎಂಬುದನ್ನು ನಿರ್ಧರಿಸುತ್ತಾರೆ.

ಸ್ವಲ್ಪ ಧೈರ್ಯ ಇರಲಿ

ಸ್ತನ್ಯಪಾನದಿಂದಾಗುವ ಆರಂಭಿಕ ತೊಂದರೆಗಳು ದೀರ್ಘ ಕಾಲ ಇರುವುದಿಲ್ಲ. ತಾಯಿಯ ಸ್ತನ್ಯಪಾನ ಮಗುವಿನ ಪ್ರಕೃತಿದತ್ತ ಅಧಿಕಾರ. ಅದು ಬಹಳ ಸುಲಭವಾಗಿ ತನ್ನ ಅಧಿಕಾರಗ್ರಹಣ ಕೊಡುತ್ತದೆ. ಆದರೆ ಅಲ್ಲಿವರೆಗೆ ನೀವು ಸ್ವಲ್ಪ ಪ್ರಯಾಸ ಪಡಬೇಕು.

ಅದರ ತೂಕದಿಂದಲೂ ನಿಮಗೆ ಮಗು ಪೂರ್ಣ ಪ್ರಮಾಣದಲ್ಲಿ ಹಾಲು ಕುಡಿದಿದೆಯೇ ಇಲ್ಲವೇ ಎಂಬುದು ತಿಳಿದುಬರುತ್ತದೆ. ಹಗಲಿನಲ್ಲಿ ಕಡಿಮೆ ಎಂದರೆ 6 ಡೈಪರ್ ಮೂತ್ರ ಮಾಡಿದ್ದು ಮೂರು ಸಲ ಮಲ ವಿಸರ್ಜಿಸಿದ್ದು ಇರಬೇಕು.

ಸ್ತನಗಳ ಪರಿಪೂರ್ಣತೆ

ಕೊಲೆಸ್ಟ್ರಮ್‌ವರೆಗೆ ಎಲ್ಲ ಸರಿಯಾಗಿರುತ್ತದೆ. ಇದರ ನಂತರ ಸ್ತನಗಳಲ್ಲಿ ಹಾಲು ಇಳಿಯತೊಡಗಿದಾಗ ಅದು ಸಾಕಷ್ಟು ದೊಡ್ಡದಾಗಿರುತ್ತದೆ. ಅದನ್ನು ಮುಟ್ಟಿದಾಗ ನೋವು ಕೂಡ ಆಗುತ್ತದೆ. ಈ ಪರಿಸ್ಥಿತಿ 24 ರಿಂದ 48 ಗಂಟೆಯೊಳಗೆ ಮಾಮೂಲಿನಂತಾಗುತ್ತದೆ. ಆದರೆ ಇಂತಹ ಸಂದರ್ಭದಲ್ಲಿ ಸ್ತನ್ಯಪಾನ ಮಾಡಿಸುವುದು ತಾಯಿ ಹಾಗೂ ಮಗುವಿಗೆ ಸ್ವಲ್ಪ ಕಷ್ಟದಾಯಕವಾಗುತ್ತದೆ. ಈ ಅವಧಿಯಲ್ಲಿ ಉಂಟಾಗುವ ತೊಂದರೆಗಳಿಂದ ಪಾರಾಗಲು ಕೆಳಕಂಡ ಕೆಲವು ವಿಧಾನಗಳನ್ನು ಅನುಸರಿಸಬಹುದು.

- ಹಾಲು ಕುಡಿಸುವ ಮುನ್ನ ಸ್ತನಗಳಿಗೆ ನೀರು ಚಿಮುಕಿಸಿ. ಉಗುರು ಬೆಚ್ಚಗಿನ ನೀರಿನಲ್ಲಿ ಮುಳುಗಿಸಿದ ನೀರಿನಿಂದ ನೆನಸಿದ ಬಟ್ಟೆಯನ್ನು ಸ್ತನಗಳ ಮೇಲಿಡಿ. ಸ್ತನಗಳು ಮೆತ್ತಗಾಗುತ್ತವೆ.
- ಮಗು ಯಾವ ಸ್ತನದಿಂದ ಹಾಲು ಕುಡಿಯುತ್ತಿರುತ್ತದೋ ಆ ಸ್ತನವನ್ನು ಕೈಯಲ್ಲಿ ನಿಧಾನವಾಗಿ ಸವರಿ.
- ಸ್ತನ್ಯಪಾನದ ನಂತರ ಐಸ್ ಪ್ಯಾಕ್ ಹಾಕಿಕೊಳ್ಳಿ. ಸ್ತನಗಳ ಮೇಲೆ ತಣ್ಣನೆಯ ಎಲೆ, ಗೋಬಿಯ ಎಲೆ ಹಾಕುವುದರಿಂದ ಆರಾಮ ಸಿಗುತ್ತದೆ.
- ನೋವಿನ ಕಾರಣಕ್ಕಾಗಿ ಸ್ತನ್ಯಪಾನ ನಿಲ್ಲಿಸಬೇಡಿ. ಮುಂದೂಡಬೇಡಿ. ಮಗು ಎಷ್ಟು ಕಡಿಮೆ ಹಾಲು ಕುಡಿಯುತ್ತದೋ ನಿಮಗೆ ಅಷ್ಟು ಸಮಸ್ಯೆಯಾಗುತ್ತದೆ.
- ಪ್ರತಿಯೊಂದು ಸ್ತನದಿಂದ ಕೈಗಳಿಂದ ಒತ್ತಿ ಹಾಲು ತೆಗೆಯಿರಿ. ಹೀಗೆ ಮಾಡಿದರೆ ತೊಟ್ಟು ಮೆದುವಾಗುತ್ತದೆ. ಮಗು ಸ್ತನದ ಮೇಲೆ ಹಿಡಿತ ಸಾಧಿಸುತ್ತದೆ.
- ತೀವ್ರ ನೋವಿನಿಂದ ಬಿಡುಗಡೆ ಹೊಂದಲು ಟೈಲಿನೋಲ್ ಅಥವಾ ಮತ್ಯಾವುದೇ ನೋವು ನಿವಾರಕ ಔಷಧ ಸೇವಿಸಬಹುದು.

ಸ್ತನ್ಯಪಾನದ ಜೊತೆಗೆ ಆಹಾರ

ಸ್ತನ್ಯಪಾನಕ್ಕೆ ಪ್ರತಿದಿನ 500 ಕ್ಯಾಲರಿ ಆಹಾರ ಬೇಕು. ಆದದರಿಂದ ನೀವು ನಿಮಗೆ ಬೇಕಾದ ಆಹಾರದ ಪ್ರಮಾಣದ ಜೊತೆಗೆ 500 ಕ್ಯಾಲರಿ ಹೆಚ್ಚು ಸೇವಿಸಬೇಕು.

ಆಹಾರದಲ್ಲಿ ಪ್ರಮಾಣದ ಜೊತೆಗೆ ಗುಣಮಟ್ಟದ ಕಡೆಗೂ ಗಮನ ಹರಿಸಬೇಕು. ನೀವು ಈ ಹಿಂದೆ 9 ತಿಂಗಳಲ್ಲಿ ತಿಂದು ಕುಡಿಯುವ ಅನೇಕ ಫುಡ್‌ಗಳನ್ನು ಕಲಿತಿದ್ದೀರಿ. ಅವುಗಳನ್ನು ಪಾಲಿಸುತ್ತಲೂ ಬಂದಿದ್ದೀರಿ. ಈಗ ಇನ್ನೂ ಸ್ವಲ್ಪ ಹೆಚ್ಚು ಗಮನ ಹರಿಸಬೇಕಾದ ಅವಶ್ಯಕತೆ ಇದೆ. ಸ್ತನ್ಯಪಾನದ ಜೊತೆಗೆ ಸೇವಿಸಬೇಕಾದ ಆಹಾರ ನಿಯಮಗಳನ್ನು ಪಾಲಿಸಿ.

ಹಾಲು ಒಸರುವಿಕೆ

ಸ್ತನ್ಯಪಾನಕ್ಕೆ ಕೆಲವು ವಾರಗಳು ಮುಂಚೆ ಯಾವಾಗ ಬೇಕಾದರೂ ಹಾಲು ಒಸರಬಹುದು. ಉಕ್ಕುವ, ಜಿನುಗುವ ಸಾಧ್ಯತೆಯೂ ಇದೆ. ನಿಮಗೆ ಯಾವ ಮುನ್ಸೂಚನೆ ನೀಡದೆಯೂ ಇದು ನಡೆಯುತ್ತದೆ. ಇದ್ದಕ್ಕಿದ್ದಂತೆ ಒದ್ದೆಯಾದ ಅನುಭವವೂ ಆಗುತ್ತದೆ. ಪ್ಯಾಡ್ ಅಥವಾ ಸ್ವೆಟರ್ ತೆಗೆದುಕೊಳ್ಳುವಷ್ಟರಲ್ಲೇ ನಿಮ್ಮ ಬಟ್ಟೆ ಮೇಲೆ ಒದ್ದೆಯಾಗಿಬಿಟ್ಟಿರುತ್ತದೆ. ಇಂತಹ ಸಂದರ್ಭದಲ್ಲಿ ನಾಚಿಕೆ ಬೇಡ. ಇದೊಂದು ಸಾಮಾನ್ಯ ಪ್ರಕ್ರಿಯೆ. ಅದಕ್ಕೆ ಬೇಕಾದ ವ್ಯವಸ್ಥೆ ಮಾಡಿಕೊಳ್ಳಿ.

ಏನನ್ನು ತಿನ್ನಿ

ಪ್ರೋಟೀನ್ : 3 ಸರ್ವಿಂಗ್ (ಪ್ರಮಾಣ

ಕ್ಯಾಲ್ಷಿಯಂ 5 ಸರ್ವಿಂಗ್, ಕಬ್ಬಿಣ ಸಹಿತದ ಊಟ

1 ಅಥವಾ ಹೆಚ್ಚು ಸರ್ವಿಂಗ್

ವಿಟಮಿನ್ – ಸಿ 2 ಸರ್ವಿಂಗ್, ಹಸಿರು ಸೊಪ್ಪು

– ಹಳದಿ ತರಕಾರಿ ಹಣ್ಣು 3 ರಿಂದ 4 ಸರ್ವಿಂಗ್,

ಇತರ ಹಣ್ಣು ತರಕಾರಿ ಒಂದಕ್ಕಿಂತ ಹೆಚ್ಚು ಸರ್ವಿಂಗ್.

ಇಡೀ ಧಾನ್ಯ ಹಾಗೂ ಕಾಂಪ್ಲೆಕ್ಸ್ ಕಾರ್ಬ್ 3ಕ್ಕಿಂತ ಹೆಚ್ಚು ಮೇಧಸ್ಸು ಇರುವ ಆಹಾರ, 8 ಲೋಟಕ್ಕಿಂತ ಹೆಚ್ಚು ನೀರು ಅಥವ ಜೂಸ್. ಶಿಶುವಿನ ಸಂಪೂರ್ಣ ಮೆದುಳಿನ ಬೆಳವಣಿಗೆಗೆ ಡೀ. ಎಮ್. ಯುಕ್ತ ಆಹಾರ, ಪ್ರಸವ ಪೂರ್ವ ವಿಟಾಮಿನ್ ಪ್ರತಿನಿತ್ಯ, ಶಿಶುವಿನ ಬೆಳವಣಿಗೆಯ ಜೊತೆಗೆ ಕ್ಯಾಲೊರಿ ಪ್ರಮಾಣ ಹೆಚ್ಚಿಸಬೇಕು. ಶಿಶುವಿಗೆ ಫಾರ್ಮೂಲ ಹಾಲು ಕೊಟ್ಟರೇ ನೀವು ಕ್ಯಾಲೊರಿ ಪ್ರಮಾಣ ಕಡಿಮೆ ಮಾಡ ಬೇಕಾಗುವುದು.

ಏನನ್ನು ತಿನ್ನಬಾರದು

ಸ್ತನ್ಯಪಾನ ಮಾಡಿಸುವಾಗ ಮಧ್ಯಪಾನ ಮಾಡಬೇಡಿ. ಶಿಶುವಿಗೆ ಹಾಲುಣಿಸಿದ ಮೇಲೆ ಒಂದು ಗ್ಲಾಸ್ ಕುಡಿಯಬಹುದು. ಆದರಿಂದ ಕೆಲವು ಗಂಟೆಕಾಲದಲ್ಲಿ ಅದರ ಪ್ರಭಾವ ಕಡಿಮೆ ಆಗುತ್ತದೆ. ಸ್ವಲ್ಪ ಕಾಫಿ ಪುನಃ ಪ್ರಾರಂಭಿಸಬಹುದು. ಇದಲ್ಲದೆ ಗ್ಯಾಸ್ ಆಗುವ ಭಾರಿ ಭೋಜನ ಮಾಡಬೇಡಿ. ಅಲರ್ಜಿ ಮಾಡುವ ಆಹಾರವನ್ನೂ ತೆಗೆದುಕೊಳ್ಳಬೇಡಿ. ಯಾವುದೇ ಗಿಡ–ಮೂಲಿಕೆ ಇರುವ ಖಾದ್ಯ ಪದಾರ್ಥವನ್ನು ತೆಗೆದುಕೊಳ್ಳುವ ಮುಂಚೆ ಲೇಬಲ್ ಓದಿ.

ನಿಮ್ಮ ಭೋಜನ ಹಾಗೂ ಶಿಶು:– ಶಿಶುವಿಗೆ ತಾಯಿಯ ಹಾಲಿನಿಂದ ಅನೇಕ ತರಹದ ರುಚಿಗಳು ದೊರಕುತ್ತದೆ. ನೀವು ಅನೇಕ ರೀತಿಯ ಆಹಾರವನ್ನು ಸೇವಿಸಿದರೆ ಶಿಶುವೂ ದೊಡ್ಡದಾದ ಮೇಲೆ ತಿನ್ನಲು– ಕುಡಿಯಲು ಹಠ ಮಾಡುವುದಿಲ್ಲ. ನಿಮಗೆ ತೊಂದರೆ ಆಗುವ ಖಾದ್ಯ ಪದಾರ್ಥಗಳನ್ನು ತಿನ್ನಬೇಡಿ. ಇದರಿಂದ ಶಿಶುವಿಗೂ ಹಾನಿಯಾಗುವುದು.

ಮಲಗುವಾಗ, ಬಿಸಿನೀರು ಸ್ನಾನ ಮಾಡುವಾಗಲೂ ಹಾಲು ಒಸರಬಹುದು. ಮಗು ನಿಯಮಿತ ಸಮಯದಲ್ಲಿ ಹಾಲು ಕುಡಿಯುತ್ತಿದೆ ಎಂದಾದಾಗ ಆ ಸಮಯಕ್ಕೆ ಸರಿಯಾಗಿ ಹಾಲು ಒಸರುತ್ತದೆ. ಒಂದು ಸ್ತನದಲ್ಲಿ ಮಗು ಹಾಲು ಕುಡಿಯುತ್ತಿರುವಾಗ ಮತ್ತೊಂದು ಸ್ತನದಲ್ಲಿ ಹಾಲು ಒಸರಬಹುದು. ಯಾವಾಗಲೂ ಹೀಗಾಗುವುದಿಲ್ಲ. ಯಾವಾಗಲಾದರೂ ಆಗುತ್ತದೆ. ಮೊದಲ ಬಾರಿಗೆ ತಾಯಿಯಾಗುತ್ತಿರುವವರಿಗೆ ಹಾಗಾಗುತ್ತದೆ. ಸ್ತನ್ಯಪಾನದ ಸಮಯ ವ್ಯವಸ್ಥಿತವಾದ ನಂತರ ಒಸರುವಿಕೆ ಕಡಿಮೆಯಾಗಿ ಬಿಡುತ್ತದೆ. ಕೆಳಕಂಡ ಕೆಲವು ವಿಧಾನಗಳನ್ನು ನೀವು ಪಾಲಿಸಬಹುದು.

- ನಿಮ್ಮ ಬಳಿ ನರ್ಸಿಂಗ್ ಪ್ಯಾಡ್ ಇಟ್ಟುಕೊಳ್ಳಿ. ಹಾಲು ಕುಡಿಸಿದ ನಂತರ ಅದನ್ನು ಬಳಸಬಹುದು. ಡೈಪರ್‌ನಂತೆ ಒದ್ದೆಯಾದಾಗ ಇದನ್ನು ಬದಲಿಸಿ ತೆಗೆಯಬೇಕು ಎಂಬುದು ಗೊತ್ತಿರಲಿ. ಪ್ಲಾಸ್ಟಿಕ್ ಅಥವ ವಾಟರ್‌ಪ್ರೂಫ್ ಲೈನರ್ ಅಲ್ಲದೆ ಪ್ಯಾಡ್ ಬಳಸಿ. ಇಲ್ಲದಿದ್ದರೆ ಸ್ತನದ ತೊಟ್ಟಿನಲ್ಲಿ ತೊಂದರೆ ಕಾಣಿಸಿಕೊಳ್ಳಬಹುದು.
- ನಿಮ್ಮ ಹಾಸಿಗೆಯ ಮೇಲೆ ನಿಗಾ ಇರಲಿ. ಮಲಗಿದ್ದಾಗ ಹೆಚ್ಚು ಹಾಲು ಒಸರುತ್ತದೆ ಎನ್ನುವುದಾದರೆ ಹೊದಿಕೆಯನ್ನು ಪ್ರತಿದಿನ ಬದಲಾಯಿಸಿ. ಒಸರುವಿಕೆಯನ್ನು ತಡೆಯಲು ಹಾಲು ತೆಗೆಯಬೇಡಿ. ಹೀಗೆ ಮಾಡಿದರೆ ಹಾಲು ಹೆಚ್ಚು ಉತ್ಪತ್ತಿಯಾಗಿ ಒಸರುತ್ತದೆ.
- ಅಗತ್ಯಕ್ಕಿಂತ ಹೆಚ್ಚು ಹರಿವನ್ನು ತಡೆಯಬೇಡಿ. ಮೊದಲ ಕೆಲವು ವಾರಗಳು ಹಾಗೆ ಮಾಡಿದರೆ ಹಾಲು ಗಂಟಾಗಬಹುದು. ಆದ್ದರಿಂದ ಸ್ತನ್ಯಪಾನ ವ್ಯವಸ್ಥಿತವಾಗಿ ನಂತರ ಹಾಲಿನ ಹರಿವನ್ನು ತಡೆಯಲು ಎದೆಯ ಕಡೆಗೆ ಬಾಹುಗಳನ್ನು ಬಂಧಿಸಬಹುದು. ಅಥವಾ ಒಂಟಿಯಾಗಿರುವಾಗ ತೊಟ್ಟನ್ನು ಮೆಲ್ಲಗೆ ನೀವಬಹುದು.

ಸ್ತನದ ತೊಟ್ಟಿನಲ್ಲಿ ಗಾಯ

ಸ್ತನದ ತೊಟ್ಟು ಸೂಕ್ಷ್ಮವಾಗಿರುವಲ್ಲಿ ಸ್ತನ್ಯಪಾನ ಅನೇಕ ಸಲ ತೊಂದರೆದಾಯಕವಾಗಿರುತ್ತದೆ. ಬಹುತೇಕ ಮಹಿಳೆಯರಲ್ಲಿ ಸ್ತನ್ಯಪಾನಕ್ಕೆ ತೊಟ್ಟು ಅನುಕೂಲಕರವಾಗಿಯೇ ಇರುತ್ತದೆ. ಕೆಲವು ತಾಯಂದಿರು ಸ್ತನ್ಯಪಾನ ಮಾಡಿಸುವಾಗ ಮಗುವನ್ನು ಸರಿಯಾಗಿ ಎತ್ತಿಕೊಳ್ಳದೇ ಇರುವಾಗ ಅಥವಾ ಮಗು ಜೋರಾಗಿ ಹಿಂಡಿದಾಗ ತೊಟ್ಟಿನಲ್ಲಿ ಗಾಯವಾಗುವ ಸಮಸ್ಯೆ ಎದುರಿಸಬೇಕಾಗುತ್ತದೆ. ಅಂತಹ ಸಮಯದಲ್ಲಿ ಕೆಳಕಂಡ ಉಪಾಯ ಅನುಸರಿಸಿ;

- ಮಗುವನ್ನು ಸರಿಯಾದ ವಿಧಾನದಲ್ಲಿ ಎತ್ತಿಕೊಳ್ಳಿ. ಮಗುವಿನ ಮುಖ ಸ್ತನದ ಕಡೆ ಇರಲಿ. ಸ್ತನ್ಯಪಾನದ ಸ್ಥಿತಿಯನ್ನು ಬದಲಿಸುತ್ತಿರಿ. ತೊಟ್ಟಿನ ಸುತ್ತಮುತ್ತ ಒಂದೇ ತೆರನಾದ ಒತ್ತಡ ಬೀಳುವಂತೆ ನೋಡಿಕೊಳ್ಳಿ.
- ನಿಮ್ಮ ಸ್ತನದ ತೊಟ್ಟುಗಳಿಗೆ ಗಾಳಿಯಾಡಲು ಬಿಡಿ. ಮನೆಯಲ್ಲಿರುವಾಗ ಬಟ್ಟೆಯನ್ನು ತೆಗೆದು ಸ್ವಲ್ಪ ಹೊತ್ತು ಇರಿ. ಚುಚ್ಚಿದಂತಾಗುವ ಬಟ್ಟೆ ಹಾಕಬೇಡಿ.
- ಸ್ತನಗಳ ತೊಟ್ಟು ಒಣಗದಿರಲಿ. ನರ್ಸಿಂಗ್ ಪ್ಯಾಡ್ ಒದ್ದೆಯಾಗುತ್ತಿದ್ದಂತೆ ಬದಲಾಯಿಸಿ. ನರ್ಸಿಂಗ್ ಪ್ಯಾಡ್‌ನಲ್ಲಿ ಪ್ಲಾಸ್ಟಿಕ್ ಲೈನಿಂಗ್ ಇರಬಾರದು.
- ಸ್ತನಗಳ ತೊಟ್ಟನ್ನು ಹಾಲಿನಿಂದಲೇ ಆರೈಕೆ ಮಾಡಿ. ಗಾಯವನ್ನು ಆ ಹಾಲೇ ವಾಸಿ ಮಾಡಬಲ್ಲದು. ಮಗು ಹಾಲು ಕುಡಿದ ನಂತರ ಸ್ತನದ ಮೇಲೆ ಹರಡಿನ ಹಾಲನ್ನು ಒರೆಸಬೇಡಿ. ಕೆಲವು ಹನಿ ಹಾಲನ್ನು ಸ್ತನದಿಂದ ತೆಗೆದು ತೊಟ್ಟುಗಳ ಮೇಲೆ ಸವರಿಕೊಳ್ಳಿ. ಬ್ರಾ ಹಾಕಿಕೊಳ್ಳುವುದಕ್ಕೆ ಮುಂಚೆ ತೊಟ್ಟುಗಳನ್ನು ಒಣಗಿಸಿಕೊಳ್ಳಿ.
- ಸ್ತನಗಳ ತೊಟ್ಟಿನ ಬೆವರಿನಿಂದ, ಗ್ರಂಥಿಗಳಿಂದ ದೈವಿಕವಾದ ಸುರಕ್ಷತೆಯೇ ಇರುತ್ತದೆ. ಅವು ತೊಟ್ಟುಗಳಲ್ಲಿ ಜಿಡ್ಡು ಇರುವಂತೆ ನೋಡಿಕೊಳ್ಳುತ್ತದೆ. ಆದರೆ ತೊಟ್ಟುಗಳಲ್ಲಿ ಸೀಳು ಕಾಣಿಸಿಕೊಂಡರೆ ಅಂಗಡಿಗಳಲ್ಲಿ ಸಿಗುವ ಲೇನೋಸಿಲ್ ನೆರವು ಪಡೆಯಬಹುದು. ಹಾಲು ಕುಡಿಸಿದ ನಂತರ ಲೆನ್‌ಸಿಮೋಡ್ ಔಷಧಿ ಹಚ್ಚಿ. ಆದರೆ ವ್ಯಾಸಲಿನ್ ಬಳಸದಿರಿ. ತೊಟ್ಟುಗಳನ್ನು ಸೋಪು, ಸಾಬೂನು, ಆಲ್ಕೋಹಾಲು ಅಥವಾ ವೈನ್‌ನಿಂದ ತೊಳೆಯದೆ ಕೇವಲ ನೀರು ಬಳಸಿ. ಆಗ ಮಗು ಕೀಟಾಣುಗಳಿಂದ ಸಂಪೂರ್ಣ ಸುರಕ್ಷಿತವಾಗಿರುತ್ತದೆ. ನಿಮ್ಮ ಹಾಲು ಮಗುವಿಗೆ ಅಮೃತ ಸಮಾನ.
- ತಣ್ಣನೆಯ ನೀರಿನಲ್ಲಿ ಮುಳಿಗಿಸಿಟ್ಟ ಟೀಬ್ಯಾಗನ್ನು ತೊಟ್ಟಿನ ಮೇಲಿಡಿ. ಟೀನಲ್ಲಿರುವ ಅಂಶಗಳು ಗಾಯದಿಂದ ಮುಕ್ತಿ ನೀಡುತ್ತದೆ. ಗಾಯವನ್ನು ವಾಸಿ ಮಾಡುತ್ತದೆ.
- ಎರಡೂ ಸ್ತನಗಳ ಕಡೆ ಆಗಾಗ್ಗೆ ಗಮನ ಇಟ್ಟಿರಿ. ತೊಟ್ಟನ್ನು ಬಳಸುವುದೇ ಅದನ್ನು ಶಕ್ತಿಶಾಲಿಯನ್ನಾಗಿ ಮಾಡುವ ವಿಧಾನವಾಗಿರುತ್ತದೆ. ಎರಡೂ ಸ್ತನಗಳನ್ನು ಒಂದೇ ಸಮನಾಗಿ ಇಡಬೇಕಾದರೆ ಎರಡಕ್ಕೂ ಒಂದೇ ತೆರನಾಗಿ ಕಾಲಾವಕಾಶ ನೀಡಬೇಕು. ಒಂದು ತೊಟ್ಟಿನಲ್ಲಿ ಹೆಚ್ಚು ತೊಂದರೆ ಇದೆ ಎಂದಾದರೆ ಅದರ ಬಳಕೆಯನ್ನು ಕಡಿಮೆ ಮಾಡಬೇಕು. ಸ್ವಲ್ಪ ಆರಾಮ ಎನಿಸಿದ ನಂತರ ಎರಡೂ ಸ್ತನಗಳಿಂದ ಹಾಲು ಕುಡಿಸಬೇಕು. ಒಂದೇ ಸ್ತನದಲ್ಲಿ ಹಾಲು ಕುಡಿಸಿದರೆ ಉತ್ಪತ್ತಿಯಲ್ಲಿ ಕಡಿಮೆಯಾಗಬಹುದು.
- ಹಾಲು ಕುಡಿಸುವ ಮುನ್ನ ಶಾಂತ ಚಿತ್ತರಾಗಿರಿ. ಆಗ ಹಾಲು ಕುಡಿಯಲು ಮಗುವಿಗೆ ಜೋರಾಗಿ ತೊಟ್ಟನ್ನು ಚೀಪಬೇಕಾದ ಪ್ರಮೇಯ ಇರುವುದಿಲ್ಲ. ನಿಮಗೆ ಹೆಚ್ಚು ನೋವು ಸಹ ಆಗುವುದಿಲ್ಲ.
- ಗಾಯದಿಂದ ಮುಕ್ತಿ ಪಡೆಯಲು ಸ್ತನ್ಯಪಾನಕ್ಕೆ ಮುಂಚೆ ಟೆಲಿನೋಲ್ ತೆಗೆದುಕೊಳ್ಳಿ.
- ತೊಟ್ಟಿನಲ್ಲಿ ಸೀಳು ಉಂಟಾದರೆ ನಿಗಾ ಇಡಿ. ಅದರಿಂದ ಸೋಂಕು ಉಂಟಾಗಬಹುದು. ಸೀಳಿನಿಂದಾಗಿ ಹಾಲಿನ ಕಣದಲ್ಲಿ ಕೀಟಾಣು ಸೇರಿಕೊಂಡರೆ ವೈದ್ಯರಿಗೆ ತಿಳಿಸಿ 'ಆಂಟಿ ಬಯಾಟಿಕ್' ಔಷಧ ಸೇವಿಸಿ.

ಸ್ತನ್ಯಪಾನದಲ್ಲಿ ತೊಂದರೆಯಾದರೆ

ಸ್ತನ್ಯಪಾನ ಒಮ್ಮೆ ವ್ಯವಸ್ಥಿತವಾಯಿತೆಂದರೆ ಯಾವುದೇ ಅಡಚಣೆ ಇರುವುದಿಲ್ಲ. ಆದಾಗ್ಯೂ ಸಣ್ಣಪುಟ್ಟ ಸಮಸ್ಯೆ ಉಂಟಾಗಬಹುದು.

■ ಹಾಲು ಗಂಟಾಗುವಿಕೆ : ಅನೇಕ ವೇಳೆ ಹಾಲು ಗಂಟಾಗಿಬಿಡುತ್ತದೆ. ಇದರಿಂದ ಹಾಲು ಕೆಡುತ್ತದೆ. ಸ್ತನದ ಮೇಲೆ ಕೆಂಪು ಗುಳ್ಳೆ ಕಾಣಿಸತೊಡಗುತ್ತದೆ. ಈ ಸಂದರ್ಭದಲ್ಲಿ ಸೂಕ್ತ ಚಿಕಿತ್ಸೆ ನೀಡದಿದ್ದರೆ ಸೋಂಕು ಉಂಟಾಗಬಹುದು. ಇಂತಹ ಸಂದರ್ಭದಲ್ಲಿ ಮಗುವಿಗೆ ಅದೇ ಸ್ತನದಿಂದ ಹಾಲು ಕುಡಿಸುವುದು ಒಳ್ಳೆಯದು. ಆಗ ಆ ಹಾಲು ಸಂಪೂರ್ಣವಾಗಿ ಖಾಲಿಯಾಗಿಬಿಡುತ್ತದೆ. ಒಂದು ವೇಳೆ ಮಗು ಪೂರ್ಣ ಹಾಲನ್ನು ಕುಡಿಯದೇ ಹೋದರೆ ಕೈಯಿಂದ ಅಥವಾ ಎದೆಯ ಪಂಪ್‌ನಿಂದ ಹಾಲನ್ನು ತೆಗೆಯಬೇಕು.

ನಿಮ್ಮ ಬ್ರಾ ಆ ಗಂಟುಗಳ ಮೇಲೆ ಒತ್ತಡ ಹೇರುವಷ್ಟು ಬಿಗಿಯಾಗಿರಬಾರದು. ನರ್ಸಿಂಗ್‌ನ ಸ್ಥಿತಿಯನ್ನು ಬದಲಾಯಿಸುತ್ತಿರಿ. ಬಿಸಿ ನೀರಿನ ಶಾಖ ಅಥವಾ ಮಾಲಿಶ್‌ಗಳಿಂದಲೂ ಆರಾಮ ಸಿಗಬಹುದು. ಮಗುವನ್ನು ಸ್ತನ್ಯಪಾನದ ಸಂದರ್ಭ ಸರಿಯಾದ ಸ್ಥಿತಿಯಲ್ಲಿ ಮಲಗಿಸಿಕೊಂಡರೆ ಅದರ ಅಮುಕುವಿಕೆಯಿಂದಲೂ ಸ್ತನಕ್ಕೆ ಮಾಲೀಶ್ ಆಗಬಹುದು. ಮಗು ಎಷ್ಟು ಹೆಚ್ಚು ಹಾಲು ಕುಡಿಯುತ್ತದೋ ಗಂಟು ಅಷ್ಟೇ ಸುಲಭವಾಗಿ ಕಡಿಮೆ ಆಗುತ್ತಾ ಹೋಗುತ್ತದೆ.

ಎದೆಯ ಸೋಂಕು : ಅನೇಕ ವೇಳೆ ಒಂದು ಅಥವಾ ಎರಡೂ ಸ್ತನಗಳಲ್ಲಿ ಸೋಂಕುಂಟಾಗಬಹುದು. ಸ್ತನ್ಯಪಾನದ ಸಮಯದಲ್ಲಿ ಯಾವಾಗ ಬೇಕಾದರೂ ಹೀಗಾಗಬಹುದು. ಎಷ್ಟೋ ಸಲ ತೊಟ್ಟಿನಲ್ಲಿನ ಸೀಳುಗಳಿಂದ ಕೀಟಾಣುಗಳು ಸ್ತನಕ್ಕೆ ಪ್ರವೇಶಿಸುತ್ತವೆ. ಒತ್ತಡ ಇರುವ ಮಹಿಳೆಯರು ಬೇಗ ಇದಕ್ಕೆ ಬಲಿಯಾಗುತ್ತಾರೆ.

ತೀವ್ರವಾದ ನೋವು, ಕೆಂಪಾಗುವಿಕೆ, ಸೆಖೆ, ಸ್ತನಗಳ ವಿಕಸನ, ಚಳಿಯಾದಂತೆ ಭಾಸವಾಗುವುದು, 101–102 ಡಿಗ್ರಿ ಜ್ವರ ಇವು ಸೋಂಕಿನ ಲಕ್ಷಣಗಳು. ಇಂತಹ ಲಕ್ಷಣಗಳು ಕಾಣಿಸಿಕೊಂಡ ತಕ್ಷಣ ವೈದ್ಯರ ಬಳಿ ಹೋಗಲು ವಿಳಂಬ ಮಾಡಬೇಡಿ. ಇಂತಹ ಸಂದರ್ಭದಲ್ಲಿ ನಿಮಗೆ ವಿಶ್ರಾಂತಿ, ಆಂಟಿಬಯಾಟಿಕ್ಸ್, ನೋವು ನಿವಾರಕ ಔಷಧಿಗಳು, ದ್ರವ ಪದಾರ್ಥಗಳು ಮುಂತಾದವುಗಳ ಅವಶ್ಯಕತೆ ಇರುತ್ತವೆ. ಔಷಧಿ ತೆಗೆದುಕೊಂಡು 2–3 ದಿನಗಳಲ್ಲೇ ನಿಮಗೆ ವಿಶ್ರಾಂತಿ ಸಿಗುತ್ತದೆ.

ಚಿಕಿತ್ಸೆ ಪಡೆಯುತ್ತಿರುವಾಗ ಮಗುವಿಗೆ ಸ್ತನ್ಯಪಾನ ಮಾಡಿಸಬೇಡಿ. ಮಗುವಿಗೆ ಕೀಟಾಣುಗಳಿಂದಲೇ ಸೋಂಕು ತಗುಲಿದೆ. ಆಂಟಿಬಯಾಟಿಕ್ ಔಷಧಿ ಸುರಕ್ಷಿತವಾಗಿರುತ್ತದೆ. ಸ್ತನದಿಂದ ಹಾಲು ತೆಗೆಯುತ್ತಿದ್ದರೆ ಗಂಟು ಮೂಡುವುದಿಲ್ಲ. ಹಾಲು ಕುಡಿಸುವಾಗ ಸಾಕಷ್ಟು ನೋವಾದರೆ ಬಿಸಿನೀರಿನ ತೊಟ್ಟಿಯಲ್ಲಿ ಮಲಗಿ ಪಂಪ್‌ನಿಂದ ಹಾಲು ತೆಗೆಯಿರಿ. ಆಗ ನೋವು ಕಡಿಮೆಯಾಗುತ್ತದೆ. ಆದರೆ ಎಲೆಕ್ಟ್ರಿಕ್ ಪಂಪ್ ಬಳಸಬಾರದು.

ಚಿಕಿತ್ಸೆ ತಡವಾದರೆ ಅಥವಾ ನಿಂತರೆ ರೋಗ ಲಕ್ಷಣಗಳು ತೀವ್ರವಾಗುತ್ತವೆ.

ಸಿಜೇರಿಯನ್ ನಂತರ ಸ್ತನ್ಯಪಾನ

ಸಿಜೇರಿಯನ್ ನಂತರ ಎಷ್ಟು ಹೊತ್ತಾದ ಮೇಲೆ ನೀವು ಮಗುವಿಗೆ ಸ್ತನ್ಯಪಾನ ಮಾಡಿಸಬಹುದು ಎಂಬುವುದು ಬಹುತೇಕ ನಿಮ್ಮ ಮತ್ತು ಮಗುವಿನ ಪರಿಸ್ಥಿತಿಯನ್ನು ಅವಲಂಬಿಸಿರುತ್ತದೆ. ಇಬ್ಬರ ಆರೋಗ್ಯವೂ ಸರಿಯಾಗಿದ್ದರೆ ವಾಸಿ ಮಾಡಿಕೊಳ್ಳುವ ರೀತಿಯಲ್ಲೇ ಸ್ತನ್ಯಪಾನವನ್ನೂ ಆರಂಭಿಸಬಹುದು. ಒಂದು ವೇಳೆ ನಿಮಗೆ ಅರೆವಳಿಕೆ ಕೊಟ್ಟಿದ್ದರೆ ಮಗುವನ್ನು ನರ್ಸರಿಯಲ್ಲಿ ಇಟ್ಟಿದ್ದರೆ ಸ್ತನ್ಯಪಾನಕ್ಕೆ ಸ್ವಲ್ಪ ಕಾಯಬೇಕಾಗಬಹುದು. 12 ಗಂಟೆಗಳ ಕಾಲದ ನಂತರವೂ ಸ್ತನ್ಯಪಾನ ಆರಂಭವಾಗದಿದ್ದರೆ ಪಂಪ್‌ನ ಸಹಾಯದಿಂದ ನೀವು ಕೋಲೆಸ್ಟ್ರಂ ತೆಗೆಯಬಹುದು. ಅನಂತರ ಅದನ್ನು ಮಗುವಿಗೆ ಕುಡಿಸಬಹುದು.

ಮೊದಮೊದಲು ಹಾಲು ಕುಡಿಸುವಾಗ ಸ್ವಲ್ಪ ಕಷ್ಟವಾಗುತ್ತದೆ. ಆಗ ನೀವು ಶಸ್ತ್ರಚಿಕಿತ್ಸೆ ಮಾಡಿದ ಭಾಗದಲ್ಲಿ ಹೆಚ್ಚು ಒತ್ತಡ ಬೀಳದಂತೆ ಯತ್ನಿಸಿ. ಮಗುವಿನ ಕೆಳಗೆ ದಿಂಬಿನ ಆಸರೆ ಕೊಡಿ. ಮಗ್ಗುಲಾಗಿ ಮಲಗಿಕೊಳ್ಳಿ. ಚೆಂಡಿನಂತೆ ಮಗುವನ್ನು ಎತ್ತಿಕೊಳ್ಳಿ. ಸ್ತನ್ಯಪಾನ ಆರಂಭಿಸಿದ ಕೆಲವೇ ದಿನಗಳಲ್ಲಿ ಅಡಚಣೆಗಳು ನಿವಾರಣೆಯಾಗುತ್ತವೆ.

ಅವಳಿ–ತ್ರಿವಳಿಗಳಿಗೆ ಸ್ತನ್ಯಪಾನ

ಅವಳಿ ಮತ್ತು ಅದಕ್ಕಿಂತ ಹೆಚ್ಚು ಮಕ್ಕಳಿಗೆ ಸ್ತನ್ಯಪಾನ ಮಾಡಿಸುವುದು ಸವಾಲುದಾಯಕವಾದ ವಿಷಯ. ಆದರೆ ಒಮ್ಮೆ ಇದು ಅಭ್ಯಾಸವಾಗಿಹೋದರೆ 2–3 ಮಕ್ಕಳಿಗೂ ಸುಲಭವಾಗಿ ಹಾಲು ಕುಡಿಸಬಹುದು. ಅದಕ್ಕಾಗಿ ನೀವು ಈ ಕೆಳಕಂಡ ಅಂಶಗಳತ್ತ ಗಮನ ನೀಡಬೇಕು.

ಆಹಾರ–ಪೌಷ್ಟಿಕವಾಗಿರಲಿ : ನೀವು ಡೈರಿ ಆಹಾರವಸ್ತುಗಳನ್ನು ಧಾರಾಳವಾಗಿ ಸೇವಿಸಿ. ಮಕ್ಕಳು ದೊಡ್ಡವರಾಗುವುದರ ಜೊತೆಗೆ ನೀವು ನಿಮಗೆ ಅಗತ್ಯವಿರುವ ಬೇರೆ ಆಹಾರವನ್ನು ನೀಡುತ್ತಿದ್ದರೆ ಅದೇ ಲೆಕ್ಕದಲ್ಲಿ ಕ್ಯಾಲೋರಿಗಳಲ್ಲಿ ಕಡಿಮೆ ಮಾಡಬಹುದು. ನಿಮ್ಮ ಆಹಾರದಲ್ಲಿ ಪ್ರೋಟೀನ್, ಕ್ಯಾಲ್ಸಿಯಂಗಳ ಪ್ರಮಾಣವನ್ನು ಹೆಚ್ಚಿಸಿಕೊಳ್ಳಿ.

ಪಂಪ್ ಮಾಡಿ : ಮಗು ನರ್ಸರಿಯಲ್ಲಿದ್ದರೆ, ಸ್ತನದಲ್ಲಿ ಹಾಲು ಹೆಚ್ಚಿಸಿಕೊಳ್ಳಬೇಕಿದ್ದರೆ ಎಲೆಕ್ಟ್ರಿಕ್ ಪಂಪ್ ಬಳಸಿ. ಇದರಿಂದ ನಿಮಗೆ ನೆಮ್ಮದಿಯ ನಿದ್ರೆ ಬರುತ್ತದೆ. ಆಗ ಬೇರೆ ಯಾರಾದರೂ ಮಕ್ಕಳಿಗೆ ಬಾಟಲಿಯಿಂದ ಹಾಲು ಕುಡಿಸುತ್ತಾರೆ. ಒಂದು ವೇಳೆ ಪಂಪ್‌ನಿಂದಲೂ ಪೂರ್ಣವಾಗಿ ಕೆಲಸ ಆಗದಿದ್ದರೆ ನಿರಾಶರಾಗಬೇಡಿ. ಮಗುವಿನ ಸ್ಥಾನವನ್ನು ಯಾವ ಪಂಪೂ ಮಾಡಲಾಗದು. ಆದರೆ ಆಗ್ಗೆ ಪಂಪ್ ಬಳಕೆ ಲಾಭಕರವಾದದ್ದು.

ಎರಡು ಮಕ್ಕಳಿಗೆ ಒಂದೇ ಬಾರಿ ಸ್ತನ್ಯಪಾನ : ಹೀಗೆ ಮಾಡಲು ನೀವು ಸಿದ್ಧರಾಗಿದ್ದೀರಾ? ನರ್ಸಿಂಗ್ ದಿಂಬಿನ ನೆರವಿನಿಂದ ಇದು

ପ□ କରନ୍ତୁ । ଅର୍ଥାତ୍ ଯନ୍ତ୍ର ସାହାଯ୍ୟରେ କ୍ଷୀର କାଢ଼ନ୍ତୁ । ସେହି କ୍ଷୀରକୁ ନେଇ ଛୁଆକୁ ଖୁଏଇ ଦିଆଯିବ । ପ□କାମ ନକଲେ ଶିଶୁକୁ ଡାକନ୍ତୁ ।

ଯାଆଁଳା ଶିଶୁକୁ ଏକାଥରକେ ସ୍ତନପାନ: କ'ଣ ଆପଣ ଉଭୟ ଶିଶୁଙ୍କୁ ଏକାଥରକେ ସ୍ତନପାନ କରେଇବାକୁ ପ୍ରସ୍ତୁତ ତ? ନର୍ସିଂ ତକିଆ ବଳରେ ଏହା ସମ୍ଭବ । ଦିନରାତି ଥରକୁ ଥର ସ୍ତନପାନ ପାଇଁ ଅଯଥା ମୁଣ୍ଡ ଖେଳାନ୍ତୁ ନାହିଁ ।

ଆପଣ ହନ୍ତସନ୍ତ ହେଇପଡ଼ିବେ । ଯଦି ଦୁହିଁଙ୍କୁ ଏକାଥରେ ସ୍ତନପାନ ସମ୍ଭବ ନହୁଏ, ତେବେ ଅନ୍ୟଟିକୁ ବୋତଲରେ କ୍ଷୀର କାଢ଼ି ଦିଅନ୍ତୁ । ତାପରେ ପ୍ରଥମ ଶିଶୁକୁ ବୋତଲ ଧରେଇ ଦ୍ୱିତୀୟ ଶିଶୁକୁ ସ୍ତନପାନକରାନ୍ତୁ । ଏହିପରି ପାଳିକରି ଖୁଆନ୍ତୁ । ଶିଶୁ ସୁସ୍ଥ ଓ ସକ୍ରିୟ ଥିଲେ ୧୦ ରୁ ୧୫ ମିନିଟ ମଧ୍ୟରେ ନିଜ ପେଟ ପୂରେଇ ପାରିବ । ଏହା ଆପଣଙ୍କ ପାଇଁ ଆଶୀର୍ବାଦ ସଦୃଶ ।

କ'ଣ ତିନୋଟି ଛୁଆଙ୍କୁ ସ୍ତନପାନ କରେଇବାର ଅଛି କି ? ଶିଶୁମାନଙ୍କୁ ସ୍ତନପାନ ସମୟରେ ପାଳି କରିବାକୁ ଭୁଲନ୍ତୁ ନାହିଁ ।

ଘର କାମରେ ସାହାଯ୍ୟ ଲୋଡନ୍ତୁ: ଅନ୍ୟମାନଙ୍କୁ ଘରକାମରେ ସାହାଯ୍ୟ କରିବାକୁ କୁହନ୍ତୁ ।

ରାତ୍ରିଭୋଜନରେ ବିବିଧତା: ଉଭୟ ଶିଶୁର ଭୋକ ଓ ସ୍ୱାଦ ମଧ୍ୟରେ ତଫାତ୍ ଅଛି । ଏଣୁ ଏହାକୁ ପୂରଣ କରିବାକୁ ହେବ । ଅତଏବ ରାତ୍ରିଭୋଜନରେ ବିଭିନ୍ନ ଖାଦ୍ୟ ସାମଗ୍ରୀକୁ ସାମିଲ କରି ନିର୍ଗତ ଦୁଗ୍ଧର ହିସାବ ମଧ୍ୟ ରଖନ୍ତୁ । ଶିଶୁମାନେ ପ୍ରକୃତରେ ପେଟପୂରା କ୍ଷୀର ପିଉଛନ୍ତି ନା ନାହିଁ; ଏହା ଜାଣିହେବ ।

ଉଭୟ ସ୍ତନରୁ କ୍ଷୀର ପାନ କରାନ୍ତୁ

ଉଭୟ ସ୍ତନରୁ କ୍ଷୀରପାନ କରାଗଲେ ନିରନ୍ତର ଓ ସମାନ କ୍ଷୀର ନିର୍ଗତ ହେଉଥିବ ।

ಮಲ್ಟಿಪಲ್ ನರ್ಸಿಂಗ್

ಕೆಲವು ತಾಯಂದಿರು ಅವಳಿ ಮಕ್ಕಳಲ್ಲಿ ಒಂದು ಮಗುವಿಗೆ ಒಂದು ಸಲ ಹಾಲು ಕುಡಿಸಲು ಇಚ್ಛಿಸುತ್ತಾರೆ. ಆದರೆ ಕೆಲವರು ದಿನವಿಡೀ ಈ ಕೆಲಸ ಮಾಡಲು ಇಚ್ಛಿಸದೆ ಎರಡೂ ಮಕ್ಕಳಿಗೂ ಒಟ್ಟಿಗೇ ಹಾಲು ಕುಡಿಸುತ್ತಾರೆ. ಫುಟ್‌ಬಾಲ್ ರೀತಿಯ ಭಂಗಿಯಲ್ಲಿ ಒಟ್ಟಿಗೇ ಹಾಲು ಕುಡಿಸುವುದು ಒಂದಾದರೆ, ಇನ್ನೊಂದು ಕ್ರೆಡಲ್ ಹಾಗೂ ಫುಟ್‌ಬಾಲ್ ರೀತಿಯನ್ನು ಅನುಸರಿಸಿ ಒಟ್ಟಿಗೆ ಹಾಲು ಕುಡಿಸಬಹುದು. ಬೆಂಬಲಕ್ಕಾಗಿ ಕೆಳಗೆ ದಿಂಬನ್ನು ಹಾಕಿ ಕೊಳ್ಳಿ. ಆಯ್ಕೆ ನಿಮ್ಮದೇ.

ಸ್ವಲ್ಪ ಸಮಯ ಕೊಡಿ

ಈಗ ನೀವು ಬಹಳ ಗಡಿಬಿಡಿಯಲ್ಲಿದ್ದೀರ. ಮನಸು ಹಾಗೂ ಶರೀರ ಬಹಳ ಸೂಕ್ಷ್ಮವಾಗಿದೆ.ಶಿಶುವನ್ನು ಸುಮ್ಮನಿರಿಸುವುದು ಹೇಗೆ? ಶಿಶುವಿನ ಅಳುವ ಅರ್ಥ ಇನ್ನೂ ಸ್ಪಷ್ಟವಾಗಿ ತಿಳಿದಿಲ್ಲ. ಡೈಪರ್ ಬದಲಾಯಿಸುವಾಗ ಶಿಶು ಕಾಲಿಂದ ಗಲೀಜನ್ನು ಹರಡುತ್ತೆ.

ವಾಸ್ತವದಲ್ಲಿ ನೀವು ತಾಯಿ ಆಗಲು ಇನ್ನೂ ಸ್ವಲ್ಪ ಸಮಯ ಬೇಕು. ಯದ್ಯಪಿ ಈ ಪ್ರಕ್ರಿಯೆ ಸ್ವಲ್ಪ ಕಠಿಣವಾಗಿದೆ, ಆದರೆ ನೀವು ಸ್ವಲ್ಪಸಮಯದಲ್ಲೇ ಕಲಿಯುವಿರಿ. ಮಮ್ಮಾ! ನಿಮಗಾಗಿ ಸ್ವಲ್ಪ ಸಮಯ ಕೊಡಿ.

ಪ್ರಸವದನಂತರ

ಮೊದಲನೆಯ ಆರು ವಾರಗಳು

ಇದುವರೆಗೆ ನಿಮಗೆ ಶಿಶುವನ್ನು ಚೆನ್ನಾಗಿ ನೋಡಿಕೊಳ್ಳಲು ಬಂದಿರಬಹುದು. ಜೊತೆಗೆ ನೀವು ನಿಮ್ಮ ದೊಡ್ಡ ಮಕ್ಕಳ ಅವಶ್ಯಕತೆಗಳನ್ನೂ ಪೂರೈಸುತ್ತಿದ್ದೀರ. ಯದ್ಯಪಿ ನಿಮ್ಮ ಪೂರ್ತಿ ಗಮನ ಪುಟ್ಟ ಶಿಶುವಿನ ಮೇಲೇ ಇರುತ್ತದೆ. ಶಿಶುವಿಗೆ ತಮ್ಮ ಆರೈಕೆ ಮಾಡಿಕೊಳ್ಳಲಾಗುವುದಿಲ್ಲ. ಆದರೆ ಅವರು ನಿಮ್ಮ ಮೇಲ್ವಿಚಾರಣೆ ಮಾಡಿಕೊಳ್ಳಬೇಡಿ ಎಂದು ಹೇಳುವುದಿಲ್ಲ. ಅಮ್ಮನಿಗೂ ಆರೈಕೆ ಬೇಕು. ಈಗ ನಿಮ್ಮ ಎಲ್ಲಾ ಪ್ರಶ್ನೆಗಳು ಶಿಶುವಿಗೆ ಸಂಬಂಧಪಟ್ಟಿದೆ ಆದರೆ ನೀವು ನಿಮ್ಮ ಮೇಲ್ವಿಚಾರಣೆನೂ ಮಾಡಿಕೊಳ್ಳಬೇಕು. ನಿಮಗೆ ಸಂಬಂಧಪಟ್ಟಿದ್ದ ಎಲ್ಲಾ ಪ್ರಶ್ನೆಗಳಿಗೂ ಸಮಾಧಾನವೂ ಮಾಡಿಕೊಳ್ಳಬೇಕು.

ನಿಮಗೆ ಏನೆನ್ನಿಸುತ್ತಿರಬಹುದು?

ಇದನ್ನು ರಿಕವರೀ ಪೀರಿಯೆಡ್ ಎಂದು ಹೇಳುತ್ತಾರೆ. ಸುಲಭವಾಗಿ ಪ್ರಸವ ಆದಮೇಲೂ ಶರೀರದ ಮಾಂಸಖಂಡಗಳು ಏಳದಿರುತ್ತದೆ. ಏಳದಿರುವ ಮಾಂಸಖಂಡಗಳು ಸರಿಯಾಗಲು ಸ್ವಲ್ಪ ಸಮಯ ಬೇಕು. ಹೊಸ ತಾಯಿಯೂ ಆಗುವ ತಾಯಿಯಂತೆ ತನ್ನಲಿ ತಾನೆ ಭಿನ್ನವಾಗಿರುತ್ತಾಳೇ. ಪ್ರತಿ ತಾಯಿಯ ರಿಕವರೀಯಲ್ಲಿ ಬೇರೆ-ಬೇರೆ ಸಮಯ ಆಗುವುದು. ಇದು ನೀವು ವಿಶ್ರಾಂತಿ ತೆಗೆದುಕೊಳ್ಳುವುದರಮೇಲೆ ಅಥವ ನಿಮಗೆ ಸಹಾಯ ಸಿಗುವುದರಮೇಲೆ ಅವಲಂಬಿಸುತ್ತದೆ ನೀವು ಕೆಳಗೆ ಬರೆದಿರುವ ಲಕ್ಷಣಗಳನ್ನು ಅನುಭವಿಸುತ್ತಿರಬಹುದು:-

ದೈಹಿಕ ಲಕ್ಷಣ :

ಯೋನಿಯಲ್ಲಿನ ತಿಳಿ ಬಿಳಿ ಬಣ್ಣದ ಸ್ರಾವ

- ಆಯಾಸ
- ಹೊಲಿಗೆ ಹಾಕಿದ ಜಾಗದಲ್ಲಿ ಸೆಳೆತ, ನೋವು ಮತ್ತು ಹತಾಶೆ
- ಸೀಳಿದ ಜಾಗದಲ್ಲಿ ನೋವು ಕಡಿಮೆ ಆಗುವುದು.
- ಮಲಬದ್ಧತೆ ಹಾಗೂ ಹೀಮರ್‍ರಾಯ್ಡ್ಸ್‌ನಲ್ಲಿ ಆರಾಮ ಸಿಗುವುದು.
- ತೂಕ ಕಡಿಮೆ ಆಗುವುದು
- ಊತ ಕಡಿಮೆ ಆಗುವುದು.
- ಎದೆಯಲ್ಲಿ ಹಾಗೂ ಮೊಲೆಯ ತೊಟ್ಟಿನಲ್ಲಿ (ನಿಪ್ಪಲ್‌ಗಳಲ್ಲಿ) ತೊಂದರೆ
- ಹೊಟ್ಟೆಯ ಶಕ್ತಿಹೀನವಾಗಿರುವ ಮಾಂಸಖಂಡಗಳು ಹಾಗೂ ಶಿಶುವನ್ನು ತೊಡೆಯ ಮೇಲೆ ಎತ್ತಿಕೊಳ್ಳುವ ಕಾರಣದಿಂದ ಬೆನ್ನೋವು.
- ಗಂಟುಗಳಲ್ಲಿ ನೋವು.
- ತೋಳುಗಳು ಹಾಗೂ ಕುತ್ತಿಗೆಯ ನೋವು.

ಭಾವನಾತ್ಮಕ ಲಕ್ಷಣಗಳು :

- ಭಾವನೆಗಳಲ್ಲಿ ಏರು-ಪೇರು.

- ಜವಾಬ್ದಾರಿ ಹೆಚ್ಚಾಗುವುದು.
- ಕಾಮದ ಪ್ರತಿ ಹತಾಶೆ

ಪ್ರಸವದನಂತರ ತಪಾಸಣೆ :

ಪ್ರಸವದನಂತರ 4ರಿಂದ 6 ವಾರದ ಮಧ್ಯದಲ್ಲಿ ಡಾಕ್ಟರ್ ತಪಾಸಣೆಗೆ ಕರೆಯುಬಹುದು. ಒಂದು ವೇಳೆ ಸಿ-ಸೆಕ್ಶನ್ ಆಗಿದ್ದರೇ ಮೂರುವಾರದನಂತರ ಸೀಳಿರುವ ಜಾಗವನ್ನು ತಪಾಸಣೆ ಮಾಡಲು ಕರೆಯಬಹುದು. ಈ ತಪಾಸಣೆಯಲ್ಲಿ ಡಾಕ್ಟರ್ ತಮ್ಮ ರೀತಿಯಲ್ಲಿ ತಪಾಸಣೆ ಮಾಡುತ್ತಾರೆ. ನೀವು ನಿಮ್ಮ ಪ್ರಶ್ನೆಗಳನ್ನು ಬರೆದುಕೊಂಡುಹೋಗಿ. ಅಲ್ಲಿಂದ ಉತ್ತರ ಬರೆದುಕೊಂಡುಬನ್ನಿ. ಅವರು ಕೆಳಗೆ ಬರೆದಿರುವ ತಪಾಸಣೆ ಮಾಡಬಹುದು:

- ರಕ್ತದೊತ್ತಡ
- ತೂಕ, 17ರಿಂದ 20ಪೌಂಡ್ ಕಡಿಮೆ ಆಗಿರಬಹುದು.
- ಗರ್ಭಾಶಯದ ಸಣ್ಣದಾಗಿರುವ ಆಕಾರ ಹಾಗೂ ಸ್ಥಿತಿ
- ಗರ್ಭಾಶಯದ ಮುಖ
- ಯೋನಿ ತಪಾಸಣೆ
- ಸಿ-ಸೆಕ್ಶನ್ ಸೀಳಿರುವ ಅಥವ ಎಪೀಸಿಯೊಟೊಮಿ ತಪಾಸಣೆ
- ಎದೆಯ ತಪಾಸಣೆ
- ಹೀಮ್ರಾಯಡ್ ವೇರಿಕೋಜ್ ವೇಯ್ನ್ಸ್
- ನಿಮ್ಮ ಪ್ರಶ್ನೆ ಹಾಗು ಜಿಜ್ಞಾಸೆಗಳು.

ಈ ಭೇಟಿಯಲ್ಲಿ ನೀವು ಗರ್ಭನಿರೋಧಕ ಉಪಾಯಗಳ ಮಾಹಿತಿಗಳನ್ನು ತಿಳಿದುಕೊಳ್ಳಬಹುದು. ಒಂದುವೇಳೆ ನೀವು ಡೈಫ್ರಾಮ್ ಹಾಕಿಸಿಕೊಳ್ಳಬೇಕೆಂದು ಇಚ್ಚಿಸುತ್ತಿದ್ದೂ ಗರ್ಭಾಶಯದ ಮುಖ ಸರಿಯಾಗದೆ ಹೊಗಿದ್ದರೆ ಸ್ವಲ್ಪ ಸಮಯದವರೆಗು ಕಾಂಡೋಮ್ ಉಪಯೋಗಿಸಬಹುದು. ಡಾಕ್ಟರ್ ಹತ್ತಿರ ಗರ್ಭನಿರೋಧಕ ಮಾತ್ರೆಗಳನ್ನು ಬರೆಸಿಕೊಳ್ಳಬಹುದು.

ನೀವು ಏನು ಯೋಚಿಸುತ್ತಿರಬಹುದು

ಆಯಾಸ

ಪ್ರಸವದನಂತರ ಆಯಾಸವಾಗುವುದು ಎಂದು ನನಗೆ ಗೊತ್ತು ಆದರೆ ಹೋದ ನಾಲ್ಕು ವಾರಗಳಿಂದ ನಾನು ಪೂರ್ತಿ ನಿದ್ರೆ ಸಹ ಮಾಡಿಲ್ಲ. ಇದು ತಮಾಶೆ ಅಲ್ಲ.

ಇಲ್ಲ, ನಿಮ್ಮ ಸ್ಥಿತಿಯನ್ನು ನೋಡಿ ಯಾರೂ ನಗುತ್ತಿಲ್ಲ. ಹೊಸದಾಗಿರುವ ತಾಯಿ-ತಂದೆಯರು ಬಹಳ ತೊಡಕುಗಳನ್ನು ಎದುರಿಸಬೇಕಾಗುವುದು ಎಂದು ಎಲ್ಲರಿಗೂ ಗೊತ್ತು. ಶಿಶುವಿಗೆ ಸ್ನಾನ ಮಾಡಿಸುವುದು, ಊಟ ಮಾಡಿಸುವುದು, ಮಲಗಿಸುವದು ಎಲ್ಲಾ ನಿಮ್ಮ ಜವಾಬ್ದಾರಿ ಜೊತೆಗೆ ಪರಿವಾರದ ಸದಸ್ಯರೂ ನೀವು ಮಾಡಿದ ಅಡಿಗೆಯನ್ನೇ ತಿನ್ನ ಬೇಕೆಂದು ಇಚ್ಛಿಸುತ್ತಾರೆ. ನೀವು ಅಂಗಡಿಗೆ ಹೋಗಿ ಸಾಮಾನು ತರಬೇಕು. ಈ ಎಲ್ಲಾ ಕೆಲಸಗಳ ಜೊತೆಗೆ ನೀವು ರಾತ್ರಿ ಕೇವಲ ಮೂರುಗಂಟೆಗಳಕಾಲ ನಿದ್ರೆ ಮಾಡುತ್ತೀರಿ ಹಾಗೂ ಇನ್ನೂ ಪ್ರಸವದ ಆಯಾಸವೂ ಕಡಿಮೆ ಆಗಿಲ್ಲ. ಬಹಳ ಆಯಾಸ ಆಗುವುದು ಅಲ್ಲವೇ?

ಈ ಆಯಾಸಕ್ಕೆ ಏನಾದರು ಉಪಾಯವಿದೆಯೇ? ಇಲ್ಲ, ಶಿಶು ರಾತ್ರಿ ಮಲಗುವ ಕ್ರಮ ಮಾಡಿಕೊಳ್ಳುವತನಕ ನೀವು ಎದ್ದಿರಲೇ ಬೇಕು. ಒಂದು ವೇಳೆ ಶಿಶು ಬೆಳಗ್ಗೆ ಮಲಗುವ ಕ್ರಮ ಮಾಡಿಕೊಂಡರೇ ನೀವು ಸ್ವಲ್ಪ ಸಮಯದವರೆಗು ಮಲಗಬಹುದು.

ಸ್ವಲ್ಪ ಸಹಾಯ ತೆಗೆದುಕೊಳ್ಳಿ:- ಸಹಾಯಕ್ಕಾಗಿ ಆಯಾ ಅಥವಾ ಕೆಲಸದವಳನ್ನು ಇಟ್ಟುಕೊಳ್ಳಿ. ಗೆಳತಿ, ತಾಯಿ ಅಥವ ಅತ್ತೆಯವರನ್ನು ಹತ್ತಿರ ಬಂದಿರಲೆಂದು ಹೇಳಿ. ಅವರು ಶಿಶುವನ್ನು ಓಡಾಡಿಸಲು ಕರೆದುಕೊಂಡು ಹೋಗುವಾಗ ನೀವು ಅರೆನಿದ್ರೆ ಮಾಡಬಹುದು. ಅವರು ನಿಮ್ಮ ಶಿಶುವಿನ ಸಾಮಾನುಗಳನ್ನು ಅಂಗಡಿಯಿಂದ ತಂದುಕೊಡಬಹುದು.

ಕೆಲಸ ಹಂಚ್ಚಿಕೊಳ್ಳಿ:- ನಿಮ್ಮ ಸಂಗಾತಿಯು ಜೊತಗೆ ಕೆಲಸವನ್ನು ಹಂಚ್ಚಿಕೊಳ್ಳಿ. ಬಟ್ಟೆ,ಪಾತ್ರೆ, ಸ್ವಚ್ಛತೆ, ಈ ಕೆಲಸಗಳಿಗೆ ಕೊನೆಯೇ ಇಲ್ಲ. ಸೇರಿಕೊಂಡು ಕೆಲಸ ಮಾಡಿ. ನೀವು ಜಾಸ್ತಿ ಆಯಾಸವಾಗದಿರುವ ಕೆಲಸಗಳನ್ನು ಮಾಡಿ.

ಸ್ವಲ್ಪ ನಿರ್ಲಕ್ಷ್ಯ ಮಾಡಿ:- ಸರಿ ನಿಮಗೆ ಗಲೀಜಾಗಿರುವುದು ಇಷ್ಟವಿಲ್ಲ. ಹಾಸಿಗೆ ಮೇಲೆ ಬಿಸ್ಕತ್ ಪುಡಿ ಬಿದ್ದರೆ ನಿಮಗೆ ಕೋಪ ಬರುತ್ತದೆ. ಆದರೆ ನಿಮ್ಮ ಶಕ್ತಿ ಪುನಃಮರಳಿ ಬರುವರೆಗು ನೀವು ಇದನೆಲ್ಲಾ ನಿರ್ಲಕ್ಷಿಸಿ. ಶಿಶುಹುಟ್ಟಿದ ಶುಭಾಶಯಗಳ ಉತ್ತರ ಕೊಡಲಾಗದೆ ಹೋದರೆ ಎಲ್ಲರಿಗು ಶಿಶುವಿನ ಭಾವಚಿತ್ರದೊಂದಿಗೆ ಇ-ಮೇಲ್ ಮಾಡಿ. ನಿಮ್ಮ ಸಮಯ ಹಾಗೂ ಊರ್ಜೆಯನ್ನು ಉಳಿಸುಕೊಳ್ಳಿ.

ಫ್ರೀ ಹೋಮ್ ಡೆಲಿವರಿ:- ನಿಮ್ಮ ಡೆಲವರಿ ಆಗಿದೆ. ಈಗ ನಿಮ್ಮ ಸಾಮಾನುಗಳನ್ನು ಫ್ರೀ ಹೋಮ್ ಡೆಲವರಿ ಮಾಡುವಂತಹ ಅಂಗಡಿಗಳಲ್ಲಿ ಹುಡುಕಿ. ಸ್ವಲ್ಪ ದುಡ್ಡು ಕೊಡಬೇಕಾದರೂ ಪರವಾಗಿಲ್ಲ. ಸಣ್ಣ-ಸಣ್ಣ ಸಾಮಾನುಗಳಿಗೆ ಪದೇ-ಪದೇ ಅಂಗಡಿಗೆ ಹೋಗಬೇಕಾಗದಿರಲೆಂದು ಎಲ್ಲಾ ಸಾಮಾನುಗಳನ್ನು ಒಟ್ಟಿಗೆ ತರಿಸಿಕೊಳ್ಳಿ.

ಶಿಶುವಿನ ಜೊತೆಗೆ ಮಲಗಿ:- ಯದ್ಯಪಿ ಶಿಶು ಮಗಲಗಿದ ಮೇಲೆ ನೀವು ನೂರೆಂಟು ಕೆಲಸ ಪೂರೈಸಬೇಕು ಆದರೂ ಮಲಗಲು ಇದಕ್ಕಿಂತ ಒಳ್ಳೆ ಸಮಯ ಯಾವುದು ಇಲ್ಲ. 15 ನಿಮಿಷ ಮಲಗಿದ್ದರೂ ಶರೀರಕ್ಕೆ ಬಹಳ 'ಆರಾಮ ಸಿಗುವುದು.

ಶಿಶುವಿನ ಜೊತೆಗೆ ತಿನ್ನಿ:- ಶಿಶುವಿಗೆ ಹಾಲು ಕುಡಿಸುವಾಗ ನೀವು ತಿನ್ನುವುದು ಮರೆಯಬೇಡಿ. ಪ್ರೋಟೀನ್ ಹಾಗೂ ಕಾಂಪ್ಲೆಕ್ಸ್ ಕಾರ್ಬ್ ಯುಕ್ತ ಸ್ನ್ಯಾಕ್ಸ್‌ಗಳನ್ನು ಸೇವಿಸಿ. ಒಂದು ತಾಜ ಹಣ್ಣು, ಒಂದು ಬಟ್ಟಲು ಮೊಸರು, ಚೌಕಲೇಟ್ ಅಥವ ಆರೋಗ್ಯಕರವಾದ ಸ್ನ್ಯಾಕ್ಸ್ ಊರ್ಜೆಯ ಮಟ್ಟವನ್ನು ಪೂರೈಸುತ್ತದೆ. ಬೇಕಾದಾಗೆಲ್ಲ ಸುಲಭವಾಗಿ ತಿನ್ನಲು ಮನೆಯಲ್ಲಿ ತಿನಿಸುಗಳನ್ನು ಇಟ್ಟಿಕೊಂಡಿರಿ. ತಕ್ಷಣ ಊರ್ಜೆಯನ್ನು ಹೆಚ್ಚಿಸಿ ಸ್ವಲ್ಪ ಸಮಯದನಂತರ ಪುನಃ ಬಿಕ್ಕಳಿಕೆಬರುವಂತಹ ಆಹಾರಗಳನ್ನು ತಿನ್ನಬೇಡಿ. ಸಾಕಷ್ಟು ದ್ರವ ಪದಾರ್ಥಗಳನ್ನು ಸೇವಿಸಿ. ನೆನಪಿರಲಿ ನೀವು ಇಬ್ಬರಿಗಾಗಿ ತಿನ್ನ ಬೇಕು.

ಒಂದು ವೇಳೆ ಬಹಳ ಆಯಾಸ ಹಾಗೂ ಸುಸ್ತಾದರೆ ಡಾಕ್ಟರಿಗೆ ತೋರಿಸುವುದು ಮರೆಯಬೇಡಿ. ಒತ್ತಡ ಹಾಗೂ ಹತಾಶೆಯಿಂದ ದೂರವಿರಿ. ಬಹಳ ಬೇಗನೇ ನಿಮ್ಮ ದಿನಚರಿ ಸರಿಯಾಗುವುದು.

ಕೂದಲು ಉದುರುವುದು

"ನನ್ನ ಕೂದಲು ಅಕಸ್ಮಾತಾಗಿ ಉದುರಲು ಪ್ರಾಂಭಿಸಿದೆ. ನಾನು ಬಾಲ್ಡಿ ಆಗುತ್ತಿದ್ದೀನಾ?"

ನೀವು ಬಾಲ್ಡಾಗುತ್ತಿಲ್ಲ. ನಿಮ್ಮ ಸಾಮಾನ್ಯ ಅವಸ್ಥೆಗೆ ತಿರುಗಿ ಬರುತ್ತಿದ್ದೀರಿ. ಹಾಗೇಯೆ ಸರಾಸರಿ ಪ್ರತಿದಿನ 100 ಕೂದಲು ಉದುರುವುದು. ಬಹಳ ದಿನದವರೆಗು ಉದರಲು ಅವಕಾಶ ಸಿಕ್ಕಿತ್ತಿಲ್ಲ ಆದಕಾರಣ ಈಗ ಒಟ್ಟಿಗೆ ಉದುರುತ್ತಿದೆ. ಗರ್ಭಾವಸ್ಥೆಯ ಹಾರ್ಮೋನಲ್ ಬದಲಾವಣೆಯ ಕಾರಣದಿಂದ ಹೀಗಾಗುತ್ತಿದೆ. ಆ ಸಮಯದಲ್ಲಿ ನಿಮ್ಮ ಕೂದಲು ಬಹಳ ದಟ್ಟವಾಗಿ ಉದ್ದವಾಗಿರಬೇಕು. ಈಗ ಸಾಮಾನ್ಯ ಅವಸ್ಥೆಗೆ ಬರುತ್ತಿದೆ.

ಕೂದಲನ್ನು ಆರೋಗ್ಯವಾಗಿಟ್ಟುಕೊಳ್ಳಲು ವಿಟಮಿನ್ನಿನ ಪ್ರಮಾಣ ತೆಗೆದುಕೊಳ್ಳಿ. ಉತ್ತಮ ಆಹಾರವನ್ನು ಸೇವಿಸಿ. ಕೂದಲಿನ ಪೋಷಣೆಯನ್ನು ಗಮನಿಸಿಕೊಳ್ಳಿ. ಶ್ಯಾಂಪು ಉಪಯೋಗಿಸುವುದು ಕಡಿಮೆಮಾಡಿ. ಸಿಕ್ಕಾಗುರುವ ಕೂದಲನ್ನು ಸರಿಪಡಿಸಲು ಕಂಡೀಶನರ್ ಉಪಯೋಗಿಸಿ. ದೊಡ್ಡ ಬಾಚಣಿಗೆಯನ್ನು ಉಪಯೋಗಿಸಿ. ಕೂದಲಿನ ಮೇಲೆ ಯಾವುದೇ ಪ್ರಯೋಗ ಮಾಡಬೇಡಿ. ಆದರೂ ಕೂದಲು ಉದುರುವುದು ನಿಲ್ಲದೆ ಹೋದರೆ ಡಾಕ್ಟರ್ ಸಲಹೆ ಪಡೆಯಿರಿ.

ಮೂತ್ರದ ಮೇಲೆ ನಿಯಂತ್ರಣ :

"ನನಗೆ ಶಿಶು ಜನನದನಂತರ ಮೂತ್ರದ ಮೇಲೆ ನಿಯಂತ್ರಣ ಮಾಡಿಕೊಳ್ಳಬಹುದೆಂದು ಅನಿಸಿತ್ತು ಆದರೇ ಪ್ರಸವದ ಎರಡು ತಿಂಗಳಾದ ಮೇಲೆನೂ ನಗುವಾಗ- ಅಳುವಾಗ ಮೂತ್ರದ ಸೋರುವಿಕೆ ಆಗುತ್ತಿದೆ. ಯಾವಾಗಲು ಹೀಗೇ ಇರುವುದೇ?"

ಹೌದು ಪ್ರಸವದನಂತರ ಕೆಲವು ತಿಂಗಳತನಕ ಹೀಗೆ ಇರುವುದು. ನಗುವಾಗ, ಕೆಮ್ಮುವಾಗ, ಸೀನುವಾಗ ಅಥವ ಯಾವುದೇ ಭಾರಿ ಕೆಲಸಮಾಡುವಾಗ ಮೂತ್ರಪಿಂಡಗಳ ಮೇಲೆ ಒತ್ತಡ ಬೀಳುವುದು ಹಾಗೂ ಮೂತ್ರ ಸೋರುವಿಕೆ ಆಗುವುದು. ಪ್ರಸವದ ಸಮಯದಲ್ಲಿ ಮೂತ್ರಪಿಂಡಗಳ ಹಾಗೂ ಪೆಲ್ವಿಕ್ ಅಕ್ಕ-ಪಕ್ಕದ ಮಾಂಸಖಂಡಗಳು ನಿಶ್ಶಕ್ತವಾಗಿರುತ್ತದೆ ಆಗ ನಿಮಗೆ ಮೂತ್ರದ ಸೋರುವಿಕೆಯನ್ನು ತಡೆಯಲಾಗುವುದಿಲ್ಲ. ಗರ್ಭಾಶಯ ಸಂಕುಚಿತವಾಗುವಾಗ ಮೂತ್ರಪಿಂಡಗಳ ಮೇಲೆ ಒತ್ತಡ ಬೀಳುವುದು. ಹಾರ್ಮೋನಲ್ ಬದಲಾವಣೆಯಿಂದಲೂ ಹೀಗಾಗುವುದು.

ಈ ಪ್ರಕ್ರಿಯೆ ಮುಗಿಯಲು ಸುಮಾರು 3ರಿಂದ 6 ತಿಂಗಳ ತನಕ ಸಮಯವಾಗಬಹುದು. ಅದುವರೆಗು ನೀವು ಪ್ಯಾಡ್ ಹಾಕಿಕೊಳ್ಳಿ. ಆದರೆ ಟೆಂಪೂನ್ ಹಾಕಿಕೊಂಡರೆ ಉಪಯೋಗವಾಗುವುದಿಲ್ಲ. ಅದಲ್ಲದೆ ಕೆಳಗೆ ಬರೆದಿರುವ ಉಪಾಯಗಳನ್ನೂ ಮಾಡಬಹುದು.:-

ಕೀಗಲ್ ವ್ಯಾಯಾಮ:- ಕೀಗಲ್ ಹಾಗೂ ಪೆಲ್ವಿಕ್ ಕ್ಷೇತ್ರಕ್ಕೆ ಸೇರಿರುವ ವ್ಯಾಯಾಮಗಳನ್ನೂ ಮಾಡುತ್ತಿರಿ ಇದರಿಂದ ಸಹಾಯವಾಗಬಹುದು.

ತೂಕ ಕಡಿಮೆ ಮಾಡಿ:- ಗರ್ಭಾವಸ್ಥೆಯಲ್ಲಿ ಹೆಚ್ಚಾಗಿರುವ ತೂಕವನ್ನು ಕಡಿಮೆ ಮಾಡಿಕೊಳ್ಳಬೇಕು. ಹೆಚ್ಚಾಗಿರುವ ತೂಕದಿಂದಲೇ ಮೂತ್ರಪಿಂಡಗಳಮೇಲೆ ಒತ್ತಡ ಬೀಳುತ್ತಿದೆ.

ಮೂತ್ರಪಿಂಡಗಳಿಗೆ ತರಬೇತಿ ಕೊಡಿ:- ಪ್ರತಿ ಅರ್ಧಗಂಟೆಯನಂತರ ಇಚ್ಛೆ ಇಲ್ಲದೆ ಹೋದರೂ ಮೂತ್ರ ವಿಸರ್ಜನೆ ಮಾಡಿ. ಇದೆ ರೀತಿ ಮಧ್ಯದ ಅಂತರವನ್ನು ಹೆಚ್ಚಿಸಿ.

ಮಲಬದ್ಧತೆಯಿಂದ ದೂರವಿರಿ:- ಮಲಬದ್ಧತೆಯ ಕಾರಣದಿಂದಲೂ ಮೂತ್ರಪಿಂಡಗಳ ಮೇಲೆ ಒತ್ತಡ ಬೀಳುವುದು. ನಿಯಮಿತವಾಗಿ ಮಲ ವಿಸರ್ಜಿಸಿ.

ದ್ರವ ಪದಾರ್ಥಗಳನ್ನು ತೆಗೆದುಕೊಳ್ಳಿ:- ದಿನದಲ್ಲಿ ಕನಿಷ್ಠಪಕ್ಷ ಎಂಟು ಲೋಟದಷ್ಟು ನೀರು ಕುಡಿಯರಿ. ನೀರು ಕಡಿಮೆ ಕುಡಿದರೆ ಮೂತ್ರದ ಸೋರುವಿಕೆ ಕಡಿಮೆ ಆಗುವುದು ಎಂದು ತಿಳಿಯಬೇಡಿ. ಡಿಹೈಡ್ರೇಶನ್ ಆದರೆ ಮೂತ್ರದ ಸೋಂಕು ಆಗಬಹುದು. ಸೋಂಕಾಗಿರುವ ಮೂತ್ರಪಿಂಡದಿಂದ ಮೂತ್ರದ ಸೋರುವಿಕೆ ಹೆಚ್ಚಾಗುವುದು ಹಾಗೂ ಸೋರುವ ಮೂತ್ರಪಿಂಡಗಳಲ್ಲಿ ಸುಲಭವಾಗಿ ಸೋಂಕಾಗುವುದು.

ಗ್ಯಾಸ್ ಪಾಸ್ ಆಗುವುದು

"ಇತ್ತಿಚೆಗೆ ನಾನು ಬಹಳ ಗ್ಯಾಸ್ ಬಿಡುತ್ತಿದ್ದೀನಿ. ಅದರಿಂದ ಜನಗಳ ಮಧ್ಯದಲ್ಲಿ ನನಗೆ ಬಹಳ ನಾಚಿಕೆ ಆಗುವುದು. ಹೀಗೇಕೆ ಆಗುತ್ತಿದೆ?"

ಹೊಸ ತಾಯಿ ಆದ ಮೇಲೆ ಶರೀರ ತಮ್ಮನ್ನು ಶುದ್ಧಮಾಡಿಕೊಳ್ಳುತ್ತಿದೆ. ಪ್ರಸವದ-

ನಂತರ ತಾಯಂದಿರು ಇದೇ ತರಹ ಗ್ಯಾಸ್ ಬಿಡುತ್ತಾರೆ. ಇದರಲ್ಲಿ ನಾಚಿಗೆ ಆಗುವ ಮಾತೇನಿಲ್ಲ. ನಿಮ್ಮ ಪೆಲ್ವಿಕ ಕ್ಷೇತ್ರದ ಕೆಲವು ಮಾಂಸಖಂಡಗಳು ಎಳೆದಿದೆ ಕೆಲವು ಹಾಳಾಗಿದೆ ಈ ಕಾರಣದಿಂದ ನಿಮಗೆ ಗ್ಯಾಸ್ ಬಿಡುವ ಪ್ರಕ್ರಿಯೆ ಮೇಲೆ ನಿಯಂತ್ರಣವಿಲ್ಲ.

ಕೆಲವು ವಾರಗಳಮೇಲೆ ಮಾಂಸಖಂಡಗಳು ತಮ್ಮ ಹಳೇ ಸ್ಥಿತಿಗೆ ಬಂದನಂತರ ನಿಮಗೂ ಆರಾಮ ಸಿಗುವುದು.

ಅಲ್ಲಿವರೆಗು ಆರಾಮವಾಗಿ ಊಟ ಮಾಡಿ. ಎಷ್ಟು ಗಾಳಿ ಒಳಗಡೆ ಹೋಗುವುದೋ ಅಷ್ಟು ಗಾಳಿ ಗ್ಯಾಸ್ ಆಗಿ ಹೊರಗೆ ಬರುವುದು. ಕೀಗಲ್ ವ್ಯಾಯಾಮ ಮಾಡತ್ತಿರಿ. ಇದರಿಂದ ಲಾಭವಾಗುವುದು.

ಡಾಕ್ಟರ್ ಸಹಾಯ ತೆಗೆದುಕೊಳ್ಳಿ

ನೀವು ಎಲ್ಲಾ ತರಹದ ಪ್ರಯಾಸಗಳನ್ನು ಮಾಡಿದ್ದೀರಿ ಆದರೂ ಮೂತ್ರದ ಸೋರುವಿಕೆ ನಿಂತಿಲ್ಲ. ಪರವಾಗಿಲ್ಲ,ನಿಮ್ಮ ಡಾಕ್ಟರಿಗೆ ಹೇಳಿ. ಅವರು ಏನಾದರು ಉಪಾಯವನ್ನು ಹೇಳುತ್ತಾರೆ. ಅವಶ್ಯಕತೆ ಇದ್ದರೇ ಶಸ್ತ್ರಚಿಕಿತ್ಸೆ ಸಹ ಮಾಡುವರು. ನೀವು ಧೈರ್ಯವಾಗಿರಿ. ಗಾಬರಿ ಆಗಬೇಡಿ.

ಪ್ರಸವದನಂತರ ಬೆನ್ನೋವು

"ಪ್ರಸವದನಂತರ ನನ್ನ ಬೆನ್ನೋವು ಸರಿಯಾಗುವುದು ಎಂದು ಭಾವಿಸಿದ್ದೇ ಆದರೇ ಹೀಗಾಗಲಿಲ್ಲ. ಏಕೇ?"

ನಿಮ್ಮ ಹಳೆ ಗೆಳಯು ಬೆನ್ನೋವು ತಿರುಗಿಬಂದಿದ್ದಾನೆ. ಹಾರ್ಮೋನ್‌ಗಳ ಕಾರಣ ದಿಂದ ಸಡಿಲವಾಗಿರುವ ಲಿಗಮೆಂಟ್‌ಗಳು ಇನ್ನೂ ಸಡಿಲಾಗಿಯೇ ಇವೆ. ಅವುಗಳಿಗೆ ತಮ್ಮ ಶಕ್ತಿ ಪುನಃ ಪಡೆಯಲು ಅನೇಕ ದಿನಗಳು ಅಥವ ವಾರಗಳಾಗಬಹುದು. ಹೊಟ್ಟೆಯ ನಿಶ್ಯಕ್ತವಾಗಿರುವ ಮಾಂಸಖಂಡಗಳೂ ನಿಮ್ಮ ಬೆನ್ನಿನ ಮೇಲೆ ತಮ್ಮ ಪ್ರಭಾವ ಹಾಕುತ್ತಿವೆ. ಶಿಶುವನ್ನು ಎತ್ತುವಾಗ ಆಡಿಸುವಾಗ ಅಥವ ಮಲಗಿಸುವಾಗಲೂ ಬೆನ್ನೋವು ಆಗುವುದು. ಶಿಶುವಿನ ಆಕಾರ ಬೆಳೆಯುತ್ತಿದೆ ಜೊತೆಗೆ ಬೆನ್ನಿನ ಮೇಲೆ ಒತ್ತಡ ಹಾಗೂ ಒತ್ತಡವೂ ಹೆಚ್ಚಾಗುತ್ತಿದೆ.

ಕಾಲಕಳೆದಂತೆ ನಿಮ್ಮ ಬೆನ್ನೋವು ಕಡಿಮೆ ಆಗುವುದು:-

- ಹೊಟ್ಟೆಗೆ ಸಂಬಂಧಪಟ್ಟಿರುವ ಕೆಲವು ವ್ಯಾಯಾಮಗಳು ಹಾಗೂ ಪೆಲ್ವಿಕ್ ಟಿಲ್ಟ್ ಮಾಡಿ. ಇದರಿಂದ ಬೆನ್ನಿಗೆ ಬೆಂಬಲ ನೀಡುವ ಮಾಂಸಖಂಡಗಳು ದೃಢವಾಗುತ್ತದೆ.
- ಸಾಮಾನ ಎತ್ತುವಾಗ ಅಥವಾ ಬಗ್ಗುವಾಗ ಬೆನ್ನಿನ ಮೇಲೆ ಗಮನವಿರಲಿ.
- ದಿನವೆಲ್ಲ ಹಾಸಿಗೆ ಮೇಲೆ ಮಲಗಿರಬೇಡಿ. ಬೆನ್ನಿಗೆ ದಿಂಬಿನ ಬೆಂಬಲ ಕೊಟ್ಟು ಒರಗಿಕೊಂಡು ಕುಳಿತುಕೊಳ್ಳಿ.
- ಅವಕಾಶ ಸಿಕ್ಕಿದಾಗೆಲ್ಲ ಕಾಲುಗಳಿಗೆ ಸ್ವಲ್ಪ ಆರಾಮ ಕೊಡಿ. ನಿಲ್ಲ ಬೇಕಾದಾಗ ಕಾಲನ್ನು ಸಣ್ಣ ಸ್ಟೂಲ್ ಮೇಲೆ ಇಟ್ಟುಕೊಳ್ಳಿ.
- ನಿಮ್ಮ ಭಂಗಿಯನ್ನು ಗಮನಿಸಿ. ಭುಜಗಳು ನೇರವಾಗಿದ್ದರೆ ಬೆನ್ನೋವುದಿಲ್ಲ. .ಶಿಶು ದೊಡ್ಡದಾದ ಮೇಲೆ ಎತ್ತುವಾಗ ಒಂದೆ ನಿತಂಬದ ಮೇಲೆ ಭಾರ ಬಿಡಬೇಡಿ. ಇದರಿಂದಲೂ ಬೆನ್ನೋವು ಆಗುವುದು.
- ಸಾಮಾನ್ಯವಾಗಿ ತಾಯಂದಿರು ಒಂದು ಕೈಯಲ್ಲಿ ಶಿಶುವನ್ನು ಎತ್ತಿಕೊಂಡು ಇನ್ನೊಂದು ಕೈಯಿಂದ ಕೆಲಸ ಮಾಡುವರು. ಮಧ್ಯ-ಮಧ್ಯದಲ್ಲಿ ಕೈ ಬದಲಾಯಿಸಿಕೊಳ್ಳಿ.

- ಸಮಯ ಹಾಗೂ ಅವಕಾಶ ಸಿಕ್ಕರೇ ಬೆನ್ನಿನ ಮಾಂಸಖಂಡಗಳ ಮಾಲಿಶ್ ಮಾಡಿ. ನಿಮ್ಮ ಸಂಗಾತಿಯ ಸಹಾಯ ತೆಗೆದುಕೊಳ್ಳಿ.
- ಶಿಶುವಿಗೆ ಹಾಲು ಕುಡಿಸುವಾಗ ಬೆನ್ನಿಗೆ ಶಾಕ ಕೊಡಿ.

ಶಿಶು ಸ್ವಲ್ಪ ದೊಡ್ಡದಾದ ಮೇಲೆ ನಿಮ್ಮ ಶರೀರದ ಶಕ್ತಿಯೂ ಮರಳಿ ಬರುತ್ತದೆ. ಆಗ ಡೈಪರ್ ಬ್ಯಾಗ್ ಖಾಲಿ ಮಾಡಿ. ಬಹಳ ಅವಶ್ಯಕವಾದಾಗಲೇ ಅದನ್ನು ಪುನಃ ತುಂಬಿ.

ಶಿಶು ಜನನದನಂತರ

''ಶಿಶುವಿನ ಜನನದನಂತರ ನನಗೆ ಬಹಳ ರೋಮಾಂಚನವಾಗುವುದು ಎಂದು ಅನಿಸಿತ್ತು ಆದರೆ ಈಗ ನನಗೆ ಬಹಳ ನಿರಾಶೆ ಆಗಿದೆ ಹೀಗೇಕೆ?''

ಈ ಸಮಯವೇ ಆನಂದದ ಸಮಯ ಈ ಸಮಯವೇ ಕಷ್ಟದ ಸಮಯ. ಶೇಕಡಾ 60ರಿಂದ 80ರಷ್ಟು ತಾಯಂದಿರು ಹೀಗೆ ಅನುಭವಿಸುತ್ತಾರೆ. ಪ್ರಸವದ ಐದು ದಿನಗಳನಂತರವೇ ಬಹಳ ನಿರಾಶೆ ಅನುಭವಿಸುತ್ತಾರೆ. ಅವರ ಮೇಲೆ ವಿಚಿತ್ರವಾದ ಹತಾಶೆ ಹರಡುತ್ತದೆ. ಅಳುವ ಮನಸ್ಸಾಗುತ್ತದೆ. ವ್ಯಾಕುಲತೆ ಹಾಗೂ ಮುಜುಗರ ಅನಿಸುತ್ತದೆ.

ವಾಸ್ತವದಲ್ಲಿ ಹೀಗಾಗುವ ಕಾರಣವೇನೆಂದರೆ ಈ ಸಮಯದಲ್ಲಿ ಹಾರ್ಮೋನ್‌ಗಳ ಮಟ್ಟ ಬದಲಾಯಿಸುತ್ತದೆ. ಗರ್ಭಾವಸ್ಥೆಯನಂತರ ಪ್ರಸವ ಹಾಗೂ ಡೆಲಿವರಿ, ಮತ್ತು ಮನೆಗೆ ಬಂದನಂತರ ಶಿಶುವಿನ ಚಿಂತೆ, ಸ್ತನ್ಯಪಾನದ ಸಮಸ್ಯೆಗಳು, ನಿಮ್ಮ ಮುಖ ಹಾಳಾಗುವುದು, ಮನೆ ಹರಡಿರುವುದು, ಈ ಎಲ್ಲಾ ಮಾತುಗಳಿಂದ ನಿಮಗೆ ಬೇಜಾರಾಗುತ್ತಿದೆ. ಕೆಲವೇ ವಾರದಲ್ಲಿ ನೀವು ಈ ಹೊಸ ಪರಿಸರಕ್ಕೆ ಹೊಂದಿಕೊಳ್ಳುತ್ತೀರ ಆಗ ಎಲ್ಲಾ ಸರಿಹೋಗುತ್ತದೆ. ಅಲ್ಲಿವರೆಗು ಕೆಳಗೆ ಬರೆದಿರುವ ಉಪಾಯಗಳನ್ನು ಬಳಸಿ:-

ಅವಸರ ಪಡ ಬೇಡಿ :- ಈಗ ಮನೆ ಕೆಲಸ ಹಾಗೂ ಒಂದು ಸಂಪೂರ್ಣ ತಾಯಿಯಂತೆ ಶಿಶುವಿನ ಎಲ್ಲಾ ಕೆಲಸಗಳನ್ನು ಒಂಟಿಯಾಗಿ ಮಾಡುವಷ್ಟು ನಿಮ್ಮಲ್ಲಿ ಶಕ್ತಿ ಇರುವುದಿಲ್ಲ. ಈಗ ಸ್ವಲ್ಪ ವಿಶ್ರಾಂತಿ ಹಾಗೂ ಸಹಾಯದ ಅವಶ್ಯಕತೆ ಇದೆ. ನೀವು ಅವಸರ ಪಡಬೇಡಿ. ಸುಲಭವಾಗಿ ಮಾಡುವಂತಹ ಕೆಲಸಗಳನ್ನು ಮಾತ್ರ ಮಾಡಿ.

ಒಬ್ಬರೆ ಇರಬೇಡಿ :- ಮನೆಯಲ್ಲಿ ಗಲೀಜು ಬಟ್ಟೆ- ಪಾತ್ರೆ, ಅಳುತ್ತಿರುವ ಶಿಶು, ನಿದ್ರೆ ಗೆಟ್ಟುವುದು ಈ ಎಲ್ಲಾ ಸ್ಥಿತಿಗಳಲ್ಲಿ ಸಹಾಯವಿಲ್ಲದೆ ಹೇಗಿರುವುದು. ನಿಮ್ಮ ಗೆಳತಿ, ತಾಯಿ, ಅತ್ತೆ ಅಥವ ತಂಗಿಯ ಸಹಾಯ ತೆಗೆದುಕೊಳ್ಳಿ.

ಸುಂದರವಾಗಿ ಕಾಣಿರಿ :- ಕೇಳಲು ವಿಚಿತ್ರವಾಗಿರುತ್ತದೆ ಆದರೆ ಇದು ಸತ್ಯ. ಸ್ವಲ್ಪ ಸಮಯ ನಿಮಗಾಗಿ ಕೊಡಿ ಇದರಿಂದ ಮನಸ್ಸಿಗೆ ಖುಶಿ ಆಗುತ್ತದೆ. ಸ್ನಾನ ಮಾಡಿ. ಶುಭ್ರವಾಗಿರುವ ಉಡಪನ್ನು ಧರಿಸಿ. ಕೇಶಾಲಂಕಾರ ಮಾಡಿಕೊಳ್ಳಿ. ಕನ್‌ಸೀಲರ್‌ನಿಂದ ಕಲೆಗಳನ್ನು ಮರೆಮಾಡಿ ಮೇಕಪ್ ಮಾಡಿಕೊಳ್ಳಿ.

ಮನೆಯಿಂದ ಹೊರಗೆ ಹೊರಡಿ :- ಮನೆಯಿಂದ ಹೊರಗೆ ಹೊರಡಿ. ಓಡಾಡಿದರೇ ಮನಸ್ಸಿನ ಅವಸ್ಥೆ ಬದಲಾಯಿಸುತ್ತದೆ. ನಿಮ್ಮ ಕಣ್ಣಿಗೆ ಕೆಲಸದ ಹೊರೆ ಕಾಣುವುದಿಲ್ಲ. ಕನಿಷ್ಠ ಪಕ್ಷ ವಾರದಲ್ಲಿ ಒಂದುಸಲ ಹೀಗೆಮಾಡಿ. ಯಾವುದಾದರು ಸ್ನೇಹಿತರ ಮನೆಗೆ ಹೋಗಿ ಶಿಶುವನ್ನು ಪಾರ್ಕಿಗೆ ಕರೆದುಕೊಂಡಹೋಗಿ. ಯಾವುದಾದರು ಮಾಲ್‌ಗೆ ಹೋಗಿ ಸುತ್ತಾಡಿ.

ನಿಮಗೆ ನೀವೇ ಟ್ರೀಟ್ ಕೊಡಿ :- ಯಾವುದಾದರು ಸಿನಿಮಾ ನೋಡಲು ಹೋಗಿ. ಸಂಗಾತಿ ಜೊತೆಗೆ ರಾತ್ರಿ ಊಟ ಹೊರಗೆ ಮಾಡಿ. ತುಂಬ ಹೊತ್ತು ಸ್ನಾನ ಮಾಡಿ. ಒಮ್ಮೊಮ್ಮೆ ನಿಮಗೆ ನೀವೆ ಪ್ರಾಶಸ್ತ್ಯ ನೀಡಿ. ಇದು ಅವಶ್ಯಕ.

ವ್ಯಾಯಾಮ ಮಾಡಿ :- ವ್ಯಾಯಾಮದಿಂದ ನಿಮ್ಮ ತನು ಹಾಗೂ ಮನ ಆರೋಗ್ಯವಾಗಿರುವುದು. ಯಾವುದಾದರು ಡಿವಿಡಿ ನೋಡಿ ವ್ಯಾಯಾಮ ಮಾಡಿ ಅಥವ ತರಗತಿಗೆ ಹೋಗಿ. ಏನು ಮಾಡಲು ಆಗದೆ ಹೋದರೂ ವಿಹರಿಸಲು ಹೋಗಲೇ ಬಹುದು.

ಊಟ-ತಿಂಡಿಯನ್ನು ಗಮನಿಸಿಕೊಳ್ಳಿ :- ನಿಮ್ಮ ಊರ್ಜೆಯ ಮಟ್ಟವನ್ನು ಮಾಡಿಟ್ಟುಕೊಳ್ಳಬೇಕು. ಶಿಶುವಿನ ಹೊಟ್ಟೆ ತುಂಬುವ ಜೊತೆಗೆ ನಿಮ್ಮ ಊಟ-ತಿಂಡಿಯನ್ನೂ ಗಮನಿಸಿಕೊಳ್ಳಿ. ಶಾರೀರಿಕ ಹಾಗೂ ಭಾವನಾತ್ಮಕ ಮಟ್ಟದಲ್ಲಿ ಸಂತುಷ್ಟಿಗಾಗಿ ನಿಮ್ಮ ಊಟ-ತಿಂಡಿಯನ್ನು ಗಮನಿಸಿಕೊಳ್ಳುವುದು ಬಹಳ ಆವಶ್ಯಕ. ನಿಮ್ಮ ಅಕ್ಕಪಕ್ಕದಲ್ಲಿ ಊರ್ಜೆ ಬರುವಂತಹ ಸ್ನ್ಯಾಕ್ಸ್ ಗಳನ್ನು ಇಟ್ಟುಕೊಂಡಿರಿ.

ಅಳುವುದು-ನಗುವುದು :- ಅಳಲು ಮನಸಿದ್ದರೇ ಮನಸುಬಿಚ್ಚಿ ಅಳಿ. ಹಾಗೂ ನಿಮ್ಮ ವಶದಲ್ಲಿ ಇಲ್ಲದೆ ಇರುವ ಮಾತುಗಳ

ಮೇಲೆ ಜೋರಾಗಿ ನಗಿ. ಶಿಶು ಮಾರ್ಕೆಟಲ್ಲಿ ಪೌಟಿ ಮಾಡಿತು ಅಥವಾ ನಿಮ್ಮ ಸ್ತನಗಳಿಂದ ಹಾಲು ಸೋರಿತು ಇತ್ಯಾದಿ, ಇತ್ಯಾದಿ. ನಗವುದು ಒಂದು ಒಳ್ಳೆ ಔಷಧಿ. ಅದರಿಂದ ದೊಡ್ಡ-ದೊಡ್ಡ ಘಾಯಗಳು ವಾಸಿ ಆಗುತ್ತದೆ. ಕೆಲವೆ ದಿನಗಳಲ್ಲಿ ಎಲ್ಲಾ ಸರಿಯಾಗುವುದೆಂದು ನಿಮಗೆ ನೀವೇ ಸಮಾಧಾನ ಮಾಡಿ ಕೊಳ್ಳಿ.

ಒಂದು ವೇಳೆ ಹತಾಶೆ ಹೆಚ್ಚಾದರೆ ಡಾಕ್ಟರಿಗೆ ತೋರಿಸಲು ಸಂಕೋಚಿಸ ಬೇಡಿ.

"ನನ್ನ ಪ್ರಸವ ಆದನಂತರ ನನಗೆ ಎಲ್ಲವೂ ಬಹಳ ಚೆನ್ನಾಗಿ ಅನಿಸುತ್ತದೆ. ಇದೆಲ್ಲ ಕನಸಿನ ಹಾಗೆ ಮುಗಿದುಬಿಡುವುದೇ?"

ಬೇಬಿ ಬ್ಲೂ ಆಗುವುದು ಸಾಮಾನ್ಯ. ಆದರೆ ಎಲ್ಲ ತಾಯಂದಿರ ಜೊತೆಗೆ ಹೀಗಾಗುವುದಿಲ್ಲ. ನೀವು ಮೊದಲಿನಿಂದಲೇ ಎಲ್ಲ ಸ್ಥಿತಿಯನ್ನು ಸಂಭಾಳಿಸಿದ್ದೀರಿ ಇದು ಬಹಳ ಒಳ್ಳೆಯದು. ಅನೇಕ ಸಲ ಹೊಸ ತಂದೆಯೂ ಹಾತಾಶೆಯನ್ನು ಎದುರಿಸುತ್ತಾರೆ ಆದರೆ ತಮ್ಮ ಭಾವನೆಗಳನ್ನು ಮುಚ್ಚಿಟ್ಟುಕೊಳ್ಳುತ್ತಾರೆ ಆದಕಾರಣ ನೀವು ನಿಮ್ಮ ಸಂಗಾತಿಯನ್ನು ಗಮನಿಸಿಕೊಳ್ಳಿ.

ಪ್ರಸವದನಂತರ ಹತಾಶೆ (ಡಿಪ್ರೆಶನ್)

"ನನ್ನ ಶಿಶುವಿಗೆ ಒಂದು ತಿಂಗಳಾಯಿತು. ಆದರೆ ನಾನು ಈಗ ಹತಾಶೆಯ ಸ್ಥಿತಿಯಲ್ಲಿದ್ದೀನಿ. ನಾನು ಚೇತರಿಸಿಕೊಳ್ಳ ಬೇಕಾಗಿತ್ತು ಅಲ್ಲವಾ?"

ಪ್ರಸವದನಂತರ ಹತಾಶೆ ಹಾಗೂ ಬೇಬಿ ಬ್ಲೂ ಎರಡು ಸ್ಥಿತಿಗಳಲ್ಲಿ ಸ್ವಲ್ಪ ಅಂತರವಿರುತ್ತದೆ. ಒಂದು ವೇಳೆ ಮಹಿಳೆ ಮುಂಚೆ ಯಾವಾಗಲೋ ಹತಾಶೆಯಿಂದ ನರಳುತ್ತಿದ್ದು, ಅವಳು ಜಟಿಲ ಗರ್ಭಾವಸ್ಥೆಯ ಸಮಸ್ಯೆಗಳನ್ನು ಎದುರಿಸಿದರೇ ಅವಳು ಪುನಃ ಬಹಳ ಸುಲಭವಾಗಿ ಹತಾಶೆಯ ಬಲಿಯಾಗುತ್ತಾಳೆ.

ಹತಾಶೆ(ಅವಸಾದ) ಅಥವ ಡಿಪ್ರೆಶನ್ ಲಕ್ಷಣದಲ್ಲಿ ಮನಸ್ಸು ಅಳಲು ಇಚ್ಛಿಸುವುದು. ನಿದ್ರೆ ಹಾಗೂ ಊಟ-ತಿಂಡಿಗೆ ಸಂಬಂಧ ಪಟ್ಟ ಸಮಸ್ಯೆಗಳು ಪ್ರಾರಂಭಿಸುವುದು. ನಿರಾಶೆ ಹಾಗೂ ಬೇಜಾರಾಗುವುದು.ನಿಮ್ಮ ಮತ್ತು ಶಿಶುವಿನ ಆರೈಕೆ ಮಾಡಲಾಗುವುದಿಲ್ಲ. ಸಮಾಜದಿಂದ ದೂರವಾಗುವಿರಿ. ಚಿಂತೆ ಹಾಗೂ ಒತ್ತಡದಿಂದ ನರಳುತ್ತೀರಿ, ಶಿಶುವೇಲೆ ಪ್ರೀತಿ ಬರುವುದಿಲ್ಲ. ಒಂಟಿತನ ಅನಿಸುತ್ತದೆ. ಮರುವು ಹೆಚ್ಚಾಗುವುದು.

ನೀವು ಬೇಬಿ ಬ್ಲೂ ಟಿಪ್ಸ್‌ಗಳನ್ನು ಉಪಯೋಗಿಸಿ. ಆದರೂ ಪ್ರಯೋಜನವಾಗದೆ ಹೋದರೆ ಡಾಕ್ಟರ್ ಹತ್ತಿರ ಹೋಗಲು ತಡ ಮಾಡಬೇಡಿ. ಅವರು ಥೈರಾಯ್ಡ್ ಪರೀಕ್ಷಣೆ ಮಾಡ ಬಹದು. ಅನೇಕ ಸಲ ಥೈರಾಯ್ಡ್ ಹಾರ್ಮೋನಿನ ಮಟ್ಟದಲ್ಲಿ ಅನಿಯಮಿತತೆ ಬಂದರೂ ಭಾವಾತ್ಮಕ ಅಸ್ಥಿರತೆ ಆಗುವುದು. ಒಂದು ವೇಳೆ ಈ ತಪಾಸಣೆ ಸಾಮಾನ್ಯವಾಗಿದ್ದರೆ ಡಿಪ್ರೆಶನ್ ಪರೀಕ್ಷಣೆಗಾಗಿ ಥೆರೆಪಿಸ್ಟ್ ಹತ್ತಿ ಕಳುಹಿಸುತ್ತಾರೆ ಅವರು ಆನ್ಟಿಡಿಪ್ರೆಶನ್ ಔಷಧಿಗಳನ್ನು ಕೊಡುತ್ತಾರೆ ಇದು ಸ್ತನ್ಯಪಾನದ ಸಮಯದಲ್ಲೂ ಸುರಕ್ಷಿತವಾಗಿರುವುದು. ಒಂದುವೇಳೆ ಲಕ್ಷಣಗಳು ಬಹಳ ಗಂಭೀರವಾಗಿದ್ದರೇ ಬ್ರೈಟ್ ಲೈಟ್ ಥೆರೆಪಿ ಕೊಡಲಾಗುವುದು. ನಿಮ್ಮನ್ನು ಕಣ್ಣು ತೆರೆದು ಒಂದು ಬಾಕ್ಸ್ ಮುಂದೆ ಕೂರಿಸಲಾಗುವುದು. ಆ ಬಾಕ್ಸ್‌ನಿಂದ ದಿನದ ಬೆಳಕಿನಂತೆ ಬೆಳಕು ಬರುವುದು. ಅದರಿಂದ ನಿಮ್ಮ ಶರೀರದಲ್ಲಿ ಒಂದು ಸಕಾರಾತ್ಮಕವಾದ ಬಯೋಕೆಮಿಕಲ್ ಬದಲಾವಣೆ ಬರುವುದು. ಹಾಗೂ ಮಸ್ತಿಷ್ಕ ಶಾಂತವಾಗುವುದು. ಥೆರಪಿಸ್ಟ್ ನಿಮ್ಮ ಅವಸ್ಥೆಯಂತೆ ಚಿಕಿತ್ಸೆ ಮಾಡಬಹುದು.

ಹತಾಶೆಯ ಕಾರಣದಿಂದ ನಿಮಗೆ ಶಿಶುವನ್ನು ಪ್ರೀತಿಸಲು ತೊಂದರೆ ಆಗಬಹುದು. ನಿಮ್ಮ ಇತರ ಸಂಬಂಧಗಳ ಮೇಲೂ ಪ್ರಭಾವ ಬೀಳಬಹುದು. ಆರೋಗ್ಯ ಸರಿಯಾಗಿರುವುದಿಲ್ಲ. ಅನೇಕ ಮಹಿಳೆಯರ ಮೇಲೆ ಬೇನೆಯ ಆಕ್ರಮಣ ಆಗುವುದು. ಬಿಸಿ-ತಣ್ಣಗಿರುವ ಬೆವರು ಬರುವುದು. ಎದೆಯಲ್ಲಿ ನೋವಾಗುವುದು, ತಲೆ ಸುತ್ತುವುದು ಹಾಗೂ ಗಾಬರಿ ಆಗುವುದು. ಈ ಲಕ್ಷಣಗಳ ತಕ್ಷಣ ಚಿಕಿತ್ಸೆ ಆಗದೆ ಹೋದರೆ ಸಮಸ್ಯೆ ಗಂಭೀರವಾಗಬಹುದು.

ಹತಾಶೆಯಿಂದ ಬಳಳುತಿರುವ ಶೆಕಡಾ 30 ಮಹಿಳೆಯರಿಗೆ ಪೋಸ್ಟ್-ಪಾರ್ಟಮ್ ಆಫ್ ಒಬೆಸ್ಸಿವ್ ಕಂಪಲ್ಸಿವ್ ಡಿಸಾರ್ಡರ (ಪಿ.ಪಿ.ಓ.ಸಿ.ಡಿ) ನ ಲಕ್ಷಣಗಳೂ ಕಾಣಿಸುವುದು. ಈ ತರಹದ ಮಹಿಳೆಯರು ಪ್ರತಿ ಐದು ನಿಮಿಷದಲ್ಲಿ ಶಿಶು ಉಸಿರಾಡುತ್ತಿದ್ದಿಯೋ ಇಲ್ಲವೋ ಎಂದು ನೋಡುತ್ತಾರೆ. ಮಿತಿಮೀರಿ ಮನೆಯನ್ನು ಸ್ವಚ್ಛ ಮಾಡಲು ಯತ್ನಿಸುತ್ತಾರೆ.ಅಥವ ಶಿಶುವಿಗೆ ಅಪಾಯ ಮಾಡುವ ವಿಚಾರಗಳು ಬರುವುದು. ಅವರು ತಮ್ಮ ಶಿಶವನ್ನು ನಿರ್ಲಕ್ಷ್ಯಿಸುತ್ತಾರೆ. ಈ ತರಹದ ವಿಚಾರಗಳು ಅಥವ ಲಕ್ಷಣಗಳು ಕಾಣಿಸಿಕೊಂಡರೆ ತಕ್ಷಣ ಡಾಕ್ಟರಿಗೆ ತೋರಿಸಿ.

ಪೋಸ್ಟ್ ಪಾರ್ಟಮಸೈಕೋಸಿಸ್‌ಲ್ಲಿ ಭ್ರಮೆ ಹೆಚ್ಚಾಗುವುದು. ಆತ್ಮಹತ್ಯೆ ಅಥವಾ ಹಿಂಸೆ ಮಾಡುವ ವಿಚಾರಗಳು ಮನಸ್ಸಲ್ಲಿ ಬರುವುದು. ವಿಚಿತ್ರವಾಗಿರುವ ವಾತುಗಳು ಕೇಳುವುದು ಕಾಣುವುದು. ಸೈಕೋಸಿಸ್ ಲಕ್ಷಣ ಕಾಣಿಸಿದರೇ ತಕ್ಷಣ ಡಾಕ್ಟರ ಹತ್ತಿರ ಹೋಗಿ. ತಮ್ಮ ಭಾವನೆಗಳನ್ನು ಸಾವಾನ್ಯ ಎಂದು ತಿಳಿಯ ಬೇಡಿ. ಗಂಭೀರವಾಗಿ ಯೋಚನೆ ಮಾಡಿ. ಸಹಾಯ ಬರುವರೆಗು ನಿವ್ಮ್ ಅಪಾಯಕಾರಿ ಭಾವನೆಗಳನ್ನು ನಿಯಂತ್ರಿಸಲು ಯತ್ನಿಸಿ. ಗೆಳತಿ, ಪಕ್ಕದ ಮನೆಯಲ್ಲಿ ಅಥವಾ ಸಂಬಂಧಿಕರಮನೆಯಲ್ಲಿ ಶಿಶುವನ್ನು ಸುರಕ್ಷಿತವಾಗಿಡಿಸಿ.

ಆದರೆ ವುಹಿಳೆಯರಿಗೆ ಇದೂ ಕಡಿಮೆ ಎಂದೆನಿಸುತ್ತದೆ. ವಾಸ್ತವದಲ್ಲಿ ಡೆಲಿವರಿ ರೂಂನಿಂದ ಹೊರಗೆ ಬಂದಮೇಲೂ ನಿಮ್ಮ ಗರ್ಭಾಶಯದ ಆಕಾರ ದೊಡ್ಡದಾಗಿಯೇ ಇರುತ್ತದೆ. ಇದು ಮುಂದೆ ಬರುವ ಆರುವಾರಗಳಲ್ಲಿ ನಿಧಾನವಾಗಿ ಕಡಿಮೆ ಆಗುತ್ತದೆ. ಹೊಟ್ಟೆಯಲ್ಲಿ ತುಂಬಿರುವ ದ್ರವ ಪದಾರ್ಥಗಳ ಕಾರಣದಿಂದಲೂ ಹೊಟ್ಟೆ ದೊಡ್ಡದಾಗಿ ಕಾಣುವುದು. ನಿಮ್ಮ ಹೊಟ್ಟೆ ಹಾಗೂ ತ್ವಚೆಯ ಮಾಂಸಖಂಡಗಳು ಎಳೆದಿರುತ್ತದೆ ಇದು ಸಹ ನಿಧಾನವಾಗಿ ಸಾಮಾನ್ಯ ಸ್ಥಿತಿಗೆ ಬರುವುದು.

ಈ ಸವುಯದಲ್ಲಿ ಡಯಟಿಂಗ್ ಬಗ್ಗೆ ಯೋಚನೆ ವಾಡಬೇಡಿ. ಈ ವೊದಲನೇ ಆರು ವಾರಗಳಲ್ಲಿ ನೀವು

ಥೈರಾಯ್ಡಿಟಿಸ್

ಅನೇಕ ಹೊಸ ತಾಯಿಯರಿಗೆ ಬಹಳ ಸುಸ್ತಾಗುವುದು. ಅವರ ತೂಕ ಕಡಿಮೆ ಆಗುವುದು ಕೂದಲು ಉದುರುವುದು. ಪ್ರಸವದನಂತರ ಥೈರಾಯ್ಡಿಟಿಸ್ ಆಗುವುದು ಸಾವಾನ್ಯ. ಅನೇಕ ಸಲ ಲಕ್ಷಣಗಳನ್ನು ಸರಿಯಾಗಿ ಗುರುತಿಸಲಾಗದಿರುವ ಕಾರಣದಿಂದ ಚಿಕಿತ್ಸೆ ಮಾಡಲಾಗುವುದಿಲ್ಲ.

ಇದರ ಲಕ್ಷಣಗಳು ಪ್ರಸವದ 1ರಿಂದ 3 ತಿಂಗಳ ಮಧ್ಯದಲ್ಲಿ ಪ್ರಾರಂಭಿಸಬಹುದು. ಈ ಸಮಯದಲ್ಲಿ ರಕ್ತ ಪ್ರವಾಹದಲ್ಲಿ ಥೈರಾಯ್ಡ್ ಹಾರ್ಮೋನ್ ಬಹಳ ಅಧಿಕವಾಗಿ ಸೇರಿಬಿಡುವುದು. ಮಹಿಳೆ ಆಯಾಸ, ವ್ಯಾಕುಲತೆ ಹಾಗೂ ಗಾಬರಿ ಅನುಭವಿಸುತ್ತಾಳೆ. ಇದಾದನಂತರ ಹೈಪೊಥೈರಾಯ್ಡಿಜ್ಮ್ ನ ಸ್ಥಿತಿ ಬರುವುದು. ಆಯಾಸದ ಜೊತೆಗೆ ಹತಾಶೆ, ಮಾಂಸಖಂಡಗಳಲ್ಲಿ ನೋವು. ಕೂದಲು ಉದುರುವುದು, ತ್ವಚೆಯ ಶುಷ್ಕತೆ ಹಾಗೂ ವುರುವು ಹೆಚ್ಚಾಗುವುದು ಇತ್ಯಾದಿ ಲಕ್ಷಣಗಳು ಕಾಣಿಸಿಕೊಳ್ಳವುದು.

ಒಂದು ವೇಳೆ ನಿವುಗೆ ಈ ಲಕ್ಷಣಗಳು ಕಾಣಿಸಿಕೊಂಡರೇ ಡಾಕ್ಟರ್ ಹತ್ತಿರ ಹೋಗಲು ತಡಮಾಡಬೇಡಿ. ಕೆಲವು ಮಹಿಳೆಯರಿಗೆ ಪ್ರಸವದ ಒಂದು ವರ್ಷದನಂತರ ಆರಾಮ ಆಗುವುದು ಆದರೆ ಕೆಲವರಿಗೆ ನಿರಂತರವಾಗಿ ಥೈರಾಯ್ಡ್ ಔಷಧಿ ತೆಗೆದುಕೊಳ್ಳಬೇಕಾಗುತ್ತದೆ ಹಾಗೂ ತಪಾಸಣೆ ಮಾಡಿಸಬೇಕಾಗುತ್ತದೆ. ಅನೇಕ ಸಲ ಸರಿಯಾದ ಮೇಲೆನೂ ಎರಡನೇ ಗರ್ಭಾವಸ್ಥೆಯಲ್ಲಿ ಇದೇ ಸಮಸ್ಯೆ ಪುನಃ ಕಾಣಿಸಿಕೊಳ್ಳುವುದು. ಯಾವ ಮಹಿಳೆಯರಿಗೆ ಈ ರೋಗ ವೊದಲೇ ಆಗಿರುವುದೋ ಅವರು ಈ ವಿಷಯವನ್ನು ಡಾಕ್ಟರಿಗೆ ಮೊದಲೇ ಹೇಳಬೇಕು ಏಕೆಂದರೆ ಈ ದೃಷ್ಟಿಯಿಂದ ಗರ್ಭಧಾರಣೆ ಹಾಗೂ ಗರ್ಭಾವಸ್ಥೆಯಲ್ಲಿ ಜಟಿಲತೆಗಳು ಬರಬಹುದು.

ಪ್ರಸವದನಂತರ ತೂಕ ಕಡಿಮೆ ಆಗುವುದು

ನನಗೆ ಗೊತ್ತಿತ್ತು ನಾನು ಪ್ರಸವದನಂತರ ತಕ್ಷಣ ಬಿಕನಿಯಂತು ಹಾಕಿಕೊಳ್ಳಲಾಗುವುದಿಲ್ಲ ಆದರೆ ಪ್ರಸವದ ಎರಡು ವಾರಗಳನಂತರವೂ ನಾನು ಆರು ತಿಂಗಳ ಗರ್ಭಿಣಿಯಂತೆ ಕಾಣುತ್ತಿದ್ದಿನಿ. ಏಕೆ?

ಯದ್ಯಪಿ ಶಿಶುವಿನ ಜನನದ ಸಮಯದಲ್ಲಿ ರಾತ್ರಿನ್‌ರಾತ್ರಿ ಸುಮಾರು 12 ಪೌಂಡಷ್ಟು ತೂಕ ಕಡಿಮೆ ಆಗಿಬಿಡುವುದು.

ಸ್ತನ್ಯಪಾನವೂ ಮಾಡಿಸುತ್ತಿದ್ದಿರಿ. ಆಗ ನಿಮ್ಮ ಊರ್ಜೆಯ ಮಟ್ಟ ಸರಿಯಾಗಿರಲು ಹಾಗೂ ಯಾವುದೇ ತರಹದ ಸೋಂಕು ಆಗದೆ ಇರಲು ನಿಮಗೆ ಪರಿಪೂರ್ಣ ಪೋಷಣೆ ಬೇಕು. ನಿಮ್ಮ ತೂಕ ನಿಧಾನವಾಗಿ ಕಡಿಮೆ ಆಗಲೆಂದು ಆರೋಗ್ಯವಾದ ಆಹಾರವನ್ನು ಸೇವಿಸಿ. ಕ್ಯಾಲೊರಿಯ ಕಡಿಮೆ ಪ್ರಮಾಣ ತೆಗೆದುಕೊಂಡರೆ ಹಾಲು ಕಡಿಮೆ ಆಗುವುದು ಹಾಗೂ ಬೇಗ ಮೇಧಸ್ಸು ಕಡಿಮೆ ಮಾಡಿಕೊಳ್ಳುವ ಚಿಂತೆಯಲ್ಲಿ ವಿಷಯುಕ್ತ ಪದಾರ್ಥಗಳು ನಿಮ್ಮ ಹಾಲಲ್ಲಿ ಸೇರಬಹುದು. ಒಂದು ವೇಳೆ ನೀವು ಸ್ತನ್ಯಪಾನ ಮಾಡಿಸದೇ ಹೋದರೆ ಆರು ವಾರಗಳನಂತರ ಸಂತುಲನ

ರೀತಿಯಿಂದ ತೂಕ ಕಡಿಮೆ ಮಾಡುವ ಆಹಾರ ತೆಗೆದುಕೊಳ್ಳಬಹುದು.

ಅನೇಕ ಸಲ ಸ್ತನ್ಯಪಾನ ಮಾಡಿಸಿದರೂ ತೂಕ ಕಡಿಮೆ ಆಗುವುದು. ನಿಮ್ಮ ಜೊತೆಗೆ ಹೀಗಾಗದೆ ಹೋದರೆ ನಿರಾಶೆ ಆಗಬೇಡಿ. ಗರ್ಭಾವಸ್ಥೆಯಲ್ಲಿ ನೀವು ಎಷ್ಟು ತೂಕ ಹೆಚ್ಚಿಸಿಕೊಂಡಿದ್ದಿರಿ ಈಗ ಅದೇ ಪ್ರಮಾಣದಲ್ಲಿ ನಿಮ್ಮ ತೂಕ ಕಡಿಮೆ ಆಗುವುದು. ಒಂದು ವೇಳೆ ನಿಮ್ಮ ತೂಕ 25ರಿಂದ 35 ಪೌಂಡ್ ನಟು ತೂಕ ಹೆಚ್ಚಿಸಿಕೊಂಡಿದ್ದರೇ ಅದು ಪ್ರಸವದನಂತರ ಕೆಲವೇ ದಿನಗಳಲ್ಲಿ ಕಡಿಮೆ ಆಗಿಬಿಡುವುದು. 35 ಪೌಂಡ್ ಗಿಂತ ಅಧಿಕ ತೂಕ ಹೆಚ್ಚಾಗಿದ್ದರೆ ಅದನ್ನು ಕಡಿಮೆ ಮಾಡಲು ಸ್ವಲ್ಪ ಕಷ್ಟ ಪಡಬೇಕಾಗುತ್ತದೆ. ಇದರಲ್ಲಿ 10 ತಿಂಗಳಿನಿಂದ 2 ವರ್ಷದವರೆಗು ಸಮಯವಾಗಬಹುದು. ನಿಮಗಾಗಿ ಸ್ವಲ್ಪ ಸಮಯಕೊಡಿ. ನೆನಪಿರಲಿ ನಿಮಗೆ ತೂಕ ಹೆಚ್ಚಿಸಲು ಒಂಬತ್ತು ತಿಂಗಳಾಗಿತ್ತು ಈಗ ಕಡಿಮೆ ಆಗಲು ಸ್ವಲ್ಪ ಸಮಯ ಬೇಕೇಬೇಕು ಅಲ್ಲವೇ?

ಸಿ–ಸೆಕ್ಶನ್‌ದಿಂದ ದೀರ್ಘಕಾಲದ ವರೆಗು ವಿಶ್ರಾಮ

"ಸೀ– ಸೆಕ್ಶನ್ ಆಗಿ ಒಂದು ವಾರವಾಯಿತು. ನಾನು ಏನು ನೆಚ್ಚಿಕೊಳ್ಳಬಹುದು (ಎದುರನೋಡಬಹುದು)"

ನಿಮಗೆ ಸೀ– ಸೆಕ್ಶನ್ ಆಗಿ ಒಂದು ವಾರವಾಯಿತು ಆದರೂ ನಿಮಗೆ ಪೂರ್ತಿ ಆರಾಮ ಸಿಗಲು ಸ್ವಲ್ಪ ಸಮಯ ಬೇಕಾಗಬಹುದು. ನೆನಪಿರಲಿ ಡಾಕ್ಟರ್ ನಿರ್ದೇಶನಗಳನ್ನು ಪಾಲಿಸಿ ಹಾಗೂ ವಿಶ್ರಾಂತಿ ತೆಗೆದುಕೊಂಡರೆ ಬೇಗ ವಾಸಿಯಾಗಬಹುದು. ನಿಮಗೆ ಕೆಳಗೆ ಬರೆದಿರುವಂತೆ ಅನಿಸಬಹುದು:–

ಸ್ವಲ್ಪ ಅಥವ ಬಿಲ್ಕುಲ್ ನೋವಾಗದೇಇರುವುದು:– ನಿಮಗೆ ನೋವಿನಿಂದ ಆರಾಮು ಸಿಕ್ಕಬಹುದು. ಆರಾಮು ಆಗದೆ ಹೋಗಿದ್ದರೇ ಟೈಲಿನೋಲ್ ಔಷಧಿಯ ಸಹಾಯ ತೆಗೆದುಕೊಳ್ಳಿ.

ನಿಧಾನವಾಗಿ ಸುಧಾರಣೆ:– ಕೆಲವು ವಾರದವರೆಗು ಗಾಯಗಳಲ್ಲಿ ನೋವು ಹಾಗೂ ಸಂವೇದನಶೀಲತೆ ಇರುವುದು. ಇದರಲ್ಲಿ ನಿಧಾನವಾಗಿ ಆರಾಮ ಸಿಗುವುದು. ಸ್ವಲ್ಪ ಡ್ರೆಸಿಂಗ್ ಹಾಗೂ ಸಡಿಲವಾಗಿರುವ ಉಡುಪುಗಳನ್ನು ಧರಿಸಿದರೇ ವ್ಯಾಕುಲತೆ ಹಾಗೂ ನೋವು ಕಡಿಮೆಯಾಗಬಹುದು. ಈ ಪ್ರಕ್ರಿಯೆಯಲ್ಲಿ ಸೀಳಿರುವ ಜಾಗದಲ್ಲಿ ಸ್ವಲ್ಪ ಸೆಳೆತ ಹಾಗೂ ನೋವಾಗುವುದು ಸಾಮಾನ್ಯ. ಡಾಕ್ಟರನ್ನು ಕೇಳಿ ಯಾವುದಾದರು ಕ್ರೀಮ್ ಹಚ್ಚಿಕೊಳ್ಳಬಹುದು. ಗಾಯದ ಜೀವಕೋಶಗಳ ಗಂಟು ಕರಗುವುದು ಅಥವ ಒಣಗಿ ತಿಳಿ ಗುಲಾಬಿ ಬಣ್ಣದ್ದಾಗುವುದು.

ಒಂದು ವೇಳೆ ನೋವಿದ್ದರೇ ಅಥವ ಅಕ್ಕ–ಪಕ್ಕದಲ್ಲಿ ಊತ ಅಥವ ಕೆಂಪಾದರೇ, ಗಾಯದಿಂದ ಕೀವು ಬಂದರೇ ಅದರಲ್ಲಿ ಸೋಂಕಾಗಿದೆ ಎಂದರ್ಥ. ಹಾಗೆ ಸ್ವಲ್ಪ ದ್ರವ ಪದಾರ್ಥ ಸೋರುವುದೇ ಆದರೂ ಅದನ್ನು ಡಾಕ್ಟರಿಗೆ ತೋರಿಸಿ.

ಸಂಭೋಗಕ್ಕಾಗಿ ನಾಲ್ಕು ವಾರಗಳತನಕ ಪ್ರತೀಕ್ಷೆ:– ಎಲ್ಲಿಯತನಕ ಸೀಳಿರುವ ಗಾಯ ಒಣಗುವುದಿಲ್ಲವೋ ಅಲಿಯವರೆಗು ನೀವು ಸಂಭೋಗಕ್ಕಾಗಿ ಪ್ರತೀಕ್ಷೇ ಮಾಡಬೇಕು.

ವ್ಯಾಯಾಮ:– ನೋವು ಕಡಿಮೆ ಆದ ತಕ್ಷಣ ನೀವು ವ್ಯಾಯಾಮ ಮಾಡುವುದು ಪ್ರಾರಂಭಿಸಬಹುದು. ಈ ಸಮಯದಲ್ಲಿ ಕೀಗಲ್ ವ್ಯಾಯಮದಿಂದ ನಿಮ್ಮ ಪೆಲ್ವಿಕ್ ಕ್ಷೇತ್ರದ ಮಾಂಸಖಂಡಗಲಿಗೆ ಆರಾಮ ಸಿಗುವುದು. ಹೊಟ್ಟೆಯ ಮಾಂಸಖಂಡಗಳನ್ನು ದೃಢಮಾಡುವ ವ್ಯಾಯಾಮದ ಮೇಲೆ ಗಮನಕೊಡಿ. ನಿಮ್ಮ ಲಕ್ಷ್ಯ ನಿರ್ಧರಿಸಿಕೊಂಡು ಅದರಂತೆ ಮುಂದುವರೆಯಿರಿ. ನೀವು ನಿಮ್ಮ ಮೊದಲಿನ ಮೈಕಟ್ಟು ಪಡೆಯಲು ಬಹಳ ದಿನಗಳಾಗಬಹುದು.

ಕಾಮ / ಸಂಭೋಗ

"ನಾವು ಪುನಃ ಸಂಭೋಗ ಯಾವಾಗ ಮಾಡಬಹುದು?"

ಮಹಿಳೆ ಮಾನಸಿಕ ರೂಪದಿಂದ ತಯಾರಾದ ಮೇಲನೇ ಸಂಭೋಗ ಮಾಡಬಹುದು ಎಂದು ದಂಪತಿಗಳಿಗೆ ಸಲಹೆ ನೀಡಲಾಗುವುದು. ಆದರೆ ಶಾರೀರಕ ರೂಪದಿಂದಲೂ ಅವಳು ಆರೋಗ್ಯವಾಗಿರಬೇಕು. ಸುಮಾರು ನಾಲ್ಕು ವಾರದನಂತರವೇ ಇದಕ್ಕೆ ಗ್ರೀನ್ ಸಿಗನಲ್ ಕೊಡಬಹುದು. ಅನೇಕ ಡಾಕ್ಟರ್ಸ್ ಆರು ವಾರದ ನಿಯಮವನ್ನು ಪಾಲಿಸುತ್ತಾರೆ. ಏಕೆಂದರೆ ಅನೇಕ ಸಲ ಆರಾಮ ಸಿಗಲು ಸಮಯವಾಗುವುದು. ಡಾಕ್ಟರ್ ಸಲಹೆ ಪಡೆದು ನೀವು ಮುಂದೆವರೆಯಿರಿ. ಶಿಶುವಿನ ಮೇಲ್ವಿಚಾರಣೆಯಲ್ಲಿ ಕಾಲ ಹೇಗೆ ಕಳೆದು ಹೋಗುವುದು ಎಂದು ನಿಮಗೆ ಗೊತ್ತೇ ಆಗುವುದಿಲ್ಲ. ಅಲ್ಲಿ ತನಕ ಒಬ್ಬರಿಗೊಬ್ಬರು ಪರಸ್ಪರ ಪ್ರೀತಿ ಹಾಗೂ ಸ್ಪರ್ಶ ಸುಖ ನೀಡಿ . ಸಂಭೋಗ ಮಾಡಬೇಡಿ.

ನನ್ನ ದಾದಿ ಹೇಳಿದಳು ನಾನು ಸಂಭೋಗ ಮಾಡಬಹುದು. ಆದರೆ ನನಗೆ ಅನಿಸುತ್ತದೆ ನನಗೆ ತೊಂದರೆ ಆಗುವುದು ಹಾಗೂ ಈಗ ನನ್ನ ಮನಸ್ಸು ಒಪ್ಪುತ್ತಿಲ್ಲ.

ಸಂಭೋಗ ಈಗ ಟು ಡೂ ಲಿಸ್ಟಲ್ಲಿ ಬರದೆ ಹೋದರೆ ಪರವಾಗಿಲ್ಲ. ಈ ಸಮಯದಲ್ಲಿ ನೀವು ನೂರೆಂಟು ಕಾರಣಗಳಿಂದ ವ್ಯಸ್ತವಾಗಿದ್ದೀರಿ. ನೀವು ಯೋನಿ ಮಾರ್ಗದಿಂದ ಶಿಶುವಿಗೆ ಜನ್ಮ ಕೊಟ್ಟಿದ್ದರೇ ಅದು ಈಗ ಒಳಗಡೆಯಿಂದ ಎಳೆದಿರುತ್ತದೆ. ಅಲ್ಲಿ ಗಾಯ ಅಥವ ಸೀಳು ಇರಬಹುದು. ಈಗ ನಿಮಗೆ ಕುಳಿತುಕೊಂಡರೂ ನೋವಾಗುವುದು. ಶರೀರದಲ್ಲಿ ಪ್ರಾಕೃತಿಕವಾದ ಜಿಡ್ಡು ಮರಳಿ ಬಂದಿಲ್ಲ. ಎಸ್ಟ್ರೋಜನ್ ಮಟ್ಟ ಕಡಿಮೆ ಆಗಿರುವ ಕಾರಣದಿಂದ ಯೋನಿಯ ಜೀವಕೋಶಗಳು ತೆಳ್ಳಗೆ ಆಗಿವೆ.

ಈ ಸಮಯದಲ್ಲಿ ನಿಮ್ಮ ಸಂಪೂರ್ಣಗಮನ ಶಿಶುವಿನ ಹಸಿವು ಹಾಗೂ ಡೈಪರ್ ಮೇಲೇ ಇದೆ. ನಿಮ್ಮ ಹಾಸಿಗೆಯ ಮೇಲೆ ಹಾಸಿರುವ ಬಟ್ಟೆ ಗಲೀಜಾಗಿದೆ. ನಿಮ್ಮ ಕಾಲಿನ ಕೆಳಗೆ ವಾಸನೆ ಇರುವ ಗಲೀಜು ಬಟ್ಟೆಗಳು ಬಿದ್ದಿದೆ. ಹೀಗಿರುವಾಗ ನಿಮಗೆ ಸಂಭೋಗ ಮಾಡುವ ಮೂಡ್ ಹೇಗಾಗುವುದು.

ನಿಧಾನವಾಗಿ ಜೀವನ ಪುನಃ ಸಾಮಾನ್ಯವಾಗುವುದು. ಆಗ ನೀವು ಮಾನಸಿಕ ಹಾಗೂ ಶಾರೀರಿಕ ವಾಗಿ ಸಂಭೋಗಕ್ಕೆ ಸಿದ್ಧರಾಗುವಿರಿ. ಅಲ್ಲಿ ತನಕ ತಯಾರಾಗಲು ನಮ್ಮ ಟಿಪ್ಸ್‌ಗಳನ್ನು ಉಪಯೋಗಿಸಿ:-

ಜಿಡ್ಡು :- ಕೆ-ಬೈ ಜೆಲ್ ಉಪಯೋಗಿಸಿ. ಯಾವುದೇ ಲುಬ್ರಿಕೆಂಟ್ ಉಪಯೋಗಿಸಿದರೂ ನೋವು ಕಡಿಮೆ ಆಗುವುದು.

ಸ್ವಲ್ಪ ವೈನ್ :- ಒಂದು ಲೋಟ ವೈನ ನಿಮ್ಮನ್ನು ತಯಾರು ಮಾಡಬಹುದು. ಶಿಶುವಿಗೆ ಸ್ತನ್ಯಪಾನ ಮಾಡಿಸ ನಂತರವೇ ವೈನ್ ತೆಗೆದುಕೊಳ್ಳಿ ಅಥವ ಮಾಲಿಶ್ ಮಾಡಿಸ ಕೊಳ್ಳಿ.

ವಾರ್ಮ್ ಅಪ್ :- ನಿಮಗೆ ಈ ಸಮಯದಲ್ಲಿ ಬಹಳ ಫೋರ್ ಪ್ಲೆ ಅವಶ್ಯಕತೆ ಇರುವುದು. ಈ ಅವಶ್ಯಕತೆಯ ಬಗ್ಗೆ ಸಂಗಾತಿಗೆ ಹೇಳಿ. ನಿಮ್ಮ ಸಂತೋಷದ ಮೊದಲೇ ಶಿಶುವಿನ ಕಣ್ಣು ತೆರೆಯಬಾರದು ಆದಕಾರಣ ಶಿಶು ಗಾಢನಿದ್ರೆಯಲ್ಲಿ ಇರುವ ಸಮಯವನ್ನು ಆರಿಸಿಕೊಳ್ಳಿ.

ಮನಸ್ಸನ್ನು ಬಿಚ್ಚಿ ಮಾತನಾಡಿ :- ನಿಮ್ಮ ಸಂಗಾತಿಗೆ ನಿಮ್ಮ ವಿಷಯುವನ್ನೆಲ್ಲ ಹೇಳಿ. ನಿಮಗೆ ಎಲ್ಲಿ ಮುಟ್ಟಿದರೇ ನೋವಾಗುವುದು ನಿಮಗೆ ಏನು ಇಷ್ಟ ಎಲ್ಲವನ್ನು ಸ್ಪಷ್ಟವಾಗಿ ಹೇಳಿ. ಆಗಲೇ ನಿಮಗೂ ಆನಂದ ಸಿಗುವುದು ನೀವು ಆನಂದ ಕೊಡಬಹುದು.

ಸರಿಯಾದ ಭಂಗಿ :- ನಿಮ್ಮ ನಾಜೂಕಾಗಿರುವ ಅಂಗಗಳ ಮೇಲೆ ವತ್ತಡ ಕಡಿಮೆ ಬೀಳುವಂತಹ ಭಂಗಿಯನ್ನು ಆರಿಸಿಕೊಳ್ಳಿ. ಮೇಲೆ ಅಥವಾ ಪಕ್ಕದ ಭಂಗಿ ಒಳ್ಳೆಯದು. ನಿಧಾನವಾಗಿರಿ.

ಕೀಗಲ್ :- ನಿಮಗೆ ಇದನ್ನು ಕೇಳಿ-ಕೇಳಿ ಬೋರ್ ಆಗಿರಬೇಕು ಆದರೇ ಕೀಗಲ್ ವ್ಯಾಯಾಮದಿಂದ ಇಲ್ಲೂ ಬಹಳ ಸಹಾಯವಾಗುವುದು. ಇದನ್ನು ಸಂಭೋಗ ಮಾಡುವಾಗಲೂ ಮಾಡಿ.

ವೈಕಲ್ಪಿಕ ಸಾಧನಗಳು :- ಒಂದು ವೇಳೆ ನಿಮಗೆ ಸಂಭೋಗ ಮಾಡಲು ಅನುಮತಿ ಸಿಗದೇ ಹೋದರೆ ಹಸ್ತ ಮೈಥುನ ಅಥವ ಮುಖ ಮೈಥುನ ಸಹಾಯ ತೆಗೆದುಕೊಳ್ಳಿ. ಇದು ಇಷ್ಟ ಬರದೇ ಹೋದರೆ ಮಲಗಿಕೊಂಡು ಪರಸ್ಪರ ಪ್ರೀತಿಯಿಂದ ಮಾತನಾಡಿ.

ಸಂಭೋಗ ಮಾಡಿದರೆ ಒಂದೆರಡು ಸಲ ತೊಂದರೆ ಆದರೆ ಬೇಜಾರು ಮಾಡಿಕೊಳ್ಳಬೇಡಿ. ಹೀಗೆ ಯಾವಾಗಲೂ ಇರುವುದಿಲ್ಲ. ಬಹಳ ಬೇಗನೆ ನೀವು ಪುನಃ ಅದೆ ಆನಂದವನ್ನು ಪಡೆಯುತ್ತೀರ.

ಪುನಃ ಗರ್ಭಿಣಿ ಆಗುವುದು.

"ನಾನು ಸ್ತನ್ಯಪಾನವನ್ನು ಗರ್ಭನಿರೋಧಕ ಎಂದು ನಂಬಿದ್ದೆ ಆದರೆ ಈ ಅವಧಿಯಲ್ಲೂ ಮಾಸಿಕ ಧರ್ಮ(ಮುಟ್ಟು) ಪ್ರಾರಂಭವಾಗುವ ಮೊದಲೂ ಗರ್ಭಿಣಿ ಆಗ ಬಹುದೆಂದು ಈಗ ತಿಳಿಯಿತು."

ನಿಮಗೆ ಇಷ್ಟು ಬೇಗ ಪುನಃ ಗರ್ಭಿಣಿ ಆಗಲು ಇಷ್ಟವಿಲ್ಲದೇಹೋದರೆ ಸ್ತನ್ಯಪಾನದಂತಹ ಗರ್ಭನಿರೋಧಕವನ್ನು ನಂಬಬೇಡಿ. ಸ್ತನ್ಯಪಾನ ಮಾಡಿಸುವ ಮಹಿಳೆಯರಿಗೆ ಇತರ ಮಹಿಳೆಯರಿಗಿಂತ ತಡವಾಗಿ ಮಾಸಿಕ ಧರ್ಮ ಪ್ರಾರಂಭವಾಗುತ್ತದೆಂಬುದು ಸತ್ಯ. ಸ್ತನ್ಯಪಾನ ಮಾಡಿಸಲಿರುವ ತಾಯಂದಿರಿಗೆ ಮಾಸಿಕ ಧರ್ಮ 6 ರಿಂದ 12 ವಾರಗಳಲ್ಲಿ ಹಾಗೂ ಸ್ತನ್ಯಪಾನ ಮಾಡಿಸುವ ತಾಯಂದಿರಿಗೆ 4ರಿಂದ 6 ತಿಂಗಳಲ್ಲಿ ಪ್ರಾರಂಭವಾಗುತ್ತದೆ. ಮೊದಲನೆಯ ಮಾಸಿಕ ಧರ್ಮ ಯಾವಾಗ ಪ್ರಾರಂಭವಾಗುವುದು ಎಂದು ಅಂದಾಜು

ಹಾಕುವುದು ಕಷ್ಟವೇ. ಸ್ತನ್ಯಪಾನದ ಅವಧಿ ಹಾಗೂ ನಿರಂತರತೆ ಇದನ್ನು ಪ್ರಭಾವಿಸುವುದು.

ನೀವು ಈ ವಿಷಯದ ಮೇಲೆ ಹೆಚ್ಚು ಯೋಚನೆ ಮಾಡದೆ ಸೂಕ್ತವಾಗಿರುವ ಗರ್ಭನಿರೋಧಕವನ್ನು ಉಪಯೋಗಿಸಬೇಕು.

ನಿಮ್ಮ ಶೇಪ್ ಅಥವ ಸರಿಯಾದ ಆಕೃತಿಯನ್ನು ಮರಳಿ ಪಡೆಯುವುದು

"ಪ್ರಸವದನಂತರವೂ ಆರು ತಿಂಗಳಿನ ಗರ್ಭಿಣಿ ಎಂದು ಕಾಣಿಸುವುದು ಬಹಳ ವಿಚಿತ್ರವಾಗಿರುತ್ತದೆ. ಪ್ರಸವದನಂತರ ಯಾವ ಜೀನ್ಸ್ ಹಾಕಿಕೊಳ್ಳಲು ಮನೆಯಿಂದ ತಂದಿದ್ದಿರಿ ಅದನ್ನು ವಾಪಸ್ ತೆಗೆದುಕೊಂಡು ಹೋಗಬೇಕಾಗುವುದು ಏಕೆಂದರೆ ನಿಮ್ಮ ಸೊಂಟಾ ಈಗಲೂ ಬಹಳ ದಪ್ಪಗಿದೆ. ಈಗ ತಾನೆ ತಾಯಿಆಗಿರುವಳು, ಆಗುವ ತಾಯಿಎಂದು ಎಷ್ಟು ದಿನಗಳತನಕ ಕಾಣಿಸುವಳು?"

ಇದರ ಉತ್ತರ ನಾಲ್ಕು ಕಾರಣಗಳವೇಲೆ ಅವಲಂಬಿಸುತ್ತದೆ:

ಗರ್ಭಾವಸ್ಥೆಯಲ್ಲಿ ಎಷ್ಟು ತೂಕ ಹೆಚ್ಚಾಗಿತ್ತು, ಕ್ಯಾಲೊರಿಯ ಪ್ರಮಾಣದ ಮೇಲೆ ಎಷ್ಟು ನಿಯಂತ್ರಣವಿದೆ, ಎಷ್ಟು ವ್ಯಾಯಾಮ ಮಾಡುವಿರಿ, ನಿಮ್ಮ ಮೆಟಾಬಾಲಿಕ್ ಎಷ್ಟಿದೆ.

ವ್ಯಾಯಾಮದ ಅವಶ್ಯಕತೆ ಏನಿದೆ? ವಾಸ್ತವದಲ್ಲಿ ಶಿಶುವಿನ ಕೆಲಸದಲ್ಲಿ ಓಡಾಡುವುದು ಹಾಗು ಆಯಾಸವನ್ನು ವ್ಯಾಯಾಮ ಎಂದು ತಿಳಿದು ಕೊಳ್ಳುವ ತಪ್ಪು ಮಾಡಬೇಡಿ. ಇದರರಿಂದ ನಿಮ್ಮ ಪೆರಿನಿಯಲ್ ಅಥವಾ ಹೊಟ್ಟೆಯ ಮಂಸಖಂಡಗಳು ತಮ್ಮ ಸೂಕ್ತ ಆಕಾರದಲ್ಲಿ ಮರಳಿ ಬರುವುದಿಲ್ಲ. ನಿಮಗೆ ಗರ್ಭಾವಸ್ಥೆಯ ನಂತರ ಮಾಡುವ ಸೂಕ್ತವಾದ ವ್ಯಾಯಾಮಗಳನ್ನು ಮಾಡಬೇಕು. ಇದರಿಂದ ಪ್ರಸವ ಹಾಗೂ ಡೆಲಿವರಿಯ ಆಯಾಸ ಕಡಿಮೆ ಆಗುತ್ತದೆ. ಹಾಗು ನೀವು ನಿಮ್ಮ ಆಕೃತಿಯನ್ನು ಮರಳಿ ಪಡೆಯಬಹುದು. ಕೀಗಲ್ ವ್ಯಾಯಾಮದಿಂದ ಮೂತ್ರಪಿಂಡಗಳ ಮೇಲೆ ನಿಯಂತ್ರಣ ಅಧಿಕವಾಗುವುದು, ಕಾಮದ ಸಂಬಂಧಪಟ್ಟ ಸಮಸ್ಯೆಗಳು ದೂರವಾಗುವುದು. ನಿಮ್ಮ ಕೆಲಸ ಮಾಡುವ ಕ್ಷಮತೆ ಹೆಚ್ಚಾಗುವುದು. ನಿಮ್ಮ ಮನಸ್ಥಿತಿಯೂ ಚೆನ್ನಾಗಿರುವುದು. ನೀವು ನಿಮ್ಮ ಒತ್ತಡವನ್ನು ಎದುರಿಸಲು ಸಿದ್ಧವಾಗುವಿರಿ. ನಿಮ್ಮ ಪ್ರಸವ ಯೋನಿಮಾರ್ಗದಿಂದ ಆಗಿದ್ದೂ ಯಾವುದೇ ತರಹದ ಜಟಿಲತೆ

ಮೊದಲು ಆರು ವಾರಕ್ಕೆ ಕೆಲವು ನಿಯಮಗಳು

- ಆರಾಮವಾಗಿರುವ ವಸ್ತ್ರ ಹಾಗೂ ಬ್ರಾ ಹಾಕಿಕೊಳ್ಳಿ.
- ವ್ಯಾಯಾಮದ ಸಮಯವನ್ನು ಎರಡು-ಮೂರು ಭಾಗದಲ್ಲಿ ವಿಂಗಡಿಸಿ. ಒಂದೇ ಸಲ ಅಧಿಕ ವ್ಯಾಯಾಮ ಮಾಡಿದರೆ ಹಾನಿಯಾಗಬಹುದು.
- ಹಗೂರವಾದ ವ್ಯಾಯಾಮದಿಂದ ಪ್ರಾರಂಭ ಮಾಡಿ
- ನಿಧಾನವಾಗಿ ವ್ಯಾಯಾಮ ಮಾಡಿ ಹಾಗೂ ಮಧ್ಯ-ಮಧ್ಯದಲ್ಲಿ ವಿಶ್ರಾಂತಿ ಪಡೆಯಿರಿ.
- ಮೊದಲನೆಯ ಆರು ತಿಂಗಳಲ್ಲಿ ಯಾವದೆ ತರಹದ ಬಡಿತ, ಆಘಾತ ಅಥವಾ ವೇಗದಿಂದ ದೂರವಿರಿ. ಸಿಟ್ ಅಪ್ ಹಾಗೂ ಡಬಲ್ ಲೇಗ ಲಿಫ್ಟ್ ಅಂತ ವ್ಯಾಯಾಮ ಮಾಡ ಬೇಡಿ.
- ನಿಮ್ಮ ಹೃದಯದ ಬಡಿತವನ್ನು ತಿಳಿದುಕೊಳ್ಳಿ.
- ವ್ಯಾಯಾಮದನಂತರ ಹೆಚ್ಚು ದ್ರವ ಸೇವಿಸಿ.
- ಅವಶ್ಯಕತೆಗಿಂತ ಅಧಿಕ ವ್ಯಾಯಾಮ ಮಾಡಬೇಡಿ. ಆಯಾಸವಾದ ತಕ್ಷಣ ನಿಲ್ಲಿಸಿ. ಇಲ್ಲದೆ ಹೋದರೆ ನೀವು ಮರುದಿನ ವ್ಯಾಯಾಮ ಮಾಡುವ ಸ್ಥಿತಿಯಲ್ಲಿರುವುದಿಲ್ಲ.
- ತಮ್ಮನ್ನು ಸಂಪೂರ್ಣವಾಗಿ ಗಮನಿಸಿಕೊಳ್ಳಿ.ನಿಮ್ಮ ಶಿಶುವಿಗೂ ಇದೇ ಇಷ್ಟ ಆಗುವುದು.

ಮೊದಲನೆಯ ಆರು ವಾರಗಳಲ್ಲಿ ವರ್ಕ್ ಔಟ್

- ಬೆಂಬಲ ನೀಡುವ ಬ್ರಾ ಹಾಗೂ ಆರಾಮವಾಗಿರುವ ವಸ್ತ್ರ ಧರಿಸಿ.
- ವ್ಯಾಯಾಮದ ಸಮಯವನ್ನು ದಿನದಲ್ಲಿ 2-3 ಸಲ ವಿಭಾಗಿಸಿ.
- ಹಗೂರವಾದ ವ್ಯಾಯಾಮದಿಂದ ಶುರು ಮಾಡಿ.
- ನಿಧಾನವಾಗಿ ವ್ಯಾಯಾಮ ಮಾಡಿ. ನಿಮ್ಮ ಲಿಗಮೆಂಟ್ ಸಡಿಲವಾಗಿದೆ ಆದಕಾರಣ ಜರ್ಕ್ ಆಗದಿರಲಿ. ಯೋಚನೆ ಮಾಡಿ ವ್ಯಾಯಾಮ ಮಾಡಿ.
- ಅಧಿಕ ವ್ಯಾಯಾಮಮಾಡುವುದು ಅಗತ್ಯವಿಲ್ಲ ಆಯಾಸವಾಗುವ ಮೊದಲೇ ನಿಲ್ಲಿಸಿ.
- ಶಿಶುವಿನ ಜೊತೆಗೆ ನಿಮ್ಮ ಮೇಲ್ವಿಚಾರಣೆವೂ ಬಹಳ ಅವಶ್ಯಕ. ಈ ತತ್ವವನ್ನು ಮರೆಯಬೇಡಿ.

ಬೇಸಿಕ್ ಪೊಜೀಶನ್

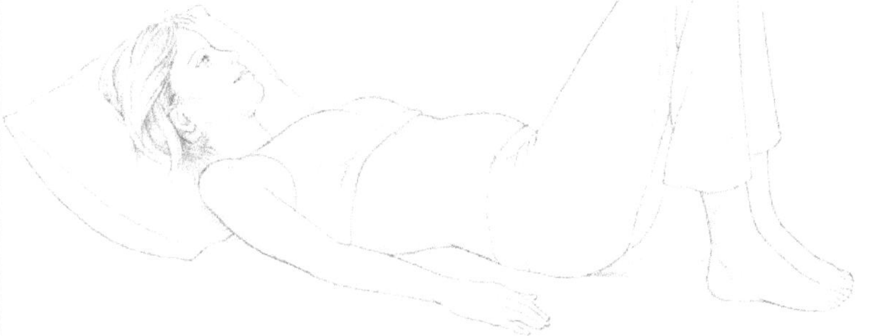

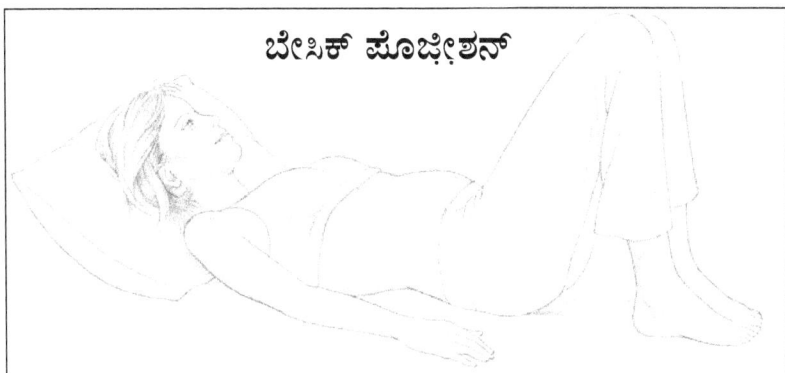

ಬೆನ್ನಿನ ಮೇಲೆ ಮಲಗಿ, ಮಂಡಿ ಮಡಚಿ. ಕಾಲು ಸುಮಾರು 12" ದೂರವಿರಲಿ. ಪಾದಗಳನ್ನು ನೆಲಕ್ಕಿಡಿ. ತಲೆ ಹಾಗೂ ಭುವಕ್ಕೆ ದಿಂಬ್ಬಿನ ಆಸರೆ ನೀಡಿ. ಹಾಗೂ ಎರಡು ಕೈಗಳು ಎರಡು ಕಡೆ ಇರಲಿ.

ಪೆಲ್ವಿಕ್ ಟಿಲ್ಟ್ (ಚಿತ್ರ)

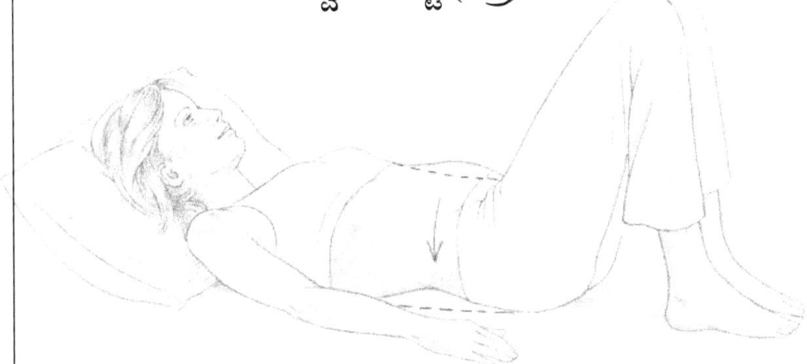

ಬೆನ್ನಿನ ಮೇಲೆ ಬೇಸಿಕ್ ಮುದ್ರೆಯಲ್ಲಿ ಮಲಗಿ. ಉಸಿರು ತೆಗೆದುಕೊಳ್ಳಿ. ಉಸಿರು ಬಿಡುತ್ತ ಬೆನ್ನನ್ನು ನೆಲದ ಕಡೆ ತಳ್ಳಿ. ಆಮೇಲೆ ಆರಾಮವಾಗಿ 3–4 ಬಾರಿ ಪುನರಾವೃತ್ತಿ ಮಾಡುತ್ತ 12 ಆಮೇಲೆ 24 ಸಲ ಮಾಡಿ.

ಇರದೆ ಹೋಗಿದ್ದರೆ ನೀವು ಪ್ರಸವದ ಕೆಲವು ದಿನಗಳ ಮೇಲೆ ವ್ಯಾಯಾಮ ಪ್ರಾರಂಭಿಸಬಹುದು. ಆದರೆ ಮೊದಲು ಡಾಕ್ಟರನ್ನು ಕೇಳಿ.

ಒಂದೇ ಸಲ ಅಥವಾ ವೇಗವಾಗಿ ವ್ಯಾಯಾಮ ಮಾಡಬೇಡಿ. ಶರೀರ ಈಗ ಬಹಳ ಶಕ್ತಿಹೀನವಾಗಿದೆ ಆದಕಾರಣ ವ್ಯಾಯಾಮ ನಿಧಾನವಾಗಿ ಮಾಡಬೇಕು. ಸ್ವಲ್ಪ ಕಸರತ್ ಮಾಡಿ ಶಿಶುವಿನ ಜೊತೆಗೆ ಓಡಾಡಿ ಹಾಗೂ ಕೆಳಗೆ ಬರೆದಿರುವ ಚರಣಗಳನ್ನು ಪಾಲಿಸಿ

ಆಳವಾಗಿ ಉಸಿರು ತೆಗೆದುಕೊಳ್ಳುವುದು:– ಬೇಸಿಕ್ ಮುದ್ರೆಯಲ್ಲಿ ಮಲಗಿ ನಿಮ್ಮ ಹೊಟ್ಟೆಯ ಮೇಲೆ ಕೈ ಇಡಿ. ನೀವು ಮೂಗಿನಿಂದ ಉಸಿರಾಡುವಾಗ ಹೊಟ್ಟೆ ಏಳುವುದನ್ನು

ಲೆಗ್ ಸ್ಲೈಡ್

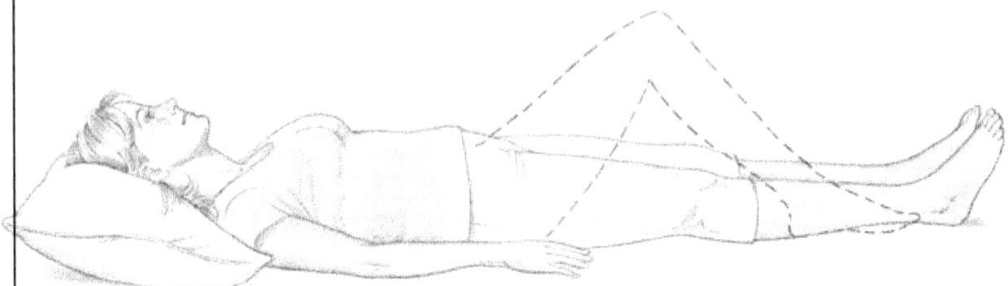

ಬೇಸಿಕ್ ಮುದ್ರೆಯಲ್ಲಿ ಮಲಗಿ ಕಾಲುಗಳನ್ನು ನೆಲದಮೇಲಿಡಿ. ಉಸಿರು ತೆಗೆದುಕೊಳ್ಳುತ್ತ ಬಲಗಾಲನ್ನು ಮೇಲಿನ ಕಡೆ ಮಡಚಿ. ಸೊಂಟವನ್ನು ಎತ್ತ ಬೇಡಿ. ಕಾಲನ್ನು ಕೆಳಗಡೆ ತೆಗೆದುಕೊಂಡು ಹೋಗುತ್ತ ಉಸಿರು ಬಿಡಿ. ಇದೇ ರೀತಿ ಎಡಗಡೆ ಕಾಲಿಂದ ಮಾಡಿ. ಈ ಮುದ್ರೆಯನ್ನು ಅನೇಕ ಸಲ ಮಾಡಿ. ಕೆಲವು ವಾರದ ನಂತರ ಈ ವ್ಯಾಯಾಮವನ್ನು ಸ್ವಲ್ಪ ಬದಲಾಯಿಸಬಹುದು.

ಹೆಡ್/ಶೋಲ್ಡರ್ ಲಿಫ್ಟ್

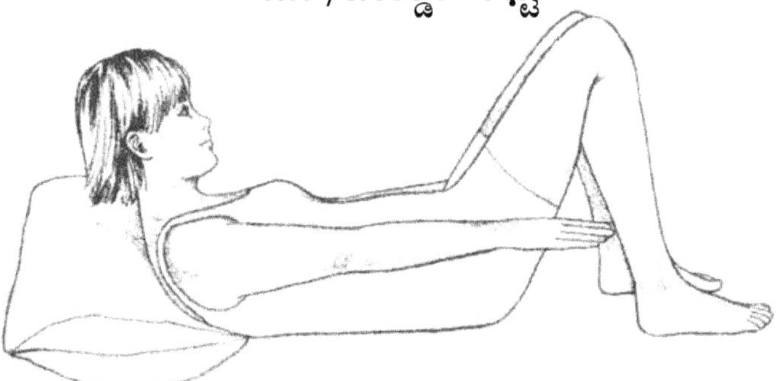

ಬೇಸಿಕ್ ಮುದ್ರೆಯಲ್ಲಿ ಮಲಗಿ. ಆಳವಾಗಿ ಉಸಿರು ತೆಗೆದುಕೊಳ್ಳುತ್ತ ತಲೆ ಎತ್ತಿ ತೋಳುಗಳನ್ನು ಅಗಲಿಸಿ ಹಾಗು ಉಸಿರು ಬಿಡಿ. ತಲೆ ಕೆಳಗೆ ಮಾಡುತ್ತ ಉಸಿರು ತೆಗೆದುಕೊಳ್ಳಿ. ಪ್ರತಿದಿನ ತಲೆ ಸ್ವಲ್ಪ -ಸ್ವಲ್ಪ ಅಧಿಕ ಎತ್ತುವ ಪ್ರಯತ್ನಮಾಡಿ. ಮೊದಲನೆಯ ವಾರದಲ್ಲಿ ಗತಿ ನಿಧಾನವಾಗಿರಲಿ. ಇದನ್ನು ಮಾಡುವ ಮೊದಲು ಹೊಟ್ಟೆಯ ಸೆಪರೇಶನ್ ಬಿಂದುವಿನ ಮೇಲೆ ಗಮನ ಕೊಡಿ.

ಅನುಭವಿಸಬಹುದು. ಎರಡು- ಮೂರು ಆಳವಾದ ಉಸಿರೊಂದಿಗೆ ಇದನ್ನು ಪ್ರಾರಂಭಿಸಿ ನಿಧಾನವಾಗಿ ಹೆಚ್ಚಿಸಿ. ಮೊದಲೇ ಜ್ಯಾಸ್ತಿ ಮಾಡಿದರೇ ತಲೆ ಸುತ್ತುವುದು ಅಥವಾ ಗಾಬರಿಯಾಗುವುದು ಆಗಬಹುದು.

ಮೊದಲನೆಯ ಚರಣ:- ಪ್ರಸವದ 24 ಗಂಟೆ ನಂತರ:

ಕೀಗಲ್ ಪ್ರಸವದ ನಂತರ ನೀವು ಸುಲಭವಾಗಿ ಕೀಗಲ್ ವ್ಯಾಯಾಮ ಪ್ರಾರಂಭಿಸಬಹುದು. ಯದ್ಯಪಿ ಔಷಧಿಯ

ସୁସମ୍ବାଦ

ବ୍ୟାୟାମ ଯୋଗୁଁ ଆପଣଙ୍କର ନିପୁଲରେ ଝାଳ ବାହାରିଥାଏ । ଫଳରେ ଶିଶୁ ନୂଆ ସ୍ୱାଦ ଚାଖିଥାଏ । ଏଣୁ ଡାକ୍ତରଙ୍କ ପରାମର୍ଶକ୍ରମେ ବ୍ୟାୟାମ କରିବା ପୂର୍ବରୁ ଉତ୍ତମ ବ୍ରା ପିନ୍ଧନ୍ତୁ ।

ଔଷଧର ପ୍ରଭାବ ଯୋଗୁଁ ତାକୁ ଜାଣିହେବ ନାହିଁ, ହେଲେ ଏହା ନିଶ୍ଚୟ ଉପକାର କରିଥାଏ । ଛୁଆକୁ ସ୍ତନପାନ କରେଇଲାବେଳେ କିଗଲ ବ୍ୟାୟାମର ଅଭ୍ୟାସ କରାଯାଇପାରେ । ଦିନକୁ ଚାରିରୁ ଛ'ଥର ୨୫-୨୫ ଥର କରନ୍ତୁ । ଏହାଯୋଗୁଁ ପୃଷ୍ଠଦେଶ ସୁଦୃଢ଼ ହେଇ ଭରପୂର ସମ୍ଭୋଗାନନ୍ଦ ପାଇପାରିବେ ।

ଗଭୀର ଶ୍ୱାସ: ବେସିକ ପୋଜିସନରେ ଗଡି (ଶୋଇ) ନିଜ ପେଟରେ ହାତ ରଖନ୍ତୁ ଫଳରେ ଶ୍ୱାସକ୍ରିୟା ହେଲେ ଏହା ତଳ ଉପର ହେବ । ଦୁଇ ତିନିଥର ଗଭୀର ଶ୍ୱାସକ୍ରିୟା କରି ଆସ୍ତେ ଆସ୍ତେ ବଢ଼େଇ ଚାଲନ୍ତୁ । ବେଶି କଲେ ହୁଏତ ମୁଣ୍ଡ ବୁଲେଇପାରେ ।

ଦ୍ୱିତୀୟ ସୋପାନ (ପ୍ରସବର ତିନି ଦିନ ପରେ)

ଦେହ ମନ ଠିକ୍ ଥିଲେ ଆପଣ ସହଜରେ ମୁଣ୍ଡ ଉଠାଣ, ଗୋଡ଼ ଖସଡା ବା ପୃଷ୍ଠଦେଶୀୟ ସଂକୋଚନ କରିପାରିବେ ।

ଶୂନ୍ୟସ୍ଥାନ ପୂରଣ ହେଉ

ଆପଣଙ୍କ ନାଭି ତଳକୁ ଏକପ୍ରକାର ଶୂନ୍ୟସ୍ଥାନ ମନେ ହେଇପାରେ; ଏହାକୁ ଡାକ୍ତରୀ ଭାଷାରେ ଡସ୍‌ଟେସିସ' କହନ୍ତି । ଏହା ହେଲେ ପେଟ ବ୍ୟାୟାମ ଆଦୌ କରନ୍ତୁ ନାହିଁ । ଏହା ପୂରଣ ହେବାରେ ମାସେ ଦୁଇମାସ ଲାଗିପାରେ । ଆପଣ ବେସିକ ମୁଦ୍ରାରେ ଶୋଇ ମୁଣ୍ଡ ଟେକି ଦୁଇ ହାତକୁ ନାଭି ତଳକୁ ଅଣ୍ଡାଳି ଦେଖିଲେ ଗାତ ଭଳି ଜଣାପଡ଼ିବ । ଏହାକୁ ପୂରଣ କରିବା ପାଇଁ ଅନୁଭୂତିସ□ନ୍ନ ବ୍ୟକ୍ତିଙ୍କୁ ପରାମର୍ଶ କରି ଏହି ବ୍ୟାୟାମ କରନ୍ତୁ ।

ଏହାକୁ ପ୍ରଥମେ ବିଛଣାରେ କରନ୍ତୁ । ତାପରେ ମୁଟଳା ଦେଇ ଚଟାଣରେ କରିପାରିବେ । ଏହା ଭାବି ଜୀବନର ସାଇଁ ସ୍ୱାସ୍ଥ୍ୟକର ଓ ହିତକର ହେବ । ଯଦି ବ୍ୟାୟାମ ପାଇଁ ମଶିଣା ବ୍ୟବହାର କରନ୍ତି, ତେବେ ଛୁଆ ହୁଏତ ଖସିଯାଇପାରେ ।

ତୃତୀୟ ସୋପାନ: (ପ୍ରସବ ପରୀକ୍ଷା ପରେ)

ଡାକ୍ତରଙ୍କ ପରୀକ୍ଷା ପରେ ନିଜକ କାର୍ଯ୍ୟାବଳୀ ଆରମ୍ଭ କରିପାରନ୍ତି । ଏଥିରେ ଦୌଡ଼, ବୁଲାବୁଲି, ସାଇକେଲ, ସନ୍ତରଣ, ଜଳକ୍ରୀଡ଼ା, ଏରୋବିକ୍ସ, ଯୋଗ, ଭାରୋତ୍ତୋଳନ ପ୍ରମୁଖ । ନିଜ ଦେହର ସାମର୍ଥ୍ୟକୁ ଦୃଷ୍ଟିରେ ରଖି ବ୍ୟାୟାମ କରିଚାଲନ୍ତୁ ।

■ ■ ■

ಭಾಗ–5

ತಂದೆಗಾಗಿ

ತಂದೆಯೂ ಗರ್ಭಧರಿಸುವರು

ಯದ್ಯಪಿ ವೈದ್ಯಕೀಯ ವಿಜ್ಞಾನ ಹಾಗೂ ಹಾಲಿವುಡ್ ಸಿನಿಮಾನಂತೆ ಮುಂದೆ ಬರುವಕಾಲದಲ್ಲಿ ಮಹಿಳೆಯರೇ ಮಾತ್ರವಲ್ಲ ಪುರುಷರೂ ಗರ್ಭ ಧರಿಸಬಹುದು. ತಂದೆ ಸ್ಥಾನದಲ್ಲಿ ನಿಂತಿರುವ ನೀವು ಸಹ ಶಿಶು ನಿರ್ಮಾಣದ ಈ ಟೀಮಿನ ಒಂದು ಭಿನ್ನವಾದ ಅಂಗ. ಮುಂದೆ ಬರುವ ತಿಂಗಳಲ್ಲಿ ನೀವು ಈ ಸಂಪೂರ್ಣ ರೊಮಾಂಚನವನ್ನು ಅನುಭವಿಸಬೇಕು. ಎಷ್ಟು ಸಮಾಧಾನ ನಿಮ್ಮ ಸಂಗಾತಿಗಿದೆ ಅಷ್ಟೇ ನಿಮಗೂ ಸಹ ಸಮಾಧಾನದ ಅಗತ್ಯವಿದೆ.

ಈ ಅಧ್ಯಾಯ ವಿಶೇಷವಾಗಿ ತಂದೆಗಳಿಗೆ ಸಮರ್ಪಿತವಾಗಿದೆ. ಅವರನ್ನು ಗರ್ಭಾವಸ್ಥೆಯ ಪ್ರಕ್ರಿಯೆಯಲ್ಲಿ ಅಲಕ್ಷ್ಯ ಮಾಡಲಾಗುವುದು. ನೀವು ಈ ಅಧ್ಯಾಯದಲಲ್ಲದೆ ಪೂರ್ತಿ ಪುಸ್ತಕವನ್ನು ಗಮನವಿಟ್ಟು ಓದಿ. ನಿಮ್ಮ ಹೆಂಡತಿ/ ಪ್ರಿಯೆ/ ಸಂಗಾತಿ ಯಾವ ಮಾನಸಿಕ/ಶಾರೀರಕ ಅಥವ ಭಾವನಾತ್ಮಕ ಸ್ಥಿತಿಗಳನ್ನು ಎದುರಿಸುತ್ತಿದ್ದಾರೆ ಎಂದು ನಿಮಗೂ ಗೊತ್ತಾಗುವುದು. ಈ ರೀತಿ ನೀವು ನಿಮ್ಮ ಜವಾಬ್ದಾರಿಗಳನ್ನು ವಹಿಸಲು ಸಿದ್ಧರಾಗುತ್ತೀರಿ.

ನೀವು ಏನು ಯೋಚಿಸುತ್ತಿರಬಹುದು

ನನ್ನ ಹೆಂಡತಿಗೆ ಈ ಪುಸ್ತಕದಲ್ಲಿ ಬರೆದಿರುವ ಎಲ್ಲಾ ಲಕ್ಷಣಗಳು ಇವೆ. ವಾಂತಿ ಓಕರಿಕೆ, ಇಚ್ಛೆ-ಅನಿಚ್ಛೆ, ಪದೇ-ಪದೇ ಮೂತ್ರ ವಿಸರ್ಜನೆ. ನನಗೆ ಅರ್ಥವಾಗುತ್ತಿಲ್ಲ ನಾನು ಅವಳಿಗಾಗಿ ಏನು ಮಾಡಲಿ?

ಈ ಸಮಯದಲ್ಲಿ ನಿಮ್ಮ ಹೆಂಡತಿ ಗರ್ಭಾವಸ್ಥೆಯ ಹಾರ್ಮೋನ್‌ಗಳ ಸೆರೆಯಲ್ಲಿದ್ದಾಳೆ. ಅದರಂತೆಯೇ ಅವಳ ಶರೀರದಲ್ಲಿ ಬದಲಾವಣೆ ಬರುತ್ತಿದೆ. ಈ ವಿಷಯದಲ್ಲಿ ಅವಳೂ ಏನು ಮಾಡಲಾಗುವುದಿಲ್ಲ ನೀವು ಏನೂ ಮಾಡಲು ಸಾಧ್ಯವಿಲ್ಲ.

ಹಾಗೆ ನೀವು ಸ್ವಲ್ಪ ಸಹಾಯ ಮಾಡಲು ಪ್ರಯತ್ನಿಸಬಹುದು. ಅವಳ ಮನಸ್ಸನ್ನು ಸ್ವಲ್ಪ ಚೇತರಿಸಲು ಸಹಾಯ ಮಾಡಬಹುದು.

ಸ್ವಲ್ಪ ತಯಾರಿ

ಇನ್ನು ಶಿಶುವನ್ನು ತರಲು ಯೋಜನೆ ಮಾಡಿಲ್ಲ. ಅದಕ್ಕೆ ಮುಂಚೆ ನೀವು ನಿಮ್ಮ ಹಾಗೂ ನಿಮ್ಮ ಸಂಗಾತಿಯನ್ನು ಚೆನ್ನಾಗಿ ಆರೈಕೆ ಮಾಡಿಕೊಳ್ಳಿ. ಈ ಪುಸ್ತಕದ ಮೊದಲನೆಯ ಅಧ್ಯಾಯದಲ್ಲಿ ಎಲ್ಲಾ ಹೇಳಲಾಗಿದೆ. ಓದಿ ತಿಳಿದು ಕೊಳ್ಳಿ ಹಾಗೂ ನಿಯಮಗಳಂತೆ ನಡೆಯರಿ.

ಮಾರ್ನಿಂಗ್ ಸಿಕ್‌ನೆಸ:- ಮಾರ್ನಿಂಗ್ ಸಿಕ್‌ನೆಸ್ ಹೆಸರಂತೆ ಇರುವುದಿಲ್ಲ. ಕೇವಲ ಬೆಳಗ್ಗೆ ಆಗುವುದು ಎಂದಲ್ಲ. ನಿಮ್ಮ ಹೆಂಡತಿಗೆ ದಿನದಲ್ಲಿ ಯಾವಾಗಲಾದರೂ ಬಾತ್ ರೂಂ ಕಡೆಗೆ ಓಡ ಬೇಕಾಗಬಹುದು. ಅವಳನ್ನು ಸ್ವಲ್ಪ ಸಂಭಾಳಿಸಲು ಪ್ರಯತ್ನಿಸಿ. ಅವಳಿಗೆ ಓಕರಿಕೆ ಬರುವಂತಹ ಆಫ್ಟರ್ ಶೇವ್ ಲೋಶನ್ ಹಚ್ಚಿಕೊಳ್ಳಬೇಡಿ. ಅವಳನ್ನು ಗ್ಯಾಸ್ ತುಂಬಲು ಕಳಿಸ ಬೇಡಿ. ಅವಳನ್ನು ಕೇಳಿ ಅವಳಿಗೆ ವಾಂತಿ ಬಾರದೆ ಇರುವಂತಹ ತಿನಿಸುಗಳನ್ನು ತಂದು ಕೋಡಿ. ಬೆನ್ನುಜ್ಜಿ, ನೀರು ಕುಡಿಸಿ, ದಿನದಲ್ಲಿ ಸ್ವಲ್ಪ-ಸ್ವಲ್ಪ ಅನೇಕ ಸಲ ತಿನ್ನಲು ಹೇಳಿ. ಈ ವಿಷಯದಲ್ಲಿ ತಮಾಶೆ ಮಾಡಬೇಡಿ.

ಇಷ್ಟಾನಿಷ್ಟಗಳು:- ಅವಳಿಗೆ ಈ ಸಮಯದಲ್ಲಿ ಯಾವಾಗಲೂ ಇಷ್ಟವಿಲ್ಲದೆ ಇರುವ ಪದಾರ್ಥ ಇಷ್ಟ ಬರಬಹುದು.ಯಾವಾಗಲೂ ಇಷ್ಟ ಇರುವ ಪದಾರ್ಥ ಕಂಡರೇ ಆಗದಿರಬಹುದು. ನಿಮ್ಮ ಇಷ್ಟಾನಿಷ್ಟವನ್ನು ಮರೆತು ಅವಳ ಇಷ್ಟಾನಿಷ್ಟೆಯಂತೆ ನಡೆಯಲು ಪ್ರಯತ್ನಿಸಿ. ರಾತ್ರಿ ಒಂದು ಹೊತ್ತಿನಲ್ಲಿ ಅವಳಿಗಾಗಿ ನಡೆದುಕೊಂಡು ಹೋಗಿ ಐಸ್‌ಕ್ರೀಮ್ ತರ ಬೇಕಾದರೂ ಬೇಜಾರು ಮಾಡಿಕೊಳ್ಳಬೇಡಿ.

ಆಯಾಸ:- ದಿನ ಮುಗಿಯುವ ಹೊತ್ತಿಗೆ ನಿಮಗೆ ಬಹಳ ಆಯಾಸವಾದರೆ ನಿಮ್ಮ ಸಂಗಾತಿಯು ಬಗ್ಗೆ ಯೋಚನೆ ಮಾಡಿ.ಅವಳ ಈ ದಿನಗಳಲ್ಲಿ ಶಿಶುನಿರ್ಮಾಣದ ಪ್ರಕ್ರಿಯೆಯಲ್ಲಿದ್ದಾಳೆ. ಅವಳಿಗೆ ಎಷ್ಟು ಆಯಾಸ ಆಗಿರಬಹುದು. ಮನೆಯಲ್ಲಿ ಕಷ್ಟವಾಗಿರುವ ಕೆಲಸದಿಂದ ಅವಳನ್ನು ದೂರವಿಡಿ. ಶೌಚಾಲಯ ಸ್ವಚ್ಛ ಮಾಡುವ ಔಷಧಿಯ ವಾಸನೆಯಿಂದ ಅವಳಿಗೆ ತಲೆ ಸುತ್ತು ಬರಬಹುದು. ಆ ಕೆಲಸ ನೀವೇ ಮಾಡಿಬಿಡಿ. ಆ ಸಮಯದಲ್ಲಿ ಅವಳು ಸೋಫಾ ಮೇಲೆ ಕುಳಿತುಕೊಂಡು ನಿಮ್ಮನ್ನು ನೋಡಬಹುದು. ನೀವು ವರ್ಷಗಳಿಂದ ಅದೇ ಮಾಡುತ್ತಿದ್ರಿ ಆದರೆ ಈಗ ಅವಳೇ ಮಾಡಲಿ ತಪ್ಪೇನಿಲ್ಲ.

ನಿದ್ರೆ ಬರುವುದಿಲ್ಲ:- ಈ ಸಮಯದಲ್ಲಿ ಅವಳು ಒಂದು ಶಿಶುವನ್ನು ತಯಾರು ಮಾಡುತ್ತಿದಾಳೆ. ಆದರೆ ಅವಳಿಗೆ ಶಿಶುವಂತೆ ಗಾಢ ನಿದ್ರೆ ಬರುವುದಿಲ್ಲ. ರಾತ್ರಿ ಅವಳಿಗೆ ನಿದ್ರೆ ಬಾರದೆ ಹೋದರೆ ಪಕ್ಕದಲ್ಲಿ ಮಲಗಿ ಗೊರಕೆ ಹೊಡೆಯುವ ಬದಲು ಅವಳ ಜೊತೆಗೆ ಕುಳಿತುಕೊಳ್ಳಿ. ಬೆನ್ನು ಸವರಿ, ಬಿಸಿ ಹಾಲು ಕೊಡಿ, ಪ್ರೀತಿಮಾಡಿ. ಹೀಗೆಲ್ಲ ಮಾಡಿದರೆ ಅವಳಿಗೆ ಕಾಮದ ಮನಸ್ಸು ಬರುತ್ತದೆ ಎಂದು ಭಾವಿಸಬೇಡಿ. ಅವಳಿಗೆ ಈಗ ಏನೂ ಬೇಡ.

ಮೂತ್ರ:- ಮೊದಲನೆಯ ತ್ರೈಮಾಸಿಕದಲ್ಲಿ ಪದೇ-ಪದೇ ಮೂತ್ರದ ಸಮಸ್ಯೆ ಬಹಳ ಆಗಬಹುದು. ಅವಳಿಗಾಗಿ ಬಾತ್‌ರೂಂ ಯಾವಾಗಲೂ ಖಾಲಿ ಇಡಿ. ದಾರಿಯಲ್ಲಿ ಸಾಮಾನು ಹರಡ ಬೇಡಿ. ಯಾವಾಗಲೂ ಲೈಟ್ ಹಾಕಿರಿ. ಅವಳು ಸಿನಿಮಾ ನೋಡುವಾಗ ಮೂರು ಸಲ ಅಥವಾ ನಿಮ್ಮ ತಂದೆ ತಾಯಿಯರನ್ನು ನೋಡಲು ಹೋಗುವಾಗ ಆರು ಸಲ ದಾರಿಯಲ್ಲಿ ಮೂತ್ರ ವಿಸರ್ಜನೆ ಮಾಡಲು ನಿಂತರೆ ಬೇಜಾರು ಮಾಡಿಕೊಳ್ಳಬೇಡಿ. ಅವಳನ್ನು ಅರ್ಥ ಮಾಡಿಕೊಳ್ಳಲು ಪ್ರಯತ್ನಿಸಿ.

ಸಾಂತ್ವನೆಯ ಲಕ್ಷಣಗಳು

"ನನ್ನ ಹೆಂಡತಿ ಗರ್ಭಿಣಿ ಆದರೆ ನನಗೆ ಏಕೆ ಮಾರ್ನಿಂಗ್ ಸಿಕ್‌ನೆಸ್ ?"

ನೀವು ಗರ್ಭವನ್ನು ಅನುಭವಿಸುತ್ತಿದ್ದೀರೆ? ಹೀಗಾಗುವುದು. ಗಂಡನಿಗೂ ಹೆಂಡತಿಯು ತರಹ ಅನಿಸುವುದು. ಇದನ್ನು ಸಿಂಪಥೆಟಿಕ್ ಪ್ರೆಗ್ನೆನ್ಸಿ ಎನ್ನುತ್ತಾರೆ. ಅವರಿಗೂ ವಾಂತಿ ಬರುವುದು. ಓಕರಿಕೆ ಬರುವುದು ಆಯಾಸ ವಾಗುವುದು, ಮನಸ್ಥಿತಿಯಲ್ಲಿ ಏರುವಿಕೆ ಇಳಿಯುವಿಕೆ ಆಗುವುದು.

ಈ ದಿನಗಳಲ್ಲಿ ನೀವು ಅವಳ ನೋವನ್ನು ನೋಡಿ ಕಾತುರವಾಗಿದ್ದೀರಿ. ನಿಮಗೆ ಅವಳ ತೊಂದರೆಗಳನ್ನು ಕಡಿಮೆ ಮಾಡಬೇಕು ಎಂದು ಅನಿಸುತ್ತದೆ. ವಾಸ್ತವದಲ್ಲಿ ನಿಮ್ಮ ಹೆಂಡತಿಯ ಗರ್ಭಾವಸ್ಥೆಯ ಹಾರ್ಮೋನಲ್ಲದೆ ನಿಮ್ಮಲ್ಲೂ ಇದೇ ತರಹದ ಹಾರ್ಮೋನ್‌ಗಳು ತಲೆ ಎತ್ತುತ್ತದೆ. ಯದ್ಯಪಿ ನಿಮ್ಮ ಹೊಟ್ಟೆ ದೊಡ್ಡದಾಗುವುದು ನಿಮ್ಮ ಎದೆ ಅಗಲವಾಗುವುದು, ನೀವು ರಾತ್ರಿ ಹೊತ್ತಿನಲ್ಲಿ ಫ್ರಿಜ್‌ನಲ್ಲಿ ತಿನ್ನುವುದಕ್ಕೆ ಏನಾದರೂ ಹುಡುಕುವುದು.... ಇದೆಲ್ಲ ಆಗುವುದಿಲ್ಲ ಆದರೂ ನೀವು ಮಾತೃತ್ವದ ಈ ಪಕ್ಷವನ್ನು ಅನುಭವಿಸಬಹುದು. ಈ ಸಾಂತ್ವನೆಯ ಬದಲಾಗಿ ನೀವು ನಿಮ್ಮ ಹೆಂಡತಿಗಾಗಿ ಮನೆ ಕ್ಲೀನ್ ಮಾಡಿ,

ನಮ್ಮ ಈ ಅಧ್ಯಾಯದಲ್ಲಿ

ನಮ್ಮ ಈ ಅಧ್ಯಾಯದಲ್ಲಿ ಗರ್ಭಿಣಿ ಮಹಿಳೆಯ ಗಂಡನನ್ನು ಸಂಬೋಧಿಸಲಾಗಿದೆ, ಆದರೆ ನೀವು ಅವಳ ಗೆಳೆಯ ಅಥವ ಸ್ನೇಹಿತರು ಇರ ಬಹುದು. ನೀವು ನಿಮ್ಮ ಸ್ಥಿತಿಗೆ ಅನುಕೂಲವಾಗಿರುವಂತಹ ಪ್ರಶ್ನೆಗಳನ್ನೆ ಓದಿ.

ಅಡಿಗೆ ಮಾಡಿ, ಅವಳ ಜೊತೆಗೆ ಮಾತನಾಡಿ ಇದರಿಂದ ನಿಮ್ಮಿಬ್ಬರ ಈ ಸಮಯ ಸುಲಭವಾಗಿ ಹಾದುಹೋಗುವುದು.

ಪ್ರಸವದನಂತರ ಈ ಎಲ್ಲಾ ಲಕ್ಷಣಗಳು ಮಾಯವಾಗುವುದು ಆದರೆ ಪ್ರಸವದನಂತರ ಆಗುವ ಕೆಲವು ಬೇರೆ ಲಕ್ಷಣಗಳು ಕಾಣಿಸುವುದು. ನಿಮಗೆ ಆ ಲಕ್ಷಣಗಳ ಅನುಭವವಾಗದೆ ಹೋದರೆ ಬೇಜಾರು ಮಾಡಿಕೊಳ್ಳಬೇಡಿ. ನೀವು ಬೇರೆ ರೀತಿಯಲ್ಲಿ ನಿಮ್ಮ ಭಾವನೆಗಳನ್ನು ಪ್ರಕಟಿಸುತ್ತಿರಬಹುದು. ಪ್ರತಿ ತಾಯಿ ಆಗುವವರಂತೆ ಪ್ರತಿ ತಂದೆಯೂ ಭಿನ್ನವಾಗಿರುತ್ತಾರೆ.

ಒಂಟಿತನದ ಅನುಭವ

"ಈ ಗರ್ಭಾವಸ್ಥೆಗೂ ನನಗೂ ಯಾವುದೂ ಸಂಬಂಧವಿಲ್ಲ ಎಂದು ನನಗೆ ಅನಿಸುತ್ತಿದೆ. ನಾನು ಬಹಳ ಒಂಟಿಯಾಗಿದೇ."

ಸಾಮಾನ್ಯವಾಗಿ ತಂದೆಯರಿಗೆ ಈ ತರಹವೇ ಅನುಭವವಾಗುವುದು. ಏಕೆಂದರೆ ನಿಮ್ಮ ಹೆಂಡತಿ ಎಲ್ಲರ ಧ್ಯಾನವನ್ನು ಸೆಳೆಯುವಳು. ಶಿಶುವಿನ ಜೊತೆಗೆ ಅವಳ ಶಾರೀರಿಕ ಸಂಬಂಧವಿದೆ ಆದರೆ ನೀವು ತಂದೆ ಆಗುವಿರಿ ಎಂದು ತೋರಿಸಲು ಸಾಧ್ಯವಿಲ್ಲ.

ಚಿಂತಿಸ ಬೇಡಿ. ಇದೆಲ್ಲ ನಿಮ್ಮ ಶರೀರದಲ್ಲಿ ಆಗುತ್ತಿಲ್ಲವೆಂದರೆ ಇದನ್ನು ನೀವು ಹಂಚಿಕೊಳ್ಳಲು ಸಾಧ್ಯವಿಲ್ಲ ಎಂದಲ್ಲ. ನೀವು ನಿಮ್ಮ ಹೆಡಂತಿ ಜೊತೆಗೆ ನಿಮ್ಮ ಭಾವನೆಗಳನ್ನು ಹಂಚಿಕೊಳ್ಳಿ. ನೀವು ಈ ತರಹ ಬೇರೆ-ಬೇರೆ ಆಗಿ ಒಂಟಿ ಆಗಿದ್ದರೇ ತಪ್ಪರ್ಥವೂ ತಿಳಿದುಕೊಳ್ಳಬಹುದು. ನಿಮ್ಮ ಹೆಂಡತಿಗೆ ನಿಮ್ಮ ಗರ್ಭಾವಸ್ಥೆಯಲ್ಲಿ ಅಥವ ಮಗುವಲ್ಲಿ ಯಾವುದೇ ಆಸಕ್ತಿ ಇಲ್ಲವೆಂದು ಅನಿಸಬಹುದು.

ಇದಕ್ಕಾಗಿ ನೀವು ಏನು ಮಾಡಬೇಕು:-

- ಡಾಕ್ಟರ್ ಹತ್ತಿರ ಹೋಗಬೇಕಾದಾಗ ಅವಳ ಜೊತೆಗೆ ಹೋಗಿ . ಡಕ್ಟರ್ ಮಾತನ್ನು ಗಮನವಿಟ್ಟು ಕೇಳಿ. ಏಕೆಂದರೆ ಪೂರ್ತಿ ಒಂಬತ್ತು ತಿಂಗಳು ನಿಮ್ಮ ಹೆಂಡತಿ ಹಾಗೂ ನಿಮ್ಮ ಮಗುವಿನ ಆರೈಕೆ ನೀವೇ ಮಾಡಬೇಕು.
- ಈ ತರಹ ನೀಮಗೆ ನಿಮ್ಮ ಹೆಂಡತಿಯ ಶರೀದಲ್ಲಿ ಆಗುವ ಬದಲಾವಣೆಯ ಮಾಹಿತಿಯೂ ದೊರಕುತ್ತದೆ.
- ನೀವು ಅಲ್ಟ್ರಾಸೌಂಡಲ್ಲಿ ನಿಮ್ಮ ಮಗುವಿನ ಹೃದಯದ ಬಡಿತ ಕೇಳಬಹುದು.
- ನಿಮ್ಮ ಗರ್ಭಾವಸ್ಥೆಗೆ ಸಂಬಂಧಪಟ್ಟ ನಿಯಮಗಳನ್ನು ಪಾಲಿಸಿ. ಹೊಟ್ಟೆ ಮೇಲೆ ದಿಂಬು ಕಟ್ಟಿಕೊಂಡು ಅಥವಾ ನಾನು ಗರ್ಭಿಣಿ ಎಂದು ಬರೆದಿರುವ ಟೀ ಶರ್ಟ್ ಹಾಕಿಕೊಳ್ಳುವ ಅವಶ್ಯಕತೆ ಇಲ್ಲ. ಈ ದಿನಗಳಲ್ಲಿ ಮದಿರ ಹಾಗು ಸಿಗರೇಟ್ ಸೇವಿಸುವುದು ಬಿಟ್ಟುಬಿಡಿ. ನಿಮ್ಮ ಹೆಂಡತಿ ಜೊತೆಗ ಪೌಷ್ಟಿಕ ಆಹಾರವನ್ನು ತೆಗೆದುಕೊಳ್ಳಿ.
- ಗರ್ಭಾವಸ್ಥೆ, ಶಿಶು ಜನ್ಮ ಹಾಗೂ ಮೇಲ್ವಿಚಾರಣೆಯ ಸಂಬಂಧದಲ್ಲಿ ಮಾಹಿತಿ ಪಡೆದುಕೊಳ್ಳಿ. ಇಲ್ಲಿ ನಿಮ್ಮ ದೊಡ್ಡ-ದೊಡ್ಡ ಡಿಗ್ರಿಗಳು ಏನು ಕೆಲಸಕ್ಕೆ ಬರುವುದಿಲ್ಲ. ಸ್ನೇಹಿತರು, ಸಹಕರ್ಮಿಗಳ ಜೊತೆಗೆ ಮಾತನಾಡಿ ನಿಮ್ಮ ಜಿಜ್ಞಾಸೆಗಳನ್ನು ಸಮಾಧಾನಿಸಿಕೊಳ್ಳಿ.
- ಶಿಶುವಿನ ಜೊತೆಗ ಸಂಪರ್ಕಿಸಿ. ನೀವು ನಿಮ್ಮ ಹೆಂಡತಿಯ ಗರ್ಭದಲ್ಲಿ ಬೆಳೆಯುತ್ತಿರುವ ಶಿಶುವಿನೊಂದಿಗೆ ಸ್ನೇಹ ಬೆಳೆಸಬಹುದು. ಅದರ ಜೊತೆಗೆ ಮಾತನಾಡಿ, ಹಾಡು ಹೇಳಿ. ಪ್ರಸವದನಂತರ ಶಿಶು ತಮ್ಮ ತಂದೆಯನ್ನು ಸುಲಭವಾಗಿ ಗುರುತಿಸುತ್ತದೆ.
- ನಿಮ್ಮ ಸಂಗಾತಿ ಜೊತೆಗೆ ಸೇರಿ ಸಣ್ಣ ಉಯ್ಯಾಲೆ ಅಥವಾ ತೊಟ್ಟಿಲು ಅಥವಾ ಮಂಚ ತಯಾರುಮಾಡಿ. ಹೆಸರು ಆಯ್ಕೆ ಮಾಡಲು ಪುಸ್ತಕಗಳನ್ನು ತನ್ನಿ. ಅದರನ್ನು ಸ್ವಾಗತಿಸಲು ಸಿದ್ಧರಾಗಿ.

ಕಾಮ(ಸೆಕ್ಸ್):-

"ನನ್ನ ಹೆಂಡತಿ ಗರ್ಭಿಣಿ ಆದ ಮೇಲೆ ಸಂಭೋಗದಲ್ಲಿ ಬಹಳ ಆಸಕ್ತಿಯನ್ನು ತೋರಿಸುವಳು. ಇದು ಸಾಮನ್ಯವೇ? ನಾನು ದೂರು ಹೇಳುತ್ತಿಲ್ಲ ಆದರೆ ಹೀಗೆ ಮಾಡುವುದು ಸುರಕ್ಷಿತವಾಗಿರುವುದೇ?"

ವಾಸ್ತವದಲ್ಲಿ ಹಾರ್ಮೋನ್‌ಗಳ ಕಾರಣದಿಂದ ನಿಮ್ಮ ಹೆಂಡತಿಯ ಶರೀರದ ಅಂಗಗಳು ಊದಿದೆ.

ಹಾಗೂ ರಕ್ತಪ್ರವಾಹ ಹೆಚ್ಚಾಗಿದೆ. ಆದಕಾರಣ ಅವಳಿಗೆ ಕಾಮದ ಇಚ್ಛೆಯು ಅನುಭವವಾಗುತ್ತದೆ. ಅವಳಿಗೆ ಸಂಭೋಗದಲ್ಲಿ ಖಂಡಿತ ಆಸಕ್ತಿ ಇಲ್ಲದೇ ಇರಬಹುದಿತ್ತು. ಡಾಕ್ಟರ್ ಒಪ್ಪಿಗೆ ಕೊಟ್ಟಿದ್ದರೆ ಇದರಲ್ಲಿ ಏನು ತೊಂದರೆ ಇಲ್ಲ.

ಸಂಭೋಗದ ವಿಷಯದಲ್ಲಿ

ನಿಮಗೆ ಇದೆಲ್ಲ ಹೊಸದೇನಲ್ಲ ಆದರೇ ಈಗ ನಿಮ್ಮ ಹೆಂಡತಿ ಗರ್ಭಿಣಿ. ಹೀಗಿರುವಾಗ ಅವಳಲ್ಲಿ ಬಹಳಷ್ಟು ಬದಲಾವಣೆ ಆಗಿದೆ. ಆದ್ದರಿಂದ ನೀವೂ ನಿಮ್ಮ ಸ್ಟೈಲನ್ನು ಬದಲಾಯಿಸಬೇಕು.

- ಎದುರುಗಡೆಯಿಂದ ಮನಸ್ಸು ಸಿದ್ಧವಾಗುವವರೆಗೂ ಕಾಯಿರಿ. ಗರ್ಭಿಣಿಯರ ಮನಸ್ಥಿತಿ ಬದಲಾಯಿಸಲು ಹೊತ್ತಾಗುವುದಿಲ್ಲ.
- ವಾರ್ಮ್‌ಅಪ್ ಮಾಡುವುದು ಬಹಳ ಅವಶ್ಯಕ. ನೀವು ಪ್ರಣಯ ಕ್ರೀಡೆ(ಫೊರಪ್ಲೆ) ಯಿಂದ ನಿಮ್ಮ ಸಂಗಾತಿಯನ್ನು ಸಿದ್ಧಪಡಿಸಬೇಕು.
- ಅವರ ಮಾತನ್ನು ಕೇಳಿ. ಅವರ ಶರೀರದಲ್ಲಿ ಎಲ್ಲಾದರು ನೋವಿರಬಹುದು. ಅವರು ಹೇಳದಂತೆ ಮುಂದುವರೆಯಿರಿ.
- ಅವರ ಹೊಟ್ಟೆಯ ಮೇಲೆ ಭಾರ ಬೀಳದಂತ ಭಂಗಿಯನ್ನು ಆಯ್ಕೆ ಮಾಡಿ. ಹೊಟ್ಟೆಯ ಉಬ್ಬು ಮಧ್ಯದಲ್ಲಿ ಬರೆದೆ ಇರಲೆಂದು ನೀವಿಬ್ಬರು ಸ್ಪೂನ್ ಮುದ್ರೆಯಲ್ಲಿ ಮಲಗಬಹುದು.
- ನಿಮಗೆ ಸಂಭೋಗದ ಆನಂದ ಸಿಗದೆ ಇರಬಹುದು. ಬೇರೆ ವೈಕಲ್ಪಿಕ ಉಪಾಯವನ್ನು ಹುಡುಕಿ. ಹಸ್ತಮೈಥುನ, ಮುಖ ಮೈಥುನ ಅಥವಾ ಇಬ್ಬರು ಮಾಲಿಶ್ ಮಾಡುವುದು,

ಅವರಿಗೆ ಮೂಡ್ ಇದ್ದಾಗೆಲ್ಲ ನೀವು ಸಿದ್ಧರಾಗಿ. ಹಳೆ ರೀತಿಯನ್ನು ಬಿಟ್ಟು ಅವರ ಇಷ್ಟಾನಿಷ್ಟೆಯನ್ನು ಗಮನದಲ್ಲಿಟ್ಟುಕೊಳ್ಳಿ. ಈ ತಿಂಗಳುಗಳಲ್ಲಿ ಅವರ ಕಾಮದ ಇಚ್ಛೆ ಬಹಳ ಬದಲಾವಣೆ ಆಗುವುದು. ನೀವು ಅವರಂತೆ ನಡೆಯಬೇಕಾಗುವುದು.

ನನ್ನ ಹೆಂಡತಿಗೆ ಸಂಭೋಗದಲ್ಲಿ ಬಹಳ ಆಸಕ್ತಿ ಇತ್ತು ಆದರೆ ಈಗ ಗರ್ಭಿಣಿ ಆದ ಮೇಲೆ ಅವಳಿಗೆ ಆಸಕ್ತಿ ಇಲ್ಲವೇ ಇಲ್ಲ.

ಈ ದಿನಗಳಲ್ಲಿ ಸಾಮಾನ್ಯವಾಗಿ ಲೈಂಗಿಕ ಸಂಬಂಧವಿರುವ ಗಂಡ-ಹೆಂಡತಿಯ ಮಧ್ಯದಲ್ಲಿ ಬಹಳ ಬದಲಾವಣೆ ಬರುವುದು. ಏಕೆಂದರೆ ಅನೇಕ ಶಾರೀರಿಕ ಹಾಗೂ ಮಾನಸಿಕ ಕಾರಣಗಳು ಸಂಭೋಗದ ಇಚ್ಛೆ, ಆನಂದ, ಹಾಗೂ ಪ್ರದರ್ಶನವನ್ನು ಪ್ರಭಾವಿತಮಾಡುವುದು. ನಿಮ್ಮ ಹೆಂಡತಿಯ ತುಂಬಿರುವ ಶರೀರವನ್ನು ನೋಡಿ ನಿಮಗೆ ಮೂಡ್ ಬರಬಹುದು ಅಥವಾ ನಿಮಗೆ ನಿಮ್ಮ ಶಿಶುವಿಗೆ ಆಗುವ ತಾಯಿಯ ಮೇಲೆ ಬಹಳ ಪ್ರೀತಿ ಹುಟ್ಟುತ್ತಿರಬಹುದು ನಿಮ್ಮ ಮನಸ್ಸು ಸಿದ್ಧವಾಗಬಹದು ಇದು ಸಹಜವೇ.

ಅದೇತರಹ ನಿಮ್ಮ ಸಂಗಾತಿಗೆ ಸಂಭೋಗದಲ್ಲಿ ಆಸಕ್ತಿ ಕಡಿಮೆ ಆಗುವುದು ಸಹಜವೇ. ಅವರ ಕಾಲು ಹಾಗೂ ಬೆನ್ನಲ್ಲಿ ನೋವಿರಬಹದು. ಅವರ ಊರ್ಜೆಯ ಮಟ್ಟ ಕಡಿಮೆ ಆಗಿರಬಹುದು. ಅಥವ ಹೊಟ್ಟೆಯ ಉಬ್ಬನ್ನು ನೋಡಿ ಸ್ವಲ್ಪ ಮುಜುಗರ ಅನುಭವಿಸುತ್ತಿರಬಹುದು. ಅಥವ ಅವಳಿಗೆ ಪ್ರೇಯಸಿ/ತಾಯಿ ಎರಡು ಪಾತ್ರದಲ್ಲಿ ತಮ್ಮನ್ನು ಸಂಯೋಜಿಸಿಕೊಳ್ಳಲು ಕಷ್ಟವಾಗುತ್ತಿರಬಹುದು.

ಅವಳಿಗೆ ಮೂಡ್ ಇಲ್ಲದೆ ಹೋದರೂ ನೀವು ಬೇಜಾರು ಮಾಡಿಕೊಳ್ಳದೆ ಸಮಾಧಾನವಾಗಿರಿ. ಅವಳು ಬೇಡ ಅಂದರೂ ಸಿಟ್ಟುಮಾಡಿಕೊಳ್ಳದೆ ನೀವು ಈಗಲೂ ಅವಳನ್ನು ಅಷ್ಟೆ ಪ್ರೀತಿಸುತ್ತೀರಿ ಎಂದು ಅವಳಿಗೆ ಅನುಭವ ಮಾಡಿಸಿ. ನೆನಪಿರಲಿ ಈ ಸಮಯದಲ್ಲಿ ಅವಳ ಮನಸ್ಸು ಬಹಳ ತೊಡಕಿನಲ್ಲಿದೆ. ಅವಳು ನಿಮ್ಮ ಸಂಭೊಗದ ಭಾವನೆಗೆ ಪ್ರಾಮುಖ್ಯತೆ ಕೊಡುವುದಿಲ್ಲ.

ಎರಡನೆಯ ತ್ರೈಮಾಸಿಕದಲ್ಲಿ ಈ ಇಚ್ಛೆ ಸ್ವಾಭಾವಿಕವಾಗಿ ಪುನಃ ಜಾಗ್ರತವಾಗಬಹುದು. ಆದರೆ ಮುಂದೆ ಬರುವ ತಿಂಗಳಲ್ಲಿ ಏನಾದರೂ ಬದಲಾವಣೆ ಬರಬಹುದು. ಶಾರೀರಿಕ ಸಂಬಂಧ ಮಾಡದೆ ನಿಮ್ಮಿಬ್ಬರಲ್ಲಿ ಪ್ರೀತಿಯ ಸಂಬಂಧವನ್ನು ಮುಂದುವರಿಸಬೇಕು. ನಿಮ್ಮಿಬ್ಬರ ಮನಸ್ಸು ಸೇರಿದೆ ಕೇವಲ ದೇಹದ ಸಂಬಂಧವಿಲ್ಲ ಎಂದು ಅವರಿಗೆ ಅನುಭವ ಮಾಡಿಸಬೇಕು.

ರೋಮಾನ್ಸ್ ಹಾಗೂ ಪರಸ್ಪರ ಮಾತನಾಡುವುದು, ಆಲಿಂಗನ ಇದೆಲ್ಲ ಮರೆಯಬೇಡಿ. ಈ ದಿನಗಳಲ್ಲಿ ಅವಳಿಗೆ ಈ ತರಹದ ಸಾಮೀಪ್ಯದ ಅವಶ್ಯಕತೆ ಇದೆ. ನೀನು ಗರ್ಭಿಣಿ

ಆದರೂ ಎಷ್ಟು ಚೆನ್ನಾಗಿ ಕಾಣಿಸುತ್ತಿ ಎನ್ನುವುದು ಮರೆಯಬೇಡಿ. ಅವಳಿಗೆ ಇದನ್ನು ಕೇಳಿ ಬಹಳ ಸಂತೋಷವಾಗುವುದು.

"ಈಗ ನನಗೆ ಸಂಭೋಗದಲ್ಲಿ ಆಸಕ್ತಿ ಇಲ್ಲ. ಇದು ಸಾಮನ್ಯವೇ?"

ತಾಯಿ ಆಗುವವರ ತರಹವೇ ತಂದೆ ಆಗುವವರ ಮನಸ್ಥಿತಿಯಲ್ಲಿ ಏರುವಿಕೆ ಇಳಿಯುವಿಕೆ ಇರುವುದು. ನಿಮಗೆ ಸಂಭೋಗದಲ್ಲಿ ಆಸಕ್ತಿ ಏಕೆ ಇಲ್ಲ? ಇದಕ್ಕೆ ಅನೇಕ ಕಾರಣಗಳು ಇರಬಹುದು. ಗರ್ಭಧಾರಣೆಯನ್ನು ನೀವಿಬ್ಬರು ಬಹಳ ಗಂಭೀರವಾಗಿ ತೆಗೆದುಕೊಂಡಿರಬೇಕು. ನಿಮ್ಮ ಮನಸೆಲ್ಲ ಬರುವ ಶಿಶುವಿನ ಮೇಲೆ ಕೇಂದ್ರೀಕೃತವಾಗಿರಬೇಕು. ಅಥವ ನಿಮಗೆ ನಿಮ್ಮ ಸಂಗಾತಿಯ ಬದಲಾಗುತ್ತಿರುವ ರೂಪದಿಂದ ಸಂತುಲನ ಮಾಡಲು ಕಷ್ಟವಾಗಿರಬೇಕು. ಅಥವ ಸಂಭೋಗದ ಸಮಯದಲ್ಲಿ ನೀವು ನಿಮ್ಮ ಶಿಶು ಹಾಗು ಹೆಂಡತಿಗೆ ಪೆಟ್ಟಾಗಬಹುದೆಂದು ನಿಮಗೆ ಭಯವಿರಬಹುದು. ತಾಯಿ ಆಗುವ ಮಹಿಳೆಯ ಜೊತೆಗೆ ಸಂಬಂಧ ಹೇಗೆ ಮಾಡುವುದು ಎಂದು ನಿಮಗೆ ಅನಿಸಬಹುದು. ತಂದೆ ಆಗುವರಲ್ಲಿ ಹಾರ್ಮೋನ್ ಬದಲಾಯಿಸುವುದು ಇದಕ್ಕೆ ಕಾರಣವಾಗಬಹುದು.

ಅನೇಕ ಸಲ ಪರಸ್ಪರ ಮಾತನಾಡದೆ ಹೋದರೂ ತಪ್ಪಭಿಪ್ರಾಯಗಳು ಹುಟ್ಟುತ್ತದೆ. ನಿಮಗೆ ಅನಿಸುತ್ತದೆ ಅವಳು ಸಂಭೋಗದಲ್ಲಿ ಆಸಕ್ತಿ ತೋರಿಸುತ್ತಿಲ್ಲ ಆದಕಾರಣ ನೀವು ನಿಮ್ಮ ಅವಚೇತನ ಮನಸ್ಸಲ್ಲಿ ಸಂಭೋಗದ ಆಸೆಯನ್ನು ಕುಗ್ಗಿಸಿಕೊಳ್ಳುತ್ತೀರಾ, ಅವಳು ನಿಮಗೆ ಸಂಭೋಗದಲ್ಲಿ ಆಸಕ್ತಿ ಇಲ್ಲ ಎಂದು ಕೊಂಡು ಹಿಂಜರಿಯುತ್ತಾಳೆ.

ಸಂಬಂಧಗಳಲ್ಲಿ ಪ್ರಮಾಣದ ಬದಲು ಗುಣದ ಮೇಲೆ ಗಮನ ಕೊಡಿ. ಸ್ವಲ್ಪ ಇರಲಿ ಆದರೆ ಸಂಪೂರ್ಣವಾಗಿರಲಿ. ನೀವು ಅಕಸ್ಮಾತಾಗಿ ಮುತ್ತಿಟ್ಟು ತಬ್ಬಿಕೊಂಡಾಗ ಮೂಡ್ ಬರಬಹುದು. ಅಥವ ಭಾವನೆಗಳನ್ನು ಹೊಸ ರೀತಿಯಿಂದ ಪ್ರಕಟಿಸಿ ಕಾಮಕ್ರೀಡೆ ಪ್ರಾರಂಭಿಸಬಹುದು. ಗರ್ಭಾವಸ್ಥೆಯ ಶಾರೀರಿಕ ಹಾಗೂ ಭಾವನಾತ್ಮಕ ಬದಲಾವಣೆಯ ಜೊತೆಗೆ ನಿಮ್ಮಿಬ್ಬರ ಮನಸ್ಸು ತಯಾರಾದರೆ ಆಶ್ಚರ್ಯವೇನಿಲ್ಲ.

ಹೀಗೂ ಆಗಬಹುದು, ಪೂರ್ತಿ ಒಂಬತ್ತು ತಿಂಗಳು ಅಥವಾ ಅದಾದ ಮೇಲೇನೂ ನಿಮಗೆ ಸಂಭೋಗದಲ್ಲಿ ಆಸಕ್ತಿ ಬರದೇ ಇರಬಹುದು. ಶಿಶುಬಂದ ಮೇಲೆ ಹಾಗೇನೆ ದಂಪತಿಗಳು ಈ ಕಡೆ ಉದಾಸೀನವಾಗುತ್ತಾರೆ. ಇದೆಲ್ಲ ಸಹಜ ಅಸ್ಥಾಯಿ. ಆದರೆ ಶಿಶುವಿನ ಪೋಷಣೆ ನಿಮ್ಮ ಸಂಬಂಧದ ಮಧ್ಯದಲ್ಲಿ ಬರಬಾರದು. ರೋಮಾನ್ಸನ್ನು ತಾಜವಾಗಿಟ್ಟುಕೊಳ್ಳಿ. ನೀವು ಕ್ಯಾಡಂಲ್ ಲೈಟ್ ಡಿನ್ನರ್ ಪ್ಲಾನ್ ಮಾಡಬಹುದು, ಒಳ್ಳೆ ಸೆಕ್ಸಿ ನೈಟ್ ಗೌನ್ ಅಥವಾ ಹೂವಿನ ಉಡುಗೊರೆ ಕೊಡಬಹುದು. ಬೆಳದಿಂಗಳಲ್ಲಿ ವಿಹಾರಕ್ಕೆ ಹೋಗಬಹುದು ಅಥವಾ ಹಾಸಿಗೆಯ ಮೇಲೇನೆ ಕುಳಿತುಕೊಂಡು ಬಿಸಿ ಕಾಫಿ, ಹಾಲು ಕುಡಿಯಬಹುದು. ನಿಮ್ಮ ಭಯ ಹಾಗೂ ಭಾವನೆಗಳನ್ನು ಅವಳ ಜೊತೆಗೆ ಹಂಚಿಕೊಳ್ಳಿ ಅವಳಿಗೂ ಈ ತರಹ ಮಾಡಲು ಪ್ರೇರಿಸಿ. ಆಲಿಂಗನ ಹಾಗೂ ಮುತ್ತಿನ ಸುರಿಮಳೆ ನಿಲ್ಲದಿರಲಿ. ನಿಮ್ಮಿಬ್ಬರ ಮಧ್ಯ ಪ್ರೀತಿಯ ಸಂಬಂಧ ಯಾವಾಗಲು ಕಾಯಮ್‌ವಾಗಿರುವುದು.

ನಿಮ್ಮ ಹೆಂಡತಿಗೆ ಅನುಭವ ಮಾಡಿಸಿ ಅವಳ ಶಾರೀರಿಕ ಅಥವಾ ಭಾವನಾತ್ಮಕ ಅವಸ್ಥೆ ಹಾಗೂ ಬದಲಾವಣೆಯ ಕಾರಣ ನಿಮಗೆ ಸಂಭೋಗದಲ್ಲಿ ಆಸಕ್ತಿ ಕಡಿಮೆ ಆಗಿಲ್ಲ. ಅವಳಿಗೆ ತಮ್ಮ ಗರ್ಭಾವಸ್ಥೆಯ ರೂಪದಿಂದ ಮೊದಲೇ ಬೇಜಾರಾಗಿರುತ್ತದೆ. ನೀವು ನಿಮ್ಮ ಸ್ಪರ್ಶ ಹಾಗೂ ಮಾತಿನಿಂದ ನಿಮ್ಮ ಪ್ರೀತಿ ಕಡಿಮೆ ಆಗಿಲ್ಲ ಎಂದು ತೋರಿಸಿ ಹಾಗೂ ನೀನು ಮೊದಲಗಿಂತ ಸುಂದರವಾಗಿ ಹಾಗೂ ಆಕರ್ಷಕವಾಗಿ ಕಾಣಿಸುತ್ತಿದೆಯಾ ಎಂದು ವಿಶ್ವಾಸ ಮಾಡಿಸಿ. ಇದು ನಿಜ ಅಲ್ಲವ?

ಯದ್ಯಪಿ ಡಾಕ್ಟರ್ ಹೇಳಿದರೂ ಗರ್ಭಾವಸ್ಥೆಯಲ್ಲಿ ಸಂಭೋಗ ಮಾಡುವುದು ಸುರಕ್ಷಿತವಾಗಿದೆ ಎಂದು ಆದರು ಹೆಂಡತಿಗೆ ಹಾಗೂ ಶಿಶುವಿಗೆ ಪೆಟ್ಟಾಗುವುದು ಎಂದು ನನಗೆ ಭಯ.

ಅನೇಕ ತಂದೆಯರಿಗೆ ಈ ಭಯವಿರುತ್ತದೆ. ಇದರಲ್ಲಿ ಆಶ್ಚರ್ಯವೇನಿಲ್ಲ. ಹೆಂಡತಿ ಮಗುವಿನ ಸುರಕ್ಷತೆಗೆ ಪ್ರಾಮುಖ್ಯತೆ ಕೊಡುವುದು ಸ್ವಾಭಾವಿಕವೇ.

ಆದರೆ ಇಲ್ಲಿ ಭಯಪಡುವ ಬದಲು ಡಾಕ್ಟರ್ ಮಾತನ್ನು ಗಮನಿಸಿ. ಅವರು ನಿಮಗೆ ಒಪ್ಪಿಗೆ ಕೊಟ್ಟಿದ ಮೇಲೆ ಭಯವೇಕೆ? ಶಿಶು ಅದರ ಗರ್ಭಾಶಯದ ಮನೆಯಲ್ಲಿ ಪೂರ್ಣವಾಗಿ ಸುರಕ್ಷಿತವಾಗಿದೆ ಹಾಗೂ ನಿಮ್ಮ ಮಿತಿಯಿಂದ ಬಹಳ ದೂರವಿದೆ. ಅದು ನಿಮ್ಮ ಪ್ರಕ್ರಿಯೆಯಿಂದ ಪೂರ್ಣವಾಗಿ ಅಪರಿಚಿತವಾಗಿದೆ

ಹಾಗೂ ಅದಕ್ಕೆ ಯಾವ ತರಹದ ಪೆಟ್ಟಾಗುವುದಿಲ್ಲ. ನಿಮ್ಮ ಹೆಂಡತಿಗೆ ಚರಮ ಸುಖದ ನಂತರ ಆಗುವ ಸಂಕುಚನೆ, ಒಂದು ಸಾಮಾನ್ಯ ಗರ್ಭಾವಸ್ಥೆಯಲ್ಲಿ ಸಮಯ ಪೂರ್ವ ಪ್ರಸವವಾಗುವಷ್ಟು ತೀವ್ರವಾಗಿರುವುದಿಲ್ಲ. ಯಾವ ಮಹಿಳೆಯರು ಗರ್ಭಾವಸ್ಥೆಯಲ್ಲಿ ಕಾಮಕ್ರೀಡೆಯಲ್ಲಿ ಸಕ್ರೀಯವಾಗಿರುತ್ತಾರೋ ಅವರ ಪ್ರಸವ ಸಮಯ ಪೂರ್ವವಾಗುವುದಿಲ್ಲ. ಈ ರೀತಿ ನಿಮ್ಮ ಹೆಂಡತಿಗೆ ಯಾವುದೇ ತರಹದ ತೊಂದರೆ ಆಗುವುದಿಲ್ಲ ಆದರೆ ಅವಳ ಶಾರೀರಿಕ ಹಾಗೂ ಭಾವನಾತ್ಮಕ ಅವಶ್ಯಕತೆ ಪೂರ್ತಿ ಆಗುತ್ತದೆ. ಅವಳಿಗೆ ಆತ್ಮೀಯತೆಯ ಅನುಭವವಾಗುವುದು. ಈ ಸಮಯದಲ್ಲಿ ಇದರ ಅವಶ್ಯಕತೆಯೇ ಬಹಳವಿದೆ. ಯದ್ಯಪಿ ನಿಮಗೆ ಸ್ವಲ್ಪ ಜಾಗರೂಕರಾಗಿರಬೇಕಾಗುವುದು. ಇದಲ್ಲದೆ ಯಾವ ತೊಂದರೆನೂ ಇಲ್ಲ.

ಆದರೂ ನೀವು ಚಿಂತಿತವಾಗಿದ್ದರೇ ನಿಮ್ಮ ಹೆಂಡತಿಗೆ ಎಲ್ಲಾ ವಿಷಯವೂ ಸ್ಪಷ್ಟವಾಗಿ ಹೇಳಿ.

ಗರ್ಭಾವಸ್ಥೆಗೆ ಸಂಬಂಧಪಟ್ಟ ಕನಸುಗಳು

"ನನಗೆ ಒಮ್ಮೊಮ್ಮೆ ಬಹಳ ವಿಚಿತ್ರವಾಗಿರುವ ಕನಸುಗಳು ಬರುತ್ತದೆ. ನಾನು ಏನು ಮಾಡಲಿ ಎಂದು ನನಗೆ ಅರ್ಥವಾಗುತ್ತಿಲ್ಲ."

ಇತ್ತೀಚಿನ ದಿನಗಳಲ್ಲಿ ಯಥಾರ್ಥ ಪ್ರಪಂಚಕ್ಕಿಂತ ಕನಸಿನ ಲೋಕವೇ ಸುಂದರವಾಗಿದೆ. ತಾಯಿ ಆಗುವವರ ತರಹವೇ ತಂದೆ ಆಗುವವರೆಗೂ ಗರ್ಭಾವಸ್ಥೆ ಆಳವಾದ ಭಾವನೆಗಳ ಸಮಯ. ಅದರಲ್ಲಿ ಒಳ್ಳೆಯದು ಕೆಟ್ಟದು ಎಲ್ಲಾ ತರಹದ ಭಾವನೆಗಳು ರೋಲರ್ ಕೋಸ್ಟರಂತೆ ಮಸ್ತಿಷ್ಕದಲ್ಲಿ ತಿರುಗುತ್ತಿರುತ್ತದೆ. ಇದರಲ್ಲಿ ಅನೇಕ ಭಾವನೆಗಳು ನಮ್ಮ ಅವಚೇತನದಲ್ಲಿ ಅಡಗಿರುತ್ತದೆ ಅವಕಾಶ ಸಿಕ್ಕ ತಕ್ಷಣ ಕನಸಲ್ಲಿ ಕಾಣಿಸಿಕೊಳ್ಳುತ್ತದೆ. ನಿಮಗೆ ಕಾಮದ ಕನಸು ಬರಬಹುದು, ಶಿಶುಬಂದ ಮೇಲೆ ಕಾಮ ಜೀವನದ ಮೇಲೆ ಯಾವ ಪ್ರಭಾವ ಬೀಳಬಹುದು ಎಂದು ಚಿಂತೆ ಇರಬಹುದು. ಇದೆಲ್ಲ ಸಾಮಾನ್ಯ ಆದರೆ ವರ್ಜಿತ.

ಇದು ನಿಮ್ಮ ಹಾರ್ಮೋನ್

ಅಧ್ಯಯನಗಳಿಂದ ತಿಳಿದು ಬಂದಿದೆ ಎಂದರೆ ತಂದೆ ಆಗುವವರ ಶರೀರದಲ್ಲೂ ಸ್ತ್ರೀ ಲೈಂಗಿಕ ಹಾರ್ಮೋನ್ ತಯಾರಾಗುವುದು. ಅವರಲ್ಲೂ ಮಹಿಳೆಯರಲ್ಲಿ ಕಾಣುವ ಗರ್ಭಾವಸ್ಥೆಯ ಲಕ್ಷಣಗಳು ಕಾಣಿಸುತ್ತದೆ. ಅವರಲ್ಲಿ ಒಂದು ತರಹದ ಕೋಮಲತೆ ಬರುವುದು.

ಪ್ರಸವದ ನಂತರ 3ರಿಂದ 6 ತಿಂಗಳಾದ ಮೇಲೆ ಹಾರ್ಮೋನ್ಸ್ ಸಾಮಾನ್ಯ ಸ್ಥಿತಿಗೆ ಬರುವುದು. ಆಮೇಲೆ ಸೆಕ್ಸ್ ಲೈಫ್ ಅದೇ ತರಹ ಶುರುವಾಗುವುದು. ಹಾಗೂ ಸಂಭೋಗದಲ್ಲಿ ಆಸಕ್ತಿ ಹೆಚ್ಚಾಗುವುದು.

ನಿಮಗೆ ಮುಂದೆ ಬರುವ ಕನಸಲ್ಲಿ ನಿಮ್ಮ ಸಂಪೂರ್ಣ ಕುಟುಂಬ ಕಾಣಿಸಬಹುದು. ನೀವು ತಂದೆ-ತಾಯಿ ಅಜ್ಜ-ಅಜ್ಜಿಗೆ ಸಂಬಂಧ ಪಟ್ಟ ಕನಸುಗಳನ್ನು ನೋಡ ಬಹುದು. ನಿಮ್ಮ ಅವಚೇತನ ಮನಸಿಗೆ , ನಿಮ್ಮ ಭೂತಕಾಲವನ್ನು ಭವಿಷ್ಯಕಾಲದ ಜೊತೆಗೆ ಕೂಡಿಸಿ ನೋಡುವ ಆಸೆ ಇರಬಹುದು. ನೀವು ತಮ್ಮನ್ನು ಕನಸಲ್ಲಿ ಒಂದು ಸಣ್ಣ ಮಗುವಿನಂತೆ ನೋಡಬಹುದು. ಅಂದರೆ ನೀವು ಚಿಂತಿಲ್ಲದ ಭೂತಕಾಲವನ್ನು ಜ್ಞಾಪಿಸಿ ಕೊಳ್ಳುತ್ತಿದ್ದೀರಿ ಆದರೆ ಬರುವ ಜವಾಬ್ದಾರಿಗಳಿಂದ ವಿರಕ್ತವಾಗುತ್ತಿದ್ದೀರಿ. ನೀವೇ ಗರ್ಭಾಧರಿಸಿರುವಂತೆ ನೋಡ ಬಹುದು. ಹೀಗೆ ಸಂಗಾತಿಯ ಪ್ರತಿ ಸಹಾನುಭೂತಿ ಅಥವಾ ಇಚ್ಛೆಯ ಕಾರಣದಿಂದ ಆಗಬಹುದು. --

ಏಕೆಂದರೆ ಅವಳೇ ಈಗ ಎಲ್ಲರ ಆಕರ್ಷಣೆಯ ಕೇಂದ್ರ. ಅಥವಾ ನೀವು ನಿಮ್ಮ ಜನಿಸದ ಶಿಶುವಿನ ಜೊತೆಗೆ ಸಂಬಂಧ ಮಾಡಿಕೊಳ್ಳುತ್ತಿದ್ದೀರಿ. ನೀವು ಕಾರಲ್ಲಿ ನಿಮ್ಮ ಶಿಶುವಿಗೆ ಸೀಟ್ ಬೆಲ್ಟ್ ಕಟ್ಟುವುದು ಮರೆತುಹೋಗಿದ್ದಿರಿ ಎಂದು ಕನಸು ಕಾಣಬಹುದು.ಇದರಿಂದ ನಿಮ್ಮ ಮನಸ್ಸಲ್ಲಿ ಅಡಗಿರುವ ಅಸುರಕ್ಷತಾ ಭಾವನೆ ಗೊತ್ತಾಗುತ್ತದೆ. ಕನಸಲ್ಲಿ ಶಿಶುವಿನ ಆರೈಕೆ ಮಾಡುವುದನ್ನು ಕಂಡು ನೀವು ತಮ್ಮನ್ನು ಹೊಸ ಪಾತ್ರಕ್ಕೆ ಸಿದ್ಧ ಪಡಿಸುತ್ತಿದ್ದೀರಿ ಎಂದು ಹೇಳಬಹುದು. ಒಂಟಿತನ ಹಾಗೂ ಉದಾಸೀನತೆಯ ಕನಸಗಳು ಬರುವುದು ಸಾಮಾನ್ಯ.

ಇದಲ್ಲದೆ ನೀವು ಶಿಶುವಿನ ಜೊತೆಗೆ ಆಟ-ಪಾಟ, ಪಾರ್ಕಲ್ಲಿ ಓಡಾಡುವುದು ಈ ಕನಸು ಕಾಣ ಬಹುದು. ಇದರಿಂದ ನಿಮ್ಮ ಮನಸ್ಸಲ್ಲಿರುವ ಉತ್ತೇಜನೆ ತಿಳಿದು ಬರುತ್ತದೆ. ಏನೇ ಆಗಲಿ ಒಂದಂತು ನಿಜ ನೀವು ಒಬ್ಬರೆ ಈ ತರಹದ ಕನಸುಗಳನ್ನು ನೋಡುತ್ತಿಲ್ಲ. ಒಬ್ಬರೊಬ್ಬರು ಜೊತೆಗೆ ಕನಸನ್ನು ಹಂಚಿಕೊಳ್ಳಿ. ಪ್ರೀತಿ ಬೆಳೆಯುತ್ತದೆ, ನೀವು ಅದೆಲ್ಲವನ್ನು ಗಂಭೀರವಾಗಿ ಗ್ರಹಿಸುವುದಿಲ್ಲ.

ಮನಸ್ಥಿತಿಯಲ್ಲಿ ಏರುವಿಕೆ ಇಳಿಯುವಿಕೆ:-

ನಾನು ಗಭಾವಸ್ಥೆಯಲ್ಲಿ ಮನಸ್ಥಿತಿಯಲ್ಲಿ ಏರುವಿಕೆ ಇಳಿಯುವಿಕೆ ಬಗ್ಗೆ ಓದಿದ್ದೆ ಆದರೆ ನಾನು ಅದಕ್ಕಾಗಿ ತಯಾರಾಗುತ್ತಿಲ್ಲ. ಒಂದು ದಿನ ಅವಳ ಮನಸ್ಸು ಚೆನ್ನಾಗಿರುತ್ತದೆ ಇನ್ನೊಂದು ದಿನ ಕೆಟ್ಟುಹೋಗುತ್ತದೆ. ನಾನು ಏನೂ ಮಾಡಲಿ ಎಂದು ನನಗೆ ಅರ್ಥವಾಗುತ್ತಿಲ್ಲ.

ಗರ್ಭಾವಸ್ಥೆಯ ಹಾರ್ಮೋನ್‌ಗಳ ವಿಚಿತ್ರವಾಗಿರುವ ಪ್ರಪಂಚಕ್ಕೆ ನಿಮಗೆ ಸ್ವಾಗತ. ಅವುಗಳು ನಿಮ್ಮ ಸಂಗಾತಿಯ ಗರ್ಭದಲ್ಲಿ ಸಣ್ಣ ಶಿಶುವನ್ನು ಮಾಡಲು ಬಹಳ ಶ್ರಮ ಪಡುತ್ತಿವೆ. ನಿಮ್ಮ ಸಂಗಾತಿಯ ತನು-ಮನದ ನಿಯಂತ್ರಣ ಅವರದೇ. ಅವಳು ಯಾವಾಗಲಾದರೂ ಅಳಬಹುದು , ಉತ್ತೇಜಿತವಾಗಬಹುದು. ಸಂತೋಷವಾಗಬಹುದು ಅಥವಾ ನಿರಾಶೆಯಿಂದ ಸುಮ್ಮನಾಗಬಹುದು.ಎರಡನೆಯ ತ್ರೈಮಾಸಿಕದಲ್ಲಿ ಈ ಹಾರ್ಮೋನ್‌ಗಳು ಸ್ಥಾಪಿತವಾಗುವುದು (ಸೆಟ್). ಆದರು ನೀವು ಭಾವನಾತ್ಮಕ ಏರುವಿಕೆ ಇಳಿಯುವಿಕೆಯನ್ನು ಎದುರಿಸಬೇಕಾಗುವುದು. ಆಗ ಅಪ್ಪಾ ಏನು ಮಾಡ ಬೇಕು:-

ಧೈರ್ಯವಾಗಿರಿ:- ಗರ್ಭಾವಸ್ಥೆ ಒಂಬತ್ತು ತಿಂಗಳಲ್ಲಿ ಮುಗಿದು ಹೋಗುವುದು. ಮುಗಿದ ತಕ್ಷಣ ಸಂತೋಷದ ಗಂಟು ಕೈಗೆ ಬರುವುದು. ಅಲ್ಲಿಯ ತನಕ ಸಕಾರಾತ್ಮಕವಾಗಿ ಯೋಚನೆ ಮಾಡಿ. ಧೈರ್ಯವಾಗಿರಿ.

ತೀರ ಮನಸ್ಸಿಗೆ ಹಚ್ಚಿಕೊಳ್ಳಬೇಡಿ:- ಸಿಟ್ಟು-ಕೋಪ-ತಾಪವನ್ನು ತೀರ ಮನಸ್ಸಿಗೆ ಹಚ್ಚಿಕೊಳ್ಳಬೇಡಿ ಇದೆಲ್ಲ ಅವಳ ಕೈಯ್ಯಲ್ಲಿಲ್ಲ. ಇದೆಲ್ಲ ಹಾರ್ಮೋನ್‌ಗಳ ಆಟ. ಅವಳಿಗೂ ಗೊತ್ತು ಆದರೂ ಅವಳೂ ಏನೂ ಮಾಡಲು ಸಾಧ್ಯವಿಲ್ಲ. ಅವಳಿಗೂ ಬೇಜಾರು ಆದರೆ ಅವಳು ನಿರ್ಲಿಪ್ತವಾಗಿದ್ದಾಳೆ.

ಸಹಾಯ ಮಾಡಿ:- ಹೌದು ಅವಳಿಗೆ ನಿಮ್ಮ ಸಹಾಯದ ಅವಶ್ಯಕತೆ ಇದೆ. ಮೂಡ್ ಕೆಟ್ಟುಹೋದಾಗಲೆಲ್ಲ ಏನಾದರು ತಿನ್ನಲು ಕೊಡಿ. ವ್ಯಾಯಮದಿಂದಲೂ ಲಾಭವಾಗಬಹುದು. ಭಯ ಹಾಗೂ ಸುರಕ್ಷತೆ ಇಲ್ಲದ ವಿಷಯದಲ್ಲಿ ಮಾತನಾಡಿ. ರಾತ್ರಿ ಊಟವಾದ ಮೇಲೆ ವಾಕಿಂಗ್‌ಗೆ ಹೋಗಿ.

ಮನೆ ಕೆಲಸ:- ಬಟ್ಟೆ ಪಾತ್ರೆ ಎಂದು ಮನೆಯಲ್ಲಿ ನೂರಾರು ಕೆಲಸವಿರುತ್ತದೆ. ನೀವು ಮಾಡಲು ಸಾಧ್ಯವಾಗಿರುವ ಕೆಲಸವನ್ನು ಮಾಡಿ. ಅವಳಿಗೆ ಸಂತೋಷವಾಗುವುದು ಅವಳ ಸಂತೋಷವನ್ನು ನೋಡಿ ನಿಮಗೆ ಖುಶಿ ಆಗುವುದು.

ಗರ್ಭಾವಸ್ಥೆಯಲ್ಲಿ ನಿಮ್ಮ ಮನಸ್ಥಿತಿ:-

ಗರ್ಭಾವಸ್ಥೆಯ ಮಾಹಿತಿ ಸಿಕ್ಕ ತಕ್ಷಣ ನನ್ನ ಮನಸ್ಸು ವಿಚಿತ್ರವಾಗಿದೆ. ತಂದೆ ಸಹ ಡಿಪ್ರೆಶನ್‌ನಲ್ಲಿ ಬರುತ್ತಾರೆ ಎಂದು ನನಗೆ ಗೊತ್ತಿರಲ್ಲಿಲ.

ತಂದೆಯೂ ಪ್ರೆಗ್ನೆನ್ಸಿ ಡಿಪ್ರೆಶನ್ ಎದುರಿಸಬೇಕಾಗುವುದು. ಯದ್ಯಪಿ ನೀವು ಇದಕೆಲ್ಲ ನಿಮ್ಮ ಹಾರ್ಮೋನ್‌ಗಳು ಪೂರ್ಣವಾಗಿ ದೋಷಿ ಎಂದು ಹೇಳಲಾಗುವುದಿಲ್ಲ. ಆದರೂ ಮೂಡ್ ಬದಲಾಯಿಸುವುದು ಭಯ, ಘಾಬರಿ, ವ್ಯಾಕುಲತೆ ಹಿಂಬಾಲಿಸಿಕೊಂಡು ಬರುವುದು.

ನಿಮ್ಮ ಭಾವನೆಗಳನ್ನು ಪ್ರಕಟಿಸಿ. ಪ್ರತಿನಿತ್ಯ ಪರಸ್ಪರ ಮಾತನಾಡಲು ಸಮಯ ಕೊಡಿ. ಹೊಸದಾಗಿ ತಂದೆಯಾಗಿರುವವರ ಜೊತೆಗೆ ಮಾತನಾಡಿ ಅಥವ ಅಂತರ್ಜಾಲದಲ್ಲಿ (ಇಂಟರ್‌ನೆಟ್) ಮಾಹಿತಿಗಳಿಂದ ಸಹಾಯ ಪಡೆಯಿರಿ.

- ಸ್ವಲ್ಪ ವರ್ಕ್‌ಔಟ್ ಮಾಡಿದರೆ ಬಹಳ ಲಾಭವಾಗುವುದು.ನಿಮ್ಮ ಶರೀರದಲ್ಲಿ ತಯಾರಗುವ ಅಂಡೋರ್‌ಫಿನ್ ನಿಂದ ಮನಸ್ಥಿತಿಯಲ್ಲಿ ಬದಲಾವಣೆ ಆಗುವುದು.
- ಶಿಶು ಬರುವುದು. ಬರುವ ತಯಾರಿಗಳನ್ನು ಮಾಡಿ;

- ಮದ್ಯಪಾನದಿಂದ ದೂರವಿರಿ. ಮದ್ಯದಿಂದ ನಿಮ್ಮ ಬೆಳಗ್ಗೆ ಫ್ರೆಶ್ ಆಗಿರುವುದಿಲ್ಲ. ಮದ್ಯ ಅಲ್ಲದೆ ಇತರ ಮಾದಕ ದ್ರವ್ಯಗಳಿಂದಲೂ ದೂರವಿರಿ.
- ಈ ಉಪಾಯಗಳನ್ನು ಅಮಲು ಮಾಡಿಯೂ ಡಿಪ್ರೆಶನ್ ಕಡಿಮೆ ಆಗದೆ ನಿಮ್ಮ ಸಂಬಂಧಗಳ ಮೇಲೆ ಪ್ರಭಾವ ಬೀಳಲು ಪ್ರಾರಂಭವಾದರೆ ಡಾಕ್ಟರ್ ಸಲಹೆ ಪಡೆಯಿರಿ.

ಪ್ರಸವ ಹಾಗು ಡೆಲಿವರಿಯ ಚಿಂತೆ:

"ನಾನು ಶಿಶು ಜನನದ ಬಗ್ಗೆ ಬಹಳ ಉತ್ಸಾಹಿ ಆಗಿದ್ದೀನಿ ಆದರೆ ಬಹಳ ವತ್ತಡವೂ ಇದೆ."

ಬಹಳ ಕಡಿಮೆ ತಂದೆಯರಿಗೆ ಶಿಶುವಿನ ಜನನದ ವತ್ತಡ ಇರುವುದಿಲ್ಲ. ನೂರಾರು ಪ್ರಸವ ಮಾಡಿಸಿರುವ ಡಾಕ್ಟರಿಗೂ ತಮ್ಮ ಶಿಶುವಿನ ಜನನದ ಸಮಯದಲ್ಲಿ ಗಾಬರಿ ಆಗುವುದು.ಆದರೆ ಅವರೆಲ್ಲರು ತಮ್ಮ ಗಾಬರಿಯನ್ನು ನಿಯಂತ್ರಿಸಿಕೊಂಡು ತಮ್ಮ ಸಂಗಾತಿಯನ್ನು ಪೂರ್ಣವಾಗಿ ಸಂಭಾಳಿಸಲು ಸಿದ್ಧವಾಗುವರು. ನೀವು ಚೈಲ್ಡ್ ಬರ್ಥ್ ತರಗತಿಗೆ ಹೋದರೆ ನೀವು ನಿಮ್ಮ ಗಾಬರಿ ಹಾಗು ಭಯವನ್ನು ನಿಯಂತ್ರಿಸಿಕೊಳ್ಳ ಬಹುದು.

ನೀವು ಈ ವಿಷಯದಲ್ಲಿ ತಜ್ಞರಾಗಬೇಕು. ಮಾಹಿತಿಯಿಂದ ಅರ್ಧ ಭಯ ಓಡಿಹೋಗುವುದು. ಅಂತರ್ಜಾಲ ಹಾಗು ಪುಸ್ತಕಗಳಿಂದ ಮಾಹಿತಿಗಳನ್ನು ತೆಗೆದುಕೊಳ್ಳಿ. ಲೇಬರ್ ಹಾಗೂ ಡೆಲಿವರಿ ಡೀ ವೀ ಡೀ ನೋಡಿ. ಆಸ್ಪತ್ರೆ ಅಥವಾ ಬರ್ಥ್ ಸೆಂಟರಿಗೆ ಸಮಯಪೂರ್ವ ತಲುಪಿ ಅದರಿಂದ ನಿಮಗೆ ಅಲ್ಲಿಯ ಪರಿಸರದ ಬಗ್ಗೆ ಚೆನ್ನಾಗಿ ಪರಿಚಯ ಸಿಗುವುದು. ನಿಮ್ಮ ಮೇಲೆ ಎಲ್ಲಾ ವತ್ತಡವಿದೆ ಎಂದು ಭಾವಿಸಬೇಡಿ. ಅಲ್ಲಿ ಡಾಕ್ಟರ್ ನರ್ಸ್ ಎಲ್ಲರೂ ಇರುತ್ತಾರೆ. ನೀವು ಏನಾದರೂ ಮರೆತು ಹೋಗಿದ್ದರು ಅವರು ಎಲ್ಲಾ ಸಂಭಾಳಿಸುತ್ತಾರೆ. ನಿಮ್ಮ ಹೆಂಡತಿನೂ ನಿಮ್ಮ ಅಜಾಗರೂಕತೆ ಮೇಲೆ ಸಿಟ್ಟು ಮಾಡಿಕೊಳ್ಳುವ ಸ್ಥಿತಿಯಲ್ಲಿರುವುದಿಲ್ಲ. ನೀವು ಅಲ್ಲಿರುವುದು ಹಾಗೂ ನಿಮ್ಮ ಸ್ಪರ್ಶವೇ ಅವಳಿಗೆ ಸಾಕು.

"ಇನ್ನು ಯೋಚನೆ ಕಡಿಮೆ ಆಗಿಲ್ಲವೇ? ನಿಮ್ಮ ಜೊತೆಗೆ ಪರಿಚಯದವರನ್ನು ಕರೆದುಕೊಂಡು ಹೋಗಿ."

"ರಕ್ತ ನೋಡಿದರೆ ನನಗೆ ಬಹಳ ಆತಂಕವಾಗುತ್ತದೆ. ಪ್ರಸವದ ಸಮಯದಲ್ಲಿ ಏನಾಗುವುದು?"

ಸಾಮಾನ್ಯವಾಗಿ ತಂದೆಯರು ಪ್ರಸವ ಸಮಯದಲ್ಲಿ ರಕ್ತ ನೋಡಬೇಕೆಂದು ಯೋಚನೆ ಮಾಡಿ ಗಾಬರಿಯಾಗುತ್ತಾರೆ. ಆದರೆ ನಿಮಗೆ ಆ ಕಡೆ ಗಮನವೇ ಹೋಗುವುದಿಲ್ಲ. ಶಿಶುವನ್ನು ನೋಡುವ ಉತ್ಸುಕತೆ ಎಷ್ಟಿರುತ್ತದೆ ಅಂದರೆ ಬೇರೇನು ಕಾಣಿಸುವುದಿಲ್ಲ. ಒಂದು ವೇಳೆ ರಕ್ತ ನೋಡಿ ಗಾಬರಿ ಆದರೆ ನಿಮ್ಮ ಹೆಂಡತಿಯ ಮುಖವನ್ನು ನೋಡಿ. ಎಲ್ಲಾ ಸರಿಯಾಗುವುದು.

"ನನ್ನ ಹೆಂಡತಿಯ ಪ್ರಸವ ಸೀ ಸೆಕ್ಶನ್‌ನಿಂದ ಆಗುವುದು ಹೀಗಿರುವಾಗ ನಾನು ಏನು ಮಾಡಬೇಕು."

ಸೀ ಸೆಕ್ಶನ್ ಬಗ್ಗೆ ಎಷ್ಟು ತಿಳಿದು ಕೊಳ್ಳುತ್ತೀರೋ ಅಷ್ಟೇ ಒಳ್ಳೆಯದು. ನಿಮ್ಮ ಪ್ರತಿಕ್ರಿಯೆನಿಮ್ಮ ಹೆಂಡತಿ ಮೇಲೆ ಬಹಳ ಪ್ರಭಾವ ಬೀರುವುದು. ನಿಮಗೇ ಭಯವಾದರೆ ಯಾರು ಸಂಭಾಳಿಸುವರು? ಈ ವಿಷಯದಲ್ಲಿ ಮಾಹಿತಿ ಪಡೆಯುವುದೇ ಭಯ ಕಡಿಮೆ ಮಾಡುವ ಉಪಾಯ. ಇಬ್ಬರೂ ಸೇರಿ ಚೈಲ್ಡ್ ಬರ್ಥ್ ತರಗತಿಗೆ ಹೋಗಿ ಡಾಕ್ಟರನ್ನು ಭೇಟಿ ಮಾಡಿ.

ಸೀ-ಸೆಕ್ಶನ್ ಪೂರ್ಣವಾಗಿ ಸುರಕ್ಷಿತವಾಗಿರುವುದು. ನೀವೆಲ್ಲ ಶಸ್ತ್ರಚಿಕಿತ್ಸೆ ಹೆಸರು ಕೇಳಿ ಥರ-ಥರ ನಡುಗಬೇಡಿ ಎಂದೇ ಆಸ್ಪತ್ರೆಗಳಲ್ಲಿ ಇದನ್ನು ಇನ್ನೂ ಸಹಜ ಮಾಡಲು ಪ್ರಯತ್ನಿಸುತ್ತಿದ್ದಾರೆ.

ಜೀವನದ ಬದಲಾವಣೆಗಾಗಿ ಉತ್ಸಾಹ

ಅಲ್ಟ್ರಾಸೌಂಡ್ ನೋಡಿದ ನಂತರ ನಾನೂ ನನ್ನ ಮಗನ ಜನನದ ಯೋಚನೆ ಮಾಡಿ ಬಹಳ ಉತ್ಸಾಹಿತವಾಗಿದ್ದೀನಿ ಆದರೆ ಅದು ಬಂದ ಮೇಲೆ ನಮ್ಮ ಜೀವನದಲ್ಲಿ ಎಷ್ಟು ಬದಲಾವಣೆ ಬರುವುದು ಎಂದು ಚಿಂತೆನೂ ಇದೆ.

ಸಣ್ಣ ಶಿಶು ತಮ್ಮ ಜೊತೆಗೆ ದೊಡ್ಡ-ದೊಡ್ಡ ಬದಲಾವಣೆ ತರುತ್ತಾರೆ, ಇದರಲ್ಲಿ ಯಾವ ಸಂದೇಹವೂ ಇಲ್ಲ. ಎಲ್ಲರೂ ಈ ವಿಷಯದಲ್ಲಿ ಚಿಂತೆ ಮಾಡುತ್ತಾರೆ. ಆದರೆ ಭಾವನಾತ್ಮಕ ರೂಪದಿಂದ ಗರ್ಭಾವಸ್ಥೆಯಿಂದ ಸೇರಿಕೊಂಡರೆ ಈ ಭಯವಿರುವುದಿಲ್ಲ. ಆಗ ಅವರೂ ಈ ಬದಲಾವಣೆಗಳನ್ನು

ಜೊತೆಗಿರಿ

ತಂದೆ ಆಗಿ ಹೊಸ ಜೀವನ ಪ್ರಾರಂಭಿಸಲು ಸಿದ್ಧರಾಗಿದ್ದೀರಿ ಹಾಗಾದರೆ ಶಿಶುವಿನ ಜೊತೆಗೆ ಹೆಚ್ಚು ಇರಿ. ಸಾಧ್ಯವಾದರೆ ಆಫೀಸಿಗೆ ರಜೆ ಹಾಕಿ ಸಾಧ್ಯವಾಗದೇ ಹೋದರೆ ಕೆಲಸವನ್ನು ಮನೆಗೆ ತರ ಬೇಡಿ, ಓವರ್ ಟೈಮ್ ಮಾಡಬೇಡಿ. ಮನೆಯಲ್ಲಿರುವಾಗ ಶಿಶು ಹಾಗೂ ಹೆಂಡತಿ ಜೊತೆಗೆ ಇರಿ. ನಿಮ್ಮ ಸ್ವಂತ ಕೆಲಸ ಎಷ್ಟೇ ಕಷ್ಟವಾಗಿರಲಿ, ಆದರೆ ಶಿಶುವಿನ ಮೇಲ್ವಿಚಾರಣೆ ಇದಕ್ಕಿಂತ ಕಷ್ಟದ ಕೆಲಸ. ಮನೆಕೆಲಸದಲ್ಲಿ ಸಹಾಯ ಮಾಡಿ.

ಶಿಶುವಿನ ಜೊತೆಗೆ ಹೆಂಡತಿಯನ್ನು ಗಮನಿಸಿಕೊಳ್ಳಿ. ನೀವು ಅವಳನ್ನು ಜ್ಞಾಪಿಸಿಕೊಳ್ಳುತ್ತಿರಿ ಎಂದು ಕರೆಮಾಡಿ ಹೇಳಿ. ಔಷಧಿ ತೆಗೆದುಕೊಳ್ಳಲಿ ಎಂದು ಜ್ಞಾಪಿಸಿ. ಹೂವು ಕೊಡಿ, ಒಳ್ಳೆ ರೆಸ್ಟೋರೆಂಟಿಗೆ ಕರೆದುಕೊಂಡು ಹೋಗಿ ಸರ್ಪ್ರೈಜ್ ಮಾಡಿ. ಆದಷ್ಟು ಜೊತೆಗಿರಿ.

ಸ್ವೀಕರಿಸುತ್ತಾರೆ. ನೀವು ಜೀವನದ ಈ ಯಥಾರ್ಥವನ್ನು ನಿಧಾನವಗಿ ಒಪ್ಪಿಕೊಳ್ಳುತ್ತೀರಾ. ನೀವು ಕೆಳಗೆ ಬರೆದಿರುವ ವಿಷಯಗಳಿಗೆ ಚಿಂತಿತವಾಗಿರಬೇಕು ಎಂದು ನಮಗೆ ಅನಿಸುತ್ತದೆ:-

ನಾನು ಉತ್ತಮ ತಂದೆ ಆಗುವೆನೇ? :- ನೀವು ಈ ಭಯದಿಂದ ಹೊರಬಂದು ವಿಶ್ವಾಸ ಮೂಡಿಸಿಕೊಳ್ಳಬೇಕು ನೀವೇ ನಿಮ್ಮ ಶಿಶುವಿಗೆ ಉತ್ತಮ ತಂದೆ ಅದಕ್ಕೆ ನಿಮ್ಮ ಗಿಂತ ಒಳ್ಳೆ ತಂದೆ ಯಾರು ಇಲ್ಲ.

ಸಂಬಂಧಗಳಲ್ಲಿ ಬದಲಾವಣೆ ಬರುವುದೇ?:- ಪ್ರತಿಯೊಬ್ಬ ತಂದೆ-ತಾಯಿಯ ಜೀವನದಲ್ಲಿ ಬದಲಾವಣೆ ಬರುವುದು. ಎಲ್ಲರು ಪ್ರಸವದನಂತರ ಆಗುವ ತೊಡಕುಗಳನ್ನು ಹಾಗೂ ವ್ಯವಸ್ಥೆಗಳನ್ನು ಎದುರಿಸಲೇಬೇಕು.

ಶಿಶು ಮನೆಗೆ ಬಂದ ತಕ್ಷಣ ರೋಮಾನ್ಸ್ ಒಂದು ಕಡೆಗೆ ಜರುಗಿಬಿಡುವುದು. ನೀವು ಶಿಶುವಿಗೆ ಬೇಕಾಗಿರುವ ಸಾಮಾನುಗಳನ್ನು ಸೇರಿಸಲು ಪ್ರಾರಂಭಿಸುತ್ತೀರಿ. ಶಿಶುವಿನ ಊಟ-ತಿಂಡಿ, ನಿದ್ರೆ, ಮಲ-ಮೂತ್ರ ತ್ಯಾಗ ಇದಲ್ಲದೆ ಬೇರೆ ಏನು ತೋಚುವುದಿಲ್ಲ. ಆದರೆ ನೀವಿಬ್ಬರು ಈ ದಿನಚರಿಯಲ್ಲಿ ಸಮಾಲೋಚನೆ ಮಾಡಿದನಂತರ ನೀವು ನಿಮಗಾಗಿ ಸಮಯ ತೆಗೆದುಕೊಳ್ಳುತ್ತಿರಿ. ಬೇರೆಯವರು ಶಿಶುವನ್ನು ಆಡಿಸುವಾಗ ಅಥವ ಶಿಶು ಮಲಗಿರುವಾಗ ನಿಮಗಾಗಿ ಸಮಯ ಮಾಡಿಕೊಳ್ಳಿ. ಈ ತರಹ ನಿಮ್ಮ ಸಂಬಂಧಗಳು ಮೊದಲಿಗಿಂತ ಸುಂದರವಾಗಿ ಮಧುರವಾಗಿ ಹಾಗೂ ದೃಢವಾಗಿ ಆಗುತ್ತದೆ.

ಶಿಶುವಿನ ಮೆಲ್ವಿಚಾರಣೆಯ ಜವಾಬ್ದಾರಿ:- ಶಿಶುವಿನ ಮೇಲ್ವಿಚಾರಣೆಗಾಗಿ ತಂದೆ-ತಾಯಿ ಇಬ್ಬರೂ ಮುಂದೆ ಬರಬೇಕಾಗುವುದು. ಶಿಶುವಿನ ಮೊದಲನೆಯ ಡೈಪರ್ ಬದಲಾಯಿಸಬೇಕಾಗುವಾಗ ವಿವಾದ ಮಾಡುವಬದಲು ಈಗಲಿಂದಲೇ ಈ ಜವಾಬ್ದಾರಿಯನ್ನು ಹಂಚಿಕೊಳ್ಳಲು ಪ್ರಾರಂಭಿಸಿ. ಈ ಮಾತು-ಕಥೆಯಿಂದ ನಿಮಗೂ ಅರ್ಥವಾಗುತ್ತದೆ ಶಿಶುವಿಗಾಗಿ ಯಾವ ಕೆಲಸ ಮಾಡಬೇಕಾಗುವುದು ಎಂದು.

ಕೆಲಸ ಹೇಗೆ ಪ್ರಭಾವಿತವಾಗಿರುವುದು:- ಇದು ನಿಮ್ಮ ಕೆಲಸದ ರೂಟೀನ್ ಮೇಲೆ ಅವಲಂಭಿಸುತ್ತದೆ. ಒಂದು ವೇಳೆ ನೀವು ದೀರ್ಘಕಾಲದವರೆಗೆ ಕೆಲಸ ಮಾಡುವುದಾದರೆ ಶಿಶುವಿನ ಆರೈಕೆಗೆ ಪ್ರಾಮುಖ್ಯತೆ ಕೊಡಬೇಕಾಗುವುದು. ಮನೆಕೆಲಸದಲ್ಲಿ ಸಹಾಯ ಮಾಡುವುದನ್ನು ಕಲಿಯಿರಿ. ಕಾರ್ಯಾಲಯದ ಕೆಲಸವನ್ನು ಮನೆಗೆ ತರ ಬೇಡಿ. ಶಿಶು ಜನನದ ಮುಂಚೆ ಅಥವ ಶಿಶು ಜನನದ ನಂತರ ಯಾತ್ರೆ ಮಾಡಲು ಹೋಗಬೇಡಿ. ಸಾಧ್ಯವಾದರೆ ರಜೆ ಹಾಕಿ.

ಜೀವನಶೈಲಿಯನ್ನು ಬದಲಾಯಿಸ ಬೇಕಾಗುವುದು:- ನಿಮ್ಮ ಸಾಮಾಜಿಕ ಚಟುವಟಿಕೆಗಳನ್ನು ಪೂರ್ಣವಾಗಿ ಬಿಡದೆ ಹೋದರೂ ಸ್ವಲ್ಪ ಸಮಾಲೋಜನೆ ಮಾಡಿಕೊಳ್ಳ ಬೇಕಾಗುವುದು. ಒಂದು ಸಣ್ಣ ಮಗು ಎಲ್ಲರ ಆಕರ್ಷಣೆಯ ಕೇಂದ್ರವಾಗಿರುತ್ತದೆ. ನಿಮಗೆ ಅಭ್ಯಾಸವಿರುವ ಜೀವನಶ್ಯಲಿಯನ್ನು ಬದಲಾಯಿಸಬೇಕಾಗಬಹುದು. ಕ್ಯಾಂಡಲ್ ಲೈಟ್ ಡಿನ್ನರ್ ಅಥವಾ ಇಷ್ಟವಾದ ಆಟ ಆಡುವ ಬದಲು ನೀವು ಶಿಶುವಿನ ಸಣ್ಣ-ಸಣ್ಣ ಅವಶ್ಯಕತೆಗಳನ್ನು ಪೂರೈಸಲು ಸಿದ್ಧವಾಗಿರಬೇಕಾಗಬಹುದು. ಸ್ನೇಹಿತರ ಸಹವಾಸ ಬದಲಾಯಿಸಬಹುದು. ಏಕೆಂದರೆ ನೀವು ಸಹ ಸಣ್ಣ ಶಿಶುವಿನ

ತಂದೆ ತಾಯಿಯರ ಜೊತೆಗೆ ಸ್ನೇಹ ಬೆಳೆಸಲು ಇಚ್ಛಿಸುವಿರಿ. ಒಂದು ಸಲ ಪ್ರಾಮುಖ್ಯತೆಗಳನ್ನು ನಿರ್ಧರಿಸಿದ ಮೇಲೆ ನೀವು ನಿಮ್ಮ ಹಳೆ ಜೀವನ ಶೈಲಿಗೆ ವಾಪಸ್ ಬರಬಹುದು.

ದೊಡ್ಡ ಪರಿವಾರವನ್ನು ಸಂಭಾಳಿಸಲು ನನಗೆ ಆಗುವುದೇ?:- ಶಿಶುವಿಗೆ ಆಗುವ ಖರ್ಚುಗಳನ್ನು ಯೋಚನೆ ಮಾಡಿ ತಂದೆಯರಿಗೆ ನಿದ್ರೆ ಬರುವುದಿಲ್ಲ. ಆದರೆ ನೀವು ಅನೇಕ ತರಹದಲ್ಲಿ ಈ ಖರ್ಚುಗಳನ್ನು ಕಡಿಮೆ ಮಾಡ ಬಹುದು. ತಾಯಿ ಸ್ತನ್ಯಪಾನ ಮಾಡಿಸಿದರೆ ಹಾಲಿನ ಸೀಸೆ, ಹಾಲಿನ ಡಬ್ಬಿಯ ಖರ್ಚು ಉಳಿಯುವುದು. ನಿಮ್ಮ ಗೆಳೆಯರಿಗೆ ಹಾಗೂ ಸಂಬಂಧಿಕರಿಗೆ ಶಿಶುವಿಗೆ ಬೇಕಾಗುವ ವಸ್ತುಗಳನ್ನೇ ಉಡುಗೋರೆಯಾಗಿ ಕೊಡಲು ಹೇಳಿ. ಅಣ್ಣಂದಿರ ಬಟ್ಟೆ ಹಾಕಬಹುದು. ಅತಿರಿಕ್ತ ಕೆಲಸಮಾಡಿ ಸಂಪಾದನೆ ಮಾಡುವ ಯೋಚನೆ ಮಾಡಬೇಡಿ.ಶಿಶುವಿನ ಜೊತೆಗೆ ಸಮಯಕಳೆಯಿರಿ. ಏನೂ ದೊಡ್ಡ ಹಾನಿಯಾಗುವುದಿಲ್ಲ.

ವಿಶೇಷ ಮಾತೆಂದರೇ ನೀವು ಅದರ ವಿಷಯದಲ್ಲಿ ಯೋಚನೆ ಮಾಡಲು ಪ್ರಾರಂಭಿಸಿ. ನಿಮ್ಮ ಜೀವನದಲ್ಲಿ ವಿಶೇಷವಾಗಿರುವ ಅತಿಥಿ ಬರುವನು ನಿಮ್ಮ ಜೀವನವನ್ನು ಇನ್ನು ಒಳ್ಳೆಯ ರೀತಿಯಲ್ಲಿ ಬದಲಾಯಿಸುವನು.

ತಂದೆಯ ಮನಸ್ಸಿನ ಭಯ:

ನಾನು ಉತ್ತಮ ತಂದೆ ಆಗಬೇಕೆಂದು ನನ್ನ ಮನಸ್ಸು. ಆದರೆ ಯೋಚನೆ ಮಾಡಿದ್ರೇನೇ ಭಯವಾಗುತ್ತದೆ. ನಾನು ಯಾವುದೇ ನವಜಾತಶಿಶುವಿನ ಆರೈಕೆ ಮಾಡಿಲ್ಲ.

ಯಾರೂ ಜನ್ಮದಿಂದ ತಾಯಿ-ತಂದೆ ಆಗಿರುವುದಿಲ್ಲ. ಶಿಶು ಬಂದ ಮೇಲೆ ನಿಮ್ಮ ಮನಸ್ಸಲ್ಲಿ ಪ್ರಾಕೃತಿಕವಾಗಿ ಪಿತೃತ್ವದ ಭಾವನೆ ಜಾಗ್ರತವಾಗುತ್ತದೆ. ಭಯವೇಕೆ? ಹೌದು ಮೊದಲನೆಯ ಸಲ ಶಿಶುವಿನ ಜೊತೆಗೆ ರಾತ್ರಿಯಲ್ಲಿ ಎದ್ದಿರುವುದು. ಸ್ನಾನಮಾಡಿಸುವುದು. ಡೈಪರ್ ಬದಲಾಯಿಸುವುದು ಇದೆಲ್ಲ ಒಂದು ದೊಡ್ಡ ಕೆಲಸವೆಂದು ಅನಿಸಬಹುದು. ಆದರೆ ನಿಧಾನವಾಗಿ ಈ ಕೆಲಸದಲ್ಲಿ ನೀವು ದಕ್ಷರಾಗುತ್ತೀರಿ. ಸ್ವಲ್ಪ ಶ್ರಮಪಟ್ಟರೇ ನೀವೂ ಉತ್ತಮ ತಂದೆ ಆಗುತ್ತೀರಿ ಈ ಕೆಲಸಕ್ಕೆ ಎಲ್ಲೂ ಟ್ರೇನಿಂಗ್ ತೆಗೆದುಕೊಳ್ಳಲಾಗುವುದಿಲ್ಲ. ಸ್ವಲ್ಪ ಮಾಹಿತಿ ಸ್ವಲ್ಪ ತಯಾರಿಯಿಂದ ಎಲ್ಲವೂ ಸುಲಭವಾಗುವುದು.

ನಿಮ್ಮ ಪರಿಚಿತ ತಂದೆ ಜೊತೆಗೆ ಮಾತನಾಡಿ ಅವರ ಮಗುವನ್ನು ಆಟಾಡಿಸಿ. ನಿಮ್ಮ ಭಯ ದೂರವಾಗುವುದು.

ಸ್ತನ್ಯಪಾನ

"ನನ್ನ ಹೆಂಡತಿ ಶಿಶುವಿಗೆ ಸ್ತನ್ಯಪಾನ ಮಾಡಿಸಲು ಯೋಚನೆ ಮಾಡುತ್ತಿದ್ದಾಳೆ . ಇದು ಬಹಳ ಒಳ್ಳೆಯದು ಆದರೆ ನನಗೆ ಸ್ವಲ್ಪ ಚಿಂತೆ ಆಗುತ್ತಿದೆ."

ಸರಿ ಇಷ್ಟದಿನದವರೆಗೂ ಹೆಂಡತಿ ವಕ್ಷಗಳು ನಿಮಗೆ ಕಾಮೋತ್ತೇಜಕವೆಂದು ಕಾಣಿಸುತ್ತಿತ್ತು. ಆದರೆ ಈಗ ಒಂದು ಪ್ರಾಕೃತಿಕ ಪ್ರಕ್ರಿಯೆ ಪ್ರಾರಂಭವಾಗುತ್ತಿದೆ. ಸ್ತನಗಳು ಕೇವಲ ಸೌಂದರ್ಯ ಹಾಗೂ ಕಾಮದ ಪ್ರತೀಕವಲ್ಲ. ಅದು ಜೀವನ ಕೊಡುವ ಮಾಧ್ಯಮವೂ ಸಹ. ತಾಯಿ ಹಾಲು ಶಿಶುವಿಗೆ ಅಮೃತದಂತೆ. ಇದರಿಂದ ಶಿಶುವಿನ ಆರೋಗ್ಯ ಸಹ ಚೆನ್ನಾಗಿರುತ್ತದೆ. ಅದರ ಮೆದುಳಿನ ಬೆಳವಣಿಗೆ ತೀವ್ರವಾಗಾಗುವುದು. ತಾಯಿಗೂ ತಮ್ಮ ಮೈಕಟ್ಟನ್ನು ಪಡೆಯಲು ಅಧಿಕ ಸಮಯಬೇಕಾಗುವುದಿಲ್ಲ. ಬ್ರೆಸ್ಟ್ ಕ್ಯಾನ್ಸರ್ ಅಪಾಯವೂ ಬಹಳ ಕಡಿಮೆ ಆಗುತ್ತದೆ.

ಸ್ತನ್ಯಪಾನದಿಂದ ನಿಮ್ಮ ಶಿಶು ಹಾಗೂ ನಿಮ್ಮ ಹೆಂಡತಿಯ ಜೀವನದಲ್ಲಿ ನಾಟಕೀಯವಾಗಿ ಪರಿವರ್ತನೆ ಆಗುವುದು. ಇಲ್ಲಿ ನಿಮ್ಮ ಒಪ್ಪಿಗೆ ಅವಳಿಗೆ ಬಹಳ ಮಹತ್ವದದು. ಯಾವ ತಾಯಂದರೂ ತಮ್ಮ ಗಂಡನ ಒಪ್ಪಿಗೆಯಿಂದ ಸ್ತನ್ಯಪಾನ ಮಾಡಿಸುವಳೊ ಅವಳಿಗೆ ಈ ಪ್ರಕ್ರಿಯೆ ಬಹಳ ಸಹಜ ಹಾಗೂ ಸುಲಭವಾಗಿರುತ್ತದೆ ಎಂದು ಅಧ್ಯಯನಗಳಿಂದ ತಿಳಿದು ಬಂದಿದೆ. ಯದ್ಯಪಿ ಇದು ಒಂದು ಪ್ರಾಕೃತಿಕವಾಗಿರುವ ಸಹಜ ಪ್ರಕ್ರಿಯೆ ಆದರೂ ಇದನ್ನು ಕಲಿಯಲು ಸಮಯವಾಗುವುದು. ಈ ಪ್ರಕ್ರಿಯೆಯನ್ನು ಕಲಿಯಲು ತಾಯಿಗೆ ಹಾಗೂ ಶಿಶುವಿಗೆ ಸಹಾಯ ಮಾಡಿ. ಸ್ವಲ್ಪ ದಿನಗಳು ಸ್ವಲ್ಪ ಮುಜುಗರ ಆಗಬಹುದು ಆಮೇಲೆ ಇದೇ ಸಹಜ ಸಾಮಾನ್ಯ, ಆದರೆ ಬಹಳ ವಿಶೇಷ ಅನಿಸುತ್ತದೆ.

ನನ್ನ ಹೆಂಡತಿ ಮಗನಿಗೆ ಸ್ತನ್ಯಪಾನ ಮಾಡಿಸುವಳು. ಅವಳ ಹಾಗೂ ಮಗನ ನಡುವೆ ಇರುವ ಸಾಮೀಪ್ಯದಿಂದ ನನಗೆ ಒಂಟಿತನ ಅನಿಸುತ್ತದೆ.

ನೀವು ಗರ್ಭಧರಿಸಲಾಗುವುದಿಲ್ಲ, ಶಿಶುವಿಗೆ ಜನ್ಮಕೊಡಲಾಗುವುದಿಲ್ಲ, ಸ್ತನ್ಯಪಾನ ಮಾಡಿಸಲಾಗುವುದಿಲ್ಲ

ಆದರೂ ನೀವು ಶಿಶುವಿನ ತಂದೆ. ಎಲ್ಲ ಸಣ್ಣ-ಪುಟ್ಟ ಖುಶಿ ಹಾಗು ದುಃಖದಲ್ಲಿ ನಿಮ್ಮ ಪಾತ್ರ ಉಂಟು. ನೀವು ನಿಮ್ಮ ಹೆಂಡತಿಯ ಗರ್ಭಾವಸ್ಥೆ, ಪ್ರಸವ, ಜೊತೆಗೆ ಸೇರಿ ಅವಳ ನೋವನ್ನು ಹಂಚಿಕೊಳ್ಳಬಹುದು. ನೀವು ಸಕ್ರಿಯ ಪಾತ್ರ ವಹಿಸಿದರೆ ಸಾಕು.

ಶಿಶು ಸ್ತನ್ಯಪಾನ ಮಾಡದ್ದಿದ್ದಾಗ:- ಶಿಶು ಸ್ತನ್ಯಪಾನ ಮಾಡದ್ದಿದ್ದಾಗ ನೀವು ಏನು ಸಹಾಯ ಮಾಡಲಾಗುವುದಿಲ್ಲ. ಆದರೆ ಬಾಟಲ್ ಹಾಲು ಮಾಡಬೇಕಾದ್ರೆ ಸಹಾಯ ಮಾಡಿ. ಆವಾಗ ತಾಯಿಗೆ ಸ್ವಲ್ಪ ಆರಾಮ ಹಾಗೂ ನಿಮಗೆ ಶಿಶುವಿನ ಸಾಮೀಪ್ಯ ಸಿಗುವುದು. ಬಾಟ್ಲನಿಂದ ಹಾಲು ಕುಡಿಸುವಾಗ ನಿಮ್ಮ ಶರ್ಟಿನ ಗುಂಡಿಗಳು ಬಿಚ್ಚಿ ಇದರಿಂದ ಶಿಶುವಿಗೆ ನಿಮ್ಮ ಶರೀರದ ವಾಸನೆ ಹಾಗೂ ಸ್ಪರ್ಶ ಸಿಗುವುದು. ಶಿಶು ನಿಮ್ಮನ್ನು ಗುರುತಿಸುತ್ತದೆ. ಬಾಟೆಲ್ ಭದ್ರವಾಗಿ ಹಿಡಿದುಕೊಳ್ಳಿ ನಿಮ್ಮ ಗಮನ ಅಲ್ಲೇ ಇರಲಿ.

ಶಿಶುವಿನ ಮೊದಲೇ ಮಲಗಬೇಡಿ:- ನೀವು ಸ್ತನ್ಯಪಾನ ಮಾಡಿಸಲಾಗುವುದಿಲ್ಲ. ಆದರೆ ಅದು ಹಾಲು ಕುಡಿಯುವಾಗ ಅದರ ಜೊತೆಗೆ ಎದ್ದಿರಬಹುದಲ್ಲಾ. ರಾತ್ರಿ ಹೊತ್ತು ಡೈಪರ್ ಬದಲಾಯಿಸಿ, ಹಾಲು ಕುಡಿಯಲು ತಾಯಿಯ ತೊಡೆ ಮೇಲೆ ಮಲಗಿಸಿ, ಶಿಶು ಮಲಗಿದ ಮೇಲೆ ತೊಟ್ಟಿಲಲ್ಲಿ ಮಲಗಿಸಿ. ಸಣ್ಣ-ಸಣ್ಣ ಕೆಲಸದಿಂದ ನೀವು ಶಿಶುವಿನ ಸಾಮೀಪ್ಯ ಹೆಚ್ಚು ಹೆಚ್ಚು ಪಡೆಯಬಹುದು.

ಭಾವನಾತ್ಮಕ ಬದಲಾವಣೆ

ಹೌದು ಜೀವನದಲ್ಲಿ ಬಹಳ ದೊಡ್ಡ ಬದಲಾವಣೆ ಬಂದಿದೆ. ಒಂದು ಸಣ್ಣ ಶಿಶುವಿಂದ ನಿಮ್ಮಿಬ್ಬರ ಜೀವನದ ದಿನಚರಿ ಬದಲಾಗಿದೆ. ನೀವು ಭಾವನಾತ್ಮಕ ರೂಪದಿಂದ ಬಹಳ ಆಯಾಸವಾಗಿದ್ದೀರಿ. ಗಾಬರಿಯಾಗಬೇಡಿ, ಧೈರ್ಯ ಬಿಡಬೇಡಿ. ಈ ಬದಲಾವಣೆ ಒಂದಲ್ಲಾವೊಂದು ದಿನ ಬರಲೇ ಬೇಕಾಗಿತ್ತು. ಉದಾಸೀನತೆ ಬಿಡಿ. ಶಿಶುವಿನ ಜೊತೆಗೆ ನಗೆಯಾಡಿ. ಎಲ್ಲಾ ಕಷ್ಟದ ಪರಿಸ್ಥಿತಿ ಕಳೆದ ಹಾಗೆ ಈ ಸಮಯವೂ ಕಳೆದುಹೋಗುವುದು. ನೀವು ಪ್ರತಿಯೊಂದು ಸ್ಥಿತಿಯನ್ನು ಎದುರಿಸಲು ಕಲಿಯುವಿರಿ.

ಸಂಬಂಧ

"ನಾನು ನನ್ನ ಮಗಳ ಬಗ್ಗೆ ಬಹಳ ಉತ್ಸಾಹಿತನಾಗಿದ್ದೇನೆ ಎಂದು ನನಗೆ ಅನಿಸುತ್ತದೆ ನಾನು ಅವಶ್ಯಕತೆಗಿಂತ ಅಧಿಕ ಗಮನ ಕೊಡಿತ್ತಿದ್ದೀನಿ."

ಜೀವನದಲ್ಲಿ ಪ್ರೀತಿ ಹಾಗು ಸ್ನೇಹದಲ್ಲಿ ಅತಿಯೆಂದು ಏನು ಇಲ್ಲ. ನೀವು ಶಿಶುವಿನ ಜೊತೆಗೆ ಎಷ್ಟು ಸಮಯ ಕಳೆಯುವಿರಿ –

ಅಷ್ಟು ನಿಮ್ಮ ಸಂಬಂಧ ದೃಢವಾಗುವುದು. ತಂದೆಯ ಸ್ನೇಹ ಮಗಳ ಮೇಲೆ ಸಹಜವಾಗಿಯೇ ಅಧಿಕವಾಗಿರುತ್ತದೆ ಎಂದು ಅಧ್ಯಯನಗಳಿಂದ ತಿಳಿದು ಬಂದಿದೆ. ತಂದೆಯರು ಮಾತೃತ್ವ ಭಾವ ಇಟ್ಟುಕೊಂಡಿರುತ್ತಾರೆ. ಈ ಸಂಬಂಧವನ್ನು ಪೋಷಿಸುವ ಜೊತೆಗೆ ಹೆಂಡತಿ ಮೇಲೆ ಗಮನ ಕೊಡುವುದು ಮರೆಯಬೇಡಿ. ಅವಳನ್ನು ಸರಿಯಾಗಿ ನೋಡಿಕೊಂಡು ಅವಳಿಗೆ ನಿಮ್ಮ ಪ್ರೀತಿಯ ಅನುಭವ ಮಾಡಿಸಿ.

ಶಿಶುವಿನ ಜನನದ ನಾಲ್ಕು ದಿನಗಳ ನಂತರ ನನಗೆ ಸ್ವಲ್ಪ ಪ್ರೀತಿ ಹುಟ್ಟಿತ್ತು ಆದರೆ ಇನ್ನೂ ಆತ್ಮೀಯತೆ ಬೆಳೆದಿಲ್ಲ.

ಯದ್ಯಪಿ ಮೊದಲ ಆಲಿಂಗನದಿಂದಲೇ ನಿಮ್ಮ ಸಂಬಂಧ ಪ್ರಾರಂಭವಾಗಿದೆ. ಸಮಯ ಕಳೆದ ಹಾಗೆ ನಿಮ್ಮ ಸಂಬಂಧ ಇನ್ನು ದೃಢವಾಗುವುದು. ನೀವು ಡೈಪರ್ ಬದಲಾಯಿಸಿದಾಗ, ಸ್ನಾನ ಮಾಡಿಸಿದಾಗ, ತೋಳಲ್ಲಿ ಎತ್ತಿಕೊಂಡಾಗ, ಏನಾದರೂ ತಿನ್ನಿಸಿದಾಗ ಸಾಮೀಪ್ಯ ಹೆಚ್ಚಾಗುತ್ತಾ ಹೋಗುತ್ತದೆ. ನೀವು ತೊಡೆಯಲ್ಲಿ ಎತ್ತಿಕೊಂಡಾಗ ನಿಮ್ಮ ಸ್ಪರ್ಶದ ಸಂಪರ್ಕವಾಗಲಿ. ಯದ್ಯಪಿ ಪ್ರಾರಂಭದಲ್ಲಿ ಈ ಸಂಪರ್ಕ ಒಂದೇ ಕಡೆಯಿಂದ ಇರುವುದು, ನೀವೇ ಮಾತನಾಡುವಿರಿ, ನೀವೇ ನಗುವಿರಿ, ಆದರೆ ನಿಧಾನವಾಗಿ ಶಿಶುವೂ ಪ್ರತಿಕ್ರಿಯೆ ನೀಡುವುದು.

ನಿಮ್ಮ ಹೆಂಡತಿ ಮನೆಕೆಲಸ ಮಾಡುವಾಗ ನೀವು ಸಹಾಯ ಮಾಡಿ. ಹೆಂಡತಿಗೆ ಮನೆಯಿಂದ ಹೊರಗೆ ಹೋಗ ಬೇಕಾದರೆ ನೀವು ಶಿಶುವಿನ ಜೊತೆಗೆ ಸಮಯ ಕಳೆಯಿರಿ. ನೀವು ಹೊರಗೆ ಹೋಗಬೇಕಾದರೆ ಶಿಶುವನ್ನು ಸ್ಟ್ರಾಲರ್ ಅಥವ ಕಾರಿನ ಸೀಟಲ್ಲಿ ಕೂರಿಸಿಕೊಂಡು ಹೋಗಿ. ಡೈಪರ್, ಬ್ಯಾಗ್ ಜೊತೆಗೆ ತೆಗೆದುಕೊಂಡೊಗಿ.

ಪ್ರಸವದನಂತರ ಸಂಭೋಗ

ಸಂಭೋಗಿಸಲು ನಿಮ್ಮ ಹೆಂಡತಿಗೆ ಡಾಕ್ಟರ್ ಅನುಮತಿ ಕೊಟ್ಟಿದ್ದಾರೆ. ಆದರೂ ಅವಳ ಶರೀರ ಇನ್ನು ಪೂರ್ಣವಾಗಿ ಸರಿಯಾಗಿಲ್ಲ. ಅವಳು ಇಷ್ಟ ಪಡುವವರೆಗು ಏನು ಮಾಡಬಹುದು. ಅವಳು ಇಷ್ಟ ಪಟ್ಟರೂ ಬಹಳ ಜಾಗರೂಕರಾಗಿರಬೇಕು. ಅವಳ ಭಾವನೆಗಳನ್ನು ತಿಳಿದುಕೊಳ್ಳಬೇಕು. ಒಂಬತ್ತು ತಿಂಗಳಲ್ಲಿ ಅವಳ ಶರೀರದಲ್ಲಿ ಬಹಳ ಬದಲಾವಣೆ ಬಂದಿದೆ. ಆದಕಾರಣ ಅವಳಿಗೆ ಸ್ವಲ್ಪ ತೊಂದರೆ ಆಗಬಹುದು. ನೀವು ಅವಳ ತೊಂದರೆಗಳನ್ನು ಅರ್ಥ ಮಾಡಿಕೊಂಡು ಮುಂದುವರೆದರೇ ನೀವು ಹೊಗಳಿಕೆಯ ಹಕ್ಕುದಾರರಾಗುವಿರಿ.

ಡೆಲಿವರಿ ಆದನಂತರ

"ನನ್ನ ಶಿಶುವಿನ ಡೆಲಿವರಿ ಬಹಳ ಕಷ್ಟಕರವಾಗಿತ್ತು. ಆದಕಾರಣವೇ ನನಗೆ ಸಂಭೋಗದಲ್ಲಿ ಆಸಕ್ತಿ ಇಲ್ಲವೇ ಇಲ್ಲ."

ಮನುಷ್ಯನಿಗೆ ಕಾಮದಲ್ಲಿ ಆಸಕ್ತಿ ಎನ್ನುವುದು ಒಂದು ನಾಜೂಕು ವಿಷಯ.

ಶಿಶುವಿನ ಪ್ರಸವ ನೋಡಿದ ಮೇಲೆ ನಿಮ್ಮ ಮನಸ್ಸು ಕಾಮದಿಂದ ವಿಮುಖವಾಗಿರಬಹುದು. ನಿಮಗೆ ಆಯಾಸವಾಗಿರಬಹುದು, ಶಿಶುವಿನ ನಿದ್ರೆ ಹಾಳಾಗುವ ಭಯವಿರಬಹುದು, ನಿಮ್ಮ ಹೆಂಡತಿಯ ಶರೀರಕ್ಕೆ ನೋವಾಗುವ ಭಯವಿರಬಹುದು, ಅಥವಾ ಜೀವನದ ಈ ಬದಲಾಗುತ್ತಿರವ ಸಮಯದಲ್ಲಿ ಆಸಕ್ತಿಯನ್ನು ಶಿಶುವಿನ ಕೆಲಸಕ್ಕೆ ಉಳಿಸಬೇಕೆನಿಸಿರಬೇಕು. ನೀವು ನಿಮ್ಮ ಪ್ರಾಮುಖ್ಯತೆಗಳನ್ನು ಗಮನಿಸಿಕೊಳ್ಳಿ ಎಂದು ನಿಮ್ಮ ಮನಸ್ಸಲ್ಲಿ ಕಾಮದ ಆಕಸ್ತಿ ಕಡಿಮೆ ಆಗಿರುವುದು. ಇದು ಸಾಮಾನ್ಯ.

ಹೇಳಬೇಕೆಂದರೇ ನಿಮ್ಮ ಹೆಂಡತಿ ಸಹ ಮಾನಸಿಕ ಹಾಗೂ ಶಾರೀರಿಕ ರೂಪದಿಂದ ಈಗ ಹೀಗೇನು ಇಚ್ಛಿಸುತ್ತಿಲ್ಲ ಆದಕಾರಣವೂ ನಿಮಗೆ ಆಸಕ್ತಿ ಕಡಿಮೆ ಆಗಿದೆ. ನೀವಿಬ್ಬರು ಇದಕ್ಕಾಗಿ ಯಾವಾಗ ಸಿದ್ಧರಾಗುತ್ತೀರಿ ಎಂದು ಅಂದಾಜು ಮಾಡಲಾಗುವುದಿಲ್ಲ. ಪರಿಸ್ಥಿತಿಗಳ ಮೇಲೆ ಬಹಳಷ್ಟು ಅವಲಂಬಿಸುತ್ತದೆ. ಕೆಲವು ವಾರದಲ್ಲಿ ನಿಧಾನವಾಗಿ ಎಲ್ಲಾ ಸಾಮಾನ್ಯವಾಗುವುದು. ಸಂಭೋಗಕ್ಕೆ ಸಿದ್ಧವಾಗುವುದೇ ಯೋನಿಯ ಕೆಲಸವಲ್ಲ. ಬೇರೆ ವಿಶೇಷ ಕೆಲಸವನ್ನು ಮಾಡಬೇಕು. ಆ ಕೆಲಸವಾದ ಮೇಲೆ ಸಂಭೋಗಕ್ಕೆ ಸಿದ್ಧವಾಗಲು ಸಮಯಾಗುವುದು.

ಈ ಸಮಯದಲ್ಲಿ ನೀವು ನಿಮ್ಮ ಹೆಂಡತಿಯ ಜೊತೆಗೆ ಭಾವನಾತ್ಮಕ ಸಂಬಂಧ ಇಟ್ಟುಕೊಳ್ಳಿ. ಅವಳಿಗೆ ಸೆಕ್ಸಲ್ಲಿ ಆಸಕ್ತಿ ಇಲ್ಲದೆ ಹೋದರು ನೀವು ಅವಳಿಗೆ ಸುಂದರವಾಗಿದ್ದೀರಿ ಎಂದು ಹೇಳಿ. ಶಿಶು ಮಲಗಿದ ಮೇಲೆ ಸುವಾಸನೆಯುಳ್ಳ ಊದಿನಕಡ್ಡಿ ಹಚ್ಚಿ. ಮಧುರ ಸಂಗೀತ ಹಾಕಿ. ರೋಮಾನ್ಸ್ ಮಾಡುವುದರಲ್ಲಿ ಅಡ್ಡಿ ಏನಿಲ್ಲ.

ನನ್ನ ಹೆಂಡತಿ ಈಗ ಸ್ತನ್ಯಪಾನ ಮಾಡಿಸುತ್ತಿದ್ದಾಳೆ. ನನಗೆ ಅವಳ ವಕ್ಷಗಳು ಕಾಮೋತ್ತೇಜಕ ಅನಿಸುವುದಿಲ್ಲ.

ಈ ದಿನಗಳಲಿ ವಕ್ಷಗಳು ತಮ್ಮ ನಿಜವಾದ ಕೆಲಸ ಮಾಡುತ್ತಿವೆ. ಅನೇಕ ದಂಪತಿಗಳಿಗೆ ಇದನ್ನು ಸ್ವೀಕರಿಸಲು ಕಷ್ಟವಾಗುತ್ತದೆ. ಆನಂದಕ್ಕಾಗಿ ಶಿಶುವಿನ ಆಹಾರದ ಜೊತೆಗೆ ಆಟವಾಡಬಾರದು ಎಂದು ಅನಿಸುತ್ತದೆ.

ಯದ್ಯಪಿ ಇದೆಲ್ಲ ಸಾಮಾನ್ಯ. ನಿಮಗೆ ಅದು ಕಾಮೋತ್ತೇಜಕ ಅನಿಸದೆ ಹೋದರೆ ನಿಮ್ಮ ಹೆಂಡತಿಯ ಜೊತೆಗೆ ಮಾತನಾಡಿ. ಶರೀರದ ಬೇರೆ ಅಂಗಗಳಮೇಲೆ ಗಮನಕೊಡಿ. ಆದರೆ ಈ ಕಾರಣದಿಂದ ಶಿಶುಮೇಲೆ ಕೋಪಮಾಡಿಕೊಳ್ಳಬೇಡಿ. ನೀವು ಸ್ವಲ್ಪ ಸಮಯ ಕಾಯಬೇಕಾಗಬಹುದು ಆದರೆ ದುಂಡುದುಂಡಾಗಿರುವ ಮಗುನೂ ನಿಮ್ಮದೇ ಅಲ್ಲವಾ?

ಮನಸ್ಥಿತಿಯ ಮೇಲೆ ಗಮನವಿರಲಿ

ಹೊಸ ತಾಯಿ ಶಿಶುವಿನ ಕೆಲಸದಲ್ಲಿ ಬಹಳ ಸುಸ್ತಾಗಿ ಊಟ-ತಿಂಡಿ ನಿದ್ರೆ ಎಲ್ಲ ಮರೆತು ಬಿಟ್ಟಿದ್ದರೆ, ಅವಳಿಗೆ ಸಹಾಯ ಮಾಡಿ. ಅವಳ ಮೂಡನ್ನು ಕೆಡಿಸಬೇಡಿ. ಡಿಪ್ರೆಶನಲ್ಲಿದ್ದರೇ ಸಂಭಾಳಿಸಿ. ಬೇಡ ಅಂದರೂ ಡಾಕ್ಟರ್ ಹತ್ತಿರ ಕರೆದುಕೊಂಡು ಹೋಗಿ. ಚಿಕಿತ್ಸೆಯಿಂದ ಅವಳಿಗೆ ಆರಾಮು ಸಿಗುವುದು. ಅವಳ ಮನಸ್ಸಿಗೂ ಹಿತವಾಗುವುದು.

ଅଜା ଆଇଙ୍କର କଥା

"ମୁଁ ଓ ମୋର ସ୍ତ୍ରୀ ଏକଥାକୁ ନେଇ ଯୁକ୍ତିତର୍କ କରୁଥାଉ ଯେ, ଶିଶୁର ଜନ୍ମ ପରେ ତା'ର ଯତ୍ନ ନେବାପାଇଁ ଅଜା-ଆଇଙ୍କୁ ଡକାଯିବା ଉଚିତ ନା ନାହିଁ ?"

ଛୁଆ ଜନ୍ମ ପରେ ଯଦି କୌଣସି ବୃଦ୍ଧ ବା ବୃଦ୍ଧାଙ୍କର ଦିଗ୍‌ଦର୍ଶନ ମିଳିଯାଏ, ତେବେ ଖୁବ୍ ଭଲ କଥା । ଆପଣ ଅନେକ ସମସ୍ୟାରୁ ରକ୍ଷା ପାଇଯିବେ । ସେମାନେ ଘରକାମ ପ୍ରତି ମଧ୍ୟ ଦୃଷ୍ଟି ଦେବେ ତ ଖୁବ୍ ଗୁରୁତ୍ୱପୂର୍ଣ୍ଣ କଥା ସବୁ କହି ଶୁଣେଇବେ; ଏହା ଅନ୍ୟତ୍ର ଶୁଣି ନଥିବେ କହିଲେ ଚଳେ । ତା'ପରେ ହୁଏତ ଆପଣ ନିଜ ଇଚ୍ଛାନୁସାରେ ଶିଶୁର ପାଳନ କରି ନପାରନ୍ତି, ତଥାପି ହିତକର ହେବ । ସେମାନଙ୍କ କଥାନୁସାରେ ଚଳିବାକୁ ହେବ; ଭୁଲ କରାଯିବ ନାହିଁ । କାର୍ଯ୍ୟାଧିକ୍ୟ ଯୋଗୁଁ ହୁଏତ କ୍ଳାନ୍ତି, ଅବସାଦ, ଗୋପନୀୟତା ଓ ଅତିରିକ୍ତ ଭାର ବହନ କରିବାକୁ ପଡ଼ିପାରେ । ଯଦି ସେମାନେ ବେଶି ଦୂରରେ ରହନ୍ତି, ତେବେ ପାଖକୁ ଡାକି କିଛିଦିନ ମିଳାମିଶା କଲେ କ୍ଷତି କ'ଣ ?

ଯଦି ସେମାନେ ସ୍ଥାନୀୟ ହେଇଥାନ୍ତି, ତେବେ ଦିନକୁ କିଛି ଘଣ୍ଟା ଆସି ଶିଶୁର ଯତ୍ନନେଇ ଏକା ସାଙ୍ଗରେ କିଛି ସମୟ କଟେଇଲେ ହୁଏତ ଆପଣ ଦୁହେଁ ମଧ୍ୟ କିଛି ସମୟ ପାଇଁ ବୁଲାବୁଲି ବା ସିନେମା ଦେଖି ଯାଇପାରିବେ ।

ଅବଶ୍ୟ ଜେଜେ, ଜେଜୀମା, ଅଜା ଆଇ... ଏମାନଙ୍କୁ ନିଜ ସାଙ୍ଗରେ ରଖିବା କିମ୍ବା ନ ରଖିବାର ନିଷ୍ପତ୍ତି ଆପଣ ନିଜେ କରିପାରିବେ । କାରଣ ଏହା ସମ୍ପୂର୍ଣ୍ଣ ଭାବରେ ଆପଣଙ୍କ ବ୍ୟକ୍ତିଗତ ପରିସ୍ଥିତି ଓ ପରିବାର ଉପରେ ନିର୍ଭର କରେ । ଅବଶ୍ୟ ସମସ୍ତଙ୍କ ସହ ମଧୁର ସମ୍ପର୍କ ରହିବା ହିଁ ଖୁବ୍ ଗୁରୁତ୍ୱପୂର୍ଣ୍ଣ କଥା କହିଲେ ଚଳେ ।

■ ■ ■

ಭಾಗ–6

ಗರ್ಭಾವಸ್ಥೆ ಮತ್ತು ನಿಮ್ಮ ಆರೋಗ್ಯ

ಅಧ್ಯಾಯ 20

ನಿಮಗೇನಾದರೂ ಅನಾರೋಗ್ಯ ಉಂಟಾದರೆ

ಗರ್ಭಾವಸ್ಥೆಯಲ್ಲಿ ಕಾಣಿಸಿಕೊಳ್ಳುವ ಅಜೀರ್ಣ, ವಾಂತಿ, ಕಾಲುಗಳಲ್ಲಿ ಸೋಲುಂಟಾಗುವುದು, ಸುಸ್ತಾಗುವುದು ಮುಂತಾದ ದೈಹಿಕ ತೊಂದರೆಗಳನ್ನು ಎದುರಿಸಬೇಕಾಗಬಹುದು. ಆ ದಿನಗಳಲ್ಲಿ ಸೋಂಕು ತಗುಲುವುದು ಹಾಗೂ ಥಂಡಿ ಆಗುವುದು ಸರ್ವೆ ಸಾಮಾನ್ಯ. ನಿಮ್ಮಲ್ಲಿ ಸ್ವಲ್ಪಮಟ್ಟಿಗೆ ರೋಗ ನಿರೋಧಕ ಶಕ್ತಿಯೂ ಕಡಿಮೆ ಆಗಿರುತ್ತದೆ. ಇನ್ನೂ ಒಂದು ಮಾತೆಂದರೆ ಎರಡು ಶಿಶುಗಳ ಜೊತೆ ಅನಾರೋಗ್ಯಕ್ಕೆ ಒಳಗಾದಲ್ಲಿ ಹೆಚ್ಚು ಕಷ್ಟ ಅನುಭವಿಸಬೇಕಾಗುತ್ತದೆ. ನೀವು ಇದುವರೆಗೆ ಇಂಥ ಕಾಹಿಲೆಗಳಿಗೆ ಯಾವ ಚಿಕಿತ್ಸೆಯನ್ನು ಮಾಡಿಕೊಳ್ಳುತ್ತಿದ್ದರೆ ಅದನ್ನು ಕೈಬಿಡಬೇಕಾಗುತ್ತದೆ. ಔಷಧಗಳನ್ನು ಬೀರುವಿನಲ್ಲೇ ಮುಚ್ಚಿಡಬೇಕಾಗುತ್ತದೆ.

ಸಣ್ಣ ಪುಟ್ಟ ಅನಾರೋಗ್ಯ ನಿಮ್ಮ ಗರ್ಭಾವಸ್ಥೆಯ ಮೇಲೆ ಯಾವುದೇ ಕೆಟ್ಟ ಪರಿಣಾಮ ಉಂಟು ಮಾಡುವುದಿಲ್ಲ. ಆದ್ದರಿಂದ ಔಷಧಗಳಿಂದ ಸ್ವಲ್ಪ ಮಟ್ಟಿಗೆ ದೂರವಿರಿ. ಇದರಿಂದ ಅನುಕೂಲ ಆಗದೇ ಇದ್ದಲ್ಲಿ ಅಂದರೆ ಥಂಡಿ ಅಥವಾ ಇತರ ಸೋಂಕು ಉಂಟಾದಲ್ಲಿ ಔಷದೋಪಚಾರ ಪಡೆಯುವುದು ಒಳ್ಳೆಯದು. ಯಾವುದಕ್ಕೂ ಇಂಥ ಸಮಯದಲ್ಲಿ ವೈದ್ಯರಿಂದ ಚಿಕಿತ್ಸೆ ಪಡೆಯುವುದು ಒಳ್ಳೆಯದು.

ನೀವು ಏನು ಮಾಡುತ್ತಿರಬಹುದು?

ಚಳಿ–ಕೆಮ್ಮು

"ನನಗೆ ಸೀನು ಮತ್ತು ಅಪಾರ ಕೆಮ್ಮು ಬರುತ್ತಿದೆ. ಈ ಕೆಟ್ಟ ಚಳಿಯಿಂದ ಹೊಟ್ಟೆಯೊಳಗಿನ ನನ್ನ ಮಗುವಿಗೆ ತೊಂದರೆ ಆಗುತ್ತದೆಯೇ?"

ಗರ್ಭಾವಸ್ಥೆಯಲ್ಲಿ ರೋಗನಿರೋಧಕ ಶಕ್ತಿ ಕುಗ್ಗುತ್ತದೆ. ಆದ್ದರಿಂದ ಸಾಮಾನ್ಯವಾಗಿ ಗರ್ಭವತಿಯರಿಗೆ ಚಳಿ, ಕೆಮ್ಮು ಕಾಡುತ್ತವೆ. ಆದರೆ ಇದರ ಪರಿಣಾಮ ಕೇವಲ ನಿಮ್ಮ ಮೇಲೆ ಮಾತ್ರ ಆಗುತ್ತದೆ. ಮಗುವಿನ ಮೇಲೆ ಆಗುವುದಿಲ್ಲ ಎಂಬುದು ಸಮಾಧಾನಕರ ಸಂಗತಿ. ಏನೇ ಆದರೂ ನೀವು ಇದಕ್ಕೆ ಇರುವ ಔಷಧಗಳ ಬಗ್ಗೆ ಗಮನ ಇಟ್ಟುಕೊಳ್ಳುವುದು ಒಳ್ಳೆಯದು. ಏಕೆಂದರೆ ಅನಾರೋಗ್ಯದ ಪರಿಣಾಮ ಮಗುವಿನ ಮೇಲೆ ಆಗದಿದ್ದರೂ ನೀವು ತೆಗೆದುಕೊಳ್ಳುವ ಔಷಧಗಳ ಪರಿಣಾಮ ಗರ್ಭಸ್ಥ ಶಿಶುವಿನ ಮೇಲೆ ಆಗುತ್ತದೆ. ಯಾವುದೇ ಔಷಧ ಸೇವಿಸುವ ಮೊದಲು ನೀವು ವೈದ್ಯರಿಗೆ ಫೋನ್ ಮಾಡಿ ಯಾವ ಔಷಧ ತೆಗೆದುಕೊಳ್ಳುವುದು ಗರ್ಭಾವಸ್ಥೆಯಲ್ಲಿ ಉತ್ತಮ' ಎಂಬ ಬಗ್ಗೆ ತಿಳಿದುಕೊಳ್ಳುವುದು ಸೂಕ್ತ. ಅವರು ನಿಮಗೆ ಸೂಕ್ತವಾದ ಪರ್ಯಾಯ ಔಷಧವನ್ನು ಸೂಚಿಸಬಹುದು. ಅವರು ಹೇಳುವ ಔಷಧಗಳ ಪೈಕಿ ಒಂದನ್ನು ಬಳಸಬಹುದು ಅಕಸ್ಮಾತ್ ನೀವು ವೈದ್ಯರ ಸಲಹೆ ಪಡೆಯದೇ ಒಂದೆರಡು ಮಾತ್ರೆಗಳನ್ನು ತೆಗೆದುಕೊಂಡಿರಿ ಎಂದುಕೊಳ್ಳಿ. ಆಗಲೂ ಗಾಬರಿ

ಆಗುವ ಅಗತ್ಯವಿಲ್ಲ. ಆದರೆ ಇದನ್ನು ವೈದ್ಯರಿಗೆ ತಿಳಿಸಿ ಪರಿಹಾರ ಪಡೆದುಕೊಳ್ಳಿರಿ. ಇನ್ನೂ ತುಂಬಾ ಚಳಿ ಆಗಿಲ್ಲವೆಂದಾದರೆ ಪರಿಸ್ಥಿತಿ ಹದಗೆಡುವ ಮೊದಲೇ ಎಚ್ಚೆತ್ತುಕೊಳ್ಳಿರಿ. ಇಲ್ಲವಾದರೆ ಬಹಳ ಕಷ್ಟಪಡಬೇಕಾಗುತ್ತದೆ. ಮೂಗು ಕಟ್ಟುವುದು ಅಥವಾ ಮೂಗು ಸೋರುವುದು ಆಗುವ ಸಾಧ್ಯತೆ ಇದೆ.

■

■ ಅಗತ್ಯ ಎನಿಸಿದರೆ ವಿಶ್ರಾಂತಿ ಪಡೆಯಿರಿ. ನೀವು ವಿಶ್ರಾಂತಿ ಪಡೆದರೆ ಚಳಿ ಬೇಗ ಬಿಡುವುದಿಲ್ಲ. ಆದರೆ ಶರೀರಕ್ಕೆ ವಿಶ್ರಾಂತಿ ದೊರೆಯುತ್ತದೆ. ಆಗ ಜ್ವರ ಅಥವಾ ಕೆಮ್ಮು ಬರುವುದಿಲ್ಲ. ಇದರ ಜೊತೆಗೆ ಸ್ವಲ್ಪ ವ್ಯಾಯಾಮ ಮಾಡಿದರೆ ಅದರಿಂದಲೂ ಅನುಕೂಲವಾಗುತ್ತದೆ.

■ ಥಂಡಿಯ ಕಾರಣ ನೀವು ಉಪವಾಸ ಇರಬೇಡಿ. ಇದರಿಂದ ಹೊಟ್ಟೆಯ ಶಿಶುವಿಗೂ ಉಪವಾಸವಾಗುತ್ತದೆ. ಹಸಿವು ಆಗದೇ ಇದ್ದರೂ ಪೌಷ್ಠಿಕ ಅಂಶವಿರುವ ಆಹಾರ ಸೇವಿಸುವುದರಿಂದ ಹೆಚ್ಚು ಅನುಕೂಲ. ವಿಟಮಿನ್ ಸಿ ಇರುವ ಹಣ್ಣು ಅಥವಾ ಜ್ಯೂಸ್ ಸೇವಿಸಿರಿ. ಸಿ ವಿಟಮಿನ್ ಇಲ್ಲದ ಆಹಾರ ತಿನ್ನಬೇಡಿ. ಜಂಕ್ ಅಥವಾ ಎಕ್ಸೈಸಿಯಾ ಬಗೆಗೂ ಇದೇ ಎಚ್ಚರಿಕೆ ವಹಿಸಿ. ದ್ರವ್ಯ ಪದಾರ್ಥಗಳಲ್ಲಿ ಕಡಿಮೆ ಆಗದಂತೆ ನೋಡಿಕೊಳ್ಳಿ. ದ್ರವ್ಯ ಪದಾರ್ಥಗಳ ಸೇವನೆಯಿಂದ ಆರಾಮವೂ ದೊರೆಯುತ್ತದೆ. ಬಿಸಿ ಸೂಪ್ ಕುಡಿಯಿರಿ. ತಣ್ಣನೆಯ ಜ್ಯೂಸ್ ಅಥವಾ ನೀರು ಕುಡಿಯುವುದರಿಂದಲೂ ಹಿತವೆನಿಸುತ್ತದೆ. ನಿಮಗೆ ರುಚಿ ಎನಿಸಿದ ದ್ರವ್ಯ ಪದಾರ್ಥ ಸೇವಿಸಿರಿ.

■ ಮಲಗುವಾಗ ದಿಂಬು ಬಳಸಿ ತಲೆಯನ್ನು ಎತ್ತರದಲ್ಲಿ ಇಟ್ಟುಕೊಳ್ಳಿ. ಹೀಗೆ ಮಾಡುವುದರಿಂದ ಮೂಗು ಕಟ್ಟಿದ್ದರೂ ಸುಲಭವಾಗಿ ನಿದ್ರೆ ಬರುತ್ತದೆ. ನೋಸಲ್ ಸ್ಟ್ರಿಪ್ ಬಳಸುವುದರಿಂದಲೂ ಮೂಗು ಕಟ್ಟುವುದು ಸರಿಹೋಗುವ ಸಂಭವ ಇದೆ. ಇದು ಅಂಗಡಿಯಲ್ಲಿ ಸಿಗುತ್ತದೆ ಮತ್ತು ಇದರಲ್ಲಿ ಔಷಧಗಳು ಇರುವುದಿಲ್ಲ.

■ ಮೂಗಿಗೆ ಸಲಾಯಿನ್ ಸಿರಿಂಜ್ ಡ್ರಾಪ್ ಹಾಕಿಕೊಳ್ಳಬಹುದು. ಇದು ಕೂಡ ಸುರಕ್ಷಿತ.

■ ಗಂಟಲಿನಲ್ಲಿ ನೋವು, ಗಂಟಲು ಕಟ್ಟಿಕೊಂಡಿರುವುದು ಅಥವಾ ಕೆಮ್ಮು ಇದ್ದರೆ ಬೆಚ್ಚನೆಯ ನೀರಿನಲ್ಲಿ ಗಾರ್ಗಲಿಂಗ್ ಮಾಡುವುದು ಉತ್ತಮ.

■ ಜ್ವರ ಇದ್ದರೆ ಆದಷ್ಟು ಬೇಗ ಜ್ವರ ಕಡಿಮೆ ಆಗುವಂತೆ ಪ್ರಯತ್ನಿಸುವುದು ಸೂಕ್ತ.

■ ವೈದ್ಯರು ಹೇಳಿದ ಔಷಧಗಳನ್ನು ತಪ್ಪದೇ ಸೇವಿಸಿರಿ. ಏಕೆಂದರೆ ಗರ್ಭಾವಸ್ಥೆಯಲ್ಲಿ ಎಲ್ಲ ಔಷಧಗಳನ್ನೂ ಒಟ್ಟಿಗೆ ತೆಗೆದುಕೊಳ್ಳುವುದು ಸರಿಯಲ್ಲ ಎಂದು ಭಾವಿಸಬೇಡಿರಿ ಏಕೆಂದರೆ ಅನಾರೋಗ್ಯವನ್ನು ಸರಿಪಡಿಸಿಕೊಳ್ಳುವುದು ಅತ್ಯಗತ್ಯ.

■ ಚಳಿಯ ಕಾರಣ ಊಟೋಪಚಾರಕ್ಕೆ ಅಡ್ಡಿ ಆಗುತ್ತಿದ್ದರೆ ಅಥವಾ ನಿದ್ರೆ ಬಾರದಿದ್ದರೆ, ಕೆಮ್ಮಿದಾಗ ಹಳದಿ ಬಣ್ಣದ ಕಫ ಬಂದರೆ ಎದೆಯಲ್ಲಿ ನೋವು ಕಂಡುಬಂದರೆ ಅಥವಾ ಒಂದು ವಾರದವರೆಗೆ ಇದೇ ಸ್ಥಿತಿ ಇದ್ದರೆ ವೈದ್ಯರಲ್ಲಿಗೆ ಹೋಗಿ ಸಲಹೆ ಪಡೆಯಿರಿ. ಚಳಿ ಹೆಚ್ಚಾಗಿ ದೇಹದ ಸ್ಥಿತಿ ಉಲ್ಬಣಗೊಳ್ಳುವ ಸಾಧ್ಯತೆ ಇದೆ. ಇಂಥ ಸ್ಥಿತಿಯಲ್ಲಿ ನಿಮ್ಮ ಮತ್ತು ಹೊಟ್ಟೆಯಲ್ಲಿನ ಶಿಶುವಿನ ಸುರಕ್ಷತೆಗೂ ಔಷಧಿ ಸೇವನೆ ಅತ್ಯಗತ್ಯವಾಗಿರುತ್ತದೆ.

ಸೈನಸೈಟಿಸ್

"ನನಗೆ ಒಂದು ವಾರದಿಂದ ನೆಗಡಿ ಇದೆ. ನನ್ನ ಹಣೆ ಹಾಗೂ ಗಂಟಲು ತುಂಬಾ ನೋಯುತ್ತಿದೆ. ನಾನು ಏನು ಮಾಡಲಿ?"

ಬಹುಶಃ ನಿಮ್ಮ ನೆಗಡಿ ಸೈನಸೈಟಿಸ್ ಆಗಿ ಉಲ್ಬಣಗೊಂಡಿರಬಹುದು. ಇದರ ಲಕ್ಷಣವೆಂದರೆ ಹಣೆ ಗಂಟಲು ದವಡೆ ನೋವು ಉಂಟಾಗಬಹುದು. ಮೂಗಿನಿಂದ ಕೆಟ್ಟ ಹಳದಿ ಸಿಂಬಳ ಬರಲು ತೊಡಗುತ್ತದೆ. ಗರ್ಭ ಧರಿಸಿದಾಗ ಕೆಲವೊಮ್ಮೆ ಹೀಗೆ ಆಗುತ್ತದೆ. ಏಕೆಂದರೆ ನಿಮ್ಮ ಮ್ಯೂಕಸ್ ಮೆಂಬ್ರೇನ್‌ನಲ್ಲಿಯೂ ಬಾವು ಉಂಟಾಗುವ ಸಾಧ್ಯತೆ ಇರುತ್ತದೆ. ಮೂಗು ಕಟ್ಟಿ ಕೀಟಾಣು ಅಪಾರವಾಗಿ ಸೇರಿಕೊಳ್ಳಲು

ಚಳಿ ಅಥವಾ ಫ್ಲೂ ಜ್ವರ

ನಿಮಗೆ ಈ ಎರಡು ಸ್ಥಿತಿಗಳ ವ್ಯತ್ಯಾಸ ತಿಳಿದಿರಬೇಕು. ಚಳಿಯಿಂದ ಗಂಟಲಲ್ಲಿ ನೋವು ಅಥವಾ ಕರ್ಕಶತೆ ಉಂಟಾಗುತ್ತದೆ. ಮೂಗು ಸುರಿಯುತ್ತದೆ ಮತ್ತು ಸೀನು ಬರುತ್ತವೆ. ಇಡೀ ದೇಹದಲ್ಲಿ ಸಣ್ಣದಾಗಿ ನೋವು ಕಾಣಿಸಿಕೊಳ್ಳುತ್ತದೆ ಮತ್ತು ಇರಿಸುಮುರುಸಾಗುತ್ತದೆ.

ಫ್ಲೂನಲ್ಲಿ 104 ಡಿಗ್ರಿ ಸೆ. ತನಕ ಜ್ವರ ಬರುವ ಸಾಧ್ಯತೆ ಇದೆ. ಮಾಂಸಖಂಡದಲ್ಲಿ ಬಳಲಿಗೆ ಕಂಡುಬರುತ್ತದೆ. ಸುಸ್ತಾಗುತ್ತದೆ, ದೇಹದಲ್ಲಿ ಸೋಂಕು ಉಂಟಾಗುತ್ತದೆ. ಕೆಲವೊಮ್ಮೆ ವಾಂತಿ ಆಗುತ್ತದೆ. ಸೀನು, ಕೆಮ್ಮು ಬರುವ ಸಂಭವವೂ ಇದೆ. ಇದಕ್ಕೆ ಔಷಧ ಸೇವಿಸಿ ಆರಾಮ ಪಡೆಯಬಹುದು.

ಅವಕಾಶವಾಗುತ್ತದೆ. ಈ ಕೀಟಾಣುಗಳ ಬಳಿಕ ಇಮ್ಯೂನ್ ಕೋಶಗಳು ಹೋಗುವುದು ಸಾಧ್ಯವಾಗದು. ಹೀಗಾಗಿ ಸೈನಸ್‌ನ ಕಾಹಿಲೆ ಹೆಚ್ಚುತ್ತದೆ. ಅಗತ್ಯ ಆಂಟಿಬಯಾಟಿಕ್ ಔಷಧಗಳ ಸೇವನೆಯಿಂದ ಮಾತ್ರ ಈ ಸ್ಥಿತಿಯನ್ನು ನಿಯಂತ್ರಿಸಬಹುದಾಗಿದೆ.

ಫ್ಲೂ ಜ್ವರದ ಕಾಲ

"ಅಕಸ್ಮಾತ್ ನನಗೆ ಫ್ಲೂ ಜ್ವರ ಬಂದುಬಿಟ್ಟರೆ ಏನು ಮಾಡುವುದು? ಗರ್ಭಿಣಿಯಾದಾಗ ಫ್ಲೂ ಉಂಟಾದರೆ ಅಪಾಯವಿಲ್ಲವೇ?"

ಫ್ಲೂ ಕಾಲದಲ್ಲಿ ನೀವು ಫ್ಲೂ ನಿರೋಧಕ ಚುಚ್ಚುಮದ್ದು ಪಡೆಯುವುದು ತುಂಬಾ ಅಗತ್ಯ. ಗರ್ಭಾವಸ್ಥೆಯಲ್ಲಂತೂ ಇದರ ಅಗತ್ಯ ಇನ್ನೂ ಹೆಚ್ಚು. ಈ ಬಗ್ಗೆ ನೀವು ವೈದ್ಯರಿಂದ ಹೆಚ್ಚು ಮಾಹಿತಿ ಪಡೆಯುವುದು ಸೂಕ್ತ. ಏಕೆಂದರೆ ನಿಮಗೆ ಫ್ಲೂ ಸೋಂಕುವ ಮೊದಲೇ ಅದನ್ನು ತಡೆಯುವ ಔಷಧ ಪಡೆಯಬೇಕಾದ ಅಗತ್ಯವಿದೆ. ಮೊದಲೇ ಔಷಧ ಪಡೆಯುವುದರಿಂದ ಹೆಚ್ಚು ಅನುಕೂಲವಾಗದೇ ಇರಬಹುದು. ಆದರೆ ಫ್ಲೂ ವೈರಸ್‌ನಿಂದ ನಿಮ್ಮನ್ನು ಪಾರು ಮಾಡುತ್ತದೆ. ಪೂರ್ವ ಚಿಕಿತ್ಸೆಯಿಂದ ಫ್ಲೂ ಅಪಾಯದಿಂದ ದೂರವಿರುವ ಸಾಧ್ಯತೆ ಉಂಟು. ಫ್ಲೂ ಲಕ್ಷಣಗಳು ಕಂಡುಬಂದ ಕೂಡಲೇ ಔಷಧಗಳನ್ನು ತೆಗೆದುಕೊಂಡಲ್ಲಿ ಮುಂದೆ ಅದು ಉಲ್ಬಣವಾಗದಂತೆ ನೋಡಿಕೊಳ್ಳುತ್ತದೆ.

ಒಂದು ಎಚ್ಚರಿಕೆ ಎಂದರೆ ನಾಸಲ್ ಸ್ಪ್ರೇ ವ್ಯಾಕ್ಸಿನ್ ಪಡೆಯುವ ಬದಲಿಗೆ ಇಂಜೆಕ್ಷನ್ ಮೂಲಕ ಔಷಧ ಪಡೆಯುವುದು ಹೆಚ್ಚು ಸುರಕ್ಷಿತ. ನಿಮಗೆ ಫ್ಲೂ ಲಕ್ಷಣಗಳೆಂದು ಖಾತರಿಯಾದಲ್ಲಿ ಚಿಕಿತ್ಸೆ ಪಡೆಯಲು ತಡ ಮಾಡಬೇಡಿ. ಏಕೆಂದರೆ ಫ್ಲೂ ಕ್ರಮೇಣ ನ್ಯೂಮೋನಿಯಾಕ್ಕೆ ತಿರುಗಿಬಿಡುವ ಸಾಧ್ಯತೆ ಹೆಚ್ಚು. ಈ ಸಂದರ್ಭದಲ್ಲಿ ಚೆನ್ನಾಗಿ ನೀರು ಕುಡಿಯಬೇಕು ಮತ್ತು ತುಂಬಾ ವಿಶ್ರಾಂತಿ ಪಡೆಯಬೇಕು. ಇಲ್ಲವಾದರೆ ಡಿಹೈಡ್ರೇಷನ್ ಆಗಿ ತೊಂದರೆಗೆ ಸಿಕ್ಕಿಕೊಳ್ಳುತ್ತೀರಿ.

ಜ್ವರ

"ನನಗೆ ಸ್ವಲ್ಪ ಜ್ವರ ಬಂದಿದೆ. ಏನು ಮಾಡಲಿ?"

ಗರ್ಭಾವಸ್ಥೆಯಲ್ಲಿ ಸ್ವಲ್ಪ ಮೈ ಬೆಚ್ಚಗಿದ್ದರೆ ಆತಂಕಗೊಳ್ಳುವ ಅಗತ್ಯವಿಲ್ಲ. ಹಾಗೆಂದು ನಿರ್ಲಕ್ಷ್ಯ ಮಾಡುವುದೂ ಸರಿಯಲ್ಲ. ಗಾಬರಿಗೊಳ್ಳದೇ ಜ್ವರ ಕಡಿಮೆ ಆಗಲು ಉಪಾಯ ಮಾಡಬೇಕು. ಜ್ವರ ಹೆಚ್ಚಾಗದಂತೆ ಗಮನವಿಡಿ.

ಸ್ಟ್ರೆಪ್ ಥ್ರೋಟ್

"ನನ್ನ ಮೂರು ವರ್ಷದ ಮಗುವಿಗೆ ಸ್ಟ್ರೆಪ್ ಥ್ರೋಟ್ ಆಗಿದೆ. ಇದರಿಂದ ನನ್ನ ಹೊಟ್ಟೆಯಲ್ಲಿರುವ ಶಿಶುವಿಗೆ ಅಥವಾ ನನಗೆ ಸೋಂಕು ತಗುಲುವ ಸಾಧ್ಯತೆ ಇದೆಯೇ?

ಮಕ್ಕಳ ಅನಾರೋಗ್ಯದಿಂದ ಕೀಟಾಣುಗಳು ಹರಡಿಕೊಳ್ಳುವುದಕ್ಕೆ ಹೆಚ್ಚು ಹೊತ್ತು ಬೇಕಾಗುವುದಿಲ್ಲ. ಗರ್ಭಾವಸ್ಥೆಯಲ್ಲಿ ನಿಮಗೆ ಶೀಘ್ರವಾಗಿ ವೈರಸ್ ತಗಲುತ್ತದೆ. ಆದ್ದರಿಂದ ಅನಾರೋಗ್ಯ ಪೀಡಿತ ಮಗುವಿನ ಎಂಜಲು ನೀರನ್ನು ಕುಡಿಯಬೇಡಿ, ಅದು ತಿಂದು ಬಿಟ್ಟ ಪದಾರ್ಥಗಳನ್ನು ಸೇವಿಸಬೇಡಿರಿ. ಮಗುವನ್ನು ಮುಟ್ಟಿದ ಬಳಿಕ ಆಗಾಗ ಕೈ ತೊಳೆಯಿರಿ. ಉತ್ತಮ ಪೌಷ್ಟಿಕ ಆಹಾರ ಸೇವನೆ ಮತ್ತು ಅಪಾರ ವಿಶ್ರಾಂತಿ ಪಡೆಯುವ ಮೂಲಕ ನಿಮ್ಮ ರೋಗ ನಿರೋಧಕ ಶಕ್ತಿಯನ್ನು ಹೆಚ್ಚಿಸಿಕೊಳ್ಳಿರಿ. ಸೋಂಕು ತಗುಲಿದೆ ಎಂದು ನಿಮಗೆ ಅನಿಸಿದರೆ ಕೂಡಲೇ ವೈದ್ಯರಲ್ಲಿಗೆ ಹೋಗಿ (ಥ್ರೋಟ್ ಕಲ್ಚರ್ ಮಾಡಿಸಿಕೊಳ್ಳಿರಿ. ಸೂಕ್ತ ರೀತಿಯಲ್ಲಿ ಹಾಗೂ ಸರಿಯಾದ ಪ್ರಮಾಣದಲ್ಲಿ ನೀವು ಆಂಟಿಬಯಾಟಿಕ್ ಔಷಧಗಳನ್ನು ಸೇವಿಸಿದಲ್ಲಿ ಹೊಟ್ಟೆಯೊಳಗಿನ ಶಿಶುವಿಗೆ ಯಾವ ತೊಂದರೆಯೂ ಆಗುವುದಿಲ್ಲ. ಮನೆಯಲ್ಲಿ ಮಗು ಅಥವಾ ಬೇರೆ ಯಾರಿಗಾದರೂ ನೀಡಿದ ಔಷಧಗಳನ್ನು ಸೇವಿಸಬೇಡಿರಿ.

ಮೂತ್ರ ಮಾರ್ಗದಲ್ಲಿ ಸೋಂಕು (ಯೂ.ಟಿ.(ಐ)

"ನನ್ನ ಮೂತ್ರ ಕೋಶ ಮಾರ್ಗದಲ್ಲಿ ಸೋಂಕು ತಗುಲಿದೆ. ಎಂಬ ಆತಂಕ ಉಂಟಾಗಿದೆ. ಏನು ಮಾಡಲಿ?"

ನಿಮ್ಮ ಮೂತ್ರಕೋಶಕ್ಕೆ ಹಿಗ್ಗುತ್ತಿರುವ ಗರ್ಭಾಶಯದ ಭಾರದ ಒತ್ತಡವನ್ನು ಸಹಿಸಿಕೊಳ್ಳಬೇಕಾಗಿ ಬಂದಿದೆ. ಈ ದಿನಗಳಲ್ಲಿ ಕೀಟಾಣುಗಳ ಸೋಂಕು ಆಗುವ ಸಂಭವ ಹೆಚ್ಚಾಗಿರುತ್ತದೆ. ಹೀಗಾಗಿ ಯುಟಿಐ (ಮೂತ್ರಾಶಯ ಮಾರ್ಗ ಸೋಂಕು) ಆಗುವುದು ಸಾಧ್ಯ. ಗರ್ಭಾವಸ್ಥೆಯಲ್ಲಿ ಹಾರ್ಮೋನ್ ಕೂಡ ಈ ಪರಿಸ್ಥಿತಿಗೆ ಸ್ವಲ್ಪ ಮಟ್ಟಿಗೆ ಕಾರಣವಾಗಿರುತ್ತದೆ. ಕೆಲವು ಮಹಿಳೆಯರಲ್ಲಂತೂ ಇಂಥ ಲಕ್ಷಣಗಳು ಗಂಭೀರವಾಗಿ ಕಾಣಿಸಿಕೊಳ್ಳುತ್ತವೆ. ಉದಾಹರಣೆಗೆ ಪದೇಪದೇ ಮೂತ್ರ ವಿಸರ್ಜನೆ ಆಗುವುದು, ಮೂತ್ರ ಮಾಡುವಾಗ ಉರಿ, ನೋವು, ಕಿಬ್ಬೊಟ್ಟೆಯಲ್ಲಿ ಅಪಾರ ನೋವು, ಮೂತ್ರದಿಂದ ಕೆಟ್ಟ ವಾಸನೆ ಬರುವುದು – ಹೀಗೆ ಅನೇಕ ಬಗೆಯ ಲಕ್ಷಣಗಳು ಕಾಣಿಸಿಕೊಳ್ಳುತ್ತವೆ.

ಮೂತ್ರ ಪರೀಕ್ಷೆಯಿಂದ ಸೋಂಕಿನ ಬಗ್ಗೆ ಕೂಲಂಕಷ ಮಾಹಿತಿ ಪತ್ತೆಯಾಗುತ್ತದೆ. ಕೆಂಪು ರಕ್ತಕೋಶದಿಂದ ಸ್ರಾವ ಆಗುವುದರಿಂದ ರಕ್ತಸ್ರಾವದ ಪತ್ತೆಯಾದರೆ ಬಿಳಿ ರಕ್ತಕೋಶಗಳ ಸ್ರಾವದಿಂದ ಸೋಂಕು ಪತ್ತೆಯಾಗುತ್ತದೆ. ಆಂಟಿಬಯಾಟಿಕ್ ಔಷಧವನ್ನು ವೈದ್ಯರು ಹೇಳಿದ ಪ್ರಮಾಣ ಹಾಗೂ ಅವಧಿಗೆ ಪೂರ್ಣವಾಗಿ ಸೇವಿಸಿದರೆ ಈ ಬಗೆಯ ಅನಾರೋಗ್ಯದಿಂದ ಮುಕ್ತವಾಗಬಹುದಾಗಿದೆ. ಏನೇ ಆದರೂ ಮೊದಲು ನೀವು ಪರಿಸ್ಥಿತಿಯಿಂದ ಪಾರಾಗಲು ವೈದ್ಯ ಚಿಕಿತ್ಸೆ ಪಡೆಯುವುದು ತುಂಬಾ ಅಗತ್ಯವಾಗಿದೆ. ಇದಕ್ಕಾಗಿ ಗರ್ಭಾವಸ್ಥೆಯಲ್ಲಿ ಹಲವು ಕ್ರಮಗಳನ್ನು ತೆಗೆದುಕೊಳ್ಳಬೇಕು.

- ಯೋನಿ ಮಾರ್ಗವನ್ನು ಸಂಪೂರ್ಣ ಸ್ವಚ್ಛವಾಗಿಡಬೇಕು. ಸಂಭೋಗಕ್ಕೆ ಮೊದಲು ಹಾಗೂ ಬಳಿಕ ನಿಮ್ಮ ಯೋನಿಯಲ್ಲಿ ಏನೂ ಉಳಿಯದಂತೆ ಶುಚಿಯಾಗಿಸಿ.
- ಮೂತ್ರ ಮಾಡಲು ಹೋದಾಗ ಬ್ಲಾಡರ್‌ನಲ್ಲಿ ಮೂತ್ರ ಉಳಿಯದಂತೆ ಪೂರ್ಣ ಖಾಲಿ ಮಾಡಿರಿ. ಒಮ್ಮೆ ಮೂತ್ರ ಮಾಡಿದ ಬಳಿಕ ಸ್ವಲ್ಪ ತಡೆದು ಮತ್ತೊಮ್ಮೆ ಪ್ರಯತ್ನಿಸಿ. ಮೂತ್ರಕೋಶವನ್ನು ಖಾಲಿಯಾಗಿರಿಸಿ. ಮೂತ್ರ ವಿಸರ್ಜನೆಗೆ ಒತ್ತಡ ಬಂದರೆ ತಡೆಯಬೇಡಿ. ಕೂಡಲೇ ಮೂತ್ರವಿಸರ್ಜನೆ ಮಾಡಿರಿ. ಇಲ್ಲವಾದರೆ ಮೂತ್ರಕೋಶದ ಸೋಂಕಿಗೆ ಕಾರಣವಾದೀತು.
- ನಿಮ್ಮ ಪೆರೀನಿಯಲ್ ಏರಿಯಾ ಗಾಳಿಯಾಡುವಂತೆ ಇರಲಿ. ಸಾಧ್ಯವಾದರೆ ಒಳ ಉಡುಪುಗಳನ್ನಷ್ಟೇ ಧರಿಸಿ ರಾತ್ರಿ ಮಲಗುವಾಗ ಪೈಜಾಮಾ ಮಾತ್ರ ಧರಿಸಿ.
- ಯೋನಿ ಮಾರ್ಗ ಹಾಗೂ ಸುತ್ತಲ ಭಾಗವನ್ನು ಸ್ವಚ್ಛವಾಗಿ ಇಡಿ ಮತ್ತು ಸದಾ ಒಣಗಿದಂತೆ ಇರಲಿ. ಶೌಚದ ಬಳಿಕ ಮುಂದಿನಿಂದ ಹಿಂದೆ ಕೈ ಮಾಡಿ ಶುಚಿಗೊಳಿಸಿ. ಏಕೆಂದರೆ ಯೋನಿ ಮಾರ್ಗ ಸೋಂಕು ತಗುಲದಂತೆ ಶುಚಿಯಾಗಿರಬೇಕು.
- ಬಬಲ್ ಬಾತ್, ಪರ್ಫ್ಯೂಂ ಸೇರಿದ ಪೌಡರ್, ಶವರ್ ಜೆಲ್, ಸೋಪ್, ಸ್ಪ್ರೇ ಡಿಟರ್‌ಜೆಂಟ್ ಅಥವಾ ಟಾಯ್‌ಲೆಟ್ ಪೇಪರ್ ಬಳಸಬೇಡಿ.
- ಉತ್ತಮ ಪೌಷ್ಟಿಕ ಆಹಾರ ಸೇವಿಸಿರಿ. ಅಪಾರ ವಿಶ್ರಾಂತಿ ಪಡೆಯಿರಿ. ವ್ಯಾಯಾಮ ಮಾಡಿರಿ. ಶಾಂತವಾಗಿರಿ. ಟೆನ್ಶನ್ ಮಾಡಿಕೊಳ್ಳಬೇಡಿ.
- ಈ ಸಮಯದಲ್ಲಿ ಮೊಸರು ಹೆಚ್ಚಾಗಿ ಸೇವಿಸುವಂತೆ ಸಲಹೆ ನೀಡುತ್ತಾರೆ. ಏಕೆಂದರೆ ಆಂಟಿಬಯಾಟಿಕ್ಸ್ ಔಷಧ ಪಡೆಯುವುದರಿಂದ ಪಾಸಿಟೀವ್ ಬ್ಯಾಕ್ಟೀರಿಯಾಗಳ ಸಮತೋಲನೆ ಅಗತ್ಯವಾಗಿರುತ್ತದೆ. ಇದರ ಜೊತೆಗೆ ನೀವು ವೈದ್ಯರ ಸಲಹೆ ಪಡೆದು ಪ್ರೋಟಮಾಟಿಕ್ಸ್‌ಗಳನ್ನೂ ತೆಗೆದುಕೊಳ್ಳಬಹುದಾಗಿದೆ.

ಮೂತ್ರಕೋಶದ ಕೆಳಭಾಗದಲ್ಲಿನ ಸೋಂಕು ತುಂಬಾ ಅಪಾಯಕರವಾಗಿರುತ್ತದೆ. ನೀವು ಸೂಕ್ತ ಔಷಧೋಪಚಾರ ನಡೆಸದಿದ್ದಲ್ಲಿ ಪ್ರಿಮೆಚೂರ್ ಡೆಲಿವರಿ, ಕಡಿಮೆ ತೂಕದ ಮಗುವಿನ ಜನನ ಮತ್ತು ಇತರ ಸಮಸ್ಯೆಗಳು ತಲೆದೋರುತ್ತವೆ. ಈ ಸ್ಥಿತಿಯ ಲಕ್ಷಣವೆಂದರೆ 103^0 ವರೆಗೆ ಜ್ವರ ಬರುವುದು, ತುಂಬಾ ಚಳಿ ಆಗುವುದು. ಮತ್ತು ಮೂತ್ರದ ಜೊತೆ ರಕ್ತ ಬರುವುದು, ವಾಂತಿ ಆಗುವುದು, ತಲೆ ಸುತ್ತು ಬರುವುದು. ಹೀಗೆ ಆದಾರ ವೈದ್ಯರಲ್ಲಿ ಪರೀಕ್ಷೆ ಮಾಡಿಸಿಕೊಳ್ಳುವುದಕ್ಕೆ ತಡ ಮಾಡಬೇಡಿರಿ.

ಈಸ್ಟ್ ಇನ್ಫೆಕ್ಷನ್

"ನನಗೆ ಈಸ್ಟ್ ಇನ್ಫೆಕ್ಷನ್ ಆಗಿದೆ ಎನಿಸುತ್ತಿದೆ. ಇದಕ್ಕೆ ನಾನೇ ಏನಾದರೂ ಔಷಧ ತೆಗೆದುಕೊಳ್ಳಬಹುದೇ? ಅಥವಾ ವೈದ್ಯರಲ್ಲಿ ಹೋಗುವುದು ಅನಿವಾರ್ಯವೇ?"

ಗರ್ಭಾವಸ್ಥೆಯಲ್ಲಿ ನೀವೇ ಔಷಧ ತೆಗೆದುಕೊಳ್ಳುವ ಅಥವಾ ಚಿಕಿತ್ಸೆ ಮಾಡಿಕೊಳ್ಳುವ ಪ್ರಯತ್ನ ಮಾಡಬೇಡಿ. ಅದು ಈಸ್ಟ್ ಇನ್ಫೆಕ್ಷನ್ ಆದರೂ ಸಹ ಸ್ವಯಂ ಚಿಕಿತ್ಸೆ ಬೇಡ. ಹಿಂದೆ ಅನೇಕ ಬಾರಿ ಆಗಿತ್ತು ಎಂಬ ಕಾರಣಕ್ಕಾಗಿ ನೀವೇ ಚಿಕಿತ್ಸೆ ಮಾಡಿಕೊಳ್ಳುವುದಕ್ಕೆ ಹೋಗಬೇಡಿ. ಈ ಸಂದರ್ಭದಲ್ಲಿ ಖಂಡಿತವಾಗಿ ವೈದ್ಯರಿಗೆ ತೋರಿಸಿಯೇ ಔಷಧೋಪಚಾರ ಮಾಡಿಕೊಳ್ಳಿ. ನಿಮಗೆ ಯಾವ ರೀತಿಯ ಚಿಕಿತ್ಸೆ ನೀಡಬೇಕೆಂದು ವೈದ್ಯರೇ ನಿರ್ಧರಿಸಲಿ. ಇದು ಸಾಧಾರಣ ಈಸ್ಟ್ ಇನ್ಫೆಕ್ಷನ್ ಆದಲ್ಲಿ ಯೋನಿಯಲ್ಲಿ ಬಳಸಲು ಜೆಲ್, ಮುಲಾಮ್ ಅಥವಾ ಕ್ರೀಮ್ ಬರೆದುಕೊಡಬಹುದು. ಗರ್ಭಾವಸ್ಥೆಯಲಕ್ಕಿ ಆಂಟಿ ಈಸ್ಟ್ ಇನ್ಫೆಕ್ಷನ್ ಸ್ಟೆಂಟ್ 'ಪ್ಲೋಕೆನಾಜೋಲ್' ಔಷಧವನ್ನು ಬರೆದುಕೊಡಬಹುದು. ಈ ತೊಂದರೆ ಎರಡು ದಿಮಗಳಿಗಿಂತ ಹೆಚ್ಚು ಇರುವುದಿಲ್ಲ. ಆದರೆ ಈ ಸಮಸ್ಯೆಗೆ ತಾತ್ಕಾಲಿಕ ಪರಿಹಾರ ಮಾತ್ರ ಇರುತ್ತದೆ. ಕೆಲವೇ ದಿನಗಳಲ್ಲಿ ಇದು ಮತ್ತೆ ಕಾಣಿಸಿಕೊಳ್ಳಬಹುದು ಅಥವಾ ಡೆಲಿವರಿವರೆಗೆ ಪದೇಪದೇ ಸತಾಯಿಸಬಹುದು.

ನಿಮ್ಮ ಗುಪ್ತಾಂಗದ ಸ್ವಚ್ಛತೆ ಬಗ್ಗೆ ಪೂರ್ಣ ಗಮನ ನೀಡಬೇಕು. ಕಿರಿಕಿರಿ ಆಗುವಂಥ ಒಳುಡುಪು ತೊಡಬೇಡಿ. ಈ ಭಾಗಕ್ಕೆ ಗಾಳಿ ಆಡುವಂತೆ ನೋಡಿಕೊಳ್ಳಿ. ಇದರ ಜೊತೆಗೆ ಹೆಚ್ಚು ಹೆಚ್ಚು ಮೊಸರು ಸೇವಿಸುವುದನ್ನು ಅಭ್ಯಾಸ ಮಾಡಿಕೊಳ್ಳಿ. ಅಲ್ಲದೇ ವೈದ್ಯರಿಂದ ಯಾವುದಾದರೂ ಒಳ್ಳೆಯ ಪ್ರೋಬಯಾಟಿಕ್ಸ್ ಪೂರಕ ಔಷಧ ಬರೆಸಿಕೊಂಡು ಸೇವಿಸಿರಿ. ಸಕ್ಕರೆ ಮತ್ತು ಮೈದಾ ಪದಾರ್ಥಗಳನ್ನು ಸೇವಿಸದೇ ಇರುವುದು ಒಳ್ಳೆಯದು. ಇದು ಅನೇಕ ಹಿರಿಯರ ಅನುಭವ.

ಹೊಟ್ಟೆಯಲ್ಲಿ ತೊಂದರೆ

"ನನಗೆ ಹೊಟ್ಟೆಯಲ್ಲಿ ಅಪಾರ ತೊಂದರೆ ಇದೆ. ಇದರಿಂದ ಹೊಟ್ಟೆಯ ಮಗುವಿಗೆ ಹಾನಿ ಆಗುವುದೇ?"

ಹೊಟ್ಟೆಯಲ್ಲಿ ತೊಂದರೆ ಮಾರ್ನಿಂಗ್ ಸಿಕ್‌ನೆಸ್‌ಗೆ ತುಂಬಾ ಹೋಲಿಕೆ ಇರುತ್ತದೆ. ಆದ್ದರಿಂದ ಎರಡರ ನಡುವಣ ವ್ಯತ್ಯಾಸ ಬೇಗ ತಿಳಿಯುವುದೇ ಇಲ್ಲ. ಇದರಿಂದ ಹೊಟ್ಟೆಯ ಮಗುವಿಗೆ ಯಾವ ರೀತಿಯ ಹಾನಿ ಇಲ್ಲವಾದರೂ ಎಚ್ಚರಿಕೆ ಅಗತ್ಯ. ಔಷದೋಪಚಾರ ಮಾಡಿಕೊಳ್ಳುವುದು ಅತ್ಯಗತ್ಯ. ನಿಮ್ಮ ಹೊಟ್ಟೆಯಲ್ಲಿ ಹಾರ್ಮೋನ್ ವೈರಸ್ ಇರಬಹುದು ಅಥವಾ ಆಹಾರದ ಕಾರಣ ತೊಂದರೆ ಆಗುತ್ತಿರಬಹುದು. ಚಿಕಿತ್ಸೆ ಒಂದೇ ಇರುತ್ತದೆ. ವಿಶ್ರಾಂತಿ ಪಡೆಯಿರಿ. ದ್ರವ ರೂಪದ ಆಹಾರವನ್ನು ಹೆಚ್ಚಾಗಿ ಸೇವಿಸಿರಿ. ವಾಂತಿ ಆಗುವಂತಿದ್ದರೆ ಹೆಚ್ಚು ಗಮನ ನೀಡಿ ಚಿಕಿತ್ಸೆ ಪಡೆದುಕೊಳ್ಳಿ.

ಮೂತ್ರ ವಿಸರ್ಜನೆಗೆ ಕಷ್ಟವಾಗಿದ್ದರೆ ಅಥವಾ ಮೂತ್ರ ಗಟ್ಟಿಯಾಗಿ ಬಣ್ಣದಿಂದ ಕೂಡಿದ್ದರೆ ನಿಮಗೆ ಡಿಹೈಡ್ರೇಷನ್ ಆಗಿದೆ ಎಂದೇ ಅರ್ಥ. ನಿಧಾನವಾಗಿ ಗುಟುಕು-ಗುಟುಕು ನೀರು ಕುಡಿಯಿರಿ. ಜ್ಯೂಸ್ ಕುಡಿಯುವಾಗ ಸ್ವಲ್ಪ ಹೆಚ್ಚು ನೀರು ಹಾಕಿಕೊಂಡುಕುಡಿಯಿರಿ. ಬೆಚ್ಚಗಿನ ನೀರಿಗೆ ನಿಂಬೆ ರಸವನ್ನು ಹಾಕಿಕೊಂಡು ಕುಡಿಯಿರಿ. ನೀರು ಕುಡಿಯುವುದು ಕಷ್ಟವಾದರೆ ಐಸ್ ಕ್ಯಾಂಡಿ ಚೀಪುವುದನ್ನು ಅಭ್ಯಾಸ ಮಾಡಿಕೊಳ್ಳಿ. ಊಟ ಮಾಡುವಾಗ ಎಷ್ಟು ಸಾಕು ಎನಿಸುವುದೋ ಅಷ್ಟಕ್ಕೇ ನಿಲ್ಲಿಸಿಬಿಡಿ. ಶುಂಠಿ ಕಷಾಯ ಒಳ್ಳೆಯದು. ಅಥವಾ ಯಾವುದಾದರೂ ರೂಪದಲ್ಲಿ ಶುಂಠಿ ಬಳಕೆ ಮಾಡಿರಿ. ಇದರಿಂದ ಸ್ವಲ್ಪ ಆರಾಮ ದೊರೆಯುತ್ತದೆ. ವಾಂತಿ ಆಗುವ ಸಂಭವ ಇಲ್ಲದಿದ್ದರೆ ವಿಟಮಿನ್‌ಯುಕ್ತ ಆಹಾರ ಸೇವಿಸಿರಿ. ಆದರೆ ಸ್ವಲ್ಪ ದಿನ ವಿಟಮಿನ್ ತೆಗೆದುಕೊಳ್ಳದಿದ್ದರೂ ಪರವಾಗಿಲ್ಲ.

ನಿಮಗೆ ವಿಶ್ರಾಂತಿ ಪಡೆಯುವುದಕ್ಕೆ ತೊಂದರೆ ಆಗುತ್ತಿದ್ದರೆ ವೈದ್ಯರಿಗೆ ತೋರಿಸಿ. ದೇಹದಲ್ಲಿ ನೀರಿನ ಅಂಶ ಕಡಿಮೆ ಆದರೂ ಕಿರಿಕಿರಿ ಆಗುತ್ತದೆ. ಆಂಟಿ ಆಸಿಡ್ ಔಷಧಗಳು ಉಪಯುಕ್ತ. ಆದರೆ ಯಾವುದಕ್ಕೂ ವೈದ್ಯರ ಸಲಹೆ ಒಳ್ಳೆಯದು. ತುಂಬಾ ದಿನ ಹೊಟ್ಟೆ ನೋವು ಉಳಿಯಬಾರದು. ಇದು ಒಳ್ಳೆಯದಲ್ಲ. ಉತ್ತಮ ಔಷಧದಿಂದ ಅನುಕೂಲವಾಗುತ್ತದೆ.

ಲಿಸ್ಟಿಯೋಸಿಸ್

"ಗರ್ಭಾವಸ್ಥೆಯಲ್ಲಿ ಕೆಲವು ಬೇಕರಿ ತಿಂಡಿಗಳನ್ನು ತಿನ್ನದಂತೆ ನನ್ನ ಸ್ನೇಹಿತೆಯೊಬ್ಬಳಿಗೆ ವೈದ್ಯರು ಸಲಹೆ ಮಾಡಿದ್ದಾರೆ. ಈ ಆಹಾರದಿಂದ ಆರೋಗ್ಯ ಕೆಡುತ್ತದೆ ಎಂದು ವೈದ್ಯರ ಅಭಿಪ್ರಾಯ. ಇದು ನಿಜವೇ?"

ಪಾಶ್ಚರೈಜೇಷನ್ ಮಾಡದೇ ಇರುವ ಹಾಲು ಅಥವಾ ಹಾಲಿನಿಂದ ಮಾಡಿದ ಪದಾರ್ಥಗಳಿಂದ ಆರೋಗ್ಯ ಕೆಡುವುದು ನಿಜ. ಆದರೆ ಬೆಂದ ಮಾಂಸ, ಆಹಾರ ಅಥವಾ ಹಾಟ್‌ಡಾಗ್‌ನಂಥ ತಿಂಡಿಯಿಂದ ಲಿಸ್ಟೀರಿಯಾ ರೋಗ ಬರುವ ಸಂಭವ ಉಂಟು. ರೋಗ ನಿರೋಧಕ ಶಕ್ತಿ ಕಡಿಮೆ ಇರುವ ಮಕ್ಕಳು ಮತ್ತು ಗರ್ಭವತಿ ಮಹಿಳೆಯರು ಲಿಸ್ಟಿಯೋಸಿಸ್ ಎಂಬ ಕಾಹಿಲೆಗೆ ತುತ್ತಾಗುವ ಸಂಭವ ಹೆಚ್ಚು. ಇದರ ಕೀಟಾಣುಗಳು ರಕ್ತದೊಡನೆ ಸೇರಿಕೊಂಡು ಗರ್ಭಸ್ಥ ಶಿಶುವನ್ನು ತಲುಪಲು ಹೆಚ್ಚು ಸಮಯ ಬೇಕಾಗುವುದಿಲ್ಲ. ಅಲ್ಲದೇ ಇದನ್ನು ಪತ್ತೆ ಮಾಡುವುದೂ ಕಷ್ಟ. ನೀವು ಸೋಂಕು ತಗುಲಿದ ಆಹಾರ ಸೇವಿಸಿದ 12 ರಿಂದ 30 ಗಂಟೆ ಒಳಗಾಗಿ ಯಾವಾಗ ಬೇಕಾದರೂ ಅನಾರೋಗ್ಯ ಲಕ್ಷಣಗಳು ಕಾಣಿಸಿಕೊಳ್ಳಬಹುದು. (ಹೊಟ್ಟೆ ನೋವು, ಜ್ವರ, ಊತ, ಮಾಂಸಖಂಡದಲ್ಲಿ ಸೆಳತ, ವಾಕರಿಕೆ ಅಥವಾ ಭೇದಿ ಇತ್ಯಾದಿ) ಕೆಲವೊಮ್ಮೆ ಈ ಲಕ್ಷಣಗಳನ್ನು ಸರಿಯಾಗಿ ಅರ್ಥ ಮಾಡಿಕೊಳ್ಳುವುದಕ್ಕೇ ಸಾಧ್ಯವಾಗದು. ಆನ್ಟಿಬಯಾಟಿಕ್ ಔಷಧಗಳಿಂದ ಈ ಸಮಸ್ಯೆಗೆ ಪರಿಹಾರ ದೊರಕಿಸಿಕೊಳ್ಳಬಹುದು. ಎಚ್ಚರಿಕೆಯ ಮಾರ್ಗವೆಂದರೆ ಇಂಥ ಆಹಾರವನ್ನು ಸೇವಿಸದೇ ಇರುವುದೇ ವಾಸಿ. ಆಗ ಸೋಂಕಿನಿಂದ ಬಳಲುವ ಪ್ರಶ್ನೆಯೇ ಬಾರದು. ಚಿಕಿತ್ಸೆ ಪಡೆಯುವುದಕ್ಕಿಂತ ಮುನ್ನೆಚ್ಚರಿಕೆಯೇ ಲೇಸು. ಏನೇ ಆದರೂ ಈಗಾಗಲೇ ಇಂಥ ಆಹಾರ ಸೇವಿಸಿದ್ದರೆ ಅದನ್ನು ಯೋಚಿಸುತ್ತ ಕೂಡುವುದರಿಂದ ಪ್ರಯೋಜನವಿಲ್ಲ.

ಟಾಕ್ಸೊಪ್ಲಾಸ್ಮೋಸಿಸ್

"ಬೆಕ್ಕಿನ ಅನುದಿನು ನೋಡಿಕೊಳ್ಳುವ ಕೆಲಸವನ್ನೆಲ್ಲಾ ನನ್ನ ಪತಿಯೇ ಮಾಡುತ್ತಾರೆ. ಆದರೆ ಬೆಕ್ಕಿನ ಜೊತೆ ನಾನು ಬೆರೆಯುತ್ತೇನೆ. ಆದ್ದರಿಂದ ಟಾಕ್ಸೋಪ್ಲಾಸ್ಮೋಸಿಸ್ ಬಗ್ಗೆ ಯೋಚನೆ ಬಂದ ಕೂಡಲೇ ನನಗೆ ಗಾಬರಿಯಾಗತೊಡಗುತ್ತದೆ. ನನಗೆ ಈ ರೋಗವೇನಾದರೂ ತಗುಲಿಬಿಟ್ಟರೆ ಏನು ಮಾಡುವುದು? ಇದು ತಗುಲಿದೆ ಎಂದು ನನಗೆ ತಿಳಿಯುವುದಾದರೂ ಹೇಗೆ?"

ನಿಮಗೆ ಕಾಯಿಲೆ ಬರುವುದಿಲ್ಲವೆಂದೇ ಹಾರೈಸೋಣ. ನೀವು ಬಹಳ ದಿನಗಳಿಂದ ಬೆಕ್ಕಿನ ಜೊತೆ ಒಡನಾಟ ಇಟ್ಟುಕೊಂಡಿದ್ದರೆ ಈಗಾಗಲೇ ನಿಮಗೆ ಸೋಂಕು ತಗುಲಿರುವ ಸಂಭವವನ್ನು ಕೂಡ ತಳ್ಳಿಹಾಕುವಂತಿಲ್ಲ. ಇದರಿಂದ ಈ ವೇಳೆಗಾಗಲೇ ನಿಮ್ಮ ಶರೀರದಲ್ಲಿ ಅದರ ಆಂಟಿ ಬಾಡೀಜ್ ನೆಲೆಗೊಂಡಿರುವ ಸಾಧ್ಯತೆಯೂ ಇದೆ.

ಈ ಪರಿಸ್ಥಿತಿ ಹಾಗೂ ಲಕ್ಷಣಗಳ ನಿಮ್ಮ ಅರಿವಿಗೆ ಈಗಾಗಲೇ ಬಂದಿದ್ದರೆ ವೈದ್ಯರಲ್ಲಿ ಪರೀಕ್ಷೆ ಮಾಡಿಸಿಕೊಳ್ಳುವುದು ಒಳ್ಳೆಯದು. ಅದರೆ ಪರೀಕ್ಷೆಯನ್ನು ಮನೆಯಲ್ಲೇ ಮಾಡಿಸಿಕೊಳ್ಳಬೇಡಿ. ಏಕೆಂದರೆ ಅದು ಖಾತರಿ ಆಗುವುದಿಲ್ಲ. ಬದಲಿಗೆ ವೈದ್ಯರ ಬಳಿಗೇ ಹೋಗಿರಿ. ಅಕಸ್ಮಾತ್ ಕಾಹಿಲೆ ಇದೆ ಎಂದು ಖಾತರಿ. ಆದರೆ ಗಾಬರಿ ಪಡುವ ಅಗತ್ಯವಿಲ್ಲ. ಇದಕ್ಕೆ ಆನ್ಟಿಬಯಾಟಿಕ್ಸ್ ನೀಡಲಾಗುವುದು. ಇದು ರೋಗ ಹೊಟ್ಟೆಯಲ್ಲಿನ ಶಿಶುವಿಗೆ ಹರಡದಂತೆ ತಡೆಯುತ್ತವೆ. ಇನ್ಫೆಕ್ಷನ್ ಇದ್ದರೂ ಗರ್ಭಾವಸ್ಥೆಯ ಆರಂಭದಲ್ಲೇ ಇದನ್ನು ನಿವಾರಿಸಿಕೊಳ್ಳಬಹುದು. ಇಂಥ ಪ್ರಕರಣಗಳು ಬಹಳ ಕಡಿಮೆ. ಶಿಶುವಿಗೆ ಸೋಂಕು ತಗುಲುವುದು ತೀರಾ ಕಡಿಮೆ. ಈಗಂತೂ ಅಲ್ಟ್ರಾಸೌಂಡ್ ಪರೀಕ್ಷೆ ಮೂಲಕ ಶಿಶುವಿಗೆ ಸೋಂಕು ತಗುಲಿದೆಯೇ ಎಂಬುದನ್ನು ಪತ್ತೆ ಮಾಡುವುದೂ ಸಾಧ್ಯವಿದೆ. ಏನೆಂದರೂ ಇದಕ್ಕೆ ಸೂಕ್ತ ಉಪಾಯವೆಂದರೆ ಸೋಂಕು ತಗುಲದಂತೆ ಎಚ್ಚರ ವಹಿಸುವುದೇ ಆಗಿದೆ.

ಸೈಟೋ ಮಿಗೆಲೋ ವೈರಸ್ (ಸಿ.ಎಂ.ಟಿ.)

"ನನ್ನ ಮಗು ಶಾಲೆಯಿಂದ ಒಂದು ಚೀಟಿಯನ್ನು ತಂದಿದ್ದಾನೆ. ಚೀಟಿಯಲ್ಲಿ ಶಾಲೆಯ ಮಕ್ಕಳಿಗೆ ಸೈಟೋಮಿಗೆಲೋ ವೈರಸ್ ತಗುಲಿದೆ ಎಂದು ತಿಳಿಸಲಾಗಿದೆ. ಈ ಸೋಂಕು ನನ್ನ ಗರ್ಭದ ಶಿಶುವಿಗೂ ಹರಡುವ ಸಾಧ್ಯತೆ ಇದೆಯೇ?"

ನಿಮ್ಮ ದೊಡ್ಡ ಮಗುವಿನಿಂದ ಗರ್ಭದ ಶಿಶುವಿಗೆ ಈ ಸೋಂಕು ತಗುಲುವುದಿಲ್ಲ. ನಿಮಗಂತೂ ಚಿಕ್ಕಂದಿನಲ್ಲಿಯೇ ಈ ಸೋಂಕು ಬಂದುಹೋಗಿರುವ ಸಾಧ್ಯತೆ ಹೆಚ್ಚು. ಆದರೆ ಈ ಸೋಂಕು ಮತ್ತೆ ಸಕ್ರಿಯವಾಗುವ ಸಾಧ್ಯತೆಯನ್ನು ತಳ್ಳಿಹಾಕುವಂತಿಲ್ಲ. ಗರ್ಭಾವಸ್ಥೆಯಲ್ಲಿ ನಿಮಗೆ ಸಿಎಂಟಿ ಸೋಂಕು ಉಂಟಾದರೂ ಗರ್ಭಸ್ಥ ಶಿಶುವಿಗೆ ಯಾವುದೇ ಅಪಾಯವಿಲ್ಲ. ನಿಮಗೆ ಎರಡನೇ ಬಾರಿ ಸೋಂಕು ತಗುಲುತ್ತಿದ್ದರಂತೂ ಶಿಶುವಿಗೆ ಅಪಾಯ ಇಲ್ಲವೆಂದೇ ಹೇಳಬಹುದು. ಏನೇ ಆಗಲಿ ಎಚ್ಚರ ವಹಿಸಿ. ದೊಡ್ಡ ಮಗು ತಿಂದು ಬಿಟ್ಟ ಏನನ್ನೂ ನೀವು ತಿನ್ನಬೇಡಿ. ಆ ಮಗುವಿನ ಮಲಮೂತ್ರವನ್ನ ಶುಚಿಗೊಳಿಸಿದ ಬಳಿಕ ನಿಮ್ಮ ಕೈಯನ್ನು ಚೆನ್ನಾಗಿ ತೊಳೆಯಿರಿ. ಮನೆಯನ್ನು ಕೊಳೆ, ಕಸ ಇಲ್ಲದಂತೆ ಇಟ್ಟುಕೊಳ್ಳಿ. ಈ ರೋಗಲಕ್ಷಣಗಳಲ್ಲಿ ಜ್ವರ, ಬಳಲಿಕೆ, ಗಂಟಲಲ್ಲಿ ನೋವು ಗ್ರಂಥಿಗಳಲ್ಲಿ ಬಾವು ಮುಖ್ಯವಾದುದು. ಇಂಥ ಲಕ್ಷಣಗಳು ಕಂಡುಬಂದಾಗ ವೈದ್ಯರಲ್ಲಿ ಚಿಕಿತ್ಸೆ ಪಡೆಯಿರಿ.

ಫಿಫ್ತ್ ಡಿಜೀಜ್

"ಫಿಫ್ತ್ ಡಿಜೀಸ್‌ನಿಂದಲೂ ಗರ್ಭಾವಸ್ಥೆಯಲ್ಲಿ ತೊಂದರೆ ಆಗುತ್ತದೆ ಎಂದು ಕೇಳಿದ್ದೇನೆ. ಇದಕ್ಕೆ ಪರಿಹಾರವೇನು?"

ಒಟ್ಟು ಆರು ರೋಗಗಳ ಪೈಕಿ ಇದು ಐದನೇ ಕಾಯಿಲೆ. ಇದು ಮಕ್ಕಳಲ್ಲಿ ಜ್ವರವನ್ನು ಉಂಟು ಮಾಡುತ್ತದೆ. ಚಿಕನ್ ಪಾಕ್ಸ್ ಅಥವಾ ಮೀಸಲ್ಸ್ ಇದಕ್ಕೆ ಸಂಬಂಧಪಟ್ಟ ಕಾಹಿಲೆಯೇ ಆಗಿರುತ್ತದೆ. ಈ ರೋಗದ ಲಕ್ಷಣಗಳು ಮೇಲುನೋಟಕ್ಕೆ ಕಾಣಿಸಿಕೊಳ್ಳುವುದು ಕಡಿಮೆ. ಶೇಕಡಾ 15–20 ಪ್ರಕರಣಗಳಲ್ಲಿ ಮಾತ್ರ ಲಕ್ಷಣಗಳು ಅನುಭವಕ್ಕೆ ಬರುತ್ತವೆ.

ಸಾಮಾನ್ಯವಾಗಿ ಎಲ್ಲರಿಗೂ ಚಿಕ್ಕಂದಿನಲ್ಲಿ ಈ ಕಾಯಿಲೆ ಬಂದು ಹೋಗಿರುತ್ತದೆ. ಕಿಶೋರಾವಸ್ಥೆಯಲ್ಲಿ ಈ ರೋಗದ ಸೋಂಕು ತಗುಲುವುದು ಇಲ್ಲವೇ ಇಲ್ಲ ಎನ್ನುವಷ್ಟು ಕಡಿಮೆ. ನಿಮಗೇನಾದರೂ ಈ ಸೋಂಕು ತಗುಲಿ ಗರ್ಭಸ್ಥ ಶಿಶುವಿಗೂ ಹರಡಿದರೆ ಅದಕ್ಕೆ ರಕ್ತಹೀನತೆ ಉಂಟಾಗುತ್ತದೆ. ವೈದ್ಯರು ಅಲ್ಟ್ರಾಸೌಂಡ್ ಮೂಲಕ ಆಗಾಗ ಶಿಶುವಿನ ಬಗ್ಗೆ ಮಾಹಿತಿ ಪಡೆಯುತ್ತಲೇ ಇರುತ್ತಾರೆ.

ಗರ್ಭ ಧರಿಸಿದ ಆರಂಭದ ದಿನಗಳಲ್ಲಿ ಈ ಸೋಂಕು ಉಂಟಾದರೆ ಗರ್ಭಪಾತವಾಗುವ ಸಂಭವವೂ ಉಂಟು. ಹೆಚ್ಚಿನ ಗರ್ಭವತಿಯರಿಗೆ ಈ ಸೋಂಕು ತಗುಲುವುದಿಲ್ಲವಾದರೂ ಈ ಸ್ಥಿತಿಯಲ್ಲಿ ಎಲ್ಲದರ ಬಗೆಗೂ ಎಚ್ಚರಿಕೆ ವಹಿಸಬೇಕಾದುದು ಅಗತ್ಯ.

ಮೀಸೆಲ್ಸ್

"ಚಿಕ್ಕಂದಿನಲ್ಲಿ ನಾನು ಮೀಸಲ್ಸ್ ಚುಚ್ಚುಮದ್ದು ಹಾಕಿಸಿಕೊಂಡಿದ್ದೆನೋ ಇಲ್ಲವೋ ನೆನಪಿಲ್ಲ. ಈಗ ಇಂಥ ಚುಚ್ಚುಮದ್ದು ಹಾಕಿಸಿಕೊಳ್ಳಬೇಕಾ?"

ಬೇಕಿಲ್ಲ. ಸಾಮಾನ್ಯವಾಗಿ ಗರ್ಭಿಣಿಯರಿಗೆ ಇಂಥ ಚುಚ್ಚುಮದ್ದು ನೀಡುವುದಿಲ್ಲ. ಹೆಚ್ಚಿನವರಿಗೆ ಚಿಕ್ಕಂದಿನಲ್ಲಿ ಮೀಸಲ್ಸ್ ಸೋಂಕು ತಗುಲಿ ವಾಸಿಯಾಗಿರುತ್ತದೆ. ಅಥವಾ ಚುಚ್ಚುಮದ್ದು ಹಾಕಿಸಿಕೊಂಡಿರುತ್ತಾರೆ. ನಿಮಗೆ ಅಥವಾ ನಿಮ್ಮ ತಂದೆ–ತಾಯಿಗೆ ಈ ಬಗ್ಗೆ ನೆನಪು ಇಲ್ಲವಾದರೆ ಅಥವಾ ನಿಮ್ಮ ವೈದ್ಯಕೀಯ ವರದಿಯಿಂದ ಇದು ತಿಳಿಯಲು ಸಾಧ್ಯವಾಗದಿದ್ದರೆ ನೀವು ಈ ರೋಗ

ನಿರೋಧಕವಾಗಿದ್ದೀರಾ ಅಥವಾ ಇಲ್ಲವೇ ಎಂಬುದನ್ನು ವೈದ್ಯರು ಪತ್ತೆ ಮಾಡಬಹುದು.

ಅಕಸ್ಮಾತ್ತಾಗಿ ನಿಮಗೆ ಈ ಕಾಯಿಲೆ ಉಂಟಾದರೆ ವೈದ್ಯರು ಇದನ್ನು ನಿಭಾಯಿಸುತ್ತಾರೆ. ಈ ಸೋಂಕಿನಿಂದ ಪ್ರಿಮೆಚೂರ್ ಡೆಲಿವರಿ ಅಥವಾ ಗರ್ಭಪಾತದ ಸಂಭವ ಹೆಚ್ಚುವುದು ನಿಜವಾದರೂ ಶಿಶುವಿಗೆ ಊನಾಂಗವಾಗುವ ಸಾಧ್ಯತೆ ಇಲ್ಲ. ಡೆಲಿವರಿಯ ದಿನಗಳು ಹತ್ತಿರವಿದ್ದರೆ ಶಿಶುವಿಗೂ ಸೋಂಕು ತಗಲುವ ಸಾಧ್ಯತೆ ಇದೆ. ಗಾಮಾಗ್ಲೋಬೂಲಿನ್ ಮೂಲಕ ಸೋಂಕನ್ನು ಸಾಕಷ್ಟು ತಡೆಯಬಹುದು./

ಮಮ್ಸ್

"ನನ್ನ ಸಹೋದ್ಯೋಗಿಯೊಬ್ಬರಿಗೆ ಮಮ್ಸ್ ಆಗಿದೆ. ನಾನೂ ಈ ಸೋಂಕು ನಿರೋಧಕ ಚುಚ್ಚುಮದ್ದು ಹಾಕಿಸಿಕೊಳ್ಳಬೇಕೆ?"

ಹೀಗಾಗುವ ಸಂಭವವಿಲ್ಲ. ಏಕೆಂದರೆ ನಿಮಗೂ ಎಮ್‌ಎಮ್‌ಆರ್ ಚುಚ್ಚುಮದ್ದು ಹಾಕಿರಲೇಬೇಕು. ಈ ಬಗ್ಗೆ ನಿಮ್ಮ ತಂದೆ ತಾಯಿ ಅಥವಾ ಕುಟುಂಬದ ಇತರ ಹಿರಿಯರಲ್ಲಿ ಕೇಳಿ ತಿಳಿದುಕೊಂಡು ನಿಶ್ಚಿಂತೆಯಿಂದಿರಿ. ಅಕಸ್ಮಾತ್ ನಿಮಗೆ ಈಗಾಗಲೇ ಚುಚ್ಚುಮದ್ದು ಹಾಕಿಲ್ಲವಾದರೆ ಈಗ ಹಾಕಿಸಿಕೊಳ್ಳಬಹುದು. ಇದರಿಂದ ನಿಮ್ಮ ಗರ್ಭದ ಭ್ರೂಣಕ್ಕೆ ಯಾವ ಅಪಾಯವೂ ಇಲ್ಲ. ಆದರೆ ಅವರಿಗೆ ಮೊದಲೇ ಡೆಲಿವರಿ ಅಥವಾ ಗರ್ಭಪಾತದ ಅಪಾಯವಿರುತ್ತದೆ. ಆದ್ದರಿಂದ ಸೋಂಕಿನ ಮೊದಲ ಲಕ್ಷಣ ಕಂಡ ಕೂಡಲೇ ಎಚ್ಚೆತ್ತುಕೊಳ್ಳಿ. ಜ್ವರ, ಹೊಟ್ಟೆ ಹಸಿಯದೇ ಇರುವುದು, ಕಿವಿ ನೋವು, ಆಹಾರ ಅಗಿಯುವಾಗ ನೋವು ಇದರ ಲಕ್ಷಣಗಳು. ಇಂಥ ಲಕ್ಷಣ ಕಂಡುಬಂದ ಕೂಡಲೇ ವೈದ್ಯರ ಸಲಹೆ ಪಡೆದು ಚಿಕಿತ್ಸೆಗೆ ಒಳಗಾಗಿರಿ. ಎಚ್ಚರಿಕೆಯ ಕ್ರಮವಾಗಿ ಗರ್ಭ ಧರಿಸುವ ಮುನ್ನವೇ ಎಮ್‌ಎಮ್‌ಆರ್ ಚುಚ್ಚುಮದ್ದು ಹಾಕಿಸಿಕೊಳ್ಳಿರಿ.

ಆರೋಗ್ಯದಿಂದ ಇರಿ

ಗರ್ಭಾವಸ್ಥೆಯಲ್ಲಿ ಮುನ್ನೆಚ್ಚರಿಕೆಯೇ ಸರಿಯಾದ ಮಾರ್ಗ. ಮೊಟ್ಟಮೊದಲನೆಯದಾಗಿ ಒಳ್ಳೆಯ ಪೌಷ್ಟಿಕ ಆಹಾರ ಸೇವಿಸಿ. ಇದರಿಂದ ನಿಮ್ಮ ಗರ್ಭನಿರೋಧಕ ಶಕ್ತಿ ಹೆಚ್ಚುತ್ತದೆ. ಚೆನ್ನಾಗಿ ನಿದ್ರೆ ಮಾಡಿ, ವ್ಯಾಯಾಮ ಮಾಡಿ, ಟೆನ್ಷನ್ ಮಾಡಿಕೊಳ್ಳದೇ ಸದಾ ಶಾಂತವಾಗಿರಿ. ಬಹಳ ಬೇಗ ಸೋಂಕು ತಗಲುವ ಸಾಧ್ಯತೆ ಇರುವುದರಿಂದ ರೋಗಿಗಳಿಂದ ದೂರವಿರಿ. ಮನೆಯಿಂದ ಹೊರಗೆ ಇರುವಾಗ ಮುಖ ಅಥವಾ ಮೂಗನ್ನು ಮುಚ್ಚಿಕೊಳ್ಳಿ. ಮೂಗಿನಲ್ಲಿ ನೀರು ಇಳಿಯುತ್ತಿರುವ ವ್ಯಕ್ತಿಗಳ ಕೈ ಮುಟ್ಟಬೇಡಿ. ಸಾಮಾನ್ಯವಾಗಿ ಕೈಗಳಿಂದ ಸೋಂಕು ಹರಡುತ್ತದೆ. ಆದ್ದರಿಂದ ಬೆಚ್ಚನೆಯ ನೀರಿನಿಂದ ಆಗಾಗ ಕೈತೊಳೆಯಿರಿ. ಊಟಕ್ಕೆ ಮೊದಲಂತೂ ಕಡ್ಡಾಯವಾಗಿ ಕೈತೊಳೆಯಿರಿ. ಮನೆಯ ಇತರ ವ್ಯಕ್ತಿಗಳು ತಿಂದುಬಿಟ್ಟ ಏನನ್ನೂ ತಿನ್ನಬೇಡಿ. ಮಕ್ಕಳಿಗೆ ಮುತ್ತಿಡಬೇಡಿ. ಮಕ್ಕಳ ಕೊಳೆ ಬಟ್ಟೆ ಒಗೆದ ಬಳಿಕ ಚೆನ್ನಾಗಿ ಕೈತೊಳೆಯಿರಿ. ಮಕ್ಕಳು ಕೆಮ್ಮುವಾಗ, ಸೀನುವಾಗ ಕೈ ಅಡ್ಡ ಇಟ್ಟುಕೊಳ್ಳುವ ಬದಲು ಬಟ್ಟೆ ಅಡ್ಡ ಇಟ್ಟುಕೊಳ್ಳುವುದು ಒಳ್ಳೆಯದು. ಏಕೆಂದರೆ ಮೊದಲೇ ಹೇಳಿದಂತೆ ಕೈಗಳಿಂದ ಶೀಘ್ರವಾಗಿ ಸೋಂಕು ಹರಡುತ್ತದೆ.

ಮಕ್ಕಳು ಬಳಸುವ ಫೋನ್, ಬೋರ್ಡ್, ರಿಮೋಟ್ ಇತ್ಯಾದಿಗಳ ಮೇಲೆ ಸ್ಪ್ರೇ ಮಾಡಿರಿ. ನಿಮ್ಮ ಹಿರಿಯ ಮಗುವಿಗೆ ಯಾವುದೇ ಬಗೆಯ ಸೋಂಕು ತಗುಲಿದರೂ ಕೂಡಲೇ ವೈದ್ಯರಿಗೆ ತೋರಿಸಲು ತಡ ಮಾಡಬೇಡಿ. ನಿಮ್ಮ ಸಾಕುಪ್ರಾಣಿಗಳನ್ನು ಸ್ವಚ್ಛವಾಗಿ ಇಡಿ ಮತ್ತು ಸಮಯಕ್ಕೆ ಸರಿಯಾಗಿ ಚುಚ್ಚುಮದ್ದುಗಳನ್ನು ಹಾಕಿಸಿ. ಮನೆಯಲ್ಲಿ ಬೆಕ್ಕು ಇದ್ದರೆ ಟಾಕ್ಸೋಪ್ಲಾಜ್ಮೋಸಿಸ್‌ನಿಂದ ಪಾರಾಗುವ ಉಪಾಯ ಅನುಸರಿಸಿ. ಲಾಮ್ ಡಿಜೀಜ್ ಅಪಾಯವಿದ್ದರೆ ಕೂಡಲೇ ಪರಿಹಾರ ಕ್ರಮಗಳನ್ನು ಕೈಗೊಳ್ಳಿರಿ. ಒಬ್ಬರ ಟೂತ್‌ಬ್ರಶ್ ಇನ್ನೊಬ್ಬರು ಬಳಸಬೇಡಿರಿ. ಗಾರ್ಗಲಿಂಗ್ ಮಾಡಲು ಡಿಸ್ಪೋಸಬಲ್ ಕಪ್‌ಗಳನ್ನು ಬಳಸಿ. ಪೇಟೆಯಲ್ಲಿ ದೊರೆಯುವ ತಿಂಡಿ ತಿನಿಸುಗಳನ್ನು ತಿನ್ನಬೇಡಿ.

ರೂಬೆಲಾ

"ವಿದೇಶ ಪ್ರವಾಸದ ಸಮಯದಲ್ಲಿ ರೂಬೆಲಾಕ್ಕೆ ತುತ್ತಾಗುವ ಸಂಭವ ಇರುತ್ತದೆ. ನಾನು ಈ ಬಗ್ಗೆ ಎಚ್ಚರವಹಿಸಬೇಕೆ?"

ನೀವು ಈ ಬಗ್ಗೆ ಹೆಚ್ಚು ಆತಂಕಪಡುವ ಅಗತ್ಯವಿಲ್ಲವೆನಿಸುತ್ತದೆ. ಇದಕ್ಕೆ ನೀವು ಪಡೆದಿರುವ ಚುಚ್ಚುಮದ್ದಿನ ಬಗ್ಗೆ ನಿಮಗೆ ಸಮಾಧಾನವಿಲ್ಲದಿದ್ದರೆ ಒಮ್ಮೆ ವೈದ್ಯರ ಬಳಿ ಹೋಗಿ ಪರೀಕ್ಷೆ ಮಾಡಿಸಿಕೊಳ್ಳಿರಿ. ರೂಬೆಲಾ ಆಂಟಿಬಾಡಿ ಹೀಟರ್‌ನಿಂದ ದೇಹದಲ್ಲಿ ಆನ್ಟಿಬಾಡಿ ಎಷ್ಟಿದೆ ಎಂಬುದನ್ನು ತಿಳಿಯಲಾಗುತ್ತದೆ. ವೈದ್ಯರ ಬಳಿ ಮೊದಲ ಸಲ ಹೋದಾಗಲೇ ಈ ಬಗ್ಗೆ ಪರೀಕ್ಷೆ ಮಾಡಿಸಿಕೊಳ್ಳಿ. ಈವರೆಗೆ ಆನ್ಟಿಬಾಡಿ ಸ್ತರ ಪತ್ತೆ ಪರೀಕ್ಷೆ ಮಾಡಿಸಿಕೊಳ್ಳದೇ ಇದ್ದಲ್ಲಿ ನೀವು ಈಗ ಅದನ್ನು ಅಗತ್ಯವಾಗಿ ಮಾಡಿಸಿಕೊಳ್ಳಿರಿ. ಗರ್ಭಾವಸ್ಥೆಯಲ್ಲಿ ನಿಮಗೆ ರೂಬೆಲಾ ಸೋಂಕು ತಗುಲಿದ್ದರೂ ಯಾವ ಸಮಯದಲ್ಲಿ ಸೋಂಕು ತಗುಲಿತು ಎನ್ನುವುದರ ಮೇಲೆ ಸೋಂಕಿನ ಪರಿಣಾಮ ತಿಳಿಯಬಹುದು. ಉದಾಹರಣೆಗೆ ಗರ್ಭ ಧರಿಸಿದ ಮೊದಲ ವಾರದಲ್ಲಿಯೇ ಸೋಂಕು ತಗುಲಿದ್ದರೆ ಗರ್ಭಸ್ಥ ಶಿಶುವಿನ ಮೇಲೆ ಅಧಿಕ ಪರಿಣಾಮ ಬರುತ್ತದೆ. ವಿಕೃತಿ ಉಂಟಾಗುವ ಸಾಧ್ಯತೆ ಇದೆ. ಮೂರನೆಯ ತಿಂಗಳ ಬಳಿಕ ಸೋಂಕು ತಗುಲಿದ್ದರೆ ಈ ಅಪಾಯ ಹೆಚ್ಚಾಗಿ ಇರುವುದಿಲ್ಲ.

ನೀವು ಗರ್ಭ ಧರಿಸುವ ಮೊದಲೇ ಚುಚ್ಚುಮದ್ದು ಹಾಕಿಸಿಕೊಂಡಿದ್ದರೆ ಕನಿಷ್ಠ ಒಂದು ತಿಂಗಳವರೆಗೆ ಗರ್ಭಧಾರಣೆಯನ್ನು ತಡೆಯುವಂತೆ ವೈದ್ಯರು ಸಲಹೆ ನೀಡುತ್ತಾರೆ.

ಚಿಕನ್ ಪಾಕ್ಸ್

"ನನ್ನ ಮೊದಲ ಮಗುವಿಗೆ ಇತರ ಹುಡುಗರಿಂದ ಚಿಕನ್ ಪಾಕ್ಸ್ ಸೋಂಕು ತಗುಲಿದೆ. ಇದರಿಂದ ನನ್ನ ಗರ್ಭದಲ್ಲಿರುವ ಶಿಶುವಿಗೆ ಅಪಾಯವಿದೆಯೇ?"

ಗರ್ಭಸ್ಥ ಶಿಶುವಿಗೆ ಕೇವಲ ತಾಯಿಯಿಂದ ಮಾತ್ರ ಸೋಂಕು ತಗುಲುವ ಅಪಾಯವಿದೆ. ನಿಮಗೆ ಚಿಕ್ಕಂದಿನಲ್ಲೇ ಚಿಕನ್‌ಪಾಕ್ಸ್ ಆಗಿರಬಹುದು ಎಂದುಕೊಂಡಿದ್ದೇವೆ. ನೀವು ಆಗ ಚುಚ್ಚುಮದ್ದು ಹಾಕಿಸಿಕೊಂಡಿದ್ದರೆ ಅಪಾಯವಿಲ್ಲ. ನಿಮ್ಮ ಮನೆ ವೈದ್ಯರು ಅಥವಾ ತಂದೆ ತಾಯಿಯಿಂದ ಈ ಬಗ್ಗೆ ಖಾತರಿ ಪಡಿಸಿಕೊಳ್ಳಿರಿ. ಅಕಸ್ಮಾತ್ ನಿಮಗೆ ಯಾರಿಂದಲಾದರೂ ಸೋಂಕು ತಗುಲಿದರೂ 96 ಗಂಟೆಗಳ ಒಳಗಾಗಿ ಚುಚ್ಚುಮದ್ದು ಹಾಕಿಸಿಕೊಳ್ಳಿರಿ. ಇದರಿಂದ ಅನೇಕ ಸಮಸ್ಯೆಗಳಿಂದ ನೀವು ಪಾರಾಗಬಹುದು. ಏನಾದರೂ ನಿಮ್ಮ ಸೋಂಕು ಸ್ಥಿತಿ ಗಂಭೀರವಾಗಿದ್ದರೆ ಆಂಟಿವೈರಸ್ ಔಷಧಗಳಿಂದ ಪರಿಸ್ಥಿತಿಯನ್ನು ನಿವಾರಿಸಿಕೊಳ್ಳಬಹುದು. ಡೆಲಿವರಿಯ ಸಮಯದಲ್ಲಿ ಏನಾದರೂ ಚಿಕನ್ ಪಾಕ್ಸ್ ಸೋಂಕು ತಗುಲಿದರೆ ಶಿಶುವಿಗೂ ಈ ಸೋಂಕು ತಗುಲುವ ಸಾಧ್ಯತೆ ಇದೆ. ಇದಕ್ಕಾಗಿ ವೈದ್ಯರು ಮೊದಲೇ ಆನ್ಟಿಬಾಡೀಸ್ ನೀಡುತ್ತಾರೆ. ಅಕಸ್ಮಾತ್ ಹರ್ಸ್‌ಜಾಸ್ಟರ್ ಆದರೂ ನಿಮಗೆ ಮೊದಲೇ ಆಂಟಿ ಬಾಡೀಸ್ ನೀಡಿರುವ ಕಾರಣ ಆತಂಕಗೊಳ್ಳುವ ಅಗತ್ಯವಿಲ್ಲ. ನಿಮಗೆ ಈ ಚುಚ್ಚುಮದ್ದು ನೀಡಿಲ್ಲವೆಂದೇ ಆದರೆ ಡೆಲಿವರಿಯಾದ ಬಳಿಕ ಚುಚ್ಚುವುದ್ದು ಹಾಕಿಸಿಕೊಳ್ಳಿ. ಇದು ಮತ್ತೊಮ್ಮೆ ಗರ್ಭಧಾರಣೆಗೆ ಸಮಯದ ಮುನ್ನೆಚ್ಚರಿಕೆಯಾಗಿರುತ್ತದೆ.

ಲಾಯ್ಮ್ ಡಿಸೀಸ್

"ನಾನಿರುವ ಪ್ರದೇಶದಲ್ಲಿ ಲಾಯ್ಮ್ ಡಿಸೀಸ್ ಬಹಳ ಹರಡಿದೆ. ಇದರಿಂದ ಗರ್ಭಾವಸ್ಥೆಯಲ್ಲಿ ಅಪಾಯ ಆಗಬಹುದೇ?"

ಸಾಮಾನ್ಯವಾಗಿ ಕಾಡುಗಳ ಸಮೀಪ ವಾಸಿಸುವ ಜನರಲ್ಲಿ ಜಿಂಕೆ, ಇಲಿ ಮತ್ತು ಇತರ ಕೆಲವು ಪ್ರಾಣಿಗಳ ಜೊತೆಗೆ ಬದುಕುವ ಕಾರಣ ಈ ಕಾಹಿಲೆ ಕಾಣಿಸಿಕೊಳ್ಳುತ್ತದೆ. ನೀವು ಪಟ್ಟಣಗಳಲ್ಲಿ ವಾಸವಿದ್ದರೂ ರೈತರಿಂದ ಬರುವ ತರಕಾರಿಯನ್ನೇ ಬಳಸುವ ಕಾರಣ ಈ ಸೋಂಕು ತಗಲುವ ಅಪಾಯ ಇದ್ದೇ ಇದೆ. ಇದಕ್ಕಾಗಿ ಕೆಲವು ಎಚ್ಚರಿಕೆ ಕ್ರಮಗಳನ್ನು ಅನುಸರಿಸಿರಿ. ಹತ್ತಿರದ ಮೈದಾನದ ಮೂಲಕ ಓಡಾಡುವಾಗ ಕಾಲು ಮುಚ್ಚುವಂಥ ಪ್ಯಾಂಟು ಧರಿಸಿ, ಕಾಲಿಗೆ ಚಪ್ಪಲಿ ಹಾಕಿಕೊಳ್ಳಿರಿ. ಓಡಾಡುವಾಗ ಕಾಲಿಗೆ ಏನೂ ಮೆತ್ತಿಕೊಳ್ಳದಂತೆ ಜೋಪಾನ ವಹಿಸಿ. ಹುಳಹುಪ್ಪಟೆ ಕಾಲಿಗೆ ಅಂಟಿಕೊಂಡು ಕಡಿದರೆ ಇದರಿಂದ ಬಳಲಿಕೆ, ತಲೆನೋವು, ಗಂಟಲು ನೋವು ಬರುತ್ತದೆ. ಜ್ವರವೂ ಬರಬಹುದು. ಹೀಗೇನಾದರೂ ಆದರೆ ಕೂಡಲೇ ವೈದ್ಯರಿಗೆ ತೋರಿಸಿ. ಇಲ್ಲವಾದರೆ ಪರಿಸ್ಥಿತಿ ಕೆಡುತ್ತದೆ. ನೀವು ಸೂಕ್ತ ಸಮಯದಲ್ಲಿ ಲಾಯ್ಮ್ ಡಿಸೀಸ್‌ಗೆ ಔಷಧ ತೆಗೆದುಕೊಂಡಿದ್ದರೆ ಯಾವ ಅಪಾಯ ಉಂಟಾಗದು.

ಹೆಪಟೈಟಿಸ್ ಎ

"ನಾನು ಶಿಶುವಿಹಾರದಲ್ಲಿ ಕೆಲಸ ಮಾಡುತ್ತೇನೆ ಅಲ್ಲಿ ಒಂದು ಮಗುವಿಗೆ ಹೆಪಟೈಟಿಸ್ ಆಗಿತ್ತು. ಇದರಿಂದ ನನ್ನ ಹೊಟ್ಟೆಯ ಮಗುವಿಗೆ ಅಪಾಯವಿದೆಯೇ?"

ಈ ಸೋಂಕಿನ ಲಕ್ಷಣಗಳು ತಕ್ಷಣಕ್ಕೆ ಕಾಣುವುದಿಲ್ಲ. ಆದರೆ ಸೋಂಕು ಭ್ರೂಣದವರೆಗೆ ತಲುಪುವ ಸಾಧ್ಯತೆ ಕಡಿಮೆ. ಅಕಸ್ಮಾತ್ ಈ ರೀತಿ ಸೋಂಕು ತಗುಲಿದರೂ ಗರ್ಭಾವಸ್ಥೆಯಲ್ಲಿ ಯಾವ ಅಪಾಯವೂ ಇಲ್ಲ. ಏನೇ ಆದರೂ ಎಚ್ಚರವಹಿಸುವುದು ಅಗತ್ಯ. ನೀವು ಹೆಪಟೈಟಿಸ್ ತಗುಲಿರುವ ಮಕ್ಕಳ ಶುಶ್ರೂಷೆ ಮಾಡುವಾಗ ಪದೇಪದೇ ಕೈತೊಳೆದುಕೊಳ್ಳಿರಿ ಮತ್ತು ಆಗಾಗ ಕೈತೊಳೆಯುವುದನ್ನು ಅಭ್ಯಾಸ ಮಾಡಿಕೊಳ್ಳಿ. ಏನಾದರೂ ತಿನ್ನುವ ಮೊದಲು ಕೈತೊಳೆಯಿರಿ. ಈ ಸೋಂಕಿನ ಚುಚ್ಚುಮದ್ದು ಕುರಿತು ವೈದ್ಯರ ಸಲಹೆ ಪಡೆಯಬಹುದು.

ಹೆಪಟೈಟಿಸ್ ಬಿ

"ನಾನು ಗರ್ಭಿಣಿ ಮತ್ತು ಹೆಪಟೈಟಿಸ್ ಬಿ ಆಗಿದೆ. ಇದರಿಂದ ಶಿಶುವಿಗೆ ಅಪಾಯವಿದೆಯೇ?"

ಡೆಲಿವರಿ ಸಮಯದಲ್ಲಿ ಈ ಸೋಂಕು ಶಿಶುವಿಗೆ ಹರಡಿಕೊಳ್ಳುತ್ತದೆ. ವೈದ್ಯರು ಇದನ್ನು ತಪ್ಪಿಸಲು ಮುನ್ನೆಚ್ಚರಿಕೆ ಕ್ರಮಗಳನ್ನು ತೆಗೆದುಕೊಳ್ಳುತ್ತಾರೆ. ವೈದ್ಯರ ಸಲಹೆ ಪಡೆಯಿರಿ. ಶಿಶುವಿನ ಜನನವಾದ 12 ಗಂಟೆಯ ಒಳಗಾಗಿ ಔಷಧವನ್ನು ನೀಡಲಾಗುವುದು. ಇದರಿಂದ ಸೋಂಕು ತಗಲುವುದನ್ನು ತಡೆಯಬಹುದು. ಮಗುವಿಗೆ ಎಲ್ಲ ಬಗೆಯ ಚುಚ್ಚುಮದ್ದು ನೀಡಿದ ಬಳಿಕ 12 ರಿಂದ 15 ತಿಂಗಳ ನಂತರ ವೈದ್ಯರು ಈ ಬಗ್ಗೆ ಮತ್ತೊಮ್ಮೆ ಪರೀಕ್ಷೆ ಮಾಡುವರು. ಏಕೆಂದರೆ ಸೋಂಕು ಉಳಿದಿದೆಯೋ ಎಂಬುದನ್ನು ಖಾತರಿ ಮಾಡಿಕೊಳ್ಳುವುದು ಅತ್ಯಗತ್ಯ.

ಹೆಪಟೈಟಿಸ್ ಸಿ

"ಗರ್ಭಾವಸ್ಥೆಯಲ್ಲಿ ನಾನು ಹೆಪಟೈಟಿಸ್ ಸಿ ಸೋಂಕಿನ ಬಗ್ಗೆ ಎಚ್ಚರವಹಿಸಬೇಕಾಗುವುದೇ?"

ಈ ಸೋಂಕು ಡೆಲಿವರಿಯ ಸಮಯದಲ್ಲಿ ತಾಯಿಯಿಂದ ಮಗುವಿಗೆ ತಗಲುವ ಸಾಧ್ಯತೆ ಇದೆ. ಆದರೆ ಸೋಂಕು ತಗುಲಿದ ಪಕ್ಷದಲ್ಲಿ ಇದಕ್ಕೆ ಡೆಲಿವರಿಯ ನಂತರವೇ ಔಷಧೋಪಚಾರ ಮಾಡಲಾಗುತ್ತದೆ.

ಬೈಲ್ಸ್ ಪಾಲ್ಸಿ

"ಬೆಳಗ್ಗೆ ಎದ್ದಾಗ ಕಿವಿಯ ಹಿಂದೆ ನೋವು ಇತ್ತು. ಜೊತೆಗೆ ಏನೋ ಕಸಿವಿಸಿ ಆಗುತ್ತಿತ್ತು. ಕನ್ನಡಿಯಲ್ಲಿ ಮುಖ ನೋಡಿಕೊಂಡೆ. ಮುಖದ ಒಂದು ಭಾಗ ಇಳಿ ಬಿದ್ದ ಹಾಗೆ ಭಾಸವಾಗುತ್ತಿತು ಇದು ಏನು?"

ಈ ಸ್ಥಿತಿಯಲ್ಲಿ ಮುಖದ ಒಂದು ಕಡೆಯ ಮಾಂಸಖಂಡಕ್ಕೆ ಪೆಟ್ಟು ಬಿದ್ದ ಹಾಗೆ ಆಗಿರುತ್ತದೆ. ಆದ್ದರಿಂದ ಆ ಭಾಗಕ್ಕೆ ಲಕ್ವಾ ಹೊಡೆದಂತೆ ಆಗಿರುತ್ತದೆ. ಗರ್ಭಾವಸ್ಥೆಯ ಮೂರನೇ ತ್ರೈಮಾಸಿಕದಲ್ಲಿ ಅಥವಾ ಪ್ರಸವದ ಸಮಯದಲ್ಲಿ ಹೀಗೆ ಆಗುವ ಸಂಭವ ಹೆಚ್ಚು. ಇದು ಇದ್ದಕ್ಕಿದ್ದಂತೆ ಆಗುತ್ತದೆ. ರಾತ್ರಿ ಮಲಗಿ ಬೆಳಗ್ಗೆ ಏಳುವ ವೇಳೆಗೆ ಇದು ತೋರಿಸಿಕೊಳ್ಳುತ್ತದೆ. ಇದು ತುಂಬಾ ತಾತ್ಕಾಲಿಕ ಸ್ಥಿತಿ. ಆದರೆ ಹೀಗೆ ಆಗುವುದಕ್ಕೆ ಏನು ಕಾರಣ ಇದುವರೆಗೂ ಗೊತ್ತಾಗಿಲ್ಲ. ಇದು ಬ್ಯಾಕ್ಟೀರಿಯಾ ಸೋಂಕಿನಿಂದ ಆಗುವ ಸ್ಥಿತಿ ಎನ್ನಲಾಗುವುದು. ಇದರಲ್ಲಿ ಲಕ್ವಾದ ಜೊತೆಗೆ ಕಿವಿ ಹಿಂದೆ, ನೋವು, ತಲೆನೋವು, ಮುಖಚರ್ಯೆ ಬದಲಾಗುವುದು, ಮಾತನಾಡಲು ಕಷ್ಟವಾಗುವುದು ಇತ್ಯಾದಿ ಲಕ್ಷಣಗಳೂ ಕಾಣಿಸಿಕೊಳ್ಳುತ್ತವೆ. ಇದು ಅಷ್ಟೇನೂ ಗಂಭೀರವಾದ ಸೋಂಕಲ್ಲ. ಆರು ತಿಂಗಳ ಕಾಲ ಚಿಕಿತ್ಸೆ ಪಡೆದರೆ ಎಲ್ಲಾ ಸರಿಹೋಗುತ್ತದೆ. ಇದರಿಂದ ಹೊಟ್ಟೆಯಲ್ಲಿರುವ ಮಗುವಿಗೆ ಯಾವ ಅಪಾಯವಿಲ್ಲ. ಆದರೆ ಈ ಬಗ್ಗೆ ನೀವು ವೈದ್ಯರಿಗೆ ಖಂಡಿತಾ ತಿಳಿಸಬೇಕು.

ಗರ್ಭಾವಸ್ಥೆ ಹಾಗೂ ಔಷಧಿಗಳು

ಯಾವುದೇ ಔಷಧಿ ತೆಗೆದುಕೊಳ್ಳಿ ಅದರ ಮೇಲೆ "ಗರ್ಭಿಣಿ ಮಹಿಳೆಯರು ಡಾಕ್ಟರ್ ಸಲಹೆ ಇಲ್ಲದೆ ಔಷಧಿ ಸೇವಿಸ ಬೇಡಿ" ಎಂದು ಎಚ್ಚರಿಕೆಯ ಮಾತು ಬರೆದಿರುವುದು. ನೀವು ಕೆಮಿಸ್ಟ್‌ನಿಂದ ಔಷಧಿ ತಂದಿದ್ದರೆ ನಿಮಗೆ ಹೇಗೆ ಗೊತ್ತಾಗುವುದು ಆ ಔಷಧಿ ಸುರಕ್ಷಿತವಾಗಿದೆಯೋ ಇಲ್ಲವೋ ಎಂದು?

ಯಾವುದೇ ಔಷಧಿ ನೂರಕ್ಕೆ ನೂರು ಸುರಕ್ಷಿತವಾಗಿರುವುದಿಲ್ಲ ಆದರೂ ಕೆಲವು ಔಷಧಿಗಳೇ ಗರ್ಭಾವಸ್ಥೆಯಲ್ಲಿ ಹಾನಿಕಾರಿ ಆಗಿರುವುದು. ಅನೇಕ ಔಷಧಿಗಳಿಂದ ನಿಮಗೆ ಹಾಗೂ ನಿಮ್ಮ ಶಿಶುವಿಗೆ ಯಾವ ತರಹದ ಅಪಾಯ ಆಗುವುದಿಲ್ಲ. ಅನೇಕ ಸಲ ಸಂದರ್ಭ ಹೇಗಿರುವುದು ಎಂದರೆ ಔಷಧಿ ತೆಗೆದುಕೊಳ್ಳಲೇಬೇಕಾಗುವುದು.

ಯಾವುದೇ ಔಷಧಿ ತೆಗೆದುಕೊಳ್ಳುವ ಮುಂಚೆ ಅದರ ಲಾಭ ಹಾಗೂ ಹಾನಿಯ ಅಂದಾಜೂ ಮಾಡಿ ಕೊಳ್ಳಿ. ನಿಮ್ಮ ಎಲ್ಲಾ ನಿರ್ಧಾರಗಳಲ್ಲಿ ಡಾಕ್ಟರನ್ನು ಜೊತೆಗೆ ಇಟ್ಟುಕೊಳ್ಳುವುದು ಒಳ್ಳೆಯದು. ಅನೇಕ ಸಲ ಔಷಧಿಗಳನ್ನು ಸುರಕ್ಷತೆಯ ದೃಷ್ಟಿಯಿಂದ ಎ. ಬೀ. ಸೀ. ಡೀ. ಶ್ರೇಣಿಗಳಲ್ಲಿ ವಿಭಕ್ತ ಮಾಡಿರುತ್ತಾರೆ. ನೀವು ಇದೆಲ್ಲ ಯೋಚನೆ ಮಾಡಬೇಡಿ. ನೀವು

ನಿಮ್ಮ ಡಾಕ್ಟರ್ ಅಥವ ದಾದಿಯನ್ನು ಕೇಳದೆ ಯಾವ ಔಷಧಿ, ಅಲೋಪಥೀ, ಹೊಮ್ಯೋಪಥೀ, ಆಯುರ್ವೆದಿಕ್ ತೆಗದುಕೊಳ್ಳಬೇಡಿ. ಅಷ್ಟೆ.

ಯಾವುದೇ ಔಷಧಿ ಪೂರ್ಣವಾಗಿ ಸುರಕ್ಷಿತವಾಗಿದ್ದರೆ ಅದನ್ನು ತೆಗೆದುಕೊಳ್ಳಲು ಹಿಂಜರಿಯ ಬೇಡಿ. ಶಿಶುವಿಗೆ ಯಾವ ಹಾನಿಯಾಗುವುದಿಲ್ಲ ಹಾಗೂ ನಿಮ್ಮ ಆರೋಗ್ಯವೂ ಸರಿಯಾಗುವುದು.

ಸಾಮಾನ್ಯ ಔಷಧಿಗಳು:-

ಅನೇಕ ಔಷಧಿಗಳು ಗರ್ಭಾವಸ್ಥೆಯಲ್ಲಿ ಪೂರ್ಣವಾಗಿ ಸುರಕ್ಷಿತವಾಗಿದೆ. ನಿಮಿಷದಲ್ಲೇ ಮೂಗು ಸುರಿಯುವುದು, ತಲೆ ನೋವು ಎಲ್ಲವನ್ನು ಹೋಗಲಾಡಿಸುವುದು. ಆದರೆ ಕೆಲವು ಔಷಧಿಗಳು ಮೊದಲನೆಯ ಮೂರು ತಿಂಗಳಲ್ಲಿ ಹಾನಿಕಾರಿ ಆಗಬಹುದು ಹಾಗೂ ಕೆಲವು ಔಷಧಿಗಳು ಸಂಪೂರ್ಣ ಗರ್ಭಾವಸ್ಥೆಯಲ್ಲಿ ನಿಷೇಧವಾಗಿರಬಹುದು.

ಟೈಲೀನೊಲ್:- ಅಸೀಟೈಮಿನೊಫೇನ್ ಇದನ್ನು ಗರ್ಭಾವಸ್ಥೆಯಲ್ಲಿ ಸ್ವಲ್ಪ ಸುರಕ್ಷಿತವಾಗಿದೆ ಎಂದು ನಂಬಲಾಗುವುದು. ಆದರೆ ಮೊದಲನೆಯ ಸಲ ಇದನ್ನು ತೆಗೆದುಕೊಳ್ಳಬೇಕಾದರೇ ಡಾಕ್ಟರನ್ನು ಕೇಳಿ.

ಆಸ್ಪ್ರಿನ್:- ನೀವು ಮೂರನೆಯ ತ್ರೈಮಾಸಿಕದಲ್ಲಿ ಈ ಔಷಧಿಯನ್ನು ತೆಗೆದುಕೊಳ್ಳಬೇಡಿ ಎಂದು ಹೇಳಲಾಗುವುದು ಏಕೆಂದರೆ ಇದರಿಂದ ಶಿಶುವಿಗೆ ತೊಂದರೆ ಆಗಬಹುದು. ಪ್ರಸವದ ಸಮಯದಲ್ಲಿ ರಕ್ತಸ್ರಾವ ಹೆಚ್ಚಾಗಬಹುದು. ಆಸ್ಪ್ರಿನ್‌ನ ಸ್ವಲ್ಪ ಪ್ರಮಾಣದಿಂದ ಪ್ರೀಕ್ಲೈಂಪಸಿಯಾದಲ್ಲಿ ಲಾಭವಾಗಬಹುದು ಎಂದು ಅಧ್ಯಯನಗಳಿಂದ ತಿಳಿದು ಬಂದಿದೆ. ಆದರೆ ಇದನ್ನು ತೆಗೆದುಕೊಳ್ಳಬೇಕೋ ಅಥವ ಬೇಡವೋ ಎಂದು ಡಾಕ್ಟರ್ ಹೇಳುತ್ತಾರೆ. ಇದನ್ನು ರಕ್ತ ತಿಳಿಮಾಡುವ ಔಷಧಿಯೊಂದಿಗೆ ಕೊಟ್ಟರೇ ಗರ್ಭಪಾತದ ಅಪಾಯ ಬಹಳ ಕಡಿಮೆ ಆಗುವುದು. ನಿಮ್ಮ ಅವಸ್ಥೆಯಂತೆ ಹಾಗೂ ಡಾಕ್ಟರ್ ಸಲಹೆಯಂತೆ ನಡೆಯಿರಿ ಅಷ್ಟೆ.

ಅಡ್ವಿಲ್ ಅಥವ ಮೊಟ್ರಿನ್:-ಮೊದಲನೆಯ ಹಾಗೂ ಕಡೆ ತ್ರೈಮಾಸಿಕದಲ್ಲಿ ಐಬ್ರೂಫಿನ್ ಬಹಳ ಯೋಚನೆ ಮಾಡಿ ಉಪಯೋಗಿಸಿ. ಆಸ್ಪ್ರಿನ್‌ನಂತೆ ಇದರಿಂದಲೂ ನಕಾರಾತ್ಮಕ ಪ್ರಭಾವವಾಗಬಹುದು. ಡಾಕ್ಟರಿಗೆ ಹೇಳದೆ ಇದನ್ನು ತೆಗೆದುಕೊಳ್ಳಬೇಡಿ.

ಆಲೀವ್:- ಇದನ್ನು ಗರ್ಭಾವಸ್ಥೆಯಲ್ಲಿ ಉಪಯೋಗಿಸುವುದು ಬಿಲ್ಕುಲ್ ನಿಷೇಧ.

> ### ಹರ್ಬಲ್ ಆರೈಕೆ
>
> ಹೌದು ಗರ್ಭಾವಸ್ಥೆಯಲ್ಲಿ ಆರಾಮ ಸಿಗುವುದು ಎಂದು ಆಶ್ವಾಸನೆ ಕೊಡುವ ಎಲ್ಲಾ ವಸ್ತುಗಳು ಇಷ್ಟವಾಗುವುದು ಆದರೂ ಎಲ್ಲಾ ಪ್ರಾಕೃತಿಕ ಔಷಧಿಗಳನ್ನು ಸುರಕ್ಷಿತವೆಂದು ನಂಬಲಾಗುವುದಿಲ್ಲ. ಹರ್ಬಲ್ ಔಷಧಿ ತೆಗೆದುಕೊಳ್ಳಬೇಕಾದಾಗ ಹೆಚ್ಚಿನ ಜಾಗರೂಕತೆಯನ್ನು ವಹಿಸಿ. ಡಾಕ್ಟರ್ ತೆಗೆದುಕೊಳ್ಳಿ ಎಂದಾಗಲೆ ತೆಗೆದುಕೊಳ್ಳಿ. ನಿಮಗೆ ಪ್ರಾಕೃತಿಕ(ಹರ್ಬಲ್) ಚಿಕಿತ್ಸೆ ಬಹಳ ಇಷ್ಟವಿದ್ದರೆ ವೈಕಲ್ಪಿಕ ಚಿಕಿತ್ಸೆ ಪದ್ಧತಿಗಳನ್ನು ಗಮನಿಸಿ. ಅದರಿಂದ ಯಾವುದೇ ಹಾನಿಆಗುವ ಭಯವಿರುವುದಿಲ್ಲ.

ನೇಜ಼ಲ್ ಸ್ಪ್ರೇ:- ಕಟ್ಟಿರುವ ಮೂಗಿನಿಂದ ಬಿಡುಗಡೆ ಪಡೆಯಲು ನೇಜ಼ಲ್ ಸ್ಪ್ರೇ ಉಪಯೋಗಿಸಬಹುದು. ಡಾಕ್ಟರನ್ನು ಕೇಳಿ ಸೂಕ್ತವಾಗಿರುವ ಬ್ರಾಂಡ್ ಹೆಸರು ತಿಳಿದುಕೊಳ್ಳಿ. ನೇಜ಼ಲ್ ಸ್ಟ್ರಿಪ್ ಸಹ ಉಪಯೋಗಿಸ ಬಹುದು.

ಆನ್ಟಿಆಸಿಡ್:- ಎದೆ ಉರಿಆದಾಗ ಆನ್ಟಿಆಸಿಡ್ ತೆಗೆದುಕೊಳ್ಳಬಹುದು ಆದರೆ ಪ್ರಮಾಣ ಡಾಕ್ಟರ್ ಹತ್ತಿರ ಕೇಳಿ ತಿಳಿದುಕೊಳ್ಳಿ.

ಗ್ಯಾಸ್ ಎಡ್ಸ್:- ಒಮ್ಮೊಮ್ಮೆ ಗ್ಯಾಸ್ ಓಡಿಸಲು ತೆಗದುಕೊಳ್ಳಬಹುದು.

ಆನ್ಟಿಹಿಸ್ಟಮೈನ್:- ಕೆಲವು ಆನ್ಟಿಹಿಸ್ಟಮೈನ್‌ನನ್ನು ಗರ್ಭಾವಸ್ಥೆಯಲ್ಲಿ ಸುರಕ್ಷಿತವಾಗಿದೆ ಎಂದು ಹೇಳಲಾಗುವುದು. ಬೆನೆಡ್ರಿಲ್ ಸುರಕ್ಷಿತವಾಗಿದೆ ಎಂದು ನಂಬಬಹುದು.ಅನೇಕ ಡಾಕ್ಟರ್ ಕ್ಲೊರ್-ಟ್ರಿಮಸೆನ್ ತೆಗೆದುಕೊಳ್ಳುವ ಸಲಹೆ ಕೊಡುತ್ತಾರೆ.

ನಿದ್ರೆ ಔಷಧಿ:- ಗರ್ಭಾವಸ್ಥೆಯಲ್ಲಿ ಯೂನೀಸೊಮ್, ಟೈಲನೋಲ್, ಸೊಮೀನೆಕ್ಸ್, ಇದೆಲ್ಲ ಸುರಕ್ಷಿತವಾಗಿದೆ. ಒಮ್ಮೊಮ್ಮೆ ಇದನ್ನು ತೆಗೆದುಕೊಳ್ಳುವ ಸಲಹೆ ಡಾಕ್ಟರ್ ಕೊಡಬಹುದು.

ಡೀಕಂಜೆಸ್ಟೆಂಟ್:– ಉಪಯೋಗಿಸಲೇ ಬೇಕಾದರೆ ಸೀಮಿತ ಪ್ರಮಾಣದಲ್ಲಿ ಸೂಡಾಫೆಡ್ ಉಪಯೋಗಿಸಿ. ಮೊದಲು ಡಾಕ್ಟರನ್ನು ಕೇಳಿ.

ಆನ್ಟಿಬಯಾಟಿಕ್ಸ್:– ಒಂದು ವೇಳೆ ಡಾಕ್ಟರ್ ಬ್ಯಾಕ್ಟೀರಿಯಲ್ ಇನ್‌ಫೆಕ್ಶನ್ ಕಾರಣ ದಿಂದ ಆನ್ಟಿಬಯಾಟಿಕ್ಸ್ ಕೊಟ್ಟರೆ ಅದು ಪೆನ್‌ಸಿಲಿನ್ ಅಥವ ಆನ್ಟಿಥ್ರೊಮೈಸಿನ್ ಗುಂಪಿನ ಔಷಧಿ ಕೊಡಬಹುದು. ನಿಮ್ಮ ಗರ್ಭಾವಸ್ಥೆಯ ಮಾಹಿತಿ ಇರುವ ಡಾಕ್ಟರ್ ಹತ್ತಿರವೇ ಆನ್ಟಿಬಯಾಟಿಕ್ಸ್ ತೆಗೆದುಕೊಳ್ಳಿ.

ಅನ್ಟಿಡಿಪ್ರಸೆಂಟ್:– ಡಿಪ್ರೆಶನ್ ಚಿಕಿತ್ಸೆ ಸರಿಯಾಗಿ ಆಗದೆ ಹೋದರೆ ಶಿಶುವಿನ ಮೇಲೆ ಕೆಟ್ಟ ಪ್ರಭಾವ ಬೀಳಬಹುದು. ಈ ಔಷಧಿಗಳನ್ನು ಶಿಶುವಿನ ಬೆಳವಣಿಗೆಯಂತೆ ಆಗ್ಗಾಗೆ ಬದಲಾಯಿಸ ಬೇಕಾಗುವುದು.

ಆನ್ಟಿನಾಜಿಯಾ:– ಕೆಲವು ಔಷಧಿಗಳಿಂದ ಮಾರ್ನಿಂಗ್ ಸಿಕ್‌ನೆಸ್ ಕಡಿಮೆ ಆಗುವುದು ಆದರೆ ಅದರಿಂದ ದಿನವೆಲ್ಲ ತೂಕಡಿಕೆ ಬರುವುದು ಯೋಚನೆ ಮಾಡಿ ತೆಗೆದುಕೊಳ್ಳಿ.

ಟಿಪಿಕಲ್ ಆನ್ಟಿಬಯಾಟಿಕ್ಸ್:– ಮೈಕ್ಟಿರೆಸಿನ್ ಅಥವ ನಿಯೊಸ್ಪರಿನ್ ಅಂತ ಟಿಪಿಕಲ್ ಆನ್ಟಿಬಯಾಟಿಕ್ಸ್ ಸೀಮಿತ ಪ್ರಮಾಣದಲ್ಲಿ ತೆಗೆದುಕೊಳ್ಳಬಹುದು.

ಟಿಪಿಕಲ್ ಸ್ಟಿರಾಯ್ಡ್ಸ್:– ಟಿಪಿಕಲ್ ಹೈಡ್ರಿರ್ಕರ್ಟಿಜೋನ್ ನ ಸೀಮಿತ ಪ್ರಮಾಣ ತೆಗೆದುಕೊಳ್ಳಬಹುದು.

ಗರ್ಭಾವಸ್ಥೆಯ ಸಮಯದಲ್ಲಿ ಔಷಧಿಗಳ ಉಪಯೋಗ:–

ಒಂದು ವೇಳೆ ಡಾಕ್ಟರ್ ಗರ್ಭಾವಸ್ಥೆಯಲ್ಲಿ ಯಾವುದಾದರು ಔಷಧಿ ತೆಗೆದುಕೊಳ್ಳಲು ಹೇಳಿದರೆ ಲಾಭ ಹೆಚ್ಚಿಸಲು ಹಾಗು ಅಪಾಯ ಕಡಿಮೆ ಮಾಡಿಸಲು ಕೆಳಗೆ ಬರೆದಿರು ಮಾತಗಳನ್ನು ಗಮನಿಸಿ:–

- ಸ್ವಲ್ಪ ಸಮಯಕ್ಕೆ ಸ್ವಲ್ಪ ಪ್ರಮಾಣದಿಂದ ಕೆಲಸ ಆಗಬಹುದೇ ? ಎಂದು ಡಾಕ್ಟರನ್ನುಕೇಳಿ.
- ಅಧಿಕ ಪ್ರಭಾವ ಬೀರುವ ಸಮಯಕ್ಕೆ ಔಷಧಿ ತೆಗೆದುಕೊಳ್ಳಿ. ಉದಾ; ಶೀತದ ಔಷಧಿ ರಾತ್ರಿ ಮಲಗುವಾಗ ತೆಗೆದುಕೊಂಡರೆ ಒಳ್ಳೆಯದು.
- ನಿರ್ದೇಶಗಳನ್ನು ಪಾಲಿಸಿ. ಹಾಲಿನ ಜೊತೆಗೆ ಅಥವ ನೀರಿನ ಜೊತೆಗೆ ಹೇಗೆ ತೆಗೆದುಕೊಳ್ಳಬೇಕೆಂದು ಓದಿ. ಸೈಡ್ ಎಫೆಕ್ಟ್‌ಗಳ ಬಗ್ಗೆ ತಿಳಿದುಕೊಳ್ಳಿ. ಗರ್ಭಾವಸ್ಥೆಯಲ್ಲಿ ತೆಗೆದುಕೊಳ್ಳಬೇಡಿ ಎಂದು ಬರೆದಿದ್ದರೇ ಗಾಬರಿ ಆಗ ಬೇಡಿ ನಿಮ್ಮ ಡಾಕ್ಟರ್ ತಿಳಿಯದೆ ಔಷಧಿ ಕೊಡುವುದಿಲ್ಲ. ಅಲ್ಲವಾ?
- ನೀವು ಅಲರ್ಜಿ ಇರುವ ಪದಾರ್ಥಗಳನ್ನು ತೆಗೆದುಕೊಂಡರೆ ನಂತರ ಅಲರ್ಜಿ ಔಷಧಿಗಳನ್ನು ತೆಗೆದುಕೊಳ್ಳಿ ಆಗ ಅದರ ಪ್ರಭಾವ ಹೆಚ್ಚಾಗುವುದು. ಹರ್ಬಲ್ ಔಷಧಿಗಳು ಸುರಕ್ಷಿತವಾಗಿರುತ್ತದೆ ಆದರೂ ಡಾಕ್ಟರನ್ನು ಕೇಳದೆ ತೆಗೆದುಕೊಳ್ಳಬೇಡಿ.
- ಔಷಧಿ ನುಂಗುವ ಮೊದಲು ಒಂದು ಗುಟುಕು ನೀರು ಕುಡಿಯಿರಿ. ಅದರಿಂದ ಅದು ಗಂಟಲಿನ ಕೆಳಗೆ ಹೋಗುವುದು. ಆಮೇಲೆ ಒಂದು ಲೋಟ ನೀರು ಕುಡಿಯಿರಿ ಇದರಿಂದ ಔಷಧಿಯು ಹೊಟ್ಟೆಯೊಳಗೆ ಸರಿಯಾಗಿ ಕರಗುತ್ತದೆ.
- ಔಷಧಿಗಳನ್ನು ಒಂದೇ ಅಂಗಡಿಯಿಂದ ತೆಗೆದುಕೊಳ್ಳಿ. ಔಷಧಿಯ ಹೆಸರು, ಪ್ರಮಾಣ ಪರೀಕ್ಷಿಸಿ ಔಷಧಿ ತೆಗೆದುಕೊಳ್ಳಿ. ಎಕ್ಸ್‌ಪೈರಿ ತಾರೀಖನ್ನು ಗಮನಿಸಿ. ಔಷಧಿ ತೆಗೆದುಕೊಂಡ ಮೇಲೆ ನೀವು ಹೆಸರು ಓದಿ. ಅಂಗಡಿಯವರು ತಪ್ಪಾಗಿ ಬೇರೆ ಔಷಧಿ ಕೊಟ್ಟಿರಬಹುದು.

■ ■ ■

ನೀವು ಯಾವುದಾದರೂ ಹಳೇ ರೋಗದಿಂದ ಬಳಲುತ್ತಿದ್ದರೆ

ದೀರ್ಘಕಾಲ ರೋಗಪೀಡಿತರಾದವರ ಬದುಕು ಬಹಳ ಕ್ಲಿಷ್ಟಕರವಾದದ್ದು. ಅಂತಹವರು ವಿಶೇಷ ಆಹಾರ, ಔಷಧಿ ಮತ್ತು ಕಾಲಕಾಲಕ್ಕೆ ತಪಾಸಣೆ ಮೂಲಕ ರೋಗವನ್ನು ನಿರ್ವಹಿಸಬೇಕಾಗುತ್ತದೆ. ಇದರ ಜೊತೆಗೆ ಗರ್ಭಾವಸ್ಥೆಯೂ ಉಂಟಾಯಿತೆಂದರೆ ಆಹಾರ, ಔಷಧಿ ಮತ್ತು ತಪಾಸಣೆ ಈ ಮೂರರ ವಿಧಾನಗಳನ್ನು ಬದಲಾಯಿಸಬೇಕಾಗುತ್ತದೆ. ಸ್ವಲ್ಪ ಎಚ್ಚರಿಕೆ–ಆರೈಕೆಗಳಿಂದ ಇಂತಹ ಗರ್ಭಾವಸ್ಥೆಯನ್ನೂ ಸುರಕ್ಷಿತವಾಗಿ ನಿಭಾಯಿಸಬಹುದು ಎನ್ನುವುದು ಸಮಾಧಾನವಾದ ಸಂಗತಿ. ಗರ್ಭಾವಸ್ಥೆಯಿಂದ ರೋಗದ ಮೇಲೆ ಅಥವಾ ರೋಗದಿಂದ ಗರ್ಭಾವಸ್ಥೆಯ ಮೇಲೆ ಯಾವ ಪರಿಣಾಮ ಉಂಟಾಗುತ್ತದೆ ಎನ್ನುವುದಕ್ಕೆ ಅನೇಕ ಕಾರಣಗಳಿರುತ್ತವೆ. ಈ ಅಧ್ಯಾಯದಲ್ಲಿ ಅಂತಹ ಕೆಲವು ಕಾರಣಗಳನ್ನು ಕುರಿತು ಚರ್ಚಿಸಲಾಗಿದೆ. ಈ ಮಾರ್ಗದರ್ಶನದಿಂದ ಲಾಭ ಪಡೆಯಿರಿ. ಆದರೆ ಯಾವುದೇ ನಿರ್ಧಾರ ಕೈಗೊಳ್ಳುವುದಕ್ಕೆ ಮುಂಚೆ ನಿಮ್ಮ ವೈದ್ಯರ ಸಲಹೆ ಪಡೆದುಕೊಳ್ಳಿ. ಅವರು ನಿಮ್ಮ ವ್ಯಕ್ತಿಗತ ಸ್ವಭಾವ ಮತ್ತು ಅವಶ್ಯಕತೆಯ ಲೆಕ್ಕಾಚಾರದ ಮೇಲೆ ಸಲಹೆಯನ್ನಾಗಲೀ ಔಷಧಿಯನ್ನಾಗಲೀ ನೀಡುತ್ತಾರೆ.

ನೀವು ಏನನ್ನು ಯೋಚಿಸುತ್ತಿರಬಹುದು?

ದಮ್ಮು ಅಥವಾ ಉಬ್ಬಸ :

"ನಿಮಗೆ ಚಿಕ್ಕಂದಿನಿಂದಲೂ ದಮ್ಮು ಇದೆ. ಅದಕ್ಕೆ ತೆಗೆದುಕೊಳ್ಳುತ್ತಿರುವ ಔಷಧಿ ಗರ್ಭಾವಸ್ಥೆ ಮೇಲೆ ಕೆಟ್ಟ ಪರಿಣಾಮ ಬೀರುವುದಲ್ಲದೆ, ಆ ಔಷಧಿ ಈಗಲೂ ಸುರಕ್ಷಿತವೇ?"

ಇಂತಹ ಪರಿಸ್ಥಿತಿಯಲ್ಲಿ ನಿಮಗೆ ಸ್ವಲ್ಪ ಹೆಚ್ಚಿನ ಚಿಕಿತ್ಸೆ – ಶುಶ್ರೂಷೆಯ ಅಗತ್ಯ ಇದೆ ಎಂಬುವುದು ನಮಗೆ ತಿಳಿದಿದೆ. ದಮ್ಮು–ಉಬ್ಬಸದಿಂದಾಗಿ ಗರ್ಭಾವಸ್ಥೆಗೆ ಅಪಾಯ ಎಂದು ಹೇಳಲಾಗುತ್ತದೆ. ಆದರೆ ಈ ಅಪಾಯದ ಭೀತಿಯನ್ನು ಸಂಪೂರ್ಣವಾಗಿ ಹೋಗಲಾಡಿಸಬಹುದು. ಒಂದು ವೇಳೆ ನೀವು ವಿಶೇಷ ತಜ್ಞರು, ಸ್ತ್ರೀರೋಗ ರಜ್ಞರು ಹಾಗೂ ವೈದ್ಯರ ತಂಡದ ಚಿಕಿತ್ಸೆ ಪಡೆಯುವಿರಾದರೆ ಗರ್ಭಾವಸ್ಥೆಯೂ ಸಾಮಾನ್ಯವಾಗಿಯೇ ಇರುತ್ತದೆ. ನೀವು ಒಂದು ಆರೋಗ್ಯಕರ ಮಗುವಿಗೆ ಜನ್ಮ ನೀಡಬಲ್ಲ ಸಾಮರ್ಥ್ಯವನ್ನು ಹೊರುತ್ತೀರಿ.

ಉಬ್ಬಸ–ದಮ್ಮು ಸಂಪೂರ್ಣ ನಿಯಂತ್ರಣದಲ್ಲಿದೆ ಎನ್ನುವುದಾದರೆ ಗರ್ಭಾವಸ್ಥೆಯ ಮೇಲೆ ಸಾಧಾರಣವಾದ ಪರಿಣಾಮ ಉಂಟಾಗುತ್ತದೆ. ಈ ಪರಿಣಾಮ ಪ್ರತಿಯೊಬ್ಬ ಭಾವಿ ತಾಯಿಯ ಮೇಲೆ ವಿಭಿನ್ನವಾಗಿರುತ್ತದೆ. ಶೇ. 30ರಷ್ಟು ಪ್ರಸಂಗಗಳಲ್ಲಿ ದಮ್ಮು ಸಹ ಸುಧಾರಣೆಯಾಗುತ್ತದೆ. ಆದರೆ ಕೆಲವು ವಿಷಯಗಳು ಹೇಗಿತ್ತೋ ಹಾಗೆಯೇ ಇರುತ್ತದೆ. ಇನ್ನು ಕೆಲವು ಸಂದರ್ಭ ಗಂಭೀರವಾಗಿ ಬಿಡುತ್ತದೆ. ದಮ್ಮು ಇರುವವರ ಗರ್ಭಾವಸ್ಥೆಯೂ ಹಾಗೆಯೇ ಆಗುತ್ತದೆ.

ಗರ್ಭಾವಸ್ಥೆಗೆ ಮುಂಚೆಯೇ ನಿಮ್ಮ ದಮ್ಮು ರೋಗವನ್ನು ನಿಯಂತ್ರಣದಲ್ಲಿಟ್ಟುಕೊಳ್ಳುವುದು ಒಳ್ಳೆಯದು. ನಿಮ್ಮ ದೃಷ್ಟಿಯಿಂದ ನಿಮ್ಮ ಹುಟ್ಟುವ ಮಗುವಿನ ದೃಷ್ಟಿಯಿಂದ ಇದು ಒಳ್ಳೆಯದು. ಒಂದು ವೇಳೆ ಕೆಳಗೆ ಸೂಚಿಸಿರುವ ಕ್ರಮಗಳನ್ನು ನೀವು ಅನುಸರಿಸುತ್ತಿಲ್ಲ ಎನ್ನುವುದಾದರೆ ಮೊದಲು ಇವುಗಳ ಪಾಲನೆ ಮಾಡಲಾರಂಭಿಸಿ

- ವಾತಾವರಣದಲ್ಲಿ ದಮ್ಮು ಅಥವಾ ಅಲರ್ಜಿಯನ್ನು ಹರಡುವ ಅಂಶಗಳೇನಾದರೂ ಇದ್ದರೆ ಗುರುತಿಸಿ. ಯಾವ ವಸ್ತುವಿನಿಂದ ನಿಮಗೆ ಅಲರ್ಜಿಯಾಗುತ್ತದೆ ಎಂಬುವುದು ನಿಮಗೆ ಮೊದಲೇ ಗೊತ್ತಿರಬೇಕಲ್ಲವೇ. ಅಂತಹ ವಸ್ತುಗಳಿಂದ ದೂರವಿರಿ. ಪರಾಗ ಕಣಗಳು, ಪ್ರಾಣಿಗಳ ಕೂದಲು, ಧೂಳು, ಇವು ರೋಗಕಾರಕವಾಗಿರುತ್ತವೆ. ಹೊಗೆಸೊಪ್ಪಿನ ಹೊಗೆ, ಅತ್ತರು ಹಾಗೂ ಮನೆ ಸ್ವಚ್ಛಗೊಳಿಸುವ ಡಿಟರ್ಜೆಂಟ್ ಮುಂತಾದವುಗಳಿಂದ ಪರಿಸ್ಥಿತಿ ಬಿಗಡಾಯಿಸಬಹುದು. ನೀವು ಹಾಗೂ ನಿಮ್ಮ ಸಂಗಾತಿ ಇಬ್ಬರೂ ಸಹ ಧೂಮಪಾನವನ್ನು ಬಿಟ್ಟುಬಿಡಬೇಕಾಗುತ್ತದೆ. ಹಾಗಾದರೆ ಮಾತ್ರ ನಿಮ್ಮ ಗರ್ಭಾವಸ್ಥೆಯನ್ನು ಮುಂದುವರೆಸಿಕೊಂಡು ಹೋಗಬಹುದು.
- ವ್ಯಾಯಾಮ ಮಾಡುವಾಗ ಎಚ್ಚರ ವಹಿಸಿ. ಹೊರಗೆ ಸುತ್ತಾಡಲು ಹೋಗುವಾಗ ಔಷಧ ಸೇವಿಸಿ. ಆಗ ನಿಮಗೆ ದಮ್ಮು ಬರುವುದಿಲ್ಲ. ಈ ವಿಚಾರದಲ್ಲಿ ವೈದ್ಯರ ಸಲಹೆಯನ್ನು ಪಡೆಯಿರಿ.
- ನೆಗಡಿ, ಕೆಮ್ಮು, ಫ್ಲೂ ಹಾಗೂ ಉಸಿರಾಟಕ್ಕೆ ಸಂಬಂಧಿಸಿದ ತೊಂದರೆಗಳಿಂದ ಆರೋಗ್ಯ ರಕ್ಷಿಸಿಕೊಳ್ಳಿ. ವೈದ್ಯರ ಸಲಹೆಯಂತೆ ಫ್ಲೂಗೆ ಔಷಧಿ ತೆಗೆದುಕೊಳ್ಳಿ. ಒಂದು ವೇಳೆ ಸಯಾನಪೈಟಿಸ್ ಅಥವ ರಿಫ್ಲಕ್ಸ್ ಆಗಿದ್ದರೆ ವೈದ್ಯರ ಸಲಹೆ ಖಂಡಿತಾ ಪಡೆಯಿರಿ. ಇಲ್ಲದಿದ್ದರೆ ದಮ್ಮು ನಿವಾರಣೆಯಲ್ಲಿ ತೊಂದರೆ ಎದುರಾಗುತ್ತದೆ.
- ವೈದ್ಯರ ಸೂಚನೆಗಳನ್ನು ಕಟ್ಟುನಿಟ್ಟಾಗಿ ಪಾಲಿಸಿ ನಿಮಗೂ ನಿಮ್ಮ ಮಗುವಿಗೂ ಪೂರ್ಣ ಪ್ರಮಾಣದಲ್ಲಿ ಆಮ್ಲಜನಕ (ಆಕ್ಸಿಜನ್) ಪೂರೈಕೆಯಾಗುತ್ತಿರುವಂತೆ ನೋಡಿಕೊಳ್ಳಿ.
- ನೀವು ತೆಗೆದುಕೊಳ್ಳುತ್ತಿರುವ ಔಷಧಿಗಳತ್ತ ಮತ್ತೊಮ್ಮೆ ನಿಗಾ ಇಡಿ. ವೈದ್ಯರು ಸಲಹೆ ಮಾಡಿದ ಔಷಧಿಗಳನ್ನೇ ಗರ್ಭಾವಸ್ಥೆಯಲ್ಲಿ ತೆಗೆದುಕೊಳ್ಳತಕ್ಕದ್ದು. ಸಾಮಾನ್ಯ ಲಕ್ಷಣಗಳಿದ್ದರೆ ಔಷಧದ ಅವಶ್ಯಕತೆಯೇ ಬೇಡವಾಗಬಹುದು. ಒಂದು ವೇಳೆ ತೀವ್ರವಾಗಿದ್ದರೆ ಗರ್ಭಾವಸ್ಥೆಯಲ್ಲಿ ಸುರಕ್ಷಿತ ಎನ್ನಬಹುದಾದ ಔಷಧಿಗಳನ್ನು ಸೇವಿಸಬೇಕು. ಮೂಗಿನಿಂದ ಗೆಗೆದುಕೊಳ್ಳುವ ಔಷಧಿ ಈ ಸಂದರ್ಭದಲ್ಲಿ ಹೊಂದುತ್ತದೆ. ಔಷಧ ತೆಗೆದುಕೊಳ್ಳುವಾಗ ಪ್ರಮಾಣ ಕಡಿಮೆ ಮಾಡದಿರಿ. ಏಕೆಂದರೆ ನೀವು ಈಗ ಇಬ್ಬರಿಗಾಗಿ ಉಸಿರಾಟ ಮಾಡಬೇಕು.

ಕ್ಯಾನ್ಸರ್

ಗರ್ಭಾವಸ್ಥೆಯಲ್ಲಿ ಕ್ಯಾನ್ಸರ್ ಉಂಟಾಗುವುದು ಸಾಮಾನ್ಯವಾಗಿ ಸಾಧ್ಯವಿಲ್ಲ. ಆದರೂ ಆಗುವ ಸಂಭವವೂ ಇಲ್ಲದಿಲ್ಲ. ಅಂತಹ ಸಂದರ್ಭದಲ್ಲಿ ಚಿಕಿತ್ಸೆಯು ಸರಿಯಾದ ಸಮತೋಲನ ಕಾಪಾಡಿಕೊಳ್ಳುವುದು ಬಹಳ ಮುಖ್ಯ. ಗರ್ಭ ಧರಿಸಿದ ಸಮಯ, ಕ್ಯಾನ್ಸರ್‌ನ ಪ್ರಕಾರ, ಅದರ ಪರಿಸ್ಥಿತಿ ನಿಮ್ಮ ರೋಗನಿರೋಧಕ ಸಾಮರ್ಥ್ಯ ಈ ಎಲ್ಲ ಅಂಶಗಳ ಮೇಲೆ ನಿಮ್ಮ ಚಿಕಿತ್ಸೆ ಆಧರಿಸುತ್ತದೆ. ಮೊದಲ ತ್ರೈಮಾಸಿಕದಲ್ಲಿ ಕ್ಯಾನ್ಸರ್ ರೋಗದ ಚಿಕಿತ್ಸೆಯಿಂದ ಭ್ರೂಣಕ್ಕೆ ತೊಂದರೆಯಾಗಬಹುದು. ಆದ್ದರಿಂದ ಎರಡನೇ ತ್ರೈಮಾಸಿಕದವರೆಗೆ ವೈದ್ಯರು ಕಾಯುತ್ತಾರೆ. ನಂತರ ಕ್ಯಾನ್ಸರ್ ಪತ್ತೆಯಾದರೆ ವೈದ್ಯರು ಪ್ರಸವದ ನಂತರವೇ ಚಿಕಿತ್ಸೆ ನೀಡುತ್ತಾರೆ.

ದಮ್ಮು ಬಂದಾಗ ಚಿಕಿತ್ಸೆಗೆ ತಡ ಮಾಡಬೇಡಿ. ಇಲ್ಲವಾದರೆ ಮಗುವಿಗೆ ಆಮ್ಲಜನಕದ ಕೊರತೆ ಉಂಟಾಗಬಹುದು. ದಮ್ಮಿನಿಂದಾಗಿ ಸ್ವಲ್ಪ ಸಂಕೋಚವೂ ಉಂಟಾಗಬಹುದು. ಆದರೆ ದಮ್ಮು ನಿಂತಾಗ ಅದು ನಿಲ್ಲುತ್ತದೆ.

ಗರ್ಭಾವಸ್ಥೆಯ ಅಂತಿಮ ದಿನಗಳಲ್ಲಿ ಇದು ಸ್ವಲ್ಪ ಸಮಸ್ಯಾತ್ಮಕ ಆಗಬಹುದು. ಆದರೆ ಅಂತಹ ಅಪಾಯಕಾರಿಯೇನೂ ಆಗುವುದಿಲ್ಲ. ಗರ್ಭಾವಸ್ಥೆಯ ಅವಧಿಯಲ್ಲಿ ದಮ್ಮು ಬಂದಾಗ ಬಹಳ ಕಾಲ ಎಳೆಯಲು ಬಿಡಬೇಡಿ. ಅಷ್ಟನ್ನು ಮಾತ್ರ ತಪ್ಪದೇ ನೋಡಿಕೊಳ್ಳಿ.

ದಮ್ಮು ರೋಗದಿಂದ ಪ್ರಸವದ ಮೇಲೆ ಯಾವ ಪರಿಣಾಮ ಆಗುತ್ತದೆ ಎಂದು ಕೇಳುತ್ತೀರಾ ಹಾಗಿದ್ದರೆ ಕೇಳಿ ನೀವು ಔಷಧಿ ಇಲ್ಲದೆಯೇ ನಿಭಾಯಿಸಬಹುದು. ಎಪೀಕ್ಯೂರಲ್‌ನಲ್ಲೂ ಯಾವುದೇ ಅಡ್ಡಿ ಉಂಟಾಗುವುದಿಲ್ಲ. ಆದರೆ ಡೈಮೀರಟ್‌ನಂತಹ ನೋವು ನಿವಾರಕ ಔಷಧಿ ಸೇವನೆಯಿಂದ ದಮ್ಮು-ಉಬ್ಬಸ ಹೆಚ್ಚಾಗುತ್ತದೆ. ಅಂತಹ ಸಂದರ್ಭ ಔಷಧಿಯಿಂದ ಯಾವ ಪರಿಣಾಮ ಆಗದಿದ್ದರೆ ವೈದ್ಯರು ನಿಮಗೆ ಐಸಿ ಸ್ಟೆರಾಯಿಡ್ ಕೊಡುತ್ತಾರೆ. ಆಗ ಆಕ್ಸಿಜನೇಷನ್ ಪರೀಕ್ಷೆಯನ್ನು

ಮಾಡಲಾಗುತ್ತದೆ. ಆಗ ಆಮ್ಲಜನಕ ಪೂರೈಕೆ ಕಡಿಮೆಯಾದರೆ ಅದಕ್ಕೂ ಔಷಧ ನೀಡಲಾಗುತ್ತದೆ. ಇಂತಹ ತಾಯಂದಿರ ಮಕ್ಕಳಿಗೆ ಜನ್ಮದ ನಂತರ ಉಸಿರಾಟದ ವೇಗ ಹೆಚ್ಚಾಗಿರುತ್ತದೆ. ಆದರೆ ಈ ಚಿಂತೆ ಸ್ಥಿರವೇನಾಗಿರುವುದಿಲ್ಲ.

ಸಿಸ್ಟಿಕ್ ಫೈಬ್ರೋಸಿಸ್

"ನನಗೆ ಸಿಸ್ಟಿಕ್ ಫೈಬ್ರೋಸಿಸ್ ಇದೆ. ಇದರಿಂದ ಗರ್ಭಾವಸ್ಥೆ ಎಷ್ಟು ಜಟಿಲವಾಗಿರಬಹುದು? ಗರ್ಭಾವಸ್ಥೆ ಮತ್ತು ಸಿಸ್ಟಿಕ್ ಎರಡರಲ್ಲಿ ಒಂದನ್ನು ಎದುರಿಸುವುದೇ ಎಷ್ಟು ಸಾಹಸದ ಕೆಲಸ ಎಂಬುದು ಮೊದಲಿನಿಂದಲೂ ನಿಮಗೆ ಗೊತ್ತಿದೆ. ಗರ್ಭಾವಸ್ಥೆಯಲ್ಲಿ ಈ ಸವಾಲು ಇನ್ನೂ ತ್ರಾಸದಾಯಕ ಆಗುತ್ತಿದೆ. ಆದರೆ ನೀವು ಮತ್ತು ನಿಮ್ಮ ವೈದ್ಯರು ಸೇರಿಕೊಂಡು ಪ್ರಸವವನ್ನು ಸುರಕ್ಷಿತ ಮತ್ತು ಸುಖದಾಯಕವನ್ನಾಗಿ ಮಾಡಬಲ್ಲಿರಿ."

ಎಲ್ಲದಕ್ಕಿಂತ ಮೊದಲು ನೀವು ತೂಕ ಹೆಚ್ಚಿಸಿಕೊಳ್ಳಬೇಕು. ಇದಕ್ಕಾಗಿ ಆಹಾರ ತಜ್ಞರ ಸಲಹೆ ಪಡೆಯಿರಿ. ನೀವು ನಿಮ್ಮ ಮಗುವಿನ ಬೆಳವಣಿಗೆಯ ಪರೀಕ್ಷೆ ಮಾಡಿಸಿಕೊಳ್ಳಲು ಅನೇಕ ಬಾರಿ ವೈದ್ಯರ ಬಳಿಗೆ ಹೋಗಬೇಕಾಗುತ್ತದೆ. ನಿಮ್ಮ ಚಟುವಟಿಕೆಗಳು ಸೀಮಿತವಾಗಿರುತ್ತವೆ. ಏಕೆಂದರೆ ಅವಧಿಗೆ ಮುನ್ನ ಪ್ರಸವವಾಗುವ ಅಪಾಯ ಉಂಟು. ಈ ಅಪಾಯವನ್ನು ನಿವಾರಿಸಲು ಹೆಚ್ಚಿನ ಎಚ್ಚರಿಕೆ ವಹಿಸಲಾಗುತ್ತದೆ. ಆಗ ಮಗು ಸಕಾಲಕ್ಕೆ ಹುಟ್ಟುತ್ತದೆ. ಪ್ರಸವ ಸಮಯಕ್ಕೆ ಬಹಳ ಮುಂಚೆ ಆಸ್ಪತ್ರೆಗೆ ಕರೆದುಕೊಂಡು ಹೋಗುವ ಸಾಧ್ಯತೆ ಇರುತ್ತದೆ.

ನಿಮ್ಮ ವಂಶಾವಳಿಯ ಕೌನ್ಸಲಿಂಗ್ ಮಾಡುವುದರಿಂದ ನಿಮ್ಮ ಮಗುವಿಗೆ ಎಫ್ ಆಗಿದೆಯೋ ಇಲ್ಲವೇ ಎಂಬುವುದು ತಿಳಿಯುತ್ತದೆ. ನಿಮ್ಮ ಸಂಗಾತಿಗೆ ಈ ಖಾಯಿಲೆ ಇಲ್ಲದಿದ್ದರೆ ಮಗುವಿಗೂ ಇಲ್ಲದಿರುವ ಸಾಧ್ಯತೆ ಇದೆ. ಒಂದು ವೇಳೆ ಅವರಿಗೆ ಇದೆ ಎನ್ನುವುದಾದರೆ ಸ್ವಲ್ಪ ಅಪಾಯದ ಸಾಧ್ಯತೆ ಉಂಟು.

ವೈದ್ಯರ ತೀವ್ರ ನಿಗಾದಲ್ಲಿ ನಿಮ್ಮ ಗರ್ಭಾವಸ್ಥೆ ಇದ್ದಿದ್ದೇ ಆದರೆ ಮಗ ನಿಮ್ಮ ಮಡಿಲು ಸೇರುತ್ತದೆ. ಯಾವುದೇ ತೆರನಾದ ಸಮಸ್ಯೆ ಆಗುವುದಿಲ್ಲ.

ಹತಾಶೆ (ವಿಷಾದ) ಡಿಪ್ರೆಶನ್

"ನನಗೆ ಕಳೆದ ಕೆಲವು ವರ್ಷಗಳಿಂದ ತೀವ್ರ ಹತಾಶೆ (ಕ್ರಾನಿಕ್ ಡಿಪ್ರೆಶನ್) ಆಗುತ್ತಿದೆ. ಆಗಿನಿಂದಲೂ ನನಗೆ ಆಂಟಿ ಡಿಪ್ರೆಶನ್ ಔಷಧಗಳನ್ನು ನೀಡಲಾಗುತ್ತಿದೆ. ಗರ್ಭಿಣಿಯಾದಾಗ ಆ ಔಷಧಿಗಳನ್ನು ತೆಗೆದುಕೊಳ್ಳಬಹುದೇ?"

ಅನೇಕ ಮಹಿಳೆಯರು ಗರ್ಭಾವಸ್ಥೆಯಲ್ಲಿ ಹತಾಶೆಯನ್ನು ಎದುರಿಸುತ್ತಾರೆ. ಸರಿಯಾದ ಚಿಕಿತ್ಸೆ ನೀಡಿದರೆ ಗರ್ಭಾವಸ್ಥೆ ಮಾಮೂಲಿನಂತಿರುತ್ತದೆ. ಆದರೆ ಔಷಧೋಪಚಾರದಲ್ಲಿ ಸೂಕ್ತ ಹೊಂದಾಣಿಕೆ ಮಾಡಿಕೊಳ್ಳಬೇಕು. ನೀವು ನಿಮ್ಮ ವೈದ್ಯರು ಅಥವಾ ಮನೋವಿಜ್ಞಾನಿಗಳನ್ನು ಸಂಪರ್ಕಿಸಿ ಯಾವ ಔಷಧಿಗಳನ್ನು ಕೊಡಬೇಕು ಎಂದು ನಿರ್ಧರಿಸಬೇಕಾಗುತ್ತದೆ.

ಮಗುವಿನ ದೈಹಿಕ ಹಾಗೂ ನಿಮ್ಮ ಭಾವನಾತ್ಮಕ ಪರಿಸ್ಥಿತಿ ಎರಡನ್ನೂ ಗಮನದಲ್ಲಿ ಇಟ್ಟುಕೊಳ್ಳಬೇಕಾಗುತ್ತದೆ. ಗರ್ಭಾವಸ್ಥೆಯ ಹಾರ್ಮೋನುಗಳ ಆರಂಭದಲ್ಲಿ ನಿಮ್ಮ ಭಾವನಾತ್ಮಕ ಪರಿಸ್ಥಿತಿಯ ಮೇಲೆ ಪರಿಣಾಮ ಬೀರುವ ಸಾಧ್ಯತೆ ಇರುತ್ತದೆ. ಯಾವ ಮಹಿಳೆಯರಲ್ಲಿ ಭಾವನಾತ್ಮಕ ಏರಿಳಿತ ಇರುವುದಿಲ್ಲವೋ ಅಂತಹ ಮಹಿಳೆಯರೂ ಕೂಡ ಹಾರ್ಮೋನುಗಳ ವೈಪರೀತ್ಯದಿಂದಾಗಿ ಡಿಪ್ರೆಶನ್‌ಗೆ ಒಳಗಾಗುತ್ತಾರೆ. ಯಾರು ಮೊದಲೇ ಡಿಪ್ರೆಶನ್ ಆಗುತ್ತಿರುತ್ತದೋ ಅವರ ಸ್ಥಿತಿಯಂತೂ ಇನ್ನೂ ಸೂಕ್ಷ್ಮವಾಗಿರುತ್ತದೆ. ಅಂತಹವರಲ್ಲಿ ಔಷಧಿ ತೆಗೆದುಕೊಳ್ಳುವುದನ್ನು ನಿಲ್ಲಿಸಿದರೆ ಅಂತಹವರ ಸ್ಥಿತಿ ಹೇಗಿರುತ್ತದೆ ಎಂಬುದನ್ನು ನೀವೇ ಊಹಿಸಿಕೊಳ್ಳಬಹುದು.

ಈ ಡಿಪ್ರೆಶನ್ ಮಗುವಿನ ಆರೋಗ್ಯದ ಮೇಲೂ ಕೆಟ್ಟ ಪರಿಣಾಮ ಬೀರುವ ಸಾಧ್ಯತೆ ಇರುತ್ತದೆ. ಡಿಪ್ರೆಶನ್‌ಗೆ ಈಡಾದ ಮಹಿಳೆಯರು ತಮ್ಮ ಊಟೋಪಚಾರದ ಕಡೆಯಾಗಲೀ ಮಗುವಿನ ಆರೋಗ್ಯದತ್ತವಾಗಲೀ ಗಮನ ಹರಿಸಲು ಆಗುವುದಿಲ್ಲ. ಅವರು ಮದ್ಯ ಅಥವಾ ಧೂಮಪಾನ ಚಟವನ್ನೂ ಹೊಂದಿರಬಹುದು. ಇಂತಹವರು ಹೆಚ್ಚಿನ ಒತ್ತಡಕ್ಕೆ ಒಳಗಾಗುವುದರಿಂದ ಅವಧಿಗೆ ಮುಂಚೆ ಮಗು ಜನಿಸಬಹುದು. ಮಗು ಹುಟ್ಟಿನಿಂದಲೂ ಕಡಿಮೆ ತೂಕ ಬೇರೆ ಇರುತ್ತದೆ. ಅಲ್ಲದೆ ಅನೇಕ ಸಮಸ್ಯೆಗಳನ್ನು ಹುಟ್ಟು ಹಾಕುತ್ತದೆ. ಒಂದು ವೇಳೆ ಡಿಪ್ರೆಶನ್‌ಗೆ ಸರಿಯಾದ ಚಿಕಿತ್ಸೆ ನೀಡಿದರೆ ತಾಯಿ ತನ್ನ ಮತ್ತು ಮಗುವಿನ ಆರೋಗ್ಯದತ್ತ ಗಮನ ನೀಡಬಲ್ಲವರಾಗಿರುತ್ತಾಳೆ.

ಡಿಪ್ರೆಶನ್ ಹೊಂದಿರುವವರು ಯಾವುದೇ ಔಷಧಿ ಸೇವನೆ ನಿಲ್ಲಿಸುವುದಕ್ಕೆ ಮುಂಚೆ ಆಲೋಚಿಸಬೇಕು. ಯಾವ ತೆರನಾದ ಆಂಟಿ ಡಿಪ್ರೆಶನ್ ಔಷಧಿಗಳು ಈ ಸಮಯದಲ್ಲಿ ಸೂಕ್ತ ಎಂಬುದನ್ನು ವೈದ್ಯರನ್ನು ಕೇಳಿ ನಿರ್ಧರಿಸಿ. ವೈದ್ಯರು ನಿಮಗೆ ನಿಜವಾದ ತಿಳುವಳಿಕೆ ನೀಡುತ್ತಾರೆ. ಔಷಧಿಯ ಪರಿಣಾಮ ಏನಾದರೂ ಆಗಿದ್ದರೆ ಅದನ್ನು ಅಂದಾಜು ಮಾಡುವ ಸಾಧ್ಯತೆಯೂ ಇರುತ್ತದೆ. ಡಿಪ್ರೆಶನ್‌ಗೆ ಚಿಕಿತ್ಸೆ ನೀಡದಿದ್ದರೆ ದೀರ್ಘಕಾಲಿಕ ಸಮಸ್ಯೆ ಉಂಟಾಗಬಹುದು.

ಅನೇಕ ಸಲ ಔಷಧಿಯ ಜೊತೆಗೆ ಮನೋವೈಜ್ಞಾನಿಕ ಚಿಕಿತ್ಸೆಯನ್ನೂ ನೀಡಬೇಕಾಗುತ್ತದೆ. ಮನೋವೈಜ್ಞಾನಿಕ ಚಿಕಿತ್ಸೆ ಪದ್ಧತಿಯೂ ಪ್ರಭಾವಶಾಲಿಯಾಗಿದೆ. ವ್ಯಾಯಾಮ, ಧ್ಯಾನ ಮತ್ತು ಪೌಷ್ಟಿಕ ಆಹಾರ ಸೇವನೆಯೂ ಮಹತ್ವ ವಿಚಾರಗಳು ಆದ್ದರಿಂದ ಇವುಗಳನ್ನು ನಿರ್ಲಕ್ಷಿಸಬಾರದು.

ಮಧುಮೇಹ

"ನನಗೆ ಮಧುಮೇಹ ಕಾಯಿಲೆ ಇದೆ. ಮಗುವಿನ ಮೇಲೆ ಇದರ ಪರಿಣಾಮವಾಗುವ ಸಾಧ್ಯತೆ ಇದೆಯೇ?"

ಇತ್ತೀಚೆಗೆ ಗರ್ಭವತಿಯರಾದ ಮಧುಮೇಹ ರೋಗಿಗಳಿಗೆ ಶುಭ ಸಮಾಚಾರಗಳಿವೆ. ವೈದ್ಯಕೀಯ ಮತ್ತು ಉನ್ನತ ಚಿಕಿತ್ಸೆ ಶುಶ್ರೂಷೆಗಳಿಂದ ಒಂದು ಆರೋಗ್ಯವಂತ ಮಗುವಿಗೆ ಜನ್ಮ ನೀಡಬಹುದಾಗಿದೆ.

ಮಧುಮೇಹ ಒಂದನೇ ವಿಧ ಅಥವಾ 2ನೇ ವಿಧ ಆಗಿದ್ದರೆ ಗರ್ಭಧಾರಣೆಗೆ ಮುಂಚೆ ಸಾಮಾನ್ಯ ರಕ್ತದ ವರ್ಗಕ್ಕೆ ಸೇರುತ್ತದೆ ಮತ್ತು ಈ ತಿಂಗಳು ಪೂರ್ತಿ ಸಮರ್ಪಕವಾಗಿರುತ್ತದೆ.

ಒಂದು ವೇಳೆ ಮೊದಲಿನಿಂದಲೂ, ನಿಮಗೆಮಧುಮೇಹ ಇದ್ದರೆ, ಗರ್ಭಾವಸ್ಥೆಯಲ್ಲಿ ಗೆಸ್ಟೇರವಲ್ ಡಯಾಬಿಟಿಕ್ಸ್‌ಗೆ ಒಳಗಾಗಿದ್ದರೆ ಕೆಳಕಂಡ ವಿಧಾನಗಳಿಂದ ಸುರಕ್ಷಿತ ಪ್ರಸವ ಮತ್ತು ಆರೋಗ್ಯಕರ ಮಗುವನ್ನು ಪಡೆಯಬಹುದು.

ಒಳ್ಳೆಯ ವೈದ್ಯರ ಆಯ್ಕೆ : ನಿಮ್ಮ ಪ್ರಸೂತಿ ತಜ್ಞ ವೈದ್ಯರಿಗೆ ಮಧುಮೇಹದ ಬಗ್ಗೆ ಸೂಕ್ತ ತಿಳುವಳಿಕೆ ಇರಬೇಕು. ಹಾಗೂ ನಿಮಗೆ ಮಧುಮೇಹಕ್ಕೆ ಚಿಕಿತ್ಸೆ ನೀಡುತ್ತಿರುವ ವೈದ್ಯರ ಜೊತೆ ಸತತ ಸಂಪರ್ಕದಲ್ಲಿರಬೇಕು. ನೀವು ಇತರ ತಾಯಂದಿರಿಗೆ ನಿಮ್ಮನ್ನು ಹೋಲಿಸಿಕೊಳ್ಳುವುದಕ್ಕೆ ಬದಲಾಗಿ ವೈದ್ಯರ ಜೊತೆ ಹೆಚ್ಚು ವಿನಿಮಯ ಮಾಡಿಕೊಳ್ಳಬೇಕಾಗುತ್ತದೆ.

ಒಳ್ಳೆಯ ಆಹಾರ ಯೋಜನೆ : ನೀವು ಯಾರಾದರೂ ವೈದ್ಯರು ಅಥವಾ ಪೋಷಣೆ ತಜ್ಞರ ನೆರವಿನಿಂದ ಆಹಾರದ ಯೋಜನೆಯನ್ನು ಸಿದ್ಧಪಡಿಸಿಕೊಳ್ಳಬೇಕು. ನಿಮಗೆ ಮತ್ತು ಮಗುವಿಗೆ ಪೌಷ್ಟಿಕಾಂಶ ಕೊರತೆಯಾಗದಂತಹ ಆಹಾರ ಯೋಜನೆ ತಯಾರಿಸಿಕೊಳ್ಳಿ. ಆಹಾರದಲ್ಲಿ ಕಾಂಪ್ಲೆಕ್ಸ್, ಕಾರ್ಬೋಹೈಡ್ರೇಟ್ ಹೆಚ್ಚಾಗಿರಲಿ. ಪ್ರೋಟೀನ್ ಅಂಶ ಸೀಮಿತವಾಗಿರಲಿ, ಕೊಲೆಸ್ಟ್ರಾಲ್ ಸಹ ಕಡಿಮೆ ಇರಲಿ.

ಕಾರ್ಬೋಹೈಡ್ರೇಟ್ ಅನಿಯಮಿತವಾಗಿದ್ದರೆ ಇನ್ಸುಲಿನ್ ನೆರವಿನಿಂದ ಅದನ್ನು ಪೂರ್ಣಗೊಳಿಸಬಹುದಾಗಿರುತ್ತದೆ. ಆದರೆ ಕೆಲವು ಕಾರ್ಬೋಹೈಡ್ರೇಟ್ ಇರುವ ಪದಾರ್ಥಗಳಿಗೆ ನಿಮ್ಮ ದೇಹ ಹೇಗೆ ಪ್ರತಿಕ್ರಿಯಿಸುತ್ತದೆ ಎಂಬುದನ್ನು ನೋಡಬೇಕಾಗುತ್ತದೆ. ಬಹುತೇಕ ರೋಗಿಗಳು ಹಣ್ಣಿನ ಬದಲಾಗಿ ತರಕಾರಿ, ಹಣ್ಣಿನಂತಹ ವಸ್ತುಗಳು, ಧಾನ್ಯಗಳನ್ನು ಸಾಕಷ್ಟು ಪ್ರಮಾಣದಲ್ಲಿ ತೆಗೆದುಕೊಂಡು ಬಿಡುತ್ತಾರೆ. ರಕ್ತದೊತ್ತಡವನ್ನು ಸಾಧಾರಣ ಮಟ್ಟದಲ್ಲಿ ಕಾಪಾಡಿಕೊಳ್ಳಲು ಬೆಳಗ್ಗೆ ಕಾರ್ಬೋಹೈಡ್ರೇಟನ್ನು ಸಾಕಷ್ಟು ತೆಗೆದುಕೊಳ್ಳಿ. ತಿಂಡಿಗಳನ್ನು ತಿನ್ನುವಾಗಲೂ ಕಾಂಪ್ಲೆಕ್ಸ್, ಕಾರ್ಬನ್ ಮತ್ತು ಪ್ರೋಟೀನ್ ಇರುವ ತಿಂಡಿ ತಿನ್ನಿ. ಹೆಚ್ಚು ತಿಂದರೆ ಅಥವಾ ತಿನ್ನದೇ ಹೋದರೆ ರಕ್ತದಲ್ಲಿನ ಸಕ್ಕರೆ ಕಡಿಮೆಯಾಗುತ್ತದೆ. ಹಗಲು ಕೆಲವು ಗಂಟೆಗಳಿಗೊಮ್ಮೆ ಏನಾದರೂ ತಿನ್ನಿ. ನಿಯಮಿತವಾಗಿ ಆರೋಗ್ಯಕರ ಪೌಷ್ಟಿಕ ತಿನಿಸುಗಳನ್ನು ತಿನ್ನುವುದರಿಂದ ಅನೇಕ ಸಮಸ್ಯೆಗಳನ್ನು ದೂರ ಮಾಡಬಹುದು.

ತೂಕ ಹೆಚ್ಚಿಸಿಕೊಳ್ಳುವುದು : ಗರ್ಭಧಾರಣೆಗೆ ಮುಂಚೆ ನಿಮ್ಮ ಸರಾಸರಿ ತೂಕ ತಿಳಿದಿಡಿ. ಒಂದು ವೇಳೆ ನಿಮ್ಮ ತೂಕ ಹೆಚ್ಚಾಗಿದೆ ಎಂದಾದರೆ ಇಳಿಸುವ ಯೋಜನೆ ಸಿದ್ಧಪಡಿಸಿ. ವೈದ್ಯರು ಹೇಳಿದಂತೆ ನಿಧಾನವಾಗಿ ತೂಕ ಹೆಚ್ಚಿಸಿಕೊಳ್ಳಿ. ವೈದ್ಯರು ಅಲ್ಟ್ರಾ ಸೌಂಡ್‌ನಿಂದ ಮಗುವಿನ ಬೆಳವಣಿಗೆಯನ್ನು ಪರೀಕ್ಷಿಸುತ್ತಾರೆ.

ವ್ಯಾಯಾಮ : ನೀವು 2ನೇ ವಿಧವಾದ ಮಧುಮೇಹದಿಂದ ಬಳಲುತ್ತಿದ್ದರೆ ವ್ಯಾಯಾಮವನ್ನು ಸೀಮಿತವಾಗಿ ಮಾಡಬೇಕಾಗುತ್ತದೆ. ಇದರಿಂದ ನಿಮಗೆ ಹೆಚ್ಚು ಶಕ್ತಿ ಸಿಗುತ್ತದೆ. ರಕ್ತದ ಸಕ್ಕರೆ ಅಂಶ ಏಕರೂಪವಾಗುತ್ತದೆ. ಪ್ರಸವದ ನಂತರ ನಿಮ್ಮ ಆಕಾರ ಕಾಪಾಡಿಕೊಳ್ಳುವಲ್ಲಿ ಬಹಳ ದಿನಗಳು ಬೇಕಾಗುವುದಿಲ್ಲ. ಇದನ್ನು ನಿಮ್ಮ ವೈದ್ಯಕೀಯ ಯೋಜನೆ ಜೊತೆ ತಾಳೆ ನೋಡಿಕೊಂಡೇ ಮುಂದುವರೆಯಿರಿ. ಒಂದು ವೇಳೆ ನಿಮ್ಮ ಗರ್ಭಾವಸ್ಥೆಯಲ್ಲಿ ಯಾವುದೇ ಜಟಿಲತೆ ಇಲ್ಲದೇ ಹೋದರೆ ಲಘು ತಿರುಗಾಟ, ಈಜನ್ನು ಯೋಜನೆಯಲ್ಲಿ ಅಳವಡಿಸಿಕೊಳ್ಳಬಹುದು. ಮಗುವಿನ ಬೆಳವಣಿಗೆಗೆ ಹೊಂದಿಕೊಂಡಂತಹ ಯಾವುದಾದರೂ ಸಮಸ್ಯೆ ಕಂಡುಬಂದಲ್ಲಿ ನಿಮಗೆ ವ್ಯಾಯಾಮ ಮಾಡಲು ವೈದ್ಯರು ಅನುಮತಿ ನೀಡುವುದಿಲ್ಲ.

ಹೀಗೆ ವ್ಯಾಯಾಮವನ್ನು ಹೊಂದಿಸಿಕೊಳ್ಳುವಾಗ ಸ್ವಲ್ಪ ಎಚ್ಚರಿಕೆ ವಹಿಸುವುದನ್ನು ಮರೆಯಬಾರದು. ಆಯಾಸವಾಗುವಷ್ಟು ವ್ಯಾಯಾಮ ಮಾಡದಿರಿ. ಬಿಸಿಲಿನಲ್ಲಿ ವ್ಯಾಯಾಮ ಬೇಡ. ಇನ್ಸುಲಿನ್ ತೆಗೆದುಕೊಳ್ಳುವುದಾದರೆ ವರ್ಕ್‌ಔಟ್ ಆಗುವ ಅಂಗಗಳಿಗೆ ತೆಗೆದುಕೊಳ್ಳಿ. ಕಾಲು ತೊಡೆಗಳಿಗೆ ತೆಗೆದುಕೊಳ್ಳುವುದು ಉತ್ತಮ. ವ್ಯಾಯಾಮಕ್ಕೆ ಮುಂಚೆ ಇನ್ಸುಲಿನ್ ಮಟ್ಟ ಕಡಿಮೆಯಾಗದಿರಲಿ.

ವಿಶ್ರಾಂತಿ : ಮೂರನೇ ತ್ರೈಮಾಸಿಕದಲ್ಲಿ ವಿಶ್ರಾಂತಿ ಮಹತ್ವಪೂರ್ಣವಾದದ್ದು. ಬಹಳ ಆಯಾಸ ಮಾಡಿಕೊಳ್ಳಬೇಡಿ. ಮಧ್ಯಾಹ್ನ ಕಾಲು ಮೇಲಿಟ್ಟು ಮಲಗಿಕೊಳ್ಳಿ. ಉದ್ಯೋಗದ ಸ್ಥಳದಲ್ಲಿ ಹೆಚ್ಚು ಹೊರೆ ಇದ್ದರೆ ಮೊದಲೇ ರಜೆ ತೆಗೆದುಕೊಳ್ಳಲು ಸೂಚಿಸಲಾಗುತ್ತದೆ.

ಔಷಧಿ : ವ್ಯಾಯಾಮ ಆಹಾರಗಳಿಂದ ಪರಿಸ್ಥಿತಿ ಸುಧಾರಿಸದಿದ್ದರೆ ನೀವು ಇನ್‌ಸುಲಿನ್ ತೆಗೆದುಕೊಳ್ಳಬೇಕಾಗುತ್ತದೆ. ಚುಚ್ಚುಮದ್ದಿನ ಮೂಲಕ ಇದನ್ನು ನೀಡಬಹುದು. ಇನ್‌ಸುಲಿನ್ ಭೋಜನವನ್ನು ಕಾಲಕಾಲಕ್ಕೆ ಬದಲಾಯಿಸಬೇಕಾಗಬಹುದು. ನಿಮ್ಮ ಮಗುವಿನ ತೂಕ ಹೆಚ್ಚಾಗುವುದರಲ್ಲಿ ಭೋಜನ ಹೊಸ ರೂಪದಲ್ಲಿ ತಯಾರಾಗುತ್ತದೆ. 'ಗ್ಲಾಯ್‌ಚುರಾಯ್ಡ್' ಔಷಧಿಯಿಂದಲೂ ಕೆಲವು ಗಂಭೀರ ವಿಷಯಗಳಲ್ಲಿ ಇನ್ಸುಲಿನ್ ಖರ್ಚಾಗುವುದನ್ನು ಇಳಿಸಬಹುದು ಎಂಬುದು ಅಧ್ಯಯನದಿಂದ ದೃಢಪಟ್ಟಿದೆ. ಇನ್ಸುಲಿನ್ ತೆಗೆದುಕೊಳ್ಳುವಾಗಲೂ ಇನ್ನಿತರ ಔಷಧಿಗಳತ್ತ ಗಮನ ಇಡಿ. ಏಕೆಂದರೆ ಅವುಗಳೂ ಇನ್ಸುಲಿನ್ ಮಟ್ಟವನ್ನು ಪ್ರಭಾವಿತವನ್ನಾಗಿಸಬಹುದು. ವೈದ್ಯರ ಸಲಹೆ ಪಡೆದು ಸುರಕ್ಷಿತ ಔಷಧಿಗಳನ್ನೇ ಸೇವಿಸಿ.

ಬ್ಲಡ್ ಶುಗರ್ : ದಿನವೊಂದಕ್ಕೆ 4 ರಿಂದ 10 ಬಾರಿ ಬ್ಲಡ್ ಶುಗರ್ ಮಟ್ಟವನ್ನು ಪರೀಕ್ಷಿಸಿಕೊಳ್ಳಬೇಕಾಗಬಹುದು. ಒಂದು ವೇಳೆ ನಿಮಗೆ ಒಂದನೇ ವಿಧದ ಮಧುಮೇಹ ಇರುವುದಾದರೆ ಸೈಕೋಸೆಲಾಟಿಡ್ ಹಿಮೋಗ್ಲೋಬಿನ್‌ಗಾಗಿಯೂ ನಿಮ್ಮ ರಕ್ತದ ಪರೀಕ್ಷೆ ನಡೆಸಲಾಗುತ್ತದೆ. ಇದು ಹೆಚ್ಚಾಗಿದ್ದರೆ ಸಕ್ಕರೆ ಮಟ್ಟ ಸಂಪೂರ್ಣ ನಿಯಂತ್ರಣದಲ್ಲಿಲ್ಲ ಎಂದರ್ಥ. ರಕ್ತದ ಒತ್ತಡವನ್ನು ನಿಯಮಿತ ರೂಪದಲ್ಲಿ ಇರಿಸಬೇಕೆಂದರೆ ನಿಯಮಿತವಾಗಿ ತಿಂದು ಕುಡಿಯಬೇಕಾಗುತ್ತದೆ. ಆಹಾರ-ವ್ಯಾಯಾಮಗಳತ್ತ ಗಮನ ಇರಿಸಬೇಕಾಗುತ್ತದೆ. ಅವಶ್ಯಕತೆ ಬಿದ್ದಾಗ ಔಷಧಿಯನ್ನು ತೆಗೆದುಕೊಳ್ಳಬೇಕಾಗುತ್ತದೆ. ಗರ್ಭಾವಸ್ಥೆಗೆ ಮುಂಚಿನಿಂದಲೂ ನೀವು ಇನ್‌ಸುಲಿನ್ ತೆಗೆದುಕೊಳ್ಳುತ್ತಿದ್ದರೆ ಹೈಪೋಗ್ಲಾಸಿಮಿಯಾಕ್ಕೆ ನೀವು ಒಳಪಟ್ಟಿದ್ದೀರಿ ಎಂದರ್ಥವಾಗುತ್ತದೆ. ಆದ್ದರಿಂದ ಮೊದಲ ತ್ರೈಮಾಸದಲ್ಲಿ ಹೆಚ್ಚು ಗಮನ ಹರಿಸಿ. ಮನೆಯಿಂದ ಹೊರಗೆ ಹೋಗುವಾಗ ತಿನ್ನಲು-ಕುಡಿಯಲು ಏನಾದರೂ ಇಟ್ಟುಕೊಂಡು ಹೋಗಿ.

ಮೂತ್ರ ಪರೀಕ್ಷೆ : ನಿಮ್ಮ ದೇಹದಲ್ಲಿ ಕೀಟಾಣು ಸೇರಬಹುದು. ಹಾಗಾಗಿ ಈ ಅವಧಿಯಲ್ಲಿ ಮೂತ್ರ ಪರೀಕ್ಷೆ ಮಾಡಿಸುತ್ತಿರಬೇಕು.

ಎಚ್ಚರಿಕೆಯ ಪರೀಕ್ಷೆಗಳು : ಎಷ್ಟೊಂದು ಪರೀಕ್ಷೆಗಳು ಎಂದು ಚಿಂತಿಸಬೇಡಿ. ನೀವು ಗರ್ಭಾವಸ್ಥೆಗೆ ಅನೇಕ ವಾರಗಳಿಗೆ ಮುಂಚೆಯೇ ಆಸ್ಪತ್ರೆಯಲ್ಲಿ ದಾಖಲಾಗಬೇಕಾಗಬಹುದು. ಹಾಗೆಂದಾಕ್ಷಣ ಏನೋ ತೊಂದರೆ ಎಂದು ಭಾವಿಸಬೇಕಿಲ್ಲ. ವೈದ್ಯರು ನಿಮ್ಮ ಸಂಪೂರ್ಣ ಸುರಕ್ಷತೆ ಬಯಸುತ್ತಾರೆ. ಪರೀಕ್ಷೆಗಳಿಂದ ನಿಮ್ಮ ಮಗುವಿನ ಬಗ್ಗೆ ತಾಜಾ ವರದಿಗಳು ಬರುತ್ತಿರುತ್ತವೆ. ವೈದ್ಯರು ಅಗತ್ಯ ಬಿದ್ದರೆ ಬೇರೆ ಏನಾದರೂ ಕ್ರಮ ಕೈಗೊಳ್ಳಲು ಇದರಿಂದ ಸಾಧ್ಯವಾಗುತ್ತದೆ.

ನೀವು ನಿಯಮಿತವಾಗಿ ಕಣ್ಣಿನ ಪರೀಕ್ಷೆಯನ್ನು ಮಾಡಿಸಬೇಕಾಗುತ್ತದೆ. ಗರ್ಭಾವಸ್ಥೆಯಲ್ಲಿ ಸಾಮಾನ್ಯವಾಗಿ ರೆಟಿನಾ ಮತ್ತು ಕಿಡ್ನಿ (ಮೂತ್ರಕೋಶ) ಸಮಸ್ಯೆಗಳು ಸಾಕಷ್ಟು ಹೆಚ್ಚಾಗುತ್ತವೆ. ಒಂದು ವೇಳೆ ಗರ್ಭಾಶಯದಲ್ಲಿ ಮಗುವಿನ ಗಾತ್ರ ಹೆಚ್ಚಾದರೆ ಯೋನಿಮಾರ್ಗದಲ್ಲಿ ಪ್ರಸವ ಮಾಡಿಸುವ ಬದಲು ಬೇರೆ ದಾರಿ ಹುಡುಕಲಾಗುತ್ತದೆ. 10 ಮತ್ತು 22ನೇ ವಾರದಲ್ಲಿ ಅಲ್ಟ್ರಾಸೌಂಡ್ ನೆರಳಿನಿಂದ ಭ್ರೂಣವನ್ನು ಸಮಗ್ರವಾಗಿ ಪರೀಕ್ಷಿಸಲಾಗುತ್ತದೆ. ಆಗ ಎಲ್ಲ ವಿಷಯಗಳು ತಿಳಿಯುತ್ತದೆ.

21ನೇ ವಾರದ ನಂತರ ದಿನಕ್ಕೆ 3 ಬಾರಿ ಮಗುವಿನ ಕುಲುಕಾಟದ ಪರೀಕ್ಷೆ ಮಾಡಿಸಲು ಸೂಚಿಸಬಹುದು. ಮಧುಮೇಹದಿಂದ ಬಳಲುತ್ತಿರುವ ಮಹಿಳೆಯರಿಗೆ ಪ್ರೀಕ್ಲೆಪ್ಸಿಯಾದ ಭಯವೂ ಇರುತ್ತದೆ. ಆದ್ದರಿಂದ ಈ ವಿಚಾರದಲ್ಲಿ ವೈದ್ಯರು ಸಾಕಷ್ಟು ನಿಶ್ಚಿತ ಜ್ಞಾನ ಹೊಂದಿರಲು ಬಯಸುತ್ತಾರೆ.

ಎಲೆಕ್ಟೀವ್ ಅರ್ಲಿ ಡೆಲಿವರಿ : ಗ್ಯಾಸ್ಟೇಷನಲ್ ಮಧುಮೇಹ ಅಥವಾ ಕಡಿಮೆ ಗಂಭೀರ ಲಕ್ಷಣಗಳ ಗರ್ಭಾವಸ್ಥೆಯ ಮಹಿಳೆಯರು ಸಕಾಲಕ್ಕೆ ಪ್ರಸವಿಸುತ್ತಾರೆ. ಆದರೆ ಪ್ಲೆಸೆಂಟ್ ಯಾವಾಗ ಬೇಗ ಕ್ಷೀಣಿಸಲಾರಂಭಿಸುತ್ತದೆಯೋ ಅಥವಾ ತಾಯಿಯ ರಕ್ತದಲ್ಲಿನ ಸಕ್ಕರೆಯ ಮಟ್ಟ ಸಾಮಾನ್ಯವಾಗಿರುವುದಿಲ್ಲವೋ ಮಗು ಅವಧಿಗಿಂತ ಮುಂಚೆ ಒಂದೆರಡು ವಾರ ಮುಂಚಿತವಾಗಿ ಹುಟ್ಟುತ್ತದೆ. ಸೆಕ್ಷನ್-ಸಿಯಿಂದ ಮಗುವನ್ನು ಹೊರತೆಗೆಯಬೇಕೋ ಅದು ಸಾಧಾರಣ ರೀತಿಯಲ್ಲಿ ಹೆರಿಗೆಯಾಗಲು ಕಾಯಬೇಕೋ ಎನ್ನುವುದನ್ನು ವೈದ್ಯರು ಪರೀಕ್ಷೆ ಮಾಡಿ ತಿಳಿಸುತ್ತಾರೆ.

ಒಂದು ವೇಳೆ ಮಗುವನ್ನು ಹುಟ್ಟಿದ ತಕ್ಷಣ ಐಸಿಯುನಲ್ಲಿ ಇಟ್ಟರೆ ಹೆದರಿಕೊಳ್ಳಬೇಡಿ. ಇಂತಹ ಎಲ್ಲ ಮಕ್ಕಳನ್ನು ಇದೇ ತೆರನಾಗಿ ಇಡಲಾಗುತ್ತದೆ. ಅಲ್ಲಿ ನಿಮ್ಮ ಶ್ವಾಸಕೋಶ ಹಾಗೂ ಮಧುಮೇಹದ ಜೊತೆ ಸಂಬಂಧವಿರುವ ಲಕ್ಷಣಗಳ ಪರೀಕ್ಷೆ

ಮಾಡಲಾಗುತ್ತದೆ. ಒಂದು ವೇಳೆ ನೀವು ಮಗುವಿಗೆ ಸ್ತನ್ಯಪಾನ ಮಾಡಿಸಲು ಇಚ್ಛಿಸಿದರೆ ಅದಕ್ಕೂ ವ್ಯವಸ್ಥೆ ಮಾಡಲಾಗುತ್ತದೆ.

ಎಪಿಲೆಪ್ಸಿ/ಮೂರ್ಛೆ ರೋಗ

"ನನಗೆ ಎಪಿಲೆಪ್ಸಿ ಇದೆ. ಆದರೆ ನನಗೆ ತಾಯಿಯಾಗುವ ಆಸೆ. ನನ್ನ ಗರ್ಭಾವಸ್ಥೆ ಸುರಕ್ಷಿತವಾಗಿರುತ್ತದೆಯೇ?"

ಸೂಕ್ತವಾದ ಆರೈಕೆ-ಪೋಷಣೆಯೊಂದಿಗೆ ನೀವೂ ಕೂಡ ಒಂದು ಆರೋಗ್ಯಕರ ಮಗುವಿಗೆ ಜನ್ಮ ನೀಡಬಹುದು. ಗರ್ಭಧಾರಣೆಗೆ ಮುಂಚೆ ನಿಮ್ಮ ವೈದ್ಯರು ಹಾಗೂ ನರರೋಗ ತಜ್ಞರನ್ನು ಭೇಟಿ ಮಾಡಿ ಅವರ ನಿಗಾದಲ್ಲಿರಿ. ಅವರು ನಿಮಗೆ ಸೇವಿಸಬೇಕಾದ ಔಷಧ ಮತ್ತು ವಹಿಸಬೇಕಾದ ಎಚ್ಚರಿಕೆಗಳ ಬಗ್ಗೆ ತಿಳಿಸುತ್ತಾರೆ. ಬಹಳಷ್ಟು ಮಹಿಳೆಯರಲ್ಲಿ ಗರ್ಭಾವಸ್ಥೆಯಲ್ಲಿ ಎಪಿಲೆಪ್ಸಿ ಹೆಚ್ಚಾಗುವುದಿಲ್ಲ. ರೋಗದಲ್ಲಿಯೂ ಅಂತಹ ವಿಶೇಷ ಬದಲಾವಣೆ ಆಗುವುದಿಲ್ಲ. ಇಂತಹ ಮಹಿಳೆಯರಲ್ಲಿ ತಲೆ ಸುತ್ತು, ವಾಂತಿ ಹೆಚ್ಚಾಗಿರುತ್ತದೆ ಅಷ್ಟೆ. ಇವುಗಳ ಯಾವುದೇ ವಿಶೇಷ ಗಂಭೀರ ಪರಿಣಾಮ ಕಂಡುಬರುವುದಿಲ್ಲ.

ಇಂತಹ ತಾಯಂದಿರ ಶಿಶುವಿನಲ್ಲಿ ಲಘುವಾದ ಜನ್ಮ ವಿಕೃತಿ ಇರುತ್ತದೆ. ಆದರೆ ಇದನ್ನೂ ನೀವು ಎಪಿಲೆಪ್ಸಿಯಿಂದಲ್ಲ. ಗರ್ಭಾವಸ್ಥೆಯು ಎಟಿಕ್‌ಎಲ್ಸಂಟ್ ಔಷಧಿಗಳ ಪರಿಣಾಮ ಎಂದು ತಿಳಿಯಬೇಕಾಗುತ್ತದೆ.

ಗರ್ಭಾವಸ್ಥೆಗೆ ಮುಂಚೆಯೇ ಇದರ ಔಷಧಿಗಳ ಬಗ್ಗೆ ಚರ್ಚೆ ಮಾಡಿ. ನಿಮ್ಮ ರೋಗವನ್ನು ನಿಯಂತ್ರಣದಲ್ಲಿ ಇಟ್ಟುಕೊಂಡ ನಂತರವೇ ಮುಂದಿನ ಹೆಜ್ಜೆ ಇಡಿ. ವೈದ್ಯರು ನಿಮಗೆ ಇನ್ನೊಂದು ಅಥವಾ ಅನೇಕ ಔಷಧಿಗಳನ್ನು ಸೇರಿಸಿ ಕೊಡಬಹುದು. ಗರ್ಭಾವಸ್ಥೆಯ ರೋಗವೂ ನಿಯಂತ್ರಣದಲ್ಲಿರಲಿ ಎಂದು ಹಾಗೆ ಮಾಡುತ್ತಾರೆ. ಮಗುವಿಗೆ ಅಪಾಯವಾಗುತ್ತದೆ ಎಂಬ ಭಯದಿಂದ ಔಷಧಿ ತೆಗೆದುಕೊಳ್ಳುವುದನ್ನು ನಿಲ್ಲಿಸಬೇಡಿ. ಇದರಿಂದ ನಷ್ಟ ಉಂಟಾಗಬಹುದು.

ಈ ಹಂತದಲ್ಲಿ ಅಲ್ಟ್ರಾ ಸೌಂಡ್‌ನಿಂದ ಸೂಕ್ಷ್ಮ ಪರೀಕ್ಷೆ ಮತ್ತು ಗರ್ಭಾವಸ್ಥೆಗೆ ಮುಂಚಿನ ಸ್ಕ್ರೀನಿಂಗ್ ಮಾಡಿದ್ದರಿಂದ ಬಂದ ಫಲಿತಾಂಶಗಳಿಂದ ನಿರ್ದೇಶನಗಳನ್ನು ಪಡೆಯಬಹುದಾಗಿದೆ. ವೈದ್ಯರು 'ನ್ಯೂರಲ್ ಟ್ಯೂಬ್ ಡಿಫೆಕ್ಟರ್'ನ ಪರೀಕ್ಷೆಯನ್ನೂ ನಡೆಸುತ್ತಾರೆ. ನೀವು ಸಾಕಷ್ಟು ನಿದ್ದೆ, ಪೌಷ್ಟಿಕ ಆಹಾರದ ಬಲದ ಮೇಲೆ ಆಧಾರವಾಗಬೇಕಾಗುತ್ತದೆ. ದ್ರವ ಪದಾರ್ಥಗಳನ್ನು ಭಾರಿ ಪ್ರಮಾಣದಲ್ಲಿ 'ಡಿ' ಜೀವಸ್ತ್ವ ಉಳ್ಳ ಭೋಜನ ನೀಡಲಾಗುತ್ತದೆ. ಸೇವಿಸಿ. ಗರ್ಭಾವಸ್ಥೆಯ ಕೊನೆಯ 4 ವಾರಗಳಲ್ಲಿ ಜೀವಸತ್ವ ಉಳ್ಳ ಭೋಜನ ನೀಡಲಾಗುತ್ತದೆ. ಪ್ರಸವಕ್ಕೆ ಇದರಿಂದ ಹೆಚ್ಚಿನ ಧೈರ್ಯವೇನೂ ಬರುವುದಿಲ್ಲ. ಅಲ್ಲದೆ ನಿಮ್ಮ ಮಗುವಿಗೆ ನೀವು ಸ್ತನ್ಯಪಾನವನ್ನು ಮಾಡಿಸಬಲ್ಲಿರಿ. ಔಷಧಿಗಳ ಪರಿಣಾಮ ಹಾಲಿನಲ್ಲಿ ಕಡಿಮೆಯೇನೋ ಆಗುತ್ತದೆ.

ಫೈಬರೋಮಾಲ್ಗಿಯಾ

"ನನಗೆ ಕೆಲವು ವರ್ಷಗಳ ಹಿಂದೆ ಫೈಬರೋ ಇಲ್‌ಗಿಯಾ ರೋಗ ತಗುಲಿತ್ತು. ಇದರ ಪ್ರಭಾವ ಗರ್ಭಾವಸ್ಥೆಯ ಮೇಲೆ ಹೇಗಿರುತ್ತದೆ."

ನಿಮಗೆ ನಿಮ್ಮ ಯಾವುದಾದರೂ ಪರಿಸ್ಥಿತಿ ಮೊದಲೇ ಗೊತ್ತಿದ್ದರೆ ಮುಂಚೆಯೇ ತಿಳಿಸಿಬಿಡಿ. ಇದರಿಂದ ಸಾಕಷ್ಟು ಲಾಭಗಳಾಗುತ್ತವೆ. ನೋವು, ಉರಿ, ಊತ ಮತ್ತು ಮಾಂಸಖಂಡಗಳಲ್ಲಿ ನೋವು, ಇವು ಪ್ರಮುಖ ಲಕ್ಷಣಗಳು. ಗರ್ಭಾವಸ್ಥೆಯಲ್ಲಿನ ಆಯಾಸದಿಂದಾಗಿ ಇವುಗಳು ಅನುಭವಕ್ಕೆ ಬರುವುದಿಲ್ಲ. ಇದರಿಂದ ಉಂಟಾಗುವ ಒತ್ತಡವನ್ನೂ ಗರ್ಭಾವಸ್ಥೆಯಲ್ಲಿನ ಒಂದು ಲಕ್ಷಣ ಎಂದು ಹೇಳಲಾಗುತ್ತದೆ. ನಿಮ್ಮ ಮಗುವಿನ ಮೇಲೆ ಇದರ ಯಾವುದೇ ಪರಿಣಾಮ ಆಗುವುದಿಲ್ಲ. ನಿಮ್ಮ ದೇಹದಲ್ಲಿ ಬಹಳ ಆಯಾಸ ಅಥವಾ ನೋವು ಉಂಟಾದರೆ ಅವುಗಳಿಂದ ಪಾರಾಗಲು ಒತ್ತಡದಿಂದ ದೂರವಿರಿ. ಯೋಗ, ಧ್ಯಾನ, ವ್ಯಾಯಾಮಗಳಿಂದ ದೇಹಕ್ಕೆ ಬಿಡುವು ನೀಡಿ. ವೈದ್ಯರ ಬಳಿ ಕೇಳಿಕೊಂಡು ಗರ್ಭಾವಸ್ಥೆಯಲ್ಲಿ

ಕ್ರಾನಿಕ್ ಫಟೀಂಗ್ ಸಿಂಡ್ರೋಮ್

ಇದಕ್ಕೂ ಗರ್ಭಾವಸ್ಥೆಗೂ ಮಗುವಿಗೂ ಯಾವುದೇ ಸಂಬಂಧ ಇರುವುದಿಲ್ಲ. ಈ ಸಿಂಡ್ರೋಮ್‌ನಿಂದ ಗರ್ಭಾವಸ್ಥೆಯಲ್ಲಿ ಎಂತಹ ಪರಿಣಾಮ ಬೀರುತ್ತದೆ ಎನ್ನುವುದು ಗೊತ್ತಾಗುವುದಿಲ್ಲ. ಅನೇಕ ಮಹಿಳೆಯರ ಲಕ್ಷಣಗಳು ಎಂದಿನಂತೆಯೇ ಇರುತ್ತವೆ. ಇನ್ನೂ ಕೆಲವರಲ್ಲಿ ಸಾಕಷ್ಟು ಬಿಗಡಾಯಿಸುತ್ತದೆ. ನೀವು ಈ ಸಿಂಡ್ರೋಮ್‌ನಿಂದ ಬಳಲುತ್ತಿದ್ದರೆ ನಿಮ್ಮ ವೈದ್ಯರಿಗೆ ಗರ್ಭಾವಸ್ಥೆಯ ಸೂಚನೆ ನೀಡಿ. ಅವರು ಮೊದಲಿನಿಂದ ನೀವು ತೆಗೆದುಕೊಳ್ಳುತ್ತಿರುವ ಔಷಧಿಯನ್ನು ಬಿಡಿಸಬಹುದು. ಅವರು ಈ ಹಂತದಲ್ಲಿ ಕೆಲವು ಸಲಹೆಗಳನ್ನು ನೀಡಬಹುದು. ಅದರಿಂದ ನಿಮಗೆ ಮಗುವನ್ನು ನೋಡಿಕೊಳ್ಳುವುದರಲ್ಲಿ ಯಾವುದೇ ಅಡ್ಡಿ-ಆತಂಕ ಉಂಟಾಗುವುದಿಲ್ಲ.

ಔಷಧಿಯ ಲಾಭಗಳು

ಒಂದು ವೇಳೆ ದೀರ್ಘಕಾಲಿಕ ರೋಗದಿಂದ ಬಳಲುತ್ತಿದ್ದಲ್ಲಿ ತಡೆಗಟ್ಟಲು ಔಷಧಿ ತೆಗೆದುಕೊಳ್ಳುತ್ತಿದ್ದರೆ ಸ್ವಲ್ಪ ಗಮನ ಕೇಳಿ ಅದನ್ನು ರಾತ್ರಿ ಮಲಗುವಾಗ ತೆಗೆದುಕೊಳ್ಳಬೇಡಿ. ನಿಮ್ಮ ವ್ಯವಸ್ಥೆಗೆ ಸಂಪೂರ್ಣ ವಿಶ್ರಾಂತಿ ಸಿಗಲು ಬಿಡಿ. ಬೆಳಗ್ಗೆ ವಾಂತಿಯಾಗುವುದರಿಂದ ಸೇವಿಸಿದ ಎಲ್ಲ ಔಷಧಿ ಹೊರಗೆ ಬಂದುಬಿಡಬಹುದು. ಅನೇಕ ಸಂದಭಗಳಲ್ಲಿ ಔಷಧಿ ಸೇವನೆಯನ್ನು ಬದಲಾಯಿಸ ಬೇಕಾಗುತ್ತದೆ. ಈ ವಿಚಾರದಲ್ಲಿ ಕಾಲಕಾಲಕ್ಕೆ ವೈದ್ಯರ ಸಲಹೆ ಪಡೆಯಿರಿ. ಯಾವುದೊ ಅನುಮಾನ ಬಂದರೂ ವೈದ್ಯರ ಬಳಿಹೋಗಿ.

ಸಂಪೂರ್ಣ ಸುರಕ್ಷಿತ ಎಂದು ಹೇಳಲಾಗುವ ಔಷಧವನ್ನು ನೀಡಿ.

ಹೈಪರ್ ಟೆನ್ಷನ್

"ನನಗೆ ಅನೇಕ ವರ್ಷಗಳಿಂದ ಹೈಪರ್ ಟೆನ್ಷನ್ ಇದೆ. ನನ್ನ ಮೀರಿದ ರಕ್ತದೊತ್ತಡ ಗರ್ಭವ್ಯವಸ್ಥೆಯ ಮೇಲೆ ಯಾವ ರೀತಿಯ ಪರಿಣಾಮ ಬೀಡುತ್ತದೆ?"

ಮಹಿಳೆ ಎಷ್ಟು ಹೆಚ್ಚಿನ ಮನಸ್ಸಿನಲ್ಲಿ ಗರ್ಭಧಾರಣೆ ಮಾಡುತ್ತಾರೋ ಅವರಲ್ಲಿ ರಕ್ತದ ಒತ್ತಡದ ಹೆಚ್ಚಳದ ಸಮಸ್ಯೆ ಕಂಡುಬರುತ್ತದೆ. ಇದು ಉಗ್ರರೂಪದಲ್ಲಿರವುದೊ ಅಲ್ಲದೆ ಏರುತ್ತಲೂ ಹೋಗುತ್ತದೆ.

ನಿಮ್ಮ ಗರ್ಭವಸ್ಥೆಯನ್ನು ಅತ್ಯಂತ ಜಟಿಲ ಎಂದು ಭಾವಿಸಲಾಗುತ್ತದೆ. ಅಂದರೆ ನಿಮಗೆ ವೈದರ ಬಳಿಗೆ ಪದೇಪದೇ ಹೋಗಬೇಕಾಗುತ್ತದೆ. ರಕ್ತದೊತ್ತಡದ ನಿಯಂತಣ ಭಾರಿ ವೈದಕೀಯ ಶುಶ್ರಾಕ್ಷೆ ಹಾಗೂ ನಿಮ್ಮನ್ನು ನೀವು ನೋಡಿಕೊಳ್ಳುವುದರಿಂದ ಗರ್ಭಾವಸ್ಥೆಯನ್ನು ಸಂಪೂರ್ಣ ಸುರಕ್ಷಿತವಾಗಿ ಇರಬಹುದು. ನಿಮಗೆ ಆರೋಗ್ಯಕರ ಮಗು ಹುಟ್ಟುವುದು ಸಾಧ್ಯವಾಗುತ್ತದೆ. ನೀವು ಕೆಳಗೆ ತಿಳಿಸಿದ ಸೂಚನೆಗಳನ್ನು ಪಾಲಿಸಬೇಕಾಗಿಗುತ್ತದೆ.

ಸರಿಯಾದ ವೈದ್ಯಕೀಯ ತಂಡ : ನಿಮ್ಮ ವೈದರಿಗೆ ಹೈಪರ್ ಟೆನ್ಷನ್‌ನ ಪರಿಪೂರ್ಣ ಜ್ಞಾನ ಇರಬೇಕು. ನೀವು ನಿಮ್ಮ ಪ್ರಸೂತಿ ತಜ್ಞರನ್ನು ಈ ವೈದ್ಯರ ಜೊತೆ ಭೇಟಿ ಮಾಡಿಸಿ.

ವೈದ್ಯಕೀಯ ಶೂಶ್ರಕ್ಷೆ : ನಿಈವು ವೈದ್ಯನಲ್ಲಿಗೆ ಆಗ್ಗಾಗೆ ಹೋಗಬೇಕಾಗುತ್ತದೆ. ಅಲ್ಲದೆ ಅನೇಕ ತೆರನಾದ ಪರಿಕ್ಷೆಯನ್ನು ಮಾಡಲಾಗುತ್ತದೆ. ಗರ್ಭಾವಸ್ಥೆಯಲ್ಲಿ ಅನೇಕ ಜಟಿಲತೆಗಳೇ ಅಲ್ಲದೆ ಪ್ರೀತಿ ಕೂಡ ಇರಬಹುದು. ಆದ್ದರಿಂದ 40ವಾರಗಳವರೆಗೆ ವೈದ್ಯರು ನಿಮ್ಮ ಆರೋಗ್ಯದತ್ತ ಗಮನ ಇಟ್ಟಿರಲಿ.

ರಿಲಾಕ್ಸೇಶನ್ : ಹೈಪರ್ ಟೆನ್ಷನ್ ತಿಂಗಳುಗಟ್ಟಲೆ ರಿಲಾಕ್ಸೇಶನ್ ವಿಧಾನ ಸಾಕಷ್ಟು ಮಹತ್ವ ನೀಡುತ್ತದೆ. ಈ ವಿಧಾನಗಳ ಮೂಲಕ ರಕ್ತದ ಒತ್ತಡವನ್ನು ಇಳಿಸಬೇಕು ಎನ್ನುವುದು ಅಧ್ಯಯನದಿಂದ ಸಾಬೀತಾಗಿದೆ.

ಇನ್ನೊಂದು ವೈಕಲ್ಪಿಕ ಚಿಕಿತ್ಸೆ : ಬಯೋಫೀಡ್‌ಬ್ಯಾಕ್, ಆಕ್ಯುಪಂಕ್ಚರ್ ಅಥವ ಮಾಲೀಶ್ ಮುಂತಾದ ವೈಕಲ್ಪಿಕ ಚಿಕಿತ್ಸೆಯ ನೆರವು ಪಡೆದುಕೊಳ್ಳಲು ನಿಮ್ಮ ವೈದ್ಯರಿಗೆ ತಿಳಿಸಿ.

ವಿಶ್ರಾಂತಿ : ರಕ್ತದ ಒತ್ತಡ ಹೆಚ್ಚಾದರೆ ಮಾನಸಿಕ ಶಾರೀರಿಕ ಒತ್ತಡವೂ ಹೆಚ್ಚುತ್ತದೆ. ಆದ್ದರಿಂದ ಯಾವುದೇ ಕೆಲಸವನ್ನು ಅತಿಯಾಗಿ ಮಾಡಬೇಡಿ. ಹಗಲಿನಲ್ಲಿ ಕಾಲು ಮೇಲೆ ಇಟ್ಟುಕೊಂಡು ಮಲಗಿಕೊಳ್ಳಿ. ಒಂದು ವೇಳೆ ಉದ್ಯೋಗದ ಜಾಗದಲ್ಲಿ ಹೆಚ್ಚು ಕೆಲಸ ಮಾಡಬೇಕಾದರೆ ಕೆಲವು ದಿನ ರಜೆ ತೆಗೆದುಕೊಳ್ಳಿ. ಇದು ನಿಮಗೆ ಅತ್ಯವಶ್ಯ. ಮನೆಯಲ್ಲಿ ಬೇರೊಂದು ಮಗುವೂ ಇದ್ದರೆ ಕೆಲಸ ಕಾರ್ಯಗಳಲ್ಲಿ ಯಾವ ಸಹಾಯವನ್ನಾದರೂ ಪಡೆಯಿರಿ.

ರಕ್ತದೊತ್ತಡದ ಮೇಲೆ ನಿಗಾ : ನೀವು ಮನೆಯಲ್ಲಿ ನಿಮ್ಮ ರಕ್ತದೊತ್ತಡದ ದಾಖಲೆ ಇಡಬೇಕಾಗುತ್ತದೆ. ಸಂಪೂರ್ಣ ವಿಶ್ರಾಂತಿ ಪಡೆದ ನಂತರವೇ ರಕ್ತದೊತ್ತಡ ಪರೀಕ್ಷಿಸಿ.

ಒಳ್ಳೆಯ ಆಹಾರ : ಗರ್ಭಾವಸ್ಥೆಯಲ್ಲಿ ಒಳ್ಳೆಯ ಪೌಷ್ಟಿಕ ಆಹಾರ ಸೇವಿಸಿ ಹಾಗೂ ವೈದ್ಯರ ಸಲಹೆ ಪಡೆದು ಅದರಲ್ಲಿ ಬದಲಾವಣೆಯನ್ನು ಮಾಡಿಕೊಳ್ಳಿ. ಹಣ್ಣು-ತರಕಾರಿಯ ಪ್ರಮಾಣವನ್ನು ಮಾತ್ರ ಹೆಚ್ಚಿಸಿ. ಕಡಿಮೆ ಜಿಡ್ಡು ಇರುವ ಆಹಾರ ತೆಗೆದುಕೊಳ್ಳಿ. ದ್ವಿದಳ ಧಾನ್ಯ ಸೇವಿಸಿದರೆ ರಕ್ತದೊತ್ತಡ ಕಡಿಮೆಯಾಗುವ ಸಂಭವ ಉಂಟು.

ಮೆದು ಆಹಾರ : ದಿನದಲ್ಲಿ ಕಡಿಮೆ ಎಂದರೆ ಎಂಟು ಲೋಟ ನೀರು ಕುಡಿಯಿರಿ? ನಿಮ್ಮ ಕಾಲು-ಸಂದುಗಳಲ್ಲಿನ ಉರಿ ಕಡಿಮೆಯಾಗುತ್ತದೆ.

ಸರಿಯಾದ ಔಷಧಿ : ಗರ್ಭಾವಸ್ಥೆಯಲ್ಲಿ ನಿಮ್ಮ ಔಷಧವನ್ನು ಬದಲಾಯಿಸಲಾಗುತ್ತದೆಯೇ ಇಲ್ಲವೇ ಎನ್ನುವುದು ವೈದ್ಯರ ಲೆಕ್ಕಾಚಾರವನ್ನೇ ಅವಲಂಬಿಸಿದೆ. ಏಕೆಂದರೆ ಕೆಲವು ಔಷಧಿಗಳು ಗರ್ಭಾವಸ್ಥೆಯಲ್ಲಿ ಸುರಕ್ಷಿತವಾಗಿರುವುದಿಲ್ಲ.

ಇರಿಟಬಲ್ ಬೌಲ್ ಸಿಂಡ್ರೋಮ್

"ನನಗೆ ಇಂಟಬಲ್ ಬೌಲ್ ಸಿಂಡ್ರೋಮ್ ಇದೆ. ಗರ್ಭಾವಸ್ಥೆಯಲ್ಲಿ ಇದರ ಲಕ್ಷಣಗಳು ಮತ್ತಷ್ಟು ಬಿಗಡಾಯಿಸುವುದಿಲ್ಲವೇ?"

ಇದು ಬೇರೆ ಬೇರೆ ಮಹಿಳೆಯರಲ್ಲಿ ಬೇರೆ ಬೇರೆ ತೆರನಾಗಿ ತನ್ನ ಪ್ರಭಾವ ತೋರಿಸುತ್ತದೆ. ನಿಮ್ಮ ಮೇಲೆ ಎಂತಹ ಪರಿಣಾಮ ಆಗುತ್ತದೆ ಎಂದು ಹೇಳಲಾಗುವುದಿಲ್ಲ. ಕೆಲವು ಮಹಿಳೆಯರಲ್ಲಿ ಯಾವ ಲಕ್ಷಣವೂ ಉಲ್ಬಣಿಸುವುದಿಲ್ಲ. ಕೆಲವು ಮಹಿಳೆಯರಲ್ಲಿ ಇನ್ನೂ ಬಿಗಡಾಯಿಸಿಬಿಡುತ್ತದೆ.

ವಾಸ್ತವವಾಗಿ ಗರ್ಭಾವಸ್ಥೆಯಲ್ಲಿ ಕೆಲವು ಲಕ್ಷಣಗಳು ಉಂಟಾಗುತ್ತವೆ. ಮಲಬದ್ಧತೆ ಉಂಟಾಗಬಹುದು ಅಥವಾ ತೆಳುವಾದ ನೀರೇಚನವಾಗಬಹುದು. ಗ್ಯಾಸ್‌ನಿಂದಾಗಿ ಪರಿಸ್ಥಿತಿ ಮತ್ತಷ್ಟು ಬಿಗಡಾಯಿಸಬಹುದು. ಗರ್ಭಾವಸ್ಥೆಯಲ್ಲಿನ ಹಾರ್ಮೋನ್ ಇನ್ನೂ ಪರಿಣಾಮಕಾರಿ ಆಗಿರುತ್ತದೆ ಎಂದರೆ ಇಂಟಬಲ್ ಬೌಲ್ ಸಿಂಡ್ರೋಮ್‌ನ ಪತ್ತೆಯೇ ಆಗುವುದಿಲ್ಲ. ಡಯೋರಿಯಾದಿಂದ ಬಳಲುತ್ತಿರುವ ಸ್ತ್ರೀಯರಿಗೆ ಇದ್ದಕ್ಕಿದ್ದಂತೆ ಮಲಬದ್ಧತೆ ಉಂಟಾಗುತ್ತದೆ. ಅಂತಹವರಿಗೆ ಶೌಚ ಸುಲಭವಾಗುವುದಿಲ್ಲ.

ಈ ದಿನಗಳಲ್ಲಿ ಬೇಕಾದ್ದನ್ನೆಲ್ಲಾ ಒಂದೇ ಬಾರಿ ತಿನ್ನುವ ಬದಲು ಸ್ವಲ್ಪಸ್ವಲ್ಪವಾಗಿ ತಿನ್ನಿ. ಸಾಕಷ್ಟು ಪ್ರಮಾಣದಲ್ಲಿ ದ್ರವಾಹಾರ ಸೇವಿಸಿ. ಮಸಾಲೆ ಹಾಕಿದ ವಸ್ತುಗಳನ್ನು ತಿನ್ನಬೇಡಿ. ಒತ್ತಡ ಹೆಚ್ಚಿಸಿಕೊಳ್ಳಬೇಡಿ. ನಿಮ್ಮ ಆಹಾರದಲ್ಲಿ ಪ್ರೋಬಲೇಟಿಕ್ಸ್ ಸೇರಿಸಿಕೊಳ್ಳಿ.

ಈ ಸಿಂಡ್ರೋಮ್‌ನಿಂದಾಗಿ ಅವಧಿಗೆ ಮುನ್ನ ಪ್ರಸವವಾಗುವ ಸಾಧ್ಯತೆ ಇದೆ. ಈ ಪರಿಸ್ಥಿತಿಯಲ್ಲಿ ಸಿ-ಸೆಕ್ಷನ್ ಸಂದರ್ಭವೂ ಬರಬಹುದು.

ಲೂಪ್ಸ್

ಅನೇಕ ಮಹಿಳೆಯರಲ್ಲಿ ಇದರ ಲಕ್ಷಣಗಳು ಬಹಳ ಕೆಟ್ಟದಾಗಿರುತ್ತವೆ. ಅನೇಕರಿಗೆ ಇದು ಗೊತ್ತಾಗುವುದೇ ಇಲ್ಲ. ಅಂದಾಕ್ಷಣ ಗರ್ಭಾವಸ್ಥೆಯಲ್ಲಿ ಇದರ ಪ್ರಭಾವ ಇರುವುದಿಲ್ಲ ಎಂದೂ ಹೇಳಲಾಗದು. ರೋಗ ಶಮನವಾದ ನಂತರವೇ ನೀವು ಗರ್ಭಧಾರಣೆ ಮಾಡಿಕೊಳ್ಳುವುದು ಒಳ್ಳೆಯದು. ಒಂದು ವೇಳೆ ನೀವಾಗಲೇ ಗರ್ಭ ಧರಿಸಿದ್ದರೆ ವೈದ್ಯರನ್ನು ಕಂಡು ಪರೀಕ್ಷೆ, ಟೆಸ್ಟ್ ಔಷಧಿಗಳ ಮೂಲಕ ಪರಿಸ್ಥಿತಿ ಗಂಭೀರವಾಗುವುದನ್ನು ತಡೆಯಬಹುದಾಗಿರುತ್ತದೆ. ನಿಮ್ಮ ಲೂಪ್ಸ್‌ಗೆ ಚಿಕಿತ್ಸೆ ನೀಡುವ ವೈದ್ಯರನ್ನು ಪ್ರಸೂತಿ ತಜ್ಞರ ಜೊತೆ ಭೇಟಿ ಮಾಡಿಸಿ. ಅವರಿಬ್ಬರೂ ಸೇರಿ ಚರ್ಚಿಸಿ ನಿಮ್ಮ ಬಗ್ಗೆ ಸೂಕ್ತ ನಿರ್ಧಾರ ಕೈಗೊಳ್ಳುತ್ತಾರೆ.

ಮಲ್ಟಿಪಲ್ ಸ್ಕಲಿರೋಸಿಸ್

"ನನಗೆ ಅನೇಕ ವರ್ಷಗಳ ಹಿಂದೆಯೇ ಮಲ್ಟಿಪಲ್ ಸ್ಕೈಲೀರೋಸಿಸ್ ಆಗಿತ್ತು. ನನಗೆ ಎರಡು ಬಾರಿ ಲಘು ಎಂ.ಎಸ್. ನೀಡಲಾಗಿತ್ತು. ಆ ಕಾರಣದಿಂದಾಗಿ ನನ್ನ ಗರ್ಭಾವಸ್ಥೆಯ ಮೇಲೆ ಪರಿಣಾಮ ಆಗುತ್ತದೆಯೇ?"

ಈ ವಿಚಾರದಲ್ಲಿ ನಿಮ್ಮಿಬ್ಬರಿಗೂ ಸಿಹಿ ಸುದ್ದಿ. ಈ ಸುದ್ದಿಯೆಂದರೆ ನಿಮ್ಮ ಗರ್ಭಾವಸ್ಥೆಗೆ ಯಾವ ನಷ್ಟವೂ ಉಂಟಾಗುವುದಿಲ್ಲ ಎನ್ನುವುದು. ಪ್ರಸವಕ್ಕೆ ಮುಂಚೆ ಒಳ್ಳೆಯ ಆರೈಕೆ ನರರೋಗತಜ್ಞರ ಚಿಕಿತ್ಸೆಯಿಂದಾಗಿ ಒಳ್ಳೆಯ ಫಲಿತಾಂಶವೇ ಸಿಗುತ್ತದೆ. ಪ್ರಸವದ ಮೇಲೆಯೂ ಇದು ಯಾವುದೇ ಪರಿಣಾಮ ಬೀರುವುದಿಲ್ಲ. ಈ ಅವಧಿಯಲ್ಲಿ ನೀವು ಎಪಿಕ್ಯೂರಲ್ ಅಥವಾ ನೋವು ನಿವಾರಕ ಔಷಧಿ ತೆಗೆದುಕೊಳ್ಳಬಹುದು.

ಬಹಳಷ್ಟು ಮಹಿಳೆಯರು ಲಕ್ಷಣದಲ್ಲಿ ಮುಟ್ಟಲಾರದ ರೀತಿ ಇರುತ್ತಾರೆ. ಕೆಲವು ಮಹಿಳೆಯರ ತೂಕ ಹೆಚ್ಚಬಹುದು. ಇದರಿಂದ ನಡೆಯಲಾಗದ ಸಂದರ್ಭವೂ ಇರುತ್ತದೆ. ಆದ್ದರಿಂದ ಲಕ್ಷಣಗಳು ಉಲ್ಬಣಿಸಲಿ ಅಥವಾ ಬಿಡಲಿ ಚಿಕಿತ್ಸೆಗಿಂತ ಸಂಯಮ ಹೆಚ್ಚು ಪರಿಣಾಮಕಾರಿಯಾಗಬಲ್ಲದು.

ಒತ್ತಡದಿಂದ ದೂರವಿರಿ, ಹೆಚ್ಚು ವಿಶ್ರಾಂತಿ ಪಡೆಯಿರಿ. ದೇಹದ ಉಷ್ಣತೆ ಹೆಚ್ಚಲು ಬಿಡಬೇಡಿ. ವೈದ್ಯರನ್ನು ಭೇಟಿ ಮಾಡಿ ಸುರಕ್ಷಿತ ಎಂದು ಹೇಳಲಾದ ಔಷಧಿಗಳನ್ನು ಬಳಸಬೇಕಾಗುತ್ತದೆ.

ಒಂದು ವೇಳೆ ಪ್ರಸವದ ನಂತರ ಸ್ತನ್ಯಪಾನದ ಅನುಮತಿ ಆಗದಿದ್ದರೆ ನಿರಾಶರಾಗಬೇಡಿ. 'ಫಾರ್ಮೂಲಾದಿಂದ ತಯಾರಿಸಿದ ಹಾಲು ಸಹ ಮಗುವಿಗೆ ಕೆಟ್ಟದೇನಲ್ಲ. ಇದ್ದಕ್ಕಿದ್ದಂತೆ ಕೆಲಸದ ಹೊರೆ ಹೊತ್ತುಕೊಳ್ಳಬೇಡಿ. ಇಲ್ಲದಿದ್ದರೆ ಒತ್ತಡ ಹೆಚ್ಚಾಗುತ್ತದೆ. ಈ ರೋಗದಿಂದ ತಾಯಿಯಿಂದ ಮಗುವಿನ ಮೇಲೆ ಆಗುವ ಪರಿಣಾಮ ನಗಣ್ಯವಾಗಿರುತ್ತದೆ. ಆದ್ದರಿಂದ ಈ ವಿಚಾರದಲ್ಲಿ ಒತ್ತಡಕ್ಕೆ ಒಳಗಾಗಬೇಡಿ.

ಫಿನಾಯಿಲ್ ಕೀಟೋನಯೂರಿಯಾ

"ನನಗೆ ಜನ್ಮದಿಂದಲೂ ಪಿ.ಕೆ.ಯು ರೋಗವಿತ್ತು. ಬಾಲ್ಯದಲ್ಲಿ ನನಗೆ ವೈದ್ಯರು ಫಿನಾಯಿಲ್ ಕಾಯಟ್ನಲ್ಲಿಟ್ಟಿದ್ದರು. ನಂತರ ಅದು ವಾಸಿಯಾಯಿತು. ನಾನು ಗರ್ಭವತಿಯಾದ

ನಂತರ ಅದೇ ಆಹಾರವನ್ನು ತೆಗೆದುಕೊಳ್ಳಲು ಹೇಳುತ್ತಿದ್ದಾರೆ. ಇದು ಅವಶ್ಯಕವೇ?"

ಇದರಲ್ಲಿ ಔಷಧಗಳ ಜೊತೆಗೆ ಹಣ್ಣು, ತರಕಾರಿ ಬ್ರೆಡ್ ಇತ್ಯಾದಿ ಆಹಾರಗಳು ಸೀಮಿತ ಪ್ರಮಾಣದಲ್ಲಿರುತ್ತವೆ. ಅಲ್ಲದೆ ಹೆಚ್ಚು ಪ್ರೋಟೀನ್ಯುಕ್ತ ಆಹಾರ ಸೇವಿಸಲಾಗುವುದಿಲ್ಲ. ಇದನ್ನು ತಿನ್ನುವುದು ನಿಜವಾಗಿಯೂ ಸುಲಭವಲ್ಲ. ಆದರೆ ಗರ್ಭಾವಸ್ಥೆಯಲ್ಲಿ ಇದು ನಿಮಗೆ ಅತ್ಯವಶ್ಯ. ಒಂದು ವೇಳೆ ಈ ಆಹಾರ ನಿಯಮ ಪಾಲಿಸದೇ ಹೋದರೆ ಮಗುವಿಎ ಅನೇಕ ತೆರನಾದ ವೈದ್ಯಕೀಯ ತೊಂದರೆಗಳು ಉಂಟಾಗಬಹುದು. ನಿಮಗೆ ಗರ್ಭಧಾರಣೆಯ ಮೂರು ತಿಂಗಳ ಮುಂಚೆ ಈ ಆಹಾರ ಸೇವಿಸುವುದನ್ನು ಆರಂಭಿಸಬೇಕು. ಆಗ ರೋಗ ನಿಯಂತ್ರಣಕ್ಕೆ ಸಿಗುತ್ತದೆ.

ಆದರೆ ಅನೇಕ ವರ್ಷಗಳ ನಂತರ ಅದೇ ಆಹಾರ ಪದ್ಧತಿಗೆ ಮರಳುವುದು ಸ್ವಲ್ಪ ಕಷ್ಟವಾಗಬಹುದು. ಆದರೆ ಮಗುವಿನ ರಕ್ಷಣೆಗೆ ಹಾಗೆ ಮಾಡುವುದೇ ಒಳಿತು. ಈ ವಿಷಯದಲ್ಲಿ ಆಹಾರ ತಜ್ಞರಿಂದ ಸಲಹೆ ಪಡೆದರೆ ಒಳ್ಳೆಯದು.

ದೈಹಿಕ ಅಂಗವೈಕಲ್ಯ

"ನನ್ನ ಬೆನ್ನುಮೂಳೆಗೆ ಪೆಟ್ಟಾಗಿದೆ. ವೀಲ್‌ಚೇರ್‌ನಲ್ಲಿ ಕುಳಿತೇ ಇದ್ದೀನಿ. ನಾನು ಮತ್ತು ನನ್ನ ಪತಿ ಬಹಳ ಸಮಯದಿಂದ ಮಗುವಿಗಾಗಿ ಹಾತೊರೆಯುತ್ತಿದ್ದೆವು. ನಾನೀಗ ಗರ್ಭಿಣಿ ಮುಂದೇನಾಗುತ್ತದೆ?"

ಎಲ್ಲಕ್ಕಿಂತ ಮೊದಲು ನೀವು ನಿಮ್ಮ ಗರ್ಭಾವಸ್ಥೆಯ ಲೆಕ್ಕಾಚಾರದಲ್ಲಿ ಯಾರಾದರೂ ಒಳ್ಳೆಯ ಸೂಕ್ತ ವೈದ್ಯರನ್ನು ಹುಡುಕಿಕೊಳ್ಳಬೇಕು. ಅವರಿಗೆ ನಿಮ್ಮಂತಹ ರೋಗಿಗಳ ಚಿಕಿತ್ಸೆಯಲ್ಲಿ ವಿಶೇಷ ಜ್ಞಾನ ಇರಬೇಕು. ಈ ನಡುವೆ ಆಸ್ಪತ್ರೆಗಳಲ್ಲಿ ಅತ್ತ ಗಮನಹರಿಸಲಾಗುತ್ತದೆ.

ನಿಮ್ಮ ದೈಹಿಕ ಅಂಗವೈಕಲ್ಯದ ಲೆಕ್ಕಾಚಾರ ಹಾಕಿಯೇ ನಿಮ್ಮ ಗರ್ಭಾವಸ್ಥೆಯನ್ನು ಸಂಚದಾಯಕ ಹಾಗೂ ಆರೋಗ್ಯದಾಯಕವಾಗಿರುವಂತೆ ಹೇಗೆ ನೋಡಿಕೊಳ್ಳಬೇಕು ಎನ್ನುವುದನ್ನು ನಿರ್ಧರಿಸಲಾಗುತ್ತದೆ. ನಿಮ್ಮ ದೇಹದ ತೂಕವನ್ನು ನಿಯಂತ್ರಣದಲ್ಲಿಟ್ಟುಕೊಳ್ಳಿ. ಗರ್ಭಾವಸ್ಥೆಯ ಜಟಿಲ ಸಮಸ್ಯೆಗಳು ಕಡಿಮೆಯಾಗುವಂತಹ ಆಹಾರವನ್ನು ಸೇವಿಸಿ. ವ್ಯಾಯಾಮದಿಂದ ದೈಹಿಕ ಶಕ್ತಿ ಹೆಚ್ಚುತ್ತದೆ. ಸಾಧ್ಯವಾದಷ್ಟೂ ಪ್ರಯತ್ನಿಸಿ. ನಿಮಗೆ ವಾಟರ್ ಥೆರಪಿ ಅನುಕೂಲಕರ-ಸುರಕ್ಷಿತ.

ಬೇರೆ ಮಹಿಳೆಯರಿಗೆ ಹೋಲಿಸಿದರೆ ನಿಮ್ಮ ಗರ್ಭಾವಸ್ಥೆ ಸ್ವಲ್ಪ ಕಷ್ಟದಾಯಕವೇ ಆಗಿರುತ್ತದೆ. ಆದರೆ ಮಗುವಿಗೆ ಹಾಗಾಗುವುದಿಲ್ಲ. ಬಎನ್ನು ಮೂಳೆಯಿಂದಾಗಿ ಅಂಗವೈಕಲ್ಯ ಉಂಟಾದ ತಾಯಿಂದಿರಿಗೆ ಅಮಗವಿಕಲ ಮಕ್ಕಳು ಹುಟ್ಟಿದ ಯಾವುದೇ ಉದಾಹರಣೆ ಇಲ್ಲ. ಆದರೆ ನೀವು ಕಿಡ್ನಿ ಸೋಂಕು, ಮೂತ್ರಕೋಶ ಹೊಂದಿಕೊಂಡಂತಹ ತೊಂದರೆಗಳು, ಬೆವರುವಿಕೆ ಮತ್ತು ರಕ್ತಹೀನತೆಯು ತೊಂದರೆಗೆ ಒಳಗಾಗಬಹುದು. ನೀವು ಇತರೆ ಲಕ್ಷಣಗಳನ್ನು ನೋಡಿಕೊಂಡು ಗುರುತಿಸಬೇಕಾಗುತ್ತದೆ. ನಿಮಗೆ ನಿಮ್ಮ ಗರ್ಭಾಶಯವನ್ನು ಅನುಭವಿಸುವಂತೆ ಸೂಚಿಸಲಾಗುತ್ತದೆ. ಇದರಿಂದ ನಿಮಗೆ ಪ್ರಸವದ ನೋವು ತಿಳಿಯುತ್ತದೆ.

ಆಸ್ಪತ್ರೆಯಲ್ಲೂ ನಿಮ್ಮ ಈ ಸ್ಥಿತಿಯ ಗುರುತು ಸಿಗಬೇಕು. ನಿಮ್ಮ ಅವಶ್ಯಕತೆಗಳನ್ನು ಗಮನದಲ್ಲಿಟ್ಟುಕೊಂಡು ನಿಮ್ಮ ಹೆರಿಗೆ ಮಾಡಿಸಲಾಗುತ್ತದೆ.

ಮಗು ಹುಟ್ಟುವ ಕೆಲವು ವಾರಗಳ ಕಠಿನವಾಗಿರುತ್ತದೆ. ನಿಮ್ಮಿಬ್ಬರಿಗೂ ಸ್ವಲ್ಪ ತೊಂದರೆಯಾಗಬಹುದು. ಆ ಲೆಕ್ಕ ಇಟ್ಟುಕೊಂಡೇ ಮನೆಯಲ್ಲಿ ತಯಾರಿ ನಡೆಸಿ. ಯಾರನ್ನಾದರೂ ಸಹಾಯಕ್ಕೆ ಕರೆಸಿಕೊಳ್ಳಿ. ಮನೆಯಲ್ಲಿ ನಿಮ್ಮ ಮಗುವನ್ನು ನೋಡಿಕೊಳ್ಳಲು ಯಾವ ಅಡಚಣೆಯೂ ಆಗದ ರೀತಿಯಲ್ಲಿ ಮನೆಯನ್ನು ವ್ಯವಸ್ಥಿತವಾಗಿಟ್ಟುಕೊಳ್ಳಿ..

ರಯೂಮೆಟಾಯ್ಡ್ ಆರ್ತ್‌ರೈಟಿಸ್

"ನನಗೆ ರಯೂಮೆಟಾಯ್ಡ್ ಆರ್ತ್‌ರೈಟಿಸ್ ಇದೆ. ಇದರಿಂದ ನನ್ನ ಗರ್ಭಾವಸ್ಥೆ ಮೇಲೆ ಯಾವ ತೆರನಾದ ಪರಿಣಾಮ ಉಂಟಾಗಬಹುದು."

ನಿಮ್ಮ ಈ ಅವಸ್ಥೆಯಿಂದ ಗರ್ಭಾವಸ್ಥೆಯ ಮೇಲೆ ಯಾವ ಪರಿಣಾಮವೂ ಆಗುವುದಿಲ್ಲ. ಗರ್ಭಾವಸ್ಥೆ ನಿಮ್ಮ ಸ್ಥಿತಿ ಮೇಲೆ ಪ್ರಭಾವ ಬೀರುವುದರಲ್ಲಿ ಯಾವ ಶಂಕೆಯೂ ಇಲ್ಲ. ಈ ದಿನಗಳಲ್ಲಿ ನಿಮ್ಮ ಸಂದುಗಳಲ್ಲಿ ಊತ, ನೋವು ಕಡಿಮೆಯಾಗುತ್ತದೆ ಆದರೆ ಪ್ರಸವದನಂತರ ಸಮಸ್ಯೆ ಸ್ವಲ್ಪ ಹೆಚ್ಚಾಗುತ್ತದೆ.

ನಿಮ್ಮ ಗರ್ಭಾವಸ್ಥೆಯ ದಿನಗಳಲ್ಲಿ ಸಲಕಷ್ಟು ಬದಲಾವಣೆ ಉಂಟಾಗುತ್ತದೆ. ನಿಮ್ಮ ಗರ್ಭಾವಸ್ಥೆಯ ದಿನಗಳಲ್ಲಿ ನಿಮ್ಮ ಔಷಧಿಗಳನ್ನು ಬಿಟ್ಟು ಇನ್ನಿತರ ಸುರಕ್ಷಿತ ಔಷಧಗಳನ್ನು ಸೇವಿಸಬೇಕಾಗುತ್ತದೆ.

ಹೆರಿಗೆಯ ಸಮಯದಲ್ಲಿ ಸಂದುಗಳ ಮೇಲೆ ಹೆಚ್ಚು ಒತ್ತಡ ಬೀಳದಂತಹ ಭಂಗಿಯನ್ನು ಆರಿಸಿಕೊಳ್ಳಿ. ನಿಮ್ಮ ವೈದ್ಯರು ಈ ವಿಚಾರದಲ್ಲಿ ಒಳ್ಳೆಯ ಸಲಹೆ ನೀಡಬಲ್ಲರು.

ಸ್ಕೋಲಿಯೋಸಿಸ್

"ನನಗೆ ಬಾಲ್ಯದಲ್ಲಿ ಸ್ಕೋಲಿಯೋಸಿಸ್ ಆಗಿತ್ತು. ನನ್ನ ಬೆನ್ನು ಮೂಳೆಯ ವಿನ್ಯಾಸ ಗರ್ಭಾವಸ್ಥೆಯ ಮೇಲೆ ಯಾವ ಪರಿಣಾಮ ಬೀರಬಲ್ಲದು?"

ಒಟ್ಟಾರೆ ಮಹಿಳೆಯರು ಆರೋಗ್ಯವಂತ ಮಕ್ಕಳಿಗೆ ಜನ್ಮ ನೀಡುತ್ತಾರೆ. ಸ್ಕಾಲ್ನಿಯೋಡಿಸ್‌ನಿಂದ ಯಾರ ಸಮಸ್ಯೆಯೂ ಇಲ್ಲ ಎಂಬುದು ಅಧ್ಯಯನದಿಂದ ದೃಢಪಟ್ಟಿದೆ.

ಯಾವ ಮಹಿಳೆಯರ ಸ್ಕೋಲಿಯೋಸಿಸ್‌ನಲ್ಲಿ ನಿತಂಬ, ಪೆಲ್ವಿಸ್ ಮತ್ತು ಹೆಗಲು ಸೇರುತ್ತದೋ ಅವರಿಗೆ ಉಸಿರಾಟದಲ್ಲಿ ತೊಂದರೆ ಅಥವಾ ಗರ್ಭಾವಸ್ಥೆಯಲ್ಲಿ ಭಾರ ಹೊರುವಾಗ ಕಷ್ಟಪಡಬೇಕಾಗುತ್ತದೆ. ಒಂದು ವೇಳೆ ಅಂತಹ ಸಮಯದಲ್ಲಿ ಬಐನ್ನು ನೋವು ಜಾಸ್ತಿಯಾದರೆ ಕಾಲು ಮೇಲಕ್ಕೆ ಮಾಡಿ ಮಲಗಿಕೊಳ್ಳಿ. ಉಗುರು ಬೆಚ್ಚಗಿನ ನೀರಿನಲ್ಲಿ ಸ್ನಾನ ಮಾಡಿ. ಬೆನ್ನಿಗೆ ನಿಧಾನವಾಗಿ ಮಾಲಿಶ್ ಮಾಡಿಸಿಕೊಳ್ಳಿ. ಇಂತಹ ಸಮಯದಲ್ಲಿ ಯಾವುದಾದರೂ ಫಿಜಿಯೋಥೆರಪಿಸ್ಟ್ ನೆರವು ಪಡೆಯಬಹುದು. ಆದರೆ ಅವರಿಗೆ ನಿಮ್ಮ ಗರ್ಭಾವಸ್ಥೆಯ ಸಂಪೂರ್ಣ ಮಾಹಿತಿ ನೀಡಬೇಕು. ಒಂದು ವೇಳೆ ನೀವು ಪ್ರಸವದ ಸಂದರ್ಭ 'ಎಪಿಡ್ಯೂರಲ್' ತೆಗೆದುಕೊಳ್ಳಲಿಚ್ಛಿಸಿದರೆ ಈ ವಿಷಯದಲ್ಲಿ ತಜ್ಞರ ನೆರವು ಪಡೆದುಕೊಳ್ಳಿ. ಅನುಭವಸ್ಥ ತಜ್ಞರು ಈ ಕೆಲಸವನ್ನು ಬಹಳ ಉತ್ತಮ ರೀತಿಯಲ್ಲಿ ಮಾಡಬಲ್ಲವರಾಗಿರುತ್ತಾರೆ.

ಸಿಕಲ್ ಸೈಲ್ ಅನಿಮಿಯಾ

"ನನಗೆ ಸಿಕಲ್‌ಸೈಲ್ ಅನಿಮಿಯಾ ಇದೆ. ಅಲ್ಲದೆ ಈಗ ನನಗೆ ನನ್ನ ಗರ್ಭಾವಸ್ಥೆಯ ಅರಿವಾಗಿದೆ. ನನ್ನ ಮಗು ಸರಿಯಾಗಿರುತ್ತದೆಯೇ?"

ಈಗ ಈ ವಿಷಯದಲ್ಲಿ ಭಯಪಡುವಂತಹುದೇನೂ ಇಲ್ಲ. ಜಟಿಲವಾದ ರೋಗ ಇದ್ದರೂ ನೀವು ಆರೋಗ್ಯವಂತ ಮಗುವಿಗೆ ಜನ್ಮ ನೀಡಬಲ್ಲಿರಿ. ನಿಮ್ಮ ಗರ್ಭಾವಸ್ಥೆ ತ್ರಾಸದಾಯಕ ಎಂದು ತಿಳಿಯಲಾಗುತ್ತದೆ. ಏಕೆಂದರೆ ಗರ್ಭಪಾತ, ಪ್ರಸವಕ್ಕೆ ಮುಂಚೆ ನೋವು ಪ್ರಿಕ್ಲೆಪ್ಸಿಯಾ ಅಥವಾ ಮಗುವಿನ ಬೆಳವಣಿಗೆ ನಿಂತುಹೋಗುವ ಅಪಾಯಗಳು ಇರುತ್ತವೆ.

ನೀವು ಪರೀಕ್ಷೆಗಾಗಿ ಅನೇಕ ಬಾರಿ ವೈದ್ಯರ ಬಳಿಗೆ ಹೋಗಬೇಕಾಗುತ್ತದೆ. ನಿಮ್ಮ ವೈದ್ಯರಿಗೆ ಸಿಕಲ್‌ಸೈಲ್ ಬಗ್ಗೆ ತಿಳಿದಿರಬೇಕಾಗುತ್ತದೆ. ಹಾಗಾದರೆ ಮಾತ್ರ ಸರಿಯಾದ ಲೆಕ್ಕಾಚಾರದಲ್ಲಿ ನಿಮಗೆ ಚಿಕಿತ್ಸೆ ಕೊಡಬಲ್ಲವರಾಗುತ್ತಾರೆ. ನೀವೂ ಸಹ ಇತರೆ ತಾಯಂದಿರಂತೆ ಮಾಮೂಲಿಯಾಗಿ ಯೋನಿ ಮಾರ್ಗದ ಮೂಲಕವೇ ಮಗುವಿಗೆ ಜನ್ಮ ನೀಡುತ್ತೀರಿ. ಪ್ರಸವದ ನಂತರ ಸೋಂಕಿನಿಂದ ಉಳಿದುಕೊಳ್ಳಲು ನಿಮಗೆ ಆಂಟಿಬಯಾಟಿಕ್ಸ್ ಕೊಡಲಾಗುತ್ತದೆ.

ಒಂದು ವೇಳೆ ನೀವು ಮತ್ತು ನಿಮ್ಮ ಪತಿ ಇಬ್ಬರೂ ಈ ರೋಗದಿಂದ ನರಳುತ್ತಿದ್ದರೆ ಮಗುವಿಗೆ ಈಗ ರೋಗ ತಗಲುವ ಸಾಧ್ಯತೆ ಇರುತ್ತದೆ. ಆಗ ನೀವು ಯಾರಾದರೂ ತಳಿ ತಜ್ಞ (ಜೆನೆಟಿಕ್ ಸಲಹೆಗಾರ)ರ ಜೊತೆಗೂಡಿ ಅಮ್ನಿಯೊಸೆಂಟೆಸಿಸ್ ಮಾಡಿಸಿಕೊಳ್ಳ ಬೇಕಾಗುತ್ತದೆ.

ಥೈರಾಯಿಡ್

"ಬಾಲ್ಯದಲ್ಲಿ ನನಗೆ ಹೈಪೋ ಥೈರಾಯಿಡ್ ಇದ್ದುದರಿಂದ ಅಂದಿನಿಂದ ಈವರೆಗೂ ಥೈರಾಯಿಡ್‌ಗೆ ಔಷಧಿ ತೆಗೆದುಕೊಳ್ಳುತ್ತಿದ್ದೇನೆ. ಗರ್ಭಾವಸ್ಥೆಯಲ್ಲಿ ಇದನ್ನು ತೆಗೆದುಕೊಳ್ಳುವುದು ಒಳ್ಳೆಯದೇ?"

ಇದು ಸುರಕ್ಷಿತವಷ್ಟೇ ಅಲ್ಲ. ನಿಮ್ಮ ಮತ್ತು ಮಗುವಿನ ಪೋಷಣೆಗೂ ಒಳ್ಳೆಯದು. ಒಂದು ವೇಳೆ ಹೈಪೋ ಥೈರಾಯಿಡ್‌ಗೆ ಚಿಕಿತ್ಸೆ ಆಗದಿದ್ದರೆ ಗರ್ಭಪಾತ ಸಾಧ್ಯತೆ ಹೆಚ್ಚಾಗಿರುತ್ತದೆ. ಮಗುವಿನ ಮಾನಸಿಕ ವಿಕಾಸಕ್ಕೂ ಥೈರಾಯಿಡ್ ಹಾರ್ಮೋನಿನ ಅವಶ್ಯಕತೆಯೂ ಇದೆ. ಮೊದಲ 3 ತಿಂಗಳಲ್ಲಿ ಮಗುವಿಗೆ ಈ ಹಾರ್ಮೋನ್ ಸಿಗದಿದ್ದರೆ ಮಗುವಿಗೆ ಹುಟ್ಟಿನಿಂದಲೇ ನರಸಂಬಂಧಿ ಖಾಯಿಲೆ ಇರುವ ಸಾಧ್ಯತೆ ಇರುತ್ತದೆ. ಮೊದಲ ತ್ರೈಮಾಸಿಕದ ನಂತರ ಸ್ವತಃ ಹಾರ್ಮೋನುಗಳನ್ನು ಸಿದ್ಧಪಡಿಸಿಕೊಳ್ಳುತ್ತದೆ. ಥೈರಾಯಿಡ್‌ನ ಮಟ್ಟ ಕಡಿಮೆಯಾಗುವುದರಿಂದ ಡಿಪ್ರೆಷನ್ ಹೆಚ್ಚಾಗುವುದೂ ಉಂಟು. ಆದುದರಿಂದ ನಿಮ್ಮ ಚಿಕಿತ್ಸೆಯನ್ನು ಸತತವಾಗಿ ಮಾಡಿಸಿಕೊಳ್ಳುತ್ತಿರಬೇಕು.

ದೇಹಕ್ಕೆ ಅಗತ್ಯವಿರುವ ಥೈರಾಯಿಡ್ ಹಾರ್ಮೋನ್‌ನ ಲೆಕ್ಕದಲ್ಲಿ ಭೋಜನವನ್ನು ಹೆಚ್ಚಿಸಬೇಕಾಗುತ್ತದೆ. ವೈದ್ಯರು ಕಾಲಕಾಲಕ್ಕೆ ಪರೀಕ್ಷೆ ಮಾಡಿ ನಂತರವೇ ಆಹಾರ ನಿರ್ಧರಿಸುತ್ತಾರೆ. ನೀವು ನಿಮ್ಮ ಥೈರಾಯಿಡ್ ಹೆಚ್ಚು ಕಡಿಮೆ ಆಗುವುದನ್ನೂ ಗುರುತಿಸಿಕೊಳ್ಳಿ ಹಾಗೂ ವೈದ್ಯರಿಗೆ ತಿಳಿಯಪಡಿಸಿ.

ಈ ಲಕ್ಷಣಗಳಿಂದ ಗರ್ಭಾವಸ್ಥೆಯು ಲಕ್ಷಣಗಳಿಂದ ಬೇರ್ಪಡಿಸಿ ನೋಡುವುದು ಸ್ವಲ್ಪ ಕಷ್ಟವೂ ಆಗುತ್ತದೆ.

ನಿಮಗೆ ಅಗತ್ಯವಿರುವ ಅಯೋಡಿನ್ ಪೂರೈಸಲು ಅಯೋಡಿನ್‌ಯುಕ್ತವಾದ ಉಪ್ಪು ಮತ್ತು ಸಿ-ಆಹಾರದ ಸೇವನೆ ಮಾಡಬೇಕು.

'ನನಗೆ ಗ್ರೇವ್ಸ್ ರೋಗವಿದೆ. ಇದರಿಂಗ ಗರ್ಭಾವಸ್ಥೆಯ ಮೇಲೆ ಪರಿಣಾಮ ಆಗುತ್ತದೆಯೇ?

ಈ ರೋಗವಿರುವವರಲ್ಲಿ ಥೈರಾಯಿಡ್ ಗ್ರಂಥಿಯಿಂದ ಹೆಚ್ಚು ಪ್ರಮಾಣದಲ್ಲಿ ಥೈರಾಯಿಡ್ ಹಾರ್ಮೋನ್ ಉತ್ಪತ್ತಿಯಾಗುತ್ತದೆ. ಕೆಲವು ಅಂಶಗಳು ಗರ್ಭಾವಸ್ಥೆಯ ಅವಧಿಯಲ್ಲಿ ನಿಭಾಯಿಸಿ ಹೋಗುತ್ತದೆ. ಆದರೆ ಸರಿಯಾದ ರೀತಿಯಲ್ಲಿ ಚಿಕಿತ್ಸೆ ಆಗದೇ ಹೋದರೆ ಗರ್ಭಪಾತ ಅಥವಾ ಅವಧಿ ಪೂರ್ವ ಪ್ರಸವವಾಗುವ ಸಂಭವವಿದೆ. ಆದ್ದರಿಂದ ಸರಿಯಾದ ಚಿಕಿತ್ಸೆ ಅವಶ್ಯವಾಗಿ ಮಾಡಿಸಿಕೊಳ್ಳಿ.

ಸರಿಯಾದ ಚಿಕಿತ್ಸೆ ದೊರಕಿದರೆ ನೀವು ಒಂದು ಆರೋಗ್ಯವಂತ ಮಗುವಿಗೆ ಖಂಡಿತ ಜನ್ಮ ನೀಡಬಲ್ಲಿರಿ. ಈ ಸಮಯದಲ್ಲಿ ನಿಮಗೆ ಆಂಟಿ ಥೈರಾಯಿಡ್ ಔಷಧಿ ನೀಡಲಾಗುತ್ತದೆ. ಒಂದು ವೇಳೆ ಔಷಧಿಯಿಂದ ಪರಿಣಾಮ ಉಂಟಾಗದಿದ್ದರೆ ಗ್ರಂಥಿಯನ್ನು ತೆಗೆದುಹಾಕಲು ಶಸ್ತ್ರಚಿಕಿತ್ಸೆ ಮಾಡಬೇಕಾಗುತ್ತದೆ. ಇದನ್ನು ಎರಡನೇ ತ್ರೈಮಾಸಿಕದಲ್ಲಿ ಮಾಡಲಾಗುತ್ತದೆ. ಮೊದಲನೇ ತ್ರೈಮಾಸಿಕದಲ್ಲಿ ಗರ್ಭಪಾತದ ಭೀತಿ ಇರುತ್ತದೆಯಾದ ಕಾರಣ ಎರಡನೇ ತ್ರೈಮಾಸಿಕದಲ್ಲಿ ವೈದ್ಯರು ಶಸ್ತ್ರಚಿಕಿತ್ಸೆ ಮಾಡುತ್ತಾರೆ. ಗರ್ಭಾವಸ್ಥೆಯಲ್ಲಿ ರೇಡಿಯೋ ಆಕ್ಟೀವ್‌ನ ಬಳಕೆ ನಿಮ್ಮ ಹಿತದೃಷ್ಟಿಯಿಂದ ಒಳ್ಳೆಯದಲ್ಲ. ಒಂದು ವೇಳೆ ಗರ್ಭಧಾರಣೆಗೆ ಮುಂಚೆ ನೀವು ರೇಡಿಯೋ ಆಕ್ಟೀವ್ ಆಯೋಡಿನ್ ಚಿಕಿತ್ಸೆ ಪಡೆದುಕೊಂಡಿದ್ದರೆ ಥೈರಾಯಿಡ್ ರೀಪ್ಲೇಸ್‌ಮೆಂಟ್ ಚಿಕಿತ್ಸೆಯನ್ನು ಜಾರಿಯಲ್ಲಿಡುವುದು ಸಮರ್ಪಕವಾಗುತ್ತದೆ. ಇದು ನಿಮಗೆ ಸುರಕ್ಷಿತವಷ್ಟೇ ಅಲ್ಲ ಮಗುವಿನ ಬೆಳವಣಿಗೆಗೂ ಅತ್ಯಗತ್ಯವಾಗಿದೆ.

ಆಸರೆ ಪಡೆಯಿರಿ

ಪ್ರತಿ ಗರ್ಭವತಿ ಸ್ತ್ರೀಗೆ ಒಬ್ಬರಲ್ಲಿ ಮತ್ತೊಬ್ಬರ ಆಸರೆ ಬೇಕೇ ಬೇಕಾಗುತ್ತದೆ. ಹಳೆಯ ಮತ್ತು ಸುದೀರ್ಘ ರೋಗದಿಂದ ಬಳಲುತ್ತಿರುವ ಗರ್ಭವತಿಯರಿಗೆ ಆಸರೆ ಅತ್ಯವಶ್ಯಕವಾಗಿರುತ್ತದೆ. ನಿಮಗೆ ನಿಮ್ಮ ರೋಗದ ಬಗ್ಗೆ ಸಂಪೂರ್ಣ ತಿಳಿದಿದ್ದರೂ ಗರ್ಭಾವಸ್ಥೆಯಲ್ಲಿ ಅದರ ಸಂಪೂರ್ಣ ನಿಯಮ ಮತ್ತು ಔಷಧಿಗಳು ಬದಲಾವಣೆಯಾಗುತ್ತವೆ. ನಿಮಗೆ ಈ ಕೆಳಗಿನ ಆಸರೆಗಳು ಅಗತ್ಯ.

ವೈದ್ಯಕೀಯ ವರದಿ : ನೀವು ಗರ್ಭಧಾರಣೆಗೆ ಮುಂಚೆಯೇ ವೈದ್ಯರ ಬಳಿ ತೆರಳಿ ಅಭಿಪ್ರಾಯ ಪಡೆಯಬೇಕೆ. ಆಗ ರೋಗವನ್ನು ನಿಯಂತ್ರಣದಲ್ಲಿರುವುದು ನಿಮಗೆ ಸಾಧ್ಯವಾಗುತ್ತದೆ. ಇಷ್ಟೇ ಅಲ್ಲದೆ ನಿಮ್ಮ ಪ್ರಸೂತಿ ತಜ್ಞರನ್ನು ಇನ್ನಿತರ ರೋಗಗಳ ವೈದ್ಯರ ತಂಡದ ಜೊತೆ ಸೇರಿಸಬೇಕಾಗುತ್ತದೆ. ಅವರೆಲ್ಲರೂ ಸೇರಿ ನಿಮ್ಮ ಮತ್ತು ನಿಮ್ಮ ಮಗುವಿನ ಮೇಲೆ ಗಮನ ಇರಿಸುತ್ತಾರೆ. ವೈದ್ಯರುಗಳಿಗೆ ಒಬ್ಬರು ಮಾಡಿದ ಪರೀಕ್ಷೆಗಳನ್ನು ಮತ್ತೊಬ್ಬರು ಮಾಡಿದ ಪರೀಕ್ಷೆಗಳ ಬಗೆ ಗೊತ್ತಿರಲಿ. ಒಂದು ವೇಳೆ ಒಬ್ಬ ವೈದ್ಯ ಹೊಸ ಔಷಧಿ ನೀಡಿದರೆ ಆ ಔಷಧಿಗಳನ್ನು ಸೇವಿಸುವ ಮುನ್ನ ಬೇರೆ ವೈದ್ಯರುಗಳಿಗೆ ತಿಳಿಸಿ ಅವರ ಸಲಹೆಯನ್ನೂ ಪಡೆದುಕೊಳ್ಳಿ.

ಎಮೋಷನಲ್ ಸಪೋರ್ಟ್ : ನಿಮಗೆ ಈ ಅವಧಿಯಲ್ಲಿ ಸಾಕಷ್ಟು ಎಮೋಷನಲ್ ರಿಪೋರ್ಟ್‌ಗಳು ಬೇಕಾಗುತ್ತವೆ. ಬಹಳ ಔಷಧಿ, ಪರೀಕ್ಷೆಗಳು ಮತ್ತು ಯೋಜನೆಗಳಿಂದ ಹೆದರಿಕೊಂಡಿದ್ದರೆ ನೀವು ಅಳುವುದಕ್ಕೆ ಒಂದು ಹೆಗಲಿನ ಆಸರೆ ಬೇಕಾಗುತ್ತದೆ. ನಿಮ್ಮ ಪತಿ ಅಥವಾ ಸಂಗಾತಿಯ ನೆರವನ್ನು ಈ ಸಂದರ್ಭದಲ್ಲಿ ಪಡೆಯಬಹುದು. ಇಂತಹ ರೋಗದಿಂದ ಬಳಲುತ್ತಿರುವ ಬೇರೆ ಯಾರಾದರೂ ತಾಯಿಯ ಆಸರೆ ಸಿಕ್ಕರೆ ನಿಮ್ಮ ಸಾಕಷ್ಟು ಜಿಜ್ಞಾಸೆಗಳು ಶಮನವಾಗುತ್ತವೆ. ಅವರು ಅವರು ನಿಮಗೆ ನಿಜವಾಗಿಯೂ ಉಪಯುಕ್ತವಾದ ಸಲಹೆಗಳನ್ನು ಕೊಡುತ್ತಾರೆ.

ಫಿಜಿಕಲ್ ಸಪೋರ್ಟ್ : ನಿಮ್ಮ ದೈಹಿಕ ವರದಿಯೂ ಬೇಕಾಗುತ್ತದೆ. ಯಾರಾದರೂ ನಿಮ್ಮ ಪರವಾಗಿ ಸಾಮಾನು ಒಂದು ಮಾಡಿ ತಂದುಕೊಡುವುದ. ಅಡುಗೆ ಮಾಡಿಕೊಡುವುದು, ಕೊಳೆಬಟ್ಟೆ ಒಗೆದುಕೊಡುವುದು ಮುಂತಾದ ಸಹಾಯ ಮಾಡಿದರೆ ಸಂಕೋಚ ಪಡದೆ ಪಡೆಯಿರಿ. ಯಾರಾದರೂ ನೌಕರರು ಅಥವಾ ಆಯಾಳನ್ನು ನೇಮಕ ಮಾಡಿಕೊಂಡರೆ ಮತ್ತೂ ಒಳ್ಳೆಯದು.

■ ■ ■

ಭಾಗ–7

ಜಟಿಲವಾದ ಗರ್ಭಾವಸ್ಥೆ

ಜಟಿಲವಾದ ಗರ್ಭಾವಸ್ಥೆಯ ನಿರ್ವಹಣೆ

ಒಂದು ವೇಳೆ ನಿಮ್ಮ ಗರ್ಭಾವಸ್ಥೆ ಕ್ಲಿಷ್ಟಕರ ಅಥವಾ ಜಟಿಲ ಎಂದುಕೊಂಡರೆ ಅದರ ಲಕ್ಷಣವೂ ನಿಮಗೆ ಈ ಅಧ್ಯಾಯದಲ್ಲಿ ತಿಳಿಯುತ್ತದೆ. ಒಂದು ವೇಳೆ ನಿಮ್ಮ ಗರ್ಭಾವಸ್ಥೆ ಸಾಧಾರಣವಾದದ್ದು ಎಂದಾದರೆ ನೀವು ಈ ಅಧ್ಯಾಯವನ್ನು ಓದಬೇಕಾದ ಅವಶ್ಯಕತೆ ಇಲ್ಲ. ಈ ಅಧ್ಯಾಯದಿಂದ ನಿಮಗೆ ಯಾವುದಾದರೂ ಲಾಭ ಆಗಲಿ ಅಥವಾ ಆಗದಿರಲಿ ಒತ್ತಡ ಖಂಡಿತಾ ಉಂಟಾಗುತ್ತದೆ. ಅಗತ್ಯ ಇರದಿದ್ದಲ್ಲಿ ಈ ಅಧ್ಯಾಯವನ್ನು ಓದದರೆ ಅನವಶ್ಯಕ ಚಿಂತೆಯಿಂದ ದೂರವಿರಿ.

ಗರ್ಭಾವಸ್ಥೆಯ ಜಟಿಲತೆಗಳು

ಸಾಮಾನ್ಯವಾಗಿ ಸಾಮಾನ್ಯ ಗರ್ಭಾವಸ್ಥೆಯಲ್ಲಿ ಇಂತಹ ಜಟಿಲ ಸಮಸ್ಯೆಗಳು ಎದುರಾಗದು. ವೈದ್ಯರು ಜಟಿಲ ಗರ್ಭಾವಸ್ಥೆಯ ಯಾವುದೇ ಇಂಗಿತ ನೀಡಿದರೆ ಮಾತ್ರ ನೀವು ಇದನ್ನು ಓದಬೇಕು. ಈ ಅಧ್ಯಾಯ ಓದಿದ ನಂತರ ಸೂಕ್ತ ತಿಳುವಳಿಕೆಯನ್ನೇನೋ ಪಡೆಯುವಿರಿ. ಆದರೆ ಸೂಕ್ತ ಸಲಹೆಗಾಗಿ ಯಾರಾದರೂ ತಜ್ಞರನ್ನು ಸಂಪರ್ಕಿಸಿ.

ಅರ್ಲಿ ಮಿಸ್ ಕ್ಯಾರಿಯೇಜ್ – ಪೂರ್ವದಲ್ಲೇ ಗರ್ಭಪಾತ

ಹೀಗೇಕಾಯಿತು? ಯೋಜಿತವಲ್ಲದ ಗರ್ಭಪಾತಕ್ಕೆ ಮಿಸ್‌ಕ್ಯಾರಿಯೇಜ್ ಎಂದು ಕರೆಯುತ್ತಾರೆ. ಮೊದಲ ತ್ರೈಮಾಸಿಕದಲ್ಲಾದರೆ ಈ ಹೆಸರು. ಶೇ. 80ರಷ್ಟು ಗರ್ಭಪಾತ ಈ ಅವಧಿಯಲ್ಲೇ ಆಗುವುದು. ತ್ರೈಮಾಸಿಕದ ಕೊನೆಯಲ್ಲಿ 20ನೇ ವಾರದಲ್ಲಿ ಆಗುವ ಗರ್ಭಪಾತವನ್ನು ಲೇಟ್ ಮಿಸ್‌ಕ್ಯಾರಿಯೇಜ್ ಎಂದು ಕರೆಯುತ್ತಾರೆ.

ಅರ್ಲಿ ಮಿಸ್ ಕ್ಯಾರಿಯೇಜ್ ಕ್ರೋಮೋಸೋಲ್ ಅಥವಾ ಜೆನೆಟಿಕ್ ವಿಕೃತಿಯಿಂದ ಉಂಟಾಗುತ್ತದೆ. ಹಾರ್ಮೋನ್ ಮತ್ತು ಬೇರೆ ಕಾರಣಗಳಿಂದಲೂ ಆಗಬಹುದು. ಹೆಚ್ಚಾಗಿ ಇದರ ಕಾರಣಗಳು ಗೊತ್ತಾಗುವುದಿಲ್ಲ.

ಇದು ಎಷ್ಟು ಸಾಮಾನ್ಯ? ಶೀಘ್ರ ಗರ್ಭಧಾರಣೆ (ಅರ್ಲಿ ಪ್ರೆಗ್ನೆನ್ಸಿ)ಯೇ ಒಂದು ಒಂದರಂತೆ ಶೇ 40ರಷ್ಟು ಇಂತಹ ಗರ್ಭಾವಸ್ಥೆ ಅರ್ಲಿ ಮಿಸ್ ಕ್ಯಾರಿಯೇಜ್ ಆಗುತ್ತದೆ ಎಂದು ಅಧ್ಯಯನ ಮಾಡಿದವರು ಹೇಳುತ್ತಾರೆ. ಅವುಗಳಲ್ಲಿಯೂ ಅರ್ಧದಷ್ಟು ಗರ್ಭಧಾರಣೆಯ ಶಂಕೆಯೇ ಮೂರರಷ್ಟು ಶೀಘ್ರದಲ್ಲಿ ಆಗಿಬಿಡುತ್ತದೆ. ಇದು ಎಂತಹ ಮಹಿಳೆಯಲ್ಲಾದರೂ ಆಗಬಹುದು. ಆದರೆ ಕೆಲವು ಕಾರಣಗಳಿಂದಾಗಿ ಮಿಸ್ ಕ್ಯಾರಿಯೇಜ್ ಅಪಾಯಕಾರಿ ಆಗುವುದುಂಟು. ಮೊದಲನೇ ಕಾರಣ ವಯಸ್ಸು ಹೆಚ್ಚಾಗಿರುವುದು. ವಿಟಮಿನ್ ಕೊರತೆ, ತೂಕ ಕಡಿಮೆ ಅಥವಾ ಹೆಚ್ಚಾಗಿರುವುದು, ಧೂಮಪಾನ, ಹಾರ್ಮೋನ್‌ಗಳ

ಏರುಪೇರು, ಎಸ್‌ಡಿಟಿ ಮತ್ತು ತೀವ್ರಾವಸ್ಥೆಗಳಿಂದಲೂ ಆಗುತ್ತವೆ. ಲಕ್ಷಣಗಳೇನು? ಈ ಕೆಳಕಂಡ ಲಕ್ಷಣಗಳನ್ನು ಮಿಸ್ ಕ್ಯಾರಿಯೇಜ್ ಎನ್ನಬಹುದು.

- ಸೆಳೆತ ಮತ್ತು ನೋವು - ಹೊಟ್ಟೆಯ ಕೆಳಭಾಗದಲ್ಲಿ ಅಥವಾ ಬೆನ್ನಿನಲ್ಲಿ ತೀವ್ರವಾದ ನೋವು ಉಂಟಾಗುವ ಸಾಧ್ಯತೆ.
- ಮುಟ್ಟಿನ ರೀತಿಯಲ್ಲಿ ಯೋನಿಯಿಂದ ಭಾರಿ ರಕ್ತಸ್ರಾವ.
- ಮೂರು ದಿನಗಳಿಂದ ಹಗುರ ಎನಿಸುವ ಭಾವನೆ.
- ಗರ್ಭಾವಸ್ಥೆಯ ಲಕ್ಷಣಗಳು ಕೊನೆಯಾಗುವಿಕೆ.

ನೀವಾಗಲೀ ವೈದ್ಯರಾಗಲಿ ಏನು ಮಾಡಲು ಸಾಧ್ಯ? : ಪ್ರತಿ ರಕ್ತಸ್ರಾವದ ಅರ್ಥ ನಿಮಗೆ ಮಿಸ್ ಕ್ಯಾರಿಯೇಜ್ ಆಗಿದೆ ಎಂದರ್ಥವಲ್ಲ. ಬೇರೆ ಬೇರೆ ಸಂದರ್ಭದಲ್ಲೂ ಹೀಗಾಗಬಹುದು. ರಕ್ತಸ್ರಾವ ಆಗುತ್ತಿದ್ದಂತೆ ವೈದ್ಯರನ್ನು ಸಂಪರ್ಕಿಸಿ. ಅವರು ಅಲ್ಟ್ರಾ ಸೌಂಡ್‌ನಿಂದ ಇದನ್ನು ಪತ್ತೆ ಹಚ್ಚುತ್ತಾರೆ. ಒಂದು ವೇಳೆ ಗರ್ಭಾವಸ್ಥೆಯಾಗಿದ್ದರೆ ಬೆಡ್‌ರೆಸ್ಟ್‌ಗೆ ಸಲಹೆ ಮಾಡುತ್ತಾರೆ. ಗರ್ಭಾವಸ್ಥೆಯ ಪ್ರಾರಂಭದಲ್ಲಿ ಹಾರ್ಮೋನಿನ ಮಟ್ಟದತ್ತ ಗಮನ ಹರಿಸಿಯೇ ಹರಿಸುತ್ತಾರೆ. ಆಗ ರಕ್ತಸ್ರಾವ ತನಗೆ ತಾನಾಗಿ ನಿಲ್ಲುತ್ತದೆ.

ಒಂದು ವೇಳೆ ವೈದ್ಯರಿಗೆ ಗರ್ಭಾಶಯದ ಮುಖ ತೆರೆದುಕೊಂಡಿದೆ ಎನಿಸಿದರೆ, ಭ್ರೂಣದ ಹೃದಯದ ಬಡಿತ ಕೇಳಿಸುತ್ತಿಲ್ಲ ಎನ್ನುವುದಾದರೆ ಇದನ್ನು ಮಿಸ್ ಕ್ಯಾರಿಯೇಜ್ ಎಂದು ತಿಳಿಯಲಾಗುತ್ತದೆ. ಇದನ್ನು ಉಳಿಸುವ ಯಾವ ವಿಧಾನವೂ ಇರುವುದಿಲ್ಲ.

ಮಿಸ್ ಕ್ಯಾರಿಯೇಜ್ ವಿಧಗಳು

ವಾಸ್ತವವಾಗಿ ಈ ಹಂತದಲ್ಲಿ ನೀವು ಮಗುವನ್ನು ಕಳೆದುಕೊಂಡಿರುತ್ತೀರಿ. ಇದರ ಬಗ್ಗೆ ವೈದ್ಯರು ಅರಿವು ಮೂಡಿಸಬೇಕಾಗುತ್ತದೆ.

ಕೆಮಿಕಲ್ ಪ್ರೆಗ್ನೆನ್ಸಿ : ಅಂಡಗಳು ಫರ್ಟಿಲೈಂಡ್ ಆದನಂತರವೂ ಗರ್ಭಾಶಯದಲ್ಲಿ ತಳ ಊರದಿದ್ದರೆ ಮಿಸ್‌ಕ್ಯಾರಿಯೇಜ್ ಎಂದು ತಿಳಿಯುತ್ತದೆ. ಮಹಿಳೆಯರ ಮಾಸಿಕ ಧರ್ಮ ಇಲ್ಲದಿದ್ದರೆ ಪರೀಕ್ಷಿಸಿದಾಗ 'ಪಾಸಿಟೀವ್' ಎಂದು ತೋರುತ್ತದೆ. ಅಲ್ಟ್ರಾ ಸೌಂಡ್ ಪರೀಕ್ಷೆಯಲ್ಲಿ ಪ್ಲೆಸೆಂಟಾ ಇಲ್ಲದಿರುವುದು ಸ್ಪಷ್ಟವಾಗುತ್ತದೆ.

ಬ್ಲಾಯಟ್‌ಟೆಡ್ ಓವಂಯ್ : ಈ ಅವಸ್ಥೆಯಲ್ಲಿ ಫರ್ಟಿಲೈಂಡ್ ಎಗ್ ಗರ್ಭಕೋಶದ ಜೊತೆ ಸೇರಿಕೊಂಡಿರುತ್ತದೆ. ಆದರೆ ಭ್ರೂಣ ಸಿದ್ಧವಾಗಲು ಬಿಡುವುದಿಲ್ಲ.

ಮಿಸ್ ಕ್ಯಾರಿಯೇಜ್ : ಭ್ರೂಣ ಸತ್ತಾಗಲೂ ಗರ್ಭಾಶಯದಲ್ಲಿರುತ್ತದೆ. ಆಗ ಕೆಟ್ಟ ಸ್ರಾವ ಉಂಟಾಗುತ್ತದೆ. ಆಗ ಅಲ್ಟ್ರಾಸೌಂಡ್‌ನಿಂದಲೇ ಪರಿಸ್ಥಿತಿಯ ಅರಿವಾಗುತ್ತದೆ.

ಇನ್‌ಕಂಪ್ಲೀಟ್ ಮಿಸ್ ಕ್ಯಾರಿಯೇಜ್ : ಪ್ಲೆಸೆಂಟಾದ ಕೆಲವು ಉಳಿಕೆ ಗರ್ಭಾಶಯದಲ್ಲಿ ಉಳಿಯುತ್ತದೆ. ಕೆಲವು ಭಾಗ ರಕ್ತಸ್ರಾವದ ಮೂಲಕ ಹೊರಗೆ ಬಂದುಬಿಡುತ್ತದೆ.

ಫೇಟ್‌ನಡ್ ಮಿಸ್ ಕ್ಯಾರಿಯೇಜ್ : ಯೋನಿಯಿಂದ ರಕ್ತಸ್ರಾವದ ನಂತರವೂ ಸರ್ವಿಕ್ಸ್ ಮುಚ್ಚಿರುತ್ತದೆ. ಭ್ರೂಣದ ಹೃದಯದ ಬಡಿತ ಪತ್ತೆಯಾಗುತ್ತದೆ. ಇಂತಹ ಸಂದರ್ಭಗಳಲ್ಲಿ ಗರ್ಭಾವಸ್ಥೆ ನಂತರ ಇದು ಸಾಮಾನ್ಯವಾಗಿ ಹೋಗುತ್ತದೆ.

ನೀವು ತಿಳಿಯಲು ಇಚ್ಛಿಸುತ್ತೀರಿ

ಒಟ್ಟಾರೆ ಗರ್ಭಾವಸ್ಥೆಯಲ್ಲಿ ವ್ಯಾಯಾಮ, ಸೆಕ್ಸ್, ಭಾರ ಎತ್ತುವುದು, ಭಾವನಾತ್ಮಕ ಒತ್ತಡ ಬೀಳುವ ಭಯ, ಹೊಟ್ಟೆಯ ಮೇಲೆ ಒತ್ತಡ ಬೀಳುವುದರಿಂದ ಗರ್ಭಪಾತ ಆಗುವುದಿಲ್ಲ. ಒಂದು ವೇಳೆ ಒಂದು ಬಾರಿ ಮಿಸ್ ಕ್ಯಾರಿಯೇಜ್ ಆದರೂ ಮುಂದಾಗುವ ಗರ್ಭಾವಸ್ಥೆ ಎಂದಿನಂತೆ ಸಾಮಾನ್ಯವಾಗಿರುತ್ತದೆ.

ನೀವು ಕಲಿಯಲು ಇಚ್ಛಿಸುತ್ತೀರಿ

ಅನೇಕ ವೇಳೆ ಆರೋಗ್ಯಕರ ಗರ್ಭಾವಸ್ಥೆ ಇದ್ದಾಗಲೂ ಅಲ್ಟ್ರಾ ಸೌಂಡ್ ಪರೀಕ್ಷೆಯಿಂದ ಮಗುವಿನ ಹೃದಯದ ಗತಿ ತಿಳಿಯುವುದಕ್ಕೆ ಸಮಯ ಬೇಕಾಗುತ್ತದೆ. ಒಂದು ವೇಳೆ ಸರ್ವಿಕ್ಸ್ ಮುಚ್ಚಿದ್ದರೆ ಪೋನೋಗ್ರಾಂನಿಂದ ಸ್ಪಷ್ಟಚಿತ್ರ ತಿಳಿಯುತ್ತದೆ. ನಿಮ್ಮ ಎಚ್‌ಜಿಸಿಯು ಮಟ್ಟವನ್ನೂ ಗಮನದಲ್ಲಿಟ್ಟುಕೊಳ್ಳಲಾಗುತ್ತದೆ.

ಒಂದು ವೇಳೆ ಮುಂಚೆಯೇ ಮಿಸ್ ಕ್ಯಾರಿಯೇಜ್ ಆಗಿಬಿಟ್ಟಿದ್ದರೆ

ಅರ್ಲಿ ಮಿಸ್ ಕ್ಯಾರಿಯೇಜ್‌ನಲ್ಲಿ ಭ್ರೂಣ ಸಾಮಾನ್ಯ ಜೀವನ ನಡೆಸುವುದು ಸಾಧ್ಯವಾಗುವುದಿಲ್ಲ. ಆದರೆ ತಂದೆ-ತಾಯಿಯರಿಗೆ ಇದಕ್ಕಿಂತ ಆಘಾತ ಬೇರಾವುದೂ ಇರುವುದಿಲ್ಲ. ಇದು ದೈವದತ್ತ ಪ್ರತಿಕ್ರಿಯೆ. ಜೀವರಹಿತವಾದ ಭ್ರೂಣ ಈ ಹಂತದಲ್ಲಿ ತಾನಾಗಿಯೇ ಕರಗಿ ಹೋಗುತ್ತದೆ.

ಅನೇಕ ಮಹಿಳೆಯರು ಆದಷ್ಟು ಬೇಗ ಮತ್ತೆ ಗರ್ಭವತಿಯಾಗುವುದೇ ಸರಿ ಎಂದು ತಿಳಿಯಲಾಗಿದೆ. ಆದರೆ ಅದಕ್ಕೆ ಮುಂಚೆ ನೀವು ವೈದ್ಯರಿಂದ ಹಸಿರು ನಿಶಾನೆ ಪಡೆದುಕೊಳ್ಳಬೇಕು. ಇಂತಹ ಪರಿಸ್ಥಿತಿ ಒಮ್ಮೆ ಮಾತ್ರ ಬರುವುದುಂಟು.

ಮಿಸ್‌ಕ್ಯಾರಿಯೇಜ್‌ಗೆ ಏನೇ ಕಾರಣವಿದ್ದರೂ ಗರ್ಭಧಾರಣೆಗೆ 2-3 ತಿಂಗಳು ಕಾಯುವಂತೆ ವೈದ್ಯರು ಸಲಹೆ ನೀಡುತ್ತಾರೆ. ಒಂದು ವೇಳೆ ಅವರು ಕಾಯುವಂತೆ ತಿಳಿಸಿದರೆ ವಿಶ್ವಾಸಯೋಗ್ಯವಾದ ಗರ್ಭನಿರೋಧಕಗಳನ್ನು ಬಳಸಿ ನಿಮಗೆ ನಿಮ್ಮ ಶರೀರದ ಶಕ್ತಿ ಮತ್ತೆ ಬರಬೇಕಾಗಿರುತ್ತದೆ.

ಮಿಸ್‌ಕ್ಯಾರಿಯೇಜ್ ಆದರೂ ಅದರಿಂದ ನೀವು ಗರ್ಭಧಾರಣೆ ಮಾಡುವ ಸಾಮರ್ಥ್ಯ ಹೊಂದಿದ್ದೀರಿ ಎಂಬುದು ಅರಿವಾಗುತ್ತದೆ.

ಮಿಸ್‌ಕ್ಯಾರಿಯೇಜ್ ನಂತರ ಮಹಿಳೆಯರು ಸಾಮಾನ್ಯ ಗರ್ಭಾವಸ್ಥೆಯನ್ನೇ ಪಡೆಯುತ್ತಾರೆ ಒಳ್ಳೆ ಶಿಶುವಿಗೇ ಜನ್ಮ ನೀಡುತ್ತಾರೆ.

ಒಂದು ವೇಳೆ ಸೆಳೆತದಿಂದಾಗಿ ಸಾಕಷ್ಟು ನೋವಾಗುತ್ತಿದ್ದರೆ ವೈದ್ಯರ ಸಲಹೆ ಪಡೆದು ನೋವು ನಿವಾರಕ ಔಷಧ ಬಳಸಬಹುದು. ವೈದ್ಯರಿಗೆ ನಿಮ್ಮ ಈ ಸ್ಥಿತಿ ಬಗ್ಗೆ ತಿಳಿಸಲು ಸಂಕೋಚ ಪಡಬೇಡಿ.

ಇದರಿಂದ ಬಚಾವ್ ಆಗಬಹುದೇ? ಇದು ಭ್ರೂಣದ ವಿಕೃತಿಯಿಂದಾಗಿ ಉಂಟಾಗುತ್ತದೆ. ಇದರ ಉಳಿವು ಅಸಾಧ್ಯ. ಅಪಾಯ ಕಡಿಮೆ ಮಾಡಿಕೊಳ್ಳಲು ಕೆಳಗಿನ ಕ್ರಮ ಅನುಸರಿಸಿ:

- ಗರ್ಭಧಾರಣೆಗೆ ಮುಂಚೆ ತೀವ್ರಾವಸ್ಥೆಯ ಮೇಲೆ ನಿಯಂತ್ರಣ ಸಾಧಿಸಿಕೊಳ್ಳಿ.
- ಫಾಲಿಕ್ ಆಸಿಡ್ ಅಥವಾ ಬಿ ವಿಟಮಿನ್ ಔಷಧಿ ಸೇವಿಸಿ. ಅನೇಕ ಮಹಿಳೆಯರಲ್ಲಿ ಇದೇ ಕಾರಣದಿಂದಾಗಿ ಗರ್ಭಾವಸ್ಥೆಗೆ ತೊಂದರೆಯಾಗುತ್ತದೆ ಎಂಬುದು ಅಧ್ಯಯನದಿಂದ ತಿಳಿದುಬಂದಿದೆ. ಸರಿಯಾದ ಔಷಧಿ ತೆಗೆದುಕೊಂಡರೆ ಅವರ ಗರ್ಭಾವಸ್ಥೆ ಸಾಮಾನ್ಯದಂತೆ ಆಗಿಬಿಡುತ್ತದೆ.
- ಗರ್ಭಾವಸ್ಥೆಗೆ ಮುಂಚೆಯೇ ನಿಮ್ಮ ತೂಕವನ್ನು ಕರಾರುವಾಕ್ ಆಗಿರುವಂತೆ ಪ್ರಯತ್ನಿಸಿ. ಅಗತ್ಯಕ್ಕಿಂತ ಹೆಚ್ಚು ಅಥವ ಕಡಿಮೆ ತೂಕದಿಂದ ಗರ್ಭಾವಸ್ಥೆಗೆ ಅಪಾಯವಾಗುವ ಸಂಭವವಿರುತ್ತದೆ.
- ಮದ್ಯ-ಧೂಮಪಾನ ಬಿಟ್ಟುಬಿಡಿ.
- ಔಷಧ ತೆಗೆದುಕೊಳ್ಳುವಾಗ ಗರ್ಭಾವಸ್ಥೆಗೆ ಸುರಕ್ಷಿತ ಎಂದು ತಿಳಿದ ಔಷಧಿ ಸೇವಿಸಿ.
- ಸೋಂಕಿನಿಂದ ಉಳಿದುಕೊಳ್ಳುವ ಉಪಾಯ ಮಾಡಿ.

ಒಂದು ವೇಳೆ 2 ರಿಂದ 3 ಬಾರಿ ಮಿಸ್ ಕ್ಯಾರಿಯೇಜ್ ಆದರೆ ಕಾರಣ ತಿಳಿಯಲು ಮೊದಲು

ಮಿಸ್ ಕ್ಯಾರಿಯೇಜ್ ವ್ಯವಸ್ಥೆ

ಮೊದಲ ಬಾರಿ ಮೊದಲ ತ್ರೈಮಾಸಿಕದಲ್ಲಿ ಸಂಪೂರ್ಣವಾಗಿ ಮಿಸ್ ಕ್ಯಾರಿಯೇಜ್ ಆಗದೇ ಹೋಗಿದ್ದರೆ ಗರ್ಭಾವಸ್ಥೆಯ ಅಂಶಗಳು ಮಧ್ಯದಲ್ಲಿಯೇ ಉಳಿದುಕೊಂಡು ಬಿಡುತ್ತದೆ. ಮಗುವಿನ ಹೃದಯದ ಬಡಿತ ತಿಳಿದು ಬರುವುದಿಲ್ಲ. ರಕ್ತಸ್ರಾವವೂ ಆಗುವುದಿಲ್ಲ. ಇಂಥ ಸಂದರ್ಭದಲ್ಲಿ ನೀವು ನಿಮ್ಮ ಗರ್ಭಾಶಯವನ್ನು ಖಾಲಿ ಮಾಡಬೇಕಾಗುತ್ತದೆ. ಇದಕ್ಕೆ ಅನೇಕ ವಿಧಾನಗಳಿವೆ.

ಎಕ್ಸ್‌ಪೆಕ್ಟೆಂಟ್ ಮ್ಯಾನೇಜ್‌ಮೆಂಟ್ : ನೀವು ಪ್ರಕೃತಿ ಸಹಜವಾಗಿ ಗರ್ಭಾವಸ್ಥೆ ಕೊನೆ ಆಗುವುದನ್ನು ನಿರೀಕ್ಷಿಸಬಹುದು. ಇದಕ್ಕೆ ಕೆಲವು ದಿನಗಳಿಂದ ಹಿಡಿದು 3–4 ವಾರಗಳ ಕಾಲಾವಕಾಶ ಹಿಡಿಯುತ್ತದೆ.

ಔಷಧಗಳು : ಔಷಧಗಳಿಂದ ಭ್ರೂಣವನ್ನು ನಿವಾರಿಸುವ, ಪ್ರೆಸೆಂಟಾವನ್ನು ತೆಗೆದುಹಾಕುವ ಕೆಲಸ ಮಾಡಬಹುದು. ಆಗ ರಕ್ತಸ್ರಾವ ಪುನಾರಂಭವಾಗುವುದಕ್ಕೆ ಕೆಲ ಕಾಲ ಹಿಡಿಯುತ್ತದೆ. ಈ ಔಷಧಿಗಳಿಂದ ವಾಂತಿ, ವಾಕರಿಕೆ, ಸೆಳೆತ ಅಥವಾ ಡಯೇರಿಯಾ ಉಂಟಾಗುವ ಸಾಧ್ಯತೆ ಇದೆ.

ಶಸ್ತ್ರಚಿಕಿತ್ಸೆ : ಡಿಎನ್‌ಡಿ ಪ್ರಕ್ರಿಯೆಯಿಂದ ವೈದ್ಯರು ಆರಾಮವಾಗಿ ಗರ್ಭಾಶಯದ ಮುಖ ತೆರೆಯುತ್ತಾರೆ. ಗರ್ಭದ ಅಂಶಗಳನ್ನು ಹೊರತೆಗೆಯುತ್ತಾರೆ. ಇದರ ನಂತರ ಒಂದು ವಾರ ರಕ್ತಸ್ರಾವವಾಗುತ್ತದೆ. ಸೋಂಕಿನ ಸ್ವಲ್ಪ ಭಯವೂ ಇರುತ್ತದೆ. ಏನು ಮಾಡಿಸಬೇಕು ಎಂಬುದನ್ನು ನೀವು ನಿರ್ಧರಿಸೇಕಾದರೆ ಕೆಳಕಂಡ ಅಂಶಗಳತ್ತ ಗಮನ ಹರಿಸಿ

- ಮಿಸ್ ಕ್ಯಾರಿಯೇಜ್ ಎಷ್ಟು ಸಮಯದ ನಂತರ ಆಯಿತು ಎಂದು ಅರಿಯಿರಿ. ಈಗಲೂ ನಿಮಗೆ ರಕ್ತಸ್ರಾವ, ಸೆಳೆತ ಇದ್ದರೆ ಇನ್ನೂ ಅದು ನಡೆಯುತ್ತಿದೆ ಎಂದರ್ಥ. ಆಗ ನೀವು ಡಿಎನ್‌ಸಿ ಮಾಡಿಸಬಹುದು, ಔಷಧ ಸೇವಿಸಬಹುದು.
- ಗರ್ಭಾವಸ್ಥೆಯಿಂದಾಗಿ ಎಷ್ಟು ಕಾಲ ಕಳೆದಿದೆ? ಒಂದು ವೇಳೆ ಭ್ರೂಣದ ಚಲನೆ ಜಾಸ್ತಿಯಿದ್ದರೆ ಡಿಎನ್‌ಸಿ ಅನಿವಾರ್ಯವಾಗುತ್ತದೆ.
- ನಿಮ್ಮ ದೈಹಿಕ ಮತ್ತು ಭಾವನಾತ್ಮಕ ಪರಿಸ್ಥಿತಿಯನ್ನು ಗಮನಿಸಿದ ನಿರ್ಣಯಗಳನ್ನು ಕೈಗೊಳ್ಳಲಾಗುತ್ತದೆ.
- ಅಪಾಯ ಅಥವಾ ಲಾಭ: ಡಿಎನ್‌ಸಿಯಿಂದ ಸೋಂಕು ಉಂಟಾಗಬಹುದು. ಪ್ರಾಕೃತಿಕ ಗರ್ಭಪಾತಕ್ಕಾಗಿ ಕಾಯಲ್ಲ ಅನೇಕ ಸಂದರ್ಭಗಳಲ್ಲಿ ಗರ್ಭಾಶಯ ಸಂಪೂರ್ಣವಾಗಿ ಖಾಲಿ ಆಗುವುದಿಲ್ಲ. ಆಗಲೂ ಡಿಎನ್‌ಸಿಯನ್ನೇ ಮಾಡಬೇಕಾಗುತ್ತದೆ.
- ಡಿಎನ್‌ಸಿಯಿಂದ ಮಿಸ್‌ಕ್ಯಾರಿಯೇಜ್‌ಗೆ ಕಾರಣ ಏನು ಎಂದು ತಿಳಿಯುತ್ತದೆ.
- ವಿಧಾನ ಯಾವುದೇ ಇರಲಿ ಭ್ರೂಣ ನಷ್ಟವಾದರೆ ದುಃಖ ಉಂಟಾಗುತ್ತದೆ.

ಪ್ರಯತ್ನಿಸಿ. ಇನ್ನು ಮುಂದೆ ಎಚ್ಚರವಹಿಸಲು ಇವರಿಂದ ನೆರವಾಗುತ್ತದೆ.

ಲೇಸ್ ಮಿಸ್ ಕ್ಯಾರಿಯೇಜ್

ಇದೇನು? ಮೊದಲು ತ್ರೈಮಾಸಿಕದಲ್ಲಿ 20ನೇ ವಾರದ ನಂತರ ಆಗುವ ಗರ್ಭಪಾತವೇ ಇದು. ಇದನ್ನು ಸ್ಟಿಲ್ ಬರ್ತ್ ಎಂದು ಕರೆಯುತ್ತಾರೆ. ಇದರ ಸಂಬಂಧ ತಾಯಿಯ ಆರೋಗ್ಯ, ಗರ್ಭಾಶಯದ ಸ್ಥಿತಿ, ಕೆಲವು ವಿಶೇಷ ಔಷಧಿಗಳು, ವಿಷಕಾರಿ ತತ್ವ, ಪ್ಲೆಸೆಂಟೋ ಸಮಸ್ಯೆಯೊಂದಿಗೆ ಇರುತ್ತದೆ.

ಇದು ಎಷ್ಟು ಸಾಮಾನ್ಯ? ಸಾವಿರದಲ್ಲಿ ಒಂದು ಹೀಗಾಗುತ್ತದೆ.

ಲಕ್ಷಣಗಳೇನು? ಮೊದಲ ತರೈಮಾಸಿಕದನಂತರ ಅನೇಕ ದಿನಗಳವರೆಗೆ ಉಂಟಾಗುವ ಗುಲಾಬಿ ಬಣ್ಣದ ಅಥವ ಕೆಟ್ಟ ರಕ್ತಸ್ರಾವ ಇದರ ಇಂಗಿತ ನೀಡುತ್ತದೆ. ಹೆಚ್ಚು ರಕ್ತಸ್ರಾವದ ಜೊತೆಗೆ ಸೆಳೆತವೂ ಇದ್ದರೆ ಲಕ್ಷಣಗಳು ಸ್ಪಷ್ಟ ಎಂದರ್ಥ. ಈ ಹಂತದಲ್ಲಿ ಪ್ರೀವಿಯಾ ಪ್ಲೆಸೆಂಟೋ, ಅಬಾರ್ಷನ್, ಅವಧಿಪೂರ್ವ ಹೆರಿಗೆ ನೋವು, ಯುಟಿರಾಯಿನ್ ಲೈನಿಂಗ್‌ನಲ್ಲಿ ರಕ್ತಸ್ರಾವ ಇರಬಹುದಾಗಿರುತ್ತದೆ.

- ನೀವು ಅಥವಾ ವೈದ್ಯರು ಏನು ಮಾಡಬಹುದು? ಇಂತಹ ಸ್ರಾವವಾಗುತ್ತಿದ್ದರೆ ವೈದ್ಯರನ್ನು ಸಂಪರ್ಕಿಸಿ. ಅವರು ರಕ್ತಸ್ರಾವವನ್ನು ಕಂಡುಹಿಡಿಯಲು ಅಲ್ಟ್ರಾಸೌಂಡ್ ಮಾಡುತ್ತಾರೆ. ಗರ್ಭಾಶಯದ ಮುಖ ಪರೀಕ್ಷಿಸುತ್ತಾರೆ. ಸಂಪೂರ್ಣ ವಿಶ್ರಾಂತಿ ಸಲಹೆ ಮಾಡುತ್ತಾರೆ. ಸ್ರಾವ

ನಿಂತುಹೋದರೆ ಮಿಸ್‌ಕ್ಯಾರಿಯೇಜ್ ಆಗಿಲ್ಲ ಎಂದರ್ಥ. ಅನೇಕ ಬಾರಿ ಪರೀಕ್ಷೆ ಮಾಡಿದ್ದು ಸಂಭೋಗದಿಂದಲೂ ಹೀಗಾಗಿರುತ್ತದೆ. ಇದರ ಅರ್ಥ ಎಂದರೆ ನೀವು ಎಂದಿನ ಚಟುವಟಿಕೆ ನಡೆಸಬಹುದು ಎಂದು. ಯಾವುದೋ ನೋವು ಅಥವಾ ಸ್ರಾವವಿಲ್ಲದೆ ಗರ್ಭಾಶಯದ ಮುಖ ತೆರೆಯುತ್ತಿದ್ದರೆ 'ಇನ್‌ಕಾಂಪಿಟೆಂಟ್ ಸರ್ವಿಸಸ್' ಎಂದು ಕರೆಯುತ್ತಾರೆ. ಇಂತಹ ಸಂದರ್ಭದಲ್ಲಿ ಹೊಲಿಗೆ ಹಾಕಿ 'ಲೇಟ್ ಮಿಸ್‌ಕ್ಯಾರಿಯೇಜ್' ತಡೆಯಬಹುದು. ಒಂದು ವೇಳೆ ಭಾರಿ ರಕ್ತಸ್ರಾವದ ಜೊತೆ ತೀವ್ರ ಸೆಳೆತ ಉಂಟಾದರೆ ಅವು ಲೇಟ್ ಮಿಸ್ ಕ್ಯಾರಿಯೇಜ್ ಲಕ್ಷಣಗಳು. ವೈದ್ಯರು ಅದಕ್ಕೆ ಏನೂ ಮಾಡಲಾರರು. ನಿಮಗೆ ಡಿಐಎನ್‌ಸಿ ಮಾಡಲಾಗುತ್ತದೆ. ಗರ್ಭಿಣಿಯರಲ್ಲಿ ಯಾವ ಶೇಷವೂ ಉಳಿಯದಂತೆ ತೆಗೆಯಲಾಗುತ್ತದೆ.

■ ಇದನ್ನು ತಡೆಯಬಹುದೇ? – ಒಂದು ವೇಳೆ ಇದು ಆರಂಭವಾಗಿ ಹೋಗಿದ್ದರೆ ತಡೆಯಲು ಆಗುವುದಿಲ್ಲ. ಒಂದು ವೇಳೆ ಮುಂಚೆಯೂ ಹೀಗೆ ಆಗಿತ್ತೆಂದರೆ ಬಚಾವ್ ಆಗುವ ಉಪಾಯ ಕಂಡುಹಿಡಿಯಬಹುದು. ಇನ್‌ಕಾಂಪಿಟೆಂಟ್ ನಿಂದಾಗಿ ಆಗಿದ್ದರೆ ಉಪಾಯ ಹುಡುಕಲಾಗುತ್ತದೆ. ಹೈಪರ್‌ಟೆನ್ಷನ್, ಮಧುಮೇಹ ಅಥವಾ ಥೈರಾಯಿಡ್‌ನಂತಹ ಹಳೆಯ ರೋಗಗಳಿಂದಾಗಿ ಉಪಟಾಗಿದ್ದರೆ ಗರ್ಭಧಾರಣೆಗೆ ಮುಂಚೆಯೇ ಅವುಗಳನ್ನು ತಡೆಯುವ ಪ್ರಯತ್ನ ಮಾಡಲಾಗುತ್ತದೆ. ತೀವ್ರ ತೆರನಾದ ಸೋಂಕಿಗೂ ಚಿಕಿತ್ಸೆ ನೀಡಲಾಗುತ್ತದೆ. ಶಸ್ತ್ರಚಿಕಿತ್ಸೆಯಿಂದ ಗರ್ಭಾಶಯದ ಗಾತ್ರ ಕೆಟ್ಟಿದ್ದರೆ ಸುಧಾರಣೆಯೂ ಆಗಬಹುದು. ಆಂಟಿಬ್ಯಾಂಡೇಜ್ ನಂತರ ಆಸ್ಪಿನ್

ಮಿಸ್ ಕ್ಯಾರಿಯೇಜ್ ಪುನರಾವರ್ತನೆ

ಒಂದು ಬಾರಿ ಮಿಸ್ ಕ್ಯಾರಿಯೇಜ್ ಆದರೆ ಎರಡನೇ ಬಾರಿಯೂ ಆಗೇ ಆಗುತ್ತದೆ ಎಂದೇನಿಲ್ಲ. ಅನೇಕ ಬಾರಿ ಆಗಿದ್ದರೆ ಅದರ ಕಾರಣ ಹುಡುಕಬೇಕು. ವೈದ್ಯಕೀಯ ಪರೀಕ್ಷೆ ತಪಾಸಣೆ ಅಗತ್ಯವಾಗುತ್ತದೆ. ಮಿಸ್ ಕ್ಯಾರಿಯೇಜ್‌ಗೆ ಕಾರಣ ಹುಡುಕಬಹುದಾದ ಪರೀಕ್ಷೆಗಳು ಇವೆ. ಪತಿ–ಪತ್ನಿಯರ ಪರೀಕ್ಷೆಯೂ ಮಾಡಬೇಕಾಗಬಹುದು. ಅಲ್ಟ್ರಾಸೌಂಡ್ ಎಂಆರ್‌ಐ, ಸಿಟಿ ಸ್ಕ್ಯಾನ್‌ಗಳಿಂದ ಅನೇಕ ತೆರನಾದ ವೈರುಧ್ಯಗಳನ್ನು ಕಂಡುಹಿಡಿಯಬಹುದು.

ಕಾರಣ ತಿಳಿದ ಮೇಲೆ ವೈದ್ಯರ ಚಿಕಿತ್ಸೆಯ ವಿಧಾನ ಕೇಳಿ. 4 ಬಾರಿ ಸರ್ಜರಿ ಥೈರಾಯಿಡ್ ಔಷಧಿ ಅಥವ ವಿಟಮಿನ್ ಔಷಧಿಗಳಿಂದ ಕೊರತೆ ನೀಗಬಹುದು. ಹಾರ್ಮೋನ್ ಚಿಕಿತ್ಸೆಯೂ ನೆರವಾಗುತ್ತದೆ. ಅನೇಕ ಬಾರಿ ಮಿಸ್‌ಕ್ಯಾರಿಯೇಜ್ ಆಗಿದ್ದರೂ ಒಂದು ಆರೋಗ್ಯಂತ ಮಗುವಿಗೆ ನೀವು ಜನ್ಮ ನೀಡಬಹುದು. ಹೆದರಿಕೆ ಬಿಟ್ಟು ನಿಮ್ಮ ಮಿಸ್‌ಕ್ಯಾರಿಯೇಜ್‌ನ ಕಾರಣಗಳನ್ನು ನೀವು ತಿಳಿಯಬೇಕಾಗುತ್ತದೆ. ನಿಮ್ಮ ಮನೆಯವರ ಸಲಹೆಯನ್ನು ಪಡೆದುಕೊಳ್ಳಿ. ಸಂಗಾತಿ ಜೊತೆ ಭಾವನಾತ್ಮಕ ಅಂಶ ಹಂಚಿಕೊಳ್ಳಿ. ಏಕೆಂದರೆ ಈ ಪ್ರಕ್ರಿಯೆಯಲ್ಲಿ ನೀವಿಬ್ಬರೂ ಸಮಪಾಲುದಾರರು.

ಅಥವಾ ಹಿಪ್ಪೇರಿನ್‌ನ ಲಘು ಆಹಾರ ನೀಡಲಾಗುತ್ತದೆ.

ಇಕ್ಟೋಪಿಕ್ ಪ್ರೆಗ್ನೆನ್ಸಿ

ಇದೇನು? ಟ್ಯೂವಲ್ ಪ್ರೆಗ್ನೆನ್ಸಿ ಎಂದೂ ಇದನ್ನು ಕರೆಯುತ್ತಾರೆ. ಇದರಲ್ಲಿ ಭ್ರೂಣ ಗರ್ಭಾಶಯದಲ್ಲಿ ಮೊಳೆಯುವುದಕ್ಕೆ ಬದಲಾಗಿ ಫಿಲೋಪಿಯನ್ ಟ್ಯೂಬ್‌ನಲ್ಲಿ ಮೊಳೆಯುತ್ತದೆ. ಸರ್ವಿಕ್ಸ್, ಓವರೀ, ಹೊಟ್ಟೆಯಲ್ಲಿಯೂ ಮೊಳೆಯಬಹುದು. ಇದು ಸಾಮಾನ್ಯ ಸ್ಥಿತಿ ಹೊಂದುವ ಹಾಗೆ ಮಾಡುವ ಯಾವ ವಿಧಾನವೂ ಇಲ್ಲ. ಮೊದಲ ಐದು ವಾರಗಳಲ್ಲಿ ಅಲ್ಟ್ರಾ ಸೌಂಡ್‌ನಿಂದ ಇದನ್ನು ಪತ್ತೆ ಹಚ್ಚಬಹುದು. ಪತ್ತೆಯಾಗದ ಅವಧಿಯಲ್ಲಿ ಫರ್ಟಿಲ್ಯಾಂಡ್ ಎಗ್ ಫೆಲೋಪಿನ್ ಟ್ಯೂಬಿನಲ್ಲಿಯೇ ಮೊಳೆಯುತ್ತದೆ ಹಾಗೂ ಗರ್ಭಾಶಯವನ್ನು ಹಾಳು ಮಾಡುತ್ತದೆ. ಒಂದು ವೇಳೆ ಇದಕ್ಕೆ ಚಿಕಿತ್ಸೆ ನೀಡದೇ ಹೋದರೆ ಆಂತರಿಕ ರಕ್ತಸ್ರಾವ ಮತ್ತು ಆಘಾತ ಜೀವಹಾನಿಯುಂಟು ಮಾಡಬಹುದು. ಸರ್ಜರಿ ಮತ್ತು ಔಷಧದಿಂದ ತಾತ್ಕಾಲಿಕ ಉಪಶಮನ ಉಂಟಾಗಬಹುದು. ಆದರೆ ಮಹಿಳೆ ಮತ್ತೊಮ್ಮೆ ತಾಯಿಯಾಗುವ ಅವಕಾಶವನ್ನು ಹೊಂದಿರುತ್ತಾಳೆ.

ಇದು ಎಷ್ಟು ಸಾಮಾನ್ಯ? ಶೇಕಡಾ 2ರಷ್ಟು ಗರ್ಭಾವಸ್ಥೆ ಹೀಗೇ ಇರುತ್ತವೆ. ಯಾರಿಗೆ ಎಂಡೋಮೆಟ್ರೋಸಿಸ್, ಪೆಲ್ವಿಕ್–ಇಂಕ್ಲಾಮೆಟ್ರಿ ಅಥವಾ ಟ್ಯೂಬಲ್ ಸರ್ಜರಿ ಅಪಾಯ ಇರುತ್ತದೋ ಅಂತಹ

ಮಹಿಳೆಯರು ಇದರ ಅಡಿಯಲ್ಲಿ ಬರುತ್ತಾರೆ. ಯಾವ ಮಹಿಳೆಯರು ಐಯುಡಿ ಹಾಕಿಸಿಕೊಂಡ ನಂತರವೂ ಗರ್ಭಧಾರಣೆ ಮಾಡುತ್ತಾರೆಯೋ, ಎಸ್‌ಟಿಡಿ ರೋಗದಿಂದ ನರಳುತ್ತಿರುತ್ತಾರೆಯೋ ಅಥವಾ ಧೂಮಪಾನದ ಚಟಕ್ಕೆ ಬಿದ್ದಿರುತ್ತಾರೆಯೋ ಅಂತಹವರಿಗೆ ಇದು ಉಂಟಾಗುತ್ತದೆ. ಆದರೆ ಇತ್ತೀಚೆಗೆ ಬರುವ ಐಯುಡಿನಲ್ಲಿ ಇಂತಹ ಅಪಾಯವಿರುವುದಿಲ್ಲ.

ಇಕ್ಟೋಪಿಕ್ ಪ್ರೆಗ್ನೆನ್ಸಿ

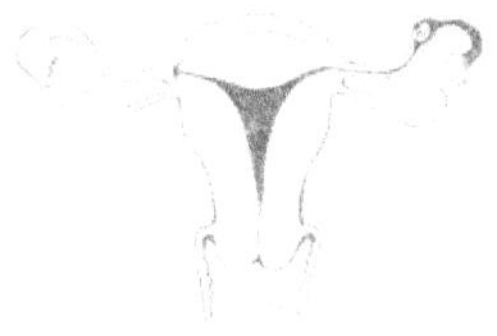

ಈ ಪ್ರೆಗ್ನೆನ್ಸಿಯಲ್ಲಿ ಫರ್ಟಿಲಾಂಡ್ ಎಗ್ ಗರ್ಭಾಶಯಕ್ಕೆ ಬದಲಾಗಿ ಬೇರೆಲ್ಲೋ ಬೇರೂರುತ್ತದೆ. ಚಿತ್ರದಲ್ಲಿ ಫಿಲಿಫಿಡ್ ಟ್ಯೂಬ್‌ನಲ್ಲಿ ಬೇರೂರಿವುದನ್ನು ಕಾಣಬಹುದು.

ಲಕ್ಷಣಗಳು ಯಾವುವು? ಕೆಳಗೆ ಕೊಡಲಾಗಿದೆ

- ಹೊಟ್ಟೆಯ ಕೆಳಭಾಗದಲ್ಲಿ ತೀವ್ರ ನೋವು ಹಾಗೂ ಸೆಳೆತ ಕೆಮ್ಮುವಾಗ, ಕೂಗುವಾಗ ನೋವು ಹೆಚ್ಚಾಗುವುದು.
- ಎಗ್ಗಿಲ್ಲದ ರಕ್ತಸ್ರಾವ.
- ಒಂದು ವೇಳೆಪತ್ತೆಯಾಗದ ಫಿಲಿಫೀನ್ ಟ್ಯೂಬ್ ಒಡೆದುಹೋದಲ್ಲಿ.
- ವಾಂತಿ-ವಾಕರಿಕೆ
- ಬಲಹೀನತೆ
- ನಿದ್ದೆ-ಮೂರ್ಛೆ ಬರುವುದು
- ಹೊಟ್ಟೆಯ ಕೆಳಭಾಗದಲ್ಲಿ ತೀವ್ರ ನೋವು
- ನಿತಂಬಗಳ ಮೇಲೆ ಒತ್ತಡ
- ಹೆಗಲಿನಲ್ಲಿ ನೋವು
- ಯೋನಿನಲ್ಲಿ ಭಾರಿ ರಕ್ತಸ್ರಾವ

ನೀವು ಮತ್ತು ವೈದ್ಯರು ಏನು ಮಾಡಬಹುದು?

ಗರ್ಭಾವಸ್ಥೆಯ ಆರಂಭದಲ್ಲಿ ಸ್ವಲ್ಪ ಸೆಳೆತ ಸ್ರಾವ ಇದ್ದರೆ ಯಾವ ಅಪಾಯವೂ ಇಲ್ಲ. ಆದರೆ ವೈದ್ಯರಿಗೆ ಅವಶ್ಯವಾಗಿ ತಿಳಿಸಿ. ಇಕ್ಟೋಪಿನ ಪ್ರೆಗ್ನೆನ್ಸಿಯ ಯಾವುದಾದರೂ ಲಕ್ಷಣ ಕಂಡುಬಂದರೆ ವೈದ್ಯರಿಗೆ ಅವಶ್ಯವಾಗಿ ತಿಳಿಸಿ. ಇಕ್ಟೋಪಿಸ್ ಪ್ರೆಗ್ನೆನ್ಸಿಯ ಯಾವುದಾದರೂ ಲಕ್ಷಣ ಕಂಡುಬಂದರೆ ವೈದ್ಯರಿಗೆ ತೋರಿಸಲು ವಿಳಂಬ ಮಾಡಬೇಡಿ. ಒಂದು ವೇಳೆ ಆರಂಭವಾಗಿಹೋಗಿದ್ದರೆ ತಡೆಯುವ ಯಾವ ಉಪಾಯವೂ ಇಲ್ಲ. ಔಷಧಿ ಇಲ್ಲವೇ ಶಸ್ತ್ರಚಿಕಿತ್ಸೆ ಮಾಡಿಸಿಕೊಳ್ಳಬೇಕು. ಸರ್ಜರಿ ಬೇಡವಾಗುವ ಸಂದರ್ಭವೂ ಇರಬಹುದು.

ಸಬ್ ಕೊರಿಫೋನಿಕ್ ಬ್ಲೀಡ್

ನಿಮಗೆ ತಿಳಿದಿರಲಿ

ಹೊಟ್ಟೆಯ ಕೆಳಭಾಗದಲ್ಲಿ ಸೆಳೆತ ಇಂಪ್ಲಾಂಟೇಶನ್‌ನಿಂದ ಉಂಟಾಗುತ್ತದೆ. ಲಿಗಮೆಂಟ್ ಸಿಂಚನದ ಅರ್ಥ ನಿಮಗೆ ಇಕ್ಟೋಪಿಕ್ ಪ್ರೆಗ್ನೆನ್ಸಿ ಎಂದು ಅರ್ಥವಲ್ಲ.

ಇದೇನು? ಸಬ್ ಕೋರಿಫೋನಿಕ್ ಟೀಮಾಟೋಮಾ ಎಂದೂ ಇದನ್ನು ಕರೆಯುತ್ತಾರೆ. ಇದರಿಂದಾಗಿ ಯೂಟವಾರಿನ್ ಲೈನಿಂಗ್‌ನಲ್ಲಿ ಕೋರಿಯನ್ ನಡುವೆ ಅಥವಾ ಪ್ಲೆಸೆಂಟಾ ಕೆಳಗೆ ರಕ್ತ ಸೇರಿಕೊಳ್ಳುತ್ತದೆ.

ಇಂತಹ ಸಂದರ್ಭದಲ್ಲೂ ಮಹಿಳೆಯರು ಆರೋಗ್ಯಕರ ಮಗುವಿಗೆ ಜನ್ಮ ನೀಡಬಲ್ಲರು. ಪ್ಲೆಸೆಂಟಾ ಕೆಳಭಾಗ ರಕ್ತ ಸೇರಿರುವುದರಿಂದ ಅನೇಕ ತವರನಾದ ಸಮಸ್ಯೆಗಳನ್ನು ಎದುರಿಸಬೇಕಾಗುತ್ತದೆ.

ಇದು ಎಷ್ಟು ಸಾಧಾರಣವಾದದ್ದು? ಶೇ. 1ರಷ್ಟು ಮಹಿಳೆಯರಲ್ಲಿ ಹೀಗಾಗುತ್ತದೆ. ಮೊದಲ ತ್ರೈಮಾಸಿಕದಲ್ಲಿ ಉಂಟಾಗುವ ರಕ್ತಸ್ರಾವದಲ್ಲಿ ಶೇ. 20ರಷ್ಟು ಇದರ ಪಾಲಿರುತ್ತದೆ.

ಇದರ ಲಕ್ಷಣಗಳೇನು? ಮೊದಲ ತ್ರೈಮಾಸಿಕದಲ್ಲಿ ರಕ್ತಸ್ರಾವ ಇದರ ಲಕ್ಷಣವಾಗಬಹುದು. ಆದರೆ ಅನೇಕ ಬಾರಿ ಯಾವ ಲಕ್ಷಣವೂ ಕಾಣಿಸಿಕೊಳ್ಳದೆ ಹೋದರೂ ನಿಯಮಿತವಾಗಿ ಅಲ್ಟ್ರಾಸೌಂಡ್ ಪರೀಕ್ಷೆ ಮಾಡುವುದರಿಂದ ಪತ್ತೆಯಾಗುತ್ತದೆ.

ನಿಮಗೆ ತಿಳಿದಿರಲಿ

ಸಬ್‌ಕೋರಿಷ್ಟೇನಿಕ್ ರಕ್ತಸ್ರಾವದಿಂದ ಮಗುವಿಗೆ ಹಾನಿಯಾಗುವುದಿಲ್ಲ. ಟಿಮಚೋಮೋ ಸುಧಾರಣೆ ತಾನಾಗಿಯೇ ಆಗುತ್ತದೆ.

ನೀವು ಮತ್ತು ನಿಮ್ಮ ವೈದ್ಯರು ಏನು ಮಾಡಬಹುದು?

ಒಂದು ವೇಳೆ ಇಂತಹ ರಕ್ತಸ್ರಾವವಾದರೆ ವೈದ್ಯರನ್ನು ಕರೆಸಿಕೊಳ್ಳಿ. ಅವರು ಯಾವ ಕಾರಣಕ್ಕಾಗಿ ಯಾವ ಜಾಗದಲ್ಲಿ ರಕ್ತಸ್ರಾವವಾಗುತ್ತಿದೆ ಎಂದು ಪರೀಕ್ಷಿಸುತ್ತಾರೆ.

ಹೈಪರ್‌ಮೆನಿಸ್ ಗ್ರೇವಿಡರ್ಮ್

ಇದೇನು? ಮಾರ್ನಿಂಗ್ ಸಿಕ್‌ನೆಸ್‌ಗೆ ಸಮಾನವಾದ ರೋಗ. ಇದರಿಂದ ಪರಿಸ್ಥಿತಿ ಗಂಭೀರವಾಗುತ್ತದೆ. 12 ರಿಂದ 16 ವಾರಗಳ ನಡುವೆ ಉಂಟಾಗುತ್ತದೆ. ಇಡೀ ಗರ್ಭಾವಸ್ಥೆವರೆಗೆ ಮುಂದುವರೆಯುತ್ತದೆ.

ಇದರಿಂದಾಗಿ ತೂಕ ಇಳಿಯುತ್ತದೆ. ಕೆಟ್ಟ ಪೋಷಣೆಯಾಗುತ್ತದೆ. ಡೀಹೈಡ್ರೇಶನ್ ಉಂಟಾಗುತ್ತದೆ. ಆಗ ನಿಮ್ಮನ್ನು ಆಸ್ಪತ್ರೆಎ ಕರೆದುಕೊಂಡು ಹೋಗಿ ಐವಿಡಬ್ಲು ಆಂಟಿನಾಜಿಯಾ ಔಷಧಿ ನೀಡಬೇಕಾಗುತ್ತದೆ. ಏಕೆಂದರೆ ವಾಂತಿ ಮತ್ತು ವಾಕರಿಕೆ ಒಭೀರ ಪ್ರಮಾಣದಲ್ಲಿರುತ್ತದೆ. ಇದಕ್ಕೆ ಚಿಕಿತ್ಸೆ ನೀಡಿದ ನಂತರವೇ ನಿಮ್ಮ ಮಗು ಸುರಕ್ಷಿತ ಎಂದು ಹೇಳಲು ಸಾಧ್ಯ.

ಇದು ಎಷ್ಟು ಸಾಮಾನ್ಯವಾದದ್ದು? 200ರಲ್ಲಿ ಒಬ್ಬರಿಗೆ ಹೀಗಾಗುತ್ತದೆ. ಮೊದಲ ಬಾರಿಗೆ ತಾಯಿಯಾಗುವವರಲ್ಲಿ ಇದು ಹೆಚ್ಚು. ಅಲ್ಲದೇ ಚಿಕ್ಕ ವಯಸ್ಸಿನಲ್ಲಿ, ದಪ್ಪಗಿರುವವರಿಗೆ, ಒಂದಕ್ಕಿಂತ ಹೆಚ್ಚು ಮಗುವಾದಾಗ, ಹಿಂದಿನ ಗರ್ಭಾವಸ್ಥೆಯಲ್ಲಿ ಹೀಗೆ ಆಗಿರುವವರಿಗೂ ಆಗುವುದುಂಟು. ಭಾವನಾತ್ಮಕ ಒತ್ತಡದಿಂದ ಇದು ಇನ್ನೂ ಹೆಚ್ಚುತ್ತದೆ. 'ಎಂಡೋಕ್ರಾನ್ ಅಸಮತೋಲನ ಮತ್ತು ವಿಟಮಿನ್ ಕೊರತೆಯೂ ಇದಕ್ಕೆ ಕಾರಣ.

ಇದರ ಸಂಕೇತ ಅಥವಾ ಲಕ್ಷಣಗಳು?

- ಅತಿಯಾದ ವಾಕರಿಕೆ-ವಾಂತಿ.
- ವಿಶೇಷ ಆಹಾರ ಪದಾರ್ಥಗಳು ಜೀರ್ಣವಾಗದಿರುವುದು.
- ಡೀ ಹೈಡ್ರೇಶನ್ ಲಕ್ಷಣಗಳು.
- ಶೇ. 5ರಷ್ಟು ತೂಕದಲ್ಲಿ ಇಳಿಕೆ.
- ವಾಂತಿಯಲ್ಲಿ ರಕ್ತ

ನೀವು ಮತ್ತು ವೈದ್ಯರು ಏನು ಮಾಡಬಹುದು? ಒಂದು ವೇಳೆ ಲಕ್ಷಣಗಳು ಹೆಚ್ಚಾಗಿಲ್ಲದಿದ್ದರೆ ಮಾರ್ನಿಂಗ್ ಸಿಕ್‌ನೆಸ್‌ಗೆ ಮನೆಯ ಔಷಧಿಯನ್ನೇ ಮಾಡಿಕೊಳ್ಳಬಹುದು. ಹಸಿಶುಂಠಿ, ಆಕ್ಯುಪಂಕ್ಚರ್ ಆಕ್ಯುಪ್ರೆಶರ್‌ನಿಂದ ಗುಣ ಕಾಣದಿದ್ದರೆ ವೈದ್ಯರನ್ನು ಸಂಪರ್ಕಿಸಿ ಹಾಗಾದರೂ ನಿಮಗೆ ಆರಾಮ ಸಿಗದೆ ತೂಕ ಇಳಿಯುತ್ತಲೇ ಹೋದರೆ ಆಸ್ಪತ್ರೆಗೆ ಹೋಗಬೇಕಾಗಬಹುದು. ಅಲ್ಲಿ ನಿಮಗೆ ಆಂಟಿನೋಟಿಮಾ ಔಷಧಿ ಕೊಡುತ್ತಾರೆ. ನಂತರ ನಿಮ್ಮ ಊಟೋಪಚಾರದತ್ತ ಗಮನ ಹರಿಸಬೇಕು. ಮೆಣಸಿನಕಾಯಿ ಮಸಾಲೆ ತುಂಬಿದ ಭೋಜನದಿಂದ ದೂರ ಇರಿ. ಸಾಕಷ್ಟು ದ್ರವಾಹಾರ ಸೇವಿಸಿ ಊಟವನ್ನು ಅನೇಕ ಭಾಗ ಮಾಡಿಕೊಳ್ಳಿ. ಸ್ವಲ್ಪಸ್ವಲ್ಪವಾಗಿ ತಿನ್ನಿ.

> **ನಿಮಗೆ ತಿಳಿದಿರಲಿ**
>
> ಹೈಪಮೋಸಿಸ್‌ನಿಂದ ಮಗುವಿನ ಮೇಲೆ ಯಾವ ಪರಿಣಾಮವೂ ಆಗುವುದಿಲ್ಲ. ಅದರ ಆರೋಗ್ಯದ ಮೇಲೂ ದುಷ್ಪರಿಣಾಮ ಆಗುವುದಿಲ್ಲ.

ಗೆಸ್ಟೇಷಿನಲ್ ಡಯಾಬಿಟೀಸ್

ಇದೇನು? ದೇಹದಲ್ಲಿ ಸಾಕಷ್ಟು ಇನ್ಸುಲಿನ್ ಇಲ್ಲದೇ ಹೋದಾಗ ಮಧುಮೇಹ ಗರ್ಭಾವಸ್ಥೆಯಲ್ಲಿ ಹೀಗಾಗುತ್ತದೆ. ಗರ್ಭಾವಸ್ಥೆಯು 24ರಿಂದ 28 ವಾರಗಳ ನಡುವೆ ಇದು ಆರಂಭವಾಗುತ್ತದೆ. ಆಗ ಗ್ಲೂಕೋಸ್ ಸ್ಕ್ರೀನಿಂಗ್ ಟೆಸ್ಟ್ ಮಾಡಲಾಗುತ್ತದೆ. ಇದು ಪ್ರಸವದ ನಂತರವೂ ಮುಂದುವರೆಯುತ್ತದೆ.

ಒಂದು ವೇಳೆ ಮಧುಮೇಹದ ಯಾವುದೇ ವಿಧ ಗರ್ಭಧಾರಣೆಗೆ ಮುಂದಿನಿಂದಲೂ ಇದ್ದರೆ ಅದನ್ನು ನಿಯಂತ್ರಿಸುವಾಗ ತಾಯಿ ಅಥವಾ ಭ್ರೂಣಕ್ಕೆ ಯಾವುದೇ ಹಾನಿ ಉಂಟಾಗುವುದಿಲ್ಲ. ಆದರೆ ತಾಯಿಯ ರಕ್ತದಲ್ಲಿ ಅಗತ್ಯಕ್ಕಿಂತ ಹೆಚ್ಚು ಸಕ್ಕರೆ ನುಸುಳಿ ಬಿಟ್ಟರೆ ಅದು ಪ್ಲೆಸೆಂಟೋದವರೆಗೆ ತಲುಪಿ ತಾಯಿ ಮತ್ತು ಮಗುವಿಗೆ ಆಘಾತಕಾರಿಯಾಗಬಲ್ಲದು. ಅಂತಹ ಮಕ್ಕಳು ಸಾಕಷ್ಟು ದಪ್ಪವಾಗುತ್ತವೆ. ಅದರಿಂದ ಗರ್ಭಧಾರಣೆ ಜಟಿಲವಾಗುತ್ತದೆ. ಪ್ರೀಲೈಕ್ಸೋಸಿಯಾ ಆಗುವ ಭೀತಿ ಇರುತ್ತದೆ. ಮಧುಮೇಹಕ್ಕೆ ಚಿಕಿತ್ಸೆ ನೀಡದಿದ್ದರೆ ಮಗು ಹುಟ್ಟಿದಾಗ ಹಳದಿ ಬಣ್ಣ ಇರುವುದು, ಉಸಿರಾಟದಲ್ಲಿ ತೊಂದರೆ ಬ್ಲಡ್ ಪ್ರೆಶರ್ ಕಡಿಮೆಯಾದ ಸಮಸ್ಯೆಗಳು ಉಂಟಾಗುತ್ತವೆ. ಮುಂದೆ ಅದು ಮೆಟಾಪೇಪ್-2ನ ಮಧುಮೇಹಕ್ಕೆ ಒಳಗಾಗುತ್ತದೆ.

ಇದು ಎಷ್ಟರಮಟ್ಟಿಗೆ ಸಾಮಾನ್ಯವಾದದ್ದು? ಶೇಕಡಾ 4 ರಿಂದ 7ರಷ್ಟು ಮಹಿಳೆಯರಲ್ಲಿ ಗರ್ಭಾವಸ್ಥೆ ಸಮಯದಲ್ಲಿ ಇದು ಉಂಟಾಗುತ್ತದೆ. ಮಾಟಾಫ್‌ಯಿಂದಾಗಿ ಈ ರೋಗ ಉಲ್ಬಣವಾಗುತ್ತಾ ಹೋಗುತ್ತದೆ. ಒಂದು ವೇಳೆ ಕುಟುಂಬದಲ್ಲಿ ಮೊದಲಿನಿಂದ ಯಾರಿಗಾದರೂ ಈ ಮಧುಮೇಹ ಇದ್ದ ಇತಿಹಾಸವಿದ್ದರೆ, ತಾಯಿಯ ವಯಸ್ಸು ಹೆಚ್ಚಾಗಿದ್ದರೆ, ಜಿಡಿ ಅಪಾಯ ಹೆಚ್ಚಾಗುತ್ತದೆ.

ಇದರ ಲಕ್ಷಣಗಳೇನು? ನಿಜ ಹೇಳಬೇಕೆಂದರೆ ಇದರ ಲಕ್ಷಣಗಳು ಅಸ್ಪಷ್ಟ... ಆದಾಗ್ಯೂ...

- ಇದ್ದಕ್ಕಿದ್ದಂತೆ ದಾಹ
- ಆಯಾಸ (ಗರ್ಭಾವಸ್ಥೆಯ ಆಯಾಸ ಬೇರೆ)
- ಪದೇ ಪದೇ ಮೂತ್ರ ವಿಸರ್ಜನೆ
- ಮೂತ್ರದಲ್ಲಿ ಸಕ್ಕರೆ

ನೀವು, ನಿಮ್ಮ ವೈದ್ಯರು ಏನು ಮಾಡಬಹುದು: 28ನೇ ವಾರದಲ್ಲಿ ನಿಮ್ಮ ಗ್ಲೂಕೋಸ್ ಸ್ಕ್ರೀನಿಂಗ್ ಟೆಸ್ಟ್ ಮಾಡಲಾಗುತ್ತದೆ ಇನ್ನೂ ಅಗತ್ಯ ಕಂಡರೆ 3 ಗಂಟೆಗಳ ಗ್ಲೂಕೋಸ್ ಟಾಲರೆನ್ಸ್ ಪರೀಕ್ಷೆ ನಡೆಯುತ್ತದೆ. ಈ ಪರೀಕ್ಷೆಯಲ್ಲಿ ಜಿ.ಸಿ. ಪತ್ತೆಯಾದರೆ ವೈದ್ಯರು ನಿಮಗೆ ವಿಶೇಷ ಆಹಾರ ಮತ್ತು ವ್ಯಾಯಾಮಕ್ಕೆ ಸಲಹೆ ಮಾಡುತ್ತಾರೆ. ನೀವು ಮನೆಯಲ್ಲೂ ಗ್ಲೂಕೋಸ್ ಮೀಟರ್‌ನಿಂದ ನಿಮ್ಮ ಗ್ಲೂಕೋಸ್ ಮಟ್ಟವನ್ನು ಪರೀಕ್ಷಿಸಿಕೊಳ್ಳಬೇಕಾಗುತ್ತದೆ.

ಒಂದು ವೇಳೆ ಆಹಾರ ವ್ಯಾಯಾಮದಿಂದ ಬ್ಲಡ್‌ಶುಗರ್ ನಿಯಂತ್ರಣಕ್ಕೆ ಬರದಿದ್ದರೆ ನಿಮಗೆ ಇನ್‌ಸುಲಿನ್ ನೀಡಬೇಕಾಗುತ್ತದೆ. ಇದು ಇಂಜಕ್ಷನ್ ಅಲ್ಲದೆ ಗ್ಲೈಬ್ಯುರಾಂಡ ಔಷಧಿ ರೂಪದಲ್ಲಿ ಮನೆಯಲ್ಲಿಯೇ ಚಿಕಿತ್ಸೆ ಮಾಡಬೇಕಾಗುತ್ತದೆ.

ಈ ವಿಧಾನದಿಂದ ಬ್ಲಡ್ ಶುಗರ್ ನಿಯಂತ್ರಣಕ್ಕೆ ಬಯ ಬಿಟ್ಟರೆ ಗರ್ಭಾವಸ್ಥೆಯಲ್ಲಿನ ಕಷ್ಟಗಳು ದೂರವಾಗುತ್ತವೆ. ನಿಮಗೆ ಒಳ್ಳೆಯ ಚಿಕಿತ್ಸೆ ಶುಶ್ರೂಷೆ ಬೇಕಾಗುತ್ತದೆ.

ನಿಮಗೆ ತಿಳಿದಿರಲಿ

ಒಂದು ವೇಳೆ ಸೆಷಿನಲ್ ಮಧುಮೇಹ ನಿಯಂತ್ರಣದಲ್ಲಿದ್ದರೆ ಯಾವ ಚಿಂತೆಯೂ ಇಲ್ಲ. ನಿಮ್ಮ ಗರ್ಭಾವಸ್ಥೆ ಸಾಮಾನ್ಯವಾಗಿರುತ್ತದೆ. ಮಗುವಿಗೂ ಯಾವುದೇ ರೀತಿ ಹಾನಿ ಉಂಟಾಗುವುದಿಲ್ಲ.

ಇದರಿಂದ ಬಚಾವ್ ಆಗಲು ಸಾಧ್ಯವೇ? ಗರ್ಭಾವಸ್ಥೆಗೆ ಮುಂಚೆ ಹಾಗೂ ಆ ಅವಧಿಯಲ್ಲಿ ನಿಮ್ಮ ತೂಕದ ಮೇಲೆ ನಿಗಾ ಇಡಿ. ಪೌಷ್ಟಿಕ ಆಹಾರ-ಪಾನೀಯ ತೆಗೆದುಕೊಳ್ಳಿ. ಆಹಾರದ ಜೊತೆ ವ್ಯಾಯಾಮವನ್ನೂ ಮರೆಯಬೇಡಿ. ಫಾಲಿಕ್ ಮತ್ತು ಸಈಸಾ ಸಾಕಷ್ಟು ಸ್ವೀಕರಿಸಿ. ಇದರಿಂದ ಹುಟ್ಟುವ ಮಗುವಿಗೆ ಮಧುಮೇಹ ಆಗುವ ಅಪಾಯ ತಪ್ಪುತ್ತದೆ.

ಗರ್ಭಾವಸ್ಥೆಯಲ್ಲಿ ಜಿ.ಡಿ. ಆಗುವುದರಿಂದ ಗರ್ಭಾವಸ್ಥೆಯ ನಂತರ ಟೈಪ್-2 ವಿಧದ ಮಧುಮೇಹ ಆಗುವ ಭೀತಿ ಇದೆ. ನಿಮ್ಮ ಆಹಾರ ಪದ್ಧತಿ ಚೆನ್ನಾಗಿರಲಿ. ತೂಕದ ಮೇಲೆ ಗಮನವಿರಲಿ, ಮಗು ಹುಟ್ಟಿದನಂತರವೂ ವ್ಯಾಯಾಮ ಮುಂದುವರಿಸಿ.

ಪ್ರೀಕ್ಲೆಪ್ಸಿಯಾ

ನಿಮಗೆ ತಿಳಿದಿರಲಿ

ಸೂಕ್ತ ಆರೈಕೆಯಿಂದ ಪ್ರಿಕ್ಲೈಪ್ಸಿಯಾ ರೋಗಕ್ಕೆ ಚಿಕಿತ್ಸೆ ನೀಡಬಹುದು. ಇದರಿಂದ ಗರ್ಭಿಣಿಯ ರಕ್ತದೊತ್ತಡ ಸಾಮಾನ್ಯ ಮಟ್ಟಕ್ಕೆ ಬರುತ್ತದೆ.

ಇದೇನು? ಸಾಮಾನ್ಯವಾಗಿ ಇದು ಗರ್ಭಾವಸ್ಥೆಯ 20ನೇ ವಾರದನಂತರ ಬರುತ್ತದೆ. ಇದರಲ್ಲಿ ರಕ್ತದೊತ್ತಡ ಹೆಚ್ಚಾಗಿಬಿಡುತ್ತದೆ. ಅಗತ್ಯಕ್ಕಿಂತ ಹೆಚ್ಚು ಊತ ಕಾಣಿಸಿಕೊಳ್ಳುತ್ತದೆ. ಮೂತ್ರದಲ್ಲಿ ಪ್ರೋಟೀನ್ ಹೊರಹೊಮ್ಮುತ್ತದೆ.

ಒಂದು ವೇಳೆ ಚಿಕಿತ್ಸೆ ನೀಡದಿದ್ದರೆ ಪರಿಸ್ಥಿತಿ ಗಂಭೀರವಾಗಬಹುದು. ಇದರಿಂದಾಗಿ ಗರ್ಭಾವಸ್ಥೆಯ ಇನ್ನಿತರ ಸಮಸ್ಯೆಗಳೂ ಎದುರಾಗಬಹುದು.

ಇದು ಎಷ್ಟು ಸಾಮಾನ್ಯ? ಸುಮಾರು ಶೇ. 8ರಷ್ಟು ಮಹಿಳೆಯರು ಈ ರೋಗಕ್ಕೆ ತುತ್ತಾಗಿದ್ದಾರೆ. 40 ವರ್ಷ ವಯಸ್ಸಿಗಿಂತ ಹೆಚ್ಚಿನವರು, ಒಂದಕ್ಕಿಂತ ಹೆಚ್ಚು ಮಕ್ಕಳ ತಾಯಂದಿರು, ಮಧುಮೇಹ ಅಥವಾ ರಕ್ತದೊತ್ತಡ ಇರುವ ಮಹಿಳೆಯರಿಗೆ ಪ್ರೀಕ್ಲೆಪ್ಸಿಯಾದ ಅಪಾಯ ಹೆಚ್ಚಾಗಿರುತ್ತದೆ. ಇದಕ್ಕೆ ಮುಂಚಿನ ಗರ್ಭಾವಸ್ಥೆಯಲ್ಲಿ ನಿಮಗೆ ಹೀಗಾಗಿದ್ದರೆ ಈ

ಗರ್ಭಾವಸ್ಥೆಯಲ್ಲೂ ಅದು ಹೆಚ್ಚಾಗುವ ಸಾಧ್ಯತೆ ಉಂಟು.

ಇದರ ಲಕ್ಷಣಗಳೇನು? ಕೆಳಗಿನ ಲಕ್ಷಣಗಳನ್ನು ಕಾಣಬಹುದು.

- ಕೈ-ಕಾಲ್ಗಳಲ್ಲಿ ಭಾರೀ ಊತ.
- ಸಂದುಗಳಲ್ಲಿ ಊದಿಕೊಂಡು 12 ಗಂಟೆ ವಿಶ್ರಾಂತಿ ಪಡೆದಾಗಲೂ ಕಡಿಮೆಯಾಗದಿರುವುದು.
- ಇದ್ದಕ್ಕಿದ್ದಂತೆ ತೂಕದಲ್ಲಿ ಏರಿಕೆ.
- ಭಾರೀ ತಲೆನೋವು, ಔಷಧ ತೆಗೆದುಕೊಂಡರೂ ಹೋಗದಂಥಹುದು.
- ನೆತ್ತಿ ಮೇಲೆ ನೋವು.
- ದೃಷ್ಟಿ ಮಂಜಾಗುವುದು.
- ರಕ್ತದೊತ್ತಡ ಹೆಚ್ಚಳ
- ಮೂತ್ರದಲ್ಲಿ ಪ್ರೋಟೀನ್
- ಹೃದಯದ ಬಡಿತ ಹೆಚ್ಚಳ
- ಮೂತ್ರದಲ್ಲಿ ಕೆಟ್ಟ ವಾಸನೆ
- ಕಿಡ್ನಿ ಕೆಲಸದಲ್ಲಿ ಏರುಪೇರು
- ರಿಲ್ಯಾಕ್ಸ್ ರಿಯಾಕ್ಷನ್ ಹೆಚ್ಚಳ

ನೀವು ನಿಮ್ಮ ವೈದ್ಯರು ಏನು ಮಾಡಬಹುದು : ಆರಂಭದಲ್ಲಿ ಭಾರಿ ವೈದ್ಯಕೀಯ ಚಿಕಿತ್ಸೆ ಬೇಕಾಗಬಹುದು. ಮೊದಲೇ ಈ ರೋಗದ ಚರಿತ್ರೆ ಗೊತ್ತಿದ್ದರೆ ಇನ್ನೂ ಎಚ್ಚರಿಕೆ ವಹಿಸಿ.

ಪ್ರೀಕ್ಲೈಂಪ್ಸಿಯಾದ ಕಾರಣಗಳು

- ಯಾವುದೇ ಜೆನೆಟಿಕ್ ಸಂಬಂಧಗಳು, ಆನುವಂಶಿಕ ಕಾರಣಗಳಿಂದಲೂ ಪ್ರೀಕ್ಲೈಂಪ್ಸಿಯಾ ಆಗಬಹುದು.
- ರಕ್ತವಾಹಿನಿಯಲ್ಲಿ ವಿಕೃತಿ! ಈ ಕಾರಣದಿಂದಲೂ ಕೆಲವು ಮಹಿಳೆಯರಿಗೆ ಪ್ರೀಕ್ಲೈಂಪ್ಸಿಯಾ ಆಗಬಹುದು.
- ಒಂದು ವೇಳೆ ಗರ್ಭಿಣಿ ಮಹಿಳೆಗೆ ಒಸಡುಗಳ ರೋಗವಿದ್ದರೆ ಅದರ ಸೋಂಕಿನಿಂದಲೂ ಪ್ರೀಕ್ಲೈಂಪ್ಸಿಯಾ ಆಗಬಹುದು. ಆದರೆ ಇದನ್ನು ಖಚಿತವಾದ ಕಾರಣವೆಂದು ಹೇಳಲಾಗುವುದಿಲ್ಲ.
- ಅನೇಕ ಸಲ ತಾಯಿಯ ಶರೀರ ಶಿಶು ಹಾಗು ಪ್ಲಾಸೆಂಟಾಗೋಸ್ಕರ ಎಲರ್ಜಿಕ್ ಆಗುತ್ತದೆ. ಈ ಕಾರಣದಿಂದ ತಾಯಿಯ ಶರೀರದಲ್ಲಿ ಪ್ರತಿಕ್ರಿಯೆ ಆಗುವುದು. ಅದರಿಂದ ರಕ್ತವಾಹಿನಿಗಳಿಗೆ ಹಾನಿಯಾಗುವುದು.

ನೀವು ಬೆಡ್‌ರೆಸ್ಟ್ ತೆಗೆದುಕೊಳ್ಳಬೇಕಾಗುತ್ತದೆ. ಮನೆಯಲ್ಲೇ ರಕ್ತದೊತ್ತಡ ಪರೀಕ್ಷೆ ಮಾಡಿಕೊಳ್ಳಬೇಕಾಗುತ್ತದೆ. ಒಂದು ವೇಳೆ ಪರಿಸ್ಥಿತಿ ಭಾರಿ ಕೆಟ್ಟಿದ್ದರೆ ಗಮನಕ್ಕೆ ಬಂದ ಮೂರು ದಿನಗಳೊಳಗಾಗಿ ಪ್ರಸವ ಮಾಡಿಸಬೇಕಾಗುತ್ತದೆ. ಆದರೂ ಕೆಲ ಸಮಯಕ್ಕಾಗಿ ಔಷಧಿಯನ್ನೇನೋ ನೀಡಬಹುದು. ಚಿಕಿತ್ಸೆಯ ಕೊನೆಯ ಅಸ್ತ್ರ ಎಂದರೆ ಹೆರಿಗೆ ಮಾಡಿಸುವುದು.

ಮಗು ದೈಹಿಕವಾಗಿ ಪರಿಪಕ್ವವಾಗುತ್ತಿದ್ದಂತೆ ಪ್ರಸವ ಮಾಡಿಸಿಕೊಳ್ಳಲು ಸಲಹೆ ನೀಡಲಾಗುತ್ತದೆ. ಪ್ರಸವದ ನಂತರ ಶೇ. 97ರಷ್ಟು ಮಹಿಳೆಯರಿಗೆ ರಕ್ತದೊತ್ತಡ ಸಾಮಾನ್ಯ ಸ್ಥಿತಿಗೆ ಬಂದುಬಿಡುತ್ತದೆ.

ರಕ್ತದ ಪರೀಕ್ಷೆಯಿಂದಲೇ ರೋಗದ ಅಂದಾಜು ನಿಲುಕುವಂತೆ ಮಾಡಲು ವಿಜ್ಞಾನಿಗಳು ಮತ್ತು ತಜ್ಞರು ಅಧ್ಯಯನ ನಡೆಸುತ್ತಿದ್ದಾರೆ. ಆಗ ಪ್ರೀಕ್ಲೆಪಿಸಿಯಾದ ಚಿಕಿತ್ಸೆ ಮತ್ತಷ್ಟು ಸುಲಭವಾಗುವ ಸಂಭವವಿದೆ.

ಇದರಿಂದ ಬಚಾವ್ ಆಗಬಹುದೇ? ಈ ವಿಚಾರದಲ್ಲಿ ಆಂಟಿಬಯಾಟಿಕ್ ಔಷಧಿಗಳಿಂದ ಸಾಕಷ್ಟು ಪರಿಣಾಮವಿದೆ ಎಂಬುದನ್ನು ಅಧ್ಯಯನಗಳು ದೃಢಪಡಿಸಿವೆ. ಇದರ ಜೊತೆ ಸಾಕಷ್ಟು ಆರೈಕೆ-ಪೋಷಣೆ ಮಾಡಿಕೊಳ್ಳಿ. ಆಹಾರದಲ್ಲಿ ಆಂಟಿ ಆಕ್ಸಿಡೆಂಟ್ ಮೆಗ್ನಿಷಿಯಂ, ಕಬ್ಬಿಣ ಮತ್ತು ವಿಟಮಿನ್‌ಗಳು ತುಂಬಿರಲಿ.

ಹೆಲ್ಪ ಸಿಂಡ್ರೋಮ್

ಇದೇನು? ವ್ಯಕ್ತಿಗತ ರೂಪದಿಂದ ಅಥವಾ ಪ್ರೀಕ್ಲೆಪ್ಸಿಯಾ ಜೊತೆಗೆ ಸೇರಿ ಕೊನೆಯ ತ್ರೈಮಾಸಿಕದಲ್ಲಿ ಈ ಪರಿಸ್ಥಿತಿ ಉಂಟಾಗುತ್ತದೆ. ಇದರಲ್ಲಿ ಕೆಂಪುರಕ್ತ ಕಣದ ಪ್ರಮಾಣ ಕಡಿಮೆಯಾಗುತ್ತದೆ. ಹಾಗೂ ಲಿವರ್‌ನ ಎಂಜಾಯಮ್ ಹೆಚ್ಚುತ್ತದೆ. ಅದರ ಕಾರ್ಯಕ್ಷಮತೆ ಕುಸಿಯುತ್ತದೆ.

ಈ ಸಿಂಡ್ರೋಮ್‌ನಲ್ಲಿ ತಾಯಿ-ಮಗು ಇಬ್ಬರ ಜೀವಕ್ಕೂ ಹಾನಿಯಾಗಬಹುದು. ಒಂದು ವೇಳೆ ಸಕಾಲದಲ್ಲಿ ಚಿಕಿತ್ಸೆ ನೀಡದಿದ್ದರೆ ಗಂಭೀರ ಸಮಸ್ಯೆಗಳನ್ನು ಹುಟ್ಟುಹಾಕಬಹುದು. ಶ್ವಾಸಕೋಶ ಕಲುಷಿತವಾಗುವ ಸಾಧ್ಯತೆ ಇದೆ.

ಇದೆಷ್ಟು ಸಾಮಾನ್ಯ? ಇದು ಪ್ರೀಕ್ಲೇಪ್ರಿಯಾ ಜೊತೆ 10ರಲ್ಲಿ ಒಬ್ಬರಿಗೆ ಹಾಗೂ ಒಟ್ಟಾರೆ ಗರ್ಭಿಣಿಯರಲ್ಲಿ 500ರಲ್ಲಿ ಒಬ್ಬರಿಗೆ ಈ ರೋಗ ಇರುತ್ತದೆ.

ಲಕ್ಷಣಗಳೇನು? ಮೂರನೇ ತ್ರೈಮಾಸಿಕದಲ್ಲಿ ಇವು ಕೆಳಗಿನ ಲಕ್ಷಣಗಳನ್ನು ತೋರಿಸುತ್ತವೆ.

- ವಾಕರಿಕೆ * ವಾಂತಿ * ತಲೆನೋವು
- ಹೊಟ್ಟೆಯ ಮೇಲ್ಭಾಗದಲ್ಲಿ ಬಲಗಡೆ ನೋವು. ವೈರಲ್‌ನಂತ ಸೋಂಕು. ರಕ್ತ ಪರೀಕ್ಷೆಯಿಂದ ರಕ್ತದ ಕಣಗಳ ಕೊರತೆ ಪತ್ತೆಯಾಗುತ್ತದೆ. ಈ ಪರಿಸ್ಥಿತಿಯಲ್ಲಿ ಶ್ವಾಸಕೋಶಕ್ಕೆ ತೀವ್ರ ಗತಿಯಲ್ಲಿ ಹಾನಿಯಾಗುತ್ತದೆ. ಆದ್ದರಿಂದ ಚಿಕಿತ್ಸೆಯಲ್ಲಿ ವಿಳಂಬ ಮಾಡಬಾರದು.

ನೀವು, ವೈದ್ಯರು ಏನು ಮಾಡಬಹುದು? ಎಲ್ಲಕ್ಕಿಂತ ಮಿಗಿಲಾದ ಚಿಕಿತ್ಸೆ ಎಂದರೆ ಪ್ರಸವ ಮಾಡಿಸುವುದು. ರೋಗ ಲಕ್ಷಣಗಳು ಕಾಣಿಸಿಕೊಳ್ಳುತ್ತಿದ್ದಂತೆ ವೈದ್ಯರ ಬಳಿ ಹೋಗಿ, ನಿಮಗೆ ಚಿಕಿತ್ಸೆಯಲ್ಲಿ ಥೈರಾಯಿಡ್ ಮತ್ತು ಮ್ಯೆಗ್ನೀಷಿಯಂ ಸಲ್ಫೇಟ್ ನೀಡಲಾಗುವುದು.

ಇದರಿಂದ ಬಚಾವ ಆಗಬಹುದೇ? ಮೊದಲು ಹೀಗಾಗಿದ್ದರೆ ವೈದ್ಯಕೀಯ ಚಿಕಿತ್ಸೆ ಅತ್ಯಗತ್ಯವಾಗುತ್ತದೆ. ಈ ರೋಗಕ್ಕೆ ಬೇರಾವುದೇ ಉಪಾಯ ಇಲ್ಲದಿರುವುದು ದುರದೃಷ್ಟಕರ.

ಇಂಟ್ರಾ ಯೋಟ್ರಾಯ್ನ್ ಗ್ರೋಥ ರಿಷ್ಟ್ರಿಕ್ಷನ್

ಇದೇನು? ಸಾಮಾನ್ಯ ಶಿಶುವಿಗೆ ಹೋಲಿಸಿದಾಗ ಚಿಕ್ಕದಾಗಿ ಕಾಣುವ ಮಕ್ಕಳಿಗೆ ಐಯುಜಿಆರ್ ಮಾಡಲಾಗುತ್ತದೆ. ಮಗುವಿನ ತೂಕ ಗರ್ಭಾಶಯದ ಶೇ. 10ಕ್ಕಿಂತ ಕಡಿಮೆ ಇದ್ದರೆ ಅದು ಐಯುಜಿಆರ್ ಎಂದು ಗೊತ್ತಾಗುತ್ತದೆ. ಒಂದು ವೇಳೆ ಮಗುವಿಗೆ ಪೂರ್ಣ ಪೋಷಣೆ ಸಿಗದಿದ್ದರೆ ಇಂತಹ ಪರಿಸ್ಥಿತಿ ಉಂಟಾಗುತ್ತದೆ.

ಇದು ಎಷ್ಟು ಸಾಧಾರಣದ್ದು? ಶೇಕಡಾ 60ರಷ್ಟು ಮಹಿಳೆಯರಲ್ಲಿ ಈ ಸ್ಥಿತಿ ಇದೆ. ಇದು ಮೊದಲನೇ, ಐದನೇ ಹಾಗೂ ನಂತರದ ಗರ್ಭಾವಸ್ಥೆಗಳಲ್ಲಿ, 17 ವರ್ಷಕ್ಕಿಂತ ಕಡಿಮೆ ಹಾಗೂ 25ಕ್ಕಿಂತ ಹೆಚ್ಚು ವಯಸ್ಸಿನವರಲ್ಲಿ ಮೊದಲೇ ಕಡಿಮೆ ತೂಕದ ಮಕ್ಕಳಿಗೆ ಜನ್ಮ ನೀಡಿರುವ ಮಹಿಳೆಯರಲ್ಲಿ ಪ್ಲೆಸೆಂಟೋ ಅಥವಾ ಯುಟ್ರಾಯಿನ್ ಅಸಮಾನತೆ ಇರುವ ಮಹಿಳೆಯರಲ್ಲಿ ಇದು ಇರುತ್ತದೆ. ಒಂದು ವೇಳೆ ಮಹಿಳೆಯ ತೂಕವೂ ಜನನದ ಸಂದರ್ಭ ಕಡಿಮೆ ಇದ್ದರೆ ಕಡಿಮೆ ತೂಕದ ಮಗುವೂ ಹುಟ್ಟುವ ಅಪಾಯ ಇರುತ್ತದೆ. ಮಗುವಿನ ತಂದೆಗೂ ಹುಟ್ಟುವಾಗ ಕಡಿಮೆ ತೂಕ ಇದ್ದಿದ್ದೇ ಆದರೆ ಅಪಾಯ ಮತ್ತಷ್ಟು ಹೆಚ್ಚಾಗಬಹುದು.

> ### ನಿಮಗೆ ತಿಳಿದಿರಲಿ
>
> ಒಂದು ಬಾರಿ ಕಡಿಮೆ ತೂಕದ ಮಗುವಿಗೆ ಜನ್ಮ ನೀಡುವ ತಾಯಿಗೆ ಮುಂದಿನ ಬಾರಿಯೂ ಅಪಾಯ ಹೆಚ್ಚಾಗುತ್ತದೆ. ಆದರೆ ಮೊದಲಿಗಿಂತ ತೂಕದಲ್ಲಿ ಸ್ವಲ್ಪ ವ್ಯತ್ಯಾಸ ಇರುತ್ತದೆ. ಆದರೆ ನೀವು ಈ ಬಗ್ಗೆ ಹೆಚ್ಚು ನಿಗಾ ಇಡಬೇಕಾಗುತ್ತದೆ.

ಇದರ ಲಕ್ಷಣಗಳೇನು? ಭ್ರೂಣದ ಉದ್ದ ಎತ್ತರ ಅಳೆಯುವಾಗ ಮಗು ಗರ್ಭಸ್ಥವಾದ ಸಮಯಕ್ಕೆ ಲೆಕ್ಕ ಹಾಕಿದರೆ ಚಿಕ್ಕದು ಎಂದು ವೈದ್ಯರಿಗೆ ತಿಳಿಯುತ್ತದೆ. ಅಲ್ಟ್ರಾ ಸೌಂಡ್‌ನಿಂದಲೂ ಮಗುವಿನ ಬೆಳವಣಿಗೆ ಕಡಿಮೆ ಇರುವುದು ಗೊತ್ತಾಗುತ್ತದೆ.

ನೀವು ಮತ್ತು ವೈದ್ಯರು ಏನು ಮಾಡಬಹುದು? ಹುಟ್ಟಿದಾಗ ಮಗುವಿನ ತೂಕ ಎಷ್ಟಿದೆ ಎಂಬುದರಿಂದ ಅದರ ಆರೋಗ್ಯ ತಿಳಿದುಬರುತ್ತದೆ. ಒಂದು ವೇಳೆ ತೂಕ ಕಡಿಮೆ ಇದ್ದರೆ ಅನೇಕ ತೆರನಾದ ಸೋಂಕು ಆಗಿರಬಹುದು. ಆಗಲೇ ಸಮಸ್ಯೆ ಏನೆಂದು ತಿಳಿಯುವುದು ಅವಶ್ಯ ಇದರಿಂದ ಮಗುವಿನ ಆರೋಗ್ಯ ವೃದ್ಧಿಗೆ ಗಮನ ನೀಡುವುದು ಸಾಧ್ಯವಾಗುತ್ತದೆ. ಎಲ್ಲ ಪ್ರಯತ್ನ ಮಾಡಿದರೂ ಮಗುವಿನ ಬೆಳವಣಿಗೆ ಆಗಲಿಲ್ಲ ಎಂದಾದರೆ ಸ್ವಲ್ಪ ಪರಿಪಕ್ವವಾಗುತ್ತಿದ್ದಂತೆ ಪ್ರಸವ ಮಾಡಿಸಿಬಿಡಬೇಕು. ನಂತರ ಅದನ್ನು ಸೂಕ್ತ ರೀತಿಯಲ್ಲಿ ಬೆಳೆಸಬಹುದು.

ಇದರಿಂದ ಬಚಾವಾಗಬಹುದೇ? ಸೂಕ್ತ ರೀತಿಯಲ್ಲಿ ಪೋಷಣೆ ಮಾಡಿ. ಕೆಟ್ಟ ಅಭ್ಯಾಸಗಳನ್ನು

ಬಿಡಿ, ಧೂಮಪಾನ, ಮದ್ಯಪಾನ, ಮಾದಕ ವಸ್ತು ಸೇವನೆ, ರಕ್ತದೊತ್ತಡ ಇತ್ಯಾದಿಗಳಿಗೆ ಸೂಕ್ತ ಚಿಕಿತ್ಸೆ

ನೀವು ತಿಳಿಯಲು ಇಚ್ಛಿಸುತ್ತೀರಿ

ಹುಟ್ಟುವಾಗ ಕಡಿಮೆ ತೂಕವಿರುವ ಶೇ. 90ರಷ್ಟು ಮಕ್ಕಳು ಒಂದೆರಡು ವರ್ಷಗಳಲ್ಲಿ ಸಾಮಾನ್ಯ ಮಕ್ಕಳಂತೆ ತೂಕ ಪಡೆಯುತ್ತವೆ.

ನೀಡಿದಾಗಲೂ ಕಡಿಮೆ ತೂಕದ ಮಗು ಹುಟ್ಟಿದರೆ ನಿಂರ್ಯೋನೇಟಲ್ ಪೋಷಿಗೆ ಸ್ಥಿತಿಯನ್ನು ಸುಧಾರಿಸಬಹುದು.

ಪ್ಲಾಸೆಂಟ ಪ್ರೀವಿಯಾ

ಇದೇನು? ಈ ಸ್ಥಿತಿಯಲ್ಲಿ ಪ್ಲಾಸೆಂಟಾ ಸರ್ವಿಕ್ಸನ್ನು ಸ್ವಲ್ಪ ಅಥವ ಹೆಚ್ಚು ನೂಕಿಬಿಡುತ್ತದೆ. ಅರ್ಲಿ ಪ್ರೆಗ್ನೆನ್ಸಿಯಲ್ಲಿ ಪ್ಲಾಸೆಂಟ ಕೆಳಗೆ ಸರಿದಿರುತ್ತದೆ. ಗರ್ಭಾವಸ್ಥೆಯ ಜೊತೆಜೊತೆಗೇ ಗರ್ಭಾಶಯದ ಗಾತ್ರ ಹಿಗ್ಗುತ್ತದೆಯೋ ಪ್ಲೆಸೆಂಟೋ ಕೆಳಗೆ ಸರಿದಿರುತ್ತದೆ. ಗರ್ಭಾವಸ್ಥೆಯ ಜೊತೆಜೊತೆಗೇ ಗರ್ಭಾಶಯದ ಗಾತ್ರ ಹಿಗ್ಗುತ್ತದೆಯೋ ಪ್ಲೆಸೆಂಟೋ ಸರ್ವಿಕ್ಸ್‌ನ ಮುಂದಿನ ಭಾಗದಿಂದ ತೊಲಗಿಬಿಡುತ್ತದೆ. ಒಂದು ವೇಳೆ ಹೋಗದಿದ್ದರೆ ಸರ್ವಿಕ್ಸನ್ನು ಸ್ವಲ್ಪ ನೂಕಿದರೆ ಅದನ್ನು ಪರ್ಷಿಯಲ್ ಪ್ರೀವಿಯಾ ಎಂದು ಕರೆಯುತ್ತಾರೆ. ಒಂದು ವೇಳೆ ಪ್ಲಾಸೆಂಟ ಸರ್ವಿಕ್ಸನ್ನು ಸಂಪೂರ್ಣವಾಗಿ ತಳ್ಳಿದರೆ ಅದನ್ನು ಟಓಟಲ್ ಪ್ರೀವಿಯಾ ಎಂದು ಕರೆಯುತ್ತಾರೆ. ಈ ಕಾರಣದಿಂದಲೇ ಮಗುವಿನ ಜನ್ಮ ಯೋನಿಮಾರ್ಗದಿಂದ ಆಗದೇ ಹೋಗುತ್ತದೆ. ಇದರಿಂದ ಗರ್ಭಾವಸ್ಥೆ ಕೊನೆಗಾಣುವುದು ಅಥವಾ ಪ್ರಸವದಲ್ಲಿ ರಕ್ತಸ್ರಾವವಾಗುವುದು ಉಂಟಾಗುತ್ತದೆ. ಪ್ಲಾಸೆಂಟ ಸರ್ವಿಕ್ಸ್‌ಗೆ ಎಷ್ಟು ಹತ್ತಿರ ಇರುತ್ತದೋ ರಕ್ತಸ್ರಾವದ ಸಾಧ್ಯತೆ ಅಷ್ಟು ಹೆಚ್ಚಿರುತ್ತದೆ.

ಇದು ಎಷ್ಟು ಸಾಧಾರಣವಾದದ್ದು? ಪ್ರತಿ 200 ಮಹಿಳೆಯರಲ್ಲಿ ಒಬ್ಬರಿಗೆ ಹೀಗೆ ಆಗುತ್ತದೆ. 20ಕ್ಕಿಂತ ಕಮ್ಮಿ ಹಾಗೂ 30ಕ್ಕಿಂತ ಹೆಚ್ಚು ವಯಸ್ಸಿನ ಮಹಿಳೆಯರಿಗೆ ಇದು ಉಂಟಾಗುತ್ತದೆ. ಡಿಎನ್‌ಸಿ ಅಥವಾ ಸೆಕ್ಷನ್ ಸಿ ಆಗಿರುವ ಮಹಿಳೆಯರಿಗೂ ಹೀಗಾಗುವುದುಂಟು. ಧೂಮಪಾನಿಗಳಲ್ಲಿ, ಅವಳಿ ಹೆರುವವರಲ್ಲಿ ಈ ಅಪಾಯ ಇನ್ನೂ ಹೆಚ್ಚು.

ಇದರ ಲಕ್ಷಣಗಳೇನು ? ಸಾಮಾನ್ಯ ಲಕ್ಷಣಗಳಿಂದ ಇದನ್ನು ಗುರುತಿಸಲಾಗುವುದಿಲ್ಲ. ಎರಡನೇ ತ್ರೈಮಾಸಿಕದಲ್ಲಿ ಅಲ್ಟ್ರಾ ಸೌಂಡ್‌ನಿಂದ ಇದು

ಪ್ಲಾಸೆಂಟ ಪ್ರೀವಿಯಾ

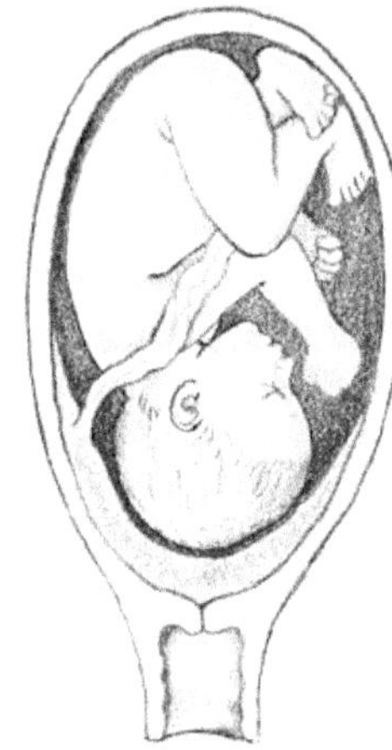

ಇಲ್ಲಿ ಗರ್ಭಾಶಯದ ಮುಖ ಪಲಾಸೆಂಟದಿಂದ ಪೂರ್ತಿ ಮುಚ್ಚಿದೆ. ಆದಕಾರಣ ಯೋನಿಮಾರ್ಗದಿಂದ ಪ್ರಸವ ಆಗುವುದು ಸಾಧ್ಯವಿಲ್ಲ.

ಗೊತ್ತಾಗುತ್ತದೆ. ಅನೇಕ ಸಂದರ್ಭಗಳಲ್ಲಿ ಎರಡನೇ ತ್ರೈಮಾಸಿಕದಲ್ಲಿ ರಕ್ತಸ್ರಾವದ ಮೂಲಕವೂ ಪರಿಸ್ಥಿತಿ ಗೊತ್ತಾಗುತ್ತದೆ. ರಕ್ತಸ್ರಾವ ಒಂದೇ ಇದರ ಲಕ್ಷಣ. ಇನ್ನಾವುದೇ ನೋವು ಕಾಣಿಸುವುದಿಲ್ಲ.

ಇಲ್ಲಿ ಪ್ಲಾಸೆಂಟ ಗರ್ಭಾಶಯದ ಮುಖವನ್ನು ಸಂಪೂರ್ಣವಾಗಿ ತಳ್ಳಿ ಇಟ್ಟುಕೊಂಡಿದೆ. ಆದ್ದರಿಂದ ಯೋನಿ ಮಾರ್ಗದ ಮೂಲಕ ಪ್ರಸವವಾಗುವುದು ಅಸಾಧ್ಯ.

ನೀವು ವೈದ್ಯರು ಏನು ಮಾಡಬಹುದು? ನೀವು ಏನನ್ನೂ ಮಾಡಬೇಕಿಲ್ಲ. ಮೂರನೇ ತ್ರೈಮಾಸಿಕದ ಕೊನೆಯಲ್ಲಿ ಪ್ಲಾಸೆಂಟ ಪ್ರೀವಿಯಾ ಅನೇಕ ಅಂಶಗಳಿಂದ ತನಗೆ ತಾನೇ ಬೇರೆಯಾಗುತ್ತದೆ. ಪ್ರೀವಿಯಾ ಜೊತೆಗೆ ರಕ್ತಸ್ರಾವ ಇಲ್ಲದೇ ಹೋದರೆ ಯಾವ ಚಿಕಿತ್ಸೆಯ ಅಗತ್ಯವೂ ಇರುವುದಿಲ್ಲ. ರಕ್ತಸ್ರಾವವಾಗುತ್ತಿದ್ದರೆ ಬೆಡ್‌ರೆಸ್ಟ್‌ಗೆ ಸಲಹೆ

ಮಾಡಲಾಗುತ್ತದೆ. ಸೆಕ್ಸ್ ನಿಷೇಧಿಸಲಾಗುತ್ತದೆಯಲ್ಲದೆ ನಿಮ್ಮನ್ನು ಹೆಚ್ಚು ಜಾಗರೂಕತೆಯಿಂದ ನೋಡಿಕೊಳ್ಳಲು ಹೇಳಲಾಗುತ್ತದೆ. ಒಂದು ವೇಳೆ ಅವಧಿ ಪೂರ್ವ ಪ್ರಸವ ಇದ್ದರೆ ನಿಮ್ಮ ಮಗುವಿನ ಪುಪ್ಪುಸಗಳನ್ನು ಪರಿಪಕ್ವ ಮಾಡಲು ಸ್ಟಿರಾಯಿಡ್ ಇಂಜಕ್ಷನ್ ನೀಡಬೇಕಾಗುತ್ತದೆ. ಈ ಹಂತದಲ್ಲಿ ನಿಮಗೆ ಯಾವುದೇ ತೊಂದರೆಗಳು ಇಲ್ಲದೇ ಹೋದರೂ ಮಗುವಿನ ಪ್ರಸವವನ್ನು ಸಿ.-ಸೆಕ್ಷನ್‌ನಿಂದಲೇ ಮಾಡಲಾಗುತ್ತದೆ.

ಪ್ಲಾಸೆಂಟಲ್ ಎವರೆಪ್ಶನ್ (ಸೆಪರೇಶನ್)

ಇದೇನು ? ಯಾವಾಗ ಪ್ಲಾಸೆಂಟಾ ಗರ್ಭಾವಸ್ಥೆಯ ಅವಧಿಯಲ್ಲಿ ಪ್ರಸವಕ್ಕೆ ಮುಂಚೆ ಗರ್ಭಾಶಯದ ಮುಖದಿಂದ ಬೇರೆಯಾಗುತ್ತದೋ ಅದನ್ನು ಪ್ಲಾಸೆಂಟಲ್ ಎವರೆಪ್ಶನ್ ಎಂದು ಕರೆಯುತ್ತಾರೆ. ಇದು ಹೆಚ್ಚಾಗಿ ಇರದಿದ್ದರೆ ಸ್ವಲ್ಪ ಚಿಕಿತ್ಸೆ ನೀಡಿ ಎಚ್ಚರಿಕೆಯಿಂದ ತಾಯಿ ಮತ್ತು ಮಗುವಿಗೆ ಹೆಚ್ಚು ತೊಂದರೆಯಾಗದಂತೆ ಮಾಡಲಾಗುತ್ತದೆ. ಒಂದು ವೇಳೆ ಗಂಭೀರ ಸ್ಥಿತಿ ಇದ್ದರೆ ಮಗುವಿಗೆ ಸ್ವಲ್ಪ ಅಪಾಯ ಎದುರಾಗುತ್ತದೆ. ಪ್ಲಾಸೆಂಟಾ ಬೇರೆಯಾದನಂತರ ಮಗುವಿಗೆ ಆಮ್ಲಜನಕದ ಪೂರೈಕೆ ಆಗುವುದಿಲ್ಲ ಎನ್ನುವುದು ಇದರ ಅರ್ಥ.

ಇದು ಎಷ್ಟು ಸಾಮಾನ್ಯವಾದುದು? ಶೇಕಡಾ 1ರಷ್ಟು ಕಡಿಮೆ ಗರ್ಭಾವಸ್ಥೆಯ ಪ್ರಕರಣಗಳಲ್ಲಿ ಹೀಗೆ ಆಗುತ್ತದೆ. ಸಾಮಾನ್ಯವಾಗಿ ಮೂರನೇ ತ್ರೈಮಾಸಿಕದ ಆಚೀಚೆ, ಇದು ಸಂಭವಿಸುತ್ತದೆ. ಯಾರಿಗಾದರೂ ಇದು ಉಂಟಾಗಬಹುದು. ಈಗಾಗಲೇ ಅವಳಿಮಕ್ಕಳು ಹುಟ್ಟಿದವರಿಗೆ, ಈಗ ಹುಟ್ಟುವವರಿಗೆ, ಧೂಮಪಾನ ಮಾದಕ ದ್ರವ್ಯ ಸೇವಿಸುವವರಿಗೆ, ಗ್ಯಾಸ್ಟೇಷನಲ್, ಮಧುಮೇಹ ರೋಗಿಗಳಿಗೆ ಇದು ಆಗುವುದುಂಟು. ಇದರ ಜೊತೆಗೆ ಅಲ್ಪೀಡಿಯಾ ರಕ್ತಸ್ರಾವದ ಕಾರಣದಿಂದಲೂ ಹೀಗಾಗುತ್ತದೆ.

ಇದರ ಲಕ್ಷಣಗಳೇನು? ಲಕ್ಷಣಗಳು ಕೆಳಗಿನಂತಿವೆ

- ■ ಹೆಚ್ಚು ಅಥವಾ ಕಡಿಮೆ ರಕ್ತಸ್ರಾವ
- ■ ಹೊಟ್ಟೆ ಕೆಳಭಾಗದಲ್ಲಿ ಸೆಳೆತ-ನೋವು
- ■ ಹೊಟ್ಟೆ ಅಥವಾ ಬೆನ್ನಿನಲ್ಲಿ ನೋವು.

ನಿಮ್ಮ ವೈದ್ಯರು ಏನು ಮಾಡಬಹುದು?

ಗರ್ಭಾವಸ್ಥೆಯ ನಡುವೆ ಮಧ್ಯಭಾಗದಲ್ಲಿ ಇಂತಹ ರಕ್ತಸ್ರಾವ, ಹೊಟ್ಟೆಯಲ್ಲಿ ಬಿಗಿತ ಕಾಣಿಸಿಕೊಂಡರೆ ವೈದ್ಯರಿಗೆ ತಿಳಿಸಿ. ರೋಗಿಯ ವೈದ್ಯಕೀಯ ಇತಿಹಾಸ, ಅವರ ಪರಿಸ್ಥಿತಿ, ಸಂಕುಚನವಾಗುವಿಕೆ, ಮಗುವಿನ ಪ್ರತಿಕ್ರಿಯೆ ನೋಡಿದನಂತರವೇ ಯಾವುದಾದರೂ ನಿರ್ಧಾರಕ್ಕೆ ಬರುವುದು ಸಾಧ್ಯವಾಗುತ್ತದೆ. ಅಲ್ಟ್ರಾ ಸೌಂಡ್‌ನಿಂದ ನೆರವಾಗಬಹುದು. ಕೇವಲ ಶೇ. 25ರಷ್ಟು ಎವರೆಪ್ಶನ್‌ಗಳು ಈ ತೆರನಾಗಿರುತ್ತವೆ. ಒಂದು ವೇಳೆ ರಕ್ತಸ್ರಾವ ಮುಂದುವರಿದರೆ ಐವಿ ಪಲ್ಯೂಡ್ ನೀಡಬೇಕಾಗುತ್ತದೆ. ಒಂದು ವೇಳೆ ಪ್ರಸವವನ್ನು ಬೇಗ ಮಾಡಿಸಬೇಕಾಗಿ ಬಂದರೆ ಸ್ಟಿರಾಯಿಡ್ ಇಂಜಕ್ಷನ್ ಕೊಡಲಾಗುತ್ತದೆ. ಇದರಿಂದ ಮಗುವಿನ ಪುಪ್ಪುಸಗಳು ಶಕ್ತಿಶಾಲಿಯಾಗುತ್ತವೆ. ನಿದರ್ಶನ ಇನ್ನೂ ಮುಂದುವರಿದರೆ ಸಿ-ಸೆಕ್ಷನ್ ಒಂದೇ ಉಳಿದ ಉಪಾಯವಾಗುತ್ತದೆ.

ಕೋರಿಯೋ ಎಮ್ನಿಓನಿಟಿಸ್

ಇದೇನು? ಇದು ಎಮ್ನಿಯೋಟಿಕ್ ಮೆಂಬ್ರೇನ್ ಅಥವಾ ದ್ರಾವಣ ಮಿಶ್ರಣ. ಇದು ಮಗುವನ್ನು ಸುರಕ್ಷಿತವಾಗಿಡುತ್ತದೆ. ಇದು ಬ್ಯಾಕ್ಟೀರಿಯಾಗಳಿಂದ ಉಂಟಾಗುತ್ತದೆ. ಇದನ್ನೇ ಪ್ರೀಮೆಚ್ಯೂರ್ ಪ್ರಸವ ಅಥವಾ ಮೆಂಬ್ರೇನ್ ಕಾರಣಗಳಿಂದಾಗಿ ಎಂದು ಭಾವಿಸಲಾಗಿದೆ.

ಇದು ಎಷ್ಟು ಸಾಧಾರಣವಾದದ್ದು? ಶೇಕಡಾ 1 ರಿಂದ 2ರಷ್ಟು ಗರ್ಭಾವಸ್ಥೆಗಳಲ್ಲಿ ಇದು ಉಂಟಾಗುತ್ತದೆ. ಮೆಂಬ್ರೇನ್ ಜಾಗ ಒಡೆದುಹೋದ ನಂತರ ಈ ಸೋಂಕಿನ ಅಪಾಯ ಹೆಚ್ಚುತ್ತದೆ. ಏಕೆಂದರೆ ಯೋನಿಯಿಂದ ಬ್ಯಾಕ್ಟೀರಿಯಾಗಳು ಅಲ್ಲಿಗೆ ಪ್ರವೇಶಿಸಬಹುದು. ಯಾವ ಮಹಿಳೆಯರಿಗೆ ಮೊದಲ ಗರ್ಭಾವಸ್ಥೆಯಲ್ಲಿ ಹೀಗೆ ಆಗಿರುತ್ತದೋ ಅಂತಹವರಿಗೆ ಎರಡನೇ ಗರ್ಭಾವಸ್ಥೆಯಲ್ಲಿ ಹಾಗಾಗುವ ಸಾಧ್ಯತೆ ಇದೆ.

ಇದರ ಲಕ್ಷಣಗಳೇನು? ಸೋಂಕಿನ ಪರೀಕ್ಷೆಗೆ ಹೆಚ್ಚಿನ ಪರೀಕ್ಷೆಯನ್ನೇನೂ ಮಾಡಬೇಕಾಗಿಲ್ಲ.

> **ನೀವು ತಿಳಿಯಲು ಇಚ್ಛಿಸುತ್ತೀರೆ**
> ಒಂದು ವೇಳೆ ಸರಿಯಾದ ಸಮಯದಲ್ಲಿ ಕೋಟಿಯೋ ವಿನಿಯೋಟಿಟಸ್ ಅನ್ನು ಪತ್ತೆ ಹಚ್ಚಿ ಸೂಕ್ತವಾದ ಚಿಕಿತ್ಸೆ ನೀಡಿದರೆ ತಾಯಿ ಮತ್ತು ಮಗುವಿಗೆ ಅಪಾಯ ತಪ್ಪಬಹುದು.

ಇದರ ಲಕ್ಷಣಗಳು ಕೆಳಗಿನಂತಿವೆ

* ಜ್ವರ * ಗರ್ಭದಲ್ಲಿ ನೋವು * ಮಗು ಮತ್ತು ನಿಮ್ಮ ಹೃದಯದ ಬಡಿತ ಹೆಚ್ಚುವುದು

- ■ ಮೆಂಬ್ರೇನ್ ಒಡೆದು ಹೋದರೆ ಸಮ್ನಿಯಾಟಿಕ್ ದ್ರವ ಒಸರುತ್ತದೆ.
- ■ ಮೆಂಬ್ರೇನ್ ಒಡೆಯದಿದ್ದರೆ ಕೆಟ್ಟ ವಾಸನೆಯ ದ್ರವ ಯೋನಿಯಿಂದ ಒಸರುತ್ತದೆ.

- ಬಿಳಿ ರಕ್ತಕಣಗಳು ಹೆಚ್ಚಾಗುತ್ತವೆ.

ನೀವು, ವೈದ್ಯರು ಏನು ಮಾಡಬಹುದು? ಯಾವುದೇ ರೀತಿಯ ದುರ್ಗಂಧಯುಕ್ತ ಸ್ರಾವ ಉಂಟಾಗಿದ್ದು ಪತ್ತೆಯಾದರೆ ವೈದ್ಯರನ್ನು ಕರೆಸಿ. ಅವರು ಸೋಂಕನ್ನು ತಡೆಯಲು ಆನ್ಟಿಬಯಾಟಿಕ್ಸ್ ನೀಡುತ್ತಾರೆ. ಒಂದು ವೇಳೆ ಬೇಗ ಪ್ರಸವ ಮಾಡಿಸಿದರೂ ಮಗು ಮತ್ತು ನಿಮಗೆ ಆನ್ಟಿಬಯಾಟಿಕ್ಸ್ ನೀಡಲಾಗುತ್ತದೆ. ಇದರಿಂದ ಮತ್ತೆ ಸೋಂಕು ತಗಲುವುದಿಲ್ಲ.

ಓಲಿಗೊ ಹೈಡ್ರಾಮ್ನಿಯೋಸಿಸ್

ಇದೇನು? ಈ ಪರಿಸ್ಥಿತಿಯಲ್ಲಿ ಮಗುವಿನ ಅಕ್ಕಪಕ್ಕ ಏಮ್ನಿಯೋಸ್ಟಿಕ್ ದ್ರಾವಣ ಕಡಿಮೆಯಾಗುತ್ತದೆ. ಇದು ಮೂರನೇ ತ್ರೈಮಾಸಿಕದ ಕೊನೆಗೆ ಉಂಟಾಗುತ್ತದೆ. ಮುಂಚೆಯೂ ಆಗಬಹುದು. ಇಂತಹ ಮಹಿಳೆಯರ ಗರ್ಭಾವಸ್ಥೆ ಸಾಮಾನ್ಯವಾಗಿಯೇ ಇರುತ್ತದೆ. ಗರ್ಭನಾಳದಿಂದಾಗಿ ಸ್ವಲ್ಪ ಸಮಸ್ಯೆ ಎದುರಾಗುತ್ತದೆ. ಇದರಿಂದಾಗಿ ಮಗುವಿನ ಬೆಳವಣಿಗೆ ಕುಂಠಿತವಾಗಿದೆಯೇ ಎಂಬುದೂ ತಿಳಿಯುವುದಿಲ್ಲ.

ಇದು ಎಷ್ಟು ಸಾಧಾರಣವಾದದ್ದು? ಸಾಮಾನ್ಯವಾಗಿ ಶೇ. 4 ರಿಂದ 8ರಷ್ಟು ಮಹಿಳೆಯರಲ್ಲಿ ಇದು ಕಾಣಿಸಿಕೊಳ್ಳುತ್ತದೆ. ಒಂದು ವೇಳೆ ಪ್ರಸವದ ಅಂದಾಜು ಮುಂತಾದವನ್ನು ಗಮನಿಸಿದರೆ ಇಂತಹ ಮಹಿಳೆಯರ ಸಂಖ್ಯೆ ಶೇ. 12 ರಷ್ಟು ಆಗುತ್ತದೆ.

ಇದರ ಲಕ್ಷಣಗಳೇನು? ತಾಯಿಯಲ್ಲಿ ಯಾವ ಲಕ್ಷಣವೂ ಕಾಣಿಸದು. ಆದರೆ ಗರ್ಭಾವಸ್ಥೆಯ ಗಾತ್ರ ಮಾಮೂಲಿಗಿಂತ ಕಡಿಮೆ ಇರುತ್ತದೆ. ಏಮ್ನಿಯಾಟಿಕ್ ದ್ರಾವಣದ ಕೊರತೆಯೂ ಇರುತ್ತದೆ. ಕೆಲವು ಪ್ರಕರಣಗಳಲ್ಲಿ ಮಗುವಿನ ಚಲನವಲನ ಕಡಿಮೆಯಾಗುತ್ತದೆ.

ನೀವು, ವೈದ್ಯರು ಏನು ಮಾಡಬಹುದು : ಸಾಕಷ್ಟು ವಿಶ್ರಾಂತಿ ತೆಗೆದುಕೊಳ್ಳಿ. ಹೆಚ್ಚು ಹೆಚ್ಚು ನೀರು ಕುಡಿಯಿರಿ. ಏಮ್ನಿಯಾಸ್ಟಿಕ್ ದ್ರಾವಣದತ್ತ ಸಂಪೂರ್ಣ ಗಮನ ಹರಿಸಲಾಗುತ್ತದೆ. ಆದಾಗ್ಯೂ ವಿಷಯ ಬಗೆಹರಿಯದೇ ಹೋದರೆ ವೈದ್ಯರು ತಕ್ಷಣವೇ ಪ್ರಸವಕ್ಕೆ ಸಲಹೆ ಮಾಡಬಹುದು.

ಹೈಡ್ರಾಮನಿಓಸ್

ಇದೇನು? ಮಗುವಿನ ಅಕ್ಕಪಕ್ಕ ಏಮ್ನಿಯಾಸ್ಟಿಕ್ ದ್ರಾವಣದ ಪ್ರಮಾಣ ಅಗತ್ಯಕ್ಕಿಂತ ಹೆಚ್ಚಾಗುವಿಕೆ. ಇದನ್ನು ಚಿಕಿತ್ಸೆ ಇಲ್ಲದೆಯೂ ಇದರ ಸಮತೋಲನ ಕಾಯ್ದುಕೊಳ್ಳಬಹುದು.

ದ್ರಾವಣ ಹೆಚ್ಚಾಗಿ ಸಂಗ್ರಹವಾದರೆ ಮಗುವಿನ ಸ್ನಾಯು ವ್ಯವಸ್ಥೆ, ಗ್ಯಾಸ್ಟ್ರೋಷಿಯಲ್ ವಿಕೃತಿ, ಅಥವಾ ಹೊರ ಸೂಸುವಲ್ಲಿ ಸಾಮರ್ಥ್ಯದ ಕೊರತೆ ಕಂಡುಬರಬಹುದು. ಇದರಿಂದ ಮೆಂಬ್ರೇನ್ ಬೇಗ ಒಡೆಯುವ, ಪ್ರೀಟರ್ಮ್ ಲೇಬರ್ (ಅವಧಿಪೂರ್ವ ಹೆರಿಗೆ) ಉಂಟಾಗುವ, ಪ್ಲಾಸೆಂಟಲ್ ಎವರಪ್ಷನ್ ಆಗುವ ಅಪಾಯವಿರುತ್ತದೆ.

ಇದು ಎಷ್ಟು ಸಾಧಾರಣವಾದದ್ದು? ಶೇಕಡಾ 4ರಷ್ಟು ಗರ್ಭಾವಸ್ಥೆಗಳಲ್ಲಿ ಇದು ಸಂಭವಿಸುತ್ತದೆ. ಅವಳಿ ಮಕ್ಕಳಾಗಿದ್ದರೆ, ತಾಯಿ ಮಧುಮೇಹ ಪರೀಕ್ಷೆ ಮಾಡಿಸಿರದಿದ್ದರೆ ಹೀಗಾಗಬಹುದು.

ಇದರ ಲಕ್ಷಣಗಳೇನು? ಕೆಲವು ಲಕ್ಷಣಗಳು ಹೀಗಿವೆ

- ಮಗುವಿನ ಚಲನವಲನ ಹೆಚ್ಚಾಗಿ ಗೊತ್ತಾಗುವುದಿಲ್ಲ.
- ಗರ್ಭಾಶಯದ ಗಾತ್ರ ಸಾಕಷ್ಟು ಹೆಚ್ಚುತ್ತದೆ.
- ಹೊಟ್ಟೆಯ ಕೆಳಭಾಗದಲ್ಲಿ ತೊಂದರೆ
- ಅಜೀರ್ಣ
- ಕಾಲು ಊದಿಕೊಳ್ಳುವುದು.
- ಉಸಿರಾಟದಲ್ಲಿ ತೊಂದರೆ
- ಗರ್ಭಾಶಯ ಸಂಕುಚನಗೊಳ್ಳುವುದು.

ವೈದ್ಯರ ಮೂಲಕ ಆಂತರಿಕ ಪರೀಕ್ಷೆ ನಡೆಸಿ ಅಥವಾ ಅಲ್ಟ್ರಾಸೌಂಡ್ ಮೂಲಕ ಇದನ್ನು ಪತ್ತೆ ಹಚ್ಚಬಹುದು.

ನೀವು, ವೈದ್ಯರು ಏನು ಮಾಡಬಹುದು? ಎಲ್ಲಿವರೆಗೆ ದ್ರಾವಣದ ಸಂಗ್ರಹ ಹೆಚ್ಚಾಗಿರುತ್ತದೋ ಅಲ್ಲಿವರೆಗೆ ವೈದ್ಯರ ಬಳಿಗೆ ಚಿಕಿತ್ಸೆಗಾಗಿ ಹೋಗಬೇಕಾಗುತ್ತದೆ. ಒಂದು ವೇಳೆ ಗಂಭೀರ ಪ್ರಮಾಣದಲ್ಲಿ ಸಂಗ್ರಹವಾಗಿದ್ದರೆ ಏಮ್ನಿಯೋಟೋಸಿಸ್ ಮಾಡಿಸಬೇಕಾಗುತ್ತದೆ. ಪ್ರಸವಕ್ಕೆ ಮುಂಚೆಯೇ ನೀರಿನ ಚೀಲ ಒಡೆದರೆ ವೈದ್ಯರನ್ನು ಕರೆಸಲು ತಡ ಮಾಡಬೇಡಿ.

ಪ್ರೀಟರ್ಮ್ ಪ್ರೇಮೆಚ್ಯೂರ್ ರಪ್ಚರ್ ಆಫ್ ಮೆಂಬ್ರೇನ್

ಒಂದು ವೇಳೆ 37ನೇ ವಾರದ ಒಳಗೇ ನೀರಿನ ಚೀಲ ಒಡೆದರೆ ಇದನ್ನು ಪಿಪಿಆರ್ಓಎಂ ಎಂದು ಕರೆಯುತ್ತಾರೆ. ಇದರಿಂದಾಗಿ ಮಗು ಅವಧಿಪೂರ್ವದಲ್ಲೇ ಹುಟ್ಟಬಹುದು. ಅಥವ ಅದಕ್ಕೆ ಯಾವುದಾದರೂ ಸೋಂಕು ತಗುಲಬಹುದು.

ಇದು ಎಷ್ಟು ಸಾಧಾರಣವಾದದ್ದು? ಶೇಕಡಾ 3ಕ್ಕಿಂತ ಕಡಿಮೆ ಮಹಿಳೆಯರಿಗೆ ಹೀಗೆ ಇರುತ್ತದೆ. ಧೂಮಪಾನ ಮಾಡುವವರು, ಎಸ್‌ಟಿಡಿ ರೋಗದಿಂದ ಬಳಲುತ್ತಿರುವವರು, ಯೋನಿಯಿಂದ ರಕ್ತಸ್ರಾವವಾಗುವ ರೋಗ ಉಳ್ಳವರು, ಪ್ಲಾಸೆಂಟಲ್ ಎವರಪ್ಷನ್ ಆಗಿರುವವರು ಇದರ ಅಪಾಯಕ್ಕೆ ಹೆಚ್ಚಾಗಿ ಒಳಗಾಗುತ್ತಾರೆ. ಒಂದು ವೇಳೆ ಅವಳಿ ಮಕ್ಕಳು ಅಥವಾ ಬ್ಯಾಕ್ಟೀರಿಯಾಲ್ ವೆಜೈನಿವೋಸಿಸ್ ಇದ್ದರೆ ಅಪಾಯ ಹೆಚ್ಚಾಗುತ್ತದೆ.

ಇದರ ಲಕ್ಷಣಗಳೇನು? ಯೋನಿಯಲ್ಲಿ ದ್ರಾವಣದ ಸ್ರಾವವಾಗುತ್ತದೆ. ಮೂತ್ರ ಅಥವಾ ಎಮ್ನಿಯೋಟಿಕ್ ದ್ರಾವಣದ ನಡುವಿನ ಅಂತರವನ್ನು ತಿಳಿದುಕೊಳ್ಳಲು ಅದನ್ನು ಮೂಸಿ ನೋಡಬೇಕು. ಮೂತ್ರದ ವಾಸನೆ ಅಮೋನಿಯಾದಂತೆ ಇರುತ್ತದೆ. ಒಂದು ವೇಳೆ ದ್ರಾವಣ ಸಮ್ಮಿಶ್ರವಾಗಿರದಿದ್ದರೆ ಅದರ ವಾಸನೆ ಕೆಟ್ಟದಾಗಿರುವುದಿಲ್ಲ. ಇದರ ಬಗ್ಗೆ ಏನಾದರೂ ಶಂಕೆ ಉಂಟಾದರೆ ವೈದ್ಯರಿಗೆ ತಿಳಿಸಲು ತಡಮಾಡಬೇಡಿ.

> **ನೀವು ತಿಳಿಯಲು ಇಚ್ಛಿಸುತ್ತೀರ**
>
> ಒಂದು ವೇಳೆ ಪ್ರೀಮೆಚ್ಯೂರ್ ಮಗುವನ್ನು ಹುಟ್ಟಿದಾಕ್ಷಣ ಐಸಿಯುನಲ್ಲಿ ಇರಿಸಿದರೆ ಕೆಲವೇ ದಿನಗಳಲ್ಲಿ ಆರೋಗ್ಯವಂತ ಮಗುವಿನ ಜೊತೆಗೆ ಮನೆಗೆ ತೆರಳಬಹುದು. ವೈದ್ಯಕೀಯ ತಂತ್ರಜ್ಞಾನ ಅಷ್ಟೊಂದು ಮುಂದುವರಿದಿರುವುದಕ್ಕೆ ಧನ್ಯವಾದಗಳು.

> **ನೀವು ತಿಳಿಯಲು ಇಚ್ಛಿಸುತ್ತೀರ**
>
> ಪಿಪಿಆರ್‌ಓಎಂ ನ್ನು ಸರಿಯಾದ ಸಮಯದಲ್ಲಿ ಗುರುತಿಸುವುದರಿಂದ, ಚಿಕಿತ್ಸೆ ನೀಡುವುದರಿಂದ ತಾಯಿ ಮಗು ಆರೋಗ್ಯದಿಂದ ಇರುವುದು ಸಾಧ್ಯ. ಮಗು ಅವಧಿಗೆ ಮುಂಚೆ ಹುಟ್ಟಿದ್ದರೂ ಅದನ್ನು ಐಸಿಯುನಲ್ಲಿ ಇಟ್ಟು ರಕ್ಷಿಸಬಹುದು.

ನೀವು, ವೈದ್ಯರು ಏನು ಮಾಡಬಲ್ಲಿರಿ? ಒಂದು ವೇಳೆ 34ನೇ ವಾರದ ನಂತರ ಮೆಂಬ್ರೇನ್ ಒಡೆದಿದ್ದರೆ ಮಗುವಿನ ಪ್ರಸವ ಮಾಡಿಸಲಾಗುತ್ತದೆ. ಒಂದು ವೇಳೆ ಪ್ರಸವವಾಗುವುದು ಸಾಧ್ಯವಿಲ್ಲದಿದ್ದರೆ ನಿಮ್ಮನ್ನು ಆಸ್ಪತ್ರೆಯಲ್ಲಿ ಇಟ್ಟುಕೊಳ್ಳಲಾಗುತ್ತದೆ. ಸೋಂಕಿನಿಂದ ಉಳಿಸಲು ಆನ್ಟಿಬಯಾಟಿಕ್ಸ್ ನೀಡಲಾಗುತ್ತದೆ. ಮಗುವಿನ ಪುಪ್ಪಸವನ್ನು ಶಕ್ತಿಶಾಲಿಯನ್ನಾಗಿ ಮಾಡಲು ಸ್ಟಿರಾಯಿಡ್ ನೀಡಲಾಗುತ್ತದೆ. ಪ್ರಸವಕ್ಕೆ ಮಗು ಇನ್ನೂ ಚಿಕ್ಕದಾಗಿದ್ದರೆ ಈ ಪ್ರಕ್ರಿಯೆಯನ್ನು ತಡೆಯಲು ಔಷಧಿ ನೀಡಲಾಗುತ್ತದೆ.

ಮೆಂಬ್ರೇನ್ ತಾನಾಗಿಯೇ ಸರಿಯಾಗಿ ಹೋಗುವುದು ಅಪರೂಪ. ಒಂದು ವೇಳೆ ಆದರೆ ಮನೆಗೆ ಹೋಗಲು ಅನುಮತಿ ನೀಡಲಾಗುತ್ತದೆ. ಏನೆಂದರೆ ಸ್ವಲ್ಪ ಎಚ್ಚರಿಕೆಯಿಂದಿರಲು ಸೂಚಿಸಲಾಗುತ್ತದೆ.

ಇದರಿಂದ ಬಚಾವ್ ಆಗಬಹುದೇ?

ಒಂದು ವೇಳೆ ಪಿಪಿಆರ್‌ಓಎಂನಿಂದ ಬಚಾವ್ ಆಗಲು ಬಯಸಿದರೆ ಯೋನಿಯ ಸೋಂಕಿನಿಂದ ಬಚಾವ್ ಆಗಿರಿ. ಏಕೆಂದರೆ ಆ ಕಾರಣದಿಂದಲೇ ಇದು ಉಂಟಾಗುತ್ತದೆ.

ಪ್ರೀಟರ್ವ್ ಅಥವಾ ಪ್ರೀಮೆಚ್ಯೂರ್ ಲೇಬರ್ : 20ನೇ ವಾರದ ನಂತರ 37ನೇ ವಾರಕ್ಕೆ ಮೊದಲು ಆರಂಭವಾಗುವ ಪ್ರಸವ ಅವಧಿಪೂರ್ವ ಅಥವಾ ಪ್ರೀಮೆಚ್ಯೂರ್ ಪ್ರಸವ ಎಂದು ಕರೆಯಲ್ಪಡುತ್ತಿದೆ.

ಇದು ಎಷ್ಟು ಸಾಧಾರಣವಾದದ್ದು? ಇದು ಒಂದು ಸಾಮಾನ್ಯ ಸಮಸ್ಯೆ. ಧೂಮಪಾನ, ಮದ್ಯಪಾನ, ಮಾದಕ ದ್ರವ್ಯ ಸೇವನೆ, ಕಡಿಮೆ ಅಥವಾ ಹೆಚ್ಚು ತೂಕ, ಅವಧಿಪೂರ್ಣ ಪೋಷಣೆ, ಎಸ್‌ಟಿಡಿ, ಲೆಕ್ಟೀರಿಯಾಲ್ ಮೂತ್ರಾಶಯ ಮಾರ್ಗ, ಎಮ್ನಿಯಾಸ್ಟಿಕ್ ದ್ರಾವಣದ ಸೋಂಕು, ಸರ್ವಿಕ್ಸ್, ಯುಟರೈನ್‌ನ ತೊಂದರೆ, ತಾಯಿಯ ಸುದೀರ್ಘ ರೋಗ, ಪ್ಲಾಸೆಂಟಲ್ ಎವರೆಪ್ಶನ್, ಪ್ಲಾಸೆಂಟಾ ಕಶ್ರೀವಿಯಾಗಳ ಸಮಸ್ಯೆಯಿಂದ ಇದರ ಅಪಾಯ ಹೆಚ್ಚುತ್ತದೆ. 17ರಿಂದ ಕಡಿಮೆ ಹಾಗೂ 35ಕ್ಕಿಂತ ಹೆಚ್ಚು ವರ್ಷದ ಮಹಿಳೆಯರಿಗೆ ಅವಳಿ ಮಕ್ಕಳಾಗುವವರಿಗೆ ಪ್ರೀಮೆಚ್ಯೂರ್ ಪ್ರಸವ ಈ ಹಿಂದೆ ಆಗದವರಿಗೆ ಇದರ ಅಪಾಯ ಹೆಚ್ಚಾಗುತ್ತದೆ.

ಇದರ ಲಕ್ಷಣಗಳೇನು? ಕೆಳಕಂಡ ಲಕ್ಷಣಗಳು ಕಾಣಿಸಬಹುದು

- ಮಾಸಿಕ ಧರ್ಮದಂತೆ ಸೆಳೆತ.
- ನಿಯಮಿತ ಸಂಕುಚನ. ಪರಿಸ್ಥಿತಿ ಬದಲಾಗದಾಗ ಅದು ತೀವ್ರಗೊಳ್ಳುತ್ತದೆ.
- ಬೆನ್ನಿನ ಮೇಲೆ ಒತ್ತಡ
- ಪೆಲ್ವಿಕ್ ಮೇಲೆ ಒತ್ತಡ
- ಯೋನಿಯಲ್ಲಿ ರಕ್ತಸ್ರಾವ

- ಮೆಂಬ್ರೇನ್ ಒಡೆಯುವಿಕೆ
- ಸರ್ವಿಕ್ಸ್ ತೆರೆದುಕೊಳ್ಳುವುದು (ಅಲ್ಟ್ರಾಸೌಂಡ್‌ನಿಂದ ಪತ್ತೆಯಾಗುತ್ತದೆ.)

ನೀವು, ವೈದ್ಯರು ಏನು ಮಾಡಬಹುದು? ಮಗು ಎಷ್ಟು ದಿನ ಕೋಶದಲ್ಲಿರುವುದೋ ಅಲ್ಲಿಯವರೆಗೆ ಅದರ ಸುರಕ್ಷತೆ ಮತ್ತು ಆರೋಗ್ಯ ದೃಷ್ಟಿಯಿಂದ ಒಳ್ಳೆಯದು. ಆದ್ದರಿಂದ ಪ್ರಸವವನ್ನು ತಡೆಯುವುದು ಪ್ರಕ್ರಿಯೆಯ ಮೂಲ ಉದ್ದೇಶವಾಗಿರಬೇಕು. ಸಂಕುಚನವೂ ಆಗುತ್ತಿದ್ದರೆ ವೈದ್ಯರು ನಿಮ್ಮ ಪರಿಸ್ಥಿತಿಯನ್ನು ಲೆಕ್ಕ ಹಾಕಿ ನಿಮ್ಮನು ಮನೆಗೆ ಕಳುಹಿಸಬೇಕೇ ಅಥವಾ ಆಸ್ಪತ್ರೆಯಲ್ಲೇ ಇಟ್ಟುಕೊಂಡು ಔಷದೋಪಚಾರ ನೀಡಬೇಕೇ ಎಂದು ನಿರ್ಧರಿಸುತ್ತಾರೆ. ಪ್ರಸವವನ್ನು ತಡೆಹಿಡಿಯುವುದರಿಂದ ನಿಮಗೂ ನಿಮ್ಮ ಮಗುವಿಗೂ ಅಪಾಯ ಎಂದು ವೈದ್ಯರಿಗೆ ಅನಿಸಿದರೆ ಅದನ್ನು ತಡೆಯಲು ಯಾವುದೇ ಉಪಾಯ ಮಾಡಲು ಹೇಳುವುದಿಲ್ಲ.

ಇದರಿಂದ ಬಚಾವ್ ಆಗಲು ಸಾಧ್ಯವೇ? ಎಲ್ಲ ಅವಧಿ ಪೂರ್ವ ಪ್ರಸವಗಳನ್ನು ತಡೆಯಲಾಗುವುದಿಲ್ಲ. ಏತಕ್ಕಾಗಿ ಹಾಗಾಗಿವೆ ಎಂಬ ಕಾರಣಗಳನ್ನು ನಾವು ಗಮನಿಸಬೇಕಾಗುತ್ತದೆ. ಆದರೆ ಪ್ರಸವಕ್ಕೆ ಮುಂಚೆ ಒಳ್ಳೆಯ ಆರೈಕೆ ಒಳ್ಳೆಯ ಆಹಾರ-ಪಾನೀಯ ಹಲ್ಲಿನ ಆರೈಕೆ, ಮಾದಕ ವಸ್ತುಗಳ ಸೇವನೆಯನ್ನು ಬಿಡುವುದು, ಪರೀಕ್ಷೆ ಮತ್ತು ಸೋಂಕಿನಿಂದ ಉಳಿಯುವ ಉಪಾಯಗಳು ವೈದ್ಯರ ಎಲ್ಲಾ ಮಾರ್ಗದರ್ಶನ ಪಾಲನೆ ಮಾಡಿ ಅವಧಿ ಪೂರ್ವ ಪ್ರಸವವನ್ನು ತಡೆಗಟ್ಟಬಹುದು. ಯಾವ ಮಹಿಳೆಯರಿಗೆ ಮೊದಲಿನಿಂದಲೂ ಈ ಸಮಸ್ಯೆ ಇರುತ್ತದೋ ಅಂಥವರಿಗೂ ಯಾವುದಾದರೊಂದು ಉಪಾಯ ಮಾಡಬಹುದು.

ಪ್ರೀಟರ್ಮ್ ಲೇಬರ್ ಪತ್ತೆ ಹಚ್ಚುವಿಕೆ

ಈ ದಿನಗಳಲ್ಲಿ ಅನೇಕ ಈ ರೀತಿಯ ಪರೀಕ್ಷೆಗಳ, ನೋವಿನಿಂದ ಅವಧಿಪೂರ್ವ ಪ್ರಸವದ ಅಂದಾಜು ಮಾಡಬಹುದಾಗಿರುತ್ತದೆ. ಗರ್ಭಾಶಯ ಅಥವಾ ಯೋನಿಸ್ರಾವವನ್ನು ಎಫ್‌ಎಫ್‌ಎನ್ ನೆರವಿನಿಂದ ಪತ್ತೆ ಹಚ್ಚಬಹುದು. ಒಂದು ವೇಳೆ ಪಾಸಿಟೀವ್ ಫಲಿತಾಂಶ ಬಂದರೆ ಪ್ರೀಟರ್ಮ್ ಲೇಬರ್ ಪಡೆಯಲು ತಕ್ಷಣ ಕಾರ್ಯಪ್ರವೃತ್ತರಾಗಬೇಕು. ಯಾವ ಮಹಿಳೆಯರಿಗೆ ಇದರ ಅಪಾಯ ಹೆಚ್ಚಾಗಿರುವುದೋ ಅಂತಹ ಮಹಿಳೆಯರಿಗೆ ಪರೀಕ್ಷೆ ಮಾಡಲಾಗುತ್ತದೆ. ಇದರ ಜೊತೆ ಸರ್ವಿಕ್ಸ್‌ನ ಉದ್ದವನ್ನು ಅಳೆಯುವ ಸ್ಕ್ರೀನಿಂಗ್ ಟೆಸ್ಟ್ ಕೂಡ ಇರುತ್ತದೆ. ಅಲ್ಟ್ರಾಸೌಂಡ್‌ನ ನೆರವಿನಿಂದ ಸರ್ವಿಕ್ಸ್‌ನ ಉದ್ದ ಅಳೆಯಲಾಗುತ್ತದೆ. ಅದು ಸಣ್ಣಗಿದ್ದರೆ, ತೆರೆಯುತ್ತಿದ್ದರೆ ಅದನ್ನು ತಡೆಯುವ ಉಪಾಯ ಮಾಡಲಾಗುತ್ತದೆ.

ಸಿಂಫಿಸಿಸ್ ಪ್ಯೂವಿಸ್ ಡಿಸ್ಫಂಕ್ಶನ್

ಇದೇನು? ಎಸ್‌ಪಿ ಡಿ ಎಂದರೆ ನಿಮ್ಮ ಪೆಲ್ವಿಕ್‌ನ ಲಿಗಮೆಂಟ್‌ನಲ್ಲಿ ಸಾಕಷ್ಟು ಸೆಳೆತ ಬರುವುದು. ಇದರಿಂದಾಗಿ ಅದರಲ್ಲಿ ನೋವು ಉಂಟಾಗುತ್ತದೆ.

ಇದು ಎಷ್ಟು ಸಾಮಾನ್ಯವಾದದ್ದು? ಸುಮಾರು 300 ಪ್ರಕರಣಗಳಲ್ಲಿ ಒಂದು ಹೀಗಾಗುತ್ತದೆ. ಆದರೆ ಶೇ 2ಕ್ಕಿಂತ ಹೆಚ್ಚು ಗರ್ಭವತಿ ಮಹಿಳೆಯಲ್ಲಿ ಹೀಗಾಗುತ್ತದೆ ಎಂದು ವಿಶೇಷ ತಜ್ಞರು ಭಾವಿಸುತ್ತಾರೆ. ಆದರೆ ಅವರಿಗೆ ಇದನ್ನು ಪತ್ತೆಮಾಡುವುದು ಸಾಧ್ಯವಿಲ್ಲ.

ಇದರ ಲಕ್ಷಣಗಳೇನು? ಪೆಲ್ವಿಕ್ ಕ್ಷೇತ್ರದಲ್ಲಿ ತೀಕ್ಷ್ಣವಾದ ನೋವು ಉಂಟಾಗುವುದನ್ನು ತಡೆಯಲು ಸಮಸ್ಯೆ ಆಗುತ್ತದೆ, ಅನೇಕ ಸಲ ಈ ನೋವು ತೊಡೆಯ ಮೇಲ್ಭಾಗ ಅಥವ ಪೆರೀನಿಯಮ್‌ವರೆಗೆ ಆಗುತ್ತದೆ, ಒಂದು ವೇಳೆ ಕಾಲ್ನಡಿಗೆಯಲ್ಲಿ ನಡೆದರೆ, ಭಾರ ಎತ್ತಿದರೆ ಅಥವ ಬೇರಾವುದೇ ಕೆಲಸ ಮಾಡುವಾಗ ಒಂದು ಕಾಲು ಎತ್ತಿದರೆ ಈ ನೋವು ಮತ್ತಷ್ಟು ಹೆಚ್ಚಾಗುತ್ತದೆ. ಅನೇಕ ಪ್ರಸಂಗಗಳಲ್ಲಿ ಪೆಲ್ವಿಸ್ ಶ್ರೇಣಿಯ ಪ್ರದೇಶ ಹಾಗೂ ನಿತಂಬಗಳಲ್ಲಿ ಭಾರಿ ನೋವು ಉಂಟಾಗಲಾರಂಭಿಸುತ್ತದೆ.

ನೀವು, ವೈದ್ಯರು ಏನು ಮಾಡಬಲ್ಲಿರಿ? ಯಾವುದೇ ಭಾರ ಎತ್ತಬೇಡಿ, ಹೆಚ್ಚು ಓಡಾಡಿ ಪರಿಸ್ಥಿತಿ ಬಿಗಡಾಯಿಸುವಂತೆ ಮಾಡಿ ಕೊಳ್ಳಬೇಡಿ.ಪೆಲ್ವಿಕ್‌ಗೆ ಆಸರೆ ನೀಡಲು ಬೆಲ್ಟ್ ಧರಿಸಿ ವಿಶ್ರಾಂತಿ ತೆಗೆದುಕೊಳ್ಳಿ ಪೆಲ್ವಿಕ್ ತಿರುಚಿದರೆ ಮಾಂಸಖಂಡಗಳಿಗೆ ಬಲ ಸಿಗುತ್ತದೆ, ನೋವು ಗಂಭೀರವಾಗಿದ್ದರೆ ವೈದ್ಯರನ್ನು

ಕೇಳಿ ನೋವು ನಿವಾರಕ ಔಷಧ ತೆಗೆದುಕೊಳ್ಳಿ ಪೆಲ್ವಿಕ್ ಶುಶ್ರೂತೆಯು ಪದ್ಧತಿ ಅನುಸರಿಸಿ.

ಕೆಲವು ಸಲ ಈ ಕಾರಣದಿಂದಾಗಿ ಯೋನಿ ಮಾರ್ಗದಿಂದ ಪ್ರಸವವಾಗುವುದು ಕಷ್ಟವಾಗುತ್ತದೆ, ಆದ್ದರಿಂದಾಗಿ ವೈದ್ಯರು ಸಿ ಸೆಕ್ಷನ್‌ಗೆ ಸಲಹೆ ನೀಡುತ್ತಾರೆ. ಒಂದುವೇಳೆ ಪ್ರಸವದ ನಂತರವೂ ಲಿಗಮೆಂಟ್ ಸಾಮಾನ್ಯ ಸ್ಥಿತಿಗೆ ಮರಳದಿದ್ದರೆ ವೈದ್ಯರಿಂದ ಔಷಧಿ ತೆಗೆದು ಕೊಳ್ಳಬೇಕಾಗಬಹುದು.

ಕಾರ್ಡ್ ನಾಟ್ಸ್ ಮತ್ತು ಟ್ರೈಂಗಲ್ಸ್

ಇದೇನು? ಅನೇಕ ವೇಳೆ ಗರ್ಭನಾಳದಲ್ಲಿ ಗಂಟು ಉಂಟಾಗುತ್ತದೆ, ಅಥವ ಇದು ಮಗುವಿನ ಅಕ್ಕ-ಪಕ್ಕ ಅಂಟಿಕೊಳ್ಳುತ್ತದೆ. ಕೆಲವು ಗಂಟೆಗಳು ಪ್ರಸವ ಕಾಲದಲ್ಲಿ ಮಗು ತಿರುಗುವುದರಿಂದ ಉಂಟಾಗುತ್ತವೆ. ಒಂದು ವೇಳೆ ಈ ಗಂಟು ಸಡಿಲವಾಗಿದ್ದರೆ ಯಾವುದೇ ತೊಂದರೆ ಇರುವುದಿಲ್ಲ. ಬಿಗಿಯಾದರೆ ಮಗುವಿನ ರಕ್ತಚಲನೆ ಮತ್ತು ಆಮ್ಲಜನಕ ಪೂರೈಕೆಯಲ್ಲಿ ಅಡ್ಡಿಯುಂಟಾಗುತ್ತದೆ, ಹೀಗಾವುದು ಅಪರೂಪ. ಆದರೆ ಮಗು ಪ್ರಸವ ಮಾರ್ಗದಿಂದ ಕೆಳಕ್ಕೆ ಬರುವಾಗಲೇ ಇದು ಉಂಟಾಗುತ್ತದೆ.

ಇದು ಎಷ್ಟು ಸಾಧಾರಣ? ಪ್ರತಿ 100ರಲ್ಲಿ ಒಂದು ಪ್ರಕರಣ ಈ ರೀತಿ ಇರುತ್ತದೆ, ಆದರೆ ಗಂಟು ಸಡಿಲವಾಗಿರುತ್ತದೆ. ಗಂಟು ಬಿಗಿಯಾಗುವ ಪ್ರಕರಣ 2000ರಲ್ಲಿ ಒಂದು ಇರುತ್ತದೆ. ಇದರಿಂದ ಮಗುವಿಗೆ ಯಾವುದೇ ಅಪಾಯ ಇಲ್ಲ. ಯಾವ ಗರ್ಭದಲ್ಲಿ ನಾಳ ದೊಡ್ಡದಾಗಿರುತ್ತದೋ ಅಂತಹ ಸಂದರ್ಭಗಳಲ್ಲಿ ಇದರ ಅಪಾಯ ಹೆಚ್ಚು. ಪೋಷಕಾಂಶಗಳ ಕೊರತೆ, ಮಾದಕವಸ್ತು ವ್ಯಸನಿಗಳು, ಅವಳಿಗಳು ಆಗುವವರು ಇತ್ಯಾದಿಗಳಲ್ಲಿ ಅಪಾಯ ಹೆಚ್ಚಾಗುತ್ತಾ ಹೋಗುತ್ತದೆ.

ಇದರ ಲಕ್ಷಣಗಳೇನು? 37ನೇ ವಾರದಲ್ಲಿ ಮಗುವಿನ ಚಲನವಲನ ಕಡಿಮೆಯಾಗುವುದೇ ಇದರ ಲಕ್ಷಣ. ಒಂದೇ ವೇಳೆ ಪ್ರಸವ ಸಂದರ್ಭದಲ್ಲಿ ಹೀಗಾದರೆ ಮಗುವಿನ ಮಾನೀಟರ್ ಮೇಲೆ ನಿಯಂತ್ರಣಕ್ಕೆ ಬಾರದ ಹೃದಯದ ಚಲನೆ ಗೋಚರಿಸುತ್ತದೆ.

ನೀವು, ವೈದ್ಯರು ಏನು ಮಾಡಬಲ್ಲಿರಿ? ಒಂದು ವೇಳೆ ನೀವು ಮಗುವಿನ ಚಲನ ವಲನಗಳ ಮೇಲೆ ನಿಗಾ ಇರಿಸಿದರೆ ಒಳ್ಳೆಯದು. ಒಂದು ವೇಳೆ ಪ್ರಸವದ ಸಂದರ್ಭ ಗಂಟು ಮಾಡಿದರೆ ಮಗುವಿನ ಸುರಕ್ಷಿತ ಪ್ರಸವಕ್ಕಾಗಿ ಒಂದರಲ್ಲಿ ಒಂದು ದಾರಿ ಹುಡುಕುತ್ತಾರೆ. ಅನೇಕ ಸಂದರ್ಭಗಳಲ್ಲಿ ಸಿ. ಸೆಕ್ಷನ್ ಇದಕ್ಕೆ ಸುಲಭೋಪಾಯವಾಗುತ್ತದೆ.

ಟೂ ವೈಸಲ್ ಕಾರ್ಡ್

ಇದೇನು? ಒಂದು ಸಾಮಾನ್ಯವಾದ ಗರ್ಭನಾಳಗಳಲ್ಲಿ ಮೂರು ನಳಿಕೆಗಳಿರುತ್ತವೆ. ಮೊದಲನೆಯದು ಮಗುವಿಗೆ ಆಮ್ಲಜನಕ ಮತ್ತು ಪೋಷಕಾಂಶಗಳನ್ನು ಪೂರೈಸುತ್ತದೆ, ಇನ್ನೆರಡು ವ್ಯರ್ಥ ಪದಾರ್ಥಗಳನ್ನು ತಾಯಿಯ ರಕ್ತಚಲನೆ ಮತ್ತು ಪ್ಲಾಸೆಂಟಾವರೆಗೆ ಕೊಂಡೊಯ್ಯುತ್ತದೆ. ಕೆಲವು ಪ್ರಕರಣಗಳಲ್ಲಿ ಒಂದು ನಾಳ ಮತ್ತು ಒಂದು ಅಭಿದಮನಿ ಇರುತ್ತದೆ.

ಇದು ಎಷ್ಟು ಸಾಮಾನ್ಯ? ಒಂದು ಗರ್ಭಾವಸ್ಥೆಯಲ್ಲಿ 100ಕ್ಕೆ ಒಂದು, ಬಹುಗರ್ಭಾವಸ್ಥೆಯಲ್ಲಿ ನೂರಕ್ಕೆ 5 ಪ್ರಕರಣಗಳಲ್ಲಿ ಹೀಗೆ ಆಗುತ್ತದೆ. ತಾಯಿಯ ವಯಸ್ಸು 40ಕ್ಕಿಂತ ಹೆಚ್ಚಿದ್ದರೆ ಅಥವ ಅವಳಿಗೆ ಮಧುಮೇಹ ಕಾಯಿಲೆ ಇದ್ದರೆ ಅಪಾಯ ಇನ್ನೂ ಹೆಚ್ಚಾಗುತ್ತದೆ.

ಇದರ ಲಕ್ಷಣಗಳೇನು? ಇದರ ಯಾವ ಲಕ್ಷಣಗಳೂ ಇರುವುದಿಲ್ಲ. ಅಲ್ಟ್ರಾಸ್ಕ್ಯಾನ್‌ನಿಂದ ಮಾತ್ರ ಇದನ್ನು ಪತ್ತೆ ಹಚ್ಚಬಹುದು.

ನೀವು, ವೈದ್ಯರು ಏನು ಮಾಡಬಲ್ಲಿರಿ? ಇಷ್ಟಾದರೂ ಗರ್ಭಾವ್ಯವಸ್ಥೆ ಸಾಮಾನ್ಯವಾಗಿಯೇ ಇರುತ್ತದೆ. ಮಗುವಿಗೆ ಏನೂ ಆಗುವುದಿಲ್ಲ. ಕೇವಲ ನಿಮ್ಮ ಗರ್ಭವಸ್ಥೆ ಮತ್ತು ಮಗುವಿನ ಬೆಳವಣಿಗೆ ಮೇಲೆ ಸ್ವಲ್ಪ ಹೆಚ್ಚಿನ ಗಮನ ಇರಿಸಲಾಗುತ್ತದೆ ಅಷ್ಟೆ.

ಅಸಾಮಾನ್ಯ ಪ್ರೆಗ್ನೆನ್ಸಿಯ ಸಮಸ್ಯೆಗಳು

ಇಂತಹ ಅಸಾಮಾನ್ಯ ಸಮಸ್ಯೆಗಳು ಇರುವುದು ಅಪರೂಪ. ಇಲ್ಲವೆಂದೇ ಹೇಳಬಹುದು. ಕ್ಲಿಷ್ಟವಲ್ಲದ

ಗರ್ಭಾವಸ್ಥೆಯ ಮಹಿಳೆಯರಿಗೆ ಇದನ್ನು ಎದುರಿಸಬೇಕಾಗಿ ಬರುವುದಿಲ್ಲ. ಒಂದು ವೇಳೆ ಯಾವುದಾದರೂ ಪರಿಸ್ಥಿತಿ ಅಥವ ರೋಗವನ್ನು ಎದುರಿಸಬೇಕಾಗಿ ಬಂದರೆ ಮಾತ್ರ ಇದನ್ನು ಓದಿಕೊಳ್ಳಬಹುದು. ಆಗ ವೈದ್ಯರು ತಮ್ಮ ಲೆಕ್ಕಚಾರದಲ್ಲಿ ರೋಗಕ್ಕೆ ಚಿಕಿತ್ಸೆ ಕೊಡುತ್ತಾರೆ. ಅದಕ್ಕೆ ನಾವು ಮಾಡಬೇಕಾಗಿರುವುದೇನೂ ಇರುವುದಿಲ್ಲ.

ಮೋಲಾರ್ ಗರ್ಭವಸ್ಥೆ ಹಾಗೆಂದರೇನು?

ಈ ಪರಿಸ್ಥಿಯಲ್ಲಿ ಪ್ಲಾಸೆಂಟಾ ಒಂದು ಗುಳ್ಳೆ ತೆರನಾಗಿ ಸಾಮಾನ್ಯವಲ್ಲದ ರೂಪದಲ್ಲಿ ಬೆಳೆಯುತ್ತದೆ. ಅನೇಕ ಸಂದರ್ಭದಲ್ಲಿ ಬೆಳೆಯುತ್ತದೆ. ಅನೇಕ ಸಂದರ್ಭದಲ್ಲಿ ಭ್ರೂಣ ಊದಿಕೊಂಡಿರುತ್ತದೆ. ಇನ್ನು ಕೆಲವು ಸಂದರ್ಭದಲ್ಲಿ ಊತ ಇರುವುದಿಲ್ಲ.

ಯಾವಾಗ ತಂದೆಯ ಎರಡು ಜೋಡಿ ಕ್ರೋಮೋಸೋಂ ತಾಯಿಯ ಒಂದು ಸೆಟ್‌ಕ್ರೋಮೋಸೋಂ ಜೊತೆಸೇರಿಕೊಂಡಾಗ ಹೀಗಾಗುತ್ತದೆ.

> **ನೀವು ತಿಳಿಯಲು ಇಚ್ಛಿಸುತ್ತೀರ**
>
> ಒಂದು ಬಾರಿ ಮೋಲರ್ ಪ್ರೆಗ್ನೆನ್ಸಿ ಬಂದಿತೆಂದರೆ ಎರಡನೇ ಬಾರಿಯೂ ಹಾಗೆ ಆಗುತ್ತದೆ ಎಂದರ್ಥವಲ್ಲ. ಕೇವಲ ಶೇ. 1 ರಿಂದ 2ರಷ್ಟು ಮಹಿಳೆಯರಿಗೆ ಹೀಗಾಗುತ್ತದೆ.

ಗರ್ಭಧಾರಣೆಯ ಕೆಲವು ವಾರಗಳ ನಂತರ ಇದು ಪತ್ತೆಯಾಗುತ್ತದೆ. ಆಗಾಗಲೇ ಮೋಲಾರ್ ಗರ್ಭಾವಸ್ಥೆಯ ಕೊನೆಯಲ್ಲಿ ಗರ್ಭಪಾತದ ರೂಪದಲ್ಲಿ ಆಗುತ್ತದೆ.

ಇದು ಎಷ್ಟು ಸಾಮಾನ್ಯ?

1000ರಲ್ಲಿ ಒಂದು ಹೀಗಾಗುತ್ತದೆ. ಆದ್ದರಿಂದ ಇದು ಅಪರೂಪ 15ಕ್ಕಿಂತ ಕಡಿಮೆ 45ಕ್ಕಿಂತ ಹೆಚ್ಚು ವಯಸ್ಸಿನ ಮಹಿಳೆಯರಲ್ಲಿ, ಯಾರಿಗೆ ಮುಂಚೆಯೇ ಮಿಸ್ ಕ್ಯಾರಿಯೇಜ್ ಆಗಿರುತ್ತಾರೋ ಅವರಿಗೆ ಮೋಲಾರ್ ಪ್ರೆಗ್ನೆನ್ಸಿಯ ಭೀತಿ ಇರುತ್ತದೆ.

ಇದರ ಲಕ್ಷಣಗಳೇನು? ಕೆಳಕಂಡ ಲಕ್ಷಣಗಳನ್ನು ಕಾಣಬಹುದು.

- ಒಂದೇ ಸಮನೆ ಕೆಟ್ಟ ಸ್ರಾವ
- ವಾಂತಿ ಮತ್ತು ತೀವ್ರ ವಾಕರಿಕೆ
- ಸೆಳೆತದಿಂದ ಸಮಸ್ಯೆ
- ರಕ್ತದೊತ್ತಡದ ಹೆಚ್ಚಳ
- ಗರ್ಭಾಶಯ ಭಾರಿ ದೊಡ್ಡದಾಗುವುದು
- ಗರ್ಭಾಶಯ ಸಡಿಲವಾಗಿರುವುದು
- ಭ್ರೂಣದ ಊತದಲ್ಲಿ ಕೊರತೆ.
- ತಾಯಿಯ ದೇಹದಲ್ಲಿ ಥೈರಾಯಿಡ್ ಹಾರ್ಮೋನ್ ಹೆಚ್ಚಾಗಿರುವುದು.

ನೀವು, ವೈದ್ಯರು ಏನು ಮಾಡಬಹುದು? ಇಂತಹ ಯಾವುದಾದರೂ ಲಕ್ಷಣ ಕಂಡುಬಂದರೆ ವೈದ್ಯರಿಗೆ ತಿಳಿಸಿ. ಅನೇಕ ಸಾರಿ ಈ ಲಕ್ಷಣಗಳನ್ನು ಸಾಮಾನ್ಯ ಗರ್ಭಾವಸ್ಥೆಯ ಲಕ್ಷಣಗಳೊಂದಿಗೆ ಹೋಲಿಸಿ ಪರೀಕ್ಷಿಸಿಕೊಳ್ಳುವುದು ಕಷ್ಟವಾಗುತ್ತದೆ. ಇಂತಹ ಸಂದರ್ಭದಲ್ಲಿ ನಿಮ್ಮ ಸಹಜವಾದ ಬುದ್ಧಿ ಏನು ಹೇಳುತ್ತದೋ ಅದನ್ನು ನಂಬಿ. ಒಂದು ವೇಳೆ ತಪ್ಪು ಎಂದು ಭಾಸವಾದರೆ ತೃಪ್ತಿಗಾಗಿ ವೈದ್ಯರ ಸಲಹೆ ಪಡೆಯಿರಿ.

> **ನೀವು ತಿಳಿಯಲು ಇಚ್ಛಿಸುತ್ತೀರ**
>
> ಕೊರಿಕೋ ಕಾರ್ಸಿನೋಮಾ ಅನ್ನು ಸರಿಯಾದ ಸಮಯದಲ್ಲಿ ಗುರುತಿಸಿ ಚಿಕಿತ್ಸೆ ನೀಡಿದರೆ ತೀವ್ರ ತೆರನಾದ ಪರಿಣಾಮ ಆಗುವುದಿಲ್ಲ. ಒಟ್ಟಾರೆ ಈ ಚಿಕಿತ್ಸೆ ನಂತರ ಒಂದು ವರ್ಷವಾದ ಮೇಲೆ ಗರ್ಭಧಾರಣೆಗೆ ಸಲಹೆ ಮಾಡಲಾಗುತ್ತದೆ.

ಒಂದು ವೇಳೆ ಅಲ್ಟ್ರಾಸೌಂಡ್‌ನಿಂದ ಮೋಲಾರ್ ಪ್ರೆಗ್ನೆನ್ಸಿ ಪತ್ತೆಯಾದರೆ ಡಿಎನ್‌ಸಿ ನೆರವಿನಿಂದ ನಿವಾರಿಸಿಕೊಳ್ಳಿ. ನಂತರ ಒಂದು ವರ್ಷ ಗರ್ಭಧಾರಣೆ ಮಾಡಿಕೊಳ್ಳದಿರುವಂತೆ ನಿಮಗೆ ಸೂಚಿಸಲಾಗುತ್ತದೆ.

ಕೊರಿಯೋ ಕಾರ್ಸಿನೋಮಾ

ಇದೇನು? ಇದು ಗರ್ಭಾವಸ್ಥೆಯ ಕ್ಯಾನ್ಸರ್. ಪ್ಲಾಸೆಂಟಾದ ಕೋಶಗಳಲ್ಲಿ ಇದು ಉಂಟಾಗುತ್ತದೆ. ಮೋಲಾರ್ ಪ್ರೆಗ್ನೆನ್ಸಿ, ಮಿಸ್‌ಕ್ಯಾರಿಯೇಜ್, ಅಥವಾ ಅಬಾರ್ಷನ್ ನಂತರ ಹೀಗಾಗುತ್ತದೆ. ಭ್ರೂಣವಿಲ್ಲದೆ

ಪ್ಲಾಸೆಂಟಾದ ಕೆಲವು ಊತ ಮೊಳೆಯಲು ತೊಡಗುತ್ತದೆ. ಕೇವಲ ಶೇ. 15 ಪ್ರಕರಣಗಳಲ್ಲಿ ಸಾಮಾನ್ಯ ಗರ್ಭಾವಸ್ಥೆಯ ನಂತರ ಹೀಗಾಗುತ್ತದೆ.

ಇದು ಎಷ್ಟು ಸಾಧಾರಣ?

ಇದು ಇಲ್ಲವೇ ಇಲ್ಲ ಎನ್ನುವಷ್ಟು ಅಪರೂಪ. ಸುಮಾರು 4000 ಪ್ರಗ್ನೆನ್ಸಿಗಳಲ್ಲಿ ಯಾವುದೋ ಒಂದು ಹೀಗಾಗುತ್ತದೆ.

ಇದರ ಲಕ್ಷಣಗಳೇನು? ಈ ಕೆಳಕಂಡ ಲಕ್ಷಣಗಳನ್ನು ನೋಡಿ.

- ಮಿಸ್ ಕ್ಯಾರಿಯೇಜ್ ಅಥವಾ ಮೋಲಾರ್ ಪ್ರೆಗ್ನೆನ್ಸಿ ನಂತರ ಆಂತರಿಕ ರಕ್ತಸ್ರಾವ
- ಗರ್ಭಾವಸ್ಥೆ ಮುಗಿದ ಮೇಲೆಯೂ ಎಸ್‌ಸಿಜಿ ಮಟ್ಟ ಇಳಿಯದಿರುವುದು.
- ಯೋನಿ, ಗರ್ಭಾಶಯ ಮತ್ತು ಪುಪ್ಪುಸಗಳಲ್ಲಿ ಟ್ಯೂಮರ್.

ಇಂಕ್ಲೈಪಸಿಯಾ

ಇದೇನು ಪ್ರೀಕ್ಲೈಪಸಿಯಾದಲ್ಲಿ ಇದು ಬದಲಾವಣೆಯಾಗುತ್ತದೆ. ತಾಯಿಗೆ ಯಾವ ಸ್ಥಿತಿಯಲ್ಲಿ ಈ ಕಾಯಿಲೆ ಬಂದಿತ್ತೋ ಅದೇ ಲೆಕ್ಕಾಚಾರದಲ್ಲಿ ತಕ್ಷಣ ಪ್ರಸವ ಮಾಡಿಸಬೇಕೋ ಅಥವಾ ಬೇಡವೋ ಎಂಬುವುದನ್ನು ನಿರ್ಧರಿಸಲಾಗುತ್ತದೆ. ಇದರಿಂದ ತಾಯಿಯ ಜೀವಕ್ಕೆ ಅಪಾಯವಾಗಬಹುದು. ಸೂಕ್ತವಾದ ವೈದ್ಯಕೀಯ ಚಿಕಿತ್ಸೆ ದೊರೆತರೆ ಈ ಪರಿಸ್ಥಿತಿಯಲ್ಲೂ ಆರೋಗ್ಯಕರವಾದ ಹೆರಿಗೆ ಮತ್ತು ಪ್ರಸವ ಆಗಬಹುದು.

> **ನೀವು ತಿಳಿಯಲು ಇಚ್ಛಿಸುತ್ತೀರ**
>
> ಒಂದು ವೇಳೆ ಪ್ರಸವಕ್ಕೆ ಮುಂಚೆ ಸೂಕ್ತವಾದ ಆರೈಕೆ ಸಿಕ್ಕರೆ ಪ್ರೀಕ್ಲಪ್ಸಿಯಾ ಅಥವಾ ಇಕ್ಲೈಪಿಸಿಯಾ ಉಂಟಾಗುವ ಸಂದರ್ಭ ಬರುವುದಿಲ್ಲ.

ಇದು ಎಷ್ಟು ಸಾಧಾರಣ? 2000 ದಿಂದ 3000 ಕ್ಕೆ ಒಂದು ಪ್ರಕರಣದಲ್ಲಿ ಹೀಗಾಗುತ್ತದೆ. ಪ್ರಸವಕ್ಕೆ ಮುಂಚೆ ಒಳ್ಳೆಯ ವೈದ್ಯಕೀಯ ಶುಶ್ರೂಷೆ ಸಿಗದ ಮಹಿಳೆಯರಿಗೆ ವಿಶೇಷ ಸಂದರ್ಭದಲ್ಲಿ ಹೀಗೆ ಆಗುತ್ತದೆ.

ಇದರ ಲಕ್ಷಣಗಳೇನು? ಪ್ರಸವಕ್ಕೆ ಸ್ವಲ್ಪ ಹಿಂದೆ ಮುಂದೆ ಅಥವಾ ಪ್ರಸವವಾಗಿ 24 ಗಂಟೆ ನಂತರ ಭ್ರೂಮಣೆ ಉಂಟಾಗುವುದು ಇದರ ಲಕ್ಷಣ.

ನೀವು, ವೈದ್ಯರು ಏನು ಮಾಡಬಹುದು? ಒಂದು ವೇಳೆ ನಿಮಗೆ ಮೊದಲಿನಿಂದಲೇ ಪ್ರೀಕ್ಲೆಪ್ಸಿಯಾ ಇದ್ದರೆ ಅದನ್ನು ತಡೆಯಲು ವೈದ್ಯರು ಔಷಧಿ ಹಾಗೂ ಆಮ್ಲಜನಕ ಕೊಡುತ್ತಾರೆ. ಪ್ರಸವ ಮಾಡಿಸಲು ಅಥವಾ ಸಿ-ಸೆಕ್ಷನ್‌ಗೆ ಸಿದ್ಧತೆ ಮಾಡುತ್ತಾರೆ. ಒಂದು ವೇಳೆ ಪರಿಸ್ಥಿತಿ ನಿಯಂತ್ರಣಕ್ಕೆ ಬಂದರೆ ಸಾಮಾನ್ಯ ಪ್ರಸವವನ್ನೂ ಮಾಡಿಸಬಹುದು.

ಇದರಿಂದ ಬಚಾವ್ ಆಗಬಹುದೇ? ಸೂಕ್ತವಾದ ಆರೈಕೆ ಮತ್ತು ನಿಯಮಿತವಾದ ಪರೀಕ್ಷೆ ಮಾಡಿಕೊಂಡರೆ ಪ್ರೀಕ್ಲಪ್ಸಿಯಾದ ತೊಂದರೆಯಿಂದ ಬಚಾವ್ ಆಗಬಹುದು. ಒಂದು ವೇಳೆ ರೋಗ ಪತ್ತೆಯಾದರೆ ಬಚಾವ್ ಆಗುವ ಎಲ್ಲಾ ಉಪಾಯಗಳನ್ನು ಪಾಲಿಸಿ. ಆಗ ಇಕ್ಲಪ್‌ಸಿಯಾ ಭೀತಿ ಇರುವುದಿಲ್ಲ.

ಕೊಲಿಸ್‌ಬಿಸಿಸ್

ಇದು ಏನು? ಇಂತಹ ಗರ್ಭಾವಸ್ಥೆಯಿಂದ ಶ್ವಾಸಕೋಶದಲ್ಲಿ ಪಿತ್ತರಸ ಉತ್ಪತ್ತಿಯಾಗುತ್ತದೆ. ಹಾಗೂ ರಕ್ತ ಚಲನೆಯಲ್ಲಿ ಸೇರಿಕೊಳ್ಳುತ್ತದೆ. ಯಾವಾಗ ಇದು ಕೊನೆಯ ತ್ರೈಮಾಸಿಕದಲ್ಲಿ ಆಗುತ್ತದೋ ಆಗ ಹಾರ್ಮೋನ್‌ಗಳು ಉನ್ನತ ಮಟ್ಟದಲ್ಲಿ ಇರುತ್ತವೆ. ಇದು ಪ್ರಸವದ ನಂತರ ಸರಿಹೋಗುತ್ತದೆ.

ಇದರಿಂದ ಭ್ರೂಣದ ಆಯಾಸ, ಪ್ರೀಟರ್ಮ್ ಅಥವ ಸ್ಟಿಲ್ ಬರ್ತ್ ಆಗುವ ಅಪಾಯ ಹೆಚ್ಚಾಗುತ್ತದೆ. ಆದ್ದರಿಂದ ಸಕಾಲಿಕ ಚಿಕಿತ್ಸೆ ಅತ್ಯವಶ್ಯ.

ಇದು ಎಷ್ಟು ಸಾಧಾರಣ? ಒಂದು ಸಾವಿರದಲ್ಲಿ ಒಂದೆರಡು ಹೀಗಾಗುತ್ತದೆ. ಬಹುಪ್ರಸವ ಮತ್ತು ಲಿವರ್ ಕಾಯಿಲೆ ಇರುವವರೂ ಪರಿವಾರದಲ್ಲಿ ಯಾರಿಗಾದರೂ ಹೀಗೆ ಆಗಿದ್ದರೆ ಅಪಾಯ ಹೆಚ್ಚು ಆಗಬಹುದು.

ಇದರ ಲಕ್ಷಣಗಳೇನು? ಗರ್ಭಾವಸ್ಥೆಯ ಕೊನೆಯ ದಿನಗಳಲ್ಲಿ ಕೈ ಕಾಲ್ಗಳಲ್ಲಿ ಚುಚ್ಚಿದಂತಹ ಅನುಭವ ಆಗುತ್ತದೆ.

ನೀವು ವೈದ್ಯರು ಏನು ಮಾಡಬಹುದು? ಕೆಲವು ಔಷಧಿ ಅಥವಾ ಲೋಶನ್‌ಗಳ ನೆರವಿನಿಂದ ಇಂತಹ ಲಕ್ಷಣಗಳು ಪರಿಣಾಮಗಳನ್ನು ಕಡಿಮೆ ಮಾಡಿಕೊಳ್ಳಬಹುದು. ಅನೇಕ ವೇಳೆ ಪಿತ್ತರಸಕ್ಕೂ ಔಷಧಿ ತೆಗೆದುಕೊಳ್ಳಬೇಕಾಗುತ್ತದೆ. ಇದರಿಂದಾಗಿ ತಾಯಿ ಅಥವ ಮಗುವಿಗೆ ಅಪಾಯುವಿದ್ದರೆ ಬೇಗ ಪ್ರಸವ ಮಾಡಿಸಬೇಕಾಗುತ್ತದೆ.

ಡೀಪ್ ವೀನಸ್ ತಂಬೋಸಿಸ್

ಇದು ಏನು ಡಿವಿಟಿಯಲ್ಲಿ ಆಳವಾದ ನಾಳದಲ್ಲಿ ರಕ್ತದ ಹಿಕ್ಕೆಗಳು ಸೇರಿಕೊಳ್ಳುತ್ತದೆ. ತೊಡೆಗಳ ಅಕ್ಕಪಕ್ಕದಲ್ಲಿ ಹೀಗೆ ಆಗುತ್ತವೆ. ಪ್ರಸವದ ನಂತರ ಉಂಟಾಗುತ್ತದೆ. ಮಗುವಿನ ಜನನದ ಸಮಯದಲ್ಲಿ ಸಾಕಷ್ಟು ರಕ್ತಸ್ರಾವ ಆಗುತ್ತದೆ ಎಂಬ ಭೀತಿ ಆ ದೇವರಿಗೆ. ಆದ್ದರಿಂದ ಈ ಅಂಗಗಳಲ್ಲಿ ಸಾಕಷ್ಟು ರಕ್ತವನ್ನು ಶೇಖರಿಸಿಡುತ್ತಾನೆ. ಈ ತೆರನಾಗಿ ದೇಹದ ಕೆಳಭಾಗದ ರಕ್ತ ಹೃದಯುದವರೆಗೆ ತಲುಪಲಾರದು. ಗರ್ಭಾಶಯ ದೊಡ್ಡದಾಗಿರುವುದರಿಂದಲೂ ಹೀಗಾಗುವ ಸಾಧ್ಯತೆ ಇರುವುದಿಲ್ಲ. ಡಿವಿಎಸ್ ಚಿಕಿತ್ಸೆ ನೀಡದಿದ್ದರೆ ಪುಪ್ಪಸಗಳಲ್ಲಿ ಶೇಖರಣೆಯಾಗಿ ಜೀವಕ್ಕೆ ಅಪಾಯ ಉಂಟಾಗಬಹುದು.

ಇದು ಎಷ್ಟು ಸಾಮಾನ್ಯ?

1000 ರಿಂದ 2000 ಪ್ರಕರಣಗಳಲಿ ್ಲಒಂದು ಹೀಗಾಗಬಹುದು.ಪ್ರಸವದ ನಂತರ ಅಗುತ್ತದೆ. ವಯಸ್ಸು ಜಾಸ್ತಿ ಇದ್ದರೆ, ಧೂಮಪಾನ ಮಾಡುತ್ತಿದ್ದರೆ, ಕುಟುಂಬರಲ್ಲಿ ಯಾರಿಗಾದರೂ ಈ ಕಾಯಿಲೆ ಇದ್ದರೆ, ಹೈಪರ್‌ಟೆನ್ಷನ್, ಅಲರ್ಜಿ, ಮಧುಮೇಹಗಳಲ್ಲಿ ಇದರ ಅಪಾಯ ಇನ್ನೂ ಹೆಚ್ಚು.

ಇದರ ಲಕ್ಷಣಗಳೇನು?

ಕೆಳಕಂಡ ಲಕ್ಷಣಗಳನ್ನು ಕಾಣಬಹುದು

- ಕಾಲ್ಗಳಲ್ಲಿ ಭಾರದ ಭಾವನೆ ಹಾಗೂ ನೋವಿನ ಅನುಭವ
- ನಿತಂಬಗಳು ಭಾರ ಎನಿಸುವುದು
- ಸ್ವಲ್ಪ ಗಂಭೀರವಾದ ಊತ
- ಕಾಲ್ಗಳಲ್ಲಿ ಸೆಳೆತ
- ರಕ್ತದ ತೆಕ್ಕೆಗಳು ಶುದ್ಧ ನರದವರೆಗೆ ಬಂದರೆ
- ಎದೆನೋವು
- ಉಸಿರಾಟದಲ್ಲಿ ತೊಂದರೆ
- ಕಫದ ಜೊತೆಗೆ ಕೆಮ್ಮು, ಕಫದಲ್ಲಿ ರಕ್ತ
- ಹೃದಯ ಬಡಿತ ಉಸಿರಾಟ ತೀವ್ರವಾಗುವುದು
- ತುಟಿ ಮತ್ತು ಬೆರಳುಗಳು ಉಗುರು ನೀಲಿಯಾಗುವುದು
- ಜ್ವರ

ನೀವು, ವೈದ್ಯರು ಏನು ಮಾಡಬಲ್ಲಿರಿ ?

ಒಂದು ವೇಳೆ ಮುಂಚೆಯೇ ರೋಗ ನಿಮಗೆ ಇದ್ದರೆ ವೈದ್ಯರಿಗೆ ಮಾಹಿತಿಕೊಡಿ. ಒಂದು ಕಾಲಿನಲ್ಲಿ ಊತ ಅಥವ ನೋವು ಕಂಡು ಬಂದರೆ ವೈದ್ಯರನ್ನು ಸಂಪರ್ಕಿಸಲು ತಡ ಮಾಡಬೇಡಿ.

ಅಲ್ಟ್ರಾಸೌಂಡ್ ಅಥವ ಎಂ ಆರ್ ಐ ನಿಂದ ರಕ್ತದ ತೆಕ್ಕೆಗಳನ್ನು ಕಂಡು ಹಿಡಿಯಬಹುದು. ಒಂದು ವೇಳೆ ಇದು ಇದ್ದರೆ ರಕ್ತವನ್ನು ತೆಳುಮಾಡುವ ಔಷಧಿ ನೀಡಲಾಗುತ್ತದೆ. ಒಂದು ಬಾರಿ ನಿಗಾ ಇಡುವುದರಿಂದ ಸತತವಾಗಿ ಇದಕ್ಕೆ ಚಿಕಿತ್ಸೆ ಮಾಡಲಾಗುತ್ತದೆ.

ಒಂದು ವೇಳೆ ಈ ತೆಕ್ಕೆ ಪ್ರಶನಗಳವರೆಗೆ ತಲುಪಿಬಿಟ್ಟರೆ ಶೀಘ್ರದಲ್ಲಿ ಚಿಕಿತ್ಸೆ ಮಾಡಿಸಿಕೊಳ್ಳಬಹುದು.

ಇದರಿಂದ ಬಚಾವ್ ಆಗಬಹುದೇ?

ಸಾಕಷ್ಟು ವ್ಯಾಯಾಮ ಮಾಡಿ ದೇಹವನ್ನು ಚಟುವಟಿಕೆಯಲ್ಲಿಟ್ಟರೆ ರಕ್ತದ ತೆಕ್ಕೆಯಾಗುವುದಿಲ್ಲ. ಒಂದು ವೇಳೆ ಅಪಾಯ ಹೆಚ್ಚಾದರೆ ಕಾಲಿಗೆ ಆಟದ ಸಾಕ್ಸ್ ಹಾಕಿಕೊಳ್ಳಿ

ಪ್ಲಾಸೆಂಟಾ ಎಕ್ರೀಟಾ

ಇದೇನು? ಯಾವಾಗ ಪ್ಲಾಸೆಂಟಾ ವಿಶೇಷ ರೀತಿಯಲ್ಲಿ ಯೂಟೇರೈನ್ ವಾಲ್ವ್ ಜೊತೆ ಸೇರಿಕೊಂಡರೆ ಅದನ್ನು ಪ್ಲಾಸೆಂಟಲ್ ಎಕ್ರೀಟಾ ಎಂದು ಕರೆಯುತ್ತಾರೆ. ಇದರಿಂದಾಗಿಯೇ ಪ್ಲಾಸೆಂಟಾದಲ್ಲಿ ಪ್ರಸವದ ಸಂದರ್ಭದಲ್ಲಿ ಭಾರಿ ರಕ್ತಸ್ರಾವ ಉಂಟಾಗಬಹುದು.

ಇದು ಎಷ್ಟು ಸಾಧಾರಣ? 2500 ಮಹಿಳೆಯಲ್ಲಿ ಒಬ್ಬರಿಗೆ ಹೀಗಾಗುತ್ತದೆ. ಪ್ಲಸೆಂಟಾ ಎಕ್ರೀಟಾ ಯೂಟೇರೈನ್ ಗೋಡೆಗಳಲ್ಲಿ ಸಾಕಷ್ಟು ಆಳದಲ್ಲಿ ಇಳಿಯುತ್ತದೆ. ಆದರೆ ಅದರ ಮಾಂಸಖಂಡಗಳನ್ನು ಭೇದಿಸುವುದಿಲ್ಲ. ಪ್ಲಾಸೆಂಟಾ ಯುೂಟ್ರೆಸ್‌ನ ಗೋಡೆ ಭೇದಿಸುವುದೇ ಅಲ್ಲದೆ ಬೇರೆ ಕಡೆಗೂ ಭೇದಿಸುವುತ್ತವೆ. ಬೇರೆ ಅಂಗಗಳ ಜೊತೆ ಸೇರಿಕೊಂಡು ಬರುತ್ತದೆ.

ಒಂದು ವೇಳೆ ಮೊದಲೇ ನಿಮಗೆ ಸೆಕ್ಷನ್ ಸಿ. ಆಗಿದ್ದರೆ ಅಥವ ಪ್ಲಾಸೆಂಟಾ ಪ್ರೀವಿಯಾ ಆಗಿದ್ದರೆ ಅಪಾಯ ಹೆಚ್ಚಾಗಬಹುದು.

ಇದರ ಲಕ್ಷಣಗಳೇನು? ಇದರ ಯಾವ ಲಕ್ಷಣಗಳೂ ಇಲ್ಲ. ಲೌಂಪರ್ ಅಲ್ಟ್ರಾಸೌಂಡ್ ಅಥವ ಪ್ರಸವದಿಂದ ಈ ಪರಿಸ್ಥಿತಿ ಪತ್ತೆಯಾಗುತ್ತದೆ.

ನೀವು, ವೈದ್ಯರು ಏನು ಮಾಡಬಹುದು? ನೀವು ಈ ವಿಷಯದಲ್ಲಿ ಏನೂ ಮಾಡಲಾರಿರಿ. ಪ್ರಸವದ ನಂತರ ಪ್ಲಾಸೆಂಟಾವನ್ನು ಶಸ್ತ್ರಚಿಕಿತ್ಸೆ ಮಾಡಿ ತೆಗೆಯಲಾಗುತ್ತದೆ. ಇದರಿಂದ ರಕ್ತಸ್ರಾವ ನಿಲ್ಲದೇ ಹೋದಾಗ ಪೂರ್ತಿ ಗರ್ಭಾಶಯವನ್ನು ತೆಗೆಯಲಾಗುತ್ತದೆ.

ವಾಸಾ ಪ್ರೀವಿಯಾ

ಇದು ಏನು

ಪರಿಸ್ಥಿತಿಯಲ್ಲಿ ಮಗುವನ್ನು ತಾಯಿಯ ಜೊತೆ ಜೋಡಿಸುವ ರಕ್ತನಾಳಿಕೆಗಳು ಗರ್ಭನಾಳದಿಂದ ಹೊರಗೆ ಚಾಚಿಕೊಂಡು ಸರ್ವಿಕ್ಸ್‌ನ ಜೊತೆ ಕೂಡುತ್ತವೆ. ಯಾವಾಗ ಪ್ರಸವದ ಸಮಯದಲ್ಲಿ ಸಂಕುಚನದಿಂದ ಮುಖ ತೆಗೆದುಕೊಳ್ಳುವುದೋ ಆಗ ನಳಿಕೆಗಳು ಒಡೆದು ಹೋಗುತ್ತವೆ. ಇದರಿಂದ ಮಗುವಿಗೆ ಹಾನಿಯಾಗುವುದು. ಪ್ರಸವಕ್ಕೆ ಮುಂಚೆ ಇದರ ಸ್ಥಿತಿ ಪತ್ತೆಯಾದರೆ ಶೇ100ರಷ್ಟು ಮಗುವಿನ ಪ್ರಸವ ಸಿ. ಸೆಕ್ಷನ್‌ನಿಂದಲೇ ಆಗುತ್ತದೆ.

ಇರುವ ಎಷ್ಟು ಸಾಮಾನ್ಯ?

5200 ಪ್ರಕರಣಗಳಲ್ಲಿ ಒಂದು ಹೀಗಾಗುವುದಂಟು. ಪ್ಲಾಸೆಂಟಲ್ ಪ್ರೀವಿಯಾ ಇರುವವರಿಗೆ , ಯಾಟೇರೈನ್ ಸರ್ಜರಿ ಆಗಿದ್ದರೆ , ಬಹು ಪ್ರಸವವಾಗಿದ್ದರೆ ಅಂತಹವರಿಗೆ ಇದರ ಅಪಾಯ ಹೆಚ್ಚು.

ಇದರ ಲಕ್ಷಣಗಳೇನು?

ಇದರ ಯಾವ ಲಕ್ಷಣಗಳೂ ಇಲ್ಲ. ಎರಡನೇ –ಮೂರನೇ ತ್ರೈಮಾಸಿಕದಲ್ಲಿ ರಕ್ತಸ್ರಾವ ಉಂಟಾಗುತ್ತದೆ.

ನೀವು, ನಿಮ್ಮ ವೈದ್ಯರ ಏನು ಮಾಡಬಹುದು

ಕಲರ್ ಲೌಂಪರ್ ಅಲ್ಟ್ರಾಸೌಂಡ್ ನೆರವಿನಿಂದ ಈ ರೋಗವನ್ನು ಪತ್ತೆ ಮಾಡಬಹುದು. ಇಂತಹ ಮಹಿಳೆಯರಿಗೆ 37ನೇ ವಾರದ ಮುಂಚೆಯೇ ಸಿ. ಸೆಕ್ಷನ್ ಮಾಡಲಾಗುತ್ತದೆ. ಪ್ರಸವದ ನೋವಾಗಲೇ ಬಿಡುವುದಿಲ್ಲ. ಏನೇ ಪ್ರೀವಿಯಾಕ್ಕೆ ಲೇಸರ್ ಚಿಕಿತ್ಸೆಯಿಂದ ಗುಣಪಡಿಸಲು ಅಧ್ಯಯನಗಳು ನಡೆಯುತ್ತವೆ.

ಮಗುವಿನ ಜನನ ಮತ್ತು ನಂತರದ ಸಮಸ್ಯೆಗಳು

ಇವುಗಳಲ್ಲಿ ಅನೇಕವು ಪ್ರಸವಕ್ಕೆ ಮುಂಚೆ ಗೊತ್ತಾಗುವುದಿಲ್ಲ. ಆದ್ದರಿಂದ ಮೊದಲೇ ಇವುಗಳನ್ನು ಓದಿ ಚಿಂತೆಗೊಳಗಾಗಬೇಡಿ. ಮಗು ಹುಟ್ಟಿದ ನಂತರ ಈ ಸಮಸ್ಯೆಗಳು ಎದುರಾಗುತ್ತವೆ. ನಿಮಗೆ ಈ ಬಗ್ಗೆ ತಿಳಿಸಲೆಂದು ವಿವರಿಸಲಾಗಿದೆ.

ಫೈಟಲ್ ಡಿಸ್ಟ್ರೆಸ್

ಇದೇನು? ಯಾವಾಗ ಗರ್ಭಿಣಿಯರಲ್ಲಿ ಮಗುವಿನ ಬಳಿ ಆಮ್ಲಜನಕ ತುಂಬಿರುವುದಿಲ್ಲವೋ ಅದನ್ನು ಫೈಟಲ್ ಡಿಸ್ಟ್ರೆಸ್ ಎಂದು ಕರೆಯುತ್ತಾರೆ. ಪ್ರಸವದ ಸಂದರ್ಭ ಅಥವ ಮುಂಚೆ ಹೀಗಾಗುತ್ತದೆ. ಹಿಡಿತಕ್ಕೆ ಬಾರದ ಮಧುಮೇಹ, ಪ್ರೀಕ್ಲೈಡ್‌ಸಿಯಾ, ಎಮ್ನಿಯಾಟಿಕ್ ದ್ರಾವಣ ಕಡಿಮೆಯಾಗುವುದು ಅಥವಾ ಹೆಚ್ಚಾಗುವುದು, ಗರ್ಭನಾಳ ಹೆಚ್ಚುವ ಅಥವಾ ಕಡಿಮೆಯಾಗುವ ಸ್ಥಿತಿಯಲ್ಲಿ ತಾಯಿಯ ಮೂಲಕ ರಕ್ತನಾಳಗಳ ಮೇಲೆ ಒತ್ತಡ ಬಿದ್ದರೆ ಹೀಗಾಗುತ್ತದೆ. ಇದರಿಂದ ಮಗುವಿಗೆ ಆಮ್ಲಜನಕ ಕಡಿಮೆ ಸಿಗುತ್ತದೆ.

ಆಮ್ಲಜನಕ ಕಡಿಮೆಯಾಗಿರುವಾಗ ಅಥವಾ ಮಗುವಿನ ಹೃದಯದ ಬಡಿತ ಕಡಿಮೆಯಾದಾಗ ಸಿ–ಸೆಕ್ಷನ್ ಮಾಡಬೇಕಾಗುತ್ತದೆ. ಇಲ್ಲದಿದ್ದರೆ ಮಗುವಿಗೆ ಅಪಾಯ ಆಗಬಹುದು.

ಇದು ಎಷ್ಟು ಸಾಮಾನ್ಯ? ಶೇಕಡಾ 100ಕ್ಕೆ ಒಂದು ಈ ತರಹ ಆಗಬಹುದು.

ಇದರ ಲಕ್ಷಣಗಳೇನು–ಒಂದು ವೇಳೆ ಮಗುವಿಗೆ ಪೂರ್ಣ ಪ್ರಮಾಣದಲ್ಲಿ ಆಮ್ಲಜನಕ ಸಿಗದೇ ಹೋದರೆ ಅದರ ಹೃದಯದ ಬಡಿತ ಕಡಿಮೆಯಾಗುತ್ತದೆ. ಅದರ ಕುಲುಕಾಟ ಕಡಿಮೆಯಾಗುತ್ತದೆ. ಅದು ಪ್ರಸವದ ಸಂದರ್ಭದಲ್ಲಿ ಗರ್ಭಾಶಯದಲ್ಲೇ ಮಲವಿಸರ್ಜನೆ ಮಾಡುತ್ತದೆ.

ನೀವು, ವೈದ್ಯರು ಏನು ಮಾಡಬಹುದು? ಒಂದು ವೇಳೆ ಮಗುವಿನ ಚಲನವಲನದಲ್ಲಿ ಕಡಿಮೆ ಅನಿಸಿದರೆ ವೈದ್ಯರಿಗೆ ತಿಳಿಸಿ. ಆಸ್ಪತ್ರೆಯಲ್ಲಿ ಫೈಟಲ್ ಮಾನಿಟರ್ ಸಹಾಯದಿಂದ ಪರೀಕ್ಷೆ ಮಾಡಲಾಗುತ್ತದೆ. ಒಂದು ವೇಳೆ ಇದರ ಲಕ್ಷಣಗಳು ಕಂಡು ಬಂದರೆ ನಿಮಗೂ ಆಮ್ಲಜನಕ ಕೊಡಲಾಗುತ್ತದೆ. ಮಗುವಿನ ಹೃದಯದ

ಬಡಿತ ಸಾಮಾನ್ಯ ಸ್ಥಿತಿಗೆ ಬರುವಂತೆ ಐಬಿ ಹಾಕಲಾಗುತ್ತದೆ. ಎಡ ಮಗ್ಗುಲಾಗಿ ಮಲಗಿಕೊಂಡರೂ ರಕ್ತಗಳಲ್ಲಿ ಮೇಲೆ ಒತ್ತಡ ಕಡಿಮೆಯಾಗುತ್ತದೆ. ಈ ಎಲ್ಲ ವಿಧಾನಗಳು ಕೆಲಸಕ್ಕೆ ಬಾರದಿದ್ದರೆ ಪ್ರಸವ ಮಾಡಿಸಬೇಕಾಗುತ್ತದೆ.

ಕಾರ್ಡ್ ಪ್ರೊಲ್ಯಾಪ್ಸ್

ಇದೇನು? ಗರ್ಭನಾಳ ಸರ್ವಿಕ್ಸ್‌ನಿಂದ ಜಾರಿಕೊಂಡು ಜನನನಾಳದಲ್ಲಿ ಬಂದುಬಿಟ್ಟರೆ ಅದಕ್ಕೆ ಕಾರ್ಡ್ ಪ್ರೊಲ್ಯಾಪ್ಸ್ ಎಂದು ಕರೆಯುತ್ತಾರೆ. ಇಂತಹ ಪರಿಸ್ಥಿತಿಯಲ್ಲಿ ಪ್ರಸವದ ಸಂದರ್ಭ ಮಗುವಿಗೆ ಆಮ್ಲಜನಕದ ಕೊರತೆ ಉಂಟಾಗುತ್ತದೆ.

ಇದು ಎಷ್ಟು ಸಾಮಾನ್ಯವಾದದ್ದು? 300 ಜನರಲ್ಲಿ ಒಬ್ಬರಿಗೆ ಹೀಗಾಗುತ್ತದೆ. ಕೆಲವು ಗರ್ಭಾವಸ್ಥೆಗಳಲ್ಲಿ ಜಟಿಲತೆ ಇದ್ದಾಗ ಪ್ರೊಲ್ಯಾಪ್ಸ್‌ನ ಅಪಾಯ ಹೆಚ್ಚಾಗುತ್ತದೆ. ಈ ಸಂದರ್ಭಗಳಲ್ಲಿ ಹೈಡ್ರಮಜಿಮೋಸ್ ಬ್ರೀಚ್ ಮತ್ತು ಅವಧಿಪೂರ್ವ ಪ್ರಸವವೂ ಮಾಡಲಾಗುತ್ತದೆ. ಒಂದು ವೇಳೆ ಮಗುವಿನ ತಲೆ ಜನನ ನಾಳದಲ್ಲಿ ಸೆಟ್ ಆಗುವುದಕ್ಕೆ ಮುಂಚೆ ನೀರಿನ ಚೀಲ ಜಾರಿ ಹೋದರೆ ಅಪಾಯ ಹೆಚ್ಚಾಗಬಹುದು.

ಇದರ ಲಕ್ಷಣಗಳೇನು? ಒಂದು ವೇಳೆ ಈ ನಾಳ ಯೋನಿನಾಳದ ತನಕ ಬಂದುಬಿಟ್ಟರೆ ಅದನ್ನು ನೀವು ನೋಡಬಹುದು. ಮುಟ್ಟಬಹುದು. ಒಂದು ವೇಳೆ ಇದು ಮಗುವಿನ ತಲೆಯ ಕೆಳಗೆ ಒತ್ತಿದರೆ ಫೈಟಲ್ ಮಾನಿಟರ್ ಮೇಲೆ ಫೈಟಲ್ ಡಿಸ್ಟ್ರೆಸ್ ಲಕ್ಷಣಗಳು ಕಾಣಿಸುತ್ತವೆ.

ನೀವು, ವೈದ್ಯರು ಏನು ಮಾಡಬಹುದು? ಈ ವಿಷಯದಲ್ಲಿ ಮೊದಲಿನಿಂದಲೇ ತಿಳಿದುಕೊಳ್ಳಲು ಯಾವ ಉಪಾಯವೂ ಇಲ್ಲ. ಫೈಟಲ್ ಮಾನಿಟರ್ ಇಲ್ಲದೆ ಇದನ್ನು ಪತ್ತೆ ಹಚ್ಚಲಾಗದು. ಒಂದು ವೇಳೆ ಮನೆಯಲ್ಲಿ ಇಂತಹ ಅನುಭವವಾದರೆ ನಿಮ್ಮ ಕೈನ ಆಧಾರದಲ್ಲಿ ಅಥವಾ ಮಂಡಿಯ ಮೇಲೆ ಕುಳಿತುಕೊಳ್ಳಿ. ಇದರಿಂದ ಪೆಲ್ವಿಕ್ ಕ್ಷೇತ್ರದ ಮೇಲೆ ಒತ್ತಡ ಕಡಿಮೆ ಆಗುತ್ತದೆ. ಒಂದು ವೇಳೆ ಅದು ಯೋನಿ ಮಾರ್ಗದಿಂದ ಕಾಣಿಸಿದರೆ ಸ್ವಚ್ಛವಾದ ವಸ್ತ್ರದಿಂದ ನಿಭಾಯಿಸಿ. ನಿಮ್ಮ ದೇಹದ ಕೆಳಭಾಗವನ್ನು ಮೇಲಿರಿಸಿ ಮಲಗಿ. ವೈದ್ಯರು ನಿಮ್ಮ ಪರಿಸ್ಥಿತಿಯನ್ನು ನೋಡಿ ಬೇರೆ ಭಂಗಿಯಲ್ಲಿ ಮಲಗಿಕೊಳ್ಳಲು ಹೇಳಬಹುದು. ಇದರ ನಂತರ ಶೀಘ್ರವೇ ಸಿ-ಸೆಕ್ಷನ್ ಮಾಡಬೇಕಾಗುತ್ತದೆ.

ಶೋಲ್ಡರ್ ಡಿಸ್ಟೋಕಿಯ

ಇದೇನು ಈ ಅವಸ್ಥೆಯಲ್ಲಿ ಪ್ರಸವದ ಸಂದರ್ಭ ಮಗುವಿನ ಎರಡು ಹೆಗಲು ತಾಯಿಯ ಪೆಲ್ವಿಕ್ ಮೂಳೆಗಳಲ್ಲಿ ಸಿಕ್ಕಿ ಹಾಕಿಕೊಳ್ಳುತ್ತದೆ. ಮಗು ಜನನದ ನಾಳದಲ್ಲಿ ಕೆಳಗಿನತ್ತ ಹೋಗಲಾರಂಭಿಸುತ್ತದೆ.

ಇದು ಎಷ್ಟು ಸಾಮಾನ್ಯ? ಹೆಚ್ಚು ಭಾರ ಇರುವ ಮಗುವಿನ ವಿಚಾರದಲ್ಲಿ ಹೀಗಾಗುತ್ತದೆ. ಅನಿಯಂತ್ರಿತ ಅಥವಾ ಗ್ಯಾಸ್ಟ್ರೇಷನಲ್ ಮಧುಮೇಹದಿಂದ ಬಳಲುತ್ತಿರುವ ತಾಯಂದಿರು ಇಂತಹ ಪರಿಸ್ಥಿತಿ ಎದುರಿಸಬೇಕಾಗುತ್ತದೆ. ನಿಮಗೆ ಕೊಟ್ಟ ಸಮಯ ಮುಗಿದರೂ ಪ್ರಸವ ಆಗದಿದ್ದರೆ,ಈ ಹಿಂದೆಯೂ ಇದೇ ರೀತಿ ಆಗಿದ್ದರೆ ಮತ್ತೆ ಆಗುವ ಸಂಭವ ಹೆಚ್ಚು. ಆದರೆ ಈ ಕಾರಣಗಳು ಇಲ್ಲದೇ ಹೋದರೂ ಪ್ರಸವದ ಸಂದರ್ಭ ಶೋಲ್ಡರ್ ಡಿಸ್ಟೋಕಿಯಾ ಉಂಟಾಗಬಹುದು.

ಇದರ ಲಕ್ಷಣಗಳೇನು? ಇಂತಹ ಪರಿಸ್ಥಿತಿ ಪ್ರಸವದ ಸಂದರ್ಭ ಇದ್ದಕ್ಕಿದ್ದಂತೆ ಉಂಟಾಗುತ್ತದೆ.

ನೀವು, ವೈದ್ಯರು ಏನು ಮಾಡಬಹುದು? ತಾಯಿಯ ಹೊಟ್ಟೆ ಮೇಲೆ ಒತ್ತಡ ಹೇರಿ ಅಥವಾ ಆಕೆಯ ಸ್ಥಿತಿಯನ್ನು ಬದಲಿಸಿ ಅನೇಕ ವಿಧಾನವನ್ನು ಅನುಸರಿಸಬೇಕಾಗುತ್ತದೆ. ಮಗುವಿನ ಸುರಕ್ಷಿತ ಪ್ರಸವಕ್ಕಾಗಿ ಈ ಕ್ರಮ ಅನುಸರಿಸಲಾಗುತ್ತದೆ.

ಇದರಿಂದ ಬಚಾವ್ ಆಗಬಹುದೇ? ನಿಮ್ಮ ತೂಕದ ಕಡೆ ಗಮನ ಇರಲಿ. ಮಗುವಿನ ತೂಕವೂ ಅಗತ್ಯಕ್ಕಿಂತ ಹೆಚ್ಚಾಗಿರುವುದು ಬೇಡ. ಮಧುಮೇಹ ಹಿಡಿತದಲ್ಲಿಡಿ. ಪ್ರಸವದ ನಂತರ ಇಂತಹ ಭಂಗಿಯಲ್ಲಿ ಇರಬೇಕೆಂದರೆ ಅದರಿಂದ ಶೋಲ್ಡರ್ ಡಿಸ್ಟೋಕಿಯಾ ಬಾರದಂತಿರಬೇಕು.

ಸೀರಿಯಸ್ ಪೆರಿನಿಯಲ್ ಟಿಯರ್ಸ್

ಇದೇನು? ಪ್ರಸವದ ಸಂದರ್ಭ ಮಗುವಿನ ದೊಡ್ಡ ತಲೆ ಯಾವಾಗ ಹೊರಬಂದು ಬಿಡುವುದೋ ಯೋನಿ ನಾಳ, ಗುದದ್ವಾರದ ಮಧ್ಯದ ಭಾಗದಲ್ಲಿ ಒತ್ತಡ ಹೆಚ್ಚಾಗುವುದರಿಂದ ಕಪ್ಪಾಗಬಹುದು. ಮೊದಲ ದರ್ಜೆಯ ಯೂಟ್ರಸ್ ಕೇವಲ ಚರ್ಮ ಒಡೆಯುತ್ತದೆ. 2ನೇ ಡಿಗ್ರಿ ಯೂಟ್ರಸ್‌ನಿಂದ ಚರ್ಮದ ಜೊತೆ ಯೋನಿಯ ಮಾಂಸ ಖಂಡಗಳು ಒಡೆಯುತ್ತವೆ. ಗಂಭೀರ ಯೂಟ್ರಸ್‌ನಿಂದ ಯೋನಿಯ ಚರ್ಮ ಹಾಗೂ ಪೆರಿನಿಯಲ್ ಮಾಂಸಖಂಡಗಳು ಒಡೆಯಬಹುದು. ಜೊತೆಗೆ ಪೆಲ್ವಿಸ್

ಕ್ಷೇತ್ರದಲ್ಲಿನ ಸಮಸ್ಯೆಗಳೂ ಉಂಟಾಗುತ್ತವೆ. ಗರ್ಭಾಶಯದ ಮುಖದಲ್ಲಿಯೂ ಕಪ್ಪು ಉಂಟಾಗುತ್ತದೆ.

ಇದೆಷ್ಟು ಸಾಮಾನ್ಯ : ಯೋನಿಮಾರ್ಗದಿಂದಾಗುವ ಪ್ರಕರಣದಲ್ಲಿ ಇದರಿಂದ ಸ್ವಲ್ಪ ಹೆಚ್ಚು ಅಪಾಯ ಉಂಟಾಗಬಹುದು. ಗಂಭೀರ ಸ್ವರೂಪದ ಕಪ್ಪು ಅನೇಕ ಮಹಿಳೆಯರಿಗೆ ಆಗುವುದಿಲ್ಲ.

ಇದರ ಲಕ್ಷಣಗಳೇನು? ರಕ್ತಸ್ರಾವವಾಗುತ್ತದೆ. ಗಾಯದಿಂದಾಗಿ ಸ್ವಲ್ಪ ನೋವಾಗುತ್ತದೆ.

ನೀವು, ವೈದ್ಯರು ಏನು ಮಾಡಬಹುದು? ಈ ರೀತಿ ಛೇದ ಉಂಟಾದಾಗ ಹೊಲಿಗೆ ಹಾಕಲಾಗುತ್ತದೆ. ಇದಕ್ಕೆ ಮುಂಚೆ ಲೋಕಲ್ ಅನೆಸ್ತೇಷಿಯಾ ಕೊಡುತ್ತಾರೆ. ಒಂದು ವೇಳೆ ಛೇದ ಆಗದಿದ್ದರೆ ಸೊಂಟಕ್ಕೆ ಸ್ನಾನ, ಐಸ್ ಪ್ಯಾಕ್ ಆಂಟಿಸೆಪ್ಟಿಕ್ ಸ್ಪ್ರೇ, ಔಷಧಿ ಹಾಗೂ ಗಾಯವನ್ನು ಗಾಳಿಯಲ್ಲಿ ಬಿಡುವುದರಿಂದ ಬೇಗ ಆರಾಮ ಸಿಗುತ್ತದೆ.

ಇದರಿಂದ ಬಚಾವ್ ಆಗಬಹುದೇ? ಪ್ರಸವಕ್ಕೆ ಮುಂಚೆ ಲಘು ವ್ಯಾಯಾಮ, ಪೆರಿನಿಯಲ್ ಮಾಲಿಶ್‌ನಿಂದ ಆ ಭಾಗವನ್ನು ಇನ್ನೂ ಹೆಚ್ಚಿನ ರೀತಿಯಲ್ಲಿ ಸ್ಟೆಚ್ ಮಾಡಬಹುದು.

ಯೂಟ್ರಸ್ ರಪ್ಚರ್ :

ಯೂಟರಾಯಿಸ್‌ನ ಗೋಡೆಗಳಲ್ಲಿ ಮೊದಲೇ ಯಾವುದಾದರೂ ಶಸ್ತ್ರಚಿಕಿತ್ಸೆ, ಸಿ-ಸೆಕ್ಷನ್, ಫೈಬ್ರಾಯ್ಡ್ ರಿಮೂವಲ್‌ನಿಂದಾಗಿ ಬಲಹೀನ ಸ್ಥಳವಿದ್ದರೆ ಪ್ರಸವದ ಸಂದರ್ಭ ಆ ಭಾಗದಲ್ಲಿ ಸೀಳು ಉಂಟಾಗಬಹುದು. ಇದರಿಂದಾಗಿ ಹೊಟ್ಟೆಯಿಂದ ನಿಲ್ಲದ ರಕ್ತಸ್ರಾವ ಉಂಟಾಗಬಹುದು. ಅಥವಾ ರಕ್ತ ಪ್ಲಾಸೆಂಟಾ ಪ್ರವೇಶಿಸುವ ಸ್ಥಳದಲ್ಲಿ ಪ್ರವೇಶಿಸಬಹುದು.

ಇದು ಎಷ್ಟು ಸಾಧಾರಣವಾದದ್ದು : ಮಹಿಳೆಗೆ ಮೊದಲೇ ಸಿ-ಸೆಕ್ಷನ್ ಅಥವಾ ಯುಟ್ರಸ್ ರಪ್ಚರ್ ಆಗಿರದಿದ್ದರೆ ಅವರಿಗೆ ಅಂತಹ ತೊಂದರೆ ಬರುವುದಿಲ್ಲ. ಯಾವ ಮಹಿಳೆ ಸಿ-ಸೆಕ್ಷನ್ ನಂತರ ಯೋನಿಮಾರ್ಗದಲ್ಲಿ ಪ್ರಸವ ಮಾಡಿಸಿಕೊಳ್ಳುತ್ತಾಳೋ ಯಾರಲ್ಲಿ ಭ್ರೂಣದ ಸ್ಥಿತಿ ಅಥವಾ ಪ್ಲಾಸೆಂಟಾದ ಜಟಿಲತೆ ಇರುತ್ತದೆಯೋ ಅಂತಹ ಮಹಿಳೆಯರಿಗೆ ಅಪಾಯ ಹೆಚ್ಚುತ್ತದೆ. ಯಾರಿಗೆ 6ಕ್ಕಿಂತ ಹೆಚ್ಚು ಮಕ್ಕಳು ಇರುತ್ತಾರೋ ಅಂತಹವರಿಗೆ ಅಪಾಯ ಉಂಟು.

ಇದರ ಲಕ್ಷಣಗಳೇನು? – ಹೊಟ್ಟೆಯಲ್ಲಿ ತೀವ್ರ ನೋವು ಇರುತ್ತದೆ. ಫೈಟಲ್ ಮಾನಿಟರ್‌ನಲ್ಲಿ ಮಗುವಿನ ಹೃದಯದ ಬಡಿತ ಕಡಿಮೆಯಾಗುವುದು ಗೋಚರಿಸುತ್ತದೆ. ತಾಯಿಯ ರಕ್ತದ ಒತ್ತಡ ಹಾಗೂ ಹೃದಯದ ಬಡಿತ ಇಳಿಯುತ್ತದೆ. ಉಸಿರು ತೆಗೆದುಕೊಳ್ಳಲು ಕಷ್ಟ ಆಗುತ್ತದೆ. ಪ್ರಜ್ಞೆ ತಪ್ಪಬಹುದಾಗಿರುತ್ತದೆ.

ನೀವು, ವೈದ್ಯರು ಏನು ಮಾಡಬಲ್ಲಿರಿ? ಒಂದು ವೇಳೆ ಈ ಮೊದಲೇ ಸಿ-ಸೆಕ್ಷನ್ ಸರ್ಜರಿ ಮಾಡಿಸಿಕೊಂಡಿದ್ದರೆ, ಈ ಸಂದರ್ಭ ಯೂಟೇರೈನ್ ವಾಲ್ವ್ ಸಂಪೂರ್ಣವಾಗಿ ಕತ್ತರಿಸಿ ಹೋಗಿದ್ದರೆ ಪ್ರಸವಕ್ಕೆ ಸೂಕ್ತ ವಿಧಾನವನ್ನು ಹುಡುಕಿಕೊಳ್ಳಬೇಕಾಗುತ್ತದೆ. ಸಿ-ಸೆಕ್ಷನ್ ಮಾಡಿದರೂ ನಂತರ ಗರ್ಭಾಶಯದ ದುರಸ್ತಿ ಆಗಬೇಕಾಗುತ್ತದೆ. ಸೋಂಕು ತಡೆಯಲು ನಿಮಗೆ ಆನ್ಟಿಬಯಾಟಿಕ್ಸ್ ನೀಡಲಾಗುತ್ತದೆ.

ಇದರಿಂದ ಬಚಾವ್ ಆಗಬಹುದೇ? ಯಾವ ಮಹಿಳೆಯರಿಗೆ ಇದರ ಅಪಾಯವಿರುತ್ತದೋ ಅವರಿಗೆ ಫೈಟಲ್ ಮಾನಿಟರಿಂಗ್ ಮಾಡಿಸುವುದು ಅವಶ್ಯವಾಗುತ್ತದೆ. ಇದರಿಂದ ಯಾವುದಾದರೂ ಸಮಸ್ಯೆ ಇದ್ದರೆ ಗೊತ್ತಾಗುತ್ತದೆ. ಮೊದಲನೇ ಸಿ-ಸೆಕ್ಷನ್ ನಂತರ 2ನೇ ಪ್ರಸವದಲ್ಲಿ ಯೋನಿಮಾರ್ಗದ ಮೂಲಕ ಪ್ರಸವ ಮಾಡಿಸಿಕೊಳ್ಳಲು ಹೊರಟರೆ ಪ್ರಸವವನ್ನು ಔಷಧಿಗಳಿಂದ ಆರಂಭಿಸಬಾರದು.

ಯುಟೇರೈನ್ ಇನ್‌ವರ್ಜನ್

ಇದೇನು? ಯುಟೇರೈನ್ ವಾಲ್ ಯಾವಾಗ ಒಡೆದು ಹೋಗುತ್ತದೋ, ಒಳಗಿನ ಭಾಗ ಹೊರಗೆ ಬಂದು ಬಿಡುತ್ತದೋ ಆಗ ಈ ಸಮಸ್ಯೆ ಉಂಟಾಗುತ್ತದೆ. ಆದರೆ ಇದರ ಎಲ್ಲ ಕಾರಣಗಳೇನು ಎಂದು ಗೊತ್ತಾಗುವುದಿಲ್ಲ. ಆದರೆ ಚಿಕಿತ್ಸೆ ಮಾಡಿಕೊಳ್ಳದಿದ್ದರೆ ಗಂಭೀರ ಅಥವಾ ಆಘಾತ ಉಂಟಾಗಬಹುದು. ಇದನ್ನು ನೋಡಿಯೂ ನೋಡದಂತೆ ಯಾರೂ ಇರಲಾಗದು. ಚಿಕಿತ್ಸೆ ಮಾಡದಿರಲೂ ಆಗುವುದಿಲ್ಲ.

ಇದು ಎಷ್ಟು ಸಾಮಾನ್ಯ? ಪ್ರತಿ 2000 ಜನರಲ್ಲಿ ಒಬ್ಬರು ಇಂತಹ ರೋಗಕ್ಕೆ ತುತ್ತಾಗುತ್ತಾರೆ. ಒಂದು ವೇಳೆ ಹಿಂದಿನ ಪ್ರಸವದಲ್ಲಿ ಹೀಗಾಗಿದ್ದರೆ ಅಥವಾ ಈಗಿನ ಪ್ರಸವ ಬಹಳ ನರಳುತ್ತಿದ್ದರೆ ಪ್ರೀಟರ್ಮ್ ಪ್ರಸವ ತಡೆಯಲು ಔಷಧ ಕೊಟ್ಟರೆ ಅಥವಾ ಯೋನಿ ಮಾರ್ಗದಲ್ಲಿ ಪ್ರಸವ ಆಗಿದ್ದರೆ ಇದರ ಅಪಾಯ ಹೆಚ್ಚುತ್ತದೆ. ಒಂದು ವೇಳೆ ಗರ್ಭಾಶಯ ಅಗತ್ಯಕ್ಕಿಂತ ಹೆಚ್ಚು ಸಡಿಲವಾಗಿದ್ದರೆ ಇದು ಕೂಡ ಹೊರಗೆ ಬಂದುಬಿಡಬಹುದು. ಆಗ ಮಗುವನ್ನು ಮೂರನೇ ಭಾಗದಲ್ಲಿ ಕಾರ್ಡ್ ಹೆಚ್ಚು ಜೋರಾಗಿ ಎಳೆಯಬೇಕು.

ಇದರ ಲಕ್ಷಣಗಳೇನು? * ಹೊಟ್ಟೆಯಲ್ಲಿ ನೋವು * ತೀವ್ರ ರಕ್ತಸ್ರಾವ

* ತಾಯಿಗೆ ಆಘಾತದ ಸಂಕೇತ * ಅನೇಕ ಸಂದರ್ಭ ಗರ್ಭಾಶಯ ಯೋನಿಯಿಂದ ಕಾಣಿಸುವುದು.

ನೀವು, ವೈದ್ಯರು ಏನು ಮಾಡಬಹುದು?

ಅಪಾಯದ ಕಾರಣ ಗೊತ್ತಾಗುತ್ತಿದ್ದಂತೆ ಗುರುತಿಸಿ ವೈದ್ಯರಿಗೆ ತಿಳಿಸಿ. ನಿಮಗೆ ಹಾಗಾಗಿದ್ದರೆ ವೈದ್ಯರು ಕೈಯಿಂದ ಆ ಭಾಗವನ್ನು ಸರಿಯಾಗಿ ಕೂರಿಸಲು ಯತ್ನಿಸುತ್ತಾರೆ. ಹಾಗೂ ಮಾಂಸಖಂಡಗಳು ಕುಗ್ಗಲು ಔಷಧಿ ಕೊಡುತ್ತಾರೆ. ಒಂದು ವೇಳೆ ಈ ವಿಧಾನದಿಂದ ಫಲ ಸಿಗದಿದ್ದರೆ ಶಸ್ತ್ರಚಿಕಿತ್ಸೆ ಮಾಡಬೇಕಾಗುತ್ತದೆ. ರಕ್ತದ ಕೊರತೆಯಿಂದಾಗಿ ನಿಮಗೆ ರಕ್ತ ಕೊಡಬೇಕಾಗುತ್ತದೆ. ಸೋಂಕು ತಡೆಯಲು ಆನ್ಟಿಬಯಾಟಿಕ್, ಔಷಧಿ ನೀಡಲಾಗುತ್ತದೆ.

ಇದರಿಂದ ಬಚಾವ್ ಆಗಬಹುದೇ?

ಒಂದು ವೇಳೆ ನಿಮಗೆ ಮೊದಲೇ ಹೀಗಾಗಿದ್ದರೆ ವೈದ್ಯರಿಗೆ ನಿಶ್ಚಯವಾಗಿ ತಿಳಿಸಿ. ಏನೆಂದರೆ ನಿಮಗೆ ಇದು ಹೆಚ್ಚು ಅಪಾಯ ಉಂಟು ಮಾಡುವ ಸಂಭವವಿರುತ್ತದೆ.

ಪ್ರಸವದ ನಂತರ ಅತ್ಯಧಿಕ ರಕ್ತಸ್ರಾವ

ಇದೇನೂ? ಪ್ರಸವದನಂತರ ರಕ್ತಸ್ರಾವ ಆಗುವುದು ಸಾಮಾನ್ಯ. ಆದರೆ ಅನೇಕ ಸಲ ಗರ್ಭಾಶಯ ಎಷ್ಟು ಸಂಕುಚಿತವಾಗ ಬೇಕೋ ಅಷ್ಟು ಸಂಕುಚಿತವಾಗುವುದಿಲ್ಲ ಅದರಿಂದ ಪ್ಲಾಸೆಂಟಾ ದಲ್ಲಿ ಜೋಡಣೆ ಆಗಿರುತ್ತದೆ ಆ ಜಾಗದಿಂದ ಭಾರೀ ರಕ್ತಸ್ರಾವ ಆಗುವುದು. ಒಂದು ವೇಳೆ ಗರ್ಭಾಶಯದಲ್ಲಿ ಪ್ಲಾಸೆಂಟಾದ ಅಂಶ ಉಳಿದಿದ್ದರೂ ಹೀಗಾಗುವುದು. ಈ ಕಾರಣದಿಂದ ಪ್ರಸವ ಆದ ತಕ್ಷಣ ಸೋಂಕು ಆಗಬಹುದು.

ಇದು ಎಷ್ಟು ಸಾಮಾನ್ಯ

ಇದು ಶೇಕಡಾ 2ರಿಂದ 4 ಗರ್ಭಾವಸ್ಥೆಯಲ್ಲಿ ಆಗುತ್ತದೆ. ಒಂದು ವೇಳೆ ದೀರ್ಘ ಪ್ರಸವ ಕಾಲದನಂತರ ಗರ್ಭಾಶಯ ಸರಿಯಾದ ಜಾಗಕ್ಕೆ ಬಾರದೆ ಹೋದರೆ, ಮಲ್ಟಿಪಲ್ ಪ್ರೆಗ್ನೆನ್ಸಿ ಕಾರಣದಿಂದ ಸಡಿಲವಾಗಿದ್ದರೆ, ಶಿಶು ದೊಡ್ಡದಾಗಿದ್ದರೆ, ಅಥವ ಅಮ್ನಿಯೋಟಿಕ್ ದ್ರವ ಹೆಚ್ಚಾಗಿದ್ದರೆ, ಪ್ಲಾಸೆಂಟಾದ ಆಕಾರ ಅಸಾಮಾನ್ಯವಾಗಿದ್ದರೆ, ಯಾವುದೇ ಫೈಬ್ರಾಯ್ಡ್ ಇದ್ದರೆ, ಅಥವ ಪ್ರಸವದ ಸಮಯದಲ್ಲಿ ತಾಯಿ ಬಹಳ ಶಕ್ತಿಹೀನನಾಗಿದ್ದರೆ, ಪೊಸ್ಟ್‌ಪಾರ್ಟಮ್ ಹೆಮರೇಜ್ ಅಪಾಯ ಆಗಬಹುದು.

ಇದರ ಲಕ್ಷಣಗಳೇನು:- ಕೆಳಗೆ ಬರೆದಿರುವ ಲಕ್ಷಣಗಳಾಗಬಹುದು.

ನಿರಂತರವಾಗಿ ಭಾರಿ ರಕ್ತಸ್ರಾವ

ಸ್ವಲ್ಪ ದಿನಗಳಾದ ಮೇಲೆನೂ ಕೆಂಪು ರಕ್ತಸ್ರಾವ

ದೊಡ್ಡ ದೊಡ್ಡ ಹೆಪ್ಪುಗಟ್ಟಿದ ರಕ್ತದ ತುಂಡುಗಳು ಬರುವುದು.

ಕೆಳ ಹೊಟ್ಟೆಯಲ್ಲಿ ಊತ ಅಥವ ನೋವು

ರಕ್ತದ ಕೊರತೆಯ ಕಾರಣ ಮೂರ್ಛೆ, ತಲೆಸುತ್ತು ಅಥವಾ ಉಸಿರಾಟದಲ್ಲಿ ತೊಂದರೆ ಉಂಟಾಗಬಹುದು.

ನೀವು, ವೈದ್ಯರು ಏನು ಮಾಡಬಹುದು? ಪ್ಲಾಸೆಂಟಾ ಪ್ರಸವ ಆದ ಮೆಲೆ ಡಾಕ್ಟರ್ ತಪಾಸಣೆ ಮಾಡಿ ಏನಾದರೂ ಪ್ಲಾಸೆಂಟಾ ಅಂಶ ಒಳಗಡೆ ಉಳಿದಿದೆಯೋ ಎಂದು ತಿಳಿದುಕೊಳ್ಳುತ್ತಾರೆ. ಅವರು ನಿಮಗೆ ಪಿಟೋಸಿನ್ ಕೊಡುತ್ತಾರೆ ಅಥವ ಗರ್ಭಾಶಯ ಸಂಕುಚಿತವಾಗಲೆಂದು ಹಾಗೂ ರಕ್ತಸ್ರಾವ ಹೆಚ್ಚು ಆಗದೆ ಇರಲೆಂದು ಗರ್ಭಾಶಯದ ಮಾಲಿಶ್ ಮಾಡುತ್ತಾರೆ. ಸ್ತನ್ಯಪಾನ ಮಾಡಿಸಿದರೂ ಗಾರ್ಭಾಶಯದ ಸಂಕುಚನದಲ್ಲಿ ಸಹಾಯವಾಗುವುದು.

ಒಂದು ವೇಳೆ ಪ್ರಸವದ ನಂತರ ಮೊದಲನೇವಾರದಲ್ಲಿ ಭಾರೀ ರಕ್ತಸ್ರಾವ ನಿಲ್ಲದೆ ಹೋದರೆ ಡಾಕ್ಟರಿಗೆ ಹೇಳಿ. ಹೀಗಿರುವಾಗ ನಿಮಗೆ ರಕ್ತ ಕೊಡಬೇಕಾಗಬಹುದು.

ಇದರಿಂದ ಬಚಾವ್ ಆಗಬಹುದೇ? ಕೊನೆಯ ತ್ರೈಮಾಸಿಕದಲ್ಲಿ ಅಥವಾ ಪ್ರಸವದ ನಂತರ ರಕ್ತ ಹೆಪ್ಪುಗಟ್ಟಲು ಬಾಧೆ ಆಗುವಂತ ಯಾವುದೇ ಔಷಧ ಸೇವಿಸಬೇಡಿ ಈ ವಿಧಾನದಿಂದ ಅಸಾಮಾನ್ಯ ರಕ್ತಸ್ರಾವದ ಸಾಧ್ಯತೆ ಕಡಿಮೆಯಾಗುತ್ತದೆ.

ಮಗು ಹುಟ್ಟಿದ ನಂತರ ಸೋಂಕು

ಇದೇನು? ಕೆಲವು ಬಾರಿ ಮಹಿಳೆಯರಿಗೆ ಮಗು ಹುಟ್ಟಿದ ನಂತರ ಸೋಂಕು ಉಂಟಾಗಬಹುದು. ಏಕೆಂದರೆ ಅಂತಹವರ ದೇಹದ ಒಳಭಾಗಗಳು ಪೂರ್ಣ ರೂಪದಲ್ಲಿ ಬಂದ್ ಆಗಿರುವುದಿಲ್ಲ. ಕೈಥೀಟರ್‌ನಿಂದಾಗಿ ಬ್ಲಾಡರ್ ಅಥವಾ ಕಿಡ್ನಿಯಲ್ಲಿ ಸೋಂಕು ಉಂಟಾಗಬಹುದು. ಗರ್ಭಾಶಯದಲ್ಲಿ ಪ್ಲಾಸೆಂಟಾದ ಭಾಗ ಉಳಿದುಕೊಳ್ಳುವುದರಿಂದಲೂ

ಪದೆ-ಪದೆ ಕಡಿಮೆ ತೂಕದ ಮಗು ಹುಟ್ಟುವಿಕೆ

ಒಬ್ಬ ತಾಯಿ ಮುಂಚೆಯೇ ಕಡಿಮೆ ತೂಕದ ಮಗುವಿಗೆ ಜನ್ಮ ನೀಡಿದ್ದರೆ ಮತ್ತೆಯೂ ಕಡಿಮೆ ತೂಕದ ಮಗುವೇ ಹುಟ್ಟಬೇಕೆಂಬ ನಿಯಮವೇನೂ ಇಲ್ಲ. ಮೊದಲ ಮಗುವಿಗಿಂತ ಎರಡನೇ ಬಾರಿ ಹುಟ್ಟಿದ ಮಗು ಹೆಚ್ಚು ತೂಕವಿರುವುದು ಅಧ್ಯಯನಗಳಿಂದ ತಿಳಿದುಬಂದಿದೆ. ಮೊದಲ ಮಗು ಏಕೆ ಬಲಹೀನವಾಗಿತ್ತು ಎಂಬುದರ ಬಗ್ಗೆಯೂ ಈಗಿನ ಮಗುವಿನ ತೂಕ ಅವಲಂಬಿಸಿರುತ್ತದೆ. ಒಂದು ವೇಳೆ ಕಾರಣ ಪತ್ತೆಯಾದರೆ ಶೀಘ್ರವೇ ಸಮಸ್ಯೆಯನ್ನು ಬಗೆಹರಿಸಬಹುದು. ಇಂತಹ ತಾಯಂದಿರು ಎರಡನೇ ಮಗುವಿಗೆ ಜನ್ಮ ನೀಡುವುದಕ್ಕೆ ಮುಂಚೆ ಅದಕ್ಕೆ ಸಂಬಂಧಿಸಿದ ಎಲ್ಲ ಕಾರಣಗಳ ಬಗ್ಗೆ ಯೋಚಿಸಬೇಕು.

ಸೋಂಕು ಆಗಬಹುದು. ಇವುಗಳಲ್ಲಿ ಹೈಡ್ರೋಮಟ್ರಿಸಿಸ್ ಸೋಂಕು ಎಲ್ಲಕ್ಕಿಂತ ಹೆಚ್ಚು ಸಾಧಾರಣವಾದದ್ದು.

ಒಂದು ವೇಳೆ ಈ ಸೋಂಕಿಗೆ ಚಿಕಿತ್ಸೆ ಮಾಡಿಸಿಕೊಳ್ಳದಿದ್ದರೆ ಭಾರಿ ಅಪಾಯಕಾರಿ ಆಗಬಹುದು. ಇದು ಕೆಲಸ ಮಾಡುವಾಗಿನ ಎಲ್ಲ ಶಕ್ತಿಯನ್ನೂ ಹೀರಿಬಿಡುತ್ತದೆ. ನಿಮಗೆ ಬಲಹೀನತೆ ಕಾಣಿಸಿಕೊಳ್ಳುತ್ತದೆ. ಪ್ರಸವದ ನಂತರ ಸುಲಭವಾಗಿ ನೀವು ನಿಭಾಯಿಸಲಾರಿರಿ. ಮಗುವಿನ ಕಡೆಗೆ ಸಂಪೂರ್ಣ ಗಮನ ಹರಿಸುವುದೂ ಸಾಧ್ಯವಾಗುವುದಿಲ್ಲ

ಇದು ಎಷ್ಟು ಸಾಮಾನ್ಯ? ಶೇಕಡಾ 8ರಷ್ಟು ಮಹಿಳೆಯರಲ್ಲಿ ಈ ಸೋಂಕು ಸಾಮಾನ್ಯವಾಗಿದೆ. ಸಿ-ಸೆಕ್ಷನ್ ಅಥವಾ ಮೆಂಬ್ರೇನ್ ರಪ್ಚರ್ ಆಗಿದ್ದರೆ ಸೋಂಕಿನ ಅಪಾಯ ಹೆಚ್ಚಾಗುತ್ತದೆ.

ಇದರ ಲಕ್ಷಣಗಳೇನು?

- ಜ್ವರ ಬರುವುದು
- ಸೋಂಕಿನ ಭಾಗದಲ್ಲಿ ನೋವು
- ದುರ್ವಾಸನೆಯಿಂದ ಕೂಡಿದ ರಕ್ತಸ್ರಾವ
- ನೆಗಡಿ ಉಂಟಾಗುವುದು

ನೀವು ವೈದ್ಯರು ಏನು ಮಾಡಬಹುದು? 100^0ಡಿಗ್ರಿಗಿಂತ ಹೆಚ್ಚು ಜ್ವರ ಇದ್ದರೆ ವೈದ್ಯರನ್ನು ಕರೆಸಲು ತಡಮಾಡಬೇಡಿ. ಆನ್ಟಿಬಯಾಟಿಕ್ ಔಷಧಿ ಸೇವಿಸುವುದರ ಜೊತೆಗೆ ಸಂಪೂರ್ಣ ವಿಶ್ರಾಂತಿಯನ್ನು ಪಡೆಯಿರಿ. ಸ್ತನ್ಯಪಾನ ಮಾಡಿಸುತ್ತಿದ್ದರೆ ವೈದ್ಯರಿಗೆ ತಿಳಿಸಿಬಿಡಿ. ಇದರಿಂದ ಅವರಿಗೆ ಔಷಧಿಗಳ ಆಯ್ಕೆಗೆ ಅನುಕೂಲ ಆಗುತ್ತದೆ.

ಇದರಿಂದ ಬಚಾವ್ ಆಗಬಹುದೇ? ಒಂದು ವೇಳೆ ಶುದ್ಧತೆಗೆ ಅತ್ಯಂತ ಹೆಚ್ಚು ಗಮನ ಹರಿಸಿದರೆ ಬಚಾವ್ ಆಗಬಹುದು. ಗಾಯಗಳ ಮೇಲೆ ಔಷಧಿ ಹಚ್ಚಿ ರಕ್ತಸ್ರಾವಕ್ಕೆ ಟ್ಯಾಂಪೂನ್ ಬದಲಿಗೆ ಪ್ಯಾಡ್ ಹಾಕಿಕೊಳ್ಳಿ. ಇದರಿಂದ ಖಂಡಿತವಾಗಿ ಸೋಂಕಿನಿಂದ ಬಚಾವ್ ಆಗಬಹುದು.

ಒಂದು ವೇಳೆ ನಿಮಗೆ ಬೆಡ್‌ರೆಸ್ಟ್ ಸಲಹೆ ಕೊಟ್ಟಿದ್ದರೆ

ಹಾಸಿಗೆಯ ಮೇಲೆ ನಿಯತಕಾಲಿಕೆಗಳ ರಾಶಿ, ಕೈಯಲ್ಲಿ ಟಿವಿ ರಿಮೋಟ್ ಇಟ್ಟುಕೊಂಡು ಮಲಗುವ ಕಲ್ಪನೆ ಎಷ್ಟು ಸುಂದರವಾಗಿ ಕಾಣಿಸುತ್ತದೋ ಅದು ಬೆಡ್ ರೆಸ್ಟ್ ಅನಿಸುವುದಿಲ್ಲ. ಹಾಸಿಗೆಯಲ್ಲಿ ಉರುಳಿಕೊಳ್ಳುತ್ತಿದ್ದಂತೆ ಇದು ಸುಲಭವಾದ ಕೆಲಸವಲ್ಲ ಎಂದೆನಿಸುತ್ತದೆ. ಈಗ ನೀವು ತಲೆಯ ಮೇಲೆ ಕೈ ಇಟ್ಟು ಯಾವ ಕೆಲಸವನ್ನೂ ಮಾಡಲಾಗುವುದಿಲ್ಲ. ಇಡೀ ದಿನ ನಿಮ್ಮ ಮನಸ್ಸನ್ನು ಸಂತೋಷಪಡಿಸಲು ಯಾರೂ ಇರುವುದಿಲ್ಲ. ಆಗ ನೀವು ಆರೋಗ್ಯಕರ ಗರ್ಭಾವಸ್ಥೆಗಾಗಿ ಹಾಗೂ ಮಗುವಿನ ಒಳ್ಳೆಯದಕ್ಕಾಗಿ ವೈದ್ಯರು ಬೆಡ್‌ರೆಸ್ಟ್ ಸಲಹೆ ನೀಡಿದ್ದಾರೆ ಎಂಬುದನ್ನೂ ಮರೆತುಬಿಡುತ್ತೀರಿ. ನಿಮಗೆ ಈ ಕೆಳಗಿನ ಸಲಹೆಗಳಿವೆ.

ಬೆಡ್‌ರೆಸ್ಟ್ ತೆಗೆದುಕೊಳ್ಳುವುದರಿಂದ ಜಟಿಲ ಗರ್ಭಾವಸ್ಥೆಯ ಅನೇಕ ತೊಂದರೆಗಳು ದೂರವಾಗುತ್ತವೆ ಎಂದು ವೈದ್ಯರು ನಂಬುತ್ತಾರೆ. ಇದರಿಂದ ಸರ್ವಿಕ್ಸ್ ಮೇಲೆ ಹೆಚ್ಚು ಒತ್ತಡ ಬೀಳುವುದಿಲ್ಲ. ಹೃದಯದ ಮೇಲೆ ಒತ್ತಡ ಬೀಳುವುದರಿಂದ ಕಿಡ್ನಿ ಮೇಲೆ ರಕ್ತದ ಒತ್ತಡ ಹೆಚ್ಚುತ್ತದೆ. ಇದರಿಂದ ವ್ಯರ್ಥ ದ್ರವ ಹೊರಸೂಸಲು ಅನುಕೂಲವಾಗುತ್ತದೆ.

ಯಾವ ತಾಯಿಗೆ 35ಕ್ಕಿಂತ ಹೆಚ್ಚು ವಯಸ್ಸಾಗಿರುತ್ತದೋ, ಮಿಸ್ ಕ್ಯಾರಿಯೇಜ್ ಇತಿಹಾಸ ಇರುವುದಿಲ್ಲವೋ, ಮಲ್ಟಿಪಲ್ ಪ್ರೆಗ್ನೆನ್ಸಿ ಹಾಗೂ ಪ್ರಸವದಲ್ಲಿ ಜಟಿಲತೆ ಇರುತ್ತದೆಯೋ, ಯಾವುದೇ ಹಳೆಯ ರೋಗ ಇರುವುದಿಲ್ಲವೋ ಅವರೆಲ್ಲರಿಗೂ ಬೆಡ್‌ರೆಸ್ಟ್ ತೆಗೆದುಕೊಳ್ಳಲು ಸಲಹೆ ನೀಡಲಾಗುತ್ತದೆ.

ಇದರಿಂದ ಅವಧಿ ಪೂರ್ವ ಪ್ರಸವ ಸಾಧ್ಯತೆ ಕಡಿಮೆಯಾಗುತ್ತದೆ. ಜೊತೆಗೆ ಇನ್ನಿತರ ತೊಂದರೆಗಳೂ ಕಡಿಮೆಯಾಗುತ್ತವೆ. ಇದರಿಂದ ಕೆಲವು ಅನಾನುಕೂಲವೂ ಉಂಟು. ಬಹಳ ಹೊತ್ತು ಬೆಡ್‌ರೆಸ್ಟ್ ತೆಗೆದುಕೊಳ್ಳುವ ಮಹಿಳೆಯರಿಗೆ ನಿತಂಬ ಮತ್ತು ಮಾಂಸಖಂಡಗಳ ನೋವನ್ನು ಸಹಿಸಬೇಕಾಗುತ್ತದೆ. ಚರ್ಮದಲ್ಲಿ ಉರಿ, ತಲೆನೋವು, ವಿಷಾದ (ಡಿಪ್ರೆಶನ್) ಕೂಡ ಆಗುತ್ತದೆ. ಹೆಚ್ಚಾಗಿ ಅಲುಗಾಡವಿರುವುದರಿಂದ ಎದೆಯಲ್ಲಿ ಉರಿ, ಮಲಬದ್ಧತೆ, ಕಾಲು ಊದಿಕೊಳ್ಳುವುದು ಬೆನ್ನು ನೋವು ಬರಬಹುದು. ಹಸಿವು ಕೂಡ ಚೆನ್ನಾಗಿ ಆಗುವುದಿಲ್ಲ. ಇದರಿಂದಾಗಿ ಮಗುವಿನ ಬೆಳವಣಿಗೆಗೆ ಅನಾನುಕೂಲವಾಗುತ್ತದೆ.

ಈ ಕೆಳಕಂಡ ಸುಳಿವುಗಳಿಂದ ನಿಮ್ಮ ಸಮಸ್ಯೆಗಳನ್ನು ಕಡಿಮೆ ಮಾಡಿಕೊಳ್ಳಬಹುದು.

- ಹಾಸಿಗೆಯಲ್ಲಿ ಸ್ವಲ್ಪ ಹೊರಳಾಡಿ. ಮಗ್ಗುಲು ಬದಲಾಯಿಸಿ ಮಲಗಿಕೊಳ್ಳಿ. ದೇಹದ ಸಮತೋಲ ಕಾಪಾಡಿಕೊಳ್ಳಲು ತಲೆದಿಂಬು ಇಟ್ಟುಕೊಳ್ಳಿ. ಸ್ವಲ್ಪ ಹೊತ್ತಾಗುತ್ತಿದ್ದಂತೆ ಮತ್ತೆ ಮಗ್ಗುಲು ಬದಲಿಸಿ.
- ವೈದ್ಯರನ್ನು ಕೇಳಿಕೊಂಡು ಬಾಹುಗಳನ್ನು ಅಲುಗಾಡಿಸುವ ವ್ಯಾಯಾಮ ಮಾಡಿ ಕುಳಿತಲ್ಲಿಂದಲೇ ದೇಹದ ಯಾವ ಯಾವ ಭಾಗಗಳನ್ನು ಅಲ್ಲಾಡಿಸಬಹುದೋ ಅವುಗಳನ್ನು ಅಲುಗಾಡಿಸಿ.
- ಸ್ಟ್ರೆಚಿಂಗ್ ವ್ಯಾಯಾಮ ಮಾಡಬಹುದೇ ಎಂದು ವೈದ್ಯರನ್ನು ಕೇಳಿನೋಡಿ. ಹಾಸಿಗೆಯಲ್ಲಿ ಕುಳಿತೇ ನಿಧಾನವಾಗಿ ಕೈಕಾಲುಗಳನ್ನು ಚಾಚಿ, ಕಾಲುಗಳನ್ನು ಅಲುಗಾಡಿಸಿ ಇದರಿಂದ ಕಾಲ್ಗಳಲ್ಲಿ ರಕ್ತ ಹೆಪ್ಪುಗಟ್ಟುವುದಿಲ್ಲ. ಮಾಂಸಖಂಡಗಳು ಬಲವಾಗುತ್ತವೆ.
- ನೀವು ಏನನ್ನು, ಎಷ್ಟು ಪ್ರಮಾಣದಲ್ಲಿ ಸೇವಿಸುತ್ತಿದ್ದೀರಿ ಎಂದು ಗೊತ್ತಿರಲಿ. ಒಂದು ವೇಳೆ ಪೌಷ್ಟಿಕ ಆಹಾರ ತೆಗೆದುಕೊಳ್ಳದೇ ಸ್ನ್ಯಾಕ್ಸ್‌ನಿಂದಲೇ ಕಾಲ ತಳ್ಳುತ್ತಿದ್ದರೆ ಮಗುವಿನ ತೂಕದ ಮೇಲೆ ಅದರ ಪರಿಣಾಮ ಉಂಟಾಗಬಹುದು. ಇಷ್ಟೇ ಅಲ್ಲದೆ ಅಗತ್ಯಕ್ಕಿಂತ ತೂಕ ಹೆಚ್ಚಾದರೂ ಸಮಸ್ಯೆಯಾಗುತ್ತದೆ. ಆದ್ದರಿಂದ ಯಾವಾಗಲೂ ಏನಾದರೂ ತಿನ್ನುವ ಅಭ್ಯಾಸ ಮಾಡಿಕೊಳ್ಳಿ.
- ನೀವು ದ್ರವ ಪದಾರ್ಥಗಳನ್ನು ಸಾಕಷ್ಟು ಸೇವಿಸಬೇಕು. ಹಾಗೆ ಮಾಡಿದಾಗ ಅಜೀರ್ಣ, ಮಲಬದ್ಧತೆ, ಎದೆಯುರಿ ಮುಂತಾದ ಸಮಸ್ಯೆಗಳೂ ಬರುವುದಿಲ್ಲ. ನಿಮ್ಮ ಹಾಸಿಗೆ ಬಳಿ ನೀರು ಮತ್ತಿತರ ಪೇಯಗಳು ಧಾರಾಳವಾಗಿರಲಿ.
- ಬಹಳ ಮಲಗಿದರೆ ಎದೆಯುರಿ ಕಾಣಿಸಬಹುದು. ಸಾಧ್ಯವಾದರೆ ತಿನ್ನುವಾಗ ಕುಳಿತು ತಿನ್ನಿ.
- ಪ್ರಸವದ ನಂತರ ಚೇತರಿಸಿಕೊಳ್ಳಲು ಸ್ವಲ್ಪ ಕಾಲಾವಕಾಶ ಬೇಕಾಗುತ್ತದೆ. ಆದ್ದರಿಂದ ಬಹಳ ವಿಶ್ವಾಸ ಇಟ್ಟುಕೊಂಡು ಬಿಡಬೇಡಿ. ಕಳೆದು ಹೋದ ಮಾಂಸಖಂಡಗಳಲ್ಲಿನ ಶಕ್ತಿ ನಿಧಾನವಾಗಿ ಮರಳುತ್ತದೆ. ಅದಕ್ಕೆ ಕಾಲಾವಕಾಶ ಕೊಡಿ. ತಿರುಗಾಟ, ಪ್ರಸವದನಂತರ ಯೋಗ ಅಥವಾ ಈಜಿನಿಂದ ಪರಿಸ್ಥಿತಿಯನ್ನು ಸುಧಾರಿಸಿಕೊಳ್ಳಬಹುದು.
- ನಿಮ್ಮ ಬಳಿ ಫೋನ್ ಇಟ್ಟುಕೊಳ್ಳಿ. ಸ್ನೇಹಿತರ ಬಂಧುಗಳ ಜೊತೆ ಮಾತನಾಡಿ ಮನಸ್ಸು ಬೇರೆಡೆ ಹಾಯಿಸಿಕೊಳ್ಳಿ. ಒಂದು ವೇಳೆ ಲ್ಯಾಪ್‌ಟಾಪ್ ಇದ್ದರೆ ಈ-ಮೇಲ್ ಬಳಸಬಹುದು. ಇದರಿಂದ ಹಾಸಿಗೆಯಲ್ಲಿ ಕುಳಿತೇ ಎಲ್ಲರ ಜೊತೆ ನೀವು ಸಂಪರ್ಕ ಬೆಳೆಸಬಹುದು.
- ಬೆಳಗ್ಗೆ ಪತಿರಾಯ ಮನೆ ಬಿಟ್ಟು ಹೊರಡುವುದಕ್ಕೆ ಮುಂಚೆ ಅಗತ್ಯವಿರುವ ವಸ್ತುಗಳನ್ನು ಎತ್ತಿಟ್ಟುಹೋಗುವಂತೆ ತಿಳಿಸಿ. ಫ್ರಿಡ್ಜ್‌ನಲ್ಲಿ ನೀರು, ಹಣ್ಣು, ಮೊಸರು, ಚೀಸ್ ಹಾಗೂ ಸ್ಯಾಂಡ್‌ವಿಚ್ ಯಾವಾಗಲೂ ಇರಲಿ. ಫೋನ್, ಮ್ಯಾಗಜೀನ್‌ಗಳು, ಪುಸ್ತಕ, ಟಿವಿ ರಿಮೋಟ್ ಹತ್ತಿರವಿರಲಿ.
- ಇಡೀ ದಿನದ ದಿನಚರಿ ತಯಾರಿಸಿಕೊಳ್ಳಿ. ಬೋರ್ ಆಗದಂತೆ ನೋಡಿಕೊಳ್ಳಿ.
- ಮನೆಯಲ್ಲಿ ಇದ್ದುಕೊಂಡೇ ಅಲ್ಪಸ್ವಲ್ಪ ಕೆಲಸ ಮಾಡಿಕೊಳ್ಳಲು ಅನುಮತಿ ಇದ್ದರೆ ನಿಮ್ಮ ಬಾಸ್‌ಗೆ ಇತಿಮಿತಿ ತಿಳಿಸಿಬಿಡಿ. ನಿಮಗೆ ಅಗತ್ಯಕ್ಕಿಂತ ಹೆಚ್ಚು ಕೆಲಸದ ಹೊರೆ ಆಗದಿರಲಿ.
- ನೀವು ಮಗುವಿಗಾಗಿ ಬೇಕಿರುವ ವಸ್ತುಗಳನ್ನು ಆನ್‌ಲೈನ್‌ನಲ್ಲಿ ಖುಷಿಯಿಂದ ಖರೀದಿಸಬಹುದು. ಮಗುವಿನ ಬಟ್ಟೆ, ಹಾಸಿಗೆ ಅದಕ್ಕೆ ಬೇಬಿ ಸೀಟರ್ ವ್ಯವಸ್ಥೆ ಮುಂತಾದವುಗಳನ್ನು ನೀವೇ ಮಾಡಬೇಕು.
- ಮೇಲ್ ಸರ್ವಿಸ್‌ನಿಂದ ಡಿವಿಡಿ ಸರಿಸಿಕೊಳ್ಳಿ. ಸಮಯದ ಅಭಾವದಿಂದ ಯಾವ ಚಿತ್ರಗಳನ್ನು ನೋಡಲು ನಿಮಗೆ

ବିଛଣାରେ ବିଶ୍ରାମର ପ୍ରକାର

ଡାକ୍ତର ଯେତେବେଳେ ଆପଣଙ୍କର କାର୍ଯ୍ୟକଳାପ ବା ଚଳପ୍ରଚଳକୁ କମ୍ କରିଥାନ୍ତି, ଏହାକୁ ହିଁ ବେଡ୍ ରେଷ୍ଟ କୁହାଯାଏ । ଆପଣ କଣ କରିବେ, କଣ କରିବେ ନାହିଁ, ଏହା କହିଥାନ୍ତି । ଆସନ୍ତୁ ଏ ବିଷୟରେ ଆଲୋଚନା କରିବା ।

କ୍ରମାଗତ ବିଶ୍ରାମ: କେତେକ ମା' ମାନଙ୍କୁ ପ୍ରତିଦିନ ବିଭିନ୍ନ ସମୟରେ ବିଶ୍ରାମ କରିବ ପାଇଁ ପରାମର୍ଶ ଦିଆଯାଇଥାଏ; ଫଳରେ ବିପଦକୁ ଦୂରେଇ ହେବ । ଅନେକ ଡାକ୍ତର କାମ କମ୍ କରିବା, ସିଡି ନ ଚଢ଼ିବା, ବେଶି ସମୟ ଧରି ଠିଆ ନହେବାକୁ ମଧ୍ୟ ପରାମର୍ଶ ଦେଇଥାନ୍ତି ।

ମଡିଫାଏଡ୍ ବେଡରେଷ୍ଟ: ନିଜ ଘରକାମ, ଅଫିସ କାମ, ଗାଡ଼ି ଚଳେଇବାକୁ ବାରଣ କରାଯାଏ ଅଥଚ ସ୍ୱଚ୍ଛ ଓ ହାଲୁକା କାମ କରିପାରନ୍ତି । ବିଛଣାରୁ ସୋଫାକୁ ଯିବା, ଜଳଖିଆ ବା ସେଣ୍ଡବିଚ ତିଆରି କରିବା କାମ ପାଇଁ ଛାଡ଼ ଥାଏ, କିନ୍ତୁ ପାହାଚ ଚଢ଼ିବା ନିଷେଧ ।

ବାଧ୍ୟତାମୂଳକ ବିଶ୍ରାମ: ବିଶ୍ରାମ କରିବାକୁ ବାଧ୍ୟ ବୋଲି ଯେଉଁ ପରାମର୍ଶ ଦିଆଯାଏ ସେଥିରେ ନିତ୍ୟକର୍ମ ଗାଦୁଆ ପାଦୁଆକୁ ଛାଡ଼ି ଶେଷ ସମୟତକ ବିଛଣାରେ ରହିବାକୁ କୁହାଯାଏ । ଏଣୁ ନିଜର ସବୁତକ ଯାବତୀୟ ଜିନିଷପତ୍ର ବିଛଣା ପାଖରେ ଥିବା ଅନ୍ୟର ବିନା ସାହାଯ୍ୟରେ ଓ ବିଛଣାରୁ ନ ଉଠି ମଧ୍ୟ ସବୁ କାମ କରିହେବ ।

ଡାକ୍ତରଖାନାରେ ବିଶ୍ରାମ: ମନେକର ଆପଣଙ୍କୁ ଚିଜ୍ ସାଙ୍ଗକୁ ଆଇ.ଭି. ଆବଶ୍ୟକ ହୁଏ, ତଥାପି ହସ୍ପିଟାଲରେ ବିଶ୍ରାମ କରିବାକୁ ପଡ଼ିବ । ଗୋଡ଼କୁ ସାମାନ୍ୟ ଟେକି ଦିଆଯିବ । ଫଳରେ ଗର୍ଭସ୍ଥ ଶିଶୁଟି ଆଉ କିଛି ସମୟ ଗର୍ଭରେ ରହି ପରିପକ୍ୱ ହୋଇପାରିବ ।

■ ଅନଲାଇନ ଡିନର ଅର୍ଡର କରି ସ୍ୱାମୀଙ୍କୁ ସରପ୍ରାଇଜ ଦିଆଯାଇ ପାରିବ ।

■ ମେଲ ସର୍ଭିସ ଯୋଗେ ଡିଭିଡି ମଗେଇ ନିଜ ମନ ପସନ୍ଦ ଫିଲ୍ମ ଦେଖନ୍ତୁ । ଆଗରୁ ହୁଏତ କାର୍ଯ୍ୟବ୍ୟସ୍ତତା ଯୋଗୁଁ ସମ୍ଭବ ହେଇନଥିବ, ଏହାପରେ ହୁଏତ ଏଭଳି ସୁଯୋଗ ମିଳିନପାରେ ।

■ ମୌଜ ମଜଲିସ କଲେ କ୍ଷତି କଣ ? ନିଜର ସାଙ୍ଗମାନଙ୍କୁ ଡାକି ପିଜ୍ଜା ପାର୍ଟି ଘରେ କରନ୍ତୁ । ସବୁ କାମ ସେମାନେ ହିଁ କରିବେ ।

■ ନିଜ ଛୁଆ ପାଇଁ ସ୍ୱିଟର ବୁଣନ୍ତୁ । ଟାଇମ ପାସ ସାଙ୍ଗକୁ ଖୁସି ଓ ସନ୍ତୋଷ ପାଇବେ ।

■ ନିଜର ଫଟୋ ଆଲବମକୁ ସଜାସଜି କରନ୍ତୁ । ଫୋନ ବୁକକୁ କମ୍ପ୍ୟୁଟରରେ ଲୋଡ କରନ୍ତୁ । ଶିଶୁର ଶୁଭେଚ୍ଛା, ଧନ୍ୟବାଦ, ବଧେଇ ଇତ୍ୟାଦି ସବୁ କାମ ସାରି ଦିଅନ୍ତୁ ।

■ ନିଜର ସୌନ୍ଦର୍ଯ୍ୟ ଓ କେଶ ସଜ୍ଜା ପ୍ରତି ଦୃଷ୍ଟି ଦିଅନ୍ତୁ । ବ୍ୟୁଟି ପାର୍ଲରରୁ ଜଣକୁ ଡାକି ଘରେ ବ୍ୟୁଟି କେୟାର କରାନ୍ତୁ । ଭାବନ୍ତୁ ନାହିଁ ଯେ ଏଭଳି ଅବସ୍ଥାରେ ମତେ କିଏ ଚାହିଁବ, ନିଜେ ଭଲ ଦିଶିଲେ ମନ ଭଲ ରହିବ ।

■ ବିଛଣାର ଚାଦର ପାଲଟି ପାଖଆଖର ଜିନିଷପତ୍ର ସଜାନ୍ତୁ

■ ନିଜର ମତାମତ ଓ ଭାବନାକୁ ଡାଏରୀରେ ଲିପିବଦ୍ଧ କରନ୍ତୁ । ଫଳରେ ଖୁବ୍ ସନ୍ତୋଷ ଲଭିବେ ।

■ ମନ ଦୁଃଖ ହେଲେ ଶିଶୁର ଅଲଟ୍ରା ସାଉଣ୍ଡର ଚିତ୍ରାବଳୀ ଦେଖନ୍ତୁ । ତାକୁ ହିଁ ଏ ସଂସାର ଭିତରକୁ ଆଣିବା ପାଇଁ ଏପ୍ରକାରର ପ୍ରଚେଷ୍ଟା ଚାଲିଛି ବୋଲି ମନେ ପକାନ୍ତୁ ।

■ ■ ■

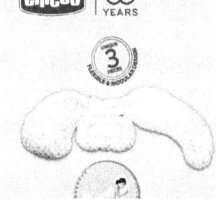

ಗರ್ಭಾವಸ್ಥೆಯಲ್ಲಾಗುವ ಹಾನಿಯನ್ನು ಎದುರಿಸುವುದು.

ಗರ್ಭಾವಸ್ಥೆಯನ್ನು ಒಂದು ಖುಶಿಯಾಗಿರುವ ಪ್ರಯಾಣವೆಂದು ನಂಬಲಾಗಿದೆ. ಇದರಲ್ಲಿ ರಹಸ್ಯ, ರೋಮಾಂಚನ, ಉತ್ತೇಜನೆ, ಉತ್ಸಾಹ, ಶಿಶುವಿಗೆ ಸಂಬಂಧಪಟ್ಟ ಕನಸುಗಳು, ಭಯ, ಘಾಬರಿ, ಎಲ್ಲವೂ ಸೇರಿದೆ. ಯದ್ಯಪಿ ಹೀಗಾಗುವುದು ಯಾವಾಗಲು ಸಾಧ್ಯವಿಲ್ಲ. ಒಂದು ವೇಳೆ ನಿಮಗೆ ಗರ್ಭಾವಸ್ಥೆಯಲ್ಲಿ ಯಾವುದಾದರು ಪೆಟ್ಟಾಗಿದ್ದರೆ ಅಥವ ನೀವು ನಿಮ್ಮ ನವಜಾತ ಶಿಶುವನ್ನು ಕಳೆದುಕೊಂಡಿದ್ದರೆ ನಿಮಗೆ ಗೊತ್ತು ಈ ದುಃಖವನ್ನು ಶಬ್ಧಗಳಲ್ಲಿ ವಿವರಿಸಲಾಗುವುದಿಲ್ಲ. ನೀವು ಈ ಸಹಿಸಲಾಗದಿರುವ ದುಃಖದಿಂದ ಚೇತರಿಸಿಕೊಳ್ಳಲೆಂದೇ ಈ ಅಧ್ಯಾಯ ನಿಮಗೆ ಸಮರ್ಪಿತವಾಗಿದೆ.

ಮಿಸ್‌ಕ್ಯಾರೆಜ್.

ಯದ್ಯಪಿ ಇದು ಗರ್ಭಾವಸ್ಥೆಯ ಪ್ರಾರಂಭದಲ್ಲೇ ಆಗಿಬಿಡುವುದು. ಆದರೆ ಇದರ ದುಃಖವಾಗುವುದಿಲ್ಲ ಎಂದು ಅರ್ಥವಿಲ್ಲ. ನೀವು ಎಷ್ಟೇ ಬೇಗ ನಿಮ್ಮ ಶಿಶುವನ್ನು ಕಳೆದುಕೊಂಡಿದ್ದರೂ ದುಃಖವಾಗುವುದು ಸತ್ಯ. ನೀವು ಅಲ್ಟ್ರಾಸೌಂಡಲ್ಲಿ ಶಿಶುವನ್ನು ನೋಡಿಲ್ಲದಿರಬಹುದು ಆದರೂ ಒಂದು ಸಂಬಂಧ ಪ್ರಾರಂಭವಂತೂ ಆಗಿರುತ್ತದೆ ಅಲ್ಲವಾ? ಗರ್ಭಾವಸ್ಥೆಯ ಸುದ್ದಿ ಸಿಕ್ಕತಕ್ಷಣವೇ ನೀವು ಕನಸು ಕಾಣಲು ಪ್ರಾರಂಭಿಸುತ್ತೀರಿ. ತಮ್ಮನ್ನು ತಾಯಿಯ ರೂಪದಲ್ಲಿ ನೋಡುತ್ತೀರಿ. ಆಮೇಲೆ ಅಕಸ್ಮಾತಾಗಿ ಎಲ್ಲಾ ಉತ್ತೇಜನೆ ಉತ್ಸಾಹ ಕ್ಷಣದಲ್ಲಿ ಮುಗಿದು ಹೋಗುತ್ತದೆ. ನೀವು ದುಃಖದಲ್ಲಿ ಮುಳುಗಿ ಬಿಡುತ್ತೀರಿ. ನಿಮಗೆ ಸಿಟ್ಟು ಬರುವುದು. ನಿಮ್ಮಗೆ ಹೀಗಾಯಿತಲ್ಲ ಎಂದು ಬೇಜಾರಾಗುತ್ತೀರಿ. ಯಾರ ಮನೆಯಲ್ಲಿ ಶಿಶು ಜನಿಸಿದೆಯೋ ಆ ಸ್ನೇಹಿತರ ಪರಿವಾರದ ಜನರ ಮಧ್ಯದಲ್ಲಿ ನೀವು ಸಮಾಲೋಜನೆ ಮಾಡಿಕೊಳ್ಳಲು ಬಹಳ ಕಷ್ಟವೆನಿಸುತ್ತದೆ. ಪ್ರಾರಂಭದಲ್ಲಿ ಊಟ–ತಿಂಡಿ, ಮಲಗುವುದು, ಕೂರುವುದು, ಎಲ್ಲದರಲ್ಲೂ ವಿರಕ್ತಿ ಅನಿಸುತ್ತದೆ. ನಿಮಗೆ ಬಹಳ ಅಳು ಬರುವುದು ಅಥವ ಬಾರದೆ ಇರುವುದು. ಇದೆಲ್ಲ ಪ್ರಾಕೃತಿಕ ಪ್ರಕ್ರಿಯೆಗಳು ಹಾಗೂ ಬಹಳ ಸಾಮಾನ್ಯ.

ವಾಸ್ತವದಲ್ಲಿ ಕೆಲವು ದಂಪತಿಗಳಿಗೆ ಪ್ರಾರಂಭದಲ್ಲೇ ಆಗಿರುವ ಈ ಹಾನಿಯನ್ನು ತಡೆಯುವುದು ಬಹಳ ಕಷ್ಟವಾಗುತ್ತದೆ. ಏಕೆ? ಅನೇಕರು ಮೂರನೆ ತಿಂಗಳತನಕ ಈ ಮಾತನ್ನು ಯಾರಿಗೂ ಹೇಳಿರುವುದಿಲ್ಲ. ಈ ಸ್ಥಿತಿಯಲ್ಲಿ ಅವರಿಗೆ ಸಾಂತ್ವನ ಕೊಡುವವರು ಯಾರು ಇರುವುದಿಲ್ಲ. ಕೆಲವು ಸಲ ಜನರಿಗೆ ಹೇಳಿದರೂ ಗರ್ಭಾವಸ್ಥೆ ಕಳೆದ ಮೇಲೆ ಸಿಗುವಷ್ಟೂ ಸಮಾಧಾನದ ಎರಡು ಮಾತುಗಳು ಸಿಗುವುದಿಲ್ಲ. ಸಾಧಾರಣವಾಗಿ ಅವರು ಹೇಳುವರು " ಪರವಾಗಿಲ್ಲ ಇನ್ನೊಂದು ಸಲ ಪ್ರಯತ್ನಿಸಿ. ಈಗ ಪ್ರಾರಂಭ ತಾನೆ... ನಿಮ್ಮ ಹತ್ತಿರ ಶಿಶುವಿನ ಯಾವುದೇ ಚಿತ್ರ ಅಥವಾ ವಸ್ತುವೂ ಇರುವುದಿಲ್ಲ. ತಾಯಿ–ತಂದೆಯ ದುಃಖ ಸ್ವಲ್ಪ ಕಡಿಮೆ ಆಗಲೆಂದು ಅದರ ಅಂತಿಮ ಸಂಸ್ಕಾರದ ಪ್ರಕ್ರಿಯೆ ಸಹ ಆಗುವುದಿಲ್ಲ.

ಒಂದು ವ್ಯಕ್ತಿಗತ ಪ್ರಕ್ರಿಯೆ

ಈ ಸ್ಥಿತಯಲ್ಲಿ ಯಾವುದೇ ಭಾವನಾತ್ಮಕ ಫಾರ್ಮೂಲ ಕೆಲಸಕ್ಕೆ ಬರುವುದಿಲ್ಲ. ಎಲರೂ ತಮ್ಮದೇ ಆದ ರೀತಿಯಲ್ಲಿ ಇದನ್ನು ಎದುರಿಸಲು ಇಚ್ಛಿಸುತ್ತಾರೆ. ನೀವು ಈ ದುಃಖದಿಂದ ಪಾರಾಗಲು ಅಧಿಕ ಸಮಯ ಬೇಕಾಗಬಹುದು ಅಥವಾ ನೀವು ಬೇಗನೆ ಈ ದುಃಖದಿಂದ ಪಾರಾಗಬಹುದು. ನೀವು ಬೇಗನೆ ಪುನಃ ಪ್ರಯತ್ನಿಸಲು ಸಿದ್ದವಾಗಬಹುದು. ನೆನಪರಲಿ ನಿಮಗೆ ಸಾಮಾನ್ಯ ಅನಿಸುವ ಪ್ರಕ್ರಿಯೆಯೆ ಸಾಮಾನ್ಯವಾಗಿರುವುದು. ನೀವು ನಿಮ್ಮನ್ನು ಸಂಭಾಳಿಸಲು ಏನು ಮಾಡಲು ಇಷ್ಟ ಪಡೆತ್ತಿರೋ ಅದೇ ಮಾಡಿ.

ಮಿಸ್‌ಕ್ಯಾರೇಜ್‌ ಕಾರಣದಿಂದ ಆಗಿರುವ ದುಃಖವನ್ನು ನೀವು ನಿಮ್ಮಿಷ್ಟದಂತೆ ಪ್ರಕಟಿಸಬಹುದು. ಯಾವುದೇ ರೀತಿಯಲ್ಲಾದರೂ ನಿಮ್ಮ ಮನಸ್ಸಿನ ಭಾರವನ್ನು ಹಗೂರ ಮಾಡಿಕೊಳ್ಳಬಹುದು. ನೀವಿಬ್ಬರೂ ನಿಮ್ಮ ಸಂಬಂಧಿಕರ ಸಹಾಯ ಪಡೆಯಲು ಇಚ್ಛಿಸಬಹುದು. ನೀವು ನಿಮ್ಮ ಭಾವನೆಯನ್ನು ಹಂಚಿಕೊಂಡರೆ ನಿಮಗೆ ತಿಳಿಯುತ್ತದೆ ಅನೇಕ ಮಹಿಳೆಯರು ಈ ತರಹದ ಸಮಸ್ಯೆಗಳನ್ನು ಎದುರಿಸಿದ್ದಾರೆ. ಆದರೆ ನಿಮಗೆ ಅದರ ಬಗ್ಗೆ ಏನು ಗೊತ್ತಿರುವುದಿಲ್ಲ. ಒಂದು ವೇಳೆ ನೀವು ಯಾರಿಗೂ ನಿಮ್ಮ ದುಃಖವನ್ನು ಹೇಳಲು ಇಷ್ಟ ಪಡದೆಹೋದರೆ ನಿಮ್ಮಲ್ಲೇ ಇಟ್ಟುಕೊಂಡಿರಿ.

ನೆನಪಿನಲ್ಲಿಟ್ಟುಕೊಳ್ಳಿ, ನೀವು ಆದಿನದ ದುಃಖವನ್ನು ಯಾವಾಗಲೂ ಜ್ಞಾಪಿಸಿಕೊಳ್ಳಬಹುದು. ಅಥವ ಪ್ರತಿ ವರ್ಷ ಜ್ಞಾಪಿಸಿಕೊಳ್ಳಬಹುದು. ಆ ದಿನ ಗಿಡ ನೆಟ್ಟಿ, ಶಾಂತವಾಗಿ ಪಿಕ್‌ನಿಕ್ ಮಾಡಿ, ಅಥವಾ ನಿಮ್ಮ ಸಂಗಾತಿಯ ಸಂಗಡ ಹೊರಗೆ ಊಟಕ್ಕೆ ಹೋಗಿ.

ನಿಮಗೆ ನಿಮ್ಮ ದುಃಖವನ್ನು ಆಚರಿಸುವ ಪೂರ್ಣ ಅಧಿಕಾರವಿದೆ. ಆಗಲೇ ನೀವು ನಿಧಾನವಾಗಿ ಈ ದುಃಖದಿಂದ ಹೊರಗೆ ಬರುತ್ತೀರಿ. ಒಂದು ವೇಳೆ ನೀವು ಈ ದುಃಖದಿಂದ ಹೊರಗೆ ಬಾರದೆ ಹೋದರೆ ನಿಮಗೆ ಸರಿಯಾಗಿ ಊಟ ತಿಂಡಿ ಮಾಡಲಾಗುವುದಿಲ್ಲ. ರಾತ್ರಿ ನಿದ್ರೆ ಬರುವುದಿಲ್ಲ, ನೀವು ನಿಮ್ಮ ಪರಿವಾರದಿಂದಲೇ ದೂರವಾಗುವಿರಿ. ಸ್ಥಿತಿ ಕೆಟ್ಟು ಹೋದರೇ ವೈದ್ಯಕೀಯ ಸಲಹೆ ತೆಗದುಕೊಳ್ಳ ಬೇಕಾಗಬಹುದು.

ದುಪಟ್ಟು ಮಿಸ್‌ಕ್ಯಾರೇಜ್‌ನ್ನು ಎದುರಿಸುವುದು.

ಯದ್ಯಪಿ ಇದರಿಂದ ದುಃಖ ಬಹಳ ಅಧಿಕವಾಗುವುದು. ನೀವು ನಿರಾಶರಾಗುವಿರಿ, ನಿರುತ್ಸಾಹಿಯಾಗುವಿರಿ, ಸಿಟ್ಟು ಸಿಡುಕು ಅಧಿಕವಾಗುವುದು. ನಿಮ್ಮ ಶರೀರ ಹಾಗೂ ಮನಸ್ಸಿಗೆ ಈ ದುಃಖದಿಂದ ಪಾರಾಗಲು ಬಹಳ ಸಮಯವಾಗಬಹುದು. ಅನೇಕ ಇತರ ಶಾರೀರಿಕ ಲಕ್ಷಣಗಳು ಕಾಣಿಸಬಹುದು. ನಿಮ್ಮ ದುಃಖವನ್ನು ನೆರೆಯವರ ಜೊತೆಗೆ ಹಂಚಿಕೊಳ್ಳಿ. ನಿಮ್ಮಿಂದ ಏನು ತಪ್ಪಾಗಿಲ್ಲ ಎಂದು ನಿಮ್ಮ ಮನಸ್ಸನ್ನು ಸಮಾಧಾನಿಸಿ ಕೊಳ್ಳಿ..ಡಾಕ್ಟರ್ ಸಲಹೆ ಪಡೆಯಿರಿ. ನಿಮ್ಮ ಸಂಗಾತಿಯ ಸಹಾಯದಿಂದ ಮನಸ್ಸಿನ ದುಃಖವನ್ನು ಕಡಿಮೆ ಮಾಡಿಕೊಳ್ಳಿ. ಈ ಎಲ್ಲಾ ಭಾವನೆಗಳನ್ನು ಮನಸ್ಸಿನಿಂದ ದೂರವಿಟ್ಟು ಯೋಚನೆ ಮಾಡಿ. ನೀವು ಒಂದು ಶಿಶುವಿನ ತಾಯಿ ಆಗಲೇಬೇಕು.

ಗರ್ಭದಲ್ಲೆ ಸಾವು

ನಿಮಗೆ ಗಂಟೆಗಟ್ಟಲೆ ನಿಮ್ಮ ಶಿಶುವಿನ ಚಲನ-ವಲನ ಕೇಳೀಸುವುದಿಲ್ಲವೋ ಆಗ ನಿಮ್ಮ ಮನಸ್ಸಿಗೆ ಭಯ ವಾಗುತ್ತದೆ.ಆದರೆ ನಿಮಗೆ ನಿಮ್ಮ ಜನಿಸದ ಶಿಶು ಇನ್ನಿಲ್ಲ ಎಂದು ಗೊತ್ತಾದಾಗ ಇನ್ನೂ ಭಯ, ಬೇಜಾರು ಆಗುತ್ತದೆ.

ಶಿಶುವಿನ ಹೃದಯದ ಬಡಿತ ಕೇಳಿಸುತ್ತಿಲ್ಲ ಅದು ಗರ್ಭದಲ್ಲೇ ಸತ್ತುಹೋಯಿತು ಎಂದು ಕೇಳಿ ಬಹಳ ಬೇಜಾರಾಗುವುದು. ನಿಮಗೆ ಈ ಮಾತಿನ ಮೇಲೆ ನಂಬಿಕೆ ಬರುವುದಿಲ್ಲ. ನಿಮ್ಮ ಅವಸ್ಥೆಯಂತೆ ಮುಂದೆ ಏನು ಮಾಡ ಬೇಕೆಂದು ಡಾಕ್ಟರ್ ನಿರ್ಧರಿಸುವರು. ನಿಮ್ಮ ದುಃಖವೂ ಆ ತಂದೆ ತಾಯಿಗಿಂತ ಕಡಿಮೆಯೇನಿಲ್ಲ ಯಾರ ಮಗು ಜನನದ ಸಮಯದಲ್ಲಿ ಅಥವಾ ಜನಿಸಿದ ತಕ್ಷಣ ಇರುವುದಿಲ್ಲ?

ಜನನದ ಸಮಯದಲ್ಲಿ ಅಥವ ಅಮೇಲೆ ಶಿಶುವಿನ ಮೃತು:-

ಅನೇಕ ಸಲ ಪ್ರಸವದನಂತರವೇ ಶಿಶು ಇರುವುದಿಲ್ಲ. ಒಂಬತ್ತು ತಿಂಗಳತನಕ ಶಿಶುವನ್ನು ಕಾದಿದ್ದ ಮೇಲೆ ನೀವು ಬರಿಗೈಯಲ್ಲಿ ಮನೆಗೆ ಹಿಂತಿರುಗುವಿರಿ. ಈ ದುಃಖಕ್ಕೆ ಯಾವ ತರಹದ ನೋವು ಸಮಾನವಲ್ಲ. ಇಲ್ಲಿ ಸಮಾಧಾನವಿಲ್ಲ. ನಿಮಗೆ ನೀವೇ ಸಮಾಧಾನಿಸಕೊಳ್ಳಬೇಕು..

- ಶಿಶುವನ್ನು ಎತ್ತಿಕೊಳ್ಳಿ ಹೆಸರು ಕೊಡಿ, ನಿಮ್ಮ ದುಃಖವನ್ನು ಸ್ವೀಕರಿಸಿ. ನೀವು ಯಾವುದೇ ಹೆಸರಿಲ್ಲದ ಜೀವಕ್ಕೆ ದುಃಖ ಹೇಗೆ ಅನುಭವಿಸಬಹುದು? ಆದಕಾರಣ ಶಿಶುವಿಗೆ ಅಲ್ಲೇ ಹೆಸರುಕೊಡಿ. ಶಿಶುವನ್ನು ನೋಡುವುದು ಸರಿ ಅಲ್ಲ ಎಂದು ಡಾಕ್ಟರ್ ಹೇಳಬಹುದು ಏಕೆಂದರೆ ಅದು ನಿಮ್ಮ ಕಲ್ಪನೆಯ ನಂತರ ಇರದೇ ಇರಬಹುದು. ಆದರೂ ಅದನ್ನು ನೋಡಿದರೆ ಅದರ ಮರಣವನ್ನು ಸ್ವೀಕರಿಸುವುದು ಸುಲಭವಾಗುವುದು. ನಿಮಗೆ ಅದರ ಅಂತ್ಯಕ್ರಿಯೆ ಮಾಡುವ ಅವಕಾಶ ಸಿಗುವುದು. ನೀವು ಅದನ್ನು ಎಲ್ಲಾದರು ಹೂಳಿದರೇ ನೀವು ಅಲ್ಲಿ ಹೂವನ್ನು ಅರ್ಪಿಸಬಹುದು.

- ಅದರ ಕಾಲಿನ ಅಚ್ಚು ಅಂತ ಅದರ ನೆನಪನ್ನು ನಿಮ್ಮ ಹತ್ತಿರ ಇಟ್ಟುಕೊಳ್ಳಬಹುದು. ಅದರ ಸುಂದರತೆಯನ್ನು ಮನದಲ್ಲಿ ಇರಿಸಿಕೊಳ್ಳಿ, ಉದಾ, ಅದರ ಕೂದಲು, ಅದರ ಬೆರಳುಗಳು ಅಥವಾ ಅದರ ಗುಲಾಬಿ ಕೆನ್ನೆಗಳು.

ಪ್ರಸವದ ನಂತರ ಉದಾಸೀನತೆ ಹಾಗೂ ಮರಣದ

ಉತ್ತೇಜನೆಯಿಂದ ದುಃಖ ಇನ್ನು ಅಧಿಕವಾಗುವುದು. ಯದ್ಯಪಿ ಇದು ಶಿಶುವಿನ ಕಾರಣದಿಂದ ಆಗುವ ಉದಾಸೀನತೆಯಿಂದ ಬೇರೆ ಎಂದು ಗುರುತಿಸಲು ಸ್ವಲ್ಪ ಕಷ್ಟ ಆದರೂ ಚಿಕಿತ್ಸೆ ಎರಡರಲ್ಲೂ ಬೇಕು. ಅವಶ್ಯಕತೆ ಇದ್ದರೆ ವೈದ್ಯಕೀಯ ಸಹಾಯ ತೆಗದುಕೊಳ್ಳಲು ಸಂಕೋಚಿಸಬೇಡಿ. ನಿಮ್ಮ ಡಾಕ್ಟರಿನ ಸಲಹೆಯಿಂದ ಮನೊವೈಜ್ಞಾನಿಕರನ್ನು ಸಂಧಿಸಿ. ಚಿಕಿತ್ಸೆ ಹಾಗೂ ಔಷಧಿಯ ಸಹಾಯದಿಂದ ಆರಾಮ ಸಿಗುವುದು.

ಶಿಶುವಿನ ಸಾವಿನ ನಂತರ ಹಾಲು ಇಂಗುವುದು

ಶಿಶುಇಲ್ಲದೆ ಹೋದರೇ ನಿಮ್ಮ ಹತ್ತಿರ ಅದರ ಒಂದು ನೆನಪು ಉಳಿದಿದೆ. ನಿಮ್ಮ ಸ್ತನಗಳಲ್ಲಿ ಅದಕ್ಕಾಗಿ ಹಾಲು ತುಂಬಿದೆ. ಶಿಶು ಇಲ್ಲದೆ ಹೋದ ಮೇಲೆ ಸ್ತನಗಳಲ್ಲಿ ತುಂಬಿರುವ ಹಾಲನ್ನು ಮಾನಸಿಕ ಹಾಗೂ ಶಾರೀರಿಕ ರೀತಿಯಲ್ಲಿ ಸಂಭಾಳಿಸುವುದು ಬಹಳ ಕಷ್ಟವಾಗುತ್ತದೆ. ಒಂದು ವೇಳೆ ನಿಮಗೆ ಸ್ತನ್ಯಪಾನ ಮಾಡಿಸುವ ಅವಕಾಶವೇ ಸಿಗದೇ ಹೋದರೆ ಸ್ತನಗಳಲ್ಲಿ ಹಾಲು ಕಟ್ಟಿಕೊಳ್ಳಬಹುದು. ಹೀಗಿರುವಾಗ ಬಿಸಿ ನೀರಲ್ಲಿ ಸ್ನಾನ ಮಾಡಬೇಡಿ, ತೊಟ್ಟುಗಳನ್ನು(ನಿಪ್ಪಲ್) ಉಜ್ಜ ಬೇಡಿ ಹಾಗೂ ಸ್ತನದಿಂದ ಹಾಲು ತೆಗೆಯಬೇಡಿ. ಇಲ್ಲದೆ ಹೋದರೆ ಹಾಲು ಇನ್ನೂ ನಿರ್ಮಾಣವಾಗುವುದು.

ಸ್ತನ್ಯಪಾನ ಮಾಡಿಸಿ ಕೆಲವು ದಿನಗಳನಂತರ ಶಿಶುವಿನ ಮೃತ್ಯು ಆಗಿದ್ದರೆ ನಿಮ್ಮ ನರ್ಸ್ ಅಥವ ಡಾಕ್ಟರ್ ಸಲಹೆ ಪಡೆಯಿರಿ. ಸ್ತನದಲ್ಲಿ ಹಾಲು ಎಷ್ಟು ಪ್ರಮಾಣದಲ್ಲಿ ನಿರ್ಮಿಸುವುದೋ ಅಷ್ಟೇ ಪ್ರಮಾಣದಲ್ಲಿ ಪುನಃ ನಿರ್ಮಾಣವಾಗುವುದು. ಆದಕಾರಣ ನಿಮಗೆ ಕೈಯಿಂದ ಅಥವ ಪಂಪ್ ಸಹಾಯದಿಂದ ಹಾಲು ತೆಗೆಯುವ ಸಲಹೆ ಕೊಡಲಾಗುವುದು. ಶಿಶು ಕುಡಿಯುವ ಹಾಲಿನ ಪ್ರಮಾಣದ ಮೇಲೆ ನಿಮ್ಮ ಸ್ತನದಲ್ಲಿ ಹಾಲಿನ ನಿರ್ಮಾಣ ಅವಲಂಬಿಸಿರುತ್ತದೆ. ಸ್ತನ್ಯಪಾನ ಬಿಡಿಸಿದ ಮೇಲೆ ಅಥವಾ ಪಂಪ್ ಉಪಯೋಗಿಸುವದನ್ನು ಬಿಟ್ಟ ಮೇಲೇಯೂ ಅನೇಕ ವಾರದ ತನಕ ಸ್ತನದಿಂದ ಸ್ವಲ್ಪ ಸ್ವಲ್ಪ ಹಾಲ ಬರಬಹುದು.

ಒಂದು ವೇಳೆ ನಿಮ್ಮ ಹತ್ತಿರ ಯಥೇಚ್ಚವಾಗಿ ಹಾಲಿದ್ದರೆ ನೀವು ಅದನ್ನು ಮಿಲ್ಕ್ ಬ್ಯಾಂಕ್‌ಗೆ ದಾನ ಮಾಡಬಹುದು. ಹೀಗೆಮಾಡಿದರೆ ನಿಮ್ಮ ಮನಸ್ಸಿಗೂ ಶಾಂತಿ ಸಿಗುವುದು.

ನಿಮಗೆ ಸತ್ಯವನು ಸ್ವೀಕರಿಸುವ ಧೈರ್ಯಬರಲೆಂದು ಡಾಕ್ಟರಿಂದ ಶಿಶುವಿನ ರಿಪೋರ್ಟ್ ಕೇಳಿಪಡೆಯಿರಿ. ನೀವು ಡೆಲಿವರಿ ರೂಮಲ್ಲೆ ಬಹಳಷ್ಟ ಹೇಳಿರಬೇಕು. ಆದರೂ ಔಷಧಿ ಹಾರ್ಮೋನ್ ಹಾಗೂ ಅವಸ್ಥೆ ಹಾಗೂ ಶಾಕ್ ಕಾರಣದಿಂದ ನಿಮಗೆ ಎಲ್ಲವೂ ಸುಲಭವಾಗಿ ಅರ್ಥವಾಗದಿರಬಹುದು.

- ಸ್ನೇಹಿತರಿಗೆ ಹಾಗೂ ಪರಿಚಯದವರಿಗೆ ಶಿಶುವನ್ನು ಸ್ವಾಗತಿಸಲು ಮನೆಯಲ್ಲಿ ಮಾಡಿರುವ ತಯಾರಿಗಳನ್ನು ಹಾಗೆ ಇರಲೆಂದು ಹೇಳಿ. ಏಕೆಂದರೆ ನೀವು ಮನೆಗೆ ಹಿಂತಿರುಗಿದಾಗ ಈ ಕಟು ಸತ್ಯವನ್ನು ಸ್ವೀಕರಿಸಲು ಇನ್ನೂ ಕಷ್ಟವಾಗುವುದು.

- ದುಃಖವನ್ನು ಮರೆಯುವ ಈ ಪ್ರಕ್ರಿಯೆಯಲ್ಲಿ ನೀವು ಒಂಟಿತನ, ಕ್ರೋಧ, ರೋಷ, ಉದಾಸೀನತೆ ಎಲ್ಲವನ್ನು ಹಾದು ಹೋಗಬೇಕಾಗಬಹುದು. ಪ್ರತಿಯೊಬ್ಬರು ಬೇರ ತರಹದ ಪ್ರತಿಕ್ರಿಯೆ ನೀಡ ಬಹುದು. ನೀವೆ ಬೇರೆ ಯೋಚಿಸುತ್ತಿರಬಹುದು.
- ಈ ಸಮಯ ಇನ್ನು ಕಷ್ಟವಾಗಿರುವುದು. ನಿಮಗೆ ಊಟ-ತಿಂಡಿ ನಿದ್ರೆ ಏನೂ ಬೇಕಾಗುವುದಿಲ್ಲ. ಮಕ್ಕಳ ಮೇಲೆ ರೇಗಬಹುದು. ರಾತ್ರಿ ನಿಮಗೆ ಆ ಶಿಶುವಿನ ಅಳು ಕೇಳಿಸಬಹುದು. ಪರಿವಾರದವರಿದ್ದರೂ ಒಂಟಿತನ ಅನುಭವವಾಗಬಹುದು. ಒಂದು ಮಗುವಿನತರಹ ನಿಮಗೂ ಯಾರಾದರು ಮುದ್ದು ಮಾಡಲೆಂದು ಅನಿಸಬಹುದು. ಇದೆಲ್ಲ ಸಾಮಾನ್ಯ.
- ಅತ್ತು ಬಿಡಿ , ಮನಸುಬಿಚ್ಚಿ ಅತ್ತು ಬಿಡಿ
- ನೆನಪಿರಲಿ ತಂದೆಗೂ ದುಃಖವಾಗುವುದು. ಅವರು ಒಂಬತ್ತು ತಿಂಗಳು ಹೊಟ್ಟೆಯಲ್ಲಿ ಮಗುವನ್ನು ಇಟ್ಟುಕೊಳ್ಳದೇ ಇರಬಹುದು. ಆದರೂ ಅವರ ದುಃಖ ನಿಮ್ಮ ದುಃಖಕ್ಕಿಂತ ಕಡಿಮೆ ಇರುವುದಿಲ್ಲ. ಆದರು ಅವರು ನಿಮ್ಮ ಹತ್ತಿರ ಮನಸ್ಸನ್ನು ದೃಢಮಾಡಿಕೊಂಡು ಬರುತ್ತಾರೆ. ಇಬ್ಬರೂ ಸೇರಿಕೊಂಡು ಈ ವಿಷಯದಲ್ಲಿ ಮಾತನಾಡಿ. ನೀವಿಬ್ಬರೆ ಒಬ್ಬರಿಗೊಬ್ಬರು ಸಮಾಧಾನ ನೀಡಬೇಕು.
- ಒಬ್ಬರಿಗೊಬ್ಬರು ನೋಡಿಕೊಳ್ಳಿ. ನಿಮ್ಮ ದುಃಖದಲ್ಲೆ ಮಗ್ನರಾಗಿ ಇರಬೇಡಿ. ಕೆಲವು ಸಲ ಈ ಸ್ಥಿತಿಯಲ್ಲಿ ಸಂಬಂಧಗಳಲ್ಲಿ ಬಿರುಕು ಬರಬಹುದು. ನಿಮಗೆ ಒಂಟಿಯಾಗಿ ಇರಬೇಕೆಂದು ಅನಿಸಬಹುದು ಆದರೂ ಸಂಗಾತಿಯ ದುಃಖವನ್ನು ಹಂಚಿಕೊಳ್ಳುವುದು ಅವಶ್ಯಕ.
- ಪ್ರಪಂಚವನ್ನು ಒಬ್ಬರೆ ಎದುರಿಸಬೇಡಿ. ನಿಮಗೆ ಎಲ್ಲರಿಗೂ ಉತ್ತರ ನೀಡಲು ಬೇಜಾರಾದರೆ ನಿಮ್ಮ ಗೆಳತಿಯನ್ನು ಜೊತೆಗೆ ಇರಲು ಹೇಳಿ. ಅವಳು ಈ ಸುದ್ದಿಯನ್ನು ಎಲ್ಲರಿಗೂ ಹೇಳುತ್ತಾಳೆ. ಆಗ ನಿಮಗೆ ಉತ್ತರಿಸಲು ಕಷ್ಟ ವಾಗುವುದಿಲ್ಲ.
- ಅನೇಕ ಸಲ ಈ ಸ್ಥಿತಿಯಲ್ಲಿ ಸ್ನೇಹಿತರಿಗೆ ಅಥವ ಸಂಬಂಧಿಕರಿಗೆ ಸಮಾಧಾನ ಹೇಳಲು ಬರುವುದಿಲ್ಲ. ಅವರಿಗೆ ಏನು ಹೇಳಬೇಕೆಂದು ಅರ್ಥವಾಗುವುದಿಲ್ಲ. ಆಗ ಮನಸ್ಸಿಗೆ ಅಧಿಕ ನೋವಾಗುವುದು. ನಿಮಗೆ ನೋವಾಗಲೆಂದು ಅವರಿಗೆ ಅಭಿಪ್ರಾಯ ಇರುವುದಿಲ್ಲ ಆದರೂ ನಿಮಗೆ ನೋವಾಗುವುದು.
- ನಿಮ್ಮ ತಾಯಿ-ತಂದೆಯ ನೆರವಲ್ಲಿರಿ. ಅವರು ನಿಮ್ಮ ದುಃಖವನ್ನು ಅರ್ಥ ಮಾಡಿಕೊಂಡು ನಿಮಗೆ ಬೆಂಬಲ ನೀಡುವರು..
- ನಿಮ್ಮನ್ನು ಗಮನಿಸಿಕೊಳ್ಳಿ. ಭಾವನತ್ಮಕ ಅವಸ್ಥೆ ನಿಮ್ಮ ಶಾರೀರಿಕ ಅವಸ್ಥೆಯನ್ನು ಹಾನಿಮಾಡಬಹುದು. ಸರಿಯಾದ ಸಮಯಕ್ಕೆ ಊಟ-ತಿಂಡಿ ನಿದ್ರೆ ಮಾಡಿ. ವ್ಯಾಯಾಮ ಮಾಡಿದರೂ ಲಾಭವಾಗುವುದು. ಊಟಕ್ಕೆ ಮನಸಿಲ್ಲದೆಹೋದರೆ ತಟ್ಟೆ ಹಾಕಿಕೊಂಡು ಕುಳಿತುಕೊಳ್ಳಿ. ಉಗುರು ಬೆಚ್ಚಗಿರುವ ನೀರಲ್ಲಿ ಸ್ನಾನಮಾಡಿ. ರಾತ್ರಿ ಊಟಾದ ಮೇಲೆ ವಿಹರಿಸಿ. ದುಃಖವನ್ನು ಮರೆತು ಸಿನಿಮಾ ನೋಡಿ, ಸ್ನೇಹಿತರ ಮನೆಗೆ ಹೋಗಿ ಬನ್ನಿ. ಬಾಳಿನಲ್ಲಿ ವಿರಾಮವಿಲ್ಲ. ಆದರೂ ನಡೆಯುವುದು ಬಾಳು.
- ನಿಮ್ಮ ಮನಸ್ಸಿನಂತೆ ನೀವು ನಿಮ್ಮ ದುಃಖವನ್ನು ಆಚರಿಸಿ. ಗಂಡ- ಹೆಂಡತಿ ಇಬ್ಬರೆ ಇರಿ ಅಥವಾ ಮಿತ್ರರೊಂದಿಗಿರಿ. ನಿಮ್ಮ ಇಷ್ಟ.
- ನಿಮ್ಮ ಶಿಶುವಿನ ನೆನಪಿನಲ್ಲಿ ಯಾವುದಾದರು ಒಳ್ಳೆ ಕೆಲಸ ಮಾಡಿ ಚೈಲ್ಡ್ ಕೇರ್ ಸೆಂಟರಿಗೆ ಪುಸ್ತಕ ಕೊಡಿ ಅಥವಾ ಅನಾಥಾಲಯದಲ್ಲಿ ಚಂದಾ ನೀಡಿ. ಮನೆ ಅಥವಾ ಪಾರ್ಕಲ್ಲಿ ಗಿಡ ನೆಡುವುದು ಒಳ್ಳೆ ವಿಚಾರ.
- ಧರ್ಮ ಹಾಗೂ ಅಧ್ಯಾತ್ಮದಿಂದಲು ಶಾಂತಿ ಸಿಗುವುದು.
- ದುಃಖದಿಂದ ಹೊರಗೆ ಬಂದ ಮೆಲೆ ಪುನಃ ಗರ್ಭಿಣಿ ಆಗಲು ಯೋಚಿಸಿ. ಬರುವ ಶಿಶುವಿನ ಮೇಲ್ವಿಚಾರಣೆಯಲ್ಲಿ ಯಾವುದೇ ಕೊರತೆ ಆಗದಿರಲೆಂದು ಪ್ರಯತ್ನಿಸಿ.
- ಈ ದುಃಖವನ್ನು ಮರೆಯುವುದು ಕಷ್ಟ. ಆದರೆ ಘಟನೆ ಆಗಿ 6ರಿಂದ 9 ತಿಂಗಳತನಕ ನಿಮ್ಮ ದುಃಖ ಕಡಿಮೆ ಆಗದೆ ಹೋದರೆ ನಿಮಗೆ ಮನಸ್ಸನ್ನು ಕೇಂದ್ರಿಕೃತಮಾಡಲು ಕಷ್ಟವಾದರೆ ಡಾಕ್ಟರ್ ಸಲಹೆಯಿಂದ ಮನೋವೈಜ್ಞಾನಿಕರನ್ನು ಭೇಟಿ ಮಾಡಿ.
- ಅಪರಾಧದ ಭಾವನೆ ಬೇಡ. ಇದರಿಂದ ನಿಮಗೆ ದುಃಖದಿಂದ ಹೊರಗೆ ಬರಲು ಕಷ್ಟವಾಗಬಹುದು. ಒಂದು ವೇಳೆ ನಿಮ್ಮ ಮೇಲ್ವಿಚಾರಣೆಯ ಕೊರತೆ ಯಿಂದ ನಿಮ್ಮ ಶಿಶು ಇಲ್ಲ ಎಂದು ನಿಮಗೆ ಅನಿಸಿದರೆ ಡಾಕ್ಟರ್ ಹತ್ತಿರ ಹೋಗಿ. ಇದರಲ್ಲಿ ನಿಮ್ಮ ತಪ್ಪೇನಿಲ್ಲ ಎಂದು ವಿಶ್ವಾಸವಿಟ್ಟುಕೊಳ್ಳಿ. ನೀವು ನಿಮ್ಮ ಮನಸ್ಸನ್ನು ಸಮಾಧಾನಿಸಕೊಳ್ಳಲು ಆ ಜನಿಸದ ಶಿಶುವಿನ ಹೆಸರಲ್ಲಿ

ಪತ್ರ ಬರೆಯಬಹುದು. ಅದರಲ್ಲಿ ನಿಮ್ಮ ಎಲ್ಲಾ ದುಃಖ, ಆತ್ಮಸಂದೇಹ ಹಾಗೂ ಅಪರಾಧದ ಭಾವನೆಯನ್ನು ವ್ಯಕ್ತ ಪಡಿಸಬಹುದು.

ಅವಳಿಯಲ್ಲಿ ಒಂದು ಶಿಶುವಿನ ಮೃತ್ಯು:–

ಯಾವ ಮನೆಯಲ್ಲಿ ಅವಳಿ ಅಥವಾ ಮೂರು ಶಿಶುಗಳಿದ್ದಲ್ಲಿ ಒಂದು ಶಿಶುವಿನ ಮೃತ್ಯುವಾದರೆ ಅವರಿಗೆ ಸಂತೋಷ ಹಾಗೂ ಸಂತಾಪ ಎರಡು ಒಟ್ಟಿಗೆ ಆಗುತ್ತದೆ.

- ಒಂದು ಶಿಶುವಿದ್ದು ಇನ್ನೊಂದ್ದು ಇಲ್ಲದೇ ಹೋದರೆ ದುಃಖ ಕಡಿಮೆಯೇನೂ ಆಗುವುದಿಲ್ಲ. ನಿಮ್ಮ ಮನಸ್ಸಿಗೆ ಬೇಜಾರಾಗುವುದು. ನೀವು ಆ ಶಿಶುವಿನ ಮೃತ್ಯುವನ್ನು ಸ್ವೀಕರಿಸಲೇ ಬೇಕು ಆಗಲೇ ನೀವು ನಿಮ್ಮ ದುಃಖವನ್ನು ತಡೆದುಕೊಳ್ಳ ಬಹುದು.
- ನಿಮ್ಮ ಜೀವಂತವಾಗಿರುವ ಶಿಶುವಿಗೆ ಸಂಪೂರ್ಣ ಪ್ರೀತಿಕೊಡಿ. ಅದರ ತಂಗಿಯೋ ಅಥವಾ ತಮ್ಮನೋ ಇಲ್ಲದೆ ಹೋದರೆ ಅದು ನಿಮ್ಮ ಪ್ರೀತಿಯಿಂದ ವಂಚಿತವಾಗಬಾರದು. ಅದರ ಆರೋಗ್ಯಕ್ಕಾಗಿ ಅದರ ಮೇಲ್ವಿಚಾರಣೆ ಸರಿಯಾಗಿ ಮಾಡಿ.
- ಸಂತೋಷ ಸಂತಾಪದೊಂದಿಗೆ ಬಂದಿದೆ. ಅಂದರೆ ಸಡಗರ ಬೇಡವೇ? ಹಾಗೇನಿಲ್ಲ. ಮೊದಲು ಸಂತಾಪ ಆಮೇಲೆ ಸಂತೋಷವನ್ನು ಆಚರಿಸಿ.
- ನಿಮಗೆ ಅಧಿಕ ಶಿಶುಗಳನ್ನು ಸಂಭಾಳಿಸುವ ಯೋಚನೆ ಇರಬಹುದು ಅಥವಾ ನಿಮಗೆ ಹೆಣ್ಣು ಬೇಡವಾಗಿರಬೇಕು ಆದಕಾರಣ ನೀವು ನಿಮ್ಮನ್ನೇ ದೋಷಿ ಎಂದುಕೊಳ್ಳುತ್ತಿರಬಹುದು. ಆದರೆ ನೆನಪರಲಿ ನಿಮ್ಮ ಕಲ್ಪನೆ ಅಥವಾ ಇಚ್ಛೆಗೂ ಆ ಮರಣಕ್ಕೂ ಯಾವುದೇ ಸಂಬಂಧವಿರುವುದಿಲ್ಲ.
- ನೀವು ಅವಳಿ ಬರುವ ತಯಾರಿಮಾಡುತ್ತಿದ್ರಿ ಆದರೆ ಒಂದೇ ಬಂತು,ನಿಮಗೆ ಬೇಜಾರಾಗುವುದು ಸಹಜವೇ ಆದರೂ ನೀವು ಉದಾಸೀನತೆಯ ವಶದಲ್ಲಿ ಹೋಗಬಾರದು.
- ಒಂದು ಶಿಶುವಿನ ಸಾವಿನ ಸುದ್ದಿ ನಿಮಗೆ ಕೊಡಲಾಗದೆ ಹೋದರೆ ನಿಮ್ಮ ಗೆಳತಿಯನ್ನು ಜೊತೆಗೆ ಇಟ್ಟುಕೊಳ್ಳಿ. ಅವಳು ಜನರ ಪ್ರಶ್ನೆಗೆ ಉತ್ತರ ಹಾಗೂ ನಿಮಗೆ ಸಮಾಧಾನ ನೀಡುವಳು.
- ಜನರು ನಿಮ್ಮ ಜೀವಿತ ಶಿಶುವಿಗೆ ಸಂತೋಷ ವ್ಯಕ್ತ ಪಡಿಸುತ್ತಾರೆ ಆದರೆ ಮೃತ ಶಿಶುವಿಗೆ ಸಂತಾಪ ವ್ಯಕ್ತ ಪಡಿಸುವಾಗ ನಿಮಗೆ ನೋವಾಗುವಂತಹ ಮಾತು ಹೇಳಬಹುದು. ನೀವು ನಿಮ್ಮ ಪರಿವಾರದವರೊಂದಿಗೆ ನಿಮ್ಮ ಭಾವನೆಗಳನ್ನು ಹಂಚಿಕೊಳ್ಳಿ, ನೀವು ಸಂತೋಷವಾಗಿದ್ದೀರಿ ಆದರೆ ನಿಮಗೆ ದುಃಖವೂ ಅಷ್ಟೇ ಇದೆ ಎಂದು ಹೇಳಿ.

ಉದಾಸೀನತೆ ನಿಮ್ಮನ್ನು ವಶಮಾಡಿಕೊಳ್ಳ ಬಾರದು. ಹೀಗಾದರೇ ನಿಮ್ಮ ಶಿಶುವಿನ ಮೇಲ್ವಿಚಾರಣೆಯಲ್ಲಿ ಕೊರತೆ ಬರುವುದು. ನಿಮ್ಮ ಶಿಶುವಿನ ಮಾನಸಿಕ ಹಾಗೂ ಶಾರೀರಿಕ ಅವಶ್ಯಕತೆಗಳನ್ನೂ ಪೂರೈಸಲು ಧೈರ್ಯ ತೆಗೆದುಕೊಳ್ಳಿ.

ದುಃಖದ ವ್ಯವಸ್ಥೆ

ಅನೇಕ ಸಲ ಡಾಕ್ಟರ್ ಹೇಳುವರು, ಮಲ್ಟಿಪಲ್ ಪ್ರೆಗ್ನೆನ್ಸಿಯಲ್ಲಿ ಒಂದು ಶಿಶುವನ್ನು ಮುಗಿಸುವುದೇ ಒಳ್ಳೆಯದು ಏಕೆಂದರೆ ಅದು ಹುಟ್ಟಿದ ಮೇಲೆನೂ ಬದುಕುವುದು ಕಷ್ಟ ಅಥವಾ ಅದರಿಂದ ಇನ್ನೊಂದು ಶಿಶುವಿನ ಸಾವಾಗಬಹುದು. ಈ ಸ್ಥಿತಿಯಲ್ಲಿ ನೀವು ಮನಸ್ಸಲ್ಲಿ ಅಪರಾಧಿ ಭಾವವನ್ನು ಸಾಕಬೇಡಿ. ಡಾಕ್ಟರ ಸಲಹೆಯಂತೆ ಮಾಡುವುದೇ ಸೂಕ್ತ. ಅವರು ಹೇಳಿದಂತೆ ಮಾಡಿ. ಶಾಂತ ಮನಸ್ಸಿನಿಂದ ಯೋಚನೆ ಮಾಡಿ ನಿರ್ಧಾರ ತೆಗೆದುಕೊಳ್ಳಿ.

ಮಿತ್ರರ ಹಾಗೂ ಸ್ನೇಹಿತರ ಸಹಾಯ ತೆಗೆದುಕೊಳ್ಳಿ. ಅಳ ಬೇಕೆನಿಸಿದರೆ ಅಳಿ. ಆದರೆ ಒಂದನ್ನು ಪಡೆಯಲು ಇನ್ನೊಂದನ್ನು ಬಲಿಕೊಟ್ಟೆ ಎಂದು ಭಾವಿಸ ಬೇಡಿ. ಧರ್ಮ ಹಾಗೂ ಆಧ್ಯಾತ್ಮದ ಸಹಾಯ ತೆಗೆದುಕೊಳ್ಳಿ. ಮನಸ್ಸಿದ್ದರೆ ಬೇರೆ ಯವರಿಗೆ ಹೇಳಿ ಇಲ್ಲವೆಂದರೆ ನಿಮ್ಮಲ್ಲೇ ಇಟ್ಟುಕೊಂಡಿರಿ.

ಪುನಃ ಪ್ರಯತ್ನಿಸಿ

ಈ ತರಹದ ಅಪಘಾತದ ನಂತರ ಪುನಃ ಗರ್ಭಿಣಿ ಆಗುಲು ನಿರ್ಧರಿಸುವುದು ಸುಲಭವಲ್ಲ.

ಈ ಸ್ವಂತ ನಿರ್ಧಾರ ಬಹಳ ಕಷ್ಟಕರವಾಗಿರಬಹುದು. .

ಏಕೆ?

ಯಾವಾಗಲು ಈ ಪ್ರಶ್ನೆಗೆ ಯಾವುದೇ ಉತ್ತರವಿರ ಬೇಕು ಎಂದಲ್ಲ. ಆದರೆ ನಿಮಗೆ ನವಜಾತ ಶಿಶುವಿನ ಸಾವಿನ ಕಾರಣವನ್ನು ಪತ್ತೆಮಾಡಲೇ ಬೇಕು..ಹೀಗಾಯಿತು ಎಂದು ಶಿಶುವಿನ ಸಂಪೂರ್ಣ ತಪಾಸಣೆ ಹಾಗೂ ಗರ್ಭಾವಸ್ಥೆಯ ಹಿಸ್ಟ್ರಿಯಿಂದಲೇ ಇದನ್ನು ಪತ್ತೆ ಮಾಡಬಹುದು. ಒಂದು ವೇಳೆ ಶಿಶು ಗರ್ಭದಲ್ಲೇ ಸತ್ತು ಹೋದರೆ ಅಥವಾ ಸ್ಟಿಲ್ ಬರ್ಥಾದರೆ ಮುಂದಿನ ಗರ್ಭಾವಸ್ಥೆಯಲ್ಲಿ ಯಾವುದೇ ತೊಡಕುವಾಗದಿರಲೆಂದು ಉತ್ತಮ ಪೈಥೆಲಾಜಿಸ್ಟ ಹತ್ತಿರ ಪ್ಲಾಸೆಂಟಾ ತಪಾಸಣೆ ಮಾಡಿಸ ಬೇಕು. ಈ ರೀತಿ ಮಾಡಿಸಿದರೇ ನೀವು ನಿಮ್ಮ ಮುಂದಿನ ಗರ್ಭಾವಸ್ಥೆಯನ್ನು ಸುರಕ್ಷಿತ ಮಾಡಿಕೊಳ್ಳ ಬಹುದು.

- ಈ ಪ್ರಕ್ರಿಯೆಗೆ ಸಿದ್ಧವಾದರೆ ನಿಮಗೆ ನೀವು ಶಹಬಾಶ್ ಎಂದುಕೊಳ್ಳಿ ಏಕೆಂದರೆ ಈ ನಿರ್ಧಾರವನ್ನು ತೆಗೆದುಕೊಳ್ಳಲು ಬಹಳ ಧೈರ್ಯಬೇಕು.
- ನಿಮಗೆ ಸರಿ ಅನಿಸಿಲು ಇದು ಸೂಕ್ತವಾದ ಸಮಯ. ನಿಮಗೆ ಭಾವನಾತ್ಮಕರೂಪದಿಂದ ತಯಾರಾಗಲು ಸ್ವಲ್ಪ ಅಥವಾ ಹೆಚ್ಚು ಸಮಯವಾಗ ಬಹುದು. ಯಾರ ಮಾತು ಕೇಳಬೇಡಿ . ನಿಮ್ಮ ಮನಸ್ಸಿನ ಮಾತು ಕೇಳಿ ಸಂಪೂರ್ಣವಾಗಿ ತಯಾರಾದ ಮೇಲೆ ಗರ್ಭಧಾರಣೆ ಮಾಡಿ.
- ನೀವು ತಾಯಿ ಆಗಲು ಶಾರೀರಿಕ ದೃಷ್ಟಿಯಿಂದ ಆರೋಗ್ಯವಾಗಿದ್ದೀರಾ ಎಂದು ನಿಮ್ಮ ಡಾಕ್ಟರನ್ನು ಕೇಳಿ. ನೀವು ತಯಾರಾಗಿಲ್ಲದೆ ಹೋದರೆ ಶಾರೀರಿಕವಾಗಿ ತಯಾಯಾರಾಗಿ.
- ಈ ಗರ್ಭಾವಸ್ಥೆ ಮೊದಲಿಗಿಂತ ಅಧಿಕ ವತ್ತಡ ಹಾಗೂ ಚಿಂತೆ ತರಬಹುದು. ಏಕೆಂದರೆ ನಿಮಗೆ ಈಗ ಗೊತ್ತಿದೆ ಗರ್ಭಾವಸ್ಥೆಯು ಅಂತ್ಯ ಸುಖವಾಗಿಯೇ ಇರುತ್ತದೆ ಎಂದಲ್ಲ. ನಿಮ್ಮ ಮನಸ್ಸಲ್ಲಿ ಭಯ ಇದ್ದೇ ಇರುತ್ತದೆ. ನೀವು ಹೊಸ ಶಿಶುವನ್ನು ಮನಸಾರೆ ಒಪ್ಪಿಕೊಳ್ಳಲೂ ಭಯಪಡುತ್ತೀರಿ. ನಿಮಗೆ ಶರೀರದಲ್ಲಿ ಆಗುವ ಸಣ್ಣ-ಪುಟ್ಟ ಬದಲಾವಣೆಯಿಂದ ಚಿಂತೆ ಆಗುವುದು. ಇದೆಲ್ಲ ಸಹಜವೆ. ಆದರೆ ನೆನಪಿರಲಿ ಈ ಭಾವನೆಗಳಿಂದ ಶಿಶುವಿನ ಪೋಷಣೆಯಲ್ಲಿ ಕೊರತೆ ಆಗಬಾರದು. ಹಿಂದೆ ತಿರುಗಿ ನೋಡುವ ಬದಲು ಮುಂದೆ ಬರುವ ಸಮಯದ ಮೇಲೆ ಮನಸ್ಸನ್ನು ಕೇಂದ್ರಿಕರಿಸಿಕೊಳ್ಳಿ. ಗರ್ಭಾವಸ್ಥೆಯಲ್ಲಿ ಒಂದು ಶಿಶುವಿನ ಸಾವಾದರೂ ಹೆಚ್ಚುಳ್ಳ ಮಹಿಳೆಯರು ಸ್ವಸ್ಥ ಶಿಶುವಿಗೆ ಜನ್ಮಕೊಡುತ್ತಾರೆ ಹಾಗೂ ಅವರ ಗರ್ಭಾವಸ್ಥೆ ಸಂಪೂರ್ಣವಾಗಿ ಸಾಮಾನ್ಯವಾಗಿಯೇ ಇರುತ್ತದೆ ಎಂದು ನೆನಪಿರಲಿ.

■ ■ ■

ಭಾಗ–8

ನಿಮ್ಮ ಎರಡನೆಯ ಶಿಶು

ಎರಡನೆಯ ಶಿಶುವಿನ ತಯಾರಿ

ನಾವು ನಮ್ಮ ಬಾಳನ್ನು ನಮ್ಮ ಇಷ್ಟದಂತೆ ನಡೆಸಲು ಸಾಧ್ಯವಾಗುತ್ತಿದ್ದರೇ ಎಷ್ಟು ಚೆನ್ನಾಗಿರುವುದು. ಸಾಮಾನ್ಯವಾಗಿ ನಾವು ಮಾಡಿದ ಯೋಜನೆಗಳ ಸೇತುವೆ ಕ್ಷಣದಲ್ಲಿ ಚೂರಾಗುವುದು. ನಾವು ಏನು ಮಾಡಲಾಗುವುದಿಲ್ಲ.

ನಾವು ಪೂರ್ಣಯೋಜನೆ ಮಾಡಿ ಗರ್ಭಧಾರಣೆ ಮಾಡಿ ಶಿಶುವಿಗೆ ಜನ್ಮಕೊಟ್ಟಿದ್ದರೆ ಎಷ್ಟು ಚೆನ್ನಾಗಿರುವುದು ಅಲ್ಲವಾ? ಈ ತರಹ ನಮಗೆ ನಮ್ಮ ಜೀವನ ಶೈಲಿಯಲ್ಲಿ ಅವಶ್ಯಕ ಸುಧಾರಣೆ ಮಾಡಲು ಅವಕಾಶ ಸಿಕ್ಕಿರುವುದು. ಆದರೆ ಎಷ್ಟು ಮಹಿಳೆಯರಿಗೆ ಈ ತರಹದ ಸೌಕರ್ಯ ಸಿಗುವುದು. ಮಾಸಿಕ ಧರ್ಮದಲ್ಲಿ ಹೆಚ್ಚು ಕಡಿಮೆ ಹಾಗೂ ಗರ್ಭನಿರೋಧಕ ಉಪಾಯಗಳಿಂದ ಹೀಗಾಗುವುದು ಸಾಧ್ಯವಿಲ್ಲ. ಈ ಪುಸ್ತಕದಲ್ಲೂ ಗರ್ಭಧಾರಣೆಯ ಪೂರ್ವತಯಾರಿ ವಿಷಯದಲ್ಲಿ ಚರ್ಚೆ ಮಾಡಲಾಗಿದೆ. ಯದ್ಯಪಿ ಎಲ್ಲಾ ಮಹಿಳೆಯರು ಬಹಳ ಮೇಲ್ವಿಚಾರಣೆ ಮಾಡಿಕೊಳ್ಳದೆ ಹೋದರೂ ಸ್ವಸ್ಥ ಶಿಶುವಿಗೆ ಜನ್ಮ ಕೊಡುತ್ತಾರೆ.

ಇತ್ತೀಚೆಗೆ ಪರಿವಾರ ನಿಯೋಜನ ತಂತ್ರಗಳು ಬಹಳ ಸೂಕ್ತವಾಗಿದೆ.ಆದಕಾರಣ ನೀವು ಸುಲಭವಾಗಿ ನಿಮ್ಮ ಪ್ರೆಗ್ನೆನ್ಸಿಯ ಪೂರ್ಣ ಯೋಜನೆ ಮಾಡಿಕೊಳ್ಳಬಹುದು. ಈ ವಿಷಯದಲ್ಲಿ ನೀವು ಜಾಗರೂಕರದ ತಕ್ಷಣ ನಿಮ್ಮ ಶರೀರವನ್ನು ಗಮನಿಸಲು ಪ್ರಾರಂಭಿಸಿ. ಏಕೆಂದರೆ ಈ ಸಮಯದಲ್ಲಿ ಮಾಡಿಕೊಂಡಿರುವ ಮೇಲ್ವಿಚಾರಣೆಯಿಂದ ನಿಮ್ಮ ಶಿಶುವಿಗೆ ಅಲ್ಲದೆ ಅದರ ಶಿಶುವಿಗೂ ಲಾಭಕಾರಿ ಆಗುವುದು. ಬರುವ ಶಿಶು ಆರೋಗ್ಯವಾಗಿರಲೆಂದು

ಆಗುವ ತಂದೆ ತಾಯಿಯರು ಅನೇಕ ರೀತಿಯಿಂದ ಪ್ರಜನನ(ಹೆರುವ) ಕ್ಷಮತೆ(ಅರ್ಹತೆ)ಯನ್ನು ಅಧಿಕ ಮಾಡಿಕೊಳ್ಳಬಹುದು. ನೀವು ಗರ್ಭಿಣಿ ಆಗಿದ್ದರೆ ಯೋಚನೆ ಮಾಡಬೇಡಿ ಈ ಪುಸ್ತಕದಲ್ಲಿ ಈ ಅಧ್ಯಾಯವನ್ನು ಬಿಟ್ಟು ಮೊದಲನೆಯ ಅಧ್ಯಾಯದಿಂದ ಓದಲು ಪ್ರಾರಂಭಿಸಿ.

ಗರ್ಭಧಾರಣೆಯ ಮೊದಲು ತಾಯಿ ಏನು ಮಾಡಬೇಕು:-

ಸಂಪೂರ್ಣ ಶಾರೀರಕ ತಪಾಸಣೆ:- ನಿಮ್ಮ ಕುಟುಂಬದ ಡಾಕ್ಟರನ್ನು ಭೇಟಿ ಮಾಡಿ. ಯಾವುದೇ ತರಹದ ಚಿಕಿತ್ಸೆಯ ಅವಶ್ಯಕತೆ ಇದ್ದರೆ ಸಂಪೂರ್ಣ ತಪಾಸಣೆಯಿಂದ ತಿಳಿಯುತ್ತದೆ .

ದಂತ ವೈದ್ಯರ ಹತ್ತಿರ ಬೇಟಿ:- ದಂತ ವೈದ್ಯರನ್ನು ಭೇಟಿ ಮಾಡಿ ಸಂಪೂರ್ಣ ಹಲ್ಲಿನತಪಾಸಣೆ ಮಾಡಿಸಿಕೊಳ್ಳಿ. ಎಕ್ಸ್ ರೇ, ಫಿಲ್ಲಿಂಗ್, ಶಲ್ಯ ಚಿಕಿತ್ಸೆ ಏನು ಮಾಡಿಸಿಕೊಳ್ಳಬೇಕೋ ಮಾಡಿಸಿಕೊಳ್ಳಿ ಏಕೆಂದರೆ ಗರ್ಭಾವಸ್ಥೆಯ ಸಮಯದಲ್ಲಿ ಇದೆಲ್ಲ ಮಾಡಿಸಲು ಸಾಧ್ಯವಾಗುವುದಿಲ್ಲ. ವಸಡಿನ ಕಾಯಿಲೆಯಿಂದ ಪ್ರೀಟರ್ಮ್ ಪ್ರಸವದ ಅಪಾಯ ಹೆಚ್ಚಾಗುತ್ತದೆ ಎಂದು ಅಧ್ಯಯನಗಳಿಂದ ತಿಳಿದು ಬಂದಿದೆ.ಮನೆಯಲ್ಲೇ ಹಲ್ಲು ಹಾಗೂ ವಸಡಿನ ಸಂಪೂರ್ಣ ಮೇಲ್ವಿಚಾರಣೆ ಮಾಡಿಕೊಳ್ಳುವುದು ಪ್ರಾರಂಭಿಸಿ.

ಡಾಕ್ಟರನ್ನು ಭೇಟಿ ಮಾಡಿ ಗರ್ಭಧಾರಣೆಯ ಪೂರ್ವ ತಪಾಸಣೆ ಮಾಡಿಸಿ:- ಈ ಸಮಯದಲ್ಲಿ ಯಾವ ತರಹದ ಗಡಿಬಿಡಿ ಇಲ್ಲದ ಕಾರಣ ನಿಧಾನವಾಗಿ ಡಾಕ್ಟರಿನ ಆಯ್ಕೆ ಮಾಡಿ. ಆಮೇಲೆ ಅವರನ್ನು ಭೇಟಿ ಮಾಡಲು ಸಮಯ ತೆಗೆದುಕೊಳ್ಳಿ. ನೀವು ಯಾವುದೇ ದಾದಿಯಿಂದ ಪ್ರಸವ ಮಾಡಿಸಿಕೊಂಡರೂ ಈ ಸಮಯದಲ್ಲಿ ಡಾಕ್ಟರನ್ನು ಭೇಟಿ ಮಾಡಿ ತಪಾಸಣೆ ಮಾಡಿಸುವುದು ಅವಶ್ಯಕ. ತಪಾಸಣೆ ನಂತರ ನೀವು ಹೈ ರಿಸ್ಕ್ ಗ್ರೂಪಲ್ಲಿ ಇಲ್ಲದೆ ಹೋದರೆ ನಿಮಗೆ ಇಷ್ಟ ಬಂದಂತೆ ಪ್ರಸವದ ರೀತಿಯನ್ನು (ಡಾಕ್ಟರ್,

ದಾದಿ)ಆಯ್ಕೆ ಮಾಡಿಕೊಳ್ಳ ಬಹುದು. ಒಂದು ವೇಳೆ ನೀವು ಹೈ ರಿಸ್ಕ್ ಗ್ರೂಪಲ್ಲಿದ್ದರೇ ತಾಯಿ ಮಗುವಿನ ಆರೋಗ್ಯವನ್ನು ಗಮನದಲ್ಲಿಟ್ಟುಕೊಂಡು ತಜ್ಞರ ಸೇವೆ ಪಡೆಯುವುದೇ ಸೂಕ್ತ.

ನಿಮ್ಮ ಪ್ರಗ್ನೆನ್ಸಿ ಹಿಸ್ಟ್ರಿಯ ಮೇಲೆ ಕಣ್ಣು ಹಾಯಿಸಿ: ನಿಮಗೆ ಮೊದಲೇ ಗರ್ಭಪಾತವಾಗಿದ್ದರೆ ಅಥವಾ ಪ್ರಸವದಲ್ಲಿ ಏನಾದರೂ ತೊಂದರೆ ಆಗಿದ್ದರೆ ಅಥವಾ ಯಾವುದೇ ತರಹದ ತೊಡಕುಗಳು ಬಂದ್ದಿದರೇ ಡಾಕ್ಟರನ್ನು ಕೇಳಿ ಈ ವಿಷಯದಲ್ಲಿ ವಹಿಸಬೇಕಾಗಿರುವ ಜಾಗರೂಕತೆಗಳನ್ನು ವಹಿಸಿ.

ನಿಮ್ಮ ತಾಯಿಯ ಪ್ರೆಗ್ನೆನ್ಸಿ ಹಿಸ್ಟ್ರಿಯ ಮೇಲೆ ಕಣ್ಣು ಹಾಯಿಸಿ ನೀವು ಡೈಶ್ ಬೇಬಿ ಆಗಿದ್ದೀರೇ? ಎಂದು ತಿಳಿದು ಕೊಳ್ಳಿ ಏಕೆಂದರೆ 1971 ತನಕ ಗರ್ಭಪಾತವನ್ನು ತಡೆಯಲು ಕೊಡಲಾಗುವ ಡೈಥೈಲ್ಸಿಟಿಲ್ ಸೆಜಿಸಟ್ರಲ್ ಎಂಬ ಔಷಧಿಯಿಂದ ಹೆರುವ ಅಂಗಗಳಿಗೆ ಹಾನಿಯಾಗುತ್ತಿತ್ತು. ಒಂದು ವೇಳೆ ನಿಮ್ಮ ತಾಯಿ ಆ ಔಷಧಿಯನ್ನು ಸೇವಿಸಿದ್ದರೇ ನಿಮಗೆ ಯೋನಿ ಹಾಗು ಗರ್ಭಾಶಯದ ಮುಂಭಾಗದ ಕೊಲೊಸ್ಕೋಪಿ ಮಾಡಿಸಿಕೊಳ್ಳುವುದೇ ಒಳ್ಳೆಯದು.

ತಪಾಸಣೆ ಮಾಡಿಸಿ:– ಗರ್ಭಧಾರಣೆಯ ಮೊದಲು ಕೆಳಗೆ ಬರೆದಿರುವ ತಪಾಸಣೆ ಮಾಡಿಸುವ ಸಲಹೆ ಕೊಡಲಾಗುವುದು.

- ಹೀಮೊಗ್ಲೋಬಿನ ಅಥವ ಹೀಮೆಟೊಕ್ರಿಟ್(ಅನೀಮಿಯ ತಪಾಸಣೆ)
- ಆರ. ಹೆಚ್ ಫ್ಯಾಕ್ಟರ, ನೀವು ನೆಗೆಟಿವ್ ಆಗಿದ್ದರೆ ನಿಮ್ಮ ಸಂಗಾತಿಯ ತಪಾಸಣೆ ಮಾಡಲಾಗುವುದು. ಅವರೂ ನೆಗೆಟಿವ್ ಆಗಿದ್ದರೇ ಏನು ಯೋಚನೆ ಇಲ್ಲ.
- ರೂಬೆಲ್ಲಾ ಟಿಟರ್
- ವೈರೀಮೆಲಾ ಟಿಟರ್
- ಸಕ್ಕರೆ ರೋಗದ ತಪಾಸಣೆಗೆ ಮೂತ್ರ
- ಟ್ಯೂಬರ್‌ಕ್ಯುಲೋಸಿಸ್
- ಹೆಪೆಟೈಸಿಸ್ ಬೀ(ನೀವು ಹೈ ರಿಸ್ಕ್ ಸಮೂಹದಲ್ಲಿ ಬಂದರೆ)
- ಸೈಟೊಮಿಗೆಲೊವೈರಸ್–ಆನ್ಟಿಬಾಡ್ಜ್(ಚಿಕಿತ್ಸೆಯ 6 ತಿಂಗಳ ನಂತರ ಗರ್ಭಧಾರಣೆ ಮಾಡಿ.
- ಟಾಕ್ಸೋಪ್ಲಾಜ್ಮೋಸಿಸ್ ಟಿಟರ(ನೀವು ಬೆಕ್ಕಿನ ಹಸಿಮಾಂಸ ತಿಂದ್ರೆ, ಅಥವ ಕೈಚೀಲ ಇಲ್ಲದೆ ತೋಟದಲ್ಲಿ ಕೆಲಸ ಮಾಡಿದ್ರೆ, ಅಥವ ಪಾಶ್ಚರೈಜ್ಡ್ ಫ್ರೀ ಹಾಲು ಕುಡಿಯುವುದಾದರೆ) ಈ ಪುಸ್ತಕದಲ್ಲಿ ಹೇಳಿರುವ ಸಲಹೆಗಳನ್ನು ಗಮನಿಸಿ.
- ಥೈರೈಟ್(ಇದರಿಂದ ಗರ್ಭಾವಸ್ಥೆ ಹಾಗೂ ಸಂತಾನದ ಮಾನಸಿಕ ಕ್ಷಮತೆ ಪ್ರಭಾವಿತವಾಗಬಹುದು. ಗರ್ಭಧಾರಣೆ ಪೂರ್ವ ಇದರ ತಪಾಸಣೆ ಅಗತ್ಯವಾಗಿ ಮಾಡಿಸಿ. ಒಂದು ವೇಳೆ ಪರಿವಾರದಲ್ಲಿ ಯಾರಿಗಾದರೂ ಈ ರೋಗವಿದ್ದರೇ ಈ ತಪಾಸಣೆ ಮಾಡಿಸುವುದು ಇನ್ನೂ ಅಗತ್ಯ.

ಎಸ್. ಟೀ.ಡೀ (ಲೈಂಗಿಕ ರೋಗ) ಎಲ್ಲಾ ಗರ್ಭಿಣಿ ಮಹಿಳೆಯರಿಗೆ ಈ ತಪಾಸಣೆ ಮಾಡಿಸುವುದು ಅವಶ್ಯಕ. ಇದರಲ್ಲಿ ಸಿಫಲಿಸ್, ಗೊನಾಸ್ಕಿ,ಕ್ಲಾಮೀಡಿಯ, ಹರ್ಮಿಜ್, ಧ್ಯೂಮನ ಪೈಪೀಲೊಮಾ, ವೈರಸ್, ಬ್ಯಾಕ್ಟೀರಿಯಲ್, ಬೈಂಜೀನೋಸಿಸ್, ಗಾರಡನರೆಲಾ, ವೈಜನೀಟಿಸ್ ಹಾಗೂ ಹೆಚ್ ಐ ವೀ ಬರುತ್ತದೆ. ನೀವು ನಿಮಗಾಗಿ ಈ ತರಹ ಯೋಚನೆ ಮಾಡದೆ ಇರಬಹುದು ಆದರೂ ತಪಾಸಣೆ ಮಾಡಿಸುವುದೇ ಒಳ್ಳೆಯದು.

ಚಿಕಿತ್ಸೆ ಮಾಡಿಸಿಕೊಳ್ಳಿ:– ಒಂದು ವೇಳೆ ತಪಾಸಣೆಯಲ್ಲಿ ಯಾವುದೇ ರೋಗದ ಮಾಹಿತಿ ಸಿಕ್ಕರೇ ಚಿಕಿತ್ಸೆ ಮಾಡಿಸಲು ತಡಮಾಡಬೇಡಿ. ಯಾವುದೇ ತರಹದ ಶಲ್ಯ ಚಿಕಿತ್ಸೆ ಅಥವಾ ವೈದ್ಯಕೀಯ ಚಿಕಿತ್ಸೆ ಮಾಡಿಸಲು ಹಿಂಜರಿಯ ಬೇಡಿ. ಈಗ ನಿಮಗೆ ಜನನಾಂಗಗಳಿಗೆ ಸಂಬಂಧ ಪಟ್ಟ ಸಣ್ಣ ಸಣ್ಣ ತೊಂದರೆಗಳ ಚಿಕಿತ್ಸೆಯೂ ಮಾಡಿಸಿಕೊಳ್ಳಬೇಕು ಉದಾ:–

- ಯೂರೆಟೈನಪೊಲಿಪ್ಸ್, ಫೈಬ್ರೈಸ್, ಸಿಸ್ಟ್, ಟ್ಯೂಮರ್
- ಅಂಡೋಮೇಟ್ರಿಓಸಿಸ್
- ಪೆಲ್ವಿಕ್ ಸಂಬಂಧ ಪಟ್ಟಿದ ರೋಗ
- ಮೂತ್ರಪಿಂಡಗಳ ಸಂಕ್ರಮಣ
- ಲೈಂಗಿಕ ರೋಗ

ಯಾವುದಾದರು ಸಂದರ್ಭದಲ್ಲಿ ಶಲ್ಯ ಚಿಕಿತ್ಸೆ ಮಾಡಿಸುವ ಅವಶ್ಯಕತೆ ಇದ್ದರೇ ಆರು ತಿಂಗಳನಂತರವೇ ಗರ್ಭಧಾರಣೆ ಮಾಡಿ.

ಚುಚ್ಚುಮದ್ದು ಹಾಕಿಸಿಕೊಳ್ಳಿ:– ಒಂದು ವೇಳೆ ನೀವು ಹೋದ ಹತ್ತು ವರ್ಷಗಳಿಂದ ಟೆಟಾನೆಸ್, ಡಿಫ್‌ಥೀರಿಯಾ ಬೂಸ್ಟರ್ ತೆಗೆದುಕೊಂಡಿಲ್ಲದೆ ಹೋಗಿದ್ದರೇ ಈಗ ತೆಗೆದುಕೊಳ್ಳುವುದು

ಅವಶ್ಯಕ. ಎಮ್.ಎಮ್.ಆರ್. ವ್ಯಾಕ್ಸೀನ್ ತೆಗೆದುಕೊಂಡರೇ ಗರ್ಭಧಾರಣೆಯ ಮುಂಚೆ ಮೂರು ತಿಂಗಳ ತನಕ ಕಾಯಿರಿ. ಹೆಪಟೈಟಿಸ್ ಬೀ ವಿಷಯದಲ್ಲೂ ಜಾಗರೂಕರಾಗಿರಿ. ಸೂಕ್ತ ಸಮಯದಲ್ಲಿ ಚಿಕಿತ್ಸೆ ಮಾಡಿಸಿಕೊಳ್ಳಿ.

ಕ್ರಾನಿಕ್ ರೋಗಗಳನ್ನು ನಿಯಂತ್ರಿಸಿಕೊಳ್ಳಿ:-

ಒಂದು ವೇಳೆ ನೀವು ಅಸ್ತಮಾ, ಮಧುಮೇಹ, ಹೃದಯರೋಗ, ಅಂತ ದೀರ್ಘಕಾಲೀನ ರೋಗದಿಂದ ಪೀಡಿತರಾಗಿದ್ದರೇ ಡಾಕ್ಟರನ್ನು ಕೇಳಿ ಈ ರೋಗಗಳನ್ನು ನಿಯಂತ್ರಿಸಿಕೊಳ್ಳಿ. ಅಲರ್ಜಿ ಔಷಧಿ ತೆಗೆದುಕೊಳ್ಳುವ ಅವಶ್ಯಕತೆ ಇದ್ದರೆ ಅದನ್ನು ಈಗಲೇ ತೆಗೆದುಕೊಳ್ಳಿ. ಡಿಪ್ರೆಶನ್ ಸಹ ಒಂದು ದೊಡ್ಡ ಬಾಧೆ. ಆದಕಾರಣ ನಿಮ್ಮ ದೊಡ್ಡ ಯೋಜನೆ ಪ್ರಾರಂಭಿಸುವ ಮೊದಲು ಡಿಪ್ರೆಶನ್ ನಿಯಂತ್ರಿಸಿಕೊಳ್ಳಿ.

ಜೆನೆಟಿಕ್ ಸ್ಕ್ರೀನಿಂಗ್:- ಒಂದುವೇಳೆ ನಿಮಗೆ ಅಥವ ನಿಮ್ಮ ಸಂಗಾತಿಗೆ ಯಾವುದೇ ತರಹದ ಜೆನೆಟಿಕ್ ಡಿಸಾರ್ಡರ್ ಇದ್ದರೇ(ಸಿಕಲ್ ತೈಲ. ಪೈಲಾಸೀಮಿಯಂ, ಹೀಮೊಫೀಲಿಯಾ, ಸಿಸ್ಟಮ್ ಫೈಬ್ರಾಸಿಸ್, ಪ್ರಸ್ಕಚುಲರ್ ಡಿಸ್ಟ್ರೋಫೀ, ಅಥವ ಎಕ್ಸ್ ಸಿಂಡ್ರೋಮ್) ಅಥವ ಡೌನ್ ಸಿಂಡ್ರೋಮ್ ನಂತ ಬೇರೆ ಯಾವುದೇ ಜನ್ಮತಃ ವಿಕೃತಿ ಇದ್ದರೇ, ನಿಮ್ಮಿಬ್ಬರ ವಂಶದಲ್ಲಿ ಮೊದಲೇ ಈ ತರಹದ ರೋಗವಿದ್ದರೆ, ಜೆನೆಟಿಕ್ ತಜ್ಞರನ್ನು ಭೇಟಿ ಮಾಡಿ.

ನೀವು ಕಾಕೆಸಿಯನ್ ಆಗಿದ್ದರೆ ಸಿಸ್ಟಿಕ್ ಫೈಬ್ರೋಸಿಸ್, ಯಹೂದಿ ಯೂರೋಪಿಯನ್ ಆಗಿದ್ದರೆ ಟಿ-ಶೇಕ್, ಆಫ್ರಿಕಿ ಆಗಿದ್ದರೆ ಸಿಕಲ್ ಸೈಲ್ ಟ್ರೈಟ್, ಅಥವಾ ಗ್ರೀಕ್ ಇಟಾಲಿಯನ್, ದಕ್ಷಿಣ ಪೂರ್ವ ಏಶಿಯಾ ಅಥವಾ ಫಿಲಿಪಿನೋ ಮೂಲದವರಾಗಿದ್ದರೆ ನೀವು ಥೈಲಾಸೀಮಿಯಾ ರೋಗದಿಂದ ಬಳಲುತ್ತಿರಬಹುದು. ಮೊದಲಿನ ಗರ್ಭಾವಸ್ಥೆಯಲ್ಲಿ ಈ ತರಹದ ಯಾವುದೇ ತೊಂದರೆ ಆಗಿದ್ದರೇ ಡಾಕ್ಟರಿನ ಸಲಹೆ ಅವಶ್ಯವಾಗಿ ಪಡೆಯಿರಿ.

ಬರ್ತ್ ಕಂಟ್ರೋಲ್ ನಿಲ್ಲಿಸಿ : ನಿಮ್ಮ ಕಾಂಡೋಮ್ ಮತ್ತು ಡಯಾಫ್ರಾಗಮ್ ಅನ್ನು ಎಸೆದುಬಿಡಿ. ಬರ್ತ್ ಕಂಟ್ರೋಲ್ ಮಾಡುವ ಗುಳಿಗೆಗಳು, ವೈಜ್ಞಾನಿಕ ರಿಂಗ್ ಅಥವಾ ಪೌಚನ್ನು ಉಪಯೋಗಿಸುತ್ತಿದ್ದರೆ ಈ ವಿಷಯದಲ್ಲಿ ನಿಮ್ಮ ವೈದ್ಯರ ಸಲಹೆ ಪಡೆಯಿರಿ. ನಿಮ್ಮ ಹೆರುವ ತಂತ್ರ ಸರಿಯಾಗಿ ಕೆಲಸ ಮಾಡಲಾರಂಭಿಸಲಿ ಹಾಗೂ ನಿಮಗೆ ಎರಡು ಮಾಸಿಕ ಚಕ್ರ ಸರಿಯಾದ ಸಮಯದಲ್ಲಿ ಬರಲೆಂದು ನೀವು ಇದನ್ನು ಅನೇಕ ತಿಂಗಳು ಮುಂಚಿತವಾಗಿಯೇ ನಿಲ್ಲಿಸಬೇಕಾಗುತ್ತದೆ. ನಿಮ್ಮ ಮಾಸಿಕ ಚಕ್ರ ನಿಯಮಿತವಾಗಲು ಸಮಯವಾದರೆ ಧೈರ್ಯವಾಗಿರಿ.ನೀವು ಐಯುಡಿ ಹಾಕಿಸಿಕೊಂಡಿದ್ದರೆ ಅದನ್ನು ತೆಗೆಸಿಬಿಡಿ. ಯಾವುದೇ ತರಹದ ಗರ್ಭನಿರೋದಕ ಔಷಧಿಯ ಉಪಯೋಗವನ್ನು ನಿಲ್ಲಸಬಿಡಿ. ಬೇಕೆಂದರೆ ರಚರ್ಮಿಸೈಡ್ ರಹಿತವಾದ ಕಾಂಡೋಮ ಉಪಯೋಗಿಸಬಹುದು.

ಆಹಾರದಲ್ಲಿ ಸುಧಾರಣೆ:- ನೀವು ನಿಮ್ಮ ಫೋಲಿಕ್ ಆಸಿಡ್‌ನ ಡೋಸೆಸ್ ತೆಗೆದುಕೊಳ್ಳುವುದನ್ನು ಮರೆಯಬೇಡಿ. ಇದರಿಂದ ಗರ್ಭಧಾರಣೆಯ ಅರ್ಹತೆ ಹೆಚ್ಚಾಗುವುದು. ಅಧ್ಯಯನಗಳಿಂದ ತಿಳಿದುಬಂದಿರುವುದೇನೆಂದರೆ ಗರ್ಭಧಾರಣೆಗ್ಗಿಂತ ಮೊದಲೇ ಆಹಾರದಲ್ಲಿ ಈ ವಿಟಮಿನ್ ಹೆಚ್ಚು ಪ್ರಮಾಣದಲ್ಲಿ ತೆಗೆದುಕೊಳ್ಳುವ ಮಹಿಳೆಯರಲ್ಲಿ ನ್ಯೂರಲ್ ಟ್ಯೂಬ್ ಡಿಫೆಕ್ಟ್‌ನ ಅಪಾಯ ತುಂಬಾ ಕಡಿಮೆ ಇರುತ್ತದೆ. ಇದು ಸಂಪೂರ್ಣ ಧಾನ್ಯ, ಹಸಿರು ತರಕಾರಿಗಳಲ್ಲಿ ಹಾಗೂ

ರಿಫೈಂಡ್ ಧಾನ್ಯದಲ್ಲಿ ಸಿಗುತ್ತದೆ. ಆದರೆ ನಿಮಗೆ ಇದನ್ನು (ಫೋಲಿಕ್ ಆಸಿಡ್) ಒಂದು ಪ್ರಮಾಣದಂತೆ ಸಹ ತೆಗೆದುಕೊಳ್ಳಬೇಕಾಗುತ್ತದೆ. ಇದಕ್ಕಾಗಿ ನಿಮ್ಮ ವೈದ್ಯರ ಸಲಹೆ ಪಡೆಯಿರಿ.

ಜಂಕ್ ಮತ್ತು ಕೊಬ್ಬಿನಾಂಶವಿರುವ ಆಹಾರಕ್ಕೆ ಬೈ-ಬೈ ಹೇಳಿ. ಆಹಾರದಲ್ಲಿ ಹಣ್ಣು, ತರಕಾರಿ, ಕಡಿಮೆ ಕೊಬ್ಬಿನಾಂಶವಿರುವ ಡೈರಿ ಪದಾರ್ಥಗಳನ್ನು ಹೆಚ್ಚಿಸಿ. ಸ್ಯಾಚುರೇಟೆಡ್ ಕೊಬ್ಬಿನಾಂಶವನ್ನು ಕಡಿಮೆ ಮಾಡಿ. ಇದರ ಕಾರಣ ಗರ್ಭಾವಸ್ಥೆಯಲ್ಲಿ ವಾಂತಿ ಓಕರಿಕೆಯ ಸಮಸ್ಯೆ ಅಧಿಕವಾಗಬಹುದು. ಗರ್ಭಧಾರಣೆಯ ಮೊದಲು ಪ್ರತಿದಿನ ಎರಡು ಸರ್ವಿಂಗ್ ಪ್ರೋಟೀನ್, ಮೂರು ಸರ್ವಿಂಗ್ ಕಾಲ್ಸಿಯಂ ತೆಗೆದುಕೊಳ್ಳಬೇಕಾಗುತ್ತದೆ.

ನಿಮ್ಮ ಊಟದ ಪದ್ಧತಿ ಸ್ವಸ್ಥವಾಗಿಲ್ಲದೆ ಹೋದರೆ ಅಥವ ಬೇರೆ ಯಾವುದಾದರು ಈಟಿಂಗ್ ಡಿಸಾರ್ಡರ್ ದಿಂದ ಗ್ರಸ್ತವಾಗಿದ್ದರೇ ಡಾಕ್ಟರನ್ನು ಭೇಟಿ ಮಾಡಿ.

ತೂಕದ ಪರೀಕ್ಷೆ : ಹೆಚ್ಚು ಅಥವಾ ಕಡಿಮೆ ತೂಕ ಈ ಎರಡು ಸ್ಥಿತಿಗಳಿಂದ ಗರ್ಭಧಾರಣೆಯ ಅರ್ಹತೆ ಪ್ರಭಾವಿತಗೊಳ್ಳುವುದು. ನೀವು ಗರ್ಭಿಣೀ ಆದರೂ ಗರ್ಭಾವಸ್ಥೆಯಲ್ಲಿ ಅನೇಕ ಜಟಿಲತೆಗಳು ಬರಬಹುದು. ಆದಕಾರಣ ನೀವು ಅವಶ್ಯಕತೆಗನುಸಾರ ಕ್ಯಾಲೊರಿಯ ಪ್ರಮಾಣವನ್ನು ಹೆಚ್ಚು ಕಡಿಮೆ ಮಾಡಿ, ತೂಕ ಕಡಿಮೆ ಮಾಡಬೇಕಾದರೆ ನಿಧಾನವಾಗಿ ಮಾಡಿ ಹಾಗೂ ಗರ್ಭಧಾರಣೆಯ ಯೋಜನೆಯನ್ನು 2 ತಿಂಗಳ ತನಕ ಮುಂದೆ ಹಾಕಿ. ಪೋಷಣೆಯ ಕೊರತೆಯಿಂದಲೂ ಗರ್ಭಧಾರಣೆ ಮಾಡುವುದು ಕಷ್ಟವಾಗಬಹುದು. ನೀವು ಕ್ರೈಶ್ ಡಯೆಟಲ್ಲಿ ಇದ್ದರೇ ಸಾಧಾರಣವಾಗಿ ತಿನ್ನುತ್ತಾ ಶರೀರ ಸರಿಯಾದ ಆಕಾರದಲ್ಲಿ ಬಂದ ಮೇಲೆ ಗರ್ಭಧಾರಣೆ ಮಾಡಿ.

ಶೇಪ್ ಅಪ್ ಆದರೆ ಶಾಂತವಾಗಿರಿ : ನಿಮಗೆ ಪ್ರತಿದಿನ ವ್ಯಾಯಾಮದ ಹವ್ಯಾಸವಿದ್ದರೆ ಒಳ್ಳೆಯದು. ಇದರಿಂದ ಶರೀರ ಆರೋಗ್ಯವಾಗಿರುತ್ತದೆ, ಬೇಡದ ತೂಕವೂ ಕಡಿಮೆ ಆಗುತ್ತದೆ. ಹಾಗೂ ಮುಂದೆ ಬರುವ ಸಮಯಕ್ಕಾಗಿ ಶರೀರ ತಮ್ಮನ್ನು ಸಿದ್ಧ ಪಡಿಸುವುದು. ಆದರೆ ತುಂಬ ಕಷ್ಟವಾಗಿರುವ ವ್ಯಾಯಾಮ ಮಾಡ ಬೇಡಿ. ಶರೀರದ ಉಷ್ಣಾಂಶಹೆಚ್ಚಾದರೂ ಗರ್ಭಧಾರಣೆಯಲ್ಲಿ ತೊಂದರೆ ಆಗಬಹುದು. ಅತಿ ಸರ್ವತ್ರ ವರ್ಜಿತೆ. ವ್ಯಾಯಾಮ ಮಾಡಿ ಆದರೆ ಆರಾಮವಾಗಿ ಮಾಡಿ.

ನಕಲಿ ಔಷಧಿಗಳಿಂದ ದೂರವಿರಿ : ಮರಿಜುಅನಾ, ಕೊಕೇನ್, ಕ್ರೆಕ್, ಹೆರಾಯಿನ್, ಅಥವಾ ಬೇರೆ ಡ್ರಗ್ಸ್‌ಗಳು ಗರ್ಭಾವಸ್ಥೆಯಲ್ಲಿ ಬಹಳ ಅಪಾಯಕಾರಿ. ನೀವು ಇವುಗಳನ್ನು ದಿನನಿತ್ಯ ತೆಗೆದುಕೊಳ್ಳುತ್ತಿದ್ದಿರೋ ಅಥವಾ ಒಮ್ಮೊಮ್ಮೆ ಇದು ನಿಮಗೆ ಗರ್ಭಿಣಿ ಆಗಲು ಬಿಡುವುದಿಲ್ಲ. ನೀವು ಗರ್ಭಿಣಿ ಆದರೂ ಭ್ರೂಣಕ್ಕೆ ತುಂಬಾ ಹಾನಿಯಾಗುತ್ತದೆ. ಆದಕಾರಣ ಗರ್ಭಪಾತ ಅಥವಾ ಏಳನೇ ತಿಂಗಳಲ್ಲಿ ಮಗು ಹುಟ್ಟುವ ಸಂಭವ ಹೆಚ್ಚುತ್ತದೆ. ಈ ಡ್ರಗ್ಸ್‌ಗಳನ್ನು ತೆಗೆದುಕೊಳ್ಳುವುದು ಸಂಪೂರ್ಣವಾಗಿ ನಿಲ್ಲಿಸಿಬಿಡಿ. ಕಷ್ಟವಾದರೆ ಡಾಕ್ಟರಿನ ಸಲಹೆ ಪಡೆಯಿರಿ.

ಮಿಗಿತವಾದ ಔಷಧಿಗಳಿಂದ ದೂರವಿರಿ:– ಗರ್ಭಧಾರಣೆಯ ಯೋಜನೆ ಮಾಡುವಾಗ ಯಾವುದೇ ಔಷಧಿಯನ್ನು ಡಾಕ್ಟರ್ ಸಲಹೆ ಪಡೆಯದೇ ತೆಗೆದುಕೊಳ್ಳಬೇಡಿ. ಯೋನಿಯಲ್ಲಿ ಇಟ್ಟುಕೊಳ್ಳುವ ಯಾವುದೇ ತರಹದ ಔಷಧಿಯನ್ನೂ ಡಾಕ್ಟರನ್ನು ಕೇಳಿ ಉಪಯೋಗಿಸಿ.

ಔಷಧಿಗಳನ್ನು ಪರೀಕ್ಷಿಸಿ:– ನೀವು ನಿಮ್ಮ ಯಾವುದೋ ರೋಗಕ್ಕೆ ವರ್ಷಗಳಿಂದ ಸೇವಿಸುವ ಔಷಧಿ ಗರ್ಭಾವಸ್ಥೆಯಲ್ಲಿ ಸುರಕ್ಷಿತವಾಗಿದಿಯೋ ಇಲ್ಲವೋ ಎಂದು ತಿಳಿದು ಕೊಳ್ಳಿ. ಕನಿಷ್ಠ ಪಕ್ಷ ಆರು ತಿಂಗಳು ಮುಂಚಿತವಾಗಿಯೇ ಆ ತರಹದ ಔಷಧಿಗಳನ್ನು ಸೇವಿಸುವುದು ನಿಲ್ಲಿಸಿಬಿಡಿ. ಶಿಶು ಆದ ಮೇಲೆನೂ ಗಮನವಿಟ್ಟುಕೊಳ್ಳಿ. ಏಕೆಂದರೆ ಸ್ತನ್ಯಪಾನ ಮಾಡಿಸುವಾಗ ಔಷಧಿಯ ಪ್ರಭಾವ ಶಿಶುವಿಗೂ ಆಗಬಹುದು. ಅನೇಕ ಸಲ ಪ್ರಮಾಣ ಕಡಿಮೆ ಮಾಡಿದರೂ ಒಳ್ಳೆಯದಾಗ ಬಹುದು.

ಕೆಲವು ಔಷಧಿಗಳು ಬಹಳ ಅಪಾಯಕಾರಿ ಆಗಿರುತ್ತದೆ ಆದ ಕಾರಣ ಆಗ್ಗಾಗೆ ಡಾಕ್ಟರನ್ನು ಕೇಳುತ್ತಿರಿ.

ಹರ್ಬಲ್ ಅಥವಾ ವೈಕಲ್ಪಿಕ ಔಷಧಗಳನ್ನು:– ಇದನ್ನು ಪ್ರಾಕೃತಿಕ ಎನ್ನುತ್ತಾರೆ ಆದರೆ ಇದರರ್ಥ ಅವು ಯಾವಾಗಲೂ ಸುರಕ್ಷಿತವಾಗಿರುತ್ತವೆ ಎಂದು ಹೇಳಲಾಗುವುದಿಲ್ಲ. ಅನೇಕ ಹರ್ಬಲ್ ಔಷಧಿಗಳು (ಗಿಂಕಗೋಬಿಲೊಬಾ) ಗರ್ಭಧಾರಣೆಯಲ್ಲಿ ಅಡ್ಡಿಯಾಗಬಹುದು. ಹರ್ಬಲ್ ಡಾಕ್ಟರಿನ ಅನುಮತಿ ಪಡೆಯದೆ ಇಂತಹ ಔಷಧಿಗಳನ್ನು ತೆಗೆದುಕೊಳ್ಳಬೇಡಿ ಹಾಗೂ ಅವರಿಗೆ ನೀವು ನಿಮ್ಮ ಗರ್ಭಾವಸ್ಥೆಯ ಸಂಕೇತವನ್ನು ಕೊಡಿ.

ಕೆಫೇನಿನ ಪರಿಮಾಣ : ನೀವು ಕೆಫೇನ್ ಯುಕ್ತ ಪದಾರ್ಥಗಳನ್ನು ತೆಗೆದುಕೊಳ್ಳುವುದು ಸಂಪೂರ್ಣವಾಗಿ ನಿಲ್ಲಿಸಿ ಎಂದು ನಾವು ಹೇಳುವುದಿಲ್ಲ. ಏಕೆಂದರೆ ನೀವು ಗರ್ಭಧಾರಣೆಯ ಯೋಜನೆ ಮಾಡುತ್ತಿದ್ದೀರಾ ಅಥವಾ ಗರ್ಭವತಿ ಆಗಿದ್ದೀರ ಆದಕಾರಣ ನೀವು ದಿನದಲ್ಲಿ ಎರಡು ಕಪ್ ಅಷ್ಟು ಕೆಫೇನ್‌ಯುಕ್ತ ಕಾಫಿ ಅಥವಾ ಬೇರೆ ಯಾವುದಾದರೂ ಪೇಯ ಪದಾರ್ಥ ತೆಗೆದುಕೊಳ್ಳಬಹುದು ಆದರೆ ನಿಮಗೆ ಅವಶ್ಯಕತೆಗಿಂತ ಹೆಚ್ಚು ರೂಢಿ ಇದ್ದರೆ ಸ್ವಲ್ಪ ಹುಷಾರಾಗಿರಿ. ಅಧ್ಯಯನಗಳಿಂದ ತಿಳಿದು ಬಂದಿರುವುದೇನೆಂದರೆ ಇದರ ಹೆಚ್ಚು ಪ್ರಮಾಣ ಹೆರುವ ಅರ್ಹತೆಯನ್ನು ಕಡಿಮೆ ಮಾಡುತ್ತದೆ. ಹಾಗೂ ಇದರ ಹೆಚ್ಚು ಪ್ರಮಾಣ ಇತರ ಅನೇಕ ರೀತಿಯಿಂದ ಶರೀರಕ್ಕೆ ಹಾನಿಮಾಡುತ್ತದೆ.

ಮದಿರ ಸೇವನೆ ನಿಲ್ಲಿಸಿ:– ಕುಡಿಯುವ ಮುಂಚೆ ಸ್ವಲ್ಪ ಯೋಚನೆ ಮಾಡಿ. ಗರ್ಭಧಾರಣೆಯ ಯೋಜನೆ ಮಾಡಿದ ನಂತರ ಮದಿರ ಸೇವಿಸುವುದು ಹಾನಿಕಾರಿ. ಗರ್ಭಧಾರಣೆಯಲ್ಲಿ ಹೆಚ್ಚು ಸಮಯವಾಗಬಹುದು

ಅಥವಾ ತೊಂದರೆ ಆಗಬಹುದು. ಮಾಸಿಕ ಧರ್ಮದ ಚಕ್ರದಲ್ಲಿ ವ್ಯತ್ಯಾಸವಾಗಬಹುದು.ಆದಕಾರಣ ಮದ್ಯ ಸೇವಿಸುವುದು ಸಂಪೂರ್ಣ ನಿಷೇಧಿಸಿ.

ಧೂಮಪಾನ ನಿಷೇಧಿಸಿ : ತಂಬಾಖಿನಿಂದ ಶಿಶುವಿಗೂ ಕ್ಯಾನ್ಸರ್‌ನ ಅಪಾಯವಾಗಬಹುದು. ಗರ್ಭಧಾರಣೆಯಲ್ಲಿ ತೊಂದರೆ ಆಗುತ್ತದೆ ಹಾಗೂ ಗರ್ಭಪಾತದ ಅಪಾಯವೂ ಹೆಚ್ಚಾಗುತ್ತದೆ. ಧೂಮಪಾನದ ಹವ್ಯಾಸ ತ್ಯಜಿಸಿ. ನಿಮ್ಮ ಶಿಶುವಿಗೆ ಹೊಗೆರಹಿತವಾದ ವಾತಾವರಣ ಕೊಡಿ.

ರೇಡಿಯೇಷನ್‌ನಿಂದ ರಕ್ಷಣೆ : ಎಲ್ಲಿಯತನಕ ಸಾಧ್ಯವೋ ಅಲ್ಲಿಯತನಕ ಎಕ್ಸ್‌ರೇ ಮಾಡುವಾಗ ತಮ್ಮ ಹೆರುವ ಅಂಗಗಳನ್ನು ಗಮನಿಸಿಕೊಳ್ಳಿ. ನೀವು ಗರ್ಭಧಾರಣೆ ಮಾಡಿದ್ದೀರಾ ಎಂದಾಗ ಎಕ್ಸ್‌ರೇ ಮಾಡುವವರಿಗೆ ನೀವು ಗರ್ಭಿಣಿ ಎಂದು ತಿಳಿಸಿ. ಅವರು ಜಾಗ್ರತರಾಗಿರುತ್ತಾರೆ.

ಅಪಾಯಕರವಾದ ರಸಾಯನಗಳಿಂದ ದೂರವಿರಿ:- ಕೆಲವು ರಸಾಯನಗಳು ಬಹಳ ಪ್ರಮಾಣದಲ್ಲಿ ಉಪಯೋಗಿಸಿದರೆ, ಅಥವಾ ನೀವು ಅದರ ಸಂಪರ್ಕದಲ್ಲಿ ಬಂದರೆ ಗರ್ಭಧಾರಣೆಯ ಮೊದಲು ಅಥವಾ ಆಮೇಲೆ ಭ್ರೂಣಕ್ಕೆ ಅಪಾಯವಾಗಬಹುದು. ಕೆಲಸದ ಸಮಯದಲ್ಲಿ ಈ ರಸಾಯನಗಳನ್ನು ಬಹಳ ಜಾಗರೂಕತೆಯಿಂದ ಉಪಯೋಗಿಸಿ, ಔಷಧಿಗಳು, ದಂತ ಚಿಕಿತ್ಸಾಲಯಗಳು, ಕಲೆ, ಫೋಟೋಗ್ರಫಿ, ಏತಾಏತಾ, ಕೃಷಿ, ಲ್ಯಾಂಡ್ ಸ್ಕೇಪಿಂಗ್, ನಿರ್ಮಾಣ ಕಾರ್ಯ, ಹೇರ್ ಡ್ರೆಸಿಂಗ್, ಕಾಸ್ಮೆಟೋಲಜಿ, ಡ್ರಾಕ್ಲಿನಿಂಗ್ ಹಾಗೂ ಪೈಕ್ಟಿಯ ಕೆಲಸಗಳಲ್ಲಿ ವಿಶೇಷ ಜಾಗರೂಕರಾಗಿರಿ. ಸಾಧ್ಯವಾದರೆ ಅಪಾಯದ ಸ್ಥಳದಿಂದ ಸ್ವಲ್ಪ ಸಮಯಕ್ಕಾಗಿ ವರ್ಗ ಮಾಡಿಸಿಕೊಳ್ಳಿ.

ಕಾರ್ಯಕ್ಷೇತ್ರ ಅಥವಾ ಮನೆಯಲ್ಲಿ ಲೆಡ್ (ಸೀಸ) ಪರಿಮಾಣದ ಸ್ತರ ಹೆಚ್ಚಾಗಿದ್ದರೆ ನೀವು ಮತ್ತು ನಿಮ್ಮ ಶಿಶು ಇಬ್ಬರ ಮೇಲೂ ಪ್ರಭಾವ ಬೀಳುತ್ತದೆ. ಮನೆಯಲ್ಲಿ ವಿಷಯುಕ್ತ ಪದಾರ್ಥಗಳ ಪ್ರಭಾವದಿಂದ ಹುಷಾರಾಗಿರಿ. ನಿಮ್ಮ ರಕ್ತದಲ್ಲಿ ಲೆಡ್ಡಿನ ಮಟ್ಟ ಹೆಚ್ಚಾಗಿದ್ದರೆ ತಜ್ಞರ ಸಲಹೆ ಪಡೆಯರಿ .ಚಿಕಿತ್ಸೆ ಮಾಡಿಸಿಕೊಳ್ಳಿ.

ವಿತ್ತೀಯ ಆರ್ಥಿಕ ರೂಪದಿಂದ ಫಿಟ್ : ಇದು ಬಹಳ ಖರ್ಚುಳ್ಳ ಪ್ರಕ್ರಿಯೆ. ಆದಕಾರಣ ನೀವು ನಿಮ್ಮ ಗೆಳೆಯರ ಜೊತೆಗೆ ಸೇರಿ ಮೊದಲೇ ಬಜೆಟ್ ಮಾಡಿಕೊಳ್ಳಿ. ಪ್ರಸವದ ಮೊದಲು ಹಾಗೂ ಪ್ರಸವದನಂತರ ನೀವು ಖರ್ಚು ಮಾಡಿದ ಹಣ ಸಿಗುವುದೋ ಇಲ್ಲವೋ ಎಂದು ನಿಮ್ಮ ಹೆಲ್ತ್ ಇನ್‌ಶೂರೆನ್ಸ್‌ನಿಂದ ತಿಳಿದುಕೊಳ್ಳಿ. ಆ ತರಹದ ಪಾಲಿಸಿ ಮಾಡಿಸದಿದ್ದರೆ ಸ್ವಲ್ಪ ತಡೆಯಿರಿ. ನೀವು ಈ ತರಹದ ಯಾವುದೇ ಪಾಲಿಸಿ ಮಾಡಿಸಿಲ್ಲದಿದ್ದರೆ ಅದನ್ನು ಮಾಡಿಸಲು ಇದೇ ಸರಿಯಾದ ಸಮಯ. ನಿಮ್ಮ ಕಾರ್ಯಾಲಯದಲ್ಲಿ ನಿಮಗೆ ಮೆಟರ್‌ನಿಟಿ ರಜೆ ಕೊಡತ್ತಾರೋ ಇಲ್ಲವೋ ಎಂದು ತಿಳಿದು ಕೊಳ್ಳಿ.

ವಿಶ್ರಮಿಸಿರಿ : ಬಹುಶಃ ಇದು ಎಲ್ಲಕ್ಕಿಂತ ಅವಶ್ಯಕವಾದ ಕೆಲಸ. ಯದ್ಯಪಿ ನೀವು ನಿಮ್ಮ ಬರುವ ಕಾಲವನ್ನು ಯೋಚಿಸಿ ಬಹಳ ಉತ್ತೇಜಿತವಾಗಿ ಹಾಗೂ ಮತ್ತಡದಲ್ಲಿ ಇದ್ದೀರ. ಆದರೆ ಇದೇ ಮತ್ತಡ ಗರ್ಭಧಾರಣೆಯಲ್ಲಿ ಅಡ್ಡಿ ಆಗಬಹುದು. ಸ್ವಲ್ಪ ಧ್ಯಾನ ಮತ್ತು ಆರಾಮ ನೀಡುವಂತಹ ವ್ಯಾಯಾಮ ಮಾಡಿ. ಜೀವನದಿಂದ ಮತ್ತಡವನ್ನುಬೈ ಬೈ ಎಂದು ಕಳಿಸಿಕೊಡಿ

ಸ್ವಲ್ಪ ಸಮಯ ಕೊಡಿ : ನೆನಪಿರಲಿ ಸಾಮಾನ್ಯವಾಗಿ 25 ವಯಸ್ಸಿನ ಯುವತಿಗೆ ಗರ್ಭಧಾರಣೆ ಮಾಡಲು 6 ತಿಂಗಳು ಮತ್ತು ಹೆಚ್ಚಿನ ವಯಸ್ಸಿನ ಮಹಿಳೆಗೆ ಹೆಚ್ಚು ಸಮಯ ಬೇಕಾಗಬಹುದು. ನಿಮ್ಮ ಸಂಗಾತಿಯ ವಯಸ್ಸು ಹೆಚ್ಚಾಗಿದ್ದರೆ ಇನ್ನೂ ಅಧಿಕ ಸಮಯವಾಗಬಹುದು. ಯಾವುದೇ ಡಾಕ್ಟರಿನ ಸಲಹೆ ಕೇಳುವ ಮುಂಚೆ 6 ತಿಂಗಳ ತನಕ ಕಾಯಿರಿ. ನಿಮ್ಮ ವಯಸ್ಸು 25 ವರ್ಷಕ್ಕಿಂತ ಹೆಚ್ಚಾಗಿದ್ದರೆ ನಿಮಗೆ 7 ತಿಂಗಳ ನಂತರವೇ ಡಾಕ್ಟರಿನ ಸಲಹೆ ಪಡೆಯಬೇಕು.

ಗರ್ಭಧಾರಣೆ ಮಾಡಿಸುವ ಮೊದಲು ತಂದೆ ಏನು ಮಾಡಬೇಕು:

ಡಾಕ್ಟರನ್ನು ಸಂದರ್ಶಿಸಿ : ಯದ್ಯಪಿ ನಿಮಗೆ ಗರ್ಭಧಾರಣೆ ಮಾಡಬೇಕಾಗಿಲ್ಲ ಆದರೂ ನೀವು ಸಹ ಒಮ್ಮೆ ಡಾಕ್ಟರಿಂದ ಚೆಕಪ್ ಮಾಡಿಸಿಕೊಳ್ಳಿ. ಒಂದು ಆರೋಗ್ಯವಾಗಿರುವ ಶಿಶುವಿನ ಜನ್ಮ ಎರಡು ಆರೋಗ್ಯವಾಗಿರುವ ಶರೀರದ ಸಮ್ಮಿಲನದಿಂದಲೇ ಸಂಭವ. ನೀವು ಟೆಸ್ಟಿಕ್ಯುಲರ್ ಸಿಸ್ಟ್ ಅಥವಾ ಟ್ಯೂಮರ್ ಅಂತ ರೋಗಗಳಿಂದ ಪೀಡಿತರಾಗಿದ್ದೀರೋ ಅಥವಾ ಮಾನಸಿಕ ಮತ್ತಡದಿಂದ ನೀವು ತಂದೆಯಾಗುವ ದಾರಿಯಲ್ಲಿ ಅಡ್ಡಿ ಆಗುತ್ತಿದೆಯೋ ಎಂದು ನಿಮ್ಮ ಪೂರ್ಣ ವೈದ್ಯಕೀಯ ಪರೀಕ್ಷೆಯಿಂದ ತಿಳಿಯುತ್ತದೆ. ಡಾಕ್ಟರಿಂದ ಸೆಕ್ಷುಯಲ್ ಎಫೆಕ್ಟ್, ಹರ್ಬಲ್ ಔಷಧಿಗಳು ಹಾಗೂ ಸ್ಪರ್ಮ್ ಕೌಂಟಿಂಗ್ ವಿಷಯದಲ್ಲಿ ಮಾಹಿತಿ ಪಡೆಯಿರಿ. ಈ ಎಲ್ಲಾ ಮಾಹಿತಿ ಪಡೆದುಕೊಂಡ ಮೇಲೆ ನೀವು ಒಂದು ಆರೋಗ್ಯವಾದ ಶಿಶುವಿನ

ತಂದೆಯಾಗಲು ತಯಾರಾಗಿದ್ದೀರಿ ಜೆನಿಟಿಕ್ ಸ್ಕ್ರೀನಿಂಗ್, ಅವಶ್ಯಕವಾಗಿದ್ದರೆ : ನಿಮ್ಮ ಮನೆಯಲ್ಲಿ ಯಾರಾವುದಾದರೂ ಜೆನೆಟಿಕ್ ರೋಗವಿದ್ದರೆ ಮತ್ತು ನಿಮ್ಮ ಸಂಗಾತಿ ಸ್ಕ್ರೀನಿಂಗ್ ಮಾಡಿಸಿಕೊಳ್ಳುತ್ತಿದ್ದರೆ ನೀವು ಈ ಪರೀಕ್ಷೆ ಖಂಡಿತವಾಗಿ ಮಾಡಿಸಿಕೊಳ್ಳಿ

ಆಹಾರದಲ್ಲಿ ಸುಧಾರಣೆ : ಪೋಷಣೆ ಚೆನ್ನಾಗಿದ್ದರೆ ಸ್ಪರ್ಮ್ ಸಹ ಆರೋಗ್ಯವಾಗಿರುತ್ತವೆ. ನೀವು ತಾಜಾ ಹಣ್ಣುಗಳು, ತರಕಾರಿಗಳು, ಸಂಪೂರ್ಣ ಧಾನ್ಯಗಳು ಹಾಗೂ ಪ್ರೋಟೀನ್‌ಯುಕ್ತ ಆಹಾರವನ್ನು ತೆಗೆದುಕೊಳ್ಳಬೇಕು. ಈ ದಿನದಲ್ಲಿ ನೀವು ವಿಟಮಿನ್, ಮಿನರಲ್‌ನ ಪ್ರಮಾಣ ತೆಗೆದುಕೊಳ್ಳಬಹುದು. ಏಕೆಂದರೆ ಆಹಾರದಿಂದ ಎಲ್ಲ ಪೋಷಕಾಂಶಗಳು ಸಿಗುವುದಿಲ್ಲ. ಇದರಲ್ಲಿ ಪೊಲ್ವಿ ಎಸಿಡ್ ಸೇರಿಸಿಕೊಳ್ಳಿ. ಎಷ್ಟೋ ಸಲ ಇದೇ ತರದ ಕೊರತೆಯಿಂದ ಗರ್ಭಧಾರಣೆಯಲ್ಲಿ ತಡವಾಗುತ್ತದೆ ಹಾಗೂ ಶಿಶುವಿನ ಜನ್ಮದಲ್ಲಿ ವಿಕೃತಿಗಳು ಕಾಣಿಸಿಕೊಳ್ಳುತ್ತದೆ.

ಜೀವನ ಶೈಲಿಯ ಮೇಲೆ ಒಂದು ದೃಷ್ಟಿ : ಯದ್ಯಪಿ ಇನ್ನು ಶೋಧ ಕಾರ್ಯ ನಡೆಯುತ್ತಲಿದೆ, ಆದರೂ ಇದು ಸ್ಪಷ್ಟವಾಗಿದೆಂದರೆ ನೀವು ಡ್ರಗ್ಸ್ ಸೇವಿಸದವರಾಗಿದ್ದರೆ ಹಾಗೂ ಬಹಳ ಹೆಚ್ಚಿನ ಪ್ರಮಾಣದಲ್ಲಿ ಮದ್ಯಪಾನ ಮಾಡುವವರಾಗಿದ್ದರೆ ನೀವು ಸುಲಭವಾಗಿ ತಂದೆಯಾಗುವುದಿಲ್ಲ. ಇದರಿಂದ ಸ್ಪರ್ಮ್ ಮಾತ್ರ ಕಡಿಮೆಯಾಗುವುದಿಲ್ಲ ಅದರ ಸಂಖ್ಯೆಯೂ ಕಡಿಮೆಯಾಗುತ್ತದೆ ಮತ್ತು ಟೆಸ್ಟೊಸ್ಟೆರೊನ್‌ನ ಸ್ತರನೂ ಕಡಿಮೆ ಆಗುತ್ತದೆ ಇದು ಸರಿಯಲ್ಲ. ಬಹಳ ಹೆಚ್ಚಿನ ಪ್ರಮಾಣದಲ್ಲಿ ಮದ್ಯಪಾನ ಮಾಡಿದರೆ ಶಿಶುವಿನ ತೂಕ ಕಡಿಮೆ ಆಗಬಹುದು. ನೀವು ಆಲ್ಕೋಹಾಲ್‌ನ ಪ್ರಮಾಣ ಕಡಿಮೆ ಮಾಡಿದರೆ ಸಂಗಾತಿಗೂ ಹಾಗೆ ಮಾಡಲು ಸುಲಭವಾಗುತ್ತದೆ. ನೀವು ಮದ್ಯಪಾನ ಹಾಗೂ ಡ್ರಗ್ಸ್ ಬಿಡಲಾಗದೆ ಹೋದರೆ ಡಾಕ್ಟರಿನ ಸಲಹೆ ಪಡೆಯಿರಿ.

ತೂಕದ ಪರೀಕ್ಷೆ : ಯಾವ ಪುರುಷರ ಬಾಡಿ ಮಾಸ್ ಇಂಡೆಕ್ಸ್ ಹೆಚ್ಚಾಗಿರುತ್ತದೆ ಅವರು ಸಾಮಾನ್ಯ ಪುರುಷರ ತುಲನೆಯಲ್ಲಿ ನಪುಂಸಕರಾಗಿರುವರು. ನಿಮ್ಮ ತೂಕದಲ್ಲಿ 20 ಪೌಂಡ್‌ನ ವೃದ್ಧಿ ಸಹ ಪ್ರಭಾವ ಬೀರುತ್ತದೆ. ಆದಕಾರಣ ಗರ್ಭಧಾರಣೆಯ ಪ್ರಕ್ರಿಯೆಯ ಮೊದಲೇ ನಿಮ್ಮ ತೂಕದ ಪರೀಕ್ಷೆ ಮಾಡಿಸಿಕೊಳ್ಳಿ.

ಧೂಮಪಾನ ನಿಷೇಧಿಸಿ : ಇಲ್ಲಿ ಯಾವ ನೆಪ ನಡೆಯುವುದಿಲ್ಲ. ಧೂಮಪಾನದಿಂದ ಸ್ಪರ್ಮ್ ಸಂಖ್ಯೆ ಕಡಿಮೆಯಾಗುತ್ತದೆ. ಇದನ್ನು ಬಿಟ್ಟರೆ ನಿಮ್ಮ ಸಂಪೂರ್ಣ ಪರಿವಾರದವರ ಆರೋಗ್ಯಕ್ಕೆ ಒಳ್ಳೆಯದಾಗುತ್ತದೆ. ಅವರಿಗೂ ನಿಮ್ಮ ಸಿಗರೇಟ್‌ನ ಹೊಗೆಯಿಂದ ಅಪಾಯ ಕಡಿಮೆಯೇನಿಲ್ಲ. ಇದರಿಂದ ನಿಮ್ಮ ಶಿಶುವಿನ ಎಸ್.ಐ.ಡಿ.ಎಸ್. (ಸೋಂಕು ರೋಗಗಳಿಂದ ಅಕಸ್ಮಾತ್ ಆಗುವ ಮೃತ್ಯು)ನಿಂದ ರಕ್ಷಣೆ ಆಗುತ್ತದೆ.

ರಸಾಯನಗಳಿಂದ ದೂರವಿರಿ : ಪೇಯ್ಸ್ಟ್, ಗೋಂದ್, ವಾರ್ನಿಶ್ ಇತ್ಯಾದಿ ತೀಕ್ಷ್ಣವಾದ ರಸಾಯನಗಳಿಂದ ದೂರವಿರಿ. ಇವುಗಳಿಂದ ಸಹ ತೊಂದರೆ ಆಗಬಹುದು.

ಅದನ್ನು ಕೂಲಾಗಿ ಇಟ್ಟುಕೊಳ್ಳಿ : ಟೆಸ್ಟಿಕಲ್ (ವೃಷಣ) ಅವಶ್ಯಕತೆಗಿಂತ ಹೆಚ್ಚು ಬಿಸಿ ಆಗಿದ್ದರೆ ಸ್ಪರ್ಮ್ ಉತ್ಪತ್ತಿಯ ಮೇಲೆ ಪ್ರಭಾವ ಬೀಳುತ್ತದೆ. ಟೆಸ್ಟಿಕಲ್ ಶರೀರದ ತಾಪಮಾನಕ್ಕಿಂತ ಸ್ವಲ್ಪ ತಣ್ಣಗಿರುತ್ತವೆ. ಆದಕಾರಣವೇ ಅವುಗಳು ಶರೀರದಿಂದ ಬೇರೆ ನೇತಾಡುತ್ತಿರುತ್ತವೆ. ನೀವು ಹಾಟ್ ಟಬ್ ಬಾತ್, ಸೋನಾ, ಎಲೆಕ್ಟ್ರಿಕಲ್ ಕೇಬಲ್ ಹಾಗೂ ಟೈಟ್ ಜೀನ್ಸ್‌ನಿಂದ ದೂರವಿರಬೇಕು. ಸಿಂಥೆಟಿಕ್ ಪ್ಯಾಂಟ್ ಅಂಡರ್‌ವೇರ್ ಧರಿಸಬೇಡಿ. ತೊಡೆಯ ಮೇಲೆ ಲ್ಯಾಪ್‌ಟಾಪ್ ಇಟ್ಟುಕೊಳ್ಳಬೇಡಿ. ಈ ಉಪಕರಣದಿಂದ ಶರೀರದ ಕೆಳಭಾಗದ ತಾಪಮಾನ ಹೆಚ್ಚಾಗುವುದು. ಲ್ಯಾಪ್‌ಟಾಪ್ ಉಪಯೋಗಿಸಲೇಬೇಕಾದರೆ ಅದನ್ನು ಡೆಸ್ಕ್‌ಟಾಪ್‌ನಂತೆ ಉಪಯೋಗಿಸಿ.

ಅದನ್ನು ಸುರಕ್ಷಿತವಾಗಿಟ್ಟುಕೊಳ್ಳಿ : ನೀವು ಯಾವುದಾದರೂ ರಫ್ ಆಟ (ಫುಟ್‌ಬಾಲ್, ಸ್ನೂಕರ್, ಬ್ಯಾಸ್ಕೆಟ್‌ಬಾಲ್, ಬೇಸ್‌ಬಾಲ್, ಕುದುರೆ ಸವಾರಿ) ಆಡುತ್ತಿದ್ದರೆ ರಕ್ಷಕ ಗಾರ್ಡ್ ಹಾಕಿಕೊಂಡು ನಿಮ್ಮ ಜನನಾಂಗವನ್ನು ಸುರಕ್ಷಿತವಾಗಿಟ್ಟುಕೊಳ್ಳಿ. ಜಾಸ್ತಿ ಸೈಕಲ್ ತುಳಿದರೂ ತೊಂದರೆ ಆಗಬಹುದು. ಕೆಲವು ವಿಶೇಷಜ್ಞರ ವಿಚಾರದಂತೆ ಸೈಕಲ್ ಸೀಟಿನ ಒತ್ತಡದಿಂದ ಅನೇಕ ರಕ್ತವಾಹಿನಿಗಳಿಗೆ ಹಾನಿಯಾಗಬಹುದು. ಜನನಾಂಗಗಳಲ್ಲಿ ಜೋಮು ಅಥವಾ ಮರಗಟ್ಟುವಿಕೆ ನಿಲ್ಲದೆ ಹೋದರೆ ಡಾಕ್ಟರಿಗೆ ತೋರಿಸಿ.

ವಿಶ್ರಾಮ : ಹೌದು ನೀವು ಎಲ್ಲವೂ ಕಲಿತುಕೊಂಡಿರಿ. ಈಗ ಆರಾಮದಿಂದ ಈ ಸೂಚನೆಗಳ ಮೇಲೆ ಅಮಲು ಮಾಡಬೇಕು. ಈ ವ್ಯಸ್ತತೆಯ ನಡುವೆ ವಿಶ್ರಮಿಸುವುದನ್ನು ಮರೆಯಬೇಡಿ. ಒತ್ತಡದಿಂದ ನಿಮ್ಮ ಪ್ರದರ್ಶನದ ಸ್ತರ ಕಡಿಮೆಯಾಗಬಹುದು ಮತ್ತು ಸ್ಪರ್ಮ್ ಆಗುವುದರಲ್ಲಿ ಅಡ್ಡಿ ಬರಬಹುದು. ಕಡಿಮೆ ಚಿಂತೆ ಮಾಡಿ ಬೇಗ ಪರಿಣಾಮ ಪಡೆಯಿರಿ. ಶಾಂತಭಾವದಿಂದ ಪ್ರಯತ್ನಿಸುತ್ತಿರಿ.

ಇದಾದನಂತರ.....

ಒಂದು ಹೊಸ ಪ್ರಾರಂಭದ ಸಮಯ.. ಗರ್ಭಧಾರಣೆ ಪೂರ್ವ ತಯಾರಿಗಳಾದ ಮೇಲೆ ಗರ್ಭಧಾರಣೆ ಅಧ್ಯಾಯದಿಂದ ಓದಲು ಪ್ರಾರಂಭಿಸಿ ಹಾಗೂ ಆನಂದಿಸಿ.

ಪರಿಶಿಷ್ಟ

ಗರ್ಭಾಸ್ಥೆಯ ಸಮಯದಲ್ಲಿ ಮಾಡಿಸುವ ಸಾಮಾನ್ಯ ತಪಾಸಣೆಗಳು

ಡಾಕ್ಟರ್ ನಿಮ್ಮ ಅವಸ್ಥೆಯಂತೆ ಕೆಲವು ತಪಾಸಣೆಗಳನ್ನು ಅಧಿಕ ಹಾಗೂ ಕಡಿಮೆ ಮಾಡಬಹುದು. ಇದು ಬಹಳ ಮಟ್ಟದವರೆಗು ನಿಮ್ಮ ಮೆಡಿಕಲ್ ಹಿಸ್ಟ್ರಿ ಹಾಗೂ ಡಾಕ್ಟರರ ವ್ಯಾವಹಾರಿಕ ಮಟ್ಟದ ಮೇಲೆ ಅವಲಂಬಿಸುತ್ತದೆ. ಹೆಚ್ಚು ಮಾಹಿತಿಗೆ ಈ ಪಟ್ಟಿಯನ್ನು ನೋಡಿ.

ತಪಾಸಣೆ ಹಾಗು ಯಾವಾಗ ಮಾಡಲಾಗುವುದು	ಪ್ರಕ್ರಿಯೆ	ಕಾರಣ
ರಕ್ತದ ಪ್ರಕಾರ. ಮೊದಲನೆಯ ಸಲ	ತೋಳಿನಿಂದ ರಕ್ತ ತೆಗೆದು ತಪಾಸಣೆ ಮಾಡುವರು	ಆರ. ಹೆಚ್. ಪ್ರಕಾರ ಅಥವ ಕೈಲ್ ಫ್ಯಾಕ್ಟರ್ ತಪಾಸಣೆ ಮಾಡುವರು
ಹೊವೊಕಿಟ್ ಅಥವಾ ಹಿಮೋಗ್ಲೊಬಿನ್ ಮೊದಲನೆಯ ಸಲ ಹಾಗೂ ಆಮೇಲೆ 20ವಾರದ ನಂತರ	ತೋಳಿನಿಂದ ರಕ್ತ ತೆಗೆದು ತಪಾಸಣೆ	ಐರನ್ ಕೊರತೆ, ರಕ್ತ ಅಲ್ಪತೆ, ಅಥವಾ ಐರನ್ ಸಪ್ಲೀಮೆಂಟಿನ
ರೂಬೆಲಾ ಟಿಟರ್ ಮೊದಲನೆಯ ಸಲ	ತೋಳಿನಿಂದ ರಕ್ತ ತೆಗೆದು ತಪಾಸಣೆ	ರೂಬೆಲಾ(ಜರ್ಮನ್ ಮೀಝಲ್ಸ್) ಗೆ ರೋಗ ಪ್ರತಿರೋಧಕ ಕ್ಷಮತೆ ತಪಾಸಣೆ
ಸಿಫಲಿಸ್ ತಪಾಸಣೆ, ಮೊದಲನೆಯ ಸಲ	ತೋಳಿನಿಂದ ರಕ್ತ ತೆಗೆದು ತಪಾಸಣೆ	ಸಿಫಲಿಸ್ ಸೋಂಕಾಗಿದ್ದರೆ ತಕ್ಷಣ ಚಿಕಿತ್ಸೆ ಮಾಡಿ ಭ್ರೂಣದ ರಕ್ಷಣೆ
ಹೆಚ್ ಐ ವೀ ತಪಾಸಣೆ ಮೊದಲನೆಯ ಸಲ	ತೋಳಿನಿಂದ ರಕ್ತ ತೆಗೆದು ತಪಾಸಣೆ	ಗೊತ್ತಾದರೆ ತಾಯಿಯ ಚಿಕಿತ್ಸೆ ಸುಲಭವಾಗುವುದು ಹಾಗೂ
ಹೆಪಟೈಟೀಸ್ ಸ್ಕ್ರೀನ್ ಮೊದಲನೆಯ ಸಲ	ತೋಳಿನಿಂದ ರಕ್ತ ತೆಗೆದು ತಪಾಸಣೆ	ಹೆಪಟೈಟೀಸ್ ಬೀ ಸೋಂಕಾಗಿದ್ದರೆ ತಾಯಿಂಯು ತಪಾಸಣೆಯಿಂದ ಭ್ರೂಣದ ಚಿಕಿತ್ಸೆ ಮಾಡಬಹುದು
ಪ್ಯಾಪ್ ಸ್ಮೀಯರ್ ಮೊದಲನೆಯ ಸಲ	ಸರ್ವೈಕಲ್ ಯಿಂದ ಸ್ರಾವ ತೆಗೆದು ಜೀವಕೊಶಗಳ ತಪಾಸಣೆ	ಸರ್ವೈಕಲ್ ಕ್ಯಾನ್ಸರ್ ಅಥವಾ ಬೇರೆ ಅನೀಯಮಿತೆಯ ತಪಾಸಣೆಗೆ

ತಪಾಸಣೆ ಹಾಗು ಯಾವಾಗ ಮಾಡಲಾಗುವುದು	ಪ್ರಕ್ರಿಯೆ	ಕಾರಣ
ಗೊನೊರಿನ್ ಕಲ್ಚರ್ ಹಾಗೂ ಜೆನಿಟಲ್ ಹರ್ಪೀರ್ಝ್ ಮೊದಲನೆಯ ಸಲ	ಯೋನಿಸ್ರಾವದ ಲ್ಯಾಬಲ್ಲಿ ಕಲ್ಚರ್ ಮಾಡಲಾಗುವುದು	ಸೋಂಕಾಗಿದ್ದರೆ ಚಿಕಿತ್ಸೆ ಮಾಡಲಾಗುವುದು
ಕ್ಲೆಮೀಡಿಯಾ ತಪಾಸಣೆ	ಸರ್ವಿಕ್ಸ್ ಯೂರೆಥ್ರಾ ಅಥವಾ ರೆಕ್ಟಮ್ ಅಕ್ಕ-ಪಕ್ಕದ ಭಾಗದ ತಪಾಸಣೆ	ಸೋಂಕಾಗಿದ್ದರೆ ಚಿಕಿತ್ಸೆ ಮಾಡಲಾಗುವುದು
ಮೂತ್ರದಲ್ಲಿ ಬ್ಯಾಕ್ಟೀರಯಾ ಮೊದಲನೆಯ ಸಲ	ಮೂತ್ರದ ತಪಾಸಣೆ	ಇದು ಸೋಂಕಿನ ಲಕ್ಷಣ. ಚಿಕಿತ್ಸೆ ಮಾಡಲಾಗುವುದು
ಡ್ರಗ್ ಸ್ಕ್ರೀನ್ ಮೊದಲನೆಯ ಸಲ	ಮೂತ್ರದ ತಪಾಸಣೆ	ಗರ್ಭಾವಸ್ಥೆಯಲ್ಲಿ ಡ್ರಗ್ಸ್ ಸೇವಿಸುವುದು ಅಪಾಯಕರ. ಗೊತ್ತಾದರೆ ಚಿಕಿತ್ಸೆ ಮಾಡಿಸುವುದು ಅಗತ್ಯ
ಬ್ಲಡ್ ಪ್ರೆಶರ್.ಪ್ರತಿ ಭೇಟಿಯಲ್ಲೂ	ಬ್ಲಡ್ ಪ್ರೆಶರ್ ಮಾಪನ ಯಂತ್ರದಿಂದ ಅಳೆಯಲಾಗುವುದು	ಉಚ್ಚ ರಕ್ತದ ವತ್ತಡ ಹಾಗೂ ಪ್ರೀಕ್ಲೆಮ್ಪಸಿಯಾ ಗೊತ್ತಾಗುತ್ತದೆ
ಮೂತ್ರದಲ್ಲಿ ಗ್ಲೂಕೋಸ್ ಪ್ರತಿ ಭೇಟಿಯಲ್ಲೂ	'ಮೂತ್ರದ ತಪಾಸಣೆ ಒಂದು ಡಿಪ್ ಸ್ಟಿಕಿಂದ ಆಗುವುದು	ಅಧಿಕ ಪ್ರಮಾಣ ಗ್ಯಾಸ್ಟೇಶನಲ್ ಡಯಾಬಿಟೀಸ್ ಸಂಕೇತವನ್ನು ಕೊಡುವುದು
ಮೂತ್ರದಲ್ಲಿ ಪ್ರೋಟೀನ್	'ಮೂತ್ರದ ತಪಾಸಣೆ ಒಂದು ಡಿಪ್ ಸ್ಟಿಕಿಂದ ಆಗುವುದು	ಅಧಿಕ ಪ್ರಮಾಣ ಮೂತ್ರಪಿಂಡಗಳಲ್ಲಿ ಸೋಂಕು ಅಥವ ಪ್ರೀಕ್ಲೆಂಪಸಿಯರ್ ಸಂಕೇತ ಕೊಡುವುದು
ಟ್ರಿಪಲ್ ಸ್ಕ್ರೀನ್ 15ರಿಂದ 18 ವಾರದಲ್ಲಿ ಗ್ಲೂಕೋಸ್ ಟಾಲರೆನ್ಸ್ ಟೆಸ್ಟ್ 28ನೇ ವಾರದಲ್ಲಿ	ತೋಳಿನಿಂದ ರಕ್ತ ತೆಗೆದು ತಪಾಸಣೆ ಆಗುವುದು ಒಂದು ಗ್ಲೂಕೋಸ್ ಟ್ರಿಕ್ ಕ'ು ಡಿ ಸಿ ದ' ನ' ಂ ತ' ರ' ತೋಳಿನಿಂದ ರಕ್ತ ತೆಗೆದು ತಪಾಸಣೆ	ಭ್ರೂಣದ ಸ್ಕ್ರೀನಿಂಗ್‌ನಿಂದ ದೋಷಗಳು ಗೊತ್ತಾಗುವುದು ಗ್ಯಾಸ್ಟೇಶನಲ್ ಮಧುಮೆಸಹದ ತಪಾಸಣೆ
ಗ್ರೂಪ್ ನ ಸ್ಟೆಪ್ ಟೆಸ್ಟ್ 37ನೇ ವಾರದ ಹತ್ತಿರ	ಯೋನಿ ಅಕ್ಕ ಪಕ್ಕ ಹಾಗೂ ಮೂತ್ರದ ತಪಾಸಣೆ	ಪ್ರಸವದ ಸಮಯದಲ್ಲಿ ಚಿಕಿತ್ಸೆ ಮಾಡ ಬಹುದು ನವಜಾತ ಶಿಶುವಿನ ಸುರಕ್ಷತೆಗೆ

ಗರ್ಭಾವಸ್ಥೆಯ ಸಮಯದಲ್ಲಿ ವೈಕಲ್ಪಿಕ ಉಪಾಯಗಳು

ಲಕ್ಷಣಗಳು	ಪ್ರಕ್ರಿಯೆ	ಕಾರಣ
ಬೆನ್ನೋವು	ಶಾಕ ತೆಗೆದುಕೊಳ್ಳಿ ಪಾರಾಗಲು ಉಪಾಯ	ಉಗುರು ಬೆಚ್ಚಗಿರುವ ನೀರಲ್ಲಿ ಸ್ನಾನ ಮಾಡಿ. ಒಂದು ಟವಲಲ್ಲಿ ಹೀಟಿಂಗ್ ಪ್ಯಾಡ್ ಸುತ್ತಿ 15 ನಿಮಿಷದವರೆಗು ಇಟ್ಟುಕೊಳ್ಳಿ.. ದಿನದಲ್ಲಿ 3–4 ಬಾರಿ ಹೀಗೆಮಾಡಿ. ವ್ಯಾಯಾಮ ಹಾಗೂ ಸೂಕ್ತ ಶರೀರಿಕ ಭಂಗಿ
ಪೆಟ್ಟಾದಾಗ ಗುಬಟು ಏಳುವುದು	ಐಸ್ ಪ್ಯಾಕ್ ಶೀತ (ನೋಡಿ)	ಬಜಾರಲ್ಲಿ ಸಿಗುವ ಐಸ್ ಪ್ಯಾಕ್ ತೆಗೆದುಕೊಳ್ಳಿ ಅಥವಾ ತರಕಾರಿಗಳು ಸೀಲ್ಡಾಗಿರುವ ಪ್ಯಾಕೆಟನ್ನು ಪೂರ್ಣ ತಣ್ಣಗೆ ಮಾಡುಕೊಂಡು ಅರ್ಧ ಗಂಟೆ ಇಟ್ಟುಕೊಳ್ಳಿ. ಆರಾಮ ಸಿಗದೆ ಹೋದರೆ ಪುನಃ ಅರ್ದ ಗಂಟೆ ಇಟ್ಟುಕೊಳ್ಳಿ 'ಐಸ್ ನೀರಲ್ಲಿ ಮೃದುವಾಗಿರುವ ಬಟ್ಟೆಯನ್ನು ನೆನೆಸಿ ಪೆಟ್ಟಿನ ಮೇಲಿಡಿ. ಥಂಡಿ ಕಡಿಮೆ ಆದರೆ ಪುನಃ ನೆನೆಸಿಡಿ
ತೋಳು, ಮಣಿಕಟ್ಟು ಅಥವ ಕಾಲಿನ ಮೇಲೆ ಗುಬಟು	ತಣ್ಣೀರಲ್ಲಿ ನೆನೆಸಿ	ನೀರಲ್ಲಿ ಐಸ್ ಬೆರೆಸಿ ತಣ್ಣಗೆ ಮಾಡಿಕೊಳ್ಳಿ .ಅದರಲ್ಲಿ ಕಾಲು ಕೈಯನ್ನು ನೆನೆಸಿಕೊಳ್ಳಿ.ಬೇಕೆಂದರೆ ಅರ್ಧ ಗಂಟೆ ಇಟ್ಟುಕೊಳ್ಳಿ
ಉರಿ	ಶೀತ (ನೋಡಿ)	ತಣ್ಣೀರ ಶಾಕ
ಛಳಿ ಆಗುವುದು	ಸಲೈನ್ ನೋಸ್ ಡ್ರಾಪ್ಸ್ ವಿಕ್ಸ್ ವೆಪೊರಬ್ ಅತಿರಿಕ್ತ ದ್ರವಗಳ ಪ್ರಮಾಣ ಇನ್ಹೆಲೇಶನ್	ಮಾರ್ಕೆಟಿಂದ ಈ ಔಷಧಿ ತೆಗೆದುಕೊಳ್ಳಿ.ಅಥವ 1/4 ಸಣ್ಣ ಚಮಚ ಉಪ್ಪಲ್ಲಿ 1 ಔನ್ಸ್ ನೀರು ಬೆರಸಿ ಮೂಗಿನ ಎರಡು ರಂಧ್ರಗಳಲ್ಲಿ ಕೆಲವು ಹನಿಗಳನ್ನು ಹಾಕಿ 5–10 ನಿಮಿಷ ಕಾಯ್ದು ಮೂಗು ಸೀನಿ ಕೊಟ್ಟಿರುವ ನಿರ್ದೇಶನದಂತೆ ಉಪಯೋಗಿಸಿ ಪ್ರತಿ 8 ಗಂಟೆಗೆ ದ್ರವಪದಾರ್ಥಗಳ ಪ್ರಮಾಣ ತೆಗೆದುಕೊಳ್ಳಿ ಉದಾ: ಜ್ಯೂಸ್, ನೀರು, ಸೂಪ್. ಸ್ವಲ್ಪ ದಿನಗಳಿಗೆ ಹಾಲಿನ ಪ್ರಮಾಣ ಕಡಿಮೆ ಮಾಡಿ ಆವಿತೆಗೆದುಕೊಳ್ಳಿ. ಸ್ಟೀವ್ ವೆಪೊರೈಝರ್ ತೆಗೆದುಕೊಳ್ಳಿ. ತಲೆಯ ಮೇಲೆ ಬಟ್ಟೆ ಮುಚ್ಚಿಟ್ಟುಕೊಂಡು ಆವಿ ತೆಗೆದುಕೊಳ್ಳಿ. ದಿನದಲ್ಲಿ 3–4 ಸಲ ತೆಗೆದುಕೊಳ್ಳಿ. ಜಾಸ್ತಿ ಸೆಖೆ ಆದರೆ ತೆಗೆದುಕೊಳ್ಳಬೇಡಿ

ಲಕ್ಷಣಗಳು	ಪ್ರಕ್ರಿಯೆ	ಕಾರಣ
	ನೇಸಲ್ ಸ್ಟ್ರಿಪ್	ಕೊಟ್ಟಿರುವ ನಿರ್ದೇಶನಗಳಂತೆ
ಕೆಮ್ಮು (ಶೀತದಿಂದ ಅಥವಾ ಫ್ಲೂ)	ಇನ್ಹೆಲೇಶನ್ ದ್ರವದ ಅತಿರಿಕ್ತ ಪ್ರಮಾಣ	ಶೀತ (ನೋಡಿ) ಶೀತ (ನೋಡಿ)
ಡೈಯೇರಿಯಾ	ಅತಿರಿಕ್ತ ಪ್ರಮಾಣ	ಪ್ರತಿ ಗಂಟೆ 8 ಔನ್ಸ್ ನೀರು ಕುಡಿಯಿರಿ. ಜೂಸ್ ಅಥವಾ ಕ್ಲೀಯರ್ ಸೂಪ್ ತೆಗೆದುಕೊಳ್ಳಬಹುದು.
(ಜ್ವರ) 100 ಡಿಗ್ರಿಗಿಂತ ಅಧಿಕವಿದ್ದರೆ ಡಾಕ್ಟರನ್ನು ಕರೆಯರಿ, 102 ಡಿಗ್ರಿಗಿಂತ ಅಧಿಕ ವಿದ್ದರೆ ತಕ್ಷಣ ಡಾಕ್ಟರನ್ನು ಕರೆಯರಿ.ಯಾವುದಾದರು ಔಷಧಿ ತೆಗೆದುಕೊಂಡು ಜ್ವರ ಕಡಿಮೆ ಮಾಡಿಕೊಳ್ಳಿ.	ತಣ್ಣೀರಲ್ಲಿ ಸ್ನಾನ ಮಾಡಿ. ಸ್ಟಿಲ್ ಬಾಥ್	ನಡುಕ ಬಂದರೆ ಸ್ನಾನ ಮಾಡ ಬೇಡಿ. ಕಪ್ಪಲ್ಲಿ ನೀರು ಐಸ್ ಹಾಗೂ ಢಮೂನ ರವಿಂಗ ಆಲ್ಕೊಹಾಲ್ ಸೇರಿಸಿ ಟವೆಲ್ ನೆನೆಸಿ ಶರೀರವನ್ನು ಒರೆಸಿ
ಹೀಮರಾಥಡ್ಸ್	ಸ್ಟಿಲ್ ಬಾಥ್	ಉಗುರು ಬೆಚ್ಚಗಿರುವ ನೀರ ತುಂಬಿರುವ ಟಬ್ಬಲ್ಲಿ ದಿನದಲ್ಲಿ 3–4 ಸಲ ಕುಳಿತುಕೊಳ್ಳಿ.
ಹೊಟ್ಟೆ ಅಥವ ತ್ವಚೆ ಮೇಲೆ ಕಡಿತ	ಪಾರಾಗಲು ಉಪಾಯಗಳು	ಶುಷ್ಕವಾದ ಸಾಬೂನೂ ಉಪಯೋಗಿಸ ಬೇಡಿ. ಬಿಸಿ ನೀರಲ್ಲಿ ಬಹಳ ಹೊತ್ತಿನವರೆಗೆ ಸ್ನಾನ ಮಾಡಬೇಡಿ.
ಕಣ್ಣಲ್ಲಿ ಕಡಿತ ನೀರು ಬರುವುದು.	ಬಿಸಿ ಶಾಕ	ಉಗುರು ಬೆಚ್ಚಗಿರುವ ನೀರಲ್ಲಿ ಟವೆಲ್ ನೆನೆಸಿಕೊಂಡು ಶಾಕ ತೆಗೆದುಕೊಳ್ಳಿ.
ಮಾಂಸಖಂಡಗಳಲ್ಲಿ ಊತ ಪೆಟ್ಟು	ಐಸ್ ಪ್ಯಾಕ್. ತಣ್ಣಗಿರುವ ಶಾಕ. ತಣ್ಣೀರಲ್ಲಿ ನೆನೆಸುವುದು (24 ಗಂಟೆ ಯಿಂದ 48 ಗಂಟೆ ತನಕ)	ಗುಬಟು (ನೋಡಿ)
ಮಾಂಸಖಂಡಗಳಲ್ಲಿ ಊತ ಪೆಟ್ಟು	48 ಗಂಟೆಕಾಲ ಬಿಸಿ ನೀರಲ್ಲಿ ನೆನೆಸಿ, ಬಿಸಿ ನೀರಿನ ಹೀಟಿಂಗ್ ಪ್ಯಾಡ್	ಬಿಸಿ ನೀರಲ್ಲಿ ಟವೆಲ್ ನೆನೆಸಿ ಸುತ್ತಿಕೊಳ್ಳಿ. ಅದನ್ನು ಪ್ಲಾಸ್ಟಿಕ್ ಬ್ಯಾಗಿಂದ ಮುಚ್ಚಿ ಮೇಲುಗಡೆಯಿಂದ ಹೀಟಿಂಗ್ ಪ್ಯಾಡ್ ಇಟ್ಟುಕೊಳ್ಳಿ. ದಿನದಲ್ಲಿ ಎರಡು ಸಲ 1–1 ಗಂಟೆ ಇಟ್ಟುಕೊಳ್ಳಿ.

ಲಕ್ಷಣಗಳು	ಪ್ರಕ್ರಿಯೆ	ಕಾರಣ
ಮೂಗು ಕಟ್ಟುವುದು		ಶೀತ (ನೋಡಿ)
ಸೈನಸಿಟಿಸ್	ಪದೇ–ಪದೇ ಬಿಸಿ ಹಾಗೂ ತಣ್ಣಗಿರುವ ಶಾಕ	ಬಿಸಿ ನೀರಲ್ಲಿ ಬಟ್ಟೆ ನೆನೆಸಿ ಹಿಂಡಿಕೊಂಡು ಇಟ್ಟುಕೊಳ್ಳಿ. ನೋವು ಕಡಿಮೆ ಆಗುವ ವರೆಗು ಇಟ್ಟುಕೊಳ್ಳಿ. ಆಮೇಲೆ ತಣ್ಣೀರಿನ ಶಾಕ ತೆಗೆದುಕೊಳ್ಳಿ . ಒಂದಾದಮೇಲೆ ಒಂದು ಮಾಡಿ.
ಗಂಟಲು ನೋವು	ಗಾರ್ಗಲ್	ಉಗುರು ಬೆಚ್ಚಗಿರುವ ನೀರಲ್ಲಿ ಉಪ್ಪು ಬೆರಸಿ 5 ನಿಮಷ ತನಕ ಗಾರ್ಗಲ್ ಮಾಡಿ. ಅವಶ್ಯಕತೆ ಇದ್ದರೆ ಪ್ರತಿ 2 ಗಂಟೆಯಲ್ಲಿ ಮಾಡಿ.

ಗರ್ಭಾವಸ್ಥೆಯಲ್ಲಿ ಕ್ಯಾಲೋರೀಸ್ ಹಾಗೂ ಜಿಡ್ಡಿನ ಅವಶ್ಯಕತೆ

ವ್ಯಕ್ತಿಯ ತೂಕ, ಕಾರ್ಯದ ಸ್ಥಿತಿ ಹಾಗೂ ಮೆಟಾಬಾಲಿಜಮ್ ನಂತೆ ಅವರಿಗೆ ಕ್ಯಾಲೊರಿ ಹಾಗೂ ಜಿಡ್ಡು ನಿಶ್ಚಿತವಾಗುವುದು. ಕೆಳಗೆ ಬರೆದಿರುವ ಪಟ್ಟಿಯಿಂದ ನಿಮಗೆ ಸ್ವಲ್ಪ ಅಂದಾಜಾಗಬಹುದು.

ನಿಮ್ಮ ತೂಕ ಪೌಂಡ್	ಕೆಲಸದ ಮಟ್ಟ	ಪ್ರತಿದಿನ ಕ್ಯಾಲೊರಿ ಅವಶ್ಯಕತೆ	ಜಿಡ್ಡಿನ ಅವಶ್ಯಕತೆ	ಪೂರ್ವ ಜಿಡ್ಡಿನ ಅವಶ್ಯಕತೆ
100	1	1500	50	2 1/2
100	2	1800	60	3 1/2
100	3	2500	83	5
125	1	1800	60	3 1/2
125	2	2175	72	4
125	3	3050	101	6
150	1	2100	70	4
150	2	2550	85	5
150	3	3600	120	7 1/2

ನಿಮ್ಮ ಕಾರ್ಯದ ಮಟ್ಟವನ್ನು ಈ ತರಹ ನೋಡಿ:– 1. ಆರಾಮದಾಯಕ, 2. ಮಧ್ಯಮ ಸಕ್ರೀಯ, 3.ಪೂರ್ಣ ಸಕ್ರೀಯ. (ಬಹಳ ಕಡಿಮೆ ಮಹಿಳೆಯರು ಮೂರನೆಯ ಶ್ರೇಣಿಯಲ್ಲಿ ಬರುತ್ತಾರೆ.)

ತಾಯಿ ಆಗುವಾಗ
ಏನು ಮಾಡುವಿರಿ

ನನ್ನ ಪ್ರಶ್ನೆ

ನನ್ನ ಅನುಭವ

ನನ್ನ ಸವಿ ನೆನಪುಗಳು

ನನ್ನ ಪ್ರಶ್ನೆ

ನನ್ನ ಅನುಭವ

ನನ್ನ ಸವಿ ನೆನಪುಗಳು

ಪ್ರತಿ ವಾರ ನಿಮ್ಮ ತೂಕ

ವಾರ 1:
ವಾರ 2:
ವಾರ 3:
ವಾರ 4:
ವಾರ 5:
ವಾರ 6:
ವಾರ 7:
ವಾರ 8:
ವಾರ 9:
ವಾರ 10:
ವಾರ 11:
ವಾರ 12:
ವಾರ 13:
ವಾರ 14:
ವಾರ 15:
ವಾರ 16:
ವಾರ 17:
ವಾರ 18:
ವಾರ 19:
ವಾರ 20:
ವಾರ 21:
ವಾರ 22:
ವಾರ 23:
ವಾರ 24:
ವಾರ 25:
ವಾರ 26:
ವಾರ 27:
ವಾರ 28:
ವಾರ 29:
ವಾರ 30:
ವಾರ 31:
ವಾರ 32:
ವಾರ 33:
ವಾರ 34:
ವಾರ 35:
ವಾರ 36:
ವಾರ 37:
ವಾರ 38:
ವಾರ 39:
ವಾರ 40:
ವಾರ 41:
ವಾರ 42:
ವಾರ 43:
ವಾರ 44:
ವಾರ 45:
ವಾರ 46:

ಮೊದಲನೇ ತಿಂಗಳು

ನನ್ನ ಪ್ರಶ್ನೆ

ನನ್ನ ಅನುಭವ

ನನ್ನ ಸವಿ ನೆನಪುಗಳು

ಮೊದಲನೇ ತಿಂಗಳು

ನನ್ನ ಪ್ರಶ್ನೆ

ನನ್ನ ಅನುಭವ

ನನ್ನ ಸವಿ ನೆನಪುಗಳು

ಎರಡನೇ ತಿಂಗಳು

ನನ್ನ ಪ್ರಶ್ನೆ

ನನ್ನ ಅನುಭವ

ನನ್ನ ಸವಿ ನೆನಪುಗಳು

ಎರಡನೇ ತಿಂಗಳು

ನನ್ನ ಪ್ರಶ್ನೆ

ನನ್ನ ಅನುಭವ

ನನ್ನ ಸವಿ ನೆನಪುಗಳು

ಮೂರನೇ ತಿಂಗಳು

ನನ್ನ ಪ್ರಶ್ನೆ

ನನ್ನ ಅನುಭವ

ನನ್ನ ಸವಿ ನೆನಪುಗಳು

ಮೂರನೇ ತಿಂಗಳು

ನನ್ನ ಪ್ರಶ್ನೆ

ನನ್ನ ಅನುಭವ

ನನ್ನ ಸವಿ ನೆನಪುಗಳು

ನಾಲ್ಕನೇ ತಿಂಗಳು

ನನ್ನ ಪ್ರಶ್ನೆ

ನನ್ನ ಅನುಭವ

ನನ್ನ ಸವಿ ನೆನಪುಗಳು

ನಾಲ್ಕನೇ ತಿಂಗಳು

ನನ್ನ ಪ್ರಶ್ನೆ

ನನ್ನ ಅನುಭವ

ನನ್ನ ಸವಿ ನೆನಪುಗಳು

ಎಂಟನೇ ತಿಂಗಳು

ನನ್ನ ಪ್ರಶ್ನೆ

ನನ್ನ ಅನುಭವ

ನನ್ನ ಸವಿ ನೆನಪುಗಳು

ಎಂಟನೇ ತಿಂಗಳು

ನನ್ನ ಪ್ರಶ್ನೆ

ನನ್ನ ಅನುಭವ

ನನ್ನ ಸವಿ ನೆನಪುಗಳು

ಆರನೇ ತಿಂಗಳು

ನನ್ನ ಪ್ರಶ್ನೆ

ನನ್ನ ಅನುಭವ

ನನ್ನ ಸವಿ ನೆನಪುಗಳು

ಆರನೇ ತಿಂಗಳು

ನನ್ನ ಪ್ರಶ್ನೆ

ನನ್ನ ಅನುಭವ

ನನ್ನ ಸವಿ ನೆನಪುಗಳು

ಏಳನೇ ತಿಂಗಳು

ನನ್ನ ಪ್ರಶ್ನೆ

ನನ್ನ ಅನುಭವ

ನನ್ನ ಸವಿ ನೆನಪುಗಳು

ಏಳನೇ ತಿಂಗಳು

ನನ್ನ ಪ್ರಶ್ನೆ

ನನ್ನ ಅನುಭವ

ನನ್ನ ಸವಿ ನೆನಪುಗಳು

ಎಂಟನೇ ತಿಂಗಳು

ನನ್ನ ಪ್ರಶ್ನೆ

ನನ್ನ ಅನುಭವ

ನನ್ನ ಸವಿ ನೆನಪುಗಳು

ಎಂಟನೇ ತಿಂಗಳು

ನನ್ನ ಪ್ರಶ್ನೆ

ನನ್ನ ಅನುಭವ

ನನ್ನ ಸವಿ ನೆನಪುಗಳು

ಒಂಭತ್ತನೇ ತಿಂಗಳು

ನನ್ನ ಪ್ರಶ್ನೆ

ನನ್ನ ಅನುಭವ

ನನ್ನ ಸವಿ ನೆನಪುಗಳು

ಒಂಭತ್ತನೇ ತಿಂಗಳು

ನನ್ನ ಪ್ರಶ್ನೆ

ನನ್ನ ಅನುಭವ

ನನ್ನ ಸವಿ ನೆನಪುಗಳು

ಪ್ರಸವ ಪೀಡೇ ಹಾಗು ಜನ್ಮ

ನನ್ನ ಪ್ರಶ್ನೆ

ನನ್ನ ಅನುಭವ

ನನ್ನ ಸವಿ ನೆನಪುಗಳು

ಪ್ರಸವೋತ್ತರ

ನನ್ನ ಪ್ರಶ್ನೆ

ನನ್ನ ಅನುಭವ

ನನ್ನ ಸವಿ ನೆನಪುಗಳು

www.ingramcontent.com/pod-product-compliance
Lightning Source LLC
Chambersburg PA
CBHW070542030726
47505CB00001B/133
* 9 7 8 8 1 2 8 8 3 9 2 0 7 *